श्रीमान योगी

श्रीमान योगी / ऐतिहासिक कादंबरी
रणजित देसाई

Email : author@mehtapublishinghouse.com

मराठी पुस्तक प्रकाशनाचे हक्क : मेहता पब्लिशिंग हाऊस प्रा. लि.

संस्थापक
सुनील अनिल मेहता

प्रकाशक
मेहता पब्लिशिंग हाऊस प्रा. लि.
१९४१, सदाशिव पेठ, माडीवाले कॉलनी, पुणे ४११०३०.

© श्रीमती मधुमती शिंदे / श्रीमती पारु नाईक

मुखपृष्ठ : रविमुकुल । मुद्रित-संस्करण : मोहन वेल्हाळ

मुद्रक : पार्कसन्स ग्राफिक्स, मुंबई – ४०० ०५३.

प्रकाशन-काल
प्रथमावृत्ती : फेब्रुवारी, १९६८ / १९६८ / १९६८ / १९६८ / मे, १९७१ /
१९७१ / १९७७ / १९८० / १९८४ / १९८८ / १९९१ / मे, १९९४ /
१९९७ / १९९८ / २००० / २००३ / २००४ / २००५ / मे, २००७ /
२००८ / २००९ / २०१० / २०११ / २०११ / मे, २०१२ / २०१३ /
२०१३ / २०१४ / २०१५ / २०१६ / २०१६ / २०१७ / २०१७ /
२०१८ / २०१९ / २०१९ / २०२० / एप्रिल, २०२१ / जानेवारी, २०२२ /
जुलै, २०२२ / फेब्रुवारी, २०२३ / सप्टेंबर, २०२३ / मे, २०२४ /
चव्वेचाळिसावी आवृत्ती : जानेवारी, २०२५

किंमत : ₹ ७९५

P Book ISBN 9788177666403 | E Book ISBN 9788184986839

E Books available on : amazonkindle  Apple Books  Google Play Books

रणजित देसाई

प्रतिपश्चन्द्रलेखेव वर्धिष्णुर्विश्ववंदिता ।
शाहसूनो: शिवस्यैषा मुद्रा भद्राय राजते ।।

प्रतिपदेच्या चंद्रकोरीप्रमाणे वाढत जाणारी,
विश्वाने वंदिलेली, शहापुत्र शिवाची ही
मुद्रा लोककल्याणासाठी शोभत आहे.

શ્રી

પામરા જડલેથી નગર સુધું નયે આચમાળી
રાજાને જોડે ઉતારી અવરાવ્ન
અમિન સવાર સૌભાગ્ય સંપળા
પુનાબાઈ રાધસિાહેબ સતી ગેલ્યા.
સ્ોાન્ી આાબળા મધૂન
હો ચારિત કહાપાઈ.

વનમાળનુ દાસદ

निश्चयाचा महामेरू। बहुत जनांसी आधारू
अखंड स्थितीचा निर्धारू। श्रीमंत योगी॥
यशवन्त, कीर्तिवन्त। सामर्थ्यवन्त, वरदवन्त
पुण्यवन्त, नीतिवन्त। जाणता राजा॥

शिवरायाचें आठवावें रूप। शिवरायाचा आठवावा प्रताप
शिवरायाचा आठवावा साक्षेप। भूमंडळीं॥
शिवरायाचें कैसें बोलणें। शिवरायाचें कैसें चालणें
शिवरायाचें सलगी देणें। कैसी असे॥

सकळ सुखाचा केला त्याग। करूनि साधिजे तो योग
राज्यसाधनाची लगबग। कैसी केली॥

रामदास

मनसुबा

सांजपाखरू अन् सायंतारा
व्यथित मनावर फुंकर मारी
माहित असता घरी न दारी
फुका शोधितो प्रिया हरवली

'श्रीमान योगी' वाचकांच्या हाती देत असता समाधान वाटत आहे. या पुस्तकाच्या नादात गेल्या काही वर्षांत अनेक नवे स्नेही जोडता आले. खूप पाहायला आणि वाचायला मिळाले. जीवनाची ही वर्षे सार्थकी लागली.

'स्वामी'नंतर सात वर्षांच्या दीर्घ कालाने आज 'श्रीमान योगी' प्रसिद्ध होत आहे. 'स्वामी'नंतर मी शिवचरित्रावर विचार करीन, या कहाणीचे काम हाती घेईन, असे मला वाटत नव्हते. 'राधेय' ही कर्णाची कथा मी पुरी करण्याचे ठरविले होते. 'राधेय'ची टाचणे पुरी करून जवळ जवळ निम्मे लिखाण मी पुरे केले होते.

एके दिवशी श्री. बाळासाहेब देसाई यांनी मला 'शिवचरित्र' लिहिण्यासाठी आवर्जून सांगितले. अनवधानाने मी त्या वेळी होकार देऊन टाकला; आणि शिवचरित्राची जबाबदारी माझ्यावर आली. 'राधेय' तसेच अपुरे राहिले. त्या दिवसापासून आजतागायत श्री. बाळासाहेब देसाई माझ्या कामाच्या प्रगतीची चौकशी करीत राहिले. 'श्रीमान योगी'ची प्रेरणा त्यांनी मला दिली. त्यांच्याच प्रेमामुळे हे अवघड काम जिद्दीने पुरे करण्याचे बळ मला लाभले.

हाती घेतलेले काम फार मोठे. ते एकट्याने पुरे करणे अशक्य. या कामासाठी अनेकांची मदत लागली. अनेकांनी मार्गदर्शन केले. श्री. पांडुरंग पिसुर्लेकर, श्री. सेतुमाधवराव पगडी, श्री. सुंदरभाई बुटाला, प्रा. अ. रा. कुलकर्णी यांच्यासारख्या इतिहासतज्ज्ञांनी माझ्यासाठी आपली दारे सदैव मोकळी ठेवली. त्यांचा मी अत्यंत ऋणी आहे. शिवभक्त श्री. भालजी पेंढारकर, कै. बाळशास्त्री हरदास, श्री. मु. गो. गुळवणी यांच्यासारख्या श्रद्धावान मंडळींनी अनेक वेळा मार्गदर्शन केले. म. म.

दत्तो वामन पोतदारांनी आशीर्वाद दिले. या सर्व थोर मंडळींच्या परिचयात जाण्याचा योग लाभला, हेच मी आपले भाग्य समजतो. ज्या बाळशास्त्री हरदासांनी छत्रपतींच्या जीवनावर व्याख्यानमालेची सत्रे चालविली, ज्यांच्या वाणीने आणि लेखणीने एक राष्ट्रीय स्वाभिमानाची ज्योत पेटविली, ते आज 'श्रीमान योगी' पाहायला नाहीत, याचे फार मोठे दुःख वाटते.

शिवचरित्राचा अभ्यास करीत असता सभासदांपासून शेजवलकरांपर्यंत उपलब्ध साहित्य वाचले. ही पुस्तके संदर्भग्रंथ राहिली नाहीत, तर ती जीवनसांगाती बनली. इतिहासाच्या जपणुकीसाठी या थोर अभ्यासकांनी घेतलेल्या अपार श्रमांची जाणीव झाली. या सर्व इतिहासप्रेमी माणसांपुढे नतमस्तक होण्याखेरीज माझ्या हाती आज काही नाही.

ही इतिहासाची पुस्तके उपलब्ध होण्यासाठी श्री. ब.र.काळे (जमखिंडी), श्री.सोनोपंत मराठे (बेळगाव), श्री. बोंद्रे (कोल्हापूर), श्री. अ.ह. लिमये (पुणे) इ. मंडळींनी खूप मदत केली. गोखले कॉलेज (कोल्हापूर), डेक्कन कॉलेज (पुणे), भारतीय इतिहास संशोधक मंडळ (पुणे) या संस्थांची ग्रंथालये मला सदैव उघडी होती, त्याचा मला अभिमान वाटतो.

एवढे होऊनही एखादे दुर्मिळ पुस्तक हाती लागेनासे झाले, की श्री. तात्यासाहेब ढमढेरे यांच्याकडे मी धाव घेत असे; आणि आठ दिवसांत ते पुस्तक माझ्या हाती देण्याची धडपड तात्यासाहेब करीत. त्यांचे मी आभार मानले, तर तो त्यांच्या प्रेमाचा उपमर्द ठरेल.

इतिहासाचा अभ्यास करीत असताना एक गोष्ट माझ्या लक्षात आली- दुर्दैवाने शिवाजी महाराजांचे अधिकृत व चांगले चरित्र आजतागायत उपलब्ध नाही. औरंगजेब त्या मानाने सुदैवी. त्याला जदुनाथ सरकारांच्यासारखा चरित्रलेखक मिळाला. शिवाजी महाराजांच्या चरित्राबाबत अजून तो योग आला नाही. युरोपियन इतिहासकार व बंगाली इतिहासकार यांच्यासारख्या थोर व्यक्तींना मराठी कागदपत्रांतील बारकावे माहीत नसतात; आणि महाराष्ट्रीयन संशोधकाला अजूनही निर्विकारपणे शिवाजीराजांचा विचार करणे जमत नाही. शेजवलकर, शर्मा, कुलकर्णी, डॉ. बाळकृष्ण, वैद्य यांनाही अभिनिवेश टाळता येत नाही. श्री. ब.मो. पुरंदरे आणि कै. बाळशास्त्री हरदास तर भक्तिभावानेच छत्रपतींच्या जीवनाकडे पाहतात. त्या मानाने दत्तोपंत आपटे यांनी फार शिस्तशीर काम चालविले होते. घटनांपुरतेच बोलायचे झाले, तर हे कार्य माझ्या पाहण्यात आलेल्या पुस्तकांत श्री. दि. वि. काळे यांनी जास्तीत जास्त चोखपणाने केले आहे. कै.शेजवलकरांनी संकलित केलेली माहिती आणि काळे यांनी लिहिलेले शिवचरित्र यांची फार मदत झाली. आज श्री. द. वा.

पोतदारांनी शिवचरित्राची जबाबदारी उचलली आहे. जेव्हा ते शिवचरित्र पुरे होईल, तेव्हा इतिहासातील एक मोठी उणीव भरून निघेल, असा मला विश्वास आहे.

इतिहास वाचीत असता त्यात दिसणारे शिवाजीराजांचे रूप पाहून थक्क व्हायला होते. इतका अष्टपैलू, अष्टावधानी, संपूर्ण पुरुष माझ्या नजरेत नाही. आदर्श राज्यकर्ता, थोर सेनानी, प्रजादक्ष, धर्माभिमानी, परधर्मसहिष्णू, चारित्र्यसंपन्न, दूरदृष्टीचा असा जाणता राजा जगाच्या इतिहासात दुसरा सापडणे कठीण. मुलगा, पती, बाप, मित्र, शिष्य इत्यादी संसारी नात्यांनीदेखील घडणारे या महापुरुषाचे दर्शन मन भारून टाकते. शिवाजी महाराज धार्मिक होते, धर्मभोळे नव्हते; व्यवहारी होते, पण ध्येयशून्य नव्हते. श्रींच्या राज्याचे स्वप्न पाहणारे स्वप्नाळू आणि ते स्वप्न वास्तवात उतरविणारे कठोर वास्तववादी हे त्यांचे स्वरूप आहे. विजयनगरसारखी हिंदू साम्राज्ये वैभवाच्या ऐन शिखरावर असता, मुसलमानी आक्रमणाच्या सामान्य धक्क्याने नामशेष झाली, त्यांचे पुनरुत्थान झाले नाही, ही इतिहासाची नोंद आहे; पण पुरंधरच्या तहाने धुळीला मिळालेले राज्य त्याच धुळीतून परत उठवून त्याला सुवर्णमय करण्याचे सामर्थ्य फक्त या एकाच महापुरुषाला साधले, हीही इतिहासाचीच नोंद आहे. हे राज्य उभे करीत असता जनतेच्या ऐहिक कल्याणाची जबाबदारी राजाची आहे, हे ते कधी विसरले नाही. अनेक लढाया ते लढले; पण त्यासाठी प्रजेवर त्यांनी कधी नवे कर लादले नाहीत. 'मी शत्रूशी शत्रू म्हणूनच वागलो, मित्राला दगा दिल्याचे दाखवा' असे त्यांचे आव्हान होते. त्या आव्हानाला उत्तर नाही. कौल देऊन गावे वसविणे, शेतसारा निश्चित करणे, वतनदारीला आवर घालणे, किल्ल्यांची कोठारे भरून ठेवणे, शेतकऱ्यांना बी-बियाणे, नांगर-अवजारे यांसाठी कर्जाची सोय करणे, भाषा सुधारण्यासाठी राज्यव्यवहारकोश, पंचांग सुधारण्यासाठी करणकौस्तुभ, धर्म सुधारण्यासाठी प्रायश्चित्त देऊन हिंदू करून घेणे, नवे किल्ले बांधणे, वीरांचे कौतुक आणि पंडितांचा सन्मान या सर्व बाबतींत सदैव दक्ष असणारे शिवाजी महाराज इतिहासात ठायी ठायी आपणास दिसतात; आणि एवढे करूनही त्यांचे रूप एकाकीच भासते. असामान्य गोष्टी साध्य करूनही त्यांची सुख-दुःखे सामान्य माणसाचीच राहिली. ती त्यांना एकट्याला भोगावी लागली.

शिवचरित्राचा शोध घेत असता वाचन-चिंतनाइतकेच पाहण्याला महत्त्व. आग्र्याचा ताजमहाल, अशीरगडची भूमी, वेरूळची दैवते, दौलताबाद व त्याच्या नजीकची औरंगजेबाची कबर, औरंगाबाद, जुन्नर, पुणे येथपर्यंतचा मुलूख, शिवनेरी, चाकण, सिंहगड, तोरणा, राजगड, पन्हाळा, प्रतापगड, पुरंधर आणि दुर्गदुर्गेश्वर रायगड यांच्यासारखे आकाशाला तोरण बांधणारे गड, तुळजापूर, पंढरपूर, शिखर शिंगणापूर,

श्री शैल यांसारखी देवस्थाने, विजापूर, गोवळकोंडा यांसारख्या राजधान्या, जंजिरा, सिंधुदुर्ग यांसारखी नामांकित स्थळे - थोडक्यात आग्र्यापासून जिंजीपर्यंतचा मुलूख फिरावा लागला. ही स्थळे पाहिली नसती, तर इतिहास डोळ्यांसमोर उभा राहिला नसता.

या स्थळांना भेटी देत असता अनेकांनी मदत केली. त्या सर्वांची नोंद करणे कठीण. शिवाजी महाराजांचे गड पाहत असता रायगडचे तुकाराम शेडगे, सातारा एस.टी. डिव्हिजनचे अधिकारी श्री. रेगे, एस.टी. अधिकारी श्री. साठे यांनी सर्वतोपरी साहाय्य केले. तुळजापूर भवानीचे भोपे माणिकराव जाधव-पाटील व प्रतापगडचे श्री. हडप, सिंधुदुर्ग, श्री शैल व शिखर शिंगणापूरचे पुजारी या सर्व मंडळींनी दाखविलेला स्नेह सदैव स्मरणात राहील.

बेळगावचे माझे डॉक्टर श्री. करंबेळकर व नांदेडचे वैद्यराज काशिनाथराव बोर्डे यांनी मला हवी ती वैद्यकीय माहिती पुरविली.

जुन्या शस्त्रांचा वापर पाहायची माझी इच्छा होती. ती माझी इच्छा कोल्हापूरच्या महाकाली तालमीच्या लोकांनी पुरी केली. दांडपट्टा, विटा, बोथाटी, तलवार, भाला, जंबिया यांसारखी हत्यारे त्यांनी मला चालवून दाखविली.

दिल्ली, विजापूर, मुंबई, बडोदे येथील वस्तुसंग्रहालयांतून मला जुन्या महत्त्वाच्या वस्तू पाहावयास मिळाल्या. पुण्याचे राजा केळकर संग्रहालय माझ्या पूर्ण परियचयाचे झाले. श्री. केळकरांनी मला कधीच परके मानले नाही.

ही चरितकहाणी माझ्या हातून शक्यतो लवकर पुरी व्हावी, यासाठी आप्त, स्वकीय, स्नेहमंडळी सदैव जागरूक होती. माझ्या काकी ती. लक्ष्मीबाई भोसले सदैव माझ्या पाठीशी उभ्या होत्या. त्यांच्या वडीलकीच्या धाकाखाली काम करीत असता माझे पोरकेपण विसरले जाई. दूर असली, तरी माझी मावशी ती.सौ. इंदुमती घाटगे हिचा आधार वाटे. आज दोघींचीही आठवण तीव्रतेने होते.

श्री. एम. एन. शिंदे यांच्यासारखा सोबती मिळणे कठीण. कधी मोठ्या वयाच्या अधिकाराने, तर प्रसंगी मित्रत्वाच्या स्नेहभावनेने, माझ्या लिखाणात खंड पडू नये, म्हणून ते सदैव दक्ष राहत. किंबहुना, त्यांच्या प्रेमामुळेच हे मोठे काम एवढ्या लवकर पुरे झाले. या चार वर्षांच्या कालखंडात मला लिहायला स्वस्थता मिळावी, माझ्या अडचणी दूर व्हाव्या, यासाठी श्री. राजाभाऊ मराठे, नानासाहेब हेरवाडकर, विश्वनाथ शहापूरकर, भाऊसाहेब बेंद्रे, आर्टिस्ट रं. वा. पाठक, राजाभाऊ ठाकूर, बाळासाहेब खराडे, बी. डी. खांडेकर, रंगराव पाटील, रवि गोडबोले, खाडिलकर इत्यादी मित्रमंडळींनी कसलीही कसूर ठेवली नाही. या स्नेहाचे मोल मी करू शकत

नाही. माझे मित्र शाहीर द. ना. गव्हाणकर यांनी या कलाकृतीतील पोवाडे तयार करून देऊन हातभार लावला आहे. या कालात श्री. वसंतराव देशपांडे, श्री. कुमार गंधर्व, सौ. किशोरी आमोणकर, श्री. संगमेश्वर गुरव या मित्रांचा जिव्हाळा त्यांच्या सुरांइतकाच मोहविणारा ठरला. आज हे ऋण फेडण्याचा विचारही माझ्या मनात येत नाही.

शिवचरित्राबाबत इतिहासकारांचे जेवढे दुमत आहे, तेवढे दुमत असलेले चरित्र मिळणे कठीण. शिवजन्मापासून शिवमृत्यूपर्यंत प्रत्येक घटनेबाबत इतिहासकारांचे दृष्टिकोन वेगळे. या अडचणींतून वाटा शोधणे महाकठीण काम; पण याहीपेक्षा इतिहासकारांना मान्य असलेल्या अशा काही घटना सापडतात, की ज्यांबाबत माझ्यासारखा ललितलेखक साशंक होतो. उदाहरणच द्यायचे झाले, तर शास्ताखानाचे प्रकरण देता येईल. सर्व इतिहासकारांना हा लाल महालातील प्रसंग मान्य असल्याने मला तो जसाच्या तसा स्वीकारावा लागला. जे शिवाजी महाराज अत्यंत सावध आहेत, थोर सेनानी म्हणून ज्यांचे चित्र परिपूर्ण आहे, ज्यांच्या कोशामध्ये वेडे साहस मुळीच नाही, ते शिवाजी महाराज चाळीस हजारांच्या छावणीत निर्धास्त असलेल्या लाल महालात मोजक्या साथीदारांसह प्रवेश करतात आणि दंगल उसळवितात, ही घटना केवढीही थरारक वाटली, तरी ती शिवाजी महाराजांच्या स्वभावरेखेशी संपूर्ण सुसंगत वाटत नाही. लाल महालात शिवाजी महाराजांनी आपली माणसे पाठविली असतील; पण स्वत: शिवाजी महाराज तेथे जाणे संभवत नाही, असे मला वाटते. सर्व इतिहासकारांना हा प्रसंग मान्य, म्हणूनच मला तो जसाच्या तसा स्वीकारावा लागला. मी इतिहाससंशोधक नव्हे. याबाबत निर्णय करण्याचा अधिकार माझा नव्हे.

'श्रीमान योगी' पुरे झाल्याचे समाधान आज वाटत आहे. ही कलाकृती म्हणजे शिवचरित्रावरील सर्वांगीण विचार, असा माझा दावा नाही. शिवाजी ही व्यक्तिरेखा फार मोठी आहे. तिचे शेकडो पैलू आहेत. एका माणसाला या विभूतीचे सर्वांगीण दर्शन होणे कठीण. नेपोलियनवर शेकडो चरित्रे, कादंबऱ्या लिहिल्या गेल्या. त्या सर्वांतून नेपोलियन या व्यक्तित्वाचे अनेक पैलू नजरेत आले. शिवाजी महाराजांच्या बाबतीत तसेच व्हायला हवे. तरच त्या एकमेवाद्वितीय महापुरुषाचे खरे दर्शन घडेल. शिवचरित्र हे कलावंतापुढे कालातीत राहणारे असे आव्हान आहे. या चरितकहाणीत अनेक उणिवा असतील, चुका राहिल्या असतील, काही प्रसंगांकडे पाहण्याचा दृष्टिकोन चुकला असेल, त्यांतील चुका निदर्शनाला आणल्या गेल्या, तर त्या पुढे सुधारण्यात मला आनंदच वाटेल. ते मी माझे कर्तव्यच समजतो.

श्री. नरहर कुरुंदकरांनी या कहाणीला प्रस्तावना दिली असली, तरी त्यांचे आणि माझे ऋणानुबंध निराळे आहेत. माझ्याइतकेच त्यांना शिवाजी महाराजांबद्दल प्रेम. त्यामुळे या कलाकृतीच्या सुरुवातीपासून अखेरपर्यंत त्यांची सोबत मला मिळाली. अनेक बाबतींत दुमत होऊनही त्यांचा जिव्हाळा कधी आटला नाही, ना मैत्रीला तडा गेला.

या कामासाठी मी नांदेडला जेव्हा गेलो होतो, तेव्हा अनेक मित्र मला मिळाले. श्री. भगवानराव गांजवे यांच्या कृपेने नांदेड येथील सर्वोदय केंद्रात माझी राहण्याची व्यवस्था झाली. सौ. ताराबाई परांजपे आणि श्री. नागनाथराव यांच्या कृपेने पोटाचा प्रश्न सुटला. नांदेड मुक्कामात प्रा. भा.गं. महामुनी, माणिकराव पाटील, प्रभाकर कानडखेडकर, आर.डी. देशपांडे, अण्णासाहेब गुंजकर, तात्यासाहेब कानोले या मंडळींनी काही कमी पडू दिले नाही. त्यांच्या लोभाचे विस्मरण कसे होणार?

गेल्या चार वर्षांत माझी अखंड पाठराखण कुणी केली असेल, तर ती चौघांनी -माझे दादा ती. डी.जे. जाधव, माझ्या वहिनी ती. सौ. लीलावती जाधव आणि देशमुख पति-पत्नी या त्या चार व्यक्ती. तुरुंग-अधिकारी असल्याने माणसाला बंदोबस्तात कसे ठेवावे व त्याच्याकडून काम कसे करून घ्यावे, हे माझे दादा पूर्णपणे जाणतात. गेल्या चार वर्षांच्या अनुभवाने मला ती खात्री पटली आहे. देशमुखांच्या संयमाला सीमा नाहीत. (इतरांना त्यांची शंका असेल; पण मला नाही.) वाढत्या पानांचा हिशेब त्यांनी केला नाही. या पुस्तकासाठी होणारा अफाट खर्च मनात आणला नाही. माझी सारी जिद्द त्यांच्याच बळावर टिकली; आणि शेवटास गेली. यात अतिशयोक्ती थोडीशीही नाही. या चार माणसांचा मला खूप आधार वाटतो. या कहाणीचे जे यश असेल, त्यात या चौघांचा वाटा मोठा आहे.

श्री. पांडुरंग कुंभार या माझ्या सहायकाचा उल्लेख मला स्वतंत्रपणे करायला हवा. टिपणे-टाचणे काढण्यापासून आपल्या सुरेख हस्ताक्षरात 'श्रीमान योगी'ची सिद्ध प्रत बनवीपर्यंत सर्व श्रम या साथीदाराने जिव्हाळ्याने उचलले. त्याचे साहाय्य नसते, तर हे काम इतके सुखकर वाटले नसते.

या चरितकहाणीचा जेव्हा संकल्प सोडला, तेव्हा ती.भाऊसाहेब खांडेकर यांनी या कार्याला आशीर्वाद दिला. गेली वीस वर्षे भाऊंचे आशीर्वाद सदैव माझ्या पाठीशी आहेत.

'श्रीमान योगी'ला ती. आचार्य अत्रे यांचाही आशीर्वाद लाभला.

या दोघांचे आशीर्वाद मी आपले भाग्य समजतो.

आंतरराष्ट्रीय कीर्तीचे चित्रकार श्री. हेब्बर यांनी या पुस्तकाचे पहिले मुखपृष्ठ तयार केले आणि त्याचबरोबर छत्रपतींचे एक रेखाचित्र दिले. यापरते दुसरे भाग्य ते कोणते? या पुस्तकातील सर्व चित्रे निर्दोष व कलात्मकरीत्या छापली गेली, याचे श्रेय श्री. सच्चित सहस्रबुद्धे यांना आहे.

श्री. अरविंद मंगरूळकरांनी 'श्रीमान योगी' ची संपूर्ण प्रत नजरेखालून घातली. तीत उणिवा राहू नयेत, म्हणून परिश्रम वेचले. त्यांचा-माझा जुना परिचय. त्यांचा उल्लेख केला नाही, तर फार मोठी उणीव राहील, म्हणूनच हे सांगावे लागत आहे.

हे पुस्तक सुबकपणे छापले जावे, म्हणून 'कल्पना मुद्रणालया' चे लाटकर बंधू, श्री. वाडकर या मंडळींनी परिश्रमाची पराकाष्ठा केली. त्यांना या कामी झालेला त्रास मी पाहिला आहे. मी या सर्वांचा अत्यंत ऋणी आहे.

श्री. बाळासाहेब शिंदे, बाइंडर यांनी पुस्तक-बांधणीच्या वेळी एखादा फॉर्म चुकू नये, म्हणून दक्षता घेण्याची पराकाष्ठा केली. मित्रप्रेम हेच याचे कारण.

ऋण मान्य करून कधी फिटत नाही आणि नावांचा नुसता उल्लेख करून कार्याची सांगता होत नाही, हे मी जाणतो. 'श्रीमान योगी' च्या कामी ज्यांचे अमोल साहाय्य लाभले, त्या सर्वांचा उल्लेख करणे कठीण आहे. अति जिव्हाळा आणि अनवधान हीच त्याची कारणे; पण यासाठी कोणी गैरसमज करून घेणार नाही, ही माझी खात्री आहे.

माता भवानीची कृपा आणि वाचकांचे निर्व्याज प्रेम हेच माझे धन आहे. आजवर त्यात कधी कमतरता पडली नाही. ते धन अखंड राहो, ही एकच प्रार्थना श्री गजाननापुढे करून मी आपला मनसुबा आवरता घेतो.

रणजित देसाई

कार्तिक शुद्ध प्रतिपदा, शिवशक २९५   मु. पो. कोवाड,
तथा २२ ऑक्टोबर, १९६८   ता. चंदगड, जिल्हा : कोल्हापूर

(वरील प्रस्तावना पहिल्या आवृत्तीची आहे.)

श्रीमान योगी । सात

पुस्तकात स्थळ आणि नावांचे तत्कालीन संदर्भ आहेत. कालौघात त्या स्थळांची नावे बदलली असण्याची शक्यता आहे. पण पुस्तकाच्या मूळ आशयाला धक्का पोचू नये, यासाठी ती नावे त्याच मूळ स्वरूपात पुस्तकात देण्यात आली आहेत.

प्रकाशक

प्रस्तावना

प्रिय रणजित देसाई,
स.न.वि.वि.

आपणांकडून निघून औरंगाबादमार्गे नांदेडला २४-३-६६ ला येऊन पोचलो. योग असा चमत्कारिक की, घरी मुलीचे आजारीपण चालू होते. आता प्रकृती सर्वांची ठीक आहे. म्हणून स्वस्थपणे हे पत्र.

पुण्यास आपली भेट अकल्पित झाली. आपण छत्रपतींवर कादंबरी लिहिणार आहात, ही गोष्ट सुद्धा मला अनपेक्षित होती. म्हणून शिवाजी या विषयावरचे बारकावे मी चर्चू शकलो नाही. ते संक्षेपाने मी आपल्या निदर्शनास आणले पाहिजेत, असे वाटल्यामुळे हे पत्र.

दुर्दैवाने शिवाजीविषयी अधिकृत व चांगले चरित्र उपलब्ध नाही. औरंगजेब त्या मानाने सुदैवी निघाला. कारण यदुनाथ सरकारांच्यासारखा लेखक त्याला उपलब्ध झाला. शिवाजीला अजून योग आलेला नाही व नजीकच्या भविष्यकाळात येण्याची शक्यताही नाही. दत्तोपंत पोतदार 'प्रमाणित' चरित्र लिहू शकणार नाहीत, असे वाटते. युरोपीय इतिहासकार व बंगाली इतिहासकार सेन, सरकार यांच्यासारख्या थोर व्यक्तींना मराठी कागदपत्रांतील बारकावे माहीत नसतात व महाराष्ट्रीय संशोधकांना अजूनही निर्विकारपणे शिवाजीचा विचार करणे जमत नाही. ब.मो. पुरंदरे व बाळशास्त्री हरदास तर सोडाच, पण शेजवलकर, शर्मा, कुलकर्णी, डॉ. बाळकृष्ण, वैद्य यांनाही अभिनिवेश टाळता येत नाही. त्या मानाने दत्तोपंत आपटे यांनी फार शिस्तशीर काम चालविले होते. घटनांच्यापुरते बोलायचे झाले, तर हे कार्य माझ्या पाहण्यात आलेल्या पुस्तकांत श्री. दि. वि. काळे यांनी जास्तीत जास्त चोखपणाने केले आहे. विवेचन हा त्यांचा प्रांत नव्हता, आपण हे पुस्तक बारकाईने पाहावे, अशी आग्रहाची सूचना आहे.

श्रीमान योगी । नऊ

शिवाजीच्या चरित्रविषयक साधनांत रामदासी पंथाच्या बखरी या सर्वांत जास्त अविश्वसनीय आहेत. मेरुस्वामी व दिनकर हे दोनच शिष्य असे आहेत की, जे समर्थ वारले, त्या वेळी वयाने प्रौढ होते. इतर सर्वांचे ज्ञान ऐकीव व विपर्यस्त आहे. त्यापेक्षा मराठेशाहीच्या बखरी अधिक विश्वसनीय आहेत. पण त्यांतही सर्वांत अविश्वसनीय मल्हार रामराव चिटणीसाची बखर व सर्वांत विश्वसनीय सभासदाची बखर आहे. दुर्दैवाने वस्तुस्थिती अशी आहे की, शिवाजीच्या संदर्भात फारसी साधने सुद्धा, अस्सल कागदपत्र वजा जाता, विश्वसनीय नाहीत. यापेक्षा विश्वसनीय पोर्तुगीज, फ्रेंच व डच रेकॉर्ड आहेत; आणि मराठी अस्सल कागदपत्र सर्वश्रेष्ठ साधने आहेत. आपण कोणत्याही घटनेबाबत स्वत:चे मत निश्चित करताना विश्वसनीयतेचा हा क्रम ध्यानात असू द्यावा व बखरकारांत सर्वांत विश्वसनीय म्हणजे सभासद. तोही फार ढोबळ चुका करतो, ही बाब समजून घ्यावी. आपणांशी बोलताना चिटणिशी बखरीचा परिणाम सतत जाणवत होता. अविश्वसनीयतेत ह्या बखरीचा क्रम फार खाली आहे.

कादंबरी-लेखनाचा आधार वास्तवाचे अवलोकन व आकलन हा असतो, अशी माझी धारणा आहे. हे आकलन व अवलोकन कलाकृती बनताना सलग, एकजीव अनुभवांचा आकार धारण करते. सामाजिक कादंबरीत आकलन-अवलोकनाची कक्षा वर्तमान वास्तव आहे. ऐतिहासिक कादंबरीत तिचे स्वरूप ऐतिहासिक वास्तव हे आहे. ऐतिहासिक वास्तव फुटकळपणे उपलब्ध होते. त्यातील रिकाम्या जागा भरणे, हे सारे वास्तव समूर्त साकार करणे, इतकेच खऱ्या ऐतिहासिक कादंबरीत कल्पिताचे स्थान असू शकते. कल्पिताचा पसारा ही सीमा ओलांडू लागला, म्हणजे मग त्या वाङ्मयाचे स्वरूप रंजनात्मक होते. हे काम नाथमाधवांनी या पूर्वी करून ठेवले आहेच. हरिभाऊंनी सगळा शिवाजी घेतला नाही. पण उष:काल, सूर्योदय, गड आला पण सिंह गेला, मध्ये काही टप्पे घेतलेले आहेत. नाथमाधव आणि हरिभाऊ यांत हरिभाऊ चांगले, पण दोघांतील फरक प्रमाणाचा आहे, प्रकाराचा नव्हे. याच रांगेत आपणांस उभे राहायचे आहे, की स्वामीच्या रांगेत उभे राहायचे आहे, याचा निर्णय आपण स्वत: घेतला पाहिजे. शेवटी कलाकृती उभी राहते सामर्थ्यवान व्यक्तिरेखेवर. व्यक्तिरेखेचे हे सामर्थ्य वास्तवाच्या आकलनातून येईल. आदर, श्रद्धा या बाबी तिथे अपुऱ्या पडतात. वरील 'उपदेश' मी करणार नव्हतो. आपण सहज बोलताना म्हणालात 'मी इतिहास, कल्पित दंतकथा, आख्यायिका, सारेच घेणार आहे', म्हणून वरील सल्ला अनाहूत दिला आहे. छत्रपतींचा 'अवतार' अगर 'संत' करण्यापेक्षा त्यातले भव्य आणि सलग माणूसपण रंगविणे मला महत्त्वाचे वाटते.

याबाबत काही घटनांचा प्रथम निर्देश केला पाहिजे. पहिली घटना म्हणजे मालोजीचा व बाबाजी भोसले ह्यांचा उल्लेख कागदपत्रांतून पांडे पेडगावचा जागिरदार म्हणूनच येतो. मालोजीला मिळालेल्या जागिरीपैकी निदान काही भाग त्याला वारसा-हक्काने मिळालेला आहे. शहाजी इ.स. १६०२ मध्ये जन्मला. १६०७ ला मालोजी वारले. त्या वेळी शहाजी पाच वर्षांचे होते. शहाजीच्या लहानपणी मालोजी लखुजीराव जाधवाच्या पदरी बारगीर होता. ही, रंगपंचमीच्या रंगाची व डुकरे मारून मशिदीत टाकण्याची या सर्व बखरकारांच्या हकीकती अस्सल पुराव्याच्या विरोधी जाणाऱ्या, म्हणून रद्द आहेत.

जिजाबाईस एकूण सहा अपत्ये झाली. त्यांत संभाजी पहिला. शिवाजी दुसरा. असे दोन मुलगे वाचले. शहाजीचे जिजाबाईवर फार प्रेम नव्हते, असे दिसते. पण तिला, बेताचे का होईना, संसारसुख शहाजीने दिले आहे.

स्वतः शिवाजीमहाराजांनीही आपले संसार असेच केले आहेत. कोणतीच बायको त्यांची लाडकी दिसत नाही. लग्न करावे, पोटभर अन्न, भरजरी कपडे, अलंकार, सोयीनुसार अंगभोग यांपलीकडे शिवाजीने कुठल्याच राणीला महत्त्व दिले नाही. सोयराबाई ही अभिषिक्त पट्टराणी; पण तिलाही शिवाजीच्या मनात फारसे महत्त्व दिसत नाही. शिवाजीमहाराजांना एकूण बायका आठ. उपस्त्रिया असल्याचा उल्लेख रामदासी बखरीत आहे. त्याला महत्त्व देण्याचे कारण नाही. या पत्नींच्यापैकी अगदी शेवटचे विवाह १६५७ चे आहेत. शिवाजीच्यानंतर सती गेलेली पुतळाबाई हिचा शिवाजीशी विवाह १६५३ साली झाला, असे इतिहासकार मानतात. राज्याभिषेकाच्या वेळी या आठपैकी चार वारलेल्या होत्या. या मृत पत्नींत सगुणाबाई, सईबाई, काशीबाई, या तीन नक्की मृत . चौथी कोण मृत होती, हे नक्की नाही. सोयराबाई, पुतळाबाई नक्की हयात होत्या. राज्याभिषेकापूर्वी शिवाजीची मुंज लावण्यात आली. त्यानंतर पूर्वीच्याच पत्नींपैकी हयात असणाऱ्या चौघींशी वैदिक विधिपूर्वक लग्ने लावण्यात आली. या घटनेने अनेकांचा गोंधळ उडालेला आहे. काही बखरींनी 'राज्याभिषेक प्रसंगी लग्न' या ऐकीव बातमीवर पुढील इमला रचला आहे. इंग्रज व डच यांच्या रिपोर्ट्समध्ये याचमुळे गोंधळ आहे. नेमक्या ह्याच ठिकाणी जदुनाथांनी चक्कर खाल्लेली आहे. शिवाजीबरोबर सती गेलेल्या पुतळाबाईंनी महाराजांशी यथासमय २७ वर्षे वहिवाट नांदणूक केली आहे.

भोसल्यांचे घराणे फार मोठे प्रतिष्ठित, असे त्या काळी मानले जात नसे. हे विधान तारतम्याने घ्यायचे आहे. मालोजींची पत्नी फलटणकरीण होती. शिवाजीची एक पत्नी निंबाळकर आहे. त्याची आई जाधव घराण्यातील. एक पत्नी जाधव घराण्यातील आहे.

त्या वेळी शिर्के घराणेही वजनदार होते. तेही जागिरदार होते. तत्कालीन शहाण्णव कुळींची घराणी कोणती, हेही एकवार पाहिले पाहिजे. मालोजी लखुजीच्या पदरी बारगीर होता. त्याने जिजाबाई-शहाजी विवाह दडपणाने घडविला, हा संदर्भ चुकीचा आहे, म्हणून घराण्याचा प्रतिष्ठितपणा थोडा तारतम्याने स्वीकारला पाहिजे.

शिवाजीच्या कर्तृत्वाची पार्श्वभूमी म्हणून शहाजी व त्याचा वारसा म्हणून संभाजी या साखळीत तीन माणसे पाहण्याची पद्धत आता इतिहासात रूढ झाली आहे. संभाजी दारू पीत असे, की नसे, त्याला नाटकशाळा होत्या, की नव्हत्या, त्याने सोयराबाई, अण्णाजी दत्तो, मोरोपंत पिंगळे यांच्याशी जे वर्तन केले, ते समर्थनीय आहे का? त्याचा बदफैलीपणा स्वीकारार्ह, की नाही, हे प्रश्न अजून वादाचे आहेत. एका गोष्टीवर आता इतिहासकार वाद घालत नाहीत. ती म्हणजे मराठेशाहीला निर्णायक लढाई शेवटी मोगल सत्तेशी द्यायची आहे; विजापूरकर, कुतुबशाहीशी नव्हे, या निर्णयावर शिवाजी १६६० ते १६६४ या कालखंडात केव्हातरी आला. शाहिस्तेखानाची स्वारी हा केवळ आरंभ, ह्याची जाणीव शिवाजीला होती. आग्रा येथून सुटून आल्यानंतर, ही निर्णायक लढाई अजून पुढेच आहे, हे भान शिवाजीला होते. त्याच्या शेवटच्या काळात मोगल फौजा मराठी राज्याच्या सीमेवर जमत होत्या. (१६६९ पासून) व स्वतः औरंगजेब ह्या मोहिमेसाठी दक्षिणेकडे येत आहे, ह्याची खात्रीलायक बातमी १६८० च्या जानेवारीपासून येऊ लागली. कारण दिल्लीत तशा तयाऱ्या सुरू झाल्या होत्या. मरणाच्या शय्येवर त्याचा प्रमुख विचार हा होता. कारण एव्हाना दीड लक्षाच्या आसपास सेना सरहद्दीवर उभ्या होत्या. शिवाजी वारला, त्या पंधरवड्यात सीमेवर चकमकी सुरू झाल्या होत्या. मोरोपंत पिंगळे, हंबीरराव मोहिते, अण्णाजी दत्तो हे तिघेही या आक्रमणाला तोंड देण्याच्या तयारीत होते. १६७९ पासून शिवाजी सतत दारूगोळा विकत घेत आहे, साठवीत आहे, हेही महत्त्वाचे आहे. हा फार दिवसांचा अपेक्षित हल्ला शेवटी १६८१त सुरू होतो. तीन लक्ष फौजा, नवीन राजा, सर्व बाजूंनी चढाई. सामनेवाला फोडाफोड कपटनीतींचा तज्ज्ञ व युद्धशास्त्राचा ज्ञाता. इतके असूनही १६८५ सालपर्यंतच्या अव्याहत लढाईचा निष्कर्ष काय? तर मराठी प्रदेशातून फौज मागे घेणे व विजापूर-गोवळकोंड्याकडे वळविणे. इथे संभाजीचे मुल्कीकारभार प्रवीणत्व, युद्धशास्त्रतज्ज्ञता, डावपेच, स्वतःच्या सेनेला प्रेरकत्व, हे सारेच पणाला लागले आहे. छत्रपतींच्या जीवनात प्रचंड फौजांशी धीमेपणे, कारभार विस्कळीत होऊ न देता लढण्याचा असा प्रसंग नाही. संभाजीचे मोजमाप करताना लहरी, रागीट, उतावळा, हट्टी ही बखरीची विशेषणे प्रमाण मानायची, की दीर्घसूत्री, धूर्त, खोल, धीमा, सावध ही डच, इंग्रज रिपोर्टांतील विशेषणे प्रमाण मानायची, याचा निर्णय आपण केला पाहिजे. पुनः

एकवार सांगतो की, मी संभाजी रंगेल, बदफैली होता, की नाही, यावर नव्हे, स्वभावविशेषावर लक्ष वेधीत आहे. या माणसाची पहिली २२-२३ वर्षे तुम्हांला रंगवायची आहेत. व्यक्तिश: माझ्या मते संभाजी चरित्रानेही फारसा वाईट नव्हता. मराठा सरदारांना हुक्का, गांजा, अफू, दारू अशी माफक व्यसने त्या काळी असत. राजाराम सदैव अफूच्या नशेत असे. संभाजीला दारूची सवय होती. औरंगजेब स्वत: दारू मरेपर्यंत पीत होता. तिचा परिणाम राजकारणावर नाही. तसाच संभाजीचा प्रकार. त्याला आजोबाप्रमाणे नाचगाण्याचाही शौक होता. राजाराम, शाहू, शहाजीप्रमाणे त्याला नाटकशाळाही होत्या. एखाद-दुसरी बाई पळविण्याचे प्रकरण त्याच्या जीवनात आले असण्याचा संभव आहे. पण त्याबद्दल विश्वसनीय पुरावा नाही. संभाजीच्या बदफैलीपणाचा पहिला उच्चार १६९० नंतरचा आहे. १६७४ पूर्वी संभाजीच्या जीवनात कोणतीही भानगड नाही. या काळी तो आजीजवळ असे. हा वेळपर्यंतच्या पत्रांतून स्तुतीखेरीज त्याच्याविषयी काही ऐकू येत नाही. १६८९ साली संभाजी पकडला व मारला गेला. हा वेळपर्यंतच्या लढाईचा निष्कर्ष असा : दरम्यान संभाजीने पोर्तुगीजांचे ३/४ राज्य जिंकून स्वत:च्या प्रदेशाला जोडले. कर्नाटकातील राज्य दुप्पट झाले. सेना मूळच्या दुप्पट झाली. महाराष्ट्रात पाच-सहा किल्ले गेले. तीन-चार नवीन मिळाले. औरंगाबाद व बऱ्हाणपूर लुटले. गुजरातमध्ये औरंगजेबाच्या ७५ हजारच्या फौजा नुसत्या अडकून ठेवल्या होत्या (धनाजीने). मराठी राज्य म्हणजे १६४५ चे नव्हे. १६७४ चे नव्हे. १६८० चेही नव्हे. १६८१ ते १७०७ च्या प्राणांतिक, निर्णायक लढाईनंतर जे शिल्लक उरले, ते मराठी राज्य. शिवाजीच्या राजकारणाचा विकास संभाजीत दिसतो. तो पाहून घेतला पाहिजे.

शिवाजीच्या कार्याला मागे शहाजीची परंपरा आहे. प्रथम राजवाडे यांनी ह्या घटनेचा उच्चार केला. नंतर आयुष्यभर या कल्पनेला शेजवलकरांनी विरोध केला. शेवटी स्वत:ही ही कल्पना मान्य केली. डॉ. बाळकृष्ण आणि काळे यांनीही ह्या कल्पना स्वीकारल्या आहेत. ही कल्पना मान्य केल्यावाचून काही घटनांची संगती लागतच नाही. पहिली बाब म्हणजे, शहाजी निजामशाहीचा सरदार. त्याच्यासाठी निजामशाहीने लखूजी जाधव गमावला. तरी शहाजी १६२४ ला आदिलशहाकडे गेला. तिथे त्याने अफाट पराक्रम केला. पण १६२६ मध्ये तो निजामशाहीत परत आला. १६३० ला तो मोगल सरदार झाला. १६३२ ला पुन्हा निजामशाहीत आला. सर्व उलाढालींत आपली पुणे जहागीर त्याने संभाळली. फौजाही संभाळल्या. निष्ठा निजामशाही, आदिलशाही, मोगल यांच्याशी नव्हे, ती फक्त शहाजीशी. ही सवय आपल्या जहागिरीतील वतनदारांना त्यानेच लावली. दक्षिणेतील सर्व हिंदू-मुसलमानांचे हितसंबंध सारखे असून, निजामशाही, आदिलशाही, कुतुबशाही आणि

सर्व सरदार यांनी परस्पर सहकार्याने मोगलांशी लढावे, त्यांना दक्षिणेत येऊ देऊ नये, ह्या धोरणाचा आरंभकर्ता शहाजी. पुढे खवासखान, मुरार जगदेव, अक्कण्णा, मादण्णा यांनी हे धोरण स्वीकारले. शिवाजीने वेळोवेळी ह्या धोरणांचा स्वीकार व उच्चार केला. संभाजी तर स्वतःला कुतुबशाही-आदिलशाहीचा पालकच समजे.

शहाजीने पुणे जहागिरीचा कारभारी दादोजी कोंडदेव नेमला. स्वतःला कर्नाटकची जहागिरी घेऊन, तिचा कारभार वडील मुलगा संभाजीसाठी व पुणे धाकटा मुलगा शिवाजीसाठी, ही वाटणी शहाजीने १६३६ लाच केली. दादोजीला ह्या भागात आदिलशाही सुभेदार करून १५-२० किल्ले, दोन-तीन हजार फौज, शिवाजीला उपलब्ध करून देण्याचा उद्योग शहाजीचाच. शिवाजीला पुण्याला पाठविताना पेशवे, मुजुमदार, डबीर, सबनीस शहाजीनेच दिले आहेत. दादोजीच्या उपस्थितीत रोहिडेश्वरावर शपथा-अहाणा झाल्या. हा प्रसंग ह्या पार्श्वभूमीवर समजून घेतला पाहिजे. शिवाजीच्या राजमुद्रेचे पहिले निर्णायक पत्र २८ जानेवारी, १६४६ चे आहे. १६ वर्षांच्या शिवाजीच्या मनात नवे राज्य निर्माण करण्याचा प्लॅन राजमुद्रेसकट तयार होता, ही गोष्ट जरा कल्पनेच्या पलीकडील आहे, पण खरी अडचण यापुढे आहे. राजवाडे यांनी पंधराव्या खंडातले, पत्र ४३७ छापले आहे. या पत्रावर शहाजीची राजमुद्रा आहे. पत्र २४ सप्टें., १६३९ चे आहे. पत्र अविश्वसनीय का? याचे उत्तर एकहीजण देत नाही. या वेळी शिवाजीचे वय ९ वर्षांचे आहे. इकडे शिवाजी रांगत होता. माती खात होता व तिकडे मराठी राज्याच्या उभारणीचा प्लॅन आखीत होता, असे तरी म्हणावे किंवा शहाजीच्या कर्तृत्वाची पार्श्वभूमी मान्य तरी करावी.

शहाजी कर्नाटकात एक स्वतंत्र राज्य जन्माला घालीत होता. इकडे महाराष्ट्रातही राज्य जन्माला घालीत होता. तो स्वतःला राजा म्हणवीत होता. दरबार भरवीत होता. समकालीन विजापूर दरबारने हे नीट ओळखून १६४८ साली शहाजी गिरफ्तार केला; आणि इकडे कर्नाटकावर व तिकडे पुण्यावर दोन स्वतंत्र स्वाऱ्या काढण्यात आल्या. इकडे विजापूरकरांचा पराभव शिवाजीने केला. याचे गोडवे आपण गातो. तिकडे संभाजीनेही विजापूरकरांचा कडवा प्रतिकार करून पराभव केला, याची नोंद घेणे विसरतो. दोन्हींकडील तयाऱ्या, शिस्त शहाजीच्या आहेत. अजून शिवाजीच्या तालमीत तयार झालेली मंडळी उदयाला यायची आहेत. कावजी मल्हार यांनी ही लढाई प्रमुखतः लढविली. ह्या मंडळींना तालीम शिवाजीची नव्हे. यानंतर तह होऊन इ.स. १६४९ मे ला शहाजीजी सुटका झाली. त्या तहात शिवाजीने सिंहगड रिकामा करावा, ही अट आहे. विजापूरच्या सेनेचा मोड करणे निराळे व बाप कैदेतून सोडविणे निराळे. बखरकारांना व त्यांच्यावर विसंबून मते बनविणाऱ्यांना काय वाटेल, याचा विचार न करता शिवाजीने ह्या वेळी मोगलांशी सामोपचाराचे बोलणे लावले. सिंहगड रिकामा केला. तिकडे संभाजीने बंगळूर व कंदर्पी हे किल्ले रिकामे

केले व बाप सोडवला. बंगळूरला संभाजी व पुण्याला शिवाजी यांच्या सर्व वागणुकीमध्ये योजनाबद्धता व एकसारखेपणा दिसतो. त्याचे कारण मागे शहाजींची पार्श्वभूमी व त्यांच्या तालमीत तयार झालेले सरदार, कारभारी हे आहे. पुणे जहागिरीत शिवाजीच्या निर्णयाविरुद्ध शहाजींकडे अपील करण्याची प्रथा सर्रास रूढ होती. शिवाजीचा हुकूम कोणताही असो, अंमल अमुक प्रकारे व्हावा, असा निर्णय जिजाबाई देई. तोच पाळला जाई. हा प्रकार १६५३ पर्यंत दिसतो व शहाजीने दिलेला शेवटचा हुकूम १६५५ चा आहे. १६५५ पर्यंत बहुतेक महत्त्वाच्या प्रकरणी शहाजींचा निर्णय अंतिम मानला जाई. ह्या अनुमानास पुरावा आहे. शहाजीविरुद्ध विजापूरकरांकडे दाद मागण्याची प्रथा पुणे जहागिरीत नव्हती. या अनुमानालाही आधार आहे. शिवाजी अगदीच मोकळा नव्हता. मुलकी व लष्करी कारभारात त्यावर बंधन घालणारी, त्याला वळणावर ठेवणारी शक्ती होती. मुलकी कारभारात तर जिजाबाईच १६७४ पर्यंत महत्त्वपूर्ण काम करीत होती. शहाजीस घोरपडे याने दगा देऊन कैद केले, हा दंश जिजाबाई शेवटपर्यंत विसरली नाही. घोरपडेचा सूड घ्यावा, हा तिचा मनोदय पत्रद्वारे तिने शिवाजीला कळविला आहे. शिवाजीने बाजी घोरपडेला मारून मुधोळ लुटले. जिजाबाईला शहाजीचा अपमान किती झोंबत होता, याचा हा पुरावा जिजाबाईचे मन समजून घेताना महत्त्वाचा आहे.

चिटणिशी बखर म्हणते, कारभाराबाबत शिवाजी-जिजाबाई यांत मतभेद येत. शेवटी असे ठरले की, जिजाबाईने कारभारात लक्ष देऊ नये. पुराव्याने चिटणिसांचा मूर्खपणा दाखविता येतो.

मागे कर्तबगार शहाजी, पुढे कर्तबगार संभाजी, मध्ये महान निर्माता शिवाजी ह्या मानवी पद्धतीने शिवाजीचे मोठेपण समजून घेतले जावे. शिवाजीने स्वतःला राज्याभिषेक करवून घेतला. पण आपण रजपूत आहोत, या भूमिकेचा प्रारंभ शहाजी हा आहे. घोरपडे स्वतःला सिसोदियावंशीय रजपूत म्हणत. आपण त्यांचे बिरादर आहो; म्हणून त्यांच्या इस्टेटीत आपला वाटा आहे, हा दावा शहाजीने १६४० सालापूर्वीच सरकारमान्य करून घेतला. खरे म्हणजे, भोसले रजपूत असण्याचे काहीच कारण नव्हते. पण एकदा शिपाईगिरी पत्करल्यावर मालोजी स्वतःला श्रीमंत मालोजी राजे म्हणवू लागला. शहाजीने आपण रजपूत क्षत्रिय आहो, ही भूमिका कायदेशीर करून घेतली. या मागच्या पुराव्याचा उपयोग पुढे शिवाजीला झाला. राज्याभिषेक झाल्यानंतर शिवाजीने औरंगजेबाला पत्र पाठविताना, तो भारताचा सम्राट आहे, आपण सेवक आहो, असाच मायना लिहिला आहे. याचीही नोंद घ्यावी.

दादोजी कोंडदेव याने आत्महत्या केली, अशी भूमिका काही बखरींनी घेतली आहे. या भूमिकेचा उच्चार पुढे अनेकांनी केला आहे. सर्व पुरावा तपासून दि.वि. काळे यांनी

आत्महत्या रद्द ठरविली आहे. शेजवलकरांनी पुन्हा एकवार आत्महत्या रद्द ठरविली आहे. उतारवयात आजारी पडून दादोजी स्वाभाविक मरणाने वारला, हीच गोष्ट अस्सल साधनांनी सिद्ध होते. म्हणून बखरीच्या भूमिकेत अर्थ नाही, असा शेजवलकरांचा निर्णय आहे. सध्या बेंद्रे आत्महत्या ठरविण्याच्या उद्योगात आहेत. आत्महत्येला अस्सल पुरावा ते कोणता देतात, पाहू. तूर्त तरी अस्सल साधने स्वाभाविक मरण, सभासद स्वाभाविक मरण. ९१ कलमी बखर स्वाभाविक मरण असे स्वरूप आहे. अस्सल साधनांत आत्महत्येला आधार नसेल, तर बखरींचे ढीग उपयोगाचे नाहीत.

आमचे बखरकार दंतकथेला फार महत्त्व देतात. एक सनपुरीची बखर म्हणून आहे. तिच्या मते महाराष्ट्रात पुंडावा फार झाला, म्हणून बाळाजी विश्वनाथने सुरक्षिततेसाठी येसूबाई व शाहू यांना दिल्लीला नेऊन औरंगजेबाच्या स्वाधीन केले. त्याची पुत्री बेगम म्हणाली : हा माझा धर्माचा लेक. बाबा हुजूर. तुमचा नातू. औरंगजेबाला बहुत खुशी झाली. त्याने पोराचे नाव सज्जन (शाहू) ठेवले. बाळाजीबरोबर फौजा दिल्या. त्या फौजा घेऊन बाळाजी महाराष्ट्रात आला. त्याने सर्व गुंडांचा बंदोबस्त केला. राज्य ठाकठीक केले. मग औरंगजेबाने शाहूचे लग्न केले व खूप इनाम देऊन महाराष्ट्रात पाठवून दिले व बाळाजीरावाला त्याचा प्रधान म्हणून काम पाहण्याची आज्ञा केली. सदर बखर मल्हार रामराव चिटणीस यांच्या बखरीपूर्वीची आहे.

ज्या घटना घडत होत्या, त्यांचा अन्वयार्थ बखरकारांना नीटसा कधी कळलाच नाही. मराठ्यांनी सारा भार वर्चस्वाखाली आणला, तरी बखरकारांचे मत की, 'मराठी फौज पाठीवर काठी उडेपावेतो लढणारी. एरव्ही झाडास बांधले, तर झाड घेऊन पळणारी. भारताचा सम्राट दिल्लीपती. त्याची फौज दोन लाख. त्याचा सम्राट वंदारचा पातशहा. त्याची फौज पाच लाख' ही त्याची समजूत. सदाशिवरावभाऊ शाहूचा प्रधान. ही त्यांची माहिती. ह्या घोर अज्ञानातून मल्हार रामराव मोकळा नाही. ९१ कलमी बखरीचा लेखकही मोकळा नाही. त्याची समजूत ही की, औरंगजेबाच्या दर बहिणीवर बलात्कार केल्यामुळे त्याने दारा मारला. शहाजहान कैदेत घातला. मोंगल राज्यात वारसा-हक्काची लढाई हे काय प्रकरण आहे, याची एकाही बखरकाराला दाद ना फिर्याद. शाहू मोगलांनी का सोडला, हे एकाही बखरकाराला समजले नाही. स्वत: सभासदाचे ज्ञान सुद्धा असेच. फारसी तवारीखकारांना निदान तपशीलवार माहिती होती. तीही या बखरकारांना नसे. अफजुलखान मारला गेला, ही बातमी येताच बडी साहिबीण रडू लागली. तीन दिवस अन्नोदक घेतले नाही. हे त्यांचे आकलन. सभासदाला शिवाजीच्या राजकारणाचे मर्म किती समजले होते, ते पाहावे, तर निराशेखेरीज काहीच पदरात पडत नाही.

चंद्रराव मोरे आणि शिवाजीने जावळीचे खोरे घेणे ह्याही ठिकाणी हाच प्रकार आहे. जावळीच्या खोऱ्याला एक ऐतिहासिक महत्त्व आहे. यादवांचे राज्य पूर्णपणे जिंकल्यानंतर व समाप्त केल्यानंतर हा भाग जिंकण्याचा प्रयत्न मलिक काफूरने केला, पण परिणामी ३००० फौजा त्याला गमवाव्या लागल्या. महमूद गावाननेही या खोऱ्यात शिरण्याचा प्रयत्न केला होता. तो अयशस्वी झाला. अतोनात नुकसान झाले. म्हणून मुस्लिम राज्यकर्त्यांनी ही भूमिका घेतली की, येथील स्थानिक जहागिरदार आपले मांडलिकत्व नाममात्र स्वीकारतो, इतक्यावरच समाधान मानावे. यापुढे जाऊन जावळीच्या खोऱ्यात मुसलमानांचे पाऊल रोवले जाऊ शकले नाही. या भागाचे हे महत्त्व ओळखून आरंभापासून शिवाजीने मोरे घराण्याशी मैत्री ठेवली होती. दौलतराव मोरे ('चंद्रराव' ही पदवी) यांचा व शिवाजीचा चांगलाच मित्रभाव होता. दौलतरावांच्या मृत्यूनंतर त्याच्या बायकोने दत्तक घेतलेला कृष्णराव टाळून शिवाजीने यशवंतराव मोरे जावळीच्या खोऱ्यात अधिपती केला होता. ह्या घटना १६७४ इ.स. पर्यंतच्या आहेत. शिवाजीचे वय पाहता, ह्या राजकारणात दादोजीचा हात अधिक होता, हे दिसते. जावळीच्या खोऱ्यात शिवाजीचे वर्चस्व वाढते आहे. त्याला पायबंद बसावा, म्हणून १६४९ साली अफजुलखानास वाईचा सुभेदार करण्यात आले. हळूहळू यशवंतराव मोरेशी शिवाजीचे बिनसत गेले.

महंमद आदिलशहाच्या रुग्णतेमुळे आदिलशाहीत गोंधळ आहे. अफजुलखान कर्नाटकात आहे. त्याचा फायदा घेऊन, शिवाजीने सर्व बाजूंनी जावळीच्या खोऱ्यावर हल्ला केला. ही घटना १६५६ च्या जानेवारीतली आहे. मग मोरे रायगडावर बसला. हा गड तीन महिन्यांच्या लढाईनंतर पडला. शेवटी मे च्या सुमारास रायगड शिवाजीने जिंकला. हा यशवंतराव नजरकैदेतून पळण्यासाठी कारस्थाने करू लागला. ती कारस्थाने उघडी पडली. शिवाजीने यशवंतरावाची गर्दन आरोप ठेवून मारविली व जावळी हा आपला सुभा केला. या प्रकरणी पराक्रम आहे. योग्य वेळ साधून हल्ला करणे आहे, चिवटपणे लढून जिंकणे आहे. हा दुर्गम प्रदेश मराठेशाहीच्या संरक्षणाला फार आवश्यक होता, हे ओळखणे आहे. त्या भागात आपले मुख्य केंद्र ठेवणे आहे. घातपात, दगा, खून, लहान मुले मारणे हा भाग नाही. सोयरिकीचे बोलणे लावून दगा करणे हा बखरकारांचा शोध आहे. शिवाजी फार संत होता, दगा-फटक्याचे खूनी राजकारण न करणारा सत्पुरुष होता, असा ह्याचा अर्थ नव्हे. तर या प्रकरणी दगा-फटका दिसत नाही, इतकाच याचा अर्थ. मोऱ्याचे दोन पुत्र शिवाजीने पकडून आणले. खाऊंपिऊ घालून निमजग्याजवळ मारले. ह्या घटनेला बखरीबाहेर पुरावा नाही. शिवाजीच्या दगाबाजीच्या घटना फारशी तवारीखकार देतात (खऱ्या आणि खोट्या); पण या घटनेचा तेही उल्लेख करीत नाहीत.

श्रीमान योगी । सतरा

अफजुलखानाचा वध ह्या घटनेने कादंबरीकाराला आकर्षित करून घ्यावे, ही अगदी स्वाभाविक गोष्ट आहे. ती घटना फक्त एका विशिष्ट कामाचा भाग आहे, इकडे कादंबरीकाराचे फारसे लक्ष नसते. १६४५ पासून शिवाजीच्या कार्याला आरंभ झाला व त्याने प्रथम सिंहगड हा महत्त्वाचा किल्ला जिंकला. लौकरच पुरंदर ताब्यात घेतला. १६४८ ला शिवाजीचा बीमोड करावा, म्हणून विजापूरने सेना पाठविल्या. १६४९ ला शहाजीशी तडजोड झाली. त्याच वेळी शिवाजीचे प्रस्थ वाढू नये, म्हणून अफजुलखानाला वाईचा सुभेदार करण्यात आले. तरी शिवाजीने जावळीचे खोरे १६५६ ला घेतलेच. या पार्श्वभूमीवर अफजुलखान चाल करून येत आहे. शिवाजी शूर आहे. धाडसी आहे. प्रसंगी संधी साधून दगा-फटका करणारा आहे. आपले त्याचे जुने शत्रुत्व आहे. आपण त्याचा भाऊ मारला. आपला सूड घेणे ही शिवाजीची प्रतिज्ञा आहे, हे सारे ज्ञात असणारा अफजुलखान स्वत: शूर, धाडसी, कपटनीतिपटू होता. जावळीच्या खोऱ्यात सेना मागे सोडून, हा एकाकी शिवाजीस भेटण्यास तयार कसा झाला, हेच माझ्यासमोर कोडे आहे. शक्तीच्या मस्तीत, आढ्यतेत गाफिलगिरी करणे ही खानाची प्रकृती नव्हे. काही फारशी साधने सांगतात की, भेटीच्या वेळी दगा-फटका होणार नाही, असे आश्वासन जिजाबाईने शपथपूर्वक दिले होते व जिजाबाईची करारी, सत्यनिष्ठ अशी ख्याती होती. मुलगा तिच्या ऐकण्यात आहे, अशी समजूत होती. वकिलामार्फत मिळालेल्या जिजाबाईच्या या आश्वासनावर विसंबून खान भेटीस तयार झाला. ही हकीकत समाधानकारक आहे; पण एकही विश्वसनीय साधनग्रंथ, बखर अगर तवारीख ही हकीकत देत नाही. उत्तरकालीन दुय्यम महत्त्वाच्या फक्त फारसी साधनांत या घटनेचा उल्लेख आहे.

शिवाजी सावधपणे अफजुलखानाच्या भेटीस गेला. अफजुलखानाने दगा देण्याचा प्रयत्न केला, म्हणून शिवाजीने आतडी बाहेर काढली, ही मराठी बखरकारांची भूमिका पुराव्यावर टिकणारी नाही. अफजुलखानाचा निकाल लावून, आपली दहशत व कीर्ती वाढविण्याचा व विजापूरला जन्मभर ध्यानात राहील, असा धडा देण्याचा शिवाजीचा हेतू दिसतो. खान दगा देवो, न देवो, त्याला जिवंत सोडावयाचा नाही, हा निश्चय मनात धरूनच शिवाजी सगळी योजना आखीत होता. खानाचा मूळ हेतू पुण्याकडे कूच करण्याचा, पण शिवाजी प्रतापगडावर येऊन बसला व खानाशी बोलणी करण्यास तयार झाला. त्यामुळे खानाला जावळीच्या खोऱ्यात जाणे भाग पडले. शिवाजी पुण्याकडे असता, तर लढणे सोपे होते. खानाने फोडाफोडीचे राजकारण केलेले होते. त्यात यश आले असते, तर मग शिवाजीचा पराभव सोपा होता. जावळीच्या खोऱ्यात वाटाघाटीच सोयिस्कर, असा काहीतरी अदमास खानाचा असावा. खानाचा मोर्चा आपल्याकडे वळतो आहे, याची बातमी शिवाजीला मार्चच्या

शेवटी लागली. खान विडा उचलून, फौजा घेऊन निघाला, तो थेट शिवाजीच्या मुलखात. ही मांडणी नाटकी आहे. मे-जून १६५९ मध्ये ठिकठिकाणी आदिलशाही फर्माने रवाना झाली. त्यांत शिवाजीच्या समाप्तीसाठी खानाची पाठवणी होत आहे, तुम्ही खानाला मदत करा, शिवाजीला कोणतेही साहाय्य करू नका, असे आदेश आहेत. शिवाजी पावसाळ्यापासून जावळीच्या खोऱ्यात ठाण मांडून बसला होता. खानाचे आक्रमण सुद्धा व्यापक होते. त्याचे वेगळे सरदार शिवाजीच्या मुलुखात वेगळ्या भागांत ठाण मांडून होते. शिवाजीने या फौजांना कुठेही मैदानात तोंड दिलेच नाही. त्यामुळे वाटाघाटी भाग पडल्या.

शिवाजीची योजना अशी : प्रतापगडच्या पायथ्याशी खानाचा वध, प्रतापगडजवळील सेनेवर सिलीमकर व बांदल यांनी हल्ला करणे. जावळी-वाई मार्गावरील फौजा नेताजीने विध्वंस करणे, पारघाटकडील फौजांवर मोरोपंत पिंगळे यांनी हल्ला करणे. पन्हाळगड अचानक हल्ला करून घेणे, आणि शक्य त्या त्वरेने थेट विजापुरापर्यंत धडक देणे. या योजनेची पूर्ण आखणी निदान दोन महिने तरी चालू असावी. खानाने दगा दिला काय, न दिला काय, एवढी पूर्वतयारी वाया जाऊ देण्याइतका शिवाजी खचित मूर्ख नव्हता. प्रत्यक्ष भेटीच्या वेळी काय घडले, खानाने शिवाजीची मान बगलेत दाबली, की नाही, या चर्चा मेलोड्रामासाठी ठीक आहेत. शिवाजीने हत्यार कोणते वापरले? तलवार, वाघनखे; की बिचवा? माझ्या मते तलवार, पण बिचवा व वाघनखे यालाही हरकत नाही.

डच रिपोर्टाच्या मते इकडे शिवाजी विजापूरवर धडक देत आहे. त्या वेळी प्रचंड फौजा घेऊन शहाजीही विजापूरवर चालून येत होता. पण कुठेतरी योजना हुकली. शिवाजीच्या फौजा विजापूरपासून सोळा मैलांवर आल्या व तीन दिवस वाट पाहून परतल्या. कर्नाटकातील फौजा एक आठवड्यानंतर आल्या व २० मैल मागूनच परतल्या. या डच रिपोर्टाला पूरक असा मजकूर फारसी साधनांतून आहे. (असे म्हणतात.) शिवाजीच्या राजकारणात हा शहाजीचा शेवटचा उल्लेख अफजुलखान वधाच्या बातमीपाठोपाठ विजापूर दरबारने नवी स्वारी रुस्तुम जमानीच्या आधिपत्याखाली काढली. पण तिलाही फारसे यश आले नाही. शिवाजी हा हिंदूंच्या इतिहासातील अपूर्व आणि अद्वितीय माणूस. त्यामुळे त्याची ओळख मित्रांना तर लौकर झाली नाहीच, पण शत्रूंनाही झाली नाही. शिवाजी जास्तीत जास्त ओळखला असेल, तर औरंगजेबाने. त्याने आपल्या पहिल्या सुभेदारीच्या वेळीच आदिलशाहीला शिवाजीबद्दल इशारा दिला होता. दुसऱ्या सुभेदारीच्या वेळी तर शिवाजीने जुन्नर, भिवंडी मारून औरंगजेबाला चुणूक दाखविलीच होती. त्याच वेळी शहाजहान आजारी पडल्याने

आलमगीर उत्तरेत गेला. जाताना शिवाजीशी सुलूख करून गेला. जून १६५९ ला औरंगजेबाचे राज्यारोहण झाले. तिथे शिवाजीने आपला प्रतिनिधी पाठविलेला होता. औरंगजेबाने जुलैमध्ये शिवाजीला पोशाखही पाठविला. अशी सगळी गोडागोडी होती. जून १६५९ ला शाहिस्तेखान दक्षिणेचा सुभेदार म्हणून आला. पण इकडे शिवाजीने अफजुलखान मारला व विजापूरशी त्याचे युद्ध जुंपले. हे पाहताच शाहिस्तेखान पुण्यावर चालून आला. विजापूरने शिवाजीला आवरण्याचा प्रयत्न म्हणून सिद्दी जोहारशी तडजोड केली व त्याला शिवाजीवर पाठविला. मराठी बखरकार, कादंबरीकार, अफजुलखान-शाहिस्तेखान-सिद्दी जोहार या राजकारणाचा परस्परसंबंध ध्यानात घेत नाहीत, ही माझी तक्रार आहे. या दृष्टीने पाहता, मी असे मानतो की, १६४५ ला जे सुरू झाले, ते १६४८ ला संपले, हा पहिला टप्पा. १६५६ ला जावळी खोऱ्यावरील आक्रमणापासून सुरू झाले, ते १६६६ ला संपले, हा दुसरा टप्पा. पहिल्या टप्प्यात सिंहगड घेणे, सोडणे, पुरंदर घेणे, फत्तेखान पराभव महत्त्वाचा. दुसऱ्या टप्प्यात विजापूरशी तह. १६६० अखेर, हा पूर्वार्ध. ज्यात मोरे वध, खानवध, बाजी प्रभू ही प्रकरणे व आग्ऱ्याहून परत येणे हा उत्तरार्ध. यात शाहिस्तेखान शासन, सुरत-लूट, जयसिंग ही पोटप्रकरणे.

अफजुलखान-वध हा दगाबाजीचा एक प्रकार. शाहिस्तेखानाला शासन हा दगाबाजीचा दुसरा प्रकार. विश्वास देऊन, भेटीला बोलावून मारणे, गाफील सेनेवर हल्ला करणे, तहाची बोलणी लावून अंधारातून पळणे, यांतील काहीच रजपूत-धर्मात न बसणारे; पण झोपलेल्याला झोपेत मारणे, पळणाऱ्या नि:शस्त्रावर हत्यार चालविणे, आडवे आलेले हिजडे, दासी, स्त्रियांची कत्तल करणे हेही राजपूत-धर्मात न बसणारे. एकूण या कत्तलीत शाहिस्तेखानाचा मुलगा, जावई, खानाच्या काही बायका, काही सुना, काही मुली - एकूण ६ प्रतिष्ठित स्त्रिया, ६ सामान्य कुळंबिणी, ४० पुरुष, ज्यांत अनेक पहारेकरी खोजा (म्हणजे हिजडे) अशी मंडळी ठार झाली. हा शिवाजी परंपरागत क्षात्रधर्मात बसवू नये. त्यांची संगती कौटिल्याच्या राजधर्मात बसते.

परंपरागत क्षात्रधर्माच्या कल्पनेत शिवाजी बसविण्याचा उद्योग सिनेमात भालजी, कादंबरीत हरिभाऊ व नाथमाधव, नाटकात टिपणीस व औंधकरांनी केलेलाच आहे. या यादीत रणजित देसाईची वाढ होऊ नये, असे मला वाटते.

शाहिस्तेखानाची बोटे एप्रिलात कापली गेली (शिवाजीने रमजानचा फायदा घेतला. मुसलमानाचा हा न लढण्याचा, उपवासाचा महिना.); पण यामुळे शाहिस्तेखानाने धास्ती खाल्ली, हा बखरकारांचा तर्क. खानाने हा पराभव पुसण्याचा आटोकाट प्रयत्न पुढे सतत सहा महिने केला. या काळात पहिले तीन महिने त्याचा मुक्काम पुण्यासच होता.

अनपेक्षित घाव घालून जग थक्क करता येते. लोकांना थक्क करण्याचे काम सर्कसपटू व गारुडी करीतच असतात. तो शिवाजीचा धंदा नव्हे. थक्क अवस्थेतून भानावर येण्यापूर्वी शिवाजी काही स्थिर कामे करीत असतो. विजयोत्सव करीत नाही. खान-वधामागोमाग पन्हाळा, कुडाळ जिंकून विजापूर मार्गे कूच आहे. शाहिस्तेखान प्रकरणामागोमाग राजापूर, कुडाळ, वेंगुर्ला जिंकून कोकणपट्टी साफ करणे आहे. स्थायी यश मिळणाऱ्या मोहिमेचा आरंभ म्हणून अनपेक्षित धक्क्याला अर्थ असतो. अनपेक्षित धक्का देऊन थक्क करणे व भानावर येण्यापूर्वी काही स्थिर विजय मिळविणे हा राजकीय वास्तववाद - म्हणजे शिवाजी. पुढच्या सहा महिन्यांत शिवाजीला आवर घालण्यास असमर्थ ठरल्यामुळे औरंगजेबाने शाहिस्तेखानास बंगालचा सुभेदार केले. 'सरप्राईजेस्' वर आलमगिराची तक्रार नाही. पण पुढे तरी काय? हा त्याचा वास्तववादी प्रश्न आहे. ऑक्टोबरमध्ये (१६६३) शाहिस्तेखान गेला. जानेवारीत शिवाजीने सुरत लुटली. अफजुलखानाच्या वधापूर्वी शिवाजीला अखिल भारतीय कीर्ती नव्हती. या प्रकरणामुळे शिवाजीची कीर्ती आसामपर्यंत गेली. सुरत लुटून शिवाजीने आपले औरंगजेबाशी युद्ध जाहीर केले. शाहिस्तेखान प्रकरण महत्त्वाचे खरे, पण ते भारतभर गाजले नाही. ह्या घटनेची भारतभर चर्चा दिसत नाही.

मिर्झाराजे जयसिंगाबाबत बखरकार, कादंबरीकार व इतिहासकार सर्वांनीच घोळ केलेला आहे. या कसलेल्या सेनानीच्या मनात कुठेतरी शिवाजीविषयी मृदुभाव सर्वांनी गृहीत धरला आहे. अगदी अलीकडे मिर्झाराजे यांची सुमारे २६ महत्त्वाची पत्रे उपलब्ध झाली आहेत. १६६५-६६ मधील. त्यांवरून असे दिसते की, मिर्झाराजे औरंगजेबाच्या अत्यंत विश्वासातील गृहस्थ. मिर्झाच्या शब्दांना आलमगीर फार मान देत असे. वारसा-हक्काच्या लढाईपासून त्यांची आलमगिराला मदत झाली. मिर्झाची शिस्त अत्यंत करडी - प्रत्यक्ष राजपुत्रांना त्यांनी शिक्षा दिल्या आहेत. पण बापाने दर वेळी पुत्रांच्या विरोधी जयसिंग उचलून धरला आहे. औरंगजेबाशी नात्याने निकट असणाऱ्या व जनानखान्यात वजन असणाऱ्या एका सरदाराला मिर्झांनी उन्हात उभे करून छड्या मारल्या; पण आलमगिराने ही वेळ आणल्याबद्दल त्या सरदाराची कानउघाडणी केली. शिवाजीला भेटीसाठी आग्ऱ्यास बोलवावे, हा सल्ला मिर्झाचा. तो आलमगिराने मान्य केला. शिवाजीस तिकडेच नजरकैद करावे, हाही मिर्झाचाच सल्ला, त्याच्या जिवाला धोका पोचू नये, हाही त्याचाच सल्ला. हा शेवटचा सल्ला त्या वेळी आपण ऐकला, ही आपली जन्मातली सर्वांत मोठी चूक झाली, असे औरंगजेबाने कैक वेळा म्हटले आहे. शेवटच्या काळात पुत्राला उपदेश करतानाही म्हटले आहे. मिर्झाराजे यांची भूमिका अशी : शिवाजी आग्रा येथे आहे, तोवर मराठे त्याचा जीव सुरक्षित राहावा, म्हणून गप्प बसतील. शिवाजी मारला, तर चिडून

प्राणपणाने लढतील. शिवाजी सोडला, इथे महाराष्ट्रात असला, तर त्रास देईल, असे मिर्झांचे म्हणणे आहे. शिवाजीने आग्र्याकडे कूच केले आहे. लौकरच तो दरबारात पोचेल, या जयसिंगाच्या पत्राला आलमगीर उत्तर देतो. 'तुमच्या इच्छेप्रमाणे आम्ही त्याचा योग्य सन्मान करू. आदिलशाहाविरुद्ध लढण्यासाठी तुम्हांला त्याची गरज लागेल. आम्ही फार दिवस न लावता लौकरच त्याला निरोप देऊ.' त्याच्या उत्तरी जयसिंग कळवितो, 'मी प्रयत्नपूर्वक त्याला आपल्या पेशीत रवाना केला आहे. माझे पत्र आल्याविना त्यास इकडे येऊ देऊ नये. तिथेच बंदोबस्त ठेवावा. प्राणाला धोका होऊ नये', इ.इ. जयसिंगाचे चित्र रेखाटताना हे ध्यानी घ्यावे. व्यक्ती जयसिंग वत्सल आहे.

९ वर्षांचा संभाजी ओलीस ठेवून घेणे त्यांना प्रशस्त वाटत नाही. बाल संभाजीच्या वागणुकीचे त्याला फार कौतुक वाटते. सेनानी, राजकारणी जयसिंग घणाघाती व कठोर आहे. शिवाजीने प्रथम त्याचा प्रतिकार करून पाहिला, तो शक्य नाही, हे कळल्यावर तह केला. मिर्झांनी मारेकरीही पाठविले आहेत. तहाची कलमेही पाहण्याजोगी आहेत. तेवीस किल्ले, चार लक्षांचा प्रदेश मोगल राज्यात खालसा. बारा किल्ले व एक लक्षाचा मुलूख शिवाजीकडे राहावा- औरंगजेबाचा जहागिरदार सरदार म्हणून व शिवाजीने यापुढे मोगल राजाशी एकनिष्ठेने सेवा करावी. हा तह शिवाजीने मोडू नये, म्हणून मोगल छावणीत १८ जूनपासून संभाजी. तहाप्रमाणे प्रथम मिर्झाने किल्ले ताब्यात घेतले. मगच शिवाजीला आग्र्याला पाठविले.

मिर्झा औरंगजेबाचा सरदार होता. सर्व शक्तीने व बुद्धीने तो एकनिष्ठ सेवा करीत आहे. त्याने शिवाजी समूळ समाप्त केला होता. ही शक्ती, हा एकनिष्ठ क्रूर कठोरपणा व खासगी जीवनात संभाजीविषयी वाटणारे वात्सल्य,हे कॅरेक्टर रंगविण्याला एक आव्हान आहे; आणि हा माणूस कट्टर धार्मिक व पूर्ण श्रद्धाळू हिंदू होता. शिवाजीविरुद्ध जय मिळाल्यास ९१ मणांची सोन्याची साखळी काशीविश्वेश्वरास वाहण्याचा त्याने नवस केला होता, अशी आख्यायिका आहे.

शिवाजी आग्रा येथे नजरकैद होता, म्हणजे काय, याचाही नीट अर्थ समजून घ्यावा. (शिवाजी-औरंगजेब भेट गुसलखान्यात झाली. गुसलखाना म्हणजे स्नानगृह नव्हे. 'परामर्शगृह', आजच्या पद्धतीप्रमाणे 'चेंबर'मध्ये भेट झाली.) बहुधा फारसी साधने म्हणतात, त्याला राजधानीत फिरण्याची परवानगी होती, त्याचा मुक्काम बागेत होता. शिवाजी पळाला कसा, हे न उलगडणारे कोडे आहे. तो पेटाऱ्यातून पळाला, असे म्हणतात. व्यक्तिश: माझा त्यावर विश्वास नाही. पुराव्याच्या विरोधी न जाणारे सर्वमान्य कल्पित म्हणून कादंबरीकार पेटाऱ्याच्या स्वीकारास मोकळा आहे. १७ ऑगस्टला शिवाजी पळाला. आग्रा येथून ११६ मैलांवर असणारी नरवीर घाटी त्याने २० ऑगस्टला ओलांडली, ती जाहीरपणे ३०० माणसांसह, बादशाही

परवाना दाखवून त्याने ओलांडली, हे पुराव्याने सिद्ध आहे. याचा सोपा अर्थ असा, 'मी शिवाजी आहे' हे सांगून बादशहाची दक्षिणेत परतण्याची परवानगी दाखवून, इतमामाने शाही साधने दिमतीला घेऊन शिवाजीने नरवीराची घाटी ओलांडली. वेशपालट, काशीयात्रा, मथुरा, वृंदावन, प्रयाग, हा मार्ग बखरीचा. शिवाजी १२ राप्टेंबरपर्यंत रायगडला पोहोचला असावा, असे इतिहासकाराचे म्हणणे आहे. बरोबर संभाजी नव्हता, शिवाजीने त्याची उत्तरक्रियाही केली, ही बातमी औरंगजेबाला ऑक्टोबरअखेर मिळाली. या वेळेपर्यंत मोगल प्रदेशात शोधाशोध सुरू होती. त्यानंतर ती बंद झाली. नंतर संभाजी आला. (सुमारे २० नोव्हेंबर.)

यानंतरच्या प्रकरणातील आवडते प्रकरण तानाजीचे आहे. तानाजी हा शिवाजीचा एक शूर व निष्ठावान सरदार. हा सिंहगड घेताना मारला गेला. इतकेच या प्रकरणी सत्य आहे. तुळशीदासाच्या पोवाड्यामुळे या प्रकरणाला भलतेच महत्त्व आहे. हा शिवाजीचा बालमित्र होता, त्याला पुरावा नाही. शिवाजीच्या सैन्यात याला फार मोठे महत्त्व होते, असेही नाही. हशमाचा (पायदळाचा) एक सरदार. त्याच्यामुळे कोंडाण्याचे नाव सिंहगड ठेवले, ही थापच. सिंहगड हे नाव यापूर्वीच कागदपत्रांत आहे.

१६७० फेब्रुवारी ते ५ जून या महिन्यांत सिंहगड, पुरंधर, माऊली, कर्नाळा, लोहगड, हिंदोळा, रोहिडा, इत्यादी गड घेण्यात आले आहेत. बहुतेक ठिकाणी मराठे घोरपडी व माळा लावून चढले. ईर्ष्येने लढले. १६७६ साली अण्णाजी दत्तो यांनीही माळा लावूनच पन्हाळा जिंकला. त्या वेळी तर केवळ ६० लोक घेऊनच ते आत गेले होते. लगेच कापाकापीस आरंभ झाला. घोरपड आणि माळा लावून किल्ल्यात घुसणे व बेसावध मंडळींवर हल्ला करून त्यांना कापणे आणि मुख्य दरवाजा उघडून गड सर करणे, ही मराठी फौजेची नेहमीची रीत. इतिहास एखाद्या प्रकरणाची जादू समाप्त करतो, त्यांतील हे एक.

इ. स. १६७४ला शिवाजीने स्वत:ला राज्याभिषेक करण्यासाठी हजार प्रयत्न करून, आपले क्षत्रियत्व त्याने सिद्ध केले. मुंज केली. प्रायश्चित्ते घेतली. स्वत:च्या पत्नींशीच नव्याने लग्ने केली. अभिषेकाचा इतका खटाटोप शिवाजीने का केला, असा प्रश्न आहे. बेंद्रे यांचे म्हणणे असे की, ब्राह्मण गुन्हेगारांना शासन करणे, धार्मिक प्रश्नांवर निकाल देणे हा अधिकार यावा, म्हणून शिवाजीने राज्याभिषेक करून घेतला. माझे म्हणणे असे की, तो काळ धार्मिक प्रभाव आणि वर्चस्वाचा काळ आहे. हिंदू धर्मशास्त्राप्रमाणे राज्याभिषेकाला पावित्र्य आणि प्रतिष्ठा आहे. राजा म्हणजे मुसलमान, ही त्या वेळची समजूत आहे. दिल्लीपती हा सर्व भारताचा स्वयंभू सम्राट मानला जाई. यामुळे बहामनी घराणे वैभवात असतानाही जनतेला व

खुद्द बहामनी वजिरांना आपल्या राज्याचा सम्राट दिल्लीपती व त्याचा अधिपती इराणचा खलीफा वाटे. भारताचे आधिपत्य मिळाल्यानंतरही हे आधिपत्य इराणकडून मान्य करून घेणे अल्लाउद्दिनाला इष्ट वाटले. औरंगजेबाच्या वेळी खलीफा तुर्की होता. त्याची मान्यता आपल्या आधिपत्याला मिळावी, याचा आटोकाट प्रयत्न आलमगिराने केला. शेवटी ती मिळाली, तेव्हा आनंदोत्सव दरबार केला. आदिलशाही, कुतुबशाही, राजांना व सरदारांनासुद्धा दिल्लीपती हा आपल्या पादशाहीचा सम्राट वाटे. शिवाजीच्या वेळी अनेक रजपूत राजे होते. त्यांचे मंचकारोहण होई व तख्तनशीनीचा समारंभही होई. राज्याभिषेक नव्हता. विजयनगरचे साम्राज्य स्थापन झाले. वैभवाला चढले. पण वैदिक विधिपूर्वक राज्याभिषेक नाही. इ. स. १००० च्या नंतर हा वैदिक विधीच लुप्त झाला होता. गागाभट्टाने धर्मग्रंथ पाहून तो नव्याने सिद्ध केला व शिवाजीला राज्याभिषेक केला. ही एक क्रांतिकारक घटना होती. एकीकडे राम, नल, युधिष्ठिर, विक्रमादित्य या परंपरेशी या कृतीने शिवाजी आपला सांधा जोडीत होता. (पाहा सभासद.) दुसरीकडे अखिल भारतातील हिंदूंच्या धर्मनिष्ठा व धर्माचे सारे पूज्यत्व व पावित्र्य स्वतःमागे उभे करीत होता. आमच्या धर्मशास्त्राप्रमाणे सत्य युगात चार वर्ण असतात. द्वापरयुगात वर्णसंकराला आरंभ होतो. त्रेतायुगात तीन वर्ण राहून संकर वाढतो. कलियुगात ब्राह्मण व शूद्र हे दोनच वर्ण राहतात. आमच्या पुराणाप्रमाणे नंद घराणे संपले आणि क्षत्रिय संपले. तिथून पुढे शूद्रराजे आरंभ झाले. शिवाजी जणू इतिहासाचे चाक. मुस्लिमपूर्व जागेपर्यंत मागे सरकवून हिंदूंचा वेदपुराणांचा व स्मृतींचा व सर्व हिंदू वैभवाचा स्वतःशी सांधा जोडून, नवे युग सुरू झाल्याची द्वाही फिरवू इच्छीत होता. शिवराज्याभिषेकाकडे तात्कलिक सोयीचा भाग म्हणून न पाहता, त्यामागची भव्यता समजून घेतली पाहिजे. अभिषेक-विधी बेंद्रे यांनी संपादन केला आहे. (गागाभट्टविरचित शिवराज्याभिषेक प्रयोग, संपादक वा. सी. बेंद्रे, मूल्य ३-०० प्रकाशक, पी पी एच्. बुकस्टॉल, मुंबई ४) आपण आपल्या कादंबरीत या प्रसंगाची सर्व भव्य, पवित्र भूमिका ठसठशीतपणे मांडावी, असे मला वाटते. स्वतःला वैदिक मंत्रांनी अभिषिक्त करून घेण्याची कल्पना शिवाजीच्या मनात केव्हापासून आली असावी? मला वाटते, ती फार पूर्वीपासून असावी. कारण त्याने प्रधानाचा शिक्का असा घेतला आहे : शिवनगरपती हर्षनिधान सामराज मतीमत् प्रधान. हा शिक्का १६५३ पासूनचा आहे. यातील हर्षनिधान या विशेषणाला संस्कृत काव्यवाङ्मयाची पार्श्वभूमी आहे. अभिषिक्त राजा म्हणजे सर्वांना अभय व न्यायाची हमी, प्रजेच्या नियमाची व सुखाची हमी. मात्सन्यायातील दुःखापासून प्रजेची सुटका, अशी वर्णने कौटिल्यापासून आहेत. काव्यातही आहेत. अर्थात हे एक माझे अनुमान.

शिवाजीच्या शेवटच्या काळात गृहकलह बराच दिसून येतो. सर्व मंत्रिमंडळ व सोयराबाई ह्यांची एक बाजू. पट्टाभिषिक्त राणीचा मुलगा राजाराम, उत्तराधिकारी व्हावा, असे या फळीचे म्हणणे. सेनापती, सेना व संभाजी यांची एक बाजू. त्या संघर्षाचा उदय जिजाबाईच्या मरणानंतर आहे. संभाजीची आई त्याच्या जन्मापासून आजारी होती. अफजुलखान-वधाच्या प्रसंगी शिवाजीच्या एकुलत्या एका पुत्राची माता मरणशय्येवर होती. आईविना असलेल्या या मुलाचे सारे संगोपन जिजाबाईजवळ झाले. बापाला घरात लक्ष देण्यास वेळच नव्हता. त्यामुळे पितापुत्रांचे फारसे सामंजस्यही नव्हते. हे खरे मानले, तरी राज्याचे दोन वाटे करावे, कर्नाटकाचे संभाजीस, महाराष्ट्राचे राजारामास हा उत्तरकालीन प्रक्षेप आहे. शिवाजीच्या शेवटच्या काळात मोगलांच्या फौजा सरहद्दीवर जमत आहेत.

राज्याचे आधारस्तंभ मंत्री आणि वारस संभाजी, यांत सूत नाही. घरी सोयराबाईंची धुसफूस चालू आहे आणि शिवाजी रुग्ण आहे. ही परिस्थितीच फार भयावह आहे. आयुष्यभर खपून जो विजय मिळविला, त्याची फळे पदरात पडत असताना माधवराव मरणाच्या दारात प्रवेश करीत होता. या घटनेपेक्षा, जन्मभर मिळविले, त्याला निर्णायक आव्हान मिळण्याची वेळ आली. त्या वेळी आपण आजारी, मंत्री व युवराज यांत बेबनाव ही परिस्थिती अधिक दुःखाची आहे. इतिहासाने जे कर्तव्य शिरावर दिले, ते पार पाडून व पार पाडताना आपण मरतो आहो, याचे समाधान तरी माधवरावाला आहे. शिवाजीला तेही नाही. विशेषतः, आजारीपणाच्या शेवटच्या अवस्थेत (शेवटच्या पंधरवड्यात) त्याचा गडावर ताबा राहिला नव्हता. नाहीतर संभाजीला भेटीसाठी निश्चित बोलाविले गेले असते.

शिवाजीच्या मृत्युसमयी संभाजी पन्हाळा, प्रभावळी व दाभोळ या विभागाची सर-सुभेदार होता. नजरकैदेत नव्हता. ही बाब पुराव्याने सिद्ध आहे. ती ध्यानात असू द्यावी.

सोयराबाईने शिवाजीला विषप्रयोग केला होता, या मताला अस्सल पुरावा नाही. संभाजीने सोयराबाईवर असा आरोप केला व भिंतीत चिणून ठार केले, असे बखरीचे म्हणणे आहे. ते पुराव्याने खोटे सिद्ध करता येते. संभाजी गादीवर आल्यावर सोयराबाई १९ महिन्यांनी वारली. तिने आत्महत्या केली व संभाजीने शाही इतमामाने तिची उत्तरक्रिया केली, याला इंग्लिश रिपोर्ट्स मध्ये पुरावा आहे. १६७७ साली शिवाजीने विषप्रयोगावर उताऱ्याची औषधे इंग्रजांच्याकडून मागविली, हा पुरावा. यावरून महाराजांना आपणांस विषप्रयोग झाल्याची शंका असावी, हे अनुमान व त्यावरून कोणीतरी विषप्रयोग केला असेल, हे पुढे अनुमान. त्यावरून सोयराबाईने विषप्रयोग केला असावा, हा तर्क. शिवाजीला विषप्रयोग होऊन तो मेला, अशी बातमी १६७६ नंतर दर महिन्या-दोन महिन्याला उठे. हा उपोद्बलक पुरावा. माझ्या मते १६७७ ला जर असे काही झाले असते, तर शिवाजीने शंका आली, त्यावर

कठोर इलाज केला असता. निदान सोयराबाईला कायम पुरंधर किंवा सिंहगडला हवा-पाण्याचे निमित्त म्हणून दूर ठेवले असते. उलट, असे दिसते की, १६८० त ७ मार्चला राजारामाची मुंज लावली. १५ मार्चला त्याचे लग्न लावले. या दोन्ही कार्यांस सोयराबाईची इच्छा नाही, म्हणून संभाजीला बोलाविले नसले पाहिजे. म्हणजे सोयराबाई जवळ हवी व छोट्या प्रकरणी तिला दुखवणे नको, हीच शिवाजीची इच्छा आहे. मार्चच्या शेवटी शिवाजी आजारी पडला व तीन एप्रिलला तो वारला. या आजाराचे स्वरूप गुडघीचे नसून, 'ब्लडीफ्लुक्स' म्हणजे रक्ताची उलटी, परसाकडे असे आहे.

९१ कलमी बखरीने केलेले, 'शेवटी हरिकीर्तने, रुद्राक्षधारण' हे वर्णन मला विश्वसनीय वाटते. याखेरीज मी कुणीही न उल्लेखलेली बाब सुचवितो. ती म्हणजे, महामृत्युंजयाच्या जपासाठी काही ब्राह्मण बसविलेले असावेत. जीव जाताना पांढऱ्या घोंगडीवर ठेवणे, गंगाजळ, तुळशीपत्र तोंडात घालणे. जीव जाताच मांडी मोडून पद्मासन करणे ह्या सर्व बाबी त्या काळीही होत्या. भोसले घराण्यात सतीची प्रथा दिसत नाही. पुतळाबाई हा अपवाद. ती प्रत्यक्ष दहनावेळी सती गेली नाही. कारण प्रत्यक्ष दहन एक प्रकारे गुपचूप, घाईगर्दीने उरकले आहे. बहुधा शिवाजीस या मंडळींनी भडाग्नी दिला असावा. पुढे संभाजीने सर्व क्रिया १२ दिवसांपर्यंत- सुतक यांसह विधिपूर्वक केल्या आहेत. त्याने दर्भाच्या शिवाजीला मंत्राग्नी दिला.

शिवाजीविषयी कादंबरी लिहिताना शिवाजी-इंग्रज संबंध व शिवाजी-पोर्तुगीज संबंध यांकडे सदैव दुर्लक्ष होते. यामुळेच शिवाजीने आरमार उभे करण्याचा प्रयत्न १६५६-५७ पासून सुरू केला, याही गोष्टीकडे दुर्लक्ष होते. पहिला अखिल भारतीय कीर्तीचा पराक्रम करण्याआधीच इकडे आरमार-उभारणी व तिकडे राज्याभिषेकाचा मनात संकल्प, ही गोष्ट शिवाजीचे मन, आकलन व त्याच्या उद्योगाचा आवाका समजून घेण्यासाठी महत्त्वाची आहे. १६५९ पासून शिवाजीच्या आरमाराबाबत सावधगिरीचे हुकूम पोर्तुगीजांनी सोडलेले आढळतात. विजयनगर, बहामनी, आदिलशाही, निजामशाही, मोगल या राजवटींना डोळ्यांसमोर पोर्तुगीज दंडेली दिसत होती. पण कुणीही आरमाराकडे लक्ष दिले नाही. या मुसलमान शाह्यांचे आरमाराच्या प्रश्नाकडे लक्ष वळते, तर इतिहास बदलता. ११ व्या शतकातला चोलराजा राजराज हा आरमाराकडे लक्ष देणारा शेवटचा हिंदू राजा. त्यानंतर १५ व्या शतकात संगमेश्वराचा एक जखुराय नावाचा जागिरदार. पण आरमार या घटनेचे राजकीय महत्त्व ओळखणाऱ्या चोलराजा राजराज नंतर ६०० वर्षांनी फक्त शिवाजीच. या दृष्टीने १६६४ ला सिंधुदुर्गाची उभारणी, १६६५ ची बसनूरची स्वारी ह्या घटना महत्त्वाच्या आहेत.

भारतात कायम झालेली पहिली युरोपीय सत्ता पोर्तुगीजांची. ती रोमन कॅथॉलिक असल्यामुळे धर्मच्छलासाठी फार प्रसिद्ध. शिवाजीच्या आधी ५० वर्षे पोर्तुगीजांनी इन्क्वीझिशनही सुरू केले होते. शिवाजीच्या वेळी तोही छळ चालूच होता. १६६७ साली शिवाजीने पोर्तुगीजांना धडा शिकविला. हे पोर्तुगीजविरोधी राजकारण पुढे संभाजीने सदैव रेटीत नेले. या पोर्तुगीजविरोधी लढ्याचे कारण राजकीय होते, तसेच, स्पष्टपणे धार्मिकही होते. शिवाजीच्या काळी इंग्रजांची शक्ती अजून फारशी वाढली नव्हती. तरी शिवाजीने इंग्रजांवर दाब म्हणून खांदेरीला तटबंदी केलीच. पोर्तुगीज, इंग्रज, डच, फ्रेंच यांच्याशी शिवाजीची वागणूक पाहूनच स्वभावरेखन करताना शिवाजीच्या बुद्धीचा पल्ला ठरविता येईल. त्याच्या मनाची घडण सांगता येईल.

शिवाजीला कुणी बालमित्र असतील, असे वाटत नाही. 'शेषप्रश्न' या कादंबरीत सव्यसाचीची अशी स्वभावरेखा आहे, त्याच्याशी मिळतीजुळती शिवाजीची आहे. सव्यसाचीवर प्रेम करणारे आहेत, श्रद्धा ठेवणारे आहेत. त्याच्याशी वाद घालणारे आहेत. सर्वांच्या रक्षणाची जाणीव सव्यसाचीला आहे. चुका करणाऱ्यांबाबत त्याला अनुकंपा आहे. आपण जे काम करतो, त्याला सर्वांनी साहाय्य करावे, असे त्याला वाटत नाही. 'कवींनी क्रांतिगीते गाऊ नयेत. त्यांनी स्फुरतील, ती गाणी गावीत. सांसारिकांनी चोख संसार करावा. शोधकांनी शोध लावावेत. सर्वांची जीवनाला गरज आहे. पण माझे काम फक्त देश स्वतंत्र करण्याचे आहे.' असे सव्यसाची मानतो. देशहितासाठी गरज नसेल, तर मोठमोठ्या अपराधाला तो सहज क्षमा करतो; आणि गरज पडेल, त्या वेळी निरपराधांची कत्तल ही सुद्धा साहजिकच आहे, असे त्याला वाटते. या सव्यसाचीला जिवाभावाचा कुणी मित्र नाही. तो आदरणीय, पण एकाकी आहे. सव्यसाची एकवार बारकाईने वाचावा, अशी सूचना आहे.

शिवाजीने हिंदू सरदार, जहागिरदार यांना मित्र करण्याचा सदैव प्रयत्न केला. दौलतराव मोरे, यशवंतराव मोरे, लखम सावंत, शृंगारपूरचा सुर्वे अशी अनेक उदाहरणे आहेत. पण समकालीन वतनदारांनी शिवाजीला कधीच साथ दिली नाही. शिवाजीला व पुढे बाजीरावाला नवे सरदार आणावे लागले. संपूर्ण आयुष्यभर हिंदू सरदार नेकीने आदिलशाही, मोगल यांच्याशी वागले. त्यांच्या डोळ्यांसमोर एक हिंदू राज्य घडत होते. पण त्यांना आस्था वाटली नाही. शक्यतर वैषम्य व असूयाच वाटली. समकालीनांना त्याचा ध्येयवाद किती पेटवू शकला, याचे हे उदाहरण आहे. नवी तरुण पिढी मात्र पेटून उठलेली दिसते. १६६९ साली अफजुलखानाला, १६६५ साली जयसिंगाला फोडाफोडीच्या राजकारणात फारसे यश आले नाही, हा त्याचा अप्रत्यक्ष पुरावा. प्रत्यक्ष ३ लक्ष फौज घेऊन औरंगजेबाला महाराष्ट्र २७ वर्षे प्रयत्न करूनही जिंकता आला नाही, हा देखील.

जे शिवाजीच्या पदरी होते, त्यांची निष्ठा मान्य केली, तरी आकलन किती जणांना? छत्रपतींच्या मंत्रिमंडळालाही त्या ध्येयवादाचे व राजकारणाचे पुरेसे आकलन दिसत नाही. नाहीतर अण्णाजी दत्तोने शिवाजीला करार करण्यास भाग पाडले नसते. करार असा आहे. राज्य वाढवण्याइतकेच व्यवस्था संभाळणे महत्त्वाचे आहे. म्हणून नवी इनामे, वतने देताना, जहागिरी देताना व्यवस्थेचे काम करणाऱ्यांना १ फूल, लढणाऱ्यांना ३ फुले ही विभागणी असावी. शिवाजीचा सेनापती रुसतो व आदिलशाहीत जातो. शिवाजीचा मुलगा रुसतो व मोगलाईत जातो. व्यंकोजीशी त्याला लढावे लागते. तर प्रतापराव गुजर शत्रूचा पूर्ण मोड न करता तह करून बसतो. शिवाजीच्या सहवासात तीन वर्षे गेलेल्या कृष्णाजी अनंत सभासदालासुद्धा राजकारणाची सूत्रे ज्ञात असलेली दिसत नाहीत. ती अस्सल कागदपत्रांत ठिकठिकाणी दिसतात.

शिवाजीने वेळोवेळी आदिलशाही व कुतुबशाहीत तह केलेले आहेत. १६६० नंतर शिवाजीने प्रसंग पाहून पोर्तुगिजांशी तह मोडले. मोगलांशी तह मोडले. पण आदिलशाही-कुतुबशाहीशी आपण होऊन तह मोडले नाहीत. मोगलविरोधी आघाडी संघटित करण्याची त्याची इच्छा होती. तीत शिवाजीचे रक्षण होते. पण पोर्तुगीज, सिद्दी जोहर यांचा मोड, डच, इंग्रज संरक्षण आणि आदिलशाही-कुतुबशाही रक्षण अशी योजना. आदिलशाहीने आत्मघात पत्करला, तरी ही योजना पत्करली नाही. कुतुबशाहीने शिवाजीशी भांडण केले नाही, पण या योजनेचा उत्साहाने पुरस्कारही केला नाही. औरंगजेबाशी तह करून अदिलशाही जिंकण्याचा करार करण्यासही व परस्परांत वाटून घेण्यास शिवाजी तयार होता. सुन्नी-मोगल व शिया-आदिलशहा परस्परांचे प्राण घेऊ शकू, पण शिवाजीशी तह म्हणजे या देशातून मुस्लिम अधिसत्तेची समाप्ती, इतके आकलन त्यांना होते. हिंदू सरदारांना हे आकलन दिसत नाही.

शिवाजीपासून प्रेरणा घेणारा एक छत्रसाल बुंदेला दिसतो. याच काळात पंजाबात औरंगजेबाविरुद्ध शीख प्राणपणाने झगडत होते. आर्य समाजाच्या उदयानंतर व आर्य समाजीयांनी केलेल्या कठोर टीकेमुळे 'आपण हिंदू नव्हेत' अशी भूमिका शीखांनी एकोणिसाव्या शतकाच्या शेवटी घेतली, पण सोळाव्या-सतराव्या शतकांत शीख हिंदुधर्मरक्षणासाठीच लढत होते. दुर्दैवाने शिवाजी व शीख यांचा संबंध दिसत नाही. संभाजीने हा जोडला. शीखांचे दहावे गुरू गोविंदसिंग औरंगजेबाविरुद्ध लढतच होते. मराठ्यांशी संबंध जोडण्यासाठी ते दक्षिणेत आले. त्या वेळी १७०८ साली त्यांचा वध झाला. मराठे आणि शीख यांचा संबंध काहीच नसावा, ही एक दुर्दैवी घटना आहे.

शिवाजीविषयी कादंबरी म्हटल्यावर अजून काही घटना निश्चित समजून घ्याव्या. पैकी एक, शिवाजी-तुकाराम संबंध आहे. तुकाराम १६०८ ते १६५१ या काळात

होऊन गेला. त्याचे गाव देहू-पुणे जहागिरीत होते. शिवाजी तुकारामांच्या कीर्तनास जात असे. लोहगड येथील मंदिरात शिवाजी कीर्तन ऐकत होता. महंमद बंगशाने त्याला पकडण्याचा प्रयत्न केला, इ.इ. सर्व आख्यायिका थापा आहेत. तुकारामाने शिवाजीस रामदासांचा उपदेश घेण्याविषयी सांगितले, हीही थापच. रामदासी संप्रदाय १६४९ ला कायम झाला. चाफळच्या पंचक्रोशीबाहेर तुकारामांच्या हयातीत रामदासांचे नाव गेले नव्हते. तुकारामाचा पांडुरंगमंदिर इनामाचा खटला शिवाजीसमोर चालला. त्याचा निर्णय शिवाजीने तुकारामाविरुद्ध दिला आहे. देहूला असणारे मराठेशाहीचे योमिये शाहूकालीन आहेत. शिवाजीच्या चरित्रात तुकारामाला कुठे जागाच नाही. यासंबंधीचे गाथ्यात उल्लेख आहेत. ते सारे प्रक्षिप्त आहेत. उदा., 'वानू किति रे सदया विठूराया दीनवत्सला' हा अभंग, परंपरा मानते की, लोहगडमंदिर कीर्तनाच्या वेळचा आहे. पण हे खोटे आहे. तो अभंग प्रल्हाद चरित्रातील आहे. तुकारामांच्या हयातीत शिवाजीला वजनही आले नव्हते. मोठा पराक्रमही त्याने केला नव्हता. अजून रामदास प्रसिद्धीलाही आलेला नव्हता.

रामदास यापेक्षा निराळा आहे. शिवाजी-रामदास प्रत्यक्ष भेट इ.स. १६७२ साली झाली, हे निश्चित. १६७६ ला शिवाजीने समर्थांच्यासाठी सज्जनगड मोकळा करून दिला, हेही निश्चित. चाफळच्या यात्रेला त्रास होऊ नये, म्हणून १६६८ ला ताकीद दिली, हेही निश्चित. रामदासाची सर्वांत जुनी चरित्रे मेरुस्वामी, दिनकरस्वामींची. त्यांत शिवाजीचा उल्लेख नाही. शिवाजीचे सर्वांत जुने चरित्र सभासदाचे. तिथेही रामदासाचा उल्लेख नाही. ज्यांनी रामदासचरित्र जवळून पाहिले व रामदास-निधनसमयी जे प्रौढ होते, व ज्यांनी शिवाजी जवळून पाहिला, त्यांनी रामदास उल्लेखिलेला नाही. जिजाबाईच्या निधनसमयी रामदास तिथे होते, ही माहिती बखरीची आहे; आणि उत्तरकालीन बखरीची आहे. शिवाजीला समर्थांचा मंत्रोपदेश नाही. तो मंत्रोपदेश १६५३ साली गोपाळभट याचा आहे. स्वामींच्यामुळे आम्ही राज्यास अधिकारी झालो, असे शिवाजी सर्वांनाच म्हणतो. समर्थांना, कचेश्वरभटांना, बाबा याकूतला सुद्धा. शिवाजीच्या उद्योगाला आरंभ १६४५. त्याची मुद्रा असणारे नक्की पत्र १६४६. रामदासी पंथाची स्थापना १६४९. हा कालानुक्रम समजून घ्यावा. राजनिर्मितीची प्रेरणा समर्थांची नव्हे, हा ह्याचा अर्थ. दासबोध मी वाचलेला आहे. एम्.ए.ला शिकविलेलाही आहे. त्यात राजकारण फारसे नाही. सगळा भक्तिमार्गच आहे. फक्त राजकारण हा शब्द आहे. त्या नावाचे समास आहेत. पण त्यांतही राजकारण नाही. रामदासी पंथ आदिलशाहीत स्थापिला गेला व चाफळ देवस्थानचे पहिले विश्वस्त शिवाजीचे शत्रू आहेत. याचा अर्थ १६४९ ला रामदाससमोर शिवाजी नव्हता, असा आहे; आणि ते स्वाभाविक आहे. कारण हा वेळपावेतो शिवाजीचा फारसा पराक्रम

कुणाला दिसलेलाच नव्हता. पण एकनाथाप्रमाणे रामदासही हिंदूंच्या पुनरुज्जीवनाची स्वप्ने पाहत होता. हिंदुधर्माचा अभिमान म्हणून मुसलमानांचा राग त्यांच्या मनांत होताच. औरंगजेब- शिवाजी व रामदास- दोघेही मेल्यावर २७ वर्षे जिवंत होता. पण औरंग्या पापी बुडाल्याची स्वप्ने एकनाथानुसरण करीत रामदास आधीच पाहत होता. समोरचा पुरावा पाहून, अनुमान करायचे, तर रामदासाचे शिवाजीकडे उत्कटतेने लक्ष १६५९ नंतर गेले असावे. 'तुमचे देशी वास्तव्य केले. परंतु वर्तमान नाही घेतले' असा रामदासाचा दावा या अनुमानाला पोषक आहे. शिवाजीला साधुसंतांविषयी आदर व आत्मीयता होती. साधुसंत तृप्त करणे, धर्म बिनधोक करणे तो स्वत:चे कर्तव्यच समजत होता. हिंदू राज्य जन्मते आहे, हे पाहून रामदास स्वाभाविकच हर्षोत्फुल्ल झाला असावा. 'शिवाजीचा विजय, हा माझा विजय' व 'शिवाजीवर संकट, हे माझे संकट' असे रामदासाला वाटले असल्यास आश्चर्य नाही. शिवाजीचे काही हेर रामदासी म्हणून हिंडत असणे अगर रामदासी मंडळींनी काही समजले, तर लगेच कळविणे असेही घडत असावे. पण हा इतिहास १६६० नंतरचा. प्रत्यक्ष राजकारणाशी रामदासांचा संबंध नव्हे. रामदास-शिवाजी घनिष्ठता १६७४ नंतरची. हा क्रम ध्यानी असावा.

शिवाजी महाराजांना भवानीने एक तलवार दिली होती, अशी आख्यायिका आहे. एक होती तलवार. तिचे नाव भवानी तलवार. ती एकाकडून शिवाजीला मिळाली, हा आख्यायिकेचा सौम्य प्रकार. शिवाजीच्या तलवारीत भवानीने प्रवेश केला. हा दुसरा थोडा कडक प्रकार. भवानीने 'राक्षससंहारक शस्त्र अशी जी स्वत:ची तलवार ती आशीर्वाद म्हणून शिवाजीला दिली' हा पूर्ण कडक प्रकार. अशी आख्यायिकेची तीन रूपे आहेत. ह्या दैवी खड्ग मिळण्याचा धागा एकनाथात आहे. रामदासांच्या नावे प्रसिद्ध असणारा 'आनंदवनभुवन' हा शब्द एकनाथाचाच आहे. शिवाजीचे लहानपण पुराणकथा ऐकण्यात गेले, अशी एक समजूत आहे. हे पुराण एकनाथी 'भावार्थ रामायण' अशी कल्पना केली, तर शिवाजीला सर्व प्रकारची प्रेरणा मिळण्याचे ते एक हमखास ठिकाण आहे. वरील कल्पनेला काडीमात्र पुरावा नाही. पण ह्या कल्पिताला एक महत्त्व आहे. आपण म्हणतो, जिजाबाई शिवाजीला रामकृष्णाच्या कथा सांगी. त्या ऐवजी, दोघेही भावार्थ रामायण पुराणिकांकडून ऐकत, असे म्हटले, तर त्या ग्रंथाधारे सगळ्या शिवाजीच्या मनोधारणेची संगती लावता येते.

शिवाजी हा स्त्रियांच्या अब्रूबाबत फार दक्ष असे. तो स्वत: विलासी नव्हता. विलासीपणा त्याला आवडतही नसे. आपल्या राज्यात देवळे, स्त्रिया, गाई, ब्राह्मण यांना उपसर्ग पोचू नये, अशी त्याची ताकीद होती. शत्रूंच्या बायकांना सन्मानपूर्वक वागविण्याची त्यांची प्रथा तर खाफीखान यानेही वर्णन केली आहे. त्यामुळे

कल्याणच्या सुभेदाराची सून शिवाजीच्या प्रकृतिधर्मात बसते. ऐतिहासिक प्रकरण तर ते नव्हेच. शिवाजीचे चरित्र खऱ्या नाट्यप्रसंगांनी भरलेले आहे. संभाजी मोहितेकडून पुरंधर घेणे, जिंकण्यास अवघड म्हणून प्रसिद्ध असणारे जावळीचे खोरे तीन महिन्यांत घेणे, अफजुलखान, पन्हाळगडाहून पलायन, शाहिस्तेखान, सुरतेची लूट, आग्र्याहून सुटका असे एकाहून एक अद्‌भुत पण सत्य प्रसंग तिथे आहेत. तिथे नाट्याला कमीच नाही. मग खोटी सुभेदाराची सून, हिरकणी बुरूज, स्वराज्याच्या सनदा झोळीत टाकणे यांची गरज काय? आणि हे घ्यायचे, तर भवानी अंगात येणे, समर्थांसाठी वाघिणीचे दूध आणणे, का नको? एका रामदासी बखरीत म्हटले आहे की, शिवाजीची आपणांवर निष्ठा किती, हे पाहण्यासाठी स्वामींनी एकदा राजाची पत्नीच शृंगारून पाठविण्यास सांगितले. राजेही असे स्वामिभक्त की, त्यांनी तात्काळ पत्नी शृंगारून पाठविली. समर्थांनी आशीर्वादपूर्वक राजपत्नीची परत पाठवणी केली व राजाच्या निष्ठेची प्रशंसा केली. ही कहाणी का नको? अशी आख्यायिका सांगणारे एकमूर्ख व त्या ग्रंथबद्ध करून ठेवणारे शतमूर्ख. ह्या दंतकथा दोन्ही महापुरुषांची बदनामीच करतात, इतकेही त्यांना कळले नाही!

आख्यायिका, दंतकथांनी उभा केलेला महादेवाचा अवतार, भवानीचा वरदहस्त असणारा मातृभक्त, वैराग्यपरायण, धर्मनिष्ठ, गुरुनिष्ठ, दैववादी व भवानीच्या कौलाप्रमाणे राजकारण करणारा, बालमित्राच्या साहाय्याने शौर्य दाखवून राजा होणारा, भातुकलीचा शिवाजी रंगवायचा, की वास्तवाचे आकलन नीट करायचे, हा प्रश्न आहे. शिवाजीचे सारे आयुष्य लढण्यात व घोड्याच्या पाठीवर गेले, असे आपण म्हणतो. शेजवलकरांनी, पुराव्याने, शिवाजीची हयात मोजून, त्याचे गडावर किती दिवस गेले, हे दाखविले आहे. शिवाजी पटाईत घोडेस्वार होता, साहसी होता, यात वाद नाही. पण त्याचे नित्याचे वाहन कमी श्रमाचे- पालखी, मेणा हे होते. नित्य तो घोड्यावर नसे. सात-अष्टमांश जीवन त्याने किल्ल्यावर घालविले. तपशीलवार योजना आखणे, त्या पार पाडून घेणे, आवश्यक तेथे स्वत: धोका पत्करून साहस करणे ही त्याची पद्धत. निष्कारणची दगदग, अनाठायी साहसीपणा हा त्याचा स्वभाव नव्हे.

शिवाजीच्या जीवनाचा क्रमही नीट समजून घ्यावा. दादोजी होते, तोवर शिवाजीचे पराक्रम म्हणजे, शिवाजीच्या नावे दादोजी व त्याचे सहकारी यांची योजना व पराक्रम. तरी तर कागदपत्रांत संभाजीच्या नेतृत्वाखाली १६६९-७० साली मराठी फौजांचे पराक्रम वर्णिले आहेत. त्याचे वय १२-१३. हे पराक्रम व युद्धनियोजन प्रतापराव गुजरांचे. १६७१ ते १६७४ संभाजीच्या मुलकी कारभाराचे स्तुतिस्तोत्र

सर्वत्र आहे. ती स्तुती, खरी म्हणजे, जिजाबाईची. १६४८ साली लढाई झाली, तिचे श्रेय कावजी व सामराज यांचे. शिवाजीचा नजरेत भरण्याजोगा पहिला पराक्रम जावळीचा. त्या वेळी तो २६ वर्षांचा होता. पंधरा वर्षांचा शिवाजी भौगोलिक ज्ञान, सेनानियोजन, युद्धाची योजना आखतो, जावळीत आपला माणूस म्हणून दौलतराव मोरेशी संबंध जोडतो, हे अमानवी आहे; व १६४८ ते १६५६ ही आठ वर्षे ज्या धीमेपणाने शिवाजीने काढली, त्याला विसंगत आहे. शिवाजीसारख्या अलौकिक पुरुषाला सुद्धा राज्याभिषेकाला ४४ वर्षांचे व्हावे लागले. कारण ज्यांच्या विरोधी शिवाजीची झुंज होती, ते सामान्य लोक नव्हते. प्रचंड सेना, कसलेले सेनानी, योजनाकुशल माहितगार व विरोधक कपटनीती, व्यावहारिक मुत्सद्देगिरी यांचा पूर्ण अर्क असा आलमगीर ही सामान्य माणसे नव्हेत. अफजुलखान, शाहिस्तेखान, मिर्झाराजा जयसिंग, आलमगीर यांपैकी एकही शत्रू सामान्य नव्हता. ज्याच्यावर शिवाजीने मात केली, त्याचे कर्तृत्ववान व अजस्र व्यक्तिमत्त्व रंगवूनच शिवाजीचे मोठेपण वर्णन करता येते. सर्व देवांना बंदिवान करणारा रावण, महापराक्रमी कुंभकर्ण व इंद्रजित यांचा पराभव करण्यातच रामाचे मोठेपण असते. ढेकूण, मच्छर, उवा मारणे याला शिकार म्हणतच नाहीत. शिकार वाघ-सिंहांचीच. या दृष्टीने माधवरावापेक्षा शिवाजी रंगवणे अवघड. कारण इथे अनेक भव्य पुतळे उभे करावे लागणार आहेत. शिवाजीचे विरोधक रंगविण्यात अपयश आले, की अर्धा शिवाजी कोसळतो.

शिवाजीचा मोठेपणा व त्याच्या मर्यादा नीट समजून घेतल्या पाहिजेत. सतराव्या शतकातील युरोपच्या कोणत्याही राज्यकर्त्यामागे जसा युरोपचा रिनेसान्स आहे, तशी पार्श्वभूमी शिवाजीला नाही. वारकरी पंथाच्या हिंदुधर्माभिमानी उदारमतवादाची धार्मिक पार्श्वभूमी फक्त त्याला आहे. म्हणून क्रॉम्वेल या आधीच्या व नेपोलियननंतरच्या माणसांपेक्षा शिवाजी निराळा आहे. त्याची मनोभूमिका इहलोकवादी नव्हे. लोकशाहीवादी नव्हे. तो समाजवादी नाही. बहुजन समाज सुशिक्षित व साक्षर करावा, वा आपण छापखाने काढावे (शिवाजीने छापखाना काढण्याचा उद्योग केला होता, अशी एक समजूत मध्ये काही इतिहासकारांनी जोराने पुरस्कारलेली होती.) स्त्री दास्य विमोचन करावे, जातिभेद मोडावे, अस्पृश्योद्धार करावा, बालविवाह मोडावे, विधवाविवाह पुरस्कारावे, असले विचार शिवाजीजवळ नव्हते, एखाद्याने असला पापी विचार मांडला असता, तर शिवाजीने त्याचे हातपाय मोडले असते. तो तोफा आणि दारूगोळा सदैव इंग्रजांकडून किंवा डचांकडून घेई. आपण दारूगोळा निर्माण करावा, याचा त्याने विचार केला नाही. हे युरोपियन आले कोठून? व का आले? याची फारशी माहिती शिवाजीला असणार नाही. त्याच्या जन्माआधी गॅलिलिओने आकाशात टेलिस्कोप लावला. कोलंबसने अमेरिका शोधली व मॅगेलिनने पहिली पृथ्वीप्रदक्षिणा पूर्ण केली, याची वार्ता छत्रपतींना

नव्हती. जगातील सर्व थोर पुरुषांप्रमाणे शिवाजी आपल्या काळाचे अपत्य होता. या काळाच्या अंत:प्रवाहाचे आकलन त्याला किती झाले आणि आपल्या काळाच्या पुढे तो किती गेला, या कसोटीवर त्याचे मोठेपण ठरणार आहे.

पाच वर्षांपूर्वी 'हिंदू' या नियतकालिकात एक लेख आला होता. लेखक दाक्षिणात्य, अप्रसिद्ध म्हणून त्याचे नाव आठवत नाही आणि वर्षही आठवत नाही. पण त्या लेखातील मजकूर आठवतो. शिवाजीचा मोठेपणा समजून घेण्यासाठी इतका चांगला लेख पाहण्यात नाही. लेखाचे शीर्षक होते. `How Small Shivaji Was ?' लेखक म्हणतो, 'शिवाजी हे महाराष्ट्रीयांचे दैवत आहे. त्याला परमेश्वरापेक्षा मोठा ठरविताना महाराष्ट्रीयांना थोडाही संकोच वाटणार नाही. मानवजातीच्या पाच हजार वर्षांत एवढा मोठा राज्यकर्ता झाला नाही, ही भूमिका महाराष्ट्रीयांना केवळ अल्पोक्तीची वाटते. या स्तुतिगीतात मी भागिदार होऊ इच्छीत नाही. म्हणून मी, हा माणूस किती मोठा होता, हे पाहण्याऐवजी, तो किती छोटा होता, हेच पाहू इच्छितो. या दृष्टीने पाहताना पहिली गोष्ट ध्यानात येते, ती म्हणजे, शिवाजीने एक राज्य निर्माण केले. सर्व भारतभर सगळी मिळून ज्ञात इतिहासातील घराणी ५०० तरी असतील. त्या सर्वांना निर्मिते होते. त्यांपैकी एक शिवाजी. पण ज्यांनी राज्य निर्माण केले, त्यांना राजकीय गोंधळामुळे राज्य स्थापन करण्याची संधी मिळाली. नालायक राजाच्या सुभेदारांनी केंद्र सत्तेचा दुबळेपणा पाहून स्वतंत्र व्हावे आणि मध्यवर्ती सत्तेला काहीही करता येऊ नये, नालायक राजा सेनापतीने पदच्युत करावा आणि स्वत: राज्य निर्माण करावे, असाच सर्व संस्थापकांचा मार्ग असतो. शाही सेना, कारभार चालविणारा अधिकारी-वर्ग या मंडळींना आयताच तयार मिळतो. पण ज्याला शून्यातून सारे निर्माण करावे लागले, कोणत्याही राजसत्तेच्या हजारोच्या फौजा वापरण्यास मिळाल्या नाहीत, ज्याने राज्य निर्माण करण्याचा प्रयत्न करताच प्रबल शत्रूची चढाई झाली, शेजारच्या सत्ता उतारात नसून चढत्या वैभवात होत्या, विजापूर आणि गोवळकोंडा यांच्या भरवैभवाचा तो काळ. इकडे शिवाजी विजापूरचा प्रदेश कातरून आपले राज्य निर्माण करीत होता. त्याच्या १०-१५ वर्षे आधी विजापूरकरांनी अर्धी निजामशाही गिळंकृत केली आणि शिवाजीच्या काळात सगळा कर्नाटक जिंकीत आणला. मोंगल राज्य तर वैभवाच्या शिखरावर होते. आरंभापासून ज्याच्याजवळ कधीच शत्रूचा मैदानात पराभव करण्याचे बळ नव्हते, २० वर्षे जे मिळविले, ते १६६५ साली ज्याला चार महिन्यांत गमवावे लागले, तरी शेजारच्या वैभवात असणाऱ्या प्रबळ सत्तांशी झुंजून ज्याने २९ वर्षांच्या सतत परिश्रमाने राज्य निर्माण केले, असा शिवाजी आहे. भारताच्या राज्यसंस्थापकांत या मुद्द्यावर शिवाजीची तुलना कुणाशी करावी, हे समजले की, तो किती लहान आहे, हे सांगणे सोपे होऊन जाते.

'हिंदूंच्या राज्याचे काही विशेष आहेत. शत्रूशी लढताना त्यांचे विजय होत नाहीत, असे नाही. विजय होतातच. पण यांचा विजय झाला, म्हणजे शत्रूचा मोड होत नाही. त्याचे राज्य कमी होत नाही. त्याचे सामर्थ्य कमी होत नाही. या विजयी राजाचे राज्य वाढत नाही. विजय मिळाला, तरी याचे सामर्थ्य खच्ची झालेले असते. ते भरून निघत नाही. म्हणून असे दिसते की, पराजयात समूळ नाश. विजयात थोडे सामर्थ्य खर्ची होऊन दुबळे होणे हा हिंदू राजांचा क्रम आहे. विजयाने राज्य वाढावे, सामर्थ्य वाढावे, पराजयात प्रदेश कमी झाला, तरी सामर्थ्य व जिद्द टिकावी, हा हिंदूंचा नवा इतिहास शिवाजीपासून सुरू होतो. दुसरी गोष्ट अशी की, हिन्दू राजांना, शेजारी काय चालले आहे, याची वार्ताच नसे. शत्रूने सिद्धता करावी, आक्रमणाची वेळ साधावी, हे बेसावध असावेत, शत्रू ह्यांच्याच प्रदेशात शे-दोनशे मैल चालून यावा, मग हे जागे होणार! लढाई यांच्याच प्रदेशात, जय-पराजय काहीही होवो. प्रदेश यांचाच बेचिराख होणार. हा हिंदूंचा इतिहास शिवाजीवर बदलतो. लढण्याआधी सावधपणा व शत्रू बेसावध असेल, तर त्याच्या मुलूखात जाळपोळ, लुटालूट हा नवा इतिहास इथून सुरू होतो. तिसरी बाब म्हणजे, हिन्दू राजांनी विश्वास ठेवावा, करार करावे, शत्रूंनी दगे द्यावे, हा इतिहास बदलून, शिवाजीने दगे द्यावे व सर्वांनी थक्क व्हावे, असा इतिहास इथून दिसतो. हिंदूंच्या इतिहासात या मुद्द्यावर शिवाजीची तुलना कोणाशी करावी, हा शोध चालू आहे. अशी अजून एक-दोन माणसे सापडली की, हा किती लहान आहे, हे सांगणे सोपे होते.

'शिवाजी धार्मिक होता; पण धर्मभोळा नव्हता. कठोर होता; पण क्रूर नव्हता. साहसी होता; पण आततायी नव्हता. व्यवहारी होता; पण ध्येयशून्य नव्हता. उच्च ध्येयाची स्वप्ने पाहणारा स्वप्नाळूही. ही स्वप्ने वास्तवात उतरविणारा कठोर वास्तववादी हे त्याचे स्वरूप आहे. तो साधा राहत नसे. डौलदार, वैभवसंपन्न अशी त्याची राहणी, पण तो डामडौलात उधळ्या नव्हता. परधर्मसहिष्णुता त्याजजवळ होती. याबाबतीत अशोक, विक्रमादित्य, हर्ष, अकबर यांच्याशी शिवाजीची तुलना करता येणे शक्य आहे. पण सर्वांना प्रचंड जनानखाने होते. अकबराचा मीनाबाजार होता. अशोकाची तिष्यरक्षिता होती. शिवाजीने वासना मोकाट सोडलेली नव्हती, तरुण सुंदरी, रूपरत्ने, आस्वादासाठी गोळा करणारी सर्व हिंदु-मुस्लिम राजांची सत्तरीपर्यन्त टवटवीत राहणारी रसिकता शिवाजीजवळ नव्हती. चित्र, शिल्प, संगीत, काव्य यांना उदार आश्रय देणे, मोठमोठ्या इमारती बांधणे इतका पैसाही शिवाजीजवळ नव्हता. त्याला फुरसदही नव्हती. त्याच्या मनाचा तो कलच नव्हता. दुष्काळात लाख लोक अन्नान्न करीत मरत असताना, वेठबिगार आणि कोरडे यांच्या जोरावर वीस कोट रुपये खर्चून ताजमहाल बांधणारी रसिकता अगर सगळा भारत क्रमाने इंग्रजांच्या आहारी जात आहे, ही गौण बाब समजून भारतभर देवळे, घाट, धर्मशाळा

बांधण्याइतकी पुण्यपावनता शिवाजीजवळ नव्हती. तो तुमच्या-माझ्यासारखा 'पापी' व 'उपयोगितावादी' माणूस होता. रसिक अगर पुण्यवान नव्हता. खाफीखान म्हणतो, तो नरकात गेला. मलाही वाटते, तो नरकातच गेला असावा. राज्य शिल्लक ठेवण्यापेक्षा वीरमरण पत्करणारे वीरपुरुष, सेना वाढविण्यापेक्षा यज्ञ करण्यावर भर देणारे पुण्यपुरुष, यांच्या सहवासात त्याला करमलेच नसते, आणि हे सर्वजण स्वर्गात होते. अकबराने हिंदूंच्या बाबतीत उदार धोरण स्वीकारले. त्याची बरीच स्तुती करून झाली आहे. पण बहुसंख्य प्रजेला संतुष्ट ठेवल्याशिवाय स्थिर राजवटीचा पाया घालता येत नसतो, हे साधे व्यवहारज्ञान आहे. ज्यांचे शौर्य साम्राज्य निर्माण करण्याकरिता होते, ते बळकट करीत होते, जे बहुसंख्य होते, कर देऊन वैभव निर्माण करीत होते, त्यांना अकबराने औदार्याने वागविले आणि हिंदूंना आक्रमणाचा इतिहास नव्हता. त्यांनी मशिदींचे विध्वंस केले नव्हते. मुसलमानांच्या कत्तली केल्या नव्हत्या. त्यांच्या बायका भ्रष्टविल्या नव्हत्या. सक्तीचे धर्मांतर लादले नव्हते. ज्यांना आक्रमणाचा इतिहास नाही, ज्यांच्याकडून आक्रमण होण्याची भीती नाही, त्यांना अकबराने औदार्याने वागविले. शिवाजीच्या प्रजेत मुस्लिम बहुसंख्या नव्हती. ती त्याच्या कराचा आधार नव्हती. मुसलमानांच्या तलवारी ज्यांचे राज्य निर्माण करीत नव्हत्या, त्यांना आक्रमणाचा इतिहास होता. पुन्हा आक्रमणाची भीती होती. शेजारी आलमगीर पुन्हा जिझीया बसवीत होता. तरी शिवाजीने मुसलमानांना औदार्याने वागविले. भोवतालच्या मुस्लिम राज्यांच्या भीतीने नव्हे, तर स्वयंभू औदार्य म्हणून!

'ह्या पार्श्वभूमीवर शिवाजी छोटा करून पाहण्याची माझी तयारी आहे. पण तो कुणापेक्षा छोटा ठरवावा? ते मोजमाप आहेच कुठे?'

वर दिलेला गोशवारा म्हणजे त्या लेखाचा अंदाजे सारांश. त्यात उदाहरणात कमी-जास्त असण्याचा संभव आहे. मुद्दे-लेखकाचे, शैली माझी.

वरील लेखात दोन मुद्द्यांचा अनुल्लेख आहे. त्याचा उल्लेख केला, म्हणजे शिवाजीच्या मोठेपणाचे ठळक स्वरूपात पुराण संपले. पहिली गोष्ट म्हणजे, शिवाजी कुशल सेनानी, युद्धतज्ज्ञ होता. यात वाद नाही. पण याखेरीज तो मुलकी कारभाराचा तज्ज्ञ होता. जनतेच्या इहलौकिक कल्याणाची जबाबदारी राजाची आहे, असे त्याला वाटे. इतक्या लढाया तो लढला, पण त्यासाठी प्रजेवर नवे कर त्याने लादले नाहीत. राज्याभिषेकाचा खर्चही वतनदारांवर कर लावून त्याने काढला. जनतेवर कराचा बोजा वाढविला नाही. 'मी शत्रूंना दगा दिला. मित्रांना दगा दिल्याचे दाखवा' असे आव्हान त्याने एका पत्रात दिले आहे. या आव्हानाला उत्तर नाही. कौल देऊन गावे वसविणे, शेतसारा निश्चित करणे, किल्ल्यावर धान्यकोठारे भरून ठेवणे, शेतकऱ्यांना बी-बियाणे, नांगर, बैल यांसाठी कर्जाची सोय करणे, भाषा सुधारण्यासाठी राज्य व्यवहारकोश, पंचाग सुधारण्यासाठी करणकौस्तुभ, धर्म सुधारण्यासाठी प्रायश्चित्त

देऊन हिंदू करणे, नवे किल्ले बांधणे असा चौरस विधायक उद्योगही त्याने केला. तो नुसता सेनानी नव्हे.

दुसरी व माझ्या मते सर्वांत महत्त्वाची बाब म्हणजे, शिवाजीने जे राज्य निर्माण केले, ते जपण्यासाठी २७ वर्षे जनता लढली. शिवाजी वारल्यावर संभाजीच्या नेतृत्वाखाली, तो मारला गेल्यावर १९ वर्षे, ज्याला जसे सुचेल, तसे सर्वजण लढत होते. या लढ्यात मोगलांची किमान पाच लाख माणसे मारली गेली असावीत, असा जदुनाथांचा अंदाज आहे. मराठ्यांची सुद्धा दोन-एक लाख माणसे मारली गेली असावीत; पण १७०७ साली भालेराई सुमारे दीडलाख होती. थोरले मोठे नेतृत्व नाही. पगार नियमित मिळण्याची सोय नाही. या २७ वर्षांत औरंगजेबाचा पराभव नाही. कारण ती शक्तीच मराठ्यांत नव्हती. (जदुनाथ म्हणतात, आलमगिराला विजयामागून विजय मिळाले. एकेका ठिकाणी, अनेकदा सर्व ठिकाणी तो विजयी झाला. या सर्व विजयांनंतर लाखो लोक मारून, कोट्यवधी रुपये खर्चून, अखिल भारतीय साम्राज्य खिळखिळे करून घेणे व स्वत: मरणे यापेक्षा पदरात काहीच पडले नाही. तो मराठ्यांचा पराभव करू शकला नाही) तरीही मराठे लढत राहिले. ज्या वेळी पेशवाई बुडाली, तेव्हा लोकांनी समाधानाचा नि:श्वास टाकला. चला, एकदाचे कायद्याचे राज्य आले. अंदाधुंदी संपली व शांतता आली. ही जनतेची प्रतिक्रिया होती. बक्सरच्या लढाईत इंग्रजांनी पूर्व बंगाल घेतला, तेव्हा हिंदूंनी सार्वत्रिक आनंदोत्सव केला. १५६५ नंतर जनता लढली असती, तर विजयनगर बुडालेच नसते. ११९८ नंतर जनता लढली असती, तर भारतावर मुसलमान राज्य आलेच नसते. राणा प्रतापने मोगलांविरुद्ध चिवट लढा दिला, पण सेना लढत होती. जनता उदासीन होती. सोमनाथला वाचविण्यासाठी लाख लोक मेले, पण आजूबाजूचा प्रदेश शांत होता. पृथ्वीराज चव्हाण, राणा प्रताप, रामराजा ही माणसे धार्मिक नव्हती, असे नव्हे. कट्टर धार्मिक होती. त्या वेळी मुसलमान अत्याचारी नव्हते, असे नव्हे. अधिक अत्याचारी होते. आम जनता धर्माभिमानी, धर्मप्रेमी नव्हती काय? असेही नव्हे. जनताही कट्टर धर्माभिमानी होती; पण ते राज्य वाचविण्यासाठी जनता लढली नाही. राज्य टिकविण्यासाठी जनता लढण्याचा उल्लेख, भारताच्या इतिहासात प्रथम कलिंगला मिळतो. नंतर चौथ्या शतकाशेवटी यौधेयाचा आहे. हे दोन उल्लेख नक्की. कदाचित टोळीवाले शिकंदरविरोधी लढले असतील. जिथे जनता लढते, तिथे फौजा निकामी होतात. १२०० वर्षांनंतर शिवाजीच्या राज्यासाठी जनता लढली. ही आत्मीयता कशी निर्माण झाली, याचे उत्तर धर्माभिमान हे नव्हे. आपण लढू शकतो, हा आत्मविश्वास निर्माण करणे, छापे घालण्याचे तंत्र निर्माण करणे व वीरतेच्या खोट्या कल्पनांच्या आहारी जाऊन

लढून मरणे यापेक्षा टिकणे, पळणे, थकवणे, नाश करणे हे नवे मूल्य प्रस्थापित करणे हे एक उत्तर व प्रजेच्या इहलौकिक सोयी सांभाळणे हे दुसरे उत्तर. धर्माभिमान क्रमाने तिसरा.

शिवाजीने कौटिल्य वाचला होता काय? ऐतिहासिकदृष्ट्या ह्याचे उत्तर सरळ 'नाही' असे आहे. पण अशी कल्पना जर केली की, त्याने कौटिल्य वाचला होता, तर कौटिल्याचा आदर्श राजा हे शिवाजीचे प्रयोजन आहे. कौटिल्य म्हणतो, प्रजेचे इहलौकिक व पारलौकिक कल्याण साधणे, हे राजाचे काम आहे. शांतता ठेवणे, परकीय आक्रमणापासून वाचविणे, ही कामे केली, की राजाचे कर्तव्य संपले नाही. दुष्काळ अधून-मधून येतात. नापिकीही होते. राजाने धान्यकोठारे सदैव भरून ठेवावीत. पिके येतात, तेव्हा राजाने धान्य विकत घ्यावे. या वेळी व्यापारी भाव पाडून जनतेचे नुकसान करतात. शेतकऱ्यांच्या जवळील धान्य संपले, म्हणजे भाव वाढून जनतेचे नुकसान होते. राजाने या वेळी धान्य विक्रीस काढून जनतेचे रक्षण करावे. ह्यामुळे एकीकडे प्रजारक्षण होते. दुसरीकडे सरकारी कोठारांतील धान्य नवे राहते. धान्य म्हणजे रत्न नव्हे. ती कुजतात, म्हणून सदैव जुने धान्य विकणे, नवे खरेदी करणे, हे काम चालू ठेवावे. त्यामुळे भाव आटोक्यात राहतात व प्रजारक्षण होते. मापे, वजने नेहमी पारखावी. कारण तेथेही व्यापारी फसवतात. व्याज किती घ्यावे, यावर नियंत्रण असावे. सावकारीला परवाना व कर असावा. माणसे व पशू यांना औषध देण्याचे काम पुण्याचे तर खरे, पण राजावर श्रद्धा बसण्यास उपयोगी व जनहिताचे आहे. दुष्काळात प्रजेला अन्न पुरवून वाचविणे, त्यानंतर बी, बैल, नांगर पुरविणे व त्याचा खर्च हप्त्याने वसूल करणे हे राजाचे काम आहे. चोरी पकडणे इतकेच राजाचे काम नाही. त्याने नुकसानभरपाई दिली पाहिजे. प्रत्येक धंद्यावर कर असावा. कर एकदाच घ्यावा. त्याचे प्रमाण कायम (कौटिल्याच्या मते उत्पन्नाचा १/४ भाग) असावे व तो उत्पन्न कमी झाल्यास कमी व्हावा, सडका बांधणे, तळी दुरुस्त करणे, विहिरी पाडणे, कालवे खोदणे, नवेनवे कारखाने उद्योगधंदे उभारण्यास मदत देणे हे राजाचे काम आहे. शिक्षा कठोर असल्या, म्हणजे गुन्ह्याचे प्रमाण कमी होत नाही. प्रत्येकाचा गुन्हा लपणार नाही, शिक्षा चुकणार नाही, याची खात्री असली, म्हणजे गुन्हे कमी होतात. अशी प्रजेची सर्वांगीण काळजी घेणे हे राजाचे काम आहे. हे जर राजा करीत नसेल, तर कर नाकारणे, राजा हाकलून देणे, त्याचा वध करणे हा प्रजेला हक्क आहे. नव्हे, ते तिचे कर्तव्य आहे.

कौटिल्य म्हणतो, जर एकजण कारस्थान करू लागला, तर गुपचूप वध करावा. १० जण कट करू लागले, तर जाहीर फाशी द्यावी. १०० जण कट करू लागले, तर फाशी देऊन दहशत निर्माण करावी. अनुयायांना माफी देऊन दुवा

घ्यावा व कारभार कोठे चुकला, याचा शोध घेऊन दुरुस्ती करावी. सुखासुखी प्रजा बंड करीत नसते. प्रजेत राजा अप्रिय असला, तर सेना त्याला वाचवीत नसते. सेनापती, सरदार कुणीतरी त्याचा वध करतो.

प्रजेचे सर्वांगीण कल्याण हे राजाचे कर्तव्य आहे. त्यासाठी लढावे, मरावे, पड खावी, स्पर्धा करावी, वेळ पाहून उचल करावी, भेद करावा, फितुरी करावी, घात करावे, वचने द्यावी, तोडावी, मारेकरी घालावे, विषप्रयोग करावा. प्रजेच्या हितासाठी हे सारे करणे राजाचे कर्तव्य आहे. जो कर्तव्य करतो, त्याची सर्व पापे प्रजा जो दुवा देते, त्याने धुतली जातात व प्रजेच्या पुण्याचा १/६ मिळून स्वर्ग मिळतो. राजाला खासगी प्रेम नसते. द्वेष नसतो. मान-अपमान नसतो. लोभ-वैर नसते. राजा हा बोकड आहे- ज्याने जिवंतपणी नाचून करमणूक करावी, दूध द्यावे, लोकर द्यावी, मारून मांस द्यावे, चमडे द्यावे, शिंग, हाडे, खूरही द्यावे. ज्यासाठी हे करायचे, तो धनगर, प्रजा आहे. हे कर्तव्य जो राजा करीत नाही, त्याचे पुण्य प्रजेत वाटले जाते व प्रजेच्या एकूण पापाचा १/६ मिळून तो नरकात जातो. राजदंड इतका जबाबदारीचा आहे. म्हणून लोभी, लंपटाच्या हाती तो पेलतच नाही. त्याला सावध संयमी राजा लागतो.

वैयक्तिक पुण्य व धर्माचरणाची राजाला अपेक्षा नाही. प्रजेचे धर्म, वित्त, जीवित यांचे रक्षण हे राजाचे काम. राजा चारचक्षू असतो. म्हणून इंद्राला सहस्राक्ष म्हणतात. हजार हेर हे त्यांचे हजार डोळे. हेरांनी तापसी, बैरागी, मुंडी या वेषात हिंडावे. हुजूर, दासी, न्हावी, तैलाभ्यंग करणारे ज्योतिषी, वेश्या, जुव्वारी हे चांगले हेर असतात. शत्रूच्या प्रदेशातील प्रत्येक बाब राजाला कळली पाहिजे. म्हणजे सदैव सावध राहता येते. शत्रूची बिंगे माहीत असणे हे राजाचे आद्य काम. शौर्याने लढावे, मरावे, पण मागे परतू नये, हा सैनिकाचा धर्म. लढावे, राज्य वाढवावे, पड घ्यावी, राज्य वाचवावे, काय वाटेल ते करून प्रजेचे रक्षण करावे, हा राजाचा धर्म.

राजाने नेहमी मला भूत-वेताळ वश आहेत, देवी-देवता प्रसन्न आहेत, त्यांचे दृष्टांत होतात, अशी माहिती सर्वत्र पसरावी. हेरांकरवी या कथा स्वत: पाहिलेल्या गोष्टी म्हणून प्रतिपादन कराव्या. हेरांनी आणलेल्या बातम्या कर्णपिशाचाने सांगितल्या, देवांचा दृष्टान्त होऊन त्याने सांगितल्या, असे म्हणावे.

आपण मूळ कौटिल्य एकदा नजरेखालून घालावे. वरील माहितीतून साकार होणारे स्वभावरेखाटन कलाकृतीत जिवंत कसे करावे, सारा ध्येयवाद व वास्तववाद, धार्मिकता व सावधपणा, सेनानीपणा व चौरसपणा, धूर्तता व उदारता, भव्यपणा व नाट्य, मानवीपणा, असामान्यत्व व मर्यादा स्वभावरेखाटनात याव्यात, हे महत्त्वाचे. हा

प्रसंग व तो प्रसंग घेणे वा टाळणे गौण. भूतवास्तवाचे आकलन हे वाङ्मयीन सत्य. ते साकार करण्यासाठी आवश्यक ते काल्पनिक वापरण्याची कादंबरीला मुभा असते.

एवढे सविस्तर पत्र वाचणे कंटाळवाणे होणार, हे मला कळत होते. नाही, असे नाही. पण मराठीत ऐतिहासिक कादंबरीच्या प्रांतात वास्तवाचे आकलन करण्याचा पहिला यशस्वी प्रयोग करणारे आपण. शिवाजीला मराठी ललित वाङ्मयात वास्तवाच्या आकलनाचा योग प्रथमच येत आहे. म्हणून सविस्तर लिहिणे भाग पडले. शिवाजी या व्यक्तिरेखेविषयी ममत्व हा भाग अर्थातच आहे. आपण म्हणता, 'इतिहास, दंतकथा, आख्यायिका, इत्यादी सर्व मी वापरणार.' मला ही विलक्षण व्यक्तिरेखा काल्पनिकाच्या पसाऱ्यात गमावली जाण्याची भीती वाटते. शिवाजीची व्यक्तिरेखा आपणांसमोर आहे. ती क्रमाने बनली कशी, हा भाग १६५६ पर्यंत संपतो. हा भाग पूर्ण २५० पाने. १६३० ते १६४५-१५ वर्षे, १५० पाने. १६४५ ते १६५६-११ वर्षे, १०० पाने. या व्यक्तिरेखेचा चौरस विकास १६५६ ते १६६६, २५० पाने, १६६६ ते १६७८, १५० पाने हा काळ या व्यक्तिरेखेची खोली व उंची, आघात आणि दु:खे यांनी वाढण्याचा. १६७८-८० पूर्ण २०० पाने या व्यक्तिरेखेचा दैवदुर्विलास. १६३० पूर्वीची पार्श्वभूमी २५ पाने. या पद्धतीने व्यक्तिरेखेचा क्रमबद्ध विकास इतर व्यक्तिरेखांचे तितकेच प्रभावीपणे रंगविले, तर हमखास यशस्वी होईल, असा विश्वास वाटतो.

आपला नम्र

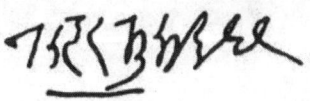

ही कादंबरी हिंदी आणि इंग्रजी भाषांमध्येही भाषांतरित झाली आहे.

भाग पहिला

१

शिवनेरी पायथ्याचे जुन्नर गाव पश्चिमेकडे झुकलेल्या सूर्याच्या तिरप्या किरणांत उठून दिसत होते. जुन्नरपासून थोड्या अंतरावर असलेल्या आंबराईत शहाजीराजांचे घोडदळ थांबले होते. एका डेरेदार आम्रवृक्षाखाली शहाजीराजे छोट्या संभाजीसह उभे होते. दुपार टळत येऊनही अद्याप वारा सुरू झाला नव्हता. झाडाचे पानही हलत नव्हते. रात्रीची थंडी उतरायला अजून सुरुवात झाली नव्हती. आंबराईतून दिसणाऱ्या रस्त्याकडे उभयतांचे सारखे लक्ष जात होते. कोणी दृष्टिपथात येत नव्हते. वाढत्या क्षणाबरोबर शहाजीराजे अधिक अधिक अस्वस्थ होत होते.

'आबासाहेब, मासाहेब आल्या.' शंभूराजे म्हणाले .

'कुठं?' मान वर करीत शहाजीराजे विचारते झाले.

शंभूबाळांनी बोट केलेल्या दिशेकडे शहाजीराजांनी पाहिले. तिरप्या सूर्यकिरणांत धुळीचे लोट उडवीत येणारे अश्वपथक दिसत होते. हळूहळू टापांचा आवाज स्पष्टपणे ऐकू येऊ लागला. आंबराई नजीक येताच येणाऱ्या पथकाची गती मंदावली. घोडी थांबली. तीन घोडी मंद गतीने पुढे येऊ लागली.

घोडदौडीने थकलेल्या जिजाबाईच्या चेहऱ्यावर संभाजीला पाहून क्षीण हास्य उमटले. जिजाबाई दासीच्या आधाराने पायउतार झाल्या. श्रमाने सारा चेहरा लालबुंद झाला होता. नेत्र आरक्त दिसत होते. तीन मासांच्या गर्भार जिजाबाईंनी आपला घाम टिपला. पदर सावरून त्या शहाजीराजांच्या सामोऱ्या आल्या.

'अशी ठायी ठायी थांबत आम्ही दौड करीत राहिलो, तर तुमच्या बापाच्या हाती सापडण्यास फार वेळ लागायचा नाही.'

'तेच सांगणार होते मी!'

'मतलब?' शहाजीराजांनी विचारले.

‘आपण पुढं जावं.’

‘आणि तुम्ही?’

‘पुढचा प्रवास झेपेल, असं वाटत नाही.’

‘मग अशा आडवाटी आपल्याला टाकून...’

‘जवळच आपले व्याही विश्वासराव आहेत. त्यांच्याकडे थांबता येईल मला. आपण सुखरूप, तर आम्ही सुखरूप. क्षणाच्या अवधीला सुद्धा फार मोल आहे...’

शहाजीराजे एकदम संतापाने उफाळले, ‘हा आपल्या वडिलांचा प्रताप आहे. त्याला आम्ही काय करणार? जाधवांचं आणि भोसल्यांचं वैर पिढ्यान् पिढ्या चालवायला आम्हीही समर्थ आहोत, म्हणावं.’

‘मी काय बोलणार यात?’ जिजाबाई बोलून गेल्या.

‘तुम्ही म्हणता, तसं करू. तुमच्या बापाला रक्ताची लाज असेल, तर तो तुम्हांला सोडून देईल, अथवा पळवून नेईल. तुमचं नशीब आणि तुम्ही. आम्हांला जास्त विचार करायला आता उसंत नाही. बोला, हे ठरलं?’

आपले अश्रू कष्टाने आवरून, काही न बोलता जिजाबाई आपल्या घोड्याकडे वळल्या.

जुन्नरला खबर गेली. शहाजीराजांचे व्याही विजयराव सिधोजी विश्वासराव खुद्द सामोरे आले; जिजाऊ आणि शहाजी यांना सन्मानाने आपल्या वाड्यात घेऊन गेले. वाड्यात बैठकीवर जाताच शहाजीराजे म्हणाले,

‘विश्वासराव, नाइलाजानं तुम्हांला ही तकलीफ देत आहो. त्याबद्दल आम्ही शरमिंदे आहो.’

‘राजे, असं बोलू नका. आपल्या कामी येण्याची संधी नशिबानं मिळाली, असं आम्ही समजतो. जिवाच्या बाजीनं आम्ही राणीसाहेबांची कदर करू.’

‘तो विश्वास नसता, तर आम्ही आलोच नसतो, आम्हांला आता थांबता येणार नाही. शंभूराजे, चलायचं ना? का राहणार?’

जिजाऊंची नजर चुकवीत शंभू म्हणाला, ‘आम्ही येणार.’

‘शाबास!’ शहाजीराजे म्हणाले.

‘थोडे दिवस बाळ राहिल्यावर आणि सर्व सुखरूपपणे पार पडल्यावर बाळाला पाठविला, तर नाही का चालणार?’ जिजाऊ म्हणाल्या.

‘ऐका, विश्वासराव. बाळाला धोका आहे, आणि आम्हांला नाही.’

‘तसं म्हटलं नाही मी.’ जिजाबाई गडबडीने म्हणाल्या.

‘आम्ही शंभूबाळांना नेणार. त्यांच्याकडून फार मनसुबे पार पाडायचे आहेत, राणीसाहेब. आपल्यासाठी आम्ही बाळकृष्ण हनुमंते, संक्रोजी नीळकंठ, सोनोजीपंत,

कोरडे ही मंडळी ठेवून जात आहोत. थोडी शिबंदीदेखील आहे. आम्ही स्थिरस्थावर झालो, की तुम्हांला घेऊन जाऊ. तब्येतीला सांभाळा.'

शंभू जिजाऊंच्या पाया पडण्यासाठी वाकताच जिजाऊंनी त्याला उराशी कवटाळला. शंभू बाळाने त्या मिठीतून सुटका करून घेतली. जिजाऊंना शब्द फुटत नव्हता. त्या शंभूचे रूप डोळ्यांत साठवीत होत्या. डोळे भरताच तेही रूप अस्पष्ट झाले. जेव्हा डोळे पुसले, तेव्हा शहाजीराजांच्याबरोबर शंभू वाड्याबाहेर पडत होता- एकदाही मागे न पाहता.

जिजाऊंनी उभ्या जागी डोळ्यांना पदर लावला. विश्वासरावांच्या पत्नी लक्ष्मीबाई सदरेवर येऊन, जिजाऊंना हाताशी धरून आत घेऊन जात होत्या. पण आत जात असताही बाहेर उठणारा घोड्यांच्या टापांचा आवाज कान थोपवू शकत नव्हते.

□

२

जुन्नरवर रात्र उतरली. घराघरांतून समया, पलोते पेटवले गेले. गावाच्या देवडीवरची दिवटी वाऱ्याने फरफरत होती. गावाच्या नजरेत नुकतीच झोप उतरत होती... आणि अचानक जुन्नरच्या चारी वाटांनी घोड्यांच्या टापांचा खडखडाट उठला. सारा गाव भयचकित झाला. गावाची झोप उडाली.

विश्वासराव नुकतेच जेवण करून सदरेवरच्या झोपाळ्यावर बसले होते. सदरेवरच्या भिंतींवर टांगलेली शस्त्रे पलित्यांच्या उजेडात चमकत होती. टापांचा आवाज कानांवर येताच विश्वासराव चटकन उभे राहिले. त्यांचे लक्ष दरवाज्याकडे वळले... आणि त्याच वेळी दरवाज्यातून जासूद धावत आला.

'घात झाला! लखुजी जाधवरावांनी सारा गाव वेढलाय्. ते इकडंच येत आहेत.'

'चांगल्या मुहूर्तावर आले..' म्हणत विश्वासरावांनी सदरेवरची तलवार उचलली. विश्वासरावांनी चार पावलांत दरवाजा गाठला; आणि सामोरे लखुजी जाधवराव आले. लखुजींच्या हाती तळपती तलवार होती. चेहऱ्यावर त्वेष होता.

'कुठं आहे तो भोसला?' लखुजी गर्जले.

'प्रथम तलवार म्यान करावी, आणि आत यावं...' विश्वासरावांनी सांगितले.

'मुकाट्यानं वाट सोड.' लखुजी म्हणाले.

शांतपणे विश्वासराव म्हणाले,

'सज्जनांच्या घरात नागव्या तलवारीने प्रवेश करता येत नाही.'

लखुजी तेथेच थबकले. संतापाने त्यांचे पांढरे कल्ले थरथरले. पुन्हा त्यांनी तोच प्रश्न केला,

'कुठं आहे तो भोसला?'

'ते इथं नाहीत.'

'दडला असेल.'

'दडून बसण्याइतकी भोसल्यांची कुळी अजून नामर्द झाली नाही.'

छद्मीपणाने हसत लखुजी म्हणाले, 'पळून जाण्याइतपत झालेली आहे?'

विश्वासरावांचा संयम सुटला. ते म्हणाले,

'खबरदार, जाधवराव! फार ऐकलं. हे भोसल्यांच्या व्याह्यांचं घर आहे. इथं भोसल्यांचा उपमर्द ऐकला जात नाही.'

'हं:! अर्ज करीत नाही मी.' लखुजी त्वेषाने समशेर उचलीत म्हणाले, 'हाती समशेर आहे. हो बाजूला.'

क्षणात विश्वासरावांनी आपली तलवार झटकली. सरकन म्यान चौकात पडले आणि विश्वासरावांच्या हाती तलवार तळपू लागली.

'ही हिंमत!' म्हणत लखुजीरावांनी तलवार उचलली, तोच आवाज झाला,

'आबा!'

त्या आवाजाबरोबर लखुजीरावांची नजर वळली. सदरेच्या सोप्यावर जिजाबाई उभ्या होत्या. पलोत्याचा उजेड अर्ध्या चेहऱ्यावर पडला होता. लखुजींचा हात खाली आला. विश्वासरावांनी वाट दिली, तरी लखुजींना पाऊल उचलण्याचे सामर्थ्य नव्हते.

जिऊ! केवढ्या आठवणी त्या नावाबरोबर साठवल्या होत्या! लखुजींची लाडकी लेक, जाधवरावांच्या घरची साक्षात लक्ष्मी! ही भोसल्यांच्या घरात गेली आणि जाधवांची कोण दुर्दशा उडाली...

लखुजींच्या हातातील तलवार गळून पडली. भ्रमिष्टासारखे ते पुढे सरकत असता, त्यांचे ओठ पुटपुटत होते. सारे बळ एकवटून ते बोलले,

'जिऊऽऽ'

'आबा!' म्हणत जिजाबाई पायऱ्या उतरल्या आणि चौकाच्या मध्यभागी आलेल्या लखुजीरावांना त्यांनी मिठी मारली. दोघांच्या पाठीवरची बोटे एकमेकांना समजावीत होती.

उभयता सदरेवर आले. लखुजीराव सदरेच्या बैठकीवर बसले, विश्वासराव पुढे होऊन पाय शिवत म्हणाले,

'मामासाहेब, क्षमा करा.'

'व्वा, विश्वासराव! क्षमा कसली मागता? उलट, तुमची तडफ पाहून आम्हांला आनंद झाला. भोसल्यांच्यामध्ये नसले, तरी भोसल्यांच्या आप्तस्वकीयांमध्ये वाघ आहेत, हे पाहून आम्हांला आनंद वाटतो.'

आपल्या बोलण्यावर खूश झालेले लखुजीराव मोकळेपणाने हसले; आणि आपण एकटेच हसतो आहोत, याची जाणीव होऊन हसता-हसता थांबले. जिजाबाईंना जवळ घेत ते म्हणाले,

'पोरी, तुझं बरं आहे ना?'

'बरं! काय विचारता, आबा?' बोलता-बोलता जिजाबाई थांबल्या.

लखुजीराव म्हणाले, 'बोल ना, पोरी. थांबलीस का?'

जिजाबाईंनी वडिलांच्या नजरेला नजर भिडवली. एक वेगळेच दुःख उन्मळून उठले. कळायच्या आत त्या बोलून गेल्या,

'पोरीची जात म्हणजे हळदी-बुक्क्याची. कुणीही उचलावी आणि कुणाच्याही कपाळी केव्हाही चिकटवावी. रंगपंचमीच्या दरबारात तुमच्या जिऊची हळद अशीच उधळलीत. अजून ती वाऱ्यावर फिरते आहे.'

'वाऱ्यावर का?' लखुजी गर्जले. 'या लखुजी जाधवाची कूस इतकी वारेमोल केव्हापासून झाली? त्याला बायकोचा भार वाटत असेल. मला माझी पोर जड नाही.'

'पोरीवर एवढी माया आहे, तर हा दावा कसला? कुणाबरोबर? हा दावा साधला आणि तुमच्या पोरीचं कपाळ उघडं पडलं, तर बरं वाटेल तुम्हांला? आबा, ह्या जिऊची तुम्हांला शपथ...'

लखुजीरावांनी एकदम जिजाबाईंना जवळ ओढले. त्यांच्या तोंडावर हात ठेवीत भरल्या आवाजात ते म्हणाले,

'नको, पोरी, बोलू नको! शपथेत मला गुंतवू नको. जसं रक्त तुझ्यात गुंतलं, तसाच हा देह जाधवरावांच्या कुळीला बांधला गेला आहे. वैर! ते आता माझ्या टाळण्यानं टळत नाही. यातच मरण दैवास आलं. ते भोगणं एवढंच माझ्या हाती आहे. पोरी, माझा तुला आशीर्वाद आहे. अखंड सौभाग्यवती हो! या बापाची काळजी करू नको. गेला, तरी दुःख मानू नको.'

जिजाबाईच्या डोळ्यांतून पाणी निखळले. ते टिपत लखुजीराव म्हणाले,

'रडू नको, पोरी! ऐक माझं. चारी बाजूंना बघ. दुष्काळी मुलूख. माणसाला माणूस ओळखत नाही. एक शाही स्थिर नाही. चौफेर बंडाळी उसळली आहे. अशा परिस्थितीत एकटी कशी राहणार तू? माझं ऐक! माझ्याबरोबर सिंदखेडला चल. ते तुझंच माहेर आहे. सगळं ठीक झाल्यावर, म्हणशील तिथं राहा.'

नकारार्थी मान हलवीत जिजाऊ म्हणाल्या, 'नको, आबा, मी जाधवांची माहेरवाशीण असले, तरी भोसल्यांची सासुरवाशीण आहे. माहेर विसरायला हवं मला. अशा परिस्थितीत माहेरी आले, तर भोसल्यांच्या घराण्याशी बेइमानी होईल.'

निःश्वास सोडून लखुजी म्हणाले, 'एक कोडं सोडवायला गेलं, की दुसरं पडतं. पोटची पोर तू. अवघडलेली. नवऱ्यानं सोडून दिलेली... आणि हा तुझा बाप, लखुजी जाधवराव नुसतं पाहण्याखेरीज काही करू शकत नाही.'

'असं म्हणू नका, आबा. पुष्कळ करता येईल.'

'सांग, पोरी... काय करू?'

'आबा, तुम्ही जायच्या आधी मला शिवनेरीला ठेवून चला. तिथं मला बरं वाटेल.'

‘तुला काय म्हणायचं, कळतंय् मला... विश्वासराव!’

विश्वासराव सदरेवर आले. ‘जी.’

‘उद्या मेण्याची व्यवस्था करा. अशा धामधुमीत गडाखाली असण्यापेक्षा जिऊ गडावरच असलेली बरी.’

‘मी तेच करणार होतो. गड आपलाच आहे. आता एकच विनंती आहे.’

‘विनंती कसली? लहान असला, तरी आज्ञा करा. आमची लेक, जाधवांची अब्रू आज तुमच्या हाती आहे.’

‘लहान तोंडी मोठा घास घेऊन बोलतो. तुमच्या वैराचा तुम्हांला संताप असेल. पण भोसले-जाधवांचं वैर आज मला देवाचं देणं वाटतं आहे.’

‘काय म्हणता!’ लखुजी उद्गारले.

‘हे वैर नसतं, तर आपले पाय आमच्या घरी कशाला लागले असते? भोसले-कुळीची लक्ष्मी आमच्या घरी पायधूळ झाडायला कशाला आली असती?’

‘वा! विश्वासराव, शाही रिवाजात मुरलेली आम्ही माणसं. पण तुमच्या बोलानं आम्ही सुद्धा थक्क झालो.’

‘माझ्या विनंतीचं काय?’

‘कसली विनंती?’

‘आपण आणि आपल्या शिबंदीनं इथंच हात ओले करावेत, एवढं मागणं आहे.’

‘शिबंदीचं खाणं मागच्या मुक्कामावरच झालं आहे. कदाचित सारी रात्र दौड करावी लागेल, या हिशेबानं आम्ही मांड ठोकली होती. आमचं वय झालं. आम्ही एक वेळ जेवतो. जनावरांची चंदी पाहिलीत, तर...’

‘ती व्यवस्था करूनच आलो. पण कधी नाही ते पाय घरी लागले. ...राणीसाहेब, तुम्ही सांगा ना....’

जिजाबाई संकोचाने म्हणाल्या, ‘तुम्ही दोघेही मला थोर. आबा...’

‘ठीक आहे. विश्वासराव, रात्र झाली. फार कष्ट देऊ नका. आम्ही थोडा दूधभात घेऊ.’

माजघरात चांदीच्या फुल्या मारलेला पाट मांडला होता. चांदीच्या समया प्रज्वलित झाल्या होत्या. विश्वासरावांनी लखुजीरावांना पाटापाशी नेले.

‘हे काय? एकच पाट? आणि तुम्ही?’

‘माझं झालं आहे आपण यायच्या आधीच...’

‘हे खरं नाही! तुम्ही पण बसा. पुन्हा हा योग येईल, न येईल...’

आणखी पाट मांडले गेले. विश्वासरावांची मंडळी कौतुकाने पाहत होती. पुलाव्याचे ताट येताच लखुजीराव म्हणाले,

‘आता नको, फार झालं.’

विश्वासराव म्हणाले, ‘राणीसाहेब, हे तुमचं घरं आहे. तुम्हीच आबासाहेबांना वाढा.’

जिजाऊंनी पदर कसला. त्यांनी पुलाव्याचे ताट घेतले, आणि ताटावर धरलेले लखुजीरावांचे हात आपोआप मागे झाले. लखुजी म्हणाले,

‘तुम्ही भोसल्यांची मंडळी डाव करण्यात भारी हुशार.’

सारे हसले. पुलावा वाढीत असता तो थांबवण्याकरिता लखुजींचे हात पुढे येईनात. जिजाबाईंनी वर पाहिले. लखुजींच्या चेहऱ्याकडे पाहताच त्यांचे हास्य कुठच्या कुठे गेले. लखुजींचे डोळे भरले होते. जिजाऊ म्हणाल्या,

‘आबाऽऽ’

डोळे टिपत लखुजी म्हणाले, ‘वाढ, पोरी. आज भूक पुरी होऊ दे. या राजकारणाच्या वणवणीत असं प्रेमळ जेवण फार दिवसांत मिळालं नव्हतं.’

-आणि पंगतीला एकदम नवे रूप प्राप्त झाले.

□

३

सकाळी वाड्यासमोर जाधवरावांचे घोडदळ उभे होते. भोसल्यांची कुमकही एका बाजूला उभी होती. बाळकृष्णपंत हनुमंते, शामराव नीळकंठ, रघुनाथ बल्लाळ, कोरडे ही भोसल्यांची सरदार मंडळी वाड्याच्या दरवाज्याशी उभी होती. एक शाही मेणा पहिल्या चौकात ठेवला होता. भोईपट बांधलेले भोई चौकाच्या एका कोपऱ्यात उभे होते. विश्वासरावांची मंडळी आत जिजाऊंची खणानारळाने ओटी भरत होती. भरल्या ओटीने आणि कपाळाने जिजाऊ सदरेवर आल्या. लखुजींच्या आणि विश्वासरावांच्या पाया पडून त्या मेण्यात बसल्या. जिजाऊंबरोबर विश्वासरावांची मंडळी मेण्यात बसली. मेणा उचलला गेला. जुन्नरच्या माळावरून मेणा गडाकडे चालू लागला. मेण्याच्या मागे-पुढे घोडेस्वार चालत होते. लखुजी, विश्वासराव मेण्याच्या दोन्ही बाजूंनी जात होते. गडाच्या पायथ्याशी घोडी थांबली. लखुजीराव पायउतार झाले. विश्वासराव म्हणाले,

‘घोडी चढतात.’

‘हो! पण वाट पायऱ्यांची आहे. मेणा सांभाळायला हवा. उगीच वर-खाली होतो.’

मेणा गड चढत होता. मेण्यावर हात टेकून साठीचे लखुजीराव चालत होते. गडाचा पहिला दरवाजा ओलांडला. हत्तीदरवाजा ओलांडून गड चढत असता मागे वळून पाहिले, तर जुन्नरखोरे एक भले थोरले वळण घेऊन पसरलेले दिसत होते. पीरदरवाज्यापुढे चढण सुरू झाली. भोई अलगद मेणा नेत होते. लखुजी ‘आस्ते,

आस्ते,' म्हणत चालले होते. मेण्याचा कुंई कुंई आवाज फक्त येत होता. शिवाबाईचा दरवाजा ओलांडून जाताच मेणा शिवाईच्या देवळाकडे वळला. मंदिराजवळ मेणा थांबला. मेणा जमिनीला टेकताच मेण्याचा पडदा सरकवला गेला. जिजाबाईंनी विचारले,

'गड आला?

'जिऊ,' लखुजीराव म्हणाले, 'शिवाईचं दर्शन घे; आणि मग गडावर जाऊ.'

जिजाबाई मेण्याबाहेर आल्या. त्यांनी देवळाकडे पाहिले. उभ्या कड्याच्या गर्भात वसलेले ते देवीमंदिर निरखून जिजाबाईंनी पाय उचलले. पूजासाहित्य घेतलेल्या दासी पुढे गेल्या. लखुजीराव, विश्वासराव मागून जात होते.

देवळात जाताच विश्वासराव म्हणाले,

'राणीसाहेब, हे जागृत देवस्थान आहे. इथं मागितलेलं वाया जात नाही.'

जिजाबाईंनी देवीचा प्रसाद घेतला. दंडवत घालून उठत असलेले लखुजी म्हणाले,

'मुली, एक काम करशील?' विचार एकदम बदलीत ते म्हणाले, 'सांगेन! नंतर सांगेन.'

गडावर पोहोचायला उन्हे वर चढली होती. अंबारखाना मागे पडला आणि गडमाथा येताच समोरचा वाडा नजरेत आला. वाड्यासमोर मेणा थांबला. जिजाबाई गड निरखीत होत्या. लखुजी जिजाऊंना घेऊन पुणेदिशेला गेले. तेथून दिसणाऱ्या डोंगराकडे बोट दाखवीत ते म्हणाले,

'जिऊ, एकटी आहेस, असं कधी वाटून घेऊ नकोस. समोर लेण्याद्री आहे. त्याच्यासारखा संरक्षक असता भीती कसली?'

जिजाऊंनी हात जोडले.

महाली जिजाऊला सोडून जाधवराव निघाले. जिजाऊंनी लखुजींचे पाय शिवताच लखुजींना अश्रू आवरेनात. जिजाऊंना जवळ घेऊन त्यांनी डोळे पुसले.

'पोरी, खुळी का तू? तुझ्या नवऱ्यानं जरी बोलावलं नाही, तरी नातवाचं मुख पाहायला मी येईन... बरी आठवण झाली.' म्हणत लखुजीरावांनी कमरेचा कसा काढून जिजाऊंच्या हाती दिला. ते म्हणाले, 'हे एकशे एक होन आहेत. देवळात मी, नंतर सांगेन, असं म्हणालो होतो ना? तिथं मी नवस बोललो. मुलगा झाला, की हे देवीवरून ओवाळून टाक. पोरी, माझा तुला आशीर्वाद आहे. देवीकृपेनं असं पोर तुझ्या पोटी येईल, की जे जन्मजन्मांतरीचे पांग फेडील. त्याच्याकडे पाहून तुझी मान सदैव ताठ राहील. दुःखाचा लवलेशही तुझ्या मनाला शिवणार नाही. काळजी करू नको. येतो मी.'

वाड्याबाहेर येताच नारो त्रिमळ, हनुमंते, गोमाजी नाईक, पानसंबळ यांनी मुजरे केले. लखुजी म्हणाले,

'तुमच्यासारखी कर्तव्यनिष्ठ माणसं राणीसाहेबांच्या जवळ असता आम्हांला चिंता नाही. त्यांना सांभाळा.'

'जी!' नाईक म्हणाले.

लखुजीरावांची नजर विश्वासरावांच्याकडे गेली.

'विश्वासराव, तुमचे उपकार फिटायचे नाहीत; पण राहवत नाही, म्हणून...'

'नको, मामासाहेब. काही सांगायचं नाही. माझ्यावर विश्वास ठेवून निश्चिंत असा.'

'तुमच्यावर विश्वास ठेवायचा नाही, तर ठेवायचा कुणावर? अडचण असली, तर आमचं वैर मनात न आणता निरोप पाठवा. आम्ही गडावर हजर होऊ. रामराम...'

परत मुजरे झडले. विश्वासराव चार पावले पोहोचवायला गेले.

शिबंदीचे शिपाई गड न्याहळीत फिरत होते. सूर्य मस्तकावर आला होता.

□

४

महिने उलटत होते.

जिजाबाई पहाटे उठत. स्नान, पूजा-अर्चा आटोपायला सूर्योदय होई. त्यानंतर स्वयंपाकघरात लक्ष्मीबाईंबरोबर शिधा काढण्यात थोडा वेळ जाई. पोथीवाचन झाल्यावर भोजन, थोडी निद्रा. सायंकाळी पाय मोकळे करायला जात. एक-दोन दिवसांनी केव्हा तरी शिवाईच्या दर्शनाला उतरत. देवदर्शनाला त्या पायीच जात. मेण्यातून जाण्याबद्दल विनंती करूनही जिजाबाईंनी विश्वासरावांचे कधी ऐकले नाही.

जिजाबाईंना गडावर येऊन चार महिने होत आले होते.

दुपारच्या वेळी जिजाबाई आपल्या महालात झोपल्या होत्या. खाली जमखान्यावर लक्ष्मीबाई काही तरी शिवीत होत्या. दासी जिजाबाईंचे पाय रगडीत होती. सहज लक्ष्मीबाईंनी विचारले,

'राणीसाहेब...'

'लक्ष्मीबाई, असं परक्यासारखं 'राणीसाहेब' वगैरे म्हणत जाऊ नका. आपण बरोबरीच्या. 'जिजा' म्हणून म्हणत जा ना!'

'जिव्हाळा आला, म्हणून पायरी कशी सुटेल?'

'तुम्ही ऐकणार नाहीच... काय विचारीत होता?'

'सांगाल?'

'सांगेन ना!'

'तुम्हांला अप्रुवाईनं काही खावंसं वाटतं का? मी पाहते, तुम्ही काही सांगत नाही.'

जिजाबाई हसल्या. 'खरं सांगू, लक्ष्मीबाई? मला खाण्या-पिण्याचे काही डोहाळे नाहीत. वाटायचं, घोड्यावरून दौड करावी, तलवार कमरेला लटकवावी. गडाचा गार वारा खूप प्यावा. कड्यावर उभं राहून खालची माळवदं डोळे भरून पाहावीत. नशिबानंच माझे सारे डोहाळे पुरवले.'

लक्ष्मीबाई हसल्या. त्या शिवणकाम आवरीत उठू लागल्या. जिजाबाई म्हणाल्या, 'उठता का?'

'आपण विश्रांती घ्या. थोडं झोपा. बरं वाटेल.'

'खरं सांगू? जिजाबाई म्हणाल्या, 'आताशा मला दोन प्रहरी झोपच येत नाही.'

'ते का?'

जिजाबाई लाजल्या. पोटाशी हात दाखवीत त्या म्हणाल्या,

'हा खेळतो आहे ना?'

लक्ष्मीबाई गडबडीने उठल्या. त्यांना राहवले नाही. गर्भार जिजाऊंचा तेजदार चेहरा कुरवाळून, कानशिलांवर बोटे मोडून त्या म्हणाल्या,

'कुठं तरी दृष्ट लागायची, बाई, तुला. असं काही सांगत जाऊ नको. झोप जरा.' म्हणत लक्ष्मीबाई उठून गेल्या.

संध्याकाळी जिजाबाई, लक्ष्मीबाई दासीपरिवारासह फिरायला बाहेर पडल्या आणि दारातच सेवक विठू आला.

'विठू, काय आहे?' जिजाऊंनी विचारले.

'राणीसरकार, आपण टकमककडे फिरायला जाणार?'

'हो!'

'दरखास्त आहे. आपण मावळतीकडे जावं!'

'का?'

'गुन्हेगारास कडेलोट फर्मावली आहे. त्याची तामिली आता होत आहे.'

'कोण आहे बिचारा?'

'राणीसरकार, मला माहीत नाही. टकमकच्या साऱ्या वाटा रोखल्यात, म्हणून बेअदबी केली.'

'विठू, असाच जा, आणि विश्वासरावांना बोलावल्याचं सांग.'

'जी...' म्हणत विठू गेला.

जेव्हा विश्वासराव आले, तेव्हा त्यांच्याबरोबर वयोवृद्ध हनुमंतेही होते. दोघांनी राणीसाहेबांना मुजरे केले. जिजाबाई म्हणाल्या,

'विश्वासराव! आज कुणाच्या कडेलोटाची तयारी चालवली आहे?'

‘कुणी सांगितलं?’

‘कळलं आम्हांला! पण ते खरं का?’

‘होय, राणीसाहेब. खालच्या वाडीत काल एकानं चोरी केली. एक मण धान्य लुटलं.’

‘त्यासाठी कडेलोट?’

‘राणीसाहेब, हे दुष्काळचे दिवस. अशा चोऱ्या होऊ लागल्या, तर हवालदिल झालेला मुलूख परागंदा व्हायला वेळ लागायचा नाही.’

‘सत्ता तुमची. तुमच्या आड येणं आम्हांला उचित नाही. पण, विश्वासराव, रयतेला पुरेसं अन्न नाही, हा दोष आपल्यावरही येत नाही का? चोरीची का कुणाला हौस असते?’

‘आपला काय हुकूम आहे?’

‘हुकूम कसला? एक विनंती. आम्ही गडावर असेपर्यंत कुणाचा कडेलोट करू नका.’

‘जशी आज्ञा.’ म्हणून विश्वासराव निघून गेले.

हनुमंते म्हणाले, ‘मासाहेब! आपण होतात, म्हणून बिचाऱ्याचा जीव वाचला. हे श्रेय आपल्या विठूला.’

जिजाऊंनी विठूकडे पाहिले. विठू संकोचाने म्हणाला, ‘तसं नाही, राणीसरकार! सच बात बोलायची, तर त्यांनीच सांगितलं. दुपारी त्याला गडावर आणलं, बिचारा रडत होता. हनुमंते मला म्हणाले की, हे राणीसरकारना कुणी सांगेल, तर याचा जीव वाचेल.’

जिजाऊ हसल्या. म्हणाल्या, ‘आणि म्हणून तू सांगितलंस, असंच ना?... पाहिलंत, लक्ष्मीबाई, आमची माणसं कशी डाव खेळतात, ती?’

दोघी हसल्या. जिजाऊ म्हणाल्या, ‘चला, हनुमंतेकाका, फिरून येऊ.’

तटावरून खालचे जुन्नर दिसत होते. नदीचा पट्टा दिसत होता. तो मुलूख न्याहळीत चालत असता मध्येच जिजाऊ थांबल्या. तटाखाली बोट दाखवीत त्या लक्ष्मीबाईंना म्हणाल्या,

‘लक्ष्मीबाई, तो हिरवा ठिपका दिसतो, ती जुन्नरमाळाची आंबराई ना?’

‘जी.’

जिजाबाईंनी दीर्घ नि:श्वास सोडला. माघारी वळून तलावाजवळ येताच त्या तलावाकाठी बसल्या. पाठीमागे वाड्याचा सज्जा आकाशात चढल्यासारखा दिसत होता. सूर्यास्ताला सूर्यवंदन करून सारे वाड्याकडे परतले.

वाड्याच्या दरवाज्याशी एक इसम तीरासारखा समोर आला. काय होतेय्, हे

कळायच्या आत त्याने जिजाबाईंच्या पायांवर लोळण घेतली. विठू धावला. त्याने त्या इसमाला उभे केले. वाढलेले केस, खोबणीत गेलेले डोळे. भकास चेहऱ्याचा तो काष्ठवत इसम रडत होता. शब्द फुटत नव्हता. विठू म्हणाला,

'हाच तो इसम, ज्याला कडेलोटाची शिक्षा झाली होती.'

जिजाबाई म्हणाल्या, 'परत चोरी करू नको, बाबा! देवाचे पाय धर.'

-आणि एवढे बोलून त्या आत गेल्या. महालात विश्वासराव उभे होते. जिजाबाई हसून म्हणाल्या,

'विश्वासराव, त्या माणसाला सोडलंत, फार बरं केलंत. गरीब बिचारा. आनंदानंही रडत होता.'

'जी.' विश्वासराव म्हणाले.

विश्वासरावांची गंभीर मुद्रा पाहून जिजाबाईंच्या काळजात चर्र झाले. त्यांनी विचारले,

'काय झालं, विश्वासराव?'

'राणीसाहेब! खबर तितकी चांगली नाही.'

'सांगा. वेळ लावू नका.'

'राजांनी विजापूरकरांचा मुलूख बळकावून बंडावा केला, म्हणून विजापूरकरांनी मुरार जगदेवाला पुण्यावर चाल करून पाठवलं. मुरार जगदेवानं पुणे नगरीची होळी केली. वाडे भस्मसात झाले. एवढंच नव्हे, तर त्यानं भर दिवसा पुण्यावर प्रत्यक्ष गाढवाचे नांगर फिरविले. गावाचा मागमूसही त्यानं ठेवला नाही. पुण्याच्या काळजात, शहाजीराजांच्या जहागिरीत पहार ठोकून तो मोकळा झाला.'

'आणि स्वारीऽऽ?' जिजाबाई पुटपुटल्या. त्यांच्या घशाला कोरड पडली होती.

'राजे सुखरूप असल्याची बातमी आली आहे. फलटणच्या बाजूला सध्या राजे आहेत. दोन दिवसांपूर्वीच ही बातमी आली होती. राजांच्या खबरीची वाट पाहत होतो.'

जिजाबाईंनी घाम टिपला. त्या म्हणाल्या,

'विश्वासराव, दैव फिरलं, त्याला तुम्ही काय करणार? इकडून सुरक्षित राहणं झालं, हेच मोठं झालं. वाईटात चांगलं, ते हेच!'

मुजरा करून विश्वासराव गेले... आणि जिजाबाईंनी थोपविलेल्या अश्रूंना वाट दिली.

लक्ष्मीबाई त्यांना धीर देण्याचा प्रयत्न करीत होत्या.

बातम्या सुद्धा कधी एकट्या येत नाहीत. जिजाबाई हा आघात सहन करण्यासाठी सिद्ध झाल्या नाहीत, तोच बातमी आली : शहाजीराजांचे चुलतभाऊ खेळोजी भोसले यांच्या पत्नी, म्हणजे जिजाबाईंच्या जाऊ, नाशिकला गोदावरीस्नानाला गेल्या असता,

महाबतखानाने त्यांना पळवून नेले. त्या वार्तेने जिजाबाईंच्या जिवाचा तडफडाट झाला. त्या दिवसापासून गडाखाली उतरून देवदर्शनाला जाण्याचेही त्राण त्यांच्या अंगी उरले नाही.

विश्वासराव, नारो त्रिमळ, गोमाजी पानसंबळ, हनुमंते वगैरे भोवतालची मंडळी सदैव चिंतातुर दिसू लागली. गोमाजी पानसंबळ हा जिजाऊंच्या माहेरचा खास माणूस. वडिलकीच्या आधाराने जिजाऊंना सांगणारा तोच, पण त्याचे सुद्धा शब्द जिजाबाईंना रिझवू शकले नाहीत. लक्ष्मीबाई जिजाबाईंचे मन रमविण्यासाठी नित्य नवे मार्ग शोधीत होत्या. मनाच्या धीराने जिजाऊंच्या दु:खावर फुंकर घालू पाहणारी ही सारी मंडळी एके दिवशी चूपचाप झाली. काही ना काही कारणाने आजूबाजूला सदैव हसतमुखाने घोटाळणाऱ्या लक्ष्मीबाई नजर चुकवू लागल्या. दासींच्या पावलांना जडपणा आला. अकारण बोलणे लांबवीत राहणारे विश्वासराव, पानसंबळ, हनुमंते ही मंडळी तुटक उत्तरावर भलावण करू लागली. जिजाऊंच्या हे सारे ध्यानी येत होते. पण अर्थ समजत नव्हता. ते सोसणे जिजाबाईंना असह्य झाले. त्यांनी विश्वासरावांना बोलावून घेतले.

'विश्वासरावऽऽ...'

'जी, राणीसाहेब.'

'आम्ही नुसत्या नात्यानं वा अधिकारानं तुमच्या आश्रयाला आलो नाही. तुम्ही आम्हांला पाठच्या भावासारखे. म्हणून आम्ही तुमच्या इथं राहणं मान्य केलं.'

'ते माहीत आहे.'

'मग आमच्यापासून तुम्ही काय लपवून ठेवीत आहा?'

'काही नाही, राणीसाहेब.' विश्वासराव गडबडीने म्हणाले, 'कुणी सांगितलं?'

'सांगायला कशाला हवं? गेले दोन दिवस एकजण सरळ बोलत नाही. आम्हांला पाहताच दातखीळ बसते.'

'गैरसमज होतोय्. राणीसाहेब...'

'विश्वासराव, आम्हीही चार पावसाळे पाहिलेत. आघात सहन केलेत. मला तुम्ही काही सांगणार नसाल, तर या महाली क्षणभरही राहण्याची आमची इच्छा नाही.'

'पण, मासाहेब...'

'घाबरू नका! या जिजाऊनं फार सहन केलंय्. काहीही सांगितलंत, तरी सहन करण्याची ताकद आहे आमची. पण कल्पनेच्या काहुरात जगणं कठीण होत आहे. सांगा...'

'मासाहेब...'

'बोलाऽऽऽ...'

विश्वासरावांच्या तोंडून हुंदका बाहेर पडला.

'विश्वासराव, हे हुंदके आवरा.' उतावीळ झालेल्या जिजाऊ भिंतीला टेकून उभ्या राहत आज्ञा देत्या झाल्या, 'बोला...'

विश्वासरावांनी डोळे टिपले. ते भरकन बोलून गेले,

'आपले आबासाहेब... लखुजीराव जाधवांचा खून झाला.'

'खून? आबांचा खून? कुणी केला?'

ताठरलेल्या नजरेने जिजाऊ विश्वासरावांच्याकडे पाहत होत्या. विश्वासरावांना शब्द सुचत नव्हते. ओठांवरून जीभ फिरवीत ते बोलू लागले,

'दौलताबादेच्या सुलतानाच्या दर्शनासाठी लखुजीराव दरबारी गेले होते. आधी कट शिजला आहे, याची त्यांना कल्पना नव्हती. अचलोजी, रघोजी, यशवंतराव या तिन्ही पुत्रांसह ते सुलतानासमोर गेले. मुजरे केले आणि भर दरबारातून सुलतान उठून गेले. हे सुलतानी वर्तन लखुजीरावांना नवीन होतं. अर्थ कळत नव्हता. तोच...'

'बोला, विश्वासराव. आता क्षणभरही थांबू नका...'

'...आणि तोच तलवारी उपसल्या गेल्या. प्रतिकार करण्याची पुरी संधीही लाभली नाही. नुसत्या जंबियानं प्रतिकार करणार, तो केवढा? मासाहेब, सुलतानाच्या सेवेत चारी जाधवांची वाट लागली. आईजवळ राहिलेला बहाद्दूरजी तेवढा वाचला. आपले दीर जगदेवराव गडाखाली होते, ते वाचले.'

विश्वासरावांनी मान वर केली. जिजाबाई पुतळ्यासारख्या भिंतीला टेकून उभ्या होत्या. डोळे तसेच तारवटलेले होते. भेसूर हास्य चेहऱ्यावर विलसत होते. विश्वासरावांच्या कानांवर शुष्क शब्द पडत होते...

'आबा गेले! माझं माहेर संपलं. आमच्या पुण्यावरती स्वकीयांनी परकीयांच्यासाठी गाढवाचा नांगर फिरविला. ज्यांच्या दरबारचे आम्ही नोकर, त्यांनी आमच्या मुली पळवाव्यात! आणि ज्यांच्या बळावर सुलतानी उभी राहावी, त्याच जाधवरावांची कत्तल सुलतानी दरबारात व्हावी!'

-आणि एकदम जिजाबाई किंचाळल्या,

'विश्वासराव, या जगात देव आहे का, हो?'

भिंतीला टेकून उभ्या असलेल्या जिजाबाई उभ्या जागी जमिनीकडे ओघळत होत्या. विश्वासरावांनी सावरले, तेव्हा जिजाबाई बेशुद्ध झाल्या होत्या. वाड्यात एकच गोंधळ उडाला.

मध्यरात्रीच्या सुमारास वाड्यात पुन्हा रडण्याचा हलकल्लोळ उडाला.

□

५

लखुजीरावांच्या खुनाच्या बातमीने खचलेल्या जिजाबाई त्या आघातातून लौकर उठू शकल्या नाहीत. रात्री, अपरात्री त्या दचकून जाग्या होत. सारे अंग घामाने

डबडबून निघे. घरात चुकून भांड्यांचा आवाज झाला, तरी त्यांना कापरा सुटे. सज्जातून दिसणाऱ्या लेण्याद्रीकडे पाहत त्या बसून असत. कुणी बोलायला गेले, तर डोळ्यांना पाझर सुटे. बोलणाऱ्याला शब्द सुचत नसत.

जिजाबाईंचे मन रमविण्याचे लक्ष्मीबाईंचे सारे प्रयत्न थकले.

एक दिवस लक्ष्मीबाई म्हणाल्या,

'राणीसाहेब, हे चालवलंय् काय? जे झालं, त्याचं मला वाईट का वाटत नाही? साऱ्यांनाच त्याचं दु:ख आहे. आपली काळजी वाटत नाही; पण त्या पोराची वाटते. निदान पोटातल्या बाळाकडे तरी लक्ष द्या. या त्रासाचा परिणाम बाळावर झाल्याखेरीज राहील का?'

जिजाबाईंचे सारे अंग भीतीने शहारून गेले. पितृवियोगाच्या आघातात त्या मुलाला विसरून गेल्या होत्या. जिजाबाई म्हणाल्या,

'नका, लक्ष्मीबाई, असं बोलू नका. हे पाहा पुसले डोळे. पुन्हा मी रडायची नाही. माझं दु:ख माझ्याबरोबर. त्याचा भार दुसऱ्याला कशाला?'

'खरं?'

'अगदी शिवाईशपथ! तुम्ही म्हणाल, तशी वागेन मी. काळजी करू नका.'

'सुटली!'

त्या दिवसापासून जिजाबाई परत वाड्यात वावरू लागल्या.

नऊ महिने संपले.

लक्ष्मीबाईंना दिवसाला एक गोष्ट सुचत होती. विश्वासरावांनी देवाला अभिषेक चालू ठेवले होते. अनुष्ठानाला ब्राह्मण बसले होते. जाणत्या दासी जिजाऊच्या सेवेला होत्या. अनुभवी, चांगल्या हातगुणाच्या सुइणी व निष्णात वैद्य गडावर हजर होते.

बाळंतघरात चुना दिल्याने लखलखीत दिसणाऱ्या भिंतींवर स्वस्तिके काढली होती. छतावर मोत्यांच्या झालरी शोभत होत्या. खोली अंधारी भासू नये, म्हणून रौप्यसमया तेवत होत्या. ताज्या पाण्याचे सुवर्णकलश मंचकावर चकाकत होते. वास्तूला बाधा असू नये, म्हणून सर्वत्र पांढरी मोहरी फेकण्यात आली होती. उंची उदाचा वास आसमंतात दरवळत होता. नवीन जीवाची प्रतीक्षा करण्यात साऱ्या गडाचे जीव गुंतले होते.

दोन प्रहरचा सूर्य कलला होता. गार वाऱ्याची सुरुवात झाली होती. विश्वासराव, गोमाजी नाईक, वैद्यराज ही सर्व मंडळी सदरेत पान जमवीत बसली होती. पानाला चुना लावीत नाईक विश्वासरावांना म्हणाले,

'सरकार, आज बोलत नाही?'

'काय बोलू, गोमाजीपंत? मासाहेबांनी मागे एकाची कडेलोटाची शिक्षा रद्द केली होती, आठवतं?'

'हो! मासाहेबांचं मन हळवंच आहे.'

'ते खरं; पण दिवसेंदिवस हे प्रमाण वाढत आहे. तक्रारी येत आहेत. चालू वर्षी जर पाऊस वेळेवर आला नाही, तर पुढचं वर्ष कठीणच दिसतं.'

'मी बोलू?' शास्त्रीबुवांनी विचारले.

'बोला ना.'

'मला पुढची वर्षं ठीक दिसत नाहीत. ग्रहांवरून स्पष्ट दुष्काळ दिसतो.'

'चांगलं सांगितलंत! ह्या असल्या भविष्यकथनापेक्षा राणीसाहेबांच्याबद्दल काही चांगलं सांगा ना!'

'त्याची काळजी सोडा. मी निश्चिंत आहे.' शास्त्री म्हणाले.

'आजच नाडी पाहिली. फार वेळ लागायचा नाही आता. कोणत्याही क्षणी...' वैद्यांनी पुस्ती जोडली.

त्याच वेळी सदरेच्या पायऱ्या चढून दासी आली. अदबीने म्हणाली,

'सरकार, राणीसाहेबांच्या पोटात दुखाया लागलंय्. म्हणून आईसाहेबांनी सांगावा सांगितलाय्.'

'अंदाज चुकायचा नाही.' वैद्यराज पुटपुटले.

'मीही तेच म्हणत होतो.' शास्त्र्यांनी समाधानाचा निःश्वास टाकला.

सारे गडबडीने उठले. उठून काहीही उपयोग नाही, हे ध्यानी आल्यावर पुन्हा सारे बसले.

वेळ मुंगीच्या पावलांनी पुढे सरकत होती. प्रहर उलटले. संध्याकाळ झाली. दिवेलागणीची वेळ आली, तरी काही वार्ता आली नाही. उलटणाऱ्या क्षणाबरोबर चिंता वाढत होती. दिसत होती, ती सुइणींची, दासींची धावपळ. नारोपंत तर देवीच्या मंदिराकडे केव्हाच गेले होते.

दिवेलागण झाली. रात्र वाढत होती. चिंताग्रस्त विश्वासराव सदरेत येरझाऱ्या घालीत होते. पलोते वाऱ्याने फरफरत होते. भिंतीवर सावल्या खेळत होत्या. काय बोलावे, हे कुणालाच समजत नव्हते.

-आणि दासी धावत आली. आनंद चेहऱ्यावर ओसंडत होता. ती म्हणाली,

'सरकार, मुलगा झाला!'

विश्वासरावांना आनंद लपविणे कठीण गेले. त्यांनी कमरेचा कसा काढून दासीच्या अंगावर भिरकावला. शास्त्रीबुवा घटका, पळे मोजीत पुत्रजन्माच्या वेळेची नोंद करण्यात गुंतले. विश्वासराव म्हणाले,

‘देवीची कृपा!’

विश्वासरावांना एकदम नारोपंत आठवले. त्यांना कळविण्यासाठी विश्वासरावांनी नोकर पाठवून दिला.

बाळ-बाळंतिणीला सुवासिनींनी कढत पाण्याने न्हाऊ घातले. वेदमूर्तींनी बाळाला आशीर्वाद दिले. स्वस्तिवाचन झाले. दासी-सुइणींच्या मुखांवर समाधान होते. अमाप मायेने आणि श्रद्धेने त्या जिजाबाईंना जपत होत्या.

शास्त्रीबुवांना घेऊन विश्वासराव जिजाबाईंच्याकडे गेले. बाळावरून सुवर्णमोहरांचा सतका केला. जिजाऊंना विश्वासराव म्हणाले,

‘राणीसाहेब, शास्त्री आलेत.’

जिजाऊंनी झोपल्या जागेवरून कष्टाने नमस्कार केला.

शास्त्र्यांच्यासाठी मृगाजिन घातले होते. आशीर्वाद पुटपुटत शास्त्री आसनावर बसले. चांदीचा पाट समोर ठेवला गेला. दोन्ही बाजूंना समया प्रज्वलित करण्यात आल्या. शास्त्र्यांनी पंचांग उघडले. बाळंतघराच्या दाराशी मुलाचे भाकीत ऐकायला सारे आतुरतेने गोळा झाले होते. शब्द श्रवणी पडू लागले :

‘श्रीगणेशाय नमः। शुभं भवतु...’

शास्त्रीबुवांनी बोटे मोजली. घटकापळांचे गणित मांडले. कुंडलीची घरे ग्रह भरू लागले. कुंडली मांडून होताच शास्त्रीबुवांनी जिजाबाईंच्याकडे पाहिले.

जिजाबाई म्हणाल्या,

‘शास्त्रीबुवा, संकोच न करता सारं स्पष्टपणे सांगा. या पोराच्या वेळी दिवस गेले, आणि घरादाराचा थारा उडाला. कुणाचा मेळ कुणाला राहिला नाही. रक्ताच्या नात्यांनी वैर पत्करलं. जहागिरीवर गाढवाचा नांगर फिरला. आजोबांचं छत्र गमावलं. आज या मितीला या पोराचे वडील शत्रूमागे धावताहेत. याचा थोरला भाऊ लहान. त्याचीही या वणवणीतून सुटका नाही. साऱ्या मुलुखाची अन्नान्न दशा झालेली आहे... आणि परमुलुखात, परठिकाणी, ना माहेरी, ना सासरी आज मी याला जन्म देत आहे. पोटात असता ही तऱ्हा! आता याच्या पायगुणानं आणखी काय धिंडवडे निघणार आहेत, तेवढं सांगून टाका.’

ते ऐकून साऱ्यांची मने व्यथित झाली; पण शास्त्रीबुवांच्या चेहऱ्यावरची सुरकुती हलली नाही. हसरा चेहरा गंभीर बनला नाही. ते त्याच स्मितवदनाने म्हणाले,

‘राणीसाहेब, असं अभद्र मनात आणू नका! अशुभाचा मनाला स्पर्शही होऊ देऊ नका. दुर्भाग्य संपलं. भाग्य उजाडलं. प्रत्यक्ष सूर्य पोटी आला आहे.’

जिजाबाई खिन्नपणाने हसल्या. त्या म्हणाल्या,

‘मुलाची कुंडली मांडताना प्रत्येक शास्त्री हेच म्हणतो.’

शास्त्री गंभीर झाले. ते निश्चल, खणखणीत आवाजात बोलते झाले,

'राणीसाहेब, अविश्वास धरू नका. आजवर या शास्त्र्याचं भाकीत खोटं ठरलं नाही. द्रव्यलोभानं नव्हे, पण ज्ञानाच्या अनुभवानं, आत्मविश्वासानं मी हे भाकीत केलं आहे. ते कालत्रयी चुकणार नाही. हे मूल जन्मजन्मांतरीचे पांग फेडील. राणीसाहेब, पापाचा भार वाढला असता, धरित्री त्रस्त झाली असता, देवकी-वसुदेव कंसाच्या बंदिशाळेत असतानाच श्रीकृष्ण जन्माला आला, हे कृपा करून विसरू नका.'

'आपल्या तोंडात साखर पडो!' जिजाबाई समाधानाने म्हणाल्या. त्यांची नजर कुशीतल्या बाळाकडे गेली. मुठी चोखीत ते शांतपणे झोपी गेले होते.

◻

६

जिजाबाई प्रसूत झाल्यापासून गडावर नवे वारे संचारले होते. शहाजीराजांना हे शुभ वर्तमान कळविण्याकरिता एक घोडेस्वार तातडीने गडावरून रवाना झाला होता. देवधर्म, पूजाअर्चा, अभिषेक यांची गडावर गर्दी उसळली होती. पाचव्या दिवशी बाळंतघरात शस्त्रपूजा केली गेली. नांगरही पुजला गेला. पाचव्या, सहाव्या आणि आठव्या दिवशी अशाच पूजा झाल्या.

लक्ष्मीबाई बारशाची तयारी जोरात करीत होत्या. तातडीने घडविलेले नवीन दागिने, नवी वस्त्रे गडावर आणली जात होती. अंजिरी जरीबुट्टी शालूची घडी उघडीत लक्ष्मीबाई म्हणाल्या,

'राणीसाहेब, हा रंग चांगला आहे, नाही?'

'हो.'

'बारशाला हाच ठरवू.'

'लक्ष्मीबाई!' जिजाबाईंचा कंठ दाटला. 'किती करताय् तुम्ही!'

'पण आम्ही परके, ते परकेच!' लक्ष्मीबाई हसत म्हणाल्या.

'मी केव्हा म्हटलं परकं?'

'तुम्ही विसरला असाल; पण मी नाही विसरले. बाळाचं भविष्य वर्तवायला शास्त्री आले, तर चारचौघांत म्हणालात... ना माहेरी... ना सासरी...'

'ते मनावर घेऊ नका, बाई! सख्ख्या बहिणीनं सुद्धा एवढं केलं नसतं; पण अजूनही वाटतं...'

'काय?'

'बारशाच्या वेळी याच्या घरचं कोणी तरी हवं होतं.'

'सांगा ना सरळ की, राजेसाहेब यायला हवेत, म्हणून.'

जिजाबाई लाजल्या.

दुसऱ्या दिवशी गडावर एक शाही मेणा येत असल्याची वर्दी आली. विश्वासराव

सामोरे गेले. येताना वर्दी घेऊन आले : शहाजीराजांच्या मातोश्री, जिजाबाईंच्या सासूबाई उमाबाईसाहेब गडावर येत आहेत.

वाड्याच्या दरवाज्याशी साठीच्या उमाबाई उतरल्या. प्रवासाचा थकवा त्यांच्या चेहऱ्यावर दिसत होता. वाड्यात उमाबाईंनी प्रवेश केला. विश्वासरावांनी मुजरा केला. बाळंतघराच्या आत येताच जिजाबाई पाया पडल्या. लक्ष्मीबाईंनीही वंदन केले. उमाबाई म्हणाल्या,

'बेटा, बाज सोडून कशाला आलीस? मी नसते का आले?'

बाळ पाळण्यात झोपला होता. बारक्या नजरेने बाळाला निरखीत, त्यावरून सतका करीत उमाबाई म्हणाल्या,

'तुझ्याच वळणावर गेलाय्, हो! बारसं केव्हा?'

लक्ष्मीबाई म्हणाल्या, 'उद्याच! कालच राणीसाहेब म्हणत होत्या, की बाळाच्या घरचं कुणी तरी हवं, म्हणून.'

'वाटणारच पोरीला!... जिऊ, चांगला आहे, हो, मुलगा. मनात आणशील, ते पुरं करणार, असं दिसतंय्...' आणि एकदम गंभीर होऊन उमाबाई म्हणाल्या, 'आणि याच्या बापाला कळवलं का?'

'हो.'

'कुठला येतोय् तो. घरचं सोडून लष्कराच्या भाकरी भाजीत फिरणार तो! जळलं ते राजेपण!'

दोघी हसून उमाबाईंचे ऐकत होत्या.

थोडा वेळ गेला, आणि उमाबाईंनी विचारले,

'केव्हा उठणार, ग, हा?'

जिजाबाईंना हसू आवरणे कठीण गेले. त्या म्हणाल्या,

'सासूबाई! घ्या ना. उठला, म्हणून काय झालं? पुन्हा मांडीवर झोपेल.'

'नको, ग. मी थांबेन. झोपमोड कशाला? आणि थोरला कुठं आहे, ग?'

'स्वारीबरोबरच...'

'तो एक गाढव; आणि लहान पोराला पाठवणारी तू सात गाढव! अशी पोराची वणवण करतात का? मी असते, तर सांगितलं असतं...' नि:श्वास सोडून त्या म्हणाल्या, 'पण माझं तरी कुठं ऐकतोय् तो?'

उमाबाई बारीकसारीक गोष्टींचा तपास करीत होत्या. उत्तरे द्यायची दोघींना सुचत नव्हती. तेवढ्यात बाळाचे रडणे कानांवर आले. उमाबाई गडबडीने उठल्या. त्यांनी बाळाला उचलले. पटापट मुके घेतले. मांडीवर घेऊन त्या बाळाला उगी करू लागल्या; आणि संकटातून सुटका केल्याबद्दल जिजाऊंनी बाळाच्या रडण्याला धन्यवाद दिले.

पहाटे गड जागा झाला, तो सनई-चौघड्यांच्या आवाजाने. वाड्याच्या दारावर तोरणे बांधली होती. दासींनी सडा शिंपून रांगोळ्या भरल्या. पाकगृहासाठी गंगा-जमुना टाक्यांचे पाणी उपसले जाऊ लागले.

बाळाची जरी कुंची, दागिने, कपडे पाहून उमाबाईंनी पसंतीची मान डोलविली. शास्त्र्यांना बोलावून दिवसाची परत खात्री करून घेतली. सूर्योदयापासून गडावर माणसांची वर्दळ सुरू झाली. जुन्नर गावच्या प्रतिष्ठित घरांतील स्त्रिया डोलीमेण्यांनी गड चढत होत्या. गोरगरीब अन्नाच्या आशेने वर येत होते. उमाबाई सारे कौतुकाने पाहत होत्या.

साऱ्यांची जेवणे झाली. साऱ्याजणी पाळणा सजवू लागल्या; बाळाला सजवू लागल्या. गाण्याचे सूर उठू लागले. बारशाची वेळ झाली. जिजाऊंनी उमाबाईंना हळूच विचारले,

'बाळाचं नाव काय ठेवायचं?'

'तू काय ठरवलंस?'

'शिवाईला नवस बोलले होते. 'शिवाजी' ठेवू या.'

'ठेव! चांगलं आहे.'

सुवासिनींनी बाळाला, जिजाबाईंना ओवाळले. बाळाला लक्ष्मीबाईंनी हातांवर घेतला. 'गोविंद घ्या, गोपाळ घ्या, दामोदर घ्या,' झाले. जिजाऊ पाळण्यात वाकल्या. त्या बाळाच्या कानाशी म्हणाल्या,

'शिवाजी.'

जिजाऊच्या पाठीवर गोड बुक्क्यांचा वर्षाव झाला. तुताऱ्या-चौघड्यांच्या नादात सारा गड भरून गेला. बाळाचे नाव 'शिवाजी' ठेवल्याचे साऱ्या गडाला ठाऊक झाले.

वाड्याबाहेर मेणा तयार होता. बाल शिवाजी देवीदर्शनासाठी निघाला. जिजाबाई बाळाला घेऊन मेण्यात बसल्या. लक्ष्मीबाई मेण्याबरोबर दासीपरिवारासह चालत होत्या. विश्वासराव, शास्त्री, वैद्यराज, नारोपंत, गोमाजी नाईक ही सारी मंडळी पुढे चालली होती. त्यांच्या पुढे मंगल वाद्ये वाजत होती.

देवीसमोर बाळाला ठेवण्यात आले. देवीचा अंगारा बाळाला लावला होता. भटजींनी आशीर्वाद दिले. विश्वासराव अंधार पडायच्या आत गडावर जाण्यासाठी म्हणून गडबड करीत होते. त्याच वेळी जिजाबाईंनी एक मखमली कसा विश्वासरावांच्या हाती दिला. नकळत विश्वासरावांनी विचारले,

'काय हे?'

जिजाबाईंचे डोळे भरून आले. त्या म्हणाल्या,

'आबा गड सोडताना नवस बोलले होते. मुलगा झाला, तर त्यांनी देवीवरून शंभर मोहरा उतरून टाकण्यासाठी दिल्या होत्या. नवस बोलणारा निघून गेला;

नवस तेवढा मागं राहायला नको.'

जिजाबाईंना पुढे बोलवेना. त्यांनी डोळ्यांना पदर लावला.

थरथरत्या हातांनी विश्वासरावांनी कसा उघडला. मुठींनी मोहरा भरून घेऊन ते देवीवरून ओवाळून टाकीत होते.

बाल शिवाजीच्या उशापायथ्याशी सुवर्णाचा सडा पडत होता.

□

७

बाल शिवाजी आजीच्या मांडीवर, आईच्या कुशीत, दासदासींच्या अंगाखांद्यांवर वाढत होता. कुठल्याही वतारणीने दाराशी यावे आणि खुळखुळे पुढे करावेत; आणि विश्वासरावांनी ते खरेदी करावे. जुन्नरला गेलेले शास्त्री येताना पितळेचा वाळा घेऊन यावेत. सारे हसू लागले, की त्यांनी म्हणावे,

'सरकार! चांदी-तोड्याच्या वाळ्यांनी बाळाला बाळसं चढत नाही. चढतं, ते याच पंचरसी वाळ्यांनी!'

उमाबाईंनी मान डोलवावी. म्हणावे, 'खरंच, कुणाच्याच ध्यानी आलं नाही. आणा तो वाळा.' आणि सोन्याचे वाळे उतरून पंचरसी धातूचा वाळा पायी चढविला जाई.

बाळाच्या कौतुकाने दिवस केव्हा उगवे आणि केव्हा मावळे, हेही समजत नसे. बाल शिवाजी प्रतिपदेच्या चंद्रासारखे दररोज नवे रूप धारण करीत होता. आपली माणसे ओळखून तो हसू लागला. कष्टाने कूस बदलू लागला. पालथा होऊन चार हातांवरचा खुळखुळा घ्यायला तो सरकू लागला; आणि त्यातूनच चारी साधनांचा उपयोग करून रांगण्याची किमया त्याला अवगत झाली. हाती पांगुळगाडा आला, आणि शिवाजीच्या आजूबाजूच्या साऱ्या वस्तू उंचावर ठेवण्याची दक्षता वाढू लागली.

मृग आला. पश्चिमेचे वारे सुरू झाले. हळूहळू ढग डोक्यावरून सरकू लागले; पण त्यांचे धरतीकडे लक्षही वळत नव्हते. वैशाखात तप्त झालेली धरित्री तसेच निःश्वास सोडीत होती. विश्वासरावांनी ही चिन्हे पाहून गडावर गंजीखाना रचला. गडाखालचे धान्य आणून अंबारखान्यात भरून घेतले.

एके दिवशी संध्याकाळी विश्वासराव अचानक जिजाबाईंच्या सदरेकडे आले. जिजाबाईंना वर्दी गेली. विश्वासरावांनी पाहिले, तो जिजाबाई कशिदा भरीत होत्या. बाल शिवाजी खेळण्याबरोबर खेळत होता. त्याचे लक्ष विश्वासरावांच्याकडे गेले; आणि तो झेपावला. विश्वासराव शिवाजीला उचलीत म्हणाले,

'राणीसाहेब, बातमी आली आहे की, राजेसाहेबांची स्वारी गडाकडे येत आहे.'

'केव्हा?' आनंदाने मोहरून जिजाबाईंनी विचारले.

'कोणत्याही क्षणी ते गडावर येऊन दाखल होतील. तेच कळवायला आलो होतो.'

विश्वासराव शिवाजीसह वळले. जिजाबाई म्हणाल्या,

'त्याला इकडे द्या. कपडे बदलते.'

विश्वासराव शिवाजीला ठेवून बाहेर गेले. वाड्याच्या आतल्या चौकात सदरेखाली चांदीचे घंगाळ पाण्याने भरून ठेवण्यात आले. सदरेवर स्वच्छ बैठक अंथरली गेली. दुसऱ्या चौकाच्या सदरेवर खास बैठक अंथरली होती. गालिचे, लोड, तक्के, पानदाने यांनी सदर सजली होती.

जिजाबाईंनी गडबडीने कपडे बदलले. दागिने घातले. लक्ष्मीबाई शिवाजीला नटविण्यात गर्क झाल्या होत्या. शिवाजीला तयार करून, लक्ष्मीबाई जिजाबाईंना हुडकू लागल्या; पण त्यांचा पत्ता लागेना. त्या जिभेच्या दरवाज्याने बाहेर पडल्या; आणि त्यांची पावले थांबली.

जिजाबाई तटाजवळ उभ्या राहून पाहत होत्या. पाठीवर पडलेल्या सूर्यकिरणांत जरी वस्त्र चमकत होते. वाऱ्याने पदर उडत होता. जिजाऊंची नजर तटाखाली लागली होती. अलगद पावलांनी लक्ष्मीबाई तटाजवळ गेल्या. जवळ येईपर्यंत त्यांचा सफळ जिजाबाईंना लागला नाही. दचकून त्या वळल्या.

'तुम्ही होय? काय भ्याले मी!'

'हुडकलं; कुठं दिसला नाही.'

'सहज आले. उभी राहिले. चला, जाऊ.'

'नको. इथंच सहज राहू.' लक्ष्मीबाई हसत म्हणाल्या, 'एवढ्या लौकर वाड्यात जायचं तरी काय कारण आहे?'

'भारीच छळता, बाई, तुम्ही!' तटाच्या कट्ट्यावर बसत जिजाबाई म्हणाल्या.

दोघी तटाखालचा प्रदेश न्याहाळीत होत्या. अवर्षणामुळे सारा प्रदेश शुष्क वाटत होता. थोडा वेळ झाला; आणि जिजाबाई पदर सावरून उभ्या राहिल्या. 'का उठता?' म्हणून लक्ष्मीबाईंनी विचारताच त्यांनी बोट दाखविले. दूर अंतरावर धूळ उडत होती. तो लोट क्षणाक्षणाला नजीक येत होता. घोडी दिसू लागली. अश्वपथके दृष्टिपथात आली. गडाला वळसा देऊन अश्वपथके भरधाव वेगाने जुन्नरकडे जात होती. टापांचा आवाज कानांवर येत होता.

'लक्ष्मीबाई!'

'काय?'

'काही नाही. उगीच चिडवाल!'

'सांगा ना! नाही चिडवायची. वचन!'

'आपण मावळतीकडे जाऊ या!'

'समजलं! चला ना! तलावाच्या पलीकडे जाऊ.'

वाड्यासमोरच्या तलावाच्या तटाकडे दोघी गेल्या. जिजाबाईंनी पाहिले... घोडी जुन्नरमध्ये शिरत होती. पाहता-पाहता जुन्नरमधून घोडी बाहेर पडून गडाकडे येऊ लागली. लक्ष्मीबाईंनी विचारले,

'राणीसाहेब! सामोरे गडाखाली जायचं, की वाड्यात जायचं?'

'पुरे झालं, बाई...! चला.'

दोघी वाड्यात परतल्या.

गडाच्या परवानगीच्या दरवाज्यावर नगारा वाजला. सदरेत विश्वासराव पागोटे चढवून उभे होते. नारो त्रिमळ, पंत वगैरे मंडळी पोशाख करून अदबीने उभी होती. दुसऱ्या दरवाज्याची नौबत ऐकू आली; आणि विश्वासराव सर्वांसह शहाजीराजांना सामोरे गेले. गंगा-जमुना टाक्यांजवळ शहाजीराजांची गाठ पडली. साऱ्यांच्या कमरा लवल्या. मुजरे झडले. स्मितवदनाने शहाजीराजे विश्वासरावांना मिठी मारते झाले. विश्वासराव म्हणाले,

'उडती बातमी आली होती; त्यामुळं गडाखाली आलो नाही. क्षमा असावी.'

'व्याह्यांनी असं परकेपणाचं बोलणं आम्हांला आवडत नाही... काय, नाईक? सर्व ठीक ना?'

'जी!'

सारे वाड्यात आले. सेवकांची गडबड उडाली. शहाजीराजांनी हात-पाय धुतले. बरोबरच्या मातबर माणसांनीही हात-पाय धुतले. सारे सदरेच्या बैठकीवर बसले. विश्वासरावांनी विचारले,

'वाटेत तकलीफ तर नाही ना झाली?'

राजे मनापासून हसले. म्हणाले,

'विश्वासराव, घोडदौड आणि पळापळ इतकी सवयीची झाली आहे, की रात्रीदेखील आम्ही घोड्यावरच स्वार असतो.'

सारे हसले. हसता-हसता थांबले. आतल्या दारातून शिवाजी रांगत बाहेर आला. साऱ्यांची नजर त्या गोंडस बाळाकडे वळली होती. शिवाजीकडे पाहत राजे म्हणाले,

'छोटे राजे, या! तुम्हांलाच पाहायला आम्ही आलो होतो.'

शिवाजीने एकवार साऱ्यांच्याकडे पाहिले. त्याच्या चेहऱ्यावर हास्य विलसले; आणि झेप घेत तो शहाजीराजांकडे धावला. शास्त्री म्हणाले,

'रक्तानं रक्त ओळखलं.'

प्रेमभराने शहाजीराजांनी शिवबाला उचलले. त्याचे मुके घेतले आणि त्याला

मांडीवर घेतले. शिवाजी वडिलांच्या दाढीशी चाळा करीत होता. विश्वासराव हसून म्हणाले,

'आपल्या दाढीला हात घालणारा पहिलाच वीर पाहिला.'

'नाही. हा दुसरा. पण आमचा असा समज आहे की, छोटे राजे आले आज्ञापत्रक घेऊन.'

'आज्ञापत्रक?'

'आम्ही आत जाऊन येतो.'

शहाजीराजे उठले; शिवाजीला घेऊन आतल्या चौकात गेले. जिजाबाईंच्याकडे पाहत शहाजीराजे म्हणाले,

'आम्हांला पाहताच झेपावला.'

'धीटच आहे. माणसाची पारख झाली, की झेपावतो.'

शहाजीराजे सदरेवर बसायला निघाले. स्मितवदनाने जिजाऊ म्हणाल्या,

'सासूबाई वाट पाहत आहेत.'

'भलतीच चूक होत होती. दाखवा वाट.'

शहाजीराजांनी उमाबाईंचे दर्शन घेतले. जेव्हा निवांतपणाने जिजाबाईंची आणि शहाजीराजांची गाठ पडली, तेव्हा त्यांनी विचारले,

'सर्व ठीक आहे ना?'

जिजाबाईंच्या डोळ्यांत अश्रू गोळा झाले. हुंदका बाहेर पडला. आसनावरून उठत शहाजीराजे म्हणाले,

'राणीसाहेब, आम्हांलाही ते समजलं. मामासाहेबांची अशी हत्या व्हावी, याचं आम्हांलाही दुःख आहे. आमच्या काळजाला त्या वार्तेनं घरं पडली. आमचं वैर होतं खरं; पण ते घरचं. परक्यांनी केलेला हस्तक्षेप आम्ही कसा सहन करू? त्यानंच मन भडकलं; आणि आम्ही निजामशाही सोडून आदिलशाहीची नोकरी पत्करली.'

'हे असं किती दिवस चालायचं?'

'ती का आम्हांला हौस आहे? बायकापोरांत राहावं, असं का आम्हांला वाटत नाही? पण, राणीसाहेब, शिवबाच्या पायगुणानं हे दिवस संपतील. आम्ही कुठं तरी स्थिर होऊ.'

त्यानंतर शहाजीराजे आठ-दहा दिवस गडावर होते. गडावरच्या मुक्कामात खलबत रंगत होते. शिवबाच्या संगतीनं हसण्याला ऊत येत होता. मेजवान्या झडत होत्या. शहाजीराजांनी साऱ्या गडाची व्यवस्था जातीने पाहिली. अंबारखान्यात भरलेले धान्य पाहून, गंजीखाना पाहून ते उद्गारले.

'किती वर्षांची तयारी आहे?'

'दुष्काळी चिन्हं दिसतात. खबरदारी घेतलेली बरी!'

'खरं आहे. आपलंही वास्तव्य....'

'राणीसाहेबांच्या बरोबरच आम्ही गडावर आलो.'

'आमची तीच अपेक्षा होती. खजिन्याची रक्कम जमा घेतलीत ना?'

'पण त्याची काही...'

'विश्वासराव, करता, ते का थोडं आहे? तुम्ही घर संभाळता. मुलूखगिरी करून घर तरी भरू द्या.'

एक दिवस अचानक शहाजीराजांच्या नावाने मोगली ताकीद खलिता आला. शहाजीराजांनी तो उघडला; त्यांची नजर खलित्यावरून फिरू लागली. वाचून होताच, दीर्घ निःश्वास सोडून शहाजीराजे म्हणाले,

'विश्वासराव! विश्रांतीचे दिवस संपले.'

'का? काय झालं?'

'बादशहा दक्षिणस्वारीसाठी उतरले आहेत. बऱ्हाणपूरला छावणी आहे. मालक आलेल्याची वर्दी आहे, म्हणजे सेवकांनी टाकोटाक जायला हवं. उद्या आम्ही निघणार!'

'चार-दोन दिवसांनी गेलं, तर चालेल ना?'

'न चालायला काय झालं?' शहाजीराजे म्हणाले. 'पण ते आमच्या रक्ताला मानवत नाही. जिथं चाकरी करतो, तिथं वेठबिगार आम्हांला जमत नाही.'

दुसऱ्या दिवशी शहाजीराजे निघण्याच्या तयारीत होते. उमाबाईंना मुजरा करताच त्या म्हणाल्या,

'ऱ्हायला असतास, तर बरं झालं असतं. जपून राहा.'

'आपला मुक्काम आहे ना?'

'छे, रे. ते जमायचं नाही. देवधर्म तसाच राहून गेलाय्. आपल्या कुलदैवताला, घृष्णेश्वराला आले होते. कळलं, मुलगी इथं आहे. भेटायला आले, ती तशीच गुंतून पडले, बघ.'

'मग त्यांना तुमच्या बरोबर न्या.'

'नको, रे, बाबा! माझे म्हातारीचे दिवस कसेही जातील. साऱ्या मुलुखात दुष्काळ आहे. त्यापेक्षा ती इथंच राहिलेली बरी.'

राजांनी जिजाबाईंचा निरोप घेतला; शिवाजीचे मुके घेतले; आणि विश्वासरावांच्या वर सर्व सोपवून शहाजहानच्या भेटीसाठी त्यांनी बऱ्हाणपूरला कूच केले.

□

८

बाल शिवाजी वर्षाचा झाला, त्या वेळी मुलुखात दुष्काळाने उग्र स्वरूप धारण केले. गावे ओस पडत होती. पोसायला अशक्य झालेली जनावरे सोडून दिल्यामुळे वैराण मुलुखातून ती जनावरे भटकताना दिसत होती. गावे सोडून चाललेल्या माणसांचे तांडे देशोधडीला लागत होते. धान्य ही संपत्ती बनली होती. सोन्याला कुत्रे विचारीत नव्हते. जिकडे जावे, तिकडे भुकेकंगाल लोकांच्या झुंडी वाटा अडवून बसलेल्या असत. जिवाची आशा सोडून मृत्यूच्या तयारीने सज्ज झालेले ते जीव मूठभर धान्यासाठी हवे ते अत्याचार करावयास मागे-पुढे पाहत नव्हते. सारा मुलूख असुरक्षित बनला होता. पक्ष्यांनी तर केव्हाच मुलूख सोडला होता. राहिली होती फक्त घारी आणि गिधाडे. ती मात्र सदैव आकाशात घिरट्या घालताना नजरेला येत होती. साऱ्या प्रदेशात धष्ट पुष्ट कोणी दिसत असतील, तर तेवढेच! मेलेल्या प्राण्यांना आणि माणसांना तोटा नव्हता! याच दुष्काळाबरोबर शहाजहानची स्वारी दक्षिणेत थैमान घालीत होती. दुष्काळातून तग धरून राहिलेल्या उरल्यासुरल्या वस्त्या मोगलाईच्या स्वारीखाली बेचिराख होत होत्या. सारा मुलूख दोन वर्षांत बेचिराख झाला.

विश्वासरावांनी गडाचा कडेकोट बंदोबस्त ठेविला होता. गडाचे दरवाजे सदैव बंद असत. आत येणाऱ्या माणसाची कसून चौकशी झाल्याखेरीज त्याला आत सोडले जात नव्हते. गडाची इतर टाकी केव्हाच कोरडी झाली होती. गंगा-जमुना अर्ध्या राहिल्या होत्या. पाण्याचा वापर कसोशीने होत होता. अंबारखाना आणि गंजीखाना जीवमोलाने राखला जात होता.

शिवाजी दोन वर्षांचा झाला. त्याचा वाढदिवस गडाच्या थंडीत साजरा झाला. थंडी संपली. उन्हाळा आला. सारे पावसाची प्रतीक्षा करीत होते. मनातून देवाला नवस बोलत होते...

एके दिवशी दोन प्रहरी पूर्वेला ढगांची कनात धरली गेली. वारा मंदावता-मंदावता थांबला. कनात आकाशात चढत होती. काळी भोर. लक्खन वीज चमकली; आणि मंद गडगडाट घुमला. बाल शिवाजीसह सारे तटाकडे उभे राहून त्या ढगांच्याकडे पाहत होते. एक चक्री वादळ धुळीचा भोवरा खेळवीत माळवदातून निघून गेले. पूर्वेचा गार वारा सुटला. शिवाजीने विचारले,

'पाऊस आला?'

'होय, राजा! आलाच तो.'

पुन्हा वीज चमकली. आसमंत त्या आवाजात कडाडून गेले. शिवाजी आईला बिलगला. जिजाबाई शिवाजीला घेऊन आत गेल्या. पावसाचा पडदा आदब बजावीत पुढे येत होता. ताड ताड गारा पडू लागल्या. तटाखालचे सारे वाड्यात आश्रयाला

धावले. गारा फुटून उडत होत्या. शिवाजी त्या वेचण्यासाठी सदरेत धावत होता. गारांपाठोपाठ पाऊस कोसळायला लागला. सारी गटारे तुडुंब भरून वाहू लागली. सगळ्या वाडाभर गळत्या झाल्या. पण त्याचे कुणाला दुःख नव्हते. मातीच्या वासाने सारे वातावरण धुंदावले होते.

पाऊस थांबताच सारे वाड्याबाहेर पडले. एका पावसाने धरित्रीचे रूप पार बदलून टाकले होते. पूर्वेला इंद्रधनुष्य पडले होते. शिवाजीने तिकडे बोट दाखवले; व तो म्हणाला,

'आई, ते बघ!'

'बाळ, ते इंद्रधनुष्य!'

शिवाजी पुटपुटला; पण काही जमले नाही. तो लाजला.

वळवाचे पाऊस चांगले झालेले पाहताच एक दिवस जिजाबाई विश्वासरावांना म्हणाल्या,

'संकट टळलं! चालू साली मनाजोगा पाऊस पडेल.'

'असं दिसतं खरं.'

'पाऊस नव्हता, तो पाऊस आला. आता कशात अडलं?'

'राणीसाहेब! पाऊस पडला; पण गावं ओस पडली, तिथं जमिनी कसणार कोण?'

'कोण म्हणजे? जे आहेत, ते.'

'जुन्नरची उरली निम्मी वस्ती गडावरच आहे.'

'मग गड खाली करू या.'

'आँ!'

'आँ काय? मुलूख सोडून गेलेली माणसं परत आपल्या घरी येईपर्यंत त्यांची जमीन, घरं-दारं यांचे तुम्हीच जबाबदार! आपण सगळे खाली जाऊ. तेवढी शेती पेरून घेऊ.'

साऱ्या गडावर उत्साह संचारला. शाही मेणे गडाखाली उतरले. जुन्नरचा वाडा गजबजून गेला. गावाच्या घरांवरून उगवलेले, जागच्या जागी वाळलेले गवत पाहून जिजाबाईंचे डोळे पाण्याने भरून आले. जनावरं हाताशी होती, तेवढी गोळा करण्यात आली. गडावरचा लोहार- जो आजवर अस्सल हत्यारे तयार करीत होता, तो नांगरांचे फाळ बसवू लागला. सुतारशाळेत कुळव, दिंडोरी तयार होऊ लागली.... आणि एके दिवशी सुमुहूर्तावर भूमिपूजन करून नांगरट सुरू झाली. उन्हावलेली माती फुलून जमिनीवर आली. पावसाच्या पाण्याने कुकडी नदी भरून गेली.

हंगाम पाहून पेरण्या झाल्या. शिवारावर हिरवी कळा दिसू लागली. डोंगरचे रान गर्द पालवीने परत एकदा सजले. लेण्याद्रीतून आणि आजूबाजूच्या डोंगरकपारींतून दुधाचे प्रवाह झिरपू लागले.

दुष्काळात परागंदा झालेली माणसे आशेने परत गावी येत होती. उभारलेल्या शिवाराने आनंदून कष्टांत सामील होत होती.

विश्वासराव वाड्याबाहेर पडले, की हट्टाने शिवाजी त्यांच्याबरोबर असे. उन्हातून, पावसातून तो विश्वासरावांच्या पुढे बसून घोड्यावरून फिरत असे. वाढती पिके कौतुकाने पाहत असे.

जिजाबाई म्हणत,

'हा कुणबावा होणार, वाटतं.'

'मग त्यात काय बिघडलं? आमच्यासारखे मालक सगळ्यांनाच मिळतात. पण शेतकरी मालक मिळणं कठीण.'

जिजाबाई समाधानाने हसल्या.

मुलूख जरा स्थिर झालेला पाहताच उमाबाई जायला निघाल्या. जिजाऊंना बरोबर चलण्याचा त्यांनी खूप आग्रह केला; पण जिजाबाई तयार झाल्या नाहीत. त्या म्हणाल्या,

'सासूबाई! मला का इथं राहण्याची हौस आहे? पण स्वारींचं सांगणं झाल्याखेरीज मी कशी हालू?'

उमाबाई काही बोलल्या नाहीत. जिजाऊ-शिवाजींना आशीर्वाद देऊन एके दिवशी त्या वेरूळला निघून गेल्या.

वर्षभरात परत जिजाबाई गडावर आल्या. मोगलांची नोकरी सोडून शहाजीराजांनी निजामशाही उभी करण्याचा प्रयत्न केला. मोगलांनी दौलताबाद घेतले, तरी शहाजीराजे हताश झाले नाहीत. त्यांनी नव्या शहाला माहुलीवर नेऊन ठेविले. विजापूरकर आणि मोगल एक झाले. या दोन प्रचंड शाह्यांशी मुकाबला करणे इतके सोपे नव्हते. निजामशाहीचा अस्त झाला. शहाजीराजांनी स्वत: फौज उभारली; आणि मोगलांशी सामना दिला. एका जहागिरदाराने नवा बंडावा उभारून मोगली सत्तेला तोंड देणारे असे उदाहरण विरळा. दोन वर्षांत प्रबळ मोगली सत्तेने शहाजीराजांचा बंडावा मोडून काढला; आणि नाइलाजाने शहाजीराजांनी विजापूरकरांची नोकरी पत्करली. यात सहा वर्षांचा काल निघून गेला. सहा वर्षांच्या दीर्घ कालानंतर शहाजीराजांना स्वस्थता, स्थैर्य प्राप्त झाले.

या मधल्या काळात शिवाजी शिवनेरीवर मोठा होत होता; तट्टावरून रपेटी

करीत होता. लेण्याद्री आणि आजूबाजूचा मुलूख त्याच्या नजरेखालून जात होता. शास्त्रीबुवांनी त्याला अक्षरांची ओळख करून दिली होती.

सात वर्षे गेली; आणि विजापूरहून खलिता आला. खलित्याबरोबर घोडदळ होते. शाही मेणे होते; काबाडीचे बैल होते.

जिजाबाईंनी खलिता उघडला. शहाजीराजांना पुण्याची जहागीर मिळाली होती. त्यांचा अत्यंत विश्वासू, चौकस व शहाणा माणूस दादोजी कोंडदेव त्यांनी पाठविला होता. दादोजींच्या बरोबर पुण्याला हलण्याची आज्ञा होती.

जिजाबाईंनी दादोजींना बोलावणे पाठविले. दादोजींनी सदरेवर येऊन मुजरा केला. वार्धक्याकडे नुकतेच झुकलेले गौर कांतीचे दादोजी उभे होते. मस्तकी पागोटे, अंगात अंगरखा आणि पायी तलम धोतर होते. रुंद कपाळ आणि तीक्ष्ण नजर त्यांचा दरारा वाढवीत होती. जिजाबाईंनी वाकून नमस्कार केला. शिवबांना त्या म्हणाल्या,

'राजे, दादोजींना मुजरा करा.'

शिवाजीराजांनी मुजरा केला. दादोजी म्हणाले,

'राणीसाहेब, आम्ही मुजरा करायचा; राजांनी नव्हे.'

'इतरांत आणि आपल्यांत फरक आहे. आम्हांला का ते कळत नाही? आमची जबाबदारी उचलण्यासाठी इकडून ज्यांना पाठविण्यात आलं, ते का कमी विश्वासाचे असतील?'

'राणीसाहेब, केव्हा निघायचं?'

'आपण म्हणाल, तेव्हा! सध्या स्वारी कुठं आहे?'

'राजे कर्नाटकाच्या मोहिमेत गुंतले आहेत. ते मोकळे असते, तर तेच आले असते.'

'शेवटी ज्यांनी आपली जहागीर जाळली, त्यांच्याच पदरी नौकरी करायची पाळी आली ना!'

'राणीसाहेब, राजकारण एकपदरी नसतं. ते अनेकपदरी असतं. राजकारण येणाऱ्या प्रसंगाबरोबर बदलत असतं. ज्या मुरार जगदेवानं पुणं जाळलं, त्याच मुरार जगदेवाबरोबर राजांचं एवढं सख्य वाढलं की, नांगरगावाला महाराज जगदेव यांची तुला शहाजीराजांच्या देखरेखीनं पार पडली. नांगरगावचं 'तुळापूर' झालं. राजकारणाचे परत डाव फिरले. फासे उलटे पडले आणि मुरार जगदेव आदिलशहांच्या अवकृपेला बळी पडले. त्यांचा अत्यंत क्रूरतेनं वध झाला.'

'आणि स्वारी?'

'राजांचं आदिलशाहीत जेवढं वजन आहे, तेवढं कुणाचंच नाही. राजांना बारा हजारांची मनसब आहे; 'राजा' ही किताबत आहे. पुणे-सुप्याची जहागीर त्यांच्याकडेच आहे. ऐश्वर्यसंपन्न, अधिकारसंपन्न, राजे बंगळुरात सुखाने वास्तव्य करीत आहेत;

आपल्या पराक्रमानं आज कर्नाटक गाजवीत आहेत.’

दोन दिवसांत जिजाबाईंची तयारी झाली. सहा वर्षांच्या परिचयात गडावरचा प्रत्येक माणूस घरचा बनला होता. विश्वासराव, लक्ष्मीबाई यांसारखी माणसे सोडून जात असता आतड्यांना पीळ पडत होता. गडावरच्या साऱ्या माणसांना जिजाबाईंनी शिवाजीच्या हस्ते देणग्या दिल्या. चांगल्या मुहूर्तावर लक्ष्मीबाईंनी जिजाऊंची ओटी भरली. भरल्या मनाने जिजाबाईंनी शिवाजीसह शिवाईचे दर्शन घेतले; आणि विश्वासराव-लक्ष्मीबाईंनी त्यांना निरोप दिला.

□

१

दुपार टळल्यानंतर शिवबाने उद्ध्वस्त पुण्यात प्रवेश केला. एखाद्या पुरातन शहरात प्रवेश केल्याचा भास होत होता. तटांचे ढासळलेले बुरूज एके काळचे वैभव सांगत होते. ढासळलेल्या जमीनदोस्त वास्तू ठायी ठायी दिसत होत्या. त्यांच्यावर घाणेरीची झुडुपे फोफावली होती. त्यांची तांबडी-पिवळी फुले जीवनाची आठवण देत होती. वाड्याचे उद्ध्वस्त अवशेष एके काळच्या दराऱ्याची खूण सांगत होते.

गावच्या नदीकाठाला झोपड्यांतून वस्ती करून राहिलेले लोक आलेल्या लवाजम्याने भयचकित झाले होते. दुरून ते भयभीत नजरेने कबिल्याकडे पाहत होते. एका मोकळ्या जागेत येताच पंतांनी हात वर करून इशारत दिली. कबिला थांबला. मेण्यातून जिजाबाई उतरल्या. दासीपरिवार गोळा झाला. काबाडीच्या बैलांवरून सामान उतरले जाऊ लागले. शिवबा भोवतालच्या ओसाड, भग्न वास्तूंवर नजर टाकीत होता. त्याने विचारले,

‘मासाहेब, हेच पुणं?’

‘होय!’

‘इथं तर आपल्याशिवाय कुणी दिसत नाही.’

‘बोलावलं, तर सारे येतील.’

‘राहायचं कुठं? कुठं आहे वाडा?’

‘वाडा हेरून राहायचं नसतं, राजे! मोठी माणसं वाडे बांधून राहतात.’

शामियाना उभारला गेला. भोवताली राहुट्या पडल्या. मुळामुठेच्या संगमावरचे पाणी मावळत्या सूर्यकिरणांत प्रकाशमान झाले होते. जहागिरीच्या वारसाने उद्ध्वस्त वास्तूवर प्रथम दिवा लावला होता.

दादोजी कोंडदेवांच्या समोर उद्याचे पुणे दिसत होते. दादोजींच्या बरोबर शिवाजी फिरत होता. बुजलेले लोक गोळा झाले होते.

एके दिवशी शिवबा धावत आला.

'मासाहेब, पंतांना देव सापडला.'

'कुठं?'

'नदीजवळ.'

जिजामाता उठल्या. दासींच्यासह जिजाबाई जात होत्या. शिवबा वाट दाखवीत होता. जिजाबाई येत असताना दिसताच सारे अदबीने उभे राहिले; बाजूला झाले. पंतांच्या चेहऱ्यावर कौतुक होते. विटकरांच्या ढिगाऱ्याखाली लपलेला गणेश मोकळा झाला होता. मूर्ती सुंदर होती; अभंग होती. जिजाऊंनी हात जोडले. पंत म्हणाले,

'मासाहेब! सुरुवात तर चांगली झाली.'

'हो, ना! पंत, याच जागेवर सुंदर मंदिर बांधा.'

पंतांनी होकार दिला. ते म्हणाले, 'पण, मासाहेब, अजून वाड्याची जागा नक्की ठरत नाही.'

'वाड्याची जागा देवळाजवळच असू द्या.'

वाड्याची आखणी झाली. भूमिपूजन होऊन वाड्याच्या जागेवर दादोजी कोंडदेवांनी पहिली कुदळ मारली. दौलतीच्या मालकासाठी एकच वाडा असावा, हे दादोजींना मान्य नव्हते. सुरक्षिततेच्या दृष्टीने ते योग्यही नव्हते. त्यांनी खेडबारे खोरे दुसऱ्या वस्तीसाठी निवडले. वाड्यासाठी जागा निवडली. गावठाणाची मर्यादा घातली... आणि खेडबाऱ्यात दुसऱ्या वाड्याचे बांधकाम सुरू झाले. परगण्याचे हवालदार म्हणून बापूजी मुद्गल नऱ्हेकर यांना नेमले.

पावसाळा आला. तेव्हा पंतांना शिवाजी-जिजाबाईंच्या वास्तव्याची चिंता पडली. ती नऱ्हेकरांनी दूर केली. त्यांचा खेडबाऱ्यात वाडा होता; तो त्यांनी दिला. शिवबा जिजाबाईंसह खेडबाऱ्यात राहू लागला. पंतांच्या बरोबर पुणे-खेडबाऱ्यासह त्याच्या खेपा होत होत्या. नवीन उठणारे वाडे, होणाऱ्या वस्त्या तो पाहत होता. शास्त्रीबुवांच्याकडे सकाळ-संध्याकाळ शिकत होता. सवड मिळाली, तर आईला रामायण-महाभारत वाचून दाखवीत होता.

वाडे बांधले जात होते. विहिरी पाणी शोधीत उतरत होत्या. पुणे-खेडबाऱ्यात शेकडो माणसे या कामात गुंतली होती. मुलुखाचे गवंडी, सुतार, बारा बलुतेदार ही वार्ता ऐकून पुणे-खेडबाऱ्यात धाव घेत होते. कामाचे गरजू येत होते.

खेड-पुण्याचे वाडे तयार झाले. विहिरींना मुबलक पाणी लागले. खेडपेक्षाही पुण्याचा वाडा बुलंद, देखणा होता. दोन प्रशस्त चौक धरून दिवाण सदर होती.

खासे सदर होती. राणीवशाचे महाल होते. कोठी, स्वयंपाकघर होते. सुबक देवघर होते. त्याखेरीज पागा, गोशाळा होती, ती निराळीच. वाड्याच्या वास्तूबरोबर गावठाणातल्या वास्तू उभारल्या जात होत्या. दादोजींनी पुण्याच्या वाड्याचे नाव ठेवले 'लाल महाल'. लाल महालाला लागूनच होते 'श्रीगजानन मंदिर.'

शिवाजीराजे पुण्याच्या वाड्यात आले. दादोजींनी फडाची निवडक माणसे गोळा केली. पागा सजली. पण गावचे वतनदार, हक्कदार बाहेरच होते. दादोजींनी त्यांना बोलावणे पाठविले. सारे गोळा झाले. पुण्यात वस्ती करण्याचे आवाहन दादोजींनी पुढे केले. एक पाटील म्हणाले,

'पंत, तुम्ही म्हंतासा! पन किती डाव गाव मांडायचं आनी मोडायचं? वतन नको हाय व्हय आमास्नी? पन कसल्या धीरावर गाव जोडायचा?'

'आम्ही नाही जोडला?' सदरेच्या बैठकीवर हे ऐकत बसलेले शिवाजीराजे म्हणाले.

'तुमांस्नी मानूसबळ हाय, धनी!'

पंत म्हणाले, 'मोडलेला डाव मांडायला मराठा कधी भ्याला, असं मी पाहिलं नाही. पाटील, खरं सांगा...'

'बोलू का?' पाटील गलमिशांवरून पालथी मूठ फिरवीत म्हणाले, 'हाय, तितं सुख न्हाई. पंत. गाव मिळालं, तर तेबी साऱ्यांस्नी पायजेच हाय. पन मन घाबरतं...'

'कशाला?'

'देवीच्या म्होरच्या चौकावर पार मारलिया न्हवं? घरटं उठवायला कोण धजंल?'

पंत विचारात पडले. त्यांनी साऱ्यांना निरोप दिला.

चार दिवस पंत गडबडीत होते. एके दिवशी साऱ्यांना परत पाचारण केले. शेकड्यांनी माणसे गोळा झाली. वाड्याच्या दारात वाजंत्रीवाले होते. जिजाऊंनी देवघरात सोन्याचा नांगर पुजला. देवाच्या पाया पडून नांगर उचलला गेला. नांगराबरोबर पंत, शिवबा चालत होते. जरी टोप, अंगरखा, पायांत सपाता, कमरेला छोटी तलवार आणि पाठीला ढाल लावलेली बालराजांची मूर्ती सारे कौतुकाने पाहत होते. वाड्याबाहेर देखणी बैलजोडी उभी होती. कलाबतूच्या झुली त्यांच्या पाठींवर होत्या. नांगर वाड्याबाहेर आला. हे पाहणाऱ्यांत वतनदार होते, पाटील होते, कुणबी होते, बारा बलुतेदार होते. नांगरासह मिरवणूक देवीच्या चौकात वाजत गाजत आली. चौकात भली थोरली पहार नजरेत येत होती. पंतांनी कुदळ उचलताच पाटील पुढे झाले. त्यांनी पहार खिळखिळी केली. पंतांनी सर्वांच्या वरून नजर फिरवली; आणि 'हर हर महादेव' म्हणून त्यांनी ती पहार उपसली. शेकडो मुखांतून 'हर हर महादेव'चा गजर उठला. सोन्याचा नांगर जोडीला जुंपला गेला; आणि शिवाजीराजांच्या हातून पुण्याची उद्ध्वस्त वास्तू नांगरली गेली.

सोन्याचा फाळ जमिनीला लागला.

दुसऱ्या दिवसापासून निश्चिंत मनाने गाव वसू लागले. ओसाड शेतांवर औते जाऊ लागली. दिवस पावसाचे होते. एके दिवशी पंत जिजाऊंना म्हणाले, 'मासाहेब, आज राजांना घेऊन शिवापूरला जाऊन येतो.'

'का?'

'शिवापूरला वाड्यानजीक आंब्याची बाग उठवायचं ठरलं आहे. राजांच्या हातून बाग लावतो. काल रात्रीच रोपं आल्याची वर्दी आली. त्यामुळं कळविता आलं नाही.'

'साऱ्याच गोष्टी कुठं सांगता आम्हांला?'

चमकून दादोजींनी विचारले, 'असं कधी झालंय् का? कोणती गोष्ट लपवून ठेवलीय् मी?'

जिजाबाई हसून म्हणाल्या, 'स्वारींनी धाकट्या राणीसाहेब आणल्याची वर्दी कुठं दिलीत?'

'कुणी सांगितलं आपणांला?'

'पटलं ना? शिवनेरीवरच लक्ष्मीबाईंनी आम्हांला सांगितलं. एवढंच नव्हे, तर तुकाबाई राणीसाहेबांना मुलगा झाल्याचंही कळलंय् आम्हांला.'

'गडबडीत राहून गेलं खरं...' दादोजी पुटपुटले.

□

१०

शहाजीराजांच्या पुणे जहागिरीत शिवाजीराजांच्यासह येताच दादोजी कोंडदेवांनी जहागिरीकडे लक्ष द्यायला सुरुवात केली. वस्त्यांसाठी कौल दिला. जागा निवडली. शिवापूर, शहापूर यांसारखी गावे रूप घेऊ लागली. आंब्याच्या बागा उठवल्या गेल्या. वस्ती करण्यासाठी येणाऱ्या कुटुंबांना मदत दिली जाऊ लागली. वाडा अशा माणसांनी सदैव भरला जाऊ लागला. जिजाबाईंच्याकडे बायाबापड्या येत होत्या. त्यांची दुःखे पाहून जिजाबाईंचे डोळे पाणावत.

बाल शिवाजी हे सारे पाहत होते. आपल्या बदलत्या जहागिरीचे रूप निरखीत होते. वाड्यात येणाऱ्या तंट्याच्या निर्णयाच्या वेळी हजर राहत होते. हे सारे पाहत असता शास्त्रीबुवांच्याकडे शिक्षण चालू होते. दादोजींनी निष्णात, पटाईत ढालकरी, पट्टेकरी बालराजांच्याकरिता आणविले होते.

सायंकाळी वाड्याच्या चौकात मर्दानी खेळाचे शिक्षण चाले. मावळ्यांची मुले शिवाजीच्या खेळात हिरिरीने भाग घेत.

एके दिवशी पंतांनी आत येऊन मुधोजीराव निंबाळकर आल्याची खबर दिली.

मुधोजी निंबाळकर हे जुने आप्त. विजापूरकरांनी त्यांची जहागीर जप्त करून त्यांना साताऱ्याला कैदेत ठेवलेले जिजाबाईंनी ऐकले होते. जिजाबाईंनी त्यांची भेट घेतली. त्यांच्या बरोबर त्यांचा मुलगा बजाजी व मुलगी सईबाई पण आली होती.

मुधोजींनी मुजरा करताच बजाजीने मुजरा केला. सईबाई जवळ येऊन पाया पडली. तिला जवळ घेत जिजाबाई म्हणाल्या,

'केव्हा आलात आपण?'

'शहाजीराजांच्या कृपेनं कैद संपली. फलटण जहागीर पूर्ववत मिळाली. मुलुखाची लावणी संचनी करून आपल्या दर्शनाला आलो.'

'बरं झालं आलात, ते. इथं सारंच नवं. आपल्यासारखी अनुभवी माणसं पाठीशी असली, तर तेवढाच आधार वाटतो.'

'मासाहेब! पुणं परत उठवलंत. सारा मावळ माणसांनी सजला. हे काय थोडं केलंत?'

'मी काय करणार? दादोजींसारखी माणसं होती, म्हणून हे जमलं.'

'करणारी करतात. पण त्यालादेखील देवीचा कौल लागतो.' मुधोजी म्हणाले.

सईकडे बोट करीत, विषय बदलीत मासाहेब म्हणाल्या,

'काय नाव हिचं?'

'सईबाई... आणि हा मुलगा, बजाजी.'

सात-आठ वर्षांची सई आपल्या विशाल नेत्रांनी मासाहेबांकडे पाहत होती. गव्हाळ रंग असूनही तिच्या रूपाचा गोडवा नजरेत भरणारा होता. धारदार नाक, पातळ ओठ, रेखीव काळे नेत्र, उंच मान... चेहऱ्याच्या गोडव्यात भर घालीत होते.

मासाहेबांनी निंबाळकरांना थोडे दिवस राहायचा आग्रह केला. मुधोजी पुण्यात राहिले. मासाहेबांच्या बरोबर सई सावलीसारखी फिरू लागली. बजाजी शिवाजीबरोबर राहत होता.

संध्याकाळच्या वेळी वाड्याच्या पुढच्या चौकात मर्दानी खेळ चालले होते. पंत पाहत होते. लाठी, बोथाटी झाली; आणि शिवबाने हाती तलवार घेतली. उस्ताद तलवार घेऊन उतरले. डाव सुरू झाला. खणखण आवाज उठू लागले. सदरेच्या खांबाला रेलून हे पाहत उभी असलेली सई आत धावली. आत मासाहेब बैठकीवर बसल्या होत्या. मुधोजी निंबाळकर खाली बसले होते. सईबाई मुधोजींच्या कानाशी वाकली. मुधोजी म्हणाले,

'नंतरऽऽ'

'चला ना, आबा!' गाल फुगवून सई म्हणाली.

'सांगितलं ना, मध्ये बोलू नको, म्हणून?'

'काय म्हणते, सई?' जिजाऊंनी विचारले.

सईबाई चटकन मासाहेबांच्याकडे धावली. म्हणाली,

'मासाहेब, बघा ना! बाहेर खेळ चाललेत. आबा येत नाहीत पाहायला.'

'भारी सतावते ही पोर!' मुधोजी म्हणाले.

'चला, मुधोजी! आम्हीही खेळ पाहायला येऊ. फार दिवसांत आम्हांलाही सवड मिळाली नाही.'

मासाहेब उठल्या. मुधोजींना उठावेच लागले. मासाहेबांचा हात धरून सई बाहेर आली. मासाहेबांना पाहून दादोजी उठले. सदरची मंडळी मुजरा करून बाजूला झाली. मासाहेब बैठकीवर बसल्या. दादोजी, मुधोजी अदबीने बाजूला बसले. चौकात चार जोड्या तलवार खेळत होत्या. उस्तादाने मुजरा करताच मासाहेबांनी विचारले,

'नानू उस्ताद, आमच्या बाळराजांना नवीन काय शिकवलंत?'

नानू म्हातारा होता, तरी वाळल्या हाडांत तेज होते. तो म्हणाला,

'मासाहेब! दावतोच की आता.'

नानूने सूचना केल्या. चौक मोकळा झाला. नानू म्हणाला,

'राजे, लाठी घ्या.'

लाठी घेतली. राजांनी लाठी फिरवायला सुरुवात केली. साधी, बगली, चक्री सारे प्रकार करून दाखवले. चक्री लाठीच्या वेळी तर लाठीची गुणगूण ऐकू येत होती. तीन हात होताच नानूने काठी उचलली. राजांच्या समोर जात तो म्हणाला,

'बेतानं, हं राजे! नाही तर मागच्यासारखा बावळा निखळून ठेवशिला.'

सारे हसले. नमन करून, हातांवर थुंकून नानूने काठी उचलली. बाळराजांनी त्याचे अनुकरण केले.

'राजे, करा मोहराऽऽ!'

राजांनी काठी उचलली. लाठीचे वार होत होते. ते वार नानू काठीवर झेलत होता. मागे सरकत होता. खाट खाट आवाज उठत होते. सारे कौतुकाने पाहत होते. मध्येच नानू ओरडला,

'राजे, सांभाळा!'

-आणि नानूने मोहरा केला. नानूचे घाव राजे काठीवर झेलीत होते. भीतीने जिजाऊंचे डोळे ताठरले. नानू वेगाने चाल करीत होता. राजे मागे सरकत होते.... आणि राजांच्या हातची काठी सुटली. नानूने मासाहेबांच्याकडे पाहिले. निःश्वास सोडून मासाहेब म्हणाल्या,

'नानू, अरे बेतानं! पोराबरोबर खेळतोस तू, ते विसरलास वाटतं.'

'नाही, मासाब! या खेळात न्हान-मोठं कुठलं? जो आधी साधंल, त्याचा डाव. अजून राजांचं हात बळकट झालं न्हाईत, म्हनून काठी सुटली. असंच शिकायचं.'

त्याच वेळी केळीचे मोने आणले गेले. चौकात खुंटीवर केळ उभी केली; आणि राजांच्या हाती विटा दिला. राजांच्या उंचीपेक्षा विटा दीड हात उंच होता. फाळाखाली चांदीचे कडे खुळखुळत होते. कड्याखाली भला थोरला गोंडा होता. विट्याच्या टोकाला रेशमी काढणी होती. राजांनी केळीपासून दूर जायला सुरुवात केली. दुसऱ्या टोकाला ते गेले. काढणी हाताला गुंडाळून पवित्रा घेऊन उभे राहिले. नानू ओरडला,

'राजे, चाल करा!'

मस्ताड उड्या टाकीत राजे झेपावले. केळीपासून आठ हातांवर राजे आले; आणि एकबळाने त्यांनी विटा फेकला. सरसरत विटा सुटला; आणि हातावरच्या केळीत भसकन घुसला. ओढीबरोबर त्याच क्षणी विटा माघारी राजांच्या हाती आला. न राहवून मुधोजी ओरडले,

'व्वा, राजे!'

सईबाई मासाहेबांच्या जवळ बसून हे सारे कौतुकाने पाहत होती.

चौकातून केळ हलविली; आणि चौकात दुसरे दोन मोने आणले गेले. मासाहेबांच्या बैठकीच्या समोर दोन्ही मोने आठ हातांच्या अंतरावर समांतर लावले गेले. शिवाजीराजांनी दोन्ही हातांत पट्टे चढविले. चौकात येऊन त्यांनी पट्ट्याचा पवित्रा घेतला. बाल शिवाजी करारी मुद्रेने खेळ खेळत होते, तरी त्यांच्या ओठांवरचे स्मित दडत नव्हते. आपल्या तीक्ष्ण नजरेने त्यांनी सदर निरखली. हाताचा अंदाज घेतला. चौरंग चौक फिरून त्यांनी उजवा गुडघा टेकला. उजव्या हातीचा पट्टा सरळ होता. डावा हात रुंदावला होता. शिवाजीराजांचे मस्तक झुकले होते. शिवाजीराजे मासाहेबांना मुजरा करीत होते. नजर वर झाली, तेव्हा सस्मित वदनाने मासाहेबांनी मानेने मुजरा स्वीकारल्याचे दिसले. शिवबाची नजर दादोजींकडे गेली. त्यांनीही मानेने मुजरा स्वीकारला. बाळराजे उठले. हात फिरवू लागले. हात फिरवीत ते केळींच्या मध्यभागी उभे राहिले. दोन्ही केळींचा त्यांनी अंदाज घेतला, आणि डोळ्यांचे पाते लवायच्या आत अत्यंत वेगाने दोन्ही केळींना वार केले. शिवाजीराजांनी परत मुजरा केला.

दोन्ही केळी तशाच उभ्या होत्या. सईबाई खुदकन हसली. मासाहेबांनी सईबाईकडे पाहिले. त्या म्हणाल्या,

'नानू वस्ताद! आमच्या सईबाईंना, राजांनी काय केलं, ते दाखवा.'

नानू वस्ताद पुढे झाला. दोन्ही केळींना धक्के देताच दोन्ही केळी मधून तुटल्या. समान अंतरावर त्या छेदल्या गेल्या होत्या. तुटलेल्या केळी पाहताच सईबाईचे डोळे विस्फारले गेले. ती उद्गारली,

'अगो बाई!' आणि तिने पदर तोंडाला लावला.

सारे हसले. लाजलेल्या सईला जवळ घेत मासाहेब म्हणाल्या,

'सई, हा नवरा चालेल का तुला?'

सईबाईने एकदा मासाहेबांच्याकडे पाहिले. दुसऱ्या क्षणी पट्टे उतरीत असलेल्या शिवबांच्याकडे पाहून मासाहेबांना ती मोठ्याने म्हणाली,

'हो, चालेल.'

मासाहेब गोऱ्यामोऱ्या झाल्या. सईला जवळ घेत त्या म्हणाल्या,

'हात, गधडे! असं 'हो' म्हणून सांगतात का?'

मासाहेबांची उपस्थिती विसरून सारा चौक हसण्याने भरून गेला. हसणे शांत होताच दादोजी स्थिर आवाजात म्हणाले,

'मासाहेब, एक अर्ज आहे.'

'काय, दादोजी?'

'गोष्ट निघालीच आहे. हरकत नसेल, तर ही गोष्ट पक्की करावी. राजेही आता दहा वर्षांचे होतील. जोडाही शोभून दिसेल.'

'नानू वस्ताद! काय म्हणतात दादोजी?'

नानू म्हणाला, 'खरंच आहे ते. देऊ या बार उडवून. समदं झालं... वाडा झाला, चौक झालं, लिवनं-वाचनं झालं. सूनबाईशिवाय घराला शोभा हाय, व्हय? आवंदा करून टाकू या.'

'अहो, पण निंबाळकर मामा काय म्हणतात, ते तरी विचारा. पोर त्यांची.'

'असे शब्द वापरू नका, मासाहेब! पोर आपली आहे. महाराजांच्या कृपेने जीव वाचला, जहागीर मिळाली, अन्नाला लागलो आम्ही. पोर पदरात घेतली, तर आजवरच्या उपकारांवर, ऋणानुबंधांवर कळस चढेल.'

'जगदंबेच्या मनात असेल, तर होऊन जाईल. पूर्वीपासून चालत आलेला संबंध पुढं चालू होईल... दादोजी!'

'जी?'

'चांगली वेळ बघून बंगळूरला तातडीनं खलिता पाठवा. आमची इच्छा सर्वांना कळवा. तिकडून होकार आला, की आपण हे कार्य पार पाडू.'

मासाहेब उठल्या. सई म्हणाली,

'मासाहेब, एवढ्यात जायचं?'

मासाहेब हसल्या. कौतुकाने तिचा गालगुच्चा घेत म्हणाल्या,

'एका बैठकीत जेवढं केलंस, ते का थोडं झालं? आता ऊठ, बाई. पुष्कळ कामं आहेत.'

सर्वांचे मुजरे झाले. सईबाईसह मासाहेब आत गेल्या. ओलावलेल्या पापण्यांनी मुधोजीराव समाधानाने परत बैठकीवर बसले.

दुसऱ्या दिवशी उन्हे माळवदीवर आल्यावर लाल महालातून दोन घोडेस्वार

बंगळूरच्या वाटेला लागले. दोन दिवसांनी मुधोजीराव सई-बजाजींसह फलटणला गेले.

दिवस उलटत होते. बंगळूरच्या निरोपाची सारे वाट पाहत होते.

बंगळूरची थैली पुण्यात आली. दादोजींनी मस्तकी लावून थैली उघडली. मजकुरावरून नजर फिरत असता होणारा आनंद त्यांच्या चेहऱ्यावर दिसत होता. मासाहेबांनी अधीरतेने विचारले,

'काय आज्ञा आहे?'

'महाराजसाहेबांना हा संबंध मान्य आहे, एवढंच नव्हे; तर लग्नप्रसंगी मोकळेपणानं खर्च करण्याची आज्ञा झाली आहे. लग्नाची तिथी निश्चित झाली, की कळविण्याची आज्ञा झाली आहे. महाराजसाहेब जातीनं लग्नाला हजर राहणार आहेत.'

'पंत, फलटणला मुधोजीरावांना कळवा. दिवस थोडे आहेत. सारं व्यवस्थित व्हायला हवं.'

सारी सूत्रे भराभर हलविली जाऊ लागली. फलटणहून मुधोजीराव कुटुंबपरिवारासह आले. एक शंका होती, तीही दूर झाली... शिवाजी-सईबाईंच्या कुंडल्या जमत होत्या. एक दिवस टिळा लावण्याचा समारंभ उरकून घेतला गेला. मुहूर्त काढायला शास्त्री बसले. सर्वानुमते शके १५६२ विक्रमनाम संवत्सर, वैशाख शु॥५ हा मुहूर्त धरण्यात आला.

शहाजीराजांना मुहूर्त कळविला गेला.

पंतांना आता क्षणाचीही उसंत नव्हती. कलाबूत चितारणारे कलावंत कोकणातून खास बोलावून आणले होते. अंबारखाना, वस्त्रघर नानाविध धान्यांनी आणि वस्त्रांनी भरले जात होते. फडातले कारकून येणाऱ्या प्रत्येक मालाची नोंद करीत होते.

पंतांनी चालवलेली तयारी पाहून जिजाबाई पंतांना म्हणाल्या,

'पंत, केवढा पसारा मांडणार आहात? हे लग्न बेतानं केलं, तरी चालेल.'

पंतांनी मासाहेबांच्याकडे पाहिले. ते म्हणाले, 'मासाहेब, या लग्नात खर्चाचा विचार करून चालणार नाही. नवी जहागीर वसते आहे. नुसती मदत घेऊन माणसं आपली होत नाहीत; ती आपलीशी करावी लागतात. असा मोका सोडून कसा चालेल? या निमित्ताने सारे एकत्र येतील. त्यांच्या मनातला जिव्हाळा वाढेल. जहागिरीचा पाया मजबूत बनेल.'

जिजाऊंना ते पटले. त्यांनी नंतर काही आढेवेढे घेतले नाहीत. मुधोजीही नुकतेच जहागिरीवर आलेले. एवढी मोठी सोयरीक कशी पार पडणार, याची चिंता त्यांना वाटत होती. फलटणला जाऊन लग्नाची प्राथमिक जुळवाजुळव करून, ते

जिजाऊंच्या भेटीला पुण्यास परत आले.

'मासाहेब, मुलीचं लग्न वधूपित्याच्या घरी व्हावं, हा शिरस्ता आहे. लग्न फलटणला आमच्याकडं व्हावं, ही विनंती आहे.' मुधोजींनी अर्ज केला.

मासाहेब म्हणाल्या, 'मामासाहेब! अजून का आम्हांला परके समजता? हे घर कोणाचं? थोरल्या सासूबाई दीपाबाई फलटण-घराण्यातल्याच ना? राजांनी पुणं वसवलं. इथंच त्यांचा विवाह व्हावा, हे बरं वाटतं.'

'जशी आज्ञा! पण, मासाहेब, राग होणार नसेल, तर आणखीन एक विचारावंसं वाटतं.'

'काय?'

'सोयरीक ठरली. मुहूर्त ठरला; पण घेण्यादेण्याचं काही ठरलं नाही.'

'घेणं-देणं व्यवहारात येतं, मामासाहेब! ही रक्ताची नाती! पोरगी देता, त्यापेक्षा मोठं देणं कुठलं? तुम्ही आणखीन थोडं द्यायचं आहे. ते दिलंत, की आमचं काही म्हणणं नाही.'

'सांगा, मासाहेब!'

मासाहेब हसत म्हणाल्या, 'आणखीन द्यायचे, ते आशीर्वाद! त्यांच्याच बळावर संसार सुखाचे होतात. तेवढं द्या, की सारं आलं.'

'पण महाराजसाहेब काय म्हणतील?'

'इकडून काही दोष लावला जाणार नाही. विचारलंच, तर बेलाशक आमचं नाव पुढं करा.'

मुधोजीरावांना शब्द फुटत नव्हता. गहिवरून ते म्हणाले,

'मासाहेब, पोरीला पदरी घेतलंत, आणि साता जन्मांचं कल्याण केलंत. लग्नात आम्ही काही तरी केल्यासारखं वाटावं, म्हणून तरी काही काम सांगा.'

'सांगू ना! जरूर सांगू. मामासाहेब, वऱ्हाड घेऊन येताना मोजकी माणसं आणू नका. तुमची सारी मंडळी... रयतेसहित साऱ्यांना निमंत्रण द्या. फलटण इथं उतरल्याचा आनंद आम्हांला होऊ द्या.'

जिजाबाईंनी सांगितले, त्यात काही खोटे नव्हते. लग्नाची तयारी तेवढ्याच मोठ्या प्रमाणावर होत होती. महाल सुबक रंगांनी रंगविले जात होते. स्वयंपाकघर मांडवात हलवले गेले होते. नाना तऱ्हेचे फराळाचे सामान तयार होत होते. राहुट्या उभारल्या जात होत्या. जानवसघर म्हणून पाटलांनी आपला वाडा आनंदाने दिला होता. मांडवासाठी वासे, वेळकाठ्या यांचे ढीग रचले जात होते. मांडवाचे कापड, कनाती, पडदे, आडपडदे यांबरोबरच हंड्याझुंबरांनी काचघर भरले जात होते. सोनारशाळेत कुशल कारागीर दादोजींच्या नजरेखाली सुबक दागिने घडवीत होते.

हिरे, मोती, माणके, रत्ने यांची खैरात चाललेली होती. असलेला वेळ अपुरा वाटत होता. जिजाऊंना मदत करण्यासाठी उमाबाई, लक्ष्मीबाई येऊन दाखल झाल्या. घराला एकदम वेगळेपण आले. जिजाऊंचा भार एकदम कमी झाला.

अचानक शहाजीराजे लग्नाला येऊ शकत नसल्याची थैली विजापुराहून आली. शहाजीराजे मोहिमेत गुंतले होते. लग्न पार पाडण्याची आज्ञा दादोजींना झाली होती. साऱ्यांना शहाजीराजे येत नसल्याबद्दल वाईट वाटले. जिजाऊंचा विरस झाला. उमाबाई म्हणाल्या,

'मला वाटलंच होतं. त्याचं नेहमीच असं. लहान होता, म्हणूनच लग्नाला तरी सापडला... तो नाही आला, तर काय झालं? पुढं येईल.'

शहाजीराजे येणार नाहीत, म्हणजे संभाजी पण येणार नाही. संभाजीला पाहून फार दिवस झाले होते. अकरा वर्षे लोटली होती. जिजाऊंनी संभाजीसाठी कपडे काढले होते. दागिने केले होते. सारे तसेच राहून गेले. मनातले हे शल्य तसेच दाबून ठेवून जिजाबाई परत लग्नघाईत मिसळल्या.

पाचही देवांना कौल लावून मुहूर्तमेढ रोवली गेली. साऱ्या ठिकाणचे मांडव सजू लागले. खांब उभे राहिले. काठ्या आच्छादल्या गेल्या. छत चढले. पडदे, आडपडदे वाऱ्यावर झुलू लागले.

मुधोजीरावांचे वऱ्हाड वाजत-गाजत पुण्यात प्रवेश करते झाले. खेडबाऱ्यातून बैलगाड्यांची रीघ पुण्याच्या वाटेला लागली. सारे घरचे होते. मागे कोण राहणार? बैलगाड्यांनी, घोड्यांच्या टापांनी पुणे गजबजून गेले. निवाऱ्याच्या जागा संपल्या; आणि माणसांनी गाडीतळातच गाडीचा आसरा केला. हररोज हजार पान उठत होते.

लक्ष्मीबाई उसंत न घेता वावरत होत्या. जिजाऊ त्यांना काही म्हणाल्याच, तर त्या म्हणत,

'तुम्ही विसावा घ्या. काही आमच्याकडून राहिलं, तर सांगा.'

मुहूर्ताचा दिवस आला. लाल महालाचे आवार माणसांनी फुलून गेले. मंगलाष्टकांचे आवाज उठले; आणि गोरज मुहूर्तावर आशीर्वादासाठी हजारो हातांनी वधूवरांच्या वर अक्षत फेकली. वाद्यांचा गजर झाला.

मांडवातून शिवाजी वाड्यात आला. जरी टोप शिरी होता. कपाळी गंध होते. अंगात जरी बुट्टीचा अंगरखा होता. कमरेला तलवार लटकत होती. पाठीमागे सईबाई चालत होती. दोघेही नानाविध अलंकारांनी आलंकृत होते. दोघांच्या शालींना मारलेली गाठ दोघांच्या मध्ये हिंदोळे घेत होती. शिवाजी आत आला. दोघेही उमाबाईंच्या पाया पडली. उमाबाईंनी दोघांवरून ओवाळून कानशिलांवर बोटे मोडली.

मोहरांचा सतका केला. जिजाऊंचा आशीर्वाद घेऊन दोघे सदर-सोप्यात आली. राजांनी दादोजींच्या पायांवर डोके टेकले. दादोजी गहिवरले होते. सारे अंग कापत होते. काही न बोलता त्यांनी शिवबांना कवटाळले.

वरातीची तयारी झाली. दागिन्यांनी सजविलेला देखणा घोडा समोर आला. सईबाई म्हणाली,

'मी घोड्यावर बसणार!'

'तुमच्याचकरिता आणलाय् हा घोडा.'

'अंहं! मला दुसरा घोडा पायजे. मला घोड्यावर बसता येतं की!'

सारे थक्क झाले. कुणालाच हसू आवरेना. जिजाबाई म्हणाल्या,

'ही काय रपेट आहे? वरात आहे ही! हवं तर नंतर दुसरा घोडा देईन तुला.'

वरात चालू लागली. शेकडो पलोत्यांच्या उजेडात वरात जात होती. पुढे दादोजी, मुधोजी, हनमंते, शास्त्री, कोरडे ही मंडळी चालत होती. त्यांच्या पुढे दांडपट्टा, लेझीम, तलवार खेळली जात होती. पुढे वाजंत्र्यांचे ताफे लागले होते. मुंगीच्या पावलांनी वरात पुढे सरकत होती. होणाऱ्या बारांनी सई दचकून जागी होत होती. पेंगत होती; झोप येऊ नये, म्हणून शिवबाच्या डोळ्यांना पाणी लावले जात होते. जोगेश्वरीहून वरात माघारी वाड्यात यायला पहाट झाली. सईबाईला पुरे जागे करण्यात आले. वाड्याच्या दाराशी उंबरठ्यावर ठेवलेले माप सांडून भोसल्यांच्या घरात गृहलक्ष्मीने प्रवेश केला. दाराच्या आत धान्य विखुरले गेले.

□

११

पावसाळा संपला. सुगी जवळ आली; आणि शहाजीराजांनी दादोजी कोंडदेवांना जिजाबाई-शिवाजींसह बंगळूरला येण्याची आज्ञा पाठविली.

तयारी सुरू झाली. लांबचा प्रवास असल्याने सईबाईंना फलटणला ठेवण्यात आले. अश्वपथके सज्ज झाली. मेणे सजले. वाटेतल्या मुक्कामाची व्यवस्था करण्यासाठी घोडेस्वार रवाना झाले. तंबू पाठविले गेले.

वडिलांचे दर्शन होणार, पाहायला मिळणार, म्हणून शिवबाला खूप खूप आनंद झाला होता. जिजाबाईंच्या उत्साहाला तर सीमा नव्हत्या. पतिदर्शनाबरोबरच थोरला संभाजी भेटणार होता. पंतांना जहागिरीची काळजी होती. ती जबाबदारी नऱ्हेकरासारख्या विश्वासू माणसावर ते सोपवीत होते. शहाजीराजांचा खजिना दादोजींनी बरोबर घेतला होता.

मोठ्या इतमामाने एके दिवशी काफिला बंगळूरच्या वाटेला लागला. बंगळूरच्या दीर्घ प्रवासात शिवबा नाना तऱ्हेची माणसे पाहत होता. अंतराबरोबर माणसांचे वेष, बोली भाषा बदलत होती. नवीन पक्षी दिसत होते. रानातून जाताना वन्य श्वापदे

आढळत होती. प्रचंड फत्तरांनी सजलेले कर्नाटकचे डोंगर पाहून बाल शिवाजी थक्क झाला. थंडीवाऱ्याचे भान विसरून शिवबा हे सारे पाहत होता. बालमनावर वेगळ्या मुलुखाचे नवे संस्कार घडत होते.

एका मुक्कामावर असतानाच बंगळूरला मासाहेबांच्या आगमनाची वर्दी गेली.

दुसऱ्या दिवशी सकाळी बंगळूरच्या वेशीतून शिवाजीने प्रवेश केला. भक्कम तटबंदीने सजलेल्या त्या दरवाज्यावर आदिलशाही ध्वज फडकत होता. दोन्ही बाजूंच्या बुरुजांवर पल्लेदार तोफा होत्या. वेशीत संभाजीराजे जातीनिशी मासाहेबांच्या स्वागताला उभे होते. दुरून त्यांना पाहताच दादोजींनी त्यांना खूण केली. दोघे पायउतार झाले. शिवबाने पुढे जाऊन मुजरा केला. प्रेमभराने शिवबाला मिठी मारीत शंभूराजे म्हणाले,

'शिवबा, आम्ही तुमचीच वाट पाहत होतो. महाराजसाहेब गेले दोन दिवस तुमची वाट पाहण्यात बेचैन आहेत.'

मेणा आला. शंभूराजे पुढे आले. मेण्याचा पडदा सरकावला गेला. जिजाबाई आश्चर्यचकित नजरेने शंभूराजांना पाहत होत्या. पागोटे, चुणीदार विजार हा संभाजीचा वेष होता. कमरेला तलवार लटकाविली होती. वडिलांचा तोंडवळा असलेल्या संभाजीला कोवळी मिसरूड फुटली होती. गौर कपाळावर आडवे शिवगंध होते. संभाजीने पुढे होऊन मासाहेबांचे पाय शिवले. न राहवून मासाहेबांनी संभाजीला छातीशी ओढले, आणि त्याचा मुका घेतला. त्या मिठीतून सुटका करून घेत संभाजी म्हणाला,

'महाराजसाहेब वाट पाहत आहेत.'

संभाजी, शिवाजी, दादोजी परत स्वार झाले; आणि बंगळुरातून स्वारी जाऊ लागली. दुतर्फा दिसणारे उंच वाडे, त्यांचे नक्षीदार सज्जे शिवाजी कौतुकाने पाहत होता. वेष निराळे, भाषा निराळी, सारे निराळे होते, थक्क करणारे होते.

वाड्याचे अस्तित्व न सांगताही कळत होते. त्या चिरेबंद वाड्यावर नजर टाकताच शिवाजीची नजर खिळून राहिली. मंद गतीने घोडी पुढे जात होती. वाड्यापुढे प्रशस्त मैदान होते. वाड्याच्या दरवाज्याशी तांबडे एकसारखे वेष घातलेले सेवक अदबीने उभे होते. तळपते तेगे त्यांच्या हाती शोभत होते. संभाजीसह शिवाजी वाड्याच्या दरवाज्यात आला. शिवाजीने खोगिरावर एका बाजूला दोन्ही पाय घेतले; घोड्याच्या पाठीवर डावा हात ठेवला; आणि जमिनीवर अलगद उडी मारली. शिवाजी पायऱ्यांजवळ आला. त्याने वर पाहिले- वाड्याच्या प्रवेशद्वारी उंची पुरी, रुबाबदार व्यक्ती उभी होती. केस मानेवर रुळत होते. डौलदार दाढी शोभत होती. संभाजीने शिवाजीला नाजूक ढोसणी दिली; आणि त्याने मुजरा केला. पण शिवाजी मुजऱ्याकरिता वाकले नाहीत. वडिलांचे रूप पाहत ते पायऱ्या चढून जात होते. वाड्याच्या दरवाज्याशी शिवाजीराजांच्या वरून भात ओवाळून

टाकला गेला. पायांवर पाणी पडले. डोळ्यांना पाणी लावले गेले. संभाजी आश्चर्यचकित नजरेने शिवाजीकडे पाहत होते. शहाजीराजे म्हणाले,

'या, राजे!'

शिवाजीमहाराज पुढे गेले. वडिलांच्या जवळ जाताच ते गुडघ्यांवर बसले. दोन्ही हात जमिनीला टेकवून त्यांनी शहाजीराजांच्या पायांवर मस्तक ठेवले. मोठ्या प्रेमभराने शहाजीराजांनी त्यांना उठविले; कुरवाळले. शहाजीराजे म्हणाले,

'दादोजी! आमच्या छोट्या राजांना अजून मुजरा जमत नाही, वाटतं?'

'आम्हांला मुजरा येतो, आबासाहेब! पण मासाहेबांनी पाया पडायला सांगितलं.'

'अस्सं!... आणि राजे, थोराड घोड्यावर बसून आलात. तट्ट का नाही घेतलं? मोठं घोडं बसायला कठीण.'

त्याच धिटाईनं शिवाजीराजे म्हणाले, 'कसलं कठीण, आबासाहेब? घोड्यावर बसायला मांड बळकट लागते.'

'व्वा, राजे!'

तेवढ्यात दारी मेणा आला. सारे बाजूला झाले. स्त्रिया पुढे सरसावल्या. जिजाबाईंचा वाड्यात प्रवेश झाला. बाहेरून दिसत होता, त्याहीपेक्षा आत वाडा मोठा होता. जिजाबाई दुसऱ्या चौकात आल्या; आणि तुकाबाई सामोऱ्या येऊन पाया पडल्या.

'धाकट्या राणीसाहेब, पाया पडायची गरज नव्हती.'

'आपला मान मोठा! पण मला कसं ओळखलंत?'

'घरच्या लक्ष्मीला ओळखता येत नाही, असं कसं होईल?... पण छोटे राजे कुठं आहेत? त्यांना आम्हांला पाहायचं आहे!'

तोवर संभाजी-शिवाजींसह एकोजीराजे आले. एकोजी येऊन जिजाऊंच्या पाया पडले. तुकाबाई म्हणाल्या,

'किती वर्षांनी परत घर एक झालं!'

'बारा वर्षांचा वनवास संपला, असं दिसतं.' जिजाबाई हसून म्हणाल्या.

पहिले दोन-चार दिवस आपण कोठे वावरतो, हेही शिवाजीला कळत नव्हते. अनेक सदरा, अनेक दिवाणखाने, अनेक महाल त्या वाड्यात होते. सागवान-शिसव्याचे अप्रतिम कोरीव काम कमानींवर, खांबांवर, सज्जांवर दिसत होते. शेकडो माणसांची वर्दळ त्या वाड्यात होती; पण सारी कशी चूपचाप! वाड्यामागे मांसाहारी, शाकाहारी अशा दोन्ही पाकशाळा होत्या- आमोऱ्यासामोऱ्या. एकीत सोवळ्यात वर्दळ करणारे, मंत्र पुटपुटणारे ब्राह्मण दिसत, तर दुसऱ्या शाळेत स्वयंपाकाची धांदल दिसे. रात्री, अपरात्री जाग आली, तर पुढल्या चौकाच्या सज्जावरून घुंगरांचे, गाण्याचे स्वर कानांवर पडत. एखाद्या स्वप्ननगरीत वावरावे,

तसे शिवाजीराजे त्या वाड्यात वावरत होते.

एके दिवशी दोन प्रहरी शिवाजीराजे शहाजीराजांच्या महालात गेले. शहाजीराजे बैठकीवर बसले होते. शिवाजीराजांच्याकडे पाहताच शहाजीराजे म्हणाले,

'या, राजे!'

शिवाजीराजे जवळ गेले. एकदम म्हणाले,

'आबासाहेब!' शब्द उच्चारताच चूक ध्यानी येऊन ते गडबडीने म्हणाले, 'महाराजसाहेब!'

शहाजीराजांनी शिवबाला एकदम जवळ ओढले. ते म्हणाले,

'राजे, इतर आम्हांला 'महाराजसाहेब' म्हणत असतील; पण तुम्ही 'आबासाहेब'च म्हणत जा.'

शिवबा हसला. महाराजांनी विचारले,

'का आला होता, राजे?'

'महाराज, आम्ही बंगळूर पाहायला जाऊ?'

'कोण येतं य् बरोबर?'

'दादामहाराज आहेत. धाकले राजे आहेत.'

'आणि वशिला लावण्यासाठी मधले राजे आले! ठीक आहे. जाताना बरोबर स्वार घेऊन जा... पंत, यांना पाठविण्याची व्यवस्था करा. दिवस मावळायच्या आत परत या.'

शिवाजीराजे त्या नवलाईच्या शहरातून फिरत होते; नानाविध वस्त्रांनी, भांड्यांनी सजलेल्या पेठा पाहत होते. रस्त्याने जात असता अचानक शिवाजीराजांची नजर खिळली. ते जवळच्या संभाजीला म्हणाले,

'दादा, ते पाहा.'

दोन गोरे, उंच पुरे इसम रस्त्याने जात होते. त्यांच्या डोक्यांवर केसांचे टोप होते. पायांतल्या बंद वहाणांच्या टाचा खूप उंच होत्या. संभाजीराजे म्हणाले,

'राजे! ते फिरंगी व्यापारी!'

'कुठं असतात हे लोक?'

'साता समुद्रांपलीकडे असतात.'

'मग इथं का आले?'

'व्यापार करायला.'

'व्यापार करायला त्यांचा मुलूख नाही?'

संभाजीराजांना त्याचे उत्तर सापडले नाही. न ऐकलेसे करून ते पुढे गेले.

पण चार दिवसांनी त्या व्यापाऱ्यांना पुन्हा पाहण्याचा योग शिवाजीराजांना आला. एके दिवशी सायंकाळी शहाजीराजांचे शिवबाला बोलावणे आले. शिवाजीराजे सदरेत गेले, तेव्हा ते दोन्ही साहेब तेथे उभे होते. शहाजीराजांच्या समोर शस्त्रे पसरली होती. शिवाजी येताच शहाजीराजांनी शस्त्रांच्याकडे बोट दाखवीत म्हटले, 'राजे, पाहा एखादी फिरंग पसंत पडते का?'

शिवबांनी साऱ्या शस्त्रांवरून नजर फिरविली; आणि त्यांची नजर बंदुका ठेवल्या होत्या, त्यांवर खिळली. शहाजीराजांनी विचारले,

'तुम्हांला बंदूक उडवता येते?'

'आम्ही शिकू.'

'शाब्बास! आम्ही तुमच्यासाठी बंदूक घेऊ.'

व्यापाऱ्यांनी तत्परतेने बंदुका पुढे धरल्या. लांब झोकनळीच्या त्या बंदुका होत्या. पल्ला असूनही जड नव्हत्या. कामगिरी सुबक होती. शहाजीराजांनी बंदूक निवडली. शिवाजीराजांच्यासह ते वाड्याबाहेर आले. निवडलेली बंदूक भरण्यात साहेब गुंतला होता. नारळ आणून चौकात ठेविला गेला. भरलेली बंदूक घेऊन शहाजीराजे चौकात गुडघ्यावर बसले; आणि नेम धरून त्यांनी बार काढला.

नारळ फुटला. शहाजीराजे म्हणाले,

'राजे, हे हत्यार चांगलं आहे. धक्का फारसा देत नाही. ही बंदूक तुमची! आमची आठवण म्हणून बाळगा. उद्या शिकार-हवालदाराला सांगेन. तो बंदूक चालवायला शिकवील.'

महाराजांनी शिवबाला बंदूक दिल्याचे साऱ्या महालात झाले. शहाजीराजांना शिवबांचा सहवास फार आवडे. जे मातब्बर सरदार घरी येत, त्यांना ते शिवबाची ओळख करून देत असत. म्हणत,

'हा जन्माला आला, आणि सगळं चांगलं झालं. आयुष्याची वणवण संपली.'

शहाजीराजे बाहेर निघाले, तरी शिवबाला घेऊन जात. शिवबांच्या शंकांना उत्तरे देता-देता त्यांना पुरे होऊन जाई.

तुकाबाई, जिजाऊ महालात असता अचानक शहाजीराजे आत आले. दोघी गडबडीने उठून उभ्या राहिल्या. जिजाऊंकडे पाहत शहाजीराजे म्हणाले,

'दादोजी आम्हांला हिशेब सांगत होते. मोठं धामधुमीनं शिवबांचं लग्न केलंत, म्हणे.'

घाबरून जिजाबाई म्हणाल्या, 'खर्च फार झाला का?'

'आणखीन का केला नाही, याची तक्रार आहे. आम्हांला कळवायचं होतं. आम्ही आमचा हत्ती पाठविला असता वरातीला.'

'आपण येणार, म्हणून सारे वाट पाहत होते.'

'मनात असूनही ते आम्हांला जमलं नाही. शिवबांचं लग्न पाहायचं फार मनात होतं.'

'मग आणखीन एक लग्न करू.' तुकाबाई म्हणाल्या.

'खरंच की! आम्ही नाही, ते लग्न कसलं? पण नवरी?'

'ती मी पाहिलीय्. आपल्या मोहित्यांची सोयरा आहे ना! नक्षत्रासारखी मुलगी आहे.'

'खरंच! ठरवून टाकू लग्न!' म्हणत आनंदाने शहाजीराजे बाहेर गेले.

जिजाबाईंना एवढे तडकाफडकी ठरणारे लग्न आवडले नाही. त्या म्हणाल्या,

'एक लग्न नुकतंच झालं. तोवर...'

'राजांना अनेक लग्नं शोभून दिसतात. पहिली केली, ती निंबाळकरांची ना?'

'हो!'

'मोहिते घराणं मोठं तोलाचं.'

तुकाबाईंच्यावर नजर रोखीत जिजाबाई म्हणाल्या,

'मालोजीरावांच्या दीपाबाई निंबाळकर घराण्यातल्याच.'

'हो! पण तेव्हा थोरले मामंजी बारगीर होते, हे विसरला.'

'बारगिराचे राजे झाले ना! वनवासी पडलेला चंद्रहास राजा अन्नाला लागला, सम्राट झाला. कूळ पराक्रमानं पाहिलं जातं, धाकट्या बाई!'

'सोयरीक नको, म्हणून इकडं सांगायचं का?'

'तसं केव्हा म्हटलं मी? मी आपलं बोलून दाखविलं.'

तुकाबाईंच्या चेहऱ्यावर मंद स्मिताची लाट उमटली.

राजा बोले, दळ हाले, तशी हां हां म्हणता सोयरीक ठरली. मोठ्या धूमधडाक्याने लग्नाचा बार उडाला. सुवर्णअंबारीतून नवरानवरीची वरात काढली. तोफांच्या, बंदुकांच्या आवाजांनी सारे बंगळूर शहर दुमदुमून गेले. शहाजीराजांची इच्छा पूर्ण झाली.

शहाजीराजांचा सारा थाट ऐश्वर्यसंपन्न!

स्नान, पूजा-अर्चा, काव्यचर्चा, आयुधघराची पाहणी, लष्करतपासणी, बागबगीचे, रात्री नाचरंग, नृत्यगायन, शृंगार यांत शहाजीराजांचे दिवस जात. पहाटे भाटांच्या आवाजाने जागा झालेला वाडा मध्यरात्रीला शृंगार रसात झोपी जाई. या दोन्हींत दिनरात्रीचा फरक होता. मोहिमा, मृगया सोडली, तर दिनक्रम हाच असे. शिवाजीला प्रत्येक गोष्टीचे नवल वाटे. वाड्यावर भेटायला येत, ते सरदार, मानकरी, शास्त्री असत. कोणी घोड्यावरून, कोणी पालखीतून आपल्या इतमामाने भेटायला येई. कुणाचे आगमन चौघड्यांच्या इशारतीने कळे, तर कुणाचे शिंगाच्या आवाजाने.

दोन प्रहरी शिवाजी जिजाऊंच्या जवळ बसले होते. तुकाबाई पण तेथेच होत्या. एकदम शिवाजीने विचारले,

'आई, आपल्याकडे माणसं येतात, तशी इथं का येत नाहीत?'

दोघींनी शिवाजीकडे पाहिले. जिजाऊ म्हणाल्या,

'काय म्हणतोस तू? अरे, इथं किती तरी सरदार, उमराव येतात.'

'ते नव्हे. आपल्याकडे कसे पाटील येतात. नानू वस्ताद येतो. मावळे येतात.'

तुकाबाई छद्मी हसून म्हणाल्या, 'शिवाजीराजे, हे महाराजांचे ठिकाण आहे. इथं तसली माणसं कशी येतील? राजांच्या घरी राजेच यायचे.'

'राजे कुणाचे?'

'प्रजेचे!'

'मग ज्या राजाच्या घरी प्रजा जायला भिते, तो राजा कसला? रामायणात राम वनवासात निघाले, तर सारे त्यांना पोहोचवायला शहराबाहेर गेले. गुहकाला रामांनी मिठी मारली. तो खरा राजा ना, आई?'

तुकाबाईचा चेहरा गंभीर झाला. जिजाबाई म्हणाल्या,

'जा, खेळ जा बाहेर! बघ, दादा, एकोजीराजे कुठं आहेत, ते!'

शिवबा बाहेर गेला; पण त्याची शंका तशीच राहिली.

बंगळूरला शिवाजी इतके दिवस राहिला; पण त्याचे मन तिथे रमेना. नव्या नव्या गोष्टी दिसत होत्या; पण त्या साऱ्यांचा कंटाळा वाटत होता. शिवाजीराजांना आठवत होते पुणे. नजरेसमोर येत होते शिवापूरवाड्यात येणारे मावळे. पण हे सांगायचे कुणाला?

सकाळी स्नान करून शिवाजी वडिलांच्या दर्शनाला गेला. पण महाली शहाजीराजे नव्हते. चौकशी करता ते वाड्याच्या बाहेर आहेत, असे कळले. शिवाजीराजे बाहेर धावले. वाड्याच्या दारातच शिवाजीराजांचे पाय थबकले.

बाहेरच्या पटांगणात दोन घोडी उभी होती. महाराज दोन्ही घोडी पाहत होते. आजूबाजूला दादोजी, संभाजी वगैरे मंडळी उभी होती. शिवाजीला पाहताच महाराज म्हणाले,

'या, राजे!'

शिवबा गेले. शहाजीराजांच्या पाया पडले. पंतांच्याकडे पाहत शहाजीराजे म्हणाले,

'आता छोटे राजेच परीक्षा करू देत. शिवबा, यांतलं उजवं जनावर कोणतं, ते सांगा.'

दोन्ही घोडे सारखे, एका उंचीचे, पांढरे शुभ्र. शिवाजीराजे तज्ज्ञासारखे घोड्यांभोवती फिरत होते. सारे कौतुकाने राजांच्याकडे पाहत होते. त्यांची ऐट निरखीत होते.

उजव्या घोड्याजवळ ते गेले. त्याच्या ओठाळीला हात लावीत असता शहाजीराजे म्हणाले,

'हं, राजे, चावेल!'

'हा चावणार नाही. हा चांगला घोडा आहे.'

अश्वपरीक्षेसाठी आणलेला महंमद आश्चर्यचकित झाला. तो म्हणाला,

'अल हम दुलील्लाह! उमर लहान, पण जानकारी केवढी!'

'राजे, तो घोडा काय वाईट आहे?'

'पायांत बेडी आहे. कपाळावर उतरंड आहे. केव्हा बुजेल, याचा नेम कुणी द्यावा?' राजांनी सांगितले.

'पंत, राजांना हे ज्ञान कसं?'

'नेहमी पागेतच असतात राजे! घोड्यांवर भारी प्रेम आहे राजांचं!'

'तेच लक्षण मोठं. आता आमचे शंभूराजे आहेत. संस्कृत सुरेख जाणतात, संस्कृत काव्य करतात, काव्यचर्चेत भाग घेतात; पण ही लक्षणं त्यांच्याजवळ नाहीत. शास्त्र्यांच्यामुळं सारी वळणं ब्राह्मणी बनली आहेत.'

संभाजीराजे लाजले. शिवाजीराजांना जवळ घेत महाराज म्हणाले,

'राजे, आम्ही तुमच्या अश्वपरीक्षेवर निहायत फिदा आहोत. हा घोडा पसंत आहे, तर तुम्ही घ्या. आम्ही पागेत जातो, तेव्हा एक श्लोक म्हणत असतो... तुम्हांला संस्कृत येतं ना?'

'हो, थोडं थोडं.'

'चालेल! आम्ही सांगतो, तो श्लोक लक्षात ठेवायचा :

यस्याश्वा तस्य राज्यं यस्याश्वा तस्य मेदिनी
यस्याश्वा तस्य सौख्यं यस्याश्वा तस्य साम्राज्यम्।

'लक्षात राहील? नाही राहिला, तर पाठ करून घेऊ. राजे! ज्यांच्या घरी हे ऐश्वर्य आहे, त्यांचंच राज्य अभेद्य असतं, हे विसरू नका.' आणि पंतांच्याकडे वळून ते म्हणाले, 'पंत, आज संध्याकाळी आमच्या शिवाजीराजांची दृष्ट काढायला सांगा. आमचीच दृष्ट लागायची त्यांना.'

रात्री एकोजींनी घोड्याचा हट्ट तुकाबाईंच्याकडे धरला. एकोजीला जवळ घेत जिजाबाईंच्याकडे पाहत तुकाबाई म्हणाल्या,

'राजे, तुम्हांला घोडा कसा मिळणार! शिवाजीराजे लाडके, आणि तुम्ही सगळ्यांत धाकटे. तुमच्या नशिबी घोडा नाही.'

ते शब्द काळीज कातरीत गेले; पण जिजाबाई काही बोलल्या नाहीत.

रात्री जेवणे झाली. जिजाबाई महालात आल्या. शिवाजी, संभाजी या दोघांची शय्या मोकळी होती. रात्र पुष्कळ झाली होती. अशा रात्री जेवून ही मुले कोठे गेली, हे त्यांना समजेना. जिजाऊंनी नोकरांना दोघांना हुडकण्यासाठी पाठविले. जेव्हा ते दोघे आले, तेव्हा शिवाजीराजांची नजर चोरटी बनली होती. जिजाऊंनी विचारले, 'कुठं सापडले हे दोघे?'

'नाचमहालात गाणं चाललंय् न्हवं! तिथं स्वाऱ्या होत्या.'

'नाचमहालात?' जिजाबाई उद्गारल्या.

'आत न्हवं; बाहिरच! चोरून आत बघत व्हते.'

'जा तू.'

नोकर गेला. जिजाबाईंनी दोघांवरून नजर फिरविली. त्यांचा स्वर करडा बनला.

'राजे, हे खरं?'

शिवबा काही बोलला नाही.

'कुणाला विचारून गेला होता, राजे? सांगितलं नव्हतं, रात्री बाहेरच्या चौकात जायचं नाही, म्हणून?'

शिवाजीचा चेहरा गोरामोरा झाला. रडकुंडीच्या आवाजात तो म्हणाला, 'दादामहाराज म्हणाले, चल, गंमत बघू या.'

'अन् तुम्ही नाचगाणं... तेही चोरून... पाहायला गेलात! शरम वाटली नाही?'

चढता आवाज ऐकून तुकाबाई आत आल्या. शिवाजी रडत होता. त्याला जवळ घेत त्या म्हणाल्या,

'राणीसाहेब नाचगाणं पाहिलं, म्हणून काय झालं? राजांच्या मुलांनी हे पाहायचं नाही, तर कुणी?'

'बाई, लहान असलीस, तरी हात जोडते. तू यात पडू नको.'

- आणि त्यांनी शिवाजीराजांना धरून ओढले.

'उगीच लहान सहान गोष्टींवर कसलं रागवायचं? हे चालायचंच!'

'हे तुम्हांला चालेल! आम्हांला ते परवडायचं नाही. मुलाचं वळण टिकायचं नाही.'

तुकाबाईही संतापल्या. त्या म्हणाल्या, 'कळतात बोलणी! राणीसाहेब, एवढी काळजी वाटते, तर पोरांना मारण्यापेक्षा स्वारींनाच का सांगत नाही?'

'खरंच सांगायला हवं.' जिजाबाई खंबीरपणे म्हणाल्या, 'ज्या घरात मूल वाढतं, तिथं कसं वागावं, हे मोठ्यांना कळायला हवं.'

तुकाबाई आल्या, तशा रागाने निघून गेल्या. शिवाजीराजे हुंदके देत झोपी गेले;

पण डोळे पुसायला जिजाबाई गेल्या नाहीत.

दुसऱ्या दिवशी सारा दिवस तुकाबाई संधी शोधीत होत्या. सायंकाळी ती मिळाली. शहाजीराजे महालात आले. जिजाबाई, तुकाबाई, संभाजी, शिवाजी, एकोजी सारे होते. बोलता-बोलता शहाजीराजांनी विचारले,

'आम्ही विसरलोच! काल शिवबांची कुणी दृष्ट काढली का?'

'खुद्द थोरल्या राणीसाहेबांनीच काढली.'

'आम्ही समजलो नाही.' शहाजीराजे हसून म्हणाले.

'राणीसाहेबांना इथलं वळण आवडत नाही. शिवाजीराजे या वातावरणात बिघडतील, असं त्यांना वाटतं.'

'असं कोण म्हणतं?'

'खुद्द राणीसाहेबच म्हणतात. शिवाजीराजे इथं राहायचे झाले, तर इकडून आपल्या सवयी बदलल्या गेल्या पाहिजेत, असं म्हणतात.'

'मतलब?' गंभीर होत महाराज म्हणाले.

'काल नाचीच्या महालात शिवाजीराजे गाणं ऐकत होते.'

'मग?'

'ते बंद झालं पाहिजे, असा राणीसाहेबांचा आग्रह आहे.'

'खरं?' जिजाऊंच्यावर नजर रोखीत शहाजीराजांनी विचारले.

जिजाबाई काही बोलल्या नाहीत. तुकाबाई विजयाने पाहत होत्या. शहाजीराजे एकदम आसनावरून उठले. बाहेर जात असता ते म्हणाले,

'आमच्या सवयी बदलणं कठीण! ते वयही आता राहिलं नाही. राणीसाहेबांना आमच्या सहवासात शिवाजीराजे बिघडतील, असं वाटत असेल, तर त्यांनी खुशाल त्यांना घेऊन जावं!'

महाराज निघून गेले. जिजाबाईंनी डोळ्यांना पदर लावला. तुकाबाई म्हणाल्या,

'बघा, बाई! तुम्हीच म्हणालात सांगा, म्हणून.'

जिजाबाईंनी पुष्कळ विचार केला. तुकाबाईंचा वाढता कडवटपणा दिसत होता. एखाद्या दिवशी काही मोठे प्रकरण होऊन जाण्यापेक्षा आताच तो निर्णय केलेला बरा, असे जिजाबाईंना वाटले.

एके दिवशी मन घट्ट करून त्यांनी शहाजीराजांना निर्णय सांगून टाकला.

शिवाजीराजे पुण्याला जाणार, हे साऱ्या वाड्यात पसरले. वर्ष-दीड वर्षाच्या काळात शहाजीराजांना शिवाजीचा लळा लागला होता. ते शिवाजीला शक्य तेवढे जवळ बाळगीत असत. सकाळी शिवाजीराजे पाया पडण्यासाठी आले असता महाराज

म्हणाले,

'राजे, आता तुम्ही पुण्याला जाणार! आमची आठवण येईल ना?'

'आबासाहेब!' म्हणत शिवाजीराजे महाराजांना बिलगले.

'हां हां! राजे! पुरुष कधी रडतात का?' कंठ दाटून आल्याने शहाजीराजांचा स्वर घोगरा झाला होता. शेजारी दादोजी हे पाहत उभे होते.

शहाजीराजे म्हणाले,

'दादोजी, आम्हीदेखील पुण्याला येऊ लवकरच.'

'खरंच याल?' शिवबांनी हसत विचारले.

'अगदी खरं! आता तुम्ही जहागिरदार! तुम्ही आज्ञा केलीत, की आम्ही आलोच!'

'आमची कुठं आहे जहागीर?' शिवबांनी विचारले.

'मग आहे, ती कुणाची?'

'आपली.'

'राजे!' दादोजींनी दटावले.

शिवाजीराजे कावरेबावरे झाले. काय चुकले, हे त्यांना कळेना.

राजांना जवळ घेत शहाजीराजे म्हणाले,

'दादोजी, राजांचं खरं आहे. आपलं म्हटल्याखेरीज प्रेम निर्माण होत नाही. पंत, आपण मुलांना खेळायला घोडा देतो, बंदूक देतो, तलवार देतो, कशाकरिता? ती तयार व्हावी, म्हणून ना? मग जहागिरदार तयार करायचा झाला, तर जहागीर नको? पंत, आमच्या जहागिरीतला छत्तीस गावांचा मोकासा राजांच्या नावे आम्ही पूर्वीच केला आहे. नाव मात्र दप्तरी न राहता त्याचा अंमल सुरू करा. राजांच्या नावाची मुद्रा कागदोपत्री होऊ दे. राजे, ही जहागीर राखलीत, तर पुणे जहागीर तुमची!'

पंत म्हणाले, 'राजे, पाया पडा! नशीब थोर, म्हणून असा पिता मिळाला. आमचं भाग्य थोर, म्हणून हे पाहायला मिळालं.'

शिवबांनी शहाजीराजांच्या पायांवर मस्तक ठेवले. त्यांना हृदयाशी कवटाळीत शहाजीराजे पंतांना म्हणाले,

'पंत, या पोरानं वेड लावलं. उद्या हा गेला, म्हणजे करमायचं नाही. राजांना चांगलं वाढवलंत तुम्ही. आमच्या म्हातारपणाची ददात मिटविलीत.' पंतांचे डोळे ओले झाले. उपरण्याने त्यांनी डोळे पुसले.

दुसऱ्या दिवशी शहाजीराजांच्या जहागिरीचा सारा तपशील तयार झाला. खास आपल्या विश्वासातील माणसे महाराजांनी शिवाजीराजांना दिली. पेशवे म्हणून शामराव नीळकंठ, नारोपंत दीक्षितांचे चुलतभाऊ बाळकृष्णपंत अमात्य म्हणून पाठविण्याचे ठरले. त्याखेरीज जहागिरीचे मुतालिक म्हणून दादोजीपंतांची नेमणूक

होती, ती निराळीच.

शिवाजीराजांची परतण्याची तयारी होत होती. धीर करून जिजाबाईंनी शहाजीराजांना विचारले,

'संभाजीला थोडे दिवस नेऊ का?'

'नको! राणीसाहेब, संभाजी आमच्या वातावरणात वाढले. ते इथं रमलेत. राहू दे त्यांना तिथंच!'

'आपला राग जाणार नाही का? रागाच्या भरात बोलून...!'

'आम्ही रागानं म्हणत नाही. आम्हांलाही तुमचा विचार पटला. म्हणूनच आम्ही शिवाजीराजांना पाठवतोय्. त्यांना पाहून आम्हांला आनंद झाला. आम्ही शंभूराजांना मोठे करतो. तुम्ही शिवाजीराजांना करा.' आणि हसत जिजाऊंच्याकडे पाहत ते म्हणाले, 'पाहू, कोण सरस ठरतं, ते!'

जायचा दिवस आला. भरल्या डोळ्यांनी जिजाबाईंनी साऱ्यांचा निरोप घेतला. शिवाजीराजे शहाजीराजांच्या पाया पडताच शहाजीराजांनी शिवाजीराजांना कवटाळले. त्यांच्या कपाळाचे चुंबन घेतले. ते दादोजींना म्हणाले,

'पंत! राजांना संभाळा. त्यांना मोठं करा. आमची अमानत तुमच्या विश्वासावर तुमच्या हवाली करीत आहो. जीवमोलानं तिचा संभाळ करा.'

गावाबाहेर पहिल्या मुक्कामापर्यंत संभाजीराजे जिजाऊंना पोहोचवायला आले होते. दुसऱ्या दिवशी पहाटे जिजाबाई काफिल्यासह पुण्याची वाटचाल करू लागल्या. संभाजी अश्वपथकासह बंगळुरी परत गेले.

□

१२

बंगळुराहून राजे पुण्याला आले. साऱ्या मावळात ती बातमी पसरली. जो तो शिवाजीराजांना भेटायला येत होता. पाटील, कुलकर्णी, देसाई, देशपांडे, देशमुख सारे येऊन भेटून जात होते. राजे तेच होते. थोडे मोठे झालेले. बदल पडला होता फक्त फडात. पूर्वी नुसते कारकून दिसत. आता फडाला भारदस्तपणा आला होता, आदब आली होती. कारण दप्तरी आता पेशवे, डबीर, अमात्य होते.

दीड वर्षाच्या कालावधीनंतर पुण्याला आल्यामुळे या कालखंडात घडलेल्या गोष्टी दादोजी नऱ्हेकरांच्याकडून समजावून घेत होते. दप्तरतपासणीत ते मग्न झाले होते. बाहेरच्या कारभाराबरोबर शिवाजीराजांना दादोजी फडातही सक्तीने गुंतवीत होते; पत्रव्यवहार, कारभार पाहायला लावीत होते.

राजे स्नान व देवाला नमस्कार करून आले. जिजाबाई वाट पाहत होत्या. मासाहेबांच्या पाया पडून ते पाटावर बसले; आणि दुधाचा पेला त्यांनी ओठी

लावला. दूध पिऊन होताच जिजाबाई म्हणाल्या,

'राजे, आता उठा! नाही तर दप्तरी उशीर केल्याबद्दल दादोजी दोष देतील.'

तोच नोकर आला. त्याने वर्दी दिली, 'मुधोजीराव निंबाळकर आले आहेत.'

शिवाजीराजे गडबडीने उठले. बाहेर जाऊ लागले. जिजाबाई म्हणाल्या,

'राजे, मुधोजीराव आपले सासरे. उघड्या डोक्यानं सामोरे जाऊ नका.'

महाली जाऊन, पागोटे घालून, शिवाजीराजे बाहेर गेले.

'या, राजे! काय म्हणतं बंगळूर?' मुधोजीरावांनी विचारले.

राजे हसले. जिजाबाई दाराशी येताच मुधोजीराव उठले. मुजरा केला. जिजाऊंनी विचारले,

'मामासाहेब, आपण आलात. आमची सून नाही आणलीत?'

'आणली तर! नाही तर राजे रागावतील ना!' मुधोजीराव म्हणाले, 'राणीसाहेब, तो पाहा, मेणा आलाच.'

वाड्याच्या दारासमोर मेणा थांबताच दासी धावल्या. दादोजी पगडी, उपरणे सावरून पायऱ्या उतरले. पायांवर पाणी घेऊन सईबाई वाड्यात आल्या. नेसलेल्या लुगड्याने सारा डौल बदलला होता. वय लहान असूनही त्या डौलात येत होत्या. साऱ्यांवरून नजर फिरत होती. झडणाऱ्या मुजऱ्यांचा त्या स्वीकार करीत होत्या. दादोजींनी केलेल्या मुजऱ्याचा स्वीकार त्याच हास्यवदनाने त्यांनी केला. वाड्याच्या प्रथम सदरेत त्या आल्या. दाराशी उभ्या असलेल्या जिजाऊंच्या त्या पाया पडल्या. जेथे दादोजी होते, तेथे जाऊन त्यांनी त्रिवार नमस्कार केला आणि त्या परत जिजाबाईंच्याकडे आल्या. जिजाबाई तिचा गालगुच्चा घेत म्हणाल्या,

'भारीच पोक्त झालीस, हो! आणि नवऱ्याच्या कुणी पाया पडायचं?'

आणलेला भाव कुठच्या कुठे गेला. सईबाई खुदकन हसल्या, आणि जिजाऊंना बिलगल्या. जिजाऊ तिला कुरवाळीत म्हणाल्या,

'आता कशी शहाणी झालीस! पण भारी ऐट करू नको. राजांनी बंगळूरला दुसरी बायको केली.'

'करू द्या.'

'तुझ्यापेक्षा छान आहे. गोरी गोमटी आहे.'

'असू दे! माझ्याबरोबर खेळायला येईल ती.'

सारे हसले. मुधोजीरावांना जिजाबाई म्हणाल्या,

'खरंच, मोठी राणी शोभणार ही!'

दोन दिवसांनी मुधोजीराव सईबाईंना सोडून निघून गेले. सईबाई वाड्यात रमली. सईबाईंच्या भोवती पुण्यातल्या मुली गोळा होत होत्या. सईबाईंचा खेळ वाड्यात रंगत होता.

दुपार टळली होती. सईबाई मासाहेबांच्याकडे आल्या. मासाहेबांनी वर पाहताच त्या म्हणाल्या,

'मामीसाहेब!'

'थोबाड फोडून देईन, पुन्हा 'मामीसाहेब' म्हटलंस, तर.'

सईबाई हसल्या. त्या म्हणाल्या,

'मासाहेब!'

हसू लपवीत जिजाबाई म्हणाल्या, 'काय पाहिजे आता? सई! अग, लौकर मोठी हो. तू आणि तुझ्या पोरी सारं घर डोक्यावर घेता. सासरी हे वागणं बरं नव्हे.'

सईबाई हिरमुसल्या होऊन वळल्या. जिजाबाई ओरडल्या,

'ये! मागे फीर.'

सईबाई वळल्या. मासाहेबांनी विचारले,

'का आली होतीस?'

'आज शुक्रवार. जोगेश्वरीला जाऊन येऊ का, म्हणून...'

'मग जा ना! पंतांना सांग जा...'

सईबाई धावत गेल्या. दादोजी काही तरी लिहीत होते. सईबाईंना पाहताच दादोजींनी विचारले,

'राणीसाहेब! काय हुकूम?'

'अशानं आम्ही बोलणार नाही.' सईबाई म्हणाल्या.

'खरंच, तुम्ही राणीसाहेब! आता त्या मासाहेब आणि तुम्ही राणीसाहेब.'

'पंत, आम्ही देवाला जाऊ?'

'जरूर! मी मेण्याची व्यवस्था करतो.'

संध्याकाळी सईबाई दासी-मैत्रिणींसह जोगेश्वरीला गेल्या.

नवरात्र जवळ आले. घट बसले. वाड्याच्या चौकात दरदरोज बकरे पडत होते. नवरात्राचे दिवस केवढे धामधुमीचे. राजांना सर्व देवदेवतांना जाऊन यावे लागे. दररोज सकाळी स्नान झाल्यावर राजे सजविलेल्या घोड्यावर स्वार होऊन गणपती, जोगेश्वरी, महादेव ही सारी मंदिरे फिरून येत. वाड्यात तर एकच गडबड उडालेली

असे. नवरात्र जवळ आले, की सारी शस्त्रे धुऊन, पुसून, उजळून चकचकीत केली जात. मीठ आणि चिंचेचे बोळे घेऊन तलवारी, जंबिये, विटे साफ केले जात. घटस्थापनेच्या दिवशी खास सदरेवर सारी शस्त्रे पूजेला ओळीने लाविलेली असत. एका ठिकाणी गोळा झालेली ती नानाविध शस्त्रे पाहण्यात राजांना मौज वाटे. त्यांत नाना तऱ्हेच्या तलवारी, फिरंग, पट्टे, विटा, भाले, ढाली, जंबिये, बिचवे, कट्यारी असत. त्यांच्या जोडीला जमदाड, सांग, खांडा यांसारखी अनेक हत्यारे सदरेवर यायची. त्यांचे देखणेपण, त्यांचा बोज राजे समजावून घेत.

वाड्याच्या देव्हाऱ्यात सुवर्णसमया अखंड तेवत असत. त्यांच्या सौम्य प्रकाशात अष्टभुजेची मूर्ती उजळून निघत असे. देवीच्या समोर उजव्या बाजूला घटस्थापना केलेली असे. दररोज एक खाऊच्या पानांची माळ वर बांधली जात असे. उलटणाऱ्या दिवसांबरोबर घटाच्या कडेने कोंब उगवायला लागत. नवरात्र संपेपर्यंत ते चांगलेच वर येत.

नवरात्रात दररोज रात्री वाड्यात चौकामध्ये गोंधळ उभा राही. 'उदे, ग! अंबे, उदे!' च्या घोषाने वातावरण भरून जाई. दाटीवाटीने सारे गोंधळ ऐकायला जमत. गळ्यात कवड्यांची माळ घातलेले, तेल माखून घेतलेले भुत्ये आपले फेटे सावरीत हाती संबळ घेऊन उभे राहत. सुरुवातीला पोत खेळविला जाई. राजांना पोत भारी आवडत. पोत नाचायला सारे उतरले, की पोतांच्या हेलकाव्याबरोबर जी फरफर घुमे, ती ऐकण्यात राजे रंगून जात.

खंडेनवमीला सकाळी वाजत गाजत घोडा दाराशी येई. दाराच्या उंबऱ्यात बकऱ्याचा बळी पडे; आणि रक्त ओलांडून घोडा डौलाने वाड्यात प्रवेश करी. नऊ दिवस पूजेत राहिलेली आपली छोटी तलवार राजे मस्तकाला लावून बाहेर काढीत.

सायंकाळी चांगले कपडे करून राजे जिजाबाईंच्याकडे गेले. राजांच्या गालाला तीट लावीत जिजाबाई म्हणाल्या,

'राजे, आता फार दिवस हे सीमोल्लंघन चालायचं नाही.'

'मग काय करायचं?'

'या दिवशी पराक्रमाला बाहेर पडायचं. शत्रूचा बीमोड करायचा. घर यशानं भरायचं. पाठीवर लक्ष्मी घेऊन यायचं.'

'आम्ही तसंच करू.'

राजे सोने लुटायला बाहेर पडले. वाड्यासमोर राजांचा दागिन्यांनी सजविलेला

घोडा उभा होता. राजांनी घोड्यावर मांड टाकली. राजांच्या बरोबर दादोजीही जात होते. मागे-पुढे घोडेस्वार चालत होते. सोन्याच्या माळावर येऊन घोडी थांबली. उपाध्याय आधीच हजर झाले होते. शमी वृक्षाची राजांनी पूजा केली; आपल्या तलवारीने सोने पाडले; आणि वाजत गाजत ते घरी आले. वाड्याच्या दरवाज्यात सईबाईंनी ओवाळले. राजे वाड्यात प्रवेश करते झाले.

राजे देवघरात गेले. उंबरठ्याजवळ जिजाबाईंनी राजांना उभे केले. राजांची पाठ उंबरठ्याकडे होती. उंबऱ्यावर शेला झाकला होता. जिजाबाई म्हणाल्या,

'राजे, आता मागे न पाहता उंबऱ्यावर तलवार चालवा.'

राजांनी तलवार उपसली. मागे न पाहता उंबऱ्यावर ओढली. राजांनी विचारले,

'झालं?'

'हो!'

राजे वळले. जिजाबाईंनी शेला उचलला. उंबऱ्यावर तांदूळ पसरले होते. त्यांतील सुवर्णाची अंगठी जिजाबाईंनी उचलली, आणि राजांच्या मस्तकी लावली. राजांनी विचारले,

'मासाहेब, ही अंगठी का ठेवली?'

'राजे, ही अंगठी नाही; ही लक्ष्मी आहे. तुम्ही सोनं लुटून आलात ना! तुमच्या मागून लक्ष्मी येते. पण तिला पाहायचं नसतं. तिला मागे न पाहता घरात घ्यायचं असतं. घरात आली, की तिचा पाय तोडायचा.'

'पाय तोडायचा?' राजे उद्गारले.

'हो! एकदा का तिला लंगडी केली, की घराबाहेर कशी जाईल?'

राजे हसले.

जिजाबाई म्हणाल्या, 'राजे, आता तुम्ही लहान नाही. नेहमी लक्षात ठेवा, लक्ष्मीमागे धावून लक्ष्मी कधी प्रसन्न होत नसते. ती कर्तृत्ववान माणसाच्या पाठीमागून आपोआप येत असते. लक्ष्मी नेहमी पाठीशी ठेवावी; आणि संकटे समोर बघावीत. हे विसरू नका.... दादोजी वाट पाहत असतील. सदरेत जा.'

राजांनी जिजाबाईंना वंदन केले; आणि राजे सदरेत गेले.

सदर खास शृंगारली होती. बैठकीच्या उजव्या बाजूला वस्त्राच्छादित तबके ठेवली होती. राजे बसताच प्रथम ब्राह्मण मंडळी आली. राजांनी उभे राहून त्यांचे सोने घेतले. दादोजी राजांच्या हातात नाणे देत होते. राजे ते वाटीत होते. फडातले दप्तरदार आले. पाटील, वतनदार आले. त्यानंतर पागेचे अधिकारी, नोकर आले. घराचे नोकर झाले. राजांनी उठून दादोजींच्या पायी मस्तक ठेवले. दादोजींनी राजांना

कवटाळले.

जिजाबाई म्हणाल्या, 'राजे, दादोजींना मोहरा नाही दिल्या?'

दादोजी राजांना जवळ घेत म्हणाले,

'मासाहेब, ही मोहर माझीच आहे. यापरतं भाग्य नाही.'

□

१३

राजे दादोजींच्या बरोबर मावळ फिरत होते. वाड्यात दप्तर पाहत होते; पायरीवर आलेला न्याय जिजाबाईंनी गोतमुखाने सोडविलेला पाहत होते. वाड्यात कीर्तनकार येत होते; भजनी लोक येत होते. भजन-कीर्तनांत राजांचा जीव रमून जाई. एखाद्या शाहिराचा पोवाडा ऐकत असता अंगात वीरश्री संचरे. खरा कंटाळा येई, तो दादोजींच्या बरोबर मावळ फिरण्याचा. जहागिरीवर थोर माणसांच्या बरोबर फिरण्यात त्यांचे मन थकत असे.

सकाळी दादोजींनी राजांना सांगितले, 'राजे आज नाणेमावळात जायला हवं.'

'परत केव्हा येणार?' जिजाऊंनी विचारले.

'पाच-सहा दिवस तरी मोडतील. पुष्कळ हिशेब राहिला आहे.'

राजे नाराजीने दादोजींच्याकडे पाहत होते. दादोजींच्या ते लक्षात आले. ते म्हणाले,

'पाहा, राजे! जहागीर तुमची. मोठ्या राजांच्याकडून हौसेने ती घेतलीत. आधीच तंट्याबखेड्यांनी भरलेली. मालकाशिवाय रेटणार कशी? तुम्हांला कंटाळा येत असेल, तर तसं सांगा. मी महाराजसाहेबांना कळवून टाकतो.'

ती मात्रा बरोबर लागू पडत असे. शिवाजीराजे आपोआप घोड्यावर स्वार होत. मावळात फिरत असता राजांचे लक्ष मुलुखात उठलेल्या, आकाशाला टेकलेल्या गडांच्याकडे जायचे. ते पंतांना विचारायचे,

'पंत, हे गड कुणाचे?'

'आदिलशाहीचे.'

'जहागीर आमची, आणि गड त्यांचे कसे?'

'राजे, जहागीर म्हणजे मालकी नव्हे. फक्त वसुलाचा हक्क तुम्हांला. पण सत्ता आदिलशाहीचीच!'

मावळात शिवाजीराजांचा दरारा खूप होता. त्यांच्या नावाला फार मान होता. दादोजींच्या बरोबर आलेले शहाजीपुत्र पाहताच साऱ्यांच्या माना झुकत होत्या. देशमुख

प्रेमाने वळत होते. प्रजेला राजा पाहायला मिळत होता. त्यांच्या सुखदुःखांना वाचा फुटत होती. सामोपचाराबरोबरच प्रसंगी दंडनीतीचादेखील दादोजी वापर करतात, हे राजे पाहत होते. गुंडगिरी, अरेरावी करणाऱ्या बांदल देशमुखांना जबर शिक्षा केल्यामुळे मुलुखाचा वाढलेला आदर राजांच्या ध्यानी येत होता.

वाड्याच्या पुढच्या चौकसदरेवर राजे एकटेच बसले होते. मागे मासाहेब उभ्या होत्या. त्या केव्हा आल्या, हे शिवबांना कळले नाही. जिजाबाईंनी विचारले,

'राजे, एवढं टक लावून काय पाहता?'

नजर न काढता राजे म्हणाले,

'मासाहेब, मुंग्या किडा पकडून नेताहेत, ते पाहतो आहे.'

'मग त्यात काय एवढं पाहायचं?'

'केवढा मोठा किडा आहे! मघापासून पाहतो आहे. किडा जिवंत आहे. सुटण्यासाठी धडपडतो आहे. पण छोट्या मुंग्यांपुढं काही चालत नाही. चारी बाजूंनी जेर केलंय् त्याला.'

जिजाबाईंचे उत्तर आले नाही. राजांनी मागे पाहिले. जिजाबाई आत गेल्या होत्या.

राजांची नजर दरवाज्याकडे गेली. एक इसम येत होता. सावळा, उंचापुरा. चेहरा तुकतुकीत होता. डोळ्यांत हसू होते. काढणी बांधली, तर श्वासाबरोबर तुटेल, अशी छाती होती. गुडघ्यापर्यंत धोतर होते. अंगात भरड्या वस्त्राची बंडी होती. बंडीचा डावा खांदा फाटून तिच्या चिंध्या झाल्या होत्या. खांदा जखमी होता. रक्ताचे ओघळ पंज्यापर्यंत येऊन हातावर वाळले होते; पण वेदनेचा लवलेश चेहऱ्यावर नव्हता. हातातली जाडजूड भरीव काठी पेलीत तो आत आला.

त्याने चौकात नजर टाकली. शिवाजीला पाहताच मुजरा करून तो म्हणाला,

'राम राम! शिवाजीराजांचा हाच वाडा न्हवं?'

'होय. का?'

'काम व्हतं.'

'वरती ये!' राजांनी फर्मावले.

'आँ?'

शांतपणे राजे म्हणाले, 'वरती ये.'

बिचकत तो इसम वर आला.

'बैस.'

'पन...'

'बैस, म्हणतो ना!'

राजांची नजर पाहताच तो बसला. शिवाजीराजे उठले. त्यांनी काही न बोलता

त्याचा हात पाहिला; आणि ते ओरडले,

'कोण आहे तिकडे?'

चारी वाटांनी हुजरे धावले. प्रथम आलेल्याला राजे म्हणाले,

'देवडीवरचे कुठं गेले? जा, वैद्यांना ताबडतोब बोलावून आण.'

नोकर गेला. राजांनी विचारले,

'नाव काय तुझं?'

'भीमा. लव्हार हाय मी.' चूक सुधारीत भीमा म्हणाला, '....सरकार.'

एव्हाना दादोजीही उठून बाहेर आले. राजांनी भीमाला विचारले,

'का आला होतास?'

'सांगू का? मी ह्या मुलुखाचा न्हवं. आमी तिकडचं.... साताऱ्याचं. दुस्काळ पडला, तवा मुलूख सोडून मोगलाईत गेलोतो. वाटंनं येत हुतो. रान हुतं. आन् आलं की अंगावर.'

'कोण?' राजांनी विचारले.

'लांडगं, वंऽऽ... चुकलो, सरकार!'

'मग?'

'तीन हुते. आडरानात एकटा माणूस मी. हातात निस्ती काठी. करनार काय? घेतलं देवाचं नाव, आन् म्होरं आलंल्यावर हानली काठी. ते धूड मागं कोलमडलं. उरलेलं मागं ठिसकत सरकलं. पर जनावर भारी. तसंच उठलं, आन् घेतली उडी. डाव्या रङ्ग्यानं रेटीपातूर बावळा काढला भडव्यानं! डोस्कंच फिरलं. मुस्काट बघून एकच काठी हानली. उठलंच न्हाई!'

'आणि दुसरे लांडगे?'

'म्होरक्या पडल्यावर कशाला ऱ्हात्यात?'

राजे कौतुकानं ऐकत होते. त्यांना गंमत वाटत होती.

'पण तू इकडं कसा?' राजांनी विचारले.

'आयला.... ते ऱ्हायलंच की! तिथनं वाट सुदरली. वाटंनं येत हुतो, तर दोन मानसं भेटली. तुमांवानीच त्यांनी बी इचारलं, बावळ्याला काय झालं, म्हनून. म्या सांगितलं. तर ते म्हनले, 'अरं, लांडग्याची शेपटी का आनली न्हाईस?' म्या म्हनलं, 'कशाला?' तर ते म्हनले, 'अरे, येड्या! लांडगा मारला, आन् शेपटी दावली, तर शिवाजीचा बामन बक्षीस देतो.''

साऱ्यांची नजर दादोजींच्याकडे गेली. दादोजी हसत होते. भीमा सांगत होता,

'परमुलुखाचा म्या. मला काय ठावं? तसाच माघारी गेलो, आन् शेपटी आनली. ही घ्या.' म्हणत कमरेला खोवलेली झुपकेदार शेपटी त्याने समोर टाकली.

लांडग्यांचा उपद्रव थांबविण्यासाठी दादोजींनी ही बक्षिसाची प्रथा ठेवली होती,

हे साऱ्या मावळात प्रसिद्ध होते. वैद्य आले. त्यांनी भीमाच्या जखमेला औषधं लाविली. औषध लावीत असता त्याने विचारले,

'शिवाजीराजं म्हंत्यात, ते तुमीच?'

'हो, का?'

'काय न्हाय. लई बोलवा ऐकली हुती. मला वाटलं, कुनी तरी जानता मानूस असंल.'

सारा वाडा हसला.

दादोजींनी सांगितले,

'कुलकर्णी, याला दप्तरी घेऊन जा; आणि याचं बक्षीस द्या.'

'थांबा.' राजे म्हणाले. राजे उठून आत गेले. जेव्हा ते बाहेर आले, तेव्हा त्यांच्या हातात एक तलवार होती. भीमाला ती देत राजे म्हणाले,

'भीमा, नशीब तुझं, म्हणून काठीवर भागलं. ही तलवार जवळ राहू दे.'

भीमाने तलवार हाती घेतली. पान बघत तो म्हणाला,

'रामपुरी दिसते.'

'तुला यातलं कळतं?' राजांनी विचारले.

'म्हंजे? धंदाच न्हवं माझा? हेच करत आलो.'

'आता कुठं जाणार?'

'पोट भरंल, तिकडं.'

'इथं राहतोस?'

'ऱ्हाईन की! काम सांगा.'

'तुला लोहारशाळा देतो. करशील?'

भीमाने राजांचे पाय धरले. 'लई उपकार हुतील, सरकार!'

'सोनोपंत!' राजे सोनोपंताच्याकडे वळून म्हणाले, 'याला लोहारशाळा काढून द्या.'

सोनोपंतांनी दादोजींकडे पाहिले. दादोजी म्हणाले,

'सोनोपंत, राजाज्ञा झाली. वाट कसली पाहता?'

'आज्ञा!' म्हणत सोनोपंत भीमाला घेऊन गेले.

सारे पांगले.

राजे एकटे असता दादोजी म्हणाले,

'राजे, एवढ्या तडकाफडकी माणसं नेमायची नसतात. तो परका माणूस! कोण, कुठला, काय, सांगता येत नाही.'

'पंत, संधी मिळाली, तर कळणार ना? हात बळकट आहेत. कष्टाळू आहेत. छाती निधडी आहे. पोलादाची जात सहज ओळखता येते. बस्स! आणखी काय

हवं? संधी दिली आहे, मगदूर आपोआप कळेल.'

दादोजी कौतुकाने ऐकत होते.

संध्याकाळी जिजाऊंच्या दर्शनाला गेले असता दादोजी जिजाऊंना म्हणाले,
'मासाहेब, राजांची नजर तयार होत आहे. भीमाची पारख किती चटकन केली!'

'मलाही कौतुक वाटतं. माणसं बरोबर हेरतो.'

'हेही राजलक्षणच! पाहून येतं, तेवढं शिकून येत नाही, म्हणतात, ते काही
खोटं नाही.'

ते ऐकून जिजाबाईंना आनंद वाटत होता. दादोजींच्याकडून अशी उघड स्तुती
फार क्वचित ऐकायला मिळत असे. दादोजी म्हणाले,

'मासाहेब, सोलापुराहून एक शाहीर आला आहे. आज्ञा असेल, तर वाड्यात
कवन करावं, असं म्हणतो.'

'जरूर! राजांना पोवाड्याची फार हौस आहे. रात्री आम्ही पोवाडा ऐकू.'

रात्री पलित्यांच्या उजेडात वाड्याचा प्रथम चौक उजळला होता. चौकात दाटीवाटीने
माणसे बसली होती. सदरेत खास बैठक अंथरली होती. शाहीर वाड्याच्या धुमीजवळ
आपले कडे तापवीत बसला होता. साथीदार तुणतुणे, डफ, टाळ जुळवीत होते.
खाशा स्वाऱ्यांनी बैठक सजली. मुजरे झडले. बैठकीच्या उजव्या बाजूला दादोजी,
अमात्य, डबीर ही मंडळी बसली होती. बैठकीवरच्या डाव्या हाताला दादोजींची
मंडळी, ब्राह्मण स्त्रिया. त्यांच्या पलीकडे मराठा स्त्रिया बसल्या होत्या.

शाहीर चौकात आला. त्याने व त्याच्या साथीदारांनी मुजरा केला. डफावर थाप
पडली. तुणतुण्याने लय धरली, टाळ खणखणू लागले. आणि होती, ती बारीक
कुजबूजही थांबली. मुजरा करून शाहिराने नमनाला तोंड घातले:

आदि नमोनी गणरायाला देवि भवानीला
मुजरे करितो जिजाऊ माते, बाळ शिवाजीला।
मर्दांचे गाइले पवाडे आजवर कैकांनी
ऐका आता स्त्रीजातीच्या शौर्याची कहाणी।
रजपुतरमणी राणि पद्मिनी अनुपरूपखाणी
चितोडगडचे नाव गाजवी थोर तिची करणी
लक्ष्मणसिंग राणा चितोडाचा
भीमसिंग त्याचा। चुलता नात्याचा
शोभली उमा शंकरा

जानकी रामा रघुवीरा
की रंभा शोभे सुरवरा
भिमसिंगाला तशी पद्मिनी चितोडची राणी
रजपुतवंशा धन्य करी ती, धन्य तिची करणी॥१॥

शाहीर नमन करून पोवाडा गात होता. विषय होता राणी पद्मिनीचा. चितोडची ही रूपसंपन्न राणी उपजतच स्वाभिमान घेऊन जन्मलेली. तिच्या राज्यात कोणी उपाशी नव्हता, दुःखी नव्हता. भीमसिंग-पद्मिनीची जोडी चितोडच्या राज्यात लक्ष्मीनारायणांसारखी शोभत होती.

शुक्राची चांदणी पद्मिनी स्वरूपाची मूर्ती
रूपगुणांची तिच्या पसरली जगावरी कीर्ती।
अल्लाउद्दिन खिलजि माजला होता शिरजोर
पद्मिनीची कीर्ती गेली त्याच्या कानांवर।
'खुबसुरती का अजब खजाना जरूर देखूँ तो'
मनात मांडे खात गडावर चाल करून ये तो॥

पद्मिनीच्या रूपाची कीर्ती अल्लाउद्दीन खिलजीच्या कानांवर गेली. ते अलौकिक सौंदर्य पाहण्यासाठी तो बेचैन झाला. पापी वासनेने पछाडलेल्या अल्लाउद्दिनाने चितोडवर हल्ला केला. सुखासमाधानांत वावरणारी चितोडची भूमी रक्ताने न्हाऊन निघाली. भीमसिंग चितोडचे रक्षण करण्यासाठी पराकाष्ठा करीत होता; पण दैवात यश लिहिले नव्हते. भीमसिंग अल्लाउद्दिनाच्या हाती सापडला. पद्मिनीचे कुंकू धोक्यात आले. अल्लाउद्दिनाने पद्मिनीला पाहण्याचा हट्ट धरला. कुंकू राखण्यासाठी पद्मिनी त्यालाही तयार झाली. अल्लाउद्दीन महालात आला. त्याचे पापी डोळे अधीर झाले होते; पडदा सरकवला गेला... आणि अल्लाउद्दिनाची नजर पडद्यामागे ठेवलेल्या आरशावर गेली. स्वप्न अवतरावे, तसे हळूहळू त्याला पद्मिनीचे दर्शन घडले. ते असामान्य लावण्य पाहून अल्लाउद्दीन पाघळला; वचन विसरला. भीमसिंग तर सुटलाच नाही; पण अल्लाउद्दिनाने सरळ पद्मिनीला मागणी घातली. मागणी कोण मान्य करणार? संतापाने बेभान झालेल्या अल्लाउद्दिनाने हल्ला केला. पण त्याला रजपुतांचा स्वाभिमान माहीत नव्हता.

भडकला खिलजी अनिवार
उलटे तलवार। चितोडगडावर

कत्तल केली त्याने सर्रास
बुरुजाबुरुजावर प्रेतांची रास
गड रुधिरानं न्हाला समयास॥ जी॥
झाला विजय क्रूर म्लेंच्छाचा
दुष्ट खिलजीचा। अधम वासनेचा
पराजित पातिव्रत्य होई
पुण्याला पाप शह देई
सत्याचा बळी असत् होई॥ जी ॥
पद्मिनीने वक्त जाणला
पराजय झाला। जरी समराला
रजपुत बाणा कोण जितणार?
खिलजीला नखहि नाही दिसणार
जाहली सिद्ध करण्या जोहार॥ २॥

पोवाडा ऐकत असता राजांचे डोळे अश्रूंनी भरत होते; जीव गुदमरत होता. शाहीर सांगत होता...

सौंदर्याने सीमा गाठली अंतिम शौर्याची
धडधडत्या अग्नीत मिसळली ज्योत पद्मिनीची।
तिच्या संगती रजपुत नारी करिती जोहार
सद्धर्माचा विजय एका परि खिलजीची हार।
पद्मिनीवाणी अगणित आज भगिनी बळी जाती
म्लेंच्छ माजला, धाय मोकलुन रडे बघा धरती॥
पुरुषार्थ पार लोपला
गोरगरिबाला । आयाबहिणीला
कुणी आज वाली ना उरला
का, रे, देवा डोळा झाकला?
चितोडचा जोहार व्यर्थ का गेला?
गुलामगिरीचं जगणं नव्हे हे जितं कलेवर
पराक्रम पुरुषात दिसेना काय गाऊ म्होरं?॥ ५ ॥

राजांना पुढचे ऐकणे अशक्य झाले. ते तसेच उठून आत गेले. पाठोपाठ जिजाबाई गेल्या. राजे पाठमोरे झाले. डोळे टिपीत होते. मागून आवाज आला,

'का, राजे, का आलात?'

राजे वळले. सारा चेहरा फुलला होता. डोळे भरून आले होते. मुठी वळल्या होत्या. राजे म्हणाले,

'मासाहेब, आम्हांला असले पोवाडे ऐकवत नाहीत. फत्तराच्या काळजाचा माणूसदेखील हे ऐकू शकणार नाही, सहन करू शकणार नाही!'

'सारं सहन करतो. खुद्द पद्मिनीनं सहन केलं नाही? माणसाइतकी निर्लज्ज जात या वालीद पृथ्वीतलावर दुसरी नसेल. चितोडच्या राणीचं असं झालं. दाहीरच्या राजकन्या खलिफाच्या जनानखान्यात कोंबल्या, तेव्हा कुणी अडवलं? पद्मिनीनं जोहार केला. सुटली बिचारी! पण अशा हजारो पद्मिनी आज नरकात कुजत पडल्या आहेत, देवाधर्माला मुकल्या आहेत. दुसऱ्यांचं कशाला? खुद्द माझी जाऊ गोदावरीस्नानाला गेली होती; तिला दिवसा ढवळ्या महाबतखानाने पळवून नेली. काय केलं आम्ही?'

'मग माणसं ओठावर मिशा बाळगतात कशाला?'

'बोलणं फार सोपं, राजे! ही माणसं, गावं, शहरं आहेत कुठं? एकदा उघड्या डोळ्यांनी पाहा.'

'हे थांबणार केव्हा?'

'थांबवणारा भेटेल, तेव्हा! आज थोर बलशाली आहेत, ते शाही कृपेवर तृप्त आहेत. प्रजेला जुलुमाची सवय झाली आहे; ती पार हाडीमांसी खिळली आहे. नशीब तुमचं-आमचं, की एकाच वेळी एकच जेठाबाई ऐकायला मिळते. साऱ्या कथा एका वेळी कानांवर आल्या असत्या, तर....'

'मासाहेब, आम्ही ते बंद करू!'

'राजे, स्वप्नातले मनोरे भूतलावर दिसले असते, तर मग कशाला असं घडलं असतं? पुसा ते डोळे, आणि सदरेवर चला. मधून उठून जाणं बरं दिसत नाही. शाहिराचा हिरमोड होतो. पोवाडा संपेपर्यंत तुम्हांला बसायला हवं.'

राजे जिजाबाईंच्यासह परत बैठकीवर गेले.

□

१४

बरेच दिवस पद्मिनी राजांच्या मनात घोळत होती.

पदरी माणसे गोळा होत होती. मित्रपरिवार वाढत होता. त्यात गुंजवण्याचे येसाजी कंक होते; मोसे खोऱ्यातील बाजी पासलकर, नऱ्हेकरांचे बाळाजी चिमणाजी होते. कावजी कोंढाळकर, जिऊ महाला, वाघोजी तुपे, सूर्याजीराव काकडे यांसारखी लहान-थोर मंडळी होती. बाजी पासलकर तर साठीच्या घरातले उमराव; पण राजांशी त्यांची दाट मैत्री जमली होती. हे साथीदार घेऊन राजे आता स्वतंत्रपणे फेरफटक्याला जात होते. पूर्वी टापांचा आवाज ऐकताच 'मोगल आले' समजून

रानाचा निवारा घेणारी माणसे आता टापांचा आवाज ऐकताच 'राजे आले' समजून धावत आडवी येत होती; बाळराजांना डोळे भरून पाहत होती.

राजे रांझ्यावरून असेच जात होते. थंडीचे दिवस होते. टापांचा आवाज डोंगरकपारींतून परतत होता. राजांच्या कानांवर अस्पष्ट हाक आली,

'राजेऽऽ'

घोड्यांचे लगाम खेचले गेले. परत तीच हाक आली. सारे चौफेर पाहत होते. येसाजी म्हणाला,

'राजे! ते पाहा!'

शिवारातून एक इसम धावत येत होता. राजे पायउतार झाले. पळत येणाऱ्या त्या इसमाचा झोक जात होता. एकदा तर तो पडला; तसाच परत उठला, आणि राजांच्या रोखाने धावू लागला. तो इसम जवळ आला. माथ्यावर टक्कल. कडेने वाढलेले पांढरे केस. पांढरे कल्ले. चेहऱ्यावर सुरकुत्यांचे जाळे. धापा टाकीत तो इसम आला आणि उभ्या उभ्या राजांच्या पायांवर पडला. धाप, हुंदके यांनी त्याचे अंग हलत होते. येसाजीने त्याला उठविण्याचा प्रयत्न केला; पण मिठी सुटत नव्हती. राजांनी हाताने येसाजीला खुणावले. पायांची पकड हळू हळू ढिली होत होती. राजे म्हणाले,

'उठा!'

तो सावकाश उठला.

'काय झालं? न रडता सांगा.'

'राजे, काय झालं नाही, म्हणून विचारा!' परत त्याचे डोळे भरून आले. पुसून तो म्हणाला,

'राजा, माझं वाटोळं झालं. माझी पोर नदीला पाणी भरायला गेली होती. तिला पळवली. बाटवली. माझ्या पोरीनं जीव दिला. राजा, पोरीविना पोरका झालो मी!'

'हे कुणी केलं, माहीत आहे?' राजांनी विचारले.

'नसायला काय झालं? साऱ्या पाणवठ्यानं सारं पाहिलंय्. पन इचारनार कोन?'

'कोण आहे तो?'

'कुंपणानंच शेत खाल्लं, राजे! गावच्या पाटलानंच हे केलं.'

'थांबा इथंच... येसाजी, आम्ही इथं थांबतो. गावात जा, आणि पाटलांना इथं घेऊन या.'

येसाजीने घोड्यावर मांड टाकली. भरधाव वेगाने तो रांझ्याकडे दौडला. राजे त्या इसमाचे सांत्वन करीत होते, सारी माहिती काढून घेत होते. बऱ्याच वेळाने येसाजी आला, पण एकटा. त्याचा चेहरा गोरामोरा झाला होता.

'काय झालं? पाटील भेटले नाहीत?'

'भेटले.'

'मग का आले नाहीत?' राजांचा आवाज कठोर झाला.

येसाजीने ओठांवरून जीभ फिरविली. तो चाचरत म्हणाला,

'पाटील मस्तवाल आहे. हुकूम सांगितला, तर तो म्हणाला... 'जाऊन तुझ्या राजाला सांग, त्यो नावाचा राजा हाय, तसा मी नावाचा पाटील न्हाई, म्हनावं. गाव माझं. बटीक समजतो.' '

'असं म्हणाले पाटील? व्वा!' राजांच्या चेहऱ्यावर हास्य होते.

संतापाने भान हरपून बाजी म्हणाला,

'येसाजी, आनी असला निरोप घेऊन आलास? कमरेची तलवार सोबेची हाय काय?'

'बाजी, येसाजीनं केलं, तेच बरोबर! नाही तर मोगलाईत आणि आमच्यांत फरक काय?'

'राजे!' तो इसम हताश होऊन म्हणाला.

'तुमचं नाव काय?' राजांनी नजर वळवून विचारले.

'रामजी खोडे. याच गावचा मी.'

'काळजी करू नका.... येसाजी, एक स्वार पायउतार करा. रामजींना संगती घ्या.'

रामजीसह सारे पुण्यात आले. वाड्यावर न जाता राजे सरळ पागेकडे गेले. राजांना अचानक आलेले पाहताच स्वार अदबीने गोळा झाले. राजे म्हणाले,

'येसाजी, पन्नास स्वार घेऊन तुम्ही रांझ्याला जा. पाटलांच्या मुसक्या आवळून, त्यांना उद्या सकाळी आमच्या समोर हजर करा.'

येसाजीच्या चेहऱ्यावर हसू उमटले. येसाजी रामजीसह स्वारांचे पथक घेऊन रांझ्याकडे दौडू लागला.

सकाळी राजे नेहमीप्रमाणे उठले. स्नान झाले. राजे आपल्या महाली ठेवणीचे कपडे करीत होते. चुणीदार विजार घातली होती. अंगात कलाबुतीचा जामा होता. कमरपट्ट्यात बिचवा खोवला होता. कमरेला तलवार लटकाविली होती. दर्पणात पाहून त्यांनी आपला जिरेटोप मस्तकी घातला. कपाळी लावलेल्या गंधावर त्यांची नजर गेली; आणि ते हसले. महालात जिजाबाई उभ्या होत्या. राजांनी जाऊन त्यांचे पाय शिवले. आशीर्वाद देऊन त्यांनी विचारले,

'काय गोंधळ घातलात, राजे? दादोजींनाही खबर नाही. सारा चौक भरून गेलाय्... आणि आज हे सणासुदीचे कपडे बरे?'

'नावाचे का असेनात, पण राजाचे कपडे आहेत. ...चला, मासाहेब. आजचा गोंधळ फार मोठा आहे.'

खरेच चौक भरला होता. राजे जाताच मुजरे झाले. पंतांच्यासह सारी दप्तरीची माणसे गोळा झाली होती. राजांनी नजर फिरविली; आणि ते बैठकीवर वीरासन घालून बसले.

'येसाजी, पाटलांना हजर करा!'

काढण्या लावून आणलेले पाटील चौकात पुढे ढकलले गेले.

'रामजी, हेच ना पाटील?'

'महाराज, हाच तो हरामखोर!'

'राजेऽऽ' पाटलाने भयभीत हाक मारली.

राजे हसले. ते म्हणाले, 'पाटील. आम्ही नावाचे राजे असू. तुम्ही गावचे खरे पाटील असाल; पण आम्ही धरतीचे पुत्र आहोत. परस्त्रीला आम्ही आई, बहिणी म्हणून ओळखतो... प्रजेला बटीक समजत नाही!' येसाजीकडे वळून त्यांनी विचारले, 'घडला गुन्हा खरा?'

'होय, महाराज!'

'पाटील, प्रजा ही पोरासारखी! ती राखण्याकरिता पाटिलकी दिली... आणि प्रजेवर तुम्ही बलात्कार केलात? मुसलमानी सल्तनीचे रिवाज आमच्या मावळात पाळलेत? पाटील, जाब द्या!'

पाटील पुढे सरसावले. त्यांनी पंतांचे पाय धरले. म्हणाले,

'पंत, मला न्याय द्या. गोतमुखानं मला न्याय हवा.'

'राजेऽऽ' पंत म्हणाले.

राजे पंतांच्याकडे नजर न वळविता म्हणाले, 'पंत, तुम्ही यात लक्ष घालू नका.. ...पाटील, जरूर तुम्हांला गोतमुखानं न्याय मिळेल; पण अट आहे.'

'कसली?' आशेने पाटलाने विचारले.

'कसली? रामजीच्या मुलीला उभी करा. तिलाही काही सांगायचं असेल.'

'अन्याय आहे!' पाटील ओरडला, 'मेलेलं माणूस कधी उभं राहील का?'

'बस्स!' राजे नजर रोखीत म्हणाले, 'पाटील, गोतमुखाचा न्याय किरकोळ सामान्यांकरिता असतो; तुमच्यासारख्या मातब्बर गुन्हेगारांकरिता नव्हे.'

'पंत, चुकलो! एक डाव माफी करा.'

'खामोश!' राजे संतापाने थरथरत उभे राहिले. 'ती पोर जेव्हा किंचाळली असेल, तेव्हा काय कान बहिरे झाले होते? येसाजी, या पाप्याचे हात आणि पाय तोडा. गाढवावर बसवून रांझण्यात नेऊन सोडा. गावचे पाटील आहेत ते! मानानं गावी गेले पाहिजेत. घेऊन जा... शिक्षेची अंमलबजावणी झाल्याचं ताबडतोब सांगायला या.'

आक्रोश करणाऱ्या पाटलांना नेले गेले. राजे महालात आले. पाठोपाठ जिजाबाई, दादोजी आले होते. जिजाऊंच्या अंगाला कापरा सुटला होता. पंत म्हणाले,

'राजे, एवढी कठोर शिक्षाऽऽ'

गर्रकन वळून राजे म्हणाले, 'पंत, मघा बोललो; क्षमा करा! बांदल देशमुख आम्हांला मानीत नव्हते, तर त्यांचे हात-पाय तुटले. शिक्षा कमी व्हायची होती, ती तिथं!'

'पण, शिवबा...!'

'मासाहेब, पद्मिनी आठवते? तुमच्या जाऊबाई आठवतात?... नाही, मासाहेब. हे आता थांबवलंच पाहिजे. आमचा नाइलाज आहे. हे होत नसेल, तर आम्हांला ही जहागीर नको, राजेपणा नको, काही नको! त्याची आम्हांला हौस नाही.'

शिवाजीराजे तसेच संतापाने निघून गेले. हतबुद्ध झालेल्या जिजाबाई म्हणाल्या, 'भलताच भडकतो!'

दादोजी डोळे टिपीत म्हणाले, 'मासाहेब, आज मी तृप्त आहे. हे पाहायला आज इथं थोरले महाराज हवे होते. आज शिवबा राजे शोभले. गजाननाला दंडवत घालून येतो.'

पाटलाचे हात-पाय तुटल्याची वार्ता साऱ्या मावळात पसरायला वेळ लागला नाही. सारे राजांना धन्यवाद देत होते. पाटील-देशमुखांच्या तोंडचे पाणी पळाले होते.

-आता राजांच्या लहान वयाचा हिशेब कुणाच्या मनात राहिला नव्हता.

□

१८

'मासाहेब!' शिवाजीराजे महालात प्रवेश करीत म्हणाले, 'आम्ही पहाटे रोहिडेश्वराच्या दर्शनाला जाणार आहो.'

संध्याकाळ होत आली होती. जिजाबाई म्हणाल्या, 'राजे, संध्याकाळ होत आली. सकाळी तरी सांगायचं नाही? न्याहरी करायची केव्हा?'

'दोन प्रहरीच ठरलं आमचं.'

'दादोजी येताहेत?'

'नाही.'

'मग?'

'बाजी, येसाजी, चिमणाजी, बाळाजी हे सारे आहेत.'

'पंतांना सांगितलंत?'

'हो. जा, म्हणाले.'

'ठीक आहे. येणार केव्हा?'

'परवा येऊ.'

'मुक्काम?'

'नाचणीलाच करणार! बाजीचं घर आहे तिथं.'

'त्यांच्या घरी राहणार?'

'मग त्यात काय बिघडलं?'

'त्यासाठी म्हणत नाही मी. पण, राजे, गरिबाचं घर. राजा घरी आला, तर पार धुऊन जातं. तुमचे लोक, अश्वपथक!'

'मग नाचणीला स्वार सोडू! वर्दी देऊ!'

'तोही गावाला भूर्दंडच ना?'

'मग?'

'काळजी करू नका, राजे! तुम्ही जरूर बाजीकडे उतरा; पण स्वारांचा शिधा आत्ताच रवाना करा. मी काढून द्यायला सांगते. स्वारांना रांधून घ्यायला सांगा.'

शिवबा आनंदाने बाहेर गेले.

आळंदी, जेजुरी यांसारखी ठिकाणे फिरायला राजांना फार आवडे. त्यांतच रोहिडेश्वराची भर पडली होती. डोंगराच्या उंच माथ्यावर दाट जंगलात हे शंकराचे मंदिर होते. निसर्गाने नटलेल्या त्या मुलुखाने शिवाजीच्या मनात ओढ निर्माण केली होती. रोहिडेश्वराच्या अनेक वेळच्या दर्शनांत दादाजी नरसप्रभू गुप्ते यांसारखी मंडळी जिव्हाळ्याची बनली होती.

भर दुपारची वेळ असूनही रोहिडेश्वर कसा शांत होता. गार वारा अंगात चैतन्य आणीत होता. समोर पसरलेला मावळ विलोभनीय वाटत होता. शंभूचे दर्शन घेऊन सारे देवासमोर बसले होते. राजे काही बोलत नव्हते. चिमणाजी नऱ्हेकर म्हणाले,

'राजे, आज आपण बोलत नाही.'

'काय बोलू, चिमणाजी? नुसतं नावाचं राजेपण मिरवणाऱ्यांना काही बोलता येत नाही, चालता येत नाही.'

'कोण नावाचे राजे?'

'आम्ही! दुसरे कोण? पाहा, गुप्ते, सारा मुलूख कसा बेहोश पडल्यासारखा वाटतो. पूर्वी निजामशाही, आता आदिलशाही. पण मुलुखात काही बदल नाही. शाही फौजा आल्या, की त्यांनी मुलूख लुटायचे; आपला भरणा करायचा. किल्लेदारांनी त्याला हातभार लावायचा... आणि लोक तरी किती निर्लज्ज! हे सारं सहन करतात. बेचिराख झालेली गावं तिथंच उठवतात. बायका-पोरी पळवून नेल्या, तरी काही परिणाम नाही.'

'राजे, ही कुनाला हौस आहे?' येसाजी म्हणाला, 'परजा म्हणजे मेंढरागत. धनगर नाही. अशीच रानोमाळी फिरायची.'

'येसाजी, मावळी हाडाची ताकद मला माहीत आहे. साध्या काठीनं लांडगा

झोपविणारे मावळे जर एक होतील, तर...'

'तर काय, राजे...?'

'तर... तर काय सांगू?' राजांची छाती रुंदावली. 'तर आमच्या दैवतांना असं डोंगरकपारी दडावं लागणार नाही. बायाबापड्यांना मोकळ्यावर वावरायला अशी भीती वाटायची नाही. लोक कोण, राज्य कुणाचं?'

'पण हे जमणार कसं?'

'न जमायला काय झालं? हे जहागिरदार, देशमुख, पाटील, कुलकर्णी एक झाले, तर केवढी प्रचंड ताकद वाढेल!'

'विजापूरची ताकद कमी आहे होय?' बाळाजीने शंका काढली.

'आहे ना! आम्ही बघून आलोय् ती. उंटावरून शेळ्या हाकणारी जात बादशहाची. बाळाजी, रामाजवळ कोणाचं सैन्य होतं? रावण तपस्वी होता, योगसामर्थ्यवान सिद्ध होता; पण त्याचा पराभव झाला, तो कशानं? माकडांच्या मदतीनं राक्षसांचा पराभव! तो बळाच्या जोरावर नव्हता; निष्ठेवर होता, बाळाजी! आमच्या जवळ कमी आहे, ती निष्ठा. बळाला तोटा नाही.'

'बोल, राजा!' सुभान म्हणाला, 'कानाला गोड वाटतंय्, बघा.'

'हं!' राजे हसले, 'सुभाना, सारे कीर्तनकार देवाचा पत्ता, ठावठिकाणा सांगतात, म्हणून कुणाला देव सापडतो का, रे? अरे, कीर्तन ऐकून देव सापडत नाही.'

'आमांस्नी सापडलाय्...' सुभाना म्हणाला.

'कुठं आहे?'

'तूच आमचा देव!' सुभाना म्हणाला.

'खुळा आहेस, सुभाना. बोलून देव होत नसतात.'

'मग काय करायचं, सांग. अरं, तू हाक दिलीस, तर सारा मावळ उठंल. तुझं नाव मावळातल्या बायाबापड्यांच्या तोंडांत बसलंय्. देसाई, देशमुख, देशपांडे तुज्या वाड्याचा उंबरठा झिजवत्यात, ते काय उगीच? तसं नसतं, तर रांझ्याच्या पाटलाचं हात-पाय तोडलंस, तवा गप बसली नसती सारी. अरं, रांझं तुज्या वाटेकडे डोळे लावून बसलंय्...'

राजे उठत म्हणाले, 'चल, सुभाना. विचारांनी डोकं फिरायची पाळी आली. शंकराला दंडवत घालू. त्याला सांगू. त्याच्या मनात असेल, तर सारं होऊन जाईल. नाचणीला येसाजी वाट पाहत असेल.'

नाचणी चिमुकले, दीडदोनशे वस्तीचे गाव. डोंगराच्या कुशीत वसलेले. सारे गाव राजांची वाट पाहत होते. घोड्यांच्या टापांनी एवढेसे गाव भरून गेले. येसाजीची छाती अभिमानाने फुलून गेली. गावचे पाटील म्हणाले,

'राजे, येसाजीच्या पुण्याईनं आपले पाय गावाला लागले. वाड्यात चलावं.'

'का? येसाजी आम्हांला घराबाहेर काढणार काय?'

'तसं कसं होईल?'

'पाटील, आम्ही या खेपेला येसाजीचे पाहुणे. पुढच्या खेपेला तुमच्याकडे येऊ.'

बसक्या घराच्या कट्ट्यावर घोंगड्या पसरल्या होत्या. राजांनी पाय धुतले. ते कट्ट्यावर बसले. येसाजीची आई, बायको बाहेर आली. राजे उठले. त्यांनी हात जोडले. येसाजीच्या आईने पाय धरताच ते वाकले. म्हातारीला उठवीत ते म्हणाले,

'आई, येसाजी सुद्धा माझ्याहून मोठा. तुम्ही त्याच्या आई. जसा येसाजी, तसा मी! तुम्ही आशीर्वाद द्यायचे.'

राजे परत बसले.

सारा गाव गोळा झाला. पीकपाणी, अडीअडचणी... साऱ्या गोष्टी सांगितल्या जात होत्या. येसाजीचे सख्य पाहून लोकांची भीड चेपली होती. त्याच सलोख्याने राजांना ते भेटत होते. त्याच वेळी हवालदार येऊन मुजरा करून उभा राहिला. राजांनी विचारले,

'सारी सोय लागली ना?'

'जी!'

'वैरणकाडी, दाणागोटा... कशाची तसदी गावाला लागू देऊ नका. तक्रार आली, तर मुलाहिजा राखला जाणार नाही.'

'राजे, गाव तुमचं. शिधापानी आनलासा. गावाला तुमचा बोजा वाटला असता व्हय?'

'तसं नाही, पाटील. आम्ही येसाजीचे पाहुणे आहोत, म्हणून आमच्या अश्वपथकाचा भार येसाजीवर टाकणं खरं नाही. मासाहेबांनी आम्हांला सांगितलं आहे... राजानं वाटेतल्या तुळशीचं पानदेखील तोडताना दक्षता घ्यावी. नाही तर राजानं पान तोडलं, मागच्या दळाच्या हातात तुळसही उरत नाही.'

'बरं आठवलं, बगा!... अरं, कोन हाय? मनूला बोलवा बघू.'

राजे पाहत होते. एक बारा-तेरा वर्षांची रेखीव, कोकणी सौंदर्यानं नटलेली मुलगी राजांच्या पाया पडली.

'कोण ही?'

'हिचं नाव मनोहारी, महाराज!'

'मनोहारी! नाव वेगळंच वाटतं.'

'मनोहर मनसंतोष गडाची ही. गडाचंच नाव ठेवलंय् तिचं. ती काल आली.'

'का?'

‘गडकरी मुसलमान. त्याची नजर पडली पोरीवर. पोरगी अनाथ. गडकऱ्यानं जनानखान्यात पाठविण्याचा हुकूम केला. रातोरात गावानं तिला इकडे पाठविली. म्या म्हटलं, राजा येणारच. त्याच्यावर ही जिम्मेदारी सोपवावी.’

राजे हसले. ते म्हणाले, ‘पाटील, याचा निर्णय आम्ही लावू शकत नाही. तुम्ही मासाहेबांच्याकडे हिला घेऊन या. मासाहेब सारं पाहतील. हिंदूची पोर अनाथ झाली, म्हणून ती जनानखान्यात जावी, असं आता व्हायचं नाही.’

‘तसं करतो.’ पाटील म्हणाले.

रात्री जेवण झाल्यावर सारे बाहेरच्या कट्ट्यावर बसले. रात्र अंधारी होती. गावच्या उजव्या हाताला अश्वपथकांनी शेकोट्या पेटविल्या होत्या. हवेतला गारवा जाणवत होता. रात्री बराच वेळ शिवाजीराजे अंथरुणावर जागे होते.

भल्या पहाटे शिवबांनी नाचणीचा निरोप घेतला. पुण्याकडे घोडदौड चालली होती. पक्ष्यांच्या थव्यांबरोबर शिवाजीचा जथा टापांचा आवाज करीत कूच करीत होता. पहाटेला रस्त्यावर चरायला बाहेर पडलेल्या रानकोंबड्या फडफडत होत्या. एखादे सांबर भरकन आडवे जात होते. कौतुकाने शिवाजीराजे हे सारे निसर्गसौंदर्य पाहत होते. सूर्य उगवला. उन्हे डोंगरावर आली. डोंगराच्या वळणावर रस्ता सोडून आत गाव वसले होते. झोपड्यांनी सजलेले सह्याद्रीच्या कुशीतले एक घरटे. गावाच्या वर डोंगरकडेला माणसे गोळा झाली होती. राजांनी हात उंचावला. अश्वपथक थांबले.

‘बाजी, गावचे लोक सकाळच्या वेळी डोंगरकडेला का?’

बाजीने पाहिले. तो म्हणाला, ‘कोणी तरी गेलं असेल.’

‘तसं वाटत नाही मला. अनेक लोक बोडके आहेत. चला पाहू.’

टापांच्या आवाजाने आधीच सावध माणसे अश्वपथक येताना पाहून भयभीत झाली. काही पांगले. गावाला वळसा घालून घोडी जवळ गेली. राजे पायउतार झाले. लोक पाया पडत होते. वाट देत होते. लोकांच्या मध्ये गाय पडली होती. तिच्याभोवती सारे गोळा झाले होते. राजांनी विचारले,

‘काय झालं?’

मेलेल्या गाईवरून हात फिरवीत बसलेल्या म्हाताऱ्याने नजर वर केली. अश्रू पुशीत तो म्हणाला,

‘राजा! माझी गाय वाघानं मारली, रं! काल राती घरला आली न्हाई. आज हुडकून आनली.’

‘अणि वाघ?’

‘त्यो हाय रानातच. राजा त्यो! तेला बाहिर कोन काढणार? जलम फुकट

आमचा. राजा, अरं, बादशाहीचं लोक येऊन पीक नेत्यात; आनी रानचं राजं येऊन जनावरं नेत्यात. मानसानं जगावं कसं? महिन्यात तिसरं जनावर हे.'

'वाघ कुठं आहे?'

'हाय की घळीत. समद्यांस्नी दिसतुया. सोकावलाय् त्यो. रान सोडून हलंल कशाला?'

'बाजी, येसाजी!'

दोघे पुढे झाले.

'हाका काढून शिकार करू या. आमची बंदूक आहे. कसं?'

'करू या की!'

'गोहत्या करणाऱ्या वाघाला सोडणं हा क्षत्रियधर्म नव्हे.' बाळाजी नऱ्हेकर म्हणाले.

शिवाजीराजा शिकार करणार, म्हटल्याबरोबर त्या चिमण्या गावात एकच उत्साह संचारला. त्याखेरीज अश्वपथकाचे लोक होतेच. घोडी बांधून सारे एकत्र झाले. वाघाच्या ठिकाणाची माहिती काढली गेली. त्याच्या वळणाचा अंदाज घेतला. रानचे माहितगार हुडकून हाकेकऱ्यांच्या बरोबर दिले. वाघाची जागा होती, तेथपासून खालीपर्यंत एक मोठी उतरंडीची घळ होती. तिच्या खाली रान पातळ होते; मोठा माळ लागला होता. त्या रानाच्या जागेवरच शिकारी बसायचे ठरले. राजांनी साऱ्यांना सांगितले,

'बार झाला, की हाकेकऱ्यांनी झाडांचा आश्रय घ्यावा. तुतारी होईपर्यंत कोणी उतरू नका.'

हाकेकरी जंगलात गेले. राजांनी आपला भाला, तलवार, कट्यार सर्व हत्यारे पाहून घेतली; आणि ते शिकारीच्या जागेकडे जाण्यासाठी वळले. बरोबर बाजी, येसाजी, बाळाजी, चिमणाजी वगैरे साथीदार होते. शिकारीची जागा आली. रानाचा अंदाज घेऊन एका मोठ्या जाळीचा आडोसा निवडण्यात आला. बंदूक ठासली जात होती. बंदूक तयार झाली. सारे हाक्याची वाट पाहत होते.

जंगलावर नि:स्तब्ध शांतता होती. कुठेच कसला आवाज येत नव्हता. ऊन्ह चढत होते आणि एकदम डोंगराच्या वर हाका सुरू झाला. भांड्यांचे आवाज, आरडाओरडा करीत हाका डोंगरावरून उतरत होता. सावधगिरीने पुढे सरकत होता. पक्ष्यांचे थवे आकाशात भिरभिरले. माकडांचा चीत्कार झाला. हाका सुरू होऊन थोडा वेळ झाला, तोच भेकरांचे टोळके वायुवेगाने खाली उतरले; राजांना डावी घालून दिसेनासे झाले. राजांच्या चेहऱ्यावर स्मित झळकले. बाजीची मूठ पल्लेदार भाल्यावर आवळली गेली होती. आपले भाले सरसावून सारे रानाकडे पाहत होते.

रानाच्या वर खसफस वाढली. बाजीने बोट दाखविले. जाळीतून राजांनी पाहिले. श्वास रोखले गेले; आणि समोरच्या रानातून डुकरांचा कळप बाहेर पडला. अंगावर

ताठ केस फुललेले. परतलेल्या सुळ्यांनी भेसूर दिसणारी ती जनावरे हुंदडत जवळून गेली.

शिकार पचवून निर्धास्तपणे झोपी गेलेला वाघ अचानक उठलेल्या कोलाहलाने जागा झाला. दगड कोसळत होते; आवाज वाढत होता. संतापाने गुरगुरून त्याने शेपटी फुलविली; आणि चपळतेने तो गुहेबाहेर पडला. धीमी पावले टाकीत, आवाजाच्या बाजूला पाहत तो घळण उतरत होता.

हाकेकऱ्यांचा आवाज एकदम थांबला. दुसऱ्या क्षणी पूर्वीपेक्षाही ओरडा उठला. भांड्यांच्या आवाजांनी रान दणाणून गेले. माकडे डोंगराच्या माथ्यावरून झाडांचे शेंडे गाठीत, चीत्कार करीत जंगल उतरत होती. शेंड्यांवरून माकडे दिसताच राजे म्हणाले,

'बाजी, वाघ येतोय्.'

नजर न हलविता राजे रान निरखीत होते. हाका जवळ येत होता... आणि राजांना वाघाचे दर्शन झाले. ते अजस्त्र धूड संतापाने शेपटी फडकावीत, पंजे रोवीत पुढे येत होते. उचलणाऱ्या पावलाबरोबर त्याच्या अंगाचे पट्टे झळाळत होते. वाघ अगदी समोरच येत होता. राजांनी गुडघ्यावर हात घेऊन बंदूक पेलली. जाळीतून नळीचे टोक पुढे सरकत होते. राजांनी नेम धरला. वाघ टप्प्यात येताच बार उडाला.

बारापाठोपाठ वाघाच्या गर्जनेने सारे रान दणाणून गेले. बाराच्या दारूच्या धुरांडीने जाळी भरून गेली. सारे चूपचाप बसून होते. बार होताच हाकेकऱ्यांनी झाडे गाठली. राजांनी पाहिले. वाघ डरकाळ्या फोडीत जमिनीवर लोळत होता. दमला, की धापत होता; चालण्याचा प्रयत्न करीत होता. पण त्याचा कणोठाच मोडला होता. हलणे शक्य होत नाही, हे समजताच सारी ताकद लावून संतापाने उशी घेत होता. तोंडात आलेला दगड फोडीत होता. वाघाच्या थैमानात सारे रान थरथरत होते.

'बार लागला.' बाजी म्हणाला.

'शूऽऽऽ' राजांनी दटावले.

वाघाची गुरगूर थांबली. काळ्या कडांनी सजलेले पांढरे पोट धापत होते. राजे हळूच जाळीबाहेर आले. पाठोपाठ सारे होते.

'माझा भाला...'

'पण, राजे...' येसाजी कुजबुजला.

'माझी फेक झाल्यावरच गरज पडली, तर फेक करा. चला.'

राजांनी भाला पेलला. जाळीबाहेर सारे आले. पडल्या जागेवरून वाघाने डोळे उघडले. अनर्थाला कारणीभूत झालेला शत्रू त्याच्याच रोखाने पुढे येत होता. वाघ गर्जत उठला; आणि त्याच क्षणी राजांचा फाळ त्याच्या छातीत भसकन घुसला. तोंडाशी आलेली काठी दातांनी फोडीत असतानाच त्याची मान लटकी पडली.

बाजीने फाळ उचलला. राजांनी याला थांबविले. वाघ मेला होता. सारे नजीक गेले. ते प्रचंड धूड पाहत असताना येसाजी म्हणाला,

'वाघीण हाय.'

-आणि आनंदाने बेहोश झालेल्या येसाजीने तुतारी उचलली. क्षणात तुतारीचा आवाज साऱ्या रानाला शिकारीची वार्ता देऊन मोकळा झाला.

आनंदाने बेभान झालेले गावकरी आरोळ्या ठोकीत धावत येत होते. कित्येकांनी भान विसरून शिवाजीराजांना मिठी मारली. त्यांना उचलले.

हाकेकरी गोळा होत होते. एका हाकेकऱ्याने वाघाचे दोन छावे आणले; राजांच्या समोर सोडले. राजांनी एका छाव्याला घेण्यासाठी हात पुढे केला. एका एवढ्याशा छाव्याने पंजा उगारला; 'ठिस्' करून दात दाखविले. बळजबरीने छाव्याला कुरवाळीत राजे म्हणाले, 'या छाव्यांसाठीच एका जागी अडली होती... हवालदार, हे छावे बरोबर घ्या. आपल्या शिकारखान्यात शोभतील.'

एका म्हाताऱ्याने भराभर वाघाच्या मिशा उपटल्या; आणि चकमक काढून जाळल्या. मिशी भारी विषारी, असा समज. म्हाताऱ्याचा ऊर भरून आला होता. पचकन वाघावर तो थुंकला; आणि म्हणाला,

'शेराला सव्वा शेर एक ना एक दिवस भेटतोच.'

म्हाताऱ्याने राजाला हलू दिले नाही. थोड्याच वेळात गावातून करडी लेझीम आली. वाघाचे पाय वाशावर बांधले गेले. वाघ उचलायला दहाजण लागले. साऱ्यांनी उत्स्फूर्त आरोळी ठोकली,

'शिवाजी महाराज की जय!'

पाठोपाठ राजांना उचलले गेले. माणसांच्या खांद्यावरून राजांची मिरवणूक निघाली. संकोचून राजे पाहत होते. बाजी, येसाजी, चिमणाजी राजांकडे पाहून हसत होते.

गावाचा निरोप घेत असता राजांनी विचारले,

'गावाचं नाव काय?'

म्हातारा म्हणाला, 'कुठलं गाव? वरीससुदीक झालं नाही गाव करून.'

'मग 'वाघमार' नाव ठेवा.'

□

१६

राजांची दौड सुरू झाली.

राजांनी मारलेला वाघ बघायला वाड्यात पुणे लोटले होते. चौकात वाघ पडला होता. सईबाई जिजाबाईंच्यासह वाघ बघून गेल्या होत्या. राजे आपल्या महालात गेले होते. संध्याकाळ होत आली होती. दादोजीपंत मासाहेबांच्या महालात आले.

'केवढा मोठा वाघ! एकट्या शिवबानं मारला, म्हणे.'

'हो!'

'भारीच धाडशी पोर.' जिजाबाई कौतुकाने म्हणाल्या.

'तेच सांगण्यासाठी आलो होतो मी. वेळीच राजांना आवरणं आवश्यक आहे.'

'आम्हांला वाटलं होतं की, तुम्हीही राजांचं कौतुक कराल.'

'कौतुक जरूर वाटतं, मासाहेब! म्हणून जबाबदारी कशी विसरता येईल? मासाहेब, राजांच्या शिकारीचा छडा लावलाय् मी. राजे रोहिडेश्वरी देवदर्शनाला जातो, म्हणून सांगून गेले होते. त्यामुळं मी परवानगी दिली. बरोबर शिकार-हवालदार नसता मी शिकारीला परवानगी दिली नसती.'

'गैरसमज होतोय्, पंत. आम्ही सुद्धा चौकशी केली. मारलेल्या गाईमुळं गाव कष्टी झालं होतं. ते पाहून राजांचं मन कळवळलं. वाघाची शिकार करून प्रजेला संकटमुक्त केलं, याचा आमच्याप्रमाणेच तुम्हांलाही अभिमान वाटायला हवा.'

'का वाटणार नाही? राजांच्या शिकारीच्या धाडसाचा जरूर मला अभिमान आहे.'

'काय म्हणायचं आहे तुम्हांला?' न समजून जिजाबाईंनी विचारले.

'मला एवढंच म्हणायचं आहे, मासाहेब! राजे असं धाडस वापरायला अजून मुखत्यार नाहीत.'

'कारण?'

'कारण विचारता, मासाहेब? राजांनी वाघावर गोळी चालवली. वाघ जखमी झाला. भाला घेऊन ते पुढं सरसावले. मासाहेब, जरा डोळ्यांपुढे प्रसंग आणा... वाघ कच्चा जखमी असता... त्यानं झेप घेतली असती, राजांच्या छातीवर आपले पंजे रोवून...'

'पंत!' मासाहेब ओरडल्या. घामाने चेहरा भरून गेला होता.

'नाइलाजानं बोलावं लागतं, मासाहेब! कोवळं वय. वेडं धाडस. शिकारीची वार्ता ऐकताच सारं शरीर गलितगात्र झालं. उठायचं बळ पायांत राहिलं नाही. मासाहेब, जीवनात आलेला आनंद, दुःख माणूस सहन करतोच. तुम्हीही सहन केलं असतं. पण आमची काय वाट? एका राजांच्या जिवावर, मासाहेब, आज हजारो घास खाताहेत. लाखांचा पोशिंदा असा वारेमोल सोडून कसा चालेल?'

दादोजींना बोलवेना. त्यांनी डोळे टिपले. ते म्हणाले,

'मासाहेब, हे तुम्हीच राजांना सांगू शकाल. वेळीच जरब बसली नाही, तर पुढं काही उपयोग होत नाही. यावर निर्णय आपला.'

पंत थकल्या पावली निघून गेले. मासाहेबांच्या समोर पंत एवढे कधी बोलले नव्हते. दादोजींनी सांगितले, त्यात काही खोटे नव्हते. मासाहेबांचा राग उफाळला. त्याच संतापाने त्या राजांच्या महाली गेल्या. मासाहेबांना आत आलेल्या पाहताच शिवाजीराजे उभे राहिले. मासाहेबांनी एकदम विचारले,

'राजे, कुणाला विचारून शिकारीला गेलात?'

'मासाहेब, आम्ही...'

'त्या भाकडकथा बाहेरच ऐकल्यात मी! त्या नका सांगू. बार चुकला असता, तर...'

'मासाहेब, आबासाहेबांनी आम्हांला विश्वासानं बंदूक दिली. आमचं निशाण चुकत नाही, हे तुम्हीही जाणता. आम्हांला माहीत आहे... ते पंत सांगणार, आणि तुम्ही...'

'शिवबा!' मासाहेबांचा आवाज करडा बनला, 'कुणाबद्दल हे बोलता? क्षमा मागा!'

राजांनी आवंढा गिळला. ते म्हणाले, 'पण आमचं...'

'क्षमा मागितल्याखेरीज एक शब्दही बोलू नका!'

राजांच्या डोळ्यांत पाणी तरळले. ते कसेबसे म्हणाले,

'आम्ही चुकलो. क्षमा करा!'

'दादोजींची जाऊन क्षमा मागा. त्यांना हे वचन द्या.'

'जशी आज्ञा!'

संतापाने फुललेले, डोळ्यांत पाणी घेऊन उभे असलेले ते शिवाजीराजांचे रूप पाहून मासाहेबांचे मन कळवळले. त्यांनी राजांना मिठीत घेतले; पण मिठीतून बाहेर पडून राजे जाऊ लागले.

'कुठं निघाला?'

मागे न पाहता राजे म्हणाले, 'पंतांच्याकडे!'

पंत आपल्या खोलीत बसले होते. राजांना पाहताच ते म्हणाले,

'राजे!'

शिवाजीराजे काही न बोलता वाकले. त्यांनी पंतांचे पाय शिवले. पंत आशीर्वाद पुटपुटत म्हणाले,

'हे काय?'

'आम्ही पुन्हा असं वागणार नाही... क्षमा करा...'

'क्षमा केव्हाच केली, राजे! चूक कुणाच्या हातून होत नाही? एकदा केलेली चूक ध्यानी आली, आणि ती परत केली नाही, की माणसाला सुधारायला फारसा वेळ लागत नाही.'

पंतांचे बोलणे संपताच राजे वळले, आणि आपल्या महालात गेले. थोपविलेले अश्रू ओघळत होते. रात्री दिवे लागले, तरी राजे महालीच पडून होते. पावलांचा आवाज येताच त्यांनी डोळे उघडले. सईबाई उभ्या होत्या.

'काय पाहिजे?'

'जेवायला बोलावलंय्!'

'कुणी?'

'मासाहेबांनी!'

'आम्हांला जेवायचं नाही, म्हणून सांगा.'

'असं काय...?'

'सांगितलं ना? गग जा.'

गाल फुगवून सईबाई म्हणाल्या, 'मग आम्हीही जेवणार नाही.'

'नका जेवू. तुम्ही जेवला नाही, म्हणून जग उपाशी मरायचं नाही. जा!'

सईबाई धावत महालाबाहेर गेल्या. रात्र झाली, वाढली; पण राजांना परत बोलवायला कुणीच आलं नाही.

सकाळी राजांचे स्नान झाले. देवदर्शन झाले. महालीच दूध पिणे झाले. हे सारे मासाहेबांना चुकवीत झाले. पलंगावर वाघाचे छावे झोपले होते. सईबाई त्यांच्याकडे पाहत होती. बाहेर पावले वाजली, म्हणून राजांनी पाहिले. दारातून मासाहेब आत येत होत्या.

मासाहेबांना पाहताच राजे पाठ फिरवून उभे राहिले. सईबाई बच्चे न दिसतील, अशी खबरदारी घेऊन पलंगाशेजारी उभ्या राहिल्या. राजांच्या कानांवर शब्द आले,

'राजे, आईला पाहून केव्हापासून पाठ फिरवू लागलात? आम्हांला पाहून एवढे कष्ट होत असतील, तर आम्ही जातो. आपल्याला आजही भूक नसेल, तर तसं कळवा. आमचं जेवण आजही बंद ठेवू. तेच विचारायला आम्ही आलो होतो.'

मासाहेब जेवल्या नाहीत. त्यांना उपास घडला! राजांना असह्य झाले. ते वळले. आईला पाहताच त्यांचे डोळे भरून आले. एकदम ते मासाहेबांच्या मिठीत धावले. मासाहेब म्हणाल्या,

'राजे, पुसा ते डोळे! राजांनी डोळे ओले करायचे नसतात. बायकोसमोर तर मुळीच नाही. काल तुम्ही शिकार केलेली सांगितलीत; पण वाघाचे छावे आणलेले सांगितले नाहीत. ते आम्हांला पाहायचे आहेत. कुठं आहेत?'

राजांची नजर पलंगाकडे गेली. सईबाई गोंधळून उभ्या होत्या. पिलांना त्यांनी आडोसा धरला. या बाजूला झाल्या. मासाहेब पुढे झाल्या. गादीवर ते एकमेकांना बिलगून झोपले होते.

'छान आहेत.' सईबाईंच्याकडे वळून म्हणाल्या, 'यांची जोखीम सूनबाईंच्यावर दिसते. तूही या खेळात सामील झालीस का?... दूध पितात?'

'बोथडीनं पाजावं लागतं, मासाहेब! सकाळीच दूध पाजलं.'

'छान केलंस! पण तू काही खाल्लंस का?'

रागाने राजांच्याकडे पाहत सईबाई म्हणाल्या,

'एक दिवस जेवलं नाही, म्हणून जग उपाशी मरत नाही.'

रागाने सईबाई निघून गेल्या. शिवाजीराजांच्या ओठांवर हसू उमटले.

□

१७

उन्हाळा आला, तसा लाल महालाचा मुक्काम खेडबाऱ्याच्या वाड्यात हलला. राजे, जिजाबाई, दादोजी यांच्या खेडबाऱ्याच्या मुक्कामाबरोबर खेडबारे गजबजून गेले. वाड्याकडे वर्दळ सुरू झाली. दादोजींनी शिवापूरला लावलेल्या आंब्याच्या बागांनी रूप घेतले होते. राजे दादोजींच्या बरोबर अनेक वेळा बाग पाहायला जात.

फाल्गुन पुनव जवळ येत होती. घरी सणाची तयारी चालू होती. फाल्गुन पुनवेला सकाळी वाड्यासमोर होळीचौकात साफसफाई झाली होती. एरंडाचे भले थोरले झाड वाजत गाजत आणले गेले. ते सांगायला राजे धावत आत गेले. आतल्या सोप्यात सई उभी होती. राजांनी विचारले,

'मासाहेब कोठे आहेत?'

'आपल्या महालात रडताहेत.'

'काय झालं?'

'मी विचारलं. पण सांगेनात. खेळ जा, म्हणाल्या.'

राजे जिजाबाईंच्याकडे गेले. राजांना पाहताच जिजाबाईंनी गडबडीने डोळे पुसले. राजे जवळ गेले, बसले; आणि जिजाबाईंच्या गळ्यात पडत त्यांनी विचारले,

'मासाहेब, काय झालं?'

त्या एका वाक्यात आवरलेले अश्रू झरू लागले. शिवाजीराजांना कवटाळून त्या रडत होत्या. राजांनी कष्टाने मिठी सोडविली. मासाहेबांचे अश्रू पुशीत ते म्हणाले,

'मासाहेब, आमची शपथ आहे.'

'हां, राजे! सुटली म्हणा!'

'म्हणतो. पण का रडता, सांगा!'

'सांगते. सुटली, म्हणा!'

'सुटली!'

जिजाबाईंनी डोळे पुसले. राजांना जवळ घेत त्या म्हणाल्या,

'राजे, तुमच्या दादामहाराजांची आठवण झाली.'

'का?'

'त्यांचा आज वाढदिवस. तुमचा वाढदिवस आम्ही करतो, पण यांचा कोण करीत असेल?'

'मासाहेब, मग दादासाहेब महाराजांना बोलावून का घेत नाही?'

जिजाबाईंचे डोळे भरले. त्या अश्रू आवरीत म्हणाल्या,

'तेवढं हातांत असतं, तर शंभू लांब का राहिला असता?'

गडबडीने उठत जिजाबाई म्हणाल्या,

'राजे! चला. आज होळीचा दिवस. काम फार आहे.'

होळीचा सण झाला; आणि उन्हाळा आपल्या रखरखीत पावलांनी अवतरला. मोहोरलेल्या आम्रवृक्षांनी आपल्या धरतीवर छाया धरली. वाढत्या दिवसांबरोबर आंब्याचे शेंडे फळभाराने धरणीकडे झुकत होते.

दादोजी दोन प्रहरच्या वेळी शहापूरच्या आंबराईतून फिरत होते. आंब्याच्या डेरेदार झाडांनी बाग सजली होती. कुठे तरी आंब्यांना तुरळक आंबे लटकत होते. पाच-सहा वर्षांच्या परिश्रमाचे सार्थक झाल्यासारखे वाटत होते. नुकतीच आळी केलेली ती झाडे समाधानाने पाहत दादोजी जात होते. पाठीमागून कृष्णाजीपंत चालत होते. दादोजी म्हणाले,

'कृष्णाजी लवकर फळं धरली.'

'पंत, याचं श्रेय तुम्हांला. शिवापूरला, शहापूरला, जिजापूरला तुम्ही चांगल्या बागा वसवल्या; माळरानावर नंदनवन केलंत.'

'थोरल्या महाराजांना आंबे फार आवडतात. जेव्हा महाराज येतील, तेव्हा दुसऱ्या कशाला नसेल, तरी या बागांसाठी माझी पाठ थोपटतील.'

'पंत, ऊन्ह फार आहे. वेळही पुष्कळ झाला.'

'हो ना! परतू या.'

पंत वळले. आंबराईबाहेर घोडी उभी होती. जात असता अचानक पंतांचे पाऊल थबकले. एक राजस आंबा झाडावर हाताच्या उंचीवर डोलत होता. पिवळसर छटा आंब्यावर उमटली होती. न कळत पंतांचा हात उंचावला; आणि यांनी तो आंबा तोडला. आंब्याचा वास पंतांनी घेतला. आंबा पाहत असता यांचे हास्य मावळले. चेहरा गंभीर झाला. अंग कापू लागले.

'काय झालं, पंत?' कृष्णाजी म्हणाला.

रागाने आंबा भिरकावून देत पंत उद्गारले,

'केवढा मी असंयमी! केवढा पापी! धिक्कार असो...!'

पंत पुटपुटत तरातरा पावले टाकीत जात होते. कृष्णाजीपंतांना काही कळत नव्हते, समजत नव्हते. कृष्णाजीपंतांच्याकडे न पाहता दादोजींनी घोड्यावर मांड टाकली, टाच मारली. घोडे उधळले. वाड्यात जातानादेखील पंत कुणाशी बोलले नाहीत. वाड्याच्या मागे आपल्या निवासस्थानी ते निघून गेले.

जिजाबाई आपल्या महालात झोपल्या होत्या. शेजारी सईबाई बसल्या होत्या.

पावलांच्या आवाजाने जिजाबाईंना जाग आली. घाबऱ्या झालेल्या गंगाबाई आत आल्या. जिजाबाईंना त्या म्हणाल्या,

'राणीसाहेब! चला. हे कसंसंच करायला लागलेत.'

'काय झालं?' गडबडीने उठत जिजाबाई म्हणाल्या.

'भ्रमिष्टासारखे करताहेत. शिवापूरला बागेत गेले होते. तिथून आले, ते तलवार उपसून हात तोडायला बसले. वेळीच आवरलं, म्हणून बरं. बरं-वाईट आपल्यालाच बोलून घेताहेत. कुणाशी काही बोलत नाहीत. रडणं पडणं चालू आहे.'

गंगाबाईंच्या बरोबर जिजाबाई धावल्या. मागोमाग सईबाई होत्या. तोवर शिवाजीराजे आले. सारे पंतांच्या निवासस्थानी गेले. खोली माणसांनी भरली होती. जिजाबाई-राजांना पाहताच सारे बाहेर आले. जिजाबाई आत गेल्या. आतले दृश्य निराळेच होते. पंतांच्या दंडाला दोघांनी धरले होते. कोपऱ्यात तलवार पडली होती. पंत धापा टाकीत होते. पंतांनी नजर वर केली; आणि मासाहेबांना पाहताच ते म्हणाले,

'मासाहेब!'

पंतांना पुढे बोलवेना. ते रडू लागले.

मासाहेबांनी मागे वळून पाहिले. भीतीने गारठलेले राजे, सईबाई उभे होते. मासाहेब म्हणाल्या,

'राजे, सई, तुम्ही वाड्यात जा. इथं कुणी राहू नका.'

क्षणात सारे पांगले. पंतांना धरलेल्यांना जिजाबाई म्हणाल्या,

'पंतांना सोडा, आणि बाहेर जा.'

दोघे उठून गेले. गंगाबाई पंतांच्या शेजारी बसल्या. जिजाबाई जवळ जात म्हणाल्या,

'पंत, काय झालं? कशासाठी हा त्रागा?'

'काय झालं?' हाताचे पंजे पुढे करीत पंत म्हणाले, 'मासाहेब, ह्या हाताला विचारा!' आणि पंतांनी उजवा हात ताड ताड कपाळी मारून घेतला.

'पंत!' जिजाबाई ओरडल्या.

'मासाहेब, हा दादोजी चांडाळ आहे! आज त्यानं चोरी केली!'

'चोरी?'

'होय, मासाहेब. त्याचं ताडन ह्या हाताला झालंच पाहिजे. बुद्धी फिरली. खाल्ल्या अन्नावर उलटला!' म्हणत दादोजी तलवारीकडे वळले.

'दादोजी, थांबा! काय झालं, ते सांगितल्याखेरीज रेसभरही पुढं सरकू नका.'

'काय सांगू, मासाहेब? कोणत्या तोंडानं सांगू? थोरल्या महाराजांच्या परवानगीविना या दादोजीनं राजांच्या बागेतला एक आंबा तोडला.'

'मग त्यात काय झालं?' जिजाबाईंनी विचारले.

'काय झालं? मासाहेब, कोणत्या तोंडानं राजांना काही सांगायला जाऊ? लहान

काय, आणि मोठी काय, चोरी, ती चोरीच! तिचं प्रायश्चित्त मला घेतलंच पाहिजे.'

दादोजींनी एकदम तलवारीला हात घातला. मासाहेब ओरडल्या,

'हां, दादोजी, ज्यांची एवढ्या इमाने इतबारे सेवा करता, त्या तुमच्या थोरल्या महाराजांची, माझी, शिवबाची शपथ आहे. टाका ती तलवार!'

दादोजींच्या हातून तलवार पडली; आणि उपरण्यात तोंड लपवून ते रडू लागले. एवढ्या वयोवृद्ध, तपोवृद्ध माणसाला रडताना पाहून जिजाबाईंचा जीव गुदमरला.

'पंत, घडलं, ते नकळत! झालं, होऊन गेलं. तुमच्या आधारावर आम्हांला इथं पाठविलं गेलं. काही अविचार करून बसला असता, तर आम्ही काय करणार होतो? तुम्ही वयानं, मानानं मोठे. तुम्हांला काही सांगण्याचा अधिकार नाही. पण राहवत नाही, म्हणून सांगते... काही झालं, तरी आम्हांला विसरू नका.'

दुसऱ्या दिवशी दादोजी दप्तरी गेले, तेव्हा सारे त्यांच्याकडे पाहत राहिले. शामराव नीळकंठ उद्गारले,

'दादोजी, हे काय?'

'काय झालं?'

'तुमच्या अंगरख्याला बाही नाही...'

'काढून टाकलीय्.' दादोजी बैठकीवर बसत, हसत म्हणाले, 'काल थोरल्या राजांच्या बागेत गेलो होतो. आंबा दिसला. धन्याच्या परवानगीविना तोडला. चोरी केली. त्याची ही शिक्षा आहे.'

'किती दिवस असा अंगरखा घालणार?'

'किती दिवस? साऱ्यांना हा एक बाहीचा अंगरखा सरावाचा होईपर्यंत. गुन्हा करताना लाज वाटली नाही. निस्तरताना तरी का लाजावं?'

पंत हसले; पण कुणी हसू शकलं नाही.

□

१८

खेडबाऱ्याचा मुक्काम लौकरच पुण्याला हलला. शिवाजीराजांनी पुण्याला जायची घाईच घेतली. जिजाऊंना अलीकडे शिवाजीचे वर्तनच कळत नव्हते. रांझ्याच्या पाटलाचे प्रकरण झाल्यापासून राजे गंभीर बनले होते. घरी एकटे बसत; नाही तर बहुधा फिरतीवर असत. पुण्याला येताच राजे परत रोहिडेश्वरी गेले. त्या वेळी पंत कामासाठी जुन्नरला गेले होते. जुन्नरहून दादोजी परत आले. त्यांनी चौकशी केली. राजे रोहिडेश्वरी गेल्याचे कळले. पंत चिंताग्रस्त झाले. जिजाऊंना म्हणाले,

'मासाहेब, राजे मध्येच रोहिडेश्वरी बरे गेले? आठ दिवसांपूर्वीच खेडबाऱ्याहूनही गेले होते ना?'

'हो! त्यांना ते ठिकाण फार आवडतं. देवाधर्माचा भारी छंद आहे त्यांना.'

'ते काही वाईट नाही! पण मला दुसराच वास येतो.'

'कसला?'

'अलीकडे राजांच्या भोवती गोळा होणारी माणसं पाहिलीत? नेताजी, येसाजी, तानाजी, बाजी, बाळाजी, चिमणाजी... किती नावं घ्यावीत? प्रत्येक खेपेला कोणी तरी नवं दिसतं. तो दादाजी नरसप्रभू तर अलीकडे सावलीसारखा चिकटलाय्.'

'काय म्हणायचं आहे तुम्हांला?'

'मला काही कळत नाही, मासाहेब! राजांच्या वयाची माणसं असती, तर मी समजू शकलो असतो; पण राजांच्या बरोबर लहान-थोर सारे दिसतात. ब्राह्मण, मराठे, महार, रामोशी, प्रभू... अठरापगड जातीचे लोक आहेत. त्यांत देशमुख आहेत, देशपांडे आहेत. मावळे आहेत. राजांच्या मनीचे बेत कळत नाहीत.'

'विनाकारण कल्पनेचे डोंगर रचता, दादोजी! याचा अर्थ एवढाच की, राजांचा ओढा सर्वांनाच आहे. आणि ते का वाईट?'

दादोजी काही उत्तर देऊ शकले नाहीत. ते तसेच माघारी गेले.

दादोजींना जी शंका आली, तीत काही खोटे नव्हते. शिवापूरचा सारा वाडा पहाटेच मावळ्यांनी फुलून गेला होता. वाड्याची पागा तट्टांनी सजली होती. राजे बाहेर आले, तेव्हा त्यांच्याबरोबर दादाजी नरसप्रभू गुप्ते, येसाजी, तानाजी, बाळाजी, चिमणाजी ही मंडळी होती. भीमा लोहार मुजरा करून उभा राहिला.

'भीमा, कुठवर आलं?'

'पन्नास तलवारी आणि शंभर-एक भाले तयार हाईत.'

'शाब्बास! आणि इतरांचे?'

'तेबी तेवढेच असतील.'

'चला, निघू या.'

सारे रोहिडेश्वराकडे निघाले. भर दोन प्रहरी रोहिडेश्वरावर सारे पोहोचले. शिवाजीराजांच्या चेहऱ्यावर एक निराळेच तेज दिसत होते. झऱ्यावर हात-पाय धुऊन ते रोहिडेश्वराच्या मंदिरात आले. दादाजी नरसप्रभूंनी व पुजाऱ्याने पूजा केली. बेल आच्छादिलेल्या त्या शिवलिंगापुढे राजांनी साष्टांग दंडवत घातला. राजे म्हणाले,

'दादाजी, पुन्हा विचार करा.'

'विचार केव्हाच ठरला.' दादाजी म्हणाले, 'जगायचं असलं, तर वाघाचं जीवन जगू. शेळी म्हणून जगावंसं आता वाटत नाही.'

'मग व्हा पुढं.'

राजांनी दादाजींचा हात हाती घेतला. पिंडीवर हात ठेवीत राजे म्हणाले,

'शंभो, हर हर महादेव! आज तुझ्या प्रेरणेनं आम्ही हिंदवी स्वराज्याची शपथ घेणार आहोत. संकल्प तडीला न्यायला तू सिद्ध आहेस. जोवर स्वराज्याची उभारणी होत नाही, तोवर मैत्रीसाठी धरलेला हात आम्ही सोडणार नाही. दिल्या वचनाला अंतर देणार नाही.'

एवढे बोलून राजांनी पिंडीवरचा बेल उचलला, आणि मस्तकी लावला. दादाजींनीही राजांचे अनुकरण केले. नारळ फुटले. प्रसादाचे ताट घेऊन पुजारी बाहेर आला. मंदिराच्या समोर जमलेले शे-सव्वाशे साथीदार हर्षभरित नजरेने राजांच्याकडे पाहत होते.

राजे पायरीवर बसले. प्रसाद वाटला जात होता. येसाजी, बाजी, तानाजी हे सारे राजे आता काय सांगतात, इकडे लक्ष देऊन होते. राजे म्हणाले,

'येसाजी, आज आम्ही शपथ घेऊन मोकळे झालो. हे शेंदरीलगतचं दैवत स्वयंभू आहे. यानं आम्हांला आजवर यश दिलं, तुमची जोड दिली. आता पुढचे मनोरथ हिंदवी स्वराज्याचे. तेही तो पुरे करील. त्यासाठी आपली जबाबदारी फार मोठी.'

नेताजी हे राजांचे आप्त. वयानेही फार मोठे. ते म्हणाले,

'भीती कसली?'

'भीती नाही. पहिलं पाऊल कोणतं टाकायचं, कुठून टाकायचं, याचा विचार करतो आहे.'

'त्यात इचार कसला?' तानाजी म्हणाला, 'देवाम्होरं शपथ झाली, तेच पहिलं ठिकाण.'

'म्हणजे?'

'म्हणजे काय? रोहिडेश्वर घेऊन देवाची जागा कबज्यात आणू या. कसं?'

'फार सुरेख! पण गडाची हालत?'

बाजी म्हणाला, 'मी फिरून आलोय् गड. लई तर दोनशेपातूर शिबंदी असंल. गडाला मजबुती न्हाई. चारी बाजूंना खिंडारं हाईत.'

'काय, दादाजी?'

'ठरलं! रोहिडेश्वरावर प्रथम चाल करायची!'

'ठीक आहे.' राजे म्हणाले, 'उद्या रोहिडेश्वरावर स्वराज्याचा कौल घेऊ.'

'हर हर महादेव'ची गर्जना उठली. राजांनी येसाजीला हाक मारली,

'येसाजी, बाजी, तानाजी, तुम्हां सर्वांची माणसं तयार आहेत ना?'

'हो.'

'रोहिड्याच्या पायथ्याला रात्र असतानाच साऱ्यांनी गोळा व्हायचं. आम्ही तिथं पहाटे येऊ. आवाज, गोंधळ होऊ द्यायचा नाही. सारं कसं चूपचाप पार पडलं

पाहिजे.'

सारे रोहिडेश्वराच्या डोंगरावरून परतले. राजे समोर दिसणारा किल्ला पाहत उतरत होते.

मध्यरात्र होईपर्यंत राजे वाड्यात जागे होते. लोहारांनी तयार करून आणलेल्या भाले-तलवारींचा ढीग पडला होता. चार लोहारांनी रात्रंदिवस राबून पंधरा दिवसांत एवढी तयारी केली होती. भीमा म्हणाला,

'राजे, जरा आगूप कळवायला पाहिजे हुतं. बर्च्या तयार झाल्या असत्या.'

राजे हसले. म्हणाले, 'भीमा, एवढं केलंत, हे काय थोडं झालं?' हातातले सोन्याचे कडे त्यांनी भीमाला दिले. ते म्हणाले, 'हे चौघांत वाटून घ्या.'

'तुमच्या हाताचं कडं मोडणार काय आमी? पूजेला ऱ्हाईल हे!'

राजे वाड्यात आले. मागोमाग भीमा आला. राजे वळले. त्यांनी विचारले,

'काय, भीमा?'

भीमाने राजांचे पाय धरले. तो म्हणाला,

'एक मागनं हाय.'

'कसलं?'

'देतो, म्हना?'

'अरे, तुला नाही म्हणेन का? दिलं!'

'उद्या जानार हाईसा, तितं मला संगं न्या.'

'काय म्हणतोस, भीमा? अरे...'

'राजे, मला तलवार चालवाया येते. भाला येतुया. उगीच धंदा करीत ऱ्हाई म्या. तुमीच तलवार दिलीसा, ते काय लांडगं मारत बसू?'

राजांना गहिवरून आले. त्यांनी भीमाला उठविले. पाठ थोपटीत ते म्हणाले,

'भीमा! तुझ्यासारखीच माणसं हुडकतोय् मी. जाऊ सकाळी.'

आनंदाने भीमा गेला. लोहारशाळेत भली रात्र होईपर्यंत भीमा एकटाच तलवारीला पाणी पाजीत बसला.

भल्या पहाटे राजे स्नान आटोपून बाहेर आले. चौकात भालदार हत्यारी उभे होते. राजांनी पूर्वेकडे तोंड करून उभ्या असलेल्या अश्वावर मांड टाकली. पाठीमागचे स्वार झाले. त्यांत भीमाही होता. राजांनी मनात देवाचे स्मरण करून घोड्याला टाच मारली. आकाशात नक्षत्रे लुकलुकत होती. पूर्वेला अजून पांढरी कड उमटली नव्हती. रात्रीतून पहाट होत असताना राजे रोहिडेश्वराच्या पायथ्याशी पोहोचले. वाटेवर सारे राजांची वाट पाहत होते.

राजांनी उतरताच विचारले, 'तानाजी, किती गोळा झाले?'

'हजारांवर पन्नास!'

'ठीक आहे! ज्यांना हत्यारं नसतील, त्यांना हत्यारं द्या.'

शस्त्रे वाटण्यात आली. पूर्वेला उजाडू लागले होते. साऱ्या रानात पक्ष्यांचा चिवचिवाट वाढला होता. राजांनी येसाजीला विचारले,

'येसाजी!'

'जी?'

'भारे किती तयार आहेत?'

'पन्नास आहेत.'

'पुरे होतील?'

'रग्गड! हत्यारी होते, तेवढे चारी बाजूंनी सोडलेत. इशारत झाली, की गडावर मिळतील.'

'आणि तू?'

'मी, तानाजी आपल्या बरोबर राहू. इशारत आली, की रानखिंडीनं वर जायचं. माणसं पेरून आलोय् मी.'

'गड?'

'शांत आहे. कालच सुभाना गडावर वस्तीला गेलाय्. त्याची मामी हाय गडावर.'

साऱ्यांच्या चेहऱ्यांवर स्मित झळकले. राजे दादाजींना म्हणाले,

'दादाजी, तुम्ही इथंच राहा. गड फत्ते झाला, की वर या.'

'ते नाही जमायचं!' उमदे दादाजी म्हणाले, 'रोहिडेश्वरावर अशी शपथ झाली नव्हती. गडावर तुम्ही, आणि गडाखाली मी?'

'आज प्रभूला शोभलात खरे! तुमच्याखेरीज असलं प्रभुत्व कोण गाजवणार?' राजांनी दादाजींचे कौतुक केले.

पहाटेचा दरवाजा उघडल्याचा चौघडा वातावरणात घुमला. राजे स्वस्थ होते. एक भारेकरी उठला. राजांना मुजरा करून भारा डोक्यावर घेऊन तो चालू लागला. थोड्या वेळाने आणखी दोन भारेकरी निघाले. अधीर भीमाने विचारले,

'राजे, मी जाऊ?'

'जा! हुशारीनं. इशारत झाल्याखेरीज काही करायचं नाही.'

'तेची काळजी सोडा.'

थोडे भारे आणखी गेले; आणि भीमाने भारा उचलला. राजांनी विचारले,

'तलवार घेतलीस ना?'

भीमाने हसून भाऱ्याकडे बोट दाखविले.

सूर्य क्षितिजावर येईपर्यंत रानात फक्त राजे, दादाजी, येसाजी आणि पन्नास मावळे राहिले. रानावर उन्हे फाकत होती. नव्या पालवीचे नानाविध रंग रानावर दिसत होते. येसाजीने राजांना खूण केली. राजांनी तलवार उपसून मस्तकी लावली; आणि ते गडाच्या रोखाने चालू लागले. एक एक पाऊल सावधगिरीने टाकले जात होते.

गडाच्या दरवाज्यावर चौकी-पहारेकरी दरवाजाच्या देवडीवर चिलीम फुंकीत बसले होते. भारे आत जात होते. पावसाळा आता लौकरच येणार होता. गडावर झडी बांधायचे काम सुरू झाले होते. भारे घेऊन जाणारे सरळ गडात जात होते. पण जसे जास्त भारे जाऊ लागले, तसे एकाचे लक्ष त्याच्याकडे गेले.

'आयला! आजवर झोपले हुते काय भडवे? किती भारं चढत्यात गडावर?'

तोवर आणखीन एक भारा आला. पहारेकऱ्याने हटकले,

'कुठलं भारं?'

'इथलंच जी!' भारेवाला म्हणाला.

'गाव?'

'मावळ, जी!'

भारेवाला आत गेला. पाठोपाठ तिघे मुंडासे बांधलेले, ठेवणीतले कपडे केलेले, कमरेला तलवार, हाती भाला घेतलेले गडात घुसले; पहारेकऱ्याकडे न पाहता पुढे जाऊ लागले. पहारेकऱ्याने हाक मारली,

'आवं पावनंऽऽ...'

'काय म्हंतासा?' एकाने वळून विचारले.

'काय म्हणणार? अगदी घरागत आतच सुटलासा नी. कोन, कुठलं, सांगशिला, का न्हाई? कुटं निघालासा?'

'कुटलंसा? लगीन ठरवाया निगालोय् आमी!'

'आवो, पन कुनाचं?'

'गडाचं!'

'आँ!'

'आवो, गडाचा पोरगा, म्हंजे गडाचंच की!'

पहारेकरी हसले. एक म्हणाला, 'आमांस बोलवा लगनाला.'

'तुमच्याबिगर लगीन पार पडंल व्हय?' म्हणत तिघे मिशीवर ताव देत गडावर गेले.

एका पहारेकऱ्याच्या डोक्यात कीड पडली होती. त्याला कुठे तरी खटकत होते. हे भारेकरी, लग्न ठरवायला गेलेले हत्यारबंद इसम. त्याला काही सुचेना. त्याच वेळी आणखीन एक भारा आत घुसला. पहारेकऱ्याने कट्ट्यावरून उडी घेतली. तो ओरडला,

'ए, थांब!'

भारेवाला थांबला.

'कुठं भारं घेऊन निघालास?'

'आत, जी!'

'ते दिसतंय् मला. कुणाच्या घरात?'

'वाड्यात, जी!'

'किल्लेदाराच्या?'

'व्हय, जी.'

'काल हवालदारानं वर्दी दिली व्हती, तेच भारं?'

'व्हय, जी!' भारेकरी म्हणाला.

'टाका भारा खाली.'

भारा खाली टाकला गेला. पहारेकरी ओरडला,

'सोड भारा.'

देवडीवरचे सारे हसत होते. एकजण म्हणाला,

'राम्या, कशाला गोतं करतोस त्याचं? जाऊ दे.'

तिकडे लक्ष न देता रामजी म्हणाला, 'उघड भारा.'

भारेकऱ्याने पाहिले. सूर्य वर चढला होता. तो बेताने वाकला; आणि एकदम तोंडात बोट घालून त्याने शीळ घातली.

'आयलाऽ! डोंबारी काय?' पहारेकरी म्हणाला. तोच भाऱ्यातून तलवार उपसली गेली. उभ्या जागी पहारेकऱ्याचे डोळे ताठरले. क्षणात तो देवडीकडे धावू लागला. त्याने दोन पावले टाकली असतील, नसतील, तो त्याच्या पिंढरीवर घाव बसला. किंचाळत पहारेकरी कोसळला.

देवडीवाल्यांच्या हातून चिलीम केव्हाच सुटली होती. पायावर पडलेला इंगळ झटकत एक उभा राहिला. बाकीच्या दोघांनी त्याचे अनुकरण केले; आणि जेथे तलवारी, भाले ठेवले होते, तिकडे ते धावले.

शीळ घुमताच मागचा भारेकरी सावध झाला. भीमाने भारा खाली टाकला आणि तलवार काढून तो धावू लागला. एक पहारेकरी नगारखान्याजवळ जाऊन पोहोचला होता.खाली चकमक चालू झाली होती; आणि नगाऱ्याचा आवाज गडावर घुमू लागला. गडाच्या चारही बाजूंनी 'हर हर महादेव' च्या गर्जना उठत होत्या. हातघाईचे तुरळक सामने होत होते. पाहता-पाहता चारही बुरुजांच्या चौक्या काबीज झाल्या.

गडाच्या किल्लेदाराची झोप अजून उतरली नव्हती. तो धडपडत बाहेर आला. एकच गोंधळ गडावर माजला होता. 'शिवाजी आला!' आरोळी उठत होती. किल्लेदार तलवार घ्यायला वळला; पण त्याच वेळी चारही बाजूंनी शिवाजीचे लोक पुढे आले. किल्लेदार गिरफदार झाला.

शिवाजीराजे एका बुरुजावरून हे सारे पाहत होते. गडावर शांतता पसरली. राजे संथ पावले टाकीत पायऱ्या उतरले. साऱ्यांचे मुजरे झडले. अभिमानाने, कौतुकाने साऱ्यांचे चेहरे फुलले होते. भीमाच्या पाठीला जखम झाली होती. राजे म्हणाले,

'भीमा, अंगावर जखम घेतल्याखेरीज बरं वाटत नाही?'

'राजं, करणार काय? नामर्दाची जात ही. पाठीवर घाव घातला!'

'पळत सुटला असशील!' तानाजी चिडविण्यासाठी म्हणाला.

'तर! येशीत जाऊ बघ! दोन मुडदं पडल्यात.'

किल्लेदाराला समोर आणले गेले. किल्लेदार थरथरत होता. उसन्या अवसानाने तो म्हणाला,

'हे बरं नव्हं! सांगून ठेवतो. लई दीस गमजा चालायच्या न्हाईत ह्या.'

'येसाजी, गडावर तोफ आहे?'

'जी, आहे.'

'याला तोफेच्या तोंडी द्या.' राजे म्हणाले.

किल्लेदार एकदम राजांच्या पायांवर पडला.

'राजे, यात काय माझा गुन्हा न्हाई. गड तुमचा हाय! सांगशिला, ती चाकरी करीन.'

राजे हसले. दादाजींच्याकडे वळून म्हणाले,

'दादाजी! पाहिलंत? ही आदिलशाहीची इमानी माणसं! किल्लेदारांना नजरकैदेत ठेवा. येसाजी, पुढची व्यवस्था होईपर्यंत तुम्ही गडावर राहा. बाळाजी, चिमणाजी, गडाची मालमत्ता, धान्य, शिबंदी यांचा हिशेब करा. आम्ही पुण्याला जाऊन ताबडतोब माघारी येऊ.'

गडाच्या बायाबापड्या येऊन राजांच्या पाया पडत होत्या. राजांनी साऱ्यांना धीर, आश्वासन दिले. गडाची शिबंदी राजांची बनली. जखमींना तातडीने डोलीने शिवापूरच्या वाड्यात हलविण्यात आले. गडाच्या प्रथम दरवाज्याशी येताच राजांचे लक्ष नगारखान्यावर फडकणाऱ्या हिरव्या ध्वजावर गेले. राजांनी विचारले,

'दादाजी! आपला झेंडा आणलात ना?'

'जी!' म्हणत दादाजींनी झेंडा पुढे केला.

'दादाजी, देवाच्या इच्छेनं स्वराज्याचं पहिलं पाऊल पडलं. त्याच देवाचा ध्वज आम्ही यापुढं वापरू; देवाचं राज्य उभं करू.'

नगारखान्यावर राजे गेले. आदिलशाही ध्वज उतरला गेला; आणि निळ्या आकाशाच्या पार्श्वभूमीवर भगवा ध्वज फडकू लागला.

☐

१९

दादोजींना आज दप्तरी यायला बराच उशीर झाला होता. दादोजींनी दप्तरी प्रवेश करताच शामराव नीळकंठ, सोनोपंत डबीर, बल्लाळ सबनीस उठून उभे राहिले. दादोजी बैठकीवर बसत म्हणाले,

'आज पूजेला जरा वेळ झाला. शामराव, आपले वैद्य कुठं आहेत? काल मात्रा मिळाली नाही.'

शामराव नीळकंठ म्हणाले, 'वैद्यराज चार दिवसांपूर्वी शिवापूरला गेले आहेत.'

'कारण?'

'राजांनी पाठविलं होतं.'

'शिवापूरला?' दादोजी पुढे काही बोलले नाहीत.

वाड्याबाहेर चौकीदार सकाळच्या उन्हात गप्पा मारीत होते. टापांचा आवाज कानांवर आला. भाले सरसावून ते गडबडीने उभे राहिले. भरधाव वेगाने एक स्वार येत होता. वाड्याच्या दाराशी तो पायउतार झाला. घोडा चौकीदाराकडे देऊन अंगावरची धूळही न झटकता तो स्वार आत गेला. दप्तराच्या पायऱ्या चढून तो दप्तरी गेला. त्याने दादोजींना मुजरा केला.

'काय आहे?'

स्वाराने सर्वांवरून नजर फिरविली. तो घुटमळला.

'पंत, जरा बाहीर येतासा?'

त्रासिकपणे पंत म्हणाले, 'अरे, सांग ना? इथं कोण परकं आहे?'

स्वार एकदम पुढे झाला. पंतांच्या कानाला लागला. पंत किंचाळले. 'काय सांगतोस?' आणि भानावर येत पंत म्हणाले, 'काय नशा तरी करून आला नाहीस?'

'नाही, पंत! देवाशपथ, वाड्यात जखमी...'

'चल, चल. बाहेर चल. इथं नको...' पंत उठले. भ्रमिष्टासारखे ते दप्तराच्या बाहेर जात होते. उपरणे पडल्याचे भान नव्हते.

मासाहेब मुदपाकखान्यात शिधा सांगत होत्या. पंतांचा निरोप येताच त्या महालात आल्या.

'काय, पंत?'

'तरी सांगत होतो, मासाहेब! गेल्या काही दिवसांतली राजांची लक्षणं ठीक दिसत नव्हती. त्यासाठी त्यांना शिवापूरचा तळ हलवायचा होता. वाडा मोकळा हवा होता ना?'

'पंत, नीट काही सांगाल, की नाही?'

'नीट घडलं, तर नीट सांगणार!' पंत बोटांशी चाळा करीत म्हणाले, 'मासाहेब,

राजांचा पराक्रम ऐका-- राजांनी रोहिडेश्वर घेतला.'

'रोहिडेश्वर?' शंका येऊन मासाहेबांनी विचारले, 'तब्येत ठीक आहे ना?'

'होती, मासाहेब! आता राहील, की नाही, ते माहीत नाही. राजांच्या रोहिडेश्वराच्या खेपा, दादाजी नरसप्रभूची वाढती संगत, मावळ्यांची जमवणी... साऱ्यांचा अर्थ आता कळला.'

'कुणी सांगितलं? खोटं असेल!'

'खोटं? मासाहेब, शिवापूरचा वाडा जखमींनी भरला आहे.'

'आणि राजे?'

'देवाची कृपा! राजे सुखरूप आहेत.'

जिजाबाईंनी सुटकेचा निःश्वास सोडला. त्या हसून म्हणाल्या,

'पण हे घडलं कसं?'

'मासाहेब, बाराशे स्वारांनिशी राजे रोहिडेश्वरावर चालून गेले. किल्लेदाराला कैद केलं. गडावर आज आदिलशाही निशाण नाही.'

'शिवबा आला, की सारं कळेल!'

'आता कळून तरी काय फायदा? जे घडायला नको होतं, ते घडून गेलं.'

'राजे केव्हा येणार आहेत?'

'शिवापूर सोडायच्या तयारीत होते, अशी वर्दी आहे. मासाहेब, उभं राहवत नाही. जरा बाहेर जाऊन बसतो.'

दादोजी बाहेर गेले. जिजाऊंना शिवबाच्या पराक्रमाचे कौतुक वाटत होते; पण त्याचबरोबर कसली तरी हुरहुर वाटत होती. जिजाबाई मुदपाकखान्यात गेल्या. सईबाई बदाम खात होत्या. मासाहेबांना पाहताच त्या उभ्या राहिल्या. मनोहारी शेजारी उभी होती. मासाहेब म्हणाल्या,

'सई, लौकर चांगले कपडे कर. आरती तयार ठेव.'

'कुणाला ओवाळायचं?'

'मला ओवाळ आता! शहाणे, तुझा नवरा पराक्रम करून घरी येतोय्. त्याला ओवाळ. राजांनी रोहिडेश्वर काबीज केलाय्.'

सईबाई सणासुदीचे कपडे घालून तयार झाल्या. मनोहारी सईबाईंच्या अंगावर एक एक दागिना चढवीत होती. सईबाईंनी विचारले,

'मनोहारी, तू ह्यांना पाहिलंस?'

'आत्ता, ग, बया! अवो, राजांनी मला पाहिलं नसतं, तर हे पाय कशाला दिसलं असतं?'

'नशीब तुझं. घरात असून आम्हांला दर्शन घडत नाही.'

'आत्ता येतीलच की!'

'इकडून यायचं, आणि तिकडे जायचं!'

'आता राजे आले, की सोडूच नका. नवरा मुठीत ठेवावा, म्हंत्यात.'

सईबाई हसल्या. राजांना मुठीत ठेवण्याच्या कल्पनेने त्यांना हसू आले. त्या म्हणाल्या,

'ठेवला असता, ग... पण...'

'पन काय?'

'मूठच लहान आहे, बघ!' सईबाई खळखळून हसल्या.

'खिदळत काय बसलाय्?' जिजाबाईंचा आवाज आला.

दोघी उठून उभ्या राहिल्या. सईबाई म्हणाल्या,

'आमची तयारी झाली.'

'हो! ते दिसतंच आहे. पण आरतीकडे कुणी पाहायचं?'

दोघी जीभ चावून बाहेर पळून गेल्या.

राजांचा रोहिडेश्वराचा पराक्रम साऱ्या वाड्यात पसरला होता. जिकडे तिकडे कुजबूज चालू होती. घोड्यांच्या टापांचा आवाज येऊ लागला; आणि जो तो हातांतली कामे टाकून धावू लागला. अश्वपथक वाड्यासमोर येऊन थांबले. घोड्यांच्या टापांनी राजवाड्याबाहेरचे मैदान भरून गेले. राजे पायउतार झाले. वाड्याच्या दाराशी सुवासिनींनी राजांच्या पायांवर पाणी घातले. दहीभात ओवाळून टाकला. राजांनी पाय उचलला, तोच पिवळे जरी वस्त्र नेसून येणाऱ्या सईबाई नजरेत आल्या. पुन्हा पाऊल मागे घेतले. सईबाई आल्या. त्यांनी राजांच्या मस्तकी टिळा लावण्यासाठी हात उंचावला. राजांनी मान वाकवली. घामाने भरलेले कपाळ, धारदार नाक, कानांत हेलकावे घेणारी ती कर्णकुंडले- क्षणात केवढे मोहक दर्शन घडले! सईबाई लाजल्या. राजांची नजर सईबाईंना निरखीत होती. सईबाईंनी गडबडीने विडा हाती दिला, आणि ओवाळले. विडा तबकात ठेवताना राजांच्या ओठांवर हसू होते. राजे आत आले. मासाहेबांच्या पायांना हात लावून ते पाया पडले. मासाहेब म्हणाल्या,

'औक्षवंत व्हा! विजयी व्हा!'

राजांचे लक्ष मासाहेबांच्या शेजारी उभ्या असलेल्या मनोहारीकडे गेले. राजे थांबले. जिजाबाईंनी विचारले,

'का थांबलात, राजे?'

मनोहारीकडे बोट दाखवीत राजे म्हणाले, 'हिला कुठं तरी पाहिल्यासारखं वाटतं.'

जिजाबाई हसल्या. त्या म्हणाल्या,

'राजे, एवढ्यात विसरलात? नाचणीला पाटलांनी तुमच्या समोर...'

'आठवलं! ही मनोहारी ना?'

'हो. चांगली आहे मुलगी! तुम्ही भेटला नसता, तर काय झालं असतं मुलीचं, कुणास ठाऊक?'

राजे सदरेत आले. सदरेत तानाजी, दादाजी नरसप्रभू उभे होते. राजांनी पेशव्यांना विचारले,

'दादोजी कुठं आहेत?'

'दप्तरी!'

राजांनी दादाजींच्याकडे पाहिले. दादाजी राजांच्या मागून चालू लागले. ते दप्तरी जाताच दादोजी उठून उभे राहिले. दप्तरी दादोजी एकटेच होते. राजांनी दादोजींना नमस्कार केला. दादोजी राजांच्याकडे पाहत होते.

'राजे, हे करायचं होतं, तर आधी का सांगितलं नाही?'

राजे काही बोलले नाहीत.

'आम्ही विश्वासातले वाटलो नाही?'

'गैरसमज होतोय्, दादोजी!'

'चांगला समज झाला आहे. भावनेच्या भरात एक गोष्ट करून गेलात. परिणाम माहीत आहेत?'

'ते आनंदानं सहन करू!' राजे सहजपणे बोलून गेले.

'हं! बोलणं फार सोपं. आज रोहिडेश्वर काबीज केलात-- आदिलशाहीचा गड घेतलात! बादशाहीत राहून बादशाहीशी वैर पत्करलंत.'

'कुठली बादशाही, दादोजी? कुणाची?' राजे उफाळले. 'जिथं धर्म सुरक्षित नाही, दैवत सुरक्षित नाही, नोकरीही स्थिर नाही.'

'कुठली नोकरी?'

'आपण सांगितलं नाही, म्हणून आम्हांला कळायचं राहिलं थोडंच? शहाजीराजांच्यावर, त्याबरोबर तुमच्यावरही, ठपका देऊन थोरल्या महाराजांची दरबारी चौकशी झाली, ती कशासाठी?'

'तो गैरसमजाचा प्रकार होता.'

'गैरसमज! शाही गैरसमजाचे परिणाम आम्ही जाणतो. मुरार जगदेव हाल हाल करून मारले गेले. अशाच गैरसमजातून आमच्या आजोबांचे, लखुजी जाधवरावांचे, मानाच्या सरदारांचे भर दरबारी तुकडे उडवले गेले. असले गैरसमज फार दिवस सहन व्हायचे नाहीत आम्हांला!'

'मग तुमच्या प्रकारानं थांबतील?'

'श्रींच्या मनात असेल, तर जरूर थांबतील!'

दादोजी दादाजी नरसप्रभूंकडे पाहत उफाळले, 'आणि तू! तुला तरी अक्कल हवी होती. अरे, जेध्यांचा कारभारी तू, शाही दरबाराचा वतनदार, रोहिडखोऱ्याचा

देशपांडे! या पोरखेळात सामील झालास?'

राजे शांतपणे म्हणाले, 'पंत! हा पोरखेळ नाही.'

'राजे, तुमचं वय लहान आहे. फार पावसाळे या पिकल्या केसांनी पाहिलेत! निदान राजकारणात तरी मला शिकवू नका. थोरल्या महाराजांनी असाच बंडावा केला होता. सहाहजारी फौज होती. सारा मावळ महाराजांच्या मागे उभा होता. काय झालं त्या बंडाव्याचं? धुळीला मिळालं ते स्वप्न! जिथं त्यांची ही स्थिती...'

'एक अपयश हे कदाचित दुसऱ्या यशाची सुरुवात असते....'

'राजे, मला फार बोलता येत नाही. पण मी सांगतो, ते ध्यानी ठेवा. पुढं हे शब्द आठवतील. तुम्ही जो डाव टाकीत आहा, तो कदाचित...'

राजे ओरडले, 'थांबा, पंत! दैव कुणाला चुकलं नाही. आमच्या कार्याला आशीर्वाद देता येत नसेल, तर देऊ नका. पण आज देवांचं राज्य उभं करीत असता शाप तरी नका देऊ! येतो आम्ही...'

-आणि भावनाविवश झालेले राजे दप्तरातून निघून गेले.

साऱ्या मावळ्यांचे जेवणखाण होऊन हातावर पाणी पडायला संध्याकाळ झाली. जिजाऊंच्या महालात राजे बराच वेळ बसले होते, जिजाऊ म्हणाल्या,

'दादोजींनी हे मनाला फार लावून घेतलं आहे. राजे, आता थोडे दिवस सबुरीनं घ्या.'

'मासाहेब, तसं करता येईल, असं वाटत नाही.'

'कारण?'

'कारण एक गड घेतला काय, आणि अनेक गड घेतले काय, आता जाणून बुजून सापाच्या शेपटीवर पाय ठेवला आहे. दुसरे गड सावध व्हायच्या आत, सत्ता बळकट करायला हवी.'

'आणि विजापूरकर चाल करून आले, तर?'

'त्याचाही आम्ही विचार करून ठेवला आहे. मंद गती हे शाह्यांचं बिरूद आहे. कागदी घोडे नाचवून हवा तेवढा वेळ काढता येईल.'

जिजाबाई निःश्वास सोडून म्हणाल्या, 'तुम्ही काय करावं, हे जाणता! लक्षात ठेवा एवढंच -आम्हांला दुसरा आधार नाही. जे काही कराल, ते पूर्ण विचारानं आणि श्रद्धेनं करा.'

राजे उठत म्हणाले, 'मासाहेब, येतो आम्ही. पहाटे परत गडावर जायचं आहे. सारा बंदोबस्त पुरा व्हायचा आहे.'

'थांबा.' जिजाबाई म्हणाल्या. त्यांनी आपली संदूक उघडली. एक थैली राजांच्या हाती देत त्या म्हणाल्या,

'हे हजार होन आहेत- माझे स्वतःचे. ठेवून तरी काय उगवतात? तुम्हांला हे उपयोगी पडतील.'

राजांना अश्रू आवरणे कठीण गेले. ते म्हणाले,

'मासाहेब, हे हजार होन नाहीत. यांची किंमत होणार नाही. स्वराज्यावरचं कोणतंही संकट टाळायला ही दौलत समर्थ आहे.'

राजांनी मासाहेबांचे पाय शिवले. राजांच्या पाठीवरून मायेचा हात फिरला; आणि राजे आपल्या महाली गेले.

सकाळी राजे स्नान करून महाली आले. सईबाई उभ्या होत्या. पलंगावर कपडे काढून ठेवले होते. जिरेटोप, तलवार, बिचवादेखील व्यवस्थित ठेवला होता.

'सुखाचे दिवस आले, म्हणायचे!' राजे म्हणाले.

'तर! जसे काही आत्तापर्यंत हालच होते.'

'पुरुषांची दुःखं तुम्हांला कशी कळणार? केवढाही पराक्रमी पुरुष असो, त्याला हवे ते कपडे आणि हत्यार वेळेवर मिळणं कठीण! मग सेवकांवर रागवायचं; आरडाओरड व्हायची; आणि जेव्हा तयार व्हायचं, तेव्हा सारे रचलेले बेत त्या संतापानं विरघळून जायचे, हे ठरलेलं!'

राजांनी कपडे केले. सईबाईंनी एक एक हत्यार दिले; शेवटी टोप दिला. राजे म्हणाले,

'आज शिरस्त्राण असतं, बरं झालं असतं...'

'आता कुठली लढाई?'

'छे, आता कुठली लढाई? आता माघार! दादोजींना भेटण्यासाठी आम्ही निघालो आहोत ना?'

'पंत काही रागावले नाहीत!'

'कुणी सांगितलं?'

'सांगायला कशाला हवं? आपण मासाहेबांच्या महालातून आलात; आणि दादोजी मासाहेबांच्या बरोबर बोलताना बाहेरून ऐकलं.'

'काय म्हणत होते?'

'दादोजी म्हणत होते- हे कुणी तरी करायलाच हवं. ती वेळच आली होती. राजे करतात, याची भीती वाटते.'

न कळत सईबाई दादोजींची नक्कल करीत होत्या. राजे हसले. म्हणाले,

'राणीसाहेब, आम्ही स्वराज्याची स्थापना केलीच आहे. आता आम्हांला जासूदही ठेवावे लागणारच. वाड्यातल्या बातम्या काढायला आपली नेमणूक करायला काहीच हरकत नाही. एवढ्या विश्वासाचा आणि काळजीचा जासूद मिळणार कुठं?'

सईबाई लाजल्या; आणि राजे दादोजींच्याकडे हसत गेले. त्यांची भीती थोडी कमी झाली होती.

राजे पंतांच्या पाया पडले. पंत काही बोलले नाहीत. राजे म्हणाले,

'पंत, आम्ही रोहिडेश्वराला जाऊन येतो.'

'ठीक!'

'बरोबर पेशवे, डबीर, अमात्य न्यावे, म्हणतो.'

'राजे तुम्ही नेऊ शकता. आपल्याच जहागिरीसाठी महाराजांनी ते दिले आहेत.'

'येतो आम्ही.' म्हणत राजे वळले. तोच पंतांनी हाक मारली,

'राजे!'

राजे थांबले. मागून शब्द आले.

'राजे! गड नवखा. नुकताच घेतलेला. घातपात होण्याचा संभव असतो. सावधगिरीनं राहा.'

दुसऱ्या दिवशी सकाळी दोन स्वार तातडीने रवाना झाले. जिजाबाईंनी विचारले,

'एवढ्या तातडीनं स्वार कुठं गेले?'

'बंगळूरला?'

'कारण?'

'मासाहेब! इथं जे घडतं, ते थोपवू शकलो नसलो, तरी थोरल्या महाराजांना, जे घडलं, ते कळवणं माझं कर्तव्य आहे. ते मी केलं आहे.'

□

२०

राजांनी रोहिडेश्वराचे बांधकाम जारीने सुरू केले. तटबंदी भक्कम होत आली. पुण्याच्या वाड्यात दप्तरात स्वराज्याचे नवीन खाते उघडण्यात आले. बारा मावळांतले मावळे येत. मावळ्यांच्या नावनिशीवार याद्या होत. तीन हजारांपर्यंत मावळे वाढले होते. पंत हे सारे पाहत होते. जसा त्यांचा विरोध नव्हता, तसा त्यांचा पाठिंबाही नव्हता. जहागिरीच्या कामात लक्ष घालून ते सचिंत बसलेले असत.

एके दिवशी पंत राजांना म्हणाले,

'राजे! हे तुमचे मावळे कशाच्या जोरावर लढणार आहेत?'

'त्या कामी निष्ठा लागते. तेवढी त्यांच्याजवळ आहे.'

'फार दिवस पुरायची नाही ती. राजे, सैन्य नुसत्या निष्ठेवर लढत नसतं. त्याला पोटही असतं.'

'पंत, मला आपला रोख कळला. आपण चिंता करू नका. पैशासाठी आम्ही तुमच्याकडे येणार नाही.'

'संतापू नका, राजे! त्याऐवजी थोडा विचार करा. गडाची बांधणी, मावळ्यांचे पगार हे सारं छत्तीस गावच्या पोटमोकाशावर चालेल कसं?'

'ज्यानं बुद्धी दिली, तो चालवायला समर्थ आहे. पांगळा सुद्धा पायांविना चालविण्याची त्याची शक्ती आहे, हा विश्वास तुकाराम महाराजांच्या तोंडून आम्ही ऐकला आहे.'

राजांनी अवसानाने उत्तर दिले खरे; पण पंतांच्या सांगण्यातली सत्यता त्यांना जाणवत होती. पैशाशिवाय हे चालणार कसे? किती उपास सहन करीपर्यंत मावळे राजांच्या कामी गुंतणार? राजांना काही सुचत नव्हते. ते बेचैन झाले.

जिजाबाईंच्या लक्षात ही बेचैनी येत होती. त्यांनी राजाला विचारले,

'राजे, रोहिडेश्वर बांधला जातो आहे. सारं काम होत आहे. मग तुम्ही उदास का? कसलं संकट आहे?'

'छे! तसं नाही, मासाहेब! ही सारखी रपेट होत आहे ना, त्यामुळं तुम्हांला तसं वाटत असेल.'

'शिवबा! आईची नजर फसवता येत नाही. आई आणि गुरू यांच्यापासून काहीही लपवून ठेवता येत नाही-- ठेवूही नये.'

राजांनी निःश्वास सोडला. पंतांचे बोलणे सांगितले. जिजाबाई म्हणाल्या,

'सध्या तर चिंता नाही ना! मग कल्पनेच्या भीतीनं कशाला राहायचं? माणसं दोन स्वभावांची असतात. काही मागचा-पुढचा विचार करतात. सावधगिरी हा त्यांचा स्वभाव असतो. अपयशाची त्यांना सदैव भीती वाटत असते. त्या अपयशाच्या जागा हुडकण्यात त्यांचं मन व्यग्र असतं. अशा माणसांचं जीवन स्थिर राहतं; पण त्यांच्या हातून फारसं घडत नाही. दुसरी, मनाला पटेल ते करणारी माणसं असतात. परिणामाचा विचार त्यांना नसतो. स्वारीचंच बघा ना. झेपावणं हे त्यांच्या स्वभावात आहे. परिणाम ते जाणीत नाहीत. तो स्वभाव, ते धाडस तुमच्या अंगी आलं आहे.'

'पण हे वेडं धाडस ठरलं, तर?'

'कोण ठरवणार? स्वारींनी बंडावा केला. मोगलाई-आदिलशाहीला एकट्यांनी तोंड दिलं. बंडावा मोडला, म्हणून त्यांना पराजित समजायचं? ज्ञानेश्वरांनी गीता मराठीत आणली. लोकांनी वाळीत टाकलं त्यांना. ते पराजित होते? मग आळंदीचं मंदिर कसं उभं राहिलं? भीतीपोटी माणसाच्या हातून काहीही घडत नाही, हे लक्षात ठेवा.'

'मासाहेब!'

'राजे, देवाधर्मावर विश्वास ठेवून कार्य आरंभलंत. ते पार करण्याची ताकद त्याची आहे. त्याची शंका घेऊ नका. राजे, मनात आणाल, ते उभं करण्याची तुमची हिंमत आहे. तो तुमच्या कुंडलीचा योग आहे. देव्हाऱ्यात देव, तशी मनात निष्ठा, हिंमत शोभते. त्या मनात कल्पनेची भीती घालू नका.'

जिजाबाईंच्या बोलण्याने राजांचे थकलेले मन ताजेतवाने झाले. मनातली भीती झाडून टाकून ते मोकळे झाले.

राजांचे लक्ष वळले तोरण्यावर-- आकाशाला भिडलेला, चढायला कठीण, पण संपूर्ण दुर्लक्षित असलेला. किल्लेदार गाफील. राजांनी सरळ तोरण्यावर धडक दिली; आणि गाफील गड ताब्यात घेऊन त्यावर कब्जा केला. तोरण्यापाठोपाठ तोरण्याच्या आग्नेयेस दुरजादेवीचा डोंगर ताब्यात घेतला. दोन्ही गडांच्या तटबंदीचे काम झपाट्याने होणे फार अगत्याचे होते. हिंमत बांधून राजांनी गडाचे काम सुरू केले.

घरचे गुपित गावात पसरायला वेळ लागत नाही; मग सह्याद्रीच्या उघडपणे फडकणारी स्वराज्याची द्वाही कशी दडून राहील? राजांच्या क्रोधाला बळी पडलेल्या बांदल देशमुखांच्यासारख्या देशमुखांनी ह्या बंडाव्याची आगळीक शिरवळला जाऊन सुभानमंगळ किल्ल्याच्या ठाणेदार अमीनला दिली. अमीनाचे डोळे उघडले. त्याने तातडीने विजापूरला शिवाजीच्या बंडाव्याचे वृत्त कळविले. बाबाजी नरसप्रभू गुप्ते राजांना मिळाल्याबद्दलची तक्रार केली गेली.

सरकारी चक्रे जशी फिरत होती, तशी तोरणा गडावर चुनाघाणीची चक्रे मंद गतीने राबत होती. तटाचे काम चालले होते. हाती लागलेल्या गडाच्या तुटपुंज्या खजिन्यावर आणि धान्यसाठ्यावर एवढे मोठे काम होणार कसे? खजिना झर झर संपत होता. राजे विचारात पडले होते. काही मार्ग सुचत नव्हता. पुण्यात ते सचिंत बसून होते. मासाहेबांना ते म्हणाले,

'मासाहेब, गडाचं काम थांबवावं लागणार!'

मासाहेब काही बोलल्या नाहीत. राजे म्हणाले,

'काय करावं, सुचत नाही.'

'जे होईल, ते खरं. त्याला इलाज नाही.'

मासाहेब अस्वस्थ झाल्या. एवढ्या हौसेने मांडलेला डाव मध्येच बंद ठेवावा लागणार. हे त्यांना पाहवत नव्हते. न राहवून त्या म्हणाल्या,

'राजे, दागिने, भांडी काढली, तर?'

'जर जमत असतं, तर तेही करण्यात आम्ही कुचराई केली नसती. पण तोरण्यासारखा अव्वल गड बळकट करायला तेवढंच आर्थिक बळ हवं. देवीडोंगराच्या तर तीन माच्या बांधायला हव्यात. तरच त्याला शोभा, बळकटी येईल. आम्ही उद्या काम बंद ठेवण्याची आज्ञा करू.'

जड पावलांनी राजे उठले आणि शयनगृहाकडे गेले. रात्रभर राजे तळमळत होते. पहाटेला त्यांना जागे करण्यात आले. तानाजी आल्याची वर्दी आली. एवढ्या भल्या पहाटे तानाजी!

राजे तसेच बाहेर गेले. तानाजीच्या चेहऱ्यावर रात्रीच्या प्रवासाचा थकवा मुळीच नव्हता. राजांनी अधीर होऊन विचारले,

'तानाजी, तातडीनं बरं?'

तानाजी राजांच्या कानाजवळ कुजबुजला. राजांचा चेहरा क्षणात उजळून निघाला. ते म्हणाले,

'देवाची कृपा! थांब, तानाजी. मासाहेबांना सांगून येतो आम्ही. त्या काळजीत असतील.'

मासाहेब उठल्या होत्या. एकनाथी भावार्थ रामायण वाचीत होत्या. राजे महालाच्या दाराशी थांबले. आतले दृश्य पाहून ते मुग्ध झाले. मासाहेबांच्या उजव्या हाती समई तेवत होती. समईची काजळी हळुवार हातांनी सईबाई झाडीत होत्या. जिजाबाईंची नजर हाती धरलेल्या पोथीच्या पानावरून फिरत होती. शब्द उमटत होते...

अवताराचें सामर्थ्यपण। प्रपंचपरमार्थी सावधान।
उभयतां दिसों नेदि न्यून। तें चिन्ह अवधारीं।।
तोडी नवग्रहांची बेडी। सोडवी देवांची बांधवडी।
उभवी रामराज्याची गुढी। आज्ञा धडफुडी तिहीं लोकीं।।
सांडी समाधीची भ्रांति। धनुष्यबाण घेऊनि हातीं।
रामनामाची ख्याति। त्रिजगतीं उद्धरी।।

अध्याय संपला. जिजाबाईंनी पोथी मस्तकी लावली; आणि त्या सईबाईंना म्हणाल्या,

'कशाला एवढ्या भल्या पहाटे उठतेस?'

राजांनी हाक मारली, 'मासाहेब!'

'कोण, शिवबा?' म्हणत उठत असताना त्या म्हणत होत्या, 'शिवबा, रात्रभर झोप आली नाही, बघ.'

राजांच्या हसतमुख चेहऱ्यावर त्यांची नजर खिळली. आश्चर्यानं त्या म्हणाल्या,

'नेहमी कसला हसत असतोस? मनात काय आहे, ते काही कळत नाही.'

राजे जिजाबाईंच्या जवळ गेले. सईबाईंच्याकडे पाहत म्हणाले,

'तोंडात तीळ भिजेल का?'

सईबाई म्हणाल्या, 'नाही भिजायचा! मी जाते!' आणि एवढे बोलून त्या निघून गेल्या. मासाहेब म्हणाल्या,

'उगीच चिडवतोस तिला.'

'ते जाऊ द्या. मासाहेब, आनंदाची बातमी आहे.'

'काय? आता मांडलेला पसारा आवरल्याखेरीज काही करू नको.'

'तो चुटकीसरशी आवरला जाईल.'

'ते कसं?'

'मासाहेब! तुम्ही म्हणालात, तेच खरं. मनात हिंमत असली, तर देव्हाऱ्यात देव प्रकटायला वेळ लागत नाही.' हलक्या आवाजात राजे म्हणाले, 'तानाजी बातमी घेऊन आला आहे-- काल तटाचं काम चालू असताना धन सापडलं. विपुल साठा आहे धनाचा. मोहरांचे हंडे आहेत!'

'लाज राखली देवानं!'

राजे तानाजीकडे गेले. तानाजीला सांगताच तानाजी म्हणाला,

'नको, राजे! जोखमीचं काम. तुम्ही चला.'

'तसं काही तुमच्या मनात असतं, तर खजिन्याची वार्ता सांगायला कशाला आला असता तुम्ही? शिबंदी घे; आणि खजिना घेऊन इकडे ये. माझी तिथं काही गरज नाही.'

राजे स्नान करून महालात आले; पण सईबाई कुठेच दिसत नव्हत्या. तेवढ्यात मनोहारी दूध घेऊन आली. राजांनी विचारले,

'राणीसाहेब कुठं आहेत?'

'मुदपाकखान्यात!'

'त्यांना पाठवून दे!'

राजे पलंगावर बसून होते. सईबाई आत आल्या. त्यांच्या डोळ्यांच्या कडा तांबूस दिसत होत्या. त्यांनी विचारले,

'काय?'

'दिसला नाही, म्हणून हाक मारली.'

सईबाई म्हणाल्या, 'जा म्हणवून घेण्यापेक्षा महालाबाहेरच राहिलेलं बरं.'

'राग गेलेला दिसत नाही.' म्हणत राजे उठले. राजे उठलेले पाहताच सईबाई पाठ फिरवून उभ्या राहिल्या. राजे आर्जवाने म्हणाले,

'ऐकावं तरी...'

'उगीच काही सांगू नका. तीळ भिजत नाही तोंडात!'

'आता जे काही सांगणार आहोत, ते चारचौघांत सांगायला मुळीच हरकत नाही. आम्ही घेतलेले किल्ले-- तोरणा, दुरजादेवी आणि खुद्द रोहिडेश्वर आम्ही सोडणार आहो. आदिलशाहीपुढं आम्ही शरणागत जाणार आहो...'

'काय?' म्हणत सईबाई वळल्या. चेहरा भीतीने व्यग्र झालेला. डोळे भरलेले. उजवा हात हलवीत त्या थरथरत्या ओठांनी 'नाही, नाही' म्हणत होत्या; पण शब्द फुटत नव्हते. राजांना बोलल्याचा पश्चात्ताप झाला. त्यांनी झटकन सईबाईंना जवळ घेतले. त्यांचा चेहरा हातांत घेत ते म्हणाले,

'खुळी! थट्टा केलेलीही कळत नाही? आम्ही कधी शरणागत जाऊ?' राजांनी सईबाईंचे डोळे पुसले. खाली पाहत सईबाईंनी नाक ओढले; आणि त्या एकदम हसल्या.

'सई, इकडे बघ.'

सईबाईंनी नजर वर केली. राजांच्या गालांवर कोवळी दाढी शोभत होती. पातळ ओठांवर तेच हास्य विलसत होते. नजरेला नजर देत राजे म्हणाले,

'तोरण्यावर खजिना सापडला, सई! मोहरांचे हंडे सापडले. सई, गडाचं काम आता बघता-बघता पुरं होऊन जाईल!'

'खरं?'

'हो!'

'मग मी मासाहेबांच्या जवळ राहिले असते, तर काय बिघडलं असतं?'

'असली बातमी का मासाहेबांच्या समोर सांगायची? कालच आम्ही तुझी जासूद म्हणून नेमणूक करून दिली. असला अधीरेपणा जासुदाला काय कामाचा?'

राजांच्या विस्फारित नेत्रांकडे पाहताच सईबाई मोठ्याने हसल्या. राजांनी त्यांना एकदम जवळ घेतले. ते म्हणाले,

'सई, हे तुझं खळखळून हसणं मला फार आवडतं.'

'सोडा पाहू! कोणी आलं, तर?'

'काय बिशाद आहे कुणाची? राजे-राणीसाहेब आपल्या महाली आहेत, हे मनोहारीला माहीत असता महाली कोण येतो?'

राजांच्यापासून दूर जात सईबाई म्हणाल्या, 'मग का सोडलंत, तर?...'

राजांना सईबाई बोलल्याचा अर्थ कळेपर्यंत सईबाई महालाबाहेर गेल्याही होत्या.

❑

२१

बंदोबस्तात खजिना वाड्यात आला. मोहरांची, सोनेनाण्यांची मोजदाद झाली. दादोजींना जेव्हा हे समजले, तेव्हा ते राजांना म्हणाले,

'बरं झालं. अडचणीच्या वेळी तुमच्यावर लक्ष्मी प्रसन्न झाली. देवानं देणं दिलं आहे. तो खर्च करायला तुम्ही मुखत्यार आहात. पण सारे अंदाज बांधून कामं उभी करा.'

दादोजींच्या एवढ्या मान्यतेवरही राजे खूश होते. तिन्ही गडांची कामे सुरू

झाली. राजांनी त्याच द्रव्यातून शस्त्रे खरीदली; बंदुका घेतल्या. देवीगडाच्या सुवेळामाचीचे काम रूप घेऊ लागले. राजांचे पाय आता पुण्यात टिकत नव्हते. या तिन्ही गडांवर त्यांच्या खेपा होत होत्या.

राजे शिवापूरच्या वाड्यात असताना त्यांना तातडीचे बोलावणे आले. दादाजी व त्यांचे वडील नरसीबाबा वाड्यात आले होते. सदरेवर बाबाजी, दादाजी व दादोजी अधोवदन बसले होते. राजे तिघांना घेऊन आतल्या महालात आले. जिजाबाई म्हणाल्या,

'बाबाजी घाबरून गेले आहेत. त्यांना काहीच सुचत नाही.'

'एवढं घाबरण्यासारखं काय आहे? एक खलिता आला, म्हणून एवढं घाबरायचं?' राजे म्हणाले.

दादोजींनी विजापूरकरांचे पत्र समोर टाकले. ते म्हणाले,

'राजे, साऱ्याच गोष्टी लहान समजून चालत नाहीत. वाचा तो खलिता, म्हणजे आम्ही काळजीत का पडलो, ते समजेल.'

राजांनी खलिता उघडला. नजर फिरू लागली. दादोजी म्हणाले,

'मोठ्यानं वाचा ना! मासाहेबांनाही मजकूर कळेल.'

'ठीक आहे' म्हणत राजे वाचू लागले-

> 'वजारतमाब सिवाजीराजे फरजंद शहाजीराजे याणे शहासी बेमानगी करून तुझे खोरियात रोहिडेश्वराचे डोंगराचे आश्रयाने पुंडावेयाने मावळे वगैरे लोक जमाव केला आणि तेथून जाऊन पेशजी किल्ल्यावरील ठाणे उठवून आपण किल्ल्यात शिरला...
>
> हे न जालियास खुदावंत शहा तुजला विजापुरी नेऊन गरदन मारतील व जमेदारी हककानू चालणार नाही. हे मनी समजणे आणि याऊपरी दिवाणात रुजू राहणे...'

राजांनी पत्र वाचून संपविले; आणि ते बाबाजींना म्हणाले,

'बाबाजी, एकंदरीत तुमची धडगत दिसत नाही. गर्दन मारली जाणार, असं दिसतं.'

बाबाजी म्हणाले, 'राजे, शाही फर्मान म्हणजे काय थट्टा वाटते? उद्या घरादारांवरून गाढवाचे नांगर....'

'बाबाजी! जसा दादाजी, तसा मी! गाढवाचे नांगर फिरतील, तर तेव्हा आम्ही असणार नाही. आम्हीही रोहिडेश्वरी शपथेत गुंतलो आहोत. त्यात आम्ही अंतर आणणार नाही.'

बाबाजी म्हणाले, 'मी म्हातारा! आता माझे किती दिवस राहिले? पण तुमच्यासारखी

मुलं... काळजी वाटते, ती तुमची!'

'तुमचे आशीर्वाद असता काळजी कसली? हिंदवी स्वराज्याचे मनोरथ पुरवणारा तो समर्थ आहे. हे राज्य व्हावं, हे श्रींच्या मनात फार आहे. त्यावर आमची निष्ठा आहे.'

'राजे, तुमची निष्ठा काय कामाची? आदिलशाहीशी टक्कर ही काय सामान्य गोष्ट आहे? नुकतं मिसरूड फुटू लागलंय् तुम्हांला. हे केस राजकारणात पांढरे झाले.'

'आमचं वय! फार वेळा ऐकतोय् ते! बाबाजी, श्रीकृष्ण गोकुळातून मथुरेला गेले, तेव्हा कृष्णाचं वय काय होतं? राम यज्ञरक्षणासाठी गेले, तेव्हा त्यांचं वय काय होतं? ज्ञानेश्वरांनी ज्ञानेश्वरी लिहिली, तेव्हा त्यांचं वय काय होतं?'

'राजे ह्या देवादिकांच्या गोष्टी! त्या सामान्य माणसाला....'

'कोण सामान्य मानव? सामान्य समजणं हे चूक आहे. देवांचं राज्य उभं करायला आपण ठाकलो. त्या राज्यात देवांचंच अनुकरण केलं पाहिजे. दीन, दुबळे, हीन समजून राहणाऱ्यांच्या हातून हे कार्य कसं घडेल?'

बाबाजी म्हणाले, 'राजे, मी काय करू?'

राजे म्हणाले, 'मी कोण सांगणार? तुमच्यावर का सक्ती आहे? हे पटत नसेल, तर माफी मागून मोकळे व्हा!'

बाबाजी थरथरत म्हणाले, 'माफी? जिवासाठी?- राजे, हेही मावळचंच हाड आहे. तुमच्या बरोबर आमचं व्हायचं ते होऊ द्या!'

दादाजी अभिमानाने आपल्या वडिलांच्याकडे पाहत होते. दादोजींनी निःश्वास सोडला. ते म्हणाले,

'हे असं होणार, हे माहीतच होतं. बाबाजी, मला वाटलं होतं, तू राजांना सांगशील. सारं शिकवलेलं वाया गेलं.'

'पंत, असं कसं म्हणता? राजांचं काय खोटं आहे? राजांच्या मागे देव उभा आहे. मीच म्हणतो, असं नाही; सारे म्हणतात! करतील, त्यात त्यांना यश आहे. खजिना सापडला, तो काय अवकाशातून पडला?'

'बस्स कर, बाबा! एकटे राजे ऐकवतात, तेवढं पुष्कळ झालं. त्यात तुझी भर घालू नको.' दादोजी म्हणाले.

'दादोजी, तुम्ही चिंता करू नका. आम्ही आमच्या पेशव्यांच्या मार्फत विजापूर दरबारला थैली रवाना केली आहे.'

'काय म्हणून केलीत?' घाबरून दादोजींनी विचारले.

'दादोजी, आपल्या संगतीत राहून तेवढंही कळत नाही होय?- 'इथले गड गाफील आहेत. मुलुखात अंदाधुंदी आहे. बादशाहीनं जो मुलूख जहागिरीचा दिला आहे, त्याचा बंदोबस्त करणं कठीण आहे. त्यासाठी हे गड घेऊन मुलुखाचा

बंदोबस्त केला आहे. शाही नोकरीत बेइमान होणार नाही...' अशा मजकुराचं पत्र आम्ही पाठविलं आहे. तेवढ्यावर बादशहा समाधान मानून घेईल.'

'कुठवर?' दादोजींनी विचारले.

'जमेल तिथवर!' राजे म्हणाले.

'आणि महाराजसाहेबांना कळलं, तरी?'

'ते कळायचं राहिलंय् थोडंच? तुम्हीच ते कळवलंत ना! आबासाहेबांचं अजून उत्तर आलं नाही. एवढी महत्त्वाची बाब. आबासाहेबांच्या मनात विकल्प आला असता, तर त्यांनी पत्र पाठविलं असतं. पत्र नाही, याचा अर्थ अनुज्ञा, असाच आम्ही घेतो.'

'तुम्ही हवा तो अर्थ घ्यायला मोकळे आहात; पण पत्र नाही, याचा अर्थ आम्ही निराळा करतो.' दादोजी म्हणाले.

'कसला अर्थ?'

'आपल्या कारवाईमुळं, शाही फर्मानामुळं राजे संकटात तर पडले नसतील ना, अशी भीती आमच्या मनाला ग्रासते...'

'ती भीती काढून टाका. आमचं पत्र गेलं, तेव्हाच तो विचार आम्ही केला होता. राजे बंगळुरी सुखरूप आहेत, विजापुरात ते नाहीत, ही बातमी आम्ही आणलेली आहे.'

आतापर्यंत शांत बसलेल्या दादोजींनी विचारले,

'पण, राजे, बाबाजींनी राहायचं कुठं?'

'का?'

'आता अमीन थोडाच गप्प बसणार? केव्हा कैद होईल, ते सांगता येत नाही.'

'बाबाजींना ही भीती वाटत असली, तर हे घर कुणाचं आहे? निर्धोकपणे बाबाजी इथं राहतील. तुमच्याइतकाच त्यांचाही आमच्यावर हक्क आहे. आशीर्वाद द्यायला आणखीन एक वडीलधारं माणूस मिळालं, याचा आम्हांला आनंद आहे.'

□

२२

राजे अचानक आल्याचे कळताच जिजाबाईंना आश्चर्य वाटले. रोहिडेश्वर घेतल्यापासून राजांचा मुक्काम सारखा शिवापूरला असायचा. मधून मधून ते यायचे, भेटायचे आणि परत जायचे. राजे आणखीन काही दिवस येणार नाहीत, असा मासाहेबांचा समज होता. मध्येच राजे आल्यामुळे त्यांचे मन चिंतातूर झाले. शिवाजीराजे येताच ते जिजाबाईंना घेऊन एकांती बसले. राजे चिंताग्रस्त होते. ते म्हणाले,

'मासाहेब, परकीयांच्या आधी स्वकीयांनाच विरोध करावा लागणार, असं दिसतं.'

'कोण स्वकीय?'

'आमचे खुद्द मामासाहेब!'

'कोण, मुधोजीराव?' जिजाबाई उद्गारल्या.

'हो! आम्ही रोहिडेश्वरी केलेली स्वराज्यसंस्थापना त्यांना टोचली. आदिलशाहीचे इमानी सेवक ना? त्यांनी मावळात फिरून चिथावणी द्यायला सुरुवात केली आहे. आमच्या विरुद्ध तेच शत्रू म्हणून उभे राहताहेत.'

'मग?'

'आम्ही दुसरं काय करू शकतो? फलटणला स्वार पाठविले आहेत. आम्हीही तिकडे निघालो आहोत. भोसले काय असतात, हे त्यांनाही कळून येईल!'

जिजाबाई उभ्या राहिल्या. कापऱ्या आवाजात त्या म्हणाल्या, 'शिवबा! हात जोडते; पण हे सामोपचारानं घे. डोक्यात राख घालून घेऊ नको. भोसले-जाधवांचं वैर पेटलं; दोन्ही घराणी वारेमोल झाली. नाती जोडली, ती आधारासाठी; वैरासाठी नव्हे.'

'आम्ही कुठं वैर केलं? आगळीक त्यांनी केलेली आहे.'

'ती सुधारता येत नाही, असं थोडंच आहे? वैर वाढवायला साऱ्यांनाच येतं; पण वैर टिकविण्याची ताकद फार थोड्यांना असते. त्यालाही असामान्य ताकद लागते.'

'आम्ही घरी बसावं? होईल ते पाहावं?' राजांनी विचारले.

'मुळीच नाही. पण वैर मिटवायला जाता आहात, एवढं ध्यानी घ्यावं. ते यश घेऊन तुम्ही परत यावं. मुधोजीराव सईचे वडील आहेत, हे विसरू नये, एवढंच वाटतं.'

'आपल्या आज्ञेबाहेर आम्ही नाही. आम्ही शिकस्त करू. येतो.'

राजांनी मासाहेबांचे पाय शिवले; आणि ते शिबंदीसह फलटणच्या मार्गाला लागले.

फलटणच्या वेशीत राजे पोहोचले. वेशीवर राजांचे स्वार होते. सारे गाव शांत होते. राजांचे घोडदळ कुठेच दिसत नव्हते. राजांनी विचारले,

'सगळे कुठं आहेत?'

'गावाची नाकेबंदी केली आहे.' स्वार मुजरा करीत म्हणाला, 'वाड्याबाहेर चौक्या बसवल्या आहेत.'

'आणि निंबाळकर?'

'चाहूल लागताच ते पळून गेले. त्यांच्यापाठोपाठ घोडदळ गेलं आहे.'

'ठीक आहे.' राजांनी नजर वर टाकली. माळावर लिंबाची झाडे होती. तिकडे बोट दाखवीत राजे म्हणाले, 'आम्ही इथं थांबतो. तू गावात जा. वाड्यावरच्या

चौक्या उठव आणि त्यांना इकडे पाठव. एक सांगितलं, तर दुसरं करतात.'

स्वार गेला. थोड्या वेळाने सारे चौकीदार लिंबाच्या दिशेने येताना दिसले. हवेत उकाडा होता. उष्ण वारे वाहत होते. त्या उन्हाच्या तावात फलटण मुरून बसले होते. गावची कूस वेडीवाकडी वळणे घेत गावाभोवती फेर धरून उभी होती. गावाच्या दरवाज्यातून येणाऱ्या स्त्रिया दिसताच शिवाजीराजे सावरून उभे राहिले. दृष्टिटप्प्यात तो जथा आला आणि शिवाजीराजांनी त्यांना ओळखले.

पायांतली मोजडी काढून त्या तापल्या धुळीतून राजे सामोरे गेले. जवळ जाऊन त्यांनी मुजरा केला.

'मुजरा, मामीसाहेब!'

निंबाळकर मामीसाहेबांचा डोळ्यांवर विश्वास बसेना. राजे हात बांधून उभे होते. ते म्हणाले,

'सावलीत चलावं.'

सावलीत जाताच राजे म्हणाले, 'आपण उगीच उन्हातून येण्याचा त्रास घेतलात. आज्ञा करायची होती; आम्ही आलो असतो.'

'कुंकवालाच हात घातलात, राजे! आज्ञा कोण करणार?'

'गैरसमज होतोय्, मामीसाहेब! जशा मासाहेब, तशा आपण. आमच्याकडून कुणाला धक्का लागणार नाही.'

'खरं? मग चौक्या का बसल्या? इकडून का जाणं झालं?'

'आपलं दुर्दैव! आम्ही मामासाहेबांची समजूत काढायला आलो; आणि मामासाहेब आम्ही चाल करून आलो, असं समजून पळून गेले. आम्ही त्यांचीच वाट पाहत आहोत.'

'वाड्यात चलावं ना!'

'जरूर येऊ! पण आता नाही. मालक नसता वाड्यात आलो, तर बळजबरीनं वाड्यात घुसलो, असा अर्थ होईल. आम्ही त्याचसाठी इथं थांबलो. मामासाहेब आले, की त्यांच्याबरोबर आम्ही येऊ.'

निंबाळकर मामीसाहेब समाधानाने परतल्या.

राजांना फार वेळ वाट पाहावी लागली नाही. उडणाऱ्या धुळीने घोडदळ येत असल्याचे सूचित केले. अश्वपथकाच्या समोरच दोन घोडी होती. एकावर मुधोजीराव होते. लगतच्या घोड्यावर येसाजी होता. थोड्या अंतरावर घोडी थांबली. मुधोजीराव सामोरे येत होते. नजीक येताच राजांनी मुजरा केला. मुधोजीराव संतप्त होते. येसाजीला राजांनी विचारले,

'मामासाहेब कुठं मिळाले?'

'तीन कोसांवर!'

‘हातघाई झाली?’

‘जी, नाही. चारी बाजूंनी घेरलं. आपसूक मिळाले.’

‘मामासाहेब, एवढ्या तातडीनं कुठं निघाला होता?’

‘विजापूरला. दुसरं कुठं जाणार?’

‘आमच्याविरुद्ध तक्रार करण्यासाठी विजापूरला जाण्यापेक्षा पुणं अधिक जवळ होतं.’

‘जवळ असेल! पण जवळची माणसं हवीत ना?’

‘मामासाहेब!’ राजांचा आवाज किंचित चढला. ‘भावनेच्या भरात माणसांचा उपमर्द करू नका. आमच्यापेक्षा विजापूर जवळ? विसरलात वाटतं, मामासाहेब?- त्याच विजापूरकरांच्या कृपेनं दहा वर्षं सातारच्या तुरुंगात पडला होता. महाराजसाहेबांच्यामुळं आपण सुटलात. गेलेली जहागीर पूर्ववत मिळाली. मासाहेब वाड्यात आहेत. खुद्द तुमच्या कन्या तिथं आहेत. ही सारी परकी?’

‘तुमच्या बंडाव्याची झळ आम्हांला लागल्याखेरीज राहील का? राजे, हाल सोसून थकलो आम्ही!’

‘आणि म्हणून हा मार्ग पत्करलात? मराठ्यांच्या नशिबी लिहिलेला हा शाप कधीच पुसून जाणार नाही का? जाधवांनी भोसल्यांशी वैर केलं. दोघे एक झाले असते, तर? मामासाहेब, तुम्ही आशीर्वाद द्यायचा. ते सोडून तुम्हीच आमच्यावर उठलात! केव्हाही, कुणाही निरपराध्याला दहा वर्षं तुरुंगात पिचत पडावं लागू नये, म्हणून, ही मोगलाई जावी, म्हणून, आम्ही कमरा कसल्या...’

‘राजे, आशीर्वादाची गरज होती ना? रोहिडेश्वर घेताना कुठं आठवण झाली नाही? एका शब्दानं विचारलं नाही. आम्ही कोण, असं वाटलं ना?’

‘हा मराठ्यांचा दुसरा गुण! ज्यानं अकारण हातबेडी ठोकली, त्याचे पाय चाटायला जायला केव्हाही लाज वाटत नाही; पण क्षुल्लक मानापमानावरून गैरसमज! आयुष्याचं वैर! मामासाहेब, रोहिडेश्वराचा मनसुबा जसा तुम्हांला ठाऊक नव्हता, तसाच तो मासाहेबांना, दादोजींना पण माहीत नव्हता. हाती यश घेतल्याखेरीज सांगणार काय?’

मुधोजीरावांची नजर खाली वळली होती. राजे भरल्या कंठाने म्हणाले,

‘मामासाहेब! आम्ही तुम्हांला कैद केलेलं नाही. तुम्हांला शाही इतराजीचं भय वाटत असेल, तर तुम्ही आम्हांला येऊन मिळावं, असं आम्ही म्हणत नाही. तुम्ही वेगळे राहा; पण आमच्या कार्यात आड तरी येऊ नका! एवढीच विनंती करायला मी आलो आहे.’

मुधोजीराव शरमिंदे झाले होते. ‘राजे, आणखीन बोलून लाजवू नका. लहान वयात जो पोक्तपणा तुमच्या ठायी आहे, तो आमच्याजवळ नाही, याची आम्हांला खंत वाटते. मी वचन देतो... आपल्या कार्यात मी आड येणार नाही.’

राजे हसले. म्हणाले, 'आम्ही हाच आशीर्वाद समजतो.'

मुधोजीराव राजांच्यासह वाड्यात गेले. बजाजी राजांना येऊन भेटला. राजे म्हणाले, 'बजाजी, तुम्ही आमचे मेव्हणे. कान पिळायचा अधिकार तुमचा. तुम्ही तरी मामासाहेबांना सांगायचं होतंत की, राजांचे कान मी पिळून येतो, म्हणून!'

त्या वाक्याबरोबर वाड्याचा ताण एकदम कमी झाला.

शिवाजीराजे म्हणाले,

'संध्याकाळ होत आली. आम्ही निघतो.'

'छे! राजे, रात्री कुठं जाणार? सकाळी जा. नाही तर आम्ही असं समजू की, आपला राग गेला नाही.'

'मामासाहेब! मासाहेब वाटेकडे डोळे लावून बसल्या असतील. त्यांच्या घशाखाली घास उतरला नसेल. उलट, आपण बरोबर आलात, तर फार बरं होईल. मासाहेबांना आपल्या...' राजे चाचरले, '...आमच्या सांगण्याचा विश्वास बसायचा नाही.'

'खरं आहे. मी येतो.' मुधोजीराव म्हणाले.

निंबाळकर मामीसाहेब दाराशी येऊन म्हणाल्या,

'राजे, त्यांना घेऊन जाणार?'

राजे हसले. ते म्हणाले, 'मामीसाहेब, काळजी करू नका. दगाफटका व्हायचा असता, तर इथंच घडला असता. मामासाहेबांना नेतो आहे, ते आशीर्वादासाठी!'

मध्यरात्रीच्या सुमारास राजांनी पुण्यात प्रवेश केला. दादोजी सदरेत बसून होते. पलोते जवळ होते. राजांनी चौकात प्रवेश केला; आणि मासाहेब बाहेर आलेल्या दिसल्या. राजांच्याबरोबर मुधोजीराव दिसताच जिजाबाईंच्या चेहऱ्यावर हसू उमटले.

मुधोजीरावांना राजे म्हणाले,

'मामासाहेब, सांगितलं, ते खरं ना! पाहिलंत? मासाहेब वाटेकडे डोळे लावून बसल्या होत्या.'

मुधोजीराव काही बोलले नाहीत. ते वर गेले; आणि त्यांनी मासाहेबांचे पाय शिवले. मासाहेब मागे सरत म्हणाल्या,

'हे काय, मामासाहेब? आपण मोठेऽ'

'फार लहान आहे मी, राणीसाहेब. त्याची तीव्रतेनं जाणीव झाली. राजे लहान, म्हणून त्यांचे पाय शिवले नाहीत. दुबळ्या मनावर मात झाली नाही.'

सईबाई धावत आल्या. बापाला पाहताच त्या धावल्या; आणि त्यांनी मुधोजीरावांना मिठी मारली. मासाहेब म्हणाल्या,

'रडून गोंधळ केला पोरीनं. समजूत काढता काढता पुरे झालं. राजे, मामासाहेबांना आणलंत; बरं झालं. नाही तर पोरीला पटलं नसतं. आत चलावं.'

सारे आत गेले. दादोजी हे कौतुकाने पाहत होते. राजे सामोरे गेले; आणि त्यांनी दादोजींचे पाय शिवले.

'राजे! रोहिडेश्वराच्या पराक्रमापेक्षाही थोर पराक्रम आज केलात. समाधान दिलंत.'

पण हे समाधान फार काळ टिकणारे नव्हते. मुधोजीराव गेले; आणि थोड्याच दिवसांत विजापूरकरांची मुधोजीरावांवर इतराजी झाली. पुंडाव्याच्या आरोपाखाली आदिलशाही सरदार अंबरखान फलटणवर अचानक चालून आला. प्रतिकार करीत असता मुधोजीराव पडले. बजाजीला कैद करून विजापुरी नेले गेले. काही दिवस गेले; आणि हा धक्का सहन करीत असतानाच पुण्याला दुसरी बातमी येऊन थडकली- बजाजींना बळजबरीने मुसलमान केले. ज्याची बहीण शहाजीसारख्या सरदाराच्या मुलाला केली, तो सरदार बाटविल्याचा आनंद बादशहाला झाला. त्या आनंदात बादशहाने आपली मुलगी बजाजीला दिली.

राजे महालात गेले, तेव्हा सईबाई झोपल्या होत्या. मासाहेब शेजारी बसल्या होत्या. मासाहेब डोळे टिपीत महालाबाहेर गेल्या. राजे पलंगाजवळ गेले. सईबाई राजांच्याकडे पाहत होत्या. उठण्याचेही भान त्यांना नव्हते. चेहरा व्याकूळ झाला होता. ओठ थरथरत होते. बघता-बघता सईबाईंचे डोळे डबडबले; आणि सईबाईंनी मान वळविली. हुंदका फुटला. राजे पलंगावर बसले. सईबाईंच्या पाठीवरून ते हात फिरवीत होते. हुंदके वाढत होते. जरा वेळ गेला. राजांनी हळुवारपणे हाक मारली,

'सई, जरा ऐकशील?'

कष्टाने सईबाईंनी डोळे टिपले. राजांनी सईबाईंचा चेहरा आपल्याकडे वळविला. राजांचा आवाज घोगरा बनला होता.

'सई, तू मनाला लावून घेऊ नको. बजाजी मुसलमान झाले, म्हणून काय झालं? ते आमचे आहेत. त्यांना आम्ही पारखे होऊ देणार नाही.

'ते आता कसं शक्य आहे?' सईबाईंनी विचारले.

नि:श्वास सोडून राजे म्हणाले, 'हिंदू असलेले मुसलमान होऊ शकतात; मग मुसलमान हिंदू का होणार नाहीत? आज आमचे डोळे उघडले. आपलं माणूस परधर्मात जाणं किती भयंकर असतं, याचं दु:ख आज कळलं. हजारोंनी या यातना भोगल्या असतील, हजारो भोगत असतील; पण आम्हांला त्याची जाणीव नव्हती. आम्ही तुम्हांला वचन देतो... बजाजी आमच्यांत आल्याखेरीज आम्हांला चैन पडणार नाही. सुखाचा घास आम्ही गिळणार नाही.'

सईबाई राजांच्या निश्चयी मुद्रेकडे पाहत होत्या. कृतज्ञतेने सारे अंग कंप पावत होते. काही न बोलता त्यांनी राजांच्या हातावर हात ठेवला. बराच

वेळ तो हात तसाच होता...

□

२३

बाबाजी नरसप्रभू कैदेच्या भीतीने पुण्याच्या लाल महालात आले. त्यांना आलेल्या फर्मानाने दादोजी मात्र भयंकर काळजीत पडले. आदिलशाहीशी आज ना उद्या राजांना टक्कर द्यावी लागणार, हे दादोजींना स्पष्ट दिसत होते. मनातून ते निराश होत होते, थकत होते. राजांच्या किल्ल्याचे बांधकाम पुरे होत आले होते. रोहिडेश्वर-तोरण्याची तटबंदी भक्कम झाली होती. किल्ल्यावरच्या तोफांनी बुरूज सजले होते. किल्ल्याच्या सोप्या वाटा तासून घेण्यात आल्या होत्या. राजांची शिबंदीही आता मोठा आकार घेत होती. रोहिडेश्वरावर जमा केलेली हजार-बाराशे मावळे फौज पाच-सहा हजारांवर गेली होती. व्याप वाढत होता; त्याबरोबर राजांच्या चिंताही वाढत होत्या.

राजांना सर्वांत मोठी चिंता वाटत होती, ती दादोजींची. दादोजींचे वय झाले होते. राजांच्या ह्या पुंडाईमुळे तर दादोजी फारच थकले. राजांना हे दिसत होते; पण उपाय नव्हता. राजे पुण्याला गेले, की दादोजींच्या बरोबर बोलत बसत. सारे वर्तमान त्यांच्या कानांवर घालीत. दादोजी नुसते ऐकून घेत. आता सल्लाही देणे त्यांनी बंद केले होते. होईल तेवढा जहागिरीचा बसल्या जागी बंदोबस्त पाहून बाकीचा वेळ ते ईश्वरचिंतनात खर्च करीत.

राजे तोरण्याहून आले होते. त्यांच्या हातात काठी होती. दादोजींना काठी देत ते म्हणाले,

'पंत, पांढरीची काठी आहे. सरळ मिळाली. बहुधा पांढरी सरळ मिळत नाही. आपल्याकरिता मुद्दाम आणली.'

पंतांनी काठी निरखली. 'राजे, काठी चांगली आहे; पण...'

'पण काय?'

'वृद्धापकाळी काठीपेक्षा मुलाचाच आधार जास्त वाटतो. आधार तुमचा हवा, राजे! काठीचा नव्हे.'

'पंत, असं का बोललात?' राजांनी विचारले.

पंतांनी सावरून घेतले. ते म्हणाले,

'काही नाही, राजे! काही तरी बोलून गेलो. आता मन स्थिर राहत नाही. वय झालं ना!'

'पंत, वैद्यराज आहेत. त्यांच्याकडून औषधं तरी...'

'राजे, काळजी करू नका. काही झालं नाही मला. आता हाती राहिलंय्, ते...'

आकाशाकडे बोट दाखवीत पंत म्हणाले, '...त्या वैद्यराजाच्या हाती...'

पंतांचे असे बोलणे ऐकले, की राजे कष्टी बनत; पण घरच्या गोष्टींवर विचार करायला राजांना उसंत नव्हती. स्वराज्य उभारण्याचा ताण वाढत होता. त्याचा विचार एवढा एकच आता राजांच्या मनात होता.

थोड्याच दिवसांत दादाजी नरसप्रभूंच्या संमतीने रोहिडा किल्ला स्वराज्यात सामील करून घेतला. आणखीन एक भगवा झेंडा सह्याद्रीच्या शिखरावर शोभू लागला.

दादोजींना रोहिड्याची बातमी समजली. रोहिडेश्वर, तोरणा आणि आता रोहिडा. राजे फार झपाट्याने पुढे जात होते. जिजाबाईंचा त्यांना पाठिंबा होता. शहाजीराजांचे काही पत्र नव्हते. पंतांनी अनेक खलिते पाठविले होते. त्यांची उत्तरे आली होती. 'शिवाजीराजांना सांभाळून घ्यावे, लक्ष ठेवावे.' एवढेच त्या पत्रांतून होते. राजांनीही आपला मनसुबा शहाजी महाराजांना कळविला असावा, असा दाट संशय दादोजींना वाटत होता.

पूर्वी थोडी झोप लागे, तीही आताशा दादोजींना पारखी झाली होती. दिवस कसा तरी निघून जाई; पण रात्री त्यांना खायला उठत. रात्री असेच ते तळमळत होते. पाख्यातून गार वारा येत होता. गंगाबाई शांतपणे झोपी गेल्या होत्या. पंत मात्र डोळे सताड उघडे ठेवून विचार करीत होते. दादोजी पाटस परगण्याचे मलठाण गावचे हिशेबनीस. शहाजीराजांनी त्यांना आपल्या कारभारासाठी उचलले. महाराजसाहेबांचा विश्वास बसला. पुणे जहागिरीचा कारभार आपल्या नावे करण्याची त्यांनी दादोजींना आज्ञा केली.

शहाजीराजांच्या या विश्वासामुळेच आदिलशाहीच्या दरबारचा सुद्धा दादोजींच्यावर भरवसा होता. त्यांनीही दादोजींना अधिकार दिले होते.

दादोजींच्या चेहऱ्यावर स्मित झळकले. थोरल्या महाराजसाहेबांचा केवढा विश्वास! जिजाबाई आणि शिवाजी यांची संपूर्ण जबाबदारी दादोजींच्या हाती सोपविणे हा थोडा का विश्वास? दादोजींनी तो त्याच निष्ठेने उचलला.

जिजाबाई-शिवाजींसह दादोजी पुण्याला आले, तेव्हा केवढे प्रश्न त्यांच्यासमोर उभे होते! ठावठिकाणा नसलेली पुण्याची वास्तू. वस्ती करायला माणसे शोधण्यापासून सुरुवात. दुष्काळातून उठलेला आणि बंडाव्यात पोळलेला मुलूख कबज्यात आणायचा. वास्तू उभारण्यापासून सुरुवात करायची. कुणाच्या सोबतीने? आजूबाजूला सोबत होती दाट रानाची, डोंगरकपारींची; भेटलीच, तर चोराचिलटांची. पण गजाननाच्या कृपेने सारे होत राहिले. वाडे सजले. वस्त्या झाल्या. बागा झाल्या. शेतवाडी झाली. निवडुंगाचे भरघोस पिकात रूपांतर झाले. बेबनावाने धुंदावलेला बारा मावळ

कबज्यात आला. जहागिरीचा अंमल स्थिर झाला. एवढ्या अपार कष्टाने मिळविलेल्या, उभ्या केलेल्या जहागिरीचे काय होणार? पुन्हा बंडाव्यात ही मोडली तर जाणार नाही ना? राजे...

दादोजींनी कूस बदलली; पण विचार बदलला नाही.

राजे... पुण्याला आले, तेव्हा पुरते सहा वर्षांचेही नव्हते. राजांना शिकवायला शास्त्री ठेवले. वाढत्या वयात चांगले वस्ताद ठेवून त्यांना शस्त्रपारंगत करून घेतले. कारभार शिकविला. मुलूख दाखविला. असे गुणी पोर हुडकून सापडायचे नाही. जे जे द्यावे, ते ते राजांनी उचलले. राजांनी हा विस्तवाशी खेळ मांडला नसता, तर आदर्श जहागिरदार म्हणून केवढे नाव झाले असते!- हं:! कारभाऱ्याला हा विचार ठीक; पण वीज हाती पकडणाऱ्या परशुरामाला आवरायचे कुणी? पुराणे वाचली. ते देवांचे अनुकरण करायला निघाले. शस्त्रविद्या शिकले, ते मृगयेत रमले नाहीत. हिंदवी स्वराज्याचे स्वप्न तरळू लागले. मुलूख दाखविला; पण जहागीर दिसली नाही. दिसले स्वतंत्र राज्य... फार उघड्या डोळ्यांनी राजांनी पाहिले...

याचा परिणाम?...

दुसरा काय होणार? शहाजीराजांच्या बंडाव्याचे काय झाले? हंपीच्या साम्राज्याचे, देवगिरीच्या साम्राज्याचे काय झाले? एवढी मोठी प्रबळ सत्ता जेथे मोगलांच्या धाडीला टिकू शकली नाही, तेथे कोवळे स्वप्न टिकेल कसे? आणि दुर्दैवाने तसे घडलेच, तर... थोरल्या महाराजांना काय सांगणार? त्यांचा विश्वासघात होईल. कुणी केला?- दादोजी, त्या अनर्थाला तुझ्याशिवाय दुसरे कोण जबाबदार?

'मी नाही ऽऽ, मी नाही ऽऽ' दादोजी मोठ्याने म्हणाले. त्यांचे सारे अंग घामाने भिजले होते. कासावीस झालेले दादोजी अंथरुणावर उठून बसले. गंगाबाई जाग्या झाल्या. घाबरून त्यांनी विचारले,

'काय झालं?'

'काही नाही. झोपा.' दादोजी म्हणाले. त्यांनी पंच्याने घाम पुसला. तांब्यातले पाणी ते प्याले. त्यांचे लक्ष देवघराकडे गेले. वात मंदावली होती. पंतांनी उठून समईची काजळी झाडली. वात फरफरत मोठी झाली. देव्हाऱ्यातील गजाननाची मूर्ती त्या सौम्य प्रकाशात उजळली. पंतांनी हात जोडले. परत ते अंथरुणावर येऊन झोपले. बराच वेळ पंतांना झोप लागली नाही....

पंत दचकून जागे झाले. गंगाबाई त्यांना हलवून जागे करीत होत्या. पंतांनी डोळे उघडताच गंगाबाईंनी विचारले,

'स्वप्न पडलं का?'

घाम पुशीत पंत म्हणाले, 'हो! एवढं वाईट स्वप्न मला पडलं नव्हतं.'

'कसलं स्वप्न?'

'राजे शिकारीला गेले होते. बरोबर कुणी नव्हतं. एक भलं मोठं अस्वल अचानक राजांच्या अंगावर आलं. राजांनी बार काढला. तरी ते हसत येतच होतं. दोन पायांवर उभं राहिलेलं ते अस्वल केवढं मोठं होतं! राजांना त्यानं गाठलं. अंगरख्यावर रक्त दिसलं...'

'रक्त दिसलं ना? मग ते चांगलंच!'

विषय बदलीत पंत म्हणाले, 'पहाट झाली?'

'हो. नुकतीच झाली. उठले होते, तोच तुमचा आवाज ऐकला. जागं केलं.'

'ठीक आहे. मीही उठतो.'

पंत सकाळी स्नान-संध्या आटोपून कसबा गणपतीला जाऊन आले; कपडे करून जिजाबाईंच्याकडे गेले. पंतांनी विचारले,

'राजे कुठं गेलेत?'

'शिवापूरला.'

'केव्हा येणार आहेत?'

'जेवणाला येणार, असा निरोप आहे का?'

'काही नाही. सहज विचारलं. तुमचं भाग्य थोर, म्हणून राजांच्या सारखे चिरंजीव तुम्हांला लाभले.'

जिजाबाई आश्चर्याने दादोजींच्याकडे पाहत होत्या. किती तरी दिवसांनी दादोजींच्या चेहऱ्यावर पूर्वीचे हास्य होते. पंत म्हणाले,

'खरंच सांगतो. मासाहेब, राजे केवढे कष्ट घेतात! इतर जहागिरदारपुत्रांसारखे झाले असते, तर आपण काय करणार होतो?'

'त्याचं श्रेय तुम्हांला आहे, दादोजी!' जिजाबाई म्हणाल्या.

'श्रेय कुठलं? आपली पुण्याई जबरदस्त, असंच समजायला हवं.'

दादोजी दप्तरी गेले. जिजाबाईंना समाधान वाटले. दादोजी आपल्या स्वतंत्र खोलीत काम करीत बसले होते. दप्तरीच्या अनेक वह्या मागवून हिशेब पाहत होते.

राजे भर उन्हातून अश्वपथकासह आले. मोतद्दाराने घोडा धरला. राजे पायउतार झाले. उन्हाची रपेट झाल्याने काळी घोडी घामाने निथळत होती. ओठाळी फेसाळली होती. राजे मोतद्दाराला म्हणाले,

'पागेत नेऊन चांगली पुसून काढा. दम गेल्याखेरीज वैरण देऊ नका.'

'जी.' मोतद्दार म्हणाला.

महाराज प्रथम चौकात आले. बाळकृष्ण सामोरे आले. हात जोडून ते म्हणाले,
'राजे, पंतांनी आपली आठवण केली आहे.'

'आमची आठवण? आणि या वेळी! आणखीन् कोण आहे?' राजांनी विचारले.

'कोणी नाही. एकटेच आहेत.'

'चला. आम्ही येतो.'

राजे पंतांच्या खोलीकडे जात होते. पंतांनी तातडीने का बोलावले, याचा अंदाज लागत नव्हता.

पंत खोलीत बैठकीवर बसले होते. काही तरी लिहीत होते. वर न पाहता पंत म्हणाले,

'या, राजे! आम्ही तुमचीच वाट पाहत होतो. बसा.'

पंतांचे सारेच वर्तन नवे होते. राजांना बसायचेही सुचले नाही. काही वेळ असाच गेला. पंतांनी लिहिलेल्या कागदावर वाळू टाकली. कागद झाडला. बोरू नीट ठेवून दिला. दौत मिटली. नजर वर करीत पंत म्हणाले,

'राजे, उभे का? बसा ना! आत्ता आलात?'

'हो. शिवापूरला गेलो होतो.'

'तेही समजलं. उठविलेलं रान पाहिलंत?'

'कुठलं रान?'

'राजे, आपण आता लहान नाही. मागे दुष्काळी आलेल्या शंभर लोकांना तुम्हीच गाव वसविण्याचा कौल दिला होता. त्याचं विस्मरण झालेलं दिसतं...'

'आम्ही समजलो नाही.'

पंत हसले. 'अलीकडे कारभारातलं लक्ष उडालंय्. ध्यानी येणार कसं? राजे, शिवापूरचं रान तोडून, बागायत रान उठविण्याचा हुकूम दिला आहे. ते तयार झालं आहे, असं शामराव नीळकंठ सांगत होते.'

राजांच्या ध्यानी आले. त्यांची नजर खाली वळली. ते म्हणाले,

'आमच्या लक्षात नव्हतं!'

पंत म्हणाले, 'राजे, आमचा आग्रह नाही. पण स्वराज्याचं तोरण कच्च्या पायावर बांधता येत नाही. जिवाला जीव देणारी माणसं हुडकण्याच्या आधी त्यांची घरं-दारं सुरक्षित करावी लागतात. ते केलंत, की आपोआप माणसं गोळा होतात. तुम्ही रोहिडेश्वरी गेला होता ना?'

शिवापूरच्या मुक्कामात असताना राजे रोहिडेश्वरी गेले होते, हे दादोजींना कुणी सांगितलं, हे राजांना कळत नव्हते. मोजदाद करण्यासाठी राजांनी आपले मावळे एकत्र केले होते. दादोजींना तेही समजलं नसेल ना?

दादोजी स्मित करीत म्हणाले, 'राजे, तुमच्या हाकेला साद देऊन किती मावळे

रोहिडेश्वरी गोळा झाले?'

राजांनी नि:श्वास सोडला. ते म्हणाले,

'सात हजार!'

'त्यांतले टिकणारे किती?'

राजांनी एकदम मान वर केली. डोळ्यांत संतापाची सूक्ष्म छटा तरळून गेली. ते म्हणाले,

'पंत, निष्ठेनं गोळा झालेल्यांची थट्टा केलेली आम्हांला खपत नाही.'

'मी थट्टा केली नाही.' दादोजी स्थिर आवाजात म्हणाले, 'मोठे शब्द वापरून मोठ्या गोष्टी ठरत नाहीत. राजे, रोहिडेश्वरी गोळा झाले, ते नुसत्या तुमच्या हाकेनं?'

'मग कुणाच्या?'

'थोरल्या महाराजांच्या!'

'पंत!'

'ऐका, राजे! मुलूख स्थिर झाला नाही, तोच पातशाहीविरुद्ध बंड करण्याइतपत मुलुखात ताकद आलेली नाही. एवढी मोठी शिबंदी पोसण्याचीही तुमची कुवत नाही. भरपूर संपत्तीखेरीज राज्य उभं राहत नाही.'

'मग जमले, ते कशासाठी? का?'

'तुमच्याभोवती जे जमा झाले, ते शहाजीराजांच्या मुलासाठी! शिवाजीसाठी नव्हे. ती ताकद यायला अजून अवकाश आहे.'

'आम्ही वाट पाहू.'

'आदिलशाही तोवर थांबेल? राजे, आता पुढचा बेत कोणता? सांगा ना. निदान ऐकू द्या तरी.'

राजे धीर करून म्हणाले, 'किल्ले कोंढाणा.'

'किल्ले कोंढाणा!' दादोजींचे डोळे विस्फारले गेले. कोंढाणा म्हणजे आदिलशाहीचे मावळनाक!

'कोंढाणा घेणं इतकं सोपं वाटतं?'

'ताकदीनं नव्हे, सामोपचारानं गड हाती येईल, असं वाटतं.'

'जमलं, तर तेच करा!' पंत म्हणाले.

राजांचा कानावर विश्वास बसेना. त्यांचा चेहरा आनंदला. दादोजी सांगत होते.

'राजे, तुम्ही जे कराल, ते पूर्ण विचारानं कराल, यावर आमचा विश्वास आहे. आम्ही तुम्हांला बोलावलं, ते एवढा कागद पाहण्यासाठी. हा एकदा नजरेखालून घाला.'

पंतांनी कागद हाती दिला.

'काय हे?' राजांनी विचारले.

'आपला बारा मावळाचा वसूल. शिल्लक, त्याचा सविस्तर तपशील.'

राजांचा कागद धरलेला हात कापू लागला. राजे म्हणाले,

'पंत, आम्ही तुमच्यावर केव्हाच अविश्वास दाखविला नव्हता. ते पातक...'

'तसं मी म्हणत नाही. विपरीत अर्थ घेऊ नका. स्वराज्य उभं करीत आहात. ते उभं करायला लागणारा पैसा हाही महत्त्वाचा भाग आहे. त्यासाठी तुम्हांला एकदा हे तपशील समजणं आवश्यक आहे.'

'दादोजी!'

'राजे, शंका धरू नका. आयुष्यात मी खोटं बोललो नाही. आता कसं बोलेन? तुमच्यावर पुत्रवत प्रेम केलं. त्यापलीकडे मी काही करू शकलो नाही. त्या भावनेला धक्का देणारं वर्तनही तुमच्या हातून घडलं नाही.'

पंतांचा कंठ भरून आला. श्वास घेऊन ते म्हणाले,

'राजे, आता आम्ही पिकली पानं. आमचा भरोसा काय? आज आहे. तर उद्या नाही. माणसाचा भरोसा देता येत नाही. त्यात वय झालं. आम्ही थकलो. घ्याल, ती माणसं पारखून घ्या. साऱ्यांचं ऐका; मनाला येईल, पटेल, तेच मात्र करा. तुमच्यासह पुण्यात आलो, तेव्हा तुम्ही लहान होता; सारा मुलूख बेशिस्त होता, होईल त्या मगदुरानं सारं आटोक्यात आणलं. तुम्हांला घेऊन सारा मुलूख फिरलो. गावन् गाव, बारा मावळ फिरलो. झाडाझुडपांचादेखील परिचय घडवला. त्याचं सार्थक घडत आहे. त्यात मला आनंद आहे. जगदंबा तुम्हांला उदंड यश देवो. याखेरीज या जीर्ण कुडीची कोणतीच इच्छा मागे राहिली नाही... दमला असाल. मासाहेब वाट पाहत असतील. जा तुम्ही!'

राजांनी दादोजींचे पाय शिवले. राजांचे मन भरून आले. दादोजी म्हणाले,

'शतायुषी भव! विजयी भव!'

राजांचे मन भारावले होते. पाय उचलत नव्हते. दादोजी असे कधी वागले नव्हते, बोलले नव्हते. आपल्याच विचारात राजे महाली गेले. मंचकावर बसून राहिले. सईबाई मागे येऊन केव्हा उभ्या राहिल्या, हेही त्यांना कळले नाही.

'कपडे उतरवावेत ना!'

'अं?' म्हणत राजांनी मागे पाहिले. काही न बोलता सईबाईंच्या हाती राजांनी पागोटे दिले; तलवार उतरली. दुशेला सोडून ते बसून राहिले.

'महाली यायला वेळ लागला. मासाहेबांच्याकडे...'

'नाही, सई. दादोजींच्याकडे गेलो होतो. त्यांनी आठवण केली होती.'

सईबाई हसल्या.

'का हसलात?' राजांनी विचारले.

'तरीच स्वारी एवढी गंभीर दिसते! काय घडलं?'

राजे हसले. म्हणाले, 'हा मात्र तर्क चुकला. आज नेहमीप्रमाणे काही घडलं

नाही. रोहिडेश्वरी सारे मावळे गोळा केल्याचं कळूनही दादोजी काही बोलले नाहीत.'
'मग काय बोलले?'
'तोच विचार करतोय् आम्ही!'
'तो नंतर करा. मासाहेब जेवणासाठी वाट पाहत आहेत.'

राजे जेवून महाली आले. पलंगावर झोपले. अंग जडावले होते; पण झोप येत
नव्हती. सईबाई आल्या. तेव्हा राजांनी विचारले,
'जेवलात?'
'हो.'
'लौकर जेवणं झाली.'
'लौकर कुठलं? आज फार जेवलो. भूकच संपेना.'
सईबाई पायथ्याला बसल्या. राजे काही बोलणार, तोच हाक आली,
'शिवबाऽऽ'
सईबाई उभ्या राहिल्या. राजे पण उठले. मासाहेब आत आल्या. चेहरा म्लान
होता, घाबरलेला होता. जिजाबाई म्हणाल्या,
'राजे, दादोजी घाबरे झालेत! चल!...'
मासाहेब वळल्या. राजे महालाबाहेर धावले. पाठोपाठ मासाहेब, सईबाई धावल्या.
दादोजींच्या निवासाबाहेर मनोहारी, अमात्य, डबीर गोळा झाले होते. राजे आत गेले.
दादोजी शय्येवर पडले होते. गंगाबाई शेजारी अश्रू टिपीत बसल्या होत्या.
महाराज धावले. दादोजींच्या छातीवर हात ठेवीत ते म्हणाले,
'पंत, काय झालं?' आणि राजे ओरडले, 'अरे, कुणी वैद्यांना बोलवा.'
हाताने इशारा करीत पंत म्हणाले, 'नको. त्याचा आता उपयोग नाही.'
मासाहेबांचा हात तोंडावर गेला. त्या म्हणाल्या, 'पंतांनी काही घेतलं तर नाही?'
एक वार चमकून राजांनी मासाहेबांकडे पाहिले. क्षणात राजांच्या अंगाला मुंग्या
सुटल्या. पंतांच्याकडे वळून राजे ओरडले,
'पंत, हे खरं?'
दादोजी शांतपणे म्हणाले, 'खरं आहे. आता वैद्यराज काहीही करू शकणार
नाहीत.'
स्त्रियांच्या तोंडून दुःखोद्गार निघाले. गंगाबाई बसल्या जागी मूर्च्छित झाल्या.
त्यांना सावरले गेले. राजांना हुंदका फुटला.
'दादोजी, काय केलंत हे? कोणत्या अपराधाची ही कठोर शिक्षा केलीत?' म्हणत
राजांनी मान वर केली. दादोजींच्या नजरेला नजर देत राजे म्हणाले, 'पंत, आमच्या
स्वराज्याचा एवढा कंटाळा आला होता, तर तसं सांगायचं होतंत. माझ्या हातानं

मी बांधलेलं स्वराज्याचं तोरण उतरलं असतं...'

रडत राजांनी दादोजींच्या छातीवर मस्तक ठेवले. पंतांचा थरथरता हात राजांच्या केसांवरून फिरवला गेला. पंत म्हणाले,

'रडू नका, राजे! असं अशुभही बोलू नका. आता फार वेळ नाही. पुष्कळ सांगायचं आहे. ऐका!'

राजांची मान उचलली. पंत सांगत होते :

'...तुमच्यावर माझा राग नाही. वैतागून मी जात नाही. पण, राजे, आम्ही पडलो जुनी माणसं. तुम्हां तरुणांची छाती आमच्या जवळ कुठली? डोंगरकपारीत जन्मलेला झरा, हाताशी येईल, त्या ओढ्यानाल्यांची संगत करीत, नदी बनून सागराला भेटायला जातो. या प्रवाहाला संथपणाची, खळखळाटाची, प्रपातांची भीती कुठली? पण आम्ही जुनी माणसं डबक्यासारखी. उन्हाच्या भीतीनं आटत जाणं एवढंच ठाऊक असतं. तुमची धाव आमच्याजवळ नाही, राजे...'

'पंत!'

'ऐका, राजे! तुम्ही जो खेळ मांडलात, तो सजला, तर पृथ्वीमोलाचं कौतुक होईल. पण दुर्दैवानं अपयश आलं, तर... राजे, यशाचं कौतुक सारेच करतात; पण अपयश आलं, तर बोल मोजक्यांनाच लागतो. स्वतंत्र संस्थापकाला लुटारू, बंडखोर बनायला फार वेळ लागत नाही. आयुष्यभर इमाने इतबारे थोरल्या राजांची सेवा केली. बोल लावून घेतला नाही. वृद्धापकाळी अपयशाच्या भीतीनं मन कचरतं. राजे, रंगीत कपड्यांना मळ सोसतो; पण श्वेत वस्त्र परिधान केलं, तर त्याला एवढाही डाग खपत नाही. तो चटकन साऱ्यांच्या नजरेत भरतो.'

राजांच्या अश्रूंना खळ नव्हता. ते म्हणाले,

'पंत, कसली भीती बाळगलीत? अपयश आलं, तर आनंदानं सहन करावं, हे तुम्हीच सांगितलं ना!'

डावा हात हलवीत पंत म्हणाले, 'नाही, राजे. त्या अपयशाला मी भीत नााही. बंगळूरहून थोरल्या महाराजासाहेबांनी माझ्या जबाबदारीवर तुम्हांला आणि मासाहेबांना पाठवलं, तेव्हा ते म्हणाले होते- 'दादोजी, ही आमची अमानत तुमच्या हाती देतो. जीवमोलानं संभाळा. तुमच्यामुळं मी निश्चिंत आहे.' भीती वाटत होती, त्यांच्या एका शब्दाची, बोलाची... राजे, पाणी...!'

राजांनी पाणी पाजले. दादोजींचा घाम टिपला. दादोजी म्हणाले,

'मासाहेब, देव्हाऱ्यात गंगोदक आहे, तुळशीपत्र आहे... राजे, आम्हांला मांडी द्या.'

राजांनी डोळे टिपले; मांडी दिली. दादोजी जिजाबाईंना म्हणाले,

'मासाहेब! माझं नशीब थोर, म्हणून तुमच्या राजांच्या डोळ्यांतले अश्रू पाहण्याचं

भाग्य मला अंतकाळी लाभतं आहे. देवांनीदेखील याचा हेवा करावा.'

पंतांनी गंगोदक घेतले. जिभेवर तुळशीपत्र ठेवले. हुंदक्यांचा आवाज चढत होता. राजे दादोजींचे मस्तक धरून होते. सारी ताकद एकवटून दादोजी जड आवाजात म्हणाले,

'मासाहेब! राजांना संभाळा... ते आता मोठे झाले... कर्ते झाले... त्यांचं उदंड यश पाहा... आमच्यासारखे दुबळे बनू नका... राजेऽऽ'

राजे वाकले. अश्रू दादोजींच्या कपाळावर पडत होते. ओठ पुटपुटले. शब्द उमटले.

'रडू नका... येतो आम्ही...'

राजांचे अश्रू पुसायला पंतांचा डावा हात उंचावला गेला. शेवटचे शब्द उमटले,

'राजेऽऽ!'

--आणि उंचावलेला हात कोसळला.

भाग दुसरा

१

दादोजींच्या मृत्यूने राजांना फार दु:ख झाले. दादोजींची शिकवण, त्यांचे बोलणे, रागावणे, कौतुक करणे हे सारे आठवत होते. ज्या दादोजींच्या सहवासात राजांना कधी पितृछायेची आठवण झाली नाही, ते दादोजी गेल्यामुळे राजांच्या मनात मोठी पोकळी निर्माण झाली. लाल महालात आता दादोजी वावरणार नव्हते. सदरेवर संस्कृतचे पठन करीत बसलेली दादोजींची वयोवृद्ध छाया पुन्हा दिसणार नव्हती. आपल्या खोलीत, दप्तरात, बसक्या मेजासमोर बैठक घालून आपल्या दराऱ्याने फडाला बेचैन करणारी दादोजींची जागा आता रिकामी पडली. दादोजींचे नाव निघाले, तरी राजांच्या, मासाहेबांच्या डोळ्यांत अश्रू उभे राहत. लाल महालाचा मुक्काम राजांना नको वाटे.

पण शिवाजीराजांना स्वत:च्या दु:खावर एवढा विचार करायला उसंत नव्हती. विजापूरकरांचे लक्ष वळायच्या आत राज्य स्थिर करणे आवश्यक होते. राजांनी आपल्या दु:खावर पांघरूण घातले. शहाजीराजांचा वसूल झालेला खजिना पंचवीस हजार होता. दादोजींच्या मृत्यूच्या बातमीबरोबरच राजांनी आपल्या वाढत्या खर्चासाठी तो खजिना वापरण्याची परवानगी शहाजीराजांच्याकडे मागितली. शहाजीराजांनी तातडीने ती संमती पाठवून दिली. शहाजीराजांच्या त्या संमतीने राजांना बळ चढले; आणि सामोपचाराने कोंढाणा कसा घेता येईल, याचा ते विचार करू लागले. खेडबाऱ्याचे बापूजी नऱ्हेकर- जे राजांच्या पुण्याचे हवालदार होते- आणि कोंढाण्याचा किल्लेदार सिद्दी अंबर यांचा स्नेह होता. त्या स्नेहाच्या जोरावर राजांनी सिद्दी अंबरला आपल्याकडे वळवून घेतले आणि एका सुमुहूर्तावर कोंढाणा स्वराज्यात सामील झाला. राजांचा किल्लेदार म्हणून सिद्दी अंबर कोंढाण्याची व्यवस्था पाहू लागला.

राजांनी विस्ताराचे आणखीन एक पाऊल उचलले. राजांनी पुण्याचा मुक्काम खेडबाऱ्याला नेला. शिवापूरहून राजांच्या खेपा रोहिडेश्वर, चाकण येथे होऊ लागल्या.

त्या वेळी राजांचे लक्ष होते पुरंधरवर. बारामती, सुपे, इंदापूर हे राजांचे परगणे. त्यांचा बंदोबस्त व्हायचा, तर पुरंधर हाती येणे आवश्यक होते. पुरंधरावर शहाजीमहाराजांचे व दादोजींचे स्नेही नीळकंठराव होते. त्यामुळे पुरंधरला राजांना हात घालता आला नाही. नीळकंठरावांचा मृत्यू झाला. त्यांचे तिघे मुलगे निळोजी, संक्राजी व पिलाजी. बापामागे निळोजी गडाचा मालक बनला. पण आपल्या दोघां भावांना वाटा देण्यास तो राजी नव्हता. राजे खेडबाऱ्याला आलेले कळताच पिलाजी आणि संक्राजी राजांच्याकडे खेपा घालू लागले. निळोजी राजांना मानीत होता. राजांच्या मध्यस्थीने उत्पन्न मिळावे, हा दोघां भावांचा हेतू होता. राजांनी दोघां भावांना आश्वासन दिले. राजे म्हणाले,

'पिलाजी, आम्ही जरूर तुम्हांस मदत करू. पण आम्ही पडलो त्रयस्थ. काही निमित्तानं जर तुम्ही आम्हांस गडावर बोलवाल, तर निळोजीरावांना शब्द टाकता येईल.'

पिलाजी म्हणाला, 'राजे, दिवाळी जवळ आली आहे. त्या निमित्तानं आम्ही तुम्हांस बोलवू.'

'ठीक! आम्ही दिवाळीला गडाच्या पायथ्याच्या नारायण मंदिरात देवदर्शनाला येऊ. तसा निळोजींना निरोपही पाठवू. दिवाळीचे पाच दिवस आपल्याकडे काढता येतील.'

बेत पक्का झाला.

दिवाळीच्या आदल्या दिवशी राजे ठरल्याप्रमाणे नारायणदर्शनासाठी गेले. मंदिरासमोर तिघे भाऊ राजांची वाट पाहत होते. राजांच्या बरोबर शिबंदी होती. येसाजी, तानाजी, जिऊ महाला, संभाजी कावजी ही मंडळी होती. राजांनी देवदर्शन घेतले. देवळात घातलेल्या बैठकीवर राजे बसले. राजे म्हणाले,

'निळोजी! आम्ही खेडबाऱ्यात आलो, पण आपली भेट नाही. नीळकंठराव असते, तर त्यांनी असं केलं नसतं.'

'राजे, माफी असावी. दिवस धामधुमीचे. फंदफितुरीचे.' दोघां भावांकडे पाहत निळोजी म्हणाले, 'गड सोडून जायला धजावत नाही.'

'मग आम्हांला बोलवायचं होतं. आम्ही आलो असतो.'

'गडाखाली आपण येणार, म्हणून कळलं. त्यासाठीच आलो. दिवाळीचा सण आहे. हा गडावर घालवावा, ही आमची विनंती आहे.'

'अलबत! का नाही? पण सणासुदीचे आम्ही एकटे कसे येणार? आमच्याबरोबर ही माणसं आहेत ना!'

'गडाला आपली शिबंदी जड नाही. त्यात संकोच मानू नये...' निळोजी म्हणाले.

राजांनी निमंत्रण स्वीकारले; आणि ते परत खेडबाऱ्याला आले. दिवाळीच्या

पहिल्या दिवशी राजांनी अभ्यंगस्नान केले. फराळ केला. जेवण झाल्यावर मासाहेबांच्या पाया पडून, आशीर्वाद घेऊन राजे पुरंधरावर निघाले. सोबत दीडशे स्वार होते. विश्वासाची माणसे होती. निळोजी राजांच्या स्वागतासाठी पुढे आले. राजे गडावर गेले. गड चढताना राजांची नजर गड निरखीत होती. गड बुलंद, मजबूत होता. माची प्रशस्त होती. महादरवाज्यातून राजे गडात प्रवेश करते झाले. बालेकिल्ल्यात निळोजींचा प्रशस्त वाडा होता. तीन टेकड्यांनी सजलेला बालेकिल्ला पाहून राजे थक्क झाले. गड बंदोबस्तात होता. प्रत्येक बुरुजावर तोफा सज्ज होता. त्या मानाने शिबंदी फार थोडी होती. निळोजींच्याबरोबर राजांनी गड पाहिला.

रात्री मेजवानीच्या आधी निळोजींनी बिचकत राजांना विचारले,

'राजे, थोडं मद्य... सणाचा दिवस आहे.'

'निळोजी, तुम्ही संकोच करू नका. आम्हांला असल्या सवयी जमत नाहीत. आम्ही सरबत घेऊ.'

निळोजी मद्य घेत होते. पिलाजी-संक्राजी राजांकडे पाहत होते. निळोजी म्हणाले,

'राजे, एवढे गड घेतलेत, पण पुरंधरसारखा गड पाहिलात काय?'

'एवढा बुलंद गड आमच्याकडे कुठला? तसा प्रसंग आला, तर तुम्ही का परके? केव्हाही तुमच्या आश्रयाला येऊ.'

'नाही हं, राजे. आपली मैत्री आणि राजकारण भिन्न. आम्ही आदिलशाहीचे इमानी सेवक. त्यात अंतर पडणार नाही.'

राजे हसले. म्हणाले,

'ठीक आहे. आमचा आग्रह नाही. पण, निळोजी, स्वकीयांना तरी आश्रय द्याल, का नाही?'

थोडा कैफ चढलेले निळोजी म्हणाले, 'राजे, वाटणी कसली? आम्ही थोरले. गादीचे मालक आम्ही. हे आश्रित. हवं, तर राहावं. नाही, तर...'

'पण जावं कुठं?'

'वाट फुटेल, तिकडे! राजे, हे इतके साधे आहेत, असं समजू नका. वडील वारले, आणि मला माहीत नसताना विजापूरदरबाराशी यांनी बोलणी केली.'

'मग आम्ही खावं काय?'

राजे म्हणाले, 'थांबा! आज सण आहे, ही कटुता आवरा.'

राजांनी भांडण वाढू दिले नाही. रात्री मेजवानी झाली. राजे रात्री गडावरच राहिले. दुसऱ्या दिवशी गड पाहत असता राजांना पिलाजीने गाठले. तो निराश झाला होता. पिलाजीराव म्हणाला,

'राजे, आता पुढं काय?'

'तुम्ही पाहिलंतच! निळोजीराव काही करतील, असं वाटत नाही.'

'राजे, तुम्हीच असं...'

'पिलाजीराव, एकच उपाय आहे. साम, दाम, भेद, दंड. तयारी असेल, तर रात्री निळोजीरावांना कैद करा. माझी माणसं आहेतच. ती आपल्याला मदत करतील. विचार करा. मला काय ते सांगा.'

पिलाजीरावांनी तत्काळ त्याला मान्यता दिली.

रात्री भरपूर मद्य पिऊन झोकांड्या देत निळोजीराव झोपायला गेले. राजेही आपल्या शय्यास्थानी गेले. पिलाजी-संक्राजींनी राजांची माणसे महालात घेतली आणि निद्रित निळोजीरावांच्या मुसक्या आवळण्यात आल्या. राजांना जागे करण्यात आले. राजे आले, तेव्हा हात-पाय बांधलेले निळोजी खांबाला जखडलेले होते. डोळ्यांत अंगार होता. निळोजी उसळला.

'राजे, हा विश्वासघात आहे! दगा केलात.'

'नाही, निळोजी दगा मी केला नाही. आपण मानलं असतं, तर हा दोष आपल्या भावांच्या माथी आला नसता. पिलाजी, संक्राजी, निळोजींना बंदोबस्तात ठेवून घ्या. सण झाला, की सर्व गोष्टी ठरवू.'

पिलाजी, संक्राजी आनंदाने बेहोश झाले होते. स्वर्ग हाती लागल्याचे समाधान होते.

दुसऱ्या दिवशी राजे म्हणाले,

'पिलाजी, संक्राजी!'

'जी!'

'आमची इच्छा आहे की, आज पाडवा, आपण दोघांनी आमच्याकडे आज पाहुणचाराला यावं. उद्या सकाळी परत येऊ.'

'जशी आज्ञा!'

संध्याकाळी राजे पिलाजी-संक्राजीसह शिवापूरला वाड्यात आले. वर्दी आधीच गेली होती. जिजाबाईंनाही राजे आल्याचा आनंद होता. हसत, गप्पा मारीत जेवण आटोपले. पिलाजी, संक्राजी झोपायला गेले. राजे आपल्या महालात आले.

सईबाई उभ्या होत्या. चांदीचा पाट ठेवला होता. आरती दिसत होती. राजे म्हणाले,

'हे काय?'

'घर कधी लक्षात राहतं का? आज पाडवा!'

'मग?'

'आज ओवाळून घ्यायचं.'

'नशीबवान आहोत.' म्हणत राजे पाटावर बसले.

सईबाईंनी राजांना ओवाळले. राजांनी विचारले,

'तबकात काय घालू?'

'हवं ते.'

राजांनी आपल्या बोटातली प्रवाळाची अंगठी काढली. सईबाईंनी तबक खाली पाटावर ठेवले. राजांनी आपल्या हातातली अंगठी सईबाईंच्या हाती घातली. राजे म्हणाले,

'सई! ही अंगठी गुणाची आहे. रोहिडेश्वराच्या दिवशी ही बोटात घातली होती. आम्हांला गड मिळाला. तुम्हांला काय मिळतं, पाहा.'

सईबाई लाजल्या. विषय बदलीत त्या म्हणाल्या,

'पिलाजीराव-संक्राजीरावांचं पाडव्याच्या मुहूर्तावर पुरंधरचं शेवटचं जेवण झालं, म्हणायचं.'

'मतलब?'

'तसं नसतं, तर ते इथं कशाला आले असते?'

राजे मोकळेपणाने हसले.

'सई! आम्ही खूश आहोत तुमच्यावर. काय हवं ते मागा.'

'मागू? पाहा, माघार घ्याल!'

'मुळीच नाही.'

'आज पाडवा. फार दिवस बुद्धिबळं खेळल्याला झाले. आज खेळू या ना!'

'बस्स? एवढंच ना? मांड पट.'

राजांनी कपडे बदलीपर्यंत सईबाईंनी गालिच्यावर पट मांडला. रौप्यसमया लावल्या गेल्या. दोन्ही बाजूंना दोन लोड ठेवले गेले. राजे बैठकीवर येऊन बसले. पट मांडला गेला. सईबाई म्हणाल्या,

'मला काळा पट नको. हस्तिदंती पाहिजे.'

'सुरुवातीपासून रडीला सुरुवात झाली ना?'

'होऊ दे.'

डाव सुरू झाला. रात्र चढू लागली, तशा सईबाई कंटाळल्या. दीर्घ जांभई देऊन आळस देत त्या म्हणाल्या,

'बस्स करू या डाव!'

'संपायच्या आधीच?'

'तुम्ही जिंकला काय, आणि मी जिंकला काय? दोन्ही सारखंच! उगीच जाग्रण तेवढं!'

'हे छान! तुम्हीच म्हणालात, म्हणून खेळायला बसलो. पण, सई, ही सवय बरी नव्हे. नेहमी असंच अर्ध्या डावावरून उठून जातेस.'

'राणी आहे ना मी!'

राजांनी कौतुकाने पाहिले आणि सईबाईंच्या मोकळ्या हसण्याने महाल भरून गेला.

दुसऱ्या दिवशी सकाळी मासाहेबांचा निरोप घेऊन राजे पिलाजी-संक्राजीसह पुरंधरकडे दौडले. हवेत दिवाळीची थंडी होती. पहाटेचे दव पडल्याने रस्ता तपकिरी झाला होता. विरळ धुक्यात पुरंधरचे अस्पष्ट दूरदर्शन होत होते. धुक्याचे पट्टे डोंगरकपारींना चिकटून राहिले होते. राजे पहिल्या माचीवर पायउतार झाले. पिलाजी-संक्राजींसह आनंदाने मनमोकळ्या गप्पा करीत राजे गड चढत होते. किल्ल्याचा मुख्य दरवाजा आला. दरवाज्याकडे लक्ष जाताच पिलाजी, संक्राजी आश्चर्यचकित झाले. दरवाज्याबाहेर आदिलशाही चांदतारा नव्हता. त्या जागी भगवा ध्वज फडकत होता. विचारग्रस्त होऊन दोघे बंधू दरवाज्यापाशी आले. राजांच्या आगमनाची वार्ता सांगणारा नगारा झडला. तानाजी, नेताजी सामोरे आले. राजांना मुजरे झाले. राजे म्हणाले,

'सर्व ठीक ना?'

'जी! आज्ञेप्रमाणे सारं घडलं.' मुरारजी म्हणाले.

'शाबास! आणि येसाजी कुठं आहेत?'

'दारूकोठाराकडे चौकीवर आहेत.'

'चला!'

'राजे, हे पहारे कुणाचे?' संक्राजी ओरडला.

शांतपणे राजे म्हणाले, 'आमचे.'

'याचा अर्थ?' पिलाजीने विचारले.

'एवढे का अजाण आहात, पिलाजी? महाद्वारावर आमचं निशाण आहे. चौकीपहारे आमचे आहेत. गड आमचा आहे!'

'विश्वासघात!' पिलाजी उद्गारला.

'नाही, पिलाजी! विश्वासघात निळोजींचा तुम्ही केलात. आम्ही फक्त राजकारण केलं. राजकारण आणि मैत्री यांत गल्लत करू नका.'

राजांनी टाळी वाजवली. पहारेकरी धावले. पिलाजी-संक्राजींकडे बोट दाखवून राजे म्हणाले, 'यांना कैद करा.'

दोघे भाऊ पकडले गेले. आपल्या बुद्धिचातुर्यापुढे हरलेल्यांची राजांना नेहमीच कीव वाटे.

राजांनी गडाची बारकाईने पाहणी केली. गड सुरक्षित होता. भरपूर तोफा, बंदुका, हत्यारे होती. दारूखाना भरपूर होता. खजिना होता. पाडव्याच्या मुहूर्तावर चांगले यश पदरात पडले होते.

दोन प्रहरी राजांनी तिघां भावांना सामोरे आणवले. राजे निळोजींना म्हणाले, 'निळोजी, आता तरी तिघे एकत्र, चांगल्या भावानं राहाल ना?'

'ते आता केव्हाही शक्य नाही.' निळोजी उफाळले.

राजे येसाजीकडे वळून म्हणाले, 'येसाजी, या तिघांना एका खोलीत कोंडा. सायंकाळपर्यंत जर यांची भांडणं मिटली नाहीत, तर... गड गेलाच आहे... वतनं सुद्धा काढून घेऊन त्यांना शिक्षा करू.'

तासाच्या आतच बाळाजी आले. ते म्हणाले,

'निळोजीचं भांडण मिटलं आहे. म्हणाल, तसे वर्तावयास ते सिद्ध आहेत.'

परत तिघां भावांना राजांच्या समोर आणले गेले. राजे म्हणाले,

'निळोजी, घाबरू नका. गृहकलह केवढा विनाशकारी असतो, हे तुम्हांला कळलंच आहे. आमच्याऐवजी एखादा मुसलमान सरदार आला असता, तर त्यानं तुमची भांडणं लक्षात घेऊन केव्हाच तुम्हांला परागंदा केलं असतं. तुमची वतनं आम्ही तुम्हां तिघांना देऊ. त्यात तुम्ही संतुष्ट राहा. गड आमच्याकडे राहील. गडाखाली वतनावर तुम्ही राहा. आमच्याशी इमाने वर्ताल, तर आम्ही तुम्हांस अंतर देणार नाही...'

तिघां भावांनी शपथा घेतल्या. तिघांच्या उत्पन्नाची व्यवस्था करून, राजांनी मासाहेबांना आणण्यासाठी स्वार रवाना केले.

मासाहेब, सईबाई गडावर आल्या. राजांनी सारा गड मासाहेबांना फिरून दाखविला. सईबाईंनी पाहिलेला हा पहिलाच गड. त्यांना खूप कौतुक वाटत होते. बुरुजावरून तुटलेले कडे त्या पाहत होत्या. वाऱ्याने पदर टिकत नव्हता. कपाळावर खेळणारे केस, चेहऱ्यावर प्रसन्न भाव पाहत असता राजांना समाधान वाटत होते. मासाहेब नेताजी-तानाजींबरोबर बोलत फिरत होत्या. सईबाई बुरुजाकडे जात होत्या. त्या फार पुढे जातील, या भीतीने राजे पुढे गेले. सईबाईंना ते म्हणाले,

'असं एकदम पुढं जाऊ नका.'

'खूप आनंद झालाय् मला. वाटतं...'

'काय?'

'घोड्यावर बसून सारा गड पाहावा... तुमच्याबरोबर...'

'छान! लोक काय म्हणतील?'

'काय म्हणणार? देवाधर्मासमक्ष, एवढे लोक असता हात धरला. घोड्यावरून फिरलं, म्हणून काय झालं?'

'ती गोष्ट निराळी.'

'ती कशी?'

'तेव्हा आम्ही लहान होतो ना?'

सईबाई रुसल्या. राजे हसले. तोच मागून मासाहेब आल्या. बुरुजावरची तोफ पाहत असता राजे म्हणाले,

'मासाहेब, गड चांगला आहे. अगदी सुसज्ज आहे.'

'बरं झालं.'

अजून सूर्यास्ताला खूप वेळ होता. मासाहेब बुरुजावर बसत म्हणाल्या,

'राजे, पाय थकले आता.'

'मेणा मागवू?'

'मेणा कशाला?... येसाजी, घोडीच मागवा ना! मलाही घोड्यावर बसून फार दिवस झाले.'

राजे गोरेमोरे झाले. सईबाई लाजल्या होत्या. बोलताना आपल्यावरून मासाहेबांच्याकडे वारा वाहतो, हे राजांच्या लक्षात आले नव्हते.

घोडी आली. खाशा स्वाऱ्या अश्वारूढ झाल्या. पाठोपाठ तानाजी, येसाजी, नेताजी ही मंडळी होती. सावकाश गड फिरत असता मासाहेब म्हणाल्या,

'सई, टाच मार बघू.'

सईबाईंनी टाच मारताच घोडा उधळला. मासाहेब म्हणाल्या,

'राजे, पाहा. पडतील राणीसाहेब!'

लाजलेले राजे क्षणभर कुचंबले; पण माचीवरून धावणारे जनावर पाहताच त्यांनीही घोड्याला टाच दिली. सईबाईंना राजांनी गाठले. मागे एकदा पाहून राजे म्हणाले,

'राणीसाहेब! पाहिलात आपल्या बोलण्याचा परिणाम?'

'पाहा ना! मासाहेबांना जे सुचलं, ते तुमच्या ध्यानी आलं नाही.'

'भारीच लाड चालवलेत मासाहेबांनी.' राजे म्हणाले.

'मग आहेच मी लाडकी!'

'या लाडाला तसंच काही कारण नाही ना?'

'चला, काही तरीच!' सईबाई लाजल्या.

काही न बोलता दोघे जात होते. सईबाईंनी मान वळविली. त्या राजांना म्हणाल्या,

'एक सांगू का?'

'सांगा ना!'

'पुण्यात, नाही तर शिवापूरला राहण्यापेक्षा गडावर आपण राहू या ना!'

'आवडेल? पावसाळ्यात फार त्रास होईल.'

'नाही व्हायचा.'

'सई! कैक वेळा आपले दोघांचे विचार एकच असतात. आम्ही जेव्हा या गडावर आलो, तेव्हा आमच्याही मनात हेच विचार होते.'

सायंकाळी सारे वाड्यात आले. बैठकीवर बसलेल्या मासाहेबांच्या शेजारी जरा अंतरावर सईबाई अदबीने बसल्या होत्या. मासाहेबांच्या समोर राजे गेले. राजे येताच सईबाई उठून उभ्या राहिल्या. मासाहेबांना राजांनी विचारले,

'मासाहेब, गड आवडला?'

'सुरेख आहे गड! पण, राजे, जसं राजकारणात लक्ष घालता, तसंच जरा घरीही देत चला.'

राजे आश्चर्याने म्हणाले, 'काय चुकलं आमचं?'

जिजाबाई हसल्या. त्या म्हणाल्या, 'चुकलं, म्हटलं नाही. लक्ष घालीत चला, असं म्हटलं आम्ही.'

'कुठं दुर्लक्ष झालं?'

जिजाबाईंनी सईबाईंच्याकडे पाहिले. त्या म्हणाल्या,

'पोरीला दिवस गेलेत. तिची हौस कुणी पुरवायची?'

राजे आश्चर्याने सईबाईंच्याकडे पाहत होते. सईबाई लाजल्या आणि महालातून निघून गेल्या. जिजाबाईंच्या हसण्याने राजे भानावर आले. चेहरा लाजेने गोरामोरा झाला. विषय बदलीत ते म्हणाले,

'जरा सदरेवर चलावं.'

हसू आवरत जिजाबाई उठल्या. महाराजांच्याबरोबर सदरेवर आल्या. सदर बैठकीवर बसताच राजांनी खूण केली. येसाजी तबक घेऊन आला. मासाहेबांच्या समोर तबक ठेवले होते. तबकात दुशेला, तलवार होती. मासाहेबांनी राजांना विचारले. राजे म्हणाले,

'मासाहेब, पुरंधर हाती आला. आता चाकण आला, की खरा बारा मावळ हातात येईल. नेताजी, येसाजी, तानाजी यांसारखी माणसं आली नसती, तर हे स्वप्न कसं अवतरलं असतं?... नेताजीऽ'

नेताजी पुढे आला. मुजरा करून उभा राहिला.

'मासाहेब, आज आपल्या हातांनी आम्ही नेताजींना गडाचे सरनौबत करीत आहोत. नेताजींच्या नात्याचं, निष्ठेचं मोल फार आहे.'

मासाहेबांनी मानवस्त्रे, तलवार दिली. नेताजी भारावून गेले.

'नेताजी, राजांचा विश्वास संपादन करणं फार कठीण! तो जतन करा.' मासाहेब म्हणाल्या.

राजे म्हणाले, 'नेताजी, गड मजबूत करून घ्या. पुरंधरवर राहावं, असं आम्हांला वाटतं. बालेकिल्ल्याच्या राजगादी टेकडीवर वाडा बांधून घ्या.'

'राजे!' मासाहेब म्हणाल्या.

'मासाहेब, आता पसारा खूप वाढला. रोहिडेश्वर, तोरणा, कोंढाणा, पुरंधर यांसकट एवढा मुलूख आहे. आता जमिनीवर राहणं खरं नाही. केव्हा आदिलशाही चाल करील, याचा भरवसा नाही. एखादी सुरक्षित जागा निवडायला हवी.'

सगळ्यांनाच तो विचार पटला. चार दिवस राहून, गडाची व्यवस्था लावून राजे शिवापूरला आले; आणि तेथून त्यांनी लगेच पुणे गाठले.

आता डोळ्यांसमोर तरळत होता किल्ले चाकण!

◻

२

राजे सदरमहालात बसले होते. बैठकीच्या खाली बाळाजी, चिमणाजी, तानाजी, येसाजी वगैरे मंडळी हात बांधून उभी होती. राजांनी विचारले,

'तानाजी, आपले स्वार तीन हजार झाले. पायदळही पाच हजारपावेतो उभं करता येईल. पण गडाच्या आणि मुलुखाच्या मानानं ही शिबंदी उपयोगी नाही. आपले घोडेस्वार वाढले पाहिजेत.'

'हळूहळू वाढत्यातच की!' तानाजी म्हणाला.

'हळूहळू या शब्दाला काही किंमत नाही. ज्याचं घोडदळ कमी, त्याचं राज्य असुरक्षित...' एकदम विषय बदलीत राजे म्हणाले, 'तानाजी, आपण उद्या निघायचं. येसाजी, बाजी, चिमणाजी, बाळाजी, तुम्ही सुद्धा यायचं!'

'स्वार?' येसाजीने विचारले.

'दोन-तीनशे स्वार बरोबर राहू देत.'

'रोहिडेश्वरी जायचं?' चिमणाजीने विचारले.

राजे म्हणाले, 'पाहू! जगदंबा बुद्धी देईल, तिकडे जाऊ.'

दुसऱ्या दिवशी राजांनी वाट धरली चाकणची. येसाजी, तानाजी चकित झाले होते. राजांच्या मनात काय आहे, हे त्यांना कळत नव्हते. विचारायचे धाडस नव्हते. दौड करीत राजे चाकणला पोहोचले. इतक्या थोड्या शिबंदीने राजे दिवसा गढीवर येतील, ही कुणालाच कल्पना नव्हती. चाकणच्या चौकीदारांचा विश्वास बसत नव्हता. गडाच्या दरवाज्यात चौकीदारांची धावपळ उडाली. राजांना आत घ्यावे, की न घ्यावे, याचा विचार ठरत नव्हता. राजे दाराशी येताच गढीचा दरवाजा उघडला गेला. राजांना मुजरे झडले.

राजे गडाच्या आत गेले नाहीत. घोडी दरवाज्यातच थांबली. राजे पायउतार

झाले. हवालदार अदबीने पुढे आला. राजे म्हणाले,

'फिरंगोजींना आम्ही आल्याची वर्दी द्या.'

'जी.' म्हणत हवालदार धावले. राजे गढी निरखीत तेथेच उभे राहिले. थोड्या वेळाने हवालदार आला. राजांना किल्लेदारांनी बोलाविले होते. राजे परत स्वार झाले.

आपल्या माडीवर फिरंगोजी नरसाळा अस्वस्थपणे येरझाऱ्या घालीत होते. शिवाजी अचानक गढीवर येतो, हे कल्पनेपेक्षाही वेगळे होते. कशासाठी राजे आले? आदिलशाहीला ही भेट कळली, तर?

टापांचा आवाज फिरंगोजीच्या कानांवर आला. फिरंगोजी खिडकीजवळ गेले. राजे समोरून येत होते. पांढरा शुभ्र घोडा डौलात पावले टाकीत होता. त्याच्या ओठाळीत तांबडी रेशमी काढणी शोभत होती. राजांच्या मस्तकावर जिरेटोप होता. मानेच्या हेलकाव्याबरोबर मोत्याची लडी हेलकावे घेत होती. राजे ताठ मानेने सावकाश येत होते. चेहऱ्याची कोवळी दाढी राजांच्या उमदेपणात भर घालीत होती. राजे किल्लेदारांच्या वाड्यासमोर पायउतार झाले. सेवकांनी घोडे धरले. फिरंगोजी आपली पगडी सावरीत गडबडीने सामोरे जाण्यासाठी जिना उतरले.

राजांना पाहताच फिरंगोजींनी हात जोडले. राजांनीही हात जोडून त्याला प्रत्युत्तर दिले. राजे हात, पाय धुऊन आत आले. राजांना घेऊन फिरंगोजी माडीवर आले. राजे आसनावर बसले. बाळाची, चिमणाजी, येसाजी, तानाजी पाठोपाठ आले. फिरंगोजींनी खिडकीतून पाहिले. स्वार घोडी धरून उभे होते. फिरंगोजींना काय बोलावे, हे सुचत नव्हते.

राजे म्हणाले, 'बाळाजी, फिरंगोजींना आमची ही भेट आवडलेली दिसत नाही.'

फिरंगोजी म्हणाले, 'न्हाई, राजे! तसं मुळीच न्हाई. पन इचार करतोय्.'

'कसला?'

'आळशाघरी ही गंगा का उतरली?' फिरंगोजी नरसाळा राजांच्या नजरेला नजर देत विचारते झाले. 'राजे, काय इचार हाय?'

राजे फिरंगोजींना निरखीत होते. फिरंगोजी मध्यम वयाचे, बलदंड शरीराचे होते. झुपकेदार गलमिशांची टोके डोळ्यांच्या दिशांना चढली होती. चेहरा करारी होता. त्यावरची रेषाही बदलत नव्हती. राजे पूर्वीच्याच मोकळेपणाने म्हणाले,

'तुम्हांला भेटण्यासाठी आलो.'

'साफ खोटं! भेटायचं कारण काय? राजे, चाकणवर असलो, तरी कान आणि डोळे मावळात असत्यात. तोरणा, रोहिडा, पुरंधर कसा घेतलासा, ते काय माहीत नाही? राजे, इथं दगाफटका चालायचा न्हाई. आदीच सांगून ठेवतो.'

राजे येसाजी-तानाजींच्या कानाला लागले. दोघे उठून बाहेर गेले. बाळाजी, चिमणाजी बसून होते. बाहेर घोड्यांच्या टापांचा आवाज ऐकताच फिरंगोजी खिडकीकडे

धावले. घोडी गढीबाहेर जात होती. आश्चर्यचकित झालेले फिरंगोजी वळले. राजे याच स्मितवदनाने लोडाला टेकून सैल अंगाने बसले होते. फिरंगोजींनी विचारले,

'घोडी गेली कुठं?'

'तटाबाहेर. तुमच्या परवानगीनं ती वर आली होती. तुमच्या मनात शंका आहे, म्हणून तर पाठविली.'

'धाड ऽ' असा आवाज घुमला. फिरंगोजी परत खिडकीकडे धावला. गडाचा मोठा दरवाजा बंद केला जात होता. गडाबाहेर स्वार गेले होते. फिरंगोजी म्हणाले,

'दरवाजा लावून घ्यायला कुणी सांगितलं?'

'आम्ही सांगितलं. आता गडावर आम्ही तिघे आहोत. तुमच्या आज्ञेशिवाय आम्ही गडाबाहेर जाऊ शकत नाही.'

फिरंगोजी पुरे अस्वस्थ झाले होते. राजांनी जे सांगितले, ते सत्य होते. फिरंगोजींनी मनात आणले, तर दगाफटका करणे सहज शक्य होते. फिरंगोजी म्हणाले,

'आता दगाफटका झाला, तर?'

'करून पाहा ना!' राजे म्हणाले.

फिरंगोजी दचकले. संशयाने त्यांनी विचारले, 'कोण अडवणार?'

'तुम्ही!' राजे शांतपणे म्हणाले.

'काय?' फिरंगोजी किंचाळले.

'फिरंगोजी, तेवढा विश्वास नसता, तर आत येण्याइतपत आम्ही का दूधखुळे होतो? माणसाची पारख आम्हांला आहे. सज्जन माणसाला दगाफटका जमत नाही.'

'तुम्ही केलात, तवा?'

'तो दगाफटका नव्हता, फिरंगोजी! दगाफटका करण्यास सोकावलेल्यांना ते प्रायश्चित्त होतं.'

'राजे, असं आडवाटचं बोलणं नगं. उगीच जीव टांगू नगासा. सरळ सांगा बगू.'

'काय सांगू?'

'हे तुमी चालवलंय् काय?'

'स्वराज्य उभं करतो आहोत.'

'कशासाठी?'

'या मुलुखात आमचं राज्य व्हावं, म्हणून. श्रींची इच्छा आहे, म्हणून!'

'गडावर लई धन सापडलं, म्हंत्यात, खरं?'

'होय! खरं आहे. ते नसतं, तर एवढी ताकद आली नसती.'

'पन हे बादशाहीम्होरं टिकंल?'

'टिकवलं, तर टिकेल.'

'कोन टिकवनार?'

'तुमच्यासारखी माणसं!'

'आम्ही?' फिरंगोजी चपापले.

'फिरंगोजी, तुमची जात कोणती?'

अस्वस्थ झालेले फिरंगोजी म्हणाले, 'हिंदू.'

'तुमची देवळं जागेवर आहेत? देव सुरक्षित आहे?'

'राजेऽ'

'किल्लेदार, त्यापेक्षा तुम्ही मुसलमान का होत नाही? एखादी मुलगी शाही जनानखान्यात टाकली, तर सुभेदार व्हाल.'

'खबरदार, राजे! शहाजीराजे काय मुसलमान झाले?'

'नाही!' राजे त्याच शांतपणाने म्हणाले, 'म्हणूनच तीन शाह्या फिराव्या लागल्या त्यांना. त्यांच्याही नशिबात कैद येते. महाराजे मुरार जगदेवांचे हात-पाय तोडले जातात; मोगल सरदारांचे जात नाहीत. तुमच्याही विरुद्ध आदिलशाही दरबारात अमीन तक्रार करतो, ती कोणत्या हेतूनं? गुन्हा काय तुमचा? तुम्हांला माहीत नसेल, तर सांगतो. गुन्हा एकच! तुम्ही हिंदू आहात; राज्य मुसलमानी आहे.'

'पन, राजे, सत्ता केवढी! ताकद केवढी!'

'हं!' राजे खिन्नपणे हसले. 'फिरंगोजी, कुठून आले हे मोगल? निर्वासित म्हणून आलेला बाबर सम्राट झाला. कुणाच्या जोरावर? कुणी बनवला सम्राट? तुम्ही आम्हीच ना? परक्यांना ही किमया साधते, ती तुम्हांआम्हांला का साध्य होऊ नये?'

'हो, पन तुमच्या ह्या खेळात महाराजांची विजापुरात काय तऱ्हा होईल?'

'त्याची कल्पना त्यांनाही आहे. नाही तर त्यांनी आम्हांला पुढं जाऊ दिलं नसतं.'

फिरंगोजी गप्प बसले.

'फिरंगोजी, जहागीर सांभाळून बसलो, तर काही कमी पडायचं नाही, हे आम्हांलाही दिसतं. पण असल्या मुर्दाडपणाचं अन्न नको वाटतं. इथं असं राज्य व्हावं, की जिथं साऱ्यांचे धर्म सुरक्षित राहतील. बायाबापड्यांना मोकळ्यानं फिरायला भीती वाटायची नाही. गोरगरिबाला अनाथ वाटायचं नाही. देवाधर्माचं राज्य व्हावं, ही परमेश्वराची इच्छा आहे. झालं, तर अशाच राज्यात जगू, नाही तर मरून जाऊ. त्यातही आम्हांला आनंद आहे. आपल्या घरादाराला चूड लावून यायची ज्याची हिंमत असेल, यानंच आमच्या मागून यावं.'

'बस्स कर. ऊठ, बघू! चल.'

'कुठं?'

'उगीच डोक्यात कीड घालून बसायची सवय न्हाई मला. चल, पुन्याला जाऊ. तुज्या माउलीला भेटतो. तिनं कौल दिला, तर तू म्हनशील, ते करू या.'

राजांना आनंदाचे भरते आले. त्यांनी काही न बोलता फिरंगोजींना मिठी मारली.

राजे फिरंगोजींसह पुण्याला यायला निघाले. मोठ्या दरवाजाचा अडणा सरकवला गेला, दरवाजा उघडला. हवालदाराकडे बोट दाखवून फिरंगोजी म्हणाले,

'हवालदाराच्या मुसक्या आवळा. मी आल्यावर चौकशी करीन.'

आज्ञा पाळली गेली. राजांनी विचारले,

'ह्या गरिबावर का राग?'

'राजे, गड माझ्या जोखमीवर. कुणाच्याही सांगेवारीनं गडाचे दरवाजे मिटाय-उघडायला लागले, तर गड जाग्यावर ऱ्हाईल काय?'

राजांच्या चेहऱ्यावर अस्पष्ट स्मित झळकले. त्यांनी काही उत्तर दिले नाही.

पुण्याला फिरंगोजींनी जिजाबाईंची भेट घेतली.

जिजाबाई म्हणाल्या, 'आम्ही तुमची फार दिवस वाट पाहत होतो. तुमच्याशिवाय राजांचं राज्य अपुरं आहे.'

पहिल्याच बोलण्यात फिरंगोजी चकित झाले. त्यांनी विचारले,

'राणीसाहेब, आपला ह्याला कौल आहे?'

'आईविना कधी लेकरू वाढतं का?'

'आता माझं कायबी म्हननं न्हाई. राजे, गड तुमचा. कुनाच्याबी ताब्यात द्या. जे तुमचं हुईल, ते माझं. आज मोकळा झालो.'

'नाही हं, फिरंगोजी! आम्हांला गड नको. तुम्ही हवे होता, म्हणून आम्ही आलो होतो. बळकट माणसं मिळाली, तरच बळकट गडांना शोभा. जाताना निशाण, शिबंदी घेऊन चला. स्वराज्याचे पहिले किल्लेदार तुम्ही! गड तुमच्याच ताब्यात राहील.'

फिरंगोजींनी राजांचे, मासाहेबांचे पाय शिवले. मानाचे वस्त्र घेऊन फिरंगोजी चाकणला गेले. चाकणवर भगवा ध्वज फडकू लागला...

□

३

पहाटे राजांना जाग आली. चांगलेच उजाडले होते. महालात सुगंध दरवळत होता. पलंगानजीक उभ्या असलेल्या सईबाईंच्याकडे राजे पाहत होते. सईबाईंनी आपल्या ओट्यातून आणलेली मोगरीची फुले पलंगावर ठेवायला सुरुवात केली. राजे उठले. सईबाई म्हणाल्या,

'झोपमोड झाली का?'

'नाही! उलट, मागूनही मिळायची नाही, अशी जाग मिळाली- एवढी फुलं कुणी आणून दिली?'

'देतो कोण? आपल्याच बागेतली.'

'एवढी?'

'केशव माळ्यानं केवढी चांगली बाग केलीय्. पण कधी पाहाल, तर खरं!'

'आपण म्हणाल, तर जाऊ या!'

'खरंच, चला ना!'

राजे उठत म्हणाले, 'चला, जाऊ.'

सईबाई चकित झाल्या. त्यांचा विश्वास बसेना. त्या पाहत राहिल्या. राजांनी विचारले,

'का?'

'खरं नाही वाटत! कुणाला वाटावं, अगदी सांगेन, ते ऐकता.'

'ऐकलंच पाहिजे! करणार काय?'

'का?'

'मासाहेबांची आज्ञा आहे की, तुमच्याकडे फार लक्ष दिलं पाहिजे, म्हणून!'

सईबाई लाजल्या.

राजांनी चूळ भरली आणि ते बागेकडे चालू लागले.

मोगरीचा ताटवा पाहून राजे आनंदित झाले. खुद्द राजे आलेले पाहताच वृद्ध केशव माळी लगबगीने आला. मुजरा करून उभा राहिला. राजे बगीचा पाहत होते. राजे न राहवून म्हणाले,

'केशव, बाग सुंदर केलीस!'

'जी!'

चाफ्याची झाडे निरखून राजांनी विचारले,

'चाफ्याची झाडं कुठून आणलीस?'

'कोकणातून आणली. पंतांनी मागवून घेतली होती.'

'केशव! जी झाडं लागतील, ती मागवून घेत जा! मी कचेरीत सांगून ठेवीन. राहतोस कुठं?'

'देवळाजवळच! वाड्याच्या मागं!'

'राणीसाहेब, बगीचा दृष्ट लागण्यासारखा झाला खरं, पण...'

'पण काय?'

'तुमचा फुलांचा शौक पाहिला, की मासाहेबांना पूजेला फुलं कशी मिळणार, याची काळजी वाटते.'

सईबाई हसल्या. राजे म्हणाले, 'चला, जाऊ. अजून स्नान आटोपायचं आहे. बरीच कामं आहेत.'

आंघोळ करून, मासाहेबांना भेटून, राजे फडात गेले. पुरंधरच्या तटांच्या कामाचा

तपशील ते पाहत होते. बराच वेळ गेला, आणि शामराव नीळकंठांनी वर्दी दिली,

'बाजी पासलकर आलेत.'

'बाजी?' म्हणत राजे उठले. बाजी एवढ्या तातडीने का आले, हे राजांना कळत नव्हते. त्याच विचारात राजे बाहेर आले. सदरेवर बाजी उभे होते.

'बाजी, बसावं ना!' राजे म्हणाले.

पण बाजी बसले नाहीत. त्यांचा चेहरा चिंतातुर दिसत होता. राजांना पाहताच होणारा आनंद चेहऱ्यावर नव्हता. बाजी म्हणाले,

'राजे, मासाहेबांना आम्ही आल्याची वर्दी द्या.'

मासाहेबांच्याकडून बोलावणे येताच राजांच्यासह बाजी आत गेले. मासाहेबांनी विचारले,

'बाजी, एवढ्या तातडीनं निरोप पाठविलात?'

'तसदीबद्दल क्षमा असावी.' बाजी म्हणाले, 'तसंच जरुरीचं काम पडलं. राजांनी चाकण घेतला. शिरवळच्या अमिनानं तक्रार केली. आजवर स्वस्थ बसलेला बादशहा अस्वस्थ झाला. महाराजसाहेबही दक्षिणेत आहेत. दरबारच्या लहरीला आवरणार कोण? आदिलशाहीनं आपला बंदोबस्त करण्यासाठी फत्तेखान पाठविला आहे. त्यानं विजापूर सोडलं आहे. जशी बातमी आली, तसा तडक इकडे आलो.'

राजांनी निःश्वास सोडला. हसून ते म्हणाले,

'बाजी! केवढे भ्यालो होतो आम्ही! म्हटलं, काय वार्ता घेऊन आलात? आमची ही अपेक्षा होतीच. आमच्या अपेक्षेपेक्षा हे थोडं उशिराच घडतं आहे. आम्ही खानाला सामोरे यायला तयार आहोत.'

'राजे, तुमच्या तरुण रक्ताला हे बोलणं ठीक आहे; पण हे केस पांढरे झाले. आम्हांला विचार करायला हवा.'

'बाजी, आम्हांला पण तुमची काळजी आहे. मासाहेब, तुम्ही फक्त आशीर्वाद द्या. आम्हांला तेवढा पुरे!' राजे डोळे मिचकावीत मासाहेबांच्याकडे पाहत म्हणाले.

बाजींचे कल्ले थरथरले. गलमिशांवरून पालथी मूठ फिरवीत ते म्हणाले,

'राजे! मनगट शाबूत आहे. मागे राहून लढाई पाहायची सवय नाही मला.'

'मग उठा, बाजी! साऱ्यांना गोळा करा. पुरंधरवर पहिली लढाई खेळायची. त्याची जिम्मेदारी तुमची!'

बाजी मुजरा करून उठले; पुढच्या तयारीसाठी पुरंधरवर निघून गेले.

राजांना आता क्षणाची उसंत नव्हती. तानाजी, फिरंगोजी- साऱ्यांना तातडीने स्वार रवाना झाले. पुण्याचा खजिना तोरण्यावर हलविला गेला. मासाहेब म्हणाल्या,

'राजे, आम्ही पण पुरंधरवर येतो.'

'नको, मासाहेब. आपल्याजवळ फिरंगोजींना ठेवून जातो. कात्रज ओलांडून खान येणार नाही. पण आलाच, तर आम्ही वर्दी देऊ. तुम्ही चाकणवर जा. आमची काळजी नसावी. आम्ही यशस्वी होऊ, यात शंका नाही. उलट, ही पहिली चकमक कशी घडते, हे पाहायला आम्ही अधीर आहो.'

'राजे, तुम्ही यशस्वी व्हाल! पण गर्दीत मिसळू नका.'

'केव्हाही जीव धोक्यात टाकायला आम्ही मोकळे नाही. आमचं स्वप्न फार मोठं आहे. त्याची आम्हांला जाणीव आहे.'

चांगला दिवस पाहून राजांनी बाजी पासलकरांबरोबर पुणे सोडले आणि ते पुरंधरला आले. आज्ञेप्रमाणे गडावर सर्व हजर झाले होते. गडावर एकच उत्साह होता. दारूखाना भरपूर होता. अचूक जागा हेरून तोफांचे मोर्चे बांधले होते. तटाकडे गोफणदगडांपासून मोठ्या दगडांपर्यंत ढीग रचले होते. शेकडो रामोशी तटांच्या भिंतींवरून गस्त घालीत होते. ही सारी व्यवस्था कावजी मल्हारने पुढे होऊन अंगावर घेतली होती. नेताजींची त्याला साथ होती. गोदाजी जगताप, भिमाजी वाघ, संभाजी काटे, शिवाजी इंगळे, भिकाजी चोर, भैरोजी चोर, पोळ, घाटगे यांच्यासारखे अनेक वीर उत्साहाने वावरत होते. गडाची व्यवस्था पाहून राजे संतोष पावले. दोन दिवसांत खानाच्या बातम्या रामोशी आणू लागले.

खानाने खळत-बेलसरला तळ दिला; आणि आपला एक प्रमुख सरदार बाळाजी हैबतराव याला फौज देऊन पाठविले. शिरवळला आदिलशाही सरकारच्या अमिनाचे ठाणे होतेच. तिथवर बाळाजी हैबतराव आपल्या सैन्यासह आला. त्याने सुभानमंगळच्या गढीत ठाणे दिले. राजांना ती बातमी समजली.

गोदाजी जगताप म्हणाला, 'राजे, आता कवा बी बाळाजी हैबतराव येऊ दे.'

राजे म्हणाले, 'नाही, जगताप! असं वाट पाहून कसं चालेल? खानाचा सरदार पुढं आला आहे. आपणही चार पावलं पुढं जायला हवं.'

कावजी मल्हार पुढे झाला. 'राजे, अगदी बरोबर! शिरवळचा कोट मला ठावं हाय. मी जातो.'

'शाबास, कावजी. स्वराज्याची पहिली कामगिरी मागितलीत. तो हक्क तुमचाच आहे. बाळाजी स्थिर व्हायच्या आत त्याला गाठा. आजच बाहेर पडा.'

बाजी पासलकर वयोवृद्ध. ते सर्वांत मोठे. ते म्हणाले,

'राजे, आज अमावास्या. उद्या गेलं, तर बरं.'

राजे म्हणाले, 'आज अमावास्या खरी. पण उद्या प्रतिपदा आहे. प्रतिपदेचा विजय वाढता असतो. तोच घरी येऊ दे. तो मिळवायला अमावास्येला बाहेर पडायला हवं.'

मुहूर्त नक्की झाला. गडावर रात्र उतरली. पलित्यांच्या तिकट्या साऱ्या गडावर दिसत होत्या. किर्र रात्री आकाशात नक्षत्रे चमकत असता कावजी मल्हार गडाखाली उतरला. राजांनी निरोप देताना सांगितले,

'कावजी, ही आपली पहिली मोहीम. मला विजय हवा. तसाच विजयाचा आनंदही हवा. विजयी होऊन सुखरूप घरी या. आम्ही वाट पाहतो.'

गडाखाली कावजी मल्हारची फौज गोळा झाली. पहाटेपर्यंत सारी फौज गोळा करून पहाटेला सहा कोसांवर असलेल्या सुभानमंगळ गढीकडे फौज निघाली. शिरवळची आदिलशाही फौजही, मराठे येताहेत, हे पाहताच सुभानमंगळच्या आश्रयाला धावली. शिरवळ मोकळे झाल्याचे पाहताच कावजीला स्फुरण चढले. आपल्या साथीदारांसह, सैन्यासह तो सुभानमंगळ कोटावर तुटून पडला. गढीवजा किल्ला, मातीचा तट, ओढ्यासारखा खंदक. कावजी सैन्यासह तटाला भिडला. तट पाहून भिमाजी वाघ म्हणाला,

'कावजी, तटाला शिड्या...'

'अरे, वाघ तू! असल्या तटाला शिड्या कशाला? हा किल्ला म्हणजे थोडीच लंका लागली आहे? भिंती पाडा.'

गडावरून पाहणाऱ्या हशमांची मुंडकी बाणांच्या वर्षावांनी छेदली जात होती. सुभानमंगळचे तट लोखंडी सोप्याने, कुदळीने खणले जात होते. तटाच्या दरवाज्याला खुद्द कावजी धडका देत होता. गडावरून शिलाखंड अंगावर येत होते. इंगळांचा पाऊस पडत होता. भ्यालेले हशम गाडीची चाके, मुसळे, लाटणी सुद्धा फेकीत होते. बाळाजीबरोबरचे सरदार फाजलशहा, अशफशहा हे गर्भगळीत होऊन किल्ल्यात फिरत होते.

गडाचा दरवाजा पडला. खिंडारातून, शिड्यांवरून 'हरहर महादेव'ची गर्जना उठली. किल्ल्यात एकच कापाकापी सुरू झाली. गडाची घरे आगीत सापडली. धुराचे लोट सुभानमंगळावर उठले. हलकल्लोळ माजला. भिमा वाघ, भिकाजी चोर, घाटगे यांच्यासारखे खंदे वीर त्वेषाने कत्तल चालवीत पुढे सरकत होते. प्रतिकार क्षणाक्षणाला कमी होत होता. अचानक कावजीला बाळाजी हैबतराव दिसला. कावजीला पाहताच बाळाजी पळू लागला. कावजीने भाला पेलला आणि तो त्याच्यामागे धावला. बाळाजी बुरूज गाठण्याच्या प्रयत्नात असतानाच भाला सुटला. बाळाजी पडला. त्या वार्तेने पळापळ सुरू झाली आणि थोड्याच वेळात किल्ला हाती आला. सायंकाळच्या सुमारास सुभानमंगळवर मराठी निशाण चढले. राजांना बातमी समजली.

सुभानमंगळच्या खणत्या, रात्र पडली, तरी जारी राहिल्या. पहाटे लूट गोळा

करून कावजी पुरंधरकडे निघाला. लुटीत अनेक घोडे, हत्ती, मौल्यवान अलंकार, वस्त्रप्रावरणे, पालख्या, शस्त्रे होती. राजांच्या पुढे सारी लूट ठेवून वीर उभे होते. राजांच्या आनंदाला सीमा नव्हत्या. राजे म्हणाले,

'शाब्बास, कावजी! स्वराज्याचं पहिलं रणक्षेत्र गाजवलंत. आता फत्तेखान बिळातून नाग बाहेर पडावा, तसा खळत-बेलसर सोडून पुरंधरवर चाल करून येईल. वजवलेले हात फत्तेखानावर उपयोगी येतील.'

राजांचा तर्क अगदी खरा होता. शिरवळची वार्ता ऐकताच फत्तेखान स्वारीसाठी खळत-बेलसरहून निघून पुरंधरच्या पायथ्याशी दाखल झाला. फत्तेखानाचे सैन्य गड चढू लागले. पिछाडीस स्वतः फत्तेखान होता. डाव्या बगलेला निंबाळकर होते. उजव्या बगलेला घाटगे होते. राजे बुरुजावरून सारे पाहत होते. बाजी पासलकर तटाच्या कडेने हिंडत होते. सारे मोर्चे पाहत होते. शत्रू बाणांच्या टप्प्यात येताच तोफ धडाडली. 'हरहर महादेव' म्हणत सैन्य गडाबाहेर पडले. तटावर चढू पाहणाऱ्या शत्रूवर बंदुकींच्या, गोफणींचा वर्षाव सुरू झाला. प्रचंड दगड गडावरून शत्रूवर कोसळू लागले.

फत्तेखानाच्या सैन्याची पांगापांग झाली. जे गडावरच्या तटापर्यंत पोहोचले, त्यांची कत्तल झाली. बाकीचे पळत सुटले. विजयाची चिन्हे दिसत होती. घोड्यांच्या टापांचा आवाज ऐकून राजे वळले. तो बाजी घोड्यावर स्वार झाले होते.

'बाजी, स्वार का झालात?'

'राजे, सारी उमर लढाई पाहण्यात गेली. स्वराज्याच्या पहिल्या लढाईत बसून कसा राहू? पुरा विजय घेऊनच घरी येतो.'

राजे काही बोलायच्या आत बाजींनी टाच मारली. गडाबाहेर पडलेली बाजींची कुमक पाहताच मराठ्यांना चेव चढला. फत्तेखान आपले पळणारे सैन्य सावरून मोर्चे बांधण्याचा प्रयत्न करीत असता बाजी पासलकर आदिलशाही सैन्यावर तुटून पडले. सारे प्राणपणाने लढत होते. फत्तेखानाचा उजवा हात मुसेरखान त्वेषाने लढत होता. हे पाहताच गोदाजी जगताप मुसेरखानावर चालून गेला. गोदाजीने फेकलेला भाला मुसेरखानाच्या मांडीत घुसला. संतापाने बेभान झालेल्या मुसेरखानाने भाला उपसला आणि भाल्याचे दोन तुकडे करून फेकून दिले. तलवार घेऊन तो गोदाजीवर चालून आला. गोदाजीने चांगलीच लढत दिली. संधी साधून गोदाजीची तलवार खानाच्या खांद्यावर वेगाने उतरली. खान रक्ताच्या थारोळ्यात पडला. मुसेरखान पडलेला पाहताच फत्तेखानाचे उरलेसुरले अवसान नाहीसे झाले. खान पळू लागला.

बाजी पासलकर पळणारा शत्रू पाहून ओरडले, 'एक शत्रू सोडू नका. मावळात घुसलेला दुश्मन सुखरूप परत जात नाही, हे कळू द्या.'

विजयाने हर्षभरित झालेले मराठे खानामागे लागले. बेलसरच्या छावणीपर्यंत खानाचा पाठलाग, कत्तल होत होती. मराठ्यांनी सरळ छावणीवर धडक दिली.

खानाचा पाठलाग करणारी फौज गडावरून दिसत होती. सैन्य दिसेनासे झाले. राजे आनंदाने माघारी आले. गडावर सर्वत्र आनंद दिसत होता. बाजी पासलकर, जगताप, काटे, इंगळे या वीरांच्या स्वागताची तयारी करण्यात राजे गुंतले होते.

दुसऱ्या दिवशी सूर्य वर आल्यावर खळत-बेलसरची लढाई मारून राजांचे सैन्य गडपायथ्याला आले. राजे बुरुजावरून येणारी पथके पाहत होते. राजे सामोरे गेले. प्रथम आला, तो गोदाजी जगताप.

'गोदाजी! लढाई जिंकलीत ना?'

'हो!' गोदाजी म्हणाला.

कुणाच्याही चेहऱ्यावर आनंद दिसत नव्हता. राजांनी विचारले,

'काय झालं?'

'बाजी जखमी झाले!'

राजांचे लक्ष मागून येणाऱ्या पालखीकडे गेले. पालखी जमिनीवर ठेविली गेली. राजे पुढे धावले.

बाजींचे डोळे मिटले होते. सारा अंगरखा रक्तबंबाळ झाला होता. मस्तकीचे पांढरे केस विस्कटले होते. कपाळावर झालेल्या निसटत्या जखमेतून रक्त ओघळले होते. पांढऱ्या मिशांचे झुपके ओठांच्या हालचालींबरोबर थरथरत होते. राजांनी हाक मारली,

'बाजी!'

बाजींनी डोळे उघडले. राजांना पाहताच त्यांच्या चेहऱ्यावर हसू उमटले. राजांचा हात धरून ते म्हणाले,

'राजे, आपली फत्ते झाली!'

राजांनी बाजींचा हात हातात घेतला. ते म्हणाले,

'बाजी, काय केलंत हे? आपली फत्ते झालीच होती. कुठं जात होता फत्तेखान? कशाला जीव धोक्यात घातलात?'

राजांना अश्रू आवरेनात. बाजी म्हणाले,

'राजे! विजय मिळाला. वाईट काय झालं? मी म्हातारा. असलं मरण मागून मिळायचं नाही. हसा, राजे! तुमचं हसू पाहण्यासाठी जीव अडतोय् माझा! तेवढी एकच इच्छा राहिलीय्!'

राजे हसले. आणि ते हसू पाहून सुखावलेल्या बाजींची मान हसता-हसता कलंडली. राजांनी बाजींच्यावर शेला पांघरला. अश्रू टिपीत उठत असता राजे म्हणाले,

'गोदाजी! प्रतिपदेचा विजय घरी आला; पण हरवलेली ही चंद्रकोर पुन्हा पाहायला

मिळायची नाही. पौर्णिमेला सुद्धा ही उणीव वाटल्याखेरीज राहणार नाही.'

□

४

पुरंधरहून आल्यापासून सारा दिवस गडबडीत पार पडला होता. सारा वाडा पुरंधरच्या वीरांनी भरला होता. आनंद, उत्साह मनात मावत नव्हता. सारे राजांच्याबरोबर बोलायला आतुर होते. मध्यरात्रीच्या सुमारास राजांना मोकळीक मिळाली. राजे आपल्या महाली आले. सईबाई महालात आल्या, तेव्हा राजे कपडे बदलून पलंगावर बसले होते. सईबाई म्हणाल्या,

'केवढी गर्दी उसळली आज! मासाहेबांचा आनंद तर विचारायला नको.'

'साहजिकच आहे. हा जिव्हाळा पाहून जीवनाचं सार्थक झाल्यासारखं वाटतं.'

सईबाई एक एक दागिना उतरून मंचकावर ठेवीत होत्या. मंचकावर गोळा झालेले दागिने पाहून राजे म्हणाले,

'खरंच, बायकांना दागिन्यांची केवढी हौस!'

'तर! आपण गळ्यात कंठी, मनगटी पोहची, कानी चौकडा, बोटांत अंगठ्या घालता, ते पुरुषही तेवढीच हौस करतात.'

'आम्ही माघार घेतली! मग तर झालं?'

'अशी माघार घेऊन नाही चालायचं. आपण विजय मिळवून आलात. निदान आज तरी आरतीत काही टाकायचं होतं.'

राजे गंभीर होऊन म्हणाले, 'विसरलं खरं.'

'हीही माघार ना!'

'हो! पण आमची नव्हे, तुमची!' म्हणत राजे उठले. मंचकाचा कप्पा उघडून त्यांनी सोन्याचा कमरपट्टा काढला. सईबाईंच्याकडे पाहत ते म्हणाले,

'आता तुम्हीच सांगा. हा कमरपट्टा आरतीत टाकता आला असता का? आणि तोही चारचौघांत?'

सईबाई आनंदाने कमरपट्टा निरखीत होत्या. राजांनी विचारले,

'आवडला?'

'हो!'

'एवढंच नाही. आणखीन एक नजर आम्ही राणीसाहेबांच्या चरणांकरिता आणली आहे.'

'काय आणलंत?'

'त्या तिथं, आमच्या टोपाखाली पाहा.'

सईबाईंनी जाऊन टोप उचलला. त्या टोपाखाली दोन सुरेख रौप्यसाखळ्या होत्या.

'किती सुंदर!' साखळ्या उचलीत सईबाई म्हणाल्या. साखळ्यांचा नाजूक आवाज झाला. राजे म्हणाले,

'सई, सांगितलं, तर हसशील!'

'काय झालं?'

'काय झालं! सुभानमंगळच्या खजिन्यांची मोजदाद पुरंधरवर चालली होती. एक एक दागिना मोजून टाकला जात होता. अचानक ह्या साखळ्या पडल्या, आणि त्या पाहताच तुम्ही डोळ्यांसमोर उभ्या राहिलात. साऱ्यांची नजर टाळीत आम्ही बोलून गेलो... त्या साखळ्या आमच्या नावे खर्ची टाकून वेगळ्या राहू देत.'

सईबाई भारावून राजांचे बोलणे ऐकत होत्या. राजे म्हणाले,

'एवढा आम्ही पराक्रम केला! आता स्वस्थ उभ्या राहू नका. तुमच्या पायांत त्या साखळ्या पाहायच्या आहेत आम्हांला.'

सईबाईंनी पायांत साखळ्या घातल्या. राजे म्हणाले,

'तुमच्या पायांना साखळ्या शोभतात.'

चार पावले टाकून सईबाई थबकल्या. त्या म्हणाल्या,

'मी नाही, बाई, ह्या साखळ्या घालणार.'

'का?'

'का काय? आवाज होतो ना! मासाहेब काय म्हणतील?'

'काही म्हणणार नाहीत! उलट, आमचं कौतुक करतील.'

'कशाबद्दल?' सईबाईंनी विचारले.

सईबाईंच्या डोळ्याला डोळा देत राजे म्हणाले, 'आपल्या लाडक्या सूनबाईंकडे आम्ही जागरूकतेनं पाहतो, याबद्दल.'

सईबाई नजीक आल्या. त्या म्हणाल्या,

'केवढी मूर्ख मी! आधीच थकलात. रात्र उलटून चालली. झोपावं आता.'

राजे सईबाईंचा हात धरीत म्हणाले, 'सई, काही दिवस असे आनंदाचे येतात, की तेव्हा दिवसरात्रीचा विचार राहत नाही. आजचा दिवस तसाच आहे.'

सईबाईंना हजारी समयांच्या ज्योती शांत करायला सुरुवात केली. समई तेवढी तेवत होती. हवेत गारठा होता. समईचा मंद प्रकाश महालात पसरत होता.

पुरंधरच्या लढाईत ज्यांनी शौर्य गाजविले, त्यांचा राजांनी यथोचित सत्कार केला. लढाईत जे कामी आले, त्यांच्या वारसांना द्रव्य दिले. खळत-बेलसरच्या पराक्रमाने सारा मावळ आनंदित झाला होता.

पण हा आनंद टिकणार नव्हता. बंगळूरहून तातडीचा खलिता आला. खलिता वाचून राजे संतप्त झाले. क्षणभर आपल्या पावलांखालची वाळू सरकते आहे, असा

त्यांना भास झाला. राजे जिजाबाईंना म्हणाले,

'मासाहेब, बंगळुराहून दादामहाराजांचा खलिता आला आहे.'

'काय म्हणतो संभाजी?'

आदिलशाही दरबारात भोसल्यांच्या घराण्याविरुद्ध सत्रच उभं केलेलं दिसतं. आमच्यावर जसा फत्तेखान, बाळाजी हैबती आला, तसाच फर्हादखान व तानाजी डुरे या आदिलशाही सरदारांना बंगळूर काबीज करण्यासाठी पाठविलं होतं. पण दादामहाराजांनी त्यांचा आमच्यासारखाच साफ बीमोड केला. फर्हादखान अपयश घेऊन मोकळा झाला.'

'देवाची कृपा! दोघेही संकटातून पार पडलात!'

राजे निःश्वास सोडून म्हणाले, 'नाही, मासाहेब! आदिलशाहीविरुद्ध झालेली चकमक बरीच महागात पडणार, अशी दिसते. जेव्हा आम्ही इकडे विजय मिळवीत होतो, तेव्हा तिकडे दक्षिणेत जंजीनजीक महाराजसाहेब आदिलशाही फासात फसत होते. मुस्ताफखानानं विश्वासघातानं कैद केलं.'

'शिवबा, काय सांगतोस?' मासाहेब म्हणाल्या.

'ऐका, मासाहेब, दुर्दैवाची कहाणी ऐका! आबासाहेब छावणीत झोपले असता, बेसावध असता, मुधोळच्या बाजी घोरपड्यानं छावणीत प्रवेश केला. घोरपड्यांची आणि महाराजसाहेबांची चकमक झडली. फर्जंद शहाजीराजे गिरफदार केले गेले. जे शहाजीराजे दरबारी जाताना हत्तीवरून जात, ज्यांचं ऐश्वर्य आदिलशाहीलाही लाजवी, ते फर्जंद शहाजीराजे पायी बेड्या ठोकलेले विजापुरात आले. अफजलखानानं नौरोजच्या सणाच्या दिवशी तशा स्थितीत महाराजसाहेबांना दरबारी हजर केलं.'

मासाहेबांच्या डोळ्यांत अश्रू तरळले. त्यांनी कंपित आवाजात विचारले, 'आणिऽऽ'

'आणि काय? सध्या महाराजसाहेब आदिलशाहीच्या कैदेत आहेत. मासाहेब, एक ना एक दिवस त्या अफजलखानाला आणि बाजी घोरपड्याला पश्चात्ताप झाल्याखेरीज राहणार नाही. शिवाजीच्या बापाच्या हाती-पायी बेड्या ठोकणं इतकं सोपं नाही, हे त्यांना कळून येईल.'

'ते होईल, तेव्हा होईल. पण आता काय करणार?'

'तोच विचार करतो आहे. पण काही सुचत नाही. आदिलशाहीची आगळीक आम्ही केली आहे. फत्तेखान आणि बंगळुराहून आलेला, पराजित झालेला फर्हादखान शाही तख्तापुढं आमच्या नावानं छाती पिटून घेत असेल. संपूर्ण शरणागतीखेरीज महाराजसाहेबांची सुटका होईल, असं वाटत नाही.' राजे संतप्त होऊन मुठी आवळीत म्हणाले, 'आदिलशाहीनं फार वाईट डाव टाकला. वाटतं की, दादामहाराजांना कळवावं आणि सरळ विजापुरावर चाल करून जावं.'

अमात्य म्हणाले, 'राजे, तसं करणं म्हणजे जाणून बुजून जोहार करणं ठरेल.'

'काय करावं, सुचत नाही.'

पेशवे म्हणाले, 'राजे! जोवर विजापूरकरांच्याकडून काही येत नाही, तोवर हालचाल करणार कशी? थोडा वेळ जाऊ दे. आपोआप मार्ग सुचेल.'

'तोवर आदिलशाही स्वस्थ बसेल?' जिजाबाईंनी विचारले.

'आदिलशाहीला इतक्या तडकाफडकी निर्णय घेता येणार नाही. शहाजीराजांच्या केसाला जरी धक्का लावला, तरी सारे हिंदू सरदार, आम्ही ते सहन करणार नाही, एवढं ज्ञान आदिलशाहीला खास आहे.' राजे म्हणाले.

राजांनी जिजाबाईंना धीर दिला. पण आपल्या मनाला ते समजावू शकले नाहीत. उलटणारा प्रत्येक दिवस काळजीत जात होता. मासाहेबांच्या चिंतातुर, भयव्याकुल चेहऱ्याकडे पाहण्याचे धाडसही त्यांना होत नव्हते. राजांना आठवत होता मुरार जगदेव. मुरार जगदेव हाही 'महाराज'च होता. ऐश्वर्यसंपन्न होता. पराक्रमी होता. पण आदिलशाहीत त्याची खांडोळी व्हायला वेळ लागला नाही. पुरंधर घेतल्यामुळे तर आदिलशाहीला आव्हानच दिल्यासारखे झाले होते.

राजे याच बेचैनीत आपल्या पलंगावर पडले होते. झोप येत नव्हती. सईबाई हलक्या पावलांनी महालात आल्या. राजांनी हाक मारली,

'सई!'

'झोपला नाहीत!' सईबाईंनी आश्चर्यानं विचारले.

पलंगावर उठून बसत राजे म्हणाले, 'झोपच येत नाही. डोळ्यांसमोर सारखे महाराजसाहेब उभे आहेत. मासाहेबांना काय वाटत असेल, याची कल्पनाही करवत नाही. वेणीफणी करीत असताना दररोज मासाहेबांचा हात कुंकवाच्या कोयरीत थबकत असेल. अशुभ कल्पनांनी त्यांचं मन ग्रासून गेलं असेल.'

'मासाहेबांनी अनुष्ठानाला ब्राह्मण बसविले आहेत. गणपतीवर अभिषेक चालू आहे. मीही नवस बोलले आहे.'

'प्रयत्नांती परमेश्वर असतो, सई! नुसत्या अनुष्ठानाला तो पावत नाही. कृतीची जोड त्याला लागते.'

'काय करायचं ठरवलं?'

'इथं स्वस्थ बसून काय करणार? शरणागती पत्करण्यापेक्षा विजापूरवर चालून जावं, असं मनात येतं.'

'त्यात यश मिळेल?'

'शक्यता फार थोडी. पण अपमानित जीवन जगावं लागणार नाही... तुम्हांला काय वाटतं?'

क्षणभर सईबाई विचारात पडल्या. त्या म्हणाल्या,

'राजकारणातलं बायकांना काय समजतं? पण वाटतं...'

'काय? सांग ना!'

'नको, बाई! हसाल.'

'नाही हसणार. सांगा.'

'राजकारणाचे खेळ आम्हांला जमत नाहीत. समजत नाहीत. समजतो, तो तुमच्या नादानं शिकलेला बुद्धिबळ. ज्यात यशाची खात्री नाही, तो डाव खेळू नये. हत्तीला शह द्यायला वजीरच घातला पाहिजे, असं थोडंच आहे? संधी असेल, तर ते काम उंट, घोडाही करू शकेल.'

राजे चकित होऊन सईबाईंच्याकडे पाहत होते. ते उठून उभे राहिले. स्वगत बोलावे, तसे ते म्हणाले, 'हत्तीला शह द्यायला, उंट... घोडाही चालेल...'

'काय म्हटलंत?'

'थांबा! बोलू नका!' राजे काही क्षण निश्चल उभे होते. एकदम मोठ्याने हसले. वळले, तेव्हा त्यांचा सारा चेहरा आनंदला होता. राजे म्हणाले,

'सई, काही वेळेला मोठी संकटं सुद्धा किती सहजपणे सुटतात! राणीसाहेब, आम्ही तुमच्यावर खूश आहोत.'

'मला समजत नाही.'

'तुम्ही इतक्या सरळ आहात, म्हणून परमेश्वर तुमच्या मुखातून वदला.'

राजांनी सपाता पायी चढविल्या. सईबाईंना ते म्हणाले,

'सई, मासाहेबांना उठवा. आम्ही साऱ्यांना बोलावतो. शुभ वेळेला सुचलेली गोष्ट त्या वेळी करून मोकळं व्हावं.'

महालात समया प्रज्वलित केल्या गेल्या. डबीर, अमात्य, पेशवे आले. एवढ्या तातडीने बोलविल्यामुळे सारे विचारात पडले होते. मासाहेबांनी विचारले,

'राजे! एवढ्या तातडीनं साऱ्यांना का गोळा केलंत?'

सर्वांवर नजर फिरवून राजांनी विचारले, 'आम्ही विजापूरवर चालून जायचं ठरवलं, तर?'

'तो आत्मघात ठरेल!'

'तह करायचा मान्य केला, तर?' राजांनी विचारलं.

'आजवर केलेलं सर्व वाया जाईल. पुन्हा ही संधी यायची नाही.' अमात्य म्हणाले.

निळोजीपंतांच्याकडे पाहत राजांनी विचारले, 'शहाजादे मुराद सध्या कुठं आहेत?'

निळोजीपंत म्हणाले, 'शहाजादे अहमदाबादेला आहेत.'

'निळोजीपंत, शहाजाद्यांना खलिता पाठवा. त्यांची चाकरी करण्यात आम्ही धन्यता मानू, हे कळवा. आदिलशाहीनं अकारण आमच्या वडिलांना कैद केल्यामुळं आम्ही संकटात पडलो, नाही तर खुद्द जातीनं शहाजाद्यांच्या दर्शनाला आम्ही आलो

असतो, असं लिहा. खातरजमेचं पत्र येताच आम्ही दर्शनार्थ येऊ, असं कळवा.'

'व्वा, राजे! मुत्सद्दीपणाची कमाल झाली.' अमात्य म्हणाले.

रातोरात खलिता लिहिला गेला; आणि तातडीने खलिता अहमदाबादेला पाठविला गेला.

□

५

राजे भल्या सकाळी महालात आलेले पाहताच जिजाबाईंना आश्चर्य वाटले.

'राजे! आज लवकर आलात? एवढ्यात स्नान, पूजा आटोपली?'

'जी!'

'झोप आली नाही?'

'मासाहेब! आम्ही रात्रभर बेचैन होतो. पहाटे कसलं स्वप्न पडलं, कुणास ठाऊक! आम्ही जागे झालो.'

'काळजीइतका मोठा वैरी माणसाला नसेल, बघ.' जिजाबाई नि:श्वास सोडून म्हणाल्या.

राजांना चिंता लपविता आली नाही.

'मासाहेब! अहमदाबादेला खलिता पाठवून कैक दिवस झाले. पण अद्याप उत्तर नाही. प्रत्येक दिवस अखंड चिंतेचा बनला आहे. विजापूरची काळजी वाटते. तो अफजल आणि बाजी घोरपडे कोणता डाव खेळतील, याचा भरवसा वाटत नाही.'

राजांच्या बोलांनी जिजाबाईंची चिंता वाढली. त्यांच्या डोळ्यांत पाणी भरले.

'शिवबा! दुसरा काही उपाय नाही का, रे?'

राजे गडबडीने म्हणाले,

'मासाहेब! तुम्ही चिंता करू नका. महाराजसाहेबांच्या केसालाही धक्का लागणार नाही. ती आमची श्रद्धा आहे. आम्ही टाकलेला डाव यशस्वी झाल्याखेरीज राहणार नाही. महाराजसाहेबांची बाइज्जत सुटका होईल.'

'तुझ्या तोंडात साखर पडो! काय सांगू? शिवबा, स्वार आला, म्हटलं, तरी जिवाचा थारा उडतो. कुणी मोठ्यानं हाक मारली, तरी कापरा भरतो. बातमी कळल्यापासून देवांना अभिषेक चालू आहेत. नवसांची खैरात केली. केव्हा त्याला दया येते, कोण जाणे!'

'तेच आमच्याही मनात आलं आहे.'

'काय?'

'आज पहाटेपासून आळंदीला जावं, देवाचं दर्शन घ्यावं, असं मनात येत आहे. सकाळी जागे झालो, ते आळंदीच्या आठवणीत!'

'जरूर जा! संकटकाळी त्याचाच आधार!'

जिजाबाईंच्या अनुमतीने राजांचा आळंदीचा बेत पक्का झाला. राजांची अश्वपथके तयार झाली. येसाजी, तानाजी, नेताजी या मंडळींसह राजे आळंदीला निघाले.

उन्हाळ्याची सकाळ मोठी प्रसन्न होती. लहान-मोठ्या टेकड्या ओलांडीत राजांचे पथक भरधाव जात होते. राजे इंद्रायणीजवळ पोहोचले, तेव्हा सूर्य वर चढला होता. उन्हाळ्याच्या दिवसांमुळे इंद्रायणीचे पात्र क्षीण बनले होते. सारे खडक उघडे पडले दिसत होते. ज्ञानेश्वरांच्या कळसाचे दर्शन होताच राजांनी हात जोडले. नदी पार करून राजे गावात शिरले. टापांच्या आवाजाने भयभीत झालेले नागरिक राजांना पाहताच आनंदाने पुढे येत होते, मुजरे करीत होते. मंदिरासमोर राजे पायउतार झाले. मंदिराबाहेर राजांची अश्वदळाची शे, सव्वाशे घोडी उभी होती. राजे आपल्या निवडक सहकाऱ्यांसह मंदिराच्या पायऱ्या चढू लागले. महाद्वाराच्या उंबरठ्याला स्पर्श करून राजे आतल्या चौकात आले. चारी बाजूंनी प्रशस्त ओवऱ्यांनी सजलेला तो चौक होता. उजव्या हाती पिंपळपार उभा होता. समोर ज्ञानदेवांचे मंदिर होते.

राजांनी मंदिरात प्रवेश केला. पुजाऱ्याने पुढे केलेल्या तबकातील हार ज्ञानदेवांना अर्पण केला. अत्यंत नम्र भावाने राजांनी देवापुढे मस्तक ठेवले.

राजे समाधानाने म्हणाले, 'आम्ही जेव्हा बेचैन बनतो, तेव्हा इथं येतो. इथं आलं, की समाधान वाटतं. मन शांत होतं. आम्हांला ही जागा फार आवडते.'

पुजाऱ्याने आणलेल्या तबकात राजांनी मोहरांची थैली रिकामी केली. देवदर्शन घेऊन राजे माघारी वळले. तोच महाद्वारातून येणारा माणसांचा लोंढा नजरेत आला. त्यातून येसाजी गडबडीत पुढे येत होता. येसाजी राजांच्या जवळ आला. मुजरा करून त्याने सांगितले,

'तुकोबाराय येताहेत.'

'आज खरोखरीच भाग्याचा दिवस!' म्हणत राजे गाभाऱ्यासमोरून बाजूला सरले. एका बाजूला उभे राहून राजे अतृप्त नजरेने पाहत होते. टाळमृदंगाच्या साथीवर भजनाचा आवाज कानांवर येत होता-

'जय जय राम कृष्ण हरी ऽ ऽ जय जय ऽ ऽ'

सागराच्या लाटा हेलकाव्यात, तशी मागे-पुढे सरकणारी दिंडी राजांच्या नजरेत आली. दिंडीसमोर चिपळ्या उंचावून तुकाराम महाराज नाचत होते. नेत्र मिटले होते. कपाळी बुक्क्याची निशाणी उमटली होती. अनवाणी पाय, गुडघ्यांपर्यंत धोतर, अंगात आखूड बाह्यांची खोळ, मस्तकी बसके मुंडासे हा त्यांचा वेश होता. कानांच्या पाळ्यांवर आणि कपाळावर उमटलेल्या चंदनमुद्रांमुळे चेहऱ्यावरचे भक्तिभाव खुलले होते बुक्का उधळीत दिंडी मंदिरासमोर आली. दिंडी दुतर्फा उभी राहिली. मध्यभागी तुका वाणी उभा होता. चिपळ्यांच्या नादावर तल्लीन होऊन नाचत होता. क्षणभर नाच थांबला. प्रेमाने व्याकूळ बनलेल्या तुकारामांनी देवावर दृष्टी लावली.

टाळांचा आवाज नाजूक बनला. मृदंगाची थाप मंदावली. चिपळ्यांच्या छळकीवर रसपूर्ण, भावपूर्ण आवाजात महाराज गात होते :

> जगीं ऐसा बाप व्हावा! ज्याचा वंश मुक्तीस जावा!
> पोटा येतां हरलें पापा! ज्ञानदेव मायबापा॥ ध्रु.॥
> मुळीं बाप होता ज्ञानी! तरी आम्ही लागलों ध्यानीं!
> तुका म्हणे मी पोटींचें बाळ! माझी पुरवा ब्रह्मींची आळ ॥

तुकाराम महाराजांनी देवाला दंडवत घातला. ते उभे राहिले. त्यांचे चरण शिवण्यासाठी गर्दी उसळली. राजे पुढे झाले. राजांना पाहताच सर्वांनी वाट दिली. राजांनी तुकाराम महाराजांचे पाय धरून पायांवर मस्तक टेकले. तुकाराम महाराजांनी गडबडीने राजांना उठविले.

'राजे! राजे! किती वेळ आम्ही सांगितलं की, असं करू नका, म्हणून. तुमच्यासारख्या राजांनी आमचे दरिद्र्याचे पाय कसले शिवायचे?'

'महाराज!'

'महाराज आम्ही नाही.' ज्ञानेश्वरांकडे बोट दाखवीत तुकाराम म्हणाले, 'ते महाराज!'

राजे संकोचले. तुकाराम महाराज राजांचा चेहरा आनंदून पाहत होते. त्यांचे मन उचंबळून आले.

'अहाहा! काय गोजिरं रूप! तुम्हांला पाहिलं, की ज्ञानदेवांना पाहिल्याचा भास होतो. असंच त्यांचा कोवळं रूप! त्यांनी ज्ञानाची कवाडं उघडली; चैतन्यानं तुम्ही ती साकार केलीत.'

राजांचा हात धरून तुकाराम महाराज वाट काढीत होते. राजांचे मन त्या बहुमानाने भरून आले होते. तुकारामांच्या संगती राजे ओवरीवर आले. कुणी तरी घोंगडे पसरले. महाराजांनी राजांना बळेच शेजारी बसवून घेतले. राजांना क्षेमकुशल विचारले. राजांनी विनंती केली,

'महाराज, एक प्रार्थना आहे.'

'एकदा आपले पाय आमच्या घरी लागावेत. आपण म्हणाल, तेव्हा पालखी, सरंजाम आम्ही पाठवू.'

तुकाराम महाराज मोठ्याने हसले. डोळ्यांतले पाणी डाव्या बोटांनी टिपीत राजांच्या पाठीवर प्रेमभराचा हात थोपटीत ते म्हणाले,

'कशासाठी हा सायास?'

'आपलं दर्शन घडावं. सहवास लाभावा.'

'राजे, आमचं कसलं दर्शन? त्यात काय आनंद? पुरेशा वस्त्राअभावी ही

मळकटलेली काया, उपवासानं रोडके झालेले हात-पाय... याचा कसला दर्शनसोहळा?'

त्या बोलांनी राजांचे मन उदास झाले. महाराजांच्या ते ध्यानी आले.

'राजे! उदास होऊ नका. तुमच्यापाशी येऊन आम्ही काय मागणार? अन्न मागावं, तर आम्हांला मिळालेली भिक्षाच मोठी वाटते. अंगावरच्या या चिंध्यांचाच भार पुष्कळ आहे, तिथं वस्त्रं काय मागायची? भूमिशय्या, आणि आकाशाच्या पांघरुणात ऊब भोगणारे आम्ही. राजांच्याकडे मानासाठी जावं. पण मानात आमचं मन रमत नाही. तुमच्या घरी भाग्यवंताला मान. इतर सामान्यांना तिथं किंमत नाही.'

तुकारामांच्या शेवटच्या बोलांनी राजांचे मन कळवळले. त्यांचे डोळे बसल्या जागी भरून आले. ते पाहून तुकाराम कासावीस झाले. ते गुदमरल्या आवाजात म्हणाले,

'राजे! डोळ्यांत पाणी का आणलंत? आम्ही तुम्हांला दुखविण्याकरिता बोललो नाही. आमचा अर्थ तुमच्या ध्यानी आला नाही.'

राजांनी वर पाहिले. राजांचा चेहरा व्यथित बनला होता. त्या भाबड्या जिवाच्या बोटांना कंप होता. राजांच्या खांद्यावर त्या बोटांचा स्पर्श करीत महाराज म्हणाले,

'राजे, तुम्ही श्रीमंत! श्रीमान योगी. उपजतच ज्ञानी. ज्ञानदेवांसारखं हे तुमचं रूप. तुमच्या घरी सामान्य येईल कशाला? तिथं भाग्यवंतच यायचा. तुमचं रूप ध्यानी यावं, म्हणून बोललो. उगीच मनाला लावून घेतलंत.'

राजांनी एकदम महाराजांचे पाय शिवले.

'राजे, हे काय?'

'महाराज! अनुग्रह व्हावा!'

तुकाराम महाराजांनी राजांना प्रेमभराने उठवले. राजांच्या नजरेला नजर भिडवीत महाराजांनी विचारले,

'आम्ही सांगू, त्यावर विश्वास धराल?'

'जी!'

'अनुग्रहाची चिंता करू नका. तुमचा अनुग्रह थोर आहे. तो योग त्या अधिकारी पुरुषाकडून योग्य वेळी होईल. त्यात तुमचं कल्याण आहे. राजे! मृदंगावर टाळ बडवून बोल निघत नाही. त्याला हाताचीच थाप लागते. टाळावर हात मारून आवाज निघेल का? त्यासाठी दुसरा टाळ हवा. गुरुशिष्यांची जोड अशीच आहे. तुमची जोड तुम्हांला मिळेल. त्यासाठी उतावीळ होऊ नका.'

त्या वैराग्यसंपन्न, ज्ञानी महापुरुषाच्या दर्शनाने राजे थक्क झाले. पण त्यांचे मन पराभव पत्करायला तयार नव्हते. त्यांनी इच्छा व्यक्त केली,

'महाराज! आपल्यासाठी काही तरी करावं, असं वाटतं. तेवढी इच्छा पुरवावी.'

'फार मोठ्या संकटात टाकलंत!' महाराज विचारात पडले. 'धन, ऐश्वर्य

मागावं, तर आम्हांला त्याचा तिटकारा... हां, राजे, एक मागणं आहे.'

'आज्ञा, महाराज!'

तुकाराम महाराजांनी ओवरीवरून देवळाकडे नजर टाकली. देवळावरची दृष्टी न
हलविता ते म्हणाले,

'राजे! थोडा वेळ देवळात जाऊन या. एवढं आमच्यासाठी करा.'

'देवळात?' राजे उद्गारले.

'हो!' महाराजांच्या चेहऱ्यावर खेळकर स्मित चमकले. 'राजे! तुम्ही आमच्याजवळ
बसल्यामुळं आमच्या भेटीसाठी आलेली मंडळी खोळंबलीत. तुम्ही राजे. तुमच्या
देखत ते सलगी करणार कसे? तुम्ही देवळात गेला, तर ते आम्हांला भेटतील.
त्यांना भेटीचा आनंद घेता येईल.'

राजांच्या चेहऱ्यावर स्मित प्रकटले. ते उठत म्हणाले,

'जशी आज्ञा!'

राजे निघालेले पाहताच महाराजांनी हाक मारली,

'राजे! प्रसाद इथंच करा.'

'पण आमची शिबंदी...' राजे चाचरले.

'राजे! आमच्या राज्याची वहिवाट मोठी. इंद्रायणीसारखी जीवनदात्री आहे.
ज्ञानदेवांसारखी माउली आमची पाठीराखी आहे. तुम्ही चिंता करू नका.'

राजे उठले. देवळात गेले. देवळातून राजे पाहत होते. तुकाराम महाराजांच्या
ओवरीभोवती गर्दी उसळली होती. काही वेळाने गर्दी कमी झाली. राजे तुकाराम
महाराजांच्या प्रसादाला आहेत, हे वृत्त साऱ्या आळंदीत पसरले. एका ओवरीवर
घराघरांतून आलेल्या भाजी-भाकरीच्या चवडी लागल्या होत्या. राजे ओवरीवर गेले.
तेव्हा तुकाराम महाराज म्हणाले,

'राजे पाहा! शेकडो हातांनी जपणारी ही उदंड माउली!'

राजांच्या हातावर भाकरभाजी ठेवण्यात आली. सारे कौतुकाने पाहत होते. राजे
अत्यंत चवीने सर्वांसह प्रसाद भक्षण करीत होते.

दोन प्रहर टळली, तेव्हा राजांनी महाराजांचा निरोप घेतला. राजांना प्रेमभराने
उराशी कवटाळीत महाराजांनी आशीर्वाद दिला,

'राजे! भवानी सदैव तुमच्या पाठीशी आहे. कसली चिंता करू नका. सारं ठीक
होईल. तुमचं कार्य तडीस नेण्यास ती माउली समर्थ आहे.'

सायंकाळच्या वेळी राजे मोठ्या समाधानाने पुण्याला येत होते.

□

६

आळंदीहून राजे पुण्यात आले. दिवेलागण झाली होती. लाल महालात

प्रवेश करीत असता त्यांची नजर वाड्याच्या प्रथम चौकाच्या दारात उभ्या असलेल्या जिजाबाईंच्याकडे गेली. पायांवर पाणी घेऊन राजे सदरपायऱ्या चढून गेले. जिजाबाईंच्या पाया पडले. आशीर्वाद देऊन जिजाबाई म्हणाल्या,

'राजे! तुमच्या पुढंच अहमदाबादेचा खलिता आला.'

'खरंच?' राजे आनंदित होऊन उद्गारले, 'आशीर्वाद खोटा ठरायचा नाही.'

'कुणाचा आशीर्वाद?'

'मासाहेब! तुम्ही आळंदीला आला असता, तर फार बरं झालं असतं. आळंदीला तुकाराम महाराजांचं दर्शन घडलं.'

'खरं?' जिजाबाई हात जोडीत म्हणाल्या.

'हो ना! त्यांच्या थोड्या सहवासात आम्ही खूप शिकलो. आमचा अहंकार नाहीसा झाला. सम्राटानंदेखील त्यांच्यासमोर लाजावं, अशी त्यांची योग्यता.'

'सकाळपासून उपाशी असाल. चला...'

'नाही हं, मासाहेब! आमचं पोटं अगदी भरलं. आम्हांला तुकाराम महाराजांनी ठेवून घेतलं. घराघरांतून आलेला भाजीभाकरीचा प्रसाद सर्वांना मिळाला. इतकं रुचकर भोजन आम्ही आजवर केलं नाही.'

'नशीबवान आहात!'

'मासाहेब! आम्हांला महाराजांनी जवळ बसवून घेतलं. संकट दूर होईल, म्हणून आशीर्वाद दिला... आम्ही फडात जाऊन येतो. खलिता वाचायचा आहे.'

राजांनी दोन पावले टाकली. ते तसेच वळले. चेहरा शरमिंदा झाला होता. जिजाबाईंच्या जवळ जात राजे म्हणाले,

'क्षमा, मासाहेब! आमच्या ध्यानी आलं नाही. आम्ही जेवलो नाही, असं वाटून तुम्हीही अद्याप उपाशीच असाल. प्रथम जेवू.'

जिजाबाई हसल्या.

'शिवबा! तुम्ही फडात जाऊन या. रात्र झाली आहे. थोड्या वेळानं जेवलं, म्हणून बिघडणार नाही. खरंच जा.'

राजे फडात गेले. राजांच्या हाती शाही खलिता देण्यात आला. राजांनी अधीरपणे खलिता उघडला. राजे वाचीत होते. चेहऱ्यावर समाधान विलसत होते. मुरादने लिहिले होते....

> 'तुम्ही खातरजमेचे पत्र आल्यानंतर हुजूर येतो म्हणून लिहिले. ऐसियास वकील अगोदर पाठविणे. म्हणजे खातरजमेचे पत्र पंजासहित पाठविण्यात येईल.'

राजांचा आणि मुरादचा पत्रव्यवहार सुरू झाला. आदिलशाहीला ही वार्ता समजताच अर्धांगाने आजारी असलेला शहा काळजीत पडला. मोगलांचे वैर पत्करणे आदिलशाहीला शक्य नव्हते. त्यातच मुरादकडून शहाजीला पत्र गेले. पत्र दडपणे विजापूर-सुलतानाला शक्य नव्हते. कारण सम्राटाचे पत्र होते. मुरादने लिहिले होते :

'तुमचे पत्र शिवाजी यांणी अर्जदास्त हुजूर येण्याविषयी पाठविली ती पावली. पेशजीच्या गोष्टी मनात न आणिता तुमची मोकळीक करण्याविषयी लिहिले... तुम्हांकरिता पोशाख पाठविला आहे. हा घेऊन आपणांवर पूर्ण लोभ आहे, असे मनात आणावे...'

विजापूरकर सुलतान धास्तावला. शहाजीला मुरादने मानाचे वस्त्र पाठविले, याचा अर्थ आता तो दिल्लीदरबारचा मानकरी होता; आणि शहाजीच्या संरक्षणाची सारी जबाबदारी विजापूर-सरकारवर होती. आदिलशाही पेचात पडली. विजापूरसुलतानाने शहाजीराजांना खिलत पाठविली. मानाने दरबारी आणले. आपला आब राखण्यासाठी व दरबारी इज्जत राखण्यासाठी सुलतानाने एकच अट घातली : संभाजीने लढविलेले बंगळूर शहर, कंदर्पी हा किल्ला बादशहास द्यावा व शिवाजीने आदिलशाहीचा बळकावलेला कोंढाणा किल्ला परत करावा. शहाजीराजांनी फारसे ओढून न धरता त्या अटी मान्य केल्या व तशा मजकुराची पत्रे शिवाजीस व संभाजीस पाठविली. जंजीकैदेनंतर जवळ जवळ दहा महिन्यांनी शहाजीराजांची सुटका झाली. शहाजीराजांच्या अपमानाचे शल्य कमी करण्यासाठी आदिलशहाने शहाजीराजांच्या दारी हत्ती, घोडे बांधविले. 'फर्जंद' ही किताबत दिली. पण आलेल्या अनुभवाने शहाजीराजांचे चाकरीतील मन उदास बनले.

राजांना विजापूरचे पत्र आले. शहाजीराजांची मुक्तता झाल्याचे वाचून लाल महालात आनंदाला भरते आले. कोंढाणा द्यावा लागणार, याचे राजांना दुःख होते. कोंढाणा म्हणजे स्वराज्याचे अव्वल ठिकाण होते. पण टळलेले संकट त्यापेक्षा कैक पटींनी मोठे होते. जिजाबाई, सईबाई, अमात्य, डबीर, पेशवे यांच्यासह राजे गजाननाच्या दर्शनाला गेले. गजाननापुढे मस्तक टेकवून राजे उभे राहिले. म्हणाले,

'देवानं लाज राखली. त्यानंच संकटातून तारलं.'

'राजे, निर्भेळ सुख कधी मिळतच नाही का?' सोनोपंत म्हणाले.

राजे म्हणाले, 'हे निर्भेळच आहे. कोंढाण्याचं दुःख करालं? स्वराज्यासाठी अजून दोनशे गड घ्यायचे असतील, तर त्यांत आणखीन एक जड नाही. हा कोंढाणा परत घेता येईल. असले छप्पन कोंढाणे महाराजसाहेबांच्यावरून ओवाळून

टाकावे लागले, तरी त्याची खंत आम्हांला वाटणार नाही.'

देवदर्शन आटोपून वाड्यात येत असता जिजाबाईंनी आज्ञा केली,

'अमात्य, आज गजाननाच्या मंदिरावर दीपोत्सव करा. आम्ही नवस बोललो होतो.'

रात्र झाली, आणि गजाननाचे शिखर लक्ष दीपांत उजळून निघाले.

रात्री झोपण्याआधी राजे जिजाबाईंच्या दर्शनाला गेले. जिजाबाई म्हणाल्या,

'राजे, फार ताण पडला. साऱ्यांनाच मनस्ताप झाला. विश्रांती घ्या. ऐन वेळी तुम्हांला सुचलं, म्हणून बरं झालं.'

'मासाहेब, हे श्रेय आमचं नाही.' सईबाईंच्याकडे पाहत राजे म्हणाले, 'कौतुक करायचंच, तर आपल्या सूनबाईंचं करा. त्यांनीच हे सुचविलं.'

'आहेच ती हुशार!' मासाहेब म्हणाल्या.

'हो ना!' राजे सईबाईंच्यावर नजर रोखीत म्हणाले, 'पण शह देतात, तो राजाला; हत्तीला नव्हे, हे अजून कळायचं आहे.'

सईबाई गडबडीने निघून गेल्या. जिजाबाई म्हणाल्या,

'राजे! तिला आता चिडवीत जाऊ नका. दिवसांतली पोर. सुखरूपपणे पार पडली, की काळजी मिटली. एवढे मोठे झालात, पण वयाची जाणीव नाही. असेच राहा!'

सईबाई महाली गेल्या, तेव्हा राजे पाठ फिरवून झोपी गेले होते. गंभीर होऊन पलंगाजवळ जात सईबाई म्हणाल्या,

'माहीत आहे, जागे आहात ते. सोंग नका घेऊ.'

राजे वळले. राजांच्यावर नजर रोखून उभ्या असलेल्या सईबाईंना ते म्हणाले,

'ही चाल नाही... हा मात्र नक्की शह हं!'

त्या शब्दांनी सईबाईंचे अवसान कुठच्या कुठे निघून गेले. त्या एकदम हसल्या. राजांचे हास्य त्यात मिसळून गेले.

□

७

शहाजीराजांच्या आज्ञेप्रमाणे शिवाजीराजांनी आदिलशाहीला कोंढाणा दिल्यामुळे आदिलशाही नजीकच्या काळात काही कारवाई करील, असे वाटत नव्हते. किती तरी दिवसांनी राजांना स्वस्थता मिळत होती. आजवर शत्रूंच्या भीतीने किल्ले, कोट, शस्त्रखरेदी यांत घातलेले लक्ष त्यांनी आता राज्याच्या बंदोबस्तात गुंतविले. दादोजी कोंडदेवांनी जमीनमहसुलाची बसविलेली पद्धत- त्या पद्धतीची अंमलबजावणी जारीने सुरू करण्यात आली. पुण्याला पाण्याची टंचाई पडू नये, म्हणून कोंढवे गावाला धरणाचे बांधकाम सुरू केले. शिवापूरच्या बागायतीसाठी दुसऱ्या धरणाची उठावणी केली. या कामात राजे जातीने लक्ष घालीत होते. दादोजींची उणीव जिजामाता भरून

काढीत होत्या. वाड्याच्या दारात आलेल्या तंट्याचा निर्णय त्याच करीत असत.

राजे वेळ मिळेल, तेव्हा पुरंधरचे काम पाहत होते. खळत-बेलसरला मिळालेल्या राजांच्या विजयाने सारा मावळ सुरक्षित झाला होता. त्या मावळाला आता न्यायी राज्याचा पडताळा येत होता. पिकावर वसूल घेतला जात होता. शेती उठवायला नवीन जमीन मिळत होती. गुरे, अवजारे घेण्यासाठी गरीब शेतकऱ्यांना रकमा मिळत होत्या. कर्ज मिळत होते. कुणाही सरकारी अधिकाऱ्याविरुद्ध तक्रार करायला प्रजा धजत होती. राजे अशा तक्रारीची दखल जातीने घेत. अन्याय करणाऱ्या अधिकाऱ्यांना कडक शासन केले जाई.

राजांचे जसे प्रजापालनाचे नियम होते, तसे लष्कराचेही नियम होते. लष्कराची पाहणी नेहमी व्हायची. घोडा हे राज्याचे ऐश्वर्य असल्याने त्याची मालकी खासगी नव्हती. सारे घोडे सरकारी लष्करात. बायको, बटीक, कलावंतीण बाळगायला मनाई असे. जो बाळगील, त्याची गर्दन मारावी, असा हुकूम राजांनी काढला होता.

एके दिवशी राजे पुरंधरहून पुण्याला आले. सगळ्यांच्या चेहऱ्यांवर आनंद होता. वाड्यात एकच गडबड उडाली होती. मनोहारी गडबडीने सदरेवरून आत जात होती. राजांनी हाक मारली,

'मनोहारी! आज गडबड कसली?'

हातातील कलश सावरीत मनोहारी हसली, आणि उत्तर न देता आत निघून गेली. राजांना त्या वर्तनाचा अर्थ लागेना. ते मासाहेबांच्या महालात गेले. तेथे कोणी नव्हते. त्याच वेळी मासाहेब आल्या.

'मासाहेब, आज गडबड कसली?' राजांनी विचारले.

'राजे!' मासाहेब हसून म्हणाल्या, 'रात्रीपासून गडबड सुरू आहे. तरी तुम्हांला सांगत होते, चार दिवस कुठं जाऊ नका, म्हणून.'

'काय झालं?'

'काय झालं? तुम्ही 'आबासाहेब' बनलात, राजे! आज पहाटेच मुलगी झाली. बरं झालं, वेळेवर आलात. देवांना साखर ठेवून साखरथैली पाठवायला हवी. साखर वाटायला हवी.'

राजांच्या चेहऱ्यावर आनंद प्रकटला. राजे जेव्हा सईबाईंना भेटायला गेले, तेव्हा बाळ पाळण्यात झोपले होते. राजांनी निद्रित मुलीला पाहिले, आणि ते सईबाईंच्याकडे वळले. सईबाईंच्या चेहऱ्यावर क्षीण हास्य होते. राजे म्हणाले,

'कुणासारखी आहे मुलगी?'

'आपल्याच वळणावर गेलीय्!'

राजे हसले. म्हणाले, 'वाटलंच होतं. बाळाचं जिथं रूप दिसणं कठीण,

तिथं तुम्ही बायका त्याचं वळणही सांगून मोकळ्या होता. कसं, देव जाणे!'

राजांच्या हताश मुद्रेकडे पाहताच सईबाईंना हसू आवरणे कठीण गेले. त्या मोठ्याने हसल्या. हसता-हसता मध्येच थांबल्या. उद्गार निघाला, 'आईऽगऽ'

राजे धावले. 'काय झालं?'

'काही नाही. हसणंही सहन होत नाही.'

'तुम्ही विश्रांती घ्या.' राजे म्हणाले.

'थांबावं ना!'

'काय?'

'खरं सांगाल?'

'आम्ही तुमच्याशी कधी खोटं बोललो का?'

'मुलगी झाली, म्हणून वाईट वाटलं नाही?'

'बिलकुल नाही! मासाहेबही म्हणाल्या- पहिली बेटी, तूपरोटी! पण, राणीसाहेब, ह्या छोकरीला अगदी तुमच्यासारखी बनवा.'

'म्हणजे कशी?'

क्षणभर राजांनी सईबाईंना निरखले; आणि ते म्हणाले,

'आपलं दुःख गिळून दुसऱ्यांच्या सुखात विरघळणारी.'

-आणि एवढे बोलून राजे महालाबाहेर गेले. सईबाईंच्या मुखावर एक वेगळेच समाधान होते.

मुलीची साखर देवादिकांना, आप्तस्वकीयांना वाटली गेली. लाल महालात थाटाने बारसे झाले. मुलीचे नाव 'सखुबाई' ठेवण्यात आले.

सखुबाईचा जन्म चांगल्या पायगुणाचा ठरला. शहाजीराजांच्या सुटकेनंतर तिचा जन्म झाला. घरादाराला स्वस्थता असताना ती जन्माला आली. राजांना सखूला पाहण्यात मोठा आनंद वाटत होता. राज्यकारभाराबरोबरच सखूचे वाढते चाळे ते पाहत होते. सखू रांगू लागली; आणि बोबडे बोल उमटू लागले. घरादाराच्या अंगाखांद्यांवर सखू खेळू लागली.

एके दिवशी लाल महालात बातमी आली- कान्होजी जेधे पुण्यास येत होते. कान्होजी जेधे हे शहाजीराजांच्या खास विश्वासातले सरदार. शहाजीराजांना कैद झाली, तेव्हा कान्होजी कैद केले गेले. कनकगिरीला कान्होजी आदिलशाही कैदेत पडले. पुढे शहाजीराजांची सुटका झाल्यानंतर कान्होजींना सोडण्यात आले. आपल्यामुळे अकारण कान्होजींना बंदिवास भोगावा लागला, याचे शहाजीराजांना फार दुःख झाले. कान्होजींचेही मन बादशाही सेवेला विटले होते. कान्होजींसारख्या तडफेच्या

नेकजात सरदाराने लहरी आदिलशाहीत राहावे, असे शहाजीराजांना वाटेना. त्यांनी कान्होजींना आपल्या वतनावर पाठविले. निरोप देताना सांगितले,

'कान्होजी! आमचा तुमच्यावर विश्वास आहे. तिथं आमचे पुत्र शिवाजीराजे आहेत. त्यांची जिवाभावानं, इमानीपणानं सेवा करा. आमचे ठायी ते समजा. जीवमोलानं त्यांचं रक्षण करा. आदिलशाही फौज आली, तरी शिवाजी महाराजांच्या वतीनं फौजेला टक्कर द्यायला भिऊ नका.'

कान्होजींनी ती आज्ञा शिरसावंद्य मानली. शहाजीराजांच्या पुढे बेलरोटीची शपथ घेऊन कान्होजींनी विजापूर सोडले. बादशाहीला विटलेले कान्होजी शिवाजीराजांच्या भेटीसाठी पुण्याची वाटचाल करू लागले. कान्होजी येणार, या वार्तेने राजे आनंदित झाले होते.

रात्री राजे सखुबाईला जवळ घेऊन झोपले होते. सखूच्या डोळ्यांत झोप आली होती. राजे तिला थोपटीत होते. बोलता-बोलता सखू झोपी गेली. आपल्या कुशीत झोपलेल्या सखूकडे पाहून राजे समाधानाने डोळे मिटून पडले होते. सईबाई आत आल्या. त्यांनी राजांकडे आणि झोपलेल्या सखूकडे पाहिले. त्यांच्या चेहऱ्यावर स्मित विलसले. त्या समईकडे वळल्या, आणि हाक आली,

'सईऽ'

सईबाईंनी दचकून पाहिले. शिवाजीराजे पाहत होते.

'झोपला नाहीत? झोपमोड होऊ नये, म्हणून किती हळुवार पावलांनी आले!'

'आपल्या आगमनाची वर्दी तुम्ही येण्याआधीच मिळते.'

'ती कशी?' सईबाईंनी आश्चर्याने विचारले.

हळुवारपणे उठत राजे म्हणाले, 'ती सांगते.'

'ती कोण?'

'आहे अशीच बोलकी.'

'आपण तिच्याबरोबर बोलत बसावं. जाते मी.'

सईबाई जाण्यासाठी वळलेल्या पाहताच राजे गडबडीने म्हणाले,

'तुम्ही जा! पण नाव तर ऐकून जाल.'

सईबाई थांबल्या. त्यांच्या कानांवर शब्द आले,

'तुमची वर्दी तुमच्या पायीची साखळी देते.'

सईबाई राजांच्याकडे चकित होऊन पाहत होत्या. त्या कृत्रिम कोपाने म्हणाल्या,

'या साखळ्यांचा एवढा का आवाज येतो, की गुदपाकखान्यापासून इथवर ऐकू यावा?'

'नाही, सई. ते तुम्हांला कळायचं नाही. ते आम्हीच जाणे. आतुर पतीच्या

तीक्ष्ण कानांना पत्नीच्या पायांतल्या साखळ्यांचा आवाज फार लौकर ऐकू येतो.'

सईबाई लाजल्या. काही न बोलता समईच्या नजीक जाऊन वात शांत करू लागल्या...

कान्होजी जेधे पुण्याला आले. त्यांच्याबरोबर एक खास मेणाही होता. विजापुराहून येताना शहाजीराजांनी सोयराबाईंनाही कान्होजींच्याबरोबर पाठविले होते. धाकट्या राणीसाहेबांनी मोठ्या सन्मानाने वाड्यात पाऊल टाकले. कान्होजींनी जिजाबाईंना मुजरा केला. राजांनी विजापूरचे क्षेमकुशल विचारले. जिजाबाईंनी महाराजसाहेबांची, संभाजीराजांची चौकशी केली. राजे कान्होजींना म्हणाले,

'कान्होजी! तुम्ही आलात. आम्हांला आणखीन धीर आला. आमचं बळ वाढलं.'

'राजे, तुमचं कर्तृत्व ऐकून महाराजसाहेबांना कौतुक वाटतं. नाही तर त्यांनी आपल्या सेवेसाठी मला पाठविलं नसतं.'

'तुमची निष्ठा आम्हांस माहीत आहे.' कान्होजींच्याबरोबर आलेल्या बाजी जेध्यांच्याकडे बोट दाखवीत राजे म्हणाले, 'तुमच्या आधी तुमचे बाजी आमच्या बाजूनं फत्तेखानाविरुद्ध लढले. थोर पराक्रम केला. आम्ही सारे त्यांना 'सवाई बाजी' म्हणतो.'

'योग्य धनी मिळाला, तरच पराक्रमाला वाव मिळतो. त्यासाठी राजे, माझे काही खास विश्वासातले वीर आणले आहेत. माणसं विश्वासाची, जिवाला जीव देणारी आहेत.'

तोच येसाजी आत आला. राजांची नजर येसाजीवर खिळली. येसाजीचे डोळे भरले होते. राजांनी गडबडीने विचारले,

'काय झालं, येसाजी?'

'महाराज! वाईट बातमी आली आहे.'

'कसली बातमी?'

'तुकाराम महाराजांनी देह ठेवला!'

ते ऐकताच राजांना मोठा धक्का बसला. साऱ्या आठवणी उफाळून आल्या. उभ्या जागी डोळे भरले. गहिवरल्या आवाजात राजे म्हणाले,

'अरेरे! एका महात्म्याच्या दर्शनाला आम्ही मुकलो. उपवासानं क्षीण बनलेली काया, चेहऱ्यावरचं भोळंभाबडं हसू, पाखरांशेजारून जातानादेखील पाखरे उडाली, म्हणून दु:ख करणारा तो आत्मा! आमच्या नजरेसमोरून ते रूप हलत नाही. आमच्या भूमीवर या संतांचे भारी उपकार आहेत. आम्ही राजे सत्तेच्या जोरावर राज्य उभारतो. पण हे संत! काही सत्ता नसता त्यांनी मोगली राज्यात आपला धर्म टिकविला. निवृत्ति, ज्ञानदेव, सोपान, मुक्ताबाई, नामदेव, जनाबाई, एकनाथ, चोखा, बंका- किती नावं घ्यावीत! स्वकीयांचा, परधर्मीयांचा अखंड विरोध सहन

करीत यांनी धर्माची ज्योत तेवत ठेवली. धर्माची ओळख सामान्यांपर्यंत नेऊन भिडविली. कान्होजी! आमचं राज्य उभारीत असता अशा संतसज्जनांकडे आम्ही जास्त लक्ष पुरवायला हवं. यांची सेवा करीतच राज्याचा विस्तार करायला हवा. तरच आमच्या राज्याला काही अर्थ प्राप्त होईल.' राजे बोलत होते.

ओघळणाऱ्या अश्रूंचेही त्यांना भान राहिलेले नव्हते.

थोड्याच दिवसांत कान्होजी राजांचा निरोप घेऊन रोहिडखोऱ्यात निघून गेले.

दिवसेंदिवस राजांची ताकद वाढत होती. स्वस्थतेचे दिवस असल्याने राजांना सर्व व्यवहारात लक्ष घालता येत होते. एके दिवशी मासाहेब राजांना म्हणाल्या, 'राजे, आमची एक इच्छा राहून गेली आहे.'

'कोणती मासाहेब?'

'विजापुरी स्वारींना कैद झाली, तेव्हा आम्ही महाबळेश्वरला अनुष्ठानाचा संकल्प सोडला होता. सत्पुरुष गोपाळभटांचं दर्शन घ्यावं, असं फार दिवस आमच्या मनात होतं. पण मधल्या गडबडीमुळं बोलता आलं नाही!'

'मासाहेब, आपण लौकरच महाबळेश्वरला जाऊ. त्यात आम्हांलाही आनंद आहे.'

राजांनी महाबळेश्वरची तयारी केली. मासाहेबांच्यासह राजे महाबळेश्वरला गेले. महाबळेश्वरच्या सत्पुरुष गोपाळभटांचे दोघांनी दर्शन घेतले. गुरुमंत्र घेऊन अनुष्ठान केले. देवस्थानाला व स्वामींना वर्षासन दिले.

राजांचा महाबळेश्वरी मुक्काम असता महाबळेश्वरानजीक असलेल्या जावळी खोरे, कोयना खोरे या मुलुखांतून राजांची नजर फिरत होती. महाबळेश्वर, मकरंदगड, मंगलगड यांनी बंदिस्त असलेली, पारघाटाच्या प्रचंड भिंतीस पाठ लावून बसलेली ती खोरी राजांच्या मनात भरली होती. जावळी खोऱ्याचा दरारा आदिलशाही दरबारालाही वाटत होता. डोंगरकपारींत दाट रानाने वेढलेला तो भाग जवळजवळ अजिंक्यच होता. ज्याच्या हाती जावळी, त्याचे राज्य सुरक्षित, असे ते ठिकाण होते. त्या प्रदेशावर राज्य होते मोऱ्यांचे. त्यांना 'चंद्रराव' ही पिढीजात किताबत होती. सध्याचा चंद्रराव यशवंत मोरे राजांच्याच कृपेने जावळीला आला होता; पण राजांना त्याचा विश्वास वाटत नव्हता.

राजे महाबळेश्वराहून परतले; पण जावळी त्यांच्या नजरेआड झाली नाही.

□

८

लाल महालात दिवेलागण झाली होती. राजे सज्जावर उभे होते. पाठीमागे

महालात कोणी नव्हते. वाड्यासमोरचे चौकीपहारे, वाड्याच्या बाहेरचे मोकळे मैदान अस्पष्ट दिसत होते. उकाडा पुष्कळ वाढत होता. राजे वळले. हजारी समई कोणी तरी पेटवीत होते. राजांनी विचारले,

'कोण?'

'मी!'

'कोण? मनोहारी?'

'जी!'

मनोहारीने महालातल्या समया प्रज्वलित केल्या. राजांच्या जवळ येऊन तिने त्रिवार नमस्कार केला. राजांनी दिव्याला नमस्कार केला. ते म्हणाले,

'आज साऱ्यांनी आम्हांला वाळीत टाकलेलं दिसतं. आमच्या सखुबाई पण दिसल्या नाहीत.'

'येसाजीराव यांना लग्नाला घेऊन गेले आहेत.'

'आणि राणीसाहेब?'

'खाली मासाहेबांच्याकडे आहेत. पाठवू?'

'नको.'

वाद्यांचा आवाज येताच राजांची पावले सज्जाकडे वळली. मागोमाग मनोहारी होती. दिवट्यांच्या रांगा वाड्याच्या दिशेने पुढे येत होत्या. राजे म्हणाले,

'वरात आली, वाटतं!'

'जी!'

'तू जा. मासाहेबांना वर्दी दे. तोवर आम्ही खाली आलोच.'

घोड्यावर नवरानवरी बसले होते. पुढे सनई, ताशा वाजत होता. सज्जावरून राजे मिरवणूक निरखीत होते. वरात वाड्याच्या पटांगणात आली. पलोत्यांनी कडे धरले. आणि मधल्या रिंगणात जिऊ महाला उतरला. करडीच्या तालावर जिऊ तलवारीचे हात करीत होता. चौक घेऊन तो गुडघ्यांवर बसला. जिवापासून नऊ हातांवर नारळ ठेवला गेला. जिऊने गुडघ्यांवरूनच बैठ्या चालीने नारळ मारला. पाहणारे 'भले' म्हणून ओरडले. असे चार नारळ जिवा महालाने मारले. मग दुसरा वीर रिंगणात येऊन पट्टा फिरवू लागला.

नवरानवरी घोड्यावरून उतरली. त्यांच्याबरोबर सारे महालात येताना दिसले. राजे काही वेळ तसेच उभे होते. नंतर महालात जाऊन त्यांनी पागोटे घातले; आणि जिना उतरून ते आपल्या सदरेवर आले.

सदरसोप्यात नवरानवरी बसली होती. मासाहेब उजव्या बाजूला असलेल्या सईबाईंच्यासह उभ्या होत्या. बाकीची मंडळी अदबीने बाजूला उभी होती. राजे येताच साऱ्यांनी मुजरे केले. नवरानवरी राजांच्या पाया पडली. सखुबाईंना कडेवर घेऊन

उभा असलेला येसाजी हणाला,

'महाराज, हा रामूकाकाचा मुलगा भीमा, आणि ही आपल्या सर्जेरावांची मुलगी गंगा.'

'अरे, व्वा! म्हणजे घरचंच लग्न, म्हणायचं.' सर्जेरावांच्याकडे वळून राजे म्हणाले, 'सर्जेराव, आम्ही रागावलोय् तुमच्यावर.'

पगडी सावरीत सर्जेराव पुढे झाले. त्यांनी विचारले, 'ते का, महाराज?'

'तुमच्या मुलीचं लग्न. नुसतं आमंत्रण दिलंत. आर्जव करून आम्हांला नेलं नाही.'

सर्जेराव म्हणाला, 'महाराज, गरिबाचं लग्न! उंदराच्या घरात हत्ती कसा मावणार?'

येसाजीच्या कडेवर असलेल्या सखुबाईकडे बोट दाखवून राजे म्हणाले,

'म्हणूनच छोटा उंदीर घेऊन गेलात, वाटतं?'

उसळलेल्या हसण्याने सदर भरून गेली. जिवाकडे वळून राजे म्हणाले,

'जिवा, तुझी ही करामत आम्हांला माहीत नव्हती.'

येसाजी पुढे झाला, 'महाराज! साऱ्यांस्नी ठावं हाय. कुणाचं बी लगीन पुण्यात असू दे, जिवाबिगार वरात सजत न्हाई. नऊ हातांवरचा नारळ बसल्या बैठकीत मारून माघारी यायला जिवाच जाणे.'

जिवा लाजला. तो बिचकत बोलला, 'महाराज, एवढंच येतंय् मला.'

हास्याचा कल्लोळ परत उसळला. सारे शांत होताच राजे म्हणाले,

'जिवा, माणसाला थोडंच यावं; पण त्याला तोड नसावी.'

नवऱ्या मुलाकडे वळून राजे म्हणाले, 'काय, भीमराव, आमच्या नव्या मोहिमेत येणार, की नाही? बाकी, नशीबवान तू! एवढा मोठा होऊन नवरी मिळाली!'

सर्जेराव म्हणाले, 'तसं नाही, महाराज. सोयरीक ठरून लई वर्सं झाली.'

'मग लग्न का लांबलं?'

सारे स्तब्ध झाले. जिजाबाई म्हणाल्या,

'राजे, तुम्हीच याला कारण!'

'आम्ही?' राजे उद्गारले.

सर्जेरावाने तोंड घातले, 'तसं न्हाई. पण रामूकाकांची पुरंधरवर नेमणूक झाली. आम्ही ऱ्हायलो राजगडावर. आज, उद्या म्हणत दीस गेलं. आवंदा मासायेबांनीच मनावर घेतलं. लागंल, ती मदत केली. लगीन सजवलं.'

'अस्सं! आम्हांला कल्पनाच नाही.' भीमरावाकडे वळून राजे म्हणाले, 'मग काय, भीमराव, काय ठरला बेत?... पण आता तुम्ही कसले येता मोहिमेवर?'

'मी येनार, महाराज.' भीमराव धीर करून म्हणाला,

'तुम्ही याल, हो! पण आमच्या सूनबाई आम्हांला काय म्हणतील?' राजे म्हणाले.

सर्जेराव मिशीवरून हात फिरवीत म्हणाला, 'महाराज, ती काय म्हनायची

न्हाई. या सर्जेरावाची लेक हाय ती. तिनं मानसाबरोबर लग्न केलं न्हाई; तलवारीसंगं केलंय्. ठावं हाय तिला. कपाळीचं...'

'हां, सर्जेराव, जबान रोखा!' राजांनी दापले. 'ही शिलेदाराची भाषा संसारात चालत नाही. मुली, औक्षवंत हो! तुझं सौभाग्य अखंड राहो! वज्रचुडेमंडित हो!'

नवरानवरीला राजांचा आहेर झाला. वरात जशी वाजत-गाजत आली, तशीच वाजत-गाजत ती परत गेली. राजे महाली जायला वळले आणि आवाज आला :

'आबाऽ'

राजे वळले. मनोहारी सखूला घेऊन उभी होती. मनोहारी जवळ आली; आणि सखू राजांच्यावर झेपावली. राजांनी तिला घेतली आणि ते महालाकडे चालू लागले.

त्यानंतर थोड्याच दिवसांत राजे जिजाऊंना म्हणाले,

'मासाहेब, आपलं कुलदैवत शिखरशिंगणापूरला आहे. जावं आणि दर्शन घ्यावं, असं फार दिवस मनात आहे.'

'मग जाऊन या ना.'

'तुम्हीही आमच्याबरोबर असावं, असं वाटतं.'

'मग चार दिवसांत निघू आपण.'

'बरं!'

राजांनी शिखरशिंगणापूरला जाण्याची तयारी चालविली. फलटणपासून थोड्या अंतरावर डोंगर-शिखरावर शंकराचे हे जागृत देवस्थान आहे. भोसल्यांचे कुलदैवत ते. राजांनी शिखरशिंगणापूरची मोठी तयारी सुरू केली होती. स्वार, सामान पुढे गेले होते. मेणे, पालख्या तयार होत होत्या. सगळीकडे हुकूम जारी झाले होते. सईबाईंनी विचारले,

'मी येऊ?'

'शिंगणापूरला?'

'हो!'

'सखू लहान. आम्ही दर्शन घेऊन चटकन परत येऊ.'

'काही दिवस पुढं ढकललं असतंत, तर चाललं नसतं?' सईबाई किंचित नाराजीने म्हणाल्या. राजे जवळ गेले. ते म्हणाले,

'तसं चालण्यासारखं नव्हतं, म्हणूनच जातोय् आम्ही. तुम्हांला जरी नेलं नाही, तरी आम्ही येऊ, तेव्हा काही तरी अलौकिक भेट घेऊन येऊ.'

'कसली?'

'परमेश्वराच्या मनात असेल, तर आल्यावर कळेल.'

सुमुहूर्तावर राजांनी पुणे सोडले. मेणा वाटचाल करू लागला. शिबंदीचे स्वार मागे-पुढे जात होते. जिजाऊंच्या मेण्यामागे एक-दोन मेणे होते; त्यांत सरदार स्त्रिया होत्या. राजे अश्वपथकासह दौडत जात होते. बरोबर येसाजी, तानाजी, शिवा, बाळाजी, पुढे चिमणाजी हेही लोक होते.

राजांनी केलेली तयारी शिंगणापूरच्या पायथ्याशी दिसत होती. पायथ्याच्या माळाला छावणीचे स्वरूप आले होते. डेरे मारले होते. राहुट्या, पाली माळावर पसरल्या होत्या. चौकी, पहारेकरी उभे होते. ती छावणी पाहून जिजाबाई चकित झाल्या. राजांना त्यांनी विचारले,

'राजे, एवढी तयारी?'

'तयारी कसली?' राजे म्हणाले, 'आपल्याबरोबर साऱ्यांनाच दर्शन घडेल. चार दिवस मोकळेपणात जातील.'

जिजाबाईंना सामोरे आलेल्या माणसांत उपाध्याय होते. पुण्याचे वयोवृद्ध दशग्रंथी ब्राह्मण होते. राजांचे खास सरदार होते. जिजाबाईंच्या राजांच्या मनातले काही कळत नव्हते.

दुसऱ्या दिवशी देवालयात अभिषेक झाला. देवाचा प्रसाद वाटला गेला आणि पुजाऱ्याने येऊन वर्दी दिली,

'मासाहेबांच्या दर्शनासाठी बजाजी निंबाळकर आले आहेत.'

मासाहेबांनी विचारले, 'कुठे आहेत?'

'पायथ्याला आहेत.'

जिजाबाईंनी राजांच्याकडे पाहिले. त्या म्हणाल्या,

'राजे, त्यांना थांबायला सांगा. दर्शन आटोपून आम्ही येत आहोत, म्हणून कळवा.'

बजाजी निंबाळकरांना जुलुमाने मुसलमान केल्यानंतर आजवर बजाजी विजापुरातच होते. बजाजींची मुसलमान बायको विजापुरी मृत्यू पावली. बादशाही मर्जी उतरली. धर्माला, शाही मर्जीला मुकलेले बजाजी परत फलटणला गेले. नवऱ्याच्या धर्मांतराच्या धक्क्याने पूर्वपत्नी सावित्रीबाई फलटणला वारली. तिच्या मुलाला- महादजीला- घेऊन राजांच्या निमंत्रणानुसार बजाजी शिखरशिंगणापूरला आले होते.

देवदर्शन आटोपून जिजाबाईंसह शिवाजीराजे मंदिराबाहेर आले. पालख्या उभ्या होत्या. दोघे पालख्यांत बसले. शिबंदीसह पालख्या डोंगर उतरू लागल्या. दोन प्रहरच्या उन्हात छावणी उठून दिसत होती.

छावणीच्या बाहेरच बजाजींचे अश्वपथक उभे होते. पालख्या थांबल्या. जिजाबाई पालखीतून बाहेर आल्या. जिजाबाईंनी पाहिले- बजाजी हात बांधून उभे होते. मुसलमानी पागोटे, हनुवटीवरची खुरटी दाढी, पायघोळ अंगरखा असा त्यांचा वेष होता. ते

रूप पाहून जिजाबाईंच्या मनात कालवाकालव झाली. बळ एकवटून जिजाबाई म्हणाल्या,
'बजाजी! आज आमची आठवण झाली?'

बजाजींनी एकदम जिजाबाईंचे पाय धरले. बजाजींच्या अश्रूंनी जिजाबाईंचे पाय भिजत होते.

'उठा, बजाजी! झालं गेलं, होऊन गेलं. तुम्ही परत आलात, त्यातच समाधान आहे.'

बजाजींचा आवाज आला, 'मासाहेब! भीक घाला, उठतो.'

'हे काय, बजाजी? सारे पाहताहेत. उठा, काय ते सांगा.'

बजाजी उठले. अश्रू टिपीत ते म्हणाले,

'मासाहेब! लाख माणसांत आपले पाय धरले, तर त्यात लाज कसली? आणि लाज राहिलीय् कुठं? मासाहेब, देहानं बाटलो, तरी मनानं नाही. मुसलमान म्हणून मला मरू देऊ नका. मी सईचा भाऊ आहे, मासाहेब!' पाच वर्षांच्या महादजीला ओढीत बजाजी म्हणाले, 'या निष्पाप, पोरक्या पोराचा बाप आहे. काय करू मी?'

बजाजी स्फुंदून स्फुंदून रडू लागले. जिजाबाईंचे नव्हे, तर राजांचे आणि पाहणाऱ्यांचेही डोळे भरून आले. जिजाबाई बजाजींच्या पाठीवरून हात फिरवीत म्हणाल्या,

'बजाजी, शांत व्हा! तुम्ही आमचेच आहात. आमची माणसं आम्हांला जड नाहीत. आमच्या माणसांची प्रतिष्ठा आम्हांला राखता येत नसेल, तर आमच्या प्रतिष्ठेला काही अर्थ नाही. मुसलमान झालात, हा गुन्हा तुमचा नाही. राजांची परीक्षा पाहण्यासाठीच कदाचित हा प्रसंग आला असेल. चला, काळजी करू नका. यातून आम्ही मार्ग काढू.'

जिजाबाईंचे बोलणे ऐकून राजांचे मन भरून आले होते. भारल्यासारखे होऊन ते जिजाबाईंच्या बरोबर डेऱ्याकडे चालत होते.

एकान्त मिळताच जिजाबाई राजांना म्हणाल्या, 'राजे, एवढ्यासाठीच हे तीर्थाटन घडवलंत, वाटतं? आम्हांला पत्ताही लागू दिला नाहीत.'

राजे नजर टाळीत म्हणाले, 'मासाहेब, बजाजींना निरोप पाठविला होता. पण ते येतील, की नाही, याची शंका होती; म्हणून बोललो नाही.'

'राजे, मी थट्टा केली. आमच्याही मनात हा सल खुपत होता.'

□

९

सायंकाळी राजांच्या डेऱ्यात सारे सरदार, ब्राह्मणमंडळी जमली होती. सारी सभा स्थिर झाल्यावर राजे म्हणाले,

'आमचे मेहुणे बजाजी निंबाळकर बळजबरीनं मुसलमान केले गेलेले आहेत. त्यांना परत हिंदुधर्मात घ्यायची आमची इच्छा आहे. शास्त्रीपंडितांनी याचा शांतपणे

निर्णय घ्यावा आणि उद्या सकाळी आम्हांला सांगावं.'

शास्त्रीपंडितांमध्ये कुजबूज झाली. सरदारमंडळी आश्चर्याने राजांच्याकडे पाहत होती. एकदा मुसलमान झालेला परत हिंदू करून घेतला गेलेला त्यांच्या ऐकिवात नव्हता.

दुसऱ्या दिवशी पहाटे राजे स्नान करून, जिजाबाईंच्यासह देवदर्शन आटोपून आले. सभेचा शामियाना सज्ज केला होता. राजे शामियान्यात प्रवेश करते झाले. साऱ्यांचे मुजरे घेऊन राजे उच्चासनावर जाऊन बसले. उजव्या हाताला शास्त्रीपंडित उभे होते. डाव्या हाताला सरदारमंडळी उभी होती. त्यांतच बजाजीही उभे हाते. सभेत चलबिचल झाली. राजांनी पाहिले- शामियान्याच्या मागच्या दारातून मासाहेब येत होत्या. राजे उठले. जिजाबाईंना ते आसनावर घेऊन आले. राजे, जिजाबाई आसनांवर बसताच सारी सभा स्थिर झाली. राजे म्हणाले,

'काल आम्ही आमच्या मनीचा हेतू सांगितलाच आहे. आज आम्ही आपला निर्णय ऐकण्यास उतावीळ आहोत. सांगा.'

शास्त्रीपंडितांच्या सभेत कुजबूज झाली. प्रमुख शास्त्री पुढे झाले. ते म्हणाले,

'महाराज! बजाजी हे मुसलमान झालेले आहेत. त्यांनी धर्म बदलला आहे. अशा माणसाला परत धर्मात घेणं अशक्य नसलं, तरी धर्मरिवाजाला सोडून आहे; आणि जे रिवाजाला सोडून आहे, ते करणं उचित नाही, असा आमचा एकमुखी निर्णय आहे.'

त्या निर्णयाने सारी सभा चकित झाली. जिजाबाई बेचैन झाल्या. राजे मात्र शांतपणे बसून होते. त्यांच्या चेहऱ्यावर सदैव दिसणारे स्मित जराही ढळले नव्हते. राजे म्हणाले,

'आमची तुमच्याकडून हीच अपेक्षा होती.'

शास्त्रीपंडितांचे चेहरे खुलले. पण ते समाधान फार काळ टिकले नाही. राजे त्याच संथ आवाजात बोलत होते,

'धर्मनिर्णय आम्ही चुकीचा मानीत नाही. पण पंडितांनी आता आजवर आचरलेला धर्महीन भाव टाकून देण्याची वेळ आली आहे, एवढंच आम्हांला सांगायचं आहे.'

वयोवृद्ध शास्त्री उद्गारले, 'धर्महीन? आम्ही?'

'धर्महीन तुम्ही नाही; तुमच्या भावाबाद्दल आम्ही बोललो. धर्माच्या कार्यात ढवळाढवळ करण्याची आमची मुळीच इच्छा नाही. पण परिस्थितीप्रमाणे, माणसांच्या बदलाप्रमाणे धर्मही वाढीला लागला पाहिजे. आज यवनांच्या जुलुमानं हजारो लोक इच्छेविरुद्ध बाटविले जातात. पावरोटीचा तुकडा विहिरीत टाकून धर्म बदलतो. आमचा मुलूख बारदेस बनतो. पण आपला विशाल हिंदुधर्म- त्याची दारं

जाणाऱ्यांना मोकळी, येणाऱ्यांना सदैव बंद. हे किती दिवस चालणार? असंच चालत राहिलं, तर हिंदू म्हणून कोणी उरेल काय?'

एक पंडित उठले, 'महाराज, आपण राज्याच्या कक्षा बदलू शकता. पण धर्म तेवढा सोपा नाही.'

'तो सोपा व्हायला हवा!' राजांचा आवाज तिखट बनला. 'मुळातच तो सोपा आहे. विशाल आहे. ज्ञानी माणसांना अज्ञानाची चीड आहे. खऱ्या धर्माची त्यांना चाड आहे. म्हणूनच ज्ञानेश्वरांनी भागवतधर्माचं खरं स्वरूप दाखविण्याचा प्रयत्न केला.

दुरिताचें तिमिर जावो। विश्व स्वधर्मसूर्ये पाहो।
जो जें वांछील तो तें लाहो। प्राणिजात।।

अशी प्रार्थना उमटली, ती त्याच माणुसकीच्या गहिवरातून. पण ती संन्याशाची पोरं ठरली. त्यांना धर्मात जागा मिळाली नाही. एकनाथांनी विश्वबंधुत्व जाणलं; त्यांना वाळीत टाकलं. आयुष्यभर त्यांचा छळ केला. ते गेले, आणि त्यांची देवळं बांधलीत. त्यांची तपश्चर्या कोंडून टाकलीत. माणसाचा दुरावा करणारा धर्म कसला?'

'राजे, हा धर्मसभेचा अपमान आहे. आम्ही धर्मनिर्णय दिला आहे. धर्माचं स्थान आपल्यापेक्षा उंचीवर आहे, हे ध्यानी घ्यावं. धर्माची अप्रतिष्ठा ऐकणं आम्ही पाप समजतो.'

राजे म्हणाले, 'शास्त्रीबुवा, नाइलाजानं बोलावं लागतं. धर्माची मिरास सांगणाऱ्यांना बुद्धीची धार आहे, पण विवेकाची त्याला जोड नाही, याची आम्हांला खंत वाटते. आजचा धर्म अंधळ्या हत्तीसारखा वावरतो आहे. धर्मानं विकास व्हायचा, तिथं त्याच्याच पायी आपलीच माणसं तुडविली जात आहेत. थोडा शांतपणे विचार करा. जेव्हा हिंदूंची देवालयं भ्रष्ट केली गेली, मूर्ती फोडल्या गेल्या, तेव्हा एक तरी धर्माभिमानी देवळाच्या दारात उभा ठाकला का? तेव्हा धर्माची ही मिरास कुठं गेली होती?'

'सत्तेपुढं शहाणपण चालत नाही, राजे!' शास्त्री म्हणाले.

'शास्त्रीबुवा, तुम्ही हे सांगता? यापरता धर्माचा दुसरा अपमान तो कोणता? शहेनशहा अकबराच्या मांडीला मांडी लावून काशीच्या पंडितांनी दीनेइलाहीचा जन्म घडविला, तेव्हा हिंदुधर्माची प्रतिष्ठा कुठं होती? म्लेंच्छांकडून मिळालेलं सुवर्णनाणं पाण्यानं धुऊन घेतलं, तर शुद्ध होतं. पण शतजन्माची पातकं एका स्नानानं धुणारी गंगा पश्चात्तापानं होरपळलेल्या जीवाला धर्मात आणू शकत नाही? हं:! शास्त्रीबुवा, यात निश्चितपणे काही तरी गफलत होते आहे.'

'आपण म्हणता, त्याप्रमाणे आम्ही अनुज्ञा दिली नाही, तर?'

'तर...? धर्माज्ञेनं याचा निर्णय होत नसेल, तर माणुसकीच्या राजाज्ञेनं या गोष्टी आम्हांला करून घ्याव्या लागतील.'

'सक्तीनं?'

'जरूर पडली, तर तसंही! जो धर्म सहिष्णुतेनं इतर धर्मांकडे पाहतो, तो धर्म आपल्या माणसांची उपेक्षा करतो, यावर आमचा विश्वास बसत नाही. माणुसकीला विसरणारा धर्म धर्मच होऊ शकणार नाही. आम्ही राजधर्माला बांधले गेलो आहो. प्रजेला टाकणं हे आम्हांला जमायचं नाही.'

शास्त्रीपंडित एकमेकांच्याकडे पाहत होते. जिजाबाईंना काही सुचत नव्हते. एक शास्त्री धीराने पुढे आला. म्हणाला,

'राजे, बजाजी जर प्रायश्चित्त करायला तयार असतील, तर त्यांना धर्मात घेता येईल.'

'जरूर प्रायश्चित्त घेतील. त्यांनी ते नाकारलं आहे केव्हा?' राजे निःश्वास सोडून म्हणाले, 'आपण शास्त्रीपंडित आहा. आपला अधिकार मोठा. पण समाजाला पारखं झालेलं पांडित्य बाळगलं, तर ते नसल्यासारखंच असतं. धर्म हा वाहत्या पाण्यासारखा निर्मळ असायला हवा. समाजाचे डाग धुवायला तो समर्थ हवा. मानवतेच्या धर्माला ज्ञानाचे पायबंद घालून रोखू पाहाल, तर ते जमणार नाही, धर्म अधर्म बनायला वेळ लागणार नाही. इंद्राच्या झेंड्याला भगवज्झर्झर म्हणतात. तोच पवित्र ध्वज ज्ञानदेव-एकनाथांनी पुढं चालविला. तोच ध्वज आमच्या राज्यासाठी निवडला. मानवतेच्या धर्माची प्रतिज्ञा सांगणाऱ्या त्या ध्वजाची प्रतिष्ठा तुम्ही राखली पाहिजे. हे काळाचं आव्हान तुम्ही स्वीकारलं पाहिजे.'

सारी सभा राजांनी जिंकली होती. शास्त्रीपंडितांची कुजबूज जोरात सुरू होती. सरदारांच्या चेहऱ्यांवर हास्य विलसत होते. जिजाबाईंच्या डोळ्यांत आनंदाश्रू गोळा झाले होते. प्रमुख शास्त्री पुढे झाले. ते म्हणाले,

'महाराज, बजाजींना धर्मात घ्यायला आमची तयारी आहे.'

सर्वांनी निःश्वास सोडले. राजांना आनंद झाला. ते म्हणाले,

'शास्त्रीबुवा, आमच्या कार्यात आज जी सोबत देत आहात, त्याचं विस्मरण आम्हांला होणार नाही. बजाजींच्यासारखे जे जे दुर्दैवी जीव तुमच्याकडे धावतील, त्यांना आपलं करून घ्या. श्रद्धेविना धर्म नाही, आणि धर्माविना माणूस नाही.'

राजांनी पंडितांना वंदन केले. मासाहेब उठल्या. पाठोपाठ राजे पण उठले. साऱ्यांच्या चेहऱ्यांवर अलौकिक पराक्रमाचा आनंद दिसत होता.

बजाजींच्या शुद्धीकरणाची तयारी जोरात सुरू झाली. पंचक्रोशीतल्या समस्त

ब्रह्मवृंदांना, शास्त्रीपंडितांना आमंत्रण दिले. बजाजींनी समाधानपूर्वक प्रायश्चित्त घेतले. ग्रहशांती झाली, होम झाले; आणि बजाजींचे समारंभपूर्वक थाटाने शुद्धीकरण झाले. 'लांडे' बजाजी पूर्ववत धर्मात आले.

मोठ्या आनंदाने आणि समाधानाने जिजाबाई, राजे पुण्याला आले. अश्वारूढ राजे सायंकाळच्या वेळी पुण्यात शिरले. सोबत बजाजी निंबाळकर होते. दोघांमागून अश्वपथक मंदगतीने येत होते. त्यांच्या मागे शाही मेणा होता.

राजांनी वाड्यात प्रवेश केला. दाराशी आलेल्या सखूला उचलून घेतली, आणि ते महालात आले. सईबाई महालात उभ्या होत्या. राजे म्हणाले,

'जाताना आम्ही सांगितलं होतं ना, तुमच्यासाठी अनमोल भेट आणू, म्हणून? ती आणलीय्... बजाजी, आत या.'

बजाजी आत आले. सईबाई धावल्या. त्यांनी भावाला मिठी मारली. दोघेही रडत होते. राजे म्हणाले,

'बजाजी, अशी मायेची माणसं सोडून रानोमाळ फिरू नका आता... आणि, राणीसाहेब, तेवढ्यानं आता बजाजींचं पोट भरायचं नाही. गेले चार दिवस त्यांची शुद्धी होत असता भरपूर हाल झालेत. चांगला मेजवानीचा बेत आखा.'

रात्री पंगतीला अपूर्व शोभा होती. रांगोळ्यांनी पाट सजले होते. धुपाचा वास दरवळत होता. राजे, बजाजी, महादजी, नेताजी अशा क्रमाने पंगत बसली होती. दुसऱ्या बाजूला बाळाजी, चिमणाजी ही ब्राह्मणमंडळींची पंगत बसली होती. दोन्ही बाजूंचा स्वयंपाक गोड असूनही अलग होता. पंगतीच्या दोन्ही ओळींमध्ये टेकवून चांदीचा पाट ठेवला होता. जिजाबाई आपल्या खास देखरेखीखाली सर्वांना आग्रह करीत होत्या. मोकळेपणी खाणे, बोलणे होत पंगत उठली.

रात्री राजे आपल्या महालात गेले. बरीच रात्र झाली होती. सईबाई गालिच्यावर बसून होत्या. राजे येताच त्या उठल्या,

'झोपायचं होतंत.'

सईबाई काही बोलल्या नाहीत. त्या राजांच्या जवळ आल्या, आणि त्यांनी एकदम राजांच्या पायांवर मस्तक ठेवले. राजे मागे सरकले. सईबाईंना गडबडीने उठवीत ते म्हणाले,

'हे काय?'

आपली अश्रुपूर्ण नजर राजांच्यावर रोखीत सईबाई म्हणाल्या, 'एवढं मोठं देणं मला कोणी दिलं नव्हतं.'

पुढे त्यांना बोलवेना. राजांनी त्यांना एकदम मिठीत घेतलं. राजांच्या मिठीत सईबाई अश्रू आवरण्याचे आटोकाट प्रयत्न करीत होत्या. सईबाईंना पाठीवर थोपटून त्यांना सामोऱ्या उभ्या करीत राजे म्हणाले,

'आम्हांला तुम्हां बायकांचं काही कळत नाही. दुःखातही रडता, आनंदातही रडता! अजब आहे.'

राजांच्या त्या आविर्भावाबरोबर सईबाईंना हसू आवरले नाही. राजे मात्र ते तृप्त रूप मनात साठविण्यात गुंतले होते....

□

१०

थंडीचे दिवस होते. राजे नुकतेच पुरंधराहून पुण्यात आले होते. अचानक दादाजी नरसप्रभूंच्यासह कान्होजी आल्याची वर्दी वाड्यात आली.

कान्होजी आले. राजांना ते म्हणाले,

'राजे, अफझलखानाचा हुकूम आला आहे की, आम्ही जावळीशी संधान बांधावं, नाही तर जावळी हस्तगत करावी.'

'कारण?'

'कारण तुम्हीच आहात, राजे! पोरक्या झालेल्या जावळी जहागिरीवर यशवंतराव मोरे दत्तक घातलात. जी गोष्ट आदिलशाहीत अर्ज, विनंत्या करून पार पाडायची, ती तुमच्या अधिकारानं झाली, यात आदिलशाहीचा अपमान नाही?'

'बरं, मग?'

'त्याचसाठी अफझलखानाला ही मोहीम आदिलशाहीनं सांगितली. पण खान धूर्त आहे. हुशार आहे. तो जावळीच्या रानात शिरायला भितो. आम्ही, दप्तरी का होईना, पण पडलो आदिलशाहीचे चाकर. ही मोहीम आमच्यावर ढकलून अफझल मोकळा झाला.'

'मग जावळीवर चालून जाणार?'

'तोच विचार करतो आहे. खान दीर्घद्वेषी आहे, घातकी आहे.'

'आम्हांला ते माहीत आहे. अफझलखानानं महाराजसाहेबांच्या हातांत बेड्या ठोकल्या होत्या, हे आम्ही विसरलो नाही, विसरणार नाही.'

'राजे, मी खानाशी वाटाघाटी करून वेळ काढतो. पण खानाशी जावळीच्या चंद्ररावांचं जुगणं होण्याच्या आत जावळीचा गड्डा हलवणं आवश्यक आहे.'

'जावळी आमच्या नजरेत आहे. पण जावळी बिकट आडरानात आहे. आदिलशाही फौजांनीदेखील तिथं मार खाल्ला आहे.'

आदिलशही परकी फौज. आपल्याला ते कठीण नाही. तुम्हीच वारस, म्हणून जावळीच्या गादीवर बसवलेला यशवंत मोरे आज चंद्रराव म्हणून बळजोर झाला

आहे. तो कुणाला जुमानीत नाही.'

'प्रथम सामोपचारानं घेऊ. जमलं नाही, तर नाइलाज आहे.'

कान्होजी राजांचा निरोप घेऊन गेले; आणि राजांचे रामोशी हेर जावळी खोऱ्यात फिरू लागले. मोऱ्यांच्या जुलुमी राजवटीच्या बातम्या राजांच्या कानांवर येत होत्या. त्याचबरोबर राजांचे लक्ष पुरंधरवर होते. पुरंधरवरचे बांधकाम पुरे होत आले होते.

सकाळी राजे आपल्या महालात बसले होते. घोड्यांच्या टापांचा आवाज ऐकताच राजे सज्जात गेले. बजाजी निंबाळकर आपल्या तुकडीनिशी आले होते. बजाजी वाड्यात आले. राजे बजाजींची वाट पाहत होते. बजाजींचे शुद्धीकरण झाल्यापासून बजाजी महादजींचे लग्न ठरविण्यात गुंतले होते. मुलगी पाहण्यासाठी बजाजी जुन्नरला गेले होते, एवढेच राजांना कळले होते. बराच वेळ गेल्यानंतर बजाजी राजांच्याकडे आले.

'या, बजाजी! तुम्ही आल्याचं मघाच आम्ही पाहिलं.'

'मासाहेबांच्या दर्शनाला गेलो होतो.'

'तुम्ही मासाहेबांची खाशी माणसं. तुमच्यावर आम्हांला राग करता येत नाही.'

बजाजी त्या थट्टेनेही कळवळले. ते म्हणाले,

'असं समजू नये, राजे. आम्हांला दोन्ही पाय एकच! तुमच्यामुळं माझा उद्धार झाला. पुन्हा माणसांत आलो.'

'तुम्ही सोयरीक ठरवायला गेला होता ना?' राजांनी विषय बदलला.

'जी!'

'मग? महादजीचं लग्न ठरलं?'

'जी, नाही!'

'का? मुलगी बरी नाही!'

'तसं नाही, महाराज! मुलगी पसंत होती. पण त्यांनाच सोयरीक मान्य झाली नाही.'

राजे गंभीर झाले. त्यांनी विचारले, 'का?'

बजाजी खाली मान घालून उभे होते. निखळलेली आसवे गालांवरून वाहत होती. राजे गडबडीने उठले. बजाजींच्या खांद्यावर हात ठेवीत ते म्हणाले,

'बजाजी, हे काय? एक सोयरीक मोडली, म्हणून मुलाच्या बापाच्या डोळ्यांत अश्रू? पुसा ते डोळे, बजाजी! असल्या छप्पन नवऱ्या महादजीला मिळतील.'

बजाजी अश्रू टिपीत म्हणाले, 'नाही, राजे! इतकं सोपं नाही ते. आपण मला धर्मात घेतलंत. पण माझ्याशी सोयरीक बांधायला कोणी धजत नाही.'

राजे विचारात पडले. त्यांना काही सुचत नव्हते. त्याच वेळी जिन्यावर पावले

वाजली. बजाजी सावरून उभे राहिले. आणि दारातून सखूबाई 'आबासाहेब' म्हणत धावत आली. हिरवा परकर, हिरवी चोळी घातलेली सखू बजाजींना पाहून दारातच थबकली. राजे हसले. म्हणाले,

'कोण? आमच्या सखुबाई? या, आत या! लाजू नका. निंबाळकर मामांच्या पाया पडलात, की नाही?'

सखू आत आली. ती बजाजींच्या पाया पडली, आणि झटकन राजांना बिलगत म्हणाली,

'आबासाहेब!'

'काय म्हणता? अक्कासाहेब?' राजांनी तिला कुरवाळीत विचारले.

'जावा! अशानं आम्ही बोलणार नाही.'

सखूची समजूत काढीत राजे म्हणाले, 'तुम्ही बोलला नाही, तर आमच्या बरोबर बोलणार कोण? काय हवं होतं अक्कासाहेबांना?'

सखूने एकवार बजाजींच्याकडे पाहिले, आणि एकदम राजांच्यावर नजर वळवून ती म्हणाली,

'आमाला बाहुली पायजे.'

'मुळीच मिळायची नाही.' राजे म्हणाले.

सखूने राजांच्या कुशीत तोंड लपविले. तिचा चेहरा हाती धरून तिच्या नजरेला नजर देत राजे म्हणाले,

'आता आणायचा, तो बाहुला. तीच चिंता आम्हांला लागलीय्. बजाजी, ही आमची सखू तुम्हांला सून म्हणून चालेल?'

बजाजी थक्क झाले. त्यांचे डोळे विस्फारले गेले. ते उद्गारले, 'महाराज!'

'आम्ही खरंच विचारतो. ही सून चालेल?'

बजाजींच्या सर्वांगाला कंप सुटला होता. त्यांना उमाळून हुंदका फुटला. एकदम पुढे होऊन ते राजांचे पाय धरीत असता, राजांनी त्यांना एकदम जवळ घेतले. मिठी मारीत राजे म्हणाले,

'हे काय, बजाजी! आता तर तुम्ही आमचे व्याही.'

सखुबाईने ते ऐकले मात्र. एकदम लाजून ती तेथून पळाली. महाराजांच्या हास्यात बजाजी सामील झाले. अश्रू टिपून बजाजी म्हणाले,

'राजे, तुमचं मन फार मोठं.'

'थांबा, बजाजी! तुम्ही खाली सदरेवर जा. खाली जाताच आहा, तर तुमच्या बहिणीला वर पाठवून द्या.'

बजाजी समजले. ते खाली गेले. थोड्याच वेळात सईबाईंनी महाली येताच विचारले,

'एवढ्या तातडीनं बरं बोलावलंत?'

'तसंच जरुरीचं काम होतं.'

'आता कुठली मोहीम काढलीत?' सईबाईंनी विचारले.

'मुलीच्या बापाला मुलीच्या लग्नाइतकी अवघड मोहीम कुठली?'

'कुणाचं लग्न?'

'आपल्या सखूचं! हुडकूनही मिळणार नाही, असं सुरेख स्थळ आलं आहे.'

'मग ठरवून टाकावं. मला काय विचारायचं?'

'पाहा, नंतर तक्रार कराल!'

'बिलकुल नाही!'

'ठीक आहे. ठरवून टाकू?'

सईबाई पुढे येत म्हणाल्या, 'पण स्थळ सांगा ना!'

'पाहिलं? अडलात ना?'

'मुळीच नाही!' सईबाई निश्चयाने म्हणाल्या, 'पण त्याचा अर्थ स्थळ समजू नये, असा थोडाच आहे?'

'फार चांगलं स्थळ आहे. बजाजींच्या महादजीला सखू निश्चित केली आहे.'

सईबाई राजांच्याकडे पाहतच होत्या. त्यांना शब्दही फुटत नव्हता. राजांनी विचारले, 'का? स्थळ पसंत नाही?'

'एक विचारू का?'

'विचारा ना!'

'हे सारं माझ्यासाठी म्हणूनच करता का?'

'सई, तुझ्यासाठी करीत नाही. तुझ्यामुळं करायला बळ येतं... मग ठरवू ना?'

'आपण करता आहात. विचारानं कराल, याची मला खात्री आहे. तुमच्या करणीनं माझंही सोनं होऊन जाईल. सखूचं कल्याण होईल.'

'सई, हीच माझी अपेक्षा होती.'

राजे जवळ येत असलेले पाहताच सईबाई म्हणाल्या, 'जाते मी. मासाहेबांनी पुलाव्याची जबाबदारी आम्हां दोघींवर टाकली आहे. धाकट्या बाई एकट्याच आहेत.'

सईबाई निघून गेल्या. राजे समाधानाने मागे वळले.

बजाजींचा आनंद मनात मावत नव्हता. दिसेल त्या सरदारांना ते ती बातमी सांगत होते. साऱ्या महालात ही बातमी वावटळीप्रमाणे पसरली.

दोन प्रहरी जिजाबाई झोपल्या होत्या. पलंगाशेजारी धाकट्या राणीसाहेब सोयराबाई बसल्या होत्या. सोयराबाईंनी ही बातमी जिजाबाईंना सांगितली. जिजाबाईंचा विश्वास

बसेना. त्या सोयराबाईंना म्हणाल्या,

'पण, सूनबाई, कुणी सांगितलं तुला?'

'साऱ्या महालात पसरलीय् ही बातमी!'

जिजाबाई उठत म्हणाल्या,

'काय म्हणावं या शिवबाला! काही वेळा फारच करतो. छे! हे शक्य नाही.'

जिजाबाई उठल्या. हुजऱ्याकडून त्यांनी आपण राजांच्या महाली येत असल्याची वर्दी पाठविली. जिजाबाई महाली गेल्या. राजे वाट पाहत होते. मागे सईबाई उभ्या होत्या. जिजाबाई आत येताच राजे म्हणाले,

'मासाहेब! आपण आज्ञा केली असतीत, तर आम्ही खाली आलो असतो.'

राजांच्यावर नजर रोखीत जिजाबाई म्हणाल्या, 'राजे! ह्या घरात घडणारी प्रत्येक गोष्ट आमच्या कानांवर घालून केली जाते, असा आमचा समज होता.'

'तो खराही आहे.' राजे म्हणाले.

'तसं असतं, तर आम्हांला न विचारता सखुबाईची सोयरीक जमवली नसती.'

'मासाहेब! आपल्याच आज्ञेनं आपले बजाजी परत आपल्यांत आले. आम्हांला वाटलं होतं, हे ऐकून आपल्याला आनंद वाटेल.'

जिजाबाईंना काही उत्तर सुचेना. त्या म्हणाल्या,

'महादजीचं लग्न ठरवायचं, तर आपल्या पदरी अनेक मानकरी होते. कुठंही त्यांची सोयरीक जमवली असती.'

'कुठंही जमू शकतं, तर आमच्या सखूशी का जमू शकत नाही? सांगा, मासाहेब!' राजांनी विचारले.

'पण जरा विचार...'

'कसला विचार?'

सईबाईंच्याकडे वळून जिजाबाईंनी विचारले, 'आणि तुला हे पसंत आहे?'

सईबाईंनी मान खाली घातली. जिजाबाई समजल्या. राजे जिजाबाईंच्याकडे पाहत होते. जिजाबाई काही बोलल्या नाहीत. जिजाबाईंच्या नजरेला नजर भिडताच आजवर ज्या राजांची नजर पायांकडे वळत असे, तेच राजे स्थिर नजरेने जिजाबाईंकडे पाहत होते. जिजाबाईंची नजर मात्र वळली होती. राजे म्हणाले,

'मासाहेब, सांगा ना. म्हणा, बजाजी बाटलेले आहेत. त्यांच्या घरात आपली मुलगी द्यायला ते काबील नाहीत.'

'आणि म्हणूनच सखूला दिलीत?' जिजाबाईंनी विचारले. 'तिची निवड का केलीत? कोणी विचारणारं नाही, म्हणून?'

'कोणी विचारणारं नाही, म्हणून नव्हे. ती आपली लाडकी आहे. सखुबाई आपल्या लाडक्या आहेत, म्हणून त्यांची या मोठ्या जागी निवड केली. असं मोठं

घराणं हुडकूनही सापडणार नाही, म्हणून निवड केली.'

'शिवबा ऽ ऽ'

राजे भारल्यासारखे बोलत होते, 'मासाहेब, नुसती धर्मात घेऊन माणसं आपली होत नाहीत. त्यांना आपलं म्हणावं लागतं, आपलं करावं लागतं. त्यांना विश्वास द्यावा लागतो. बजाजी आपले आप्तस्वकीय. जुलुमानं परधर्मात गेले. त्याचं दुःख तुम्हांला झालं. त्यांना आपण धर्मात घेतलं. पण त्यानं काय झालं? एकाही जागी महादजीची सोयरीक जमेना. मुलाचा बाप असूनही सोयरीक मोडली. हे सांगत असता त्यांची काय स्थिती झाली, हे, मासाहेब, आपण पाहिलं नाही. त्या माणसाला धर्मात घेतलंत. आता त्याला वाऱ्यावर सोडता येणार नाही. माणुसकीला ते शोभणार नाही. मासाहेब, हे तुम्ही करायला हवं.'

जिजाबाईंनी श्वास घेतला. त्या हसून म्हणाल्या, 'राजे, क्षणभर गोंधळ झाला होता खरा! तुम्ही म्हणता, ते खरं आहे.'

'मासाहेब! आम्हांला ते माहीत होतं.' राजे आनंदाने म्हणाले, 'राजानं पाडलेल्या नव्या वाटा राजरस्ता बनायला वेळ लागत नाही. थोडी कुजबूज होईल, वाद होईल. पण आपोआप हा मार्ग रुळेल. महादजी चांगला आहे. आपल्या तोलामोलाचं, कुळाशीलाचं ते घराणं आहे. आम्हांला हे मनापासून पटतं.'

जिजाबाई म्हणाल्या, 'शिवबा, कैक वेळा तुझी दृष्ट काढून टाकावी, असं वाटतं. मनाच्या साऱ्या शंका तुझ्या चार बोलांनी नाहीशा होतात.'

'मग चांगल्या कामाला उशीर का? मासाहेब, वधूपक्ष आपला आहे. मोठ्या थाटामाटात आपल्या सखुबाईचं लग्न व्हायला हवं, अशी तुमच्या राणीसाहेबांची इच्छा आहे....'

दुसऱ्या दिवसापासून सखुबाईच्या लग्नाची तयारी सुरू झाली. निमंत्रणे पाठविली गेली. राजांचे सारे सरदार, मावळे पुण्यात गोळा झाले आणि सखुबाईंचा विवाह मोठ्या ऐश्वर्यात पार पडला...

□

११

बजाजी निंबाळकर राजांचा निरोप घेऊन फलटणला गेले. सखुबाई लहान असल्याने ती पुण्यात राहिली. सकाळी राजे सखुबाईंसह पागेत आले होते. नवीन घेतलेली घोडी पागेच्या मधल्या चौकात उभी होती. पागेच्या धुमीवर शिक्के तापविले जात होते. एकेक घोडे पुढे आणले जात होते. काळजीपूर्वक मागच्या फऱ्यावर तापलेला शिक्का उठविला जात होता. घोड्याची धडपड, शिक्का अंगावर टेकताच त्यातून निघणारा धूर पाहून सखुबाईंचे डोळे विस्फारले जात होते. तिने

आजवर हे पाहिले नव्हते. राजांचे बोट धरून हे पाहत असलेल्या सखूने विचारले,

'आबा! घोड्याला भाजतात का?'

'भाजत नाहीत!' राजे म्हणाले, 'अक्कासाहेब, ही आपली घोडी ना! मग ती कशी ओळखायची? त्यासाठी हा शिक्का मारायचा?'

राजांनी पागेतले एक घोडे आणावयास सांगितले. घोडे आणले जात होते. राजांनी सखुबाईला घोड्यावर मारलेला शिक्का दाखविला. सखुबाईचे समाधान झाले. मोतद्दार नवा शिक्का मारलेल्या घोड्याला चुचकारीत होता. फऱ्यावरच्या डागाने ते घोडे कावरेबावरे झाले होते. त्याने एकदम पाठीमागच्या पायाची लाथ झाडली. सखुबाई हसल्या.

शिक्के मारून नवी घोडी तबेल्यात नेली गेली. राजे, सखुबाई नवी घोडी निरखीत असता तानाजी पागेत आला. राजांना मुजरा करून तो म्हणाला,

'कान्होजी जेधे वाड्यात आलेत.'

'आम्ही येतो.'

राजे स्वार झाले. सखुबाई कट्ट्यावर उभ्या होत्या. तेथे तट्ट नेताच त्या स्वार झाल्या. रक्षक स्वारांनी मांड टाकली; आणि राजे सखुबाईंच्यासह वाड्याकडे जाऊ लागले.

कान्होजी जेधे, येसाजी कंक, बाजी जेधे, दादाजी नरसप्रभू, बजाजी, चिमणाजी ही सारी मंडळी सदरेवर उपस्थित होती. सर्वांना पाहताच राजे म्हणाले,

'अरे, व्वा! आज तर खास बैठक होणार, असं दिसतं.'

साऱ्यांनी राजांना मुजरे केले. सर्वांसह राजे महालात गेले. जिजाबाईही आल्या. स्थिरस्थावर होताच जेधे म्हणाले,

'राजे! नाइलाजानं यावं लागलं. चंद्ररावांनी आमची आगळीक करण्यापर्यंत मजल गाठली.'

'काय केलं?'

'शिरमळकर देशमुखांचा तर हक्क त्यानं डावललाच! आता आपल्या रोहिडखोऱ्यात चाल करून चिखलीच्या पाटलाला त्याच्या मुलासह ठार केलं. दिवसेंदिवस चंद्ररावाचा पुंडावा वाढतो आहे. तो कोणालाच जुमानीनासा झाला आहे. रंगो त्रिमळ वाकडा या कुलकर्ण्यानं विधवा स्त्रीवर अत्याचार केला. त्यासाठी तुम्ही त्याला हजर व्हायला सांगितलं. पण तो कुठं गेला, माहीत आहे?'

शांतपणे राजे म्हणाले, 'तो जावळीला चंद्ररावाच्या आश्रयाला गेला.'

जेधे थक्क झाले, 'हे माहीत होतं आपल्याला?'

'हो! अनेक गोष्टी आम्हांला माहीत आहेत. बिरवडीच्या पाटलांचं उत्पन्न

चंद्रावांनी बळकावलेलं आम्ही जाणतो. एवढंच काय, पण आमचा घात करण्यासाठी विजापूरकरांनी पाठवलेला मारेकरी- तोही चंद्ररावांच्याच आश्रयाला आहे, हेही आम्हांला ठाऊक आहे.'

'हे किती दिवस सहन करायचं?'

'रागावू नका, कान्होजी! पण तुम्ही हे सहन का करता? तुम्ही जावळीवर चाल करून का गेला नाहीत? आम्ही तुम्हांला दोष दिला नसता.'

कान्होजींनी ओठांवरून जीभ फिरवली. ते म्हणाले,

'राजे! आम्ही आतून तुमचे असलो, तरी आदिलशाहीचे चाकर आहोत.'

'फार काळ राहता येईल, असं वाटत नाही. कान्होजी, आम्ही संधीची वाट पाहत आहो. वेळ येताच चंद्ररावाचा आम्ही बंदोबस्त करू.'

'तोवर?'

'तोवर हे असंच सहन केलं पाहिजे. भगवान कृष्णालादेखील वाट पाहावी लागली. अद्याप एकशे एक भरले नाहीत.'

जिजाबाई म्हणाल्या, 'शिवबा कधी मनातलं सांगायचा नाही.'

राजे म्हणाले, 'तसं नाही, मासाहेब! आम्ही काळाची वाट पाहत आहो. मोऱ्यांची वेळ भरली आहे, पण काळ अद्याप आला नाही, एवढाच अर्थ आहे- कान्होजी, अफझलखानाची वर्दी आम्हांला सदैव कळवीत चला. वाईच्या वार्तेकडे आमचं लक्ष सदैव असतं.'

कान्होजी हसले. ते म्हणाले, 'राजे! ती चिंता नको. खान एवढ्यात आपल्यावर चालून येईल, असं वाटत नाही.'

'ते काही त्याचे उपकार नाहीत.' राजे म्हणाले, 'विजापूर दरबारातला वाढता बेबनाव, त्यामुळं महाराजसाहेबांचं दरबारातलं वाढतं वजन, हे आम्हांला माहीत आहे. त्या दरबारी महाराजसाहेब फर्जंद आहेत; त्यांच्या मुलाची आगळीक काढायला खान धजणार नाही, एवढा तो धूर्त आहे. धूर्तता कमी आपल्याच लोकांत... तुमच्यांत!'

'आमच्यांत!' कान्होजी उद्गारले.

'हो! चंद्रावच बघा ना! विजापूरकरांनी त्यांना किताब, मोरचेल दिले. या वैभवामुळं त्यांचे डोळे फिरले. त्या धुंदीत ते स्वत:ला श्रेष्ठ मानतात; इतरांना कमी लेखतात. त्यांच्याप्रमाणेच कुठऱ्याचे शिर्के, शृंगारपूर पालवणीचे दळवी, कुंभारखाणीचे सुर्वे, वाडीचे सावंत, म्हसवडचे माने... किती नावं घ्यावीत! आणि यांचं कार्य काय? बादशाही वैभव टिकविणं. मुसलमानी राजसत्तेनं केवढेही जुलूम केले, तरी यांचे डोळे बंदच. चीड नाही, खंत नाही. मुसलमानांच्या अंगचा जोर हिंदूंच्या अंगी कधीच उत्पन्न झाला नाही. देवळं फोडली, बायका पळवून नेल्या, घरं-दारं लुटली ...फार काय, सरकारीची माणसं तोंडावर थुंकू लागली, 'आ' वासण्याची पाळी

आली, तरी हिंदूंच्या अंगी चेव नाही. अशा परिस्थितीत उसनं बाळसं आणायचं किती?'
राजांच्या या बोलण्याने कान्होजी नाराज झाले.

दोन प्रहरी एकटे असता जिजाबाईंनी विचारले,
'राजे! कान्होजी तुमच्या बोलण्यानं उदास झाले. जावळीचे मोरे उन्मत्त बनायला फार वेळ लागणार नाही.'

राजे हसून म्हणाले, 'मासाहेब! चारचौघांत सांगता येत नाही. पुरंधरापासून दोन वर्षांच्या कालात आम्ही स्वस्थ बसलो आहो, ते काय हौस, म्हणून? विजापूरकरांनी अफझलखानाला वाईचा सुभेदार नेमला आहे. खान आपले मराठे लोक वळविण्याचा प्रयत्न करीत आहे. संधी मिळाली, तर आमच्यावर चाल करायचा त्याचा इरादा आहे. वाईत त्यांचा चांगला सुभेदार म्हणून लौकिक वाढतो आहे. आमच्याच मार्गानं तो आम्हांस शह देतो आहे. वतनदारांना तो गोंजारीत आहे. अन्याय झालेल्यांना तो सांभाळीत आहे. मोरे नाचू लागलेत; पण ते कळसूत्री बाहुलं आहे. त्याच्या दोऱ्या खानाच्या हाती आहेत. आम्ही जावळीवर चालून गेलो, तर तेवढं निमित्त करून जावळीजवळच्या वाई खोऱ्यात सत्ताधीश बनलेला खान चालून यायला कमी करायचा नाही. हा खानाचा शह उठेपर्यंत तरी आम्हांला काही करता येणार नाही.'

'हे किती दिवस चालणार?' जिजाबाईंनी विचारले.

'फार काळ चालायचं नाही! विजापूरला बादशहा आजारी आहे, असं आम्हांला कळलं आहे. किंबहुना, कालच खानाची नेमणूक कनकगिरीला झाली आहे, असं कळलं आहे. खानानं वाई सोडली, की सारं मनासारखं होईल.'

दुसऱ्या दिवशी राजे जेध्यांच्या सह पुरंधरला गेले. गड पुरा होत आला होता. राजांनी पुरंधरवर हलण्याचे ठरविले. एका सुमुहूर्तावर राजे सर्वांसह पुरंधरावर गेले. सुरक्षित स्थळी राजांनी आपला कबिला हलविला. पुरंधरावर असतानाच बातमी आली- अफझलखान परत विजापूरला गेला होता. कनकगिरीला त्याची नेमणूक झाली होती. ज्या संधीची राजे वाट पाहत होते, ती संधी आली होती.

राजांनी चिटणिसांना बोलावले. चिटणीस राजांचे एक पत्र लिहून घेत होते. राजे मोऱ्यांच्या पत्राचा मजकूर सांगत होते...

> '...तुम्ही मुस्तफद राजे म्हणविता. राजे आम्ही, आम्हांस श्रीशंभूने राज्य दिधले आहे. तर तुम्ही राजे न म्हणावे. आमचे नोकर होऊन, मुलूख खाऊन हामरहा चाकरी करावी... जावळी खाली करून, राजे न म्हणून, मोरचेल दूर करून, हात रुमाले बांधून, भेटीस येऊन हुजुरांची काही चाकरी करणे. इतकियावर बदफैली केलिया मारले जाल...'

राजांचे पत्र तातडीने जावळीला रवाना झाले. मोरे काय उत्तर देतात, इकडे साऱ्यांचे लक्ष लागून राहिले होते. मोऱ्यांचे उत्तर आले. सदरेवर सारे सरदार होते. राजांनी चिटणिसांना पत्र वाचण्याची आज्ञा केली. चिटणीस वाचू लागले...

> 'चंद्रराव ही आमची खिताब. आम्ही पिढीजात राजे. तुम्ही काल राजे झाला! तुम्हांस राज्य कोणे दिधले? मुस्तफद राजा आपले घरी म्हटलियावर कोण मानितो? येता जावली जाता गोवली...'

पंत थांबले. तानाजी-येसाजींच्या भुवया संतापाने वक्र झाल्या होत्या. मिशांवरून पालथ्या मुठी फिरत होत्या. राजे म्हणाले,

'पंत, थांबलात का? वाचा.'

> '...पुढे एक मनुष्य जिवंत राहणार नाही. तुमच्यामध्ये पुरुषार्थ असला, तर उदयिक याल, तर आजच यावे. दारूगोळी महसुद आहे. काही बेजबाबास घालून लिहिले. ते कासियास ल्याहाविले? थोर समर्थ असो...'

पत्र संपले. सारे संतप्त होते. राजे हसत होते.

'ठीक आहे. मोऱ्यांनी सुरेख पत्र लिहिले आहे. त्यांच्या इच्छेप्रमाणे जायला हवे.'

राजांनी तातडीने खलिते रवाना केले. पुरंधरवर निवडक फौज गोळा होऊ लागली. राजांच्या आज्ञेची वाट पाहत सारे बसून होते.

सदरेवर सिलीमकर, बांदल, कान्होजी जेधे, रघुनाथ बल्लाळ, संभाजी कावजी ही सारी मंडळी बोलत बसली होती. त्याच वेळी राजे सदरेकडे येताना दिसले. सारे उभे राहिले. मुजरे झाले. राजे मुजऱ्यांचा स्वीकार करून म्हणाले,

'साऱ्या मावळचे भाऊबंद गोळा झाले. चंद्ररावाला आता कठीण जाईल.'

'पण तोही फार भारी आहे, राजे!' कान्होजी जेधे म्हणाले, 'मातब्बर देशमुख आप्तसंबंधांचं बळ आणि स्वयंभू डोंगर या दोहोंचं त्याला पाठबळ आहे.'

'आम्ही काय थोडे आहोत? कान्होजी, मावळचे बारभाई मिळाले, तर चंदराई बुडायला फारसा वेळ लागायचा नाही. ती वेळ आली आहे.'

जबाबदारीची माणसे घेऊन राजांनी पुरंधर सोडला.

□

१२

महाबळेश्वरला देवदर्शन घेऊन राजे सर्वांशी विचारविनिमय करीत होते. तानाजी,

येसाजी यांसारखे वीर जावळीवर चालून जावे, या मताचे होते.

जावळी खोरे किर्रर रानाने वेढलेले. काटेरी जाळ्या, झाडे-झुडपे, कळकीची बेटे यांनी रात्रंदिवस करकरणाऱ्या त्या खोऱ्यात दिवसा ढवळ्या एकाकी माणूस शिरायला घाबरे. याच रानात पूर्वीच्या मोऱ्यांनी खिलजीच्या, बहामनी व आदिलशाहीच्या फौजा कापून काढल्या होत्या. जावळीवर सरळ चाल करणे अशक्य होते. अवघड जागेमुळे जावळीचा एक माणूस बाहेरच्या शंभर माणसांना भारी होता. महाबळेश्वरी राजांच्या बरोबर सिलीमकर, बांदल, कान्होजी जेधे यांसारखे मातब्बर होते. तसेच तानाजी, येसाजी, रघुनाथ बल्लाळ, सूर्यराव काकडे यांसारखी जिवाला जीव देणारी माणसेही होती. राजांनी मनाशी निर्णय केला, आणि त्यांनी रघुनाथ बल्लाळ कोरड्यांना बोलाविले. त्यांना राजे म्हणाले,

'चंद्रराव मोरे यास मारल्याविरहित राज्य साधत नाही. ज्याच्या हाती जावळी, त्याची सत्ता वाई प्रांतावर. त्यात तुम्हांवाचून हे कर्म कोणास न होय! तुम्ही त्याजकडे हेजबीस जाणे!'

रघुनाथपंतांनी आज्ञा मान्य केली. चंद्ररावाच्या जावळीत बोलणी करण्याच्या निमित्ताने ते घुसण्यास तयार झाले. रघुनाथपंतांबरोबर राजांनी निवडक शे, सव्वाशे धारकरी माणूस दिले. निरोप घेताना रघुनाथपंत म्हणाले,

'मी मोरेगढीत प्रवेश करतो. बातमी कळवीत जाईन. बेत ठरला, की जावळीवर चालून यावं!'

बेत पक्का करून रघुनाथपंत जावळी खोऱ्यात उतरले. बरोबर संभाजी कावजी कोंढाळकरासारखे निधडे वीर घेऊन, बाकीचे जावळीभोवती पेरून, रघुनाथपंतांनी जावळीत प्रवेश केला. जावळीत हनुमंतराव मोरे कारभारी होते; व खुद्द यशवंतराव मोरे चंद्रराव होते.

शिवाजीकडून रघुनाथपंत आल्याचे कळताच यशवंतराव शेफारून गेला. हात बांधून येण्याची आज्ञा करणारा शिवाजी, जमली तर, सोयरीक करण्यासाठी जावळीत येत होता. हनुमंतरावामार्फत यशवंतरावाने दुसऱ्या दिवशी रात्री भेटीची वेळ ठरविली. रघुनाथपंत जावळीत राहिले. रघुनाथपंतांचे लोक जावळी निरखीत होते. हेरांकरवी राजांना दुसऱ्या दिवशी रात्रीचे निमंत्रण गेले.

दुसऱ्या दिवशी रात्री रघुनाथपंत संभाजी कावजीसह चंद्ररावाच्या वाड्यात गेले. सदरेवर चंद्रराव बसला होता. पलोत्यांच्या उजेडात चौक प्रकाशमान झाला होता. चंद्रराव भरजरी बैठकीवर मद्य पीत बसला होता. त्याच्या उजव्या हाताला उंचा पुरा, भारदस्त वीर उभा होता. मस्तकी पगडी, कपाळी गंध, मोठे पाणीदार डोळे, ओठावर झुपकेदार मिशा बाळगलेला तो वीर आपली उजवी मूठ तलवारीवर ठेवून चौकात

येणाऱ्या रघुनाथपंतांकडे पाहत होता. आपली धुंदावलेली नजर वर करीत यशवंतरावाने विचारले,

'बाजी! कोण येतंय्?'

'शिवाजीचा वकील येतोय्, राजे!'

हनुमंतराव मोऱ्यांच्या मागोमाग रघुनाथपंत, संभाजी कावजी हे आपल्या रक्षकांसह चौकात आले. यशवंतराव मोऱ्यांना साऱ्यांनी मुजरे केले. हनुमंतराव सदरेच्या पायरीवरच होते.

मद्याचा पेला ओठी लावीत यशवंतराव नजर रोखीत म्हणाला,

'कोण तू?'

हनुमंतराव अदबीने म्हणाले, 'महाराज...'

'चूप!' यशवंतराव ओरडला. 'त्याला बोलू दे.'

रघुनाथपंत खाकरले. म्हणाले, 'मी रघुनाथ बल्लाळ कोरडे. शिवाजी राजांचा चिटणीस... राजांच्या...'

'कोण राजे?' यशवंतराव म्हणाला, 'इथं राजे एकच! ते म्हणजे आम्ही...'

'ते आपण म्हणू शकता; आम्ही नाही. शिवाजी महाराजांच्या कृपेमुळंच आपण मोऱ्यांच्या गादीवर दत्तक गेलात, चंद्रराव खिताब मिळाली, हे कृपा करून ध्यानी घ्यावं.'

यशवंतराव मोठ्याने हसला. हसू संपल्यावर तो म्हणाला,

'मोठे उपकार आहेत शिवाजीचे! एवढी ताकद होती, तर तोच का नाही बसला गादीवर?'

सारे हसले. संभाजी कावजीचा हात तलवारीकडे गेला. रघुनाथपंतांनी त्याला इशारत केली. रघुनाथपंत म्हणाले,

'झालं गेलं, होऊन गेलं. राजांच्या मनात सलूख करावा, असं आहे. त्यात राजांना आनंद आहे.'

'त्याला असेल, आम्हांला नाही. जाऊन तुमच्या राजाला सांगा- जावळीत पाय घातला, तर माघारी जाता यायचं नाही, म्हणावं- हनुमंतराव!'

'जी!' हनुमंतराव पुढे झाले.

चंद्रराव उठू लागला. रघुनाथपंत अस्वस्थ झाले. ते म्हणाले, 'सोयरिकीचं काय?'

यशवंतराव परत बैठकीवर बसला. त्याला परत हसू फुटले. तो म्हणाला,

'आमची सोयरीक त्या भोसल्याच्या पोराबरोबर? व्वा! खूब!' एकदम यशवंतरावाचा चेहरा कठोर बनला. तो ओरडला,

'सांग तुझ्या शिवाजीला! हे मोऱ्यांचं घराणं चंद्रगुप्ताचं घराणं आहे. पिढ्यान्पिढ्यांचे राजे आहोत आम्ही, म्हणावं!!'

परत चंद्रराव हसला. तो म्हणाला,

'थांबा, एक तोड आहे! एक स्थळ योग्यतेचं आहे. आमचे कारभारी यशवंतराव आहेत ना! त्यांची मुलगी आहे. विचार करता का? योग्य पायरीनंच सोयरीक घडेल ती!'

सारे स्तब्ध होते. त्याच वेळी घुबडाचा घूत्कार घुमला. पुन्हा तोच आवाज आला. यशवंतराव म्हणाला,

'बघा, जमतं का! घुबडानंही साथ दिलीय्!'

'घुबड ओरडलं, की मृत्यू येतो, म्हणतात.' रघुनाथपंत म्हणाले.

'कदाचित तसंही असेल. तुम्ही मरणार नाही कशावरून?... हनुमंतराव, यांना गिरफदार करा. मस्तक उडवा!'

'तितकं सोपं नाही ते!' रघुनाथपंत कडाडले. सारे चपापले. त्वेषाने रघुनाथपंत बोलले, 'फार ऐकलं. चंद्रराव, कान उघडे ठेवून ऐक! दिलेली संधीही तू गमावलीस. या क्षणी जावळीभोवती राजांचा गराडा आहे. घुबडाचा आवाज ऐकलास, तो तुझ्या मृत्यूचा कौल होता.'

हनुमंतराव मोरे तलवार उपसून रघुनाथपंतांवर धावला, आणि त्याच वेळी रघुनाथपंतांच्या मागे असलेल्या संभाजी कावजीने हनुमंतरावांवर वार केला. किंचाळत हनुमंतराव मागे कोसळला. संभाजी कावजी, रघुनाथपंत क्षणाचाही अवधी न सोडता कापाकापी करीत वाड्याबाहेर पडले. एक बार जावळीवर उठला; आणि जावळीच्या चारी बाजूंनी 'हर हर महादेव'ची आरोळी उठली.

जावळीत लढाईला तोंड लागले. चंद्ररावाच्या वाड्याच्या दाराशी मोऱ्यांचा एक मर्द तलवार चालवीत होता. शर्थीने तो दरवाजा रोखून होता. त्याच्या पुढे साऱ्यांना हार खावी लागत होती. वाड्याच्या मागच्या दरवाज्यातून जेव्हा वाट मिळाली, तेव्हा मागे-पुढे घुसून त्या वीराला पकडण्यात आले. त्याचे नाव होते मुरारबाजी देशपांडे!

जावळी काबीज झाली; पण त्या गर्दीत यशवंतराव आपल्या बायकामुलांसह पळून गेला. त्याने थेट रायरी गाठली.

राजे जावळीत आले. मोऱ्यांची महशूर पागा, संपत्ती राजांना जावळीत मिळाली. मोऱ्यांच्या वाड्यात राजे आले, तेव्हा मुरारबाजी देशपांडे यांना हजर केले गेले. दोरखंडाने जखडलेल्या मुरारबाजींना पाहताच राजांनी त्यांना मोकळे करण्यास सांगितले. राजे म्हणाले,

'मुरारबाजी! तुमचं शौर्य आम्ही पाहिलं. तुमच्यासारखी गुणी माणसं आम्हांला हवीत!'

राजांनी मुरारबाजींचे समाधान केले. मुरारबाजी राजांना मिळाले. जावळी खोऱ्यातले

ते सर्वांत मोठे यश होते.

जावळी खोऱ्याचा पुरा ताबा घ्यायला राजांना पंधरा दिवस लागले. मोऱ्यांच्याकडील जे लोक राजांच्या सेवेला आले, त्यांना राजांना पदरी ठेवून घेतले. कृष्णाजी बाबाजी या माहितगार माणसाला जावळीचा सुभेदार नेमले. विरो राम यांस मुजुमदार नेमले. जुन्या हक्कदारांच्या याद्या तयार करून त्यांचे हक्क कायम केले.

राजांचे फार दिवसांचे स्वप्न साकार झाले होते. चांभारगड, सोनगड, चंद्रगड, मकरंदगड- तटबंदीने सुरक्षित असलेला जावळी मुलूख राजे पाहत होते. दाट रानाने त्या मुलुखाची सुरक्षितता वाढवली होती. पाठीशी महाबळेश्वर रक्षणासाठी उभा होता. त्या मुलुखात जावळीशेजारी उभ्या असलेल्या भोरप्या डोंगराकडे राजांचे लक्ष गेले. मोरोपंत पिंगळे यांना राजांनी बोलावले. ते म्हणाले,

'मोरोपंत! तुम्हांला गडाची माहिती चांगली आहे, असं आम्ही ऐकतो. या भोरप्या डोंगरावर तुम्ही मजबूत किल्ला बांधा. किल्ला असा बांधा, की कोणत्याही बाक्या प्रसंगी आम्हांला या गडाची आठवण व्हावी. ती जबाबदारी तुमची!'

मोरोपंतांनी अंगावर आलेली पहिली जबाबदारी त्याच निष्ठेने उचलली. ते म्हणाले,

'बेशक, महाराज! आपल्या आज्ञेप्रमाणे गड तामीर करू. महाराजांच्या दूरदेशीची ही कमाल म्हटली पाहिजे.'

'कमाल कसली?'

'महाराज! कुणीही जावळी काबीज केली असती, तर ही शक्कल सुचली नसती. भोवताली मकरंद, चांभार, कांगोरी, सोनगड यांसारखे टेहळे व बंदिस्त गड असता हा नवीन गड बांधायचं काय कारण?'

'बोला, पंत!' राजे कौतुकाने म्हणाले.

'...असाच विचार कुणीही केला असता; पण आपण हा मुलूख पाहिलात, या भागाचं अजिंक्यत्व आपण जाणलंत, आणि म्हणूनच चारी बाजूंनी राखणीचे गड ठेवून, मधला भोरप्या आपण निवडलात. खजिन्याला, कोठल्याही मातब्बर शत्रूला तोंड द्यायला अशी सुरक्षित जागा हुडकून सापडायची नाही.'

राजे प्रसन्न झाले. 'वा, पंत! तुम्ही आमच्या मनातले बेत बरोबर जाणलेत! हीच दृष्टी ठेवून गड पुरा करा. तुळजापूरला जाऊन भवानी मातेचं दर्शन घेणं आम्हांला जमत नाही. अनेक अडचणी येतात. या सुरक्षित जागी देवीची स्थापना करावी, असं आमच्या मनात आहे.'

जावळीची व्यवस्था लावून राजे यशवंतराव मोऱ्याचे पारिपत्य करायला निघाले. यशवंतराव मोरे आपल्या बायकामुलांसह रायरीच्या आश्रयाला दडला होता.

राजांनी जावळी सोडली. आपल्या सैन्यासह ते रायरीला आले. रायरी आकाशाला भिडलेला गड. रायरीला राजांच्या सैन्याचा वेढा पडला. यशवंतराव मोरे गडावरून अधूनमधून मारा करीत होता; दिवस ढकलीत होता. गड बळकट होता, उत्तुंग होता; पण बेशिस्त होता. दुर्लक्ष केलेल्या त्या गडावर मोरे अचानक गेले होते. गडात धान्य भरून घेण्याची उसंत मोऱ्यांना नव्हती. जेव्हा बुद्धी सुचली, तेव्हा राजांच्या सैन्याने वेढा घातला होता. तीन महिने सरत आले; पण वेढा उठण्याचे चिन्ह दिसेना. गडाखाली राजेही मनातून बेचैन होते. वैशाखाच्या उन्हात राजे वेढा देऊन होते. पाठीवर पावसाळा होता. पावसाळा आला, की धो धो पावसात त्या मुलुखात उघड्यावर टिकणे कठीण होते. राजांच्या सैन्यात सिलीमकर होते; ते मोऱ्यांचे आप्त होते. राजांनी त्यांना गडावर पाठविले.

जेरीला आलेला यशवंतराव संधी पाहतच होता. गडाची धान्यसामग्री संपत आली होती. जास्त दिवस गड लढविणे कठीण होते. यशवंतराव आपल्या बायकामुलांसह गडाखाली आला.

शिवाजीराजांनी यशवंतरावांचे स्वागत केले, यशवंतरावांचा बहुमान केला, घोडा व शिरपाव दिधला. यशवंतरावांनी त्या गौरवाचा भलताच अर्थ घेतला. मानाचा रुमाल त्याने नाकारला. शिवाजीराजांनीही यशवंतरावाचा मोरचेलाचा अधिकार काढून घेतला. गडाखाली यशवंतरावाला ठेवून राजे गड पाहायला गेले.

रायरी गडाची माहिती राजे आजवर ऐकत होते. अनेक वेळा गडाचे दूरदर्शन त्यांना घडले होते; पण प्रत्यक्ष गड पाहत असता राजे चकित होत होते. तसा पाहिला, तर रायरी हमरस्त्यावरच होता. रत्नागिरी अगर दक्खन- कोठेही जायला जागा सोयिस्कर. समुद्र जवळ. रायरीची सत्ता म्हणजे अनेक घाटांची आणि त्यांच्या वाहतुकीची सत्ता होती. रायरी अतिउंच व चढण्यास कठीण अशी जागा होती. राजांनी सारा गड निरखला. राजा खासा जाऊन पाहता गड बहुत चखोट. चौतर्फा गडाचे कडे तासिल्याप्रमाणे दीड गाव उंच. पर्जन्यकाळी कडियावर गवत उगवत नाही आणि धोंडा तासीव एकच आहे. दौलताबाद पृथ्वीवरील चांगला गड खरा; पण तो उंचीने कमी. दौलताबादेपेक्षा रायरी दशगुणी उंच. असे पाहून राजे संतुष्ट झाले; आणि नकळत बोलून गेले,

'तख्तास जागा हाच गड करावा!'

राजांनी रायरीचे नाव 'रायगड' ठेवले.

गडाखाली राजांची छावणी असताना राजे नेहमी गडावर जात. आबाजी महादेव, हिरोजी इंदलकर यासारखे बांधकामाचे तज्ज्ञ बरोबर असत. राजे त्यांना आपली

कल्पना सांगत. राजांच्या मनात गडाचे रूप स्पष्ट होत होते.

राजे गडावरून छावणीत आले. कान्होजी जेधे राजांना मुजरा करून उभे राहिले.

'कान्होजी, काय खबर?'

'खबर तितकीशी चांगली नाही, महाराज! आपण यशवंतराव-प्रतापरावांना अभय दिलंत. आज ते पळून गेले.'

'कसे?'

'आपण गडावर गेलात, आणि मोऱ्यांना फितलेल्यांनी त्यांना घोडी दिली. पाठलाग केला. यशवंतराव सापडले. प्रतापराव पळून गेले.'

राजे संतप्त झाले. यशवंतरावांना आपल्याकडे वळवून घेऊन त्यांनाच जावळीत ठेवण्याचा राजांचा बेत होता. राजे म्हणाले,

'यशवंतरावांना हजर करा.'

जेरबंद केलेले यशवंतराव राजांच्या समोर आणले गेले. यशवंतरावांकडे तुच्छतेनं पाहत राजे म्हणाले,

'यशवंतराव! कुठं पळून जायची तयारी केली होतीत?'

यशवंतराव हसला. तो म्हणाला,

'जिथं तू नाहीस, अशा कोणत्याही ठिकाणी जायची तयारी आहे माझी!'

'यशवंतराव! तुम्ही कैदी आहात, हे विसरू नका. अजूनही तुम्ही इमानानं राहायला तयार असाल...'

'इमान? आणि तुझ्याशी? लढाईत हरलो, म्हणून जागा विसरलो नाही मी. सिंह भुकेला झाला, म्हणून गवत खाणार नाही. पिढीजाद 'चंद्रराव' खिताब मिरवणारे मोरे भिक्षेचं अन्न खात नसतात! तुझ्यासारख्या उपऱ्याकडून तर मुळीच नाही.'

राजांचे स्मित नाहीसे झाले. खोबणीत बसलेल्या नेत्रांना एक वेगळीच धार आली. आपली नजर यशवंतरावावर रोखीत राजे कडाडले,

'नुसती चंद्रगुप्त मौर्यांची वंशावळी सांगून माणसं मोठी होत नसतात, मोरे! मद्याच्या कैफात सदैव धुंद राहणारा तू; त्या पराक्रमी मौर्यांची आठवण कशाला करतोस? प्रजेवर अव्याहत जुलूम, जबरदस्ती करणारे, निरपराध माणसं पोत्यात कोंडून त्यांच्याकडून हवं ते वदवायला आणि करायला भाग पाडणारे समर्थ राजे तुम्ही! त्या थोर घराण्याचं नावही घेण्याची तुमची लायकी नाही. आम्ही संधी दिली होती; पण ती तुम्हांला उचलता आली नाही.'

जेध्यांच्याकडे वळून राजे म्हणाले,

'हे सामोपचारानं वळतील, असं दिसत नाही. असा शत्रू आम्हांस परवडायचा नाही. जेधे! या उन्मत्त, अविचारी माणसाला न्या, आणि त्याची गर्दन मारा.'

-आणि दुसऱ्या दिवशी यशवंतरावाची गर्दन मारली गेली. यशवंतरावांच्या

बायकामुलांना पुण्याला बंदोबस्तात पाठविण्यात आले. जावळी-रायरीची व्यवस्था लावून राजेही मागोमाग पुण्याला परतले.

◻

१३

पुरंधरवर सर्वांचा मुक्काम असल्याने पुण्याचा लाल महाल मोकळाच होता. कैद केलेली मोऱ्यांची मुले कृष्णाजी आणि बाजी ही चंद्ररावांच्या बायकामंडळींसह लाल महालातच ठेवली.

पावसाळा आला, आणि राजे पुरंधरावर गेले. जिजाबाईंना जावळी काबीज झाल्याचे ऐकून फार आनंद झाला होता. जावळी खोरे हाती आल्यामुळे राजांचे हात आणखीन बळकट झाले होते.

पावसाची झड संपली. श्रावण आला. कोवळी उन्हे ढगांआडून प्रकाशित होऊ लागली. साऱ्या मुलूखभर हिरवीगार वनश्री थाटली आणि राजांना तातडीचे पुण्याचे बोलावणे आले.

राजे पुण्याला आले. चिटणीस अधोवदन उभे होते. राजांनी विचारले,

'काय झालं, पंत?'

'राजे, क्षमा असावी. बाजी मोरे पळून गेले.'

क्षणात राजे उफाळले, 'कसे गेले?'

पंत कावरेबावरे झाले होते. त्यांच्या सर्वांगाला कंप सुटला होता. ते म्हणाले,

'राजे! चौकी पहारे जारी होते. आपल्या आज्ञेनुसार मोऱ्यांना मानानं वागवलं जात होतं. केव्हा तरी गणपतीला दोन्ही मुलं जात होती; पण आपली माणसं फितवून कृष्णराव मोरे मुधोळकर घोरपड्यांच्या बरोबर संधान बांधीत आहेत, हे कुणाच्या ध्यानी आलं नाही.'

'मग? बोलाऽऽऽ'

'परवा सायंकाळी देवदर्शनाला गेले होते आणि एकदम दोघे नाहीसे झाले. ताबडतोब तपास करविला. कृष्णाजी मिळाला; पण बाजी पळून गेला. त्याचा पत्ता लागत नाही.'

कृष्णराव मोऱ्यांना राजांच्या समोर हजर केले गेले. सोळा-सतरा वर्षांच्या ऐन उमेदीतला तो तरुण निर्भीड नजरेने राजांना पाहत होता. त्याच्या चेहऱ्यावर हास्य होते. राजांनी विचारले,

'कुठं आहे बाजी?'

कृष्णराव हसला. तो म्हणाला,

'तो सुटला. आता सापडायचा नाही तो.'

श्रीमान योगी । १८५

‘कसा सुटला?’

‘ज्या वाटेनं आपण अनेकदा गेलात, त्याच वाटेनं तो गेला असेल!’

‘चांगले इमानी आहात!’ राजे संतापून म्हणाले, ‘खाल्ल्या अन्नाला तरी जागायचं होतंत.’

‘आमचंही अन्न तुम्ही खाल्लंतच की! पण त्याला कुठं जागलात? जावळीला खात होता, ते अन्न कुणाचं?’

‘खामोश! व्वा, कृष्णाजी! पोर म्हणून गय करायला गेलो, तर चांगलीच नखं दाखवायला सुरुवात केलीत! बाप कोणत्या वाटेनं गेला, ते ठाऊक नाही?’

‘आहे ना! ज्या वाटेनं वडील गेले, त्याच वाटेनं आम्हांला जायला लाज नाही; ना भीती! आम्ही वैर कधी विसरत नाही!’

‘पंत! या मगरूर मोऱ्याला घेऊन जा! निमगजावर नेऊन याचं मस्तक मारा. सापाची ही औलाद दूध पाजून वळणारी नव्हे.’

‘राजे!’ पंत म्हणाले.

रागाने पंतांच्याकडे वळून राजे म्हणाले, ‘पंत! आम्ही आज्ञा केली, तिचा अंमल करा. जे या कटात सामील झाले असतील, त्यांचे हात-पाय तोडा.’

कृष्णरावास नेले गेले. दोन प्रहरी राजे जागे झाले, ते रडण्याच्या आवाजाने. वाड्याच्या मागच्या सोप्यातून तो आक्रोश उठत होता. कृष्णरावाचा शिरच्छेद झाला होता.

कृष्णरावाचा शिरच्छेद झाल्यापासून राजांच्या अवस्थेला सीमा नव्हत्या. राजांच्या पुढे जायलादेखील माणसे घाबरत. एवढ्यातेवढ्यावरूनही राजे संतापत.

दोन प्रहरी राजे झोपले होते. सेवकाने येऊन त्यांना जागे केले.

‘काय आहे?’ राजांनी विचारले.

‘मासाहेब पुरंधराहून येत आहेत!’

‘मासाहेब?’ राजांनी आश्चर्याने विचारले, ‘कुठं आहेत?’

‘एवढ्यात वाड्याच्या दाराशी येतील!’

राजे गडबडीने उठले. कपडे करून ते तयार होईपर्यंत वाड्याच्या दरवाज्याशी वर्दळ वाढल्याची जाग ऐकू आली. राजे गडबडीने खाली गेले. वाड्याच्या दरवाज्याशी मेणा उभा होता. जिजाबाई मेण्याबाहेर येत होत्या. राजे पुढे गेले. जिजाबाईंच्या पायांना हात लावून ते पाया पडले; पण जिजाबाईंच्या चेहऱ्यावर स्मित झळकले नाही; ना मायेचा हात पाठीवरून फिरला. साऱ्यांचे मुजरे घेत जिजाबाई वाड्यात प्रवेश करत्या झाल्या. पाठोपाठ राजे येत होते. महालात येताच राजांनी विचारले,

‘मासाहेब! अचानक येणं झालं?’

‘यावं लागलं!’

‘कारण?’

‘इथं सांगता येणार नाही. वर चला.’

राजे वरच्या महाली गेले. जिजाबाई हात-पाय धुऊन महालात गेल्या. एवढ्या तातडीने मासाहेब का याव्यात, हे राजांच्या ध्यानी येईना.

जिजाबाई महाली येताच राजांनी विचारले,

‘मासाहेब! एवढ्या तातडीनं का आलात, ते सांगून टाका. अनेक कल्पनांनी आम्हांस घेरलं आहे.’

‘राजे! आम्हांलादेखील गेले दोन दिवस चैन नाही. मोऱ्यांच्या मुलाला तुम्ही मारलंत, ते ऐकून आमच्या जिवाचा थारा उडाला.’

‘मासाहेब! आम्ही कृष्णाजीरावाची गर्दन मारली, एवढंच तुम्ही ऐकलंत; पण गर्दन का मारली, हे नाही ऐकलंत.’

‘ते ऐकण्यासाठी आम्ही आलो आहोत. सांगा!’

‘मासाहेब! आम्ही त्या मुलाला इथं आणलं. भावाप्रमाणे जपलं; पण त्यांनी इथं राहून घोरपड्यांशी सूत बांधलं. आमची माणसं फितूर केली. एवढंच नव्हे, तर बाजी मोरे पळूनही गेला.’

‘बस्स? एवढंच?’

‘एवढंच नाही! आम्ही कृष्णाजीला विचारायला गेलो, तर... खंत बाजूलाच राहिली... उलट, तोच मगरुरीची भाषा बोलू लागला. दुसरा कोणी असता, तर माफी मागितली असती, पाय धरून दया अपेक्षिली असती. तुम्ही आमच्या जागी असता, तरी, मासाहेब, हेच केलं असतं!’

मासाहेब खिन्नपणाने हसल्या. त्या म्हणाल्या,

‘राजे, आम्ही असतो, तर हे केलं नसतं. आम्ही कृष्णरावाला सोडून दिलं असतं.’

‘मासाहेब!’ राजे उद्गारले.

‘राजे! तुम्हांला संताप आला. कृष्णरावानं तुमचे पाय धरायला हवे होते, दयेची याचना करायला हवी होती. कशासाठी? त्यांची जावळी काबीज केली, म्हणून? त्यांच्या वडिलांचा शिरच्छेद केलात, म्हणून? राजे! माणसाला पराजय पचविता येतो; यश पचविणं इतकं सोपं नाही. मिळालेल्या यशानं तुम्ही वाहवलात, याचं आम्हांला दुःख आहे. यशापाठोपाठ येणाऱ्या मगरुरीची चाहूल तुम्हांला लागली नाही, याची खंत वाटते.’

मासाहेबांच्या संतापापेक्षाही त्यांची व्याकुळता विदीर्ण करणारी होती. राजांच्या घशाला कोरड पडली. त्यांना शब्द सुचेनात. जिजाबाईंच्या डोळ्याला डोळा देण्याचेही त्राण त्यांच्या ठायी राहिले नव्हते. निःश्वास सोडून जिजाबाई म्हणाल्या,

'राजे! जावळीचे मोरे प्रेमानं वळेनात, जावळीखेरीज राज्य सुरक्षित नव्हतं, मोरे खानाला मिळायच्या आत जावळी घेणं अत्यावश्यक होतं, म्हणून तुम्ही जावळी घेतलीत... हे आम्ही जाणतो. पळून जाणाऱ्या यशवंतरावांची गर्दन तुम्ही मारलीत, तेही आम्ही जाणतो. यशवंतरावानं तुमचा उपमर्द केला होता, युद्धाचं आव्हान दिलं होतं, प्रजेवर जुलूम केले होते. त्या सर्वांचं फळ त्यांनी भोगलं. पण ही मुलं... त्यांनी काय केलं होतं? त्यांना वळवून घेतलं असतंत, तर...'

'मासाहेब! ते अशक्य होतं. ती सापाची औलाद होती. केव्हा ना केव्हा उलटल्याखेरीज राहणार नव्हती.'

'तुम्ही पराजिताला साप, कुत्रं- हवं ते म्हणू शकता. त्यांना सिंहाची जात म्हटलीत, तर तोच गुण अभिमानाचा, सत्त्वाचा, निधड्या छातीचा बनायला वेळ लागणार नाही. राजे, आठवतं? शिकारीला गेला होतात. वाघीण मारलीत. तिचे दोन छावे होते, ते घरी घेऊन आलात. त्या छाव्यांना दूध घातलं, गोंजारलं, तरी एक ना एक दिवस ते पंजा उगारणार, हे ठाऊक असूनही तुम्ही त्यांना जतन केलंत. राजे, जनावरांना प्रेम देता, ते माणसांना देता येऊ नये? सत्ता अशीच डोक्यात थैमान घालणार असेल, तर तुमच्या राज्याला काही अर्थ उरायचा नाही. देशातल्या अनेक सुलतानशाह्यांत आणखीन एका राजवटीची भर पडेल. राजे, आम्ही तुमच्याकडून तरी असलं वर्तन अपेक्षिलं नव्हतं.'

जिजाबाईंचा प्रत्येक शब्द आसुडासारखा भासत होता. राजांचा जीव त्या बोलांनी गुदमरून गेला. डोळ्यांत अश्रू उभे राहिले.

जिजाबाई म्हणाल्या, 'राजे! आता कोणत्या तोंडानं मोऱ्यांच्या त्या रंडक्या स्त्रियांच्या समोर जाऊन उभी राहू? त्यांनी विचारलं, तर काय उत्तर देऊ? राजे, एवढं केलंत, आता त्यांचीही कत्तल करून मोकळे व्हा! यातनांतून सोडवल्याचं पुण्य तरी पदरात घ्या.'

राजांना ऐकणे अशक्य झाले. ते ओरडले,

'बस्स, मासाहेब! मेलेल्याला परत मारू नका.'

राजांनी एकदम मासाहेबांचे पाय धरले. राजे म्हणाले,

'मासाहेब! आम्ही चुकलो. सत्तेची अमर्यादा केली. आम्हांला क्षमा करा. आपल्या पायांची शपथ घेऊन सांगतो, मासाहेब! आम्ही असलं वर्तन परत घडू देणार नाही.'

जिजाबाईंनी प्रेमभराने राजांना उठविले. त्यांना उराशी कवटाळले. दोघांच्याही नेत्रांतून अश्रू ओघळत होते.

□

१४

राजे जिजाबाईंच्यासह पुरंधरवर आले. जावळी प्रकरणात जवळ जवळ सहा

महिने दगदगीचे गेले होते. गडावर येताच राजांनी अंतर्गत व्यवहारात लक्ष घातले. जावळी खोरे स्वराज्यात सामील झाल्यापासून राजांचा मुलूख दुपटीने वाढला होता; आणि त्याची हद्द समुद्राला भिडली होती. हे वाढते राज्य आतून, बाहेरून सुरक्षित करणे आवश्यक होते. नव्या पागांची मोजदाद सुरू होती. नवे अधिकारी नेमले जात होते. स्वत:च्या 'प्रतिपच्चन्द्रलेखेव' या मुद्रेबरोबर त्यांचा पेशवा सामराज यांची 'शिवनरपति-हर्ष-निधान-सामराज-मतिमत्प्रधान' अशी मुद्रा यापूर्वीच तयार केली होती. त्याशिवाय पेशवे, मुजुमदार, डबीर, सुरनीस, सरनोबत असे अष्टप्रधानांपैकी निदान पाचजण व पायदळाचे सरनोबत, पायदळाचे सबनीस, हेरदळाचे प्रमुख असे अधिकारी राजांनी नेमले होते. खर्च वाढत होता. भोरप्या डोंगराचा गड आणि रायगड ही दोन्ही बांधकामे एकाच वेळी सुरू झाली होती. पुरंधरवर मुक्काम ठेवून राजे हे सर्व करीत होते. राजगडावर कचेरी हलविली होती.

एके दिवशी राजे पुरंधराखाली नारायणदर्शनाला सर्वांसह उतरले. जिजामाता व सईबाई एका मेण्यात होत्या. सईबाईंना दिवस गेल्याने त्यांची काळजी घेतली जात होती. दुसऱ्या मेण्यात सोयराबाई होत्या. देवदर्शन करून राजे मंदिराबाहेर आले. शामराव नीळकंठांनी राजांना विनंती केली,

'महाराज, सुप्याचे तिमाजी कुलकर्णी आले आहेत.'

'आमच्याकडे?'

'हो!'

तिमाजी कुलकर्णी सुप्याचा वतनदार. त्याचे वतन संभाजी मोहित्यांनी बळजबरीने काढून घेतले. विसाजीराव व रामजी पणदकर नावाच्या भावांनी संभाजी मोहित्यांना एक घोडा व एकशे सत्तावन्न रुपये लाच दिली; आणि त्यासाठी संभाजी मोहित्यांनी कुलकर्ण्याचा छळ करून, जबरीने वचनचिठ्ठी लिहून घेऊन कुलकर्ण्याचे वतन भावांना दिले. कुलकर्णी दाद मागायला बंगळूरला गेला. शहाजीराजांनी त्याला राजांच्याकडे पाठविला. अन्यायाविरुद्ध दाद मागण्यासाठी कुलकर्णी राजांच्याकडे आला होता.

संभाजी मोहिते म्हणजे शहाजीराजांचे मेव्हणे. राजांचे सावत्र मामा. सुपे परगणा शहाजीराजांचा होता. त्यांनी तो परगणा शहाजीराजांच्या धाकट्या राणीसाहेब तुकाबाई यांचे भाऊ संभाजी मोहिते यांना दिला होता. मोहिते सुप्याच्या गढीत राहून सुप्यावर बेलगाम अंमल करीत होते. त्यांच्याबद्दल अनेक तक्रारी आल्या होत्या; पण राजांना मोहिते मानीत नव्हते. मोहित्यांना दुखविले, तर विनाकारण घरात गैरसमज होईल, म्हणून राजे आजवर मोहित्यांकडे दुर्लक्ष करून होते. राजांनी कुलकर्ण्याला अभय दिले; आणि ते गडावर गेले.

दुसऱ्या दिवशी राजे सकाळच्या वेळी रघुनाथ बल्लाळ, अत्रे, सोनोपंत डबीर

यांच्याबरोबर बोलत होते. बोलता-बोलता राजे स्तब्ध झाले. राजे उठले; खिडकीजवळ आले. खालच्या चौकात भगवी वस्त्रे धारण केलेला एक तरुण संन्यासी उच्च रवाने श्लोक म्हणत होता :

मनीं लोचनीं श्रीहरी तोचि पाहे
जनीं जाणता भक्त होऊनि राहे।
गुणीं प्रीति राखे क्रमू साधनाचा
जगीं धन्य तो दास सर्वोत्तमाचा।।
सदा देवकाजीं झिजे देह ज्याचा
सदा रामनामें वदे नित्य वाचा।
स्वधर्मेंचि चाले सदा उत्तमाचा
जगीं धन्य तो दास सर्वोत्तमाचा।।

'वा!' राजे उद्गारले, 'काय प्रासादिक वाणी आहे! कोण आहे हा संन्यासी?' अत्रे, डबीर खिडकीपाशी आले. संन्यासी म्हणत होता-

मदें मत्सरें सांडिला स्वार्थबुद्धी
प्रपंचीक नाहीं जयातें उपाधी।
सदा बोलणें नम्र वाचा सुवाचा
जगीं धन्य तो दास सर्वोत्तमाचा।।

अत्रे म्हणाले, 'हा तर रामदासी दिसतो. असे अनेक भिक्षेकरी येतात. संन्यासी, बैरागी, दरवेशी यांची अखंड रीघ लागलेली असते.'

'नाही, अत्रे, साधे भिक्षेकरी आणि रामदासी यांच्यांत खूपच फरक दिसतो. हे रामदासी नुसती भिक्षा मागत नाहीत, तर प्रत्येक भिक्षेबरोबर एक जाज्वल्य सद्विचार समाजात पेरीत असतात. समाजाला विचाराकडे प्रवृत्त करीत असतात. नाही तर आम्ही यांच्या सादेला आकृष्ट झालो नसतो.'

'हे रामदासी साऱ्या मुलुखात पसरले आहेत.'

'आम्हांला ते माहीत आहे. त्या सत्पुरुषाचा उपदेश ऐकून अनेकजण आम्हांला येऊन मिळाले आहेत. रामदासीला भेटण्याची आमची इच्छा आहे.'

'आज्ञा!' सोनोपंत म्हणाले, 'आत्ता बोलावून आणतो.'

त्यांना थांबवीत राजे म्हणाले, 'नको. श्रीसमर्थांच्या शिष्यालादेखील बोलावण्याचा अधिकार आमचा नाही. आम्हीच सामोरे जाऊ.'

राजांच्या पाठोपाठ अत्रे, सोनोपंत होते. राजांना महालाच्या बाहेर आलेले पाहताच रामदासी चकित झाला. भानावर येऊन त्याने हात जोडले. राजांनी वाकून नमस्कार केला. त्यांनी विचारले,

'महाराज, आपण कोण?'

'आम्ही रामदासी. सेवकाला 'कल्याण' म्हणतात. भिक्षेसाठी आलो.'

'आपण कोणते अभंग म्हणत होता?'

'राजा, हे अभंग नव्हेत; ते श्लोक आहेत. गुरुदेव सध्या शिवथर-घळीत बसून ग्रंथ लिहीत आहेत. ग्रंथ पुरा होईतो कुठंही न जाण्याचा संकल्प त्यांनी सोडला आहे. त्यांचे हे मनाचे श्लोक आहेत.'

'आपल्या कृपेने त्यांतील आणखी काही ऐकायला मिळेल, तर आम्हांला आनंद वाटेल.'

संन्यासी म्हणाला, 'राजा! ती तर गुर्वाज्ञा आहे-'

> 'क्रमी वेळ जो तत्त्वचिंतानुवादें
> न लिंपे कदा दंभवादें विवादें।
> करी सूखसंवाद जो ऊगमाचा
> जगीं धन्य तो दास सर्वोत्तमाचा॥
> सदा आर्जवी प्रीय जो सर्व लोकीं
> सदा सर्वदा सत्यवादी विवेकी।
> न बोले कदा मिथ्य वाचा त्रिवाचा
> जगीं धन्य तो दास सर्वोत्तमाचा॥'

राजे समाधानाने म्हणाले, 'पाहिलंत, पंत! सारे थोर विचार एकाच प्रवाहात जातात; मग ते कोणीही सांगो. असाच विचार तुकाराम महाराजांनी सांगितला आहे-

> 'नसावें ओशाळ। मन मानिती सकळ।
> जाय तेथें पावे मान। चाले बोलिलें वचन॥'

'पंत, असं ऐकलं, की वाटतं- धावत जावं; आणि ज्यांच्या मुखातून अशा अमृतधारा वर्षतात, त्यांचे चरण धरावे- रामदासी! समर्थ क्षेम आहेत ना?'

'रामकृपेनं सारं क्षेम आहे. समर्थ नेहमी सांगतात-'

'काय?' राजांनी विचारले.

रामदासी कल्याण म्हणाला, 'समर्थ सांगतात- आता मठाच्या योगक्षेमाची चिंता

करू नका. मोगलाई सरली. स्वराज्याचा उदय झाला. शिवबाच्या राज्यात धर्म, न्याय, निष्ठा सुरक्षित आहे.'

ते ऐकून राजांच्या अंगावर रोमांच उभे राहिले. राजे म्हणाले, 'पंत! ऐका, केवढी मोठी जबाबदारी समर्थांनी आमच्यावर टाकली आहे- रामदासी, समर्थांना आमचा दंडवत सांगा. त्यांना सांगा, स्वराज्याचं स्वप्न अद्याप साकार झालं नाही. यासाठी आशीर्वाद हवेत. समर्थांच्या दर्शनासाठी आमचा जीव उतावीळ झाला आहे. आम्ही रायगडी येऊ, तेव्हा दर्शनासाठी जरूर येऊ. रामदासी, काही कमतरता भासली, तर आम्हांला कळविण्यास संकोच मानू नका. समर्थांची सेवा घडली, तर आम्ही ते भाग्य समजू.'

राजे शामरावपंतांच्याकडे वळले व म्हणाले, 'पंत, समर्थ एका थोर कार्यात मग्न आहेत. चाफळच्या उत्सवाला दरसाल दोनशे होन देण्याचं फर्मान काढा. रामदासींची योग्य व्यवस्था करून मानानं, आदरानं त्यांना निरोप द्या.'

राजे वाड्यात आले. सदरेवर विचारे, गायकवाड उभे होते. मुजरे स्वीकारून, राजे आत गेले. राजे आपल्या महाली जात असता सईबाई सामोऱ्या आल्या. त्या म्हणाल्या,

'आपल्यालाच हुडकीत होते.'

'का?'

'मासाहेबांनी आठवण केलीय्.'

'का? विशेष काही?'

सईबाई हसू लपवीत म्हणाल्या, 'मला काही ठाऊक नाही.'

सईबाईंच्या पाठोपाठ राजे जिजाबाईंच्याकडे गेले.

'मासाहेब, काय आज्ञा?' राजांनी विचारले.

'अरे, आज्ञा कसली? तू संतापणार नसलास, तर सांगते.'

'मासाहेब, आपल्यावर कधी आम्ही संतापलो आहो का? आपण सांगाल, ते आम्ही आनंदानं मान्य करू.'

'पाहा हं, राजे! मग फिराल.'

'आपल्या पायांची शपथ! मग तर झालं?' राजे प्रसन्नतेने म्हणाले.

'हे बघ. बाहेर आपले विचारे, गायकवाड आलेत. त्यांची इच्छा आहे, की त्यांच्या मुली इथं द्याव्यात. सोयरीक घडावी.'

'इथं लग्नाचं कोण आहे?' राजे आश्चर्याने म्हणाले.

'तुमच्याकरिता म्हणतात ते.'

'मासाहेब, तीन लग्नं झाली. पुरे झाली नाहीत का?'

'राजे, हासुद्धा राजकारणाचा भाग समजा. एक सोयरीक घडते; दहा माणसं

आधाराला मिळतात. शिवाय, राजांनी अधिक विवाह करणं हा रिवाजच आहे मुळी!'

राजे खिन्नतेने हसले. म्हणाले, 'हं! मासाहेब, हे कारण मात्र खोटं. त्यामुळं आमच्या लौकिकाला काही बाध यायचा नाही. प्रभू रामचंद्रांना आपण आदर्श मानतो. मासाहेब, हे मोगल सलतनतीचे रिवाज. राजकर्त्यांबरोबरच ते आमच्या हाडीमासी खिळले. तेच रिवाज आपण पाळीत आहो.'

'राजे, आम्ही गायकवाडांना आणि विचाऱ्यांना शब्द दिला आहे. सोयरीक मान्य केली आहे.'

राजे हताशपणे म्हणाले, 'मग आम्ही काय बोलणार? ठरवून टाका.'

-आणि यानंतर तीन-चार महिन्यांतच गायकवाड, जाधव, इंगळे अशा तीन घराण्यांशी राजांच्या सोयरिकी झाल्या. सईबाई, सोयराबाई, पुतळाबाई यांच्या सोबतीला सकवारबाई, काशीबाई, गुणवंताबाई राजांच्या राणीवशात प्रवेश करत्या झाल्या.

दसरा झाला. दिवाळी जवळ येत होती. दिवाळी पंधरा दिवसांवर असता राजांनी घोडदळासह गड सोडला. राजांनी कऱ्हे पठार गाठले. सकाळची थंडी अद्याप ओसरली नसता, धुक्यातून राजे सुप्याला पोहोचले. धुक्यातून दिसणारी गढी स्वप्ननगरी सारखी भासत होती. राजे सरळ गढीच्या वेशीत गेले. शिवाजीराजांना पाहताच पहारेकऱ्यांच्या कमरा मुजऱ्यासाठी लवल्या. खुद्द शहाजीपुत्र, जहागिरीचा मालक गढीत येत होता. त्याला रोखणार कोण? शिवाजीराजांच्या मावळ्यांनी गढी वेढली. दरवाज्यावर व गढीच्या चारी बाजूंना चौक्या जारी झाल्या. राजे वाड्यासमोर गेले.

शिवाजीराजे आलेले कळताच संभाजी मोहिते मामाच्या तोऱ्यात सदरेवर आले. राजांनी मुजरा केला. मामांनी राजांना विचारले,

'राजे! आज अवचित आलात?'

'मामासाहेब! दिवाळी जवळ आली. सणासुदीला थोरामोठ्यांचे आशीर्वाद घ्यायला, सण मागायला आम्ही आलो आहोत.'

'उशिरा का होईना, थोरामोठ्यांची आठवण झाली, हे काय थोडं?' मामा छद्मीपणाने म्हणाले.

'मामासाहेब, आम्ही आपली आठवण कशी विसरू?'

'बंगळुराहून काही कानपिचक्या आल्या, वाटतं?'

संभाजी मोहिते आपल्याच तोऱ्यात बोलत होते. राजांना त्यांचे मनातून हसू येत होते. राजे हसून म्हणाले,

'हो! आपण बरोबर ओळखलंत, मामा. पण ती आम्हांला नाही; आपणांला.'

'राजे, आदब सांभाळून बोला. आम्हांला कानपिचकी यायचं काय कारण?'

'तिमाजी कुलकर्ण्यांनी आपली तक्रार महाराजसाहेबांच्या चरणी रुजू केली आहे. आमच्याकडेही तक्रार आली आहे. आपण अन्यायानं घेतलेलं त्यांचं वतन परत करावं, ही विनंती आहे.'

'त्या भटाची तरफदारी तुम्ही करता? सुप्यावर आम्हांला नेमलं आहे, ते महाराजसाहेबांनी! तुम्हांला कोण विचारतो? सुपे परगणा ही त्यांची जहागीर आहे.'

'बरोबर आहे! आणि आम्ही महाराजसाहेबांचे चिरंजीव आहोत. महाराजसाहेबांच्या जहागिरीत अन्याय होत नाही, हे पाहणं आमचं कर्तव्य आहे. कटुता न वाढता हे घडावं, ही आमची इच्छा आहे.'

'तुमची इच्छा? कोण तुम्ही? राजे, दिवाळीचा सण मागायला आलात, तो घ्या, आणि रस्ता धरा.'

'मग, मामासाहेब, सण मागावाच लागेल.'

'मागा ना! किती होन हवेत?'

'सुपे, ठाणे परगणा आमच्या हवाली करा. तुम्हीही आम्हांला सामील व्हा.'

संभाजी मोहिते मोठ्याने हसले. गंभीर होत राजांच्या वर नजर रोखीत ते म्हणाले,

'राजे! तुम्ही लहान, आमचे भाचे; म्हणून गय केली. दुसरा कोणी असता, तर गर्दन मारली असती.'

राजे संतप्त झाले. चेहरा रूक्ष, कठोर झाला. त्यांचा थंड, धारदार आवाज मन चिरीत गेला-

'मामासाहेब, तुम्हांला ते जमणार नाही. पण आम्ही ते सहज करू, हे तुमच्या ध्यानी येत नाही.'

'मतलब?'

'मामासाहेब! आज ह्या क्षणी गढीभोवती माझे पहारे आहेत. ही गढी तुमच्यासह माझ्या ताब्यात आहे.'

'राजे!' मोहित्यांचे डोळे विस्फारले गेले. मोहिते भिंतीवर लटकावलेल्या तलवारीकडे धावले. तोच राजांच्या मावळ्यांनी त्यांना गिरफदार केले. मामांचा कैफ उतरला. उसन्या अवसानाने ते म्हणाले,

'राजे, याचा परिणाम बरा होणार नाही. महाराजसाहेबांना-'

'मामा, आपण जरूर सांगून पाहा. महाराजसाहेबांना आम्ही चांगले ओळखतो. आपली जुलमी राजवट त्यांच्या कानी केव्हाच गेली आहे. अजूनही आपण वर्तन सुधारावे व आमच्या पदरी...'

'हं! भाच्याची सेवा? आणि मोहिते करणार?'

'ठीक आहे. आपण बंगळूरला जाऊ शकता.'

'माझी चीजवस्तू?'

'ती आम्ही जप्त केली आहे. आप्त म्हणून गय करू लागलो, तर इतरांच्या गुन्ह्याला आम्ही कोणती शिक्षा करणार? जीव राखून परत जाता, हेच नशीब समजा.'

सुप्याची गढी हस्तगत झाली. त्याचबरोबर मोहित्यांच्या हातांखाली असलेला जहागिरीचा भाग राजांच्या ताब्यात आला. कऱ्हे पठार स्वराज्यात सामील झाले. मोहित्यांची तीनशेची पागा आणि गढीतली दौलत राजांना मिळाली. सुप्याचा बंदोबस्त करून राजे दिवाळीसाठी गडाकडे वळले.

सुप्याचा विजय पदरी बांधून राजे आनंदाने गडावर आले; पण गडावर दुःखाची सावली पडली होती. बंगळुराहून बातमी आली होती- शिवाजीराजांचे थोरले भाऊ, जिजाबाईंचे ज्येष्ठ पुत्र संभाजीराजे लढाईत ठार झाले. कर्नाटकात संभाजीराजे व अफझलखान कनकगिरीला वेढा देऊन बसले होते. अफझलने संभाजीराजांना गडावर चाल करण्यास सांगितली. संभाजी किल्ल्यावर चालून गेले. मागून अफझल येतो, हा विश्वास. अफझलने भोसल्यांच्या वैराचा दावा साधला. त्याने संभाजीराजांना कुमक केली नाही. संभाजीराजे एकटे पडले; आणि त्या गर्दीत लढत असता जंबूरियाचा गोळा लागून शांत झाले.

राजे जिजाबाईंच्या महालात गेले. आवरलेल्या अश्रूंचे बांध दाराशीच फुटले. आईला मिठीत घेऊन राजे आपल्या अश्रूंनी जिजाबाईंचे दुःख भिजवीत होते.

जिजाबाईंच्या नजरेवरून संभाजी हलत नव्हता. बंगळूर सोडताना महाराजसाहेब म्हणाले होते, 'तुम्ही शिवाजीराजांना तयार करा; आम्ही संभाजीराजांना तयार करतो. पाहू, कोण पुढं जातो, ते.'

संभाजी! लहानपणीची पाच-सहा वर्षे जो सहवास घडला, तेवढाच! जुन्नर सोडताना शहाजीराजांच्या मागून जाणाऱ्या लहान संभाजीची अस्पष्ट मूर्ती आजही जिजाबाईंना दिसत होती. बंगळूरला आपली वाट पाहत वेशीत थांबलेले शंभूबाळ जिजाबाईंच्या नजरेसमोर येत होते. बंगळुराहून परत येताना एका मुक्कामापर्यंत आणि निरोपाच्या वेळी डोळ्यांत पाणी घेऊन उभे असलेले संभाजीराजे... तेच रूप अखेरचे!

दोन वर्षांपूर्वीच संभाजीला मुलगा झाल्याचे कळले होते. नातवाचे मुख पाहण्याचे निमित्त करून जाणे झाले असते, तर संभाजी दिसला असता.

संभाजी एक स्वप्न होते. नेहमी नजरेसमोर येणारे, पण कधीच मिठीत न सापडणारे. संभाजी स्वप्नासारखाच राहिला. स्वप्नातच तो तीळ तीळ मोठा झाला; आणि स्पर्श होण्याआधीच जीवनाच्या भर पहाटे विरघळून गेला. राहिले संभाजी हे स्वप्न. शंभूबाळ अशा रीतीने पुढे जाऊन महाराजसाहेबांचे शब्द खरे करतील, अशी शंका स्वप्नातही

कधी जिजाबाईंना वाटली नव्हती. पण ऊर चिरून जाणारा सत्याचा घाव आधी दिसला नाही, म्हणून चुकत नसतो.

संभाजीराजांच्या मृत्यूच्या बातमीने खचलेल्या जिजाबाईंच्यावर नजर ठेवून राजे गडावर वास्तव्य करून होते. उलटणाऱ्या दिवसांबरोबर दु:खाला बांध घातले जात होते. खोल गेलेल्या जखमेचे शल्य फक्त जिजाबाईंनाच जाणवत होते. जिजाबाईंनी मोठ्या धीराने ते दु:ख सहन केल्याचे भासविले; आणि राजे पुन्हा राजकारणात गुंतले. □

१५

राजे शंभू महादेवाचे दर्शन घेऊन गडावरच्या बालेकिल्ल्यानजीक आले. बालेकिल्ल्याचेही काम पुरे झाले होते. बालेकिल्ल्यामुळे पुरंधर आता शोभिवंत दिसत होता. बालेकिल्ल्याच्या दाराशी नेताजी पालकर आले. ते म्हणाले,

'महाराज, तोफखान्याच्या इमारतीचं काम पुरं होत आलं आहे.'

'चला पाहू. आपण किल्लेदार. काका, आपली आज्ञा कोण डावलणार?'

नेताजींसह येसाजी, तानाजी, शिवा, जिवा महाला ही मंडळी वळली. तोफखान्याची इमारत गडाच्या एका बाजूला होती. रसाच्या मोऱ्या, रसवणाच्या चुली- सारं काम मजबूत झालं होतं. राजांनी जावळी काबीज केल्यानंतर अंबाजी मोरे व त्याचे दोघे भाऊ तोफा ओतण्यात निष्णात, म्हणून त्यांना पदरी घेतले होते. त्यासाठी त्यांना तीन हजारांची मनसब दिली होती. तोफखाना पाहून राजे म्हणाले,

'अंबाजीराव, इमारत पाहून आम्हांला काय कळणार? या तोफखान्यात तयार झालेल्या पल्ल्याच्या तोफा शत्रुतटांना जेव्हा खिंडारं पाडतील, तेव्हाच तुमचं कसब आमच्या ध्यानी येईल. येसाजी, अंबाजीरावांना जे लागेल, ते द्या. आम्ही तयार तोफा पाहण्यास उतावीळ आहोत.'

तोफखाना पाहून राजे बालेकिल्ल्यात आले, तेव्हा सूर्य वर आला होता. राजे वाड्यात जात असता आतून फिरंगोजी बाहेर आले. राजांना त्यांनी मुजरा केला.

'फिरंगोजी, आपण केव्हा आलात?' राजांनी विचारले.

'थोडा वेळ झाला, राजे! तातडीनं बोलावणं केलंत, म्हणून...'

'फार दिवस झाले. तुमच्यासारखे दिसले नाहीत, की चुकल्यासारखं वाटतं. मासाहेबांना भेटलात?'

'हो!'

'चला. आत जाऊ.'

सारे खास सदरेवर आले. राजांच्या मनात काय आहे, याचा अंदाज कोणाला येत नव्हता. बैठकीत तानाजी, येसाजी, फिरंगोजी यांच्याबरोबरच रघुनाथ बल्लाळ, अत्रे, दादाजी रांझेकर, रामचंद्रपंत बहुतकर हीही मंडळी होती. त्याखेरीज सोनोपंत

डबीर, शामराव नीळकंठ ही कारभारी मंडळीही होती. राजांनी सर्वांवरून नजर फिरविली. राजे म्हणाले,

'आज मुद्दाम आपणां सर्वांना गोळा केलं आहे. कऱ्हे पठार आल्यानं आपल्या राज्याचा भाग सुरक्षित झाला आहे. जावळी खोऱ्यामुळं आपली हद्द आता पार समुद्राला मिळाली आहे. आदिलशाही पातशाहा मेल्यामुळं विजापूरकरांचा गोंधळ उडालेला आहे. शहाजादा औरंगजेब आपल्या वडिलांच्या आजारामुळं आज पुरा अस्वस्थ होऊन दक्षिणेत अडकून पडला आहे. आपल्या राज्याचे दोन्ही शत्रू गाफील असताना आपला कार्यभाग साधून घ्यायला हवा. ही संधी सोडली, तर...'

त्याच वेळी त्र्यंबकपंत डबीर आत आले. राजांनी नजर वळताच ते म्हणाले,

'महाराज, बाहेर एक बैरागी आपल्या दर्शनासाठी थांबला आहे.'

'नाव काय?'

'आपलं नाव तो 'निरंजन' सांगतो.'

'आलोच आम्ही.'

राजे उठले. तातडीने बाहेर गेले. दाराशी आलेल्या बैराग्याला घेऊन राजे आपल्या महालात गेले.

खास सदरेवरची मंडळी चकित झाली होती. तानाजी म्हणाला,

'राजांचं साधुसंतांवर भारी लक्ष! कोणी साधू दाराशी आला, की सारी कामं सोडून राजे प्रथम त्यांना भेटतील.'

बराच वेळ झाला. राजे आले नाहीत. सोनोपंत डबिरांना बोलावणे आले. सोनोपंत राजांच्या महाली गेले. राजांनी सांगितले,

'सोनोपंत, हे निरंजन बैरागी. ह्यांना पाचशे होन द्या.'

'पाचशे!'

'हो! ते तीर्थाटनाला जात आहेत. हे केव्हाही आले, आणि आम्ही झोपलो असलो, तरी आम्हांला उठवून यांचं दर्शन करवा!'

सोनोपंतांच्यासह बैरागी गेला. राजे आपल्या महालाच्या पायऱ्या उतरून खाली आले. सदरेकडे महाराज चालू लागणार, तोच मनोहारी आली. ती म्हणाली,

'मासाहेबांनी आठवण केलीय्.'

'आलोच आम्ही!'

राजे मनोहारीपाठोपाठ मासाहेबांच्या महाली गेले. महाली सईबाई, पुतळाबाई, सोयराबाई उभ्या होत्या. मासाहेब लोडाला टेकून बसल्या होत्या. त्यांच्या शेजारी सखुबाई उभ्या होत्या. मासाहेबांपासून थोड्या अंतरावर महादजी बसले होते. राजांनी जाऊन मासाहेबांचे पाय शिवले.

'औक्षवंत व्हा! राजे, आज सखू जाणार, म्हणते.'

'ती कुठली म्हणते! आमचे जावईबापू म्हणत असतील.'

'हो! त्याचमुळं हाक मारली. सकाळपासून तुमचं दर्शन नाही. फिरंगोजी भेटून गेले. आज सारे गोळा केलेले दिसतात. राजे, असा प्रसंग आला, तर कळवावं. काहीतरी गोडधोड करून घालता येतं. ऐन वेळी सांगितलंत, तर...'

'मासाहेब, आम्हांला सांगण्याची गरज वाटली नाही. आता एक सोडून एवढ्या सुना हातांखाली असता त्यांना अंदाज येत नाही? आम्ही घरी बसून राज्याच्या बातम्या काढतो, आणि घरच्या सुनांना सदरेवरच्या वार्ता कळू नयेत?'

सारे हसले. जिजाबाई म्हणाल्या,

'राजे, नेहमीच कसली थट्टा? आम्ही मघाच बोलावणार होतो. पण तुमच्याकडे कोणी बैरागी आला होता, म्हणे!'

'जी! खरं आहे!'

सोयराबाई म्हणाल्या, 'बैराग्याला सुद्धा वेळ मिळतो. पण सखुबाई, घरच्यांकडे लक्ष द्यायला...'

'हां, सूनबाई...' जिजाबाई म्हणाल्या.

सोयराबाई थांबल्या. राजे हसले. म्हणाले,

'मासाहेब, आम्ही नुसते बैराग्याला भेटलो, एवढंच नव्हे, तर त्याला पाचशे होनदेखील दिले.'

जिजाबाईंच्या चेहऱ्यावर स्मित झळकले. त्या म्हणाल्या,

'सई, अग, हा भलतीच उधळपट्टी करू लागला.'

सईबाई म्हणाल्या, 'उगीच कोणी पाचशे होन बैराग्याला देत नाही.'

'ठीक आहे. आमच्या दातृत्वावरदेखील कुणाचा विश्वास नाही.' राजे उठत म्हणाले, 'मासाहेब, सदरेवर सारे खोळंबलेत! आम्ही येतो.'

'हो! पण आज सखू जाऊ दे ना? मुहूर्त पाहिलाय्.'

'जाऊ दे ना. महादजी!'

'जी!'

'आठवतं? तुमचं लग्न झाल्यानंतर तुम्हांला, सखूला घेऊन आम्ही जेजुरीला देवदर्शनाला जात होतो, तेव्हा वाटेवर वाल्हे गाव लागलं. ते तुमच्या मनात भरलं. आम्ही तो गाव आमच्या सखुबाईंच्या चोळीखणासाठी इनाम दिला आहे. तो गाव आता तुमचा आहे. येतो आम्ही.'

राजे सदरेत गेले. जणू काही घडलेच नाही, असे राजे सांगू लागले,

'...या संधीचा फायदा घेण्यासाठी आता आम्हांला हालचाल करायला हवी. या मोहिमा आमच्या लोकांनी आपणहून उचलायला हव्यात.'

रघुनाथ बल्लाळ अत्रे म्हणाले, 'राजे, आज्ञा करायची खोटी. आपल्या मनातील

इच्छित सफल झालं नाही, तर विचारा.'

'आम्ही तुमच्याकडून हीच अपेक्षा केली होती. अत्रे, आम्ही तुम्हांला दाभोळ मुलुखात पाठवलं होतं, आठवतं?'

'होय, महाराज!'

'मग तुम्ही मुस्तफाबाद बंदर आणि आजूबाजूचा मुलूख काबीज करून या. तुमच्यावर आम्ही ती जबाबदारी टाकीत आहोत.'

अत्रे आनंदाने उठले. इतर उत्सुकतेने राजांच्याकडे पाहत होते. राजे फिरंगोजींना म्हणाले,

'फिरंगोजी, तुम्ही आपली सर्व कुमक गोळा करून चाकणवर तयार राहा. कदाचित आम्ही त्याही बाजूला येऊ. येसाजी, तानाजी, तुम्ही सर्व आपापले मावळे, पागा जय्यत तयार ठेवा. हुकूम येईल, तेव्हा क्षणाचीही उसंत लावू नका.'

काही तरी घडणार, याची सर्वांना जाणीव होती. त्यासाठी त्यांचे बाहू स्फुरत होते. फिरंगोजी म्हणाले,

'राजे, मग आज मला जाण्याची आज्ञा द्या.'

'फिरंगोजी, तुम्ही तर घरचे. राहा ना चार दिवस.'

'नको, राजे. अशा दिवसांत फार दिवस गडावरून दूर राहणं बरं नव्हे.'

'मग एक काम करा. आज तुम्ही निघतोच, म्हणता. आम्हांलाही गडावरून हलता येईल, असं दिसत नाही. आज आमची सखुबाई सासरी जातेय्. आम्ही तिला पोहोचवायला जायला हवं. पण तुम्ही असला, तर सखुबाईला ती उणीव भासायची नाही.'

'आज्ञा!'

जेवणे झाली. थोड्या वेळाने सखुबाई महादजींबरोबर जायला निघाल्या. सखुबाईंची ओटी भरण्यात आली. सखुबाई राजांच्या पाया पडल्या. सखुबाईंना जवळ घेत राजे म्हणाले,

'सखू, सुखी राहा! जपून राहा, पोरी!' राजांना पुढे बोलवेना.

राजे गडाच्या खालीपर्यंत सखुबाईला पोहोचवायला गेले. फिरंगोजींच्या अश्वपथकासह जाणारे महादजींचे अश्वपथक दिसेनासे होईपर्यंत राजे पाहत उभे होते.

राजांच्या आज्ञेनुसार रघुनाथ अत्रे दाभोळ ऊर्फ मुस्तफाबाद बंदरावर चालून गेले. अत्र्यांनी विजय मिळविला. मुस्तफाबाद बंदरावर आणि आजूबाजूच्या किल्ल्यांवर भगवे झेंडे फडकू लागले. त्या विजयाची बातगी गडावर येताच राजकारणाचा पट मांडला. राजांनी डबीर, सोनोपंत यांना औरंगाबादेकडे रवाना केले. शहाजादा बिदरला होता. राजे विजापूरकरांचा जो मुलूख जिंकीत होते, त्याला मोगलांचा कौल घेऊन

ठेवावा, शहाजीराजांच्या कैदेच्या वेळी मुरादकडे मागितलेली जुन्नर-अहमदनगरची देशमुखी मिळवावी, असे राजांना वाटले. पण सोनोपंतांना निश्चित फर्मान देताना फक्त जिंकलेल्या दाभोळपट्टीला मंजुरी दिली; पण जुन्नर-अहमदनगरच्या देशमुखीबद्दल एक अक्षरही औरंगजेबाने लिहिले नाही. राजांना याचा संताप आला. शहाजादे औरंगजेबाला अक्कल शिकविण्याचा धाडसी डाव राजांनी टाकला.

हेरांच्याकडून सारख्या बातम्या येत होत्या. बहिर्जी नाईक आणि त्यांचे चतुर रामोशी कल्याण-भिवंडीकडे नाना वेष धारण करून फिरत होते. जुन्नर-अहमदनगरला राजांचे फकीर, बैरागी, संन्यासी संचार करीत होते.

उन्हाळ्याचे दिवस होते. एके दिवशी राजांनी जिजाबाईंचा आशीर्वाद घेऊन पुरंधर सोडला. पुण्याला लाल महालात सारी कुमक आज्ञेप्रमाणे गोळा झाली होती. पुण्याहून पहाटे घोडदौड सुटली. चाकणला विसावा घेतला. फिरंगोजींनी तेथे जमा केलेल्या राजांच्या घोडदळासह राजे जुन्नरवर चाल करून गेले. जुन्नरची इत्थंभूत माहिती राजांना मिळालेली होती. जुन्नर अगदी बेसावध होते. जुन्नर म्हणजे मोगलांची दक्षिणेतील एक मातब्बर पेठ. तटाने मजबूत असलेली. जेथे विजापूरकरांना जुन्नरकडे वाकड्या नजरेने पाहायचे धारिष्ट झाले नाही, तेथे शिवाजी ते धाडस करील, असे कोणाला स्वप्नातही वाटले नाही. जुन्नर चारी बाजूंनी वेढले गेले. पहाऱ्याच्या जागा चुकवून शिड्या लावल्या गेल्या. जुन्नरचा दरवाजा थोड्या चकमकीत उघडला गेला; आणि मध्यरात्री राजे घोडदळासह जुन्नरमध्ये प्रवेश करते झाले. एकच कापाकापी सुरू झाली. जुन्नरची पागा महशूर होती. अस्सल जातिवंत शेकडो घोडी पागेत होती; ठाणबंद होती. ती पागा राजांना मिळाली. तीन लक्ष होनांची मत्ता राजांना मिळाली. त्याखेरीज मौल्यवान कापड, जिन्नस, जडजवाहीर हे वेगळेच. पाहता-पाहता जुन्नर लुटून, ती लूट घेऊन राजे चाकणला आले. ऐश्वर्याने संपन्न असलेली जुन्नर पेठ एका रात्रीत दरिद्री झाली. चाकणला सर्व संपदा सुरक्षित ठेवून राजे पुण्याला आले.

जुन्नरच्या मोहिमेनंतर थोड्याच अवधीत राजांनी फिरून अहमदनगरवर चाल केली. अहमदनगर म्हणजे मोगलांचे अव्वल ठाणे. राजांनी त्यावरच धाड घातली. पण अहमदनगर बेसावध नव्हते. राजांनी अहमदनगरात प्रवेश केला. अहमदनगरात शिवाजी आल्याचे कळताच नगर किल्ल्यात असलेला मोगल सरदार नौसिरखान राजांच्यावर चालून आला. राजांनी त्याचा पराभव केला; आणि राजे माघारी आले. नौसिरखानबरोबर लढताना राजांचे अनेक लोक कामी आले होते. अहमदनगरला फारशी लूटही मिळाली नाही; पण मोगलांच्या ठाण्यांवर चालून जाण्याचा पराक्रम मात्र पदरात पडला.

बिदरला जेव्हा औरंगजेबाला समजले, तेव्हा तो संतप्त झाला. जुन्नर-अहमदनगरवर केलेला हा हल्ला म्हणजे दक्षिण मोगलशाहीला आव्हानच होते. औरंगजेबाने मुल्तफखान, नौसिरखान, मीर जुमला वगैरे सर्व सरदारांना शिवाजीचा बंदोबस्त करण्याबद्दल चिडून पत्रे लिहिली.

शिवाजीचा मुलूख बेचिराख करून, शिवाजीच्या माणसांची सर्रास कत्तल उडविण्याचा हुकूम औरंगजेबाने पाठविला होता. तोवर राजे पुण्यास येऊन पोहोचले होते.

औरंगजेबाचा संताप राजांना माहीत होता. औरंगजेबाने कार्तलबखान, होशदारखान, रायकरण सिंह, शास्ताखान यांसारख्या सरदारांना सरहद्दीवर रवाना केल्याचे समजताच राजांनी दुसरा पवित्रा टाकला. बऱ्हाणपुरास औरंगजेबाच्या भेटीसाठी राजांनी आपला वकील पाठवला. वकिलाने जुन्नर-अहमदनगर मारल्याबद्दल राजांना पश्चात्ताप होत असल्याचे सांगितले; झाल्या प्रकाराबद्दल खेद व्यक्त केला; पण केलेली लूट परत करण्याबद्दलचे अवाक्षरही काढले नाही. औरंगजेबाने सर्व विसरल्याचे भासविले. त्याचे लक्ष व्यग्र होते. डोळे आग्र्याकडे लागले होते. पातशहा शहाजहान आजारी असल्याची पक्की बातमी होती. मूर्तिपूजकांचा मित्र दारा प्रत्यक्षात सारी सूत्रे हलवीत होता. फार दिवसांपासून अल्लाने व त्याच्या रसूलने औरंगजेबावर महान जबाबदारी टाकली होती. ती खांद्यावर घेण्याची वेळ आली होती. राज्य हाती घेण्यासाठी बंड करणे भाग होते. आलमगिराच्या दैवी इच्छा आणि मानवी महत्त्वाकांक्षा फलद्रूप होण्याचीही वेळ होती. सारे विसरून क्षमा करण्याचे नाटक करणेच भाग होते.

□

१६

जुन्नर, अहमदनगर मारून राजे पुण्याला आले. पुण्याला येताच राजांना तातडीने पुरंधरास जावे लागले. पुरंधरावर आनंदीआनंद पसरला होता. गडावर तोफांचे आवाज होत होते. सईबाई प्रसूत होऊन राजांना पुत्ररत्न झाले होते. पहिला मुलगा. थोरला. गादीचा वारस जन्माला आला होता.

बारशाची निमंत्रणे पाठविली गेली. बारशाच्या दिवशी मुलाचे नाव काय ठेवायचे, हे विचारण्यासाठी सारे जिजाबाईंच्याकडे गेले. क्षणभर जिजाबाईंच्या डोळ्यांत पाणी तरळले. त्या म्हणाल्या,

'जेव्हा ते तिकडे घडले, तेव्हाच हा राहिला. शिवबा, तुमच्या दादामहाराजांचं नाव ठेवा.'

मुलाचे नाव 'संभाजी' ठेवण्यात आले. जिजाबाईंनी संभाजीला उराशी कवटाळले. गमावलेला संभाजी परत आल्याचा भास झाला.

संभाजी चांगल्या पायगुणाचा ठरला. पावसाळा संपायच्या आत कोंढाणा स्वराज्यात सामील झाला. शहाजीराजांच्या सुटकेसाठी द्यावा लागलेला गड परत आल्यामुळे

राजांच्या मनातले एक शल्य निघून गेले.

सईबाईंना अशक्तपणा फार आला होता. संभाजीला दूध पुरत नव्हते. म्हणून जिजाबाईंनी नसरापूरजवळच्या कापूरवहाळ गावच्या गाडे नावाच्या चांगल्या मराठा घराण्यातील धाराई नावाची स्त्री गडावर आणून घेतली. धाराई संभाजीराजांची दूधआई बनली.

संभाजीराजे पालथे होऊ लागले, पुढे सरकू लागले. त्या वेळी राजेही स्वराज्याचा होईल तो विस्तार करण्यात गुंतले होते. अनेक मोहिमा आखल्या जात होत्या. विजयाच्या वार्ता गडावर येत होत्या. अत्र्यांनी दंडराजपुरी काबीज करून जंजिऱ्याला मोर्चे लावले होते.

नव्या मोहिमांचा खर्च चालू होताा. त्याचबरोबर रायगड, प्रतापगड हे दोन गड उभारले जात होते. पाठवावा, तेवढा पैसा अपुरा पडत होता, एवढे ते प्रचंड काम होते. गडाचे काम थांबू नये, म्हणून राजे फार जागरूक होते. मोरोपंत पिंगळे सर्व खबर देण्यासाठी जातीने पुरंधरवर आले होते. त्यांनी राजांच्या कानांवर सर्व हकीगत घातली. राजे निःश्वास सोडून म्हणाले,

'मोरोपंत, आम्ही एवढी लूट आणतो; पण तुम्ही आमचा पाहता-पाहता दिमाख उतरवता.'

'महाराज! एवढी प्रचंड कामं उभी केलीत. त्याला खर्च व्हायचाच. आता कोट पुरा झाला आहे. वाडा, सदर सजली, की गड पुरा झाला.'

'पंत, तुमच्या कामात अडचण येऊ नये, असं फार वाटत होतं. पण काही दिवस काम बंद ठेवावं लागेल, असं दिसतं.'

'जशी आज्ञा!' मोरोपंत किंचित नाराजीने म्हणाले.

'मोरोपंत, कष्टी होऊ नका. आम्ही प्रतापगडाचं काम शेवटास नेऊ, आणि तेही तुमच्या हातून.'

राजांनी दिलासा दिला खरा, पण तेवढे बोलताना त्यांच्या मनाला पीळ पडला. ते तसेच उठून बाहेर आले. राजांचे पाय थबकले. वाड्याच्या चौकात संन्यासी उभा होता. राजे उद्गारले,

'कोण? रामशरण?'

'जी!' संन्यासी मुजरा करून म्हणाला.

राजांनी त्याला खुणावले. राजांच्या पाठोपाठ संन्यासी चालू लागला. राजे बराच वेळ संन्याशाबरोबर बोलत होते. राजे जेव्हा खाली सदरेवर आले, तेव्हा त्यांनी मोरोपंतांना हाक मारली. राजे आनंदाने म्हणाले,

'मोरोपंत, आम्ही मघा बोललो, ते विसरून जा! गडाच्या कामाला लागा.

त्यासाठी लागणारी संपत्ती आपोआप गडावर चालून येईल.'

आनंदित झालेले मोरोपंत नवा उत्साह घेऊन प्रतापगडावर गेले. गडावरून हुकूम सुटले. दुसऱ्या दिवशी पहाटे राजे मासाहेबांच्या दर्शनाला गेले. राजे म्हणाले, 'मासाहेब, कल्याणहून शाही खजिना बाहेर पडल्याची वार्ता आली आहे. स्वराज्याच्या कामी तो आशीर्वादच ठरावा. शक्य झालं, तर तसंच कल्याण-भिवंडी मारूनच आम्ही परत येऊ.'

सईबाईंचा, शंभूबाळाचा निरोप घेऊन राजे गडाखाली उतरले.

दादाजी कृष्ण व सखो कृष्ण लोहोकरे हे राजांचे सरदार आबाजी महादेव यांच्या नेतृत्वाने फौजेसह पुढे गेले होते. राजे आपल्या घोडदळासह कल्याणची वाट कापीत होते.

कल्याणचा सुभेदार मुल्ला अहमद कल्याणमध्ये निश्चिंतपणे बसला होता. विजापूर दरबारचा गोळा केलेला खजिना भरभक्कम सशस्त्र अश्वदलाबरोबर विजापूरच्या वाटेवर रवाना करून सुभेदार निश्चिंत झाला होता. खजिन्याबरोबर खुद्द त्याचा मुलगा मुल्ला याहिआ आपल्या पत्नीसह जात होता.

दिवसा उजेडी घाटातून खजिना धीमेपणाने प्रवास करीत होता. गाड्यांच्या चाकांचा खडखडाट घाटात दूर ऐकू जात होता. खजिन्याच्या अग्रभागी उमद्या घोड्यावर स्वार झालेला तरुण मुल्ला वारंवार मागे वळून आपल्या पथकावर नजर टाकीत होता. समोर वळण आले, की हाती तळपते तेगे घेतलेली अश्वपथकाची तुकडी पुढे जाऊन रस्ता निर्धोक असल्याची खात्री करून घेत होती. मेण्यातून जाणारी तरुण सुभेदारसून मेण्याचे पडदे किंचित बाजूला करून घाटाचे निसर्गसौंदर्य पाहत होती. दोन्ही बाजूंच्या घनदाट रानांतून शेकडो डोळे आपल्यावर नजर ठेवीत आहेत, याची कुणाला कल्पना नव्हती.

घाटाची चढण लागली. अवजड बोज्याने लादलेल्या गाड्या कष्टाने ओढल्या जाऊ लागल्या. बैलांच्या पाठीवर चाबकांचे पट्टे फुटू लागले. बैलांना दिलेल्या आवाजांनी रान दणदणून गेले. पाय रोवीत, मार सहन करीत ती मुकी जनावरे कष्टाने पाऊल उचलीत होती. गाड्या हळू हळू पुढे सरकत होत्या. जेव्हा उभा चढ लागला, तेव्हा खजिन्याचा भारीच गोंधळ झाला. अश्वपथक पायउतार झाले. गाड्यांच्या चाकांना दोहो बाजूंनी शिपायांचे हात लागले. थंडीच्या दिवसांतही सारे घामाघूम झाले. लौकर घाट पार होण्याची धडपड प्रत्येकाच्या चेहऱ्यावर दिसत होती.

तोच चारी बाजूंनी 'हर हर महादेव' ची रणगर्जना उसळली. गदारोळ उसळला. जे स्वार होते, त्यांनी शस्त्रे परजली. थोडी चकमक झाली; आणि थोड्याच अवधीत

कल्याणखजिना सुरक्षितपणे हाती आला. गाड्यांचे मोहरे फिरले. खजिना परत कल्याणची वाट चालू लागला.

कल्याण नगरात दोन प्रहरच्या वेळी नीरव शांतता नांदत होती. बाजार रिकामा होता. मराठा घोडेस्वारांची एक तुकडी अशा निवांत वेळी कल्याण दरवाज्यापाशी आली. द्वाररक्षकांची एकच धावपळ उडाली. दरवाजा बंद करून घ्यायलाही उसंत मिळाली नाही. चारी बाजूंनी दबा धरलेले घोडदळ कल्याणचा दरवाजा हाती आलेला कळताच उधळले. कल्याण शहर काही क्षणांतच घोड्यांच्या टापांच्या आवाजाने भरून गेले. सुभेदार मुल्ला अहमद गिरफदार केला गेला. कल्याणच्या नगारखान्यावर भगवा ध्वज डौलाने फडकू लागला.

कल्याण काबीज झाले, त्याच वेळी भिवंडीही काबीज झाली. कल्याणच्या वाटेवर असलेल्या राजांना ही विजयाची वार्ता सांगण्यासाठी अश्वपथक दौडले.

दुसऱ्या दिवशी राजांच्या स्वागताची जय्यत तयारी सुरू झाली. आबाजी महादेवाने कल्याणबाहेरच्या माळावर एक सुशोभित शामियाना उभा केला होता. कल्याण-सुभेदाराचा तो खास शामियाना राजांची प्रतीक्षा करीत होता.

दुसऱ्या दिवशी सूर्य माथ्यावरून कलल्यावर राजे येत असल्याची बातमी घेऊन दोन स्वार कल्याणवर आले. आपली पागोटी सावरून आबाजी महादेव हे दादाजी कृष्ण व सखो कृष्ण लोहोकरे यांच्यासह शामियान्याच्या समोर उभे राहिले. साऱ्यांच्या चेहऱ्यांवर विजयाचा अमाप आनंद ओसंडत होता. राजांचे अश्वपथक दिसू लागले.

अश्वपथक धीम्या पावलांनी येत होते. राजांचे लक्ष कल्याणवर फडकणाऱ्या भगव्या ध्वजाकडे गेले. त्यांच्या चेहऱ्यावर स्मित झळकले. घोडी नजीक येताच सर्वांनी राजांना मुजरे केले. तुताऱ्यांचा आवाज आला. कल्याणचा नगारा राजांच्या आगमनाची वार्ता जाहीर करून मोकळा झाला. आबाजी महादेवांनी पुढे होऊन राजांच्या घोड्याची ओठाळी धरली. राजे पायउतार झाले. आबाजींच्या पाठीवर हात ठेवीत राजे म्हणाले,

'आबाजी, आता तुम्ही घोडं धरणं योग्य नव्हे.'

'महाराज, का?'

'का? कल्याण सुभ्याचे सुभेदार असली कामं करतात का?'

'आपली कृपा, महाराज! असले दहा सुभे देऊ केलेत, तरी आपलं घोडं धरण्याची संधी मिळते, तेव्हा होणारा आनंद वेगळाच असतो.'

'आबाजी! तुम्ही आणि लोहोकरे बंधूंनी केलेला पराक्रम समजला. तो ऐकून आम्हांला समाधान वाटलं. फार कामी आले?'

'फक्त पंधरा!'

राजे खिन्नपणे हसले, 'आबाजी, एका सुद्धा जिवाचं आम्हांला फार मोल वाटतं. रक्ताच्या अभिषेकाखेरीज रणक्षेत्र प्रसन्न होतच नाही का? चला. आबाजी, जगदंबेची इच्छा!'

राजे शामियान्यात आले.

थोडी विश्रांती घेऊन राजांनी कल्याणमध्ये प्रवेश केला. भयचकित नजरेने कल्याणचे रहिवासी राजांना पाहत होते. राजांच्या मागे-पुढे दोन्ही बाजूंना हत्यारबंद स्वार जात होते. राजे ते ऐश्वर्यसंपन्न शहर निरखीत होते. गर्जणाऱ्या सागराच्या पार्श्वभूमीवर कल्याण शहर खुलून दिसत होते. उंच प्रासादांनी, भव्य मशिदींनी आकाशात आपले मनोरे चढविले होते. शहर मोठे सुबक आणि देखणे होते.

शहराचा फेरफटका आटोपून राजे शामियान्यात आले. शामियाना भव्य होता. उच्चासनावर सुशोभित बैठक मांडली होती. रंगीबेरंगी पडद्यांनी आणि आडपडद्यांनी शोभिवंत केलेला शामियाना राजे निरखीत होते. रुजाम्याच्या गालिच्यांनी जमीन आच्छादून गेली होती. धूपदाण्यांतून शामियान्यात सुगंध दरवळत होता. राजे म्हणाले, 'आबाजी, आमचं स्वागतही शाही दिसतं. अशा शामियान्यात फार काळ राहिलं, तर शाही मिजास चढायला फारसा वेळ लागायचा नाही.'

राजे उच्चासनावर बसले. कल्याणखजिना राजांच्या समोर आणला गेला. सुवर्णरौप्यनाणी, अनेक अलंकार, रत्नांचे ढीग यांची राजांच्या देखत मोजदाद झाली. कल्याण-मोहिमेत जे जखमी झाले, त्यांच्या कुटुंबीयांना भरपूर द्रव्य दिले. ज्यांनी पराक्रम केला, त्यांचा बहुमान केला. आबाजी महादेवांना सुभेदारी दिली. दादाजी कृष्ण व सखो कृष्ण लोहोकरे यांना कल्याणचा व भिवंडीचा कारभार सांगितला. सरते शेवटी कल्याणचा कैद झालेला सुभेदार व त्याचा मुलगा यांना दरबारी हजर करण्यात आले. वंशाने अरब असलेल्या त्या पितापुत्रांची धिप्पाड जोडी पाहून राजे स्तिमित झाले. गोरेपान, उंचे पुरे, देखणे पुरुष. घायाळ, संतप्त नजरेने ते राजांच्याकडे पाहत होते. राजांनी त्यांना मोकळे करण्याचा हुकूम केला. बाइज्जत विजापूरला जाण्याची परवानगी दिली. जिवाची आशा सोडून मृत्यूला उभे ठाकलेले दोघे त्या आज्ञेने चकित झाले.

आबाजी महादेव पुढे झाले. त्यांनी राजांना मुजरा केला. राजांनी विचारले, 'आबाजी! काय आहे?'

'महाराज, आणखी एक कैदी हजर व्हायचा आहे!'

'कोण आहे?'

'कल्याणसुभेदाराची सून!'

राजे संतप्त झाले. ते म्हणाले, 'आबाजी!'

आबाजी आवंढा गिळत म्हणाले, 'महाराज, गैरसमज होतो. कल्याणखजिना लुटला, तेव्हा ही सून आपल्या नवऱ्याबरोबर विजापूरला जात होती. सारे गिरफदार केले गेले. त्यांत तीही सापडली. आपल्या आज्ञेखेरीज तिचा निर्णय कोण घेणार?'

राजांचा संताप निवळला. राजे म्हणाले,

'आबाजी! मनात आणलं असतंत, तर ते तुम्हीही करू शकला असता. आम्ही त्याबद्दल दोष दिला नसता. पण ही सून वेगळी दिसते.'

'होय, महाराज! पृथ्वीतलावर धुंडूनही दिसणार नाही, असं तिचं लावण्य आहे. फुलापेक्षाही नाजूक! दृष्टी टाकताच तिचं सौंदर्य अत्तरासारखं दरवळतंय्.'

'व्वा, आबाजी! तुम्ही काव्यही करू लागलात. हे सामर्थ्य जिच्या ठायी आहे, ती सुभेदाराची स्नुषा आमच्यासमोर हजर करा.'

सारा दरबार तटस्थ झाला होता. आबाजी महादेवांनी टाळी वाजवताच शामियान्याच्या डाव्या बाजूचा चिकाचा पडदा उचलला गेला. दोन दासींच्यासह सुभेदारसुनेने शामियान्यात प्रवेश केला. मुसलमानी वेष परिधान केलेली ती युवती राजांच्यासमोर उभी केली गेली. तिच्या चेहऱ्यावर झिरझिरीत ओढणीचे अवगुंठन होते. मेहंदीच्या लाल रंगाने चित्रित झालेले तिचे नाजूक पंजे कंप पावत होते. सुकुमार गौर पावलांचे अंगठे रुजाम्याच्या गालिच्यात रुतत होते.

राजांनी एक दीर्घ श्वास घेतला. क्षणभर डोळे मिटले आणि क्षणात ते उघडले. त्या युवतीवरची नजर ढळू न देता राजे उठले. उच्चासनावरून उतरले. धीमी पावले टाकीत राजे त्या युवतीच्या नजीक गेले. तांबड्या रुजाम्याच्या गालिच्यावरून सामोरे येऊन ठाकलेले राजांचे पाय नतमस्तक युवतीला दिसत होते. राजांनी सुभेदाराकडे पाहिले. दोघांच्या नजरेत तीव्र संताप उमटला होता. राजांनी स्थिर हातांनी त्या युवतीचे अवगुंठन उचलले आणि ते मागे मस्तकावर टाकले. त्या अप्रतिम लावण्याच्या दर्शनाने साऱ्या दरबाराच्या श्वासाचा अवरोध झाला. राजे शांत नजरेने ते सौंदर्य दृष्टीत साठवीत होते. नतमस्तक असलेल्या तिच्या नेत्रांतून अश्रू निखळले. व्यथित होऊन राजे माघारी बैठकीवर आले.

राजांच्या कृतीने चकित झालेल्या त्या रूपवतीने नजर वर केली. राजे शांत नजरेने तिच्याकडे पाहत होते. तारुण्याच्या ऐन उमेदीतल्या राजांनी केशरी जिरेटोप परिधान केला होता. कपाळी शिवगंध रेखाटले होते. तेजस्वी डोळे तिच्या नेत्रांना भिडले होते. ती नजर पाहून युवती थक्क झाली. कुणाही पुरुषाला ज्या नजरेला नजर देण्याची हिंमत होत नसे, त्या नजरेकडे ती सून पाहत होती. ते शांत रूप पाहून नजर वळविण्याचे सामर्थ्य तिच्या ठायी राहिले नव्हते.

आबाजींकडे नजर वळवीत राजे म्हणाले, 'आबाजी! ही मुलगी खरंच सौंदर्याची

खाण आहे. तुम्ही तिला हजर केली आहे. आम्ही काय करावं, असं तुम्हांला वाटतं?'

'महाराज!'

'सांगा, आबाजी! मोकळेपणानं सांगा!'

'महाराज, रिवाज विचाराल, तर आपण हिला नाट्यशाळेत स्थान दिलंत, तरी हिचा सन्मानच होईल. शत्रूचा तो रिवाजच आहे. पद्मिनीवर कोणी दया दाखविली नाही. कमलकुमारीची आहुती अशीच पडली आहे. राणी दुर्गावतीच्या बहिणीला अकबरानं अशीच जनानखान्यात कोंडली होती. उलट, अशा युवतींनीच बादशहाचे मीनाबाजार भरले गेले. त्याच शत्रूंची ही कन्या आहे. त्याच शत्रूंची ही दुहिता आहे. क्रोधानं आपण हिला एखाद्या बारगिराची बटीक बनविलीत, तरी आपल्याला कोणी नावं ठेवणार नाही. लोकरिवाजाला ते सोडूनही होणार नाही.'

'बस्स! आबाजी! पापाचं समर्थनं पापानं होत नाही. लोकरिवाजापेक्षा माणुसकीच्या धर्माला आम्ही ओळखतो... आमचा ध्वज भगवा आहे. पवित्रतेचं ते प्रतीक आहे. या मुलीचं लावण्य पाहून आम्ही चकित झालो. काही तरी अलौकिक पाहिल्याचं समाधान वाटलं.' सुभेदार-सुनेकडे बोट दाखवून राजे म्हणाले, 'यांना पाहताच वाटलं-' राजे थांबले. त्यांचा गळा दाटून आला.

'काय वाटलं, महाराज?'

'काय वाटलं!... आमच्या मासाहेब इतक्या सुंदर असत्या, तर आम्हीही सुंदर निपजलो असतो! आबाजी, आमच्या मासाहेबांची आठवण करून देणाऱ्या या सुभेदार सुनेला मानाचे आहेर करा. मासाहेबांची रवानगी करताना ज्या इतमामानं वागवाल, तसंच या कन्येला तिच्या नवऱ्याबरोबर पाठविताना मानानं वागवा.'

राजांच्या चेहऱ्यावर एक वेगळेच समाधान प्रकट झाले होते. सुभेदार पितापुत्रांच्या नजरा विस्फारल्या गेल्या होत्या. राजांची आज्ञा ऐकून भारावलेल्या सुनेच्या डोळ्यांत आनंदाश्रू तरळले होते. भक्तिभावाने तिने कुर्निसात केला. राजांनी हात जोडले. ते उठले. साऱ्यांचे मुजरे झडले. त्यांत सुभेदार पितापुत्रही सामील झाले होते.

कल्याण-भिवंडीची व्यवस्था लावून राजे परत आले. पुरंधर दिसू लागला. आपल्या सहकाऱ्यांसह राजे गड चढत होते. माचीचे महाद्वार दिसू लागले. जवळ जाताच महाद्वारात उभ्या असलेल्या जिजाबाईंचे दर्शन राजांना झाले. जिजाबाईंना गडाच्या प्रथम दरवाज्यात पाहून राजांना आश्चर्य वाटले. राजे महाद्वारात गेले. सुवासिनींनी राजांच्या पायांवर पाणी ओतले. डोळ्यांना पाणी लावले. दहीभाताचे मुटके राजांच्या वरून ओवाळून टाकले. जिजाबाई आरती घेऊन सामोऱ्या आल्या. राजांचे उमदे रूप निरखून त्यांनी राजांना ओवाळले. जिजाबाई मासाहेबांचे पाय शिवत राजांनी विचारले,

'मासाहेब! आपल्याला गडाच्या प्रथम दरवाज्याशी पाहून आम्हांला...'

'आश्चर्य वाटलं ना? राजे, लोकरिवाजाला सोडून अलौकिक पराक्रम केलात. मग अशा वीराचं स्वागत जरा वेगळ्याच तऱ्हेनं नको का व्हायला? राजे, आजच्या तुमच्या पराक्रमानं आम्ही धन्य झालो. तुमच्या कर्तुकीनं साता पिढ्यांचा उद्धार झाला. आज खरे राजे शोभलात!'

जिजाबाईंना पुढे बोलवेना. त्यांनी राजांना मिठीत घेतले. सारे ते दृश्य भारावून पाहत होते.

रात्री राजे महालात आले. तेव्हा शंभूराजे झोपले होते. सईबाई थकल्या होत्या. राजे म्हणाले,

'बरं वाटत नाही, तर, सई, विश्रांती घ्यावी!'

'एवढा पराक्रम करून आलात. जेव्हा कल्याण-सुभेदाराच्या सुनेची बातमी कळली, तेव्हा काय वाटलं, ते कसं सांगू? वाटलं, पंख लावून जावं; आणि असतील तिथं स्वारींना गाठावं!'

'आणिऽ?'

सईबाई लाजल्या. त्या म्हणाल्या, 'सारीच थट्टा वाटते! आम्ही नाही बोलणार.'

राजे हसले. ते म्हणाले, 'छे! ते नाही चालायचं. जे ऐकण्यासाठी कान उतावीळ होते, ते तसंच राहून गेलं.'

'चला ऽ ऽ'

सईबाई लाजलेल्या पाहून राजे परत हसले. स्वत:ला सावरून सईबाईंनी विचारले,

'एक विचारू? खरं सांगाल?'

'सई, आम्ही कधी खोटं बोललो का?'

'सुभेदाराची सून सुंदर होती?'

'हो! होती!'

'खूप?'

'खूप!' राजे म्हणाले.

'मग?'

'पण ती तुमच्याइतकी सुंदर नव्हती.' राजे म्हणाले.

'चला! परत थट्टा करू लागला! मी का सुंदर आहे?'

राजे उठले. सईबाईंच्या जवळ जाऊन त्यांचा चेहरा आपल्याकडे वळवीत राजे म्हणाले,

'मी थट्टा नाही केली. आम्ही खरं तेच सांगतो. ते सौंदर्य पाहिलं, पण फार कमी भासलं. मोहविण्यासारखं त्यात काहीच नव्हतं. सई, सौंदर्य मनाच्या स्नेहातून प्रकट होतं. जिव्हाळ्यानं ते ज्ञात होतं. तशा रूपाला तोड नसते.'

राजांच्या त्या भावनाविवश नजरेला नजर देण्याची ताकद सईबाईंना राहिली नाही. त्यांनी आपलं मस्तक राजांच्या खांद्यावर टेकले. राजांच्या करपाशात सईबाई केव्हा विसावल्या, हे त्यांचे त्यांनाही कळले नाही.

□

१७

कल्याण-भिवंडी काबीज करून राजे तातडीने पुरंधरला आले. मकरसंक्रांत उजाडली. कल्याण-भिवंडीचा आनंद साऱ्यांच्या मुखांवर दिसत होता. कल्याणच्या प्रवासाने राजे थकले होते. दोन प्रहरी जेवण करून राजे आपल्या महालात गेले. पलंगावर विचार करीत राजे कलंडले असता केव्हा झोप लागली, तेही राजांना कळले नाही.

राजे अचानक जागे झाले. पश्चिमेच्या खिडकीतून सूर्यकिरणे आत आली होती. कानांवर डफ-तुणतुण्याचा आवाज येत होता. पोवाड्याचे शब्द कानांवर पडत होते.

राजे ऐकत होते. पोवाडेवाला कल्याण-खजिन्याचा भाग ऐकवीत होता:

'...राजांच्या पुढे अगणित दौलत ओतली होती. ती दौलत बघून सारे दिपले होते. आबाजी सोनदेवांनी राजांना सांगितले, 'याहीपेक्षा नामी रत्न मिळाले आहे. आज्ञा असेल, तर हजर करतो.' राजांनी मान डोलविली; आणि सुभेदाराची सून दरबारात आली. तिलोत्तमा, उर्वशी, रंभा या साऱ्यांनी लाजावे, असे तिचे सौंदर्य होते. राजा ते पाहून थक्क झाला. बसल्या जागी त्याचा कंठ दाटून आला. तो म्हणाला, 'सोनदेव! हे काय केलंत? परस्त्री म्हणजे माता. तिची बेइज्जत का केलीत?' राजांनी सांगितले, 'आमच्या मासाहेब इतक्या सुंदर असत्या, तर आम्हीदेखील असेच सुंदर निपजलो असतो.' राजांनी आई म्हणून तिचा सन्मान केला. राजाच्या पराक्रमाने पातशाहीला कापरा भरला. पातशाही थरारली...'

राजांना ते ऐकणे असह्य झाले. उठत त्यांनी हाक मारली, 'कोण आहे?'

हुजऱ्या आत आला. संतप्त राजांनी विचारले,

'काय चाललंय् खाली?'

'मासाहेब पोवाडा ऐकतात!'

मासाहेबांचे नाव ऐकताच राजांचा संताप निवळला.

भराभर जिना उतरून ते खाली गेले. चौकाच्या प्रवेशद्वारातच त्यांची पावले अडखळली.

उजव्या हाती तुणतुणे घेऊन, डावा हात कानांवर ठेवून शाहीर चौकात पोवाडा म्हणत होता. पाठीमागच्या इसमाने डफाची साथ धरली होती. चौकसोप्यावर चिकाच्या पडद्याआड जिजाबाई, सईबाई ऐकत बसल्या होत्या. राजांना पाहताच राजस्त्रिया पदर सावरून उभ्या राहिल्या. जिजाबाईंचे लक्ष मागे गेले. त्या उठल्या. लोड ओलांडून त्या राजांच्या जवळ आल्या. जिजाबाई म्हणाल्या,

'राजे, तुमचाच पोवाडा ऐकतोय् आम्ही.'

'ते ऐकूनच आम्ही खाली आलो. मासाहेब, असले सवंग पोवाडे कसले ऐकता? साधी नावं सुद्धा बरोबर घेता येत नाहीत. आबाजी महादेवाचा चक्क आबाजी सोनदेव केला. असले पोवाडे ऐकण्यात कसला आनंद?'

'तुम्ही आई झाला असतात, म्हणजे कळलं असतं.'

'मासाहेब, शाहिराचं कवन ऐकून आमची मान शरमिंदी झाली.'

'मला ते कळत नाही. राजे, आता पोथ्या-पुराणांचादेखील कंटाळा येऊ लागला आहे. तुझा लौकिक ऐकताच कान तृप्त होतात. तोच ऐकत राहावंसं वाटतं.'

'पण, मासाहेब! जे ऐकता, ते खरं नाही.'

'कुणास माहीत? त्याच्या वाणीत भविष्य बोलत असेल.'

राजे निरुत्तर झाले. ते म्हणाले,

'आपल्याला आनंद असेल, तर आपण ऐका.'

'तुम्ही ऐकत नाही?' मासाहेबांनी विचारले.

राजे स्मितवदनाने म्हणाले, 'नाही म्हटलं, तर, ऐकावं लागेल, असं दिसतं. शाहिराचा आवाज तेवढा भक्कम आहे. आम्ही नंतर येऊ.'

राजे परत आपल्या महाली गेले. शाहिराचा पोवाडा संपल्यावर राजे खाली आले. चौकात राजांना पाहताच शाहिराने मुजरा केला. राजे म्हणाले,

'शाहीर, तुम्ही चांगलं कवन करता. परवा घडलेल्या प्रसंगावर आज कवन करूनही मोकळे झालात.'

शाहिराला अंदाज लागत नव्हता. राजांनी विचारले,

'शाहीर, पातशाहीत कवनं केली असतील ना?'

'जी! केलीत ना, महाराज! पन्नास होन बिदागी दिली. आपला लौकिक...'

'समजलं.' राजे त्याला बोलू न देता म्हणाले.

मागे उभ्या असलेल्या पंतांना राजे म्हणाले, 'पंत, यांना पंचावन होन बिदागी द्या.'

राजे फिरले. मासाहेब व राजस्त्रिया आत जायच्या तयारीत होत्या. राजांच्या चेहऱ्यावर हसू होते. लक्षात येऊन जिजाबाईंनी विचारले,

'का हसता?'

'मासाहेब, इथं जशी आज पातशाही थरथरली, तशीच पातशाहीत शिवशाही थरथरली असणार.'

'तुझं नेहमी असंच!' जिजाबाई रागाने म्हणाल्या, 'असू दे! पण आम्हांला पोवाडा आवडला.'

'रागावू नका, मासाहेब! स्तुती कोणाला आवडत नाही? पण ती मनाला

पटायला हवी! अधिकारवाणीनं यायला हवी!'

'नशिबात असेल, तर तेही ऐकू.'

'का नाही?' राजे आत्मविश्वासाने म्हणाले, 'मासाहेब, आम्ही वचन देतो. एक ना एक दिवस ती आम्ही जरूर तुम्हांला ऐकवू; आणि ती स्तुती ऐकत असता तुमच्या बरोबरच आमचेही कान तृप्त करून घेऊ.'

त्यानंतर चारच दिवसांत आबाजी महादेव गडावर आले. राजांना ते म्हणाले,

'राजे! आपल्या आज्ञेप्रमाणे गलबतं बांधण्यात हुशार असे कारागीर आले आहेत.'

'छान! कुठं आहेत?'

'खाली माचीवरच्या धर्मशाळेत उतरलेत!'

'किती आहेत?'

'चारशे!'

'ठीक! त्यांची व्यवस्था ठेवा. आम्ही सकाळी भेटू.'

साऱ्या गडावर तो कौतुकाचा विषय बनला. चारशे फिरंगी एका वेळी कधी पाहायला मिळाले नव्हते. सारा गड त्यांना पाहण्यास लोटला होता. जिजाबाईंनी विचारले,

'राजे! एवढे फिरंगी कशाला गोळा केलेत?'

'मासाहेब! आमची हद्द सागरापर्यंत पोहोचली. सागरकिनारा राखायचा, तर गलबतं उभी करायला नकोत? हे फिरंगी त्यात निष्णात आहेत. त्यांची नेमणूक आम्ही करणार आहोत.'

दुसऱ्या दिवशी चारशे फिरंगी राजवाड्यात आले. आपल्या भव्य टोप्या काढून त्यांनी कुर्निसात केला. त्यांचा प्रमुख पुढे आला. आबाजींनी ओळख करून दिली,

'महाराज, हा लुई व्हर्तांव. जहाजं बांधण्यात निष्णात आहे.'

राजे लुई व्हर्तांवला पाहत होते. राजे प्रश्न विचारीत होते. दुभाष्या भाषांतर करीत होता. लुई व्हर्तांवच्या उत्तराने राजे प्रसन्न झाले. साऱ्या फिरंग्यांना भरपूर द्रव्य देऊन राजांनी त्यांना नोकरीत घेतले. कल्याणकडे जाण्याची आज्ञा दिली. फिरंगी गेले. राजे आबाजींना म्हणाले,

'आबाजी, फिरंग्यांना जे लागेल, ते द्या. शक्य तो लौकर आमची संगमेश्वरी जहाजं तयार करून घ्या. त्यांच्या कामात खोटी पडू देऊ नका... आणि एक लक्षात ठेवा- त्यांच्या हातांखाली जी माणसं द्याल, ती हुशार, हरहुन्नरी निवडून द्या. एकही साधा माणूस त्यांच्या हातांखाली घालू नका.'

फिरंगी राजांचा निरोप घेऊन दुसऱ्या दिवशी कल्याणच्या वाटेला लागले.

कल्याणला गलबते बांधायला सुरुवात झाली. बातम्या येत होत्या आणि अशीच एक बातमी गडावर आली. राजे तातडीने कल्याणला गेले. आबाजी महादेव चिंताचूर होते. राजांनी विचारले,

'आबाजी, काय झालं?'

'महाराजा, फिरंग्यांना अगदी ऐश्वर्यात ठेवलं होतं. त्यांच्या सर्व मागण्या पुरवल्या होत्या. कामही ते निष्ठेनं करीत होते. पण एके दिवशी गोव्याहून एक फिरंगी आला. त्यानं काय कान भरवले, कुणास ठाऊक! रातोरात सारे फिरंगी आपलं सामान टाकून पळून गेले. मुंबईला ते गेले, अशी बातमी आहे.'

राजे शांत होते. त्यांनी विचारले, 'मग गलबतांचं काम?'

'बंद आहे. त्याचमुळं आपणांस त्रास द्यावा लागला.'

'चला, पाहू.'

राजे आबाजींसह खाडीवर आले. गलबतांच्या बांधणीसाठी प्रचंड आकाराची पायाड उभी केली होती. सारा किनारा भरला होता. लाकडाच्या फळ्यांचे ढीग लागले हाते. गलबतांच्या सामानाने केवढा तरी पसारा मांडला होता.

'कामावर किती माणसं होती?'

'दीड हजारांवर कामगार आहेत.'

'सारे पारखलेले आहेत?'

'जी!'

'लुई व्हर्तांवच्या हातांखाली कोण होतं? त्यांना बोलवा.'

लुईंच्या हातांखाली काम करणाऱ्यांना राजांच्या समोर हजर केले.

'आम्ही ही गलबतं पुरी करायला सांगितली, तर कराल?'

म्होरक्या म्हणाला, 'राजे, संधी मिळाली, तर फिरंग्यांपेक्षा नामी गलबतं तयार करू.'

'ठीक आहे. गलबतांचं काम सुरू करा. काम चांगलं झालं, तर आमच्या आरमाराचं काम तुम्हांला देऊ.'

आबाजी आश्चर्यचकित होऊन ऐकत होते. राजे म्हणाले,

'आबाजी! त्यात आश्चर्य कसलं? जेव्हा फिरंगी आले, तेव्हाच असं काही तरी होईल, याची अटकळ आम्हांला होती. त्यासाठीच हरहुन्नरी माणसं नेमायला सांगितली होती.'

'पण फिरंगी गेले का?'

'का? फिरंग्यांच्यांत आणि आमच्यांत फार फरक आहे, आबाजी! प्रत्येक फिरंगी आपल्या देशाशी इमान राखून आहे. म्हणूनच एवढ्या दूरवर येऊन ते राज्य करतात. त्यांना निरोप गेला असेल. आज ना उद्या आमच्याशी त्यांची लढत होणार,

हे फिरंगी राज्यकर्ते ओळखून आहेत. उद्याच्या शत्रूला मदत करण्याइतके का ते मूर्ख आहेत? त्यांना नुसता निरोप आला, आणि भवितव्याची चिंता न करता, आपल्या राज्याशी इमानी असलेले फिरंगी आमची नोकरी सोडून गेले. त्याच्या उलट आमचं. आमची माणसं पातशाहीची नोकरी पत्करून, आमचेच शत्रू होऊन आम्हांवर चालून येतात. शत्रू म्हणून त्यांच्याशी आम्हांला लढावं लागतं- आबाजी! ही गलबतं पुरी झालीच पाहिजेत! त्या कामात आता व्यत्यय येऊ देऊ नका.'

बंद पडलेले गलबतांचे काम सुरू करून राजे परत आले.

राजे गडावर आल्यानंतर थोड्याच दिवसांनी त्यांनी माहुलीवर हल्ला करून माहुली काबीज केली. निजामशाहीशी टक्कर देताना शहाजीराजांनी तो शेवटचा किल्ला लढविलेला होता.

राजांच्या विजयाने मराठी राज्याच्या सीमा आता चौफेर वाढल्या होत्या. ते राज्य बंदिस्त व सुरक्षित करणे आवश्यक होते. शामराज नीळकंठाच्या जागी मोरोपंत पिंगळ्यांची पेशवे म्हणून नेमणूक केली होती. निळो सोनदेवांना मुजुमदार नेमले. नेताजी पालकर सरनोबत होते. आबाजी महादेवांना सुरनीस म्हणून नेमून घेतले.

राजांचे घोडदळ दहा हजारांचे झाले होते. तेवढेच पायदळ होते. त्यावर येसाजी कंक याची नेमणूक केली होती. गडांची संख्या चाळिसावर गेली होती. राजे सदैव मोहिमांत गुंतलेले. त्यामुळे कारभाराची देखरेख, न्यायनिवाडे खुद्द जिजाबाईंनाच पाहावे लागत. दप्तर आधीच राजगडावर गेले होते. जिजाबाईंचा मुक्काम राजगडावर हलला, त्या वेळी राजे कर्नाटकच्या दुसऱ्या मोहिमेत गुंतले होते.

राजे कर्नाटकातून जेव्हा आले, त्या वेळी राजांच्या या वाढत्या पराक्रमाने विजापूर दरबार आणि मोगलाई पुरी अस्वस्थ झाली होती.

उत्तरेकडे जाण्यासाठी अधीर बनलेला औरंगजेब बऱ्हाणपूरला गेला होता. जुन्नर, नगर लुटल्याचा संताप त्याच्या मनात होता. राजांनी आपले वकील पाठवून त्याचा राग शांत करण्याचे धोरण चालू ठेवले होते.

महंमद आदिलशहा वारल्यानंतर विजापूरला पुष्कळ बदल झाले. विजापूरची सर्व सत्ता आदिलशहाची बेगम बडी साहेबीण हिच्या हाती आली. विजापूर दरबारच्या पूर्वीच्या राजवटीतील एकेक मुत्सद्दी तिने बळी घेतला. खान महंमदास तिने मारविले. नंतर बहलोलखान तिने मारविला. ज्या फत्तेखानाने पुरंधरला वेढा घातला होता, त्याला विजापुरास विष देण्यात आले. यामुळे विजापूरच्या दरबारचे वजन कमी झाले. या परिस्थितीचा फायदा घेऊनच शिवाजीराजांनी कर्नाटकच्या मोहिमा आखल्या. राजांच्या वाढत्या पुंडाईने त्रस्त होऊन विजापूर दरबारने शहाजीराजांना मुलाला

आवरायला सांगितले; पण शहाजीराजांनी आपला मुलगा व पत्नी आपल्या कह्यात नाहीत, त्यांचे दरबार हवे ते करू शकतो, असे सांगून शिवाजीराजांच्या कृत्यांतून आपला हात काढून घेतला. उलट, शिवाजीच्या भागात चांगले सुभेदार नेमण्याची सूचना केली. त्यानुसार बड्या साहेबिणीने विजापूरचा बलवत्तर खान अफझल यास परत सुभेदार नेमले. कुडाळ सावंत कोकणात बलवत्तर होते. म्हणून त्यांचे पारिपत्य करण्यासाठी रणदुल्लाखानाचा मुलगा रुस्तुम जमा याची नेमणूक केली.

कुडाळकर लखम सावंत हा आदिलशाहीतील वतनदार देसाई; पण काहीसा स्वतंत्र बाण्याचा. शृंगारपूरचे सुर्वे, गोवलेकर, सावंत ही मंडळी अशीच स्वतंत्र बाण्याने राहणारी होती. रुस्तुम जमा आपल्यावर चालून येतो, हे कळताच कुडाळकर लखम सावंतांनी रुस्तुम जमाला तोंड देण्याची तयारी केली. रुस्तुम जमाने चढाई करून रांगणा किल्ला काबीज केला. कुडाळचे खेम सावंत व लखम सावंत यांनी धैर्याने लढाई चालू ठेवून शिवाजीराजांच्याकडे आपला वकील पितांबर शेणवी यास पाठवून राजांचे साहाय्य मागितले. राजांनी सावंतांना अभय दिले. राजांचे आणि लखम सावंतांचे सैन्य एक होऊन त्यांनी रुस्तुम जमाचे संकट परतविले. सावंतांचा गेलेला सर्व मुलूख परत मिळवून दिला. त्याबद्दल फोंडा किल्ला व त्याभोवतालचा तालुका राजांना देऊन सावंतांनी राजांचे मांडलिकत्व पत्करले. कुडाळ सावंत स्वराज्याचे पहिले मांडलीक बनले. जावळीइतकाच दुर्गम आणि आदिलशाहीला जवळचा असा हा महत्त्वाचा कुडाळ प्रांत शिवाजीराजांच्या लगामी आला.

कुडाळ सावंतांना अभय देऊन राजांनी तळे घोसाळे जिंकले. परत येत असता गोवलेकर सावंत राजांच्या भेटीस आले. राजांनी त्यांचा बहुमान केला. त्यांना नावाजून आपल्या पदरी ठेवून घेतले. त्यांजपाशी एक नामांकित तलवार होती. गोवलेकर सावंतांनी ती धोप तलवार राजांना नजर केली. फिरंगी बनावटीचे ते अप्रतिम हत्यार पाहून राजे खूश झाले. ते म्हणाले,

'सावंत, ही फिरंगी पाहून आम्ही प्रसन्न आहोत; पण शस्त्र हे जिंकायचं तरी असतं, किंवा खरीदायचं तरी असतं. हा मैत्रीचा गुंता पडला आहे. तो सोडवायचा कसा?'

राजांनी या तलवारीसाठी तीनशे होन व मानाचा पोशाख देऊन सावंतांना गौरविले. राजांनी फिरंगीचे नाव 'भवानी तलवार' असे ठेविले.

एकापाठोपाठ झालेल्या ह्या मोहिमांमुळे राजांच्यावर पुष्कळ ताण पडला. राजांना बरे वाटेना. वैद्यराजांनी विश्रांतीचा सल्ला दिला. राजांनी विश्रांतीसाठी हरिहरेश्वर निवडले. समुद्रकाठी तीर्थाच्या जागी राजे जाऊन राहिले. ज्वर गेला; पण अशक्तपणा

वाढत होता. राजे पालखीतून राजगडावर आले. राजांच्या आजाराची बातमी समजताच पुरंधराहून राणीवसा गडावर हजर झाला. हळूहळू राजे हिंडू फिरू लागले. एके दिवशी शहाजादा औरंगजेबाचा वकील फर्मान घेऊन गडावर आला. औरंगजेब बापाच्या पारिपत्यासाठी दिल्लीला निघाला होता. त्याने राजांना लिहिले होते-

> 'हा फरमाना पोहोचताच तुम्ही आम्हांस मिळावे. आपल्याला येणे शक्य नसेल, तर आपले दिवाण शामराज नीळकंठ यांना फौज देऊन आमच्या साहाय्यासाठी पाठवावे. आमच्या हाती दिल्लीचे राज्य आले,की तुमच्या बापास नव्हती, अशी दौलत, मानमरातब तुम्हांस देऊ.'

राजांच्या नजीकच्या लोकांना हा बहुमान वाटला. राजांनी औरंगजेबास मदत करावी, असाही अनेकांनी सल्ला दिला. राजे हसले. म्हणाले,

'तुरकास साहाय्य करणं उचित नव्हे. आमच्याकडून औरंगजेबास कोणतंही साहाय्य मिळणार नाही. आम्ही दिलगीर आहो.'

राजांचा जबाब घेऊन औरंगजेबाचा वकील परत गेला. त्याने औरंगजेबाला निरोप पोहोचविला. औरंगजेब संतापला. पण शिवाजीने केलेल्या अपमानाचा बदला घ्यायला त्याला उसंत नव्हती. हा दावा मनात ठेवून औरंगजेब बापाचे पारिपत्य करण्यासाठी आग्र्याची वाटचाल करू लागला.

औरंगजेब उत्तरेला गेला, आणि तीन महिन्यांच्या अवधीत त्याने बापाला कैदेत टाकून, भावांचा बीमोड करून, राज्य बळकाविले. औरंगजेब दिल्लीपती झाल्याची बातमी कळताच राजांनी औरंगजेबाच्या मनात कटुता न राहावी, म्हणून नव्या बादशहाच्या सन्मानार्थ आपले वकील सोनोजीपंत यांना दिल्लीला पाठविले.

सोनोजीपंत उत्तरेकडे पाठविल्याचे कळताच जिजाबाई म्हणाल्या,

'राजे, तुमचा एक शह हलला.'

'हलला नाही, मासाहेब. सध्यापुरता सोडवून घेतला. आमच्या वकिलाला पाहून औरंगजेब कटुता विसरेल, असं वाटत नाही; पण तो थोर मुत्सद्दी आहे. तो तसं निश्चित भासवील. तेवढं केलं, तरी सध्या ते आम्हांस पुष्कळ आहे. आम्हांस सध्या तरी औरंगजेबाची भीती नाही. पण...'

'आता कोणाची भीती?'

'विजापूर दरबारात आमच्याविरुद्ध वादळ उठण्याचा रंग दिसतो. विजापूरचा काळा ढग केव्हा बारीश करील, हे सांगत येत नाही. विजापूरचा प्रबळ सेनापती, पूर्वीचा वाईचा सुभेदार आमच्यावर स्वारी करण्याची संधी हुडकतो आहे. त्याच्याकडे

आमचं लक्ष आहे.'

राजांना अफझलपेक्षाही जास्त चिंता वाटत होती सईबाईंची. सईबाई सारख्या आजारी पडत होत्या. हवाफेरासाठी राजांनी त्यांना नव्या बांधलेल्या प्रतापगडावर हलविण्याचे ठरविले.

□

१८

विजापूरचा दरबार तटस्थ होता. बादशहा अली आदिलशहा तख्तावर बसला होता. त्याची नजर उजव्या हाताच्या जाळीदार पडद्यांनी आच्छादिलेल्या सज्जावर स्थिर झाली होती. याची आई बडी साहेबीण संतप्त होऊन सज्जात उभी होती. ज्या शिवाजीने आदिलशाहीचे गड काबीज केले, मुलुख बळकाविला, बंदरे ताब्यात घेतली- एवढेच नव्हे, तर आदिलशाही मुलुखात दोनदा चढाया करून लूट केली, गावे बेचिराख केली, कल्याणखजिना लुटला, त्या शिवाजीची गय करायची किती? बड्या साहेबिणीचा संयम सुटला होता. दरबारात शिवाजीच्या पराभवासाठी पैजेचे विडे ठेविले होते. तख्तापुढे नक्षीदार चौरंगावर सुवर्णतबकात ठेविलेले विडे साऱ्या दरबाराला आव्हान देत होते.

दरबारात अंकुशखान, रुस्तुम जमा, मुसेखान, याकुतखान, सिद्दी हलाल यांच्यासारख्या प्रतिष्ठेच्या सरदारांबरोबरच विजापूरचे इमानी सेवक बाजी घोरपडे, मंबाजी भोसले, झुंजारराव घाटगे हेही हजर होते. सारे चूपचाप हात बांधून हजर होते. साऱ्यांच्या नजरा जमिनीला खिळल्या होत्या. विड्यांकडे पाहण्याचे धैर्य एकालाही नव्हते. उलटणाऱ्या क्षणाबरोबर बड्या बेगमेचा संताप वाढत होता. तिचा कणखर आवाज साऱ्या दरबारात उमटला होता-

'उसने अजमते शाही को ललकारा है. राज्य आणि धर्म यांच्यासाठी त्याचा पराभव झालाच पाहिजे. हे आव्हान स्वीकारणाऱ्या वीरासाठी दरबारचे विडे हजर आहेत.'

बेगमेची नजर दरबारावरून फिरली. तिने पुन्हा पुकारले,

'कौन है वह नाराये तकवीर बुलंद करनेवाला मुजाहिद?'

सारे चूपचाप होते. अधोवदन उभ्या असलेल्या सरदारांना नजरेखालच्या गालिच्यांवरून पावले रुतत जाताना दिसली. माना वर होऊ लागल्या. साऱ्या दरबारावर बेगुमान नजर फेकून खान अफझल तख्ताकडे जात होता. अफझलचा देह धिप्पाड होता, उंचापुरा होता. चेहऱ्यावर राकट मगरुरी होती. डोळ्यांत आत्मविश्वास होता. पाठीवरून जमिनीपर्यंत रुळणारी जरी खिलत उजव्या हाताने सावरीत, डावा हात तलवारीच्या मुठीवर ठेवीत खान तख्तासमोर उभा राहिला. बादशहाला मुजरा करून त्याने साऱ्या दरबारावरून एक तुच्छतेची नजर फिरविली; व तो गर्जला,

'जिल्ले सुभानी, बंदा पायांशी हजर आहे. गर्दन मारण्याच्या हुकुमाची फक्त वाट

पाहतो आहे. हुजुरांनी त्या मनहूसचं क्षुद्र नाव घोषित करावं.'

'शीवा... गद्दारे दक्कन!'

खान हसला. तो म्हणाला,

'बस्स? आणि एवढ्यासाठी आमच्या दरबारी एकही सरदार नाही? यह मजाल! बेगम हुजूर, आदिलशाही सलतनीत काट्याप्रमाणे सलत असलेल्या या क्षुद्र सीवाचा मी पूर्ण बीमोड करीन. सीवा, सीवा तो काय? चढे घोडियानिशी काबीज करून त्याला ह्या तख्तासमोर हजर करतो.'

...आणि पाहता-पाहता आपल्या पोलादी पंज्याने खानाने तबकातले विडे उचलले.

साऱ्या दरबारचा भार उतरला. 'सुभानऽल्ला! सुभानऽल्ला!!' असे उद्गार प्रकटू लागले. साऱ्या दरबारात रिवाज विसरून एकच जल्लोश झाला! बादशहाने खानास अनेक भारी वस्तू भेट म्हणून दिल्या. त्यांत एक रत्नजडित म्यानाची तेजस्वी कट्यार होती. ती खुद्द बादशहाची होती.

विजापूर दरबारने खानाला अनेक सरदार दिले. मुसेखान, हसनखान, सिद्दी हिलाल, अंकुशखान या सरदारांबरोबरच पांढरे नाईक, घोरपडे, मंबाजी भोसले, प्रतापराव मोरे यांच्यासारखे हिंदूही होते. खानाचा मुलगा फाजलखान आपल्या दोन भावांसह खानाबरोबर होता.

विजापुराबाहेर खानाची छावणी तयार होत होती. आपापली पथके घेऊन सरदार सामील होत होते. उंट, हत्ती, घोडी यांनी छावणी ठायीठायी सजली होती.

छावणीची तयारी होताच एके दिवशी छावणी उठली. तुताऱ्या, नगारे झडू लागले. चांदताऱ्याने सुशोभित झालेला आदिलशाही हिरवा ध्वज आघाडीच्या हत्तीवर फडकत होता. बिनीच्या हत्तीमागे लागलेल्या हत्तींच्या मालिकेतल्या एका हत्तीवर चांदीची अंबारी तळपत होती. खान तीत दिमाखाने बसला होता; हत्तीवरून आपल्या मागे-पुढे पसरलेल्या सैन्यावर नजर टाकीत होता. शंभर हत्तींच्या गळ्यांतल्या घाटांच्या आवाजात हजारो उंटांच्या साखळ्यांचा आवाज मिसळत होता. चित्रविचित्र रंगांनी सुशोभित केलेले खानाच्या जनानखान्याचे मेणे भोयांच्या हुंकारावर दौडत होते. अवजड तोफांचे गाडे हत्ती खेचत होते. छावणीचे सामान लादलेल्या गाड्यांची रांग दृष्टिपथातही येत नव्हती. सरत्या उन्हाळ्याची तगमग होत असता खानाचे प्रचंड, सुसज्ज सैन्य शिवाजीच्या पारिपत्यासाठी धुळीचे लोट उडवीत जात होते.

विजापुरापासून अवघ्या दोन-अडीच कोसांवर खानाने प्रथम छावणी केली. रात्री खानाने आपल्या शामियान्यात साऱ्या सरदारांना एकत्र केले. खानाचा वकील कृष्णाजी भास्कर खानाशेजारी उभा होता. खानाने सर्वांवरून नजर फिरविली. तो म्हणाला,

'आम्ही शिवाजीवर नजीकच्या मार्गानं चालून जाणार नाही. तुळजापूर, पंढरपूर

यांवरून वाईला जायचा आमचा मनशा आहे.'

'बेअदबीका कसूर माफ, आब्बाजान! लेकिन नजदिकी रास्ता छोड यह राहे दराजकी जरुरत क्या?'

अफझलखानाच्या चेहऱ्यावर स्मित झळकले. आपल्या दाढीवरून हात फिरवीत कृष्णाजी भास्कराकडे पाहत खान म्हणाला,

'बारीश केव्हा सुरू होईल, हे सांगता येत नाही. आमचा कबिला, छावणी मोठी. वाटेत पाऊस आला, तर कठीण प्रसंग येईल. पंढरपूरचा मार्ग कोरडा आहे. वाईपर्यंत तरी पावसात सापडण्याची आमची इच्छा नाही.'

साऱ्यांनी माना डोलविल्या. खानाच्या मनातले बेत तसेच लपून राहिले. दुसऱ्या दिवशी खान आपल्या सैन्यासह तुळजापूरच्या वाटेला लागला.

तुळजापूर दिसू लागले, डोंगरकपारीत वसलेले. भवानीच्या मंदिराचा कळस नजरेत येत होता. तुळजापूर चिमुकले गाव. खान येतो, हे कळताच भयभीत झालेले तुळजापूरचे लोक सैरावैरा पळत सुटले. खान तुळजापूरला आला. हत्ती बसताच शिडी लावण्यात आली. खान उतरला. तुळजापूरवरून नजर फिरवीत खानाने विचारले,

'या जागेला हिंदू लोक फार मानतात ना?'

कृष्णाजी भास्कराला थोडी कल्पना आली होती. तो हात जोडून म्हणाला,

'खानसाहेब, आम्हां हिंदूंना या जागेइतकी दुसरी पवित्र जागा नाही. जशी आपल्याला मक्का...'

'खामोश! आमच्या मक्केची तुलना काफिरांच्या तुळजेबरोबर करता? हाच तो शिवाजीचा देव ना?'

'जी! खानसाहेब, या स्थानाला धक्का लागला, तर आपले हिंदू सरदार बिथरतील!' कृष्णाजी भास्कराने दुसरा डाव टाकला.

खान गर्जला,

'आमच्याविरुद्ध बिथरण्याची ताकद कुणाला आहे? गर्दन मारू! कृष्णाजी, आम्ही वाईचे सुभेदार होता. आम्ही एका देवळाला हात लावला नाही; बुतशिकनी केली नाही. नतीजा, शिवाजी शिरजोर झाला. काफिर माजले. नाही, कृष्णाजी! आता मुतलक लिहाज नाही. हा अफझल म्हणजे दिनदार कुफ्रशिकन! दिनदार बुतशिकन! कातिले मुतमर्तीदान!'

अफझलखानाचे खरे रूप प्रकट झाले होते. अफझल म्हणजे इस्लामचा बंदा. काफिरांचा कर्दनकाळ! बंडखोरांचे शिरकाण करणारा. खानाने तुळजापुराकडे बोट दाखविले व तो ओरडला,

'बेचिराख करा! लुटा!'

एवढ्याशा गावावर 'दीन! दीन!' म्हणत खानाचे सैन्य तुटून पडले. एखाद्या सशावर दहा-बारा कुत्री एकदम तुटून पडावी, आणि पाहता-पाहता ससा दिसेनासा व्हावा, तसे तुळजापूर दिसेनासे झाले. खान धीमी पावले टाकीत पायऱ्या उतरून गेला. देवीच्या देवळातील भोपे खानाच्या पुढे आले; पण खानाने त्यांना हाकलून दिले. दिसेल ती मूर्ती फोडीत खानाने देवळात प्रवेश केला. तुळजापूरभवानी सामोरी उभी होती. अष्टभुजा. पायांशी तिने महिषासुर धरला होता. हातातले शस्त्र महिषासुराला छेदीत होते. शांत नजरेने देवी समोर ठाकलेल्या अफझलकडे पाहत होती.

देवीकडे पाहत खान मोठ्याने हसला. साऱ्या गाभाऱ्यात तो आवाज घुमला. खान ओरडला,

'ऐ बुते काफरान! बताव मुझे तेरी करामत! बताव तेरी अजमत!'

खानाचे हात उचलले गेले. मूर्तीवर घाव पडला. तुळजाभवानी कलली, भंगली, फुटली. प्रत्येक प्रहाराबरोबर खान हसत होता. देवीचे तुकडे, ठिकऱ्या उडत होत्या. देवीचे देऊळ लुटले गेले. खानाने देवीसमोर गाय मारली. खानाचा राग शांत झाला.

खानाला आता दिसत होते पंढरपूर!

□

१९

शिवाजी महाराजांचा मुक्काम राजगडाच्या पायथ्याशी राजांनीच बसविलेल्या शिवापट्टण गावाला होता. सईबाईंची दिवसेंदिवस खालावत जाणारी तबियत पाहून राजांनी हवाफेर म्हणून त्यांना जिजाबाईंच्यासह प्रतापगडावर पाठविले होते. तिथे काही बदल घडला नाही, म्हणून राजगडाच्या पायथ्याशी शिवापट्टणात बांधलेल्या वाड्यात सईबाईंना आणून ठेविले होते. संभाजीराजे पावले टाकीत होते; पळत होते आणि सईबाईसाहेब अंथरुणाला खिळल्या होत्या.

राजे सईबाईंच्या महाली होते. दोन दिवस आलेल्या ज्वराने सईबाई जास्तच अशक्त दिसत होत्या. सईबाईंच्या शेजारी बसलेल्या राजांनी विचारले,

'सई, तुला कंटाळा आला असेल, तर बुद्धिबळं मांडू या का?'

सईबाई म्हणाल्या, 'नको. आता फार वेळ बसवत नाही. डाव पुरा न करता उठलं, तर तुम्हांला आवडत नाही.'

राजे हसून म्हणाले, 'हा आमच्या आवडीचा प्रश्न नाही. तुम्हांला बरं वाटण्याचा प्रश्न आहे.'

सईबाई खिन्नपणे हसल्या. त्या म्हणाल्या,

'मला वाटत नाही, मी यातून उठेन, म्हणून!'

राजे त्या बोलांनी व्यथित झाले. ते म्हणाले,

'सई, असं बोलू नको! वैद्यराजांनी सांगितलं आहे, लौकर बरं वाटेल.'

राजांचा व्यथित चेहरा पाहून सईबाई म्हणाल्या, 'केव्हा तरी आजारपणाचा कंटाळा येतो, आणि असं बोलून जाते.'

राजांना काय बोलावे, सुचत नव्हते. त्या वेळी मनोहारी आत आली. राजे म्हणाले, 'सई! आता आमचे कपडेलत्ते या मनोहारीलाच पाहावे लागतात.'

सईबाई हसल्या. त्या म्हणाल्या, 'आपण तिला सांगता; पण बिचारीवर साऱ्यांचा रोष होतो. त्यापेक्षा धाकट्या राणीसाहेबांना सांगितलं, तर...'

'सई! ही कामं सांगून वा ठरवून का होतात?' राजे म्हणाले, 'तुमच्याबरोबरच ही आली. हिला फारसं सांगावंही लागत नाही.'

मनोहारी स्तब्ध उभी होती. सईबाईंनी विचारले,

'का आली होतीस, मनू?'

'मासाहेब इकडे येताहेत!'

राजे गडबडीने उठत म्हणाले, 'मग आल्याबरोबर सांगायचं नाही? शहाणीच आहेस!'

सईबाईंच्या चेहऱ्यावर हास्य विलसले. तोच जिजाबाई आत आल्या. त्यांच्या पाठोपाठ दोन दासी होत्या. सईबाईंच्या जवळ येऊन दासींनी सईबाईंची दृष्ट काढली. लिंबे उतरून घेतली. अंगारा लावला. जिजाबाई म्हणाल्या,

'शिंगणापूरचा प्रसाद आला. हिच्यासाठी अभिषेक सांगितला होता. तो तरी नवसाला पावतो का, पाहायचं!'

राजे काही बोलले नाहीत. जिजाबाईंनी विचारले,

'खानाची काही बातमी?'

'खानानं विजापूर सोडलं आहे.' राजे म्हणाले.

'फिरंगोजींना तुम्ही बोलावलंत?'

'हो... आलेत?'

'मघाशीच आले. तुम्ही इथं होता. आम्हांला भेटले.'

राजे गडबडीने बाहेर गेले. सदरेवरून हसणे उठत होते. राजे सदरेवर गेले. त्यांचे पाय जागच्या जागी खिळून राहिले. फिरंगोजी ओणवे झाले होते. त्यांच्या पाठीवर शंभूबाळ बसले होते. बाजूला उभे असलेले शामराजपंत, अण्णाजी, तानाजी राजांना पाहताच चपापून उभे राहिले. फिरंगोजींच्या लक्षात येऊनही त्यांना उठता येत नव्हते. पाठीवर शंभूराजे होते ना! राजांना हसू आवरणे कठीण झाले. पुढे होऊन त्यांनी शंभूराजांना उचलले. उठत असलेल्या फिरंगोजींच्याकडे पाहत राजे म्हणाले,

'शंभूबाळ! आजोबांचा घोडा करतात का?'

संभाजीराजे आनंदाने हसले आणि ते उभ्या असलेल्या फिरंगोजींच्याकडे झेपावले. फिरंगोजींनी त्यांना घेतले. राजे म्हणाले,

'फिरंगोजी, राजांना तुमचा भलताच लळा लागलेला दिसतो.'

'दोन वर्षांची उमर! पण माणसांची चांगली ओळख ठेवतात.' फिरंगोजी म्हणाले. फिरंगोजींच्या काखेतून शंभूबाळ खाली उतरले आणि दौडत आत गेले.

राजे खाशा सदरेत आले. फिरंगोजी, तानाजी, रघुनाथपंत ही मंडळी मागोमाग होती. राजे बैठकीवर बसले. फिरंगोजींनी विचारले,

'राजे, आठवण बरी केलीसा?'

'फिरंगोजी, माणकोजी- ही मंडळी मोठी! आधाराची! संकटाच्या वेळी तुमची आठवण करायची नाही, तर कुणाची करायची?'

'संकट काय, पाचवीलाच पुजलंय्!' फिरंगोजी म्हणाले.

'तसं नव्हे, नरसाळा!' माणकोजी दहातोंडे म्हणाला, 'विजापूरचा अफझलखान-वाईला सुभेदार व्हता त्यो- विजापुरास्नं निघालाय्!'

'कशाला?'

'तुला लगनाचं आवातनं द्यायला!' माणकोजी चिडले. सारे हसले.

राजे म्हणाले,

'माणकोजी, आमचे फिरंगोजी एकदम साधे. त्यांना असं आडवाटेचं बोलणं कळत नाही- फिरंगोजी, अफझलखान आमच्यावर स्वारी करण्यासाठी निघाला आहे. दहा हजार फौज आहे. तेवढंच घोडदळ आहे.'

'आणि?' फिरंगोजींनी टाळा वासला.

'एवढंच नव्हे, तर विजापूर दरबारात आम्हांला चढे घोड्यानिशी पकडून आणतो, म्हणून पैजेचा विडा उचललाय् त्यानं.'

फिरंगोजीच्या मिशा थरथरल्या. पालथी मूठ गलमिशांवरून फिरवीत फिरंगोजी म्हणाले,

'वाट बग, म्हनावं! शिवाजी सोडच; तेच्या घोड्याचा नाल गावनार न्हाई, म्हनावं!'

'बसल्या जागी संतापून संकट निवारण होत नाही, फिरंगोजी!'

'मग काय करावं, सांगा!'

'खानाची तयारी ऐकली, तर खान सामोपचारानं फिरेल, असं दिसत नाही. त्याचा तो इरादा नाही.'

विश्वासराव आल्याची वर्दी घेऊन नोकर आत आला. विश्वासराव म्हणजे राजांच्या नजरबाज खात्याचा बहिर्जीबरोबरचा हुद्देकरी. विश्वासराव जेव्हा आत आले, तेव्हा आतल्या दरवाज्याने जिजाबाईही आल्या. विश्वासरावांनी मुजरा केला. जिजाबाई म्हणाल्या,

'विश्वासराव, काही चांगली बातमी आणलीत ना?'

विश्वासराव काही न बोलता उभे होते. राजांनी विश्वासरावांना विचारले,

'सांगा, विश्वासराव, काय झालं?'

'महाराज, बातमी चांगली नाही! खान वाकडी वाट करून तुळजापूरला गेला.'

'तुळजापूरला?' मासाहेब उद्गारल्या.

'हो! तुळजापूरला. खानानं तुळजापूर लुटलं. गाव बेचिराख करून खान भवानीच्या देवळात गेला. तुळजापूरची भवानी खानानं फोडली.'

जिजाबाईंचे डोळे भरून आले. राजांच्या उभ्या शरीरावर काटा फुलला. डोळ्यांत संताप उसळला. आपल्या मुठी आवळीत ते म्हणाले,

'विश्वासराव, खानानं आमचं कुलदैवत फोडलं! आणि आम्ही ते शांतपणे ऐकतो आहोत! खानाची मजल इथवर जाईल, असं वाटलं नव्हतं.'

विश्वासराव म्हणाले, 'राजे! तुळजापूर मारून खान पंढरपूरकडे वळला आहे.'

'पापाचे घडे पुरे भरूनच खान येणार, असं दिसतं.' जिजाबाई म्हणाल्या.

'हो! त्याच्या पापाची आणि आमच्या दुबळेपणाची परीक्षा एकाच वेळी होणार, असं वाटतं. मासाहेब, खानाचा हा सामना अटीतटीचा दिसतो.'

'ज्यानं भवानीला हात घातला, त्याच्यासंगं बोलणी करण्यापरीस चार हात केलेलं बरं!' फिरंगोजी म्हणाला.

'शाब्बास! फिरंगोजी, असे शब्द ऐकले, की जिवात जीव येतो. आपण शांतपणे विचार करू. आई बुद्धी देईल, तसं वागू.' विश्वासरावांच्याकडे वळून राजे म्हणाले,

'विश्वासराव, तुम्ही जा. खान कुठं जरी फिरला, तरी छावणी वाईलाच करील. त्याच्याच सुभ्याचं ते ठिकाण! पंढरपूरपासून वाईपर्यंत आपले नजरबाज पेरा. फकीर, संन्यासी- नाना वेषांत ही माणसं हिंडू देत. खान माणूसबळही करीत असेल. त्यातही आपली माणसं घाला. खानाची शिंकदेखील आम्हांला कळायला हवी!'

विश्वासराव मुजरा करून गेले. चिंताचूर जिजाबाईंकडे पाहून राजे म्हणाले,

'मासाहेब, खान अवेळी येतो आहे, याबद्दल परमेश्वराचे आभार मानायला हवेत. हाच खान आधी आला असता, तर बाका प्रसंग होता.'

राजे काय म्हणतात, याचे कोडे सर्वांना पडले होते. राजे म्हणाले,

'एवढा निसर्ग आमचा पाठीराखा असता, भ्यायचं कारण काय? खान कितीही लौकर आला, तरी तो वाईला पावसातच येणार! पावसाळा संपेपर्यंत त्याला हालचाल करता येणार नाही. तेवढी उसंत आपल्याला पुष्कळ आहे. फिरंगोजी, तुम्ही चाकणला जाऊन गडाच्या बंदोबस्तापुरती शिबंदी ठेवा. गड सुरक्षित करून उरलेल्या शिबंदीनिशी इकडे या. सोनोपंत, अशाच आज्ञा साऱ्या गडांवर पाठवा.'

दुसऱ्या दिवशी राजांचा शिवापट्टणचा मुक्काम राजगडावर हलला. गडाच्या बंदोबस्तीचे काम जारीने सुरू झाले, राजगडाच्या तिन्ही माच्यांचा बंदोबस्त केला

गेला. गडावर सारख्या खानाच्या बातम्या येत होत्या. त्यांतच नको ती बातमी येऊन थडकली-

खानाने पंढरपूरच्या देवस्थानाला उपद्रव केला.

□

२०

गडाचे वातावरण चिंताचूर होते. गडावर जशा खानाच्या बातम्या येत होत्या, तशाच चांगल्याही बातम्या येत होत्या. राजांचे एक एक सरदार आपल्या अश्वपथकासह गडाकडे येत होते. पावसाने झड धरली होती. पश्चिमेचा वारा घोंघावत, थैमान घालीत होता. उभ्या सरी कोसळत होत्या. पण याला दाद न देता सरदार भर पावसात गड जवळ करीत होते. वाढत्या शिबंदीबरोबरच राजांचे बळही वाढत होते.

दोन प्रहरच्या वेळी कान्होजी जेधे आपल्या पाचही पुत्रांसह गडावर आल्याची बातमी सेवकाने दिली. राजे त्यांची वाट पाहत होते, त्या सरदारांत कान्होजी नव्हते. मग कान्होजी एवढ्या तातडीने आणि तेही आपल्या पाचही पुत्रांसह का यावेत? जिजाबाई आणि राजे या दोघांनाही त्याचे आश्चर्य वाटले.

जेधे सदरेवर आल्याचे कळताच राजांनी त्यांना बोलाविले. जेधे आपल्या पाचही मुलांसह आत आले. सर्वांनी जिजाबाईंना, राजांना मुजरे केले. राजांनी विचारले,

'जेधे, भिजलात, वाटतं?'

जेधे म्हणाले, 'राजे! कपडे भिजले, तर बदलता येतील. पण मन भिजलं, तर कसं बदलायचं?'

'मन भिजायला काय झालं?' राजांनी विचारले.

जेध्यांनी बादशाही फर्मान राजांच्या समोर टाकले; व ते म्हणाले,

'हे शाही फर्मान आलं, आणि टाकोटाक पोरांच्यासह इकडे आलो.'

राजांनी सचिवांना बोलावणे पाठविले. सचिव आले. राजांनी फर्मानाकडे बोट दाखवीत सांगितले,

'पंत! फर्मान वाचा!'

पंच वाचू लागले.

> 'सुलतान मुहंमद पातशहानंतर, ईश्वराच्या कृपेने अली आदिलशाहा पातशाह यांनी चंद्रसूर्यांवर सहीशिक्का मोर्तब केला आहे.
>
> मशहुशल अनाम कान्होजी जेधे देशमुख यांस हा फर्मान सादर केला जातो जे. सुहूर सन तिसा खससैन्य व अलफ.
>
> शिवाजीने अविचाराने व अज्ञानाने निजामशाही कोकणातील मुसलमानांना त्रास देऊन, लूट करून पातशही मुलुखातील कित्येक किल्ले हस्तगत केले आहेत. यास्तव त्याच्या पारिपत्यासाठी अफझलखान महंमदशाही यांस तिकडील

सुभेदारी देऊन नामजाद केले आहे. तरी तुम्ही खानमजकुराचे रजामंदीत व हुकुमात राहून शिवाजीचा पराभव करून निर्मूळ फडशा करावा. शिवाजीच्या पदरच्या लोकांस आश्रय न देता त्यांस ठार मारावे व या आदिलशाही दौलतीने कल्याण चिंतावे. अफझलखान यांची शिफारस होईल, त्याप्रमाणे तुमची सर्फराजी केली जाईल. त्यांचे हुकुमाप्रमाणे वागावे. तसे न केल्यास परिणाम चांगला होणार नाही. हे जाणोन या सरकारी हुकुमाप्रमाणे वागावे.'

फर्मान वाचून संपले. सारे खामोश होते. ती शांतता सर्वांनाच असह्य वाटत होती. राजांनी त्या शांततेचा भंग केला. राजे म्हणाले,

'कान्होजी, फर्मान सुरेख आहे. सचिव, फर्मानाकडे लक्ष द्या. इतक्या सुंदर तर्जुम्याचं फर्मान पाहायला मिळणंही कठीण!'

'राजे, जिवाला गाठ पडलीय्; आणि फर्मानाचं कसलं कौतुक करता?' कान्होजी म्हणाले.

राजे जिजाबाईंच्याकडे पाहत म्हणाले,

'यात भिण्याचं काय कारण? खानापुढं आमची धडगत लागणं कठीण, हे फर्मानावरून सूर्यप्रकाशाइतकं स्वच्छ दिसतं. ज्या नावेत पाणी शिरतं, त्या नावेत कोणी बसायला धजेल का?'

'राजे!' कान्होजी उद्गारले, 'म्हणून आम्ही खानाला मिळायचं?'

'काय बिघडलं? आम्ही तरी तुमच्यासारख्या आपल्या माणसांना 'या खाईत उडी घ्या,' असं सांगणार नाही. आम्ही प्रसंग जाणतो. जीव वाचवणं हा काही गुन्हा ठरत नाही.'

'राजे, काय बोलता?'

'जगावेगळं आम्ही काहीच बोलत नाही. तुमचे शेजारी खंडोजी खोपडे, देशमुख, उत्रवळीकर कुठं आहेत? मसूरचे सुलतानजी जगदाळे देशमुख कुठं आहेत?'

कान्होजी चकित झाले. राजे म्हणाले,

'तुम्हांला माहीत नसेल, तर आम्ही सांगतो. अशीच शाही फर्मानं त्यांना गेली. ते जिवाच्या भीतीनं खानाकडे गेले. आज आमचे दोन्ही देशमुख खानाच्या तळावर आहेत. आम्ही त्यांचं काही करू शकत नाही. ते मात्र आमचं काय करणार आहेत, हे फर्मानात अगदी स्पष्ट आहे.'

'राजे, त्यांनी शेण खाल्लं, म्हणून आम्ही तेच करावं? निदान देवाधर्माची तरी...'

'देवाधर्माची चाड कुणाला आहे, जेधे?' राजे व्यथित झाले. 'जेधे, आपल्या कुलदैवतावर, तुळजापूरच्या भवानीवर त्या मदांधानं प्रहार केले. आमच्या विठोबाला उपद्रव दिला. त्याचे हात शाबूत कुणी राखले? घोरपडे, नाईकजी पांढरे, कल्याणजी यादव, झुंजारराव घाटगे, काटे, देवकाते, प्रतापराव मोरे, जावळीकर आणि कळस

म्हणून आमचे खुद्द चुलतकाका मंबाजीराजे भोसले! ही सारी आपलीच माणसं ना? धर्म कोणाला हवा, जेधे? माझं ऐका. आमच्या वेडेपणाची कास धरू नका. तुम्ही फर्मानाप्रमाणं खानाला मिळा. तुम्ही फर्मानाचा अवमान केलात, तर वतनाला धक्का बसेल. तुमच्या जिवावर हे संकट आलं आहे. तुम्ही जा.'

राजे बोलत होते; पण राजांचा प्रत्येक शब्द जेध्यांचे काळीज पोखरीत होता. कान्होजी जेधे थरथरत म्हणाले,

'राजे, ही जेध्यांची अवलाद आहे. ती कधी बेइमान होईल? थोरल्या महाराजांची सेवा केली, ती फुकट? थोरल्या महाराजांनी बंगळूर सोडताना सांगितलं- तुम्हांला अंतर देऊ नये, म्हणून बजावलं. राजे! बेलरोटीची शपथ घेतलीय् मी! निमकहरामी आम्हांला जमायची नाही, राजे!'

'जेधे, आम्ही पोरवयाचे. पण तुम्ही जाणते, बहुत पाहिलेले. आमच्या पोरखेळात सामील होऊन कुठं तरी खस्त होऊन जाल.'

'मराठ्याला कवापासून जीव एवढा मोठा झाला? जवा फर्मान आलं, तवा पोरांस्नी म्हणालो, 'चला, पोरांनो! राजा दील, ती कामगिरी घेऊन घराला येऊ या!' तवाच जिवावर पाणी सोडलं!'

'वतन जाईल, जेधे!' राजांनी शेवटचे डिवचले.

जेध्यांनी एकवार जिजाबाईंच्याकडे आणि राजांच्याकडे पाहिले. ते उठले. मंचकावर ठेवलेल्या पाण्याच्या गडव्यातले पाणी पेल्यात घेऊन ते गर्जले,

'राजे! ऐका. आमचं कुलदैवत नागेश्वराची शपथ घेऊन, तुमचे दोघांचे पाय शिवून आज वतनावर पाणी सोडलं.'

कान्होजींनी उजव्या हाताने पाणी सोडले. राजे त्यांना थांबवायला उठले, तोवर जेध्यांनी पाणी सोडलेही होते. जेधे पाय शिवायला वाकले आणि कान्होजी जेध्यांना राजांनी मिठी मारली. त्यांचा गळा दाटून आला.

'जेधे, धन्य तुमची, तुमच्या निष्ठेची! कान्होजी, तुमच्या पुढ्यात सांगण्यात लाज काय? खंडोजी खोपडे खानाला मिळाल्यापासून जिवाला चैन नव्हती. तुमची आठवण येत होती; पण बोलवायचा धीर नव्हता. आज तुमच्यामुळं धीर आला. बळ वाढलं.'

'राजे, आता काय, सांगा!'

'फार मोठी जोखीम टाकतो आहोत. तुम्ही जाऊन सारे देशमुख गोळा करा, त्यांचा विचार घ्या; समजूत काढा. पण खंडोजी खोपड्यांचे वर्तन कुणाला करू देऊ नका.'

'ती जिम्मेदारी माझी! आजच आम्ही माघारी फिरतो.'

'थांबा, जेधे! कधी नाही ते मुलांसह घरी आलात. राहून चला.' मासाहेब म्हणाल्या.

‘मासाहेब, घर काय परकं आहे? पण आता जाऊ द्या. परवानगी द्या.’

‘ठीक आहे.’

‘कान्होजी!’ राजे म्हणाले, ‘तुमचा कारीचा कबिला ढमढेरे तळेगावला पाठवा.’

कान्होजी नजर देत विचारते झाले, ‘राजे, घरादारावर पाणी सोडलं, तरी विश्वास नाही?’

‘गैरसमज करून घेतलात, कान्होजी! तुम्ही तुमच्या वतनावर पाणी सोडलंत, आणि तुमच्या घरादाराचा बोजा आमच्यावर टाकलात. तुम्हांला काळजी नसली, तरी आम्हांला ती टाकून कशी चालेल? कारीला तुमच्या घरच्या लोकांनी आता राहणं सुरक्षित नाही. त्यांना तळेगावला पाठवा. ही आमची आज्ञा आहे!’

राजांच्या त्या प्रेमाज्ञेने कान्होजींना सार्थक झाल्यासारखं वाटलं. राजांची कामगिरी घेऊन कान्होजी माघारी गेले.

कान्होजींच्या वर्तनाने सुखावलेले राजे हेजिबाने आणलेल्या बातमीने बेचैन झाले. पंढरपुराहून येत असता खानाने वाटेवरच्या मलवडीला बजाजी निंबाळकरांना कैद केले. निंबाळकरांच्या चाकरीत काही कसूर झाला नव्हता. तरीही त्यांचे गुन्हे फार मोठे होते. मुसलमान झाले असता ते परत हिंदू झाले. बजाजी शिवाजीचे मेहुणे होते. बजाजींना महादजीसाठी सखुबाईचा स्वीकार करून शिवाजीचे नाते नवीन केले होते. खानाने बजाजीला दस्त करून हत्तीच्या पायातळी घालून मारण्याची धमकी दिली. बजाजी परत संकटात सापडले.

सईबाईंचं वाढते आजारपण आणि त्यातच आलेली ही भावाची बातमी. ती ऐकून सईबाई पुऱ्या खचल्या. राजांनी जाऊन समजावले. सईबाई म्हणाल्या,

‘आपण त्यांच्यासाठी थोडं का केलंत? आपल्याला काही सांगायलादेखील जागा राहिली नाही!’

‘सई! या गोष्टी का सांगाव्या लागतात? बजाजी तुमचे भाऊ, आणि आमचे कोणीच नव्हेत का? बजाजींना जरी विसरलो, तरी आमच्या लाडक्या सखुबाईंना कसे विसरू? आम्ही बजाजींना सोडवून घेऊ.’

‘खरं?’

‘हो! पण एका अटीवर!’

‘कोणत्या?’

‘पुन्हा डोळ्यांत पाणी आणायचं नाही! त्रास करून घ्यायचा नाही!’

सईबाई हसल्या. त्यांनी डोळे टिपले.

राजांनी सईबाईंना वचन दिले खरे; पण ते पार कसे पाडायचे?

राजांनी गुप्तहेरांमार्फत पांढरे नाइकांना पत्र पाठविले. त्यांना गळ घातली. पांढरे

हे शहाजीराजांच्या खास मर्जीतले सरदार. त्यांनी ते मानले. पांढऱ्यांनी खानाला गळ घातली. खान साठ हजार होनांना राजी झाला. बजाजींनी साठ हजार होन कर्ज काढून भरले. बजाजी संकटातून सुटले.

राजांनी सईबाईंना दिलेला शब्द खरा केला.

□

२१

राजगडाची सदर दररोज येणाऱ्या सरदारांनी भरत होती. खलबतखान्यात खलबते शिजत होती. फडातून नवे हुकूम सुटत होते. राजांना क्षणाची उसंत नव्हती. राजगडाची भक्कम नाकेबंदी केली होती. तिन्ही माच्यांचे आणि बालेकिल्ल्यांचे बुरूज तोफांनी सजले होते. अखंड कोसळणाऱ्या पावसाचे भान कुणाला राहिले नव्हते. बाजीप्रभू देशपांडे गडावर हजर झाले. धिप्पाड शरीराचे बाजीप्रभू राजांच्या मुजऱ्याला उभे ठाकले. राजांनी विचारले,

'बाजी, मोहनगड सज्ज झाला?'

हिरडस मावळातल्या ओस पडलेल्या गडाला राजांनी 'मोहनगड' असे नाव दिले होते. विजापुराहून खान निघणार, याची प्रथम बातमी आली होती, तेव्हाच राजांनी मोहनगड भक्कम करून घ्यायला बाजीप्रभूंना आज्ञा केली होती.

बाजीप्रभू म्हणाले, 'राजे! गड पुरा बंदोबस्तात आहे. चिंता नसावी.'

'बाजी! तुम्ही असल्यावर चिंता कसली? आपली शिबंदीही आणलीत ना? '

'हो! शिबंदी आपल्या आज्ञेप्रमाणे शिवापूरला आहे.'

'ठीक आहे.'

पावसाने दिलेली उघडीप पाहून राजगडच्या संजीवनी माचीवर तोफा चढवायचे काम सुरू झाले. माची अरुंद. त्यामुळे तोफांचे गाडे कष्टाने पुढे सरकत होते. पावसाने ओल्या झालेल्या मातीत चाके रुतत होती. राजे जातीने हे काम पाहत होते. एक मध्यम तोफ अशीच रेलली जात असता गाड्याचे चाक सारणीत घसरले. तोफ कलली. अरुंद जागेवर जनावरे आणणे कठीण होते. माणूसबळाने तोफ वर घेण्याचे काम चालू होते. अडचणीच्या जागेमुळे आणि चिखलामुळे तोफगाडा रेसभरही सरकत नव्हता. राजांच्याबरोबर बाजीप्रभू, तानाजी, संभाजी कावजी, पानसंबळ ही माणसे ते दृश्य पाहत होती. थोडा वेळ गेला, आणि संभाजी अस्तनी आखडीत खाली उतरला. येसाजीने विचारले,

'काय, संभाजी? काय बेत?'

'आता दावतोच की!' म्हणत संभाजी कावजी गाड्याजवळ गेला. साऱ्यांना त्याने बाजूला केले. सारणीत दाटीवाटीने संभाजी उतरला. गाड्याच्या मागच्या-पुढच्या

माणसांना संभाजी म्हणाला,

‘चाक वर आलं, की गाडा वर ओढा.’

दोन्ही हातांवर थुंकून संभाजीने श्वास घेतला. छाती तटतटून फुगली. त्याने गाड्याला हात लावला. हातांचे गोळे तटतटले. नरड्याची शीरन् शीर इंगळीसारखी उमटली. गाडा करकरला. डोळ्यांवर विश्वास बसत नव्हता. गाड्याचे चाक उचलले जात होते. चाक वर आले आणि ‘हर हर महादेव’ ची गर्जना होऊन गाडा खेचला गेला. रुतलेले चाक सारणीतून वर आले.

संभाजी राजांच्या जवळ आला. राजे कौतुकाने म्हणाले,

‘संभाजी, आजवर आम्ही नुसता तुमचा धिप्पाड देह पाहत होतो. पण त्याची ताकद आज पाहिली.’

‘महाराज, ह्याला जेवायला कोन बी बलवत नाही. अर्धं बकरं जागंला बसवतो. बळकट घोडं सहज उचलंल, अशी ताकद हाय त्याची.’

‘तानाजी, कुठं तरी दृष्ट लागेल त्याला.’

‘डोळ्यांत मावला, तर लागनार, न्हवं?’

तानाजीच्या बोलण्याने सारे हसले. तोफा जागेवर बसलेल्या पाहून राजे माघारी आले.

शिवापट्टण आणि राजगड सरदारांनी, मावळ्यांनी भरून गेला. राजगडाचा बंदोबस्त करून राजांनी राजगड फिरंगोजींच्या ताब्यात दिला आणि स्वत: जावळीला जाण्याचा निर्णय जाहीर केला. जिजाबाई म्हणाल्या,

‘राजे, पाऊस मी म्हणतोय्. जावळीत जाण्याऐवजी इथंच राहिलं, तर काय बिघडेल?’

‘मासाहेब! खान अजून वाईला आला नाही. वाईला खान आला, की आम्ही असू, त्या जागी त्याचं लक्ष जाईल. तुम्ही, शंभूराजे, सारे इथं राहा. आम्ही जावळीला जातो. त्यामुळं राजगड सुरक्षित राहील!’

‘राजे, तुम्ही संकटात! आम्ही सुरक्षित राहून काय करायचं?’

‘मासाहेब, जेवढी जबाबदारी आमची आहे, तेवढीच तुमचीही आहे. आमचे वारस शंभू राजे सुरक्षित राखणं ही तुमची जबाबदारी आहे. केव्हाही हाक मारलीत, आज्ञा केलीत, तरी जावळीवरून आम्ही सेवेला हजर होऊ.’

जिजाबाईंचा निरोप घेणे सोपे होते. पण सईबाईंचा निरोप घेणे फार कठीण! सईबाई अंथरुणाला खिळल्या होत्या. संभाजीला कडेवर घेऊन राजे सईबाईंच्याकडे गेले. सईबाईंनी हसून स्वागत केले. राजे म्हणाले,

‘सई! पाहिलंस? आम्ही जावळीला जाणार म्हणताच, हा ‘येतो’ म्हणून पाठीस

लागला आहे!'

'असं आडून सांगण्याचं काही कारण नाही. इथं सारे आहेत. आपण काळजी न करता जावं.'

राजे चकित झाले. त्यांनी विचारलं,

'सई, तुला कुणी सांगितलं?'

'आपली मनोहारी आहे ना!'

'एकूण तुमचं नजरबाज-खातं चालू आहे, तर? राणीसाहेब, आपण आजारी असता, पाऊल उचलणं कठीण जातं.'

'ते मला माहीत आहे. माझी चिंता करू नये. आपण जावं. खानाचा पराभव करावा.'

'इतकं सोपं आहे ते?'

'आम्हांला तुमचा भरोसा आहे.' सईबाई म्हणाल्या, 'जेव्हा तुळजाभवानीला आणि विठोबाला हात घातला, तेव्हाच त्याचं बाशिंगबळ खचलं आहे.'

राजे गहिवरले, 'सई! किती सहजपणे दुसऱ्याला आत्मविश्वास देऊन मोकळी होतेस?'

राजांनी सईबाईंचा निरोप घेतला. जिजाबाईंचे पाय शिवून राजे जावळीला भर पावसात निघाले. फिरंगोजी म्हणाले,

'राजे, एक विनंती आहे'

'सांगा, फिरंगोजी!'

'मी आपल्याबरोबर येतो.'

'फिरंगोजी, तुम्हांला आम्ही मुद्दाम इथं ठेवून जातो आहोत. इथं मासाहेब आहेत. शंभूराजे आहेत. राणीसाहेब आजारी आहेत. तुमच्या भरवशावर ही जिवाभावाची माणसं सोडून आम्ही निर्धास्त होऊन जावळीला जात आहो. ही जबाबदारी तेवढीच मोठी आहे.'

फिरंगोजींना मुजरा केला. चार पावले पुढे गेलेले राजे मागे वळले. फिरंगोजींना म्हणाले,

'राणीसाहेब आजारी आहेत. त्यांचं क्षेमकुशल दररोज कळवीत चला.'

राजांनी राजगड सोडला. खान कृष्णाकाठाने वाई जवळ करीत होता.

राजे जावळीला आले. जावळी खोऱ्याला छावणीचे स्वरूप आले. खोऱ्यातल्या प्रत्येक खेड्यात राजांचे सैन्य पसरले होते. भर पावसात राजे जावळीला सैन्याची जुळवाजुळव करीत होते. मोरोपंत पिंगळ्यांनी प्रतापगड सुसज्ज करून ठेविला होता. कल्याणहून पाठविलेल्या लांब पल्ल्याच्या तोफांनी प्रतापगडाचे मोर्चे धरून

ठेविले होते. श्रावणाचे कोवळे ऊन जावळी उजळू लागले. अखंड जलधारांनी चिंब झालेली सृष्टी त्या उन्हात अंग वाळवू लागली. पावसाळा संपला, पाउलवाटांचे शेवाळ नाहीसे झाले. रात्री, अपरात्री जावळी खोऱ्यात टापांचे आवाज उठू लागले. डोंगरकपारींतून मशाली फिरताना दिसू लागल्या.

राजांनी प्रतापगडावर ठाणे हलविले होते. खान कुठे जरी उतरला, तरी प्रतापगड सोडायचा नाही. हे राजांनी ठरविले. खान वाईला येणार, हे राजांना नक्की माहीत होते. प्रतापगडापासून कोसांच्या अंतराने वाई फार जवळ होती. पण वाईहून प्रतापगड गाठणे इतके सोपे नव्हते. घनदाट रानाने आणि चोहोबाजूंच्या डोंगरशाखांनी वेढलेल्या जावळी खोऱ्यात राजांचा प्रतापगड अगदी सुरक्षित होता. खानासारख्या बलाढ्य शत्रूशी मुकाबला करायला याच्यासारखी आड जागा नव्हती. राजे खानाची पुढची हालचाल पाहत होते.

एके दिवशी राजगडाहून आनंदाची बातमी आली. औरंगजेबाने सिंहासनारोहणप्रसंगी राजांना खास पोशाख व खुशीचे पत्र पाठविले होते. राजांना ती घटना अपेक्षितच होती. कायम नजर ठेवणाऱ्या प्रमुख पात्राचा अभिनय निदान आज तरी मोहक होता.

पण ते समाधान फार काळ टिकले नाही. राजगडाहून सईबाईंची तब्येत बिघडल्याची वार्ता घेऊन स्वार आला. राजांना तातडीने बोलाविले होते. चिंताचूर मनाने राजांनी प्रतापगड सोडला.

□

२२

राजगडाच्या रोखाने राजांचे अश्वपथक वेगाने दौडत होते. दिवस कासराभर असताना राजे गडाच्या पायथ्याशी असलेल्या पालीला पोहोचले. घोड्यांची गती मंदावली होती. राजे सावकाश गड चढत होते. पद्मावती माचीच्या दुसऱ्या दरवाज्यात राजे आले, आणि दुसरी नौबत झडली. फिरंगोजी नरसाळा राजांच्या स्वागतासाठी सामोरे आले होते. राजे पायउतार झाले. फिरंगोजी नजीक येताच त्यांच्या कडेवरच्या शंभूबाळांनी राजांकडे झेप घेतली. राजांनी शंभूबाळांना घेतले. त्यांचा मुका घेतला.

'फिरंगोजी, राणीसाहेबांची तबियत?'

'आहे तशीच आहे.'

फिरंगोजींच्या चिंताचूर चेहऱ्याकडे पाहताच राजांनी ते जाणले होते. राजांनी दीर्घ नि:श्वास सोडला. देवीचे दर्शन घेतले; आणि शंभूबाळांच्यासह ते स्वार झाले. राजे बालेकिल्ल्यात आले. तेव्हा दिवस मावळायला आला होता. वाड्याच्या देवडीवर मशाली पेटल्या होत्या. नेहमी राजे गडावर आले, की सारा गड चैतन्यमय बनायचा. आज मुजरे झडत होते; पण कुणाच्या चेहऱ्यावर आनंद नव्हता. राजे पाय धुऊन वाड्याचा चौक चढले. सदरेवर पेशवे, अमात्य, सचिव सारे हात बांधून उभे होते.

राजे आत गेले. जिजाबाईंच्या पाया पडताच जिजाबाईंनी डोळ्यांना पदर लावला.

जिजाबाईंना राजे जवळ घेत म्हणाले, 'मासाहेब, देवावर विश्वास ठेवा!'

'राजे, सारे प्रयत्न होताहेत. वैद्यांची औषधं आहेत, देवावरचे अभिषेक आहेत, अनुष्ठानं आहेत, अंगारे धुपारे- काही शिल्लक ठेवलं नाही. पण कशाचा गुण येत नाही. कालची पोर आज दिसत नाही. अरे, माझं आयुष्य मागितलं, तरी या पोरीसाठी देईन.'

'मासाहेब! धीर धरा! त्यानं राणीसाहेब बऱ्या होत असत्या, तर आम्ही आमचंही आयुष्य दिलं असतं.'

राजे सईबाईंच्या महालात गेले. मंद उदाच्या वासाने सारा महाल भरला होता. समया प्रज्वलित झाल्या होत्या. राजे महालात जाताच पलंगाच्या शेजारी घातलेल्या बैठकीवर बसलेला राणीवसा उठून उभा राहिला. मनोहारी सईबाईंच्या पायांवरून हात फिरवीत बसली होती. राजे आत जाताच सारे बाहेर गेले. मनोहारी उठू लागली. राजांनी तिला बसायला खुणावले. राजे पलंगाजवळ गेले. राजांना पाहताच सईबाई क्षीणपणे हसल्या. त्या म्हणाल्या,

'शेवटी यावं लागलंच ना! मी सांगितलं होतं, एवढं काळजीचं कारण नाही, म्हणून?'

राजे शेजारी बसले. त्यांनी सईबाईंच्या मस्तकी हात ठेवला. कपाळ गरम होते. राजे म्हणाले,

'कुणी निरोप पाठवला, म्हणून आम्ही आलो नाही. आम्हांला चैन पडेना, म्हणून आम्ही आलो. आता बरं वाटतं ना?'

'खूप बरं वाटतंय्!' सईबाई म्हणाल्या. राजांनी पाहिले. गिर्दीवर अश्रू पडत होते. राजे कासावीस होऊन ओणवे झाले. त्यांनी अश्रू निपटले. राजे म्हणाले,

'सई! काय हे? आम्ही आलो ना?'

स्वत:ला सावरीत सईबाई म्हणाल्या, 'आपण आलात, फार बरं वाटलं. डोळ्यांत पाणी आलं. वाटलं नव्हतं, परत पाय दिसतील, म्हणून!'

'आता चिंता करू नका. तुम्हांला बरं वाटल्याखेरीज आम्ही कुठंही जाणार नाही. आम्ही कपडे बदलून येतो.'

राजे महालाबाहेर आले. वैद्यांना त्यांनी बोलाविणे पाठविले. राजे आपल्या महालात गेले. राजांचा महाल सजविला होता. खाली जमिनीवर गालिचे पसरले होते. सज्जातून येणारा वारा पडद्यांना हेलकावे देत होता. राजांनी कपडे बदलले. पावलांचा आवाज येताच त्यांनी वळून पाहिले. सोयराबाईसाहेब आत येत होत्या.

'आपण आलात, फार बरं झालं. राणीसाहेबांना बरं वाटेल!'

राजे काही बोलले नाहीत.

'नशीबवान आहेत राणीसाहेब! नाही तर एवढ्या तातडीनं कोण येतो?'

'प्राक्तनी लिहिलं असेल, तसं होतं.' राजे म्हणाले.

'परमेश्वरानं आम्हांला पाठविताना आमची कपाळं मोकळी ठेविली होती!'

राजे खिन्नपणे हसले. ते म्हणाले, 'चुकता आहात, राणीसाहेब! ती मोकळी असती, तर आम्ही कसे राहिलो असतो? राणीसाहेब, संताप प्रसंगानंच शोभून दिसतो.'

राजांच्या त्या शब्दांबरोबर सोयराबाई भानावर आल्या. चूक होऊन गेली होती. काय बोलावे, हे सुचत नव्हते. त्याच वेळी मनोहारी आत आली.

'मनोहारी, काय आहे?'

'वैद्यराज आले आहेत!'

सोयराबाईंच्याकडे पाहत राजे म्हणाले, 'पाठव त्यांना.'

मनोहारीपाठोपाठ सोयराबाई गेल्या. वैद्यराज आले.

'वैद्यराज, राणीसाहेबांची तबियत कशी आहे?'

'राजे, माझ्याकडून मी कसलीही कमतरता ठेवली नाही. पण कशाचा गुण नाही. ज्वर हटत नाही. एकही औषध लागू पडत नाही. दिवसेंदिवस अशक्तपणा मात्र वाढत आहे.'

'त्यावर उपाय?'

वैद्यराज काही बोलले नाहीत. खाली मान घालून ते उभे होते. राजांनी वैद्यांना परवानगी दिली. वैद्यराज गेले. राजे महालात एकटे उभे होते. ते एकटेपण राजांना सहन होईना. राजे जिजाबाईंच्या महाली वळले.

शास्त्री पंचांग उघडून बसले होते. राजे जाताच शास्त्रीबुवा उठू लागले. राजांनी त्यांना बसण्याची खूण केली. राजे म्हणाले,

'मासाहेब, काय पाहता?'

सुस्कारा सोडून जिजाबाई म्हणाल्या, 'दुसरं काय पाहणार? सईची कुंडली पाहायला सांगते आहे.'

शास्त्रीबुवा म्हणाले, 'तसं काळजीचं कारण नाही, मासाहेब! हे दोन दिवस पार पडले, नवरात्राची घटस्थापना झाली, की काही भीती नाही.'

रात्री राजे सईबाईंच्या महाली गेले. सईबाईंना झोप लागली होती. राजांना थोडे समाधान वाटले. जिजाबाईंनी राजांना झोपायला सांगितले. राजे आपल्या महाली गेले. पण झोप लागत नव्हती. दचकून जागे व्हायला होत होते. पहाटेच्या नगाऱ्याने राजांना जाग आली. राजे उठले. सज्जात उभे राहिले. गडाचे दरवाजे उघडले जात होते. पूर्वेला उजाडू लागले होते.

राजे स्नान आटोपून महालात आले. तेव्हा सूर्य उगवला होता. जिजाबाई महालात आल्या. राजांनी पाय शिवले. जिजाबाई बसल्या. जागरणाचा थकवा दिसत होता.

'कशी आहे तब्येत?'

'तू आलास. बर झालं, बाबा! सईला चांगली झोप लागली होती. आता पुष्कळ बरं आहे.'

तोच पुतळाबाई संभाजीराजांना घेऊन आल्या. राजांना पाहताच संभाजी धावला; आणि तो पाया पडण्यासाठी वाकला. राजांनी शंभूबाळांना कौतुकाने उचलले. पुतळाबाईंच्याकडे पाहत राजे म्हणाले,

'हे तुम्ही शिकवलंत, वाटतं?'

'एक धाराई किंवा ही. ह्या दोघींच्याकडेच शंभूबाळ असतात. शंभू, आमच्या नाही पाया पडला?'

दोन वर्षांच्या शंभूबाळांनी तिरकी मान करून जिजाबाईंच्याकडे पाहिलं व नकारार्थी मान हलवीत एकदम जिजाबाईंच्या गळ्याला मिठी घालीत शंभूबाळांनी त्यांचा मुका घेतला.

राजे हसले. ते म्हणाले, 'अरे व्वा! शंभूबाळांचं असलं पाया पडणं आम्हांलाही आवडेल.'

पुतळाबाईंनी आणलेले दूध पिऊन राजे उठले. शंभूबाळांचा हात धरून राजे सईबाईंच्या महाली आले. सईबाई पलंगावर टेकून बसल्या होत्या. मनोहारीने दर्पण हाती धरला होता. सईबाई कुंकू लावीत होत्या. राजांना पाहताच झटकन कुंकू लावून त्या मोकळ्या झाल्या. राजांनी संभाजीला उचलून पलंगावर ठेविले. त्याला जवळ घेत सईबाई म्हणाल्या,

'हे कुठं गाठ पडले?'

'आमच्या महाली आले होते.' राजे म्हणाले.

'फारच लाडावलेत हे! यांना कुणी एक शब्द बोलला, तर दहाजणांचे बोल ऐकावे लागतात. अगदी फिरंगोजीकाकांपर्यंत!'

सईबाई अशक्त झाल्या होत्या, तरी त्यांच्या डोळ्यांत हसरेपणा तोच होता. तेच तेज होते. हसतमुख सईबाईंना पाहून राजांना बरे वाटले. त्यांनी विचारले,

'ज्वर गेला?'

'तो तर माझा दावेदार! देणं घेतल्याखेरीज हलणार थोडाच? मला आता त्याच्याकडे लक्ष द्यायलाही फुरसत नाही.'

राजांनी शंभूबाळांना खाली उतरविले. शंभूबाळांनी एकदा दोघांकडे पाहिले आणि ते धावत महालाबाहेर गेले.

राजे शेजारी बसले. सईबाई म्हणाल्या,

'आज भाद्रपद चतुर्दशी ना?'

'हो. का?'

'परवा घट बसतील. दसरा आला. सणाचे दिवस आणि मी ही अशी आजारी!'

'मग लौकर बरी हो ना!' राजांनी सईबाईंचा हात हाती घेतला. रोडावलेला तो पंजा कुरवाळीत असता राजांचे लक्ष बोटांकडे गेले. राजांनी विचारले,

'तुझी प्रवाळाची अंगठी काय झाली?'

सईबाई म्हणाल्या, 'रुतू लागली, सैल पण झाली. तेव्हा काढून ठेवली.'

सईबाईंना बसवेना. राजांनी मागच्या गिर्द्या काढल्या; सईबाईंना अलगद झोपवले. सईबाईंनी विचारले,

'खान आला?'

'तो निघाला आहे, म्हणजे येईलच ना!'

'मला त्याची चिंता नाही वाटत.'

'एवढ्या सैन्यानिशी खान येतो आहे आणि त्याची भीती वाटत नाही?'

'खरंच वाटत नाही!'

'का?'

'भीती वाटत नाही, एवढं खरं. का, ते कसं सांगू?'

राजे हसले. ते म्हणाले,

'हे उत्तर छान आहे. याला काही तोड नाही.'

सईबाईंच्या महालातून राजे मोकळ्या मनाने बाहेर आले. राजे सदरेवर गेले. सईबाईंना पडलेला आराम बघून राजांना समाधान वाटत होते. सूर्य वर चढत होता. राजे फिरंगोजींच्यासह देवीदर्शनाला माचीवर उतरले. देवीदर्शन आटोपून फिरंगोजींच्या बरोबर बोलत राजे बालेकिल्ल्याकडे येत असतानाच सेवक धावत आला.

'राणीसाहेब घाबऱ्या झाल्या.'

पुढचे ऐकायला राजे थांबलेच नाहीत. राजांनी बघता-बघता बालेकिल्ला गाठला. राजे वाड्यात गेले. सदरेवर वैद्यांना पाहून राजे चकित झाले.

'वैद्यराज!'

वैद्यराजांनी डोळ्यांना उपरणे लावले. राजांनी विचारले, 'रडू नका! सांगाऽऽ'

'काय सांगू? माझ्या हाती आता काही उरलं नाही.'

राजे सईबाईंच्या महाली जाताच सारे उठून बाहेर गेले. राजे सईबाईंच्याजवळ गेले. कपाळी घाम डवरला असता राजांनी तो पुसला. सईबाईंनी डोळे उघडले. राजांनी सईबाईंचा हात हाती घेतला. हात थंड लागत होता. सईबाईंनी विचारले,

'वैद्यराज काय म्हणाले?'

राजांनी आवंढा गिळला. ते म्हणाले, 'चिंता करण्याचं कारण नाही, असं म्हणाले.'

सईबाईंच्या चेहऱ्यावर क्षीण हास्य उमटले. त्या म्हणाल्या,

'बरोबर आहे त्यांचं! असणाऱ्यांची चिंता करायची; जाणाऱ्याची कसली चिंता?'

त्याबरोबर आवरलेले अश्रू राजांच्या नेत्रांतून ओघळले. ते उद्गारले,

'सई!'

'मला सारं माहीत आहे. नाही तर तुम्ही येताच सारे उठून गेले नसते. डोळ्यांत पाणी न आणता निरोप द्यावा.'

'सई! काय बोलतेस! स्वराज्याचा डाव नुकताच कुठं रंगतो आहे, तोच अर्ध्या डावावरून उठून चाललीस?'

सईबाई म्हणाल्या, 'अर्ध्या डावावरून उठून जाणं हा तर स्वभावच माझा. तुम्हीच सांगितलं होतंत ना! अगदी खरं ठरलं. पाहा ना- संसारातून उठून निघाले. मुलाची आई होऊनही त्याला दूध देऊ शकले नाही. निदान आईचा मायेचा हात-तो तरी पाठीवर टिकावा; त्यालाही शंभूबाळ पारखा. सारंच अर्धवट राहिलं.'

'सई! असं बोलू नकोस!' राजे व्यथित होऊन म्हणाले, 'तू मांडलेले सारे डाव आम्ही पुरे करू.'

'तेवढ्यासाठीच जीव घुटमळतोय्! संभाजी आईविना पोर. त्याला संभाळा. आता तुम्हीच त्याची आई... आणि तुम्हीच त्याचे पिता.'

'शंभूबाळाबद्दल मला काहीच का वाटत नाही?'

'तसं म्हणत नाही मी. पण पुरुषांची माया स्त्रीपेक्षा वेगळी! आईच्या नजरेनं पाहायला हवं.'

राजांना अश्रू आवरत नव्हते. कष्टाने ते म्हणाले,

'सई! मी वचन देतो. शंभूबाळाला मी तळहाताच्या फोडाप्रमाणे जपेन.'

राजांनी आपला चेहरा हातांत झाकून घेतला. श्वास घेणेही कठीण जात होते. त्यांच्या कानी आवाज आला,

'जरा इकडे बघायचं ना!'

आवाज बदलला होता. राजांनी दचकून पाहिलं. सईबाई राजांच्याकडे पाहत होत्या. त्यांच्या ओठांवर स्मित झळकले आणि राजांचे रूप पाहत असतानाच सईबाईंची मान कलंडली.

राजांचे अश्रू थिजून गेले. राजांच्यावर खिळलेली नजर तशीच होती. तीतील चैतन्य केव्हाच निघून गेले होते. राजांनी हलक्या हातांनी ते डोळे मिटले. राजांच्या लाडक्या सईबाई शांतपणे झोपी गेल्या होत्या.

ते रूप पाहून राजे उठले. झोपेत चालावे, तशी पावले टाकीत महालाबाहेर आले. राजांना पाहताच जिजाबाई उठल्या. राजांचे भरलेले डोळे पाहून त्या थांबल्या.

गालांवर ओघळणाऱ्या अश्रूंचे भान नसलेले राजे म्हणाले,
'मासाहेब! राणीसाहेब आम्हांला सोडून गेल्या!'
सारे महालाकडे धावले.
महालात एकच आक्रोश उसळला!

□

२३

रात्र चढत होती. महालात हजारी समई तेवत होती. झोप येत नव्हती. राजे
बेचैन होऊन उठले आणि सज्जात गेले. गार वाऱ्याच्या स्पर्शाने त्यांना जरा बरे
वाटले. सज्जाच्या सुरूदार नक्षीखांबावर उजवा हात ठेवून राजे उभे होते. अगणित
नक्षत्रांनी आकाश नटले होते. राजांच्या मनात विचार आला :
'आकाशात करोडो नक्षत्रे असूनदेखील एका चंद्राची बरोबरी करू शकत नाहीत
ना!...'
गार वाऱ्याची झुळूक राजांच्या अंगावरून गेली. समईच्या वाती थरथरल्या. राजे
निश्चलपणे उभे राहून आकाश निरखीत होते. अचानक ते भानावर आले. राजांचे
तीक्ष्ण कान ऐकत होते. मागे महालात पडद्यांची सळसळ झाली. रुजाम्याच्या
गालिच्यावर पडणाऱ्या पावलांच्या सपळाबरोबर साखळ्यांचा नाजूक आवाज आला.
परिचित आवाज. साऱ्या अंगावर थरारून काटा उभा राहिला. राजे एकदम वळले.
महालात कोणी नव्हते. महाल मोकळा होता. वाऱ्यावर पडदे हेलकावे खात
होते. समईच्या वाती थरथरत होत्या. कुणाचा आवाज नव्हता.
भासच तो!
दीर्घ नि:श्वास सोडून राजे परत आकाश निरखू लागले. उजवा हात सज्जाच्या
रेखीव खांबावर ठेविला होता. डावा हात केसांवरून फिरत होता. हात अचानक
थांबला. कान परत तीक्ष्ण बनले. पुन्हा तोच आवाज. तीच पडद्यांची सळसळ. तोच
पदन्यास. काही शंका नव्हती. राजांचा कंठ उभ्या जागी भरून आला. डोळे पाणावले.
मागे न पाहता राजे भरल्या कंठाने म्हणाले,
'सई! तुझा आमच्या शब्दांवर विश्वास बसत नाही ना? शंभूबाळांची चिंता
वाटते? नको, सई! आम्ही तुम्हांला संसारात गुंतवू शकलो नाही. आशेत तरी
कशाला गुंततेस? आम्ही वचनबद्ध आहोत. सई, निदान तू तरी आमच्यावर
अविश्वास दाखवू नको.'
वारा थांबला. पडद्यांची सळसळ थांबली. नूपुरांचा आवाज थांबला. एक भयाण
शांतता पसरली आणि दु:खावेग न आवरून राजांनी खांबावर मस्तक टेकले. राजे उद्गारले,
'सई! तू जाऊन शंभू पोरका झाला नाही! आम्ही पोरके झालो. सई! आम्ही!!'

□ □ □

भाग तिसरा

१

नवरात्राचे दिवस राणीसाहेबांच्या सुतकातच गेले. दसरा उजाडला. खान वाईला आला. त्याने तळ दिल्याची बातमी यापूर्वीच आली होती. कृष्णाकाठाला धरून खानाचा तळ पडला होता. राजांना स्वत:च्या दु:खाचा विचार करायला वेळ नव्हता. राजांनी आपले दु:ख मनात खोल दडवून ठेविले, आणि राजे परत हिमतीने उठले.

सदैव सावध राहण्याची ताकीद साऱ्या गडांना दिलीच होती. गडाखालच्या मुलुखात खान आला, तर विरोध न करता सामील व्हावे, अशी सूचना दिली गेली.

सोनोपंत डबीर म्हणाले,

'राजे, हा हुकूम कशासाठी?'

'प्रजा राहिली, तर स्वराज्य ना! खान आला आहे. तो आता आमच्या मुलुखात हात पसरल्याखेरीज थोडाच राहणार? आमची सारी फौज प्रतापगडाशी आज गोळा होत आहे. प्रजेनं विरोध केला, तर खान आमचा प्रदेश बेचिराख करील. त्यापेक्षा खानापुढं मान तुकवली, तर प्रजेला अधिक तोशीस पडणार नाही.'

राजांनी केलेले भाकीत अगदी खरे ठरले. खानाने पाहता-पाहता शिवाजीचा प्रदेश बळकाविला. खानाचे सरदार राज्यात पसरले. जाधवाने सुपे प्रांत काबीज केला. पांढऱ्याने शिरवळला ठाणे दिले. खराट्याने सासवड घेतले. हिलालने पुण्यात तळ दिला आणि हबशी सैफखानाने तळकोकण व्यापिले. पण कुठेदेखील विरोध झाला नाही. चकमक झडली नाही. शिवाजीचा प्रदेश आपण जिंकतो आहो; तेव्हा शिवाजी कुठे ना कुठे मैदानात उतरेल, असे खानाला वाटत होते. पण शिवाजीचा कुठेच पत्ता नव्हता. खान चिंताचूर बनला.

खानाचे व्याप राजांना कळत होते. त्यांच्या चिंता वाढत होत्या. खानाला कुठे विरोध जरी केला नाही, तरी खानाचे सैन्य मुलुखात लूट व विध्वंस करीतच होते.

त्या बातम्यांनी राजांचे मन कष्टी बनत होते. सदरेवर सारी मंडळी हजर होती. माणकोजी दहातोंडे सारे ऐकत होते.

माणकोजी दहातोंडे म्हणजे राजांचा जुना माणूस. दादोजी कोंडदेवांच्या बरोबर शहाजीराजांनी जी विश्वासू माणसे पाठविली, त्यांत माणकोजी दहातोंडे होते. राजांच्या पहिल्या पागेचे तेच सरनोबत होते. लोहगड-विसापूरचा ताबा याच माणकोजी दहातोंड्यांनी घेतला होता. माणकोजींचे वय झाल्यामुळे राजांनी नेताजींना सरनोबत केले; आणि त्या दिवसापासून माणकोजी सदरेच्या सल्लागारांत आले. राजांच्या सदरेवर माणकोजींना भारी वजन होते. खानाचे पराक्रम ऐकून माणकोजी म्हणाला,

'राजे, हे असलं ऐकण्यापरीस जागा बगून एक-दोन थपडा लावल्या, तर खान सबुरीनं वागंल!'

कोणी तरी हा विचार मांडायला हवा होता. फिरंगोजी, तानाजी, येसाजी, या साऱ्या मंडळींनी माणकोजींचे मत उचलून घेतले. राजांनी सर्वांना बोलू दिले. मग ते म्हणाले,

'माणकोजी, हे का आम्हांला वाटत नाही? हे बघण्यात का आम्हांला सुख आहे? पण या प्रसंगात शत्रूशी कोठेही उघड्यावर लढाई द्यायची नाही, हे आम्ही पक्कं ठरविलं आहे. आम्ही बाहेर पडावं, म्हणून खानाचे हे उपद्व्याप चालू आहेत. खान त्याचीच वाट पाहतो आहे.'

'मग आता?' येसाजीने विचारले.

'आता शक्य तो लौकर जावळी गाठायची! तिथं बसून राहायचं.'

'कुठवर?'

'खान जावळीत शिरेपर्यंत!'

राजे जावळीला जायला निघाले. जिजाबाईंचे मन पिळवटून निघाले होते. राजांचा सईबाईंच्या वरचा लोभ त्यांना माहीत होता. आपले दुःख दाबून ठेवून वावरणाऱ्या राजांना पाहून त्यांचे मन व्यथित होत होते. जिजाबाई म्हणाल्या,

'राजे, थोडे दिवस थांबता येणार नाही का?'

'नाही, मासाहेब! प्रत्येक दिवस मोलाचा आहे.'

'अरे, पण सई जाऊन पुरते...'

क्षणभर राजांचे अंग ताठरले. राजे म्हणाले,

'मासाहेब! त्याला सुद्धा नशीब लागतं. कोणत्याही गोष्टीचा फार आनंद मानायला किंवा दुःख करायला परमेश्वरानं आमच्या जीवनात उसंत ठेवलीच नाही.'

सायंकाळी सदर भरली. जिजाबाई बैठकीवर बसल्या. नेताजी पालकर, अत्रे,

माणकोजी, पानसंबळ, कृष्णाजी नाईक, मोरोपंत पिंगळे ही खाशी माणसे हजर होती. राजांनी आपला बेत सांगितला.

खानाशी युद्ध म्हणजे राजांचा पराभव, हे साऱ्यांना स्पष्ट दिसत होते. खान पुऱ्या तयारीनिशी आला होता. सारे बेचैन होते. फिरंगोजी म्हणाला,

'खानाशी तह केला, तर?'

'तह?' राजे हसले. 'आम्हांला चढे घोड्यानिशी जिवंत पकडून नेण्याची खानाची प्रतिज्ञा विसरलात, वाटतं? दादामहाराजांना जसं त्यानं मारलं, तसं तो आम्हांला मारील. म्हणून सल्ला करणे नाही. युद्ध करोन मारिता-मारिता जे होईल, ते करू.'

माणकोजी म्हणाला, 'हे कठीण कर्म! सिद्धीस गेलं, म्हणजे बरं. नाही तर कसं होईल?'

राजे म्हणाले, 'माणकोजी, आता मात्र आपण म्हातारे झालात, हे पटलं. नाही तर हे उद्गार येते ना!'

जिजाबाई म्हणाल्या, 'राजे, काळजीपोटीच असे शब्द येतात.'

'ते आम्ही जाणतो! मासाहेब, महाभारताचा प्रसंग आठवा. भगवान श्रीकृष्णांनी अर्जुनाला सांगितलं : जिंकलंस, तर पृथ्वीचं राज्य भोगशील; मेलास, तर स्वर्गाचा मानकरी होशील. आम्ही सल्ला केला, तरी प्राणनाश स्पष्ट दिसतो. युद्ध केलियाने जय जाहलियास उत्तम. प्राण गेला, तरी निदान कीर्ती तरी राहील.'

जावळीत बसून खानाला तोंड द्यायचा विचार पक्का झाला; आणि सदरेची बैठक मोडली.

मासाहेबांना रात्रभर झोप लागली नाही. डुलकी लागली, तरी दचकून जागे व्हायला होत होते. खानासारख्या बलवत्तर सेनापतीपुढे राजांचा पाडाव लागेल का? याच खानाने फर्जंद शहाजीराजांना बेड्या ठोकून विजापूरभर त्यांची धिंड काढली होती. शंभूराजांना यानेच गिळले होते. तुळजापूरच्या भवानीवर घण घालणारा हा खान शिवाजीराजांना कचरेल का? जिजाबाईंनी आपले अश्रू टिपले. त्या उठल्या. मनोहारी आत आली. जिजाबाईंनी विचारले,

'मनू, राजे उठले?'

'जी! आंघोळ सुद्धा झाली!'

जिजाबाई उठल्या. तोंड धुऊन त्या राजांच्याकडे गेल्या. तेव्हा सामानाच्या संदुकी उचलल्या जात होत्या. राजांचा चेहरा प्रसन्न होता. राजे पाया पडत म्हणाले,

'आम्ही आता आपल्या दर्शनाला येणारच होतो. मासाहेब, आज आम्हांला स्वप्न पडलं.'

'कसलं?'

'देवीनं आम्हांला दृष्टांत दिला. मातेनं आम्हांला अभय दिलं. सांगितलं, 'आम्ही प्रसन्न आहो. सर्वस्वे साह्य तुला आहे. तुझे हाते अफझल मारवितो. तुजला यश देतो. तू चिंता करू नको.' असं बोलून माता अदृश्य झाली. आम्ही जागे झालो. पहाट झाली होती.'

जिजाबाई म्हणाल्या, 'बरं झालं. आता तिनंच आम्हांला राखायचं! शिवबा, आम्ही रात्री ठरवलंय्. आम्ही पण गडावर येणार!'

'मासाहेब!'

'राजे, जे व्हायचं असेल, ते होऊ दे. पण आता तुम्हांला नजरेआड करावं, असं वाटत नाही.'

'मासाहेब, आम्हांला नजरेआड करू न देण्यात स्वराज्य नजरेआड करून कसं चालेल? तुमच्या भरवशावर तर आम्ही जातो आहोत.'

'आमचा कसला भरवसा?' जिजाबाई कळवळल्या.

'बोलून चालून लढाई! आम्ही खानाला मारू, हा आमचा विश्वास आहे. पण दुर्दैवानं तसं झालं नाही..'

'शिवबा ऽ ऽ'

राजांचा आवाज कठोर बनला, 'मासाहेब, डोळ्यांत पाणी आणायची ही वेळ नव्हे. ऐका, मासाहेब! आमचं काही बरं-वाईट घडलंच, तर धीर खचू न देता शंभूबाळांना हाताशी धरून राज्य चालविण्याची जबाबदारी तुमची आहे. इथं आईच्या मायेला जागा नाही. त्याचकरिता शंभूबाळांना तुमच्यासह इथं ठेवून जात आहोत.'

मासाहेबांनी राजांना मिठीत घेतले. राजांच्या डोळ्यांत अश्रू उभे राहिले. राजे हसण्याचा प्रयत्न करीत म्हणाले,

'मासाहेब! सावरून घ्या. नाही तर आपण अश्रू ढाळलेले पाहताच दाराशी उभे असलेले राणीमंडळ कोलमडून पडेल, आणि आम्हांला बाहेर पाऊल टाकणंही अशक्य होईल.'

मासाहेबांनी अश्रू टिपले. जिजाबाईंसह राजे देवघरात गेले. राजांनी देवापुढे मस्तक टेकले. सोयराबाईंनी पुढे होऊन राजांच्या हातावर दही घातले. राजांनी सर्वांवरून नजर फिरविली. नाक ओढल्याचे आवाज येत होते. राजांनी जिजाबाईंच्या पायांवर मस्तक ठेवले. जिजाबाईंनी राजांना उराशी कवटाळले. अश्रू ओघळले. राजांनाही काही बोलणे जमत नव्हते.

'शिवबा! सांभाळून! खान धोकेबाज आहे. तुमच्या दादामहाराजांना विसरू नका. त्याचं उसनं फेडून घ्या. विजयी होऊन घरी या!'

'येतो, मासाहेब! चिंता करू नका! तुमच्या आशीर्वादानं, भवानी मातेच्या कृपेनं आम्ही या संकटातून पार पडू, हा आमचा विश्वास आहे. अफझलखान मारून, गर्दीस

मिळवून, आम्ही आपल्या दर्शनास येऊ.'

सदरेवर फिरंगोजी, शामराजपंत, सोनोपंत ही मंडळी होती. साऱ्यांचे मुजरे झाले. राजांनी विचारले,

'सामानाच्या गाड्या पुढं गेल्या?'

'हो!' पेशव्यांनी सांगितले.

'फिरंगोजी, संभाजीराजे, मासाहेब आता तुमच्या जबाबदारीवर. अफझलखान मारून जय जाहला, तरी माझा मीच आहे. एखादे समयी युद्धी प्राणनाश जाहला, तरी संभाजीराजे आहेत. त्यांस राज्य देऊन त्यांचे आज्ञेत तुम्ही राहणे. आम्ही उभे केलेले 'महाराष्ट्र राज्य'- ते अवघ्यांनी हिंमत धरून राखावे. येतो आम्ही.'

राजे वाड्याच्या दारात आले. त्यांनी वळून पाहिले. व्याकूळ जिजाबाई चौकटीवर आधार घेऊन उभ्या होत्या. राजांनी मान वळविली; व ते वाड्याबाहेर पडले.

मोतद्दार राजांचा आवडता घोडा धरून उभा होता. अश्वपथक सज्ज होते. राजे घोड्यावर स्वार झाले आणि हुजऱ्याच्या खांद्यावर असलेला संभाजी ओरडला,

'आबा ऽ ऽ! झ्या, झ्या!'

तशातही सर्वांच्या चेहऱ्यांवर हसू उमटले. राजांनी खुणावताच हुजऱ्या पुढे झाला. राजांनी शंभूबाळांना उचलून पुढे घेतले. घोड्याला टाच मारली. मैदानाचा एक फेरा पुरा करून राजे परत आले. राजांनी शंभूबाळांचा मुका घेऊन त्यांना फिरंगोजींच्या हाती दिले, आणि कूच करण्याची इशारत दिली. नौबत झडली. राजे अश्वपथकासह गड उतरू लागले.

                                                                    □

२

जावळीची पागा आणि छावणी पाहून प्रतापगडावर जायला राजांना संध्याकाळ झाली. राजांच्या सामानाबरोबर गेलेले माणकोजी दहातोंडे मोरोपंत पिंगळ्यांच्यासह गडाच्या प्रथम दरवाज्यात स्वागतासाठी उभे होते. राजे गडाच्या दरवाज्यापाशीच पायउतार झाले.

राजे सर्वांसह पायऱ्या चढत होते. नजर गडावर जात होती. ठायी ठायी चौकी-पहारे बसले होते. मोक्याच्या जागी तोफांचे मारे होते. राजे गडावर आले. गडाच्या प्रथम माचीवर उभे राहून त्यांनी मुलुखावर नजर टाकली. सूर्याच्या मावळत्या किरणांत कोयना खोरे उजळून निघाले होते. समोर महाबळेश्वर उभा होता. राजांनी महाबळेश्वरला वंदन केले. राजे बालेकिल्ल्याकडे चालू लागले.

बालेकिल्ल्यात प्रवेश करताच समोर सदर दिसू लागली. सदरेसमोर केदारेश्वराचे

सुबक मंदिर होते. राजे जेव्हा प्रथम डोंगरावर आले होते, तेव्हाच त्यांना हे शिवलिंग सापडले होते. तो शुभ शकुन समजून राजांनी देऊळ बांधण्याची आज्ञा केली. 'केदारेश्वर' हे नाव ठेवले. राजांनी केदारेश्वराचे दर्शन घेतले; आणि राजे वाड्याकडे वळले.

प्रतापगडाच्या अगदी उंच जागेवर मोरोपंतांनी वाडा बांधला होता. वाडा आकाराने लहान होता, पण सुबक होता. सुरूदार खांबांनी दर्शनी भाग सजला होता. पुढच्या चौकावर माडी होती. महिरपी खिडक्यांनी ती सुशोभित झाली होती.

राजे आपल्या महाली आले, तेव्हाच दारातच त्यांचे पाय खिळले. आलेले सामान मनोहारी नीट लावून घेत होती. दासींची धावपळ महालात चालू होती. राजांना पाहताच दासी अदबीने उभ्या राहिल्या. संदुकीतून काढलेला अंगरखा तसाच हाती घेऊन मनोहारी उभी राहिली. राजे म्हणाले,

'कोण? मनोहारी? तू इथं कशी?'

मनोहारी म्हणाली, 'मासाहेबांनी पाठविलं. त्या म्हणाल्या- कपड्यालत्त्यांची काळजी घेणारं तिथं कोणी नाही...'

राजे हसून म्हणाले, 'मासाहेबांनी सांगितलं; मग आम्ही काय म्हणणार? ठीक आहे. लावून घे सामान. सर्व आलं का, ते नीट पाहा. आम्ही खाली जातो.'

राजे वळले. मागून आवाज आला,

'जरा थांबावं!'

राजे थांबले. मनोहारी अंगरखा ठेवून पुढे आली. तिचा चेहरा व्यथित झाला होता. तिने राजांच्या समोर मूठ उघडली. मनोहारीच्या हातात सईबाईंची प्रवाळाची अंगठी होती. त्या अंगठीच्या दर्शनाने राजे घायाळ बनले. त्यांनी विचारले,

'ही तुझ्याकडे कशी?'

मनोहारीचे डोळे भरून आले. ती म्हणाली,

'राणीसाहेबांना जेव्हा जास्त झालं, तेव्हा आपण याल, न याल, म्हणून ही अंगठी त्यांनी माझ्याकडे दिली होती. सांगितलं होतं की, मी गेल्यावर ही त्यांना दे. राजगडावर वेळ मिळाला नाही; अंगठी देता आली नाही.'

मनोहारीने डोळे टिपले. राजे निःश्वास सोडून म्हणाले,

'आम्ही आमची आठवण म्हणून ही अंगठी राणीसाहेबांना दिली होती. त्यांनी विश्वासानं ती तुझ्या हाती दिली. राणीसाहेबांची आठवण म्हणून ती तुझ्या बोटात ठेव.'

एवढे बोलून राजे निघून गेले. मनोहारी चकित होऊन राजांच्या पाठमोऱ्या आकृतीकडे पाहत होती.

राजे गडावर आले आणि सारे जावळी खोरे चैतन्यमय झाले. महाराजांचे जिवाभावाचे सारे सरदार गडावर गोळा होत होते आणि एके दिवशी कान्होजी जेधे येत असल्याची वर्दी गडावर आली. राजांना ते ऐकून फार समाधान वाटले. कान्होजी गडावर आले. कान्होजींनी आपला शब्द खरा केला होता. कान्होजी एकटे आले नव्हते. कान्होजींच्या बरोबर शितोळे, खोपडे, गायकवाड, डोहार, मारणे, कोंडे, मरळ, शिळमकर वगैरे सारे देशमुख वतनदार आपल्या जमेनिशी आले होते. देशमुख आले, म्हणजे इतरही वतनदार आले. कान्होजींनी उत्साह आणला, प्रेम आणले, राजनिष्ठा आणली. त्याने राजांचा विश्वास दुणावला.

साऱ्या सरदारांनी, देशमुखांनी, वतनदारांनी बेलरोटीची शपथ घेऊन राजनिष्ठा व्यक्त केली. राजांनी सर्वांनाच एकाच पंक्तीला घेऊन भोजन केले.

राजांची पागा सात हजारांवर वाढली होती. पायदळही तीन हजारांवर जमा झाले होते. कान्होजींनी विचारले,

'राजे, लढाईचा बेत मोठा दिसतो. खानाची कुमक भारी असणार!'

'कान्होजी, जावळीखोऱ्यात येणाऱ्या शंभर शत्रूंना आमचा माणूस पुरेसा आहे. आमची कुमक नुसती माणसांची नाही. आमच्या मागे रक्षणार्थ सह्याद्रीची कूस उभी आहे! आशीर्वाद द्यायला महाबळेश्वर आहे. इतरांप्रमाणे शरणागती पत्करून कायमचे ताबेदार राहणार, की नव्यानं स्थापन झालेल्या आपल्या हिंदवी स्वराज्याच्या उपक्रमाची परिपूर्ती करून एकदाचे सर्व शृंखलांतून मुक्त होणार, याचा निकाल या मोहिमेत लावण्याचा आमचा निश्चय आहे.'

'पण खान वाई सोडील का?'

'त्याला सोडावीच लागेल. खानाबरोबर प्रतापराव मोऱ्यांसारखी माणसं आहेत. जावळीवर पुन्हा ताबा मिळवण्याचं त्यांचं स्वप्न आहे. त्यांच्यासारखी बरीचशी या भागाची माहितगार माणसं खानानं आणली आहेत. आपल्या सामर्थ्याच्या घमेंडीवर खान आपण जाऊ, तिकडे वळेल. तो नाही वळला, तर वळवावा लागेल.'

प्रतापगडावर बसून राजे जसा विचार करीत होते, अंदाज बांधीत होते, तसा खानही वाईत बसून राजांची हालचाल समजून घेत होता. खान त्रस्त झाला होता. शिवाजीचा एवढा मुलूख ताब्यात आणला, एवढी लूट केली, पण शिवाजी जावळी सोडून कसा बाहेर पडत नाही, याचे खानाला कोडे पडले होते. एवढी मोहीम चालवूनही सारे कसे शांत होते. ही शांतता खानाला बेचैन करीत होती. जावळीजवळ गोळा केलेल्या सैन्याची खबर खानाला मिळाली होती. शिवाजीला अधिक उसंत देणे म्हणजे नव्या संकटाला तोंड देणे हे खान ओळखून होता. खानाने शिवाजीचा अंदाज घ्यायचे ठरविले. त्याने शांततेला तोंड फोडले. खानाने आपला वकील कृष्णाजी

भास्कर याला वकील म्हणून प्रतापगडावर पाठवायचे ठरविले.

बलाढ्य शत्रूचा वकील आपणहून राजांच्या दरबारी येत होता...

□

३

खानाचा वकील आपणहून भेटायला येतो, यावर कुणाचाच विश्वास बसेना. खानाचा वकील कृष्णाजी भास्कर आपल्या अश्वपथकासह गडाच्या पायथ्याशी आल्याची वर्दी आली. राजांनी जेधे, पानसंबळ, पंताजी गोपिनाथ, अण्णाजीपंत यांना वकिलाला सामोरे जाऊन मानाने गडावर घेऊन यायला पाठविले. साऱ्यांचे लक्ष आता वकिलाकडे लागले होते.

गडाच्या दरवाज्याशी पंताजी गोपिनाथ हे कृष्णाजी भास्करांना सामोरे आले. कृष्णाजी भास्कर छिलछिलीट अंगलटीचे, उंचेपुरे, देखणे होते. त्यांचे घारे डोळे मनाचा ठाव घेणारे होते. डोक्याला पगडी, अंगात रेशमी पिवळा अंगरखा आणि कमरेस तलम मलमली धोतर परिधान केलेले कृष्णाजी आपल्या नजरेने गड आणि परिसर निरखीत होते. पंताजी गोपिनाथांनी त्यांची ओळख करून दिली. पंताजी म्हणाले,

'आपल्या भेटीसाठी राजे वाट पाहत आहेत.'

'आम्ही येण्याआधीच आमच्या आगमनाची वार्ता आली असेल, नाही?'

पंताजी हसले. म्हणाले, 'मोठ्या माणसांच्या हालचाली इतक्या लपून राहत नाहीत. चलावं.'

कृष्णाजी गड निरखीत चढत होते. गडाचा कडेकोट बंदोबस्त त्यांच्या नजरेतून सुटत नव्हता. गडाच्या सदरेवर येताच दुहेरी तटबंदीनं बंदिस्त असलेला गड कृष्णाजी भास्करांच्या नजरेत भरला. गडावरच्या चौक्या-पहारे, बुरुजांवरच्या पल्लेदार तोफा, तोफगोळ्यांचे ढीग- सारे पाहून कृष्णाजींच्या चेहऱ्यावर स्मित झळकले. ते पंताजींना म्हणाले,

'पंत, इथं तर लढाईची जय्यत तयारी दिसते.'

'गैरसमज होतो. राजांच्या कोणत्याही गडावर हा नेहमीचाच बंदोबस्त असतो... देवदर्शन घ्यावं.'

केदारेश्वराचे दर्शन घेऊन कृष्णाजी भास्कर वाड्याकडे येऊ लागले. राजे कपडे करून आपल्या महालात तयार होते. कृष्णाजी भास्कर सदरेत आले. सदरेच्या सरदारांच्या ओळखी करून दिल्या गेल्या आणि राजांचे बोलावणे आले. पंत बैठकीच्या जागी कृष्णाजींना घेऊन गेले. राजे बैठकीवर बसले होते. कृष्णाजींची ओळख पंतांनी करून दिली. राजांनी मुजऱ्याचा स्वीकार केला; व ते म्हणाले,

'आम्ही आपलं भाग्य समजतो की, खानसाहेबांनी आमची आठवण ठेवली.'

कृष्णाजीपंत म्हणाले, 'राजे, खानसाहेब का परके आहेत? त्यांच्या मनात आपल्याबद्दल प्रेमभाव आहे. तसं नसतं, तर एवढ्या बलशाली खानांनी आपल्याकडे मला पाठवलं नसतं.'

'खानसाहेबांना आमचे धन्यवाद द्या. जसे महाराजसाहेब, तसे खान आपणांस वडील आहेत. त्यांची भेट झाली, तर जरूर घेऊ.'

कृष्णाजी भास्करांनी खानाचे पत्र पुढे केले. राजांनी पंताजी गोपिनाथांच्याकडे पाहिले. पंताजींनी पत्र घेतले. उघडले. पंताजी वाचू लागले,

'तुमचा उद्धटपणा शहाच्या मनास झोंबत आहे. निजामशाही बुडाल्यानंतर स्वत: हस्तगत केलेला मुलूख आदिलशहाने मोंगलांना तहात दिला होता. तो डोंगरी किल्ल्यांनी भरलेला मुलूख तुम्ही काबीज केल्यामुळे तेथील राजा जळफळत आहे. चंद्ररावांचे विस्तीर्ण राज्य तुम्ही हरण केले आहे. कल्याण-भिवंडी घेऊन तुम्ही अल्लाह परवरदिगाराच्या मशिदी जमीनदोस्त केल्या आहेत; काजी व मुल्ला यांना कैद केलेले आहे. त्यासाठी, राजा, माझ्या आज्ञेप्रमाणे तू संधी कर आणि सर्व किल्ले व मुलूख देऊन टाक. सिंहगड, लोहगड, पुरंधर, चाकण, नीरा व भीमा यांतील प्रदेश सोडून दे.'

'एकंदरीत आमची धडगत दिसत नाही.' राजे म्हणाले.

कृष्णाजी भास्कर म्हणाला, 'राजे, माझा सल्ला विचाराल, तर खान म्हणतात, त्याप्रमाणे सल्ला करावा.'

'तसं झालं नाही, तर?'

'तर खानाची भारी फौज आपणांवर तुटून पडेल. खानाची ताकद किती प्रचंड, याचा तपशील राजांना मिळालाच असेल!'

'ते आम्ही जाणतो. पण खानसाहेब एक विसरतात... आम्ही शहाजीराजांचे पुत्र आहो. आमचे एक बंधू अपघाती मृत्यू पावले. विजापूरच्या फर्जंद शहाजीराजांना दुसरा मुलगा गेलेला परवडायचा नाही.'

कृष्णाजी भास्कर चकित झाले. हा अनोखा वार होता. आपला पवित्रा बदलीत कृष्णाजी म्हणाले,

'पण एवढ्या दूरवर गोष्टी न्यायची जरुरीच काय? आपण वाईला आलात, खुल्लमखुल्ला गोष्टी झाल्या, तर सारे गैरसमज दूर होऊन जातील.'

'कृष्णाजी, गैरसमज आमचे नाहीत! कल्याणला मशिदी पाडल्या, हे खरं, की खोटं, हे खानांनी मनात आणलं, तर कळायला फारसा वेळ लागणार नाही. स्वत:च्या आचरणावर खान अंदाज बांधतात, म्हणून अशी गफलत होते.'

'बारीकसारीक गोष्टी मनात न आणल्या, तरच यातून काही तरी चांगलं निघेल.'

'आमच्या मनात काही नाही. आम्ही मनमोकळेपणानं विचार करू. आपण राहावं, आमचं उत्तर घेऊन जावं, अशी आमची इच्छा आहे.'

'जशी आज्ञा!' कृष्णाजी भास्कर म्हणाले.

राजांनी कृष्णाजींना मानवस्त्र देऊन त्यांना निरोप दिला.

कृष्णाजी भास्करांची एका स्वतंत्र घरात व्यवस्था केली होती. तिकडे कृष्णाजीपंतांना पाठवून राजे आपल्या महाली गेले. सदरेवरची मंडळी पंतांच्या भोवती गोळा झाली. खानाच्या पत्रास राजे काय उत्तर देतात, याबद्दल प्रत्येकाच्या मनात विचार सुरू झाले.

दुसऱ्या दिवशी राजांनी आपले सर्व विश्वासू मातबर गोळा केले. त्यांना घेऊन एकांतात खलबत बसले. खानाच्या पत्राचा मसुदा सांगण्यात आला. राजांनी खानाकडून अभय देऊन, शपथ घेऊन वाईला भेटावे, असा अनेकांनी सल्ला दिला. राजे म्हणाले,

'खान इतका सोपा वाटतो? मित्राचा अंदाज चुकला, तरी चालतो. पण शत्रू? त्याचा अंदाज कमी करून चालत नाही. शत्रूचं पुरं वजन वाढवूनच शत्रूला पाहावं. हे आमंत्रण इतकं साधं नाही. ज्या खानाला विजापूर दरबारानं आम्हांस सफा करून, जिवे मारून टाकण्याची आज्ञा दिली आहे, तो इतक्या सरळपणानं भेटेल? या खानाची कर्तूक आठवा. शिऱ्याच्या कस्तुरी रंगाला भेटीला बोलावून यानंच ठार केलं. खान महंमदाचा खून यानंच केला. एवढंच काय, पण खुद्द आमचे दादामहाराज यांना याच दगलबाजानं विश्वासघातानं मारलं. खानाला भेटायचं झालं, तर त्यानं इथंच येऊन भेटलं पाहिजे!'

'खान तयार होईल?'

'पाहू! जगदंबेच्या मनात असेल, तसं होईल!'

त्यानंतर राजांनी पंताजी गोपिनाथांची एकांती भेट घेतली. पंताजी गोपिनाथ म्हणजे बुद्धीचे आगर. धूर्त. खास मुरब्बी आणि विश्वासाचा माणूस. एवढा घरोबा की, सारे पंतांना 'पंताजीकाका' म्हणून म्हणत. पंताजी येताच राजे म्हणाले,

'पंत, खानाचा वकील आला, म्हणजे रिवाजाला धरून आमचाही हेजीब खानाच्या गोटात जावयास हवा. आमचे हेजीब म्हणून तुमची निवड केली आहे. आम्ही कृष्णाजी भास्करांस आज निरोप देतो. तुम्ही नंतर अफझलकडे जावं.'

'जशी आज्ञा!'

'पंत! आमचा तुमच्या निष्ठेवर विश्वास आहे. खान होईल त्या मार्गानं वळवायलाच हवा. ते कसब तुमचं आहे.'

राजांनी कृष्णाजी भास्करला बोलाविले. कृष्णाजीपंत येताच राजे म्हणाले,

'कृष्णाजी भास्कर, आम्ही खानांच्या पत्राचं उत्तर तयार केलं आहे. ते तुमच्याबरोबर दिलं, तर योग्य होणार नाही; रिवाजाला सोडून होईल. त्यासाठी खानांच्याकडे आम्ही आमचे हेजीब पंताजी गोपिनाथ यांना पाठवीत आहो. तुम्ही त्यांची व खानांची भेट घडवून द्यावी.'

'जशी आज्ञा!' कृष्णाजी भास्कर म्हणाला.

खानाच्या वकिलाला वस्त्रे देऊन सन्मानाने पाठविले गेले.

दुसऱ्या दिवशी पंताजी गोपिनाथ खानाकडे जायला निघाले. राजांनी त्यांना एकांती घेतले. राजे म्हणाले,

'तुम्ही खानाशी सर्व बोलणी करा. आमचा मनसुबा तुम्हांस माहीतच आहे. खानांकडून प्रत्येक गोष्टीला क्रियाशपथ घ्या. त्यांनी मागितली, तर बेलाशक द्या. अनमान करू नका. तुमच्याबरोबर माणसं देत आहो; ती सारी नजरबाज आहेत. खानाचा हेतू काय आहे, याची पुरी खात्री करून घ्या. जेवढं पाहता, ऐकता येईल व समजून घेता येईल, तेवढं करून माघारी या. खानाकडे जाताना पालखीतून, खाशा इतमामानं जा. भवानी तुम्हांस यश देवो!'

पंताजी गोपिनाथांनी राजांना निरोप घेतला.

कृष्णाजी भास्कर आल्याचे कळताच खानाने तातडीने बोलावणे पाठविले. शिवाजीचे उत्तर ऐकायला खान अधीर झाला होता. कृष्णाजी भास्कर आला. खान शाही बैठकीवर बसून हुक्का पीत होता. कृष्णाजीकडे पाहून तो गर्जला,

'कहो, कृष्णाजी! कुछ हाले मुलाकात बयान करो.'

'आपलं पत्र शिवाजीला दिलं. पत्रामुळं शिवाजी पुष्कळ नाराज दिसला.'

खान खुशीने हसला.

'आपली ताकद शिवाजीला पुरी माहीत आहे.'

'मग यायला तयार झाला?'

'नाही! शिवाजी इथं यायला भितो. मी सांगितलं की, खानसाहेबांचा राग भारी असतो. खानसाहेब चालून आले, तर ते परवडायचं नाही.'

'फिर?'

'शिवाजी म्हणाला की, खानांना सांगा... फर्जंद शहाजीराजांना पण दुसरा मुलगा गेल्याचं आवडणार नाही.'

अफझलखानच्या हातातील हुक्क्याची नळी सुटली. ती खानाने उचलली; आणि तो मोठ्याने हसला. म्हणाला,

'दुश्मन, हुशियार, तेज मालूम होता है!'

कृष्णाजीने शिवाजीचा गड, मुलूख... सारी माहिती खानाला दिली. राजांचा वकील येत असल्याचे सांगितले. खान विचार करीत होता. शिवाजीचा अंदाज लागला नव्हता. कुठे तरी पाणी वाढत होते.

दुसऱ्या दिवशी पंताजी गोपिनाथ खानाच्या छावणीत आले. कृष्णाजीपंत त्यांना सामोरे गेले. गोपिनाथपंत खानाच्या गोटाकडे जात होते. मागे-पुढे स्वार जात होते. मध्ये पांढऱ्या कपड्यांच्या भोयांनी पंतांची पालखी तोलली होती. दांडीच्या गोंड्यांना धरून गोपिनाथपंत छावणीवर नजर टाकीत होते. पालखी सुशोभित होती. पुढच्या दांडीला लावलेले चांदीच्या व्याघ्रमुखाचे डोळे माणकांचे होते. भगव्या रेशमी वस्त्रांनी पालखीच्या रेशमी दांड्या झाकल्या होत्या. खान गोपिनाथांची वाटच पाहत होता. गोपिनाथांनी खानाला मुजरा केला. कृष्णाजीपंतांनी राजांच्या वकिलाची ओळख करून दिली. खासगी भेटीची विनंती केली. खानाने साऱ्यांना दूर केले. गोपिनाथपंत खानाला म्हणाले,

'आपल्या पत्रानं राजांना धन्यता वाटली. राजांनी आपल्याला उत्तर पाठविलं आहे.'

'वाचा.'

पंताजी गोपिनाथ वाचू लागले...

> 'आपली आज्ञा शिरसा मान्य! आपण कृपावंत म्हणूनच माझ्या गुन्ह्यांना माफी करू धजलात! आपण मागता आहा, ते सारे किल्ले व जावळी मी द्यायला तयार आहे. ज्यांच्या पुढे नजर वर करून पाहणे कठीण, अशा आपणांसमोर मी केव्हाही कट्यार ठेवण्यास तयार आहे.'

खानाच्या खुशीला हद्द उरली नाही. वरून हर्ष न दर्शविता खान म्हणाला,

'मग राजे केव्हा येतात?'

'माफी असावी, हुजूर! पण राजे इथं यायला डर घेतात. आपल्या स्नेहाचं, सेवेचं प्रतीक म्हणून राजांनी भेट पाठविली आहे. आज्ञा होईल, तर...'

'जरूर!'

पंताजी गोपिनाथांनी टाळी वाजविली. हुजरे आत आले, आणि तबक ठेवून माघारी गेले. पंताजी गोपिनाथांनी तबकावरचे आच्छादन काढले. सुवर्णतबकात रत्नजडित म्यानात बंदिस्त असलेली सुवर्णमुठीची नाजूक कट्यार होती; आणि मखमलीच्या निळ्या, छोट्या गिर्दीवर मोत्यांचा कंठा होता. भान विसरून खानाने दोन्ही वस्तू उचलल्या. गोपिनाथपंत म्हणाले,

'गुस्ताखी माफ हो, हुजूर! पण विजापूरदरबाराच्या कट्यारीपेक्षा ही कट्यार नामी आहे.'

'मतलब?'

'आपल्यापाशी जवाहिरे आहेत; ते कट्यारीची कदाचित किंमत करू शकतील. पण कंठ्याची किंमत करणं अशक्य!'

खान कंठा पाहत होता. एक एक मोती बोराएवढा होता. खान पुटपुटला, 'शिवाजीपाशी अशी दौलत आहे?'

'हुजूर, आपल्या मेहेरबानीची थोरवी काय सांगावी? हा तर एक बूंद आहे.'

'पण एवढा भारी तोहफा द्यायचं कारण?'

'आपण फर्जंद शहाजीराजांचे दोस्त, म्हणजे वडिलांसमान. आपला आशीर्वाद राजांना लाभला, तर राजे आपल्यासारख्या बुजुर्ग माणसावरून दौलत निछावर करायला मागे पाहत नाहीत, याचं आपणांस प्रत्यंतर येईल.'

खानाचा डावा हात दाढीकडे गेला होता. डोळे हातातल्या कंठ्यावर खिळले होते.

पंताजी गोपिनाथ सांगत होते, 'राजे कचदिल आहेत; वाईला यायला घाबरतात. आपण कौल द्यावा. राजे निर्भय होऊन जावळीस येतील. तुम्ही मागाल, ते देतील.'

खानाने पंताजी गोपिनाथांच्याकडे पाहिले. त्याची नजर परत कंठ्यावर गेली. खान म्हणाला,

'शिवाजीराजा हरामजादा! काफर! जावळी कुबल जागा. तिथं बोलावून दगा करणार नाही ना?'

पंताजी गोपिनाथ हसले. खान संतापला.

'का हसतोस?'

'ऐकलं होतं, खानांची छाती पोलादी आहे. हुजूर! एकच गोष्ट सांगतो. आपण जावळीला या. आपल्या सर्व सैन्यानिशी या. राजे ते भाग्यच समजतील. राजांचा आपल्यासमोर काय पाडाव? त्यांची ताकद केवढी? मुंगीनं हत्तीशी झुंजतो, म्हटलं, तर ते जमेल का? आपण राजांना आदिलशाही अवकृपेतून सोडवून घेतलंत, तर राजे तृप्त होतील. करोडो होनांची बरसात करतील!'

'करोडो होन!'

'राजांना लढणं कठीण! ते कठीण नाही. तुमच्या बाबतीत तर मुळीच नाही.'

साठ हजार होनांसाठी बजाजीला सोडणारा खान करोडो होनांच्या चक्रात पडला. त्याच्या मनाचा गोंधळ वाढत होता. तो ओरडला,

'लेकिन तुम बम्मन हो! गवाह बनकर यकीन दिला सकते हो? हम राजा की मुलाकात जरूर लेंगे!'

पंताजी गोपिनाथांनी शपथ घेतली. खानाला करोडो रुपयांची संपदा दिसत होती.

खानाला विचार करायला उसंत हवी होती. त्याने पंताजी गोपिनाथांना मानाने ठेवून घेतले.

पंताजी गोपिनाथ खानाच्या छावणीत खानाचा पाहुणचार घेत होते. कृष्णाजीपंतांनी या शिवाजीच्या वकिलांची अनेक सरदारांशी ओळख करून दिली. राजांची माणसे बावळटपणाने सारे पाहत छावणीत भटकत होती.

खानाने खास मसलत भरविली, आणि शिवाजीची भेट घेण्याचा आपला बेत सांगितला. वजीर सरदारांनी 'जावळीला जाऊ नये, शिवाजी विश्वासघात करील,' असा सल्ला दिला. खानाने कृष्णाजी भास्कराला विचारले,

'शिवाजी जावळी सोडून बाहेर येईल?'

'हुजूर! मी अंदाज काढला आहे. काही झालं, तरी जावळी सोडून बाहेर यायचं नाही, असा विचार करून शिवाजी प्रतापगडावर बसला आहे.'

खान दाढी कुरवाळीत विचार करीत होता. त्याने निर्णय जाहीर केला,

'शिवाजी हरामजादा आहे. सरळ जंगामध्ये तो उतरणार नाही. जावळीला सैन्य घेऊन जाऊ. सरळ सापडला, तर सरळ आणू. नाही तर जावळी मुलूख सफा करून शिवाजीचा मुर्दा घेऊन येऊ.'

हा विचार साऱ्यांना पटला. खानाने सर्वांना रजा दिली. कृष्णाजी भास्कर तेवढा ठेवून घेतला. खानाने विचारले,

'कृष्णाजी, शिवाजीपाशी एवढी दौलत आहे?'

'हुजूर! शिवाजी म्हणजे जातीचा लुटारू. ज्यानं जावळी लुटली, कल्याणखजिन्यासकट कल्याण-भिवंडी लुटली, मोगलांचं जुन्नर लुटून घरात आणलं, त्याच्याजवळ काय नाही? खानसाहेब! आपली गोष्ट सोडाच, पण मी आपला वकील म्हणून गेलो होतो, तर परत येतानं त्यानं मला भरजरी वस्त्रं, मोत्यांचा चौकडा, सुवर्णाची कडी व पदकं, एक अरबी घोडा व पाच हजार होन दिले.'

खान आश्चर्याने पाहत होता.

'हां, हुजूर!'

'कृष्णाजी, शिवाजीची दौलत हाती घेऊ. मग शिवाजी घेऊ. शिवाजी जातो कुठं?'

खान हसला; आणि तो हसल्यामुळे कृष्णाजीला हसावेच लागले.

दुसऱ्या दिवशी सन्मानाने पंताजी गोपिनाथांना परत पाठविले.

□

४

पंताजी वकिली करून गडावर आले. सदरेवर सारे सरदार पंताजींनी आणलेली बातमी ऐकण्यास उतावीळ होते. राजांनी विचारले,

'पंत, खानांनी काय निरोप दिला?'

'राजे, खान आपल्या नजराण्यानं खूश झाले. आपल्या विनंतीनुसार ते जावळीला यायला तयार आहेत. पण येताना ते सडे येणार नाहीत. त्यांच्याबरोबर त्यांची फौज सर्व सरंजामासह येईल.'

'त्यात आम्हांला आनंद आहे... पंत, तुम्ही थकला असाल. विश्रांती घ्या.'

पंत मुजरा करून गेले.

सायंकाळी राजे एकटेच पूर्वेच्या बुरुजावर उभे होते. जावळी खोऱ्यात थंडी उतरू लागली होती. राजांना गारवा जाणवत होता. मानेवरचे केस वाऱ्याने रुळत होते. राजे भान विसरून समोरचे विस्तीर्ण जावळी खोरे निरखीत होते. मनात विचारांचे काहूर माजले होते. गडावर रात्र उतरली. चौक्या-पहाऱ्यांच्या मशाली फरफरू लागल्या. पाठीमागच्या पावलांच्या आवाजाने राजे भानावर आले.

'कोण?'

'मी, माणकोजी!'

'काका! काळोखात कशाला आलात?'

'राजे, थंडी उतरते आहे. गार वारा सुटला आहे. अशा वेळी नुसत्या अंगरख्यानं वावरणं बरं नव्हे, म्हणून शाल आणली.'

'शाल? कुणी दिली?'

'सदरेवर होतो. मनोहारीनं बोलावलं.'

'उगीच राणीसाहेबांनी तिची निवड केली नाही.' राजांनी अंगावर शाल घेतली व ते म्हणाले, 'चला! जाऊ आपण.'

दोघे वाड्यावर आले.

रात्रीचे भोजन झाले. राजे आपल्या महालात गेले. एकटेच बैठकीच्या लोडाला टेकून बसले. खूप वेळ तसाच गेला; आणि महालात मनोहारीने प्रवेश केला.

'मनू, का आलीस?' राजांनी विचारलं.

समयांच्याकडे पाहत मनोहारी म्हणाली, 'आपली झोपायची वेळ झाली, तेव्हा समया शांत करायला.'

'नको! राहू देत... आणि हे बघ, सदरेवर कोणी असेल, तर पाठवून दे. तू झोप जा.'

राजांनी पंतांना बोलवायला सांगितले. पंत आले. राजांनी तानाजीला हाक मारून महालाबाहेर उभे केले. राजांनी महालाचे दार लावून घेतले, आणि ते पंताजींना म्हणाले,

'पंत, बसा. संकोच करू नका. खूप बोलायचं आहे.'

पंत बसले नाहीत. राजे येरझाऱ्या घालीत होते. एकदम ते थांबले. पंताजींच्याकडे पाहत राजे म्हणाले,

'पंत, तुम्ही विश्वासाची माणसं. जुनी. राजकारणात पोहलेली. म्हणूनच आम्ही ही जबाबदारी तुमच्यावर टाकली. सदरेवर सारे होते, म्हणून आम्ही फार विचारलं नाही. घडला, तो करीणा सांगा. आम्ही ऐकायला आतुर आहो.'

पंतांनी प्रतापगड सोडल्यापासून खानाच्या छावणीत प्रवेश केल्यापर्यंतचा सर्व वृत्तांत सांगितला. पंत म्हणाले,

'राजे, खान धूर्त आहे. बुद्धिमान आहे. जसा शरीरानं बळकट आहे, तसाच तो मनानं खंबीर आहे. पण...'

'पण काय?'

'आपला तर्क बरोबर ठरला. आपली भेट उघडताच, ती पाहताच खान बैठकीवरून उतरला. त्या दोन्ही चिजा पाहून त्याचे डोळे विस्फारले.'

'खानाचा लोभी स्वभाव ओळखणं फारसं कठीण नव्हतं. पुढं सांगा.'

'खान जावळीत यायला राजी आहे.'

'त्याचा हेतू?'

'मी गेल्यानंतर खानानं बैठक भरविली. साऱ्यांनी 'जावळीत जाऊ नये,' असा सल्ला दिला. पण खानानं ते मानलं नाही.'

राजे एकटक पंताजींच्याकडे पाहत होते. राजे म्हणाले,

'पंताजी, हा आमच्या जीवनमरणाचा प्रसंग आहे. तुम्हांला भवानीची शपथ आहे. खानाच्या मनात काय आहे, हे आम्हांला खरं सांगा. हे संकट पार पडलं, तर राज्याचा कारभार तुमच्यासारख्या विश्वासू माणसाला आम्ही देऊ.'

पंताजी गोपिनाथांनी शपथ घेतली. ते म्हणाले,

'राजे, राजकारण अत्यंत सावधतेनं करावं, हे उचितच आहे. आपण विश्वास धरावा. आजवर इमाने इतबारे सेवा केली, ती लक्षात घ्यावी.'

'ती लक्षात घेतली, म्हणूनच ही जोखीम तुमच्यावर टाकली. सांगा, पंत. खानाचा इरादा गैत्रीचा आहे, की...'

'राजे, खानाच्या मनात दुष्ट बुद्धी आहे. सल्ला करून, तुम्हांस भेटीस आणून, कार्यभाग साधताच दगा करून, कैद करून, विजापुरास न्यावे, ऐसे आहे.'

'मग तुमचा सल्ला काय आहे?'

'खान लालचावला आहे. त्याचा फायदा घेऊन, खानास नाना प्रकारे जावळीस घेऊन येतो. तुम्हांत हिंमत असली, तर खानास एकांती एकांगी करून मारावा. लश्कर लुटावं. राज्य आपलं करावं.'

राजांना तो विचार पटला. पंताजींना राजांनी प्रसन्न होऊन पाच हजार होन दिले. ते म्हणाले,

'पंत, तुम्ही खानाकडे जा. त्याला सांगा- राजा भितो. भेटीस यावयास धीर पुरत नाही. तरी आपण जावळीस यावे. हाती धरून, धीर भरवसा घेऊन, पातशहाचे मुलाजमतीस घेऊन जाऊन, मला ऊर्जित करतील, तरी थोरपणा आहे.'

दुसऱ्या दिवशी राजांचा निरोप घेऊन पंताजी गोपिनाथ खानाकडे रवाना झाले.

खान जावळीत उतरणार, याबद्दल राजांना कसलीच शंका नव्हती. राजांनी भराभर पावले उचलली. नेताजी पालकरांना जावळी आणि वाई रोखण्याचे काम दिले. खान जावळीत उतरला, की त्यांनी घाटमाथा सांभाळावा, असे ठरले. साऱ्या सरदारांच्या जागा अशाच तऱ्हेने राजांनी निश्चित केल्या. गडावरून जावळीचा नकाशा समोर होता. राजे सर्वांना आपापली ठिकाणे दाखवीत होते. सरदारांना आता चेव चढला होता. लढाईसाठी ते आतुर झाले होते.

राजे कोयना खोऱ्यात फेरफटका मारून आले. खानाला उतरण्यासाठी कोयना खोरे सोयीचे होते. खानाच्या तळासाठी राजांनी प्रतापगडापासून दक्षिणेस कोसभर अंतरावर असलेल्या 'पार' गावाजवळ खानाच्या छावणीची जागा निवडली. रडतोंडीच्या घाटाने उतरताना खानाला त्रास होऊ नये, म्हणून वाटेवरची झाडे तोडून मार्ग मोकळा केला.

पंताजी गोपिनाथ या वेळी खानाशी वाटाघाटी करीत होते. पंताजी गोपिनाथांनी खानाला पुरा विश्वास दिला. तो म्हणेल, ते कबूल केले. पंताजींनी सांगितले,

'राजा कचदिल आहे; म्हणूनच आपल्याला जावळीत येण्याचा त्रास. तिथं भेटीस येतील. दिलासा करून बरोबर घेऊन जाणे.'

खानाने ते मान्य केले. निरोप घेता-घेता गोपिनाथांनी खानास विनंती केली,

'ऐश्वर्यात उणेपणा पडणार नाही. पण अशा भेटीच्या प्रसंगी काही तरी खास खरेदी करून खानांना भेट द्यावी, अशी राजांची इच्छा आहे. आपल्या छावणीत असलेला बाजार, हिऱ्यामोत्यांचे व्यापारी जर आपल्याबरोबर येतील, तर तिथंच, खरेदी होऊन आपला व आपल्या सरदारांचा यथोचित सत्कार करता येईल.'

'बेशक! बेशक! हमारे साथ मोतिये, जवाहिरे सभी तो आयेंगे!'

खानाने आपल्या खास विश्वासाचे सरदार जावळीची व्यवस्था पाहण्यासाठी पंताजींबरोबर पाठविले.

खानास पुरा विश्वास यावा, म्हणून राजांनी त्याच्या सर्व सोयी करावयाचे मनावर घेतले. कोयनाकाठच्या 'पार' गावाजवळ सैन्याला तळ द्यायला प्रशस्त जागा व्हावी, म्हणून झाडेझुडपे तोडून चांगले विस्तीर्ण मैदान केले. दाट जंगलाने व्यापलेल्या कोयना खोऱ्यात तेवढीच मोकळी जागा दिसत होती. खानाच्या तळापासून जागोजाग धारकऱ्यांच्या गुप्त व प्रकट चौक्या ठेवून त्यांवर कारकून नेमले.

खानाच्या भेटीसाठी राजांनी गडाखालच्या माचीसोंडेची जागा निवडली. ही जागा अशा ठिकाणी होती की, गडावरून तेथे संपूर्ण लक्ष ठेवता येत होते. अनाजी मलकऱ्यांना राजांनी या जागी उत्तम सदर उभारण्याची आज्ञा केली. राजे म्हणाले, 'अनाजी, सदर अशी तयार करा, की असली देखणी, ऐश्वर्यसंपन्न सदर विजापूरच्या दरबारीही नसावी.'

पंताजी गोपिनाथांबरोबर जी खानाची माणसे आली होती, त्यांनी कोयनातळाची जागा पाहिली. त्यांना ते ठिकाण पसंत पडले. तेथून भेटीची जागा नजरेच्या टप्प्यात येत होती; व नदीकाठ असल्याने तो पाठीशी घालून, प्रसंग आलाच, तर किल्ल्याला चटकन शह देता येण्यासारखा होता. राजांनी खानाच्या माणसांना भरपूर द्रव्य देऊन, त्यांना संतुष्ट करून परत पाठविले.

खानाने वाईची छावणी दुभंगली; आपली माणसे निवडली; व तळ जावळीला हलविण्याची आज्ञा दिली. खानाचा निम्मा तळ जावळीकडे सरकू लागला. हत्ती तोफांचे गाडे ओढू लागले. खानाबरोबर निवडक दहा-बारा हजार स्वार, तोफखाना, पायदळ, बुतरनाला, बाणांचे उंट व जेजाला होता. जंगली व डोंगराळ प्रदेशातून एवढा कबिला चढविताना व जावळी खोऱ्यात उतरताना खानाच्या लोकांच्या नाकी दम भरला.

खान आपल्या प्रचंड लश्करासहित कोयना खोऱ्यात आला. छावणीची जागा पाहताच खान खूश झाला; रडतोंडीच्या घाटाने उतरताना झालेले सैन्याचे हाल विसरून गेला. शाही डेरे उभारले गेले. हजारो घोड्यांची पागा उभी राहिली. हत्ती साखळदंडांनी ठाणबंद केले होते. उंटांच्या तांड्यांनी पूर्वेकडचा माळ व्यापला. तोफांचे अवजड गाडे, लहान-मोठ्या तोफा छावणीत विखुरल्या होत्या.

खानाच्या सैन्याला मदत करण्यासाठी राजांनी शेकडो बेगारी छावणीत पाठविले होते. खानाबरोबर आलेले बाजारबुणगे छावणीपाशी आपला बाजार भरविण्यात गर्क झाले होते. त्यात हर जिन्नस भरला होता. मोतिये, जवाहिरे खानाच्या भेटीकडे डोळे लावून बसले होते. भेट होताच मानकऱ्यांना आहेर करण्यासाठी शिवाजी मोठी खरेदी करणार, याबद्दल त्यांची खात्री होती.

गडावरून खानाची छावणी दिसत होती. खानाच्या तळावर असलेल्या प्रत्येक वस्तूचा तपशील राजांना मिळत होता. खान छावणीत स्थिर होताच राजांनी दूर ठेविलेले सैन्य जवळ आणण्यास सुरुवात केली. ढवळेघाटात चंद्रगडावर लोक ठेवले. नेताजी पालकर महाबळेश्वरची वाट अडवून बसले होते. सिलमकर बाचीघोलीचे घाटी नेमले होते. जावळी अंगाला बांदल होते. अफझलखानाचे सैन्य चांगलेच कोंडले होते. पण खान निराळाच विचार करीत होता. शिवाजीची भेट घ्यायची. जमलं, तर शिवाजीला गिरफदार करायचं. नाही तर भेटीच्या निमित्ताने एवढी मोठी फौज जावळीत घुसलीच आहे; शिवाजी गडावर गेला, तर नुसत्या तोफांच्या माऱ्याने गड जमीनदोस्त करता येईल. शिवाजी जातो कुठं?

भेटीच्या अटी ठरविण्यासाठी दोहों बाजूंचे वकील एकमेकांकडे खेपा घालीत होते. भेटीच्या अटी ठरल्या. भेटीसाठी दोघांनी सशस्त्र यावे. सदरेत कोणीही दोनांपेक्षा अधिक खासबदार (शरीररक्षक) आणू नयेत. प्रथम खानाने भेटीच्या जागी यावे व राजांची वाट पाहावी. दोघांच्याही रक्षणासाठी आणखीन दहा-दहा सैनिक येतील. त्यांनी भेटीच्या जागेपासून बाणांच्या टप्प्यावर उभे राहावे. दोघांच्या भेटी एकांतात व्हाव्या. या अटी दोघांनाही मान्य झाल्या. एक दिवस आड करून भेटीचा दिवस ठरला.

भेटीच्या आदल्या दिवशी राजे संध्याकाळी भेटीच्या जागेवर गेले. त्यांनी शामियाना निरखला. चारी बाजूंनी दाट रान होते. माथ्यावर गड होता. राजांचा जय, पराजय तेथेच निश्चित होणार होता. राजे सारे डोळ्यांत साठवून माघारी गेले. राजगडावर जिजाबाईंना कळविण्यासाठी विश्वासू हेर पाठविला होता. राजांच्या जवळ निवडक माणसे होती. साऱ्यांच्या चेहऱ्यांवर उद्या काय होणार, याची चिंता होती; आपले काम दक्षतेने पार पडावे, ही खबरदारीची जाणीव होती.

रात्र झाली.

षष्ठीची धीट चंद्रकोर आकाशात दिसत होती. खानाच्या तळावरचे असंख्य पलोते खानाच्या छावणीचा विस्तार स्पष्ट करीत होते. राजांचा खास नजरबाज तातडीने गडावर आला होता. राजांच्या महालात तो उभा होता. राजे पाठीवर हात बांधून येरझाऱ्या घालीत होते. बहिर्जी सांगत होता,

'...खान भारी आहे. दीड गज उंच आहे. दोन वावेचा घेर आहे. पहार सहज वाकवतो व परत सरळ करतो, असं त्याचं बळ आहे. पडलेली तोफेची गाडी एकट्यानं उचललेली मी पाहिली आहे.'

'अस्सं! ठीक. सांग...'

'विजापूरहून येताना तो साठ बेगमा मारून आला, असं छावणीत बोलतात. त्याच्या गुरूनं पाहताच मस्तक दिसलं नाही, असं म्हटल्याचं सांगतात. अंगचं बळ हेच त्याचं हत्यार आहे.'

'खानाबरोबर रक्षक म्हणून कोण येतो?'

'बंडा सय्यदखेरीज खानाचा कोणावरही विश्वास नाही. तोच येणार, अशी खास बातमी आहे.'

'हा सय्यद बंडा कोण?'

'खानाच्या उंचीचा, अंगलटीत कमी भासला, तरी पोलादी हाडाचा आहे. पट्टा फिरवण्यात महशूर आहे.'

'मतलब?'

'नऊ हातांवरचा माणूस गारद करून, तो दुसरा हात करण्याआधी आपली पहिली जागा घेतो, असं सांगतात.'

'दुसरा?'

'दुसरा कोणी नाही. खान गाफील आहे. आपल्या बळाचा त्याला विश्वास आहे. छावणीत तह होणार आहे, हा भरवसा आहे. खानाच्या तळावर आपल्या माणसांची नजर आहे.'

'नऊ हातांवरचा माणूस गारद करतो!...' राजे पुटपुटले.

'जी!' बहिर्जी उद्गारला.

'काही नाही, बहिर्जी!' राजांनी आपल्या हातातील पोहची उतरविली; आणि ती बहिर्जीला देत ते म्हणाले, 'तुझ्या कामाला तोड नाही. भेटीपर्यंत काही महत्त्वाचं समजलं, तर कळविण्यात विलंब करू नको. जा!'

बहिर्जी मुजरा करून गेला.

राजे काही क्षण विचारात होते. दुसऱ्या क्षणी त्यांच्या चेहऱ्यावर स्मित झळकले. राजे गडबडीने सदरेवर आले.

नेताजी, बांदल, जेधे हे तर केव्हाच आपल्या जागी गेले होते. उरलेले राजांची आज्ञा ऐकण्यास उतावीळ होते. अत्रे, माणकोजी दहातोंडे, रांझेकर, सुभानजी इंगळे, येसाजी कंक, तानाजी मालुसरे, संभाजी कावजी असे अनेक वीर राजांच्याकडे पाहत होते. राजे सदरेवर येऊन बैठकीवर बसले. राजांनी विचारले,

'माणकोजी, काय म्हणतात आमचे वीर?'

तानाजी म्हणाला, 'जागंला बसून कट्टाळा आला. आता कामगिरी सांगा.'

'तुम्हांला मुद्दाम ठेवून घेतलं आहे. तुम्ही आणि तुमच्या मावळ्यांनी उद्या शामियाना राखायचा आहे. दिवस उगवायच्या आत साऱ्यांनी आपापल्या जागा घ्यायच्या. खानाच्या

माणसांच्या नजरेत एक माणूस येता कामा नये. खानाचा फडशा पडला, की वर आलेला एक माणूस खाली जाता कामा नये. हिरोजी, तानाजी, येसाजी, तुम्ही शामियान्याच्या बाजूला झाडीत आपल्या माणसांसह राहा. या प्रसंगी आमचं लक्ष एका खानावर नाही... नुसता खान गारद होऊन राज्य साधणार नाही. खानानं आणलेली अपार संपत्ती, शामियाने, बाडबिछायत, शेकडो तोफा, हजारो घोडी, उंट,हत्ती... सारं आपणांला हवं. त्यानंच आमचं राज्य संपन्न होणार आहे. हातचं काही गमावू नका.'

राजांचा प्रत्येक शब्द मनात साठविला जात होता. राजांनी विचारले,

'आम्ही खानाला कसं भेटायला जावं?'

कृष्णाजी बंककर म्हणाले, 'राजे, अंगाला सील करा.'

'भेटीच्या अटींनुसार दोनच हत्यारबंद नेता येतील. आमच्याबरोबर कोणी यावं?'

सारे उतावीळ नजरेने राजांच्याकडे पाहत होते. राजे म्हणाले,

'तुम्हां प्रत्येकाला यावंसं वाटतं, हे आम्ही ओळखतो. पण आम्ही आमची माणसं निवडली आहेत.'

'कोण?' माणकोजींनी अधीर होऊन विचारले.

'एक, संभाजी कावजी. खानाच्या ताकदीला तोंड देणारा तेवढाच आम्हांला दिसतो.'

संभाजीची छाती फुगली. राजे म्हणाले,

'संभाजी! हुरळून जाऊ नका. ताकदीबरोबरच अकलेचंही काम आहे. जे सांगेन, ते ध्यानी धर.'

'आणि दुसरा?'

राजांनी सर्वांवरून नजर फिरविली. त्यांनी विचारले.

'आमचा जिवा कुठं दिसत नाही?'

'असंल खालच्या सदरेवर.' माणकोजी उत्तरला.

'त्याला बोलवा.'

जिवा महाला आला. राजांनी विचारले,

'जिवा, तू येशील आमच्याबरोबर उद्या?'

साऱ्यांच्या इतकेच जिवाला आश्चर्य वाटले. तो आनंदून म्हणाला,

'नशीब माझं थोर!'

'जिवा, तयारीनं राहा. सकाळी सर्व सांगेन!'

राजांनी सर्वांना निरोप दिला. राजे झोपायला गेले. समया शांत करायला मनोहारी गेली, तेव्हा राजे शांतपणे झोपी गेले होते.

◻

५

राजांना जाग आली. महालात मंद प्रकाश होता. महालाच्या कोपऱ्यात समईच्या दोन ज्योती थरथरत होत्या. पहाटेचा गारवा महालात उतरत होता. राजांनी पांघरूण दूर केले. पलंगावर बसून त्यांनी नित्यस्मरण केले; हात जोडले; आणि ते पलंगाखाली उतरले. सज्जापाशी जाऊन त्यांनी दृष्टी टाकली. गडावर काळोख होता. पूर्वेला उजाडल्याची जाग अद्याप नव्हती. राजांनी आवाज देताच हुजरे धावले.

मुखमार्जन, स्नान आटोपून राजे महालात आले. नित्यपूजेच्या स्फटिकशिवलिंगाची त्यांनी पूजा केली; आणि राजे सदरेत आले. आपल्या बरोबरचे दहा रक्षक निवडून बाकीच्यांना त्यांनी वेगवेगळ्या कामगिऱ्या सांगितल्या, गाफील न राहण्याबद्दल आज्ञा दिली. सारे भरल्या मनाने राजांचे रूप न्याहाळून, मुजरा करून पहाटेच्या अंधारात गड उतरले.

हळूहळू सारे जावळी खोरे जागे होऊ लागले. पक्ष्यांची किलबिल वाढली. पूर्वेला पांढरी कड धरली. दिवस उगवायचा समय जवळ येत होता. राजे खाशा माणसांच्या बरोबर केदारेश्वराकडे जात होते. राजांनी केदारेश्वराची पूजा केली. तीर्थप्रसाद घेऊन राजे सदरेजवळच्या बुरुजावर उभे राहिले. राजांच्या मस्तकी शिवगंध दिसत होते. कपाळावरून मागे परतविलेले केस मानेवर रुळत होते. कानात चौकडा शोभत होता. राजे मुलूख न्याहाळीत होते. खानाच्या तळावरून हत्तींचे ओरडणे ऐकू येत होते. कोयनेचे पात्र धवल धुक्याने आच्छादिले होते. डोंगरकपारीवर विरळ धुक्याचे पट्टे कमरबंदासारखे शोभून दिसत होते. उगवत्या सूर्यकिरणांत महाबळेश्वराचा माथा रूप घेत होता. राजांनी महाबळेश्वराला वंदन केले; उगवत्या सूर्यनारायणाचे दर्शन घेतले; आणि ते माघारी वळले.

गडाच्या सर्व चौक्या-पहाऱ्यांची त्यांनी जातीने पाहणी केली. आज्ञेप्रमाणे प्रत्येक तोफेचे दारूसामान दारूखान्यातून आणून तोफांजवळ ठेविले जात होते. तोफा ठासून तयार होत्या. गडाचा बंदोबस्त पाहून राजे वाड्यात आले. सदरेवर राजांच्या बरोबर जाणारी मंडळी हजर होती. प्रत्येकाच्या चेहऱ्यावर तेज होते. आपापल्या परी आपल्या जोखमीची बजावणी प्रत्येकजण करीत होता. राजे सदरेवर आले. राजे म्हणाले,

'आम्ही यशस्वी होऊ, यात शंका नाही. पण दुर्दैवानं तसं घडलं नाही, तर... आम्ही गेलो, म्हणून धीर सोडू नका. सगळ्यांना सांगितलं, तेच तुम्हीही ध्यानी ठेवा. आज ह्या घडीला प्रतापगडापासून सुप्यापर्यंत आमची फौज जंगलराईतून दबा धरून बसली आहे. खानासकट पुऱ्या फौजेचा निकाल लावा. खानाचा बीमोड करून राजगड गाठा. माणकोजी, तुमच्यासारख्या मंडळींनी धीर द्यावा. संभाजीबाळांना गादीवर बसवून आम्ही सुरू केलेलं कार्य तडीला न्या.'

साऱ्यांचे डोळे त्या बोलांनी भरून आले. येसाजी डोळे टिपीत म्हणाला,

'राजे! तुमी हाय, तर राज्याला सोबा!'

'येसाजी, हा विचार सोडा. आपण सारे राज्याशी इमानी! शिवाजी टिकतो, की नाही, हा प्रश्न नाही. राज्य टिकतं, की नाही, हा सवाल आहे. राज्य राखलंत, तर असे दहा शिवाजी येतील!'

मध्यान्हीचा समय जवळ येत होता. राजांनी पंताजी गोपिनाथांना खानाला आणण्यासाठी रवाना केले. पंत जात असता राजांनी सांगितले,

'पंताजी, खान तहाच्या अटी पाळतो, हे पाहा. आम्ही भेटल्याखेरीज खानाला नजरेआड करू नका.'

'राजे, आपण काळजी करू नये. खानाला एकटा आणून सामोरे उभा करतो. खान धोकेबाज आहे; विश्वासघात करण्यात पटाईत आहे. संधी एकदाच येते, हे न विसरता जे करायचं, ते करावं, एवढीच विनंती आहे. राजे, आता भेट होईल, ती खानाच्या बरोबर. संभाळून राहा, राजे!'

'पंत, काळजी करू नका!'

राजांनी पंताजींना मिठी मारून निरोप दिला.

राजे जिवा महालाला आणि संभाजी कावजीला घेऊन आपल्या महाली गेले.

'जिवा, तुझ्या पुढच्या कामगिरीआधी दुसरी छोटीशी कामगिरी आहे. तुझी कैची आहे ना?'

'जी!'

'घेऊन ये!'

जिवा कैची घेऊन आला. मंचकावर बसत राजांनी सहजपणे सांगितले,

'जिवा, आमची दाढी उतर. सहजपणे हाती न यावी, एवढी बारीक कर.'

जिवाने राजांची दाढी उतरविली. गालाबरोबर राहिलेल्या दाढीवर हात फिरवीत राजे म्हणाले,

'हे छान झालं. आता लक्षात घ्या.' राजे म्हणाले, 'संभाजी, जिवा, तुम्ही दोघे शामियान्याच्या आमच्या प्रवेशद्वाराजवळ उभे असणार. तसा काही प्रसंग घडलाच, तर जिवा, तू सय्यद बंडाकडे लक्ष ठेव. माझ्याकडे मुळीच लक्ष ठेवायचं नाही. समजलं?'

'जी!'

'आणि, संभाजी, तू खानाकडे लक्ष दे. माझ्या मागे मात्र सावलीसारखा राहा. मला डोळ्यांआड करू नको.'

'जी!'

त्यानंतर राजांनी, अन्न नको म्हणू नये, म्हणून थोडेसे भोजन केले. मध्यान्हीचा दिवस आला होता. राजे कपडे करण्याच्या तयारीला लागले. महालात राजांनी सांगितलेले सर्व कपडे काढून ठेविले होते.

राजांनी प्रथम जरी बख्तर अंगात घातले. त्यावर श्वेत अंगरखा चढविला. डोईला बख्तर घालून त्यावर आपला जिरेटोप चढविला. पायांत चोळणा घालून कास कसली. कमरेला जरी दुशेला आवळला. उजव्या हाती बिचवा खोवून, राजांनी आपल्या कानांतला चौकडा उतरला. भवानी तलवार जिवाच्या हाती देत राजे म्हणाले,

'प्रसंग पडला, तर हाती दे.'

पलंगावरचे शेवटचे शस्त्र राजांनी उचलले. तीक्ष्ण टोकांनी सजलेले चार नख्यांचे ते वाघनख राजांनी डाव्या हातात चढविले. वाघनखाच्या कड्या सुवर्णाच्या होत्या. दोन्हींवर तेजस्वी हिरे चमकत होते. मिटलेल्या मुठीवर फक्त अंगठ्या दिसत होत्या. मुठीत वाघनख अंग आवळून बसले होते.

तुताऱ्यांचा आवाज झाला. चौघडा झडला. खान भेटीच्या जागी यायला निघाला होता.

राजे महालातून बाहेर पडायला निघाले, तोच अचानक मनोहारी आली. काही न बोलता तिने राजांच्या पायांवर मस्तक ठेविले. तिच्या मस्तकावरून हात फिरवीत राजे म्हणाले,

'वेडे! असं करू नको. आम्ही येऊ. खचित येऊ!'

एवढे बोलून राजे जायला निघाले. तोच मनोहारी म्हणाली,

'महाराज! थोडं तसंच थांबावं.'

राजे तसेच उभे राहिले. मनोहारी चांदीचे पंचपात्र सामोरे घेऊन आली. राजांनी पाहिले, तो त्या पात्रात केशरी पाणी होते.

'हे काय?'

'पांढऱ्या शुभ्र कपड्यांनी बाहेर पडू नये, म्हणतात. केशरपाणी आहे. शिडकावा करून घ्यावा.'

'मग तूच कर ना!'

मनोहारी आपल्या उजव्या हाताची पाचही बोटे पंचपात्रात बुडविली, आणि तिने राजांच्या अंगरख्यावर बोटांनी केशरपाणी उडविले. राजे हसले आणि चालू लागले.

राजे वाड्याबाहेर आले. चौकी-पहारेवाले राजांच्या आगमनाबरोबर मुजरे करीत होते. भर उन्हाच्या किरणांत राजे केदारेश्वराजवळ जाऊन पोहोचले. केदारेश्वराला वंदन करून राजे बुरुजावरून पाहत होते. खान छावणी सोडून निघाला होता.

खान खुशीत होता. साऱ्या छावणीत ती खुशी पसरली होती. आनंदाने छावणीची मेजवानी पार पडली होती. काहींचे जेवण अद्याप व्हावयाचे होते. खान शाही पालखीत येऊन बसला. पालखी उचलली गेली. खानाबरोबर तळपते तेगे घेतलेले पंधराशे स्वार चालू लागले. ते पाहताच पंताजी गोपिनाथ पुढे धावला. खानाला तो आर्जवाने म्हणाला,

'खानसाहेब, अटीप्रमाणे वागायला हवं. पंधराशे स्वार पाहताच गडाखाली उतरलेला राजा आपली धास्ती खाऊन माघारी जाईल; भेट होणं अशक्य होईल.'

खान हसला. शक्य झाले, तर त्याला स्वार न्यायचे होते. खान म्हणाला,

'बिल्कुल दुरुस्त!'

कृष्णाजी भास्कराला स्वार माचीखालीच ठेवण्याची आज्ञा खानाने केली. खानाची पालखी माचीची टेकडी चढू लागली. खान माचीवर आला. शामियान्यासमोर पालखी ठेवली गेली. खान उतरला. एखादा पर्वत उभा ठाकावा, तसा तो अजस्त्रकाय खान कमरेवर हात ठेवून शामियाना निरखीत होता. शामियान्याचे सोन्याचे चंदराई कळस उन्हात तळपत होते. नाजूक नक्षीदार शिसवी खांबांनी शामियान्याला आधार दिला होता. रेशमी काढण्यांच्या तणावा लावल्या होत्या. भारी कापडाचे पडदे लाविले होते. खान थक्क होऊन ते ऐश्वर्य पाहत होता. पायांखाली जाड, भारी गालिच्यांची बैठक होती. फितवीला चौफेर कनातीच्या किनखापी व पडद्यांना मोत्यांच्या झालरी होत्या. भरजरी अस्मानगिरी केली होती. शामियान्यात बैठकीसाठी खास चौथरा उभारण्यात आला होता. हिरव्या कंच मखमलीने तो चौथरा आच्छादित होता. डोळे दिपवील, असे जरीचे सुबक काम असलेली आभरणे गिर्द्या-लोडांवर शोभत होती. सुवर्ण-धूपदाण्यांतून धूपाची वलये उठत होती. कस्तूरीचा सुगंध पसरला होता. मुरादाबादी पिकदाणीपासून ते बऱ्हाणपुरी नक्षीदार सुवर्णहुक्क्यापर्यंत सर्व इंतजाम त्या शामियान्यात होता.

पंताजी गोपिनाथांनी बैठकीवर बसण्याची विनंती केली. खान भानावर येऊन म्हणाला,

'शिवाजी स्वत:ला कोण समजतो? पातशहापाशी अशी दौलत नाही. केवढे हे मोती! केवढा हा दिमाख!'

पंताजी म्हणाले, 'मी सांगितलं होतं, ते हुजुरांना पटलं, तर! हा माल परका नाही. पातशाहीचा माल पातशाहीकडे जाईल.'

खान मनापासून हसला. बैठकीवर बसत तो म्हणाला, 'तुमच्या राजियास लौकर आणा.'

पंताजींनी तातडीने हेजीब पाठविला. राजे गडावर तयारच होते. राजांनी माणकोजींच्याकडे पाहिले. माणकोजी खचला होता. राजांना त्याने ते सहा वर्षांचे

असताना पाहिले होते. पोरासारखे राजांवर प्रेम केले होते. राजांची दृष्टी भिडताच म्हाताऱ्याची मान कापू लागली. डोळे भरून आले. राजांनी माणकोजींचे पाय शिवले. ते म्हणाले,

'माणकोजी, तुम्हांला महाराजसाहेब मानीत. तुम्हीच आशीर्वाद द्या.'

'शिवबा!' म्हणत माणकोजींनी राजांना उठविले; आणि मिठी मारली. माणकोजी म्हणाले,

'राजा! सोनं लुटून ये!'

राजांनी माणकोजींना सावरले. ते म्हणाले,

'भवानी आम्हांस राखील. आमची चिंता करू नका. काही झालं, तरी राज्य विसरू नका.'

राजांनी तोफेकडे पाहिले. इशारतीची तोफ सज्ज होती. राजांनी जिवाकडून वाघनखे घेतली. मस्तकी लावून डाव्या हाती घालून मूठ मिटली. राजे पायऱ्या उतरू लागले. गडाच्या प्रथम दरवाज्यात राजांचा घोडा सजून उभा होता. राजांनी आपल्या जिवा-संभाजीच्या घोड्यांना शामियान्याजवळ आणून ठेवायला सांगितले. राजे दोन खास रक्षकांसह व दहा जोखीमदारांसह पायीच निघाले. शामियान्याचे अंतर कमी होत होते. शामियाना दिसू लागला. शामियान्याच्या दुसऱ्या बाजूस बाणाच्या टप्प्यावर खानाचे दहा रक्षक तळपते तेगे घेऊन उभे होते. खानाच्या मेण्याचे बत्तीस भोई एका बाजूला अदबीने खडे होते. राजांचे दहा रक्षक त्याच अंतरावर उभे राहिले. जिवा-संभाजींसह राजे शामियान्यात निघाले. कृष्णाजी भास्कर सामोरे आले. राजांनी मुजऱ्याचा स्वीकार केला. राजे पडद्याजवळ गेले. त्यांची नजर आत गेली. राजे तसेच दोन पावले माघारी गेले. पंताजी गोपिनाथ लगबगीने बाहेर आले. राजांनी विचारले,

'पंत, आत खानाच्या शेजारी कोण आहे?'

'बंडा सय्यद आहे.'

'त्याला ठरल्याप्रमाणे बाहेर जायला सांगा.'

खानही अस्वस्थ झाला होता. गोपिनाथांनी विनंती करताच खानाच्या चेहऱ्यावर छद्मी हास्य उमटले. त्याने सय्यद बंडाला बाहेर उभे राहण्याची आज्ञा केली. दाराशी जिवा-संभाजींना उभे करून राजे कृष्णाजीबरोबर आत प्रवेश करते झाले.

खानाचे रूप राजांनी क्षणात हेरले. मोगलाई पगडीवर पाचूंच्या जडावाचे हिरवे गर्द पिंपळपान चमकत होते. चेहऱ्यावर हास्य होते. डोळे राजांच्या वर रोखले होते. धुराचा लोट उठावा, तसा खान चौथऱ्यावर उभा राहिला.

राजांचा बांधा अंमळ ठेंगणा व सडपातळ. खानाच्या तुलनेने तो फारच किरकोळ भासत होते. पंताजी गोपिनाथांनी ओळख करून दिली.

'वीजारमताब हुजूर अफझल खान माहमदशाही!'

कृष्णाजी भास्करांनी सांगितले,

'महाराज शिवाजीराजे भोसले.'

खानाच्या चेहऱ्यावर हास्य उमटले. तो राजांच्याकडे बोट दाखवून विचारता झाला,

'शिवाजी शिवाजी म्हणतात, तो हाच काय?'

दोन्ही वकिलांनी माना हलविल्या.

राजांनी निर्भयपणे खानाकडे पाहिले, आणि राजांचा कणखर आवाज उमटला,

'खान खान म्हणतात, तो हाच काय?'

दोन्ही वकिलांनी आश्चर्यचकित होऊन कळायच्या आत होकारार्थी मान डोलविल्या; आणि अदबीने ते मागे सरले.

शामियान्याच्या खास चौकात फक्त दोघे उरले. खानाने आपले विशाल बाहू पसरले; आणि तो म्हणाला,

'आवो, राजे!'

राजे धीम्या पावलांनी चौथरा चढून गेले. त्यांनी जगदंबेचे स्मरण केले; आणि अफझलचे हात राजांच्या पाठीवर पडले. शिवाजीराजांनी खानाच्या उजव्या छातीवर मस्तक टेकले. खानाचे बळ वाढत होते. खान हसला; आणि त्याने राजांचे मस्तक डाव्या बाजूला घेतले. खान राजांचे मस्तक काखेकडे नेऊ पाहत होता. खानाच्या चेहऱ्यावर विजयाचे हसू उमटले होते. तोच ते हास्य विरले. डोळे विस्फारले गेले. तीव्र वेदना मुखावर प्रकटली. खानाच्या वेदनेसह त्याचा संताप उसळला. त्याने जमदाड उपसली, आणि राजांच्या पाठीत खुपसली. पण ती जरी कुडत्यावरून अंगरखा फाडीत सरकली. राजांनी त्याच क्षणी बिचवा उपसून खानाच्या उजव्या बाजूत भोसकला. सर्व ताकदीने बिचवा आडवा ओढला. खान त्या वाराने मागे कलला. खानाच्या पकडीतून सुटका करून घेत राजांनी चौथऱ्याखाली उडी मारली. तोच संतापाने बेभान झालेल्या खानाचा दुसरा वार राजांच्या मस्तकावर झाला. जिरेटोप तुटून, आतले जरी बख्तर फुटून त्या वाराने राजांच्या टाळूवर निसटती जखम झाली. सुन्न झालेले राजे स्वतःला सावरीत असतानाच खान ओरडला,

'दगा ऽ ऽ! दगा ऽ ऽ!'

शामियान्यात सर्व लक्ष केंद्रित करून दाराशी उभे असलेले संभाजी कावजी व जिवा आत घुसले. जिवाने पाहिले, तो बधिर झालेले राजे शामियान्यात उभे होते. दुसऱ्या दरवाज्याने बंडा सय्यद पट्टा चढवून पुढे सरकत होता. क्षणाचाही अवधी न घेता जिवा महालाने बैठक घेतली. शिवाजीवर लक्ष ठेवून येणाऱ्या सय्यदचे लक्ष पळभरच हाताखाली पोहोचलेल्या जिवाकडे नव्हते. राजांच्यापासून अगदी नजीक पट्टा आला असता जिवाने तो हात आपल्या तलवारीने कलम केला. सय्यदचा हात

पट्ट्यासह तुटला. सय्यदची किंकाळी घुमली. आश्चर्यचकित झालेला सय्यद कुठून वार आला, हे पाहत असतानाच जिवाने दुसरा वार केला. सय्यद कोसळला.

संभाजी खानाकडे बघत होता. रक्तबंबाळ झालेला खान दुशेल्याने पोट बांधून दिसेल त्याचा आधार घेत, रक्त सांडीत शामियान्याच्या बाहेर जात होता. झोकांड्या देत त्याने पालखी गाठली. भोयांनी ती उचलीपर्यंत संभाजी धावला. कसलाही विचार न करता त्याने भोयांचे पाय तोडले. पालखी पडली, आणि संभाजीची तलवार खानाच्या छातीत घुसली.

झाडीत लपलेले सारे वीर एकदम तुटून पडले. एकच चकमक सुरू झाली. भानावर आलेले राजे त्वरित शामियान्याच्या बाहेर पडले. जिवाने भवानी तलवार राजांच्या हाती दिली. राजांनी घोडे गाठले. राजे स्वार झाले, तोच कृष्णाजी भास्कर तळपत्या तलवारीनिशी धावत आला. तो ओरडला,

'राजे, घात केलात!'

कृष्णाजीने केलेला वार राजांनी तलवारीवर झेलला. प्रत्येक क्षणाला किंमत होती. राजे ओरडले,

'पंत! तुम्ही जा!'

संतापाने बेभान झालेल्या कृष्णाजी भास्कराने दुसरा वार उचलला. राजांचा नाइलाज झाला. त्यांनी बसल्या घोड्यावरून कृष्णाजीवर वार केला. कृष्णाजी गतप्राण होऊन कोसळले.

सगळीकडे चकमक झडत होती. राजांनी पाहिले, जिवा राजांच्या पाठोपाठ स्वार झाला होता; पण संभाजी कावजीचा कोठे पत्ता नव्हता. तोच संभाजी कावजी दिसला. शामियान्याच्या उजव्या बाजूने संभाजी येत होता. उजव्या हातात खानाचे मस्तक होते. संभाजी स्वार होताच राजांनी टाच मारली. भरधाव वेगाने तिन्ही घोडी गडाकडे उधळली.

सारे डोळ्यांत प्राण आणून गडावरून पाहत होते. गडाच्या प्रथम दरवाज्यापाशी राजे पायउतार झाले, आणि पायऱ्यांवरून ते धावत सुटले. प्रथम दरवाज्यात येताच त्यांनी खुणेचा कर्णा वाजवायला सांगितला. सारे विस्फारित नेत्रांनी राजांच्याकडे पाहत होते. पांढरा शुभ्र अंगरखा पाठीवरून फाटून त्याच्या दशा वाऱ्यावर उडत होत्या. समोरची बाजू रक्ताने भरली होती. मस्तकावर केस विस्कळीत झाले होते.

राजे ओरडले, 'पाहता काय? इशारतीचा कर्णा वाजवा!'

क्षणात दरवाजा बंद झाला. कर्णा वाजला. राजे तडक पायऱ्या चढत होते. राजे आत येताच प्रत्येक दरवाजा बंद होत होता. राजे वरच्या दरवाज्याशी आले, तोच गडावर तोफ झाली. सारा आसमंत त्या आवाजाने हादरला.

राजे गडावर आले. जावळीतून 'हर हर महादेव' ची गर्जना उठली. राजे

सदरेवरच्या दरवाज्यापाशी आले. माणकोजी थरथरत सामोरे आले. नाना अशुभ कल्पनांनी त्यांचे मन पेटले होते. रक्ताने माखलेले राजे त्यांनी गडावरून पाहिले होते. राजांना हात देण्यासाठी माणकोजी पुढे झाले. काळजीने भान हरपून निघालेले माणकोजी पाहताच राजे त्यांना मिठी मारीत म्हणाले,

'माणकोजी, आम्हांला काही झालं नाही. आमची फत्ते झाली. खान मारला गेला!'

राजे तडक केदारेश्वराजवळ आले. त्यांनी मंदिरात प्रवेश केला. त्याच वेळी देवाजवळ धरणे धरून बसलेली मनोहारी तोफेच्या आवाजाने आनंदाने बाहेर यायला निघाली होती. तिचे लक्ष राजांच्याकडे गेले. रक्ताने माखलेले बोडके डोके पाहताच तिला धक्का बसला. दोन्ही हातांत तोंड झाकून ती फिरली. उभ्या जागी तिला हुंदका फुटला. त्याच वेळी राजांचा हाताचा स्पर्श तिच्या खांद्याला झाला. कानांवर शब्द आले,

'मनू! हे रक्त आमचं नाही. शत्रूचं आहे. आम्ही सुरक्षित आहो.'

त्या शब्दांनी अचानक आनंदलेली मनोहारी वळली. डोळ्यांत पाणी होते. चेहऱ्यावर आनंद होता. ओठांवर हसू उमटत होते. राजे म्हणाले,

'एकाच वेळी डोळ्यांत पाणी आणि ओठांवर हसू! असं रूप चुकूनही पाहायला सापडायचं नाही.'

केदारेश्वराला वंदन करून राजे तटावर आले. प्रतापगडाच्या तोफेबरोबर साऱ्या गडांच्या तोफा डागल्या जात होत्या. राजांच्या राज्यात इशारत पसरत होती.

राजे बेभान होऊन गडावरून कोयना खोरे पाहत होते. ते पाहत असताना मागे उभे राहिलेले माणकोजी म्हणाले,

'राजे, आता चिंता कसली? मस्तकावर जखम झाली आहे. त्यावर उपचार झाल्याविना आपण इथं उभे राहिलात, तर मासाहेबांचा दोष या पिकल्या पानावर पडेल. आता आपण सत्वर महाली जाऊन पोशाख बदलून घ्यावा.'

राजांनी माणकोजींच्याकडे पाहिले; आणि काहीही न बोलता ते वाड्याकडे चालू लागले.

माणकोजी उभ्या जागेवरून खानाचा तळ पाहत होते.

खानाचा तळ पुरा गाफील होता. खान भेटीसाठी रवाना झाला, तरी खानाची छावणी जेवली नव्हती. सकाळपासून थंडावलेली छावणी नुकती कुठे तापत होती. हत्ती ठाण्यावर झुलत होते. उंटमाळ उग्र वासाने दरवळत होती. खानाचे सरदार दोन प्रहरची विश्रांती घेण्याच्या विचारात होते. तोच गडावरून तोफ झाली. भेटीच्या सन्मानार्थ तोफ झाली, असे समजून छावणी निर्धास्त झाली. निःश्वास पार पडले. तोच छावणीभोवती नवी सृष्टी निर्माण झाली. आजूबाजूच्या रानावनांतून 'हर ऽ हर ऽ

महादेव' ची गर्जना उठली.

थोड्या वेळापूर्वी पक्ष्यांच्या आवाजांनी किलबिलणारी, हिरव्या गार वनश्रीने नटलेली सृष्टी काळालाही न जुमानणाऱ्या शूर शिपायांनी गजबजून उठली. जिकडे पाहावे, तिकडून शिवाजीचे लोक उतरत होते. सर्रास कापाकापी सुरू झाली. बाजी-सर्जेरावांनी तर पराक्रमाची शर्थ केली. माचीखाली थांबलेले हत्यारबंद दीड हजार सैनिक केव्हाच कापले गेले होते. जेधे-बांदलांनी पार-घाटाचे लश्कर मोडले. मोरोपंतांनी त्यांना साथ दिली. सर्व रानभर एकच गोंधळ माजला. महाराजांच्या सेनेने व गाववाल्यांनी लोकांनी एक होऊन एकच किलकारी करून दिली.

साऱ्या वाटा झाडे तोडून अडविल्या गेल्या होत्या. शिवाजीराजांचे लोक अखंड उतरत होते. कोणी हत्यार घ्यावे, कोणी घोडे धरावे, कोणी भारी माल कबज्यात घ्यावा, अशी सुरुवात झाली. हत्यार धरील, त्याला जिवे मारले जात होते. अफझलखानाचा फर्जंद फाजलखान लश्करात होता. तो मोठ्या मुश्किलीने पळून गेला, म्हणून वाचला. अफझलचे दोघे पुत्र मात्र कैद झाले. काही प्रहरांपूर्वी ऐश्वर्यात तळपणारी छावणी आता प्रेतांच्या खचात आणि जखमींच्या आक्रोशात विखुरली गेली. भालाभर सूर्य असता खानाची पाराची छावणी पुरी गारद झाली; आणि विजयाची वार्ता देण्यासाठी स्वार गडाकडे दौडला.

राजे कपडे बदलून सदरेवरच्या बुरुजावर उभे होते. गडाच्या दरवाज्याशी स्वार येत होता. खालच्या टप्प्यावर स्वार असताच अधीर झालेले राजे ओरडले,

'अरे, सांग! काय झालं?'

आनंदाने स्वार मुजरा करून ओरडला, 'आपली फत्ते झाली, महाराज!'

राजे आनंदाने माघारी वळले. गडावर आनंद मावत नव्हता. त्याच वेळी वाई, सुपे, शिरवळ, सासवड या सर्व ठिकाणी खानाच्या सैन्यावर मराठी सेना तुटून पडली होती.

राजे सदरेवर आले. खानाचे मस्तक सारे पाहत होते. राजे संभाजी कावजीला म्हणाले,

'संभाजी, अरे, आम्ही तुला आधीच सांगितलं होतं की, बळापेक्षा बुद्धी वापर; मी सांगेन, तेवढंच कर. या जिवानं बघ, सांगितलं, तेवढं काम कसं चोख पार पाडलं. खानाच्या वारानं आमच्या मस्तकावर जखम झाली होती. आम्ही थोडे बेसावध होतो. पण जिवानं आमच्याकडे मुळीच लक्ष दिलं नाही. त्यानं लक्ष ठेवलं सय्यद बंडावर. जिवानं थोडी जरी कुचराई केली असती, तरी आज आम्ही विजय मिळवूनही इथं दिसलो नसतो. तू मात्र आमची पाठ सोडून खानामागे धावलास. आज्ञा नसता उत्साहाच्या भरात खानाचं मस्तक घेऊन आलास. संभाजी, अशा प्रसंगी क्षणाला फार

महत्त्व असतं. अरे, खान कुठं पळत होता?'

सदरेवर आलेल्या गोपिनाथांच्याकडे लक्ष जाताच राजांच्या चेहऱ्यावर हास्य विलसले. पंतांनी राजांना मिठी मारली. राजा-प्रजेचे अंतर सरल्याचा तो क्षण होता. दोघे मुत्सद्दी एकमेकांच्या मिठीत असूनही काही बोलत नव्हते. राजे म्हणाले,

'पंत, तुम्ही दिसला नाहीत. आमचं मन चिंताग्रस्त झालं.'

'राजे, तुम्ही निघालात, पण पाऊल उचलेना. तुम्ही जाताच येसाजींनी जिवाच्या बाजीनं वाटा रोखल्या. कळसूत्री बाहुल्यांसारखे आमचे वीर चारही बाजूंनी प्रकटले. एकच कापाकापी सुरू झाली. वर आलेला एकही माणूस खाली उतरत नाही, हे सारे पाहत होतो. तोच तोफ झाली. त्याच क्षणी माची हातात आली होती. येसाजींसह आम्ही खाली उतरलो. राजे, गडाखाली कैदी आणले आहेत. आपण चलावं.'

राजे सर्वांच्या सह गड उतरले. अफझलखानाचे दोन्ही पुत्र भयभीत झाले होते. खानाच्या अटक झालेल्या सरदारांनी जिवाची आशा सोडली होती. येसाजींची पाठ थोपटीत राजे म्हणाले,

'येसाजी, युद्ध संपलं, वैर संपलं! अटक झालेल्या सर्वांना मानानं पाठवा. चला.'

मशाली पेटविल्या गेल्या. माचीपर्यंत राजे गेले. जखमींना पाहिले. लढाईत कामी आलेले वीर शेल्याखाली झाकून ठेविले होते. राजांचे पाय तेथे अडखळले. दीर्घ निःश्वास सोडून राजे गडावर परत आले.

गडावर खानाचा मुडदा आणला होता. तो पाहताच राजे म्हणाले,

'ज्या म्लेंच्छानं आमच्या कुलदैवतास उपद्रव केला, त्या या म्लेंच्छाचं मस्तक मासाहेबांना पाहण्यासाठी पाठवा. राजगडाच्या वेशीत त्या मस्तकाला जागा द्या. जिथं खान पडला, बंडा सय्यद पडला, त्या जागी या विजापूरच्या सेनापतीचं यथोचित दफन करा.'

झोप केव्हाच उडून गेली होती. पारावरचे मावळे विजय संपादन करून राजांचे कौतुक ऐकायला गडावर येत होते. नेहमी सूर्यास्ताबरोबर बंद होणारे दरवाजे सताड मोकळे होते. यात्रेच्या दिवशी दिसणाऱ्या भक्तांच्या वर्दळीप्रमाणे गड गजबजून गेला होता. डोक्यावर सप्तमीचे पिठूर चांदणे फाकले होते. पार तळापासून गडापर्यंत मशालींची रांग लागली होती. साऱ्या जावळी खोऱ्यात दीपोत्सव केल्याचा भास होत होता. मध्यरात्रीच्या आधीच वाई फत्ते झाल्याची बातमी गडावर आली. जिजाबाईंना दाखविण्यासाठी खानाचे मस्तक घेऊन जिवा महाला राजगडाच्या वाटेला लागला होता.

□

६

राजगडावर पळापळांनी घटका सरत होत्या. मंद गतीने प्रहर उलटत होते. साऱ्या राजगडचा परिसर नेहमीप्रमाणे वावरत असूनही विचित्र शांतता सर्वत्र पसरली होती. सारे व्यवहार कसे चूपचाप होत होते. गडावरच्या प्रत्येक देवळात अभिषेक चालू होते. फिरंगोजी उत्तरेच्या बुरुजावर मध्यान्हापासूनच बसून होते. साऱ्यांचे लक्ष प्रतापगडाच्या दिशेला लागले होते.

बाहेर जी शांतता होती, तीच वाड्याच्या परिसरात नांदत होती. जिजामाता मात्र देवळातच होत्या. सकाळपासून त्यांनी पाण्याच्या थेंबालाही स्पर्श केला नव्हता. दोहों बाजूंच्या सुवर्णसमयांच्या प्रकाशात भवानीच्या मूर्तीकडे त्या टक लावून पाहत होत्या. देव्हाऱ्याच्या उजव्या बाजूला ठेवलेल्या तबकात मोहरांची रास होती. डाव्या हाताच्या तशाच तबकात एक अत्यंत तेजस्वी, रत्नखचित सुवर्णमुठीचा खंजीर तळपत होता.

जिजाबाईंचे ध्यान भवानीवर खिळले होते. ओठ थरथरत होते. भावनावेग न आवरला, की प्राजक्ताच्या फुलांप्रमाणे अश्रू ठिबकत होते.

तीस वर्षांचा शिवाजीचा काल त्यांच्या नजरेसमोरून सरकत होता. त्या पोराला हाताशी धरून केवढे मनसुबे रचले होते, केवढी स्वप्ने उभी केली होती! ते स्वप्न नुकते कुठे रूप धरत होते, तोच... कोणत्या क्षणी कसली वार्ता येईल, याचा भरवसा नव्हता.

बसल्या जागी डोळे भरून येत होते. केव्हा अकारण अंगाला कापरा सुटे. जिजाबाई देवीची करुणा भाकीत होत्या; साकडे घालीत होत्या; नवस बोलत होत्या. पण ती अष्टभुजा काही सांगत नव्हती. तेच शांत हास्य तिच्या मुखावर ओसंडत होते. पायाखालच्या महिषासुराचा वध करीत असता सुद्धा ते रूप बदलत नव्हते; त्या हास्यात बदल होत नव्हता.

मध्यान्ह झाली. सूर्य कलला. सायंकाळ व्हायला आली, तरी काहीच बातमी कशी येत नव्हती? काय घडलं? मग वेळ का लागतो?

पावलांचा आवाज झाला. दासी 'मासाहेब! मासाहेब!' म्हणत धावत आली. जिजाबाईंच्या सर्वांगाला कंप सुटला होता. कान अधीर झाले होते. मन दुबळे झाले होते. जिजाबाई देवीकडे पाहत मागचा आवाज ऐकत होत्या. पावले नजीक आली. दासी धापा टाकीत म्हणाली,

'मासाहेब! आनंदाची बातमी! राजे गडावर पोहोचले! तोफ झाली!'

त्याच वेळी गडावरच्या तोफेने ती बातमी जाहीर केली. साऱ्या गडावर आनंद उसळला! जिजाबाईंनी देवीपुढे मस्तक टेकले; व त्या उठल्या. आनंदाची बातगी सांगायला आलेल्या दासीला त्या म्हणाल्या,

'ये!'

दासी पुढे झाली. जिजाबाई म्हणाल्या,
‘ओटी कर!’

दासीने ओटी पसरली. जिजाबाईंनी कष्टाने मोहरांचे तबक उचलले. ते तबक दासीच्या ओट्यात रिते होऊ लागले. वाढत्या भाराने जेव्हा दासी वाकत होती, तेव्हा जिजाबाई सरळ होत होत्या. जिजाबाईंनी तबक रिते केले, आणि डाव्या हाताच्या तबकातील रत्नजडित कट्यार मस्तकी लावून देवीच्या पायाजवळ ठेवून दिली.

गडावर एकच आनंद उसळला होता. राजस्त्रिया आनंदाने बेभान होऊन संभाजीला उराशी कवटाळीत होत्या. मुक्यांच्या वर्षावांनी संभाजीचा जीव गुदमरत होता.

राजगडावर पहाट झाली. फिरंगोजींनी जिवा महाला आल्याची वर्दी पाठविली. जिजाबाई सदरेवर आल्या, आणि त्यांचे पाऊल थबकले. सदरेवर आनंदित मुद्रेने जिवा महाला उभा होता. सदरेवर आच्छादिलेली थाळी होती. मुजरा करून जिवा म्हणाला,

‘मासाहेब, राजे सुखरूप आहेत. खानाचा पुरा बीमोड झाला आहे. राजे मागोमाग येत आहेत. आपली खात्री पटावी, म्हणून हे राजांनी पाठविले आहे. गडाच्या वेशीतल्या कोनाड्यात हे ठेवायला सांगितले आहे.’

जिवाने आच्छादन उचलले. सर्वांचे श्वास अवरोधले गेले. जिजाबाई स्थिर नजरेने ते मस्तक निरखीत होत्या.

हाच तो अफझल... ज्याने... स्वारींच्या हातांत बेड्या चढविल्या होत्या. हाच तो अफझल... ज्याने... संभाजीचा बळी घेतला... राजांना नेस्तनाबूद करायला हाच आला होता. यानेच गेले कैक महिने साऱ्यांची निद्रा उडविली होती. हाच तो पापी, ज्याची मजल तुळजाभवानीवर घाव घालण्यापर्यंत पोहोचली.

जिजाबाईंनी आपला संताप आवरला. त्या म्हणाल्या,

‘फिरंगोजी, झालं गेलं, होऊन गेलं. राजांच्या आज्ञेप्रमाणे इज्जतीनं ह्या मस्तकाचं गडाच्या वेशीत दफन करा. आपला शत्रू असला, तरी तो सेनापती होता; निधड्या छातीचा होता. सत्तेच्या अहंकारानं आणि धर्माच्या कैफानं त्याचा बळी गेला. त्याच्याबरोबरच वैरही संपलं.’

खानाच्या मस्तकाची व्यवस्था लावून झाल्यावर राजांच्या स्वागताची तयारी सुरू झाली. गडाच्या प्रथम दरवाज्यावर तोरण चढविले. तेथून वरपर्यंत तोरणे लागली होती. गडावर ठायी ठायी गुढ्या उभ्या होत्या.

दोन प्रहरी राजे गडावर येत असल्याची वर्दी आली. सणासुदीचे कपडे करून

सारे राजांची वाट पाहत होते. धुळीचा लोट उडताना दिसू लागला. गडाच्या पायथ्याशी राजे थांबले. फिरंगोजींनी धावत जाऊन राजांना मिठी मारली. राजे पायांवर पाणी घेऊन दीड-दोन हजार शिबंदीसह गड चढू लागले. नगाऱ्यावरच्या टिपरीने राजे गडी आल्याची वर्दी दिली. देवीचे दर्शन घेऊन राजे बालेकिल्ल्यात आले. वाड्याच्या दरवाज्याशी राजस्त्रिया आरत्या घेऊन उभ्या होत्या. त्यांचा स्वीकार करून राजे आत आले. जिजाबाईंना पाहताच राजे उभे राहिले.

जिजाबाईंच्या डोळ्यांत अश्रू गोळा झाले होते. चेहऱ्यावर कौतुक होते. त्यांनी राजांना मिठीत घेतले. अश्रू आवरेनात. राजे म्हणाले,

'मासाहेब! आम्ही आलो! आपल्या आशीर्वादानं आणि भवानीकृपेनं सुखरूप आलो. डोळ्यांत पाणी आणायची ही वेळ नव्हे.'

जिजाबाईंनी डोळे टिपले. त्या म्हणाल्या,

'अरे! दु:खाच्या वेळीच डोळ्यांत अश्रू येतात, हे कुणी सांगितलं? आनंदाच्या वेळीही येतात!'

'ते अश्रू पाहण्याचं भाग्य लाभलंय् आम्हांला!'

शंभूबाळ आले. राजांनी त्यांना कवटाळले.

राजांच्या आगमनाबरोबर सारा गड भरून गेला. राजांनी जखमदरबार भरविला. जे जखमी झाले, त्यांना दौलत वाटली. पराक्रम गाजविणाऱ्यांना मानसन्मान दिला. जे कामी आले, त्यांना नेमणुका दिल्या.

खानाच्या मोहिमेत राजांना पंचाहत्तर हत्ती, चार हजार घोडी, बाराशे उंट, त्याखेरीज शेकडो तोफा, उंची कापड, जडजवाहीर आणि अगणित संपत्ती मिळाली. खानाचे तीन हजार लोक कापले गेले होते. राजांचे शेकडो कामी आले होते. खानाने काबीज केलेला राजांचा मुलूख एका दिवसात मोकळा केला गेला. सगळीकडून नुसत्या विजयाच्या वार्ता व विजयी वीर गडावर येत होते.

जिजाबाई म्हणाल्या, 'राजे! तुम्ही दिसावं, म्हणून किती नवस बोलले होते, ते माझे मला आठवत नाहीत. जेवढे आठवतात, तेवढे नवस फेडल्याखेरीज आता कुठं जाऊ नका.'

राजे हसले. ते म्हणाले, 'मासाहेब, तसं करता आलं असतं, तर आनंदच झाला असता; पण ही सुवर्णसंधी कोण दवडील? विजापूरचा बलाढ्य सेनानी आपल्या सैन्यासह धुळीला मिळाल्याची वार्ता ऐकून विजापूर दरबारनं हाय खाल्ली असेल. याचा फायदा घेऊन आम्ही आजच मोहिमेवर निघणार आहोत. विजापूरकरांचे उरलेले गड ताब्यात घेण्याचा हाच मोका आहे.'

राजे क्षणभर थांबले. एक निराळाच विचार त्यांच्या मनात प्रकटला.

'मासाहेब, हा काही फारसा मोठा विजय नाही. हे चढाईच्या धोरणात जिंकलेलं एक प्यादं आहे. खऱ्या लढाईला अजून अवकाश आहे. अफझल म्हणजे गोमेचा पाय आहे. हा मोडल्यानं काशी सुरक्षित होत नाही. आमच्या विजयाचं नातं औरंगजेबाच्या पराजयात गुंतलं आहे.'

-आणि दुसऱ्या दिवशी राजे आपल्या फौजेनिशी मोहिमेला बाहेर पडले. राजांना दिसत होता किल्ले पन्हाळा!

□

७

जिजाबाईंचा निरोप घेऊन राजे वाईला आले. खानाच्या पारिपत्यासाठी मुलुखात पसरलेल्या सैन्याने वाईला जमण्याचे हुकूम आधीच सुटले होते. त्यानुसार राजांची विजयी फौज वाईला गोळा झाली होती. राजे वाईला पोहोचले, तेव्हा भक्कम दळाचे त्यांना दर्शन घडले. हजारो घोडे, हजारो पायदळ राजांची वाट पाहत होते. खानाच्या तळाचे जिंकलेले सामान वाईतच होते. सर्वत्र सामानाचे ढीग लागले होते. लहान पालींपासून ते शाही शामियाने-डेऱ्यांपर्यंतचे छावणीचे सर्व सामान हाती आले होते. हजारो उंट, शेकडो हत्ती, सामान-वाहतुकीचे बैल, गाडे, पालख्या, मेणे, अंबाऱ्या, हौदे असे नाना तऱ्हेचे सामान त्यात होते. हत्यारांची, बंदुकींची, लहानमोठ्या तोफांची मोजदाद करणेही कठीण जात होते. पुणे, सुपे भागांतील जिंकलेले सामान दास्तानासाठी वाईकडे अजून येतच होते. त्या सर्व सामानाचा बंदोबस्त करण्यासाठी राजांनी स्वतंत्र अधिकारी नेमले.

विजयी सेनापती नेताजी पालकर मुजऱ्याला आले. राजांनी त्यांना मानवस्त्रे देऊन सन्मान केला. राजे म्हणाले,

'काका, तुमचा पराक्रम ऐकून आम्हांला आनंद वाटला. फाजलखान पळून गेला, याबद्दल दुःख नाही; पण फितूर खंडोजी खोपडा पळाल्याचं ऐकून वाईट वाटलं.'

'जातो कुठं तो? एक ना एक दिवस येईलच परत. महाराज, एक अर्ज आहे.'

'काय?'

'खानाचे सरदार जाधवराव, पांढरे, खराटे व सिद्दी हिलाल शरण आले आहेत. आपल्या दर्शनाला ते येऊ इच्छितात.'

'जरूर!'

पराजित झालेले खानाचे सरदार राजांच्या दर्शनाला आले. राजे म्हणाले,

'आमचं तुम्हांला अभय आहे. परकीयांच्या सत्तेचा लोभ धरून स्वकीयांवर तुम्ही चालून आला. खानाचं वैर होतं, ते मिटलं. आमचा तुमच्यावर राग नाही. तुम्ही तुमच्या मनाला येईल, ते करायला मोकळे आहात!'

सरदारांचा कानांवर विश्वास बसत नव्हता. जाधव पुढे होऊन म्हणाले,

'राजे, जोवर कोणी शास्ता नव्हता, तोवर पातशहाची चाकरी केली. आता स्वराज्यासाठी पराक्रम कारणी लागावा, असं आमच्या सर्वांच्या मनांत आहे. पायांजवळ चाकरी करण्याचं भाग्य...'

'स्वराज्याला मिळेल, तेवढी मदत हवी आहे. तुम्ही आलात, तर आम्हांला आनंदच आहे. आमचं बळ आणखीन वाढलं, असं आम्ही समजू.'

जाधव, पांढरे, खराटे आनंदाने राजांच्या फौजेत सामील झाले. सिद्दी हिलाल मात्र कावराबावरा होऊन उभा होता. राजे हसले. सिद्दी हिलालजवळ जाऊन ते म्हणाले,

'हिलाल, तुमची पोलादी झडप आम्हांला माहीत आहे. कोणत्याही धर्माशी आमचं वैर नाही. आमच्या पदरी जसे हिंदू आहेत, तसेच मुसलमानही आहेत. तुम्ही आम्हांला मिळाला, तर त्यापरता आनंद नाही.'

भारावलेल्या सिद्दी हिलालने राजनिष्ठेची तलवार राजांच्या पायी ठेवली. राजांनी ती उचलून आपल्या हातांनी सिद्दीच्या दुशेल्यात खोवली. राजे सरदारांना म्हणाले,

'आज आम्ही कूच करणार. तुम्ही सर्व जिथं होता, तिथंच राहा. हा सर्व मुलूख सांभाळा. आम्ही मुलुखगिरीहून परत येईपर्यंत या मुलुखाची जबाबदारी तुमची. तुम्ही आम्हांस इमाने वर्ताल, तर आम्ही तुम्हांस अंतर देणार नाही. परत येऊ, तेव्हा तुमचं काम पाहून हुद्दा, मान देऊ.'

शरणागत आलेल्या खानाच्या सैन्याला राजांनी आपल्या सैन्यात सामील करून घेतले. राजांनी मोरोपंतांना आज्ञा केली,

'पंत, पुणे, इंदापूर, चाकण, सुपे, बारामती या भागांतील हिंदू व मुसलमान यांना जी इनामं आहेत, अफझलखानाआधी चालत आली आहेत, त्यांना धक्का लावू नका. ती तशीच चालवा. आम्ही मुलुखगिरीहून आलो, की आम्हांला आठवण द्या. तसे हुकूम आम्ही जारी करू.' नेताजींकडे वळून राजे म्हणाले, 'नेताजीकाका, कूच करण्याचा डंका वाजवायची आज्ञा द्या.'

'महाराज, क्षमा असावी! पण बेत कळला नाही.'

'तुम्ही तर सेनापती. तुमच्यापासून बेत दडवून ठेवून कसं चालेल? खानानं आमच्या मुलुखाला जो उपद्रव केला, त्या मुलुखाची भरपाई आदिलशाही मुलुखातूनच झाली पाहिजे. त्यासाठी विजापूर मुलुखात खंडण्या वसूल करण्याचा आमचा इरादा आहे. होईल, तो मुलूख ताब्यात आणण्याची आमची इच्छा आहे. पन्हाळा हा आदिलशाहीचा किल्ला. तो स्वराज्यात गिळविण्याचं आमचं स्वप्न आहे. चंदन-वंदनपासून सुरुवात करून पन्हाळापावेतो विश्रांती नाही.'

नेताजीने हर्षभरित होऊन कुचाच्या नगाऱ्यांची इशारत दिली. सारी वाई नगाऱ्यांच्या

आणि तुताऱ्यांच्या निनादात गर्जून उठली. राजांची प्रचंड फौज स्वारीला निघाली.

चंदन, वंदन किल्ल्यांची नाकेबंदी करून राजांच्या फौजेने वाई प्रांत व्यापला; दक्षिणेकडे खटाव, मायणी, वाळवे, कऱ्हाड या भागांत खंडणी वसूल केली. तेथून राजांनी सुपे गाठले. उरणकोळेपर्यंतचा सर्व भाग राजांनी घेतला.

अफझलखानाच्या मृत्यूची व भयंकर पराजयाची वार्ता कानी पोहोचते, न पोहोचते, तोच मागून 'शिवाजी आला' ही बातमी येऊन थडके. सारे बळ क्षणात सरून जाई, आणि राजांच्या पुढे शरणागती पत्करण्याची चुरस लागे.

राजांची फौज चारी वाटांनी विजापूरकरांच्या मुलुखात खंडण्या वसूल करीत होती. राजे एकामागोमाग एक विजय संपादन करीत कोल्हापुरात घुसले. कोल्हापुरापासून पन्हाळा अवघ्या चार कोसांवर. जे स्वप्न राजे उराशी धरून आले होते, ते आता अवघ्या चार कोसांवर होते. राजांची फौज पन्हाळ्याच्या दिशेने उधळली. राजांच्या फौजेने पन्हाळ्याला वेढा घातला. पन्हाळ्याचा किल्लेदार आपल्या तुटपुंज्या शिबंदीनिशी गडाचे दरवाजे बंद करून घेऊन बसला होता. धीर करून त्याने तोफांचे मोर्चे डागले. गडावरून गोळे सुटू लागले. विजयाने धुंद झालेली राजांची फौज तटाला भिडू लागली; बाणांनी, बंदुकांनी गडावरची माणसे टिपू लागली. किल्लेदाराचे अवसान जात होते.

पन्हाळ्याच्या वेढ्याची दुसरी रात्र आली, आणि मराठी फौजेने तटाला शिड्या लावल्या. चारी बाजूंनी एकच किलकारी उठली. गडात उतरलेल्या फौजेने कापाकापी सुरू केली. गडाचे दरवाजे उघडले, आणि 'हर हर महादेवा'च्या गर्जनेत भर रात्री मराठी फौजेने पन्हाळा काबीज केला.

राजे आपल्या छावणीतल्या शामियान्यात फेऱ्या घालीत होते; बातमीची वाट पाहत होते. भर रात्रीच्या समयाला जिची राजे वाट पाहत होते, ती बातमी घेऊन स्वारपथक आले. पन्हाळा काबीज झाला होता. राजांनी बातमी आणणाऱ्या सैनिकांना बक्षिसे वाटली. येसाजी आनंदाने म्हणाला,

'राजे, आपण विश्रांती घ्यावी! आम्ही गडावर पुढं होतो.'

'येसाजी, गड पाहायला तुमच्याइतकेच आम्हीही उत्सुक आहो. आम्ही पण गड पाहायला येऊ.'

'पण, महाराज, रात्र आहे! आपल्याला विश्रांती...'

'येसाजी, या बातमीसारखी दुसरी विश्रांती कोणती? आमचा सारा थकवा गेला आहे. जीव उतावीळ आहे, तो गड पाहायला.'

राजे घोड्यावर स्वार झाले. थंडीचे गार वारे अंगाला झोंबत होते. पहाटेचे धुके अंग ओले करीत होते. मशाली फरफरत होत्या. राजे अश्वपथकासह गड चढत होते. येसाजी, तानाजी पाठोपाठ होते. गडाच्या चार दरवाजाशी राजे आले. एवढ्या रात्री राजे गडावर येतील, असे कुणाला वाटले नव्हते.

राजांना पाहून हर्षभरित झालेल्या गडाचे दरवाजे उघडले गेले. साऱ्या गडावर चौकी-पहारे जारी केले होते. राजांना बिलकुल थकवा वाटत नव्हता. राजे सारा गड पाहत होते. प्रत्येक चौकीवर जाऊन सर्वांचे कौतुक करीत होते. गड फिरून येईपर्यंत पहाट झाली. राजे पूर्वेच्या बुरुजावर उभे होते. पर्णाल पर्वताच्या माथ्यावर उभे राहून माळवद पाहण्याचे स्वप्न साकार होत होते. सज्जा कोठीवर, चार दरवाजांवर भगवे ध्वज फडकत होते. उगवत्या सूर्यकिरणांनी धुक्याचा पडदा सरकविला; सारा मुलूख राजांच्या समोर मोकळा झाला. राजांनी उगवत्या सूर्याला हात जोडले; आणि त्यांची दृष्टी गडावरून फिरू लागली.

गड विस्तृत होता. चार दरवाजा, तीन दरवाजा, वाघ दरवाजा आणि राजदिंडी अशा दरवाजांनी गडाची प्रवेशद्वारे रोखली होती. पंचवीस हजार खंडी धान्य मावेल, असा गंगा, यमुना व सिंधु कोठ्यांनी सजविलेला भव्य अंबारखाना होता. सज्जा कोठी, कलावंतिणीचा सज्जा यांसारख्या गडाच्या वैभवात भर घालणाऱ्या सुबक इमारती होत्या. अनेक मंदिरे गडावर होती. मुबलक निर्मळ पाणी पुरविणारी नागझरी, अंधारबाव होती. मजबूत तटबंदीने वेढलेल्या देखण्या बुरुजांनी डौल बाळगणारा बुलंद किल्ला स्वराज्यात आला होता.

विजापूरकरांचा कौस्तुभ राजांनी जिंकला होता.

□

८

अफझलखानाच्या मृत्यूची आणि आदिलशाही फौजेच्या भयंकर पराभवाची वार्ता विजापुरात आली, तेव्हा 'चढे घोडियानिशी राजांना पकडून दरबारी हजर' केल्याचे स्वप्न पाहण्यात विजापूर दरबार दंग झाला होता. अफझलवधाची बातमी आली, आणि दरबार स्वप्नातून जागा झाला. वीज कोसळावी, तशी ती बातमी आली. बादशहा हतबल होऊन तख्तावरून उठून गेला. बड्या बेगमेच्या अश्रूंना खळ राहिला नाही. या बातमीच्या पाठोपाठच शिवाजीच्या फौजा आदिलशाहीत घुसल्याच्या बातम्या येऊ लागल्या. आदिलशाही त्या वार्तेने कासावीस झाली. निनार सुरू झाला, तोच आदिलशाहीचा एक प्रमुख किल्ला पन्हाळा शिवाजीने काबीज केल्याची वार्ता येऊन थडकली.

बातम्या यायलादेखील उसंत लागत होती; पण शिवाजीला उसंत नव्हती. अफझलवधानंतर अवघ्या अठरा दिवसांत आदिलशाही मुलूख काबीज करीत शिवाजी

पन्हाळगडावर पोहोचला होता. आजवर शिवाजीचा बंदोबस्त करणारी आदिलशाही शिवाजीच्या आक्रमणापासून आपला कसा बचाव करावा, याचा विचार करू लागली.

औरंगजेबाने राज्यारोहणप्रसंगी शिवाजीराजांना खास पोशाख पाठविल्याचे आधीच जाहिर झाले होते. या साऱ्या बातम्यांनी भयभीत झालेल्या आदिलशाहीने मोगलाईकडे धाव घेतली; आणि मदतीची याचना करणारे शाही पत्र घेऊन विजापूरचे स्वार दिल्लीकडे रवाना झाले.

देश, कोकण आणि खुद्द विजापूर या मुलुखांत शिवाजीने उठविलेल्या या धुमाळीने आदिलशाही हादरून गेली. आदिलशाहीने गडबडीने शिवाजीवर दुसरी मोहीम पाठवली. वाईवरून पळून गेलेला अफझलखानाचा मुलगा फाजलखान सूड घेण्याच्या संधीची वाट पाहत होता. फाजलखान आणि रुस्तुम जमा यांच्या आधिपत्याखाली दुसरी मोहीम रचली गेली. आदिलशाहीचे सरदार सादतखान, फत्तेखान, संताजी घोरपडे, सर्जेराव घाटगे हेही त्या मोहिमेत सामील झाले होते.

राजांना ह्या नव्या संकटाची चाहूल लागताच त्यांनी आपले पुणे भागातले नवे सरदारही तातडीने बोलावून घेतले. राजांनी पन्हाळ्याचा बंदोबस्त पक्का केला.

नेताजी पालकरांना आपल्यावर चालून येणाऱ्या सैन्याला त्रस्त करून सोडण्याचे हुकूम सोडले. राजांच्या जवळ त्या वेळी हिरोजी इंगले, भिमाजी वाघ, सिदोजी पवार, गोधाजी जगताप व महाडीक हे सरदार होते. त्यांच्या मदतीला नुकतेच स्वराज्यात सामील झालेले जाधव, पांढरे, खराटे पितापुत्र व सिद्दी हिलाल हे होते.

येणाऱ्या शत्रूचा मागोवा घेत नेताजीही राजांना सामील झाला. आदिलशाही फौजेशी उघड्या मैदानावर टक्कर देण्याचा हा पहिलाच प्रसंग होता. राजे सर्व तयारी करून आदिलशाही फौजेची कोल्हापूरनजीक वाट पाहत होते.

राजांनी सैन्याचे दोन भाग केले- एक रुस्तुम जमासाठी, दुसरा फाजलखानासाठी. फाजलखानावर नेताजींची निवड केली. राजे नेताजींना म्हणाले,

'काका, तुम्ही फाजलवर चालून जा. फाजलने आमचा पराक्रम पाहिला आहे. तो धास्तावलेला शत्रू आहे. पहिली धडक जोरानं, तडफेनं द्या. त्याचं उरलंसुरलं धैर्य नाहीसं होईल. तो पळून जाईल.'

'आणि, राजे, आपण?'

'आम्ही रुस्तुम जमावर चालून जाऊ. रुस्तुम जमाचा आणि आमचा स्नेह आहे. आम्ही चालून येतो, हे समजताच तो धरसोडीचं धोरण ठेवील. फाजलचा पराभव झाला, की तो त्याच्या पाठोपाठ जाईल, असा आमचा अंदाज आहे. एवढा शत्रूचा पराभव केला, की विजापूरची ताकद पुरी नामोहरम होईल. या मोहिमेत विजय मिळवायलाच हवा. शत्रू आपणांस गाठीपर्यंत आपण थांबायचं नाही. टप्प्यात शत्रू आला, की आपण चालून जायचं.'

राजे वाट पाहत होते. फाजल व रुस्तुम जमा आपल्या फौजा घेऊन मार्ग आक्रमीत होते. कोल्हापूरनजीक फौजा येताच राजांनी आघाडी उघडली. राजांच्या आणि नेताजींच्या फौजा त्वेषाने आदिलशाही फौजेवर तुटून पडल्या. मराठ्यांचे सैन्य आपणहून चालून येईल, असे आदिलशाहीला वाटले नव्हते. राजे कुठल्या तरी किल्ल्याचा आश्रय घेतील, आपण वेढा घालू, मदत मागू, असा फाजलचा अंदाज होता. पण समोरून धुळीचा पर्वत उभा करीत येणारी मराठी फौज पाहताच फाजल गांगरून गेला. काय होतेय्, हे कळायच्या आत टापांचा आवाज घुमवीत, एखादा वळीव गर्जना करीत कोसळावा, तसा मराठी फौजेचा तडाखा फाजलवर कोसळला. एकच रणकंदन सुरू झाले. 'हर हर महादेव'च्या गर्जनेत 'दीन दीन'चे आवाज लुप्त झाले; आणि फाजलची आदिलशाही फौज वाट दिसेल, तिकडे धावत सुटली. थोडा पाठलाग करून राजांची फौज मागे कोल्हापूरला आली. या लढाईत राजांनी बारा हत्ती व दोन हजार घोडी यांचा पाडाव केला.

पन्हाळा घेतल्यापासून एका महिन्याच्या अवधीत ही लढाई झाली. एका महिन्याच्या अवधीत आदिलशाहीचा दुसरा पराभव झाला.

राजांनी पन्हाळगडाची मजबुती वाढविली, आणि आपले लक्ष मुलुखगिरीवर केंद्रित केले. आपल्या फौजेचे तीन भाग करून तीन स्वाऱ्यांचा बेत राजांनी रचला. आदिलशाहीची कचदिल मन:स्थिती, अंत:स्थ दुबळेपणा आणि नव्या पराक्रमाने आदिलशाहीला पडलेली दहशत राजांनी पुरी ओळखली. राजांनी नेताजींच्या आधिपत्याखाली आदिलशाहीचा गाभा दिला; खुद्द स्वत:कडे देश घेतला; आणि तिसरी मोहीम कोकणातील आखली.

नेताजी पालकरने आपल्या तीन हजार घोडदळासह विजापूरलगतचे तिकोटे, दक्षिणेकडील हुक्केरी, गोकाक येथपासून गदग लक्ष्मीश्वरापर्यंत जाऊन खंडण्या वसूल केल्या.

राजांची कोकणातील मोहीम दारोजीच्या आधिपत्याने राजापूर बंदराकडे वळली. राजापूर रुस्तुम जमाच्या ताब्यात होते. राजांचा आणि रुस्तुम जमाचा अंत:स्थ स्नेह होता. तेव्हा बंदराला त्रास न देता बंदरात उभी असलेली अफझलची तीन जहाजे तेवढी ताब्यात घेण्याचा राजांच्या सेनापतींचा इरादा होता. पण राजापूरचे इंग्रज वखारवाले संधीचा फायदा घ्यायला उठले. देण्याघेण्याच्या मोबदल्यात त्यांनी त्यांतले एक गलबत लाटण्याचा डाव मांडला. मराठ्यांचा अधिकारी दारोजी याला त्याचा सुगावा लागताच राग येऊन त्याने गिफर्ड व एक इंग्रज दलाल यांना गिरफदार केले.

राजे तेव्हा आपल्या फौजेनिशी आजूबाजूचे किल्ले घेत होते. रायबागसारख्या व्यापारी पेठा, लोकांशी अनुसंधान लावून, राजांनी काबीज केल्या होत्या.

राजे मिरजेजवळ असता राजापूरला पकडलेले गिफर्ड, एक दलाल आणि जप्त केलेले गलबत यांबद्दल तक्रार घेऊन टोपीवाल्यांचा प्रतिनिधी दुभाष्या शेणवीसह मिरजेला येऊन थडकला. गंगाधरपंतांनी टोपीकराला राजांच्या पुढे हजर केले. राजांनी सर्व तक्रार ऐकली. इंग्रज धूर्त आहे, हे राजांनी ओळखले होते; पण इंग्रजांचा आणि रुस्तुम जमाचा स्नेह राजांना माहीत होता. रुस्तुम जमा फोंडा काबीज करून राजांच्या विरुद्ध उभ्या ठाकलेल्या कुडाळ सावंतांचा आदिलशाहीच्या वतीने समाचार घेत आहे, हे राजांना माहीत होते. राजांनी उदारपणे गिफर्डला व दलालाला सोडून दिले. पण हे करीत असता त्यांनी इंग्रजांकडून लेखी करार करून घेतला. इंग्रजांनी जंजिरा सिद्दीला मदत करू नये, व केव्हाही राजांच्या विरुद्ध उभ्या ठाकणाऱ्या शत्रूला मदत करू नये, अशी महत्त्वाची दोन कलमे त्यात होती. हा करार लिहून घेऊन कैद केलेले दोन्ही इंग्रज व त्यांचा जप्त केलेला माल राजांनी परत केला.

सर्व मुलूखभर चाललेली लुटालूट, गमावलेले किल्ले, फाजलचा झालेला पराजय यांनी आदिलशाही अक्षरश: गर्भगळीत झाली. या घालमेलीतच शिवाजीराजे आता विजापूरवर स्वारी करून आदिलशहाला विजापूरच्या गादीवरून काढून, त्या जागी दुसरा सुलतान नेमणार, अशी बातमी विजापूरला येऊन थडकली. विजापूर दरबारचे खलबत बसले. अली आदिलशहाने कुर्नूलचा पराक्रमी सरदार सिद्दी जौहर याच्याकडे धाव घेतली.

सिद्दी जौहर हा युद्धनिष्णात, राजकारण जाणणारा व तडफेने मोहीम चालवणारा सरदार होता. आदिलशहाने त्याचा मोठा सन्मान केला; 'सलाबतखान' हा उच्च किताब दिला; आणि वीस हजार घोडदळ, चाळीस हजार फौज देऊन सिद्दी जौहरला शिवाजीराजांच्यावर पाठविले. सिद्दी जौहरला मदत करण्यासाठी आधीच्या लढाईत पराजित झालेले फाजलखान व रुस्तुम जमा हेही होते.

विजापूरहून सिद्दी जौहर जेव्हा निघाला, तेव्हा राजे मिरजेच्या वेढ्यावर होते. नेताजी विजापूर भागात होता. दारोजी राजापूर आटोपून रुस्तुम जमाचा मुलूख सोडून आचरे, वेंगुर्ले, कुडाळ या प्रदेशाकडे वळले होते. राजांच्या फौजेचे दोन हिस्से मुलुखगिरीवर असता सिद्दी जौहर विजापूरहून निघाल्याची बातमी राजांना मिळाली.

आदिलशाहीचा हा डाव अनोखा होता. राजे त्या बातमीने बेचैन होते. राजांनी गडबडीने मिरजेचा वेढा उठविला. नेताजी-दारोजींना सत्वर येण्याचे हुकूम पाठविले, व कोल्हापूरला महालक्ष्मीचे दर्शन घेऊन गुढीपाडव्याच्या दिवशी राजे पन्हाळगडावर गेले. गडावर गुढ्या उभारल्या होत्या. जिकडे तिकडे तोरणे, झेंडे उभारले होते. स्वराज्याची गुढी नुकती कुठे उंचावत होती, तोच त्या उंचावणाऱ्या गुढीचा नाश करण्यासाठी आदिलशाहीचा जौहर येत होता. याचवेळी शास्ताखान पंचाहत्तर

हजारांची फौज घेऊन राजांवर चालून येत असल्याची बातमी आली.

आदिलशाहीने व मोगलांनी एकाच वेळी राजांचा पुरा बीमोड करण्याचा चंग उचलला. राजांनी किल्ल्याचा कडक बंदोबस्त करून घेतला. गंजीखान्यापासून ते अंबारखान्यापर्यंत. शास्ताखान अहमदनगरास व सिद्दी नजीक आल्याचे वर्तमान राजांना गडावर कळले. नेताजींचा, दारोजीचा अद्याप पत्ता नव्हता.

पन्हाळ्यास इशारतीच्या आरोळ्या सुरू झाल्या होत्या. मेटकऱ्यांचे खुणेचे कर्णे वाजत होते. गडाच्या तुपाच्या विहिरीत भरपूर तूप जमा झाले होते. सगळीकडे जय्यत तयारी झाली होती. तोफांचे धमधमे उभारले होते.

एके दिवशी त्र्यंबकराव भास्कर यांचा सबनीस धावत महाराजांच्याकडे आला.

'राजे, गनिमांची फौज आल्याची वर्दी आलीय्.'

'ठीक आहे, सबनीस. त्यात घाबरण्याचं काय कारण आहे? लक्ष्मी पाठीशी आणि संकटं सदैव समोर ठेवावीत, असं आम्हांला शिकवलं गेलं आहे. चला.'

राजे घोड्यावर स्वार झाले. पुन्हा एकदा त्यांनी गडाची पाहणी केली; जरूर त्या सूचना केल्या; आणि राजे दक्षिण बुरुजावर आले. कोल्हापूरच्या दिशेने धुळीचे लोट दिसू लागले. बुरुजावरच्या तोफा ठासून सज्ज ठेवण्याची आज्ञा देण्यात आली.

सिद्दीची चाळीस हजारांची फौज पन्हाळ्याजवळ आली. गड गाठताच सिद्दीने वेढ्याचे काम सुरू केले. गडाच्या पूर्वेस सिद्दी जौहर, फाजल बडेखान व रुस्तुम जमा हे होते. पश्चिमेला सादतखान, मसूद, बाजी घोरपडे, भाईखान हे होते. दक्षिण-उत्तर जागा पाहून नाकेबंदी करण्यात आली होती. जास्त भर पूर्व-पश्चिमेकडे होता; कारण गडाच्या प्रमुख वाटा त्याच बाजूला होत्या. सिद्दी जौहरने वेढ्याचे काम पूर्ण केले.

गडावरून जिकडे पाहावे, तिकडे सैन्याच्या छावण्या दिसत होत्या. वेढ्याची मांडणी पुरी होताच फौज पुढे सरकू लागली. गडानजीक येणाऱ्या तोफांचे गाडे गडावरून दिसत होते. राजे पूर्वेच्या बाजूवरून शत्रूच्या हालचाली निरखीत होते. बुरुजावरची तोफ इशारतीसाठी वाट पाहत होती. शत्रू टप्प्यात येताच राजे बुरुजावरून उतरले. दृष्टीच्या टप्प्यात येणाऱ्या तोफांच्या मोर्च्यांवर त्यांनी नजर टाकली. राजांनी हात वर केला, तोच 'जय भवानी'च्या आरोळ्यांत तोफा धडाडू लागल्या.

जौहर तीन दिवसांत जेवढा पुढे आला होता, तेवढा मागे रेटला गेला. शत्रूचा एकच गोंधळ माजला. तोफांच्या टप्प्याबाहेर जाऊन शत्रूने दम घेतला. राजांच्या तोफांचा पल्ला ही लक्ष्मणरेषा ठरली. चिडलेल्या सिद्दीने वेढा अधिक बळकट करण्याकडे लक्ष दिले. त्याने वेढा अधिक जोरदार आवळून टाकला.

सह्याद्रीचा सिंह पुरा कोंडला गेला.

□

९

रायगडावर राजमाता जिजाबाई चिंतेत होत्या. शास्ताखानाच्या प्रचंड दलाची बातमी त्यांना आधीच समजली होती. फिरंगोजी नरसाळा तातडीने चाकणला रवाना झाले होते. येणाऱ्या शास्ताखानाच्या आक्रमणाला कसे तोंड द्यावे, याचा विचारविनिमय करीत असतानाच राजे पन्हाळगडावर सिद्दी जौहरच्या वेढ्यात सापडल्याची बातमी रायगडावर आली. संकट सर्व बाजूंनी कोसळू पाहत होते. जिजाबाईंनी प्रथम सर्व गडांना मजबूत राहण्याचे व कोणत्याही परिस्थितीत गड लढविण्याचे हुकूम सोडले.

नेताजी पालकर विजापूर भागात धुमाकूळ घालीत होते. सिद्दी जौहरचा वेढा पन्हाळ्यास पडल्याचे ऐकताच नेताजीने एक धाडसी बेत आखला. विजापूरजवळील शहापुरावर त्याने अचानक धाड घातली; आणि ते सुंदर शहर मनसोक्त लुटले.

आपल्या राजधानीलगतच्या शहरावर आलेला हल्ला पाहून अली आदिलशहा राजधानीच्या रक्षणार्थ सिद्दीस परत बोलावील, असा नेताजींचा अंदाज होता. अली आदिलशहाने घाबरून तो निर्णय घेतला होता. तोच हेरांनी बातमी आणली की, नेताजीजवळ फार अपुरे सैन्य आहे. त्या बातमीने अली आदिलशहा सावध झाला. त्याने नेताजीचा कावा ओळखला. त्याने खवासखानाला पाच हजार सैन्यानिशी नेताजीवर पाठविला. खवासखानाच्या मदतीला गोवळकोंड्याची फौज येऊन मिळाली. एवढ्या मोठ्या फौजेसमोर तुटपुंज्या फौजेचा पाडाव लागला नाही. नेताजीचा बेत हुकला; आणि लढाईत पराजय पत्करून त्याला माघार घ्यावी लागली.

राजे गडावर अडकले असता सेनापतीचा पराभव ही धक्का देणारी घटना होती.

जिजाबाईंना सगळ्या बाजूंनी निराश करणाऱ्या बातम्या येत होत्या. शास्ताखान आपल्या अवाढव्य फौजेनिशी शिरवळला खुद्द राजांच्या राज्यात येऊन पोहोचला होता. शास्ताखानाबरोबर मराठे सरदार सुरजी गायकवाड, दिनकरराव काकडे, खंडागळे बंधू, रंभाजी पवार, सर्जेराव घाटगे, कमळाजी गाडे, जसवंतराव कोकाटे हे होते. त्यातच माहूरच्या उदाराम देशमुखांची विधवा पत्नी- जी शूर आणि पराक्रमी होती, जिला औरंगजेबाने 'रायबागन' म्हणजे 'राजव्याघ्री' हा किताब दिला होता- ती सुद्धा शास्ताखानाला सामील झाली होती. आणि सर्वांवर कळस म्हणून की काय, त्र्यंबकराव भोसले, बाबाजी भोसले, दत्ताजीराव जाधव व शिवाजीराजांचे मामा रुस्तुमराव जाधव हेही आपल्या भाच्याच्या विरुद्ध खानाला जाऊन मिळाले. स्वकीय परकीय बनले. खानाच्या सैन्याला सागराचे रूप आले. हे सारे ऐकून जिजाबाईंच्या जिवाची तगमग झाली.

दिवस उलटत होते. जिजाबाईंनी अनेक हेर राजांच्या खबरीसाठी पाठविले; पण एकही वेढा पार करून राजांच्यापर्यंत पोहोचू शकला नाही. जिजाबाई धैर्याने उभ्या

राहिल्या. त्यांनी आपल्या होत्या त्या फौजांना गनिमी काव्याने खानाला बेजार करण्याचा हुकूम सोडला. मावळ्याच्या देशमुख-देशपांड्यांना तशीच आज्ञापत्रे पाठविली. मराठी सेना उभी राहिली. खानाशी ठिकठिकाणी चकमकी झडू लागल्या. खान शिवापूर सोडून सासवडला गेला. तेथून तो पुण्याला आला; आणि खुद्द शिवाजीराजांच्या लाल महालात मुक्काम ठोकून राहिला. मुळामुठेच्या काठी औरसचौरस दीड कोस खानाची छावणी पसरली.

सिद्दी जौहरच्या वेढ्यात राजे सापडून महिने लोटले, तरी राजांची काही बातमी नव्हती. हेरांनी आणलेल्या बातम्या जिजाबाईंना बेचैन करीत होत्या. उलटणारा दिवस अधिक संकटात घालणारा उगवत होता. जिजाबाईंनी निश्चय केला. त्यांनी हाताशी जेवढी फौज होती, तेवढी गोळा करायला सुरुवात केली. शिलेखान्यातून शस्त्रे काढण्याचा हुकूम दिला. शिवाजीराजांची सुटका करण्यासाठी जिजाबाई जातीनिशी जायला निघाल्या. मंत्रिमंडळ पेचात पडले. मोरोपंतांनी जिजाबाईंना शब्द टाकला. जिजाबाई म्हणाल्या,

'पंत, आम्हांला का हौस आहे? राजे अपुऱ्या फौजेनिशी पन्हाळ्यात वेढले गेलेत. खान इकडे बळावतो आहे. जर उद्या खान पन्हाळ्याकडे निघाला, तर राजांना कोण सोडवील?'

'मासाहेब, क्षमा असावी! पण एवढ्या अपुऱ्या फौजेनिशी वेढा फोडू धजणं अविचाराचं ठरेल!'

'वाईट काय होईल? जमलं, राजे सुखरूप येतील; नाही तर आम्ही खर्ची पडू, हेच ना? आज स्वराज्याला राजांची गरज आहे; मासाहेबांची नाही.'

मोरोपंत डोळ्यांत पाणी आणून म्हणाले, 'मासाहेब, हे राजांना विचारलं असतंत, तर त्यांनी उत्तर दिलं असतं! आम्ही देणं अमर्यादा होईल.'

नेताजी पालकर गडावर येत आहेत, ही बातमी आली; आणि जिजाबाईंना धीर आला. राजांचे सेनापती नेताजी पालकर आणि सरदार सिद्दी हिलाल जिजाबाईंच्याकडे मुजऱ्याला आले. जिजाबाईंनी विचारले,

'सेनापती, कुठं मुलुखगिरी करून आलात?'

'आदिलशाहीत!'

'खंडणी वसूल केलीत?'

'जारीनं! खंडणी आणि लूट गडावर येत आहे.'

'चांगलं केलंत! आणि राजांची वार्ता?'

नेताजींची मान खाली गेली. तो नजर टाळीत म्हणाला,

'सिद्दी जौहरनं पक्का वेढा घातल्याची बातमी आहे. काय करावं, समजत नाही.'

'ते सोपं आहे.' मासाहेब खिन्नपणे हसून म्हणाल्या, 'जसे सुर्वे, सावंत शत्रूला मिळाले, तसे तुम्हीही मिळू शकता! आम्हांला हे माहीत होतं, म्हणूनच आम्ही जातीनिशी जौहरवर चालून जायचं ठरवलंय्.'

'मासाहेब!'

'नेताजी, तुम्ही नात्याची माणसं. राजांचा भरवसा म्हणून सेनापती झालात. आणि मराठी राज्याचे सेनापती जौहरच्या वेढ्याचं कौतुक करतात!' जिजाबाई एवढ्या संतापलेल्या केव्हाच कुणी पाहिल्या नव्हत्या. 'नेताजी, स्वराज्य टिकलं, तर सारं टिकेल; पण ते उभं करणं फक्त राजांनाच माहीत आहे. बलवत्तर शत्रूला निधड्या छातीनं धडक देण्याचं सामर्थ्य फक्त त्यांच्याच मनगटात दिसावं, हे आमचं दुर्दैव. त्याच राजांचे सेनापती नेताजी पालकर आणि विश्वासाचे सरदार सिद्दी हिलाल आमच्यापुढं नुसते मनगटं चोळीत उभे राहतात. नेताजी, कमरेच्या तलवारीची आणि पालकरांच्या कुळीची तरी आठवण ठेवा.'

जिजाबाईंचा प्रत्येक शब्द नेताजींच्या, सिद्दी हिलालच्या वर्मावर बसत होता. नेताजीने आपली तलवार उपसली. तो म्हणाला,

'मासाहेब, ह्या तलवारीची शपथ घेऊन सांगतो- राजांना सोडवून घेऊन परत येऊ, तेव्हाच तोंड दाखवू. त्यासाठी मासाहेबांनी जायची गरज नाही.'

दोन दिवस गडावर राहून, फौजेला विश्रांती देऊन, नेताजी पालकर आणि सिद्दी हिलाल आपल्या फौजेनिशी पन्हाळ्याच्या वाटेला लागले.

□

१०

पन्हाळगडावर सूर्य आला, तेव्हा राजे सोमेश्वराचे दर्शन घेऊन बाहेर पडले. बरोबर बाजीप्रभू, गंगाधरपंत, त्र्यंबक भास्कर ही मंडळी होती. राजे अश्वपथकासह सज्जाकोठीकडे जात होते. सारे चूपचाप होते. कोणी काही बोलत नव्हते. राजे सज्जाकोठीजवळ पायउतार झाले. सर्वांसह ते तटावर आले. समोर नेहमीचेच दृश्य होते. पूर्वेचा मंद वारा वाहत होता. तुटलेल्या कड्याखाली गर्द रान पसरले होते. सिद्दीच्या छावण्या मोकळ्या जागेत दिसत होत्या. राजे निःश्वास सोडून म्हणाले,

'त्र्यंबकराव, सिद्दी जौहर चिकाटीचा दिसतो, नाही?'

'जी! इतके दिवस झाले; पण वेढा कुठंच सैल होत नाही. उलट, दिवसेंदिवस अधिकच आवळला जात आहे.'

'गडावर आज हजार माणूस आहे. अंबारकोठीची काय हालत आहे?'

'त्याची काळजी नाही. भरपूर वरी, नागली, भात आहे. म्हणू तितके दिवस गड लढविता येईल.'

'पण, राजे, नेताजींची अजून कशी खबर नाही?' बाजीप्रभूंनी चिंता व्यक्त केली.

'बाजी, नेताजी आपले सेनापती आहेत. आम्ही वेढलो गेलो आहोत, हे त्यांना माहीत आहे. पण तिकडे शास्ताखान उतरल्याची बातमी होती. नेताजी कोणत्या संकटात आहेत, काही समजत नाही. आता फक्त दोनच मदतींची आशा आहे.'

'कोणत्या?'

'एक नेताजी, आणि दुसरा आपला सदैव पाठीराखा सह्याद्री!'

'सह्याद्री!' गंगाधरपंत उद्गारले.

'हो! त्याच्यावर आमचा सर्व भरिभार आहे. पावसाला आता सुरुवात होईल. अखंड धारा वर्षतील. सिद्दी जौहरच्या फौजेला ते तेवढं मानवायचं नाही... त्र्यंबकराव, दारूगोळा भरपूर आहे ना?' राजांनी एकदम विचारले.

'जी! त्याची उणीव पडायची नाही.'

'मग आम्हांलाही वेढ्याची चिंता नाही. आपल्या तोफा गडावर सज्ज आहेत, तोवर सिद्दी जौहरला अंतर ठेवूनच बसावं लागेल.'

त्याच विचारात राजे सज्जाकोठीत विश्रांतीसाठी गेले.

पण राजांचा तर्क साफ चुकला. सिद्दी जौहरने गडाला वेढा घालताच आपले चारशे पायदळ व एक लहानशी घोडदळाची तुकडी राजापूरच्या इंग्रजाकडे रवाना केली होती. सिद्दी जौहरने तोफा डागणाऱ्या कसबी माणसांची व लांब पल्ल्याच्या तोफांची मागणी केली होती.

सिद्दीचा दूत राजापूरला जाताच इंग्रजांनी त्याचे स्वागत केले. त्यांना जौहरच्या वेढ्याचे वृत्त समजलेच होते. तसेच, शास्ताखानाची प्रचंड फौज शिवाजीच्या बीमोडासाठी उतरलेली त्यांना ठाऊक होती. आता शिवाजी संपल्यासारखाच होता. उलट, व्यापाराची नवीन संधी प्राप्त होत होती. इंग्रजांच्या तोंडाला पाणी सुटले. त्यांनी सिद्दी जौहराची मागणी मान्य केली. मिरजेचा तह इंग्रज विसरले; आणि ज्या गिफर्डला राजांनी सोडले, तोच गिफर्ड वेलची, मिगहेम यांसारखे तोफखान्याचे दर्दी बरोबर घेऊन दोन तोफांसह पन्हाळ्याकडे निघाला. खुद्द रेव्हिंग्टन एक नामी तोफ घेऊन आपल्या साथीदारांसह अणुस्कुरामागे पन्हाळ्यास आला. राजांना याचा पत्ताही नव्हता.

एके दिवशी सकाळी राजे सदरमहालात असता बाहेर टापांचा आवाज आला. राजांच्या जवळ असलेल्या शिवा न्हाव्याने वर्दी दिली,

'किल्लेदार आलेत.'

'किल्लेदार तर मघाच आमचा निरोप घेऊन परकोटाकडे गेले होते!'

तोच त्र्यंबकराव आत आले. राजांनी विचारले,

'काय झालं?'

'राजे, टोपीकरांनी घात केला. ते सिद्दीला येऊन मिळाले.'

'अशक्य!' म्हणत राजे उभे राहिले.

'नाही, महाराज, ते सत्य आहे. टोपीकर आपलं निशाण चढवून तोफा डागीत आहेत.'

'चला, त्र्यंबकराव! काय प्रकार आहे, तो पाहू.'

राजे पराकोटावर गेले. त्र्यंबकरावाने बोट दाखविले. गंगाधरपंत म्हणाले, 'टोपीवाले राजापूरकर दिसतात.'

त्यात संशय नव्हता. आपले निशाण फडकावीत सिद्दीच्या मदतीने टोपीकर तोफा पुढे आणीत होते. राजांचा सारा संताप उफाळून उठला. त्वेषाने मुठी वळल्या. क्षणात नेत्र आरक्त बनले. ते म्हणाले,

'काय पाजी जात आहे! ज्या टोपीवाल्यांना दया दाखवून अवघे तीन मास लोटले नाहीत, ज्यांचा आम्ही जप्त केलेला माल आणि पकडलेला साहेब सोडून दिला, तेच हे वखारवाले आमच्याशी केलेला करार मोडून आज आमच्यावर चालून येतात!'

राजे भानावर आले. त्यांनी संताप आवरला. क्षणात ते इतके शांत झाले, की तो बदल पाहून जवळची माणसेदेखील थक्क झाली. राजे हसू म्हणाले,

'बाजी, बोलून चालून व्यापारी ते. सौद्याची चांगली वेळ गाठली. नशिबात असलं, तर आपल्याला हा सौदा फार महागात पडला, हे त्यांच्या ध्यानी येईल. त्र्यंबकराव, तोफा सज्ज ठेवा. गडावरील प्रत्येक हत्यारी तटाला भिडवा. श्रींची इच्छा असेल, तर यातूनही आपण सहज पार पडू.'

त्याच वेळी टोपीकरांच्या तोफेने धूर ओकला. गोळा तटाजवळ येऊन पडला. परकोटावर फिरंगी बनावटीची 'काली तोफ' सज्ज होती. राजे त्वेषाने म्हणाले, 'त्र्यंबकराव, कालीचं कौशल्य बघू या. तिला बत्ती द्या.'

काली गर्जत उसळली. टोपीवाल्यांच्या तोफेला गडावरून प्रत्युत्तर गेले. गडावरच्या तोफा आग फेकू लागल्या. गड उंच असल्यामुळे गडाखालील गोळे तटापर्यंत येत नव्हते. त्यासाठी जी जागा हवी होती, ती जागा गडावरच्या तोफांच्या माऱ्यात होती.

टोपीवाले युद्धात उतरल्याने राजे काळजीत पडले. वेढ्यातून चौफेर फिरत टोपीवाले दुर्बिणीतून गडाची पाहणी करीत होते. गडावरून राजांना त्यांची हालचाल दिसत होती. निरनिराळ्या जागांवरून तोफा डागल्या जात होत्या. राजे आता नुसते पावसाची वाट पाहत होते.

पावसाचे वारे वाहू लागले. हवेत गारवा येऊ लागला. आकाशातून पूर्वेकडे ढग सरकू लागले. राजे आनंदले.

सिद्दी जौहर हाही तसाच मुरब्बी होता. त्याने पावसाळी छपऱ्या बांधायला सुरुवात केली.

-आणि एके दिवशी आपल्या सैन्यासह नेताजी येत असल्याची बातमी जौहरच्या हेरांनी आणली. शिवाजीचा सेनापती नेताजी चालून येत होता. सिद्दी जौहरने नेताजीचा डाव पुरा ओळखला- नेताजी वेढ्याला कुठे तरी खिंडार पाडील; व शिवाजीला त्यातून पळून जायला फावेल. ती संधी लाभू नये, म्हणून नेताजी वेढ्याला भिडण्याच्या आतच सिद्दीने आपली एक फौजेची तुकडी नेताजीवर पाठविली; आणि वेढ्याला डोळ्यांत तेल घालून राहण्याची आज्ञा दिली.

राजे गडावरून पाहत होते. नेताजी आला. बरोबर सिद्दी हिलाल व त्याचा मुलगा वाहवाह हाही होता. नेताजीची व सिद्दी जौहरच्या सैन्याची गाठ पडली. नेताजीने शर्थ केली; पण त्याचे काही चालेना. त्या दंगलीत वाहवाह जखमी होऊन पडला. मुलाला सोडवायला गेलेला सिद्दी हिलाल शत्रूहाती सापडला. नेताजीला पराभूत होऊन पळावे लागले. नेताजीच्या रूपाने राजांची उरलीसुरली आशा दूर पळत होती.

सूर्य अस्ताला जात होता. खिन्न मनाने राजे उभे होते. एकटक नजरेने अस्ताला जाणारा सूर्य बघत होते. बघता-बघता सूर्य क्षितिजावर टेकला. राजांनी अस्ताला जाणाऱ्या सूर्याला हात जोडले. सूर्य झरझर क्षितिजाआड झाला. पश्चिमेकडील रंगांची उधळण हळूहळू विरत होती. क्षितिजाला एक छोटासा तांबडा ढग दिसत होता. स्थिर नजरेने त्या ढगाकडे राजे पाहत होते... तो नजरेत येणारा ढगही आता अंधारात मिसळून जाईल; आणि काही क्षणांतच पश्चिमेची धूसर कडही वाढत्या अंधारात लुप्त होईल...

एक दीर्घ निःश्वास सोडून राजे वळले.

राजे उदास झाले. पावसाने आपली झोड उठविली; पण सिद्दीचा वेढा रेसभरही हलला नाही. पावसात शत्रूची छावणी भिजत होती. तंबू उडत होते. वादळी वारे वाहत होते. पण सिद्दी कशाला जुमानीत नव्हता. राजांना सुटकेची आशा दिसत नव्हती.

निसर्गाने राजांना कुमक केली; पण सिद्दी निसर्गावर मात करून उभा ठाकला होता. राजांना मनातून सिद्दीच्या चिकाटीचे कौतुक आणि आपल्या दैवाची कीव वाटत होती. राजांनी निर्णय केला. सिद्दी जौहरशी त्यांनी तहाच्या वाटाघाटी सुरू केल्या. वेढ्याकडे थोडेही दुर्लक्ष न करता सिद्दी जौहर राजांनी पुढे केलेल्या तहाला ठोकरीत होता.

सिद्दी जौहर एकाच तहाला मान्यता देणे शक्य होते :

राजांनी सिद्दी जौहरच्या स्वाधीन होणे.

□

११

पावसाच्या अखंड धारा कोसळत होत्या. घोंघावणारा वारा रात्रंदिवस वाढत होता. पानांची सळसळ, पावसाचा आवाज आणि वादळ यांत सारा निसर्ग हेलावून गेला होता. चांदण्याचे दिवस असूनही चांदणे दिसत नव्हते. टेहळणी बुरुजावरचे लोक कानाचे डोळे करून गड राखीत होते. जाग देणारे आवाज उठत होते. घोंघावणाऱ्या वाऱ्यात ते आवाज भयाण वाटत होते. सिदू हवालदार असाच पावसाचा मारा चुकवीत उत्तरेच्या तटावरून फिरत होता. अंगावरली इरली पावसात निथळत होती. काही न बोलता सिदू हवालदारामागून दोघे बारगीर जात होते. काही तरी ढासळल्याचा आवाज अचानक आला. तिघांची पावले थांबली. काही दिसत नव्हते. कान ऐकत होते. घोंघावणाऱ्या वाऱ्याचा आणि ओघळणाऱ्या पाण्याचा तेवढा आवाज येत होता. पावसात कपारीचा दगड निखळला असेल, असे समजून सिदू परत ताठ झाला. तोच आवाज पुन्हा आला.

'हुश्शारऽऽऽ'

आवाज गडावरून आला नव्हता. आवाज खालून आला होता. पावसाची पर्वा न करता सिदूने झटकन इरले फेकले. वाऱ्याच्या तडाख्यात ते तटाखाली उडाले. मागच्यांनी त्याचेच अनुकरण केले. सिदूने तलवार उपसली. डोळ्यांवर येणारे पाणी निपटून सिदू ऐकू लागला. परत तो अस्पष्ट आवाज कानांवर आला.

'हुश्शारऽऽ'

आता मात्र शंका नव्हती. सिदू तटावर वाकला. त्याने हाक दिली,

'कोन हाय?'

उत्तर आले नाही. परत त्याने जोराने आवाज दिला,

'अरं, कोन हाय?'

'दोर सोडा!' खालून आवाज आला.

सिदूच्या अंगावर भर पावसातही काटा फुलला. त्याने एका बारगिराला चौकीवरचे सैनिक गोळा करायला सांगितले. बघता बघता पाच-पन्नास हत्यारबंद गोळा झाले. सिदूने एका बारगिराला किल्लेदारांना आणायला पाठविले. बारगीर धावला.

खालून परत आवाज आला. 'दोर टाका, दोर ऽऽ'

सिदूने कपाळावरचे पाणी निपटले. तटावरून वाकून तो ओरडला,

'टाकतो! उबा ऱ्हा, हो ऽ ऽ ऽ'

खालचा आवाज बंद झाला. उभ्या पावसात निथळत सारे तटाकडे उभे होते. कुणाला काही सुचत नव्हते. पावसाच्या आणि वाऱ्याच्या आवाजातून कल्पनेचे नवीन आवाज कानांवर पडत होते. तटभागावर सारखी वर्दळ चालू ठेविली होती. तोच किल्लेदार त्र्यंबकराव तिथे आले. सिदूने मुजरा करून सांगितले. त्र्यंबकराव म्हणाले,

'दोर सोडा!'

चौकीपहाऱ्यांतून दोर आणला गेला. दोराचे वेटोळे फेकले गेले. सिदू ओरडला,

'दोर आला, हो ऽ ऽ ऽ'

सारे दोराकडे पाहत होते. सिदूच्या हाती दोराचे टोक होते. दोराला हिसके बसताच सिदू म्हणाला,

'दोर पकडला!'

दोघे बारगीर पुढे झाले. त्यांनी आणि सिदूने हाताला तिढे देऊन, तटाला पाय देऊन दोर खेचून धरला. दोराला ओढ लागत होती. ओढ वाढत होती. काही वेळ गेला; आणि एक हात तटावर पडला. दोघांनी त्या माणसाला वर उचलून घेतले. त्र्यंबकरावांनी विचारले,

'आणखी कोण आहे?'

श्वास घेत तो इसम म्हणाला, 'कोन न्हाई.'

त्र्यंबकरावांनी दोर उचलून घ्यायला सांगितले. बुरुजाच्या चौकीवर सारे गेले. पलोते नजीक आले. एक संन्यासी चिंब भिजलेला उभा होता. अनेक ठिकाणी त्याला खरचटले होते. त्र्यंबकरावांनी विचारले,

'कोण तू?'

'संन्यासी, महाराज!' तो संन्यासी म्हणाला.

'गडावर का आलास?'

'भिक्षेसाठी, महाराज!'

'आणि वेढ्यातून कुणी सोडलं?'

'समर्थकृपा!'

'नीट बोलतोस का?' त्रिंबकराव चिडले.

'रागावू नका! गरीब संन्यासी मी. साधू माणूस. मला राजांच्या समोर हजर करा.'

'तर! मानकरीच तू! राजे सुखी झालेत.'

'राजांना उठवा. नाही तर...'

'नाही तर काय?'

'राजे उद्या रागावतील आपल्यावर. मी फार थकलोय्. राजांच्याकडे मला घेऊन चला.'

संन्याशाच्या शांत उद्गारांनी त्र्यंबकरावांना काय करावे, ते सुचेना. ते म्हणाले,

'ठीक आहे!'

संन्याशाचे हात मागे बांधले गेले. सारे वाड्याकडे चालू लागले.

राजांना जागे करण्यात आले. एवढ्या अपरात्री जागे करण्यात आल्यामुळे राजे ताडकरून पलंगावरून उतरले. त्यांनी विचारले,

'काय झालं?'

हुजऱ्या म्हणाला, 'किल्लेदार आलेत.'

'पाठव त्यांना.'

किल्लेदार आत आले. राजांना म्हणाले,

'एक संन्यासी गडावर आला आहे.'

'कसा आला?' राजांनी करड्या आवाजात विचारले.

'तटाखालून आवाज येत होता. पहारेकऱ्यांनी तो ऐकला. दोर फेकून वर घेतला. काही सांगत नाही.'

'कुठं आहे?'

'आणला आहे. आज्ञा होईल, तर...'

'आमच्यासमोर हजर करा...'

संन्यासी आणला गेला. संन्याशाला पाहताच राजांची चर्या बदलली. त्यांच्या चेहऱ्यावर समाधान दिसू लागले. राजे म्हणाले,

'त्याचे हात सोडा.'

'पण, महाराज...' त्र्यंबकराव म्हणाले.

'हात सोडा! साधुसंतांना कोणी बांधतं का?'

संन्याशाचे हात सोडले गेले. राजे म्हणाले,

'त्र्यंबकराव, तुम्ही जा. कपडे बदलून घ्या. आम्ही पाहतो.'

त्र्यंबकराव मुजरा करून गेले. ओल्या अंगाने निथळत असलेल्या संन्याशाला मिठी मारीत राजे म्हणाले,

'अरे महादेवा, अक्षरशः देवासारखा अवतरलास! थांब!'

राजांनी आत जाऊन आपली संदूक उघडली. तीतून आपले कपडे काढून महादेवापुढे करीत ते म्हणाले,

'प्रथम कपडे बदल.'

'नको, महाराज!' तो म्हणाला.

'अरे, तुझं खरचटलेलं अंग, भिजलेले कपडे... थंडीनं कुडकुडतोस. अरे, सरळ बोलता तरी यायला हवं ना! घाल ते कपडे. आमची आज्ञा आहे. तोवर आम्ही आलो.'

राजे बाहेर गेले. देवडीवरचे पहारेकरी गडबडीने उठून उभे राहिले. राजे म्हणाले,

'देवडीवरच्या धुमीवर जाळ करा.'

राजे परत आपल्या महाली आले. महादेवाने कपडे घातले होते. तो संकोचला होता. राजे हसले. त्याचा हात धरून राजे म्हणाले,

'चल.'

महादेवाला घेऊन राजे देवडीवर आले. नाईक अदबीने उभा होता. राजे म्हणाले,

'नाईक, तुमचं घोंगडं धुमीजवळ टाका. आम्ही जरा शेकत बसतो.'

नाईकाने आपले घोंगडे धुमीजवळ टाकले. राजे म्हणाले,

'नाईक, पहारेकरी बाहेर उभे करा. आत कुणालाही सोडू नका.'

'जी!'

नाईक जाताच राजे घोंगड्यावर बसले. धुमीतील बाभळीची गाठ जळत होती. नवी बारीक लाकडे तीवर रचली होती. धूर धुमसत होता. हाताला धरून राजांनी महादेवाला जवळ बसवून घेतले. छपरावर पावसाच्या सरी कोसळत होत्या. पागळीचे पाणी चौकात पडत होते.

'काय, महादेवा? सांग आता.' राजे म्हणाले.

'महाराज, गडावर मासाहेब महाराज काळजीत आहेत. शास्ताखानानं पुण्यात आपल्या लाल महालात ठाणं दिलं आहे. खालचा मुलूख लुटला आहे.'

'आणि किल्ले?'

'किल्ले मजबूत आहेत. चाकणला त्यानं वेढा दिला आहे. फिरंगोजी गड लढवीत आहेत. आपण वेढ्यात गुंतलात; मासाहेबांना काही सुचेना. खुद्द मासाहेब महाराज फौज घेऊन निघाल्या!...

'हो! नेताजी आले. त्यांनी मासाहेबांना रोखलं.'

धुमी पेटली होती. लहानलहान ज्वाळा उफाळत होत्या. राजे हात शेकीत होते. राजे म्हणाले,

'घार आकाशात फिरते; पण तिचं लक्ष पिलाकडे असतं. इथं सगळंच उफराटं झालं. आम्ही भराऱ्या मारतो आहो; आणि मासाहेबांना ते गडावरून पाहावं लागतं आहे. काय वाटत असेल त्यांना!... सांग...'

'नेताजी हरले...'

'ते आम्ही पाहिलं. त्यांचा नाइलाज झाला; पण तू कसा आलास?'

'मासाहेबांनी अनेक नजरबाज पाठविले; पण कुणाचं काही चाललं नाही. सिद्दी जौहर, संन्यासी, बैरागी, फकीर- कुणालाच जागा देत नाही. वेढा मजबूत आहे. दिवसातून एक वेळ तरी भर पावसातून सुद्धा सबंध वेढा फिरतो.'

'पण तू कसा आलास?'

'मी येत असता कोकणातली सुर्व्यांची तुकडी वेढ्यात सामील व्हायला जात होती. साताऱ्याजवळ गाठ पडली. पन्नास होन देऊन त्यांना फितवलं. त्यांच्यांतलाच एक म्हणून मी तळावर आलो.'

'शाब्बास!'

'महिनाभर तळावर आहे. पण संधी मिळेना. नशिबानं एक जागा गावली.

सगळीकडे बोलवा होती की, शिवाजीराजे सिद्दीला शरण जाणार! धीर निघेना. मग काल राती हिय्या केला आणि रातीचं निघालो.'

'मग संन्यासी केव्हा झालास?'

'येताना हेच कपडे करून आलो. साताऱ्याला बारगीर झालो. कफनी जवळ व्हती. विचार केला- गावलं, तर वाढाचार लागायचा. तवा परत राती कफनी चढविली, आणि आलो.'

'धन्य तुझी, महादेव!- आलास, ती वाट कशी आहे?'

'उत्तरेची घळण हाय, न्हवं? तिथं दोन मेट्या जरा पातळ हाईत.'

'किती अंतरावर मेटी आहेत?'

'दीडशे कदमांवर तरी असंल!'

राजे हसले. म्हणाले, 'तिला पातळ म्हणतोस?'

'बाकीच्या मेटी पन्नास पावलांवर हाईत. हाताला हात लावून वेढा उभा आहे. तेवढी एकच जागा आहे. मेटकरी लई तर तीस असतील.'

'ठीक आहे. उद्या विचार करू. थकलास. झोप आता.'

राजे उठले, तेव्हा शेकोटी पुरी पेटली होती. ज्वाळा जिभल्या चाटीत वर उफाळत होत्या.

◻

१२

दुसऱ्या दिवशी पहाटेच्या नगाऱ्याने राजे जागे झाले. महालक्ष्मीच्या देवळातून घंटेचा आवाज येत होता. काकडआरती संपली नसावी. राजे स्नान, पूजा आटोपून सदरेवर आले. रात्री दोराच्या साहाय्याने कोणी तरी गडावर आले, एवढीच बातमी गडावर फैलावली होती.

राजे सदरेवर असता महादेव आला. राजांना मुजरा करून तो उभा राहिला. महादेवाकडे पाहून राजांना हसू आवरेना. महादेव शरीराने किरकोळ, पण उंचापुरा. राजांचे कपडे त्याला बेडौल दिसत होते. विजार पिंढरीपर्यंत चढली होती. अंगरखा गुडघ्यापर्यंत आला होता. छातीवर बंडी ढिली झाली होती. त्याच वेळी शिवा न्हावी सदरेवर आला. राजांनी विचारले,

'शिवा, आमचा पोशाख कसा वाटतो?'

शिवा महादेवाकडे पाहतच होता. हसू आवरणे त्याला कठीण गेले. शिवा आपल्या दाढीवरून हात फिरवीत म्हणाला,

'बोलूनचालून राजांचं कपडं. ते आमाला कसं शोभतील?'

'न शोभायला काय झालं? अरे शिवा, तू आमचे कपडे केलेस, तर कुणी परका ओळखणार सुद्धा नाही! याच्या आणि आमच्या अंगलटीत फरक, म्हणून हे दिसतं.'

बाजीप्रभू, त्र्यंबकराव, गंगाधरपंत ही सारी मंडळी आली. येसाजी सुद्धा आला. राजे म्हणाले,

'त्र्यंबकराव, आमच्या महादेवाला आधी जमणारे कपडे द्या. आमच्या कपड्यांमुळं त्याची पंचाईत झाली आहे.'

त्र्यंबकरावांनी हवालदाराला सांगितले. महादेव त्याच्याबरोबर गेला.

राजे सर्वांसह आपल्या महालात गेले.

सज्जाकोठीत खलबत बसले. राजे म्हणाले,

'बोला, त्र्यंबकराव. आता या वेढ्यातून मार्ग कसा काढायचा?'

'राजे, काही सुचत नाही, कळत नाही. सिद्दी जौहर संपूर्ण शरणागतीखेरीज काही मानील, असं दिसत नाही.'

'मग काय? त्याखेरीज इलाज नाही!' राजे निःश्वास सोडून म्हणाले.

'राजे!' बाजीप्रभूंना बोलवेना.

'काय झालं, बाजी?'

'राजे, आम्ही दुबळे ठरलो. राखता आलं नाही आपल्याला.'

बाजीप्रभूंसारख्या धिप्पाड, बलदंड माणसाने अश्रू ढाळताना पाहून राजांच्या मनाला पीळ पडला. राजे म्हणाले,

'बाजी, नशीब खडतर आहे. पण प्रसंग कितीही खडतर असला, तरी शोधला, तर मार्ग मिळू शकतो.'

बाजीने डोळे टिपले. आशेने तो म्हणाला,

'बोला, महाराज! थांबू नका.'

'काल महादेव आला. उत्तरेतून दोन मेटी पातळ आहेत, असा त्यानं सुगावा आणला आहे. रात्रीचा फायदा घेऊन निसटून जायला तोच मार्ग आहे.'

त्र्यंबकराव म्हणाले, 'मग वाट कसली बघायची? गडाची चिंता करू नका. जिवात जीव असेतो...'

'ते मला माहीत आहे. पण मार्ग धोक्याचा. शत्रू सावध झाला, तर...'

'तर मेटकरी जागेला कापून काढू.' बाजी उसळले.

'तेही जमेल. पण नंतर विशाळगडाखेरीज थांबता यायचं नाही. जवळ जवळ पंधरा कोसांचं अंतर. शत्रूनं गाठायच्या आत ते कापता येईल का?'

'राजे!' बाजी म्हणाले. 'वेढ्यातून बाहेर पडा. विशाळगडावर सुखरूप न्यायची जबाबदारी आमची.'

'ठीक आहे. पाहू, श्रींची काय इच्छा आहे, ती.'

रात्री एक माणूस महादेवाबरोबर दिंडीदरवाजातून बाहेर पडला. पहाटेला वादळी

वाऱ्यात भिजलेली माणसे गडावर परत आली. ती वेढ्याबाहेर जाऊन परत आली होती. राजांना समाधान वाटले. दुसऱ्या दिवशी गंगाधरपंत सिद्दी जौहरकडे तहाची याचना करून आले. सिद्दी जौहर तर सावधपणे गंगाधरपंतांशी बोलत होता. बोलणी करून गंगाधरपंत गडावर आले.

त्या रात्री राजे शांत झोपी गेले. पहाटे राजे जागे झाले, सकाळी सज्जाकोठीत खास माणसे गोळा झाली. पौर्णिमेच्या रातीत पाऊस पडत होता. आषाढाच्या वादळी पावसाने थैमान मांडले होते. वादळी हवेत राजे बेत आखीत होते. राजांनी सांगितले,

'त्र्यंबकराव, दोन पालख्या सज्ज ठेवा... बाजी, तुमची निवडक माणसं घ्या... गंगाधरपंत, पत्र पुरं झालं?'

गंगाधरांनी पत्र तयार केले होते. राजांनी ते वाचले; शिक्कामोर्तब करून ते पत्र गंगाधरपंतांना दिले. सिद्दी व फाजल यांच्याशी शरणागतीबद्दल वाटाघाटी करण्यासाठी गंगाधरपंतांची नियुक्ती झाली. पत्रात राजांनी लिहिले होते :

> 'सलाबतखानाने मध्यस्थी करून अली शहाकडे रदबदली करावी, म्हणजे आपण आपले सर्वस्व त्यांच्या चरणी अर्पण करू.'

गंगाधरपंत व आणखी चौघे मिळून गडाच्या प्रसिद्ध चार दरवाजापाशी आले. त्र्यंबक भास्करांनी हा गडाचा प्रमुख दरवाजा सव्वाशे दिवसांनंतर उघडला. गंगाधरपंत शरणागतीचे पांढरे निशाण घेऊन गड उतरू लागले. वेढा देऊन बसलेल्या हशमांनी ते निशाण पाहिले. सिद्दीकडे वर्दी गेली. फाजल ऐटीने शामियान्याबाहेर आला. आपल्या यशाचे कौतुक पाहू लागला.

गंगाधरपंतांनी अत्यंत लीनतेने राजांची थैली जौहरच्या हाती दिली. सिद्दीने थैली वाचली. शिवाजी शरणागती पत्करण्यास तयार होता. शिवाजी पुरा जेरीला आला होता. सिद्दीने विचारले,

'राजासाब यहाँ हाजिर होंगे?'

'आपण राजांच्या सुरक्षिततेची हमी दिलीत, तर राजे उद्या हजर होतील.'

'आम्ही जरूर ती हमी देऊ.' सिद्दी म्हणाला.

'यात शिवाजीचा डाव दिसतो.' फाजल म्हणाला. 'अब्बाजानच्या वेळी अशीच बोलणी झाली होती.'

सिद्दी जौहर हसला. म्हणाला, 'फाजल, अफझलखानाच्या वेळी बोलणी अशीच झाली; पण वेढा असा नव्हता. त्या वेळी तुझे अब्बाजान शिवाजीला भेटायला गेले. उद्या शिवाजी इथं येतो आहे. त्याला यावंच लागेल.'

राजांच्या सुरक्षिततेची हमी घेऊन 'राजे उद्या सिद्दी जौहरच्या शामियान्यात हजर

होतील,' असे सांगून गंगाधरपंत गडावर परतले.

साऱ्या छावणीत ही बातमी पसरली. अखंड पावसाच्या माऱ्यात सापडून बेजार झालेली छावणी त्या बातमीने आनंदित झाली. वेढ्याचा ताण एकदम कमी झाला. फाजलखान उद्याचे स्वप्न पाहत होता. सिद्दी जौहर आपले विजापुरातील प्रचंड स्वागत नजरेपुढून घालीत होता.

बाहेर अखंड पाऊस कोसळत होता.

□

१३

सिद्दी जौहरच्या छावणीतून गंगाधरपंत गडावर परत आले. सज्जाकोठीत येताच राजांना सर्व वृत्त त्यांनी सादर केले. राजांच्या चेहऱ्यावर तेच स्मित होते.

'पंत, इथवर तर सर्व ठीक झालं. आता खुद्द गडावर 'आम्ही उद्या सिद्दी जौहरला भेटायला जाणार,' ही वदंता पसरू द्या.' हसत राजे म्हणाले, 'सर्व पार पडलं, तर ठीक. नाही तर आम्हांला सिद्दीला भेटायचा योग येणारच!'

दोन प्रहर संपत आली. बाजींनी आपली माणसे निवडली होती. राजे सज्जाकोठीत येरझाऱ्या घालीत होते. गंगाधरपंत, त्र्यंबकराव हे राजांच्या संगे जाणारे दळ, सामान यांची व्यवस्था करीत होते.

दोन प्रहरी कमी झालेला पाऊस परत वाढला. राजांनी शिवा न्हाव्याला बोलाविले. हसतमुख शिवा राजांच्या समोर आला. राजे म्हणाले,

'शिवा, आम्ही गडाबाहेर पडताना आणखी एक पालखी राजरस्त्यानं सोडणार आहोत. तीत आणखी एक शिवाजी हवा.'

'महाराज, समजलं नाही!' शिवा म्हणाला.

कसे सांगावे, हे राजांना समजेना. ते म्हणाले,

'शिवा, आम्ही गेलो, की दुसरी पालखी निघेल. ही पालखी राजरस्त्यानं जाणार असल्यानं नक्कीच जौहरच्या हाती मिळेल. जरी आमचा सुगावा लागला, तरी दुसरी पालखी सापडल्यामुळं 'शिवाजी सापडला,' अशी समजूत होईल.'

'मग अडलंय् कुठं?' शिवाने विचारले.

'दुसरा शिवाजी पाहिजे! आमच्या अंगलटीचा, चेहऱ्यामोहऱ्याशी जुळणारा.'

शिवाच्या एकदम लक्षात आले. तो आनंदाने म्हणाला,

'अशी कामगिरी कोन सोडंल व्हय?'

शिवा न्हावी राजांच्या उंचीचा, तसाच होता. अनेक वेळा त्याच्याशी आपले साधर्म्य राजांनी बोलून दाखविले होते. आणि शिवानेदेखील हौसेने तशीच दाढी राखली होती. तो आला, की त्याचे मित्र सुद्धा त्याला 'या, राजे!' असे थट्टेने म्हणत

असत. शिवाच्या निर्णयाची खात्री राजांना होती. राजे संयमित आवाजाने म्हणाले,

'शिवा, शिवाजी होणं इतकं सोपं नाही. तुझ्यामुळं आम्ही सुटून जाऊ. पण तू? तू सुटणं कठीण. म्हणूनच आम्ही विचार करतो आहो.'

शिवाने राजांचे पाय धरले. तो म्हणाला,

'महाराज, भवानीची शपथ आहे तुम्हांला! आता विचार बदलू नका. तुम्ही वाचाल, तर लाख शिवा न्हावी जन्माला येतील. शिवाच्या जिवाचं सोनं होईल.'

'चल, तर! बघू, शिवाजी कसा दिसतो, ते!'

राजांनी आपले खास कपडे शिवाला दिले. कपडे मस्तकी लावून त्याने जरीबुंदी अंगरखा चढविला. पायांत चोळणा कसला. राजांनी संदूक उघडून टोप दिला. टोप चढवून शिवा उभा होता. राजांनी दुशेला आपल्या हातांनी बांधला. कमरेला रत्नजडित तलवार लाविली. दुशेल्यात कट्यार खोवली. अंगावर चढणाऱ्या एक एक वस्तूबरोबर शिवा कासावीस होत होता. त्याचे हृदय धडकत होते. राजांनी मोत्यांचा तुरा शिवाच्या टोपात खोचला; आणि जरी चढाव दाखवीत राजे म्हणाले,

'शिवा, चढाव घाल!'

त्या शब्दांनी शिवा एक पाऊल मागे सरला. दुसऱ्याच क्षणी जोडे उराशी कवटाळीत तो म्हणाला,

'महाराज, फार झालं! आजवर हे ओझं कसं सोसलंसा, तुमालाच माहीत! या जोड्यांच्या जवळ उभं राह्यची माझी लायकी नाही; आणि हे जोडं पायांत घालू?'

राजे कठोर बनले. 'शिवा, जोडे घाल! असला रडवा शिवाजी? अरे, आमची अब्रू पणाला लागेल अशानं!'

त्या शब्दांबरोबर शिवाची छाती रुंदावली. डोळे हसरे बनले. त्याने चढाव पायी चढविले. तलवारीवर हात ठेवीत तो म्हणाला,

'कोण म्हणतो आम्ही रडवे, म्हणून?'

राजे हसले. राजांनी गळ्यातला कंठा काढला; तो शिवाच्या गळ्यात घातला. संदुकीतून कवड्यांची माळ उचलली. कपाळी लावून ते म्हणाले,

'शिवा, हे भोसल्यांचं खरं लेणं! भवानीचा प्रसाद! देवीच्या भक्ताची खूण! हिला कमीपणा आणू नको. कशावर फसला नाही, तरी ही माळ पाहून सिद्दी फसेल.'

राजांनी कवड्यांची माळ शिवाच्या गळ्यात घातली. राजे मागे सरून शिवाचे रूप पाहत होते, तोच हुजऱ्या आला. तो म्हणाला,

'गंगाधरपंत आलेत.'

'पाठव त्यांना आत!'

राजे म्हणाले,'जरा पाठमोरा उभा राहा.'

एवढे बोलून राजे पलीकडच्या दालनात गेले. गंगाधरपंत, बाजीप्रभू आत आले.

गंगाधरपंतांनी मुजरा केला. ते म्हणाले,

'राजे, सारी तयारी झाली.'

शिवा गर्कन वळला. म्हणाला,

'ठीक आहे. पंत, आम्हीही तयार आहो...'

बाजीप्रभू उद्गारले, 'तुम्ही ऽ ऽ - तू ऽ'

शिवा हसला. राजेही बाहेर पडले. राजांनी विचारले,

'बाजी, कसा वाटतो प्रतिशिवाजी?'

'महाराज, क्षणभर विश्वास बसला नाही. ज्यानं आपणांला जवळून पाहिलं नाही, तो खास फसेल... पण, शिवा, राजे असं ढिल्या अंगानं कधी उभे राहत नाहीत.'

शिवा एकदम ताठ झाला. परत हसणे उसळले!

राजे म्हणाले, 'शिवा, एक राहिलं!'

राजांनी आपल्या कानांतला चौकडा काढला. शिवाच्या एका कानात चौकडा घातला. दुसरा चौकडा घालण्यासाठी राजे वळले. राजांचे राखलेले अवसान एकदम नाहीसे झाले. त्यांचे नेत्र अश्रूंनी भरले. हुंदका फुटला. गडबडीने त्यांनी शिवाच्या हाती चौकडा दिला. शिवा उद्गारला,

'महाराज!'

राजांनी शिवाला एकदम मिठीत घेतले. राजांना काही बोलायला सुचत नव्हते. डोळ्यांतले अश्रू शिवाचा खांदा भिजवीत होते. राजे म्हणाले,

'शिवा, या राजेपणाचा याचसाठी तिटकारा वाटतो. तुमच्यासारखे हर घडीला, हर प्रसंगाला खर्ची घालायचे. कशासाठी? का? अरे, माझ्यासाठी मरण पत्करणारा तू! आणि तुझ्या कानात मी चौकडा घालतो! केवढी क्रूर थट्टा आहे ही!'

शिवाने राजांच्या मिठीतून सोडवणूक करून घेतली. शिवा म्हणाला,

'राजे, मानसं मेल्यानंतर रडणारे पुष्कळ आहेत; पन जितेपनी रडणारे फार थोडे. महाराज! माझ्यासारख्या मानसासाठी तुमच्या डोळ्यांत पानी आलं. आणखीन काय पाहिजे या जिवाला? पडलेल्या एका टिपासाठी एक एक मरन पत्करीन मी! माझ्यासाठी वाईट वाटून घेऊ नका.'

राजांनी स्वत:ला सावरले. डोळे टिपले. त्यांनी विचारले,

'गंगाधरपंत, नजरबाज रवाना झाले?'

'हो! अंधार पडताच नजरबाज रस्ता दाखवायला गडाखाली उतरले आहेत. पण राजे, बाहेर पाऊस आणि वादळ फार आहे.'

'निसर्गाइतकी आमची जपणूक कोणीच केली नाही. आज पौर्णिमा. पण पौर्णिमेचं चांदणं असताही आमच्या रक्षणार्थ निसर्गानं हे रूप धारण केलं आहे. आपण निसर्गाचे आभार मानायला हवेत.'

जेवणे आटोपली. सर्व तयार होते. रात्र वाढत होती. राजे वाड्याबाहेर आले. प्रहर रात्र उलटली होती. घोंघावणारा वारा आणि पावसाच्या धारा यांनी वातावरण भरून गेले होते. राजे सर्वांसह वाड्याबाहेर काढले. राजदिंडीजवळ पालखी तयार होती. राजांनी शिवाला मिठी मारली; आणि ते त्र्यंबकरावांना म्हणाले,

'आम्ही जाताच दरवाजे बंद करून घ्या. शिवाची दुसऱ्या वाटेनं रवानगी करा. जेवढा लढविता येईल, तितके दिवस गड लढवा.'

पंतांनी उत्तर दिले, 'राजे, त्याची चिंता करू नका. सुखरूपपणानं जा.'

राजे म्हणाले, 'बाजी असता काळजी कसली? पंत, आम्ही येतो.'

राजे पालखीत बसले. पालखी राजदिंडीने बाहेर पडली.

पाठोपाठ निवडक सहाशे पायदळ आणि पंधरा उमदी घोडी अंधारातून मार्ग उतरू लागली. राजदिंडी बंद झाली.

राजांच्या पाठोपाठच शिवा दुसऱ्या पालखीतून गडाखाली पाठविला गेला.

□

१४

पावसाच्या माऱ्यात राजांची पालखी पुढे धावत होती. पालखीबरोबर बाजी व इतर बांदल बारगीर धावत होते. पायांतल्या वहाणांचा आवाज येऊ नये, म्हणून पालखीजवळ कुणाच्याच पायांत वहाणा नव्हत्या. घातल्या जरी असल्या, तरी आडवाटेने रानातून कोसळणाऱ्या पावसात चिखल तुडविताना त्या टिकल्याही नसत्या. प्रत्येक क्षण मोलाचा होता, जीव घेणारा होता. जमिनीवर पाय ठरत नव्हते.

शत्रूच्या वेढ्याच्या चौक्या नजीक येत होत्या. प्रत्येक पन्नास कदमांवर पुढे पाठविलेले हेर राजांची पुढची वाट दाखवीत होते. शत्रुचौकी नजरेत येताच पालखीची गती किंचित मंदावली. आवाज न करता सर्वांच्या तलवारी म्यानाबाहेर पडल्या. प्रत्येकाची छाती पुढच्या क्षणासाठी धडधडत होती. शक्य तो आवाज न करता पावले उचलली जात होती. पण पाण्यात पडणारा पाय उचलताच जो आवाज येई, तो पावसापेक्षाही जास्त भासे. चौकी-पहारा ओलांडला, तोच कानांवर आवाज पडला,

'हुश्शार ऽ ऽ'

बाजी दमदार आवाजात म्हणाले, 'चला ऽ ऽ!'

पळभर मंदावलेली गती दुप्पट झाली. मागून परत साद आली,

'हुश्शार ऽ ऽ'

राजांच्या पालखीने वेढा ओलांडला होता. आता जिद्द आली होती. परीक्षा होती धावेची! पालखी पळविली जात होती. एकच पळापळ सुरू झाली. शब्द कानी येऊ लागले,

'ठेहरो!'

पण 'ठेहरो' शब्दापेक्षा 'चला' हा बाजीचा शब्द बळकट होता. शत्रूची खात्री झाली. एकच किलकारी मागे उठली :

'दुश्मन भाग गया!'

□

१५

'कैसा भाग गया?'

आलीशान बैठकीवर मद्याने धुंद झालेला सिद्‌दी जौहर नुकताच कोठे निद्राधीन व्हायचा विचार करीत होता. तोच शिवाजी पळाल्याची बातमी त्याच्या कानांवर आली. डोंगरकपारीत शांतपणे तिरप्या उन्हात निद्रित झालेल्या काळ्या नागावर अचानक कुणी तरी दगड फेकताच जसा नाग उंचावतो, तसा सिद्दी उभा राहिला. डोळे अंगार फेकू लागले. बातमी घेऊन येणाऱ्या सैनिकावर तो थपडांचा वर्षाव करीत होता. तोवर फाजल, मसूदखान धावत आले.

फाजल म्हणाला, 'तरी मी सांगत होतो...'

'खामोश!' संतापाने बेभान झालेला जौहर ओरडला. त्याची संतप्त नजर वळताच फाजलचे शब्द आटले. मसूदकडे नजर वळवून सिद्दी जौहर म्हणाला,

'मसूद! शिवाजीका पीछा करो! जाओ! शिवाजीखेरीज आमच्या समोर येऊ नको.'

मसूदने विलंब न करता हजार घोडेस्वार, हजार पायदळ जमा केले. भरधाव वेगाने भर पावसातून राजांना पकडायला तो धावला. बरेच अंतर मसूदने काटले; पण शिवाजी नजरेत येत नव्हता, कुठे पत्ता लागत नव्हता. अचानक एक स्वार बेंबीच्या देठापासून किंचाळला,

'दुश्मन ऽ! दुश्मन ऽऽ!'

मसूदला अवसान चढले. मंदावलेला घोड्याचा वेग वाढला. पालखीला वेढा घातला गेला. मसूदने पालखीतल्या राजांना पाहिले. पालखी पळविली गेली. मसूदच्या आनंदाला सीमा नव्हत्या. मराठ्याचा राजा शिवाजी अलगद मसूदच्या हाती सापडला होता!

कडेकोट बंदोबस्तात पालखी घेऊन मसूद छावणीवर आला. हे कळताच साऱ्यांचे चेहरे उजळले. सेवकाने सिद्दीला धावत जाऊन सांगितले,

'शिवाजी सापडला, हुजूर! मसूद शिवाजीला कैद करून घेऊन आला!'

सिद्दीची पावले थांबली. त्याने मान वर केली; सेवकावर नजर स्थिर झाली. चिंताक्रांत सिद्दीचे आरक्त बनलेले डोळे हसू लागले. सिद्दी प्रसन्नपणे हसला. त्याचे पांढरे शुभ्र दात मोत्यांसारखे चमकले. सिद्दीने बैठकीवर ठेवलेल्या आपल्या टोपातील रत्नजडित पान उपसले, आणि सेवकाच्या अंगावर भिरकावले. फाजलखान सिद्दीकडे

पाहत होता. त्याच्याकडे पाहत सिद्दी म्हणाला,

'फाजल, कुर्नूलच्या ह्या सिंहानं जिथं पंजा टाकला, त्यातून आजवर कुणी सुटलं नाही. आणि हा ऽ ऽ'

तोच डेऱ्याच्या दाराशी आवाज आले. सिद्दीचे, फाजलचे डोळे तिकडे वळले. मसूद आत येत होता. त्याच्या मागून शिवाजीराजे काही घडलेच नाही, असे दाखवीत आत येत होते. राजांनी सर्वांवरून नजर फिरविली, आणि सिद्दीवर स्थिर केली. सिद्दी त्या धैर्याकडे पाहतच राहिला. त्याच्या चेहऱ्यावर हास्य उमटले. तो म्हणाला,

'राजे! पळून जात होता?'

'जमलं, तर पाहावं, हा इरादा होता ऽ ऽ'

'तो फिर क्या हुआ?'

'जमलं नाही!'

सिद्दी हसला. तो म्हणाला,

'राजे, बहादूर आहात. बसा!'

शिवाजीला पाहताच फाजलचा त्वेष उफाळला होता. हाच तो शिवाजी, ज्याने अब्बाजानची कत्तल केली होती... आणि त्याला सिद्दी मानाने वागवतो!

'जौहर!' फाजल ओरडला. 'सलतनीच्या ह्या शत्रूचं कौतुक कसलं करतोस? तलवारीनं मस्तक...'

'हां! फाजल, जबान आवर! शिवाजी तुझ्या-माझ्यासारखे सरदार नाहीत. ते राजे आहेत. त्यांचा निर्णय पादशहासलामत घेतील. राजे माझे मेहमान आहेत... राजे, बसावं!'

'शुक्रिया!' म्हणत राजे आसनावर बसले.

'राजासाब! शराब पिओगे?' राजांच्या भिजलेल्या कपड्याकडे पाहून सिद्दीने विचारले.

सिद्दीने पेला हाती दिला. तांबडे मद्य राजांच्या पेल्यात ओतले गेले. राजांनी पेला ओठी लाविला नाही. स्थिर नजरेने त्यांनी विचारले,

'आप नहीं पिएंगे?'

सिद्दी हसला. त्याची शंका दूर झाली. त्याने पेला उचलला. त्याच सुरईतले मद्य ओतून घेतले आणि ओठी लावले. राजांनी हसून पेला ओठी लावला.

सिद्दी जौहर राजांना निरखीत होता. राजांची ती धिटाई पाहून सिद्दीला कौतुक वाटत होते.

'राजासाब, अगर भाग जाते, तो कहाँ जाते?'

'विशालशैल! आम्ही एकदा ते गाठलं असतं, तर तुम्हांला काही करता आलं नसतं!'

'बिलकुल सच! राजासाब, आपकी किस्मत की कोताही पर हमें अफसोस है!'

'हमारी किस्मत हमेशाही कोताह नहीं होती!'

'लेकिन आज तो वैसाही समझना होगा! हकीकत भी क्या दर्दनाक है!'

राजे हसून म्हणाले, 'मालिक पूरा जानकार है.'

सिद्दीने विचारले, 'अगर जंग में आप कत्ल कर दिये होते, तो?'

राजे मोकळेपणाने हसले. डावी मूठ कमरेवर ठेवीत सिद्दीच्या नजरेला नजर देत राजांनी विचारले,

'सिद्दीसाब! फर्जंद शहाजी राजाको क्या आप भूल गये?'

सिद्दी हसला. राजेही त्या हास्यात सामील झाले. त्याच वेळी डेऱ्यात हेजीब आला. सिद्दीने विचारले,

'काय आहे?'

हेजीब पुढे झाला, आणि सिद्दीच्या कानाला लागला. सिद्दी चकित झाला. क्षणात त्याची जागा संतापाने घेतली. त्याने आपली तलवार उपसली. तो राजांच्याकडे पाहून ओरडला,

'तू कोण आहेस?'

'शिवाजी!'

'खोटं! शिवाजी पळून गेला. खरा शिवाजी पळून गेला ऽ ऽ!'

'तेही खरं आहे.'

'मतलब?'

'शिवाजीराजे तुझ्या हाती सापडण्याइतके का खुळे आहेत? सिद्दी, अरे, एव्हाना राजे खूप दूर गेले असतील.'

'तू कोण? बोल!'

सिद्दीच्या नजरेला नज़र देत शिवा म्हणाला, 'या जीवाला शिवा न्हावी म्हणतात!'

'दगा ऽ ऽ' उद्गारत फाजल पुढे आला. संतापाने थरथरत असलेला सिद्दी आपली तलवार शिवाच्या छातीला टेकवीत ओरडला,

'याचा परिणाम माहीत आहे?'

थंडपणाने ती तलवार बाजूला सरकवीत शिवा म्हणाला, 'ते माहीत नसतं, तर कशाला इथं आलो असतो? एवढी जिवाची भीती असती, तर पालखीतदेखील हीच कट्यार कमरेला होती.'

'हरामखोर!' फाजल ओरडला.

शिवा हसला. म्हणाला,

'फाजल, आता संतापून काय उपयोग? राजे केव्हाच गेले. प्रहरभर का होईना, पण राजांचे कपडे अंगावर चढले. सोंगातला का होईना, पण शिवाजी बनलो. बस्स!

जिवाचं सोनं झालं!'

'खामोश! कंबख्त!' सिद्दी ओरडला; आणि त्याने आपली तलवार सरळ शिवाच्या छाताडात भोसकली. तरवारीचे पाते रक्ताने न्हाले. शिवाच्या चेहऱ्यावर तीव्र वेदना उमटून गेली. तलवार निघालेल्या जागी त्याने डावा पंजा दाबला. उजव्या हाताने डेऱ्याचा खांब पकडला. तोल सावरीत हसण्याचा प्रयत्न करीत शिवा म्हणाला,

'सोंगातला शिवाजी झाला, म्हणून काय तो पालथा पडेल? राजे ऽऽ, मुजरा ऽऽ' असे म्हणत शिवा उभ्या दांडीच्या आधाराने खाली घरंगळला.

□

१६

राजे पळून गेल्याची खात्री होताच खानाच्या छावणीत पुन्हा गोंधळ उडाला. स्वत:चे कौतुक करून घेत बसलेला मसूद, आपण आणलेला शिवाजी खोटा शिवाजी आहे, हे कळताच हताश झाला. संतापाने त्याने पुन्हा फौज गोळा केली; आणि मध्यरात्रीनंतर तो विशाळगडाच्या वाटेला लागला. सिद्दी जौहरला नक्की काही उमजत नव्हते. कदाचित खरा शिवाजी अजून गडावरच असेल, अशी शंका येऊन या गोंधळात विस्कळीत झालेला वेढा परत आवळून तो स्वत: गडाजवळच राहिला.

विशाळगडाच्या वाटेवर कुठे तरी पहाट होत होती. राजांची पालखी दौडीनं पळविली जात होती. पालखीच्या पुढे-मागे पळणारे वीर सारखी मागे-पुढे नजर टाकीत होते. वादळ कमी झाले होते; पण पाऊस होताच. राजे पालखीच्या गोंड्याला धरून पालखीत बसले होते. ऊर फुटेपर्यंत माणसे सारखी पळत होती. पालखीची माणसे पळता-पळता बदलत होती. खालच्या चिखलातून पावलांचा अखंड नाद उमटत होता. आपल्यासाठी घेतले जाणारे कष्ट पाहून राजांचे डोळे बसल्या जागी भरून येत होते. विशाळगड अजून फार दूर होता.

दिवस दीड प्रहर वर आला; आणि मागून येत असलेल्या मसूदची बातमी घेऊन हेर धावत आला. रात्रभर पळून थकलेल्या त्या जिवांचा थकवा ती बातमी ऐकताच कुठच्या कुठे गेला. जीव पणाला लावून विशाळगडाचे अंतर कमी करण्यासाठी सारे धावू लागले. विशाळगड अजूनही फार लांब होता. सर्वस्व पणाला लावून पालखीने गजापूरची खिंड गाठली.

खिंडीपासून गडाचे अंतर अजून तीन कोसांचे होते. शत्रू तर मागून येत असलेला दृष्टिपथात आला होता. दीड हजारांचे दळ घेऊन मसूद त्वेषाने चालून येत होता. गजापूरच्या घोडखिंडीजवळ राजे आले; आणि त्यांना बातमी लागली- विशाळगडाला सुर्वे आणि जसवंतसिंग वेढा देऊन बसले आहेत. गडावर पोहोचायचेच झाले, तर सुर्व्यांचा वेढा फोडूनच वर जायला हवे होते. मागून मसूद येत होता.

वेढा फोडायचा कुणी?

राजांच्या बरोबर सहाशेच्या आसपास पायदळ. भोई वगैरेंची संख्या धरली, तरी आठशेच्या आतच माणूसबळ- रात्रभर चिखलाराडीतून पंधरा कोस धावलेले; छाती फुटेपर्यंत पळालेले. ही माणसे आता ताज्या दमाच्या सुर्व्यांची फळी फोडणार होती; संतापानं बेभान झालेल्या मसूदला टक्कर देणार होती...

कधीही बधिर न होणारी राजांची विचारशक्ती सुन्न झाली. बाजीप्रभूंनी पालखी खाली ठेवण्याची आज्ञा केली. गजापूर खिंडीत पालखी खाली ठेविली गेली. राजे बाहेर आले. बाजी म्हणाले,

'महाराज, आता वेळ करू नका. निम्मी शिबंदी घेऊन तुम्ही पुढं व्हा! सुर्व्यांची फळी फोडून तुम्ही गड गाठा.'

'आणि, बाजी, तुम्ही?'

'मी? इथं उभा राहतो! केवढाही वेळ लागो, एका शत्रूला खिंड ओलांडू देत नाही!'

'नाही, बाजी! जिवाची बाजी लावून आम्हांला इथवर आणलंत. आता जे होईल, ते मिळून करू.'

'राजे!' बाजी म्हणाले, 'प्रत्येक क्षण मोलाचा आहे. कृपा करून तुम्ही पुढं जा. जिवाची बाजी लावून तुम्हांला इथं आणलं, ते यासाठी नव्हे! या कष्टांचं चीज करा. गनीम येतो आहे. दावा साधील. सारं क्षणात व्यर्थ होईल.'

बाजींना राजांनी मिठी मारली. बाजी मुजरा करीत म्हणाले,

'राजे, तुम्ही या. आम्ही साहेबकामावर मरतो. मुलांलेकरांना अन्न द्यायला तुम्ही समर्थ असता मला काळजी कसली? पण, राजे...'

'काय, बाजी?' राजे अश्रू आवरीत विचारते झाले.

'राजे, गडावर जाताच इशारतीची तोफ द्या. बस्स! या, राजे ऽऽ'

राजांनी बाजींना मिठी मारली. क्षणभर बाजीही त्या मिठीत विसावले. दुसऱ्याच क्षणी मिठी सोडवीत बाजी बाजूला झाले. राजे आपल्या शिबंदीसह गडाकडे जाऊ लागले. राजे दिसेनासे होताच बाजी त्वेषाने फिरले. सारे बांदल बाजींकडे पाहत होते.

'पाहता काय? राजे गडावर जाईपर्यंत एक गनीम या खिंडीतून जाता कामा नये. राजांना गडावर पोहोचवयाची जबाबदारी आपली आहे. बोला, हर ऽ हर ऽ महा ऽ देव ऽ ऽ.'

'हर हर महादेव' ची एकच गर्जना उसळली. पायांत त्राण आले. तलवारी उपसल्या गेल्या. बाजीप्रभू घोडखिंडीत उभे ठाकले.

'दीन, दीन!' म्हणत मसूद चालून येत होता.

गजापूरच्या घाटीवर असलेली घोडखिंड आपले नाव सार्थ करणारी होती. दोन्ही

बाजूंना उंच दरड होती. मध्ये अरुंद खिंड वाटत होती. खिंड जवळ जवळ दीडशे कदम लांब होती.

मसूदचे सैन्य खिंडीपाशी आले; आणि बाजीप्रभूंचे बांदल मावळे त्वेषाने तुटून पडले. एकच कापाकापी सुरू झाली. मसूदचे सैन्य हटले. बाजीप्रभूंचे आघाडीचे मावळे मागे हटले. पाठीमागचे पुढे सरकले. थोड्या थोड्या अवधीने मसूदचे सैन्य हल्ला करीत होते. बाजीचे सैन्य प्रतिकार करीत होते. यात प्रहर उलटला.

राजे आपल्या तीनशे मावळ्यांसह गडाकडे धावत होते. गड नजरेत आला होता. तोच सुर्व्यांच्या वेढ्याला खबर मिळाली- खुद्द शिवाजीराजे चालून येतात.

सूर्यराव राजांवर चाल करून आला. राजांच्या लोकांनी पराक्रमाची शर्थ केली. राजांच्या सकट सारे लढत होते. हळूहळू सुर्व्यांचा विरोध कमी होऊ लागला. त्यांचे सैन्य हटू लागले. हीच संधी घेऊन 'हर हर महादेव' ची गर्जना गडापर्यंत पोहोचली. सूर्यरावाचा वेढा कापून राजे आपल्या जखमी मावळ्यांसह विशालशैलाकडे धावू लागले.

गडावरचा भगवा झेंडा फडकत होता. क्षणाक्षणाला किल्ला जवळ होत होता. प्रत्येक मावळ्याला आयुष्याचे सार्थक झाल्यासारखे वाटत होते.

राजे सुटले होते; पण बाजी पुरे अडकले होते. बाजींची तीनशेंची फौज आता निम्मीही राहिली नव्हती. ज्याला जखम नाही, असा मावळा दिसत नव्हता. रंगपंचमीत सुद्धा रंगाची अशी उधळण झाली नसेल.

बाजी रक्तबंबाळ झाले होते. पागोटे केव्हाच पडले होते. बलदंड शरीराचे बाजी शत्रूवर त्वेषाने फिरंग चालवीत होते. डोईच्या संजाबातून मानेवर शेंडीचा झुबका रुळत होता. बाजींना रणचंडिका प्रसन्न झाल्याचा भास होत होता. तीन प्रहर होत आले, तरी खिंड काबीज होत नव्हती. दरड चढण्याचा प्रयत्न केला, तरी त्यात यश येत नव्हते. मसूद संतापला होता; पण त्याचे काही चालत नव्हते. लढाईचे असे रूप त्याने आजवर पाहिले नव्हते. आत्तापर्यंत खिंडीवर तुटून पडणारे लोक खिंड जवळ येताच बचावाचे धोरण धरीत दबत पुढे सरकत होते. बाजींनी आता विटा हाती घेतला होता. खिंडीपासून काही अंतरावर विटा गनिमाचा वेध अचूक घेत होता. खिंडीच्या दारात अजिंक्य आत्म्यांचे कडे उभे ठाकल्याचा भास होत होता.

मसूदने बंदूक आणायला फर्मावले. बंदूक आणली गेली. नेमबाजाने नेम धरला; आणि बार झाला.

गोळी छाताडाला लागली. बाजी त्या धक्क्याने मागे सरकले. बाजींना मागे आणले गेले. मावळे पुढे सरकले. खिंड परत अजिंक्यच राहिली.

बाजी शुद्धीवर आले. वर धुरकट आकाश दिसत होते. त्यांनी विचारले,

'तोफ झाली?'

नकारार्थी माना हलल्या. बाजी उठू लागले. जखमांनी भरलेल्या, वर्मी झालेल्या घावाने घायाळ बननेल्या बाजींना कुणी तरी म्हणाले,

'बाजी! तुम्ही उठू नका. आम्ही खिंड राखतो.'

'तोफ झाली नाही ऽ ऽ?' म्हणत सारे बळ एकवटून बाजी उठले. त्यांनी माणसांना बाजूला सारले. धडपडत, हातातल्या विट्यावर तोल सावरीत बाजी झोंकाड्या देत गर्जले,

'गोळी लागली, म्हणून काय झालं? राजे गडावर पोहोचले नाहीत. आणि बाजी मरतो..?'

बाजी वाट काढीत खिंडीच्या प्रवेशद्वारापाशी गेले. बाजींनी विटा हाती पेलला. रक्तबंबाळ बाजी समोर दिसताच पुढे येणारे गनीम मागे हटले. तोच गडावरून तोफेचा आवाज आसमंतात कडाडला.

बाजींच्या चेहऱ्यावर हसू उमटले. बाजी पुटपुटले,

'राजे गडावर पोहोचले. आपली फत्ते झाली.'

बाजी कोसळले. मसूदचे सैन्य तुटून पडले. गेले सात प्रहर मृत्यूशी झुंज देणारी बांदलसेना कृतार्थ झाली. तिचे बळ सरले.

घोडखिंडीत सर्रास कापाकापी झाली. सारे मावळे निर्दयपणे कापले गेले. पण कुणाला खेद नव्हता, खंत नव्हती.

□

१७

राजे सायंकाळी विशाळगडाच्या दरवाजाशी पोहोचले. दरवाजा उघडला गेला. राजांच्या स्वागताची नौबत झडली. दरवाजा लावून घेतला गेला. राजांना आलेले पाहून गडावर एकच उत्साह संचारला. राजांच्या आज्ञेने तोफ डागली होती. राजे सुखरूपपणे गडावर आले, याचा एकच आनंद उसळला होता. राजांच्या बरोबर गडावर आलेले मावळे पुरे थकले होते. ज्याच्या अंगावर वार नाही, असा एकही मावळा दिसत नव्हता. गेल्या सात प्रहरांच्या श्रमांचे सार्थक साऱ्यांच्या तोंडांवर उमटले होते. राजांनी किल्लेदारांना विचारले,

'किल्लेदार, गडाची काय हालत आहे?'

'महाराज, गड मजबूत आहे. शिबंदीही भरपूर आहे.'

'तुपाच्या विहिरी आहेत ना?'

'जी! भरपूर आहेत!'

'आमचे सांगाती जखमी झालेत; ओले आहेत. त्यांच्या जखमांना तूप लावा. कुणी नाकारलं, तर सांगा- आम्ही येऊन ते काम करू. गेले सात प्रहर कुणाच्या तोंडात घास नाही. साऱ्यांना जेवण देऊन विश्रांती द्या.'

प्राणपणाने लढणाऱ्या मावळ्यांना जखमांच्या वेदनांची फिकीर वाटत नव्हती. पण औषधोपचार नकोसा वाटत होता. जुने कुजलेले तूप हा एकच त्या वेळी जखमेवर जालीम उपचार होता. तुपाने जखमा कोरड्या राहत. पू धरत नसे. बघता-बघता जखम भरून येई. पण ते तूप लावले, की होणारी आग मात्र भयंकर असे. मीठ किंवा भगवती सुद्धा कमी दाहक. तूप लावून घ्यायला सारे कचरत. त्यामुळे ती आज्ञा राजांनी दिली होती.

राजांनी विश्रांती घेतली नाही. मावळत्या धूसर प्रकाशात ते पाहत होते. गजापूरची खिंड शांत होती. त्या बाजूने गडावर येणाऱ्या कुणाची जाग नव्हती. राजे चिंताचूर झाले होते. विशाळगडावर वेढा देऊन बसलेल्या सुर्व्यांचा संताप मनात उफाळत होता. राजांनी आपले लोक म्हणून सुर्व्यांची गय केली होती. तेच सुर्वे खानाचे सरदार बनून आज राजांच्यावर शस्त्र उगारायला धजले होते.

राजे विशाळगडाच्या वाड्यात आले. किल्लेदारांनी सर्व सोय लाविली होती. राजांचे सामान आणि खजिना महादेवाने व्यवस्थित लावून घेतला होता. राजे महालात बैठकीवर बसले होते. सारे वातावरण चिंताचूर झाले होते. गजापूर खिंडीत काय घडले, हे सर्वांना कळत होते; पण बोलून दाखवायची हिंमत एकालाही नव्हती.

किल्लेदार आले. त्यांच्या पाठोपाठ एक जखमी बांदल सेवकांच्या आधाराने आणला जात होता. राजे उठले. त्यांनी त्या रक्तबंबाळ सेवकाला सावरून आपल्या बैठकीवर बसविले. त्या जखमीला ग्लानी येत होती. थंड पाण्याचा शिडकावा त्याच्या मुखावर केला गेला. मशाली जवळ आणल्या. त्या जखमीने डोळे उघडले. राजांना पाहताच तो उठू लागला. राजांनी त्याला सावरले. राजे म्हणाले,

'सांग ऽ ऽ'

'राजे! बाजी लढले! तोफ ऐकायला जीव घोटाळत होता. नव्या जखमेला अंगावर जागा नव्हती. मसूदनं बंदूकवाला पुढं केला. बाजींना गोळी घातली...'

जखमीने श्वास घेतला. राजे भरल्या आवाजाने विचारते झाले,

'काय झालं?'

'बाजी पडले! आम्ही त्यांना मागे नेलं. खिंड लढतच होती. गोळी छाताडाला वर्मी लागली होती. बाजी शुद्धीवर आले. त्यांनी विचारले, 'तोफ झाली?' आणि अद्याप तोफ झाली नसल्याचं त्यांना समजलं. बाजी म्हणाले, 'राजे अजून कसे गडावर जात नाहीत?' बाजी तसेच उठले. कुणाला आवरेनात! विटा घेऊन खिंडीच्या तोंडाला ते जात होते. बाजी म्हणत होते, 'राजे गडावर गेले नाहीत. गोळी लागली, म्हणून काय झालं? राजे गडावर गेले नाहीत, तर बाजी मरतो कसा?' '

राजांची टिपे गळत होती. ऊर कोंडला होता. साऱ्यांची तीच स्थिती झाली होती.

जखमी सांगत होता.

'तोच तोफ झाली. ती ऐकताच बाजी ओरडले, 'राजे गडावर गेले! आपली फत्ते झाली! राजे, मुजरा ऽ ऽ' आणि बाजी कोसळले. साऱ्यांचंच अवसान सरलं होतं. मसूद चालून आला. सारे कापले गेले. मी खिंडीत होतो. तसाच आलो. राजे, आपली फत्ते ऽ ऽ ऽ'

जखमीने मान टाकली. हुंदके देत राजांनी जखमीची मान बैठकीवर ठेवली. राजे उभे राहिले. आपला दुशेला सोडून त्यांनी जखमीवर पांघरला. राजे म्हणाले,

'बाजी! तुम्ही गेलात! घोडखिंड पावन केलीत! किल्लेदार, घोडखिंडीचं नाव 'पावनखिंड' ठेवा.'

दुसऱ्या दिवशी राजे तटावरून पाहत होते. मसूद आणि सुर्वे मोर्चे उभारण्याच्या तयारीत गुंतलेले होते. गडाला वेढा देण्याची तयारी राजांनी ओळखली. किल्लेदारासह ते वाड्यात आले. राजांनी आज्ञा दिल्या. त्या रात्री गडाच्या दोन्ही बाजूंनी सैन्य चूपचाप उतरले. सुर्वे अथवा मसूद यांना राजे खाली येऊन हल्ला करतील, असे वाटले नव्हते. चांदण्या रात्री वादळवाऱ्यात काकडत असलेल्या मसूद आणि सुर्वे यांच्या सैन्यावर मराठे तुटून पडले. एकच गोंधळ, एकच कापाकापी झाली. बेसावध छावणीची त्रेधातिरपीट उडून गेली. तेवढ्यात दोन्ही बाजूंना गोंधळ माजला होता. किती शत्रू आहे, याचा अंदाज लागत नव्हता. मसूद, सुर्वे भयभीत झाले होते. राजांचे सैन्य जसे चूपचाप उतरले, तसेच कामगिरी फत्ते करून ते परत गडावर गेले.

सकाळ झाली, तेव्हा मसूद, सुर्वे यांची छावणी भयभीत नजरेने गडाकडे पाहत होती. विशाळगडावर मोर्चे बांधून इतके दिवस झाले होते; पण आजवर गड शांत होता. राजांनी विचारले,

'किल्लेदार, गडावरून तोफा डागल्यात कधी?'

'नाही, महाराज! आपण तिकडे वेढ्यात होता. इकडे धामधूम माजवून उपयोग होणार नाही, असं वाटलं.'

'चांगलं केलंत! आता वेळ न करता बुरुजांच्या तोफा डागायला सांगा.'

किल्लेदाराच्या सर्व लक्षात आले. तो तातडीने बाहेर गेला.

गडावरच्या बुरुजावरच्या तोफांची जागा राजांनी पाहिली. ज्या ठिकाणी मोर्चे तोफांच्या पल्ल्यात होते, अशा अनेक जागा होत्या. राजांनी त्या जागांच्या तोफांना बत्ती द्यायचा हुकूम दिला. एकाच वेळी चार बाजूंच्या तोफा धडाडल्या. वेढा, मोर्चे कुठच्या कुठे विस्कटले गेले. रात्रीच्या प्रकारानंतरचा हा प्रकार म्हणजे कळस होता. मसूद, सुर्वे आपापल्या सैन्याची धावपळ बघत होते. राजे हसत होते.

मसूदने तो अवघड किल्ला पाहिला होता. सुर्व्यांना सोडून तो परत सिद्दी जौहरकडे जायला निघाला. सुर्वे एकटे वेढा द्यायला तयार नव्हते. दोघांनीही वेढ्याचा नाद सोडला; आणि थोड्याच दिवसांत वेढा उठवून ते सिद्दी जौहरकडे गेले. राजांची वाट मोकळी झाली.

राजांना आता काळजी होती शास्ताखानाची. राजे राजगडाकडे निघाले.

□

१८

राजे राजगडाच्या पायथ्याशी आल्याची बातमी जिजाबाईंना मिळाली. कैक महिन्यांनी राजे राजगडावर येत होते. अनेक मोहिमा पार पाडून, संकटांना तोंड देऊन राजे येत होते. राजगडावर एकच आनंद ओसंडत होता. अफझलवधाच्या आधीचा काळ धरला, तर जवळ जवळ वर्षभर जिजाबाई राजांच्या काळजीत होत्या. निवांतपणे असे राजे आताच भेटणार होते.

गडाच्या प्रथम दरवाजाचा नगारा वाजला. पुतळाबाई राणीसाहेबांनी संभाजीराजांना कपडे करून त्यांना मासाहेबांच्या महालात आणून सोडले. जिजाबाई संभाजीला म्हणाल्या,

'शंभूराजे, तुमचे आबासाहेब येताहेत. त्यांना सामोरे जा!'

संभाजीराजे हुजऱ्याबरोबर बाहेर आले. मोरोपंत पिंगळे, सोनोपंत- सारे तयार होते. सर्वांसह शंभूराजे वडिलांचे स्वागत करायला वाड्याबाहेर आले. बालेकिल्ल्याच्या दरवाजात राजे आले; आणि त्यांची नजर शंभूराजांवर गेली. राजांनी शंभूराजांना कवटाळले. त्यांना उचलून घेऊन राजे बालेकिल्ल्यात आले.

जिजाबाईंना पाहताच राजे थांबले. शंभूबाळांना त्यांनी खाली उतरविले. राजांनी जिजाबाईंचे पाय शिवले. जिजाबाईंनी राजांना मिठीत घेतले. जिजाबाई उद्गारल्या,

'शिवबा!'

'मासाहेब, तुमच्या आशीर्वादानं आम्ही सुखरूप परत आलो.'

'राजे, आमची प्रत्येक रात्र इकडे वैऱ्याची गेली.'

'खरं सांगू, मासाहेब? आम्हांला स्वराज्याची आता काळजी वाटत नाही.'

'कारण?'

'दप्तरावर तर आपलं लक्ष आहेच. प्रसंग पडला, तर आपण मोहिमेला सुद्धा सज्ज होता, हे आम्हांला नवीन समजलं.'

जिजाबाई लाजल्या. त्या म्हणाल्या,

'आई झाला असता, म्हणजे कळलं असतं. पन्हाळ्याला अडकून पडलात. काही सुचेना.'

'म्हणून स्वतः निघालात! तेवढंच नव्हे, तर आम्ही वेढ्यात असता शास्ताखानावर

फौज पाठविलीत. ते ऐकून तर आम्ही धन्य झालो!'

'चला, राजे! पुष्कळ बोलायचं आहे, विचारायचं आहे.'

जिजाबाईंच्यासह राजे वाड्यात आले.

सायंकाळी जिजाबाई आणि शिवाजीराजे बोलत बसले होते. शेजारी महादेव उभा होता. राजे म्हणाले,

'मासाहेब, हा तुमचा नजरबाज वेळीच गडावर आला नसता, तर मात्र प्रसंग बाका होता.'

जिजाबाई म्हणाल्या, 'राजे, एवढे नजरबाज सोडले, पण कोणीच आत जाऊ शकलं नाही. सारे परत आले.'

महादेवला राजे म्हणाले, 'महादेव! आम्ही कुठंही असलो, तरी तू आमचा पत्ता लावू शकशील, यात आम्हांला संशय नाही. तेव्हा आजपासून आम्ही तुझं नाव नजरबाजांच्या यादीतून कमी करीत आहो.'

जिजाबाई राजांकडे पाहत होत्या. महादेव घाबरला होता. तो म्हणाला,

'महाराज!'

'महादेव!' राजे हसले. 'आता आमची जबाबदारी वाढते आहे. आमच्याजवळ तुझ्यासारखी हरहुन्नरी माणसं असायला हवीत. कोणता प्रसंग केव्हा येईल, हे सांगता येत नाही. तेव्हा यापुढं तुझी नेमणूक आमच्या खास रक्षकदलावर करीत आहो.'

इतक्यात नेताजी पालकर आणि कान्होजी जेधे आल्याची वर्दी आली.

नेताजी राजांच्या सामोरे जायला भीत होते. पन्हाळगडाचा वेढा नेताजी फोडू न शकल्यामुळे राजांच्या समोर यायला नेताजी कचरत होते. त्याचमुळे कान्होजींना घेऊन नेताजी गडावर आले होते. कान्होजींच्यासह नेताजी महालात आले. मुजरा करून दोघे उभे राहिले. नेताजी राजांची नजर टाळीत होते.

'मासाहेब!' राजे म्हणाले, 'आमचे सेनापती आमच्यासमोर यायला संकोच करतात! म्हणूनच कान्होजींचं पाठबळ घेऊन नेताजीकाका हजर झाले आहेत.'

कान्होजी गडबडीने म्हणाले, 'आपण येणार, म्हणून बातमी आली. गडावर यायला निघालो होतो. वाटेत नेताजी भेटले. मिळून आलो.'

'कान्होजी, इतक्या सहजासहजी का सांगाती सापडतात?... नेताजी, आम्ही जेव्हा हुकूम पाठवला, तेव्हाच पन्हाळा गाठला असता, तर वेढ्यात दोन महिने आम्हांला खिचपत पडावं लागलं नसतं. तुमच्याही फौजेची झालेली हानी, झालेला पराभव आम्हांला पाहावा लागला नसता. लढाईत क्षणाला महत्त्व असतं. क्षणाचा अवधी सुद्धा जय, पराजय ठरवू शकतो. तिथं असं गाफील राहून चालत नाही. कसूर नसेल, तर जयपराजयाचं आम्हांला काही वाटत नाही. तुम्ही शहापूरचा केलेला

पराक्रम आम्ही ऐकला आहे. त्या धाडसाबद्दल तुमचं कौतुक करावं तेवढं थोडं आहे.'

त्या बोलांनी नेताजींना धीर आला. त्यांच्या चेहऱ्यावर परत हास्य विलसले. राजे म्हणाले,

'त्याहीपेक्षा एक कामगिरी अशी बजावलीत, की ज्यासाठी शंभर गुन्हे माफ व्हावेत. खुद्द मासाहेब आमची सुटका करण्यासाठी निघाल्या होत्या; त्यांना तुम्ही परावृत्त केलंत. आमचं छत्र राखलंत... कान्होजी, मासाहेबांच्या देखत तुम्हांला एक विनंती करायची आहे.'

'आज्ञा करावी, महाराज!'

'कान्होजी, अफझलवधानंतर आम्ही तुम्हांला आमच्या दरबाराचं मानाचं पहिलं पान दिलं होतं. आठवतं?'

'जी!'

'पन्हाळगडावर आम्ही वेढ्यात सापडलो होतो. सुटकेचा मार्ग काही दिसत नव्हता आणि हा महादेव गडावर अचानक अवतरला. गड सोडण्याचा बेत पक्का झाला. बाजीप्रभू देशपांडे...! आज आठवण आली, तरी मन कालवतं. त्यांनी आमची जोखीम उचलली, आणि गडावर तुफान असता, आम्ही गड सोडला. पन्हाळगडापासून खेळण्यापर्यंत चौदा कोसांचं अंतर दिवसरात्रीची, उपासातापासाची, चिखलापाण्याची-कशाची पर्वा न करता आमची पालखी अखंड पळविली जात होती. घोडखिंडीजवळ मागून आलेल्या गनिमांनी आम्हांला गाठलं. प्रसंग बाका. खेळण्याला सुर्वे वेढा देऊन बसलेत, याची कल्पना नाही. मागं-पुढं प्रबळ शत्रू उभा होता. अखंड सात प्रहर धावलेली उपाशी बांदलसेना घेऊन बाजी खिंड लढायला सज्ज झाले. आम्हांला म्हणाले, 'राजे, तुम्ही गडावर जा. तुम्ही पोहोचल्याची तोफ ऐकू येईपर्यंत एकाही गनिमाला पुढं सोडणार नाही. साहेबकामी आम्ही मरतो.' निम्म्या शिबंदीनं आम्ही गड गाठला; पण बाजी निम्म्या शिबंदीसह खर्ची पडले. कोणी वाचलं नाही.'

राजांच्या बरोबरच ते ऐकणाऱ्यांचे डोळे पाण्याने भरले होते. स्वतःला सावरून राजे म्हणाले,

'कान्होजी, बाजी तर गेले. पण त्यांचा पराक्रम... त्याचं सार्थक कसं व्हायचं? आमच्या दरबाराचं पहिल्या मानाचं पान बाजींच्या घराण्याला मिळावं, अशी आमची इच्छा आहे- अर्थात, तुमची इच्छा असेल, तर...'

कान्होजी हसले, 'मग, राजे, त्यात एवढा विचार कसला करता? बाजींच्या पराक्रमामुळं तुमचे पाय आम्हांला दिसले. आम्ही आनंदानं पहिल्या पानाचा मान सोडतो.'

राजे उठले. कान्होजींना अत्यंत आदराने मिठी मारीत राजे म्हणाले,

'खोट्या मानासाठी हवी ती लाचारी पत्करायला मागं-पुढं न पाहणारे आपण

मराठे! कान्होजी, तुमच्या ह्या कृत्यानं तो कलंक आज धुऊन निघाला.'

नेताजी म्हणाले, 'महाराज, चाकणला संग्रामदुर्गावर शास्ताखानानं वेढा घातला आहे. फिरंगोजी आज दीड महिना गड लढवीत आहेत. त्यांना तातडीनं काही तरी मदत करायला हवी.'

'आमच्या लक्षात आहे. आपण त्याचा उद्या निर्णय करू! निदान आजचा दिवस तरी आम्हांला मासाहेबांच्या संगतीत काढू द्या.'

सोयराबाई आत आल्या. त्या म्हणाल्या,

'ताटं करू देत ना?'

'जरूर! आज आनंदाचा दिवस आहे. नेताजी, कान्होजी हेही आमच्या बरोबर पंक्तीला बसतील.'

रात्री पंगत बसली होती. पंक्तीवर नजर ठेवण्यासाठी समोर पाटावर जिजाबाई बसल्या होत्या. जेवता-जेवता राजे एकेक आठवण सांगत होते. सारी पंगत भान हरपून राजांचा बोल मनात साठवीत होती.

□

१९

'आबासाहेब, उठा ना, आबासाहेब!'

त्या बोलांनी राज जागे झाले. त्यांनी पाहिले, तो छोटे संभाजीराजे पलंगापाशी उभे होते. दोन प्रहरी जेवून राजे पलंगावर विचार करीत पडले होते, तोच त्यांना झोप लागली होती. राजांनी शंभूबाळांना अलगद उचलून घेतले. आपल्या पोटावर शंभूबाळांना बसवीत त्यांनी विचारले,

'बाळराजे, कुणी उठवायला सांगितलं तुम्हांला?'

'आईसाहेबांनी.'

'कुठं आहेत?'

'बाहेर. दाराजवळ.' बोट दाखवीत शंभूराजे म्हणाले.

'कोण आहे बाहेर?' राजांनी विचारले.

पुतळाबाई राणीसाहेब पदर सावरून आत आल्या. राजे म्हणाले,

'राणीसाहेब!'

'एक प्रार्थना आहे.' पुतळाबाई म्हणाल्या.

'कसली?'

'आपण मला 'राणीसाहेब' म्हणू नये. ती जागा माझी नाही.'

'नाही कशी? फार तर 'धाकट्या राणीसाहेब' म्हणू!'

'बरं-वाईट काहीही बोलायला आपला अधिकार आहे. वाटलं, ते सांगितलं.'

श्रीमान योगी । ३०९

राजे उठून बसले. संभाजीला कुरवाळीत ते म्हणाले,

'बाळराजे तुम्हांला 'आईसाहेब' म्हणतात. तुमच्यावर प्रेम करतात. लहान मुलं माणसं पटकन ओळखतात.'

'ती काय, मायेनं घेतली, तर कुणाकडेही जातात.'

'ठीक, ठीक! म्हणाल, ते खरं. आता आम्ही उठलोच आहो, तर आम्हांला का जागं करण्यात आलं, ते नाही सांगितलं?'

'खाली फिरंगोजी आलेत. मासाहेबांनी आपण झोपल्याचं सांगितलं. वाटलं, ते आपल्या कानांवर जावं.'

राजांनी संभाजीला बाजूला बसविले. ते उठत म्हणाले, 'फिरंगोजी इथं आलेत?'

फिरंगोजी चाकणला गड लढवीत होते. राजे जेव्हा गडावर आले, त्याच दिवशी नेताजींना फौज गोळा करायला त्यांनी आज्ञा दिली होती. फिरंगोजींच्या मदतीला फौज पाठविण्याचा राजांचा विचार होता. राजे उठले. म्हणाले,

'बरं केलंत, उठवलंत, ते! आम्ही खाली येतो.'

पुतळाबाई जाण्यासाठी वळल्या. राजांनी हाक मारली, 'पुतळा!'

उभ्या जागी पुतळाबाईंचे अंग मोहोरले. त्या वळल्या. पुतळाबाई तशाच उंच्या पुऱ्या, सडपातळ होत्या. सईबाई सावळ्या होत्या; पुतळाबाई नावाप्रमाणे उजळ होत्या. सईबाईंचे डोळे नेहमी हसरे असत; तर पुतळाबाईंच्या डोळ्यांत सदैव कारुण्य दिसे. पुतळाबाई हसल्या. त्या म्हणाल्या,

'जी!'

'शंभूबाळांना घेऊन जाता ना? आम्ही कपडे बदलून खाली जातो.'

संभाजी पुतळाबाईंच्याकडे धावला. त्यांचा हात धरून तो महालाबाहेर गेला.

राजांनी कपडे बदलले; आणि ते खाली आले. फिरंगोजी जिजाबाईंच्या महालात असल्याचे कळले. राजे महालाजवळ गेले, तोच त्यांच्या कानांवर शब्द आले,

'मासाहेब, राजांना तोंड दाखवायला जागा नाही. तसा गड शास्ताखानाला दिला नसता. पण त्यानं घात केला. भुयार काढून गडापर्यंत तो आला; आणि भुयारातून दारू पेरून त्यानं उडविली. तटाला खिंडार पडलं. तरी गनीम आत घेतला नाही. शिबंदी थोडी; पन्नास दिवसांत थकली, आणि गड सोडून आलो. राजांच्या समोर जाण्यापेक्षा जीव द्यावा, असं वाटत होतं. पण वाटलं, पाप केलं, ते निस्तरायला का भ्यायचं? म्हणून आलो....'

'फार चांगलं केलंत!' म्हणत राजे आत आले.

महालात जिजाबाई बसल्या होत्या. फिरंगोजी, मोरोपंत उभे होते. राजांना पाहताच फिरंगोजी पुढे झाले. ते पाय शिवत असता राजांनी त्यांना उभे केले.

'फिरंगोजी, तुमच्या डोळ्यांत अश्रू शोभत नाहीत. पुसा ते डोळे.'

'राजे!'

'शरमिंदे आम्ही आहोत! फिरंगोजी, अपराध असेल, तर तो आमचा आहे. तुम्ही एकाकी गड लढवीत असता तुम्हांला मदत पाठविणं आम्हांला शक्य झालं नाही; आणि तुम्ही कुणाची मदत नसता खानाच्या एवढ्या मोठ्या फौजेला लढत दिलीत! पन्नास दिवस संग्रामदुर्ग लढवलात! तुमचं कौतुक करायला शब्द अपुरे आहेत. मासाहेब, फिरंगोजींचा सन्मान करायला हवा.'

'गड सोडला, म्हणून!' फिरंगोजी खेदाने म्हणाले. त्यांचे कल्ले परत थरथरले.

'फिरंगोजी, जय-पराजय आम्ही मानीत नाही. आम्ही मानतो पराक्रम, जिद्द!'

मोरोपंत म्हणाले, 'महाराज, फिरंगोजींचं शौर्य पाहून खुद्द खानानं फिरंगोजींना आपल्याकडे बोलावलं.'

'त्यात आश्चर्य काय? खान बोलावील; पण फिरंगोजी जायला हवेत ना! गेल्या जन्मीचे हे आमचे देणेदार. देणं फिटल्याखेरीज जातील कसे? पंत, फिरंगोजींचा आम्हांला सत्कार करायचा आहे.'

मोरोपंत गेले. काही वेळातच ते मानाचे तबक घेऊन आले. मासाहेबांच्या समोर ते तबक ठेवण्यात आले. मासाहेबांनी आच्छादन काढले. तबकात भरजरी दुशेला, तलवार होती.

जिजाबाई म्हणाल्या, 'फिरंगोजी, या.'

तो दुशेला आणि तलवार स्वीकारताना फिरंगोजींचे हात थरथरत होते. राजांचे शब्द कानांवर आले:

'फिरंगोजी, हा नुसता मान नाही. ही भूपाळगडची किल्लेदारी आहे.'

'भूपाळगड!' फिरंगोजी आश्चर्यचकित होऊन म्हणाले.

'भूपाळगड आमचा एक अव्वल गड. आदिलशाहीच्या सरहद्दीवर असलेला हा आमचा किल्ला. आम्ही तो मुद्दाम बांधवून भक्कम केला आहे. अशा मोक्याच्या जागेवर तुमच्यासारखेच जिद्दीने लढत देणारे किल्लेदार हवेत. भूपाळगडासारख्या जबाबदारीच्या गडासाठी आम्ही त्याच तोलामोलाच्या माणसाच्या शोधात होतो. खानानं आम्हांस भूपाळगडाचा किल्लेदार मिळवून दिला.'

संभाजीराजे महालात आले. जिजाबाईंना बिलगले. जिजाबाई म्हणाल्या,

'बाळराजे, फिरंगोजी आजोबांना मुजरा नाही केलात?'

तीन वर्षांची उमर ओलांडलेल्या बाळराजांनी फिरंगोजींच्याकडे पाहिले. त्यांचा चेहरा परिचित होता. माणूस नवखा वाटत नव्हता. राजे म्हणाले,

'बाळराजे, फिरंगोजींचा घोडा करीत होता, ते विसरला?'

जिजाबाई म्हणाल्या, 'उठा, बाळराजे!'

संभाजीराजे उठले. त्यांनी फिरंगोजींना मुजरा केला. फिरंगोजींनी पटकन राजांना उचलले. संभाजीराजे हसले.

□

२०

राजगडावर राजांच्या भेटीसाठी सारे गोळा झाले होते. येसाजी, तानाजी, कान्होजी, फिरंगोजी, नेताजी असे राजांचे सरदार राजांच्या भोवती जमा झाले होते. शास्ताखानाने चाकणचा संग्रामदुर्ग काबीज केला होता. पावसाळा संपत आला होता. शास्ताखान पावसाळा संपताच हालचाल करणार, यात शंका नव्हती. त्याच वेळी आदिलशहा स्वत: शिवाजीचा पराभव करण्यासाठी विजापुराहून निघाल्याची बातमी होती. दोन्ही प्रबळ शत्रू एकाच वेळी राजांवर चालून येत होते. त्यावर राजे विचार करीत होते. जिजाबाई म्हणाल्या,

'राजे, जर आदिलशाही आणि मोगलाई एक झाली, तर...'

'मासाहेब, ती शक्यता फार कमी दिसते. जर आदिलशाहीला औरंगजेबानं मदत करायची ठरविली असती, तर शास्ताखान नुसता आमचा मुलूख जाळीत, लुटीत बसला नसता. आम्ही पन्हाळगडावर सापडल्याचं ऐकताच तोही आपल्या सैन्यानिशी तिथं धावत आला असता.'

'पण अली आदिलशाह आणि शास्ताखान स्वस्थ बसतील?'

'त्यासाठी का ते बाहेर पडलेत?' राजे हसून म्हणाले, 'पण आमचा तर्क आहे... जर सामोपचाराच्या गोष्टी बोलल्या, तर आदिलशहा तेवढ्यावर तृप्त होईल.'

'तो कसा?'

'विजापूरची हालत तितकी चांगली नाही. अफझलवध, त्यानंतर फाजल, रुस्तुम जमा यांचा पराभव, त्यांच्या मुलुखात आम्ही वसूल केलेल्या खंडण्या, अंतर्गत दुही या सर्वांमुळं आदिलशहा त्रस्त आहे. आम्ही पळून गेल्यामुळं त्याची सिद्दी जौहरवर इतराजी झाली आहे. रुस्तुम जमा आता सेनापती बनला आहे. त्याच्या-आमच्या स्नेहाचा फायदा घेऊन तहाच्या वाटाघाटी सहज जमतील. आमच्या त्र्यंबक भास्करांनी पन्हाळा जारीनं लढवीत ठेवला आहे. तोच पन्हाळा देऊन आदिलशाहीला खूश करण्याचा आमचा इरादा आहे.'

'पन्हाळा सोडणार?' जिजाबाईंनी विचारले.

'मासाहेब, पन्हाळा परत घेता येईल; पण आदिलशहा खुद्द मिरजेला आले आहेत. आदिलशाहीचा प्रमुख किल्ला दिला, तर ते खूश होतील. विशाळगड आमच्याकडे राहील.'

जिजाबाईंच्यासह सर्व विचारविनिमय करून राजांनी रुस्तुम जमाकडे वाटाघाटीसाठी आपला वकील पाठविला.

अफझलखानाच्या स्वारीपासून आजवर तुंबलेली सर्व कामे राजांनी पाहायला सुरुवात केली. मध्यंतरी ते कल्याणला जाऊन आले. खाडीवर डोलणारी संगमेश्वरी गलबते पाहून त्यांचे मन प्रसन्न झाले. राजे भारावून आपली जहाजे पाहत होते. आबाजी महादेव शेजारी उभे होते. राजे म्हणाले,

'आबाजी, आता हे आमचं सामर्थ्य वाढायला हवं. अनेक बंदरांवर आमची शेकडो लढाऊ गलबतं सज्ज दिसायला हवीत. फिरंग्यांच्यासारखी आमची गलबतं साता समुद्राकडे फिरायला जायला हवीत. तेवढ्या तातडीनं तुम्ही गलबतं पुरी करून घेतलीत, याबद्दल आमचं कौतुक करावं तेवढं थोडं.'

'आमचं कौतुक कसलं, महाराज? एवढा अफझलखान आला. आपण पन्हाळ्यावर अडकून पडलात; पण गलबतांच्या कामात कधी दिरंगाई होऊ दिली नाहीत. काम बंद पडलं नाही. पैसा कमी पडला नाही. त्याचमुळं आजचा दिवस दिसतो.'

'भवानीची कृपा! कल्याणखजिना आणि दुर्गाडीची दौलत मिळाली. त्याचंच हे फळ!'

वर्षभरात झालेल्या मोहिमा, आरमाराचा खर्च, रायगडाच्या कामासाठी अखंड खर्चला जाणारा पैसा यामुळे राजांना पैशाची फार चणचण निर्माण झाली होती. दोन्ही बाजूंना प्रबळ शत्रू आल्यामुळे राजांना हालचाल करणेही कठीण जात होते.

-आणि एके दिवशी त्र्यंबक भास्कर गडावर आल्याची बातमी आली.

राजांनी खास सदरेवर त्र्यंबक भास्करांचे स्वागत केले. पन्हाळगड खाली करून द्यावा लागला, म्हणून त्र्यंबकराव नाराज होते. त्र्यंबकराव म्हणाले,

'राजे, तुमचा हुकूम आला, म्हणूनच गड सोडला. नाही तर अजून कैक महिने सिद्दी जौहरला वाळवत ठेवला असता.'

'आम्ही ते जाणतो. पण त्र्यंबकराव, एवढ्या मोठ्या दोन शत्रूंच्या बरोबर एकाच वेळी लढत देणं इतकं सोपं नाही. राजकारणामध्ये चढाईपेक्षा माघारीला फार महत्त्व असतं, हे तुम्ही जाणता. पन्हाळा सोडावा लागल्याचं तुमच्याइतकं आम्हांलाही दुःख आहे. पन्हाळा जातो कुठं? परत तो आपण घेऊ. पण त्याला अवधी आहे. गड सोडताना तुम्हांला त्रास झाला नाही ना?'

'नाही. सिद्दी जौहर दिलदार स्वभावाचा आहे. काही त्रास न देता त्यानं सर्व सैन्याला गड खाली करू दिला. या तहामुळं जौहर, रुस्तुम जमा आणि खुद्द अली आदिलशहा खूश झाले आहेत.'

'ती खुशी फार दिवस टिकणार नाही, याचं आम्हांला दुःख आहे.'

आदिलशहाबरोबर झालेल्या तहामुळे राजांच्या मनावरचा निम्मा ताण उतरला.

राजे आता शास्ताखानाकडे बारकाईने पाहत होते. गडावर दररोज नजरबाजांची वर्दळ चालू झाली होती.

एके दिवशी राजे मोरोपंतांना म्हणाले, 'पंत, ज्या प्रतापगडावर भवानीनं आमच्या हातून अफझलवध करवून आम्हांस आशीर्वाद दिला, त्या गडावर आमच्या कुलदैवताची स्थापना करावी, असं आमच्या मनात फार आहे.'

'मग अडचण कसली?'

'देवीची सुंदर मूर्ती हवी!'

'जशी आज्ञा!'

मोरोपंतांनी मूर्तीसाठी चांगली शिला आणायला मंबाजी नाइकांना नेपाळला पाठविले. नेपाळच्या गंडकी पाषाणाचा लौकिक फार मोठा होता. मोरोपंतांनी प्रतापगडावर देवीच्या देवळाचे काम सुरू केले.

□

२१

पावसाळा संपला आणि राजांच्या तर्काप्रमाणे शास्ताखान तळ उठवून पुण्याला आला. खुद्द राजांच्या मुलुखात शास्ताखानाने तळ दिला. खुद्द शिवाजीराजांच्या लाल महालात स्वत: शास्ताखान राहिला. राजांना ते कळले. राजे संतापले होते; पण तसेच मनातून हसतही होते.

शास्ताखान आलेला कळताच राजांनी सोनो विश्वनाथ डबिरांना नरमाईचे पत्र देऊन खानाकडे पाठविले. राजांनी कान्होजी जेध्यांना बोलावून घेतले. एकांती बसून राजे कान्होजींना म्हणाले,

'कान्होजी, शास्ताखान पुण्यात येऊन अगदी आमच्या लाल महालात तळ देऊन बसला आहे. पावसाळा असताही त्याच्या सैन्याने आमचा मुलूख बेचिराख केला; तो आता स्वस्थ कसा बसेल? एवढ्या मोठ्या फौजेनिशी तो चालून आला, तरी ते सहन करणं कठीण!'

'खरं आहे, महाराज!'

'तेव्हा, कान्होजी, आम्ही आमचे वकील खानाकडे पाठविलेच आहेत. नुसत्या रिकाम्या गोड बोलण्यानं तो वश होणार नाही. त्याचा अंदाज लागणं कठीण आहे. आमची इच्छा अशी आहे की, तुम्ही, तुमचे देशमुख यांनी खानाचा बेत काढता आला, तर पाहावं. आपल्या भागातले देशमुख जवळ येताहेत, हे पाहिलं, तर खान त्यांना विश्वासानं जवळ करील. सध्या वतनदारांना असलेलं भयही कमी होईल.'

जेधे राजांचा निरोप घेऊन गेले.

त्यानंतर वारंवार जेधे गडावर येत होते. राजांच्या बरोबर खास बैठका होत होत्या.

एकदा जेधे गडावर असेच आले असता सर्व बोलणी झाली; पण जेधे उठेनात. कान्होजी अस्वस्थ दिसत होते. राजांना त्यांच्या बेचैनीचे कारण समजत नव्हते. शेवटी राजांनीच विचारले,

'कान्होजी, आज मनात काही तरी दिसतं.'

कान्होजी कावरेबावरे झाले. ते म्हणाले,

'काही नाही, महाराज!'

'कान्होजी, आम्ही एवढे का परके, की आमच्या समोर दिलखुलास बोलायला जड जावं?'

कान्होजींनी श्वास घेतला. ते म्हणाले,

'राजे, सांगतोच तर! एका पेचात मी सापडलोय्. तुम्ही सोडवायला पाहिजे.'

राजे गंभीर झाले. ते म्हणाले, 'कान्होजी, तुम्ही आमची माणसं. तुमच्यापेक्षा आम्हांला आमचा जीवही जास्त वाटत नाही... कसला पेच पडला?'

'राजे, सारं विसरता येतं; पण नातं विसरता येत नाही. आपले एकनिष्ठ सरदार हैबतराव शिळमकर यांचे सासरे खंडोजी खोपडे खानाच्या वधापासून आज वर्षभर आपल्या भीतीनं दऱ्याखोऱ्यांत दडून राहिले आहेत. जिवाच्या भीतीमुळं बाहेर पडायला जागा नाही. त्यांनी आपल्या जावयाकडे, हैबतरावांकडे धरणं धरलं आहे. ते माझ्याकडे आले...'

'मग?' राजांनी विचारलं.

'राजे, झालं, एवढं पुष्कळ झालं. खंडोजीरावानं खूप सोसलं. आता त्याला क्षमा करून पायांपाशी जागा द्यावी.'

खंडोजी खोपडे- ज्याच्यावर राजांनी एवढे उपकार केले होते, तोच खंडोजी खानाला मिळाला. राजांच्या विरुद्ध शस्त्र हाती धरले. फाजलखानाला वाट दाखविणारा खंडोजी!

राजे उफाळले, 'कान्होजी, त्या विश्वासघातक्याची बाजू घेता? तो हरामखोर खंडोजी- ज्याच्या वतनाचा ठिकाणा नव्हता. आम्ही वतन दिलं, आम्ही अन्नाला लावलं- तोच खंडोजी आमच्यावर उलटला. आमच्या विरुद्ध शस्त्र हाती धरलं. ज्याची चार धडं चार मार्गांवर फेकावीत, अशी लायकी, त्याची भीड घेऊन तुम्ही आला?'

'राजे, आम्ही हैबतरावांना शब्द दिला आहे. खंडोजीचा गुन्हा आम्हांस द्यावा; आणि त्याचं वतन चालवावं, जीव वाचवावा.'

राजे गहिवरले. ते म्हणाले,

'कान्होजी, खंडोजीचा गुन्हा पदरात घेऊ नका. स्वराज्यासाठी वतनावर, घरादारावर पाणी सोडणारे तुम्ही कुठं, आणि कुठं तो खंडोजी! तुमच्या भिडेखातर आम्ही

त्याला जीवदान देतो. खंडोजीला तुम्ही घेऊन या!'

कान्होजी आनंदाने गडाखाली गेले.

दोन-तीन दिवसांत ते खंडोजी खोपड्यांना राजांच्या मुजऱ्यासाठी घेऊन आले. राजे काही बोलले नाहीत; पण खंडोजी महाचिवट. तो नेहमी गडावर येऊ लागला; अकारण राजांशी बोलू लागला. कान्होजींना दिलेल्या वचनामुळे राजे ते सारे वर्तन सहन करीत होते; आणि त्याचा भलताच अर्थ खंडोजी घेत होता.

राजे आपल्या महालात एकटेच होते. अचानक खंडोजीला पाहताच राजे अस्वस्थ झाले. खंडोजी नीट महालात कसे आले, याचे राजांना कोडे पडले. खंडोजी मुजरा करून उभा राहिला. राजे म्हणाले,

'खोपडे, एकदम वर कसे आलात?'

खंडोजी लाचारीचे हास्य करीत म्हणाला,

'राजे, जरा खासगी आणि महत्त्वाची बाब होती. पंतांना सांगितलं. त्यांनी महालात पाठविलं.'

राजांना काही कळेना. त्यांनी विचारले,

'काय सांगायचं आहे तुम्हांला?'

खंडोजी हसत म्हणाला, 'नाही, राजे! आम्ही अफझलखानाला मिळालो; आमच्यावर आपली गैरमर्जी झाली. कृपावंत होऊन परत पायांजवळ केलंत!'

'मग?'

'हो! पण अजून आमच्यावर राग आहेच! ते आम्ही जाणतो; पण गुन्हा आमच्याच हातून घडतो, असं नाही. माणसं चुकायचीच!'

'कुणाबद्दल बोलता तुम्ही?'

'दुसऱ्या कुणाबद्दल? खुद्द आपले खास विश्वासाचे कान्होजी जेधे!'

राजे बैठकीवरून उठले. आपली नजर खंडोजीवर रोखीत ते म्हणाले,

'खंडोजी! काय बोलता? नीट सांगा.'

'तसं काही विशेष नाही; पण कान्होजी दिसतात, तेवढे साधे नाहीत. महाराजांनी जरा जपून असावं, एवढीच विनंती!'

'खंडोजी, आम्हांला सर्व स्पष्टपणे सांगा. असं अर्धवट बोलू नका.'

'राजे, कान्होजी सध्या कुठं जातात, त्यांची माणसं कुठं असतात, याची चौकशी केलीत?'

राजांचा संयम सुटत होता. ते म्हणाले,

'खंडोजी!'

'मी सांगतो. शास्ताखानाशी संगनमत करतात. मी अफझलखानाला मिळालो;

पण असा नाही. सरळ उभा होतो. आणि आपले कान्होजी... दिवसा तुमच्या सदरेवर; रात्री लाल महालाच्या वाटेवर!'

'खंडोजी!' राजे ओरडले.

'राग येतो? विचारा. कान्होजीला मी रुजवात घालून देतो.'

'खंडोजी, खाली जा! आणि सदरेत जेवढे हत्यारबंद असतील, त्यांना तातडीनं इथं बोलावून घ्या.'

खंडोजी धावला.

राजे संतापाने थरथरत होते. त्यांना काही सुचत नव्हते. काही वेळातच चार हत्यारबंदांसह खंडोजी महालात आला. राजांनी खंडोजीकडे बोट दाखविले,

'बघता काय? या हरामखोराला पकडा!'

खंडोजी खोपडा गिरफदार केला गेला. भयचकित खंडोजी म्हणाला,

'राजे!'

'चूप! आम्ही वतन दिलं; आमचा घात करायला उठला. ज्या कान्होजींनी भीड घालून तुला वाचवून घेतलं, त्याच कान्होजींच्या बद्दल गरळ ओकतोस?'

शिपायांच्याकडे वळून राजे ओरडले, 'बघता काय? या पातक्याचा उजवा हात आणि डावा पाय इथल्या इथं तोडा.'

क्षणात खंडोजी पाडला गेला. बघता-बघता खंडोजीचा उजवा हात आणि डाव पाय कलम झाला. रक्ताच्या चिळकांड्या उडाल्या. खंडोजीच्या किंकाळीने महाल घुमला; पण राजे शांत नजरेते ते पाहत होते. खंडोजीसाठी त्यांचे मन द्रवत नव्हते. राजे म्हणाले,

'घेऊन जा त्याला. वैद्यांचं औषध करा. मरता उपयोगी नाही.'

खंडोजीला महालातून नेले गेले.

कान्होजींना जेव्हा खंडोजीची बातमी कळली, तेव्हा त्यांचा आपल्या कानांवर विश्वास बसेना. संतप्त होऊन ते तातडीने गडावर आले. राजांच्या समोर तडक ते आले. राजे त्यांच्याकडे शांत नजरेने पाहत होते. कान्होजी गर्जले,

'राजे, खंडोजीला अभय देऊन हे वर्तन केलंत? आमच्या शब्दांची काय किंमत राहिली? राजे, तुम्ही असा विश्वासघात कराल, असं स्वप्नातही वाटलं नव्हतं. मनातला दावा विसरायचा नव्हता, तर अभय द्यायचं नव्हतं!'

'कान्होजी, आमच्या मनातला दावा जेव्हा शब्द दिला होता, तेव्हाच विसरला गेला.'

'मग खंडोजीचे हात-पाय का तुटले?'

'हिंमत असेल, तर तुम्ही जाऊन विचारा! कान्होजी, शब्द दिला होता, म्हणूनच

त्याचा जीव राहिला, नाही तर गर्दन मारली असती.'

राजांचे ते रूप पाहून कान्होजी चपापले. ते म्हणाले,

'पण, राजे...'

'कान्होजी, आमच्या पदरी जसे आपल्यासारखे जीवमोलाचे इमानी असतात, तसेच स्वार्थासाठी हवं ते करणारे संधिसाधूही असतात. आम्हांला कारणपरत्वे दोघांनाही जवळ बाळगावं लागतं. पण खंडोजीसारखी विश्वासघातकी जात- ती जवळ करणंही अशक्य. खंडोजीरावांचा गुन्हा तुम्ही पदरात घेतलात आणि त्याला मुजऱ्याला आणलंत. तोच खंडोजी तुम्ही शास्ताखानाला सामील असल्याचं सांगत होता, विष कालवू पाहत होता. माणूस भावनेला जवळचा. आम्हांला माहीत होतं, म्हणून गैरसमज झाला नाही. उद्या दुसऱ्या कसल्या प्रसंगात काही कळलं, तर कान भरायला किती वेळ लागणार? आमचा नाइलाज आहे, कान्होजी! असली माणसं जपणं आम्हांला शक्य नाही.'

कान्होजी भानावर आले. त्यांचा सारा संताप निवळला. ते म्हणाले,

'राजे, दुर्दैव खंडोजीचं, दुसरं काय? आमचीच चूक झाली.'

'चूक नाही, कान्होजी! तुम्ही संधी दिलीत. खंडोजीला स्वत: सुधारून ती वापरता आली नाही.'

काही वेळ कोणी काही बोलले नाही. राजांनी भरल्या आवाजात विचारले,

'कान्होजी, रागावला नाही ना?'

कान्होजी हसले. ते म्हणाले,

'राजे, आमच्या प्रतिष्ठेसाठी एवढे जपणारे तुम्ही. तुमच्यावर रागावेन तरी कसा?'

राजांच्या चेहऱ्यावर हसू उमटले. राजांचा सारा भार उतरला. दोघे हसत सदरेवर जायला निघाले.

◻

२२

सायंकाळच्या वेळी राजे सरळ कोठीत आल्याचे पाहून साऱ्यांना आश्चर्य वाटले. जिजाबाई कोठीत पाटावर बसल्या होत्या. दासी शिधा काढीत होत्या. राजे येताच पुतळाबाई, सोयराबाई पदर सावरून उभ्या राहिल्या. दासीपरिवार अंग चोरून कोपऱ्यापाशी भिडला. राजे सुद्धा क्षणभर घोटाळले. जिजाबाईंनी विचारले,

'राजे, कोठीपर्यंत सरळ मातकड काय बेत धरली?'

राजे म्हणाले, 'मासाहेब, आपण जरा आत याल, तर सर्व सांगता येईल.'

'तुम्ही चला. आम्ही एवढ्यात येतो.'

राजे वळले. जिजाबाईंच्या महाली राजे येरझाऱ्या घालीत होते. प्रत्येक क्षण त्यांना मोठा वाटत होता. वारंवार ते दरवाजाकडे पाहत होते. जिजाबाई आत येताच राजांनी त्यांचे दोन्ही खांदे पकडले. जिजाबाई पाहत होत्या. राजांच्या चेहऱ्यावरून आनंद ओसंडत होता. जिजाबाई म्हणाल्या,

'शिवबा, अरे, झालंय् काय तुला?'

'मासाहेब! केवढा आनंद! केवढं समाधान वाटतंय् आज! आज महाराजसाहेबांचं विजापुराहून पत्र आलंय्.'

'खरं?'

'हो, मासाहेब! आनंदाची बातमी आणली, तर खुशाली मिळते. द्याल, ती खुशाली कमी पडावी, अशी बातमी आम्ही सांगणार आहोत.'

'सांग ना ती!'

'मग मागेन, ते द्यायला हवं!'

'राजा, अरे, जीव सुद्धा माझा राहिला नाही. तुला मी काय देणार?'

'मासाहेब! महाराजसाहेब आम्हांला भेटायला येणार आहेत. हे सांगितलं, तर खरं वाटेल तुम्हांला?'

'चल, उगीच भलती थट्टा कसली करतोस?'

'थट्टा नाही, मासाहेब! अगदी खरं आहे. आम्ही आदिलशाहीशी केलेला करार आणि आमची वाढती सत्ता लक्षात घेऊन आदिलशाहीत महाराजसाहेबांना तीर्थयात्रेची, आमच्या भेटीची परवानगी दिली आहे. एवढेच नव्हे, तर महाराजसाहेब तुळजापूरला देवीदर्शनाला येऊन थडकलेतही.'

'देवीदर्शन? पण खानानं...'

राजे परत हसले. एक वेगळा अभिमान त्यांच्या मुखावर उमटला.

'मासाहेब, आमचे तुळजापूरचे भोपे इतर कशात हुशार नसले, तरी देवीरक्षणात तरबेज आहेत. त्यांनी आपल्या कृतीनं कदमांच्या घराण्याचं नाव वाढवलं.'

'काय केलं त्यांनी?' जिजाबाईंनी उत्सुकतेने विचारले.

'काय केलं नाही, ते विचारा! त्यांनी आमची इज्जत, प्रतिष्ठा, आमचं कुलदैवत राखलं, जपलं. मासाहेब, तुकाईची मूर्ती चल आहे. जेव्हा खान तुळजापूरला आला, तेव्हा कदमांनी मूर्ती लपविली, आणि त्या जागी दुसरीच मूर्ती ठेविली.'

जिजाबाई ते ऐकून आनंदल्या.

'राजे, अशा माणसांचं कौतुक व्हायला हवं.'

'जरूर होईल, मासाहेब! संधी मिळताच आम्ही त्यांचं कौतुक जरूर करू.'

जिजाबाईंनी उत्सुकतेने विचारले, 'पण, राजे, स्वारी केव्हा येणार?'

'पंढरपूर करून जेजुरीवरून महाराजसाहेब येतील, असं वाटतं.'

'पण शास्ताखान... तो पुण्यात तळ देऊन आहे ना!'

'त्याची चिंता करू नका. महाराजसाहेब भेट घेऊन परत जाईतो शास्ताखानाला आम्ही झुलवीत ठेवू. त्यासाठी हवं ते कबूल करू. आणि जरी शास्ताखानाला महाराजसाहेबांची वर्दी लागली, तरी तो काही करणार नाही. शहाजहानच्या कारकीर्दीत महाराजा शहाजीराजांनी गाजविलेले पराक्रम, दक्षिणेतील त्यांची वाढती सत्ता, हे सर्व तो जाणून आहे.'

'तू करशील, बाबा! तुला सारं जमतं.' जिजाबाई म्हणाल्या.

फारच क्वचित जिजाबाई एकेरी नावाने राजांच्या बरोबर बोलत असत. अत्यानंद झाल्याखेरीज ते शब्द उमटत नसत.

राजांनी भराभर हुकूम सोडायला सुरुवात केली. राजगडची सदर रंगवायला सुरुवात झाली. सर्व वाडा, सारे चौक, पागा, बुरुजांच्या तोफा, ढालाइतांचे कपडे बारीकसारीक साऱ्या गोष्टी राजांच्या नजरेत येत होत्या. पेशवे, डबीर, अमात्य सर्वांना नाना हुकूम सुटत होते. जिजाबाई सामानांच्या याद्या फडात पाठवीत होत्या. सर्वांची नजर शहाजीराजांच्या आगमनाकडे लागली होती.

जिजाबाईंचा आनंद मनात सामावला जात नव्हता. आज जवळजवळ वीस वर्षांनंतर स्वारींचे पाय दिसणार होते. नशिबाने घडत असणाऱ्या या भेटीत काही न्यून राहू नये, म्हणून त्यांनी शास्त्र्यांना बोलावून घेतले. शास्त्रनिर्णय असा निघाला की, इतक्या वर्षांनी घडणारी भेट सरळ होऊ नये. ती देवस्थानाच्या जागी व्हावी. प्रथम दर्शन तुपाच्या प्रतिबिंबाने घडावे. राजांना ते समजताच राजांनी जेजुरीच्या देवळात भेट घेण्याचे निश्चित केले.

सखुबाई, महादजी, बजाजी या साऱ्या मंडळींना अगत्याने गडावर येण्यासाठी बोलावणी पाठविली. कान्होजी जेध्यांचा आनंद तर मनात मावत नव्हता. शहाजीराजांचे ते खास सरदार. बातमी समजताच ते गडावर हजर झाले. राजांनी खास अश्वपथक निवडले. कान्होजी, येसाजी, तानाजी ही खास निवडक माणसे घेऊन पेशवे मोरोपंत खास अश्वपथकासह शहाजीराजांना गाठण्यासाठी पंढरपूरला निघाले.

शास्ताखानाबरोबर वाटाघाटी करण्यासाठी डबीर वारंवार पुण्याला जात होते. राजे नरमाईची, नम्रतेची पत्रे पाठवीत होते. प्रत्येक भेटीबरोबर खानासाठी भारी वस्त्रे, अलंकार पाठविले जात होते. आपल्या अवाढव्य फौजेने शिवाजी नमला आहे, असा अर्थ खानाने करून घेतला होता. ज्या पद्धतीने शिवाजी आदिलशाहीशी वागत होता, तसा आजवर मोगलांशी वागलेला नव्हता. भारताच्या सम्राटांशी वागणे थोडे निराळेच असणार, अशी आलमगीरपासून सर्वांची समजूत होती. राजांनी तेच

धोरण चालू ठेवले होते.

राजे जेजुरीला गेले. मंदिरापासून पायथ्यापर्यंत राजांची नजर फिरली. राजांनी पायथ्यावरच्या माळावर जागा निवडली. भव्य शामियाना उभा करण्याची आज्ञा दिली.

शहाजीराजांनी पंढरपूर सोडल्याची बातमी गडावर येऊन पोहोचली. राजांचे शेकडो नजरबाज पुण्यापासून जेजुरीपर्यंत पेरले गेले होते. नेताजी पालकरांना आज्ञा दिल्या गेल्या होत्या. जेजुरीच्या आसपासच्या मुलुखात भेटीच्या आदल्या दिवशी आपले आठ हजारांचे घोडदळ घेऊन हजर राहण्याचा राजांनी हुकूम सोडला होता.

रात्री राजे महालात गेले. पलंगावर पडून ते विचार करीत होते. त्यांना बंगळूरच्या किल्ल्यात वाड्याच्या दरवाजाशी उभे असलेले शहाजीराजे अस्पष्ट आठवत होते. अनेक धूसर आठवणींची गल्लत होत होती.

सोयराबाई महालात आल्या, तरी त्यांची चाहूल राजांना लागली नाही. सोयराबाई म्हणाल्या,

'कसला विचार चाललाय् एवढा?'

राजांनी सोयराबाईंच्याकडे पाहिले. हसत राजे म्हणाले,

'वीस वर्षांपूर्वीचा काळ आठवत होतो आम्ही.'

'त्या वेळी काय घडलं?'

'खुद्द आमच्याच आठवणी दुधी बनल्यात; तिथं तुम्हांला आठवणार कसं?'

'कसल्या आठवणी?'

'कसल्या? आम्हांला पहिलं पितृदर्शन घडलं, ते तिथं. तिथंच त्यांच्या हौसेसाठी आपला विवाह झाला.'

'तरी मी नशीबवान!'

'का?'

'लहानपणीच घरदार सुटलं; माहेर पारखं झालं. आठवणींचा आम्हांला त्रास नाही.'

'साऱ्याच आठवणी त्रासदायक असतात, असं थोडंच? काही सुखाच्याही असतात.'

'आमच्या नशिबी तसल्या आठवणी नाहीत.'

'राणीसाहेब, असं म्हणत जाऊ नका. 'नाही' म्हटलं, की नाहीच होत. नेहमी माणसानं 'आहे' म्हणावं.'

'पण असलं, तर ना?'

'नसलं, तरी आपोआप येईल!'

'बरं, बाई, आहे!' सोयराबाई हसून म्हणाल्या.

इतका मनाचा हळवेपणा राजांच्या ठिकाणी फारच क्वचित दिसून येई.

चांगला मुहूर्त पाहून राजगडाहून मेणे हलले. राजे आपल्या अश्वपथकासह बाहेर पडले. जेजुरीची वाट फार दूरची वाटत होती, एवढी साऱ्यांची मने उतावीळ झाली होती.

जेजुरीचे सारे रूप पालटत होते. खुरट्या हिरव्या गवताने जेजुरीचा कातळ शोभिवंत दिसत होता. मंदिराच्या तटापर्यंत चढलेल्या काळ्याभोर पायऱ्या एकदम डोळ्यांत भरत होत्या. गडाच्या पायथ्याशी शेकडो पाली, डेरे-शामियाने उभे केले होते. छावणीच्या मध्यभागी असलेला सुवर्णकळसाचा डेरा खास होता. भगवा ध्वज त्यावर डौलाने फडफडत होता.

राजांनी खंडोबाची यथासांग पूजा केली. दानधर्म केला.

शहाजीराजांच्या आगमनाची वार्ता येताच सारे मंदिरात आले.

शहाजीराजे आपल्या हजार घोडदळासह, राजांनी पाठविलेल्या अश्वपथकासह जेजुरीकडे येत होते. जेजुरीच्या पायथ्याशी राजे पायउतार झाले. शहाजीराजांच्या बरोबर मोरोपंत, कान्होजी ही मंडळी होती.

शहाजीराजांच्या स्वागतासाठी माणकोजी दहातोंडे, अमात्य, डबीर व इतर सरदारमंडळी पायथ्याशी उभी होती. अदबीने सारे पुढे झाले. माणकोजीने शहाजीराजांचे पाय धरले. शहाजीराजांनी माणकोजींना उठवून मिठी मारली. भरल्या आवाजात शहाजीराजे म्हणाले,

'माणकोजी! भेट झाली, बरं वाटलं.'

माणकोजी म्हणाले, 'चलावं, महाराज.'

क्षणभर शहाजीराजे बेचैन झाले. म्हणाले,

'तुम्ही सर्व आलात; पण राजे सामोरे आले नाहीत.'

'क्षमा करावी, महाराज! पण द्वादशीनंतर ही भेट घडत आहे. एकदम सामोरे येऊ नये, असा धर्मसंकेत. त्यामुळं...'

'अस्सं!' शहाजीराजे म्हणाले. 'चला, आम्ही राजांना भेटायला उतावीळ आहोत.'

शहाजीराजे सर्वांसह मंदिराच्या पायऱ्या चढत होते. शहाजीराजांनी मंदिराच्या बाहेर पाय धुतले; आणि ते मंदिरात प्रवेश करते झाले.

देवदर्शन आटोपून शहाजीराजे चौकगाभाऱ्यात आले. त्या चौकात एक भली मोठी रौप्यपरात ठेविली होती. तिच्या बाजूने पणत्यांची माळ तेवत होती. शहाजीराजे परातीवर वाकले. तूप निश्चल होते. शहाजीराजे पाहत होते.

परातीतील तुपात चार चेहरे दिसत होते. तो उमदा पुरुष कोण? आपलीच दोन प्रतिबिंबं तर पाहत नाही ना, असे शहाजीराजांना वाटले. लक्ष वेधले मधल्या प्रतिमेकडे. तेच धारदार नाक, तेच रुंद कपाळ, आणि तेच बोलके डोळे! आणि

कडेवर कोण आहे? छोटे युवराज? आणि ही आमची, सूनबाई, वाटतं? सारेच चेहरे हसरे बनले होते. घंटांचा आवाज उमटत होता. माणकोजी-कान्होजींचे डोळे समाधानाने भरून आले होते.

शहाजीराजे उभे राहिले. शहाजीराजांनी साठीची उमर ओलांडली होती. वार्धक्याची छटा पिंकल्या केसांत व्यक्त होत होती. पण रुबाब तोच होता. तोच देखणेपणा होता. शहाजीराजांनी मान वर केली. समोर शिवाजीराजे उभे होते.

डोक्याला जिरेटोप होता. कानांत चौकडा डुलत होता. हनुवटीवरची भरदार, काळीभोर दाढी चेहऱ्याच्या रुबाबात भर घालीत होती. शहाजीराजांना आपली तरुणपणीची प्रतिमा आठवली. त्यांचे श्वास ते रूप पाहताच कोंडले गेले.

शिवाजीराजे धीमी पावले टाकीत समोरे गेले. नजीक जाऊन ते गुडघ्यांवर वाकले. आपले दोन्ही हात शहाजीराजांच्या पायांच्या दोन्ही बाजूंना टेकून ते शिवाजीराजांनी आपले मस्तक महाराजसाहेबांच्या पायांवर ठेवले.

थरथरत्या हातांनी शहाजीराजांनी शिवबांना उठविले; मिठीत घेतले. राजांच्या पाठीवर ते मायेचे हात फिरत होते. पण शहाजीराजांच्या तोंडून शब्द उमटत नव्हता. मिठी सैल होत नव्हती.

स्वत:ला सावरून घेत आनंदाश्रू पाझरत असता शहाजीराजे म्हणाले,

'राजे, मोठे झालात; कर्तृत्ववान झालात. पण लहानपणीची सवय सुटत नाही.'

साऱ्यांच्या भेटी झाल्या. सारे आनंदाने मंदिर उतरू लागले.

शहाजीराजे डेऱ्यात येऊन बसले. जिजाबाई, सोयराबाई, पुतळाबाई वगैरे राणीवसा अदबीने उभा होता. शिवाजीराजे समोर उभे होते. शंभूबाळ आपल्या आजोबांच्या मांडीवर बसून साऱ्यांच्याकडे धिटाईने पाहत होता. शहाजीराजांनी विचारले,

'सूनबाई, ओळख आहे का?'

सोयराबाई लाजल्या. शहाजीराजे म्हणाले,

'एवढं लाजायला नको. लग्नात रडू लागलीस, तर कडेवर घेऊन समजूत काढेपर्यंत पुरेवाट झाली.'

सारे हसले. राजे म्हणाले,

'आपण थोडा वेळ विश्रांती घ्यावी. आज्ञा झाली, की हजर होऊ.'

राजांनी सोयराबाईंच्याकडे पाहिले, आणि शंभूबाळाला घेतले. राजांच्या पाठोपाठ राणीवसा बाहेर पडला. डेऱ्यात फक्त शहाजीराजे आणि जिजाबाई होत्या. शहाजीराजे म्हणाले,

'राणीसाहेब!'

'जी!'

शहाजीराजे उठले. येरझाऱ्या घालू लागले. दोन्ही हात पाठीशी बांधले होते. मानेवर केस रुळत होते. काय बोलावे, कसे बोलावे, हे त्यांना कळत नव्हते. कोणत्याही बिकट प्रसंगात न गोंधळणारे फर्जंद शहाजीराजे पुरे बेचैन झाले होते. चालता-चालता ते एकदम थांबले. गर्कन वळत ते म्हणाले,

'राणीसाहेब!'

'जी!'

'आज आपल्या समोर आम्ही शरमिंदे आहोत. तुमच्यासमोर उभे राहायला आम्हांला हिंमत पुरत नाही.'

जिजाबाईंनी आपली नजर वर केली. शहाजीराजे व्यथित झाले होते.

शहाजीराजे म्हणाले,

'आठवतं? जेव्हा बंगळुराहून यायला निघालात, तेव्हा तुम्ही 'थोरल्या संभाजीराजांना चार दिवस घेऊन जातो,' म्हणालात. तेव्हा मारे ऐटीने आम्ही म्हणालो... 'आम्ही संभाजीराजांना वाढवितो; तुम्ही शिवाजीराजांना तयार करा. पाहू, कोण तयार होतं, ते...' '

शहाजीराजे अडखळले. त्यांनी आवंढा गिळला. कष्टाने अश्रू आवरीत ते म्हणाले,

'राणीसाहेब, एकाकी असताही स्त्रीत्वाच्या दुबळ्या हातांनी तुम्ही शिवाजीराजांना पोलादी पुरुष बनवलंत. थोर पराक्रम करून दाखवलात. पण आमच्या पोलादी छत्राखाली आम्ही शंभूबाळांचं रक्षण करू शकलो नाही. त्याची खंत मनाला जाळते आहे.'

'मी काय करणार होते? जे झालं, ते दैवानं झालं. आपले आशीर्वाद होते, म्हणूनच राजे एवढं करू शकले.'

'असं समजता, हा तुमचा मोठेपणा! राजांना आम्ही कसली मदत केली? त्यांनी मात्र आम्हांला कठीण प्रसंगातून सोडवून घेतलं. आणि तोहमत येते, असं वाटताच आदिलशाही इतराजीला घाबरून राजांची जबाबदारी साफ उडवून टाकली. उलटणाऱ्या दिवसाबरोबर ते शल्य मनाला जाळत होते. म्हणूनच आम्ही येण्याची उतावीळ केली.'

रात्री देवळाच्या पायथ्यापासून मंदिरापर्यंत पायऱ्यांवर आणि दोहों बाजूंच्या दीपमाळांवर दीप पाजळले होते. लक्ष ज्योतींची शांत उतरंड वाऱ्यावर थरथरत होती.

दोन दिवस जेजुरीला राहून शिवाजीराजांनी मुक्काम हलविला. शहाजीराजांच्यासह ते राजगडावर आले. राजगडाच्या पायथ्याशी शृंगारलेली पालखी होती. पालखीच्या दोन्ही मुखांना सुवर्णाचे रत्नजडित हत्तींचे मुखवटे बसविले होते. पालखी किनखापी बैठकीने आणि जरी गोंड्यांनी सजली होती. राजांनी शहाजीराजांना पालखीत

बसण्याची विनंती केली. शहाजीराजे पालखीत बसले. शहाजीराजांनी काढलेले जोडे घेऊन अनवाणी पायांनी राजे पालखीमागून जात होते. पालखी प्रवेश करिताच गडाच्या दरवाज्यावर नगारा झडत होता. पालखीमागून सारे जात होते.

शहाजीराजांना सन्मानाने घेऊन येऊन राजांनी त्यांना सुशोभित सदरेवर बसविले. राजांच्या काखेतले जोडे पाहताच शहाजीराजे म्हणाले,

'राजे! आमचे जोडे आपल्या पायांत शोभतील, अशी कीर्ती मिळविलीत. ते जोडे खाली ठेवा!'

शिवाजीराजांनी साऱ्या मंत्रिमंडळाशी शहाजीराजांचा परिचय करून दिला.

रात्री भोजनाची पंगत सजली. सुवर्णताटांभोवती सुंदर रांगोळ्या काढण्यात आल्या होत्या. नातवाला घेऊन शहाजीराजे सुवर्णफुल्यांनी सजलेल्या चांदीच्या पाटावर बसले. राजे अदबीने पुढे झाले. त्यांनी अदबीने शहाजीराजांच्या मनगटावर मोगरीचा गजरा बांधला, आणि तो बांधीत असतांच राजांचे अश्रू शहाजीराजांच्या मनगटावर पडले. शहाजीराजे उद्गारले,

'राजे! तुमच्या डोळ्यांत अश्रू?'

राजे म्हणाले, 'आमच्या पुंडाईमुळं आपणांस बंदिवास घडला. या बलशाली हातांत बेड्या पडल्या.'

'राजे, असं बोलू नका. जे आम्हांला जमलं नाही, ते आपण करून दाखवलंत. मोगलाई आणि अदिलशाही यांशी झुंज देऊन थोर पराक्रम केलात. तुमच्या पराक्रमानं आम्ही धन्य झालो. हातीच्या बेड्या सुद्धा आम्हांला या फुलांइतक्याच हलक्या वाटल्या. त्यासाठी इतके कष्टी होऊ नका!'

संभाजीराजांनी ताटात हात घातलेला पाहून ते म्हणाले,

'पाहिलंत! आमचे शंभूबाळदेखील उतावीळ झाले आहेत, बसा तुम्ही!'

पंगत बसली. समाधानाने जेवणाऱ्या शहाजीराजांना पाहून जिजाबाई तृप्त झाल्या. सोयराबाई, पुतळाबाई हा राणीवसा वाढायला सिद्ध झाला होता. नवे नवे पदार्थ मुदपाकखान्यातून येत होते. शेवटी शहाजीराजे म्हणाले,

'राजे, या सुनांच्यामुळं भारी संकटात पडलोय् आम्ही.'

'काय झालं?'

'काय झालं?' शहाजीराजे हसत म्हणाले, 'येणारी आमची प्रत्येक सूनबाई आतून नवीन चीज घेऊन येते. नाही म्हणता येत नाही. आता सत्तरीच्या घरात उमर आली. एवढं पचायचं कसं? तेव्हा तुम्हीच आम्हांला या हसीन आफतीमधून मोकळं करा.'

शहाजीराजांचे ते बोल ऐकताच सारी पंगत हसली.

राजे शहाजीराजांना आपला गड, दप्तराची व्यवस्था, सारे दाखवीत होते. माणकोजी, कान्होजी राजांचे पराक्रम ऐकवीत होते. सर्व पाहून शहाजीराजे तृप्त झाले. शहाजीराजांच्यासाठी राजांनी सर्वत्र शिकार-भालदार सोडले होते. नित्य नवी शिकार गडावर येत होती.

एकदा जेवत असता शहाजीराजांनी विचारले,

'राजे, केव्हा शिकारीला जाता, की नाही?'

राजे शरमले. ते म्हणाले,

'इच्छा आहे, पण उसंतच मिळत नाही.'

'खरं आहे!' शहाजीराजे म्हणाले, 'पण आम्हांला मृगयेची भारी हौस. आता सारी हौस फिटली आहे. पण अजूनही वाटतं...'

'काय महाराज?'

'एखादी भल्या जंगी डुकराची वर्दी यावी. घोड्यावरून भाल्यानं शिकार करावी. त्या शिकारीला मात्र आमच्या जवळ कंटाळा नाही, थकवा नाही. वयाचा हिशेब तिथं आठवतच नाही.'

□

२३

शहाजीराजांनी आपल्या सुनांसाठी, नातवासाठी अनेक बहुमोल दागिने आणि भारी कर्नाटकी वस्त्रे आणली होती. सर्वांना बोलावून त्यांनी ती वाटली. शेवटी राजांकडे वळून ते म्हणाले,

'राजे, तुमच्यासाठी आम्ही नामी वस्तू आणली आहे.'

सेवकाने तबक पुढे आणले. तबकात एक रत्नजडित मुठीची नामी तलवार होती. शिवाजीराजे शहाजीराजांच्या समोर गुडघे टेकून बसले. शहाजीराजांनी तलवार म्यानाबाहेर काढून दोन्ही हातांनी राजांच्या हाती दिली. राजांनी तलवार मस्तकी लवून तिचा स्वीकार केला. शहाजीराजे म्हणाले,

'आपल्या भवानी तलवारीची ख्याती आम्ही ऐकली आहे. ती तुम्हांला लाभली आहे. ही वस्तू पण तुमच्या संग्रही राहू द्या. हिचं नाव 'तुळजा' ठेवा.'

राजे म्हणाले, 'आपला आशीर्वाद समजून आम्ही हिची भवानीबरोबरच नित्य पूजा करू.'

राजांचे कौतुक करण्यात शहाजीराजांचे दिवस उलटत होते.

एके दिवशी अगदी सकाळी राजे म्हणाले,

'आज गडाखाली जाऊन यावं, अशी विनंती आहे.'

'राजे, तुमचा कोणताही हट्ट डावलायचा नाही, असं आम्ही ठरवून आलो आहे.

चला.'

गडाखाली खोगीर चढविलेली खास घोडी उभी होती. शहाजीराजे स्वार झाले. पाठोपाठ राजांनी आपल्या विश्वास घोड्यावर मांड टाकली. दोन्ही घोड्यांच्या मागून अश्वपथक दौडू लागले.

शहाजीराजांना काही बेत कळत नव्हता. डोंगरपठारीचे रान समोर दिसत होते. कोवळ्या उन्हात सर्व वनराई उठून दिसत होती. नाना पक्ष्यांच्या बोलांनी रान गजबजले होते. पाण्याला उतरलेला एखादा मोरांचा कळप टापांच्या आवाजांनी भयभीत होऊन फडफडत उडत होता. डोंगरकपारींच्या आसऱ्याने वसलेल्या एका चिमुकल्या गावाजवळ राजांचे पथक थांबले. गावाबाहेरच्या मोकळ्या जागेत डेरे मारले गेले होते. राजांच्या स्वागताला तानाजी, येसाजी, माणकोजी पुढे आले. त्यांना पाहताच शहाजीराजे म्हणाले,

'माणकोजी, राजांनी कसला बेत आखला आहे?'

'कौतुक करणारे असल्यावर बेतांना काय तोटा आहे?'

शहाजीराजे डेऱ्यात प्रवेश करते झाले. राजांच्या स्वागताला सारे गाव आले होते. राजे पाटलांना म्हणाले,

'काय, पाटील, ठीक आहे ना?'

'राजे, तुमचं पाय लागलं; गावाचं सोनं झालं. ही डुकरं पीक टिकू दिनात. सारी त्यांच्या नावानं बोटं मोडत्यात. पन आज त्यांच्याचमुळं राजांचं पाय गावाला लागलं.'

पाटलांना कसं रोखावं, हे राजांना कळत नव्हतं. राजे शरमले. शहाजी मोठ्याने हसले. म्हणाले,

'राजे, तुमचा बेत कळला. आमची बारीकशी इच्छाही अपुरी ठेवायची नाही, असा बेत दिसतो.'

थोडी विश्रांती घेऊन सारे शिकारमाळाकडे निघाले. रानाला लागून मशागतीसाठी बरेच मोठे रान तोडले होते. तेथून नदीपर्यंत तुरळक झाडांनी व्यापलेली मोकळी जमीन होती. शिकाररानावर सारे पोहोचले. शहाजीराजांच्या ढालाइताने भाले पुढे केले. शहाजीराजांनी एक वजनदार भाला निवडला. ते राजांना म्हणाले,

'राजे, बघा आमचे भाले. एखादा जमतो का, पाहा.'

शहाजीराजांच्या भाल्यांपैकी एक भाला राजांनी निवडला. शहाजीराजांनी कान्होजींनाही भाला निवडायला सांगितला. कान्होजी म्हणाले,

'महाराजसाहेब, आता भालाईत शिकार जमत नाही. आम्ही, माणकोजी नुसतं पाहतो.'

निवडक लोकांचे अश्वपथक पुढे झाले. प्रत्येकाच्या हातात तळपते भाले होते. त्या

अश्वदळाची पाच-दहा पथके तयार करण्यात आली. राजांनी सर्वांना सूचना दिल्या. खुद्द राजे शहाजीराजांच्याजवळ राहिले; झाडांच्या आडोशाने घोडी उभी राहिली; आणि राजांनी इशारत देताच कर्णा वाजविला गेला.

साऱ्या रानात एकच आवाज सुरू झाला. त्या आवाजाने रान गजबजून उठले. पक्ष्यांचे थवे आकाशात उधळले. रानावर हाका सुरू झाला. हाका सुरू होताच चितळ, सांबर, भेकर आपल्या कळपांसह भरधाव वेगाने उड्या टाकीत माळावर उतरली, आणि वाट फुटेल तिकडे धावत सुटली. शहाजीराजे ते रानाचे ऐश्वर्य समाधानाने पाहत होते. ऊन चढत होते. हाका अर्धे रान उतरून आला होता. रानातून कर्ण्यांचा गंभीर नाद उठला. डुकरे उठल्याची ती खूण होती. साऱ्यांनी आपले भाले सरसावले. साऱ्यांचे लक्ष आता रानाच्या सीमेकडे लागले होते.

एकदम एक डुकरांचा कळप बाहेर पडला. कोळीण आपल्या पिलांसह वसवसत बाहेर पडली होती. पिलांच्या रक्षणार्थ ती चारी बाजूंना पाहत होती. संतापाने तिचे केस उभे राहिले होते. शहाजीराजे हसले. त्यांनी राजांना खूण केली. राजांनी त्या कोळिणीला सोडून देण्याची इशारत दिली. डुरकत ती डुकरीण आपल्या पिलांना घेऊन इतर डुकरांबरोबर नदीवर दिसेनाशी झाली. हाका उतरत होता. परत शिंग वाजले; आणि भला जंगी एक्कुलगा रान सोडून बाहेर धावला. मोकळ्यावर येताच त्याने आपली मुसंडी उचलली. ते भेसूर रूप पाहून साऱ्यांचे डोळे ताठरले. भले मोठे दोन सुळे सोंडेवर परतले होते. अंगावर दाभणासारखे ताठ केस उभे होते. पाठीमागच्या हाक्याकडे पाहून एक्कुलग्याने एक हुंकार केला आणि तो धावला. आडव्या जात असलेल्या त्या डुकराकडे शहाजीराजे पाहत होते. त्यांच्या चेहऱ्याचा स्नायून् स्नायू ताठरत होता. चेहऱ्यावर त्वेष प्रकटला होता. त्यांनी काही न बोलता डुकराकडे बोट दाखविले, आणि भाला सरसावून टाच मारली. पाठोपाठ राजांनी टाच मारली. पाठीमागून शत्रूची चाहूल लागताच संतापाने हुंकारून त्या एक्कुलग्याने वेग वाढवला. भरधाव वेगाने राजे खड्डेवळणांची पर्वा न करता शहाजीराजांच्या मागोमाग जात होते. क्षणाक्षणाला अंतर कमी होत होते.

भरधाव वेगाने पळणाऱ्या त्या श्वापदाने एकदम आपला मोहरा वळविला; आणि संतापाने ते फिरले. धावत येणाऱ्या शत्रूकडे पाहताच तो एक्कुलगा सरळ चाल करून गेला. फिरलेला डुक्कर आणि त्याने केलेली चाल लक्षात येईपर्यंत शहाजीराजांचे घोडे बिथरून खिंकाळले, आणि दोन पायांवर उभे राहिले. घोड्याच्या पायांजवळून एक्कुलगा तसाच पुढे धावला. मागून भरधाव वेगाने खूर खडखडत येत असलेल्या राजांनी शहाजीराजांचे उभे घोडे पाहिले. काळजीने त्यांचे मन कंपित झाले; आणि दुसऱ्याच क्षणी समोरून येत असलेल्या डुकरावर त्यांनी मोहरा केला. उजव्या बाजूला डुक्कर घेऊन त्यांनी भाला लावला. भाल्याचे फाळ घुसले. काडकन काठी

मोडल्याचा आवाज झाला. डुकराचा चीत्कार उठला. धडपडत ते अजस्र जनावर उठले, आणि अंगात भाला घेऊन पळू लागले.

डुक्कर गेल्याच्या संतापाने बेभान झालेले शहाजीराजे जवळ आले होते. त्वेषाने त्यांनी टाच मारली. बघता-बघता त्यांनी डुक्कर गाठला, आणि मोठ्या कुशलतेने डुकरावर भाला लावला. भाला सोडला. भाल्याचे फाळ छाताड पोखरीत आत घुसले. चीत्कार करीत त्या रानडुकराने अंग टाकले. वेदनेने किंचाळत, गडगडत ते शांत झाले. सारी घोडी गोळा झाली. शहाजीराजे घामेजलेल्या चेहऱ्याने शिकार पाहत होते. त्यांच्या मुखावर समाधान होते. ते म्हणाले,

'राजे, तुम्ही बहादूर खरे; पण तुमचा पिंड शिकाऱ्याचा नव्हे. आमच्या संकटात तुम्ही धावलात आणि डुकराला सामोरा फाळ लावलात. असा फाळ लावणं फार धोक्याचं, कठीण काम. पण हे शिकारीत शक्यतो टाळावं. बरोबरीनं डुकराला फाळ लावावा.'

त्यानंतर परत आणखीन एक रान उठवले गेले. भरपूर शिकार करून राजे रात्री परत गडावर आले. तेव्हा ते जिजाबाईंना भेटले, तेव्हा म्हणाले,

'मासाहेब, महाराजसाहेबांची शिकारीची उमेद दांडगी. शिकार पाहिली, की सारं भान हरपतात. बेभान होऊन कशाचाही विचार न करता सरळ तुटून पडतात. ते महाराजसाहेब वेगळेच भासतात.'

□

२४

सकाळच्या वेळी शहाजीराजे देवीदर्शनासाठी गडाच्या माचीवर आले होते. शहाजीराजांच्या बरोबर सारे दर्शन करून माघारी फिरले. शहाजीराजांनी विचारले,

'मोरोपंत, राजांचे गड किती आहेत?'

'साठ गड सध्या मजबुतीचे आहेत!'

'अस्सं! आणि पागा?'

'पंधरा हजार खडी पागा आहे.' नेताजी म्हणाले.

'राजे, तुम्ही गलबतंही बांधलीत, असं ऐकलं?'

'जी!' राजे म्हणाले.

'चांगली गोष्ट आहे. राजे, पागा वाढवून घ्या. आम्ही सांगितला होता, तो श्लोक ध्यानी आहे ना?'

'तो कसा विसरेल?'

'मग सांगा ना!'

'यस्याश्वा तस्य राज्यं यस्याश्वा तस्य मेदिनी।
यस्याश्वा तस्य सौख्यं यस्याश्वा तस्य साम्राज्यम्॥'

मोरोपंत म्हणाले, 'बेअदबीची माफी असावी. पण जेव्हा राजे पागेत जातात, तेव्हा न चुकता हा श्लोक त्यांच्या तोंडून आम्हांला ऐकायला मिळतो.'

'मोरोपंत, ज्याला ह्या श्लोकाचं महत्त्व कळलं, त्याचं साम्राज्य वाढायला फारसा वेळ लागणार नाही. राजे, इथं आम्ही आलो, राहिलो. तुम्ही समाधान दिलंत. तुमचं राज्य पाहून डोळे तृप्त झाले. आम्ही जेजुरीला खंडोबाला काय बोललो, माहीत आहे?'

'जी?'

'आम्ही तुमच्याबरोबर दर्शन करीत असता बोलून गेलो. आम्ही सांगितलं- आमच्या राजांचं राज्य उभं राहू दे; आम्ही देवाच्या सुवर्णमूर्ती घडवू. तो नवस फेडायला हवा. इथल्या मुक्कामात तुमचं राज्य उभं राहिल्याची खात्री झालीय् आम्हांला.'

'क्षमा असावी.' राजे म्हणाले, 'अजून राज्य सुरक्षित नाही. शास्ताखान आमच्या बंदोबस्तासाठी उतरला आहे. तिकडे आदिलशाही संतप्त आहे.'

'राजे, जेव्हा राज्य उभं राहतं, तेव्हाच ही परचक्रं येतात. नाही तर आदिलशाहीला, मोगलाईला तुमची दखल घ्यायचं कारण काय? ती थोर राजकारणी, मुत्सद्दी माणसं असतात. त्यांची सदैव दूरदृष्टी असते. औरंगजेब त्यांतलाच एक आहे. जेव्हा कुणाचं लक्ष तुमच्याकडे नव्हतं, तेव्हा औरंगाबादेला दक्षिणेचा सुभेदार म्हणून असताना त्यानं तुमच्यावर नजर ठेवली होती. एवढंच नव्हे, तर आदिलशाहीला तुमच्यापासून सावध राहण्याचा सल्ला दिला होता. शास्ताखान आला, तरी घाबरू नका. तुम्ही या संकटातून पार पडाल, हा भरवसा आहे. आम्ही इथं भेटत असता, दोन मातब्बर शत्रू आपापल्या जागी जे खिळवून ठेवलेत, ते पाहून आम्ही थक्क झालो.'

राजसदरेवर शहाजीराजे बसले. जिजाबाई दाराशी येऊन उभ्या राहिल्या. संभाजीने मांडीवरची जागा घेतली. सारे अदबीने उभे होते. शहाजीराजे माणकोजींना म्हणाले,

'माणकोजी, आता तुमची, आमची उमर झाली. राजांनी हे मिळविलेलं पाहून डोळे निवले. हे पाहायला दादोजी हवे होते. राजे जेव्हा दादोजींनी लावलेल्या बागेतली फळं पाठवितात, तेव्हा ती पाहून आमचं मन व्यथित होतं. राजे, अशी इमानी माणसं हुडकून जवळ करा. एक एक दुर्गाबरोबरीची ही माणसं. आणि, राजे, आता पसारा वाढला. पुणं नावारूपाला आणलंत; पण पुणं सुरक्षित नव्हे. रायगड बांधता आहात ना?'

'जी!'

'मग तीच जागा राजधानीची करा. तशी अव्वल जागा शोधून सापडणार नाही.

तीच जागा निश्चित करा. कर्नाटकात आम्ही, होईल, त्या मगदुरानं जिंजीपावेतो मुलूख ताब्यात आणला आहे. आम्ही राहिलो, न राहिलो, तरी एकोजीराजे तो मुलूख सांभाळतील. त्यांना समज कमी.' शहाजीराजे हसले. दरवाजाकडे पाहत म्हणाले, 'आमच्याच वळणाखाली वाढले ना! तुम्ही आता थोरले. एकोजीराजांना संभाळा. दोघे एक झालात, तर तंजावरपासून नर्मदेपर्यंत मुलूख तुमचा बनायला फारसा वेळ लागायचा नाही. आमचं स्वप्न परमेश्वरानं तुमच्याकरवी साकार केलं. राजे, आम्हांला फार दिवस राहता येणार नाही; त्याचं दुःख आहे.'

'का? एवढ्यात कंटाळलात?' राजे खेदाने म्हणाले.

'नको, राजा! असं बोलू नको. तुझा कंटाळा कोणाला येईल? अरे, तुझं यश बघून, कीर्ती पाहून, दहा वर्षांचं आयुष्य वाढवून मी जातो आहे. आम्ही जास्त काळ राहिलो, तर आदिलशाहीत संशय येईल. अफझलचा वध केलात, आणि तुम्ही आदिलशाहीत उतरलात. त्याच वेळी आम्ही कर्नाटकातून विजापुरात येत होतो. आणि विजापूर दरबारात हलकल्लोळ माजला!'

'कारण?' माणकोजींनी विचारले.

'अशी बोलवा उठली की, एका बाजूनं आम्ही आणि दुसऱ्या बाजूनं शिवाजी विजापूरवर स्वारी करणार. कशात काही नाही, तर ही बोलवा उठते. आणि आता तर आम्ही राजरोसपणे भेटतो आहो.'

'पण आदिलशाहीनं परवानगी दिली आहे ना?' राजांनी विचारले.

'उगीच नाही! आदिलशहांनी आम्हांला तुमची समजूत काढायला सांगितलं. तुम्हांला मानानं दरबारी आणायला सांगितलं. दहाहजारी ते द्यायला तयार आहेत... घाबरू नका. आम्ही ते कदापिही सांगणार नाही. नेमकी आम्ही संधी उचलली. मोगलांच्या विरुद्ध दक्खन शाह्यांनी एकजुटीनं राहावं, हे आजवर आम्ही म्हणत आलो. आम्ही ज्या तत्त्वाचा पाठपुरावा केला, त्याचं महत्त्व आदिलशाहीला हळूहळू पटू लागलं आहे. आदिलशाहीत ते तत्त्व बिंबविण्याचा आम्ही अधिक प्रयत्न करू. ते जमलं, तर तुमचं एक संकट तरी दूर होईल.'

राजे चित्त लावून ते बोल ऐकत होते. एक थोर राजकारणी, मुत्सद्दी आपले मनोगत बोलत होता. ते अखंड ऐकत राहावे, असे राजांना वाटत होते.

रात्री जेवण झाल्यावर सारे महालात बसले होते. उच्चासनावर शहाजीराजे बसले होते. खालच्या बैठकीवर एका बाजूला राणीपरिवार आणि दुसऱ्या बाजूला राजे जिजाबाईंसह बसले होते. परके कोणी नव्हते. शहाजीराजे म्हणाले,

'राजे, तुमच्या मासाहेबांनी तुम्हांला छान तयार केलं.'

जिजाबाई लाजल्या. त्या म्हणाल्या,

'आपल्याच वळणावर गेलेत राजे!'

शहाजीराजे हसले. ते म्हणाले,

'मुळीच नाही. आमच्यांत आणि राजांमध्ये फारच फरक. आम्ही राजभोगी, तर ते राजयोगी! पाहा ना... आम्ही पराक्रम करतो; पण त्याचबरोबर आम्ही स्वतःला विसरू शकत नाही. उपभोगाची वासना सुटत नाही. मोहिमेतून मोकळं होताच आम्ही विलासांकडे झुकतो. पण राजे पाहा! पराक्रमाबरोबरच ते सदैव राज्यकारभाराशी निगडित आहेत. त्यांच्यांत आदर्श राजांचे गुण पुरेपूर उतरलेत. म्हणूनच जयश्री त्यांना सदैव माळ घालते. अफझलखानासारख्या संकटातून सुटून जाणं हे काही सामान्य नव्हे!'

शहाजीराजांनी निःश्वास सोडला. ते व्यथित झाले. ते म्हणाले,

'राजे, अफझल मारलात, आणि आमच्या मनातलं एक शल्य हललं. त्यानंच आमच्या हातांत बेड्या ठोकल्या होत्या. शंभूराजांच्या मृत्यूला तोच कारणीभूत झाला होता. त्याचा वध केलात, आणि आम्हांला समाधान दिलंत. पण एक शल्य अजून खोल रुतून आहे.'

'कोणतं?' राजांनी अधीर होऊन विचारले.

'बाजी घोरपडे!' निःश्वास सोडून शहाजीराजे म्हणाले, 'दगाबाज! हरामी! आम्हांला गाफील ठेवून त्यानं कैद केलं. अफसोस, सद् अफसोस! आम्ही गाफील राहिलो. आम्ही आदिलशाहीचे चाकर. तोही आदिलशाहीच्या मर्जीतला. त्याचमुळं आम्हांस शक्य असूनही आम्ही खामोश राहिलो.'

गंभीर मुद्रेनं ठाम स्वरात राजे म्हणाले,

'महाराजसाहेब, आज आपल्या पायांशी आम्ही इमान करतो. चढ्या मापानं आम्ही बदला घेऊ. दगाबाजीचं पुरं प्रायश्चित्त आम्ही त्याला देऊ.'

राजांचे ते बोल ऐकून शहाजीराजे समाधान पावले. ते म्हणाले,

'आम्हांस तुमचा यकीन आहे. आम्ही निश्चिंत झालो.'

दोन दिवसांत शहाजीराजांनी सर्वांचा निरोप घेतला. शहाजीराजांच्या बरोबर आलेल्या सर्व सरदारांना शिवाजीराजांनी मौल्यवान भेटी दिल्या. दळाला मोहरा वाटल्या. जिजाबाईंचा निरोप घेत असता शहाजीराजे म्हणाले,

'राणीसाहेब, आम्ही येतो.'

'एक मागणं आहे!'

'बोला!'

'पुन्हा हे पाय दिसावेत!'

'आम्ही जरूर येऊ! संधी मिळताच येऊ. शक्य झालं, परिस्थिती निवळली, तर

राजांना कर्नाटकात नेण्याचा आमचा बेत आहे. राजांना जपा. त्यांच्यासाठी स्वत:ला जपणं आवश्यक आहे, हे ध्यानी ठेवा.'

शहाजीराजे बाहेर आले. सर्व राणीपरिवाराने शहाजीराजांना वंदन केले. आशीर्वाद देऊन, संभाजीला घेऊन शहाजीराजे सदरेवर आले. राजांना अश्रू आवरत नव्हते. त्यांनी शहाजीराजांच्या पायांवर डोके ठेवले. राजे म्हणाले,
'जे आजवर मिळविलं, ते आणि मस्तक आपल्या पायांशी सदैव रुजू...'
शहाजीराजांना उभ्या जागी हुंदका आला. कासावीस होऊन त्यांनी राजांना कवटाळलं. त्यांच्या कपाळाचं चुंबन घेतलं. आपले अश्रू पुशीत आपल्या गळ्यातला अत्यंत तेजस्वी असा मोत्यांचा कंठा त्यांनी काढला. स्वत:च्या हातांनी राजांच्या गळ्यात तो कंठा घालून त्यांनी राजांना परत मिठीत घेतलं.
पालखीबरोबर राजे गडाच्या पायथ्यापर्यंत अनवाणी गेले. शहाजीराजे अश्वारूढ झाले. राजांनी त्रिवार मुजरा केला. किंचित ओणवे होऊन शहाजीराजांनी शिवाजीराजांची पाठ थोपटली, आणि घोड्याला टाच दिली. घोडदळ सुटले.
धुळीचा लोट दिसेनासा होईपर्यंत राजे तेथेच उभे होते,- भरल्या डोळ्यांनी...

□□□

भाग चवथा

१

शहाजीराजे गेले; आणि गड मोकळा भासू लागला. पंधरा दिवस वडील आले; पण त्यांच्या आगमनाने, बोलांनी राजांना केवढा तरी हुरूप प्राप्त झाला. बोलून दाखविले नाही, तरी कुठे तरी आपल्याला पितृच्छायेचे सुख नाही, ही जाणीव राजांना बेचैन करीत असे. ते शल्य आता दूर झाले होते.

शास्ताखान पुण्याला तळ देऊन बसला होता. दक्खनला येऊन त्याला जवळ जवळ वर्ष होत आले होते. शहाजीराजांचा पुणे भागाचा मुलूख त्याने व्यापला होता. पण सगळे गड राजांच्या ताब्यात होते. चाकण सोडला, तर एकही गड तो जिंकू शकला नव्हता. नाही म्हणायला परिंडा किल्ला त्याने वाटाघाटीने मिळविला होता. एवढी मोठी फौज घेऊन शास्ताखान आला होता, पण त्या मानाने यश काहीच नव्हते. पावसाळा पुरा संपला होता. खानाने हालचाल करायची ठरविली. त्याची दृष्टी कल्याण-भिवंडीकडे वळली. राजांनी काबीज केलेली बंदरे घेण्याचा त्याने बेत केला. कल्याणला शिवाजी गलबते बांधतो आहे, हे त्याला आधीच कळले होते. शिवाजीचा मुलूख त्याच्या ताब्यात आला होता. आता कोकणचा मुलूख घेऊन शिवाजीचा आश्रय साफ तोडण्याची खानाची इच्छा होती.

परिंडा घेण्यात यशस्वी झालेला आपला विश्वासू सरदार कहारतलबखान खानाने बोलावून घेतला; आणि त्याला ही महत्त्वाची मोहीम दिली. अनेक सरदार मदतीला दिले. त्यांत चव्हाण, गाडे, कोकाटे, जाधव हे मराठे सरदारही होते. शूर रायबागन महिला ही आपल्या सैन्यानिशी मदतीला होती. कहारतलबखानाने आपल्या फौजेची जुळणी करायला सुरुवात केली.

दसरा आला. राजे गडावर सीमोल्लंघन करून वाड्याच्या दाराशी आले. दाराशी सातही राण्या ओवाळायला आल्या. ओवाळणे पार पडले. राजे आत आले.

जिजाबाईंच्या पाया पडले. जिजाबाईंना राजे म्हणाले,

'मासाहेब, हे सीमोल्लंघन खरं नाही. हा शिळा दसरा. दिवाळी अशीच जाणार, असं दिसतं.'

'जे मिळविलं, ते राखणं हासुद्धा पराक्रमच असतो, राजे!'

'त्याच चिंतेत आम्ही आहो.'

दसरा जसा गेला, तसाच दिवाळीचा सणही पार पडला. दिवाळीनंतर राजे रायगडाला जाऊन आले. गडाचे काम पाहून त्यांना समाधान वाटले.

राजे रायगडाहून आल्यानंतर एक दिवस संध्याकाळी जिजाबाईंच्यासह गडावर फेरफटक्याला गेले होते. बरोबर राणीपरिवारही होता. गडावरून फिरत राजे वाड्यात आले. खास बातमी घेऊन नजरबाज आला होता.

राजे एकांतात त्याच्या बरोबर बोलत बसले होते. ते बाहेर आले, तेव्हा त्यांचा चेहरा चिंताक्रांत दिसत होता. राजांनी तातडीने आपले सरदार गोळा केले.

जिजाबाईंनी राजांना विचारले. राजे म्हणाले,

'मासाहेब, विश्रांतीचे दिवस संपले. शास्ताखानाचा प्रबळ सरदार कहारतलबखान फौज गोळा करून आमच्यावर चालून येत आहे.'

'राजगडावर?'

'छे! चाकणच्या किल्ल्यापासून आमचे गड काय असतात, हे त्याला कळले आहे. तोही राजकारणातला मुरब्बी आहे. बसल्या बैठकीचं राजकारण शास्ताखान फार चांगलं करतो. त्याची नजर आता कोकणातल्या आमच्या मुलुखाकडे वळला आहे.'

जिजाबाईंनी निःश्वास सोडला. राजे हसून म्हणाले,

'मासाहेब, इतकी सोपी मोहीम नाही ही. खानाच्या फौजेनं जर तळकोकण गाठला, आणि आमचे चौल, कल्याण, भिवंडी, पनवेल, नागोठणे काबीज केले, तर आम्ही पुरे गारद होऊ. वरती देश आणि खाली कोकण आम्ही गमावलं, तर नुसतं गडावर राहून किती दिवस चालणार?'

'मग? काय बेत आखलात?'

'ही खानाची मोहीम तर थांबवायलाच हवी. खानाचा निश्चित मार्ग कळला, की पुढं काही तरी मार्ग निघेल.'

राजांनी ही समस्या जेव्हा मंत्रिमंडळाच्या व सेनापतींच्या पुढे टाकली, तेव्हा 'कल्याण-भिवंडी लढवावी, खानाला तळकोकणातच गाठावा', असे बहुतेकांचे मत पडले. राजे नुसते हसले. ते म्हणाले,

'पाहू, भवानी काय बुद्धी देते, ती!'

राजांनी फौज एकत्र करण्याच्या आज्ञा दिल्या. दररोज पथके घेऊन दाखल होऊ लागली. सरदार मुजऱ्याला येऊ लागले. राजगडाच्या परिसरात राजांची फौज जमा झाली.

....आणि एके दिवशी गडावर बहिर्जी आला. राजे गडबडीने त्याला महाली घेऊन गेले.

बहिर्जी सांगू लागला, 'कहारतलबखान उद्या कूच करणार आहे. खानाच्या सैन्यात अनेक मराठे सरदार, खुद्द रायबागन सामील आहे. निवडक फौज नेण्याची आज्ञा शास्ताखानानं दिल्यामुळं भक्कम फौज बांधूनच कहारतलबखान बाहेर पडतो आहे.'

राजे उठले. येरझाऱ्या घालू लागले. त्यांनी विचारले,

'खान कोणत्या वाटेनं जाणार, समजलं?'

'जी! खान लोहगडमार्गानं उंबरखिंडीतून कोकणात उतरणार आहे.'

'उंबरखिंड?'

'जी!'

'बहिर्जी!' राजे आनंदाने उद्गारले, 'श्रींनी खानाला कर्मोचित बुद्धी दिली.'

त्या रात्री राजे समाधानाने झोपी गेले.

दुसऱ्या दिवशी राजे जिजाबाईंना म्हणाले, 'मासाहेब, आम्ही उद्या सीमोल्लंघनाला बाहेर पडणार. जरा उशीर होत आहे; पण इलाज नाही.'

जिजाबाई म्हणाल्या, 'पण, राजे, जपून!'

राजे म्हणाले, 'मासाहेब, आजवरच्या मोहिमांत ही मोहीम सोपी. या मोहिमेचं यश या क्षणाला आमच्या हाती आहे. हे यश आम्ही पदरात पाडून घेतलं, की खानाला थप्पड बसेल. आमचा मुलूख लुटणं, जाळणं यांत समाधान मानणारा खान जरा शुद्धीवर येईल. पुढची मोहीम आखताना दहा वेळा विचार करील.'

कूच करण्याचा नगारा झडला. टापांच्या खडखडाटाने गडाचा कोपरान् कोपरा भरून गेला. राजे गडाखाली आले. नेताजी आपल्या तुकडीसह उभा होता. राजांनी विचारले,

'नेताजी, तोफा रवाना झाल्या?'

'जी! चाळीस लहान तोफा पाठवल्यात.'

'पुष्कळ झाल्या. चला.'

राजांचे सैन्य वेगाने दौड करीत होते. राजे उंबरखिंडीत आले. गगनाला पोहोचलेल्या

उंच पर्वतराईतून, उंबरखिंडीतून वाट होती. एका बाजूला उंच कडा, दुसऱ्या बाजूला अनेक ठिकाणी खोल तुटलेले कडे. दाट रानाने दोन्ही बाजू पुऱ्या माखलेल्या... आणि त्यांतून उंबरखिंडीची अरुंद निमुळती वाट.

उंबरखिंडीतील ते निसर्गवैभव पाहून राजे तृप्त झाले. राजांच्या सैन्याने उंबरखिंडीच्या मोक्याच्या जागा गाठल्या होत्या. उंच वृक्षांच्या गर्द पालवीत टेहळेकरी बसले होते. जंगलातून जिथून वाट दिसेल, अशा ठिकाणी तोफांचे मोर्चे रचले होते. रणवेष केलेल्या राजांनी नेताजींच्यासह साऱ्या मुलुखाची पाहणी केली. राजे आता कहारतलबखानाच्या सैन्याची आतुरतेने वाट पाहत होते.

□

२

राजांना खान घाटावर आल्याची वर्दी आली. रात्रीचे वास्तव्य खानाने घाटमाथ्यावरच केले. दुसऱ्या दिवशी सूर्योदयाबरोबर खानाची फौज हलली. खान घाट उतरू लागला. रस्ता पाहण्यासाठी पुढे पाठविलेले अश्वपथक टापांचा आवाज घुमवीत उंबरखिंडीत उतरले. सगळे रान शांत होते. वाट मोकळी होती. अश्वपथक खालीपर्यंत जाऊन वाट सुरक्षित असल्याचे पाहून माघारी आले. खानाचे घोडदळ, तोफांचे गाडे, सामानांच्या गाड्या, पायदळ यांची रांग जपून पावले टाकीत होती. वाट निमुळती होती. घाटाची वळणे धोक्याची होती. सावकाश धीमे धीमे खानाचा सरंजाम खिंडीची वाट चालत होता.

खान काळ्या घोड्यावर बसला होता. खानाबरोबर एका बाजूला अमरसिंह आणि दुसऱ्या बाजूला रायबागन उमद्या घोड्यांवर बसून जात होते. पाठीमागे कहारतलबचे रक्षक पथक तळपत्या शस्त्रांनिशी येत होते. खानाच्या फौजेचा शेवटचा उंट खिंडीत उतरला.

सगळे वातावरण कसे शांत होते. वाऱ्याचा कुठे मागमूसही नव्हता. सूर्य डोक्याकडे चढत होता. त्याच्या किरणांत सारी खिंड उजळून निघाली. कहारतलब रायबागनला म्हणाला,

'केवढा देखणा आणि सुंदर मुलूख आहे!'

रायबागन म्हणाली, 'देखणा खरा! पण, खानसाहेब, ही खामोशी, हा सन्नाटा कसा तरीच वाटतो.'

त्याच वेळी कुठे तरी नगारा दुडदुडला. साऱ्या खिंडीवरच्या रानावर त्याचे तरंग उठले. तोच दुसऱ्या बाजूने तसाच नगारा वाजला. साऱ्या रानात नगाऱ्यांचे आवाज उठू लागले. कहारतलब, रायबागन, अमरसिंह भयभीत होऊन आवाज ऐकत होते. जिकडे पाहावे, तिकडून आवाज ऐकू येत होते. कहारतलब स्वगत बोलल्यासारखा चारी बाजूंना पाहत म्हणाला,

श्रीमान योगी । ३३९

'हा आवाज कसला? कोण नौबत वाजवतो?'

रायबागन म्हणाली, 'खानसाहेब, खामोशीचं रहस्य सुटत आहे. शिवाजीनं आपल्याला घेरलं.'

रायबागनने आपली तलवार उपसली. अमरसिंहाकडे पाहून ती म्हणाली, 'तुम्ही खानाच्या जवळ राहा. मी पुढं जाऊन पाहून येते.'

रायबागनने घोड्याला टाच दिली. तोच तोफेचा आवाज साऱ्या दऱ्याखोऱ्यांत घुमला. फौजेच्या अग्रभागी एकच गोंधळ उडाला. तोफांच्या माऱ्यात सैन्य अचूक टिपले जात होते. तोफांच्या जोडीलाच आता कर्णे घुमू लागले. तुताऱ्या शहारे उठवू लागल्या. कोणी दिसत नव्हते. आवाज तेवढे येत होते. खानाच्या फौजेची दाणादाण उडाली. जीव वाचवायला रानाचा आश्रय घेणारा सैनिक अचूक बाणांनी टिपला जात होता. उंबरखिंडीच्या वाटेवर खानाच्या देखत मुडदे पडत होते. खान दोन तोफांच्या गाड्यांमध्ये भोवताली अश्वपथक घेऊन संहार पाहत होता.

पुढे गेलेली रायबागन खानाजवळ आली. ती म्हणाली, 'खानसाहेब, खिंडीच्या दोन्ही वाटा बंद झाल्या आहेत.'

संतापाने खान ओरडला, 'शत्रूची कत्तल करा!'

'कुठं आहे शत्रू?' रायबागनने विचारले, 'कत्तल होते आहे आपल्या माणसांची. शत्रू एक दिसत नाही.'

'जंगलात पाठलाग करा!'

'गेलेला एक माणूस परत येत नाही.'

सारी उंबरखिंड एकाच वेळी किंकाळ्यांनी, बिथरलेल्या घोड्यांच्या टापांनी भरून गेली. सामानाच्या गाड्या तोफांनी उडविल्या जात होत्या. साऱ्या वाटेवर सामान फेकले जात होते. खानाच्या खजिन्याचा एक पेटारा असाच फुटून रस्त्यावर विखुरला होता. मोहरांचा सडा पडला होता; पण त्याच्याकडे पाहण्याचा कुणाला धीर होत नव्हता. प्रत्येक सैनिक केव्हा, कोणत्या क्षणी, कुठून बाण येणार आहे व आपण प्राण घेणार आहे, एवढीच प्रतीक्षा करीत होता. काही वेळापूर्वी निश्चल, शांत, निर्मनुष्य असलेली खिंड माणसांच्या मुडद्यांनी, घोडे-बैल यांच्या कलेवरांनी, आणि रक्ताच्या शिडकाव्याने भरून गेली. भीती, संताप, उद्वेग यांनी खान थरथरत होता.

रायबागन म्हणाली,

'खान, या शिवाजीच्या अवघड मुलुखात शिरण्याचं धाडस केलंस, त्याचा हा परिणाम आहे.'

'रायबागन! यातून वाट काढ.'

'मगरीच्या जबड्यात शिरल्यावर परतीची वाट कुठली? सोन्यासारखी शाही फौज सिंहाच्या जबड्यात सरळ आणून सोडलीस. आजवर मिळविलेलं सारं यश फुकट

गमावलंस.'

'रायबागन! हिंमतसे काम लो!'

'हिंमत? खानसाहेब, निदान तुम्ही तरी मला हिंमत शिकवू नका. आलमगीर पादशहांनी औरंगाबादेत जगजीवनपुरा बांधला, तो माझ्याच मुलाच्या नावानं. औरंगजेबानं ह्या उदारामपत्नीला 'रायबागन' किताबत दिली, ती हिंमत पाहूनच. खानसाहेब, फलनिष्पत्ती होत असेल, तरच पुरुषाच्या उद्योगाला अर्थ प्राप्त होतो. नाही तर असलं वेडं साहस उपहासाचा विषय बनतं.'

'रायबागन, तुझा सल्ला काय?'

'सल्ला! अपयश तर निश्चित आहे. शिवाजीनं मनात आणलं, तर आता फौजेतला एकही माणूस सुखरूप राहणार नाही. तुझे पटाईत तीरंदाज चित्रासारखे स्थिर आहेत. त्यांना काही दिसत नाही. अदृश्य शत्रूच्या मर्जीवर तुझं सैन्य जीव धरून आहे.'

कहारतलबखान ते ऐकत होता. क्षणाक्षणाला किंकाळ्या वाढत होत्या. खानाच्या पायांतले त्राण नाहीसे झाले. तो ओरडला,

'कुछ भी करो; पहले हमें बचाओ! ये शिवाजी नहीं, शैतान है!'

रायबागन हसली. ती म्हणाली,

'खानसाहेब, ताबडतोब तुमचा वकील सुलहसाठी पाठवा.'

'शिवाजी मान्य करील?' खानाने विचारले.

जो शत्रू पुरा सापडला आहे, त्याच्यावर दया दाखवणे हा मुसलमानी रिवाज नव्हता. उलट, त्वेषनिवारणार्थ, फौजेच्या करमणुकीसाठी कत्तलींना इजाजत दिली जात असे. खानाच्या फौजेची तीच अवस्था होती.

रायबागन म्हणाली,

'शिवाजी थोर राजा आहे; दिलदार आहे. शरणागत शत्रूवर तो केव्हाही चाल करीत नाही, असा त्याचा लौकिक आहे.'

'मग वकील पाठव. तह करायला मी तयार आहे.'

रायबागनने सत्वर वकील निवडला. पांढरे कपडे घातलेले नि:शस्त्र लोक सोबतीस घेऊन खानाचा वकील निघाला. रानात प्रवेश करताना 'तह, तह' असे ओरडत ते रान तुडवीत होते. थोडे अंतर जाताच शिवाजीच्या लोकांनी त्यांना गराडा घातला. त्या गराड्यातून खानाचे लोक शिवाजीकडे निघाले. खिंडीच्या वाटेवर लढाई चालूच होती.

दोन प्रहर टळत आली होती. डोंगराच्या एका माथ्यावर किंचित विरळ असणाऱ्या जागेवर खानाचा वकील पोहोचला. राजे घोड्यावर स्वार झाले होते. आपल्या रक्षक दळात संपूर्ण रणवेष करून अश्वारूढ झालेले शिवाजीराजे नजरेत भरत होते.

खानाचे वकील आल्याची वर्दी राजांच्याकडे गेली. राजांनी वकिलास सामोरा येऊ दिला. जमिनीपर्यंत लवून वकिलाने तीन वेळा कुर्निसात केला. आपले हात हिरव्या रुमालाने बांधून तो म्हणाला,

'खाने आझम कहारतलबखानांच्या व रायबागनसाहेबांच्या आज्ञेवरून त्यांचा वकील म्हणून मी राजांच्या पायांशी आलो आहे.'

'पराक्रमी कहारतलबखान आणि रायबागन यांचा निरोप आम्हांला सांगा.'

'खानसाहेबांना आपल्या चुकीचा पश्चात्ताप होत आहे. आपलं स्नेहाचं नातं असता, शास्ताखानाच्या आज्ञेवरून अकारण आपल्या मुलुखात त्यांना यावं लागलं, याचं तीव्र दुःख त्यांना वाटतं.'

'आमचा स्नेह?'

'महाराज, कहारतलबखान फर्जंद शहाजीराजांचे जुने दोस्त. ते नातं ध्यानी घ्यावं, आणि खानांना जीवदान द्यावं, एवढीच प्रार्थना आहे.'

राजे हसले. ते म्हणाले,

'किती लौकर नाती आठवतात तुम्हांला! तुम्ही जाऊन खानसाहेबांना आणि रायबागनना आमचा नमस्कार सांगा. त्यांना सांगा, शरणागत शत्रूला आम्ही धक्का लावीत नाही. खानसाहेबांच्यामुळं अकारण आम्हांला आणि आमच्या फौजेला त्रास पडला. खानसाहेबांनी त्यासाठी भरपूर खंडणी द्यावी. आम्ही त्यांना फौजेसह माघारी जायला वाट देऊ. जोवर हे मान्य होणार नाही, तोवर लढाई जारी राहील. आम्ही इथंच थांबतो आहो. उत्तराची वाट पाहतो आहो.'

वकिलाने परत लवून मुजरा केला. मुजरा करीत, मागे हटत, तो काही कदम गेला आणि फिरला. खानाने शिवाजीच्या अटी ताबडतोब मान्य केल्या. मोहीमखर्चासाठी घेतलेल्या खजिन्याच्या पेट्या उतरून ते ओझे माणसांच्यावर लादले गेले. वकील परत राजांच्याकडे चालू लागला. खानाच्या वकिलाबरोबर एक तरुण चालला होता. तरुण देखणा होता. मस्तकावर डौलदार पिवळे पागोटे होते. त्यावर रत्नजडित चांद बसविला होता. अंगात भरजरी अंगरखा होता. पायांत चोळणा आणि जरी चढाव होते. कमरेला रत्नजडित मुठीची तलवार लाविली होती. वकिलाबरोबर तो तरुण चालला होता. माथ्यावर येताच त्या तरुणाला शिवाजीराजांचे दर्शन घडले. भोवती हत्यारबंद रक्षकांच्या मध्ये शिवाजीराजे पांढऱ्या शुभ्र घोड्यावर स्वार झाले होते.

मस्तकी सूर्यकिरणांत झळाळणारे शिरस्त्राण होते. भरदार अंगलटीवर जाळीदार चिलखत शोभत होते. पाठीचे बाणांचे दोन भाते पंखांप्रमाणे दिसत होते. उजव्या खांद्यावर धनुष्य अडकविले होते. आपल्या अत्यंत तेजस्वी, हिऱ्यांप्रमाणे चमकणाऱ्या चपळ नजरेने ते आसमंत हेरीत होते. कपाळीच्या शिवगंधाने यांच्या रूपाच्या रौद्रतेत शांतपणाची छटा मिसळली होती.

खानाच्या वकिलाने मुजरा केला. मागच्या सेवकांना इशारत केली. सेवकांनी संदुका खाली ठेवल्या. वकिलाने संदुका उघडल्या. एक रौपनाण्यांनी भरली होती; दुसरीत सुवर्णनाणी होती आणि तिसऱ्या लहान संदुकीत जडजवाहीर दिसत होते. राजांनी हात वर केला; आणि नेताजीकडे पाहिले. नेताजीने इशारत करताच एका स्वाराने कर्णा वाजविला. अनेक कर्ण्यांनी त्याला साथ दिली. खिंडीतला कोलाहल थांबता-थांबता पूर्णपणे थांबला. साऱ्या खिंडीत पूर्ववत शांतता पसरली. राजे म्हणाले,

'आमच्या मुलुखातून सत्वर माघारी जायला खानसाहेबांना सांगा. पुन्हा अशी आगळीक करण्याचं धाडस करू नका, म्हणून बजावा. आमच्या राज्यात नागमण्यासारखा हा भाग शोभतो. तो मणी हिरावून घेण्याचं सामर्थ्य कोणाच्याही अंगात नाही. आमच्या कठीण प्रदेशात नुसता कल्पनेचा सुद्धा घोडा नाचविणं कठीण; मग प्रदेश काबीज करण्याची बात कशाला? तो अट्टहास करण्याचं धाडस कुणी करू नये, हे तुम्हांला समजलं असेल.'

वकिलामागे उभा असलेला तरुण एकटक नजरेने राजांच्याकडे पाहत होता. तलवारीवर हात ठेवून तो पुढे सरसावला. नेताजीने तलवारीवर हात ठेवला. राजांनी नेताजीला खुणावले. राजे जवळ येणाऱ्या तरुणाकडे पाहत होते. तो तरुण जवळ आला. त्याने मुजरा केला. राजे तरुणाकडे शांत नजरेने पाहत होते. तरुणाने आपल्या शेल्यात खोवलेली कमरेची तलवार म्यानासह काढून राजांच्या समोर धरली. राजे म्हणाले,

'हे काय?'

'आपला दिलदार स्वभाव पाहून धन्यता वाटली. नाचीजची भेट म्हणून या फिरंगीचा स्वीकार व्हावा.'

राजांच्या चेहऱ्यावर स्मित झळकले. तलवार धरलेले हात ते पाहत होते. त्या तरुणाच्या नजरेला नजर देत राजे म्हणाले,

'तुझ्यासारख्या थोर सेनापतीची तलवार घेणं आम्ही उचित समजत नाही. या क्षणी सत्कार करायला आमच्याजवळ वस्त्रं नाहीत; नाही तर तोही आम्ही केला असता. तुमच्या धाडसाचं कौतुक करतो. औरंगजेबानं 'रायबागन' किताब सार्थपणे तुम्हांला दिला आहे.'

रायबागनचे हात थरथरले. ती म्हणाली,

'महाराज, आपण कसं ओळखलंत?'

'ते कठीण नव्हतं!' राजे म्हणाले, 'गोंदलेलं कपाळ आणि आपले हात पाहून आपण कोण, हे सांगणं कठीण नव्हतं. किंबहुना, तुम्ही जेव्हा आलात, तेव्हाच आम्ही ओळखलं होतं. हे धाडस तुमच्याखेरीज दुसरं कोण करणार?'

रायबागनला शब्द सुचत नव्हते. राजे म्हणाले,

'तुम्ही जा! खानाला दिलासा द्या. तुमच्यासारख्या वीरस्त्रीचं दर्शन घडलं; आणि पवित्र झालो. तुमचा पराक्रम, तुमच्या धैर्याच्या गोष्टी ऐकल्या, की आम्हांला भवानी आठवते. जेव्हा संधी मिळेल, तेव्हा आम्ही आपला यथोचित सत्कार करू. आज ते जमत नसल्यानं आम्ही शरमिंदे आहो.'

वकिलासह रायबागन गेली. जे रूप, जो स्वभाव पाहिला, त्याने ती चकित झाली होती; भारली गेली होती.

खानाने आपली उरलीसुरली फौज गोळा केली; आणि तो माघारी वळला.

दुसऱ्या दिवशी खिंड मोकळी झाली. राजे खिंडीतून जात असता खानाचे पडलेले सैनिक, जनावरे दिसत होती. कामी आलेल्या आपल्या सैनिकांबरोबरच राजांनी खानाच्याही सैनिकांना मूठमाती द्यायला आज्ञा केली.

राजे पुढचा विचार करीत होते. उंबरखिंडीची हकीकत कळल्यावर शास्ताखान अधिक संतापेल, हे राजांना माहीत होते. शास्ताखानाने संतापून परत कोकणची मोहीम काढली, तर ऐन वेळी धावाधाव होऊ नये, म्हणून त्यांनी नेताजी पालकरांना आपल्या फौजेसह बोरघाटात जागरुकीने राहायला सांगितले; आणि राजे राजगडाकडे वळले.

□

३

कहारतलबखानाचा पराभव करून राजे टाकोटाक राजगडावर आले. गडावर येताच त्यांनी आपली उरलेली फौज गोळा करायला सुरुवात केली. प्रत्येक दिवस त्यांना मोलाचा वाटत होता. नजरबाजांना आज्ञा देऊन पुढे पाठविले होते. राजांनी आपल्या सैन्याचे दोन भाग केले. एक भाग राजांच्याकडे होता.

राजांची ही गडबड पाहून जिजाबाईंनी विचारले,

'राजे, एक मोहीम पुरी केलीत. आता थोडी विश्रांती तरी...'

'मासाहेब, विश्रांतीला आता अवसर नाही. शास्ताखानाची सुस्त आमच्या उंबरखिंडीच्या युद्धानं साफ उडाली असेल. नेताजी कोकणात आहेतच. रायगड-महाडपर्यंत ते खानाची हालचाल होऊ देणार नाहीत. आता शास्ताखानाला उसंत, सवड देता उपयोगी नाही. आमचा दरारा खानाला समजायला हवा.'

'मग खानावर चालून जाणार?'

'छे! खानावर आत्ताच चालून जायचं काय कारण? वेळ आली, तर तेही करू. पालवणचा राजा जसवंतसिंह आमची आगळीक काढतो आहे. पन्हाळ्यावर आम्ही अडकलो असता ज्या सुर्व्यांनी आमच्या विरुद्ध शस्त्र धरलं, त्यांना जाब विचारायचा आहे. ज्या टोपीकरांनी आमच्या विरुद्ध तोफा डागल्या, त्यांची असली घातकी

सवय नष्ट करायची आहे. टोपीकरांचा बंदोबस्त आम्ही केला, की खानाला आमच्या ताकदीची खरी जाणीव होईल.'

शंभूबाळ धावत आत आले. राजांनी विचारले,

'काय, छोटे राजे! एवढे धावत आलात?'

'आम्ही तुमच्या बरोबर येऊ?'

'मोहिमेला?'

'हो! मासाहेबांनी आम्हांला ही दिली. ही बघा.' शंभूबाळांनी छोटी तलवार दाखविली.

राजांच्या, जिजाबाईंच्या चेहऱ्यांवर हसू होते. राजांनी शंभूबाळाला कौतुकाने उचलले. ते म्हणाले,

'अजून 'तलवार' म्हणता येत नाही; आणि निघाले मोहिमेला! राजे, खेळायचे दिवस फार थोडे आहेत. खेळून घ्या. पुढं, आम्ही करतो, तोच उद्योग तुम्हांला करावा लागणार आहे.'

शंभूराजांचा हट्ट घालवीपर्यंत राजांची तारांबळ उडाली. ते काही केल्या ऐकेनात. शंभूराजे रडू लागले, तसे राजे अस्वस्थ झाले. जिजाबाई गोंधळलेल्या राजांच्याकडे पाहत होत्या. हसत त्या म्हणाल्या,

'राजे, एवढ्या मोहिमा काढता, बेत आखता; पण साधी मुलाची समजूत काढता येत नाही?'

राजांनी गडबडीने शंभूराजांना जिजाबाईंकडे दिले. संभाजी लाथा झाडीत होता, किंचाळत होता. जिजाबाई मोठ्याने म्हणाल्या,

'बाळराजे, तुम्ही मोहिमेवर जा!'

संभाजी एकदम रडायचा थांबला. डोळे पुशीत, नाक ओढीत तो रागाने राजांच्याकडे पाहून गाल फुगवून म्हणाला,

'आबासाहेब वाईट्ट आहेत!'

जिजाबाई म्हणाल्या, 'असं बोलू नये, बाळराजे!'

राजे म्हणाले, 'मासाहेब, रागीट स्वभाव दिसतो बाळराजांचा... आम्ही वाईट, तर नेणारच नाही तुम्हांला.'

संभाजी परत रडण्याच्या बेतात आला. त्याला कवटाळीत जिजाबाई म्हणाल्या,

'गप ना, बाबा!... बाळराजे, तुम्ही जाणार ना?'

संभाजीने होकारार्थी मान हलविली. संभाजीला समोर उभे करीत जिजाबाईंनी विचारले,

'पण तुमची ढाल कुठं आहे?'

'डाल?' संभाजी विचारात पडला.

'हो! ढाल नाही, तर तुम्ही लढणार कसे?'

संभाजीला उत्तर सुचेना. त्याला जवळ घेत जिजाबाई म्हणाल्या,

'बाळराजे, तुमची ढाल करायला टाकली ना? ती आली, की मग तुम्ही मोहिमेवर जा.'

'मग न्याल?' संभाजीने राजांना विचारले.

राजांनी संभाजीचा मुका घेतला. ते म्हणाले,

'हो. जरूर नेऊ.'

संभाजी आनंदाने पळत गेला. जिजाबाई म्हणाल्या,

'संतापतो. नाही, असं नाही. पण समजावून सांगितलं, तर सारं ऐकतो. असं भोळं, प्रेमळ पोर मिळायचं नाही. अगदी आईच्याच वळणावर गेलंय्.'

सईबाईंची आठवण येताच राजांचं अंग जागच्या जागी ताठरलं. चूपचाप ते महालाबाहेर गेले.

दुसऱ्या दिवशी सकाळी राजे मोहिमेसाठी गडाखाली उतरले. वाटेत फौज येऊन मिळत होती. मुक्कामाबरोबर राजांचे बळ वाढत होते. राजांच्या बरोबर तानाजी मालुसरे, पिलाजी नीळकंठराव हे सरदार होते. राजांनी आपली फौज दक्षिण कोकणाकडे वळविली. उंबरखिंडीतील विजय सर्वत्र पसरला होता. राजे येतात, हे ऐकताच कोकणातील पेठा, धनाढ्य शहरे सहज ताब्यात येत होती. जिंकलेल्या मुलुखावर नवे अधिकारी नेमून राजे पुढे जात होते. राजांना विरोध झाला, तो निजामपूरला. निजामपूर लुटून राजे सरळ दापोलीच्या उत्तरेस असलेल्या पालवणवर चालून गेले.

शिवाजी चालून येतो, हे कळताच पालवणचा राजा जसवंतराव भयभीत झाला. पहाळ्याच्या वेढ्यात तो सिद्दी जौहरच्या मदतीला धावला होता. पालवणच्या जसवंतरावाने सरळ पळ काढला; आणि तो शृंगारपूरकर सुर्व्यांच्या आश्रयाला गेला. राजांनी पालवण काबीज करून दळव्यांचे दाभोळ हे बंदर ताब्यात घेतले. राजांनी चिपळूणला तळ दिला.

चिपळूण परशुराम-देवस्थानाबद्दल प्रसिद्ध. डोंगराच्या माथ्यावर असलेल्या परशुराममंदिरात राजे गेले. त्यांनी यथासांग पूजा केली; ब्राह्मणांना भरपूर दान वाटले; आणि परशुरामाचा प्रसाद घेऊन राजे देवरुखला आले.

शृंगारपूरचे सुर्वे, कुडाळचे सावंत आणि पालवणचे दळवी ही तिन्ही जहागीरवजा राज्ये आपल्याच माणसांची होती. राजांना त्यांच्याशी मैत्री करण्याची इच्छा नव्हती. उलट, ते मिळाले, तर हवे होते. पन्हाळगडच्या वेढ्यात सुर्वे आपल्या विरुद्ध लढले, हा त्यांचा अपराध विसरून राजांनी सुर्व्यांच्याकडे आपला वकील पाठविला; आणि निरोप धाडला :

‘आम्ही स्वारीवर जात आहोत. या मुलुखाच्या रक्षणासाठी संगमेश्वरला थोडी फौज ठेविली आहे. आम्ही मोहीम आटोपून परत येईपर्यंत तुम्ही फौजेकडे लक्ष ठेवावे. काही संकट आले, तर मदत करावी.’

शिवाजीराजांच्या आगमनाने भ्यालेला सुर्वे तो निरोप ऐकून निर्धास्त झाला. त्याने आनंदाने राजांची कामगिरी स्वीकारली. त्याने निरोप पाठविला:

‘मी आपला गुलाम आहे. सेवाचाकरीची संधी मिळते, हे माझं भाग्य समजतो. अपराध क्षमा करून मला संभाळून घ्यावे.’

सुर्व्यांचा निरोप ऐकून राजांना समाधान झाले.

मोहिमेवरून परत येते वेळी सुर्वे यांची समजूत काढून, त्यांना मानाने वळवून घ्यायचे राजांनी ठरविले.

संगमेश्वरच्या फौजेवर तानाजीला नेमले होते. पाठोपाठ पिलाजी नीळकंठही हुकुमाप्रमाणे तानाजीला येऊन मिळाले. त्या दोघांना थोड्या फौजेसह संगमेश्वरला ठेवून राजे राजापूरच्या रोखाने निघाले.

शिवाजीराजे आपले हजार घोडदळ व तीन हजार पायदळ घेऊन राजापुरावर थडकले. राजापुराबाहेर राजांनी तळ दिला. राजापूरची चारी बाजूंनी नाकेबंदी करून रिवाजाप्रमाणे राजांनी आपला वकील राजापुरात पाठविला. जाताना राजांच्या वकिलाने विचारले,

‘टोपीकरांना बोलवायचे?’

‘छे, छे! त्यांना बोलावू नका. ते बिचारे व्यापार-उदीम करून पोट भरतात. आम्ही नंतर त्यांच्या भेटीला जाऊ.’

राजांच्या निमंत्रणानुसार राजापूरचे सधन व्यापारी, सावकार राजांना भेटायला आले. राजांनी खंडणीची मागणी केली; पण काहींनी टाळाटाळ चालविली. राजांनी सर्वांना जाऊ दिले. जे शब्दाला जागणारे होते, अशा व्यापाऱ्यांनी राजांना खंडणी भरली. ते गेले, आणि राजांना वर्दी आली :

‘टोपीकर येत आहेत.’

‘आमच्या भेटीला? आम्ही न बोलावता?’

राजे निश्चल नजरेने शामियान्याच्या दरवाजाकडे पाहत होते. चार-पाच साहेब ऐटीने आत आले. त्यांनी राजांना अदबीने आपल्या पसरट टोप्या काढून अभिवादन केले. राजे पाहत होते. रेव्हिंग्टनबरोबर आलेले रँडॉल्फ टेलर, रिचर्ड टेलर, गिफर्ड, फेरांड, रिचर्ड नेपिअर, सॅम्युएल बर्नार्ड हे इंग्रज राजांना निरखीत उभे होते.

त्या इंग्रजांच्या चेहऱ्यांवर स्मित होते. केसांची झुलपे मस्तकावर खेळत होती. उंच्या पुऱ्या इंग्रजांनी मांड्यांपर्यंत आलेले पांढरे शुभ्र डगले घातले होते. त्यांच्या

खांद्यांवर तांबड्या फितव्या लावल्या होत्या. पायांत अरुंद विजारी आणि पायमोजे होते. टोपीवाल्यांनी आणलेल्या दुभाष्याकडे पाहिले. दुभाष्या मुजरा करून म्हणाला, 'राजे, आपण बंदराबाहेर आला आहात, हे समजताच आपल्या भेटीसाठी हे इंग्रज व्यापारी आले आहेत.'

एक एक टोपीवाल्याची ओळख दुभाष्या करून देत होता. 'हे गिफर्ड. हे हेन्री रेव्हिंग्टन.'

राजांनी मानेने त्यांच्या अभिवादनाचा परत स्वीकार केला. राजे हसून म्हणाले, 'आम्ही न बोलावता आपणहून साहेबमजकूर आले. आम्हांला आनंद वाटला.'

रेव्हिंग्टन म्हणाले, 'आपली मैत्री आम्हांला व कंपनीला मोलाची वाटते.'

दुभाष्या भाषांतर करीत होता.

राजे म्हणाले, 'अस्सं! तसा आपला-आमचा परिचय आहेच!'

साहेब बिथरले.

राजे हसून म्हणाले,

'मिरजेचा तह झाला. आपला जप्त केलेला माल आणि पकडलेले लोक आम्ही बाइज्जत सोडले. कैद केलेले गिफर्ड हेच ना?'

रेव्हिंग्टन हसला. तो म्हणाला, 'हे उपकार आम्ही कसे विसरू?'

राजे संतापले. 'काय कोडगी जात आहे ही! बेशरम! एवढी जाणीव होती, तर मिरजेच्या तहाची शाई कागदावर वाळायच्या आत तोफा घेऊन पन्हाळ्यावर का गेलात? एवढी शब्दाची चाड होती, तर रणांगणावर तुमचं निशाण फडकविताना लाज वाटली नाही?'

विजेचा लोळ उतरावा, तसा भास झाला. रेव्हिंग्टन रुमालाने तोंड पुशीत म्हणाला, 'गैरसमज होतोय्, राजे!'

'चूप! आम्ही सांगतो, तुम्ही पन्हाळ्याला का आलात, ते. सिद्दी जौहरचा बळकट वेढा तुम्हांला माहीत होता. शास्ताखान आमच्या मुलुखात उतरला आहे, हे तुम्हांला माहीत होतं. शिवाजी संपला, असं तुम्हांला वाटलं; आणि तुम्ही तोफा घेऊन उरलेलं कार्य करायला धावलात.'

राजांची संतप्त नजर हेन्री रेव्हिंग्टनकडे वळली. 'रेव्हिंग्टन, तुम्हांला फार दूरचं दिसतं, होय ना? तुमच्याजवळ दूर अंतराची वस्तू अगदी जवळ दिसणारं साधन आहे, म्हणे! तेच घेऊन पन्हाळ्याला आला होता ना?'

मध्येच दुभाष्याकडे वळून राजे म्हणाले, 'दुभाषे, आमचा प्रत्येक शब्द टोपीवाल्यांना जसाच्या तसा सांगा.'

पूर्ववत रेव्हिंग्टनवर नजर वळवीत राजे म्हणाले, 'हं! साहेब, तुम्हांला फार दूरचं दिसतं, यावर आमचा विश्वास नाही. तसं असतं, तर असे वागला नसता; ही

पाळी तुमच्यावर आली नसती.'

राजे क्षणभर खिन्न झाले. दुसऱ्याच क्षणी तिरस्काराने म्हणाले,

'हाच तुमचा व्यापार-उदीम आहे? याचसाठी तुमचा मुलूख सोडून आलात? कसला व्यापार करता? मालाचा, की देशाचा? तुमचा हा व्यापार असेल, तर तो आम्हांला परवडायचा नाही. तो आम्हांला एक दिवस पश्चात्ताप करायला लावील.'

रेव्हिंग्टनकडे पाहत राजे उठले. ते म्हणाले,

'नाही. तुम्हांस क्षमा होणे नाही.'

'राजे, आपण म्हणाल, ती खंडणी...' रेव्हिंग्टन चाचरला.

'खंडणी! काय, उपकार करता काय?' राजे त्वेषाने आसनावरून उठले आणि ओरडले, 'ह्या हरामखोरांना गिरफदार करा. आपला बावटा फडकावून आमच्यावर गोळे उडविल्याचं प्रायश्चित्त त्यांना आणि त्यांच्या कंपनीला मिळायला हवं.'

राजे शामियान्याबाहेर पडले. त्यांनी आपल्या फौजेसह राजापुरात प्रवेश केला. ज्या व्यापाऱ्यांनी खंडणी दिली होती, तेवढे वगळून बाकी सर्व सावकार आणि व्यापारी यांना संपूर्ण लुटण्याची आज्ञा राजांनी दिली. राजांचे लक्ष इंग्रजांच्या वखारीकडे गेले. तटबंदीने बंदिस्त असलेल्या वखारीकडे बोट दाखवून राजांनी आज्ञा दिली,

'टोपीवाल्यांची ही वखार पुरी लुटा! कुदळी लावून, खणती करून लूट करा. जेवढे टोपीवाले सापडतील, तेवढे गिरफदार करा. कुणी शस्त्र उगारलं, तर त्याची गय न करता सरळ कत्तल करा.'

संतापलेल्या राजांचा आवाज एकदम नरम बनला. ते आपल्या शेजारच्या हवालदाराला म्हणाले,

'बाळाजी आवजी नामक माणसाचा जारीनं तपास करा. त्याचा शोध करून त्याला आमच्यासमोर हजर करा.'

राजापूरची लूट सुरू झाल्याचे पाहून राजे परत शामियान्यात आले.

सायंकाळपर्यंत लूट चालली होती. लुटीचा माल राजांच्या समोर येऊन पडत होता. शामियान्याबाहेर लुटीच्या इतर सामानांचे ढीग लागले होते.

पितळ, शिसे, तांबे, लोखंड, कथील, काच, सुवर्ण, चंदन, कस्तूरी, केशर, नाना प्रकारची औषधे, गेंड्यांची शिंगे, राळ, शिलाजित, मेण, मसाल्याचे नाना जिन्नस लुटीमध्ये होते.

राजापुरातील वखारींच्या गाड्या, घोडे, बैल जप्त करून लुटलेला माल आणि अगणित संपत्ती बंदोबस्तात राजांनी गडावर पाठवून दिली. वखारीचे सर्व इंग्रज कैद केले गेले होते. रेव्हिंग्टनला व त्याच्या साथीदारांना सोनगडाला कैदेत ठेवण्याचा

हुकूम दिला. इतर इंग्रजांना दुसऱ्या गडावर कैदेत टाकले. शिवाजीच्या क्रोधाचे पहिले प्रत्यंतर इंग्रजांना आले.

राजे वाट पाहत होते. हवालदार आत आला; आणि त्याने वर्दी दिली, 'हुकुमाप्रमाणे बाळाजी आवजीला आणले आहे.'

राजे अधीर होऊन म्हणाले, 'त्याला आमच्या समोर घेऊन या. आम्ही त्याचीच वाट पाहत होतो.'

बाळाजी आवजीला आणले गेले. राजे त्या तरुणाकडे पाहत होते. बिचारा घाबरून थरथर कापत होता. राजांच्या कानांवर स्त्रीचे रडणे पडले. त्यांनी विचारले, 'कोण रडतंय्?'

'बाळाजीची आई आहे, महाराज!'

'त्यांना आत पाठवा.'

एका वृद्धा धावतच आत आली. तिच्या बरोबर तिघे होते. त्या बाईने एकदम राजांचे पाय धरले. ती म्हणाली,

'राजे! आम्ही गरीब! आमच्याजवळ काही नाही, हो!'

राजांनी त्या वृद्धेला उठविले. ते म्हणाले,

'आई! काळजी करू नका. आम्ही तुमच्या बाळाजीला कामासाठी बोलावलं आहे; गुन्हा केला, म्हणून नव्हे.'

त्या बाईला धीर आला, ती म्हणाली,

'राजे, काय सांगू माझी कर्मदशा? माझे मालक सिद्दीकडे दिवाण होते. सिद्दीची मर्जी फिरली. त्यांनी माझ्या मालकांना, दिरांना मारलं; आणि मला, माझ्या तीन मुलांना गुलाम म्हणून विकायला पाठविलं. राजे, खलाश्यांना माझी दया आली. त्यांनी आम्हांला मस्कतला न नेता राजापूरला आणलं. इथं माझा भाऊ व्यापार करतो. त्याचं नाव विसाजी शंकर. त्यानं ओळख न दाखविता आम्हांला विकत घेतलं. त्याच्याच आश्रयानं आम्ही पोरं जगवितो.'

'ती पाळी आता येणार नाही.' राजांनी आश्वासन दिले; व मागे उभ्या असलेल्या प्रौढ गृहस्थाकडे वळून राजांनी विचारले, 'तुम्ही यांचे भाऊ विसाजी शंकर ना?'

'जी!'

'व्यापार करता?'

'होय, महाराज!'

राजे खेळकरपणे म्हणाले, 'मग तुमचीही लूट झाली असेल, नाही?'

'नाही, महाराज!'

'का झाली नाही?'

'मी आधीच खंडणी भरली, महाराज!'

'अस्सं!' राजे चिटणिसांना म्हणाले, 'चिटणीस, यांची खंडणी परत करा. ही आपली माणसं आहेत. यांना कौल देऊन, कसली तकलीफ होत नाही, हे पाहा.'

बाळाजीकडे वळून राजे म्हणाले, 'बाळाजी, इथले जुलूम, अत्याचार यांचं जे पत्र तुम्हीच आमच्याकडे रवाना केलंत, त्याची खात्री तुमच्या मातोश्रींच्या कथा ऐकून झाली. ते पत्र तुम्हीच लिहिलंत ना?'

'जी!'

'तुमचं हस्ताक्षर आम्हांला आवडलं. आम्ही नुसत्या धनासाठीच मोहिमा करतो, असं नाही. आमच्या राज्याकरिता तुमच्यासारख्या गुणी माणसांचीही जरूर भासते. तुम्ही आमच्या पदरी यावं, अशी आमची इच्छा आहे.'

'ते माझं भाग्य समजेन, महाराज!'

बाळाजींनी पाय शिवले. राजे म्हणाले,

'उठा! तुम्ही, तुमचे बंधू आणि तुमच्या आई, सर्व मिळून राजगडावर चला... चिटणीस, यांना खर्चाची रक्कम द्या. राजगडावर तुमचं काम सांगू.'

राजांना बाळाजी आवजी दप्तरी आल्याचे समाधान वाटत होते.

□

४

राजापूरची व्यवस्था लावून राजे तळ उठविण्याचा विचार करीत होते. हातासरशी पुढचा मुलूख काबीज करण्याचा त्यांचा इरादा होता. तोच संगमेश्वरहून विठोजी आल्याची वर्दी आली. विठोजी सांगत होता, त्यावर राजांचा विश्वास बसत नव्हता. विठोजी सांगत होता :

'संगमेश्वरला आपल्या हुकुमाप्रमाणे तानाजीची व पिलाजीरावांची फौज तळ देऊन होती. आणि फौज बेसावध असताना रात्री अचानक पालवणचे राजे जसवंतराव यांनी व शृंगारपूरच्या सुर्व्यांनी छावणीवर हल्ला केला. तीन तास लढाई चालली. तानाजीनं शर्थीनं लढत दिली. पहाट होत असता सुर्वे पळून गेले.'

याच सुर्व्यांना राजांनी अभय देऊन, संगमेश्वरच्या छावणीवर लक्ष ठेवायला सांगितले होते. सुर्व्यांनी फार चांगले लक्ष ठेवले. ती बातमी समजताच राजांनी राजापूरचा तळ उठविला आणि ते माघारी वळले.

राजांनी संगमेश्वर गाठले. राजे तळावर येत आहेत, हे कळताच तानाजी पुढे आले. सर्वांच्या चेहऱ्यांवर आनंद दिसत होता. राजे साऱ्यांचे कौतुक करीत होते. सुर्व्यांच्या हल्ल्याला ज्या धैर्याने लढत दिली, तिचा अभिमान राजांनाही होता. राजांनी विचारले,

'तानाजी, तुम्ही भेटलात; पण आमचे दुसरे सेनापती पिलाजीराव कुठं आहेत?'

तानाजी हसला. साऱ्यांच्याच चेहऱ्यांवर ते हसू होते. तानाजी म्हणाला,

‘राजे, ते तुमच्या म्होरं यायला लाजत्यात.’

‘का?’

‘त्यांस्नी मी दगडाला बांधलं, म्हनून!’

‘दगडाला बांधलं?’ राजांनी आश्चर्याने विचारले, ‘पण का?’

‘राजे, रातीचं गनीम अचानक उतरलं! सारी छावणी बेसावध. काय व्हतंय्, कोन आलं, कळीपातूर जरा गोंधळ झाला. आन् काय! पिलाजी नीलकंठाला सांगाया म्हनून गेलो, तं गडी पसार!’

‘पसार! म्हणजे?’

‘बामन लागला की पळाया! मग काय करनार? तस्सा गेलो, आनी पळणाऱ्या पिलाजीला गाठलं. म्या म्हनालो, ‘अरं! इथं सारी आपली मानसं रगत सांडत्यात, आन् पळतोस कुठं?’ पर ऐकंच ना! मग घेतलं वालं, आनी बांधला दगडाला. म्या म्हनालो, ‘बग, कशी लडाई असतीया, ती!’ ’

सारे हसले. पण राजे गंभीर होते. ते म्हणाले,

‘पिलाजीरावांना बोलवा.’

थोड्या वेळाने शरमिंदा झालेला पिलाजी समोरून येताना दिसला. पिलाजी म्हणजे पुरंधरच्या नीळकंठरावांचे वंशज. राजांनी पुरंधर घेतल्यानंतर ते घराणे राजांच्या पदरी होते. जवळ येऊन पिलाजीरावांनी मुजरा केला. राजे त्यांना जवळ घेऊन पाठीवर थोपटीत म्हणाले,

‘पिलाजीराव, शरमायला नको! पहिल्या लढाईत हे असंच होतं. आम्ही अफझलवध केला. यश घेऊन गडावर आलो, तरी आमच्या अंगचा कापरा गेला नव्हता. तानाजी, पुढं प्रसंग येऊ दे. बघा, आमचे पिलाजी केवढी तडफ दाखवितात, ते! ताज्या दमाची मुलं! छाती भरवून घ्यायला लागते.’

राजे शृंगारपूरच्या सूर्यराव सुर्व्यांवर फार संतापले होते. ते तानाजीला म्हणाले,

‘तानाजी, सुर्वे कुठं आहेत? काही खबर?’

‘राजे, तो शृंगारपूरलाच गेला. फौज घेऊन तिथंच हाय.’

‘बेत काय?’ राजांनी विचारले.

‘बेत?’ तानाजी त्वेषाने म्हणाला, ‘राजे, हुकूम नव्हता, म्हणून गप्प बसलो. न्हाई तर एक डाव मला शृंगारपूर बघायचं होतं.’

‘ते नंतरही बघायला मिळेल. तानाजी, हे सुर्वे, सावंत आपली माणसं. चुकली, तरी सुधारतात का, ते पाहायला हवं. त्यांना संधी मिळायला हवी.’

‘मग ती दिलीसाच की! पन्हाळ्याला हे दोघंबी तलवार घेऊन उठले. ते मनात ठेवलं न्हाईसा. उलट, त्यांस्नीच छावनीवर नजर ठेवायला सांगितलासा. चांगलं पांग फेडलं त्यानं.’

'सबुरीनं घे, तानाजी! जे जसवंतरावाचं झालं, ते सुर्व्यांचं करायला अवघड जायचं नाही. पण अजून संधी देऊ.'

राजांनी आपला वकील सुर्व्यांकडे पाठविला. राजांचा निरोप होता :

> 'सूर्यराव, कारण नसता तुम्ही विश्वासघाताने आमच्या छातणीवर हल्ला केलात, याचे आम्हांला दुःख आहे. हे वर्तन अक्षम्य आहे. असे असूनही आम्ही ते मनावर घेत नाही. आमच्याशी बेइमानी करणाऱ्या जसवंतरावाला तुम्ही आश्रय दिला आहे. त्या जसवंतरावाचा मुलूख काबीज करण्यासाठी आम्ही सिद्ध झालो आहो. आमचा निरोप पोहोचताच तुम्ही आम्हांस पालीस येऊन मिळावे. आमच्या मनात काही राहणार नाही.'

राजांनी उदार मनाने हा निरोप पाठविला. सूर्यरावाने वकिलाला 'तुम्ही पुढं जा, आम्ही मागोमाग येतो,' म्हणून निरोप पाठविला.

राजांनी आपले सर्व सैन्य पालीकडे वळविले. पालीचा जसवंतराव तर केव्हाच सूर्यराव सुर्व्यांच्या आश्रयाला गेला होता. पाली काबीज झाली. तिथला चित्रदुर्ग ताब्यात घेऊन राजांनी त्याला 'मंडणगड' हे नाव दिले. नव्या नेमलेल्या गडकऱ्याला त्याची तटबंदी करून घ्यायला सांगून राजे पुढे निघाले.

पालीचा मुलूख ताब्यात घेतला, तरी सूर्यराव आला नाही. राजांचा सारा संयम सुटला. ते म्हणाले,

'सुर्व्यांची ही घमेंड! तानाजी म्हणाला, तेच खरं. यांना माणसासारखं वागवून चालत नाही. त्यांना गुरांसारखंच वागविलं पाहिजे! तीच त्यांची लायकी आहे.'

'आन् जसवंतरावाचं काय?' तानाजीने विचारले.

राजे हसले. म्हणाले, 'जसवंतराव! सुर्व्यांचाच ठिकाणा राहणार नाही, तर त्यांच्या आश्रयाला गेलेले जसवंतराव काय सुटतात? तानाजी, पुराणात एक कथा आहे- इन्द्राय स्वाहा, तक्षकाय स्वाहा! जनमेजय राजानं सर्पयज्ञ केला. सारे होमात आले. पण तक्षक- तो इंद्रामागे दडला. जनमेजयाला जेव्हा ते कळलं, तेव्हा त्यानं आज्ञा केली- 'इंद्रासह तक्षकाला बोलवा.' पालवणकर आणि त्यांचे इंद्र सुर्वे- दोघांचीही गत आता तीच होणार आहे.'

उन्हाळ्याचे दिवस. कोकण भाग. पुष्कळ उकाडा होता. राजे पालखीतून जात होते. फौज प्रभावळीकडे चाल करीत होती. राजे प्रभावळीजवळ पोहोचले, तरी कुठे प्रतिकार झाला नाही. राजे पालीकडे गेले, हे कळताच सुर्वे बेसावध झाले. त्यांनी गोळा केलेली फौज सोडून दिली. आणि त्यानंतर 'शिवाजी येतो,' ही बातमी सुर्व्यांना मिळाली. जसवंतरावाचे आणि सूर्यरावांचे बळ सरले. बातमी येताच आपली चीजवस्तू, घरची माणसे घेऊन दोघे शृंगारपूर सोडून जीव घेऊन पळून गेले.

राजांना ही बातमी समजली. ते उद्गारले,

'भ्याड! नामर्द!'

राजांनी शृंगारपुरात प्रवेश केला. त्या ओसाड गावातून राजे सुर्व्यांच्या वाड्यात गेले. वाड्याचा फौजेने कबजा घेतला; आणि राजे वाड्यात शिरले. समोर सुर्व्यांचे उच्चासन- मसनद होती; पण तिचा मालक केव्हाच पळून गेला होता. राजांनी त्वेषाने ती गादी लाथेने उडविली. राजे म्हणाले,

'आता सुर्व्यांना परत या गादीची जरुरी पडणार नाही.'

राजांनी शृंगारपूर आणि प्रभावळ ही सुर्व्यांची दोन्ही ठाणी काबीज केली. प्रभावळीचा सुभा त्र्यंबक भास्करांना सांगून राजे राजगडाच्या वाटेला लागले.

□

५

कोकणची मोहीम आटोपून राजे राजगडाकडे येत होते. राजांनी येताना महाडात दोन दिवस मुक्काम केला; देवदर्शन घेतले; आणि विश्रांती घेऊन ते राजगडावर आले.

उन्हाळा संपला. मृग आला. गडावरील झडी बांधून घेतल्या गेल्या. पावसाळ्याचे सर्व सामान, लाकूडफाटा गडावर भरला जात होता. पूर्वेकडचे वारे थांबले होते. पश्चिमेकडची झड सुरू झाली. काळ्या ढगांची छपरी पूर्वेकडे सरकू लागली... आणि एके रात्री पाऊस पडू लागला. पागळ्या झडू लागल्या. पावसाने जम बसविला. उसंत न देता पावसाच्या सरी कोसळू लागल्या. गडाचे वातावरण कुंदावले. राजे या उसंतीत झालेल्या मोहिमांचे तपशील, खर्च, जामदारखान्याचे हिशेब समजावून घेत होते.

एके दिवशी मोरोपंतांनी येऊन सांगितले,

'राजे, आपल्या आज्ञेप्रमाणे श्रीभवानीची मूर्ती तयार झाली आहे. आपली आज्ञा होईल, तर गडावर आणण्याची व्यवस्था होईल.'

राजे आनंदले. ते म्हणाले,

'ज्याचा ध्यास लागतो, अशी कोणतीही गोष्ट तुम्हांस सांगावी... मग ती तटाची तटबंदी असो, आमच्या निवासाचा वाडा असो, राजकारणाचा गुंता असो, किंवा आमच्या श्रद्धेची बाब असो. तुम्हांला सांगितलं, की आमची इच्छा पुरी झालीच, असं आम्ही समजतो.'

मोरोपंत म्हणाले, 'असं आपल्याला वाटतं. यापरता आनंद नाही.'

राजांनी सांगितले, 'पंत, चांगला दिवस पाहा. श्रीभवानीची मूर्ती वाजत-गाजत गडावर येऊ दे. आमच्या बरोबरच साऱ्यांना दर्शन घडेल.'

'जशी आज्ञा!'

'आणि हे पाहा! तो बाळाजी आवजी आला आहे ना? कसा आहे?'

'तल्लख बुद्धी आहे. हस्ताक्षर नामी आहे. थोड्याच दिवसांत कारभार पाहून तयार होईल.'

'आमची तीच अपेक्षा आहे. त्याला आणि त्याच्या घरादाराला काही उणे पडू देऊ नका.'

'जशी आज्ञा!'

सकाळपासून वाड्यात गडबड सुरू होती. मुदपाकखान्यात पाच-पंचवीस बाया पुरणाच्या पोळ्या लाटीत बसल्या होत्या. सगळ्या वाड्याची स्नाने सूर्योदयाबरोबरच झाली होती. वाड्याच्या सदरेत साफसफाई चालली होती. बाहेर उघडीप होती. वाड्यात सारखी वर्दळ होत होती.

राजे संभाजीराजांच्यासह बाहेर पडले. मोरोपंत वगैरे माणसे गडाखाली गेली होती. राजे आपल्या माणसांसह गड उतरत होते. सूर्योदयानंतर थोड्या वेळाने राजे गडाखाली पोहोचले. मोरोपंतांनी गडाखाली मोठा थाट मांडला होता. भव्य सुशोभित पालखीभोवती अब्दागीर, चवऱ्या घेऊन लोक उभे होते. एका पांढऱ्या शुभ्र घोड्याला सजविले होते. पायांत चांदीचे तोडे, गळ्यात रौप्यकोयरीच्या माळा घातलेले ते उमदे जनावर मोतद्दाराच्या हातात उभ्या जागी पाय नाचवीत होते. भजनी दिंड्या, कर्णे, शिंगे, वाजंत्री यांचा थाट पालखीबरोबर होता.

राजे पालखीजवळ गेले पालखीत देवी भवानीची मूर्ती ठेविली होती- काळ्याभोर दगडाची, अष्टभुजा, शांत नजरेची. राजांची नजर मूर्तीवर खिळून राहिली. राजे उद्गारले,

'सुरेख!'

पालखी उचलली गेली. गुलाल उधळला गेला.

'उदे, ग, अंबे, उदे ऽ ऽ'

सारे वातावरण भरून गेले. टाळ-मृदंग खणखणू लागले. भजनाचे सूर उठू लागले.

सर्वांपुढे घोडा होता. त्याच्या मागे वाजंत्री वाजत होती. पाठीमागे भजनी दिंड्या उभ्या होत्या. पालखीला सुरुवातीला पाच पावले राजांनी खांदा दिला. पालखीमागून सारे सरदार, मावळे राजांच्या बरोबर अनवाणी चालत होते. पालखी संजीवनी माचीवरील देवळासमोर आली. राजांनी देवीला नारळ ठेविला. तेथून पालखी चालू लागली, आणि जोरदार पावसाची सर आली. राजांच्यावर अब्दागीर धरायला हशम धावला. राजे म्हणाले,

'अरे, नको! मोहिमांत भिजतो; एकदा देवीच्या आशीर्वादात भिजू दे. निसर्ग सुद्धा देवीभक्तच आहे. अशा प्रसंगी तो चार फुलं उधळल्याखेरीज कसा राहील?'

पालखी गडावर आली. बालेकिल्ल्यात ती आली, आणि पालखीचा नूर बदलला. पालखीसमोर वीर उतरू लागले. करड्यांच्या तालावर दांडपट्टा, विटा, तलवार फिरू लागली. पालखीची गती पावलापावलाला मंद होऊ लागली. पावसाच्या सरीत भिजलेल्या कपड्यांवर गुलाल फाकू लागला.

पालखी प्रथम चौकात आली. मूर्ती सदरेवर आणली गेली. जिजाबाईंनी व राणीपरिवाराने पालखीची खणानारळांनी ओटी भरली. रात्री देवीच्या गजरात देवीची गाणी वाड्यात घुमली. संबळ-तुणतुण्यांच्या आवाजात आणि पलोत्यांच्या प्रकाशात पहाट झाली.

राजांनी मोरोपंतांना देवीची स्थापना करण्याची आज्ञा दिली. मोरोपंत म्हणाले,

'महाराज, पावसाचे दिवस. आपल्याला उसंत नाही. उसंत मिळाली, की स्थापना करू. तोवर पावसाळाही संपेल.'

'मोरोपंत, आम्ही संकटात भिजत असता, देवीनं विलंब न करता, आमचं रक्षण केलं; आणि आम्ही देवीच्या स्थापनेला खोळंबून ठेवायचं? जशी आजवरची संकटं तिच्या आशीर्वादानं टळली, तशीच पुढचीही टळतील. या कामात दिरंगाई नको. देवीस्थापनेचा सोहळा पाहायची आमची फार इच्छा आहे. त्यासाठी मन आतुर आहे.'

प्रतापगडावर मंदिर पुरे होत आले होते. पालखी सन्मानाने प्रतापगडाकडे रवाना झाली. बरोबर मोरोपंत गेले. देवीस्थापनेचा दिवस आला. भर पावसातही राजगडावरून प्रतापगडाकडे मेणे निघाले. राजे सहकुटुंब, सहपरिवार प्रतापगडावर गेले. मोठा उत्सव करून राजांनी देवीची स्थापना केली. देवीचा प्रसाद आणि भोसल्यांचे भूषण म्हणून राजांनी कवड्यांची माळ धारण केली. राजे स्वत: देवीचे भोपे बनले.

देवीस्थापना करून राजे राजगडावर परत आले.

□

६

सकाळच्या वेळी सोयराबाई महालात आल्याचे पाहून राजांना आश्चर्य वाटले.

'राणीसाहेब, आजचा दिवस भाग्याचा दिसतो.'

'का बरं?' सोयराबाईंनी हसत विचारले.

'आज सकाळीच आपलं दर्शन घडलं.'

'का? सकाळी येऊ नये?'

'असं कुठं आम्ही म्हटलं? नेहमी आपली स्नानपूजा व्हायला पुष्कळ वेळ लागतो. त्यामुळं आम्ही विचारलं.'

सोयराबाई हसल्या. त्या म्हणाल्या,

'आज भल्या पहाटेच जाग आली. नंतर झोप आलीच नाही.'

सोयराबाईंच्यावर नजर खिळवीत राजांनी विचारले,

'स्वप्न तर पडलं नाही ना?'

'हो ना! तेच सांगणार होते. आज स्वप्नामध्ये थोरले मामासाहेब महाराज आले होते.'

'कोण? महाराजसाहेब?'

'हो!'

'फार चांगलं स्वप्न आहे. आम्हांलाही अलीकडे त्यांची फार आठवण होते. शंभूबाळ कुठं आहेत?'

सोयराबाईंचे हसणे विरले.

'असतील मासाहेबांच्याकडे, नाही तर धाकट्या महाली. त्यांचा ओढा आमच्याकडे कमीच.'

'मुलाची जात. माया लावावी, तशी लागते.'

सोयराबाईंनी गडबडीने विषय बदलला.

'मी विसरलेच सांगायला. मासाहेब म्हणाल्या- तुमची तयारी झाली का, पाहून ये. बहुतेक मासाहेब इकडे येणार असतील.'

'मासाहेबांनी कशाला यायला हवं? चला, आपणच तिकडे जाऊ.'

राजे मासाहेबांच्या महाली आले, तेव्हा मासाहेब सचिंत बसल्या होत्या. राजे जाताच त्या म्हणाल्या,

'राजे, माणकोजींची तबियत बिघडली आहे. जास्त झालंय्, म्हणून कळतं.'

'केव्हा?'

'मघाच मोरोपंत सांगत होते. त्यासाठी तुमची चौकशी केली.'

'माणकोजींना परवाच आम्ही भेटून आलो. फार थकलेत.'

'वय झाले. त्यात ही पावसाळी हवा.'

'आम्ही गडाखाली जाऊन येतो.'

राजे गडाखालच्या शिवापूरला गेले. बरोबर मोरोपंतही होते. माणकोजींची तब्येत जास्त खालावली होती. राजांचा हात धरून माणकोजी कष्टाने म्हणाले,

'राजे, खानाचा जुलूम लई वाडलाय्. त्याला आवराय् पायजे.'

एवढी प्रकृती ढासळलेली असूनही राज्याची काळजी घेणारे माणकोजी पाहून राजे गहिवरले. ते म्हणाले,

'माणकोजी, तुम्ही बरे व्हा. आम्ही सर्व करू.'

'राजे! आता बरी व्हनारी आमी माणसं न्हवं. आता वय झालं.'

'माणकोजी, असं बोलू नका. तुमच्यासारख्या वडीलधाऱ्या माणसांचे आशीर्वाद

नसले, तर हाती घेतलेलं काम तडीस जाणार कसं?'

'महाराज, याची काळजी आमाला न्हाई. तुमी सारं करशिला. आमचा भरोसा कसला? तुमी भेटला; बरं झालं. मासाहेबांना मुजरा सांगा.'

राजांनी माणकोजींचा निरोप घेतला. वैद्यांना माणकोजींच्याकडे लक्ष ठेवायला सांगून राजे खिन्न मनाने गडावर येत होते.

कान्होजी गेले. माणकोजीही टिकतील, असे वाटत नव्हते. दादोजी, कान्होजी, माणकोजी हे तीन आधार तुटले, तर कसं व्हायचं?

त्याच विचारात राजे पद्मावती माचीवर आले. देवीदर्शन घेऊन ते बाहेर आले, तेव्हा देवळाच्या समोरच्या अंगणात मोरोपंत उभे होते. त्यांच्या शेजारी कानात भिकबाळी घातलेला, रुमाल बांधलेला, गोऱ्या रंगाचा, तिशीच्या वयाचा एक गृहस्थ उभा होता. त्याने राजांना लवून नमस्कार केला. राजांनी मोरोपंतांना विचारले,

'मोरोपंत, हे कोण?'

मोरोपंतांनी अदबीने सांगितले, 'हे मोसा खोऱ्याचे कुलकर्णी. आपली भेट व्हावी, म्हणून आले आहेत.'

राजांनी कुलकर्ण्यांना विचारले, 'कशासाठी आमची भेट व्हावी?'

तो कुलकर्णी हात जोडून म्हणाला, 'महाराज, घरची परिस्थिती अत्यंत कठीण आहे. आम्ही तीन भाऊ. मी धाकटा. पण दारिद्र्यामुळं एकाचंही लग्न होऊ शकलं नाही. आम्ही ब्राह्मण. भिक्षा मागणं उचित नाही. फडामध्ये जागा मिळेल, तर योगक्षेम चालेल. एका गरिबाला वाचविल्याचं पुण्य पदरी पडेल.'

राजे त्या तरुणावरची दृष्टी न हलविता ते बोलणे ऐकत होते. राजांनी विचारले,

'तुम्ही कुलकर्णी ना? मग तुमच्या वतनाचं काय झालं?'

त्या प्रश्नाबरोबर त्या तरुणाच्या चेहऱ्यावर भीती तरळली. भयभीत होऊन तो म्हणाला,

'महाराज, माझी कुणाविरुद्ध तक्रार नाही. जे नशिबी होतं, ते होऊन गेलं. पायांशी चाकरी मिळावी.'

राजांनी परत विचारले, 'तुमच्या वतनाचं काय झालं? न भिता आम्हांला सर्व सांगा.'

कुलकर्ण्यांनी आवंढा गिळला. 'महाराज, आम्ही कुलकर्णी, हे खरं! घरात कुलकर्णीपण असून, जोशीपण असूनही वडिलार्जित कर्जामुळं निर्वाह होणं कठीण झालं. कर्ज काढावं लागलं. त्या कर्जाचं व्याज चार-पाच वर्षांत एवढं वाढलं, की कर्जापायी जोशीपण आणि कुलकर्णीपण सावकारांना लिहून द्यावं लागलं. आज सारं घर रस्त्यावर आलं.'

राजे हसले. त्या तरुणावरची नजर न काढता त्यांनी विचारले,

'सावकारांची हुशारी आणि वतनदारांचा अजागळपणा यांचा सुरेख संगम तुमच्या कहाणीत दिसतो. एवढा धूर्त सावकार कोण भेटला तुम्हांला?'

ज्या प्रश्नाला कुलकर्णी भीत होता, ते संकट टाळल्याने टळत नव्हते. कुलकर्णी म्हणाले,

'महाराज, माझी कुणाविरुद्ध तक्रार नाही.'

राजे किंचित कठोरपणे बोलले, 'आम्हांला सावकाराचं नाव हवं आहे.'

हताशपणे कुलकर्ण्यांने सांगितले,

'आपले पेशवे, शामराज नीळकंठ. तेच आमच्या वतनाचे मालक झाले आहेत.'

ते ऐकून राजे चकित झाले. त्यांनी एक वेळ मोरोपंतांच्याकडे पाहिले. मोरोपंतांची मान खाली झुकली होती. राजांनी मोरोपंतांना सांगितले,

'पंत, यांना फडामध्ये गुंतवून घ्या; आणि आम्हांला नंतर येऊन भेटा.'

सायंकाळी राजांच्या खास महालात मोरोपंत आले. राजांनी त्यांना सांगितले,

'मोरोपंत, अंतःस्थपणे शामराज नीळकंठ यांची चौकशी करा. ह्या वतनांच्या काय गफलती आहेत, हे आम्हांला सांगा. त्याची वाच्यता कुठंही होऊ देऊ नका.'

त्यानंतरचे चार-पाच दिवस राजे पुरे बेचैन होते. जिजाबाईंच्या ध्यानी ते यायला वेळ लागला नाही. त्यांनी राजांना कारण विचारले. महालात दुसरे कोणी नव्हते. राजांनी सांगितले,

'मासाहेब, तसं काही संकट नाही. आपण चिंता करू नये.'

'राजे, आम्हांला फसवता?' जिजाबाईंनी विचारले.

राजांनी पाहिले. जिजाबाईंच्या चेहऱ्यावर हसू होते. ते हास्य पाहून राजे गडबडीने म्हणाले,

'मासाहेब, गैरसमज होतो. चिंता आहे खरी; पण ती परचक्राची नाही, एवढंच मला सांगायचं होतं.'

'मग दुसरी कसली चिंता?'

'मासाहेब, वतनदारीबद्दल आम्हांला केवढा तिटकारा आहे, हे आपण जाणता. ही वतनं नाहीशी करावीत, प्रजा सुखी व्हावी, म्हणून आम्ही धडपडतो; आणि खुद्द आमचीच माणसं सावकारी करून वतनं मिळवू लागली, तर काय करायचं?'

'राजे, आपल्याला कुणी तरी खोटं सांगितलं असेल.'

'आम्हांला सुद्धा तीच आशा आहे. असं ठरलं, तर त्यात आम्ही आनंद मानू. पण खरं ठरलं, तर?'

'अशी माणसं फडात बाळगून चालणार नाही.' जिजाबाई शांतपणे म्हणाल्या.

राजांनी एकदम जिजाबाईंच्याकडे पाहिले. राजांच्या चेहऱ्यावर स्मित प्रकटले.

'मासाहेब, तुमचे बोल आम्हांला सदैव धीर देतात.'

त्यानंतर दोन दिवसांनी मोरोपंतांनी राजांना सर्व खबर दिली. राजांनी सदर भरविण्याचा हुकूम दिला. सायंकाळी राजे सदरेवर आले. सदरेत पेशवे, अमात्य, डबीर यांखेरीज नेताजी, येसाजी कंक ही खासे मंडळी उपस्थित होती. पेशवे शामराज नीळकंठ अस्वस्थ होते.

राजांची बेचैनी त्यांच्या ध्यानी आली होती. शामराज नीळकंठ जंजिऱ्याच्या मोहिमेवरून परत आले होते. जंजिऱ्याच्या मोहिमेत आलेले अपयश त्यांच्या मनाला डाचत होते. सिद्दी खैर्यतच्या डावाला फसून त्यांनी नामुश्की पदरी घेतली होती. राजांनी एवढ्या तातडीने सदर का भरवावी, हा प्रश्न साऱ्यांच्या चेहऱ्यांवर उमटला होता.

राजे सदरेवर आले. राजांची चर्या गंभीर होती. राजांच्या पाठोपाठ जिजाबाई सदरेवर आल्या. राजांनी त्यांना उत्थापन दिले. आपल्या हातांनी त्यांना बैठकीवर बसवून राजे शेजारी बसले.

जिजाबाईंनी राजांना विचारले,

'राजे, आज सदर भरवलीत? माणकोजींची तब्येत जरा...'

'त्यांची काळजी करण्यासारखं काही राहिलं नाही. ते तृप्त आहेत. असलीच, तर राज्याची काळजी त्यांना आहे. अशी निष्ठावंत माणसं मिळणं कठीण!'

'मग आजची सदर...'

'खास आमचे पेशवे शामराजपंत यांच्याकरिता भरविली आहे.'

साऱ्यांच्या नजरा शामराजपंतांच्याकडे वळल्या. आपले उपरणे सावरीत शामराजपंतांनी विचारले,

'महाराज, माझ्यासाठी...'

'हो! तुम्ही दौलतीची अनुभवी, मुरब्बी माणसं. जेव्हा आमच्या मनात शंका येते, तेव्हा तुमच्याखेरीज कुणाला सल्ला विचारणार?'

'जी!' शामराज म्हणाले.

'आम्हांला वतनदारीचा तिटकारा आहे, हे तुम्ही जाणता. त्यासाठी मिरासदारांचा रोष पत्करून आम्ही रयतेला सुखी केलं. जमीनदारांना नगद गल्ला व नक्त गाव बांधून दिले. देशमुख, देशकुलकर्णी, पाटील यांस हक्क बांधून दिले, हेही तुम्ही जाणता.'

'जी!'

'हे कशासाठी केलं?... हे रयतेला नागवतात. पदरी फौज बाळगून, वाडेहुडे बांधून राहतात. सांगावयास गेलं, तर शत्रूला मिळतात. प्रजा आणि राजा दोन्ही त्रस्त होतात. याचसाठी आम्ही नामांकित वाडे आमच्या हाती घेऊन इतर मिरासदार वाडे पाडले ना?'

'जी!'

'जी काय म्हणता?' राजांचा आवाज करडा बनला. शामराजपंतांवर नजर रोखीत ते बोलू लागले, 'एका बाजूला ही वतनदारी नष्ट करण्याचे आम्ही प्रयत्न करीत असता, तुम्ही पेशवे असून, वतनाची हाव धरू लागलात?'

शामराजपंतांचे डोळे खाडकन उघडले. राजांचे बोल त्यांच्या कानी पडत होते :

'कशासाठी हे केलंत?'

'महाराज, गैरसमज होत आहे. कुणी तरी खोटी अदावत आमच्यावर घेतली आहे.' शामराजपंत धीर करून म्हणाले.

'शामराजपंत, एक खोटेपणा केलात; आता दुसरा करू नका. मोसे खोऱ्यातील कुलकर्णी वतनावर तुम्ही नजर ठेवलीत. पेशवाईच्या सत्तेवर कुलकर्णीपण बळकावलंत. हे खोटं?'

शामराजपंतांनी आवंढा गिळला. ते म्हणाले,

'महाराज, हा अन्याय...'

'अन्याय? तुमच्यावर? शामराजपंत, तुमच्या कृत्यानं आमची मान शरमेनं खाली झुकली आहे. पेशव्यांच्या आरोपाची चौकशी करण्यासाठी कुलकर्ण्यांना सदरेवर साक्षीसाठी बोलवावं, ही तुमची इच्छा असेल, तर आम्ही तेही करू.' राजांची नजर मोरोपंतांच्याकडे वळली. 'मोरोपंत, त्या कुलकर्ण्यांना सदरेवर बोलवा.'

मोरोपंत सदरेबाहेर जायला निघालेले पाहताच शामराजपंत घाबरून गडबडीने म्हणाले,

'महाराज, क्षमा असावी!'

राजांनी मोरोपंतांना थांबण्याची इशारत दिली. त्या प्रकाराने जिजाबाई मात्र गोंधळून गेल्या होत्या. त्यांच्या ध्यानी काही येत नव्हते. त्यांनी विचारले,

'शिवबा, हा काय प्रकार आहे?'

राजे उदासपणे हसले. म्हणाले,

'मासाहेब, सांगताना सुद्धा शरम वाटते. हे आमचे पेशवे; पण राज्याच्या प्रधानपदावर राहूनही यांचं मन तृप्त नाही. ह्यांना वतनाची हौस वाटली. बळजबरीनं यांनी कुलकर्णी वतनं सावकारीच्या बळावर बळकाविली. आज आमचे पेशवे वतनदार बनले आहेत. ज्या घरात कुलकर्णीपण, जोशीपण चालत होतं, ते घर अन्नाला मोताद होऊन आमच्या आश्रयाला येतं. ब्राह्मण असूनही भिक्षा मागायची पाळी

त्यांच्यावर आली आणि हे सारं आमच्या पेशव्यांच्या कृपेमुळं झालं.'

'एक वेळ गुन्ह्याची माफी असावी. आपली आज्ञा म्हणून मी वतनं परत करतो.'

'हा निर्णय ठीक. तसं तुम्हांला करावंच लागेल. शामराजपंत, जंजिऱ्याच्या लढाईत पराभव घेऊन आलात. आम्ही दोष दिला नाही. सिद्दी खैर्यत याच्या दगलबाजीला फसलात, आणि कैदेत सापडलात; जंजिऱ्यावर कधीही परत येणार नाही, असं सांगून आपली सुटका करून घेतलीत. पण तोही दोष आम्ही मानला नाही. राजकारणात असे प्रसंग येतात; पण हा गुन्हा अक्षम्य. त्याला क्षमा करता येईल, असं वाटत नाही.'

'महाराज!' शामराजपंत उद्गारले.

राजांची नजर गर्भगळीत झालेल्या शामराजपंतांवर खिळली होती. ते शांतपणे म्हणाले,

'शामराजपंत, तुम्ही आमचे पेशवे. आम्ही म्हणजे काही इंद्र नव्हे. तो हजार डोळ्यांनी पाहणार. आम्ही तुमच्यासारख्या अधिकाऱ्यांच्या डोळ्यांनी पाहणार, प्रजा राखणार. पेशवेपदावर असूनही तुमची नजर एवढ्या खाली पोहोचत असेल, तर तुम्ही या जागेस योग्य नव्हे. तुमच्या हाती प्रजा सुरक्षित राहील, असं आम्हांस वाटत नाही. तेव्हा आजपासून तुमचं पेशवेपद आम्ही काढून घेत आहोत.'

राजांच्या त्या निर्णयाने सारे चकित झाले. शामराजपंतांनी आपली नजर उंचावली. उद्वेगाने ते म्हणाले,

'महाराज, मग फडाच्याही जबाबदारीतून मोकळं करावं.'

शामराजपंतांच्या बोलांनी राजांच्या मनावर काही परिणाम झाला नाही.

'शामराजपंत, या दबावाचा आमच्या मनावर काही परिणाम होणार नाही. फडाची जबाबदारी घेणं शक्य नसेल, तर तसं तुम्ही करू शकता. गुन्हा तुमचा. आगळीक तुम्ही केलीत. आणि आमच्यावर संतापता? पंत, परत विचार करा. आमच्या राज्यात गमावलेली जागा आणि हरवलेली संधी पुन्हा मिळत नसते.'

शामराजपंत भानावर आले. 'चूक झाली, महाराज! माझे शब्द मी परत घेतो. क्षमा असावी.'

'ठीक आहे. आजपासून शामराजपंतांच्या जागी नरहरी आनंदराव यांची पेशवे म्हणून आम्ही नेमणूक करीत आहो; आणि त्यांची जागा अनाजी दत्तो यांना आम्ही देत आहो. शामराजपंत, तुम्ही आमचे प्रथमपासूनचे पेशवे. त्या पेशवेपदाला डाग लागू नये, ही आमची इच्छा आहे. आज नरहरी पेशवे बनत असले, तरी राज्याची बेदिली चारचौघांत जाऊ नये, म्हणून तुम्ही असेपावेतो शिक्का तुमच्याच नावाचा चालेल.'

राजांनी नरहरी आनंदराव आणि अनाजी दत्तो यांना पेशवाईची आणि वाकनिशीची

वस्त्रे जिजाबाईंच्या हस्ते दिली. दोघांनाही पालखीचा मान देण्यात आला.

□

७

माणकोजी दहातोंडे वारल्याचे वृत्त ऐकून राजांना दुःख झाले. लहानपणापासून आपल्याला पाहत आलेला हा जिव्हाळ्याचा माणूस. स्वराज्याचा सेनापती. राजांनी मोठ्या मानाने त्यांची उत्तरक्रिया करायला लावली.

पावसाळ्यात जरी शास्ताखान स्वस्थ होता, तरी राजे स्वस्थ बसले नाहीत. कोकणात ठेवलेला नेताजी मोगलांच्यावर हल्ले करीतच होता. त्याच वेळी राजांचे दोन हजार मावळे जुन्नर परगण्यात खंडणी वसूल करीत होते. चारी बाजूंनी किरकोळ चावे घेणाऱ्या ह्या शिवाजीच्या फौजेमुळे शास्ताखान त्रस्त झाला. कहारतलबचा पराभव याला डाचत होता. शास्ताखानाने आपला नामजाद सरदार नामदारखान हा कल्याण-भिवंडीवर सोडला.

राजांना ही खबर लागताच राजे कृष्णाजी बाबाजी सुभेदार व वाघोजी तुपे यांना घेऊन नामदारखानावर चालून गेले. पेणजवळच्या मिऱ्या डोंगरावर राजांनी खानाला गाठले. अकस्मात आलेल्या धडाक्याने नामदारखानाच्या फौजेची फाटाफूट झाली; पण या लढाईत राजांचे सरदार कृष्णाजी ठार झाले; तुपे जखमी झाले. राजे माघारी आले. या मोहिमेत यश जरी पदरात पडले नाही, तर नामदारखान धास्तावला. तेवढे यश राजांना पुष्कळ होते.

नामदारखानाची मोहीम आटोपून राजे गडावर आले. नेताजी आणि इतर सरदार आपल्या जमावानिशी शास्ताखानाच्या बाहेर पडलेल्या सैन्यावर हल्ले करीत होतेच; पण शास्ताखानाची ताकद फार मोठी होती. खानाचे सैन्य मात्र या प्रकाराने चिडून आता मुलूख लुटू लागले होते. गावे बेचिराख होत होती. गुरेढोरे डोळ्यांदेखत पळविली जात होती. उभी पिके कापली जात होती. पुणे मुलूख तर पाहता-पाहता उजाड झाला होता. जिवाच्या भीतीने लोक गावे सोडून कोकणच्या आश्रयाला जाऊ लागली.

त्यातच राजापूरला पकडलेल्या व किल्ल्यात खिचपत पडलेल्या इंग्रजांना सोडावे, अशी विनंती कंपनीकडून सारखी होत होती. राजांनी आजारी म्हणून रेव्हिंग्टनला पूर्वीच सोडले होते; पण तो फार दिवस जगला नाही. कैदेत तीन इंग्रज मेले. झाली ती शिक्षा पुरे झाली, असे समजून राजांनी अखेरीस इंग्रजांना सोडण्याचा हुकूम दिला.

राजांनी तातडीने आपल्या देशमुखांना बोलावून घेतले. प्रजेचे रक्षण कसे करावे,

याचा विचार सर्वांनाच पडला होता. राजे सर्जेराव देशमुखांना म्हणाले,

'सर्जेराव, लोक गाव सोडू लागलेत, हे खरं?'

'राजे, लोकांनी खानाची दोन वर्षं कशी काढली, ते त्यांचं त्यांना माहीत! आता लोकांचा धीर सुटला. अडवायला गेलं, तरी कुणी राहत नाही.'

राजे खिन्नपणे म्हणाले, 'त्यांचा काय दोष? आम्ही 'राजे' म्हणवितो. डोळ्यांसमोर प्रजा नाडली जाते, लुबाडली जाते, नागवली जाते, तरी आम्ही काही करीत नाही.'

'असं कोणी म्हणत नाही. उलट, सारे म्हणतात, की राजे म्हणूनच टिकले!'

'हं! हे म्हणतात, हे त्यांचे उपकार. देशमुख, आपण प्रजेची घरंदारं राखली नाहीत, निदान त्यांचे जीव तरी वाचवू या. ज्या गावांना खानाचा उपद्रव पोहोचतो, त्या गावांना रात्रीचा दिवस करून घाटाखाली सुखरूपपणे जागा द्या. गनीम दिसताच रानाचा आश्रय घ्यायला सांगा. प्रजा राहिली, तर आमचं राज्य राहणार. ज्यांच्यासाठी हे करायचं, तेच नाहीसे झाले, तर त्याला अर्थ तो काय?'

राजांच्या हुकुमाने वस्त्या घाटाखाली सरकू लागल्या. ते पाहून राजांना अनंत यातना होत होत्या. राजांना काही सुचत नव्हते. खानाचा शह कसा हलवायचा, याची विवंचना लागून राहिली होती.

महिने उलटत होते. उन्हाळा आला.

सायंकाळी राजे मोरोपंतांसह गडाचा फेरफटका करीत होते. तोच जासूद बातमी घेऊन आला,

'राजे, नेताजी पालकर जखमी झालेत!'

'कुठं?'

'सुप्याजवळ नामदारखानाची आणि नेताजींची चकमक झाली. नेताजींनी पराक्रमाची शर्थ केली; पण उपयोग झाला नाही. नेताजींनी माघार घेतली. सरफराजखान व नामदारखान या दोघांनी नेताजींचा पाठलाग करून तीनशे घोडी जायबंदी केली.'

'आणि नेताजी कुठं आहेत?'

'गडाखाली आले असतील. डोली करून त्यांना आणीत आहेत.'

राजे म्हणाले, 'काय म्हणावं नेताजींना! अंदाज लागला, की वेळीच माघार घ्यायची सवय नाही. वेडं धाडस करतात.'

राजे वाड्यात आले. नेताजी जखमी झाल्याचे कळताच जिजाबाईही अस्वस्थ झाल्या. नेताजींच्या मांडीवरची जखम मोठी होती. राजांनी वैद्यांना प्रथम औषधोपचार करायला सांगितले. नेताजी ग्लानीत होते; रक्तस्त्रावाने पांढरे पडले होते. वैद्यांनी पट्ट्या बांधल्या. वैद्य म्हणाले,

‘काळजीचं कारण नाही. रक्तस्रावामुळं अशक्तपणा आला आहे. नेताजी हाती पायी सुरक्षित आहेत.’

ते ऐकून राजांना समाधान वाटले.

दुसऱ्या दिवशी राजे नेताजींना भेटायला गेले. नेताजी शुद्धीवर आले होते. राजांना पाहताच नेताजी उठू लागले. राजे पुढे धावले. नेताजींना झोपवीत ते म्हणाले,

‘आता अशी हालचाल करायची नाही. केलीत, तेवढी पुष्कळ झाली.’

पडल्या जागी नेताजींच्या डोळ्यांतून अश्रू झरले. राजे ते अश्रू टिपीत म्हणाले,

‘काका! आमचे सेनापती तुम्ही! आणि हे डोळ्यांत पाणी? हे मात्र मुळीच शोभत नाही. आम्ही नामदारखानाला डिवचलं; आणि त्यानं तुम्हांला उघड्यात गाठून राग काढला. माघार घ्यावी लागली, घोडी जायबंदी झाली, म्हणून एवढं जिवाला लावून घ्यायचं कारण काय? आम्ही नेहमीच सांगतो... आम्हांला जय-पराजयाचं दुःख नसतं. आम्हांला सदैव कौतुक असतं जिद्दीचं. ती जिद्द दाखविलीत. खानाशी दोन हात केलेत. बस्स! आम्हांला सारं मिळालं.’

राजांनी नेताजींना धीर दिला खरा; पण हा पराजय राजांच्या मनाला लागला. प्रजा बेघर होत होती. फौजेवर सारखा ताण पडत होता. खानाचे उद्योग राजांना कुठेच रोखता येत नव्हते. कोंढाण्यावर फितुरी माजते आहे, अशी बातमी हेरांनी आणली होती. गेल्या दोन-तीन वर्षांत मोगलांविरुद्ध राजांना कुठेच भरघोस यश मिळाले नव्हते.

राजांचा तेहतिसावा वाढदिवस याच काळजीत गेला.

पाडवा आला. गडावर गुढ्या उभ्या केल्या होत्या. रंगीबेरंगी वस्त्रांनी सजलेल्या, आकाशात चढलेल्या गुढ्या राजे पाहत होते. जिजाबाईंनी गुढीपूजेसाठी राजांना बोलावले. राजे गेले. त्यांनी पूजा केली. गुढीवर अक्षता टाकताना त्यांचा हात डोळ्यांकडे गेला. जिजाबाईंनी विचारले,

‘काय झालं, राजे?’

‘काही नाही. आठवण झाली!’

‘कुणाची?’

‘दुसऱ्या कुणाची? आमच्या कमजोरीमुळं घरादाराला मुकलेली जी प्रजा आज रानावनाचा आश्रय घेऊन आहे, तिची! तिचा पाडवा आज कसा साजरा होत असेल?’

राजे उठले आणि कुणाकडेही न पाहता तडक आपल्या महाली गेले.

□

८

'जरा इकडे यावं!'

बैठकीवर बसलेल्या राजांनी वर पाहिले. सज्जाजवळ उभ्या असलेल्या सोयराबाईसाहेब हाक मारीत होत्या.

राजांची प्रार्थना झालीच होती. ते उठले आणि सोयराबाईंच्या मागे उभे राहिले. सोयराबाईंनी जिकडे बोट केले होते, त्या दिशेकडे राजांनी पाहिले. सकाळच्या कोवळ्या उन्हात वाड्याबाहेरच्या पटांगणात एक तट्टू फिरत होते. तांबडे खोगीर घातलेल्या त्या अबलख घोड्यावर संभाजीराजे बसले होते. मोतद्दार घोड्याचा लगाम धरून मागून धावत होता. राजे कौतुकाने उद्गारले,

'अरे, व्वा! एवढ्या लहान वयात बाळराजे छान उशी घेतात.'

'पण आजच्या घोड्यावर बसण्यासाठी चार दिवस घरदार राबत होतं.'

'ते बरं?'

'आपल्या घोड्याचं खोगीर बाळराजांनी पाहिलं; आणि मासाहेबांच्याकडे हट्ट धरला. बाळराजांचा हट्ट मासाहेबांनी पुरवला नाही, असं कधी झालंय्? मासाहेबांचे हुकूम सुटले. साऱ्या राण्या कामाला लागल्या. मासाहेबांची नजर कामावर... 'ही फीत नको. ती लाव. इथं टाका घाल.' शेवटी काल खोगीर तयार झालं; आणि आज राजे बसले.'

'मोठे भाग्यवान आहेत बाळराजे!'

'एवढे लहान आहेत; पण फार हुशार. काल मी दोन प्रहरी बसले होते. साऱ्याजणी खोगीर करीत होत्या. अचानक बाळराजे आले आणि मला विचारतात कसे, 'तुमच्या आईसाहेब कुठं आहेत?' मी सांगितलं, 'बंगळूरला!'. '

'मग बाळराजे काय म्हणाले?'

सोयराबाईंना हसू आवरेना. त्या म्हणाल्या,

'...तर बाळराजांनी विचारलं, 'खूप आहेत?' '

'मग?'

'...मला कळलं नाही. मी म्हणाले, 'खूप कशा असतील? एकच आईसाहेब असतात.' तर चटकन गाल फुगवून बाळराजे म्हणाले, 'खोटं सांगता! आमाला बघा किती आईसाहेब आहेत, त्या!' साऱ्यांच्याकडे बोट दाखवून बाळराजे म्हणाले. सगळ्याजणींना हसता-हसता पुरेवाट झाली. धाकटी पुतळाबाई तर रडूच लागली.'

राजांनी स्वत:ला सावरले. ते म्हणाले,

'चला. दिवस फार वर आला. सदरेवर लोक वाट पाहत असतील. मासाहेबांचं अजून दर्शन झालं नाही.'

'मासाहेब तर बोलत बसल्यात!'

'कुणाबरोबर?'

'कोण ज्ञानू माळी म्हणून आला आहे.'

'ज्ञानू माळी?' राजे पुटपुटले. 'हे पहिल्यांदाच तुम्ही सांगायला हवं होतं.' एवढे बोलून राजे वळले. सोयराबाई राजांच्याकडे वळेपर्यंत राजे महालाबाहेर गेलेही होते.

राजे आत येताच ज्ञानू माळी उठून उभा राहिला. पुढे येऊन त्याने राजांचे पाय शिवले. राजे म्हणाले,

'ज्ञानू, आज आठवण झाली, होय?'

'तसं न्हाई, महाराज! कैदेतली मानसं आमी. सुटका व्हईल, तवा यायचं!'

'कैद?'

'आता पुन्याच्या वाड्यावरचा मी माळी. हलायला जागा हाय, व्हय? कवा आला, कवा गेला... दिसातनं धा डाव इचार चालतुया.'

'मग आता कसा सुटलास?'

'गावाला पोरगं आजारी हाय, म्हून सांगितलं, आन् वाट धरली. म्हटलं, राजं गरिबाला इसरलं, म्हून काय झालं? आपुन आठवण द्यावी!'

'बरं झालं, आलास ते. बैस!'

राजे मासाहेबांच्या शेजारी बसले. ज्ञानूचे वय साठीच्या घरात गेले होते; पण ज्ञानू वयाच्या मानाने ताठ होता. राजांनी विचारले,

'ज्ञानू, तुझी बाग काय म्हणते?'

'बरी हाय, जी!'

'आता मोगरीची फुलं पुष्कळ येत असतील, नाही?'

'ऐका, मासाहेब, राजांचं बोलनं. ती फुलं घेऊन काय जाळायची?'

'का, रे?'

'राजं! त्या खानानं सोन्यासारखा वाडा पार बाटवला. जितं द्येवघर व्हतं, द्येवाची पूजा चालायची, त्या जागंला खान हवं ते खात बसतो. तुमच्या महालाचा जनानखाना केला यानं. फुलं द्येवावर पडायची, आपल्या मानसांच्या हातांत जायची, ती फुलं त्या बेगमांच्या आन् नाचनारींच्या अंगावर जात्यात. तिथं पोथी वाचायची, तिथं चाळघुंगरांचा आवाज रातदीस उठतोया. राजे, पार शोबा गेली महालाची, पुन्याची!'

राजे बेचैन झाले. म्हणाले,

'अरे, बाबा, वेळ आहे त्याची. मजा करून घेतोय्!'

'कसली वेळ? राजं, सारं पुनं वोसाड झालं. बगावं, तिकडं खानाची छावनी पसरलीय्. आपली मानसं डोळ्यांला दिसंनात. आज गनपतीसमोरनं गाईचं मांस वाड्यात जातंय्, आन् काय सांगतासा? सोसवंना, म्हून आलो! बोलतो, म्हून राग

करू नकासा!'

'नाही, रे, ज्ञानू! तू बोलतोस, ते अगदी खरं. काही तरी तोड निघेल.'

'असली कामं वाट बगून होत न्हाईत, धनी! तावानं उठा. शास्ताखान म्हंजे काय हत्ती हाय? सुस्तावलेला रेडा हाय त्यो! गाठा त्याला. म्येला, तरी कोन बघायचं न्हाई.'

राजे विस्फारलेल्या डोळ्यांनी ज्ञानूकडे पाहत होते. ते उठले. म्हणाले,

'चल! ऊठ, ज्ञानू. वरती महालात चल.'

ज्ञानूला घेऊन राजे महालात गेले. दारे लावलेली होती.

मध्यान्हीचा सूर्य मस्तकावर आला. राजे ज्ञानूसह खाली आले. राजांच्या नजरेत एक वेगळीच चमक दिसत होती.

राजांनी त्याच दिवशी ज्ञानू माळ्याची पुण्याकडे रवानगी केली.

□

९

नेताजी पालकर हिंडू फिरू लागले होते. राजे, नेताजी, मोरोपंत, सर्जेराव जेधे, तानाजी ही सारी मंडळी आता खलबत करण्यात गुंतली होती. गडावर नेहमी फकीर येत होते. राजांना भेटून गडाबाहेर जात होते. खास विश्वासाची माणसे राजे निवडीत होते. नाना वेषांनी, नाना कारणांनी त्यांची पुण्यास रवानगी होत होती. निवडलेल्या फौजेत राजांनी आपल्या फौजेतले काही पठाणही निवडले होते. पठाण फौजेचा अधिकारी इब्राहीमखान आता सदैव राजांच्या बरोबर दिसत होता.

थोड्याच दिवसांत राजांच्या हाती सारे तपशील आले. पुण्यात कुठे पहारे-चौक्या आहेत, पहारे केव्हा बदलतात, खानाच्या साठ सरदारांचे तळ, त्यांच्या जागा, निरनिराळे शामियाने, डेरे या साऱ्या नोंदी राजांच्या मनात होत होत्या. चौकी-पहारे, त्यांच्या अचूक जागा, पहारे बदलण्याच्या वेळा, टेहळणीसाठी बाहेर पडणाऱ्या तुकड्या, त्यांचे मार्ग, परतण्याच्या वेळा हे सारे बारकावे राजे ध्यानी घेत होते.

राजे सदैव विचारमग्न दिसत होते. काही तरी मोठा बेत शिजतो आहे, हे साऱ्यांना जाणवत होते. वाढत्या उन्हाळ्याबरोबर गडाची तगमग वाढत होती. बाळाजी, चिमणाजी हे नऱ्हेकर बंधू, नेताजी पालकर, तानाजी मालुसरे यांच्यासह राजे सदैव वावरत होते.

राजे विचार करीत महालात बसले असता मनोहारी आत आली. तिने सांगितले,

'फिरंगोजी आलेत.'

'कुठं आहेत?'

'मासाहेबांच्या बरोबर बोलत बसलेत. आपली मासाहेबांनी आठवण केलीय्.'

निरोप सांगून मनोहारी वळली. राजांनी हाक मारताच ती थांबली. राजे म्हणाले, 'फिरंगोजींना आणि मासाहेबांना आम्हीच बोलावलंय्, म्हणून सांग.'

'जी!'

जिजाबाई आणि फिरंगोजी यांची चाहूल लागताच राजे उभे राहिले. जिजाबाई आत आल्या; बैठकीवर बसल्या. फिरंगोजी बैठकीच्या खाली अदबीने बसले. दोघेही राजांकडे पाहत होते. राजांनी विचारले,

'फिरंगोजी, तुम्ही काय बातमी आणलीय्?'

'अष्टमीचा मुहूर्त आहे. आपला झुणके होता ना? पुण्याचा हवालदार?...'

'बरं!'

'त्याची मुलगी भोरच्या रावतांच्या मुलाला ठरवली.'

'छान!'

'शिवबा! अरे, चाललंय् काय? कसलं लग्न?' मासाहेबांनी विचारले.

राजे नुसते हसले. जिजाबाई फिरंगोजींना म्हणाल्या,

'फिरंगोजी, आताशा राजे तुटकच वागतात. काही बोलायचं झालं, तर आपली माणसं घेऊन गडाच्या बुरुजावर फिरत बोलतात. नजरबाज तर हर घडीला एक येतो. पण आम्हांला मात्र राजे काही सांगत नाहीत. आता राजांचा विश्वास...'

'हां, मासाहेब! पुष्कळ झालं!' राजे हसून म्हणाले, 'या तक्रारीवर कुणाचा विश्वास बसायचा नाही. आमचा बेत पक्का झाला, की आम्ही तुम्हांला सांगणारच होतो.'

'कसला बेत?'

'मासाहेब, आम्ही लाल महालावर चालून जायचं ठरवलंय्.'

'लाल महालावर?' जिजाबाई आश्चर्यचकित झाल्या.

'हो!'

'पण, राजे, खानाची फौज लाखावर! सारं पुणं व्यापलंय् त्याच्या फौजेनं... ज्ञानू सांगत होता ना?'

'खरं आहे!' राजे म्हणाले, 'आम्ही फौजेवर तुटून पडणार नाही. आम्ही खानावर चालून जाणार!'

'पण ते कसं शक्य आहे?'

'आपल्या आशीर्वादानं आणि भवानीकृपेनं सारं होईल. मासाहेब, आम्ही आजवर वाट पाहिली; पण खान पक्का आहे. त्याचे सरदार बाहेर पडतात; पण तो पुणं सोडून हलत नाही. आम्ही महाबतखानाचा पराभव केला; पण खान संतापून बाहेर पडला नाही. आमचा मुलूख त्यानं बळकाविला आहे. प्रजा घरं-दारं सोडून वनवासी झाली आहे. दिवसेंदिवस आमचं बळ कमी होत आहे. संभाजी कावजीसारखी

माणसंही मोहाला बळी पडून खानाच्या आश्रयाला जाऊ लागली आहेत.'

'म्हणून हा आततायी मार्ग...'

'त्याखेरीज इलाज नाही. खान सुखलोलुप, आरामी असला, तरी त्याला बादशहाची दुसरी प्रतिमा समजतात, असा त्याचा लौकिक आहे. आमच्या हातून जेवढं होईल, तेवढं आजवर केलं. खानाच्या फौजेवर हल्ले केले. कहारतलबाचा, नामदारखानाचा पराभव केला. मोगलाईत खंडण्या वसूल केल्या. पण त्याचा खानावर काहीच परिणाम होत नाही. उलट, दिवसेंदिवस त्याची ताकद वाढते आहे. आमचे खुद्द सेनापती जखमी झाले. तीनशे घोडी जखमी झाली. नवीन येणारा दर दिवस आमची ताकद कमी करतो आहे. शास्ताखानानं आमचा मुलूख गिळलाच आहे. अशीच उसंत दिली, तर कोकणही हातचं जायला विलंब लागणार नाही.'

'म्हणून हा बेत आखलात?'

'हो! आम्ही लाल महालात येऊ, हे खानाच्या स्वप्नीही नसेल. ते घडलं, आणि खान मेला, की फौज राहणार नाही. सारा मुलूख मोकळा होईल.'

जिजाबाई चिंताचूर झाल्या. काही न बोलता त्या बसून होत्या.

शिवाजीराजे गहिवरून म्हणाले,

'मासाहेब, तुम्हांला हे मान्य नाही का?'

'राजे, तसं म्हणत नाही आम्ही. पण खानाच्या एवढ्या पसाऱ्यात तुम्ही एकाकी शिरणं हे बरं वाटत नाही.'

'एकाकी का? आमच्या बरोबर तानाजी, येसाजी, फिरंगोजी, सर्जेराव, आमचं रक्षकदल- सारे असणार!'

जिजाबाई हसल्या. म्हणाल्या,

'राजे, उगीच कसला धीर देता? कुठं दीड लाखाची छावणी! चारी बाजूंनी सागरासारखी छावणी पसरलेली; आणि त्या लाल महालात तुम्ही एवढे जाणार?'

फिरंगोजी म्हणाले, 'मासाहेब, आम्ही राजांना तेच सांगतो आहो. आम्ही फत्ते करून येतो, म्हटलं, तर राजे ऐकत नाहीत.'

जिजाबाई म्हणाल्या, 'राजांनी मनावर घेतलं, की संपलं. मग त्यात बदल खुद्द त्यांच्या मासाहेब सुद्धा करू शकत नाहीत.'

'मासाहेब, आपण आज्ञा करा; आम्ही हा बेत मागे घेतो.'

'तसं कधी आम्ही म्हटलं?'

'मग, मासाहेब, एवढी जोखमीची बाब! जरा चूक झाली, तर हसं व्हायला, जीवमोलाची माणसं गमवायला वेळ लागायचा नाही. लाल महाल आमचं घर. पायांखालचा सराव. जेवढ्या सफाईनं आम्ही ही कामगिरी पार पाडू, तेवढं दुसरं कोण आहे? मासाहेब, आम्हांला देवीनं दृष्टांत दिला आहे. स्वप्नी येऊन आम्हांला

अभय दिलं. आम्ही ही मोहीम यशस्वी करू, यात आम्हांला शंका नाही.’

जिजाबाईंनी श्वास घेतला. त्या म्हणाल्या,

‘राजे, तुम्ही मनात आणाल, ते पार पाडाल, याची आम्हांला खात्री आहे; पण आईचं मन भितं. आम्ही आड येत नाही. मागे आम्ही आहोत, आम्हांला दुसरा आधार नाही, हे ध्यानी घेऊन जे करायचं, ते करा.’

राजे भारावून म्हणाले, ‘मासाहेब, आपण चिंता करीत आहा, याची आम्हांला जाणीव आहे. आपली तळमळ आम्ही जाणतो. संकटाची चाहूल लागताच मुलाला माता अनेक; पण कर्तव्यासाठी मुलाला संकटात जाऊ देणाऱ्या आपल्यासारख्या मातांचं दर्शन दुर्लभ. तुमच्या पोटी जन्म घेतल्याचं आम्हांला समाधान वाटतं, अभिमान वाटतो.’

राजे काही क्षण थांबले. त्यांनी निर्णय जाहीर केला :

‘आम्ही पंचमीला येथून बाहेर पडू. कोंढाण्याला तळ करून अष्टमीला आम्ही पुण्यात प्रवेश करू.’

‘पण रामनवमी?’

‘आम्ही विजयाच्या आनंदात कोंढाण्यावर रामनवमी साजरी करू. मासाहेब, रमजानचे उपवास सुरू होतील. अष्टमीला सहावा दिवस असेल. उपासानं थकलेले जीव रात्री जेवण करून गाढ झोपतात. निद्रा आवरत नाही. त्यांचे उपवास आमच्या पथ्यावर पडल्याखेरीज राहणार नाहीत.’

फिरंगोजी थक्क होऊन म्हणाले, ‘राजे, हे ध्यानी आलं नव्हतं.’

‘फिरंगोजी,’ राजे म्हणाले, ‘शत्रूवर चाल करताना नुसती फौज लक्षात घेऊन चालत नाही. त्याचे सणवार, रीतिरिवाज, उपवास हे सारं ध्यानी घ्यावं लागतं. दसऱ्याच्या दिवशी मराठ्यावर कोणी चालून आलं, तर प्रतिकार दसपट होणारच. साऱ्यांचीच शस्त्रं परजलेली, हाती असलेली!’

राजे सर्व बेत ठरवीत होते. आजवर भीती वाटत होती, ती जिजाबाईंच्या अनुज्ञेची! ती पदरात पडताच राजांचा उत्साह दुणावला. ते तडफेने कार्याला लागले.

□

१०

पंचमी उजाडली, आणि राजांनी जिजाबाईंचा निरोप घेऊन राजगड सोडला. आपल्या घोडदळासह राजे कोंढाण्याच्या वाटेला लागले. उन्हाच्या तावाने सारे वातावरण गदगदत होते. वाऱ्याचा कुठे पत्ता नव्हता. उकाड्याने आणि केलेल्या दौडीमुळे धोडी फेसाळली होती. राजांच्या बरोबर नेताजी, फिरंगोजी, बाळाजी, चिमणाजी आणि मोरोपंत होते. राजे कोंढाण्याला पोहोचले. आज्ञेप्रमाणे सारे गोळा झाले होते. काही तरी खास महत्त्वाची आणि जबाबदारीची मोहीम राजांनी काढली आहे,

एवढेच साऱ्यांना कळले होते. राजांनी अत्यंत दक्षतेने चखोट धारकरी निवडलेले होते. निवडलेला प्रत्येक माणूस बारकाईने न्याहाळला होता. गडावर तानाजी, येसाजी हे आपल्या पथकांसह राजांची वाट पाहत होते.

कोंढाण्यावर जाताच राजांनी एकेकाला एकेक कामगिरी निवडून दिली.

कोंढाण्याच्या खलबतखान्यात राजे बसले होते. नेताजी, फिरंगोजी, तानाजी, येसाजी, बाळाजी, चिमणाजी, मोरोपंत, सर्जेराव जेधे एवढी खास विश्वासाची माणसे गोळा झाली होती. त्याखेरीज बहिर्जी, विश्वासराव, महादेव हे तिघे होते. खानावर चालून जायचा बेत प्रथमच राजांनी सांगितला. फिरंगोजींनाच तेवढा तो आधी माहीत होता. राजांचा बेत ऐकून साऱ्यांचे बाहू स्फुरण पावले. तानाजी म्हणाला,

'महाराज! एकदम नामी बेत! या शिळ्या कढीला ऊत आणून लई कंटाळा आला व्हता, बघा.'

राजे म्हणाले, 'तानाजी, आजवरची दिरंगाई हौसेनं केली नाही; ना आत्ताच्या मोहिमेचं आम्हांला कौतुक आहे. पण याखेरीज दुसरा मार्गच नाही.'

'खानाच्या स्वप्नात सुद्धा हे यायचं नाही.' बाळाजी म्हणाले.

'ते खरं! पण, बाळाजी, हा बेत सोपा नाही. एक जरी माणसानं थोडा घोटाळा केला, सांगितल्यात कच खाल्ली, तरी साऱ्यांच्याच कत्तली उडायला फारसा वेळ लागायचा नाही... तानाजी!'

'जी!'

'तू उद्या नीघ. कात्रज घाटाखाली लग्नाचं वऱ्हाड तयार ठेव. तुला परवानगी मिळेल. दोन प्रहर झाली, की तुम्ही वाजतगाजत पुण्यात जायचं. महादेव तुझ्याबरोबर असेल. समजलं?'

'जी!'

'आणि, येसाजी, तू संध्याकाळी दिवस मावळायच्या आत गवताच्या गाड्या घेऊन पुण्यात शिरायचं. पाच-पंचवीस लोक काढण्या लावून संगती न्यायचे. विचारलं, तर गंजीखान्यासाठी गवत धरून आणलं आहे, म्हणून सांगायचं... विठोजी!'

'जी!'

'घाटाखालच्या रानात दीडदोनशे बैल शिंगांना पलोते बांधून तयार ठेवा. मध्यरात्रीनंतर कर्णा वाजला, की पलोते पेटवून तुम्ही सरळ गडाकडे निघून जा. येताना वाटेत पेरलेली सारी माणसं खबरदारीनं संगती घेऊन गड गाठा.'

'महाराज, तुम्ही...' फिरंगोजींनी विचारले.

'मोरोपंत आणि नेताजी आपापल्या तुकडीनिशी आम्ही सांगू, तेथे थांबतील. सर्जेराव जेधे, बाळाजी, चिमणाजी हे आमच्याबरोबर राहतील.'

बाळाजी, चिमणाजी आनंदले. राजे म्हणाले,

'बाळाजी, चिमणाजी, बाळपणापासूनचे तुम्ही आमचे दोस्त! वाड्यात एकत्र खेळलो, वावरलो. तुम्हां दोघांइतका वाडा कुणाच्याच परिचयाचा नाही... आणि, फिरंगोजी, तुम्ही मात्र गडावरच राहायचं!'

फिरंगोजी नाराज होऊन म्हणाले, 'महाराज!'

'एवढं नाराज व्हायचं कारण नाही. आम्ही परत इथं येऊ, तेव्हा आमचा पाठलाग करीत कदाचित खानाचं सैन्य येईल. तुम्ही गड मजबूत ठेवा. तोफांचे मोर्चे बांधून घ्या. गडाचा बंदोबस्त पक्का आहे, इकडे लक्ष द्या. हेही काम फार महत्त्वाचं आहे.'

दुसऱ्या दिवशी एक एक जण राजांचा निरोप घेऊन गड उतरू लागला. निरनिराळ्या वाटांनी राजांनी पुण्यात तुकड्या पाठविल्या होत्या. पुण्यात एका बाजूने पुण्याच्या दुसऱ्या टोकाला असलेल्या सरदाराचे नाव सांगायचे, हा रिवाज ठरला होता. प्रत्येक तुकडी कोठून शिरणार, कुठे थांबणार, त्यांनी कुणाचं नाव सांगायचं, केव्हा काय करायचं, ते राजे अत्यंत दक्षतेने, जातीने सांगत होते. मोहिमेत भाग घेणाऱ्या प्रत्येकाशी बोलत होते. जणू आपल्यामुळेच ही मोहीम फत्ते होणार आहे, असे प्रत्येकाला वाटत होते; आणि त्यात काही खोटेही नव्हते.

अष्टमीच्या दिवशी भर दिवसा एक वऱ्हाड कात्रजच्या चौकी-पहाऱ्याशी आले. नवरदेव घोड्यावर बसला होता. शे-पन्नास माणसे सणासुदीचे कपडे करून, कमरेला तलवारी लावून मारे ऐटीने नवरदेवाबरोबर जात होती. परवान्याबरहुकूम माणसे आहेत, याची मोजदाद करून वरात चौकी-पहाऱ्यातून सुटली; आणि पुण्याच्या वाटेला लागली.

त्याच वेळी पुण्याच्या नदीच्या बाजूने एक अश्वपथक पुण्यात प्रवेश करीत होते. पहाऱ्यावर त्याला अडवले,

'कौन?'

'जाधवांची फौज. फेरफटका करून परत येत आहे.'

जाधवांचा तळ पर्वतीच्या पूर्वेला होता. चौकी-पहाऱ्यातून ते अश्वपथक पुण्यात प्रवेश करते झाले.

दोन प्रहर टळत असता कात्रज घाटावर चौकी-पहाऱ्यासमोर पाच-सहा गवताचे गाडे आले. पाच-पंचवीस काढण्या लावलेल्या माणसांना फटकारे मारीत घोडेस्वार बरोबर जात होते. पहारेकऱ्यांनी चौकशी केली. हवालदार म्हणाला,

'भडवे! गवत घेऊन जात होते. उद्या डोकी मारली जातील, तेव्हा कळेल.'

पहारेकऱ्यांना ते दृश्य परिचयाचे होते. पहारेकऱ्यांना काही संशय आला नाही. गाड्यांनी कात्रज ओलांडले.

जे दृश्य कात्रजच्या पहारेकऱ्यांनी पाहिले, तेच कोटाच्या दरवाज्याशी असलेले पहारेकरी पाहत होते. कुणाला कसला संशय न येता सारे पुण्यात प्रवेश करते झाले.

कात्रजच्या घाटात रानात वसलेल्या एका चिमुकल्या वस्तीत राजे एका छपरीखाली बसले होते. सभोवार पसरलेल्या रानावरून त्यांची नजर फिरत होती. कधी नाही ते गावात गोळा झालेल्या घोड्यांकडे सारे कौतुकाने पाहत होते. राजांबरोबर असलेली पठाणांची उंचीपुरी धिप्पाड तुकडी पाहून साऱ्यांना तिचा दरारा वाटत होता.

सारे रान उन्हात कसे गपचीप उभे होते. नेहमी पक्ष्यांच्या आवाजांनी भरून राहणारी वनश्री नि:स्तब्ध वाटत होती. दूर कुठे तरी एकाकी भारद्वाजाचा आवाज ती शांतता मोडीत होता. राजांच्या जवळ उभा असलेला बाळाजी म्हणाला,

'राजे, पाऊस येणार, असं वाटतं.'

'आला, तर बरंच होईल. पण अजून वर्दी कशी आली नाही?'

'काही समजत नाही.'

हळूहळू पूर्वेला ढग जमू लागले. वारा सुटला. वाऱ्याचा वेग वाढत होता. साऱ्या रानावर वाऱ्याचा आवाज घुमत होता. तृषार्त मोरांचा आरव रानावर उठत होता.

वादळात सापडलेले ढग उलथे पालथे होत होते. घोड्यांची खोगिरे काढून छपरीत आणली गेली. पूर्वेच्या दाट ढगांची काळीभोर फळी डोंगरमाथ्यावर उठली. नगाऱ्यावर टिपरी घुमावी, तसा ढग घुमला. वारा एकदम बंद झाला.

राजे म्हणाले, 'वळीव आला.'

गार वाऱ्याची नाजूक झुळूक अंगाला चाटून गेली; आणि लक्कन वीज चमकली. सारा आसमंत कडाडून निघाला. लक्ष घोडदळ टापांचा आवाज करीत यावे, तसा आवाज उठवीत पाऊस येत होता. विजा कडाडत होत्या; आकाश छेदून धरतीवर उतरत होत्या. पावसाच्या मोठ्या सरीतून गारा फुटत होत्या. सारी वनश्री त्या माऱ्यात झोडपून निघाली होती. छपरीवरून पागोळ्या ओतत होत्या. राजे निसर्गाचे थैमान पाहत होते. राजे म्हणाले,

'हा वळीव युद्धभूमीची आठवण करून देतो. कोल्हापूरला रुस्तुम जमाशी आमचं युद्ध जेव्हा झालं, तेव्हाचं रूप असंच काही तरी होतं. तोफांचे आवाज, तलवारींचा खणखणाट, बंदुकीच्या गोळ्यांचा वर्षाव, बाणांचा सडा आणि घोड्याच्या टापांचा अखंड नाद. या रौद्र सौंदर्यात देखील केवढं विलोभन साठवलं आहे!'

हळूहळू पाऊस थांबला. ढग गुरगुरत होते. विजा चमकत होत्या. मातीचा सुगंध साऱ्या वातावरणात भरला होता. भिजलेली घोडी अंग शहारून आपले पाणी झटकत होती. सायंकाळची तिरपी किरणे साऱ्या रानावर फाकली होती. रानात

पक्ष्यांचे आवाज उठत होते. आणि याच वेळी टापांचा आवाज कानांवर आला. राजे छपरीबाहेर आले. काही क्षणांतच महादेव येताना दिसू लागला. महादेव आला. त्याने मुजरा केला.

'महादेव, काय वार्ता?'

'ठरल्यासारखं सारं पार पडलं. कुणालाही अडवलं नाही. सारे पुण्यात सुखरूप पोहोचले.'

'छान! विठोजी कुठं आहेत?'

महादेव हसला. 'तो आणि त्याचे लोक बैल घेऊन आहेत. पलोते बांधतोय्. झाडांना सुद्धा अधूनमधून पलोते बांधलेत.'

'ठीक.' राजे म्हणाले.

हळूहळू सूर्य मावळला. अंधार पसरत-पसरत पुरा दाट बनला. पूर्वेला मात्र वीज होत होती. आकाशात नक्षत्रे उजळत होती. राजांनी अंगात जाळीदार चिलखत चढवून वरून अंगरखा घातला. डोक्याला शिरस्त्राण घालून वरून मंदील बांधला. कमरेच्या दुशेल्यात भवानी शोभत होती. उजव्या बाजूला कट्यार, बिचवा खोवला होता.

राजांचा पठाण सरदार इब्राहीमखान याचा रुबाब तर और होता. इब्राहीमच्या मस्तकी तांबडे जर्द पागोटे शोभत होते. त्यावर हिऱ्याचे पान चमकत होते. अंगात जरीबुंदी जामा त्याने घातला होता. पायांत भारी चोळणा आणि चढाव होता. हिरव्या दुशेल्यात तलवार, कट्यार होती.

राजांनी इब्राहीमकडे पाहिले. इब्राहीम लाजला. राजे म्हणाले,

'बाळाजी, अफझलखानाची लूट आपल्याला मानवली. आता याच्या खांद्यावर जरी चिलखत जाऊ दे.'

इब्राहीमखानाच्या खांद्यावर जरी चिलखत अडकवले गेले. बाहेर इब्राहीमच्या काळ्या घोड्यावर किनखापी खोगीर, रेशमी ओढाळी, लगाम अडकवली जात होती. बाकीच्या पठाणांचे असेच वेष केले होते. सारे तयार झाले. राजे म्हणाले,

'इब्राहीम, आता तू आमचा सरदार; आम्ही तुझे सेवक! समजलं?'

'जी, हुजूर!'

'चला!'

राजांनी भवानी मातेचे स्मरण केले. अंधारातून अश्वपथक चालू लागले. वाटेवर येताच राजांनी मशाली पेटविण्याची आज्ञा दिली. मशाली पेटविल्या गेल्या. पितळेच्या नक्षीदार तुंब्यांनी सजलेल्या मशाली वाऱ्यावर फरफरू लागल्या. अग्रभागी दोन मशालजी होते. त्यांच्या मध्ये इब्राहीमखान होता. इब्राहीमच्या डाव्या हाताला राजे होते; उजव्या बाजूला बाळाजी, चिमणाजी होते. सर्जेराव जेधे, महादेव राजांच्या

मागे होते. पाठीमागून पठाणांचे व इतर स्वारांचे पथक होते. राजांनी इशारत करताच दौड सुरू झाली. टापा घुमवीत पथक भरधाव वेगाने घाट चढत होते. घाटाचे चौकी-पहारे जवळ आले. टापांचा आवाज ऐकून चौकीवाले भाले-तलवारी सावरून रस्त्यावर आले. चौकीजवळ येताच इब्राहीमने हात उंचावून थांबण्याची इशारत केली. पाच-पंचवीस मशालींत सारे अश्वपथक उजळून निघाले होते. डावा हात कमरेवर ठेवून इब्राहीमने समोर आलेल्या पहारेकऱ्यांवर नजर टाकली. पहारेकरी काही बोलायच्या आतच इब्राहीमने विचारले,

'कितने आदमी है यहाँ?'

'करीब पचीस होंगे, हुजूर!' चौकीदार म्हणाला.

'गाफील मत रहना! समझें?'

'जी, हुजूर!'

इब्राहीमने टाच दिली. अश्वपथक टापांचा आवाज करीत पुढे सरकले. अंधारात नाहीसे होणारे मशालदिवे पाहत पहारेकरी सुटकेचा निःश्वास सोडून चौकीकडे वळले.

पुणे गाठीपर्यंत रात्र खूप झाली होती. अष्टमीच्या चंद्राचे कोवळे चांदणे धरित्रीवर फाकले होते. घोड्यांच्या टापांचा आवाज ऐकून पहारेकरी बंदुका सरसावून पुढे आले. इब्राहीमखानाचे पथक थांबले. पहारेकऱ्यांनी दरडावून विचारले,

'कौन है?'

एका पठाणाने घोडा पुढे घातला. मशालीच्या उजेडात इब्राहीमखानाला पाहताच पहारेकरी चपापला होता. तोच शेजारी आलेल्या पठाणाने घोड्यावरून वाकून पहारेकऱ्याच्या खाडकन मुस्काडात दिली; आणि तो ओरडला,

'बदतमीज! खानसाहबको पहचानता नहीं?'

पहाऱ्याच्या बाकीच्या ढालाइतांनी गडबडीने मुजरे केले. वाट मोकळी झाली. इब्राहीम काही झालेच नाही, अशा आविर्भावात आपल्या पथकासह आत गेला. सारे पथक मंद गतीने जात होते. सर्वत्र केव्हाच सामसूम झाली होती. गस्तकऱ्यांच्या आरोळ्या उठत होत्या. टेहळणीची अश्वपथके वाटेत गाठ पडत होती. सारी मोगल सेना दिवसभराच्या रमजानच्या उपवासाने थकून, जेवून गाढ झोपी गेली होती.

इब्राहीमचे अश्वपथक सरळ लाल महालापाशी आले. पथक लाल महालाकडे येताना भेटणारी व्यक्ती पथक पाहताच 'परवरदिगार!' हा शब्द म्हणत होती. राजांना परवलीचा शब्द ऐकून धीर येत होता. लाल महालाशेजारी असलेल्या कसब्याजवळ येऊन अश्वपथक थांबले. लाल महालाभोवती पहारेकरी उभे होते. इब्राहीमखानाने आपला एक एक स्वार पहाऱ्याला उभा करण्यास सुरुवात केली. मूळच्या पहारेकऱ्यांना

चांगला पहारा करण्याबद्दल दम भरला. पहारेकरी पेरीत वाड्याच्या मागेपर्यंत पथक गेले. राजे ज्ञानूच्या घराजवळ पायउतार होऊन त्यांनी दारावर टिचक्या मारल्या. ज्ञानूने दार उघडले.

राजांनी आपले धारकरी एक वेळ पाहून घेतले. वाड्याच्या दिंडीजवळ राजे आले. ज्ञानूने दिंडी उघडली. दिंडीदरवाजाजवळ सर्जेराव घोड्यासह उभे होते.

महालाच्या आवारात नीरव शांतता नांदत होती. पिछाडीच्या पहारेकऱ्याने विचारले,

'कोण?'

'मी, ज्ञानू माळी.' ज्ञानूने सांगितले.

निर्धास्त होऊन पहारेकरी सामोरा येत होता. राजांच्या मागे उभ्या असलेल्या महादूने खंजीर काढला. सपकन आवाज झाला. माळ्याने पुढे होऊन पहारेकऱ्यांचे तोंड आवळले. आवाज न करता पहारेकरी झोपला.

वाड्याच्या मुदपाकखान्यातून भांड्यांचे आवाज येत होते. खानाचे भटारी पहाटेचा स्वयंपाक करण्यात गुंतले होते. राजांनी खुणावताच पाचजण चोरपावलांनी आत घुसले. स्वयंपाकात मग्न असलेले भटारी केव्हा हल्ला झाला, हेही समजू शकले नाहीत. एक भटारी अस्पष्ट ओरडला; पण क्षणात तो आवाज बंद झाला.

ज्ञानू राजांजवळ आला. त्याच्या हातात शिडी होती. त्याने वरच्या खिडकीकडे बोट दाखविले. खिडकी बंद होती. ज्ञानू म्हणाला,

'कुसवं ढिली केलीत. अलगद हाती घ्या.'

राजांनी महादूकडे पाहिले. महादूने शिडी लावली. खिडकीच्या बाकणाला हात घालून महादेव नेट लावीत होता. खिडकी करकरत उघडली. सारे काही क्षण तसेच दबून होते. महादेव खाली आला. राजांनी बाळाजी-चिमणाजींना खूण केली. बाळाजी-चिमणाजींच्या पाठोपाठ राजे खिडकीतून प्रवेश करते झाले. पाठोपाठ एक एक जण आत येत होता.

राजांच्या कल्पनेप्रमाणे ती महालाची जागा होती. राजे नेहमी तेथे झोपत असत. पण तो महाल आता पडद्यांच्या बाडांनी झाकला गेला. खानाच्या अनेक बेगमांसाठी त्या महालात पडदे, आडपडदे लावून अनेक दालने बनविली होती. राजांनी एका बाडात कट्यार खुपसली. पडदा फाडीत कट्यार उतरली. राजांनी आत प्रवेश केला. आतले दृश्य पाहून राजे जागच्या जागी खिळले.

खानाच्या काही बेगमा, दासी त्या आखणात झोपल्या होत्या. समयांचा उजेड दालनात फाकला होता. जाग्या झालेल्या स्त्रियांनी डोळे उघडले. तलवार हाती घेतलेले लोक पाहताच त्यांचे डोळे विस्फारले गेले. अंगावरच्या चोळ्यांचे अथवा पायांतल्या विजारींचे भान नसलेल्या त्या नग्न स्त्रिया पाहताच राजांचे लोक थबकले. त्याच वेळी एका स्त्रीने किंकाळी फोडली. नीरव शांततेत ती किंकाळी घुमली, तोच

तलवारीने तिचा आवाज बंद करण्यात आला. एका दासीने गडबडीने समई विझविली. काळोख झाला. बेगमांचा एकच आक्रोश उठला. राजांचे सहकारी आवाज थांबविण्याचा प्रयत्न करीत होते.

भटारखान्यातील सैनिक वाड्यात घुसले होते. अर्धवट पेंगत असलेल्या सैनिकांना 'असे पहारे करता होय?' म्हणत कत्तल करीत होते. त्यांनी वाड्याचे पहारे कबजात आणले होते. राजे क्षणाची उसंत न घेता येणारा आडवा पडदा चिरीत खानाचा शोध घेत जात होते.

खान पलंगावर झोपला होता. उठलेल्या आक्रोशाने खान जागा होऊन त्याने बाजूला भरून ठेवलेली बंदूक उचलली. पडदा फाडून आत शिरलेल्या मावळ्यावर बार काढला गेला. मावळा ढासळला. पाठोपाठ राजे आत घुसले. भेदरलेला खान खिडकीतून सज्जात उडी मारण्याच्या तयारीत होता. त्याच वेळी बेगमेने दिवा विझविला. राजांनी त्वरेने अंदाजाने वार केला. खानाची किंकाळी उमटली. बेगमांचा आक्रोश वाढला.

साऱ्या महालात एकच धावपळ उडाली. कुणाचा पायपोस कुणाच्या पायात राहिला नाही. अंधारात सर्रास कापाकापी चालू झाली होती. किंकाळ्या उठत होत्या. खानाचा मुलगा अब्दुल फत्ते बापाच्या रक्षणार्थ धावला; पण त्याची क्षणात कत्तल झाली. या गोंधळात काही मावळे वाड्यातल्या पाण्याच्या हौदात पडले.

राजांनी इशारत केली. वाड्याच्या प्रथम दरवाजात असलेले वाजंत्रीवाले उठले होते. मावळ्यांनी त्यांना चौघडे बडवायला सांगितले. जेव्हा राजांचे लोक वाड्याच्या मागच्या दिंडीदरवाजाजवळ गोळा झाले हाते, तेव्हा नगारखान्यावर नगारा वाजत होता.

वाड्यात किलकारी उठताच इब्राहीमच्या पठाणांनी वाड्याभोवतीचे पहारे कापले होते. राजे दिंडीदरवाजाने बाहेर आले. सर्जेराव घोड्यावर स्वार होऊन दुसरा घोडा हाती धरून उभे होते. राजे स्वार झाले. साऱ्यांनी आपली जनावरे पकडली. इब्राहीमखानाचे पथक आले, तसे दौडत निघाले.

वाड्यातून उठलेल्या किंकाळ्या, पाठोपाठ झडणारा चौघडा ऐकून पहाऱ्याचे स्वार वाड्यासमोर गोळा झाले. तोच इब्राहीम ओरडला,

'खान मारे गये! गनीम भाग गया! पीछा करो! पकडो!'

इब्राहीमने बोट दाखविलेल्या दिशेकडे अश्वपथक उधळले. पाठोपाठ इब्राहीम आपल्या पथकासह 'पकडो! गनीम भाग गया!' ओरडत धावत होता. खानाच्या छावणीत एकच गोंधळ उडाला होता. पुढच्या अश्वपथकाच्या पाठोपाठ भरधाव वेगाने राजांचे अश्वपथक धावत होते. 'पकडो, मारो!' म्हणत नेताजी, तानाजी, मोरोपंत आपल्या पथकांसह राजांना येऊन मिळत होते. राजांच्या स्वाराने पुण्याबाहेर

येताच कर्णा वाजविला. त्याचे आवाज उठत होते. कात्रजजवळ रानातून तसाच आवाज उठला.

पुढे गेलेले अश्वपथक घाटावर पोहोचले. पथकाने विचारले,

'गनीम यहाँसे भाग गया?'

'नहीं, हुजूर!'

पथकाचा सरदार गोंधळला. तोच त्याच्या स्वाराने बोट दाखवीत सांगितले,

'हुजूर! ते पाहा!'

सरदार पाहत होता. खालच्या दरीतून मशाली पळत होत्या. सरदाराचा संताप भडकला. समोर आलेल्या पहारेकऱ्यावर तलवार चालवीत तो ओरडला,

'दगाबाज!'

क्षणात पहारेकऱ्याला शासन मिळाले; आणि खानाचा सरदार कात्रजच्या घाटाच्या रोखाने उतरू लागला. पाठोपाठ राजांचे पथक घाटावर आले. खानाचे पथक मशालींच्या दिशेला वळलेले पाहताच राजांचे घोडदळ कोंढाण्याच्या दिशेला लागले. खानाच्या पथकाला मागून टापांचा आवाज ऐकू येत होता. पण त्यांना आपलीच कुमक आहे, असे वाटून ते त्वेषाने मशालींचा पाठलाग करण्यासाठी रानातून घुसले होते.

मशाली नजीक आल्या. सरदाराचे डोळे विस्फारले गेले. साऱ्या रानात बैल धावत होते. शिंगांचे पलोते फरफरत होते. अनेक झाडांच्या फांद्यांवर तशाच मशाली बांधल्या होत्या. ते बघून खानाचा सरदार जागच्या जागी खिळून राहिला. त्याच्या नजरेसमोर काजवे चमकू लागले.

नवमीच्या पहाटे राजे कोंढाण्यावर पोहोचले. रामजन्माच्या दिवशी सूर्योदयाला राजे कोंढाण्यावरून सूर्यदर्शन घेत होते.

□

११

शाही मिजाशीने दरवळणाऱ्या, मोगली ऐश्वर्याने झगमगणाऱ्या लाल महालावर अवकळा पसरली होती. अब्दुल फत्तेच्या प्रेताभोवती बेगमांचा आक्रोश उसळला होता. रात्रीच्या अंधारात मारल्या गेलेल्या बेगमा, दासी, खोजे यांची वस्त्राच्छादित प्रेते दफनाची वाट पाहत होती. खुद्द शास्ताखानाच्या उजव्या हाताची तीन बोटे तुटली होती. हकिमाने मलमपट्टी केलेल्या हाताकडे खान हताशपणे पाहत होता. अजून खानाच्या अंगाचा कापरा गेला नव्हता.

साऱ्या छावणीत एकच गडबड उडाली होती. शिवाजीने रात्री लाल महालावर हल्ला केला, यावर कुणाचाच विश्वास बसत नव्हता. सारे सरदार लाल महालासमोर गोळा झाले होते. सरदारांना पाहताच खानाचा क्रोध उफाळला. सरदारांच्या गाफिलपणामुळे हा प्रकार झाला, असा खानाचा पक्का समज झाला होता. शास्ताखान खुद्द औरंगजेबाचा

रिश्तेदार. आता थोट्या हाताने औरंगजेबासमोर कोणत्या तोंडाने जायचे, याचा शास्ताखानाला विचार पडला होता.

आपल्या मुलाचे, बेगमांचे दफन करून शास्ताखान लाल महालात आला. रात्र पडू लागली. तसा त्याचा धीर सुटू लागला. सारी रात्र त्याने आणि लाल महालाने जागून काढली.

खानाची फौज कोंढाण्याजवळ येताना दिसताच राजांनी इशारत दिली. फौज फारशी नव्हती. राजांनी गडाचे दरवाजे उघडेच ठेवायला सांगितले. तटावर कोणी माणूस दिसत नव्हता. गडावर भगवे निशाण फडकत नव्हते. मोकळे दरवाजे आणि निर्मनुष्य तट पाहून खानाचे सैन्य पुढे झेपावले. शिवाजी गड सोडून पळून गेला, असाच त्यांचा समज झाला. क्षणाक्षणाला खानाचे सैन्य पुढे सरकत होते. आघाडीच्या हत्तीवर मोगली ध्वज फडकत होता.

खानाचे सैन्य गडापाशी येऊन भिडले. वाट भरून सैन्य वर येत होते आणि अचानक 'हर हर महादेव' च्या गर्जनेने कोंढाणा भरून गेला. खानाच्या सैन्याने वर पाहिले. त्यांचा डोळ्यांवर विश्वास बसेना. गडावर भगवा ध्वज फडकत होता. तोफांचे आवाज, धुराचे ढग उठू लागले. आघाडीचा हत्ती तोफेच्या गोळ्यात सापडला. तोफा सारख्या धडाडत होत्या. बिथरलेल्या घोड्यांच्या टापांखाली मोगल सैन्य सापडत होते. खानाच्या सैन्याची दुर्दशा उडून गेली. माघार घेईपर्यंत निम्मी फौज हकनाक बळी पडली. खानाच्या सैन्याने कशीबशी माघार घेतली, तोच गडाच्या दरवाजातून घोडदळ बाहेर पडताना नजरेत आले. खानाच्या सैन्याचा उरलासुरला धीर सुटला आणि फौज जीव घेऊन पळत सुटली. राजे हा विजय समाधानाने गडावरून पाहत होते.

शिवाजीराजांपाठोपाठ गेलेल्या सैन्याची दाणादाण झाल्याची वार्ता पुण्यात आली. शास्ताखान ते ऐकून पुरा धास्तावला. आता त्याचा कुणावरही विश्वास राहिला नव्हता. तो म्हणाला,

'गनीम खाशा डेऱ्यापर्यंत येईतो कुणी वजीर हुशार नाहीत; कोणी खबरदार नाहीत. अवघे फितव्यात मिळाले. आज त्या शिवाजीनं बोटं तोडली; उद्या मागती येऊन शिर कापून नेईल. दगेखोर आणखीन दगा देईल. लष्कराचा इतबार राहिला नाही. या लोकांबरोबर राहणं जमणार नाही.'

खानाने आवराआवर केली; आणि तिसऱ्याच दिवशी त्याने पुण्याचा आपला मुक्काम हलविला. जसवंतसिंगाला काही फौजेनिशी पुण्यात शिवाजीचा पराभव

करायला ठेवून खान औरंगाबादेच्या वाटेला लागला. त्याला आता पुण्यात ठेवून घेण्याचे सामर्थ्य कुणात उरले नव्हते.

खानाच्या छाप्यात जे जखमी झाले होते, त्यांना कोंढाण्याला ठेवून राजे राजगडावर आले. गडावर एकच आनंद उसळला.

खानाची बोटे तुटली, व तो पुण्याहून गेला, ही बातमी दोन दिवसांत गडावर आली. राजे ती बातमी ऐकून नाराज झाले. त्यांचा असा समज होता की, अंधारात केलेला वार कारीगर झाला असेल.

राजे म्हणाले, 'श्रीजगदंबाकृपेनं फत्ते होऊन आलो. शास्ता म्हणजे शिक्षा. पातशाहानं नाव ठेविलं; पण नावाप्रमाणे खानानं करामत केली नाही. आम्ही शास्ताखानास शास्त केली. जे पातशहास जमलं नाही, ते आम्ही शास्त करून नाव रुजू केलं.'

शास्ताखानाच्या पराभवाच्या आनंदार्थ जिजाबाईंनी साखर वाटली; आणि गडावरून तोफांच्या फैरी झाडल्या गेल्या.

सायंकाळी राजे एकटेच महाली होते. पुतळाबाई महालात आल्याचे पाहून राजांना आश्चर्य वाटले. पुतळाबाई आल्या. महाली येऊन उभ्या राहिल्या. राजे नुसते पाहत होते. पुतळाबाई राजांची नजर टाळीत होत्या. वाढत्या क्षणाबरोबर त्यांच्या मनाचा गोंधळ वाढत होता. तो असह्य होऊन पुतळाबाई एकदम म्हणाल्या,

'जाते मी!'

पुतळाबाई दारापर्यंत गेल्या, आणि एकदम हाक आली.

'पुतळा!'

पुतळाबाई वळल्या. राजांनी विचारले,

'काय मनात होतं?'

'काही नाही!'

राजे उठले. पुतळाबाईंच्या जवळ जात ते म्हणाले,

'शत्रूंच्या हालचाली, त्यांचे मनसुबे आम्ही जाणतो. पण आम्हांला आमच्या माणसांचं मन जाणता येत नाही. सांग ना, का आली होतीस?'

पुतळाबाई म्हणाल्या, 'आपण मोहीम जिंकलीत, आणि मी मात्र अडचणीत सापडले.'

'कसली अडचण?'

'मला काही समजत नाही! आपण गडावरून गेलात. मनाला चैन पडेना. नाही नाही ते मनात येऊ लागलं. तेव्हा तशीच खाली देवीच्या देवळात गेले. नवस बोलून मोकळी झाले.'

राजे हसले. पुतळाबाईंचा चेहरा उंचावत ते म्हणाले,

'मग त्यात एवढं संकोचायचं काय कारण? नवस फेडून टाका.'

पुतळाबाई रडकुंडीला येऊन म्हणाल्या, 'तीच तर खरी अडचण आलीय् ना! मला नवस फेडता येत असता, तर केव्हाच फेडला असता.'

'म्हणजे? काय बोललीस तू?'

'अक्कलच कमी! गेले हवं ते बोलून. मी बोलले... यांत यश मिळू दे. आम्ही दोघे तुझी खणानारळांनी ओटी भरू.'

राजे गंभीरपणाचा आव आणीत म्हणाले, 'हे मात्र खरंच कठीण दिसतं, हं! त्यात थोरल्या राणीसाहेबांना कळलं, तर पाहायलाच नको.'

'मला भीती वाटते, ती त्यांच्याच रागाची!'

राजे हसून म्हणाले, 'पुतळा, काळजी करू नकोस. आम्ही काही तरी वाट जरूर काढू.'

'खरं?'

'अगदी खरं!'

भाबड्या पुतळाबाई नकळत हसून गेल्या. ते समाधान पाहून राजे मोहरले. पुतळाबाई म्हणाल्या,

'जाते मी. नाही तर चौकशी होईल.'

'एवढं भ्यायचं काय कारण? जरा बैस ना! तुमच्या बरोबर बोलायला आम्हांला फारसा वेळ मिळत नाही.'

'नको. जाते मी.'

पुतळाबाई निश्चयाने वळल्या. त्याच वेळी त्यांचा हात पकडला गेला. पुतळाबाईंचे सारे अंग शहारून उठले. हाताला कंप सुटला. कानांवर शब्द आले,

'पुतळा, ही आमची आज्ञा आहे!'

दुसऱ्या दिवशी सकाळी राजे स्नान, पूजा आटोपून खाली आले. जिजाबाई आपल्या महाली बसल्या होत्या. शंभूबाळ मांडीवर होता. बैठकीजवळ सोयराबाई, पुतळाबाई, सगुणाबाई, काशीबाई उभ्या होत्या. राजांनी जिजाबाईंचे पाय शिवले. शंभूबाळांनी उठून राजांना नमस्कार केला. शंभूबाळांना जवळ घेत राजांनी विचारले,

'मासाहेब, इथं तर सारेच जमलेत! काय बेत?'

'अरे, बेत कसला? तू आलास, तशाच मुली पाया पडायला आल्या होत्या.'

'मग काही हरकत नाही.' राजे म्हणाले.

'आबासाहेब, शास्ताखानाची बोटं तुटली?' शंभूबाळांनी विचारले.

'हो!'

‘तुमी तोडली?’

‘हो!’

‘मग त्याला मारलंच का नाही?’

सारे हसले. राजे म्हणाले,

‘आम्हांला जमलं, तेवढं केलं. तुम्ही मोठे झालात, की उरलेलं काम करा. मासाहेब. आम्ही मोहीम फत्ते केली, पण एक काम राहून गेलं.’

‘कसलं?’

‘खानावर चालून जाताना, गड सोडताना आम्ही देवीला नवस केला, की काम फत्ते झालं, तर खणानारळांनी जोडीनं ओटी भरू!’

‘मग, बाबा, उगीच दिरंगाई नको. आज शुक्रवार आहे खरा. संध्याकाळीच जाऊन ओटी भरून या!’

पुतळाबाई उभ्या जागी लाजल्या होत्या. त्या राजांची नजर टाळीत होत्या.

दोन प्रहरी राजे सोयराबाईंना म्हणाले,

‘संध्याकाळी पद्मावतीमाचीवर जायचं ना?’

‘खरं सांगू?’ सोयराबाई म्हणाल्या, ‘गड चढणं-उतरणं नको वाटतं. धाप लागते.’

‘तसं काही खास कारण नाही ना?’

‘चला! काही तरीच तुमचं?’

राजे म्हणाले, ‘ठीक आहे! आम्ही धाकट्या राणीसाहेबांना घेऊन जाऊ.’

संध्याकाळी राजे पुतळाबाईंसह गडाखाली माचीवर उतरले. पूजासाहित्य घेऊन मनोहारी मागे उभी होती. राजांनी आणि पुतळाबाईंनी देवीची ओटी भरली. पुतळाबाईंचा आनंद मनात सामावत नव्हता.

धाकट्या राणीसाहेबांना एवढे आनंदी कुणी पाहिले नव्हते. कुणाला त्या आनंदाचे कारण कळत नव्हते.

□

१२

शास्ताखानाच्या छाप्यानंतर आठच दिवसांत राजांनी कोकणची मोहीम काढली. राजापूर, कुडाळ, वेंगुर्ला हे मुलूख जिंकून नवे कौल, आश्वासनपत्रे देऊन राजांची स्वारी थेट बांद्यापर्यंत गेली. पावसाळा सुरू झाला. मोगली फौज महाडपर्यंत आल्याची बातमी आली; आणि राजे माघारी वळले. या मोहिमेत आर्थिक लाभ झाला नसला, तरी कुडाळ सावंतांच्या मुलुखाचा बंदोबस्त व कोकण प्रांतातले राजांचे वर्चस्व वाढले. एवढे यश पदरात घेऊन राजे भर पावसाळ्यात राजगडाला आले.

शास्ताखानाने तीन वर्षांत शिवाजीराजांचा पुणे मुलूख जवळ जवळ उद्ध्वस्त केला होता. गावे परागंदा होऊन कोकणच्या आश्रयाला गेली होती. शास्ताखान गेला, तरी पुण्यात जसवंतसिंग आपल्या सैन्यासह तळ देऊन होता. त्यामुळे तो मुलूख सुरक्षित नव्हता. कोकण अस्थिर असल्याने कोकणचाही म्हणावा तसा वसूल येत नव्हता. मोगली फौजेने प्रजेची केलेली ससेहोलपट, राज्यावर बसलेल्या लढाईचा अखंड ताण, पागा आणि शिलेदार यांचा वाढता ताण यांमध्ये राजांची परिस्थिती मोठी बिकट झाली होती. हा खर्च भरून काढण्यासाठी कुठे तरी मोहीम आखणे जरूर होते. प्रधानांनी सल्ला दिला,

'कर्नाटकात गेल्यास फायदा होईल.'

राजांनी नकारार्थी मान हलविली. ते म्हणाले,

'आदिलशाही आमच्याबाबत निर्धास्त बनली आहे. हा सलोखा राखणं आवश्यक आहे. आज ना उद्या शास्ताखानाच्या पराभवाचा सूड उगविण्याकरिता मोगल चालून येतीलच. त्या वेळी आदिलशाहीचं वैर आम्हांस झेपणार नाही.'

'मग यातून उपाय?' जिजाबाईंनी विचारले.

'त्याची काळजी आताच कशाला?' राजे म्हणाले, 'जगदंबा आमच्या पाठीशी आहे. तिच्यावर आमचा विश्वास आहे. ती आम्हांला निश्चित मार्ग दाखवील.'

बहिर्जी नाईक आल्याची वर्दी आली. राजे म्हणाले,

'चला! आता आणखीन काय बातमी आलीय्, ती ऐकू.'

बहिर्जीने येऊन मुजरा केला. राजांनी विचारले,

'काय, बहिर्जी, जसवंतसिंग काय म्हणतात?'

बहिर्जी म्हणतात, 'जसवंतसिंग तळ उठवील, असं वाटत नाही. उलट, जसवंतसिंग फौजफाटा गोळा करीत आहे.'

राजांनी निःश्वास सोडला, 'आणि?'

'आनी काय न्हाई! राजं, भेटलं त्यो मानूस इचारतोय्, ह्यो फौजफाटा कवा हलणार? लोक लई कटाळल्यात.'

'खरं आहे. बहिर्जी, तू थांब. तुला कामगिरी सांगायची आहे.' राजांनी सर्वांकडे नजर टाकली; आणि ते म्हणाले, 'ज्या मोगल सैन्यानं आम्हांस त्रास दिला, त्याचा खर्च आम्हांला मोगलांकडूनच भरून काढला पाहिजे. पाहू, काही तरी मार्ग सुचेल.'

दुसऱ्या दिवशी सकाळी राजे बराच वेळ बहिर्जीशी बोलत होते. दोन प्रहरी बहिर्जी गडाखाली उतरताना दिसला.

पावसाळा सरला. थंडी पडू लागली. गड पहाटेच्या धुक्यात भिजू लागला. राजे

संभाजीराजांच्या सहवासात, कुटुंबपरिवारात दिवस काढीत होते.

एके दिवशी सायंकाळी राजे संभाजीबाळांसह गडावर फेरफटका करीत असता महंमद सईस तेथे आला. महंमद सईस राजांच्या खास अश्वशाळेवरचा प्रमुख. राजांनी विचारले,

'महंमद, का आलास?'

'हुजूर, विश्वासची तबियत नासाज आहे.'

'काय होतं?'

'बुखार आहे.'

'केव्हापासून?'

'कालपासून. वैद्यांनी दवा दिला; पण गुण नाही. आज बिमारी जास्तच वाढली आहे.'

'गवत खातो?'

'जी, नाही.'

'पाणी?'

'प्याला.'

'चलबिचल आहे? धापतो?'

'पडून आहे, सरकार!'

'आम्ही पागेत येतो. तू चल पुढं.'

विश्वास म्हणजे राजांचा आवडता घोडा. सदैव मोहिमेत विश्वास असायचा. तोच विश्वास बिमार असल्याचे ऐकून राजे चिंताचूर झाले. दिवस मावळायला आला होता. संभाजीराजांना वाड्याकडे पाठवून राजे सरळ पागेकडे आले.

गडाच्या मोहनबुरुजापाशी अश्वशाळेची इमारत होती. अश्वशाळेची इमारत चौसोपी असून, मध्ये एक प्रशस्त चौक होता. चारी बाजूंनी तबेले होते. राजांच्या खास घोड्यांसाठी ती इमारत बांधली होती. मधल्याच चौकात चंदी, रातब, डंका, निशाण वगैरे ठेवण्यासाठी एक टुमदार इमारत होती. प्रत्येक घोड्याच्या ठाणामध्ये कमरेपेक्षा उंच भिंत होती. पागेच्या दरवाजाजवळ आतल्या बाजूला एक सुबक विहीर होती. पागेच्या प्रथम देवडीत खांबाला बांधलेले माकड कट्ट्यावरून पागेची हालचाल पाहत होते. शेजारी बांधलेला एडका देवडीच्या कट्ट्याला अंग घाशीत होता.

राजे पागेत आले, तेव्हा मशाली पेटल्या होत्या. पागेतले सारे चाकर अदबीने मुजरे करते झाले. राजांच्या बरोबर महादेव, तानाजी होते. राजांचा आवाज ऐकताच राजांची आवडती घोडी तुरंगी, इंद्रायणी, गजरा, रणभीर, कृष्णी उभ्या जागी खूर आपटू लागली; ठाणाच्या बाहेर तोंड काढून फुरफुरू लागली. राजे पागेत आले की, सर्वांवरून हात फिरवीत फिरत असत. पण राजांनी आज कुणाकडेही पाहिले नाही.

सरळ विश्वासच्या तबेल्याकडे गेले. तबेल्याजवळ अश्ववैद्य, महंमद उभे होते. राजांनी विश्वासकडे पाहिले. विश्वास तबेल्यात पडून होता. आजूबाजूला माणसांची वर्दळ असूनही ते उमदे जनावर गवतावर झोपून होते. विश्वास एवढा आजारी असेल, असे राजांना वाटले नव्हते. ते तबेल्याचा कट्टा झटकन चढून गेले. त्यांनी हाक मारली,

'विश्वास ऽ ऽ'

विश्वासचे कान हलले. तो जागच्या जागी फुरफुरला; आणि त्याने पडल्या जागेवरून राजांकडे पाहिले. राजांनी वैद्यांना विचारले,

'काय झाल्य विश्वासला?'

'ताप आहे, महाराज!'

'बरा होईल ना?'

'औषधं दिलीत, राजे!'

'बरा होईल ना?'

'महाराज, जनावरांच्या आजाराचं काही सांगता येत नाही. सकाळपर्यंत उभा होता. काळजी वाटली नाही. दोन प्रहरी झोपला. उभ्या जनावरांच्या रोगाची काळजी वाटत नाही. पण जनावर पडलं, की काळजी वाटते. हा विश्वास उभा व्हायला हवा.'

राजे ऐकत होते; पण डोळे विश्वासवर खिळले होते. राजे विश्वासजवळ गेले. बसले. त्यांचा हात विश्वासच्या चेहऱ्यावरून फिरत होता. राजांच्या डोळ्यांत पाणी होते.

'राजे!' तानाजी म्हणाला, 'रात्र झाली. तुमी जावा. आमी बसतो.'

राजांनी वर पाहिले. ते म्हणाले,

'तानाजी, जाऊनही चैन पडायचं नाही. असं उमदं जनावर मिळायचं नाही. रात्र असो, दिवस असो, गती मंद असो, दौड असो, वाट सरळ असो, आडवाट असो... विश्वासवर मांड टाकली, की मन निश्चिंत असायचं.'

'महाराज, हजार घोड्यांत विश्वास उठून दिसायचा!' महादेव म्हणाला.

कुणी तरी पुढे होऊन राजांच्या जवळ घोंगडे पसरले. राजे घोंगड्यावर बसले. विश्वासच्या आठवणी निघाल्या. त्या मुक्या जनावरावरून हात फिरवीत राजे बोलत होते. विश्वासच्या नाकपुडीतून उष्ण श्वास बाहेर पडत होते.

बराच वेळ गेला. रात्र वाढली; आणि पागेत मशाली शिरल्या. तानाजीने वर्दी दिली.

'मासाहेब, महाराज!'

राजे उभे राहिले. मासाहेब आल्या. त्यांनी तबेल्यावरून नजर फिरवली. त्या म्हणाल्या,

'फार आजारी आहे?'

'होय, मासाहेब! दोन प्रहरापासून उठला नाही. ताप आहे.'

जिजाबाईंनी विश्वासवरून हात फिरविला. त्या म्हणाल्या,

'ताटाला तुम्ही आला नाहीत. सारी खोळंबलीत.'

'मासाहेब, भूक नाही. मनही स्वस्थ नाही. आम्ही आज जेवणार नाही.'

'इथंच बसून राहणार?'

'दुसरं काय करणार? जेवढं करणं शक्य आहे, तेवढं वैद्यराजांनी केलं आहे. निदान हा डोळ्यांसमोर तरी राहील!'

जिजाबाईंनी मागे पाहिले. दासी पुढे झाल्या. त्यांनी विश्वासची दृष्ट काढली. थोडा वेळ थांबून जिजाबाई वाड्याकडे गेल्या.

राजे गुडघ्यांत मान घालून बसले होते. वाढत्या रात्रीबरोबर साऱ्यांच्या नजरेत झोप चढत होती. सर्वत्र नीरव शांतता होती. अचानक घोडे फुरफुरले. राजांनी मान वर केली. विश्वास उठायचा प्रयत्न करीत होता. राजे धडधडत्या अंतःकरणाने पाहत होते. विश्वास अर्धवट उठला; आणि परत पडला. पुन्हा त्याने सारे बळ लावून धडपड केली; आणि विश्वास उभा राहिला. राजे त्याच्याकडे पाहत होते. विश्वास तोंड पुढे करून राजांची मान चाटीत होता. राजांना गुदगुल्या झाल्या. ते हसले. राजे उभे राहिले. त्यांनी हाक मारली,

'तानाजी, महंमद, महादेव...'

बाजूला कट्ट्यावर पेंगणारे सारे धडपडून उठले, तबेल्याकडे धावले. विश्वास उभा होता. राजे त्याला कुरवाळीत होते. वैद्य आनंदाने म्हणाले,

'महाराज, आपण निश्चिंत होऊन विश्रांती या. विश्वासला आता कसलाही धोका नाही.'

सारे समाधानाने वाड्यात आले. उत्तररात्रीला सुरुवात झाली होती. राजे थकलेले होते. ते सरळ आपल्या महाली जात असता मागून आवाज आला,

'राजे!'

राजे वळले. मासाहेब दारात उभ्या होत्या. राजांनी विचारले,

'मासाहेब, झोपला नाही?'

'झोप येईना. कसा आहे विश्वास?'

'उभा राहिला.'

'बरं झालं. देवानं गाऱ्हाणं ऐकलं. विश्रांती घ्या.'

राजे महालात आले. समई तेवत होती. राजे पलंगावर झोपी गेले. काही वेळ गेला. राजांच्या डोळ्यांत झोप उतरत होती. तोच त्यांना जाग आली. त्यांनी पाहिले,

कुणी तरी समईच्या ज्योती शांत करीत होते.

'कोण?'

'मी, मनोहारी.'

'आणि राणीसाहेब कुठं आहेत?'

'झोपल्यात.'

मनोहारीने समया शांत केल्या. एक ज्योत मंदपणे जळत होती. राजे म्हणाले,
'दार ओढून घे; आणि तू जा.'

पावलांचा आवाज उठला. दार ओढून घेतल्याचा आवाज झाला; आणि महालात
शांतता पसरली.

सकाळी जेव्हा राजे स्नान, पूजा आटोपून महालात आले, तेव्हा सोयराबाई
राणीसाहेब महालात उभ्या होत्या. राजांनी विचारले,
'राणीसाहेब, शंभूबाळ कुठं आहेत?'

'ते आपल्याच वळणावर गेलेत. सकाळी उठले; आणि समजताच पागेत
गेलेत. दूध प्यायलाही अजून आले नाहीत.'

'बाळराजांनाही आता कळू लागलं, म्हणायचं!'

'हो पण आपल्या ह्या छंदापायी काल साऱ्यांना उपवास घडला. आमचं सोडा;
पण मासाहेबांकडे तरी पाहायचं होतंत!'

राजे हसले. म्हणाले,
'पण आम्हीही उपाशीच होतो ना!'

'त्याऐवजी येऊन जेवून गेला असतात, तर काय बिघडलं असतं? वैद्य होते,
सारे होते.'

'तेही खरंच!'

'मला, बाई, झोप आली. झोपून गेले मी.'

'छान केलंत! मासाहेबांची पूजा झाली का, पाहा. आम्ही खाली येतोय्, म्हणून
सांगा.'

सोयराबाई निघून गेल्या. राजांनी आपला दुशेला कमरेला आवळला; आणि ते
वळणार, तोच महालाच्या दाराशी पुतळाबाई आल्या. त्यांच्या मागे मनोहारी होती.
मनोहारीने तबक बैठकीवर ठेविले. राजांनी विचारले,

'काय आहे?'

'काल रात्री उपाशी राहिलात. थोडं फराळाचं आणलंय्.'

'तुम्ही आमच्यावर रागावला नाहीत?' राजांनी विचारले.

'राग? आणि आपल्यावर? तो कशासाठी, बाई?'

'व्वा! काल आम्ही जेवलो नाही. त्यामुळं मासाहेबांबरोबरच साऱ्या राणीवशाला उपवास घडला. केवढा अनर्थ घडला!'

राजे बैठकीवर बसले. मनोहारी, पुतळाबाई उभ्या होत्या. राजे फराळ करीत होते. पुतळाबाई म्हणाल्या,

'काल आपण आलात, तेव्हा महाली आले. झोप लागली होती.' थोडा वेळ थांबून त्या म्हणाल्या, 'आता काळजीचं कारण नाही. विश्वासची तब्येत आता बरी आहे.'

'तुम्हांला कसं कळलं?'

'सकाळी मी आणि ही पागेकडे गेलो होतो. आता गवत खातो. खुद्द बाळराजे त्याला चारताहेत. बोलावलं, तरी येईनात. तिथंच आहेत ते.'

'फारच थोड्यांना कळतं हे.'

राजे गडबडीने दूध प्याले, आणि उठले. फराळाचे बरेचसे तसेच राहिलेले पाहून पुतळाबाई उद्गारल्या,

'हे काय? काहीच घेतलं नाहीत?'

राजांनी पुतळाबाईंकडे पाहिले. त्यांच्या चेहऱ्यावर स्मित होते. ते म्हणाले,

'नुसत्या अन्नानंच पोट भरतं, असं कुणी सांगितलं?... मासाहेब वाट पाहत असतील.' म्हणत राजे उठले, आणि मासाहेबांच्या महालाकडे चालू लागले.

□

१३

दोन प्रहरच्या वेळी येसाजी, तानाजी, नेताजी राजगड चढत होते. पायांतल्या वहाणा करकरत होत्या. देवीच्या देवळात जाऊन तिघांनी देवीला वंदन केले; आणि तिघे देवळाबाहेर आले. नेताजी म्हणाला,

'तानाजी, राजांनी काही तरी मोठा बेत आखलेला दिसतो.'

तानाजी म्हणाला, 'मलाबी तसंच वाटतंया. राजांनी सारी फौज गोळा केलीया. साऱ्यांस्नी वर्द्या सुटल्यात. कालच राजांच्या बरोबर आमी खालच्या तळावर जाऊन आलो. राजांनी जातीनं सारी छावनी बघितली.'

'होय. पण कुठला बेत काढलाय्, ते समजलं का?' नेताजींनी विचारले.

येसाजी हसला. तो म्हणाला, 'आता तुमीच इचारा की राजांस्नी!'

'मी?' नेताजी दचकून म्हणाले.

'व्हय. तुमी सेनापती, राजांचे सोयरे. तुमांस्नी हे धाडस व्हत न्हाई, तर आमी काय इचारनार? बाकी, गेल्या दहा दिवसांत जसा बहिर्जी आला, तसं चारी वाटंनं नजरबाज गडावर दिसत्यात.' तानाजी म्हणाला.

येसाजी म्हणाला, 'कुटं का मोहीम असंना, पन आनी एक महिन्यानं ठेवाया पायजे व्हती.'

'ते, रं, का?' तानाजीने विचारले.

'आवंदा पिकं झोकबाज आलीती. मळण्या आटोपून गेलं असतं, तर बेस झालं असतं.'

'तुज्या मळण्या, आनी आमच्या न्हाईत? आमी पीकपानी सोडून आलो, ते?'

'फुकट सोडशिला!' नेताजी थांबले. दोघे त्यांच्याकडे पाहत होते. 'मी राजांना कवा तरी सांगनार आहे.'

'काय सांगणार?' येसाजीने विचारले.

'अरे, घरात तोटा पडला, तर कवाबी अंबारखान्यातनं दानं मिळत्यात. साऱ्या फौजेला हे माहीत आहे. आता पावसाळ्यात शेतावर पूर्वीसारखी राबणूक करीत नाहीत हे लोक.'

'हे मातुर खरं!' तानाजीने आपले थोराड मुंडासे डोलवले.

गडाच्या दरवाजाशी चौकी-पहारेकऱ्यांचे मुजरे स्वीकारून सारे वाड्यात आले. राजे सदरेवरच होते. शेजारी प्रतापराव सरनोबत, आनंदराव, मोरोपंत, निळोपंत, अण्णाजीपंत ही सारी मंडळी होती. नेताजी येत असलेले पाहून राजे म्हणाले,

'चला. नेताजीकाका शिल्लक राहिले होते, तेही आले.' तानाजी-येसाजींकडे पाहून राजांनी विचारले, 'कुठं सापडले आमचे सेनापती?'

येसाजी हसून मुजरा करीत म्हणाला, 'मोहिमेचं नाव काढलं; आणि दडून बसले की घरात! मग नाइलाज झाला. घरातनं ओढून काढून आणलं सदरेवर.'

सारे हसले. सदरेवर नेताजी येताच राजांनी निर्णय सांगितला,

'नेताजी, उद्या बाहेर पडायचं.'

'मोहिमेला जायचं?' नेताजींनी विचारलं.

'फिरायचे दिवस अजून यायचे आहेत.' राजे म्हणाले. 'तुमचा रोख आम्ही ओळखला. तुमच्यापासून लपवून ठेवण्यात काय अर्थ? अहमदाबादेचा मोगली खलिता आला आहे. महाबतखानानं पट्टणचं बंड मोडण्यासाठी आम्हांला तातडीनं बोलावलं आहे. ही संधी घेतली, तर आम्ही केलेल्या मदतीमुळं औरंगजेबाचा राग शांत होईल. जरा स्वस्थता लाभेल.'

ज्यासाठी सारे आतुर होते, तो मोहिमेचा बेत कळला. तो ऐकून सारे निराश झाले. राजांनी बादशहाच्या मदतीला एवढ्या तातडीने का जावे, हे कुणालाच कळत नव्हते. राजे सदरेवरून उठले, आणि आत गेले.

संध्याकाळी राजे जिजाबाईंच्या भेटीला गेले असता जिजाबाईंनी विचारले,

'राजे, उद्याची मोहीम महाबतखानाच्या मदतीसाठी आखलीत?'

'कुणी सांगितलं?'

'मोरोपंत म्हणत होते.'

'केवढ्या लौकर आमचे बेत जगजाहीर होतात, मासाहेब! चला, मासाहेब, थोडं बोलायचं आहे. आमच्या महाली जाऊ.'

राजे जिजाबाईंसह महालात आले. राजांनी महादेवला महालाबाहेर उभे केले. राजे म्हणाले,

'मासाहेब, हा खर्चाचा ताण आता सहन करणं अशक्य आहे. शास्ताखानानं जी प्रजा बेघरदार केली, त्या प्रजेला दिलासा देऊन ती माणसं जमवायला हवीत. याला प्रचंड पैसा लागणार.'

पण आणणार कोठून?'

'ती विहीर आम्ही हुडकली आहे. अगणित संपत्तीनं ती काठोकाठ भरलेली आहे. तो गाळ उपसण्याकरिताच आम्ही जात आहो.'

'काय सांगता? नीट बोला ना!'

'मासाहेब, सुरतेवर स्वारी करणार आहो.'

'सुरत?'

'हो. सुरत म्हणजे मोगलांची दुभती गाय. लक्षावधी रुपये नुसते कररूपानं मोगलांना मिळतात. मक्केच्या हाजची तीच वाट. ती सुरत लुटून आम्ही आमची नुकसानभरपाई करायचं ठरवलं आहे.'

'पण, राजे, पुरा मोगली मुलूख. केवढा लांब पल्ला!'

'गेले चार महिने आमचे शेकडो नजरबाज इथून सुरतेपर्यंत पसरले आहेत. मोगलांच्या भर मुलुखात वसलेली सुरत निर्भयपणे माळावर वसली आहे. तिला तट नाहीत, शिबंदी नाही. मोगली राज्याच्या वेढ्यात सुरक्षित असलेली सुरत खास उद्यानात वावरणाऱ्या निर्भय राजपुत्रीसारखी नांदते आहे. शत्रूचं भय तिच्या स्वप्नातही नाही.'

'पण कुणी आडवं आलं, तर?'

'कोणी येणार नाही. शहाजादा मुअज्जम औरंगाबादेला आमच्या स्वारीला तोंड देण्याची तयारी करतो आहे. तशी आम्ही हूल उठविली आहे. गोव्यावरच्या आमच्या स्वारीच्या बातमीनं पोर्तुगीज भ्याले आहेत. आदिलशाही आपला मुलूख सांभाळण्यासाठी जागरूक होऊन बसली आहे. आणि खुद्द मोगलांच्या मदतीला आम्ही इमानी सरदार जातो आहो, हे कळल्यावर कोण आडवं येणार?'

'धन्य आहे तुमची! खुद्द घरच्यांना सुद्धा कसला पत्ता लागू देत नाही. बिचारे तुमचे सेनापती! त्यांच्यावर देखील अविश्वास?'

‘गैरसमज होतोय्. मासाहेब! अविश्वास नव्हे; ही सुरक्षितता. आमच्या नजरबाजांना आमचे हेतू कळतात. आज खुद्द सुरतेत आमचे नजरबाज हिंडत आहेत; आमची वाट पाहत आहेत. आमची संगमेश्वरी जहाजं आज सुरतेच्या आसपास जाण्याची तयारी करीत आहेत. मोहिमेचा अंदाज चुकला, तर यश कसं मिळणार? उलट, एकट्यानचं आपल्या सर्व जबाबदारीवर मोहीम आखताना त्याच्या मनावर किती ताण पडतो, हे आम्हीच जाणतो. जिवाला जीव देणारी हजारो माणसं आमच्या शब्दावर प्रेमानं बाहेर पडतात. त्यांच्या जबाबदारीनं जीव वारेमोल बनतो.’

जिजाबाई उठल्या. राजांना म्हणाल्या,

‘जिवाला संभाळा! मोहीम फत्ते करून, माघारी सुखरूप या.’

‘मासाहेब, आम्ही हे यश असं मिळवू की, याला तोड राहणार नाही. मोगली फौजांच्या चार मोहिमांचा खर्च या एका मोहिमेत मिळवू. जेव्हा आम्ही परत येऊ, तेव्हा आणलेल्या अगणित संपत्तीनं साऱ्यांचे डोळे दिपून जातील. आमची ताकद शतपटीनं वाढेल. मासाहेब, आमचं स्वागत करताना तुमच्या चेहऱ्यावर दिसणारा आनंद आजही आम्ही पाहतो आहो.’

जिजाबाईंनी शिवबाच्या पाठीवर हात ठेवला. दोघे महालाबाहेर आले. महादेव उभा होता. जिजाबाईंनी विचारले,

‘महादेव घेणार ना बरोबर?’

‘तो म्हणजे आमची सावलीच बनलाय्. त्याला सोडून कसं चालेल?’

दुसऱ्या दिवशी पहाटे कुचाचा नगारा दुमदुमला. तुताऱ्यांचे आवाज, शिंगांचे आवाज होऊ लागले. राजांनी जिजाबाईंचा निरोप घेतला. भल्या थंड वेळी राजे सर्वांसह गड उतरले. राजांची आठ हजार फौज दौडू लागली. राजांनी आपल्या फौजेनिशी सरळ त्र्यंबकेश्वर गाठले. तेथे देवदर्शन करून राजे पुढे निघाले. ठायी ठायी वाटाडे आडवे येत होते, पुढची वाट दाखवीत होते. जव्हारमार्गे राजे सुरतकडे कूच करीत होते. दिवसा रानात विश्रांती व रात्रीचा प्रवास, यामुळे राजांच्या मजलीची कुणाला नोंदही झाली नाही.

□

१४

तापी नदीच्या दक्षिण तीरावर सुरतेचा टुमदार किल्ला वसला होता. किल्ला आकाराने लहान असला, तरी त्याची तटबंदी भक्कम होती. किल्ल्याला लागून पसरलेले सुरत शहर मात्र अगदी मोकळ्या मैदानावर वसले होते. दोन कोस लांब रुंद पसरलेल्या त्या शहराला तटबंदी नव्हती, खंदक नव्हते. शहराच्या चार सुरेख वेशी होत्या; पण त्यांचा उपयोग रक्षणापेक्षा शोभेकरिताच होता. कधी काळी

मारलेल्या खंदकाची काही ठिकाणी खळग्यांच्या रूपाने निशाणी दिसे; पण तेही खळगे कोरडे पडले होते. पाठीशी समुद्र आणि सामोरा शेकडो मैल पसरलेला मोगली मुलूख असता मोगलांच्या व्यापारपेठेला संरक्षणाची गरज काय?

सुरत त्या वेळी वैभवाच्या कळसाला पोहोचले होते. औरंगजेबाला सुरतेच्या नुसत्या कराचे दहा लाख रुपये वर्षाला मिळत. रा या देशाचे व्यापारकेंद्र म्हणून सुरतेचा लौकिक होता. इंग्रज, वलंदेज, हबसाण, तुर्क लोक याच बंदरातून व्यापार करीत असत. नाना देशीच्या, नाना वेषांच्या लोकांनी या शहराला शोभा आणली होती.

मोगलांचा सरदार इनायतखान निर्धोकपणे शहरावर सत्ता गाजवीत होता. इंग्रज साहेब ऑग्झेंडन आपली वखार राखीत होता; नदीपलीकडे असलेल्या स्वाली गोदीवर बसून सुरतेवर लक्ष ठेवीत होता. सुरतेपासून समुद्र थोडा दूर होता. छोटी गलबते स्वालीच्या गोदीपर्यंत येऊ शकत होती. तेथून सुरतेत नाना देशींचा माल आणला जाई; आणि हिंदोस्थानचा माल बाहेर जाई. शहराला लागून असलेल्या नदीकाठावर सुरतेच्या धनाढ्य व्यापाऱ्यांचे वाडे उभे होते. गावचे रस्ते वेडीवाकडी वळणे घेत जाणारे आणि अरुंद होते. श्रीमंतांचे महाल सोडले, तर सारे शहर साध्या घरांनीच सजले होते. वलंदेजांच्या आणि इंग्रजांच्या दोन वखारी आपल्या वेगळ्या धाटणीने शहरात नजरेत भरत होत्या.

सुरतेच्या बऱ्हाणपूरच्या वेशीचे चौकीदार सकाळच्या थंडीत कोवळ्या उन्हावर पाठी शेकत होते. रात्रीचा गारवा अजून अंगातून गेला नव्हता. शहरातील जकातघर शांत होते. नेहमी तेथे गडबड दिसायची. पण गोदीत जहाज न आल्याने तेथे फारशी धावपळ दिसत नव्हती. जकातघरापुढे नेहमी जागरूकता असे. सुरतेत येणारा वा बाहेर जाणारा माल मोगली अधिकाऱ्यांकडून कसून तपासला जाई. जकातनाक्यासमोर उभा असलेला मोमीन वाकडा चेहरा करून उभा होता. एक पहारेकरी म्हणाला,

'क्यों, मोमीन, खडा क्यूँ?'

मोमीन म्हणाला, 'आज काम मिळेल, असं दिसत न्हाई.'

'अरे, दररोज काम कुठलं? आज सगळा थंडा कारभार आहे. गोदीवर जा.'

'कालच जाऊन आलो. पण गोदीत एक गलबत नाही. पोट भरायसाठी मुलूख सोडून आलो; पण नशिबात उपवास! काम मिळणार कसं?'

पहारेकरी हसले; आणि मोमीन सावकाश वळला.

सुरतेतल्या इंग्रजांच्या वखारीजवळ असलेल्या छपरीबाहेर बाबूल घोड्याला नाल मारीत होता. बाबूल तसाच पोटापाण्याचा धंदा शोधीत सुरतेत पाच महिन्यांपूर्वी आला होता. साहेबांनी त्याच्या कामावर खूश होऊन त्याला वखारीजवळ छपरी घालून दिली होती. बाबूल जनावराला नाल ठोकीत होता. मोतद्दार आणि दोघे

शेजारी उभे होते. त्याच वेळी रस्त्यांवर चाकांचा खडखडाट ऐकू आला. बाबूलने वळून पाहिले. वखारीतून घोड्यांचा चौकडा बाहेर पडीत होता. ऑग्झेंडनसाहेब चौकड्यात बसला होता. चौकड्यामागे तांबडा गणवेष केलेले दोन सेवक उभे होते. गाडीवरच्या खिळ्यावर चांदीचे पत्रे मढविले होते. साहेब येताना पाहून बाबूल हातचे काम टाकून उभा राहिला. गाडी सामोरी येताच त्याने सलाम केला. साहेब हसला; आणि गाडी पुढे गेली. मोतद्दार म्हणाला,

'अरे, बाबूल, लौकर आटोप ना! जनावर अवघडलं.'

'झालंच की! एकच नाल राहिला.' म्हणत बाबूल कामाला लागला.

मोतद्दाराने विचारले, 'अरे बाबूल, इथं एक भिकारी होता, तो कुठं गेला?'

बाबूलने चमकून वर पाहिले; आणि विचारले,

'कोणता?'

'अरे, तो इथं तुझ्या छपरीसमोर भीक मागत बसायचा. तो फाटके, गलिच्छ कपडे घातलेला, नि हातात एक वेळूची काठी आणि कटोरा घेतलेला?'

आठवल्यासारखं करून बाबूल म्हणाला, 'दिला हाकलून! गरीब म्हणून जागा दिली, तर, साला, माझेच नाल चोरू लागला.'

मोतद्दार हसला. तो भिकारी चार महिन्यांत साऱ्यांच्या परिचयाचा झाला होता. साऱ्या शहरभर दिसायचा. अलीकडे कुठे त्याचे दर्शन झाले नव्हते.

शेवटचा नाल ठोकून बाबूलने मान वर केली. त्या उमद्या उंच्यापुऱ्या अबलख घोड्याकडे पाहत बाबूल म्हणाला,

'भारी उमदं जनावर! सुरतेत जनावर पाळावं, तर सुभेदारसाहेबांनीच!'

मोतद्दार म्हणाला, 'मालिकांचा खरा शौक एवढा एकच. अस्सल अरबी जात आहे. अशी जातिवंत साठ घोडी मालिकांच्या तबेल्यात आहेत.'

'खरं?'

'तर काय खोटं सांगतो?'

'आज गलबत आलं नाही, वाटतं?' बाबूलने विषय बदलला.

'का? तुला का चौकशी?' मोतद्दाराने विचारले.

'तुम्हांला काय? राजे तुम्ही. माझं पोट त्यावर आहे, बाबा! गलबत आलं, की माल उतरायला आणि न्यायला गडबड सुरू होते ना! मगच घोड्याच्या नालांची चौकशी होते.'

मोतद्दार हसला. 'बाबूल, खरं आहे तुझं. पण, राजा, आज एकही गलबत नाही; दोन दिवसांत येणारही नाही. मी पहाटेच गोदीवर जाऊन आलो. जातो मी.'

'आणि पैसे?'

मोतद्दाराने एकदम रूप बदलले. संतापून तो म्हणाला,

'भिकारड्या! भीक मागत होतास, ते अन्नाला लागलास; आणि सुभेदारांच्या खास घोड्याचे पैसे मागण्यापर्यंत मजल गेली? सुभेदारांच्या कानांवर घालू?'

बाबूलने चटकन कान पकडले. 'चूक झाली, मालक! परत नाही विचारणार!'

मोतद्दार आणि हुजरे घोड्यासह निघून गेले.

बाबूल चार दिवसांची आपली दाढी खाजवीत कट्ट्यावर बसून राहिला. नाना तऱ्हेचे कपडे केलेले नाना देशींचे लोक रस्त्याने जात होते. कुणी पालखीतून, तर कुणी घोड्यावरून जात होते. त्यांत फिरंगी, वलंदेज, गुजराती, सिद्दी, अरब असे अनेक लोक होते.

अंगावर पडलेल्या सावलीमुळे बाबूलने मान वर केली. डोकीला चपटे पागोटे बांधलेला, थकलेला रामशरण उभा होता.

'काय, रामशरण?'

'बाबूल, तुझं ठीक. पण तेल्याघरची नोकरी करून जीव नकोसा झालाय्.'

'का, रे?'

'अरे बाबा, फिरणारा बैल बघूनदेखील डोकं फिरतं. झोपेत सुद्धा मी फिरतो.' रामशरणने इकडे तिकडे पाहिले; आणि तो म्हणाला, 'वीरजी होराचा गलबताचा माल तयार झाला आहे. दोन-तीन दिवसांत गलबत येईल, असं म्हणत होते. बाबूल, जातो. नाही तर मालक परत शिव्या द्यायचा.'

रामशरण गेला. बाबूल इंग्रजांच्या वखारीतून चक्कर मारून आला.

दोन प्रहरच्या वेळी सुरतेच्या शांत रस्त्यावरून दोन स्वार भरधाव वेगाने सुभेदाराच्या हवेलीकडे जाताना दिसले.

सुभेदार इनायतखान गोड झोपेच्या अधीन झाला होता. त्याला जागे करण्यात आले. झोपमोड झाल्यामुळे त्रस्त झालेला इनायतखान महालात गेला. दोघां जासुदांनी मुजरे केले. लोडाला टेकून बसत जांभई देत इनायतखानाने विचारले,

'काय झालं?'

'हुजूर! शिवाजी गणदेवीत आला आहे. भारी फौज बरोबर आहे.'

इनायतखानाची झोप उडाली. शिवाजी? गणदेवीत? अवघ्या सोळा कोसांवर? नामुमकीन! इनायत हसला. म्हणाला,

'बेवकूब! शिवाजी मोगली मुलुखात इथवर येईल कसा? तुमने खुद देखा है?'

'नाही, हुजूर! पण गणदेवीत एकच पळापळ सुरू झाली, ती पाहिली; आणि वर्दी द्यायला पुढं आलो.'

'बिलकुल गवार! शिवाजी एवढ्या फौजेनिशी आला असता, तर मोगली मुलुखातनं कुणी सोडला असता त्याला? फिर ऐसी हवाई खबरें लानेकी हिंमत न करना!'

जासूद बाहेर गेले; आणि शिवाजीची कुणकुण लोकांत पसरू लागली. सायंकाळी दुसरी बातमी येऊन थडकली- शिवाजी सुरतेपासून अवघ्या अडीच कोसांवरच्या उधन्याला आला. इनायतखान विचारात पडला. पाठोपाठ आणखीन एक स्वार सुरतेत येऊन दाखल झाला. त्याने इनायतखानाला बातमी दिली,

'हुजूर, कोणी तरी मोठा सरदार मोगली फौजांना कुमक करण्यासाठी अहमदाबादेला जात आहे.'

इनायतखान त्या बातमीने खूश झाला; पण शहरात चिंतेचे वातावरण पसरले होते. शहरात तिकटीतिकटीवर लोक जमून कुजबुजत होते. खुद्द इंग्रज व वलंदेज प्रतिनिधी इनायतखानाकडे आले. त्यांनी शहर सोडून स्वालीच्या गोदीवर जाण्याची आज्ञा मागितली.

इनायतखान म्हणाला, 'एरवी व्यापार करायला तळ देता, आणि संकट आलं, की पळून जायचा विचार करता? तुम्ही मूर्खपणानं शहर सोडलंत, तर शहराची काय हालत होईल? तुम्हांला माझ्याप्रमाणेच शहर सोडता येणार नाही.'

'पण ऽ ऽ'

'हम कुछ उजर सुनना नहीं चाहते!' इनायतखान हसला. 'शिवाजी आलेला नाही. आमच्याकडे खास बातमी आली आहे. मोगल फौजेचा मराठा सरदार आपली फौज घेऊन अहमदाबादेला जात आहे. फिकर की कोई जरुरत नहीं.'

इनायतखानाने आपला जासूद उधन्याकडे पिटाळला. त्याने आलेल्या मराठा सरदाराला निरोप पाठविला :

'आपको सुरत दाखल होनेकी जरुरत नही! तुमच्या आगमनामुळं प्रजा घाबरली आहे. तरी तुम्ही परस्पर अहमदाबादेला जावं.'

सुभेदाराकडून बाहेर पडलेल्या इंग्रज प्रेसिडेंटाने व वलंदेजप्रमुखांनी विचारविनिमय केला; आपले दोन जासूद उधन्याला खरी परिस्थिती पाहण्यासाठी पाठविले, आणि सुरक्षितता म्हणून इंग्रज व वलंदेज वखारींतील बायका-मुले स्वालीच्या गोदीवर पाठवून दिली.

रात्री वलंदेजांचे पाठविलेले हेर परत आले. इनायतखानाने पाठविलेला जासूद गिरफदार केला गेला होता; पण चौकशी करून त्यालाही सोडून देण्यात आले. आलेला सरदार दुसरा कोणी नसून, खुद्द शिवाजी आहे, ही हेरांची खात्री होती; कारण राजापूरच्या हल्ल्याच्या वेळी दोघांनीही शिवाजीला पाहिले होते. आता कोणालाच शंका राहिली नव्हती. इंग्रज व वलंदेज सुभेदाराकडे धावले. सुभेदार संतापला,

'कोण आणतं असल्या खुळचट बातम्या?'

ऑग्झेंडन म्हणाला, 'सुभेदार, जरा होशमध्ये या. तुमचा जासूद शिवाजीने

गिरफदार केला आहे. शिवाजीच आलेला आहे, याची आम्हांला खात्री आहे. आमच्या वखारींचं व शहराचं रक्षण करणं हे तुमचं कर्तव्य आहे. वेळ फार थोडा आहे.'

इंग्रजांचं ते थंडपणाचं भाषण ऐकून इनायतखानाचा दाढीवरचा हात सुटला.

खरंच शिवाजी आला?

तिघे विचार करीत असताच घोड्याच्या टापांचा आवाज आला. घोडा सुभेदाराच्या महालासमोर थांबला. सेवक धावत आला.

'हुजूर! शिवाजीचा वकील आला आहे!'

तिघेही भयचकित होऊन उभे राहिले. वकील आत आला. त्याने अदबीने शिवाजी राजांचे पत्र पुढे केले. खानाने पत्र उघडले. त्याचे हात थरथरत होते. पत्रात लिहिले होते...

> '...उद्या दुपारी सूर्य मस्तकावर येण्याच्या आधी शिवाजीराजे सुरतेत पोहोचत आहेत. तेव्हा तुम्ही स्वत: आणि शहराचे धनाढ्य व्यापारी बहरजी बोहरा, हाजी कासम आणि हाजी सय्यद बेग यांनी राजांना भेटून खंडणी निश्चित करून घ्यावी; नाही तर शहरावर आग आणि तलवार चालवू.'

इंग्रजांनी व वलंदेजांनी एक वेळ तिरस्काराने इनायतखानाकडे पाहिले; आणि ते आपल्या वखारींकडे निघून गेले.

भल्या पहाटे इनायतखान आपल्या बायकामुलांसह आणि जडजवाहीर घेऊन किल्ल्याच्या आश्रयाला गेला. सुभेदार आपल्या रक्षकांसह पळाल्याचे कळताच श्रीमंत व्यापारी जीव वाचविण्यासाठी किल्ल्याकडे धावत सुटले. मोठमोठ्या रकमांची लाच घेऊन इनायतखानाने त्यांना किल्ल्यात घेतले. सुभेदार पळाला; व्यापारी पळून गेले. शहरात एकच हाहाकार उडाला.

जायचं झालं, तरी जायचं कुठं?

पाठीशी नदी आणि समुद्र होता. तोंडासमोर आठ हजारांची छावणी पसरली होती. राजांचा तळ बसताच सर्व बाजूंनी चौकी-पहारे बसले होते. सुरतेतून बाहेर पडणे अशक्य बनले होते.

इंग्रजांनी आपल्या वखारींचा बंदोबस्त वाढविला; आणि येईल त्या प्रसंगी वखारींचे संरक्षण करण्याच्या तयारीने ते उभे ठाकले. वखारींच्या तटांवर चारही बाजूंना तोफा तयार दिसू लागल्या.

सुरतेतले गोरगरीब बोचकी पाठीला लावून पळत होते आणि त्याच वेळी इंग्रजांच्या तुतारीच्या आवाजाने साऱ्यांचे लक्ष वेधून घेतले. खुद्द ऑग्झेंडन आपल्या दोनशे गोऱ्या शिपायांनिशी शहरातून दौड करीत होता. ते धारिष्ट पाहून साऱ्यांना अचंबा वाटला. काहींना परत धीर आला. शहरभर रूट मार्च करून इंग्रज परत वखारीत

गेले. वखारींचे दरवाजे बंद झाले.

शहराच्या वेशीतले चौकीदार भयचकित नजरेने वेशीबाहेर पडणाऱ्या लोकांना पाहत होते. त्यांत बाबूल, मोमीन, रामशरण ही तिक्कल पाहताच एका पहारेकऱ्याने विचारले,

'बाबूल, तूही पळत सुटलास?'

'मग काय करू? शिवाजी ऽ ऽ'

'अरे, पण शिवाजी आला, तर तुला काय करणार तो? एवढे मोठे लोक राहिले, आणि तू जातोस?'

'सबसे बडी जान प्यारी, बाबा! शिर सलामत तो... आमचं सोडा, पण शिवाजी आला, तर पहिले मरणार तुम्ही...'

'काय बोलतोस?'

'खरं तेच सांगतो! सुभेदार इनायतखान बसला किल्ल्यात! आणि तुम्ही वेशीत! तोंडावर! उगीच शहर पळतंय्?'

'जा, जा!' घाबरून पहारेकरी म्हणाला.

तिघे वाटेला लागले; आणि थोड्याच वेळात वेशीचे पहारेकरी पण दिसेनासे झाले...

□

१५

सूर्य आकाशात चढत होता. मध्यान्हीचा समय जवळ आला असता टापांचा आवाज कानांवर येऊ लागला. एखादा मोठा वळीव पाऊस आवाज करीत यावा, तसा टापांचा अखंड नाद ऐकू येत होता. गावाबाहेरचे लोक विस्फारित नेत्रांनी समोर पाहत होते. झाडी ओलांडून येणारे घोडदळ नजरेत आले; आणि वेशीवर उभे असलेले लोक ओरडत गावातून पळू लागले.

आठ हजार स्वारांनिशी शिवाजीराजे सुरतेच्या बऱ्हाणपूर वेशीजवळ आले. वेशीलगतच्या स्मशानभूमीपासून शहाबेगमेच्या बागेपर्यंत कोसाची छावणी पसरली होती. एका डेरेदार आम्रवृक्षाखाली एक पाल ठोकण्यात आली. बाकी सारी छावणी अगदी उघड्यावर पथारे थाटून उभी होती.

राजे सुरतेकडे पाहत होते. अनेक बागांनी, उद्यानांनी सजलेल्या त्या सुरतेच्या मशिदींचे सफेद घुमट नजरेत येत होते. राजांच्या दिशेने बहिर्जी नाईक येत होता. त्याच्या पाठोपाठ सुरतेत बाबूल, रामशरण, मोमीन म्हणून वावरलेले विठोजी माणके, अप्पा रामोशी, अब्दुल कादर ही मंडळी येत होती. सर्वांनी राजांना जवळ येऊन मुजरे केले. राजांनी विचारले,

'विठोजी, काय म्हणते सुरत?'

'महाराज, आपली वाट बघते आहे.'

'काही विरोध व्हायचा नाही?'

'कोण करणार? सुभेदार सकाळीच पळून गेला. इंग्रज आणि वलंदेज तेवढे वखारी सांभाळून आहेत.'

'किती आहेत लोक?'

'फार तर दोनशेच्या आत-बाहेर होतील!'

'मोगली फौज?'

'काही नाही! सुरतेत पहारेकरीही नाहीत!'

'आम्ही निरोप पाठवलाय्!' राजे म्हणाले. 'त्याची वाट पाहू. जर बऱ्या बोलानं व्यापारी खंडणी द्यायला राजी झाले, तर सुरतेत लूट करायची आमची इच्छा नाही.'

संध्याकाळ झाली, तरी सुरतेतून कोणी आलं नाही. बहिर्जी म्हणाला,

'ठीक आहे. नशीब त्यांचं! नेताजी...'

नेताजी पुढे झाले. राजे म्हणाले,

'नेताजी, तुम्ही पाचशे स्वार घेऊन शहरात जा. शहरफटका करून या. येताना दहशत बसावी, अशी थोडी लूट करून या. त्यानं कदाचित शहाणपण शिकतात का, पाहा! मोरोपंत...'

'जी!' मोरोपंत पुढे झाले.

'तुम्ही साहेबांच्यासाठी पत्र पाठवा. तीन लक्ष रुपयांची खंडणी मागा. त्यांना सांगा की, आम्ही फक्त मोगलांच्या वैरानं येथे आलो आहो. आम्हांस इंग्रजांना अथवा वलंदेजांना धक्का लावण्याची इच्छा नाही. असा मसुदा तयार करून कुडतोजी गुजरांच्याकडे द्या. ते साहेबाचा अंदाज घेऊन येतील.'

थोड्याच वेळात कुडतोजी गुजरांची तुकडी राजांचे पत्र घेऊन सुरतेत शिरली. बरोबर बहिर्जी नाईक होता. कुडतोजीबरोबर आलेला बहिर्जी पाहताच ऑग्झेंडनचे डोळे विस्फारले गेले. बाबूलच्या छपरीभोवती बसणारा भिकारी त्याने आपल्या चाणाक्ष नजरेने चटकन ओळखला. ऑग्झेंडनने पत्र वाचले. त्याने निरोप दिला :

'शिवाजीराजांना सांगा की, आम्ही व्यापारी; आमच्या जवळ नगद रुपये नाहीत; पण मसाल्याच्या अथवा कापडाच्या रूपानं खंडणी घेण्यास राजा तयार असेल, तर आम्ही जरूर देऊ. जोवर आमच्या मालाला अथवा वखारींना धक्का लागत नाही, तोवर तुमचा राजा काय करतो, याकडे आम्ही लक्ष देणार नाही. पण जर त्यांना आमच्याशी लढायचंच असेल, तर उद्या येणार असाल, तर आजच या, म्हणून निरोप सांगा. आम्ही वाट पाहतो.'

इंग्रजांचा निरोप घेऊन कुडतोजी छावणीत आले. तो निरोप ऐकून राजांच्या चेहऱ्यावर स्मित उमटले.

'साहेब बिलंदर खरा. त्याला माहीत आहे की, आम्ही मसाल्याचं सामान, कपड्यांच्या गाठी, यासारखं अवजड ओझं नेऊ शकणार नाही.'

संतापलेले कुडतोजी गुजर म्हणाले, 'राजे, आज्ञा करा. फार तर दोनशे टोपडी आणि चार तोफा! वखारी होत्या की नव्हत्या, असं करून माघारी येतो.'

'हां, कुडतोजी! दमानं घ्या. सुरतेत आम्हांला लढाई नको आहे. मोगलांच्या मुलुखात आपण आहो. साहेबालाही ते माहीत आहे. म्हणूनच हा निरोप आहे. इंग्रजांना आणि वलंदेजांना जराही धक्का लावू नका. किल्ल्यात लपलेल्या सुभेदाराला भिवविण्यासाठी आमचे स्वार किल्ल्यापर्यंत जाऊ देत. त्याला बाहेर पडू देऊ नका. उद्या पहाटेपर्यंत वाट पाहून लुटीस सुरुवात करा. मोरोपंत, गलबतांचं काय झालं?'

'गलबतं गोदीवर आली आहेत.'

'छान!'

'राजे, पाहा.' राजांच्या मागे तळपती तलवार घेऊन उभ्या असलेल्या महादेवने सुरतेकडे बोट दाखविले. सूर्यास्ताच्या वेळी सुरतेवर धुराचे दोन स्तंभ उठले होते. राजे म्हणाले,

'नेताजींनी कामगिरी सुरू केली, असं दिसतं.'

सुरतेवर उठणाऱ्या धुराकडे सारे पाहत होते.

रात्र पडू लागली, तसे बैलगाड्यांतून भरलेले सामान छावणीकडे येऊ लागले. एवढ्या मोठ्या लष्कराच्या पोटापाण्याची सोय करण्यासाठी नाना तऱ्हेची भांडी, पिठांची गठडी बैलगाड्यांतून जात होती. गवतांचे गाडेही त्यांच्या मागून दिसू लागले. बैलगाड्यांच्या मागून एक बकऱ्यांचा कळपही वाटचाल करीत होता.

मराठ्यांच्या तळावर रात्र थंडी घेऊन उतरली. सर्वत्र शेकोट्या पेटू लागल्या. राजे आपल्या छोट्या तंबूबाहेर आसनावर बसले होते. समोर शेकोटी धगधगत होती. तंबूभोवती कडेकोट बंदोबस्त होता. पलोते, मशाली उजळल्या होत्या. तळावर अनेक ठिकाणी दगडांच्या चुलींवर स्वयंपाकाची तयारी चालली होती. नेताजी शहरातून आले. सोन्यारुप्याच्या नाण्यांनी व मोतीरत्नांनी भरलेल्या पिशव्या प्रत्येक स्वाराबरोबर होत्या. राजांच्या समोर ती लूट ठेवण्यात आली. ती लूट पाहून राजांनी विचारले,

'नेताजी, सारी सुरत एकाच दिवशी लुटली काय?'

'नाही, महाराज. सुरतेचा हा धुरळादेखील नाही. नुसते जकातनाके आणि अदमासे चार घरे यांची ही लूट आहे. आपल्या आज्ञेप्रमाणे फक्त दोनच घरांना आगी लावल्या.'

'तो पराक्रम आम्हांला इथूनही दिसला. नेताजी, उद्या सूर्योदयापर्यंत आपण वाट

पाहू. इंग्रजांची काही हालचाल?'

'काही नाही. वखारीचे दरवाजे बंद करून ते स्वस्थ आहेत.'

'नेताजी, तळाची व्यवस्था पाहा. उद्या प्रत्येक स्वाराबरोबर एक रिकामं घोडं ठेवा. प्रत्येक अश्वपथकाचे दोन भाग करा. एकानं लूट करावी, दुसऱ्यानं ती तळावर आणावी. आमचे नजरबाज सारं शहर दाखवितील.'

रात्र चढली. थंडी वाढू लागली. तळाचे जेवणखाण आटोपल्यावर राजे सर्व तळावरून फिरून आले, आणि आपल्या तंबूत गेले. तंबूबाहेर धारकरी खडे झाले.

समोर सुरत काळोखात बुडाली होती. इंग्रज-वलंदेजांच्या वखारींवर पेटलेल्या मशाली सोडल्या, तर सर्वत्र काळोख होता. त्या काळोखात त्या मशाली अधिकच भयाण वाटत होत्या. मराठ्यांच्या तळावर लक्ष नक्षत्रे दिसावीत, तशा दिवट्यांच्या, मशालींच्या खुणा दिसत होत्या. शेकोट्या प्रज्वलित झाल्या होत्या. उशाशी घोडे ठाणबंद करून स्वार शेकोट्यांभोवती झोपी गेले होते. उघड्यावर पडलेल्या त्या तळावर एक चिमुकली पांढरी राहुटी उठून दिसत होती.

पहाटे तळ जागा झाला. राजे आपल्या तंबूबाहेर उभे होते. अंगावर पांढरी शाल होती. राजांच्या समोरची शेकोटी प्रज्वलित करण्याचा प्रयत्न महादेव करीत होता.

चांगले उजाडले. विरळ धुके उतरत होते. पूर्वेकडे तांबडी कड दिसत होती. नेताजी, कुडतोजी, येसाजी, तानाजी आपापल्या अश्वपथकांना सूचना देत होते. घोड्यांवर खोगीर चढविले गेले. आज्ञा घेण्यासाठी सारे राजांकडे आले. राजांचा चेहरा व्यथित दिसत होता.

सूर्योदयाची वेळ झाली. बालकिरणे सुरतेवर पसरली. राजांच्या आज्ञेची सारे वाट पाहत होते. त्याच वेळी काळा पायघोळ झगा घातलेले पाच इसम तळाकडे येताना दिसले. अग्रभागी चालणारा इसम गोरा होता. राजांच्या समोर त्यांना हजर करण्यात आले. दुभाष्यामार्फत बोलणी झाली.

आलेल्या इसमाचे नाव रेव्हरंड अँब्रोज होते. तो धर्मोपदेशक होता. अभय मागण्यासाठी तो आला होता. राजांनी त्याला अभय दिले. राजे म्हणाले,

'हे किरिस्ताँव चांगले सज्जन लोक आहेत. त्यांना अथवा त्यांच्या लोकांना कसलाही त्रास आम्ही देणार नाही.'

फादर अँब्रोजने सुरतेतल्या आणखी एका सज्जन व्यापाऱ्याची शिफारस केली. तो व्यापारी मेला होता, तरी त्याच्या दातृत्वाची कीर्ती सुरतेत राहिली होती. त्या व्यापाऱ्याने पुष्कळ दानधर्म केला होता. ते ऐकून राजांनी त्या व्यापाऱ्याची पेढी व घर सुरक्षित राखण्याची जबाबदारी खुद्द कुडतोजीरावांना सांगितली. फादर अँब्रोज आनंदाने माघारी गेला. राजांनी नेताजींच्याकडे पाहिले. नेताजींसह सर्वांनी मुजरे

केले. राजे रूक्षपणे बोलले,

'नेताजी, बायका-मुलं, गोरगरीब, मशिदी-प्रार्थनेच्या जागा, देवळे- मग ती कोणत्याही धर्माची असोत, त्यांना तोशीस लागता कामा नये.'

'जी!'

राजे उभे राहिले. आपला डावा हात सुरतेकडे दाखवीत ते म्हणाले,

'मोगली मिजास सांगणाऱ्या ह्या सुरतेची बेसुरत करा! हिचं सारं वैभव आमच्या स्वराज्यासाठी एक करा. जा!'

-आणि स्वार सुरतेच्या रोखाने दौडले.

सकाळची वेळ असूनही सारे रस्ते भयाण मोकळे होते. सर्व दरवाजे बंद होते. अश्वपथकांच्या अग्रभागी नजरबाज दौडत होते. वेचक श्रीमंतांची हेरून ठेवलेली घरे ते दाखवीत होते. क्षणात घराचे दरवाजे उन्मळून पडत होते. आतल्या बायकापोरांचा हलकल्लोळ उडत होता. मिळालेला नगद ऐवज आणलेल्या लांब पिशव्यांतून भरला जात होता. लपवून ठेवलेल्या द्रव्यासाठी व्यापाऱ्यांच्या, श्रीमंतांच्या पाठी चाबकांखाली फुटत होत्या. द्रव्यलोभाने संपत्तीला चिकटून राहिलेले व्यापारी, श्रीमंत बघता-बघता प्राणाला चिकटून राहून लपवून ठेवलेले सोने-नाणे हवाली करीत होते. कैद केलेले व्यापारी तळाकडे पाठविल्या जाणाऱ्या लुटीबरोबर जात होते.

मध्यान्हीचा सूर्य येईपर्यंत सुरतेत लुटीचे सत्र चालू होते. तेल्याच्या घरचे तेल आणून लुटलेल्या घरावर टाकून आगी लावल्या जात होत्या. सुरतेवर उठलेल्या धुराने आकाश भरून गेले होते. भर दिवसा सूर्य झाकळला होता.

तळाकडे अखंड रीघ लागली होती. लुटीबरोबरच कैदी पण तळावर येत होते. तंबूशेजारच्या आंब्याच्या फांदीला ऊन झाकण्यासाठी एक चादर बांधली होती. राजे आसनावर बसले होते. चारही बाजूंना धारकरी उभे होते. समोर येणाऱ्या लुटीचा ढीग पडला होता. उभे असलेले कारकून चांदी, सोने, रत्ने अशी लुटीची ठोकळ मोजदाद करीत होते.

दोन प्रहरी एक गोरा कैदी राजांच्या समोर उभा केला गेला. त्याचे नाव होते अँथनी स्मिथ. हा साहेब इंग्रज कंपनीचा नौकर होता. स्वालीच्या वलंदेजांच्या वखारीतून तो येत असता मराठा सैनिकांना तो वाटेत सापडला. इतर कैद्यांप्रमाणे तो राजांच्या समोर आला. काही कैद्यांचे तुटलेले हात त्याने पाहिले. तो भयचकित झाला होता. राजांनी अँथनी स्मिथकडे अफाट खंडणी मागितली; पण अँथनी स्मिथने आपण गरीब असल्याचे सांगितले. राजांचा विश्वास बसला नाही. राजांनी त्याचे हात तोडण्याचे

फर्मावले. स्मिथने आपली नजर राजांकडे वळविली. तो हिंदोस्थानीमध्ये म्हणाला,

'हुजूर! मेरे हाथ क्यूँ तोडते हो? गर्दन मारी जाय, तो हमपर रहम होगी.'

राजांना त्या धाडसाचे कौतुक वाटले. त्यांनी शेजारच्या सेवकाला आज्ञा केली,

'त्याची टोपी काढून घ्या, आणि गर्दन मारा.'

स्मिथच्या डोक्यावरची टोपी काढून पेतली गेली. स्मिथ गुडघ्यांवर बसला. त्याने डोळे मिटले. त्याचे ओठ पुटपुटत होते. शांतपणे तो प्रार्थना करीत होता. तलवार उचलली गेली. राजांनी हात वर केला. स्मिथने डोळे उघडले. तो आश्चर्यचकित झाला होता. राजांच्या चेहऱ्यावर हसू होते. राजे म्हणाले,

'त्याला सोडा. पण तळाबाहेर जाता कामा नये. आमचा कैदी म्हणून राहील.'

स्मिथ राजांच्या जवळ कैदी म्हणून राहिला.

संध्याकाळपर्यंत जवळ जवळ निम्मे शहर लुटले होते. आगीचे लोट शहरावर उसळत होते. श्रीमंत व्यापाऱ्यांचे वाडे लुटून फस्त केले होते. व्यापारी पळून केव्हाच किल्ल्याच्या आश्रयाला गेले होते. एका व्यापाऱ्याच्या घरात इतर संपत्तीखेरीज नुसते मोती अठ्ठावीस शेर सापडले. मराठी फौजेचा उत्साह वाढला होता. काही विरोध न होता मनसोक्तपणे लूट चालली होती. काही तुकड्या सरळ किल्ल्याला भिडल्या होत्या.

सुभेदार इनायतखानाने घाबरून तोफा डागण्याची आज्ञा केली. तोफांचे आवाज उठू लागले. किल्ल्यापासून पसरलेल्या सुरतेवर गोळे पडू लागले. खुद्द सुरतेवरच सुरतेचा सुभेदार गोळे डागीत होता. आणखीन आगी पेटत होत्या.

रात्र पडली, तसे सुरतेचे भयाण रूप जाणवू लागले. प्रचंड अग्नीमुळे दिवसाचा भास होत होता. आगीच्या भक्ष्यस्थानी पडणारी लाकडे आवाज करीत फुटत होती. वाडे कोसळत होते. साऱ्या सुरतेवर रक्तिमा पसरला होता. दिवसा धुरामुळे रात्र भासली; आता आगीच्या उजेडात दिवस भासत होता.

सुरतेने दिवसा रात्र आणि रात्री दिवस पाहिला.

□

१६

दुसऱ्या दिवशी सकाळपासून लूट जारी होती. इंग्रजांच्या वखारीत बातमी आली की, बंदरात शिवाजीची जहाजे आली आहेत. त्याने इंग्रज भिऊन गेले. स्वालीच्या गोदीची काळजी इंग्रजांना लागली. मागोमाग बातमी आली की, जहाजे शिवाजीचीच असली, तरी गोदीला काहीही धक्का न लावण्याची त्यांना सक्त ताकीद दिली गेली होती.

इंग्रज निश्चिंत झाले; पण किल्ल्यात बसलेल्या सुभेदाराला पुढचे मरण दिसू लागले. आकाशात उठणाऱ्या लोटांकडे तो भकासपणे पाहत होता. सुरत तर शिवाजीने पुरी लुटली. तो आता निघून जाईल; पण उद्या दिल्लीचा बादशहा आपणांस काय म्हणेल? इनायतखान बेचैन झाला. त्याने शक्कल लढविली; आणि शिवाजीशी तह करण्यासाठी त्याने आपला वकील पाठविला. वकील चार स्वारांनिशी किल्ल्याबाहेर पडला.

राजे छावणीवर लुटीची चाललेली मोजदाद पाहत होते. लुटीच्या मालाची मोजणी होऊन गोणी भरल्या जात होत्या; शिवून मोहोरा केल्या जात होत्या. आणि त्याच वेळी तानाजी आपल्या अश्वपथकांसह तेथे आला. मुजरा करून तो म्हणाला,

'महाराज, दोन व्यापारी नदीपलीकडे पिपं हलवीत होते.'

'मग?'

'हिंदूच होते. त्यांना गिरफदार करून आणलंय्.'

'कसली पिपं होती?'

'त्यो सांगत व्हता, तेलाची पिपं हाईत, म्हून. मी बघत व्हतो, चांगले बैल असूनबी गाडीतनं एकच पीप नेत व्हते. मला पटेना. पीप फोडलं. सोनं व्हतं. ताबडतोब जाऊन नदीवर सारी पिपं पकडली. तीस पिपं मिळाली.'

'शाब्बास! कुठं आहेत पिपं?'

'नदीवरच आहेत. पहारे बसवून इकडे आलो. ती आणायची कशी?'

'इकडे आणू नका. आपली जहाजं आलीत, त्यांवर चढवा.'

तानाजीने व्यापाऱ्यांना पुढे केले. गरीब व्यापारी म्हणून राजांनी ज्यांना पहिल्याच दिवशी सोडले होते, त्यांचाच हा उद्योग होता. व्यापारी गयावया करू लागले:

'हुजूर, एक वेळ माफ करा! म्हणाल, ती खंडणी देतो.'

'आम्ही जरूर खंडणी घेऊ; पण ती आम्हांला सोन्याच्या रूपानं नको... तानाजी, ह्या लुच्च्यांना घेऊन जा, आणि ताबडतोब खंडणीसाठी त्यांची मस्तकं मारा.'

आक्रोश करणाऱ्या व्यापाऱ्यांना नेले गेले. राजांच्या आज्ञेची बजावणी त्याच क्षणी झाली. स्मिथ हे सारे पाहत होता. राजे आसनावर बसले असता बातमी आली :

'सुभेदाराचे वकील येत आहेत!'

राजे म्हणाले, 'लौकर जागे झाले! घेऊन या.'

सुभेदाराचा वकील राजांच्या समोर आला. राजांच्या पुढे पडलेल्या अपार संपत्तीच्या ढिगाकडे तो आश्चर्याने पाहत होता. त्या ढिगात सारखी भर पडत होती. वकिलाने राजांकडे पाहिले. राजे सुशोभित आसनावर लोडाला टेकून बसले होते. मागे बिनकनातीचा छोटा तंबू उभा होता. राजांच्या दोन्ही बाजूंना तळपत्या तलवारी घेतलेले रक्षक उभे होते. वकिलाने मुजरा केला.

'बोला!' राजे म्हणाले.

'राजे शिवाजी! सुरतेचे सुभेदार, मोगल सम्राटांचे प्रतिनिधी इनायतखान यांनी मला आपणांकडे पाठविलं आहे. सुभेदारसाहेबांचा निरोप आहे...'

'काय? बोला.'

'सुभेदारसाहेबांनी सांगितलं आहे की, तुम्ही सुरतेत घुसून जी लुटालूट केलीत, त्याबद्दल सम्राट तुम्हांला कधी माफी करणार नाहीत. तथापि, अजूनही तुमच्या फौजा सुरतेबाहेर घेतल्या, तर झाला प्रकार विसरून सुभेदार तुमच्याबद्दल शिफारस करतील.'

'आणि?'

'या अटी तुम्ही पाळल्यात, तर सुभेदारसाहेब योग्य ती खंडणी द्यावयास तयार आहेत. पण त्यासाठी तुम्हांला केलेली लूट परत करावी लागेल.'

'झालं?' राजांनी विचारले.

'हो!'

राजे उभे राहिले. त्यांचे रूप पालटले. चेहऱ्यावरचे स्मित विरून गेले. ते कडाडले,

'केवढी बेशरम माणसं आहात तुम्ही! इनायत शहराचा सुभेदार. संकट येताच रक्षणकर्ता बायकांसारखा किल्ल्यात जाऊन दडला! प्रजेला बेवारस करून मोकळा झाला. आणि तो आम्हांला अटी घालतो! कशाच्या जोरावर? सुरत आज आमच्या हाती आहे. ह्या अटी मान्य करायला आम्ही इनायतसारखे जनानी नाही.'

क्षणभर त्या वकिलाचे नेत्र वेगळ्याच रीतीने चमकले.

'आम्ही पण जनानी नाही. हा घे पुरावा!' असे उलट बोलून तो तरुण शिवाजीराजांच्या अंगावर खंजीर उगारता झाला. राजांच्या मागे उभ्या असलेल्या महादेवने त्या वकिलाचा खंजिराचा हात त्याच चपळतेने वरच्या वर छाटला.

आवेशाने धावलेला वकील आपला तोल सावरू शकला नाही. तो राजांच्या अंगावर पडला. राजांचा तोल गेला, आणि तेही कोलमडले. वकिलाच्या थोट्या हाताच्या रक्ताच्या लोंढ्याने शिवाजीराजे माखले गेले होते. दुसऱ्या रक्षकाने राजांच्या अंगावरून वकिलाला बाजूला केले; आणि क्षणात वकिलाचे डोके फोडले गेले. राजांच्या अंगावर रक्त पाहून साऱ्या छावणीत राजांच्या खुनाची वार्ता वावटळीसारखी पसरली; आणि त्या हाकाटीमुळे तळावर गिरफदार केलेल्या कैद्यांची मस्तके सूडभावनेने उडविली जाऊ लागली. साऱ्या तळावर एकच कत्तल माजली होती.

राजे धडपडत उठले. त्यांच्या लक्षात तो सारा प्रकार आला. ते छावणीकडे धावले.

राजे छावणीवरून धावत होते. आपण सुरक्षित असल्याचे दाखवून देत होते. कत्तल थांबविण्याचा हुकूम सोडीत होते. साऱ्या छावणीला राजे सुरक्षित असल्याचे

समजेपर्यंत अनेकांची निर्दयपणे कत्तल झाली होती. थकले-भागलेले राजे आपल्या तंबूपाशी आले. इनायतखानाच्या वकिलाचा हा उद्दामपणा पाहून मात्र राजांना संताप आला होता. त्याच संतापात त्रस्त झालेल्या छावणीला शांत करण्यासाठी राजांनी बावीस कैद्यांचे हात तोडण्याची शिक्षा दिली. सहाजणांचा शिरच्छेद झाला. अँथनी स्मिथ हे सारे पाहत होता.

राजांनी सेनापतींना हुकूम सोडला : 'ह्या सुरतेची पुरी लूट जारी ठेवा. कुणाचीही गय करू नका. सोनं, नाणं, चांदी यांखेरीज कशालाही किंमत देऊ नका.'

राजांची लूट जारी असतानाच हबसाणचा वकील सापडला. दिल्लीला निघालेला वकील- त्याच्याबरोबर औरंगजेबाला नजर करण्यासाठी आणलेला मोठा नजराणा होता. सराईत सापडलेल्या त्या वकिलाने तो नजराणा राजांना नजर केला. राजांनी त्याला सोडून दिले.

प्रत्येक घडणारी गोष्ट कुतूहलाने पाहणाऱ्या अँथनी स्मिथबद्दल राजांना कुतूहल होते. स्मिथकडून राजांनी तीनशे रुपयांची खंडणी मान्य करून घेऊन त्याला सोडून दिले. त्याला सोडून देताना वजन ठेवण्यासाठी इंग्रजांकडे खंडणीची मागणी केली.

तिसऱ्या दिवशी संध्याकाळपर्यंत सुरतेची लूट जवळजवळ पुरी झाली होती. श्रीमंत व्यापाऱ्यांचा मोहल्ला पुरा लुटला गेला होता.

चौथ्या दिवसापासून लुटीच्या गोण्या नदीतीरावरच्या गलबतांवर हलविल्या जात होत्या. सायंकाळपर्यंत ते काम चालू होते. निव्वळ सोने, चांदी आणि रत्ने यांच्या रूपात गोळा केलेली करोडो होनांची संपत्ती गलबतांवर चढविली होती. खजिन्याच्या रक्षणार्थ खास रक्षक दल गलबतांवर ठेवून गलबते हाकारली गेली.

राजे तळावर आले; आणि त्यांना बातमी आली की, बादशहाचा सरदार महाबतखान मोठ्या फौजेनिशी सुरतेवर येत आहे. तळ उठविण्याची तयारी सुरू झाली. राजांच्या फौजेबरोबर अश्वदळही वाढले होते. त्यांतल्या त्यांत जातिवंत साठ अरबी घोडी साऱ्यांचे लक्ष वेधून घेत होती. जे व्यापारी जिवंत राहिले होते, त्यांना सोडताना राजांनी सांगितले,

'तुमच्या बादशहाला आणि सुभेदाराला आमचा निरोप सांगा... 'तुमची सुरत होती, ती आम्ही बेसुरत केली. ही भूमी पुरातन हिंदूंची आहे. तुमचे दक्षिणेत काही नाही. जिथं तुम्ही राज्य करता, ती दिल्लीही तुमची नव्हे; तीही पुरातन हिंदूंचीच आहे. एक ना एक दिवस तेही आम्ही सिद्ध करून दाखवू.' आमचा निरोप जरूर तुमच्या सुभेदारांना आणि बादशहांना कळवा.'

राजांनी कुचाची आज्ञा दिली. तुताऱ्या वाजल्या, आणि आठ हजार घोडेस्वारांची मांड आपल्या मुलुखाची वाटचाल करू लागली.

चारच दिवसांपूर्वी मोगल साम्राज्याची ऐश्वर्यसंपन्न व्यापारपेठ म्हणून गाजलेली सुरत कोळशाची वखार बनली होती.

□

१७

सुरतेचा असामान्य विजय संपादून राजे राजगडाकडे येत होते. मकरसंक्रांत वाटेतच झाली होती. राजांना राजगडाचे वेध लागले होते. खुद्द मोगलांच्या मुलुखात आतवर शिरून फौजेची फारशी हानी होऊ न देता करोडो रुपयांची संपदा राजे घरी आणीत होते. हा विजय अलौकिक होता. त्याचे कौतुक करणारी एकच व्यक्ती होती. ती म्हणजे जिजाबाई.

आपल्या पराक्रमाने हर्षभरित झालेल्या मासाहेब वाड्याच्या प्रवेशद्वाराशी आरतीचे तबक हाती धरून उभ्या असलेल्या राजांना दिसत होत्या. आनंदाने भारावलेल्या आईच्या कुशीत शिरायला राजांचे मन उतावीळ झाले होते. राजगड दिसू लागला; आणि राजांनी घोड्याला टाच दिली. घोडदळ वेगाने राजगड जवळ करीत होते.

रात्रभरच्या दौडीने थकलेल्या राजांचा थकवा गड दिसू लागताच कुठच्या कुठे गेला. राजे गडापायथ्याच्या वाडीतून दौडत जात होते. लोक मुजरा करीत होते. राजे गडाच्या पायथ्याशी आले. नेहमी राजांच्या आगमनाची वार्ता देणारा नगारा झडला नाही. शिंगे वाजली नाहीत. राजांनी दरवाजाजवळच्या भगव्या झेंड्याकडे पाहिले. वारा नसल्याने झेंडा मलूलपणे उभा होता. चौकी-पहारे खालच्या मानेने मुजरे करीत होते. राजे दुसऱ्या दरवाजात आले; आणि त्यांना फिरंगोजी दिसले. फिरंगोजींना पाहताच राजे विचारात पडले. गड सोडून फिरंगोजी का आले? राजे पायउतार झाले. फिरंगोजींनी चार पावले टाकली; आणि ते थांबले. त्यांना पाऊल उचलवत नव्हते. राजे सामोरे गेले.

फिरंगोजी बोडके होते. मस्तकावरचे पांढरे केस विस्कटलेले होते. गलमिशा थरथरत होत्या. सारे अंग कापत होते. डोळ्यांतून अश्रू वाहत होते. राजांच्या जिवाचे पाणी झाले. राजे धावले. फिरंगोजींचे खांदे धरीत राजे ओरडले,

'फिरंगोजी, काय झालं? सांगा ऽ ऽ'

'घात झाला, राजे! थोरले महाराजसाहेब ऽ ऽ'

'बोला ऽ ऽ'

'थोरले महाराजसाहेब आपल्याला सोडून गेले!'

थोरले महाराजसाहेब सोडून गेले? मुलाची त्यांनी कधीच संगत केली नाही. राजांचा फार थोडा सहवास त्यांना लाभला होता; पण ती आयुष्याची आठवण

बनली होती. मन पुलकित झालं होतं. मुलाच्या शब्दासरशी छत्तीस गावचा पोटमोकासा देणारे महाराजसाहेब! पायी डोकं ठेवलं, तर 'राजे, मोठे झालात, पण सवय गेली नाही' म्हणणारे महाराजसाहेब! राजांचं राज्य उभं राहिलं, तर एक लक्ष रुपयांच्या सुवर्णमूर्ती वाहण्याचा नवस बोलणारे महाराजसाहेब न भेटता, न सांगता निघून गेले! हे कसं घडलं?

राजांचे डोळे भरून आले. स्वत:ला सावरून राजांनी वर पाहिले.

'फिरंगोजी, काय झालं?'

'महाराजसाहेब रणदुल्लाखान आणि सर्जाखान यांच्यासह बिदनूर प्रांती मोहिमेला गेले होते. पाळेगारांचा बंदोबस्त करण्यासाठी शिमोगाजवळच्या होडीकेरी गावी मुक्काम होता. महाराजसाहेबांना शिकारीची लहर आली. ते शिकारीला बाहेर पडले. रानात श्वापद उठले. महाराजसाहेब हाती भाला सरसावून घोड्यावरून श्वापदाच्या मागे भरधाव जात होते, आणि ऽ ऽ'

'बोला ऽ ऽ' राजांचा आवाज कंपित झाला. ओठ थरथरले.

'दैव फिरलं, राजे! एवढा पटाईत स्वार. घळणात घोड्याचा पाय फसला. घोडा मुरकंडून पडला. फूल फेकलं जावं, तसे महाराजसाहेब फेकले गेले. पडल्या जागीच महाराजसाहेब शांत झाले!'

फिरंगोजींनी राजांना मिठी मारली. राजांचे अश्रू सांडू लागले. राजांच्या डोळ्यांसमोर डुकराच्या शिकारीच्या वेळी भान विसरून भरधाव वेगाने दौडणारे महाराजसाहेब दिसत होते. राजे कष्टाने फिरंगोजींच्या मिठीतून मोकळे झाले.

'मासाहेब कुठं आहेत?'

फिरंगोजींनी अश्रू टिपले. ते म्हणाले,

'राजे, काय सांगू? मासाहेब सती जाणार आहेत. गडावर सारी तयारी झाली आहे. आपण येईपर्यंत तरी थांबावं, असं साऱ्यांनी सांगून पाहिलं. आणा-शपथा घातल्या. पण मासाहेब कुणाचंच ऐकायला तयार नाहीत.'

'आम्हांला न भेटता मासाहेब सती जाणार होत्या?' राजे उद्गारले. राजांनी पावले उचलली. ते भराभर चालत होते. मागून कोणी येते, की नाही, याचेही त्यांना भान राहिले नव्हते.

वाड्याच्या दरवाजातून राजे चौकात गेले. शामराजपंतांसारखी वयस्क माणसे सदरेवर कपाळाला हात लावून बसली होती. साऱ्यांच्या नजरा झुकल्या होत्या. कोणी काही बोलत नव्हते. एक भयाण शांतता वाड्यावर पसरली होती. एवढ्या माणसांचा राबता असूनही वाडा भयाण वाटत होता. राजांनी कसेबसे पायांवर पाणी घेतले; आणि ते सरळ मासाहेबांच्या महालाकडे गेले.

महालाच्या दाराशी राजांचे पाय अडखळले. जिजाबाई जमिनीवर बसल्या होत्या. त्या हिरवे वस्त्र नेसल्या होत्या. हाती हिरवा चुडा होता. महालात बाजूला सूपवाणे ओळीने लावून ठेविली होती. जिजाबाईंच्या जवळपास साऱ्या राण्या खाली मान घालून बसल्या होत्या. जिजाबाईंनी नजर वर केली. मळवट भरलेल्या कपाळाचे दर्शन होताच राजांच्या मनाचे बांध फुटले.

'शिवबा ऽ ऽ' एवढा एकच उद्गार जिजाबाईंच्या मुखातून निघाला; आणि दुसऱ्याच क्षणी त्यांनी राजांना मिठी मारली. महालात एकच आक्रोश उठला. आईच्या कुशीत राजे मुक्त कंठाने अश्रू ढाळीत होते. काही वेळ गेला. राजांनी नजर वर केली.

'मासाहेब, आम्हांला न भेटता जाणार होता?'

राजांना कुरवाळीत जिजाबाई म्हणाल्या, 'राजे, तुम्ही आता लहान नाही. ते गेले; त्यांच्या मागे आता मला जायला हवं. माझं काम संपलं. आता राहणे नाही.'

निश्चयपूर्वक जिजाबाई बोलत होत्या. राजांचे मन थरकापून उठले. जिजाबाई म्हणजे राजांची सावली. राजे म्हणाले,

'मासाहेब! जन्म-मृत्यू दैवाधीन, असं तुम्हीच आम्हांला सांगितलंत! महाराजसाहेब गेले. तुम्ही गेलात, तर आम्ही जगावं कसं? नाही, मासाहेब! त्यापेक्षा आम्हांस मृत्यू चांगला वाटेल.'

'राजे, असं बोलू नका. आता माझा काय उपयोग?'

'महाराजसाहेब आमचा पराक्रम पाहायला उरले नाहीत. मासाहेब, तुम्ही गेलात, तर मग आमचा पराक्रम दाखवायचा कुणाला? मासाहेब, आजवर एकही गोष्ट आम्ही तुमच्या सल्ल्याबाहेर केली नाही. कोणत्याही मोहिमेला बाहेर जाताना तुमचे आशीर्वाद आम्हांला अभय द्यायचे. मासाहेब, तुम्ही गेलात, तर साधं पाऊल उचलतानाही आम्ही अडखळू. मासाहेब, आमच्यासाठी नको. पण उद्याच्या हिंदवी स्वराज्यासाठी तुम्ही राहणं आवश्यक आहे. तो पुरुषार्थ पाहायला तुमच्याखेरीज आम्हांला दुसरं कोणी नाही.'

राजांना अश्रू आवरेनात. शब्द फुटेना. जिजाबाईंनी पदराने राजांचे अश्रू पुसले. त्या उद्गारल्या,

'राजे, कसलं कोडं घालता?'

राजांच्या मनात आशा पालवली.

'नाही, मासाहेब, हे कोडं नाही! आम्ही सत्य तेच सांगतो.' राजांनी जिजाबाईंचे पाय शिवले. 'मासाहेब, आम्ही तुमचे पाय शिवून सांगतो... आम्ही हिंदवी स्वराज्याचं साकारलेलं स्वप्न तुम्हांस दाखविण्यास बद्ध आहो. ते उभं करीपर्यंत आम्ही क्षणाचीही उसंत घेणार नाही. महाराजसाहेबांचा खंडोबाच्या मूर्तीचा नवस आपण फेडू. मासाहेब, एवढी भीक मला घाला!

जिजाबाईंनी राजांना मिठीत घेतले. राजांचे संकट टळले. सतीच्या वाणांची मांडलेली सुपे बाहेर नेली गेली. दु:खातही सुखाचा वारा स्पर्शून गेला.

कैक वर्षांपूर्वी रंगपंचमीच्या दरबारी उधळल्या गेलेल्या हळदी-कुंकवाची शेवटची निशाणी मासाहेबांच्या कपाळावरून कायमची पुसली गेली.

□

१८

शहाजीराजांचे दिवस आणि श्राद्धकर्म राजगडावरच पार पडले. राजांनी आपला दानधर्म केला. जिजाबाईंची चिंता त्यांना वाटत होती. राजांनी आपल्या दु:खाला आवर घातला; आणि जिजाबाईंच्या शेजारी ते बसून राहिले. जिजाबाईंचे दु:ख हलके करण्याचा ते प्रयत्न करू लागले. सर्व राण्या संभाजीला सारखे जिजाबाईंकडे सोडीत होत्या. संभाजी आज्जींना बिलगत होता, त्यांना बोलके करीत होता.

राजांचा मुक्काम राजगडावरच होता. मोगल सरदार जसवंतसिंग कोंढाण्याला वेढा देऊन बसला होता. कोंढाणा पक्का बंदिस्त होता. त्याची काळजी महाराजांना वाटत नव्हती; उलट, जसवंतसिंगाचे त्यांना हसू येते होते. जसवंतसिंगाने कोंढाण्याला वेढा घातला, त्यानंतर थोड्याच दिवसांनंतर राजे कोंढाण्याजवळूनच सुरतेच्या स्वारीला गेले. मोगलांची सुरत लुटून, जाळून राजे त्याच वाटेने माघारी आले. तरी जसवंतसिंग वेढा देऊनच बसला होता.

थंडी संपली, उन्हाळा आला, तरी कोंढाणा हाती येईना, हे पाहून जसवंतसिंग संतापला. पावसाने गाठले, की किल्ला सर होणे अशक्य होते. जसवंतसिंगाने निकराच्या लढ्याची सिद्धता केली; आणि कोंढाण्याला धडक दिली. पण जसवंतसिंगाच्या नशिबाचे फासे उलटे पडले होते. जसवंतसिंग कोंढाण्याला भिडला; आणि किल्ल्यातून तेवढाच जोराचा प्रतिकार झाला. सारे मोर्चे मोडून काढले गेले. आणि त्याच वेळी जसवंतसिंगाच्या दारूखान्याला आग लागली. भडका उडाला. अनेक माणसे गगनात फेकली गेली. या दोन्ही घटनांनी जसवंतसिंग पुरा निराश झाला; आणि कोंढाण्याचा वेढा उठवून त्याने पुण्याचा रस्ता धरला. पाच महिन्यांच्या वेढ्यानंतर अपयश घेऊन जसवंतसिंग आणि त्याचा मेहुणा माघारी गेले.

राजांना ही बातमी कळली. त्यांना समाधान वाटले. मोगल फौजेला टक्कर देणाऱ्या वीरांचे कौतुक करण्यासाठी राजे वेढा उठल्यानंतर दुसऱ्याच दिवशी कोंढाण्यावर गेले. किल्लेदारांची तारीफ करून राजे गड पाहत असता नेताजींना म्हणाले,

'नेताजी, आठवतं? रोहिडेश्वराची शपथ घेत असताही आम्हांला कोंढाण्याची ओढ वाटत होती. सुरुवातीपासूनच हा आमच्या मनात घर करून आहे. पण याची आणि आमची कुंडली जमत नाही.'

'असं का म्हणता, महाराज?'

'आम्ही कोंढाणा मिळविला. महाराजसाहेबांच्या कैदप्रसंगी त्यांची सुटका करण्यासाठी आम्हांला हा सोडावा लागला. परत आम्ही हा घेतला. शास्ताखानाच्या हल्ल्यानंतर आम्ही गडावर आलो. का, कुणास ठाऊक, आम्हांला गडाचा पुरा बंदोबस्त करावासा वाटला. मोगली वेढ्यातून सुटला खरा; पण अकारण वाटतं की, हा गड आमच्या अनेक संकटांची आठवण बनणार आहे. जे असेल, ते असो.'

किल्लेदारांना व इतर अधिकाऱ्यांना सूचना देऊन राजे परत राजगडावर आले. राजांनी नव्या मोहिमांचे बेत आखले. सुरतेच्या लुटीने आणि कोंढाण्याच्या प्रतिकाराने राजांची दहशत वाढली होती. राजांनी शास्ताखानाच्या लुटीचा पुरा वचपा काढण्याचे ठरविले. नेताजींना आपल्या फौजेनिशी मोगली मुलूख मारण्याचे काम सोपविले. खुद्द राजे स्वत: अहमदनगर प्रांतात घुसले. जुन्नरहल्ल्याच्या वेळी अहमदनगरचा हल्ला अपुराच राहिला होता. ते अपयश राजांनी या वेळी धुऊन काढले. अहमदनगर लुटून औरंगाबादेपर्यंत जाऊन त्यांनी मोगली मुलूख झोडपून काढला. राजांवर चालून येणाऱ्या मोगल अधिकाऱ्यांची चाहूल राजांना लागली. त्यांनी आपले फारसनवीस नीलप्रभू यांना बोलावले. राजांच्या संग्रही अनेक भाषा जाणणारे लोक होते. फारसी जाणणाऱ्यांत नीलप्रभूंचा लौकिक होता. नीलप्रभूंना राजांनी मोगली सरदारासाठी पत्रमजूकर सांगायला सुरुवात केली-

'...आज तीन वर्षे बादशहाचे मोठमोठे सल्लागार व योद्धे आमचा प्रदेश काबीज करण्यासाठी चालून येत आहेत, हे तुम्हां सर्वांस माहीत आहेच. बादशहा दिल्लीत बैसोन हुकूम फर्मावतात- 'शिवाजीचे किल्ले व मुलूख काबीज करा.' तुम्ही जबाब पाठविता- 'आम्ही लौकरच काबीज करतो.' आमच्या ह्या कठीण मुलुखात नुसत्या कल्पनांचा घोडा सुद्धा नाचवणे कठीण आहे; मग तो प्रदेश काबीज करण्याची गोष्ट कशाला? भलत्याच खोट्या बातम्या बादशहाकडे लिहून पाठविण्यास तुम्हांस लाज कशी वाटत नाही? कल्याणीचे व बेदरचे किल्ले उघड्या मैदानात होते, ते तुम्ही काबीज केले. आमचा प्रदेश अवघड व डोंगराळ आहे. नदीनाले उतरून जाण्यास वाट नाही. अत्यंत मजबूत असे साठ किल्ले आज आमचे तयार आहेत. पैकी काही समुद्रकिनाऱ्यालगत आहेत. बिचारा अफझलखान जावळीवर फौज घेऊन आला; आणि नाहक मृत्युमुखी पडला. हा सर्व प्रकार बादशहास का कळवीत नाही? अमीर-उल-उमराव शास्ताखान आमच्या या गगनचुंबी डोंगरांत व पाताळात पोहोचणाऱ्या खोऱ्यांतून तीन वर्षे सारखा खपत होता. शिवाजीचा पाडाव करून लौकरच त्याचा प्रदेश काबीज करतो, असे बादशहाकडे लिहून लिहून थकला. ह्या खोडसाळ वर्तनाचा परिणाम त्याला भोवला. तो परिणाम सूर्यासारखा स्वच्छ सर्वांच्या डोळ्यांसमोर

आहे. आपल्या भूमीचे रक्षण करणे हे माझे कर्तव्य आहे. तुम्ही बादशहाकडे कितीही खोट्या बातम्या लिहून पाठविल्या, तरी मी आपले कर्तव्य बजावणयास कधी चुकणार नाही...'

राजांनी पत्र पाठविले. शत्रूकडून आलेले ते पत्र वाचून मोगल सरदार चकित झाला.

राजे मोगलांच्या प्रदेशात धुमाकूळ घालीत असताना एके दिवशी राजगडाहून तातडीचा खलिता आला. जिजाबाईंनी राजांना पत्र पाठविले होते. राजांनी ते पत्र उलगडले :

'...सांप्रत पुन्हा दुर्बुद्धी धरून खवासखान विजापुराहून तुमच्यावर रवाना झाला आहे. त्याच्या बरोबर बाजी घोरपडे व खेमसावंत हे आहेत. ते तिकडे येत आहेत. तुम्हांस श्रीसांब व अंबा यश देणार पूर्ण आहे. बाजी घोरपडे याचा विसर पडू देऊ नये. ये समयी त्यांचे वेढे घ्यावे. आणि आमचे मनोदय शेवटास नेणारे तुम्ही सुपुत्र निर्माण आहा. म्हणोन आज्ञा केली...'

राजांनी पत्र मस्तकी लावले. राजे येसाजीला म्हणाले,

'आदिलशहाने तह मोडून आमच्यावर स्वारी आणली आहे. खवासखान चाल करून येतो आहे.'

'राजे, नेताजींना बोलावून घेऊ?'

'नको.' राजे म्हणाले, 'खवासखान येत आहे. त्याच्या बरोबर सावंतही येत आहेत. आपली फौज भरपूर आहे. खवासखान कोकण चढून यायच्या आत त्याला गाठू.'

खवासखानाला गाठण्यासाठी राजे दक्षिण कोकणाकडे वळले. राजे वाटेवर असतानाच त्यांना बातमी मिळाली. त्या बातमीने राजे व्यथित बनले. खवासखानाबरोबर आदिलशाही सरदार म्हणून खुद्द राजांचे भाऊ एकोजीराजे भोसले येत होते. त्या बातमीबरोबरच दुसरी महत्त्वाची बातमी हेरांनी आणली : बाजी घोरपड्यांना जरी खवासखानाला मिळण्याचे हुकूम गेले असले, तरी बाजी घोरपडे अद्यापि फौजेत सामील झालेले नाहीत. बाजी घोरपडे मुधोळात विश्रांती घेत आहेत.

राजांना जिजाबाईंचे पत्र आठवले. बाजी घोरपड्यांचे कृत्य त्यांना आठवले. सारा त्वेष उफाळून उठला. राजे येसाजीला म्हणाले,

'येसाजी, आमच्या मराठ्यांचं कौतुक करावं, तेवढं थोडं आहे. खुद्द आमचे बंधू आमच्या विरुद्ध लढायला येतात. कुडाळ सावंत, बाजी घोरपडे आणि आम्ही एका

वंशाचे. पण तिघांच्या तीन तऱ्हा. सावंतांना आम्ही आपले म्हणून जवळ केले; पण ते आमचाच विश्वासघात करण्यात सदैव मग्न. याच बाजी घोरपड्यानं महाराजसाहेबांना विश्वासघातानं पकडलं; त्यांना जेरबंद केलं. यात आम्हांला आनंद नाही; पण आम्हांला ते करावंच लागणार. घोरपड्यांची आणि सावंतांची आता गय करणे नाही. या क्षणी आमच्या स्वारीसाठी घोरपडे मुधोळात विश्रांती घेत आहेत. त्याला कायमची विश्रांती देण्याचं आम्ही ठरवलं आहे. उसंत न घेता मुधोळ गाठायला हवं.'

राजे आपल्या फौजेनिशी वेगाने दौडत होते. राजांनी उसंत न घेता मुधोळ गाठले. दिवस मावळायला राजे मुधोळच्या परिसरात पोहोचले. सपाट भूमीवर वसलेल्या मुधोळवर राजांची नजर स्थिरावली. वेशीच्या दिवट्या, बाजी घोरपडे यांच्या वाड्यावरचे चौकी-पहारे राजे पाहत होते. हजारो स्वार काळोखात उभे होते. घोडी फुरफुरत होती; उभ्या जागी पाय नाचवीत होती. राजांनी सूचना दिल्या. मुधोळ वेढले गेले. मुधोळ शांत होते. चारी बाजूंनी आवळले जाणारे पाश लोकांना जाणवत नव्हते.

राजांनी आपल्या पथकाला इशारत दिली. पथक सरळ वेशीतून घुसले. बघता-बघता वेस गारद झाली; आणि राजे सरळ बाजी घोरपड्यांच्या वाड्याशी आले. दरवाजा ठोठावला गेला. दिंडीदरवाजा उघडून सेवक बाहेर डोकावला; आणि ती डोकावणारी मान परत आत गेली नाही. वाड्याचा कबजा मिळाला. माडीवर चढलेल्या सैनिकांनी बाजी घोरपड्यांना अंथरुणाशी खिळवून ठेवले होते. राजे माडीवर गेले. बाजी घोरपडे विस्फारित नेत्रांनी राजांकडे पाहत होता.

'कोण तुम्ही?'

'ओळखलं नाहीस? मला 'शिवाजी' म्हणतात.'

'शिवाजी!'

'हो! फर्जंद शहाजीराजांचा मुलगा!'

बाजीला मृत्यूची जाणीव झाली. तो उठण्याचा प्रयत्न करीत असताच त्याच्या छातीला तलवार भिडली. उसन्या धैर्याने बाजी म्हणाला,

'झोपलेल्यावर वार करणं शोभत नाही. मला संधी दे. मीही सशस्त्र होऊन येतो.'

'हरामी! दगाबाज! आता रणनीती सुचू लागली. फर्जंद शहाजीराजांना कैद करताना हे आठवलं नाही! विश्वासघातक्या! जेव्हा महाराजसाहेब झोपले होते, तेव्हाच त्यांना कैद केलंस ना? त्या धडपडीत आबासाहेब जखमी होऊन बेशुद्ध पडले असता, त्यांना बेड्या चढविणारे तुम्ही वीर आज आम्हांला रणनीती सांगता?'

राजे मागे सरले. मृत्यूच्या भीतीने गर्भगळीत होऊन पडलेल्या त्या बाजीकडे त्यांनी तिरस्काराने पाहिले; आणि ते म्हणाले,

'बाजी! खाली आम्ही चौकात वाट पाहतो. तलवार घेऊन सत्वर खाली ये. सारं

मुधोळ वेढलं आहे. पळून जाण्याचा प्रयत्न केलास, तर जमणार नाही.'

काही स्वार बाजीबरोबर ठेवून राजे खाली आले. बाजीच्या वाड्यातून आक्रोश उठला होता. साऱ्या मुधोळमध्ये गलका वाढला होता.

टापांच्या आवाजाने मुधोळ गजबजून उठले. राजे चौकात उभे होते. एखादा नाग बिळाबाहेर पडावा, तसा बाजी नागव्या तलवारीनिशी सदरेवर आला. शत्रू असला, तरी बाजी उत्कृष्ट तलवारबाज होता; शूर होता. राजांनी धोका पत्करला होता. डाव्या हातात ढाल सावरीत बाजी चौकात उतरला. राजांनी आपल्या भवानीकडे पाहिले; आणि राजांनी मोहरा केला. वार होत होते. वार ढालीवर झेलले जात होते. राजांनी फार वेळ घेतला नाही. एक वार सरळ भवानीवर झेलला. तलवारी खणखणल्या. मोठ्या मुश्किलीने बाजीने तलवार सोडवून घेतली, आणि वारासाठी उगारली. राजे याच संधीची वाट पाहत होते. बाजीचा हात खाली यायच्या आत राजांची भवानी बाजीच्या छाताडात घुसली. बाजीच्या हातची तलवार निखळली. बाजी ढासळला. राजांनी बाजीकडे पाहिले. वार वर्मी झाला होता. डोळे उघडे ठेवून बाजीने राम म्हटला.

राजांनी सारा वाडा लुटण्याची आज्ञा दिली. राजे म्हणाले,

'पुरे मुधोळ गारद करा! या विश्वासघातक्याचा वंशही मागे उरता कामा नये.'

मुधोळात एकच कत्तल सुरू झाली. घोरपड्यांचे कुणीही जिवंत उरले नाही.

राजे मुधोळबाहेर उभे होते. मुधोळातून एकच आक्रोश उठला होता.

हळूहळू रात्र उजळू लागली. मुधोळवर आगीचे लोळ उठले. मुधोळ लुटून, जाळून राजे माघारी वळले. सुदैवाने बाजीची राणी आपल्या मालोजी आणि शंकराजी या दोन्ही मुलांसह आपल्या माहेरी दहीरगावी होती. मुधोळात तीन हजारांची कत्तल झाली. आपल्या वडिलांच्या अपमानाचा सूड उगवून राजे माघारी वळले. जिजाबाईंची इच्छा पुरी केल्याने बहुत खुशवख्त जाले.

□

११

घोरपड्यांचे पारिपत्य करून राजे आपल्या फौजेनिशी कुडाळवर आले. खवासखान घोरपड्यांची वाट पाहत होता. घोरपड्यांवरचा हल्ला, त्यांचा मृत्यू याची त्याला खबरही नव्हती. राजे एका रात्री कोकणात उतरले. अवघड जागी तळ देऊन राहिलेल्या खवासखानाच्या सैन्याला राजांची चारी बाजूंनी वेढा दिला. भर रात्रीचा आलेला हल्ला पाहून खवासखानाला काही सुचेना. शिवाजी सैतान आहे, असे तो ऐकत होता. त्याचे प्रत्यंतर तो बघत होता. त्याने आपल्या फौजेची जमवाजमव केली; आणि तो प्रतिकार

करू लागला. राजांच्या हल्ल्याला खानाने तारिफेचे तोंड दिले; पण आडरानात सापडलेल्या खानाला मुकाबला करायला मैदान सापडत नव्हते. खवासखानाचे दोन सरदार ठार झाले. या अचानक आलेल्या संकटातून फौजेसह कसे वाचायचे, एवढाच विचार खवासखानाच्या डोळ्यांसमोर होता. तोच बातमी आली : 'शिवाजीने मुधोळ मारले; राजे बाजी घोरपडे मारले गेले.' त्या बातमीने धास्त खाऊन खवासखान माघार घेत घाटावर पळून गेला. माघार घेत असताही राजांना पाठलाग करता आला नाही, असे खवासखानाचे मोर्चे होते. राजांना त्याच्या युद्धनैपुण्याचे कौतुक वाटले.

खवासखानाचा पराभव झालेला पाहताच लखम सावंताचे धाबे दणाणले. त्याला आपले भवितव्य दिसू लागले. आपली चीजवस्तू, बायका-मुले घेऊन लखम सावंताने कुडाळ सोडून फिरंगाणाचा रस्ता धरला. पण फिरंगी सावंताला जवळ करीनात. सावंताच्या निमित्ताने वैर पदरात घ्यायला फिरंगी तयार नव्हते. सावंताचा थारा उडाला. उभे राहायला भूमी पारखी झाली. राजे कुडाळ काबीज करून मोकळे झाले होते; आणि फिरंगी जागा द्यायला राजी नव्हते. सावंत फिरंग्यांच्या आश्रयाला गेला, हे कळताच राजांनी आपली नजर गोव्याकडे वळविली. गोवेकर फिरंगी भ्याले. त्यांनी राजांना नजराणे पाठवून सल्ला केला... आणि शेवटी सावंत राजांना शरण आले. आपला वकील पितांबर शेणवी याला पाठवून सावंतांनी कौल मागितला. सावंतांनी राजांना कुळीची आठवण दिली. विनविले,

'आपण सावंत, म्हणजे भोसले यांना गोत्रज. आपले तुम्ही चालविणे उचित आहे. आपले पुत्र आहो.'

त्या शब्दांनी राजांचा राग निवळला. स्वराज्याच्या सुरुवातीला हेच सावंत असेच शरण आले होते. राजांनी त्यांना आपलेसे करून घेतले; स्वराज्याचे पहिले मांडलीक बनविले. पण सावंत ते सारे विसरले. त्यांच्या धोरणाने राजांना खूप त्रास झाला. पण ती आपल्याच माणसांची चूक होती, हे राजे विसरले नाहीत. त्यांनी सावंतांना कौल दिला. सावंतांकडे राजांनी निम्मा प्रांत दिला; फौज-चाकरीचा करार करून घेतला; आणि सावंतप्रकरण असे मिटले.

या मोहिमेत शक्य तेवढा कोकण ताब्यात घेऊनच माघारी वळायचे, असे राजांनी ठरविले होते. राजांचा मनोदय पुरा झाला होता. कोकण निर्धास्त झाले होते. सारी प्रजा आनंदली होती.

कोकण मोहिमेत राजांना फार दगदग झाली. कोकण संभाळायचे झाले, तर समुद्रपट्टी सुरक्षित करणे आवश्यक होते. त्यासाठी आपले आरमार वाढविणे आवश्यक आहे, याची राजांना जाणीव होती. राजांनी मालवणला जायचे ठरविले. तेथे आरमार

पाहावे, विश्रांती घ्यावी, हा राजांनी बेत आखला; आणि ते मालवणला आले.

❑

२०

राजे समुद्रतीरावर उभे होते. सागर गर्जत किनाऱ्यावर झेपावत होता. राजांच्या बरोबर तानाजी, मानाजी उभे होते. राजे भारावून सागराचे विशाल रूप पाहत होते. सूर्याच्या मावळत्या किरणांत सागराच्या खडकावर फुटणाऱ्या लाटा मोत्यांचा चुरा उधळीत होत्या. राजे भानावर आले. सूर्यवंदन करून राजे म्हणाले,

'मानाजी, या समुद्रासारखा गुरू नाही. इथं आलं, की मन विशाल होतं. अनेक विचारांच्या लाटा मनाच्या खडकावर फुटू लागतात. माणसानं समुद्रासारखं असावं. समुद्राला पृथ्वी पादाक्रांत होणार नाही, हा अनादिकालाचा अनुभव आहे. तसं असूनही पराजयाची भीती त्याला माहीत नाही. नेहमी त्याचे हात किनाऱ्याकडे धावत असतात. त्या ईर्ष्येत जय-पराजयाचं, भरती-ओहोटीचं सुद्धा त्याला भान राहत नाही... चला.'

राजे माघारी वळले.

रात्री राजांना झोप आली नाही. राजांच्या डोळ्यांसमोर समुद्र दिसत होता. गर्जणाऱ्या लाटांचा आवाज कानांवर येत होता. राजांच्या राज्याच्या सीमा वाढल्या होत्या. कोकणपट्टी त्यांच्या आधिपत्याखाली आली होती. समुद्रपट्टी गाजविण्याइतपत राजांची गलबते तयार झाली होती. असे असूनही समुद्रपट्टीवर खरी हुकमत होती, ती जंजिऱ्याच्या सिद्दीची. दंडराजपुरी आणि जंजिरा या दोन भक्कम ठिकाणांमुळे त्याच्या जहाजांचे वर्चस्व सबंध किनारपट्टीवर होते. समुद्रातून नाकेबंदी झाली, तर तो जमीनमार्गाने रसदपुरवठा करून घेई. जमिनीची रसद तोडली, तर जलमार्ग त्याला मोकळा राही. राजांच्या समुद्रवर्चस्वाला अशा ठिकाणांची उणीव होती. असे बुलंद ठाणे मिळेल, तर सागरी वर्चस्वाचे स्वप्न साकार व्हायला केवढा अवकाश!

राजांना पहाटे जाग आली. राजांनी हाक मारताच सेवक धावले. राजांनी आज्ञा दिली,

'आमची घोडी तयार ठेव. तानाजी, गंगाजी, मानाजी यांना आम्ही रपेटीला जात असल्याची वर्दी द्या.'

राजांनी कपडे केले. थंडीचे दिवस असल्याने पहाटेच्या दवाने जमीन ओली झाली होती. विरळ धुक्याचे ढग पसरत होते. राजे आपल्या अश्वपथकासह बाहेर पडले.

राजे समुद्रकिनाऱ्यावरून जात होते. समुद्राचा अखंड घोष कानांवर पडत होता. राजे काही बोलत नव्हते. पाठीमागून तानाजी, मानाजी, गंगाजी जात होते. सूर्योदय

झाला. सूर्याच्या बालकिरणांत लाटांवर चमकी फाकली. जाता-जाता राजांनी अचानक लगाम खेचली. समुद्रात काही अंतरावर एक काळा ठिपका दिसत होता. राजांनी तिकडे बोट दाखवीत विचारले,

'ते काय?'

सारे त्या काळ्या ठिपक्याकडे बघत होते. कुणाला माहिती नव्हती. तेवढ्यात समुद्रकाठाने जाणारा एक कोळी नजरेत आला. तानाजीने घोड्याला टाच दिली. राजांचे अश्वपथक बघून तो कोळी घाबरत होता. त्यात स्वार बघताच तर त्याची बोबडी वळली. त्याला तानाजीने राजांच्या जवळ आणले. शिवाजीराजांना पाहताच तो आनंदला. जमिनीवर डोके ठेवून त्याने नमस्कार केला.

'नाव काय तुझं?'

'सावजी कोळी.' कोळी म्हणाला.

राजांनी खडकाकडे बोट दाखवून विचारले,

'ते काय आहे?'

कोळ्याने नजर टाकली. तो म्हणाला,

'सरकार, ते कुरटं बेट!'

'मोठं आहे?'

'व्हय, महाराज!'

'बेटावर तरांडी जातात?'

'जात्यात की.'

'सावजी, माझं एक काम करशील?' राजांनी विचारले.

सावजी आनंदला. त्याची भीड चेपली होती. तो म्हणाला,

'सांगा, महाराज!'

'गावात जाऊन, बेटावर जायला दोन तरांडी बघ. आणि ती मिळाली, की तळावर येऊन वर्दी दे.'

राजे तळावर आले; आणि थोड्याच वेळात सावजी कोळी धावत तळावर आला. तरांडी तयार होती. राजांनी तानाजी, गंगाजी, मानाजी यांना बोलावून घेतले.

'तानाजी!'

'जी!'

'तुम्ही कुरटे बेटावर जाऊन या. सारं बेट पाहून या. समजलं?'

तानाजी हसला. तो म्हणाला,

'जी!'

राजे तळावर अस्वस्थ होते. भर समुद्रात दिसणारा तो खडक राजांच्या डोळ्यांसमोरून

हलत नव्हता.

दोन प्रहरच्या वेळी तानाजी आल्याची वर्दी आली. तानाजी, मानाजी, गंगाजी-तिघांच्या चेहऱ्यांवर आनंद दिसत होता. राजे अधीर होऊन म्हणाले,

'तानाजी, बोला.'

'महाराज, बेट नामी आहे. चौफेर काळाभोर मजबूत खडक आहे. घेर कोस-सव्वा कोसाचा आहे.'

राजे आनंदले. मानाजी म्हणाला,

'महाराज, आणि आश्चर्याची गोष्ट म्हणजे खडकावर गोडं पाणी आहे.'

राजांची मान वर झाली. डोळे हसरे झाले.

'खरं?'

'जी! सावजी सांगत होता... तरांडी खडाकडे गेली, तर पाण्याची गरज लागत नाही. बारमास भरपूर गोड पाणी असतं. आम्ही पण पाणी पिऊन आलो. चांगलं पाणी आहे.'

'परमेश्वराची कृपा!' राजे आनंदाने म्हणाले. तानाजी, मानाजी, गंगाजी, सावजी राजांच्या हर्षभरित मुद्रेकडे पाहत होते. राजे म्हणाले,

'तुम्ही आज काय करून आलात, याची तुम्हांला कल्पना नाही. आम्ही आज बेटावर जाणार. सावजी, मालवणातले हुशार कोळी गोळा कर. जेवढी शक्य असतील, तेवढी तरांडी तयार ठेव. आम्ही बेटावर जाणार आहोत.'

भर दुपारचे ऊन चमकत होते. सागराच्या लाटा गर्जत किनाऱ्यावर धावत होत्या. राजांचे पडाव किनाऱ्याच्या वाळूवर करकरत होते. राजांच्या मागे पाच-पंचवीस कोळी अभिमानाने चालत होते. तानाजी, गंगाजी, मानाजी आणि रक्षक दल मागून जात होते. सावजी कोळी राजांच्या बरोबर चालत होता. राजे सावजीला अनेक प्रश्न विचारीत होते- 'पाणी किती खोल आहे?', 'तुफान झालं, तर खडक बुडतो काय?', 'भरती किती वर चढते?', 'मालवणच्या किनारपट्टीवर कुठं खोलीची जागा आहे का?'

किनाऱ्यावर पाच-पन्नास तरांडी उभी होती. एक-दोन शिडाच्या नावा होत्या. राजे नावेत चढले. डोलकाठी धरून ते पाहत होते. सारी तरांडी भरली. सागरलाटांवर हेलावू लागली. लाटेबरोबर नाव वर चढत होती; पण लाटेवरून घसरत होती. होडीवर फुटणाऱ्या लाटांचे तुषार राजांच्या चेहऱ्यावर उडत होते. भर उन्हाचा जर समुद्रावर चमचमत होता. शेवाळ्यांचे पुंजके नावेच्या धावेबरोबर पांगत होते. नजीक येणाऱ्या खडकाकडे राजे अतृप्त नजरेने पाहत होते. खडकाला नावा लागल्या. राजांनी हसत हात जोडले; आणि खडकावर पाऊल ठेवले.

खडकाचे विशाल, भक्कम रूप पाहून राजांचा ऊर भरून आला. चौफेर पसरलेला समुद्र राजांच्या मनात कल्लोळ उठवीत होता. राजांचे एक अधुरे स्वप्न साकार होत होते. जमावाबरोबर राजे खडक फिरून आले. खडकावरचे निर्मळ पाणी पिऊन तृप्त झाले. राजे म्हणाले,

'तानाजी, आमच्या मनातलं एक शल्य आज दूर झालं. आम्ही आरमार उभं करण्याचा घाट घातला; पण त्या आरमाराला भक्कम जंजिरा नव्हता. महाडापासून गोकर्णापर्यंत आमची सुरक्षित समुद्रपट्टी असूनही, सिद्दीच्या गलबताची भीती, फिरंग्यांची मिरास आम्हांला बेचैन करीत होती. भक्कम जंजिऱ्यावाचून आरमार म्हणजे दोरीवाचून धनुष्य आणि मुठीवाचून तलवार. आमच्या आरमाराच्या पोलादी पात्याला कुरटे बेटाची मूठ शोभून दिसेल. तानाजी, आम्ही इथं जंजिरा बांधणार.'

साऱ्यांना प्रकाश पडला. ती कल्पना ऐकून सारे थक्क झाले. तानाजी म्हणाला,

'महाराज, कुरटे बेटाचं सोनं होणार, तर!'

'नाही! ही दैवी देणगी आहे.' राजे सांगत होते. 'हे कुरटे बेट नाही; या बेटाच्या रूपानं शिवधनुष्य हाती आलं आहे. निसर्गाच्या ह्या पवित्र देणगीनं आमचं सोनं होणार आहे.'

चौफेर नजर फिरवीत राजे उद्गारले,

'चौऱ्यांशी बंदरी ऐसी जागा नाही. या बेटाच्या रूपानं सिद्दीची मिजास उतरेल. आम्हांला फिरंग्यांना कर द्यावे लागणार नाहीत. आमची गलबतं इथं सुरक्षित राहतील. समुद्राची अनिर्बंध सत्ता स्वराज्याला लाभेल. तानाजी, तो दिवस आता फार दूर नाही.'

राजांच्या अंगात दैवी संचार झाल्याचा भास होत होता, इतके त्यांचे रूप बदलले होते. भान हरपले होते. राजे बेट निरखीत होते. ती दृष्टी स्थापत्यविशारदाची नव्हती, तर स्वराज्यनिर्मात्याची होती, महाराष्ट्राचा मनोदय घडविणाऱ्या शिल्पकाराची होती.

राजे खडकावरून परत आले; पण मनातून जंजिरा हलला नाही. त्याखेरीज राजांना काही सुचेना. राजांनी सारे कोळी जमा केले. राजे दररोज कुरटे बेटावर जात होते. राजांच्या आज्ञेने कोळी तळठाव पाहत होते. कोळ्यांचे मत अनुकूल पडताच राजांचा हुरूप वाढला. मनातला जंजिरा साकार झालाच होता; आता त्याची प्रतिकृती उठवायची बाकी राहिली होती.

राजांनी कुरटे बेटाचा शोध लावणारे पहिले मानकरी तानाजी, गंगाजी, मानाजी आणि राबजी कोळी यांना सोन्याचे तोडे देऊन गौरविले. राजांनी आपला मालवणचा मुक्काम वाढविला.

गावातील उपाध्याय जानभट अभ्यंकर याने शुभ मुहूर्त काढून दिला; आणि एके

दिवशी राजे भूमिपूजनाची सर्व सिद्धता करून आपले सरदार, रक्षक व निवडक लोक गोळा करून शेकडो कोळ्यांच्यासह कुरटे-बेटाकडे निघाले. समुद्रात तरांड्याच्या रुद्राक्षमाळा तरंगू लागल्या. राजांनी बेटावर गणपतिपूजन केले. समुद्रपूजन करताना वस्त्र, मंदील, होन, इत्यादी राजोपचार त्याला समर्पिले. सोन्याचा नारळ सोडला; आणि समुद्राने आपल्या लाटांच्या शुभ्र उत्तरीय वस्त्रात लगेच तो गुंडाळून घेतला. सागर तृप्त झाला. त्याने आशीर्वादाचे हात उभारले. सागरवंदन करून राजे भूमिपूजनाच्या जागी आले. राजांनी संकल्प सोडला; आणि मंत्रांच्या आवाजात जलदुर्गाच्या पायाचा प्रथम चिरा राजांनी स्वहस्ते बसवला. शिंगे वाजविली. नगाऱ्यावर टिपरी पडली. कुरटे-बेटावर एकच आनंद उसळला.

मालवणात येऊन राजांनी कुशल माणसे गोळा करायला सुरुवात केली. साऱ्या मुलूखातून राजे निष्णात गोळा करीत होते. पाचशे पाथरवट, दोनशे लोहार, शिवाय कामाठी, कोळी वगैरे तीन हजार हुन्नरी लोक त्यांनी बेटावर आणून ठेवले. बेटावर छपऱ्या उठल्या. कामात खोळंबा होऊ नये, म्हणून भरपूर रसद बेटावर साठविली गेली. हे सारे पाहणारा तानाजी एक दिवस धीर करून म्हणाला,

'महाराज, ही फार खर्चाची बाब होणार.'

'खर्च? तानाजी, आपल्याला काय कमी आहे? सुरतेने दिलेली करोडो होनांची संपत्ती- ती कशासाठी? स्वराज्याची संपत्ती ते करोडो होन नाहीत, तानाजी! असले भक्कम दुर्ग हीच खरी संपदा! राज्य चारही बाजूंनी सुरक्षित झालं, की संपदेला काय तोटा?'

कोकणमोहिमेच्या वेळी फिरंग्यांनी राजांना नजराणा पाठवून मैत्रीची अपेक्षा केली होती. राजांनी ती मैत्री कसाला लाविण्याचे ठरविले. त्यांनी गोवेकर फिरंग्यांकडे कुशल कारागीर मागितले; आणि गोवेकरांनी तत्परतेने शंभर फिरंगी कारागीर पाठविले. जंजिऱ्याच्या बांधकामावर राजांनी सुभेदार गोविंद विश्वनाथ प्रभूची नेमणूक केली.

कुरटे बेटावर दुर्गाचे काम जोरात सुरू झाले. पाथरवट चिरे फोडीत होते. लोहारशाळेत मुशी तयार झाल्या. नावांतून आणलेल्या शिशाचे ढीग बेटावर पडले. शिसे ओतविले जात होते. शिशाचा रस दुर्गाच्या पायात ओतून त्यात पायाचे दगड बसविले जात होते. पाच खंडी शिशाच्या रसात जंजिऱ्याचा पाया भक्कम केला गेला.

दुर्गरक्षणार्थ पाचशे मावळ्यांचा खडा पहारा उभा होता. राजांची गलबते, तोफा, दारूगोळा मालवणाभोवती सज्ज झाला. शिवाजी जलदुर्ग बांधतो, याची खरी भीती होती सिद्दीला. त्याने बांधकामात व्यत्यय आणू नये, म्हणून राजांनी सारी खबरदारी घेतली होती. स्वत: जातीने उभे राहून, जलदुर्गाचे काम चालीस लावून राजांनी

मालवणचा महिनाभराचा मुक्काम उठविला; आणि ते आनंदाने राजगडला परतले.

□

२१

राजे गडावर आले, तरी जलदुर्गाची बांधणी त्यांच्या मनातून जात नव्हती. त्याखेरीज बोलायला दुसरा विषय नव्हता. जलदुर्ग तयार होईपर्यंत आरमार तयार व्हावयास हवे होते. राजांनी गलबतांचे काम जारीने सुरू ठेवण्याचे हुकूम दिले. तयार झालेली राजांची गलबते समुद्रावर फेरफटका मारू लागली. फिरंगी आणि इंग्रज राजांच्या वाढत्या आरमाराकडे जागृततेने पाहू लागले. शास्ताखानाच्या वेळी मोगलांच्या ताब्यात गेलेला पुणे, सुपे भाग सोडला, तर राजांचा बाकीचा मुलूख स्थिरस्थावर झाला होता. कोकणपट्टीचा पुरा बंदोबस्त झाला होता. सुरत, अहमदनगर लुटल्यापासून राजांचा दरारा वाढला होता. शास्ताखान-जसवंतसिंगांच्या पराभवाने मोगलाई डगमगली होती. बाजी घोरपड्यांची कत्तल आणि खवासखानाचा पराभव यांनी आदिलशाहीला चपराक बसली होती. राजांचे सामर्थ्य आणि सत्ता वाढत होती. जिजाबाईंना राजांच्या पराक्रमाचे कौतुक वाटत होते.

राजे सायंकाळी जिजाबाईंच्याकडे नेहमीप्रमाणे गेले. जिजाबाई बैठकीवर बसल्या होत्या. शास्त्री पाटावर पंचांग उघडून बसले होते. राजांनी विचारले,

'मासाहेब, कसला मुहूर्त पाहता?'

'राजे, या! आम्ही तुमचीच वाट पाहत होतो. सूर्यग्रहण आलं, त्यामुळं आम्ही चौकशी करीत होतो.'

'केव्हा आहे सूर्यग्रहण?' राजांनी विचारले.

'पौष वद्य अमावास्या. एक मास अजून अवधी आहे.' शास्त्री म्हणाले.

'मग?' राजांनी विचारले.

'राजे!' मासाहेब सांगू लागल्या. 'असं ग्रहण येतं, तेव्हा अनिष्टनिवारणार्थ दानधर्म करतात.'

शास्त्री म्हणाले,

'राजे, ग्रहण तितकंसं चांगलं नाही. क्रोधी संवत्सर आहे. ग्रहणाला उग्रता आहे. असं ग्रहण असलं की, दानधर्म करून ग्रहशांती होते. अशा प्रसंगी तुलादानही करतात.'

'ग्रहण अनिष्ट तर खरं!' राजे हसून म्हणाले, 'आमच्या पराक्रमानं अस्वस्थ झालेल्या शहेनशहा औरंगजेबानं आमच्यावर स्वारी करण्याचा बेत आखला आहे, आणि तो खुद्द दक्षिणेत उतरणार आहे, अशी बातमी आमच्या कानांवर आली आहे.'

जिजाबाईंच्या चेहऱ्यावर काळजी प्रकटली. त्या म्हणाल्या,

'मग तुम्ही काय ठरवलंत?'

'आम्ही काय ठरवणार? मासाहेब, तुमचे आशीर्वाद असता काळजी कसली?'

'राजे, ग्रहण जवळ आलं. संकटं सामोरी दिसताहेत. माझ्या मनात...'

'बोला, मासाहेब!'

'राजे, या ग्रहणप्रसंगी खूप दानधर्म करावा, असं वाटतं.'

'मग त्यासारखी आनंदाची गोष्ट कोणती? मासाहेब, तुमची इच्छा आम्ही जरूर पाळू. जगदंबाकृपेनं तेवढं आमचं बळ आहे.'

'दान करायचं, तर केवढं? त्याला काही मर्यादा?'

राजांनी शास्त्र्यांना विचारले,

'शास्त्रीबुवा, मघा तुम्ही तुलादान म्हणालात ना?'

'हो!' शास्त्री म्हणाले, 'अशा प्रसंगी तुलादान सुद्धा करतात.'

राजे हर्षभरित झाले. ते म्हणाले,

'ठीक आहे. सूर्यग्रहणप्रसंगी आम्ही मासाहेबांची सुवर्णतुला करू. स्वराज्याची पुण्याई जोखता येते का, पाहू!'

'राजे!' मासाहेब उद्गारल्या.

'मासाहेब, अशी पुण्याईची संधी कोण दवडील? आम्ही हे निश्चित केलं आहे. आता आमचा बेत बदलणार नाही.'

राजांनी सुवर्णतुलेसाठी क्षेत्र महाबळेश्वर निवडले. महाबळेश्वराच्या मुक्कामाचे हुकूम सुटले. डेरे, तंबू, शामियाने गाड्यांतून महाबळेश्वरी रवाना झाले. जिजाबाईंच्या सुवर्णतुलेची जय्यत तयारी सुरू झाली. राजांनी तुला करण्यासाठी रुप्याचा तराजू करण्याची आज्ञा दिली. सुवर्णतुलेसाठी खजिन्यातून भरपूर सोने काढून, खास बंदोबस्तात ते महाबळेश्वरी रवाना केले. खाशा स्वाऱ्यांसाठी पालखी, मेणे सजविले जात होते. चांगला दिवस पाहून राजांनी प्रस्थान काढले. खाशा मेण्यांतून जिजाबाई, राणीपरिवार जात होता. त्या शाही मेण्यांच्या मागून एक पालखी वाटचाल करीत होती. वयोवृद्ध डबीर पालखीतून महाबळेश्वरी जात होते.

सोनोपंत पुरे थकले होते. दादोजी कोंडदेव, सोनोपंत डबीर, माणकोजी दहातोंडे आणि कान्होजी जेधे ही महाराजसाहेबांची खास विश्वासाची माणसे. त्यांपैकी राहिले होते सोनोपंत डबीर. अत्यंत महत्त्वाचे काम असले, की ते सोनोपंतांच्याकडे जाई. सोनोपंत राजांचे वकील म्हणून दिल्लीदरबारला गेले होते. शास्ताखानाशी तह करायला राजांनी सोनोपंतांनाच पाठविले होते. आज सोनोपंतांचे वय झाले होते. स्वराज्यसेवेत गात्रे थकून गेली होती. सोनोपंतांचा भरवसा नव्हता. सोनोपंत 'नको' म्हणत असताही राजांनी त्यांना बरोबर घेतले होते.

महाबळेश्वरचे रूप पालटत होते. मंदिराच्या भोवतालच्या मैदानात खासे डेरे, शामियाने उभे केले होते. मंदिर कळीच्या चुन्याने रंगविले होते. कळस उजळला होता. मंदिराच्या तटापासून सर्व जागा स्वच्छ करण्यात आली होती. लतापल्लवांच्या माळा टांगल्या होत्या. उपाध्याय, शास्त्री मंडळी, पूजेत कमतरता राहू नये, म्हणून बारीकसारीक गोष्टींचे तपशील तपासून पाहत होते. राजे महाबळेश्वरला आले. सर्व राण्यांसह, जिजाबाईंच्यासह राजांनी महाबळेश्वराचे दर्शन घेतले. राजे मंत्रमुग्ध होऊन त्या स्वयंभू लिंगाकडे पाहत होते.

केवढे पवित्र ठिकाण! भूमी समृद्ध करणाऱ्या जीवनदात्री कृष्णा, कोयना, वेण्णा, गायत्री, सावित्री या पंच नद्यांचे जन्मस्थान. एवढी पवित्र जागा महाराष्ट्रात दुसरी नसेल.

राजांनी सारी व्यवस्था पाहून समाधान व्यक्त केले. तानाजी, येसाजी, मानाजी, महादेव ही सारी विश्वासाची माणसे राजांच्या जवळ गोळा झाली होती. शंभूबाळाच्या बोलांनी, बालपावलांनी उत्साह वाढत होता. राजे स्नान, देवदर्शन आटोपून डेऱ्यात आले. मासाहेब शंभूबाळांचे कपडे करीत होत्या. राजांनी जिजाबाईंचे पाय शिवले. शंभूबाळ म्हणाले,

'आबासाहेब! आम्ही सकाळी गंमत बघितली.'

'कसली?' राजांनी कौतुकाने विचारले.

शंभूराजांचे गाल फुगले. हात पसरीत ते म्हणाले,

'देवळात, की नाई, एवढी मोठी तागडी लावलीय्.'

शंभूबाळांनी पसरलेल्या हातांकडे बघत राजे म्हणाले,

'पण, बाळराजे, खरी गंमत कुठं तुम्हांला माहीत आहे?'

'कसली?'

'तुमच्या मासाहेबांना आम्ही तिच्या एका पारड्यात घालणार आहो. अगदी मारून मुटकून!'

बाळराजे भ्याले. त्यांची नजर कावरीबावरी झाली. जिजाबाईंना बिलगत ते म्हणाले,

'मासाहेब! खरं?'

'कोण ऐकतो, बाबा, माझं?' जिजाबाई म्हणाल्या. 'तुमचे आबासाहेब करतील, ते खरं!'

बाळराजे रडकुंडीला आले. ते आळीपाळीने दोघांकडे पाहत होते. राजांनी बाळराजांना जवळ घेतले.

'बाळराजे, आपल्या मासाहेबांची सोन्यानं तुला करायची. खूप गम्मत येईल. बघा तर खरं!'

बाळराजांना धीर आला. बाळराजांसह राजे आपल्या डेऱ्यात गेले.

तुलेची सर्व सिद्धता झाली. भव्य रौप्यतराजू आपल्या रुपेरी झाकीने तळपत होता. सारे मानकरी खास कपडे करून मंदिरासमोर गोळा झाले. ते अलौकिक दृश्य पाहण्यासाठी त्यांची मने उतावीळ झाली होती. तराजूजवळ शोभिवंत बैठका अंथरल्या होत्या. जिजामातांना आणण्यासाठी सर्व सिद्धता झालेली पाहून राजे बाहेर पडले.

राजमाता जिजाबाईंनी पांढरे वस्त्र परिधान केले होते. जिजाबाई सडपातळ अंगलटीच्या, उंच्या पुऱ्या होत्या. नजरेत विलक्षण धार होती. कुंकमतिलकाच्या अभावी कपाळ जास्तच रुंद भासत होते. जिजामातांनी समोर आलेल्या राजांच्याकडे पाहिले. त्यांच्या चेहऱ्यावर स्मित झळकले. जिजाबाईंनी विचारले,

'शिवबा! अरे, हे केलंच पाहिजे का?'

'मासाहेब, आम्हांला हे यश लाभावं, आमची स्वप्नं साकार व्हावीत, असं आपल्याला वाटतं ना?'

'राजे, त्याखेरीज आता कोणतीच इच्छा राहिली नाही.'

'मग त्यासाठी गाठीला जबरदस्त पुण्याई लागते. मासाहेब, ती पुण्याई संपादन करण्यासाठीच हा सोपा मार्ग काढला आहे.'

'सोपा मार्ग?'

'सोपा नाही तर काय? तुमची तुला सोन्यानं करणं आणि तुला झाली, असं म्हणणं, याइतका मूर्खपणा जगात दुसरा असेल का? तुमची तुला कशानं होऊ शकेल? मासाहेब, ही तुला लाक्षणिक आहे, ती खरी नाही, याची आम्हांला पुरेपूर जाणीव आहे.'

'पुष्कळ झालं! चला.' म्हणत जिजाबाई उठल्या. त्यांचं पाऊल थांबलं.

'राजे, आणि आज हे काय घातलंत?'

मासाहेबांची नजर राजांच्यावर स्थिरावली. जिरेटोपावर सुवर्णपानांचा तुरा होता. गळ्यात सुवर्णसाखळीचे सर होते. मनगटावरची पोहची, हातातल्या अंगठ्या- सारे सुवर्णाचे होते.

राजांच्या लक्षात आले. राजे म्हणाले,

'मासाहेब, आज सुवर्णतुला ना? या प्रसंगी आपणही सुवर्णाचे दागिने घालावेत, असं वाटलं. मासाहेब, आपल्या तुलेबरोबर आणखीन एक तुला करण्याचं आम्ही ठरविलं आहे.'

'कुणाची?'

'आपल्या सोनोपंतांची! मासाहेब, आज दादोजी हवे होते. दादोजी असते, तर त्यांची तुला केली असती. सोनोपंत थकले. नंतर अशा माणसांविषयी वाटून काही उपयोग नसतो.'

'फार चांगली कल्पना!' जिजाबाई म्हणाल्या, 'सोनोपंतांना त्यांना होत नसताही

महाबळेश्वरी का आणलंत, हे आज कळलं. राजे, तुमच्यासारख्या...'

'चलावं, मासाहेब, वेळ होतो.' राजे मध्येच म्हणाले.

'चला.'

जिजाबाईंच्यासह राजे मंदिरात आले. मुजरे झाले. मासाहेबांना बैठकीवर बसविले. सोनोपंत आधार घेऊन येत होते. राजांनी जाऊन त्यांचा हात धरला आणि त्यांना बैठकीवर बसविले.

वेदमंत्रांचा आवाज उठत होता. शिवलिंगावर अभिषेकाची धार पडत होती. राजांनी तुलेची पूजा केली, आणि सोयराबाईंच्याकडे पाहिले. सोयराबाई पदर सावरून उठल्या. राजांनी जिजाबाईंना विनविले. जिजाबाई उठल्या. त्यांच्या साऱ्या शरीराला कंप सुटला होता. राजांचीही तीच अवस्था झाली होती. जिजाबाईंना तराजूच्या एका पारड्यात बसविण्यात आले. राजे दुसऱ्या बाजूला उभे राहिले. मासाहेबांच्या पारड्याजवळ सोयराबाई उभ्या होत्या. पुतळाबाई, सगुणाबाई, काशीबाई, गुणवंताबाई वगैरे भारावलेल्या नजरेने पाहत होत्या. सुवर्णतुलेचा सुवर्णक्षण नजीक येऊन ठेपला. साऱ्यांची नजर राजांच्या वर खिळली होती.

राजे भारावून पारड्यात बसलेल्या आपल्या आईकडे पाहत होते. राजांनी आपल्या कानांतली कडी काढली, आणि ती पारड्यात टाकली. शांतपणे त्यांनी शिरपेच उतरला, आणि पारड्यात ठेवला.

राजांच्या त्या कृतीने मात्र जिजाबाईंच्या आवरलेल्या अश्रूंना संधी मिळाली. त्यांच्या गालांवरून अश्रू ओघळू लागले. भरल्या नजरेत तृप्तता सामावली. असा मुलगा लाभणं केवढं भाग्य! जिजाबाईंची कूस धन्य झाली!

राजांनी सारे दागिने उतरले होते. कपाळावरचे शिवगंध राजांच्या चेहऱ्यावर खुलून दिसत होते. क्षणभर जिजाबाईंना राजांनी दागिने उतरल्याचा आनंद झाला. ह्या अलौकिक मुलाला, ह्याच्या अलौकिक रूपाला दागिन्यांची मुळी गरजच काय?

राजांनी ओळीने ठेविलेल्या तबकांतल्या पुतळ्या पशाने उचलल्या. सुवर्णाच्या ओंजळी भरून राजे पारड्यात टाकीत होते. पुतळ्या-मोहरांची तबके रिती होत होती. साऱ्यांची नजर पारड्याकडे लागली होती. पारडे किंचित हलले. उंचावले गेले. राजांच्या डोळ्यांत आनंदाश्रू गोळा झाले. पाहणारेही गहिवरले. राजांनी ओंजळ रिती केली. तुला भरली. नगाऱ्याच्या गंभीर नादाने सारे वातावरण दुमदुमले. शिंगांचा आवाज गगनाला भिडला.

राजांनी जिजाबाईंना बैठकीवर आणले; आणि आपले मस्तक त्यांच्या पायी ठेवले. जिजाबाईंचे ओठ पुटपुटले. जिरेटोपावरून थरथरणारा हात फिरला. राजे उठले; आणि जिजाबाईंनी राजांना घट्ट मिठी मारली. दोघांच्याही डोळ्यांतून आनंदाश्रू

ओघळत होते. जिजाबाई म्हणाल्या,

'राजे, आज कूस धन्य केलीत!'

राजांना शब्द आठवत नव्हते. आपला डावा हात हलवीत श्वास अवरोधून राजे कष्टाने बोलले,

'मासाहेब, आम्ही दरिद्री. आम्ही कूस काय उजवतो? हिऱ्याची तुला सोन्यानं केली, याची आमच्या जिवाला खंत वाटते. आमचं कौतुक कसलं?'

जिजाबाईंची तुला झाली. जिजाबाईंची तुला पाहत बसलेल्या सोनोपंत डबिरांचे डोळे भरून आले होते. आता राजांची पावले सोनोपंतांच्याकडे वळली. राजे सोनोपंतांना म्हणाले,

'उठा, पंत!'

पंत आश्चर्यचकित झाले. त्यांनी विचारले,

'कुठं?'

'शुभकार्याच्या वेळी 'कुठं' म्हणून विचारू नये.' एवढे बोलून राजांनी सोनोपंतांचा हात धरला. सोनोपंत राजांच्या आश्रयाने तराजूपाशी आले. तराजू मोकळा झाला होता.

'पंत, बसावं.'

वार्धक्याने आधीच विकल झालेले शरीर भावनावेगाने कापू लागले. पंत म्हणाले,

'राजे, गरिबाची कसली तुला करणार?'

'सोनोपंत, राज्याच्या सेवेसाठी भरभक्कम शरीर वारेमोल करून घेतलं, तर त्याची सुवर्णतुला करतो, यात मोठेपण कसलं? बसावं!'

सोनोपंतांची तुला झाली. राजनिष्ठेचे सोने झाले.

-आणि त्यानंतर राजे जिजाबाईंच्यासह दानाला उभे राहिले.

□

भाग पाचवा

१

शास्ताखानाच्या पराभवाने, सुरत-अहमदनगरलुटीने, जसवंतसिंगाच्या पराभवाने औरंगजेबाचा संताप वाढत होता. औरंगजेब वरून शांत दिसत होता, तरी त्याच्या मनात चिंता, चीड वसत होती. सत्तर हजारांची फौज घेऊन शास्ताखान गेला व लक्षावधी होनांचा अकारण खर्च होऊनही काही पदरात पाडून न घेता, बोटे गमावून माघारी आला. दिल्लीसम्राटांची व्यापारपेठ सुरत बघता-बघता लुटली गेली. औरंगजेब मुत्सद्दी. सुरतेची बातमी कळताच भर दरबारी तो म्हणाला,

'इनायतखानासारखे नादान सुभेदार आमच्या पदरी आहेत, म्हणूनच शिवाजीसारखा चलाख, शूर शत्रू आमच्या डोळ्यांदेखत आमची सुरत लुटून मोकळा होतो. आमच्या दरबारी अनेकजण शिवाजीबद्दल आत्मीयता बाळगून आहेत, हे आम्हांला माहीत आहे. त्याच्यासारखा कर्तबगार माणूस आमच्या दरबारला मिळाला, तर त्यात आम्हांला आनंदच आहे. आम्ही मागचे सर्व विसरायला तयार आहो.'

शिवाजीचे वाढते उपद्व्याप आणि मोगली मुलुखात त्याने घातलेला धुमाकूळ औरंगजेबाच्या कानांवर पडला. शिवाजीचा असाच उद्योग चालू ठेवू दिला, तर दक्षिणेतली मोगलाई संपुष्टात आल्याखेरीज राहणार नाही, हे चाणाक्ष औरंगजेबाने पुरेपूर ओळखले. शिवाजीचे पारिपत्य करण्यासाठी त्याने आपल्या दरबारचा सर्वश्रेष्ठ सरदार निवडला- मिर्झाराजे जयसिंग. मिर्झाराजांना प्रचंड फौजा देऊन औरंगजेब म्हणाला,

'राजासाब, एक आम्ही किंवा तुम्ही तरी जावे, अशी परिस्थिती निर्माण झाली आहे; आणि म्हणूनच तुम्हांस आम्ही ही मोहीम देत आहो. शिवाजीचा पुरा बीमोड करूनच तुम्ही माघारी या, ही आमची आज्ञा आहे. तुमच्या मदतीला आम्ही दिलेरखान देत आहो.'

मिर्झाराजांनी मोहिमेचे नेतृत्व स्वीकारले. औरंगजेबाने दिलेरखान का दिला, हे मिर्झाराजे ओळखून होते... मिर्झाराजे मोठे झाले, तरी हिंदू होते. मिर्झाराजांनी सर्व तयारी सुरू केली. अफजलखान, शास्ताखान यांसारखी मिर्झाराजांनी गर्वोक्ती केली नाही. मिर्झाराजांचे वय साठीच्या घरातले. सारे आयुष्य राजकारणी प्यादी हलविण्यात गेलेले. त्यांनी शिवाजीचे बळ ओळखले होते. राजांच्या फौजेत कुतुबुद्दीनखान, उग्रसेन कछवाह, गाझी बेग यांसारखे अनेक युद्धकुशल सरदार होते. तोफखान्यावर रूम देशाचा निकोलाओ मनुची हा गोरा तज्ज्ञ होता.

मिर्झाराजांनी जय्यत तयारी केली. शक्तीने लढणाऱ्यांची भीती मिर्झाराजे कधीच बाळगीत नसत; पण शिवाजी बुद्धिमान होता. शक्तीपेक्षा युक्तीवर त्याचा विश्वास अधिक होता. याचमुळे मिर्झाराजांचे मन चिंताचूर बनले होते. मिर्झाराजांनी यश मिळावे, म्हणून चारशे ब्राह्मण अनुष्ठानास बसवून कोटी चंडीहोम, एकादश कोटी लिंगार्चन, बगलामुखीचे जप व अनुष्ठान करविले. अपरंपार खर्च करून, अनुष्ठानाची पूर्णाहुती करून, मग त्यांनी आपल्या फौजेनिशी दिल्ली सोडली; आणि ते फौजेसह बऱ्हाणपूरला येऊन दाखल झाले.

राजांच्या राज्यावरील संकटे टळावीत, म्हणून महाबळेश्वरी उदंड दानधर्म करून जिजाबाई राजांच्यासह राजगडावर आल्या; आणि मुलुखात फिरणाऱ्या नजरबाजांनी बातमी दिली की-

'जयसिंग मिर्झाराजा ऐंशी हजार स्वार, बरोबरी दिलेरखान, पाच हजार पठाण ऐंशी फौजा घेऊन येत आहे. मुक्काम औरंगाबादेस आहे.'

ती बातमी ऐकून राजांचे मुत्सद्दी हतबल झाले. पंत म्हणाले,

'राजे, अफझल, शास्ताखान हे बेसावध मुसलमान होते; पण हा रजपूत येतो आहे. तो दगा करून घेणार नाही. सैन्यबलही भक्कम आहे. याच्याशी सल्ला करावा.'

'बस्स? नुसता मिर्झाराजा येतो, हे कळताच आमचे मुत्सद्दी डगमगतात? सल्ला करण्यास तयार होतात? पंत, निदान शत्रू पाहू तरी. सल्ला जातो कुठं?'

'राजे, मिर्झाराजांना तोंड देणार?' जिजाबाईंनी विचारले.

'ती आम्हांला हौस नाही. ऐंशी हजारांसह मिर्झाराजे येताहेत. पुणे-सुप्यात पसरलेली फौज मिळताच त्यांचं बळ लाखावर वाढेल, हेही आम्ही जाणतो. मिर्झाराजे मातब्बर आहेत, राजकारणपटू आहेत; शब्दांचे सच्चे आणि निष्ठेचे कडवे आहेत; पण त्यांच्याबरोबर येणारा दिलेरखान तो काळ्या तेंडव्यासारखा आहे. त्याचा भरवसा देणं कठीण. तो काय करील, हे कळणं कठीण!'

'त्यासाठीच...' पंत म्हणाले.

राजांनी एकदम नजर वळविली. ते म्हणाले,

'शत्रुबलाची माहिती असावी, ती स्वत: नामोहरम होण्यासाठी नव्हे. मिर्झाराजा पुण्यात यायला अद्याप खूप अवकाश आहे. त्याची चाल काय पडेल, ते पाहून मगच आपलं पाऊल उचलू. श्रींचं राज्य! आमचा भार उचलण्यास श्री समर्थ आहेत...'

राजांनी साऱ्या गडांना ताकीदपत्रे लिहिली. किल्ल्याचा धान्यसाठा, दारूगोळा भक्कम भरून घेण्याचे हुकूम दिले. मिर्झाराजांची खबर आणण्यासाठी शेकडो नजरबाजांची नेमणूक केली. आपली गलबते, तरांडी मालवणला गोळा करण्याची राजांची आज्ञा सुटली.

जिजाबाईंनी विचारले, 'राजे, गलबते मालवणास बरी?'

'मासाहेब, मिर्झाराजे आता येतील; आमच्या मुलुखाच्या किल्ल्यांवर हल्ले करतील. मिर्झाराजे मोठे राजकारणी, धोरणी. त्यांच्याशी आम्हांला पुष्कळ काळ झुंजावं लागेल. अपार खर्च येईल. सुरत-अहमदनगरच्या लुटीवर राज्याची कामं आणि शत्रूशी मुकाबला हे जमायचं नाही. मालवणचा जंजिरा, रायगड यांसारखी कामं थांबवूनही चालणार नाही. एवढ्या ईर्ष्येनं आम्ही आरमार उभं केलं; त्याची ताकद आम्हांला आजमावून बघायची आहे. आदिलशहा आणि बेदनूरचा राजा यांचं वैमनस्य मिटल्यामुळं त्या भागात कोठेच फौजेचा राबता नाही. बेदनूरराजाचं बंदर बसनूर आहे. मोठं ऐश्वर्यसंपन्न आहे, असं ऐकतो.'

राजांनी आपली चार हजारांची फौज गोकर्णाकडे पाठविली; व राजे मालवणला जाण्यासाठी बाहेर पडले. राजे मालवणला आले, तेव्हा जंजिऱ्याच्या पायाचे काम वर चढले होते. कोटाचा आकार दिसत होता. मालवणच्या समुद्रात राजांची गलबते उभी होती. तीन मोठी गलबते आणि पंच्याऐंशी लहान गलबतांचा ताफा सागरलाटांवर हेलावत होता. सुमुहूर्तावर राजांनी गलबतावर पाय ठेवला. डोलकाठ्या अस्मानाला भिडल्याचा भास झाला. गलबतावर तोफा सज्ज होत्या. साऱ्या जहाजांवर राजांची फौज चढली. राजांनी आज्ञा दिली. नांगर उचलले गेले. शिडे फरारू लागली. गलबतांवरचे भगवे झेंडे डौलाने फडकू लागले. मराठ्यांचे आरमार पहिल्या स्वारीला राजांच्यासह बाहेर पडत होते. राजांचे मन त्या यशाने हेलकावे घेत होते. ते मोरोपंतांना म्हणाले,

'पंत, या सागरात आमची शेकडो गलबतं हिंडायला हवीत. परकीयांपासून आमच्या भूमीचं संरक्षण करण्यासाठी ती ताकद वाढविली पाहिजे.'

राजांचे आरमार किनारपट्टीने जात होते. गोव्याहून आरमार जात असता फिरंगी भयचकित नजरेने ते पाहत होते. राजांच्या आरमाराला कुणीच विरोध केला नाही.

बसनूर निद्रेतून जागे झाले. पहाट झाली; आणि बसनूरच्या किनारपट्टीवरच्या लोकांच्या नजरेत भगवी निशाणे लावलेल्या गलबतांनी व्यापलेला सागर आला. तरांडी किनाऱ्याकडे झेपावत होती; आणि बसनुरात हाकाटी उठली, 'शिवाजी आला!'

बसनूर पुरे बेसावध असता मराठे बसनुरात घुसले. अगदी सावकाश लूट गोळा केली. अगणित संपत्ती बसनुरात मिळाली. सारी संपत्ती गलबतांवर चढवून राजे गोकर्ण-महाबळेश्वरला गेले. महाबळेश्वरला दर्शन करून, तीर्थयात्रा संपादन करून, राजे अंकोल्याला गेले. राजांनी तेथून आरमार स्वदेशी पाठवून दिले; आणि राजे फौज घेऊन किनाऱ्याने चालले. आडव्या आलेल्या नद्या पार करण्यासाठी फक्त बारा तरांडी त्यांनी ठेवून घेतली होती. राजे कारवारला जात होते.

होळी नजीक आली होती. राजांचा पस्तिसावा वाढदिवस. तारुण्य आणि स्वप्ने, हुरूप आणि साहस यांच्या सीमा ओलांडून राजे प्रौढतेत पाऊल टाकीत होते. हा उंबरठा आपल्या प्रौढ मुत्सद्देगिरीला साजेल, अशा शिकारीने साधण्याचा त्यांचा हेतू होता. कारवार बंदरात इंग्रजांची गलबते उभी होती. ती लुटण्याचा राजांचा डाव होता. राजांनी जहाजे लुटायची ठरविले.

त्याच वेळी आदिलशाही सरदार कारवारला आला होता. शेरखानाच्या कानांवर शिवाजी येत असल्याची बातमी आली. शेरखानाजवळ फौजफाटा नव्हता. शिवाजीला कसे तोंड द्यावे, याचे त्याला कोडे पडले. शेरखान बुद्धिमान होता. तो या प्रसंगाने डगमगला नाही. त्याने साऱ्या व्यापाऱ्यांना एकत्र गोळा केले; त्यांच्याकडून खंडणी वसूल केली; आणि शिवाजीराजांना भारी नजराणा पाठवून दिला. राजांना त्याच्या चातुर्याचे कौतुक वाटले.

कारवार बंदरात इंग्रजांची गलबते उभी होती. राजाचे लक्ष तिकडे वळले. होळीची शिकार साधण्याचा राजांनी डाव टाकला. राजांनी शेरखानास निरोप पाठविला,

'शहर वाचवून घेतलेत. आता निदान इंग्रजांची गलबतं तरी आमच्या स्वाधीन करावीत.'

शेरखानाने तो निरोप इंग्रजांना कळविला. इंग्रज घाबरून गेले. शेरखानाने त्यांच्याकडूनही नजराणा गोळा करून तो राजांच्याकडे पाठवून दिला. नजराणा पाहून राजांचा नाइलाज झाला. कारवारबाहेरच दोन दिवस राहून राजांनी आपला तळ उठविला. तळ उठविताना राजे म्हणाले,

'आमची होळीची शिकार शेरखानानं घालवली.'

□

२

अंगावर माशीसुद्धा बसू न देणारी दोन उमदी अबलख घोडी वाड्याबाहेरच्या

मैदानात उभी होती. मोतद्दार त्यांना स्थिर करण्याचा प्रयत्न करीत होते. दृष्ट लागावी, अशी ती दोन जनावरे होती. अश्वपरीक्षा चालली होती. तानाजी, येसाजी, नेताजी, मोरोपंत हे राजांच्यासह जनावरे पाहत होते. राजांच्या मनात दोन्ही घोडी भरली होती. घोडी घेऊन आलेला कच्छी आशेने महाराजांच्याकडे पाहत होता. महाराज म्हणाले,

'जनावरं उमदी आहेत. आम्ही पूजा आटोपून येतो. किमतीत जमलं, तर आम्ही जनावरं खरेदी करू. पंत, तुम्ही सारे घोडी पारखून घ्या. कुठं खोट आहे का, पाहा. तोवर आम्ही येतो.'

'जी!' नेताजी म्हणाले.

'तानाजी, मांड टाकून पाहणार का?' राजांनी विचारले.

'जी! त्यात काय?'

'अजून घोडी वजवली नसतील.' पंत म्हणाले.

कच्छी अदबीने म्हणाला, 'वजवलीत, महाराज. कोणत्याही एका चालीनं जायची सवय आहे. नवीन जागा. जरा बिथरलीत.'

'येतो आम्ही. मग पाहू.'

राजे वाड्यात गेले. तानाजी म्हणाला,

'घोडं बघितलं, की राजांचं भान हरपतं.'

'अगदी खरं.' येसाजी म्हणाला, 'हौसेनं जनावर बाळगावं, तर म्हाराजांनीच! पागेत गेलं, आणि जरा आबाळ दिसली, की सोपलाच कारभार. पोटाला कमी पडंल, पण जनावरांना दाणागोटा भक्कम!'

ते बोलणे ऐकत असलेले नेताजी एकदम मुजऱ्यासाठी वाकले. साऱ्यांचे लक्ष वळले. वाड्यातून संभाजीबाळ धावत येत होते. नजीक येताच त्यांची नजर घोड्यांवर खिळली. त्यांनी नेताजींना विचारले,

'काका, कुणी आणली घोडी?'

'बाळराजे, हा कच्छी घेऊन आला आहे.'

'आबासाहेबांनी घेतली?'

'हो.' येसाजी हसत म्हणाला, 'पण ही तुमच्यासाठी नाहीत हं!'

'का?' शंभूबाळांनी विचारले.

'म्हाराजांनी स्वत:साठी घेतलीत. त्यांनी सांगितलंय् की, दुसऱ्या कुणाला द्यायची नाहीत.'

'तर तर!' शंभूराजे एकदम म्हणाले, 'आबासाहेब असं कधी म्हणायचे नाहीत.'

सारे घोड्यांची परीक्षा करीत होते. संभाजीराजे कौतुकाने पाहत होते. कच्छी म्हणाला,

'हुजूर, बसणार काय?'

'हो. येसाजी, आमचं खोगीर आणायला सांगा.'

'पण, राजे...' पंत म्हणाले.

'आम्हांला बसता येतं!'

येसाजीने सांगताच मोतद्दार पागेकडे धावला. सामान आणले गेले. घोड्यावर खोगीर चढविले गेले. ओठाळी, लगाम लावला गेला.

खोगीर घातलेल्या घोड्याजवळ जाऊन येसाजीने खाली हात धरला. बाळराजांनी डावा पाय हातावर ठेविला आणि त्यांनी उशी घेतली. लगाम हाती धरून बाळराजे सावरून बसले. घोडे फुरफुरत होते. मोतद्दाराने ओठाळी धरली होती. मोतद्दाराच्या हातातला वेत बाळराजांनी घेतला. नेताजी मोतद्दाराला म्हणाले,

'संभाळून जा. घोड्यावरचा हात काढू नका...'

मोतद्दार घोड्याबरोबर पळत होता. बाळराजे ऐटीने उशी घेत मैदानावरून जात होते. त्यांच्याकडे पाहत मोरोपंत म्हणाले,

'सात वर्षांची उमर; पण मांड कशी जाणत्याची आहे!'

सारे कौतुकाने बाळराजांच्याकडे पाहत होते. त्याच वेळी राजे पूजा आटोपून महालात आले. महालात सोयराबाई उभ्या होत्या. राजांनी विचारले,

'नवीन घोडी पाहिलीत?'

'नाही, बाई! आणि घोड्यातलं आम्हां बायकांना काय कळतं?'

राजे हसले. ते म्हणाले, 'हो. तेही खरंच. आमच्या ध्यानी ते आलं नाही.'

तोच गलका वाढलेला कानांवर आला. घोड्याचे खिंकाळणे साऱ्या महालात घुमले. महाराज धावले. खालचे दृश्य पाहताच ते क्षणात काष्ठवत बनले. मैदानात घोडे दोन पायांवर उभे होते. बाळराजे स्वार झालेले ते घोडे थयथयत होते. बाळराजे घोड्याला आवरायचा प्रयत्न करीत होते. एकदम घोडे उधळले, आणि धावत सुटले. येईल तो अडथळा उडी घेऊन पार करीत बाणासारखे ते घोडे धावत होते. हे पाहणाऱ्या राजांच्या कानांवर आर्त हाक आली,

'शंभू ऽ ऽ'

राजांनी पाहिले, तो वाड्याच्या दुसऱ्या सज्जात जिजाबाई उभ्या होत्या. जिजाबाईंच्या त्या आर्त हाकेने राजे भानावर आले. राजांनी खालच्या माणसाकडे पाहिले. नेताजी दुसऱ्या घोड्यावर खोगीर, लगाम नसता स्वार होऊन घोड्याला टाच देत होते. राजे ओरडले,

'घोडं आवरा ऽ ऽ'

राजे वळले आणि धावत सुटले. जिने उतरून महाल पार करीत राजे वाड्याबाहेर आले. मोरोपंतांच्याकडे पाहत राजे म्हणाले,

'पंत, बाळराजांना कसं स्वार होऊ दिलंत?'

पंतांना शब्द फुटत नव्हता. कसेबसे ते म्हणाले, 'आपण गेलात; आणि बाळराजांनी हट्ट धरला. मोतद्दारानं घोडं धरलं होतं; पण अचानक बाळराजांनी टाच दिली. मोतद्दार ऐकेना, म्हणून त्याच्या हातावर वेत ओढले.'

'आमचं घोडं कुठं आहे?'

राजांचे सारे अंग थरथरत होते. पंत म्हणाले,

'महाराज, बाळराजे येताहेत!'

राजांनी नजर वर केली. तानाजी आणि नेताजी बाळराजांना मध्ये घेऊन येत होते. तिन्ही घोडी सावकाश येत होती. महाराज पुढे धावले. तिन्ही स्वार पायउतार झाले. तानाजी-नेताजींकडे पाहून राजांनी आपल्या हातांतल्या सलकड्या काढल्या, आणि दोघांना दिल्या. राजांची नजर बाळराजांच्याकडे वळली. बाळराजे हसत पुढे येत होते. नजर बेगुमान होती. बाळराजे जवळ आले; आणि काय होते, हे लक्षात यायच्या आत राजांच्या उजव्या हाताची पाचही बोटे बाळराजांच्या चिमुकल्या गालावर उठली. सुन्न झालेल्या बाळराजांचा हात हुळहुळणाऱ्या गालावर गेला. आजूबाजूच्या माणसांवरून कोवळी नजर फिरली. चिमुकले हसरे डोळे क्षणात अश्रूंनी डबडबले; आणि गालांवरून अश्रू पाझरले. ज्या हाताने थप्पड मारली, त्या हाताची बोटे मुठीत वळवळत होती.

कष्टी बाळराजे आबासाहेबांच्याकडे पाहत होते. राजांना ती बाळराजांची घायाळ नजर असह्य झाली. राजांनी एकदम शंभूराजांना मिठीत घेतले. ते म्हणाले,

'बाळराजे! असं काय वागता? थप्पड बसली, म्हणून डोळ्यांत पाणी येतं; पण तुमच्या करणीनं आमच्या जिवाचा थारा उडतो. महाराजसाहेबांची आठवण अजून ताजी असता तुम्हांला जेव्हा नवख्या घोड्यावर स्वार झालेलं पाहिलं, तेव्हा आम्हांला काय वाटलं, हे परमेश्वरदेखील सांगू शकेल, की नाही, याची शंका आहे. आमचं सोडा; पण जरा मागे वळून पाहा...'

दोघे वळले. जिजाबाई वाडा सोडून मैदानात आल्या होत्या. श्वेतवस्त्र परिधान केलेल्या जिजाबाईंना पाहून राजांचे डोळे भरून आले. राजे गहिवरून म्हणाले,

'बघा, राजे! तुमच्या मासाहेब! महाराजसाहेब गेल्यानंतर ज्यांनी आपला महाल सुद्धा ओलांडला नाही, त्या तुमच्या मासाहेब तुमचा पराक्रम पाहून, भान हरपून, भर चौकात धावत आल्या. राजे, असं अविचारी धाडस करीत जाऊ नका. जीव धोक्यात घालायला तुम्ही मोकळे नाही, राजे! जा, मासाहेबांना भेटा...'

राजांनी बाळराजांच्या गालाचे चुंबन घेतले; आणि बाळराजे जिजाबाईंच्याकडे धावत सुटले. दुसऱ्या क्षणी बाळराजे जिजाबाईंच्या मिठीत सामावलेले दिसले. ते पाहून राजांच्या ओठांवर स्मित झळकले. जिजाबाईंच्यासह बाळराजे महालात दिसेनासे झाल्यावर राजे वळले. राजांच्या चेहऱ्यावरचे प्रसन्न हास्य पाहून साऱ्यांचे चेहरे हसरे बनले. ते म्हणाले,

'पंत, तुम्ही घोडी घेऊन टाका. मागेल ती किंमत द्या. घोडी मोठी सुलक्षणी आहेत.'

त्याच वेळी राजांचे लक्ष समोर गेले. कुडतोजी गुजर आणि रघुनाथपंत सामोरे येत होते.

कुडतोजी गुजर आणि रघुनाथपंत यांच्यासह राजे महालात जाऊन बसले. आसनावर बसताच राजांनी विचारले,

'मिर्झाराजे भेटले?'

'जी!'

'कसे आहेत मिर्झाराजे?'

'माणूस मोठा उमदा, पिकल्या केसांचा, पिकल्या बुद्धीचा आहे.'

'आमचं पत्र दिलंत?'

'जी!'

'मग ते वाचून संतापले असतील?'

रघुनाथपंतांनी नकारार्थी मान हलविली. ते म्हणाले,

'नाही, महाराज. उलट, पत्र वाचून त्यांच्या चेहऱ्यावर स्मित झळकलं. ते म्हणाले, 'तुमच्या राजांना सांगा की, केवढाही बलाढ्य शत्रू नामोहरम करण्याचं बळ मोगली सैन्यात आहे. पुढचा विनाश टाळण्यासाठी जितक्या लवकर तुमचे राजे शरण येतील, तितकं त्यांच्या हिताचं आहे.' '

राजे विचारात पडले. राजांनी नजर वर केली.

'मिर्झाराजे सामोपचाराला तयार होतील?'

'जी! तसं वाटत नाही.' रघुनाथपंत म्हणाले.

राजे हसले. 'पंत, आज जरी मिर्झाराजे तयार झाले नाहीत, तरी थोड्याच दिवसांत निश्चितपणे तयार होतील. शास्ताखान अशीच एक प्रचंड फौज घेऊन आला होता; पण एक चाकण घेता-घेता त्याचे नाकी नऊ आले. मिर्झाराजांनाही तो अनुभव येईल... जयसिंगाची छावणी काय म्हणते?'

'छावणी अफाट आहे.' कुडतोजी गुजर म्हणाले, 'दोन गाव लांब आणि एक गाव रुंद सहज भरेल. तोफखाना मोठा आहे; त्यात काही प्रचंड तोफा आहेत. एक तोफ ओढायला ऐंशी बैल लाविलेले मी पाहिले. तोफखान्यावर मनुची नावाचा फिरंगी सरदार आहे.'

'सांगा.'

'मिर्झाराजांना पुण्याचा कब्जा देऊन जसवंतसिंग दिल्लीला परत गेला आहे. मिर्झाराजांच्या बरोबर त्यांचा मुलगा किरतसिंग आहे. मदतीला अनेक मोठमोठे

सरदार राजे आहेत. दिलेरखान, दाऊदखान, राजा जयसिंग, सिसोदिया, इतिमतखान, राजा सुभानसिंग बुंदेला, तिरुमल, झाबरदस्तखान, बकरंदाझखान, कुबतखान, मित्रसेन, इंद्रायण बुंदेला असे अनेक सरदार असून, त्यांपैकी अनेक नौबत-नगाऱ्याचे मानकरी आहेत.'

'अस्सं! एकंदर जंगी तयारी करून मिर्झाराजे उतरलेत, तर! ठीक आहे. साऱ्या गडांना पूर्ण तयारीनिशी राहण्याचे हुकूम द्या. प्रत्येक गड प्राणशर्थीने लढला पाहिजे. आम्ही उद्या पुरंधरावर जाऊ. तो गड नजीक आहे. बहुधा, पहिला वेढा त्याच गडाला पडेल. कुडतोजी, कोंढाण्याची हालत काय आहे?'

'महाराज, कोंढाण्याची काळजी नसावी. दारूगोळ्यासहित गड भक्कम आहे.'

राजांना आता उसंत नव्हती. राजगडावरून साऱ्या गडकऱ्यांना हुकूम सुटले; आणि राजे स्वतः पुरंधरावर गेले. राजांना पाहताच साऱ्या गडावर उत्साह संचारला. पुरंधरावर मुरारबाजी देशपांडे आपली फौज गोळा करून हजर झाले होते. राजांच्या खास विश्वासाची जी माणसे होती, त्यांपैकी मुरारबाजी होते.

ओठांवरच्या गलमिशा, उन्हाने करपटलेल्या उग्र चेहऱ्यावर चमकणारे तेजस्वी डोळे, कमावलेल्या पोलादी शरीराचे मुरारबाजी राजांची आज्ञा ऐकण्यास उतावीळ झाले होते. राजांनी किल्लेदारांना व मुरारबाजींना आज्ञा केली,

'मुरारबाजी, मिर्झाराजे आमच्या पारिपत्यासाठी रणांगणात उतरलेत; बहुतेक या रणांगणाचा पहिला मान पुरंधरलाच मिळेल, असा आमचा कयास आहे. हल्ला करायला कोंढाण्यापेक्षा पुरंधर सोपा, असा दर्शनी भास होतो. मिर्झाराजांचे सैन्य, ताकद अफाट आहे... आणि त्याच्याविरुद्ध गड लढविण्याची जोखीम तुमची आहे.'

'महाराज, जोवर गडावर मुरारबाजी उभा आहे, तोवर गडावर शत्रू येणार नाही, याची खात्री बाळगावी.'

'ते आम्हांला माहीत आहे; पण गड हुशारीनं अनेक महिने झुंजायला हवा. मिर्झाराजांना पुरंधरनं अक्कल शिकवायला हवी. शिवाजीच्या राज्यात घुसणं इतकं सोपं नाही, हे त्यांना कळायला हवं.'

'जशी आज्ञा!'

'गडात काही कमतरता आहे?'

'नाही, महाराज!' गडकरी म्हणाले, 'पण जास्त दिवस गड लढवावा लागला, तर दारूगोळा कमी पडेल, अशी भीती...'

'ती भीती बाळगू नका. अगदी राजगडावर पोहोचताच भरपूर दारूगोळा आणि जादा कुमक पाठवू.'

'महाराज, मग कसलीच काळजी नाही. कोठ्या धान्यानं भरल्या आहेत. गड

मजबूत आहे. मिर्झाराजांना गडाचा चिराही निखळवू देणार नाही.' मुरारबाजी आवेशाने म्हणाले.

राजांनी मुरारबाजींना मिठीत घेतले. मुरारबाजींचे बळ शतपटीने वाढले. राजे तातडीने राजगडावर आले.

□

३

पुण्याच्या पूर्वेच्या माळावर सायंकाळच्या तिरप्या सोनेरी किरणांत मिर्झाराजे जयसिंगांचा केशरी डेरा उजळला होता. कडेकोट बंदोबस्तात शाही डेरा उभा होता. डेऱ्याच्या चारी बाजूंना तळपते तेगे घेऊन उभे असलेले सिद्दी पहारा देत होते. डेऱ्याच्या मधल्या आखणात आलीशान बैठकीवर मिर्झाराजे बसले होते. मेहंदीने तांबूस बनलेले केस मानेवर रुळत होते. ओठावरच्या गलमिशा चेहऱ्याच्या भव्यतेत भर घालीत होत्या. साठीच्या घरात येऊनही मिर्झाराजांचे देखणे व्यक्तिमत्त्व लपत नव्हते. गौरवर्णीय गोल चेहऱ्यावर धारदार नाक, पातळ गुलाबी ओठ, सदैव पाणावलेली भावपूर्ण नजर, खोल जिवणी रजपूत रूपलक्षण दर्शवीत होती. दासी वारा ढाळीत होत्या. शेजारी किरतसिंग हात बांधून उभा होता. मिर्झाराजे आपल्याच विचारात मग्न होते. नौबतीच्या आवाजाने त्यांचा समाधिभंग झाला. त्यांनी किरतसिंगाकडे पाहिले. किरतसिंग डेऱ्याबाहेर गेला, आणि काही क्षणांतच माघारी वळला. किरतसिंग अदबीने म्हणाला,

'दिलेरखान येताहेत!'

डेऱ्याच्या कोपऱ्यात उभ्या असलेल्या नक्षीदार तिवईवर मिर्झाराजांची नजर गेली. तिवईवर भरजरी पागोटे ठेवले होते. किरतसिंगाने ते हजर केले. मिर्झाराजांनी पागोटे मस्तकी घातले; आणि ते उठले.

मिर्झाराजे डेऱ्याबाहेर येताच खोजे ताठ उभे राहिले. किरतसिंगासह मिर्झाराजे चार पावले बाहेर गेले; आणि त्यांच्या नजरेत अश्वपथकासह दौडत येणारा दिलेरखान आला.

मिर्झाराजे जयसिंगांना पाहताच दिलेरखान पायउतार झाला. दिलेरखानाच्या अंगावर भरजरी जामा होता. पायांत पठाणी विजार व चढाव होते. मस्तकावर पठाणी जरी टोप होता. उंचापुरा, धिप्पाड अंगलटीचा तो पठाण सरदार ऐटीने पावले टाकीत होता. गालांवरच्या कुरळ्या खुरट्या दाढीने त्याचा रुबाब वाढविला होता. दिलेरखानाच्या अभिवादनाचा स्वीकार करून मिर्झाराजे म्हणाले,

'आइये, दिलेरखान! हमें आपही का इंतजार था!'

दिलेरखान दिल्ली दरबारचा गोटा गानकरी, औरंगजेबाचा खास विश्वासाचा माणूस. मोहिमेची सारी सत्ता जरी मिर्झाराजांच्या हाती होती, तरी आपल्यावर नजर ठेवण्यासाठी दिलेरखान दिला आहे, हे मिर्झाराजे ओळखून होते. दिलेरखान आपल्या पाच हजार

पठाणी फौजेनिशी मिर्झाराजांच्या तळावर दाखल झाला होता.

बैठकीवर बसताच मिर्झाराजांनी दिलेरखानाला मद्य दिले. मद्याचा आस्वाद घेत दोघे बोलत होते. किरतसिंग व इतर सरदार अदबीने उभे होते. काही वेळाने दिलेरखानाने विषयाला हात घातला.

'राजासाब, आपका इरादा क्या है?'

'इसीलिये आपका इंतजार था!' मिर्झाराजे म्हणाले, 'आपका क्या मशवरा है?'

'शिवाजीची सारी हालचाल मी ध्यानी घेतली आहे. त्याची ताकद गडांत सामावली आहे. माझा मशवरा असा की, शिवाजीचे सारे गड प्रथम घेऊन टाकावेत!'

'क्या यह इतना आसान होगा?' मिर्झाराजांनी विचारले.

दिलेरखानाने एकदम वर पाहिले. मिर्झाराजांची शांत नजर दिलेरखानावर खिळली होती. त्या नजरेने दिलेरखानाचे पठाणी रक्त उसळले.

'शाही फौजोंको यह दुश्मन कुछ अजीम नहीं होते.'

'ते मीही जाणतो. पण जी चूक मागच्यांनी केली, ती आपण करून चालणार नाही.'

'मिर्झासाब, मी स्पष्ट बोलणारा माणूस आहे. राग मानू नये.'

'बोला, दिलेरखान. आमची इजाजत आहे.'

'मागची मोहीम कमकुवत दिलानं झाली होती. त्यामुळं तसं घडलं.'

'ते खरं नाही.' मिर्झाराजे शांतपणे म्हणाले, 'शास्ताखान आमच्याएवढीच फौज घेऊन आले होते. चाकणचा साधा भुईकोट किल्ला. तो पदरात घ्यायला शाही फौजेला अफाट खर्च करावा लागला. तिनं हात पोळून घेतले. जसवंतसिंग मोठी फौज घेऊन कोंढाण्याला वेढा देऊन बसला; पण त्यालाही मराठी सत्तेपुढं माघार घ्यावी लागली. तीन वर्षं शाही फौज इथं राहिली. दरबारचे करोडो होन खर्ची पडले. आणि यश केवढं?'

'राजासाब, पुराण्या गोष्टी सोडून द्या. मी गड हेरला आहे- पुरंधर. पुरंधरची शान चुटकीसरशी उतरवीन. एक गड ढासळला, की आपोआप बाकीचे हाती येतील.'

मिर्झाराजांनी मान हलविली. ते म्हणाले,

'दिलेरखान, तुमच्या तडफेचे आम्ही कदरदान आहो; पण राजकारणात नुसती तडफ चालत नाही. हा डाव बुद्धीनं खेळायला हवा. गड आले, तर बरे. नाही तर नाव जाईल. तुम्ही गडांच्या पाठीमागे लागू नका.'

'मग आपला हुकूम काय आहे?' किंचित उपरोधाने दिलेरखानाने विचारले.

शब्दाची खोच लक्षात आली नाही, असे भासवीत मिर्झाराजे म्हणाले,

'शिवाजीचं बळ गडांत सामावलेलं आहे. गड घेऊ पाहाल, तर अपार नुकसान सोसावं लागेल. उंदराची बिळं पन्नास असतात. एक उकरलंत, तर दुसरं सुरक्षित

असतं.'

'हो, पण साऱ्या बिळांतून पाणी घुसलं, तर उंदीर बाहेर पडायचा नाही?'

'बेशक बाहेर पडेल; पण हा उंदीर बिळात राहत नाही, गडांवर राहतो. त्याच्या शेकडो बिळांत पाणी भरायची ताकद ना तुमच्यांत, ना माझ्यात. त्यापेक्षा तो उंदीर सापळ्यात कसा अडकेल, इकडे लक्ष द्यायला हवं.'

'मतलब?'

'साफ आहे! शिवाजीचं बळ गडांत असलं, तरी तो राजा आहे. त्याची रियाया उघड्यावर आहे. शिवाजीच्या गडांकडे दुर्लक्ष करा. त्याचा मुलूख काबीज करा. गावं लुटा. माणसं पकडा. मुलूख बेचिराख करा. गडांची रसद संपूर्णपणे तोडून टाका. म्हणजे गडांसह राजा आपोआप हाती लागेल.'

'किती दिवस हे करीत बसणार?'

मिर्झाराजांच्या चेहऱ्यावरचे हास्य लुप्त झाले. चेहरा कठोर बनला. त्यांच्या शब्दांना धार आली.

'दिलेरखान, तुमच्यापेक्षा जास्त पावसाळे मी पाहिलेत. कोणतीही मोहीम वर्षानुवर्ष करण्याची मला आदत नाही. शिवाजीचा मुलूख तो काय! आठ दिवसांच्या आत मुलूख बेचिराख करता येईल. एका जागी असलेली आपली फौज शिवाजीच्या राज्यात पसरू दे. कसलीही दया-माया दाखवू नका. याची अंमलबजावणी आजपासून सुरू झाली, असं समजा!'

'पण माझा सल्ला?'

'ठीक आहे! मोका पाहून त्याचाही अंमल करू. आणि तशी वेळ येईल, तेव्हा आम्हीही पुरंधरच्या पायथ्याशीच असू.'

दिलेरखान काहीशा नाराजीनेच मिर्झाराजांचा निरोप घेऊन गेला. सुपे, जुन्नर, लोणी, पुणे, शिरवळ वगैरे ठिकाणी मिर्झाराजांनी आपले सरदार पाच-दहा हजार सैन्यानिशी पाठविले. शिवाजीचा मुलूख बेचिराख करण्याचे, प्रजा त्रस्त करण्याचे हुकूम दिले. शिवाजी कुठेही गडाखाली उतरला, तरी त्याच्याशी दोन हात करून त्याला परत गडावर पिटाळून देण्याचा सल्ला सरदारांना दिला.

-आणि दुसऱ्या दिवसापासून साऱ्या बारा मावळांत हाकाटी उठली. घोड्यांच्या टापांनी प्रदेश हादरून गेला. गावाच्या शेकोट्या बनल्या. पळविल्या जाणाऱ्या बायकांच्या किंकाळ्यांनी मने कातरून निघत होती. जनावरे लुटली जात होती. वेठबिगार करण्यासाठी माणसांचे तांडे दावणीला बांधले गेले. पाहता-पाहता सारे कऱ्हेपठार उजाड झाले. सगळीकडे हाहाकार उडाला.

मिर्झाराजांनी म्हटल्याप्रमाणे आठ दिवसांत शिवाजीच्या मुलुखावर शाही वरवंटा

फिरविला. राजांच्या फौजा तुरळकपणे अचानक मोगली सैन्यावर तुटून पडत. दाणागोटा लुटीत. मोगली तुकडीला भुलावणी देऊन आडमार्गी नेऊन झोडपून काढीत; आणि जादा कुमक येते, असे दिसताच मनुष्यहानी टाळण्यासाठी निघून जात. राजांची तशी सक्त ताकीद होती.

उलटणाऱ्या दिवसाबरोबर दिलेरखानाची अस्वस्थता वाढत होती. तो पुरंधरकडे जाण्यास अधीर झाला होता. मिर्झाराजांची चाल त्याला पटत नव्हती. मिर्झाराजांनी त्याचा वाढता संताप ओळखला; आणि दिलेरखानाला त्यांनी पुरंधरला जाण्यास परवानगी दिली.

दिलेरखान आपल्या फौजेनिशी कूच करीत पंधरा दिवसांत आपल्या अवाढव्य फौजेनिशी पुरंधरच्या पायथ्याशी पोहोचला. मागोमाग मिर्झाराजे आपल्या सर्व सैन्यबलानिशी पुरंधरची वाटचाल करू लागले. जबाबदार सरदार निरनिराळ्या मुलुखांवर बंदोबस्तासाठी ठेवीत, मागचा-पुढचा मार्ग सुरक्षित करीत, सासवडजवळील नारायणपेठेजवळ येऊन मिर्झाराजांनी आपल्या मुक्कामाचा शामियाना उभारला. पुरंधरच्या मोगली वेढ्यापर्यंत मिर्झाराजांची छावणी पसरली.

दिलेरखान गडाच्या पायथ्याशी पोहोचला; आणि गडावरच्या तोफांच्या माऱ्याला त्याला तोंड द्यावे लागले. तोफांच्या टप्प्याबाहेर राहून दिलेरखान मोर्चे बांधीत होता; गड जवळ करण्याचा प्रयत्न करीत होता. आणि त्याच वेळी खुद्द मिर्झाराजांची कुमक दिलेरखानाला मिळाली. तोफांचा भडिमार सुरू झाला. खंदक खणून त्याचा आश्रय घेत दिलेरखानाची फौज पुढे सरकत होती. दिलेरखानाच्या रणनैपुण्यावर खूश होऊन मिर्झाराजे दिलेरखानाची वाढती प्रगती पाहत होते. पुरंधरचा वेढा आणि शिवाजीच्या मुलुखाची लुटालूट एकाच वेळी मिर्झाराजांनी सुरू केली होती.

दिलेरखान थकला-भागला होऊन एक दिवस मिर्झाराजांच्या शामियान्यात आला. गडाला वेढा देऊन आठ दिवस लोटले, तरी फारशी प्रगती होत नव्हती. तोफांच्या भडिमारात दारूसामान खर्ची पडत होते; पण धुराचे ढग उठविण्यापलीकडे त्यातून काहीच निष्पन्न होत नव्हते. मिर्झाराजांनी विचारले,

'दिलेरखान, वेढा काय म्हणतो?' मिर्झाराजे हसले.

'जमके और मुस्तैदीसे जारी है!'

'हं! दिलेरखान, जर वेढा इतका चोख असेल, तर शिवाजीच्या सैन्याची एक तुकडी बिनविरोध गडावर गेली कशी?'

दिलेरखान उफाळला, 'वह दाऊदखानकी बेइमानी है!'

'ठीक!' मिर्झाराजे म्हणाले, 'दिलेरखान, गड घेणं, तेही शिवाजीचे, इतकं सोपं

नाही. तुम्ही सुरुंग माचलेत, तर शत्रू येऊन सुरुंगावर पाणी टाकून ते निकामी करतो. खुद्द तुमच्या रसूल बेगवर हल्ला करून, तुमच्या खंदकांतील तीन मोगली तोफा शत्रूंनी रंजुकीच्या भोकांत खिळे ठोकून निरुपयोगी करून टाकल्या. अशा धाडसी शत्रूशी नुसत्या घमेंडीवर मुकाबला करणं कठीण आहे.'

दिलेरखान म्हणाला, 'मिर्झाराजे, पुरंधरची गळचेपी मी पुरी अमलात आणली आहे. आता हे प्रकार घडणार नाहीत.'

'ते ठीक! पण एवढासा गड घ्यायला किती वेळ खर्ची पडणार?'

दिलेर चपापला. तो धुमसत म्हणाला,

'मिर्झासाब, तुम्ही पाहता. आम्ही शिकस्त करतो आहो. लेकिन मरहट्टे बेहद जिद्दी हैं.'

'तो अब यकीन हुआ? मी तेच सांगत होतो. पण तुम्ही अधीर बनला होता. पावसाळा तोंडावर आला. गडावरचे मराठे त्याचीच वाट पाहत आहेत. एकदा का पाऊस सुरू झाला, की एवढ्या मोठ्या फौजेला चिखलात रुतवल्याची गुन्हागारी आपल्या माथी येईल. नामुश्की पदरात पडेल. आलीजाह ठपका देतील, तो वेगळाच.'

दिलेरखानाची संतप्त नजर मिर्झाराजांच्याकडे वळली. तो ओरडला,

'नामुमकीन! हम किले पुरंधरको खाक व गुब्बार बना देंगे.'

'केव्हा?' मिर्झाराजांनी शांतपणे विचारले.

'राजासाब, या दिलेरखानावर बेऐतमादी दाखवता?' दिलेरने सवाल टाकला.

'खामोश!' मिर्झाराजे मुठी वळत म्हणाले, 'जबान इस्तमाल अदबसे करना सीखो. वहममें न रहना. आप मिर्झाराजा जयसिंगसे बात कर रहे हैं. तो विकार सम्हालो...'

मिर्झाराजे क्षणात शांत झाले. 'दिलेरखान, शत्रूचा नुसता द्वेष करून शत्रूची शिकस्त होत नसते. त्याला कृतीची जोड लागते.'

दिलेरखान उठला. आपला भरजरी टोप उतरून हाती घेत तो म्हणाला,

'मिर्झासाहब, एकदा या पठाणाची जबान ऐका. जोवर पुरंधर हाती येत नाही, तोवर हा किमॉष ह्या शिरावर दिसणार नाही. इजाजत.'

दिलेरखान शामियान्याबाहेर पडला; आणि मिर्झाराजांच्या चेहऱ्यावर समाधानाचे स्मित पसरले.

मिर्झाराजांना पुरंधरची काळजी आता वाटत नव्हती.

□

४

राजगडचे वातावरण तंग होते. साऱ्यांच्या चेहऱ्यांवर काळजी उमटली होती. राजांच्या बेचैनीला तर पारावार राहिला नव्हता. घडीघडीला गडावर बातम्या येत

होत्या. मोगल सैन्याच्या तावडीतून सुटून आलेले मराठे सरदार राजांना भेटत होते. प्रत्येक बातमीने राजांची काळजी वाढत होती. राजे आपल्या खास माणसांसह मसलतीला बसले होते. मोरोपंत, रघुनाथपंत, अण्णाजी दत्तो, तानाजी, येसाजी, कुडतोजी गुजर, आनंदराव आणि खुद्द जिजाबाई महाली हजर होत्या. साऱ्यांच्या चेहऱ्यांवर काळजीची काजळी धरली होती.

राजांनी सर्वांवरून नजर फिरविली, आणि बोलायला सुरुवात केली...

'प्रसंग बाका आहे. मिर्झाराजे हुशार खरे. एकाच वेळी पुरंधरला वेढा आणि आमच्या मुलुखात लुटालूट सुरू केलीय् त्यांनी.'

तानाजी आवेशाने म्हणाला, 'गावं जाळत बायाबापड्यांस्नी नागवत फिरणारा ह्यो मिर्झाराजा! त्याचं कसलं कौतुक? ही मर्दाची कामं नव्हत.'

राजे हसले, 'तानाजी, मिर्झाराजांनी तसं केलं नसतं, तरच आम्हांला काही वाटलं असतं. मिर्झाराजे हुशार आहेत. आमचे गड काबीज करणं इतकं सोपं नाही, हे ते जाणतात. आज आमच्या राज्यातील घरं बेचिराख होत आहेत. वस्त्या उठत आहेत. आमच्या आयाबहिणी पळवून नेल्या जात आहेत. निष्पाप माणसं वेठबिगारीसाठी आसुडाखाली फोडली जात आहेत. आणि आम्ही त्यांचे राजे! आम्ही गडावर सुरक्षित राहून प्रजेची वाताहत थंड नजरेनं बघतो आहोत.'

'पण यातून मिर्झाराजे काय साधणार?' अण्णाजींनी विचारले.

'काय साधणार?' राजे अण्णाजींच्याकडे वळत म्हणाले, 'काय साधणार नाही, हे विचारा. राजांचं राजेपण प्रजेच्या निष्ठेवर टिकतं. प्रजेत असंतोष माजला, की राज्य उलथून पडायला कितीसा वेळ लागणार? राजे गडावर सुरक्षित आहेत, आणि आपलं तेवढं वाटोळं होत आहे, हे जेव्हा प्रजेला जाणवेल, तेव्हा त्यांची निष्ठा टिकणार नाही. आणि तसं घडलं, तरी आम्ही प्रजेला दोष देणार नाही.'

'सारी फौज एकत्र करून मुकाबला केला, तर?' कुडतोजींनी सुचविले.

'त्याचा विचार आम्ही केला. पण तसं करणं आत्मघात ठरेल. मिर्झाराजांनी आपली फौज आमच्या मुलूखभर पसरून ठेवली आहे. आम्ही शिरलो, तर चारी बाजूंनी मोगली फौज गोळा व्हायला फारसा वेळ लागणार नाही.'

रघुनाथपंत म्हणाले, 'महाराज, स्पष्ट बोलतो; माफी असावी. अफझल मारला, आणि शास्ताखानास दगा केला. पण ते दोघे गैरहुशार मुसलमान होते. हुन्नरही नवाच केला. हे सर्व रजपुतांस जाहीर आहे. ते दगा करू देणार नाहीत. मिर्झाराजांशी सल्ला करावा.'

'आम्ही कुठं नाही म्हणतो? त्याचकरिता तुम्हांला मिर्झाराजांकडे खेपा घालाव्या लागल्या. पण मिर्झाराजे आमची शरणागती मागतात ना! त्यांनी चारी बाजूंनी तणावा आवळीत आणल्या आहेत. आज्ञा आहे, ती पुरंधरावर!'

‘पुरंधर सहज वर्षभर भांडेल.’ येसाजीने निर्वाळा दिला.

‘तेवढा वेळ मिळाला, तरी विचार करायला भरपूर सवड मिळेल. श्रींचे राज्य. श्रींवर आमचा भार. ते काय करतील, ते खरं! पण आज ह्या क्षणी आमची पुण्याई कमी पडते आहे, असा भास होतो.’

जिजाबाई शांतपणे ऐकत होत्या. त्या निःश्वास सोडून म्हणाल्या,

‘पुण्याई कमी पडायला काय झालं? एवढा दानधर्म होतो आहे. इडापिडा टळाव्यात, संकटं जावीत, म्हणूनच ग्रहणाच्या वेळी सुवर्णदान केलंत ना? ते सारंच का वाया?’

राजांच्या चेहऱ्यावर स्मित झळकले.

‘मासाहेब, आम्ही फक्त सुवर्णदान केलं. पण मिर्झाराजे कोटीचंडी करून, करोडो अशर्फ्या खर्च करून बाहेर पडलेत. त्यांचं पुण्य केवढं?’

‘मिर्झाराजांचं मन वळवता यायचं नाही का?’ जिजाबाईंनी विचारले.

‘कठीण आहे. मिर्झाराजे रजपूत आहेत; खाल्ल्या अन्नाला इमानी आहेत. मिर्झाराजे नुसते गड काबीज करीत सुटले असते, तर त्याची आम्ही खंत बाळगली नसती. आमचे सारे गड घ्यायला त्यांना आयुष्य पुरलं नसतं. पण ते पडले पक्के राजकारणधुरंधर. सिंहाच्या तडाख्यातून सुटता येईल; पण मिर्झाराजांच्या विळख्यातून सुटणं महाकठीण!’

‘राजे, असली कचदिल भाषा तुमच्या तोंडी शोभत नाही.’ जिजाबाई म्हणाल्या.

राजे स्थिर आवाजात म्हणाले, ‘मासाहेब, आम्ही हे निराशेनं बोलत नाही. खोट्या अहंकारापेक्षा सत्य पारखून घेणं श्रेयस्कर असतं. मिर्झाराजे आपल्या लाख फौजेच्या बळानं शेफारले नाहीत. औरंगजेबानं आपल्या अंगावरचा काबा उतरून मिर्झाराजांच्या खांद्यांवर चढवला, हिऱ्याचं पदक त्यांच्या शिरपेचात खोवलं, म्हणून ते दिपले नाहीत. मिर्झाराजे कोटीचंडीचं अनुष्ठान करून बाहेर पडलेत. ज्याच्या पाठीशी श्रद्धा आणि अफाट बुद्धिबळ आहे, तो जिथं हात घालील, तिथं त्याला यशच मिळेल.’

‘मग तुम्ही ठरवलंत तरी काय?’ जिजाबाईंनी विचारले.

‘आम्ही काही ठरवलं नाही. चारी बाजूंना उठवलं जाणारं रान आम्ही पाहत आहो. अद्याप शत्रूचा निश्चित मोहरा आमच्या ध्यानी येत नाही. आजवर जिनं संकटातून पार केलं, त्या जगदंबेवर आमचा भरवसा आहे. संकटाच्या वेळी श्रद्धा अस्थिर होणं योग्य नव्हे.’

राजमहालातली बैठक उठली. सारे चूपचाप निघून गेले. राजे एकटेच महालात बसून होते. जीव झुरत होता. काही सुचत नव्हते. पावलांचा आवाज आला. राजांनी नजर वर केली. कुडतोजी गुजर महालात येत होते. राजांनी विचारले,

‘कुडतोजी, परत का आलात?’

‘महाराज, मिर्झाराजे आपली माणसं फितविण्याचा प्रयत्न करीत आहेत. जावळीच्या

छावणीत गडबड उडाल्याची बातमी आल्यानं नेताजी तिकडे तातडीनं गेले.'

'आम्हांला न भेटता?'

'जी! पुरंधरचे आत्माजी व कहार कोळी हे दोघे बंधू त्यांच्या तीन हजार स्वारांसह मिर्झाराजांनी फोडून आपल्या नोकरीत घेतल्याची बातमी आहे.'

त्या बातमीने राजे सुन्न झाले. दीर्घ निःश्वास सोडून ते म्हणाले,

'मिर्झाराजांची कमाल आहे! पुण्याला येण्याआधीच आदिलशाही सरदार कुल्बशहा, रामनगर, पेठ व चोथीया हे राजे त्यांनी फितवले. शिवाप्पा नायक व बसवपट्टणचा नायक यांना आमच्या विरुद्ध उभे केले. वलंदेज, फिरंगी यांना आमच्या गलबतांविरुद्ध मोहीम काढण्याचा सल्ला दिला. जावळीच्या चंद्ररावांचे वंशज हुडकून त्यांना त्यांच्या राज्याचं आमिष दाखविलं. अफझलखानाच्या मुलाला बापाचा सूड घेण्यासाठी तयार केलं. आणि आता खुद्द आमची माणसं उठवायला सुरुवात झाली!'

'मिर्झाराजे स्वस्थ बसले, तर?'

'स्वप्नदेखील त्यापेक्षा देखणं असतं! तसं झालं तर, तर... कुणी सांगावं, राजकारणाचा रंग बदलेल!'

कुडतोजींनी पुढे होऊन एकदम राजांचे पाय शिवले. राजांनी पाहिले. कुडतोजींचे डोळे भरून आले होते.

'हे काय करता, कुडतोजी? उठा. तुम्ही आमचे दुय्यम सेनापती. सेनापतींच्या डोळ्यांत अश्रू शोभत नाहीत.'

'महाराज, जगलो-वाचलो, तर परत मला पाय दिसतील. नाही तर हाच शेवटचा मुजरा समजावा! मिर्झाराजांची चिंता करू नका.'

राजांचे अंग बसल्या जागी ताठरले. ते म्हणाले,

'कुडतोजी, काय विचार आहे?'

'थांबा, महाराज!' कुडतोजी निश्चयाने म्हणाले, 'आजवर कधी असं वागलो नाही. मात्र क्षमा करा. यापुढं शब्द जरी मला सांगाल, तरी आपल्याला आपल्या कुलदैवताची- भवानीची शपथ आहे!'

'काय केलंत, हे कुडतोजी?' आणि राजांनी बसल्या जागी डोळे मिटले. जेव्हा राजांनी डोळे उघडले, तेव्हा महालात कुडतोजी दिसत नव्हते.

राजांचा सारा दिवस चिंतेत गेला. रात्री थकलेभागलेले राजे आपल्या महालात आले. राजे महालातल्या चांदीच्या देव्हाऱ्याजवळ गेले. देव्हाऱ्यात स्फटिकाचे शिवलिंग समयांच्या ज्योतीत उजळले होते. त्यामागे जगदंबेची सुवर्णमूर्ती नजरेत भरत होती. राजांनी गुडघे टेकले. बराच वेळ ते तसेच नतमस्तक होते. राजे सावकाश उठले, आणि पलंगाकडे चालू लागले.

बराच वेळ राजे जागे होते. अनेक वादळे मनात उठत होती. कूस बदलूनही मनातले वादळ शांत होत नव्हते. केव्हा निद्रा लागली, हे राजांना कळले नाही.

अचानक राजांना जाग आली. त्यांचे सारे अंग घामाने डवरले होते. सज्जातून वारा आत येत होता. खिडक्यांच्या फळ्या वाऱ्याने हेलकावे घेत होत्या. विजांचा प्रकाश महाल उजळीत होता. त्या क्षीण प्रकाशात रौप्यदेव्हारा उजळून निघत होता. समयांच्या वाती थरथरत होत्या. जगदंबेची सुवर्णमूर्ती दृश्य-अदृश्याचा खेळ खेळत होती. राजे पलंगावर उठून बसले. मेघगर्जनेने ते भानावर आले. राजे सज्जात गेले. बाहेर वादळाने थैमान मांडले होते. हवेत उकाडा होता. निसर्गात वादळ होते; पण पावसाचा मागमूसही नव्हता. राजांनी वळून जगदंबेकडे पाहिले; आणि देव्हाऱ्याजवळ जाऊन त्यांनी देवीपुढे मस्तक टेकले. ढगांचा गडगडाट महालात घुसला...

...राजे महालाबाहेर पडले. ते सरळ जिजाबाईंच्या महालाकडे गेले. महाल जवळ येत होता. अर्धग्लानीत असल्यासारखे राजे झोकांड्या देत जात होते. महाल नजरेत येताच राजांनी हाक मारली,

'मासाहेब ऽ ऽ, मासाहेब ऽ ऽ!'

मनोहारी बाहेर आली. राजांना पाहताच ती बाजूला झाली. राजे सरळ महालात गेले. जिजाबाई पलंगाजवळ उभ्या होत्या. मनोहारीने समया उजळायला सुरुवात केली होती. भर रात्री राजांच्या हाका ऐकून जिजाबाईंच्या अंगाला कापरा सुटला होता. राजांचे रूप पाहून तर त्यांचे अवसान गेले. राजांची नजर ताठरलेली होती. कपाळावर घाम डवरला होता. केस विस्कळीत झाले होते...

'राजे, काय झालं?'

'पाणी ऽ ऽ'

मनोहारीने सुरईतले पाणी त्वरेने आणले. राजांनी पेला ओठी लावला. घटाघटा ते पाणी पीत होते. पाणी पिऊन होताच राजांनी निःश्वास सोडला.

'बसा, राजे!' जिजाबाई म्हणाल्या.

'मासाहेब ऽ ऽ!'

'शिवबा, स्वप्न पडलं का?'

'स्वप्न कसलं, मासाहेब!' राजे प्रयत्न करीत होते. 'आम्ही उशिराच झोपी गेलो. अचानक जाग आली. सारा महाल उजळला होता. झोपेत आहे, की जागा आहे, तेही कळत नव्हतं. महालात साक्षात जगदंबा उभी होती. खोल दरीतून आवाज यावा, तसा आवाज आम्ही ऐकत होतो. शब्दन् शब्द स्पष्ट आठवतो....'

'काय ऐकलंत, राजे?' जिजाबाई अधीर होऊन म्हणाल्या.

'आई सांगत होती....' राजांचे डोळे परत ताठरले. मुठी वळल्या गेल्या.

'लेकरा, प्रसंग कठीण आहे. जयसिंगास मारवत नाही. कठीण प्रसंग आला, तरी काळजी करू नको. सोबत मी आहे. तुला संकटातून तारून नेईन. यशस्वी करीन. चिंता करू नको. भार माझा आहे. तुला एका पिढीचं राज्य मी दिलं नाही. सत्तावीस पिढ्यांचं राज्य तुझं आहे. ती चिंता मला आहे. लेकराची वेडीवाकडी वर्तणूक मला सावरावी लागते. कोणविशी चिंता न करणे.' '

राजांनी निःश्वास सोडला. 'बस्स! एवढंच आम्ही ऐकलं. आणि महालात कोणी नव्हतं. फक्त वादळविजांचा कडकडाट होता...'

'विजा, वादळ ऽऽ? राजे ऽऽ'

राजांनी जिजाबाईंच्याकडे पाहिले.

'सगळीकडे सामसूम होतं. ढगांचा आवाज नव्हता. महालाचे पडदे अगदी स्थिर होते.' राजे उद्गारले, 'मग आम्हांला झाला, तो भास?'

जिजाबाईंच्या चेहऱ्यावर आनंद ओसंडत होता. त्या गहिवरून म्हणाल्या,

'राजे, भाग्यवान म्हणून तुम्हांला दृष्टांत झाला. ती पाठीराखी असता काळजी कसली करता? आईचा आशीर्वाद मिळाला. शांत चित्तानं झोपा.'

राजे भारावलेल्या मनाने आपल्या महाली आले. सर्वत्र शांतता होती. वाऱ्याचा लवलेशही नव्हता. राजे पलंगावर झोपले. मन हलके झाले होते. डोळ्यांत शांत नीज उतरत होती.

□

५

सायंकाळच्या वेळी मिर्झाराजे मनुचीबरोबर बुद्धिबळ खेळत होते. अंधार पडायला सुरुवात झाली होती. एखादी गार वाऱ्याची झुळूक डेऱ्यात प्रवेश करीत होती. मिर्झाराजांनी चाल केली होती. मनुचीसाहेब विचार करीत होता. तोंडावर पंजा धरून पटाकडे पाहत होता. थोडा वेळ गेला. मनुचीचे खांदे उडविले; आणि तो म्हणाला,

'राजासाब, आपकी जीत! हम हार गये!'

मिर्झाराजे मोठ्याने हसले. मनुची उठला. आपली पसरट टोपी घालून त्याने मिर्झाराजांना वाकून अभिवादन केले; आणि मनुची गेला. मिर्झाराजे उठले. डेऱ्याबाहेर येऊन ते उभे राहिले. तळावर पलोते पेटत होते. मिर्झाराजांनी शामियान्यात जाण्यासाठी पायांत जरी चढाव चढविला आणि ते शामियान्याकडे चालू लागले. तळपते तेगे घेतलेले दोन सिद्दी मागोमाग चालत होते. मिर्झाराजे आपल्याच विचारात जात होते. शामियान्याच्या प्रवेशद्वाराचे पलोते दिसू लागले. मिर्झाराजे शामियान्याच्या जवळ पोहोचले, तोच एक इसम अंधारातून धावला. खोजाच्या लक्षात येताच तो धिप्पाड खोजा पुढे झाला; आणि त्याने आपला तेगा चालवला. तेग्याचा वार त्या इसमाने आपल्या खंजिरावर झेलला. तेगा पुढे पुढे सरकत होता.

खंजिराचा हात मागे हटत होता. दुसरा खोजा धावला. भानावर आलेले मिर्झाराजे ओरडले,

'जिंदा पकडना ऽ ऽ'

क्षणात तो अनोखा इसम गिरफदार केला गेला. मिर्झाराजे म्हणाले,

'त्याला डेऱ्यात घेऊन जा. डेऱ्यात कोणी असता कामा नये. बोलता होतो का, पाहा. याची वार्ता कुणाला समजता उपयोगी नाही.'

त्या इसमाला नेण्यात आले. काळोखामुळे त्याचा चेहराही पाहता आला नाही. मिर्झाराजे अस्वस्थ झाले होते. पण तसे न भासविता ते शामियान्यात गेले. मिर्झाराजांचा मुलगा किरतसिंग याने राजांचे स्वागत केले. पण मिर्झाराजे बैठकीवर गेले नाहीत. ते म्हणाले,

'किरत!'

'जी!'

'मला जेवायला थोडा वेळ होईल. माझी तयारी झाली, की मी येईन. मला बोलावणं पाठवू नको. जरुरीचं काम आहे.'

किरत त्या बोलण्यानं आश्चर्यचकित झाला. मिर्झाराजे आपल्या ठरल्या कार्यक्रमात कधीही बदल करीत नसत. शामियान्याबाहेर जाणाऱ्या मिर्झाराजांच्या पाठमोऱ्या आकृतीकडे थक्क होऊन किरत बघत होता.

मिर्झाराजे डेऱ्यात आले. डेरा मोकळा होता. दोघे सिद्दी गिरफदार केलेल्या खुन्याला धरून उभे होते. खुन्याच्या मुसक्या आवळल्या गेल्या. मिर्झाराजे बैठकीवर बसले. आपल्या हाताने तिवईवरील सुरईतील मद्य सुवर्णप्याल्यात ओतून घेऊन ते त्या खुन्याकडे पाहत होते. मिर्झाराजांनी त्याच्या मुसक्या सोडण्यास सांगितले. त्याचा चेहरा मोकळा होताच मिर्झाराजे आश्चर्यचकित झाले. मिर्झाराजे म्हणाले,

'कोण तू? शिवाजीच्या वकिलाबरोबर तूच आला होतास ना?'

कुडतोजी काही बोलले नाहीत. मिर्झाराजांनी रक्षकांना बाहेर जाण्याची आज्ञा केली. कुडतोजी त्या वर्तनाने अस्वस्थ झाले. मिर्झाराजे म्हणाले,

'भिऊ नको. तुला काही होणार नाही. माझी हत्या करून काय साधणार होतं?'

कुडतोजींनी ओठांवरून जीभ फिरविली. त्यांना धीर आला होता. ते म्हणाले,

'साहेब, चाकरी समजून आलो होतो; पण आपलं दैव बलवत्तर. ईश्वर तुमच्या पाठीशी आहे, म्हणूनच वाचलात.'

मिर्झाराजे हसले. 'ते आम्हांलाही माहीत आहे. तो आशीर्वाद आमच्या पाठीशी नसता, तर आम्ही शिवाजीराजांच्या वर विजय मिळविला नसता.'

'विजय अजून फार दूर आहे.'

'चुकीचं आहे. विजय आमच्या मुठीत आहे. नाही तर राजांच्या पदरची, त्यांच्यावर वेडं प्रेम करणारी तुमच्यासारखी माणसं असं वागली नसती.'

'मिर्झाराजाला खरंच चेटूक प्रसन्न आहे का?' असा विचार कुडतोजींच्या मनाला स्पर्श करून गेला. विस्फारित नेत्रांनी ते मिर्झाराजांच्याकडे पाहत होते.

मिर्झाराजे दिलखुलास हसले. 'आम्ही हे कसं जाणलं, याचं आश्चर्य वाटतं? शिवाजीजवळ राहून अजून त्याला ओळखलं नाही? शिवाजीनं टाकलेली झेप कधी चुकत नाही. आमची हत्याच करायची असती, तर असा कच्चा डाव शिवाजीनं टाकला नसता. अफझल, शास्ताखान आठव! पण आम्ही तुझ्यावर खूश आहो. आमची इच्छा आहे की, तू आमच्या पदरी यावं. मागशील, तो मान तुला मी देईन.'

कुडतोजी भानावर आले. त्यांनी आवंढा गिळला. ते म्हणाले,

'यापेक्षा माझं डोकं उडवलं, तरी चालेल.'

'तू हे म्हणणार, तेही मला माहीत होतं. आम्ही तुला सोडायचं ठरविलं आहे. तुझं घोडं आहे?'

'नाही!'

'ठीक!' मिर्झाराजांनी टाळी वाजविली. सेवक आत आला. मिर्झाराजांनी शिरपाव आणवून तो कुडतोजींना दिला. कुडतोजींसाठी घोडा तयार ठेवण्याची आज्ञा दिली. मिर्झाराजांनी खांद्यावर हात ठेवला. त्यांच्या नजरेला नजर भिडवीत मिर्झाराजे म्हणाले,

'घाबरू नको. दगा होणार नाही. चावडीबाहेर जाईपर्यंत माझं पथक तुला सोबत करील. घोडा तुला बक्षीस दिला आहे. शिवाजीराजांना सांग- शत्रूच्या मुलखात असताना आम्ही क्षणभरही बेसावध नसतो. यापेक्षा खुद्द तुमचे राजे लौकर येऊन भेटतील, तर बादशहाकडून मनसबदारी देणं सोपं पडेल. फार कटुता वाढण्याच्या आतच राजांना भेटा, म्हणावं. त्यात त्यांचं कल्याण आहे.'

मिर्झाराजांच्या व्यक्तिमत्त्वाने, त्यांच्या औदार्याने कुडतोजी दिपले होते. त्यांनी लवून मुजरा केला; आणि मिर्झाराजांचा निरोप घेतला.

मद्याचा आस्वाद घेत मिर्झाराजे समाधानाने जरी बैठकीवर रेलून बसले होते. तोच किरतसिंग आत आला. अधीरपणे त्याने विचारले,

'आपल्यावर हल्ला झाला?'

'कोण म्हणतं?'

'माझ्या शामियान्याजवळचा सेवक सांगत होता.'

'खोटं! माझ्यावर हल्ला कोण करणार?'

'मग कोण आलं होतं?'

'हा प्रश्न विचारण्याचा अधिकार तुला नव्हता. पण तुला म्हणून सांगतो. शिवाजीचा दुय्यम सेनापती गुजर भेटायला आला होता. लौकरच आपल्या मनाजोगा

तह होईल. आम्ही एवढ्यात जेवायला येऊ.'

'आपल्यालाही खूश खबर द्यायची आहे. दिलेरखानांनी वज्रगड घेतला आहे. इजाजत...'

मिर्झाराजे समाधानाने लोडावर कलंडले. किरत निघून गेला; आणि थोड्याच वेळाने मिर्झाराजे डेऱ्याबाहेर पडून शामियान्याकडे जाऊ लागले.

□

६

कुडतोजी गुजर राजांच्या समोर उभे होते. सारी हकीकत ऐकूनही राजांचा विश्वास बसत नव्हता. कुडतोजी सांगत होते...

'मिर्झाराजांनी मला चांगलं वागवलं; एवढंच नव्हे, तर शिरपाव आणि घोडा दिला. माणूस मोठा उमदा. राजा शोभतो.'

राजे प्रसन्नपणे हसले. म्हणाले, 'कुडतोजी, मिर्झाराजांनी तुम्हांला सोडून जे मिळवायचं, ते यश मिळविलं. तुम्ही गेलात; पण तुमच्या काळजीनं आमचा जीव झुरत होता. तुम्ही आला, ही बातमी कळली, तेव्हा केवढा आनंद झाला, ते कसं सांगू? तुम्ही सुखरूप आलात, यातच आम्हांला सर्व मिळालं. पण, कुडतोजी, तुमचा हा अविवेकी स्वभाव आम्हांला एक ना एक दिवस पश्चात्ताप करायला लावील. आपल्या स्वभावाला मुरड घालायला शिका.... मिर्झाराजांची छावणी काय म्हणते?'

'यश मिळण्याची मिर्झाराजांना खात्री आहे. काल दोन प्रहरपर्यंत तोफांचे आवाज कानांवर येत होते. एल्गार जारी आहे.'

'हं!'

राजांनी निःश्वास सोडला.

कुडतोजींनी मुजरा केला. ते वळणार, तोच राजे म्हणाले,

'थांबा, कुडतोजी. आमचे शत्रू आमच्या माणसाचं कौतुक करतात, तिथं आम्ही स्वस्थ कसे बसू?'

राजांनी शिरपाव मागवला. शिरपाव घेऊन मोरोपंत आत आले. तबकात शिरपाव, तलवार आणि मानवस्त्र होते. राजे मोरोपंतांना म्हणाले,

'मोरोपंत, कुडतोजी मोठा पराक्रम करून आलेत. खास शत्रुगोटाची बातमी काढून आलेत!'

राजांनी कुडतोजींना शिरपाव दिला. तलवार आणि मानवस्त्र हाती देत ते म्हणाले,

'कुडतोजी, आम्ही तुमचं नाव बदललं आहे. 'प्रतापराव' ही किताबत आम्ही तुम्हांला बहाल करीत आहो. तुमच्या पराक्रमाला ते नाव सार्थ आहे.'

प्रतापरावांनी मुजरा केला. कुडतोजी गुजरांचे 'प्रतापराव गुजर' झाले. मानाचा स्वीकार करून प्रतापराव वळले. त्याच वेळी महालात येत असलेल्या तानाजीवर साऱ्यांची नजर वळली. तानाजी मुजरा करून म्हणाला,

'महाराज! घात झाला! वज्रगड पडला!'

वज्रगड पडला! राजे सुन्न झाले. वज्रगड पुरंधरचा जुळा भाऊ. वज्रगड पडला, की आकाशाला भिडलेला पुरंधर नजरेच्या टप्प्यात, तोफांच्या माऱ्यात आला. तो गड वर्षभर भांडेल, असे वाटत होते, त्याचा रक्षणकर्ता अवघ्या तेरा दिवसांत पडला.

राजे म्हणाले, 'ज्याची भीती वाटत होती, तेच घडलं.'

राजे आपल्याच विचारात रात्री आपल्या महाली बसले होते. जिजाबाईंना आत आलेल्या पाहताच राजे उठले. राजे म्हणाले,

'आम्हांला बोलवायचं होतं. आम्ही खाली...'

'दिवेलागण होऊन बराच वेळ झाला. सोयराला विचारलं, तर एकटेच महाली आहात, असं कळलं....'

'केव्हा वेळ गेला, हे आमच्या लक्षात आलं नाही.'

'वज्रगड पडला, हे खरं?'

'हो! आता फार काळ पुरंधर टिकाव धरील, असं वाटत नाही. मासाहेब, आम्ही तह करायचं ठरविलं आहे.'

'पण मिर्झाराजे संपूर्ण शरणागती मागतात ना?'

'शक्यतो ती पाळी येऊ नये, यासाठीच आम्ही खटपट करू. पण जमेल, असं दिसत नाही. पुरंधर हातचा जायच्या आतच तह झाला, तर मानाचा तह होण्याची शक्यता आहे. पुरंधर गेला, की मग मिर्झाराजांच्या दयेचा प्रश्न राहील.'

'शिवबा! कसलं, रे, हे संकट!'

'मासाहेब, डोळ्यांत पाणी आणू नका. आम्हांला जगदंबेनं दृष्टांत दिला आहे. जेव्हा काळजीची पराकोटी होते, तेव्हाच त्यातून सुटण्याचा मार्ग सापडतो, हा आमचा अनुभव आहे. वज्रगड पडला, तरी पुरंधर घेणं इतकं सोपं जाणार नाही. मुरारबाजी शर्थीनं गड राखतील!'

'मग तहासाठी कुणाला पाठवणार?'

'आता सावधगिरीनं पावलं टाकायला हवीत. उद्या आम्ही आणखीन एक पवित्रा टाकणार आहो. पाहू, जमतं का!'

दुसऱ्या दिवशी राजांनी मिर्झाराजांच्याकडे करमाजी नावाच्या विश्वासू जासुदाच्या मार्फत थैली रवाना केली. मिर्झाराजांच्या पत्रात राजांनी लिहिले होते...

'....सम्राटांचा माझ्यापासून खूप फायदा होईल. मी बादशहांचा नौकरच आहे. या कोकणपट्टीच्या दुर्गम अशा खडकाळ व डोंगराळ भागात लढाई करीत राहून श्रमी होण्यापेक्षा आपण आदिलशाही स्वारीचा विचार करीत असाल, तर जरूर मी मदत करायला तयार आहे.'

आपल्यावरची संक्रांत विजापुरावर सरकावण्याचा राजांचा डाव होता.

राजे उत्तराची वाट पाहत होते. पत्राचे उत्तर घेऊन जासूद आला. राजांनी रघुनाथपंतांना ते पत्र वाचावयास सांगितले. रघुनाथपंत वाचू लागले....

> '...बादशाही सेना, जी आकाशातील अगणित ताऱ्यांप्रमाणे विपुल आहे, तिला दख्खनमध्ये तुझ्या विरुद्ध पाठविलेली आहे. तुझ्या दुर्गम डोंगरी व खडकाळ प्रदेशावर विसंबून राहू नकोस. ईश्वराची इच्छा असेल, तर हा प्रदेश घोडदळाच्या व पायदळाच्या टाचांनी पार सपाट होऊन जाईल. तुला तुझ्या जिवाची पर्वा असेल, तर साम्राज्याच्या नौकरीची धुरा गळ्यात अडकवून घे. असे करशील, तर तुझ्या नवीन धन्यालाही मोठेपणा व बरे वाटेल. तेव्हा तू या डोंगरगडांवरून तुझे चित्त दूर ठेव. नाही तर जो परिणाम भोगावा लागेल, तो तुझ्याच कर्माची फळे म्हणून भोगणे प्राप्त होईल...'

त्या उत्तराने राजे सुन्न झाले. राजांच्याकडून अनेक पत्रे जात होती. उत्तरे येत होती. पण मिर्झाराजे वळत नव्हते. पुरंधरवर तानाजीने तीनशे सैनिक गडावर चढविल्याने राजे पुरंधरविषयी निश्चिंत होते. राजांचा एकच आधार उरला होता - निसर्गाचा. पावसाळा आला, की काही तरी हालचाल करता येणे शक्य होते.

राजे तह करण्यासाठी मिर्झाराजांना अनेक पत्र लिहीत होते. पण मिर्झाराजे संपूर्ण शरणागतीखेरीज काहीच बोलत नव्हते. राज्यातल्या मुलुखात बेसुमार लुटालूट जारी होती. पुरंधरवरचा हल्ला एकही दिवस थांबत नव्हता. तो थांबविण्याकरिता राजांनी आपले सेनापती व युवराज यांना तह करण्यासाठी पाठविण्याची तयारी दर्शविली. पण मिर्झाराजे शिवाजीराजांच्या खेरीज कुणाशीही बोलणी करण्यात तयार नव्हते. त्यांनी रघुनाथपंतांना स्पष्ट बजावले,

'तह करण्याचा मला हक्क नाही. पण शिवाजी बिनहत्यार, गुन्हेगारासारखा समक्ष येऊन केल्या गुन्ह्याची माफी मागेल, तर कदाचित कृपाळू होऊन क्षमा करतील. मी तशी शिफारस जरूर करीन...'

राजांनी जीविताची हमी मागितली. राजे येणार, हे कळताच मिर्झाराजे आनंदले. त्यांनी राजांच्या जीविताची हमी दिली. राजांचे वकील रघुनाथपंत यांना शपथ करून बेलतुळशी दिल्या.

भेटीच्या दिवसाची तारीख निश्चित करण्यासाठी बोलणी सुरू झाली. मिर्झाराजांनी तातडीने दिलेरखानाला बोलावून घेतले. दिलेरखान आला. मिर्झाराजांनी सर्व परिस्थिती सांगितली. आपल्या परोक्ष ही बोलणी ठरावीत, याचा दिलेरखानाला राग आला.

जेव्हा मिर्झाराजांनी पुरंधरवरचा वेढा सौम्य करण्याचा आदेश दिला, तेव्हा तर दिलेरखानाच्या आश्चर्याला पारावार राहिला नाही. तो भानावर येऊन उसळला,

'मिर्झासाब, एवढे कष्ट घेऊन रुद्रमाळ घेतला, पुरंधर बेजार केला, ते ऐन वेळी कच खाण्यासाठी? चार दिवसांत पुरंधर ताब्यात येईल.'

'हे मी कैक दिवस ऐकतो आहे. जरी ते शक्य असलं, तरी मला ते नको आहे.'

'का?'

'शिवाजीराजांना पुरंधर जाण्याच्या आत तह हवा. त्यांचं स्वप्न पुरंधरवर अवलंबून आहे. पुरंधर पडला, तर शिवाजी कदाचित तहाला होणार नाही. निराश होऊन तो बेफाम बनेल. आलेलं यश दूर जाईल.'

'हां, राजासाब! एवढे तुम्ही...'

'खामोश! दिलेरखान, एवढा गड घ्यायला इतके दिवस लागले. दारूगोळा खर्ची पडला. पाऊस केव्हा सुरू होईल, कुणी सांगावं! माणसाशी टक्कर देता येते; पण निसर्गाशी टक्कर... कठीण आहे! मला तो धोका पत्करण्याची इच्छा नाही. झाला तह, तर ठीकच आहे. नाही झाला, तर तुमचे मार्ग मोकळे आहेत. तेव्हा शिवाजीची भेट होईपर्यंत पुरंधरचा लढा सौम्य करा. न जाणवेल, अशा तऱ्हेनं...'

दिलेरखान जळफळत उठला. पण बोलून दाखविण्याचे अथवा विरोध करण्याचे सामर्थ्य त्याला नव्हते. मिर्झाराजांची आज्ञा मान्य करून तो आपल्या तळाकडे निघून गेला.

मिर्झाराजे शिवाजीराजांना भेटण्यास उतावीळ झाले होते.

❑

७

भेटीचा दिवस निश्चित ठरला. मृग नक्षत्र लागले, तरी पावसाचा पत्ता नव्हता; ना पश्चिमेचा गार वारा सुरू झाला. पश्चिमेकडून ढग अखंडपणे येत होते. काळ्या ढगांनी सारे वातावरण कुंदावले होते.

राजे राजगडाला होते. महिनाभर वाटाघाटी करून भेटीचा दिवस आषाढ शुद्ध नवमी ठरला. भेट निश्चित झाली, तशी राजांची तगमग वाढली. यातून काय निष्पन्न होणार, याचा अंदाज लागत नव्हता. राजांनी सुरक्षिततेसाठी जिजाबाईंना आणि सोयराबाईंना कोंढाण्यावर हलविण्याचे ठरविले. जिजाबाईंनी विचारले,

'आम्ही कोंढाण्यावर जायचे कारण?'

'मासाहेब, तहाला बसण्याची वेळ आली, तर कोंढाण्यासाठी जरूर हट्ट धरला जाईल. आपण तिथं असला, तर निमित्त करता येईल. शंभूबाळ राजगडावर राहतील. तुम्ही कोंढाण्यावर असावं. कसलाही प्रसंग आला, तरी सारं घर एका जागी राहणं बरं नाही.'

'राजे, तुम्ही मिर्झाराजांच्याकडे जात आहात खरे; पण मला भीती वाटते!'

'कसली?'

'मिर्झाराजे घातपात तर करणार नाहीत ना?'

राजे जिजाबाईंच्या नजरेस नजर देत म्हणाले, 'नाही, मासाहेब ती चिंता सोडा. मिर्झाराजे राजपूत आहेत; शब्दाला जागणारे आहेत. दिलेरखानानं वज्रगड घेतला, तेव्हा वज्रगडाचे लोक पकडून मिर्झाराजांच्याकडे पाठविले. अशा प्रसंगात शत्रूच्या माणसांची कत्तल हा रिवाजच आहे. पण मिर्झाराजांनी आमची सारी माणसं सोडून दिली. बाइज्जत!'

'मोठ्या उदार मनाचा माणूस दिसतो.'

'ती राजकारणी चाल होती.'

'चाल?' जिजाबाईंनी विचारले.

'हो!' राजे म्हणाले, 'मिर्झाराजांचा उदार स्वभाव कळावा, हा जसा हेतू, तसाच पुरंधर लढवीत असलेल्या आमच्या फौजेनं दिपावं, हाही डाव होता. पण काही झालं, तरी मिर्झाराजे आम्हांला जपतील, प्राणमोलानं जपतील; परंतु तो दिलेरखान मोठा हरामजादा, बेइमान आहे. तोच काय करील, हे कळत नाही.'

दुसऱ्या दिवशी राजांनी जिजाबाईंना, सोयराबाईंना कोंढाण्याकडे पाठविले. राजांनी, सर्व गडांना, प्रसंग आला, तर गड भांडविण्याची आज्ञापत्रके पाठविली. मोरोपंत, अनाजी दत्तो, प्रतापराव गुजर, येसाजी, मानाजी या सर्वांना प्रसंग बाका आला, तर काय करायचे, याच्या योजना सांगितल्या. गडाची मजबुती जातीने पाहिली. राजांनी आनंदराव, निराजीपंत, नागोजी फर्जंद, बहिर्जी फर्जंद, कृष्णा जोशी व विश्वासराव यांना सोबती म्हणून निवडले; महादेव रक्षक म्हणून बरोबर घेतला; आणि सुमुहूर्तावर राजांनी गड सोडला.

□

८

शिवाजीराजांच्या भेटीसाठी खास उभारलेल्या शामियान्यात मिर्झाराजे बसले होते. दोन जरी बैठका नजरेत भरत होत्या. दोन्ही बैठकांच्या शेजारी नक्षीकाम केलेले उंची हुक्के ठेविले होते. सुवर्णधूपदाण्यांतून कनोजी धूपाची वलये उठत होती. किनखापी कनाती लावलेल्या व गालिचे अंथरलेल्या आपल्या शेंदरी रंगाच्या शाही शामियान्यात मिर्झाराजे शिवाजीराजांची वाट बघत होते. शामियान्याचा थाटमाट ऐश्वर्यसंपन्न होता. मिर्झाराजांनी स्वतः जागा निवडून शामियाना उभा केला होता. मिर्झाराजांच्या भोवती जुन्या सरंजामी परंपरेतील काही निवडक रजपूत वीर रक्षक म्हणून उभे होते, त्यांच्या मस्तकांवर रुबाबदार साफे बांधलेले होते. लांबलचक

दाढ्या मधोमध विभागून छातीवरील चिलखतावर दोन्ही बाजूंस रुळत्या केल्या होत्या. प्रत्येकाच्या हातात नागवी समशेर होती. शिवाजीच्या भेटीच्या वेळी सुरक्षिततेची सारी जोखीम उग्रसेन कछवाहवर सोपविली होती. शामियान्याच्या चारी बाजूंना तळपते तेगे घेतलेल्या सिद्दींचा जागता पहारा होता. भेटीचा दिवस निश्चित झाल्यापासून तळावर येणाऱ्या प्रत्येक नवख्या माणसाची कसून चौकशी होत होती.

मिर्झाराजे विचारात गढले होते. त्यांच्या मस्तकावर केशरी साफा शोभत होता. त्यावर पाचूचे पिंपळपान उठून दिसत होते. अंगावर जरी काडीची किनार असलेला अस्मानी अंगरखा व पायांत चुणीदार विजार होती. गळ्यात नवरत्नांचा कंठा रुळत होता. साठीच्या घरात असलेले वय फक्त पांढऱ्या केसांनी दिसत होते. तरततरीत सरळ असलेले नाक, पातळ ओठ, गहिरी पाणावलेली नजर मिर्झाराजांच्या व्यक्तिमत्त्वाला उठाव आणीत होती. रुंद कपाळावर केशरी टिळा शोभत होता.

तोफांच्या आवाजाने मिर्झाराजे भानावर आले. उग्रसेन कछवाहकडे नजर वळवून मिर्झाराजे म्हणाले,

'दिलेरखानांनी हल्ला सुरू केला, वाटतं?'

'आपणच हुकूम दिला होता ना?'

'हो. शिवाजीराजांच्या स्वागताला तोफांची सलामी नको?'

उग्रसेन हसला. मिर्झाराजांच्या चेहऱ्यावर समाधान होते. तोफांचे आवाज अखंड उठत होते. दिलेरखानाने रुद्रमाळेवरून पुरंधरवर तोफांचा मारा जारी ठेविला होता. सूर्य आकाशात चढत होता. बराच वेळ गेला; आणि हेजिबाने बातमी आणली,

'हुजूर, पुरंधरच्या बुरुजाजवळ तटाला खिंडार पडलं.'

'छान! हल्ला असाच जारी ठेवा.' मिर्झाराजे समाधानाने म्हणाले.

हेजीब गेला.

मिर्झाराजे हुक्का पीत होते.

विचारात गढलेल्या मिर्झाराजांच्यावर नजर ठेवून थोड्या अंतरावर उदयराज मुनशी व उग्रसेन कछवाह उभे होते.

जानी बेग बक्षी डेऱ्यात आले. त्यांनी वर्दी दिली,

'शिवाजीराजे छावणीपासून दृष्टिटप्प्यात आले आहेत.'

'बरोबर कोण आहे?'

'फार असामी नाहीत. शिवाजीराजे पालखीतून येत आहेत. बरोबर पाच-सहा रक्षक व पालखीचे कहार भोई आहेत.'

मिर्झाराजांनी उग्रसेन कछवाह आणि उदयराज मुनशी यांना राजांना सामोरे जायला सांगितले; व आज्ञा दिली,

'शिवाजीराजे नि:शस्त्र, संपूर्ण शरणागतीच्या तयारीनं मला भेटायला येत

असतील, तरच या, म्हणावं. नाही तर त्यांना आल्या पावली परत जाण्यास मोकळीक आहे, हे कळवा. हे मान्य असेल, तरच राजांना येथे घेऊन या.'

उग्रसेन कछवाह आणि उदयराज मुनशी मिर्झाराजांना मुजरे करून कामावर निघून गेले. मिर्झाराजे अस्वस्थपणे येरझाऱ्या घालीत होते. थोड्या वेळातच कछवाह आत आला. त्याने वर्दी दिली,

'शिवाजीराजे येत आहेत.'

'कुठं आहेत?'

'एव्हाना डेऱ्याजवळ येऊन पोहोचले असतील.'

मिर्झाराजे गडबडीने बाहेर गेले. डेऱ्याच्या दारी येताच समोरून येणाऱ्या शिवाजीराजांचे त्यांना दर्शन घडले. शिवाजीराजांच्या वर मिर्झाराजांची आतुर नजर जाताच ती घायाळ बनली.

शिवाजीराजे समोरून येत होते; पण त्यांचे दोन्ही हात पुढे जोडले होते. त्यांवर पांढरा शेला गुंडाळला होता.

मिर्झाराजे एकदम पुढे गेले. मिर्झाराजांना आपल्या जयाचा, रिवाजाचा विसर पडला. तशा स्थितीतही स्मितवदनाने येणारे राजे पाहून मिर्झाराजे अचंबले. शिवाजीराजांच्या हातांवर बांधलेला शेला दूर करीत मिर्झाराजे बोलले,

'राजासाब, ये क्या?'

शिवाजीराजे म्हणाले, 'मिर्झाराजे, संपूर्ण शरणागतीची आपण आज्ञा पाठवलीत. शरणागतीचा रिवाज आम्ही पाळला. आपल्यासारख्या पितृतुल्य राजपुतासमोर हात बांधूनच काय, पण गुडघे टेकून सुद्धा यायला आम्हांला खंत वाटणार नाही.'

मिर्झाराजांनी शिवाजीराजांना पुढे बोलू दिले नाही. मिर्झाराजांच्या मिठीत शिवाजीराजे बद्ध झाले. शिवाजीराजे जेव्हा त्या प्रेममिठीतून मुक्त झाले, तेव्हा त्यांचा हात धरीत मिर्झाराजे म्हणाले,

'राजे, आजवर तुम्ही दिल्लीतख्ताविरुद्ध चांगलीच शर्थ दिलीत. आता त्याच निष्ठेनं आपण सम्राटांची सेवा करायला हवी. चलावं, राजे.'

शिवाजीराजांच्यासह मिर्झाराजे डेऱ्यात आले. डेऱ्याच्या प्रवेशद्वाराशी आनंदराव राजांचे जोडे घेऊन उभे राहिले. राजांच्यासाठी मांडलेल्या खास बैठकीवर राजांना बसवून मिर्झाराजे समोरील बैठकीवर बसले. मिर्झाराजे एकटक नजरेने वीरासन घालून बसलेल्या राजांच्याकडे पाहत होते.

राजांच्या पांढऱ्या जिरेटोपांवर मोत्यांचा तुरा शोभत होता. कानांतील टपोऱ्या मोत्यांचे चौकडे मानेच्या किंचित हेलकाव्याबरोबर आपली निळी झाक नजरेत भरवीत होते. डौलदार दाढी. तेजस्वी डोळे, रेखीव भुवयांवर लावलेले पवित्र शिवगंध राजांच्या देखण्या व्यक्तिमत्त्वात भर घालीत होते. राजांची उमर पस्तिशीची असूनही

वयाचे कोवळेपण जाणवत होते. राजांनी अंगात जरी बुंदीचा पांढरा शुभ्र अंगरखा पेहेनला होता. कमरेला केशरी शेला आवळला होता. राजे नि:शस्त्र होते. पायांत तंग विजार होती. शिवाजीराजांना निरखीत असता मिर्झाराजांच्या मनात अनेक विचार उठत होते....

'हाच तो शिवाजी! अफझलचा वध यानंच केला. शास्ताखानाच्या छावणीत शिरून त्याच्यावर हल्ला करण्याचं धाडसं याचं. ज्या सम्राटांच्या ताकदीपुढं निजामशाही नष्ट झाली, आदिलशाहीनं मान तुकविली, त्या महान शक्तीला आव्हान देणारा हाच शिवाजी. दिल्लीपतीला अस्वस्थ करून सोडण्याचं याचं सामर्थ्य!'

विजयाने बेहोश बनलेली माणसे मिर्झाराजांनी अनेक पाहिली होती. पण पराजय स्वीकारतानाही आपल्या बेगुमान गहिऱ्या नजरेने आव्हान देणारा तरुण मिर्झाराजे प्रथमच पाहत होते. मिर्झाराजांच्या चेहऱ्यावर हसू उमटले. ते म्हणाले,

'राजासाब, आम्ही तुमचीच वाट पाहत होतो. तुम्ही आलात, फार चांगलं झालं. आपले गुजर कुठं दिसत नाहीत? मोठा धाडसाचा माणूस!'

'धाडस कारणी आलं, तरच कौतुक!' राजे म्हणाले.

'दुर्दैवानं फसलं, असंच ना?'

राजांच्या चेहऱ्यावर स्मित कायम होते. 'राजकारणात सारं माफ असतं. आमचा फसलेला डाव आमच्याच अंगावर उलटणार नाही, हे कुणी सांगावं?'

मिर्झाराजे आपल्या मांडीवर थाप मारीत म्हणाले, 'ते या मिर्झाराजाच्या तळावर घडणार नाही. आमचा प्रत्येक मेहमान प्राणमोलानं जपला जातो.'

'आम्हीही राजपूतच आहोत. आम्हांला ते माहीत आहे. ती खात्री नसती, तर इथं येण्याचं धाडस आम्ही केलं नसतं.'

शिवाजीराजांच्या स्पष्टोक्तीवर मिर्झाराजे खूश होते. त्यांना ती तडफ आवडली होती. त्यांनी आणखी अंदाज घ्यायचा ठरवला.

'पण, राजे, आपली भवानी तलवार कुठं आहे? अद्याप ती म्यानाबाहेर पडलेली दिसत नाही!'

राजांनी नजर मिर्झाराजांच्या नजरेला भिडली. क्षणभर नजरेत अंगार उसळल्याचा भास झाला. आपली नजर न हलविता राजे म्हणाले,

'काही वेळा प्रसंगानुसार यशस्वी शस्त्रंही शमीवृक्षावर ठेवावी लागतात!'

'व्वा ऽ ऽ! तुमच्या जवाबाला तोड नाही.' मिर्झाराजे उद्गारले. 'पण, राजे, अद्याप आपण कमसिन आहात. माझी सारी उमर याच खेळात गेली. शहाजादा औरंगजेब बनला, तो मिर्झाराजांच्याच बळावर, हे विसरू नका.'

'त्याचा विसर कसा पडेल? उलट, त्याचंच दुर्दैव वाटतं.' राजे बोलून गेले.

मिर्झाराजांच्या भुवया वक्र बनल्या. त्यांनी विचारले, 'मतलब?'

शिवाजीराज म्हणाले, 'साफ आहे! दिल्लीतख्ताचं राज्य औरंगजेबाला देण्याऐवजी त्या तख्तावर आपण बसला असता, तर ते अधिक शोभलं असतं. ती आपली योग्यताही होती. हिंदूंमध्ये कोणी बलशाली माणूस राहू नये, असं औरंगजेबाला वाटतं. इस्लामखेरीज तो काही जाणीत नाही. हिंदूंच्या भूमीवर मूठभर मुसलमानांची सत्ता स्थापण्यापेक्षा जर तुम्हीच सम्राट बनला असता, तर आज आपल्याला दक्षिणेत उतरायची गरज पडली नसती. मी माझ्या पावलांनी दिल्ली जवळ केली असती; आणि माझ्या हातांनी माझं छोटं राज्य तुमच्यावरून ओवाळून टाकलं असतं! जन्मोजन्मीचा तुमचा गुलाम झालो असतो!'

शिवाजीराजांच्या आवेशयुक्त बोलांनी थक्क झालेले मिर्झाराजे भानावर आले. त्यांचा जीव घाबरा झाला. आजूबाजूला पाहत मिर्झाराजे ओरडले,

'पाबंदी रक्खो! राजे, जबानकी पाबंदी रक्खो. या मिर्झाराजांवर सत्ता बादशहांची आहे. मिर्झाराजे त्यांचा बंदा आहे. दिल्लीतख्ताचा उपमर्द येथे ऐकला जात नाही.'

शिवाजीराजांनी निःश्वास सोडला. ते म्हणाले,

'राहिलं! गुलामगिरीत मनातले भाव मोकळेपणानं बोलता येत नाहीत, हे आम्ही विसरलो. हम माफीके तलबगार हैं.'

मिर्झाराजांनी टाळी वाजविली. सेवक फळांची तबके घेऊन येत होते. राजांच्या समोर तबक धरण्यात आले. राजांनी एक सफरचंद उचलले. मिर्झाराजे बैठकीवर उठले. त्यांनी तबकातला चाकू उचलला. राजांच्या हातातले फळ घेऊन त्यांनी ते छेदले; आणि राजांच्या पुढे हात धरला.

'घ्या, राजे. कोणतंही उचला.'

राजांनी दोन्ही तुकडे उचलले. मिर्झाराजे चकित झाले.

राजांच्या चेहऱ्यावर स्मित होते. राजे म्हणाले,

'मिर्झाराजे, आपण मनात काहीही आणू नका. आमच्या मनात संशय नाही. माणूस परमेश्वरी इच्छेनं जगतो आणि मरतो, यावर आमची श्रद्धा आहे.'

राजांच्या दिलदारीवर मिर्झाराजे एकदम खूश झाले. राजे मद्य घेत नाहीत, हे ध्यानी येताच त्यांनी सरबत मागविले. मिर्झाराजांच्या बरोबर राजांचा फलाहार सुरू झाला. तोफांचे आवाज कानांवर येत होते. पण राजे आपली अस्वस्थता न दाखविता फलाहार करीत होते. पुरंधर तोफांच्या माऱ्यात सापडला आहे, मुरारबाजी शर्थीनं ह्या लढ्याला तोंड देत आहेत, हे राजांना दिसत होते.

राजांना तोफांचे आवाज असह्य झाले. ते मिर्झाराजांना म्हणाले,

'मिर्झाराजे, हे आवाज कसले?'

'तुमच्या पुरंधरवरच्या हल्ल्याचे ते आवाज आहेत.'

'पण आम्ही शरणागती पत्करली आहे ना?' राजांनी विचारले.

'त्याची अंमलबजावणी होईपर्यंत हे असंच चालायचं!'

राजे बैठकीवर उठू लागलेले पाहताच मिर्झाराजे पुढे म्हणाले,

'थांबा, राजे! उठण्याची गरज नाही.'

मिर्झाराजांनी आज्ञा दिली, आणि ते राजांच्या जवळ येऊन बसले. सेवकांनी डेऱ्याची कनात उचलली. राजांचे डोळे विस्फारले गेले. राजांना बसल्या जागेवरून पुरंधर दिसत होता. आगीच्या भडिमारात होरपळणारा पुरंधर पाहून राजांचे मन करपले. मिर्झाराजे शिवाजीराजांची अस्वस्थता समाधानाने पाहत होते. राजांच्या कानांवर शब्द आले,

'शिवाजीराजे, तुमच्या दक्खनदौलतीचे बुरुज कसे ढासळतात, ते पाहा! ते पाहण्यासाठीच इथली बैठक सजविली आहे.'

राजे पाहत होते; आणि मिर्झाराजांच्या सांगण्याचे प्रत्यंतर राजांना येत होते. पुरंधरचा सफेद बुरुज तोफांच्या माऱ्यात ढासळत होता. आगीने आणि धुराने गड वेढला होता. राजे स्वप्नातल्यासारखे उठले. झोकांड्या देत ते सामोरे गेले. डेऱ्याच्या खांबाचा आधार घेत ते पाहत होते. राजे उभ्या जागी एकदम वळले. मिर्झाराजे बैठकीवर बसूनच होते. त्यांच्या चेहऱ्यावर विजयाचे स्मित होते. राजे म्हणाले,

'मिर्झाराजे, मी तुम्हांला पुरंधर देतो.' पुरंधरकडे बोट दाखवीत राजे म्हणाले, 'पण हा मारा थांबवा!'

'पुरंधर देता!' मिर्झाराजे हसले. 'राजे, पुरंधर आम्ही घेतला आहे. आणखीन काही क्षणांतच पुरंधरवर आमचं निशाण दिसेल. जे बोलायचं असेल, ते तुमच्या गडांबद्दल बोला.'

'ठीक आहे!' निःश्वास सोडून राजे कळवळले. 'निदान हा मारा तरी थांबवा!'

नजरेला नजर भिडवीत मिर्झाराजे म्हणाले,

'विनंती केलीत, तर जरूर थांबवू!'

त्या शब्दांबरोबर राजांचे नेत्र आरक्त झाले. आपला संताप आवरीत ते कष्टाने म्हणाले,

'मिर्झाराजे, आम्ही विनंती करतो आहो. आम्ही भीक मागतो; पण माझी माणसं वाचवा!'

मिर्झाराजांनी किरतसिंगाला हल्ला थांबविण्यास सांगितले.

किरतसिंग मिर्झाराजांचा निरोप घेऊन तातडीने दिलेरखानाकडे गेला.

मिर्झाराजांच्याबरोबर राजांचे भोजन झाले. पण राजांचा प्रत्येक घास विषासारखा वाटत होता. त्यांचे लक्ष पुरंधरकडे लागले होते.

भोजन होताच राजे मिर्झाराजांच्यासह डेऱ्यात आले. तोफांचा आवाज थांबला

होता. मिर्झाराजांनी विचारले,

'राजे, कसला विचार करता?'

राजे हसले. म्हणाले, 'काही नाही. विचार कसला करणार?'

काही वेळ गेला; आणि राजांना भेटण्यासाठी कोरडे आल्याची बातमी आली. राजांनी कोरड्यांना येण्याची आज्ञा दिली. मल्हार कोरडे डेऱ्यात आले. त्यांनी राजांना मुजरा केला. राजांनी विचारले,

'कोरडे गड खाली झाला?'

'नाही, महाराज?'

'का?'

'आपली आज्ञा झाल्याखेरीज लढाई थांबवायला हवालदार नाईक तयार नाहीत.'

राजांनी अभिमानाने मिर्झाराजांच्याकडे पाहिले. राजे कोरड्यांना म्हणाले,

'असेच माघारी जा! लढाई थांबवून गड खाली करण्याची आज्ञा हवालदारांना कळवा; आणि मुरारबाजींना आम्हांला भेटायला सांगा.'

'महाराज!' कोरडे उद्गारले.

'काय?'

'महाराज, मुरारबाजी लढाईत कामी आले!'

कोरड्यांनी सांगितलेल्या बातमीने राजे सुन्न झाले. कोरडे मुजरा करून बाहेर गेले. मिर्झाराजे शिवाजीराजांकडे पाहत होते. राजांचे डोळे उभ्या जागी भरून आले होते. मुठी वळल्या होत्या. राजांचे भान हरपले होते. गालांवरून निखळलेली आसवे खालच्या गालिच्यावर ठिपकत होती. मिर्झाराजे पुढे झाले. राजांच्या खांद्यावर स्नेहभराने हात ठेवीत मिर्झाराजे म्हणाले,

'एक माणूस हरवला, म्हणून डोळ्यांत पाणी? राजासाब, लढाईत हे चालायचंच!'

राजांनी मिर्झाराजांच्याकडे पाहिले; आणि ते ओरडले,

'आनंदराव!'

आनंदराव आत आले. राजांनी आज्ञा केली, 'आनंदराव! कोरड्यांना बोलवा.'

राजांनी डोळे टिपले. मिर्झाराजे राजांच्याकडे पाहत होते. कोरडे आत आले. कोरड्यांना पाहताच राजे म्हणाले,

'कोरडे! आमचे मुरारबाजी कसे पडले, हे मिर्झाराजांना ऐकायचं आहे. तेवढं सांगा.'

'महाराज, मी मुरारबाजींच्या बरोबरच होतो. शत्रूनं सुलतानढवा केला. बाजी तटावरून ते पाहत होते. लढाई जारी होती. बालेकिल्ला धोवयात येतो, हे दिसताच मुरारबाजींनी हिंमत उचलली. त्यांनी बालेकिल्ल्याचं दार उघडण्याचा हुकूम दिला. साऱ्यांना चेव चढला. मुरारबाजी पंधराशे मावळ्यांसह बालेकिल्ल्याच्या बाहेर

पडले. अचानक हल्ल्यानं शत्रू बिचकला. त्याची पीछेहाट सुरू झाली. मुरारबाजी पुढे सरकत होते. गनीम कापला जात होता. मुरारबाजींची चाल पाहून दिलेरखानानं माघार घेतली. दिलेरखान आपल्या छावणीत गेला. मुरारबाजी निकरानं लढत सरळ पठाणी छावणीवर चालून गेले. महाराज! असा बहाद्दर आम्ही पाहिला नाही. खुद्द दिलेरखान थक्क होऊन सामोरा आला. त्यानं ओरडून क्षणभर लढाई थांबविली. तो म्हणाला-

' 'अरे! खरा मर्दाना तू! फुकट जीव वाया घालवू नको. अरे, कौल घे! मी तुला कौल देतो. सरदारकी देतो!'

'क्षणभरची विश्रांती सरली. त्या बोलांनी मुरारबाजी संतापले. पचकन थुंकून ते ओरडले,

' 'अरे, जा! तुझा कौल म्हणजे काय? तू कोण? मी शिवाजीराजांचा शिपाई! तुझा कौल घेतो, की काय?'

'आणि मुरारबाजी खानावर चालून गेले. एकच कापाकापी सुरू झाली. खानावर मुरारबाजी चालून जातो, हे पाहताच एका नेमबाजाने बाण सोडला. बाणाने निशाण अचूक गाठले. मुरारबाजींच्या मानेतून बाण आरपार गेला. मुरारबाजी पडले. मुरारबाजींना घेऊन परत आम्ही बालेकिल्ला गाठला.'

कोरडे थांबले. राजांनी त्यांना जायची इशारत दिली. कोरडे गेले. राजांनी आपली नजर वर केली. अनेक भावनांच्या छटा त्या डोळ्यांत सामावल्या होत्या. आपले डोळे पुशीत राजे म्हणाले,

'ऐकलंत? जेव्हा मुरारबाजी पडले, हे कळलं, तेव्हाच आमच्या ध्यानी आलं होतं. सहजासहजी पडणारी माझी माणसं नाहीत, मिर्झाराजे! एकाच स्वप्नानं वेडी झालेली माणसं. आमच्या जवळ पोटासाठी चाकरी करणारे नाहीत. माझा प्रत्येक माणूस माझ्या तोलामोलाचाच आहे. तो खर्ची पडला, याचं आम्हांला दुःख आहे!'

मिर्झाराजांना राजांच्या नजरेला नजर देण्याची हिंमत झाली नाही. त्यांची नजर आपोआप खाली वळली.

काही क्षण तसेच गेले.

मिर्झाराजांचा शब्द कानांवर आला,

'राजे, आपण थकलात. थोडी विश्रांती घ्या. रात्री तहाची बोलणी सुरू होतील.'

शिवाजीराजे जड पावलांनी शामियान्याबाहेर पडले.

उग्रसेन कछवाह वाट दाखवीत होता. शिवाजीराजांच्यासाठी उभारलेल्या खास डेऱ्यात राजे गेले. शरीर आणि मन पुरे थकले होते. राहून-राहून डोळे भरून येत होते. डेऱ्यातल्या शय्येवर त्यांनी अंग झोकून दिले.

□

९

शिवाजीराजे सायंकाळी आपल्या सहकाऱ्यांबरोबर पाय मोकळे करून मिर्झाराजांच्या डेऱ्यात आले. राजांना पाहताच मिर्झाराजांनी राजांना हाताशी धरून आत आणले. डेऱ्यात उदयराज, उग्रसेन, त्याचबरोबर बैठकीवर बसलेले उमदे फिरंगी यांकडे राजांचे लक्ष गेले. मिर्झाराजांनी मनुचीची ओळख करून दिली. मनुचीच्या अभिवादनाचा स्वीकार करून राजे म्हणाले,

'आपल्या तोफखान्याचे हेच प्रमुख ना?'

मिर्झाराजे आश्चर्याने उद्गारले, 'आपल्याला तेही माहीत आहे?'

राजे नुसते हसले. मिर्झाराजांनी सांगितले,

'आमचे मनुची नुसते तोफखान्यात हुशार नाहीत, ते बुद्धिबळही चांगले जाणतात.'

राजांनी हसून मनुचीकडे पाहिले. राजे म्हणाले,

'मग आमचं आणि यांचं जमेल. आम्हांलाही बुद्धिबळाचा विश्वास आहे.'

'व्वा ऽ ऽ! आम्हांला हे माहीत नव्हतं.' मिर्झाराजे म्हणाले, 'तुमची ना नसेल, तर एक डाव मांडू या?'

'काही हरकत नाही. पण तहाच्या...'

राजांना पुढे बोलू न देता मिर्झाराजे म्हणाले, 'ते होऊन जाईल.'

बुद्धिबळाचा डाव मांडला गेला. दोन भरजरी लोडांना टेकून दोघे बसले होते. मध्ये चौरंगांवर बुद्धिबळाचा हस्तिदंती पट मांडला होता. मनुची डाव पाहत शेजारी बसला होता. डाव सुरू होऊन बराच वेळ झाला. मिर्झाराजे वारंवार हुक्का पीत होते. साऱ्या डेऱ्यात शांतता पसरली होती. समया प्रज्वलित झाल्या होत्या. राजांची सरशी स्पष्ट दिसू लागली. मिर्झाराजे अस्वस्थ बनले. आणि राजांनी मिर्झाराजांना शह दिला.

मनुची हसला. मिर्झाराजांनी मनुचीकडे पाहिले; मनुचीने खांदे उडविले.

मिर्झाराजे विचार करीत होते. शह सुटण्याची शक्यता दिसत नव्हती. मिर्झाराजांनी हुक्क्याची नळी फेकली. ते म्हणाले,

'राजे, आपकी जीत! हम हार गये! सारी उम्र डाव खेळण्यात गेली. पण आज तुमच्याकडून हार खावी लागली.'

राजांच्या चेहऱ्यावरचे स्मित त्या बोलाने विरले. राजे खिन्नपणाने म्हणाले, 'राजाजी, या डावाला कसली किंमत? हाच खेळातला डाव प्रत्यक्षात उतरला असता, तर...'

मिर्झाराजांनी राजांच्या नजरेला नजर दिली. मिर्झाराजे शांतपणे म्हणाले,

'ती शंका जरी असती, तरी आम्ही डावात उतरलो नसतो.'

क्षणात दोघे मनमोकळेपणाने हसले. सेवकाने ताटे तयार असल्याची वर्दी दिली. मिर्झाराजे म्हणाले,

'राजे, चला!'

'माफी असावी! मी एकच वेळ भोजन करतो.'

'फलाहार तरी कराल ना?'

मिर्झाराजांच्यासह शिवाजीराजे उठले. पाठोपाठ मनुची, उग्रसेन, उदयराज जात होते.

फलाहार करून राजे डेऱ्यात आले. डेरा अनेक समयांच्या उजेडात प्रज्वलित झाला होता. राजे बैठकीवर बसले होते. हिरोजी, आनंदराव शेजारी उभे होते. घाटाघाटींसाठी बोलावण्याची राजे वाट पाहत होते. आणि पंतांनी वर्दी आणली :

'उदयराज मुनशी आणि सुरतसिंग कछवाह येत आहेत.'

दोघे आत आले. मुजरे झाले. राजांनी विचारले, 'चलायचं?'

'कुठं?' उदयराजांनी विचारले.

'वाटाघाटीला.'

'त्याचसाठी आम्ही आलो. मिर्झाराजांनी तहाचा मसुदा तयार करायला आम्हांला पाठविलं आहे.'

'आणि मिर्झाराजे?'

'ते हजर राहणार नाहीत!'

राजे विचारात पडले. त्यांनी निर्णय केला,

'ठीक आहे. आपण बोलू.'

तहाची बोलणी सुरू झाली. उदयराजांनी आपली मागणी मांडली. राजे ती ऐकून चकित झाले. राजांनी खूप विनवणी केली. राजांच्या विनंतीनुसार कछवाह मिर्झाराजांच्या डेऱ्यात खेपा घालीत होतो. पण मिर्झाराजे मागणीतला एक किल्ला अथवा एक सुरती रुपयासुद्धा कमी करायला तयार नव्हते. राजे पुरे सापडले होते.

अखेर राजांनी तह मान्य केला. राजांनी आपले तेवीस किल्ले व त्याबरोबरचा चार लक्ष होनांचा मुलूख बादशहाच्या पदरात टाकला. राजांच्या ताब्यात अवघे बारा किल्ले आणि लाख होनांचा मुलूख राहिला. ज्याचा वसूल नाही, असा तळकोकणचा मुलूख राजांच्या ताब्यात राहिला. राजांच्याकडे राहिलेल्या मुलुखातून राज्याचा खर्चही भागणे कठीण होते. राज्यविस्तारासाठी राजांनी आदिलशाहीचा बालाघाटाखालील नऊ लाख होनांचा मुलूख जिंकण्याची तयारी दाखविली. ती अट मान्य झाली. पण त्यासाठी मिर्झाराजांनी चाळीस लाखांची खंडणी राजांवर लादली. वार्षिक तीन लाखांचे हप्ते ठरले.

उदयराजांनी मुद्द्याला हात घातला. त्यांनी विचारले,

'राजे, आपल्या चाकरीचं काय?'

ज्या प्रश्नाला राजे भीत होते, तोच प्रश्न उपस्थित झाला होता. एका स्वतंत्र

राज्याचे स्वप्न पाहणाऱ्या राजाने बादशहाची नोकरी करायची? गरुडाने कावळ्याशी मैत्री करण्यासारखे ते होते.

राजे म्हणाले,

'उदयराज, मी सारं मान्य केलं. पण एवढी अट तुम्ही घालू नका.'

'बादशहांची चाकरी करणं तुम्ही अमान्य करता, असं का आम्ही समजायचं?'

'गैरसमज होतो.' राजे गडबडीने म्हणाले. 'आजवर मी बादशहाशी हवा तसा वागलो. लायकी नसताना त्यांना विरोध केला. मी एक राजपूत आहे. कोणत्या तोंडानं मी शहेन्शहांच्या तोंडासमोर जाऊ? त्यांनी गुन्ह्याची माफी केली, हा त्यांचा मोठेपणा. मी पापी आहे. माझ्यापेक्षा माझ्या मुलाला बादशहांनी पंचहजारी द्यावी. माझा मुलगा बादशहांच्या सेवेत अधिक शोभेल. यापुढं मी बेइमानी करणार नाही. बादशहांच्यासाठी, ते सांगतील, ती कामगिरी मी करीन, त्यातच मला धन्यता वाटेल. माझ्यासारख्या गुन्हेगाराला मनसब नको; चाकरीही नको.'

उदयराजांनी ते मान्य केले. न कळत राजांनी निःश्वास सोडला.

उत्तररात्री वाटाघाटी संपल्या.

सूर्योदयाला राजे जागे झाले. स्नान आटोपून ते मिर्झाराजांना भेटायला गेले. मिर्झाराजांनी त्यांचे आनंदाने स्वागत केले. मिर्झाराजे म्हणाले,

'राजे, समजुतदारपणे तुम्ही तह मान्य केलात. हमारी मुबारकबादी कबूल फरमाना!'

'राजाजी, तह फार कडक झाला.'

'गुन्ह्याच्या मानानं कमीच!'

'ते मी जाणतो.'

'राजे, तह कागदावर होऊन चालत नाही. त्याची अंमलबजावणी व्हावी लागते.'

'मला मंजूर आहे.'

तह झाला, तरी मिर्झाराजे एका चिंतेत होते. 'तह आपल्याला न विचारता झाला,' असे वाटून दिलेरखान नाराज होणे स्वाभाविक होते. मिर्झाराजांना ते नको होते. मिर्झाराजांनी राजांना दिलेरखानाला भेटण्याची आज्ञा केली. शिवाजीराजे म्हणाले,

'राजासाब, तह आपल्याशी झाला. दिलेरखानांना भेटायची मला जरुरी?'

'राजे, तुम्ही शरणागती स्वीकारता आहात. जरा सबुरीनं घ्या. दिलेरखान फामिंदा आहे; बादशहाच्या मेहेरबानीचा आहे. भीती बाळगू नका.'

राजे हसले, म्हणाले,

'भीती? आणि दिलेरखानाची? राजाजी, मीही शिवाजी आहे. तुमची आज्ञा, म्हणून जातो, भेटतो. पण मला सन्मानानं पाठवा.'

'मतलब?'

'आपण मला जरी खिलत द्यावी. तुम्ही सन्मानानं मला वागवलंत, तर दिलेरखान माझा उपमर्द करू धजणार नाही.'

'शरणागताला जरी खिलत नसते, राजे!'

त्या बोलांनी राजे कळवळले. त्यांचा त्वेष उफाळला.

'मग दुसरी जबाबदारी माझ्यावर टाकू नका.'

'कसली जबाबदारी?'

'राजाजी, तुम्ही वडील आहात; राजपूत आहात. तुमचे बोल मी ऐकू शकतो. पण तो दिलेरखान काही वाकडा वागेल, तर त्याची इज्जत ठेवणं मला कठीण जाईल. तसं घडून तुम्हांला कमीपणा येऊ नये, म्हणून जरी खिलत मागितली. ज्या शिवाजीनं आजवर अनेकांच्या खिलती छिनावून घेतल्या, तो शिवाजी खिलत मागेल कशाला!'

मिर्झाराजे एकदम पुढे झाले. त्यांनी राजांचे दोन्ही खांदे धरले. गहिवरून ते म्हणाले,

'राजासाब! कसल्या दुर्दैवी परिस्थितीत आपण भेटतो आहो! तुमच्या प्रत्येक बोलानं आमचं मन उचंबळून येतं. कितीही कठोर व्हायचं ठरवलं, तरी तुमच्या शब्दांनी आमचं मन विरघळून जातं.'

मिर्झाराजांनी राजांना खिलत दिली. राजा रायसिंहाबरोबर दोन प्रहरी शिवाजीराजे चांदीच्या हौद्यात बसून हत्तीवरून दिलेरखानाला भेटायला पुरंधरवर गेले. शिवाजीराजा भेटायला येतो, याचा दिलेरखानाला अभिमान वाटला. त्याने राजांचे स्वागत केले; तहाचे कौतुक केले; भारी तलवार राजांना नजर केली.

राजे दिलेरखानाला भेटून माघारी आले.

रात्री मिर्झाराजांचा डेरा विशेष सजविला होता. रुजाम्याच्या गालिच्यांची बैठक अंथरली होती.

मिर्झाराजांनी राजांचे स्वागत केले. दोघे बैठकीवर बसले. राजांची माणसे, रायसिंग, कछवाह, मुनशी, दाऊदखान ही मंडळी आपापल्या आसनांवर बसली होती. मिर्झाराजांनी सांगितले,

'राजे, तहाच्या यशाप्रीत्यर्थ आज आम्ही आपल्याला राजपूत गाणं ऐकवणार आहोत.'

'पण आम्हांला गाण्यातलं काही कळत नाही.'

'थट्टा सोडा, राजे! तुमच्यासारख्या कदरदान शूराला गाणं अप्रिय व्हायचं नाही.'

मिर्झाराजांनी टाळी वाजविली. साफा बांधलेला एक उमदा राजपूत आत आला. त्याच्या हातात खंजिरी होती. मुजरा करून तो मधल्या बैठकीवर बसला. मागे

साथीदार ढोलकं घेऊन बसला होता. मिर्झाराजांनी ओळख करून दिली.

'राजे, हा आमचा हिरासिंग. आवाज पहाडी आणि भावपूर्ण आहे.... हिरासिंग, राजेसाहेबांचा दिल खूश होईल, असं गीत गा.'

बसल्या जागेवरून हिरासिंगाने मान तुकविली. खंजिरीचा नाद उठला; आणि हिरासिंग गाऊ लागला....

केसरिया बालम आवो जी पधारो म्हारा देस ॥ ध्रु.॥
साजन साजन मैं करूँ। और साजन जीव जडी ।
साजन फुल गुलाबरा। और सुंघू घडी घडी ॥१॥
साजन जाता कह गया। और कर ग्या कोल अनेक ।
गिनता गिनता गिस गयी। म्हारी आंगलियोरी रेख ॥२॥
साजन आया ये सखी। और कई मनुहार करूँ।
पहले पातल प्रेमरी। फिर दोनों नैन धरो ॥३॥

हिरासिंगाचे गाणे संपले. मिर्झाराजांनी विचारले,

'राजासाहेब, गाणं आवडलं?'

'कानांना गोड वाटलं.' राजे म्हणाले.

'राजे, गाणं फार नाजूक आहे. केशरी साफा बांधलेला प्रियकरानं युद्धावर जाताना आपल्या महबुबाला वापसीचा दिवस निश्चितपणे सांगितला होता. बिचारी त्याची वाट पाहत होती. दिवस आपल्या बोटांच्या पेरांवर मोजीत होती. तिचं पेरं स्मरणातून चुकलं. सुन्न होऊन ती दिवस कंठीत होती. अचानक तिचा प्रियकर आला, आणि तिनं प्रेमभरानं त्याच्या नजरेला नजर भिडविली.'

'व्वा! केवढा नाजूक भाव आहे!' राजे उद्गारले.

'ही गीतं राजपुतांची दौलत आहे, राजे!'

'खरं आहे.' राजे बोलले. 'राजाजी, हे गीत ऐकून आम्हांलाही घरची ओढ लागली आहे. उद्या आम्ही जावं, म्हणतो.'

मिर्झाराजे प्रसन्नतेने हसले. मिर्झाराजांचा निरोप घेऊन राजे उठले.

उसने अवसान सरले होते. आता गरज होती एकांताची.

□

१०

दुसऱ्या दिवशी भल्या सकाळी तहाचा मसुदा पक्का झाला. मिर्झाराजांनी विचारले,

'राजे, तह झाला. पण त्याची अंमलबजावणी?'

'आपण म्हणाल, तेव्हा. आम्ही शब्दाचे पक्के आहो.'

'त्याची आम्हांला खात्री आहे. आजपासूनच तहाची अंमलबजावणी सुरू व्हावी.'

'जशी आज्ञा!' राजे म्हणाले.

राजांनी आपली माणसे निवडली. गड खाली करून देण्याचे हुकूम लिहिले. रोहिडा, लोहगड, इसागड, टोक व तिकोणा ताब्यात घेण्यासाठी मिर्झाराजांनी आपले सरदार पाठविले. मिर्झाराजे समाधानाने म्हणाले,

'राजे, तुम्ही राजगडाला जाताना कोंढाणा आमच्या ताब्यात देऊन चला. त्यासाठी किरतसिंग आपल्या बरोबर येईल. त्याला घेऊन राजगडावर जा. त्याच्याबरोबर युवराज संभाजींना पाठवा. ते आमच्याकडे ओलीस म्हणून राहतील.'

राजे कासावीस झाले. मिर्झाराजे म्हणाले,

'राजे, चिंता करू नका. तुमच्याइतकंच मायेच्या नजरेनं मी युवराजांना सांभाळीन. पण ते होणं आवश्यक आहे. मी कोणताही ठपका घ्यायला तयार नाही.'

राजांनी निःश्वास टाकला. ते म्हणाले,

'आम्ही जाणतो. आम्ही युवराजांना पाठवू.'

राजांनी राजगडी जाण्याची सर्व तयारी झाली. मिर्झाराजांनी राजांना सन्मानाने निरोप दिला. दागिन्यांनी मढविलेले दोन घोडे व एक हत्ती भेट म्हणून देण्यात आले. मिर्झाराजे राजांच्या जवळ आले. राजे आपली नजर चुकवीत होते. मिर्झाराजे म्हणाले,

'राजासाब, माझ्यावर भरोसा ठेवा! सर्व ठीक होऊन जाईल. बादशहांच्या नौकरीतच तुमचे-माझे कल्याण आहे.'

'मला इजाजत द्या.' राजे स्वतःला सावरीत म्हणाले.

मिर्झाराजांनी राजांना एकदम मिठीत घेतले. आवरून धरलेले अश्रू दोघांच्याही डोळ्यांतून निखळले. मिठीतून दूर होताच मिर्झाराजे गहिवरून म्हणाले,

'राजे! पुसा ते डोळे! मनाला फार लावून घेऊ नका. मी खलिते पाठविले आहेत. बादशहांची मेहेरनजर होईल. संभाळून राहा. दाऊदखानांच्या डेऱ्यात आपल्याला निरोपाचे विडे देण्यात येतील. त्यांचा स्वीकार करून तुम्ही चला.'

विडे देण्याचा समारंभ दाऊदखानाच्या डेऱ्यात पार पडला. राजे पालखीत बसले. पालखी उचलली गेली. राजांच्या अश्वदळाबरोबर उग्रसेन कछवाह व किरतसिंग आपल्या दळासह जात होते. आकाश ढगांनी भरून आले होते. भर दोन प्रहरी गारवा भासत होता. पावसाला अद्याप सुरुवात झाली नव्हती.

राजांची पालखी भरभर जात होती. दोन प्रहर टळण्याच्या सुमारास कोंढाणा नजीक आला. पालखीतून राजांना कोंढाण्याचे दर्शन घडत होते. राजे स्थिर नजरेने कोंढाणा पाहत होते; कोंढाण्यावरचे भगवे निशाण नजरेत सामावून घेण्याचा प्रयत्न करीत होते.

कोंढाणा म्हणजे कोकणचा दरवाजा. मोक्याची जागा. याच कोंढाण्याने महाराजसाहेबांची सुटका केली होती. यानेच जसवंतसिंगाला मावळी सामर्थ्याची दहशत घातली होती. राजांचा आवडता कोंढाणा आपल्या हातांनी राजे मोगलांच्या हवाली करणार होते.

राजे त्या विचाराने बेचैन बनले. राजांना कोंढाण्याकडे पाहवेना. त्यांनी डोळे मिटून घेतले.

नगाऱ्याच्या आवाजाने राजे भानावर आले. राजांच्या आगमनाची वार्ता सांगण्यासाठी प्रथम दरवाज्यावरील नगारा दुमदुमत होता. प्रत्येक दरवाज्यावरील नौबतीचा स्वीकार करीत पालखी गडावर पोहोचली. राजे पालखीतून बाहेर आले. नेताजी, मोरोपंत वगैरे मंडळी राजांना सामोरी आली. मुजऱ्याचा स्वीकार करून, काही न बोलता, राजे वाड्यात गेले. कोंढाण्याकडे मंडळी राजांच्या बरोबर आलेल्या हिरोजी, निराजी, आनंदराव, नागोजी फर्जंद या मंडळींच्या भोवती गोळा होऊन कुजबुजत होती.

राजे आतल्या चौकात आले. दाराशी सोयराबाई उभ्या होत्या. राजे दरवाज्याजवळ गेले. त्यांनी सोयराबाईंना विचारले,

'मासाहेब कुठं आहेत?'

'महालात आपली वाट पाहत आहेत.' सोयराबाईंनी सांगितले.

राजे आत पाऊल टाकणार, तोच सोयराबाईंच्या मागे उभी असलेली मनोहारी म्हणाली,

'पाय धुतले नाहीत.'

राजे थबकले. मनोहारीकडे पाहत ते म्हणाले,

'ध्यानी आलं नाही. तू म्हणतेस, म्हणून पाय धुतो. पण पाय धुऊन आता स्वच्छ व्हायचे नाहीत!'

राजे माघारी वळले, आणि पाय धुऊन वर आले. मनोहारीने गडबडीने रुमालाने पाय टिपले. मनोहारी पाय पुशीत असता राजांनी सोयराबाईंना विचारले,

'मासाहेबांची तब्येत?'

'बरी आहे. पण सकाळपासून आपल्या वाटेकडे डोळे लावून बसल्यात.'

'आम्ही तिकडेच जातो. तुम्ही सर्व आवरा. आज आपण राजगडाला जाणार आहो.'

'आजच्या आज?'

'हो!'

राजे थांबले नाहीत. ते चालू लागले.

राजांनी मासाहेबांचे पाय शिवले. आशीर्वादासाठी जिजाबाईंचे ओठ थरथरले. जिजाबाईंनी विचारले,

'तह ठरला?'

'हो!'

'काय ठरलं?'

राजांनी श्वास घेतला. चेहरा कठोर बनला. राजे म्हणाले,

'ठरायचं काय? शरणागताच्या हातांत असतं काय? मिर्झाराजांनी काही बाकी ठेवलं नाही. आमच्या राज्याचे तेवीस गड चार लक्ष होनांच्या मुलुखासह मोगलांना द्यावे लागले. त्यांत हा कोंढाणादेखील आहे. आमच्या जवळ राजगड, रायरी धरून अवघे बारा गड आणि एक लाखाचा मुलूख राहिला.' राजे खिन्नपणाने हसले. 'आदिलशाहीचा मुलूख काबीज करण्याची विनंती केली, तर उद्या काबीज करायच्या मुलुखासाठी चाळीस लाखांची खंडणी आमच्यावर लादली गेली.'

'आपल्या बाजूनं काहीच का झालं नाही?'

'झालं तर! आम्ही स्वत: बादशहाच्या नोकरीतून सुटलो. आमचे युवराज बादशहांचे नोकर झाले. त्यांना पंचहजारी मनसब येईल. हा काय थोडा मान झाला?'

'शिवबा!'

'ऐका, मासाहेब! तह पुरा पाळला जाईपर्यंत संभाजीराजे मिर्झाराजांच्याकडे ओलीस म्हणून राहतील.'

'राजे!'

'त्याला इलाज नव्हता. मिर्झाराजे जयसिंगांसारखा मुरब्बी राजकारणी आम्ही पाहिला नाही. त्यांची ही पद्धतच आहे. रामनगर, पेठ व चोथीया यांच्या राजांची मुलं अशीच ओलीस ठेवून घेतलेली आम्ही पाहिली आहेत.'

'राजे! काय झालं हे? काय राहिलं?' जिजाबाई कळवळल्या.

'राहिलाय् फक्त संयम!'

जिजाबाईंचे डोळे डबडबलेले पाहताच राजे गडबडीने म्हणाले,

'मासाहेब! कृपा करून रडू नका! आम्ही फार थकलो. तुमच्या डोळ्यांतले अश्रू पाहण्याचं सामर्थ्य आमच्या अंगी उरलेलं नाही. गड ताबडतोब खाली करून द्यायला हवा. राजगड गाठायला हवा.'

राजांनी पाठ वळविली; आणि ते महालाबाहेर पडले. वाड्याबाहेर पालख्या, मेणे तयार केले जात होते. साऱ्या गडावर धावपळ दिसत होती; पण आवाज उठत नव्हता.

सायंकाळ व्हायच्या आतच सारी तयारी झाली. राजांनी जिजाबाई मेण्यात बसलेल्या पाहिल्या. तीन मेणे गडाखाली उतरू लागले. राजे पालखीकडे चालू लागले. किरतसिंग बरोबर येत होता. पालखीत बसण्यासाठी राजे वळणार, तोच किरतसिंगाने मुजरा केला. राजांनी मुजऱ्याचा स्वीकार मुजरा करूनच केला. किरतसिंगांना ते म्हणाले,

'किरतसिंग, यापुढं आपली अनेकदा भेट होईल. तुम्ही आम्हांला मुजरा करण्याची गरज नाही. मिर्झाराजांना गड ताब्यात दिल्याचं कळवा.'

राजे पालखीत बसले. भोई पालखी घेऊन चालू लागले. किरतसिंग पालखीबरोबर चालत येत होता. पालखी नगारखान्याजवळ आली. राजांचे लक्ष नगारखान्यावरील भगव्या झेंड्याकडे गेले. किरतसिंगाने विचारले,

'राजे, अद्याप आपला झेंडा गडावर आहे. तो उतरवून घेऊ देत ना?'

राजांनी पालखी थांबविण्याची आज्ञा दिली. पालखी जमिनीवर ठेविली गेली. राजे बाहेर आले. त्यांचा चेहरा व्यथित दिसत होता. ते म्हणाले,

'किरतसिंग, बरी आठवण केलीत! आम्ही निशाण उतरवून घेऊ!'

राजे नगारखान्याच्या पायऱ्या चढून गेले. झेंडा वाऱ्यावर फडकत होता. अश्रुपूर्ण नजरेने राजांनी झेंड्याला मुजरा केला, आणि काढणी सोडली. झेंडा सरसरत खाली आला. राजांनी झेंडा सोडला. त्याची नीट घडी करून आपल्या अंगरख्यात खोवली.

राजे वळले. किरतसिंग खाली मान घालून उभा होता. राजांनी पटकन अश्रू पुसले; आणि झरझर पायऱ्या उतरून ते खाली गेले. पालखीत बसताच पालखी चालू लागली. राजे पालखीच्या गोंड्याला धरून बसले होते. नजर खाली वळली होती.

□

११

थोडी रात्र झाली; आणि राजे राजगडावर पोहोचले. मेणे पुढे पोहोचले होते. राजे राजवाड्यातल्या दाराशी पायउतार झाले. पायांवर पाणी घेऊन राजे आत गेले. आतल्या चौकातल्या दरवाज्यापाशी राजांचे पाय थबकले. दाराशी पुतळाबाई ओवाळण्याचे साहित्य घेऊन उभ्या होत्या. पुतळाबाईंच्या हातांतल्या तबकाकडे पाहून राजांनी विचारले,

'मासाहेब भेटल्या नाहीत?'

'नाही!' पुतळाबाई चकित होऊन म्हणाल्या, 'तुमच्या पुढंच त्या आल्या. तब्येत बरी नाही, म्हणून महाली गेल्या.'

पुतळाबाई तबक घेऊन पाऊलभर पुढे सरकल्या. ते पाहताच राजे म्हणाले,

'थांबावं, राणीसाहेब!'

पुतळाबाईंची नजर वर गेली. राजांची अशी नजर त्यांनी कधी पाहिली नव्हती. पुतळाबाईंच्या हातीचे तबक कापू लागले. राजे एकदम बोलून गेले,

'राणीसाहेब, पराजित पतीला ओवाळण्याइतकं त्याला अपमानाचं दुसरं काही नसतं. ते धाडस करू नका!'

काय होते, हे कळायच्या आत राजांनी हातांनी तबक सरकवले; आणि पुतळाबाईंना बगल देऊन ते आपल्या महाली गेले. महालाचे दरवाजे बंद झाल्याचा आवाज घुमला;

पाठोपाठ अडणा सरकवल्याचा आवाज आला; आणि साऱ्या वाड्यात शांतता पसरली.

पुढच्या सदरेत बिचारे मोरोपंत, आलेला उग्रसेन कछवाह आणि त्याच्या बरोबरीची माणसं ऊठबस पाहत होती. तेवढी जागा सोडली, तर सारा महाल शांत होता.

सकाळ झाली. जिजाबाईंना केव्हाच जाग आली होती. पण अंथरुणावरून उठावेसे वाटत नव्हते. मस्तक ठणकत होते. त्या तशाच पडून होत्या. वाड्यातले सर्व व्यवहार तसेच चालू होते. कपाळावर पडलेल्या हातांनी त्यांनी डोळे उघडले. संभाजी शेजारी उभे होते. जिजाबाईंनी होळे उघडताच त्यांनी विचारले,

'मासाहेब, तुम्हांला बरं नाही?'

शंभूबाळांना पाहताच जिजाबाई गहिवरल्या. त्यांनी शंभूबाळांना मिठीत घेतले. त्या परत रडू लागल्या. आठ-नऊ वर्षांचे संभाजी राजे घाबरले. त्यांनी विचारले,

'मासाहेब, काय झालं? का रडता?'

जिजाबाईंनी डोळे टिपले. त्या म्हणाल्या,

'काही नाही, बाळराजे! चार दिवस भेटला नव्हता ना! जा, खेळा जा. मी उठते.'

जिजाबाई तोंड धुऊन महालात आल्या; आणि मोरोपंत पिंगळे आत आले.

'काय आहे, पंत?'

'महाराजांच्या बरोबर उग्रसेन कछवाह आणि इतर मंडळी आली आहेत. राजांचं दर्शन नाही.'

'समजलं, मोरोपंत, त्यांना काही उणं भासू देऊ नका. तुम्हीच पुढं होऊन सर्व करून घ्या.'

'जी!'

दिवस वाढत होता. मध्यान्हीचा समय टळला. पुतळाबाईंच्या पाठोपाठ मनोहारी जिजाबाईंचे ताट घेऊन महालात आली. पाहताच जिजाबाई म्हणाल्या,

'मुली, मला भूक नाही! तब्येतही बरी नाही.'

पुतळाबाईंनी एकदम डोळ्यांना पदर लावला. जिजाबाई एकदम घाबरून म्हणाल्या,

'काय झालं, पुतळा? खरंच...'

'मासाहेब, आम्ही काय करावं?' पुतळाबाई म्हणाल्या, 'अद्याप महालाचे दरवाजे उघडले नाहीत. कुणाच्या घशात घास उतरत नाही. कुणी काही बोलत नाही, सांगत नाही.'

'कालपासून अद्याप महालाचे दरवाजे उघडले नाहीत?'

न कळत दोघींनी नकारार्थी मान हलविली. त्याच वेळी महालात सोयराबाई आल्या. जिजाबाईंनी विचारले,

'सोयरा, महालाचे दरवाजे उघडले नाहीत, हे खरं?'

'हो!'

'मग स्वस्थ कशा बसलात?'

सोयराबाई एकदम बोलून गेल्या, 'आम्ही काय करणार? हाका मारल्या; पण ओसुद्धा कुणी देत नाही!'

त्याच संतापात सोयराबाई निघून गेल्या.

जिजाबाई कष्टाने उठल्या. त्या म्हणाल्या,

'काय करावं तुम्हां पोरींना! निदान मला तरी सांगायचं.'

जिजाबाई राजांच्या महालासमोर येऊन उभ्या राहिल्या. पण हाक मारायला शब्द उमटत नव्हता. सारी ताकद एकवटून त्यांनी हाक मारली,

'शिवबा! दार उघड. शिवबा, मी आलेय्! दार उघड.'

काही क्षण तसेच गेले. पावलांचा आवाज आला. अडणा सरकल्याचा आवाज घुमला; पण दार मात्र उघडले नाही. जिजाबाईंनी पुढे होऊन दार उघडले; आणि त्यांची पावले तेथेच अडखळली.

दारासमोरच महालात राजे पाठमोरे उभे होते. मानेवर विस्कटलेले केस रुळत होते. पाठीवर हात बांधलेले होते. मुठी वळल्या जात होत्या. जिजाबाई म्हणाल्या,

'राजे ऽऽ'

जिजाबाईंच्या कानांवर घोगरे शब्द पडत होते,

'मासाहेब! कृपा करून जा. इथं तुमचा शिवबा नाही! इथं राजे नाहीत! ते दोन्ही कालच मिर्झाराजांच्या तळावर संपले!'

'शिवबा ऽऽ'

'मासाहेब! कृपा करून जा! आमचा भरोसा धरू नका. जगावं, की मरावं, याचा विचार आम्ही करतो आहो. मृत्यू आम्हांला गोड वाटतो आहे!'

त्या बोलांनी जिजाबाईंचे हृदय फाटून गेले. डोळ्यांतले अश्रू जिथल्या तिथे थिजले. जिजाबाईंचा आवाज धारदार बनला. त्या म्हणाल्या,

'राजे, मृत्यूचं विलोभन एवढं वाटणार होतं, तर अकारण आम्हांला कशाला आशेत गुंतवलंत?'

त्या वाक्याने राजांचे पाठीवर बांधलेले हात सुटले. राजे सावकाश वळले.

राजांचे ते रूप बघून जिजाबाईंना धक्का बसला. डोळे आरक्त बनले होते. चेहऱ्यावरचे तेज कुठच्या कुठे गेले होते. राजांनी नजर उचलली; आणि ते म्हणाले,

'मासाहेब, आम्ही कधी गुंतवलं?'

'तुम्ही विसरलात, राजे! पण आम्ही विसरलो नाही. स्वारी गेली, तेव्हा आम्ही सती जात होतो. पण तुम्ही आडवे आलात. पाय शिवलेत. म्हणालात, 'मासाहेब,

तुम्ही जाऊ नका! आमचा पराक्रम पाहायला कोणी उरलं नाही. स्वराज्याची स्थापना आम्ही करीत नाही, तोवर आम्ही प्रतिज्ञेला बद्ध आहोत.' विसरलात ते, राजे? शब्दांना मोल नसेल, तर ते उच्चारू नयेत. हाच तो पराक्रम दाखविण्याकरिता आम्हांला गुंतवलंत?'

'नाही, मासाहेब!' राजांचे ओठ थरथरले. 'उराशी फार स्वप्नं होती. या भूमीत आमचं राज्य व्हावं, ही इच्छा होती. ते स्वप्न साकार व्हावं, त्याला तुमचे आशीर्वाद मिळावेत, हा भाव धरला, तो काय गुन्हा? हिंदवी स्वराज्याचं स्वप्न पाहणारे आम्ही आज मोगलांचे गुलाम बनलो. जिवाची बाजी लावून जिंकलेले गड, निढळ्या घामानं बांधलेले किल्ले मोगलांच्या स्वाधीन केले. ओसाड मुलूख स्वराज्याच्या स्वप्नानं कष्टानं वसतीला आणला; तोच मुलूख गमावून बसलो. पोटच्या पोराला, स्वराज्याच्या भावी युवराजाला शत्रूघरचा पंचहजारी मनसबदार केला. मासाहेब! स्वप्नं विरून गेली. अस्तित्वही उरलं नाही. मग जगायचं तरी कशाला?'

जिजाबाईंचा चेहरा कठोर बनला. राजांची दुबळी मुद्रा त्यांना असह्य झाली. राजांच्या नजरेला नजर भिडवीत त्या म्हणाल्या,

'राजे! दुःखाचे आणि संकटाचे पोवाडे माझ्यासमोर गाता? साता मासांची गर्भार असता स्वारी टाकून गेली. परमुलुखात, परघरी तुमचा जन्म झाला. पतीबरोबरच थोरला गेलेला. मी एकटी बाईमाणूस. कुणाचा आधार नाही. मी कशी जगले?...

'तुम्ही सहा वर्षांचे होता. पुण्याच्या उजाड वास्तूवर तुमचं बोट धरून मी राहिले. ओसाडगावची जहागिरदारीण मी! पण माझ्या मनाला भीती शिवली नाही. राजे, पांडवांना वनवास भोगावा लागला. प्रभू रामचंद्रांनाही तो टळला नाही. जे देवांना टाळता आलं नाही, ते दैव तुम्ही कसं टाळणार? कष्टांना आणि संकटांना भिणारी माणसं कधी देवांचं राज्य उभं करू शकत नाहीत, राजे!'

'मासाहेब ऽ ऽ'

'गप्प बसा! ऐका... तुम्हांला मृत्यू जवळचा वाटतो ना? जगू नये, असं वाटतं ना? तसं वाटत असेल, तर हाताशी असेल ती शिबंदी घ्या, आणि सरळ मिर्झाराजांच्या गोटावर चालून जा. माझ्या शब्दावर विश्वास ठेवा. त्या रणांगणात तुमची खांडोळी उडाली, तरी मी ते सहन करीन. पण, राजे...'

जिजाबाईंचा शब्द अडला. मूर्तिमंत तिरस्कार नजरेत प्रकटला. त्या त्वेषाने म्हणाल्या,

'...पण, राजे, या मातेच्या कुशीनं एका भ्याड, नादान, आत्महत्या करणाऱ्या पोराला जन्म दिला, हा ठपका माझ्या नशिबी लावू नका! मी जाते, राजे! तुमचं तोंडही पाहणं नको वाटतं. राजे, तुम्हांला हवं, ते करू शकता.'

जिजामाता वळल्या. थकल्या पावलांनी त्या जात होत्या.

राजे धावले. त्यांनी समोर जाऊन मासाहेबांचे पाय धरले. पायांना मिठी घालीत राजे म्हणाले,

'नका, मासाहेब! जगानं पाठ फिरविली; तुम्ही तरी पाठ फिरवू नका! आम्ही चुकलो. बोलू नये, ते बोललो. ह्या गुन्ह्याला एवढी कठोर शिक्षा करू नका. शक्य झालं, तर जे बोललो, ते विसरून जा. आम्ही वचन देतो. आमची प्रतिज्ञा विसरणार नाही. आम्ही...'

राजांना बोलवेना.

जिजाबाई थरथरत वाकल्या. अश्रू झरत होते. गहिवरून राजांना उठवीत त्या म्हणाल्या,

'शिवबा ऽ ऽ! बाळ ऽ ऽ!'

-आणि दोघे मिठीत बद्ध झाले. दोघेही अश्रू ढाळीत होते...

सायंकाळी राजे सदरेत आले. त्यांनी उग्रसेन कछवाहांची विचारपूस केली. राजांना हसतमुख पाहून साऱ्यांना धीर आला. रात्री राजे जिजाबाईंचा निरोप घेण्यासाठी महालात गेले. राजे म्हणाले,

'मासाहेब, आम्ही झोपतो.'

'शंभूबाळ उद्या जाणार, खरं?'

'हो! त्याची चिंता करू नका. मिर्झाराजांनी आम्हांला शब्द दिला आहे.'

'बरोबर कोण जाणार?'

'नेताजींना पाठवतो आहे!'

राजांनी जिजाबाईंचा निरोप घेतला; आणि ते आपल्या महाली झोपायला गेले.

दुसऱ्या दिवशी राजे सकाळी एकटेच आपल्या महाली बसले होते. त्यांनी शंभूबाळांना बोलावणे पाठवले. शंभूबाळ महालात आले. राजांना बिलगत ते म्हणाले,

'काय, आबासाहेब?'

'बाळराजे, आम्ही तुम्हांला मुद्दाम बोलावलं. आता तुम्ही लहान नाही. राज्याची जबाबदारी आता तुम्हीही उचलायला हवी. आम्ही ते काम तुमच्यावर टाकलं, तर कराल?'

'हो!' बाळराजांनी मान डोलविली.

राजे हसले. म्हणाले, 'पाहा, बेत बदलाल!'

'मुळीच नाही. सांगाल, ते आम्ही करू.'

राजांनी पटकन संभाजीराजांचा मुका घेतला. बाळराजांना मोकळे करीत ते म्हणाले,

'बाळराजे, मिर्झाराजांचा आणि आमचा तह झाला आहे. तह पूर्णपणे पाळला

जाईपर्यंत आमचे युवराज म्हणून तुम्ही मिर्झाराजांच्याकडे जायला हवं.'

संभाजीराजांची नजर कावरीबावरी झाली. त्यांनी विचारले,

'एकटा?'

राजे क्षणभर थांबले. नजर वळवून ते म्हणाले,

'राजे, राजांच्या नशिबी एकटेपणच असतं. त्याची आत्तापासूनच तुम्हांला सवय करायला हवी... मग, जाल?'

'हो!'

'आणि हे पाहा, बाळराजे, तुम्ही जायला निघाल, तुमच्या मासाहेबांचा, तुमच्या आईसाहेबांचा निरोप घ्याल, तेव्हा त्यांनी जरी डोळ्यांत पाणी आणलं, तरी तुम्ही रडायचं नाही. युवराज कधी रडत नसतात. समजलं?'

बाळराजे ताठ उभे राहिले. छाती फुगवून ते म्हणाले,

'आबासाहेब, आम्ही मुळीच रडणार नाही.'

'शाब्बास! मिर्झाराजांच्या इथं मानानं राहा. तुम्ही पंचहजारी मनसबदार बनणार आहा. काही हट्ट करू नका; काही मागू नका. मिर्झाराजांना 'आजोबा' म्हणत चला. तुमच्या बरोबर नेताजी काका येत आहेत. ते सांगतील, तसं वागा. जा तुम्ही.'

बाळराजे गेले.

डोळे मिटूनही राजांच्या डोळ्यांसमोरचे संभाजी हलत नव्हते.

'सात-आठ वर्षांचं, निर्व्याज मनाचं कोवळं पोर! आज आम्ही त्याला ओलीस म्हणून शत्रुघरी पाठवीत आहो. ते मोठे म्हणून जन्माला आले, युवराज बनले, हाच त्यांचा गुन्हा! नाही तर मिर्झाराजांनी त्यांची मागणी का केली असती? राजकारणाच्या खेळात अजाण बालकाचं नाव का गोवलं असतं?

'युवराज!- एवढाच का अर्थ?

'तळहाताच्या फोडासारखे जपू, म्हणून एका जीवाला वचन दिलं होतं. संभाजीला पोरकेपणा वाटू देणार नाही, म्हणून हमी दिली होती. त्याच पोराला आम्ही एकटेपणा सोसण्याचे धडे दिले!

'हेच का जपणं?

'ही सईची चालती-बोलती आठवण! सई आमच्या संसारात रमली. अत्तराची कुपी उघडताच सुगंध दरवळावा, तसं आमचं जीवन दरवळून गेलं. पण दैवाला ते मान्य नव्हतं. सई संसारातून उठून गेली!

'त्याच सईची चालती-बोलती आठवण... ती तरी टिकेल ना?...'

राजांच्या मिटल्या डोळ्यांतून अश्रू ओघळले.

'मिर्झाराजांनी न कळत केवढा घाव घातला! पुरंधरच्या तहातलं सर्वांत कठीण असं हे कलम. स्वत:च्या पोराच्या जिवाशी खेळ खेळणारे राजकारणाचे डावपेच

पाहण्यापेक्षा परमेश्वरानं आम्हांला साधे संसारीच का बनविलं नाही?'

'दुर्दैवानं हा तह मोडला, तर हे अजाण पोर पुन्हा नजरेला तरी पडेल का?...'
राजांना तो विचार करणे कठीण झाले. त्यांनी डोळे उघडले.

बाळराजांची जायची तयारी झाली, तरी राजे आपल्या महालातच बसून होते.
राजांचा निरोप घ्यायला बाळराजे वरच्या महालात गेले. दाराशी बाळराजांना पाहताच
राजांचा श्वास कोंडला. 'नऊ वर्षांचं कोवळं पोर! दुर्दैवानं तह मोडला, तर हे पोर
परत दिसेल का?'

मस्तकी जिरेटोप, अंगात अंगरखा, विजार घातलेली, कमरेला तलवार,
पाठीला ढाल आणि शेल्यात कट्यार खोवलेली बाळराजांची देखणी मूर्ती राजांच्या
समोर येऊन उभी ठाकली. त्यांनी गुडघे वाकविले, आणि राजांच्या पायांवर मस्तक
टेकविले. राजांचा कंपित हात पाठीवरून फिरला. त्या चिमुकल्या जीवाला हृदयाशी
कवटाळावे, असे राजांना वाटत होते. पण कष्टाने आवरलेले मन जाणो फुटले,
तर? तो धोका न स्वीकारता राजे म्हणाले,

'आम्ही सांगितलेलं ध्यानी धरा.'

बाळराजांनी मान डोलविली आणि ते बाहेर गेले. राजांनी आपली मान लोडावर
टेकली. डोळे मिटले. कडांवर गोळा झालेले अश्रू गालांवर ओघळले.

बाहेर वाढलेल्या आवाजाने राजे सावध झाले. महालाच्या सज्जात खिडकीपाशी
ते गेले.

वाड्याबाहेरच्या मैदानात पालखी ठेवली होती. नेताजी वगैरे मंडळी पालखीभोवती
उभी होती. राजांनी बाळराजे पालखीत बसलेले पाहिले. साऱ्यांनी मुजरे केले.
पालखी जाऊ लागली. पालखीबरोबर अश्वपथक जात होते. पालखीच्या दोन्ही बाजूंना
नेताजी पालकर, उग्रसेन कछवाह मार्ग आक्रमीत होते. पालखी दिसेनाशी झाली.

राजांचा जीव उभ्या जागी घोटाळला; हुंदका उमाळून उठला; आणि खिडकीची
कड हाती धरून, त्यावर मस्तक टेकून राजे मुक्तपणे अश्रू ढाळू लागले.

□

१२

आकाश ढगांनी भरले होते. पश्चिमेचा गार वारा अंगाला झोंबत होता. पाऊस
कोणत्याही क्षणी सुरू होण्याची चिन्हे दिसत होती. मिर्झाराजांनी आपला मुक्काम
गडावर हलविला होता. तळ हलविण्याची गडबड चालू होती. गडावर मिर्झाराजे
महालात बसले होते. शेजारी दिलेरखान, उदयराज मुनशी गोळा झाले होते. दोन
प्रहर टळत आली होती. मिर्झाराजे खुशीत होते. विचारग्रस्त दिलेरखानाला मिर्झाराजे
म्हणाले,

'दिलेरखान, तुमच्या बहादुरीमुळंच शिवाजी शरण आला.'

'असं दिसतं खरं!' दिलेरखान म्हणाला.

दिलेरखानाला हा तह पसंत पडला नाही, हे मिर्झाराजांना माहीत होते. दिलेरखानाचा शिवाजीवर मुळीच विश्वास बसत नव्हता. मिर्झाराजे म्हणाले,

'खानसाहेब, आमच्या शब्दावर विश्वास ठेवा. शिवाजीराजे आम्हांला मिळाले, तर दिल्ली तख्ताची इभ्रत वाढल्याखेरीज राहणार नाही. तहामध्ये शिवाजीराजांना आम्ही काही शिल्लक ठेवलं नाही. अव्वल गड आम्ही आमच्या ताब्यात घेतले आहेत. मुलूख आमचा आहे. एवढंच नव्हे, तर खुद्द शिवाजीचा मुलगा संभाजी आमच्याकडे ओलीस म्हणून राहणार आहे.'

'तसं घडलं, तर...' दिलेरखान म्हणाला.

'न घडायला काय झालं? तसंच ठरलं आहे.'

'ठरणं आणि घडणं यांत जमीनअस्मानाचं अंतर आहे, राजासाब! शिवाजीवर माझा मुळीच विश्वास नाही.'

मिर्झाराजे त्या बोलांनी अस्वस्थ झाले. त्याच वेळी सेवक आत आला. त्याने वर्दी दिली,

'गडाखाली किरतसिंग, कछवाह आले आहेत.'

'आणि संभाजीराजे?' मिर्झाराजांनी विचारले.

'त्यांची बातमी नाही.'

दिलेरखानाच्या चेहऱ्यावर स्मित झळकले. दिलेरखानाने विचारले,

'राजाजी, कुमार किरतसिंग कोंढाणा ताब्यात घेण्यासाठी गेले होते ना?'

मिर्झाराजांनी मान डोलविली. दिलेरखानाने विचारले,

'मग एका दिवसात गडाचा ताबा घेतला? आणि गडाचा ताबा मिळाला, तर किरतसिंग का आले?'

मिर्झाराजे गोंधळले. त्यांना उत्तर सुचेना. त्यांची संतप्त नजर पाहताच दिलेरखानाचे हास्य मावळले. मिर्झाराजे म्हणाले,

'दिलेरखान, तुमच्या प्रश्नांची उत्तरं आमच्याजवळ नाहीत. किरत येईल, तेव्हा सर्व कळेल. पण हेही लक्षात घ्या की, शिवाजी जरा जरी बदलतो, असं दिसलं, तरी आम्ही त्याचा पुरा पराभव करू. तेवढी ताकद माझी आहे.'

मिर्झाराजे विचारांत गढून हुक्का पीत होते. दिलेरखान बसल्या जागी चाळवाचाळव करीत होता.

संध्याकाळ होत आली, आणि किरतसिंग येत असल्याची वर्दी आली. साऱ्यांचे लक्ष प्रवेशद्वाराकडे लागले होते. किरतसिंग आत आला. त्यांच्या मागोमाग उग्रसेन कछवाह आत आला. उग्रसेनाबरोबर आलेल्या कुमारावर मिर्झाराजांची नजर स्थिरावली.

संभाजी महाल निरखीत होता. संभाजीराजांची नजर मिर्झाराजांच्याकडे गेली. त्यांनी एकवार उग्रसेनाकडे पाहिले. त्याने मान डोलविली; आणि संभाजीराजे सामोरे गेले. मिर्झाराजांपासून दोन कदम अंतरावर उभे राहून संभाजीराजांनी मुजरा केला. मिर्झाराजे प्रसन्नतेने हसले.

'या, संभाजीराजे! आम्ही तुमचीच वाट पाहत होतो. या, आमच्या जवळ या.'

संभाजीराजे पुढे गेले. मिर्झाराजांनी संभाजीराजांना प्रेमाने जवळ बसवून घेतले. मिर्झाराजांनी किरतसिंगाला विचारले,

'अजून कोंढाणा खाली झाला नाही?'

'जी! झाला. आम्ही गडावर पोहोचताच राजांनी गड खाली करून दिला, आणि ते कुटुंबीयांसह राजगडी रवाना झाले. गडाचा सर्व बंदोबस्त करून मी आलो आहे. आज गडावर मोगली निशाण आहे. शहीदखानाच्या हाती गड सोपविला आहे. संभाजीराजे उग्रसेन कछवाहासह गडावर येताच आम्ही इकडे आलो.'

मिर्झाराजांनी दिलेरखानाकडे पाहिले. दिलेरखान नजर चुकवीत होता. मिर्झाराजांनी संभाजीराजांना विचारले,

'राजे, तुम्ही आमच्या जवळ राहाल?'

'आम्ही राहू, आजोबा!' संभाजीराजे म्हणाले.

मिर्झाराजांनी चकित होऊन विचारले, 'आम्हांला 'आजोबा' म्हणायला कुणी शिकवलं?'

'आबासाहेबांनी!'

'उग्रसेन,' मिर्झाराजांनी उग्रसेनवर नजर वळविली, 'शिवाजी राजांच्या युवराजांची डेऱ्यात व्यवस्था ठेवा. ते आमच्याबरोबर राहतील.'

नेताजी पालकर आत आले. त्यांनी मिर्झाराजांना मुजरा केला. नेताजींच्या उमद्या व्यक्तिमत्त्वावर मिर्झाराजांची नजर खिळली. किरतसिंगाने ओळख करून दिली,

'हा नेताजी पालकर. युवराजांच्या बरोबर आला आहे.'

मिर्झाराजे हसले. ते म्हणाले,

'किरत, शिवाजीची माणसं हरहुन्नरी असतात. त्यांच्या कामावर फसून चालत नाही. हा युवराजांचा रक्षक नाही. हा नेताजी शिवाजीचा सेनापती आहे. दुसरा शिवाजी, असा याचा लौकिक आहे. सामान्य माणूस युवराजांच्या बरोबर पाठविला जाईल कसा?- काय, नेताजी, आम्ही म्हणतो, ते खरं ना?'

नेताजी नुसते हसले.

पावसाला सुरुवात झाली होती.

दिलेरखान म्हणाला,

'बारिश सुरू झाली.'

'आमच्या यशाचा निम्मा वाटा त्यालाच आहे.' एवढे बोलून मिर्झाराजांची हुक्क्याची नळी हातात घेतली.

मिर्झाराजे समाधानाने हुक्का पीत होते. संभाजीराजे सर्वांच्यावरून नजर फिरवीत होते. समया प्रज्वलित केल्या जात होत्या. समई प्रज्वलित होताच संभाजीराजांनी समईला हात जोडले. ते उठले; आणि मिर्झाराजांचे पाय शिवत म्हणाले,

'आजोबा, आम्ही पाया पडतो.'

मिर्झाराजांनी कौतुकाने बालराजांच्या पाठीवरून हात फिरविला; आणि प्रेमभराने त्यांनी संभाजीराजांना जवळ बसवून घेतले.

□

१३

पावसाने झड धरली होती. राजगडाचा आसमंत धुक्याने आणि पावसाने भरून गेला होता. नजर टाकावी, तिकडे कड्यावरून कोसळणारे प्रपात नजरेत येत होते. वेगाने खळखळत उतरणाऱ्या ओढ्यांचे आवाज घुमत होते.

राजे सदरबैठकीत बसले होते. मोरोपंत, अनाजी या मंडळींच्या बरोबर आनंदराव, येसाजी, तानाजी हीही मंडळी सदरेवर हजर होती. पुरंधरचा तह झाल्यापासून दोन महिन्यांच्या अवधीत तहाप्रमाणे सर्व किल्ले मिर्झाराजांनी ताब्यात घेतले होते. मोकळ्या केलेल्या गडांवरचे गडकरी शिबंदीसह राजांच्याकडे येत होते. राज्य गेले होते, फौज राहिली होती. आपल्या विश्वासाने गोळा झालेल्या या फौजेचे आता काय करायचे, हा विचार राजांना बेचैन करीत होता. अनाजी दत्तोंनी सुचविले,

'महाराज! दिवस कठीण दिसतात. अवघे बारा किल्ले आणि एक लाखाचा मुलूख यांवर हा डोलारा तोलणं कठीण. हा भार कमी करायला हवा.'

'तुम्ही काय सुचवता?' राजांनी विचारले.

'थोडा फौजफाटा कमी करावा. लोक आपलेच आहेत. पुन्हा हाकेला हजर होतील.'

राजे हसून म्हणाले, 'केवढी महत्त्वाची गोष्ट सांगितलीत, अनाजी! आणि तीही किती सहजपणे! शास्ताखान आमच्या मुलुखात आल्यापासून आजतागायत आमचा बारा मावळ होरपळला गेला. वस्त्या उठल्या. लोक बेघर झाले; पण आमच्या शब्दावर विश्वास ठेवणाऱ्यांचा विश्वास उडाला नाही. त्यांनी आमची सोबत सोडली नाही. ते निष्ठेनं जवळ राहिले. आज आम्ही त्यांना चाकरीतून कमी केलं, तर गरज लागताच धावत येतील, एवढी विश्वासू माणसं. ती जर हातची सोडली, तर मग आमची पारख काय होईल?- नाही, अनाजी, आम्ही हे करणार नाही.'

'पण, राजे, एवढी शिबंदी मुरवायची कुठं?' आनंदरावांनी विचारले.

'आनंदराव, त्यात अडचण कसली? आमचे अद्याप बारा गड आहेत. त्यांखालचा

मुलूख आहे. ही सवड मिळते, तोवर सारे गड मजबूत करून घ्या. सारी शिबंदी गडांवर जाऊ दे. तिचा भार आम्हांला व्हायचा नाही. श्रींच्या कृपेनं जे संपादन केलं, ते त्यांचंच आहे. आनंदराव, तानाजी, येसाजी आणि प्रतापराव, तुम्ही चौघे आमच्या फौजेची व्यवस्था लावा. राजगडावर आपली खास फौज ठेवून घ्या. पावसाळी फौजेचे हाल होऊ न देता त्यांना लवकर किल्ले गाठण्याचा हुकूम द्या.'

राजे सदरेवरून उठले व आपल्या महालाकडे जाण्यासाठी वळणार, तोच कानांवर शब्द आले,

'मासाहेब बोलावतात.'

राजांनी वळून पाहिले. पुतळाबाई दारात उभ्या होत्या. राजांनी सुस्कारा सोडला आणि ते वळले. जी व्यथा राजे भोगीत होते, तीच व्यथा जिजाबाईही सोशीत होत्या. जिजाबाईंचा चिंताचूर चेहरा पाहून राजांचा जीव कळवळून जाई. संभाजीराजे ओलीस म्हणून गेले, ते जिजाबाईंनी मनाला फार लावून घेतले.

राजे महालात गेले. जिजाबाई राजांची वाट पाहत होत्या. राजांना पाहताच त्यांनी विचारले,

'बाळराजांची काही बातमी?'

उसन्या अवसानाने राजे म्हणाले, 'काही नाही. पण काळजीचं काय कारण? बाळराजे सुरक्षित आहेत.'

'तुम्ही सांगायचं, आणि आम्ही ऐकायचं.' जिजाबाई म्हणाल्या, 'राजे, ओलीस म्हणून राहिलेलं पोर; ते का सुरक्षित समजायचं?'

'मासाहेब, आम्ही अनेकवेळा सांगितलं; आजही सांगतो- बाळराजे इथं जेवढे सुरक्षित नाहीत, तेवढे तिथं सुखरूप आहेत. तो विश्वास नसता, तर आम्ही बाळराजांना पाठविलं नसतं; तेवढं कठोर मन आम्ही केलं नसतं.'

'ठीक आहे. जे कराल, ते खरं.' जिजाबाई म्हणाल्या.

'मासाहेब, आमची याद बरी केली होती?'

'सदरेवर सारे आले होते, असं कळलं.'

'हो, मासाहेब! खाली केलेल्या गडांची शिबंदी, गडकरी येत आहेत.'

'मग त्यांना काय सांगितलंत?'

'अनाजी दत्तोंनी आम्हांस सल्ला दिला...' राजे म्हणाले.

'कसला सल्ला?'

'गड गेले; मुलूख गेला. आता एवढी फौज ठेवणं परवडायचं नाही. तेव्हा फौज कमी करावी, असा सल्ला दिला.'

'मग फौज कमी केलीत?'

'फौज कमी करून बिचारे जाणार कुठं? मिर्झाराजांनी साऱ्यांना ठेवून घ्यायची

तयारी दाखविली होती; पण बिचारे सरळ आमच्याकडे आले. त्यांना कसं सोडणार? आम्ही सर्वांना ठेवून घेतलं आहे. एक लाखाच्या मुलुखावर भागणार नाही. त्यासाठी एकदा आमचा कोकणचा मुलूख पाहून यायचं ठरवलं आहे. काहीही करून ही माणसं राखायला हवीत.'

'काही नसता त्यांनी एवढा पसारा मांडला. त्यांना कुठं वाऱ्यावर सोडणार? आज बारा गड आहेत. या बारा गडांचे बाराशे करायचे झाले, तर हीच माणसं करतील.'

त्या बोलांनी राजांना समाधान वाटले. राजे उठत म्हणाले,

'आम्ही येतो.'

'शिवबा ऽ ऽ'

राजे परत थांबले. जिजाबाई म्हणाल्या,

'आम्हांला बाळराजांना पाहावंसं वाटतं. गेले दोन दिवस आमचा डोळा फुरफुरतो आहे. जिवाला चैन नाही.'

'पण ते कसं शक्य आहे, मासाहेब?'

'आम्ही भेटायला गेलो, तर?'

'ते बरं दिसणार नाही.'

'शिवबा, काय केलंत हे? हवं ते करायचं होतंत; पण अजाण पोरावर टांगती तलवार का धरलीत?'

'मासाहेब, आमच्यावर विश्वास ठेवा. मिर्झाराजे शब्दाचे सच्चे आहेत. ते बाळराजांना जिवापाड सांभाळतील. त्यांच्या केसालाही धक्का लागणार नाही.'

'हं! शत्रूचा भरोसा किती द्यावा, त्यालाही मर्यादा आहेत. ज्यानं तुमच्या मुसक्या आवळल्या, त्या शत्रूचे गोडवे गाता?'

'गैरसमज होतो, मासाहेब! शत्रू झाला, तरी त्याला समजून घ्यायला हवा. मिर्झाराजे औरंगजेबाला इमानी आहेत. त्यांच्या निष्ठा सेवेत गुंतल्या आहेत. काहीही झालं, तरी त्यांच्या निष्ठेत बदल होणार नाही; पण तेवढी जागा सोडली, तर मिर्झाराजांसारखा स्नेही नाही. दिलाचा मोठा. कदरदान माणूस आहे. त्याची परीक्षा बघायची असेल, तर केव्हाही बघावी.'

'आम्हांला बाळराजांना पाहायचं आहे.' जिजाबाई म्हणाल्या.

राजांनी जिजाबाईंच्याकडे रोखून पाहिले. राजे म्हणाले,

'ठीक आहे. आज आम्ही मिर्झाराजांना पत्र पाठवतो. मिर्झाराजे बाळराजांना जरूर पाठवतील. पण असं पत्र पाठविणं ठीक नाही. त्यात आमची कमजोरी दिसते.'

'आम्हांला बाळराजांना पाहायचं आहे.'

'तसं होईल. जशी आज्ञा.'

राजे महालाबाहेर पडले. सदरेवर जाऊन मिर्झाराजांना पत्र लिहिले गेले. भर

पावसात पत्र घेऊन स्वार गडाखाली उतरला.

दोन दिवस गेले; पण जयसिंगांच्याकडून काहीच उत्तर आले नाही. पाऊस थांबला होता.

दोन प्रहरी महालात राजे विश्रांती घेत होते. झालेल्या आवाजाने राजांनी डोळे उघडले. दाराशी मनोहारी उभी होती. चेहऱ्यावरून आनंद ओसंडत होता. राजांनी डोळे उघडलेले पाहताच ती म्हणाली,

'बाळराजे आले!'

'केव्हा?' राजांनी उठत विचारले.

'आत्ता हेच!'

'कुठं आहेत?'

'मासाहेबांच्या महाली.'

'ठीक आहे. आम्ही आलो. तू पुढं हो.'

राजे जिजाबाईंच्या महाली गेले. बाळराजांना मांडीवर घेऊन जिजाबाई बसल्या होत्या. सोयराबाई, पुतळाबाई, सगुणाबाई महालात हजर होत्या. नेताजी पालकर अदबीने उभे होते. राजांना महालात येताना पाहून नेताजींनी पुढे होऊन मुजरा केला. बाळराजे उठून सामोरे आले आणि त्यांनी राजांच्या पायांवर मस्तक ठेवले. प्रेमभराने त्यांना जवळ घेत राजे म्हणाले,

'बाळराजे, तुम्ही लवकरच मोगलाईचे मनसबदार बनणार आणि अजून मासाहेबांच्या मांडीवर बसता?'

'आम्ही बसणार!'

'मग मनसब मिळणार नाही.'

'मग आम्हांला ती मनसबही नको!'

साऱ्यांच्या हसण्याने महाल भरला. राजांनी नेताजींना विचारले,

'नेताजी, पत्र पाठवलं. मग दोन दिवस का लागले?'

'आपलं पत्र मिळताच मिर्झाराजांनी बाळराजांना पाठवायचं ठरविलं; पण पाऊस होता. राजाजींना बाळराजांचा खूप लळा लागला होता. बाळराजे भिजतील, आजारी पडतील, म्हणून पाऊस थांबण्याची वाट पाहण्याची आज्ञा झाली. पाऊस थांबला आणि निघालो.'

बाळराजे एकदम पुढे झाले. गळ्यातला कंठा पुढे करीत बाळराजे म्हणाले,

'आबासाहेब, आम्ही येत होतो, तर आजोबांनी आपल्या गळ्यातला कंठा काढून आमच्या गळ्यात घातला. हा बघा.'

'छान आहे.' राजांनी नेताजींना विचारले, 'बरोबर कोण आहे?'

'कोणी नाही.' नेताजींनी सांगितले. 'राजाजी म्हणाले- बाळराजांना घेऊन जा. जितके दिवस ठेवून घ्यायचं, तितके दिवस ठेवून घ्या. सावकाश आले, तरी चालेल.'

राजांनी जिजाबाईंच्याकडे पाहिले. जिजाबाईंनी नजर चुकविली. राजे म्हणाले, 'आमची माणसांची पारख तशी चुकत नाही.'

राजे समाधानाने बाहेर पडले.

□

१४

पावसाळा संपताच मिर्झाराजे कोंढाण्याला गेले. ज्या गडापुढे जसवंतसिंगाने सुलतानढवा करूनही माघार घेतली, तो गड मिर्झाराजांना बघायचा होता. गडाचे ताशीव काळेभोर कडे, गडाचा बंदिस्त परिसर पाहून मिर्झाराजांचे समाधान झाले. एक रात्र गडावर वस्ती करून जयसिंग परत आपल्या तळावर आले आणि संभाजीराजांच्यासाठी दिल्लीहून आलेल्या फर्मानाची बातमी मिर्झाराजांना मिळाली. संभाजीराजांना फर्मानाचा स्वीकार करण्यासाठी तातडीने पाठविण्यासाठी मिर्झाराजांनी राजगडला पत्र पाठविले. दुसऱ्या दिवशी सकाळी संभाजीराजे छावणीत आले. त्यांनी समारंभपूर्वक फर्मानाचा स्वीकार केला. संभाजीराजांना सहा हजारांची मनसब, दोन लक्ष रुपये आणि निशाणी नौबत घेण्याची परवानगी बादशहाकडून मिळाली. संभाजीराजे बादशहांचे सहाहजारी मनसबदार बनले.

मिर्झाराजांचे एक स्वप्न पुरे झाले. ते दुसऱ्यासाठी आतुर झाले होते. शिवाजीराजांची अस्वस्थता त्यांच्या नजरेत आली होती. ती चलबिचल लौकर थांबावी, शिवाजीराजांचा पुरा विश्वास संपादन करावा, या हेतूने मिर्झाराजांनी अनेक पत्रे औरंगजेबाला लिहिली होती. ज्या घटनेची मिर्झाराजे अत्यंत आतुरतेने वाट पाहत होते, ते शाही फर्मान येत असल्याची बातमी थोड्याच दिवसांत मिर्झाराजांना आली. शिवाजीराजे त्या वेळी तळकोकणात होते. मिर्झाराजांचे स्वार तातडीने रवाना झाले.

मिर्झाराजांचे पत्र वाचताच शिवाजीराजे मिर्झाराजांच्या छावणीवर दाखल झाले. मिर्झाराजांनी आनंदाने राजांचे स्वागत केले. मिर्झाराजे म्हणाले,

'राजे, तुम्ही मोठे भाग्यवान आहात. आमच्या रदबदलीचं चीज झालं.'

'होय, राजाजी! ऐकून आम्हीही कृतार्थ झालो. संभाजीराजे मनसबदार बनले, यात आम्हांलाही आनंद झाला.'

मिर्झाराजे राजांच्या जवळ येत म्हणाले,

'राजे, आम्ही तुमच्या नावे दिल्लीला पत्र पाठविलं होतं.'

'आमच्या नावे?'

'हो! त्याखेरीज इलाज नव्हता.' मिर्झाराजे म्हणाले, 'तुमचं दिलगिरीचं पत्र

आणि आमची शिफारस पाहून बादशहा खूश झाले. त्यांनी तुमच्यासाठी तातडीनं फर्मान पाठविलं.'

'पण मी कुठं नोकरीत आहे?' राजांनी विचारले.

'त्याचसाठी मी तुम्हांला भाग्यवान म्हटलं. फर्मान निघाल्याचं कळताच तुम्हांला तातडीनं बोलावून घेतलं.'

राजांना काय बोलावे, हे कळेना. आवंढा गिळून ते म्हणाले,

'बादशहा थोर मनाचे, म्हणून त्यांची मेहेरनजर माझ्यावर झुकली; पण, राजाजी, मी त्यांच्या फर्मानाला पात्र नाही. संभाजीराजे नोकरीत दाखल झाले, म्हणून ते फर्मानाचे धनी झाले. पण मी... मी कसा फर्मानाचा स्वीकार करणार?'

मिर्झाराजे चकित झाले. त्यांचा आवाज कठोर बनला. त्यांनी विचारले,

'शाही फर्मान डावलण्याचा तुमचा बेत आहे?'

राजांनी चटकन सावरून घेतले. 'गैरसमज होतो.' राजे म्हणाले, 'लायकी नसताना हा बहुमान येतो. त्यानं माझे डोळे दिपले. खिलत चढवून घेणं सोपं; पण तिची इज्जत टिकवणं फार कठीण!'

मिर्झाराजांच्या चेहऱ्यावर हास्य उमटले. पुढे होऊन त्यांनी राजांचे खांदे पकडले व ते म्हणाले,

'राजासाब! माझ्यावर विश्वास ठेवा, बादशहांची सेवा करण्यातच तुमचं-माझं कल्याण आहे. तुमच्यावरचा रोष जावा, तुमच्यावर कृपा व्हावी, ह्याच इच्छेनं मी धडपडत होतो. फर्मान हे त्याचंच फळ आहे. आता लौकरच शाही फर्मान येऊन दाखल होईल. त्याचं रिवाजाप्रमाणे स्वागत व्हायला पाहिजे.'

'पण, राजाजी!...'

'मी सारं जाणतो. फर्मानाच्या स्वागताचा मी पुरा बंदोबस्त करीन. राजे, दिलेरखान बादशहांच्या खास मर्जीतला. पण त्यालाही रिवाज सोडून असं फर्मान आलं नाही. साऱ्यांना ह्या तुमच्या मानमरातबाचं कौतुक वाटणं स्वाभाविक आहे. या समारंभात काही उणं पडलं, तर चटकन तुम्हांला दोष लावला जाईल. तेव्हा सर्व काळजीपूर्वक, रिवाजाला धरून करा. त्यानं तुमची, त्याचबरोबर माझीही इभ्रत वाढेल.'

मान डोलविण्याखेरीज राजांच्या हाती दुसरे काही नव्हते.

राजे बेचैन बनले. ज्यांनी आपली हयात मोगली सत्तेला विरोध करण्यात खर्च केली, ज्यांच्या सामर्थ्यापुढे आदिलशाहीला नमावे लागले, शास्ताखानाला पळून जावे लागले, त्याच शिवाजीराजांना फर्मान येत होते. बादशहांच्या कृपेची निशाणी. बादशहांचा आशीर्वाद. पृथ्वीतलावरचा अलौकिक मान. त्या खास फर्मानात बादशहाची मेहेरनजर लिहिली असेल. त्यावर मेंदीने रंगविलेल्या खुद्द बादशहांच्या हाताचा छाप असेल. त्याचा स्वीकार राजे करणार होते. फर्मानाला पायी सामोरे जाऊन, गुडघे

टेकवून ते स्वीकारायला हवे.

राजांचा संताप उसळत होता. मुठी वळत होत्या; पण कष्टाने राजे आपला संताप आवरीत होते. मिर्झाराजांचे सारे सरदार राजांच्या ह्या भाग्याचा हेवा करीत होते. राजांचे अभिनंदन करीत होते. उसन्या अवसानाने राजे आनंद दर्शवीत होते.

मिर्झाराजांनी फर्मानाचे स्वागत करण्यासाठी छावणीपासून तीन कोसांवर फर्मान यायच्या वाटेवर चांगली जागा पाहून फर्मानबाडी उभारली. भव्य शामियाना तेथे उभा केला. त्या जागी शिवाजीराजे फर्मानाचे स्वागत करणार होते.

दिल्लीवरून येणाऱ्या फर्मानाचे टप्पे दररोज छावणीत कळत होते. फर्मानभेटीचा दिवस ठरला. राजे पहाटे स्नान करून सरदारांसह फर्मानबाडीकडे चालू लागले. शाही फर्मानाला पायी सामोरे जायचे, हा रिवाजच होता. राजांच्या बरोबर मिर्झाराजांचा मुलगा किरतसिंग व बक्षी जानी बेग होते. सारे शामियान्यात फर्मानाची वाट पाहत होते.

ऊन तळपत होते. चारी बाजूंच्या हिरव्यागर्द मुलुखात मोकळ्या असलेल्या माळावर फर्मानबाडी उभारण्यात आली होती. शामियाना भव्य होता. शामियान्याच्या चारी बाजूंना सोन्याचे कळस सूर्यकिरणांत तळपत होते. मोगलाई हिरवा झेंडा शामियान्यावर फडकत होता. शामियान्याच्या दोन्ही बाजूंना अश्वदळ उभे होते. अत्यानंदामुळे राजे अस्वस्थ बनले आहेत, असे समजून बेग राजांना फर्मान स्वीकारण्याचे रिवाज समजावून देत होता. राजे ते ऐकत होते; ते ऐकत असता डोळ्यांत गोळा होणारे अश्रू कष्टाने आवरीत होते. चालत आल्याने पायांतल्या चढावांवर गोळा झालेल्या धुळीकडे राजे पाहत होते.

त्याच वेळी नौबतीचा गंभीर नाद निनादला. किरतसिंग म्हणाला,

'फर्मान आले.'

राजांनी चढाव काढला, आणि ते शामियान्याच्या बाहेर गेले. मागोमाग किरतसिंग, बेग हे होतेच. राजे रस्त्यावर आले. त्यांनी नजर टाकली. दूरवरून अश्वपथक येताना दिसले. अश्वपथक नजरेत आले. अश्वपथकामागे फर्मानाचा उंट होता. मोगल निशाण फर्मानाची जागा दाखवीत होते.

'राजासाब, फर्मान करीब आ रहा है. आया.'

राजांनी आवंढा गिळला. त्यांची मान झुकली. गुडघे टेकले गेले. तप्त धुळीत अश्रू ठिबकत होते. तांबड्या मातीत पडणारे ते थेंब घर करीत होते; क्षणात सुकत होते. फर्मानाच्या स्वागतासाठी शामियान्याबाहेरील वाद्यांचा गजर चालू होता.

अश्वपथक पुढे गेले. फर्मानाचा उंट सामोरा आला. उंट बसला. किरतसिंग, बक्षी जानी बेग सामोरे गेले. फर्मान उतरले गेले. अत्यंत अदबीने ते फर्मान राजांच्या पसरलेल्या हाती ठेविले गेले. राजांनी फर्मान मस्तकी लावले. बंदुकीच्या सलामी

झडल्या. नौबती दुमदुमल्या. फर्मान घेऊन राजे उभे राहिले. राजांच्या डोळ्यांकडे पाहताच किरतसिंग उद्गारला,

'राजासाब! ये क्या? आपकी आँखों में आँसू!'

राजांनी हसून बोटांनी अश्रू निपटले आणि ते म्हणाले,

'किरतसिंग, कुणी सांगितलं की, अश्रू दु:खाच्याच वेळी येतात, म्हणून? आनंदाच्या वेळीही ते येतात!'

□

१५

वाद्यांच्या गजरात, बंदुकींच्या आवाजात शाही फर्मान घेऊन राजे तळावर आले. मिर्झाराजांनी एखाद्या वीराचे स्वागत करावे, तसे राजांचे स्वागत केले. राजांच्या स्वागतासाठी सज्ज केलेल्या शामियान्यात दिलेरखानासह सर्व सरदार उपस्थित होते. राजे आता त्यांच्यापैकी एक बनले होते. राजांना आलेला पोशाख, शाही खिलत पाहून साऱ्यांना राजांच्या यशाचे कौतुक वाटत होते. तख्ताचा कालचा शत्रू तह होताच खिलतीचा मानकरी होतो, आणि बादशहांसाठी अहोरात्र खपत असलेले मोगली सरदार बाजूला राहतात, याचा अनेकांना खेद वाटत होता; पण बोलून दाखविण्याचे धाडस कुणात नव्हते. शामियान्यात चाललेले शिवाजीचे कौतुक सारे पाहत होते, आनंद दर्शवीत होते. औरंगजेबाने शिवाजीला 'राजा' हा किताब बहाल केला होता. मिर्झाराजांनी शिवाजीमहाराजांना प्रेमभराने आपल्या बैठकीवर बसवून घेतले. शिवाजीराजांच्या कमरेला कुठलेच हत्यार नाही, हे ध्यानी येताच मिर्झाराजांनी विचारले,

'राजासाब! आपली तलवार कुठं आहे? शस्त्राविना आपला पोशाख विजोड दिसतो.'

राजे स्मितवदनाने म्हणाले, 'राजाजी, मी शरणागत. नि:शस्त्र भेटीला यावं, अशी आपलीच आज्ञा. त्याचमुळं आम्ही शस्त्र बाळगिलं नाही. शस्त्र नसलं, तर उणीव भासते खरी; पण जर चुकून शस्त्र उतरवून ठेवायला सांगितलं, तर मरणप्राय दु:ख होतं.'

'राजासाब! परमेश्वरशपथ सांगतो, आमच्या ध्यानी आलं नाही. जेव्हा आम्ही मैत्रीचा हात पुढं करतो, तेव्हा त्यात एवढाही खोटेपणा ठेवीत नाही. आमच्या लक्षात आलं नाही. आम्ही चुकलो!'

'राजाजी!'

'थांबा...'

मिर्झाराजांनी किरतसिंगाला हाक मारली. त्याच्या कानात काहीतरी सांगितले. किरतसिंग त्वरेने बाहेर गेला. शामियान्यात मद्याचे प्याले आणले गेले. सारे मद्याचे

घोट घेत होते. राजे सरबत घेत होते.

किरतसिंग आत आला. त्याच्या मागून येणाऱ्या सेवकाच्या हाती रेशमी आच्छादन घातलेले तबक होते. मिर्झाराजांनी आच्छादन उघडले. तबकात रत्नजडित मुठीची तलवार आणि तशीच कट्यार होती. मिर्झाराजांनी तलवार राजांच्या दुशेल्यात खोवली; कट्यार शेल्यात नीट बसविली.

रुबाबदार साफ्याखाली दिसणाऱ्या भव्य कपाळावर उठून दिसणारा मिर्झाराजांचा केशरी टिळा, पांढऱ्या रेखीव भुवयांखाली मनाचा ठाव घेणारे पाणीदार डोळे, भावनाविवशतेने राजपुती नाकाच्या रुंदावलेल्या नाकपुड्या, ओठांच्या कंपाबरोबर कंप पावणाऱ्या पांढऱ्या रुबाबदार गलमिशा- ते रूप पाहून, का, कोण जाणे, राजांना महाराजसाहेबांची आठवण झाली. ते एकदम झेपावले; आणि लक्षात यायच्या आत त्यांनी मिर्झाराजांचे पाय शिवले. शिवाजीराजांना गडबडीने उठवीत मिर्झाराजे म्हणाले,

'राजासाब, ये क्या?'

राजे मिर्झाराजांच्या नजरेला नजर देत म्हणाले,

'आशीर्वाद मागतो.'

'कसला?'

'गमावलेलं शस्त्र परत कमरेत खोवलंत, राजाजी! आता आशीर्वाद असा द्या, की परत हे शस्त्र शेल्यातून सुटू नये; उतरावं लागू नये.'

मिर्झाराजे गहिवरले. राजांच्या पाठीवर हात थोपटीत ते म्हणाले,

'राजासाब, वैसाही होगा! वैसाही होगा!! संकटकाळी आम्ही एक शेर सदैव आठवतो-

> खुदी को कर बुलंद इतना के हर तहरीरसे पहले
> खुदा बन्देसे खुद पूछे : बता, तेरी रजा क्या है?

माणसानं स्वतःलाच एवढं सामर्थ्यशाली बनवावं, की दरवेळी ललाटलेख लिहिण्यापूर्वी परमेश्वरानं विचारावं, 'बाबा, रे, सांग तुझी काय इच्छा आहे!'

सायंकाळी मिर्झाराजे व शिवाजीराजे बोलत होते. मिर्झाराजांच्या मनात अनेक विचारांचे काहूर उठले होते. मिर्झाराजे म्हणाले,

'राजासाब! आता बारिश संपली. आदिलशाही काबीज करण्याचा आमचा बेत आहे. तशी आलमगीरची आज्ञा आहे.'

मिर्झाराजांचा बेत ऐकून राजे थक्क झाले. आदिलशाही आणि कुतुबशाही दोन्ही मुसलमान शाह्या. त्यांच्या विरुद्ध मोगल उठतील, असे राजांना वाटले नव्हते.

मिर्झाराजांनी राजांचे विचार जाणले. ते म्हणाले,

'आमचा बेत ऐकून आश्चर्य वाटलं ना? आम्ही उत्तरेत परतण्याआधी या आदिलशाहीला नमविता आलं, तर सम्राटांचं राज्य आख्ख्या हिंदोस्थानभर बेरोकटोक महफूज होईल. ते साधलं, तर आलमगीर प्रसन्न होईल.'

राजांनी मान डोलविली. राजांनी विचारले,

'केव्हा मोहीम काढणार?'

'लौकरच काढू. आमच्या मनात, तुम्ही मदत करावी, असं आहे.'

'मी कसली मदत करणार?' राजे म्हणाले, 'मी नुसता नावाचा राजा. ना राज्य, ना फौज.'

'ती कालची गोष्ट होती. राजे, तुम्ही आता राजे बनला आहात. संभाजीराजांना मनसब आहे. ती फौज तुमच्या हाती राहणार. तुम्ही या भागातले. तुम्ही फौज घेऊन आलात, तर तुम्ही मनसबदारीत गुंतल्याचा यकीन येईल. आदिलशाहीचा जो मुलूख फत्ते करू, तो तुम्हांला मिळावा, म्हणून मला शिफारस करता येईल.'

'तत्काळ फौज उभी करता येणं शक्य नाही. खर्चाची बाब. मुदत लागेल.'

'राजासाब, खर्चाची फिकर करू नका. मी तुम्हांला उद्या दोन लक्ष रुपये देतो. शक न करो. ही रहम नाही. तुमच्या जहागिरीतून ते पैसे आम्ही वसूल करून घेऊ. तुम्ही उद्या जा. शक्यतो लवकर फौज गोळा करून छावणीत दाखल व्हा. तुम्ही आला, की आम्ही स्वारीवर निघू.'

राजांनी मान डोलविली. दुसऱ्या दिवशी राजांनी मिर्झाराजांचा निरोप घेतला; आणि तातडीने ते राजगडावर आले.

राजगडावर येताच राजांनी सर्व फौजेला गोळा होण्यासाठी हुकूम पाठविले. आजवर मोहिमांचे हुकूम सुटले, की कसा उत्साह संचारे. पण हा हुकूम सुटताच कुणाच्या चेहऱ्यावर आनंद प्रकटला नाही.

राजे गडावरील आपल्या महालात विचार करीत बसले होते. नुकतेच बाळाजी आवजीला पत्र सांगून राजे मोकळे झाले होते. राजांनी मिर्झाराजांना फौज गोळा होत असल्याचे लिहिले होते. बाळाजी आवजीने मुजरा केलेला पाहताच राजांची नजर दाराकडे गेली. जिजाबाई आत येत होत्या. त्यांच्या बरोबर संभाजीही होते. जिजाबाईंना पाहताच राजे उठून उभे राहिले. बाळाजी आवजी अदबीने महालाबाहेर गेले. राजे बाळराजांना जवळ घेत म्हणाले,

'मासाहेब, आम्हांला बोलवायचं होतंत. आम्ही खाली आलो असतो.'

जिजाबाई म्हणाल्या, 'आता बोलवून तरी काय उपयोग? तुम्ही काही बोलत नाही, सांगत नाही. तुटक उत्तरं ऐकून काही कळत नाही.'

'मासाहेब, जेव्हा सांगण्यासारखं होतं, तेव्हा खूप सांगितलं. आता जेवढं कानी घालायचं, तेवढं घालून मोकळं व्हायचं. यापेक्षा आमच्या हाती काही राहिलं नाही.'

'राजे, दुःखं धैर्यानं सोसली पाहिजेत.'

'मासाहेब, किती धैर्य आणायचं?' राजे अस्वस्थपणे येरझाऱ्या घालीत होते. एकदम ते थांबले. जिजाबाईंच्या नजरेला नजर देत म्हणाले,

'मासाहेब, आम्हांला फर्मान आलं. एका कागदी भेंडोळ्याचा काय थाट! त्याच्या स्वागताला पायी जायचं. फर्मानबाडीपाशी तिष्ठत उभं राहायचं. फर्मानाचा उंट दिसला, की रस्त्यावर अनवाणी जाऊन गुडघे टेकून बसायचं. उंट जवळ आला, तरी मान वर करायची नाही... फर्मान बादशहांची साक्षात प्रतिमा ना!'

'राजे ऽ ऽ!'

'ऐका, मासाहेब! उंट बसला, की फर्मानाचा खालच्या मानेनं स्वीकार करायचा. फर्मान मस्तकी लावायचं आणि ते डोक्यावर घेऊन फर्मानबाडीपासून छावणीपर्यंत यायचं. शिमग्यातील मिरवणूकदेखील एवढी उपहासाची नसेल! आम्ही मोहिमेला जाणार, तर आम्हांला परवडायचं नाही, म्हणून मिर्झाराजांनी आमच्या हाती दोन लाख रुपये ठेविले!'

'मग ते घेतलेत?'

'दुबळ्याला सूड उगवायला तेवढीच जागा होती!' राजे भेसूर हसले.

जिजाबाईंच्या डोळ्यांतले अश्रू पाहताच राजे उफाळले.

'मासाहेब! तुमच्या डोळ्यांत पाणी? तुम्हांला आत्महत्या करणारा भेकड मुलगा नको होता ना? एक निर्लज्ज, कोडगा हवा होता. तोच बनण्याचा प्रयत्न करीत असता डोळ्यांत पाणी कशाला आणता?'

राजांच्या त्या बोलांनी जिजाबाईंच्या डोळ्यांतील पाणी मागे सरले. एक वेगळीच चमक त्या डोळ्यांत प्रकटली.

'शिवबा, स्वतःच्या पराजयाचं थोडं कौतुक करा. जरा आठवा- महाधनुर्धर अर्जुनानं बृहन्नडा होऊन पायांत चाळ बांधले असतील, तेव्हा त्या पौरुषाला कोण यातना झाल्या असतील! सर्वशक्तिशाली भीमानं हाती पाटा-वरवंटा घेतला असेल, तेव्हा त्याला कोण कष्ट पडले असतील! साक्षात धर्म म्हणवून घेणाऱ्या युधिष्ठिरानं कीचकाचा पडलेला जोडा स्वतःच्या हातांनी समोर ठेवला असेल, तेव्हा त्याच्या धर्मभावनेचं काय झालं असेल? राजे, जे संकट सहन करतात, त्यांचाच भविष्यकाल उज्ज्वल असतो. ह्या जगात माणसाचं मोठेपण कर्तृत्वापेक्षा सोसण्यावर आहे. ज्यांनी हे सोसलं, त्यांनाच भवानीचा आशीर्वाद लाभला. भवानीच्या आशीर्वादावर विश्वास ठेवा, राजे!'

'त्यावरच आम्हीही जगतो आहो, मासाहेब!' राजांची नजर एकदम संभाजीवर

खिळली. ते पोर बावरले होते. राजांनी एकदम रोख बदलला. संभाजीकडे पाहत राजे म्हणाले,

'मासाहेब, आता आमचे संभाजीराजे सहाहजारी मनसबदार बनले आहेत. त्यांची फौज घेऊन आम्ही मिर्झाराजांच्या बरोबर आदिलशाही मोहिमेवर जाणार आहो. बाळराजे, तुमची फौज द्याल ना?'

अर्थ न समजून बाळराजे म्हणाले, 'आम्ही जाऊ लढायला?'

राजांनी संभाजीबाळांना मिठीत घेतले. राजे म्हणाले,

'बाळराजे, अशा मोहिमांत जाण्याची पाळी तुमच्यावर चुकूनही येऊ नये. ते दुःख तुम्हांला सोसायचं नाही.'

राजांचे अश्रू आपल्या बालहातांनी पुशीत संभाजीराजांनी विचारले,

'आबासाहेब, तुम्ही रडता?'

'हां, राजे! तेवढं एकच भाग्य अजून टिकून आहे. रडायला का होईना, पण मासाहेबांची जागा आम्हांला नशिबानं ठेवली आहे. जा, बाळराजे, खेळा जा!' जिजाबाईंच्याकडे वळून राजे म्हणाले, 'मासाहेब, आम्ही थकलो. जरा विश्रांती घेतो. आमच्याकडे आता कोणालाही पाठवू नका.'

संभाजीराजांच्यासह जिजाबाई बाहेर गेल्या.

राजांची थकली पावले पलंगाकडे वळली.

□

१६

मिर्झाराजांच्या छावणीला लष्करी तळाचे स्वरूप येत होते. साऱ्या मुलुखात पसरलेल्या फौजा छावणीवर गोळा होत होत्या. शिवाजीराजेही आपल्या बरोबर संभाजीराजांचे सहा हजार व आपले सात हजार निवडक सैन्य घेऊन मिर्झाराजांच्या गोटात दाखल झाले होते.

राजांच्यासाठी उभारलेल्या खास डेऱ्यात राजे मनुचीबरोबर बुद्धिबळ खेळत होते. मनुचीचा स्वभाव राजांना आवडला होता. मनुचीही राजांच्याकडे वारंवार येई. राजांना त्याच्याकडून खूप आश्चर्यकारक बातम्या समजत. समुद्रावरून इतक्या दूर येऊन परक्या देशात सत्ता प्रस्थापित करणाऱ्या फिरंग्यांचे राजांना सदैव कौतुक वाटे. मनुची गोरा, देखणा होता. त्याचे घारे डोळे अतिबोलके होते. त्याला निरखण्यात राजांना गंमत वाटे. एखादी चांगली चाल असो, किंवा एखादी फसलेली कृती असो, मनुचीचे डोळे प्रथम बोलत. राजांनी आपला डाव केला होता. मनुची आपल्या लांब केसांत पंजे खुपसून एकाग्रतेने डावाकडे पाहत होते. डेऱ्यात पडलेली सावली पाहून राजांनी मान वर केली. मिर्झाराजे आत येत होते. राजे उठले. मिर्झाराजे म्हणाले,

'बसा, राजासाब! चालू दे तुमचा डाव.'

काही तातडीचे काम असल्याखेरीज मिर्झाराजे येणार नाहीत, हे राजांनी ओळखले. ते म्हणाले,

'कंटाळा आला. मी बंद करणारच होतो.'

'व्वा ऽ, राजासाब! डाव निम्म्यावर टाकून कधी उठतात का? डाव पुरा करूनच उठा.' मिर्झाराजांनी सांगितले.

नकळत राजे बोलून गेले, 'राजाजी! निम्म्या डावावरून उठण्यातदेखील गंमत असते.'

'मतलब?'

राजांनी चटकन सावरून घेतले, 'काही नाही. सहज बोलून गेलो.'

मनुचीने डाव गोळा केला. दोघांना अभिवादन करून तो डेऱ्याबाहेर गेला. मनुची जाताच मिर्झाराजांनी सांगितले,

'उद्या मुहूर्त चांगला आहे. उद्या निघावं, म्हणतो.'

'ठीक!' राजे म्हणाले.

'राजे, आपण या मुलुखाचे माहितगार. आपल्याला आघाडीवर ठेवावं, असं आमच्या मनात आहे.'

'जशी आज्ञा!'

'तुमच्याकडून याच उत्तराची अपेक्षा होती. बऱ्याच गोष्टी अजून पाहायच्या आहेत. आम्ही चलतो.'

मिर्झाराजे जाताच राजांनी नेताजींना बोलावून घेतले. स्वारीच्या सर्व सूचना दिल्या.

पहाटेच्या नगाऱ्याच्या आवाजाने छावणी जागी झाली. हत्तींचे ओरडणे, घोड्यांचे खिंकाळणे, उंटांचे आवाज त्यांनी छावणी भरून गेली. दिवस उगवायला राजे मिर्झाराजांच्या डेऱ्यासमोर गेले. पाठोपाठ नेताजी, प्रतापराव, आनंदराव, येसाजी ही मंडळी चालत होती. मिर्झाराजे डेऱ्यासमोर उभे होते. त्यांच्या शेजारी किरतसिंग, उग्रसेन, दाऊदखान, दिलेरखान उभे होते. शिवाजीराजे समोर येताच मिर्झाराजे म्हणाले,

'या, राजे. आम्ही तुमचीच वाट पाहत होतो. मोहिमेची सुरुवात कोठून करावी, याचा आम्ही विचार करीत होतो.'

राजांना प्रश्नाचा रोख समजला नाही. दिलेरखान म्हणाला,

'राजासाब, मोहिमेची सलामी आपलीच होऊ दे.'

'ते आम्हांला मान्य आहे.'

आपले स्मित लपवीत दिलेरखान म्हणाला, 'मग फलटणपासूनच सुरुवात होऊ दे.'

'फलटण?' राजांनी विचारले.

'हां! तो आदिलशाहीचा मुलूख आहे ना? ताथवड आणि फलटण घेतलं, की विजापूरचा रास्ता खुल्ला होईल.'

चेहऱ्यावर काही भाव न दाखविता राजांनी ते मान्य केले. दिलेरखानाचा पहिला आकस राजांना दिसून आला. खुद्द राजांची लाडकी सखुबाई फलटणच्या महादजीला दिलेली. जावयावर चालून जायची कामगिरी सासऱ्यावर आली होती. राजांनी नेताजीला फौजेसह कूच करण्याचा हुकूम दिला. कुचाची नौबत झडली; आणि मराठ्यांची फौज तळावरून पुढे सरकली.

चांदीसोन्याच्या दागिन्यांनी सजविलेला मिर्झाराजांचा हत्ती डेऱ्यासमोर आला. हत्तीच्या गळ्यातल्या चांदीच्या घांटेचा आवाज उठत होता. नक्षीदार रौप्यहौदा हत्तीच्या मखमली झुलीवर शोभत होता. हत्ती येऊन बसला. शिडी लावली गेली. मिर्झाराजे म्हणाले,

'राजासाब, चला.'

'मी पालखीतून येईन ना!'

'छे! तुम्ही आमच्या बरोबरीनं असावं, असं आम्हांला वाटतं.'

मिर्झाराजांच्या पाठोपाठ राजे हौद्यात बसले. ऊन लागू नये, म्हणून दोघांवर अब्दागिरी धरण्यात आली होती. हत्तीबरोबर भालदार व मिर्झाराजांचे रक्षक चालत होते. मिर्झाराजांनी शिवाजीराजांचे एवढे कौतुक करावे, हे दिलेरखानासारख्या सरदारांना रुचले नाही.

मिर्झाराजांची फौज आदिलशाहीच्या रोखाने जात होती. नीरा नदीपाशी फौज आली. मिर्झाराजांनी शिवाजीराजांना आघाडी दिली. राजांनी तेथे गोळा झालेल्या आपल्या सैन्याला हुकूम सोडले. मराठी सैन्य फलटणवर तुटून पडले. पुराचा लोंढा यावा, तसे मराठी सैन्य पुढे घुसत होते. फलटण पडले. पाठोपाठ ताथवडचा किल्ला सर झाला, विजापूरकरांचे खटाव सर झाले आणि नेताजीने मंगळवेढ्याचा किल्ला कबज्यात आणला. राजांच्या नेतृत्वाने मिळालेले यश मिर्झाराजांना कौतुकास्पद वाटले. त्यांनी राजांची तारीफ दिल्लीदरबारला कळविली.

आदिलशाहीचा मुलूख काबीज करीत, विजय संपादन करीत फौजा तळकोकणात शिरल्या. इलासखानाला राजांच्या सैन्याने कोकणातून हुसकावून लावले. मोगल सैन्य चालून येते, हे पाहताच आदिलशाहीने लढाईची सिद्धता केली. विजापूरच्या आसपासचा मुलूख उद्ध्वस्त करून सर्व पाण्याची ठिकाणे विष टाकून निकामी केली. आदिलशाही निकराच्या लढ्याच्या तयारीने मोगली फौजेची वाट पाहत होती. विजयाने भान

हरपलेली मोगल फौज आपल्या दिमाखात विजापूरपासून सहा कोसांवर येऊन थडकली आणि अचानक आकाशात लोळ उतरावा, तशी आदिलशाही फौज मोगल सैन्यावर तुटून पडली. मोगलांना आपला तोल सावरता आला नाही. मोगल सेनेने माघार घेतली. मोगलांचे चौदा हजार लोक आणि अनेक सरदार या लढाईत कामी आले.

आलेल्या अपयशाने मिर्झाराजांची झोप उडाली. या पराभवाचे कारण काय, हेही त्यांना कळत नव्हते. छावणीत मिर्झाराजे सचिंतपणे बसले असता संतप्त दिलेरखानाने डेऱ्यात प्रवेश केला. मिर्झाराजांनी मान वर करताच दिलेरखान उसळला,

'राजाजी! आम्ही सांगत होतो, ते पटलं?'

'काय?'

'हा पराभव कुणामुळं झाला?- हा त्या शिवाजीचा डाव आहे, मिर्झाराजे! रजपूत म्हणून गय करायला गेलात, त्यानं बरोबर तोंडघशी पाडलं.'

'दिलेरखान!'

'खोटं वाटतं? शिवाजीला आघाडी दिलीत. त्यानं सरळ मोगली फौज आदिलशाहीच्या तोंडात दिली. राजे, ज्याचा भाऊ शत्रुपक्षाकडून लढतो आहे, त्याचं इमान काय तोलावं?'

'कुणाचा भाऊ?' मिर्झाराजांनी विचारले.

'तुमच्या शिवाजीचा भाऊ! एकोजीराजे आदिलशाहीची फौज चालवितो आहे. मिर्झाजी, हा बनलेला मामला आहे. उद्या चाल करून जा, म्हटलंत, तरी फौज आमचा विश्वास धरायची नाही.'

मिर्झाराजे सुन्न झाले. त्यांना काही सुचेना. दिलेरखान म्हणाला,

'राजाजी! एक सांगतो. ऐकाल?'

'सांगा, दिलेरखान!' मिर्झाराजे म्हणाले.

दिलेरखानाने आजूबाजूला कोणी नसल्याची खात्री करून घेतली. सेवकांना बाहेर घालविले आणि दिलेरखान म्हणाला,

'ही संधी चांगली आहे. शिवाजीचा काटा इथंच काढून टाका. गर्दीत हे काम सहज होऊन जाईल.'

मिर्झाराजे ताडकन उठले. ते उद्गारले,

'काय सांगता, दिलेरखान?...'

'गौर करो, मिर्झाजी! ही कामगिरी माझ्यावर सोपवा. आपल्यावर एवढाही शक व शुबा मी येऊ देणार नाही.'

'लानत है इस अंदाजे खयालपर. नामुमकिन!' मिर्झाराजे मुठी वळत म्हणाले.

'मिर्झाजी, होशवर या!' तेवढ्यात शांतपणे दिलेरखान म्हणाला. त्याच्या डोळ्यांत वेगळीच चमक उठत होती. तो सांगत होता, 'हा शिवाजी साधा नाही.

त्याच्याजवळ शेरे बबरचा हौसला आहे. रेड्याची निर्भयता आहे. हा सलतनीचा काटा बादशहाला कधीच स्वस्थता लाभू देणार नाही. हा काटा काढलात, तर बादशहांना आनंद होईल.'

'खामोश!' मिर्झाराजे किंचाळले. त्यांचे सारे अंग थरथरत होते. मिर्झाराजे दोन पावले तसेच मागे हटले. दिलेरखानाकडे बोट करीत ते घोगऱ्या आवाजात म्हणाले,

'दिलेरखान! हम राजपूत हैं. शिवाजीराजाको हमने बैयत दी है. त्यांनी लढाईत बेइमानी केली नाही, याची मला खात्री आहे. जर राजांच्या जिवाला धोका झाला, तर... दिलेरखान, यह कभी न भूलना- राजाकी जानको अगर कुछ खतरा हुवा, तो हम तख्त और सलतनतका लिहाज न कर सकेंगें. कुछ इसपर भी गौर व फिकर करो.'

'मिर्झाजी...' ओठांवर जीभ फिरवीत दिलेरखान म्हणाला.

'काही बोलू नका. फौज माझ्या हाती आहे. शहेनशहांचा विश्वास माझ्यावर आहे. दिलेरखान, परत असला विचार करू नका. ही आमची आज्ञा आहे. जा!'

दिलेरखान निघून गेला. मिर्झाजी थकून बैठकीवर बसले. एक विचार जन्माला आला होता. तो आता थांबणे कठीण होते. शिवाजीराजे मोगल फौजेत असुरक्षित होते. मिर्झाराजांना चैन पडेना. ते तसेच उठले आणि शिवाजीराजांच्या डेऱ्यात गेले. मिर्झाराजांना आलेले पाहताच सारे उठून बाहेर गेले. झालेल्या पराभवाने शिवाजीराजेही सचिंत बसले होते. मिर्झाराजे बसत म्हणाले,

'राजासाब, दिसला नाहीत, म्हणून आम्ही आलो.'

'राजाजी, आपल्याला तोंड दाखवायला जागा राहिली नाही, म्हणून मी आलो नाही.' शिवाजीराजे म्हणाले.

'लढाईत जय-पराभव हे चालायचेच. एखादी लढाई हरली, म्हणून पराभव होत नाही. राजे! तुम्ही निष्ठेनं लढला, हे मी पाहिलं आहे. त्याचं मोल मला अधिक आहे.'

'मिर्झाजी! एक विनंती आहे.'

'कसली?'

'सेनेचं नेतृत्व दुसऱ्या कुणाकडे तरी द्या. मी त्यांच्या हातांखाली लढेन. मी केलेलं नेतृत्व साऱ्यांना रुचेल, असं वाटत नाही. मनातून बिथरलेली सेना त्वेषानं लढत नसते, राजाजी!'

मिर्झाराजांना शिवाजीराजांचे कौतुक वाटले. न बोलताही त्यांना सारे कळत होते. मिर्झाराजे म्हणाले,

'आता बदल करून चालणार नाही. बदल केला, तर आलेल्या अपयशाचं धनीपण सरळ तुमच्यावर येईल.'

दोघे विचारात पडले. राजे एकदम म्हणाले,

'मिर्झाजी, एक सुचवू?'

'सांगा ना!'

'आपण मला स्वतंत्र मोहीम द्या. पन्हाळा भागाची मला माहिती आहे. तिकडे मला पाठविल्यास मी माझ्या फौजेच्या मदतीनं पन्हाळा काबीज करीन. त्या प्रांतात एवढा धुमाकूळ घालीन, की माझ्या बंदोबस्तासाठी आदिलशाहीला मोठं सैन्य पाठवावं लागेल.'

मिर्झाराजांना तो विचार पटला. त्यांनी एकदम मान्यता दिली. शिवाजीराजांच्या जीविताची जी काळजी वाटत होती, ती दूर झाली.

दोन-चार दिवसांत राजांनी आपली फौज गोळा केली. त्यांनी मिर्झाराजांचा निरोप घेतला.

राजे फौजेनिशी पन्हाळगडाकडे दौडले.

□

१७

पन्हाळ्याकडे जाताना शिवाजीराजांनी आपल्या फौजेच्या दोन तुकड्या केल्या. एका तुकडीचे नेतृत्व आपल्याकडे घेतले, आणि दुसरी तुकडी नेताजींच्या स्वाधीन केली. राजांनी नेताजींना सांगितले,

'नेताजी, आदिलशाही मुलूख मारीत तुम्ही आम्हांला पन्हाळ्याला येऊन मिळा. आजपासून पाचव्या दिवशी पन्हाळ्याच्या पायथ्याशी तुम्ही हजर व्हा. तुम्ही येताच पन्हाळ्यावर हल्ला करू.'

ठरल्याप्रमाणे राजे विजापूरकरांचा मुलूख बेचिराख करीत पाचव्या दिवशी रात्री पन्हाळ्याला पोहोचले. पुढे पाठविलेले हेर राजांना भेटले; पण नेताजींचा कुठे पत्ता नव्हता. राजांच्या जवळ अवघी दोन हजारांची फौज होती. कडाक्याची थंडी पडली होती. अंधूक चांदणे खोऱ्यात पसरले होते. सकाळ झाली आणि शत्रूला सुगावा लागला, तर? राजांनी हल्ला करायचे ठरविले. तानाजी-येसाजींनी त्या बोलाला साथ दिली आणि राजांनी चढाई सुरू केली. बिनबोभाट राजांचे सैन्य गडावर चढत होते.

अचानक गडावरचे पहारेकरी सावध झाले. गडावर एकच हाकाटी उडाली. सारे पहारे सावध झाले. गडावरचे सैन्य राजांच्या सैन्यावर तुटून पडले. कापाकापी सुरू झाली. अकस्मात झालेल्या हल्ल्याने बिथरलेल्या मराठ्यांनी माघार घेतली. जेवढे वाचले, तेवढे सैन्य गोळा करून राजे विशाळगडाच्या आश्रयाला धावले. या चकमकीत राजांचे एक हजार माणूस कामी आले. राजांना हा मोठा धक्का बसला.

पराजयाने संतप्त झालेले राजे विशाळगडावर विचार करीत होते. पुढे काय

करावे, हे त्यांना सुचत नव्हते.

दुसऱ्या दिवशीची दुपार टळली आणि येसाजीने नेताजी येत असल्याची वर्दी आणली. त्या बातमीने राजांच्या नेत्री अंगार फुलले.

राजे नेताजींची वाट पाहत होते. नेताजी राजांचे सेनापती; खास विश्वासातले. घरचे, पण विश्वासाचे म्हणणे कठीण. अफझलवधाच्या वेळीही त्यांनी अशीच कसूर केली होती. माणसे सावरून घ्यायलादेखील मर्यादा असते. अकारण हजार माणसे गमावली. नेताजी वेळेवर आले असते, तर...

नेताजी सामारे आले. राजांनी विचारले,

'नेताजी, ही दिरंगाई का झाली?'

नेताजींना राजांचा संताप माहीत होता. आजवर हाक मारायची झाली, तर राजे नेताजींना 'नेताजी काका' म्हणून संबोधीत. नेताजींना धडगत दिसत नव्हती. ते म्हणाले,

'राजे, फक्त आठ प्रहरांचा उशीर झाला.'

'आठ प्रहर! नेताजी, निदान तुम्हांला तरी हे कळायला हवं होतं- युद्धात क्षणाचा विलंबही विनाशकारी ठरतो. आम्ही वेळेवर गडाखाली आलो; पण तुमचा पत्ता नव्हता. रात्र सरत होती. आम्ही गडावर चढाई केली. गड सावध झाला. तुमच्या निष्काळजीपणामुळं आमची हजार माणसं कामी आली. आम्हांला अपयश आलं. ह्याला जबाबदार तुम्ही!'

'मी?' नेताजींनी विचारले.

'नाही तर कोण?' राजे संतप्त झाले.

त्या नजरेने नेताजींचा थरकाप उडाला. ते म्हणाले,

'मी एकटा यायचा असतो, तर आलो असतो. पण फौज बरोबर होती. ती चालायला तर हवी!'

'बस्स करा, नेताजी! आमच्या सेनापतींना हे शब्द शोभत नाहीत.'

'कोण सेनापती?' नेताजी बोलून गेले.

राजांचे अंग जागच्या जागी ताठरले. ते ओरडले,

'काय म्हणालास?'

'राजे, राजे होता, तोवर फौज लढली; जीवमोलानं लढली. तुम्ही राजेपण गमावलंत. बादशहांचे सरदार तुम्ही. सेनापती मिर्झाराजे. सरदारांचा सेनापती असतो का?'

राजे थरथरत म्हणाले, 'नेताजी, शब्द मागे घ्या!'

नेताजींना आवरण्यासाठी तानाजी धावला; पण नेताजींनी तानाजीला सरकावला. नेताजी म्हणाले,

'तुमच्यासारखे शब्द बदलायची सवय नाही मला. मराठ्याचा शब्द आहे.'

त्या शब्दांनी राजे बेभान झाले. दोन पावलांत त्यांनी नेताजींना गाठले. नेताजींची तलवार खसकन ओढून घेतली. ती जमिनीवर फेकीत राजे ओरडले,

'नेताजी! चालता हो! तुझ्यासारख्या घराबरोबर फिरणाऱ्या वाशांची मला गरज नाही. मी मस्तक मारायच्या आत चालता हो! जा ऽ ऽ'

सारा गड त्या गर्जनेने हादरला. राजांनी नेताजींकडे पाठ फिरविली. राजांचा एक जिव्हाळा हरवला.

□

१८

पन्हाळगडाचा पराभव राजांच्या जिव्हारी झोंबला. राजांनी आपली फौज फोंड्याकडे वळविली. आदिलशाही किल्ला फोंडा हा जिंकूनच माघारी जायचे, असे राजांनी ठरविले. मराठी फौजांनी फोंड्याला वेढा घातला.

मिर्झाराजे विजापूरच्या लढाईत मार खाऊन परिंड्याला आले होते. विजापूरचे पाणी प्याल्याखेरीज मागे जायचे नाही, या प्रतिज्ञेने दिलेरखान सैन्याची आखणी करीत होता. चकमकी झडत होत्या. आदिलशाहीला मिळालेला नेताजी दिलेरखानाच्या सैन्यावर हल्ले करीत होता.

या पराभवातून कसे सावरावे, याचा मिर्झाराजे विचार करीत असतानाच एक अस्वस्थ करणारी बातमी तळावर आली- कुतुबशहा आदिलशहाला मिळाला होता. आदिलशहाचा जर पराभव झाला, तर मिर्झाराजे कुतुबशहावर धाड घालणार, हे कुतुबशहाने ओळखले; आणि त्याने आदिलशाहीचा पराभव वाचविण्यासाठी आपली पन्नास हजारांची फौज पाठवून दिली. त्या बातमीने मिर्झाराजे काळजीत पडले. त्यांनी तातडीने दिलेरखानाला बोलावणे पाठविले. मोगलाई सरदारांच्या बरोबर मिर्झाराजे खलबत करीत होते. दिलेरखानाने सांगितले,

'राजाजी, अजून अजीम आफतीची चाहूल आपल्याला लागलेली दिसत नाही.'

'कसली आफत?'

'शिवाजीचा उजवा हात नेताजी आदिलशाहीला मिळाला आहे.'

'सुना है, नेताजी और राजामें कुछ गहरा फिसाद हुवा.' मिर्झाराजे म्हणाले.

'और आपने उसपर एतमाद किया.' दिलेरखान हसून म्हणाला.

'तुम्हांला काय म्हणायचं आहे? साफ साफ सांग ना!'

'आम्ही कोण सांगणार?' दिलेरखान छद्मी हास्य करीत म्हणाला. 'आमचं ऐकतो कोण? राजाजी, ही शिवाजीची चाल आहे. विजापूरला आघाडी दिलीत; त्यानं शाही फौज नाहक खर्ची घातली. त्याला पन्हाळ्यावर पाठवलंत; तिथं त्यानं मार खाल्ला. आता, म्हणे, फोंड्याला वेढा घालून बसलाय्. राजाजी, शत्रूवर किती

विश्वास ठेवावा, त्यालाही मर्यादा आहेत.'

'दिलेरखान, काय सांगता?'

'मै हकीकत बयान कर रहा हूँ. ज्या शिवाजीनं मूठभर माणसं हाती नसता गड काबीज केले, तो शिवाजी एवढी फौज असता शिकस्त घेतो? राजाजी, माझ्या शब्दावर विश्वास ठेवा. नेताजी आदिलशाहीला मिळाला; आणि पाठोपाठ एक दिवस शिवाजी पण आदिलशहाला मिळाल्याचं तुम्हांला ऐकू येईल.'

'तसं घडलं, तर शिवाजीची गय केली जाणार नाही.' मिर्झाराजे त्वेषाने म्हणाले.

दिलेरखान मोठ्याने हसत होता. सारे सरदार चकित होऊन दिलेरखानाकडे पाहत होते. मिर्झाराजे ओरडले,

'दिलेरखान! हसायला काय झालं?'

दिलेरखान हसता-हसता थांबला. राजाजींच्या नजरेला नजर भिडवीत तो म्हणाला, 'राजाजी! हसू नको, तर काय करू? बेअदबीची माफी असावी. शिवाजी आदिलशाहीला मिळाला, तर तुमच्या हाती काय राहील? कुतुबशाही, आदिलशाही आणि शिवाजी एक झाले, तर या मुलुखातून आपला एक शिपाईदेखील सुटायचा नाही. मग बदला कुणाचा घेणार?'

भर थंडीतही मिर्झाराजांचा जीव कासावीस झाला. दिलेरखान म्हणाला, ते अगदी खरे होते. मिर्झाराजांनी साऱ्यांना निरोप दिले. त्यांनी तातडीने दिल्लीला खलिता पाठविला-

'...आता आदिलशहा कुतुबशहा एक झाले आहेत. तेव्हा कसेही करून शिवाजीचे मन आपल्याकडे वळवून घेतले पाहिजे. बादशहांची भेट घेण्याकरिता म्हणून त्याला उत्तरेकडे पाठवून देणे जरूर आहे...'

मिर्झाराजे दिल्लीच्या उत्तराची वाट पाहत होते. त्याच वेळी दिल्लीला शहाजहान बादशहा मृत्यू पावला. औरंगजेब खऱ्या अर्थाने बादशहा झाला.

फोंड्याच्या रुस्तुम जमाशी बोलणी करून फोंडा ताब्यात घेण्याची शिवाजीराजांची आशा होती; पण आदिलशाहीने पाठविलेल्या फौजेमुळे अचानक फोंड्याला कुमक मिळाली. फोंड्यालाही पराभव स्वीकारून राजांना माघार घ्यावी लागली. त्याच वेळी राजांना मिर्झाराजांचे तातडीने बोलावणे आले. राजे मिर्झाराजांना भेटले. मिर्झाराजे म्हणाले,

'राजे, पराजयाचं वाईट वाटून घेऊ नका. तुम्ही तुमच्याकडून शर्थ केलीत, हे मला माहीत आहे.'

'राजाजी, तुम्ही हे म्हणावं, यात तुमचा मोठेपणा आहे.'

'मुळीच नाही.' मिर्झाराजे म्हणाले, 'राजे, आता साठीचं वय आलं. अनेक रणांगणांचा अनुभव घेऊन हे केस पांढरे झाले. लढाईतलं यशापयश दैवाधीन असतं, हे मला समजून चुकलं आहे. मी तुम्हांला बोलावलं, ते एक विनंती करण्यासाठी.'

'कसली विनंती?'

'मान्य कराल?' मिर्झाराजांनी विचारले.

'मिर्झाजी, मला लाजवू नका. तुम्ही सांगाल, ते मी मान्य करीन.'

'हे शपथपूर्वक सांगाल?' मिर्झाराजांनी विचारले.

राजे क्षणभर अस्वस्थ झाले. दुसऱ्या क्षणी राजे त्याच निश्चयाने म्हणाले,

'राजाजी! मीही राजपूत आहे. आमचा शब्द शपथेइतकाच मोलाचा असतो.'

'राजाजी, आम्ही तुमच्या पराक्रमाची तारीफ दिल्लीला कळविली होती. त्यातच शहाजहान स्वर्गवासी झाले. औरंगजेब आता पातशहा झाले आहेत. आग्र्याला त्यांचा वाढदिवस मोठ्या थाटानं साजरा होत आहे. तुम्ही आणि युवराजांनी त्यांना भेटावं, अशी आज्ञा आली आहे.'

'मी आणि संभाजीराजे?'

'होय. बादशहांची मेहेरनजर आहे, तोवर तुम्ही त्यांना भेटावं, असं मला वाटतं. माझी खात्री आहे, बादशहा तुमचं प्रेमानं स्वागत करतील. तुम्ही दोघेही फर्मानाचे धनी झाला आहात. बादशहांची भेट घेऊन निष्ठा व्यक्त करणं हा रिवाजच आहे. तो तुम्ही पाळायला हवा.'

राजे विचारात पडले. औरंगजेबाच्या दरबारी जायचे! काही दगा झाला, तर? राजे म्हणाले,

'राजाजी, हा सन्मान खरा; पण काही धोका झाला, तर...'

मिर्झाराजे राजांच्या जवळ आले. ते म्हणाले,

'राजाजी, तुमची काळजी मला अधिक. मी सारा विचार केला आहे. तुम्ही मनात शंका आणू नका. तुमच्या केसालाही धक्का लागणार नाही, हे मी वचन देतो. मी तुळशी हाती घेऊन तुमच्या जिवाची एकदा हमी घेतली आहे. त्याला मी बद्ध आहे. माझ्यावर विश्वास ठेवा.'

राजे म्हणाले, 'ठीक आहे. आम्ही जाऊ. तुम्ही सांगता, म्हणून जाऊ. आमचा आमच्यापेक्षा तुमच्यावर अधिक विश्वास आहे; पण मी हे का करावं, ते मला कळत नाही.'

मिर्झाराजे म्हणाले, 'राजासाब, जेवढं मला करता येणं शक्य होतं, तेवढं मी केलं. यापेक्षा मी काही करू शकत नाही; ते खुद्द बादशहाच करू शकतील. कुणास माहीत, कदाचित ते खूश होऊन तुम्हांला दक्षिणची सुभेदारी बहाल करतील. सुदैवानं तसं घडावं. तसं झालं, तर तुमचे मनोरथ आपोआप सिद्धीस जातील.

यापेक्षा मला जास्त बोलता येत नाही.'

'ठीक आहे. नशिबाची परीक्षा पाहायला मी तयार आहे.'

मिर्झाराजांना आनंद झाला. राजांना त्यांनी दिलासा दिला, 'खुद्द बादशहांचा प्रतिनिधी म्हणून जानी बेग तुमच्याबरोबर येईल. मी रामसिंगाला स्वतंत्र पत्र लिहीत आहे. तो तुमची सारी व्यवस्था करील. वाटेत माझा विश्वासाचा माणूस तेजसिंह कछवाह थेट आग्र्यापर्यंत तुम्हांला सोबत करील. आम्ही सांगायचं विसरलोच- बादशहांनी तुम्हांस वाटखर्चासाठी एक लक्ष रुपये देऊ केले आहेत. तुम्ही जायची तयारी करा.'

राजे उठले. निरोप घेतेवेळी राजे म्हणाले,

'राजाजी, एक विनंती करावीशी वाटते- मी तुमच्या विश्वासावर हे धाडस करीत आहे; पण मी परमुलुखात असता माझ्या राहिलेल्या राज्याला धक्का पोहोचू नये.'

मिर्झाराजांनी एकदम शिवाजीराजांना हातांच्या मिठीत सामावून घेतले. राजांच्या पाठीवर थोपटीत मिर्झाराजे म्हणाले,

'राजे, तुम्ही निश्चिंत असा. तुमच्या मुलुखाला मी जराही धक्का लागू देणार नाही. तुम्ही सुरक्षितपणे परत येईपर्यंत मी दक्षिणेत तुमची वाट पाहत आहे. तुमच्या येण्याकडे माझी नजर लागून राहील.'

राजांनी तातडीने मिर्झाराजांचा निरोप घेतला आणि राजे राजगडावर आले.

□

११

'राजे! तुम्ही आग्र्याला जाणार?' जिजाबाई उद्गारल्या.

तो धक्का साऱ्यांनाच बसला होता. महालात मोरोपंत पिंगळे, सोनोपंत डबीर, जिजाबाई आणि राजे हे बसले असता राजांनी ती बातमी अगदी सहजपणे सांगून टाकली.

राजे स्मितवदनाने म्हणाले,

'मासाहेब? त्यात एवढं दचकायला काय झालं? औरंगजेब आता खरेखुरे शहेनशहा झाले आहेत. संभाजीराजे सहाहजारी मनसबदार बनले आहेत. आम्हीही फर्मानाच्या कृपेला पात्र झालो आहो. बादशहांनी प्रसन्न होऊन आम्हांला बोलावलं, त्यात आनंद मानायला नको का?'

'नाही त्या वेळी तुम्हांला थट्टा सुचते.' जिजाबाईंनी दटावले.

राजे या बोलांनी गंभीर बनले. राजांनी मन उघडे केले,

'मासाहेब, हिंदवी स्वराज्याचं स्वप्न आम्ही विसरलो नाही. त्याचमुळं हा निर्णय आम्ही घेतला. आज आहो, या परिस्थितीत आम्ही कितीही दिवस राहिलो, तरी ते स्वप्न हाताशी यायचं नाही. उलट, या संधीचा आम्ही फायदा घ्यायचं ठरविलं आहे.'

'कसला फायदा?' मोरोपंतांनी विचारले.

'फायदा आहे तर! जर खरोखरीच बादशहा प्रसन्न झाले, तर आम्हांला ते दख्खनची सुभेदारी बहाल करतील. दिल्लीदरबाराची मनसब घेऊन आम्ही मुलुखात आलो की, आपोआप मिर्झाराजांना शह सुटेल. बादशहा दिल्लीत सुखरूप बसतील आणि त्यांच्या नावाखाली इथलं राज्य पुरं उभं करता येईल. हा काय थोडा फायदा आहे?'

सारे निरुत्तर झाले. जिजाबाईंचा जीव काळजीने पोखरून गेला. राजांचे सांगणे पटत होते; कळत होते. पण मातेच्या मनाची काळजी त्याने दूर होत नव्हती. त्या म्हणाल्या,

'राजे, पण धोका केवढा...'

'धोका मुळीच नाही. मिर्झाराजांनी शब्द दिला आहे. ते शब्दाचे सच्चे आहेत; त्यासाठी ते हवं ते करतील. त्याची आम्हांला खात्री आहे. मिर्झाराजांच्या शब्दाखातर तरी औरंगजेब आम्हांला जीवमोलानं जपेल. त्याला जपावंच लागेल. मिर्झाराजांना डावलणं औरंगजेबालाही पेलणार नाही. ती खात्री नसती, तर आम्ही होकार दिलाच नसता.'

सारे निरुत्तर झाले.

राजांना फार दिवसांची उसंत नव्हती. दुसऱ्या दिवशी राजे गडाबाहेर पडले. राजे आपल्या गडांना अचानक भेट देत होते. गडांची पाहणी करीत होते. किल्लेदारांना सांगत होते...

'हुशारीनं राहा. रात्रंदिवस जागता पहारा ठेवा. अकस्मात हल्ला आला, तरी न डरता हल्ल्याला तोंड द्या. मासाहेबांची आज्ञा होईल. ती काटेकोरपणे पाळा. आजवर जसे वागत आला, तसेच आम्ही आहो, असं समजून वागा. गड राखलात, तर तुमच्या गुणाचं चीज होईल. हेळसांड झाली, तर गय केली जाणार नाही.'

आपल्या मुलुखाचा कारभार नीट लावून राजे मोरोपंतांसह राजगडावर आले. राजांनी आपली सारी विश्वासातली माणसे गोळा केली. त्यांत येसाजी, तानाजी, प्रतापराव गुजर, फिरंगोजी नरसाळा, हिरोजी फर्जंद, निराजी रावजी, त्र्यंबक सोनदेव अशा साऱ्यांना बोलावून राजांनी राज्याची निरवानिरव केली. राज्याचा कारभार, मुखत्यारी जिजाबाईंच्या हाती सोपविली. मोरोपंत पिंगळे पेशवे, निळो सोनदेव मुजुमदार आणि नेताजींनंतर सेनापती बनलेले प्रतापराव गुजर यांना राज्यकारभार सांगितला. आरमाराचा सुभा दर्यासारंग दौलतखान आणि मायनाक भंडारी यांच्यावर सोपविला.

राजांची निरवानिरव पाहून अनेकांच्या डोळ्यांत पाणी आले. राजे युवराजांसह

जाणार, या कल्पनेनेच जिजाबाई घायाळ बनल्या होत्या. वार्धक्याची सावली जिजाबाईंच्यावर पडली होती. जिजाबाई म्हणाल्या,

'राजा! अरे, तू नाहीस, संभाजी नाही, तर या कारभाराला काय करायचं?'

'हां, मासाहेब! असं म्हणू नका. आम्ही माघारी येऊ; सुखरूपपणे येऊ. पण आमच्यापेक्षा राज्य मोलाचं. ते टिकायला हवं. जेव्हा आम्हांला कळत नव्हतं, तेव्हा सदरेवर बसून कारभार चालविणाऱ्या मासाहेबांची आज गरज आहे. ती उणीव तुम्ही भरून काढायला हवी.'

मोरोपंतांनी विचारले, 'राजे, आपल्याबरोबर...'

'ते सांगायचं राहिलंच. आमच्याबरोबर रघुनाथ कोरडे, त्र्यंबक सोनदेव डबीर, मदारी मेहतर, बाजी जेधे, निराजी रावजी, सबनीस ही मंडळी येतील. कवी परमानंदांनाही आम्ही बोलावलं.'

ज्यांची नावे घेतली, ते धन्य झाले. पण येसाजी, तानाजी, फिरंगोजी यांच्यासारखी मंडळी नाराज झाली. राजे म्हणाले,

'फिरंगोजी, इथं राज्य आहे. ते राखायला हवं. ते काम तुमचं. तानाजी, येसाजी, प्रतापराव, तुम्ही ही जबाबदारी पेलली पाहिजे. मासाहेबांना जपलं पाहिजे. गरुडाच्या नजरेनं मुलुखावर नजर ठेवा. सावधगिरीनं राहा.'

राजांनी साडेतीनशे माणसांची निवड केली होती. एकूण एक माणूस पारखून घेतला होता. त्यांत अनेक नजरबाज सामील करून घेतले होते. पालख्यांचे भोई आणि सामानाची वाहतूक करणारे यांतही माणसांची पारख झाली होती.

राजांना सोबत करण्यासाठी म्हणून नेमणूक झालेले जानी बेग आणि तेजसिंग कछवाह गडावर हजर झाले. प्रयाणाचा दिवस जवळ येत होता. जिजाबाईंनी शास्त्र्यांना विचारून मुहूर्त काढला होता. फाल्गुन शुद्ध नवमीला राजे निघणार होते. गडावरच्या सर्व दैवतांना अभिषेक झाले. राजवाड्यात सामानाची बांधाबांध चालू होती. संदुका, पेट्या भरल्या जात होत्या. संभाजीराजे प्रवासाच्या कल्पनेने आनंदले होते. मोठ्या उत्साहाने सारी गडबड ते पाहत होते.

राजांच्या महाली मनोहारी राजांचे कपडे संदुकीत भरत होती. सोयराबाई नजर ठेवीत होत्या. सोयराबाई एक पेटी हाती देत म्हणाल्या,

'मनोहारी, टोपाच्या खणात ही पेटी ठेव. शिरपेच आहेत; पण स्वारींना सारं सापडेल का? आत्ताच कुठं काय ठेवलं, हे माझ्या लक्षात नाही.'

'महादेव आहे ना संगती.' मनोहारी म्हणाली, 'त्याला सारं समजावून सांगेन. खरं सांगू का, राणीसाहेब? त्यांना ह्या कपड्यांतलं काही कळत नाही. कपडे काढून

द्यावेत, तेव्हा कळतं.'

'कपड्यांतलंच काय, पण संसारातलंही कळत नाही.' सोयराबाई निःश्वास सोडून म्हणाल्या.

त्याच वेळी कानांवर आवाज आला :

'छान बोलणी चाललीत तुमची!'

दोघी झटकन ताठ झाल्या. गडबडीने पदर घेतले गेले. राजे हसत आत आले.

'आडून ऐकलं, की निंदाच कानी पडते, याचं प्रत्यंतर आज आलं.'

दोघी लाजून हसल्या. दोघींच्याकडे पाहत राजे बोलले,

'आम्ही एवढा राज्याचा खटाटोप करतो; आणि आम्हांला साधं कपड्यांतलं कळत नाही?'

सोयराबाईंनी मान वर केली. त्या म्हणाल्या,

'मग सांगा पाहू, जाम्याचे आणि अंगरख्याचे किती जोड घालायचे? त्यांत जरीबुंदी किती, रंगीत किती, साधे किती, बंदाचे किती, आणि गोफाचे...'

'बस, बस, बस ऽ ऽ' राजे एकदम म्हणाले, 'आम्ही हरलो. जर आमचा महादेव एवढी उसाभर करीत असेल, तर आम्ही परत येताच त्याला मुजुमदार करून टाकू. असल्या किचकट कामांत थकत असेल, तर सोपं काम देऊ.'

मनोहारी तोंडाला पदर लावून बाहेर गेली. महालात फक्त राजे आणि सोयराबाई राहिल्या. राजे सोयराबाईंच्या नजीक गेले. सोयराबाई राजांच्याकडे पाहत होत्या. त्यांचा गौर वर्ण, धिटाईची नजर, प्रभावी व्यक्तिमत्त्व पाहत राजे म्हणाले,

'राणीसाहेब, आम्ही जाणार, म्हणून वाईट वाटत नाही?'

'वाईट? ते कशासाठी? जाणं भाग आहे, म्हणून जाता.'

'हे साऱ्यांनाच कळत नाही.' राजे बोलून गेले.

'मला खोटं वागायला येत नाही.' सोयराबाई हसून म्हणाल्या, 'तसं पाहिलं, तर एरवीदेखील कुठं एका जागी राहणं होतं? आम्हां बायकांना त्याची सवयच असते.'

'तेही खरंच!' राजांनी होकार दिला.

'साऱ्यांनाच काळजी वाटते बाळराजांची. आपल्यापेक्षा का बाळराजे जास्त? भलतीच सोंगं करतात.'

सोयराबाई उत्साहाने बोलत होत्या. पण राजे कुठेतरी व्यथित होत होते. का, ते त्यांना कळत नव्हते. राजे सावरून हणाले,

'राणीसाहेब, आपण थोरल्या. आता मासाहेब थकल्या. तुम्ही आता दप्तरी लक्ष देत जा. मासाहेबांच्या बरोबर कारभाराला मदत करीत चला.'

'मासाहेबांना आवडलं, तर करीन की!'

'मी सांगेन.' राजांनी आश्वासन दिले.

'मी जाते.' म्हणून सोयराबाई थांबल्या. राजे नजीक गेले. त्यांनी सोयराबाईंच्या खांद्यावर हात ठेवले. ते म्हणाले,

'राणीसाहेब! काही हवं का?'

'कसं सांगावं, तेच कळत नाही. उत्तरेला अत्तरं चांगली मिळतात, म्हणे. सवड झाली, तर आणावीत.'

राजे हसले. त्या हसण्याने दचकून सोयराबाईंनी विचारले,

'माझं काही चुकलं का?'

'छे! मुळीच नाही.' राजे गडबडीने म्हणाले, 'आपलं काम करण्यात आम्हांला आनंद वाटेल.'

'पाहा हं! विसराल!'

'आम्ही मुळीच विसरणार नाही. आमच्या साऱ्या प्रवासात एवढं एकच सुगंधी काम आहे. ते कसं विसरणार?'

सोयराबाई लाजल्या आणि क्षणात महालाबाहेर गेल्या.

राजांचे उसने हास्य जागच्या जागी विरून गेले.

दप्तरीची निरवानिरव करून झोपायला जाण्यास खूप उशीर झाला. दिवसाच्या श्रमांनी थकलेले राजे आपल्या महाली आले. समया तेवत होत्या. काही वाती विझल्या होत्या. राजांच्या डोळ्यांवर झोप तिष्ठत होती. राजे पलंगाकडे जात होते. राजांच्या पलंगाजवळ कोणीतरी बसले होते. राजांनी जवळ जाताच ओळखले,

'कोण?' राजांनी विचारले, 'पुतळा?'

पुतळाबाई उभ्या राहिल्या. राजे जवळ गेले. पुतळाबाईंचा चेहरा आपल्याकडे वळवीत ते म्हणाले,

'पुतळा, काय झालं?'

पुतळाबाईंना हुंदका फुटला. त्यांचे सारे अंग गदगदत होते. राजांनी पुतळाबाईंना जवळ घेतले. राजांचा हात पाठीवरून फिरत होता. राजे म्हणाले,

'वेडी का तू? पूस डोळे. आम्ही परत येऊ. काळजी करू नको.'

पुतळाबाईंनी डोळे पुसले. राजे म्हणाले,

'पुतळा, मी उद्या निघणार. तू भेटलीस, बरं झालं. मला विचारायचं होतं.'

'काय?'

'तुझ्यासाठी काय आणू?'

'आणाल?' पुतळाबाईंनी विचारले.

'हो! सांग ना.'

'माझी शपथ?'

'तुझी शपथ! आता तर झालं?' राजे पुतळाबाईंच्याकडे पाहत होते.

पुतळाबाईंची नजर उंचावली.

राजे म्हणाले,

'सांगा ना.'

'आपण सुखरूप यावं.' एवढं बोलून पुतळाबाईंनी हुंदका दिला.

राजे सुन्न झाले. म्हणाले,

'फार कठीण काम सांगितलंस, पुतळा! ठीक आहे. आम्ही जरूर ते पार पाडू; पण त्यालाही अट आहे.'

पुतळाबाईंनी चमकून वर पाहिले. राजे हसत म्हणाले,

'रडायचं नाही. उपवास तर मुळीच करायचे नाहीत.'

'काहीतरीच!'

'व्वा! काहीतरीच कसं? आम्ही शब्द पाळण्यासाठी यायचं, तेव्हा आपलं माणूस तरी दिसायला हवं ना!'

'काही धाड होत नाही मला!' पुतळाबाई म्हणाल्या, 'जाते मी. रात्र फार झाली. दर्शन घेण्यासाठी थांबले होते.'

पुतळाबाई वळल्या. राजांनी हाक मारली,

'पुतळा!'

'जी!' पुतळाबाई वळल्या.

'एक काम करशील?'

'आज्ञा!'

राजांचा आवाज घोगरा बनला. ते म्हणाले,

'मासाहेबांचं वय झालं. थकल्यात त्या. त्यांना सांभाळायला, धीर द्यायला कुणी तरी हवं. तू त्यांना जप. तुझ्यामुळं मी निश्चिंत राहीन. करशील?'

'एवढा विश्वास टाकलात; सोनं झालं माझं!' पुतळाबाईंना पुढे बोलवेना. त्यांनी क्षणभर राजांच्याकडे पाहिले; आणि त्या झरकन निघून गेल्या.

समईच्या उजेडात दिसलेल्या त्या नेत्रांच्या दर्शनाने राजांना केवढा धीर आला. तेच आठवीत राजे झोपी गेले.

◻

२०

पहाटे स्नान आटोपून, पूजा करून, राजे महालात आले. मनोहारी तेथे उभी होती. राजांनी सांगितले,

'मनोहारी, देवाच्या पेटीत माझं पूजेचं स्फटिकलिंग ठेव.'

'जी!'

मनोहारीने देव्हाऱ्यातले स्फटिकलिंग उचलले, आणि राजांच्या पूजेच्या पेटीत ठेवले. राजे कुठेही गेले, तरी त्यांच्या बरोबर ते लिंग सदैव असे. मनोहारीने पेटी बंद केली. राजांनी विचारले,

'मनोहारी, सामान गेलं?'

'जी! सगळं सामान पहाटेच गडाखाली गेलं. मी जाऊ?'

'हो!'

मनोहारी पुढे आली. चटकन तिने राजांचे पाय शिवले. नकळत राजांचा हात क्षणभर तिच्या मस्तकावर विसावला. मनोहारी उभी राहिली. तिचे अश्रूंनी भरलेले डोळे पाहताच राजे म्हणाले,

'काळजी करू नको, मनू! आम्ही सुखरूपपणे परत येऊ. तुझ्यासारख्या अश्राप जिवाची आशा वाया जायची नाही. मासाहेबांना जपा.'

राजे महालातून खाली आले. संभाजीराजे जिजाबाईंच्या महाली हजर होते, दागिन्यांनी सजलेले. राजे बोलले,

'शाही दरबारचा थाट दिसतो खरा!'

बाळराजांचा हात धरून राजे देव्हाऱ्याजवळ गेले. जमिनीला मस्तक टेकून दोघे पाया पडले. राजे मासाहेबांच्या जवळ आले. परत त्यांचे मन भारावले. जिजाबाई घायाळ नजरेने पाहत होत्या. काही न बोलता राजांनी मासाहेबांच्या पायांवर मस्तक टेकविले. उठत असतानाच ते जिजाबाईंच्या कुशीत ओढले गेले.

'शिवबा ऽ ऽ' जिजाबाई उद्गारल्या.

राजे कष्टाने मिठीतून मोकळे झाले.

'मासाहेब, चिंता करू नका. आम्ही परत येऊ. बोलून चालून शत्रुघरात आम्ही जातो आहो. अनेक बातम्या उठतील. पण त्यांनी घाबरे होऊ नका. धीर घालवू नका. संभाळा.'

'पोराला जप.'

'काळजी करू नका, मासाहेब!' राजांनी सर्वांवरून नजर फिरविली, आणि राजे म्हणाले,

'येतो आम्ही.'

राजे वळणार, तोच जिजाबाई म्हणाल्या,

'राजे, थांबा!'

जिजाबाईंनी शाल आणली आणि राजांच्या हाती दिली.

'हे काय? शाल कशाला?'

'राजे! बाळराजे माझ्या जवळ झोपतात ना? त्यांची ही शाल!'

'पण उकाडा असणार!'

'या शालीखेरीज बाळराजांना चांगली झोप येत नाही.'

राजांनी शाल घेतली; आणि बाळराजांच्यासह ते महालाबाहेर पडले. □

२१

राजे आपल्या सरंजामासह वाटचाल करीत होते. उन्हाळ्याची सुरुवात झाली होती. बाळराजे बरोबर असल्याने राजांचा प्रवास जरा धीमेपणाने चालला होता. राजांना वाटेतच औरंगजेबाचे फर्मान मिळाले :

> '...इकडील लोभ तुम्हांवर पूर्ण आहे. खातरजमेने यावे. म्हणजे भेटीअंती बहुत सत्कार पावून माघारे जाण्याविषयी निरोप दिला जाईल.'

सदर फर्मानाबरोबर राजांना खास पोशाख पाठविला होता. राजांना ते पत्र व पोशाख पाहून खूप समाधान वाटले. वाटेवर जेथे राजांचा मुक्काम पडत होता, तेथे मोगल अधिकारी सामोरे येत होते; राजांच्या कबिल्याला दाणा-पाणी पुरवीत होते. औरंगजेबाने आपले कुलफौजदार व महालमोकासे यांना तशी ताकीदपत्रे आधीच लिहिली होती. 'खुद्द शहाजादे यांच्याप्रमाणे अदब चालवावी,' असा औरंगजेबाचा सर्वांना हुकूम होता. त्यामुळे कष्ट न होता राजांचा प्रवास होत होता. राजे दरमजल करीत औरंगाबादेच्या नजीक आले.

शिवाजीराजा येतो आहे, हे कळताच साऱ्या औरंगाबादेचे कुतूहल जागृत झाले. राजे यायच्या दिवशी शिवाजीराजांना पाहायला रस्त्यावर हजारोंची गर्दी जमली. साऱ्यांचे लक्ष वेशीकडे लागले होते. तोवर हाकाटी उठली,

'आला... आला...'

औरंगाबादेच्या सुभेदाराचे स्वार दौडत नगरात प्रवेश करते झाले. 'हटो... हटो...' म्हणत ते दौडत रस्त्यावरून पुढे गेले आणि वेशीतून आघाडीचा हत्ती प्रवेश करता झाला. चांदीच्या दागिन्यांनी सजलेल्या त्या हत्तीच्या पाठीवर चांदीचा हौदा होता. त्या हौद्यावर शिवाजीचे भगवे निशाण फडकत होते. भगव्या निशाणावर जरीच्या कशिद्याने काढलेले सूर्यचंद्र नजरेत भरत होते. आघाडीच्या निशाणापाठोपाठ रक्षक स्वार येत होते. स्वारांच्या देखण्या घोड्यांची खोगिरेसुद्धा सुवर्णचांदीच्या जराने मढविली होती. स्वारांच्या मागे रुबाबदार कपडे केलेले पायदळ येत होते. त्याच्या मागून खास पालखी येत होती.

राजे पालखीत बसले होते. सर्व पालखी नक्षीदार चांदीच्या पत्र्याने मढविली होती. पालखीचे खूर व कळस सुवर्णाचे होते. बाळराजांची तसलीच पालखी पाठीमागून येत होती. पालखीचे सर्व भोई एकाच वेशाचे होते. त्यांची तुर्की पागोटी

लक्ष वेधून घेत होती. आपल्या दुडक्या चालीने पालखी तोलीत ते जात होते. दोन्ही पालख्यांबरोबर स्वार आणि सशस्त्र दल तळपत्या तलवारी, लांब नळ्यांच्या बंदुका घेऊन चालत होते. ऊन लागू नये, म्हणून झालरीची अब्दागीर धरलेले दोन सेवक पालखीमागून जात होते. त्या दोन पालख्यांच्या मागे राजांच्या खास माणसांच्या अनेक पालख्या, चांदीचे हौदे असलेल्या दोन हत्तिणी चालत होत्या. सामानांचे उंट, बैल येत होते, ते वेगळेच.

औरंगाबादेचे नागरिक राजांना निरखीत होते. गव्हाळ वर्णाचे देखणे स्वरूप पाहून नागरिक तृप्त होत होते. पाठीमागच्या पालखीतील बाळराजांनी आपल्या अप्रतिम देखणेपणाने साऱ्यांची मने काबीज केली. बाळराजांना पाहून अनेक हिंदू स्त्रियांनी उभ्या जागी कानशिलांवर बोटे मोडली.

औरंगाबादेचा सुभेदार सफशिकनखान मोठा मगरूर होता. शिवाजीराजांच्याबद्दल आलेले फर्मान त्यालाही पोहोचले होते. पण तिकडे दुर्लक्ष करून आपण स्वत: राजांच्या स्वागताला न जाता त्याने आपल्या पुतण्याला राजांच्या स्वागताला पाठविले. त्याच्या मते एका जमिनदार मराठ्याला एवढा मान पुष्कळ होता. खानाच्या पुतण्याने राजांचे वेशीत स्वागत केले, आणि सांगितले,

'सुभेदार सफशिकनखानांच्या वतीनं मी आपलं स्वागत करतो. सुभेदारसाहेबांनी आपल्याला सुभेदारमहाली भेटण्याची विनंती केली आहे.'

राजे ऐकत होते. त्यांनी विचारले,

'सुभेदार बीमार तर नाहीत?'

'अल्लाच्या कृपेनं त्यांची तबियत ठीक आहे.'

'तुम्ही आमच्या मुक्कामाची वाट दाखवा.'

'आपण सुभेदारांच्या घरी येत नाही?' खानाच्या पुतण्याने विचारले.

'नाही. आम्ही आमच्या मुक्कामावर जाणार आहोत.'

पालखी चालू लागली; सुभेदाराचा पुतण्या मार्ग दाखविण्यासाठी आपल्या स्वारांनिशी पुढे धावला. राजांच्यासाठी मोकळ्या केलेल्या शाही बागेतल्या महालात राजे पोहोचले. महालाभोवती राजांच्या इतर मंडळींकरिता तंबू, डेरे उभारले होते.

राजांना मुक्कामावर सोडून सुभेदाराचा पुतण्या सुभेदारांकडे धावला. सुभेदार आपले अधिकारी गोळा करून राजांची वाट पाहत होता. पुतण्याने घडलेला प्रसंग सांगितला. सुभेदार ते ऐकून थक्क झाला. 'खुद्द शहाजादा येतो आहे, असे समजून राजांची बडदास्त ठेवावी,' असे औरंगजेबाने फर्मान का काढले, ते सुभेदाराला समजले. चूक झाली होती. शिवाजीने वर कळविले, तर कदाचित इतराजी होण्याचा संभव होता. सफशिकनखानाची सारी घमेंड उतरली. सारे अधिकारी घेऊन तो शाही बागेकडे धावला. अत्यंत अदबीने त्याने राजांची भेट घेतली. नजराणे

लावले. त्यांबद्दल राजांनी समाधान व्यक्त केले; एवढेच नव्हे, तर दुसऱ्या दिवशी सुभेदाराच्या घरी पाहुणचाराला येण्याचे राजांनी आनंदाने मान्य केले.

ठरल्याप्रमाणे राजे दुसऱ्या दिवशी सुभेदाराकडे गेले. राजांच्या विनयशील स्वभावाने साऱ्यांच्यावर राजांची छाप पडली. राजे काही दिवस औरंगाबादेस राहिले. राजांनी विश्रांती घेतली; आणि पुढचा प्रवास सुरू केला. सुभेदार शहराबाहेरपर्यंत राजांना पोहोचवायला आला होता.

हवा प्रसन्न होती. राजे आपल्या नजरेने सारा मुलूख न्याहाळीत होते. पालखी एका चालीने जात होती. बाळराजे त्यांच्या पालखीबरोबर जाणाऱ्या हिरोजी फर्जंदला अनेक प्रश्न विचारून भंडावीत होते.

राजांच्या नजरेत दौलताबादेचा किल्ला दिसू लागला. नजीक येणाऱ्या किल्ल्यांवर राजांची नजर स्थिर झाली होती. सपाट मुलुखामध्ये तो किल्ला आपल्या ऐश्वर्याने उंचावला होता. खंदकांनी वेढलेला, ताशीव कड्यांनी सजलेला तो भव्य किल्ला राजांच्या नेत्रांचे पारणे फेडीत होता. हिंदूंची दुसरी शाही येथेच नांदली होती; कथाकीर्तनांत दंग झाली होती. एकावर एक टप्पे घेत चढलेल्या या किल्ल्याच्या शिखरावर फडकणारे हिरवे निशाण पाहून राजांचे मन व्यथित झाले. विजयनगरच्या साम्राज्याची धूळधाण झाली. दौलताबादेच्या साम्राज्यावरून मोगली वरवंटा फिरला. केवढी वैभवसंपन्न साम्राज्ये नाश पावली! कुणामुळे का? राजांच्या मनात विचार आला... 'आपल्याही स्वप्नाची ही गत व्हायची नाही ना?' त्या विचाराबरोबर राजांचे अंग थरकापून उठले. एक निःश्वास बाहेर पडला. दौलताबादेसमोर किल्लेदार राजांच्या स्वागतासाठी उभा होता. पण राजांनी तेथे मुक्काम केला नाही.

व्यथित राजांच्या कानांवर धक्का देणारी बातमी आली. नेताजी आदिलशाही सोडून मिर्झाराजांना मिळाले होते. औरंगजेबाने त्यांना पाचहजारी मनसब देऊ केली होती. त्या बातमीने राजे दुःखी बनले होते. बराच वेळ काही न बोलता विचार करीत होते.

भल्या पहाटे राजांनी मुक्काम हलविला. राजे निराजीपंतांना म्हणाले,

'पंत, वाटेत घृष्णेश्वर दैवत लागतं- आम्हां भोसल्यांचं कुलदैवत. तिथं एक मुक्काम करावा, असं वाटतं.'

'चांगली इच्छा आहे, राजे!' निराजीपंतांनी मान डोलविली.

काही शिबंदीचे स्वार घृष्णेश्वराकडे दौडले.

घृष्णेश्वरमंदिर जसे जवळ येऊ लागले, तसे राजे अधीर बनले. पालखी थांबविली गेली. राजे पायउतार झाले. बाळराजांना ते म्हणाले,

'बाळराजे, इथून घोड्यावरून जावं, असं आमच्या मनात आहे. तुम्ही येणार?'

'येऊ ना, आबासाहेब!'

घोडी आणली गेली. गर्द राईने सुशोभित झालेले डोंगर, गार वारा यांमुळे साऱ्यांची मने प्रसन्न होती. तेजसिंह कछवाह राजांच्या जवळ आला. तो म्हणाला,

'राजासाब, बादशहांची ही आवडती जागा. औरंगाबादेला जेव्हा शहेनशहा सुभेदार होते, तेव्हा नेहमी इथं छावणी करीत. ही जागा फार आवडली, असं म्हणत.'

राजांनी सभोवार नजर फिरविली, आणि ते म्हणाले,

'खरोखरीच चांगली जागा आहे. पण, तेजसिंहजी, जागा उगीच आवडत नाही. त्या जागेचं काही तरी नातं असावं लागतं. तेव्हाच अशी ओढ असते.'

'आम्ही समजलो नाही.' तेजसिंह म्हणाला.

'आम्हांला तरी कुठं माहीत आहे? या जागेशी बादशहांचा काही तरी ऋणानुबंध असावा, असं उगीच आम्हांला वाटलं. चल...'

डोंगरपायथ्याला वसलेल्या घृष्णेश्वराचा कळस दिसू लागला. हीच ती भोसल्यांची पुण्यभूमी; भोसल्यांचे कुलदैवत. राजांनी बालराजांच्यासह देवदर्शन घेतले. घृष्णेश्वराला अभिषेक केला. दान केले. घृष्णेश्वराच्या परिसरात राजांचे मन तल्लीन झाले. पूजा आटोपून जेवणे व्हायला दोन प्रहर झाली. राजे बालराजांच्यासह देवळाच्या फरशीवर बसले होते.

निराजीपंत सोवळे बदलून आत आले. राजे निराजीपंतांना म्हणाले,

'पंत, खूप बरं वाटलं, नाही?'

'जागाच तशी आहे. स्वयंभू स्थान आहे ना!' निराजीपंत सांगत होते. 'राजे, येथून जवळच डोंगरात फार देखण्या गुहा आहेत, म्हणे!'

'जवळ असतील, तर पाहू या ना!' राजे म्हणाले.

'पण तेथे वन्य श्वापदांची वस्ती असते, असं म्हणतात.'

'मग काय ती खातात, की काय?' हिरोजी फर्जंद म्हणाला. 'चार पलोते संगं घेतले, की झालं.'

'चला, बाळराजे!' म्हणत राजे उठले.

गर्द राईने माखलेल्या जंगलाकडे सारे चालत होते. घृष्णेश्वराचा वाटाड्या वाट दाखवीत होता. रानातली नाना रंगांची पाखरे बाळराजांचे लक्ष वेधून घेत होती. डोंगराची चढण लागली. वाट गर्द सावलीतून येत होती. सूर्य माथ्यावर असूनही सूर्याचे किरण जमिनीवर पडत नव्हते आणि एकदम झाडी संपली. न कळत साऱ्यांची पावले थांबली. समोरचे दृश्य अवाक करणारे होते. चारी बाजूंनी जंगल तुटले होते; आणि कड्यांतून कोरलेल्या गुहा नजरेत येत होत्या. लक्ष खिळत होते मोठ्या

गुहेवर. गुहेच्या द्वारी अजस्त्र कोरीव हत्ती उभे होते. वाटाड्या म्हणाला,

'ते कैलासमंदिर! तेवढंच मोकळं आहे. बाकीच्या गुहांच्या वाटा खराब झाल्यात. पण सर्व गुहांत हेच बघण्यासारखं आहे.'

जसजसे राजे नजीक जात होते, तसतशी कैलासाची भव्यता नजरेत भरत होती. कैलासाच्या दरवाज्यावरील द्वारपालदैवते पाहत राजे मंदिरप्रवेश करते झाले. जिकडे पाहावे, तिकडे भव्य शिल्पे उभी होती. समोरच्या शिल्पाकडे राजे पाहत राहिले. कैलासावर पार्वती श्रीशंकराच्या मांडीवर बसलेली. बाजूला सर्वजण उभे आणि कैलास हलविण्याच्या प्रयत्नात गढलेला रावण. न कळत राजांचे हात जोडले गेले. राजे उद्गारले,

'धन्य तो तपस्वी रावण! आईच्या पूजेसाठी खुद्द कैलासाला हात घालण्याचं त्याचं धारिष्ट. हे कोण कलावंत, की ज्यांचे हात एवढी कुशल कारागिरी करण्यात समर्थ होते?'

'फार पूर्वी श्रमण, यती, मुनी, यक्ष, गंधर्व आणि हिंदू साधू यांनी विश्वकर्म्याच्या मदतीनं ही शिल्पं कोरली, असं म्हणतात.' वाटाड्याने सांगितले.

'साधुत्वाखेरीज हे भाव उमटतील कसे?' राजे बोलून गेले. 'व्वा! निराजीपंत, इथं आम्हांला आणून जीवनाचं सार्थक केलंत. आज आम्ही धन्य झालो!'

भारावलेल्या मनाने राजांनी सर्व मंदिर पाहिले. केव्हा वेळ गेला, तेही कळले नाही. सूर्यास्त झाल्याची जाणीव राजांना देण्यात आली. राजे मंदिरातून बाहेर पडले. घृष्णेश्वराजवळ राजे आले, तेव्हा चांदणे फाकले होते. हवेत गोड गारवा होता. भोजन करून सारे उघड्यावर झोपले. राजांच्या शेजारी बाळराजांची गादी होती. बाळराजे केव्हाच झोपी गेले होते. देवळाच्या अंगणात शेकोटी पेटली होती. चारी बाजूंना पहारे होते. देवळाच्या पूर्वेला कछवाह, बेग आपल्या माणसांसहित विश्रांती घेत होते. राजे आकाशातल्या चंद्राकडे पाहत होते. चाहूल लागताच त्यांनी विचारले,

'कोण?'

'जी! मी मदारी.'

'ये. झोपला नाहीस?'

पंधरा-सोळा वर्षांचा मदारी राजांच्या जवळ आला. काही न बोलता तो पायांशी बसला. राजांचे पाय चेपण्यात मदारी गर्क झाला. राजांच्या डोळ्यांसमोरून मात्र कैलास हलत नव्हता.

□

२२

प्रवासाच्या दिवसांबरोबर उष्मा वाढत होता. माणसांचा वेष, भाषा बदलत होती. मोगली भाषा सर्वत्र ऐकू येत होती. राजे लक्ष देऊन ती भाषा ऐकत होते. राजांना

मुसलमानी बोली येत होती. पण राजे आता त्या भाषेच्या सफाईकडे लक्ष देत होते. वाढत्या उन्हामुळे भल्या पहाटे प्रवास सुरू करावा लागे. दोन प्रहरी विश्रांती घेऊन उन्हे कलल्यावर परत प्रवास सुरू होई, तो सूर्यास्तापर्यंत. तरीही प्रखर उन्हाने अंगाची लाही होत होती. माकणीचे उंट बरोबर असूनही पाणी पुरत नसे, इतका घशाला शोष पडे.

राजे अशीरगडला पोहोचले. अशीरगडचा किल्लेदार राजांना सामोरा आला. त्याने प्रेमभराने स्वागत केले. त्याने राजांचा मोठा सत्कार केला. राजे अशीरगडाकडे पाहत होते. हाच तो अशीरगड, की जो ताब्यात आल्यानंतर आनंदाने बेहोश झालेला अकबर म्हणाला होता,

'अशीरगड जिंकून आज मी दक्षिणेचा दरवाजा उघडला आहे!'

निरोप देताना अशीरगडचा किल्लेदार म्हणाला,

'राजासाब! तुम्हांला भेटायला जीव आतुरला होता. तुमच्या भेटीनं एक मुराद पुरी झाली. यापुढं आपण बादशहांची सेवा करू की, औलाद व अफलाद.'

अपमान राजांची पाठ सोडीत नव्हता. शाही दरबारात बादशहांच्या भेटीला जाताना इतमामास साजणारा सरंजाम पेलणार नाही, म्हणून बादशहांनी एक लाख रुपये देऊ केले होते आणि आता अशीरगडचा किल्लेदार त्या तख्ताची वंशपरंपरेने सेवा करण्याचे आवाहन करीत होता. कष्टी मनाने राजांनी अशीरगड सोडला.

ग्वाल्हेरचा राजा मानसिंग याचा किल्ला राजांच्या मनात घर करून राहिला. डौलदार भव्य बुरुजांची रांग भक्कमपणाबरोबरच किल्ल्याच्या सौंदर्यातही भर घालीत होती. ते मनोरे पाहून राजांना उगीचच असे मनोरे आपल्या किल्ल्यांवर असावेत, असे वाटले.

आग्रा नजीक येत होता. दैवी काय लिहिले आहे, याची राजांना चिंता वाटत होती. उन्हाळा निखारा ओतीत होता.

नर्मदा, चंबळ पार करून राजे आग्र्यानजीक आले. राजांच्या आगमनाची वार्ता कळवायला जानी बेगचे स्वार पुढे गेले होते. राजे आपल्या सरंजामासह दोन प्रहरी आग्र्यापासून एका मजलेवर दाखल झाले. शाही दरबारचा कुणीतरी मोठा सरदार, वजीर आपल्या स्वागतास येईल, अशी राजांची अपेक्षा होती. समोरून येणाऱ्या पथकाकडे लक्ष गेले. एक राजपूत स्वार व त्यांच्या मागून येणारे चार घोडेस्वार राजांना सामोरे आले. काही अंतरावर आघाडीचा राजपूत पायउतार झाला. त्याने

अदबीने मुजरा केला.

'राजासाब, कुमार रामसिंगांनी आपल्या स्वागतासाठी पाठविलं आहे.'

'आपली तारीफ?' राजांनी विचारले.

'नाचीजला मुनशी गिरधरलाल म्हणतात.'

राजांना हसावे, की रडावे, हे समजेना. आपल्या स्वागतासाठी एक सामान्य कारकून येतो!

राजांची नाराजी गिरधरलालने चटकन ओळखली.

'राजासाब, गैरसमज न व्हावा. खुद्द रामसिंगच येणार होते; पण आजच ते शाही पहाऱ्याच्या कामावर गुंतले आहेत. त्यांचा नाइलाज झाला. आपण इतराजी न होता कृपावंत होऊन मुक्कामी चलावं. रामसिंगांना मोकळीक मिळताच रिवाजाप्रमाणे ते आपल्याला सामोरे येतील.'

'बादशहांचा दरबार उद्याच ना?'

'जी!'

राजांनी गिरधरलालची विनंती मान्य केली.

आग्रा शहरात गिरधरलालसह राजांनी प्रवेश केला. सायंकाळ होत होती. मनस्वी उकाड्याने राजे थकले होते. राजांची उतरण्याची सोय मुलुकचंदाच्या सराईत केली होती. त्या सराईत राजे रात्र घालविणार होते. सकाळी रामसिंगांबरोबर राजे त्यांच्या खास मुक्कामावर जाणार होते. सराई चांगली होती. सर्व व्यवस्था चोख होती; पण आग्राप्रवेशातच आपल्या सामोरे कोणी मातबर येऊ नये, हे चिन्ह राजांना बरे वाटले नाही. हे त्यांच्या मनाला लागले.

भल्या पहाटे स्नान आटोपून, पूजा करून, राजे सूर्योदयाला बाळराजांच्यासह तयार होऊन रामसिंगांची वाट पाहत बसले. अनेक अश्वपथके आग्ऱ्यात प्रवेश करीत होती. बाळराजे सराईतून त्या मिरवणुका पाहत होते. वाढत्या क्षणाबरोबर राजांची अस्वस्थता वाढत होती.

□

२३

आग्रा शहराला यक्षनगरीचे स्वरूप प्राप्त झाले होते. शहराबाहेर जिकडे पाहावे, तिकडे खास समारंभासाठी आलेल्या सरदारांच्या छावण्या पसरल्या होत्या. औरंगजेब साध्या राहणीचा होता, तरी या समारंभाच्या ऐश्वर्यात यत्किंचितही उणीव पडू नये, यासाठी तो खबरदारी घेत होता. आजवर झाला नाही, असा भव्य समारंभ करण्याचे त्याने ठरविले. या हेतूमागे मोठे राजकारण होते. शहाजहान नुकताच मेला होता. कायदेशीरपणे आता औरंगजेब सिंहासनावर बसणार होता. हे राज्य मिळविण्यासाठी

जो खटाटोप करावा लागला, त्यात औरंगजेबाला पुष्कळ दुष्कीर्ती सहन करावी लागली. बापाला कैदेत टाकल्याने जुने सरदार नाखूश बनले होते. भावांची बंडे मोडून, त्यांना देहांत शासन देऊन, औरंगजेब तख्तावर आला होता. ज्यांनी त्या बंडखोर भावांना साथ दिली, त्यांनाही औरंगजेबाने शासन केले होते. राज्यावर बसण्यासाठी उतावीळ असलेल्या औरंगजेबाला कैदेतल्या बापाच्या मृत्यूची वाट पाहत बसणे असह्य होऊन, त्याने विषप्रयोगाने बापाचा अंत केला होता. या सर्व गोष्टींची वदंता दरबारात पसरली होती. ही दुष्कीर्ती पुसून जावी, या पन्नासाव्या वाढदिवसाच्या, सिंहासनारोहणाच्या प्रसंगी सर्व सरदारांना खूश करावे, या हेतूने हा भव्य दरबार औरंगजेबाने योजिला होता. त्यासाठी दिल्लीचे जगद्विख्यात तख्ते ताऊस म्हणजेच मयूरसिंहासन त्याने आग्र्याला आणवून घेतले होते. याच दिवाण-इ-आम-च्या दरबारात शिवाजीची भेट घेण्याचे त्याने ठरविले होते. त्यामुळे आपोआप शिवाजीला बादशहाचे सामर्थ्य कळणार होते, आपली स्वत:ची लायकी समजणार होती.

शिवाजीराजांना सामोरे जाण्यासाठी औरंगजेबाने कुमार रामसिंग आणि मुखलिसखान यांची नेमणूक केली होती. ज्या दिवशी राजे आग्र्याजवळ येऊन पोहोचले, त्याच दिवशी रामसिंगाचा हफ्तचौकीचा दिवस आला. आठवड्यातून एक दिवस खुद्द बादशहांच्या निवासस्थानावर पहारा करण्याचा तो दिवस. त्यामुळे रामसिंग अडकून पडला. नाइलाजाने त्याने गिरधरलालला राजांच्या स्वागतास सामोरे पाठविले. दरबारच्या गडबडीत गुंतलेल्या औरंगजेबाच्याही ते ध्यानी आले नाही. गिरधरलालने राजे सराईवर आल्याची वर्दी दिली; पण रामसिंगाला हलता येत नव्हते. दुसऱ्या दिवशी दरबार होणार होता. रामसिंगाने गिरधरलालला राजांची समजूत काढून सकाळी दरबाराकडे आणायला सांगितले. शाही पहाऱ्याच्या कामातून सुटका होताच आपण राजांना सामोरे येत असल्याचे कळविले. गिरधरलाल राजांना आणण्यासाठी सराईवर गेला.

सकाळी गिरधरलाल राजांना आणण्यासाठी गेला. नुसत्या गिरधरलालला पाहून राजांना संताप आला. गिरधरलालने सर्व परिस्थिती सांगितली. विनवणी केली,

'राजासाब, दरबाराची धामधूम चालू आहे. कुणाचा पायपोस कुणाच्या पायात नाही. कुमार रामसिंग कामात गुंतलेत. दरबार सुरू होण्याची वेळ आली आहे. मनात विकल्प न आणता आपण चलावं. कुमार कदाचित आपणांस वाटेतच भेटतील.'

राजांनी संताप आवरला. दक्षिणेतून आपण इथवर आलो. एवढ्याशा गोष्टीने सारे बिघडविण्यात अर्थ नाही, हे त्यांनी जाणले.

सूर्य चांगलाच वर आला होता. उष्मा जाणवू लागला होता. राजांनी नजराण्याचे साहित्य बरोबर घेतले. संभाजीला बरोबर घेऊन राजे आपल्या इतमामासह घोड्यावरून निघाले. गिरधरलाल मार्ग दाखवीत होता. आपल्या ऐश्वर्यासह जाणाऱ्या ह्या मराठा

राजाकडे सारे कौतुकाने पाहत होते.

दैव वेगळे असले, की केलेल्या साध्या गोष्टींनादेखील वेगळा अर्थ प्राप्त होतो. धरलेले मार्गही चुकतात. शिवाजीराजांना आणण्यासाठी गिरधरलालला पाठविताना त्यांनी कोणत्या रस्त्याने यायचे, हे सांगायला रामसिंग विसरला. पहाऱ्यावरून सुटका होताच रामसिंग व मुखलिसखान फिरोझा बागेवरून राजांच्याकडे येत होते, आणि त्याच वेळी गिरधरलाल मुनशी दहारआरा बागेवरून राजांना घेऊन जात होता. जेव्हा कुमार रामसिंगाला कळले की, शिवाजी दहारआरा बागेवरून जात आहे, तेव्हा त्याने आपले सेवक डुंगरमल चौधरी व रामदास रजपूत यांना राजांना फिरोझा बागेच्या रस्त्यावरून आणण्यास पिटाळले. त्या दोघांनी पुढे जाऊन राजांची वाट बदलली. राजांना बाजारपेठेतून कुंवरच्या तळाकडे आणले; आणि नूरगंजबेगापाशी त्यांची गाठ पडली.

राजांच्या शेजारी कुंवरसिंग होता. त्याने रामसिंगाची ओळख करून दिली. रामसिंगालाही शिवाजीचा परिचय करून दिला. आकाशात ऊन तळपत होते आणि आग्र्याच्या भर बाजारात या दोघांची भेट होत होती. दोघेही घोड्यावर स्वार होते. रामसिंगाने आपला घोडा नजीक आणला आणि घोड्यावरूनच त्यांनी एकमेकांना आलिंगन दिले.

राजे तसेच मुखलिसखानाला भेटले. राजांच्या बरोबरचा लवाजमा पाहून रामसिंग म्हणाला, 'राजासाब! पुढे भीड फार आहे. माझ्या तळाशेजारीच आपला तळ उभा आहे. हत्ती तळावर जाऊ देत. दरबारची वेळ झाली आहे. उशीर करून चालायचं नाही.'

राजांनी मान्यता दिली. कुमार रामसिंग, मुखलिसखान यांच्यासह राजे जात होते.

तांबड्या फत्तरांनी, नक्षीदार चबुतऱ्यांनी सजलेली लाल किल्ल्याची इमारत मोगली ऐश्वर्याची साक्ष देत होती. रामसिंगासह शिवाजीराजांनी किल्ल्यात प्रवेश केला. खास कपडे केलेले शस्त्रधारी पहारेकरी आपल्या जागरूक नजरेने प्रत्येक येणाऱ्या इसमावर लक्ष ठेवीत होते. प्रवेशद्वाराच्या अधिकाऱ्याने रामसिंगाची खातरजमा करून घेताच राजे लाल किल्ल्यात प्रवेश करते झाले. राजे पायऱ्या चढून वर गेले. आजूबाजूला नजर टाकण्याची उसंत राजांना नव्हती. राजे जात असता नगाऱ्याचा आवाज घुमला आणि रामसिंगाने भरभर चालण्याची विनंती राजांना केली. दिवाण-इ-आम-च्या समोरील उद्यानात नानाविध तऱ्हेच्या वेषांत उभे राहिलेले सरदारांचे घोळके पाहताच रामसिंगाने दिवाण-इ-आम-चा खास दरबार संपल्याचे ओळखले. ज्या दरबारी हजर राहण्यासाठी मिर्झाराजांनी राजांना पाठविले होते, एवढ्या लांबचा प्रवास घडविला होता, तो दरबार संपला होता. दिवाण-इ-आम-चा दरबार संपवून औरंगजेब आपल्या सल्लागृहात म्हणजेच दिवाण-इ-खास-मध्ये गेला होता. रामसिंगाने शिवाजीराजे आल्याची वर्दी वजीर जाफरखानला कळविली. शिवाजी आल्याचे कळताच

औरंगजेबाने असदखान बक्षीला राजांना भेटीसाठी पुढे घेऊन येण्यास सांगितले.

राजे संभाजीराजांच्यासह बादशहाच्या बोलावण्याची वाट पाहत उभे होते. असदखानाने रामसिंगाला बादशहांची आज्ञा सांगितली आणि रामसिंग राजांच्या सह दिवाण-इ-खास-मध्ये गेला. प्रखर उन्हातून गेल्यामुळे दिवाण-इ-खास-मध्ये प्रवेश करताच तिथल्या मंद प्रकाशामुळे क्षणभर राजे दाराशीच थांबले. आतले दृश्य नजरेत आले.

दिवाण-इ-खास-च्या प्रशस्त महालात औरंगजेब भरजरी बैठकीवर बसला होता. बाहेरचा उष्मा भासू नये, म्हणून दिवाण-इ-खास-च्या चारी बाजूंच्या कमानींवर वाळ्याचे पडदे सोडले होते. त्यांवर सतत बाहेरून गार पाण्याचा शिडकावा होत असल्याने महालात वाळ्याचा सुखविणारा सुगंध दरवळत होता. औरंगजेबामागे सशस्त्र रक्षक उभे होते. दोन दासी वारा ढाळीत होत्या. बसल्या जागेवरून औरंगजेब नजर फिरवीत होता. दरबारात अगदी निवडक - बादशहांच्या खास मर्जीतले लोक हजर होते. वजीर जाफरखान जसा त्यांत होता, तसाच औरंगजेबाचा नातलग म्हणून जसवंतसिंगही हात बांधून, नजर जमिनीवर खिळवून उभा होता. औरंगजेबाच्या अंगावर अत्यंत भारी, हिरवी फुले व जरीचे बुंदके काढलेला मलमली अंगरखा होता. कमरेच्या श्वेत कमरबंदावर रेशमी जरीकाम केलेले होते. मस्तकावरचा किमॉष सोनेरी जरामुळे झगमगत होता. किमॉषच्या मस्तकपट्टीवर अत्यंत तेजस्वी असे मोठे हिरे लखलखत होते. गळ्यात टपोऱ्या मोत्यांचे सर रुळत होते. ज्याच्या साधेपणाची ख्याती राजांनी ऐकली होती, ते साधेपण निरखीत राजे उभे असता जाफरखान सामोरा आला. राजे त्याच्या पाठोपाठ पुढे सरकले. औरंगजेब शिवाजीराजांना निरखीत होता.

किंचित ठेंगणी, पण आपल्या पुरुषी सौंदर्याने भारून टाकणारी राजांची मूर्ती जवळ येत असताना औरंगजेब पाहत होता. राजे औरंगजेबासमोर उभे राहिले. मागून आलेल्या सेवकाने नजर पुढे केली. राजांनी एक हजार मोहरा, दोन हजार रुपये नजर व पाच हजार रुपये निसार दिली. राजे थोडे मागे सरले. संभाजीराजे पुढे सरले. त्यांनी पाचशे मोहरा व हजार रुपये नजर दिले; दोन हजार रुपये निसार दिली. दोघांनी शाही रिवाजाचे मुजरे केले.

राजे उभे होते; पण औरंगजेब काही बोलला नाही. दिवाण-इ-आम-च्या दरबाराने थकलेला औरंगजेब गिर्दीवर रेलून राजांकडे पाहत होता. राजांना अवघडल्यासारखे झाले. वजिराने राजांना खुणावले आणि जसवंतसिंगाच्या पाठीमागे राजांना उभे केले. शेजारी संभाजी, रामसिंग उभे राहिले. राजांचा संताप वाढत होता. त्याला पायबंद घालण्याचा राजे प्रयत्न करीत होते. सर्वांना विडे दिले. राजांना विडा मिळाला; पण खिलत मात्र पातशहाजादे, जाफरखान व जसवंतसिंग यांनाच मिळाली.

मिर्झाराजांच्या भेटीपासून राजांचे अपमान होत होते. त्या सर्व अपमानांचा हा कळस होता. सुभेदारी राहिली बाजूला; पण साधी खिलतही मिळू नये? दरबारी

बोलावले, ते याच अपमानासाठी? जसवंतसिंगाला खिलत मिळते... त्याचा सन्मान होतो! कशाबद्दल?

राजे दिलगीर झाले. उभ्या जागी त्यांच्या अंगाला कापरा सुटला. डोळे लाल होऊन अश्रूंनी भरले. राजांनी विचारले,

'रामसिंग, माझ्यासमोर कोण उभा आहे?'

केवढा मोठा आवाज! बादशहा असता उभं राहायचं, ते नजर दर कदम जमिनीला खिळवून; बोलायचंच झालं, तर बादशहांच्या अनुज्ञेनं; आणि तेही नजर वर न करता, तोंडाला रुमाल लावून! आणि हे मोकळे शब्द आले कोठून?

रामसिंग कुजबुजला,

'राजा जसवंतसिंग!'

नाव ऐकताच वीज कडाडली, 'हं:! हा जसवंतसिंग... ज्यानं माझ्या सैन्याकडून मार खाल्ला, माझ्या सैन्यानं ज्याची पाठच पाहिली! त्याच्या मागे मी उभा!'

रामसिंग घाबरला. हाताने तो राजांना शांत राहण्यास खुणावीत होता. ज्याने राजांचा राग आणखीन भडकला.

'हम बरदाश्त नहीं कर सकते!'

रामसिंगने राजांचा हात धरला. तो झिडकारीत राजे ओरडले,

'कभी नहीं!'

राजांनी सरळ औरंगजेबाकडे पाठ फिरविली आणि राजे तडक दिवाण-इ-खास-च्या बाहेर गेले. पाठोपाठ संभाजीराजे धावले. सारा दरबार स्तिमित झाला. रामसिंग बादशहाला मुजरा करून, पाठ न दाखविता बाहेर गेला. राजांना बाहेरच्या फरशीवर उभे राहणे अशक्य होऊन बसले होते. त्यांनी आपले मस्तक दोन्ही हातांत धरले होते. डोळ्यांत अंगार पेटला होता. रामसिंग धावला. तो म्हणाला,

'राजासाब!'

राजे डावा हात उंचावत ओरडले, 'काही सांगू नको, कुंवर! याचसाठी मला बोलावून घेतलं? मला माहीत आहे. हवं, तर माझं शिर उडवा; पण मी परत बादशहांच्या समोर जाणार नाही.'

सारे शब्द औरंगजेब ऐकत होता. औरंगजेबाने मुलतफीतखान, आकिलखान, मुखलिसखान यांना आज्ञा केली,

'शिवाजीला शांत करा. त्याला खिलत देऊन घेऊन या.'

तिघे गडबडीने बाहेर गेले. राजांना त्यांनी समजावण्याचा प्रयत्न केला. त्याने राजे जास्तच भडकले.

'खिलत? कोण पर्वा करतो त्या खिलतीची? जसवंतसिंगामागे मला उभं केलं जातं? का? मी काय केलं होतं, म्हणून माझा हा अपमान? माझा मुलगा बादशहाचा

नोकर होता; सहाहजारी होता. त्याला कुठंही उभा करायचा होता. मी तुमच्या बादशहांचा नोकर नाही- नव्हतो!'

'राजासाब!' मुखलिसखान बोलण्याचा प्रयत्न करीत होता.

'तुमचा बादशहा माझा खून करू शकतो! मी त्याची चाकरी कदापिही करणार नाही. अशक्य!'

नाइलाजाने सारे माघारी फिरले. त्यांनी बादशहाला सर्व सांगितले. रामसिंग म्हणाला,

'आलीजाह! ही आग्र्याची हवा राजांना मानवली नाही. त्यांना माफी असावी!'

'हम राजाका दर्दे दिल जान सकते हैं!' औरंगजेब म्हणाला, 'रामसिंग, तू शिवाजीला घेऊन जा. माझं खास गुलाबपाणी त्याच्यासाठी वापर. त्याला शांत कर. तो शांत झाला, की मग बोलू. जा तू.'

रामसिंग राजांसह आपल्या मुक्कामावर आला. रामसिंगाच्या डेऱ्यात राजांना बैठकीवर बसविले गेले. राजांच्या अंगाचा कापरा अद्याप कमी झाला नव्हता. रामसिंगही बेचैन होता. मिर्झाराजांनी राजांची सारी जबाबदारी रामसिंगावर सोपविली होती. राजांच्या वर्तनाचे काय परिणाम होणार, हेही रामसिंगाला कळत नव्हते. तो घाबरून गेला होता. तो म्हणाला,

'राजासाब, तुम्ही असं वागायला नको होतं.'

राजांची जळजळीत नजर रामसिंगावर खिळली. राजे म्हणाले,

'माझ्यापेक्षा बादशहांना का सांगत नाही? माणसानं किती सोसावं, यालाही मर्यादा असतात. माझी लायकी सांगायला मोगल दरबारी अनेक हजर आहेत. कुणी खिलती हरवल्या आहेत. कुणी बोटं...'

'पण, राजासाब, याचा नतीजा...'

'परिणामाची काळजी राजपूत केव्हापासून करू लागले?'

'गैरसमज होतोय् हा!' रामसिंग म्हणाला.

'गैरसमज?' राजे उद्गारले.

'हां, हां! गैरसमज.'

'साधे रिवाज दरबारला पाळता येत नाहीत. आम्ही येणार, हे माहीत असून सामोरा कोण येतो?- तुमचा कारकून! जाणूनबुजून आम्हांला पंचहजारीत उभं केलं जातं. आमच्या देखत खिलत वाटली जाते; आणि आम्ही वगळले जातो. हे सारं दिसतं आणि वर आमचाच गैरसमज?'

रामसिंग निश्चल आवाजात म्हणाला,

'हां, हां! गैरसमज! मी अगदी खरं सांगतो, राजासाब! चूक असलीच, तर ती

आपल्या दैवाची आहे. बादशहांनी तुमच्या स्वागताची सारी जबाबदारी माझ्यावर सोपविली होती; पण मी पहाऱ्यावर अडकलो. दरबारच्या गर्दीत बादशहांच्या ते ध्यानी आलं नाही आणि मीही त्यांना भेटू शकलो नाही. सकाळी निघालो, तो आपली चुकामूक झाली. आपल्याला गाठण्यात वेळ गेला. कुणास माहीत, दिवाण-इ-आम-च्या दरबारात आपली भेट झाली असती, तर बादशहांची काय कृपा झाली असती? बादशहा दरबारी तुमची इंतजारी करीत होते. तुम्ही हजर राहिला नाही. त्याचा गैरसमज बादशहांनी का करून घेऊ नये? पण त्यांनी गैरसमज करून घेतला नाही. तुम्ही आल्याचं कळताच बादशहांनी तुम्हांला भेटीला बोलाविलं. तुमची नजर, निसार स्वीकारली.'

'आणि त्याबद्दल असा अपमान केला?'

'कसला अपमान?' रामसिंग कडवटपणे म्हणाला, 'माहीत आहे? खुद्द मिर्झाराजे दरबारी त्याच जागी उभे राहतात. तिथंच तुम्ही होता.'

'रामसिंग, एक विसरता.' राजे बोलले, 'तुमचे वालिदे औरंगजेबाचे नौकर आहेत. मी तह झालेला, तरी स्वतंत्र राजा आहे. औरंगजेबाने 'राजा' किताब देऊन मी राजा झालो नाही. त्याआधीच राजेपण मला चिकटलं आहे.'

राजे उठले. रामसिंगाच्या खांद्यावर हात ठेवीत ते म्हणाले, 'रामसिंग, ते तुम्हांला कळायचं नाही. तुम्ही काळजी करू नका. जे घडेल, त्याला मी आनंदानं तयार आहे. मी पण विचार करीन.'

रामसिंगाच्या तळानजीकच राजांच्यासाठी उभारलेल्या तळावर राजे आले. निरोप घेऊन रामसिंग परत गेला. राजे आपल्या डेऱ्यात गेले. निराजीपंत, सोनदेव, फर्जंद ही सारी मंडळी ते वर्तमान ऐकून चिंतेत पडली होती.

बाहेर काळोख पसरत होता.

□

२४

एवढ्या मोठ्या उत्साहाने, संपूर्णपणे विचार करून भरविलेल्या पन्नासाव्या वाढदिवसाचे सिंहासनारोहण यथासांग पार पडले होते. औरंगजेबाला जे हवे होते, ते सारे मिळाले होते; पण दिवाण-इ-खास-च्या बैठकीतील एका शिवाजीच्या प्रसंगाने साऱ्याला गालबोट लावले होते. साऱ्या दरबारात ती बातमी पसरली होती. एक हिंदू राजा येतो, आणि बादशहाचा अपमान त्याच्या तोंडावर करून निघून जातो, यावर कुणाचा विश्वास बसत नव्हता. आग्ऱ्यात गोळा झालेल्या सरदारांत त्याबद्दल कुजबूज चालू होती.

रात्री जेवण करून औरंगजेब आपल्या शयनगृहात बसला होता. अंगात एक

मलमली कुडता आणि विजार त्याने घातली होती. पांढऱ्या शुभ्र आवरणाने सजलेल्या साध्या बैठकीवर तो बसला होता. उजव्या हातात त्याची जपाची माळ होती. शयनगृहात खास गोटातील बेगमसाहेबा, जहाँआरा, जाफरखान, राजा जसवंतसिंग उभे होते. औरंगजेबाच्या चेहऱ्यावर शांत स्मित होते. ओठांच्या कडांवरून खाली झुकलेल्या आपल्या मिशांवरून डाव्या हाताची बोटे तो फिरवीत होता. जपाच्या माळेतला एक एक मणी पुढे सरकत होता.

जाफरखान म्हणाला, 'आलीजाह! दरबारी साधी जुबाँ उघडली, तरी कडाई सजा होते. आणि हा काफर दरबारी सरळ सरळ बेइज्जत करतो! पाठ फिरवितो! त्याला क्षमा? असं चालू दिलं, तर दरबारचा बोज राहायचा नाही. पुष्कळ भूमिये असे येतील, आणि सरळ सरळ बेमुर्वतपणे वागून जातील. साऱ्या मानकऱ्यांत हेच बोललं जातंय्. काफरांचं बेवर्तन असं सहन केलं, तर इस्लाम टिकणार नाही. सारे तसेच वागतील. मग राज्य चालायचं कसं?'

'अन्नदाता! वजीर म्हणतात, ते एकदम दुरुस्त आहे.' जसवंतसिंगाने पाठिंबा दिला. 'अर्थात, याचा निर्णय सर्वस्वी आलीजाहांच्या हाती आहे. त्यांनी कुणाला क्षमा करावी, आणि कुणाला शिक्षा करावी, हे कोण सांगणार? पण यानं आलीजाहांचं नमक खाल्लं आहे, त्याला हे सहन करणं कठीण आहे.'

औरंगजेब हसला. त्याने विचारले,

'मग, जसवंतसिंग, तुझा काय सल्ला आहे?'

'अन्नदाता! शिवाजीला शिक्षा झाली पाहिजे!'

'हां, हां! हम समझते हैं.' औरंगजेबाने मान डोलविली. त्याची नजर जहाँआरावर खिळली. हास्य कायम होते. आपली दाढी कुरवाळीत औरंगजेबाने विचारले,

'आणि, बेगमसाहेब, तुमचं मत नाही सांगितलंत?'

'ते काय सांगायला हवं? खुदावंत सारं जाणतात. ज्यानं आपली सुरत लुटली, शास्ताखानाची बोटं तोडली, एवढंच नव्हे, तर खुद्द भर दरबारी आपली मुरवत ठेवली नाही, त्याची गय कसली?'

शांतपणे जपाची माळ ओढीत काही क्षण औरंगजेब बसला. सर्व भारताचे राजकारण धूर्तपणे पाहणाऱ्या आलमगीरला वैयक्तिक अहंता फार नव्हत्या. तो आपल्या दैवी जबाबदारीचा वारस होता. खुळ्या रागचिडीला तो मनातून हसत होता. त्याच्या नजरेसमोर होता मिर्झाराजा जयसिंग. काबूलपासून आसामपर्यंत व काश्गीरपासून दक्षिणेपर्यंत त्याच्यासाठी फिरणारा इमानी मिर्झाराजा! त्याचाच विचार औरंगजेब करीत होता. सारे निःस्तब्ध, विचारमग्न आलमगीरकडे पाहत होते. भानावर येऊन औरंगजेबाने नजर उंचावली. तो म्हणाला,

'सारं होऊन जाईल! मानमरातबाबरोबरच अल्लानं आणखीन एक छोटीशी गोष्ट

माणसाला दिलीय्. त्यामुळं सारी दुनिया जगते. माहीत आहे?'

जहाँआराने नकारार्थी मान हलविली.

'त्या नाजूक देणगीचं नाव आहे नींद! ती आमच्या डोळ्यांसमोर तरसते आहे. तुम्हां सर्वांची ना नसेल, तर आम्ही झोपावं, म्हणतो.'

शहेनशहांनी एक सूक्ष्म जांभई दिली. त्यांचे ओठ चिंतन करीत होते...

'बिस्मिल् लह इर्ररहमानिर् रहीम
ला इलह इल्ललह मुहंमदुर्रसूलल्लह
परवरदिगार रहम
रहम... रहम... आमेन...'

□

२५

दोन दिवसांनी दोन प्रहरी अचानक कुंवर रामसिंग राजांच्याकडे आला. निराजीपंत, त्र्यंबकजी बोलत बसले होते. दोन दिवसांत राजांचा राग बराचसा निवळला होता. आपण बादशहांच्या मुलुखात आहो, बादशहाला फार दुखविणे इष्ट नाही, हे त्यांच्या ध्यानी आले होते. रामसिंगाच्या सल्ल्याने त्यांनी औरंगजेबाला पत्र लिहिले होते. औरंगजेब कोणती पावले टाकील, यावर राजे विचार करीत होते. तोच रामसिंग आल्याची वर्दी आली. राजांनी रामसिंगाचे प्रेमाने स्वागत केले. राजांची प्रसन्न मुद्रा पाहून रामसिंगाला बरे वाटले. राजांनी विचारले,

'काय म्हणतो तुमचा दरबार?'

'वातावरण अजून तापलेलं आहे. राजाजींच्या विरोधी गटाची मंडळी तुमच्या विरुद्ध बादशहांचे कान भरवीत आहेत. त्यांना भर म्हणून शास्ताखानाची बेगमही त्यांना सामील झाली आहे.'

'त्याचा परिणाम?'

'आलमपन्हा शांतीचे सागर आहेत. दर्याच्या जिगरमधील जलजले कळण्यासाठी दैवी सामर्थ्य पाहिजे; पण मी त्यांच्या कानांवर घातलं आहे. वजीर जाफरखानांनाही मी बोललो आहे. त्यांची एकदा भेट घ्यायला हवी.'

'आम्ही?' राजे दचकले.

'राजासाब, जाणून बुजून तुम्ही पहाडाखाली हात घातलात. तो सुटेपर्यंत गौरफिकरची जरूरत आहे. आता काही दिवस मानापमान संपूर्णपणे विसरून जावं, हा माझा अर्ज आहे. आपल्या जीविताची सारी जबाबदारी माझ्यावर आहे. तीतून मला पार पडायचं आहे.'

राजे हसले. ते म्हणाले, 'कुंवरजी, घाबरू नका. आम्ही वचन देतो- तुम्ही

सांगाल, तसे आम्ही वागू. फक्त दरबारात आम्हांला जायला लावू नका.'

'बहुतेक ती पाळी यायची नाही. राजासाब, आज मी मुद्दाम लौकर आलो आहे. एक विनंती आहे.'

'कसली?'

'आज थोडं फिरायला जाऊ.'

'आनंदानं! निराजी ऽ ऽ'

निराजी जवळ आले. 'निराजी, बाळराजे हिरोजीबरोबर इथंच कुठंतरी जवळपास असतील. त्यांना बोलवा. तयार व्हा.'

राजे कपडे करून आले. तोवर संभाजीराजेही आत आले. सारे अश्वारूढ झाले. रामसिंगाबरोबर राजे होते. पाठोपाठ हिरोजी, संभाजी, निराजी ही मंडळी होती. मागून रक्षक दल येत होते. ताजमहालासमोर सारे पायउतार झाले. सूर्याच्या तिरप्या किरणांत आपल्या अलौकिक सौंदर्याने तळपणारे ते शिल्प राजे पाहत होते. त्या इमारतीची ख्याती राजांनी खूप ऐकली होती. राजे मंत्रमुग्ध होऊन उद्गारले,

'वा! सुरेख!'

'आपल्याला ही इमारत आवडेल, अशी खात्री होती. म्हणून काल वजीर जाफरखानांच्याकडून खास परवाना काढला.'

'अंधळ्याखेरीज कुणाही माणसाला ही इमारत आवडेल.' राजांनी विचारले, 'पण परवाना का काढलात?'

'त्याखेरीज गाभाऱ्यात जाता येत नाही. बड्या शहेनशहांनी आपला सारा जवाहरखाना इथं रिता केला आहे.'

'अस्सं!'

'अशी इमारत दुनियेत नाही. शहाजहान बादशहांनी अर्जुमंदबानूंच्या आठवणीखातर ही यादगार तामीर केली. हिच्यासाठी सारी दौलत खर्ची घातली. पंधरा वर्षं वीस हजार मजूर या कामावर राबत होते. रावळ मक्रानाहून संगमरवर आणला जात होता. शहेनशहांच्या मृत्यूनंतर त्यांचंही दफन याच जागी झालं.'

'अलौकिक!' सारे म्हणाले, 'शब्द अपुरे आहेत. नेत्रांचं सार्थक व्हावं, अशी सुंदर इमारत आहे.'

'आबासाहेब, आपणही अशी इमारत बांधू या ना!' राजांच्या शेजारी उभे असलेले संभाजीराजे म्हणाले. सारे हसले. राजांनी बाळराजांच्याकडे पाहिले. ते मोकळेपणे हसले. बाळराजांच्या पाठीवर हात ठेवीत राजे म्हणाले,

'बाळराजे, अजून तुम्ही लहान आहात. लक्षात ठेवता आलं, तर ठेवा- गादीवर येणारा प्रत्येक सम्राट आपलं भव्य थडगं उभारण्यात आपली निम्मी हयात खर्ची घालीत असतो. आपल्या मागे आपलं नाव राहावं, हीच त्यामागे उत्कट इच्छा असते.

बाळराजे, माणसानं जगात येऊन असं कार्य करावं, की त्याला आपलं नाव राहण्यासाठी थडगं बांधण्याची पाळी येऊ नये. जीवन असं जगावं, की उज्ज्वल कीर्तीचा दरवळ सदैव मागे राहावा.'

'नसीहत नेक है!' रामसिंग म्हणाला.

'मग असल्या इमारती असल्यापेक्षा नसलेल्या बऱ्या.' हिरोजी बोलून गेला.

ते ऐकताच राजे वळले. हिरोजीकडे पाहत म्हणाले,

'नाही, हिरोजी! एकदम अशी नफरत व्यक्त करू नकोस. त्या हेतूनं मी बोललो नाही. ज्या नजरेनं पाहावं, तसं दृश्य दिसतं. आम्ही बोललो, ते फक्त स्मारकाच्या कल्पनेबद्दल; ताजच्या खुबसुरतीबद्दल नव्हे.'

सारे स्तब्ध झाले. राजे परत ताजमहाल पाहू लागले. आकाशात उंच चढलेले मनोरे, मधला भव्य घुमट, नक्षीदार चबुतरे- राजे ते दृश्य मनात साठवीत होते. निराजीपंत म्हणाले,

'या मोगली इमारतींना एक वेगळीच शान आहे; पण मंदिरांचा गोडवा यात नाही.'

'आम्ही सांगितलं ना? ज्या दृष्टीनं पाहावं, तसं दिसतं. निराजीपंत, काम-क्रोध-मद-मत्सरांच्या चार मनोऱ्यांत गुंतलेल्या जीवाचं हे प्रतीक आहे, असं आम्ही सांगितलं, तर हाच ताज केवढा वेगळा वाटेल, नाही?'

निराजीपंत स्तब्ध झाले. राजांनी रामसिंगाला एकदम विचारले,

'कुंवरजी, या संगमरवरी स्वप्नासाठी पायाचे दगडही संगमरवरीच वापरलेत का?'

'नाही, राजासाब. पायाचे दगड साध्या फत्तरांचेच आहेत.'

राजे हसले व पुढे चालू लागले. रामसिंग अदबीने म्हणाला,

'गुस्ताखी माफ हो! आज्ञा झाली, तर...'

'हां, कुंवरजी! ते शाही रिवाज इथं पाळू नका. आपल्या वडिलांनी- मिर्झाराजांनी- आम्हांला पुत्रवत लेखलं आहे. तसं पाहिलं, तर आपलं नातं भावाभावाचं आहे... काय विचारणार होता?'

'राजासाब, अनेकांच्या सोबतीनं मी हा ताज पाहिला; पण हा प्रश्न कोणी केला नव्हता. मी सांगताच आपण का हसला, तेही समजलं नाही!'

राजे एकदम गंभीर झाले. एक दीर्घ निःश्वास त्यांच्या मुखातून बाहेर पडला. ताजवर नजर खिळवून ते सांगू लागले,

'कुंवरजी, हजारो काळे फत्तर जेव्हा स्वतःला पायात गाडून घेतात, तेव्हाच त्यांवर असं संगमरवरी स्वप्न उभं राहतं, आपल्या सौंदर्यात झगमगतं. जोवर ही इमारत आहे, तोवर आमच्यासारखे अनेक मुसाफीर इथं येतील, याचं सौंदर्य पाहून थक्क होतील, तृप्त होतील; पण या शिल्पाच्या उभारणीसाठी याच्या पायात खर्ची

पडलेल्या हजारो फत्तरांचा हिशेब कुणाच्या ध्यानीमनीही येणार नाही. आम्हीही एक स्वप्न उभं करीत आहोत. जगदंबेच्या कृपेनं ते आज ना उद्या साकार होईलही. ते जेव्हा घडेल, तेव्हा त्याचं कर्तृत्व आमच्या माथी मारलं जाईल; पण ज्यांच्या शहादतीवर स्वराज्य उभं राहिलं, आमच्या शब्दाखातर ज्यांनी स्वराज्याच्या पायी कुर्बानी केली, त्या सर्वांची नावनिशाणी कोण सांगणार? आज ताज पाहत असताना आम्हांला आमच्या मोहिमांत कामी आलेल्यांची तीव्रतेनं आठवण होत आहे.' राजे भानावर आले. '...चला, कुंवरजी! ताज पाहू.'

पाय धुऊन साऱ्यांनी ताजच्या गाभाऱ्यात प्रवेश केला. धूपाचा आणि उदबत्त्यांचा मंद सुगंध साऱ्या वातावरणात भरून राहिला होता. अप्रतिम जाळीच्या संगमरवरी कठड्यांनी कबरींभोवती वेढा दिला होता. एक फकीर कबरीवर मोरपंख्याने वारा ढाळीत होता. अनेक मौल्यवान रत्नांनी जडविलेल्या दोन कबरींवर दृष्टीही ठरत नव्हती. राजांनी नम्रतेने त्या कबरींना हात जोडले. बाळराजांनी त्यांचे अनुकरण केले. ते पाहून रामसिंगाला आश्चर्य वाटले. काल भर दरबारी संतापाने लालेलाल झालेला हाच तो शिवाजी की काय, असा संभ्रम निर्माण झाला. राजांनी ते भाव जाणले. त्यांनी सांगितलं,

'कुंवरजी! ह्या जीवाला हुस्नची जानकार नजर होती. त्याला प्रेमाचा अर्थ कळला होता. त्या जीवासमोर नतमस्तक होण्यात संकोच कसला?'

गाभाऱ्यातून वर जाण्यासाठी राजे चालू लागले. पाठोपाठ हिरोजी, निराजी येत होते. हिरोजीने निराजींना विचारले,

'केवढी रत्नं खर्ची पडलीत, नाही?'

गाभाऱ्यात ते कुजबुजणे घुमले. राजांनी मागे पाहिले आणि ते म्हणाले,

'हिरोजी, युद्ध आणि प्रेम यांत खर्चाचा हिशेब नसतो.'

रामसिंगासह राजे ताजमहालाच्या चौथऱ्यावर आले; आणि रामसिंगाने सांगितले;

'पण, राजे, शहेन्शहा शहाजहानला ही एकच बेगम नव्हती. अनेक बेगमा त्यांना होत्या.'

त्या शब्दांबरोबर राजे व्यथित बनले. उचललेले पाऊल अडखळले. नजर घायाळ बनली. शेजारी असलेल्या संभाजीला नजीक ओढीत ताजकडे पाहत राजे बोलले,

'कुंवरजी, अशी गल्लत करू नका. जीवनात एखादा मनसुबा असा जमून जातो, की त्याची सोबत आयुष्यभर सुटत नाही. बेगमांच्या यादीवर प्रेमांचा हिशेब मांडला जात नाही, रामसिंग! तशी गल्लत करू नका. शंकेचं ठिकाण हे नव्हे.'

'माफी असावी! गैरसमजानं बोललो.'

'असले गैरसमज जपायला हवेत. तुमच्या मताप्रमाणे आम्हीही खूप गैरसमज करून घेतलेत ना!'

'तेही विसरून जावे.'

'आमच्या मनात काही नाही. तुम्ही आमच्या भल्याकरताच सांगता. पण आम्हांला आता औरंगजेबाचा एतबार येत नाही. त्याच्या हेतूबद्दल आमचा संशय फिटलेला नाही.'

'नाही, राजाजी. अद्याप तसा संशय धरण्याचं काही कारण नाही. शहेन्शहांच्या मनात काही नाही. सारं ठीक होईल. माझ्या वडिलांनी शहेन्शहांना स्पष्ट कळविलं आहे- तुमच्या केसाला जरी धक्का लागला, तरी राणाजींचं दिल्लीतख्ताचं इमान संपून जी जागा वैर घेईल.'

'आम्हांला ती खात्री आहे. त्याच भरवशावर आम्ही औरंगजेबाला भेटण्याचं धाडस केलं. नाही तर आम्ही आलो असतो कशाला? ह्याच आलमगीरनं तख्तासाठी भावांच्या कत्तली केल्या; जन्मदात्याला- या ताजच्या निर्मात्याला- कैद केलं; त्याच्या मृत्यूची अहोरात्र वाट पाहून इच्छित साध्य करण्यासाठी बापाच्या मालिशाच्या तेलात विष मिसळलं; आणि त्याचा परिणाम म्हणून अंगाला भेगा पडून अत्यंत दर्दनाक मौत शहाजहानला स्वीकारावी लागली. मेल्यावर माणसं वैर विसरतात; पण आलमगीर तिथंही मुस्तसना झाला. पुन्हा आठवणींना उजाळा मिळू नये, म्हणून एका बेवारशाप्रमाणे शहाजहानला रातोरात किल्ल्यातून हलवून, इथं आणून, त्यानं त्याचं दफन केलं. साधा दरबारचा दफनविधीही त्या जीवाला मिळाला नाही.'

'आपल्याला हे कसं समजलं?''

'साऱ्या राजधानीला हे माहीत आहे. जाऊ दे. आम्हांला त्याच्याशी कर्तव्य नाही. सांगायचा हेतू एवढाच होता की, प्रत्यक्ष रक्ताशी बेइमानी करणारे आपले कृपाळू शहेन्शहा उद्या आमच्याकडे कोणत्या कृपादृष्टीनं पाहतात, याची आमच्या मनात शंका आहे. त्याचा भरवसा कुणी द्यावा?'

रामसिंगाला उत्तर सुचले नाही. राजांच्यासह तो छावणीवर आला. रामसिंगाला बोलाविण्यासाठी आलेला वजीर जाफरखानाचा हेजीब रामसिंगाच्या तळावर वाट पाहत होता.

□

२६

रामसिंग अमीनखानाकडे गेला, तेव्हा अमीनखान एकटाच बसला होता. वजीर जाफरखान व अमीनखान मिर्झाराजांच्या बाजूचे होते. रामसिंगाने त्यांना आपल्या बाजूला वळवून घेतले होते. अमीनखान सचिंत दिसत होता. रामसिंगाने सामोरे जाताच विचारले,

'खानसाहेब, तातडीनं बोलावलंत?'

आसनाकडे बोट दाखवीत अमीनखान म्हणाला, 'बसा, कुंवरजी! दरबारी

मामला ठीक दिसत नाही. दरबारी गुंतागुंत सारखी वाढते आहे.'

'पण जाफरखान तर सांगत होते की, चार-आठ दिवसांत सारं निवळेल; आणि बादशहा राजांना भेटीला बोलावतील.'

'उन्हाळी पावसाचा अंदाज सांगता येईल, पण दरबारचा अंदाज सांगणं कठीण. मला आज खास बातमी लागली आहे... बादशहांनी शिवाजीला मारण्याचा बेत ठरविला आहे. तो बेत पार पाडीपर्यंत फिदाईखानाच्या घरी राजांना ठेवण्याचा हुकूम फुलादखानाला मिळाला आहे.'

'खानसाहेब! हा दगा आहे!' रामसिंग म्हणाला. खरोखरच बादशहाने शिवाजीला मारले, तर रामसिंग जबाबदार धरला जाणार होता. मिर्झाराजांनी सारी जबाबदारी रामसिंगावर टाकली होती.

'दगा कसला?' अमीन म्हणाला. 'जेवढं करता येणं शक्य होतं, तेवढं आपण केलं. शिवाजीनंच हे प्रकरण चिघळविलं, त्याला आपण काय करणार?'

'काही तरी करायला हवं! हे थांबायला हवं!' रामसिंग उठत म्हणाला, 'नाही, खानसाहेब, हे होता उपयोगी नाही.'

काही वेळ दोघेही बोलत नव्हते. शेवटी रामसिंगाने निर्णय केला. तो म्हणाला,

'अमीनसाब! तुम्ही एक करा. माझा निरोप बादशहांना कळवा.'

'कसला?'

'बादशहांना सांगा... त्यानं शिवाजीला मारण्याचा निर्णय केला असेल, तर तो चुकीचा होईल. शिवाजीनं आपल्या सुरक्षितपणाबद्दल माझ्या पिताजींचा कौल घेतला आहे. शिवाजीची जबाबदारी माझ्यावरही टाकलेली आहे. बादशहा कसेही वागण्यास मोकळे आहेत. ते हेच करणार असतील, तर त्याआधी त्यांनी मला ठार करावं; नंतर माझ्या मुलाला मारून मगच शिवाजीचा निर्णय करावा.'

'असं सांगू?'

'एक शब्दही न वगळता माझा निरोप सांगा. नाही तर शिवाजी वाचू शकणार नाही.'

अमीनखानाने दुसऱ्या दिवशी सकाळी बादशहाची भेट घेऊन रामसिंगाचा निरोप सांगितला. औरंगजेब तो निरोप ऐकून विचारात पडला. हे राजपूत एककल्ली. न जाणो, शिवाजीचा वध होताच दक्षिणेत जयसिंग आणि इकडे रामसिंग बादशहाविरुद्ध उभे राहिले, तर? जयसिंगाशी वैर बादशहाला परवडणारे नव्हते. तो अमीनखानाला म्हणाला,

'अमीन, रामसिंगाला विचार... तो शिवाजीला जामीन राहण्यास तयार आहे का? तो पळाला, किंवा त्यानं काही कपट केलं, तर जबाबदार तो राहील. जामीनकतबा

लिहून दिला, तर तो मी विचार करीन.'

कुंवरला ते सांगताच कुंवरने शिवाजीला जामीन राहण्याचे कबूल केले. तो तसाच धावत शिवाजीराजांच्याकडे आला. शिवाजीराजांनी सर्व हकीकत ऐकली. राजांनी आपल्या पूजेच्या शिवलिंगावरील बेल उचलून रामसिंगाला वचन दिले; आणि रामसिंगाने सहीनिशी जामीनकतबा तयार केला. शिवाजीराजांच्यासाठी रामसिंगाने स्वत:चा प्राण गुंतविला.

दिवाण-इ-खासच्या संध्याकाळच्या बैठकीत तो जामीननामा रामसिंगाने अमीनखानाच्या हाती दिला. याचा स्वीकार करून औरंगजेब म्हणाला,

'कुंवरला सांगा की, मी त्याची नेमणूक काबूलवर केली आहे. आपली फौज घेऊन शिवाजीसह त्यानं काबूलला जावं. निघण्याचा मुहूर्त बघावा.'

'एका संकटातून बाहेर पडतात, न पडतात, तोच राजे दुसऱ्या संकटात सापडले. राजांनी जाफरखानाची भेट घेतली; त्याला भरपूर नजराणा दिला; आणि वजीर जाफरखान मध्यस्थी करायला तयार झाला. आपले सैन्य आणू दिले, तर राजांनी काबूलला जाण्याची तयारी दाखविली. औररंगजेब विचारात पडला. खुद्द दिल्लीमध्ये शिवाजीचे सैन्य येऊ द्यायला तो खुळा नव्हता. काबूलचा बेत त्याने रद्द केला. शिवाजीला निश्चित कोणती वचने देऊन मिर्झाराजांनी पाठविले आहे, याची विचारणा करणारे तातडीचे पत्र औरंगजेबाने मिर्झाराजांना पाठविले.

दिवस उलटत होते. राजे दरबारच्या मोठमोठ्या सरदारांना भेटत होते; नजराणे देत होते. राजांची माणसे, महादेव यांसारखे नजरबाज आग्रा शहरात फेरफटका मारीत होते; ओळखी वाढवीत होते. दरबारचे वातावरण निवळावे, म्हणून रामसिंग संभाजीराजांना घेऊन दरबारी जात होता. संभाजीराजांना औरंगजेबाने मानाची कट्यार व पोशाख देऊन गौरविले होते. औरंगजेब मिर्झाराजांच्या उत्तराची वाट पाहत होता. राजांच्यावर रामसिंगाचा पहारा होता. आपल्यावरील टांगत्या तलवारीचा राजांना वीट आला होता. त्यांनी सोक्षमोक्ष लावून घेण्याच्या हेतूने एक अर्ज पाठविला :

> '...जर बादशहांनी सरकारात दिलेले सर्व किल्ले परत केले, तर मी दोन कोटी रुपये खंडणी देईन. मला परत जाण्यास परवानगी मिळावी. माझा मुलगा येथे चाकरीत ठेवण्यास मी तयार आहे. बादशहा जी शपथ घ्यावयास सांगतील, ती मी घेईन. मी बादशहांच्या शब्दांवर विसंबून आलो. माझी निष्ठा मोठी आहे. ज्या वेळी स्वारीचा बेत कराल, त्या वेळी बोलावताच मी येईन. बादशहा विजापूरस्वारीत गुंतले आहेत. मला तेथे जाऊ द्या. मी बादशहांसाठी लढा देईन, किंवा मरून जाईन.'

राजांच्या सारख्या जाणाऱ्या अर्जांनी आणि शिवाजीच्या वाढत्या भेटींनी औरंगजेबाचा संशय वाढला तो म्हणाला,

'मी शिवाजीशी सौम्यपणे वागतो, यानं त्याचं डोकं फिरलं आहे. घरी जायला मी त्याला परवानगी देईन कशी? त्याला सांगा की, त्यानं यापुढं कोणासही भेटू नये. रामसिंगाकडेही जाऊ नये. सक्त ताकीद द्या.'

राजांना रामसिंगाचे पहारे कडक झाल्याचे जाणवले. औरंगजेबाने रामसिंगाकडून, शिवाजीने त्याच्याकडे राहिलेले किल्ले द्यावेत, म्हणून मागणी केली. रामसिंगाने तो निरोप राजांना सांगताच राजे भडकले.

'कुंवरजी! तुम्ही मला काय सांगता? इथं बोलावून आणून मला तुमच्या पहाऱ्यात टाकलं. मिर्झाराजांच्या सांगण्यावरून तेवीस गड मी बादशहाला दिले; आणि मिर्झाराजांनी टोक परगणा बक्षीस मिळविला. आता राहिलेले गड बादशहांना द्यायला सांगून तुम्ही कोणता परगणा मिळविणार आहात, ते तरी सांगा!'

राजांच्या या रोकड्या सवालाने रामसिंग थंड झाला. त्याने बादशहाला राजांचा नकार कळविला. बादशहा ते ऐकून सावध झाला. त्याने आपली नखे बाहेर काढली. फुलादखानाला पाच हजार फौजेनिशी शिवाजीवर पहारा बसविण्याला पाठविले.

राजे मंचकावर बसले होते. सायंकाळचा समय होता. आपल्या सहकाऱ्यांबरोबर विचारविनिमय करण्यात राजे गुंतले असता संभाजीराजे धावत आले,

'आबासाहेब! सैन्य येतंय्!'

त्या घाबरलेल्या बाळजीवाला जवळ घेत राजे म्हणाले,

'बाळराजे! ही औरंगजेबाची राजधानी आहे. दरबारासाठी आलेला एखादा सरदार शाही मेहेरनजरेतून सुटका होऊन माघारी जात असेल. बाळराजे, असं अश्वदळ पाहून घाबरलात, तर कसं होणार?'

साऱ्यांच्या चेहऱ्यांवर स्मित उमटणार, तोच राजांच्या छावणीभोवती चारी बाजूंनी टापांचा खडखडाट उठला. हिरोजी बाहेर धावला; आणि बाहेर उभा असलेला महादेव आत आला. महादेव ओरडला,

'राजे, घात झाला! छावणीभोवती चारी बाजूंनी सैन्याचा गराडा पडला आहे.'

साऱ्यांच्या तलवारी उपसल्या गेल्या.

राजे डेऱ्याच्या दाराशी गेले. तोफांचे गाडे छावणीभोवती लावले जात होते. हजारो घोड्यांचे खूर खडखडत होते. राजांचा डोळ्यांवर विश्वास बसत नव्हता. राजांचे लक्ष डेऱ्याच्या रोखाने येणाऱ्या एका स्वाराकडे गेले. हिरवी जरी कलाबुतीची झगमगणारी फतू, मस्तकी किमॉष, अंगात अंगरखा, चोळणा घातलेला स्वार उजव्या हाती लगाम व डाव्या हाताची मूठ आपल्या कमरेवर ठेवून मारे ऐटीत डेऱ्याकडे येत होता.

राजे माघारी वळले; आणि क्षणांत तो सरदार डेऱ्यात प्रवेश करता झाला. राजांच्या भोवतीच्या माणसांच्या हातांतील तलवारी पाहून त्याच्या चेहऱ्यावर हसू उमटले. तिकडे दुर्लक्ष करून किंचित मान झुकवून तो म्हणाला,

'शिवाजीराजे! बादशहांच्या बंद्याला फुलादखान म्हणतात. अफसोसकी बात है, ...आपल्यावर पहारा करण्यासाठी मला आणि माझ्या पाच हजार स्वारांना आज्ञा झाली आहे. आजपासून आपण माझ्या पहाऱ्यात आहात, याची आठवण ठेवावी. ही दरखास्त आहे.'

राजे सुन्न होऊन ते ऐकत होते. हाच तो फुलादखान, की ज्याचं वर्णन 'काळीज नसलेला माणूस' म्हणून करतात! राजांनी त्या धिप्पाड देहाकडे निरखून पाहिलं; व ते म्हणाले,

'खानसाहेब, तुम्ही तुमचं काम करा. आमच्याकडून तुम्हांला त्रास व्हायचा नाही. आपण दोघे बादशहांचे बंदे. तुम्ही पहारा करा. आम्ही कैदेत राहू.'

राजांचा तो शांतपणा पाहून फुलादखान चकित झाला. अभिवादन करून तो बाहेर गेला. राजे कसेबसे मंचकावर जाऊन बसले. बाल संभाजी राजांच्याकडे धावले. ते म्हणाले,

'आबासाहेब, हे स्वार का आलेत?'

त्या चिमकुल्या जीवाच्या बोलांनी राजांचे धैर्य ढासळले. एकदम बाळराजांना मिठीत घेऊन राजे म्हणाले,

'घात झाला! आम्ही फसलो!'

-आणि राजांच्या डोळ्यांना अश्रुधारा लागल्या. त्यांच्या शोकाला सीमा राहिल्या नाहीत...

□

२७

फुलादखानाचा कडेकोट पहारा राजांच्या भोवती जारी झाला. बाहेरचा पहारा फुलादखानाचा होता; तर आतला पहारा रामसिंगाचा होता. राजांच्याकडे जाणाऱ्यांवर कडाई नजर ठेविली जात होती. राजांच्या तळाच्या तोंडाशी खुद्द फुलादखानाचा डेरा उभारण्यात आला होता. एका माणसाच्या बंदोबस्तासाठी औरंगजेबाने अनेक तोफा आणि हजारो माणसे गुंतविली होती. तशा परिस्थितीही राजांना औरंगजेबाने घेतलेल्या धास्तीचे कौतुक वाटत होते. सरळ मार्गाने सुटका आता अशक्य आहे, हे राजांना उघड दिसत होते. राजांच्या भोवती सारे गर्भगळीत होऊन बसले होते. राजांनी आपले मन सावरले. यातून मार्ग शोधण्यात त्यांचे मन गुंतले.

रामसिंगाला राजांचे पहारे जारी झाल्याचे समजताच तो राजांना भेटायला आला. त्याची मान शरमेने लवली होती. रामसिंगाला पाहताच राजे उफाळले,

‘रामसिंग, पटली ना खात्री? हाच सलोखा औरंगजेबाला करायचा होता ना?’

‘राजासाब, मी सक्त दिलगीर आहे.’ रामसिंग डोळ्यांत पाणी आणून म्हणाला, ‘मी पिताजींना सर्व कळविलं आहे. पण माझी शक्ती मर्यादित आहे.’

रामसिंगाचा काही दोष नाही, हे राजे जाणीत होते. त्यांनी रामसिंगाला जवळ बसवून घेतले. ते म्हणाले,

‘तुमचा दोष नाही, रामसिंग! दोष आमचा आहे. आमचे मनसुबे फसले. औरंगजेबाचे सफल झाले. आता माझं ऐका... फुलादखानाचा पहारा बसलाच आहे. माझ्यासाठी तुम्ही जामीन राहिला आहात. आजपर्यंत तुम्ही माझ्यासाठी खूप तरफदारी केलीत. पण तुमच्या शब्दाला दरबारी किंमत नाही. तुमचं कोणी ऐकत नाही. अशा परिस्थितीत तुम्ही माझी जबाबदारी स्वीकारू नये.’

‘राजासाब!’

‘ऐका, कुंवरजी! मी सांगतो, ते अगदी खरं आहे. तुम्ही बादशहाला सांगा... शिवाजीवर आता फुलादचे पहारे आहेत. त्याची जबाबदारी तुमची. त्याला तुम्ही ठार मारू शकता. पण आता माझ्यावर शिवाजीची जबाबदारी नको.’

रामसिंग कावराबावरा होऊन उभा राहिला. बोलून-चालून अस्सल रजपूत तो. याला ते ऐकणेही कठीण गेले. त्याचे डोळे अश्रूंनी भरले. तो म्हणाला,

‘राजासाब! तुम्ही असं म्हणावं, हा तुमचा मोठेपणा. पण तुम्हीच मला भाऊ मानलंत. संकटकाळी भावाला सोडणं हा राजपुतांचा धर्म नाही... राजे! मी तुम्हांला वाऱ्यावर सोडू शकणार नाही. जे व्हायचं, ते आपणां दोघांचं होईल.’

रामसिंग सरळ मनाचा होता. त्याला कसं समजावून सांगायचं, हेच राजांना कळेना. रामसिंग म्हणाला,

‘राजाजी! पहारे बसले, म्हणून तुम्ही काळजी करू नका. माझी विश्वासाची माणसं तेजसिंग, अर्जुनजी, सुखसिंग, नाथावाट हे तुमच्या पहाऱ्यावर आहेत. डोळ्यांत तेल घालून ते तुम्हांला जपतील.’

राजांनी निःश्वास सोडला. रामसिंग राजांचा निरोप घेऊन गेला. राजांनी आपली सारी माणसे गोळा केली. आता यापुढे प्रत्येक दिवस मोलाचा आहे, हे राजांनी जाणले. राजे आपले बेत सांगत होते. राजांच्या साथीदारांच्या चेहऱ्यांवर ते ऐकून बाळसे चढत होते.

दुसऱ्या दिवशी रामसिंग डेऱ्यात आला. त्याने राजांची उग्र संतापी प्रकृती पाहिली. राजे संतापले होते. हिरोजी, निराजी ही मंडळी हात बांधून अपराधी चेहऱ्यांनी सामोरी उभी होती. राजे ओरडले,

‘चालते व्हा! मला कुणाची जरुरी नाही. माझ्याजवळ कोणी राहण्याची गरज

नाही.'

खालच्या मानेने सारे बाहेर गेले. रामसिंग थक्क होऊन म्हणाला,

'राजासाब! काय चालवलंय् हे? आपल्या विश्वासाच्या माणसांची जेव्हा अत्यंत गरज, तेव्हा त्यांना घालवून देता?'

'कसली गरज? इथं परमेश्वराखेरीज कोणाचं काय चालणार? परमुलखात परस्वाधीन बनलो मी! जे व्हायचं, ते होऊ दे. बिचारे ते आणखी गुंततील.'

रामसिंगाने राजांना शांत केले. तो तंबूबाहेर आला, तेव्हा राजांच्या लोकांनी तंबू पाडले होते. त्यांनी रामसिंगाला सांगितले,

'आम्ही जातो!'

रामसिंग निराजीपंतांना म्हणाला, 'पंत, राजे माझंही ऐकत नाहीत. तुम्ही या लोकांना जाऊ देऊ नका. माझं ऐका. या लोकांना इथले मुक्काम हलवून माझ्या तळामागे बागेत राहायला सांगा.'

निराजी सुन्न झाले. राजे एक रचीत होते; आणि रामसिंग प्रेमापोटी त्यातच नेमका खो घालीत होता. निराजीपंतांनी राजांच्या माणसांना बागेत उतरण्यास सांगितले. राजांना हसावं, की रडावं, ते कळेना. ते म्हणाले,

'पंत, या राजपुतांना डोकं फार कमी. भावनाविवश होणं एवढंच यांना माहीत. असं नसतं, तर कशाला बिचारे पिढ्यान् पिढ्या बादशहांची सेवा करीत बसले असते?'

सकाळी राजांनी फुलादखानाला बोलावून घेतले. फुलादखान येताच राजांनी त्याला मोठ्या मानाने बसवून घेतले. फुलादखान राजांच्या वर्तनाने चकित झाला. राजे हसत म्हणाले,

'फुलादखान, आमच्या मनात तुमच्याविषयी काही नाही; तुम्ही हुकमाचे बंदे. तुम्ही आपलं कर्तव्य करता.'

'राजासाब, तुम्ही समजुतदार म्हणून...'

'असू दे.' राजे म्हणाले. 'आज आम्ही एका कामासाठी तुम्हांस त्रास दिला.'

फुलादखान सावध झाला. त्याने विचारले,

'कसलं काम?'

'मी तर आता कैदेत पडलो. एवढ्या दूर मी आलेला. माझ्या एवढ्या माणसांचा खर्च मला निभत नाही. तुम्ही माझी विनंती बादशहांना कळवा... आवश्यक तेवढी दहा-बारा माणसं ठेवून, बाकीचे मी माझ्या मुलुखात त्यांच्या घरी पाठवावे, म्हणतो.'

सिद्दी फुलादखानाचे डोळे आनंदाने चमकले. त्याने औरंगजेबाला राजांची विनंती सांगितली. राजांची माणसे जाणार, हे कळताच औरंगजेबाला आनंद झाला. त्याने

राजांच्या शेकडो माणसांना आग्र्याबाहेर जाण्याचे परवाने पाठवून दिले. शिवाजीने ही चाल का करावी, याचा विचार औरंगजेब करीत होता. शिवाजीच्या प्रत्येक गोष्टीवर त्याचे बारीक लक्ष होते. मागे शिवाजीने हत्ती खरीदल्याचे कळताच त्याने कसून चौकशी केली होती. आपली आहेत ती माणसे पाठवून शिवाजी मूठभर लोकांनिशी राहू इच्छितो, हे औरंगजेबाच्या बुद्धीला पटेना. त्याने तातडीने साऱ्या परगण्यांना हुकूम पाठविले...

'जर आग्र्याहून शिवाजी पळाला, तर त्याला दिसेल तिथं अडकवून ठेवण्याची खबरदारी घ्या.'

बादशहाकडूनच हुकूम आल्याने रामसिंगाचा नाइलाज झाला. साऱ्यांनी राजांचा जड अंतःकरणाने निरोप घेतला. त्यात महादेवही होता. अनेक नजरबाज होते.

फार दिवसांनी एक गोष्ट मनासारखी झाली होती.

औरंगजेब जयसिंगाच्या उत्तराची वाट पाहत होता. जयसिंगाचे पत्र आले; पण त्यात त्याने शिवाजीच्या जिवाला जपण्याचा सल्ला दिला होता. औरंगजेब विचार करीत असता एके दिवशी शिवाजीचा निरोप आला.

शिवाजीराजांना बैरागी व्हायचे होते. त्यांचे मन विटले होते. काशीला जाऊन संन्यास घ्यायची परवानगी त्यांनी मागितली होती. ते ऐकून औरंगजेब हसला. त्याने निरोपाचे उत्तर दिले:

'राजांना जर बैरागी व्हायचे असेल, तर त्याला माझी काही हरकत नाही. संन्याशाला कुठंही राहिलं, तरी सारखंच. त्यांनी इलाहबादला जाऊन माझ्या किल्ल्यात राहावं. तिथं माझा सुभेदार बहादुरखान आहे. तो राजांच्यावर चांगली नजर ठेवील. राजांनी तिथं सुखानं ईश्वरचिंतन करावं.'

राजांचा संन्यास घेण्याचा मार्ग ढासळला. दोन मास होत आले, तरी काही घडत नव्हते.

एके दिवशी कवींद्र परमानंद अलाहाबादेच्या एका विद्वान ब्राह्मण कवीला घेऊन आले. त्याचे नाव होते कब कलश. राजांनी कब कलशला ठेवून घेतले. खूप रात्र होईपर्यंत बोलणी झाली. दोन दिवसांनी कवी परमानंदांची त्यांनी रवानगी केली. त्यांना आपले हत्ती बक्षीस दिले. कब कलशलाही सन्मानाची बिदागी मिळाली. औरंगजेबाला ते कळले. राजे आता खरोखरच विरक्त बनत आहेत, असे त्याला भासले.

आग्र्यात पावसाच्या तुरळक सरी पडत होत्या. उष्मा शतपटींनी वाढला होता. राजांना आकाशातले ढग पाहून आठवत होता आपला मुलूख. ती गर्द राई. हिरव्या

मखमलीने आच्छादिलेले पर्वत. आता मुसळधार पावसात गड न्हात असतील. कड्यांवरून कोसळणाऱ्या प्रपातांचा श्वेत प्रवाह नजरेचे पारणे फेडीत असेल. धुक्याच्या विरळ वस्त्राने गडांच्या माथ्यांवर मायेचा पदर धरला असेल.

'...मायेचा पदर!

'मासाहेब! कशी दिवस कंठीत असेल ती माउली?'

राजांनी डोळ्यांच्या कडा पुसल्या. त्यांनी पाहिले. संभाजीराजे बिछान्यावर झोपले होते. त्यांच्या अंगावर काही पांघरूण नव्हते. हिरोजीला राजे म्हणाले,

'हिरोजी, बाळराजांची शाल कुठं आहे?'

'उकडतं, म्हणून घातली नाही अंगावर!'

'पण तिच्याशिवाय बाळराजांना चांगली झोप येत नाही.' राजांनी उठून शाल घेतली. क्षणभर हातात ती ती शाल घोळवीत राहिले; आणि त्यांनी ती शाल बाळराजांच्या अंगावर टाकली. बाळराजांची चाळवाचाळव झाली; आणि परत ते शांतपणे झोपी गेले.

पहारेकऱ्यांचे आवाज उठत होते. राजे बाळराजांच्या शेजारी झोपले. डोळे मिटत नव्हते. डेऱ्याच्या दाराशी तलवार उशाला घेऊन हिरोजी आडवा झाला होता. मदारीने विचारले,

'पाय रगडू?'

'नको, मदारी! झोप तू. आम्ही पण झोपतो.'

□

२८

मदारी समया शांत करीत होता. जळत राहिलेल्या समईच्या एक-दोन वातींचा उजेड अंधाराची भयाणता वाढवीत होता. राजे पडल्या जागेवरूनच त्या वातींकडे पाहत होते. राजांचे मन बेचैन झाले होते. अनेक विचारांचे काहूर मनात उठले होते...

'माणूस स्वत:ला जाणता समजतो. केवढा अहंकार!

'दक्षिणच्या सुभेदारीचं स्वप्न घेऊन आपण आग्र्यात आलो. आलमगीरची मर्जी संपादन करून सुभेदारी घ्यावी, आणि मिर्झाराजे, दिलेरखान यांचा शह उठताच परत स्वराज्याच्या खटपटीस लागावं, हा आमचा मनसुबा. मनसुबा दूरच राहिला; आणि आम्ही बादशहाच्या कपटनीतीला मात्र बळी पडलो!'

राजांना आपल्या विचारांचे हसू आले.

'नीती, अनीती ठरवायची कुणी? ज्याच्या साम्राज्याविरुद्ध आम्ही लढत देण्यासाठी उभे राहिलो, त्या औरंगजेबानं आमची गय का करावी? आणि दक्षिणेची सुभेदारी तो देईल तरी कसा? खुद्द आपल्याच भावांना कठोर शासन करणारा हा औरंगजेब! आपल्या पित्याला विष घालताना ज्याचे हात थरथरले नाहीत, तो आलमगीर आमच्या

बाबतीत रहेमदिल होईल कसा? आजवर औरंगजेबानं आम्हांला जिवंत का ठेवलं?

'खास, काही तरी मोठी गल्लत होते आहे.

'दैवानंच आलमगिराच्या मनात काही तरी गोंधळ निर्माण केलेला दिसतो. नाही तर 'तो' निर्णय करायला त्याला एवढा वेळ लागला नसता. औरंगजेब पक्का राजकारणी! राजकारणात वेळेला फार महत्त्व असतं. कैक निर्णय वेळच्या वेळीच अमलात आणले नाहीत, तर आयुष्यभर पश्चात्ताप करण्याची पाळी येते. हे माहीत असताना औरंगजेब आमच्या बाबतीत स्वस्थ कसा? आमचंच दैव बलवत्तर, म्हणूनच हे घडत असावं...'

'तसं असेल, तर आई मार्ग का दाखवीत नाही?'

राजे सावकाश पलंगावरून उठले. त्यांची नजर शांतपणे झोपी गेलेल्या संभाजीराजांच्याकडे गेली.

'किती निर्धास्तपणे झोपलाय् हा! ह्या अजाण मनाला पहाऱ्याची जाणीव नाही; कैदेची फिकीर नाही; मृत्यूच्या टांगत्या तलवारीची भीती नाही. पालकाच्या भरवशावर किती शांतपणे युवराज झोपू शकतात! मग आम्हांलाच पालकाचा विश्वास का नसावा!

'मासाहेब!

'आधीच वार्धक्यानं थकलेल्या! त्यांच्या चिंतेला पारावार नसेल. देवाच्या पायांशी धरणं धरून ती माउली अश्रू ढाळीत, नवस बोलत झुरत असेल. दुर्दैवानं आमचं इथंच काही बरं-वाईट झालं, तर...'

राजांना तो विचार सहन होईना. जिजाबाईंच्या आठवणीने त्यांचे मन कातर बनले. त्याच बेचैनीत ते फेऱ्या घालीत होते.

'मुलुखापासून केवढे दूर आम्ही शत्रूच्या गोटात येऊन सापडलो. या वेळेला गडावर केवढी चिंता वाढली असेल! अनाजी, मोरोपंत, प्रतापराव, तानाजी ही सारी माणसं काय करीत असतील? दररोज नवीन अफवा उठत असतील. मनाच्या तराजूतलं आमचं जीवनमरणाचं पारडं दररोज हेलावत असेल!

'कदाचित आमचे नजरबाज आग्र्यापर्यंत येऊन पोहोचलेही असतील.

'आम्ही शत्रुहाती सापडलो, हे जाणून आमच्या माघारी बंडावा तर झाला नसेल?'

त्या विचाराबरोबर राजांची पावले थांबली. क्षणात चेहऱ्यावर स्मित उजळले.

'बंडावा?

'कोण करणार?

'कोणाविरुद्ध?

'अनाजी, मोरोपंत, प्रतापराव, तानाजी... नावं घ्यावीत तेवढी थोडी.

'ही माणसं बंडावा करणार? अशक्य!!

'उलट, पुरंधरच्या तहानं कमजोर झालेलं राज्य सावरता-सावरता बिचारे थकत असतील. खोट्या धीराच्या शब्दांनी मासाहेबांना आणि फौजेला धीर देत बिचारे दिवस कंठीत असतील.'

राजांनी परत पावले उचलली.

'येताना मारे ऐटीने आमच्या बरोबर आम्ही खास विश्वासाची हजार असामी आणली. त्यांना या संकटातून बाहेर काढण्यात यश मिळालं, ही देवाची कृपा. बिचाऱ्या रामसिंगाच्या ध्यानी आलं नाही; पण ही हजार माणसं आमच्या हजार वाटांवर अहोरात्र नजर ठेवून आमच्यासाठी तिष्ठत असतील.'

राजांची मुद्रा करारी बनली.

'या संकटातून आम्हांला सुटायला हवं!

'पण कसं?

'कसं?'

राजे विचारात गुंतले. मनात शब्द उतरत होते...

'केल्यानें होत आहे, रे! तें आधीं केलेंचि पाहिजे.'

समर्थांच्या आठवणीने राजांना धीर आला. साऱ्या विचारांचे रूपच पालटले.

'फर्मानाचा स्वीकार करून आम्ही मासाहेबांच्या सामोरे गेलो होतो. भोगल्या अपमानानं संतापलेल्या आम्हांला मासाहेबांनी सांगितलं होतं...

''राजे! स्वतःच्या पराजयाचं जरा कौतुक करा. तेही परमेश्वरी वरदानच असतं. त्यानं पाठविलेली संकटं जे धीरानं सहन करतात, सोसतात, त्यांनाच भविष्यकाळ उज्ज्वल असतो, असं पोथ्या-पुराणं सांगतात. श्रद्धेनं आणि डोळसपणानं या संकटांकडे पाहिलं, तर साऱ्या वाटा दिसू लागतात...' '

त्या आठवणीनं राजांना धीर आला. त्यांच्या विचारांना एक वेगळीच दिशा गवसली.

'लाक्षागृहातून जर पांडव सुटतात, तर मग आम्हांला तोच मार्ग का सुचू नये?

'कंसाच्या बंदिशाळेत श्रीकृष्णाचा जन्म झाला. एवढा पहारा असताही वसुदेवांनी साध्या टोपलीच्या आधारानं श्रीकृष्णांना बंदिशाळेतून बाहेर काढलंच ना! त्यांच्याच कृपेनं पहारेकऱ्यांना निद्रा लागली; कुलुपाचे बंध सुटले; भरल्या नदीनं वाट दिली.

'आलमगीर विचारांच्या आहारी जाऊन आम्हांला आजवर जिवंत ठेवतो, ही त्याचीच कृपा असली पाहिजे. आम्ही फक्त आधीच मोकळा असलेला मार्ग शोधायला हवा.'

राजांनी समईकडे पाहिले. एक वात मंदावत होती. राजे पुढे झाले. त्यांनी दोन्ही वाती पुढे सरकविल्या. वाती फरफरत मोठ्या झाल्या.

त्या वाढत्या प्रकाशात राजांच्या मुखावरचे समाधान उजळले होते.

□

२९

सकाळच्या वेळी राजे सर्वांशी प्रसन्नपणे बोलत होते. निराजीपंत, हिरोजी फर्जंद यांच्यासारख्या जाणत्यांना तो बदललेला भाव पाहून खूप बरे वाटले. निराश मनात आशेची पालवी उमटली.

राजे सर्वांसह मोकळेपणाने बोलत बसले असता रामसिंग आल्याची वर्दी आली. राजांनी रामसिंगाचे स्वागत केले.

'रामसिंग, दरबारची काय खबर?'

'सर्व ठीक आहे.'

'आलमगिरांच्या कृपेनं आम्हीही इथं निर्धास्त बनलो आहो.'

'जी!' रामसिंग चकित झाला.

राजे हसले.

'रामसिंग. एवढं आश्चर्य वाटायला काय झालं? आम्ही आयुष्यात कधी निर्धास्त नव्हतो, एवढे इथं आहो. एवढा कडेकोट पहारा असताना माणसाला काळजी कसली? कैदेसारखं सुख नसतं, रामसिंग!' राजांनी एकदम विचारले, 'आमच्या जबाबदारीतून सुटका करून घेतलीत, की नाही?'

'जी! अजून नाही.'

'रामसिंग, तुम्ही आम्हांला लहान भावासारखे. तुम्ही आमच्यासाठी हा धोका पत्करू नका. बोलून चालून ते बादशहा. त्यांची केव्हा लहर फिरेल, कोणत्या कारणानं इतराजी होईल, ते सांगता येणं कठीण.'

रामसिंग थोडा विचारात पडला. त्याचा तो भाव पाहून राजांना बरे वाटले. विषय बदलीत त्यांनी गोपीनाथपंतांना विचारले,

'पंत, युवराज कुठं आहेत?'

गोपिनाथपंतांनी हसून उत्तर दिले,

'मघा ते फुलादखानाबरोबर पहारा पाहत होते.'

त्या उत्तराने राजे खळखळून हसले.

'सुरेख! आम्ही कैदेत; आणि युवराज मात्र मोकळे! उलट, तेच आमचे पहारे पाहतात. भाग्यवान आहेत.'

रामसिंग हसण्यात सामील झाला.

'खरं आहे, राजे! युवराज खरेच भाग्यवान आहेत. आलमगिरांना त्यांचा खूप लळा आहे. आजही त्यांना घेऊन येण्याची आज्ञा झाली आहे. आणि, राजे, युवराजांनी माझं घर तर आपलंसं केलं आहे.'

'छान! आलमगीर कृपाळू आहेत. मनाचे मोठे आहेत. नाही तर शत्रूच्या मुलाला एवढ्या मायेनं कुणी वागविलं असतं?'

राजांचा आनंद पाहून रामसिंग म्हणाला,

‘राजासाब, एक विनंती आहे.’

‘असं परक्यासारखं बोलायचं नाही, रामसिंग. एकदा तसं ठरलं ना?... सांगा.’

‘आपल्याला दक्षिणेत मनुची भेटले होते?’

‘मनुची?’

‘जी! पिताजींच्या तोफखान्यावर ते अधिकारी होते. परदेशी आहेत. त्यांची आणि आपली पुरंधरला ओळख झाली होती.’

राजांना एकदम आठवले.

‘व्वाऽ! लाख माणूस! आम्ही जरूर त्यांना ओळखतो... नव्हे, आमची दोस्ती आहे. चिंतेच्या दिवसांत त्यांचा सहवास आम्हांला सुखावह वाटला. कुठं आहेत ते? इथं आलेत?’

‘जी, नाही! पण त्यांनी ओळखपत्र देऊन एक कलावंत पाठविला आहे.’

‘कलावंत?’

‘जी! चितारी आहे. दरबारी अनेकजणांची त्यानं चित्रं काढली आहेत. आलमगिरांनी त्यांना आपल्याला भेटायची इजाजत दिली आहे.’

‘बादशहा कृपाळू आहेत. त्या कलावंतांचं नाव काय?’

‘मीर हसन.’

‘आलेत?’

‘जी!’

‘बोलवा.’

थोड्याच वेळात मीर हसन राजांच्या सामोरा आला. रामसिंगाला, राजांना मीर हसनने मुजरे केले. मीर हसनने राजांना मनुचीचे पत्र सादर केले. त्यात मनुचीने मीर हसनला राजांची छबी काढण्याची विनंती केली होती. पत्राचा मजकूर जाणून घेताच राजांनी मीर हसनकडे पाहिले.

सडपातळ देहाचा, हसऱ्या नजरेचा मीर हसन राजांच्या मान्यतेची वाट पाहत होता. राजांची नजर रामसिंगाकडे वळली.

‘रामसिंग, काय योग असतात. पाहा. जेव्हा आम्ही पुरंधरचा तह करून शरणागती स्वीकारली, तेव्हा तिथं आम्हांला उत्तरेचे पंडित शिवराम भेटले. त्यांनी आग्रह करून आमची कुंडली घेतली. दीड वर्षानंतर आमचे मनोरथ सिद्धीला जातील, असं भविष्य वर्तविलं. संकटात सापडलेल्या जीवांना अशा गोष्टींचा मोठा आधार वाटतो. मनोरथ दूरच राहिले; उलट, आम्ही जिवंत सुटणं कठीण होऊन बसलं! आणि इथं कैदेत असता मनुचीचं पत्र घेऊन हे चितारी येतात. कैक वेळा दैवदेखील भारी क्रूर थट्टा करीत असतं.’

पण राजांची ती गंभीर मुद्रा फार काळ टिकली नाही. ते एकदम हसले.

'कदाचित या दैवयोगाला निराळंच कारण असावं. आम्ही इथं राहिलो नाही, तरी आमची छबी निश्चित मागे राहील.'

राजे हसले. पण रामसिंग हसला नाही. राजांच्या बोलण्याने तो बेचैन झाला होता. राजे सावध झाले. त्याच सहजतेने ते म्हणाले,

'रामसिंग! चिंता कसली? एक ना एक दिवस मृत्यू गाठणारच! इथंच आमचा शेवट झाला, तरी हे चित्र मागे राहील. नाही का?'

रामसिंगाच्या मनावरचे ओझे उतरले.

'राजासाहेबांनी असं बोलू नये. कदाचित जहाँपन्हांची...'

'हां, हां! रामसिंग, नशिबात असेल, ते सारं होऊन जाईल. या कलावंतांना केव्हाही यायला सांगा. त्यांना आमचं चित्र काढू देत, तेवढाच वेळ आमचा चांगला जाईल.'

दुसऱ्या दिवसापासून मीर हसन राजांच्याकडे येऊ लागला; चित्र काढू लागला. सारे कौतुकाने ते पाहत होते. राजे मोकळ्या मनाने मीर हसनबरोबर बोलत होते. उलटणाऱ्या दिवसाबरोबर राजांचा प्रसन्न भाव वाढत होता; पण रामसिंगाला संकटांचे डोंगर दिसत होते.

मिर्झाराजांनी कोठून ह्या शिवाजीची जोखीम पत्करली आणि आग्र्याची जोखीम आपल्यावर टाकली, असे त्याला झाले होते. मध्यंतरी बादशहाच्या मनात खुद्द आपण दक्षिणेत विजापूरमोहिमेवर जावे, असे आले होते. रामसिंगावर शिवाजीची जबाबदारी टाकून दक्षिणेत उतरावे, असा त्याचा इरादा होता. पण रामसिंगाला मिर्झाराजांनी शिवाजीची जबाबदारी न स्वीकारता बादशहाबरोबर दक्षिणेत उतरण्याचा सल्ला दिला होता. शिवाजीराजांचा उपदेश त्यांच्या ध्यानी येत होता. जामिनकीतून मुक्तता करून घ्यावी, हा राजांचा वारंवारचा सल्ला त्याला आता पटू लागला होता. औरंगजेबाने प्रथम रामसिंगाच्या विनंतीकडे लक्ष दिले नाही; पण नंतर त्याने ते मान्य केले, आणि रामसिंगाला शिवाजीच्या जामिनकीतून मोकळे केले. रामसिंगाला मोठा भार उतरल्याचे समाधान झाले. राजांना ती बातमी रामसिंगाने सांगताच खूप हलके वाटले.

राजांना आता आपले मार्ग संपूर्णपणे मोकळे होते. रामसिंगाच्या शपथेतून आता ते मोकळे झाले होते.

एके दिवशी मीर हसन पुरे झालेले चित्र राजांना दाखविण्यासाठी घेऊन आला.

राजे ते चित्र मोठ्या कौतुकाने पाहत होते. चित्रात राजे आपल्या खास पोशाखात अश्वारूढ झालेले दिसत होते. संगे अनेक भालाईत दाखविले होते. त्यांत अनेक मुसलमानही दिसत होते.

'मीर हसन, तुमच्या कलेचं कौतुक करावं, तेवढं थोडं आहे. आमचं रूप हुबेहूब टिपलंत. पण एवढे मोगल सरदार आमच्या बरोबर आले कोठून?'

'हुजूर, आपण रामसिंगांच्यासह शाही दरबारी जाताना मी पाहिलं होतं. ते सारं तसंच मनात होतं.'

'वा! सुरेख! निराजीपंत....'

निराजीपंतांनी मानवस्त्रे आणली. राजांनी मीर हसनला मानवस्त्रे आणि विपुल द्रव्य देऊन गौरविले. मीर हसनने राजांचे चित्र राजांना नजर केले.

'मीर हसन! ही कलाकृती तुमच्याच जवळ राहू देत. हवं, तर हे चित्र मनुचींना द्या. आमची आठवण म्हणून ते जतन करतील.'

राजांनी मोठ्या सन्मानाने मीर हसनला निरोप दिला,

त्यानंतर थोड्याच दिवसांत...

□

३०

त्यानंतर थोड्याच दिवसांत राजे आजारी पडल्याची बातमी पसरली. रामसिंग राजांची विचारपूस करी. औरंगजेबाला आजाराची बातमी कळली. त्याने हकीम पाठविण्याची तयारी दाखविली; पण जीवनाला विटलेले राजे कसलीच औषधे घ्यायला तयार नव्हते. नाही म्हणायला गावातील एका वैद्याचे औषध तेवढे ते स्वीकारीत. राजांच्या जवळ हिरोजी फर्जंद व मदारी मेहतर एवढेच लोक राहिले होते. रामसिंगाचे पहारेकरी राजांच्या विश्वासाचे बनले होते. राजांचा आजार बळावत होता. कष्टाने फिरणारे राजे अंथरुणाला खिळले. फुलादखान वारंवार राजांच्या चौकशीला येई. प्रकृतीला आराम वाटावा, म्हणून धार्मिक संप्रदायांप्रमाणे साधुसंत, देवस्थाने, बादशहांचे वजीर यांना मिठाई पाठविण्याचे राजांच्या मनात आले.

दररोज मिठाई पाठविली जात होती. डेऱ्याबाहेरच्या पहाऱ्यावर तेजसिंग, अर्जुनजी, सुखसिंग नाथावट ही माणसे होती. तसेच, डेऱ्यालगत रामसिंगाचे रामकिशन ब्राह्मण, जिवा जोशी, श्रीकिशन उपाध्याय आणि बलराम पुरोहित हे लोक होते. रामसिंगाची ही सारी माणसे राजांनी वश करून घेतली होती. यांखेरीज फुलादखानाचे अनेक अधिकारी येत; त्यांनाही राजांनी भरपूर द्रव्य दिले होते. फुलादखानाला मात्र याची गंधवार्ताही नव्हती.

औरंगजेब शिवाजीबद्दल आता निर्धास्त बनला होता. शास्ताखानाच्या बेगमेने,

अनेक जासुदांनी उगीचच शिवाजीबद्दल हव्या त्या कंड्या पिकविल्या होत्या... 'शिवाजी सैतान आहे. तो भिंतीतून आलेला शास्ताखानाने पाहिला. चौदा हात उडी तो मारू शकतो. तो अदृश्य होऊ शकतो...'

'हे त्याला करता येतं, तर पहाऱ्यात खितपत का पडला असता?' औरंगजेब अखेरच्या डावाची वाट पाहत होता. राजा विठ्ठलदासाची हवेली पुरी होत आली होती. शिवाजीला त्या हवेलीत हलवून, तिथेच त्याचा वध करून पुरण्याचे औरंगजेबाने निश्चित केले होते. ही कुणकूण रामसिंगालाही लागली होती.

राजांची प्रकृती पाहायला रामसिंग आला होता. राजे कण्हत होते. ताप नव्हता; पण सारे अंग कळांनी भरले होते, असे राजे सांगत होते. रामसिंग बेचैन दिसत होता. तो म्हणाला,

'राजासाब, फार वाईट वेळेला हे दुखणं आलं.'

'का?' राजांनी कष्टाने विचारले.

'मला बातमी लागली आहे. विठ्ठलदासाच्या हवेलीत नेऊन तुम्हांला मारण्याचा कट घाटत आहे.'

'रामसिंग?'

'औरंगजेब काहीही करू शकतो. माझा नाइलाज आहे, राजे! मी काहीही करू शकत नाही.' रामसिंग रडू लागला.

राजे कष्टाने उठले. त्यांनी रामसिंगाला जवळ घेतले. राजे म्हणाले,

'रडू नका. जे व्हायचं, ते होईल. रामसिंग, करता आली, तर एक गोष्ट करा.'

'काय करू, राजासाब?'

'विठ्ठलदासाच्या हवेलीत आम्हांला केव्हा हलविलं जाणार, ते आम्हांला कळायला हवं.'

'ते जमेल. पण त्याचा काय उपयोग?'

'निदान घरच्या माणसांना निरोप तरी सांगता येतील. रामसिंग, संभाजीवर लक्ष ठेवा!'

'त्यांची काळजी करू नका, राजे! आता ते माझ्या सवयीचे झाले आहेत. दरबारचे रिवाजदेखील त्यांच्या अंगवळणी पडले आहेत. राजासाब, जेव्हा तुम्हांला हलवायचं ठरेल, तेव्हा मीही आपल्याला भेटू शकणार नाही. मी असं करीन...'

रामसिंगाने थोडा विचार केला; आणि तो म्हणाला, 'मी त्या दिवशी फुलादखानाकडून निरोप पाठवीन की, 'तुम्ही माझ्याकडे येऊ नका. पातशहांनी बंदी केली आहे.' ज्या दिवशी असा निरोप येईल, त्याच्या दुसऱ्या दिवशी तुम्हांला हलविलं जाणार, हे निश्चित समजा. यापेक्षा मला जास्त सांगता येत नाही.'

रामसिंग राजांचा निरोप घेऊन गेला. राजे स्वस्थ पडून राहिले. मदारी, हिरोजी, रामकिशन, जिवा जोशी मिठाईचे पेटारे भरण्यासाठी आत आले. राजांनी हिरोजीला निरोप सांगितला. हिरोजी गडबडीने बाहेर गेला. मिठाईच्या टोपल्या भरीत असलेला मदारी म्हणाला,

'महाराज, अशी मिठाई आपल्याकडे होत नाही.'

'खरं आहे, मदारी. ही मिठाई राजगडला पोहोचायला हवी.'

'तितके दिवस टिकेल?'

रामकिशन म्हणाला, 'महिनाभर ठेवली, तरी बिघडत नाही.'

'ऐकलंस, मदारी? मिठाई हवे तितके दिवस टिकते. फक्त पाठविता आली पाहिजे.'

पंधरा-सोळा वर्षांचा पोर मदारी. पण हुशार खरा. त्याला आपलं हसू लपविता आलं नाही. टोपल्या तयार झाल्या. रंगीत दांड्यांना अडकवून एकएक टोपली दोघां सेवकांच्या खांद्यावरून डेऱ्याबाहेर गेली.

फुलादखानाच्या पहाऱ्यावर टोपल्यांची कसून झडती झाली; आणि टोपल्या बाहेर गेल्या. त्यांतली एक टोपली खुद्द फुलादखानालाच पाठविली होती.

दुसऱ्या दिवशी सकाळी कब कलश राजांच्या भेटीला आल्याची वर्दी आली. राजांनी कब कलशची भेट घेतली. डोक्याला भगवा रुमाल, कपाळी गंध, गोरी पान, उंची पुरी अशी कब कलशची मूर्ती त्याच्या बुद्धिमत्तेचे तेज दाखवीत होती. राजे बराच वेळ कलशबरोबर बोलत होते. राजांचे लक्ष दाराशी गेले. डेऱ्याच्या आतल्या द्वारी फुलादखान उभा होता.

राजांनी पलंगावरूनच हाक दिली.

'या, फुलादखान!'

फुलादखान आत येत म्हणाला, 'राजासाब! आपल्या मिठाईबद्दल शुक्रिया आदा करण्यासाठी मी आलो होतो.'

'बसा ना! त्यात आभार कसले? हे कब कलश. काशीचे दशग्रंथी ब्राह्मण. कुंडली चांगली जाणतात. आमच्या प्रकृतीला आराम केव्हा पडेल, हे आम्ही विचारीत होतो.'

फुलादखान हसून म्हणाला, 'राजासाब, त्यापेक्षा आपली सुटका केव्हा होईल, हे का विचारीत नाही?'

राजांनी आपल्या तीक्ष्ण नजरेने फुलादखानाला न्याहाळले. दुसऱ्या क्षणी हसत ते म्हणाले,

'फुलादखान, त्या प्रश्नाला काय अर्थ आहे? मेहेरबान बादशहांच्या आज्ञेनं

तुमच्या पोलादी पंज्यात आम्ही सापडलेले. आमची सुटका कठीणच! सापडलेला पक्षी कधी औरंगजेबानं सोडला नाही; आणि तुमच्या पकडीतून आजवर कुणी निसटू शकलेलं नाही.'

सिद्दी फुलादखानाचा काळा चेहरा तकाकला. डोळे चमकले. पांढरे शुभ्र मोठे दात दाखवीत तो म्हणाला,

'राजासाब! ही तारीफ नाही. ही हकीकत आहे.'

'आम्ही तारीफ केली नाही. हकीकतच सांगितली.'

त्याच वेळी संभाजीराजे आत आले. शिवाजीराजांच्याकडे जात ते म्हणाले,

'आबासाहेब!'

'बाळराजे, सकाळपासून होता कुठं?'

'आम्ही रामसिंग काकांच्याकडं गेलो होतो. त्यांच्याबरोबर आम्ही आलीजांच्याकडं गेलो होतो. आलीजांनी मला जवळ घेतलं, आपली कट्यार मला दिली. ही बघा.'

बाळराजांनी कट्यार काढली. कट्यारीचं पातं चकाकलं. राजे म्हणाले,

'बरीच धारदार आहे. बाळराजे, सांभाळून. ह्या शाही कट्यारी मोठ्या विषारी असतात.'

'आबासाहेब, आम्ही तुमच्यासाठीही एक कट्यार मागितली. तर आलीजाह म्हणाले...' आणि एकदम बाळराजांनी विचारले, '...'अनजान' म्हणजे काय हो, आबासाहेब?'

'का?'

'आम्ही कट्यार मागितली, तर आलीजाह म्हणाले, 'पोरगा निहायत मासूम व अनजान आहे.''

सारे हसले. राजे म्हणाले,

'बाळराजे! बादशहांनी तुमचं कौतुक केलं.'

'आलीजांनी आम्हांला संध्याकाळी पण बोलावलंय्.'

'असं? भाग्यवान आहात. आमची ती तकदीर नाही.'

फुलादखान इतके दिवस राजांच्यावर पहारा करीत होता; पण राजांची सौजन्यशील वागणूक, सर्वांशी प्रेमळ बोलणे पाहून त्याला राजांच्या कैदेचे कोडे उलगडत नव्हते. न राहवून तो म्हणाला,

'राजासाब, दुर्दैवाची गोष्ट आहे की, आपण कैदेत पडलात, आणि मी पहारा करतो. संभाजीराजांच्यासारखीच बादशहांची कृपा आपल्यावर असती, तर आज आपण शाही दरबारचे सच्चे दोस्त बनलो असतो.'

'आजही आपलं नातं तेच आहे. तुम्ही पहारा करता, म्हणून तुम्हांला दोष देण्याइतके आम्ही अज्ञानी नाही.'

फुलादखानाने रजा घेतली. फुलादखान बाहेर जाताच राजांनी बाळराजांना जवळ

बोलावलं. ते म्हणाले,

'बाळराजे, यांना ओळखता ना?'

'हो!' बाळराजांनी मान डोलाविली.

'मग यांची ओळख पक्की ठेवा! ह्यांनी केव्हा जरी काही सांगितलं, तरी ऐकायचं. समजलं?'

'जी, आबासाहेब!'

कब कलशने बाळराजांच्या पाठीवरून हात फिरवला. बाळराजे बाजूला जाताच कब कलश म्हणाला,

'राजे, फार मोठी जबाबदारी टाकता आहात.'

'तुम्ही ती पार पाडाल, याची खात्री आहे. तुम्ही आता परत येण्याची गरज नाही. हिरोजी तुम्हांला गाठील.'

कब कलश गेला. राजांनी परत बिछान्यावर अंग टाकले.

□

३१

दिवसेंदिवस शिवाजीराजांची प्रकृती बिघडतच होती. औषधांचा काही गुण येत नव्हता. दोन प्रहरी अचानक फुलादखान आला. राजे जागेच आहेत, असे कळताच तो आत गेला. फुलादखान राजांच्या जवळ जात म्हणाला,

'राजासाब, आपकी तबियत...'

'ती आता एकदमच बरी व्हायची!' राजे म्हणाले.

'उम्मीद सोडून कसं चालेल? अल्ला रहमदिल आहे... राजासाब, आपण कुंवर रामसिंगाच्या भेटीस जाणार होतात?'

राजांनी आश्चर्य दाखविले नाही. ते म्हणाले,

'या रोगाचा कंटाळा आला. तुमच्या सोबतीनं जावं, म्हणत होतो.'

'अफसोसकी बात है, राजासाब! कुंवरजींचा निरोप आहे.'

'काय म्हणतात?'

'त्यांनी 'भेटायला येऊ नका,' म्हणून निरोप पाठविला आहे. बादशहांनी त्याला मना केलं आहे. अशा हालतीत तुम्ही जाणंही बरं वाटत नाही.'

'श्रींची इच्छा!' राजे म्हणाले, 'एक बोलाय-चालायला जागा होती... तीही बंद झाली. आम्ही झोपतो.'

फुलादखान निघून गेला. राजांनी मदारी, फर्जंद, जोशी- साऱ्यांना भराभर हुकूम सोडले. संभाजीला जोश्यांबरोबर रामसिंगाकडे पाठवून दिले. संभाजीराजांना राजांनी सांगितले,

'बाळराजे, तुम्ही रामसिंग काकांच्याकडे जा. तिथं खेळा. काका दरबारी गेले,

तरी तुम्ही जाऊ नका. मी, कलश काका, हिरोजी यांपैकी जो जे सांगेल, तसं वागा. जपून राहा.'

संभाजी जोश्यांबरोबर रामसिंगाकडे गेला. राजांनी अर्जुनसिंगाला विचारले, 'टोपल्या तयार आहेत?'

'जी!'

'सारी माणसं विश्वासाची आहेत ना?'

'जी!'

'ठीक! अर्जुनसिंग, तुम्ही गावापर्यंत आम्हांला सोबत करायची. पुढचं आमचं आम्ही पाहून घेऊ. कारागिराला आत बोलवा.'

अर्जुनसिंगाने मान डोलविली. अर्जुनसिंग एका माणसाला घेऊन आत आला. तो पेटारे नेणाऱ्यांपैकीच एक कहार होता. अर्जुनसिंग म्हणाला,

'हा बहिरा आणि मुका आहे.'

राजे आसनावर बसले. राजांची दाढी होत असता हिरोजी राजांचे कपडे चढवीत होता. राजांची दाढी झाली. राजे उठले. हिरोजी राजांच्या कपड्यांत उभा होता. दुरून पाहिले, तर कुणाला संशय येणे शक्य नव्हते. राजांनी आपल्या हातातले कडे आणि कानांतले चौकडे उतरून त्याच्या हाती दिले. हिरोजी राजांच्या बिछान्यावर झोपला. राजांनी भरभर भोयाचा वेष केला. कानांत कडी अडकवली. डोक्याला गोल पागोटे चढविले. राजांच्या रूपात आमूलाग्र बदल झाला. राजांनी हिरोजीला सूचना दिल्या होत्या. मदारीच्या पाठीवरून हात फिरविला. मदारी हिरोजीचे पाय चेपू लागला. हिरोजी कुजबुजला,

'राजे, जपा!'

राजांनी हिरोजीचा हात दाबला. तेजसिंगाला संभाजीला आणण्यास पाठविले; आणि राजे मिठाईच्या टोपल्या नेण्यासाठी गोळा झालेल्या भोयांच्या जागी बसले.

सूर्य मावळला. पहारे बदलण्याची गडबड सुरू झाली. अर्जुनसिंगाने राजांना खुणावले. पुढे दोन पेटारे सोडून तिसऱ्या पेटाऱ्याला मागच्या बाजूला राजांनी खांदा दिला. पाठीमागे मिठाईचे दोन पेटारे होते. एकेक पेटारा बाहेर पडत होता. राजे मागोमाग बाहेर पडले. पहाऱ्यावर पेटारे अडविले गेले. मिठाईच्या टोपल्यांची झाकणे उघडून बघितली जात होती. सर्व टोपल्या तपासून झाल्यावर पेटारे बाहेर पडले. झपझप पावले टाकीत पेटारे जात होते. अग्रभागी अर्जुनसिंग चालत होता. काळोख पडू लागला होता. पेटारे बाजारपेठेनजीक एका अरुंद रस्त्यावर आले आणि कानांवर आवाज आला,

सूरतसे कीरत बडी बिना पंख उड जाय।
सूरत तो जाती रही कीरत कबहु न जाय।
रहम, बंदा परवर, रहम करो।।

राजांनी पाहिले. एक फकीर रस्त्यावर बसला होता. त्याच्याजवळ एक भोई उभा होता. राजांनी डाव्या हाती धरलेला रुपया कटोऱ्यावर भिरकावला. पेटारे पुढे गेले. तोच मागून भोई आला. राजांच्या बरोबर चालू लागला. त्यानेही नकळत राजांच्या मागे उभे राहून दांडीला खांदा दिला. राजे अलगद बाजूला झाले. राजे पेटारे दिसेनासे होईपर्यंत रस्त्यावर उभे होते. मागून आवाज आला,

'लौकर चला...'

फकिराच्या पाठोपाठ राजे गल्लीत शिरले. नागमोडी गल्ल्या ओलांडीत राजे एका घरात घुसले. दार लावले गेले. घर कुंभाराचे होते. कब कलशला पाहताच राजे उद्गारले,

'बाळराजे?'

'सुरक्षित आहेत. एव्हाना ते आग्र्याबाहेर गेले असतील.' कलश म्हणाला. 'आपण पळाल्याचं कळताच कसून झडत्या होतील. युवराज तसे दडायचे नाहीत. शोध होईल, तेव्हा तुम्ही बाळराजांच्यासह असणार, असं समजून लहान मुलाबरोबर फिरणाऱ्या प्रत्येकाची झडती होईल. बाळराजांच्या बरोबर महादेवदेखील आहे. ते मथुरेच्या वाटेला लागले आहेत.'

'पण कुणी ओळखलं, तर?'

'संजाब राखलेले बाळराजे आता तुम्हीही ओळखू शकणार नाही. गरीब ब्राह्मणाकडे कोण लक्ष देतो?'

-आणि पुढचा विचार सुरू झाला.

□

३२

हिरोजी फर्जंद पडद्याकडे तोंड करून पांघरूण घेऊन झोपला होता. मदारी पाय चेपत होता. समया तेवत होत्या. अर्जुनसिंग नित्याप्रमाणे पहाऱ्यावर हजर झाला. जोशीही आला. फुलादखानाचे पहारेकरी डेऱ्यात डोकावून गेले. राजे झोपले होते. मदारी पाय चेपीत होता. उशाच्या मंचकावर जिरेटोप, तलवार दिसत होती. रात्र चढत होती. राजांनी जेवणही नाकारले होते. कण्हण्याचा आवाज ऐकू येत होता. मदारी पाय चेपता-चेपता कुजबुजला,

'हिरोजी! पुरे म्हण की! हात दुखले.'

'रगड! संशय येईल.' हिरोजी म्हणाला.

मदारी पाय परत चेपू लागला. मध्यरात्रीचे पहारे बदलले. मदारी पाय रगडता-रगडता तेथेच झोपी गेला होता. भल्या पहाटे हिरोजीने मदारीला जागे केले. मदारीने डोळे उघडले. हिरोजी म्हणाला,

'ऊठ!'

हिरोजी चटकन पलंगाखाली आला. त्याने राजांचे कपडे बदलले. आपला चोळणा, मुंडासे घालून तो तयार झाला. पलंगावर लोड घालून, त्यावर पांघरूण घालून, त्याने सारखे केले. कुणालाही वाटावे की, डोक्यावर पांघरूण घेऊन राजे झोपलेत. पलंगाशेजारी मदारी, हिरोजी गुडघ्यांत मान घालून बसले.

पहाटेचा अधिकारी आत डोकावला. तो काही बोलणार, तोच हिरोजीने ओठांवर बोट ठेवले; झोप लागल्याची खूण केली.

थोड्या वेळाने दोघे उठले, आणि डेऱ्याबाहेर पडले. बाहेरच्या पहारेकऱ्याला हिरोजी म्हणाला,

'राजांना रात्रभर झोप नाही. पहाटे नुकताच डोळा लागला आहे. शिर दुखतं आहे. राजे उठायच्या आत औषध घेऊन येतो. राजांना त्रास देऊ नका.'

दोघे छावणीबाहेर पडले.

दिवस उगवला; पण डेऱ्यात पुरी सामसूम. राजांच्या वागणुकीने सारेच राजांच्या काळजीचे बनले होते. कोणीही आले, तरी 'राजांना रात्रभर झोप नाही, राजे नुकतेच झोपलेत,' असे सांगितले जाई. राजे झोपल्याचे पाहून अधिकारी निघून जाई.

सूर्य चढू लागला. राजे उठत नव्हते. कण्हत नव्हते. पहारेकरी अस्वस्थ होऊ लागले. त्यांना काही कळेना. औषध आणायला गेलेले राजांचे नोकर- त्यांचाही कुठे पत्ता नव्हता. सूर्य डोक्यावर आला, तसा पहारेकऱ्यांचा धीर सुटला. त्यांनी फुलादखानाला ही वर्दी दिली. फुलादखानाचा विश्वास बसेना. तो तसाच डेऱ्यात आला. राजे झोपले होते. उशाला राजांचा जिरेटोप, तलवार तशीच होती. त्याला हायसे वाटले. सावकाश तो बिछान्याजवळ आला. त्याने हलक्या आवाजात हाक दिली,

'राजासाब!'

काही उत्तर नाही.

'राजासाब!'

सारे शांत!

फुलाद नजीक गेला आणि त्याने खसकन पांघरूण ओढले.

आकाश कोसळले होते. ताठरलेल्या डोळ्यांनी फुलाद बिछान्यावरच्या लोड, दुलई, गिर्द्या पाहत होता. फुलादचे दात करकर वाजले. एकदम तो ओरडला,

श्रीमान योगी । ५४५

'या अल्ला! शैतान भाग गया ऽ ऽ!'

संतापलेला फुलाद पहारेकऱ्यांवर गिर्द्या फेकीत होता; लाथा मारीत होता. फुलाद भानावर येताच रामसिंगाकडे गेला. रामसिंगाला आश्चर्याचा धक्का बसला. दोघांच्याही माना पुऱ्या सापडल्या होत्या. रामसिंग तडक दरबारी गेला.

बादशहा औरंगजेब दिवाण-इ-खासच्या मजलसीत बसला होता. शेजारी वजीर होते. दरबारचे मौलवी हजर होते. रामसिंगाला पाहताच बादशहा खूश झाला. त्याला शिवाजी आठवला. आजचा दिवस शिवाजीचा शेवटचा होता. आज सायंकाळी तो हलविला जाणार होता आणि विठ्ठलदासाच्या हवेलीत प्रवेश करताच त्याला समाधी मिळणार होती. औरंगजेब म्हणाला,

'ये, रामसिंग!'

रामसिंग खाली मान घालून उभा होता. सदैव हसतमुख दिसणारा रामसिंग आज गंभीर का, याचे औरंगजेबाला कोडे पडले. त्याने विचारले,

'रामसिंग, कसलं संकट कोसळलं तुझ्यावर?'

रामसिंगाने मान वर केली. त्याचे डोळे भरले आणि त्यांतून अश्रू ठिबकले. रामसिंगाने सांगितले,

'अन्नदाता! बातमी वाईट आहे. शिवाजी नाहीसा झाला!'

औरंगजेबाला त्या वाक्याचा अर्थ कळायला काही अवधी लागला. दाढीवरून त्याचा हात सुटला. जपाच्या माळेचे मणी भरभर सरकू लागले. संतापाने उठत औरंगजेब ओरडला,

'कसा गेला शिवाजी?'

'पहारे सक्त होते! पण आज सकाळी तो नाहीसा झाला आहे! त्याच्या डेऱ्यात कोणी नाही!'

औरंगजेबाच्या त्रागाला सीमा राहिल्या नाहीत. त्याने फुलादखानाला बोलाविले. फुलादने कुराणाची शपथ घेऊन सांगितले की, शिवाजी अदृश्य झाला. फुलादखानाइतका इमानी सेवक नव्हता. औरंगजेब ओरडला,

'रामसिंग, हे तुझंच कृत्य! तूच त्याला पळवलंस.'

'अन्नदाते! क्षमा असावी. माझा पहारा आत होता; पण बाहेरचा पहारा खुद्द फुलादखानाचा होता, हे आलीजांनी ध्यानी घ्यावं.'

औरंगजेबाने चारही वाटा शिवाजीचा शोध करण्याची आज्ञा दिली. सारे सरदार शोधासाठी निघाले. त्यांत रामसिंगही होता. आग्रा शहरातील घरन् घर तपासायची आज्ञा झाली. संभाजीसह जाणारा शिवाजी कुठे ना कुठे सापडेल, ही औरंगजेबाला आशा होती. तसा तपास होत होता. आग्र्यातील कुंभाराचे घरही तपासले गेले; पण कोणी सापडले नाही. हवेलीच्या तळघरात लपून राहिलेले राजे तेथेच राहिले.

रामसिंगाचे पहारेकरी पकडले गेले. त्यांना मारबडव झाली; पण तीतून काही निष्पन्न झाले नाही. आग्र्याच्या झडतीत त्र्यंबकपंत आणि रघुनाथपंत मात्र सापडले. फुलादखानाने सारा राग त्यांच्यावर काढला. त्या दोघांचा पुष्कळ छळ झाला; पण काहीच माहिती मिळू शकली नाही. राजांनी दिलेला हत्ती बरोबर घेऊन जात असलेले कवी परमानंदही ह्या धरपकडीत सापडले.

औरंगजेबाची अवस्था वेड्यासारखी झाली होती. त्या घटनेवर त्याचा विश्वास बसत नव्हता. फुलादखानाच्या सांगण्याप्रमाणे शिवाजी खरोखरच गुप्त झाला नसेल ना? शास्ताखानाच्या वेळी तो भिंतीतून प्रकट झाला, तसा तर तो येणार नाही ना? स्वतःच्या जिवाला सांभाळणारा औरंगजेब तो धोका घेऊ इच्छीत नव्हता. त्याने आपल्या भोवती कडेकोट पहारा बसविला. शेजारी मौलवी ठेविले.

रामसिंगाची मनसब काढून घेतली. नेताजीला कैद करून पाठविण्याचा हुकूम मिर्झाराजांना पाठविला.

□

३३

आग्र्यातील वातावरण बरेचसे निवळले होते. राजांचे हेजीब राजांना बातम्या आणीत होते. एके दिवशी राजांनी बैराग्याचा वेष धारण केला. साऱ्यांनी राजांचे अनुकरण केले. साऱ्यांची मने राजांना बैराग्याच्या वेषात पाहून कळवळली. राजे म्हणाले,

'निराजीपंत, फार दिवसांची आमची इच्छा या सोंगानं पुरी होत आहे. वाईट एवढंच वाटतं की, योग्यता नसता हा बैरागीवेष धारण करीत आहो. ती योग्यता येईल, तेव्हा जीवनाचं सार्थक होईल.'

राजे निराजीपंतांना सांगत होते, 'निराजीपंत, तुम्हांला बैराग्यांची भाषा येते ना?'

'जी!'

'तुमची निवड त्याचसाठी केली होती. आता तुम्ही आमचे महंत. तुमचं नाव 'कल्याण'; माझं 'आनंद'. आम्ही सारे तुमचे शिष्य.'

राजांनी सर्वांना नावे दिली. हळूहळू एक-दोघे मिळून आग्र्याबाहेर पडत होते. राजांनी तीन गट केले- बैरागी, उदासी, गोसावी. तिन्ही गटांचे वेष निराळे. दोन-तीन दिवसांत सारे आग्र्याबाहेर पडले. दक्षिणेत तपास जारी असणार, हे ओळखून सारे उत्तरेकडे निघाले होते.

रात्री सर्वांचा मुक्काम धर्मशाळेत होता. धुनी पेटवून बैरागी बसले होते. धर्मशाळेत एक इसम कोपऱ्यात बसून होता. त्याच्या मस्तकी रुमाल होता. अंगात रेशमी अंगरखा व विजार होती. त्याच्याजवळ एक पेटी होती. बैरागी धर्मशाळेत आल्यापासून तो त्यांना निरखीत होता.

श्रीमान योगी । ५४७

पहाट झाली. सारे बैरागी तयार झाले आणि तो इसम आला. म्हणाला, 'महाराज, जरा कृपा करावी!'

निराजीपंतांनी त्याला बारीक नजरेने न्याहाळले, 'काय हवं?'

'मी अत्तरिया आहे. भारी कनोजी अत्तर माझ्याजवळ आहे.' अत्तरांची पेटी उघडून तो म्हणाला.

सारे हसले. निराजीपंत म्हणाले, 'बाबा रे, आम्ही बैरागी. राखेचं सुद्धा आम्हांला ओझं. तुझं अत्तर कोण घेणार?'

'असं म्हणू नका. नामी अत्तर आहे. माझा केवडा अगदी अस्सल आहे. असा केवडा मिळायचा नाही.'

ते ऐकत असलेल्या राजांचे कान तीक्ष्ण बनले. ते पुढे आले. त्यांनी सांगितले, 'आम्हांला केवडा हवा होता. त्याच्याच शोधात आम्ही होतो.'

सारे थक्क झाले.

अत्तरियाने विचारले, 'केवडा हवा?'

'हां! हां! केवडा!' अत्तरियाच्या नजरेला नजर देत राजे म्हणाले, 'कलश!'

'जी!' अत्तरिया म्हणाला.

'मथुरेच्या आसपास आमची वाट पाहा. आम्ही येऊ.'

अत्तरिया निघाला. राजांनी आपल्या झोळीतून काही रत्ने काढून त्याच्या हाती ठेविली. सारे गोंधळात पडले होते. राजे म्हणाले,

'हा कब कलशचा माणूस. 'केवडा' हा सांकेतिक शब्द.'

बैरागी परत वाटेला लागले.

सारे मथुरेत पोहोचले. मोरोपंत पिंगळ्यांचे मेहुणे मथुरेत होते. निराजीपंतांचे कब कलशबरोबर आधीच पत्र गेले होते. मोरोपंतांचे मेहुणे कृष्णाजीपंत व यांचे भाऊ काशिराऊ व विसाजीपंत यांनी संभाजीराजांची जोखीम स्वीकारली. राजे कृष्णाजीपंतांना भेटले. ब्राह्मण वेषातील संभाजीराजे बैराग्यांना पाहून चकित झाले. राजांची ओळख पटली. राजांनी संभाजीराजांना मथुरेत ठेवले. आपण मुलुखात गेलो, की दूत पाठवू. मग संभाजीराजांच्या सह कृष्णाजींनी यावे, असे ठरवून राजांनी मथुरा सोडली. राजे काशीच्या वाटेला लागले.

काशीला जाऊनही राजांच्या जिवाला समाधान नव्हते. कब कलशने राजांना सर्वतोपरी मदत केली होती; पण राजांचे मन काशीत रमत नव्हते. राजांना आपली काशी आठवत होती- राजगड! तिथे डोळ्यांत प्राण आणून वाट पाहणारी जन्मदात्री!

□

३४

राजगडच्या पद्मावतीमाचीवरील राजवाड्यात शांतता होती. सदरेवर कोणी

नव्हते. मोरोपंत, बाळाजी वगैरे मंडळी फडात कामात गुंतली होती. जिजाबाई अद्याप देवघरातच होत्या. राजे आग्र्याला गेल्यापासून यांचा बराचसा वेळ देवपूजेत, उपासतापासातच जाई. दिवसेंदिवस त्या थकत चालल्या होत्या. त्यांच्या घायाळ मूर्तीकडे पाहिले, तरी साऱ्यांचा जीव कळवळून येई. जिजाबाईंना धीराचे शब्द सांगणाऱ्यांचे शब्दही आता संपत आले होते. अनेक वदंता उठत होत्या; पण जिजाबाईंच्या कानी काही जाऊ नये, याची काळजी सर्वजण घेत होते.

मोरोपंत दप्तरी बसले होते. मध्यान्हकाळ टळत आला होता आणि मोरोपंतांना भेटण्यासाठी एक स्वार आल्याची बातमी घेऊन जासूद आला. मोरोपंत उठले. स्वाराला घेऊन येण्याची परवानगी दिली. मोरोपंत सदरेवर वाट पाहत होते. स्वार जेव्हा दाराशी आला, तेव्हा मोरोपंतांचा विश्वास बसेना. मोरोपंत धावले. त्यांनी महादेवला कडकडून मिठी मारली. त्याला हाताशी धरून मोरोपंत दप्तरखोलीत गेले. अधीर झालेल्या मोरोपंतांनी विचारले,

'राजे कसे आहेत?'

'राजे सुखरूप आहेत!' महादेव म्हणाला.

'कुठं आहेत?'

'ते माहीत नाही.' महादेव म्हणाला.

'त्याचा अर्थ...'

महादेवने आग्र्याची हकीगत सांगितली. आपण आग्र्याच्या बाहेर पडेपर्यंत घडलेला सर्व वृत्तांत कथन केला व तो म्हणाला,

'राजांच्या आज्ञेप्रमाणे नरवरघाटी ओलांडून आम्ही राजांची वाट पाहत होतो. एके दिवशी राजे पळाल्याची धामधूम झाली आणि तपास जारी झाला. राजांच्या आज्ञेप्रमाणे मी इकडे आलो.'

'राजांनी काय आज्ञा केली?'

महादेव सांगत होता, 'राजांनी मला निरोप देताना सांगितलं... महादेव, जेव्हा आम्ही सुटल्याचं समजेल, तेव्हा तू राजगड जवळ कर. आम्ही पळालो, हे कळताच साऱ्या मुलूखभर आमचा शोध जारी होईल. फार धोके पत्करून आमचा मार्ग आम्हांला आक्रमावा लागेल. तू गडावर जाताच मोरोपंतांना भेट आणि त्यांना सांग, 'राजे सुटले. गडावर सुखरूपपणे आले, म्हणून गडावर तोफांचे आवाज करा.' एवढा निरोप सांगितला, की ते सर्व समजतील.'

मोरोपंतांच्या नेत्रांतून अश्रुधारा लागल्या होत्या. साऱ्यांच्या चेहऱ्यांवर समाधान प्रकटले होते. ते गहिंवरून म्हणाले,

'अशा राजाची सेवा करायला मिळते, केवढं भाग्य! मला सारं समजलं. अरे, राजांचा नजरबाज तू! तुला एवढं कळलं नाही? अरे वेड्या, इथं गडावर तोफा

झाल्या, राजे आल्याची बातमी पसरली, की आपोआप ती औरंगजेबाच्या कानांवर जाईल. राजांचा चाललेला शोध थांबेल. राजांचा मार्ग निर्धोक होईल... तू इथंच थांब. मी मासाहेबांना भेटतो. मग तू भेट.'

मोरोपंत बाहेर पडले. तोच मनोहारी धावत आली. तिने विचारले,

'पंत, महादेव आला?'

'छे!'

मनोहारी निराश झाली. ती म्हणाली,

'मघा कुणीतरी त्याच्यासारखं पाहिलं- तसं वाटलं.'

'भास झाला असेल... मासाहेबांची पूजा झाली?'

'हो! नुकत्याच महाली आल्यात.'

मोरोपंत आत आले. जिजाबाई बैठकीवर बसल्या होत्या. शेजारी पुतळाबाई उभ्या होत्या. मोरोपंतांना पाहताच जिजाबाई म्हणाल्या,

'ये, बाबा! का आलास? 'पूजा झाली का? मी जेवले का?' हेच विचारायला ना?'

'नाही, मासाहेब! एक छोटी बातमी आणलीय्.'

'कसली बातमी? काही कटकटी सांगू नको. काही असलं, तर सोयराला सांग. ती ठरवील.'

मोरोपंत नेहमीची आदब सोडून जिजाबाईंच्या जवळ बसले. सहजपणे म्हणाले,

'मासाहेब, राजांनी औरंगजेबाच्या हातावर तुरी दिल्या!'

'कुणी सांगितलं?' जिजाबाईंनी विचारले.

'खरं आहे. राजे कडेकोट पहाऱ्यातून सुटून गेले. राजे राजगडाच्या वाटेवर आहेत. चिंता करण्याचं काही कारण नाही.'

'अरे, पण कुणी सांगितलं? स्वप्न पडलं का?'

'नाही, मासाहेब. महादेव आला आहे.'

'कुठं आहे?'

'उठू नका, मासाहेब. मी बोलावतो.'

दाराजवळ सारे ऐकत उभी असलेली मनोहारी फडाकडे धावली. एकच आनंद उसळला. बिचारा महादेव उत्तरे देता-देता दमून गेला. जिजाबाईंनी देव्हाऱ्यापुढे जाऊन मस्तक टेकले. मोरोपंतांनी राजांचा निरोप जिजाबाईंना सांगितला.

'मग तोफांची आज्ञा व्हावी!'

'अरे, पेशवा ना तू! कसं विसरतोस? रात्र होऊ दे. गडाखाली मेणा जाऊ दे. पथकासहित गडावर परत येऊ देत. गडाचे पहारे जारी करा. सकाळी तोफांचे आवाज करा. राजे गडावर आल्याचं जाहीर करा.'

रात्री मोरोपंत शाही पालखी घेऊन गडाखाली उतरले. मध्यरात्रीच्या सुमारास शाही पालखी गडावर आली. पालखीचे पडदे सोडले होते. सकाळी गडावर बातमी पसरली...

'राजे आले!'

गडावरून तोफांचे आवाज होत होते. राजे आजारी होते; पण गडावर पोहोचले होते!

दक्षिणेतल्या मिर्झाराजांना ती बातमी कळली. त्यांनी औरंगजेबाला कळविले. राजगडाचे पहारे सक्त झाले. येणारा प्रत्येक माणूस खात्री करून आत घेतला जात होता. मोरोपंतांच्या हुकुमाखेरीज कुणाला गड उतरता येत नव्हता.

◻

३५

शिवाजीराजे बैराग्याच्या वेषात मार्ग आक्रमीत होते. चांदा, इंदूर या परगण्यांतून राजे भागानगर मुलुखात आले. सृष्टीचे बदलणारे परिचित रूप पाहून राजांना हुरूप येत होता. चालण्याच्या कष्टांचा विसर पडला. संध्याकाळ होत आली होती. एक चिमुकले गाव झाडीच्या कुशीत वसले होते. गावावर धूर उठत होता. निराजीपंत म्हणाले,

'राजे, त्या गावात आश्रय घेऊ.'

'ठीक आहे.'

चारही बैरागी त्या दिशेने चालू लागले. गावाजवळ येताच गावकरी कुतूहलाने त्या बैराग्यांकडे पाहत होते. निराजी चौकशी करीत होते. गावात धर्मशाळा नव्हती. एका कुळवाड्याने त्यांचे स्वागत केले. घराच्या कट्ट्यावर जागा दिली. हातपाय धुऊन राजांनी आपली घोंगडी पसरली. निराजीने आसन घातले. निराजी बसताच बाकीचे सारे बसले. निराजीपंतांना बाकीचे म्हणाले,

'महाराज, लोक केवढे भाविक आहेत, नाही?'

निराजीपंत म्हणाले, 'आनंद! दारी आलेल्या अतिथींचे स्वागत हा तर हिंदूंचा आचार. अशी भोळी निरागस माणसं समाजात आहेत, म्हणून तर आपल्यासारख्या बैराग्यांचे दिवस जातात.'

त्या कुळवाड्याची पत्नी बाहेर आली. वाळल्या शेंगा बैराग्यांच्या मध्ये ठेवून, साऱ्यांना नमस्कार करून ती आत गेली. कुळवाडी बाहेर आला. शेंगांकडे बोट दाखवीत तो म्हणाला,

'घ्या, गहाराज!'

सर्वांनी विचारले, 'तुमचं नाव काय?'

'रावजी पाटील म्हंत्यात मला.'

'तुम्ही पाटील आहात?' निराजींनी विचारले.

रावजी हसला. म्हणाला, 'महाराज, घराण्याची पाटिलकी होती. मोगलाईत गेली. नाव राहिलं. नाव पाटील; पण पोट भरायची पंचाईत!'

'ती पाळी जास्त दिवस राहायची नाही.' राजे म्हणाले.

'आँ!'

निराजी म्हणाले, 'पाटील, आमचा आनंद भविष्य चांगलं जाणतो. त्याचे बोल खोटे व्हायचे नाहीत.'

पाटील उठला. राजांचे पाय धरीत तो म्हणाला,

'आनंदजी, गरिबाचं कल्याण होईल. तुमच्या तोंडात साखर पडो!'

रात्री पाटलाच्या पत्नीने साऱ्यांच्या हातावर भाजीभाकर ठेविली. गरम भाजीभाकर पाहून राजे म्हणाले,

'आई, तुमचं कल्याण होवो!'

त्या बाईने राजांच्याकडे पाहिले. तिचा संताप उफाळला. ती म्हणाली,

'बाबांनो! हाती घास आला, तो गप खावा. राखलं असतं, तर दोन गोड घास घातलं असतं; पण त्यो शिवाजी हाय न्हवं? त्यो गोड घास कसा गिळू देनार?'

सारे चपापले. आश्चर्य न दाखविता राजे म्हणाले,

'काय केलं शिवाजीनं?'

'आता मोगलाईत आमी सापडलो, तो काय आमचा गुना हाय व्हय? शिवाजीराजाचं सरदार- त्ये प्रतापराव, आनंदराव, तेलंगराव! आक्ख्या मोगलाईत धुमाकूळ घातलाय्. गावं लुटली. बादशहानं पकडलं व्हतं, म्हनं. तिथंच म्येला असता, तर बरं झालं असतं!'

'शिवाजी सुटला?'

'म्हंजे? तुमांस ठावं न्हाई?' पाटलाने विचारले.

'आम्ही बैरागी! शिवाजीची चौकशी कशाला करतो?' निराजींनी सांगितले.

'अवं, शिवाजीराजा सुटला, एवढंच नव्हं, तर गडावर पोचलाबी! साऱ्या गडांवरनं तोफा झाल्या!'

'अस्सं!' राजे म्हणाले, 'पण आई म्हणते, ते खरं?'

पाटील म्हणाला, 'अवो, तिचं काय ऐकता! परड्यातलं लाकूड गेलं, तरी सा महिने कलकलनारी ही बायकांची जात! ह्या मुसलमानांचा लई माजोर झाला व्हता. जशा राजांच्या फौजा आल्या, तशी नांगी टाकून बसल्यात! आता वाळल्याबरोबर वलं जरा जळायचंच!'

राजांनी भाकर खाल्ली. घोंगडी पसरून राजे झोपी गेले. पहाटेला पाटलाचा निरोप घेऊन बैरागी मार्गस्थ झाले.

थोड्याच दिवसांनी राजे आपल्या भागात आले. त्या आमराया, डोंगरदऱ्या, नजरेत येणारे दूरचे गड. निराजीपंत म्हणाले,

'राजे, आपण आपल्या मुलुखात आलो. आता प्रकट व्हायला काही हरकत नाही.'

'नाही! निराजीपंत, गडावर गेल्याखेरीज हे मुळीच करायचं नाही.'

निराजीपंत काही बोलले नाहीत.

भर उन्हाचे राजे रस्त्यावरून जात होते. निराजीपंतांनी राजांना थांबण्याची खूण केली. घोड्यांच्या टापांचा आवाज कानांवर येत होता. आवाज मोठे होत होते. रस्त्यावरून उधळत येणारे अश्वपथक नजरेत आले. भरधाव वेगाने अश्वदळ येत होते. चारी बैरागी रस्त्याच्या बाजूला झाले. अश्वदळ नजीक आले. घोड्यांचे लगाम खेचले गेले. अग्रभागीचा सरदार पायउतार झाला. राजांनी प्रतापराव गुजरांना चटकन ओळखले. प्रतापराव सरळ बैराग्यांच्या जवळ आले. निराजीपंत अग्रभागी होते. प्रतापरावांनी आदराने वंदन केले. निराजीपंतांनी आशीर्वादासाठी हात उंचावला. प्रतापराव म्हणाले,

'बैरागी, आपण कोण देशीचे?'

'आम्ही काशीचे बैरागी!'

'मग दक्षिणेत बरे उतरला?'

निराजी कुबडीशी चाळा करीत म्हणाले, 'बेटा, बोलून चालून आम्ही बैरागी. परमेश्वराच्या धरतीवर फिरायला बंदी कसली? जिकडे पुढा, तिकडे मुलूख थोडा!'

प्रतापराव क्षणभर त्या बैराग्याला निरखीत उभे राहिले. ते हात जोडून म्हणाले, 'महाराज, एक संकट आहे. ते टळेल का, आपण सांगू शकाल?'

निराजीपंत म्हणाले, 'बेटा, तो योग मला नाही; पण माझा हा शिष्य आनंद आहे ना, त्याला हा योग आहे. तो भूतभविष्य जाणतो. तू त्याला विचार.'

राजे थक्क झाले. राजे सावरून उभे राहिले. प्रतापराव नजीक आले. ते म्हणाले, 'महाराज, कृपा व्हावी!'

प्रतापराव त्या बैराग्याकडे पाहत होता. भगवी कफनी, डोक्याचा रुद्राक्षमंडित जटाभार कपाळावर, गालांवर केलेले भस्मलेपन, गळ्यातल्या माळा यांनी त्या बैराग्याचे तेज आणखीन वाढले होते. बैराग्याने डोळे मिटले. तो म्हणाला, 'बेटा, काय संकट आहे?'

प्रतापरावांनी पाहिले- स्वार बरेच लांब होते. प्रतापरावांनी शंकेने विचारले, 'महाराज, खरोखरच आपण भूत-भविष्य जाणता ना?'

बैरागी संतापला. उग्र मुद्रा धारण करीत तो म्हणाला, 'संशयात्मा! बेटा, आमची परीक्षा करतोस? अरे, मी तुला पुरा जाणतो! तू

कुडतोजी ना? 'प्रतापराव' ही राजानं लावलेली उपाधी! आज तुझ्या हातांखाली हजार स्वार मला दिसतात. तू सेनापती आहेस... आणि ऐक! तुझा राजा अद्यापि गडावर आलेला नाही. तो गडावर पोहोचला, हे साफ खोटं आहे. तुझा राजा केव्हा भेटेल, हे तुला विचारायचं होतं ना?'

'धन्य, महाराज!' म्हणत प्रतापरावांनी बैराग्याचे पाय शिवले. 'महाराज, चूक झाली; क्षमा व्हावी. आमचे राजे अद्याप गडावर आले नाहीत. त्याच चिंतेत आम्ही आहोत.'

बैराग्याने आनंदाने डोळे मिटले. दीर्घ श्वास घेतला. आपले नेत्र प्रतापरावांवर स्थिर करीत तो म्हणाला,

'बेटा, चिंता करू नको! तुझा राजा सुखरूप आहे.'

'पण भेटतील केव्हा?'

'अगदी नजीकच्या काळात. या सप्ताहात तू राजांचे पाय शिवत असलेला मला दिसतो आहेस!'

प्रतापराव आनंदित झाले. त्यांनी हात जोडले.

'महाराज, तसं झालं, तर माझे हात स्वर्गाला लागतील!' आपल्या हातातल्या सोन्याच्या कड्याकडे पाहत प्रतापराव म्हणाले, 'महाराज, आपलं भविष्य खरं ठरलं, तर खुद्द राजांनी आपल्या हातांनी या हातात घातलेलं कडं मी तुमच्या हाती घालीन.'

'त्यात आम्हांलाही आनंद आहे!'

प्रतापरावांनी एकदम विचारले,

'पण, महाराज, आपला मुक्काम कुठं?'

आनंद हात उंचावत म्हणाला, 'बेटा, चिंता करू नकोस. तुझा राजा जेव्हा येईल, तेव्हा मीहून तुझी गाठ घेईन. मी तिथंच असेन.'

बैराग्यांना वंदन करून प्रतापराव आपल्या अश्वदळासह दौडले. दाबून ठेवलेले निराजीपंतांचे हसू उफाळले. राजे गंभीर झाले. म्हणाले,

'निराजीपंत! पण मासाहेब आम्हांला ओळखतील ना?'

निराजीपंत गहिवरले. ते म्हणाले,

'राजे! आईची नजर फसायची नाही. पायांशी सदैव निगडित असलेली नजर एक वेळ फसेल; पण सदैव डोळ्यांत गुंतलेली नजर चुकेल कशी?'

राजांनी दीर्घ निःश्वास सोडला आणि ते भरभर चालू लागले.

□

३६

राजांना राजगडाचे दर्शन झाले आणि राजांची पावले अडखळली. सूर्य माथ्यावर चढत होता. साऱ्यांचीच ती अवस्था झाली होती. निराजीपंत म्हणाले,

'राजे! केवळ दैव बलवत्तर, म्हणूनच हा दिवस दिसत आहे!'

'हां, निराजीपंत! भवानीची कृपा! त्या गडात एक जीव आहे; त्याचे आशीर्वाद!... चला, पंत. आता एक क्षणही वाया घालवू नका. ते पाय पाहीपर्यंत आता जिवाला चैन पडायचं नाही.'

राजे राजगडाच्या प्रथम द्वारी आले. चार बैरागी येताना पाहून पहारेकरी पुढे झाले. हवालदाराने विचारले,

'कुठं निघाला, महाराज?'

निराजीपंत म्हणाले,

'बेटा! तुझं कल्याण असो! आम्ही भिक्षेसाठी गडावर जात आहो.'

हवालदार म्हणाला,

'महाराज! पेशव्यांच्या हुकुमाखेरीज आपल्याला गडावर जाता यायचं नाही.'

'बैराग्यांनाही मज्जाव?'

'माझा नाइलाज आहे.' हवालदार म्हणाला.

चौघे बैरागी एकमेकांकडे पाहत होते. राजांनाही काय बोलावं, सुचेना. तेवढ्यात हवालदार म्हणाला,

'बाजूला व्हा! सेनापती येताहेत.'

चौघे बैरागी बाजूला झाले. प्रतापराव, आनंदराव आणि तेलंगराव पायी गड चढत होते. मागे रक्षक चालत होते. प्रतापराव दरवाज्यापाशी आले. त्यांचे लक्ष बैराग्यांच्याकडे गेले. प्रतापराव धावले. ते पाया पडले. प्रतापरावांनी विचारले,

'महाराज! आपण इथं का उभे?'

'आम्ही भिक्षेसाठी आलो होतो; पण आम्हांला मज्जाव करण्यात आला. शिवाजीराजांची आई विपुल धर्म करते, असं ऐकून आम्ही आलो होतो.'

'महाराज! मी आपल्याला ओळखतो. आपण गडावर जाऊ शकता. गडावर आपण भेटूच.'

प्रतापरावांनी चौकीदारांना सांगितले आणि प्रतापराव आपल्या अनुयायांसह गड चढू लागले. मागून बैरागी जात होते.

जिजाबाई देवघरात होत्या. देव्हाऱ्यात जगदंबेची मूर्ती उभी होती. जिजाबाई आपल्या पूजेच्या शिवलिंगावर बिल्वदळ टाकीत होत्या. तोंडाने 'शिवा ऽऽ, शिवा ऽऽ' म्हणत होत्या. उजव्या हाताला बेलाची तबके भरून ठेविली होती. आपली हलणारी मान सावरीत जिजाबाई थरथरत्या हाताने एक एक बेलपान देवावर सोडीत होत्या. जिजाबाईंचा हा नित्याचा कार्यक्रम झाला होता.

मोरोपंत देवघरात आले. ते दृश्य पाहून मोरोपंत अडखळले. अकारण मोरोपंत

खाकरले. जिजाबाईंनी वळून विचारले,

'कोण, मोरोपंत? का आलास, बाबा?'

'मासाहेब! दारी चार बैरागी आलेत. आपलं दर्शन मागतात.'

जिजाबाईंनी परत बेल उचलला. त्या म्हणाल्या,

'जा, बाबा! त्यांची समजूत घाल. त्यांना हवी ती भिक्षा घाल. सारं करून थकले मी. अभिषेक झाले. अनुष्ठानं झाली. दानधर्म झाला; पण माझा शिवबा मला दिसत नाही. त्याशिवाय डोळे मिटत नाहीत!... चांगलेपणानं पाठव त्यांना.'

मोरोपंत बाहेर गेले. जिजाबाई परत पूजेत गर्क झाल्या. काही वेळाने मोरोपंत पुन्हा आत आले. ते जिजाबाईंना म्हणाले,

'मासाहेब, आपलं दर्शन झाल्याखेरीज बैरागी जागचे हलत नाहीत. त्याशिवाय काही स्वीकारायला पण तयार नाहीत.'

जिजाबाईंनी बेलपत्र सोडले. देवाला नमस्कार केला. त्या म्हणाल्या,

'बैरागी सुद्धा हट्टी बनलेत ना! येते, बाबा! आता कुणाचे शाप नकोत मला.'

जिजाबाई गुडघ्यांवर हात ठेवून उठत होत्या. मोरोपंत धावले. त्यांनी हातांनी जिजाबाईंना सावरले. जिजाबाई म्हणाल्या,

'आताशा तोल जातो, बघ.'

'मासाहेब! वय झालं. उपास सोसत नाहीत.'

'मग मरण का, रे, येत नाही?' जिजाबाई एकदम म्हणाल्या. आपल्याशीच बोलल्यासारखे त्या बोलत होत्या. 'कुठं भटकत असेल पोर? शिवबा मोठा आहे; सारं सोशील तो. पण जीव तुटतो, तो त्या कोवळ्या पोरासाठी!'

मोरोपंतांनी अश्रू टिपले. जिजाबाईंच्या ते ध्यानी आले नाही. मोरोपंत म्हणाले,

'मासाहेब, बैराग्यांना भेटून थोडा वेळ पुढच्या महालात यावं.'

'का, रे?'

'सारे गोळा झालेत. काहीतरी ठरवायला हवं.'

'बरं.'

जिजाबाई बाहेर निघाल्या, तोच पुतळाबाई धावत आल्या. म्हणाल्या,

'मासाहेब! बाहेर निघालात?'

'खुळी का? बाहेर कुठं जाऊ? बाहेर बैरागी आलेत, म्हणे. त्यांना भेटायला हवं. हवं तर तू पण चल.'

पुतळाबाईंच्या हाताचा आधार जिजाबाईंनी घेतला. दुसऱ्या बाजूला मोरोपंत चालत होते. जिजाबाई सदरेवर आल्या.

जिजाबाईंच्या वर नजर जाताच राजे उभे राहिले. आईला ते पाहत होते. श्वेत वस्त्र परिधान केलेली आई! केस संपूर्ण पांढरे पडलेले. आपल्या हलणाऱ्या मानेने,

पाणावलेल्या डोळ्यांनी जिजाबाई सदरेवर उभ्या होत्या. त्या थकल्या भागल्या जीवाला पाहताच राजांचे डोळे पाणावले. राजे भारावल्यासारखे पावले टाकीत जिजाबाईंच्या जवळ गेले. चौकाच्या पायऱ्या चढून सदरेवर येताच त्यांनी एकदम जिजाबाईंच्या पायांवर डोके ठेविले. पुतळाबाई, मोरोपंत मागे सरले. गडबडीने मागे सरण्याचा प्रयत्न करीत जिजाबाई म्हणाल्या,

'अरे! आजवर थोडे का अपशकुन झाले! बैरागी कधी पाया पडतो का?'

त्याच वेळी कानांवर आवाज आला,

'मासाहेब! तुम्ही आम्हांस ओळखलं नाही!'

जिजाबाईंच्या अंगातून शेकडो झिणझिण्या उठत होत्या. आवाज परिचयाचा होता. तो ऐकण्यासाठी जीव आतुरला होता. बैरागी उठत होता. मोरोपंत, पुतळाबाई भान हरपून बैराग्याकडे पाहत होते. जिजाबाई निरखीत होत्या. राजांच्या खोबणीत बसविलेल्या तेजस्वी नेत्रांवर जिजाबाईंची नजर खिळली आणि ते डोळे झुकले. तेच भव्य कपाळ. तो ओठाकडे किंचित झुकलेला धारदार नाकाचा शेंडा! मासाहेब उद्गारल्या,

'शिवबा ऽ ऽ ऽ!'

-आणि दुसऱ्याच क्षणी राजांनी जिजाबाईंनी मिठीत सावरले. एकच आनंदकल्लोळ उसळला. निराजीपंत धावले. पुतळाबाई आत पळत गेल्या. दारात येणाऱ्या मनोहारीशी त्यांची टक्कर झाली!

'काय झालं, राणीसाहेब? धावलात का?'

पुतळाबाईंनी मनोहारीला मिठीत घेतले. पटकन तिचा मुका घेतला! त्या लाजून म्हणाल्या,

'स्वारीचं येणं झालं.'

जिजाबाईंना राजांनी महालात आणले. त्यांना बैठकीवर बसविले. राजे म्हणाले,

'मासाहेब! बसावं. जरा शांत व्हा. मग खूप बोलू.'

डोळ्यांतले अश्रू पुशीत जिजाबाई म्हणाल्या,

'शिवबा! शंकराची उपासना करीत होते ना, अगदी त्या रूपात प्रकटलास!'

सारा महाल भरून गेला. दास, दासी, सर्व राण्या- सारे गोळा झाले. कुणाला मर्यादा राहिली नाही. राजे उठले. जिजाबाईंची परवानगी घेऊन ते महालाबाहेर आले. दप्तरीच्या खोलीत निराजीपंतांभोवती सारे गोळा झाले होते. दारात राजांना पाहताच साऱ्यांच्या माना मुजऱ्यासाठी लवल्या. मान वर केली, तेव्हा बैराग्याच्या वेषात उभे असलेले राजे रडत होते. प्रतापरावांचा अजूनही विश्वास बसत नव्हता. ते उद्गारले,

'महाराज! आपण...'

'हां! मीच तो. आम्ही सांगितलं होतं ना? जेव्हा तुमचे राजे प्रकट होतील, तेव्हा

आम्ही तुमच्याजवळ असू... पण, प्रतापराव, तुम्ही आमचे सेनापती. निदान तुम्ही तरी आम्हांला ओळखायला हवं होतं.'

राजांची भरलेली नजर प्रतापराव, आनंदराव, तेलंगराव, अनाजी, बाळाजी, मोरोपंत यांवरून फिरली. राजांचा कंठ परत भरून आला! समोर असलेल्या प्रतापरावांच्या खांद्यावर हात ठेवून राजे म्हणाले,

'तुमचे अनंत उपकार आमच्या राज्यावर आहेत. आम्ही शत्रुघरी सापडलो; कैद झालो. अनेक मास लोटले. तरी राज्याची घडी एवढीही बिघडू दिली नाहीत. एवढंच नव्हे, तर आम्ही नसता आमचं कार्य चालू ठेवलंत. हे तुमचे उपकार कधी फिटायचे नाहीत. मोरोपंत, अनाजी, ही ताकद तुमची असली, तरी राज्यउभारणीला माझीही गरज लागणार नाही.'

राजांना पुढे बोलवेना. त्यांनी आपले अश्रू पुसले. श्वास घेतला. साऱ्यांची अंगे राजांच्या बोलांनी रोमांचित झाली होती. अनाजी दत्तो म्हणाले,

'महाराज, बाळराजे कुठं आहेत?'

राजांनी निराजीपंतांकडे पाहिले. राजांच्या मुठी वळल्या गेल्या. ते म्हणाले,

'नको तो प्रश्न विचारलात!' राजांनी डोळे मिटले. ते म्हणाले, 'बाळराजांचा काळ झाला! बाळराजे आम्हांस सोडून गेले!'

राजांनी डोळे उघडले, तेव्हा सारे भयभीत झाले होते. सर्वांचे डोळे दरवाज्याकडे वळले होते. राजांनी गरकन वळून पाहिले- दाराशी जिजामाता उभ्या होत्या. जो प्रश्न विचारायला आल्या होत्या, त्याचे उत्तर मिळाले होते! राजे उद्गारले,

'मासाहेब!'

जिजाबाई रडत माघारी वळल्या. तरतर पावले टाकीत त्या जात होत्या. राजांना काही सुचेना. राजे माघारी वळले. जिजाबाईंच्या पाठोपाठ राजे महालात आले. जिजाबाई बैठकीवर अंग टाकून रडत होत्या. त्यांनी टाहो फोडला.

'बाळराजे! मला टाकून कसे गेला? कुणी परवानगी दिली?'

आनंदाने वेडावलेल्या महालावर दु:खाची वीज कोसळली. तो धक्का मोठा होता. एकच आकांत महालात उसळला होता. राणीवशाच्या आक्रोशाला सीमा राहिल्या नाहीत. राजे जिजाबाईंच्याकडे धावले. जिजाबाईंना उठवीत ते मोठ्याने म्हणाले,

'मासाहेब! आमचं जरा ऐका!'

जिजाबाईंनी राजांचा हात झिडकारला. तोंडात आपली बोटे चावीत, मागे सरकत जिजाबाई म्हणाल्या,

'काय ऐका, राजे? नको ते ऐकलं! आणखीन काय ऐकू? थोरामोठ्यांच्या राजकारणात हकनाक माझं पोर हरवलंत! राजे! निदान त्या सईला दिलेल्या

वचनाची तरी आठवण ठेवायची होतीत...'

महालात कुणाचा धरबंध राहिला नव्हता. राजे जिजाबाईंना म्हणाले,

'मासाहेब! आमची शपथ आहे. जरा देवघरात चला.'

'देवघरात? आता कोण आहे तिथं, ते देवघरात जाऊ? अरे, माझा बाळकृष्ण गेला! त्या रित्या गाभाऱ्यासमोर कशाला जाऊ मी?'

राजांनाही अश्रू आवरणे कठीण गेले. राजांनी जिजाबाईंचे दंड धरले, बळेच त्यांना उभे केले. हातांनी सावरीत ते जिजाबाईंना घेऊन देवघरात गेले. देवघराचे दार पुढे ढकलले. राजे जिजाबाईंना म्हणाले,

'मासाहेब, जरा ऐका!'

त्या कठोर आवाजाने जिजाबाईंचे रडणे थांबले. त्या राजांच्याकडे पाहत होत्या. देव्हाऱ्याच्या समईच्या प्रकाशात भवानी व बेलांनी आच्छादित शिवलिंग दिसत होते. राजे म्हणाले,

'मासाहेब, आम्ही तुम्हांला नंतर सांगणार होतो. नाइलाजानं आता सांगावं लागतं. तुमचे बाळराजे सुखरूप आहेत!'

'शिवबाऽऽऽ!'

'ह्या जगदंबेशपथ! मार्ग धोक्याचा, म्हणून त्यांना मथुरेत ठेवलं आहे. पण जी बातमी आता उठली, तीच कायम टिकली पाहिजे. बाळराजे शत्रुमुलुखातून घरी येईपर्यंत तुम्ही सुद्धा तीत सामील झालं पाहिजे!'

'राजे!'

'ऐका, मासाहेब! जोवर तुमचे बाळराजे तुम्हांला भेटत नाहीत, तोवर आम्ही शपथेला बद्ध आहोत; आमच्या जिवाला स्वस्थता लाभणार नाही. बाळराजांच्या मृत्यूची बातमी आपोआप दिल्लीला जाईल. शोध थांबेल. आणि... बाळराजे सुरक्षित घरी येतील.'

'शिवबा, तुझ्या असल्या राजकारणात साध्या माणसांची आतडी तुटतात, रे!'

'चला, मासाहेब! तुम्हांलाही ह्या खेळात भाग घ्यायला हवा. हे चुकूनही कुणाला कळता कामा नये. बाळराजांची सुरक्षितता त्यावर अवलंबून आहे!'

राजे जिजाबाईंना घेऊन देवघरातून बाहेर आले. महालात जिजाबाईंना बैठकीवर बसविले; आणि जिजाबाईंनी लोडावर मान टाकली. आपले डोळे पुशीत राजे उठले, आणि सरळ आपल्या महालात गेले.

खालच्या महालात उठणारा आक्रोश तेथेही ऐकू येत होता.

□□□

भाग सहावा

१

राजे राजगडावर येऊन महिना लोटला, तरी राजांच्या प्रकृतीला आराम वाटला नाही. उत्तरेचा उन्हाळा, प्रवासाचा शीण, काळजीची पोखरणी यांनी राजे आजारी पडले. थोडा-फार ज्वरही अधूनमधून येत होता. वैद्यांचे औषधपाणी चालू होते. हळू हळू राजांची प्रकृती सुधारत होती. राजांच्या महालात मोरोपंत, अनाजी, बाळाजी, प्रतापराव ही मंडळी राजांच्या परोक्ष घडलेल्या सर्व गोष्टी राजांच्या कानांवर घालीत होती. राजांच्या आगमनाने आनंदित झालेले गडकरी, मुलुखाचे अधिकारी हे राजांना भेटत होते. प्रजेचे प्रेम पाहून राजांना आनंद वाटत होता. आग्ऱ्याला राजांच्या बरोबर गेलेली माणसेही हळू हळू परतत होती. आग्ऱ्याची बातमी कळत होती.

राजे पळून गेल्याचे समजताच औरंगजेबाने रामसिंगाची मनसब रद्द केली, जहागीर काढून घेतली; एवढेच नव्हे, तर दरबारी सामोरे येण्यासही रामसिंगास बंदी घातली. ते ऐकून राजांना वाईट वाटले. मिर्झाराजांना ते ऐकून केवढे दु:ख होईल, याची राजांना कल्पना होती.

दोन प्रहरी राजे जागे झाले. त्यांची नजर महालावरून फिरत बैठकीवर स्थिरावली. तेथे सोयराबाई कशिदा भरीत बसल्या होत्या. एकाग्र चित्ताने कशिदा भरणाऱ्या त्या सौंदर्यसंपन्न सोयराबाईंकडे पाहत राजे काही क्षण तसेच पडून राहिले. मध्येच सोयराबाईंनी नजर वर केली. त्यांची नजर राजांच्या नजरेला भिडली.

'केव्हा आलात, राणीसाहेब?'

'थोडा वेळ झाला. आपला डोळा लागला होता.'

'अस्सं!' राजे पलंगावर उठून बसले. 'मासाहेब कुठं आहेत?'

'मी आले, त्या वेळी मासाहेब कोठीत होत्या. बरोबर धाकट्या राणीसाहेब होत्या.'

'कोण पुतळा?'

'नाही; सगुणाबाईसाहेब. मासाहेबांना बोलावू का?'

'काही नको. तुम्ही बसा ना! मी सहज विचारलं.'

सोयराबाईंनी राजांच्याकडे पाहिले. त्या एकदम हसल्या. राजांनी प्रश्नार्थक मुद्रेने पाहिले. सोयराबाई म्हणाल्या,

'आज स्वारी प्रसन्न दिसते!'

'राणीसाहेब, प्रसन्नता सांसर्गिक असते. एक माणूस प्रसन्न असलं, की आपोआप आजूबाजूची माणसं प्रसन्न होतात. तुम्ही आनंदी दिसला; आम्ही तसे बनलो.'

'त्यामुळं तर इथं आले. खाली गेले, की साऱ्यांचे चेहरे सुतकी! मासाहेबांनी ते दुःख आवरलं; पण बाकीच्यांनी काही नाही. काहीही बोलायचं झालं, तर 'बाळराजे'. नको ते होऊन गेलं. आठवण करून का माणूस परत येतं?'

राजे हसले. ते म्हणाले, 'राणीसाहेब, साऱ्यांनाच कुठं जमतं? विचार असला, म्हणजे आपोआप भावना आवरता येतात.'

'तेच म्हणते मी. पण ऐकतं कोण?'

'राणीसाहेब...!'

सोयराबाईंनी मान वर केली. राजे गंभीर बनले होते. सोयराबाईंनी विचारले, 'का?'

'आमची कधी आठवण येत होती?'

सोयराबाई लाजल्या. त्या म्हणाल्या, 'हे काय विचारणं झालं?'

राजे एकदम हसले. म्हणाले, 'आम्हांला पण तुमची आठवण येत होती. आग्र्याचं ते शाही वैभव पाहताना, का, कुणास ठाऊक, तुम्ही सदैव डोळ्यांसमोर उभ्या असायच्या.'

'हो!' सोयराबाई एकदम म्हणाल्या, 'एवढी आठवण येत होती, तर सांगितलेलं विसरला नसता.'

'काय?'

'पाहिलंत ना? मी अत्तर आणायला सांगितलं होतं, ते विसरला ना?'

'विसरलो नाही; पण आणायला जमलंच नाही.'

'मनात असलं, की सारं जमतं!'

'तसं नाही हं, राणीसाहेब. तो सुद्धा योग असतो.'

'योग?'

'नाही तर काय? आम्ही सुरतेला गेलो होतो. एवढी लुटीची धामधूम; पण रेशीम दिसताच तुम्ही न सांगताही आम्ही तुमच्याकरिता रेशीम आणलंच ना? या खेपेला एवढी सोपी गोष्ट सांगितलीत; पण ती जमली नाही. आणि धाकट्या

राणीसाहेबांनी मोठी अवघड गोष्ट आणायला सांगितली, ती पटकन जमून गेली!'

'एवढी कसली अवघड गोष्ट आणायला सांगितली होती?'

'ते मला कसं सांगता येईल?'

'असू दे! मला काय करायचं?' सोयराबाई उठल्या.

त्याच वेळी पुतळाबाई महालाच्या दाराशी आल्या. थोरल्या राणीसाहेबांना पाहताच त्या थबकल्या.

'या! तुमच्यावरूनच भांडणाचा योग आला.' राजे म्हणाले.

'भांडण कसलं, बाई? ज्याचं त्याचं नशीब!' सोयराबाई म्हणाल्या.

पुतळाबाईंना काही समजेना. चांदीचा पेला तसाच हाती धरून त्या उभ्या होत्या. राजे हसून म्हणाले,

'एवढं घाबरायला काय झालं? राणीसाहेबांनी सांगितलेलं अत्तर आणायला आम्ही विसरलो; पण तुम्ही सांगितलेली गोष्ट मात्र आठवणीनं आणली, असं आम्ही म्हणालो.'

पुतळाबाई हसल्या. त्या म्हणाल्या,

'थट्टेनं सुद्धा भांडणं वाढतात, राणीसाहेब. खरंच मी काही आणायला सांगितलं नव्हतं. स्वारीनं सुखरूप घरी यावं, एवढंच मी म्हणाले होते.'

राजे मोठ्याने हसले. 'तेच आम्ही सांगितलं.'

सोयराबाईंच्या नाकाचा शेंडा तांबडा झाला. कानांच्या पाळ्याही तप्त झाल्या. कशिद्याचं सामान उचलीत त्या म्हणाल्या,

'कुणी तरी काळजी केली, की झालं. जाते मी.'

सोयराबाई निघून गेल्या. राजे पुतळाबाईंच्याकडे पाहत होते. पुतळाबाई म्हणाल्या,

'आधीच माझ्यावर रागात असतात. विनाकारण आज भर पडली.'

'तो आमचा दोष! आम्ही थट्टा करायला गेलो; झालं भलतंच. जाऊ दे. आमच्यासाठी सहन करा... काय आणलंस?'

'मासाहेबांनी कांजी दिलीय्.'

राजांनी पेला ओठी लावला. कांजी घेऊन राजे म्हणाले,

'ह्या वैद्यांना चवीचं काहीच कळत नाही. काही तरी सांगून बसतात.'

पुतळाबाई हसल्या. राजांनी तस्तात चूळ भरली. महालाच्या देव्हाऱ्याजवळ ते गेले. समईची ज्योत त्यांनी मोठी केली; आणि पुतळाबाईंना ते म्हणाले,

'पुतळा, एक गोष्ट हरवली! मनाला लागून राहिली.'

'काय राहिलं?'

'माझं पूजेचं शिवलिंग! ते घ्यायला उसंतच मिळाली नाही. विसरलं!'

त्याच वेळी खालून हाक आली.

'आबाऽऽ'

राजांच्या चेहऱ्यावर एकदम आनंद प्रकटला. ते म्हणाले,

'सखू आली, वाटतं!'

राजे दाराशी धावले. त्याच वेळी सखुबाई दारात आल्या. राजांच्या पाया पडल्या. राजांनी त्यांना प्रेमभराने जवळ घेतले. सखुबाई पुतळाबाईंच्या पाया पडल्या. एकदम सखुबाईना हुंदका फुटला.

'सखू, उगीच रडायचं नाही. मासाहेब रडून थकल्या. त्यांना आपण त्रास द्यायचा नाही. तू आता समजदार आहेस. समजुतीनं घे.'

सखुबाईंनी डोळे पुसले. राजांनी विचारले,

'एकटीच आलीस?'

सखुबाईंनी नकारार्थी मान हलविली.

'मग जावई पण आलेत?'

सखुबाईंनी मानेने होकार दिला. त्या म्हणाल्या,

'मामासाहेब पण आलेत.'

'मग खाली काय करतात? बजाजी परके का आहेत? त्यांना वर पाठव.'

सखुबाई पुतळाबाईंच्यासह खाली गेल्या. सखुबाई आल्याचे पाहून राजांना समाधान वाटले. त्याचबरोबर सईबाईंची आठवण झाली. सखुबाई अगदी सईबाईंच्या वळणावर गेली होती.

बजाजीच्या मागोमाग महादजी आत आले. पितापुत्रांनी राजांना मुजरे केले. राजे बजाजीच्या खांद्यावर हात ठेवीत म्हणाले,

'बजाजी, आम्ही शरमिंदे आहोत!'

'कशाबद्दल?'

'मिर्झाराजांच्या फौजेबरोबर आम्हांला आदिलशाही लढाईत फलटणवर चालून यावं लागलं. आमचे हात बांधले होते. आमचा नाइलाज झाला होता.'

'महाराजांनी ते विसरून जावं.' बजाजी म्हणाला. 'तुमच्यामुळं आम्ही परत माणसांत आलो. आम्हांला तेवढं कळत नाही?'

'हा तुमचा मोठेपणा!' राजे म्हणाले, 'पण, बजाजी, आता आमचे फार मोठे मनसुबे आहेत. आता तुमच्यासारखी पराक्रमी माणसं शत्रुघरात राहून उपयोगी नाहीत.'

'राजे, जहागीर आदिलशाही असली, तरी या जीवावर सत्ता तुमची आहे. मध्यान रातीला हाक मारा; आम्ही आनंदानं चाकरीला येऊ. राजे, तुम्ही आल्याचं कळलं; आनंद गगनात मावेना. पाठोपाठ ती बातमी. एका डोळ्यात आनंद आणि दुसऱ्या...'

'दैवगतीपुढं इलाज नाही!' राजे म्हणाले.

□

२

आप्तस्वकीयांनी वाडा भरून गेला होता. राजे अंथरूण सोडून सदरेत येऊ लागले होते. बजाजी सखुबाईंना ठेवून महादजीबरोबर फलटणला गेले.

सदरेतून लौकरच राजे महालात परतले होते. राजे महालात बसतात, न बसतात, तोच पिलाजीराव शिर्के आल्याची वर्दी घेऊन मोरोपंत महालात आले. पिलाजीराव म्हणजे राजांचे व्याही, येसूबाईंचे वडील. राजांनी त्यांना महाली घेऊन यायला सांगितले.

पिलाजीराव राजांच्याच वयाचे. शृंगारपूरला संभीजीराजांच्या लग्नात भेट झाली. त्यानंतर आजच पिलाजीराव भेटत होते. जिन्यावर पाय वाजताच राजे उठून उभे राहिले. पिलाजीराव आत आले. राजे जवळ गेले. पिलाजी म्हणजे अस्सल पोलादी कांब. मराठी पीळ त्यांच्या मिशांना शोभायचा. चेहऱ्यावर करारीपण सदैव दिसायचे. पिलाजीराव थकले भागले होऊन राजांच्या समोर उभे होते. त्यांच्या चेहऱ्याकडे पाहवत नव्हते. राजांनी पिलाजीरावांच्या खांद्यावर हात ठेवला आणि पिलाजीरावांचे अवसान संपले. राजांना मिठी मारून ते रडू लागले. राजे त्यांना बैठकीवर घेऊन आले. पिलाजीरावांना बसवीत राजे म्हणाले,

'पिलाजीराव, धीर धरा!'

'कसला धीर धरू, राजे? तुम्ही पोहोचल्याची बातमी आली. खूप बरं वाटलं. वाटलं, संभाजीराजेही आले असतील आणि पाठोपाठ ती बातमी आली. लग्नात पोर अजाण होती. आता तिला सारं कळतं. त्या पोरीच्या कुंकवाला, मंगळसूत्राला कसा हात घालणार मी?'

'पिलाजीरावऽऽ'

'राजे, ते धाडस झालं नाही. कुणाला काही बोललो नाही. सरळ आपल्याकडे आलो. मुलीची पाठवणी करण्यासाठी येणारा मी आज संभाजीराजांचे जोडे घेऊन जायला आलो.'

'जोडे?' राजे उद्गारले.

'राजे! शिर्क्यांची कुळीची ती लेक आहे. सती गेल्याखेरीज राहायची नाही!'

राजांच्या अंगावरून सरारून काटा गेला; घशाला शोष पडला. पिलाजीराव आपले रडणे आवरून म्हणाले,

'राजे, काय माझ्या नशिबी लिहिलं हे? वाड्याबाहेर पडत असता पोर चौकात खेळत होती. मला तिनं विचारलं, 'कुठं निघाला?' मी कसंबसं सांगितलं. तर म्हणाली, 'मला काही तरी घेऊन या.' पिलाजीरावांना हुंदका फुटला. 'राजे, आता जोडे घेऊन जाईन, तेव्हा काय वाटेल तिला? अजाण, अश्राप पोर...'

'बोलू नका! असं बोलू नका, पिलाजीराव!' राजे कानांवर हात ठेवीत उठले.

त्यांनी महालाचे दरवाजे गडबडीने बंद केले. राजांचा सारा चेहरा घामाने डवरला होता. पिलाजीराव आश्चर्यचकित होऊन राजांच्याकडे पाहत होते. राजे जवळ येऊन बसत म्हणाले,

'अजून घरी सांगितलं नाही ना?'

'नाही, राजे! तो धीर झाला नाही. तसाच निघालो.'

'पिलाजीराव, असेच जा आणि सूनबाईला भरल्या कपाळानं घेऊन या.'

'आँ!'

राजांनी पिलाजीरावांना शपथ घालून सर्व सांगितले. ते ऐकत असता पिलाजीराव आनंदाने बेहोश होत होते. राजांनी सांगून संपविताच थरथरत पिलाजीराव उभे राहिले. त्यांनी दुशेल्यातली तलवार काढली; आणि राजांच्या समोर धरीत ते म्हणाले,

'राजे! हिचा स्वीकार करा.'

'हे काय?'

'इकडे येताना वेशीत आमच्या कुलदैवताचं, भावेश्वरीचं देऊळ लागलं. त्या कुलदैवताला स्मरून मी पण केला होता : 'ही वार्ता खोटी आहे, असं सांगेल, त्याला आमचं इमान अर्पण करणार आहे.'

राजांनी पिलाजीरावांना मिठी मारली; आणि आपल्या हातांनी पिलाजीरावांची तलवार त्यांच्या दुशेल्यात खोवली.

रात्री राजे जिजाबाईंचा निरोप घेऊन महालात आले. पाठोपाठ जिजाबाई राजांच्या महालात आल्या. त्यांना पाहून राजांना आश्चर्य वाटले. त्यांनी विचारले,

'मासाहेब, का आलात?'

'राजे, पिलाजीराव आले ना? त्यांच्याकडे पाहवत नव्हतं. सखू बिचारी डोळ्यांत पाणी न खळता बसली आहे. आता मला हे सहन होत नाही. साऱ्या घरावर अवकळा पसरली.'

'ते आम्हांलाही कळतं. जरा धीर धरावा. आम्ही आमची विश्वासू माणसं बाळराजांना आणायला पाठवलीत.'

'खरं?'

'आपल्या पायांशी का खोटं बोलेन?'

'पण बाळराजे केव्हा येतील? कधी पाहीन, असं झालं आहे!'

'असल्या कामात उतावीळपणा चालत नाही, मासाहेब फार जबाबदारीनं ह्या गोष्टी कराव्या लागतात.'

'नेताजींची काही खबर?'

'औरंगजेबाच्या हुकुमानुसार नेताजी कबिल्यासहित कैद करून दिल्लीला रवाना

केले गेले, एवढंच कळलं आहे.'

'पोरीची कीव वाटते! सगुणानं ते मनाला लागून घेतलं.'

'दोष नेताजींचा; राणीसाहेबांचा नव्हे.'

'हो! पण तिला वाटणारच ना? किती केलं, तरी नेताजी तिचे काका.'
जिजाबाईंनी विषय बदलला. त्या म्हणाल्या, 'बाळराजांना आणायचं बघावं!'

'आम्हांला का तसं वाटत नाही? बाळराजे जसे गुंतलेत, तसेच मदारी, हिरोजी,
रघुनाथपंत, त्र्यंबकपंत हीही मंडळी अजून आली नाहीत. बाळराजांच्याबद्दल आम्ही
निश्चिंत आहोत. पण ही जीवमोलाची माणसं. त्यांचा विचार जरी आला, तरी मनाचा
थारा उडतो.'

राजांच्या त्या काळजीने भरलेल्या चेहऱ्याकडे पाहून जिजाबाईंना काही बोलता
आले नाही. त्या मंद पावलांनी महालाबाहेर गेल्या.

□

३

रात्री जेवण झाल्यावर राजे जिजाबाईंच्या महालात बसले होते. महालात
जिजाबाई, सखुबाई बसल्या होत्या. पुतळाबाई, सोयराबाई, सगुणाबाई, काशीबाई
उभ्या होत्या. राजे उत्तरेतल्या अनेक कथा सांगत होते, त्या ऐकत असता गहिवरून
जात होत्या. राजे म्हणाले,

'मासाहेब, बैरागी होणं केवढं कर्मकठीण! दारासमोर उभं राहून 'भिक्षा वाढा,'
हे शब्द गळ्याशी आणणं हीच एक मोठी तपश्चर्या आहे.'

'नको, बाबा! ते सांगूही नकोस; आणि आम्हांला ते ऐकायलाही नको.'

राजे हसले. त्याच वेळी दरवाज्यावर राजांनी नजर खिळली. दारातून आत येत
मदारी आणि हिरोजी राजांना मुजरे करीत होते.

'मदारीऽ, हिरोजीऽऽ,' राजे गडबडीने उठले. पुढे होऊन त्यांनी दोघांना जवळ
घेतले. मदारीने पाठीचे ओझे खाली ठेवले. मदारी आणि हिरोजी आत आल्यामुळे
साऱ्या राण्या आणि सखुबाई जाण्यासाठी उठल्या. राजे म्हणाले,

'काही कोणी जाण्याची गरज नाही. हा मदारी आणि हिरोजी जर नसते, तर
आज आम्ही जिवंत दिसलो नसतो. जिवंत मरण स्वीकारून यांनी आम्हांला
वाचवलं.'

सारे थांबले. राजे बैठकीवर बसले. राजे मदारीने ठेवलेल्या पेटीकडे पाहत
म्हणाले,

'मदारी! आग्र्याहून लूट आणलीस काय?'

'व्हय, महाराज! बघितलं, तर जीव हरकून जाईल तुमचा!'

'अरे, मग दाखव ना!' राजे उतावीळपणे म्हणाले.

मदारीने पेटी राजांच्या समोर ठेवली, आणि उघडली. आतली वस्तू पाहताच राजांच्या अंगावर रोमांच उठले. थरथरत्या हाताने त्यांनी पेटीतले स्फटिक-शिवलिंग काढले, आणि गालिचावर ठेवले. नकळत सर्वांचे हात जोडले गेले. जिजाबाई म्हणाल्या,

'राजे! हे तुमच्या पूजेचं...'

'हो! आम्ही येताना आणू शकलो नाही. मदारी, तुला कसं...'

'महाराज, एवढंच आणायला गावलं!'

'सारं आणल्यापेक्षा जास्त आनंद झाला... हिरोजी, काय बातमी?'

'बातमी चांगली नाही, महाराज...'

'सांग, बाबा...' राजे म्हणाले.

'रघुनाथपंत आणि त्र्यंबकपंत आग्र्यात सापडले!'

'कसे?' राजांनी विचारले.

'झडतीत गावले! आपण आला, त्याच दिवशी गावले. पंडित कलश आणि परमानंद कवी पण सापडले, असं म्हणतात.'

'अरेरे! मदारी, शिवलिंग आलं, पण त्रिदळ मात्र गुंतून राहिलं. बिचारे काय हाल भोगीत असतील! ...आणि?'

'औरंगाबादेहून मिर्झाराजांनी तळ उचलला. ते दिल्लीला निघाले, म्हणे. दुसरा सुभेदार औरंगाबादेस येणार, म्हणतात.'

'बिचारे मिर्झाराजे! मासाहेब, चांगला दिवस पाहून या दोन वीरांचा यथोचित सत्कार करायला हवा. यांच्या पराक्रमाला मोल नाही. काहीही दिलं, तरी कमी भासेल... मदारी, हिरोजी, विश्रांती घ्या. उद्या बोलू.'

दोघे मुजरे करून निघून गेले; आणि राजे मदारी-हिरोजींची कथा सांगू लागले.

□

४

एके दिवशी तातडीने राजे राजगडाहून गेले. जाताना बरोबर तानाजी, सूर्याजी, येसाजी आणि प्रतापरावांचे अश्वदळ होते. राजे अचानक का गेले, हे कुणालाच माहीत नव्हते. दोन दिवसांनी सायंकाळच्या सुमारास राजे राजगडाच्या पायथ्याशी आले. सारे आश्चर्यचकित होऊन राजांच्याकडे पाहत होते. शेजारच्या घोड्यावर संभाजीराजे बसले होते. मागून अनेक मंडळी येत होती. दोन मेणेही संगती होते. संभाजीराजांच्या आगमनाची बातगी गडावर पोहोचली होती. आश्चर्य आणि आनंद यांनी सारे वेडावून गेले. जो तो संभाजीराजांना पाहायला धावत होता. पाहूनही डोळ्यांवर विश्वास बसत नहता.

वाड्यात जेव्हा बातमी कळली, तेव्हा मनोहारी वेड्यासारखी वाड्यावर

भिरभिरली. पुतळाबाईंना आनंदाश्रू आवरेनासे झाले. सोयराबाई सुन्न झाल्या. भानावर राहिल्या होत्या, त्या फक्त जिजाबाई. बाळराजांना ओवाळण्याची तयारी करायला त्या सांगत होत्या. त्यांनी मोरोपंतांना सांगितले,

'मोरोपंत! बाळराजांच्यावरून सोन्याच्या मोहरा ओवाळून टाका. राजे सोन्याच्या पावलांनी घरात येऊ देत!'

नगाऱ्याचे आवाज घुमत होते. शिंगे वाजत होती. राजे बाळराजांच्यासह वाड्याच्या दरवाज्याशी आले; पायउतार झाले. बाळराजांच्यावरून दहीभात ओवाळून टाकला गेला. सुवासिनींनी पायांवर पाणी टाकले. सर्व आया आरती घेऊन उभ्या होत्या; बाळराजांना निरखीत होत्या. मोरोपंत पुढे झाले. सेवकाने आणलेल्या तबकातील मोहरा त्यांनी बाळराजांच्यावरून ओवाळून टाकल्या. ओवाळून घेऊन बाळराजांनी सोन्याच्या पावलांनी वाड्यात प्रवेश केला. साऱ्यांचे मुजरे झाले.

आतल्या दरवाज्यात जिजाबाई उभ्या होत्या. बाळराजे पाया पडताच त्यांनी बाळराजांना उराशी कवटाळले. बाळराजांच्या जिरेटोपावर अश्रू पडू लागले. बाळराजांना घेऊन जिजाबाई बैठकीवर बसल्या. राजे आत आले. जिजाबाईंच्या मांडीवर बसलेले बाळराजे पाहताच राजे म्हणाले,

'आता मांडीवर बसायला बाळराजे लहान नाहीत.'

सारे हसले. बाळराजे सरकू लागले. त्यांना हाताचा विळखा घालीत जिजाबाई म्हणाल्या,

'गप, रे! तो लहानच आहे.'

राजे पुढे गेले; आणि त्यांनी बाळराजांच्या टोपाला हात घातला. बाळराजांनी टोप गच्च पकडला. राजे मोठ्याने हसले. जिजाबाई म्हणाल्या,

'राजे, काय झालं?'

'विचारा ना बाळराजांना!'

जिजाबाईंनी टोप काढला. संजाब राखलेले संभाजीचे मस्तक पाहून सारे हसले. संभाजीराजांनी लाजून आजीच्या कुशीत तोंड लपविले. राजे म्हणाले,

'मासाहेब, तुम्ही बाळराजांचं ते रूप, तो अवतार पाहिला नाही. गुडघ्यापर्यंत पंचा, अंगावर छोटं उपरणं, आणि डोक्यावर हे...'

'गप बसा, राजे! तुम्ही सुद्धा बैरागी बनूनच दारी आलात. दोन्ही रूपं मला देवाचीच वाटतात... एक शिवाचं, दुसरं वामनाचं!'

जिजाबाईंनी बाळराजांच्या मस्तकाचे चुंबन घेतले. राजे बाहेर गेले; आणि राजांच्या पाठोपाठ मोरोपंत, कृष्णाजीपंत, केसो त्रिमळ आत आले. त्यांच्या पाठोपाठ कृष्णाजीपंतांच्या पत्नी पार्वतीबाई आणि काशिपंतांच्या पत्नी लक्ष्मीबाई पण होत्या.

राजांनी त्या सर्वांची जिजाबाईंना ओळख करून दिली व सांगितले,

'मासाहेब, या सर्वांचे उपकार या जन्मी फिटणार नाहीत! आपल्या मोरोपंतांचे मेहुणे कृष्णाजीपंत. हे मथुरेलाच असतात. त्यांचे भाऊ हे काशिपंत. या सर्वांनी संभाजीराजांचा आपल्या घरी संभाळ केला; बाळराजांना जीवमोलानं जपलं. हे कृष्णाजीपंत आम्हांला वाराणशीपर्यंत सोबतीला आले आणि ह्या केसो त्रिमळांनी बाळराजांना इथवर आणलं. ज्यांनी बाळराजांना आम्ही बरोबर नसताना।ही मथुरेत पोहोचवलं, ते कवी कलश मात्र आज औरंगजेबाच्या हातीच आहेत.'

'ते कसे सापडले?' मोरोपंतांनी विचारले.

'सांगितल्याप्रमाणे त्यांनी बाळराजांना मथुरेत सोडलं आणि ते कुणी संशय न घ्यावा, म्हणून परत आग्र्याला आले. नेमके बादशहांच्या हाती लागले.'

'राजे, त्यांना सोडविण्याची खटपट केली पाहिजे. तुम्ही भलतंच सांगून बसलात आणि साऱ्यांनी दीड महिना झुरून काढला. कुणाकडे पाहवतही नव्हतं.'

'ती का आम्हांला हौस होती?' राजे म्हणाले, 'उलट, या बातमीनं बाळराजांचं आयुष्यच वाढलं. ही बातमी आम्ही उठविली नसती, तर औरंगजेबाचा शोध निष्काळजी बनला नसता. बाळराजे दोन महिन्यांच्या आत गडावर आले नसते.'

'तुम्ही केलंत, म्हणून हे झालं. पोर सुखरूप घरी आलं!'

राजे जिजाबाईंना एकदम म्हणाले,

'नाही हं, मासाहेब! हे आम्ही मुळीच ऐकून घेणार नाही. आम्ही तुम्हांला जीव तोडून बाळराजे सुरक्षित असल्याचं सांगितलं; पण तुमचा त्यावर विश्वास बसला नाही.'

'माझा विश्वास बसला नाही? आणि तुमच्यावर? राजे!' जिजाबाई आश्चर्यानं उद्गारल्या.

'हो! ते अगदी सत्य आहे. नाही तर आजवर तुम्ही उपवास करीत बसला नसता. बाळराजांच्यापेक्षाही तुमच्या उपवासांनी आम्ही घाबरे बनलो.'

जिजाबाईंना काही उत्तर देता आले नाही.

राजांनी मोरोपंतांच्या सर्व मंडळींना गडावर ठेवून घेतले. अपार द्रव्य त्यांना दिले. राजांनी मोरोपंतांना सांगितले,

'मोरोपंत, अद्याप रघुनाथपंत आणि त्र्यंबकपंत बादशहाच्या हाती आहेत. ते सुखरूप आहेत, असं त्यांच्या घरी कळवा. त्यांना परत आणण्याची आम्ही खटपट करू. तसं आश्वासन त्यांना द्या. बिचारे काळजीत असतील.'

बाळराजे घरी आल्यापासून वाड्यात नवीन उत्साह संचारला होता. जिजाबाईंचा सर्व थकवा कुठच्या कुठे गेला. सात आयांच्या लाडात आणि आजीच्या कौतुकात बाळराजे गुदमरून गेले.

राजे मात्र कामात गढले. साऱ्यांना बोलावून राजे नवी फौज उभारीत होते. येसाजी, तानाजी, प्रतापराव, मोरोपंत, अनाजी, सूर्याजी, फिरंगोजी नव्या उत्साहाने कामाला लागले होते. नवी शस्त्रे, घोडी खरीदली जात होती. गडावर सारखी वर्दळ सुरू झाली.

एके दिवशी मोरोपंत सदरेवर आले. त्यांनी बातमी सांगितली,

'महाराज, कृष्णराव नाईक दर्शनाला आले आहेत.'

'कोण?'

'नेताजींचे नाईक. नेताजींच्या बरोबरच ते गेले होते. मिर्झाराजांचा तळ उठला. नेताजींना अटक झाली.'

राजे संतप्त आले. ते म्हणाले,

'मोरोपंत, त्यांना निरोप द्या! अशा लोकांनी आम्हांला फौज वाढवायची नाही. जे राज्याशी इमानी असतील, तेच आम्हांला हवेत.'

नेताजींच्या आठवणीने अस्वस्थ झालेले राजे सदरेवर आपल्या महाली निघून गेले.

□

५

सकाळच्या वेळी सोयराबाईंना महालात आलेल्या पाहून राजांना आश्चर्य वाटले. पाठोपाठ करीम चाचा आलेला पाहून तर आश्चर्य दुणावले. करीम चाचा हा पुण्याचा शिंपी. राजांचे कपडे लहानपणापासून तोच शिवीत असे. करीम आता पुष्कळ म्हातारा झाला होता. करीमने मुजरा करताच राजांनी विचारले,

'राणीसाहेब, हा कुठं सापडला?'

'सापडतो कुठला? अनाजींना सांगितलं होतं. घोडं पाठवून बोलावून घेतला.'

'बरं केलंत. ही जुनी प्रेम करणारी माणसं भेटली, म्हणजे बरं वाटतं... काय, चाचा, बरं आहे ना?'

'अल्लाच्या कृपेनं सारी बरकत आहे, हुजूर!'

'पण, राणीसाहेब, याला बरं बोलावून घेतलंत?' राजांनी विचारले.

'छान! आपण आग्र्याला जाताना सारे चांगले कपडे घेऊन गेलात. येताना कफनी बांधून आलात. महादेव, मनोहारी हेच म्हणाली. तेव्हा याला बोलावून घेतला.'

राजांच्या चेहऱ्यावर स्मित झळकले. 'खरं सांगू, राणीसाहेब? ती कफनी होती ना, तीच फार बरी वाटली. अकारण साधुत्वाच्या कल्पनेनं अंग पुलकित होई.'

'नसते डोहाळे बोलू नका.' सोयराबाई भिऊन बोलल्या.

राजे मोठ्याने हसले; उभे राहिले. त्यांनी विचारले,

'शिंपी बोलावलात, पण कापडाचे काय?'

'त्याची नको काळजी. कोठारात कापडाचे ढीग लागलेत.'

'तुम्ही कोठारं सुद्धा पाहिलीत वाटतं?'

'मासाहेबांनी तेच काम लावून दिलंय्. रेशमी, भरजरी ठाव उन्हाला घालायचं काम मलाच करावं लागतं.'

'म्हणजे आता दप्तरी सुद्धा हस्तक्षेप झाला, तर!'

सोयराबाई लाजल्या. म्हणाल्या,

'करीम! माप घे, बाबा.'

'पण, राणीसाहेब, एवढ्या तातडीनं कपडे शिवण्याची आवश्यकता आहे का?'

'साधे कपडे भरपूर आहेत; पण भरजरी...'

'समजलो.' राजे क्षणभर उभे राहिले; गंभीर झाले. 'राणीसाहेब, आता यापुढं कुणाच्या दरबारी आम्हांला उभं राहावं लागेल, असं वाटत नाही... आणि जे आमच्या दरबारी येतील, त्यांचं आमच्या कपड्यांकडे लक्षही जायचं नाही.'

'करीम...' सोयराबाई म्हणाल्या.

'घे, बाबा! आमचं इथं काही चालत नाही.'

करीम मापे घेत होता. राजे मुकाट्याने उभे होते. मापे घेऊन झाली. राजे म्हणाले,

'बाळराजांचीही...'

'त्यांची काळजी नको. त्यांची मापं घेऊनच वर आलो.'

'ठीक!'

करीम मुजरा करून निघून गेला. सोयराबाई जाण्यासाठी वळल्या, तोच राजे म्हणाले,

'चांगला दिवस आहे. मोरोपंतांना आणि बाळाजींना आमच्याकडे पाठवून द्या.'

'जी!'

सोयराबाईंनी बाळाजी आवजींना आणि मोरोपंतांना पाठविले. अनाजीही आले. राजे अनाजींना म्हणाले,

'अनाजी, तुम्ही पण आलात, बरं झालं. आम्ही आज एक महत्त्वाचं पत्र लिहायचं ठरवलं आहे.'

'कसलं, महाराज?'

'मोरोपंत, अनाजी, आम्ही सुटल्यामुळं औरंगजेबाचा आता काय तर्क असेल?'

'आपण परत उठाव कराल, असंच कोणालाही वाटेल.'

'अगदी बरोबर.' राजे मांडीवर थाप मारीत म्हणाले, 'पुरंधरच्या तहाबरोबर आमचं राज्य अपुरं बनलं. मोगलाईचे सरदार थोड्या-फार शिबंदीनिशी अजून आपल्या मुलुखात आहेत. मिर्झाराजे तर परत निघाले. याच वेळी आम्ही उठाव केला, तर संतप्त औरंगजेब पुन्हा दक्षिणेत उतरणं कठीण नाही. एकाच वेळी मोगलाई, आदिलशाही

आणि कुतुबशाही यांचं वैर आपणांला सोसवणार नाही. आपलं राज्य नवं; दोन-तीन चपेटे खाऊन हलाखीला आलेलं. अशा परिस्थितीत शत्रू मित्र करून घ्यावा, ती उसंत घेऊन बळ वाढवावं, हा एकच उपाय आम्हांस दिसतो.'

'ते कसं शक्य आहे?' अनाजी म्हणाले.

'आम्ही आज औरंगजेबाला पत्र पाठविणार आहो. आमच्या इमानीपणाची खात्री देणार आहोत.'

'पण औरंगजेब मान्य करील?'

'निश्चित करेल. मिर्झाराजांच्या मोहिमेत पुष्कळ खर्च झाला; यश लाभलं नाही. पुन्हा तो दक्षिणेतल्या कटकटींना आनंदानं तोंड देणार नाही. त्याला आमचं पत्र पाहून आश्चर्य वाटेल; पण तो सर्व मान्य करील.'

'...आणि आपण मोगलांच्या निष्ठेत राहायचं?' मोरोपंतांनी विचारले.

'कुणी सांगितलं? सध्या आपण स्वस्थ बसू, याचा अर्थ निष्क्रिय नव्हे. आपल्यालाही उसंत हवी. फौज उभी राहायला हवी. ताकद वाढायला हवी. गेले कैक दिवस आमच्या शिलकीचा अंदाज आम्ही घेतला, तो याचसाठी. एवढ्या अवधीत आपल्याला पुष्कळ गोष्टी करता येतील... बाळाजी, लिहायचं साहित्य आणलंत ना?'

'जी!'

'बसा.'

बाळाजी बसले. राजे मजकूर सांगत होते. बाळाजी लिहून घेत होते. मजकूर तयार होताच राजे म्हणाले,

'बाळाजी, पत्र सायंकाळी तयार करून आणा. मग शिक्कामोर्तब करून पत्र पाठवून देऊ.'

'जी!'

बाळाजी उठले आणि बाळराजे महालात आले. राजांच्या जवळ जाऊन ते पाया पडले. राजांनी त्यांच्या केसांवरून हात फिरविला. बाळराजांना जवळ घेत राजांनी विचारले,

'बाळराजे, आज लौकर मुजऱ्याला आलात?'

राजांचा हात बाळराजांच्या केसांवरून फिरत होता. केसांचा गार स्पर्श जाणवताच राजे म्हणाले,

'बाळराजे, मासाहेबांना तुम्ही भेटलेले दिसत नाही.'

'मासाहेब पूजेत होत्या.' एकदम वळून बाळराजांनी विचारले, 'पण, आबासाहेब, तुम्ही कसं ओळखलंत?'

राजे हसले. म्हणाले, 'अगदी सोपं होतं. तुम्ही मासाहेबांना भेटला असता, तर तुमचे हे ओले केस कोरडे केल्याविना त्यांनी मुळीच सोडलं नसतं.'

'शेवटी आम्हीच दोषी ना?'

साऱ्यांच्या नजरा त्या शब्दांबरोबर महालाच्या द्वारी वळल्या. जिजामाता आत येत होत्या. राजे चटकन उभे राहिले. बाळराजांसह पुढे होऊन राजांनी जिजाबाईंचे पाय शिवले.

'औक्षवंत व्हा!' जिजाबाई म्हणाल्या.

बाळराजे जिजाबाईंना बिलगले. त्यांना जवळ घेत जिजाबाई म्हणाल्या,

'शिवबा, आज बाळराजे एवढ्या सकाळी स्नान आटोपून तुमच्या दर्शनाला का आले, ते त्यांनी सांगितलं नाही, वाटतं?'

बाळराजे म्हणाले, 'मासाहेब!'

राजे म्हणाले, 'छे! आम्हांला काही सांगितलं नाही. कशासाठी आले होते बाळराजे?'

'बाळराजांना मोती हवा.' जिजाबाईंनी सांगून टाकले.

राजे मोठ्याने हसले. त्या मोकळ्या हसण्याने महाल भरून गेला. राजे मोरोपंतांना म्हणाले,

'मोरोपंत, हे बरं नाही. पुरंधरचा तह झाला, म्हणून एवढी का परिस्थिती बिघडली? एवढी संपदा आम्ही घरी आणून बाळराजांना मोती मिळू नये? बाळराजांना आज रत्नघरात घेऊन जा. त्यांना हवे तेवढे मोती द्या. बस्स?'

बाळराजांचे गाल फुगले,

'आबासाहेब, आम्हांला ते मोती नकोत.'

'मग?'

'तुम्ही आणलेला मोती हवा.'

राजांना काही समजेना. 'आम्ही आणलेला? आम्ही समजलो नाही.'

जिजाबाई हसल्या. म्हणाल्या,

'बाळराजे तुमच्याकडे घोडा मागताहेत. 'मोती' नावाचा तुमचा पांढरा घोडा आहे, म्हणे. परवाच खरीदलात...'

राजांना सारे समजले. ते बाळराजांकडे पाहत होते. बाळराजे नजर चुकवीत होते. राजांच्या चेहऱ्यावर मिस्किल स्मित झळकले. ते म्हणाले,

'मासाहेब, बाळराजे आल्यापासून भारीच लाड चालवलेत. मोती आमचा आवडता आहे. तो आम्ही देणार नाही.'

'मासाहेब!' बाळराजे जिजाबाईंना म्हणाले.

'राजे, या पोरापुढं माझं काही चालत नाही. उगीच त्याला चिडवू नका.'

पुढे होऊन बाळराजांना जवळ घेत राजे म्हणाले,

'बाळराजे! आम्ही थट्टा केली. भारीच जबरदस्त काम घेऊन आलात. म्हणूनच वशिल्यासाठी मासाहेबही आल्या. या गडबडीत तुमचे केस ओले राहिले, त्यात नवल

काय?'

'मग आम्हांला घोडा देणार?'

'न देऊन चालेल कसं? एवढा मोठा वशिला आणलात; नाही म्हणायची काय बिशाद आहे? चला, पागेकडे जाऊ. मासाहेब, बाळराजांना आम्ही मोती देऊन येतो.'

बाळराजे आनंदले. त्यांनी जिजाबाईंच्याकडे पाहिले. राजांचा हात धरून बाळराजे जात होते. अनाजी, मोरोपंत, बाळाजी यांच्याकडे पाहून राजे म्हणाले,

'चला, बाळराजांचा हट्ट पुरवू.'

सारे वाड्याबाहेर आले. थंडीचे दिवस असल्याने सूर्य डोक्यावर येऊनही डोंगराच्या कडेने धुक्याचे पट्टे रेंगाळत होते. ते ऊन सुखावह वाटत होते. चौकीपहाऱ्यांचे मुजरे घेत राजे पागेकडे जात होते. बाळराजे उत्साहाने राजांच्या बरोबर चालत होते.

राजे पागेसमोर आले आणि उभे राहिले. त्यांनी रिशालदाराला मोती मोकळा करण्याची आज्ञा दिली. बाळराजे म्हणाले,

'चला ना! पागेत जाऊ.'

'पागेत कशाला? आपण इथंच उभे राहू.' राजे म्हणाले.

थोड्याच वेळात मोतीचे खिंकाळणे कानांवर आले. पागेच्या इमारतीकडे साऱ्यांची नजर वळली. पागेच्या प्रवेशद्वारात पांढरा शुभ्र, सुलक्षणी मोती उभा होता. क्षणात तो उधळला आणि राजांच्या दिशेने येऊ लागला. त्याची आयाळ मानेवर उडत होती. मोती डौलात जेथे राजे होते, तेथे आला; महाराजांचे हात चाटू लागला. महाराज मोतीला थोपटीत होते. सारे कौतुकाने पाहत होते. राजांनी मोतीचे कपाळ खाजविले. मोतीची मान हुंदाडत होती. त्याच्या कपाळावरचे केस उशी घेत होते. राजे कौतुकाने त्या उमद्या जनावराकडे पाहत होते. राजांनी त्याच्या मानेवरून हात फिरविला. राजांनी मानेवर मारलेल्या पोकळ थापेचा आवाज उठला. राजे म्हणाले,

'बाळराजे, आपलं खरं ऐश्वर्य हे!... बाळाजी, तो श्लोक कोणता? हां! आठवला...

'यस्याश्वा तस्य राज्यं यस्याश्वा तस्य मेदिनी।
यस्वाश्वा तस्य सौख्यं यस्याश्वा तस्य साम्राज्यम्।।'

राजांनी बाळराजांना विचारले, 'अर्थ समजला?'

'हो!'

'काय?'

बाळराजे पुढे झाले. मोतीला गोंजारीत ते म्हणाले,

'ज्याच्या पदरी घोडा, त्याचं सर्व जग!'

राजे थक्क झाले. त्यांनी विचारले,

'तुम्हांला संस्कृत येतं?'

बाळराजांनी मान खाली घातली. ते म्हणाले,

'मासाहेबांनी सांगितलं.'

'तरीच! मग एवढे शरमिंदे व्हायला काय झालं?... मोरोपंत, जवळजवळ वर्ष फुकट गेलं. राजांना आता शिकवायला हवं.'

'जी! मी शास्त्रींना सांगतो.'

'बाळराजे, तुमच्याच नावाचे आमचे दादा होते. ते तुमच्या वयाचे होते, तेव्हा संस्कृत काव्य करीत असत... जाऊ दे. बाळराजे, आजपासून हा मोती तुमचा. फार समजुतदार जनावर आहे. किती लवकर यानं आम्हांला माया लावली! पागेत जनावर बांधून आपलं काम होत नाही. त्याला तसंच प्रेम द्यावं लागतं. पाहिलंत ना, आम्हांला पाहताच कसा दौडत आला तो? आम्ही जेव्हा एकटे स्वार असतो, तेव्हा आम्ही घोड्याबरोबर बोलतो.'

सारे हसले. बाळराजे चकित होऊन म्हणाले,

'घोड्याबरोबर बोलता?'

'हो! त्यात हसण्यासारखं काय आहे? आम्ही खरं तेच सांगतो. मुकं जनावर असलं, तरी ते सारं समजू शकतं. शब्द कळले नाहीत, तरी त्याला भाव कळतो. मोतीला आम्ही सांभाळलं, तसंच तुम्ही सांभाळा. सकाळ-संध्याकाळ पागेत चक्कर टाका. त्याला खाऊ घाला. त्याच्याशी बोला. त्याला माया लावा. जनावराचं प्रेम मिळविण्यातही अलौकिक आनंद असतो. त्याचं प्रत्यंतर घ्या.'

नजीक उभ्या असलेल्या रिशालदाराला राजे म्हणाले,

'हणमंत, जनावराला काढणी लावा. घेऊन जा.'

रिशालदाराने मोतीला काढणी लावली. त्याने घोड्याला वळविले. राजे म्हणाले,

'बाळराजे, मोती आता तुमचा झाला. त्याला ते कळायला हवं. तुम्ही त्याला ठाणबंद करून या.'

रिशालदाराने बाळराजांच्या हाती काढणी दिली. बाळराजे पागेकडे मोतीला घेऊन जात होते. ते दृश्य पाहून राजांना समाधान वाटत होते.

□

६

देवपूजा आटोपून राजे नेहमीप्रमाणे जिजाबाईंच्या महाली गेले. मासाहेबांच्या जवळ बसलेले संभाजीराजे राजांना पाहताच उठले. राजे हसत जवळ आले. त्यांनी मासाहेबांचे पाय शिवले. जिजाबाईंनी राजांना विचारले,

'राजे, आज गडबड दिसते?'

'आम्हीच आज सर्वांना बोलावून घेतलं आहे.'

'काय बेत ठरवलात?'

'बेत मोठा आहे, मासाहेब! विस्कटलेली घडी नीट बसवायला हवी. आपणही चलावं.'

'मी?' जिजाबाई म्हणाल्या. 'आता ह्या राजकारणात यायला हवंच का? मी थकले. आता होत नाही.'

'मासाहेब, असं सारखं म्हणत जाऊ नका.' राजे कळवळले.

'यापुढं नाही म्हणणार. झालं? चला.'

जिजाबाई उठल्या. त्यांनी संभाजीराजांना हाताशी धरले.

'चला, शंभूबाळ. आपण बसू.'

राजांच्या पाठोपाठ जिजाबाई शंभूराजांना घेऊन जात होत्या.

सदरेवर प्रतापराव, अनाजी, मोरोपंत ह्या मंडळींबरोबरच दर्यासारंग, इब्राहीमखान, दौलतखान, मायनाक ही आरमाराची प्रमुख मंडळीही दिसत होती. राजांनी एवढ्या तातडीने का बोलवावे, हे कुणालाच कळत नव्हते. सारे कुजबुजत होते. राजांना पाहताच साऱ्यांची कुजबूज एकदम थांबली. बैठक उठली. मुजरे झडले. मासाहेबांच्यासह राजे बैठकीवर बसले. संभाजीराजे मासाहेबांच्या नजीक बसले. सारे बसताच मोरोपंत म्हणाले,

'राजे, आता स्वस्थ बसून किती दिवस चालायचं? काहीतरी चाल करायला हवी. मिर्झाराजांनी परत प्यादी हलवायला सुरुवात केली आहे. मोगलांच्या बंडखोरांना मदत करू नका, असा इशारा त्यांनी दिला आहे. पुणे, सुपे, इंदापूर या राजांच्या खास मुलुखात काही गडबड करू नये, म्हणून जयसिंगाने पक्का बंदोबस्त केला आहे. जयसिंगाची ही चाल साधी असली, तरी तिच्याकडे काणाडोळा करून उपयोगी नाही.'

राजे म्हणाले, 'मोरोपंत, मिर्झाराजांनी जरी आता हालचाल सुरू केली असली, तरी आता ते फार काळ दक्षिणेत राहू शकतील, असं आम्हांला वाटत नाही. त्यांच्याकडून आम्हांला त्रास पोहोचणार नाही, हा आमचा तर्क आहे.'

'महाराज!' प्रतापराव म्हणाले, 'ही संधी नामी आहे. आम्ही आज्ञेचीच वाट पाहत आहो. फार झालं आता कौतुक.'

'प्रतापराव, स्वस्थ बसायची का आम्हांला हौस आहे? पण पाठीमागे भक्कम आधार असल्याशिवाय साधं प्यादंही पुढं सरकवायला मन कचरतं. तो भक्कम आधार निर्माण करायला हवा. ती ताकद आधी निर्माण करायला हवी.'

'महाराज, तुम्ही हाक मारायचा अवकाश, बघता-बघता माणसं गोळा होतील. तुमच्या हाकेचीच ती वाट पाहत आहेत.' मोरोपंत म्हणाले.

'तो आम्हांला विश्वास आहे.' राजे म्हणाले, 'मोरोपंत, ती हाक मारण्याची पाळी येणार नाही, हेही आम्ही जाणतो.' राजे क्षणभर थांबले आणि म्हणाले, 'येताना प्रवासात घडलेली एक गोष्ट आम्हांस आठवते... बैरागयाच्या वेषात आम्ही आमच्या प्रदेशात आलो. सायंकाळची वेळ. एका छोट्या गावात कुळवाड्याच्या घरी आमची वस्ती पडली. कुळवाड्याची म्हातारी मनानं थोर होती. म्हातारीनं आम्हांला गरम गरम भात वाढला. पत्रावळीवर वाढलेल्या भातात कालवण वाढलं आणि वाढलेलं कालवण बघता-बघता जमिनीवर पसरलं. पानात काही उरलं नाही. आम्ही बघत राहिलो. काही सुचत नव्हतं. म्हातारी आमच्याकडे एकटक नजरेनं बघत होती. हसत ती म्हणाली,

'अगदी शिवाजीराजाच दिसतोस तू!'

आश्चर्य न दाखवता आम्ही विचारलं,

'काय झालं, आई? शिवाजीनं काय केलं?'

'अरं बाबा, मुलूख बांधून घेतला न्हाई. चारी वाटा मोकळ्या. राज्य ऱ्हाईल व्हय?' आणि हसून म्हातारी म्हणाली, 'आळं कर, बाबा. त्याविना कालवण ऱ्हाईल कसं?'

'आम्ही आळं केलं!' हसून राजे म्हणाले, 'त्या प्रसंगाची याद आम्ही ठेवली आहे. साध्या प्रसंगातूनदेखील श्री मार्ग दाखवितात. स्वराज्य राखायला हवं. त्यासाठी भक्कम तटबंदी करायला हवी. कुठंही कसूर राहून उपयोगी नाही.' राजे मोरोपंतांच्याकडे वळून म्हणाले, '...बरी आठवण झाली! मोरोपंत, आमच्या सरदारांनी मोगली मुलुखात धुमाकूळ घातला, मुलूख लुटला. एका पाटलाच्या घरी ते ऐकायला मिळालं. त्याचं घरदार लुटलं. निराजीपंतांना त्यांचा ठिकाणा माहीत आहे. त्यांना विचारून घ्या. आम्ही त्यांना शब्द दिला आहे. त्यांची भरपाई तुरंत पाठवून द्या.'

'जी!' मोरोपंत म्हणाले.

'आमच्या कैदेनं अनेक कामं विस्कळीत बनली आहेत. मालवणचा जंजिरा, रायगड यांची कामं तशीच राहिली असतील. ती कामं...'

'नाही, महाराज. ती कामं चालू आहेत. त्यांत खंड पडला नाही.'

'खर्चाची तरतूद?'

'महाराज, ह्या दोन्ही कामांची रक्कम आधीच बाजूला काढून ठेविली होती. त्या रकमेला हात लावू दिला नाही मासाहेबांनी.'

'व्वा, मोरोपंत! आमच्या कठीण प्रसंगातदेखील या कामात खंड पडू दिला नाहीत. धन्य! अहो, श्रींचं राज्य. श्री करवितात, हे आम्हांला वाटतं, ते याचमुळं!'

राजे थांबले. सर्वांवरून नजर टाकून त्यांनी बोलायला सुरुवात केली. आपल्या फौजेच्या व्यवस्थेची कल्पना राजे सांगत होते; पायदळ, घोडदळ आणि आरमार यांची व्यवस्था समजावीत होते, त्यांचं महत्त्व सांगत होते. ते ऐकत असलेल्या

मासाहेब म्हणाल्या,

'राजे, हे याच्या आधीच व्हायला हवं होतं. राज्यउभारणीबरोबरच राज्यरक्षणाचा विचार करायला हवा- नव्हे, तो प्रथम व्हायला हवा.'

'तोच विचार आम्ही केला आहे. भक्कम तटबंदी असलेला गड माऱ्याला दाद देत नाही. राज्याचंही तसंच आहे. मिर्झाराजांनी मनुचीसारखा माणूस तोफखान्यावर का ठेवला, हे आम्ही तिथंच शिकलो.'

राजांची नवी योजना ऐकून साऱ्यांना हुरूप आला. सदरेवरील बैठक उठली आणि उसंत न घेता मोरोपंत, बाळाजी आवजी फडाच्या मंडळींसह फडात खपू लागले. कच्चे मसुदे तयार होत होते. राजे त्यांवर विचार करीत होते. पायदळ, घोडदळ आणि आरमार अशी फौजेची विभागणी केली होती.

पायदळाच्या दहा लोकांवर एक नाईक, पाच नाइकांवर हवालदार, तीन हवालदारांवर एक जुमलेदार आणि दहा जुमलेदारांवर एक हजारी नेमण्यात आला. पायदळाच्या सर्वश्रेष्ठ अधिकाऱ्यास 'सरनौबत' हुद्दा ठरविण्यात आला.

घोडदळाचे दोन भाग केले- बारगीर आणि शिलेदार. पंचवीस स्वारांवर एक हवालदार, पाच हवालदारांवर एक जुमला, दहा जुमल्यांवर सुभा आणि दहा सुभ्यांवर पंचहजारी. घोडदळाच्या मुख्य सेनापतीस 'सरनौबत' हुद्दा दिला गेला.

पायदळ, घोडदळ याचप्रमाणे राजांनी आरमाराची आणि किल्ल्यांची व्यवस्था लावली. फौजेच्या व्यवस्थेबरोबरच राजांनी फौजेचे नियम ठरवून दिले...

'दसरा होताच फौजेने कूच करावे. आठ महिने परमुलुखात पोट भरावे. खंडण्या घ्याव्यात. पावसाच्या सुरुवातीस फौजेने आपला मुलूख जवळ करावा. लष्करात असता कोणीही बायको, बटीक अथवा कलावंतीण जवळ बाळगू नये. जो बाळगील, त्याची गर्दन मारली जाईल. लुटीचा माल लपवील, त्यास कडक शिक्षा केली जाईल.'

लष्कराच्या आणि आरमाराच्या व्यवस्थेत कसर राहू नये, याची दक्षता राजे घेत होते. राजांची कल्पना साकारली जात होती. साऱ्या गडांना ते भेटी देत होते. फौजेच्या निरनिराळ्या तुकड्यांची पाहणी ते करीत होते. बळ वाढत होते. नवी ताकद येत होती.

राजे मालवणचा जलदुर्ग पाहून आले. समुद्रातून मान वर काढणारा तट त्यांनी डोळे भरून पाहिला. अपार कष्ट करणाऱ्या, पण त्या कष्टांची फिकीर न बाळगणाऱ्या लोकांचे त्यांनी कौतुक केले. समुद्रावर तरांडी, गलबते, मचवे, दुबारे, संगमिऱ्या अशा अनेक जातींच्या नौका तरंगत होत्या. लाटांवर हेलकावणाऱ्या त्या नौका पाहून राजांचे मन भरून आले.

भरल्या मनाने राजे राजगडावर आले होते; मनाशी अनेक बेत ठरवीत होते. औरंगजेबाच्या बातम्या त्यांच्या कानांवर येत होत्या. मिर्झाराजांच्या दक्षिणेतल्या पराभवाने अस्वस्थ झालेला औरंगजेब उत्तरेला अफगाणांच्या बंडाव्याने दिवसेंदिवस त्रस्त होत होता. राजांना ती गोष्ट अनुकूल वाटत होती. औरंगजेब आपला तह मान्य करील, याचा विश्वास दुणावत होता.

संध्याकाळी राजे मोरोपंतांच्यासह गडावर फेरफटका मारून आले होते. राजे महालात जाण्यासाठी वळणार, तोच सेवक धावत आला. त्याने बातमी दिली,

'महाराज! रघुनाथपंत आणि त्र्यंबकपंत आले!'

सायंकाळच्या सोनेरी किरणांत राजांचा चेहरा उजळला. त्यांनी पाहिले- त्र्यंबकपंत आणि रघुनाथपंत येत होते. राजांनी क्षणात त्यांना डोळे भरून पाहिले. त्यांच्या रूपात कितीतरी बदल पडला होता. न सांगताही औरंगजेबाने केलेला छळ त्यांचा चेहरा सांगत होता. क्षणात राजांचे डोळे भरून आले. पुढे झेपावणारी द्वयी राजे भरल्या डोळ्यांत साठवीत होते. दोघांनी मुजरे केले. राजांना शब्द फुटत नव्हता. डोळ्यांतून ओघळणाऱ्या अश्रूंचे त्यांना भान नव्हते. स्वतःला सावरीत राजे मोरोपंतांना म्हणाले,

'पंत! उरलेले आमचे दोन मोहरे काळाच्या दाढेतून सुटलेले पाहण्याचं भाग्य लाभत आहे. आम्ही दिलेल्या वचनातून श्रींनी आम्हांस मुक्त केलं. रघुनाथपंत! आपण थकला आहात. विश्रांती घ्या. खूप विचारायचं आहे. नंतर बोलू.'

'महाराज!' रघुनाथपंत म्हणाले, 'एक आनंदाची बातमी- औरंगजेबानं आपला तह मान्य केला!'

'पंत! तुम्हांला आम्ही पाहिलं, तेव्हाच आम्ही ते जाणलं. आमच्या मनासारखी गोष्ट घडली. त्यात आम्हांला आनंद आहे. तुम्ही विश्रांती घ्या, पंत!' राजे डोळ्यांच्या कडा पुशीत म्हणाले, 'आम्ही नंतर खाली येऊ.'

रात्री जिजाबाईंच्या महालात सारी मंडळी बसली होती. रघुनाथपंत आणि त्र्यंबकपंत आपली हकीगत सांगत होते. सारे ऐकत होते. औरंगजेबाने पकडून ठेवल्यापासूनची हकीगत रघुनाथपंत ऐकवीत होते. औरंगजेबाने केलेल्या छळांच्या गोष्टी ऐकून साऱ्यांच्या मनाचा थरकाप उडत होता. धर्मांतरासाठी औरंगजेबाने दोघांवर टाकलेले पाश ऐकून साऱ्यांना चीड आली होती. स्वधर्मासाठी प्रत्यक्ष मृत्यूच्या उंबरठ्यातून जायला सिद्ध झालेली द्वयी. साऱ्यांनाच त्यांचा अभिमान वाटला. रघुनाथपंत म्हणाले,

'महाराज, आपण मूळचंदाकडे दिलेली सारी रत्नं औरंगजेबाकडे गेली.'

'रत्नं?' मासाहेबांनी विचारले.

'मासाहेब, आम्ही आपल्या सुटकेचा विचार करीत असता आमच्या जवळची

मौलिक रत्नं राजगडावर पोहोचविण्यासाठी मूळचंदाकडे दिली होती, सुरक्षित येतील, म्हणून.'

'मग?' मासाहेबांनी विचारले.

'मासाहेब, आम्ही असं ऐकलं- मूळचंदानं ती सारी रत्नं दक्षिणेत मुनिमाकरवी रवाना केली होती; पण राजे पळाल्याचं समजताच गोंधळात पडलेल्या मुनिमानं ती रत्नं परत मूळचंदाकडे पोहोचविली. मूळचंदानं घाबरून ती रत्नं औरंगजेबाकडे दिली. काफिराचा पैसा नको, म्हणून औरंगजेबानं सारी रत्नं विकली; आणि आलेला पैसा फकिरांना वाटला.'

'पंत!' राजे सद्गदित आवाजात म्हणाले, 'औरंगजेबानं दोन रत्नं आपणहून आम्हांकडे पाठविली; त्यांत सर्व आलं. ते जवाहीर गेलं, म्हणून आम्हांस दुःख वाटत नाही- आणि ती रत्नं जातात कुठं?' राजांच्या मुठी वळल्या. ते आवेशाने म्हणाले, 'औरंगजेबानं आमची रत्नं दान करून मिळविलेलं पुण्य त्याला पचनी पडणार नाही; आम्ही ते पडू देणार नाही. एक ना एक दिवस ते आम्ही दामदुपटीनं वसूल करू.'

बराच वेळ कुणी काही बोलले नाही. सारे राजांच्याकडे पाहत होते. अचानक मोरोपंतांनी विचारले,

'रघुनाथपंत, नेताजींना कैद झाल्याची बातमी होती.'

साऱ्यांच्या नजरा मोरोपंतांच्याकडे वळल्या. क्षणात राजांची आवेशयुक्त नजर तिरस्काराने भरली. रघुनाथपंतांनी राजांच्याकडे एकवार पाहिले; आणि खाली मान घालून ते म्हणाले,

'नेताजी मुसलमान झाले!'

नेताजी? मुसलमान? सर्वांनाच तो धक्का अनपेक्षित होता. रघुनाथपंत म्हणाले,

'झालेल्या छळाला नेताजी डगमगले. औरंगजेबाने छळ करून त्यांना मारण्याचा घाट घातला होता. नेताजींना जीव मोलाचा वाटला. त्यांनी जीव वाचविला, धर्म सोडला.'

मासाहेबांच्या जवळ बसलेले बाळराजे एकदम बोलून गेले,

'त्यापेक्षा मरायचं होतं!'

साऱ्यांच्या नजरा बाळराजांच्याकडे वळल्या. बाळराजांची नजर स्थिर होती. कुणीच काही बोलत नव्हतं. दीर्घ निःश्वास सोडून राजे म्हणाले,

'जीवनातली अपुरी निष्ठा माणसाला अशीच वाहवत नेते. आमचा पडता काळ पाहताच अडीच हजार मनसबीसाठी आमचे सेनापती आदिलशाहीला मिळाले. मिर्झाराजांनी पंचहजारी देऊ करताच त्यांनी आदिलशाही सोडली; मोगलाई जोडली. जीवनरक्षणार्थ आता ते मुसलमान झाले. नशीब यांचं!'

नेताजींच्या धर्मांतराने राजे खिन्न बनले.

दुसऱ्या दिवशी राजे जिजाबाईंच्या महालात गेले. तेव्हा दाराशीच त्यांची पावले अडखळली. जिजाबाईंच्या शेजारी सगुणाबाई बसल्या होत्या. त्यांच्या पाठीवर जिजाबाईंचा हात होता. सगुणाबाई गुडघ्यांत मान घालून बसल्या होत्या. राजांच्याकडे नजर जाताच जिजाबाई म्हणाल्या,

'या, राजे. पूजा झाली?'

'जी!'

सगुणाबाई डोळे टिपीत उठल्या. राजे जिजाबाईंच्या पाया पडले. सगुणाबाईंच्याकडे पाहत राजे उद्गारले,

'काय झालं?'

'बिचारी पोर!' जिजाबाई म्हणाल्या, 'काल नेताजींच्या धर्मांतराची बातमी कळल्यापासून तिच्या डोळ्यांचं पाणी खळेना.'

'नेताजी मुसलमान झाले, त्यात राणीसाहेबांचा काय दोष?' राजे म्हणाले.

'तेच सांगते मी! पण किती केलं, तरी रक्ताचं नातं. काका मुसलमान झाले, त्याचं वाईट वाटणारच.'

'इलाज नाही. नको ते झालं, होऊन गेलं. ते मनाला लावून घेऊ नये.'

सगुणाबाई निघून गेल्या. राजे सदरेत जाण्यासाठी वळणार, तोच जिजाबाईंनी हाक मारली,

'राजे!'

'जी!'

'नुसतं राज्याकडेच लक्ष देऊन चालत नाही. घराकडेही जरा लक्ष देत जा.'

'आम्ही समजलो नाही.'

जिजाबाई हसल्या. 'राजे, हेच काल सगुणाला बोलावून सांगितलं असतंत, तर तिला बरं वाटलं असतं. पतीच्या शब्दासाठी बायकांचा जीव उतावीळ असतो, राजे! सोयराला दप्तरी लक्ष द्यायला तुम्ही प्रोत्साहन दिलंत. आज ती सारं पाहते. फडाचे कारकून दबून राहतात.'

'तुमच्या हातांखाली तयार होतात ना! मग त्यात काय आश्चर्य?'

'विषय बदलून जमणार नाही. तुम्ही कौतुक केलंत, म्हणूनच सोयरा मनापासून कोठीदप्तर पाहू लागली. सगुणा, पुतळा, काशी सारा वाडा पाहतात; आलं-गेलं, हवं-नको बघतात. त्यांचं कौतुक कुणी करायचं?'

राजे शरमिंदे झाले. म्हणाले,

'आम्ही चुकलो. यापुढं तेही करू.'

जिजाबाईंच्या चेहऱ्यावरचे स्मित पाहायला राजे महाली थांबले नाहीत.

□

७

औरंगजेबाशी तह झाल्याने राजांना खूप बरे वाटले. राजांच्या मनावरचा एक मोठा ताण उतरला. या तहामुळे राजांना उसंत मिळणार होती. पुरंधरच्या तहामुळे हाती राहिलेल्या मुलुखाचा, बेशिस्त कोकणचा कारभार सुरळीत लावण्याचे राजांनी ठरविले. राजांनी आपल्या फौजेला नव्या शिस्तीचे स्वरूप दिले होते, तसेच मुलुखाची बटाई करून महसुलाची व्यवस्थाही त्यांना आवाक्यात आणायची होती. औरंगजेबाच्या तहामुळे संभाजीराजांना मिळणाऱ्या मनसबीतून फौजेचा वाढता खर्च निभावता येणे शक्य होते. राजांनी आपल्या मागण्या औरंगजेबाला कळविल्या होत्या. आदिलशाही मुलूख वारंवार होणाऱ्या युद्धामुळे उत्पन्नाच्या दृष्टीने निर्वेध नव्हता. त्यासाठी पुरंधरच्या तहाव्यतिरिक्त राजांनी बादशहाकडे दिलेल्या मुलुखातून आणखी एक लाख होनांचे उत्पन्न मिळावे, अशी मागणी औरंगजेबाकडे केली होती. औरंगजेबाने ते मान्य केले आणि देशमुखी वसूल करण्याची परवानगी राजांना दिली.

औरंगजेबाच्या तहामुळे निश्चिंत होऊन राजांनी कोकण भागाकडे लक्ष द्यायला सुरुवात केली. सैन्याची सर्व व्यवस्था पुरी करून राजे कोकणात जायचा विचार करीत होते आणि त्याच वेळी कोकणातील रांगणा किल्ल्याला आदिलशाही फौजेने वेढा घातल्याची बातमी आली.

एकच वर्षापूर्वी रांगणा राजांच्या हाती आला होता. सुभेदार रावजी पंडितांची रांगण्यावर नेमणूक केली होती. राजे मोगलाईच्या कचाट्यात सापडले आहेत, असे पाहून आदिलशाहीने गमावलेला किल्ला परत मिळविण्यासाठी आपली फौज पाठविली होती. रांगण्याच्या वेढ्याने संतप्त झालेल्या राजांनी मोरोपंतांना आज्ञा दिली,

'पंत, आमच्या फौजेच्या अधिकाऱ्यांना आपल्या फौजेनिशी गोळा होण्याचे हुकूम द्या.'

गडावरून हुकूम सुटले. रांगण्याच्या बातम्या घेऊन नजरबाज येत होते. त्याचबरोबर गडावर फौज गोळा होत होती. राजांचे फौजी अधिकारी दररोज येत होते. प्रतापराव, तानाजी, येसाजी, सूर्याजी, फिरंगोजी, तेलंगराव गडावर हजर झाले होते. रांगण्याच्या वेढ्याची बातमी ऐकून सारे बेचैन बनले होते.

दोन प्रहरी सदरेवर सारे राजांची वाट पाहत होते. राजे जिजाबाईंच्यासह सदरेवर आले. जिजाबाई तानाजीला म्हणाल्या,

'अरे तानाजी, आता म्हातारीला जरा स्वस्थ बसू द्याल, की नाही?'

सारे हसले. तानाजी म्हणाला, 'मासाब, तुमीच असं म्हटलासा, तर पोरांना कसा धीर यायचा?'

'अरे, कसला धीर देणार मी?'

मोरोपंत हसले. राजांनी विचारले,

'पंत, का हसला?'

'राजे, आपण आग्र्याला होतात. सारी चिंता. अहोरात्र मासाहेबांना लागलेली. देवापुढं धरणं धरून बसलेल्या मासाहेब; पण सदरेवर आल्या, की कापरा उडायचा!'

'काहीतरीच सांगतो.' जिजाबाई म्हणाल्या.

'खोटं सांगत नाही मी! कुलकर्ण्यांची आगळीक दिसली, तर मासाहेबांनी स्पष्ट बजावलं, 'नशते कथले केलियास चिरंजीव मुल्हाजा करणार नाहीत.' जसं फडात लक्ष, तसंच फौजेवर. प्रतापरावांना, तेलंगरावांना विचारा; एक दिवस स्वस्थ बसवून ठेवलं नाही. बजाजी, झुंजारराव आणि कानोजी पतंगराव यांचा भाऊबंदकीचा तंटा याच सदरेवर बसून मासाहेबांनी गोतमुखानं सोडविला.'

'जाऊ दे, रे! गेल्या गोष्टी कसल्या सांगतोस?' जिजाबाई म्हणाल्या, 'आता समोर काय ठेवलंय्, बघा. राजे सांगत होते, रांगण्याला वेढा पडला आहे.'

'जी, मासाहेब!' प्रतापरावांनी दुजोरा दिला. 'रांगण्याची गय केली, तर विजापूरकर बळावल्याखेरीज राहणार नाहीत.'

'मग गय कुणी करायला सांगितली?' राजांनी विचारले.

'आम्ही आज्ञेची वाट पाहतो.' तेलंगराव म्हणाले, 'पण असा शत्रू उभा राहिला, तर...'

'चेचा!' राजे उद्गारले.

सारे राजांच्या उद्गारांनी चकित झाले. राजे कधी असे बोलत नसत. राजांनी ते जाणले.

'आश्चर्य वाटतं ना? पुरंधरच्या तहानं आम्ही खूप शहाणे झालो. आमचं राज्य राखावं, एवढीच आमची आजवरची धडपड होती. प्रसंगी माघार घेणं, शत्रू आला, की निघून जाणं, संधी मिळताच पुन्हा स्वारी करणं, हा खेळ आता बस्स झाला. राज्यकर्त्यानं नुसतं बचावाचं धोरण ठेवून जमत नाही, हे आम्ही पुरेपूर शिकलो. केव्हा तरी आपल्या सामर्थ्याची जाणीव व्हावी लागते. अन्यायाविरुद्ध प्रतिकार करण्यासाठी जिद्दीनं जावं लागतं. जेव्हा त्या सामर्थ्याची जाणीव होते, तेव्हाच राज्य सुरक्षित राहतं. आम्ही बलशाली आहो, हे शत्रूला कळतं, तेव्हाच तो स्वस्थ बसतो; आम्हांला बसू देतो. ती सामर्थ्याची जाणीव कुठं ना कुठं दाखवायलाच हवी. ही अक्कल आम्हांला औरंगजेबानं शिकवली. अनुभवानं माणूस शिकतो, म्हणतात, ते काही खोटं नाही.'

'मग रांगण्यावर चालून जाणार?' जिजाबाईंनी विचारले.

'त्याखेरीज गत्यंतर नाही. रांगण्यावर चालून जात असता मनाला मात्र एक शल्य टोचतं.'

'कसलं शल्य?' जिजाबाईंनी विचारले.

'आमच्या गडाला वेढा घालायला आदिलशाही फौज घेऊन बहिलोलखान आणि खुद्द आमचे सावत्र भाऊ एकोजीराजे आले आहेत.'

'राज्यापुढं नात्याचा विचार केव्हापासून करू लागलात, राजे?' जिजाबाईंनी विचारले.

राजे समाधानाने हसले. 'मासाहेब, आमची आपल्याकडून हीच अपेक्षा होती. आपला कौल मिळाला. आम्ही मोहिमेवर जातो.'

राजांनी मोहिमेचा बेत जाहीर केला. साऱ्यांना ते ऐकून उत्साह चढला. राजांच्या सूचना ऐकून सारे उठणार, तोच घोड्यांच्या टापांचा आवाज आला. साऱ्यांच्या नजरा दरवाज्याकडे वळल्या. थोड्याच वेळात बाळराजे आत येताना दिसले. पाठोपाठ हवालदार, इब्राहीमखान येत होते. बाळराजे सदरेवर आले. राजांचे, जिजाबाईंचे पाय त्यांना शिवले. राजांनी विचारले,

'काय, बाळराजे! शिकार झाली?'

'हो!'

'कसली शिकार केलीत?'

'आबासाहेब, डांगळ मिळाला!'

'इकडे या.' राजे म्हणाले.

बाळराजे राजांच्या जवळ आले. राजांनी त्यांच्या उजव्या खांद्याला हात लावताच बाळराजे कळवळले. इब्राहीमखान म्हणाला,

'हुजूर, भारी जनावर होतं, त्यामुळं बंदूक दिली.'

'आम्ही ते ओळखलं! बार कुठं लागला?'

'राजांनी वर्मी बार घातला. छाती धरून बसला.' इब्राहीमखान अभिमानाने म्हणाला.

'बाळराजे, आज खांदा चांगला चोळून घ्या. पोकळ बंदूक धरलीत, तर जास्त धक्का बसतो. रात्री आम्हांला तुमची शिकार सांगा.' साऱ्यांवरून नजर फिरवून राजे म्हणाले, 'बरं झालं, आज शिकार आणली, ती!'

बाळराजांना हुरूप चढला. ते म्हणाले,

'आबासाहेब, शिवाईच्या रानात फार डुकरं उठतात, म्हणे!'

'बाळराजांना अलीकडे शिकारीखेरीज काही सुचेनासं झालंय्, असं दिसतं... मोरोपंत, बाळराजांच्या अभ्यासाचं काय?'

'पहाटे शास्त्र्यांच्याकडे बसतात.'

बाळराजे जिजाबाईंच्यासह वाड्यात गेले. राजे इब्राहीमखानाला म्हणाले,

'इब्राहीम, बाळराजांना तयार करताना सावधगिरीनं राहत जा. तुझं नाव काढलं पाहिजे त्यांनी.'

'काही शिकवावं लागत नाही, हुजूर! तलवार, भाला, बंदूक- अगदी सहज हात

करतात.'

राजांनी इब्राहीमला शिकारीचे बक्षीस द्यायला पंतांना आज्ञा केली आणि राजे प्रतापरावांना घेऊन आपल्या महाली गेले.

सुमुहूर्तावर राजे रांगण्याच्या बचावासाठी आपल्या फौजेनिशी गडाबाहेर पडले. आज्ञा केल्याप्रमाणे वाटेत राजांच्या फौजा मिळत होत्या.

रांगण्याला एकोजीराजे व बहिलोलखान आपला वेढा बळकट करीत होते. गडकरी रावजी पंडित सर्व सामर्थ्यानिशी गड राखण्याचा प्रयत्न करीत होता, राजांच्या मदतीची वाट पाहत होता.

उन्हाळ्याचे दिवस. दोन प्रहरी आकाश भरून आले होते. उकाडा मनस्वी वाढला होता. विजा कडाडू लागल्या. पावसाचे थेंब उतरू लागले. अखंड धारा ओतू लागल्या. त्या पावसाखाली आदिलशाही फौज भिजत होती, आश्रय शोधीत होती. सायंकाळच्या सुमारास पाऊस थांबला. पावसात विस्कळीत झालेला वेढा आजूबाजूला पाहत असतानाच मराठी सेनेची 'हर हर महादेव'ची गर्जना सैन्याला ऐकू आली. चारी बाजूंच्या डोंगरमुलुखातून राजांचे सैन्य आदिलशाही सैन्यावर तुटून पडले. बहिलोलखान आणि एकोजीराजे आपले सैन्य गोळा करून शत्रूला तोंड देण्याचा प्रयत्न करीत होते. रात्र पडली; आणि लढाई थांबली. भीतीने व्याकूळ झालेले आदिलशाही सैन्य रात्रभर शत्रुभीतीने तिष्ठत राहिले.

दुसऱ्या दिवशी राजांचे सैन्य परत शत्रूवर तुटून पडले. राजांच्या सैन्याच्या वाढत्या धडाडीने बहिलोल आणि एकोजीराजे घाबरले. जेवढे वाचविता येईल, तेवढे सैन्य वाचवून आदिलशाही फौज मागे हटली. पदरात पराजय घेऊन आदिलशाहीचे सरदार मागे पळून गेले. राजांनी गड राखला. गडाचा बंदोबस्त वाढवून राजे राजगडाकडे माघारी वळले.

राजांच्या विजयाची वार्ता आधीच राजगडावर पोहोचली होती. सारे उत्सुकतेने राजांची वाट पाहत होते. राजे आल्याची नौबत झडली. राजे माचीवर आले. मुजरे स्वीकारीत राजे सायंकाळच्या वेळी वाड्याच्या दाराशी आले. राजांनी पायांवर पाणी घेतले. राजे दाराशी आले आणि त्यांचे लक्ष दाराशी आलेल्या पुतळाबाईंच्याकडे गेले. त्यांच्या हाती आरती होती. राजांनी विचारले,

'...आणि थोरल्या राणीसाहेब कुठं आहेत? एवढं यश घेऊन आम्ही घरी आलो. त्यांनाही बोलवा ना!'

सदरेवर उभ्या असलेल्या सोयराबाई पुढं आल्या. राजांच्या चेहऱ्यावरचे हसू पाहून त्यांच्या चेहऱ्यावर स्मित झळकले. त्यांनी राजांच्या कपाळी कुंकुमतिलक लावला, मस्तकावर अक्षता टाकल्या; राजांना ओवाळले. सोयराबाईंच्या नंतर चौघींचे ओवाळणे घेऊन राजे वाड्यात प्रवेश करते झाले.

रात्री सोयराबाई राजांच्या महाली आल्या, तेव्हा राजे त्यांची वाट पाहत होते. राजे बैठकीवर बसले होते. सोयराबाईंनी विचारले,

'झोपला नाहीत?'

'आम्ही तुमची वाट पाहत होतो. करणार काय? मोहिमेइतकं का ते सोपं आहे?'

'काय?'

'मनात येईल, तेव्हा तुम्हांला महाली आणणं!'

'चला, काहीतरीच!' सोयराबाई लाजून म्हणाल्या, 'ओवाळायच्या वेळीदेखील असंच बोललात. चारचौघांत लाजल्यासारखं झालं.'

'मग काय करणार? आम्ही घरी आलो; आणि राणीसाहेबांचा पत्ता नाही.'

'तर तर! कुणाला तरी खरंच वाटेल! आपण विसरला असाल; पण आम्ही विसरलो नाही.'

'काय?'

'तह करून वाड्यात आलात. धाकट्या राणीसाहेब रिवाजाप्रमाणे ओवाळायला आल्या. सरळ आरतीचं तबक बाजूला सारून गेलात. केवढं रागावणं झालं होतं!'

'अपमान त्यांचा झाला असेल; राग मात्र तुम्हांला आला. आज त्याचंच समाधान वाटत आहे. पण...'

'वाटलंच आम्हांला.'

राजे हसत उठले. सोयराबाईंच्या जवळ येत ते म्हणाले, 'राणीसाहेब, तो दोष आमचा नव्हता; परिस्थितीचा होता. आम्हांलाही त्याची जाणीव होती. म्हणूनच आज आम्ही तुम्हांला बोलावलं.'

'खरं?'

'अगदी खरं! आता गेला ना राग?'

सोयराबाई मोकळेपणी हसल्या.

राजे पलंगावर बसले होते. सोयराबाई समयांच्या ज्योती शांत करीत होत्या. एकेका ज्योतीच्या विझण्याबरोबर चेहऱ्यावर पडणाऱ्या उजेडातला बदल राजे निरखीत होते.

□

८

राजे रांगण्याचा वेढा मारून राजगडावर आले. त्या पराक्रमाने राजांच्या फौजेची

गमावलेली अस्मिता परत जागृत झाली. राजे नव्या उत्साहाने वावरू लागले. राज्याची सर्व अंगे सुरक्षित करून घेण्याचा त्यांनी निश्चय केला.

राजे रायगडावर जाऊन रायगडचे काम पाहून आले. राजगडावर नवीन शस्त्रे तयार होऊ लागली. फौजेत नवी भरती केली जात होती. पागेतल्या घोड्यांची संख्या वाढत होती.

बाहेरच्या पावसाची तमा न करता राजे अंतर्गत व्यवस्थेचा कारभार करीत होते. मनातल्या विचारांना आकार येत होता.

पाऊस कमी होऊ लागला. श्रावण आला. वाड्यातली धार्मिक कार्ये पार पाडण्यासाठी वाड्यात गडबड सुरू झाली. पूजा-अभिषेक होऊ लागले. राजे हे सारे समाधानाने पाहत होते.

सायंकाळच्या वेळी राजे गडावरून फेरफटका मारून वाड्यात परत आले. सदरेवर निराजी, मोरोपंत, अनाजी हजर होते. राजे मोरोपंतांना म्हणाले,

'मोरोपंत, आता बहुतेक पाऊस संपलाच आहे. शक्य तो लौकर कोकणात फेरफटका मारून यावं, असं वाटतं.'

राजांच्या बरोबर असलेले प्रतापराव, तेलंगराव, तानाजी, सूर्याजी ह्या चौकडीने कान टवकारले. राजे सांगत होते,

'आपला कोकण अद्याप निर्धास्त झालेला नाही. पिलाजीरावांचं परवा पत्र आलं होतं. कोकणच्या देसायांचा जोवर आपण मोड करीत नाही, तोवर ते आपल्याला स्वस्थ बसू देणार नाहीत. प्रतापराव, तुमचा विचार काय?'

'कुडाळसावंताचा मोड करायला आपण जायची गरज नाही. उद्या आज्ञा झाली, तरी मी जाईन.'

'प्रतापराव, इतके उतावीळ होऊ नका. यापुढं मोहिमा हाती घेताना एकच उद्दिष्ट डोळ्यांसमोर ठेवून परवडायचं नाही. सर्व बाजूंनी विचार करायला हवा. औरंगाबादेला औरंगजेब पुत्र मुअज्जम सुभेदार म्हणून आला आहे. मिर्झाराजे जरी परत गेले, तरी त्यांच्या जागी राजा जसवंतसिंग इतर सरदारांबरोबर दक्षिणेत आला आहे. अद्याप मोगलांशी आमचा तह पक्का झाला नाही. तो होईपर्यंत आम्ही पुढची हालचाल करू धजत नाही.'

अचानक जिजाबाई सदरेवर आल्या. राजे उठून उभे राहिले. जिजाबाई बैठकीवर बसल्या.

'माझं काही काम नव्हतं.' जिजाबाई म्हणाल्या. 'पण या गोरोपंतांना सांगायला आले होते.'

'जी, मासाहेब?' मोरोपंत म्हणाले.

'अरे, 'जी' म्हणून कामं होतात का? राजे, तुम्ही पागा वाढवता आहात; पण जनावरांना जागा नको का? पावसाचे दिवस. पागेत गर्दी झालीय्, म्हणून सोयरा सांगत होती.'

'राणीसाहेबांनी आज्ञा दिली, त्याप्रमाणे कामाची तरतूद केली आहे. पाऊस कमी झाला, की पागेचा पाया मारून काम सुरू होईल.' अनाजी दत्तो म्हणाले.

राजे ऐकत होते. समाधानाने ते म्हणाले,

'अनाजी, आता अरुंद पागा बांधू नका. ऐसपैस जागा बांधा. आम्ही उत्तरेत देखण्या पागा पाहिल्या. निराजीपंतांना आम्ही सांगितलं होतं; त्यांनी मापही घेतलं होतं. मध्ये ऐसपैस चौक धरून चारी बाजूंनी पागा ठेवा. चौकात चांगले चुनेगच्ची हौद असावेत.'

'जी!' अनाजी म्हणाले.

'राजे, तुमचं भारीच कौतुक वाटतं.' जिजाबाई म्हणाल्या, 'आग्र्याला गेलात, ते राजकारणासाठी, की पागा पाहण्यासाठी? आग्र्याहून आल्यापासून जेव्हातेव्हा तुमचं उत्तरेतलं सुरू असतं.'

सारे हसले. राजे पण त्यात सामील झाले.

'मासाहेब!' राजे म्हणाले, 'तुम्ही म्हणता, ते खरं आहे. डोळे उघडून पाहिलं, की सारं दिसतं. मिर्झाराजांनी आम्हांला खूप शिकवलं. उद्या आमची स्वप्नं साकार झाली, तर त्याचं बरंचसं श्रेय मिर्झाराजांना आहे.'

मोरोपंत मध्येच म्हणाले, 'महाराज, क्षमा असावी.'

'काय झालं?' राजांनी विचारले.

'एक वाईट बातमी आली आहे. थोड्या वेळानं सांगावी, म्हणून थांबलो होतो.'

'कसली बातमी?'

'मिर्झाराजांच्या मृत्यूची! बऱ्हाणपूर मुक्कामी मिर्झाराजांचा अंत झाला, अशी बातमी आली आहे.'

राजे सुन्न झाले. मिर्झाराजे गेले! क्षणात साऱ्या आठवणी राजांच्या डोळ्यांसमोर तरळल्या. राजांच्या नेत्री अश्रू साकळले. मोरोपंत म्हणाले,

'महाराज, मिर्झाराजांचा मृत्यू नैसर्गिक झाला नाही.'

'मग?' राजांनी चमकून विचारले.

'मिर्झाराजे अखेरच्या दिवसांत दुःखी बनले होते. औरंगजेबाची रामसिंगावरची इतराजी आणि मुअज्जमची सुभेदारीवरील नेमणूक यांनी मिर्झाराजे खचले होते. बऱ्हाणपूरला त्यांची तबियत ढासळली होती. त्यातच औरंगजेबानं आपल्या हस्तकांकरवी मिर्झाराजांच्यावर विषप्रयोग केला, असं म्हणतात. अमावास्येच्या दिवशी मिर्झाराजांचा बऱ्हाणपूरला अंत झाला.'

राजे ऐकत होते. राजांची अवस्था बघून काय बोलावे, हे कुणाला सुचत नव्हते. जिजाबाई म्हणाल्या,

'औरंगजेबाने फार वाईट केलं.'

राजांनी आपली अश्रुपूर्ण नजर जिजाबाईंच्यावर वळविली. भरल्या आवाजात राजे म्हणाले,

'नाही, मासाहेब! ही औरंगजेबाची चूक नाही. त्याला दोष देऊ नका. हे जर खरं असेल, तर आलमगिरानं केलं, तेच योग्य, असं म्हणावं लागेल.'

राजांच्या बोलांनी सारे अचंबले. आपले अश्रू टिपून राजे म्हणाले,

'आलमगीर पक्का राजकारणी; भावनेपेक्षा उद्दिष्टावर नजर ठेवणारा. त्याच्या उलट मिर्झाराजे. ते पडले भावनाविवश, कर्तव्यकठोर, राजनिष्ठ सेवक. यापलीकडे त्यांना दुसरा विचार नव्हता. शुजाविरुद्ध लढताना अनेक वेळा जयसिंगांनी औरंगजेबाचं रक्षण केलं. मिर्झाराजांनी दिल्लीचा बचाव केला. दाराचा मुलगा सुलेमान शिकोहला मिर्झाराजांनीच पकडलं. मिर्झाराजे नसते, तर औरंगजेब गादीवर बसलाच नसता.'

'आणि या उपकाराची फेड औरंगजेबानं अशी केली?' जिजाबाई संतापाने म्हणाल्या.

'औरंगजेब धूर्त आहे. आपल्या भावाला, बापाला मारून तो गादीवर आला, हे मिर्झाराजांनी ओळखायला हवं होतं. दक्षिणेतलं अपयश, आमची सुटका, हे पाहताच औरंगजेबाच्या मनावरचा शह सुटला. त्यानं वेळीच मिर्झाराजांचा काटा काढला.'

'कारण?' मोरोपंतांनी विचारले.

'कारण मिर्झाराजे सत्ताधीश होते, पराक्रमी होते. अभिमानी होते, भावनाविवश होते. त्यांच्या राजनिष्ठेला तडा जायला फारसा वेळ लागला नसता. मिर्झाराजांचं शत्रुत्व औरंगजेबाला सोसवणारं नव्हतं. योग्य वेळी त्यानं आपला मार्ग मोकळा करून घेतला. राजकारणाच्या पटावरील हा सरळमार्गी हत्ती उंटाच्या तिरक्या चालीत सापडला. बिचारे मिर्झाराजे राजनिष्ठेपायी त्या राजकारणाचे बळी ठरले. असा पुरुष आम्ही पाहिला नाही; परत दिसेल, असंही वाटत नाही.'

राजांनी दीर्घ निःश्वास सोडला; आणि कुणाचाही निरोप न घेता ते सरळ आपल्या महाली गेले.

□

१

मिर्झाराजांच्या मृत्यूची बातमी समजताच औरंगजेबाने समाधान व्यक्त केले; पण दक्षिणेची सुभेदारी दिलेले मुअज्जम आणि त्याचा सेनापती जसवंतसिंग मात्र अस्वस्थ झाले. दक्षिणेत परत शिवाजीने उचल खाल्ली, तर त्याचा पराभव करण्याचे सामर्थ्य त्या दोघांतही नव्हते. सुभेदार मुअज्जमने औरंगजेबाकडे तातडीने शिवाजीची शिफारस केली. औरंगजेबाने सारा विचार करून ते मान्य केले. त्याने

आपले फर्मान तातडीने औरंगाबादेला पाठविले. शहाजादा मुअज्जमने ती आनंदाची बातमी कळविण्यासाठी टाकोटाक आपला खलिता राजगडी रवाना केला.

राजांनी खलित्याचे स्वागत केले. संभाजीराजांना आलेली मनसब स्वीकारण्यासाठी पाठविण्याचे निश्चित केले. संभाजीराजांच्या जाण्याची सर्व तयारी गडावर सुरू झाली. राजांच्या बरोबर जाणाऱ्या सरदारांची निवड सुरू झाली.

रात्री राजे जिजाबाईंच्या महाली बसले होते. जिजाबाईंच्या जवळ बाळराजे होते. पुतळाबाई, सोयराबाई, काशीबाई उभ्या होत्या. राजे म्हणाले,

'मासाहेब, आता बाळराजे खरेखुरे मनसबदार बनणार!'

'आबासाहेब, तुम्ही आमच्या बरोबर येणार नाही?' बाळराजांनी विचारले.

'मनसब तुम्हांला आली. आमचं काय काम?'

बाळराजे विचारात पडले. जिजाबाईंच्याकडे सरकत त्यांनी विचारले,

'आणि आम्हांला एकटंच ठेवून घेतलं, तर?'

राजांच्या हसण्याने सारा महाल भरून गेला. जिजाबाईंच्या डोळ्यांत पाणी आले. त्या म्हणाल्या,

'राजे! हसता; पण पोर एकटं मथुरेत राहिलं, त्याची भीती घेतलीय् त्यानं.'

राजे म्हणाले, 'मासाहेब, तोही अनुभव नाही काही वाईट नाही- पण, बाळराजे, आता काळजी करू नका. तुम्ही एकटे नाही. तुमच्या बरोबर खुद्द आमचे सेनापती प्रतापराव गुजर येतात. त्याखेरीज फौजही आहे. तसा प्रसंग आलाच, तर औरंगाबाद फस्त करून या.'

बाळराजे हसले. राजांच्या शब्दांनी त्यांना धीर आला. जिजाबाईंनी विचारले, 'खरंच प्रतापराव जाणार?'

'मासाहेब, आमचे युवराज जात आहेत. ते सडे कसे जातील? शहाजादा मुअज्जम आमच्या मैत्रीची अपेक्षा करतो, असं त्याच्या पत्रावरून वाटतं. त्याचाही अंदाज लागेल. औरंगाबादेची वार्ता घेण्यासाठी बाळराजांच्या बरोबर प्रतापराव सरनौबत आपल्या पाच हजार फौजेनिशी जातील. निराजीपंत कारकून, मोरोपंत पेशवे, मुजुमदार, सुरनीस हे सारे आहेत. आमचं वैभव बादशहांच्या पंचहजारीत सामावलेलं नाही, हेही शहाजाद्यांच्या लक्षात येईल.'

राजांच्या बोलांनी जिजाबाईंची शंका दूर झाली.

नवरात्राचा जागर मोठ्या धामधुमीत पार पडला. राजांनी बाळराजांच्यासह सोने लुटले. दिवस उलटत होते. दिवाळीच्या भाऊबीजेचा दिवस प्रस्थानासाठी निवडला. भाऊबीजेच्या दिवशी जिजाबाईंचे आणि राजांचे आशीर्वाद घेऊन बाळराजे मनसब स्वीकारण्याकरिता औरंगाबादेला रवाना झाले.

संभाजीराजे रवाना होताच राजांनी आपले जासूद कोकणात व गोव्यात रवाना केले. येणारी वार्ता राजे ऐकत होते. रांगण्याच्या पराभवाने धास्ती खाल्लेल्या आदिलशाहीने राजांशी मित्रत्वाच्या तहाची बोलणी सुरू केली. राजांनी आदिलशाहीशी अंत:स्थ तह करून टाकला. आदिलशाहीने अनेक अटींबरोबर तीन लक्ष रुपयांची वार्षिक खंडणीही मान्य केली.

मनसब स्वीकारायला गेलेले संभाजीराजे मनसब स्वीकारून मोठ्या मानाने राजगडावर परत आले. संभाजीराजे आता मोगली दरबारचे पंचहजारी मनसबदार झाले होते. शहाजादा मुअज्जमने संभाजीराजांचे चांगले स्वागत केले होते. प्रतापराव सांगत होते,

'शहाजाद्यांनी बहुत सन्मानाने राजांची भेट घेतली. संचतर जागा दाखवून पुरा वसविला. हत्ती, घोडे, जवाहीर, वस्त्रे सर्वांस दिली.'

'अस्सं!' राजांनी समाधान व्यक्त केले.

निराजीपंत म्हणाले, 'बाळराजांच्या जहागिरीचा सर्व तपशील सविस्तर घेऊन आम्ही आलो. वऱ्हाड देशाचा पंधरा लक्ष होनांचा मुलूख जहागीर म्हणून दिला आहे.'

राजे सारे ऐकत होते. सारे तपशील ऐकून झाल्यावर राजांनी मत व्यक्त केले.

'निराजीपंत, फार मोठी कामगिरी पार पाडलीत. आम्ही आता निर्धास्त झालो. मोगलाई आणि आदिलशाही दोन्हींशी तह झाल्यामुळं आता उसंत मिळेल. फौजेचा खर्च भागेल. आम्हांला आमचे मनसुबे पार पाडता येतील.'

राजांनी त्यानंतर थोड्याच दिवसांत आपले मनसुबे सांगितले. कोकणचे देसाई राजांना सदैव उपद्रव करीत. त्यांच्या लखम सावंत, केशव नाईक, केशव प्रभू यांसारखे प्रमुख असत. राजांची पाठ फिरताच राजांच्या मुलुखात ते दांडगाई करीत. राजांचे सैन्य येते, असे दिसताच आपला मुलूख सोडून गोव्याच्या आश्रयाला जायचे, हा त्यांचा रिवाजच होता. मोगलाई आणि आदिलशाही यांच्याशी तह झाल्याने राजांनी हा देसायांचा प्रश्न कायमचा निकालात काढण्याचे ठरविले. प्रतापरावांनी विचारले,

'आणि सावंत गोव्यात आश्रयाला गेले, तर...?'

राजे हसले. 'गोव्यात गेले, तर? तीच तर आमची इच्छा आहे. फिरंगी मस्तवाल झालेत. आमच्या मुलुखात येऊन आमच्या लोकांवर जुलूम करतात. नुकताच फिरंगी विजरईनं 'हिंदूंनी बारदेशातून दोन महिन्यांत निघून जावे,' असा हुकूम काढला आहे. सात हजार हिंदूंना जुलुमानं बाटविण्यात आलं. ह्या फिरंग्यांचे असेच लाड चालू ठेवले, तर उद्या हिंदुधर्म उरायचा नाही. सुदैवानं आम्हांला भिऊन देसाई बारदेशात घुसले, तर तीच संधी घेऊन बारदेश बेचिराख करू.'

कोकणच्या स्वारीवर राजे फौजेसह बाहेर पडले. राजांच्या अपेक्षेप्रमाणे, राजे येताहेत, हे पाहताच कोकणच्या देसायांनी बारदेशात आश्रय घेतला. राजांना हेच हवे होते. राजे त्वेषाने बारदेशात घुसले. आडव्या आलेल्या धर्मोपदेशकांचीही राजांनी गय केली नाही. चार पाद्र्यांना कंठस्नान घालून, फौज जाळपोळ करीत पुढे सरकत होती. राजांनी तीन दिवसांत अनेक खेडी बेचिराख केली; आणि पोर्तुगीज सैन्य व त्यांचे आरमार यांची क्षिती न बाळगता सुमारे तेराशे लोकांना कैद केले. तेव्हा कुठे बारदेशकरांचे डोळे उघडले.

राजे डिचोलीला थांबले होते. तेथे पाद्री गोंसालू व रामोजी कोठारी शेणवी तहाची बोलणी करावयास आले. राजांना जास्त काळ बारदेशात गुंतून राहणे शक्य नव्हते. त्यांनी तहाला मान्यता दिली. तह पक्का करण्यास राजगडला येण्यास सांगून राजे आपल्या सैन्यासह माघारी आले. त्या तहामुळे कोकणदेसायांचा आश्रय तुटला. राजांचा हेतू सफल झाला. राजांनी पकडलेले कैदी बाइज्जत मुक्त केले. बारदेशकरांच्या वाढत्या धर्मांतराला पायबंद बसला.

राजे राजगडावर आले. बारदेशस्वारीने पोर्तुगीजांबरोबरच इंग्रजही घाबरले. आदिलशाही आणि मोगलाई यांच्याशी सख्य करून बसलेल्या शिवाजीची इतराजी होईल, असे त्यांना वाटू लागले. इंग्रजांचे आणि पोर्तुगीजांचे वकील राजांच्या स्नेहासाठी गडावर वारंवार येऊ लागले. दोघांनाही न दुखविता राजे आपला वचक कायम ठेवून बोलणी करीत होते.

राजे दोन प्रहरी विश्रांती घेत होते. त्यांचा नुकताच डोळा लागला होता. त्यांच्या कानांवर हाक आली,

'महाराज!'

राजांनी डोळे उघडले. मनोहारी राजांच्याकडे पाहत होती. राजांच्या चेहऱ्यावर स्मित झळकले. त्यांनी विचारले,

'काय, मनू?'

'पंतांनी...'

'जागं करायला सांगितलं, असंच ना?' राजे म्हणाले, 'तू जा. आम्ही सदरेत येत आहोत.'

मनोहारी गेली. थोड्याच वेळात राजे सदरेत आले. बाहेरच्या सदरेवर मोगली सैनिक दिसत होते. त्यांनी राजांना मुजरे केले. मोरोपंत म्हणाले,

'महाराज, शाही फर्मान दोन दिवसांत गडावर येत असल्याची वर्दी घेऊन हे औरंगाबादेहून आले आहेत.'

'बाळराजांच्यासाठी आणखी फर्मान आले?' राजांनी विचारले.

'फर्मान आपल्या नावे आहे.' मोरोपंतांनी सांगितले.

राजे क्षणभर विचारात पडले. 'ठीक आहे. वर्दी घेऊन आलेल्यांना चांगला सत्कार करून पाठवा. शहाजादे मुअज्जम यांना आम्ही पत्र देणार आहो.'

राजांचे पत्र घेऊन वर्दीस्वार परत औरंगाबादेला गेले.

फर्मानाच्या स्वागतासाठी तयारी करण्याचे हुकूम राजांनी दिले. गडाखाली थोड्या अंतरावर फर्मानबाडी उभारण्यात आली. राजे बाळराजांना म्हणाले,

'बाळराजे, आमच्या फर्मानाचं स्वागत तुम्ही करा.'

'हो!' बाळराजे म्हणाले.

राजे आपले हसू लपवीत म्हणाले,

'तुम्ही मोगली मनसबदार! तुम्हांला ते करताही येईल. पण, बाळराजे, पाहा हं! शाही रिवाजात कसूर होता उपयोगी नाही.'

'आम्ही कसूर करणार नाही.' अजाणतेपणाने बाळराजे बोलून गेले.

'तेच म्हणतो आम्ही! फर्मानाचा उंट दिसू लागला, की अनवाणी पुढं जाऊन, गुडघे टेकून जमिनीवर बसायचं. उंट आला, की खालच्या मानेनं फर्मानाचा स्वीकार करायचा. फर्मान मस्तकी लावायचं. मग ते मस्तकावर धरून वाजत-गाजत गडावर आणायचं.'

बाळराजांचा चेहरा गोरामोरा झाला. ते म्हणाले,

'आम्हांला नाही जमायचं.'

सारे हसले. पण राजे गंभीर होते. बाळराजांना जवळ घेऊन ते म्हणाले,

'बाळराजे, तुम्ही आमचे ना!'

'हो!'

'आम्ही एकदा हे सारं केलं आहे. राजकारणात सारं करावं लागतं. मानापमान गुंडाळून ठेवावा लागतो. तुम्ही आमच्यासाठी हे करायला हवं. नाही तर हे आम्हांला करावं लागेल.'

बाळराजांनी राजांच्या व्यथित चेहऱ्याकडे पाहिले आणि ते राजांच्या पायांना बिलगत म्हणाले,

'आम्ही करू. आबासाहेब! तुमच्यासाठी हवं ते करू.'

राजांनी बाळराजांना उचलले, आणि एकदम उराशी कवटाळले.

फर्मान यायच्या दिवशी गडावर एकच धामधूम उडाली होती. वाड्याच्या दारात गुढ्या-तोरणे उभारली होती. वाड्याच्या दाराला आंबवती लटकावल्या होत्या. सुरेख रांगोळ्यांनी चौक सजविले होते. राजसदर तर ऐश्वर्याने झगमगत होती. बारीकसारीक गोष्टींकडे राजे लक्ष देत होते. जिजाबाईंना ते असह्य झाले. त्या राजांना म्हणाल्या,

'राजे, फर्मानाचं एवढं कौतुक?'

राजांनी निःश्वास सोडला. ते म्हणाले,

'मासाहेब, हा थाट फर्मानाच्या कौतुकाचा नाही. हा राजकारणाचा डाव आहे. आम्ही केलेलं हे फर्मानाचं स्वागत बादशहाच्या कानांवर जाईल. त्यानं तो संतुष्ट होईल. आमच्या मनात काही नाही, याचा विश्वास त्याला पटेल. आम्हांला खूप गोष्टी करावयाच्या आहेत. त्यासाठी उसंत हवी आम्हांला.'

फर्मानस्वागतासाठी संभाजीराजांची रवानगी झाली. संभाजीराजांच्या बरोबर खासे सरदार, सेनापती सर्व इतमामाने पाठविले होते. राजे गडावर फर्मानाची वाट पाहत होते.

फर्मान गडाच्या पायथ्याशी आल्याची वर्दी आली. राजे कपडे करून तयार होते. निराजीपंत, मोरोपंत, अनाजी, तानाजी, येसाजी यांसह राजे अनवाणी पायांनी फर्मानाला सामोरे गेले. गडाच्या दरवाज्याशी राजे फर्मानाची वाट पाहत होते. वाद्यांचा आवाज कानांवर येत होता. शिंगाचा नाद गडाच्या वातावरणात घुमत होता. फर्मान येताना दिसू लागले. सोन्याचांदीच्या दागिन्यांनी सजविलेले घोडे अग्रभागी चालत होते. मागे वाद्ये वाजत होती. बाळराजे फर्मान घेऊन येत होते. राजांनी नत मस्तकाने फर्मानाचे स्वागत केले. नगारे झडले. तोफांच्या आवाजांत गड धुंदावून गेला.

राजसदरेवर जरी वस्त्राने आच्छादित अशा चौरंगावर फर्मान ठेवले गेले. राजांनी मोरोपंतांना फर्मान वाचण्याची आज्ञा केली. मोरोपंत फर्मान वाचू लागले. शाही दरबाराच्या सर्वोच्च मानांची पखरण त्यात केली होती. फारसी फर्मानाचा अर्थ राजांना कळत होता...

> 'आज तुम्हांवर बहुत लोभ आहे. याजकरता तुम्हांस 'राजा' हा किताब बहाल केला आहे. पेशजीपेक्षा अधिक काम करून दाखवावे. म्हणजे तुमचे सर्व मनोरथ आम्ही पूर्ण करू... खातरजमा ठेवावी. जुलूस ११ शव्वाल ५ हिजरी १०७८.'

फर्मानाबरोबर आलेल्या मोगल सरदारांनी राजांना मिठी मारून बधाई दिली. राजांनी शहाजादा मुअज्जमचे पत्र वाचण्याची आज्ञा केली. मुअज्जमने लिहिले होते...

'...शिवाजीराजे! तुमच्याबद्दल आमच्या मनात सहानुभूती आहे. त्याप्रमाणे आम्ही बादशहांना तुमच्या निष्ठेची खात्री दिली. बादशहांनी कृपाळू होऊन तुम्हांस 'राजा' ही खिताब बहाल केली. तुमचे मस्तक उंचावले, यात आम्हांला आनंद आहे...'

राजांनी दोन्ही पत्रांबद्दल आनंद व्यक्त केला. मुअज्जमला तसेच मानाचे पत्र लिहिले. मोगल सरदारांचा अनेक नजराणे देऊन सत्कार केला.

रात्री जिजाबाईंच्या महाली राजे गेले. प्रतापराव, निराजीपंत, तानाजी ही सारी खास माणसे तेथे होती. जिजाबाईंच्या समोर औरंगजेबाकडून आलेले शाही फर्मान, रत्नजडित मुठीची तलवार, पोशाख ठेविला होता. साऱ्यांच्या चेहऱ्यांवर मिस्किल हास्य होतें. राजे महाली येताच सारे बाजूला झाले.

'मासाहेब, आज बादशहांनी आम्हांला 'राजे' केलं.'

निराजीपंत हसले. म्हणाले,

'महाराज, बोलतो, क्षमा करा. ज्यानं आपल्याला मारण्याचा कट घाटला, त्याच्याकडून आलेल्या या फर्मानाला आणि पोशाखाला कसली किंमत?'

'निराजीपंत, तुमच्यासारख्या जबाबदार माणसानं तरी असं बोलू नये. उलट, गेले दोन दिवस आम्ही औरंगजेबाच्या बुद्धिमत्तेचं कौतुकच करीत आहो. आम्ही त्याच्या हातून सुटलो, हे पाहताच त्यानं आपला मोहरा बदलला. एवढा सम्राट असूनही स्वत:चा मान विसरून, आमची मर्जी राखण्याची संधी त्यानं डावलली नाही. औरंगजेबाच्या बुद्धिमत्तेचं कौतुक करावं, तेवढं थोडं आहे. यात आपल्याला खूप शिकण्यासारखं आहे.'

'ते खरं; पण आपण सुटलात, म्हणून हे घडतं. नाही तर...' मोरोपंत म्हणाले.

राजे खिन्नपणे हसले.

'मोरोपंत, राजकारणात 'जर तर' याला फारसा अर्थ नसतो. प्रत्येक घडीचा निर्णय त्या क्षणाच्या परिस्थितीवर अवलंबून असतो. हे जे ओळखतात, तेच राजकारणात यशस्वी होतात. आम्ही सुखरूपपणे आमच्या गोटात परत आल्यानंतर सलोखा साधण्याखेरीज औरंगजेबाच्या हाती दुसरं काय आहे? मोरोपंत, राजकारणात विचाराला वेळ नसतो. कैक वेळी गमावलेल्या क्षणासाठी आयुष्याचा पश्चात्ताप सहन करीत राहावं लागतं. आम्ही जेव्हा औरंगजेबाच्या हाती सापडलो होतो, तेव्हाच त्यानं आमची कत्तल केली असती, तर आजच्या अपमानाचा प्रसंग त्याच्यावर आला नसता. ही चूक औरंगजेबाला फार महागात पडणार आहे. त्यासाठी आयुष्यभर पश्चात्ताप करावा लागणार आहे.'

राजांच्या बोलांनी आलेल्या फर्मानाला वेगळाच अर्थ प्राप्त झाला होता. सारे कौतुकाने त्या नजराण्याकडे पाहत होते.

□

१०

संभाजीराजांना मिळालेल्या मनसबीच्या व्यवस्थेसाठी राजांनी प्रतापराव आणि निराजीपंत यांची मुतालिक म्हणून नेमणूक केली. प्रतापराव आपल्या पाच हजार फौजेनिशी निराजीपंतांसह औरंगाबादेला रवाना झाले. थोड्याच दिवसांत राजांना

औरंगाबादेच्या बातम्या आल्या. मुअज्जमने राजांच्या मागण्या मान्य केल्या. राजांकडून औरंगजेबाकडे जावयाच्या खंडणीच्या सहामाही हप्त्यातून चौथाई म्हणजे प्रतिवर्षी सुमारे पाच हजार फौजेचा खर्च निघाला होता. मनसबीचा वसूल येणार होता. या तहामुळे राजांना थोडे आर्थिक साहाय्य लाभले.

राजांनी फौजेची व्यवस्था, नियम घालून दिले होते. राजांचे लक्ष आता प्रजेकडे वळले. राजांनी आपला बेत फडामध्ये व्यक्त केला. तो ऐकून सारे स्तिमित झाले. अनाजी म्हणाले,

'राजे, पिढ्यान् पिढ्यांची चालत आलेली वतनदारी कमी केली, तर लोक नाराज होतील.'

'लोक नव्हे, वतनदार!' राजांनी दुरुस्ती केली.

'पण त्यामुळं दप्तरावर मोठा ताण पडेल.'

'तेही आम्ही जाणतो!' राजे प्रत्येक वाक्य निश्चयाने बोलत होते. 'आळशी राज्यकर्ते प्रजेच्या हिताकडे दुर्लक्ष करून वतनदारीचा स्वीकार करतात. रोख वसुलीवर ते तृप्त होतात. पण त्यासाठी वतनदारांकडून कुलरयत छळली जाते, हे त्यांच्या ध्यानी येत नाही. राज्याला कीड बनून राहिलेली ही वतनदारी नष्ट झालीच पाहिजे.'

'राजे, हळू-हळू हे सर्व करता येतील. पण सध्याच्या...'

'अनाजी, 'हळू-हळू' ह्या शब्दाला काही अर्थ? तशी कधीच सुधारणा होत नसते. हे पाटील, खोत, कुलकर्णी, देसाई, देशमुख, देशपांडे, मिरासदार, जहागिरदार हे वतनाचे धनी. त्यांच्या तावडीत गरीब रयत. तिला मात्र कुणीच वाली नाही. आम्ही राजे कुणाचे? वतनदारांचे, की रयतेचे? नाही, अनाजी. आमचं राज्य श्रींचं राज्य आहे. त्या राज्यात हे चालायचं नाही!'

'पण वतनदारांचा असा कोणता गुन्हा घडला?...' अनाजी समर्थन करीत होते. पण राजांनी मध्येच त्यांना थांबविले.

'कोणता अन्याय केला नाही, ते विचारा. लहानपणापासून आम्ही हे पाहत आलो. रांझ्याच्या पाटलांनी केलेला अन्याय अजूनही आमच्या स्मरणात आहे. त्याचं शल्य आजवर तसंच आमच्या मनात आहे. यापुढं कुलरयत वतनदारांच्या ताब्यात नाही; वतनदारांनी साहेबी रयतेला नागवीन म्हटलियाने जमणार नाही. जुलूम करीत वतनदार माजले. वाडे, हुडे, कोट बांधून, प्यादी-बंदुकी बाळगून राहू लागले. सांगावयास गेले, तर भांडावयास उभे राहतात; प्रसंगी शत्रूला मिळतात. हे सारं बंद व्हायला हवं. अनाजी, आजवर जे मिरासदार इनाम घेत होते, ते सर्व अमानत करून जमिनदारांना, पाटील, कुलकर्णी यांना नक्त हक्क बांधून द्या. या वतनदारांचे वाडेहुडे पाडून टाका; आणि यापुढं जमिनदारांनी बुरुजांचा वाडा बांधू नये, घर बांधून राहावे, असा हुकूम जारी करा.'

'पण देवस्थानवतनं असतील, ती?'

'कायदा सर्वांना सारखाच! त्याला देवस्थानही अपवाद नाही. देवस्थानचा दिवा-बत्ती, नैवेद्य, अभिषेक यांचा खर्च सरकारातून दिला जावा. मुसलमानांचे पीर, मशिदी यांचेही खर्च सरकारातून व्हावेत. ब्राह्मण, विद्यावंत, वेदशास्त्रसंपन्न, ज्योतिषी, अनुष्ठानी, तपस्वी, गावोगावचे सत्पुरुष हे पाहून, त्यांचे कुटुंब पाहून, अन्न वस्त्र ज्याला लागेल, त्याप्रमाणे, धान्य, द्रव्य गावचे गावी महाली नेमून देऊन, साल-दरसाल त्यांना कारकुनांनी पोहोचवावं. ब्राह्मणांनी ते अन्न भक्षून स्नानसंध्या करून राजियासी कल्याण चिंतून सुखरूप असावे.'

अनाजी राजांच्याकडे आश्चर्याने पाहत होते. राजांनी एवढा विचार केला असेल, यावर त्यांचा विश्वास बसत नव्हता. केवळ जिज्ञासेने त्यांनी राजांना विचारले,

'आणि रयत?'

'आमची परीक्षा पाहता?' राजांनी विचारले.

अनाजी घाबरे झाले. राजे हसून म्हणाले,

'अनाजी, आम्ही दादोजींच्या हातांखाली तयार झालो. त्यांनी ही दृष्टी आम्हांला दिली. त्यासाठी सारा मुलूख फिरवला. ज्यानं रयतेचं दुःख उघड्या डोळ्यांनी पाहिलं आहे, त्याला रयतेचे नियम घालून देणं कठीण नाही. अनाजी, रयतेला प्रथम काय हवं? पोटभर अन्न, निवाऱ्याची जागा, शेतीसाठी लागणारी अवजारं, जनावरं आणि लज्जानिवारणार्थ अंगभर कपडा. एवढं दिलं, की ती तृप्त आहे; पण आपण त्यापेक्षा जास्त विचार करायला हवा. पिकवतात ते; पण अन्नाला तेच महाग. निवाऱ्यासाठी, प्रपंचासाठी, कष्टाला लागणाऱ्या जनावरांसाठी बिचारे कर्जबाजारी होतात आणि आयुष्यातून उठतात. राजसदरेवर आलेले कज्जे जे बालपणापासून ऐकले, ते सारे मनात राहिले आहेत. रयतेला विश्वास द्या. ते पिकवतील, त्याचे पाच हिस्से करा. दोन हिस्से सरकारी, तीन त्यांचे. जमिनीचं मोजमाप करा. जमीन मोजून, आकारून गावची गावास द्या. नवीन रयत आली, तर यांना लागणारी अवजारं, गुरं-ढोरं सरकारातून द्या. बियांसाठी चांगलं धान्य द्या. रयतेला धान्य कमी पडलं, तर ते द्या. हवं तर त्यांच्या कुवतीप्रमाणे दोन-चार वर्षांत तो ऐवज उगवून घ्या. रयत आहे, म्हणून आम्ही राजे. तेच उठले, तर आम्ही कुठले? वर्षाच्या वर्षाला पीक पाहून वसूल करा. एवढं केलंत, तर बिचारे तुम्हांला दुवा देतील, सुखी होतील.'

त्यानंतर राजांना उसंत राहिली नाही. फडामध्ये राजे सारखे दिसू लागले. जमीनमहसुलांचे बारीकसारीक कायदे राजे नजरेखालून घालीत होते. ते काम पूर्ण होताच त्याची अंमलबजावणी सुरू झाली. साऱ्या मुलुखात वावटळ पसरली. कोणत्याही शाहीत आजवर जे घडले नव्हते, ते शिवशाहीत घडत होते. सारे वतनदार

संतप्त झाले; पण प्रजा मात्र तृप्त झाली. तृप्त प्रजेचे रूप पाहून संतप्त वतनदारांचे राजांना काही वाटले नाही. राजे स्वत: गावोगाव फिरत होते, हुकुमाची अंमलबजावणी पाहत होते. राजांचे एक स्वप्न आकार घेत होते.

चिंचवड-देवस्थान हे मोठे देवस्थान. ते वतनही मोठे. राजांच्या हुकुमाने चिंचवडचे देव संतापले. त्यांनी राजांना पत्र पाठविले; वतन काढून घेणे हे देवस्थानावर अतिक्रमण असल्याचे सांगितले. राजांनी देवांना देवस्थान-खर्चासाठी लागेल तेवढी रक्कम दरसाल देण्याचे अभिवचन दिले; पण देवांना ते मान्य झाले नाही. त्यांना वतनच हवे होते. वतनावरील आपला हक्क गमावू देण्यास ते राजी होईनात. राजांनी त्यांना सरळ सांगितले,

'आपण गोसावी. गोसाव्याला वतनाचा लोभ हवा कशाला? तुम्हांला तुमची बिरुदे चालविता येत नसतील, तर ती आम्हांला द्या. आमची बिरुदे तुम्ही घ्या. तुमची आम्ही चालवू.'

त्या उत्तराने गोसावी निरुत्तर झाले. राजांनी आव्हानच दिले होते. चिंचवडचे देवस्थानवतन स्वराज्यात बिनबोभाट सामील झाले.

एके दिवशी राजांचा आनंद दुणावला. राजांना पिलाजीराव शिर्के आल्याची वर्दी आली. राजे पिलाजीरावांना भेटण्यासाठी जिजाबाईंच्या महाली गेले. पिलाजीराव एकटेच नव्हते. जिजाबाईंच्या शेजारी तरतरीत चेहऱ्याची, कपाळी कुंकवाची चंद्रकोर रेखलेली आठ-नऊ वर्षांची एक मुलगी बसली होती. तिचे विशाल डोळे राजांच्यावर खिळले होते. राजे आत जाताच पिलाजीरावांनी मुजरा केला. ती मुलगी पुढे झाली. तिने राजांना त्रिवार नमस्कार केला. राजांनी तिला जवळ घेतले.

'सूनबाई, तुझ्या येण्याचीच आम्ही वाट बघत होतो. तुझ्या पायांनी आज आमचं घर भरलं; पण आमचे बाळराजे कुठं आहेत?'

जिजाबाई हसल्या. म्हणाल्या,

'बाळराजांची सारी धिटाई सदरेबाहेरच! बायकोला पाहताच पळून गेले.'

राजे हसले. म्हणाले, 'पण, मासाहेब, पिलाजीराव आपणहून येसूबाईला घेऊन आले नाहीत. आम्ही बारदेशच्या स्वारीवर गेलो होतो, तेव्हा आडवी वाट करून घरी गेलो, आर्जवं केली, तेव्हा कुठं येसूला घेऊन आले.'

'होय, पिलाजीराव?' जिजाबाईंनी विचारले.

'मासाहेब, ही राजांची थट्टा आहे. लग्न झालेली पोर बापाघरी ठेवून घेणं फार मोठी जोखीम. थोरामोठ्यांच्या घरी न बोलावता पाठवायची कशी, याची चिंता.'

'पिलाजीराव, हे घर का परकं?'

'देवघरात जावं लागलं, तर हातपाय धुऊन जावं लागतं, मासाहेब! राजे आमचे

मालक. आम्ही त्यांचे चाकर. एक वेळ चाकरीत कुचराई होऊ; पण पायरी सोडून वागू कसे?'

'पिलाजीराव! या बोलण्यानं मात्र तुम्ही शोभलात!'

दोन दिवसांत येसूबाई घरात रुळलेली पाहून पिलाजीराव परत जायला निघाले. राजांनी सांगितले,

'पिलाजीराव, आम्ही थोड्याच दिवसांत परत कोकणात उतरू. तिथल्या देसायांच्या, फिरंग्यांच्या, इंग्रजांच्या हालचाली आम्हांस समजणं आवश्यक आहे. तुम्ही सर्वत्र नजर ठेवा. काही विशेष हालचाल दिसली, तर आम्हांस टाकोटाक कळवा.'

पिलाजीराव मुजरा करून जायला निघाले. राजे गडाच्या दरवाज्यापर्यंत पिलाजीरावांना पोहोचवायला निघाले. दरवाज्याशी पिलाजीरावांच्या खांद्यावर राजांनी हात ठेविला. ते म्हणाले,

'पिलाजी, येसूची काळजी करू नका. माझी सून नव्हे, मुलगी समजेन मी.'

पिलाजीराव भारावले. ते म्हणाले,

'राजे, त्याची मला चिंता नाही; पण पोर लाडांत वाढली. अजून पोच कमी. तेव्हा...'

'सांगू नका. येसू आता तुमची नाही, आमची आहे.'

पिलाजीराव समाधानाने गडाबाहेर पडले.

□

११

येसूबाई वाड्यात येऊन महिना झाला नाही, तोच त्या सर्वांच्या लाडक्या सूनबाई बनल्या. जिजाबाईंना तर नातसुनेचे भारी कौतुक. त्यांनी येसूबाईंना नवीन दागिने घडविले होते. संभाजीराजांच्या बरोबर येसूबाईही शास्त्र्यांच्याकडे शिकत होत्या. राजे सायंकाळी फिरायला निघाले, तर येसूबाईंनाही बरोबर नेत. सर्व राण्यांच्या मायेखाली येसू घरची बनली होती.

सकाळच्या वेळी संभाजीराजे जिजाबाईंच्या दर्शनाला आले. शेजारी येसूबाई उभ्या होत्या. जिजाबाईंच्या पाया पडून संभाजीराजे म्हणाले,

'मासाहेब, आम्ही येतो.'

'कुठं जाणार?' येसूबाईंनी विचारले.

'विचारलं, कुठं जाणार?'

जिजाबाई हसल्या आणि त्या हसण्याने येसूबाई शरमिंद्या झाल्या. जिजाबाई म्हणाल्या,

'येसू, बाहेर जाताना 'कुठं' म्हणून विचारू नये. अग, बाळराजे रपेटीला निघालेत!'

'मी येऊ?' येसूबाईंनी एकदम विचारले.

संभाजीराजे गोंधळले. ते म्हणाले,

'आबासाहेब रागावतील.'

'काही रागावणार नाहीत.' येसूबाई म्हणाल्या.

'तुला घोड्यावर बसता येतं?' जिजाबाईंनी विचारले.

'हो! माझी चार घोडी आहेत.'

'गाढवं असतील.' संभाजीराजे म्हणाले.

'तर तर! तुमचीच असतील, बघा!' येसूबाई बोलून गेल्या.

'हां, येसू! नवऱ्याला असं उत्तर देतात का? क्षमा माग.' जिजाबाईंनी दटावले.

येसूबाई पटकन हसल्या. त्या म्हणाल्या,

'चुकलं आमचं! परत नाही म्हणणार!' आणि जिजाबाईंना बिलगत त्यांनी विचारले, 'मग जाऊ?'

जिजाबाईंनी येसूबाईंना जवळ घेतले. त्या स्वतःशीच म्हणाल्या, 'काही कळत नाही पोरीला. असंच राहा!'

'जाऊ का?'

'मी कोण सांगणार? तुझ्या सासऱ्यांनी परवानगी दिली, तर जा बापडी!'

'गेलात, की रागावतीलच आबासाहेब!' संभाजीराजे म्हणाले.

येसूबाईंनी क्षणभर विचार केला आणि त्या म्हणाल्या,

'एवढ्यात येते विचारून!'

समजायच्या आत येसूबाई महालाबाहेर गेल्या. जिजाबाईंनी मारलेली हाकदेखील त्यांना ऐकू आली नाही. 'काय करावं पोरीला?...' म्हणत जिजाबाई उठल्या. संभाजीराजे बोलले,

'मासाहेब, आम्ही येतो.'

'थांब, थांब! ही तुझ्या बायकोची घाई निस्तरते. मग जा.'

येसूबाई राजांच्या महाली गेल्या, तेव्हा राजे सोयराबाईंच्या बरोबर बोलत होते. येसूबाई दाराशीच थबकल्या. राजांनी विचारले,

'कोण? सूनबाई? या, आत या.'

येसूबाईंनी पदर घेतला. त्या आत आल्या. राजे नवलाईने येसूबाईंकडे पाहत होते. राजांनी गंभीरपणे विचारले,

'का आला होता?'

'आम्ही रपेटीला जाऊ?'

राजांना हसू आवरणे कठीण जात होते. हसू दाबून त्यांनी विचारले,

‘कोण जातंय्?’

‘स्वारी!’ येसूबाई बोलून गेल्या.

राजांचे हसू एकदम फुटले. सोयराबाई पण हसत होत्या. त्या हसण्याने येसूबाई आणखीन लाजल्या. राजे म्हणाले,

‘जरूर जा! पण एका अटीवर...’

येसूबाईंनी आपली नजर उंचावली. राजे दोन्ही हात पुढे करून म्हणाले,

‘एकदा आमच्या जवळ या.’

येसूबाई एकदम धावल्या. राजांनी त्यांना जवळ घेतले. त्याच वेळी जिजाबाई आत आल्या. राजे उठण्याचा प्रयत्न करीत असता जिजाबाईंचे शब्द कानांवर आले,

‘बोलण्याचा अवकाश; उठलीच! भीड म्हणून नाही. तुमच्या असल्या वागण्यानं शेफारून गेली, तर नवल काय? तुमची काही भीती राहिली नाही पोरीला.’

‘परमेश्वरानं ऐकलं!’ राजे म्हणाले.

‘काय?’ जिजाबाई उद्गारल्या.

‘मासाहेब, सहजासहजी माणसं घरात रुळत नाहीत. पिलाजीरावांना आम्ही शब्द दिला होता. येसूला मुलीसारखं वागवू, म्हणून वचनबद्ध होतो. पोरीला माया लागली, ही देवाचीच कृपा; दुसरं काय? हिला पाहिलं, की सखूची आठवण होते. ती सुद्धा अशीच हक्क गाजवायची!’

जिजाबाई येसूबाईवर ओरडल्या, ‘जा, ग! बाळराजे खोळंबलेत. आणि हे बघ, उगीच घोडी पळवू नका. पडाल.’

येसूबाई हसत महालाबाहेर पळाल्या. पाठोपाठ जिजाबाई पण गेल्या. राजांनी समाधानाचा निःश्वास सोडला. ते म्हणाले,

‘राणीसाहेब, खरंच, बाळपण केवढं निरागस असतं, नाही?’

‘हो ना! म्हणूनच शिस्त लावायची, ती ह्याच वयात.’

‘का? काय झालं?’

‘काय झालं? भारीच लाडावलंय् हे प्रकरण...’

राजे नुसते हसले. सोयराबाई आणखीन संतापल्या. त्या म्हणाल्या,

‘ऐकून ठेवा! आज सून सून म्हणून कौतुक करताय्; पण उद्या हीच फुणफूण करू लागली, की मग आठवेल स्वारींना!’

‘राणीसाहेब, येसूबाईंना नावं ठेवताना स्वतःचा विसर पडतोय्. तुम्ही पण मासाहेबांच्या सूनबाईच ना? तुमची फुणफूण कुठं सुरू झाली नाही, ती!’

सोयराबाई एकदम लाजल्या; हसल्या. ते पाहून राजे प्रसन्न झाले. ते म्हणाले,

‘किती सुरेख हसता! आम्हांला तुमचं हसणं भारी आवडतं!’

राजांनी नकळत सोयराबाईंचा हात धरला. हात सोडवून घेण्याचा प्रयत्न करीत

सोयराबाई म्हणाल्या,

'हे काय? कुणी येईल ना!'

'कोणी यायचं नाही.' राजे म्हणाले, 'तुम्ही महाली आहा, हे आता साऱ्यांना ठाऊक झालं आहे.'

'शपथ आहे माझी! सोडा ना!'

दीर्घ निःश्वास सोडून राजांनी हात सोडला व ते म्हणाले,

'राणीसाहेब, हे मात्र चुकलं. सुटली, म्हणा!'

'सुटली; पण काय चुकलं?' सोयराबाईंनी दरवाज्याकडे जात विचारले.

'भलत्या वेळी शपथ घातलीत!'

सोयराबाई पुऱ्या लाजल्या. कपाळीचा घाम टिपीत त्या महालाबाहेर पडत असता त्यांचे पाय उंबऱ्यावर थबकले. त्यांनी वळून पाहिले. राजांची नजर त्यांच्यावर खिळली होती. राजे हसले.

'पटलं ना?'

त्या शब्दाबरोबर सोयराबाई उभ्या जागी मोहरून गेल्या. जिन्याच्या पायऱ्या उतरत असताही त्यांची पावले अडखळत होती.

□

१२

सायंकाळी राजे गडाच्या माचीवर उभे होते. खाली पसरलेला मुलूख राजे निरखीत होते. झाडीच्या मधून उठणारी धुराची वलये गावांची निशाणी दाखवीत होती. राजांच्या मागे तानाजी, येसाजी उभे होते. राजे म्हणाले,

'येसाजी, आता या गावांना नवं वळण लागेल. जमिनीचा मगदूर सुधारेल. बिचाऱ्यांचे आयुष्याचे कष्ट सार्थकी लागतील.'

'होय, महाराज! सारे दुवा देत्यात. आनंदानं गावं भरून गेल्यात.'

सायंकाळच्या वाऱ्याबरोबर वाढणारी थंडी जाणवू लागली होती. राजांनी शाल लपेटून घेतली. राजे वळणार, तोच तानाजी म्हणाला,

'बहिर्जी येतोय्, वाटतं.'

राजांनी पाहिले. बहिर्जी येत होता. बहिर्जीची नेमणूक राजांनी गोव्यात केली होती. अनेक नजरबाज गोव्यात पाठविले होते. बहिर्जीने मुजरा केला. राजे म्हणाले,

'बहिर्जी, बरं आहे ना?'

'जी!'

'काय बातमी आणलीस? अरे, सांग. कोणी परकं नाही.'

बहिर्जी म्हणाला, 'महाराज! कंटाळा आला. गोव्यात सगळी सामसूम हाय. साऱ्यांस्नी तुम्ही परत येनार, वाटतंय्. बस्स, एवडंच!'

'बस्स?' राजांनी विचारले.

'काय दम न्हाई गोव्यात. न्हाई म्हणायला त्यो विजरई म्येला, तेवडाच! मोठा माणूस म्हणून पोचवायला गर्दी झाली व्हती. पाद्री तेवढं चुकचुकत व्हते. पण बाकी सारी परजा आनंदी व्हती. त्यानं लई मानसं बाटवली.'

राजे काही बोलले नाहीत. ते सरळ वाड्यावर आले, आणि बहिर्जीला घेऊन महाली गेले.

गोव्याचा विजरई कोंदी द सांव्हिसेंत मृत्यू पावल्याच्या बातमीने राजांच्या मनाने उचल खाल्ली. राजांनी सारा गोवा एकदम घेण्याचा बेत केला. दुसऱ्या दिवशी राजांनी आपले मनोगत खास माणसांना सांगितले. माणसांची निवड सुरू झाली आणि आठ दिवसांत चार-पाचशे विश्वासू माणूस गोव्यात प्रवेश करण्यासाठी पाठवून दिले. त्याआधी राजांचे अनेक हेर गोव्यात पसरले होतेच. हरतऱ्हेच्या निमित्ताने गोव्यात घुसलेल्या माणसांनी ठरल्या दिवशी उठाव करावा, गोव्याच्या सीमेवर आलेल्या राजांनी गोव्यात प्रवेश करून गोवा कबज्यात आणावा, हा मोठा बेत राजांनी आखला. राजे आपल्या सैन्यानिशी गोव्याकडे कूच करते झाले.

राजे गोवा हद्दीवरील भतग्राम महालातील पंचगंगा नदीच्या तीरावर वसलेल्या नार्वे गावी मुक्काम करून राहिले होते. गोव्यातल्या बातमीची राजे वाट पाहत होते.

पहाटे राजे स्नान करून आपल्या छावणीतून बाहेर आले. मोरोपंतांना राजांनी विचारले,

'मोरोपंत, आमचे शिवलिंग गडबडीत विसरलं. इथं जवळपास कुठं शिवालय आहे का?'

मोरोपंतांनी चौकशी केली. छावणीपासून थोड्याच अंतरावर शिवालय आहे, हे कळताच राजे देवळाकडे गेले. तेथील शिवलिंग पाहून राजांचे मन आनंदले; पण देवालयावर छप्पर नव्हते. राजांनी पूजा आटोपली. नेत्र उघडले. वाऱ्याने एक बेलपत्र राजांच्या समोर सरकत आले होते. राजांनी देवळाचा इतिहास विचारला. पुजारी म्हणाला,

'राजे, हे सप्तकोटेश्वराचे देवस्थान. 'शिवक्षेत्र' म्हणून प्रसिद्ध आहे. हे कदंबांचं कुलदैवत. मुसलमानस्वारीत देऊळ उखडलं गेलं. शिवलिंग शेतात फेकलं गेलं. पुढं बुक्करायानं पुन्हा शिवलिंगाची स्थापना केली. मोगल गेले आणि परत पोर्तुगीजांची धाड आली. त्यांचा परत या देवस्थानावर हल्ला झाला. इथलं शिवलिंग उखडून विहिरीच्या काठावर बसविलं गेलं. भतग्रामच्या देसायांनी ते चोरलं व इथं स्थापन केलं. ना राज्यकर्त्यांचं लक्ष, ना कोणी भक्त. देऊळ पडलं.'

राजे मोरोपंतांना आज्ञा करते झाले, 'मोरोपंत, आमच्या मनात सप्तकोटेश्वराचा

जीर्णोद्धार करण्याचं आहे. आपण मुक्काम हलविण्याच्या आत कामाची सुरुवात व्हावी.'

मोरोपंत कामाला लागले. देवळाच्या प्राथमिक कामाची जुळवाजुळव झाली. त्याच वेळी गोव्यातून बहिर्जी राजांच्या भेटीस आला. राजांनी मोठ्या उत्सुकतेने विचारले, 'बहिर्जी, सर्व तयारी झाली?'

बहिर्जीने मान खाली घातली. राजांनी अधीरतेने विचारले,

'सांग, बहिर्जी, काय झालं?'

बहिर्जीने ओठांवरून जीभ फिरविली व तो म्हणाला,

'राजे, घात झाला! कट कसा फुटला, ते माहीत नाही. आपले सर्व लोक पकडले गेले. गोव्यातल्या आपल्या वकिलाला पकडून नव्या विजरईने मुस्कडात दिल्या आणि वकिलासकट सर्वांना गोव्यातून हद्दपार केलं.'

राजांचे तणावलेले अंग सैल पडले. आपल्या निराशेवर मात करीत राजे म्हणाले, 'जशी श्रींची इच्छा! आपले लोक सुखरूप आले, याचा आनंद वाटतो. आमचा एक डाव फसला!'

गोव्याचा कट फसूनही राजांनी आपला नार्वेचा मुक्काम हलविला नाही. नार्वेच्या पलीकडे उभे असलेले गोवे राजांना दिसत होते. 'सातां समुद्रांपलीकडून इथं परके लोक येतात. मूठभर लोक आमच्याच लोकांचं इमान विकत घेतात, आपलं राज्य या भूमीत स्थिर करतात. हजारो लोक बाटविले जातात आणि आमची दैवतं उखडलेली आम्ही उघड्या डोळ्यांनी पाहतो. धन्य आहे आमच्या धर्मनिष्ठेची!'

राजांनी सप्तकोटेश्वराच्या मंदिराचा जीर्णोद्धार करण्याचे ठरविले. एका सुमुहूर्तावर राजांनी मंदिराचे काम स्वहस्ते सुरू केले; आणि मंदिराचे काम सुरळीतपणे पार पाडण्याची आज्ञा देऊन राजे माघारी वळले.

राजे स्वार झाले होते. मागे अश्वदळ उभे होते. राजांची नजर समोर दिसणाऱ्या गोव्यावर परत खिळली. राजे तानाजीला म्हणाले,

'तानाजी, आज आपल्या थोडक्या शिबंदीमुळं आम्ही गोव्याकडे पाहण्याखेरीज काही करू शकत नाही, याची आम्हांला खंत आहे. आम्ही परत आमची फौज घेऊन येऊ, आणि या फिरंग्यांना आमच्या सामर्थ्याची जाणीव करून देऊ.'

राजांनी घोड्याला टाच दिली. सायंकाळच्या सुमारास राजे कुडाळला आले. राजांनी कुडाळला मुक्काम केला.

सकाळी राजे आपल्या पालात बाहेर पडण्याच्या तयारीत होते, तोच मोरोपंत आले. त्यांच्या चेहऱ्यावर आनंद दिसत होता. ते म्हणाले,

'महाराज, आज भल्या पहाटे सिंधुदुर्गाचा जासूद आला होता. पत्र घेऊन तो राजगडला जात होता. इथं आपला मुक्काम आहे, हे समजताच तो इथं आला.'

'कारण?'

'महाराज, सिंधुदुर्ग पुरा झाला आहे.'

राजांच्या चेहऱ्यावर एकदम समाधान पसरले. गोव्याचे शल्य क्षणात ते विसरून गेले. ते उद्गारले,

'केवढा भाग्याचा दिवस!'

'आजचा दिवस खरंच चांगला आहे. या सुमुहूर्तावर सिंधुदुर्गात प्रवेश करायला काही हरकत नाही.'

'मोरोपंत, तुम्हांला माहीत नाही, या दिवसासाठी आम्ही केवढे उतावीळ झालो होतो, ते. चला, मोरोपंत, सिंधुदुर्ग डोळे भरून पाहू!'

थोड्याच वेळात छावणी उठली. मालवणच्या रोखाने घोडी भरधाव सुटली. सूर्य वर आला असता राजे मालवणच्या किनाऱ्यावर आले. सूर्यकिरणांत सागराच्या रुपेरी लाटा किनाऱ्याकडे झेपावत होत्या. जणू राजांच्याकरिता पायघड्या अंथरल्या जात होत्या. समुद्रात उभ्या असलेल्या सिंधुदुर्गाची भव्य वास्तू राजे भान हरपून पाहत होते. उन्हासाठी म्हणून समुद्रपृष्ठावर आलेल्या प्रचंड कासवासारख्या दिसणाऱ्या कुरटे बेटावर केवढी वास्तू उभी राहिली होती! कूर्मावताराचे ते सार्थ प्रतीकच होते.

राजांनी नावेत पाय ठेविला. अनेक नावा समुद्रात तरंगू लागल्या; लाटांवर हेलकावे घेत सिंधुदुर्गावर जात होत्या. राजे येताहेत, हे कळताच गडाच्या ईशान्य महाद्वारासमोर लोकांची गर्दी उसळली होती. राजांनी सिंधुदुर्गावर पाय ठेवला. सिंधुदुर्गाच्या कामावर नेमलेले गोविंद विश्वनाथ प्रभू सामोरे आले. त्यांनी राजांना लवून मुजरा केला. हर्षभरित राजांनी आपल्या गळ्यातील कंठ्याला हात घातला. काही न बोलता कंठा उतरून तो त्यांनी प्रभूंच्या हाती दिला. प्रभूंनी एकदम राजांचे पाय शिवले. राजे म्हणाले,

'प्रभू, स्वराज्याच्या कंठ्यात हा अमोल मोती जडवलात! आम्ही धन्य झालो! चला, आम्हांला दुर्ग दाखवा.'

राजे चालू लागले. गडाच्या प्रवेशद्वाराच्या खिंडीतून आत जाऊन राजे प्रवेशद्वारी उभे राहिले. नगारा झडला. शिंगांचा आवाज आकाशाला भिडला. राजांनी उंबऱ्याला हात लावून मुजरा केला; आणि राजांनी सिंधुदुर्गात प्रवेश केला. राजांच्या बरोबर प्रभू, मोरोपंत, अनाजीपंत, बाळाजी आवजी, कोंडाजी फर्जंद, रामचंद्रपंत नाईक, जिवा महाला चालत होते. मागून तानाजी, येसाजी, गडावरचे लोक आणि राजांची शिबंदी जात होती. किल्ल्याच्या आवारात बांधलेली घरटी, दारूकोठार पाहत राजे किल्ल्यातील

विहिरीपाशी आले. निर्मळ पाण्याने भरलेली ती विहीर पाहून राजांनी हात जोडले.

'मोरोपंत, देवाची करणी केवढी अगाध! या जागी गोड पाण्याचा झरा!... गोविंदराव, हे पाणी पुरतं का?'

'जी, महाराज! तीन वर्षांमध्ये एकदाही पाणी कमी पडलं नाही. मालवणच्या पाण्यापेक्षा हे पाणी चवीला चांगलं आहे.'

'या जगात द्यायचं झालं, तर ते परमेश्वरानंच द्यावं!' राजे बोलून गेले.

राजे तटावरून जात होते. सूर्य माथ्यावर आला होता. राजांची नजर क्षितिजाला टेकलेल्या समुद्रावरून फिरत होती. दर्याबुरुजावरून राजे पाहत होते. समोर मालवणचा किनारा दिसत होता. राजे अनाजीपंतांना म्हणाले,

'अनाजीपंत, या सिंधुदुर्गाच्या उभारणीनं मस्तवाल झालेला हबशी नरमेल. त्याचा उपद्रव कमी होईल. टोपीकर फिरंग्यांना आमच्या सागरी सत्तेची जाणीव होईल. वाडीच्या सावंतांना चाचेगिरी करण्याचं धारिष्ट राहणार नाही. साऱ्या कोकणपट्टीवर या सिंधुदुर्गाची सत्ता राहील, एवढं आरमार आपण उभं करू.'

राजांनी मोठ्या थाटात सिंधुदुर्गाची वास्तुशांत केली. एक कोटी होन खर्चून बांधलेल्या त्या सिंधुदुर्गाचे भूदेव संतुष्ट केले. कामगारांना कडी, मंदील वाटले. अनेक नजराणे दिले. साऱ्यांच्या कष्टांचे चीज केले. गडाच्या बुरुजांवरच्या तोफांची पाहणी केली आणि स्वराज्याच्या त्या जलदुर्गावर रायाजी भोसले याला किल्लेदार नेमले.

राजांचा मुक्काम हलणार होता. सायंकाळच्या वेळी राजे दर्याबुरुजावर उभे होते. तिरप्या सूर्यकिरणांत समुद्राच्या लाटा फेसाळत होत्या, गंभीर नाद करीत तटावर आदळत होत्या. आकाशात शतरंग उधळले होते. अर्धवर्तुळाकार बुरुजावर तोफेच्या पाठीवर हात ठेवून राजे आसमंत निरखीत होते. अंगातला जामा वाऱ्याने हेलकावे घेत होता. राजे आपल्याच विचारात मग्न होते. त्यांच्या मागे हात बांधून मोरोपंत, अनाजी, तानाजी उभे होते. एक दीर्घ निःश्वास राजांच्या मुखातून बाहेर पडला. एकदम त्यांची नजर मोरोपंतांच्या वर खिळली. साऱ्या सिंधुदुर्गावरून नजर फिरवीत ते म्हणाले,

'मोरोपंत, हा सिंधुदुर्ग म्हणजे आम्हांला आमचं प्रतीक वाटतो. किनाऱ्यापासून दूर भर दर्यात उभा राहिलेला, चारी बाजूंनी खाऱ्या पाण्यानं वेढलेला. भरतीच्या मस्तवाल लाटा याच्या तटावर अखंड टक्कर देत असतात, आपल्या धडकांनी याला जमीनदोस्त करू पाहतात, तर ओहोटीच्या लाटा याचे पाय ओढायला धजत असतात. या सागरावर उठणारा प्रथम मेघ इथंच वर्षतो. सागराचे वादळी वारे इथंच घोंघावतात. हे सारं सहन करीत एकट्यानं उभं राहायचं; तेही अंतरीच्या एका गोड पाण्याच्या झऱ्याच्या आधारावर!'

राजांनी नि:श्वास सोडला. क्षणभर ते बेचैन बनले; आणि दुसऱ्या क्षणी ते तटाच्या पायऱ्या उतरू लागले. तटापलीकडील लाटांचा गंभीर आवाज कानांवर पडत होता...

□

१३

मोठ्या समाधानाने राजे सिंधुदुर्गावरून राजगडावर आले. उन्हाळ्याचे दिवस होते. तप्त धरणीबरोबरच राजांचे मन तापत होते. मुलुखाची बटाई पुरी होत आली होती. राजांचे लक्ष जंजिऱ्याच्या सिद्दीकडे वळले. मोगलाई, आदिलशाही, टोपीकर इंग्रज हे प्रबळ शत्रू स्वस्थ असतानाच सिद्दीमोहीम हाती घ्यावी, असे राजांनी ठरविले. फौजेला हुकूम सुटले. आरमार जंजिऱ्याच्या दिशेने सरकू लागले. जमिनीवरून आणि समुद्रातून एकाच वेळी जंजिरा वेढण्याचा बेत राजांनी केला. महाडच्या उत्तरेकडून फौजेसह राजे सिद्दीच्या मुलुखात घुसले.

दंडराजपुरीचा भाग लुटीत, सिद्दीचे किल्ले काबीज करीत राजे पुढे सरकत होते. राजांच्या स्वारीने घाबरलेला सिद्दी जंजिऱ्याच्या आश्रयाला गेला. राजांनी दंडराजपुरी काबीज केली. राजांचा मुक्काम पेणला होता. आपल्या फौजेच्या विजयाची वार्ता राजे ऐकत होते. चारी बाजूंनी जंजिऱ्यावर तोफांचा भडिमार होत होता. सिद्दी फत्तेखान पुरा संकटात सापडला होता. राजांनी जंजिरा खाली करून देण्याचे बोलणे लावले. फत्तेखान याला तयारही झाला; पण ऐनवेळी फत्तेखानाच्या तीन सहकाऱ्यांनी शरणागती पत्करायला तयार झालेल्या आपल्या नेत्याला कैद केले; आणि ते वीर जंजिऱ्याच्या रक्षणार्थ नव्या धडाडीने उभे ठाकले. त्यांच्या शौर्याने जंजिरा पडणे कठीण दिसू लागले. पावसाळा आला होता. राजांनी माघार घेतली. जिंकलेल्या मुलुखाची व्यवस्था लावली. खुद्द दंडराजपुरीत सिद्दीवर वचक ठेवण्यासाठी आपली काही लढाऊ गलबते ठेवून राजे माघारी राजगडला आले.

अवघ्या सहा महिन्यांत राजांच्या दोन मोहिमा अयशस्वी झाल्या. गोव्याचे बंड फसले. ऐन वेळी जंजिऱ्याने ताकद उचलली; पण राजांना त्याची खंत वाटली नाही. दोन्ही पराजय दैवाधीन होते. त्यांत थोडे समाधानही होते. सप्तकोटेश्वराचा जीर्णोद्धार आणि दंडराजपुरीची सत्ता ह्या दोन्ही गोष्टी तेवढ्याच महत्त्वाच्या होत्या. त्या साध्य झाल्याचा आनंद राजांना होता.

राजे गडावर आले, तेव्हा पावसाळा सुरू झालेला होता. गडावरचे वातावरण कुंदावले होते. सत्तरीच्या घरात गेलेल्या जिजाबाई महालाबाहेर क्वचित येत असत.

राजे जेवत होते. शेजारी संभाजीराजे बसले होते. समोर पाटावर जिजाबाई दोघांवर लक्ष ठेवून बसल्या होत्या. पंक्तीला तानाजी, फिरंगोजी हजर होते. गप्पा

मारीत जेवण चालले होते.

'राजे, पावसाचा जोर आता कमी झाला.'

'ते आमच्या ध्यानी आलंयू! पावसाळ्यात गडावर बसून राहणं नको वाटतं, नाही?'

'तर काय?' तानाजीने पुष्टी दिली.

'फिरंगोजी, दोन पराभव घेतले. वेळ बरी दिसत नाही.'

'कायतरीच! लढाईतली हारजीत खरी असतीया व्हय?' फिरंगोजी म्हणाले, 'म्हातारा झालो; पण ढाल-तलवार अंगावर असली की, बाळसं चढतंयू.'

'जेवा, फिरंगोजी!' मासाहेब म्हणाल्या, 'जेव्हा बघावं, तेव्हा स्वारी... लढाई...'

सारे चपापले. बाळराजे खुदकन हसले; आणि हसणे उसळले.

काळी चंद्रकळा नेसलेल्या सोयराबाई वाढीत होत्या. राजांची नजर राहून-राहून त्यांच्याकडे वळत होती. राजांचे जेवण झाले. राजे चौकात गेले. चौकाच्या कट्ट्यावरील रुप्याच्या तपेल्याजवळचा तांब्या राजे उचलणार, तोच नाजूक हातांनी तांब्या उचलला गेला. सोयराबाई स्मितवदनाने उभ्या होत्या. राजांनी हात पुढे केले. पाण्याची धार हातावर पडत होती. राजे हात धूत होते. हात धुता-धुता राजे पुटपुटले,

'आमच्या महाली या.'

सोयराबाई गोऱ्यामोऱ्या झाल्या. राजांनी हसत हात धुतले.

राजे जेव्हा आपल्या महाली आले, तेव्हा सोयराबाई तेथे उभ्या होत्या. राजांना पाहताच त्या म्हणाल्या,

'कुणी ऐकलं, तर...'

'काय होईल?'

सोयराबाईंना काही सुचले नाही. राजे जवळ येत म्हणाले,

'जेवताना तुम्ही वाढायला आलात. तुम्ही नेसलेल्या चंद्रकळेनं तुम्ही आमच्या डोळ्यांत भरलात. काळा रंग चांगला नाही, असं म्हणणाऱ्यांनी तुम्हांला पाहावं.'

'हे मासाहेबांना सांगा! त्यांना काळा रंग मुळीच आवडत नाही.'

'त्याबद्दल आम्हांला काही बोलता येत नाही; पण आमच्या नजरेला आज तुम्ही सुरेख दिसता, हे मात्र खरं. तुमच्या गौरवर्णाला हा रंग खुलून दिसतो. तुम्हांला पाहून आमचं मन प्रसन्न झालं.'

'मग काही बक्षीस?' सोयराबाईंनी धिटाईने विचारले.

'त्यासाठीच तुम्हांला बोलावलं.' राजे जवळ सरकत म्हणाले.

सोयराबाई भयभीत झाल्या. गडबडीने त्या म्हणाल्या,

'मी जाते.'

'घाबरू नका. थांबा.' म्हणत राजे आपल्या संदुकीपाशी गेले. त्यांनी पेटी

उघडली. एक सुवर्णी कमरपट्टा काढला. मोगली कलाकुसरीचा तो पट्टा नजर ठरू देत नव्हता. सोयराबाईंच्या हाती तो देत राजांनी सांगितले,

'दंडराजपुरीला हा मिळाला. लूट जारी असताही सुवर्णकाराला मोल देऊन आम्ही हा खरीदला.'

'मग अजून बरा ठेवला होता?'

'प्रसंग पाहून भेट नजर करायची असते.'

'तेच म्हणते मी!'

'का? काय झालं?'

'नको त्या वेळी नाही ती वस्तू देता.'

'आम्ही समजलो नाही.'

सोयराबाई लाजल्या. त्या म्हणाल्या,

'आता मला पट्टा वापरता यायचा नाही.'

राजांच्या एकदम लक्षात आले. त्यांनी सोयराबाईंना जवळ घेतले; आणि ते म्हणाले,

'सोयरा, आमची भेट काही दिवस ठेवावी लागणार, याचा आम्हांला आनंदच वाटतो. या तिसऱ्या पराजयानं मात्र आम्ही संपूर्ण समाधान पावलो!'

'मी जाऊ ना? मासाहेब वाट पाहत असतील.'

'थोडं चुकलं! 'आम्ही जाऊ ना?' असं म्हणत चला.'

सोयराबाई लाजेने चूर झाल्या, आणि हसत महालाबाहेर निघून गेल्या.

□

१४

पावसाळा संपत आला. श्रावणातले कोरडे ऊन दिसू लागले; आणि राजे रायगडचे बांधकाम पाहण्यासाठी रायगडी गेले. राजांचा रायगडी मुक्काम झाला. रायगडाची पाहणी करून राजे परत राजगडी आले, तेव्हा राजगडाचे वातावरण गंभीर बनले होते. राजे सदरेत आले. अनाजी दत्तोंसारखी राजकारणधुरंधर माणसे सदरेत नतमस्तक उभी होती. राजांनी विचारले,

'अनाजी, काय झालं?'

अनाजींनी ती कटू बातमी सांगितली-

'राजे गडावर वाईट बातमी आली आहे. औरंगजेबानं काशीविश्वेश्वराचं देऊळ उखडल्याची बातमी आली आहे.'

विजेचा लोळ उतरावा, तशी ती बातमी राजांच्यावर कोसळली. राजांना काही बोलवेना. अनाजी सांगत होते,

'एवढंच नव्हे, पण मथुरेतील श्रीकेशवदेवाचं मंदिरही उद्ध्वस्त झालं. औरंगजेबानं

हिंदूंवर जिझिया कर पुन्हा बसविला आहे. ही बातमी कळल्यापासून मासाहेबांनी हाय घेतली आहे. गेले दोन दिवस त्यांनी पाण्यालाही स्पर्श केला नाही!'

राजे धावले. महालात लोडाला टेकून जिजाबाई बसल्या होत्या. घरचे सारे भोवती बसले होते. राजांनी हाक मारली,

'मासाहेब!'

जिजाबाईंची घायाळ नजर सावकाश उंचावली. त्या थरथरत उठल्या. राजे पुढे धावले. जिजाबाईंना सावरीत असता जिजाबाई कळवळून बोलल्या,

'राजे! औरंगजेबानं दावा साधला; आपलं काशीचं देऊळ पाडलं. तिथं त्याच दगडांनी मशीद बांधली, म्हणे. राजे, आपला धर्म बुडाला! आम्ही पोरके झालो!'

सत्तरीच्या जिजाबाई! उभ्या आयुष्यात कधी एवढ्या व्याकूळ बनल्या नव्हत्या, हताश झाल्या नव्हत्या. त्या बोलांनी राजांचे हृदय फाटून गेले. जिजाबाईंना समजावायला आलेले राजे त्यांनाच मिठी मारून रडू लागले. डोळ्यांतून टपोरे मोती ओघळू लागले. दाराशी आलेले अनाजी, मोरोपंत, बाळाजी ही मंडळी आतले दृश्य पाहून जागच्या जागी खिळून राहिली. सारा महाल हुंदक्यांनी भरला. राजांनी कष्टाने स्वतःला सावरले. जिजाबाईंना बैठकीवर बसविले. राजे म्हणाले,

'मासाहेब! रडू नका. शोक आवरा.'

'हिंदू म्हणवून घेता; आणि रडू नका, म्हणून सांगता? तुम्हां पुरुषांची जात कोडगी बनल्यावर बायकांनी रडण्यापेक्षा काय करायचं?' जिजाबाई उफाळल्या.

राजे म्हणाले, 'शांत व्हा, मासाहेब! अजून आमचा स्वाभिमान गहाण पडलेला नाही. उत्तरेतल्या हिंदूंना कदाचित धर्माची चाड नसेल, राजपूत म्हणवून घेणारे धर्म विसरले असतील; पण आम्ही तेवढे नादान बनलो नाही.'

'तुम्ही काय करणार?' जिजाबाई उद्गारल्या.

'काय करणार नाही, ते विचारा! औरंगजेबाला आपल्या कृत्याचा पश्चात्ताप करावाच लागेल. काशीविश्वेश्वराची शपथ घेऊन आज आम्ही प्रतिज्ञा करतो- औरंगजेबाला आम्ही क्षमा करणार नाही. आज ह्या घडीला आम्ही ते वैर पत्करतो आहोत. जोवर आम्ही आमच्या कुलदैवताचं मंदिर परत उभारणार नाही, तोवर आमच्या मनाला शांतता लाभणार नाही!'

'राजे, भावनेच्या भरात...'

'नाही, मासाहेब! ही भावनेच्या भरात केलेली वल्गना नाही. आम्हांला आमच्या ताकदीचा पुरा विश्वास आहे. आज मिर्झाराजे हवे होते. आम्ही बोललो, त्याची सत्यता त्यांना पटली असती. औरंगजेब मोकाट सुटला आहे. धर्माची नशा त्याच्या नजरेत उतरली आहे. जिझिया कर आता हिंदूंच्यावर लादला गेला आहे. त्याला पायबंद बसायला हवा.'

अनाजी म्हणाले, 'जिझिया कर सोसता येईल; पण...'

तशा स्थितीतही राजे हसले.

'अनाजी, हा जिझिया म्हणजे काय, माहीत आहे?'

अनाजी चाचरत म्हणाले, 'बिगरमुसलमानांच्यावर लादलेला कर.'

'बस्स? एवढा सोपा वाटतो जिझिया? औरंगजेब एवढा खुळा नाही. उखडलेली मंदिरं पुन्हा उभी करता येतील; पण दुबळी मनं पुन्हा कशी उभी करणार? विश्वेश्वराला हात घालून औरंगजेबानं श्रद्धेला तडा दिला; पण त्या जखमी मनाला संपूर्ण दुबळं बनविणारा हा जिझिया! मोरोपंत, तुम्हांला जिझियाची कलमं आठवतात?'

मोरोपंतांनी होकारार्थी मान हलविली. राजांनी आज्ञा केली,

'सांगा, मोरोपंत, आमच्या अनाजींना एकदा जिझिया कर समजू दे.'

मोरोपंतांनी क्षणाची उसंत घेतली; आणि ते बोलू लागले,

'महाराज! जिझिया कराची वीस कलमं आहेत. त्या कलमान्वये हिंदूंना नवी देवळं बांधता येणार नाहीत; पाडलेल्या देवळांना उभारता येणार नाही. हिंदूंच्या पूजागृह, देवळांच्या जागी मुसलमानांना उतरण्याचा हक्क राहील; एवढंच नव्हे, तर कोणाही हिंदूच्या घरात मुसलमान शाही पाहुणा म्हणून राहण्याचा हक्क या जिझिया करान्वये दिला आहे. हिंदू अपत्यांना मुसलमानी नावे ठेवण्याचा अधिकार नाही. त्यांना शस्त्रं अथवा मोहोर खड्याच्या अंगठ्या बाळगता येणार नाहीत...'

मोरोपंत थांबले. राजांची नजर एकदम त्यांच्यावर वळली.

'का, थांबलात का?... अनाजी, एवढ्यावर हा जिझिया थांबत नाही. कोणाही हिंदूला मुसलमानाच्या घराजवळ घर बांधता येणार नाही. हिंदूंच्या घरात कोणी वारलं, तर यांना मोठ्यानं शोक करता येणार नाही. हिंदूंनी मुसलमानांविषयी आदर दाखविला पाहिजे... सांगा, अनाजी, हा रिवाज पाळला गेला, तर या देशात आम्हां हिंदूंना कोणतं मानाचं स्थान राहील? आत्ताच पायबंद घातला नाही, तर सारा हिंदोस्तान मुसलमान झाल्याखेरीज राहणार नाही!'

'पण आपल्या हाती काय आहे?'

'पुष्कळ आहे, मासाहेब! एक ठिणगीदेखील वणवा पेटवू शकते. मासाहेब, यापुढं आम्ही एवढं रान उठवू, की दक्षिणेतील मोगलाई हादरून जावी. औरंगजेबाला दक्षिणेत उतरावंच लागेल. आजवर कोणी शिकवला नसेल, असा धडा आम्ही औरंगजेबाला शिकवू!'

राजांच्या बोलण्याने सारे आनंदले. अनाजी त्वेषाने म्हणाले,

'राजे, आज्ञा व्हावी; मुलुखात एकही मशीद उभी दिसणार नाही!'

राजांनी अनाजींवर नजर खिळविली. ते खिन्नपणे हसत म्हणाले,

'व्वा, अनाजी! संतापाच्या भरात विवेक विसरलात. अविवेकाचं उत्तर अविवेकानंच

का द्यायचं असतं? हे उत्तर नव्हे. तो विचारही मनात आणू नका... बाळाजी...'

'जी!'

'आम्हांला दिल्लीला तातडीनं खलिता पाठवायचा आहे. लेखनसाहित्य घेऊन या.'

बाळाजी गेले; फडातून सर्व साहित्य घेऊन आले. राजे येरझाऱ्या घालीत होते. एकदम ते बाळाजींना म्हणाले,

'वर औरंगजेबाचा मायना लिहा.'

'जी!'

राजे मजकूर सांगत होते...

> '...आम्हां हिंदूंचे परम पवित्र देवस्थान, काशीचे श्रीशिवशंकराचे पवित्र मंदिर तुम्ही धर्मांध बनून पाडले. त्यावर मशीद उभी केली. पराक्रम थोर केला, ऐशा घमेंडीत आपण असाल. हा अभिमान लटका आहे, हे थोड्याच दिवसांत आपल्या निदर्शनास येईल. आपण उत्तरेत सत्ताधीश असाल; पण दक्षिणेतील आमची सत्ता आहे, हे विसरता. मनात आणले, तर दक्षिणेतील प्रत्येक मशिदीचे मंदिर करायला वेळ किती? इस्लाम धर्म आम्ही तुमच्यापेक्षा जास्त जाणतो. माणुसकी जाणीत नाही, तो धर्म कसला? हिंदूंना जुलुमाने बाटविणे, जिझिया कराची आकारणी करणे हे इस्लामच्या बंद्याला न शोभणारे वर्तन. ते तुम्ही करीत आहा... केले. आम्ही ते कदापिही सहन करणार नाही. इथे तर तुमचे राज्य नाहीच; पण जेथे आहात, तीही पवित्र भूमी तुमची नाही. एक ना एक दिवस तुमचे दिल्लीतख्त उखडून तुम्ही पाडलेल्या मंदिराची उभारणी आम्ही करू, तेव्हाच आम्ही स्वस्थ बसू. आमचे वैर निभावण्यास परमेश्वर तुम्हांस सामर्थ्य देवो...'

राजांनी उसंत घेतली. पुतळाबाईंच्याकडे वळून ते म्हणाले,

'मासाहेबांचे ताट घेऊन या.'

'शिवबा ऽ ऽ'

'मासाहेब, असं दुबळं बनून चालणार नाही. अधर्माविरुद्ध भांडायला उभं राहायचं बळ सत्प्रवृत्त माणसांच्या अंगी असायला हवं. मिर्झाराजांच्यासारखी माणसं दुबळी ठरली, त्यांनी बगल दिली, म्हणून औरंगजेब पुढं धजला. गुंडांच्या धक्काधक्कीला चांगली माणसं भितात, ती मागे सरतात, तेव्हाच गुंडांची मालिका आघाडीवर दिसते. त्या वेळी हताश होऊन चालणार नाही.'

शेजारी बसून राजांनी जिजाबाईंना जेवू घातले.

दुसऱ्या दिवसापासून राजांनी आल्या फौजेला गोळा होण्याचे हुकूम सोडले.

राजांनी मिळेल तेवढा दारूगोळा, हत्यारे, बंदुका खरेदी करण्याची आज्ञा फडाला दिली. राजे पुरे बेचैन बनले होते.

सायंकाळी राजे माचीकडे गेले असता प्रतापराव गुजर आणि रावजी सोमनाथ परत आल्याचे कळले. संभाजीराजांच्या जहागिरीची तजवीज पाहायला गेलेले सेनापती आणि रावजी सोमनाथ वर्दी न देताच परत येतात, याचे राजांना आश्चर्य वाटले. राजे तसेच वाड्याकडे परतले.

प्रतापराव गुजर आणि रावजी राजांची वाट पाहत होते. सदरेवर येताच राजांनी विचारले,

'प्रतापराव, काय झालं?'

प्रतापरावांच्या चेहऱ्यावर हास्य होते. ते म्हणाले,

'महाराज, चिंता करण्याचं कारण नाही. औरंगजेबानं हिंदूंवर आग पाडायला सुरुवात केली आहे. मोगलाईत त्यामुळं प्रजा त्रस्त झाली आहे. आम्ही औरंगाबादेला असता औरंगजेबानं आम्हांला अटक करण्याचा हुकूम शहाजादा मुअज्जमला पाठविला. त्याची बातमी आधीच शहाजाद्यांना लागली. शहाजादे औरंगजेबाच्या बाजूचे नव्हते. त्यांनी आम्हांला सूचना दिली. रातोरात फौजेसह मी औरंगाबाद सोडलं. तसाच रावजींना वऱ्हाडात निरोप पाठविला. आम्ही सर्व सुखरूपपणे परत आलो.'

राजांनी समाधानाचा निःश्वास सोडला. प्रतापरावांनी सांगितले,

'महाराज, वऱ्हाडातून रावजी तसेच आले नाहीत. माझा निरोप पोहोचताच मोगलाई ठाण्यांची लुटालूट करीत लाखो रुपयांची लूट घेऊन रावजी परत आले.'

'रावजी, हे खरं?' राजांनी विचारले.

रावजी म्हणाले, 'नाइलाज झाला, महाराज! आपण आग्र्याला जाताना वाटखर्चाला दिलेले एक लाख रुपये औरंगजेबानं कापून घेतले, ते आम्ही विसरलो नाही. त्यावर कळस म्हणून हा कट रचला. तह मोडलाच होता; मग हात हलवीत आपल्या समोर येणं बरं वाटलं नाही. म्हणून येताना औशापर्यंत सर्व वऱ्हाड प्रांत लुटीत आलो. वीस लाखांची लूट मिळाली.'

'व्वा, रावजी! शाब्बास तुमची!' राजे पुढे होऊन रावजींची पाठ थोपटीत म्हणाले, 'अशी समयसूचक माणसं आम्हांला हवीत. औरंगजेबाबरोबर वैर उगवण्याचा पहिला मान तुम्ही मिळवलात. आम्ही समाधान पावलो. रावजी, दोन वर्षं लष्कराचं पोट भरलं, शहाजादा मित्र जोडला, ही गोष्ट बरी झाली. शिवाय, मोगलाई वऱ्हाडाची ओळख झाली. थोर पराक्रम केलात. आता मोगलाई मुलूख मारून खावयास वाव झाला.'

प्रतापरावांच्या आगमनाने राजांचे बळ वाढले.

१५

राजांच्या मावळ मुलुखात नवे चैतन्य पसरले. चार वर्षे जवळजवळ संथ राहिलेला प्रवाह उसळू लागला. गावोगावी घोडी दौडू लागली. गावची तरणीताठी पोरे राजांच्या फौजेत गोळा होत होती. खुंटीवरच्या लटकलेल्या तलवारींना धार चढत होती. मुलुखाची बटाई झाल्यापासून राजांच्यावरचे प्रेम उदंड झाले होते.

राजगडावर दररोज नव्या बातम्या येत. हिंदू लोकांच्यावरील अत्याचारांना ऊत आला. मोगली मुलुखात जुलुमाला कंटाळलेले लोक बाहेर पडत होते. गडाच्या सदरेवर मुलुखाचे सुभेदार, शिलेदार हजर झाले. आपापल्या शिबंदीचा तपशील ते राजांना देत होते.

सदर बैठकीत राजांनी आपला विचार मांडला :

'प्रथम आपले गमावलेले गड हाती यायला हवेत. मिर्झाराजांनी जे तंत्र वापरलं, तेच आपण वापरू. गड घेत असता आपल्या फौजा साऱ्या मोगलाईत पसरू देत. वऱ्हाड, उत्तर गंगथडी, औसा या भागांत फौजा जाऊ देत.'

'एकाच वेळी गडांची आणि मुलुखाची मोहीम?' अनाजी उद्गारले.

'अनाजी, त्यात अवघड काय? आम्ही मिर्झाराजांना गड दिले; पण सत्तावीस गड मजबूत ठेवणं सोपं नाही. त्यासाठी मिर्झाराजांनी गडांचे तट पाडून कमजोर केले. तोटक्या शिबंदीनिशी शत्रूहाती असलेले गड आपल्याला लौकर घेता येतील. ते बळकट होण्याआधीच आपल्या हाती आले पाहिजेत. मोरोपंत पेशवे, निळोपंत मुजुमदार, आणि अनाजी, तुम्ही राजकारण, यत्न करून किल्ले घ्यावेत; आणि आमचे मावळे गड घेतील.'

प्रतापराव सरनौबतांनी तर पुष्कळ मोठे काम केले. मोगलाईत पसरलेले मराठे त्यांनी राजांना आणून भिडविले. राजांनी मुहूर्त पाहून पहिली फौज मोगलाईत पाठवून दिली.

राजांनी आपल्या देखरेखीने दोन हजार माणसांची निवड केली. त्यांत अचूक नेमबाज, तीरंदाज, निष्णात पटेकरी, भालाईत, तलवारबहादूर यांचा समावेश होता. डोक्याला मंदील, अंगात सखलादी अंगरखे असा त्यांचा वेष होता. त्यांच्यापैकी काही सोनकड्यांचे, रौप्यकड्यांचे मानकरी होते.

जिजाबाईंनी विचारले, 'राजे, ही दोन हजार फौज कसली?'

राजे म्हणाले, 'मासाहेब, हे आमचे शरीररक्षक सदैव आमच्या सान्निध्यात राहतील.'

'जिवाला जपू लागलात, तर!' जिजाबाई हसल्या.

'नाही, मासाहेब! यापुढं आम्हांला गाफील राहून चालायचं नाही. वारेमोल जीव

टाकायला आम्ही मोकळे नाही. श्रींचं राज्य ह्या भूमीवर अवतरेपर्यंत गाफील राहणं आम्हांला परवडायचं नाही.'

सूर्यास्त होण्याआधीच सायंकाळी तानाजी, येसाजी, सूर्याजी यांच्याबरोबर राजे गडावरून फिरून आले. वाड्याच्या प्रथम दरवाज्यात जिजाबाई उभ्या होत्या. बाळाजी शेजारी उभे होते. जिजाबाई थकल्या होत्या. मान हलत होती, तरी त्या ताठ उभ्या होत्या. वाड्याच्या दरवाज्याशी जिजाबाईंना पाहून राजांना आश्चर्य वाटले. जिजाबाईंनी ते जाणले.

'राजे, या बाळाजीला वाड्यासमोर देवडी बांधून घ्यायला सांगत होते. आलेल्या माणसाला एकदम सदरेवर यावं लागतं. तुमच्या समोर अवघडतात बिचारी.'

'आमच्या ते ध्यानी आलं नाही.'

येसाजी, तानाजी यांच्याकडे पाहत जिजाबाईंनी विचारले,

'गुप्त बोलणी झाली?'

गडबडीने राजे म्हणाले, 'गुप्त बोलणी कसली? आता सारा उघडा मामला. कोणत्या किल्ल्यापासून सुरुवात करावी, याचा आम्ही विचार करीत होतो.'

जिजाबाई राजांच्याजवळ आल्या. त्या म्हणाल्या, 'चला.'

जिजाबाईंच्या पाठोपाठ सारे जात होते. जिजाबाई वाड्याच्या दक्षिणेला उभ्या होत्या. समोर पाहत हात करीत त्या म्हणाल्या,

'तो पाहा.'

साऱ्यांची नजर वळली. कोंढाणा दिसत होता. जिजाबाईंचे शब्द कानांवर आले,

'रोज सकाळी तो कोंढाणा आमच्या डोळ्यांत सलतो. आमच्या नजीकचा एवढा महत्त्वाचा गड शत्रूहाती असलेला पाहून वाईट वाटतं.'

'महाराज, मासाहेबांच्या तोंडानं जगदंबा बोलली! कौल मिळाला!' तानाजी म्हणाला.

राजे विचारात पडले. मोगलाईने अत्यंत जागरूकतेने राखलेले दोनच गड- एक पुरंधर आणि दुसरा कोंढाणा. कोंढाण्यावर उदयभानु होता. जातीचा रजपूत. कडवा किल्लेदार. दोन हजार राजपुतांच्या कडव्या पहाऱ्यात कोंढाणा जपला जात होता. गडही तसा सोपा नव्हता.

'कसला विचार करता, राजे?' जिजाबाईंनी विचारले.

'मासाहेब, कोंढाणा भारी मजबूत गड. तो घेणं इतकं सोपं नाही. कदाचित...'

'मग त्याचा विचार करू नका.' जिजाबाईंनी सांगितले. 'हा पुढं घेता येईल.'

'नाही, मासाहेब! अशा गडांना भिऊन बादशहाला थप्पड मारणं जमायचं न्हाई.' तानाजी बोलून गेला. 'आमच्या आधी कोंडाणा निपजला असंल, म्हणून आमाला तो भारी न्हाई. ठरली गोष्ट ठरून गेली!'

'पण जबाबदारी फार मोठी! अपयश आम्हांला चालणार नाही.' राजे बोलले.

तानाजी, येसाजी राजांच्याकडे पाहत होते. तानाजी एकदम पुढे झाला आणि त्याने राजांचे पाय शिवले. राजे दचकून म्हणाले,

'तानाजी, हे काय?'

'महाराज! लहानपणापासून हे पाय जोडले! आजवर मी काय बी मागितलं न्हाई. आज एक मागणं हाय!' तानाजी म्हणाला.

राजांनी तानाजीला जवळ घेतले. सद्गदित आवाजात ते म्हणाले,

'तानाजी! माग, राजा! ह्या शिवाजीजवळ तुझ्यापेक्षा मोलाची चीज कोणती नाही.'

'राजे! हा कोंढाणा मला द्या!'

'तानाजी!' राजे ओरडले.

'वचनाला बट्टा लावू नका, राजे! कोंढाणा घ्यायचं काम माझं. अपयश आलं, तर तोंड दाखवणार नाही.'

'तानाजी...' राजांना बोलवेना.

राजे तानाजीसह वाड्यात आले.

दुसऱ्या दिवशी राजांनी तानाजीला विडा दिला, वस्त्रे दिली.

तानाजी सूर्याजीसह कामगिरीवर निघाला. त्याने जिजाबाईंचे पाय शिवले. जिजाबाई म्हणाल्या,

'तानाजी, संभाळून...'

'काळजी करू नका, मासाहेब!... राजे, नवमीच्या रात्री झोपू नका. गडावर नजर ठेवा. नवमीला खुणेची गंजी पेटलेली दिसेल तुम्हांला...'

त्या विश्वासाने राजांची छाती रुंदावली. तानाजीच्या पाठीवर हात ठेवीत राजे म्हणाले,

'तानाजी! मी जागा राहीन. जाळ दिसताच आम्ही जातीनिशी कोंढाण्यावर तुझ्या भेटीला येऊ.'

'राजे, गडाच्या दाराजवळ मी तुमची वाट पाहतो.'

तानाजीने मुजरा केला. रुंदाड छातीचा, पिळदार अंगलटीचा तानाजी राजांच्या समोर उभा होता. त्याची मराठेशाही पगडी, ओठावरच्या गलमिशा, चेहऱ्यावरचे राकट हास्य राजे निरखीत होते. क्षणभर दोघांची नजर एकमेकांना भिडली; आणि तानाजी वळला. दरवाज्याबाहेर जाईपर्यंत राजे त्याच्याकडे पाहत होते.

चार दिवस उलटले. तानाजीने रोहिडखोऱ्यातील मावळे गोळा केल्याची बातमी

आली. कोंढाणा तानाजीला परिचित होता. तरीही राजांच्या नजरेसमोरून कोंढाणा हलत नव्हता. ते काळे कभिन्न ताशीव कडे, राजांनीच बनविलेली भक्कम तटबंदी, उदयभानूसारख्या कडव्या राजपुताचा जागता पहारा. राजांना काही सुचत नव्हते. त्यांचे मन पुरे बेचैन बनले होते. सज्जात उभे राहून ते कोंढाणा पाहत होते. देवघरातील पूजा वाढत होती.

नवमीचा दिवस उजाडला. फडात राजांनी सर्व आज्ञा दिल्या. मुंगीच्या पावलांनी दिवस सरत होता. सूर्यास्ताला राजे सूर्यवंदन करून आले. रात्र वाढत होती. राजे आपल्या महाली बसले होते. राहून-राहून ते सज्जात जात होते. आकाशात नक्षत्रे चमकत होती. पण ज्या ताऱ्याची राजे वाट पाहत होते, त्याची दिशा मोकळीच होती.

रात्रीच्या वेळी मासाहेब महालात आल्याचे पाहून राजांना आश्चर्य वाटले. त्यांच्या बरोबर मनोहारी, पुतळाबाई होत्या. मनोहारीने काही न बोलता समयांच्या वाती प्रज्वलित केल्या. राजांनी विचारले,

'मासाहेब, झोपला नाही?'

'झोपच येईना.'

पुतळाबाईंच्याकडे वळून राजांनी विचारले,

'आणि थोरल्या राणीसाहेब?'

'अवघडलीय् ती. मीच 'झोप' म्हणून सांगितलं.' जिजाबाईंनी उत्तर दिले.

जिजाबाई बैठकीवर बसल्या. बाजूला पुतळाबाई, मनोहारी बैठकीखाली बसल्या. राजे मात्र येरझाऱ्या घालीत होते. कोणी काही बोलत नव्हते. गडावरच्या पहाऱ्यांची जाग मात्र अधूनमधून ऐकू येत होती. प्रहराचे तास वाजत होते. मध्यरात्र टळली, तसे राजे म्हणाले,

'मासाहेब, आपण झोपा. बातमी आली, म्हणजे उठवीन. तानाजी कोंढाण्याशी परिचित आहे. तो अपयश घेणार नाही.'

'अरे, सोन्यासारखी माणसं जीव गुंतवून राहिलीत. झोप येईल कशी?'

राजे परत सज्जात जाऊन उभे राहिले. बराच वेळ राजे उभे होते. कंटाळून राजे वळणार, तोच त्यांची दृष्टी अंधारावर खिळली. एक तारा मोठा होत होता. राजांची खात्री पटली. ते ओरडले,

'मासाहेब, गड घेतला! फत्ते झाली!'

राजांच्या खांद्यावर जिजाबाईंची बोटे विसावली. मागे मनोहारी, पुतळाबाई उभ्या होत्या. राजे बोटाने दिशा दाखवीत होते. जिन्यावर पावले वाजली. मोरोपंत आत आले. आनंदाने म्हणाले,

'महाराज, कोंढाणा सर झाला!'

'तेच आम्ही मासाहेबांना दाखवीत होतो. इतकं सुरेख नक्षत्र आकाशात कधी उगवलं नसेल, उगवणार नाही. मोरोपंत, तानाजीनं शब्द पाळला. आता आम्ही आपला शब्द पाळू. घोडी तयार ठेवा.'

'ती आज्ञा करूनच इकडे आलो.'

'आम्ही आलोच!' राजे वळले.

'आत्ता जाणार?' जिजाबाईंनी विचारले.

'हो, मासाहेब! तानाजीला भेटण्यासाठी आमचा जीव उतावीळ झाला आहे. गडाच्या दाराशी तो आमची वाट पाहत असेल.'

राजे वाड्याबाहेर आले, तेव्हा पेटलेल्या मशालींच्या उजेडात घोडी उभी होती. गडाखाली अश्वदळ सज्ज होते. राजे गड उतरून स्वार झाले. राजांच्या पाठोपाठ अश्वदळ जात होते. समोर मशाली फरफरत होत्या. घोड्यांच्या टापांचा आवाज घुमत होता.

सूर्योदयाच्या सुमारास राजे गडावर पोहोचले. गडाच्या मेट्यावर मावळ्यांचे पहारे होते. राजांना पाहताच मुजरे झडत; पण सारे खालच्या मानेने. राजे पुणे दरवाज्यातून वर गेले. कुणाच्याच चेहऱ्यावर आनंद दिसत नव्हता. उलट, सारे चेहरे काळवंडून गेले होते. सगळीकडे कशी भयाण शांतता पसरली होती.

राजे गडावर आले. कुणाला काही विचारायचे धाडस होत नव्हते. गडावर एके ठिकाणी गर्दी जमली होती. राजांची पावले तिकडे वळली. राजांना पाहताच प्रत्येकाच्या डोळ्यांतून अश्रू ठिबकले. राजांच्या मनाचा थारा उडाला. राजांना वाट दिली गेली.

राजांची पावले जागच्या-जागी खिळली. मोकळ्या जागेत सूर्याजी अश्रू ढाळीत बसला होता. त्याच्या समोर निळा शेला पसरला होता. राजांनी तो शेला त्याच क्षणी ओळखला. तानाजीला विडा देताना तो शेला राजांनी दिला होता. राजांचा डावा हात छातीवर गेला. उभ्या जागी त्यांचा कंठ दाटून आला. राजे उद्गारले,

'आई भवानीऽऽ'

बधिर पावलांनी राजे चालत होते. थरथरत्या हातांनी राजांनी शेला सरकावला. तानाजी शांतपणे झोपला होता. नेत्र मिटले होते. गालावरच्या जखमेचे ओहळ कानावर ओघळले होते. कुठेही व्यथेचा लवलेश दिसत नव्हता. कुणाच्याही दु:खाचे भान तानाजीला राहिले नव्हते. राजे पाहत होते...

राजांचा तानाजी! स्वराज्याच्या स्थापनेपासूनचा सोबती! अफझलच्या प्रसंगातला पराक्रमी... किती आठवायचं! क्षणभर राजांनी आपल्या डोळ्यांसमोर हात धरला. दीर्घ नि:श्वास सोडला. परत राजांना हुंदका फुटला. राजे म्हणाले,

'तानाजी! काय केलंस हे? आजवर कधी खोटं बोलला नाहीस. ते धाडस

आजच का केलंस? अरे, तू वचन दिलं होतंस ना? आमच्या स्वागताला गडाच्या दरवाज्याशी उभा राहणार होतास ना?'

राजांनी मोठ्या कष्टाने अश्रू आवरले. त्यांचं लक्ष सूर्याजीकडे वळले. राजांनी विचारले,

'काय झालं?'

जोत्याजी गहिवरल्या आवाजात बोलत होता. शब्द अडखळत होते...

'...महाराज! रात चढल्यावर सुभेदारांनी गडाला माळा लावल्या. गडावर तीनशे माणूस गेलं असेल, नसेल, तोच दैवानं दावा साधला. गडाला जाग आली. गनीम सावध झाला. हिलाल, चंद्रज्योती लावून हजार-बाराशे माणूस चालून गेलं. सुभेदारांनी 'हर हर ऽ महादेव'ची गर्जना केली; आणि मावळ्यांसह ते चालून गेले. एकच कापाकापी सुरू झाली. तानाजीरावांनी उदयभानूला गाठलं. दोघंबी बळकट. वार करीत चालले. पण सुभेदारांच्या नशिबाचं बळ तुटलं होतं. उदयभानूच्या तडाख्यानं त्यांची ढाल तुटली. डाव्या हातावर वार झेलीत तानाजी उदयभानूला भिडले; आणि काय होतंय्, हे कळायच्या आत दोघेही जमिनीवर कोसळले!'

'आणि?' गद्गदलेल्या स्वरात राजांनी विचारले.

'सुभेदार पडले, तशी साऱ्यांची हिंमत तुटली. सारे कड्याकडे धावू लागले.' सूर्याजीकडे बोट दाखवून जोत्याजी म्हणाला, 'पळणारे मावळे पाहून सूर्याजीरावांनी हिंमत बांधली. फिरंग हाती घेऊन ते धावत गेले. गडाचे दोर कचाकच कापले; आणि ते ओरडले,

' 'तिथं तुमचा बाप पडला, आणि पळता कुठं?'

'पळणारे मावळे वळले. लढाईचा रंग पालटला. राजपूत पळू लागले. अनेकांनी कड्यावरून उड्या घेतल्या. गड काबीज झाला!'

राजांची नजर सूर्याजीकडे वळली. त्याच्या अश्रूंना खळ नव्हता. राजांनी त्याच्या खांद्यावर हात ठेवला. त्या स्पर्शाने सूर्याजीचे मन फुटले!

'महाराज! काय झालं हेऽऽ'

आपले अश्रू कष्टाने आवरीत राजे म्हणाले, 'रडू नको, सूर्याजी! ही घडी रडण्याची नाही. आज खऱ्या अर्थानं तानाजीनं सिंहगडचं नाव भूषविलं. यापुढं तेच नाव कायम राहील. ऊठ, सूर्याजीऽऽ'

राजांनी त्याच्या दंडाला हात घातला. त्याला बळेच उठवीत राजे म्हणाले,

'सूर्याजी, तानाजीच्या मरणाचा हेवा करावा, असं मरण त्यानं गाठलं. एक काम बाकी आहे. त्याखेरीज त्याला शांती लाभायची नाही.'

रडणाऱ्या सूर्याजीला घेऊन राजे भरभर जात होते. नगारखान्याजवळ ते आले. सूर्याजीसह भरभर पायऱ्या चढून ते गेले. गडावर अद्याप हिरवे निशाण फडकत होते.

'बघतोस काय? सूर्याजी, भावाचं स्मरण करून उतरव ते निशाण!'

सूर्याजीने डोळे टिपले, निशाण उतरविले. राजांनी आपल्या अंगरख्यात खोवलेला भगवा ध्वज बाहेर काढला.

'सूर्याजी, मिर्झाराजांना गड खाली करून देताना आमचा हा पवित्र ध्वज आम्ही आमच्या हातांनी उतरविला होता. जीवमोलानं आम्ही हा जतन करून ठेवला होता. राजगडावरून जेव्हा जाळ दिसला, तेव्हाच आम्ही ठरवलं होतं... तानाजीच्या हातानं हा ध्वज आम्ही चढवणार होतो. ते काम तू कर. तो मान तुझाच आहे.'

उगवत्या सूर्यकिरणांत भगवा ध्वज फडकू लागला. क्षणभर राजांची छाती रुंदावली. मागून आलेल्या येसाजीला राजे म्हणाले,

'येसाजी, राजगडला निरोप पाठवा. मासाहेबांना कळवा- आम्ही एक गड घेतला, पण एक बुलंद गड गमावला!'

□

१६

सिंहगडाची व्यवस्था लावून राजे परत आले. सिंहगडचा कबजा म्हणजे मोगलाईची काढलेली प्रत्यक्ष कळ. राजांनी नागाच्या शेपटीवर पाय दिला होता. आता राजांना थांबणे शक्य नव्हते. तानाजीचे दुःख गिळून त्यांनी पुढचे बेत आखले. वऱ्हाडात शिरलेल्या फौजांचा विक्रम राजांना कळत होता.

जिजाबाईंना तानाजीचे दुःख अपार झाले. राजांच्या बरोबरच तानाजी डोळ्यांसमोर वाढलेला. पण त्यांनाही शोक करायला उसंत नव्हती. सोयराबाईंचे दिवस भरत आले होते. त्यांची तब्येत नाजूक बनली होती. वाड्यावर थोडी काळजी पसरली होती.

राजे एकटेच महालात बसले होते. रात्र सरली, तरी काही बातमी येत नव्हती. राजे बेचैन बनले होते. जिन्यावर पावले वाजली. राजांचे लक्ष तिकडे वळले. पावले सावकाश वाजत होती. राजे अधीर झाले. राजांनी विचारले,

'कोण आहे?'

त्याच वेळी दाराशी पुतळाबाई आलेल्या दिसल्या. पुतळाबाई थकल्या होत्या. त्या चेहऱ्यावरचा घाम टिपीत होत्या. पण त्यांच्या चेहऱ्यावरून समाधान ओसंडत होते. त्या हसून म्हणाल्या,

'मुलगा झाला!'

राजांना बरं वाटलं. मनावरचं ओझं उतरलं. पुतळाबाई सांगत होत्या.

'फार त्रास झाला; पण राणीसाहेबांची सुखरूपपणे सुटका झाली.'

'आमची निराशा केलीत.' राजे म्हणाले.

पुतळाबाईंना काही समजेना. राजे हसून बैठकीवरच्या थैलीकडे बोट दाखवीत

म्हणाले,

'पाहा ना! ही आनंदाची बातमी घेऊन येईल, त्याला आम्ही ही मोहरांची थैली देणार होतो...'

'मग मला द्या ना!' पुतळाबाई थैलीकडे सरकत म्हणाल्या.

राजांनी थैली उचलली. ते म्हणाले,

'राणीसाहेब, मोहरांची थैली देण्याइतक्या सामान्य तुम्ही नाही. तुमची खुशाली फार मोठी आहे.'

'कसली?' पुतळाबाईंनी विचारले.

'आम्ही स्वतः!' राजे हसून म्हणाले.

पुतळाबाई एकदम गंभीर झाल्या. राजांनी विचारले,

'खरं नाही वाटत?'

'तुमचा शब्द खोटा नसतो, हे मला ठाऊक आहे. पण एवढं मोठं देणं सोसायचं नाही.'

राजे एकदम भारावले. आपली नजर खाली वळवीत ते म्हणाले,

'असं म्हणू नको, पुतळा! तुझ्याशिवाय असं स्वीकारणारं दुसरं कोणी आम्हांस दिसत नाही.'

उभ्या जागी पुतळाबाईंचे अंग मोहरून गेले. त्याच वेळी मनोहारीने आत प्रवेश केला. पुतळाबाईंना पाहताच ती थबकली. राजांनी हाक मारली,

'कोण, मनू? बातमी सांगायला आली होतीस ना? पण आम्हांला ती आधीच कळली.'

मनोहारीला आपले भाव लपविता आले नाहीत. पुतळाबाई मनोहारीकडे पाहत हसल्या, म्हणाल्या,

'मनू, नशीबवान आहेस तू! ज्याचं देणं त्यालाच मिळायचं.'

राजांनी मनोहारीला बोलविले; आणि तिला थैली दिली. मनोहारीने दोघांना नमस्कार केला. पुतळाबाईंना नमस्कार करीत असता पुतळाबाई म्हणाल्या,

'ज्यानं बातमी सांगितली, त्याला काहीच मिळालं नाही, बघ.'

'हे खोटं हं, मनू!' राजे बोलून गेले.

पुतळाबाई एकदम लाजल्या. मनोहारी काही न समजता महालाबाहेर गेली. पुतळाबाई रागाने म्हणाल्या,

'काय समजेल ती?'

राजे मोठ्याने हसले.

सायंकाळी राजे सोयराबाईंच्या महाली गेले. जिजाबाई बाळाला घेऊन बसल्या होत्या. राजांनी मुलाला पाहिले; सतका केला. राजे सोयराबाईंना भेटले. बसलेल्या

जिजाबाईंना राजांनी विचारले,

'बाहेर शास्त्री का बसलेत?'

मुलाकडे बोट दाखवीत जिजाबाई म्हणाल्या,

'राजे, हा पालथा जन्माला आला!'

'मग त्यात चिंता कसली?' राजे हसून म्हणाले, 'हा दिल्लीची पातशाही पालथी घालील. पालथं राज्यही सावरील. पालथं झाल्याखेरीज काही वेचता येत नाही, मासाहेब!'

राजांच्या बोलांनी साऱ्यांची मने आनंदित झाली. राजे बाहेर आले. शास्त्र्यांना राजे म्हणाले,

'शास्त्रीबुवा, वेळ चांगली आहे ना?'

'चिंता नसावी, महाराज! आपल्यापेक्षाही उदंड कीर्ती संपादन करतील.'

राजे आनंदाने सदरेवर आले. त्यानंतर दोन-चार दिवसांतच राजांनी निळोपंत मुजुमदारांना पुरंधर घेण्यासाठी पाठविले.

राजगडावर मोठ्या थाटात बारसे साजरे झाले. अनेक दाने झाली. मुलाचे नाव 'राजाराम' ठेवण्यात आले. वाद्यांचा गजर झाला.

बारशाच्या दुसऱ्याच दिवशी गडावर पुरंधर घेतल्याची बातमी आली. विजयाची नौबत झडली. निळोपंतांनी पुरंधर काबीज केला व मोगली किल्लेदार शेख रझिउद्दीनला अटक करून राजगडावर पाठविला. बारशाच्या आनंदप्रसंगी विजयाच्या वार्तेबरोबर आलेल्या कैदी किल्लेदाराला राजांनी मानाने सोडून दिले.

मृत्यूच्या तयारीने आलेला रझिउद्दीन राजांच्या औदार्याची तारीफ करीत गडाखाली उतरला.

□

१७

सकाळच्या वेळी सोयराबाईंच्या महालात सारे गोळा झाले होते. बाल राजारामाची आंघोळ झाली होती. नुकत्याच शेकलेल्या केसांमुळे उदाचा वास खोलीत रेंगाळत होता. दिवसाचा खोलीत उजेड कमी असल्याने खोलीच्या चारी कोपऱ्यांत समया अखंडपणे तेवत होत्या. जिजाबाईंच्या शेजारी बसलेल्या येसूबाईंच्या मांडीवर रामराजे होते. नुकतीच आंघोळ झाल्याने बाळराजांचे डोळे झोपेच्या गुंगीत होते; मुठी वळत होत्या.

खोलीत असलेल्या संभाजीराजांनी सर्वांवरून नजर फिरविली. जिजाबाई म्हणाल्या,

'बाळराजे, शास्त्रीबुवांनी लौकर सोडलं, वाटतं?'

'लौकर कुठले सोडतात? खूप वेळ झाला.' येसूबाईंच्याकडे बोट दाखवीत संभाजीराजे म्हणाले, 'आणि ह्यांनी तर आज फाटाच दिला!'

सारे हसले. जिजाबाई म्हणाल्या,

'अरे, ती पोरीची जात. जरा कमी शिकली, म्हणून बिघडत नाही.'

संभाजीराजे जिजाबाईंच्याजवळ बसले. काशीबाईंनी येसूबाईंच्या मांडीवर झोपलेल्या राजारामांना काजळाची तीट लावली; आपल्या भांगात ते बोट पुसले. हे पाहणाऱ्या बाळराजांनी विचारले,

'मासाहेब, छोटे राजे एवढे सुरेख असताना काजळ का लावतात, हो?'

'तुम्हांला नाही का तीट लावीत? नजर लागू नये, दृष्ट लागू नये, म्हणून तीट लावतात.'

बाळराजे एकदम जिजाबाईंच्या कानाशी लागले. जिजाबाई हसत म्हणाल्या,

'घ्या ना! तुम्ही दादाच आहात- पुतळा! राजारामला जरा ह्यांच्या मांडीवर दे.'

पुतळाबाई हसत पुढे आल्या. बाळराजे मांडी घालून बसले होते. त्यांनी मांडीवरचा अंगरखा नीट केला. पुतळाबाईंनी अलगद राजारामांना उचलले, आणि बाळराजांच्या मांडीवर ठेवले. पुतळाबाई म्हणाल्या,

'बाळराजे! जरा मांडी उचला... हां! नाही तर बाळाची मान अवघडेल.'

बाळराजे राजारामाकडे पाहत होते. किलकिल्या नजरेने राजाराम पाहत होते, मिटक्या मारीत होते. आपल्या मांडीवरून बाळाला उचलून घेतल्यामुळे येसूबाई रागावल्या होत्या; पण राग न दाखवता त्या बाळाकडे पाहत होत्या. जिजाबाईंनी बाळराजांना विचारले,

'राजे सदरेवर आले?'

'केव्हाच! ते आले, म्हणून तर शास्त्रीबुवांच्याकडून आमची सुटका झाली.'

पुतळाबाई हसल्या. म्हणाल्या,

'शिकार म्हटली, की कसे कान टवकारतात! आणि शिकायचं झालं, की झाली रड सुरू!'

'बघा, मासाहेब! आम्ही कधी असं केलंय् का?' बाळराजे कुरकुरले.

'गप बसा, ग!' जिजाबाई संभाजीच्या पाठीवरून हात फिरवीत पुतळाबाई म्हणाल्या, 'तुमचेच लाड आहेत हे. परवा खोटंच बाळराजांचं डोकं दुखतं, म्हणून सांगितलं, आणि...

'आईसाहेब, उचला...' बाळराजे ओरडले.

बाळराजांचे हात उंचावले होते, चेहरा रडवा झाला होता. पुतळाबाईंच्याकडे ते पाहत होते. सगळ्यांच्या हसण्याने खोली भरून गेली होती. पलंगावर झोपलेल्या सोयराबाईनाही हसू आवरणं कठीण जात होतं. बाळराजे ओरडले,

'उचला ना!'

पुतळाबाई पुढे आल्या. त्यांनी अलगद राजारामाला उचलले. त्याचा मुका घेत

श्रीमान योगी । ६२५

त्या म्हणाल्या,

'दादामहाराजांना भिजवलंत ना?'

बाळराजे उठले होते. भिजलेला अंगरखा बघत होते. जिजाबाई म्हणाल्या,

'एवढं वाकडं तोंड करायला काय झालं? लहानपणी तुम्ही हेच करीत होता.'

तिकडे लक्ष न देता बाळराजे मनोहारीला म्हणाले,

'आम्हांला दुसरा अंगरखा द्या.'

'बदलायला कशाला हवा?' पुतळाबाईंनी सांगितले. 'वाळेल आपोआप. वास येत नाही त्याला.'

परत हसणे उसळले. बाळराजे परत ओरडले.

'मनू, दे, बाई, त्याला अंगरखा!'

बाळराजे अंगरखा झटकीत बाहेर जायला वळले, तोच नौबतीचा गंभीर नाद कानांवर आला.

'नौबत कसली वाजली?' बाळराजांनी विचारले.

'अरे, कुठल्या तरी विजयाची बातमी आली असेल.' जिजाबाई म्हणाल्या.

बाळराजे मनोहारीबरोबर बाहेर गेले. बाळराजांना अंगरखा देऊन मनोहारी परत आली, तेव्हा खोलीच्या दाराशी राजांची गाठ पडली. मनोहारी खोलीत आली. ती मासाहेबांना म्हणाली,

'बाहेर महाराज... 'येऊ का' विचारतात.'

'या, म्हणावं.'

राजे आत आले. जिजाबाईंना म्हणाले,

'मासाहेब, आमच्या फौजेनं वऱ्हाडात थोर पराक्रम केला.'

'नौबत झडली, तेव्हाच विजय कळला. फक्त नाव कळायचं होतं.'

झोपलेल्या राजारामाकडे पाहून राजे हसले. म्हणाले,

'मासाहेब, हा पालथा जन्मला, म्हणून काळजी वाटत होती ना? पाहिलात याचा पायगुण? हे आले, आणि आम्हांला विजय मिळू लागले. यापुढं नौबतीला उसंत मिळणार नाही.'

□

१८

राजांच्या अनेक तुकड्या मोगलाईत धुमाकूळ घालीत होत्या. अनेक सरदारांवर किल्ले काबीज करण्याची जबाबदारी पडली होती. खुद्द राजे आपली फौज घेऊन गडाबाहेर पडले. माहुलीगडावर त्यांनी नजर वळविली. पुरंधरच्या तहात तो राजांना मोगलांना द्यावा लागला होता. माहुलीवर मनोहरदास गौर नावाचा राजपूत किल्लेदार होता. किल्लेदार मोठा जागरूक आणि कडवा होता. राजांनी भर रात्री हल्ला केला.

पण जागरूक किल्लेदाराने तेवढ्याच निष्ठेने मराठी सैन्यावर हल्ला केला. अकस्मात झालेल्या हल्ल्याने राजांच्या फौजेला सावरता आले नाही. राजांना माघार घ्यावी लागली. पराजयापेक्षाही हजार माणूस हकनाक हरवले, याचे राजांना फार दुःख झाले.

माहुलीच्या पराजयाचे खचून न जाता राजांनी कल्याण-भिवंडीवर चाल केली. शास्ताखानापासून मोगलांच्या कबज्यात गेलेली कल्याण-भिवंडी राजांच्या झडपेने जागी झाली. मोगली अधिकारी आपल्या फौजेनिशी प्रतिकाराला उभे ठाकले. पण राजांच्या फौजेपुढे त्यांचे काही चालले नाही. मराठ्यांनी थोर पराक्रम केला. उझबेगखान ठार झाला. लोधीखान पळून गेला. कल्याण-भिवंडी काबीज झाली.

राजांची फौज चांदवडकडे वळली. चांदवड साफ लुटले गेले. कल्याण-चांदवडची बातमी ऐकून नांदेडचा फौजदार फत्तेजंगखान पळून गेला. मोगलाईत रणचंडी अवतरली होती. नगर-जुन्नरपासून परिंड्यापर्यंत राजांच्या फौजा बेलगाम उधळत होत्या. कर्नाळा हस्तगत झाला होता.

मोगली पराभवाच्या वार्ता मोगल सरदार दाऊदखान कुरेशीच्या कानांवर गेल्या. दाऊदखान राजनिष्ठ होता. खुद्द शहाजादा मुअज्जम आणि दिलेरखान यांसारखे मोगली सलतनीचे पाठीराखे मोगलाईची वाताहत उघड्या डोळ्यांनी पाहत होते; पण दाऊदखानाला हे पाहवेना. खानदेशातून फौज घेऊन तो जुन्नर भागात यायला निघाला. दाऊदखान येत आहे, हे कळताच मराठी फौजा पारनेर, जुन्नर, माहुली या भागांतून हटल्या; आणि जेथून दाऊदखान आला, त्या नगर भागात घुसल्या. उन्हाळ्याच्या सुरुवातीला राजांच्या फौजेने अहमदनगर, जुन्नर, परिंडा या प्रांतांतील एक्कावन गावे लुटली.

माहुलीच्या किल्लेदाराने राजांचा पराभव करताच आज ना उद्या मराठ्यांची धाड येईल, हे ओळखून बादशहाकडे जादा मदत मागितली; पण त्याच्या मागणीकडे कोणी लक्ष दिले. तेव्हा राजांच्या हल्ल्याच्या भीतीने तो किल्ला सोडून निघून गेला. त्याच्या जागी अलावर्दी बेग किल्लेदार बनला. गड पहिल्या हल्ल्यात कमकुवत बनलेला; किल्लेदाराचा बदल झालेला. राजांना हे समजताच राजांनी माहुलीवर चाल केली. पहिल्या पराजयाने चिडलेली फौज माहुलीवर तुटून पडली. मोठ्या शर्थीने राजांनी माहुलीगड जिंकला. किल्लेदार अलावर्दी बेग व त्याचे दोनशे साथीदार राजांनी कापून काढले. माहुलीवर भगवा ध्वज फडकू लागला.

राजे गडावर समाधानाने परतले होते. माहुली, कर्नाळा यांसारखे गड भर पावसाळ्यात, शत्रूच्या डोळ्यांदेखत राजांनी काबीज केले होते. महिन्याच्या अवधीत राजांनी कोंढाणा, पुरंधर, कल्याण, लोहगड, हिंदोळा, माहुली, अर्नाळा, रोहिडा यांसारखे गड आपल्या कबज्यात आणले होते. वऱ्हाड-खानदेशाची लक्षावधी

होनांची संपदा घरी आली होती.

राजे गडावर आले. अमाप संपत्ती घरी येत होती. नवीन मुलूख जोडला जात होता. राज्य भराभर वाढीला लागले होते. नवे मिळणे हे जितके महत्त्वाचे, तितकेच मिळालेले राखणे हेही महत्त्वाचे आहे, हे राजांनी ओळखले होते. जिंकलेल्या किल्ल्यांवर ठेवायला राजांनी आपली निवडक माणसे शोधली. प्रत्येक गड दारूगोळा भरून सुरक्षित केला. अफझलखानाचा पराभव केल्यानंतर राजांनी पन्हाळ्यापर्यंतचा मुलूख बघता-बघता काबीज केला होता; पण आदिलशाहीची आणि मोगलाईची आच लागताच तोच मुलूख राजांना गमवावा लागला. हा अनुभव राजे विसरले नाहीत. सर्व मुलूख त्यांनी जागता ठेवला.

पावसाच्या धारा गडावर ओतत होत्या. धुक्याने गड वेढला जात होता. पण त्याचीही राजांनी पर्वा बाळगली नाही. कोकण, मावळ राजांच्या हाती आले होते. राजांनी मोरोपंतांना जुन्नर-शिवनेरींवर रवाना केले. अनाजीपंत, प्रतापराव, आनंदराव यांनाही मोगलाईवर रवाना केले.

कारभार वाढत होता. फडाची जबाबदारी गुंतागुंतीची होत होती. तो कारभार पाहण्यास कोणी तरी आवश्यक होते. राजांनी नजर निळोपंतांच्यावर खिळली. निळोपंतांचे वय झाले असले, तरी म्हातारा खारकेसारखा होता. त्यांनीच पुरंधर परत स्वराज्याच्या माळेत जोडला होता. निळोपंतांना लढाई व राजकारण दोन्ही कळत होते. असाच माणूस मुजुमदारीला हवा होता. राजे निळोपंतांना म्हणाले,

'निळोपंत, तुम्ही माहोलीपासून भीमगडपावेतो व इंदापूर, चाकण कदीम या वतनीचा कारभार करावा.'

निळोपंत म्हातारे झाले होते, तरी तलवारीच्या मुठीची त्यांची पकड ढिली झाली नव्हती. राजांची आज्ञा ऐकून ते नाराज झाले. निळोजीपंतांनी राजांना विनंती केली.

'राजे, हे काम दुसऱ्या कुणाला तरी सांगावं. आपणांबरोबर येऊन दहा लोकांबरोबर काम करावं, आज्ञा केलीत, तर गड घ्यावे, असं अजून वाटतं.'

राजे पंतांचे हात धरून म्हणाले, 'पंत, तुम्हांला काय म्हणायचं आहे, ते आम्ही जाणतो. या कामाचं वाईट वाटून घेऊ नका. स्वराज्यात सारेच शिलेदार झाले, तर कारभार कुणी पाहावा? तुम्ही वतनावर राहून कारभार पाहा. हेही काम मोठं आहे.'

राजांचा कल पाहून पंतांनी ते मान्य केले. ते म्हणाले,

'आपल्याला हे काम थोर वाटतं, तर ते करीन. एकानं सिद्धसंरक्षण करावं, एकानं साध्य करावं. दोन्ही कामं साहेब बराबरी मानितात.'

'अलबत!'

'मग एक अर्ज आहे. मुजुमदारी करीत असता वसुलाची टक्केवारी मला नको.

मोरोपंत पेशवे आहेत. त्यांना पंचवीस मिळाले, तर मला वीस मिळावेत.'

राजांनी निळोपंतांचे शल्य जाणले. त्यांनी त्यांची विनंती आनंदाने मान्य केली.

रात्री राजे जिजाबाईंना म्हणाले, 'मासाहेब, आम्ही थोडे दिवस रायगडला जाऊन येतो.'

'राजे, अद्याप पाऊस संपला नाही. सारं करीत असता तब्येतीकडे पण जरा लक्ष द्या आणि एवढ्या तातडीनं रायगडला बरं?'

'मासाहेब, मागे एकदा आम्ही बोललो होतो... आता राज्याचा पसारा वाढतो आहे. तो आता कमी व्हायचा नाही. राजधानीसाठी सुरक्षित जागा आम्हांला हवी.'

'राजगड काय वाईट आहे?'

'मासाहेब, आज ना उद्या मोगली सत्तेला आम्हांला टक्कर द्यावी लागेल. पुण्यानजीक असलेला हा राजगड तेवढा सुरक्षित नाही. सह्याद्रीच्या कपारींनी कोट करून राखलेला महाड आमच्या नजरेत आला. महाडमुळं आमची सत्ता पश्चिम समुद्राच्या किनाऱ्याला भिडली. महाड जसं व्यापारी केंद्र आहे, तसंच सुरेख बंदरही आहे. पण आम्ही विचार केला सिद्दीचा. ती राजधानी केली, तर सिद्दीला उपद्रव देणं सोपं जाईल. त्याचसाठी आम्ही रायगड किल्ला निवडला आहे. रायगड अस्मानाला भिडला आहे. सर्व सोयींनी सज्ज झाला, की कैलास भासेल, अशी ती जागा आहे. पाहाल, तेव्हा थक्क व्हाल.'

जिजाबाई हसल्या; म्हणाल्या,

'बाबा रे! मी म्हातारी. आताशा राजगडची ही हवा मानवत नाही. त्या तुझ्या कैलासानं कसा टिकावं लागेल माझा?'

राजे म्हणाले, 'त्याची चिंता करू नका. रायगडच्या पायथ्याशी पाचाडात मुद्दाम आपल्याकरिता वाडा बांधला आहे. आपल्याला कुठंही राहता येईल.'

जिजाबाई भारावल्या. 'आता तुम्हांला सोडून कुठं राहावं, असं वाटत नाही.'

जिजाबाईंची अनुज्ञा घेऊन राजे रायगडी रवाना झाले.

□

१९

आपल्या रक्षकांसह राजे पाचाडला आले. बरोबर सर्जेराव, बहिर्जी, महादेव ही मंडळी होती. राजांनी पाचाडचा दोन चौकी वाडा प्रथम पाहिला. भक्कम तटबंदीत वसलेला तो वाडा पाहून राजांनी समाधान व्यक्त केले. राजे आल्याचे कळताच गडावरचे आबाजी सोनदेव, रामराव प्रभू, गडावरच्या इमारतखात्याचे प्रमुख हिरोजी इंदलकर हे राजांना सामोरे आले. साऱ्यांनी राजांना मेणा करण्याची विनंती केली. पण राजे म्हणाले,

'पुढं आम्ही पालखीनंच चढण चढू; पण आज गड पायी चढण्याची इच्छा

आहे. हिरोजी, तुमचं बांधकाम अधिक बारीक नजरेनं पाहता येईल. चालेल ना?'

'महाराज, बारीक नजरेनं पाहूनही चूक दिसायची नाही. मी आज आहे, तर उद्या नाही; पण गड पिढ्यान् पिढ्यांची अमानत.'

'शाब्बास, हिरोजी! माणसाला धमक असावी, तर अशी! ज्यांच्या ठायी विश्वास असतो, त्यांना काय अशक्य?'

राजे सकाळच्या थंड वेळी गड चढत होते. पश्चिमेच्या बाजूने गडाची वाट असल्याने ती वेळ सावलीची होती. आकाशाला भिडलेला गड पाचाडहून दिसत होता. गडाला किंचित वळसा देऊन राजे खिंडीतून वाडीवर उतरले. लहान दरवाज्यातून राजे गड चढत होते. नाना दरवाज्यातून राजे वर आले, आणि त्यांच्या सूक्ष्म नासिकेला सुवास जाणवला. राजांनी पाहिले, तर लहान दरवाज्याच्या खाली एक चाफ्याचा हिरडा बहरला होता. राजे तसेच पुढे सरकले. काही ठिकाणी वाट सरळ खोदली होती; तर काही ठिकाणी पायऱ्या खोदल्या होत्या. कड्याच्या गर्भात लपलेल्या धान्यकोठाराची पाहणी करून राजे वाटचाल करू लागले.

दृष्टीला भोवळ यावी, असे एका बाजूला ताशीव तुटलेले कडे आणि दुसऱ्या बाजूला नीट आकाशात चढलेली दरड आणि त्यांमधून जाणारी चिंचोळी वाट राजांच्या मनाला सुखवीत होती. तोरण्याखेरीज एवढी चिंचोळी वाट राजांनी अनुभविली नव्हती.

महादरवाज्याच्या खाली राजे येऊन विसावले. सकाळच्या वेळीही त्यांचा चेहरा घामजेला होता. अंगरख्याच्या बाहीत खोवलेल्या रुमालानं घाम टिपीत राजांनी दरवाज्याची खूण दाखविणाऱ्या अर्धगोलाकार तटबंदीवर नजर टाकली. श्वास घेऊन राजांनी पायऱ्या चढायला सुरुवात केली. गडाच्या प्रथम दरवाज्यापर्यंत येईतो राजांचा ऊर भरून आला. दरवाज्याच्या खिंडीत विसावत राजे म्हणाले,

'हिरोजी, सुरेख जागा निवडलीत. आमच्या गडाचे दरवाजे सूर्यास्ताला बंद करून घेण्याची काहीच गरज नाही. ते उघडे राहिले, तरी काही बिघडणार नाही.'

आबाजी सोनदेवांनी विचारले, 'महाराज, कारण समजेल?'

राजे हसून म्हणाले, 'त्यात अवघड काय? गडाच्या दरवाज्याची चढण इतकी खडी आहे, की केवढाही मातब्बर गनीम चाल करून आला, तरी गडाच्या दरवाज्याशी येईपर्यंत त्याला हातातल्या फिरंगीचा वार करण्याचं सामर्थ्यही राहणार नाही. अशी ही अवघड जागा आहे.'

हिरोजी अदबीने म्हणाले, 'महाराज, गडावर यायला एवढी एकच वाट आहे.'

'आम्हांला असाच गड हवा होता.'

राजे गडावर आले. उन्हाची वेळ चढती असूनही हवेत कमालीचा गारवा होता. गडाच्या माथ्याला वर्षा ऋतूचे सरते मेघ स्पर्शून जात होते. त्यामुळे गडाला स्वप्ननगरीचे

स्वरूप प्राप्त झाले होते. हत्तीटाळ्याला बगल देऊन राजे जात असता राजांची नजर फिरत होती. शेकडो मजूर राबत असलेले दिसत होते. राजांनी विचारले,

'हे टाकं इथं बरं बांधलंत?'

हिरोजी म्हणाले, 'राजे, हे हत्तीटाकं. मागे पंत आले, तेव्हा म्हणाले की, इथं हत्ती वावरणार; त्यांना डुंबायला जागा हवी.'

'काही वेळा आमच्या मोरोपंतांना फार दूरचं दिसतं.'

राजे गंगासागरावर उभे होते. निर्मळ पाण्याने भरलेला तो गंगासागर बालेकिल्ल्याचे प्रतिबिंब उरात साठवून पसरला होता. गंगासागरावरून राजांची नजर बालेकिल्ल्याच्या तटाला लागून गंगासागराच्या काठावर उभ्या असलेल्या द्वादशकोणी दोन उंच मनोऱ्यांवर खिळली. अनेक रेखीव दगडी खिडक्यांनी सजलेले ते पाचमजली मनोरे नजर खिळवून ठेवीत होते. राजांनी ते निरखले.

'हिरोजी, तुम्ही मनकवडे तर नाही? आम्ही जेव्हा उत्तरेत गेलो होतो, तेव्हा वाटेवरल्या मानसिंग किल्ल्यानं असंच आमचं लक्ष वेधून घेतलं होतं. त्या किल्ल्यावरचे सुबक मनोरे पाहून आम्हांला असं वाटलं होतं की, आपणही असेच मनोरे बांधावेत. न सांगताही ती इच्छा तुम्ही पुरी केलीत!'

राजांनी तो बालेकिल्ला नजरेखालून घातला. सात राण्यांचे महाल पाहून क्षणभर राजे उदास झाले. ते हिरोजीला म्हणाले,

'हिरोजी, हे आठ महाल असते, तर फार बरं झालं असतं.'

राजे बालेकिल्ला पाहत होते. अंधारकोठड्यांपासून टांकसाळीपर्यंत सर्व व्यवस्था पाहून राजांनी विचारले,

'एवढे बारीक तपशील कुणी दिले?'

'मोरोपंतांनी!'

'भारी हुशार आणि दूरदर्शी माणूस. असा अष्टावधानी आम्ही पाहिला नाही. राजकारणात आणि युद्धकारणात पारंगत. प्रतापगड त्यांनीच रेखला. पण हे भव्य काम मोठं. हिरोजी, आबाजी आणि मोरोपंत, तुम्हां तिघांना याचं श्रेय!'

सोनारशाळा, दप्तरखाना पाहत राजे पुढे जात होते. प्रधानांची जागा पाहून राजे परत मेणदरवाज्यापाशी आले. उत्तरेचा मेणदरवाजा त्यांनी ओलांडला. सूर्य माथ्यावर आला होता. मेणदरवाज्याबाहेर प्रशस्त, मोकळे पठार होते. पठाराच्या टोकाला तुटलेले कडे होते. जागा बंदिस्त होती. दूरवर पसरलेली सह्याद्रीची शिखरे आणि मुलूख नजरेत भरत होता. आबाजी म्हणाले,

'राणीवशातील लोकांना फिरायला म्हणून ह्या जागेची आखणी केली.'

'फार सुरेख जागा! ध्यानालाही हे ठिकाण चांगलं आहे.'

बालेकिल्ला पाहत राजे मनोऱ्यावर आले. एका मनोऱ्याच्या कमानींना सुबक

महिरप कोरली होती. दुसरा मनोरा साधा होता. नक्षीदार मनोऱ्याकडे बोट दाखवीत हिरोजी म्हणाले,

'तो राणीवशाकरिता!'

'व्वा, हिरोजी! तुमच्या रसिकपणाचं आम्ही कौतुक करतो.'

राजे बालेकिल्ल्यातील मध्यभागाच्या राजसदरेवर आले. राजसदरेवरच्या भव्य इमारतीसमोर आकाशात उंच चढलेला नगारखाना दिसत होता. राजसदरेच्या आणि नगारखान्याच्या मध्ये विस्तृत चौक दिसत होता. राजे उद्गारले,

'केवढी भव्य सदर आखलीत! सम्राटाला शोभेल, अशी राजसदर आहे.'

चार दिवस राजांचा मुक्काम गडावर होता. राजांनी आपला वाडा पाहिला, प्रधानांचे निवास पाहिले. भव्य बाजारपेठ, पिलखाना, दारूकोठार, जगदीश्वरप्रासाद, पागा... साऱ्या वास्तू पाहून राजे प्रसन्न झाले.

सायंकाळच्या वेळी टकमक टोकावर राजे उभे होते. प्रचंड दरी समोर पसरली होती. निजामपूरची वस्ती घरट्याएवढी दिसत होती. दूरवर पर्वतशाखा पसरल्या होत्या. समोर कोकणदिवा दिसत होता. त्या डोंगराकडे बोट दाखवून राजे म्हणाले,

'या कोकणदिव्यासारख्या किती तरी गडांनी रायगडाचं संरक्षण केलं आहे. ईशान्येला लिंगाणा, पूर्वेला तोरणा, दक्षिणेला कांगोरा, चांभारगड, सोनगड, वायव्येला तळेगड, उत्तरेला घोसाळगड या गडांच्या माळेत रायगड सुरक्षित आहे... हिरोजी, हे टकमक टोक मात्र मोकळं कसं सोडलंत?'

'महाराज, ही कडेलोटाची जागा म्हणून राखली आहे.'

राजांचे भाव एकदम बदलले. ते स्वत:शीच बोलावं, तसे बोलले,

'याही जागेची गरज असतेच ना! बिचारे कोण दुर्दैवी जीव या जागेचे मानकरी ठरणार आहेत! कसलं दु:ख आमच्या जिवाला लावून जाणार आहेत!... चला, हिरोजी. परत जाऊ.'

राजे बाजारपेठेत आले. ते हिरोजींना म्हणाले,

'हिरोजी, नुसत्या बालेकिल्ल्यानं, गंगासागरानं आणि कारभाऱ्यांच्या निवासस्थानांनी राजधानी पुरी होत नाही. चांगल्या जागा पाहून सरदारांसाठी, हुजुरातीसाठी, ब्राह्मणवर्गासाठी घरटी उभी करा. पाण्याच्या साठ्यासाठी अनेक जागा शोधा. विपुल वस्ती असल्याखेरीज गड शोभायचा नाही.'

'गडावर आधीच खर्च अमाप झाला आहे. मोरोपंतांनी हात राखून खर्च करण्याची आज्ञा केली आहे. जेवढं आवश्यक, तेवढंच केलं. अजून पुष्कळ करायचं...'

राजांच्या चेहऱ्यावर हास्य उसळले. हिरोजींच्या खांद्यावर हात ठेवीत ते म्हणाले,

'सारं करा! खर्चाची काळजी करू नका. आपल्याला आता काय कमी आहे?

बादशहाची व्यापारी पेठ सुरत एवढी हाताशी असता कमतरता कशाची? गडाचा प्रत्येक दगड रत्नांनी जडवतो, असं म्हटलंत, तरी ते आता अशक्य नाही. पण आता जास्त वेळ लावू नका. शक्य तो लौकर गडावर राजधानी हलावी, अशी आमची इच्छा आहे.'

हिरोजी उत्साहाने म्हणाले, 'महाराज, तीन हजार माणूस राबत आहे, तिथं पाच हजार करतो. आता केव्हाही आपले पाय गडाला लागू देत.'

दुसऱ्या दिवशी समाधानाने राजे गड उतरले.

□

२०

कल्याणला राजांची छावणी पसरली. आज्ञापत्रानुसार राजांच्या फौजा छावणीवर दाखल होत होत्या. घोड्यांच्या टापांचा आवाज वातावरण भरून टाकीत होता. आनंदराव आपल्या फौजेसह येऊन मिळाले. पाठोपाठ सेनापती सरनौबत प्रतापराव, व्यंकोजीपंत आले. राजांची वीस हजारांची फौज मोहिमेच्या आज्ञेची वाट पाहत होती. दिवाळीचे दिवस नजीक येत होते. राजांनी सुरतेत दिवाळी साजरी करण्याचे ठरविले. सुमुहूर्तावर कुचाचे नगारे झडले. फौज सुरतेची वाटचाल करू लागली.

सुरतेपासून अवघ्या दहा कोसांवर शिवाजीराजे पोहोचले, तरी सुरत झोपेतच होती. कल्याणच्या इंग्रज जासुदांनी राजांची फौज कल्याणमध्ये गोळा होताना पाहताच सुरतेला धोक्याची सूचना दिली होती, त्याप्रमाणे इंग्रजांनी सावधगिरी बाळगली. आपला सर्व माल स्वालीच्या गोदीवर त्यांनी सुरक्षित ठेवला. कल्याणच्या सुभेदारालाही ती बातमी समजली होती; पण सुभेदाराने तितके लक्ष दिले नाही. अशा अफवा सुरतेत नेहमीच उठत असत. सुभेदाराच्या हातांखाली सुरतरक्षणाकरता अवघे तीनशे सैनिक होते. शिवाजीराजांच्या पहिल्या लुटीनंतर सुरतेत फक्त एकच बदल घडला होता; तो म्हणजे सुरतेचा तट. सुरतेभोवती भक्कम तटबंदी उभारली होती. ऐश्वर्यसंपन्न व्यापारी पेठेच्या लौकिकाला शोभतील, अशा देखण्या वेशी उभारल्या होत्या.

दहा कोसांवर येऊन जेव्हा राजांच्या फौजेने मुक्काम केला, तेव्हा सुभेदाराचे डोळे खाडकन् उघडले. 'शिवाजी आया'ची सुरतेत हाकाटी उठली. सुरतेचे लोक चीजवस्तू टाकून मिळेल, तिकडे धावत सुटले. सुरतेचा सुभेदार गियासउद्दीन तीनशे सैनिकांसह सुरतेच्या बंदोबस्ताला उभा राहिला. औरंगजेबाने सुरतेला तटबंदी केली होती, पण वेशीला दरवाजे करण्याचे तेवढे तो विसरला होता.

मशिदीतल्या क्षीण बांगेने सुरत जागी झाली; किंबहुना जे जागे होते, त्यांना रात्र सरल्याचे जाणवले. थंडीतल्या ओल्या धुक्याचा पडदा सूर्योदयाबरोबर उचलला गेला. सुरतेत भयाण शांतता पसरली होती. दिवाळीच्या लक्ष्मीपूजनाचा दिवस. वास्तविक पाहता या दिवशी सुरतेत केवढी गडबड असायची! पहाटेलाच हिंदू

व्यापाऱ्यांच्या घरांसमोर मंगल वाद्ये वाजायची. रस्त्यावर घोड्यांचे चौकडे खडखडायचे. हळू हळू नाना भाषांच्या आवाजांनी रस्ता कुजबुजायचा. त्याच सुरतेत भर दिवसा भयाण शांतता नांदत होती. एखादे कावरेबावरे झालेले कुत्रे रस्त्यातून जाताना दिसत होते.

सूर्य आकाशात चढत होता. वेशीजवळ गियासउद्दीन भर थंडीतही आपला घाम पुशीत उभा होता. त्याच्या सैनिकांची भित्री नजर वारंवार सुरतेबाहेरच्या माळावरून फिरत होती. सगळीकडे कसे शांत होते. ती शांतता माणसाला पागल बनवायला समर्थ होती. गियासउद्दीन आपल्या जरी कलाबुतीच्या जाकिटाची बटने सैल करीत हसून म्हणाला,

'शिवाजी कभी नहीं आयेगा. ये सब झूठ है!'

पण कोणी त्याला साथ दिली नाही. सारे तटाबाहेर पाहत होते. एक सैनिक दबल्या आवाजात म्हणाला,

'सुभेदारसाब ऽ ऽ'

'क्या है?' सुभेदाराने घाबरून विचारले.

'देखो ऽ ऽ'

सैनिकाने दाखविलेल्या दिशेकडे सारे पाहू लागले. काही दिसत नव्हते. फक्त दूरवरच्या टेकडीच्या माथ्यावर तांबूस पट्टा दिसत होता. गियासउद्दीन रागाने म्हणाला,

'क्या बकता है?'

'सुनो ऽ ऽ' तो सैनिक ओरडला.

साऱ्यांचे श्वास थांबले, कान तीक्ष्ण बनले. मधाचे मोहोळ उठावे, तसा आवाज येत होता. गियासउद्दीन टाळा वासून बघत होता. त्याच्या कपाळावरून घाम निथळत होता. ज्यासाठी जीव उतावीळ होता, ते शेवटी दिसले. सुरतेच्या समोर दूरवर या टोकापासून त्या टोकापर्यंत काळी रेघ उमटली. गारांचा पाऊस पडताना आवाज यावा, तसा घोड्यांच्या टापांचा आवाज येत होता. कोणी तरी ओरडले,

'शिवाजी आया ऽ ऽ ऽ'

ताठरलेल्या डोळ्यांनी सारे ते दृश्य पाहत होते. टापांचा अखंड नाद कानांवर येत होता. अचानक तो आवाज थांबला. शिवाजीचे घोडदळ थांबले होते. सुरतेच्या समोर उभा ठाकलेला तो सेनासागर पाहून गियासउद्दिनाने निर्णय केला. सेनाप्रमुखाला अखेरपर्यंत वेस लढविण्याचा आदेश देऊन गियासउद्दीन सुरतेच्या किल्ल्याच्या आश्रयाला गेला.

उमद्या श्वेत घोड्यावर राजे बसले होते. उजव्या बाजूला प्रतापराव होते. डाव्या बाजूला आनंदराव व्यंकोजीपंत होते. राजे सुरतेकडे पाहत होते. सूर्यप्रकाशात सुरत नवरत्नांच्या अंगठीसारखी दिसत होती. राजे म्हणाले,

'प्रतापराव, तुम्ही शहराचा कबजा घ्या. आनंदराव आणि व्यंकोजीपंत, तुम्ही

शहराची नाकेबंदी करा. आम्ही आमच्या फौजेनिशी छावणी करतो. लूट जारी ठेवा. टोपीवाले, वलंदेज वगैरे परक्या लोकांच्या वखारींची कळ काढू नका. लढाई टाकून लुटीवर लक्ष ठेवा. जय भवानी!'

राजांनी आपली तलवार उपसली. त्या तलवारीचे टोक त्यांनी आवेशाने सुरतेकडे दाखविले. गगनाला भिडणारी 'हर हर महादेव'ची एकच गर्जना उठली. बघता-बघता अश्वदळ भरधाव वेगाने उधळले. पाहता-पाहता राजांना सुरत वेढलेली दिसली. वेशीसमोर क्षणभर गर्दी दिसली; आणि काही वेळातच वेशीतून प्रवेश करणारे घोडेस्वार राजांच्या नजरेत आले. राजांच्या चेहऱ्यावर समाधान पसरले.

मराठी फौजा सुरतेत पसरल्या. सुरतेची अनिर्बंध सत्ता मराठ्यांच्या हाती होती. वाड्यांचे दरवाजे, पेढ्या लुटल्या जात होत्या. कोठारावरील संपत्ती राजांच्या समोर रचली गेली. राजांच्या समोर द्रव्यांच्या राशी पडल्या होत्या. इंग्रजांच्या वखारींवर मात्र जागता पहारा होता. राजांच्या सैनिकांनी त्यांना दम देताच वखारींवरून गोळीबार झाला. या चकमकीत राजांचे अनेक शिपाई ठार झाले. वखारींत अवघे पन्नास गोरे स्ट्रिमशॅम मास्टरच्या नेतृत्वाने वखारींचे निष्ठेने रक्षण करीत होते. त्याच वेळी इंग्रज वखारींचा गव्हर्नर जिराल्ड अॅग्रर स्वालीच्या गोदीत इंग्रज मालाचे रक्षण करीत होता. मास्टरचा कडवा विरोध पाहून राजांच्या आज्ञेमुळे मराठ्यांनी वखारींवर चाल केली नाही.

राजांनी डचांना तटस्थ राहण्याचा सल्ला दिला होता, त्याप्रमाणे ते तटस्थ होते. ते सुरक्षित राहिले. फ्रेंचांनी सुद्धा आधीच तह केल्यामुळे तेही सुरक्षित होते; पण फ्रेंचांच्या वखारींसमोर असलेल्या जुन्या सराईत नुकताच सुरतेत आलेला काशगरचा राजा मराठ्यांच्या वेढ्यात सापडला. पहिल्या दिवशी त्याच्या रक्षकांनी मराठ्यांना रोखले; पण रात्र पडताच त्यांनी राजाला सुरक्षितपणे सुरतेच्या किल्ल्याच्या आश्रयाला पाठविले. राजाचा सर्व माल मराठ्यांच्या हाती सापडला. त्या मालात सोने, रुपे, मौल्यवान पदके, सोन्याचा पलंग व खूप जवाहीर सापडले.

रात्र पडली, तशी सुरतेवर तांबूस किनार उठली. आकाश प्रकाशमान झाले. मोगलांची व्यापारपेठ सुरत आपल्या प्रकाशाने आकाश उजळीत होती.

राजांनी तीन दिवस सुरतेची लूट केली. शेवटी इंग्रजांकडूनही तलवारी, सुऱ्या, भारी वस्तू यांचा नजराणा आला. कोट्यवधी होनांची संपत्ती राजांच्या हाती गोळा झाली होती. राजे त्या लुटीवर तृप्त होते. सुरतेत मिळालेल्या घोड्यांवर लूट लादून राजे माघारी पळले.

सुरतेची राजांनी परत बेसुरत केली. शिवाजी परत गेला, यावर कुणाचा विश्वास बसत नव्हता. आगीमध्ये धुमसणाऱ्या सुरतेत सर्रास लूट सुरू होती. कुणाचा पायपोस कुणाच्या पायात नव्हता. या संधीचा फायदा घेऊन खुद्द स्ट्रिनशॅम मास्टर

आपल्या खलाशी सहकाऱ्यांसह नंतरच्या लुटीत आपले हात धुऊन घेत होता.

सुरतेने बारा लक्ष रुपयांची वार्षिक खंडणी कबूल केली नाही, तर पुढच्या वर्षी परत येऊन सुरत बेचिराख करण्याची तंबी देऊन राजांनी सुरत सोडली.

त्या वेळी सुरत धुराचे निःश्वास सोडीत होती.

□

२१

घोड्यांची पथके सावकाश वाटचाल करीत होती. त्यांच्या मागे लूट लादलेली शेकडो घोडी, खेचरे चालत होती. लुटीच्या ऐवजाच्या मागे-पुढे हत्यारबंद स्वारांचे संरक्षण होते. त्यांच्या मागे राजे आपल्या सेनापतीसह जात होते. मागे फौज होती. राजे सुरतेहून बागलाणात उतरले होते; आणि जासुदाने मोगल सरदार दाऊदखान चालून येत असल्याची बातमी आणली. राजे गडबडीने आपल्या लुटीसह कांचना-मंचना खिंडीतून चांदवड डोंगराची रांग ओलांडून गेले. डोंगरपायथ्याला आल्यानंतर राजे थांबले. रात्र पडली होती. प्रतापराव म्हणाले,

'महाराज, दाऊदखान येतो आहे. विसावा न घेता जर कूच केली, तर आपणांला गडाच्या आश्रयाला जाता येईल.'

'नाही, प्रतापराव. त्याची काही गरज नाही. पायदळ आणि दोन हजार घोडेस्वार देऊन त्यांना लुटीसह पुढं पाठवा. लूट राजगडावर घेऊन जायला सांगा.'

प्रतापरावांना वाटले, लूट पुढे पाठवून राजे नाशिककडे वळतील. त्या समजाने प्रतापरावांनी भीती व्यक्त केली,

'पण दाऊदखानानं लूट पकडली, तर?'

'ते त्याला जमायचं नाही. पाहता काय, प्रतापराव? दाऊदखान येतो, असं समजताच आम्ही पळून जाऊ, असा समज शत्रूचा असणार. यापुढं पळणं बंद! पाहू, दाऊदखान कसा लढतो, ते.'

प्रतापराव त्या भाषणाने उत्साहित झाले. त्यांनी लूट सुरक्षितपणे पाठवून दिली.

दाऊदखान बऱ्हाणपुराहून बागलाणकडे झेपावत होता. मध्यरात्री दाऊदखानाला बातमी मिळाली की, शिवाजी कांचना-मंचना खिंडीतून नाशिककडे निम्मी फौज घेऊन गेला असून, निम्मी फौज त्याने खिंडीपाशी ठेवली आहे. ही बातमी समजताच दाऊदखान ताबडतोब निघाला.

राजांच्या जासुदांनी दाऊदखानाचे सैन्य येत असल्याची बातमी आणली. राजांनी विचारले,

'सैन्य किती आहे?'

'फार तर चार हजार भरेल; पण खानाजवळ दारूगोळा आहे, हत्ती आहेत.'

'फार चांगली गोष्ट आहे. फौजेला तयार राहण्याचे हुकूम द्या.'

काही क्षणांतच तळावरच्या शेकोट्या विझल्या. राजांची फौज चूपचापपणे तयार होत होती. पहाटेचा गारवा उतरत होता. साऱ्या फौजेचे बाहू स्फुरण पावत होते. पहाट झाली. राजांनी पंधरा हजारांची फौज जय्यत तयारी होऊन सपाट माळावर पसरली होती. खुद्द राजे आपल्या पांढऱ्या घोड्यावर स्वार झाले होते. अंगात जरी बख्तर होते. माथ्यावर शिरस्त्राण शोभत होते. सुवर्णाचे काम केलेले दस्तबख्त राजांच्या पोलादी मनगटावर विसावले होते. नाजूक कमलदलासारखी याची टोके कोपरापर्यंत गेली होती. राजांनी दोन्ही हातांत पट्टे चढविले होते. राजे आपल्या खाशा संरक्षणदळात फौजेच्या मागे उंचवट्यावर उभे होते. जवळ प्रतापराव होते. व्यंकोजीपंत व आनंदराव फौजेतून फिरत होते.

दाऊदखानाच्या आघाडीवर इखलासखान मियाना हा कडवा सरदार होता. इखलासखान मोठ्या आवेशाने खिंड ओलांडून आला. नेहमीप्रमाणे शिवाजी हा, शत्रू येताना पाहून पळत असेल, अशा कल्पनेने इखलासखान आलेला; पण खालच्या पठारावर युद्धाच्या तयारीने उभी ठाकलेली फौज पाहून त्याला धक्का बसला. जिकडे पाहावे, तिकडे शिवाजीची फौज पसरलेली त्याला दिसत होती. अनेक तुकड्या सगळीकडे पसरल्या होत्या.

मोगली फौज दिसताच राजांनी हुकूम सोडला. आवेशाने मराठी फौज थोडी पुढे सरकली. पुढे जाणारी फौज आपल्या ढालींवर तलवारींच्या मुठींचा आवाज करीत होती. त्या खटखट्यांचा गंभीर नाद आसमंतात घुमत होता. दाऊदखानाला चुकीची बातमी मिळाली होती. सर्व सैन्यानिशी शिवाजी लढायला उभा ठाकला होता.

समोरच्या दृश्याने इखलासखान चवताळला. तो ढालींचा आवाज त्याला बेचैन करीत होता. शत्रू तोंडाशी अचानक उभा ठाकलेला पाहून मोगली सैन्याची धावपळ उडाली. जो तो उंटावर लादलेली आपली चिलखते शोधण्यात व ती अंगावर चढविण्यात गुंतला होता. संतापाने बेभान झालेला इखलासखान आपल्या थोड्या फौजेसह सैन्यावर तुटून पडला.

डोंगरमाथ्यावरून उतरणारी फौज पाहताच राजांनी प्रतापरावांना इशारत दिली. प्रतापरावांनी घोड्याला टाच दिली. प्रतापरावांच्या हातात तलवार तळपत होती. आवेशाने प्रतापरावांनी गर्जना केली : 'हर हर महादेव ऽ ऽ'

दहा हजार मुखांतून ते शब्द झेलले गेले. ती गर्जना आकाशात पोहोचली. आनंदरावांची फौज सामोरी गेली. दोन्ही फौजा एकमेकींना भिडल्या. इखलासखानाची कुमक थोडी. पाहता-पाहता इखलासखान वेढला गेला. एकच गिल्ला उडाला. इखलासखानापाठोपाठ मोगल तोफखान्याचा सरदार मीर अब्दुल मबूद आपल्या दोन मुलांसह बाजूने उतरला होता. व्यंकोजीपंतांची फौज त्यांचा समाचार घेण्यात

गुंतली होती. व्यंकोजीपंतांनी त्याला शाही फौजेपासून तोडले होते. बघता-बघता मीर अब्दुलचा पराभव झाला. त्या लढाईत खुद्द मीर अब्दुल मबूद व त्याचा एक मुलगा जखमी झाला. मबूदचा दुसरा मुलगा आणि त्याचे अनेक सैनिक रणांगणावर पडले. पंतांच्या फौजेने मोगली तोफखान्याचे निशाण व मबूदचे घोडे काबीज करून राजांच्या जवळ आणले.

सूर्य वर चढत होता. जिकडे पाहावे, तिकडे रणकंदन माजले होते. तोफा धूर ओकीत होत्या. त्यांच्या आवाजाने रणक्षेत्र हुंकारत होते. नगाऱ्यांचे, तुताऱ्यांचे आवाज बाहूंना अवसान देत होते. राजे सारी मोहीम बघत होते. पाठीशी उभे असलेले राजे फौजेला देवाचे बळ देत होते.

इखलासखान तरफेची लढाई करीत होता. नेटाने पुढे सरकत होता. ते पाहताच प्रतापराव त्वेषाने पुढे झाले. एकच भीड उडाली. प्रतापरावांनी इखलासखानाला गाठले. इखलासखान प्रतापरावांच्या वेढ्यात सापडला; आणि अचानक इखलासखान जखमी होऊन घोड्यावरून खाली आला. स्वार गमावलेला आणि गर्दीत सापडलेला इखलासखानाचा घोडा क्षणभर दोन पायांवर उभा राहिलेला दिसला. त्याच्या खिंकाळण्याने इखलासखान पडल्याचे साऱ्यांना कळले. दाऊदखान रणांगणावर हजर झाला होता. मोगली फौज हटते आहे, असे दिसताच त्याने संग्राम घोरी आणि राय मकरंद या सरदारांना मराठ्यांवर सोडले; आणि बाकीच्या सैन्याला हत्ती, निशाणी, नगारा यांसह टेकडीमाथ्यावरील उजाड गावात आश्रय घेण्यास पाठविले.

इखलासखानाचा पराभव करून, एक हत्ती हौद्यासह काबीज करून, प्रतापराव आनंदरावांना गुंतवून, माघारी राजांच्या जवळ आले. प्रतापरावांच्या हाती इखलासखानाचे जिंकलेले निशाण फडकत होते.

भर दुपारी लढाई थोडी मंदावली. दाऊदखानाचे बुंदेले बर्कंदाज पुढे सरकत होते. त्या बुंदेल्या फौजांचा मारा मोठा होता. बंदुका, उखळी तोफा, तीरंदाज मराठ्यांवर आग पाखडीत होते. खुद्द दाऊदखान आपल्या फौजेनिशी रणांगणावर उतरला. पराक्रमाची कमाल करून त्याने जखमी इखलासखानाला माघारी नेले.

दोन प्रहरी परत मोगली हल्ले होत होते; पण राजांच्या तीरंदाजांनी ते हल्ले परतविले. सायंकाळपर्यंत लढाई जवळ जवळ थांबली. दिंडोरीच्या या लढाईत राजांच्या फौजेने भारी पराक्रम केला होता. तीन हजारांवर मोगल फौज कापली होती. अनेक ध्वज जिंकले होते. रात्र पडली होती. संध्यासमयाच्या काळोखात दाऊदखानाचे लोक मुडदे हलविताना दिसत होते.

टेकडीवर शेकोट्या पेटल्या होत्या. राजे आपल्या तळावर विसावले होते. प्रतापराव, व्यंकोजीपंत जवळ उभे होते. राजांनी विचारले,

'आपले किती कामी आले?'

'जास्त नाहीत; तीनशेच्या आतबाहेर. पण जखमी मात्र फार आहेत.'

प्रतापरावांच्या दंडावरच्या जखमेकडे पाहून राजांनी तीवरून हळुवार हात फिरविला. ते म्हणाले,

'सेनापती! जखम बांधून घ्या.'

'मोठी जखम नाही.' प्रतापराव म्हणाले.

'तुम्हांला जखम कधीच मोठी होत नसते. प्रतापराव, तुम्ही सेनापती! असे वेड्यासारखे एकदम आघाडीवर धावता, जखमी होता, हे बरे नाही. सेनापती गमावून आम्हांला परवडायचं नाही.'

तेवढ्यात तेथे जासूद आला. राजांना मुजरा करून तो म्हणाला,

'महाराज, दाऊदखान त्या टेकडीवर आहे. टेकडी गाफील आहे. मेलेल्यांना पुरण्यात आणि घायाळांना औषधपाणी करण्यात सारे गुंतले आहेत.'

'राजे, माझी फौज घेऊन जाऊ?' आनंदरावांनी विचारले.

'हां, आनंदराव! मोगलांत आम्हांत फरक आहे. युद्धभूमीची हारजीत संपली. ही वेळ वैराची नव्हे. दाऊदखानानं अपुरं सैन्य असताही तरफेची लढाई केली. त्याचे दोन वजीर पकडलेत ना?'

'जी!'

'त्यांना मानानं पाठवून द्या. आपल्या जखमींना कुंजरगडावर हलवा. आम्ही पण तिकडेच जाणार आहो... प्रतापराव, छावणी बिनबोभाट उठवा.'

दिंडोरीच्या युद्धात मिळालेले यश घेऊन पाडाव केलेल्या हत्तीघोड्यांसह राजांची फौज वाटचाल करू लागली.

◻

२२

दिंडोरीचे रणक्षेत्र गाजवून राजे कुंजरगडावर आले. राजांनी आपल्या फौजेला विसावा दिला, जखमींची शुश्रूषा केली. प्रतापराव, आनंदराव, व्यंकोजीपंत यांच्यासह राजे पुढचे बेत ठरवीत असता एक आनंदाची बातमी राजांना कळली. मोरोपंतांना शिवनेरी घेण्यात जरी अपयश आले होते, तरी जाता-जाता त्यांनी त्र्यंबकगडावर भगवे निशाण चढविले होते. दाऊदखानाचा मुलगा अहमदखान व जसवंतसिंग यांच्यांतील वैर विकोपाला गेले होते. मुअज्जम आणि दिलेरखान यांच्या भांडणामुळे ते दोघेही गाफील होते. राजांनी या संधीचा फायदा घ्यायचे ठरविले. पंधरा-वीस दिवस कुंजरगडावर मुक्काम करून राजे ताज्या दमाने मोहिमेसाठी बाहेर पडले. त्यांचे लक्ष खिळले होते कारंजावर.

वऱ्हाडची राजधानी शोभावी, असे कारंजे शहर होते. अफाट संपत्तीने भरलेले हे व्यापारी केंद्र. राजे आपल्या वीस हजार फौजेसह बऱ्हाणपुराकडे गेले. बऱ्हाणपुरात

खुद्द जसवंतसिंग होता. बऱ्हाणपूर टाळून राजांनी नजीकचे बहादुरपूर लुटले. मोरोपंतही त्या वेळी खानदेशात धुमाकूळ घालीत होते. राजांच्या फौजा वेगाने कारंजाकडे जात होत्या. राजे बेसावध कारंजाजवळ पोहोचले. राजांनी कारंजे वेढले. चारी वेशींनी मराठे आत घुसले. एकजात धनिक व्यापारी कैद केले गेले. वाड्यांना खणत्या लागल्या. पेठांची संपत्ती रस्त्यावर आली. राजांना अपरंपार धन मिळाले. सर्वांत जो मोठा धनिक होता, तो मात्र राजांच्या हातून निसटला. स्त्रीचा वेष घेऊन तो पळून गेला. तीन दिवस राजांचा मुक्काम कारंजात होता. त्यांनी कारंजाच्या व्यापाऱ्यांकडून वार्षिक खंडणी कबूल करून घेतली. कारंजात एवढी संपत्ती राजांना मिळाली होती, की ती वाहून नेण्यासाठी चार हजार बैल व गाढवे लागली.

राजे खानदेशाकडे वळले. लूट मिळवीत, नंदुरबारनजीकच्या मुलुखातून चौथाईची खंडणी देण्याबद्दलचे करार करून घेत राजे पुढे सरकत होते. त्यातच त्यांना मोरोपंतही येऊन मिळाले. वाढलेल्या मदतीच्या जोरावर विशेष परिश्रम न करता अहिवंत, खळा जावडा, मार्कंडा हे किल्ले राजांनी पदरात पाडून घेतले.

राजांचा रोख साल्हेरकडे वळल्याचे दिवसात दाऊदखान साल्हेर वाचविण्याला धावला; पण वाटेतच त्याला शिवाजीने साल्हेर जिंकल्याचे समजले. साल्हेरचा किल्लेदार साल्हेरवेढ्यात ठार झाला; आणि त्याच्या मेहुण्याने साल्हेरचा किल्ला राजांच्या स्वाधीन केला.

कारंजाची करोडो होनांची लूट घेऊन राजे राजगडाला आले.

□

२३

राजे राजगडाला आले. राजांचा पराक्रम ऐकून जिजाबाईंना खूप समाधान वाटले. राजे येण्याच्या आधीच सुरतेची लूट, दिंडोरीची, कारंजाची लूट या साऱ्या बातम्या जिजाबाईंना कळल्या होत्या. जिजाबाईंनी विचारले,

'राजे, या मोहिमेत पुष्कळ थकला असाल, नाही?'

'नाही, मासाहेब! उलट, पुष्कळ ताकद कमावून आम्ही आलो. आज आम्हांला पंख असते, तर केवढं बरं झालं असतं!'

'पंख कशाला हवे होते?'

राजे जिजाबाईंच्या वर नजर खिळवून म्हणाले,

'मासाहेब, मनात येतं... पंख असते, तर आपल्याला पाठीवर घेऊन आम्ही सारा मुलूख हिंडवून आणला असता; गडागडावर फडकणारे भगवे झेंडे तुम्हांला दाखविले असते.'

जिजाबाईंना राहवले नाही. त्यांनी राजांना जवळ ओढले. राजे क्षणभर जिजाबाईंच्या कुशीत विसावले. राजांच्या मस्तकावरून हात फिरवीत जिजाबाई म्हणाल्या,

'ते मला दिसतं! त्यासाठी पंखांची गरज नाही.'

'मासाहेब!'

'खरंच सांगते मी. अरे, दृष्टी अधू झाली, की सारं दिसायला लागतं. माणूस त्रिकालज्ञानी बनतो.'

दाराशी आलेले संभाजी आतील दृश्य पाहून थबकले. त्यांच्या चेहऱ्यावर हसू पसरले. राजांची नजर तिकडे गेली. राजे बाजूला होत म्हणाले,

'हे तुमचे लाडके बाळराजे! आमची सवतच बनलेत!'

'का?'

'आम्ही तुमच्या जवळ आलो, तर पाहा ना, कसे हसतात, ते!'

संभाजीराजे जिजाबाईंच्या जवळ आले. त्यांना जवळ घेत जिजाबाई म्हणाल्या,

'अरे! तुम्ही केवढे जरी मोठे झालात, तरी मला लहानच!'

संभाजीराजांनी एकदम राजांना विचारले,

'आबासाहेब, तुम्ही दाऊदखानाचा हत्ती पकडून आणलात, खरं?'

'कोण सांगतं?'

'महादेव सांगत होता.'

'साफ खोटं! आम्ही काय हत्ती पकडतो? सुरत लुटून आम्ही येत होतो. खूप मोठं रान लागलं. दाऊदखानाचा हत्ती बिचारा चरत होता, गरीब होता.' डोळे मिचकावीत राजे म्हणाले, 'आणला पकडून चूपचाप!'

'खोटं!' संभाजीराजे म्हणाले.

'राजे, थट्टेतही मुलांना कधी खोटं सांगू नये.' जिजाबाईंनी दटावले.

'बाळराजे, तुम्ही ऐकलं, ते खरं; पण लढाईच्या गोष्टी ऐकून लढाई समजत नाही; ती प्रत्यक्ष पाहावी लागते.'

'आम्हांला नेलं असतं, तर आम्ही पाहिली असती.'

'ती वेळ आता फार दूर नाही.' राजे म्हणाले, 'मासाहेब, बाळराजे आता तेरा वर्षांचे झाले. जरा खोगीर, लगाम चढवायला हवा.'

'काय म्हणता?' जिजाबाईंनी विचारले.

'बाळराजांना आता राज्यकारभारात गुंतवावं, असं वाटतं.'

'गुंतवा ना! मी कुठं नको म्हणते? जेवढ्या लहानपणी गोष्टी कळतील, तेवढ्या बऱ्या.' जिजाबाईंनी अनुज्ञा दिली.

'रायगडला जाताच आम्ही ती व्यवस्था करू.'

'केव्हा जायचं?' जिजाबाईंनी विचारले.

'मुहूर्त पाहायला सांगितलं आहे. चांगला मुहूर्त पाहून गड सोडू.'

राजगडावरून प्रथम दप्तर हलले. त्यानंतर थोड्याच दिवसांत शेकडो बैल,

बैलगाड्या रायगडाच्या वाटेला लागल्या. पाठोपाठ जिजाबाई आपल्या सुनामुलांसह गडाखाली उतरल्या. राजाराम लहान, त्यामुळे प्रवास धीमे धीमे करण्याचा बेत ठरला. अनेक मेण्यापालख्यांतून सारे रायगडला निघाले. राजे संभाजीराजांना म्हणाले, 'बाळराजे, ही तुमची पहिली कामगिरी. आम्ही तुमच्या पाठोपाठ येतच आहो. तुम्ही मासाहेबांना घेऊन सुखरूपपणे पाचाडला वाड्यावर जा. तुमच्या बरोबर फौज आहे. तिच्यावर वजन ठेवून वागा.'

राजे गडावर मागे राहिले होते. सर्व गड खाली झाला. गडावर राहणाऱ्या शिबंदीची आणि वस्तीची राजांनी व्यवस्था लावली. सुभानरावांच्याकडे गडाची किल्लेदारी होती. राजांनी देवदर्शन घेतले. राजांना पोहोचवायला सुभानराव किल्ल्याच्या पहिल्या दरवाज्यापर्यंत आले होते. राजे काही बोलत नव्हते. राजांचा जीव कासावीस झाला होता. राजांचे सरदार काही न बोलता बरोबर चालत होते. राजे दरवाज्यापाशी थांबले. राजांचा कंठ दाटून आला होता. राजे गहिवरल्या सुरात म्हणाले,

'सुभानराव, आम्ही असता गड संभाळलात, तसा संभाळा. आम्ही आहो, असं समजून दक्षतेनं राहा. या गडानं जिवाची भारी गुंतवण केली आहे. अफझलभेटीला येथूनच आम्ही बाहेर पडलो. याच जागेवरून आम्ही शास्ताखानाची शास्त केली. आमच्या अनेक मोहिमा इथूनच निघाल्या. प्रतापगडभवानीचं दर्शन आम्हांला इथंच घडलं. मिर्झाराजांच्या भेटीला इथूनच आम्ही पाऊल टाकलं; आणि मासाहेबांचं पुण्यदर्शन आम्हांला इथंच फिरून घडलं.'

राजांच्या नेत्री अश्रू गोळा झाले. सुभानरावांचीही तीच अवस्था झाली होती. त्यांच्या खांद्यावर हात ठेवीत राजे बोलून गेले,

'याहीपेक्षा आमच्या काही आठवणी आम्ही या जागेवर हरवल्या आहेत. कायमच्या...'

सुभानरावांच्या खांद्यावरचा राजांचा हात सुटला. अश्रू टिपीत राजे स्वार झाले; आणि मागे न पाहता त्यांनी घोड्याला टाच दिली.

□

२४

दोन प्रहरच्या वेळी राजे रायगडाच्या आपल्या महालात बसले होते. बाळ राजारामाला घेऊन सोयराबाई जवळच बसल्या होत्या. दाराशी येसूबाई येऊन थांबल्या. राजांनी हाक मारली,

'ये, येसू!... राणीसाहेब, आमच्या सूनबाई आल्या.'

येसूबाई आत आल्या. राजांनी विचारले,

'आज काय काम काढलंत?'

'आबासाहेब, आम्ही जगदीश्वराला जाऊ?'

'नित्यनियमानं जात चला. संभाजीराजे आले?'

‘येसूबाईंनी नकारार्थी मान हलवली. राजांनी विचारले,

‘कुठं गेलेत?’

येसूबाई नजर टाळीत म्हणाल्या, ‘पाचाडच्या वाड्यात गेलेत.’

‘पाचाडच्या वाड्यात पहाटे गेले, आणि अजून परत आले नाहीत?’ राजे हसले व म्हणाले, ‘शेवटी तूही शहाणपण शिकलीस ना? आम्हांला खोटं सांगतेस?’

येसूबाई गडबडीने म्हणाल्या, ‘चहाड्या करू नयेत, म्हणून मासाहेबांनी सांगितलंय.’

राजे मोठ्याने हसले. सोयराबाईंना राजे म्हणाले,

‘चला! मासाहेबांच्या आज्ञेनं आमचा हा हेर आज फितवला गेला. येसू, मासाहेबांना सांगा की, आम्ही पण जगदीश्वराकडे येणार आहो.’

येसूबाई आनंदाने पळाल्या. राजे म्हणाले,

‘केवढी निष्पाप पोर आहे!’

‘पण युवराज कोठे गेले, ते कळलं का?’ सोयराबाईंनी विचारले.

‘न कळायला काय झालं? पहाटेच ते शिकारीला उतरले. आम्हांला सांगूनच गेले.’

‘केव्हा सांगितलं?’

‘राणीसाहेब, आम्ही कधी खोटं बोलत नाही. भल्या पहाटे आम्हांला संभाजीराजांनी जागं केलं; मासाहेबांची सुद्धा परवानगी घेतली.’

‘तुम्ही परवानगी दिलीत?’

‘न द्यायला काय झालं? युवराजांना शिकार आवडते. यातूनच मुलुखाची ओळख होते. घोड्याची मांड तयार होते. नेमबाज बनता येतं.’

‘पण अलीकडे शिकारी फार वाढल्यात.’

‘तेही आमच्या ध्यानी आलं आहे. हेच वय आहे. पुढं युवराजांवर फार मोठी जबाबदारी आहे.’

मांडीवरच्या राजारामाकडे पाहून सोयराबाई म्हणाल्या,

‘बघा, कसा हसतो गुलाम!... तुला म्हणत नाहीत ते. युवराजांच्याबद्दल बोलतात.’

राजे उठत म्हणाले, ‘तुम्ही जगदीश्वराला येणार?’

‘नाही, बाई. याला वारा सोसत नाही.’

राजे काही बोलले नाहीत.

जिजाबाईंच्यासह राजे नगारखान्याजवळ आले. राजांच्या मागे पुतळाबाई, काशीबाई, सगुणाबाई हा राणीपरिवार चालत होता. मनोहारी आणि इतर दासी मागे होत्या. राजे नगारखाना ओलांडून जात असता जिजाबाई म्हणाल्या,

‘केवढं मोठं काम उभं केलंत! वाड्याच्या एका टोकापासून दुसऱ्या टोकाला जाईपर्यंत पाय दुखतात.’

'मासाहेब, पालखी आणवू काय? जगदीश्वरही लांबच आहे.'

'नाही, रे. तशी थकत नाही मी. जिने चढायचे झाले, तर थकल्यासारखं वाटतं.'

नगारखान्याच्या डाव्या चौकात राजे आले; आणि त्यांचं लक्ष समोरून येणाऱ्या संभाजीराजांच्याकडे गेले. संभाजीराजे घोड्यावर स्वार झाले होते. राजांना पाहताच ते पायउतार झाले. मागून येणाऱ्या मोतद्दाराला घोडे देऊन ते सामारे आले.

'झाली शिकार?'

'जी!' संभाजीराजे हसत म्हणाले.

'पण, संभाजीराजे, तुम्ही गडावर घोड्यावरून आलात?'

संभाजीराजांनी नजर टाळली. राजे किंचित कठोर आवाजात म्हणाले,

'तुम्हांला आम्ही ताकीद दिली होती. अजून गडाची वाट पक्की झालेली नसता, पायऱ्या खोदल्या जात असता, कच्च्या वाटेवरून आलात? कुठं जनावर बुजलं, पाय घसरला, तर?... चला, आम्ही जगदीश्वराला जातो आहो.'

संभाजीराजे हसले. ते मासाहेबांच्या बरोबर चालू लागले. दुतर्फा गडाच्या बाजाराकरिता बांधलेली चिरेबंदी बाजारपेठ लागली. जिजाबाई तिकडे पाहत होत्या.

'राजे, केवढी उंच जोती बांधलीत?'

'ती आपल्या हिरोजींची अक्कल! म्हणे, घोड्यावरून बाजारहाट करता आला पाहिजे. पेठ वसली, की छान दृश्य दिसेल!'

सारे परत हसले. सर्व बाजूंना गडाची कामे सुरू होती. काम करणारी माणसे राजांना पाहताच मुजरे करीत होती. राजे बाजारपेठेच्या शेवटाला गेले. जगदीश्वराच्या मंदिराकडे राजे वळणार, तोच राजांचे लक्ष उभ्या असलेल्या बहिर्जींकडे गेले. बहिर्जींमागे एक गृहस्थ उभा होता; त्याने मुजरा केला. बहिर्जी पुढे झाला. त्याने राजांचे, जिजाबाईंचे पाय शिवले.

'काय आहे, बहिर्जी? आणि हे कोण?'

'हे नागाप्पा शेंट्टी! व्यापारी आहेत, महाराज. गड पाहायला आले होते.'

'अस्सं!'

'गडावर पेठेत जागा मिळावी, अशी इच्छा आहे.'

'बहिर्जी, गडावरचे पेठकरी अद्याप निवडले नाहीत. मोरोपंत आले, की त्यांना भेटायला सांग. गडावरचा माणूस जोखमीनं पतकरायला हवा.'

'महाराज, त्याची काळजी नसावी. नागाप्पा जुन्नरचे. आजवर यांनी आम्हांला खूप मदत केली आहे.'

'कसली?'

'हे नेहमी सुरतेला जातात. पहिल्या स्वारीच्या वेळी यांनी सुरतेची चोख बातमी दिली. सुरक्षित वाटा दाखविल्या. नगर भागाचीही माहिती यांनीच पुरविली. सुरतेत,

नगर भागात माणसं गेली, ती यांच्याच मदतीनं.'

'बस्स, बर्हिजी. तुझ्या खात्रीचे हे आहेत ना? तू आमचा नजरबाज. तुझी पारख झाली, की काम झालं... नागाप्पा...'

'जी!'

'पावसाळा संपला, की तुम्ही आम्हांला भेटा. ही पेठ वसवायचं काम आम्ही तुम्हांलाच सांगू.'

नागाप्पा आनंदला. राजे सर्वांसह जगदीश्वराच्या मंदिराकडे गेले. त्यांनी देवदर्शन घेतलं. जगदीश्वराच्या चारी बाजूंना प्रशस्त आवार होते. मंदिराबाहेर येऊन राजांनी जिजाबाईंना सांगितले,

'मासाहेब, आम्ही आता युवराजांना कारभार सांगणार आहोत.'

'तेच बरं! त्याशिवाय वठणीवर यायचे नाहीत ते.' जिजाबाईंनी साथ दिली.

संभाजीराजे म्हणाले, 'आम्ही जरूर बघू.'

राजांनी संभाजीराजांना जवळ घेतले. ते म्हणाले,

'राजे, हाच विश्वास राज्यकारभाराला उपयोगी पडतो.'

सुमुहूर्तावर जगदीश्वराला अभिषेक करण्यात आला; आणि राजांनी संभाजीराजांना राज्यकारभारात गुंतविले.

□

२५

राजांच्या देखरेखीखाली रायगडचे उरलेले काम पुरे होत होते. बालेकिल्ल्याचे सर्व महाल पुरे होत आले होते. रायगडाच्या परिसरात अनेक घरटी उठत होती. सुरू केलेली कामे पाऊस सुरू होण्यापूर्वी पुरी करून घ्यायची होती. टकमक बुरुजाजवळची आणि भवानीटेकाकडील दारूकोठारे पुरी झाली होती. अनेक तलावांची कामे पूर्ण झाली. काही घरे पुरी केली होती.

थंड वारा रायगडावर वाहू लागला; ढगांच्या छपऱ्या आकाशातून सरकू लागल्या, तशा गडांच्या झडपा बांधण्याची कामे सुरू झाली.

जिजाबाईंना पावसाळा मानवणार नाही, असे वाटून राजांनी जिजाबाईंना गडाखाली पाचाडच्या वाड्यात पोहोचविले. जिजाबाईंच्या बरोबर गुणवंताबाई, काशीबाई होत्या. खानदेशाकडील फौजा मोगलाईत कामगिरीवरच गुंतल्या होत्या. कोकणातल्या फौजा गडांच्या आश्रयाने छावण्या करून विसावल्या होत्या. भर पावसातही पाचाडला संभाजीराजांच्या खेपा होत होत्या. बाळाजी आवजींसारखी माणसे हाताशी घेऊन राजे दप्तर, खजिना या गोष्टी तपाशीत होते. संभाजीराजे कारभार समजावून घेत होते.

श्रावणानंतर राजे जवळपासच्या छोट्या मोठ्या गडांना भेटी देऊन आले.

गडाच्या इमारतकामाची त्यांनी पाहणी केली. पावसाळा संपला. राजांनी रायगडाची उरलेली कामे परत सुरू केली. महाडच्या कोटाचेही काम सुरू झाले होते. पूर्वीचा कोट डागडुजी करून भक्कम केला जात होता.

महाडला असताना राजांना एक धक्का देणारी बातमी समजली- दिलेरखान, बहादुरखान व महातबखान यांनी पुण्यावर हल्ला केला. पुण्याची जाळपोळ करून दिलेरखान थांबला नाही; तर नऊ वर्षांवरील सर्व बायकापुरुषांची त्याने निर्दयपणे कत्तल उडविली होती! ती बातमी ऐकून राजांच्या अंगाची काहिली उडाली. ते टाकोटाक पाचाडला आले.

जिजाबाईंना ती बातमी ऐकून धक्का बसला. त्या म्हणाल्या,

'राजे, ही फौज अचानक कशी आपल्या मुलुखात शिरली?'

'अचानक नाही, मासाहेब! आम्हांला आधी हे माहीत होतं. पण दिलेरखान असा पाशवी अत्याचार करील, असं आम्हांला वाटलं नव्हतं.'

'बोलून चालून शत्रू! त्यानं कसं वागावं, याचा भरवसा कोण देणार?'

'मासाहेब, आम्ही सुरत लुटली, कारंजं लुटलं; मोगलाईचे धडे घेतले. मोगलाईत कधी नव्हता एवढा धुमाकूळ घातला. त्याचे परिणाम आम्हांला माहीत होते. एक ना एक दिवस मोगली फौज सर्व सामर्थ्यानिशी दक्षिणेत उतरेल, हे आम्ही जाणलं होतं. त्याचसाठी एवढ्या तातडीनं आम्ही रायगडची सुरक्षित जागा निवडली. औरंगजेबानं अनेक मातब्बर सरदार आमच्यावर पाठविले आहेत. काही किरकोळ गडही त्यांनी काबीज केले. खुद्द साल्हेरला आज त्यांचा वेढा पडला आहे. आपल्याला काळजी वाटू नये, म्हणून आपल्या कानांवर हे घातलं नव्हतं.'

'राजे, याचा परिणाम?'

'आता काळजी करायची नाही. आमचे सारे गड भक्कम उभे आहेत; एवढंच नव्हे, तर आमच्या फौजा दिलेरखानाला तोंड द्यायला समर्थ आहेत. आम्ही सांगतो, याचं प्रत्यंतर थोड्याच दिवसांत आपल्याला दिसून येईल.'

राजे तातडीने जिजाबाईंच्यासह रायगडावर आले. दोन प्रहरी त्यांनी बाळाजी आवजींना बोलाविले. राजे म्हणाले,

'बाळाजी, सरनौबत प्रतापरावांना तातडीचा खलिता पाठवायचा आहे. प्रतापरावांना लिहा : 'तुम्ही लष्कर घेऊन सिताफीने वरघाटे साल्हेरीला जाऊन साल्हेरीला पडलेला वेढा मोडून काढणे. बेहलोलखानावरही छाप घालून बेहलोलखान मारून चालविणे आणि कोकणातून मोरोपंत पेशवे यांस कुल फौजेसह तुम्हांस मिळण्यास पाठवू. ते इकडून येतील आणि तुम्ही वर घाटी येणे. असे दुतर्फा चालून घेऊन गनिमास मारून गर्दीस मेळविणे.' समजलं?'

'जी!'

बाळाजी आवजी दप्तरी गेले.

पुण्याच्या हल्ल्याने राजे पुरे बेचैन होते. एखाद्या संतप्त वाघाने येरझाऱ्या घालाव्या, तसे राजे महालात येरझाऱ्या घालीत होते. राजे जगदीश्वराचे दर्शन घेऊन आले. रात्र पडू लागली. वाड्यात समया पेटल्या. राजांनी सूर्यराव काकड्यांना बोलावले. काकडे येताच राजांनी विचारले,

'येसाजी आले?'

'जी! एवढ्यात येतील.'

'अजून आले नाहीत? केव्हा माणूस पाठवलात?'

'आपली आज्ञा झाली, तेव्हाच महाडहून माणूस पाठवला होता.'

'काकडे! तुम्ही जा, आणि बाळाजी आवजींना पत्र घेऊन यायला सांगा. येसाजी येताच मला कळवायला विसरू नका.'

राजांचा संतप्त भाव पाहून काकडे वळले. थोड्याच वेळात बाळाजी आले. राजे महालात फेऱ्या घालीत होते. महादेव भिंतीलगत उभा होता. बाळाजींना पाहताच राजांनी विचारले,

'पत्र लिहिलं?'

'जी!'

'वाचा!'

बाळाजींनी राजांच्याकडे पाहिले. राजांचा आवाज करडा बनला होता. त्यांनी आज्ञा दिली,

'वाचा!'

बाळाजींनी रुमाल सोडला. पत्र हाती घेतले. महादेवाकडे पाहताच महादेव दिवटी घेऊन नजीक गेला. महादेवाने धरलेल्या उजेडात बाळाजी वाचीत होते :

> 'तुम्ही लष्कर घेऊन सिताबीने वरघाट साल्हेरीस जाऊन साल्हेरीस पडलेला वेढा मोडून काढणे... असे दुतर्फा चालून घेऊन गनिमास मारून गर्दीस मेळविणे...'

बाळाजींनी पत्र वाचून संपविले, आणि धीर करून राजांकडे पाहिले.

'सुरेख!' राजे उद्गारले. 'आमचा शब्दन् शब्द पुरा टिपलात. बाळाजी, परत वाचा पाहू.'

बाळाजींनी आवंढा गिळला. शेजारी उभ्या असलेल्या महादेवला चेहऱ्यावरचे हास्य लपविणे कठीण गेले. राजांचे लक्ष महादेवाकडे गेले. राजांनी विचारले,

'का, महादेव? काय झालं?'

महादेवाचे हसू लोपले. बाळाजींचे पाय उभ्या जागी कापू लागले. हातातला

कागद थरथरू लागला. राजांनी विचारले,

'काय झालं, बाळाजी?'

बाळाजींनी एकदम राजांचे पाय धरले. राजे मागे सरत म्हणाले,

'उठा, बाळाजी. काय चालवलंय्?'

बाळाजी सारे अवसान एकवटून म्हणाले,

'क्षमा, महाराज!'

'कशाबद्दल?'

'आपण दोन प्रहरी तर्जुमा सांगितलात. सकाळी पत्र पाठवायचं असल्यामुळं रात्री लिहून ठेवता येईल, असं वाटलं.'

'बोला.'

बाळाजींनी श्वास घेतला. 'अचानक आपली आज्ञा झाली.'

'मग वाचलंत, ते काय? पाहू!'

बाळाजींनी हातांतला कागद राजांच्या हाती दिला. राजांनी पाहिले, तो कागद कोरा होता. आश्चर्याने बाळाजींच्याकडे पाहिले. बाळाजी घाबरून म्हणाले,

'आपली इतराजी होईल, ह्या भीतीनं मला आठवला तो मजकूर बोलण्याचं धाडस केलं.'

'बाळाजी, आम्ही रागावलो नाही. उलट, आम्ही प्रसन्न झालो. आत्ता सांगितलेला शब्द दुसऱ्या क्षणी विसरून जाणारे आमच्या दप्तरी अनेक आहेत. पण आमचा प्रत्येक शब्द मनात कोरून ठेवणारे तुमच्यासारखे विरळ. आजपासून दप्तराची चिटणिशी तुम्ही पाहा. सकाळी पत्र घेऊन या.'

बाळाजी आवजी राजांच्या थोर मनाने भारावले. ते जाण्यासाठी वळले, तोच राजांची हाक आली.

'बाळाजी!'

'जी?' बाळाजी वळले.

'परत असले कोरे कागद वाचू नका!'

□

भाग सातवा

१

संकट जितके मोठे, तितका राजांचा हुरूप दांडगा. मोगलांनी आक्रमणाचा पवित्रा टाकलेला पाहताच त्याला तोंड देण्यासाठी राजे उभे ठाकले. दुसऱ्या दिवशी खलिते घेऊन जासूद गडावरून रवाना होऊ लागले. मोरोपंत पेशवे कुडाळ भागात होते. त्यांना पायदळ घेऊन महाडात येण्याची राजांनी आज्ञा केली. कुडाळ वगैरे सर्व लांबलांबच्या ठिकाणांहून सैन्य काढून आणून ते महाडात जमविण्याचा राजांचा इरादा होता. राजांच्या पत्रानुसार पांगलेली मराठी सेना महाडला गोळा झाली.

सूर्यराव काकडे आपल्या फौजेनिशी राजांच्या जवळच होते. राजांच्यासह ते महाडला गेले. राजांच्या सैन्याने महाड शहर गजबजून गेले. महाडमध्ये मोरोपंत पिंगळे दाखल झाले. त्याचबरोबर रूपाजी भोसले, खंडोजी जगताप, मोरो नागनाथ असे अनेक वजीर-उमराव राजांच्या आज्ञेची वाट पाहत होते. पुण्याची बातमी साऱ्यांना कळली होती. साऱ्यांच्या मनात दिलेरखानाचा सूड उगवायचा होता. मोरोपंत म्हणाले,

'महाराज, आज्ञा होईल, तर आम्ही दिलेरखानावर चालून जातो.'

क्षणभर राजांचा हात दाढीवर विसावला. त्यांनी सांगितले,

'मोरोपंत, मोगली फौजांचा पराभव करणं इतकं अवघड नाही, हे आम्हांला माहीत आहे. पुण्याचा शह उठविण्याचा आम्ही दुसरा मार्ग शोधला आहे. प्रतापरावांना आणि आनंदरावांना वरघाटावरून साल्हेरीचा वेढा उठविण्यासाठी चालून जाण्यास आम्ही कळविलं आहे. तुम्ही फौज घेऊन कोकणात जा. दोन्ही बाजूंनी एकाच वेळी हल्ला चढविताना मोगल फौजेचा पाडाव व्हायला आणि साल्हेरी मोकळी व्हायला अवकाश लागणार नाही. हे यश मिळवलंत, तर पुण्याचा शह चटकन सुटेल, असा आमचा कयास आहे. यात भवानी तुम्हांस यश देवो!'

राजांनी सर्वांना विडे दिले; आणि महाडची फौज मोठ्या उत्साहाने साल्हेरीकडे कूच करू लागली.

राजांची आज्ञा प्रतापरावांनाही पोहाचली होती; आणि आनंदराव आपल्या घोडदळानिशी साल्हेरीकडे निघाले. प्रतापरावांना मदत करण्यासाठी कोकणातून निघालेली फौज अंतर कमी करीत होती. दोन्ही सैन्यांचे जासूद एकमेकांना आपले टप्पे कळवीत होते. दोन्ही फौजा एकत्र आल्या; आणि एल्गाराचा दिवस ठरला.

साल्हेरीच्या गडाला पन्नास हजारांची मोगल फौज वेढा देऊन बसली होती. गडाच्या सर्व बाजूंनी वेढा जारी होता. मोगल सरदारांचे डेरे, शामियाने, छावण्यांच्या राहुट्या ठिकठिकाणी दिसत होत्या. ऐशआरामी थाटात इखलासखान वेढ्यावर नजर ठेवून होता. त्याच्या बरोबर मुहकमसिंग चंदावत, अमरसिंह चंदावत यांसारखे अनेक मोठमोठे सरदार होते. शाही थाटात, ऐशआरामात हा वेढा चालू होता. औरंगजेबाने अफाट दौलत आणि अगणित फौज दिल्यामुळे कुणालाच वेळकाळाचे भान नव्हते.

राजांचे हेर वेढा अजमावून परतले. दबा धरलेल्या सर्व मराठी फौजांना प्रतापरावांनी हुकूम दिले.

रात्र सरली. सूर्य उगवला. साल्हेरचा मराठी किल्लेदार गडावरून नजर फिरवीत होता. दृश्य नेहमीचेच होते. आता थोड्या वेळाने वेढ्यातून तोफा डागल्या जाणार होत्या. एखादी तुकडी गडाला भिडणार होती; गडावरून तोफा डागल्या, की परत वेढ्यात परतणार होती. दिवसातून दोन-तीन वेळा हे होणार होते. सूर्य मावळणार होता; काळजीची रात्र परतणार होती. किल्लेदाराला हे नित्याचे झाले होते. ठरल्याप्रमाणे तो तटावरून फिरत होता; पहारे बदलीत होता. हे किती दिवस चालणार, हे त्याला माहीत नव्हते. जिवाची खंत नव्हती, तर तो विचार तरी कशाला करील?

मोगल छावणी सकाळच्या उन्हात आळस झाडीत होती. घोड्यांच्या खिंकाळण्याने, हत्तींच्या चीत्काराने छावणी पुरी जागी झाली. इखलासखान वेढ्याचा बेत ठरविण्यात मग्न झाला होता आणि अचानक शिंगाचा आवाज उठला. इखलासखान कान टवकारून ऐकू लागला. छावणीत दुसऱ्याच क्षणी गडबड उडाली. इखलासखानच्या डेऱ्यात जासूद घुसला. कुर्निसात करून तो म्हणाला,

'खानसाब! मरगट्ठे आ गये!'

खानाचा कानांवर विश्वास बसेना!

...मराठे आले!

खानाने भराभर हुकूम दिले. साऱ्या छावणीत एकच गडबड उडाली. एका छावणीतून दुसऱ्या छावणीत स्वार धावू लागले. हत्तीवर हौदे चढले. घोड्यांवर खोगिरे चढविली गेली. इखलासखान चिलखत घालून हत्तीवर बसला. सारी फौज

तयार होत असता त्यांना मराठे दिसले.

इखलासखानाने आवेशाने हुकूम दिला. मोगल फौज मराठ्यांना भिडली. त्याच वेळी वेढ्याच्या दुसऱ्या बाजूने मराठे उतरले. घनघोर युद्धाला सुरुवात झाली. 'हर हर महादेव'च्या गर्जनेने साल्हेरचा परिसर घुमला. टापांचा आवाज, शस्त्रांचा खणखणाट, घोड्यांचे-हत्तींचे ओरडणे, वर्मी घाव लागताच उठणारी अंतकाळची आर्त किंकाळी अशा अनेक आवाजांनी भूमी कंपित होत होती. दोन्ही बाजूंची हजारो माणसे पडली. रक्ताचे पूर वाहिले. मोगल सेनेला जीव वाचवता पुरेवाट झाली. मोरोपंत, आनंदराव, प्रतापराव वगैरे उमरावांनी शिकस्त केली.

या विजयात मराठ्यांना सहा हजार घोडे, शंभरावर हत्ती आणि हजारो उंट मिळाले. लक्षावधी रुपयांचे जडजवाहीर, मालमत्ता, खजिना हाती आला. खासे इखलासखान पाडाव झाले. मोगलाईचे बावीस नामांकित वजीर धरले.

या युद्धात मराठ्यांचे अनेक वीर पडले; पण त्यांत ज्याच्या शौर्याने रणास शोभा आणली, आणि मृत्यूने विजयाचा आनंद लाभू दिला नाही, असा एक नामांकित सरदार होता. त्याचे नाव 'सूर्यराव काकडे.'

□

२

सायंकाळच्या वेळी नगारखान्याच्या डाव्या तटालगत असलेल्या कातळावर राजे उभे होते. शेजारी बाळाजी आवजी होते. खालच्या चौकात संभाजीराजे स्वार झाले होते. त्यांच्या पुढ्यात छोटे राजाराम बसले होते. आपल्या डाव्या हाताने संभाजीराजांनी राजारामांना सावरले होते. प्रत्येक उशीबरोबर राजारामांच्या चेहऱ्यावर हसू उमटत होते. पाच-सहा फेरे झाल्यानंतर संभाजीराजे कातळानजीक आले. राजे पुढे झाले; आणि त्यांनी राजारामाला घेण्यासाठी हात पुढे केले. दोन वर्षांच्या राजारामांनी एकदम ते हात झिडकारले. संभाजीराजांच्याकडे पाहत ते म्हणाले,

'दादाऽऽ, इ्या इ्या ऽऽ'

सारे हसले. संभाजीराजे म्हणाले,

'बाळराजे, आता कौतुकानं उतरा. नाही तर तुमच्यासकट आम्हांला पण आबासाहेबांचा प्रसाद मिळेल.'

राजारामांचा चेहरा रडवा झाला. राजे म्हणाले,

'संभाजीराजे, फारच लाडावून ठेवलंत त्यांना. आणखीन दोन फेरे मारा, नाही तर रडतील बाळराजे.'

संभाजीराजांनी परत घोड्याला टाच दिली. राजे त्या रपेटीकडे पाहत होते आणि त्याच वेळी गडावर आलेला जासूद नजरेत आला. बाळाजी कातळाखाली उतरले. जासुदाने दिलेली थैली त्यांनी घेतली. जासुदासह राजांच्या जवळ येत ते म्हणाले,

'पेशव्यांची थैली आली आहे.'

क्षणभर राजांच्या चेहऱ्यावर चिंता व्यक्त झाली. अधीरपणे ते म्हणाले,

'वाचा.'

बाळाजींनी थैली उघडली. पत्र वाचीत असता ते आनंदाने म्हणाले,

'महाराज! आनंदाची बातमी! पंतांनी आणि सेनापतींनी साल्हेरचा वेढा मोडून शत्रूचा पराजय केला. इतकेच नव्हे, तर मुल्हेरही काबीज झाले आहे.'

राजे म्हणाले, 'बाळाजी! या वार्तेसाठी आमचे कान उतावीळ होते.'

बाळाजी सांगत होते....

'महाराज! शत्रूचे सहा हजार घोडे, शंभरावर हत्ती आणि हजारो उंट मिळाले. इखलासखानाचा पुरा पाडाव झाला. मोगलांचे बावीस सरदार धरले. लक्षावधी होनांची मालमत्ता, जडजवाहीर, खजिना हाती आला.'

'व्वा! सांगा, बाळाजी!'

'शत्रूचे हजारो पडले. तसेच आपलेही हजारो कामी आले.'

राजांच्या चेहऱ्यावर विषण्णता पसरली.

'आणि?'

'साल्हेरच्या रणांगणात सूर्यराव काकडे कामी आले.'

'अरेरे!' राजे कळवळले. क्षणात राजांच्या डोळ्यांसमोर सूर्यराव काकडे उभे राहिले. राजांचा जीव भरून आला. राजे दुःखाने उद्गारले,

'अशा चंदनाची आहुती घेतल्याखेरीज रणभूमी प्रसन्न होतच नाही का?'

राजांनी स्वतःला सावरले. जासुदाकडे पाहत राजे म्हणाले,

'बाळाजी, आम्ही आलोच. तुम्ही पुढं व्हा. सदरेवर सोन्याचं कडं घेऊन या.'

राजांनी संभाजीराजांना इशारत केली. संभाजीराजे जवळ आले. राजांनी राजारामांना घेतले; आणि ते म्हणाले,

'शंभूराजे, घोडं मोतद्दाराकडं द्या आणि सदरेवर या.'

राजे जिजाबाईंच्या सह राजसदरेवर आले. तेव्हा संभाजीराजे, बाळाजी, थैली घेऊन आलेला जासूद तेथे हजर होते. जिजाबाईंनी विचारले,

'राजे, काय प्रकार आहे?'

'मासाहेब, आमच्या सेनापतींनी, पेशव्यांनी थोर पराक्रम केला. साल्हेरचा वेढा मारून शत्रूचा पुरा पराभव केला. दिलेरखानाला आमचं बळ आता समजेल. आमचे युवराज आता राज्यकारभार पाहतात. या यशाची वार्ता घेऊन आलेल्या जासुदाच्या हाती सोन्याचं कडं चढविण्याचा मान आज त्यांना मिळणार आहे.'

बाळाजी आवजींनी तबक पुढे धरले. संभाजीराजांनी तबकातले कडे उचलून जासुदाच्या हाती चढविले. जासुदाने गहिवरून राजांचे, जिजाबाईंचे पाय शिवले.

राजे आनंदाने उद्गारले,

'युवराज! पाहता काय? या आनंदासाठी गडावर साखर वाटा; तोफा उडवा!... बाळाजी, तुम्ही युवराजांच्या बरोबर जा.'

बाळाजी, संभाजीराजे गेले. राजांनी दीर्घ निःश्वास सोडला. जिजाबाईंना हाताचा आधार देऊन राजे चालत होते. जिजाबाईंनी विचारले,

'शिवबा, आता खरं सांग. काय झालं?'

'काही नाही, मासाहेब.' राजे बोलले.

जिजाबाई हसल्या. म्हणाल्या,

'अरे, म्हातारी झाले, तरी बुद्धी अजून शाबूद आहे. ढोंग पुरे झालं. सांग ना!'

उभ्या जागी राजांचे डोळे भरले. ते म्हणाले,

'मासाहेब! साल्हेरच्या रणांगणात आमचे सूर्याजीराव काकडे पडले; हजारो कामी आले!'

जिजाबाई थांबल्या. राजांच्याकडे पाहत म्हणाल्या,

'आणखीन एक मोहरा हरवला!... पण, राजे, लढाई म्हटली, की याला तयार असायलाच हवं.'

'ते आम्ही जाणतो. पण वाढत्या जबाबदारीनं आमचं मन बेचैन होऊन उठतं.'

'कसली जबाबदारी?'

'मासाहेब, आमच्या शब्दाखातर, एका स्वप्नासाठी ही हजारो माणसं आनंदानं बलिदान करतात. त्या स्वराज्यापायी खर्ची पडलेल्या जिवांचं बलिदान वाया जाऊ नये, एवढंच वाटतं. गेलेले आपलं काम करून मोकळे झाले. पण मागे राहिलेले आम्ही... आमची जबाबदारी वाढते.'

'चिंता करू नका, राजे! सर्व मनोरथ सिद्धीस नेणारी ती आदिमाया सारं करील.'

साल्हेर-मुल्हेरच्या विजयाने राजांच्या तर्काप्रमाणे दिलेरखानाचा शह उठला. भयभीत झालेला दिलेरखान माघारी वळला. औरंगजेबाला जेव्हा ही बातमी समजली, तेव्हा त्याच्या अंगाचा तिळपापड झाला. त्याने सुभेदाराला लिहिले,

> 'आमचा मुलूख शत्रूने जिंकला, तुमच्यासारख्या मातब्बर सरदारांना नामोहरम केले, हे आम्हांला कळविण्याऐवजी तुम्ही मेला का नाही? जगलात कशाला? आदिल-कुत्ब, फिरंगी, हबशी वगैरे सत्ताधारी त्या शिवाजीस नजराणा पाठवून खूश करतात. त्याऐवजी तुम्ही सर्व मिळून त्याच्यावर चाल कराल, तर पराभव करायला किती वेळ लागेल?'

बादशहाने लिहिलेल्या पत्राला बहादुरखानाने उत्तर पाठविले :

'आपले पत्र पावले. आपण शिवाजीचा बंदोबस्त आम्ही करावा, असे इच्छिता; आमच्या पराभवांना ठपका देता. पण हुजुरांच्या लक्षात येत नाही की, खुद्द शिवाजी आग्रा येथे कैदखान्यात सापडला असता आपल्या अत्यंत जबर कैदेतून तो पक्ष्यासारखा पुत्रासह पळून गेला. ही गोष्ट खाविंदांनी नजरेसमोर ठेवली, तर येथे आम्हांला पराभव का स्वीकारावा लागतो, हे खाविंदांच्या ध्यानी येईल, आणि आमची कसूर झाली, असे खाविंदांना वाटणार नाही. हल्ली शिवाजीने दूरवर विचार करून आपला मुसलमान वकील काजी हैदर आमच्याकडे पाठविला आहे. आपली आज्ञा झाली, तर मामुली सल्ला करून शिवाजीशी चांगले संबंध राखता येतील.'

या पत्रामुळे औरंगजेबाचा संताप आणखीन उसळला. त्याने शिवाजीच्या वकिलाला गिरफदार करण्याची आज्ञा बहादुरखानास दिली. जेव्हा ही आज्ञा दिल्लीस लिहिली जात होती, तेव्हा रायगडावर मोरोपंत, प्रतापराव वगैरे आपल्या वीरांची राजे आतुरतेने वाट पाहत होते. दररोज त्यांच्या मुक्कामांच्या बातम्या गडावर येत होत्या. एके दिवशी गडाच्या पायथ्याला सारे आल्याचे समजले. राजांनी गडावर गुढ्या, तोरणे उभी केली.

राजे राजसदरेवर उभे होते. मागे बैठकीवर जिजाबाई, संभाजीराजे बसले होते. राजांचे लक्ष समोरच्या नगारखान्याकडे खिळले होते. नगारखान्याच्या भव्य प्रवेशद्वारी आलेले प्रतापराव, मोरोपंत राजांना दिसले. त्यांच्या पाठोपाठ आनंदराव, व्यंकोजीपंत चालत होते. त्यांच्या मागून अनेक सरदार येत होते.

उतावीळ झालेले राजे न कळत राजसदरेच्या पायऱ्या उतरले. सर्वांनी मुजरे केले. प्रेमाने पुढे होऊन राजांनी चौघां वीरांना उरी कवटाळले. राजांना शब्द अपुरे होते.

चौघांसह राजे सदरेवर आले. राजांनी चौघांवरून द्रव्याची खैरात केली; सर्व सरदारांना, पराक्रम गाजविणाऱ्या वीरांना मुक्त हस्ताने बक्षिसे दिली. राजे मोरोपंतांना म्हणाले,

'आज आमच्या आनंदाला सीमा नाहीत. आमचे पेशवे आणि आमचे सेनापती या दोघांनी केलेला पराक्रम अलौकिक आहे. आज सूर्यराव काकडे यांच्यासारख्या जिवलगांचा सत्कार आम्हांला करता येत नाही, याची खंत वाटते. मोरोपंत, आम्ही सूर्यरावांच्या घरी स्वतः जाऊ.'

'महाराज, आणखी एका घरी जाणं आवश्यक आहे.' प्रतापराव म्हणाले.

'कुणाच्या?'

'रामजी पांगेऱ्यांच्या.'

'रामजी पांगेरे? आमचे कणेरागडाचे किल्लेदार?'

'जी!'

'सांगा, प्रतापराव! काय झालं?'

'महाराज, आम्ही जेव्हा साल्हेरीचा बेत आखीत होतो, तेव्हा दिलेरखानाची नजर चांदवडजवळील कणेरागडाकडे वळली. दिलेरखान सहा हजार फौजेनिशी गडावर चालून येतो, हे पाहताच रामजीनं आपले लोक गोळा केले. रामजीनं आव्हान दिलं, 'निदान करायचं. आपले सोबती असतील, त्यांनी पुढं यावं.' रामजीच्या हाकेला सातशे मावळे तयार झाले. रामजी सातशेंसह गडाखाली उतरला, आणि दिलेरखानाला सामोरा गेला. अवघा सातशेंचा जमाव भांडायला येतो, हे पाहताच दिलेरखानाची फौज पायउतार झाली; आणि चौफेर मावळे वेढले गेले. रामजी आपल्या संख्येची पर्वा न करता शर्थीनं लढत होता. एक प्रहर, शिमग्याची टिपरी जैसी दणाणते, तैसे मावळे एक प्रहर भांडिले. मग सातशे माणूस रामजी पांगेरा सर्वही उघडेबोडके होऊन एकएकास वीस-तीस जखमा होऊन सारे त्या रणांगणात कामी आले. खुद्द दिलेरखानानं तोंडात आंगोळी घालून आश्चर्य केलं. त्या पराक्रमानं थक्क झालेला दिलेरखान कणेऱ्याकडं न पाहता माघारी वळला. दिलेरखानानं बाराशे पठाण रणास आणिले.'

राजे थकून सदरेवर बसले. त्यांचा आवाज कापरा बनला. ते म्हणाले,

'प्रतापराव, बरं झालं, हा पांगेरा गेला. त्याच्यावरून राज्य ओवाळून टाकलं असतं, तरीही दारिद्र्यच दिसलं असतं. अफझलखानप्रसंगी पराक्रम गाजविणारा पांगेरा कणेऱ्याचं रक्षण करता कामी आला... मोरोपंत, पांगेऱ्यासह लढणाऱ्या प्रत्येक मावळ्याची चौकशी करा. पांगेऱ्याच्या घरी जाऊन नतमस्तक होणं हे आमचं कर्तव्यच आहे. ते आम्ही बजावू.'

'पण, महाराज!' मोरोपंत म्हणाले. 'आपल्या ह्या वाढत्या यशानं संतापलेल्या औरंगजेबानं बहादुरखानाला सुभेदारी दिली आहे. असं आम्ही ऐकतो.'

'त्याची कसली भीती बाळगता, मोरोपंत?' राजे एकदम प्रसन्न मुद्रेने म्हणाले, 'बहादुरखान पेंडीचं गुरू आहे; समोर तुकडा पडला, की तृप्त होईल. त्याचा गुमान कसला? आमच्या मुलुखात पोहोचतो, म्हटलं, तरी त्याला सहज दोन वर्षं लागतील.'

प्रतापरावांनी विचारले, 'महाराज, साल्हेरीच्या युद्धात पाडाव झालेले मोगल सरदार आहेत, त्यांचं काय करायचं?'

'युद्धात शरण आलेल्या शत्रूंना आम्ही विनाकारण कधी बळी दिलंय् का? प्रतापराव, त्या सरदारांना बाइज्जत सन्मानानं मुक्त करा. त्यांना वस्त्रं, भूषणं देऊन परत पाठवा.'

राजांची सदर उठली. राजे आपल्या महालाकडे जात होते; पण त्यांच्या डोळ्यांसमोरून रामजी पांगेरा बाजूला सरकत नव्हता.

□

३

सायंकाळची वेळ होती. उन्हाळ्याचे दिवस असूनही गडमाथ्यावर गारवा होता. राजांच्या महाली मोरोपंत, बाळाजी, अनाजी हजर होते. संभाजीराजे महालात आले. ते राजांना म्हणाले,

'आबासाहेब, पागेची इमारत पुरी झाली. आपण जरा नजर टाकावी, अशी हिरोजींची इच्छा आहे.'

'आणि तुमची?' राजांनी विचारले.

'आपण याल, म्हणून मी शब्द दिला आहे.' संभाजीराजे म्हणाले.

'पण, युवराज, आम्ही मोहिमेबद्दल बोलतो आहो. पागा उद्या पाहिली, तर नाही का चालणार?' अनाजींनी विचारले.

अनाजींचा प्रश्न अनपेक्षित होता. साऱ्यांची नजर त्यांच्याकडे वळली. संभाजीराजांच्या चेहऱ्यावर क्षणभर संताप उमटला. संयम राखीत ते म्हणाले,

'ते आबासाहेबांनी ठरवायचं!'

राजे हसले; म्हणाले, 'अनाजी, युवराजांनी शब्द दिला आहे, तो पाळायला हवा. आणि मोहिमेबद्दल आपल्याला जाता-जाताही बोलता येईल.' संभाजीराजांच्याकडे वळून राजे म्हणाले, 'बाळराजे येतात का, पाहा. त्यांना फिरायला यायला आवडतं.'

युवराज गेले. राजे अनाजींना म्हणाले,

'अनाजी, आम्ही राज्यकारभार युवराजांना सांगत आहो. त्यांच्या शिलेदारांच्या यादीत रूपाजी भोसल्यांसारखी जबाबदार माणसं घातली आहेत. तरुण वयाच्या हुरुपात ते आहेत. तो हुरूप टिकविला पाहिजे. त्यांच्या शब्दाला वजन प्राप्त करून देण्याचं हेच वय.'

'शिकार आणि राज्यकारभार सारखाच मानतात युवराज!' अनाजी बोलून गेले.

'ती गल्लत आमच्याही जीवनात घडली होती; पण दादोजींनी आमचं लक्ष इकडं वळवलं. आमच्या ध्यानी युवराजांचा शिकारीचा शौक आला, म्हणूनच राज्यकारभाराची जबाबदारी त्यांच्यावर टाकली. रुळवून घेतलं, तर रुळतील ते.'

अनाजी काही बोलले नाहीत. त्याच वेळी संभाजीराजे महालात आले. त्यांना एकटेच आलेले पाहून राजांनी विचारले,

'बाळराजे आले नाहीत?'

'आईसाहेब म्हणाल्या... त्यांना फिरायला नेऊ नका.'

'आईसाहेबांना सांगा की, आम्ही बाळराजांना फिरायला नेतो आहो. त्यांना घेऊन या.'

युवराज गेले. राजे उठत म्हणाले,

'चला, अनाजी. पाहू, पागा कशी सजलीय्, ती. जगदीश्वराचंही दर्शन घडेल.'

राजे महालाबाहेर आले; आणि संभाजीराजाची गाठ पडली. युवराज एकटेच आले होते. राजांनी विचारले,

'बाळराजे कुठं आहेत?'

युवराजांनी मान खाली घातली. ते म्हणाले,

'आईसाहेब म्हणाल्या... बाहेर हवा गार आहे. तेव्हा बाळराजांना...'

'तुम्ही थांबा. आम्ही घेऊन येतो बाळराजांना...'

राजे भरभर पावले टाकीत जात होते. कचेरीसोप्यातून राजे सोयराबाईंच्या महाली गेले. राजांना पाहताच राजारामांच्या चेहऱ्यावर हास्य विलसले. अडखळत्या पावलांनी बाळराजे झेपावले. राजांच्या पायांना मिठी घालीत मान उंचावीत ते म्हणाले,

'आबा ऽ ऽ, भूर्र!'

'हो, हो, जाऊ या!' राजांची नजर सोयराबाईंच्याकडे गेली. त्या राजांच्याकडे पाहत होत्या. राजे म्हणाले,

'आम्ही फिरायला जातो आहो. बाळराजांना घेऊन जातो.'

'नको!'

'कारण?'

'परवाच सरदी झाली. गार हवेत फिरणं सोसत नाही त्यांना.' सोयराबाई म्हणाल्या.

राजे हसण्याचा प्रयत्न करीत म्हणाले,

'मराठ्यांची पोरं अशीच घट्ट व्हायची. हे चालायचंच!'

'नेऊ नये बाळराजांना!' सोयराबाई बोलल्या.

राजांचे हास्य विरले. ते म्हणाले,

'राणीसाहेब, आम्हांलाही मुलांची काळजी आहे. एवढं जपायला नको त्यांना.'

सोयराबाई किंचित हसल्याचा भास झाला. त्यांचे शब्द उमटले,

'बरोबर आहे! आपल्याला दोन मुलं आहेत. मला मात्र एकच आहे.'

एखादा आसूड फुटावा, तशी तीव्र वेदना क्षणभर राजांच्या चेहऱ्यावर उमटून गेली. डाव्या हाताने बाळराजांची मिठी सोडवीत ते बोलले.

'राणीसाहेब! हे बोलला नसता, तर फार बरं झालं असतं!'

राजे वळले. राजारामांचे रडणे, मागून येणारी त्यांची पावले राजांना कळत होती. राजांनी आपली पावले भरभर उचलली; आणि ते महालाबाहेर पडले.

□

४

मध्यान्हीचा सूर्य गडावर तळपत होता. राजे हिरोजी इटलकरांसह हत्तीखान्याचे काम पाहत होते. हत्तीखान्याचे दगड चढत होते. अनेक मजूर कामात गर्क झाले होते. राजे हिरोजींना म्हणाले,

'हिरोजी, काम सुरेख होत आहे, यात शंका नाही. पण खरं सांगायचं झालं, तर या पिलखान्याची गडावर गरज नव्हती. ऐरावताचं ऐश्वर्य बाळगण्याची आम्हांला हौस नाही. मोगली विजयात आम्हांस हत्ती मिळतात, त्यांचं काय करायचं, याचं आम्हांस कोडं पडतं. आमचा भरवसा घोडदळावरचा. उघड्यावरची छावणी.'

'पण, महाराज, हत्तींशिवाय गडाला शोभा नाही, सैन्याला बळकटी नाही.'

राजे हसले. 'हिरोजी, पहिलं बरोबर; दुसरं चूक. मोगली पराजयाची अनेक कारणं... त्यांतलं एक कारण हत्तीची अंबारी. अचूक टिपायला हत्तींच्या अंबारीइतकी सोपी गोष्ट नाही. सेनापती पडला, की सेनेची वाताहत व्हायला केवढा वेळ?'

त्याच वेळी राजांच्या कानांवर आवाज आला,

'जय जय रघुवीर समर्थ!'

राजांनी पाहिले, तो एक भगवी कफनी धारण केलेला गोसावी राजांच्या रोखाने येत होता. राजांच्या जवळ येऊन त्याने वंदन केले. राजांनी तेवढ्याच नम्र भावाने नमस्कार केला. राजे म्हणाले,

'गोसावी, आपलं नाव?'

'या जीवाला 'दिवाकर गोसावी' म्हणतात.'

'चाफळला असता?'

'होय!'

'समर्थांकडील सर्व क्षेम आहे ना?'

'रामकृपा!'

'दिवाकर गोसावी, चलावं.' राजे म्हणाले.

'राजे, समर्थांनी आपणांस पत्र दिलं आहे. त्याचा आधी स्वीकार व्हावा.'

'पत्र? आम्हांला?'

दिवाकराने काखेतल्या झोळीतून पत्र काढले, आणि ते राजांच्या हाती दिले. राजांनी ते मस्तकी लावले. पत्र वाचण्यास राजे अधीर झाले होते. दिवाकर गोसाव्यांच्यासह ते सदरेवर गेले. दिवाकरांना आसन देऊन राजांनी पत्र मोरोपंतांच्या हाती दिले. राजे म्हणाले,

'वाचा.' पण क्षणात राजे उद्गारले, 'थांबा! मासाहेबांनीही ते ऐकू द्या. गोसावी, तुमची आज्ञा असेल, तर आम्ही आत जाऊन येतो.'

दिवाकराने मान डोलावली. राजे मोरोपंतांसह जिजाबाईंच्या महाली गेले. महालात जाताच म्हणाले,

'मासाहेब! आमचं भाग्य उजाडलं! आम्हांस आज पत्र आलं आहे.'

'कुणाचं?' जिजाबाईंनी बसल्या जागेवरून विचारले.

'समर्थांचं!' म्हणत राजे जिजाबाईंच्या नजीक बसले. जिजाबाईंनी विचारले,

'काय पत्र आलं आहे?'

'आम्ही अद्याप वाचलं नाही. ते पत्र घेऊन आम्ही तडक इकडे आलो.' शेजारी उभ्या असलेल्या येसूबाईंना राजे म्हणाले, 'येसू! दाराशी मोरोपंत उभे असतील. त्यांना बोलाव.'

मोरोपंत आत आले. राजांनी आज्ञा केली.

'मोरोपंत, वाचा!'

मोरोपंतांनी पत्र वाचावयास सुरुवात केली :

'निश्चयाचा महामेरू। बहुत जनांसी आधारू।
अखंड स्थितीचा निर्धारू। श्रीमंत योगी॥१॥
परोपकाराचिया राशी। उदंड घडती जयाशीं।
जयाचे गुणमहत्त्वाशीं। तुळणा कैशी॥२॥
नरपति हयपति। गजपति गडपति।
पुरंधर आणि शक्ती। पृष्ठभागीं॥३॥
यशवंत कीर्तिवंत। सामर्थ्यवंत वरदवंत।
पुण्यवंत आणि जयवंत। जाणता राजा॥४॥
आचारशील विचारशील। दानशील धर्मशील।
सर्वज्ञपणें सुशील। सर्वां ठायीं॥५॥
धीर उदार सुंदर। शूरक्रीयेसी तत्पर।
सावधपणेंसी नृपवर। तुच्छ केले॥६॥
तीर्थक्षेत्रें तीं मोडिलीं। ब्राह्मणस्थानें बिघडलीं।
सकळ पृथ्वी आंदोळली। धर्म गेला॥७॥
देवधर्म गोब्राह्मण। करावयासि रक्षण।
हृदयस्थ झाला नारायण। प्रेरणा केली॥८॥
उदंड पंडित पुराणिक। कवीश्वर याज्ञिक वैदिक।
धूर्त तार्किक सभानायक। तुमचे ठायीं॥९॥
या भूमंडळाचे ठायीं। धर्म रक्षी ऐसा नाहीं।
महाराष्ट्रधर्म राहिला कांहीं। तुम्हां करितां॥१०॥
आणखी कांहीं धर्म चालती। श्रीमंत होऊनि कित्येक असती।
धन्य धन्य तुमची कीर्ति। विस्तारली॥११॥
कित्येत दुष्ट संहारिले। कित्येकांस धाक सुटले।
कित्येकांसी आश्रय झाले। शिवकल्याण राजा॥१२॥
तुमचे देशीं वास्तव्य केलें। परंतू वर्तमान नाहीं घेतलें।
ऋणानुबंधें विस्मरण जाहलें। बा काय नेणूं॥१३॥'

'थांबा, मोरोपंत! तो श्लोक परत वाचा.' राजे मध्येच म्हणाले. मोरोपंत वाचू

लागले :

> 'तुमचे देशीं वास्तव्य केलें। परंतू वर्तमान नाही घेतलें।
> ऋणानुबंधें विस्मरण जाहलें। बा काय नेणूं।।१३।।
> सर्तज्ञ मंढली धर्ममूर्ति। सांगणें काय तुम्हां प्रती।।
> धर्मस्थापनेची कीर्ति। सांभाळली पाहिजे।।१४।।
> उदंड राजकारण तटलें। तेथें चित्त विभागलें।
> प्रसंग नसतां लिहिलें। क्षमा केली पाहिजे।।१५।।

पत्र वाचून संपले. महालात शांतता पसरली. राजांनी जिजाबाईंच्याकडे पाहिले. त्यांचे हात जोडले होते; डोळ्यांतून अश्रू ओघळत होते. खुद्द राजांचीही तीच अवस्था झाली होती. जिजाबाई म्हणाल्या,

'राजे! समर्थांनी तुमची स्तुती करावी, आणि ती आम्हांला ऐकायला मिळावी! केवढं भाग्य!'

'नाही, मासाहेब! ही स्तुती नाही. हे समर्थांनी आमच्यावर टाकलेलं ओझं आहे! आमच्या कर्तव्याची परत करून दिलेली जाणीव आहे! आमच्या अपराधांना क्षमा करून केलेला तो प्रेमवर्षाव आहे!'

'अपराध कसले?'

'आहेत तर! समर्थांच्यासारखा श्रेष्ठ पुरुष आमच्या राज्यात वावरतो. मुलुखात पसरलेले त्यांचे शिष्य हरघडी आम्हांला मदत करतात. खेडोपाडी जाऊन आमच्या कार्याला मिळण्याचा आदेश देतात. त्या समर्थांची आणि आमची भेट होत नाही. उलट, त्याबद्दल समर्थ क्षमा मागतात. आम्ही क्षमा करणार! आणि तीही समर्थांना!! अनेक वर्षं या महात्म्याला भेटायला जीव उतावीळ होता... नाही, मासाहेब! आता दिरंगाई होणार नाही. जेथे समर्थ असतील, तेथे आम्ही जाणार! ते पाय दिसतील, तेव्हाच आमच्या मनाला समाधान लाभेल.'

'राजे!' जिजाबाई म्हणाल्या, 'आता प्रवासाची दगदग सोसवत नाही. नाही तर मी सुद्धा आले असते. समर्थ भेटतील, तेव्हा त्यांना आमचा दंडवत सांगा. डोळे मिटण्याआधी त्यांचं दर्शन घडावं, अशी फार इच्छा होती.'

राजांनी गोसावींचा यथोचित सत्कार केला, समर्थांच्या पत्राला उत्तर दिले; आपण चाफळला येत असल्याचा निरोप दिवाकरांच्या बरोबर दिला. राजांचा निरोप घेऊन दिवाकर गड उतरले.

दुसऱ्या दिवशी राजांचे अनेक नजरबाज चाफळ मुलुखाकडे जाऊ लागले.

□

श्रीमान योगी । ६६१

५

राजे चाफळच्या परिसरात आले होते. युवराजांच्या हाती गड देऊन राजे तीन दिवस मजल मारीत होते. ठायी ठायी पेरलेले गुप्तहेर वाटा दाखवीत होते. राजमार्ग सोडून राजे चाफळ जवळ करीत होते. राजे चाफळला आले; आणि तेथे रामदास स्वामींचे वास्तव्य तेथून नजीकच असलेल्या शिंगणवाडीला असल्याचे कळले. राजांनी शिंगणवाडीकडे मोर्चा वळविला.

वाटेवर अनेक गोसावी ठायी ठायी भेटत होते. राजे पुढे गेले, की शंखनाद वातावरणात घुमत होता. त्या नादाला तसेच अनेक नाद येऊन मिळत होते. राजे ते कौतुकाने पाहत होते. राजे शिंगणवाडीच्या परिसरात आले.

डेरेदार आम्रवृक्षांच्या राईत वसलेले ते चिमुकले गाव होते. चारी बाजूंनी दाट झाडीने गाव वेढले होते. सह्याद्रीच्या कुशीत वसलेले तारळी-कोयनेच्या खोऱ्यातले ते गाव आपल्या निसर्गसौंदर्याने मन प्रसन्न करीत होते. गाव नजीक येताच राजे पायउतार झाले. दिवाकर गोसावी राजांच्या स्वागताला सामोरे आले.

गावाबाहेर एका विशाल आंबराईत समर्थांचा मठ वसला होता. मठाचे वातावरण स्वच्छ, निर्मळ होते. अनेक गोसावी तेथे वावरत होते. बसक्या झोपड्यांच्या समोरची सारवलेली अंगणे लक्ष वेधून घेत होती. ते पाहत असताना राजांना रामायणातील आश्रमांची वर्णने आठवत होती. एके ठिकाणी राजांचे पाऊल क्षणभर अडखळले. राजांच्या समोर थोड्या अंतरावर एक भव्य पिंपळ वृक्ष होता. त्याच्या नजीकच मठाची टुमदार पर्णकुटी नजरेस भरत होती. पर्णकुटीसमोर लहान, पण लक्षवेधी फुलांचे उद्यान होते. राजांचे लक्ष पिंपळ वृक्षाच्या विस्तीर्ण पारावर उभ्या असलेल्या भव्य पुरुषावर खिळले. ते रूप मनात साठवीत राजे पाऊल उचलीत होते.

त्या व्यक्तीच्या मस्तकावर जटाभार शोभत होता. अर्ध्या छातीपर्यंत उतरलेली दाढी, अत्यंत तेजस्वी, पण सावळा देहवर्ण, तीक्ष्ण, पण शांत नजर, चेहऱ्यावर उमटलेले मंद स्मित, भव्य कपाळ, त्यावर एक ठळक आवाळू. एका हातात जपाची माळ आणि दुसऱ्या हाती कुबडी घेऊन उभ्या ठाकलेल्या त्या महापुरुषाला पाहताच राजांचे मन शांत झाले. राजांच्या साऱ्या अंगावर रोमांच उभे राहिले होते. राजे नजीक आले. राजांच्या कानांवर एखाद्या खोल विहिरीतून आवाज उमटावा, तसे शब्द आले,

'राजे, आम्ही तुमचीच वाट पाहत होतो.'

राजे पार चढून गेले. त्यांनी गुडघे टेकले, आणि अत्यंत लीनतेने समर्थांच्या पायांवर मस्तक टेकले. राजांच्या दोन्ही हातांना स्पर्श झाला. राजांना हातांची पकड जाणवली. त्यांची नजर त्या हातांकडे वळली. राजांना उठवणाऱ्या त्या हातांच्या दंडांत बांधलेल्या रुद्राक्षमाळा बळकट स्नायूंच्या आकुंचनाने तुटतील काय, अशी भीती राजांना वाटली. राजे उठले, आणि दुसऱ्याच क्षणी समर्थांच्या मिठीत बद्ध

झाले. समर्थ बोलत होते,

'राजे! तुमच्या दर्शनानं आज आम्हांला प्रभू रामचंद्राच्या दर्शनाचा लाभ झाला! आम्ही धन्य झालो!'

राजांना ते असह्य झाले. राजांचे शब्द स्वामीजी बोलून गेले होते. राजांच्या नेत्री फक्त अश्रू उरले होते. राजे बळ एकवटून म्हणाले,

'समर्थांनी अपराधाची क्षमा करावी!'

'शिवबा! इकडे बघा!'

राजांनी नजर उचलली. केवढी प्रसन्न मुद्रा त्यांच्या सामोरी होती! राजांच्या पाठीवर हात ठेवीत स्वामी म्हणाले,

'शिवबा! तुम्हांला स्व-रूपाची ओळख नसली, तरी आम्ही तुम्हांला ओळखतो. तुम्ही राजयोगी! श्रीमान योगी! तुमची योग्यता आम्ही काय वर्णावी? पण, राजे, तुमच्या योगसाधनात आमच्यासारख्यांची तारांबळ उडते. असं का वागता?'

राजे विस्मयाने समर्थांच्याकडे पाहत होते. समर्थ हसले; म्हणाले,

'राजे! हा आदिलशाहीचा मुलूख. आमच्या भेटीसाठी असा जीव धोक्यात का टाकता? तुमचे पराक्रम ऐकून आम्हांला आनंद झाला. त्या भरात आम्ही तुम्हांला पत्र लिहिलं. एवढं उतावीळ वर्तन तुम्ही कराल, असं आम्हांला स्वप्नातही वाटलं नाही.'

'एवढा जीव मोलाचा नाही आमचा!'

स्वामीजींनी एकदम राजांचे मनगट धरले. ते म्हणाले,

'सबूर, राजे! असं चुकूनही म्हणत जाऊ नका. तुमचं कार्य फार मोलाचं, मोठं आहे. आम्ही प्रभू रामचंद्राचे दास. विचार पेरीत जाणं एवढाच आमचा धर्म. ते विचार संपन्न भूमीत पडले, तर उदंड पीक दिसतं; पण फत्तरावर पडलं, तर ते वाऱ्यावर उडून जातात. फुकाच्या बोलांना काय अर्थ? राजे! तुमच्या कष्टांना यश आलं, या भूमीत खऱ्या अर्थानं आनंदवनभुवन अवतरलं, तरच आमच्या विचारांना, जगण्याला अर्थ! तुमच्याविना आमचं जीवन अपुरं आहे. तुम्ही ते कार्य पुरं करेपर्यंत सुरक्षित राहण्यात आमचं जीवनसाफल्य सामावलं आहे. राजे! तुम्ही येणार, हे कळताच तुम्हांला निरोप पाठविणार होतो; तोच तुम्ही निघाल्याचीही वार्ता आली.'

समर्थांनी राजांना आपल्या जवळ बसवून घेतले. राजांनी आपल्या बरोबर आलेले मोरोपंत पेशवे आणि प्रतापराव गुजर यांची ओळख करून दिली. समर्थ दोघांना म्हणाले,

'साल्हेरीचा पराक्रम ऐकून आमचे कान तृप्त झाले. असाच पराक्रम करीत राहा. यापुढं मोगलाईतल्या तुमच्या कामगिऱ्या फार महत्त्वाच्या आहेत!'

'समर्थांना बरीच जानकारी दिसते!' राजे भारावून म्हणाले.

'नाही, राजे. हे अंतर्ज्ञान नाही. तुमच्या बहिर्जींसारख्या, महादेवसारख्या नजरबाजांनी

आमचे शेकडो गोसावी अडकवलेत. परमार्थापेक्षा राजकारणातच ते अधिक गुंतलेत. त्यामुळं सारं समजतं.'

समर्थांच्या पुढे राजे प्रथमच हसले. समर्थ राजांना म्हणाले,

'राजे, आता आदिलशाहीशी फार दिवसांचं सख्य राहील, असं वाटत नाही!'

'समर्थांना अंदेशा वाटण्याचं कारण?' राजांनी विचारले, 'आदिलशाही वकील, आमचे बाबाजी नाईक पुंडे विजापुरातच आहेत.'

'ते ठीक. आम्हांला संशय नाही; पण खात्री आहे. कुडाळयुद्धात ज्या खवासखानाचं वैर तुम्ही पत्करलंत, त्या खवासखानाचं प्राबल्य विजापूरदरबारी वाढतं आहे. एक ना एक दिवशी ते तुम्हांला कळेल. तेव्हा योग्य तो निर्णयही तुम्ही घ्याल.'

राजांनी मोरोपंतांच्याकडे पाहिले. मोरोपंतांच्या मागे उभ्या असलेल्या मावळ्यांच्या हातांतील तबके मोरोपंत समर्थांच्या पुढे ठेवीत होते. तबकांची आच्छादने काढली गेली. सुवर्ण-रौप्य नाण्यांनी ती तबके ओतप्रोत भरली होती. त्यांकडे पाहून समर्थ म्हणाले,

'राजे, हे कशाला आणलंत? याची काय गरज होती? आम्ही संन्यासी! असलेल्या लंगोटीचा आम्हांला भार. आम्हांला गरज आहे; नाही, असं नाही; पण ती याची नव्हे. गरज आहे प्रेमाची! तुमच्या वचनाची!'

'वचन?'

'हां, राजे! काही माणसं अवतारकार्य करायला या पृथ्वीवर अवतरतात. ती परमेश्वरस्वरूपच असतात. त्यांची वचनं मिळविणं यातच आमचं कल्याण नसतं का?'

'समर्थांनी आम्हांला संकोचवू नये!'

'राजे, खोटा विनय बाळगू नये. आज तुमचा पराक्रम पाहून आमच्यासारखी संन्यासी माणसंही तुमच्या गुणांवर लुब्ध होतात. ही तुमची योग्यता. ती जाणून घ्या. ती वाया जाऊ देऊ नका.'

'मी काय करू?' राजांनी विचारले.

समर्थ हसले. म्हणाले, 'राजे, मेघांचं जे नातं धरित्रीशी असतं, तेच नातं राजाचं प्रजेशी असतं. मेघ आपल्या उरातल्या ओलाव्यानं धरित्री तृप्त करीत असतो. त्याची नजर सदैव धरित्रीवर खिळलेली असते. तेच तुमचं कर्तव्य!'

समर्थांनी कल्याणला हाक मारली, 'कल्याण!'

कल्याणस्वामी आले. राजांनी त्यांना वंदन केले. समर्थ म्हणाले,

'कल्याण! अरे, राजे आमच्या घरी पाहुणे आले. सरळ आमच्या शेजारी त्यांनी पाटावर बैठक टाकली. राजांनीच उघड्यावर बैठक टाकलेली पाहून बिचारे राजांचे सोबती पेचात पडले असतील. आता त्यांना उघड्या जमिनीवरही बसायला संकोच

वाटत असेल. जनावरांचं चारापाणी, शिबंदीचं जेवणखाण- सर्वांकडे तू लक्ष दे.'

'क्षमा असावी, समर्थ!' राजे म्हणाले, 'आपण त्याची चिंता करू नये. आमची शिबंदी सदैव सर्व साहित्य बाळगून असते.'

'राजे, ते आम्हांला माहीत आहे. आपल्या मुलुखात कुठंही तुमची फौज असली, तरी त्या फौजेचा उपद्रव गावांना होत नाही, हे आम्ही जाणतो. त्याचा आम्हांला अभिमान वाटतो.'

समर्थांनी स्थापन केलेल्या मारुतीचे राजांनी दर्शन घेतले; आणि समर्थांच्यासह ते मठात गेले.

त्यानंतर दोन दिवस गेले. राजे समर्थांच्या तोंडून उपदेश ऐकत होते. आत्मदर्शन, सिद्धलक्षण, सारविवेक, राजकारण, चातुर्यलक्षण, विषयत्याग अशा अनेक विषयांवर समर्थ बोलत होते. त्या वेगळ्या वातावरणाची, वेगळ्या विचारांची मोहिनी राजांवर पडत होती. मन तृप्त झाले होते. दुसऱ्या दिवशी राजांनी गुरूपदेश घेण्याची इच्छा व्यक्त केली. समर्थांनी ते आनंदाने मान्य केले.

शुभ दिवस पाहून समर्थांनी अनुग्रह दिला. समर्थांचा वरद हस्त लाभला. राजे सनाथ झाले.

दोन प्रहरी राजे आणि समर्थ झोपडीत बसले होते. बोलता-बोलता राजांनी विचारले,

'स्वामीजी! परमेश्वर आपल्याला दिसला का?'

समर्थांनी एकदम वर पाहिले. त्यांच्या चेहऱ्यावर प्रसन्न हास्य विलसले. ते राजांच्यावर नजर रोखीत म्हणाले,

'शिवबा! हा प्रश्न काल विचारायचा होता; गुरूपदेश घेण्याआधी आमची पारख करीत होता, तेव्हा विचारायचा होता. आता तो अधिकार राहिला नाही.'

राजे संकोचले. त्यांच्या कानांवर शब्द पडत होते :

'राजे, परमेश्वरदर्शन हे जीवनाचं ध्येय नव्हे. अध्यात्मालाही ते मान्य नाही. परमेश्वर चराचर स्वरूपामध्ये भरून राहिला आहे. तो आपल्यातही आहे. स्व- रूपाची ओळख हेच आपलं ध्येय असायला हवं. आम्हांला परमेश्वर सापडला असता, तर आम्ही कशाला तुम्हांला गुरूपदेश करीत बसलो असतो?'

'मग सद्गुरूला जीवनात काहीच का अर्थ नाही?' राजांनी विचारले.

'राजे, तुम्ही अनेक वेळा अनोळखा मुलुखातून गेला असाल, वाट चुकला असाल. वाटेवर कोणीतरी पांथस्थ भेटतो. त्याला तुम्ही मार्ग विचारता. तो सांगतो, त्या वाटेनं तुम्ही जाता. तुमच्या मनात असा संशय कधी येतो का, की त्या माणसानं आपल्याला खोटी वाट दाखविली असेल, म्हणून? त्या पांथस्थाची

जीवनात जी जागा, तीच गुरूची. वाट तुम्हीच चालायची असते. मुक्कामही तुम्हीच गाठायचा असतो. तसं पाहिलं, तर आता आपण दोघंही एका मार्गाचे प्रवासी. ज्याला आधी सापडेल, त्यानं दुसऱ्याला सांगावं, एवढ्याचपुरते आपण बद्ध.'

'पण, स्वामीजी! आपण आम्हांला काहीच जपतप सांगितलं नाही.' राजांनी दुसरी शंका व्यक्त केली.

'कशासाठी? परमेश्वरानं तुमचं कार्य तुम्हांला दिलं आहे. त्यात तुम्ही मग्न आहा. या धरतीवर श्रींचं राज्य प्रस्थापित व्हावं, हे तुमचं ध्येय. ते काम श्रद्धेनं, प्रेमानं करणं हीच ईश्वरसेवा नाही का? राजे, सर्वांभूती प्रेम बाळगा. प्रजेवर उदंड प्रेम करा. धर्माची लाज राखा. महाराष्ट्रधर्म वाढवा. हीच तुमची तपश्चर्या. तिनंच तुम्हांला ईश्वर पावेल.'

मठात पंगत बसली होती. राजांची सारी शिबंदी भेदाभेद विसरून समर्थांच्या मठाचा प्रसाद सेवन करीत होती. त्या प्रेममय वातावरणात राजे सारी काळजी विसरले होते. आनंदाचे भरते मनात साठत होते.

चार दिवस झाले, तरी राजे जाण्याची गोष्ट काढीनात. समर्थांनी ते जाणले. ते राजांना म्हणाले,

'शिवबा! उद्या दिवस चांगला आहे. त्या दिवसावर प्रस्थान ठेवा. तुम्ही इथं गुंतलात, तर सारा महाराष्ट्र आम्हांला दोष देईल. गडावर आईसाहेब आपली वाट पाहत असतील.'

राजे भारावले. ते म्हणाले,

'मासाहेबांची दर्शनाची फार इच्छा होती. पण आता त्या थकल्यात. प्रवास झेपत नाही. आम्ही येताना म्हणाल्या... समर्थांना दंडवत सांगा. त्यांना सांगा, 'डोळे मिटायच्या आधी दर्शन घडावं, असं फार वाटतं...' '

समर्थांनी डोळे मिटले. त्यांनी डोळे उघडले, तेव्हा त्यांच्या डोळ्यांत अश्रू तरळत होते. ते म्हणाले,

'राजे, आपल्या मासाहेब म्हणजे थोर आत्मा. त्यांचं दर्शन घ्यायला हवं. त्यांना सांगा... निरोप पोहोचला. इच्छा तृप्त करणारा प्रभू रामचंद्र समर्थ आहे.'

जायचा दिवस उजाडला. राजांचे मन व्याकूळ बनले होते. समर्थ सुद्धा अस्वस्थ होते. राजांनी समर्थांचे पाय धरले. राजांच्या डोळ्यांतले अश्रू पाहून समर्थदेखील भारावले. ते म्हणाले,

'शिवबा! तुमच्या डोळ्यांत पाणी शोभत नाही.'

'स्वामीजी, आपला सहवास लाभला. जीवनाचं सार्थक झालं. वाटतं, हे पाय सोडून हलूच नये. स्वामीजी, पुन्हा केव्हा दर्शन?' राजांनी कळवळून विचारले.

समर्थांनी राजांच्या नजरेला नजर भिडविली. राजांच्या पाठीवर हात ठेवून ते म्हणाले,

'राजे, तुम्ही आमचा उपदेश घेतलात. कुठं जरी असला, तरी आमचं स्मरण करताच आम्ही तुमच्या सन्निध असायला हवं. आता दुरावा नाही; तो नव्हताही. तसं वाटलं, तर मग या गुरुशिष्यभावनेला अर्थही राहायचा नाही. यासाठी चित्त गुंतवू नका. कार्य फार मोठं आहे. फार सोसायचं आहे. तिकडे लक्ष द्या.'

'गुरुदेव!'

'हां, शिवबा! आवरा! सारं ठीक होईल. कधी तसं भासलं, तर जरूर या. तुमच्या दर्शनात आम्हांलाही आनंद आहे.'

समर्थांचे डोळे अश्रूंनी भरले. त्यांनी राजांना कवटाळले. ते म्हणाले,

'राजे! आम्ही संन्यासी! जीवनापासून निवृत्त झालेले. पण तुम्ही आम्हांला गुंतवलंत. ...थांबा, राजे!'

समर्थ आपल्या मठात गेले. खडावांच्या आवाजासरशी राजांचे नेत्र मठाच्या दारी खिळले. समर्थ हाती भगव्या रुमालात गुंडाळलेले बासन घेऊन बाहेर येत होते. राजांच्या जवळ येऊन समर्थ म्हणाले,

'राजे! आम्ही संन्यासी. आम्ही काय देणार? शिवथर घळीत बसून नऊ वर्षांनी आम्ही 'दासबोध' पुरा केला. हा कल्याण तो उतरून घेत होता. प्रभू रामचंद्रांच्या आशीवार्दानं ते कार्य तडीला गेलं. त्यानंतर आम्ही आमच्या हस्ताक्षरात एक प्रत तयार केली. ती तुमच्याकरिता आम्ही जतन केली होती. आमच्या जीवनाचं सारं तत्त्वज्ञान आम्ही त्यात मांडलं आहे. हे धन जतन करून ठेवा. जेव्हा मन उदास होईल, जिवाला कोडं पडेल, तेव्हा हा ग्रंथ उघडा. रामचंद्रांच्या कृपेनं तुम्हांला तुमची वाट दिसेल. आज ह्या दासबोधाच्या रूपानं मी तुम्हांला सर्वस्व देत आहे.'

राजांनी दासबोध मस्तकी लावला. समर्थांचे पाय पुन्हा अश्रूंनी भिजले; आणि राजांनी समर्थांचा निरोप घेतला.

□

६

उन्हाळ्याचे दिवस असल्याने भल्या पहाटे राजांनी छावणी उठवली. समर्थांची भेट होऊन दोन दिवस झाले होते. पण राजांच्या नजरेसमोर समर्थांची मूर्ती होती; त्यांचे शब्द कानांत घुमत होते.

वाढत्या उन्हाबरोबर उकाडा वाढत होता. उन्हाची पर्वा न करता राजे प्रतापरावांच्यासह दौड करीत होते. मागे-पुढे स्वार दौडत होते. मध्यान्हीच्या सुमाराला राजे एका आम्रवृक्षाखाली थांबले; घोडदळाला इशारत दिली. नदीचे पात्र क्षीण बनले होते. सारे घोडदळ नदीकाठावर पसरले. न्याहऱ्या सोडल्या गेल्या. प्रतापराव राजांच्याकडे

पाहत होते. आजूबाजूला त्यांचे लक्ष फिरत होते. राजांनी विचारले,

'प्रतापराव, काय पाहता?'

'वर फनसवड्याची पानं दिसतात. एवढ्यात घेऊन येतो. पत्रावळी लावता येतील.'

राजे हसले; म्हणाले,

'प्रतापराव, मराठमोळी माणसं आपण. अनेकदा उभ्या छावणीत हातावर भाकर घेऊन खायचा सराव झालाय् आम्हांला. आमची भाकर हातावर द्या.'

प्रतापरावांच्या शिलेदाराने न्याहरीचे फडके सोडले. हिरव्या मिरच्यांचा खरडा, पांढरे कांदे आणि भाकरी हा बेत पाहून राजे खूश झाले. राजांनी कांदा सोलून बुक्कीने दगडावर फोडला. खरडा घातलेली भाकरी हातावर घेतली. राजांच्या आग्रहाने प्रतापरावांनीही भाकरी घेतली. साऱ्यांच्या न्याहऱ्या संपल्यावर ते नदीच्या पात्रात उतरले, पाणी प्याले. थोडी विश्रांती घेऊन राजे घोड्यावर स्वार व्हायच्या बेतात असता प्रतापराव म्हणाले,

'महाराज, इथून थोड्या अंतरावर डोंगराच्या त्रिकोणात कोरजाई गाव आहे.'

राजांना त्यांच्या बोलण्याचा रोख समजला नाही. प्रतापरावांनी म्हटले,

'रामजी पांगेऱ्याचं तेच गाव!'

'इथला रामजी पांगेरा कणेरागडावर नेमलात?'

'तेवढ्या लांब जायला तसा विश्वासू माणूस नजरेत येत नव्हता. त्याच मुलुखातली माणसं किल्लेदार म्हणून नेमू नयेत, अशी आज्ञा असल्यामुळं पांगेऱ्याला तिकडे टाकलं.'

'प्रतापराव, जाता-जाता आपण वाडीवर थोडा वेळ थांबून जाऊ.'

डोंगराच्या कुशीत वसलेली कोरजाई अगदी नजीक गेल्याखेरीज राजांच्या नजरेत आली नाही. पाच-पंचवीस झोपड्यांची, दहा-पाच बसक्या घरांची ती वस्ती. डोंगरउतरणीला असलेल्या शिवाराच्या वर कोरजाई वसली होती. घोड्यांच्या टापांचा आवाज ऐकून गाव भयभीत होऊन गेले होते. राजांचे स्वार गावात पोहोचले होते. राजे प्रतापरावांच्या बरोबर सावकाश चालत होते. प्रत्येक घराचे दार बायकापोरांनी, बाप्यांनी सजले होते. गाव राजांना न्याहाळीत होते. पाया पडायचेही कुणाला सुचत नव्हते. सारे कौतुकाने राजांच्याकडे पाहत होते. पुढे जाणारे प्रतापराव गुजर पायउतार झाले.

रामजी पांगेऱ्याचे वडील मारुती पांगेरा एक वयस्क माणूस. जेव्हा स्वारांनी त्यांना राजे येत असल्याचे सांगितले, तेव्हा त्याचे भान हरपले. आपल्या घराचा कट्टा त्याने खराट्याने झटकन साफ केला; त्यावर घोंगडी अंथरली. म्हाताऱ्याची नुसती धावपळ उडाली होती. आपल्या दुसऱ्या मुलाला- रूपाजीला- त्याने

बोलावणे पाठविले. तोच राजे घरासमोर आल्याची वर्दी आली. खराटा कोपऱ्यात फेकून मारुती मुंडासे सावरीत पुढे धावला. त्याच्या मनात आनंद मावत नव्हता.

मारुतीच्या घरासमोर महाराज पायउतार झाले. राजांची नजर मारुतीवर खिळली. म्हातारा ताठ उभा होता. डोळे राजांच्या वर स्थिर झाले होते. राजांनी पाऊल उचलले, आणि तो म्हातारा धावला. त्याने एकदम राजांचे पाय धरले. राजे मारुती पांगेऱ्याला उठवीत म्हणाले,

'बाबा! तुम्ही आशीर्वाद द्यायचे; पाया पडायचं नाही.'

म्हाताऱ्याला आनंदाने शब्द फुटत नव्हता. राजांना तो कट्ट्यावर घेऊन गेला. राजे कट्ट्यावर बसले. मारुतीला काही बोलणे सुचत नव्हते. तो एकदम घरात गेला. बाहेर आला, तेव्हा त्याच्या पाठोपाठ एक म्हातारी, रामजी पांगेऱ्याची विधवा पत्नी आणि रामजीचा बारा वर्षांचा मुलगा हे बाहेर आले. सारे राजांच्या पाया पडले. मारुती संकोचाने प्रथमच बोलला,

'धाकला शिवारात गेलाय्!'

राजे त्या घराचा आनंद पाहून कुचंबले होते. ज्या घराचा कर्ता मुलगा हरवला होता, तेथे शोकाऐवजी दिसणारा आनंद पाहून राजांना काही सुचत नव्हते. राजे कसेबसे म्हणाले,

'असू दे! बाबा, बसा तुम्ही.'

राजांनी बळेच मारुतीला जवळ बसून घेतले; रामजीच्या उघड्या पोराला जवळ घेतले. ते पोर बुजून चटकन दूर पळाले. तो जिव्हाळा पाहून राजे गहिवरले. मारुती म्हणाला,

'आमचं नशीब थोर, म्हणून तुझं पाय गरिबाच्या घराला लागलं.'

'नाही, बाबा! हे गरिबाचं घर नाही. छातीचा कोट करून दिलेरखानाला थोपविणाऱ्या रामजीचं हे घर...'

रामजीच्या नावाने म्हातारा भानावर आला. त्याच्या डोळ्यांत क्षणभर पाणी तरळले. राजांनी त्याच्या खांद्यावर हात ठेवला. आपल्या डोळ्यांतलं पाणी आवरीत राजे म्हणाले,

'बाबा! रडू नका!'

'नाही रडत, राजा!' मारुती डोळे पुशीत म्हणाला, 'पोरानं कुळी धन्य केली. नाही तर गरिबाच्या घराला, तुझं पाय कशाला लागलं असतं? तू आलास, घोंगड्यावर बसलास. राजा, माझं घर उद्धरून गेलं!'

राजे खिन्नपणे हसले; म्हणाले,

'बाबा! आमचं कसलं कौतुक? रामजीसारख्यांच्या जिवावर राज्य करीत मागे राहणारे आम्ही!'

मारुती त्या बोलांनी कळवळला.

'नको, राजा! असं बोलू नकोस. अरं, तू मागं व्हातोस, म्हनून पोरं लढत्यात. कधी न्हाई तो मुलुखात सण साजरा झाला. गोरगरिबांच्या तोंडात राख पडायची, ते चार घास पडले. तू पुढं जाऊन गरिबांनी काय करायचं होतं?'

राजांना मारुतीचा रोख कळेना. त्यांनी विचारले,

'आम्ही काय केलं, बाबा?'

'काय केलं न्हाईस, ते इचार! हे पाटील, कुलकर्णी, देसाई, जागिरदार... मुलुखाच्या जळवा ह्या! ईल ते पीक घेऊन जानार! आन् आमी रानच्या मेरुल्या हुडकत पोटं भरायची! उमेदीत व्हतो, तवाची कानी हाय. येठीसाठी एक डाव गाव बोलावलं व्हतं. म्या गेलोच न्हाई. तर तीन दीस वाड्याच्या देवडीवर दोघंजन माझं आंग चाबकानं फोडत व्हते. अजूनबी मळाभ आलं, तर अंग दुखतंया.'

'आणि आता?'

'आता? ते सांगाय पायजे व्हय?' समोरच्या दावणीला दोन बैल बांधले होते, तिकडे बोट दाखवीत मारुती म्हणाला, 'ती बैलं कुठली?'

'कुठली?'

'तुज्या सरकारतनं मिळाली ती! राजं, शेतकऱ्याला जनावरं मिळाली, देनं नसलं, तर पिकाला काय तोटा? दोन हिस्सं घेतोस. मागितलंस, तर तीन हिस्संबी आनंदानं देतील तुला.'

'बाबा, मला खूप मिळालं. जिवाला जीव देणारी माणसं भेटली. आणखी काय मिळवायचं?'

तोच मारुतीचा दुसरा मुलगा रूपाजी आला. बलंदड शरीराचा, बापासारखाच ताठ असलेला रूपाजी राजांच्या पाया पडला. म्हातारा म्हणाला,

'हा रूपाजी; रामजीच्या पाठीवरचा.'

राजे उठत म्हणाले, 'बाबा, येतो आम्ही.'

राजांनी प्रतापरावांकडे पाहिले. त्यांनी राजांच्या पुढे थैली केली. थैली घेऊन राजांनी ती मारुतीसमोर धरली.

'बाबा, हे राहू दे; अडीअडचणीला उपयोगी होईल.'

मारुतीने एकदम हात मागे घेतला. म्हातारा म्हणाला,

'राजा, पोर गेलं, म्हणून हे देयाची कायबी गरज न्हाई. शिवारात शेत हाय. घर हाय. तू पाठीशी असल्यावर पैसं घेऊन करायचं काय?'

राजांना उत्तर सुचेना. राजे अडखळले.

'मग मी तुमच्यासाठी काय करू?'

'असं म्हंतासा?' मारुतीने राजांच्या डोळ्यांला नजर भिडविली. तो एकदम

हसला; म्हणाला,

'एक काम करशिला?'

'सांगा. आम्ही जरूर करू.'

मारुतीने रूपाजीला समोर ओढले. त्याला राजांच्या समोर आणीत मारुती म्हणाला, 'राजा, जसं रामजीला जवळ केलंसा, तसंच यालाबी जवळ करा. पांगेऱ्याची कूस अजून उजाड झाली न्हाई. रामजीची जागा ह्यो घील.'

राजांच्या डोळ्यांत अश्रू चमकले. मारुतीचा हात प्रेमाने दाबीत राजे म्हणाले, 'तुमच्या आशीर्वादानं सारं होईल. पण घरात शेतीभाती पाहायला हा राहू देत. तेदेखील स्वराज्याचंच काम आहे.'

मारुती म्हणाला, 'हां, राजा! अरं, वय झालं, म्हनून म्हातारा झालो काय मी? अशा धा पोरांचं काम करायला बळ हाय अंगात अजून. रूपाला पायांजवळ जागा दे, राजा!'

राजांना बोलवेना. राजांनी रूपाला जवळ घेतले. राजे म्हणाले, 'बाबा, रूपाजीची काळजी करू नका. रूपाजी माझा आहे.'

घराभोवती माणसं जमली होती. राजांनी मोहोरांची थैली रूपाजीच्या हाती दिली. राजे म्हणाले,

'शिलेदार रूपाजी! ही रक्कम घरासाठी कारणी लावून घरची व्यवस्था नीट लावा; आणि तुम्ही रायगडावर या. तिथं आम्ही पुढची कामगिरी सांगू.'

रूपाजीने राजांचे पाय शिवले. गावच्या उतरणीपर्यंत सारे गाव राजांना पोहोचवायला आले होते. उन्हे कलली होती. मारुतीचा निरोप घेऊन राजे स्वार झाले. थोडे अंतर गेल्यानंतर राजे प्रतापरावांना म्हणाले,

'प्रतापराव, आज तुम्ही आम्हांला सोन्याचा दिवस दाखवलात!'

□

७

राजे पाचाडला आले. पाचाडच्या वाड्यात अनाजी दत्तोंना पाहून राजांना आश्चर्य वाटले. पावसाळा तोंडावर आला होता. गडाची पावसाळी हवा जिजाबाईंना मानवत नसल्यामुळे जिजाबाई पाचाडला येऊन राहत. जिजाबाईंची पाचाडची व्यवस्था पुरी करण्यासाठी अनाजी दत्तो गडाखाली आले असतील, या कल्पनेने राजांनी विचारले,

'अनाजी, मासाहेबांची व्यवस्था पाहायला गडाखाली उतरलात?'

'जी! तेही एक होतंच. पण महाडला जावं लागलं. महाडच्या दिवाकर वैद्यांना गडावर पाठवलं, तोच आपण येत असल्याची वर्दी आली.'

'वैद्य? कशासाठी?' राजांनी घाबरून विचारले.

'युवराज शिकारीत जखमी झालेत.'

राजांच्या जिवाचा ठाव उडाला. राजे बोलून गेले,

'केव्हा?'

'कालच युवराज शिकारीला गेले होते. वाघोऱ्याचं रान उठवलं होतं. तेंडवा उठला. युवराजांनी कुणाचंही न ऐकता तलवारीनं वाघ मारायचा ठरवला. जनावर भारी होतं. युवराजांनी सरळ वाघाला अंगावर घेतलं. वाघ मेला; पण त्यात राजे जखमी झाले.'

'फार जखमी झालेत!'

'आपल्या वैद्यराजांनी दिवाकर वैद्यांना आणायला सांगितलं, ते निघालोच.'

'गड राखण्यासाठी युवराजांना ठेवलं?... बरं, जाऊ तरी कसं दिलंत? बरोबर कोण होतं?'

'इब्राहीम होता, येसाजी होता. सोबत रूपाजी भोसलेही होते. आणि...'

'मला नावं नकोत!'

राजे तसेच वाड्याबाहेर पडले, आणि स्वार झाले. मागून शिबंदी येते, की नाही, याचा विचार न करता राजे स्वार झाले. पाठोपाठ प्रतापराव धावले.

महादरवाजाच्या नौबतीने राजे गडावर येत असल्याचे जाहीर केले. राजे गडमाथ्यावर आले. हत्तीटाक्याला वळसा घालून रस्त्याने न जाता राजांनी आपले घोडे गंगासागराकडे वळविले. पालखीदरवाजाशी जाऊन राजे घामेजलेल्या घोड्यावरून पायउतार झाले.

पहारेकऱ्यांचे मुजरे घेत राजे पालखीदरवाजाच्या पायऱ्या चढून गेले. अवचित मागच्या दरवाजाने राजे आलेले पाहून सारे चकित होत होते. जामदारखान्याच्या चौकातून राजे सरळ जात होते. राजे संभाजीराजांच्या महाली गेले. संभाजीराजे पलंगावर झोपले होते. शेजारी वैद्य उभे होते.

येसाजी, रूपाजी भोसले तेथे हजर होते. जिजाबाई युवराजांच्या उशाला उभ्या होत्या. राजे महालात जाताच वैद्य मागे सरले. राजांनी वैद्यांना विचारले,

'वैद्यराज, युवराज कसे आहेत?'

'काळजीचं कारण नाही. एक खांद्यावरची जखम जरा खोल आहे. आठ दिवसांत युवराज हिंडू-फिरू लागतील.'

राजांनी घाम टिपला. त्यांची नजर संभाजीवर गेली. संभाजीराजांच्या चेहऱ्यावर हास्य होते. ते हास्य पाहून राजांचा संताप उफाळला. ते गर्जले,

'कुणाला विचारून तुम्ही शिकारीला गेला होता? वय काय तुमचं? आणि तुम्ही वाघावर चालून गेलात?' राजांची नजर येसाजीकडे वळली. 'येसाजी, तुम्ही, इब्राहीमखान असताना राजांना पुढं जाऊ दिलंत? ...संभाजीराजे! आमच्या प्रश्नांची उत्तरं हवीत आम्हांला.'

संभाजीराजांचा चेहरा घाबरा बनला. त्यांनी मासाहेबांच्याकडे पाहिले. जिजाबाई

राजांना म्हणाल्या,

'राजे, तुम्ही आपल्या महालात जा!'

त्या अनपेक्षित उद्गारांनी राजांनी एकदम जिजाबाईंच्याकडे पाहिले. राजे म्हणाले,

'पण, मासाहेब...'

'काही न बोलता, राजे, तुम्ही आपल्या महाली जा.'

राजे त्या शब्दांनी सुन्न झाले. राजांनी सर्वांवरून नजर फिरविली; आणि त्याच संतापात राजे महालाबाहेर गेले.

राजे आपल्या महाली गेले. जिरेटोप पलंगावर ठेवून राजे खिडकीपाशी उभे होते. राजांना गंगासागराचे मनोरे दिसत होते. मनोऱ्यात सोयराबाई राजारामांना घेऊन उभ्या होत्या. ते पाहून राजांचे मन प्रसन्न झाले नाही. पावलांच्या आवाजाने राजांनी मागे वळून पाहिले. जिजाबाई महालात येत होत्या. जिजाबाई जवळ आल्या. त्या म्हणाल्या,

'राजे, रागावलात?'

'नाही, मासाहेब!'

'राजे, शंभूबाळ जखमी. अशा वेळी त्यांना बोलणं बरं नव्हतं.'

'ती का आम्हांला हौस होती? मासाहेब, काही वेळा आम्ही तुम्हांला समजूच शकत नाही.'

'का? मी काय केलं?'

'मासाहेब, आठवतं? एकदा आम्ही थोरल्या महाराजसाहेबांनी दिलेल्या बंदुकीनं वाघाची शिकार केली होती. खाली बसून शिकार केली, एवढाच गुन्हा! पण त्यासाठी तुम्ही आम्हांला बोल लावलात. आम्ही जेवलो नाही, तरी त्याची कदर केली नाहीत. ज्या कडक शिस्तीत आम्हांला वाढवलंत, ती शिस्त शंभूबाळांना मात्र नाही. उलट, त्यांचे लाड भरपूर. लाडांना सोकावलेल्या बाळराजांना भावी जीवन फार कठीण जाईल. मासाहेब, त्याची भीती वाटते. असं का वागता, तेच कळत नाही.'

जिजाबाईंची नजर एकदम व्यथित झाली. त्या म्हणाल्या, 'शिवबा, तुमची चूक होते आहे. हा प्रश्न आम्ही सईला विचारला असता. तुम्हांला आई आहे, त्यांना नाही.'

□

८

संभाजीराजे आठ दिवसांत हिंडू फिरू लागले. राजे केव्हातरी संभाजीराजांच्या महाली जात. चौकशी करत; पण त्यात तुटकपणा असे. संभाजीराजांना ते जाणवे. संभाजीराजांच्या आजारामुळे जिजाबाईंचेही वास्तव्य गडावरच होते. राजे रायगडाच्या इमारतीवर देखरेख करीत होते. निरनिराळ्या गडांच्या डागडुजी करून घेण्याच्या आज्ञा रायगडावरून सुटत होत्या. ते सारे करीत असता राजांच्या मनात अनेक बेत उभे राहत होते.

राजे सकाळच्या वेळी आपल्या महालात बसले होते. शेजारी पुतळाबाई उभ्या होत्या. सोयराबाईही बाळ राजारामांसहित महाली आल्या. त्यांना पाहून राजे म्हणाले,

'आजचा दिवस फार चांगला दिसतो.'

राजांनी राजारामाला उचलून मांडीवर घेतले, आणि सोयराबाईंना विचारले,

'मासाहेब कुठं आहेत?'

'पूजा करताहेत.'

राजांनी एक निःश्वास सोडला. ते म्हणाले,

'आम्ही आग्र्याहून सुटलो; पण मासाहेब गुंतल्या, त्या गुंतल्याच. त्यांची सुटका होईल, असं दिसत नाही.'

दोघी राण्या राजांच्या बोलांनी आश्चर्यचकित होऊन राजांच्याकडे पाहत होत्या. राजे हसले.

'आम्ही औरंगजेबाकडे गेलो. मासाहेबांनी अनेक व्रतं, उपवास सुरू केले. आम्ही आलो; पण धरलेलं सुटलं नाही. आठवड्यातून तीन दिवस तरी निर्जळी उपवास असतो. वाढलेली पूजाअर्चा हीत मासाहेब पुऱ्या गुंतल्या गेल्या.'

राजांची नजर दाराकडे गेली. दारात संभाजीराजे उभे होते. पंधरा वर्षांचे संभाजीराजे. मानेवर पडलेले, मागे परतविलेले काळेभोर केस, विशाल तेजस्वी नेत्र, कर्पूरगौर रंग, भरदार तणावलेली छाती... राजे युवराजांचे रूप न्याहाळीत होते. राजे म्हणाले,

'हे मासाहेबांचं नवं आराध्यदैवत. यांना कोणी काही बोलू धजत नाही.'

संभाजीराजे त्या वाक्याने बिचकले. ते राजांच्या जवळ आले. त्यांनी गुडघे टेकून राजांच्या पायांवर मस्तक ठेवले. राजारामाला बाजूला ठेवून राजांनी संभाजीराजांना उठवले. संभाजीच्या ओल्या केसांना राजांच्या हाताचा स्पर्श झाला. राजांच्या चेहऱ्यावर स्मित झळकले.

'वैद्यांनी आंघोळीला परवानगी दिली, वाटतं?'

'जी!'

पुतळाबाईंच्याकडे पाहत राजे म्हणाले,

'फार दिवसांमागची गोष्ट आहे... बाळराजे लहान होते. राजगडावर असेच ओले केस घेऊन संभाजीराजे आले होते मोती मागायला.' संभाजीराजांच्याकडे पाहत राजांनी विचारले, 'तुमचा मोती कुठं आहे?'

'पाचाडच्या पागेत.' संभाजीराजे उत्तरले.

राजाराम एकदम म्हणाले, 'आबासाहेब ऽ ऽ, आमांला पण मोती पायजे ऽ ऽ'

राजांनी मान वळवून राजारामांकडे पाहिले. गाल फुगवून राजाराम बसले होते. ते रूप पाहून साऱ्यांना हसू फुटले. बाळराजांच्या नाकावर बोट ठेवून राजे म्हणाले,

'मोती आमच्या जवळ आहे कुठं? आणि आता तुम्हांला मोती मागायचाच

झाला, तर तुमच्या दादा महाराजांकडेच मागायचा.'

बाळराजांनी संभाजीराजांच्याकडे पाहिले. संभाजीराजांनी राजारामाला उचलून घेतले. राजाराम संभाजीराजांच्या मानेला बिलगले. राजांनी संभाजीराजांना विचारले,

'राजे, जखम बरी झाली. आता पुन्हा शिकारीचा बेत केव्हा?'

संभाजीराजांनी राजारामांना खाली ठेवले, आणि राजांचे पाय शिवले. ते म्हणाले,

'आबासाहेब, आम्ही पुन्हा असं वागणार नाही.'

राजांनी संभाजीराजांना जवळ घेतले. ते म्हणाले,

'राजे, आम्ही रागावलो, म्हणून वाईट वाटतं? ती का आम्हांला हौस आहे? राज्याचा हा वाढता पसारा. आमच्या मनात अनेक मनसुबे. ती जबाबदारी तुमची. आमचं स्वप्न तुम्ही साकार करायचं. तुम्हीच असं अविवेकी धाडस करू लागलात, साध्या खेळात जीव गुंतवू लागलात, तर कसं होणार?'

राजे एकदम गंभीर झाले. संभाजीवर नजर रोखीत ते म्हणाले,

'राजे, शिकार करू नका, असं आम्ही म्हणत नाही; पण सांगतो, ते ऐकाल?'

संभाजीराजांची नजर राजांच्या नजरेला भिडली. क्षणभर त्या नजरेनं तेज मंदावल्याचा भास संभाजीराजांना झाला. राजे म्हणाले,

'अशी शिकार करायचं मनात आलं, तर आम्हांला घेतल्याखेरीज जाऊ नका. कोणतंही आमचं काम आम्ही बाजूला ठेवून तुमच्याबरोबर...'

'आबासाहेब!'

राजांनी संभाजीराजांना मिठीत घेतले. महालात सोयराबाई, पुतळाबाई आहेत, याचेही भान राजांना राहिले नाही. डोळे मिटून ते संभाजीराजांच्या पाठीवरून हात फिरवीत होते, पुटपुटत होते,

'आम्ही शब्दांत गुंतलोय्, राजे! तो शब्द मोडला, तर आम्ही जगणार नाही.'

राजे भानावर आले. त्यांची नजर दोघी राण्यांवर गेली. गडबडीने आपले अश्रू पुसून ते म्हणाले,

'राजे, फडात अनाजी असतील, त्यांना सांगा... आम्ही फडात येत आहो. आणि हे पाहा, मासाहेब आज पाचाडला जाण्यासाठी गडाखाली उतरणार आहेत. तुम्ही त्यांच्याबरोबर जा.'

'जी!' म्हणून संभाजीराजांनी पटकन बाळराजांना उचलले; आणि ते महालाबाहेर गेले.

राजे म्हणाले,

'भारी प्रेमळ पोर आहे. राम-लक्ष्मणांची ही जोडी आमचे सारे मनोरथ सिद्धीला नेईल!'

□

९

राजांच्या नव्या पराक्रमाने राजांची सत्ता वाढत गेली. ताब्यात आलेले गड राजे बंदिस्त करून घेत होते. राज्याच्या वाढीबरोबर वाढलेले राज्य स्थिरस्थावर करण्याकडे राजे लक्ष देत होते. गड-कोट म्हणजे राज्याचे मूळ, हे राजांनी जाणल्याने प्रत्येक किल्ला मजबूत होतो आहे, इकडे राजे जातीने लक्ष देत होते. त्यापायी चालू झालेल्या बांधकामात राजांचे लक्षावधी होन खर्ची पडले. या सर्वांचा ताण खजिन्यावर पडत होता. खजिन्याला तूट येऊ नये, म्हणून राजांनी महालोमहालांतून रकमा आणवून दर साल सव्वा लक्ष होन गंगाजळीत टाकण्याचे ठरविले.

मोरोपंत कोकणात मुलुखगिरी करीत होते, तर प्रतापराव गुजर वऱ्हाड-खानदेशात धुमाकूळ घालीत होते. शिवाजीराजांच्या वाढत्या सत्तेची जाणीव इंग्रजांनाही झाली होती. सेनापती प्रतापराव गुजरांनी सुरतेकडे खंडणी मागितली होती; खंडणी दिली नाही, तर सुरत पुन्हा लुटण्याची धमकी दिली होती. प्रतापरावांच्या पत्रामुळे सुरत पुन्हा त्रस्त बनली. शिवाजीराजांच्याकडून लिहिलेल्या पत्रात म्हटले होते...

> 'सरकार जमाबंदीची चौथाई सुमारे चार लक्ष रुपये मला द्या. नाही तर मी स्वतः येऊन वसूल केल्याखेरीज राहणार नाही. तुमच्या बादशहाने माझा देश आणि माझी प्रजा यांवर चढाई केली. त्याच्याशी लढाई करण्यासाठी मला सैन्य ठेवावे लागले. तरी त्या सैन्याचा पगार मला तुमच्याकडून वसूल करण्याखेरीज गत्यंतर नाही...'

राजांचे सैन्य सुरतेवर चालून गेले नाही; पण पत्राचा व्हायचा तो परिणाम झाला. सुरतेत चिंताग्रस्त वातावरण निर्माण झाले. दक्षिणची सुभेदारी पेलणारे महाबतखान आणि शहाजादा मुअज्जम या दोघांनाही औरंगजेबाने दिल्लीला बोलावून घेतल्याने दक्षिणेत फक्त दिलेरखान आणि बहादुरखान उरले होते. साल्हेर-मुल्हेरच्या लढाईत पराजित झालेल्या या सरदारांनी सुरतेच्या पत्राची दहशत घेतली. साल्हेर-मुल्हेरच्या पराजयाने संतापलेल्या औरंगजेबाला शांत कसे करावे, याचीच चिंता या दोघां सरदारांना पडली होती. त्यातच आपल्या पत्राप्रमाणे शिवाजीने सुरत लुटली, तर त्यांना धडगत दिसत नव्हती. त्यांनी वाटाघाटीसाठी शिवाजीकडे एक ब्राह्मण वकील पाठविला. राजांनी वकिलाचे स्वागत करून तहाची तयारी दाखविली व आपला वकील म्हणून आपल्या फडातील एक विश्वासू चिटणीस काझी हैदर याला बहादुरखानाकडे पाठवून दिले. राजांना तह झाला, तर हवा होता.

याच सुमारास औरंगजेबाने एक खरमरीत पत्र आपल्या सरदारांना पाठविले. यात त्याने लिहिले होते :

'शिवाजीचे सर्व शत्रू आदिल, कुतुब, फिरंगी, हबशी व तुम्ही एक होऊन शिवाजीचा मुलूख काबीज करा. म्हणजे तो असा किल्ल्यात दडून किती दिवस राहील? आपोआप जेरीस येईल.'

बहादूरखानाने ताबडतोब उत्तर पाठविले :

'याचा काही उपयोग व्हायचा नाही; कारण त्याच्या ताब्यात एकाहून एक प्रबळ असे अनेक किल्ले आहेत. एवढेच नव्हे, तर त्याच्या स्वतःच्या दुर्गम मुलुखात शेकडो खंडी धान्य पिकते. त्यामुळे आम्ही शंभर वर्षे अशी खटपट केली, तरीदेखील त्याला केवळ वेढा घालीत बसून जेरीस आणणे शक्य नाही. त्याच्याशी तह करण्याशिवाय आम्हांला गत्यंतर दिसले नाही. म्हणून तर आम्ही शिवाजीकडे एक ब्राह्मण वकील आधीच पाठविला आहे; आणि त्याचा स्वीकार करून त्याने काझी हैदर नावाचा मुसलमान वकील बोलणे करण्यासाठी आमच्याकडे पाठविला आहे. तरी तहाची आज्ञा व्हावी.'

तहाची सूचना ऐकताच औरंगजेबाचा संताप परत उफाळला. त्याने कानउघाडणीचे पत्र उलट पाठवून दिले. हे पाहताच दिलेरखान आणि बहादुरखान यांची तारांबळ उडाली. तहाची बोलणी थांबवून, औरंगजेबाची समजूत काढण्यासाठी बहादुरखानाने व दिलेरखानाने राजांचा वकील काझी हैदर याला नावापुरता बंदिवान करून परिंड्याच्या किल्ल्यावर ठेवले.

काझी हैदरला परिंड्याच्या किल्ल्यावर ठेवल्याची बातमी राजांना मिळाली. राजे हसले. ते म्हणाले,

'हतभागी आलमगीर! असे सरदार मिळाल्यावर आमचा पराभव कसला होणार? या सरदारांना आम्ही 'पेंडीचं गुरू' म्हणतो, ते उगीच नाही.'

मोगलांशी तह झाला असता, तर तो हवा होता. राजांना उसंतीची गरज होती. बहादुरखानाकडून अथवा दिलेरखानाकडून फारशी तकलीफ होईल, असे वाटत नव्हते. दक्षिणेतील मोगलाईचे वजन ढासळत होते; आणि ती जाणीव होऊन मोगलाईचे खुद्द राजांचे मामेभाऊ जाधवराव, सिद्दी हिलाल यांसारखे मोगली सरदार राजांना येऊन मिळत होते. राजांचे सैन्य नव्या जोमाने मोगलाईत लुटालूट करीत होते.

राजांचे लक्ष मोगलाईकडे लागलेले असतानाच गोवळकोंड्याचा सुलतान अब्दुल कुतुबशहा मृत्यू पावला; आणि त्याचा जावई अबुल हसन तानाशाह गादीवर आला. राजांना ही वार्ता समजताच राजांनी आपला हेजीब म्हणून निराजीपंतांना गोवळकोंड्यास

पाठविले. पूर्वीपासून चालत आलेला सलोखा नव्या कारकीर्दीत बदलू नये, अशी त्यामागे इच्छा होती. राजांच्या अपेक्षेप्रमाणे निराजीपंत यश घेऊन माघारी आले. तानाशाहाने पूर्वीचा सलोखा मान्य केला. ठरलेल्या एक लक्ष होनांच्या खंडणीपैकी सहासष्ट हजार होन घेऊनच निराजीपंत गडावर आले.

राजांच्या फौजा वऱ्हाड-तेलंगणात लूट करून माघारी येत होत्या. राजगडचा खजिना संपन्न होत होता. बहादुरखान आणि दिलेरखान यांना मराठी सैन्याचा पाठलाग करता-करता पुरेवाट झाली होती.

याच वेळी विजापूरचा अली आदिलशहा मरण पावला. त्याचा पाच वर्षांचा अल्पवयी मुलगा सिकंदरजहाँ आदिलशाही तख्तावर बसला व हबशी सरदार खवासखान याच्या हाती राज्याची सारी सूत्रे गेली. या बातमीने राजे बेचैन बनले. खवासखान हा राजांचा पक्का द्वेष्टा. तो आज ना उद्या शत्रुत्व पत्करणार, याची राजांना खात्री होती. कोणत्या क्षणी आदिलशाही औरंगजेबाला मिळेल, याचा नेम नव्हता. राजांनी निर्णय केला. आदिलशाही दरबारातील राजांचा वकील बाबाजी नाईक पुंडे याला राजांनी बोलावून घेतले. आदिलशाहीच्या आक्रमणाच्या आधीच आदिलशाहीवर स्वारी करण्याचा राजांचा इरादा होता. राजांचे सेनापती प्रतापराव व आनंदराव वऱ्हाडात, तेलंगणात होते. राजांनी आपल्या फौजांना गोळा होण्याचे हुकूम सोडले. राजे प्रतापरावांची वाट पाहत होते.

आदिलशाही स्वारीचा बेत पक्का झाला होता. गडाचे नाव होते किल्ले पन्हाळा.

□

१०

राजांचे शेकडो नजरबाज आदिलशाही मुलुखात फिरत होते. सेनापती प्रतापराव गुजर गडावर दाखल झाले होते. पन्हाळगडाच्या बातम्या राजांना मिळत होत्या. किल्ला बळकट होता, हुशार होता. खुद्द राजांनी पन्हाळगडावर एकदा पराजय सोसला होता. त्या दिव्यात राजांची हजार फौज गारद झाली होती. आता राजांना अपयश नको होते. या कामासाठी नुसते धाडस चालणार नव्हते. कुशल बुद्धीचा हरकामी माणूस राजांना हवा होता. राजे विचारमग्न बनले होते.

सायंकाळी राजे जगदीश्वरप्रासादाकडे जात होते. मागून अनाजी दत्तो, गणाजी, प्रतापराव ही मंडळी चालत होती. देवदर्शन करून राजे जगदीश्वरप्रासादाबाहेर आले. समोर भवानीटोक नजरेत येत होते. हवेतला गारवा राजांना जाणवत होता. अनाजी म्हणाले,

'महाराज, थंडी उतरू लागली. आता परतू या.'

'हं! थंडी. अनाजी, या थंडीचं भय आम्हांस वाटत नाही. भय वाटतं मनातल्या

गारठ्याचं.'

'कसला गारठा?'

समोर बोट दाखवीत राजे म्हणाले, 'तो पाहिलात तोरणा? तो दिसतो, पण त्याच्या मागे असलेला राजगड मात्र या दिवसांत दिसत नाही. हवा स्वच्छ असली, की खूप दूरचं दिसतं. आता उतरणाऱ्या धुक्यात सारं कसं अस्पष्ट झालं आहे.'

'क्षमा असावी, महाराज. पण आम्ही असता चिंता कसली?' अनाजी दत्तो म्हणाले.

राजांनी दीर्घ नि:श्वास सोडला. अनाजींच्या खांद्यावर हात ठेवीत ते म्हणाले,

'इथं कोणी परकं नाही; बोलायला हरकत नाही. आदिलशाहीची सत्ता खवासखानाच्या हाती आलेली आहे. आमचं मित्रत्व जगजाहीर आहे. मोगलांशी हातमिळवणी करून तो आमच्यावर चालून येईल, यात आम्हांला शंका नाही. हे आम्हांला दिसलं, म्हणूनच बाबाजी पुंड्यांना आम्ही माघारी बोलावून घेतलं. आदिलशाहीनं कळ काढण्याआधी आम्ही पावलं उचलायला हवी.'

'आज्ञा व्हावी! आदिलशाही मुलूख बेचिराख करू.' प्रतापराव तलवारीवर हात ठेवीत म्हणाले.

'हां, हां! जरा सबुरीनं घ्या.' राजे हसून म्हणाले, 'प्रतापराव, नुसता मुलूख बेचिराख करून जमायचं नाही. आदिलशाही धसका घेईल, असं कृत्य करायला हवं.'

'म्हणजे पन्हाळा...' अनाजी दत्तो म्हणाले.

'बरोबर! आमचं मनोगतच बोललात.'

'आज्ञा, महाराज!' प्रतापराव, गणाजी एकाच वेळी पुढे सरसावले.

'प्रतापराव, आम्ही जाणतो; पण नुसत्या वेड्या धाडसानं गड फत्ते व्हायचा नाही. त्या गडापायी हजार जीव गमावून आम्ही पश्चात्ताप पावलो आहो. विचार करायला हवा. चला.'

सारे परतले. राजांच्या महालापर्यंत अनाजी आले. महालात आलेल्या अनाजींना पाहून राजांना आश्चर्य वाटले. त्यांनी विचारले,

'अनाजी, काय आहे?'

'महाराज, आज्ञा होईल, तर पन्हाळ्यावर मी जाईन.'

'तुम्ही?'

'जी! नजरबाजांच्याकरवी गडाचा पुरता छडा लावता येईल. प्रयत्न करून कदाचित भेदही जमेल. निश्चित आखणी झाली, की योग्य त्या प्रकारानं गड साधता येईल. अपयश येऊ देणार नाही.'

क्षणभर राजे विचारात पडले. त्यांनी नजर उंचावली.

'आम्ही विचार करू.'

अनाजी मुजरा करून महालाबाहेर गेले.

सकाळची सूर्यकिरणे गडावर फाकली. राजांच्या हुकुमाने सारे सरदार राजसदरेवर हजर झाले. अनाजी, प्रतापराव, खळेकर ही माणसेही त्यांत होती. राजांनी सर्वांसमक्ष अनाजींना विडा दिला.

'अनाजी, आम्ही तुम्हांला पन्हाळ्याची मोहीम देतो आहो. जी कुमक लागेल, ती प्रतापरावांच्याकडून मागून घ्या. वेळ लागला, तरी चालेल; पण या मोहिमेत यश घेऊन या.'

अनाजींना आनंदाचे भरते आले. इतरांची मने थोडी नाराज झाली.

चांगला मुहूर्त पाहून अनाजी आपल्या फौजेसह गडाखाली उतरले.

◻

११

अनाजी दत्तो फौजेसह राजापूरला दाखल झाले. राजापूरला टाकलेल्या छावणीत नजरबाजांची वर्दळ वाढू लागली. पन्हाळगडची बित्तंबातमी अनाजींना मिळत होती. येणारी बातमी उमेद वाढविणारी नव्हती. गडावर दोन-अडीच हजारांची शिबंदी होती. गड उंच, बळकट होता. किल्लेदार जागरूक होता. तट मजबूत होते. गडाचे दरवाजे गडाइतकेच बुलंद होते. अनाजी विचारात पडले. राजांना शब्द दिला होता. सरळ चाल करून जाण्यासारखी परिस्थिती नव्हती आणि नवा मार्ग सुचत नव्हता.

अनाजी मोहिमेवर जाऊन महिना झाला, तरी अनाजींची काही हालचाल झाली नव्हती. राजांना पन्हाळगडाची चिंता लागली होती.

सकाळच्या सुमारास राजे बालेकिल्ल्याच्या कातळावर उभे होते. समोरचा होळी चौक मोकळा होता. बाजारपेठ नजरेत येत होती. गडापलीकडच्या पर्वतांच्या मालिकेत कोकणदिवा नजरेत भरत होता. राजांच्या मागे बाळाजी आवजी उभे होते. राजांचे लक्ष गडावर येणाऱ्या संभाजीराजांच्याकडे गेले. पाठोपाठ कोंडाजी फर्जंद नजरेत आले. राजे गडबडीने कातळ उतरले. संभाजीराजांनी राजांना मुजरा केला.

'संभाजीराजे, आज अचानक आलात? मासाहेब क्षेम आहेत ना?'

'जी! आबासाहेब, आम्ही शिकारीला गेलो होतो.'

'मग शिकार मिळाली?'

'हो! भला जंगी डुक्कर मिळाला.' संभाजीराजे राजांच्या बरोबर चालत होते; सांगत होते, 'देवकाईच्या तळ्यावर जनावरं उतरतात, अशी वर्दी होती. भल्या पहाटे आम्ही रान जवळ केलं. सांबर दिसलाच नाही; पण डुक्कर उठला.'

'किती ओझ्याचा आहे?' राजांनी विचारले.

'सोळा.' कोंडाजीने सांगितले.

'बंदुकीनं मारलात?'

'नाही, आबासाहेब! भाल्यानं मारला.'

राजांच्या कपाळावर सूक्ष्म आठी पडली. ते थांबले.

'सोळ्या ओझ्यांचं जनावर भाल्यानं मारलं?' राजांचा आवाज करडा बनला. 'तुम्ही भाला लावलात?'

संभाजीराजांचा संताप उफाळला. ते म्हणाले,

'आम्ही नाही फाळ लावला. फाळ कोंडाजीनं लावला, आबासाहेब! आम्ही घोड्यावरून तळ्याची दरड उतरत होतो. दरड उतरलो आणि तळ्याच्या चिखलात बसलेला डुक्कर उठला. आम्ही मुळीच भ्यालो नाही. भाला पेलून आम्ही टाच दिली, तोच मागून येणारे कोंडाजी आम्हांला बगल देऊन पुढं घुसले. विचारा की, खरं, की खोटं, ते!'

राजांच्या चेहऱ्यावर हसू उमटले. त्यांनी कोंडाजींना विचारले,

'कोंडाजी, बाळराजांची तक्रार दिसते.'

कोंडाजी अदबीने हसू लपवीत म्हणाला,

'नाइलाज झाला. जनावर भारी होतं. युवराजांना पेलणार नाही, असं वाटलं. म्हणूनच घोडं पुढं काढलं.'

'चांगलं केलंत. बाळराजांचा उतावीळ स्वभाव आम्ही जाणतो. त्याचसाठी त्यांच्या मावळ्यांवर तुमची नेमणूक केली. तुम्ही होता, म्हणून बरं. हे शहाणे सरळ चालून गेले असते... राजे, आम्ही तुम्हांला बजावलं होतं. तुम्ही तसं वचनही दिलं होतं.'

'पण, आबासाहेब, आम्ही वाघावर चालून गेलो नाही; डुक्कर मारला आम्ही!' संभाजीराजांनी सांगून टाकलं.

राजे थक्क होऊन त्या भाबड्या मुखाकडे पाहत होते. ते रूप पाहून कसे रागवावे, हेही राजांना कळेना. संभाजीराजांना जवळ घेत राजे म्हणाले,

'बाळराजे, कसं सांगावं तुम्हांला? आम्ही तुमच्या वेड्या धाडसाबद्दल सांगितलं होतं; वाघाच्या शिकारीबाबत नव्हे! चला.' आणि राजांनी एकदम विचारले, '...आणि शिकार नाही आणलीत, वाटतं?'

'आणली, तर! मासाहेबांनीच शिकार घेऊन जायला सांगितलं. मासाहेबांनी चरबी काढून ठेवायला सांगितलं आहे.'

'का?'

'मासाहेबांचे गुडघे दुखतात ना! डुकराची चरबी लावली, की कळ थांबते.'

राजांना हसू आवरणे कठीण गेले. ते म्हणाले,

'बाळराजे, तुम्ही मासाहेबांची काळजी घेता, हे आता मात्र आम्हांला पटलं! तुमची शिकारीची हौस भागली; आणि मासाहेबांना औषध मिळालं. एवढ्याचसाठी

मासाहेबांच्या सोबतीचं निमित्त करून पाचाडला राहता, वाटतं?'

संभाजीराजांनी राजांची नजर टाळली. वाड्यात जाताच ते सरळ थोरल्या राणीसाहेबांच्या महालाकडे धावले. राजारामांच्या भेटीसाठी उतावीळपणे जाणाऱ्या संभाजीराजांना राजांनी हाक मारली. संभाजीराजे वळले. राजांनी विचारले,

'एवढी गडबड बरी?'

संभाजी हसले. 'राजारामांना शिकार दाखवायची आहे, आणि चरबी पण काढून...'

राजे हसू लपवीत म्हणाले, 'समजलं. जा तुम्ही!'

संभाजीराजे दिसेनासे झाल्यावर राजे आपल्या महालाकडे वळले.

□

१२

रात्री राजांना शांत झोप लागली नाही. सकाळ होताच ते आपली स्नानपूजा आटोपून आपल्या महाली आले; आणि कोंडाजी फर्जंदांना त्यांनी बोलावणे पाठविले. कोंडाजी राजांच्या महाली हजर झाला. कालचा शिकारीचा प्रसंग, त्यानंतर राजांचे आलेले बोलावणे यांमुळे कोंडाजी मनातून चरकला होता. कोंडाजीच्या मुजऱ्याचा स्वीकार करून राजे म्हणाले,

'कोंडाजी, आम्ही चिंतेत आहो.'

'आज्ञा, महाराज!' कोंडाजी म्हणाला.

'पन्हाळा काबीज करण्याचा मानस आहे. त्यासाठी आम्ही अनाजींना फौजपागा देऊन पाठवलं. आता महिना होऊन गेला; पण अद्याप अनाजी राजापूरलाच आहेत. पन्हाळा काबीज केल्याखेरीज आमच्या चित्ताला समाधान लाभणार नाही.'

'धन्याच्या जिवाला शांती नाही, तर आम्ही कशाला जगायचं?' कोंडाजीने सवाल केला.

'कोंडाजी, का, कुणास ठाऊक, रात्रभर तू आमच्या नजरेसमोर होतास. तुला पाठवावं, असं आम्हांला वाटतं.'

'महाराज, नशीब उजाडलं माझं! लई कंटाळा आला व्हता.'

'ठीक आहे. निघायची तयारी कर.'

कोंडाजी आनंदाने माघारी वळला. राजांनी बाळाजी आवजींना बोलावून घेतले. राजसदरेवर हजर राहण्याचे हुकूम सुटले. सूर्य माथ्यावर आला असता राजांची राजसदर सरदारांनी सजली होती. त्यात कोंडाजी फर्जंद, गणाजी व मोत्याजी खळेकर ही मंडळीही हजर होती.

राजे आसनावर येऊन बसले. सर्वांवरून नजर फिरवून राजे म्हणाले,

'आजचा दिवस भाग्याचा. अनेक दिवसांची चिंता आज दूर झाली. पन्हाळा काबीज करण्याचा आमचा बेत तडीस जाणार, असं दिसतं. आमचे अनाजीपंत पुढं

गेलेलेच आहेत. त्यांची छावणी राजापूरला आहे. कोंडाजी, तू फौज जमवून त्यांच्या मदतीला जा. तुझ्याबरोबर गणाजी व मोत्याजी मामा खळेकरही येतील.'

कोंडाजीची छाती तणावली. धीमी पावले टाकीत तो राजांच्या जवळ आला आणि त्याने मुजरा केला. राजांनी बाळाजींकडे पाहिले. बाळाजी पुढे झाले; आणि त्यांनी आसनावर ठेवलेल्या रौप्यतबकातील रुमाल उचलले. तबकात मानवस्त्रे व सोन्याची कडी शोभत होती.

राजे उभे राहिले; आणि त्यांनी आपल्या हातांनी कोंडाजीच्या हातांत सोन्याची कडी चढविली. मानवस्त्र दिले. कोंडाजीचे भान हरपले. त्याने पटकन राजांचे पाय शिवले. राजांनी कोंडाजीला उठविले. कोंडाजीचे डोळे पाणावले होते, श्वास जड बनला होता.

'महाराज ऽ ऽ' कोंडाजीला पुढे बोलवेना.

'काही बोलायची गरज नाही, कोंडाजी! सारं समजलं. तुम्ही आजपासून सोन्याच्या कड्याचे मानकरी. पालखीचा मान तुम्हांला.'

ते दृश्य पाहून सारे अचंबले होते. येसाजीच्या चेहऱ्यावरील स्मित पाहून राजांनी विचारले,

'येसाजी, आम्ही करतो, त्यात हसण्यासारखं काय आहे?'

येसाजीचे स्मित जागच्या जागी आटले. तो अदबीने म्हणाला,

'महाराज, कामगिरी पार पाडल्यावर कौतुक केलेलं मी लई वेळा बघितलं; पण कामगिरी फत्ते व्हायच्या आधीच सोन्याच्या तोड्याचा मानकरी झालेला पहिलाच दिसला.'

सारे त्या बोलण्याने हसले. साऱ्यांच्या मनांतील शंका येसाजीने बोलून दाखविली होती. राजे मात्र गंभीर होते. येसाजीकडे नजर वळवीत असता त्यांनी आपला डावा हात कोंडाजीच्या खांद्यावर ठेवला.

'येसाजी, कोंडाजीला जेव्हा कामगिरी सांगितली, तेव्हाच गड फत्ते झाला, हे आम्ही जाणतो. गडाची काळजी मिटली; पण ही जिवाच्या बाजीनं लढणारी माणसं परत दिसतील, की नाही, हे कुणी सांगावं? आता तानाजीचा गौरव करायचा म्हटला, तरी तो कुठं सापडणार?'

राजांनी दीर्घ निःश्वास सोडला. क्षणभर ते स्तब्ध राहिले. दुसऱ्याच क्षणी ते म्हणाले,

'कोंडाजी, पन्हाळा घ्या; पण तो घेतला, हे सांगायला तुम्ही परत या. पुढचे मनसुबे फार मोठे आहेत. त्याला तुमच्यासारख्यांची जोड हवी.'

कोंडाजी राजापूरला आपल्या साथीदारांसह रवाना झाला; आणि राजांची काळजी

वाढली. मोरोपंतांनी नाशिक-त्र्यंबकच्या काबीज केलेल्या मुलुखातून मिळविलेली लूट गडावर पाठविली होती; पण राजांना कशातच समाधान वाटत नव्हते. राजांचे लक्ष पन्हाळ्याच्या वार्तेकडे लागले होते. पंधरा दिवस होऊन गेले, तरी पन्हाळ्याची काही बातमी आली नाही.

राजे पहाटे स्नान करून आपल्या महाली आले. राजांच्या देव्हाऱ्याजवळ पुतळाबाई, मनोहारी या उभ्या होत्या. पुतळाबाई तबकातील कमळे नीट ठेवण्यात गुंतल्या होत्या. राजांनी विचारले,

'कमळं कुठून आली?'

'आपल्या कुशावर्तात फुललीत.'

'तुम्ही पाहिलीत?'

'नाही. काल ही मनू सांगत होती. तेव्हा आपल्या पूजेसाठी आणायला सांगितली.'

'छान! आम्ही गडावर असूनही आम्हांला याचा पत्ता लागला नाही. आमचं जाणं जगदीश्वराकडे, नाही तर पागेकडे. कुशावर्त बाजूला पडतो ना!'

राजांनी पूजा आटोपली. दासबोध वाचला. राजे देव्हाऱ्यातून महालात आले. दूध घेत असता राजे पुतळाबाईंना म्हणाले,

'राणीसाहेब, आज संध्याकाळी आपण कुशावर्त पाहायला जाऊ. थोरल्या राणीसाहेबांनाही सांगा. शंभूबाळांची काही खबर?'

'बाळराजे पाचाडलाच आहेत.'

'चैन आहे त्यांची. सारे लाड पुरवणाऱ्या मासाहेब आहेत. मग आमच्या करड्या नजरेखाली येतील कशाला? शंभूबाळांच्यामुळं अलीकडे मासाहेबांनाही आमची आठवण येईनाशी झाली आहे.'

'तसं नाही हं!' पुतळाबाई म्हणाल्या, 'दररोज आपल्या तब्येतीचे निरोप गडाखाली जातात. माझ्याकडे एकतरी माणूस दररोज येऊन जातो.'

'तुम्ही पण भाग्यवान आहात. मासाहेबांचा तुमच्यावर विश्वास आहे; पण आम्ही काळजीत असलो, की मासाहेबांची आठवण उत्कटतेनं होते. सारखं चुकल्यासारखं वाटतं.'

'मग मासाहेबांना बोलावून घ्यावं.'

'नको! त्यांचं वय झालं. आता दगदग सोसवत नाही. आम्हीच एक-दोन दिवसांत त्यांना भेटायला जाऊ.'

सायंकाळी राजे वाड्याच्या चौकात उभे होते. बाळाजी, उधोजी, महादेव ही मंडळी शेजारी होती. तोच आतून येणाऱ्या पुतळाबाई, काशीबाई, सगुणाबाई

दासीपरिवारासह नजरेत आल्या. सोयराबाई मात्र दिसत नव्हत्या.

राजांनी पुतळाबाईंना विचारले,

'...आणि थोरल्या राणीसाहेब?'

'त्यांची तब्येत बरी नाही. बाळराजांना घेऊन जा, असं त्या म्हणाल्या. बाळराजांना आणू?'

'नको. त्यांना वारा सोसायचा नाही. जरा कुठं सर्दी झाली, तर दोष आमच्यावर यायचा. चला, जाऊ.'

राजे कुशावर्ताकडे चालू लागले. कुशावर्त वरून सहजासहजी दिसणारा नव्हता. बालेकिल्ल्यासमोरच्या घळीत कुशावर्त तलाव बांधला होता. चारी बाजूंच्या झाडीत ते स्थान लपले होते. राजे सावकाश उतरत होते. जेव्हा कुशावर्त नजरेत आला, तेव्हा राजांचे पाय आपसूक थांबले. कुशावर्ताच्या निळ्याशार पाण्यावर असंख्य तांबडी, मधूनमधून पांढरी आणि जर्द कमळे फुलली होती. पाण्यावर कमळाच्या हिरव्या पानांनी साज चढविला होता. कुशावर्ताच्या भोवतालची झाडी, कमळांनी सुशोभित झालेला तलाव, काठावरचे टुमदार शिवालय यांमुळे त्या जागेला एक वेगळेच रूप प्राप्त झाले होते. राजे उद्गारले,

'व्वा! सुरेख! हिरोजींनी नुसता कुशावर्त बांधला नाही. हिरोजी एवढे रसिक असतील, असं वाटलं नाही.'

'महाराज...' महादेव म्हणाला.

'बोल.'

'बाळराजांनी कमळांचे गड्डे आणले.'

'शंभूबाळांनी?'

'जी! गेल्या वर्षी महाडच्या तलावातून बाळमहाराजांनी गड्डे आणवून घेतले. त्यांनीच ते तलावात सोडले. शिकारीला देवीतळ्याला जात्यात. तिथनंबी गड्डे आणल्यात.'

राजे प्रसन्न झाले. समाधानाने म्हणाले,

'शिकारीचा नाद असा उपयोगी पडेल, असं वाटलं नव्हतं. त्यांच्या ठिकाणची सौंदर्यदृष्टी पाहून बरं वाटलं.'

राजे कुशावर्तमंदिरात गेले; देवदर्शन घेऊन बाहेर आले. तलावाच्या काठी बांधलेल्या कट्ट्यावर ते विसावले. राजांचा कुटुंबपरिवार देवदर्शन करीत होता. राजे बाळाजींना म्हणाले,

'बाळाजी, केवढं रम्य ठिकाण झालं, नाही? आमच्या गंगासागरापेक्षाही हे स्थान अधिक रमणीय बनलं आहे.'

'जी!'

'बाळाजी, कुशावर्ताची निगा अशीच राखा. हे तुमचं काम समजा. कुशावर्ताच्या

आजूबाजूची झाडी मुळीच तोडू नका. आमच्या नियमांना हा भाग अपवाद समजा. ही जागा सुरक्षित आहे.'

देवदर्शन करून तिघी राण्या बाहेर आल्या. राजे उठले. बाळाजी, महादेव ही मंडळी अदबीने मागे सरली. सामोऱ्या आलेल्या पुतळाबाईंना राजे म्हणाले,

'राणीसाहेब, तुमच्यामुळं हा योग आला. आम्हांला हे ठिकाण पाहून फार बरं वाटलं.'

पुतळाबाई पदर सावरून म्हणाल्या,

'इथं आम्ही आलो; आणि उगीचच मनात आलं...'

'काय?'

'या फुलांचा जगदीश्वराला अभिषेक करावा.'

'मग करा ना! उद्या सोमवार आहे. तुम्हांला फुलं देण्याची व्यवस्था करू. मग झालं?'

'नको!'

'का?'

'ते जमायचं नाही.'

'कारण?'

'देवाला वाहायचं फूल स्वतःच्या हातांनी तोडावं लागतं. नाही तर पुण्य पदरात पडत नाही, म्हणतात.'

'आम्हांला ते माहीत आहे. मया हस्तेन पूजार्थं पुष्पाणि प्रतिगृह्यताम्! दुसऱ्याच्या हातांनी तोडलेल्या फुलांपेक्षा स्वहस्ते तोडलेली, संकल्पानुसार वाहिलेली फुलं देवाला अधिक प्रिय असतात, असंच ना? पण हे कसं जमायचं?'

'त्यासाठीच नको म्हटलं.' पुतळाबाई म्हणाल्या, 'पुण्य पदरात पडायचं नाही. बिचारी फुलं मात्र अकारण खर्ची पडायची. इथल्या शोभेला गालबोट लागून राहील.'

राजे क्षणभर विचारात पडले. 'आलो' म्हणून त्यांनी दूर उभ्या असलेल्या महादेवाला हाक मारली. महादेवाशी ते दोन क्षण बोलले, आणि परत आले. राजांच्या चेहऱ्यावर पूर्वीचीच प्रसन्नता दिसत होती.

'राणीसाहेब, तुमचा संकल्प पुरा होणार.'

'तो कसा?' आश्चर्याने पुतळाबाईंनी विचारले.

'एवढे राज्याचे प्रश्न आम्ही सोडवितो, आणि घरचं कोडं सोडविता येत नाही? उद्या पहाटे कुशावर्तात छोटी नाव घातली जाईल. तुम्ही तिघीजणी मिळून हवी तेवढी फुलं तोडा; संकल्प पुरा करा.'

पुतळाबाई काहीतरी बोलणार, तोच राजे म्हणाले, 'थांबा, ऐका!'

सारे स्तब्ध झाले. नगाऱ्याचा आवाज कानी पडत होता. राजे म्हणाले,

'ही नौबत कसली? एवढं मानाचं कोण आलं?'

त्या नौबतीच्या आवाजाने सारे चकित झाले होते. तोच समोरच्या झाडीतून हिरोजी इटलकर धावत येत असलेला दिसला. राजे पुढे धावले. हिरोजी नजीक आला.

'हिरोजी, कोण आलं? नौबत कुणी वाजविली?'

'मीच वाजवायला सांगितली. राजे, पन्हाळा काबीज झाला! ती बातमी घेऊन स्वार गडावर आला आहे.'

'जगदंबे!' राजांचा आनंद उफाळला. 'हिरोजी, आम्ही तुमच्यावर खूश आहो! ह्या बातमीचं आगमन आमच्या आगमनापेक्षाही श्रेष्ठ आहे. नौबतीचा मान दिलात; आमचा मनोरथ सिद्धीला नेलात.'

राजे पुतळाबाईंच्याकडे वळले. 'राणीसाहेब, पन्हाळा फत्ते झाला! अपुरी इच्छा आज पुरी झाली. पाहिलंत ना, चांगल्या संकल्पांना सिद्धी किती लौकर प्राप्त होते, ती! उद्याच्या उद्या संकल्प पुरा करा. आम्ही पुढं जातो... चला, हिरोजी.'

राजे भरभर जात होते. मागून हिरोजी, बाळाजी जात होते.

□

१३

राजे नगारखान्यातून बालेकिल्ल्याच्या आतल्या चौकात आले. आपल्या महालाला वळसा घालून राजे जात होते. जामदारखाना ओलांडून ते सातमहालाच्या सदरेवर आले. मुजरा करणाऱ्या सेवकांचे राजांना भान नव्हते. ते सरळ सोयराबाईंच्या महाली गेले.

सोयराबाई महालाच्या सोप्यात बसल्या होत्या. शेजारी राजाराम खेळत होता. राजे आकस्मिक आलेले पाहून साऱ्या दासी गडबडीने पदर सावरून उभ्या राहिल्या. सोयराबाई पण उठल्या. राजाराम 'आबासाहेब' म्हणत राजांच्याकडे धावले.

राजारामांना उचलून घेत राजांनी विचारले,

'आपली तबियत बरी नव्हती ना?'

'जरा डोकं दुखतं.'

'हं! ठीक आहे. पन्हाळा फत्ते झाला, ते सांगायला आम्ही आलो होतो.'

सोयराबाईंनी मान वर केली. सोयराबाईंचा नूर निराळा दिसत होता. त्या एकदम बोलून गेल्या,

'तेवढा राहिला होता, वाटतं.'

'मतलब?'

'नाही; मला माहीत नव्हतं.'

'उद्या जगदीश्वरप्रासादाकडे जायचंय्.'

'साऱ्यांनीच यायला हवं?'

'राणीसाहेब, आज खरंच आपली तबियत बरी दिसत नाही. आपण विश्रांती घ्या!' हातांतल्या राजारामाला राजे म्हणाले, 'चला, बाळराजे, आपण तोफा उडवू!'

'फिरायला न्याल, म्हणून बाळराजे कपडे करून बसले होते. केवढे रडले!'

'आमच्या पण मनात होतं; पण पुन्हा वाटलं, कुठं तरी हवा बाधायची!... येतो आम्ही.'

राजे महालाबाहेर पडले. काही पावले टाकेपर्यंत ते विचारात गढल्यासारखे भासले; पण नंतर त्यांचा नूर पालटला. सदरेवर उभ्या असलेल्या बाळाजींना राजांनी विचारले,

'बाळाजी, जासूद कुठं आहे?'

'जी, बोलावतो.'

राजे सदरेवर बसले. सारे उभे होते. प्रत्येकाच्या मुखावर विजयाचा आनंद दिसत होता. राजांनी बाळाजींना आज्ञा केली. बाळाजी गडबडीने राजसदरेवरून निघून गेले.

पन्हाळ्यावरून आलेला जासूद सदरेवर आला. मुजरा करून त्याने राजांना थैली दिली. राजांनी पत्र वाचले. राजांचे नेत्र सुखावले. राजांनी उभे राहून हाक मारली,

'बाळाजी!'

बाळाजी गडबडीने आत येत होते. मागून दोन कारकून हातांत तबके घेऊन चालत होते. राजांनी तबकांवरील रुमाल उचलले. एका तबकात मोहरा आणि दुसऱ्या तबकात साखर होती. राजांनी हातात साखर घेतली. ते जासुदाजवळ गेले. जासूद संकोचला होता. राजे म्हणाले,

'तोंड उघड!'

'महाराज...'

'तोंड उघड!'

जासुदाने तोंड उघडले. राजांनी आपल्या हातांनी त्याच्या मुखात साखर घातली. साऱ्यांच्या बरोबर हसत राजांनी सांगितले,

'ही आनंदाची बातमी सांगितल्याबद्दल या जासुदाला शंभर सुवर्णहोन खुशाली द्या. गडावरून फत्ते मुबारकीच्या तोफा वाजू द्या. आजच्या आमच्या आनंदाला सीमा नाहीत.'

राजांच्या आज्ञेची तामिली करण्यासाठी बाळाजींनी सेवक पाठविले. राजांचे लक्ष जासुदावर स्थिरावले,

'तुझं नाव?'

'माणकू.'

'माणकोजी, कोंडाजींनी पन्हाळा काबीज केला, तेव्हा तू तिथं होतास?'

'असना तर, महाराज! कोंडाजींच्या संगं मीच व्हतो.'

'माणकू, आम्हांला आमच्या कोंडाजी फर्जंदचा पराक्रम ऐकू दे.'

माणकू सांगू लागला, 'राजापूरला सारा बेत ठरला. पंतांना मागनं यायला सांगून कोंडाजींच्या बरोबर आम्ही पुढं गेलो. कोंडाजींची माणसं आधीच गडावर फिरून आली होती. शिबंदीचे लोक फितवले होते. ठरलेल्या दिवशी पंतबी आम्हांला येऊन मिळाले. नंतर कोंडाजींनी गड पारखून घेतला. नाइकांनी लई मोठा बेत आखला होता. पंतांस्नी सगळ्यांसंगं गडाबाहीर ठेवलं होतं. मावळतीकडनं साठजणांनी गड गाठायचं ठरलं होतं.'

'अवघे साठ?'

'व्हय! जागा हेरून घेतल्याली होती.'

'सांगा पुढं!' राजे उत्सुकतेने विचारते झाले.

'...आणि काय? रात जवा चढली, तवा गडाचा तळ गाठला. आमच्यात शिडीवाले, मेखवाले, वाघनखवाले, शिंगवालेबी व्हते. गणामामा, मोत्याजीमामा संगं हुते. नाव बदलून भवानीचं नाव घेतलं; आणि कोंडाजी कड्याला भिडले. एकमेकांला हात देत कडा पार केला, आन् गड गाठला. दोऱ्या सोडून बाकीच्यांस्नी वर घेतलं. आधी रात उलटून गेली व्हती. डोळ्यात बोट घातलं, तरी दिसत नव्हतं. एक मशालजी गस्त घालीत आला. आवाज करायच्या अगोदर त्याला बानानं टिपला. वाट मोकळी झाली. ठरल्यापरमानं आमची मानसं तलवारी काढून गडावर पांगली; आणि कोंडाजीनं इशारत दिली. आमचे शिंगवाले शिंगं फुंकू लागले. चारी बाजूंनी येकच आवाज उठला. सारा गड जागा झाला. येकच धावपळ उडाली. 'कुठून आवाज येतो, कोन शिंग फुंकतो', असा आरोड उठला. भुतं असतील, असं भ्या वाटून, कोन पुढंबी येईना. त्यातच खुणेची शीळ घुमली. 'हर हर महादेव ऽ'चा बुक्का उधळला. कापाकापी सुरू झाली. रानात दडून बसलेले पंत शिबंदीसकट पुढे आले. तवर आमच्या लोकांनी दरवाजा गाठला होता. गडाचा किल्लेदार जागा होऊन घराबाहेर आला, तवर कोंडाजीनं त्याला गाठला. दोन हातांत किल्लेदाराचं डोकं उडालं. त्याच येळंला पुढच्या दरवाजानं पंत आत शिरले. किल्लेदार पडला, तशी लढाईच सोपली. नागोजी पंडित म्हणून एक नाईक होता, त्यो पळून गेला.'

'शाबास, कोंडाजी!' राजे उद्गारले, 'जीव ओवाळून टाकावीत, अशी ही माणसं. खुद्द आम्ही हजर असताना ज्या गडावर आम्हांला पराभव पाहावा लागला, तोच आदिलशाही मातबर गड अवघ्या साठ भुतांनी घेतला!'

त्याच वेळी तोफेचा आवाज उठला. राजे आसनावरून उठले.

'बाळाजी, उद्या अभिषेक आटोपून आम्ही गडाखाली उतरू. मासाहेबांना भेटून

आम्ही पन्हाळ्यावर जाणार. कोंडाजी-अनाजींना भेटल्याखेरीज आम्हांला चैन पडणार नाही... प्रतापराव!'

'जी!'

'तुम्ही उद्या आमच्यासह चला. आपली फौज पन्हाळा भागात गोळा करा. आदिलशाही आता जागा होईल. त्या तयारीनं आपल्याला जायला हवं!'

'जी!' प्रतापरावांनी मुजरा केला.

राजे समाधानाने महालाकडे पावले टाकू लागले.

□

१४

राजे झोपण्याच्या तयारीत होते. त्याच वेळी मनोहारी आत आली. राजांनी विचारले,

'मनोहारी, काय आहे?'

'बाळमहाराज आले आहेत.'

'या वेळी का आले?'

राजे चिंताचूर होऊन उठले. महालाच्या दरवाजापाशी ते गेले, तोच समोरून येणारे संभाजीराजे त्यांच्या नजरेत आले. संभाजीराजांनी जवळ येऊन राजांचे पाय शिवले.

'बाळराजे, रात्रीचे आलात? मासाहेबांची तबियत...'

'आबासाहेब, मासाहेब क्षेम आहेत. गडावरून तोफांचे आवाज आले. मासाहेब म्हणाल्या : 'नवी बातमी गडावर आली, वाटतं.' मासाहेबांना चैन पडेना. त्यांनी पाठवलं, म्हणून आलो.'

सारे ऐकत होते. त्या शब्दांनी राजांचे मन भारावले. राजे म्हणाले,

'बाळराजे, एवढे मोठे होऊनही आम्ही आईचं मन जाणलं नाही. उद्या आम्ही गडाखाली उतरणार होतो. मासाहेबांना भेटूनच पुढं जाणार होतो. पण आईच्या प्रेमळ मनाला तेवढा विलंब कसा रुचणार? बाळराजे, गडाखाली आमच्या आज्ञेनं जासूद पाठवा. पन्हाळा फत्ते झाल्याची बातमी मासाहेबांना कळवा. आमच्याकडून दिरंगाई झाल्याबद्दल आमच्या वतीनं क्षमा मागा.'

संभाजीराजे वळले. राजांनी हाक मारली,

'बाळराजे!'

संभाजीराजे वळले. प्रेमभराने पुढे झाले.

'राजे, आम्ही आज कुशावर्त पाहिला. तुम्ही लावलेली कमळं आम्ही पाहिली. फार आनंद वाटला. उद्या सकाळी जगदीश्वरावर अभिषेक आहे. योग्य वेळी तुम्ही गडावर आलात. सांगितलेलं नीट पार पाडा, आणि विश्रांती घ्या.'

संभाजीराजे निघून गेले. राजे आपल्या महाली जाऊन झोपले. बऱ्याच दिवसांनी राजांना शांत निद्रा प्रसन्न झाली.

राजे पहाटे प्रतापरावांच्यासह गड फिरत होते. पहाटेचे धुके गडावर उतरले होते. भवानीटोकावरून राजे जगदीश्वरावर आले. देवदर्शन करून राजे टकमकशेजारी पायउतार झाले. राजे आणि प्रतापराव टकमककडे चालत होते. सूर्योदय व्हायची वेळ जवळ आली होती. धुके विरळ होत होते टकमकवर उभे राहून राजे खालची दरी न्याहाळीत होते.

'प्रतापराव, पन्हाळा फत्ते झाला. केवढं समाधान वाटलं! एक तपानंतर पन्हाळा पुन्हा स्वराज्यात सामील झाला. माणसाचं मन तरी किती अहंकारी असतं. आम्ही सोसलेला पराभव आजवर सलत होता, खुपत होता. ते शल्य निघताच केवढं हलकं वाटलं!'

'पण आता आदिलशाही खवळून उठेल.'

'तेच आम्हांला हवं. कुतुबशाही आमच्याशी मैत्री राखू इच्छिते. भीती आहे फक्त आदिलशाहीची. तिला आमची सत्ता जाणवली, की दक्षिणेत आपल्याला शत्रू राहणार नाही. उत्तरेचा आपला मार्ग मोकळा होईल.'

सूर्योदय झाला. राजांनी उगवत्या सूर्याला वंदन केले. बालसूर्याच्या सोनेरी किरणांत रायगडच्या भोवती उभ्या ठाकलेल्या पर्वतांची शिखरे उजळून निघाली. कोकणदिव्याच्या दरीतून वाहणाऱ्या नदीच्या पात्राचे रुपेरी पट्टे दिसू लागले. धुक्याची वलये डोंगराच्या पायथ्याला बिलगली. सृष्टीचे ते जागे होणारे रूप राजे पाहत असता घोड्याच्या टापांचा आवाज त्यांच्या कानांवर आला. राजांनी वळून पाहिले. संभाजीराजे बेगुमानपणे घोड्यावरून टकमकटोकावर येत होते. नजीक येऊन संभाजीराजे पायउतार झाले.

'शंभूबाळ, टकमकटोक गडाची अवघड जागा. दुतर्फा कडे तुटलेले. आम्ही सोडलेली घोडी पाहूनही इथवर घोड्यावरून का आलात? कुठं जनावराचा पाय घसरला, तर?... एवढ्या तातडीनं बरे आलात?'

संभाजीराजे हसले. म्हणाले,

'आबासाहेब, आईसाहेब आपली वाट पाहत आहेत.'

'सांगायचं विसरूनच गेलो. चला, जाऊ आपण.'

राजांच्या महालासमोर सर्व राण्या राजांची वाट पाहत उभ्या होत्या. पुतळाबाई पुढे झाल्या. राजे म्हणाले,

'तुम्ही कुशावर्तावर गेला नाहीत? सकाळीच महादेव कुशावर्तावर गेला. सर्व तयारी झाल्याचं त्यांनी आम्हांला कळविलं.'

'आपण याल, असं वाटलं.'

'आम्ही सांगायचं विसरलो. आम्ही येत नाही. आम्ही आलो, तर तुमच्या नौकाविहारात संकोच निर्माण होईल. शिवाय बाळराजे तुमच्याबरोबर आहेतच.'

राजांची नजर सर्वांवरून फिरली; आणि त्यांनी विचारले, 'थोरल्या राणीसाहेब...'

'त्या 'येत नाही,' म्हणाल्या.'

'ठीक! तुम्ही जा. अभिषेकाला उशीर नको.'

अभिषेक करून, दोन प्रहरी उन्हे कलल्यावर, राजे संभाजीसह गडाखाली उतरले.

पाचाडच्या वाड्यात जिजाबाई राजांची वाट पाहत होत्या. राजे जिजाबाईंच्या समोर गेले, पाय शिवून म्हणाले,

'मासाहेब, आम्ही शरमिंदे आहो. वास्तविक पाहता कालच आम्ही गड उतरणार होतो; पण दिरंगाई झाली.'

'असल्या लहानसहान गोष्टी कसल्या मनाला लावून घेता? आमचं वय झालं. गोवऱ्या पुढं गेल्या. या वयात देवाधर्मात मन गुंतवून गप बसावं, की नाही? तिथंही मन लागत नाही. गडावर जरा खुट्ट झालं, तरी मन गडावर धावतं.'

राजे जिजाबाईंच्याकडे पाहत होतं. डोक्यावर घेतलेल्या पदरातून डोकावणारे पांढरे केस चेहऱ्यावर उमटू लागलेल्या सुरकुत्या, कंप पावणारी मान, सदैव पाणावलेले डोळे... राजांनी जिजाबाईंचा हात धरला. त्यांना बैठकीवर बसवीत ते म्हणाले,

'मग, मासाहेब, आपण गडावर का येत नाही?'

'शिवबा, आता सत्तरी ओलांडली. अजूनही संसारातच रमू, म्हणतोस? आता घरात पोरी आल्या. त्यांना सारं पाहू दे, करू दे. मी का जन्माला पुरणार? पिकलं पान; आज ना उद्या गळून पडायचंच.'

'मासाहेब!'

'राहिलं! पण सत्याकडे डोळेझाक करून चालत नाही, राजे.'

संभाजी महालात आले. जिजाबाईंना बिलगून बसले. त्यांच्या पाठीवरून हात फिरवीत जिजाबाईंनी विचारले,

'बाळराजे, कुठं होता?'

'पागेकडे गेलो होतो...'

'राजे, बाळराजांना पागा, शिकार आणि...'

'...औषध...' राजे म्हणाले.

'औषध कसलं?' जिजाबाईंनी विचारले.

'तुम्हांला माहीत नाही, वाटतं?' संभाजीकडे पाहत राजे म्हणाले, 'शंभूराजे शिकार हौसेसाठी करीत नाहीत; आपल्या औषधासाठी म्हणून करतात! परवा त्यांनी डुक्कर मारला, तो आपल्याला चरबी हवी, म्हणून.'

'राजे!' जिजाबाई संभाजीला जवळ घेत म्हणाल्या, 'तुमच्या नशिबात बालपण नव्हतं. याच्या वयाचे असतानाच रोहिडेश्वराची शपथ तुमच्या गळ्यात पडली. निदान यांना तरी बालपण भोगू द्या.'

'आम्ही कुठं नको म्हणतो?'

'भारी प्रेमळ पोर आहे. जरा जरी बरं नसलं, तरी जवळून हलत नाही. पूजेपासून झोपेपर्यंत साऱ्यावर याचं लक्ष असतं. गडावर तोफा वाजल्या, राहवेना; तर हा जायला तयार झाला. याला गडावर पाठविलं, आणि मग मलाच काळजी वाटू लागली.'

'असल्या कामात तरबेज आहेत ते. आजचीच गोष्ट घ्या ना. आम्ही टकमकवर उभे होतो. घोडी दारूकोठाराजवळ सोडून आम्ही पायी टकमकवर गेलो होतो; आणि हे आमचे युवराज सरळ घोडा उधळीत त्या चिंचोळ्या टोकावर आले.'

संभाजीराजांच्या चेहऱ्यावर हसू होते. कृत्रिम रागाने जिजाबाई त्यांना चापटी मारीत म्हणाल्या,

'होय, रे?'

राजे हसले. 'पुरे, मासाहेब! फार मोठी शिक्षा झाली.'

जिजाबाई हसता-हसता एकदम थांबल्या.

'राजे, आता तुम्हांला पोराची काळजी काय असते, ते समजू लागलं. राजे, पण त्यातही मोठं सुख असतं. आपण वाढविलेलं, जपलेलं रोपटं मोठं झालेलं पाहण्यात फार मोठं समाधान असतं. ते समाधान मी भोगते आहे. तुम्हांलाही ते पाहण्याचं भाग्य मिळेल, तेव्हा, मी काय म्हणते, ते कळेल.'

जिजाबाईंनी एकदम विषय बदलला. त्यांनी विचारले,

'तुम्ही आता पन्हाळ्याला जाणार, म्हणे?'

'जी! मासाहेब, आता आदिलशाहीची कळ काढलीय् खरी. त्यांचं लक्ष वळायच्या आत गड मजबूत करून घ्यायला हवा.'

'सरळ पन्हाळ्यालाच जाणार?'

'नाही, मासाहेब. वाटेत पोलादपूर आहे. कवींद्र परमानंद तिथंच आहेत. त्यांचं दर्शन घेऊन प्रतापगडला एक दिवस राहू. देवीची पूजा करूनच आम्ही पुढं जावं, म्हणतो.'

'तसंच करा. संकटाच्या वेळी देवाला हाक मारण्यापेक्षा, जेव्हा असे सुलक्षणी योग येतात, तेव्हा त्याला आठवावं. त्यानं तो प्रसन्न होतो.'

'आम्ही लौकरच येऊ. प्रतापराव आमच्या बरोबर आहेत. चिंता नसावी. तब्येतीला जपून राहावं.'

'आमची काळजी कसली? हे बाळराजे आमच्यावर डोळ्यांत तेल घालून आहेत.'

'तेवढं केलं, तरी आम्ही बाळराजांच्यावर खूश आहोत... चला, बाळराजे! तुमचा मोती आम्हांला पाहायचा आहे.'

जिजाबाईंच्या अनुज्ञेने राजे शंभूराजांच्यासह पागेकडे गेले.

दुसऱ्या दिवशी भल्या पहाटे राजांनी आपल्या दलासह पन्हाळ्याकडे कूच केले. □

१५

पाचाड, महाड, पोलादपूर, प्रतापगड या ठिकाणी मुक्काम करीत, देवदर्शन करीत राजे पन्हाळ्यानजीक आले. राजे येत आहेत, हे कळताच पन्हाळ्यावर एकच चैतन्य पसरले. घराघरांवर राजांच्या स्वागतासाठी गुढ्या-तोरणे चढली. गडावर बातमी आली. राजे गडाच्या पायथ्यापर्यंत आले. अनाजींनी कोंडाजींना आपल्या अश्वपथकासह राजांच्या स्वागताला पाठवले. अनाजी गडाच्या दरवाजापाशी उभे राहिले.

राजांचे अश्वदळ गड चढत होते. अग्रभागी राजे सुलक्षणी काळ्या घोड्यावर स्वार झाले होते. शेजारी जरद्या घोड्यावर स्वार झालेले सेनापती दौडत होते. टापांचा आवाज आसमंतात उठत होता. अचानक राजांनी कायदा ओढला. प्रतापरावांनी इशारत दिली. साऱ्या दळाचा वेग मंदावला. राजे ऐकत होते. घोड्यांचा टापांचा आवाज कानांवर येत होता. समोरच्या वळणावर राजांची नजर खिळली. क्षणात कोंडाजी नजरेत आले. महाराज आनंदाने प्रतापरावांना म्हणाले,

'प्रतापराव, पाहिलंत? तो पाहा, गड घेऊन सिंह येतो आहे!'

राजे पायउतार झाले. कोंडाजी फर्जंददेखील थोड्या अंतरावर येऊन पायउतार झाला. मोठ्या अदबीने कोंडाजी येत होता. डोक्यावर भगवे पागोटे होते. रुंदाड छातीवर अंगरखा तणावला होता. गुडघ्याच्या खाली चोळणा बळकट पिंढरीवर सुरकुतला होता. पायांतल्या वहाणा करकरत होत्या. डाव्या हाताच्या मुठीने तलवार सावरीत संकोचलेला कोंडाजी राजांच्याकडे येत होता. अभिमान आणि संकोच यांचा सुंदर मिलाफ त्याच्या चेहऱ्यावर झाला होता. चार पावले पुढे येऊन कोंडाजीने पायीच्या वहाणा काढल्या. अनवाणी पायांनी तो राजांच्या जवळ येत असता राजे धावले. दुसऱ्या क्षणी कोंडाजी राजांच्या मिठीत बद्ध झाला. राजे काही न बोलता कोंडाजीची पाठ थोपटीत होते. कोंडाजीला स्वर्ग हाती आल्याचा अनुभव येत होता. मिठी सुटली. राजांनी विचारले,

'आणि आमचे अनाजी कुठं आहेत?'

'गडाच्या दाराशी आपली वाट बघत आहेत!'

'मग लौकर जायला हवं. पंतांना तिष्ठत ठेवणं बरं होणार नाही. चला!'

सारे स्वार झाले. कोंडाजीच्या पथकाला बगल देऊन राजे पुढे झाले. राजांच्या

दोन्ही बाजूंना कोंडाजी, प्रतापराव दौडत होते. दरवाजा नजीक आला. दरवाजावर भगवे निशाण फडफडत होते. राजांचा उजवा हात छातीकडे गेला.

राजे दरवाजाजवळ पोहोचले. दरवाजाशी अनाजी उभे होते. राजांचे मावळे राजांचे स्वागत करायला दाटीवाटीने दरवाजाच्या दोन्ही बाजूंना उभे होते. नगारखान्याची नौबत झडली. शिंगाची ललकार आकाशाला भिडली. अनाजींनी पुढे होऊन राजांच्यावर सुवर्णफुलांची उधळण केली. त्या प्रेमभावनेने राजांचे नेत्र पाणावले. राजांनी अनाजींच्या खांद्यावर हात ठेवला. अनाजी म्हणाले,

'महाराज! चलावं.'

राजांनी महाद्वाराकडे नजर टाकली. ते अनाजी-कोंडाजींना म्हणाले,

'तुम्ही पुढं व्हा. तुम्ही जिंकलेला गड. त्यात प्रवेश करण्याचा प्रथम मान तुमचा. सुभेदार कोंडाजी, पुढं व्हा.'

अनाजी-कोंडाजींची पावले अडखळली. राजे स्मितवदनाने म्हणाले,

'अनाजी, कोंडाजी, जेव्हा आपण यश मिळवतो, तेव्हा संकोचू नये. ते व्यक्त करण्यात लाजू नये. चला पुढं. आम्ही आहोच मागे.'

अनाजी-कोंडाजींसह राजांनी गडप्रवेश केला. पुन्हा नौबत झडली. तुताऱ्यांचे आवाज उठले. राजांचे गडावरचे आगमन गडावरच्या तोफेने जाहीर केले.

राजे सर्वांसह सज्जाकोठीवर गेले. कोंडाजीने इशारत करताच राजांच्या समोर धनाच्या राशी ओतल्या गेल्या. अनाजी म्हणाले,

'गड अलगद हाती आला. गंगा, जमना अंबारखाने भरले आहेत. दारूगोळा, तोफखाना अलगद हाती आला.'

'त्यात आम्हांला अचंबा वाटत नाही. अपरात्री गडावर जर साठ भुतं गोळा झाली, तर काय होणार नाही? चूपचाप गड काबीज केलेले आम्ही अनेक पाहिले; पण अवघ्या साठजणांनी गड गाठून, शिंग वाजवून, जाग आणून घेतलेला गड हाच! तुमचं धाडस अफाट. तुमच्या युक्तीला तोड नाही.'

समोरच्या धनाच्या राशीकडे बोट दाखवीत राजांनी आज्ञा दिली,

'या धनापेक्षा आम्हांला आमची साठ भुतं दाखवा. ते धन पाहायला आम्ही आतुर आहो.'

राजांनी सर्वांना भरपूर धन देऊन सर्वांचा गौरव केला, कैद झालेल्यांना अभय दिले, गडाच्या पहाऱ्यांची जातीने तपासणी केली. आता राजांना पन्हाळा हातचा जाऊ द्यायचा नव्हता.

□

१६

पन्हाळा काबीज झाल्यापासून राजांना नवचैतन्य प्राप्त झाले होते. राजे आपली

फौज गोळा करण्याचा प्रतापरावांना हुकूम देत होते. राजांचे नजरबाज साऱ्या मुलुखात पसरले होते. न राहवून प्रतापरावांनी विचारले,

'महाराज, एवढ्या तातडीचं कारण?'

'प्रतापराव, तुम्ही आमचे सरलष्कर. निदान तुम्ही तरी हा प्रश्न विचारायला नको होता. विजापूरला जेव्हा ही बातमी पोहोचेल, तेव्हा खवासखान खवळून उठेल. आमच्या पराभवासाठी आपलं सारं बळ खर्ची घालील. आदिलशाहीची उठायची तयारी होण्याआधीच तिला आमची दहशत बसायला हवी. त्यासाठी आम्ही पन्हाळ्यावरच वास्तव्य करणार आहोत.'

राजांच्या बेताचे प्रत्यंतर लौकरच प्रतापरावांना आले.

गोळा झालेल्या फौजांना राजांनी आदिलशाही मुलुखात पाठविले. राजांच्या फौजांनी दोन महिन्यांच्या अवधीत परळी, सातारा हे आदिलशाही किल्ले घेतले. या मध्यवर्ती आणि महत्त्वाच्या किल्ल्यांवरून अमर्याद लूट शेकडो बैलांवर लादून रायगडी पाठविण्यात आली. परळी-सातारा किल्ल्यांवर राजांनी आपली शिबंदी वाढवली, विश्वासू किल्लेदार नेमले.

विजापूरच्या अल्पवयी सिकंदरजहाँच्या कारकीर्दीत सत्ताधीश बनलेला खवासखान शिवाजीचा बीमोड कसा करावा, याचा विचार करीत असतानाच पन्हाळा गेल्याची बातमी त्याला मिळाली. विजापुरात एकच धांदल उडाली. खवासखानाने विखुरलेल्या फौजांना एकत्र करायला सुरुवात केली, तोच परळी, सातारा हे शिवाजीने घेतल्याच्या बातम्या विजापूरला थडकल्या. संतप्त खवासखानाने राजांच्या पराभवासाठी विजापूरचा बडा सरदार अब्दुल करीम बेहलोलखान निवडला, मोठी फौज देऊन त्याला शिवाजीवर रवाना केले. खान बारा हजारांची फौज घेऊन विजापुरापासून बारा कोसांवर असलेल्या उंबराणीला आला. बेहलोलखानाला जादा मदत मिळावी, म्हणून खवासखानाने रांगणा, अदवानी, कर्नोल यांच्या सुभेदारांना सैन्यासह येऊन बेहलोलखानाला मिळण्याची फर्माने काढली.

खान उंबराणीला आल्याची बातमी राजांना टाकोटाक कळली. राजांनी सेनापती प्रतापराव, आनंदराव, अनाजी, विठोजी शिंदे, विठ्ठल पिलदेव यांच्यासारखी विश्वासू माणसे गोळा केली.

'प्रतापराव, आदिलशाही सरदार बेहलोलखान पठाण उंबराणीपावेतो आल्याची वर्दी आली आहे.'

'फौज?'

'दहा-बारा हजार असेल फार तर.'

प्रतापराव हसले. ते म्हणाले, 'महाराज, मग विचार कसला करायचा? बेहलोलची जबाबदारी माझी. पुढं येऊ दे. मी एकटा पाहून घेईन.'

राजे खिन्नपणे हसले. 'प्रतापराव, आपल्या मराठ्यांना हा शापच आहे. विचारापेक्षा भावनाच बलवत्तर. आपल्या ताकदीचा आम्हांला का अंदाज नाही? बेहलोल उंबराणीला उगीच बसला नाही. तो फौजेची वाट पाहतो आहे. मोगल सरदार दिलेरखानाकडेही खवासखानानं फौज मागितली आहे. आज उंबराणीला साचलेल्या तळ्याचं सागरात रूपांतर व्हायला आता फारसा अवधी नाही. आमच्या फौजा रानोमाळ पसरलेल्या.'

'आत्ताच हल्ला केला, तर?' प्रतापराव बोलून गेले.

'उशिरा का होईना, पण तुमच्या लक्षात आलं. आमचा बेत असा आहे की, बेहलोलची ताकद वाढण्याआधीच त्याला उंबराणीला गाठावा.'

'मग त्यासाठी महाराजांनी कशाला तकलीफ घ्यायला हवी? अजून प्रतापरावांचं मनगट शाबूत आहे.'

'आम्ही ते जाणतो. प्रतापराव, तुम्ही फौज घेऊन जा. तुमच्याबरोबर विठोबा शिंदे, विठ्ठल पिलदेव, कृष्णाजी भास्कर, विसो बल्लाळ आणि सिद्दी हिलाल हे आमचे नामांकित आणि कल्पक सरदार तुमचे साथीदार म्हणून येतील. या मोहिमेत आम्हांला अपयश नको. आणखी बळ लागलं, तर कळवा; आम्ही जातीनिशी येऊ.'

'आज्ञा!'

राजे उठले. कमरेची रत्नजडित कट्यार काढून प्रतापरावांच्या हाती देत राजे म्हणाले,

'आता आज्ञा एकच... हा बेहलोल वळवळ बहुत करीत आहे. त्यास मारून फत्ते करणे.'

प्रतापरावांनी मुजरा केला.

भर दुपारी सारा गड घोड्यांच्या टापांनी, तुताऱ्यांच्या इशारतीने कल्लोळला. राजांना मुजरा करून प्रतापराव साथीदारांसह गडाबाहेर पडले.

धुळीचे लोट उडवीत जाणारी आपली फौज राजे गडावरून माळवदातून निरखीत होते.

◻

१७

प्रतापराव आपल्या फौजपागेसह उंबराणी जवळ करीत होते. मिरजमार्गे त्यांनी फारशी उसंत न घेता उंबराणी गाठली. बेहलोलखानाच्या छावणीची सर्व माहिती प्रतापरावांना मिळत होती. बेहलोलखानाचा तळ उंबराणीनजीक पडला होता. खानाच्या छावणीपासून थोड्या अंतरावर एक तलाव होता. तेच पाणी छावणीसाठी घेतले जाई. खान जादा फौजेची वाट पाहत तळ देऊन बसला होता.

प्रतापरावांनी अत्यंत सावधपणे खानाच्या छावणीची नाकेबंदी केली. रात्रीच्या वेळी छावणी पुरी वेढली. तलावाचा कबजा घेतला. पहाटेच्या वेळी पाण्यासाठी जेव्हा

खानाचे लोक तलावावर आले, तेव्हा त्यांना शत्रू उभा ठाकलेला दिसला. खानाच्या छावणीत एकच धावपळ उडाली. वाट शोधावी, तिकडे शत्रू दिसत होता. ऊन वाढत होते. मरू घातलेल्या जनावरावर नजर ठेवून वृक्षाच्या शेंड्यावर गिधाडे बसावीत, तसा चारी बाजूंना शत्रू शांतपणे बसून होता. संतप्त खानाला काही सुचत नव्हते. भर उन्हाळ्यात वाढत्या उन्हाने तो तगमगत होता. पाण्याविना छावणी कासावीस बनली होती. खानाने वेढा फोडायचा ठरवला. हत्तीवर बसून तो आपल्या दळासह छावणीबाहेर पडला. 'दीन, दीनऽ' म्हणत आवेशाने पठाण पुढे सरकत होते. रणवेश केलेला संतप्त बेहलोलखान तलवार पुढे करून हौद्यात डुलत होता, आपल्या शब्दांनी आपल्या सैन्याचा जोश वाढवीत होता. अचानक साऱ्या सैन्यावर स्तब्धता पसरली; गर्जना लुप्त झाल्या. बुद्धिबळाची प्यादी मांडावीत, तशा समोरच्या टेकडीवर काळ्या आकृती दिसत होत्या. नजर फिरवावी, तिकडे तीच रेषा पसरली होती. खानाने आवंढा गिळला. तोच आकाश भेदून 'हर हर महादेवऽ' ची गर्जना उठली.

गारांचा पाऊस कोसळावा, तसा टापांचा खडखडाट उठला; आणि पहिली मराठ्यांची लाट खानाच्या सैन्यावर येऊन आदळली. खानानेही तरफेची लढाई सुरू केली. पण मराठ्यांच्या वाढत्या बळापुढे त्याचे काही चालेना. चारी बाजूंनी वाटा रोखून सर्रास कत्तल करीत पुढे सरसावणाऱ्या मराठ्यांना पाहून खान अचंबला. त्यातच खानाच बर्की नावाचा सरदार दीपाजी राऊतने ठार केला. खानाच्या डोळ्यांदेखत खानाचा हत्ती शत्रूने हाकलून आपल्याकडे घेतला. खानाचे सैन्य चारी बाजूंनी उतरणाऱ्या शत्रूला तोंड देत होते. पळून जायला वाट नव्हती. प्यायला पाणी नव्हते. प्रखर उन्हात खानाची फौज कोरड्या घशाने शत्रूशी मुकाबला करण्याचा प्रयत्न करीत होती.

सूर्य मावळला. खानाच्या सैन्याला थोडा विसावा मिळाला. खानाचे अनेक चांगले सरदार कामी आले होते. अर्धी छावणी शत्रूच्या हल्ल्यात होरपळली होती. या संकटातून सुटण्याचा मार्गही दिसत नव्हता. खानाला आपला मृत्यू दिसू लागला.

खानाने आपला वकील प्रतापरावांच्याकडे पाठविला. खान शरण आला होता. खानाने आर्जव केले होते. अंत:स्थपणे कळविले-

> 'आपण तुम्हांवरी येत नाही. पातशहाचे हुकुमाने आलो. याऊपरी
> आपण तुमचा आहे. हरएक वक्ती आपण राजियांचा दावा न करी.'

प्रतापरावांचे मन त्या आर्जवांनी विरघळले. त्यांनी उदार मनाने खानाला क्षमा केली. हाती सापडलेल्या बेहलोलखानाला प्रतापरावांनी जाऊ दिले.

राजे पन्हाळ्यावर होते. राजांना ही बातमी समजली. आपल्या फौजेच्या पराक्रमावर ते खूश झाले; पण हाती आलेला बेभरवशाचा बेहलोलखान प्रतापरावांनी सोडून

दिला, हे कळताच राजांना फार दु:ख झाले. या कृत्याचा जाब विचारणारी थैली त्यांनी प्रतापरावांना पाठवून दिली. राजांनी प्रतापरावांना विचारले होते,

'....बेहलोलखानास मारून फत्ते करणे अशी आज्ञा आम्ही केली असता त्यास सोडून का दिले? सला काय निमित्य केला?....'

□

१८

पावसाच्या सुरुवातीचे दिवस. आकाश काळ्या ढगांनी आच्छादिले होते. गडावर अखंड गार वारा वाहत होता. पावसाची झड केव्हा बसेल, याचा नेम नव्हता. गडावर पावसाळी तजवीज पुरी झाली होती. घरांना झडपा लागल्या होत्या. पावसाच्या भीतीने अपुरी राहिलेली घरे केव्हाच पुरी करण्यात आली होती. पाचाडला मासाहेबांची व्यवस्था लावून संभाजीराजेही गडावर आले. शिवाजीराजे पन्हाळ्याहून येऊन हरिहरेश्वराला गेल्याची बातमी गडावर आली होती. राजे लौकरच गडावर येणार, अशी वर्दी आल्याने सारा गड जागरूक बनला होता. दप्तरातून गडबड उडाली होती.

दोन प्रहरच्या वेळी संभाजीराजे आपल्या महालात पलंगावर बसले होते. वारंवार त्यांची नजर दाराकडे वळत होती. ज्यांना पाहण्यासाठी संभाजीराजांची नजर उतावीळ झाली होती, त्या येसूबाईंना पाहताच संभाजीराजांनी दुसरीकडे नजर वळविली. दारी थांबलेल्या येसूबाईंच्या चेहऱ्यावर हसू उमटले. मागे पाहत त्यांनी हाक मारली,

'बाळराजे, लौकर या.'

त्या हाकेबरोबर संभाजीराजांनी दरवाजाकडे पाहिले. येसूबाईंच्या पाठोपाठ राजाराम धावत येत होता. उंबरा ओलांडून आत येताना राजाराम अडखळले. येसूबाईंनी राजारामांचा हात धरला. संभाजीराजांच्याकडे बोट दाखवीत त्या म्हणाल्या,

'बाळराजे, बघा, तुमचे दादा महाराज आमच्यावर रागावलेत.'

त्या शब्दांबरोबर राजारामांची नजर भीतियुक्त बनली. येसूबाईंचा हात गच्च धरीत स्थिर नजरेने ते संभाजीराजांच्याकडे पाहत होते. राजारामाच्या चेहऱ्याकडे पाहताच संभाजीराजे हसले. राजाराम धावला. राजारामाला संभाजीराजे पलंगावर उचलून घेत असता राजारामांनी विचारले,

'दादा महालाजऽ, खलंच तुम्ही लागावला?'

राजारामाला जवळ घेत संभाजीराजे म्हणाले,

'नाही, बाळराजे! आम्ही तुमच्यावर मुळीच रागावलो नाही. तुमची वहिनी वाइट आहे.'

राजारामांनी येसूबाईंकडे हसून पाहिले; आणि डोळे बारीक करीत ते म्हणाले,

'वहिनी वाइट्ट!'

'भाऊ शोभलात खरे!' येसूबाई हसू लपवीत म्हणाल्या, 'एवढ्या शिताफीनं थोरल्या आईसाहेबांच्या महालातून सोडवून आणलं; आणि वर मी वाईट! ठीक आहे. आम्ही आता बोलणारच नाही.'

राजारामांचा चेहरा रडवा बनला. ते पाहून पलंगावर ओणवे होत येसूबाईंनी राजारामांना विचारले,

'मग खरं सांगा, तुम्हांला कोण आवडतं... मी का हे?'

राजारामांनी एकवार दोघांकडे पाहिले; आणि हसत वहिनींकडे बोट दाखवीत झेपावत ते म्हणाले,

'तुमीऽऽ'

येसूबाई मोठ्याने हसल्या. त्यांनी झेपावणाऱ्या राजारामांना जवळ ओढले; पण संभाजीराजांनी राजारामांना सोडले नव्हते. येसूबाईंचा चेहरा संभाजीराजांच्या नजीक आला होता. येसूबाईंनी नजर वर केली. संभाजीराजांचे भावनाविवश डोळे त्यांच्यावर खिळले होते. उष्ण श्वास गालाला जाणवत होता. त्या नजरेने घायाळ झालेल्या येसूबाई कुजबुजल्या,

'सोडा ना ऽ ऽ'

संभाजीराजांनी राजारामांना सोडले आणि निःश्वास टाकला. राजारामांना मिठीत घेऊन उभ्या राहत येसूबाई राजारामांना म्हणाल्या,

'तुमचे दादामहाराज अगदी वाईट आहेत, हो ना?'

'दादामहालाज वाईट आहेत!' राजारामांनी निर्वाळा दिला.

राजारामांना उराशी कवटाळीत येसूबाईंनी त्यांचे चुंबन घेतले.

त्या दोघांकडे पाहत संभाजीराजांनी विचारले, 'बाळराजांची तब्येत आता बरी दिसते. पाचाडात आम्ही ऐकलं की, बाळराजे आजारी आहेत, म्हणून.'

'बरी नव्हतीच तब्येत. सारखा ताप यायचा. सर्दी, खोकला तर आहेच. पण गोसावी बाबांनी सारं ठीक केलं.'

'कुणी?'

'आपले निश्चलपुरी गोसावी आहेत ना, त्यांनी ताईत मंत्रून बांधला. त्या दिवसापासून ताप हटला.'

'खरं आहे. फार मोठे सत्पुरुष आहेत ते. आपले कवी कलश सुद्धा; मोठी गंमत करतात. शिकारीच्या आधी त्यांनी सांगितलं, की हटकून शिकार घडते.'

'ते हरिहरेश्वराला गेलेत, म्हणे. गोसावी सांगत होते.' येसूबाईंनी विचारले.

'हो! आबासाहेबांनी त्यांना मुद्दाम बोलावून घेतलं होतं. ते कवी आहेत, तसेच महान मांत्रिकही आहेत.'

येसूबाई काही बोलणार, तोच त्यांचे लक्ष दाराकडे गेले. दारात सोयराबाई उभ्या होत्या. येसूबाईंचा पदर ढळला होता. राजारामांना खाली सोडून पदर सावरून येसूबाई उभ्या राहिल्या. संभाजी राजेही उभे राहिले. राजाराम सोयराबाईंच्याकडे धावले. येसूबाईंच्याकडे पाहत सोयराबाई म्हणाल्या,

'बाईऽऽ! नुकतीच कुठं बाळराजांची तब्येत ठीक होते आहे. कशाला वाऱ्यातून त्यांना आणलंस?'

येसूबाईंनी मान खाली घातली. राजाराम आईकडे पाहत म्हणाले,

'दादामहालाज वाइट्ट आहेत!'

सोयराबाई हसल्या. त्या म्हणाल्या,

'एवढं कळतं, तर सारखं सारखं कशाला येता इथं?... याला काही खायला दिलं नाहीस ना, ग?'

'जी, नाही.' येसूबाई म्हणाल्या.

'जरा जास्त खाल्लं, तरी सोसत नाही याला.' सोयराबाईंची नजर शंभूराजांच्याकडे वळली.

'शंभूराजे, तुम्ही अजून महालात बरे?'

संभाजीराजांना रोख कळला नाही. सोयराबाई हसून म्हणाल्या,

'इकडून आम्हांला राज्यकारभारात गुंतवणं झालं खरं; पण महाल तुम्हांला सोडवत नाही. अनाजी सांगत होते की, इंग्रज वकील आलेत, म्हणे. पण तुम्ही महालातच. सदैव महालात बसण्यापेक्षा जरा सदरेवर नजर ठेवलीत, तर बरं दिसेल.'

सोयराबाई राजारामांचा हात धरून निघून गेल्या. येसूबाई गोऱ्यामोऱ्या झाल्या होत्या. संभाजीराजांच्या चेहऱ्यावर क्षणात हास्य विलसले. ते नजीक आले. नजर उंचावीत येसूबाई म्हणाल्या,

'आईसाहेब सारखं असं तोडून का बोलतात?'

'त्या आपल्या आहेत, म्हणून.' संभाजीराजे म्हणाले, 'परकी माणसं कधी रागावत नसतात... ठीक आहे. आता आज्ञा झालीच आहे. आम्ही सदरेवर जाऊन येतो.'

संभाजीराजे महालाबाहेर पडून राजसदरेकडे पावले टाकीत होते. मस्तकावरून मागे परतविलेले केस, गौरवर्ण, मजबूत पिळदार अंगलट असे संभाजीराजे राजसदरेवर पोहोचले. राजसदरेवर अनाजी काही तरी वाचीत होते. शेजारी बाळाजी उभे होते. संभाजीराजांना येताना पाहताच बाळाजी मागे सरले. त्यांनी मुजरा केला. अनाजी गडबडीने उठले. त्यांनी बाळाजींचे अनुकरण केले. संभाजीराजांची उमर अवघी सोळा वर्षांची. गालावर नुकतीच कुठे कोवळ्या दाढीची सावली तरळू लागलेली. पण नजरेतील जरब विलक्षण प्रभावी. तिला नजर देणे कठीण. ती नजर पाहताच

राजांच्या नजरेची आठवण व्हायची. संभाजीराजांच्या चेहऱ्यावर स्मित विलसत होते. मुजऱ्याचा स्वीकार करीत राजसदरेच्या खाशा बैठकीवर बसत संभाजीराजांनी विचारले,

'अनाजी, काय वाचीत होता?'

हातातले पत्र बाळाजींकडे परत देऊन अनाजी म्हणाले,

'पन्हाळ्यावरून थैली आली होती.'

'का? काही गडबड?'

'नाही. क्षेमसमाचाराची.' अनाजी थंडपणे म्हणाले.

'आबासाहेबांची काही बातमी?'

'राजे एक-दोन दिवसांत गडावर यावेत.'

'पत्र आलं?'

'नाही. आम्ही मिळूनच पन्हाळ्याहून आलो होतो ना? राजे तीर्थस्नानाला गेले. आम्ही गडावर आलो, त्याच वेळी सांगितलं होतं.'

'तुम्ही आबासाहेबांच्या विश्वासातली माणसं. तुमचं भाग्य मोठं!'

'युवराजांनी मनात आणलं, तर तो विश्वास युवराजांनाही संपादन करता येईल.'

'पाहू, जमलं, तर!... इंग्रज वकील गडावर आलेत, असं आम्ही ऐकलं.'

'गडावर नव्हे, गडाखाली आलेत.'

'मग त्यांना बोलावून घ्या. आम्ही त्यांची भेट घेऊ.'

'गैरसमज न व्हावा. पण त्यांना राजांनी न भेटणं हेच उत्तम.'

'कारण?' नजर वळवीत संभाजीराजांनी विचारले.

'कारण आलेला वकील मुत्सद्दी आहे. तो साध्या हेतूनं आलेला नाही. अशा माणसाला भेटणं....'

'आम्हांला माहीत आहे. यापूर्वी अशा अनेक व्यापाऱ्यांना आम्ही भेटलो आहो...'

'ते व्यापारी होते. हा वकील आहे. तिथं उतावीळपणा...'

'अनाजी!' संभाजीराजे उद्गारले. 'आम्ही युवराज आहो. आबासाहेबांनी आम्हांला राज्यकारभार सांगितला आहे. आमचं वय म्हणाल, तर रोहिडेश्वराच्या वेळी आबासाहेब आमच्यापेक्षाही लहान होते.'

'राजांची गोष्ट...' मोरोपंत चाचरले.

'का? ते का आकाशातून पडले?'

'राजे!' अनाजी उद्गारले.

भानावर येत संभाजीराजे म्हणाले, 'ठीक आहे. आम्ही थोडे जास्तच बोललो असू. अनाजी, इंग्रज वकिलाला उद्या गडावर बोलावून घ्या. आम्ही त्यांना भेटू. आमच्या हातून काही गफलत झाली, तर ती सावरून घ्यायला आबासाहेब समर्थ आहेत. त्याची चिंता करू नका.'

'युवराजांनी निर्णय केल्यानंतर आम्ही काय करणार? तथापि, राहवत नाही, म्हणून सांगावंसं वाटतं...'

'बोला, अनाजीऽ ऽ'

'इंग्रज वकील राजापूरची नुकसानभरपाई मागण्यासाठीच येत नाही. प्रतापरावांनी हुबळीची वखार लुटली आहे. त्यामुळं इंग्रज मनातून नाराज झाले आहेत. हा वकील तो मुद्दा काढल्याशिवाय राहणार नाही.'

'ठीक! आम्ही विचार करू.' एकदम संभाजीराजांनी विचारले, 'आमचे कोंडाजी फर्जंद आले नाहीत?'

'जी, नाही. त्यांना पन्हाळ्यावरच ठेवलं आहे.'

'आमचे कोंडाजी खरे बहाद्दर! अवघ्या साठांनिशी त्यांनी गड काबीज केला. त्यांनी दरवाजे उघडल्यानंतरच तुम्ही गडात प्रवेश केलात ना?'

अनाजींच्या कपाळी सूक्ष्म आठी पडली. ते शांतपणे म्हणाले,

'किल्ल्यात जाण्याइतकंच त्याची वाट शोधणं हेही महत्त्वाचं असतं, राजे!'

संभाजीराजे हसत अनाजींवर नजर रोखीत म्हणाले, 'अनाजी, पण मृत्यूला सामोरं जावं लागतं, ते गडावर जाणाऱ्यांनाच. कवी कलशांच्याकडे शिकण्याजोगं भरपूर आहे. आम्ही तिकडं जातो.'

संभाजी सदर उतरले. सदरेची तणावलेली अंगे क्षणभर सैल झाली. तोच संभाजीराजे वळले,

'अनाजी, उद्या इंग्रज वकिलाला जरूर बोलावून घ्या.'

संभाजीराजे दिसेनासे होईपर्यंत सारे त्यांच्या पाठमोऱ्या आकृतीकडे पाहत होते. ते दिसेनासे होताच मोरोपंत निःश्वास सोडून म्हणाले,

'राजांची भीती वाटत नाही; पण युवराजांची भीती फार वाटते. अचूक हेरतात, अचानक वर्मी घाव घालतात... अगदी शांतपणे...'

'शिकारी आहेत ना!' अनाजी म्हणाले, 'पण उद्याची वकिलाची भेट वाटते तेवढी सोपी नाही. बाळाजी, तुम्ही आज गडाखाली जा, आणि त्या वकिलाला गडावर घेऊन या.'

दुसऱ्या दिवशी सकाळी इंग्रज वकील टॉमस निकल्स आपला दुभाष्या शामजी यासह गडावर आला. चिटणिसांनी निकल्सचे स्वागत केले, त्यांना सदरेवर बसविले; संभाजीराजांना वर्दी पाठविली. निकल्सच्या पायांत मोजे होते, पायांत तंग विजार होती; कमरेपर्यंत आलेला चुणीदार, घोळदार, पूर्ण बाह्यांचा गरम अंगरखा होता; गळेबंदावर सुरकुती रेशमी कपड्याचे वलय शोभत होते. निकल्स रापलेला तांबूस गोरा, उंच, सडपातळ अंगलटीचा होता. त्याचे घारे, हसरे डोळे राजसदर निरखीत

होते. मांडीवर घेतलेल्या टोपीशी हाताने चाळा करीत तो सर्वत्र पाहत होता.

चिटणिसांनी विचारले, 'वकीलसाहेबांचा मुक्काम किती?'

'राजांची भेट झाली, की निकल्ससाहेब माघारी जातील.' शामजीने सांगितले.

'आपला मुलूख?' चिटणिसांनी विचारले.

'इंग्लंड.'

'मुलूख मोठा आहे?'

प्रश्न समजताच निकल्स हसला.

'आपल्याइतका मोठा नाही.'

'मग आपल्याजवळ केवढं दळ आहे?'

समोरच्या झाडाकडे बोट दाखवीत निकल्सने विचारले,

'त्या झाडाला पानं किती आहेत, सांगता येईल?'

त्या उत्तराने चिटणीस वरमले. ते विषय बदलणार, तोच निकल्सने सांगितले,

'मलाही त्या प्रश्नाचं उत्तर माहीत नाही.'

चिटणीस अदबीने उभे राहिले. पुटपुटले,

'युवराज ऽ ऽ'

निकल्स उठून उभा राहिला. संभाजीराजे सदरेवर आले. निकल्सच्या अभिवादनाचा स्वीकार करून राजांनी निकल्सला बैठक दाखविली. दोघे बसले. युवराजांच्या शेजारी चिटणीस, दुभाष्या उभे होते. निकल्सच्या शेजारी त्यांचा दुभाष्या होता. संभाजीराजे म्हणाले,

'साहेब, तुम्ही महाराजांच्या भेटीसाठी आलात; पण महाराज इथं नसल्यानं आपल्याला थांबावं लागलं. आपली हरकत होते, याबद्दल आम्ही दिलगीर आहोत. आपल्या कामाबाबत आम्हांला काही मदत करता आली, तर आम्हांला आनंद वाटेल.'

निकल्स आशेने पुढे आला. राजापूरच्या लुटीची नुकसानभरपाई मिळण्याची त्याने विनंती केली. तसेच हुबळीच्या लुटीबद्दलची कंपनी सरकारची इतराजी त्याने सांगितली. बिगरजकात लाकूड, सर्पण नेण्याची त्याने परवानगी मागितली. संभाजीराजे सर्व बोलणे शांतपणे ऐकून घेत होते. चेहऱ्यावर काही भाव दिसत नव्हता. वकिलाचे सर्व बोलणे झाल्यावर संभाजीराजे म्हणाले,

'आपल्या मागण्यांचा मी विचार करीन. या क्षणी उत्तर देणं कठीण आहे. एक-दोन दिवसांत महाराज गडावर येतील, असा अंदाज आहे. ते आले, की मी त्यांच्या कानांवर सर्व घालीन, आणि आपली भेट करवून देईन. महाराजांना गडावर यायला विलंब लागला, तर आपल्या कामाबाबत मीच योग्य तो निर्णय करीन. आपल्या प्रकृतीला ही उंचावरची पावसाळी हवा मानवणार नाही. तेव्हा बोलावीपर्यंत तुम्ही

गडाखाली राहा. तुमची सर्व व्यवस्था केली जाते ना?'

'हो. त्याबद्दल आम्ही ऋणी आहो.'

'काही कमतरता भासली, तर आम्हांला कळवा. आम्ही ती दूर करू.'

संभाजीराजांनी बाळाजींकडे पाहिले. बाळाजींनी निकल्सला व दुभाष्याला विडे, वस्त्रे दिली. निकल्सचा निरोप घेऊन संभाजीराजे सदरेबाहेर गेले.

तिसऱ्या दिवशी सकाळी महाराज पाचाडला आल्याची व अनाजी त्यांना गडाखाली सामोरे गेल्याची बातमी संभाजीराजांना कळली. राजे गडावर येणार, या बातमीने गडावर एकच उत्साह संचारला. राजांचा महाल ठाकठीक करण्यात पुतळाबाईंची, मनोहारीची धावपळ चालू झाली. भर दुपारी महादरवाजावरची नौबत झडली. राजे आपल्या महाली आल्याची संभाजीराजांना वर्दी आली.

राजांच्या महालात संभाजीराजे प्रवेश करते झाले. राजांच्या शेजारी येसूबाई उभ्या होत्या. राजाराम त्यांच्या कडेवर होता. संभाजीराजांना पाहताच राजांच्या चेहऱ्यावर प्रसन्नता आली.

'या! आम्ही तुमचीच वाट पाहत होतो.'

संभाजीराजांनी राजांचे पाय शिवले. संभाजीराजे म्हणाले,

'आम्ही पण आपल्या सामोरे आलो असतो.'

येसूबाई महालाबाहेर गेल्या; आणि महालात अनाजी, बाळाजी, मोरोपंत आले. त्यांच्याकडे पाहत अंगरख्याचे बंद सोडीत राजे म्हणाले,

'तुम्ही आला नाहीत, म्हणून काही बिघडलं नाही.'

'मासाहेबांची तब्येत...'

'छान आहे. तुमची फार आठवण करीत होत्या. तुम्ही भेटायला जाऊन या.'

'जी!'

राजे पलंगावर बसले. त्यांना खोकल्याची उबळ आली. संभाजीराजांनी सुरईतले पाणी घेऊन पेला पुढे केला. राजे पाणी प्याले. पेला हाती देत असता संभाजींनी विचारले,

'आबासाहेब, बरं नाही!'

'चालायचंच! पण, शंभूबाळ, आम्हांला तुमची हरिहरेश्वरला फार आठवण झाली. आम्ही समुद्रस्नानाला उतरलो होतो. तेवढीच एक हौस शिल्लक राहिलीय्. तुम्ही असता, तर फार बरं झालं असतं, असं वाटलं... काही खबर?'

'आबासाहेब, इंग्रज वकील टॉमस निकल्स आपल्या भेटीसाठी आला आहे.'

'ते समजलं.' राजे म्हणाले, 'तुम्ही त्याला भेटलात; आपला हेतू न सांगता त्याचा सर्व बेत जाणून घेतलात. तुमच्या मुलाखतीवर आम्ही खूश आहो.'

संभाजीराजांनी अनाजींकडे पाहिले.

राजे हसले.

'शंभूबाळ, त्यांनीच आम्हांला सांगितलं. न सांगता समजायला आम्ही आकाशातून थोडेच का पडलो?'

संभाजीराजे चपापले, भयभीत झाले. गडबडीने ते म्हणाले,

'क्षमा!'

'त्याची काही गरज नाही. तुम्ही म्हणालात, ते अगदी खरं आहे. आम्ही पाहूनच, अनुभवानं शिकलो. नुसतं दोन डोळ्यांनी पाहून सारं पाहता येत नाही, प्रसंगी दुसऱ्यांच्या डोळ्यांचाही उपयोग करावा लागतो, हेही आमच्या ध्यानी आलं. दुसऱ्यांच्या अनुभवांचा फायदा घेतला, तर फार फायदा होतो, राजे! असो... अनाजी, आज वकिलांना गडावर बोलावून घ्या. आम्ही भेटू. ...शंभूबाळ, वकिलांचा बेत काय आहे?'

'राजापूरची नुकसानभरपाई ते मागतात. प्रतापरावांनी हुबळी लुटली, त्याबद्दल ते संतप्त आहेत.'

'अस्सं! कर्नाटकात प्रतापरावांनी चांगलीच धडक मारली. आणि... जाऊ दे. नंतर पाहू. ...चला, शंभूराजे. राणीवशात चक्कर मारून येऊ. थोरल्या राणीसाहेबांची तब्येत बरी नाही, म्हणे. तुम्ही गेला होता?'

'जी, नाही.' नजर चुकवीत संभाजीराजे उत्तरले.

'हेही चुकलंच तुमचं. चला...'

राजांच्या मागोमाग संभाजीराजे चालू लागले.

सकाळी टॉमस निकल्स आपल्या दुभाष्यासह राजसदरेवर आला. राजसदर सर्वतोपरी शृंगारली होती. सदरेच्या मध्यभागी जरी बैठक मांडली होती. त्या बैठकीच्या डाव्या बाजूला दुसरी बैठक लाविली होती. सदरेबाहेर सशस्त्र रक्षक चौफेर नजर ठेवून उभे होते. टॉमस निकल्सचे स्वागत अनाजींनी केले. थोड्याच वेळात राजे येत असल्याची बातमी आली. निकल्स उभा राहिला. राजे सदरेच्या पायऱ्या चढून येत आहेत, असे दिसताच निकल्स पुढे आला. दरवाजातच दोघांची गाठ पडली. राजांनी स्मितवदनाने निकल्सच्या अभिवादनाचा स्वीकार केला आणि प्रेमभराने त्याचा हात धरून आपल्या डाव्या अंगाला लोडापासून जवळच बसवले. अनाजींनी दोघांचीही एकमेकांना ओळख करून दिली. लोडावर किंचित कलते होऊन राजांनी विचारले,

'काय काम आहे, बोला.'

निकल्सने क्षणभर विचार केला. आपल्या हातोप्यात खोवलेल्या रुमालाने चेहरा पुशीत तो म्हणाला,

'एका बाजूला आम्ही तहाचं बोलणं करीत असतानाच ध्यानीमनी नसता तुमच्या सैनिकांनी आमच्या हुबळीच्या वखारीवर हल्ला केला, खणत्या लावून लूट केली. त्यामुळं आपल्या मुलुखात वखार घालावी, की नाही, याचा प्रेसिडेंटला विचार पडला आहे.'

राजे काही बोलले नाहीत. सदैव चेहऱ्यावर दिसणारे ते स्मित तसेच होते. निकल्सने उतावीळपणे विचारले,

'हुबळीची लूट तुमच्याच संमतीनं झाली काय?'

'तुम्हांला माहीत आहे... इंग्रजांचा स्नेह राहावा, अशी आमची इच्छा आहे.'

'मग हा हल्ला का झाला?'

'आमच्याच लोकांनी हल्ला केला कशावरून?'

त्या प्रश्नाने निकल्स थक्क झाला. निश्चयी स्वरात तो म्हणाला,

'आपल्याच सैन्यानं वखार लुटली, हे सिद्ध करून दिलं, तर?'

'साहेब, आम्ही आमच्या शत्रुमुलुखात युद्ध करीत असता त्यामध्ये न जाणता कदाचित लूट झाली असेलही. हे सारं युद्धामध्ये क्षम्यच ठरतं.'

'राजापूरची नुकसानभरपाई द्यायचं तुम्ही कबूल केलं आहे.'

'आम्ही कुठं नाकारतो? आम्ही जरूर नुकसानभरपाई देऊ.'

'तसाच विचार हुबळीचाही करावा, ही कंपनी सरकारची...'

'अशक्य!'

'कारण समजेल?'

'साहेब, राजापूरची नुकसानभरपाई, आम्ही वचन दिलं, म्हणून देतो. पण आठवा... आम्ही राजापूरची लूट का केली, ती! आमच्या विरुद्ध तोफा घेऊन आमच्या शत्रूला मिळालात. व्यापारासाठी आलेले तुम्ही राजकारणात पडता कशाला?'

निकल्सचा घसा कोरडा पडला. राजे निकल्सच्या नजरेला नजर देत विचारते झाले,

'साहेब, सुरत लुटायला आम्ही आलो, तेव्हा तुमच्या वखारीत आम्हांला उर्मट उत्तरं मिळाली. पाच दिवस आम्ही सुरत जाळीत होतो. तीस माणसांची तुमची वखार आम्हांला भारी नव्हती. आम्ही स्नेह जाणतो. प्रसंगी तुम्ही तो नेमका विसरता.'

'मैत्री आपल्या उभयतांत हवी. आपली गलबतं मक्केहून येणार आहेत, अशी बातमी आहे. ती आमच्या गलबतांनी पकडली, तर?'

राजे शांतपणे म्हणाले, 'जरूर पकडावी. मी आपल्याला वचन देतो... आम्ही यापुढं याच संधीची वाट पाहत राहू. आपल्या हातून असं घडलंच, तर हिंदोस्तानच्या किनारपट्टीवर आपलं एकही गलबत तरंगताना दिसणार नाही. सिद्दी संबूळला मुंबई बंदरात तुम्ही आश्रय दिलात, हेही आम्ही जाणतो. तुमच्या व्यापाराकडे आम्ही

लक्षपूर्वक पाहतो.'

राजांच्या या शांत, पण अत्यंत निर्णायक उत्तराने निकल्स अस्वस्थ झाला. तो गडबडीने म्हणाला,

'महाराज, आपला गैरसमज होतो आहे. संबूळ आमच्याकडे आला, त्यानं आश्रय मागितला; पण आम्ही तो दिला नाही.'

राजे त्यावर काही बोलले नाहीत. राजांनी निकल्सच्या मागण्यांचा विचार करू, असे आश्वासन देऊन निकल्सला निरोपाची विडावस्त्रे दिली.

पावसाळा आला, तरी राजांनी फौजेला उसंत दिली नाही. राजांच्या फौजेने सातारा काबीज केला. साताऱ्याला विजयाने राजांना समाधान मिळाले.

राजे पावसाळा संपण्याची वाट पाहत होते.

□

११

पावसाळा संपला. गडावरून सर्व छावण्यांना हुकूम सुटू लागले. फौजा गोळा होऊ लागल्या. नवरात्राचे घट बसले. गडावरच्या देवीसमोर दररोज बकरे पडत होते. निश्चलपुरी, कवी कलश हे राजांच्या यशासाठी नवग्रहशांती करण्यात मग्न झाले होते. शस्त्रपूजेचा दिवस उजाडला. राजसदरेवर शस्त्रपूजा झाली. सारी सदर नानाविध शस्त्रांनी सुशोभित झाली होती. राजारामांचा हात धरून संभाजीराजे त्यांना शस्त्रे दाखवीत होते, त्यांचे वैशिष्ट्य राजारामांना समजावून सांगत होते. राजसदरेवर पूजेला लावलेल्या हत्यारांत अनेक नामांकित शस्त्रेही होती. त्यांत बाकदार फिरंग, सैफ, जमदाड, गुप्ती, पट्टा, कट्यारी, भाले, बरच्या, वाघनख अशी नानाविध शस्त्रे होती. अनेक तलवारींच्या मुठी आपल्या देखणेपणाने लक्ष वेधून घेत होत्या. राजारामांना सर्व दाखवीत संभाजीराजे खास बैठकीजवळ आले. लोडगिर्द्यांच्या बैठकीवर राजांची खास शस्त्रास्त्रे ठेवली होती. त्यांत राजारामांची, संभाजीराजांची ढाल-तलवारही होती. संभाजीराजे छोट्या तलवारीकडे बोट दाखवीत म्हणाले,

'बाळराजे, ती पाहा तुमची तलवार!'

पण राजारामांचे लक्ष रत्नजडित मुठीच्या तलवारीकडे खिळले होते. त्या तलवारीचे पाते तळपत होते. शेजारीच तांबड्या मखमलीचे रत्नजडित म्यान उभे होते. संभाजीराजे हसले; म्हणाले,

'बाळराजे, ती तलवार मिर्झाराजांनी आबासाहेबांना दिली. आणि ते वाघनख बघा. आबासाहेबांनी तेच वाघनख अफझलवर चालवलं.'

राजारामाचे लक्ष संभाजीच्या तलवारीकडे वळले. संभाजीराजांच्या तलवारीशेजारीच राजारामांची छोटी, साधी तलवार उभी होती. राजारामांचे गाल फुगले. ते संभाजीराजांना

बिलगत म्हणाले,

'दादामहालाज, आमाला ही तलवार नको; मोठी हवी. तुमची आमाला द्याल?'

संभाजीराजे काही बोलण्याआधीच मागून आवाज आला,

'तलवारी मागून मिळत नसतात. त्या जिंकून घ्याव्या लागतात.'

दोघांनी एकदम मागे वळून पाहिले. सोयराबाई सर्व राण्यांसह सदरेवर येत होत्या. सोयराबाईंच्या चेहऱ्यावर एक वेगळेच हास्य विलसत होते. संभाजीराजे पुढे झाले. त्यांनी मुजरा केला; आणि ते म्हणाले,

'तलवारी जिंकायच्या, त्या शत्रूंच्या; भावांच्या नव्हेत!'

त्या उत्तराने सोयराबाई चकित झाल्या. पुतळाबाई कौतुकाने संभाजीराजांच्याकडे पाहत होत्या. स्वत:ला सावरून घेत सोयराबाई म्हणाल्या,

'आणि भावानं तलवार दिली नाही, तर...?'

संभाजीराजांच्या देखण्या चेहऱ्यावर हास्य उमटले. त्यांनी राजारामांना उचलले; आणि ते म्हणाले,

'तसं झालं, तर 'भाऊ' म्हणायला तो अपात्र ठरेल.'

संभाजीराजे राजारामांसह जाऊ लागलेले पाहताच सोयराबाईंनी विचारले,

'राजारामांना कुठं नेता?'

मागे वळून संभाजीराजे म्हणाले,

'निश्चलपुरींच्या होमाची समाप्ती आहे. प्रसाद घ्यायला त्यांनी बोलावलं आहे.'

बाळराजे दिसेनासे होताच न राहवून पुतळाबाई बोलून गेल्या,

'दृष्ट लागावी, अशी जोडी आहे. एकमेकांवर भारी जीव!'

सोयराबाईंची तिखट नजर पुतळाबाईंच्या वर खिळली; आणि पुतळाबाईंचे शब्द जिथल्या तिथे विरले. सोयराबाई म्हणाल्या,

'जाणत्यांची हुशारी आणि नेणत्यांचा भाबडेपणा यांची गल्लत अशीच होते.'

पुतळाबाई पुढं झाल्या. त्यांनी दासींना खूण केली. पूजेचे तबक बैठकीवर ठेवले गेले. शस्त्रांवर हळदीकुंकू पडू लागले.

गडावर गडबड उडाली होती. हत्तीटाक्याच्या मैदानात, होळीमैदानात राजांची अश्वपथके उभी होती. राजे कपडे करून देवघरात गेले. देव्हाऱ्यात कमरेएवढ्या उंचीच्या सुवर्णसमया प्रज्वलित झाल्या होत्या. रत्नजडित देव्हाऱ्यात भवानीची मूर्ती उभी होती. नवरात्राच्या घटावर फुलांच्या माळा सोडल्या होत्या. घटाच्या ओल्या मातीतून पिवळेधमक कोंब वर आले होते. उपाध्यांनी दिलेले तीर्थ राजांनी घेतले. हाती दिलेले कोंब टोपावर खोवले. पाठीमागे उभ्या असलेल्या संभाजींनी, राजारामांनी राजांचे अनुकरण केले. राजे देवघराबाहेर आले. महालात सोयराबाई, सगुणाबाई,

काशीबाई, पुतळाबाई उभ्या होत्या. सर्व राण्यांनी राजांना ओवाळले. राजे सोयराबाईंना म्हणाले,

'राणीसाहेब, आमच्या दोन्ही छाव्यांना आम्ही गडाखाली घेऊन जातो. उद्या मासाहेब गडावर येतील. त्यांच्या बरोबरच दोघे परततील.'

काही न बोलता सोयराबाईंनी राजांच्या पुढे तलवार केली. राजांनी ती मस्तकी लावून आपल्या दुशेल्यात खोवली. तबकातील आपली कट्यार उचलली. ती डाव्या बाजूला खोवली. राजांचे लक्ष पुतळाबाईंच्याकडे गेले. राजारामांच्या आणि संभाजीराजांच्या तलवारी घेऊन त्या उभ्या होत्या. संभाजीराजांची तलवार त्यांनी उघडली. संभाजीराजे पुढे झाले. तेवढ्यात राजे म्हणाले,

'थांबा, राणीसाहेब. शंभूराजांची तलवार बाळराजांच्या दुशेल्यात घाला. पाहू, कशी दिसते. आम्हांला पाहायची आहे.'

संभाजीराजांनी आपली तलवार उचलली आणि राजारामांच्या दुशेल्यात अडकविली. तलवारीचे टोक जमिनीला भिडले होते. गोंधळलेले राजाराम सर्वांच्याकडे पाहत होते. पुतळाबाईंच्याकडे जाण्यासाठी त्यांनी पाऊल उचलले. तलवार जमिनीला घासत होती. वजनदार तलवार डाव्या हाताने तोलत नव्हती. साऱ्या महालात हसण्याचा आवाज उठला. पुतळाबाईंनी राजारामांना जवळ घेतले. संतापलेले राजाराम म्हणाले,

'आईसाहेब! आम्हांला ही तलवार नको!'

पुन्हा सारे हसले. राजारामांच्या दुशेल्यातील तलवार काढीत पुतळाबाई म्हणाल्या,

'आम्ही मोठे झाल्यावर घालू, म्हणावं.'

राजे हसले. 'हो, पण तेव्हा शंभूराजे पण मोठे झाले असणारच ना?'

संतप्त सोयराबाई जागच्या जागी ताठरल्या नजरेने सारे पाहत होत्या. संभाजी, राजाराम शस्त्रसिद्ध झाले. राजे सोयराबाईंना म्हणाले,

'राणीसाहेब, आम्ही मोहिमेला जाऊन येतो. मासाहेब गडावर येतील, त्यांची काळजी घ्या.'

राजे सदरेवर आले. सर्वांचे मुजरे घेऊन राजे होळीचौकातल्या पालखीत बसले. पालखी उचलली गेली. नौबत झडली. राजे गडाखाली उतरू लागले.

पाचाडला जिजाबाईंना भेटून आपल्या फौजेसह राजे दक्षिणेकडे निघाले. राजे सरळ साताऱ्याला आले. साताऱ्याच्या मुक्कामात राजांना पहिली आनंदाची बातमी कळली- राजांच्या फौजांनी पांडवगड काबीज केला होता. राजांच्या फौजा साताऱ्याला येऊन मिळत होत्या. साताऱ्याच्या मुक्कामात राजांनी बाळाजी चिटणिसांना पालखी बहाल करून त्यांच्या सेवेचा गौरव केला; आणि ते कारवार प्रांतावर फौजेसह चालून गेले. बेहलोलखान आजारपणामुळे मिरजेला तळ देऊन होता. त्यामुळे त्याची

भीती राजांना नव्हती. राजांचे एक सैन्य महाडकडे मोगल व सिद्दी यांजवर जरब बसवीत होते. दुसरे साताऱ्याला होते. तिसरी फौज बंकापूर भागात दौडत होती आणि खुद्द राजे कारवारपासून दीड दिवसाच्या मुक्कामावर असलेल्या कुदरा गावी होते. राजांची बरीचशी फौज खुद्द हुबळीकडे गुंतली होती. फौजेच्या हालचालींच्या बातम्या राजांना कळत होत्या. राजांचे सरदार विठोजी शिंदे सर्जाखानाशी लढताना नंदगडरणांगणी पडल्याची बातमी राजांनी कुदरामुक्कामी असताना ऐकली. त्याच कुदरामुक्कामात माहिमाजी शिंदे याने सर्जाखानाला गाठून, त्याला मारून, विठोजी शिंद्यांच्या मरणाचा बदला घेतल्याचीही बातमी राजांनी ऐकली. जवळ जवळ तीन महिने विजापूरकरांच्या मुलुखात काढून, पुरेपूर लूट मिळवून शिवाजीराजे रायगडावर परतले.

□

२०

मध्यरात्रीच्या सुमारास राजे गडावर आले. राजे गडावर येत असल्याची वर्दी आधी दीड प्रहर आली होती. गडावर भरपूर थंडी उतरली होती. गार वारे वाहत होते. अंगावर शाल लपेटून पुतळाबाई गंगासागराच्या मनोऱ्यात उभ्या होत्या. हत्तीटाक्याकडे वारंवार त्यांचे लक्ष जात होते. शेजारी मनोहारी उभी होती. पालखीदरवाजाजवळचे पलोते वाऱ्यावर फरफरत होते. पहारेकरी जागरूकतेने उभा पहारा देत होते. गडावर सर्वत्र शांतता दिसत होती. बाजारपेठ, होळीचौक, बालेकिल्ल्याच्या तटानजीक असलेले चौकीपहारे यांच्या जळत्या मशालींची जागा सोडली, तर गड कसा अगदी शांत होता. ते गूढ रम्य वातावरण पाहत असता मनोहारी म्हणाली,

'राणीसाहेब!'

पुतळाबाईंनी नजर फिरविली. गडावरच्या रस्त्यावर पलोते दिसू लागले. पाच-पन्नास पलोते होळीचौकाकडे चालत होते. पुतळाबाई वळत म्हणाल्या,

'मनू, तू पुढं हो. थोरल्या राणीसाहेबांना वर्दी देऊन खाशा महालात चल. तोवर मी आलेच.'

पुतळाबाई मनोहारीसह सातमहालात आल्या. पुतळाबाई आपल्या महालाकडे वळल्या; आणि मनोहारी सोयराबाईंना वर्दी देण्यासाठी धावली.

राजे आपल्या महालापाशी आले. बरोबर अनाजी, मोरोपंत, बाळाजी ही मंडळी होती. बाहेर थंडी असूनही राजांचा चेहरा घामाने डवरला होता. श्वास जड भासत होता. महालाच्या दरवाजाशी सर्वांना निरोप देत राजे म्हणाले,

'आता आम्ही विश्रांती घेतो. सकाळी भेटू.'

साऱ्यांनी मुजरे केले. राजे महालात आले. महालात कोणी नसेल, या समजुतीने राजे उद्गारले,

'जगदंब ऽ ऽ'

-आणि त्याच वेळी मनोहारी पुढे झाली. राजांनी आपला जिरेटोप मनोहारीच्या हाती दिला.

'मनू, थोरल्या राणीसाहेब?'

'त्यांची तब्येत बरी नाही.'

'काय होतंय्?'

'डोकं दुखतं.'

'आणि मासाहेब?'

पुतळाबाई महालात प्रवेश करीत म्हणाल्या,

'त्यांना झोप लागली होती. उठवलं नाही.'

'बरं केलंत.' म्हणत राजे मंचकावर बसले.

पुतळाबाई पुढे झाल्या. अधीरपणे त्यांनी विचारले,

'बरं नाही का?'

'हां! थोडा ज्वर असावासं वाटतं. होईल कमी.'

'मग अपरात्री चालत कशाला यायचं? पालखीतून...'

'राणीसाहेब, पाचाडला राहावंसं वाटेना. आम्ही तसेच आलो. आग्र्याहून आल्यापासून जरा दगदग वाढली, की शरीर असं थकतं.'

'कपडे उतरावेत.'

राजे उभे राहिले. तलवार, दुशेला उतरवला गेला. राजांनी आपले कपडे बदलले आणि ते पलंगावर पडले.

'वैद्यांना बोलावू दे ना?' पुतळाबाईंनी विचारले.

'नको. मध्यरात्र उलटून गेली. आता सकाळी पाहू.'

मनोहारी महालातल्या समया शांत करीत होती. पुतळाबाई राजांच्या पायांवरून हात फिरवीत बसल्या होत्या.

'राणीसाहेब, तुम्ही आता जा. विश्रांती घ्या.'

'डोळा लागला, की जाईन मी.'

राजे खिन्नपणे हसले. म्हणाले,

'नुसतं शरीर थकून झोप येत नाही. मनही थकावं लागतं, पुतळा! हे मन आहे ना, ते बेटं मुळीच थकत नाही. उगीच विचारांच्या पाठीमागे आम्हांला फरफटत नेतं...'

राजे बोलत होते. बोलता-बोलता ते हळू हळू झोपी गेले. पुतळाबाई हलक्या पावलांनी उठल्या. महालाबाहेर मनोहारी गुडघ्यांत मान घालून बसली होती, तिला पुतळाबाईंनी जागे केले. राजांच्या द्वाररक्षकाकडे नजर टाकून दोघी सातमहालाकडे वळल्या.

चार दिवसांत राजांच्या प्रकृतीला आराम वाटला. राजे हिंडू-फिरू लागले. या विश्रांतीच्या काळात राजे कारवार प्रांतातून आणि इतर भागांतून आलेल्या लुटीचा तपशील पाहत होते.

सायंकाळच्या वेळी राजे जगदीश्वरदर्शनासाठी जायला निघाले असताना मोरोपंत महालात आले.

'महाराज, नाशकाहून थैली आली आहे.'

'कुणाची?'

'आपले उपाध्याय अनंतभट्ट कावळे यांची.'

राजांनी हात जोडले. ते म्हणाले,

'क्षेम आहे ना?'

'जी! काशीचे विद्वान पंडित गागाभट्ट आपल्या भेटीसाठी गडाची वाटचाल करीत आहेत, असं त्यांनी कळविलं आहे. गागाभट्ट म्हणजे साक्षात वेदोनारायण, असा त्यांचा लौकिक आहे.'

'आमचं भाग्य मोठं, म्हणून या माणसाचं दर्शन घडतं. मोरोपंत, गागाभट्टांच्या स्वागतासाठी आमचे राजपुरोहित लवाजम्यानिशी नाशकाला रवाना करा. त्यांना उचित सन्मानानं गडावर घेऊन यायची व्यवस्था करा.'

गागाभट्टांच्यासाठी पालखी, लवाजमा नाशकाला रवाना झाला. गागाभट्टांच्या स्वागतात उणीव राहू नये, म्हणून राजे जातीने लक्ष देत होते. जगदीश्वरप्रासादाच्या वाटेवर उठणाऱ्या नवीन घरांपैकी एक सुबक घर राजांनी गागाभट्टांच्या वास्तव्याकरिता नियोजित केले.

गागाभट्टांच्या आगमनाच्या वार्तेने निश्चलपुरींना सुरुवातीला काही वाटले नाही. पंडितांचा, साधुसंतांचा राजांच्याकडून सदैव गौरव होतो, हे सर्वांना माहीत होते. पण गागाभट्टांच्या स्वागताची वाढती तयारी पाहून निश्चलपुरी थोडे अस्वस्थ झाले.

एके दिवशी गागाभट्ट महाडशेजारी आल्याची बातमी गडावर आली. दुसऱ्या दिवशी राजे गडाखाली संभाजीराजांच्यासह उतरले. गडाच्या खाली रायगडवाडीनजीक वसविलेल्या नव्या पेठेला लागून राजांनी शाही शामियाना उभारला होता. गागाभट्ट नजीक आलेले कळताच राजे आपल्या मंत्र्यांसह सामोरे गेले. राजांना येताना पाहून गागाभट्ट पालखीतून उतरले.

किंचित स्थूल देहाचे, गौर वर्णाचे गागाभट्ट राजांच्याकडे पाहत होते. त्यांनी मस्तकी जरी कशिदा काढलेला पिवळा रुमाल बांधलेला होता. पांढरे शुभ्र लाल रेशीमकाठी धोतर ते नेसले होते. पायांत खडावा. अंगावर लाल जरीकाम असलेली शाल त्यांनी लपेटली होती. रुंद कपाळावर शिवगंध रेखाटले होते. त्यांच्या विशाल

काळ्या नेत्रांत अधिकाराची निशाणी जाणवत होती. गळा व हात यांवर भस्माचे पट्टे, मनगटावर विभूती, रुद्राक्षमाळा आणि शाल सावरण्यासाठी खांद्यावर विसावलेल्या हाताच्या लांबसडक बोटात बृहस्पतीची खूण सांगणारी पुष्कराजाची अंगठी व दुसऱ्या बोटात सुवर्णपवित्रक लक्ष वेधून घेत होते. खडावांच्या पावलांनी चार पावले ते चालले; आणि त्यांचा उजवा हात नतमस्तक राजांच्यावर थबकला. ओठ आशीर्वाद बोलत होते.

राजांनी वेदमूर्ती गागाभट्टांना अत्यंत आदराने, सन्मानाने गडावर आणले. ऐश्वर्यसंपन्न दुर्गेश्वर रायगड पाहून गागाभट्ट प्रसन्न झाले. राजांचे ते रूप, राजांचे ऐश्वर्य, राजांची सत्ता निरखीत होते. रोहिडेश्वराची शपथ घेऊन स्वराज्याचा मंत्र उच्चारणारा, अफझलखानाचा वध करून राजसत्ता बळकट करणारा, प्रतापगडावर भवानीची स्थापना करून सप्तकोटेश्वराचा जीर्णोद्धार करणारा, आग्र्याहून औरंगजेबाच्या पंजातून निसटणारा, आणि जवळ जवळ लयाला गेलेले राज्य पुन्हा त्याच तडफेने उभा करणारा युगपुरुष गागाभट्ट डोळे भरून पाहत होते. त्यांच्या आनंदाला सीमा राहिल्या नव्हत्या.

राजांच्यासह सर्व राण्यांनी गागाभट्टांची पाद्यपूजा करून आशीर्वाद घेतले. राजांच्या विनयाने, राजघरातील आतिथ्याने गागाभट्ट प्रसन्न झाले. त्यांच्या साऱ्या अपेक्षा पुऱ्या झाल्या होत्या. त्यांनी आनंदाने गडावरचे वास्तव्य मान्य केले.

एके दिवशी गागाभट्ट राजांना म्हणाले,

'राजे! आम्ही काही विशिष्ट हेतू मनाशी बाळगून तुमच्याकडे आलो. उद्या सूर्योदयानंतर एक प्रहरानं मुहूर्त चांगला आहे. तरी उद्या आम्ही तुम्हां सर्वांना आमचा मनोदय सांगावा, असं आम्हांला वाटतं.'

राजांनी मान्यता दिली.

दुसऱ्या दिवशी सकाळी लौकर स्नान-पूजा आटोपून राजे जिजाबाईंच्या महाली गेले. राजांनी जिजाबाईंना वंदन केले. महालात सर्व राण्या, संभाजी, राजाराम, येसूबाई ही मंडळी हजर होती. छोटे राजाराम महालात धावत होते, राण्यांच्या मागे लपत होते. संभाजीराजे त्यांना पकडण्यासाठी मागून धावत होते. सारे कौतुकाने तो खेळ पाहत होते. राजाराम अचानक येसूबाईंच्या मागे लपले. संभाजीराजांचे पुढे टाकलेले पाऊल तसेच अडखळले. राजाराम टाळ्या पिटीत होते. महालात एकच हसणे उसळले. राजेही त्यात सामील झाले. संभाजीराजे मात्र जागच्या-जागी संकोचून उभे होते. राजांच्या ते ध्यानी आले. ते म्हणाले,

'मासाहेब, सर्व तयारी झाली ना?'

'हो, बाबा! एवढा थोर पुरुष; आपणहून गडावर आला. त्याच्या मनात काय आहे, कोण सांगणार? पण ते ऐकायला जीव उतावीळ झाला आहे, बघ.'

पुतळाबाईंनी जिजाबाईंना हात दिला. राजे संभाजी-राजारामांसह पुढे झाले. सारी मंडळी राजसदरेत आली. अनाजींनी प्रसंगाला उचित अशी राजसदर सजविली होती. मोरोपंत, बाळाजी ही मंडळी अदबीने उभी होती. गागाभट्टांच्यासाठी उच्चासन मांडले होते. त्या आसनाच्या डाव्या बाजूला अशा बैठकीवर जिजाबाईंच्या शेजारी राजे बसले. लगतच्या बैठकीवर संभाजीराजे राजारामांसह बसले. मागे सर्व राणीवसा राजस्नुषांसह स्थानापन्न झाला. उच्चासनाच्या डाव्या बाजूला थोडी मोकळी जागा सोडून सर्व मंत्री व खासे सरदार उभे होते. सर्वांचे लक्ष गागाभट्टांच्या आगमनाकडे लागले होते. राजे जिजाबाईंच्यासह बोलत असता अचानक बाळाजी पुढे आले.

'आचार्य आले ऽ ऽ'

राजे चटकन उठले. राजसदरेच्या पायऱ्या उतरून ते खाली गेले, तोच आपल्या शिष्यपरिवारासह येत असलेले गागाभट्ट त्यांच्या नजरेत आले. राजांनी अत्यंत आदराने गागाभट्टांना राजसदरेवर आणले. सर्वांनी त्यांना उत्थापन दिले. सर्वांचे हात जोडले गेले. आशीर्वाद पुटपुटत गागाभट्ट आपल्या उच्चासनावर विराजमान झाले. राजसदर स्थिर झाली. गागाभट्टांनी आपल्या मस्तकीचा रुमाल उतरला. पांढऱ्या शुभ्र संजाबावरून मानेवर शेंडी ओघळली. आपल्या संजाबावरून हात फिरवीत त्यांनी सर्वांवरून नजर फिरविली. काही क्षण डोळे मिटले. दीर्घ श्वास घेतला. त्यांच्या ओठांची हालचाल झाली; आणि नंतर ते बोलू लागले.

'राजे, आम्ही तुमच्या मुलुखात आलो; तुमची भेट घेतली. पंडितांनी राजांच्या गृही जावं, त्यांचं आदरातिथ्य भोगावं, दक्षिणा मिळवावी, हा प्रघातच आहे. पण आज आम्ही तेवढाच हेतू मनाशी धरून आलो नाही. काही विशिष्ट हेतू मनात धरूनच ही पायपीट आम्ही केली.'

राजे उठले. हात जोडून ते म्हणाले,

'आपल्या दर्शनानं आम्हांला समाधान लाभलं. आपली आज्ञा आम्हांला शिरसावंद्य आहे.'

प्रसन्न मुद्रेनं गागाभट्टांनी राजांना बसण्याची खूण केली. राजे बसले. गागाभट्ट काय सांगतात, इकडे सर्वांचे लक्ष लागून राहिले होते.

'राजे! आम्ही काशीचे. तुमच्या कीर्तीचा परिमल तिथवर येऊन पोहोचला. त्या सुगंधानं आम्ही मुग्ध झालो. या भारतवर्षात चंद्रगुप्त मौर्य सम्राट होऊन गेला. त्यानंतर किती हिंदू राज्यं उभी ठाकली! विजयनगरचं साम्राज्य, देवगिरीचं राज्य ही दोन्ही राज्यं कीर्तीच्या शिखरावर असतानाच परकीयांच्या साध्या धक्क्यानं पार कोलमडून गेली, नामशेष झाली. हिंदूंचा कैवार घेणारं राज्य भारतवर्षात दिसेनासं

झालं. या निराशेच्या अंधकारात चाचपडत असता आम्हांला दक्षिणेकडे आशेचा दीप प्रज्वलित होताना दिसू लागला. तुमच्या वाढत्या पराक्रमानं आमची आशा पल्लवित होत होती. आग्र्याच्या काळदाढेतून तुम्ही सुटलात, याचा परमहर्ष आम्हांला झाला. यशाच्या, कीर्तीच्या शिखरावर स्थिर झालेली हिंदू राज्यं आम्ही कोसळलेली पाहिली. त्यांचं पुनरुत्थान झालं नाही. पण पुरंधरच्या तहानं जमीनदोस्त झालेलं राज्य पुन्हा तुम्ही उभं केलंत! पूर्वीपेक्षाही अधिक बळकट, सामर्थ्यवान. तुमच्या या यशानं आमचं मन धुंदावलं; आणि ज्ञानाचा, अहंकाराचा, आमच्या अधिकाराचा विसर पडून आम्ही येथवर धावत आलो. आशीर्वाद देण्यासाठी नव्हे; राजा! आज आम्ही तुझ्यापुढं याचक म्हणून उभे आहो. तुझ्या दातेपणाची कसोटी आज आम्ही अजमावणार आहो.'

राजे संकोचले. त्यांची नजर खाली वळली. गागाभट्ट बोलत होते :

'राजे! लोक आम्हांला 'वेदोनारायण' म्हणतात. आम्ही कधी खोटी स्तुती करीत नाही, मिथ्या भाषणही करीत नाही. आमच्या पूर्वजांनी काशीविश्वेश्वराची स्थापना केली. आमचे पूर्वज नारायणभट्ट हे भट्ट वंशातील अत्यंत प्रसिद्ध असे पुरुष होऊन गेले. त्यांनी आपल्या गाढ विद्वत्तेनं, पवित्र आचरणानं आणि गीर्वाणग्रंथांसाठी केलेल्या सततोद्योगानं आमच्या कुळाला भूषविलं. त्यांच्या वेळी सनातनधर्मविद्वेष आणि अतिरेकी धर्माभिमान यांच्या भरात मुसलमानांनी काशी येथील विश्वेश्वराच्या मंदिराचा विध्वंस केला. त्यामुळं भयंकर दुष्काळ पडला. तेव्हा मुसलमान बादशहाच्या विनंतीवरून नारायणभट्टांनी विश्वेश्वराची आराधना करून पाऊस पाडला, असं सांगतात. नारायणभट्टांनी विश्वेश्वराचं मंदिर पुन्हा उभारलं.'

गागाभट्टांचा आवाज किंचित नरम झाला.

'आम्ही त्याच नारायणभट्टांचे वंशज. थोर मीमांसक, प्रकांडपंडित, वेदांतसूर्य असा आमचा लौकिक.'

गागाभट्ट खिन्नपणे हसले.

'पण आम्ही आमच्या डोळ्यांनी विश्वेश्वराच्या मंदिराचा विध्वंस पाहिला. त्या पुरातन पवित्र मंदिराच्या शिलाखंडांनी औरंगजेबानं उभारलेली मशीद पाहिली. आमची तपश्चर्या, आमचं ज्ञान ते थांबवू शकलं नाही; ना आमच्या वेदांना विहिरीच्या तळाशी गेलेल्या विश्वेश्वराला पृष्ठभागी आणण्याचं सामर्थ्य लाभलं. ज्ञानाचा पराभव झाला, तेव्हा श्रद्धेकडे आमचं लक्ष वेधलं. राजे! आमचं स्वप्न साकार करण्याचं सामर्थ्य फक्त तुमच्याच ठायी दिसतं. तीच याचना करण्यासाठी मी तुमच्या दारी आशेनं आलो आहे.'

जिजाबाईंची नजर गागाभट्टांच्यावर खिळली. मातेच्या नजरेतील भीती गागाभट्टांनी जाणली.

'आईसाहेब! हा क्षत्रियकुलाचार आहे. होमहवनात राक्षसांकडून होणारी विघ्नं टाळण्यासाठी विश्वामित्र दशरथाच्या दारी आले, त्यांनी राम-लक्ष्मणांना मागितलं, हे आठवा. माझाही राजांच्यावर हक्क आहे. कावळे म्हणजे भोसल्यांचे राजोपाध्ये. आम्ही त्याच घराण्याचे. त्यामुळं तर आम्ही राजांच्या सामोरे जायचं धाडस केलं... शिवबा, आता तुम्ही राजे आहात, सत्ताधीश आहात. तुमचा राज्यविस्तार आणि लौकिक विशाल आहे. तुंगभद्रेपासून नर्मदेपर्यंत तुमचं राज्य विस्तारलं आहे. त्यावर शिक्कामोर्तब व्हायला हवा. तुम्ही मूर्धाभिषिक्त राजे बनायला हवं. तुमच्या मस्तकी छत्रचामरं ढळायला हवीत. यादवांच्या पराजयाबरोबरच हिंदुधर्म लयाला गेला, हा समज नाहीसा व्हायला हवा. हिंदूंचा धार्मिक छळ यापुढं मुसलमानांना करता यायचा नाही; त्यांचा त्राता, रक्षक असा एक छत्रपती आहे; हे आश्वासन आमच्या भयग्रस्त हिंदूंना मिळायला हवं. राजे, हे तुमच्या एका राज्याभिषेकानं होईल. याचक म्हणून तेवढीच विनंती करायला मी आलो आहे.'

बसल्या जागी जिजाबाईंची नजर आनंदाश्रूंनी भरून आली. सर्वांच्या अंगांवर रोमांच उठले. वीरासन घालून बसलेले राजे संकोचले. जिजाबाईंनी आपला थरथरता हात राजांच्या पाठीवरून फिरविला. राजांनी जिजाबाईंच्याकडे पाहिले. आपले अश्रू टिपीत जिजाबाईंनी होकारार्थी मान हलविली. राजांनी मंत्र्यांच्याकडे पाहिले. अनाजी म्हणाले,

'वेदोनारायण आमचंच मनोगत बोलून गेले.'

आनंदित झालेले गागाभट्ट राजांना म्हणाले,

'बोला, राजे! तुमचा होकार ऐकण्यास जीव उतावीळ आहे.'

राजे उभे राहिले.

'आजवर आम्ही धर्माज्ञा कधीही ओलांडली नाही. आपली इच्छा आम्ही धर्माज्ञा मानतो.'

'राजे, तुमच्या वचनानं आम्ही तृप्त झालो.'

'एक विनंती आहे.'

'बोला, राजे!'

'हे कार्य आपल्या शुभ हस्तांनी, शुभ आशीर्वादांनी...'

आशीर्वादाचा हात उंचावीत आनंदभरित झालेले गागाभट्ट म्हणाले,

'राजे, हे तर परमपवित्र कर्तव्य. ते करण्यात आम्हांलाही धन्यता वाटेल.'

'मोरोपंत!' राजे मोरोपंतांच्याकडे वळले. 'समर्थांना ही हकीकत कळवा. त्यांचे आशीर्वाद मागा. तसंच तातडीनं नाशकाला आगचे कुलगुरू अनंतभट्ट यांना पालखी पाठवून बोलावून घ्या. वेदोनारायण व कुलगुरू अनंतदेव मिळून याबाबत सर्वतोपरी विचार करतील.'

आशीर्वाद देऊन गागाभट्ट आपल्या निवासस्थानी गेले.

एक अद्भुत चैतन्य गडावर अवतरले.

◻

२१

राज्याभिषेकाच्या कल्पनेने साऱ्या गडाचा रंग बदलला होता. गडाच्या प्रत्येक घरट्यात त्याची चर्चा चालू होती. काहींना याचा आनंद वाटत होता; तर निश्चलपुरींसारख्या मांत्रिकांना शुभापेक्षा अशुभाचाच वास त्यात अधिक येत होता. राजपुरोहित बाळंभट्ट कावळे अनंतभट्टांना आणण्यासाठी नाशकाला रवाना झाले होते. साऱ्यांचे लक्ष अनंतभट्टांच्या आगमनाकडे लागून राहिले होते. गागाभट्ट शांतपणे राज्याभिषेकाचा विचार करण्यात मग्न झाले होते.

अनंतभट्ट रायगडी दाखल झाले होते. त्यांच्याबरोबर अनेक विद्वान ब्राह्मण आले होते. त्यांनी गागाभट्टांची भेट घेतली. राजसदरेला धर्मसभेचे स्वरूप प्राप्त झाले. गागाभट्टांनी राज्याभिषेकाचा प्रस्ताव समोर ठेवला. अनंतदेवभट्ट गागाभट्टांचे गुरुबंधू, सोयरे. राज्याभिषेकाची कल्पना, त्याची आवश्यकता अनंतभट्टांनाही पटली. ते म्हणाले,

'आपण म्हणता, तसा राज्याभिषेक झाला, तर ते आम्हांला इष्टच वाटतं.'

गागाभट्ट हसून म्हणाले, 'बोला. संकोच न करता, आमच्या जागेचा, अधिकाराचा अथवा ज्ञानाचा गंड न बाळगता मोकळेपणानं बोला.'

त्या आश्वासनाने निर्भय झालेले अनंतभट्ट म्हणाले,

'राजांचा राज्याभिषेक होतो, याचा आम्हांला आनंद आहे. पण राजांचा हा मूर्धाभिषेक सर्वतोपरी निर्दोष असावा, असं आम्हांला वाटतं.'

'दोष कसला?'

साऱ्यांचे लक्ष अनंतभट्टांकडे लागले होते. राजसभेत हजर असलेले खुद्द राजे शांतपणे ऐकत होते.

'आपल्याला ज्ञातच आहे की, कलियुगात फक्त ब्राह्मण व शूद्र हे दोनच वर्ण. आणि क्षत्रियाखेरीज राज्याभिषेकाचा अधिकार अन्य कोणास नाही.'

गागाभट्टांच्या चेहऱ्यावर प्रसन्न हास्य विलसले.

'अनंतदेव, आपलं भट्टघराणं नेहमीच धर्मशास्त्रात श्रुतिसंमत अशा युगानुकूल निर्णयाची स्थापना करीत आलं आहे. लग्न झालेला दत्तक चालतो, हा निर्णय भट्ट घराण्याचा. तसाच बहिणीचा गोत्रज म्हणून वारसा, हाही निर्णय आपल्याच घराण्याचा. तुमची शंका योग्य आहे. पण सर्व रजपूत क्षत्रिय. राष्ट्रकूट, यादव यांच्या राजवटी या कलियुगाच्या, आणि क्षत्रिय. म्हणून कलियुगात क्षत्रिय आहेत, असं आमचं मत आहे आणि राजे शिसोदियाकुलोत्पन्न. मुळात क्षत्रिय असूनही, मागाहून ब्राह्मण झालेल्या महान सूक्तद्रष्ट्या विश्वामित्राच्या कौशिक गोत्राचे ते आहेत.'

'पण संस्कारलोपाचं काय?'

'संस्कारलोप झाला असला, तरी तो देशकालविप्लवामुळं आहे. त्यासाठी प्रायश्चित्त घेऊन संस्कारारंभ करता येतात.'

अनंतभट्ट त्या उत्तराने समाधान पावले. शिवाजीमहाराजांचा व्रतबंध झाला नव्हता. हा मुख्य संस्कार झाला नसल्याने कुल क्षत्रिय असले, तरी ते संस्काराभावाने शूद्र झाले होते. राज्याभिषेकापूर्वी मौंजीबंधन केल्यास देशकालविप्लवाने जडलेला दोष नाहीसा होईल, हा गागाभट्टांचा विचार अनंतदेवांना पटला. एकच शंका शिल्लक राहिली होती. ती अनंतदेवांनी बोलून दाखविली-

'राजांनी आजवर अनेक युद्धं केली. त्यांमध्ये कदाचित राजांच्या हातून ब्रह्महत्याही घडली असेल आणि त्याला तर धर्मात शुद्धी नाही.'

'असं कोण म्हणतं?' गागाभट्ट निश्चयपूर्वक म्हणाले. ' 'मात्स्या'च्या आधारानं आम्ही सांगतो. तुलदानाव्यतिरिक्त तुलापुरुषदानानं हा दोष नाहीसा होतो, हे खुद्द आमचे आजोबा विख्यात नारायणभट्ट यांनी सशास्त्र सिद्ध केलं आहे.'

गागाभट्टांनी सर्वांच्या शंका दूर केल्या. राज्याभिषेक निर्दोष बनतो, याची अनंतभट्टांना खात्री पटली. राज्याभिषेक निश्चित झाला. अवधी थोडा होता. तेवढ्यात अनेक गोष्टी व्हायच्या होत्या. शेकडो वर्षांच्या कालांतराने या भूमीत घडणाऱ्या राज्याभिषेकासाठी होमहवनादी धर्मविधींची परत मांडणी करायला हवी होती. त्यासाठी गागाभट्टांनी व अनंतदेवांनी अथर्ववेद, गोपथब्राह्मण, विष्णुधर्मोत्तर, वसिष्ठसंहिता, इत्यादी ग्रंथांच्या आधारे राज्याभिषेकप्रयोगाची स्वतंत्र पोथी तयार करायला सुरुवात केली.

राज्याभिषेकाची तयारी सुरू झाली. नद्यांची व सागरांची जले जमविण्यासाठी राजांनी आपले लोक चारी दिशांना पाठविले. सिंहासन घडविण्यास वेळ लागेल, म्हणून ते काम आधी चालू केले. गागाभट्टांच्या व अनंतभट्टांच्या सल्ल्याने राज्यातील व दूरवरच्या ब्राह्मणांना निमंत्रणे देऊन निरनिराळ्या वेदांचे व शास्त्रांचे निष्णात पढीक ब्राह्मण मिळविण्याची खटपट सुरू झाली.

राज्याभिषेकाची गडबड गडावर सुरू असता राजांचे मन मात्र पन्हाळ्याच्या आसपास रेंगाळत होते. बेहलोलखानाने परत उचल घेतली होती. उंबराणीचा तह विसरून तो राजांच्या मुलुखात शिरला होता. उसंत मिळताच पन्हाळ्याला जाण्याचे राजांनी ठरविले होते.

□□□

भाग आठवा

१

सकाळच्या कोवळ्या किरणांत राजे शिरकाईच्या समोरील होळीचौकात उभे होते. राजारामांनी त्यांचे बोट धरले होते. राजांच्या जवळ निराजीपंत, अनाजी, मोरोपंत ही मंडळी उभी होती. राजे राज्यारोहणाच्या तयारीचे बेत त्यांच्या तोंडून ऐकत होते.

'मोरोपंत, राज्याभिषेकासाठी हा गड निवडला खरा. पण एवढा राबता होणार; गडाची जागा पुरेल?'

'त्याची चिंता नसावी, महाराज.' मोरोपंत म्हणाले. 'यासारखा सुलक्षणी गड नाही, असं आचार्य गागाभट्ट म्हणतात. तख्तास हीच जागा योग्य आहे. या भूमीवर कधी रक्त सांडलं नाही. कैलासाप्रमाणे ही जागा सदैव पवित्र राहिली आहे.'

'ते आम्हांलाही मान्य आहे; पण या गडावर किती लोक मावणार?'

'त्याचाही विचार झाला आहे. गडावर एवढे महाल, घरटी उठली आहेत. गडाचा विस्तार खूप आहे. राज्याचे सारे नामांकित डेरे, तंबू, शामियाने इथं उभे केले जातील. त्याखेरीज गडाखालची रायगडवाडी, पाचाडचा वाडा, पाचाडची छावणी हे सर्व मिळून लाखावर अधिक माणूस सामावलं जाईल. त्याची चिंता नसावी.'

'तुम्ही असता आम्हांला चिंता कसली?'

त्याच वेळी गडावर आलेल्या जासुदाकडे सर्वांचे लक्ष वेधले. राजांना मुजरा करून जासुदाने थैली हातात दिली. थैली पन्हाळ्याहून प्रतापराव गुजरांनी पाठविली होती. राजे तातडीने सर्वांसह महालात आले. राजांनी थैली उघडली. पत्रावरून नजर फिरत असता राजांचे भाव बदलत होते. पत्र वाचून राजांनी ते पत्र अनाजींच्या हाती दिले.

अनाजींनी पत्रावरून नजर फिरविली. प्रतापराव गुजरांनी बेहलोल बेळगावमार्गे चालून येत असल्याची खबर पाठविली होती. अनाजींची नजर वर होताच राजांचे

शब्द त्यांच्या कानांवर पडले,

'आमचे सरसेनापती प्रतापराव गुजर आम्हांला काय लिहितात, ते पाहिलंत? उंबराणीच्या लढाईत बेहलोल हाती सापडला असताही यांनी स्वतःचा शहाणपणा लढवून त्याला तह करून सोडून दिलं. तोच बेहलोल तह मोडून, परत चाल करून येतो, असं आम्हांला आमचे सेनापती कळवितात; काय करावं, म्हणून सल्ला मागतात. पायघड्या घालून त्यांना मानानं बोलावून घ्यायला सांगा! अनायासे राज्याभिषेक होणारच आहे. त्या प्रसंगी राज्याचं दान करता येईल!'

संतप्त राजे पाहून कोणी काही बोलायला धजत नव्हते. राजांनी आपला संताप आवरला. ते अनाजींना म्हणाले,

'अनाजी प्रतापरावांना खरमरीत पत्र पाठवा. आम्ही राज्याभिषेकात गुंतलो असता शत्रूनी उचल घेतलेली आम्हांला परवडणार नाही, म्हणून त्यांना कळवा. बेहलोलला जिथल्या तिथं तातडीनं पायबंद घालून, गडावर येण्याची आमची आज्ञा त्यांना कळवा.'

प्रतापरावांना पत्र पाठविले गेले. राजांनी वरून जरी संताप दाखविला, तरी ते बेहलोलबद्दल निश्चिंत होते. आनंदराव, हंसाजी मोहिते आपल्या दळानिशी त्याच भागात असल्याने राजांना काळजी वाटत नव्हती. राजांनी आपले लक्ष राज्यकारभाराकडे वळविले.

काही दिवस उलटले; आणि एके दिवशी रात्री राजांना उठविण्यात आले. राजे राजसदरेवर गेले. अनाजी, बाळाजी तेथे आले होते. अनाजी म्हणाले,

'प्रतापरावांचा निरोप घेऊन आले आहेत.'

नजर रोखीत राजे म्हणाले, 'बोला.'

'महाराज, आपलं पत्र मिळताच आपल्या आज्ञेप्रमाणे प्रतापरावांनी पन्हाळ्याहून कूच केलं. खानाचा तळ गडहिंग्लज मुलुखातील नेसरीच्या खिंडीत पडला होता. प्रतापरावांनी खानाच्या सैन्याला वेढा दिला आहे.'

'मग प्रतापराव कशाची वाट पाहत आहेत?'

'खानाचं सैन्य मोठं आहे. उंबराणीच्या वेढ्यात सापडलेला बेहलोल परत नेसरीच्या खिंडीत सापडल्यामुळं धास्तावला आहे. शत्रूला आमच्या अपुऱ्या सैन्याची कल्पना नाही. तेव्हा प्रतापरावांनी जादा कुमक तातडीनं मिळावी, म्हणून अर्ज केला आहे. आणखीन थोडी कुमक मिळेल, तर खानाचा पराभव...'

'बस्स करा!' राजे बाळाजींच्याकडे वळले. 'बाळाजी, आम्ही सांगतो, तो शब्दन् शब्द ध्यानी धरून प्रतापरावांना पत्र लिहा.'

राजे पत्राचा मजकूर सांगत होते...

'तुम्ही आपल्या बेकैद वर्तनाने आम्हांस नाखूश केले आहे. तुम्ही ज्या खानास तह करून सोडले, तो पुन्हा फौज घेऊन आमच्या मुलुखात उतरतो. अशा माणसांचा इतबार तुम्ही कोणत्या आधारे धरिला होता? त्याचा त्याच वेळी नाश केला असता, तर त्याच्यापासून आज आम्हांस व तुम्हांस तकलीफ न होती. आम्ही इकडे केवढ्या फौजेनिशी शत्रूच्या मातब्बर फौजांना सामना देतो, हे तुम्ही जाणता. असे असता तुम्ही फेरकुमक मागावी, हे शोभले नाही. जिवास राखून मुलुखगिरी करणे वीरास योग्य नव्हे. म्हणून आम्ही तुम्हांस दोष लाविला आहे. आता विजापूरकरांची फौज सफाई बुडविल्याखेरीज आमच्या समोर कदापि येऊ नका...'

राजांचे पत्र घेऊन रातोरात स्वार गडाखाली उतरला. राजांना मात्र झोप आली नाही. त्यांच्या मनात विचारांचे मोहोळ उठले होते. सकाळी पूजा आटोपताच ते सदरेवर आले. मोरोपंत-अनाजींना बोलावून घेण्यात आले.

'अनाजी, चिपळूण-छावणीला पत्र पाठवा. जी कुमक असेल, ती प्रतापरावांच्या मदतीला पाठविण्याचं पत्र लिहा.'

'जी!'

'काल प्रतापरावांचा निरोप आल्यापासून आमचं मन बेचैन आहे. बेहलोल जरा पुढं सरकतो आहे, असं दिसलं, तर शिवरात्र आटोपून आम्ही स्वत: पन्हाळा भागात उतरू.'

शिवरात्रीचा दिवस उजाडला. थंडीचे दिवस असूनही आकाश अभ्राच्छादित झाले होते. राजे जिजाबाईंच्यासह जगदीश्वरमंदिराकडे गेले. अभिषेक झाला. राजे जिजाबाईंच्यासह मंदिराकडे येत असता जिजाबाई म्हणाल्या,

'आज काय झालं, कुणास ठाऊक? पण देवावर अभिषेक टिकेना, सारखी माळ तुटायची. निश्चलपुरींना विचारून पाहा.'

'जी!' राजे म्हणाले.

राजे बेचैन बनले होते. त्यांनी निश्चलपुरींना निरोप पाठवला. निश्चलपुरी मंत्रतंत्रात गढले.

शिवरात्रीनंतर दिवस उलटत होते. राजे प्रतापरावांची बातमी ऐकण्यास उत्सुक होते. वारंवार ते चौकशी करीत होते.

-आणि एके दिवशी प्रतापरावांचे दुय्यम सेनापती आनंदराव गडावर येत असल्याची बातमी राजांना मिळाली. राजे सदरेवर आनंदरावांची वाट पाहत होते.

राजांचे सारे मंत्री त्याच अधीरतेने तेथे गोळा झाले होते. आनंदराव आले. राजे उभे राहिले. अधीरतेने त्यांनी विचारले,

'बेहलोलचा पराभव झाला?'

'जी, नाही.'

'नाही? बोला, आनंदराव!'

अस्वस्थ झालेले राजे पाठीमागे हात घेऊन सदरेवर येरझाऱ्या घालीत होते. आनंदराव नतमस्तक उभे होते. राजे थांबले. त्यांनी पुन्हा आवाज दिला,

'सांगा, आनंदराव?'

'महाराज, आम्ही बेहलोलखानावर चाल केली; पण यश आलं नाही. प्रतापराव गुजरांनी पराक्रमाची शर्थ केली.'

'आणि हे सांगायला त्यांनी तुम्हांला पाठविलं? हं:! कुठं आहेत आमचे सेनापती? हे सांगायला ते का आले नाहीत?'

आनंदरावांचं अवसान ढळलं. डोळ्यांत साकळलेले अश्रू खळकन निखळले. कसेबसे ते बोलून गेले,

'सेनापती आणि त्यांचे सहा सरदार बेहलोलयुद्धात खर्ची पडले.'

अधीऱ्या भूमीवर पावसाऐवजी वीज कोसळावी, तशी ती बातमी साऱ्यांच्या कानांवर आदळली. राजांचे उभे अंग जागच्या जागी भिजले. कापऱ्या आवाजात राजे बोलून गेले,

'काय झालं?'

'आम्ही खानाला वेढलं होतं. सेनापती मदतीची वाट पाहत होते. आपलं पत्र आलं. मला आणि हंसाजींना सेनापतींनी सैन्य घेऊन जायला सांगितलं. एवढ्या छोट्या फौजेचा पाडाव खानापुढं लागणार नाही, असं ते म्हणाले...'

'रडू नका, आनंदराव! सांगा ऽ ऽ'

'शिवरात्रीचा दिवस होता. भर दुपारी प्रतापराव आणि त्यांचे सहा सरदार स्वार झाले. ते म्हणाले, 'महाराजांना जाऊन सांगा की, त्यांच्या आज्ञेप्रमाणे आम्ही लढलो.' '

राजांचे ओठ थरथरू लागले. मुठी आवळल्या गेल्या. आनंदराव कष्टाने सांगत होते.

'आम्ही सांगायचा प्रयत्न केला; पण त्यांनी ऐकलं नाही. प्रतापराव आणि सहा सरदार यांनी टाच दिली. दहा हजारांच्या छावणीवर अवघे सातजण तुटून पडले. 'हर हर महादेव' चा गजर उठला. थोडी गडबड उडाली; आणि सातही रिकामी घोडी छावणी सोडून जंगलात शिरताना दिसली. तेव्हा कुणालाच आवरता येईना. चारही बाजूंनी आपले लोक खानावर तुटून पडले. एकच कापाकापी सुरू झाली. खानापुढं आमचं काही चाललं नाही. माघार घ्यावी लागली. प्रतापराव गेले; आणि ते

सांगायला मी जिवंत राहिलो....'

आनंदराव दुशेल्यात तोंड लपवून रडत होते. राजे कपाळी हात लावून मटकन खाली बसले. मिर्झाराजांच्यावर चालून जाणारे प्रतापराव त्यांना दिसत होते. सांडणाऱ्या अश्रूंचे भान विसरून राजे आपल्या महालाकडे जात होते. त्यांना काही सुचत नव्हते.

राजे मंचकावर बसले होते. राहून-राहून त्यांचे डोळे भरून येत होते. पश्चात्तापाने त्यांचे मन होरपळून निघाले होते.

'शिवबा ऽ ऽ'

राजांची नजर उंचावली. महालात जिजाबाई उभ्या होत्या. त्यांना पाहताच राजांचे मन उचंबळले.

'मासाहेब, आमचे प्रतापराव गेले! त्यांच्या मृत्यूला आम्ही कारणीभूत झालो!'

'सारं समजलं. प्रतापराव असं करतील, हे तरी कुणाला माहीत...?'

'नाही, मासाहेब! साऱ्यांना अतर्क्य असलं, तरी आम्हांला ते कळायला हवं होतं. प्रतापरावांचा उतावीळ स्वभाव आम्हांला माहीत होता. एवढ्या निधड्या छातीची, जिवाला जीव देणारी माणसं फुकट शब्दांनी खर्ची पडली! त्याचं दुःख आम्हांला फार आहे.'

राजे अश्रू ढाळीत होते. जिजाबाई त्यांचे सांत्वन करीत होत्या.

सकाळी राजे स्नान करून सदरेत आले, तेव्हा त्यांचे नेत्र आरक्त बनले होते. मुद्रा करारी होती. राजे आनंदरावांना म्हणाले,

'आनंदराव, बेहलोलच्या पारिपत्यासाठी आम्ही जायचं ठरवलं आहे.'

'क्षमा, महाराज!' निराजीपंत म्हणाले, 'पण राज्याभिषेक नजीक आला असता...'

'हां, निराजीपंत! आमच्या शब्दाखातर प्रतापराव आपल्या जिवाची उधळण करून गेले. त्यांचा मारेकरी आमच्या मुलुखात उघड माथ्यानं वावरत असता आम्ही राज्याभिषेक करून घेऊ, असं वाटतं? त्या राज्याभिषेकाला काय अर्थ राहील?'

महाराज जातीने मोहीम हाती घेणार, हे ऐकताच साऱ्यांच्या मुद्रा चिंताक्रांत झाल्या. जनार्दनपंतांनी एकवार आनंदरावांच्याकडे पाहिले. आनंदराव पुढे झाले. त्यांनी राजांचे पाय शिवले. त्यांना उठवीत राजे म्हणाले,

'आनंदराव! हे काय?'

'महाराज, ही संधी मला द्या... मी आणि हंसाजी मोहिते. प्रतापरावांनी आम्हांला खूप जपलं. खानाचा बीमोड करण्याची संधी आम्हांला द्या. कामगिरी फत्ते करून आलो नाही, तर तोंड दाखविणार नाही.'

राजांनी भावनावेगाने आनंदरावांना जवळ घेतले. गहिवरून राजे म्हणाले,

'आनंदराव, आता तो शब्द काढू नका. हवी तेवढी कुमक घ्या. खानाला गाठा;

धूळधाण उडवा. पण सुखरूपपणे परत या. आम्ही तुमची वाट पाहतो.'

राजांनी आनंदरावांना निरोपाचे विडे दिले. आनंदराव हर्षभरित होऊन नव्या कामगिरीला बाहेर पडले.

राजे अनाजींना म्हणाले,

'अनाजी! नौबतीचा मानकरी गेला! आमचे सरनौबत हरवले! गडाची नौबत बंद ठेवा. प्रतापरावांचं सुतक आम्हांलाही आहे.'

थकल्या पावलांनी राजे महालाकडे जात होते.

□

२

गडाचे अठरा कारखाने राज्याभिषेकाच्या तयारीला लागले. आपल्याकडून काही उणीव राहू नये, ही धडपड प्रत्येकात दिसत होती. सुवर्णसिंहासनाचे काम पुरे होत आले होते. खुद्द जिजाबाईंनाही आपल्या वयाचा विचार करायला उसंत नव्हती. सर्व राण्यांचे दागदागिने, कपडे पाहण्यात त्या गुंतल्या होत्या. कुशल सुवर्णकार सोनारसोप्यात दागिने घडवीत होते.

राजांच्या शेजारी अनाजी, मोरोपंत, बाळाजी उभे होते. जामदारखान्यात राज्याभिषेकासाठी लागणाऱ्या सर्व खर्चाचा तपशील राजे ऐकत होते. लक्षावधी होनांच्या खर्चाचा अंदाज पाहून राजे म्हणाले,

'मोरोपंत, एवढ्या खर्चात एक राज्य उभं करणं सहज शक्य आहे.'

'जी! मासाहेबांनी सर्व तपशिलांना मान्यता दिली आहे.' मोरोपंत म्हणाले.

'मग आमच्या नजरेची गरज काय?'

'मासाहेब म्हणाल्या- राजांच्या राज्याभिषेकात काही कमतरता पडू देऊ नका.'

'पण हे सारं जमेल का?'

मोरोपंतांची छाती किंचित तणावली. चेहऱ्यावर अभिमान प्रकटला. ते म्हणाले,

'असले दहा राज्याभिषेक करण्याचं सामर्थ्य राजांच्या जामदारखान्यात आहे.'

राजांनी प्रेमभराने मोरोपंतांच्या खांद्यावर हात ठेवला.

'जगदंबेची कृपा! मोरोपंत, आम्हांला सदैव तुमच्याबद्दल कौतुक वाटतं. तुमच्यासारखी अष्टावधानी माणसं हाती असता आम्ही कसली काळजी करणार? पण आज सकाळपासून संभाजीराजे दिसले नाहीत!'

अनाजी म्हणाले, 'युवराज गडावर नाहीत.'

'मग?'

अनाजींनी ओठांवरून जीभ फिरविली. ते शांतपणे म्हणाले,

'मध्यरात्रीला युवराज गडाखाली गेले, असं विश्वसनीयरीत्या कळलं आहे.'

राजे विचारमग्न झाले. चिंता प्रकटली. त्यांनी विचारले,

'कशासाठी युवराज गडाखाली उतरले?'

अनाजी नम्रपणे म्हणाले, 'ते आम्हांस कसं कळावं? पण युवराज असे अनेक वेळा गड उतरून जातात.'

बोलता-बोलता अनाजी एकदम थांबले, चपापले. मागे सरत ते मुजऱ्यासाठी वाकले. मोरोपंतांनी आणि बाळाजींनीही त्यांचे अनुकरण केले. राजांनी मागे वळून पाहिले. खुद्द युवराज संभाजीराजे जामदारखान्यात प्रवेश करीत होते. संभाजीराजांनी राजांना मुजरा केला. राजांनी विचारले,

'शंभूराजे, तुम्ही गडाखाली गेला होता?'

'जी!' राजांच्या प्रश्नाने युवराजांच्या चेहऱ्यावरचे स्मित अधिकच फाकले. 'आबासाहेब, बेहलोलचा पराभव करून आनंदराव गडावर येत असल्याची बातमी नजरबाजानं आणली आहे.'

अनाजी ते ऐकून अस्वस्थ झाले. न राहवून ते बोलून गेले.

'नजरबाजानं बातमी आणली असती, तर ती आम्हांला कळली असती.'

संभाजीराजांचे हास्य क्षणात विरले. अनाजींवर नजर रोखीत ते म्हणाले,

'अनाजी, नजरबाज आमचा. बातमी प्रथम आम्हांला कळणार!'

राजे प्रसन्नपणे हसले. अनाजींना ते म्हणाले,

'अनाजी, युवराज राजकारणात गुंतले. आता हे होणं उचित आहे.' एकदम विषय बदलून राजे संभाजीराजांना म्हणाले, 'सांगा, शंभूराजे! पुढची बातमी ऐकण्यास आम्ही उतावीळ आहो.'

'बेहलोलचा पराभव करण्यासाठी आनंदराव येथून गेले, तेव्हा पुढचं संकट ओळखून बेहलोलनं मोगलांच्या दिलेरखानाशी हातमिळवणी केली. आदिलशाही, मोगलाई एक झाली. एवढ्या मोठ्या फौजेशी मुकाबला करणं आनंदरावांना कठीण होतं.'

'मग?'

'पण आनंदरावांनी आणि हंसाजीमामांनी नामी तोड काढली. मुलुखात घुसलेल्या शत्रूला तोंड न देता शत्रुसैन्याला बगल देऊन आनंदराव सरळ कानडी मुलुखात घुसले. बेहलोलखानाची जहागीर, संपगावचा बाजार आणि आदिलशाही मुलूख यांची होळी करून हजारो बैलांवरून अपार लूट घेऊन आनंदराव परतले.'

'पण बेहलोल स्वस्थ कसा बसला?'

'छे! स्वस्थ कसा बसेल? ही बातमी कळताच तो जळफळत उठला. बेहलोलनं आनंदरावांना बंकापुरापाशी गाठलं. प्रतापरावांच्या सूडानं पेटलेली मराठी फौज सरळ बेहलोलला भिडली. बेहलोलची फौज पळत सुटली. बेहलोलबरोबर आलेल्या

खिजरचा भाऊ रणांगणात मारला गेला; आणि बेहलोलच्या डोळ्यांदेखत त्याची अपार संपत्ती आपण जिंकली. जिंकलेली पाचशे घोडी आणि दोन हत्ती घेऊन आनंदराव आपल्या दर्शनाला येत आहेत.'

'बोला.' आनंदित झालेल्या राजांनी आज्ञा केली.

'आबासाहेब, आम्हांला ही बातमी रात्री मिळाली. आपण झोपला होता. पण आताशा आपली तबियत चांगली नसते, हे आम्हांला माहीत आहे. त्यामुळंच आपल्याला आम्ही उठविलं नाही. या अपराधाबद्दल क्षमा असावी.'

'बोला, राजे! मग काय केलंत?'

'आपण केलं असतं, तेच आम्ही केलं.'

'आम्ही समजलो नाही.'

'आनंदरावांच्या स्वागतासाठी आम्ही रातोरात गड उतरलो, आणि त्यांना घेऊन गडावर आलो.'

'शाबास! युवराजाला उचित असेच वागलात... अनाजी, चला. विजयी वीरांचं आपण स्वागत करू या.'

राजे राजसदरेत आले. राजांची मुद्रा प्रसन्न बनली होती. डोळ्यांत कौतुक साठले होते. मुजऱ्यासाठी वाकलेल्या आनंदरावांना राजांनी हर्षभराने मिठी मारली.

'आनंदराव, तुमच्या विजयानं आम्ही समाधान पावलो. मनातल्या प्रतापरावांच्या दु:खाला विरंगुळा मिळाला.'

राजांनी स्वत:च्या हातांनी आनंदरावांच्या पगडीवर शिरपेच चढविला. बेहलोलचा पराभव करून परतलेले विजयी वीर रायगडाच्या राज्याभिषेकाच्या तयारीत सामील झाले.

या आनंदात भर घालणारी आणखी एक बातमी रायगडावर येऊन थडकली- राजांच्या आरमाराने नवा विजय संपादन केला. जंजिऱ्याच्या सिद्दीला सातवळीच्या खाडीत गाठून राजांच्या दौलतखानाने लढाई केली. खुद्द सिद्दी संबूळ जखमी होऊन पळून गेला. या आरमारी युद्धात सिद्दीचे शंभराच्या वर लोक ठार झाले.

या दोन विजयवार्तांनी राजांचे मन सुखावले.

□

३

गडावर रंगरंगोटी सुरू झाली. राजसदर चितारण्यासाठी कोकणातील निष्णात रंगारी गडावर गोळा झाले. रामायण-महाभारतांतील प्रसंग सुबकपणे राजसदरेवर चितारले जात होते. खारीच्या गऊ केसांचे निरनिराळ्या आकारांचे कुंचले नानाविध रंगच्छटांनी सजले होते. गडावरच्या अपुऱ्या इमारती, माड्या, घरटी तत्परतेने पुरी केली जात होती. त्यासाठी मोरोपंत, इटलकर ही मंडळी सदैव झटत होती.

दौलतीचे नामांकित डेरे, शामियाने गडावर आणले जात होते. गडाच्या उतरणीवर ते वाळवून, स्वच्छ करून, आबादान केले जात होते. राज्याभिषेकाच्या वेळी पन्नास हजारांचा राबता गडावर होईल, असा जाणत्यांचा तर्क होता. त्या अंदाजाने गडाचे, पाचाडचे अंबारखाने भरले जात होते. बालेकिल्ल्यातून येणारी प्रत्येक यादी पुरविण्यात नागाप्पा वाणी मग्न झाला होता. जिजाबाईंच्या आज्ञेनुसार सोयराबाई, पुतळाबाई सर्वत्र लक्ष ठेवीत होत्या; पण काशीबाई राणीसाहेब मात्र या धावपळीत कुठेच दिसत नव्हत्या. त्या अंथरुणाला खिळून होत्या. वैद्यांच्या सल्ल्यावरून काशीबाईंना पाचाडच्या वाड्यात हलविण्यात आले. त्यांच्या बरोबर पुतळाबाईंना, सगुणाबाईंना पाठविण्यात आले. वैद्यांच्या औषधांनी वा मांत्रिकांच्या उपचारांनी त्यांना गुण पडत नव्हता. दिवसेंदिवस त्यांची तब्येत ढासळत होती. जिजाबाईंच्या मनात ती काळजी रेंगाळत होती. सवड मिळेल, तेव्हा राजे पाचाडला काशीबाईंच्या महाली जात होते, विचारपूस करीत होते.

याखेरीज आणखीन एक काळजी राजांच्या मनात रेंगाळत होती- प्रतापराव गेल्यामुळे सेनापतिपद मोकळे पडले होते. ते फार काळ मोकळे राहणे इष्ट नव्हते. राज्याभिषेकप्रसंगी आदिलशाही व मोगलाई अपशकुन करण्यास सरसावण्याची शक्यता होती.

रात्रीच्या वेळी राजे आपल्या खासे महालात बसले होते. समयांच्या प्रकाशात महाल प्रकाशित झाला होता. खास विश्वासाची माणसे तेथे हजर होती. अनाजी, मोरोपंत, येसाजी, युवराज संभाजी ही मंडळी राजांचा विचार जाणून घेण्यास उत्सुक होती. राजांनी आपले शल्य बोलून दाखविले,

'प्रतापराव गेले! त्यांची जागा घेईल, असा माणूस आम्हांला दिसत नाही.'

अनाजी अदबीने म्हणाले, 'महाराज, आनंदराव विजय संपादून गडावर आले आहेत. त्यांनी आपली योग्यता सिद्ध केली आहे.'

राजांच्या चेहऱ्यावर मंदस्मित झळकले.

'अनाजी, विजयावरच सेनापतिपद द्यायचं असेल, तर विजय संपादन करणारे असे अनेक वीर आमच्या जवळ आहेत. पन्हाळा काबीज करणारे तुम्ही, कोंडाजी आहात; साल्हेरमुल्हेरचा दिपविणारा विजय मिळविणारे मोरोपंत आहेत; हंसाजी, येसाजी आहेत. पंत, आता जोखीम वाढती आहे. नुसते धाडस, यश यांचा विचार करून भागणार नाही. सरनौबताच्या अंगी अनेक गुण असावे लागतात. मुलूख जाणणारा, प्रसंगावधानी, फौजेचा विश्वासू, दूरदृष्टीचा आणि त्याचबरोबर राज्याविषयी अविचलित इमान बाळगणारा असा सरनौबत असावा लागतो. आमचे सेनापती दोन. त्यांची कथा पाहा ना- नेताजींच्या जवळ धाडस, सैन्याचा विश्वास, आमच्या

नात्याची जाण- सारे गुण होते; पण राज्याचं इमान नव्हतं. त्यामुळं ते वाया गेले आणि प्रतापरावांना अजोड धाडस, अविचलित इमान हे असूनही प्रसंगाच्या अवधानापायी ते खर्ची पडले, आमच्या जिवाला ओढ लावून गेले.'

'आबासाहेब, आम्ही बोलू?' संभाजीराजांनी विचारले.

'बोला!'

'आम्हांला हंसाजी मामा दिसतात. ते शांत आहेत, त्यांच्या जवळ अनुभव आहे; आणि राज्याशी ते इमानीही आहेत.'

संभाजीराजांवर नजर स्थिरावीत राजांनी विचारले,

'शेवटचा अंदाज कसा केलात?'

स्थिर आवाजात युवराज म्हणाले, 'त्यात अवघड काय? त्यांनी एवढ्या मोहिमा केल्या, पराक्रम गाजविले. खुद्द रक्ताचं नातं असूनही कधी सरनौबतीची हाव धरली नाही. बेहलोलचा पराभव करण्यात त्यांचीही आनंदरावांना साथ होतीच; पण ते आनंदरावांच्यासह गडावर आले नाहीत. आनंदरावांना गडावर पाठवून ते चिपळूणच्या छावणीवर तातडीनं गेले.'

राजांचा चेहरा गंभीर बनला. पण क्षणात उठत ते म्हणाले,

'ठीक आहे. पाहू... अनाजी, आज तुम्ही पाचाडला जाऊन तिथल्या अंबारखान्याची व्यवस्था पाहा. तसंच, गडाखाली पेठ भरली आहे, असं नागाप्पा सांगत होता. माल गडावर चढायला दिरंगाई का होते, हे पाहून तुम्ही गडावर या. बाळाजी, हंसाजी मोहिते यांना आम्ही शक्य तो लौकर चिपळूणला येत असल्याचं कळवा.'

'पण राज्याभिषेक...' मोरोपंत बोलले.

राजे हसत म्हणाले, 'काळजी करू नका. त्याला हजर राहावंच लागेल आम्हांला. पण त्यापेक्षा या चिपळूण-छावणीनं आमच्या मनात अधिक गुंता वाढविला आहे... रात्र झाली. आम्ही विश्रांती घेतो.'

सारे राजांना मुजरे करून निघून गेले. संभाजीराजे पाय शिवण्यासाठी नजीक येताच राजांनी सांगितले,

'शंभूराजे, आनंदरावांना सकाळी भेटायला सांगा. याची वार्ता कुणाला कळता कामा नये. ते आले, की तुम्हीच आम्हांला वर्दी द्या.'

संभाजीराजे महालाबाहेर गेले. राजांची नजर पलंगाकडे गेली; पण डोळ्यांवर झोप नव्हती. तसेच बैठकीवर बसून राहिले.

◻

४

सकाळी देवदर्शन आटोपून राजे जिजाबाईंच्या महाली आले; पण महालात जिजाबाई नव्हत्या. त्या सातमहालाकडे गेल्याचे राजांना कळले. राजे सातमहालाकडे

वळले, तोच मोरोपंत तेथे आले. त्यांनी वर्दी दिली.

'फिरंगोजी दर्शनासाठी आले आहेत.'

राजे सदरेकडे वळले. सदरमहालात फिरंगोजी उभे होते. त्यांनी मुजरा केला. मुजऱ्याचा स्वीकार करून राजे म्हणाले,

'फिरंगोजी, परक्यासारखे राजसदरेवरच थांबलात?'

'तसं नाही, महाराज! आपण जगदीश्वराकडे गेला होता, तेव्हाच मासाहेबांचं दर्शन घेतलं. टाकोटाक गडावर परतायचं होतं, म्हणून...'

'एवढ्या तातडीनं बरे आलात?'

'राज्याभिषेकाची बातमी कळली. जिवाला चैन पडेना. एकदा पाहावंसं वाटलं. म्हणून तजवीज करून टाकोटाक गडावर...'

राजे पुढे झाले. फिरंगोजींना आपल्या हातांनी बैठकीवर बसवीत राजे म्हणाले,

'फिरंगोजी, आम्ही जाणतो. हे घडतं, ते आपल्यासारख्यांच्या आशीर्वादानं...'

राजे फिरंगोजींना गडाची हालहवाल विचारीत होते, सर्व जाणून घेत होते. बोलणे संपले, तरी फिरंगोजी उठेनात. राजांच्या ध्यानी ते आले.

'फिरंगोजी, काही सांगायचं आहे का?'

फिरंगोजींच्या सुरकुत्यांचे जाळे थरथरले. आपले पागोटे सावरीत फिरंगोजी भरल्या कंठाने म्हणाले,

'राजे! या पायांच्या सेवेत काळ्याचे पांढरे झाले. गडावर येवढा थाट होनार. आपन छत्रपती होनार. आन् ते बघायला मी मातुर इथं असनार न्हाई.'

'का?'

'मलाच इचारता? साऱ्या गडांस्नी हुकूम सोडलासा- 'डोळ्यांत तेल घालून गड राखाया होवा. जागा सोडून जाऊ नये. गाफील राहिल्यास मुलाहिजा राखला जानार न्हाई...' '

राजे हसत होते.

'हसता काय, राजे? थोरांची थट्टा होते, तर जीव जातो गरिबाचा. आजवर मी कायबी मागितलं नाही. येवढं एकच मागनं हाय.'

'फिरंगोजी, आज्ञा साऱ्या गडांना गेल्या, त्यातच भूपाळगडालाही. पण आम्ही तुम्हांला विसरलो नव्हतो. तुमच्याशिवाय आमचा राज्याभिषेक होणार कसा? भूपाळगडाची तात्पुरती व्यवस्था लावून आम्ही तुम्हांला राज्याभिषेकाच्या आधी बोलावून घेऊ. तुमच्याखेरीज आमचा राज्याभिषेक होणार नाही.'

फिरंगोजी एकदम उठले. राजांनी नजर वर केली. संभाजीराजे सदरेवर येत होते. फिरंगोजींनी मुजरा केला. संभाजीराजे फिरंगोजींकडे धावले; वाकून त्यांच्या पाया पडले. भारावलेले फिरंगोजी राजांना उठवीत म्हणाले,

'शंभूबाळ, हे काय?'

राजे दोघांकडे आनंदाने पाहत होते.

'फिरंगोजी, युवराजांनी केलं, तेच बरोबर. नाही तर तुमच्या तोंडून 'शंभूबाळ' हे शब्द उमटले नसते. त्यांना अंगाखांद्यावर खेळवलंत. त्यांनी पाया पडणं हे उचित.'

'आबासाहेब, जरा बाहेर येता?' संभाजीराजांनी विचारले.

राजे दारापर्यंत गेले. दोघांची कुजबूज झाली. राजे माघारी आले. त्यांनी मागून आलेल्या संभाजीराजांना सांगितले,

'फिरंगोजींना सारा गड दाखवा, नव्या इमारती दाखवा. राज्याभिषेकाची सर्व तयारी दाखवून त्यांना विडे-वस्त्र देऊन पाठवा. गडाची व्यवस्था लावून रायगडी लौकर यायला सांगा... फिरंगोजी, आम्ही जातो. जरा महत्त्वाचं काम आहे.'

फिरंगोजींनी मुजरा केला आणि राजे सदरेबाहेर गेले.

राजे संभाजीराजांच्या महालानजीक आले. महालाबाहेर दरूबंकी उभे होते. महालात कुणाला न सोडण्याची आज्ञा करून राजे महालात गेले. महालात आनंदराव उभे होते.

राजे बैठकीवर बसले. राजांच्या गंभीर मुद्रेकडे पाहून आनंदरावांना काही अंदाज येत नव्हता. राजांनी खाशा महालात, एकांतात का भेट घ्यावी, हे त्यांना कळत नव्हतं.

'आनंदराव, आम्ही तुम्हांला मुद्दाम बोलावलं.'

'जी!'

'बेहलोलचा पराभव करून तुम्ही गडावर आलात; पण हंसाजी मोहिते का आले नाहीत?'

'चिपळूणच्या छावणीची गडबड ऐकून ते तातडीनं चिपळूणला गेले.'

'कसली गडबड? आम्हांला सारं ऐकायचं आहे. मोकळेपणानं सांगा.'

आनंदरावांचा घसा कोरडा पडला.

'महाराज! प्रतापराव आणि सहा सरदार नेसरीच्या युद्धात कामी आले. सेनापतींच्या मृत्यूची बातमी ऐकून छावणीत अस्वस्थता वाढली. चिपळूण-छावणीच्या सरदारांत थोडी चलबिचल झाल्याची वार्ता हंसाजीरावांना कळली. तेव्हा ते म्हणाले, की तुम्ही असेच गडावर जा. मी चिपळूणला जातो. गडावर जाताच राजांना छावणीकडे पाठवून द्या.'

'मग आम्हांला का निरोप सांगितला नाही?' राजांनी अस्वस्थ होऊन विचारले.

'आपण इथं गडबडीत होता आणि हंसाजीराव छावणीवर गेले, म्हणजे काळजीचं कारण नाही, असं वाटलं.'

'वाटलं?... छान! आनंदराव, इतकी सोपी गोष्ट वाटली?'

त्याच वेळी महालात सेवक आला. राजांची नजर त्याच्याकडे वळली.

'राणीसरकार महालात वाट पाहत आहेत.'

राजे तुटकपणे म्हणाले, 'इथलं काम संपताच आम्ही येत आहो, म्हणून सांग, जा.'

सेवक गेला. राजांची नजर आनंदरावांकडे वळली.

'आनंदराव, फौज म्हणजे अठरा जातींची; हजारो मनांची बांधलेली मोट. बांधणीचा एक दुवा जरी कच्चा झाला, तरी त्या गवताच्या काड्या वाऱ्यावर सुटायला कितीसा वेळ लागणार? बांध फुटला, तर हजार वाटांनी धावणारं पाणी कशानं आवरणार?'

सेवकाने परत प्रवेश केलेला पाहताच राजे संतप्त झाले. बिचारा सेवक गर्भगळीत झाला होता.

'काय?'

'तातडीनं बोलावलंय्!'

'आमचा निरोप सांगितला नाही?'

'जी!' खाली मान घालून सेवक म्हणाला.

त्रस्त होऊन राजे उठले. सेवकाच्या मागोमाग राजे चालत होते. राजमहालात जाताच त्यांची नजर उभ्या असलेल्या पुतळाबाईंच्याकडे गेली. सोयराबाई असतील, या कल्पनेने गेलेले राजे पुतळाबाईंना पाहताच चकित झाले; पण मनात दबलेला संताप व्यक्त झाला.

'राणीसाहेब! दागदागिने, शालू, जरी वस्त्रं यापेक्षा आम्हांला अधिक महत्त्वाची कामं असतात.'

'हो, पण ती ध्यानी यायला हवीत ना!' पुतळाबाईंचा संताप उफाळला.

असे बोलणे पुतळाबाईंच्या तोंडून राजांनी कधी ऐकले नव्हते. पुतळाबाईंचा सारा चेहरा फुलला होता. डोळ्यांत पाणी तरळत होते. राजांनी विचारले,

'काय झालं?'

'आयुष्यभर तिनं काही मागितलं नाही. जाताना दर्शन घडावं, असं मनात आणलं, तर काय गुन्हा?'

'कुणाबद्दल बोलता? काशी...'

'आठवण झाली, हे तिचं नशीब!'

'आम्हांला कुणीच सांगितलं नाही.'

'केव्हा सांगणार? वेळ हवा ना? घटकाभर इथं थांबले; पण आपण कामात गुंतलेले. नाइलाजानं निरोप पाठवला.'

राजांना काही सुचेनासे झाले. एकदम ते म्हणाले, 'तुम्ही आपल्या मेण्यातून मासाहेबांना घेऊन या. आम्ही पुढं चलतो.'

राजे महालाबाहेर येत असताना मोरोपंत सामोरे आले. राजांनी त्यांना सांगितले.

मोरोपंत धावले. राजे नगारखान्याजवळ आले, तेव्हा नगारखान्याबाहेर सेवक उभे होते. मोरोपंतांनी विचारले,

'पालखी?'

'वेळ होईल. आपण पुढं होऊ. मागून सारं येईल.'

राजे गड उतरत होते. महादरवाजाचे मुजरे झडले. पण राजांचे तिकडे लक्ष नव्हते. राजे आपल्याच तंद्रीत चालत होते. नाणेदरवाजानजीक राजांनी थोडी उसंत घेतली. राजे अस्वस्थपणे घोड्यांची वाट पाहत होते. मेणे पुढे गेले. उलटणारा क्षण मोलाचा वाटत होता. आपल्या थकव्याचा विचार न करता राजे म्हणाले,

'चला.'

राजे चालू लागले. राजे खिंडीचा चढ चढत असताना अश्वपथकाने राजांना गाठले.

अश्वारूढ राजांनी घोड्याला टाच दिली. अश्वपथक दौडू लागले.

फेसाळलेली घोडी जेव्हा पाचाडच्या दरवाजापाशी थांबली, तेव्हा मेणे वाड्यात प्रवेश करीत होते.

राजे पायउतार होऊन गडबडीने वाड्यात शिरले. जिजाबाईंना आणि पुतळाबाईंना मागे टाकून राजे राणीवशाच्या महालाकडे जात होते.

राजे महालाच्या सोप्यात आले. महालाबाहेर गोळा झालेल्या दासी अदबीने मागे सरल्या. राजांनी काशीबाईंच्या महालाच्या उंबरठ्यावर पाऊल ठेवले मात्र, आणि ते तेथेच खिळले.

महालातून उठलेला आकांत त्यांचे सारे अंग बधिर करीत होता.

मागून येणाऱ्या पुतळाबाई राजांना बाजूला सारून आत धावल्या. त्या धक्क्याने राजे भानावर आले. ते तसेच माघारी वळले. थकली पावले वाट चालत होती. सदैव ताठ असलेली मान खाली झुकली होती. कानांवर आक्रोश पडत होता. त्या आवाजाने हातांतली कामे तशीच टाकून धावणारी माणसे राजांना पाहताच थबकत होती. पण राजांना कशाचेच भान नव्हते. महाल गाठणे एवढेच त्यांच्या ध्यानी होते.

राजे महालात आले. सारा महाल मोकळा होता. राजांनी आपला घाम टिपला. सुन्नपणे ते त्या मोकळ्या महालात उभे होते. डोळ्यांसमोर तरळत होती काशी..

'काशी...! हळदीच्या पावलांनी घरात आली आणि वाड्याच्या चार भिंतींतच हरवली. या मोगलाई रिवाजापायी मासाहेबांनी अनेक जिवांची अकारण गुंतवण केली. सई गेली, तेव्हा अश्रूंनी भरलेली नजर घेऊन काशी काही न बोलता सामोरी उभी होती. प्रतापगडी जाताना दाराशी कोरड्या नजरेनं ती पाहत होती. एकदा पहाटे जाग आली, तेव्हा काशी पायांवर हात ठेवून तशीच झोपी गेलेली होती...

'काशी काही बोलली का?

'मनात जखडून ठेवावा, असा एकही शब्द कसा आठवत नाही? काशी जीवनात आली केव्हा आणि गेली केव्हा, हे कधीच कसं जाणवलं नाही? सारं आयुष्य उंबरठ्यातून निरखण्यात गेलं आणि जेव्हा आम्ही उंबरठ्यावर पाऊल ठेवलं, नेमकं त्याच वेळी ते माणूस तसंच निघून गेलं. काही न सांगता! काही न मागता!'

राजांना अश्रू आवरणे कठीण गेले. त्यांच्या अश्रूंना खळ राहिला नाही.

उत्साहाने भारावलेल्या गडावर दु:खाची छाया पसरली. पाचाडच्या माळावर चंदनाची चिता रचली होती. सारा उतार माणसांनी व्यापला होता. सायंकाळचे गार वारे वाहत होते. चितेला अग्नी दिला. कापूरखोबऱ्याने पेट घेतला. चंदनाचा सुगंध दरवळला. ज्वाळा उफाळू लागल्या.

राजे ती पेट घेणारी चिता निश्चल नजरेने पाहत होते. एका सोबतीची अंधूक आठवण नाहीशी होत होती. चितेने पुरा पेट घेतला. ज्वालेखेरीज काही दिसेनासे झाले.

फिरंगोजी पुढे झाले. राजांच्या जवळ येऊन ते म्हणाले,

'झळ लागते. जरा मागं सरावं...'

क्षणभर राजांची भरली नजर फिरंगोजींवर खिळली. उभ्या जागी कंठ दाटला. राजे बोलून गेले,

'आता ही झळ आमच्या आयुष्याला पुरली! मागे सरून ती कमी व्हायची नाही.'

□

५

राजे रायगडच्या आपल्या महालात बसले होते. काशीबाईंचे दिवस झाले होते. हळूहळू सर्व कारभार पूर्ववत सुरू झाला होता. पण राजांच्या मनावर जो आघात झाला होता, तो राजे विसरू शकत नव्हते.

पावलांच्या आवाजाने राजांची नजर उंचावली. महालात पुतळाबाई प्रवेश करीत होत्या. पुतळाबाई नजीक आल्या, तरी राजे काही बोलले नाहीत. पुतळाबाई गोऱ्यामोऱ्या झाल्या. न कळत त्यांच्या मुखातून हुंदका उमटला. राजे चपापले. गडबडीने उठत ते पुतळाबाईंच्या नजीक गेले. त्यांच्या खांद्यावर हात ठेवीत राजांनी विचारले,

'पुतळा, काय झालं?'

नाक ओढीत पुतळाबाई म्हणाल्या,

'मी चुकले. पण त्याबद्दल क्षमा होणार नाही का?'

'काय चूक घडली? कसली क्षमा?'

'काशी आजारी होती. आपल्याला बोलवायला आले. आपण कामात होता. इकडे माझा जीव तिच्यासाठी तडफडत होता. आपण संतापलात. मलाही भान राहिलं

नाही. त्या भरात उलट बोलले.'

राजांच्या ध्यानी सर्व प्रकार आला. पुतळाबाईंना जवळ घेत राजे म्हणाले,

'पुतळा! आमच्या मनात काही नव्हतं.'

'मग असं का वागता?'

राजे खिन्नपणे हसले. पुतळाबाईंची हनुवटी उंचावीत त्यांच्या नजरेला नजर भिडवीत राजे म्हणाले,

'पुतळा! काशी गेली. पण तिनं खूप शिकवलं. आम्ही राजे केवढे जरी श्रेष्ठ असलो, तरी पती म्हणून आम्ही कमी पडलो, याचं दु:ख आम्हांला फार आहे. तू आम्हांला सावरायची खटपट केलीस. पण ते दैवी नव्हतं. जाताना बिचारीनं मनात काय आणलं असेल, कोण जाणे!'

'तसं नाही हं!' पुतळाबाई डोळे टिपीत म्हणाल्या, 'मी होते ना शेजारी. तिला शेवट दिसत होता. सारं तिला कळत होतं. तिनं सारं बोलून दाखविलं.'

'काय म्हणाली ती?'

'ती म्हणाली, 'नशीब थोर, म्हणून मी हे सारं पाहायला जगले. राज्याभिषेक पाहता आला असता, तर फार बरं झालं असतं! नवरा आणि मूल मोठं झालेलं पाहिलं, की सारं मिळवलं. दोन्ही पाहायला मिळालं मला.'

'मी हसले. तशी माझा हात दाबीत काशी म्हणाली, 'खोटं वाटतं? स्वारींचं मोठेपण मी कशाला सांगायला हवं? आणि स्वारींनी निर्माण केलेलं राज्य हे माझं मूलच नाही का? दोन्ही केवढी मोठी झाली! एकच वाटतं, बघ...'

' 'काय?' मी विचारलं.'

पुतळाबाईंच्या नेत्रांत अश्रू गोळा झाले. शब्द फुटेनासा झाला. राजे म्हणाले,

'सांग, पुतळा. काय म्हणाली ती?'

पुतळाबाईंनी आवंढा गिळला. श्वास घेऊन त्या म्हणाल्या,

'ती म्हणाली, 'जाताना एकदा दर्शन घडावंसं वाटतं.' मी म्हणाले, 'आत्ता घेऊन येते.' तर ती म्हणाली, 'नको. त्यांच्या मागं पुष्कळ कामं... सवड असली, तर बघ.' '

राजांच्या डोळ्यांतून अश्रू निखळले. आपले अश्रू पुशीत ते म्हणाले,

'पुतळा, दु:ख वाटतं, ते याचंच. आम्ही राज्यं उभं केलं. प्रजा आम्हांला देव मानते. संत आम्हांला आशीर्वाद देतात. पण आमच्या जिवाशी जखडलेला तो जीव... आम्हांला पाहत प्राण सोडावा, ही त्याची साधी इच्छा. पण ती सुद्धा पुरी करू शकलो नाही! बिचारा अश्राप जीव तसाच निघून गेला. केवढ्या यातना त्या जीवानं भोगल्या असतील! अनेकांचे मनोरथ सिद्धीला नेणारे आम्ही खुद्द आमच्या घरात अपयशी ठरलो.'

'त्यात आपला काय दोष?'

'दोष कुणाचाच नाही. असलाच, तर आम्हांला एकत्र जखडणाऱ्या दैवाचा. पुतळा, साऱ्या आयुष्यात आम्ही एकच शिकलो- हे सारं जीवन परावलंबी आहे. करतो, म्हणून काही साधत नाही. सोसणं, आणि तेही एकट्यानं, एवढा एकच अर्थ या जीवनाला आहे. आलेली सुखदुःखं माणूस किती चांगल्या तऱ्हेनं सोसतो, यावरच त्याचं कर्तेपण अवलंबून आहे.'

पुतळाबाईंनी तो विषय एकदम बदलला. त्यांनी विचारले,

'मी इकडे येताना मनोऱ्याकडून आले. तेव्हा होळीचौकात खूप गर्दी दिसत होती.'

'सारे आले, वाटतं?' राजे म्हणाले, 'पुतळा, आज आम्ही चिपळूणला निघालो.'

'केव्हा येणार?'

'बहुतेक लौकर येऊ. तोवर मासाहेबांच्यावर लक्ष ठेवा. त्या भारी दगदग करून घेतात. त्यांना जपा.'

दोन प्रहरी जिजाबाईंचे आशीर्वाद घेऊन राजे रायगड उतरले. नौबतीचा गंभीर नाद गडावर उठला. पाचाडला गोळा झालेले राजांचे दळ राजांच्या इशारतीबरोबर उधळले.

राजे चिपळूणच्या रोखाने दौडत होते.

□

६

उन्हाळ्याचे दिवस असूनही भर उन्हात चिपळूणची छावणी राबत होती. खुद्द राजे येणार, या वार्तेने साऱ्या छावणीत एकच आनंद, उत्साह संचारला होता. प्रत्येक बारगीर आपले घोडे सजविण्यात मग्न होता. दळवटणे झाडून लोटून लख्ख केले होते. राजांच्या स्वागतासाठी हंसाजी मोहित्यांनी एक शाही डेरा दळवट्यावर उभारलेला होता. पायदळाने, अश्वदळाने आपली कडपे स्वच्छ केली होती. प्रत्येकाने आपले हत्यार तळपते ठेविले होते. राजे केव्हा येतील, याचा नेम नव्हता.

हंसाजी मोहित्यांनी छावणीचे सारे अधिकारी बोलावून घेऊन त्यांना सर्व सूचना दिल्या होत्या. राजांच्या छावणीचे पूर्ण ऐश्वर्य त्यांच्या नजरेला यावे, यासाठी सर्व परिश्रम घेतले जात होते. राजांच्या आगमनाकडे साऱ्यांचे लक्ष लागले होते.

-आणि दोन प्रहर टळत असता एक स्वार छावणीत प्रवेश करता झाला. हंसाजींच्या तंबूनजीक तो पायउतार झाला. आजूबाजूचे बारगीर धावले. त्या स्वाराच्या चेहऱ्यावर हास्य होते. प्रत्येकजण विचारीत होता,

'महाराज आले?'

मानेने होकार देत तो तंबूकडे चालत होता. साऱ्या छावणीत ती बातमी पसरली.

हंसाजी मोहिते आपल्या अश्वपथकासह राजांना सामोरे जाण्यासाठी छावणीतून बाहेर पडले.

सायंकाळच्या वेळी राजे येत असल्याची वार्ता बिनीच्या स्वारांनी आणली. एकच धावपळ उडाली. काही क्षणांत साऱ्या छावणीवर शांतता पसरली. नौबतीचा नाद दुमदुमला. तुताऱ्यांचा आवाज आकाशाला भिडला आणि आपले अश्वपथक राजांच्या नजरेत आले. मंदगतीने घोडी येत होती. राजांच्या उजव्या बाजूला हंसाजी होते. राजांची नजर सर्वत्र फिरत होती. मुजऱ्यासाठी सर्वांच्या माना लवल्या होत्या.

राजे शामियान्यानजीक पायउतार झाले. हंसाजींनी घोड्याची ओठाळी पकडली होती. राजांच्यासह हंसाजी डेऱ्यात प्रवेशले. छावणीचे सर्व लहान-थोर अधिकारी उभे होते. त्यांत नाईक, हवालदार, जुमलेदार, हजारी सरदार होते.

राजे बैठकीवर विराजमान झाले. ते हंसाजींना म्हणाले,

'हंसाजी! तुमचा पराक्रम आम्हांला कळला. आम्हांला आनंद वाटला.'

'यातच सारं मिळालं.' हंसाजी बोलून गेले.

राजांनी त्या रात्री विश्रांती घेतली. नंतरच्या दोन दिवसांत ते छावणीमागून फिरत होते. त्यांच्या बरोबर हंसाजी मोहिते, छावणीचे अधिकारी असत. राजांना छावणी पाहून समाधान वाटले.

तिसऱ्या दिवशी राजांनी घोडदळाची पाहणी केली. एका तळावर तीन हजारांवर घोडी उभी होती. रहवाल, इराखी, अरब्बी, कच्छी, टाकण, तुर्की अशी अनेक देशांची जातिवंत जनावरे एकत्र पाहून राजांना अभिमान वाटला. प्रत्येक स्वार हाताशी घोडे धरून उभा होता. स्वारांच्या पायांत तंग तुमानी, अंगात रूदार अंगरखे, कमरेला शेले आणि डोक्याला पागोटी होती. प्रत्येकाच्या कमरेला दुशेल्यात अडकवलेली तलवार व पाठीला ढाल शोभत होती. अश्वारूढ झालेले राजे प्रत्येकाचा मुजरा स्वीकारीत होते. जनावर निरखीत पुढे जात होते. ऊन वाढत होते. पण राजांना उन्हाचे भान नव्हते. अचानक राजांनी आपल्या घोड्याचा कायदा ओढला. मुजऱ्यासाठी झुकलेल्या तरुण स्वाराने मान वर केली. राजांची नजर त्याच्यावर खिळली होती. राजे त्याच्याकडे बोट दाखवीत पुटपुटले,

'हं! याचं नात...'

हंसाजी पुढे झाले. पण ते बोलणार, तोच राजांनी त्यांना इशारत केली; आणि एकदम हंसाजींकडे वळून म्हणाले,

'हा रामजी पांगेऱ्याचा भाऊ ना?'

हंसाजी स्मितवदनाने म्हणाले, 'जी! महाराज, आपली आठवण अचूक आहे.'

'नाही, हंसाजी! फार ढोबळ आहे.' राजे अभिमानाने पांगेऱ्याकडे पाहत बोलले.

'हंसाजी, रामजींचा पराक्रम कोण विसरेल? दिलेरखानाशी ज्या तडफेनं युद्ध करीत त्यांनी रणांगणी देह ठेवला, त्याला तोड नाही. ती आठवण आम्ही कशी विसरू?...'

'हाही तसाच पराक्रमी आहे, महाराज! बेहलोलयुद्धात आघाडीच्या वीरांत हाही होता.'

'मग अजून हा बारगिरांत का ठेवलात?... पांगेरे, आजपासून तुम्ही आमचे शिलेदार झालात.'

आनंदित पांगेऱ्याने राजांना मुजरा केला. राजे पुढे सरकले.

घोडदळाची पाहणी करून राजे डेऱ्यात विश्रांती घेत होते. शेजारी हंसाजी उभे होते. राजे हंसाजींना म्हणाले,

'हंसाजी, आम्ही इकडे येताना कोण काळजी होती! पण छावणी पाहून आम्ही निर्धास्त झालो. काय गडबड झाली होती?'

'तसं काही नव्हतं. हेरांचे अंदाज चुकले. सेनापती गेल्यामुळं थोडी कुजबूज होणं स्वाभाविक होतं.'

'बरी आठवण केलीत! हंसाजी, आता आमचा राज्याभिषेक होणार. राज्याची जबाबदारी वाढते आहे. दळही वाढत आहे. तेव्हा सरनौबतांची रिकामी पडलेली जागा सत्वर भरायला हवी. ती जागा मोकळी राहून चालणार नाही.'

'जी! मी पण तेच सुचविणार होतो.'

'तुमच्या पुढं कोण दिसतं?'

'तसा माणूस शोधणं कठीण! पण आनंदरावांच्या सारखा धाडसी, विश्वासू माणूस मिळणं कठीण.'

'आनंदराव का? तुम्ही नाही?'

'नाही, महाराज. सरनौबताची जबाबदारी मोठी. नुसतं दळाचं प्रेम बाळगून चालत नाही. मुलुखाचा माहितगार, लढाईचा नूर जाणणारा आणि प्रसंगी माघार घेण्यातही निष्णात असलेला हरहुन्नरी माणूस त्या जागी हवा.'

'आणि आम्ही आपलीच निवड केली, तर...?'

'आपली आज्ञा डावलणं होणार नाही. पण आहे त्या ठिकाणी मला समाधान आहे.'

'बघू.' राजे म्हणाले.

राजांनी दोन दिवसांत पायदळाची पाहणी केली. राजांच्या आगमनामुळे दररोज

निरनिराळ्या शिकारी तळावर येत होत्या. राजांना काही कमतरता भासू नये, म्हणून सर्व खटपट करीत होते. राजांना विश्रांतीचे दिवस लाभल्यासारखे वाटत होते.

एके दिवशी दळाचे सारे प्रमुख राजांच्या भेटीसाठी आले. बराच वेळ झाला, तरी त्यांच्या आगमनाचा हेतू राजांच्या ध्यानी येईना. शेवटी राजे हंसाजींना म्हणाले,

'हंसाजी, या मंडळींच्या मनातला हेतू सांगून टाका ना!'

'महाराज, ही सारी मंडळी माझ्या मागे लागलीत... आपला राज्याभिषेक होणार, तो पाहायला साऱ्यांना गडावर येण्याची आज्ञा व्हावी, असं सर्वांना वाटतं.'

त्या अनपेक्षित उत्तराने राजे चपापले. त्यामागच्या प्रेमाने त्यांना भरते आले.

'तुम्हांला हे वाटणं स्वाभाविक आहे; पण राज्याभिषेकाला सर्वांनीच यायचं ठरवलं, तर आम्ही नको म्हणणार कुणाला? सारे गडकरी, सारे स्वार गडावर गोळा झाले, तर सारं राज्य असुरक्षित राहील. उलट, आमच्या राज्याभिषेकाच्या वेळी मोगल आणि आदिलशाही काही तरी विघ्न आणतील, की काय, अशी भीती आम्हांला वाटते. त्यासाठी आम्ही छावणी पाहायला आलो. तुम्ही जागरूकतेनं राहिलात, तर आमचा राज्याभिषेक निर्विघ्नपणे पार पडेल. ती जबाबदारी उलट तुम्ही उचलायला हवी.'

क्षणभर शांतता पसरली. राजे सर्वांच्याकडे पाहत होते. नियकर पुढे झाले. मुजरा करून म्हणाले,

'महाराजांनी बेघोर राहावं.'

राजांनी नियकरांना जवळ केले. त्यांच्या खांद्यावर हात ठेवून ते म्हणाले,

'आमची हीच अपेक्षा होती. आम्ही तुमच्या जिवावर निश्चिंत आहो. जमेल तेवढे लोक आम्ही गडावर बोलावून घेऊ. आम्ही आता लौकर परतावं, असं म्हणतो.'

'थोडा मुक्काम वाढला, तर पाहावं, असा अर्ज आहे.' हंसाजी म्हणाले.

'कारण?'

'आपण राज्याभिषेकाला जाणार. जाताना यश घेऊन जावं.'

'मतलब?'

'गड हेरून ठेवला आहे. आज्ञा होईल, तर तो आपल्यांत सामील करूनच महाराजांनी जावं, असं सर्वांना वाटतं.'

'कोणता गड?'

'केळंजा. हेरांनी गड निरखला आहे. अपयश येणार नाही.'

'हंसाजी, तुम्ही असता अपयश कसं शक्य आहे? या देण्यापरतं थोर देणं आम्ही पाहिलं नाही. पण हा पराक्रम पाहायला आम्ही जातीनिशी येणार.'

मोहिमेचा तपशील ठरला; आणि राजे दळासह केळंज्याकडे निघाले.

राजे पाठीशी असल्याने साऱ्या फौजेत एकच आत्मविश्वास नांदत होता. राजांच्या फौजेने केळंज्याला वेढा दिला. मोठ्या तडफेने हंसाजींनी आपल्या फौजेसह गडावर सुलतानढवा केला. तरफेची लढाई झाली. किल्लेदार गंगाजी तीत मारला गेला; आणि केळंज्यावर भगवे निशाण चढले. गडाची व्यवस्था लावून, राजे माघारी चिपळूणच्या दळवटण्यास आले.

मोहिमेत भाग घेतलेल्या फौजेची राजे पाहणी करीत होते. काहींना किरकोळ जखमा झाल्या होत्या; पण प्रत्येकाच्या चेहऱ्यावर विजयाचा आनंद ओसंडत होता. अचानक राजांचे पाऊल थांबले. राजांच्या समोर एक उमदा तरुण उभा होता. त्याची उंचीपुरी अंगलट नजरेत भरत होती. पण त्याहीपेक्षा त्याच्या जखमेने राजांचे लक्ष खिळून राहिले. कपाळापासून हनुवटीपर्यंत उतरलेला वार दिसत होता. जखमेवर गोठलेल्या रक्ताचा वण दिसत होता. पण त्या वीराच्या चेहऱ्यावर हास्य होते. राजासमोर बोडके जाऊ नये, म्हणून डोक्यावर मराठेशाही पागोटे त्याने घातले होते. राजांनी विचारले,

'याचं नाव?'

'मल्हारी तांडेल. चिपळूणचाच आहे.'

'हुद्दा?'

'पायदळात दाहिजा आहे. केळंज्याच्या सुलतानढव्यात हा होता. भारी शौर्यानं लढला.'

'ते सांगण्याची गरज नाही. पण अशा जखमींना त्रास कशाला दिलात?'

'त्याला छावणीत ठेवलं होतं; पण आपल्या दर्शनाच्या ओढीनं आपणहून हट्टानं आला.'

'खरं?' म्हणत राजे त्या वीरानजीक गेले. डोक्याच्या पागोट्याने त्रास होत असेल, म्हणून राजांनी आपल्या हातांनी पागोटे हळुवारपणे उचलले. जखम न्याहाळीत राजे म्हणाले,

'असा वार करणारा वीर धन्य! आणि त्याच तडफेनं तो वार झेलून उभा राहणारा शतधन्य!'

मुजरा करून मल्हारी म्हणाला, 'महाराज, वार करणारा उभा राहिला नाही.'

'शाब्बास, मल्हारी!' राजे त्याच्या पाठीवर हात ठेवीत म्हणाले, 'हंसाजी, हा वीर दाहिजा नाही; हजारांत एक आहे. आजपासून याला हजारी करा. पालखी मागवा. हा पालखीतून छावणीत विश्रांतीला जाईल. आजपासून याला पालखीचा मान.'

मल्हारी त्या बोलण्याने विरघळला. त्याने राजांचे पाय शिवले. मागविलेल्या पालखीतून मल्हारी छावणीवर गेला.

रात्री राजे हंसाजीरावांच्या बरोबर बोलत असता राजांनी विचारले,

'हंसाजी, छावणीची तजवीज पुरेशी आहे ना?'

'पावसाळी छावणी हलवावी लागेल, असं वाटतं.'

'कारण?'

'वैरण, दाणापाणी कमी आहे.'

'पण का?'

'स्पष्ट बोलतो, क्षमा असावी. एवढी मोठी छावणी, पण जुमलेदार, कारकून द्यावं तसं लक्ष देत नाहीत. खानगीबाबत आम्हांला काही बोलता येत नाही.'

'हंसाजी, तुम्ही चिंता करू नका. आम्ही गडावर जाताच याची चौकशी करू. आता गडावर जायला हवं.'

'आणखीन एक अर्ज आहे.'

'बोला.'

'साऱ्या छावणीची सतका करण्याची इच्छा आहे. राज्याभिषेकाला आपण निघालात. तेव्हा हे वाटणं उचितच आहे.'

'जगदंबेची इच्छा!'

दुसऱ्या दिवशी राजांनी सर्व जुमलेदार, हवालदार, कारकून यांना बोलावून घेतले. छावणीच्या काटकसरीचा जाब विचारला. जुमलेदार पुढे होऊन सांगते झाले,

'अचानक छावणी वाढली. अंदाज चुकला. त्यामुळं हा निर्णय करावा लागला.'

'गडावर ही हकीकत गेली?'

'जी! त्या आज्ञेनंच हा निर्णय केला.'

'ठीक आहे. आम्ही पाहू.'

राजे हंसाजींसह डेऱ्याबाहेर आले.

छावणीच्या पूर्वेला एक सुंदर शामियाना उभारला होता. राजांच्यासाठी मांडलेल्या उच्चासनावर राजे विराजमान झाले. राजांच्या आज्ञेने राजांच्या उजव्या हाताला मोहोरांची ताटे ठेवलेली होती. सतक्याला सुरुवात झाली. मानाप्रमाणे एक-एक सामोरा येत होता. कुवतीप्रमाणे राजांच्यावरून सतका करीत होता. राजे प्रत्येकाच्या हातात एक होन ठेवीत होते.

सायंकाळी सतका संपला.

राजांनी हंसाजींना सामोरे बोलाविले.

'हंसाजी, आम्ही तुमची छावणी पाहिली. फौजेचं तुमच्यावरचं प्रेम पाहिलं. तुमचं शौर्य आम्हांस माहीत होतं. पण केळंज्याची मोहीम प्रत्यक्ष पाहता आली. आम्ही तुमच्यावर प्रसन्न आहो. प्रतापरावांची मोकळी जागा आज आम्ही तुम्हांस देत आहो.

तुम्ही आमचे सरनौबत आहा. 'हंबीरराव' ही किताबत आम्ही तुम्हांला बहाल करीत आहो.'

राजांनी सेनापतीची वस्त्रे, तलवार, शिरपेच हंसाजींना बहाल केला. हंसाजी मोहिते 'हंबीरराव मोहिते सरनौबत' बनले.

निर्धास्त मनाने राजांनी छावणी सोडली.

राजे गडावर येताच राजांनी अनाजी, मोरोपंत, निराजीपंत यांना बोलावून घेतले. राजे अनाजींना म्हणाले,

'अनाजी, आम्ही चिपळूणची छावणी पाहून आलो. एवढ्या इमाने-इतबारे राज्य राखणारे जीव; पण आजच छावणीचा दाणागोटा कमी भासतो आहे. पावसाळ्यात छावणी कशी टिकवावी, याची चिंता सर्वांना पडली आहे.'

'छावणीचा दरसालाप्रमाणे खर्च मंजूर झाला आहे.' अनाजी सांगते झाले. 'पण अचानक तळ वाढल्यानं जरा तूट आली आहे, हे खरं!'

'मग?'

'जरा काटकसरीनं घेतलं, तर सर्व होऊन जाईल.'

'काय होऊन जाईल, अनाजी?' राजे संतप्त झाले, की कैक वेळा असे शांतपणे बोलत असत. तो किंचित घोगरा आवाज ऐकताच अनाजी चपापले.

'अनाजी, तुम्ही मंडळी जाणती. तुम्ही असं म्हणता! समजून घ्यायचं, म्हणजे तळानं अर्धपोटी राहायचं, जनावरांनी अंग सोडायचं. कशासाठी?'

'तसं नाही. पण आजूबाजूच्या मुलुखातून...'

'अनाजी, काय सांगता? त्याचा परिणाम माहीत आहे? आमची प्रजा आम्हीच लुटल्यासारखं होईल. आमच्यापेक्षा मोगलाई परवडली, असं आमचे लोक म्हणतील. छावणीनं सोडून गावास उपद्रव देऊ नये, म्हणून आमची सक्त ताकीद असते, ती याचसाठी. खर्चाचा विचार न करता तातडीनं छावणीला मदत पाठवा. पावसाळी दिवस यायच्या आत छावणी निर्धास्त करा.'

'जी, आजच पत्र लिहितो.'

'पत्र आम्ही लिहू. पुरेपूर रक्कम पाठविण्याची व्यवस्था आजच्या आज करा.'

राजांनी बाळाजींना बोलावणे पाठविले. बाळाजी लेखनसाहित्य घेऊन आले. अनाजी, हिराजी, मोरोपंत महालात होते. अस्वस्थपणे फेऱ्या मारीत राजे बाळाजींना मजकूर सांगत असलेले ते पाहत होते. प्रत्येक शब्द मनात शिरत होता. राजे सांगत होते :

'मशरूल अनाम जुमलेदारांनी व हवालदारांनी व कारकुनांनीं दिमत पायगो मुक्काम मौजे दलवटणें ता चिपळूण मामले दाभोळ प्रति राजश्री शिवाजी राजे.

सुा अबी सबैन व अलफ. कसबे चिपळूणीं साहेबी लष्कराचीं विले केलीं आणि याउपरी घाटावरी कटक जावें ऐसा मान नाहीं. म्हणून एव्हां छावणीस रवाना केलें. ऐसियास चिपळूणीं कटकाचा मुक्काम होता. याकरितां दाभोळच्या सुबेयांत पावसाळ्याकारणें पागेस सामा व दाणा व वरकड केला होता तो कितेक खर्च होऊन गेला व चिपळूणा आसपास विलातीत लष्कराची तसवीस व गवताची व वरकड हरएक बाब लागली. त्याकरिता हाल कांहीं उरला नाही. ऐसें असतां वैशाखाचे दिवस, उनाळा, हेही पागेस अधिक. बैठी पडली. परंतु जरूर जालें. त्याकरितां कारकुनांकडून व गडोगडीं गल्ला असेल तो देववून जैसी तैसी पागेची बेगमी केली आहे. त्यास तुम्हीं मनास माने ऐसा दाणा, रातीब, गवत मागाल, असेल तोवरी धुंदी करून चाराल, नाहीसें जालें म्हणजे मग कांहीं पडत्या पावसांत मिळणार नाहीं. उपास पडतील. घोडीं मरायास लागतील. म्हणजे घोडीं तुम्हींच मारिलीं ऐसें होईल, व विलातीस तसवीस देऊं लागाल. ऐशास, लोक जातील. कोणी कुणब्याचेंथील दाणे आणील. कोण्ही भाकर, कोण्ही गवत, कोण्ही फाटे, कोण्ही भाजी, कोण्ही पाले. ऐसें करूं लागलेत म्हणजे जीं कुणबी घर धरून जीव मात्र घेऊन राहिले आहेत, तेही जाऊं लागतील. कित्येक उपाशी मराया लागतील. म्हणजे त्याला ऐसें होईल की, मोगल मुलकांत आले, त्याहूनही अधिक तुम्हीं, ऐसा तळतळाट होईल! तेव्हां रयतीची व घोडियांची सारी बदनामी तुम्हांवरी येईल. हें तुम्हीं बरें जाणून, सिपाही हो अगर पावखलक हो, बहुत यादी धरून वर्तणूक करणें. कोण्ही पागेस अगर मुलकांत गांवोगांव राहिले असाल, त्यांणी रयतेस काडीचा अजार द्यायची गरज नाहीं. आपल्या राहिला जगाहून बाहीर पाया घालाया गरज नाहीं. साहेबी खजानांतून वाटणिया पदरीं घातलिया आहेती. ज्याला जें पाहिजे, दाणा हो अगर गुरेंढोरें वागवीत असाल त्यास गवत हो, अगर फाटे, भाजीपाले व वरकड विकावया येईल, तें रास घ्यावें. बाजारांत जावें, रास विकत आणावें. कोण्हावरी जुलूम अगर ज्याजती अगर कोण्हासी कलागती करावयाची गरज नाहीं व पागेस सामा केला आहे, तो पावसाळा पुरला पाहिजे. ऐसें तजवीजीनें दाणा रातीब कारकून देत जातील. तेणेंप्रमाणेंच घेत जाणें. कीं, उपास न पडतां रोजबरोज खायाला सापडे आणि होत होत घोडी तवाना होत ऐसें करणें. नसतीच कारकुनासी धरपस कराया, अगर अमकेंच द्या, तमकेंच द्या, ऐसें म्हणाया, धुंदी करून खासदार कोठींत, कोठारांत शिरून लुटाया गरज नाहीं व हालीं उन्हाळ्यात आहे तइसें खलक पागेचें आहेत. खण धरून राहिले असतील व राहतील. कोणी अगट्या करितील. कोण्ही भलतेच जागा चुली, रंधनाळा करतील. कोण्ही तंबाखूला आगी घेतील, गवत पडिलें आहे ऐसें अगर वारें लागिलें आहे ऐसें मनास न आणितां म्हणजे अविस्राच एखादा दगा होईल. एका खणास आगी लागली म्हणजे सारे खण जळोन जातील. गवताच्या लव्हाळ्या आहेत तितक्या एकेएक जाळों जातील. तेव्हां मग कांहीं कुणबीयांच्या गर्दना मारल्या अगर कारकुनास ताकीद करावी तैसी केली,

तऱ्ही कांहीं खण कराया एक लाकूड मिळणार नाहीं, एक खण होणार नाहीं. हें

> तो अवघियाला कळतें. या कारणें बरी ताकीद करून खासे खासे असाल, ते हमेशा फिरत जाऊन रंधनें करितां, आगट्या जाळितां, अगर रात्रीस दिवा घरांत असेल, अविस्त्राच उंदीर वात नेईल, ते गोष्टी न हो. आगीचा दगा न हो. खण, गवत, वाचेल तें करणें. म्हणजे पावसाळा घोडीं वांचली नाहीं तर मग घोडीं बांधावीं न लगेत, खायास घालावें न लगे, पागाच बुडाली! तुम्हीं निसूर जालेत! ऐसें होईल. या कारणें तपशिलें तुम्हांस लिहिलें असे. जितके खासे खासे जुमलेदार, हवालदार कारकून आहां, तितके हा रोखा तपशिलें ऐकणें. आण हुशार राहणें. वरचेवरी रोज खबर घेऊन, ताकीद करून येणेंप्रमाणें वर्तणूक करतां ज्यापासून अंतर पडेल, ज्याचा गुन्हा होईल, बदनामी ज्यावर येईल, त्यास मराठियाची तो इज्जत वाचणार नाही, मग रोजगार कैसा? खळक समजों. जास्ती केल्या वेगळ सोडणार नाहीं, हें बरें म्हणून वर्तणूक करणें...

राजांनी पत्र संपविले. बाळाजींनी ते परत वाचून दाखविले. राजांनी पत्रास मान्यता दिली. राजांची नजर मोरोपंतांच्याकडे गेली. मोरोपंतांच्या चेहऱ्यावर स्मित होते. ते आवरणे त्यांना कठीण जात होते.

'मोरोपंत, हसलात का?'

'क्षमा, महाराज! आपण राजे. ऐश्वर्यसंपन्न जीवनाचा आपला परिचय. आमच्या-देखील ध्यानी येणार नाहीत, असे बारकावे आपल्या नजरेत कसे भरले, याचा अचंबा वाटतो.'

'कसले बारकावे?' राजांनी विचारले.

'फौजेने गवतकाडी विकत घ्यावी. तीही राशींनी. अवचित उंदीर वात पळवून नेई, आणि तो गंजीकडे धावेल. गंजी आगीच्या भक्ष्यस्थानी पडेल. जनावरांची चंदी नाहीशी होईल...'

राजे हसले; म्हणाले,

'मोरोपंत, यात अवघड ते काय? बालपणात आम्ही पुण्यात आलो, तेव्हा नावाचे जहागिरदार होतो. दादोजींच्या बरोबर आम्ही गावं वसताना पाहिली. मासाहेबांच्या बरोबर वाड्याच्या कट्ट्यावर सुटणारे खटले ऐकत आम्ही लहानाचे मोठे झालो. आमच्यामध्ये आणि मावळ्यांत तसं अंतर नव्हतं. नाही तर तानाजी, बाजी, जिवा, शिवा यांसारखे सौंगडी आम्हांला लाभलेच नसते. दादोजींच्या बरोबर आम्ही पुष्कळ शिकलो. दारिद्र्यसुद्धा उपभोगायला मिळालं.'

'दारिद्र्य?' अनाजी उद्गारले.

'त्यात आश्चर्य कसलं? या निराजीपंतांना विचारा ना! आग्र्याहून आम्ही बैराग्याच्या वेषात निघालो. संशय येऊ नये, म्हणून रांधायचं नाही; भिक्षा मागत रस्तोरस्ती

फिरायचं. कुणी वाढायचं; कुणी पुढचा रस्ता दाखवायचं. त्या वेळी मानवतेचं जे विराट रूप पाहायला मिळालं, त्यात आम्ही सारं शिकलो. त्या अनुभवानं आम्ही शहाणे झालो... बाळाजी, हे पत्र सत्वर पाठविण्याची व्यवस्था करा... अनाजी, आमच्या हुकुमात कुचराई होऊ देऊ नका.'

अनाजी आणि निराजीपंत बाळाजींसह महालाबाहेर पडले.

राजांच्या एका नव्या रूपाची त्यांना ओळख घडली होती.

□

७

चिपळूणच्या छावणीची पाहणी करून राजे रायगडावर आल्याचे समजताच गागाभट्ट राजांना भेटावयास आले. गागाभट्टांनी सांगितले,

'राजे, राज्याभिषेकप्रयोगाची पोथी तयार झाली आहे.'

'आपल्याला फार कष्ट झाले.'

'मुळीच नाही, राजे. राज्याभिषेकाची सर्व तयारी जवळ जवळ पुरी होत आली आहे. आपल्या माणसांचं कौतुक करावं तेवढं थोडं आहे. जे सांगावं, ते तत्काळ पुरं करण्याची पराकाष्ठा दिसून येते.'

'काही अडचण...?'

'काही नाही, राजे. निमंत्रित ब्राह्मणांची उतरण्याची सर्व सिद्धता मोरोपंतांनी केलेली आहे. धार्मिक विधींच्यासाठी लागणाऱ्या सर्व साहित्यासाठी स्वतंत्र कोठी आहे. या कामी मदत करण्यासाठी अनंतभट्ट आहेत, तसेच आपले खास कुलगुरू बाळंभट्टही आहेत.'

मोरोपंत महालात आले.

'मोरोपंत, कोणतं काम आणलंत?'

'महाराज, लक्ष्मीगृहात सिंहासन तयार झालं आहे. एकदा आपली नजर त्यावर पडावी, असं सर्वांना वाटतं.'

'आम्ही जरूर येतो... देव, आपणही चलावं.' राजे थांबले. ते गागाभट्टांना म्हणाले, 'थोडं थांबावं. आम्ही मासाहेबांना घेऊन येतो... मोरोपंत, तुम्ही देवांच्यासह पुढं व्हा.'

राजे जिजाबाईंच्या महाली गेले; पण तेथे जिजाबाई वस्त्रगृहात असल्याचे कळताच त्यांची पावले तिकडे वळली. राजे वस्त्रगृहात पोहोचले. वस्त्रगृहात जिजाबाई सर्व राण्यांसह वावरत होत्या. येसूबाईही तेथे हजर होत्या. राजांना आत आलेले पाहताच येसूबाईंनी पुढे होऊन नमस्कार केला. येसूबाईंना जवळ घेत राजे म्हणाले,

'येसू, अलीकडे तू आबासाहेबांच्यावर रुसलीस, वाटतं?'

'जी, नाही.'

'आणि आमचे युवराज कोठे आहेत?'

जिजाबाई म्हणाल्या, 'तो शिकारीला गेला आहे. या धामधुमीत जरा कंटाळला होता. मीच पाठवला. तुम्ही चिपळूणला गेला होता.'

राजे काही बोलले नाहीत. त्यांची नजर वस्त्रगृहात फिरत होती. सर्वत्र रंगीबेरंगी, जरी, नानाविध तऱ्हेची वस्त्रे मांडली होती. ती निरखून राजे उद्गारले,

'मासाहेब, इथं तर पेठ अवतरलेली दिसते!'

जिजाबाई हसल्या; म्हणाल्या,

'राजे, साऱ्यांचे कपडे झाले; दागदागिने घडविले. पण खुद्द स्वतःच्या कपड्यांचा विचार केलात का? राज्याभिषेक तुमचा; आमचा नव्हे.'

'खरंच की! आमच्या ध्यानी आलंच नाही!'

'कसं येणार, बाबा? सारं बघायला जमतं, पण घर बघायला जमत नाही.'

'तुम्ही असता आम्ही कशाला बघावं?'

जिजाबाईंची थरथरती मान उंचावली; आवाज किंचित कापरा बनला. त्या म्हणाल्या,

'मी का आयुष्याला पुरले? आता बघायला शिकायला हवं. आलात, तसे तुमचे कपडे बघूनच जा.'

जिजाबाईंची नजर स्थिर झाली, तिकडे राजांची नजर गेली. राजे तिकडे वळले. एका मोठ्या उंचावलेल्या गालिच्यावर वस्त्रे मांडली होती. पाच-सहा जिरेटोप ठेवले होते. काही पांढरे, काही केशरी होते. प्रत्येकावर जरी कुसर होती. मोत्याचा तुरा प्रत्येकावर डुलत होता. बैठकीवर अनेक अंगरखे, तुमानी, धोतरे, जरी वस्त्रे मांडली होती.

'मासाहेब, हे सारे कपडे आमचे?'

'शिवबा, अरे, अनेक होम, शास्त्रविधी, अनेक स्नानं होणार. किमान एवढे कपडे तरी लागणारच...'

मोरोपंत आत येत म्हणाले,

'आचार्य गागाभट्ट वाट पाहत आहेत...'

'आम्ही विसरलोच!' राजे जिजाबाईंच्याकडे वळले. 'मासाहेब, लक्ष्मीघरात सिंहासन तयार झालं आहे. आमच्याबरोबर तुम्ही यावं, असं वाटतं.'

'चला ना!'

येसूबाई पुढे झाल्या. 'आबासाहेब, आम्ही येऊ?'

'तुम्ही नंतर जा! तिथं गागाभट्ट आहेत.'

राजांच्या आधाराने जिजाबाई लक्ष्मीघराच्या समोर आल्या. गागाभट्ट तेथे उभे होते. राजांचे लक्ष लक्ष्मीघराच्या प्रवेशद्वारी ठेवलेल्या लाकडी कुरूप बाहुलीकडे

गेले. ते म्हणाले,

'ही बाहुली कसली?'

'दृष्ट लागू नये, म्हणून निश्चलपुरी गोसावींनी ही ठेवली आहे.' मोरोपंत प्रवेशद्वारीचा पडदा बाजूला करीत म्हणाले.

गागाभट्ट पुटपुटले, 'अज्ञानी जीवाची श्रद्धा!'

राजांनी जिजाबाईंच्यासह लक्ष्मीगृहात पाऊल टाकले. नाव शोभेल, अशीच ती जागा होती. महालाच्या तक्तपोशीला अडकविलेला, सुबक कलाकुसरीने सजलेला भव्य रौप्यतराजू प्रथम नजरेत आला. कुणाच्या तोंडून उद्गार निघत नव्हते. नजर नुसती तृप्त होत होती. तराजूच्या डाव्या बाजूला अनेक सुवर्ण-रौप्य कुंभ ओळीने लावून ठेवले होते. सुवर्णाची गंगाळे, चांदीचे चौरंग, सुवर्णाची पळीपंचपात्रे, हर तऱ्हेची सुवर्णपात्रे तेथे ओळीने लावून ठेविली होती. ती पाहत राजे पुढे सरकत होते. रत्नजडित सुवर्णअंबारीवर राजांचे लक्ष खिळले.

'हीही इथंच तयार केलीत?'

'जी, नाही.' मोरोपंत म्हणाले. 'सुरतेला ही मिळाली. इथं फक्त उजाळा दिला, काही रत्नं जडविली.'

राजे जिजाबाईंच्यासह राजसिंहासनाजवळ आले. सिंहासनावरचे आच्छादन दूर केले गेले. नामांकित रत्नांनी संपूर्ण मढविलेले ते भव्य सुवर्णसिंहासन अष्टकोनी होते. आठ कोनांवर सुवर्णसिंह बसविले होते. सिंहांचे डोळे माणकांचे जडविले होते. प्रत्येक सिंहावर एक एक सुवर्णस्तंभ उभारला होता. त्या आठ सुवर्णस्तंभांवर सिंहासनाची मेघडंबरी सावरली होती. सिंहासनाच्या पायांवर चारी बाजूंनी वृषभ, मार्जार, तरस, सिंह, व्याघ्र यांची चित्रे कोरली होती. सुवर्णस्तंभांवर वृक्ष, फळे, वेली, पक्षी व मत्स्यकूर्मादी जलचर दाखविले होते. मोरोपंत सांगत होते,

'महाराज, हे सिंहासन सशास्त्र सिद्ध केलं आहे. या सिंहासनाची बैठक प्रथम क्षीर, वट व औदुंबर या पवित्र वृक्षांच्या लाकडांनी सज्ज केली. ती वेदी सुवर्णाच्या लगटांनी मढवून रत्नखचित केली आहे. या सिंहासनासाठी बत्तीस मण सुवर्ण लागलं. नव रत्नं अमोलिक जितकी कोषात होती, त्यांमध्ये शोध करून मोठी मोलाची रत्नं मावली, तेवढी तक्तास जडविली.'

'पुष्कळ रत्नं खर्ची पडली.' गागाभट्ट म्हणाले.

राजांचे भाव क्षणात पालटले. एक सूक्ष्म व्यथा त्यांच्या चेहऱ्यावर तरळून गेली.

'आचार्य, फार कमी रत्नं सिंहासनाला जडविली गेली. आम्ही हे सिंहासन पाहतो, तेव्हा ते आमच्या ऐश्वर्याचं द्योतक म्हणून पाहत नाही. या सिंहासनाला जडविलेल्या प्रत्येक रत्नाबरोबर आम्हांला एक एक आठवण होते. स्वराज्याच्या कामासाठी केवढ्या अमोल जीवांची आम्हांला उधळण करावी लागली! आम्हांला आठवतो आमचा

तानाजी, सूर्याजी; आठवतात बाजी, मुरारजी, प्रतापराव, पांगेरे. किती नावं घ्यावीत? खर्ची पडलेल्या रत्नांच्या मानानं इथं जडविलेली रत्नं काहीच नाहीत.'

जिजाबाईंचे लक्ष सिंहासनाच्या प्रथम पायरीच्या खोबणीत लटकविलेल्या रत्नजडित मुठीच्या तलवारीकडे गेले.

'शिवबा, ही तलवार कसली?'

राजाचा कंठ दाटला.

'एका आशीर्वादाची ती निशाणी आहे, मासाहेब! ही तलवार मिर्झाराजे जयसिंग यांनी आपल्या हातांनी आमच्या दुशेल्यात खोवली होती. पुन्हा कमरेची तलवार उतरण्याची पाळी येणार नाही, असा आशीर्वाद त्यांनी दिला होता. ते म्हणाले, होते :

खुदी को कर बुलंद इतना के
हर तहरीरसे पहले
खुदा बंदेसे खुद पूछे-
बता तेरी रज़ा क्या है?

तो आशीर्वाद खरा ठरला. फार मोठा माणूस! ही तलवार त्यांचीच आठवण आहे.'

मोरोपंतांनी राजांना सिंहासनालगत ठेवलेल्या तीन मणांच्या सुवर्णच्छत्राकडे नेले. बैठकीवर ठेवलेल्या त्या छत्रालगत अनेक दागिने, किरीट ठेवले होते. राजांनी विचारले,

'हे काय?'

'प्रतापगडाच्या भवानीमातेसाठी सिद्ध केलेले हे छत्र!'

'आणि हे दागिने?'

मोरोपंतांनी जिजाबाईंच्याकडे पाहिले, आणि सांगितले,

'मासाहेबांच्या आज्ञेवरून तुळजाभवानी, कसबा गणपती यांच्यासाठी घडविलेले दागिने...'

'कसबा गणपती? पुण्याचा?' राजांनी विचारले.

'जी.' मोरोपंतांनी मान डोलविली.

जिजाबाई पुढे झाल्या. त्यांनी सांगितले,

'राजे, मीच ते करायला सांगितले. अरे, तुला घेऊन पुण्यात आले, तेव्हा प्रथम तो हाती लागला. त्याची स्थापना केली. त्याच्या सोबतीने लाल महाल बांधला. त्या मंगलमूर्तीचा आशीर्वाद ढळला नाही, त्याची सोबत कधी सुटली नाही.'

'खरं आहे, मासाहेब. आम्ही काय करणार? तो चिंतामणी, विघ्नहर्ता, सुखकर्ता! त्यानंच आम्हांला तारलं, वाढवलं, प्रत्येक संकटात धीर दिला.'

जिजाबाईंनी एकदम हाक मारली,

'राजे!'

'काय, मासाहेब?'

जिजाबाई बोलण्याचा प्रयत्न करीत होत्या; पण शब्द सुचत नव्हते. राजांनी परत विचारले,

'काय म्हणत होता, मासाहेब?'

'काही नाही, रे! एक नवस बोलले होते. तो आठवला.'

'कसला?'

'काय सांगू तुला? तू आग्र्याला गेलास, तिथंच अडकलास. काही सुचेना, तेव्हा तुळजाभवानीला मागून घेतलं होतं.'

'काय?'

'तुम्ही सुखरूपपणे आलात, तर देवीची जमीन रुप्यानं मढवीन, असं बोलले, बघ!'

जिजाबाई सांगतानासुद्धा संकोचत होत्या. राजांनी ते जाणलं. ते मोठ्याने हसले,

'मासाहेब, मग त्यात अवघड काय? आमच्या राज्याभिषेकाच्या प्रसंगी आम्ही सोन्याचांदीची नाणी तयार करणारच आहोत. त्यांतली काही पवित्र कार्यासाठी खर्च झाली, तर आम्हांला आनंदच आहे!'

राजांची नजर मोरोपंतांकडे वळली.

'मोरोपंत, आमच्या नावचे लाख चांदीचे शिक्के देवीच्या देवळात ठोकण्याची व्यवस्था करा. मासाहेबांचा नवस अपुरा ठेवला, तर आम्ही सुपुत्र ठरणार नाही. या छोट्या आईला मानलं नाही, तर ती मोठी आई आम्हांला जवळ करणार नाही.'

जिजाबाईंची प्रेमाने ओथंबलेली नजर राजांच्यावर स्थिरावली. त्या नजरेची जाणीव होताच राजे विषय बदलून मोरोपंतांना म्हणाले,

'सुरेख, मोरोपंत, सुरेख दागिने घडवलेत! ज्याच्या कुशल नजरेखाली हे घडले, त्या कारागिराला आम्हांला पाहायचं आहे.'

मोरोपंत बाहेर गेले. गागाभट्ट म्हणाले,

'मी पण तेच म्हणणार होतो. जयपूर-उदयपूर कारागिरी प्रसिद्ध खरी, पण त्याहीपेक्षा ही कारागिरी थक्क करणारी आहे.'

राजे म्हणाले, 'माणसं हुडकली, की सापडतात. या भूमीत कलाकारांची उणीव नाही. उणीव असलीच, तर ती दृष्टीची आहे. या भूमीत आपली माणसं आपल्यालाच दिसत नाहीत.'

मोरोपंत आले. मागून एक इसम आत आला. गोरापान, रेखीव बांधणीचा, कपाळी वैष्णव गंध रेखाटलेला. नजर तीक्ष्ण होती. नाक रेखीव होते. ओठ पातळ

होते. जिवणी किंचित आत गेली होती. पायांत धोतर, अंगात साधा अंगरखा व मस्तकी पगडी होती. मोरोपंत म्हणाले,

'महाराज, हा रामजी दत्तो. सिंहासनाचं, छत्रचामरांचं काम यानंच कारागिरांकडून पुरं करून घेतलं.'

राजांनी हातातली सलकडी उतरली. ती जिजाबाईंच्या हाती दिली. रामजीने येऊन दोघांना मुजरे केले. कडे रामजीच्या हाती देत जिजाबाई म्हणाल्या,

'थोर कसब आहे तुझं! डोळे त्यावरून काढवत नाहीत.'

□

८

राज्याभिषेकाचे दिवस जवळ येत होते. राज्यातील प्रतिष्ठित व विद्वान ब्राह्मण, मांडलिक, इतर राजे, स्वराज्यातील मातबर लोक या सर्वांना निमंत्रणे गेली होती. निमंत्रितांची गडावर रीघ लागली होती. भोजनाच्या पंक्ती बसविण्यासाठी, लोकांच्या वास्तव्यासाठी गडावर ठिकठिकाणी विस्तीर्ण मंडप उभारले होते. खासे शामियाने, डेरे, वाबगा, राहुटी, चांदणी यांची एकच गर्दी गडावर झाली होती. प्रत्येक वास्तव्याच्या ठिकाणी सेवक व त्यांवरील अधिकारी यांच्या नेमणुका झाल्या होत्या. पाचाड व रायगडवाडी यांच्या नजीकही अशीच उभारणी केली होती. किल्ल्याखालच्या माचीवर अनेक सायवान डेरे उभारले होते. प्रत्येक कामावर स्वतंत्र अधिकारी होते. धुरळा उडू नये, म्हणून गडावरच्या राजरस्त्यावर छागल, पखाल-मशकधारी पाणी शिंपीत होते. एवढी सारी सिद्धता होऊन अधिकाऱ्यांना वेळ अपुरा वाटत होता; कामाचा उरक होईल, की नाही, याची भीती वाटत होती.

संभाजीराजांच्या महाली संभाजीराजे कपडे करीत होते. येसूबाईंनी त्यांना तलवार दिली. तलवार दुशेल्यात खोवून संभाजीराजे तयार झाले. संभाजीराजे येसूबाईंच्यावर नजर खिळवून म्हणाले,

'आमच्या मस्तकी तुम्ही असलात, तरी चारचौघांत ते झाकण्यासाठी शिरोभूषण हवं ना!'

येसूबाईंनी जीभ चावली. मंचकावरचा जिरेटोप राजांच्या हाती दिला. टोप घेण्यासाठी पुढे केलेले हात येसूबाईंच्या हातावर विसावले. येसूबाई लाजल्या. दरवाजाकडे पाहत त्या म्हणाल्या,

'लौकर कपडे करावे. पुन्हा कोणी तरी वर्दी द्यायला येईल.'

संभाजीराजे मोकळेपणाने हसले. त्यांनी मस्तकी टोप चढविला. येसूबाईंच्या हनुवटीखाली मूठ देऊन त्यांनी चेहरा उंचावला; व ते बोलले,

'पाहू!'

'हे काय?' डोळे मोठे करीत येसूबाईंनी विचारले.

'आम्ही तुमच्या डोळ्यांत पाहत होतो. आरशात पाहिलं नाही, तर टोप नीट बसला, की नाही, कसं कळणार?'

'कवी कलशांच्याकडे हेच शिकला, वाटतं?'

'का? तुम्हांला आवडलं नाही?'

'आता महालाबाहेर जाणार, का मी जाऊ?'

'तुम्ही गेलात, तर आमचं इथं काय काम? आम्ही येतो.'

संभाजीराजांच्या पाठोपाठ येसूबाई जिजाबाईंच्याकडे महालाकडे गेल्या. महालात जिजाबाई राजारामांना मांडीवर घेऊन बसल्या होत्या. शेजारी राजे उभे होते. संभाजीराजांना पाहताच राजाराम त्यांच्याकडे धावले. सर्वांचे लक्ष संभाजीराजांच्या वर खिळले. पाठीमागून येणाऱ्या येसूबाईंना पाहून राजे म्हणाले,

'मासाहेब, आता आम्हांला सुद्धा आजोबा व्हावं, असं वाटू लागलंय्.'

सारे हसले. येसूबाई लाजल्या.

'राजे,' जिजाबाई म्हणाल्या, 'ऊन वाढत आहे. लौकर बाहेर पडा. सोसवत असतं, तर मी पण देवीला आले असते. समर्थांना माझा दंडवत सांगा.'

राजे उठले. मुजरा करून ते संभाजीराजांना म्हणाले,

'जायचं ना?'

संभाजीराजांनी जिजाबाईंना मुजरा केला. राजांच्यासह संभाजीराजे चालू लागले.

राजे पालखीतून प्रवास करीत होते. भोयांची पावले झप झप उचलत होती. राजांचे संरक्षक दल पुढे जात होते. राजांच्या आगमनाच्या इशारती रानांतून घुमत होत्या. सारे रान चैत्रपालवीने नटले होते. फणसवड्याच्या तांबड्या फुलांनी रानाची शोभा वाढली होती. रस्त्याकडेची बहरलेली चिंच पोपटी शेला पांघरून उभी होती. राजे घाट चढून प्रतापगडाच्या पायथ्याशी आले. पालखीतून पायउतार होऊन राजे गड चढत होते. गडाच्या माथ्यावर आल्यावर राजांनी किंचित विश्रांती घेतली. त्यांची नजर गडाच्या माचीकडे गेली. संभाजीराजांनी विचारले,

'आबासाहेब, पालखी मागवू?'

'नाही, राजे. आम्ही दमलो नाही. ही माची नजरेत आली, आणि अफझलप्रसंगाची आठवण झाली.'

राजे माचीकडे पाहत होते. ती मोकळी माची तिन्ही बाजूंनी दाट झाडीने आच्छादिली होती. राजे एकटक नजरेने पाहत होते. संभाजीराजे म्हणाले,

'त्या वेळी काय झालं असेल, नाही?'

'शंभूबाळ! प्रत्येक क्षण मोलाचा होता. एवढी खबरदारी घेऊनही गड उतरताना हजारो विचारांचं मोहोळ मनात घोंघावत होतं.'

'खानाचा वध! केवढी जबाबदारी!'

'शंभूबाळ, खानाचा वध फार सोपा होता. त्याची चिंता आम्हांला नव्हती. आमचं लक्ष होतं खानाच्या तळावर.'

'तळावर?'

'हो! आमचं राज्य कोवळं; ताकद कमी. अफाट संपत्ती, बळकट सामग्री घेऊन खान अवतरलेला. सुपे, इंदापूर, वाई इथले आणि आमच्या विनंतीनुसार कोयनाखोऱ्यात पसरलेले ते तळ अचूक उचलायचे होते. तिथंच आमचं लक्ष केंद्रित झालं होतं. ठरल्याप्रमाणे सारं पार पडलं, ही जगदंबेची कृपा! त्या रात्रीत आमचे हात बळकट झाले. शेकडो तोफा, हजारो घोडी, उंट, हत्ती, शामियाने, डेरे आणि करोडो रुपयांची होनांची संपत्ती यांनी आम्ही बलशाली बनलो. ही सारी आईची कृपा! चला...'

राजे गडावर पोहोचले. त्यांनी भवानीचे दर्शन घेतले. राजांनी गडाची पाहणी केली. दुसऱ्या दिवशी राजांनी यथासांग छत्र वाहिले. छत्रधारी देवीचे रूप पाहून राजांचे भान हरपले. त्यांच्या डोळ्यांतून अश्रू निखळले. बराच वेळ ते देवीचे ध्यान मनात साठवीत होते. शेजारी हात जोडून बसलेल्या संभाजीराजांना ते म्हणाले,

'शंभूराजे! या आईच्या आशीर्वादानं सर्व मनोरथ सिद्धीस जातात. आमचं यश हे तिचं कर्तृत्व आहे. तुळजापूरला दर्शनास जाणं कठीण पडतं, हे जाणून तिनं आम्हांस दृष्टांत दिला. ज्या माचीवरून आम्ही संकट न्याहाळलं, त्या जागी या यशदायिनीची आम्ही स्थापना केली. आम्ही कुठंही असलो, तरी हे रूप आमच्या चित्तातून हलत नाही.'

राजांनी ब्राह्मणभोजन घातले; साऱ्या गडकऱ्यांना तृप्त केले. रात्री देवीचे दीपमाळशिखर लक्षावधी तेलवातींनी उजळले गेले. देवीच्या चौकात गोंधळ्यांची तयारी सुरू झाली. गोंधळी चौक मांडण्यात गढले होते. राजे संभाजीराजांच्या सह ओवरीच्या आसनावर बसले होते. मंदिराचे आवार माणसांनी फुलले होते. राजांचे लक्ष गोंधळ्यांच्याकडे गेले. कुणाच्या पायांत पायघोळ धोतर होते, तर कुणी गुडघ्यांएवढे नेसले होते; कुणी बंडी, तर कुणी कुडता चढविला होता. राजांनी नाइकाला बोलावले.

'गोंधळी! बैरागी, संन्यासी, फकीर... साऱ्या उपासकांना पोशाख असतो आणि तुम्ही तर आमच्या देवीचे भक्त. तुम्हांला पोशाख का नाही?'

नाइकाला उत्तर सुचेना. तो काही तरी बोलायचे, म्हणून बोलला,

'आमांस्नी पोशाख न्हाई, जी!'

'नसायला काय झालं? आम्ही देतो. यापुढं तुम्ही गोंधळी, भुत्ये आमचा वेष करीत चला.'

'आपलं कापड आमी घालायचं?'

'त्यात काय बिघडलं?' सुवर्णाच्या नाजूक तातीत गुंतलेल्या, गळ्यातील कवड्यांच्या माळेशी बोटांचा चाळा करीत राजे म्हणाले, 'आम्ही देवीचे भोपे, देवीचे भक्तच ना?'

राजांनी आज्ञा केली. राजांच्या कपड्यांतील तुमानी, अंगरखे आणले गेले. राजांनी ते कपडे घालण्याची आज्ञा केली. राजवेषात देवीचे भोपे सजले. डोक्यावर कंगणीदार पगड्या शोभू लागल्या. गळ्यांत टपोऱ्या कवड्यांच्या माळा घातलेले डवरी संबळ-तुणतुण्यांसह चौकात उतरले.

चौक मांडला होता. चौकाभोवती शाळूचे मखर उभे केले होते. मखरात स्थापन केलेल्या घटाची पूजा करून राजांनी दिवटी पेटविली. दिवटी नाचविण्याचा मान यजमानांचा. गोंधळी म्हणाला,

'पाच वेळा दिवटी उंचावून नंतर ती आमच्या हातात द्यावी. मग आम्ही दिवटी नाचवू.'

'आमच्या देवीची दिवटी नाचविण्यात आम्हांला कसली लाज? पेटवा दिवट्या.'

प्रत्येकाच्या हातात पेटता पोत दिसू लागला. हात तालावर नाचू लागले. वाऱ्यावर पोत फरफरत होते. राजांनी एक रिंगण पुरे केले आणि दिवटी संभाजीराजांच्या हाती दिली. संभाजीराजे आपल्या साथीदारांसह खेळात उतरले.

संभाजीराजे बेभान होऊन दिवट्या नाचवीत होते. 'उदे, ग, अंबे, उदे ऽ ऽ' चा गजर उठत होता. संबळाची लय वाढत होती. राजांच्या मागे बसलेले गडकरी म्हणाले,

'युवराज सुरेख खेळतात!'

राजे काही बोलले नाहीत. ते एकटक युवराजांना निरखीत होते.

दिवटी नाचविणे संपले. संभाजीराजे माघारी आले. कपाळी घाम डवरला होता. चेहऱ्यावर हास्य विलसत होते. मस्तकीच्या गुलालाने ते रूप वेगळेच वाटत होते. राजे म्हणाले,

'शंभूराजे, सुरेख खेळलात. तुम्हांला पृथ्वीतलावरचे सारेच खेळ अवगत आहेत. ते सारे तुम्हांला जमतात. आम्हांला कसलेच खेळ जमले नाहीत. एक राज्याचा खेळ मासाहेबांनी जोडून दिला, पण तोही निस्तरता नाकी दम आला!'

राजांच्या नजीक संभाजीराजे बसले. संबळ-तुणतुणे वाजू लागले. साऱ्यांचे लक्ष चौकात स्थिरावले. गोंधळ्याने गण सुरू केला :

> मोरया गणपती, रे, गणराजा!
> किती विनवूं, जी, तुला, महाराजा!...

गण संपला. जगदंबास्तवन आणि देवदेवतांना पाचारण केल्यावर

गोंधळाला सुरुवात झाली :

सुदिन सुवेळ तुझा गोंधळ मांडिला, वो
ज्ञानवैराग्याचा वरतीं फुलवारा बांधिला, वो
चंद्र सूर्य दोन्ही यांचा पोत पाजळिला, वो
घालूनी सिंहासन वरुतें घट स्थापियेला, वो
उदो बोला, उदो सद्गुरू माउलीचा, वो ॥ ध्रु. ॥

प्रवृत्तिनिवृत्तीचें घालुनि शुद्धासन, वो
ध्येय आतां ध्यान प्रक्षाळिले चरण, वो
कायावाचामनें एकविध केलें अर्चन, वो
द्वैत-अद्वैतभावें दिलें आचमन, वो
भक्तिवैराग्यज्ञान यांहीं पुजियेली अंबा, वो
सद्रूप चिद्रूप पाहूनी प्रसन्न जगदंबा, वो
एका जनार्दनीं शरण मुळकदंबा, वो
त्राहि त्राहि, अंबे, तुझा दास उभा वो...

रात्र चढत होती. गोंधळ्याची कथा चालू होती. राजांचे अस्तित्व विसरून सारे कथा ऐकत होते. तीतल्या विनोदाला खळखळून हसत होते. नाइकाच्या दिवटीवर तेल ओतले जात होते. गोंधळाची रंगत वाऱ्यावर फरफरणाऱ्या पोताबरोबर वाढत होती.

पहाट झाली; तांबडे फुटले आणि गोंधळ संपत आला. राजे चौकासमोर हात जोडून बसले. कळसावर घातलेली कवड्यांची माळ गळ्यात घातली गेली. कपाळी गुलाल चिकटला; आणि पंचारती घेऊन राजे उभे राहिले. आरती संपल्यावर राजांच्या मस्तकावरून कलश पाच वेळा उतरला. जगदंबेचा गजर झाला. गोंधळ संपला.

सारी रात्र गोंधळात घालूनही राजांना थकवा भासत नव्हता. अत्यंत समाधानाने ते बालेकिल्ल्याकडे चालत होते.

पूर्वेला उजाडू लागले होते.

□

९

राजे शिवथरघळीच्या परिसरात आले. दोन पर्वतांच्या दरीतून वाहणाऱ्या नदीच्या प्रवाहालगतच्या पर्वतखोबणीत ही घळ होती. राजांचे दळ जसे शिवथरच्या परिसरात आले, तसे राजांच्या सामोरे संन्यासी येऊ लागले. घनदाट अरण्याने सर्वत्र सावली धरली होती. भर उन्हाळ्याचे दिवस असूनही सारा परिसर कसा शांत आणि रमणीय

होता. राजांच्या दळाच्या आगमनाने वन्य श्वापदे पळताना दिसत होती. राजांच्या आगमनाची वार्ता देणारे शंखनाद रानात उठत होते. त्या वातावरणाने राजांचे मन प्रसन्न झाले. पूर्वी हा चंद्रराव मोऱ्यांचा मुलूख. याच शिवथरघळीत चंद्ररावांचा वाडा होता. शिवथरघळीत जेव्हा दासबोध लिहिला जात होता, तेव्हा त्याच डोंगरमाथ्यावर राजांच्या वैराचा कट शिजत होता.

राजे शिवथरची नदी ओलांडून पुढे झाले; आणि शिष्यपरिवारासह सामोरे येणारे समर्थ राजांच्या दृष्टिपथात आले. राजे त्वरेने पायउतार झाले. संभाजीराजांनी राजांचे अनुकरण केले. अत्यंत नम्र भावाने राजांनी समर्थांचे आशीर्वाद घेतले. राजे समर्थांच्या बरोबर शिवथरघळीकडे जात होते. उन्हाळ्यामुळे किंचित क्षीण झालेला प्रवाह घळीच्या एका बाजूने पर्वत उतरत होता. त्याचा मंद, पण अखंड नाद वातावरणाची उदात्तता वाढवीत होता. घळीत व्याघ्रासनावर समर्थ विराजमान झाले. समर्थांच्या मागे भिंतीवर धनुष्य व बाणांचा भाता अडकविला होता. संभाजीराजांचे लक्ष त्यांवर खिळले होते. ते पाहताच समर्थ हसले.

'शंभूराजे! आश्चर्य करण्याचं काहीच कारण नाही. वन्य श्वापदांइतकंच मोगल अत्याचारांचं भय आम्हांला बाळगावं लागतं. ही पाहा ना आमची कुबडी!' म्हणत समर्थांनी आपल्या उजव्या बगलेत घेतलेली कुबडी हातात घेतली. एका क्षणात कुबडीचा माथा अलग झाला; आणि समर्थांच्या हातात दीड हाताचे तीक्ष्ण पाते चमकू लागले.

'दुबळ्यांच्या दयेला आणि दीनांच्या अहिंसेला फारसा अर्थ राहत नाही. हे दोन्ही गुण सिद्ध व्हायला सामर्थ्यवान बनावं लागतं. आता या शस्त्राची गरज भासेल, असं वाटत नाही. आता शिवबा छत्रपती होणार. अनाथ भूमी सनाथ होणार!- शिवबा, तुमच्या राज्याभिषेकाच्या कल्पनेनं आम्ही तृप्त झालो! तृप्त झालो!'

राजांनी सर्व वृत्तांत समर्थांच्या कानी घातला. राज्याभिषेकाच्या सर्व योजना तपशीलवार सांगितल्या. राजे उठून हात जोडून म्हणाले,

'आपल्या आशीर्वादानं हे सारं घडत आहे. या निमित्तानं आपले पाय गडावर लागावेत, अशी आमची सर्वांची इच्छा आहे.'

'आणि म्हणून खास जातीनिशी निमंत्रण द्यायला आलात, असंच ना? राजे, आम्ही कुठंही असलो, तरी आमचे आशीर्वाद सदैव तुमच्या पाठीशी आहेत!'

'गुरुदेव! आपण येणार नाही?' राजांच्या नजरेत भीती तरळली.

'येण्याचं काहीच प्रयोजन नाही, राजे! गागाभट्ट मोठे विद्वान पंडित आहेत. ते शास्त्र जाणतात. तो त्यांचा अधिकार आहे. त्यांच्या नजरेखाली आपला अभिषेक होत असता, आमच्यासारख्या अनधिकाऱ्यांचं माजलेलं स्तोम त्यांना आवडणार नाही. त्यांचा अहंकार दुखावेल आणि म्हणूनच आम्ही त्या प्रसंगी हजर नसणं इष्ट आहे.'

'असं असेल, तर आम्हांला त्या राज्याभिषेकाची गरज नाही!' राजे बोलून गेले.

समर्थ भावनाविवश होऊन उठले. राजांच्या जवळ येऊन त्यांनी राजांच्या खांद्यावर हात ठेवला. राजांच्या दृष्टीला दृष्टी भिडवीत ते म्हणाले,

'राजे! कसलं हे अज्ञानीपण! राज्याभिषेकाची हौस ना तुम्हांला, ना आम्हांला. पण होणं आवश्यक आहे, म्हणूनच ते व्हायला हवं. हवी तर ती आमची आज्ञा समजा. आम्ही गडावर नाही, याचा खेद बाळगू नका. जेव्हा तुम्हांला आमची अत्यंत गरज भासेल, तेव्हा आम्ही आपणहून, न बोलावता तुमच्याकडे येऊ, यात संशय बाळगू नका. श्रद्धायुक्त मनानं, प्रभू रामचंद्राला शरण जाऊन, राज्याभिषेक करून घ्या. आमची स्वप्नं साकार करा!'

राजांनी समर्थांचे चरण धरले. समर्थांनी राजांना मिठीत घेतले. दोघांच्याही नेत्रांतून अश्रू झरत होते. काही न बोलता दोघांचे मनोगत एकमेकांना कळत होते.

□

१०

समर्थांची भेट घेऊन राजे रायगडी येत होते. निजामपुरापासून पाली, डेरे, शामियाने यांनी सुसज्ज असे तळ दृष्टिक्षेपात येऊ लागले. रायगडाच्या नव्या पेठेला तर गावाचे रूप प्राप्त झाले होते. ओझी लादलेली घोडी, बैलगाड्या दाटीवाटीने उभ्या होत्या. कोकणी, कर्नाटकी, मारवाडी, गुजराती व्यापारी नाना वेषभूषांत आपापल्या माणसांसह वावरत होते. राजे सर्वांचे अभिवादन स्वीकारीत नाणे दरवाजानजीक पोहोचले.

गढ चढायला सुखकर जावा, म्हणून गडाच्या वाटेवर पायऱ्या तासून जागोजागी पाणपोयांची उभारणी केली होती. राजे महादरवाजानजीक आले; आणि राजांच्या आगमनाची नौबत निनादली.

राजे गडावर आले. पाच-सात दिवसांत गडाचे रूप पालटले होते. गडावर सर्वत्र वर्दळ दिसत होती. गंगासागराच्या पाचमजली मनोऱ्यावर ध्वजपताका फडकू लागल्या होत्या. हत्तीटाक्याला वळसा देऊन राजे होळीचौकात आले. राजांनी शिरकाईचे दर्शन घेतले. राजांना पाहून प्रत्येकजण हर्षभरित होत होता. राजे संभाजीराजांच्यासह चौकात आले. स्वागताला सामोरे आलेले मोरोपंत, अनाजी मागे होते. अचानक राजांची पावले थांबली.

एक प्रचंड हत्ती झप झप पावले टाकीत बाजारपेठेच्या रस्त्यावरून चौकात आला. त्याच्या पाठीवर सुवर्णअंबारी लखलखत होती. हत्ती उंचापुरा होता. त्याच्या गळ्यातली घाट घणघणत होती. त्या हत्तीपाठोपाठ दुसरा रौप्यहौदा चढविलेला हत्ती सामोरा आला. राजांनी विचारले,

'मोरोपंत, या हत्तीवर अंबारी बरी चढवली?'

'राज्याभिषेकानंतर देवदर्शनाला अंबारीतून जावं लागेल. त्यासाठी हत्ती वजवताहेत.'

'किती हत्ती गडावर आणले?'

'चार. अंबारीचा ऐरावत आणि हौद्याचा पुरंधर. दोन्ही हत्ती मोठे सुलक्षणी आणि जातिवंत आहेत.'

'गजशाळा बांधलीत. हत्ती आहे. आता हे इथंच राहणार, वाटतं?'

'जी! हत्तीसाठी तलाव आहे. भरपूर चंदीवैरणीची सोय आहे. लक्ष्मीच्या वास्तव्यठिकाणी तिचं वाहन ऐरावत हवंच.'

'कराल, ते थोडं.'

राजे नगारखान्याजवळ आले. मोरोपंत म्हणाले,

'जरा कातळावर चलावं.'

राजे कातळ चढले. समोर एका रेषेत उभी असलेली समांतर धावणारी बाजारपेठ उभी होती. फिरत्या स्वारालाही पायउतार न होता खरेदी करता यावी, अशी उंच समान जोत्यांची ती बाजारपेठ नजरेत भरत होती. काळ्या फत्तरांनी जडविलेल्या नक्षीदार कमानी तिचे ऐश्वर्य व्यक्त करीत होत्या.

बाजारपेठेतून भवानीटोकापर्यंत कुठेही मोकळी जागा दिसत नव्हती. घरटी, माड्या, मनोरे यांच्याखेरीज सापडलेले प्रत्येक मोकळे आवार उपयोगात आणले होते. त्या जागांतून उभारलेले शामियान्यांचे, डेऱ्यांचे कळस उन्हात चमकत होते.

'मोरोपंत! तुम्ही तर अलकानगरी उभारलीत! जरा मोकळीक दिली, की तुमची कल्पनाशक्ती गरुडाची झेप घेते. लोक म्हणतात, आम्ही स्वप्नवेडे होतो. कुणाला स्वप्नवेड नव्हतं? बाजी-तानाजींपासून शिवा न्हाव्यापर्यंत सगळे स्वप्नावरच जगले, स्वप्नावर कुर्बान होऊन गेले! त्यांच्यांतले सर्वांत मोठे स्वप्नद्रष्टे तुम्ही आणि अनाजी आहा!'

राजे नगारखाने ओलांडून बालेकिल्ल्यात प्रवेश करते झाले. सिंहासनसदरेपासून नगारखान्यापर्यंतचा विस्तृत चौक आलीशान शामियान्यांनी आच्छादिला होता. राजसदरेपासून नगारखान्याच्या भव्य प्रवेशद्वारापर्यंत सुरूदार खांब उभारले होते. समोर राजसदर आणि सिंहासनाचा चौथरा नजरेत भरत होता. राजसदरेची इमारत भारी पडद्या-आडपडद्यांनी सुशोभित झाली होती. चौकशामियान्यांच्या कलाकुसरीत गुंतलेली शेकडो माणसे त्या जागेत वावरत होती.

राजे महाली आले. कपडे बदलून राजे जिजाबाईंच्याकडे जायला लागले. तोच राजस्नुषा येसूबाई आत आल्या. राजांची नजर त्यांच्यावर स्थिरावली. येसूबाई निळा बुंदेली शालू नेसल्या होत्या. कमरेला सुवर्णकमरबंध चमकत होता. गळ्यात हिऱ्यामोत्यांचे दागिने शोभत होते. पण राजांचे लक्ष वेधले होते त्यांच्या कपाळावर. येसूबाईंच्या

कपाळी सुवर्णरौप्यमुकेशाने मळवट भरला होता. पुरे कपाळ सुबक मळवटाने चित्रित झाले होते. येसूबाई लाजल्या. त्यांनी राजांना नमस्कार केला. आशीर्वाद पुटपुटत येसूबाईंच्या मस्तकावरून हात फिरवीत राजे म्हणाले,

'राज्याभिषेक सुरू झाला, वाटतं?'

येसूबाईंनी खाली मान घातली.

'मी नको म्हणत होते, तर सासूबाईंनी हट्टच धरला. त्यांना हे सगळं करून पाहायचं होतं.'

'मग त्यात काय बिघडलं? पण खरं सांगू, येसू? तुझ्या साऱ्या सासवा मोठ्या लबाड! त्यांनी सुरेख रूपाची गरीब सून निवडली; आणि मनाजोगे कपडे, दागिने चढवून केसांपासून नखापर्यंतचा सारा अंदाज घेतला. त्यांच्या डावाला नेमकी तू फसलीस.'

'तर! मोठी गरीबच, की नाही?' आत येत पुतळाबाई म्हणाल्या, 'दहा शालू टाकले, तरी हिची निवड होईना. हा सकाळपासूनचा तिसरा शालू!'

येसूबाईला जवळ घेत राजे म्हणाले, 'राणीसाहेब, ही येसू नाही; घरची लक्ष्मी आहे. शिर्क्यांची भावेश्वरी! भोसल्यांच्या घरात हिच्या पायांनी लक्ष्मी आली... पिलाजीराव अजून आले नाहीत?'

येसूबाईंनी नकारार्थी मान हलविली.

महालात बाल राजाराम आले. साऱ्यांच्या चेहऱ्यांवर हसू प्रकटले. पायांत तुमान, अंगात अंगरखा, कमरेला शेला, शेल्यात खोवलेली कट्यार आणि तलवार, मस्तकावर पगडी असा बालराजांचा थाट होता. तलवारीच्या मुठीवर हात ठेवून त्यांनी वाकून मुजरा केला. राजांना हसू आवरणे कठीण गेले.

'एकूण सारी सोंगं तयार झाली, म्हणायची?'

बाल राजारामांचे गाल फुगले. ते वळत म्हणाले,

'आम्ही आईसाहेबांना सांगतो.'

राजे धावले. राजारामांना उचलून घेत ते म्हणाले,

'एवढं मात्र करू नका, राजे! हवा तर तुमचा राज्याभिषेक करतो. पण ही तक्रार तुमच्या आईसाहेबांना सांगू नका.'

रामराजे हसले. त्यांना कवटाळीत राजे म्हणाले,

'आता सखू पण येईल.'

'सकाळीच त्या आल्या.' पुतळाबाईंनी सांगितले.

'सखू आली?' राजे आनंदित झाले.

'हो! मासाहेबांच्या जवळ आहेत.'

'चला.'

राजे मासाहेबांच्या महालात गेले; आणि सखुबाईंनी पुढे येऊन नमस्कार केला. राजांचा कंठ उगाच भरून आला. सखूला जवळ घेत राजे जिजाबाईंना म्हणाले,

'चांगलीच पोक्त दिसू लागली, नाही?'

'अगदी सईच्या वळणावर गेली.'

राजांनी विषय बदलला.

'एकटीच आलीस?'

'हो!'

'महादजींनी परवानगी दिली ना?'

'हो!'

'त्यांचे उपकार आहेत. आदिलशही नौकरीत असताही त्यांनी तुला येऊ दिलं, ही त्यांची कृपा. असो. जगदंबेची इच्छा!'

दोन प्रहरी राजे कवी कलशांकडे गेले. कुशावर्ताच्या शिवमंदिरात दोघे होमात गर्क झाल्याचे राजांना कळले.

'होम पुरा झाल्यावर आम्ही त्यांना येऊन गेल्याचं सांगा. आम्ही जगदीश्वराकडे गेलो, म्हणून सांगा.'

राजे सर्वांसह पेठेजवळ गेले. दोन्ही बाजूंनी दुकाने नानाविध वस्तूंची सजली होती. भारतातील सर्व पेठांची नामांकित वस्त्रे, दागिने तेथे गोळा झाले होते. नानाविध नवलाईच्या वस्तू प्रत्येक दुकानात नजरेसमोर ठेवल्या होत्या. सर्व व्यापारी राजांना पाहताच दुकानाच्या पायऱ्या उतरून सामोरे येत होते. नागाप्पा शेट्टी आपला स्थूल देह सावरीत राजांच्या सामोरा आला.

'नागाप्पा, तुम्ही आमची पेठ सजविली खरी!'

तेवढ्या बोलण्याने नागाप्पाला साऱ्या श्रमाचे सार्थक झाल्यासारखे वाटले.

ब्राह्मणवाडा ओलांडून राजे जगदीश्वराचा गढ चढू लागले. मंदिराच्या मागच्या प्रवेशद्वारातून राजांनी आत प्रवेश केला. देवळाच्या साऱ्या ओवऱ्या भरल्या होत्या. अनेक देशींचे लोक तेथे दिसत होते. अनेक स्त्रियाही तेथे होत्या.

'मोरोपंत, हे कोण लोक?'

'ही सारी कलावंत मंडळी आहेत. गवय्ये, कलावंतिणी, वादक, नर्तक या मंडळींना ही जागा दिली आहे. यांखेरीज अनेक तांबोळी, फुलारी, जुवारी, बाजेगरी पण गडावर आले आहेत.'

राजांनी मोजडी काढली. मंदिरातून मृदंगाच्या तालावर उठणारे नृत्याचे आवाज कानांवर पडत होते. राजांनी मंदिरात प्रवेश केला. एक कलावंतीण देवापुढे नृत्य

करीत होती. राजे जाताच नृत्य थांबले. राजे म्हणाले,

'आमच्यामुळं तुमच्या सेवेत खंड पाडू नका.'

राजांनी दर्शन घेतले; आणि ते बाहेर गेले. मोरोपंतांना ते म्हणाले,

'काही खरेच गुणी कलावंत असतील, तर पारखून त्यांना आपल्या पदरी ठेवून घ्या. देवाच्या सेवेसाठी त्यांची नेमणूक करा. उत्तरेत आम्ही गेलो असता मथुरेच्या द्वारकाधीशाच्या मंदिरात असेच कलावंत आम्ही पाहिले. त्यामुळं कलावंतांना आश्रय मिळतो; सर्वसामान्य माणसाला चांगलं ऐकायला, पाहायला मिळतं.'

राजे एकटेच मंदिराबाहेर पडले. निराजीपंत, मोरोपंत मागे राहिले असता राजे मंदिराच्या प्रवेशद्वाराशी आले. मंदिराच्या ओवरीवर बसलेल्या एका व्यक्तीने त्यांची नजर खिळवून ठेवली. तो रूपसंपन्न गृहस्थ होता. केस मानेवर रुळत होते. खांबाला टेकून, पाय कट्ट्यावर सोडून तो एकटा कसला तरी विचार करीत होता. त्याचे लक्ष राजांच्याकडे गेले. समारंभासाठी आलेला कुणी तरी सरदार असावा, असे समजून त्याने राजांना खुणावले. राजे जवळ गेले. राजांनी विचारले,

'आपलं नाव?'

'मी कवी भूषण! कानपूरच्या त्रिपाठी घराण्याचा मी!'

'इथं येण्याचं प्रयोजन?'

'शिवाजीराजांची कीर्ती ऐकली. दर्शन घेण्याची उत्कट इच्छा झाली... आपला परिचय?' राजे घोटाळले. चटकन म्हणाले,

'मला भोसले म्हणतात.'

'उद्योग?'

'राज्याची सेवा!'

'शिवाजीराजे मला भेटतील?'

'आल्या अतिथीचं स्वागत करणं हा तो धर्म समजतो.'

'रूप कसं आहे?'

'माणसाच्या रूपापेक्षा त्याचे गुण पारखावेत, असा त्यांचा स्वभाव आहे.'

'त्यांना माझं काव्य ऐकवावं, असं फार मनात आहे. त्यांना आवडेल?'

'न आवडायला काय झालं? तोही माणसूच आहे.'

कवी भूषण एकदम उठून उभा राहिला. मोरोपंत नजीक आले.

'महाराज, कवी कलश येत आहेत.'

'अरेरे! त्यांना विनाकारण त्रास झाला.'

तोच कवी कलश तेथे आले. त्यांनी नमस्कार केला. राजांनी विचारले,

'कवी कलश, आमच्यामुळं होमात व्यत्यय आला नाही ना?'

'जी, नाही. होम संपला; आणि इकडे आलो.'

बिचारा कवी भूषण राजांच्याकडे पाहत होता. त्याने कट्ट्यावरून उडी घेतली, आणि राजांना लवून प्रणाम केला.

'क्षमा, महाराज! मी आपल्याला ओळखलं नाही.'

'असू दे!... कवी कलश, हे कवी भूषण कानपूरचे... भूषण, आपलं काव्य ऐकायला आम्ही आतुर आहो.'

'आज्ञा झाली, तर एखादं कवन आत्ताही ऐकवीन.'

'जरूर!' राजांनी आज्ञा केली.

कविराज भूषणने एकवार राजांच्याकडे पाहिले. त्याची वाणी स्त्रवू लागली...

'औरनके जॉचे कहा, नहिं ज्यॉच्यो सिवराज?
औरन के जॉचे कहा, जो जॉच्यो सिवराज?'

'वाहव्वा! व्वा!' कवी कलश उद्गारले. 'अगदी खरं आहे. शिवाजीराजांच्याकडे याचना न करिता इतरांजवळ याचना केली, तर काय उपयोग? आणि शिवाजीपाशी याचना केली, तर मग इतरांकडे याचना करण्याचं प्रयोजनच काय?'

राजे प्रसन्न झाले. ते भूषणला म्हणाले,

'कवी कलशसारख्या श्रेष्ठ कवींची मान्यता मिळविलीत. आता काय बोलणार?- मोरोपंत, अशा गुणी माणसांना आमच्यापासून एवढे दूर ठेवू नका. त्यांची व्यवस्था आमच्या राजमहाली करा. त्यामुळं आम्हांला चार सुखाचे क्षण अधिक लाभतील.'

कवी भूषणने मनात धरलेले राजांचे रूप त्या बोलांनी साकार झाले. जीवनाचे सार्थक झाल्याचा भास त्याला झाला.

□

११

सकाळी संभाजीराजे महालात आले.

'आबासाहेब, फिरंगोजी आले.'

फिरंगोजी आत आले. फिरंगोजींनी मुजरा केला. राजे म्हणाले,

'शंभूराजे, निराजीपंतांना बोलवा.'

संभाजीराजे निराजीपंतांना बोलवायला गेले. फिरंगोजी म्हणाले,

'राजे, डोळ्यांचं पारणं फिटावं, असा गड सजलाय्. लई बोलवा झालीया.'

'त्याचीच आम्हांला चिंता वाटते. नेमका हाच मुहूर्त साधून मोगलाई किंवा आदिलशाही उचल घ्यायची.'

'काय बिशाद हाय त्यांची? मागचे दीस सरले आता.'

निराजीपंत महालात आले.

'पंत, आमचे फिरंगोजी आलेत. त्यांना जबरदस्त काम द्या.'

'त्यांचं काम निवडून ठेवलं आहे. अगदी मोक्याचं.'

'कसलं काम निवडलंत?'

'राज्याभिषेकाच्या वेळी खास सदरेवर फिरंगोजींनी उभं राहायचं आहे.'

राजांचे सारे खासे सरदार गडावर आले. हंबीरराव मोहिते, आनंदराव, येसाजी गडाच्या उत्साहात सामील झाले. राजांना एकच खंत मनात खुपत होती. ती त्यांनी हंबीररावांच्या जवळ बोलून दाखविली.

'हंबीरराव, सगळे आले; पण एकोजीराजे आले नाहीत, महादजी आले नाहीत. आमच्या गोताला, सोयऱ्यांना आम्ही वाळ झालो आहो.'

दिवस झर झर झरत होते. गागाभट्टांनी राजांच्या मुंजीचा मुहूर्त काढला. अनेक विधी, अनेक तुला होणार होत्या. त्या सर्व धार्मिक विधींना आवश्यक ते साहित्य गोळा झाले होते. अनेक नद्यांची, सागरांची उदके अभिषेकासाठी आणविली गेली होती.

शुद्ध चतुर्थी उजाडली. आतल्या सदरचौकात शामियाना उभा केला होता. होमाची सिद्धता झाली. सुवर्णगंगाळातील मुहूर्ताचे घटिकापात्र पाण्यात तरंगत होते. तो सोहळा पाहण्यासाठी सर्व राण्या, युवराज, राजस्नुषा जिजाबाईंच्यासह बसल्या होत्या. चौकात राजांचा मौंजीबंधन विधी होत होता. गागाभट्ट व राजपुरोहित बाळंभट्ट पौरोहित्य करीत होते. राजांची मुंज झाली. त्यांनी यज्ञोपवीत धारण केले. वाद्यांच्या गजरात मौंजीबंधन विधी झाल्याचे जाहीर झाले.

दुसऱ्या दिवशी राजांचा विवाह सोयराबाईंच्यासह झाला. सोयराबाई शास्त्रार्थाने थोरल्या राणीसाहेब बनल्या. त्यानंतर राजांचा इतर राण्यांसह विवाह झाला.

आता राजांच्या अभिषेकविधींना सुरुवात झाली होती. दररोज अनेक होम होत होते. गडावरचे वातावरण उत्साहाने भरले होते. सनईचौघडा झडत होता. गडावर आलेले कलावंत असलेल्या पाहुण्यांचे मनोरंजन करीत होते. जादुगारांच्या प्रयोगाने चमत्कार घडत होते. सकाळ, संध्याकाळ गडावर मिष्टान्नांच्या पंक्ती झडत होत्या. वाढत्या चंद्राबरोबर सुखाला भरती येत होती.

धार्मिक विधीने व उपवासाने थकलेले राजे रात्री गंगासागराच्या मनोऱ्यात उभे होते. चांदण्यात गंगासागराच्या लाटा चमकत होत्या. गडावर सर्वत्र पसरलेल्या मशाली तारांगणाची आठवण देत होत्या. जगदीश्वराच्या मंदिराकडून उठणारी लकेर वातावरणात तरंगत होती. कुठून तरी डफाचा आवाज कानांवर पडत होता. गडाची झोप उडाली होती.

थकलेले राजे शय्यागृहाकडे जात होते.

◻

१२

राज्याभिषेकाच्या अनेक विधींपैकी आणि दानधर्मांपैकी महत्त्वाच्या तुलादान विधीला सुरुवात झाली. चांदीचा तराजू टांगला होता. तो विधी पाहण्यासाठी सारे सरदार शामियान्यात गोळा झाले होते. तुलादानासाठी लागणारे सर्व साहित्य तेथे आणून ठेवले होते.

राजे तुलादान विधीसाठी तयार होऊन जिजाबाईंच्या महाली गेले. जिजाबाईंचा चरणस्पर्श करताच जिजाबाईंनी राजांचा चेहरा हाती घेतला. जिजाबाई राजांना पारखीत होत्या. आईची पाणावलेली नजर पाहून राजे बेचैन झाले. चेहरा निरखीत असता जिजाबाई मागे उभ्या असलेल्या पुतळाबाईंना म्हणाल्या,

'पुतळा, काजळाची डबी आण, पाहू.'

'काजळ कशाला, मासाहेब?' राजांनी विचारले.

'अरे, दृष्ट लागेल, म्हणून तीट लावते.'

साऱ्यांच्या चेहऱ्यांवर स्मित झळकले. राजे हसले; म्हणाले,

'मासाहेब, आम्हांला कधी दृष्ट लागणार नाही.'

'का?'

'दृष्ट लागू नये. म्हणून तर आम्ही दाढी राखली.'

सारे हसले. जिजाबाई कृत्रिम कोपाने म्हणाल्या,

'नेहमी तुम्हांला थट्टा सुचते.' म्हणत जिजाबाईंनी काजळाच्या डबीत बोट बुडविले. हळुवार बोटाने त्यांनी राजांच्या गालावर काजळाची तीट लावली आणि काजळाचे बोट आपल्या भांगातून फिरविले.

राजे उठले, आणि तुलेच्या ठिकाणी आले. जिजाबाई सर्व राण्यांसह बैठकीवर विराजमान झाल्या.

गागाभट्टांनी निर्देश करताच राजे भूमीवर टेकलेल्या पारड्यात जाऊन बसले. अनेक ब्राह्मणहस्तांनी सावरलेल्या दुसऱ्या पारड्यात सुवर्णहोन टाकले जात होते. तबके रिकामी होत होती. सोळा हजार होन पारड्यात पडले; आणि राजांची तुला झाली. त्या आनंदाप्रीत्यर्थ चौघडे झडले. शिंगे फुंकली गेली. राजांची तुला झाल्यानंतर

राजांनी ते सुवर्ण ब्राह्मणांना दान केले.

त्यानंतर दररोज तुला होतच राहिल्या.

राज्याभिषेकाच्या दिवसापर्यंत सर्वक्लेशनिवारणार्थ पितळ, तांबे, चांदी यांच्याबरोबर नाना तऱ्हांचे व्यवहारापयोगी आणि खाद्यपदार्थ यांनीदेखील राजांची तुला झाली. ते सर्व राजांनी स्वहस्ते दान केले. सर्व विधी बाळंभट्ट करीत होते. गागाभट्ट त्यांना मार्गदर्शन करीत होते. दानासाठी भोजनार्थ सहस्त्र ब्राह्मण आले होते. बाकीचे पाचाडात ठेवले होते.

या सात दिवसांत अपरिमित दाने देऊन राजांनी सर्व ब्राह्मणांना संतुष्ट केले. राज्याभिषेकपूर्व सर्व प्रायश्चित्तविधी पुरे झाले होते. प्रायश्चित्तविधी व राज्याभिषेकमहोत्सव सलग होऊ नये, म्हणून गागाभट्टांनी त्यांत एका रात्रीचा खंड राखून दोषपरिमार्जन केले होते.

सारे प्रायश्चित्तविधी पुरे झाले. सात दिवस अखंड चाललेले होम, ब्राह्मणांचा उठणारा मंत्रघोष, सदैव दिसणारी धावपळ काही काळ थंडावली.

राज्याभिषेक पाहण्यास आता साऱ्यांचे जीव आतुर झाले होते.

□

१३

ज्येष्ठ शुद्ध द्वादशीचा दिवस हाती मंगल कलश घेऊन सूर्य क्षितिजावर आला. पूर्वेकडे तोरणा आणि राजगड नजरेत येत होते. राजे सूर्यदर्शन घेत होते. त्यांची नजर त्या दोन्ही गडांवर खिळली. आज रायगडावर राजांचा राज्याभिषेक होणार होता. पण स्वराज्याचा मुहूर्त, स्वराज्याचा विस्तार राजगडावर झाला. सूर्याबरोबरच राजांनी राजगडालाही वंदन केले.

सकाळी 'ऐंद्री शांती' उरकल्यानंतर राजांनी थोडी विश्रांती घेतली; कारण सायंकाळी सुरू होणारा राज्याभिषेक, सिंहासनारोहण व राजदर्शन हे समारंभ सकाळपर्यंत चालणार होते.

सायंकाळी राज्याभिषेकविधीस प्रारंभ झाला.

प्रथम गणेशपूजन, स्वस्तिवाचन, मातृकापूजन, वसोद्धारपूजन झाल्यावर राजांनी नांदीश्राद्ध, नारायणपूजन व आज्यहोम केला.

सोयराबाईंसह राजांनी मंडपपूजा केली. महावेदीसमोर प्रत्येक दिशेस चार चार कुंभ स्थापन केले. पूर्वेस सुवर्णकुंभ, दक्षिणेस रजतकुंभ, पश्चिमेस ताम्रकुंभ व उत्तरेस मृत्तिकाकुंभ ठेवून त्यांत दूध, तूप, दधी व जल भरले. पूर्वेच्या कुंभात फक्त मध व इतर कुंभांत पवित्र जल भरले. कुंभ पल्लवपुष्पांनी व वस्त्रवेष्टनांनी सुशोभित

झाले. अभिषेकासाठी औदुंबरशाखांची रौप्यमंडित आसंदी केली होती, ती स्थापिली. अनेक सागरांच्या व नद्यांच्या उदकांनी भरलेले कुंभ व रत्न, गंध, पुष्प, फल, इत्यादींनी आणि औषधींनी पूर्ण असे जलांचे कुंभ वेदीजवळ ओळीने लावून ठेवले होते. महावेदीवर अग्नीची व ग्रहांची प्रतिष्ठापना केली. अनेक मृत्तिकांची व कुंभांची विधिपूर्वक प्रतिष्ठापना करून सर्वप्रधान होम केला. होमाच्या वेळी सर्ववेदीय व सर्वशाखीय ब्राह्मणांनी केलेल्या वेदमंत्रघोषांनी सारे वातावरण धुंदावून गेले.

राजे समंत्रक स्नान करून परत वेदीवर आले. शुक्ल नेसलेल्या राजांना मंत्रघोषात मृत्तिका लावल्या. पंचामृतस्नान झाले. वेदमंत्रांच्या घोषात राजे मंडपात आले. तेथे प्रतिष्ठित केलेल्या आसंदीवर गुडघे लवून त्यांनी आरोहण केले.

पाठोपाठ सोयराबाई व युवराज संभाजी राजांच्या नजीक बसले. गागाभट्टांच्या सूचनेनुसार राजांच्या अष्टप्रधानांनी आपापल्या जागा घेतल्या. पूर्वेला मोरोपंत प्रधान तुपाचा सुवर्णकलश घेऊन उभे होते. दक्षिणेला हंबीरराव मोहित्यांनी दुधाचा कलश सावरला होता. अशा तऱ्हेने अष्ट दिशांना त्र्यंबकपंत, रामचंद्रपंत, दत्ताजीपंत, रघुनाथपंत व न्यायाधीश निराजीपंत दही, मध, पंखा, मोर्चेले सावरून उभे ठाकले.

गागाभट्टांनी बाळंभट्टांच्या हस्ते अभिषेकाला सुरुवात केली. महापंडित मंत्रघोष करू लागले. अभिषेकाला सुरुवात झाली. भारतातील महानद्यांची उदके राजांचे अंग पवित्र करू लागली. अभिषेकाच्या वेळी चाललेला तो गंभीर मंत्रघोष अंगावर रोमांच उभा करीत होता. आधीच वार्धक्याने क्षीण बनलेल्या जिजाबाईंच्या दृष्टीला डोळ्यांत साकळलेल्या आसवांमुळे समोरचे दृश्य धूसर दिसत होते. क्षणाक्षणाला डोळे टिपून त्या ते दृश्य मनात साठवीत होत्या.

मध्यरात्रीनंतर राजांचा अभिषेक संपला. राजा, राणी आणि युवराज यांना सुवासिनींनी ओवाळले. तुपाने भरलेल्या काशाच्या पात्रात राजांनी आपले मुखावलोकन केले. त्यानंतर राजांनी शुभ्र वस्त्रे व अमोल अलंकार धारण केले. शस्त्रपूजा करून राजांनी ढाल-तलवार, धनुष्यबाण यांचा स्वीकार केला.

सिंहासनारोहणाचा समय जवळ येत होता. राणी सोयराबाई, युवराज संभाजीसह राजांनी कुलदेवतेला नमस्कार केला; बाळंभट्ट, गागाभट्ट, अनंतभट्ट यांना वंदन केले; आणि ते जिजाबाईंच्या समोर आले. तिघांनी जिजाबाईंना वंदन केले. जिजाबाईंच्या तोंडून शब्द उमटत नव्हता. त्यांनी राजांच्या मुखावरून आपली बोटे उतरली आणि ती कानशिलांवर मोडली.

राजे सिंहासनारोहणासाठी राजसभेकडे पावले टाकू लागले.

राजांच्या सरदारांनी, मानकऱ्यांनी व विद्वान ब्राह्मणांनी राजसभा सजली होती. राजसदरेसमोरच्या विस्तीर्ण चौकात गालिचे अंथरले होते. बाहेर नगारखान्याच्या द्वाराशी दोन हत्ती, दोन पांढरे शुभ्र घोडे उभे होते. चौकात मांडवावर भारी वस्त्रांच्या

कनाती नाना रंगांत उठून दिसत होत्या. राजसदरेवर मध्यभागी उंच चौथरा उभारला होता. भरजरी गालिच्यांनी तो चौथरा झाकला होता; आणि त्यांवर ते नामांकित सुवर्णसिंहासन ठेविले होते. राजसदरेची व्यवस्था अशी होती, की कुठल्याही कोपऱ्यातून ते सिंहासन दृष्टीला यावे. नगारखान्यापासून सिंहासनाचे अंतर एवढे असूनही बोललेला साधा शब्दही दोन्ही टोकांना स्पष्टपणे टिपला जात असे. सिंहासनाच्या डाव्या बाजूला राजस्त्रियांना बसण्याची व्यवस्था केली होती. उजवी बाजू मंत्री आणि आप्तपुरुष या मंडळींना बसण्याकरिता राखली होती. दोन्ही बैठकी ऐश्वर्यसंपन्न होत्या. डाव्या बाजूला सोडलेल्या जाळीदार पडद्यांमुळे तो जनानी भाग आहे, हे न सांगताही ओळखू येत होते.

पहाटेचा समय जवळ येत असता राजे अष्टप्रधानांसह राजसभेत आले. पुरुष उंचीचे सुवर्णगुर्झब घेतलेले गुर्झबदार सामोरे चालत होते. राजे मखमली पायघड्या घातलेल्या पायऱ्या चढून राजसदरेच्या प्रथम टप्प्यावर आले. नंतर उजव्या बाजूच्या पायऱ्या चढून ते पहिल्या चौकात आले. राजे साऱ्यांच्या नजरेत आले. सिंहासनामागे अनेक भालकरी उभे होते. त्यांनी सुवर्णभाले सावरले होते. त्या सुवर्णांकित भाल्यांच्या टोकांवर अनेक अधिकारदर्शक व राजसत्तानिदर्शक चिन्हे दिसत होती. उजव्या हाताला भाल्यांच्या टोकांवर दोन मोठ्या दातांच्या मत्स्यांची सुवर्णाची शिरे होती; तर सिंहासनाच्या डाव्या बाजूला अनेक अश्वपुच्छे भाल्याच्या टोकांवर लटकाविली होती. एका मूल्यवान भाल्याच्या टोकावर सम पातळीत लोंबकळणारी सोन्याच्या तराजूची पारडी न्यायचिन्ह म्हणून तळपत होती.

राजांचे लक्ष डाव्या सदरेवर जरी बैठकीवर श्वेत वस्त्रे परिधान करून बसलेल्या जिजाबाईंच्याकडे गेले; आणि त्याच क्षणी गागाभट्टांनी वेदमंत्र म्हणायला प्रारंभ केला. साऱ्या पंडितांनी तो वेदघोष उचलला.

संथ पावले टाकीत राजे सिंहासनाचा चौथरा चढले. राजे काही क्षण तेथेच उभे होते. अवर्थवेदातील मंत्रघोषाचा गंभीर नाद राजसभेवर उठत होता. सिंहाचा मुखवटा असलेला सुवर्णराजदंड गागाभट्टांनी राजांच्या हाती दिला. तो राजदंड मस्तकी लावून राजांनी सिंहासनाकडे पाहिले, आणि अत्यंत नम्र भावाने, सिंहासनाला पदस्पर्श होऊ न देता सिंहासनारोहण केले.

राजे वीरासन घालून बसले होते. उजव्या हाताजवळ तलवार ठेवली होती. राजांनी केशरी जिरोटोप परिधान केला होता. कानांत अत्यंत तेजस्वी मोत्यांचे चौकडे शोभत होते. मानेच्या लहानशा हेलकाव्याबरोबर त्या मोत्यांवर तारांगण उठत होते. मस्तकी धारण केलेले शिवगंध, राजसभेवरून फिरणारी तीक्ष्ण नजर, टोकाशी किंचित बाकदार झालेले सरळ नाक, निमुळत्या दाढीला आलेला डौल राजांचे प्रभावी व्यक्तिमत्त्व जाणवून देत होते. साऱ्यांची नजर राजांच्यावर स्थिरावली

होती. पूर्वेला सूर्योदयाची पूर्वचिन्हे उमटली होती.

मंत्रघोष करीत असतानाच गागाभट्टांनी मौल्यवान जडावाचे, मोतीलग झालरीचे छत्र उचलले. ते राजांच्या मस्तकावर धरले. मंत्रघोष संपला. क्षणभराची, पण श्वास दडपून टाकणारी शांतता राजसभेवर पसरली. अधीर जीवांच्या कानांवर गागाभट्टांची घोषणा पडत होती :

‘क्षत्रियकुलावतंस सिंहासनाधीश्वर गोब्राह्मणप्रतिपालक
हिंदुपतऽपातशहाऽ श्रीमंत श्री छत्रपती
शिवाजी महाराज की... जयऽ ऽ ऽ’

तो सोहळा पाहणाऱ्या हजारो मुखांतून तो जयध्वनी पडसादाप्रमाणे अनेक वेळ उठला.

मृदुंगावर थाप पडली. नर्तकींचे पदन्यास बोलू लागले. गवयांचे गायन सुरू झाले. चौकातल्या धृपदाचे शब्द कानांवर पडत होते :

‘अत प्रताप तेरो जगमें हो रावराजे बहादूर
नाम सुनत गुनि आवत धाय धाय पावत
मन इछा फलतिनको अधार...’

वाद्यांच्या मेळांनी आपल्या सप्त सुरांनी वातावरण उजळून सोडले. गडाच्या चारी दिशांना तोफांचे आवाज उठू लागले. राष्ट्रभूमीला छत्रपती लाभल्याची वार्ता आसमंतात पसरली.

डोळ्यांतून झरणारे आनंदाश्रू न पुसता जिजाबाई थरथरत उठल्या. सारे अंग कापत होते. पुतळाबाई अश्रू टिपून धावल्या. जिजाबाईंना हात देत त्यांनी विचारले,

‘काय हवं, मासाहेब!’

जिजाबाईंनी पुतळाबाईंच्याकडे पाहिले. दुसऱ्या क्षणी त्यांच्या कुशीत तोंड लपवीत त्या म्हणाल्या,

‘घेऊन चला मला! कुठं तरी माझं पोर माझ्याच नजरेनं दृष्टावेल!’

जिजाबाईंना हुंदके फुटत होते. पुतळाबाई पाठीवरून हात फिरवीत होत्या.

सिंहासनावर राजांना जेव्हा सुवर्णस्नान घातले जात होते, तेव्हा पूर्वेला सूर्योदय होत होता.

-आणि त्या बालसूर्याच्या सहस्र किरणांनी पृथ्वीवरचा अंधकार नाहीसा झाला.

□

१४

पंतप्रधान मोरोपंतांनी राजांना आठ हजार होनांचे स्नान घातल्यानंतर राजसिंहानाच्या खाली असलेल्या जोत्यावर गागाभट्ट, संभाजीराजे व प्रधान मोरोपंत बसले. सारा दरबार खडा होता. मानाप्रमाणे सारे सरदार राजांना नजराणे अर्पण करीत होते. राजे नजराण्यांचा स्वीकार करीत होते. अचानक त्यांची नजर एका उंचावलेल्या हाताकडे गेली. इंग्रज वकील ऑग्झिंडेन हात उंचावून राजांचे लक्ष वेधण्याचा प्रयत्न करीत होता. त्याच्याबरोबर दुभाष्या नारायण शेणवीही आला होता. राजांनी त्या दोघांना सामोरे आणण्याची आज्ञा केली.

ऑग्झिंडेन सामोरा आला. त्याने अनेक गोष्टी राजांना नजर केल्या. त्यांत एक विलायती खुर्चीही होती. तीखेरीज हिरेजडित शिरपेच, दोन हिरेजडित सलकडी, तीन तेजस्वी मोती व एक हिऱ्याची अंगठी होती. ऑग्झिंडेनला मानाचा पोशाख देऊन राजांनी नजराण्यांचा स्वीकार केला.

राजे आता देवदर्शनाला जाणार होते. होळीचौकात सारा लवाजमा सिद्ध झाला. राजांचा ऐरावत पाठीवर सुवर्णअंबारी घेऊन झुलत उभा होता. सोन्यारुप्याच्या अलंकारांनी आणि भरजरी खोळीने तो सजला होता. राजे अंबारीत बसले होते. सरसेनापती हंबीरराव मोहिते सुवर्णांकुश घेऊन माहुताच्या जागी होते. मागे खवाशीत मोरोपंत प्रधान सोन्याच्या मुठीचे मोर्चेले राजांवर ढाळीत होते. राजांची मिरवणूक निघाली. असंख्य तुताऱ्यांचा नाद उठला.

राजांच्या जयघोषात मिरवणूक सरकू लागली. सारे सरदार राजांच्या मागून चालत होते. पुढे अश्वदळ चालत होते. मोर्चेले, अबदागीर राजांच्यावर धरली गेली होती. मिरवणूक पेठेत आली. आनंदाने बेहोश होऊन नागाप्पा शेट्टी राजांवरून मोहोरांची उधळण करीत होता. गुलाल उधळीत तो मिरवणुकीत सामील झाला.

दुतर्फा घरांच्या माड्या बायाबापड्यांनी भरल्या होत्या. राजांना पाहून हात जोडले जात होते. वाद्यगजरात राजे जगदीश्वरदर्शन घेऊन माघारी आले. वाड्याच्या दरवाजाशी लिंबलोण उतरले गेले. राजांनी वाड्यात प्रवेश केला.

अल्काबांचे पुकार पुकारले जात होते.

जिजाबाई आपल्या महालात बसल्या होत्या. मनोहारी धावत आली. तिने सांगितले,

'राजे वाड्यात आले!'

काही क्षणांत दुसरी दासी धावत आली.

'राजे राजसदर ओलांडून येत आहेत!'

नव्या दासीने वार्ता आणली,

'राजे अष्टकोनी महालाजवळ आले!'

राजे नजीक येत असल्याची बातमी कळत असता अल्काबांचे पुकार कानांवर

आले :

'बा अदब, बा मुलाहिजा..

आस्ते कदम महाराज ऽ ऽ आस्ते कदम ऽ ऽ ऽ'

जिजाबाई बेचैन झाल्या. गडबडीने उठत त्यांनी विचारले,

'पुतळा, बसायचं, की उठायचं? छत्रपती झालाय् ना तो!'

तोच राजे राजमहालाच्या दारी प्रकटले. शांत पावले टाकीत राजे जिजाबाईंच्याजवळ गेले; आणि अत्यंत नम्र भावाने त्यांनी आईच्या पावलांवर मस्तक टेकले.

'शिवबा! राजे ऽ ऽ ऽ!'

राजे उठले. जिजाबाईंना त्यांनी बळेच बैठकीवर बसविले. मोरोपंतांच्याकडे पाहताच मोरोपंत पुढे झाले. त्यांच्या हातांत आच्छादित तबक होते. आच्छादन दूर करताच या तबकात असलेली अत्यंत तलम मलमली जरी वस्त्रे नजरेत आली. राजे सद्गदित झाले. त्यांनी हात जोडले.

'मासाहेब, आम्ही आपल्या पदराखाली लहानाचे मोठे झालो. आपल्या आशीर्वादानं आजचा दिवस दिसला. हाती सत्ता असती आणि पृथ्वीचं दान केलं असतं, तरी ते अपुरं पडावं, ही आपली योग्यता! एक धर्मविधी म्हणूनच ही वस्त्रं आपल्या चरणी आम्ही वाहतो. त्यांना हात लावा.'

मोरोपंतांनी तबक पुढे केले. जिजाबाईंनी तबकाला हात लावला. ओठ थरथरत होते. डोळे बावरे बनले होते. तबक सरकावून त्यांनी राजांना जवळ ओढले. राजांची मिठी जिजाबाईंच्या भोवती पडली. डोळ्यांतून अश्रू झरत असताही राजे म्हणत होते,

'मासाहेब, शांत व्हा! शांत व्हा!'

काही क्षणांत जिजाबाई स्थिरावल्या. डोळे पुशीत त्या म्हणाल्या,

'शिवबा, काय वाटतं, ते कसं सांगू? कधी वाटलं नव्हतं, हा दिवस बघायला मिळेल, म्हणून. तुला माहीत नाही... तुझा जन्म शिवनेरीवर झाला, तेव्हा भविष्य वर्तवायला शास्त्री आले. त्यांना मी काय म्हणाले, माहीत आहे?'

राजांनी नकारार्थी मान हलविली.

जिजाबाई हसल्या.

'मी म्हणाले, 'शास्त्रीबुवा! हा पोटात असता ही संकटं आली. आता या पोराच्या पायगुणानं काय धिंडवडे निघणार आहेत, ते सांगा.' तर शास्त्री म्हणाले, 'मासाहेब, साक्षात सूर्य पोटी जन्माला आला! हा जन्मजन्मांतरीचे पांग फेडील!' त्या शास्त्र्याचं भविष्य खरं ठरलं, बघ. जगल्याचं सार्थक झालं! मरायला मोकळीक झाली.'

'मासाहेब, असं बोलू नका!'

'भिऊ नको! अशी मी मरायची नाही. तुझी सावली बनूनच आलेय् ना! हजारो

मरणं भोगून अगदी घट्ट झालेय्, बघ.'

'मासाहेब!'

'खोटं नाही! आजवर तुला कधी सांगितलं नाही. तू स्वराज्याचा डाव मांडलास. हरघडी संकटात उडी घ्यायचास. मी आशीर्वाद द्यायची. अफझल, शास्ताखान, आग्रा- अनेक मोहिमा. तू गेलास, की एकटं गडावर बसून राहायचं, देवापुढं धरणं धरायचं. सुखरूप असल्याचं कळेपर्यंत जिवात जीव नसायचा. नित्याचं मरण भोगताना जीव थकून जायचा. वाटायचं, हे सोसण्यापेक्षा जगू नये, मरून जावं...'

'मासाहेब!' राजांनी जिजाबाईंनी मिठी घातली. त्यांचे डोळे भरून आले. 'मासाहेब! असं बोलू नका. आता काही सोसावं लागणार नाही. तसं झालं, तर आमच्या छत्रपतिपदाला अर्थ राहायचा नाही...'

सिंहासनारोहणापेक्षाही आईच्या मिठीने अधिक भारावून राजे महालाबाहेर आले. राजसदरेच्या मंडपातून गाण्याचे सूर उठत होते.

□

१५

राज्याभिषेकाचा उत्सव गडावर सुरू झाला. नृत्य, गायन, पोवाडे यांच्या नादात गड धुंदावला. आलेल्या जुवारींनी ठिकठिकाणी पट मांडले. नशिबाचे फासे अजमावण्यासाठी मावळ्यांचे कडे त्यांच्या भोवती जमू लागले. बंगाली जादुगारांनी मांडलेले जादूचे खेळ पाहून बायाबापड्या भीत होत्या, पुरुष थक्क होत होते. नाना पक्वान्नांची अन्नछत्रे गडावर ठिकठिकाणी उघडली होती. राजारामांना घेऊन संभाजीराजे साऱ्या गडावर फिरत होते. शहाजादा अकबराच्या छावणीची आठवण त्यांच्या मनात जागी होत होती.

राजे आपल्या महालात एकटेच बसले होते. राज्याभिषेकाने वाढलेल्या जबाबदारीची त्यांना जाणीव होती. राज्याची व्यवस्था लावायची होती. नवे स्वरूप प्राप्त करून घ्यायचे होते. मनात खूप मनसुबे तरळत होते. तोच खाकरण्याचा आवाज झाला; आणि राजांचा समाधिभंग झाला. राजांनी मागे पाहिले. पाठीमागे सोयराबाई उभ्या होत्या. राजे त्यांच्या रूपाकडे पाहतच राहिले.

'असं काय पाहायचं?'

'खरं सांगू? खरोखरच अगदी काल लग्न झाल्यासारखं वाटतं. नव्या नवरीसारख्या भासता.'

सोयराबाई लाजल्या. 'तर, तर! सगळं खोटं! महालात आले, येऊन मागे उभी राहिले, तरी स्वारींना पत्ता लागत नाही. मोठ्या हौसेनं आम्ही आलो होतो.'

'ते बरं?' राजांनी कुतूहलाने विचारले.

सोयराबाईंनी पाय पुढे केला. वस्त्र किंचित उचलले. राजांची नजर त्यांच्या

पायांतल्या सोन्याच्या जोडव्यांवर व पायीच्या सुवर्णसाखळ्यांवर गेली.

'गागाभट्टांनी सांगितलं की, अभिषिक्त राणीला सुवर्णसाखळ्या आणि सुवर्णजोडवी घालण्याचा मान असतो, म्हणून.'

राजांची नजर त्या साखळ्यांवर स्थिरावली; आणि न कळत ते बोलून गेले,

'राणीसाहेब! खरं सांगू? सोनं बोलत नाही. चांदी बोलते.'

'म्हणजे?'

राजे चटकन भानावर आले. सावरून घेत ते म्हणाले,

'पाहा ना! चांदीच्या साखळ्या असत्या, तर त्यांच्या आवाजामुळं आम्हांला तुमच्या आगमनाची वर्दी चटकन लागली असती.'

'आवाज नसला, म्हणून काय झालं? सोन्याच्या आहेत ना! अभिषेक झाल्यापासून बायाबापड्यांची गर्दी उडाली पाया पडायला. जीव नको झाला. आणि पाया पडतात, तेही पायांवर डोकं ठेवून.'

'राज्ञीपद आहे ना! कंटाळा करून कसं चालेल?'

'ते का मला कळत नाही? म्हणूनच सारं सोसते. अनाजीदेखील हेच म्हणाले. जाते मी. महालात बायका थांबल्या असतील.'

'थोडं थांबा.' म्हणत राजे उठले. त्यांनी संदूक उघडली. संदुकीतून एक सुबक नक्षीकाम केलेली हस्तीदंती पेटी काढून ती सोयराबाईंच्या हाती दिली.

'काय हे?'

'कर्नाटकातून बुक्केफरोज आला होता. त्याच्याकडून ही गंधाली विकत घेतली... तुमच्याकरिता. उघडून पाहा ना!'

सोयराबाईंनी पेटी उघडली. त्या छोट्या पेटीत उंची अत्तराच्या बुधल्या होत्या. राजे म्हणाले,

'आठवतं? आग्र्याला जाताना तुम्ही अत्तर आणायला सांगितलं होतं. पण आम्ही आणू शकलो नाही.'

'किती लक्षात राहतं स्वारींच्या!'

'दिलं वचन विसरलं, तर छत्रपती कोण म्हणेल आम्हांला?'

सोयराबाईंचे लक्ष राजांच्या हातातल्या अंगठीवर गेले. हिऱ्याची अंगठी चमकत होती. त्यांनी विचारले,

'नवी केली?'

'नाही. काल इंग्रज वकिलानं भेट दिली.'

'हे हिरे चमकतात; मग आमचे हिरे का चमकत नाहीत?'

'ह्या हिऱ्यांना पैलू पाडलेत, राणीसाहेब! नाही तर साधा हिऱ्याचा खडा गारगोटीसारखाच दिसतो. हिऱ्याचं कशाला? मनाचंही तेच आहे. मन हेदेखील

हिऱ्यासारखंच निर्मळ, निष्पाप असतं. त्याला ज्ञानाचे, व्यवहाराचे पैलू पडले, तरच ते प्रकाशित होतं.'

'असू दे! आमचं मन निर्मळ नसेल.' सोयराबाई एकदम संतापल्या.

राजे थक्क झाले. ते म्हणाले,

'राणीसाहेब, आता असा संताप आवरायला हवा. नेमका कुतर्क उचलण्याची वृत्ती बदलायला हवी. तुमच्यावर फार मोठी जबाबदारी आहे. तुम्ही आता महाराणी आहात.'

सोयराबाई एकदम हसल्या. राजांनी विचारले,

'राजाराम कुठं आहेत?'

'त्यांचा घरात पत्ता कुठं आहे? आपल्या दादा महाराजांच्याबरोबर गाण्याबजावण्यांत गर्क आहेत ते.'

'सिंहासनारोहणप्रसंगी कुठं दिसले नाहीत, म्हणून विचारलं. झोपले होते, वाटतं?'

बिथरलेल्या सोयराबाई म्हणाल्या, 'हो, हो! किती वेळ जागणार?'

'शंभर वर्षं आयुष्य आहे!!'

सोयराबाईंनी महालात प्रवेश करणाऱ्या राजाराम-संभाजींकडे पाहिले. दोघांनी राजांना, सोयराबाईंना मुजरा केला.

राजांनी राजारामांना कडेवर घेतले. त्यांना कवटाळीत राजे म्हणाले,

'बाळराजे, आम्ही तुमचीच आठवण काढली होती. आम्ही सिंहासनारोहण केलं, आणि नेमके तुम्ही झोपी गेलात हं!'

'साफ खोटं! आम्ही मुळीच झोपलो नव्हतो.'

'बाळराजे!' घाबऱ्या होऊन सोयराबाई ओरडल्या.

'मग कुठं होता, राजे?' राजांनी विचारले.

'आईसाहेबांनी आम्हांला मना केली; आम्हांला सातमहालीच ठेवलं.' राजारामांनी सांगून टाकले.

राजे आश्चर्यचकित होऊन सोयराबाईंच्याकडे पाहत होते. सोयराबाई बावरल्या होत्या. या चटकन संतापल्या, आणि त्या भरात बोलून गेल्या,

'युवराज म्हणून संभाजीराजे अभिषेकाला बसणार. युवराज म्हणून ते सिंहासनाच्या पायरीवर बसणार आणि राजाराम बारगीर म्हणून उभे राहून काय पाहणार होते? त्या अपमानापेक्षा...'

'राणीसाहेब, जबान आवरा!...' राजे बोलले.

सोयराबाईंनी हातची गंधाली टाकली. अत्तराचे बुधले चौफेर उधळले आणि राणीसाहेब महालाबाहेर निघून गेल्या.

□

१६

शिवाजीराजांनी रात्रीचा दरबार भरविला होता. राजसदरेच्या बैठकीवर अनेक लोडतक्क्यांच्या भारी बैठकी लावल्या होत्या. सहस्त्र ज्योतींनी नटलेल्या वृक्षदीपांनी सारी सदर झगमगत होती. मशालधारी सावधतेने उभे होते. समयांच्या उजेडात रत्नखचित सिंहासन चमकत होते. चिकाच्या पडद्याआड राणीवसा हजर झाला होता. सारे सरदार, मानकरी आपापल्या जागी मानाप्रमाणे बसले होते. सिंहासनाच्या डाव्या बाजूला राजसदरेच्या लगत असलेल्या खास बैठकीवर बसलेला इंग्रज वकील ऑग्झिंडेन आपल्या लोकवेगळ्या पोशाखाने साऱ्यांचे लक्ष वेधून घेत होता. बिछायतीने आच्छादिलेल्या राजसदरेच्या बैठकीवर संभाजीराजे व राजाराम बसले होते.

दरबारी येण्यासाठी महाराज महालाबाहेर पडण्याच्या तयारीत असता त्यांनी शेजारी उभ्या असलेल्या हंबीररावांना विचारले,

'मासाहेब दरबारी गेल्या?'

'जी, नाही.'

'का?' राजांनी वर पाहत विचारले.

'राज्याभिषेकाची रात्रभर दगदग झाली. त्यामुळं साऱ्यांनी त्यांना विश्रांती घेण्याचा सल्ला दिला.'

'अस्सं! चला, आपण मासाहेबांना भेटूनच दरबारी जाऊ!'

राजे महालाबाहेर पडले. आपल्या महाली जिजाबाई बैठकीवर बसल्या होत्या. शेजारी मनोहारी उभी होती. राजांनी पाय शिवले.

'औक्षवंत व्हा! अरे, किती वेळा पाया पडतोस?'

'तीच आमची तपश्चर्या आहे!... तब्येत बरी नाही, म्हणून कळलं.'

जिजाबाई हसल्या. म्हणाल्या,

'छे, रे! छान आहे तब्येत. तुझा राज्याभिषेक पाहिल्यापासून झोप तर कुठच्या कुठं उडून गेलीय्. झोप येत नाही, स्वस्थ एका जागेला बसवत नाही, असं काही तरी झालंय्, बघ.'

'मोठ्या हौसेनं आम्ही आजचा दरबार भरवला... तुमच्यासाठी; आणि तुम्हीच येत नाही, हे समजल्यावर मन खट्टू झालं.'

'माझ्यासाठी?'

'ते दरबारी आलं, म्हणजे कळेल.'

'येते ना! डोळे मिटायच्या आधी सारं पाहून घेऊ दे मला.'

राजांच्या चेहऱ्यावरचे हसू विरलेले पाहताच गडबडीने जिजाबाई म्हणाल्या,

'व्हायलं! पुन्हा नाही म्हणणार. तू पुढं हो. मी आलेच.'

राजे क्षणभर उभे राहिले. म्हणाले,

'अंहं! आमच्याबरोबरच चला.'

जिजाबाईंना हसू आले.

'बरं, बाबा! तुझ्याबरोबरच येते. आजवर बालहट्ट पुरवला; आता राजहट्ट!'

सारे हसले. जिजाबाई गुडघ्यांचा आधार घेत उठल्या. राजांनी त्यांना हात दिला. जरीकाडीचे श्वेत वस्त्र परिधान केलेल्या जिजाबाई राजांच्या डाव्या हाताचा आधार घेऊन महालाबाहेर पडल्या. गुर्झबदार अल्काब पुकारत होते...

'क्षत्रियकुलावतंस गोब्राह्मणप्रतिपालक...'

राजसदरेजवळ येताच जिजाबाई मनोहारीच्या आधाराने राणीवशाकडे वळल्या. राजे राजसदरेकडे जाऊ लागले.

अल्काबांच्या पुकाराने सावध झालेली सभा उभी होती. राजांनी प्रवेश करताच मुजरे झडले.

राजे सिंहासनाच्या पायऱ्या चढत होते. अल्काब पुकारले जात होते...

'निग्गाह रक्खो! खडी ताजीम... आस्ते कदम महाराज, आस्ते कदम ऽ ऽ'

राजे सिंहासनावर बसले. गुर्झबदाराने सुवर्णदंडाचा दोनदा आवाज दिला. झुकलेल्या नजरा वर आल्या. राजांनी सर्वांना बसण्याची इशारत दिली. सारा दरबार स्थानापन्न झाला. राजे दरबारावरून आपली नजर फिरवीत होते. राजाराम, संभाजी यांना पाहताच त्यांच्या चेहऱ्यावर स्मित झळकले. राजांनी समोर नजर टाकली. राजसभेच्या मधोमध घातलेल्या सुशोभित बैठकीवर कविराज भूषण उभे होते. तेजस्वी मुद्रा. श्वेत अंगरख्यावर रुळणारा केशरी शेला. कानांत चमकणारी सुवर्णकुंडले. कवी भूषणही राजांचे रूप डोळ्यांत साठवीत होते. राजांनी भूषणावर आपली नजर स्थिरावली. भूषणाचे हात जोडले होते.

'कवी!' महाराज बोलते झाले. 'अत्यंत शुभ घडीला तुमचे पाय आमच्या गडाला लागले. श्रीजगदंबेनं आमच्या हातून आजवर जे घडवलं, तिच्या इच्छेवरून जे स्वप्न साकार झालं, त्याचं रूप तुमच्या अधिकारवाणीनं ऐकावं, असं आम्हांला वाटतं.'

भूषणाने आपला शेला सावरला. हात उंचावत तो म्हणाला,

'ऐक, राजा! तुझ्या देवतुल्य पराक्रमाचं अमर काव्य गाण्याचं भाग्य म्हणजे जीवनाचं सार्थक, असं माझ्यासारख्या कवीला वाटतं. ऐक, राजा! शांत चित्तानं, प्रेमभरानं तुझ्या दिग्विजयाचं काव्य ऐक.'

राजसभा स्थिरावली. कवी कलशासारख्या रसज्ञ विद्वानाची नजर भूषणावर स्थिरावली.

-आणि स्तब्ध राजमहालात अति लावण्यमयी नर्तकीचे एकसुराचे बोल पदन्यासाने बोलते व्हावेत, तसा कवी भूषणाचा एक एक शब्द राजसभेत भरू लागला.

'साजि चतुरंग बीररंगमें तुरंग चढि,
सरजा सिवाजी जंग जीतन चलत है।

भूषन भनत नाद बिहद नगारन के,

नदी नद मद गैबरनके रलत है।।'

'शूर शिवाजी चतुरंग सैन्य घेऊन, वीरोचित उत्साहाने घोड्यावर बसून युद्ध जिंकण्यासाठी निघाला आहे. नगाऱ्याचा भयंकर ध्वनी उठतो आहे; आणि उन्मत्त हत्तींच्या गंडस्थळांतून निघणारा मद नदीनाल्यांच्या प्रवाहांत मिसळत आहे...'

महाराज साऱ्या दरबाराबरोबरच मंत्रमुग्ध होऊन ते काव्य ऐकत होते. प्रत्येक कडव्याबरोबर भूषणाच्या आवाजाला धार चढत होती. घोड्यांच्या टापांनी उठणारा धुळीचा लोट नजरेसमोर येत होता. एक एक मोहीम राजांच्या नजरेसमोरून सरकत होती. अफझलवध झाला. शास्ताखान आला. भूषण सांगत होता...

'तनियाँ न तिलक सुथनियाँ पगनिया न,

घामैं घुमराती छोडि सोजियाँ सुखन की।।'

'मोगल स्त्रियांचे हाल तर विचारू नका. त्यांना आपल्या अंगांतील चोळ्यांचे व सदऱ्यांचे, तसेच, पायांतील विजारींचे व जोड्यांचे भान राहिले नाही.'

शास्ताखानाच्या महालात भर रात्री प्रवेश केला, तेव्हाचे दृश्य असेच काहीतरी होते. त्या आठवणीबरोबर राजांच्या चेहऱ्यावर हास्य विलसले. भूषण एकापाठोपाठ एक एक प्रसंग डोळ्यांसमोर उभा करीत होता. राजे तल्लीन होऊन, वेळकाळाचे बंधन विसरून ते काव्य ऐकत होते. भूषण आग्र्याचा प्रसंग आपल्या प्रभावी काव्यवाणीने सांगत होता. त्या आठवणीने बसल्या जागी राजांच्या मुठी वळल्या गेल्या...

शिवाजी सिंहासारखी झडप घालील, की काय, ह्या भीतीने औरंगजेबाने घुसलखान्यात शिवाजीची भेट घेतली. सर्वांच्या वर उभे राहण्याची ज्याची योग्यता, त्याला हलक्या जागी उभे करण्यात आले. शिवाजीराजांचा संताप उफाळला...

'भूषन भनत महावीर बलकन लागो,
सारी पातसाही के उडाय गये जियरे।
तमक ते लाल मुख सिबा को निरखी भये,
स्याह मुख नौरँग सिपाह मुख पियरे।।'

'भूषण म्हणतो : महावीर शिवाजी संतप्त होऊन बडबडू लागला, तेव्हा दरबारातील सर्व लोकांचे जीव उडून गेले. संतापाने लाल झालेले शिवाजीचे मुख पाहून औरंगजेबाचे तोंड काळे ठिक्कर पडले...'

कवी भूषण मोगलाईचे अत्याचार वर्णन करीत होते. साऱ्या सभेत त्वेष संचारला होता.

'भूषन भनत भाग्यो कासीपति विश्वनाथ,
और कौन गिनतीमें भूली गति भब की।
चारों वर्ण धर्म छोडि कलमा निवाज पढि,
सिवाजी न होतो तो सुनति होत सब की।।'

'औरंगजेबाने मथुरेची कत्तल केली, आणि 'रब'ची द्वाही फिरविली; देवदेवतांच्या खणत्या केल्या. लाखो हिंदू मुसलमान झाले. एवढेच काय, प्रत्यक्ष काशीविश्वनाथ भयभीत होऊन पळाले. महादेवाचीच अशी त्रेधा उडाली. चारही वर्णांना आपले धर्म सोडून नमाज पढावी लागली असती; शिवाजी न होता, तर सर्वांची सुंता झाली असती!'

ते काव्य ऐकत असलेले गागाभट्ट राजसभेचा रिवाज विसरून, बेभान होऊन, आपल्या उच्चासनावरून उठले. हात उंचावत ते भूषणजवळ आले.

'धन्य हो, भूषण! धन्य!' म्हणत त्यांनी भूषणला मिठी मारली. त्यांना काही सुचेना. आपल्या गळ्यातील प्रवाळांची माला त्यांनी भूषणच्या गळ्यात घातली. दोन श्रेष्ठ गुणिजनांची भेट सारी सभा पाहत होती.

कवी भूषण राजांना वंदन करून परत आपले काव्य सांगू लागले. श्लोक संपला, की राजे 'आणखी' म्हणत. काव्य स्रवत होते; रात्र पुढे सरकत होती. मध्यरात्रीनंतर भूषण थांबले. राजांनी विचारले,

'भूषण, थांबलात का? आमचे कान अतृप्तच आहेत!'

'राजा, मध्यरात्र होऊन गेली. आता आज्ञा व्हावी. परत जेव्हा आज्ञा होईल, तेव्हा हा दास आपल्या सेवेला हजर आहे.'

'कवी भूषण! आज राज्याभिषेक-उत्सव प्रसंग. आम्ही मनाशी असं ठरवलं होतं की, आपल्या प्रत्येक श्लोकाला लक्ष रुपये बिदागी द्यायची. म्हटले असते, तेवढे सारे श्लोक ऐकायला आम्ही तयार होतो.'

सारा दरबार त्या बोलांनी थक्क झाला. कवी भूषणाच्या चेहऱ्यावर प्रसन्न स्मित झळकले. तो शांतपणे म्हणाला,

'राजा, तसं झालं असतं, तर करोडो रुपयांची तुझी संपदादेखील संपून गेली असती! तुझी स्तुती करीत असता जिव्हेला वीट येईल कसा? तुझी प्रजा तुला देव मानते. तुझ्या कार्यासाठी जीव वेचायला अगणित माणसं आतुरतेनं वाट पाहत असतात. ही तुझी संपदा वर्णायिला कंटाळा येईल कसा? राजा! हे तर परम भाग्य! प्रत्येक कवनाला लाख रुपयांपेक्षा तू प्रेमभरानं एखादं बिल्वदळ जरी माझ्या पदरी टाकलंस, तरी मी जन्माचा गुलाम होऊन जाईन, ही तुझी योग्यता! राजा, विजयश्री तुला सदैव माळ घालो!'

भूषणाने हात जोडले. राजे सिंहासनावरून उठले. भूषणाच्या समोर येऊन त्यांनी आपल्या गळ्यातला कंठा भूषणाच्या गळ्यात घातला.

'कविराज भूषण! आमच्या दरबारी अष्टप्रधान आहेत, राजपंडित आहेत; पण राजकवीची जागा मोकळी होती. तुमच्यामुळं त्या जागेला शोभा आली.'

राजकवी भूषणाने नम्र भावाने व हर्षित मनाने त्या मानाचा स्वीकार केला.

राजे पायऱ्या चढून येथे जिजाबाई बसल्या होत्या, तेथे गेले. जिजाबाई लोडाला टेकून बसल्या होत्या. गालांवर अश्रू सुकले होते. राजे जवळ बसले.

'मासाहेब, आठवतं? मागे एकदा आपण शाहिराचं काव्य ऐकत होता. तेव्हा आम्ही म्हणालो होतो...'

जिजाबाईंनी राजांना पुढे बोलू दिले नाही. त्यांच्या गालांवरून हात फिरवीत त्या कापऱ्या आवाजात म्हणाल्या,

'शिवबा, सारं आठवतं. तुझं राज्यारोहण पाहून डोळे तृप्त झाले होते; कान मात्र अतृप्तच होते. आज तेही तृप्त केलेस. मातृऋणातून मोकळा झालास...' □

१७

राजांचा राज्याभिषेक झाला; आणि गडावर उत्सव सुरू झाला. राज्याभिषेकासाठी गडावर आलेले मुख्य किल्लेदार, राजांचे अधिकारी राजांचा निरोप घेऊन परतू लागले. राजांनी सर्वांना मानवस्त्रे देऊन निरोप दिला. फिरंगोजीही भूपाळगडाला निघून गेले.

गडावर उत्सव चालू असता राजे मात्र त्यात लक्ष न घालता राज्यकारभारात गुंतले होते, नव्या अष्टप्रधानांची कामगिरी ठरवीत होते. या शुभ प्रसंगाच्या निमित्ताने राजांच्या शिक्क्याची तांब्याची शिवराई व सोन्याची शिवराई दोन टांकसाळींत पाडण्यास सुरुवात झाली. अष्टप्रधानांत बाळाजींनी यावे, असे राजांना वाटत होते. पण बाळाजींनी प्रधानपदाऐवजी चिटणीसपद वंशपरंपरेने मागितले. राजांनी मोठ्या आनंदाने रुप्याचे कलमदान, घोडा, चवरी, चौकडा व भूषणे यांसह चिटणीसपदाची वस्त्रे बाळाजी आवजींना खास दरबार भरवून दिली.

दरबारात मोरोपंत, अनाजी, हंबीरराव, त्र्यंबकराव, रामचंद्रपंत, दत्ताजीपंत, रघुनाथपंत, निराजीपंत ही अष्टप्रधान मंडळी हजर होती. राजांनी केलेला बाळाजींचा सन्मान पाहून साऱ्यांनाच समाधान वाटत होते. अष्टप्रधानांबरोबरच दरबारात गागाभट्ट, भूषण, अनंतभट्ट हीही मंडळी होती. राजांची नजर मोरोपंतांच्याकडे वळली.

'मोरोपंत, आमच्या बाळाजींना आम्ही प्रधानपद देऊ केलं होतं. पण त्यांनी चिटणीसपदाचीच निवड केली.'

'कदाचित त्यांचा विनय असेल, महाराज!' मोरोपंत म्हणाले.

'मुळीच नाही. उलट चिटणिशी मागण्यात त्यांनी हुशारीच दाखविली, असा आमचा समज आहे. तलवारीइतकंच कलमदानाला महत्त्व आहे, हे त्यांनी जाणलं, याचा आम्हांला आनंद आहे.'

राजे क्षणभर थांबले; आणि अचानक त्यांनी आज्ञा केली,

'आमच्या मदारी मेहतराला बोलवा.'

त्या आज्ञेने साऱ्यांना आश्चर्य वाटले. मदारी मेहतराची आठवण राजांनी का केली, याचे कोडे कुणाला उलगडले नाही. राजांच्या चेहऱ्यावर हसू उमटले.

'मोरोपंत, आम्ही मदारीची आठवण का केली, याचं आश्चर्य वाटलं ना? या प्रसंगी त्याची आठवण व्हायची नाही, तर कुणाची? आग्र्याच्या पिंजऱ्यातून आम्ही सुटण्याचा विचार करीत होतो. एकामागून एक सारे या ना त्या कारणानं बाहेर पाठवले गेले. शेवटी राहिले फक्त हिरोजी फर्जंद आणि मदारी मेहतर. एक जाणता, दुसरा नेणता. पण दोघेही निष्ठावंत. हिरोजीनं आमची जागा घेतली; आणि मदारी आमचा भास टिकविण्यासाठी पाय रगडण्यात मग्न झाला. ते दोघे सुटण्याची शक्यता फार कमी होती. जाणूनबुजून मृत्यूचं स्वागत करणारे दोघे. हिरोजीला आम्ही नावाजलं; पण मदारी तसाच राहिला.'

मदारी दरबारात आला. राजांनी त्याला प्रेमाने जवळ बोलावून घेतले. विशीच्या वयाचा मदारी दरबारच्या आमंत्रणाने बिचकला होता.

'मदारी, तुम्ही राखलंत, म्हणून आम्ही आज छत्रपती झालो. तुझ्या निष्ठेमुळं आमचं बत्तीस मणांचं सुवर्णसिंहासन सजलं. आजपासून आमच्या सिंहासनाची व्यवस्था आम्ही तुझ्यावर सोपवीत आहो.'

राजांनी मदारीला मानवस्त्रे देऊन त्याची नेमणूक सिंहासन-व्यवस्थेवर केली.

गागाभट्ट आसनावरून उठले. ते म्हणाले,

'राजन्! राज्याभिषेकानंतर ज्या व्हावयास हव्या, त्या साऱ्या गोष्टी झाल्या. पण अद्याप एक गोष्ट राहिली आहे.'

'कोणती?' राजांनी विचारले.

'आमची इच्छा आहे की, राज्याभिषेकापासून नव्या राज्याभिषेकशकाची सुरुवात व्हावी.'

दरबारी असलेल्या कृष्णाजी ज्योतिष्यांनी ती सूचना उचलून धरली. राजांनी मान्यता दिली. ते कृष्णाजींना म्हणाले,

'कृष्णाजी, आपण आमच्या दरबारचे राजज्योतिषी. आपलं पंचांग शुद्ध व्हावं. यासाठी तुम्ही विचार करा. अभ्यासपूर्वक करणग्रंथ तयार करावा.'

कृष्णाजीपंतांनी ती जबाबदारी आनंदाने उचलली आणि त्याचबरोबर राजांनी रघुनाथपंडितांना राज्यव्यवहारकोष तयार करण्याची आज्ञा केली.

'महाराज, आपला हेतू समजला नाही.' पंडितांनी अदबीने सांगितले.

राजांच्या चेहऱ्यावर स्मित उजळले. ते म्हणाले,

'आपण पंडित! आपल्या ध्यानी हे यायला हवं होतं. राज्यव्यवहारातल्या चार कागदपत्रांवरून आपण नजर टाकलीत, तर आपल्या ध्यानी आमचा हेतू येईल. आपल्या भाषेचे व्यवहारातले जुने शब्द जाऊन, त्या जागी फारसी शब्दांचा भरणा

वाढला आहे. भाषासुधारणा व्हायला हवी. ह्यासाठी नुसता राज्यव्यवहारकोष करून भागणार नाही. ते शब्द आवर्जून वापरात येतात, या बाबतीत आमचे अष्टप्रधान, राजपंडित या सर्वांनी जातीनं दक्ष राहायला हवं.'

राजांच्या त्या बोलण्याने गागाभट्ट आनंदित झाले. त्यांना राहवले नाही.

'राजे, आपण छत्रपती बनलात, हे आमचं भाग्य. पण त्याचबरोबर आपल्याला वाढत्या जबाबदारीची जाणीव होते आहे, हे पाहून आम्ही धन्य झालो!'

'तसं नाही, आचार्य!' राजे हसून म्हणाले, 'उलट, जबाबदारी कमी झाल्यानं आम्हांला पंचांग, राज्यव्यवहारकोष हे सुचायला लागले.'

साऱ्यांच्या चेहऱ्यांवर स्मित उमटले. राजांचा चेहरा मात्र गंभीर झाला. ते संथपणे म्हणाले,

'आम्ही थट्टेनं म्हणालो नाही. आजवरच्या राजेपणात आम्ही एकाकी निर्णय केले; प्रसंगी सल्ला घेतला. तेव्हा जबाबदारी फार मोठी होती. पण आज आमचं पारखून-सुलाखून तयार झालेलं अष्टप्रधानमंडळ आम्ही उभं केलं. राज्याच्या कक्षा वाढल्या, वाढतील. ती जबाबदारी एकाला पेलणं कठीण आहे. हे आमचं राज्य नव्हे; हे श्रीचं राज्य. ते त्याच जोखमीनं तोलायला हवं. संभाळायला हवं. यापुढचे निर्णय आमच्या बरोबरच आमचं प्रधानमंत्रिमंडळही घेईल. आम्ही छत्रपती झालो खरे! छत्राचा सुवर्णकळस कितीही चमकत असला, तरी छत्राचा भार आणि डौल छत्रतणावाच सावरीत असतात.'

राजे दरबारातून उठले. दरबार संपला. राजांचे लक्ष दरबारात गुंतले नव्हते. राज्याभिषेकापासून त्यांचे लक्ष जिजाबाईंच्याकडे लागून राहिले होते. राज्याभिषेकापासून त्या थकल्या होत्या. त्यांनी अंथरूण धरले होते. वैद्य औषध देत होते. कलशांनी ताईत मंत्रून दिले होते.

दोन प्रहरच्या वेळी राजे जिजाबाईंच्या महालातून बाहेर पडले, तोच त्यांच्या नजरेत कवी कलश आले. कवी कलश राजांच्या जवळ येऊन उभे राहिले. त्यांचा चेहरा चिंताग्रस्त दिसत होता.

'राजे, निश्चलपुरी गोसावी निरोप घेण्यासाठी आलेत.'

'कुठं निघाले?'

'त्यांना गडाचं वास्तव्य मान्य नाही. ते गडाखाली उतरताहेत. आपला निरोप घेण्यासाठी सदरेत उभे आहेत.'

गागाभट्टांच्याबद्दल निश्चलपुरींच्या मनात द्वेष आहे, हे राजांना जाणवले होते. एक होता प्रकांडपंडित, तर दुसरा होता तापसी गोसावी. दोघांनाही राजांनी संभाळून घेतले होते. राजे सदरेत आले. उपवासांनी व उग्र अनुष्ठानांनी कृश झालेले, व्याघ्रांबर नेसलेले, मस्तकी जटाभार असलेले, अंगावर भस्म चित्रित केलेले निश्चलपुरी

सदरेत उभे होते.

'गोसावी, आपण जाणार, असं कवी म्हणत होते.'

'काही कालापुरतं जावं लागेल, असं वाटतं.'

'कारण कळेल?'

निश्चलपुरींनी संतप्त निःश्वास सोडला. त्यांची आग उफाळली.

'राजन्, गागाभट्टांनी राज्याभिषेकाकरिता निवडलेला मुहूर्त मला मान्य नव्हता, हे तुम्ही जाणताच. ज्या प्रसंगी आधी सेनापती जातो, भार्या कालवश होते, तो महूर्त कसला? राज्याभिषेकाच्या आधल्या दिवशी उल्कापात झाला. हे उत्पात गागाभट्टांनी जाणावयास हवे होते. दोष मोठा आहे. राज्याभिषेकापासून तेरा, बावीस, पंचावन्न व पासष्ट या दिवशी असेच उत्पात घडतील...'

राजे नम्रपणे म्हणाले,

'आपण ज्ञानी आहात. या अनिष्टनिवारणार्थ जे कराल, ते मान्य आहे.'

निश्चलपुरी हसले. ते म्हणाले,

'राजा, मी जातो. तुला अनुभव आला, की मला निरोप पाठव. मी येईन; तांत्रिक अभिषेक करून भावी अनर्थ टाळीन.'

राजांनी निश्चलपुरींना सन्मानपूर्वक निरोप दिला.

निश्चलपुरींच्या भविष्यवाणीने राजांचे मन चिंताग्रस्त झाले.

□

१८

राजे जिजाबाईंच्या जवळ बसले होते. महालात समया पेटल्या होत्या. मासाहेब क्षीण भासत होत्या. महालात संभाजीराजे, सोयराबाई, पुतळाबाई, राजाराम हजर होते. राजाराम पलंगावर जिजाबाईंच्या जवळ बसले होते. जिजाबाई त्यांच्या केसांवरून हात फिरवीत होत्या. बसून कंटाळलेले राजाराम जिजाबाईंच्या जवळ कलंडले. सोयराबाई पुढे झाल्या. राजारामांचा हात धरीत त्या म्हणाल्या,

'उठा, बाळराजे, झोपायला जा. मासाहेब आजारी आहेत. एवढंही कळत नाही?'

जिजाबाई म्हणाल्या, 'राहू दे... शिवबा, हे पोर भारी प्रेमळ आहे, बघ. सांगाल, ते ऐकतं. फार शांत आहे. मला बरं नाही, तर ही दोघं सारखी आत-बाहेर करीत असतात.'

'सारे लाड पुरवले जातात ना!' राजे म्हणाले.

'नाही, रे! जातीनंच प्रेमळ आहेत. तुझ्या पोटी दोन नक्षत्रंच आली आहेत. एक आहे सूर्य, आणि दुसरा चंद्र. एक अत्यंत स्वाभिमानी, नाकावर माशी बसवून घेत नाही. तर दुसरा एकदम शांत.'

राजे काही बोलले नाहीत. जिजाबाईंच्या ते ध्यानी आले. त्या म्हणाल्या,

'काळजी कसली करता, राजे? थोडी दगदग झाली ना, त्यामुळं हा थकवा आला. जाईल सावकाश आणि नाही गेला, म्हणून काही बिघडणार नाही... राजे, आमचं ऐकाल?'

'सांगा, मासाहेब!' राजे म्हणाले.

'आम्हांला आता पाचाडला हलवा.'

'जरा बरं वाटलं, की...'

'नको, रे! मेण्यातून मी जाईन. पावसाळा आला. झड बसली, की काही जमायचं नाही... आणि गडावरची पावसाळी हवा मला मानवायची नाही.'

राजांनाही डोळ्यांसमोर पावसाळा दिसत होता. जिजाबाईंना गडावरची पावसाळी हवा मानवत नाही, हे त्यांना माहीत होतं. वैद्यांनीही तो सल्ला दिला होता.

'ठीक आहे, मासाहेब. आपण उद्या पाचाडला जाऊ.'

'तुम्ही कशाला येता? इथं सारा पसारा असाच पडला आहे. संभाजीला घेऊन जाते. पुतळा पण येईल... येशील ना, ग?'

'जी!' पुतळाबाई म्हणाल्या.

'तुम्ही इथली सावरासावर झाली, की मग या.'

दुसऱ्या दिवशी मेणे तयार झाले. पुतळाबाई व संभाजी यांसह मासाहेब गडाखाली उतरल्या. महादरवाजापर्यंत राजे पोहोचवावयास गेले.

राजे परत राज्यकारभारात गुंतले. राजांनी आपले अष्टप्रधान, पंडित यांना बोलाविले. राजे सर्वांना आपला मनोदय बोलून दाखवीत होते. राजे म्हणाले,

'आता या राज्याभिषेकामुळं जबाबदारी वाढली. एका माणसाच्या बुद्धीनं हा गाडा निर्दोषपणे चालविता येणार नाही. यापुढं राज्यकारभाराचे सारे निर्णय आपण सर्वांनी मिळून करायला हवेत.'

'आम्ही सल्ला देण्यात कधीही...' अनाजी म्हणाले.

'आम्हांला सल्ला नको. यापुढं आम्हांला निर्णय लागतील; आणि ते अष्टप्रधानांनी आपल्या जबाबदारीवर पार पाडायला हवेत. यापुढं प्रधानमंडळानं केलेले निर्णय आम्ही अमलात आणू, याबद्दल आम्ही खात्री देतो.'

राजांचा तो निर्णय ऐकून मंत्रिमंडळ चकित झाले. वाढत्या जबाबदारीने त्यांची अस्वस्थता वाढली. राजांनी निराजीपंतांना विचारले,

'पंत, आमच्या राज्याभिषेकाचा खर्च किती आला?'

'कोटी होनांच्या घरात खर्चाचा आकडा पडेल, असं वाटतं.'

'तो भरून काढायला मिरासपट्टी आकारावी, असं आम्हांला वाटतं.'

'प्रजा आनंदानं पट्टी भरील!' मोरोपंत म्हणाले.

'प्रजेला बळ लागण्याचं काहीच कारण नाही. पण आमच्या राज्याभिषेकाची शंका बाळगणाऱ्या देशमुख, देशकुलकर्णी, पाटील व गावकुलकर्णी यांसारख्या वतनी हक्क वसूल करणाऱ्यांवर ही पट्टी बसवा. पण याला अपवाद पुणे प्रांत करा. मोगलांनी या प्रांतावर फार जुलूम केलेत. तो प्रांत या पट्टीतून वगळा.'

दोन प्रहरी राजे भोजन करून नुकतेच शय्यागृहात गेले होते. राजांना निद्रा लागली.

अचानक राजांना जाग आली. डोळ्यांसमोर संभाजीराजे होते. त्यांचा चेहरा तांबडाबुंद बनला होता. त्यांना पाहताच राजे उठून बसले.

'का आलात, शंभूबाळ?' राजांनी धीर करून विचारले.

त्या प्रश्नाबरोबर त्यांच्या डोळ्यांत साकळलेले अश्रू झरले. राजांनी विचारले, 'काय झालं, राजे?'

'मासाहेबांची तब्येत जास्त...'

राजांनी त्वरेने कपडे केले. सोयराबाई महालात आल्या.

'राणीसाहेब, मासाहेबांची तब्येत बरी नाही, म्हणे. आम्ही पुढं जातो. तुम्ही मागून या.'

राजे वाड्याबाहेर पडले. मोरोपंत धावत आले; म्हणाले,

'महाराज, पालखी सांगितलीय्.'

'नको. आम्ही चालत जातो. तुम्ही गडावर लक्ष ठेवा.'

राजे चालत होते. सेवक पुढे धावत होते. राजांच्या बरोबर संभाजीराजे चालत असूनही राजे काही बोलत नव्हते. स्वप्नात असल्यासारखे ते गड उतरत होते.

राजे पाचाडच्या वाड्यात आले. सर्वत्र चिंतेचे वातावरण दिसत होते. राजे तडक जिजाबाईंच्या महालात गेले. जिजाबाई पलंगावर झोपल्या होत्या. महालात पुतळाबाई, येसूबाई उभ्या होत्या. राजांना पाहताच जिजाबाईंच्या चेहऱ्यावर हसू उमटले. राजे नजीक गेले.

'राजे, आलात? बरं झालं. राजाराम कुठं आहे?'

'मागून येत आहेत. तब्येत कशी आहे?'

'चांगली आहे, रे! पण आता पिकलं पान. केव्हा तरी गळून पडायचंच.'

राजांची नजर पुतळाबाईंच्याकडे वळली. राजांनी विचारले,

'मासाहेबांना औषध?'

'मात्रा दिलीय्!'

'मग वैद्यराज कोठे आहेत?'

'गंगावैद्यांना आणण्यासाठी महाडला गेलेत.'

गंगावैद्य म्हणजे साक्षात धन्वंतरी, असा लौकिक. राजांना गंगाशास्त्री येणार, हे ऐकून बरे वाटले.

रात्र पडण्याच्या आधी पाचाडचा वाडा भरून गेला. सोयराबाई, राजाराम, सगुणाबाई, सारे गडाखाली उतरले. अनाजी, मोरोपंत न राहवून गडाखाली आले.

दुसऱ्या दिवशी सकाळी गंगावैद्य पाचाडला आले. त्यांनी जिजाबाईंना पाहिले. वैद्यराज जेव्हा महालाच्या बाहेर आले, तेव्हा त्यांची मुद्रा गंभीर होती. राजांनी आशेने विचारले,

'वैद्यराज!'

वैद्यांनी अकारण घसा साफ केला, आपली पगडी सावरली. राजांच्या नजरेला नजर भिडवीत ते म्हणाले,

'महाराज, आम्ही वैद्य; व्यथा जाणणारे, व्यथेवर औषध देणारे. जेथे व्यथा नाही, आजार नाही, तेथे आम्ही औषध काय देणार?'

'आम्ही समजलो नाही.' राजांच्या मागे उभे असलेले निराजीपंत म्हणाले.

'पंत, आम्ही खरं तेच सांगितलं. समजुतीखातर मात्रा देईन, भस्म देईन. पण त्यांनी यश येईल, असं वाटत नाही. जगायचं, की नाही, ते आता रुग्णानंच ठरवायचं. ते त्यांच्याच हाती आहे.'

आपले गोळा झालेले अश्रू सांडायच्या आत राजे काही न बोलता जड पावलांनी उठले. ते जिजाबाईंच्या महाली गेले. जिजाबाईंच्या शेजारी राजाराम, संभाजी बसले होते. राजांना पाहताच जिजाबाई संभाजीराजांना म्हणाल्या,

'राजारामाला घेऊन बाहेर जा.'

दोघे बाहेर गेले. राजे जिजाबाईंच्या जवळ बसले. जिजाबाईंनी आपला हात राजांच्या पाठीवर ठेवला; आणि राजांचे अवसान ढळले. हातांत तोंड लपवून ते रडू लागले. काही क्षणांनी जिजाबाईंनी हाक मारली.

'राजे!'

राजांनी आपले डोळे पुसले. त्यांची नजर जिजाबाईंच्याकडे वळली. जिजाबाई म्हणाल्या,

'शिवबा! तुम्ही आता लहान नाही. हा शोक तुम्हांला शोभत नाही. आता वैद्यांना त्रास देऊ नका. स्वारी गेली, तेव्हा सती जात होते. तुम्ही आम्हांला सांगितलंत, 'आमचा पुरुषार्थ बघायला कोणी राहिलं नाही. मासाहेब, तुम्ही जाऊ नका!' तुमचं आम्ही ऐकलं. आम्ही राहिलो. त्याचा आम्हांला आनंद झाला. खरोखरच तुमचा पुरुषार्थ आम्हांला पाहायला मिळाला. तुम्ही छत्रपती झालात, ते पाहायला मिळालं.

राहिल्याचं सार्थक झालं!'

'मासाहेब!'

'शिवबा! आम्ही का जन्माला पुरलो? मुलाचं कर्तेपण पाहत ज्येष्ठांनी जावं, यातच जीवनाचं यश नाही का? आणि मी गेले, तरी कुठं जाणार? देहानं गेले, तरी मनानं इथंच आहे मी. आमच्या आठवणीनं कधी डोळ्यांत पाणी आणू नका. ते पाहून आमच्या मनाला दुःख होईल. राजे, तुमच्यांत जीव पुरा जखडून गेला आहे. मागे पाहिलंत, तरी तुमची सावली बनून आम्ही राहिलो आहे, हे तुमच्या ध्यानी येईल.'

जिजाबाईंनी थोडी उसंत घेतली. राजांच्या पाठीवरून हात फिरवीत त्या म्हणाल्या,

'राजाराम, संभाजी... दोघेही लहान आहेत. संभाजीला अजून समज यायची आहे. त्याला खूप जपायला हवं. मी होते, तोवर सारं केलं. आता, राजे, तुम्ही घरात लक्ष घालायला हवं.'

तेवढ्या बोलण्यानेही जिजाबाईंना थकवा आला. त्या डोळे मिटून पडून राहिल्या. राजे हळुवार पावलांनी बाहेर गेले.

मृत्यूच्या चाहुलीने सारा वाडा चूपचाप झाला. कवी कलशही जिजाबाईंना बरे वाटावे, म्हणून होमात गुंतले होते. निराजीपंतांनी जिजाबाईंच्या महालाबाहेर अनुष्ठानाला ब्राह्मण बसविले होते. त्या मंद आवाजाने वाड्याची गंभीरता वाढली होती. राजे आणि संभाजी जिजाबाईंच्या उशाशी सदैव बसून होते. राजांना भावी पोरकेपण जाणवत होते. राहून-राहून त्यांच्या डोळ्यांतून अश्रू ओघळत होते.

राजे जिजाबाईंच्या शेजारी बसले होते. दुसऱ्या बाजूला संभाजी जिजाबाईंच्या हातावरून हात फिरवीत होते. पुतळाबाई पायांशी बसल्या होत्या. सोयराबाई, सगुणाबाई महालात वावरत होत्या. दोन प्रहर टळत आली होती. राजे एकटक नजरेने डोळे मिटून पडलेल्या जिजाबाईंच्याकडे पाहत होते.

जिजाबाईंनी डोळे उघडले. राजांच्या हातावर त्यांचा हात पडला. त्या म्हणाल्या,

'शिवबा, विश्रांती घ्या.'

'मासाहेब, कसं वाटतं?'

'आता काय वाटायचं?... हां, शिवबा, असं डोळ्यांत पाणी आणू नका! हरघडी असं डोळ्यांत पाणी येणं बरं नव्हे. साऱ्या इच्छा पुऱ्या झाल्या. सगळं बघितलं. पुष्कळ जगले. आता कुडीचा मोह सोडलेला बरा.'

'मासाहेब!'

'शिवबा!'

संभाजीची हातावर स्थिरावलेली बोटे जिजाबाईंना जाणवली. त्यांची नजर संभाजीकडे वळली. उंचावलेल्या हाताने किंचित स्पर्श करताच संभाजींनी आपले मस्तक जिजाबाईंच्या छातीवर टेकले. संभाजी हुंदके देत होते. जिजाबाई त्यांच्या

केसांतून हात फिरवीत होत्या.

'गप्प, शंभू. रडू नको!' जिजाबाईंनी आपली नजर राजांच्या वर वळविली. 'शिवबा, काळजी वाटते, ती या पोराची. याला जपा. लहान आहे. अजून यावी तेवढी समज नाही. चुकलंमाकलं, तर सुधारून घ्या. आता तुमच्याखेरीज याला मायेनं कोण बघणार? सई असती, तर काळजी नव्हती.'

त्याच वेळी अनाजी आत आले. राजांची नजर त्यांच्याकडे गेली.

'महाराज! समर्थ आलेत!'

'कोण?'

'श्री समर्थ रामदास स्वामी!'

राजे गडबडीने उठले. जिजाबाईंनी विचारले,

'महाराज आले?'

'हो! अनाजी सांगतात.'

'नशीब माझं! शेवटी दर्शन घडलं!'

राजे त्वरेने महालाबाहेर गेले. राजसदरेवर राजे आले. निराजीपंत तेथे उभे होते. राजांनी विचारले,

'समर्थ कोठे आहेत?'

निराजीपंतांनी बोट दाखविले. वाड्याच्या प्रवेशद्वारातून येत असलेली समर्थांची मूर्ती राजांच्या नजरेत आली. चढाव काढून राजे त्यांना समोरे गेले.

राजांना पाहून समर्थांच्या चेहऱ्यावर हास्य विलसले. राजे नजीक गेले आणि अत्यंत नम्र भावाने त्यांनी खडावांवर विसावलेल्या, धुळीने माखलेल्या पावलांना स्पर्श केला. समर्थांनी राजांना उभे केले. आशीर्वादासाठी ओठ पुटपुटले. समर्थांचा गंभीर आवाज उमटला,

'आईसाहेबांची प्रकृती कशी आहे?'

राजांचे डोळे उभ्या जागी भरून आले. घशातून शब्द उमटेना. समर्थांचीही तीच अवस्था झाली. राजांच्या उजव्या खांद्यावर समर्थांचा हात विसावला. समर्थ उद्गारले,

'प्रभू रामचंद्रांची इच्छा! बोला, राजे.'

'वैद्य हरले. सारे उपाय थकले. आम्हांला काही सुचत नाही. आम्ही...'

राजांचे कंप पावणारे अंग, निखळलेले अश्रू पाहून समर्थांनी राजांना जवळ घेतले.

'हां, राजे! विवेक करा, भावनेला बंध घाला... चला.'

समर्थ पायांवर पाणी घेऊन राजसदरेवर आले. राजांनी विचारले,

'गुरुदेव, एकटेच आलात?'

'छे, राजे! संन्यासी एकटा कसा येईल? आमचा प्रपंच आहे ना बरोबर. आमचा जीव उतावीळ बनला. ते बिचारे मागून येताहेत.'

अनाजींनी मांडलेल्या व्याघ्रासनाकडे बोट दाखवीत राजे म्हणाले,

'बसावं.'

'आईसाहेबांना भेटू या.'

'आपण आल्याचं ऐकून मासाहेबांना फार बरं वाटलं.'

समर्थांसह राजे जिजाबाईंच्या महाली आले. संभाजीराजांनी समर्थांच्या पायांवर मस्तक ठेवले. पाठोपाठ सर्व राण्यांनी वंदन केले. जिजाबाई कष्टाने उठण्याचा प्रयत्न करीत होत्या. ते ध्यानी येताच समर्थ पुढे झाले.

'आईसाहेब, उठण्याचे कष्ट घेऊ नका!'

'महाराज, आपण आलात... दर्शन घडलं.'

'आम्ही वचनबद्ध होतो, आई! आम्ही तपस्वी. तप:साधन हे आमचं कार्य. हा पुण्यसंचयाचा योग प्रभू रामचंद्रानं दाखविला. आम्ही कृतार्थ झालो!'

जिजाबाई त्या बोलण्यानं संकोचल्या. त्यांचे हात जोडलेले होते. समर्थांचे रूप त्या आपल्या नजरेत साठवीत होत्या.

'महाराज, आता माझा भरवसा नाही.'

'या जगात शाश्वत असं काहीच नाही.'

'आपलं दर्शन घडलं. आता कोणतीच इच्छा राहिली नाही.'

'तो समर्थ आहे.'

'महाराज, जगदंबेनं सारं यश दिलं. वाटतं...'

'आज्ञा, आई!'

'असं बोलून आम्हांला...'

'आई, आम्ही खोटं बोलत नसतो. आपली योग्यता थोर. म्हणूनच ते शब्द आमच्या मुखातून आले.'

जिजाबाईंच्या चेहऱ्यावर समाधान विलसत होते. आपल्या शुष्क ओठांवरून जीभ फिरवीत त्या म्हणाल्या,

'महाराज, काळजी वाटते शिवबाची. आम्ही निघालो. आता त्याला मायेचं कोणी राहिलं नाही. ती जबाबदारी आपली. आम्ही त्याला तुमच्या ओट्यात टाकतो. त्याला संभाळा!'

समर्थ नुसते हसले.

'एवढी जबाबदारी आपण स्वीकारावी.'

समर्थांचा चेहरा गंभीर बनला. डोळ्यांत एक वेगळीच व्यथा तरळून गेली. आवाज घोगरा बनला.

'आई! ही जबाबदारी पेलण्याचं सामर्थ्य आमचं नाही. प्रत्यक्ष सूर्य जर आमच्या हाती दिलात, तर तो पेलणार कोण? ती योग्यता तुमची होती. तुम्ही ती पार

पाडलीत. आम्ही शिवाजीराजांना नुसते राजे म्हणून पाहत नाही. आमच्यासारखे असंख्य तपस्वी, संन्यासी, योगी यांनी केलेल्या प्रार्थनेचं हे फळ. पृथ्वीतलावर साकार झालेलं हे परमेश्वरस्वरूप आम्ही मानतो. ती आमची श्रद्धा आहे. आमचं आनंदवनभुवन साकार करण्यासाठी अवतरलेला हा प्रभू रामचंद्रांचा अवतार आहे, अशी आमची धारणा आहे. याची जबाबदारी आम्ही कोण घेणार? त्याची चिंता करू नका. दैवयोगानं आलेला मातृवियोग पेलण्याचं सामर्थ्य त्यांना आहे. त्यांच्या हाती देव, धर्म आणि देश सुरक्षित आहे. तीच प्रभू रामचंद्राची इच्छा आहे.'

जिजाबाईंच्या डोळ्यांत आनंदाश्रू तरळले.

'आई, आपण शांतचित्त होऊन प्रभू रामचंद्राचं स्मरण करा. आता तिकडे लक्ष स्थिर करा. आम्ही येतो.'

जिजाबाईंनी हात जोडले. राजे समर्थांसह राजसदरेवर आले.

सूर्य मावळला. पाचाडावर रात्र उतरली. वाड्याच्या मशाली वाऱ्यावर फरफरत होत्या. जिजाबाईंना श्वास लागला होता. महालात धावपळ सुरू झाली होती. रात्र वाढत होती.

समर्थ व्याघ्रासनावर ध्यानस्थ बसले होते. समोरच्या धुमीतला अंगार वाऱ्याबरोबर तेवत होता.

मध्यरात्रीच्या सुमारास वाड्यात आकांत उसळला.

ध्यानस्थ बसलेल्या समर्थांच्या मिटल्या डोळ्यांतून अश्रू ओघळत होते.

□

१९

जिजाबाईंना पहाटे अग्नी देऊन सारी मंडळी वाड्यात आली. वाड्यातल्या बारगिरापासून मंत्रिमंडळातल्या मंत्र्यांपर्यंत साऱ्यांनाच जिजाबाईंचा मृत्यू जाणवला. राज्यकारभारावर त्या बाईंची अखंड नजर फिरत आली होती. एक मोठा आधार नाहीसा झाला होता. ती जागा आता कशानेही भरून निघणार नव्हती.

राजांच्या शोकाला तर पारावर राहिला नव्हता. त्यांच्या मनाचे सारे बांध फुटले होते. संभाजीराजांची तीच अवस्था झाली होती. सईबाईसाहेब गेल्या, त्या वेळी ते फार लहान होते. सारे आयुष्य जिजाबाईंच्या मायेखाली गेलेले. आई नाही, हे कधी त्यांना जाणवले नाही. त्यांचे हे दुसरे पोरकेपण त्यांना होरपळून काढीत होते. जिजाबाई गेल्याने ते उघड्यावर पडले होते. सारे राज्य दु:खात बुडाले होते, तेथे कोण कुणाचे डोळे पुसणार?

समर्थ साऱ्यांचे सांत्वन करीत होते; पण राजांच्या महालात जाण्याचे सामर्थ्य त्यांच्या ठायी उरले नव्हते.

दोन दिवस गेले, तरी राजांचा शोक कमी होईना. मोरोपंत समर्थांच्या जवळ आले.

'मोरोपंत, काय आहे?'

'समर्थ सर्व जाणतात. पण मासाहेब गेल्यापासून राजे शोकात बुडाले आहेत. त्यांना आवरण्याचं सामर्थ्य आपल्याखेरीज कुणाला नाही.'

समर्थांनी दीर्घ निःश्वास सोडला. त्यांची नजर व्याकूळ बनली. ते म्हणाले,

'पंत, आम्ही संन्यासी असलो, तरी माणूसच आहो. आम्हांला हे का कळत नाही? साऱ्यांचं सांत्वन करायला आम्ही धजलो; पण राजांच्या समोर जायला मन धजत नाही. मासाहेबांचा आधार काय होता, हे आम्ही जाणतो. मासाहेब गेल्या, आणि राजांचं सर्वस्व हरवलं. मातृवियोग सर्वांनाच भोगावा लागतो. पण असं नातं फार दुर्मीळ. त्या राजांच्या माता, श्रेष्ठ सल्लागार, राजांचा धीर होता. राजांना त्यांनी घडवलं, जडवलं, गुणसंपन्न केलं. त्यांच्या वियोगाचं दुःख कोण हलकं करणार? शब्दांना ते बळ कसं लाभणार? ही दुःखं अशी असतात, की ज्यांची त्यांनीच सोसायची असतात. त्यांत वाटेकरी होतो म्हटलं, तरी होता येत नाही.'

मोरोपंतांचे अश्रू वाहू लागले. पंचाने डोळे पुशीत ते म्हणाले,

'मासाहेब गेल्या; आणि आम्हांला पोरकेपण आलं. चार वर्षांमागेपर्यंत मासाहेब निवाडा करीत होत्या. राजे कुठं जरी असले, तरी कारभारात कधी त्यांची उणीव भासायची नाही. आम्हांला राजे गडावर असल्यासारखेच वाटायचे. त्यांनी आम्हांला खूप शिकवलं. राजांचं दुःख आम्ही जाणतो; पण त्याचबरोबर त्या शोकाला वेळीच बंध पडायला हवेत, हेही विसरता येत नाही. तेव्हा...'

'समजलो! ठीक आहे. आम्ही येतो.'

समर्थ मोरोपंतांसह राजांच्या महालात गेले. राजे पलंगावर झोपले होते. समर्थांना पाहताच राजे उठले. कष्टाने त्यांनी पाय शिवले. समर्थांनी राजांच्या खांद्यांना धरून उभे केले. राजांच्या मुखातून हुंदका उमटला. सारे अंग कापू लागले. समर्थांचाही जीव गुदमरला. त्यांनी राजांना मिठीत घेतले. ते राजांच्या पाठीवरून हात फिरवीत होते. राजांच्या अश्रूंनी त्यांची छाती भिजत होती.

'राजे, शांत व्हा! विवेक करा ऽ ऽ'

नकारार्थी मान हलवीत राजे म्हणाले,

'आम्हांला काही सुचत नाही. मासाहेब गेल्या; आणि आमची सावली हरवली!'

'राजे, राजे! आम्हांला सारं कळतं; पण मनाला आवरायला हवं. अजाण माणसांनी शोक केला, तर आम्ही तो समजू शकतो. पण ज्ञान्यांचा शोक आम्हांला व्यथित करतो. जन्माला येणाऱ्या जीवाबरोबरच मृत्यू हाही अटळ असतो. आईसाहेबांचा मृत्यू केवढा मोठा भाग्यशाली! तुमचा राज्याभिषेक पाहून तृप्त मनानं तो जीव गेला.

आयुष्याचं सार्थक झालं. पृथ्वीतलावर असं भाग्य कितीजणांना लाभतं? मुलाचा पुरुषार्थ पाहून, तृप्त होऊन, आयुष्याची अखेर समाधानानं गाठणाऱ्या किती माता आहेत? ही तृप्तता पाहण्याचं भाग्य किती मुलांना लाभतं? धन्यता मानावी, असा हा क्षण! ज्ञानी माणसांनी आनंदोत्सव करावा, असा शुभ दिवस! मासाहेबांच्या आत्म्याला तुमचा शोक पाहून केवढे क्लेश होत असतील?'

'सारं कळतं, पण वळत नाही.'

'ते वळवायला हवं, राजे!'

'आम्हांला ते जमेल, असं वाटत नाही. मासाहेबांच्या शिवाय आम्हांला जगता यायचं नाही. आम्हांला ती सवय नाही.'

समर्थांचा चेहरा कठोर बनला.

'राजे! मासाहेबांच्या शिवाय जीवन एवढं अधुरं राहणार होतं, तर मग तुम्हीच त्यांच्या मृत्यूला कारणीभूत का झाला?'

राजांची अश्रुपूर्ण नजर वर झाली. समर्थांच्याकडे पाहत राजे उद्गारले,

'आम्ही मासाहेबांच्या मृत्यूला कारणीभूत झालो?'

'हो, राजे! राज्याभिषेक करून घेतलात कशाला? तो आणखीन पाच-पंचवीस वर्षं पुढं ढकलायचा होतात. मासाहेब तेवढी वर्षं जगल्या असत्या. वृद्धत्वाशी झगडत, व्याधींशी लढत, खुरडत का होईना, त्यांना जगावंच लागलं असतं. तुमचा राज्याभिषेक पाहिला, आणि त्यांचं सारं जीवन सफल झालं. मोक्ष हाती आला. आशेची समाप्ती झाली. मग तो जीव राहील कशाला?'

राजांनी अश्रू टिपले.

'राजे, आता आम्ही जातो. हे अजाणपण सोडून द्या. फार मोठी जबाबदारी तुमच्यावर आहे. लाखांचे तुम्ही पोशिंदे. स्वत:चा विचार करायला तुम्हांला मोकळीक नाही.'

राजांचा निरोप घेऊन जड अंत:करणाने समर्थ निघून गेले.

राजे एकटे...अगदी एकटे राहिले!

□

२०

जिजाबाईंचे दिवस झाले. हजारो गोरगरिबांना अन्न घातले गेले. राजांनी खूप दानधर्म केला. पण राजांच्या मनाची उदासीनता कमी झाली नाही. ते सदैव महालात बसून राहत.

जिजाबाईंच्या मृत्यूच्या बातमीने राज्याचे गडकरी, मातब्बर सरदार राजांना भेटायला येत होते. मासाहेबांच्या आठवणीने परत राजांचे दु:ख वाढत होते.

रात्री अचानक राजांना जाग आली. सारे अंग घामेजले होते. पलंगाशेजारी पुतळाबाई उभ्या होत्या. दचकून जागे झाल्यामुळे विस्फारलेल्या डोळ्यांनी राजे पाहत होते.

'काय झालं?'

'आपण झोपेत ओरडत होता, म्हणून जागं केलं.'

'काय म्हणत होतो आम्ही?'

' 'मासाहेब, मासाहेब,' म्हणून हाका मारीत होता.'

राजे स्वप्न आठवीत होते. काही तरी अस्पष्ट आठवत होते. पांढरे पातळ नेसून मासाहेब उभ्या होत्या. त्यांनी राजांना खुणेने बोलाविले. राजे जवळ जात होते. मासाहेबांनी पाठ फिरविली. त्या चालू लागल्या. राजांनी त्यांना हाक मारीत गाठले आणि...आणि राजे जागे झाले.

राजांचे डोळे भरून आले. ओठ थरथरले. आवाज कापरा बनला.

'राणीसाहेब, सारा दिवस मासाहेबांना शोधण्यात जातो. त्यांचं कुठं दर्शन घडत नाही, अस्तित्व जाणवत नाही. मासाहेबांनी सावली बनून राहायचं वचन दिलं होतं; पण कुठंच, कुठंच त्या दिसत नाहीत. जीव थकून जातो आणि रात्री स्वप्नात नुकत्या कुठं मासाहेब आमच्या समोर अवतरू लागतात, तोच आम्हांला कशाला जागं करता?.... का?'

पुतळाबाईंना राजांचे ते घायाळ रूप, ते शब्द ऐकणे कठीण गेले. पदराचा बोळा तोंडाशी धरून त्या धावत महालाबाहेर निघून गेल्या.

सकाळ झाली. सारे आकाश कुंदावले होते. सूर्योदयाला झिर झिर पावसाची सुरुवात झाली. पश्चिमेचा गार वारा जाणवू लागला. राजे बाहेरचे कुंदावलेले वातावरण पाहत असता महालात अनाजी आले. राजे म्हणाले,

'अनाजी, आता पाऊस बरसणार, असं वाटतं.'

'जी!'

'काही महत्त्वाचं काम होतं का?'

'गडावर जायची सर्व सिद्धता झाली आहे.'

'अं?' आश्चर्यचकित होऊन राजे म्हणाले.

'मेणे, पालख्या सर्व तयार आहेत.'

'कुणी सांगितलं, आम्ही गडावर जाणार, म्हणून?' राजांनी विचारले.

'धाकट्या राणीसाहेबांनी पहाटेच हुकूम दिले.'

राजांचा संताप वाढला होता. त्यांनी अनाजींना आज्ञा केली; पुतळाबाईंना बोलावणे पाठविले. पुतळाबाई महालात आल्या. राजे त्यांच्याकडे पाहत होते.

पुतळाबाईंची नजर पायांकडे वळली होती.

‘आम्ही गडावर जाणार, म्हणून कळवलंत?’

‘जी?’

‘कारण?’

पुतळाबाई काही बोलल्या नाहीत. राजांचा संताप उफाळला.

‘सांगा, राणीसाहेब! कुणाला विचारून हा निर्णय घेतलात?’

पुतळाबाईंची नजर वर झाली. डोळ्यांत भीती सामावली होती. पण आवाज स्थिर होता.

‘या घरात आल्यापासून कधीच कसला निर्णय आम्ही केला नाही. नाइलाजानं हा करावा लागला.’

‘कारण?’

‘आपला राज्याभिषेक झाला. सारा पसारा तसाच गडावर आहे. कुणाची बोलायची हिंमत नाही.’

राजे खिन्नपणे हसले. उपहास उफाळला.

‘म्हणून मासाहेबांची जागा घेता, वाटतं?’

एक असह्य वेदना पुतळाबाईंच्या चेहऱ्यावर उमटली. दुसऱ्याच क्षणी तिचे रूपांतर क्रोधात झाले.

‘त्यांची जागा कोणी घेणार नाही. मासाहेब गेल्या. त्या आता पृथ्वीतलावर वावरणार नाहीत.’

‘राणीसाहेब!’

‘खरं तेच सांगते. पण तुमच्या ते ध्यानी येत नाही. इथं कितीही दिवस राहिलं, तरी मासाहेब का दिसणार आहेत? एका संसाराचे धनी असता, तर काही बोलले नसते. पण लाखांचं धनीपण आपल्या माथी. आपल्या आई गेल्या, म्हणून...’

‘बस्स करा, राणीसाहेब!’ राजे म्हणाले. ते पुरे थकले. डोळ्यांत अश्रू गोळा झाले. ‘आमच्या मासाहेब गेल्या. त्या आम्हांला आता दिसणार नाहीत. आम्ही पोरके झालो, एकटे पडलो. हे आम्ही समजून घ्यायला हवं. अनाजींना सांगा... आम्ही येतो.’

पुतळाबाई महालाबाहेर गेल्या.

राजे बाहेर आले, तेव्हा मेणे पुढे गेले होते. पावसाचा जोर थोडा वाढला होता. अनाजी म्हणाले,

‘पाऊस जरा कमी झाला, की मग...’

राजे हसले. ते अनाजींच्या खांद्यावर हात ठेवीत म्हणाले,

‘अनाजी, पावसाची भीती कसली? खूप भिजायचं आहे. चला, आम्हांला

लौकर गडावर पोहोचायचं आहे.'

राजे पालखीत बसले. भोई झप झप चालू लागले.

समोरचा रायगड पावसात धुरकट दिसत होता.

□

२१

रायगडावर राज्याभिषेकाचा उत्सव कैक दिवस चालला असता, पण जिजाबाईंच्या मृत्यूने त्यावर विरजण पडले. उत्साहाने भरलेला गड शोकामध्ये बुडून गेला. सारे राजांना भेटत होते. जड मनाने राजांचा निरोप घेत होते. गडावर उभारलेले डेरे, कनाती, चांदण्या पावसाच्या भीतीने उतरल्या गेल्या होत्या. त्यामुळे गडाचे वातावरण जास्तच भकास वाटत होते.

राजांनी आपल्या दु:खाला आवर घालून कारभारात लक्ष घातले; पण त्यांचे मन त्यात रमत नव्हते. चेहऱ्यावरची दु:खाची छाया कमी होत नव्हती. राजे पुष्कळ अबोल बनले होते. थकलेले दिसत होते. नेहमी ते आपल्या महाली बसून राहिलेले दिसत. मनात आले, तर जगदीश्वरप्रासादाकडे फिरायला जात.

दोन प्रहरी राजांना झोप येईना. आकाश ढगांनी भरले होते; तरी पाऊस नव्हता. राजांनी तोंडावर गार पाण्याचा शिडकावा मारून घेतला.

'कोण आहे तिकडे?'

मनोहारी आत आली.

'मनू, थोरल्या राणीसाहेब कुठं आहेत?'

'सातमहालात आहेत.'

'झोपल्यात?'

'जी, नाही. बाळराजांना बरं नाही. त्यामुळं...'

'काय होतंय् बाळराजांना?'

'थोडा ताप आलाय्.'

'आम्ही तिकडे येतो, म्हणून वर्दी दे.'

'जी.'

राजे महालाबाहेर आले. समोरचा चौक नजरेत आला.

राजांची तुला तेथेच झाली होती. तुलेला जाताना जिजाबाईंनी राजांना तीट लाविली होती.

राजांनी तो विचार झटकला. चौकाकडे न पाहता ते सातमहालाकडे वळले.

गंगासागराच्या मनोऱ्याजवळ येताच त्यांचे पाय थबकले. न कळत ते गंगासागराच्या मनोऱ्यात शिरले. गार वारा वाहत होता. गंगासागराच्या निळ्याभोर पाण्यावर तरंग

उठत होते. समोर टकमकटोक नजरेत येत होते. दोन प्रहरची एक निराळीच शांतता गडावर पसरली होती. पावसाळी हवेने धुरकट बनलेले सृष्टीचे रूप राजे न्याहाळीत होते. त्यांची नजर फिरता-फिरता शेजारच्या दुसऱ्या मनोऱ्यावर स्थिर झाली. मनोऱ्याच्या तिसऱ्या मजल्यावर पुतळाबाई बसल्या होत्या. एकाग्र चित्ताने त्या गंगासागराकडे पाहत होत्या. ढळलेल्या पदराचेही त्यांना भान नव्हते. शेजारच्या मनोऱ्यावर राजे उभे आहेत, ते पाहत आहेत, याचेही त्यांना भान नव्हते. पुतळाबाईंना हाक मारावी, असे राजांना वाटले. पण दुसऱ्याच्या क्षणी त्यांनी तो बेत बदलला. हाक न मारता राजे तसेच माघारी वळले.

सोयराबाई आपल्या महाली बसल्या होत्या. जवळ बाल राजाराम होते. मनोहारी उभी होती. राजांना पाहून राजारामांच्या चेहऱ्यावर हसू उमटले. राजारामांजवळ बसत राजांनी विचारले,

'बाळराजे, तब्येत कशी आहे?'

'चांगली आहे, आबासाहेब.' नाक ओढीत रामराजे म्हणाले, 'पण आईसाहेब आम्हांला अंथरुणाखाली उतरू देत नाहीत.'

'तर, तर! अंगात ताप आहे, सर्दी झाली आहे; आणि निघाले फिरायला!'

'पावसाळा सुरू झाला ना! हवा बदलली. त्यामुळं थोडा त्रास...'

'वैद्यराज म्हणाले की, पावसात भिजल्यामुळं बाळराजे आजारी पडले.'

'केव्हा भिजले?'

'पाचाडहून गडावर आलो, तेव्हा.'

दीर्घ निःश्वास सोडून राजे म्हणाले, 'तेव्हा पाऊस होता खरा.'

राजारामांनी राजांना विचारले, 'दादा महाराज का आले नाहीत?'

'खरंच! आमच्याही मुजऱ्याला आले नाहीत.'

'गडावर असते, तर आले असते.' सोयराबाई म्हणाल्या.

'मग कुठं गेले संभाजीराजे?'

'काल रात्री पाचाडला गेले, असं ऐकलं आम्ही.'

'ते बरं?'

'कदाचित आपल्यासारखीच त्यांनाही मासाहेबांची आठवण...'

'राणीसाहेब, जे सांगायचं, ते स्पष्ट सांगा. त्यासाठी नसत्या आठवणी कशाला काढता? संभाजीराजे कदाचित गडाखाली शिकारीला उतरले असतील. शिकारीचा त्यांना नाद आहे.'

'हो! आणि तो आता वाढलाही आहे. जनावरांच्या शिकारीपेक्षा माणसांच्या शिकारीचा नाद सुरू झाला आहे.'

'काय सांगता?'

'स्वारींनी चौकशी करावी. राज्याभिषेकाच्या वेळी गडावर आलेल्या काही कलावंतिणींना युवराजांनी पाचाडला ठेवून घेतलं आहे. गाणबजावणं करण्यासाठी ते गड उतरतात.'

'हे माहीत असून स्वस्थ का बसलात?'

'मी कोण सांगणार? ते का आता लहान आहेत?'

राजे खिन्नपणे हसले.

'युवराजांना गाण्याचा शौक आहे. तरुण वय आहे. गेले असतील गाणं ऐकायला. त्यांना जबाबदारी कळते. आपण जशा राज्याच्या महाराणी आहात, तसेच तेही युवराज आहेत.'

त्या बोलांनी सोयराबाई थक्क झाल्या. राजांच्याकडून त्यांनी या बोलण्याची अपेक्षा केली नव्हती. त्यांचा संताप भडकला.

'याचसाठी काही सांगू नये, असं वाटतं.'

'राणीसाहेब, सांगण्यापेक्षा माणसानं करावं. तो आपला अधिकार आहे.'

'हो! माहीत आहे; पण तो माझा नाही.'

'मग कुणाचा?'

'ज्यांच्या सांगण्यावरून आपलं उठणं-बसणं होतं, त्या धाकट्या राणीसाहेबांचा.'

'पुतळाबाईंबद्दल का बोलता? त्यांचं नाव उगा कशाला घेता?'

'खोटी अदावत घ्यायची सवय नाही मला. तेवढी सत्ता नसती, तर भर पावसात गड चढायला लावायची त्यांची हिंमत झाली नसती, आणि बाळराजे भिजले नसते.' सोयराबाईंनी मनातली मळमळ ओकून टाकली.

सारा प्रकार राजांच्या ध्यानी आला. भीतीने गर्भगळीत झालेले राजाराम तसेच पडून होते. राजांनी त्यांच्या केसांवरून हात फिरविला. राजे उठत म्हणाले,

'आम्हांला समजून घेणारं कोणी भेटेल, असं वाटत नाही.'

राजे सावकाश महालाबाहेर गेले. पालखीदरवाजापासून मेणदरवाजापर्यंतचा सोपा मोकळा होता. राजांची पावले न कळत मेणदरवाजाकडे वळली. मेणदरवाजाच्या पायऱ्या उतरून राजे डाव्या बाजूच्या पठारावर आले. गार वारा अंगाला झोंबत होता. राजे त्या पठारावरून चालत होते. राजांना ती जागा फार आवडे. राणीवसा मोकळ्यावर यावा, वावरायला सुरक्षित जागा असावी, म्हणून सातमहालाला लागूनच हे पठार राखले होते. खोल तुटलेल्या कड्याखालचा मुलूख राजे निरखीत होते. त्यांची नजर पाचाडच्या वाड्यावर स्थिरावली. साऱ्या आठवणी उफाळून वर आल्या. एकटक नजरेने राजे तो वाडा पाहत होते.

राजांनी एकदम वळून मागे पाहिले. पुतळाबाई राजांच्या दिशेने येत होत्या. त्यांना पाहताच राजांच्या चेहऱ्यावर हास्य उमटले. पुतळाबाई नजीक आल्या.

'किती गार वारा सुटलाय्! पाऊसही येईल.'

'कुणी सांगितलं आम्ही येथे आहो, म्हणून!'

'आम्हांला कळतं.'

'हे मात्र खोटं.' राजे हसून म्हणाले, 'गंगासागराच्या मनोऱ्यावर तुम्ही बसला होतात. अगदी विचारात गढला होतात.'

'कुणी सांगितलं?' पुतळाबाईंनी विचारले.

'आम्ही शेजारच्या बुरुजावर होतो; पण आपलं लक्ष गेलं नाही.'

'मग हाक का नाही मारलीत?'

'विनाकारण समाधिभंग झाला असता.'

गार, प्रबळ वाऱ्यामुळे वस्त्र आवरणे कठीण जात होते. केसांच्या बटा वाऱ्यावर हेलकावे घेत होत्या. पदर आणि वस्त्र सावरण्यात पुतळाबाई गुंतल्या होत्या. राजे त्यांच्याकडे पाहून हसत होते. राजांचे ते हसणे आणि वाऱ्याने विस्कटलेले केस पाहून पुतळाबाईंनाही हसू आले. राजे म्हणाले,

'पुतळा, एवढा कसला विचार करीत बसली होतीस?'

'कसला नाही.'

राजे जवळ गेले. पुतळाबाईंची नजर उंचावली.

'पुतळा, आमचा राज्याभिषेक झाला. वैभवाची मध्यान्ह आम्ही गाठली. अशा वेळी कसली चिंता तुम्हांला वाटत होती?'

'काही नाही. सहज बसले होते.'

'पुतळा, आम्हांला फसवतेस? दुर्दैवानं तेवढे अजाण आम्ही राहिलो नाही. सांगण्यासारखं नसेल, तर सांगू नको. आमचा आग्रह नाही.'

त्या बोलांनी पुतळाबाई कळवळल्या. दुसऱ्याच क्षणी त्या बोलून गेल्या,

'सांगितलं, तर इकडून हसं होईल. आम्हां बायकांची जात शुभापेक्षा अशुभाच्याच भीतीनं अधिक मरते.'

'कसली भीती?'

'आपला राज्याभिषेक पाहिला. डोळे निवले. पण...'

'काय?'

'उगीच मनात आलं... सूर्य डोक्यावर आला. आता पुढं काय? उगीच मनाला हुरहूर लागली.'

'ती हुरहूर काढून टाका. ऋणानुबंध असला, की असं होतं. हाच विचार आमच्याही मनात येऊन गेला. सृष्टीला जो नियम, तोच मानवालाही. माणूस का तीवेगळा आहे? मध्यान्ह काळ झाल्यावर अस्तकालाची वाटचाल करावी लागते, हे का सूर्याला माहीत नाही? भरतीनंतर सागराला ओहोटी येते, हे का सागराला कळत नाही? पौर्णिमेच्या चंद्राला का भावी क्षयाची जाणीव नसते? म्हणून सूर्य उगवायचा

थांबत नाही, सागराच्या भरतीचा वेग मंदावत नाही, ना चंद्राला पौर्णिमेच्या रूपाची भीती वाटते. जीवनाचा ओघ खंडित होत नाही, याचाच हा पुरावा आहे. हे जीवनचक्र असंच चालायचं. जो नियम सृष्टी पाळते, त्याची जीवानं चिंता कशाला करावी?'

'हो... पावसाची तरी करावी ना?'

राजांनी मागे पाहिले. पाऊस पुढे सरकत होता. राजांनी पावले उचलली; पण पावसाने गाठलेच. दोघे भिजत बालेकिल्ल्याकडे येत होते. पावसाच्या थेंबांनी सारे अंग मोहरत होते आणि त्याच वेळी राजांचे लक्ष मेणदरवाजातून छत्र घेऊन धावत येणाऱ्या सेवकांच्याकडे गेले. राजे म्हणाले,

'पाहिलंत? छत्रपती झालो ना! पावसात भिजायला सुद्धा आम्हांला मोकळीक नाही.'

□

२२

पावसात भिजल्यामुळे राजांना किंचित ठसका सुरू झाला होता. रात्री राजे शयनगृहात आले; पण झोप येईल, असे त्यांना वाटत नव्हते. पुतळाबाई महालात हजर होत्या. राजांनी विचारले,

'पुतळा, बाळराजांची तब्येत कशी आहे?'

'आज बरी आहे.'

'थोरल्या राणीसाहेबांची मर्जी आहे ना?'

'नसायला काय झालं?' पुतळाबाई म्हणाल्या. 'जरा मोकळ्या स्वभावाच्या आहेत. मनात काही ठेवीत नाहीत. चटकन बोलून जातात.'

'दोषांकडेदेखील किती चांगल्या तऱ्हेनं पाहता येतं, नाही?... तुम्ही जा. आम्हांला झोप येईल.'

'डोळा लागला, की मग जाईन.'

राजांना निद्रा लागली. काही वेळ गेला. अचानक ठसका उफाळला. राजे उठले. चौपाईवरील भांडे त्यांनी उचलले; आणि पुतळाबाई समोर आल्या.

'अजून तुम्ही का गेला नाही?'

'जाणार होते, तोच आपल्याला जाग आली.'

राजे चूळ भरण्याकरिता तस्ताकडे गेले. चूळ भरून राजे उभे राहिले. खिडकीतून अंधारात लकाकणारा दिवा दिसत होता. तिकडे पाहत राजांनी विचारले,

'तो संभाजीचा महाल ना?'

'हो.'

'मग अजून दिवा बरा?'

'रात्री सूनबाईला पोथी असते.'

'काय वाचते?'

'एकनाथी भागवत.'

राजांनी पुतळाबाईंना जायला सांगितले. पुतळाबाई गेल्या; पण राजे बराच वेळ त्या दिव्याकडे पाहत होते. त्याच विचारात ते झोपी गेले.

पहाटे राजे देवदर्शनासाठी जायला सिद्ध झाले. राजसदरेवर राजांचा एकच सजलेला घोडा पाहताच राजांनी दुसरा घोडा आणण्याची आज्ञा केली. येसूबाईंना राजांनी बोलावणे पाठविले. येसूबाई आल्या. तेव्हा घोडा सज्ज झाला होता. येसूबाईंनी राजांना नमस्कार केला. राजे म्हणाले,

'येसू, तुम्ही आमच्या सूनबाई. युवराज तर कधी आमच्या बरोबर नसतातच. निदान तुम्ही तरी आम्हांला सोबत द्यावी, का नाही? तुम्ही दोघे असे वागू लागलात, तर उतारवयात आम्हांला पाहणार कोण?... चला. देवदर्शन करू. तशीच गडाचीही पाहणी करू.'

येसूबाई घोड्यावर स्वार झाल्या. राजांनी आपल्या घोड्यावर मांड घेतली. दोन्ही घोडी नगारखान्यातून बाहेर पडली. मागून अश्वदळ जात होते. देवदर्शन करून भवानीटोकापर्यंत जाऊन राजे माघारी आले. पायउतार होऊन येसूबाईंशी बोलत राजे महाली आले. येसूबाई आपल्या महाली जाण्यासाठी वळणार, तोच राजांनी हाक मारली. येसूबाईंनी राजांकडे पाहिले. राजे म्हणाले,

'येसू, आता तू लहान नाहीस. मासाहेब गेल्या. त्यांची जागा एकानं भरून काढणं कठीण. आता सगळ्यांनीच लक्ष द्यायला हवं. तुझी जबाबदारी मोठी आहे. राज्याचा वारस तुला संभाळायचा आहे. तुला ती जाणीव राहावी, म्हणून आजपासून जेव्हा आम्ही गडावर नसू, तेव्हा आमचा शिक्काकट्यार तुमच्या ताब्यात राहील.'

येसूबाई चकित झाल्या. त्या उद्गारल्या,

'आबासाहेब! ही जबाबदारी...'

राजे हसले.

'आम्ही समजलो. त्याची चिंता करू नको. शंभूराजे आले, की आम्ही त्यांना सांगू. एक वेळ शंभूराजे आमच्या हातून सुटतील; पण ते तुझ्या हातून सुटणार नाहीत, हे आम्हांस माहीत आहे.'

येसूबाई लाजल्या. त्यांची नजर खाली वळली. राजे अत्यंत प्रेमभराने पुढे झाले. येसूबाईंच्या मस्तकावरून हात फिरवीत ते म्हणाले,

'घरात सून म्हणून आलीस; पण वाढलीस मुलीसारखी. तूही त्यात कधी अंतर दिलं नाहीस. सखूपेक्षाही जास्त जिव्हाळा लावलास. आमच्या शंभूबाळांना जखडण्याचं सामर्थ्य तुला लाभलं, यात मला आनंदच आहे. हे तुझं सुख अक्षय टिको!'

येसूबाईंनी राजांचे पाय झटकन शिवले; आणि त्या महालाबाहेर निघून गेल्या.

दोन प्रहरी संभाजीराजे गडावर आल्याचे राजांना कळले. पण ते राजांच्या समोर आले नाहीत.

सायंकाळी अनाजींसह राजे जगदीश्वराकडे गेले. एकांतामध्ये असताना राजांनी विचारले,

'अनाजी, युवराज गडाखाली गेले, हे तुम्हांला माहीत आहे?'

'जी.'

'ते का जातात, माहीत आहे?'

'जी.'

'युवराज कलावंतिणीचं गाणं ऐकतात?'

'जी.'

'अनाजी, हे तुम्हांला माहीत होतं, तर आम्हांला का नाही सांगितलं?'

'क्षमा, महाराज.' अनाजी निर्धाराने म्हणाले. 'युवराज संतापी आहेत. आधीच त्यांचा गैरसमज आहे. आम्ही बोलल्यानं तो वाढला असता. आपल्यालाही त्रास झाला असता. शेवटी राहवलं नाही, म्हणून राणीसाहेबांच्या...'

'त्यांच्याऐवजी आम्हांला सांगितलं असतं, तर फार बरं झालं असतं. युवराज उद्याचे राज्याचे धनी. त्यांच्यावर लक्ष ठेवायला हवं. वेडंवाकडं वळण दिसलं, तर वेळीच त्यांना सावरायला हवं.'

'जी.'

राजे देवदर्शन आटोपून माघारी आले. महाली महादेव उभा होता. त्याच्यासह राजे महाली गेले. बराच वेळ राजे महादेवबरोबर महाली एकांतात बोलत होते.

दुसऱ्या दिवशी सकाळी राजे स्नानपूजा आटोपून एकटेच महाली बसले होते. मनोहारी आत आली.

'युवराज भेटीला येताहेत.'

'येऊ देत ना.' राजे म्हणाले.

मनोहारी बाहेर गेली; आणि संभाजीराजे महालात आले. राजांची प्रसन्न मुद्रा पाहून त्यांना धीर आला. राजे युवराजांना निरखीत होते.

भरदार छातीमुळे अंगातील रेशमी जामा छातीवर तणावलेला होता. पायांत विजार होती. मस्तकी पांढरा जिरेटोप होता. नजरेत बेदरकार भाव होता. चेहऱ्यावर तारुण्याची मिजास उमटली होती. संभाजीराजे धीमी पावले टाकीत राजांच्या जवळ

आले; आणि त्यांनी पाय शिवले. राजे पाठीवरून हात फिरवीत म्हणाले,

'युवराजांना केव्हापासून आमच्या भेटीची परवानगी लागू लागली?'

संभाजीराजे हात बांधून उभे होते. नजर खाली झुकली होती.

'पाचाडला गेला होता?'

युवराज काही बोलले नाहीत.

'शिकारीचा बेत काढलात?'

युवराज काही बोलले नाहीत.

'काल तुम्ही गडावर आलात, पण आमच्या भेटीला आला नाहीत. असा कोणता गुन्हा आम्ही केला?'

'गुन्हा आम्ही केला!' संभाजीराजे राजांचे पाय शिवत म्हणाले, 'क्षमा मागण्यासाठी आम्ही आलो.'

राजांनी दीर्घ निःश्वास सोडला.

'शंभूबाळ, तुमचं वर्तन ऐकून आम्हांला फार यातना झाल्या. कलावंतिणींचं गाणं ऐकण्यासाठी तुम्ही गडाखाली गेलात. तुम्हांला या शौकाची फार आवड आहे, हे आम्हांला माहीत आहे. त्याबद्दल आम्ही कधी बोललो नाही. पण मासाहेब जाऊन महिना झाला नाही, तोच तुम्ही त्याच पाचाडच्या परिसरात गाणं ऐकण्यात गुंतलात! मासाहेबांना एवढ्यात विसरलात?'

संभाजीराजांना उभ्या जागी हुंदका फुटला. राजे जवळ गेले.

'एकदा आम्हांला सांगून टाका! का असं वागता?... बोला!'

मान हलवीत संभाजीराजे बोलून गेले,

'आबासाहेब! मासाहेब गेल्या, आम्हांला काही सुचत नाही. जिवाला चैन पडत नाही...'

राजांनी संभाजीराजांना जवळ ओढले. ते सद्गदित झाले.

'शंभूबाळ, आणि म्हणून कलावंतिणीचं गाणं ऐकायला गेलात? त्यानं का ते दुःख विसरलं जाणार होतं? एवढी का ती आठवण विसरणं सोपं आहे? मासाहेब गेल्या; पण त्यांचा आत्मा कुठं तरी तुमच्या-आमच्या भोवतीच घोटाळत असेल, नाही? तुमच्यावर त्यांचा भारी जीव. रात्री गड उतरलात. कदाचित तो आत्माही तुमच्या काळजीनं उतरला असेल. त्याचा तरी विचार करायचा होता!... इकडे पाहा.'

संभाजीराजांनी नजर वर केली. राजांचे डोळे पाणावले होते. संभाजीराजांच्या खांद्यावर राजांनी आपला थरथरता हात ठेवला.

'शंभूबाळ, मासाहेब गेल्या. तुम्हांला दुःख झालं; आणि आम्हांला काय आनंद झाला? आम्ही पोरके झालो. आमच्या जिवाचा थारा उडाला. पण आम्ही आमचं कर्तव्य, भान विसरलो नाही. मासाहेब गेल्या, असं समजू नका, राजे! पाचाडात

मासाहेब होत्या, तरी गडावर त्यांचा धाक असायचा ना! आता तेही अंतर राहिलं नाही. मासाहेब आता दूर नाहीत. त्यांनी तुमच्या-आमच्या मनांत आता जागा घेतली आहे. आता फार भिऊन वागायला हवं, राजे!'

'आम्ही चुकलो! पुन्हा हे वर्तन घडणार नाही.'

'आमची दुसरी कसलीच अपेक्षा नाही. चुका होत नाहीत कुणाच्या हातून? पण तीच चूक पुन्हा होऊ न देणं यातच माणसाची उन्नती साठवलेली असते. एवढं पथ्य पाळलं, तरी माणूस सहज मोठा होऊन जातो. तुम्ही तर भावी राज्याचे धनी. तुम्हांला फार जपायला हवं. राजा म्हणजे प्रजापालक, लोकनायक. चारित्र्य हा तर त्याचा पाया. आपल्या जीवनाशी हवा तसा खेळ खेळायला तुमची-आमची आयुष्यं मोकळी नाहीत, राजे! त्यांची गुंतवण केव्हाच झालेली आहे.'

राजांचे एक वेगळे रूप संभाजीराजांना प्रथमच दिसत होते. त्या बोलांनी त्यांचे मन उचंबळत होते. राजे त्यांना जवळ घेत म्हणाले,

'पुसा ते डोळे!'

संभाजीराजांनी हसून डोळे पुसले.

'राजारामांना ताप येत होता. ते तुमची आठवण काढीत होते.'

'आम्ही जाऊन येतो.'

त्याच वेळी राजांची नजर महालाच्या दाराशी खिळली. महालात येणाऱ्या येसूबाईंना पाहताच राजे म्हणाले,

'येसू, काळजी करू नको. आपले पतिराज सुखरूप आहेत.'

येसूबाईंनी हसून संभाजीराजांच्याकडे पाहिले. दुसऱ्याच क्षणी राजांच्या पाया पडत त्या म्हणाल्या,

'आम्ही नेहमीप्रमाणे पाया पडायला आलो होतो.'

राजे मोठ्याने हसले. संभाजीराजांना सांगते झाले,

'युवराज, काल आम्ही आमच्या लाडक्या सूनबाईंना घेऊन फेरफटक्याला गेलो होतो. तुम्ही वेळी-अवेळी शिकारीत गुंतलेले असता. आम्ही मोहिमांत. मग गडावरचा राज्यकारभार चालणार कसा? जेव्हा आपण दोघेही गडावर नसू, तेव्हा यापुढं आमचा शिक्का येसूच्या हाती सुपूर्द करायचा आम्ही निर्णय केला आहे. तुमची त्याला ना नाही ना?'

संभाजीराजे लाजले. मुजरा करून ते गडबडीने बाहेर गेले. येसूबाई जागच्या जागी संकोचून उभ्या होत्या. राजांच्या हसण्याने महाल भरून गेला होता.

जिजाबाई गेल्यानंतर प्रथमच राजे मोकळेपणी हसले होते.

□

२३

गडावर महाराजांचा खास नजरबाज महादेव येऊन गेल्यापासून गडावर सारखे नजरबाज दिसू लागले होते. राजांनी सेनापती हंबीरराव, मोरोपंत, आनंदराव यांना फौजा गोळा करण्याचे हुकूम दिले होते. भर पावसाळ्यात राजांनी कुठली मोहीम काढली आहे, याचे सर्वांना कोडे पडले होते. रायगडावर पाऊस अखंड धार धरून उभा होता.

राजांच्या समोर मोरोपंत, हंबीरराव, आनंदराव, अनाजी, बाकीचे सर्व प्रधान आणि खुद्द युवराज उभे होते. राजांनी मोरोपंतांना विचारले,

'मोरोपंत, मोगलछावणीची काय हालत आहे?'

'औरंगजेबानं दिलेरखानाला माघारी बोलावून बहादुरखानाला सारी फौज दिलेली आहे.'

'...आणि बहादुरखानानं पेडगावास बळकट कोट करून त्या गडाला 'बहादुरगड' असं नाव दिलं आहे, असंच ना?' राजांनी विचारले.

'जी!' मोरोपंत म्हणाले.

'आमचा राज्याभिषेक झाल्यामुळं आम्ही गाफील बनलो आहो, असा आमच्या शत्रूचा समज झाला आहे. त्याला थोडा धक्का देण्याचं आमच्या मनात आहे.'

'पण, महाराज, भर पावसाळा... त्यात आपली मन:स्थिती...'

'मोरोपंत, आमच्या सुखाचा वा दु:खाचा विचार करण्याचं आमच्या नशिबी राहिलेलं नाही. त्याचा विचार करू नका... आमच्या राज्याभिषेकाचा खर्च किती झाला?'

'एक कोटी होन!'

'तो आम्ही भरून काढायचं ठरवलं आहे.'

साऱ्यांची नजर राजांच्या वर खिळली.

'बहादुरखानानं सरकारी भरणा करावयाचे एक कोटी रुपये गोळा केले आहेत. त्याखेरीज बादशहांना नजर करण्यासाठी नामांकित दोनशे घोडी आहेत, ती निराळी. हे सारं दिल्लीला रवाना होण्याआधी मिळवायचं आमच्या मनात आहे. ही एक मोहीम झाली. याखेरीज मोरोपंतांनी कल्याण-भिवंडीला जाऊन तळ करावा, वसईकरांकडून चौथाईची मागणी करावी. याच वेळी अनाजींनी फोंडा काबीज करावा. आम्ही खुद्द बहादुरखानाची मोहीम हाती घेऊ.'

संभाजीराजे ते ऐकत असता उभे राहिले.

'आबासाहेब, आम्ही?'

राजे खूश झाले.

'युवराज, आम्ही तुमच्याकडून याच उत्तराची अपेक्षा केली होती. बेचैन मन हवं

तिथं शांत होत नाही. बेचैन मनाला गुंतवायला मोहिमेसारखा विचार नाही. तुम्हांला तो अनुभव येईलच. आनंदरावांनी युवराजांची साथ करावी. युवराज भागानगर मुलुखात जातील. पण, युवराज, लक्षात ठेवा... आम्हांला भागानगर जिंकायचं नाही. नुसती दहशत निर्माण करायची आहे. आम्ही गाफील नाही, एवढं शत्रूंना दाखवायचं आहे.'

राजे किंचित थांबले. ते सर्वांकडे पाहत होते.

'आमचा मनोदय सांगितला. आता तुमचं म्हणणं सांगा.'

'आपली आज्ञा शिरसावंद्य आहे.' हंबीरराव म्हणाले.

'यापुढं राज्याचे निर्णय अष्टप्रधानांनी करावेत, अशी आमची इच्छा आहे. आमच्या बेतात काही गफलत दिसली, तर आम्ही ती आनंदानं मान्य करू.'

मोहीम निश्चित झाली. सारे त्या आनंदात निघून गेले. मागे मोरोपंत राहिले होते. राजांनी विचारले,

'मोरोपंत, काय?'

मोरोपंतांनी क्षणभर विचार केला. ते म्हणाले,

'युवराजांनी कलावंतिणींना बिदागी देऊन रवाना केलं.'

राजांच्या चेहऱ्यावर स्मित झळकले.

'ते आम्हांला माहीत आहे.'

आश्चर्य करण्याची पाळी मोरोपंतांच्यावर आली होती.

'त्यात आश्चर्य कसलं? खुद्द युवराजांनी तुम्हांला ती कामगिरी सांगितली, तुम्ही तातडीनं गडाखाली गेलात, बिदागी देऊन कलावंतिणींना निरोप देऊन आलात. एवढंच नव्हे, तर राज्याभिषेकाच्या खर्चात ती रक्कम मुरविण्याचं तुम्ही ठरवलंत असंच ना?'

'महाराज सर्व जाणतात!'

'नाही, मोरोपंत. आम्ही अंतर्ज्ञानी नाही. तुम्ही संभाजीराजांच्याकडे युवराज म्हणून पाहता; आमची नजर बापाची आहे. एवढाच फरक.'

एके दिवशी राजांनी मोरोपंतांना विडे दिले. त्यानंतर अनाजी गड उतरले. मोहिमेवर जाताना संभाजीराजे राजांच्या दर्शनाला आले. युवराजांना निरोप देताना राजे म्हणाले,

'युवराज, संभाळून राहा. तुमच्यावर फार मोठी जबाबदारी आहे. वारेमोल जीव समजून वेडं धाडस पदरात घेऊ नका. तुमच्या येण्याकडे आमचे डोळे लागले आहेत.'

संभाजीराज गडाखाली उतरले. राजे हंबीररावांना म्हणाले,

'हंबीरराव, आम्ही मोहिमेला बाहेर पडताना मासाहेबांना काय वाटत असेल, याची आता थोडी कल्पना येते... आता आपली मोहीम. पाहू, बहादुरखान कोकलताश

काय म्हणतात, ते.'

'सरळ छावणीवर चालून यायचं?'

'मुळीच नाही. ही मोहीम तर फार सोपी. तुम्ही दोन हजारांची कुमक घेऊन, सांगून सवरून खानावर जा. तुम्ही येता, हे पाहताच खान आपल्या गढीबाहेर पडेल. त्याला झुलवीत खूप दूर न्या. आम्ही पाठीमागे आठ हजारांनिशी तयार असू. तुम्ही दूर गेलात, की आम्ही छावणी फस्त करून माघारी येऊ.'

'आणि हातघाईचा प्रसंग आला, तर?' हंबीररावांनी विचारले.

राजांच्या चेहऱ्यावरचे स्मित त्या शंकेने ढळले नाही.

'नाही, हंबीरराव. हातघाईचा सवाल येताच कामा नये. या मोहिमेत एकही माणूस गारद होऊ द्यायचा नाही. आमच्या राज्याभिषेकप्रसंगी टोपीवाल्यांनी आम्हांला आहेर केला; पण दिल्लीदरबारकडून येणारा आहेर तसाच राहून गेला. एक करोड होन आणि दोनशे नामांकित घोडी हा आहेर दिल्लीतख्ताला शोभण्यासारखा आहे, नाही? राज्याभिषेकासारख्या मंगल प्रसंगी शाही तख्ताचा आहेर स्वीकारीत असता रक्तपात होऊन कसा चालेल?'

हंबीरराव हसले. ते म्हणाले,

'औरंगजेबाला ही चपराक भारी जाणवेल.'

'हंबीरराव, सेनापतींच्या तोंडी हे शब्द शोभत नाहीत. दिल्लीतख्ताचे बादशाहा असल्या लुटीची पर्वा करणारे नाहीत. ते भारी हुशार आणि दूरदृष्टीचे आहेत. त्या दृष्टीला काय दिसतं, हे कोण सांगणार?'

हंबीरराव राजांचा निरोप घेऊन गेले, तरी राजे आपल्याच विचारात उभे होते. त्यांच्या डोळ्यांसमोर आलमगीरची मूर्ती तरळत होती.

□

२४

दिल्लीच्या उकाड्याने परिसीमा गाठली होती. पावसाळी ढग आकाशात फिरत होते; पण अद्याप उत्तरेतील पावसाळ्याला सुरुवात झाली नव्हती. दोन प्रहर टळली, तरीही वाढत्या उष्णतेने जीव कासावीस होत होता. दिल्लीतल्या दिवाण-इ-खासच्या उद्यानांतून असंख्य कारंजी फवारे सोडीत होती. खुद्द दिवाण-इ-खासच्या कमानी वाळ्याच्या पडद्यांनी सजल्या होत्या. त्यांवर पाणी अखंड शिंपडले जात होते. गुलाबपाण्याचा आणि वाळ्याचा सुगंध दरवळत होता. दिवाण-इ-खासच्या मध्यभागीच्या संगमरवरी आसनावरच्या जरी बिछायतीवर बसून औरंगजेब दरबारी कामकाज पाहत होता.

पांढरा तलम कुडता आणि विजार एवढाच औरंगजेबाचा वेष होता. मस्तकावरच्या सफेद किमॉशवर एक तेजस्वी पाचूचे पिंपळपान राजचिन्ह म्हणून विराजले होते.

औरंगजेबाच्या मागे उभे असलेले दोन खोजे मयूरपंखांनी वारा ढाळीत होते. औरंगजेबापासून थोड्या अंतरावर जाफरखान आणि चार-पाच सरदार रिवाजाप्रमाणे हात बांधून खालच्या नजरेने उभे होते. बादशहाची नजर सर्वांवर फिरत होती. हातातल्या जपाच्या माळेचे मणी ओढले जात होते. औरंगजेबाच्या चेहऱ्यावर प्रसन्नता होती. जाफरखानाकडे पाहत त्याने सांगितले,

'जाफरखान, इराणच्या वार्तेनं आमचं मन सुखावलं.'

'आलीजाह, आपण त्याबाबत बिलकुल बेफिकीर असावं. हे विजय असेच वाढत जातील, आणि इराणच्या बंडाचा मोडावा होईल, हा यकीन ठेवावा.'

'परवरदिगार मोठा रहमदिल आहे! सल्तनतीची काळजी आम्ही कोण करणार?' हे बोलत असता औरंगजेबाच्या मनात एक सूक्ष्म शंका निर्माण झाली. आपली गहिरी नजर जाफरखानावर खिळवीत त्याने विचारले,

'जाफरखान, दक्षिणेची वार्ता काय आहे?'

जाफरखानाने त्याच अभिमानाने सांगितले,

'जहाँपनाह, आदिलशाहीची मग्रुरी चेपली आहे. हुक्म झाला, तर आदिलशाहीचा निशा सुद्धा करता येईल.'

औरंगजेबाच्या चेहऱ्यावर एक वेगळाच भाव तरळून गेला. नकारार्थी मान हलवीत तो म्हणाला,

'नाही, जाफर, आदिलशाही नष्ट करण्याची आमची केव्हाच इच्छा नव्हती; नाही. तिची सत्ता मर्यादेबाहेर वाढत नाही, एवढं पाहिलं, की झालं. आम्ही दक्षिणेची वार्ता विचारली, ती आदिलशाहीची नव्हे.'

'कसूर माफ, आलमपनाह! हुजूरचा खोल मनशा सेवकाच्या नाचीज बुद्धीत कसा मावणार?'

औरंगजेब बोलून गेला,

'जाफरखान, अरे, तो मक्कार दक्षिणेत आहे ना? त्या शिवाजीविषयी नेहमी तुम्ही गाफील राहता.'

'जहाँपनाह,' जाफरखानाने विश्वास दिला, 'त्याची मुळीच चिंता करू नये. बहादुरखान कोकलताश आपल्या फौजेनिशी शिवाजीचा बंदोबस्त करण्यासाठी शिवाजीच्या मुलुखात तळ देऊन बसला आहे.'

'आणि तो शिवाजी?'

जाफरखानाच्या चेहऱ्यावर हसू उमटले.

'आलीजाह, तो शिवाजी काय करणार? त्याच्या मूर्खपणाच्या एक एक गोष्टी ऐकून हसावं, की रडावं, तेच कळत नाही.'

'काय केलं त्यानं?'

'जहाँपनाह,' जाफरखान आलेले हसू आवरीत सांगत होता, 'नुकतीच बातमी आली आहे की, त्या शिवाजीनं काशीच्या पंडिताकडून रायगडावर आपणांला राज्याभिषेक करून घेतला. असे राज्याभिषेक करून राजे बनले असते, तर मग कशाला?'

जाफरखानाचे लक्ष औरंगजेबाकडे नव्हते. तो आपल्याच नादात बोलत होता. त्याच्या बोलण्याने दरबारच्या इतर सरदारांच्या चेहऱ्यांवर छद्मी हास्य उगटले होते.

जाफरखानाचे लक्ष सहज आलमगिराकडे वळले, आणि त्याचे शब्द जिथल्या तिथेच विरले. औरंगजेबाच्या डोळ्यांची उघडझाप थांबली होती. पाण्याखाली तांबूस दिसणारा सागरकिनारा ओहोटीची लाट मागे सरकताच फिका पडावा, तसा औरंगजेबाचा चेहरा पांढरा फटफटीत पडला होता. त्या भकास नजरेत पाहता-पाहता संतापाचा अंगार फुलला. हातातून सुटलेली जपाची माळ त्याने कष्टाने उचलली. संतापाने थरथरत तो आसनावरून उठला. डोळ्यांत जमा होणारे अश्रू निखळायच्या आत तो दरबार सोडून जाऊ लागला. मुजऱ्यासाठी वाकलेले सरदार उभे राहिले, तेव्हा दिवाण-इ-खासमध्ये औरंगजेब नव्हता. बादशहाच्या पाठोपाठ जाफरखान दोन सरदारांसह धावला. दिवाण-इ-खासलगतच्या महालात जाफरखान शिरला; आणि त्याचे पाऊल दाराशीच थांबले. आतले दृश्य पाहून तो दिङ्मूढ झाला.

महालातल्या गालिच्यावर औरंगजेब पालथा पडला होता. दोन्ही हात गालिच्यांवरून फिरत होते. औरंगजेबाचा शोकमग्न आवाज महालात उठत होता:

'परवरदिगार! मी असा कोणता गुन्हा केला होता, म्हणून तू मला हा दिवस दाखवलास? नवीन बदरची लढाई केली, तेव्हापासून मोमिनांना इतका वाईट दिवस कधी आला नव्हता. माझी बंदगी आणि नमाज यांमध्ये कोठे कसूर तर घडला नाही? हे परवरदिगार, आज मोगल सल्तनतीला जो तडा जातो आहे, तो सांधण्याचं बळ तरी मला लाभेल का? ते बळ मी कोठून आणू? कोठून आणू?...'

जाफरखान धावला. औरंगजेबावर ओणवे होऊन त्याने हाक मारली,
'जहाँपनाह!'

त्या हाकेने भानावर येत आपली मान फिरवीत औरंगजेबाने विचारले,
'कौन?'

पडल्या जागेवरून औरंगजेबाच्या संतप्त नजरेत जाफरखान आणि त्यामागे उभे असलेले तीन सरदार आले. जाफरखानाने पुढे केलेला हात झिडकारीत औरंगजेब उभा राहिला. काही न बोलता त्याने आपले अश्रू टिपले. जाफरखानाने उभ्या आयुष्यात कधीही औरंगजेबाचे एवढे विकल, घायाळ रूप पाहिले नव्हते. जाफरखान धीर करून म्हणाला,

'जहाँपनाह, शिवाजीनं राज्याभिषेक करून घेतला, म्हणून बिघडलं काय? खुद्द सुजानं राज्याभिषेक करून घेतला नव्हता काय? स्वतःविषयी गैरसमज करून

घेऊन आजवर अनेकांनी राज्याभिषेक करून घेतले; पण अशा नामधारी राजांचं त्यांच्या राज्यांसकट अस्तित्व नाहीसं करण्याचं सामर्थ्य मोगल सल्तनतीनं दाखवलं.'

औरंगजेबाला ते ऐकणे असह्य झाले.

'बस्स कर, जाफर! आणखीन नादानपणे बोलून माझ्या संतापात भर घालू नको. अरे, सुजानंच नव्हे, तर सलीमनं सुद्धा बाप गादीवर असताना राज्याभिषेक करून घेतला होता. नशिबानं ते बादशहा बनले असते, तरी ते मोगल सल्तनतीचेच वारस होते. पण त्यांची आणि शिवाजीची तख्तनशीनी यांत खूप फरक आहे. काशीच्या काफिर पंडितांनी राजाला दिलेली मान्यता ही गोष्ट सामान्य समजू नको. अरे, ते इस्लामला दिलेलं आव्हान आहे, हे कसं तुझ्या ध्यानी येत नाही?'

'आलीजाह, बेअदबीची माफी असावी. पण शिवाजीची मोगल तख्तापुढं किंमत ती काय? शिवाजी समझोत्यानं आहारी आला नाही, तर त्याचा पराभव...'

सहसा प्रकट न होणाऱ्या औरंगजेबाच्या विकट हास्याने सारा महाल भरून गेला. औरंगजेब त्वेषाने म्हणत होता,

'गद्दार, अहलीयाने मशरीकऽ'

जाफरखानाने त्याला साथ दिली,

'खरं आहे, जहाँपनाह. तो शिवाजी गद्दार आहे. मूर्तिपूजकांचा साथीदार आहे.'

औरंगजेबाने जाफरखानावर दृष्टी रोखली. त्याचे डोळे संकोचले. त्याच्याकडे बोट दाखवीत औरंगजेब म्हणाला,

'जाफरखान, मी 'गद्दार, अहलीयाने मशरीक' म्हणालो, ते शिवाजीला नाही. ते तुम्हांला मी म्हणतो आहे. त्या काफिरानं तख्तनशीनी करून घेतली; आणि तुम्ही समझोत्याच्या गोष्टी करता? त्याच्या पराजयाचं स्वप्न पाहता? मूर्खांनो, तो शिवाजी आपल्या मरणानं मरेल; पण त्यानं उभं केलेलं काफिर तख्त... ते आव्हान... ते कसं संपणार?'

औरंगजेबाचा आवाज परत घायाळ बनला. आपल्या दोन्ही हातांचे पंजे प्रार्थनेसाठी उभारीत तो म्हणाला,

'हे परवरदिगार, तू आपल्या बंद्यांना तुझ्यावर आणि तुझ्या नबीवर विश्वास ठेवल्याबद्दल शासन का करतो आहेस?'

औरंगजेबाची नजर परत जाफरखानावर आणि इतर सरदारांवर खिळली. त्याचा सारा संताप परत उफाळला.

'चालते व्हा! निदान माझा संताप कमी होईपर्यंत तरी माझ्यासमोर येऊ नका! तो शिवाजी आग्ऱ्याहून सुटला, हे तुमच्याच बेइमानीचं फळ आहे. तुझ्यासारख्या नादान, कमजोर, बेइमान माणसांचं धनीपण आम्ही चालवतो, हीच शिक्षा आम्हांला खूप आहे. जा! तुमच्या कत्तलीचे हुकूम माझ्या तोंडून बाहेर पडण्याच्या आत

चालते व्हा. निकल जाओ यहाँ से!'

भयभीत झालेले सरदार आणि जाफरखान यांनी गडबडीने मुजरे केले. महालात एकटा औरंगजेब उभा होता. त्याला काही सुचत नव्हतं. त्याची नजर मोकळ्या महालावरून फिरत होती.

□

२५

एके दिवशी भर पावसात राजांनी रायगड सोडला. आपल्या फौजेनिशी ते पेडगावच्या दिशेने जात होते. पावसाची झड कमी झाली होती. पण चार दिवसांत सूर्यदर्शन घडले नव्हते. गार वारा वाहत होता. जिकडे पाहावे, तिकडे पाणथळ जमीन नजरेत येत होती. सकाळी थोड्या सरी येत.

पाऊस थांबला होता. पुण्याच्या पूर्वेला काही कोसांवर वाहणाऱ्या भीमेच्या पाण्याला उधाण आले होते. तांबडेभोर पाणी फेसाळत धावत होते. त्या भीमेच्या काठाला वसलेल्या पेडगावच्या किल्ल्यात बहादुरखानाची छावणी सुस्तावली होती, जिकिरीने पावसाळ्याचे दिवस कंठीत होती.

बहादुरगडाच्या प्रवेशद्वारावर पहारेकरी पहारा देत होते. गडाचे दरवाजे उघडे होते. शेकोटी करून काही चौकीदार अंग शेकीत बसले होते. पाऊस गेल्याने तटावर पहारेकरी फेरा घालीत होते. गडाच्या दरवाजातील शिपायांचे लक्ष टापांच्या आवाजाकडे गेले. दोन घोडेस्वार भरधाव वेगाने गडाकडे येत होते. ते स्वार नजरेच्या टप्प्यात आले. पठाणी वेष असलेले ते स्वार गडाच्या दरवाजात आले. दरवाजाशी पायउतार होताच ते म्हणाले,

'क्या देखते हो? दरवाजा बंद करो! मरगट्ठे आ गये ऽ ऽ'

स्वारांचे कोंडाळे त्या दोघांभोवती गोळा झाले. गडाचा किल्लेदार धावत आला. दोघां पठाणांनी आपली ओळख करून दिली. औरंगाबादेच्या सुभेदाराची ओळखपत्रे घेऊन चाकरीसाठी बहादुरखानाकडे येत असता दोघांना मराठ्यांचा तळ दिसला. जीव घेऊन दोघे गडाच्या आश्रयाला पोहोचले होते.

किल्लेदाराने दोघांना बहादुरखानाच्या समोर हजर केले. बहादुरखान विचारात पडला असतानाच टेहळणीच्या सांडणीस्वारांनी मराठे येत असल्याची बातमी आणली. एकापाठोपाठ बातम्या येत होत्या. अवघ्या दोन हजार फौजेनिशी मराठे चाल करून येत आहेत, हे ऐकून बहादुरखान चकित झाला.

'बस्स? दोन हजार फक्त?'

'मराठ्यांची ही रीतच आहे, हुजूर!' सरदाराने साथ दिली.

बहादुर हसला. आपल्या दाढीवरून हात फिरवीत त्याने आज्ञा दिली,

'इशारतीची नौबत द्या.'

पेडगावची छावणी गडबडून उठली. घोड्यांच्या टापांच्या आवाजाने छावणी भरून गेली. बहादुरखान सज्ज झाला.

खानाने आज्ञा दिली,

'खोलो दरवाजा!'

दरवाजा उघडला गेला. नौबत निनादू लागली. बहादुर मराठ्यांना सामोरा जाण्यासाठी फौजेनिशी बाहेर पडला. मूठभर शिबंदीच्या हाती बहादुरगड हवाली करून बहादुरखान लढाईसाठी दौडू लागला. पेडगावपासून थोड्या अंतरावर जाताच मराठे त्याच्या नजरेत आले. बहादुरखानाची आठ-दहा हजार फौज पाहताच मराठ्यांनी तोंड फिरवून पाठ दाखविली. मराठी सैन्य पळू लागले.

बहादुरखानाने आजवर मराठ्यांच्या अनेक कथा ऐकल्या होत्या. अनेकदा त्याची भीतीने गाळण उडाली होती. पण पाठ दाखवून पळणारा शत्रू तो प्रथम पाहत होता. त्याने त्वेषाने घोड्याला टाच दिली. मराठी फौजेचा पाठलाग सुरू झाला. घोड्यांच्या खुरांबरोबर चिखलाच्या चिकांड्या उडू लागल्या. खान जोरात पाठलाग करीत होता. मराठी फौज हुलकावण्या दाखवीत धावत होती. पेडगावापासून खान दहा-बारा कोसांवर आला, तरी शत्रूशी गाठ पडेना. वीस कोस खान धावला, तरी मराठी फौज गाठता येईना. चिखलराडीतून धावून खानाची फौज दमली. खानाने पेडगावकडे वळायचे ठरविले.

'भाग गये! डरपोक कहींके...'

मराठे गाठ पडले असते, तर त्यांचा खिमा कसा उडाला असता, याचे स्वप्न रंगवीत खान बहादुरगडाकडे जात होता. आकाश ढगांनी भरले होते. कुणाचे तरी प्रथम लक्ष गेले. त्या कुंदावलेल्या वातावरणावर सर्वांच्या नजरा खिळल्या. बहादुरगडच्या दिशेने आकाशात धुराची काळी वेटोळी उठत होती, उन्हाळ्याच्या चक्री वादळासारखी. त्याचा अर्थ कुणालाच कळत नव्हता.

खान बहादुरगडाकडे धावू लागला. गड नजीक आला, तशी घोड्यांची गती मंदावली. खानाचा आपल्या डोळ्यांवर विश्वास बसत नव्हता. साऱ्या बहादुरगडावर धुराचे लोट उठत होते. गडाचा दरवाजा सताड मोकळा होता. गडाची तटबंदी जशीच्या तशी शाबूद होती, पण तटावर एकही पहारेकरी दिसत नव्हता. कुठे कसली जाग लागत नव्हती.

बहादुरचे तोंड वासले होते. तो अघटित पाहत होता.

बहादुरखान गडानजीक आला. पुढचे स्वार वेशीतून आत गेलेले दिसले. दुसऱ्याच क्षणी ते माघारी आले. पाठोपाठ बहादुरगडाचे रहिवासी छाती पिटीत सामोरे आले. एकच आक्रोश उठला होता.

'हम लुट गये, मालिक! शिवाजीने हमको लूटा!...'

'शिवाजी ऽ! या अल्ला! सैतानका बच्चा! कहाँ गया? क्या हुआ?'

बहादुर पायउतार झाला. वेड्यासारखा तो चालत होता. वेशीच्या आतले वातावरण आक्रोशांनी भरून गेले. सर्व तंबू जळून खाक झाले होते. मराठ्यांच्या पळण्याचा अर्थ आता त्याला कळत होता. मराठ्यांची लूट काय असते, हे तो उभ्या पावसात बघत होता.

-आणि याच वेळी राजे रायगडाची वाट कापीत होते. फौजेच्या आघाडीला राजांच्या बरोबर हंबीरराव दौडत होते. फौजेबरोबर नेली जाणारी दोनशे देखणी घोडी नजरेत भरत होती. एक कोटी रुपयांची नगद लूट सावरून राजांची फौज रायगड जवळ करीत होती.

□

२६

बहादुरखानाची लूट घेऊन राजे गडावर आले. गडावर आणि छावणीत बहादुरखानाची छावणी कशी लुटली, याचीच बोलवा चालू होती. मोरोपंतांनी कल्याण-भिवंडीला फौज गोळा करून दहशत निर्माण केली होती. त्या हालचालीमुळे इंग्रज व पोर्तुगीज घाबरून गेले. बहादुरगडाची लूट झाल्यानंतर राजांची एक फौज जुन्नर मुलुखाकडे रवाना झाली होती. अनाजी फोंडा मुलुखात होते. जिकडे तिकडे राजांच्या नावाचा गवगवा झाला होता. पण राजे वाट पाहत होते. संभाजीराजांची. ते अद्याप गडावर आले नव्हते.

एके दिवशी सायंकाळच्या सुमारास गडाची नौबत झडली. युवराज संभाजीराजे गडावर येत असल्याची वार्ता राजांना मिळाली. राजे उतावीळ बनून राजसदरेत गेले. प्रवेशद्वारातून आनंदराव येताना दिसले. पण संभाजीराजे कुठे दृष्टीत आले नाहीत. आनंदरावांनी नजीक येऊन मुजरा केला.

'आनंदराव, आमचे युवराज कोठे आहेत?'

'ते पालखीदरवाजानं आत गेले.'

'कारण?'

आनंदराव हसले.

'भागानगरच्या मुलुखात आम्ही घुसलो. फौज पुढं सरकत होती. तोच कुतुबशाही फौज येत असल्याचं कळलं. मी युवराजांना माघार घ्यायला सांगितलं. त्यांना ते आवडलं नाही. जबाबदारी माझी होती. युवराजांना मी पुढं जाऊ दिलं नाही. संतापानं युवराज गाभारी वळले. त्यामुळं...'

'आमच्या समोर यायची त्यांना लाज वाटली, असंच ना?' राजांनी विचारले. 'ठीक आहे. तुम्ही केलंत, तेच बरोबर. आम्ही युवराजांची समजूत काढू.'

राजे युवराजांच्या महालाकडे वळले. महालात युवराज पलंगावर बसले होते. येसूबाई उभ्या होत्या. राजे जाताच संभाजीराजांनी मुजरा केला; आणि ते पाठमोरे उभे राहिले. राजांची नजर चौपाईवर ठेवलेल्या निरांजनतबकाकडे गेली. आलेले हसू लपवीत राजे येसूबाईंना म्हणाले,

'येसू, युवराजांना ओवाळलं, की नाही?'

त्या शब्दाबरोबर संभाजीराजे वळले.

'आबासाहेब, विजयी वीराला ओवाळतात; पळून आलेल्याला नव्हे...'

राजे संतप्त युवराजांच्या जवळ गेले.

'कुणी सांगितलं तुम्हांला? यशस्वी माघार घेणं, फौज सुखरूप माघारी आणणं, हा सुद्धा एक थोर पराक्रमच आहे... विजयापेक्षाही अवघड.'

'आमची फौज होती. सहज विजय मिळाला असता. पण तुमच्या आनंदरावांनी आम्हांला रोखलं, आमच्यावर बळजोरी केली...'

'राजे, आम्ही तुमची तडफ जाणतो. तुमचा संतापही आम्हांला कळतो. पण त्यासाठी आनंदरावांना दोष देणं अन्यायाचं ठरेल. तुम्ही अजून लहान आहात. उसळतं रक्त नेहमीच बरोबर निर्णय करतं, असं नाही. तुम्ही आमची आज्ञा विसरलात; पण आनंदराव आपली जबाबदारी कशी विसरतील?'

'कसली आज्ञा?'

राजे हसले. 'युवराज, भागानगर जिंकण्यासाठी तुम्हांला पाठवलं नव्हतं; नुसती दहशत निर्माण करण्यासाठी पाठविलं होतं.'

'मराठी फौज पळालेली पाहून चांगलीच दहशत बसली असेल!'

'युवराज, हा पळून येण्याचा सवाल नाही. तुम्ही आणलेली लूट काय कमी आहे? तिनं दरारा वाढला नसेल? पळणारी का होईना, पण मराठी फौज त्यांच्या मुलुखात घुसते, धुमाकूळ घालते, हे का थोडं झालं?'

राजांनी युवराजांच्या खांद्यावर हात ठेवला. संभाजीराजांची नजर राजांच्या नजरेला नजर भिडली.

'आणि, युवराज, पराजयाचं दुःख कसलं? आमची निम्मी हयात पळापळीतच गेली. आम्ही यापेक्षाही थोर पराजय घेतले आहेत. पन्हाळ्यावर तर आम्हांला पळता भुई थोडी झाली. पण त्या पराजयानंदेखील आम्हांला खूप शिकवलं.'

संभाजीराजांच्या चेहऱ्यावर हास्य उमलले. राजे येसूबाईंना म्हणाले,

'येसू, युवराजांना ओवाळ. ते पराक्रम करून घरी आले आहेत.'

येसूबाईंनी तबकातली निरांजनं प्रज्वलित केली. त्यांनी युवराजांना ओवाळले. मस्तकी तिलक लावलेले संभाजीराजे राजांच्या पाया पडले. राजांनी संभाजीराजांच्या मस्तकावरून हात फिरवला.

'युवराज, लक्षात ठेवा. ज्यांना पराजयाची भीती नसते, तेच विजयश्री संपादन करू शकतात... येतो आम्ही.'

राजांनी पाऊल उचलले. राजे महालात आले, ते उभेच राहिले, हे ध्यानी येताच येसूबाई म्हणाल्या,

'आबासाहेब, बसावं ना!'

राजांनी येसूबाईंच्याकडे पाहिले.

'येसू, नाइलाजानं आम्हांला इथं यावं लागलं. मोहिमेवर गेलेला पती फार दिवसांनी आला असता, तिथं अन्य कोणी जाणं गैर आहे, हे का आम्हांला कळत नाही?'

लाजलेल्या येसूबाईंच्याकडे न पाहता राजे महालाबाहेर गेले.

राजे जाताच संभाजीराजे येसूबाईंच्याकडे सरकले. येसूबाईंनी गडबडीने तबक उचलले. संभाजीराजांच्या हाताची पकड येसूबाईंच्या मनगटावर बसली. येसूबाई गडबडीने म्हणाल्या,

'तबक ठेवून येते ना!'

'त्याची आत्ताच गडबड का? नंतर ठेवा.'

येसूबाईंनी तबक खाली ठेवले. संभाजीराजांनी येसूबाईंच्या हाताला स्पर्श केला.

'इकडे बघा ना!'

'हे काय? कोणी येईल ना!' येसूबाई दरवाजाकडे पाहत म्हणाल्या.

'कोणी येणार नाही. खुद्द आबासाहेबांनीच सांगितलं नाही?'

'चला! काही तरीच बोलणं. लोक काय म्हणतील?'

'आम्ही एवढा पराक्रम करून आलो...'

'माहीत आहे पराक्रम...' येसूबाई हसून म्हणाल्या.

'अस्सं!' संभाजीराजांनी एक वेळ येसूबाईंच्याकडे रोखून पाहिले. दुसऱ्याच क्षणी दरवाजाकडे जात संभाजीराजे म्हणाले,

'रणांगणात पराजय घेतला, म्हणून आमच्या महालातही आम्ही तो घेऊ, की काय?'

येसूबाईंनी हसून वर पाहिले, तेव्हा खरोखरच महालाचे दरवाजे बंद होत होते... □

२७

पावसाळा संपला. वनराईने गर्द हिरवा रंग धारण केला. रानकोंबड्यांचे आवाज रानावर उठू लागले. शिवारात भात, नागली, सावा सळसळू लागला होता. गडावरच्या झडपा निघाल्या. वाटेलगतच्या गवताची साफसफाई करण्यात येऊ लागली. हत्तीटाके, कुशावर्त, बामणटाकी, गंगासागर यांसारखे पाण्याचे तलाव

पाण्याने तुडुंब भरले होते. लहरींनी त्यांची अंगे शहारत होती. राजांनी पाचाडला नव्या पागेचे काम उभारले. पागा पुरी झाली. हुजुरातीच्या निवडक पाचशे घोड्यांची पागा उभी राहिली. राजे पागा पाहून गडावर आले.

सायंकाळच्या वेळी राजे विवेकसभेत बसले होते. कवी कलश, निराजीपंत सभेत हजर होते. राजांच्या शेजारी खुद्द युवराज संभाजीराजे वीरासन घालून बसले होते. संभाजीराजांची संस्कृत काव्यामधील प्रगती कवी कलशांच्या तोंडून ऐकून राजे खूश झाले.

अंधार पडू लागला, तसे राजे विवेकसभेतून उठले. एकदम आठवण होऊन त्यांनी विचारले,

'अलीकडे निश्चलपुरींची काही वार्ता नाही. त्यांचं क्षेम आहे ना?'

'जी!' कवी कलश म्हणाले. कवी कलश याच संधीची वाट पाहत होते. ते म्हणाले, 'महाराज, निश्चलपुरींचा शब्द खोटा ठरला नाही.'

राजे थांबले.

'कवी कलश! तुम्ही आमच्या नजीकचे. बोला.'

'स्पष्ट बोलतो. पण निश्चलपुरींनी सांगितलेले सारे अपशकुन घडले. राज्याभिषेकाआधी सेनापती आणि आपल्या पत्नी निवर्तल्या. राज्याभिषेकाच्या तेराव्या दिवशी मासाहेब गेल्या. या अपशकुनांनी साऱ्यांची मने शंकित झाली आहेत.'

'तुमचीही!'

'क्षमा, महाराज!' कवी कलश म्हणाले, 'आम्हीही श्रद्धावान माणसं आहोत. जे डोळ्यांनी दिसतं, ते नाकारायचं कसं?'

'जे पाहावं, ते माणसाला दिसतं. प्रतापराव गेले; पण राज्याचं धैर्य दाखवून गेले. धन्याच्या एका शब्दाखातर दहा हजारांच्या छावणीवर चालून जाणारे आमचे सात सरदार मृत्यूचा पराभव करून गेले. त्यांच्या शौर्याला तोड कसली? राणीसाहेबांचा मृत्यू म्हणाल, तर त्या मृत्यूचा अर्थ आमच्या इतका कुणाला कळणार? मासाहेब गेल्या, आम्हांला दुःखाच्या खाईत टाकून गेल्या खऱ्या, पण अखेरच्या वेळची त्यांची तृप्तता आम्हीच पाहिली. ज्ञानदेव समाधिस्थ झाले, तो क्षण का अमंगल? तुम्ही म्हणाल, हा कल्पनेचा खेळ आहे. पण राज्याभिषेकाच्या आधीच आनंदरावांनी बेहलोलचा पराभव केला. राज्याभिषेकानंतर बहादुरखानाची लूट आमच्या पदरी पडली. हे विजय का सामान्य?'

कवी कलश त्याने निरुत्तर झाले.

'महाराज, आपला हा विचार असेल, तर माझी काही तक्रार नाही. पण खुद्द राज्याभिषेकाच्या वेळी गागाभट्टांनी पर्वतराजास बलिदान देवविलं नाही; खुद्द गडाची

स्वामिनी शिर्काई... तिची पूजा केली नाही; ना देशस्वामी भार्गवाचं अर्चन करून घेतलं. या गोष्टी आमच्यासारख्यांना खटकतात. त्याचमुळं राज्याभिषेकाच्या वेळी गागाभट्टांच्या नाकावर काष्ठाचा तडाखा बसला, पौरोहित्य करणाऱ्या बाळंभट्टांच्या टाळूवर छताचं लाकडी कमळ पडलं, आणि अशुभाची जाणीव दिली गेली, असं आम्हांला वाटतं.'

राजे खिन्नपणे हसले.

'कवी कलश! आम्ही तुमच्या भावना जाणतो. पण या प्रसंगी एकच गोष्ट आठवते, जी तुम्हांला आणि निश्चलपुरींनाही पटावी. त्रिकालज्ञानी वसिष्ठांनी प्रभू रामचंद्रांच्या राज्याभिषेकाचा मुहूर्त काढला होता. त्यासाठी अनिष्टनिवारणार्थ होमही झाले होते. पण नेमक्या त्या सुलक्षणी मुहूर्तावरच प्रभू रामचंद्र चौदा वर्षं वनवासाला गेले.'

कवी कलश त्यावर काही बोलू शकले नाहीत.

'कवी, आम्ही तुमची भावना जाणतो. राज्याभिषेकाची आम्हांला हौस नव्हती; ती आवश्यकता होती. तो राज्याभिषेक सर्वतोपरी निर्दोष असावा, असं आम्हांलाही वाटतं. तुम्ही निश्चलपुरींना बोलावून घ्या. आम्ही त्यांच्या सांगण्याप्रमाणे तांत्रिक अभिषेक करून घेऊ.'

कवी कलश यांनी निश्चलपुरींना तातडीने निरोप पाठविला.

एके दिवशी निश्चलपुरी गडावर येऊन दाखल झाले. निश्चलपुरी मोठ्या उत्साहाने अभिषेकाच्या तयारीला लागले. निश्चलपुरींनी ललितापंचमीचा दिवस निश्चित केला.

सुरुवातीला निश्चलपुरींनी कुलदेवता, ग्रामदेवता, स्थानदेवता, इत्यादींचे पूजादी विधी केले. नंतर कलशस्थापना करून तंत्रानुसारे पूजाविधी उरकला. मेरुयंत्र नाना वर्णांनी चित्रित केले. मंडपात, तसेच सिंहासनाजवळ भूमिसंशोधन केले. सुवर्णसिंहासनासाठी दुसरी औदुंबरशाखांची आसंदी केली होती. तीत मंत्राने सिंहगात्रांची प्राणप्रतिष्ठा केली. राजे हाती खड्ग घेऊन राजसभेत आले. नंतर त्यांच्याकरवी द्वारपालदेवतांना बलिदान दिले. सिंहासनाच्या अष्ट सिंहांस बली दिले. नंतर इतर देवतांना बली देऊन संतुष्ट करण्यात आले. बलिदानविधी झाल्यावर शिवशक्तिरूपी कुंभांतील उदकांनी राजांनी राजमंडपात अभिषेचन केले. रायरी पर्वताला अन्नदान करून संतुष्ट केले. राजे राजसभेत येऊन मंत्रमय जयघोषात सिंहासनावर आरोहण करते झाले. प्रजाजनांना त्यांनी दर्शन दिले. राजांनी वाहिलेल्या दक्षिणेने निश्चलपुरी तृप्त झाले. त्यांनी आशीर्वाद दिला,

'राजा! तुझ्यामुळं जगात सद्गुणांचा उत्कर्ष होईल. छत्रपतींच्या घराण्यात तीनशे वर्षं राजसत्ता चालेल. या अवधीत यवनांचा सतत नाश होत राहील.'

राजे सिंहासनावरून उतरले. न कळत त्यांची पावले उजव्या बाजूला वळली. राजे दोन पावले चालून थांबले. चटकन त्यांच्या डोळ्यांत अश्रू उभे राहिले.

ज्यांच्या पायांवर मस्तक टेकावं, आणि शुभाशीर्वाद घ्यावा, असं आता कोणी त्या बाजूला उरलं नव्हतं.

-मासाहेब केव्हाच निघून गेल्या होत्या!

□□□

भाग नववा

१

थंडीचे दिवस नजीक येत होते. पहाटेला धुक्याची वलये पर्वतराईला वेढू लागली. पाचाडच्या छावणीत राजांची पथके येऊन सामील होत होती. गडावर नजरबाजांची, जासुदांची वर्दळ वाढत होती. संभाजीराजे हे सेनापती हंबीरराव आणि आनंदराव यांच्यासह गडावर आले. नवी मोहीम कोणती, याचा विचार सर्वांना पडला होता.

राजांनी खानदेशाची मोहीम मनात धरली होती. जासुदांनी त्या भागातली अचूक बातमी गडावर आणली होती. आनंदरावांच्या नेतृत्वाने राजांनी एक फौज सुरतेला दहशत बसविण्याकरिता पाठविली होती; आणि दुसरी खुद्द आपल्या नेतृत्वाने घेऊन राजे खानदेशाकडे वळले.

जवळ जवळ तीन महिने राजे खानदेशात दौड करीत होते. आनंदरावांची फौज सुरतेकडे जात असता रामनगरच्या चार हजार भिल्लांनी फौजेला अडविले. एक लाख रुपये कबूल करूनही भिल्लांनी वाट दिली नाही. अकारण युद्धाचा प्रसंग उभा ठाकणार, हे पाहताच आनंदरावांनी वाट बदलली; आणि ते महाराजांना मिळण्याकरिता औरंगाबादेकडे वळले. रामनगरच्या भिल्लांमुळे सुरत वाचली.

एरंडोलजवळ राजे थांबले. त्यांनी इंग्रजांच्या वखारींवर फौज पाठविली. राजांच्या फौजेने चालविलेला धुमाकूळ पाहून मोगल फौजदार खेशगी आपल्या ताकदीनिशी मराठ्यांवर चाल करून आला; पण मराठ्यांच्या पुढे त्याचे काही चालले नाही. त्याची शेकडो माणसे मराठ्यांनी कापून काढली. खेशगी औरंगाबादेला पळून गेला. मराठ्यांनी धरणगावची वखार लुटली. खेशगी पळून गेल्यामुळे मराठ्यांना विरोध राहिला नव्हता. राजे बऱ्हाणपूरपर्यंत जाऊन, लूट घेऊन व मोगली मुलुखात

दहशत निर्माण करून माघारी रायगडावर आले.

राजांची फौज साऱ्या मुलूखभर पसरली होती. धरणगाव लुटल्यामुळे इंग्रज घाबरून गेले. धरणगावच्या वखारीची नुकसानभरपाई मिळविण्यासाठी त्यांनी आपला वकील राजांच्याकडे पाठविण्याचे ठरविले. अनाजी कोल्हापूर भागात वावरत होते. मोरोपंत कल्याण-भिवंडीला होते. खानदेशाची मोहीम आटोपून राजे गडावर आले. आता राजांना उसंत नव्हती.

राज्यविस्तार प्रतिदिनी वाढत होता. अनेक मोहिमांचे मनसुबे राजांच्या मनात उठत होते. मोगल आणि विजापूरकर यांबरोबरच राजांचा तिसरा प्रबळ शत्रू सिद्दी राजांच्या विरुद्ध केव्हा उठेल, याचा नेम नव्हता. सिद्दीच्या जंजिऱ्यामुळे सागरावरची त्याची हुकमत अबाधित होती. राजांच्या गलबतांना त्याची भीती नेहमीच वाटत होती. जंजिऱ्यावर जरब ठेवण्यासाठी राजांनी राजपुरीच्या समोर असलेल्या 'कासा' नावाच्या बेटावर किल्ला बांधण्याचे ठरविले. तातडीने काम पुरे करून घेण्याची राजांची इच्छा होती. त्या किल्ल्याच्या बांधकामात सिद्दीकडून उपद्रव होणार, हे जाणून राजांनी आपल्या दर्यासारंग दौलतखानांना आरमारासह कासा बेटावर उठणाऱ्या पद्मदुर्गाच्या रक्षणार्थ पाठविले. पद्मदुर्गाच्या उभारणीसाठी लागणारा पैसा व धान्य यांत कमतरता भासू नये, म्हणून प्रभावळीच्या सुभेदारांना ताकीद दिली गेली होती.

खानदेशाच्या स्वारीवरून राजे रायगडी आले. सर्व मुलुखाच्या बातम्या ते ऐकत होते. थैल्या गडावर येत होत्या. त्यांत एक महत्त्वाची थैली गडावर आली. पद्मदुर्गाच्या रक्षणार्थ पाठविलेल्या दर्यासारंगाने राजांना पत्र पाठविले होते. पद्मदुर्गाच्या कामात दिरंगाई होत होती. एका बाजूला सिद्दीला तोंड देत पद्मदुर्गाचे काम करीत असता जिवाजीपंतांकडून हवी ती कुमक तातडीने मिळत नाही, धान्य व पैसा अपुरा पडत असल्याने आरमार आणता येत नाही, अशी तक्रार दर्यासारंगाने केली होती.

दर्यासारंगांचे ते पत्र वाचून राजांचा संताप वाढला. एका बाजूला सर्व अडचणी दूर सारून पद्मदुर्ग पुरा करून घेण्याची आज्ञा राजे करीत असता जिवाजीपंत नुसती दिरंगाई करीत होते. म्हणून राजांनी प्रभावळीच्या सुभेदार जिवाजीपंतांना असे पत्र पाठविले, की त्यांची झोप उडावी. राजांनी लिहिले होते...

> '...दौलतखान व दर्यासारंग यांसी ऐवज व गल्ला राजश्री मोरोपंत यांणी वराता सुबे मजकुरावरी दिधल्या त्यांस तुम्हीं कांहीं पावलें नाही, म्हणोन कळों आलें. यावरून अजब वाटलें कीं, ऐसे नादान थोडे असतील. तुम्हांस समजलें असेल कीं, याला ऐवज कोठे तरी ऐवज खजाना रसद पाठविलीया मजरा होईल म्हणत असाल. तरी पद्मदुर्ग बसवून राजपुरीच्या उरावरी दुसरी

> राजपुरी केली आहे. त्याची मदत व्हावी. पाणी, फाटी आदिकरून सामान पावावें, या कामास आरमार वेगीनें पावावें, तें नाहीं. पद्मदुर्ग हबशी फौजा चौफेर जेर करीत असतील, आणि तुम्हीं ऐवज न पाठवून, आरमार खोळंबून पाडाल! येवढी हरामखोरी तुम्हीं कराल आणि रसद पाठवून मजरा करूं म्हणाल, त्यावरी साहेबी रिझतील कीं काय? ही गोष्ट घडायची तऱ्ही होय; न कळे कीं, हबशियांनीं कांहीं देऊन आपलें चाकर तुम्हांस केले असतील? त्याकरिता ऐसी बुद्धी केली असेल! तरि ऐशा चाकरास ठीकेठीक केले पाहिजेत! ब्राह्मण म्हणून कोण मुलाहिजा करूं पाहतो? याउपरी तऱ्ही त्यांला ऐवज व गल्ला राजश्री मोरोपंत देविला असें देवितील. तो खजाना रसद पावलियाहून अधिक जाणून तेणेंप्रमाणे आदा करणें कीं ते तुमची फिर्याद न करीत व त्यांचे पोटास पावोन आरमार घेऊन पद्मदुर्गाचें मदतीस रहात ते करणें. याउपरि बोभाट आलियाउपरी मुलाहिजा करणार नाहीं. गनिमाचे चाकर, गनिम जालेस, ऐसें जाणून बरा नतिजा तुम्हांस पावेल, ताकीद असे. रवाना...'

त्या पत्राने सारी खोळंबलेली सूत्रे हलू लागली. पद्मदुर्गाचे काम झपाट्याने पुरे करून घेण्याची घाई उडाली. जिवाजीपंत राजाज्ञेची वाट न पाहता पद्मदुर्गाच्या प्रत्येक मागणीला साद देऊ लागला. जेव्हा पद्मदुर्ग पुरा झाला, तेव्हा राजांनी सुभानजी मोहिते यांस किल्लेदारी दिली.

राजांचा बेत आदिलशाहीवर चालून जाण्याचा होता. त्यासाठी राजांनी दत्ताजीपंतांनी फौज देऊन कोल्हापूर भागात रवाना केले, आणि पन्हाळा भागात असलेल्या अनाजींना फौज देऊन फोंड्यावर चालून जाण्याची आज्ञा केली. गमावलेली दंडराजपुरी परत घेण्यासाठी राजांची एक फौज दंडराजपुरीवर गेली होती. पावसाळ्यापूर्वी दंडराजपुरी घेण्याचा राजांचा विचार होता.

राजे या मोहिमेचा विचार करीत असतानाच राजांनी गडावर संभाजीराजांची मुंज मोठ्या धामधुमीत केली. वास्तविक पाहता राज्याभिषेकानंतर युवराजांची मुंज होणार होती; पण जिजाबाईंच्या मृत्यूमुळे ती पुढे ढकलली गेली होती.

संभाजीराजांची मुंज आटोपताच राजे मोहिमेवर निघणार होते; पण याच वेळी मोगलांनी कल्याण-भिवंडीवर हल्ला केल्याची बातमी गडावर आली. बऱ्याच दिवसांनी मोगलांनी ही उचल घेतली होती. कल्याण-भिवंडीतील घरे मोगलांच्या धाडीत आगीच्या भक्ष्यस्थानी पडली. त्या वार्तेने राजे काळजीत पडले. पाठोपाठ दुसरी बातमी गडावर येऊन धडकली. मोरोपंतांना कल्याण-भिवंडीची बातमी कळताच त्यांनी मराठी फौज पाठविली. मराठी फौजेने मोगलांना हुसकावून दिले आणि कल्याण-भिवंडीचा ताबा घेतला.

कल्याण-भिवंडी स्वराज्यात राहिल्याचा आनंद राजांना झाला खरा; पण मोगलांनी

घेतलेली उचल पाहून राजे चिंताग्रस्त झाले.

□

२

राजे दोन प्रहरच्या वेळी संभाजीराजांसह बुद्धिबळ खेळत होते. महालात राजाराम, सोयराबाई, पुतळाबाई ही मंडळी तो खेळ पाहत होती. राजाराम खेळाला कंटाळून महालात इकडे तिकडे फिरत होते. सोयराबाई, पुतळाबाई उत्सुकतेने खेळ पाहत होत्या. राजांची हार दिसू लागली होती. संभाजीराजांच्या चेहऱ्यावर विजयाचे स्मित दिसत होते. राजे मात्र पटाकडे एकाग्र चित्ताने पाहत होते. राजांनी आपले प्यादे एक घर पुढे सरकविले. संभाजीराजांच्या चेहऱ्यावर एक वेगळेच स्मित झळकले. ते म्हणाले,

'आबासाहेब, एका प्याद्याच्या मोहात आम्ही कसे पडू? आमची चाल उंटाची. ना अडीच घरं जाऊ, ना सरळ!'

संभाजीराजांनी आपला उंट चालविला आणि वजिराची कोंडी केली.

राजे हसले. वजीर वाचवायला जावे, तर सरळ राजाला शह बसत होता. डाव संपत होता. वजीर वाचवूनही डाव हाती येत नव्हता. राजे विचारात असतानाच त्यांचे लक्ष दरवाजाकडे गेले. दारातून येसूबाई आत येत होत्या. त्यांना पाहताच राजे मोठ्याने हसले.

'शंभूबाळ, तुमचा डाव! आम्ही मान्य करतो. खुद्द भावेश्वरी महालात आली. तिच्या पावलांनी तुम्हांला यश मिळणारच.'

'व्वा! खासा न्याय!' संभाजीराजे म्हणाले. 'आम्ही विचार करून डाव जिंकला; आणि श्रेय कुणाला?'

संभाजीराजांच्या बोलण्याने सारा महाल राजांच्या खळखळून हसण्यात सामील झाला. बाल राजाराम धावले. डाव संपल्याचा आनंद त्यांना झाला होता. त्यांनी राजांना विचारले,

'आबासाहेब, डाव संपला?'

'हो.'

'कोण हरलं?'

'आम्ही.'

'तुम्ही?'

'त्यात आश्चर्य काय? आम्ही कधी हरलो, तर तुमच्या प्रेमापोटीच हरू! आम्हांला पराजित करण्याची शक्ती दुसऱ्या कोणात नाही.'

'आबासाहेब, बुद्धिबळाचा डाव भान हरपायला लावतो, नाही?' संभाजीराजे म्हणाले.

'हां, राजे! भान हरपावं, असे तीनच डाव आम्ही आजवर खेळलो. एक मिर्झाराजे जयसिंगाबरोबर. तो डाव जिंकला. दुसरा आजचा. तो तुम्ही जिंकलात.'

'आणि तिसरा?' न कळत संभाजीराजे विचारून गेले.

राजांनी एकदम संभाजीराजांच्याकडे पाहिले. त्यांचे भाव बदलले.

'तो डाव तसाच अर्धा राहिला!'

'कुणाबरोबर खेळलात, ते सांगावं तरी!' सोयराबाईंनी विचारले.

त्या प्रश्नाने व्याकुळलेले राजे सावध झाले. सईची एक मिस्किल हास्यलहर कानांवर कुठून तरी निनादली. पण राजांनी क्षणात स्वत:ला सावरले.

'दुसरा कुठला डाव असणार? हा स्वराज्याचा खेळतो आहे ना! जोडीदाराचं नाव आहे दैव!'

सोयराबाईंच्या चेहऱ्यावर समाधान प्रकटले.

'मग तो अर्धा राहिला, कशाला म्हणावं?'

'डाव फार मोठा! त्याच्याशी झुंज देता-देता आम्ही थकलो. पण डाव नजरेत येत नाही. हा डाव तडीस न्यायचा, तो या दोघांनी.'

राजांची नजर संभाजीराजांच्यावर खिळली होती. संभाजींच्या पाठीवर राजाराम ओणवे झाले होते. राजांनी विषय बदलला.

'शंभूबाळ, आम्हांला जरा उसंत मिळाली, की एकदा शिकारीला जाऊ. तुम्ही धावत्या जनावराला फाळ चांगला लावता, असं आम्ही ऐकलंय्.'

महालात मनोहारी आली. तिने वर्दी दिली,

'बहिर्जी आलेत.'

राजे म्हणाले, 'आता आम्हांला एकांत हवा.'

सर्व उठले. आतल्या दरवाजाने आत गेले. बहिर्जी आत आला, तेव्हा महालात राजे एकटे होते. बहिर्जीबरोबर राजे बोलत बसले होते. सायंकाळच्या सुमारास राजे बहिर्जीबरोबर सदरेवर आले.

सदरेवर संभाजीराजे होते. बहिर्जीने त्यांना मुजरा केला. बाळाजी आवजीही तेथे हजर होते. राजांनी विचारले,

'काय, बाळाजी? काय म्हणतात आमचे युवराज?'

'पुरंधर इथं एक वाद माजला आहे. बहुतेक युवराजांना निवाडा करण्यासाठी जावं लागेल, असं दिसतं.'

'जरूर पाठवा. त्यांना आता ह्या गोष्टी कळायला हव्यात.'

संभाजीराजे बहिर्जीकडे पाहत होते. बहिर्जी मध्यम अंगलटीचा होता. गुडघ्यांपर्यंत धोतर होते. रंगीत बंदाने छातीशी बंडी आवळली होती. डोक्यावर तांबडे बसकट पागोटे होते. संभाजीराजांनी सांगितले,

'बहिर्जी, हा वेष तुला शोभून दिसतो.'

राजे म्हणाले, 'शंभूबाळ, बहिर्जी आमचा नजरबाज. सामान्य मावळ्याच्या वेषातच त्याला फिरावं लागतं. बहिर्जी नजरबाज आहे, तसाच उत्तम शिकारीही आहे. तुमच्याबरोबर त्याला केव्हा तरी शिकारीला न्या.'

'ते जमायचं नाही.' संभाजीराजे एकदम बोलले.

'का?'

'आपला महादेव, हे बहिर्जी नजरबाज. आम्ही जाणूनबुजून ही माणसं आमच्या बरोबर कशी बाळगू?'

राजे हसले.

'शंभूबाळ, ही माणसं बाळगली नाहीत, तरी आम्हांला कळायच्या गोष्टी कळतातच. आत्ताच पाहा ना! तुम्ही पाचाडला जाण्याच्या विचारात आहात. नवीन घोडं वजवलं जात आहे; ते तुम्हांला बघायचं आहे. परवा घोडं वजवताना पडलात. नव्या घोड्यावर मांड टाकू नका, म्हणून सांगितलं, तरी तुम्ही ऐकत नाही.'

सारे हसू दाबण्याचा प्रयत्न करीत होते. संभाजीराजांच्या चेहऱ्यावर भीती तरळली.

'घाबरू नका. पण आज पाचाडला जाऊ नका. आम्हांला रात्री बरंच बोलायचं आहे. बाळाजी, तुम्ही, निराजीपंत रात्री महालात या. चला, शंभूबाळ. आम्ही गडाची पागा पाहणार आहो. तुम्ही आमच्या संगती चला.'

राजे जगदीश्वराचे दर्शन घेऊन पागा पाहून उतरले. राजे कुणाशी फारसे बोलत नव्हते. कसला तरी विचार त्यांच्या मनात उफाळत होता.

रात्री राजांच्या महालात रघुनाथपंत पंडितराव, त्र्यंबकराव, निराजीपंत, बाळाजी आवजी ही मंडळी हजर झाली. संभाजीराजेही महालात आले.

'आज आम्ही थोडे बेचैन झालो. त्याचमुळं तुम्हां सर्वांना बोलवावं लागलं. आम्हांला बातमी आली आहे. बहादुरगड लुटल्यामुळं बहादुरखान संतप्त होणं स्वाभाविक आहे. पण बहादुरखान दिलेरखानासारखा तडफदार नव्हे. तो सुस्त प्रकृतीचा सरदार होता. तो उठाव घेईल, असं वाटलं नव्हतं. आमची खानदेशाची स्वारी थोडी महाग पडणार, असं दिसतं. आमच्यावर स्वारी करण्यासाठी बहादुरखान मोठी तयारी करतो आहे, असं आम्हांला कळलं आहे; एवढंच नव्हे, तर भिवंडीच्या हल्ल्यानं ते सिद्धही झालं आहे.'

'क्षमा, महाराज!' रघुनाथपंत म्हणाले, 'बहादुरखानाची एवढी भीती बाळगण्याचं कारण नाही. आमची फौज सहज त्याचं पारिपत्य करील.'

'आमच्या दरबारचे तुम्ही पंडितराव! अमात्य! जयसिंगाबरोबर शरणागतीची बोलणी करण्यासाठी तुम्हीच गेला होतात ना?'

'त्या वेळची परिस्थिती निराळी होती.'

'पण मोगल साम्राज्य तसंच आहे. त्याची ताकद कमी झालेली नाही. आम्हांला बहादुरखानाशी वैर पत्करून चालायचं नाही.'

'पण, आबासाहेब, आपली फौज ऽ ऽ'

'कोठे आहे फौज? दत्ताजीपंत, अनाजी हे फौज घेऊन फोंडा, कोल्हापूर भागात आहेत. मोरोपंत कोकणात उतरले आहेत. हंबीरराव भागानगरकडे आहेत. फोंडा, कारवार भाग हस्तगत करण्यासाठी आम्ही मोहीम आखली आणि याच वेळी बहादुर उभा ठाकला.'

'फौज बोलावून घेता येईल.' संभाजीराजे म्हणाले.

'आणि आखलेल्या मोहिमेचं काय करायचं?' राजांनी विचारले.

'पण या दोन गोष्टी साधणार कशा?'

'शंभूबाळ, यालाच राजकारण म्हणतात. आम्ही मोगलांशी तह करण्याचं ठरवलं आहे.'

'आबासाहेब!'

'हो! पंडितराव, बहादुरखानाशी तहाची बोलणी सुरू करा. त्याला सांगा की, आम्ही बादशहांना शरण आहो. बादशहाच्या चरणी मी सतरा किल्ले वाहायला तयार आहे. एवढंच नव्हे; तर माझ्या मुलाला मनसब मिळेल, तर त्यालाही बादशहाच्या चाकरीला पाठवीन. त्याला सहाहजारी मनसब मिळावी; आणि भीमा नदीच्या दक्षिणेचा मुलूख माझ्याकडे राहावा.'

'आम्ही मुळीच बादशहाच्या सेवेला जाणार नाही.' संभाजीराजे संतप्त होऊन म्हणाले.

'जावं लागेल! आठ वर्षांचे होता, तेव्हा जिथं ओलीस म्हणून राहिला होता, तिथं मनसबदार म्हणून गेलेलं काय वाईट?'

'पण कशासाठी?'

'राज्यरक्षणासाठी!'

'अशा तऱ्हेनं राज्य राखण्यापेक्षा लढलेलं काय वाईट?'

'पंडितराव, पाहिलंत? आमचे युवराज तरुण रक्ताचे आहेत; पण अनुभवानं अजून फार कच्चे आहेत.'

हसू आवरणे सर्वांना कठीण जात होते. संभाजीराजे त्या हास्याने चकित झाले होते. राजे उठले; संभाजीराजांच्या जवळ जाऊन म्हणाले,

'शंभूराजे, राजकारणात वारेमाप उधळणाऱ्या शब्दांना किंमत नसते. आम्ही आखलेली कारवारची मोहीम पार पडायला सहज दोन-तीन महिन्यांचा अवधी लागेल. तोवर बहादुरखान तहाची वाटाघाट करीत बसेल. या बोलण्यात त्याला

खूप आनंद वाटेल. बहादुरखानानं दिल्लीहून तुमच्यासाठी मागविलेलं फर्मान यायला खूप अवधी लागेल. या काळात त्याला काही करता यायचं नाही.'

संभाजीराजांच्या मनावरचे ओझे उतरले. खांद्यावरच्या राजांच्या हातातील ताकद त्यांना प्रथमच जाणवत होती.

□

३

राजांचा तर्क खरा ठरला. बहादुरखान मोगलाईतील राजांच्या धुमाकुळाने आधीच त्रस्त झाला होता. त्या वार्ता ऐकून औरंगजेब बहादुरखानावर संतापत होता. कल्याण-भिवंडीतून मोगलांना मराठ्यांनी हुसकावून दिले होते आणि राजांच्या बऱ्हाणपूरपर्यंतच्या लुटीत सारा मुलूख हवालदिल बनला होता. राजांच्या वाढत्या कारवाईला पायबंद घालण्याची ताकद बहादुरखानात नव्हती. राजांच्याकडून तहाची वाटाघाट येताच तो एका क्षणात सारे विसरला. तह होणार, या कल्पनेने तो आनंदला. त्याने तातडीने ही खबर पंजाबात असलेल्या औरंगजेबाला पाठविली. संभाजीराजांच्या नावाचे फर्मान पाठविण्याची विनंती केली.

बहादुरखान तहाच्या वाटाघाटीत गुंतलेला पाहताच राजांनी आपली नवीन मोहीम उघडली. संभाजीराजांना रायगडावर ठेवून राजे फोंड्याच्या लढाईला निघाले.

राजे राजापूरच्या रोखाने निघाले होते. राजांना फौजा येऊन मिळत होत्या. राजे राजापूरला आले; आणि त्यांनी आपली चाळीस गलबते वेंगुर्ल्याकडे रवाना केली. या चाळीस गलबतांतून फोंड्याच्या स्वारीत भाग घेण्यासाठी शेकडो मजूर राजांनी वेंगुर्ल्याकडे पाठविले. खुद्द राजे जयसिंगाच्या वेळी फोंडा काबीज करण्यात फसले होते. अनाजींचा लढादेखील अयशस्वी ठरला होता. या खेपेला राजांना फोंडा हवा होता. त्यात अपयश नको होते. त्यासाठी राजांनी पंधरा हजारांचे घोडदळ, चौदा हजारांचे पायदळ घेतले होते. राजापूर, कुडाळ करीत फोंड्याला आले; आणि त्यांनी दोन हजार घोडेस्वार व पाच हजार स्वार यांचा फोंड्याला वेढा घातला.

भर उन्हाळ्याचे दिवस होते. गर्द राईने झाकलेला मुलूख असूनही दिवसरात्र अंगातून घामाच्या धारा वाहत होत्या. तशात उन्हाळ्याच्या दिवसांत फोंडा-किल्ल्याचा वेढा जारी राखला होता. दररोज मराठी फौजा किल्ल्याला भिडत होत्या. महंमद इखलासखान हा फोंड्याचा आदिलशाही किल्लेदार होता. चार महिने पुरेल, इतकी रसद असताही तो निष्ठेने राजांच्या विरुद्ध लढत होता. महंमदखानावर राजांचा खास राग होता. शिवाजीराजांच्या हद्दीतल्या मसुरा गावातील एका श्रीमंत व्यापाऱ्याला महंमदखानाने पकडून नेले होते. फोंडा काबीज केल्याखेरीज मागे जायचे नाही, असा राजांनी निर्धार केला होता.

श्रीमान योगी । ८२५

शिवाजीराजांनी फोंड्याला वेढा घातलेला पाहताच गोव्याच्या पोर्तुगीजांना मोठी भीती निर्माण झाली. त्यांनी शिवाजीला तटस्थ राहण्याचे वचन दिले होते; तरी फोंडा काबीज झाला, तर गोवा सुरक्षित नाही, हे त्यांना कळत होते. त्यांनी राजांच्या कुरापती काढण्यास सुरुवात केली, सरहद्दीच्या देसायांना राजांविरुद्ध उठविले. हा प्रकार होणार, हे राजांनी गृहीत धरलेलेच होते. देसायांनी छावणीवर हल्ला केला मात्र, आणि राजांच्या सैनिकांनी देसायांची पाठ धरली. देसाई पोर्तुगीजांच्या मुलुखात पळाला. पण मराठी सैनिकांनी त्याची पाठ सोडली नाही. ते सरळ पोर्तुगीजांच्या चांदरगावात घुसले, तेथील घरे त्यांनी लुटली. किरिस्ताँव देवळाचा नोकर त्यात बळी पडला. याच वेळी साष्टीतील कुंक्कळी गावावर दोनशे घोडेस्वारांनी हल्ला केला. हे स्वार रणमुस्तखान नावाच्या विजापुरी सरदाराच्या मागे लागले होते.

या दोन्ही हल्ल्यांनी पोर्तुगीज विजरई घाबरला. त्याने शिवाजीराजांच्या वकिलाला अटक केली. राजांचा संताप आणखीन वाढला. पोर्तुगीजांच्या हालचालींवर त्यांचे बारकाईने लक्ष होते आणि एके दिवशी पोर्तुगीजांनी फोंड्याला मदत म्हणून पाठविलेली धान्याने भरलेली दहा शिबाडे व काही माणसे राजांच्या हाती लागली. राजांनी त्याबद्दल विजरईला जाब विचारला. पण हे प्रकरण अंगाशी येणार, हे पाहून पोर्तुगीजांनी कानांवर हात ठेवले. राजांनी दहा शिबाडे जप्त केली.

पोर्तुगीजांचा बंदोबस्त झाला होता. राजे जातीनिशी फोंड्याचा वेढा पाहत होते. मराठे दररोज हल्ले करीत होते, पण निकराने ते परतविले जात होते. जखमींची संख्या वाढत होती. मराठी फौजेने किल्ल्यापासून दहा-बारा हातांवर दरड उभी केली होती. तिच्या आश्रयाने किल्ल्यावर सतत हल्ला जारी ठेवला होता. तटावर दिसणारा माणूस अचूक टिपला जात होता. चार वेळा तटाला सुरुंग लावण्याचे प्रयत्न झाले, पण तटाला भगदाड पडले नाही.

रात्री राजे छावणीतून फिरत होते. जखमींची विचारपूस करून राजे आपल्या पालीकडे येत असता मशालींच्या उजेडात येणाऱ्या अनाजींच्याकडे त्यांचे लक्ष गेले. अनाजींच्या मागे इब्राहिमखान उभा होता. दोघांनी मुजरे केले.

'अनाजी, काय खबर?'

'खबर चांगली नाही!' अनाजी म्हणाले, 'फोंड्याच्या मदतीसाठी बेहलोलखान येतो आहे, अशी बातमी आली आहे.'

राजे विचारात पडले. क्षणभरात ते म्हणाले,

'त्याची भीती बाळगू नका. आदिलशाही वजिरीवर खवासखान आहे. त्या जागेसाठी खवासखानाची आणि बेहलोलची चुरस आहे. बेहलोल असा यायचा नाही. तुम्ही बेहलोलकडे आपली माणसं रवाना करा. लाचेवर तो तृप्त होईल. याखेरीज झाडं तोडून फोंड्याच्या साऱ्या वाटा बंद करा. चौक्या, पहारे जारी ठेवा.'

इब्राहिमखानाला राजांनी विचारले,
'इब्राहिम, सुरुंगाचं काय झालं?'
'कोशिश करता हूँ, हुजूर!'
'कोशिश नको! आम्हांला आमचं निशाण फोंड्यावर चढलेलं पाहायचं आहे.'
दोघे मुजरा करून निघून गेले.

फोंड्याला वेढा घालून पंधरा-वीस दिवस होत आले, तरी किल्ला हाती येत नव्हता. राजांनी नवा बेत आखला. त्यांनी सुलतानढवा करण्याचे ठरविले. राजांच्या आज्ञेने पाचशे शिड्या आणि अर्धा शेर वजनाची पाचशे कडी तयार केली.

इब्राहीमखान नवे सुरुंग ठेवण्याच्या प्रयत्नात गुंतला होता.

राजांनी सुलतानढव्याचा दिवस मुक्रर केला. तटाला शिडी लावून आत प्रवेश करणाऱ्या प्रत्येक वीराला सोन्याचे कडे देण्याचे राजांनी जाहीर केले होते. एक नवा उत्साह संचारला होता.

दिवस उगवला. छावणीवर शांतता पसरली होती. किल्ल्यावर एकही हल्ला होत नव्हता. किल्ल्याच्या तटावरून किल्ल्यातील सैनिक पाहत होते. अचानक थांबलेल्या लढाईचा अर्थ त्यांना कळत नव्हता. शत्रू तटाभोवती वावरत होता; पण त्यात नेहमीची गडबड दिसत नव्हती. वाढत्या वेळेबरोबर तटावरचे सैनिकांचे आकडे वाढत होते. सूर्य आकाशात चढत होता.

राजे किल्ल्यावर लक्ष ठेवून होते. मध्यान्हीचा सूर्य माथ्यावर आला; आणि इशारत दिली गेली. शिंगांचा आवाज शांततेचा भंग करून उठला. त्या इशारतीबरोबर सुरुंगाच्या वाती फरफरू लागल्या. तटावरचे पहारेकरी आश्चर्यचकित होऊन पाहत असतानाच कानठळ्या बसवणारा आवाज साऱ्या परिसरात घुमला. तटावरच्या पहारेकऱ्यांसकट तट आकाशात फेकला गेला! एकापाठोपाठ तीन सुरुंग पेटले. आकाशात उडालेल्या अत्तरांच्या अक्षता साऱ्या किल्ल्यावर पसरल्या. एकच धावपळ उडाली. तटाला खिंडार पडलेले पाहताच दबा धरून बसलेल्या मराठी सैनिकांनी 'हर हर महादेव' चा गजर केला. शिड्या घेतलेले मराठे वीर तटाला भिडले.

मराठी फौज किल्ल्यात प्रवेश करीत होती. एकच कापाकापी सुरू झाली. या धामधुमीतच राजांचा सरदार इब्राहिमखान हाती निशाण घेऊन पुढे घुसत होता. फोंडा सर झाला. किल्लेदार महंमदखानाला बेड्या ठोकल्या होत्या. राजांचे भगवे निशाण गडावर फडकू लागले. नौबत निनादली. तो विजय पाहून राजांचे अंग मोहरून गेले.

राजांनी जखमदरबार भरवला होता. साऱ्या वीरांचे राजांनी यथोचित सत्कार केले. सोन्याची कडी वाटली गेली. त्यांपैकी एका कड्याचा मानकरी इब्राहिमखान राजांच्या समोर आला. उजव्या दंडावर झालेल्या जखमेने त्याला मुजरा करता येत

नव्हता. नतमस्तक होऊन त्याने राजांना अभिवादन केले. राजे हर्षभरित होऊन इब्राहिमखानाजवळ आले.

'इब्राहिम, आम्ही तुझ्या पराक्रमावर प्रसन्न आहोत!' राजांनी आपल्या हातांनी इब्राहिमच्या हाती कडे घातले. 'ज्या तडफेनं काम झालं, ज्या तडफेनं तू आमची यशोपताका किल्ल्यावर चढवलीस, त्या शौर्याला तोड नाही. इब्राहिमखान, तुझ्या हातून लावलेल्या ध्वजाची इभ्रत कायम राखण्याची जबाबदारी आम्ही तुझ्यावरच सोपवीत आहो. यापुढं फोंडा किल्ल्याचा किल्लेदार तू आहेस. तुझ्या हाती हा किल्ला आम्ही सुपूर्त करीत आहो.'

राजांचे बऱ्याच वर्षांचे स्वप्न साकार झाले होते. फोंडा किल्ला घेतल्याने मराठ्यांच्या अमलाखाली अंत्रूज, अष्टागर, हेमाडबार्से, बाळी, चंद्रवाडी व काकोडे म्हणजे फोंडे, सांगे, केंपे व काणकोण हे महाल आले होते. पावसाळा यायच्या आत राजांना कारवार जिंकायचे होते.

राजांनी फोंड्याची सर्व व्यवस्था लावली, किल्ल्याची डागडुजी केली, किल्ल्याच्या मुख्य दरवाजावर काळ्या पाषाणाची एक सुंदर कोरीव गणेशपट्टी बसविली. त्र्यंबक पंडिताला फोंड्याची सुभेदारी सांगून राजे आपल्या फौजेनिशी कारवारकडे वळले.

□

४

संभाजीराजे मराईच्या रानात दोन दिवस शिकार खेळत होते. शिकार भरपूर झाली होती; त्यामुळे संभाजीराजे खुशीत होते. दोन दिवसांनंतर संभाजीराजांनी तळ हलविला.

भर उन्हाचे दिवस. सावित्री नदीचे पात्र कोरडे पडले होते. उन्हाचा ताप वाढत होता. त्या उन्हात सारे सृष्टीचे रूप कोमेजले होते. आकाशाला भिडलेले चारही बाजूंचे पर्वत उघडे-बोडके, भयाण वाटत होते. अशा भर दुपारी राजे रायगड जवळ करीत होते. उन्हात दौड केल्याने घामेजलेले घोडे फुरफुरत होते. संभाजीराजे आपल्या अश्वपथकासह पाचाडजवळ आले. संभाजीराजांच्या नजरेत पाचाडचा वाडा आला. चौफेर बुरुजांनी सजलेली वाड्याची कूस; त्या कुशीवर डोकावणारे आतले इमले. पाचाडचा वाडा नजरेत येताच संभाजीराजे व्याकूळ बनले; घोड्याची गती मंदावली. संभाजीराजांनी शिलेदाराला हाक मारली.

'शिदोजी!'

मागून येणारा शिदोजी संभाजीराजांच्या नजीक आला. संभाजीराजे म्हणाले,

'तुम्ही नाणेदरवाजाजवळ थांबा. आम्ही मासाहेबांचे दर्शन घेऊन तिकडे येऊ.'

राजे एकटेच वळले. पांढऱ्या शुभ्र मोतीवर बसलेले संभाजीराजे आपल्या डाव्या हाताच्या वाड्याकडे पाहत होते. ती वास्तू केवढी मोकळी, भकास वाटत होती! पाचाड वाड्याच्या पहारेकऱ्यांनी राजांना मुजरे केले. माननेच त्या मुजऱ्यांचा स्वीकार करून राजे

वाड्याला बगल देऊन सरळ जात होते. बामणवाड्यातील मंडळी राजांच्याकडे पाहत होती. भर तळपत्या उन्हातून एकटे जाणारे संभाजीराजे ते पाहत होते. उन्हाळ्यातल्या मोकळ्या झालेल्या धुळीच्या रस्त्यावरून संभाजीराजे संथ गतीने जात होते.

संभाजीराजे रायगडच्या दक्षिणेकडे वळले. डोंगराला वळसा घेऊन पाचाडपासून थोड्या अंतरावर असलेल्या जिजाबाईंच्या समाधीपाशी ते आले. घोड्यावरून पायउतार होऊन शिवाजीराजांनी बांधलेल्या स्मारकापाशी संभाजीराजे गेले. त्या निर्जीव स्मारकावरून आपली बोटे फिरवीत होते. मासाहेबांच्या आठवणी मनात उफाळत होत्या. जिजाबाईंचा आधार गेला; आणि राजे पोरके झाले. युवराज असूनही राजांना कोणी आपले भासत नव्हते. तळपत्या उन्हात समाधीवरील तुळशीचे रोपटे वाऱ्यावर डोलत होते. त्या वृंदावनाभोवती संभाजीराजे अनेक वेळा फिरले. शुष्क नजरेने ते माघारी वळले. मोतीवर स्वार होऊन संभाजीराजांनी त्याला टाच दिली. घोडे उधळले. आपल्या खुरांनी धुळीचा लोट उडवीत घोडे धावत होते. टापांचा आवाज उठत होता. संभाजीराजांच्या मुखावर घाम डवरला होता.

पाचाडवाडा मागे टाकून संभाजीराजे जात होते. त्यांची नजर चौफेर फिरत होती. न कळत घोड्याचा लगाम खेचला गेला. बसलेल्या ओढीने त्या जनावराची मान उंचावली, गती मंदावली. युवराजांची नजर रस्त्यापासून जरा बाजूला असलेल्या विहिरीवर खिळली होती. विहिरीच्या काठावर एक युवती उभी होती. टापांच्या आवाजाने कुतूहलाने ती घोडेस्वाराकडे पाहत होती. संभाजीराजांच्या चेहऱ्यावर स्मित झळकले. घोड्याची पावले वळली, स्वार आपल्याकडे वळलेला पाहताच ती तरुणी घाबरली. गडबडीने तिने आपली घागर विहिरीत सोडली.

संभाजीराजे सावकाश विहिरीकडे जात होते. त्यांची नजर त्या तरुणीवर खिळली होती. घागर खेचणाऱ्या त्या तरुणीचे सौष्ठव ते नजरेत भरून घेत होते. त्या तरुणीने घागर ओढून घेतली; आणि तिने मागे पाहिले. संभाजीराजे अगदी नजीक आले होते. तरुणीच्या डोळ्यांत भीती तरळली. संभाजीराजे खाकरले. त्या तरुणीने परत वर पाहिले. संभाजीराजांच्या कपाळी घाम डवरला होता. संभाजीराजे म्हणाले,

'जनावराला पाणी मिळेल?'

त्या तरुणीने काही न बोलता घागर दगडी खोगराळात रिती केली. संभाजीराजांनी हलकी टाच दिली. घोडे पुढे सरकले. घोडे पाणी पीत होते. त्याच्या मानेवर थोपटीत संभाजीराजे त्या तरुणीचे लावण्य निरखीत होते. ती तरुणी गौर वर्णाची, रेखीव बांध्याची होती. नेत्र विशाल आणि काळे होते. संभाजीराजांच्या नजरेला भिडलेली नजर काढणे तिला अशक्य झाले होते. ज्या नजरेने ती तरुणी पाहत होती, त्या नजरेतल्या धिटाईने राजे मोहित झाले होते. ती तरुणीही रूपसंपन्न युवराजांना न्याहाळीत होती. घोडे पाणी प्याले. युवराज पायउतार झाले. संथ पावले

टाकीत ते तरुणीजवळ गेले.

'जनावराची तहान भागवलीत; पण आम्ही मात्र तहानलेलेच राहिलो.'

त्या तरुणीने एक वेळ रागाने युवराजांकडे पाहिले. संभाजीराजांच्या चेहऱ्याकडे पाहताच तिच्या चेहऱ्यावर स्मित झळकले. आजूबाजूला पाहत ती गडबडीने म्हणाली,

'जावं ना! कोणी तरी पाहील.'

संभाजीराजांनी एक वेळ त्या तरुणीकडे पाहिले. ते माघारी वळले.

'जनावराला पाणी मिळालं. पण आम्हांला...' घोड्याच्या पाठीवर हात ठेवीत संभाजीराजे म्हणाले, 'मोती, नशीबवान आहेस, बेटा! चल.'

ती तरुणी संभाजीराजांच्या पाठमोऱ्या आकृतीकडे पाहत होती. तिच्या चेहऱ्यावर हसू होते. संभाजीराजे घोड्यावर स्वार होणार, असे वाटून ती गडबडीने म्हणाली,

'पाणी घेऊन जावं!'

युवराज वळले. घागर विहिरीत सोडली गेली. त्या तरुणीच्या हातचा दोर सरसरला. पाण्यावर पोहोचलेल्या घागरीचा मंद नाद उठला. दोराला हेलकावे देऊन तिने घागर भरल्याची खात्री करून घेतली. घागर खेचली जात होती. घागर वर येताच तिने कासरा काढला. पाणी कशातून द्यावे, हे तिला कळेना. संभाजीराजांनी ते ओळखले. आपल्या हातांची ओंजळ तोंडाजवळ लावून ते वाकले. त्या तरुणीने आजूबाजूला पाहिले. कोणी दिसत नव्हते. तिने घागर उचलली. काळजीपूर्वक राजांच्या हातावर धार धरली. राजे पाणी पीत होते. त्यांची नजर तिच्या उभार छातीवर खिळली होती. पाणी पिऊन राजे उभे राहिले.

'किती गोड पाणी आहे! आम्ही इतक्या वेळा इथं येतो; पण या विहिरीवर कधी पाणी प्यालो नाही.' आपल्या बाहीत खोवलेल्या रुमालाने तोंड पुशीत संभाजीराजे म्हणाले, 'पाणी दिलंत; उपकार झाले!'

'मालकांनी असं म्हणू नये.'

'एकूण तुम्ही आम्हांला ओळखलंत, तर?'

'युवराजांना कोण ओळखत नाही?'

'युवराजांना सारे ओळखतात; पण आम्हांला कोणी ओळखत नाही... तुझं नाव?'

'गोदावरी.'

'बामणवाड्यात राहतेस?'

तिने होकारार्थी मान हलवली.

'दररोज या वेळी पाणी भरायला येतेस?'

गोदावरी काही बोलली नाही. संभाजीराजे तिच्या नजरेला नजर देत म्हणाले,

'उद्या या वेळी येशील, तर आम्ही सुद्धा पाणी प्यायला येऊ.'

'नको ऽ,नको!' ती बोलून गेली.

'मग आम्ही घरी येऊ?'

'नको ऽ ऽ.'

'ठीक आहे. मग उद्या आम्ही इथंच येऊ!'

संभाजीराजे वळले. त्यांनी घोड्यावर मांड टाकली. टाच देताच घोडे उधळले. गोदावरी त्या पाठमोऱ्या युवराजांकडे पाहत होती. स्वप्नवत घडलेला प्रसंग तिच्या मनात काहूर उठवीत होता.

दुसऱ्या दिवशी गोदावरी विहिरीवर गेली. धुणे मोकळेपणाने आटोपता यावे, म्हणून, जेव्हा वर्दळ नसते, अशा वेळी गोदावरी विहिरीवर जात असे.

गोदावरीने आजूबाजूला पाहिले. कोणी नजरेत येत नव्हते. रात्रभर ती बेचैन होती. 'खरंच संभाजीराजे येतील काय,' अशी तिला भीती वाटत होती. निश्चिंत मनाने गोदावरीने धुणे धुतले, घागर घासून भरून घेतली; आणि तिला पावलांचा आवाज ऐकू आला. चमकून तिने मागे पाहिले. संभाजीराजे अगदी नजीक उभे होते. न कळत गोदावरी विचारून गेली,

'आणि घोडा कुठं आहे?'

'त्याच्या तहानेचं कौतुक होतं. त्याला प्रथम पाणी मिळतं. आणि आम्हांला मिनतवारी करावी लागते. म्हणून आम्ही त्याला चितदरवाजाजवळच सोडून आलो.'

'जा, ना! कोणी तरी पाहिलं, तर?'

'तुम्हां बायकांना याखेरीज काहीच का बोलता येत नाही ? आम्ही पाणी पिण्यासाठी गड उतरलो, आणि....'

गोदावरीला संताप दाखविणे कठीण गेले. तिने तांब्याचे पंचपात्र भरले, आणि ते युवराजांच्या जवळ धरले. नकारार्थी मान हलवीत संभाजीराजे म्हणाले,

'पंचपात्राने तहान भागणार नाही.'

संभाजीराजे ओणवे झाले. त्यांनी ओंजळ धरली. गोदावरी खुदकन हसली. तिने घागर उचलली. पाणी पिऊन झाल्यावर संभाजीराजांनी आपले हात झाडले. त्यांचा हात हातोप्याकडे गेला. रुमाल तेथे नव्हता. संभाजीराजे आपल्या ओल्या हातांकडे पाहत होते. गोदावरीने आजूबाजूला कोणी नसल्याची खात्री करून घेतली. तिच्या अंगावर कंप उभा राहिला होता. कसलेला पदर तिने सोडला. तिने पदर पुढे केला.

संभाजीराजांनी हर्षाने पदराला हात पुसला. तो पदर हाती धरून ते म्हणाले,

'गोदावरी, रात्रभर झोप आली नाही.'

गोदावरीने पदर सोडवून घेतला. संभाजीराजे भानावर आले.

'याचकानं दात्याला सतावू नये, हेच खरं!' म्हणत संभाजीराजांनी आपल्या

गळ्यातला कंठा काढला. तो पुढे करीत संभाजीराजे म्हणाले,

'आमची तहान भागवलीत. आमची आठवण म्हणून हा कंठा जतन कर.'

गोदावरी घाबरून मागे सरली.

'माहेरवाशीण मी. मला हे खपायचं नाही.'

संभाजीराजांनी कंठा परत गळ्यात घातला.

'गोदावरी, तुझ्यासाठी काही तरी करावं, असं मनात आहे... ज्याची आठवण तुला आयुष्यभर राहावी. सांग, तुला मी काय देऊ ? बोल ना!'

'काही नको. पण वाटतं....'

'काय?'

'महाराजांचं दर्शन एकदा घडावं. त्यांना जवळून पाहायला मिळावं.'

संभाजीराजे क्षणभर विचारात पडले. ते बोलून गेले,

'गोदावरी, आम्ही तुझी इच्छा जरूर पुरी करू. पुन्हा भेटेन.'

संभाजीराजे वळले. त्यांची पावले चितदरवाजाच्या दिशेने पडत होती. राजांचे विश्वासू सेवक दरवाजापाशी उभे होते. पहारेकऱ्यांनी केलेले मुजरे घेऊन राजे गड चढू लागले. उन्हाचा त्रास त्यांना जाणवत नव्हता. राजे गडावर पोहोचले. राजे सदरेजवळून आपल्या महालाकडे जात असता रामचंद्रपंत सामोरे आले.

'आत्ता हीच थैली आली. आत वर्दी पाठविली.'

संभाजीराजांनी थैली उघडली. थैली फोंड्याहून आली होती. पत्र वाचीत असता संभाजीराजांचा हर्ष वाढत होता. पत्र वाचून ते रामचंद्रपंतांच्या हाती देत संभाजीराजे म्हणाले,

'पंत, तोफांचे आवाज करा! आबासाहेबांनी सुरुंग लावून फोंडा जिंकला. फोंडा जिंकून आबासाहेबांनी कारवार प्रांतात मोहीम उघडली आहे.'

ती विजयाची वार्ता घेऊन संभाजीराजे आपल्या महाली आले. येसूबाईंच्या हाती आपला टोप देत राजे म्हणाले,

'आबासाहेबांनी फोंडा काबीज केला.'

संभाजीराजांनी आपली तलवार, शेला उतरला. ते पलंगावर जाऊन कलते झाले.

'गडाखाली गेला होता!'

'हो!'

'अशा उन्हाचं!'

'अशी मधलीअधली चक्कर फायदेशीर असते. तिन्ही दरवाजे नजरेखालून घातले.'

'आणि?'

'चितदरवाजा सुद्धा पाहिला.'

'आणि?'

'ठीक आहे.' संभाजीराजे उठत म्हणाले. 'नव्या शिकारीचा बेत आखला.'

'कसली शिकार?'

'वाघ आलाय्, म्हणे. अजून जनावर मोडलं नाही; पण पहाटेला गडाखाली भेटतो, म्हणे.'

'रात्री शिकारीला जाणार?'

येसूबाईंवर नजर रोखीत राजे म्हणाले,

'तुम्ही गुपित राखलंत, तर!'

येसूबाई मनमोकळेपणाने हसल्या. संभाजीराजांची नजर तबकात ठेवलेल्या चाफ्याच्या वेणीकडे गेली.

'अरे, व्वा! चाफा!'

'नव्या पेठेजवळ चाफा फुललाय्, म्हणे.'

युवराजांनी वेणी हाती घेतली. त्या सोनरंगाकडे पाहताच त्यांना एका चाफेकळीची आठवण झाली. वेणीचा एक दीर्घ वास घेत युवराज बोलले, 'चाफ्याचा वास भारी धुंदावणारा असतो, नाही?'

- आणि त्याच वेळी विजयवार्ता सांगणाऱ्या तोफेचा आवाज गडावर घुमला.

□

५

राजांच्या नव्या नव्या विजयाच्या वार्ता गडावर येऊन पोहोचत होत्या. अकोला, शिवेश्वर, काद्रा आणि खुद्द कारवार राजांनी जिंकला. कारवार प्रांत मराठी राज्यात सामील झाला.

कारवारला गुलामांचा व्यापार चालत असे. कारवार मराठी राज्यात सामील होताच राजांनी प्रतापरावांना आज्ञा केली,

'प्रतापराव! माणसानं माणसांचा व्यापार करावा, याइतकी लांछनास्पद गोष्ट नाही. हा गुलामांचा व्यापार थांबलाच पाहिजे.'

प्रतापराव म्हणाले,

'महाराज, क्षमा असावी. हे व्हायला हवं; पण जरा सबुरीनं घ्यायला हवं. कारण कारवार हे एकच गुलामविक्रीचं केंद्र नाही. विजापूर, हुबळी, कारवार या तीन ठिकाणी हा व्यापार अनेक वर्षं चालत आलेला आहे. त्यात टोपीवाले, आदिलशाही, एवढंच नव्हे, तर दिल्ली दरबारचेही हात गुंतले आहेत.'

राजे विचारात पडले. प्रतापरावांना काय सांगायचे आहे, हे त्यांनी जाणले. राजांनी उत्सुकतेने विचारले,

'प्रतापराव, आम्ही आदिलशाही-मोगलाईची गुलामांची हौस जाणतो. पण या

टोपीवाल्यांना....'

'महाराज, टोपीवाल्यांच्या दरबारी इथल्या बुटक्यांना भारी मागणी आहे.'

'अस्सं! बुटक्या माणसांचं प्रदर्शन करण्याची ही खुजी मनोवृत्ती अजब म्हणायची! प्रतापराव, हे आमच्या राज्यात चालणार नाही. नाही तर श्रींच्या राज्याला अर्थ राहणार नाही. या गुलामांच्या व्यापारावर जबरदस्त कर बसवा. एवढे कर बसवा, की हा व्यापारच थांबेल. शक्य तो लौकर या गुलामांच्या व्यापाराचं समूळ उच्चाटन होतं, हे पाहा. आम्ही रायगडी गेलो, की जरूर याबाबत योग्य तो निर्णय घेऊ.'

कारवारमध्ये राजांनी काही दिवस मुक्काम केला. कारवारस्वारीने बहुतेक कोकणकिनारा राजांच्या हाती आला होता. पोर्तुगीज, इंग्रज आणि सिद्दी यांच्या हालचालींना त्यामुळे पायबंद बसला होता. पावसाळा नजीक आला असता राजे रायगडाकडे यायला निघाल्याची बातमी गडावर आली.

संभाजीराजे अलीकडे नेहमी गडाखाली उतरत होते. त्यांच्या शिकारी वाढल्या होत्या. अनेक वेळा रात्री-अपरात्रीदेखील युवराज गड उतरतात, हा गडावरच्या राजकारणी मंडळात चिंतेचा विषय झाला होता.

संभाजीराजे आपल्या महालात दोन प्रहराच्या वेळी कपडे करून तयार झाले होते. येसूबाईंनी विचारले,

'परत केव्हा येणार?'

'बहुधा उद्या येऊ; नाही तर परवा निश्चित.'

'सासूबाईंना सांगितलंत?'

'आम्ही गेल्यावर तुम्ही सांगा.'

'पण काय सांगू?'

संभाजीराजांनी येसूबाईंच्याकडे वळून पाहिले. क्षणात त्यांचा संताप उफाळला.

'सांगा, आम्ही चैन करायला जातो, म्हणून!'

'यात माझा काय दोष?'

त्या प्रश्नाने संभाजीराजे शांत झाले; नजीक जाऊन ते म्हणाले,

'तुमचा काही दोष नाही. खरंच, दोष आमचाच आहे! येतो आम्ही.'

युवराज महालाच्या दाराशी आले; आणि त्याची पावले थांबली. दारात सोयराबाई उभ्या होत्या. संभाजीराजांनी मुजरा केला.

'कुठं निघालात?' सोयराबाईंनी विचारले.

संभाजीराजांनी वर पाहिले. सोयराबाईंच्या चेहऱ्यावर छद्मी हास्य प्रकटले. त्या गडबडीने पुढे म्हणाल्या,

'आमचं चुकलंच, नाही? महत्त्वाच्या कामाला निघाला असाल. 'कुठं?' म्हणून विचारलं. आता योजलेलं काम व्हायचं नाही!'

संभाजीराजे हसले.

'आईसाहेब, दैव बलवत्तर असेल, तर योजलेल्या कामात अडथळा येणार नाही.'

'कसलं दैवजात काम काढलंत, ते तरी सांगा.'

'आबासाहेब विजयी होऊन येत आहेत. उद्या किंवा परवा ते गडावर यावेत. त्यांना आम्ही सामोरे जातो आहो.'

हे उत्तर अनपेक्षित होते. सोयराबाईंनी विचारले,

'मग हे आम्हांला का नाही सांगितलं?'

'स्वारी गडावर येईपर्यंत कुठलीही बातमी बाहेर पडू नये, असा रिवाज आहे.'

'अस्सं!'

रागाने सोयराबाई माघारी वळल्या. त्या जाताच येसूबाई म्हणाल्या,

'त्यांच्याशी नेहमी असं का बोलता? अकारण माणसं दुखावली जातात.'

'तसं नाही, येसू. आईसाहेब दुखविण्यासाठी येतात, आणि त्यांच्याच बोलांनी त्या दुखावल्या जातात. आम्ही प्रथम जन्माला आलो! हाच आमचा मोठा गुन्हा आहे. त्याला कधी क्षमा व्हायची नाही... येतो आम्ही.'

त्या बोलण्याने भारावलेल्या येसूबाई काही बोलणार, तोच संभाजीराजे महालाबाहेर गेले होते.

□

६

राजे पाचाडला येत असल्याची वर्दी आली. संभाजीराजे आपल्या अश्वपथकासह राजांना सामोरे गेले. मृग नक्षत्र निघाले होते; पण अद्याप पाऊस उतरला नव्हता. पश्चिमेकडून अखंड ढग येत होते. हवेत अद्याप गारवा नव्हता.

राजे येताना दिसू लागताच संभाजीराजे पायउतार झाले. संभाजीराजांना पाहून राजांना भरते आले. राजे पायउतार झाले. त्यांनी प्रेमाने संभाजीराजांना मिठीत घेतले. दोन्ही खांदे धरून त्यांनी युवराजांना निरखले.

'युवराज, सर्व क्षेम आहे ना?'

'जी.'

शेजारी उभ्या असलेल्या हंबीररावांना राजे म्हणाले,

'हंबीरराव, हा जीवनातला एक वेगळा आनंद. आम्ही पण अपेक्षाविरहित नाही, याचा हा पुरावा आहे. युवराज जरी गडावर भेटले असते, तरी फारसं बिघडलं नसतं. पण कुठं तरी वाटत होतं, कोणी तरी सामोरं यावं, आम्हांला पाहून आनंदित व्हावं. शेवटी सारं जीवन हा लोभाचाच व्यवहार आहे. ज्याच्या नशिबी असा लोभ

नसेल, त्याचं जीवन रूक्षच; किंबहुना, ते जीवनच नव्हे.'

'साऱ्यांनाच असा लोभ थोडाच मिळतो?'

'त्याखेरीज माणूस जिवंत राहणारच नाही. छावणी वर्षभर लढते; पण पावसाळा येताच घरी परतण्याला केवढी उतावीळ असते! पिता, पुत्र, माता, पत्नी, बंधू, भगिनी ही सर्व नाती याच लोभाची. साधुसंतांचीदेखील यांतून सुटका नाही. परमेश्वर निर्गुण आहे, हे माहीत असूनही त्यांनी त्याला सगुण रूप दिलंच ना! त्यांना मोक्षाचा ध्यास नसतो. त्यांना ध्यास असतो भक्तीचा. जीवनातला हा सामान्य लोभ थोडा उंचावला, की तो सहज भक्तीत मिसळून जातो... चला, युवराज! गड चढू.'

राजांच्या पाठोपाठ संभाजीराजे स्वार झाले. राजे अश्वदळासह पाचाडला आले. राजांच्या आज्ञेने अश्वदळ पागेकडे वळले. संभाजीराजांनी विचारले,

'आबासाहेब, पाचाडला विसावा घेणार? अजून ऊन फार आहे.'

'नको, आता पाचाडला थांबावं, असं वाटत नाही. प्रहरात आपण गड चढू. चला.'

राजांच्या बरोबर हंबीरराव, युवराज जात होते. मागून अश्वपथक येत होते. पाचाड मागे पडले. घोडी रायगडाकडे वळली; आणि संभाजीराजांची नजर विहिरीकडे गेली. त्यांनी गोदावरीला चटकन ओळखले.

'आबासाहेब!'

'काय?'

'ती विहीर आहे ना, तिचं पाणी भारी गोड आहे!'

'तहान लागलेली दिसते. आम्ही पाणी पिऊ... चला, हंबीरराव.'

तिन्ही घोडी विहिरीकडे निघाली. खुद्द राजे येताना पाहताच गोदावरीची धांदल उडाली. विहिरीला कठडा नव्हता. पाणी खेचण्यासाठी एक घडघडा उभारला होता. धुण्याचा दगड आणि पाण्याचा दगड एवढाच पसारा भोवती होता. तिघेजण पायउतार झाले. राजांच्या मागून दोघे चालत होते. राजे विहिरीनजीक गेले.

'मुली, पाणी प्यायला मिळेल?'

गोदावरीने राजांना वाकून नमस्कार केला. भरलेल्या घागरीकडे ती पाहत होती. तिला काही सुचत नव्हते. युवराज म्हणाले,

'पाण्याचं भांडं दिसत नाही.'

'त्याची गरजही नाही... मुली, उचल घागर.'

राजांनी ओंजळ पुढे केली. गोदावरीने घागर उचलली. राजे पाणी पीत होते. पाणी पिऊन होताच राजे म्हणाले,

'खरंच! चवदार पाणी आहे.'

संभाजीराजे, हंबीरराव पाणी प्याले. गोदावरी राजांचे रूप पाहत होती. एवढ्या

जवळून दर्शन घडले, याची तिला धन्यता वाटत होती. चोरून युवराजांच्याकडे तिची नजर वळत होती. त्या नजरेत मिस्किल भाव आढळत होता. औदुंबराच्या छायेत राजे उभे होते.

'हंबीरराव, आम्ही अनेक वेळा असं पाणी प्यालोय्. बारा मावळ फिरताना तर नेहमी अनुभव येई. नदीचा पाणवठा असो, वा गावची विहीर असो, याच जागी खरी दु:खं कळतात... नदीला आता पाणी नाही, वाटतं?'

'हो. तिथंही झरा काढला आहे. पण ब्राह्मण लोक इथूनच पाणी नेतात.'

'युवराज, विहिरीला कठडा बांधून घ्यायला सांगा.'

'त्याची गरज नाही, आबासाहेब. विहीर फार खोल नाही.'

'ते तुम्हांला. पण बायकांचा जीव नाजूक. कुठं पाय घसरून पडलं, तर एवढं पाणीही अनर्थाला पुरेसं होईल.'

'गडावर जाताच विहिरीचं बांधकाम सुरू करतो.'

'आपण आलात. विहिरीचं भाग्य उजाडलं.' हंबीरराव म्हणाले.

'ते श्रेय युवराजांना. त्यांनी सांगितलं नसतं, तर आम्ही आलोच नसतो.'

गोदावरीने युवराजांच्याकडे पाहिले. युवराज हसत होते. राजांनी गोदावरीला विचारले,

'मुली, तुझं नाव?'

'गोदावरी.' गोदावरीने धैर्याने सांगितले.

'पाणी दिलंस; नाव सार्थ केलंस. तू कुणाची? कोण?'

हंबीरराव पुढे झाले. 'महाराज, ही दिनकरपंतांची मुलगी, आपल्या अनाजींच्या आप्तांपैकीच.'

'अस्सं! हंबीरराव, ही जेव्हा सासरी जायला निघेल, तेव्हा खासगीतून खणानारळानं हिची ओटी भरून हिला पाठवा. हिला पाहिली; आणि आज आम्हांला सखूची आठवण झाली....चला.'

गडाच्या दिशेने जाणाऱ्या घोड्यांकडे गोदावरी किती तरी वेळ पाहत होती. राहून राहून तिचे अंग मोहरत होते.

□

७

मुसळधार पावसात रायगड भिजत होता. सकाळ, संध्याकाळ चारही दिशा धुक्याने वेढल्या जात होत्या. सावित्री, काळ, गांधारी या नद्यांना उधाण आले होते. खळखळत, फेसाळत त्या धावत होत्या. जवळ जवळ वर्षभर विश्रांती न घेता सदैव मोहिमेत गुंतलेल्या फौजा आपापल्या घरी परतल्या होत्या. राजांचे सारे सरदार गडावर येत होते. मोरोपंत अद्याप आले नव्हते. राजांनी त्यांना तातडीने माघारी

बोलाविले. पावसाळा संपताच जंजिरामोहीम हाती घेण्याचे राजांनी ठरविले. राजांचे नजरबाज त्या भागात फिरत होते.

-आणि एके दिवशी बहादुरखानाचे वकील आपल्या सर्व सरंजामासह गडावर येत असल्याची बातमी आली. बाहेरच्या पावसाने मरगळलेली मने ताजीतवानी झाली. सर्वजण आतुरतेने वाट पाहत होते. राजांनी वकिलाला सन्मानाने गडावर आणण्याची आज्ञा केली.

वकील गडावर आला. त्याला निवासस्थान देण्यात आले. पावसाची उघडीप पाहून राजांनी भेटीचा दिवस ठरविला. राजसदरेसमोर शामियाना उभारण्यात आला. हजर असलेल्या सर्व प्रधानांना आणि सरदारांना दरबारची आज्ञा गेली. दरबारी वेष करून सर्व दरबारी हजर झाले. वकिलाला बोलावण्यासाठी खुद्द निराजीपंत गेले.

वकील दरबारी आला. त्याच्या मस्तकी मोगली पगडी होती. अंगात रेशमी अंगरखा व पायांत विजार होती. आपल्या खुरट्या दाढीवरून हात फिरवीत तो दरबार पाहत होता. त्याच्या मागे तबके घेतलेले सेवक अदबीने उभे होते. शिवाजीराजांचा तो वैभवसंपन्न दरबार पाहून वकील चकित झाला होता. त्याची नजर वारंवार रत्नखचित सिंहासन, जरी बैठका, नरमियाच्या बिछायती यांवर फिरत होती. निराजीपंतांना तो अनेक प्रश्न विचारीत होता. सिंहासनाकडे बोट दाखवून त्याने निराजीपंतांना विचारले,

'एवढं सुरेख सिंहासन कुठं मिळालं?'

'मिळालं नाही; हे इथं घडवलं. यासाठी बत्तीस मण सोनं आणि लक्षावधी रुपयांचं जडजवाहीर खर्ची पडलं.'

'शिवाजीजवळ एवढी संपत्ती आहे?'

'खोटी ऐट करण्याची सवय आमच्या राजांना नाही.'

वकील विचारात पडला होता. एवढं ऐश्वर्यसंपन्न राज्य असता शिवाजी मोगलांची ताबेदारी स्वीकारील, आपले गड देईल, हे त्याला खरे वाटत नव्हते. आणि त्याच वेळी गुर्झबदारांचा पुकार कानांवर आला :

'क्षत्रियकुलावतंस, सिंहासनाधीश्वर गोब्राह्मणप्रतिपालक
हिंदुपतपातशहा राजा शिवछत्रपती महाराज ऽ ऽ ऽ'

सारा दरबार उभा राहिला.

'निग्गाह रक्खो! खडी ताजीम!
बा आदब, बा मुलाहिजा ऽ ऽ ऽ'

सुवर्णगुर्झब घेतलेले गुर्झबदार आदब पुकारीत सिंहासनाजवळ आले; आणि

त्यांपाठोपाठ येणाऱ्या शिवाजी महाराजांचे दर्शन साऱ्यांना झाले. मुजऱ्यासाठी माना लवल्या. सिंहासनाला वंदन करून राजे सिंहासनावर बसले. उजव्या बाजूला संभाजीराजे स्वतंत्र बैठकीवर बसले. राजांची नजर दरबारावरून फिरली. रामचंद्रपंतांनी वकिलाची उपस्थिती जाहीर केली.

'दक्षिणेतील मोगली सुभेदार खानजहान बहादुर कोकलताश जाफरजंग यांच्याकडून दरबारी वकील आमच्या दरबारी हजर झाले आहेत.'

राजांनी सस्मित वदनाने वकिलाकडे पाहिले. त्याने लवून त्रिवार कुर्निसात केला.

'आमच्या दरबारी बहादुरखानांचे वकील आले आहेत, याचा आम्हांला परम हर्ष झाला आहे. वकिलांचं आम्ही स्वागत करतो.'

वकील पुढे झाला. त्याने हलकी टाळी वाजवताच मागचे सेवक पुढे झाले. तबकांची आच्छादने काढली गेली. सुवर्णहोनांनी आणि मौल्यवान वस्तूंनी तबके झगमगत होती. तबके राजांच्या पुढे करण्यात आली. राजांनी तबकांना हात लावून नजराण्यांचा स्वीकार केला. वकील म्हणाला,

'हुजुरांच्या मेहेरनजरेनं बंदा गुलाम झाला आहे.' वकील म्हणाला.

'बहादुरखानांनी एवढ्या तातडीनं आपले वकील का पाठविले? कसली विनंती त्यांनी केली आहे? हे जाणण्यास आम्ही उत्सुक आहो. त्यांच्या विनंतीचा आम्ही जरूर विचार करू.'

राजसभेतील प्रत्येकाच्या चेहऱ्यावर हास्य प्रकटले होते. राजांच्या त्या शब्दांनी वकील आश्चर्यचकित झाला होता. कसे सांगावे, हे त्याला समजत नव्हते. शेवटी त्याला कंठ फुटला,

'हुजूर, आमचे मालिक बहादुरखान यांनी हुजुरांच्यासाठी जहाँपनाह औरंगजेब बादशहा यांच्याकडे अर्ज पेश केला होता. बादशहा कृपाळू होऊन त्यांनी आपला अर्ज मंजूर केला. आपल्या सर्व अपराधांची बादशहांनी क्षमा केली आहे. आपल्या अर्जमंजुरीचं शाही फर्मान आलं आहे. ठरल्याप्रमाणे आपले गड आमच्या स्वाधीन करून, आपले शहाजादे संभाजीराजे यांना फर्मानाचा व बादशाही नौकरीचा स्वीकार करण्यासाठी पाठवावे, असा बहादुरखानांनी निरोप पाठविला आहे.'

राजे हसले; म्हणाले,

'वकीलसाहेब, निरोप नसेल; आज्ञा असेल.'

वकिलाने आवंढा गिळला. भयभीत होऊन तो म्हणाला,

'जी, हुजूर.'

क्षणात राजांचे हास्य विरले. संतप्त होऊन राजे उभे राहिले. त्यांची जळजळीत नजर वकिलावर खिळली होती. कोंदणात बसवलेल्या हिऱ्यांप्रमाणे चमकणारे ते भेदक डोळे पाहण्याचे धैर्य वकिलाला राहिले नाही. त्याच्या कानांवर शब्द पडत

होते....

'आज्ञा? कोणाला? आम्हांला? तुमचे बहादूरखान स्वत:ला कोण समजतात? आम्ही लुटलेला बहादुरगड एवढ्यात विसरला गेला? असा कोणता पराक्रम तुमच्या बादशहानं अथवा बहादुरखानानं केला, की ज्याच्या दबावावर आम्ही आमचे गड तुमच्या ताब्यात द्यावेत? आमच्या युवराजांनी तुमची चाकरी पत्करावी?'

'पण, हुजूर ऽ ऽ'

'खामोश! असा अपमान आमच्या दरबारी सहन केला जात नाही, जाणार नाही. आमचा संताप वाढण्याच्या आधी दरबारातून चालते व्हा! नाही तर बेमुर्वत वर्तनाबद्दल तुमची गय केली जाणार नाही.'

त्याच संतापाच्या भरात राजे राजसदरेवर उभे होते. मुजरे झडले. माना वर झाल्या, तेव्हा राजे गेले होते.

वकिलावर वीज कोसळली होती. त्याच्या डोळ्यांसमोर संतप्त बहादुरखान दिसत होता. बादशहाने पाठविलेले फर्मान, तह होणार, या बातमीने आनंदून जाऊन औरंगजेबाने वाढविलेली बहादुरखानाची मनसब, खूश होऊन भेट म्हणून पाठविलेला हत्ती, या सर्वांचे काय करायचे? बहादुरगडाच्या लुटीपेक्षाही ही थप्पड मोठी होती. ती सहन करण्याचे बळ बहादुरला मिळावे, म्हणून वकील मनातल्या मनात अल्लाची प्रार्थना करीत होता, भर पावसात गड उतरत होता.....

□

८

मोरोपंत गडावर आले.

पावसाळ्यानंतर उघडल्या जाणाऱ्या जंजिऱ्याच्या मोहिमेबद्दल राजे मंत्रिमंडळाबरोबर बोलत होते; आपल्या फौजेचा, मुलुखाचा अंदाज घेत होते. जंजिऱ्याची सर्व माहिती नजरबाजांकडून उपलब्ध होत होती. एवढी महत्त्वाची मोहीम राज्याचे सव्यसाची वीर, मुत्सद्दी मोरोपंत यांनाच द्यायची राजांनी ठरविली होती. त्या मोहिमेत लक्ष घालण्याची राजांनी मोरोपंतांना आज्ञा केली.

याच वेळी धरणगावच्या लुटीची नुकसानभरपाई मागण्यासाठी इंग्रज वकील ऑस्टिन गडावर आला.राजांनी वकिलाची दरबारी गाठ घेतली. दरबारात युवराज संभाजीराजेही हजर होते. राजांनी इंग्रज वकिलाची नुकसानभरपाईची मागणी धुडकावून लावली. ऑस्टिन निराश होऊन गडाखाली उतरला.

गडाची विवेकसभा, खलबतखाना दररोज रंगत होता. राजांनी अनेक बेत मनाशी धरले होते. अनाजीपंत पाचाडला आल्याचे राजांना कळले होते. मोहिमेनंतर बऱ्याच दिवसांनी अनाजी परतल्यामुळे राजांनी त्यांना गडावर बोलावले नव्हते. अनाजी येण्याची वाट पाहून एके दिवशी राजांनी अनाजींना भेटीला येण्याचा निरोप

पाठवला; पण दुसऱ्या दिवशी अनाजी गडावर आले नाहीत.

राजे आपल्या महालात बसले होते. दोन प्रहरची वेळ असूनही गारवा कमी नव्हता. शेजारी सोयराबाई बसल्या होत्या. राजे आपल्या विचारात मग्न होते. सोयराबाई उठल्या. राजांचे लक्ष सोयराबाईंच्याकडे गेले.

'का? उठलात का?'

'शेजारी बसलेलं माणूसदेखील लक्षात येत नाही. मग बसून तरी काय करायचं?'

'राणीसाहेब, आम्ही पुढच्या मोहिमेचा विचार करीत होतो.'

'त्याखेरीज काहीच का सुचत नाही?'

'खूप सुचतं. पण....हे पाहा, जरा मोरोपंतांना बोलावणं पाठवा.'

'हो.'

सोयराबाई महालाबाहेर पडत असता राजांनी परत हाक मारली,

'आणि हे पाहा, निरोप पाठवून परत या. नाही तर जाल तशाच रागात.'

सोयराबाई हसल्या. निरोप सांगून माघारी महालात आल्या. राजे सोयराबाईंच्या जवळ गेले.

'राणीसाहेब, मघा रागावलात ना? पण असा गैरसमज करून घेऊ नका. राज्य श्रींचं. पण तुम्ही, शंभूराजे, रामराजे हेच आमचे. तुम्ही घरच्यांनीच आम्हांला समजून घ्यायला हवं.'

सोयराबाई पदराशी चाळा करीत म्हणाल्या,

'खरं सांगू?'

'सांगा ना!'

'पण रागावणार नाही?'

'छे! मुळीच नाही.'

'आपण कोणाचेच नाही, असं साऱ्यांना वाटतं.'

राजे त्या वाक्याने दुखावले. सोयराबाईंचा हात हाती घेत ते म्हणाले,

'राणीसाहेब, आम्ही पण माणूसच आहोत. दैवानं हे कर्तव्य आमच्या नशिबी आलं. ते पार पाडण्यात जीव थकून जातो. मोहिमांतून फिरताना रात्री, अपरात्री जाग येते. दाराशी पहारा असतो. गस्तकऱ्यांची जाग असते. दिवट्यांचा उजेड असतो. आम्ही मात्र एकटे असतो, बंदिवान जीवासारखे. आम्हांला तुम्हां सर्वांची आठवण येत असते. आता शंभूराजे मोठे झाले, कर्ते झाले. यापुढं आम्ही भरपूर उसंत घ्यायची ठरविली आहे.'

संभाजीराजांच्या नावाबरोबर सोयराबाईंनी हात सोडवून घेतला.

'का?' राजांनी विचारले.

तोच मनोहारी आत आली. मोरोपंत येत असल्याची तिने वर्दी दिली.

मोरोपंत आले. त्यांनी दोघांना मुजरा केला. राजांनी विचारले,

'पंत, कोकणातील नावा आणि गुराबा तयार व्हायला किती अवधी लागेल?'

'आणखीन दोन-तीन महिन्यांचा तरी अवधी लागेल, असं वाटतं.'

'शक्य तेवढ्या लौकर ते काम पुरं करण्याची कोशीस करा.'

'जी.'

'अनाजी अजून आले नाहीत?'

'जी, नाही.'

'का? त्यांची तब्येत बरी नाही?'

'जी, बरी आहे.'

'मग अनाजी का आले नाहीत?'

'जी, आले नाहीत.'

'पण का?' राजांचा आवाज चढला.

'कारण त्यांना लाज आहे! अब्रूची चाड आहे!' सोयराबाई बोलल्या.

राजांनी वळून पाहिले. त्यांची नजर परत मोरोपंतांच्यावर खिळली. मोरोपंत खाली मान घालून उभे होते.

'असा अनाजींचा काय गुन्हा घडला, की त्यांनी आमच्या समोर यायला लाजावं?'

'अनाजींनी काही केलं नाही.'

'राणीसाहेब!' मोरोपंत म्हणाले. पण सोयराबाईंनी तिकडे लक्ष दिले नाही.

'केलं युवराजांनी. अनाजी फक्त निस्तरताहेत.'

राजांना काही अर्थबोध होत नव्हता. ते उतावीळ होऊन विचारते झाले,

'काय केलं युवराजांनी?'

'आपल्या युवराजांनी त्यांच्या नात्यातल्या ब्राह्मण मुलीला पळवून लिंगाण्यावर जबरदस्तीनं ठेवली आहे.'

'राणीसाहेब!' राजे ओरडले.

'खरं तेच सांगितलं. सगळीकडे कुजबूज चालू आहे.'

'मोरोपंत, हे खरं?' राजांनी विचारले.

'असं ऐकतो खरं! अनाजी सेवेतून निवृत्त होण्याच्या गोष्टी बोलताहेत, म्हणे.'

राजे सुन्न झाले. काय बोलावं, हे त्यांना कळेना.

'युवराज कोठे आहेत?'

'सध्या गडावरच आहेत.' सोयराबाई म्हणाल्या. 'हवं तर त्यांना बोलावून विचारा.'

'नको!' राजे म्हणाले. 'मोरोपंत, तुम्ही असेच गड उतरा. हे खरं असेल, तर अनाजींना फार मोठा धक्का बसला असेल. याची वाच्यता कोठे होऊ देऊ नका.'

दुसऱ्या दिवशी सकाळी अनाजी मोरोपंतासह राजांच्या समोर आले. अनाजी आल्याचे कळताच सोयराबाईही महाली आल्या. एका रात्रीत राजे थकले होते. राजे अनाजींना म्हणाले,

'अनाजी, आम्ही एवढे का परके, की आमच्यावर रुसून गडाखाली राहावं?'

अनाजींनी शेला डोळ्यांना लावला. राजे पुढे झाले. त्यांचा कंठ भरून आला.

'सांगा, अनाजी! आम्ही ऐकलं, ते खरं?'

अनाजींनी होकारार्थी मान हलविली.

'महाराज, किती केलं, तरी आम्ही चाकर. ते पडले युवराज, उद्याच्या राज्याचे स्वामी! आज त्यांच्याविरुद्ध तक्रार केली, आपली नाराजी होईल त्यांच्यावर. पण एक ना एक दिवस आपण एक व्हाल. आणि तेव्हा... झालेली गोष्ट आता भरून येणार नाही. पोर मेली, असं समजून आम्ही गप्प बसलो.'

'फार मोठी चूक केलीत, अनाजी! संभाजीराजे आमचे चिरंजीव असतील; पण तसेच ते राज्याचे युवराजही आहेत. राज्याची जबाबदारी पेलणारे तुम्ही! ही तुमचीही जबाबदारी होती.'

राजांचा चेहरा करारी बनला. त्यांच्या मुठी वळल्या गेल्या. राजे घोगऱ्या आवाजात म्हणाले,

'अनाजी, संभाजीराजांचा निवाडा उद्या भर दरबारी केला जाईल.'

'हे करू नये.' सोयराबाई म्हणाल्या.

'कारण?'

'त्यातून काही निष्पन्न होणार नाही. उगीच गवगवा तेवढा वाढेल.'

'राणीसाहेब! गुन्हा शाबीत झाला, तर... तर युवराज म्हणून मुलाहिजा राखला जाणार नाही.'

'हं!' सोयराबाई हुंकारल्या. 'ताकीद देऊन सोडणं होईल, एवढंच ना?'

राजांनी क्षणभर नेत्र मिटले.

'अशा गुन्ह्यांना आजवर आम्ही जी शिक्षा देत आलो, तीच शिक्षा युवराजांना दिली जाईल. युवराज असले, तरी तोफेच्या तोंडी दिलं जाईल!'

'महाराज!' अनाजी उद्गारले.

'तुम्ही आता जा! आम्हांला आता काही ऐकवत नाही.'

राजे पाठमोरे होऊन उभे राहिले. दाराशी आलेल्या पुतळाबाईंनी राजांचे शेवटचे शब्द ऐकले होते. तोंडाला पदर लावून त्या धावत सुटल्या.

पावसाची झड घेऊन अंगाला झोंबणारा वारा गडावर थैमान घालीत होता.

□

९

सातमहालातील आपल्या महालात सोयराबाई हाती विणकाम घेऊन बसल्या होत्या. दासी वारा ढाळीत होत्या. बाल राजाराम धावत महालात आले.

'आईसाहेब, दादामहाराजांच्याकडे जाऊ?'

'काही नको जायला! बाहेर खेळा.'

हिरमुसले होऊन राजाराम बाहेर गेले.

'असली पोरं पोटाला असल्यापेक्षा नसलेली बरी.'

'साऱ्या वाड्याभर बोलवा गेलीया.' दासी म्हणाल्या. 'आमांस्नी समजलं, तवापासनं घशाखाली घास उतरंना.'

'तरी मला संशय होताच! दिवसा, दुपारी, रात्री बेरात्री युवराज गड उतरू लागले, तेव्हाच मला संशय आला. पण सांगणार कोणाला? आणि ऐकणार कोण?'

अचानक सोयराबाईंचे बोलणे थांबले. महालात पुतळाबाई येत होत्या. त्यांना पाहून सोयराबाईंच्या चेहऱ्यावर विजयाचे हसू प्रकटले.

'कोण? धाकट्या राणीसाहेब! बऱ्याच दिवसांनी वाट चुकला?'

पुतळाबाई नजीक गेल्या.

'थोरल्या बाई! माझं ऐका. फार पेटलं नाही, तोवर हे विझवायला हवं.'

'पेटायचं राहिलंय् काय?'

'तुम्ही सांगितलंत, तर....'

'कोण? मी? मी, बाई, काय सांगणार? तुमच्या आज्ञेत जेवढे आहेत, तेवढे आमच्या आज्ञेत नाहीत.'

पुतळाबाईंनी दासींच्याकडे पाहिले. त्या चटकन निघून गेल्या. डोळ्यांत अश्रू आणून पुतळाबाई म्हणाल्या,

'युवराजांची चूक झाली खरी; पण ती सावरून नको का घ्यायला?'

'घ्या ना!'

'मोठ्या बाई! मी तुमच्या पाया पडते. पोटच्या लेकराची तुम्हांला आण....'

'शपथ मागे घ्या! लाज नाही वाटत? त्या उंडग्या पोरासाठी मला शपथ घालता? माझ्या लेकराची?'

पुतळाबाईंचा संताप उफाळला.

'उंडग्या पोरासाठी नव्हे; तुमच्या-माझ्या कपाळीच्या कुंकवासाठी शपथ घालतेय्, बाई! त्यांना ते सहन व्हायचं नाही.'

'भारीच कळवळा दिसतोय्. तरी बरं, पोटाला पोर नाही.'

'बाई!'

'गप्प बसा! उगीच नसती लुडबूड करू नका.'

'जाते मी!'

'मी बोलावलं नव्हतं.'

पुतळाबाई संतापातच महालाबाहेर पडल्या. दाराशी अंग चोरून उभ्या असलेल्या दासी आत आल्या. सोयराबाई म्हणाल्या,

'भारीच पुळका आला होता ऽ ऽ'

-आणि तिघीजणी तोंडाला पदर लावून हसू लागल्या.

पुतळाबाईंना काही सुचत नव्हते. त्यांच्या बेचैनीला काही सीमा राहिल्या नव्हत्या.

गडावर रात्र उतरली. महालात समया पेटल्या. त्या समयांच्या उजेडाने पुतळाबाई भानावर आल्या. मनोहारी समई पेटवीत होती. पुतळाबाईंनी आपले अश्रू पुसले.

'मनू, युवराज महालात आहेत?'

'जी.'

'आणि येसू?'

'त्या पण!'

मनाचा निर्धार करून पुतळाबाई उठल्या.

संभाजीराजांच्या महालात संभाजीराजे पलंगाच्या एका कोपऱ्यात बसले होते. खाली बैठकीवर येसूबाई गुडघ्यांत मान घालून बसल्या होत्या.

पुतळाबाई महालात गेल्या. संभाजीराजे उठून उभे राहिले. त्यांचे नेत्र आरक्त झाले होते. चेहरा व्याकूळ बनला होता. येसूबाईंच्या तोंडून हुंदका बाहेर पडला.

'युवराज, मी सांगितलं, तर ऐकाल?'

'जी.'

'अगदी काही न बोलता?'

'जी.'

'असेच उठा! महालात जा; त्यांचे पाय धरा!'

'पण, आबासाहेब....'

'सांगितलं ना, काही बोलायचं नाही, म्हणून?.....'

'आईसाहेब! आम्हांला कोणी नाही. आई नाही! वडील नाहीत! फक्त वैरी आम्हांला आहेत. ते लुच्चे अनाजी सांगणार.... '

'हां, शंभूबाळ! चूक तुम्ही करता; आणि बोल दुसऱ्याला का लावता?'

पुतळाबाई जवळ गेल्या. त्यांनी संभाजीराजांना जवळ घेतले. संभाजीराजे त्या मायेच्या स्पर्शाने रडू लागले. काही वेळाने पुतळाबाई म्हणाल्या,

'जाणार ना महालात?'

'आपण यावं ऽ ऽ' संभाजीराजे म्हणाले.

'चला. मी येते.'

संभाजीराजांनी डोळे पुसले. पुतळाबाईंच्या मागून ते चालत होते. चौकात पाऊस पडत होता. महालाचा दरवाजा बंद होता. क्षणभर त्या बंद दरवाजाकडे पाहत पुतळाबाई उभ्या राहिल्या.

महादेव अदबीने म्हणाला,

'महालात कोणाला सोडू नये, असा हुकूम झाला आहे.'

पाठीमागे उभ्या असलेल्या संभाजीराजांच्याकडे एकवार पुतळाबाईंनी पाहिले. श्वास घेऊन त्यांनी दारावर थाप मारली, पुन्हा थाप मारली; पण दरवाजा उघडला नाही. काहीच हालचाल ऐकू आली नाही.

पुतळाबाईंनी मागे पाहिले, तेव्हा संभाजीराजे तिथे नव्हते. त्यांचे डोळे विस्फारले गेले. चौकातून भिजत जाणाऱ्या संभाजींची पाठमोरी आकृती अंधूकपणे नजरेत आली. संभाजीराजे दिसेनासे झाले.

□

१०

दिवस उजाडला; पण सूर्यदर्शन घडले नाही. पावसाची झिमझिम चालू होती. वाड्यात एवढी वर्दळ असूनही वाडा कसा शांत भासत होता. राजे नित्याप्रमाणे उठले होते. स्नानपूजा आटोपून ते आपल्या महालीच बसले होते. महालाकडे जायची कोणाची छाती होत नव्हती.

दिवस वाढत होता. दप्तरखान्यात अनाजी, निराजी, मोरोपंत आणि इतर मंत्रिमंडळ हजर झाले होते. आदल्या रात्री अष्टप्रधान-महालातील अनाजींच्या महाली बराच वेळ सर्वजण जमले होते; पण आलेल्या प्रसंगातून वाट दिसत नव्हती. मोरोपंत म्हणाले,

'अनाजी, होऊ नये, ती गोष्ट झाली. त्याला आता इलाज नाही. महाराजांच्याकडे आपण सर्वांनी पाहायला हवं.'

अनाजी निःश्वास सोडून म्हणाले,

'मी कुठं नाही म्हणतो? माझी काही तक्रार नव्हती. माझ्या दैवाला दोष देऊन मी गप्प बसलो.'

'स्वस्थ बसून हे होणार नाही.'

'मी काय करावं, म्हणता?'

'आता थोड्याच वेळात दरबार भरेल. तो तुम्ही-आम्ही थांबवू शकत नाही. पण दरबारी तुम्हीच राजांना सांगितलं, तर ते ऐकतील.'

'काय सांगू? 'झाली गोष्ट चांगली झाली. मुलीला मी युवराजांच्या पदी वाहिली आहे.'?'

अनाजींचे अश्रुपूर्ण डोळे पाहून मोरोपंत गहिवरले. कष्टाने ते म्हणाले,

'अनाजी, तुमच्च्या यातना का आम्हांला कळत नाहीत? पण राजांच्या यातना आठवा. युवराजांच्यावर त्यांचं केवढं प्रेम! ज्या राजांनी आजवर परस्त्रीकडे नजर वर करून पाहिलं नाही, किंबहुना, ज्यांनी हा गुन्हा केला, त्यांना कडेलोटाखेरीज दुसरी शिक्षा दिली नाही, त्याच राजांचा मुलगा आज गुन्हेगार म्हणून राजांच्या समोर येतो आहे. युवराजांना राजे तोफेच्या तोंडी देणार, असं बोललं जातं. तुम्हीही ते ऐकलंत. राजांच्याकरिता युवराजांना वाचवायला हवं.'

'मला का ते कळत नाही? मी जरूर सांगेन! पण राजे ऐकतील, असं वाटत नाही.'

राजे आपल्या महाली कपडे करीत होते. राजांनी आपला टोप मस्तकी चढविला. दुशेला आवळला. तलवार, कट्यार दुशेल्यात खोवली. आपल्या देव्हाऱ्यासमोर राजे गेले. त्यांनी मस्तक टेकले. डोळे पुसून राजे उभे राहिले. महालात महादेव आला.

'रंगमहाली सर्व आले?'

'जी.'

'तू जा. आम्ही येत असल्याचं कळव.'

महादेव गेला. राजांनी पावले उचलली. अचानक दरवाजातून येसूबाई आल्या. राजांचे पाय घट्ट धरून त्या रडू लागल्या. राजे डोळे मिटून उभे होते. चेहऱ्यावर व्यथा उमटलेली होती. राजांचा मंद आवाज उमटला,

'येसू! ऊठ. तुमच्यापेक्षा आमचं दुर्दैव फार मोठं आहे. आजवर कधी खर्ची पडलं नाही, एवढं बळ क्षणाक्षणाला खर्ची पडत आहे. युवराजांनी फार मोठा गुन्हा केला आहे. त्यांना वाचवणं आता आमच्या हाती नाही. त्यासाठी आमच्याप्रमाणेच तूही जगदंबेची करुणा भाक! आई तुझ्या हाकेला साद देईल... येसू, पाय सोड.'

'आशीर्वाद द्यावा ऽ ऽ'

राजांच्या बोटांची पिळवणूक झाली. कष्टाने अश्रू आवरीत ते म्हणाले,

'येणारं संकट सोसण्याचं बळ तुला जगदंबा देवो!... पाय सोड.'

राजे वाकले. त्यांनी येसूबाईंची मिठी सोडविली. मागे न पाहता ते रंगमहालाकडे चालू लागले.

रंगमहाल चूपचाप होता. नगारखान्याचे पहारे जारी करण्यात आले होते. राजे महालात आले. राजांची मुद्रा गंभीर आणि करारी दिसत होती. राजे आसनावर बसले. साऱ्या मंत्रिमंडळावरून त्यांची नजर फिरली. रंगमहालाच्या मागच्या बाजूस चिकाच्या पडद्याआड पुतळाबाई, सोयराबाई येऊन उभ्या होत्या.

राजांनी आज्ञा दिली.

'युवराजांना घेऊन या.'

हंबीरराव मोहित्यांच्यासह युवराज महालात आले. संभाजीराजांनी पांढरा टोप घातला होता. अंगात पांढरा अंगरखा आणि विजार होती. कमरेला गुलाबी शेला होता. शेल्यात तलवार खोवली होती. गळ्यात कवड्यांच्या माळेखेरीज काहीही दागिना नव्हता, ना हातावर पोहोची. चेहरा म्लान होता. मान खाली झुकली होती.

'अनाजी, युवराजांच्या गुन्ह्याचा आमच्या वतीनं उच्चार करा.'

अनाजी पुढे झाले.

'क्षमा, महाराज! पण एवढ्या तातडीनं....'

'अनाजी, आम्ही पुन्हा आमच्या आज्ञेचा उच्चार करतो... युवराजांच्या गुन्ह्याचा आमच्या वतीनं उच्चार करा. आमची आज्ञा डावलण्याचं धाडस करू नका.'

अनाजी घोटाळले. त्यांची नजर भयभीत बनली. ते युवराजांकडे पाहत होते.

'बोला, अनाजी! इथं कुणाच्याही जागेचा अथवा नात्याचा मुलाहिजा न बाळगता स्पष्टपणे सांगा.'

'महाराज, युवराजांनी एका ब्राह्मण स्त्रीस बळजबरीनं पळवून नेली, असा त्यांच्यावर आरोप आहे. सदर दुर्दैवी स्त्रीला युवराजांनी लिंगाण्यावर कैदेत ठेवली आहे, अशी खात्रीलायक बातमी आहे.'

संभाजीराजांची जळजळीत नजर अनाजींच्यावर गेली; पण क्षणात ती खाली वळली.

'संभाजीराजे, तुम्हांला गुन्हा मान्य आहे?'

संभाजीराजांनी वर पाहिले.

'बोला! तुम्ही स्त्रीला पळवली?'

'होय.'

'लिंगाण्यावर तिला कैदेत ठेवलीत?'

'होय.'

सारा दरबार हताश झाला. राजे कष्टाने म्हणाले,

'असल्या बेकैद वर्तनाला आमच्या राज्यात काय शिक्षा आहे, हे तुम्ही जाणता?'

'होय.'

'कोणती शिक्षा आहे?'

'कडेलोट अथवा तोफेच्या तोंडी.'

'आणि हे माहीत असता, तुम्ही हे कर्म करू धजलात?'

संभाजीराजांची नजर उंचावली गेली. डोळे कोरडे होते; पण त्यांत व्याकूळ भाव सामावला होता.

'महाराज, या आपल्या दरबारात आम्ही नुसते गुन्हेगार म्हणूनच जर उभे असू, तर आम्हांलाही काही सांगावंसं वाटतं.'

'खामोश!' राजे ओरडले. 'पापाचं समर्थन ऐकण्याचा रिवाज आमच्या कानांना नाही!'

हंबीरराव मोहिते मुजरा करून पुढे झाले.

'क्षमा, महाराज! युवराज सामान्य गुन्हेगार म्हणून आपल्या समोर आले आहेत. त्यांना आपल्या सफाईबद्दल बोलण्याची परवानगी मिळावी, ही प्रार्थना आहे.'

हंबीररावांच्या धारिष्टाने सारा दरबार थक्क झाला. राजे खिन्नपणे हसले; म्हणाले,

'हंबीरराव, आम्ही तुमची विनंती मान्य करतो. युवराज बोलू शकतात.'

संभाजीराजांनी आपली नजर परत उंचावली. ते म्हणाले,

'आम्ही ब्राह्मण विवाहित स्त्रीला लिंगाण्यावर ठेवली, हे खरं. पण आम्ही तिला पळवून नेलं नाही. आम्ही बळजोरीनं आजवर कुणाला पळवलं नाही, ना कुणावर बलात्कार केला. आम्हांला हे आरोप मान्य नाहीत.'

'याला पुरावा?' हंबीररावांनी विचारले.

'तुम्ही त्या दुर्दैवी स्त्रीला विचारू शकता.'

'हंबीरराव! युवराजांच्या धाडसाला हसावं, की रडावं, हे आम्हांला कळत नाही. पापाच्या ठायी एवढी धिटाई येते कशी, हे आम्हांला कळत नाही.'

'महाराज! अन्याय कुणाच्याही बाबतीत होऊ नये. चौकशी व्हायची, तर पूर्ण व्हावी. युवराज आपले चिरंजीव आहेत, म्हणून त्यांच्यावर अन्याय होऊ नये.'

साऱ्यांनी हंबीररावांच्या म्हणण्याला दुजोरा दिला.

'ठीक आहे... अनाजी, उद्या तुम्ही लिंगाणा गाठा. त्या मुलीला समजावून घेऊन या. आमच्या समोर तिला हजर करा. मग आम्ही युवराजांच्या बाबतीत अंतिम निर्णय करू.'

दरबारचे सुटकेचे नि:श्वास बाहेर पडले; पण राजांची नजर संभाजीराजांवर स्थिरच होती.

'काही असलं, तरी युवराजांनी एका विवाहित स्त्रीस नेऊन लिंगाण्यावर ठेवलं, हा आरोप त्यांनाही मान्य आहे. प्रजा कन्यावत, असं असता युवराजांनी हे कर्म केलं, हा गुन्हाच. या गुन्ह्यासाठी जगदंबेची सेवा सांगणारी भोसले कुळाची कवड्यांची माळ युवराजांनी उतरावी. तसंच दीनांचं, अबलांचं रक्षण करण्यासाठी, क्षत्रियत्वाशी इमानी राहण्यासाठी कमरेला बाळगलेली तलवार युवराजांनी उतरावी. ही शिक्षा आम्ही युवराजांना देत आहो. अनाजी, युवराजांची तलवार आणि माळ उतरून घ्या.'

अनाजी न कळत पुढे झाले; आणि संतप्त संभाजीराजांनी तलवारीच्या मुठीवर हात ठेविला. डावा हात गळ्याशी खिळला होता. संभाजीराजांचा तलवारीवर पडलेला हात बघताच राजे आसनावरून उठले. राजे उठलेले पाहताच संभाजीराजांचे भान हरपले, डोळे भरून आले, तलवारीवरची मूठ ढिली पडली, हातचे बळ सरले.

राजे शांत पावले टाकीत युवराजांच्या जवळ गेले. क्षणात दरबारात कवड्या विखुरल्या गेल्या. फेकल्या गेलेल्या तलवारीचा आवाज झाला. आसनाकडे जावयास गेलेल्या राजांची आज्ञा साऱ्यांच्या कानांवर पडली :

'याचा निर्णय लागेपर्यंत युवराजांना गडाचे दरवाजे बंद राहतील.'

त्या मनस्तापात राजे आपल्या महालात गेले. पाठोपाठ पुतळाबाई महालात आल्या. त्या आलेल्याची जाणीव राजांना होती; पण त्यांनी मागे वळून पाहिले नाही. संतप्त पुतळाबाईंनी विचारले,

'झालं समाधान? त्या पोराला कोणी विचारणारं नाही... त्यांची आई नाही, मासाहेब नाहीत. कुणाचा आधार नाही. '

'राणीसाहेब!' राजे कळवळले. 'युवराजांचा गुन्हा तुम्ही विसरता.'

'चूक कोणाची होत नाही?'

'ही चूक अक्षम्य आहे.'

'चूक त्यांचीच नाही; आपलीही आहे.'

'आमची?'

निर्धाराने पुतळाबाई म्हणाल्या,

'मासाहेब होत्या, तोवर कधी त्यांच्या हातून आगळीक घडली? मासाहेब गेल्या, आणि त्यांच्यावर कुणाचंच लक्ष राहिलं नाही. युवराज कुठं हिंडतात, कुणाबरोबर फिरतात, याची काळजी कुणाला होती? रानोमाळ फिरणारं तरुण पोर ते. त्याची गत हीच व्हायची.'

'राणीसाहेब!'

'खुद्द वडिलांनी टाकलं. आता त्या पोरानं काय करावं? युवराजांचा गुन्हा घडला; मी 'नाही' म्हणत नाही. त्याची चौकशी करायची होती, तर आप्तस्वकीय काय थोडे होते? पण युवराजांना दरबारात उभं केलंत. उद्याच्या राज्याचे मालक ते. त्यांची काय इज्जत राहिली?'

राजे व्याकूळ होऊन म्हणाले,

'बोला! थांबलात का?'

'मी कशाला बोलू?' पुतळाबाईंचे डोळे भरून आले. 'मी त्यांची सख्खी आई थोडीच आहे? थोरल्या राणीसाहेब असत्या, मासाहेब असत्या, तर त्यांनी हे होऊ दिलं नसतं. आपण नुसते राजे आहात! तिथं पोराला जागा नाही, रक्ताला किंमत नाही.'

'बस्स करा, राणीसाहेब!'

पुतळाबाईंनी पाहिले. राजांची आरक्त नजर त्यांच्या नजरेला भिडली होती; पण तीत दाह नव्हता.

' कशाला आम्हांला दोष देता? हाच गुन्हा दुसऱ्या कोणी केला असता, तर त्याची चौकशी न करता आम्ही त्याला तोफेच्या तोंडी दिलं असतं; आणि चिकाच्या पडद्याआडून तुम्ही मान्यतेची मानही डोलविली असती. पण सामोरे होते शंभूबाळ! ते रूप विसरता येत नव्हतं. आज न्यायाशी आम्ही बेइमान झालो, रक्ताशी इमानी राहिलो, याचंच दु:ख आम्हांला आहे. नुसतं रक्ताचंच नातं नाही, राणीसाहेब! एका जात्या जिवाला आम्ही वचनबद्ध आहो. आता तळहातावरच्या या फोडावर फुंकर मारीत बसण्याखेरीज आमच्या हाती काही राहिलं नाही. खोटा बोल आम्हांला लावू नका. '

राजे थकले. ते बैठकीवर बसले. राजांचे ते घायाळ रूप पाहून, पुतळाबाईंना काय बोलावे, हे कळेना. त्यांचा संताप कुठच्या कुठे गेला. राजांनी नजर वर केली.

'काल तुम्ही युवराजांना घेऊन महाली आलात; पण महालाचे दरवाजे बंद होते. उभ्या आयुष्यात आम्ही दोनदाच दरवाजे बंद करून घेतले... जेव्हा जगू नये, असं वाटत होतं, तेव्हाच. काल आम्हांला तसंच वाटत होतं.'

पुतळाबाई राजांच्या जवळ बसल्या, रडू लागल्या. राजांनी आपला हात पुतळाबाईंच्या पाठीवर ठेवला.

'रडून संकट टळत नाही, पुतळा! गप्प! जेवढं माझ्या हातून करता येईल, तेवढं मी करीन. पण, पुतळा, नुसतं ' प्रेम करा ', म्हणून कोणी प्रेम करीत नाही. प्रेम दिल्याखेरीज मिळत नाही. आमच्या युवराजांना तेवढंच जमत नाही. येसूबाई बघा. बिचारी पोर यात होरपळून गेली असेल!'

□

११

दोन प्रहरची वेळ होती. पावसाने जोर धरला होता. राजे महालात डोळे मिटून पडले होते. महालात राजाराम धावत आले. पलंगाशेजारी जाऊन ते उभे राहिले. राजे झोपले आहेत, असे समजून ते चूपचाप उभे होते. राजांनी डोळे उघडले. राजाराम हसले. पलंगाजवळ जाऊन ते राजांना बिलगले.

'आबासाहेब, झोप झाली?'

'हो! तुम्ही दादामहाराजांच्याकडे गेला होता?'

'ते पण झोपूनच आहेत.'

'झोपून असायला काय झालं? सकाळीच जगदीश्वराकडे गेले होते.' महालात येत सोयराबाई म्हणाल्या,

राजे पलंगावरून उठले. सोयराबाईंच्याकडे पाहत ते म्हणाले,

'युवराजांना जायला तेवढी एकच जागा राहिली आहे.'

राजाराम राजांच्याकडे धावले. भीतियुक्त नजरेने त्यांनी विचारले,

श्रीमान योगी । ८५१

'दादामहाराजांना तोफेच्या तोंडी देणार?'

राजे दचकले. त्यांनी विचारले,

'कोण सांगत होतं?'

राजारामांनी सोयराबाईंच्याकडे पाहिले. सोयराबाईंनी नजर वळविली. राजे म्हणाले,

'हो!'

उभ्या जागी राजारामांचा चेहरा रडवा बनला. राजांनी त्यांना घेण्यासाठी हात पुढे केला. ते हात झिडकारीत राजाराम वळले.

'बाळराजे!'

रडणारे राजाराम वळले. ते ओरडले,

'गट्टी फू! तुम्ही सगळे वाईट्ट आहात!'

मोठ्याने रडत राजाराम महालाबाहेर गेले. राजे उद्गारले,

'बाळराजांनी खरं तेच सांगितलं.'

सोयराबाई पदर सावरत उभ्या राहिल्या. महालात अनाजी, हंबीरराव आले. अनाजींची नजर झुकली होती. अधीरपणे राजांनी विचारले,

'मुलगी आली?'

'जी, नाही.' हंबीरराव म्हणाले.

'काय झालं?'

'अनर्थ झाला, महाराज!' हंबीरराव म्हणाले. 'आम्ही लिंगाण्यावर गेलो. आम्ही येतो, हे कळताच त्या मुलीनं गैरसमज करून घेतला. आम्ही वर पोचण्याआधीच तिनं कड्यावरून उडी घेतली!'

'हर हर!' राजे उद्गारले.

राजांचे सारे बळ सरले. ते मटकन खाली बसले. भरल्या डोळ्यांनी ते बोलले,

'हंबीरराव, फार वाईट गोष्ट झाली. आमच्या युवराजांचं निर्दोषत्व सिद्ध करू शकणारा एकुलता एक पुरावा नाहीसा झाला. हंबीरराव, युवराजांनी गड उतरू नये, आमच्यासमोर त्यांनी येऊ नये, ही आमची आज्ञा त्यांना कळवा... अनाजी, झाल्या प्रकारानं आमची मान खाली झुकली आहे. आम्ही शरमिंदे आहो!'

गडावर अखंड धारा ओतत होत्या. गडाच्या चारी बाजूंनी पाण्याचे लोट अखंड सांडत होते.

□

१२

पावसाळा संपला; पण गडाचे कुंदावलेले वातावरण निवळले नाही. युवराजांच्या आणि राजांच्या महालांची झालेली फारकत तशीच होती. संभाजीराजे गडावर एकाकी फिरताना दिसत; पण राजे महालात बसल्या-बसल्या थकत होते. पावसाळा

संपताच मोहिमांची तयारी सुरू झाली. राजांच्या फौजा साताऱ्याकडे दौडल्या.

राजे एकटेच महालात असता मोरोपंत येत असल्याची वर्दी आली. राजांनी त्यांची भेट महालीच घेतली. मोरोपंतांच्या बरोबर हंबीररावही होते. दोघांनी मुजरे केले. राजांनी विचारले,

'मोरोपंत, काय खबर?'

'सोंध्याच्या दरबारातून पत्र आलं आहे. दिल्या वचनाप्रमाणे सोंध्याच्या राणीनं आपल्या दरबारी आमच्या वकिलांना ठेवून घेतलं आहे.'

'सोंधे दौलतीस मिळाले; पण बेदनूरकर मात्र दूरच राहिले.'

'आपलं आरमार जंजिऱ्याला गोळा होत आहे.'

'ठीक.'

'या मुदतीत कल्याणकडे एकदा जाऊन यावं, असा विचार आहे.'

'या ना! तुम्ही निर्णय केलात, की तो पारखायचं काय कारण?'

'बरोबर मदत म्हणून ऽ ऽ'

'कोण हवे असतील, त्यांना घेऊन चला. हंबीररावांना घेऊन जाणार का?'

'जी, नाही.'

'कुणाला न्यायचं मनात आहे?'

मोरोपंतांनी राजांची नजर चुकवीत सांगून टाकले,

'युवराजांना.'

राजांच्या चेहऱ्यावरचे सर्व भाव एकदम बदलले. डोळ्यांत वेगळीच छटा अवतरली. राजांची ती नजर मोरोपंतांवरून हंबीररावांच्याकडे वळली. दोघेही खाली पाहत होते. राजांच्या तोंडून नि:श्वास बाहेर पडला. बैठकीवरची गिर्दी मांडीवर घेत ते म्हणाले,

'मोरोपंत, तुम्ही आम्हांला कोण समजता?'

दोघांची नजर राजांच्याकडे वळली.

'आम्हांलाही भावना आहेत. आम्हीही माणूसच आहोत. शिक्षा युवराजांना झाली नसून, ती आम्हांला झाली आहे. युवराजांना पाहण्यासाठी आमचा जीव तडफडतो. परवा आम्ही जगदीश्वराकडे गेलो होतो. देवालयानजीक आम्ही गेलो, आणि भवानीटोकाकडे जात असलेले युवराज आम्हांला दिसले. आम्ही येतो, हे कळताच ते भवानीटोकाकडे गेले. पाठमोऱ्या युवराजांच्याकडे पाहून केवढं दु:ख झालं! ते कसं सांगू? देवालयाजवळ जाऊन आम्ही दर्शन न घेता तसेच माघारी आलो. सारेच आम्हांला पारखे झाले! येसू पूर्वी 'आबासाहेब' म्हणून धावत यायची, हट्ट करायची, खुद्द संभाजीराजांचा अधिकार ती गाजवायची. पण हे प्रकरण झालं; आणि ती पोर एकदम मुकी झाली. येते, पाया पडते, जाते. बोलायला गेलं, तर तुटक उत्तरं मिळतात. गुन्हा केला युवराजांनी, आणि शिक्षा भोगतो आम्ही....!'

'म्हणूनच युवराजांना एक वेळ माफी व्हावी.'

राजांचा जीव कासावीस झाला.

'माफी? कशाबद्दल? आमच्यावर ही राज्याची जबाबदारी नसती, तर आम्ही हे कदाचित सहनही केलं असतं. संभाजीराजे आमचे चिरंजीव आहेत, तसेच ते भावी राज्याचे धनी पण आहेत. त्या कल्पनेनंच आमचा जीव कातर झाला आहे.'

मोरोपंत ऐकत होते.

राजे उठले. मोरोपंतांच्या जवळ आले. मोरोपंतांच्या खांद्यावर हात ठेवीत ते म्हणाले,

'मोरोपंत, आता राज्याचे निर्णय तुम्हां लोकांच्याच हाती. त्याला आम्ही आड येणार नाही. आम्ही तुमच्या भावना जाणतो, हेतूही जाणतो. त्यासाठी संभाजीराजांना मोहिमेवर घेऊन जाण्याचं काही कारण नाही. आजपासून त्यांना गडाचे दरवाजे मोकळे आहेत. आमचं कोणतंच बंधन त्यांच्यावर नाही. शक्यतो लौकर आम्ही साताऱ्याला जायचा विचार करीत आहो.'

अनाजी महालात आले. त्यांची चिंताक्रांत मुद्रा पाहून राजांनी विचारले,

'अनाजी, काय बातमी?'

'बातमी चांगली नाही.' अनाजी म्हणाले. 'प्रतापगडाच्या देवालयावर काल वीज पडली.'

ती बातमी ऐकून राजांना धक्का बसला. ते उद्गारले,

'मूर्तीला धक्का ऽऽऽ?'

'जी नाही. मूर्ती सुरक्षित आहे. पण शेजारच्या अश्वशाळेला आग लागली; त्या आगीत अनेक घोडी आणि देवीच्या छबीन्याचा हत्ती....'

'अरेरे!'

राजे सुन्न होऊन बैठकीवर बसले. अनाजी सांगत होते,

'कलशांना विचारलं. त्यांनी 'काळजीचं कारण नाही,' म्हणून सांगितलं....'

राजे खिन्नपणे हसले.

'अनाजी, दैवी काय लिहिलं, ते कुणी सांगावं? मूर्ती वाचली, यातच समाधान मानून घ्यायचं. देवालयाची पडझड झाली असेल, तर सत्वर बांधकाम करून घ्या. तसंच, पागा त्याच ठिकाणी बांधून घ्या.'

एकदम अंग झाडून राजे उठले. मोरोपंत, अनाजी आश्चर्याने पाहत राहिले. पूर्वीचा थकवा कुठल्या कुठे गेला होता.

'अनाजी, आता आपण म्हातारे झालो, हेच खरं. भर अमावास्येला आपण पहिली लढाई केली. तेव्हा शकुन, अपशकुन आठवले नाहीत; आठवले, तरी पर्वा केली नाही. पण आज देवालयाच्या नुसत्या वार्तेनं, क्षणभर का होईना, आपण

हतबल झालो. साताऱ्याचा विजय संपादन केलेला आपण विसरलो. या साऱ्या वयाच्याच खुणा.'

सर्वांच्या चेहऱ्यांवर हसू प्रकटले.

'चला, अनाजी. सदरेवर जाऊ. खूप गोष्टींचा आज निर्णय करायचा आहे. आम्ही साताऱ्याला जाण्याआधी सर्व निश्चित करायला हवं.'

'आपल्याला साताऱ्याला जायची काय गरज?' अनाजींनी विचारले.

'अनाजी, आता तुम्ही तिघेजण मोहिमेवर जाणार. हाती आलेला कोल्हापूर, पन्हाळा, सातारा, परळी या जागा सुरक्षित करून घ्यायला हव्यात. आदिलशाहीत मोठा बेबनाव सुरू आहे. ती पावलं कशी पडतात, ते पाहून हालचाल करायला हवी. त्याखेरीज जंजिरामोहीम आहे. या सर्वांवर नजर ठेवायला सातारा हेच ठिकाण आम्ही निवडलं आहे.'

राजे महालाबाहेर पडले. पाठोपाठ हंबीरराव, अनाजी राजसदरेकडे चालत होते. नव्या मोहिमांच्या वाटा त्यांना दिसत होत्या.

□

१३

राजे मोहिमेला जाण्याच्या तयारीत महालात उभे होते. गेले चार दिवस राजांचे सामान गडाखाली उतरत होते. महालात सोयराबाई, पुतळाबाई, राजाराम हजर होते. सोयराबाईंनी विचारले,

'परत येणं केव्हा होणार?'

'उन्हाळ्याच्या मध्यावर आम्ही येऊ.'

राजाराम पुढे झाले. राजांच्या अंगरख्याला बिलगत त्यांनी विचारले,

'आबासाहेब, आम्ही तुमच्या बरोबर येऊ?'

राजांनी त्यांना उचलले. त्यांचा मुका घेत राजे म्हणाले,

'तुम्ही आलात, तर तुमचे दादामहाराज एकटे राहतील ना!' राजांची नजर सोयराबाईंच्याकडे वळली. 'राणीसाहेब, आम्ही निघालो. हातावर दहीसाखर घालणार ना?'

'मी आणू?' पुतळाबाईंनी विचारले.

'नको. मी आणते.' म्हणत सोयराबाई महालाबाहेर गेल्या.

महाली फक्त राजाराम व पुतळाबाई होत्या. पुतळाबाई म्हणाल्या,

'तब्येतीची काळजी घ्यावी. अलीकडे दगदग सोसवत नाही.'

'हो. तुम्ही पण काळजी घ्या. युवराजांवर नजर ठेवा. त्यांची आम्हांला काळजी वाटते.'

'दादामहाराजांनी तुम्हांला पण सांगायला सांगितलंय्.' राजाराम म्हणाले.

राजांची, पुतळाबाईंची दृष्टी राजारामांवर खिळली. राजांनी विचारले,
'काय सांगितलं?'

राजारामांनी दरवाजाकडे पाहिले. गडबडीने ते म्हणाले,
'दंडवत!'

'खोटं!'

'नाही, आबासाहेब! अगदी खरं!' राजाराम सांगत होते. 'आम्ही इकडे येत
होतो. दादामहाराजांना म्हणालो, 'चला.' तर ते म्हणाले, 'आबासाहेब रागावतील.'
आम्ही एकटेच यायला निघालो. तर ते म्हणाले, 'तुम्ही जाता आहातच, तर
आमचा दंडवत सांगा.' आबासाहेब, दंडवत म्हणजे काय, हो?'

राजांनी राजारामांना एकदम उराशी कवटाळले. क्षणभर ते काहीच बोलले नाहीत.

'बाळराजे! दंडवत म्हणजे पाया पडणं. जी माणसं वयानं मोठी असतात, पण
मनानं नसतात; ज्यांना मोठेपण हवं असतं, पण क्षमा करण्याची ताकद नसते,
त्यांच्या वाट्याला जे पाया पडणं येतं, त्याला 'दंडवत' म्हणतात.'

बिचाऱ्या राजारामांना काही समजले नाही. ते काही तरी विचारणार, तोच
सोयराबाई आत आल्या.

'चला. आमच्या निघण्याची वेळ झाली.'

राजांनी हातावर दही घेतले आणि ते राजारामांबरोबर चालू लागले.

राजे सदरेवर आले. त्यांनी सर्वांचा निरोप घेतला. अनाजी आधीच पुढे गेले होते.
राजांच्याबरोबर महादरवाजापर्यंत मोरोपंत, बाळाजी वगैरे मंडळी गेली. राजांनी
सर्वांना निरोप दिला. महादरवाजाची नौबत झडली.

राजे गडाखाली उतरल्याचे सर्वांना कळले.

□

१४

संभाजीराजांनी राजांच्या महालात प्रवेश केला. युवराजांची नजर त्या महालावरून
फिरत होती. मनोहारी पलंगावर आच्छादन घालीत होती. पावलांच्या आवाजाबरोबर
मनोहारीने मागे वळून पाहिले. युवराजांना पाहून मनोहारीच्या चेहऱ्यावर स्मित
झळकले. युवराज पलंगाजवळ आले. पलंगाखाली ठेवलेली तस्ते पाहून त्यांना
आश्चर्य वाटले. त्यांनी विचारले,

'ही तस्तं बरी इथं?'

'आताशा रात्री खोकला येतो.'

'आबासाहेबांना आता कष्ट सहन होत नाहीत.'

'साताऱ्याला गेले, तेव्हा रात्रभर डोळा लागला नव्हता.'

युवराज वळले. राजांच्या देव्हाऱ्याकडे त्यांची पावले वळली.

'आबासाहेबांना साऱ्यांना शिस्त लावता येते, पण स्वतःला मात्र....'

मनोहारीने दचकून युवराजांच्याकडे पाहिले. युवराज तिच्याकडे पाहत होते.

'रागावू नको, मनोहारी. आबासाहेबांचा उपमर्द करण्यासाठी आम्ही बोललो नाही. ते आमच्या मनातही नव्हतं.'

मनोहारी हसली.

'मी कधी रागावले?'

'तुला सांगायला हरकत नाही; पण अलीकडे आमचा जीव सारखा घाबरतो. आम्ही काही केलं, बोललो, तरी त्याचा अर्थ उलट घेतला जातो.'

मनोहारी गालिचाची गुंडाळी करीत होती. ती काही बोलली नाही. युवराज राजांच्या देव्हाऱ्यासमोर उभे होते. नेहमी दिसणारी जगदंबेची मूर्ती, स्फटिकाचे शिवलिंग, दासबोधाची पोथी यांपैकी काहीच तेथे नव्हते. आपले देव राजांनी संगती नेल्यामुळे देव्हारा रिकामा होता.

'रिकामा देव्हारा बघायला बरा वाटत नाही.'

'हो.'

'आबासाहेब गडावर नसले, की गड सुद्धा असाच मोकळा वाटतो.'

पुतळाबाई महालात आल्या. संभाजीराजांनी त्यांना मुजरा केला. पुतळाबाई मनोहारीला म्हणाल्या,

'मनू, तुझं आटोपलं, की नाही?'

'जी, झालंच.'

'लौकर आटोप आणि मुदपाकखान्याकडे जा. आज वातावरण गरम दिसतंय्.'

'काय झालं?' युवराजांनी विचारले.

'काही व्हावंच लागतं, असं काही नाही.' पुतळाबाई हसून म्हणाल्या. 'आणि आज तुमचीही चौकशी चालली होती.'

'बाप, रे!' संभाजीराजे उद्गारले. 'कुणी काही बोलायच्या आधी राजसदर गाठलेली बरी.'

'मी तेच सांगणार होते.'

संभाजीराजांनी पुतळाबाईंच्याकडे पाहिले. निःश्वास सोडून ते जायला वळले.

'कुणाशी चार शब्द बोलावे, म्हटलं, तरी आम्हांला जागा राहिली नाही. साऱ्यांनाच आम्ही नको वाटतो.'

'शंभूराजे, मागे वळा! शपथ आहे, पाऊल पुढं टाकाल, तर!'

संभाजीराजांनी मागे वळून पाहिले. पुतळाबाई निश्चल नजरेने त्यांच्याकडे पाहत होत्या. त्यांच्या चेहऱ्यावरचे स्मित कायम होते; पण नाकपुड्या रुंदावल्या होत्या, डोळे पाणावले होते.

'एकदा बोललात; मी असेपर्यंत पुन्हा असं बोलू नका!'

उभ्या जागी संभाजीराजे गहिवरले. ते बोलण्याचा प्रयत्न करीत असतानाच त्यांच्या कानांवर शब्द आले,

'जा!'

संभाजीराजे सदरेवर गेले, तेव्हा सदर उभी होती. मोरोपंत, आनंदराव, बाळाजी, रघुनाथपंत ही मंडळी हजर होती. खुद्द सोयराबाई सदरेवर होत्या. त्यांना पाहून संभाजीराजांना आश्चर्य वाटले. त्यांनी मुजरा केला. साऱ्यांनी संभाजीराजांना मुजरे केले. सोयराबाईंच्या चेहऱ्यावर वेगळेच हसू प्रकटले.

'या, युवराज! आम्ही तुमचीच वाट पाहत होतो. आम्ही सदरेवर आलो, याचं आश्चर्य वाटलं ना?'

'तसं नाही, आईसाहेब.'

'आम्हांला का सदरेवर यायची हौस आहे? पण करणार काय? युवराज आपला महाल सोडायला तयार नाहीत. मोहिमा तशाच अडून पडलेल्या.'

'आज्ञा झाली, तर आम्ही मोहिमेवर जाऊ.'

'कोण सांगणार, जा, म्हणून? धरलं, तर चावतं; सोडलं, तर पळतं; असं झालंय्.'

आपला संताप आवरून संभाजीराजांनी विचारले,

'आम्ही समजलो नाही.'

'त्यात न समजण्यासारखं काय आहे? तुम्हांला मोहिमेवर पाठवलं, आणि काही प्रताप गाजवलेत, तर त्याला जबाबदार कोण राहणार?'

'त्याचसाठी आम्ही गडावर राहिलो.'

'नुसतं राहून काय उपयोग? त्यानं स्वभाव कसा बदलेल?'

'आईसाहेब?'

'डोळे कशाला काढता? आम्हांला का तुमची थेरं कळत नाहीत? जगदीश्वराच्या सेवेसाठी नेमलेल्या कलावंतिणी नोकरी सोडून का गेल्या? एकदा गळ्यातली कवड्यांची माळ उतरली; मोकळे झालात!'

संभाजीराजांना ते सारे असह्य होत होते. सारे खाली मान घालून उभे होते. भर सदरेत सोयराबाईंनी असे बोलावे, हे कोणालाच रुचले नाही. संभाजीराजांची संतप्त नजर सोयराबाईंवर खिळली. संभाजीराजांना आलेला संताप पाहून सोयराबाईंना आनंद झाला होता. पण तो क्षणभरच टिकला.

'आईसाहेब, फार गैरसमज होतोय् आपला. कलावंतिणी पळाल्या, त्या आमच्या वर्तनामुळं नव्हे; तुम्हांला सल्ला देणाऱ्या अनाजींच्यामुळं पळाल्या.'

'युवराज ऽ ऽ' सोयराबाई म्हणाल्या.

'ऐका! फार ऐकलं. आता थोडं ऐकून घ्यावं. कलावंतिणींची बिदागी त्यांना पोहोचली नाही. कलावंतिणींना राहायला गडावर घरटं दिलं नाही. त्या जाचाला कंटाळून कलावंतिणी नोकरी सोडून गेल्या. हवं तर, मोरोपंतांना अथवा खुद्द अनाजींना विचारा.'

'या विषयात आपल्याला सर्व माहिती दिसते.'

शांतपणे संभाजीराजे म्हणाले,

'आईसाहेब, आपल्या ध्यानी येत नसेल, म्हणून मी सांगतो... ही सदर आहे. आम्ही युवराज आहोत. आबासाहेबांनी आम्हांला राजकारणात गुंतवलं आहे. इथं बेइज्जत झालेली आम्हांला खपणार नाही!'

'युवराज!' मोरोपंत उद्गारले.

'खामोश!... आणि गेलेल्या कलावंतिणींबद्दल म्हणाल, तर त्यांना आणण्यासाठी खुद्द मोरोपंतांनी पत्रं पाठविली आहेत. थोड्याच दिवसांत कलावंतिणी गडावर सेवेला हजर होतील. कलावंतिणी नेमल्या, त्या आम्ही नव्हे, आबासाहेबांनी! त्यांना या विषयात कितपत ज्ञान आहे, ते आम्हांला माहीत नाही.'

'युवराज ऽ ऽ' संतप्त सोयराबाई उसळल्या.

'हां, आईसाहेब! आता काही न बोलता आपण इथून जावं, ही आमची नम्र विनंती आहे. सदरेवर घडलेला प्रकार जर आबासाहेबांच्या कानांवर गेला, तर त्यांना आनंद वाटेल, असं आम्हांला वाटत नाही.'

शेवटच्या वाक्याने सोयराबाई भानावर आल्या. सर्वांवरून नजर फिरवून त्या महालाबाहेर गेल्या.

□

१५

मोरोपंत अकोला-सोंधेमोहिमेवर रवाना झाले. संभाजीराजे मात्र गडावरच राहिले. पाचाडला सुद्धा ते कधी उतरले नाहीत. कवी कलश यांच्याबरोबर किंवा आपल्या महालात ते नेहमी असत. सोयराबाईंच्या महाली मात्र मंत्र्यांची वर्दळ वाढली होती. न कळत राजकारणाची सूत्रे तेथून फिरू लागली होती.

सकाळी स्नान आटोपून संभाजीराजे महालात आले. येसूबाईंनी दुधाचा पेला समोर ठेवला. तो पेला उचलत संभाजीराजांनी सांगितले,

'आम्ही देवाला जाऊन येतो.'

'लौकर यावं.'

'का?'

'आज सासूबाई जाणार आहेत.'

'कुठं?'

'साताऱ्याला.'

'ते बरं?'

'आपल्याला माहीत नाही?'

'काय?'

'आबासाहेबांची तब्येत बरी नाही, म्हणून कालच बातमी आली. तब्येत जास्त बरी नाही, म्हणे.'

संभाजीराजे क्षणभर विचारात राहिले. दुसऱ्याच क्षणी दूध संपवून ते महालाबाहेर पडले.

सदरेवर बाळाजी काही तरी लिहीत होते. संभाजीराजांना पाहून ते गडबडीने उठले.

'बाळाजी, काल साताऱ्याहून खलिता आला?'

'जी.'

'मग तो आम्हांला का दाखविला गेला नाही?'

'तो राणीसाहेबांनी घेतला.'

'कुणाच्या नावाचा खलिता होता?'

'रामचंद्रपंतांच्या.'

'अस्सं! आबासाहेबांची तब्येत बरी नाही?'

'जी.'

'काय होतं?'

'इथून गेल्यापासून तब्येत बिघडली आहे. मस्तकशूळ आहे. दिवसेंदिवस प्रकृती बिघडत आहे.'

'बाळाजी, युवराज म्हणून नको, पण त्यांचे चिरंजीव म्हणून तरी हे आम्हांला सांगायचं होतंत! घर फिरतं आहे; वासे पण फिरायचेच. पण असलं वर्तन एक ना एक दिवस सर्वांनाच त्रासदायक होईल.'

संभाजीराजे तसेच वळले. ते सरळ सोयराबाईंच्या महाली गेले. बाहेरच्या सोप्यात सामानाच्या संदुका तयार होत होत्या. आतून आलेले रामराजे ओरडले,

'दादामहाराज आले!'

संभाजीराजांना बिलगत ते म्हणाले, 'आमी साताऱ्याला जाणार.'

'ठीक!'

राजारामांच्यासह संभाजीराजे बैठकीच्या खोलीत आले. सोयराबाई येताच मुजरा झडला. सोयराबाईंनी विचारले

'सदरेचे युवराज महाली बरे आले?'

त्या प्रश्नाकडे दुर्लक्ष करीत संभाजीराजांनी विचारले,

'आबासाहेबांची तब्येत बरी नाही?'

'हो.'

'आपण सातार्‍याला जाणार?'

'हो. का?'

'आम्ही येऊ?'

'फक्त आम्हांलाच बोलावलं आहे.'

'अस्सं!'

'आणखीन काही विचारायचं होतं?'

संभाजीराजांनी सोयराबाईंच्याकडे पाहिले, मुजरा केला; आणि ते निघून गेले.

दोन प्रहरी सोयराबाई आणि राजाराम दासीपरिवारासह गडाखाली उतरले.

संभाजीराजांच्या मनाची तगमग झाली होती. ते कवी कलशांच्याकडे गेले. कवी कलशांच्या बैठकीवर संभाजीराजे बसले. कलश आपल्या संजाबावरून हात फिरवीत त्रस्त युवराजांच्याकडे पाहत होते.

'युवराज! जिवावरचं दुखणं आहे; पण महाराज यातून बरे होतील. मी कुंडली पाहिली आहे. काळजी करू नका.'

संभाजीराजांचे डोळे भरून आले.

'आबासाहेब आजारी आहेत; आणि त्यांना आम्ही भेटू शकत नाही. आम्ही फक्त नावाचे युवराज राहिलो!'

'शांत व्हा, युवराज! हीच परिस्थिती कायम राहणार नाही. वारे बदलू लागतील. महाराजांचं मन वळेल, पण....'

'पण काय?'

'भविष्यकाळ कठीण आहे. आपल्या विरुद्ध अनेक शत्रू उभे राहतील, असं दिसतं. यापुढची पावलं सावधगिरीनं टाकायला हवीत. महाराजांनीही....'

'काय सांगता?'

'युवराज, राजकारणात मायाममतेला स्थान नसतं... महाराजांसाठी एक होम करावा, असं वाटतं.'

'विलंब न लावता करा. मी पंतांना पाठवितो. सर्व साहित्य मागून घ्या.'

युवराज उठले. कवी कलश म्हणाले,

'थोडं थांबावं.'

कलश आत गेले; येताना तबकातून पेला घेऊन आले. राजांच्या हाती त्यांनी पेला दिला.

'आज सोमवार ना? देवाचा प्रसाद.'

संभाजीराजांनी हसून भांगेचा पेला हाती घेतला. त्या पेल्याचा स्वाद घेत संभाजीराजे म्हणाले,

'इथल्यासारखी भांग कुठंच होत नाही.'

'तेही शास्त्र आहे, युवराज!'

युवराजांनी भांग घेतली. त्या भांगेने त्यांना थोडे बरे वाटले. कलशांनी दिलेला विडा घेऊन ते वाड्याकडे चालू लागले.

थंडीतला गार वारा अंगाला सुखावीत होता. कुशावर्ताचा तलाव कमळांच्या पानांनी आच्छादला होता. नव्या पालवीने सजलेल्या रानांतून अनेक पक्ष्यांचे आवाज कानांवर येत होते.

पायवाटेने युवराज चढण चढत होते.

सायंकाळच्या तिरप्या किरणांत बाजारपेठ उभी होती. युवराजांना मुजरे झडत होते. युवराज मुजऱ्यांचा स्वीकार करीत होळीचौकात आले. कातळाला वळसा घालून, ते नगारखान्याकडे पोहोचले. नगारखान्यावरचा भगवा ध्वज नजरेत येताच संभाजीराजांना महाराजांची आठवण झाली. क्षणात संताप उफाळला.

पुतळाबाई महालात कशिदा विणीत बसल्या होत्या. दाराशी युवराज आलेले पाहताच त्यांनी हातांतले काम बाजूला ठेवले.

'कुठं, फिरायला गेला होता?'

'नाही. कवी कलशांच्याकडे गेलो होतो.'

'काय सांगितलं?' पुतळाबाईंनी काळजीने विचारले.

'कुंडलीवरून काळजीचं कारण नाही, असं ते म्हणाले.' संभाजीराजांचा संताप उफाळला. 'आम्ही आबासाहेबांच्या पोटी जन्म घेतला; आणि त्यांची चौकशी कुंडलीवरून करतो आहोत! कुणाला आमच्या हयातीची जाणीव नाही. आम्हांला काय वाटतं, याचा विचार कुणालाच सुचत नाही. घरच्या नोकरांची किंमत सुद्धा आम्हांला राहिली नाही!'

'कलशांच्याकडे पेय जास्त झालं, वाटतं?'

संभाजीराजांनी घाबरून पुतळाबाईंच्याकडे पाहिले. त्यांनी आपला घाम टिपला. ते चाचरत म्हणाले,

'आमचं चुकलं का?'

'चुकलं नाही; पण तुमच्या लक्षात येत नाही की, आम्हीसुद्धा गडावरच आहो. आम्हांला काही वाटत नसेल....?'

बोलता-बोलता पुतळाबाईंचा आवाज भरून आला. त्यांनी डोळ्यांना पदर लावला. संभाजीराजे गडबडीने पुढे झाले. पुतळाबाईंच्या जवळ बसत म्हणाले,

'आम्ही आमचाच विचार केला. आम्ही चुकलो! आईसाहेब, रडू नका! आमच्याजवळ आमची पुण्याई नसेल; पण आबासाहेब लाखाचे पोशिंदे आहेत, ती पुण्याई वाया जायची नाही. आबासाहेब बरे होतील, ही आमची खात्री आहे.'

पुतळाबाई आपल्या दु:खाला वाट देत होत्या. फार दिवसांनी ऐकलेल्या मायेच्या शब्दांनी त्यांचे मन हलके होत होते.

□

१६

सातार्‍याचा किल्ला पहाटेच्या विरळ धुक्याने आच्छादला होता. किल्ल्याच्या पायथ्याशी चिमुकले सातारा गाव अंग दुमडून बसले होते. सूर्योदय झाला; आणि धरित्रीचे रूप पालटले. शिवारातले धुके डोंगराच्या कडेला गोळा होऊ लागले. सकाळच्या वार्‍यावर शाळूचे पीक डोलू लागले. बाभळीवर अंग चोरून रात्रभर बसलेले कवडे शिवारात चरावयास उतरले. गडावरचे नगारखान्यावरचे पहारेकरी उगवत्या सूर्याला वंदन करून, नव्या पहारेकर्‍यांकडे भालाकाठी देऊन मोकळे झाले. चुकून राहिलेल्या दिवट्या विझवल्या गेल्या. गडावरची जाग सुरू झाली; पण तीत गडबड नव्हती. मोठा आवाज नव्हता. सार्‍यांचे लक्ष राजांच्या महालाकडे लागले होते.

वाड्याच्या सदरेत पानसंबळ, अनाजी, येसाजी हजर होते. सदरेच्या पायर्‍या चढून येत असलेले हंबीरराव पाहताच येसाजी पुढे झाला. हंबीरराव सदरेवर आले. त्यांनी अनाजींना विचारले,

'कशी आहे तब्येत?'

'रात्रभर झोप आली नाही. रात्री शिवराम वैद्य आले. आता आत गेलेत.'

'आज आठ दिवस झाले; पोटात काही टिकत नाही, मस्तकशूळ कमी होत नाही.ताप गेला, पण हे नवीनच सुरू झालं.' पानसंबळ म्हणाले.

'तुमी काय बी म्हना,पन हे काय साधं आजारपन न्हवं. सातार्‍याला महाराजांनी पाऊल ठेवलं, आन् अंथरूण गाठलं. एक दीसबी उतार नाही.'

'येसाजीराव, काय म्हणायचं आहे तुम्हांला?' हंबीररावांनी विचारले.

आपली पगडी सावरीत येसाजी म्हणाला,

'देवस्कीची बाब हाय. जानत्याला विचारून उतार व्हायला पायजे.'

'सगळे उपचार चाललेत. येसाजीराव, तुमच्या माहितीतील कोणी असेल, तर विचारून बघा.'

त्याच वेळी सार्‍यांची नजर दरवाजाकडे गेली. वयोवृद्ध शिवराम वैद्य सदरेवर येत होते. सारे त्यांच्या भोवती गोळा झाले. आपल्या पांढर्‍या भुवयांवरून हात फिरवीत वैद्यांनी सर्वांच्याकडे पाहिले. नि:श्वास सोडून ते म्हणाले,

'रात्रीच्या मात्रेनं थोडा गुण दिसतो; पण दोन दिवस गेल्याखेरीज नक्की सांगता येणार नाही.'

'तब्येतीला आराम वाटेल ना?' अनाजींनी विचारले.

'अनाजी, मी काल आलो. महाराज महिनाभर आजारी होते, असं म्हणता. अंगात अशक्तपणा आहे. निदान ठरवायचं आहे. मी काय सांगणार?'

शिवरामशास्त्र्यांच्या बोलांनी साऱ्यांची मने थरकली.

दोन प्रहरी अनाजी राजांच्या महाली गेले. राजे पलंगावर पडून होते. शेजारी सोयराबाई उभ्या होत्या. साऱ्या महालात शांतता होती. राजांनी डोळे उघडले. क्षीण आवाजात विचारले,

'कोण आहे?'

'अनाजी आलेत.' सोयराबाई म्हणाल्या.

राजांनी हाताने खुणावले. अनाजी नजीक गेले. राजांनी श्वास घेतला. राजे कष्टाने म्हणाले,

'अनाजी!'

'जी, महाराज.'

'युवराजांना बोलावून घ्या, तातडीनं.'

'जी.' अनाजींनी सोयराबाईंच्याकडे पाहिले,

'बरं वाटल्यावर बोलावून घ्यावं. एवढी कसली गडबड?'

राजे खिन्नपणे हसले; हात उंचावत म्हणाले,

'बोलावून घ्या.' राजांनी श्वास घेतला. 'त्यांना पाहावंसं वाटतं. साऱ्यांनी टाकलं ऽ ऽ. आम्हांला तसं करता यायचं नाही. समजलं?'

'जी.' अनाजींनी सांगितले.

रायगडाकडे तातडीने थैली रवाना झाली.

गडावर रात्र उतरली. गडाचे दरवाजे बंद झाले. गारवा जाणवू लागला. किल्ल्यावर ठायी ठायी पलोते पेटले. त्यांचे टेंबे वाऱ्यावर फरफरत होते. पहारेकरी जाग देत होते.

महालात राजांना थोडी निद्रा लागली होती. अचानक त्यांना जाग आली. त्यांनी हाक मारली,

'कोण आहे?'

पानसंबळ पुढे झाले.

'जी?'

'दाराशी समर्थ आलेत. आम्हांला ते हाका मारताहेत.'

राजांच्या बोलण्याचा अर्थ पानसंबळांना समजेना. ते घाबरले. धीर करून ते म्हणाले,

'वैद्यांना बोलावतो.'

'नको.' हात हलवीत राजे म्हणाले. 'माझी तब्येत बरी आहे. किल्ल्याच्या दाराशी जा. समर्थ आले आहेत, त्यांना घेऊन या.'

'जी!' म्हणून पानसंबळ गेले. सदरेत अनाजी, येसाजी, हंबीरराव बसले होते. पानसंबळांनी राजाचे बोलणे सांगितले. अनाजी चिंतेत पडले. येसाजी उठून गेला. अनाजी म्हणाले,

'हा नवा प्रकार दिसतो. गडाच्या दरवाजाशी कोणी आलं असतं, तर कळलं नसतं का?'

'चौकशीला कुणाला तरी पाठवा.' हंबीरराव म्हणाले.

चौकशीसाठी सेवक पाठविला गेला. सारे चिंताचूर होऊन बसून राहिले. वेळ क्षणाक्षणांनी सरत होती.

येसाजी सदरेवर आला, तेव्हा त्याचा चेहरा आनंदित दिसत होता. तो म्हणाला,

'पंत! स्वामीजी आले!'

अनाजींनी आश्चर्याने मान वर केली. समर्थशिष्य कल्याणस्वामी येसाजीपाठोपाठ येत होते. न कळत सारे उभे राहिले. सर्वांनी कल्याणस्वामींना वंदन केले. येसाजी सांगत होता,

'मला संशय आला, म्हणून दरवाजाकडे गेलो. बघितलं, तर खरंच स्वामीजी बाहेर उभे! देवडीवरील दरवाजा उघडंनात. स्वामीजी हाका मारीत व्हते.'

'आश्चर्य आहे!'

'त्यात आश्चर्य कसलं?' कल्याण म्हणाले. 'राजांची तब्येत बिघडल्याचं जर समर्थांना शिवथरी कळतं, तर त्यांच्या शिष्यांना आम्ही दरवाजाशी आलेलं का कळणार नाही? ...आता विलंब न करता आम्हांला राजांच्या जवळ घेऊन चला.'

अनाजींच्या मागून कल्याणस्वामी राजांच्या महालात आले. समया प्रज्वलित करण्यात आल्या. पडल्या जागेवरून राजांनी हात जोडले. आशीर्वादाचा हात उंचावीत कल्याणस्वामी म्हणाले,

'श्रीसमर्थांनी प्रसाद देऊन आम्हांला पाठविलं.'

'सद्गुरूसारखा असता पाठीराखा। इतरांचा कोण करी लेखा?'

राजांचे अश्रू उशीवर ओघळत होते. कल्याणस्वामींनी राजांच्या कपाळी अंगारा लावला, केसांवरून हात फिरवला .

'स्वामी, आमच्यामुळं समर्थांना कष्ट पडले. शिष्यानं गुरूची सेवा करायची, हा रिवाज... असो, जगदंबेची इच्छा!.. अनाजी, आता आमची चिंता करू नका.

आमचं संकट टळलं.'

राजांच्या बोलांनी सर्वांना धीर आला . कल्याणस्वामींनी राजांना प्रसाद दिला. ते अनाजींना म्हणाले,

'थोडी लापशी आणा.'

'काही घेतलं, की उलट्या होतात.' अनाजी म्हणाले

'आता व्हायच्या नाहीत.' शांतपणे कल्याणस्वामी म्हणाले.

लापशी आणली गेली. कल्याणस्वामींनी स्वतःच्या हातांनी राजांना पाजली. सारे महालात बसून होते. राजांना काही अवधीने निद्रा लागली. सारे समाधानाने महालाबाहेर गेले.

□

१७

-आणि खरोखरच राजांना दुसऱ्या दिवसापासून आराम पडू लागला, पोटात अन्न जाऊ लागले. गडाचे चिंतेचे वातावरण निवळू लागले.

दिवस उलटत होते.

एके दिवशी गडावर संभाजीराजे आले. सतत प्रवासाने ते श्रमी दिसत होते. राजांच्या महालाबाहेर क्षणभर त्यांची पावले अडखळली. महालात सोयराबाई, अनाजी होते. राजे पलंगावर गिर्दीला टेकून बसले होते. शाल छातीपर्यंत ओढली होती.

राजांचे रूप पाहून संभाजीराजांचे मन चरकले. डोळे खोल गेले होते. नाक अधिक उठून दिसत होते. मानेवर रुळणाऱ्या केसांवर पांढरी छटा उमटली होती. संभाजीराजांनी मुजरा केला. राजे संभाजीराजांना निरखीत होते. क्षीणपणे हसत राजे म्हणाले,

'आलात? बरं झालं! केव्हा गड सोडलात?'

'पत्र मिळालं; आणि गड सोडला.'

'अखंड रपेट केली असेल ना? वाटलंच. स्नान करा, विश्रांती घ्या. संध्याकाळी बोलू.'

संभाजीराजांनी परत मुजरा केला; आणि ते बाहेर गेले. राजांच्या चेहऱ्यावर समाधान प्रकटले होते. ते म्हणाले,

'अनाजी, युवराज उतावीळ आहेत; पण प्रेमळ आहेत. चुकतात; पण समजावलं, तर चटकन भानावरही येतात.'

'तीर सुटल्यावर भानावर येऊन काय उपयोग?' सोयराबाई म्हणाल्या.

'राणीसाहेब, चुका साऱ्यांच्याच हातून होतात. सावरून घ्यायचं मनात आणलं, तर तसंही होतं. एखादा माणूस उतावीळ आहे, आणि त्याच्या हाती तीरकमान आहे, हे कळलं, तर त्याच्या पुढं जाणं ही सुद्धा चूकच ठरते, नाही?'

'पण मी म्हणते....'

'ते नंतर सांगा. आता आम्हांला बसवत नाही. आम्ही झोपावं, म्हणतो.'

पलंगामागे उभे असलेले पानसंबळ पुढे झाले. राजांच्या मानेखाली हात देऊन त्यांनी गिर्द्या काढून घेतल्या. राजे पलंगावर आडवे झाले. त्यांनी डोळे मिटून घेतले.

उलटणारा दिवस राजांच्या प्रकृतीला आराम घडवीत होता. राजांचा थकवा कमी होत होता. संभाजीराजे, राजाराम यांच्यासह राजे मनमोकळेपणाने बोलू लागले. महालात प्रसन्न वातावरण अवतरले.

दोन प्रहरी राजांना जाग आली. महालात कोणी नव्हते. एक दीर्घ जांभई देऊन ते कुशीवर होणार, तोच त्यांची नजर पायथ्याशी गेली. पायांशी कोणी तरी उभे होते. उन्हाचा त्रास होऊ नये, म्हणून खिडक्यांवर सोडलेल्या पडद्यांमुळे व्यक्ती अस्पष्ट दिसत होती.

'कोण आहे?' राजांनी विचारले. नजर स्थिरावली. पडल्या जागेवरून ते उद्गारले,

'कोण? शंभू?'

संभाजीराजे काही न बोलता उभे होते. त्यांनी एकदम महाराजांचे शालीबाहेर आलेले पाय पकडले. जमिनीवर गुडघ्यांवर बसून राजांचे दोन्ही पाय हातांच्या पकडीत धरून त्यांवर मस्तक टेकवून ते बसले होते. सारे अंग हलत होते. संभाजीराजाच्या आसवांनी राजांचे पाय भिजत होते.

'अरे शंभू! हे काय? काय झालं?' म्हणत राजे कष्टाने उठले. त्यांनी संभाजीराजांच्या काळ्याभोर केसांवरून हात फिरविला.

'ऊठ, राजा! असा घाबरू नको. आमच्या आजाराची इतकी काळजी वाटते? खुळा आहेस. इतक्या सहजासहजी मरण्यासाठी आम्ही जन्माला आलो नाही. समर्थांचा प्रसाद आला; आता बरं वाटत आहे. काळजी करू नको. ऊठ!... ऊठ, म्हणतो ना!'

संभाजीराजांनी पाय सोडले नाहीत. ते म्हणाले,

'मी एवढा का पापी?'

'कसलं पाप? काय बोलता?'

'लोक हवं ते बोलतात. आम्हांला ते ऐकवत नाही.'

'काय बोलतात? सांगा.'

संभाजीराजांची अश्रुपूर्ण नजर राजांच्याकडे वळली. ते भरकन बोलून गेले,

'म्हणतात... म्हणतात, आम्ही आपल्यावर विषप्रयोग केला!'

राजे त्या बोलांनी सावध झाले. त्यांनी संभाजीराजांना जवळ बोलावले. संभाजीराजे जवळ येऊन बसले. राजांचा आवाज न कळत करडा बनला.

'कोण म्हणतं असं?'

'साऱ्या महालात कुजबूज चालू आहे. नजर वर करून पाहायचं धैर्य आम्हांला उरलं नाही. महालात कोणी नसता एकटं जाऊ नये, अशी सूचना आम्हांला केली आहे.'

'कुणी?'

संभाजीराजांनी उत्तर दिले नाही. राजांनी संभाजीच्या पाठीवर हात ठेवला.

'राजे, काय सांगता? घरात भावनांची गल्लत झाली, तर चालते. भांडण वाढलं, तरी चिंता नसते. पण नांदत्या घरात बुद्धिबळाचे डाव सुरू झाले, तर मात्र फार जागरूक राहायला हवं. तुम्ही युवराज आहात. पुढची जबाबदारी फार मोठी आहे!'

'आबासाहेब! आमची शपथ आहे! खरं सांगा... तुमच्या मनात काही नाही ना? तसं असेल, तर तुम्ही आज्ञा करा; कोणत्याही कड्यावरून मी स्वत:ला लोटून घेईन!'

राजांनी एकदम संभाजीराजांना जवळ ओढले. ते गहिवरले. संभाजीराजांच्या केसांवरून हात फिरवीत ते म्हणाले,

'शंभू! कधी कळणार, रे, तुला? भावनेच्या भरात कड्यावरून स्वत:ला झोकून देण्याखेरीज काहीच का तुम्हांला कळत नाही? तुमच्यामागे मी राहीन कसा? संभाजी! तुझ्या हातचं विष सुद्धा पिण्यात मला आनंद वाटेल! ...सुटली, म्हण. असल्या गोष्टींवर विश्वास ठेवीत जाऊ नका. पूस ते डोळे. राजांच्या डोळ्यांत अश्रू शोभत नाहीत. सारं मुकाटपणे सहन करायला शिकायला हवं. तुम्ही जा. मी सारी चौकशी करीन.'

संभाजीराजे उठले.

'शंभूबाळ!'

'जी!'

'या आजाराचेदेखील उपकार मानावेत, असं वाटतं.'

'उपकार?'

'नाही तर काय? निदान त्यामुळं तुम्ही जवळ आलात, आपणहून आम्हांला बिलगलात. फार दिवसांत हे सुख भोगलं नव्हतं.'

'आबासाहेब!'

'शंभूबाळ, आमची संदूक उघडा. वरच्या उजव्या खणात एक चांदीची डबी आहे, तेवढी आणा.'

संभाजीराजांनी राजांच्या आज्ञेनुसार डबी आणली. आत सुवर्णाच्या साखळीत गुंफलेली कवड्यांची माळ होती. राजांचा हात क्षणभर थरथरला. त्यांनी ती कवड्यांची माळ उचलली, मस्तकी लावली. ते कसेबसे म्हणाले,

'वाका.'

राजांनी कवड्यांची माळ संभाजीराजांच्या गळ्यात घातली. फासा बसविला.

'युवराज! जे झालं, त्यात फार वेदना आम्हांला भोगाव्या लागल्या. आता हे देवीचं लेणं जपा. तिची इज्जत राखा! शंभूबाळ, आम्ही खूप जगावं, असं वाटत असेल, तर ते तुमच्याच हाती आहे. आजपासून तलवारही बाळगा.'

-आणि संभाजीराजांनी राजांच्या पायांवर मस्तक ठेवले.

□

१८

दुसऱ्या दिवशी दोन प्रहरी राजे एकटे असता संभाजीराजे बराच वेळ राजांच्या महाली होते. राजांचा निरोप घेऊन संभाजीराजे उठले. संभाजीराजे दाराशी आले; आणि त्यांचे पाऊल अडखळले. त्याच वेळी सोयराबाई आत येत होत्या. संभाजीराजांनी मुजरा केला, आणि वाट दिली. सोयराबाई महाली आल्या; आणि संभाजीराजे बाहेर गेले. सोयराबाई राजांच्या जवळ जात म्हणाल्या,

'युवराज? आणि या वेळी?'

'का? आम्हांला भेटायला का वेळ पाहावी लागते?'

'तसं नाही. पण कालसुद्धा आले होते ना?'

'कुणी सांगितलं?'

सोयराबाई या प्रश्नाने चापापल्या. सावरून घेत त्या म्हणाल्या,

'कोणी तरी म्हणालं, बाई! मला काय करायचं आहे? आपली झोपायची वेळ. आजवर अवेळी ते कधी आले नव्हते.'

'प्रसंग सारं काही घडवतो, करायला लावतो.'

'कसला प्रसंग?'

'आमच्या आजाराचा!'

सोयराबाईंनी निःश्वास सोडला. विषय बदलीत त्या म्हणाल्या,

'कसं वाटतं आता?'

'अगदी बरं वाटतं! दाह थांबला. मस्तकशूळ गेला. भूक लागते.'

'मी नवस केला होता. पावला म्हणायचा.'

'आम्ही आजारी पडलो, आणि राज्यात अफवांना केवढं पीक आलं! पंत सकाळी आले होते. ते सांगत होते... लोक म्हणतात, आम्हांला विषप्रयोग झाला होता, म्हणून!...'

सोयराबाई बेचैन झाल्या. महाराज त्यांच्यावर नजर खिळवीत पुढे म्हणाले,

'एवढंच नव्हे, तर आमच्या कानांवर आलं की, खुद्द...'

'खुद्द काय?'

'काही नाही.'

'सांगावं ना! माझी शपथ....'

'पण कुणाला बोलू नका.'

'बिलकूल बोलणार नाही.'

राजांनी एक वेळ दरवाजाकडे पाहिले. सोयराबाई नजीक गेल्या. हळू आवाजात राजे म्हणाले,

'सुटली, म्हणा! ...खुद्द संभाजीराजांचा हात यात आहे, असं म्हणतात.'

सोयराबाईंची निराशा झाली. त्या मान उडवीत म्हणाल्या,

'हे आम्हांला नवीन नाही. हेच आम्ही सांगितलं असतं, तर पटलं नसतं.'

'आताही ते पटत नाही.' राजांचा आवाज कठोर बनत होता. नजर सोयराबाईंच्यावर खिळली होती.

'राणीसाहेब, आम्हांला विषप्रयोग झाला असेल, तर नाव युवराजांचं कशाला घ्यायचं? तुम्ही पण जवळ आहात!'

'काय बोलणं हे?'

'ऐका! फार वटवट करू नका. संभाजीराजे तुमचे सावत्र चिरंजीव असले, तरी ते थोरले आहेत. बिचारी सई राहिली नाही, म्हणून त्यांची उपेक्षा करण्यात काहीच अर्थ नाही. ती गेली, म्हणून तुम्ही राणी बनलात. ते उपकार स्मरून तरी युवराजांचा द्वेष करू नका!'

सोयराबाईंना नजरेला नजर देता येत नव्हती. त्यांच्या अंगाला कापरा सुटला होता.

'कुणी तरी अफवा उठवणार, आणि....'

'बस्स करा! या अफवा कुठून उठतात, ते आम्ही जाणतो. अफवा वाऱ्यावर पिकत नसतात. त्यांचं जन्मस्थान आप्तस्वकीयांत असतं. राणीसाहेब! आमच्या आजाराचा फायदा घेऊन अशा विषवार्ता पसरवणाऱ्यांच्या जिभा छाटून टाकाव्या, असं आम्हांला वाटतं!....'

'पण माझा यात काय दोष?'

'दोष तुमचा नाही; आमच्या नशिबाचा आहे. शत्रुगोटातली बित्तंबातमी जिथं आम्ही मिळवतो, तिथं असल्या गोष्टींचा छडा लावणं आम्हांला फारसं अवघड नाही. आता अधिक सहन करण्याची ताकद आमची राहिली नाही. संभाजीराजांना हवं तर जवळ करू नका. पण ते युवराज आहेत, त्यांचा मान मोठा आहे, हे विसरू नका. यापुढं असले खेळ महालात चालू राहिले, तर आम्हांला आपल्या राणीपदाचीही ओळख राहणार नाही.'

'आमचा एवढा संशय होता, तर मग इथं राहावं तरी कशाला?' डोळ्याला पदर लावीत सोयराबाई म्हणाल्या.

'हे रडणं थांबवा! आम्ही तेच सांगणार होतो. उद्या रायगडी जाण्याची तयारी करा. इथं तुमची मुळीच गरज नाही. जा!'

महालाबाहेर येऊनही बराच वेळ सोयराबाईंच्या अंगाचा कापरा कमी होत नव्हता.

□

१९

राजांच्या प्रकृतीला चांगले बरे वाटू लागले. राजे गडावर हिंडू फिरू लागले. राजांच्या आजारात अनाजी, मोरोपंत, निराजीपंत, दत्ताजीपंत, हरजीराजे महाडीक, हंबीरराव, येसाजी ही जवळची माणसे साताऱ्याला गोळा झाली होती. साऱ्या मोहिमा काही काळ थंडावल्या होत्या. राज्यात राजांच्या आजाराच्या अनेक अफवा पसरत होत्या. राजांनी सर्व गडांना आणि अधिकाऱ्यांना आपल्या खुशालीचे खलिते पाठविले. नव्या मोहिमांचे विचार सुरू झाले. अर्धवट पडलेल्या जंजिऱ्याची मोहीम हाती घेण्याची आज्ञा राजांनी केली. फौजा निरनिराळ्या मोहिमांवर पाठविल्या जाऊ लागल्या. नजरबाजांची वर्दळ गडावर वाढू लागली. राजांना राज्यातल्या वार्ता कळू लागल्या.

एके दिवशी एक स्वार तातडीने गडावर आला. त्याने आणलेली थैली वाचून राजांना आनंद झाला.

सकाळच्या थंडीचा प्रभाव कमी झाला होता. आकाशात सूर्य चढत होता. राजे सदरेत बसले. राजांनी अंगावर शाल पांघरली होती. शेजारी निराजीपंत, मोरोपंत, हंबीरराव, येसाजी ही मंडळी अदबीने उभी होती. राजे संभाजीराजांची वाट पाहत होते. संभाजीराजे आले. त्यांनी राजांचे पाय शिवले. एवढ्या सकाळी सदर का भरावी, आपल्याला का बोलावावे, हे संभाजीराजांच्या ध्यानी येत नव्हते. राजांच्या चेहऱ्यावरील प्रसन्न भाव पाहून संभाजीराजांना धीर आला. न राहवून त्यांनी विचारले,

'आबासाहेब, आज्ञा बरी झाली?'

'आज्ञा नव्हे, शंभूराजे, इच्छा! प्रबळ इच्छा! तुम्हांला पाहावंसं वाटलं.'

संभाजीराजांचे मन आनंदले. राजे युवराजांच्याकडे पाहत होते. त्यांच्याही चेहऱ्यावर स्मित झळकले होते.

'युवराज, आता तुम्हांला आम्ही एक कामगिरी सांगणार आहो.'

'जी, आज्ञा!'

'रघुनाथपंत हणमंते आमच्या भेटीसाठी येत आहेत. ते आज साताऱ्याला येतील. त्यांना सामोरे जाऊन मानानं गडावर घेऊन या.'

हणमंते यांचे नाव ऐकून संभाजीराजे गोंधळात पडले. खुद्द युवराजांनी सामोरे जाऊन स्वागत करावे, अशी ही कोण व्यक्ती? राजांनी युवराजांच्या मनातले भाव ओळखले. ते म्हणाले,

'युवराज, हे रघुनाथपंत हणमंते तशीच अफलातून असामी आहे. थोरल्या

महाराजांच्याकडे नारो त्रिमल हणमंते मुख्य कारभारी होते. त्यांच्या पश्चात त्यांचे पुत्र रघुनाथपंत यांनी कारभारीपद चालविले. थोरल्या महाराजांचा काळ झाल्यानंतर रघुनाथपंत आमचे बंधू एकोजीराजे यांच्याकडेच राहिले. ते आमच्या भेटीसाठी गडावर येत आहेत.'

'काकामहाराजांनी काही निरोप पाठवलाय्?'

'तुमचे काकामहाराज आमच्याबद्दल तेवढे प्रेम बाळगून नाहीत, युवराज!'

'मग?'

'युवराज, नव्या रक्ताच्या माणसांना जुने सल्लागार नको वाटतात, त्यांची अडचण वाटू लागते. रघुनाथपंतांना एकोजीराजांची नोकरी सोडावी लागली. ते भागानगरला नोकरीसाठी गेले. प्रल्हादपंतांकडून ते आम्हांला कळलं. आपली माणसं अशी परदारी जावीत, हे मनाला रुचेना. तेव्हा आम्ही त्यांना आमच्याकडे बोलावून घेतलं आहे. अशी अनुभवी माणसं वाऱ्यावर सोडून कसं चालेल?'

संभाजीराजे आपल्या स्वारांनिशी गडाखाली उतरले. राजे रघुनाथपंतांना पाहण्यासाठी उतावीळ झाले होते. आजवर त्यांची अनेक पत्रे राजांना आली होती. त्या व्यवहारात राजांना रघुनाथपंतांचे जे दर्शन घडले, त्याने राजे आकर्षित झाले होते. आता सर्वांनाच रघुनाथपंतांना पाहण्याची उत्सुकता लागली होती.

सायंकाळी युवराजांच्यासह रघुनाथपंत गडावर येत असल्याची बातमी राजांना आली. राजांनी अंगात दरबारी कपडे चढविले होते. सदरमहालात भेटीची जागा ठरली होती. त्यासाठी सदरमहाल खास शृंगारला होता. सदरमहालात रघुनाथपंत पोहोचल्याची बातमी येताच राजे आपल्या महालातून निघाले. अल्काबांचे पुकार उठू लागले. हाती सुवर्णगुर्झब घेतलेले भालदार आदब बजावीत पुढे चालत होते. राजे संथ पावले टाकीत पुढे जात होते.

राजे सदरेत आले. मुजऱ्यासाठी माना लवल्या. त्या मुजऱ्यांचा सुहास्य वदनाने स्वीकार करून राजे आपल्या खास बैठकीवर विराजमान झाले.

सदरमहालात उभ्या असलेल्या रघुनाथपंतांना राजे पाहत होते.

रघुनाथपंत उतारवयाकडे झुकले होते. तरीही त्यांच्या शरीरावर तेज होते. डोक्यावर गुलबशी रंगाची पगडी, पगडीला मोत्यांच्या झिरमिळ्या, अंगात रेशमी अंगरखा, पायांत दक्षिणी रुंद काठाचे धोतर आणि उजव्या खांद्यावर जरीपल्लवाचे उपरणे हा रघुनाथपंतांचा थाट होता. रघुनाथपंत रंगाने उजळ होते. घाऱ्या डोळ्यांत हास्य सामावले होते, तर रुंद कपाळ व धारधार, सरळ नाक बुद्धिमत्तेचे लक्षण सांगत होते. राजांच्या कल्पनेनुसार रघुनाथपंतांचे चित्र उमटले, याचे राजांना समाधान होते.

रघुनाथपंतांचीही तीक्ष्ण घारी नजर राजांना निरखीत होती. राजांची शोधक नजर

रघुनाथपंतांवर खिळली. रघुनाथपंतांना नजरेला नजर देणे कठीण गेले. त्यांची नजर आपोआप खाली वळली.

राजांच्या चेहऱ्यावर स्मित उजळले.

'रघुनाथपंत, आम्ही तुमची भेट घेण्यास उतावीळ होतो.'

'हे आमचं भाग्य. सेवकावर सदैव कृपादृष्टी असावी, हीच प्रार्थना.'

रघुनाथपंतांनी राजांची कीर्ती ऐकली होती. त्यांच्या राज्याभिषेकाच्या वार्तेने पसरलेली दहशत रघुनाथपंतांनी पाहिली होती. राजांना प्रत्यक्ष पाहून त्यांच्या मनात भरते आले. राजांनी क्षेमकुशल विचारले. रघुनाथपंतांनी नजराणा म्हणून दक्षिणेतल्या अनेक वस्तू, जडजवाहीर राजांच्या पुढे ठेवले. ती निष्ठा पाहून राजे बहुत संतोष पावले. ते म्हणाले,

'रघुनाथपंत, या मौल्यवान गोष्टी आहेत खऱ्या; पण आम्हांला आणखीन एका वस्तूची आवश्यकता आहे.'

'आज्ञा, महाराज!' रघुनाथपंत म्हणाले.

'तुम्ही आमच्या दरबारी कायम असावे, अशी आमची इच्छा आहे.'

'त्यापरतं सुख नाही, आमचा परंपरागत मुजमूचा व्यवसाय. तोच मिळेल, तर....'

'आमच्या मनातलीच गोष्ट तुम्ही सांगितलीत. आमचे मुजुमदार निळो सोनदेव वारल्यामुळं त्यांची जागा तशीच रिकामी आहे. आम्ही आजपासून तुम्हांला मुजुमदार हुद्दा देत आहो.'

राजांनी रघुनाथपंतांना मानवस्त्रे देऊन मुजुमदारी सांगितली. रघुनाथपंडित राजांच्या सेवेत रुजू झाले.

रघुनाथपंडित आले, तशी दक्षिणेची सारी वार्ता राजांना कळू लागली. एकोजीराजे सामान्य लोक जवळ करून त्यांच्या तंत्राने वागू लागले होते. जुन्या अनुभवी सल्ल्याची त्यांना आता गरज उरली नव्हती. शहाजीराजांनी मिळविलेली जहागीर अनागोंदी कारभारात विस्कळीत होत आली होती. रघुनाथपंतांनी हे एकोजीराजांच्या ध्यानी आणून देण्याचा प्रयत्न केला. शिवाजीराजांनी कसा पराक्रम करून राज्य संपादन केले, हे त्यांना सांगितले. पण एकोजीराजांना ते पटले नाही. आपण पातशाही दौलत खातो, त्यावरच कमरबंदी करून पातशाही बुडवावी, हे उचित नाही, असे त्यांना वाटे. रघुनाथपंतांचे सांगणे एकोजीराजांना रुचेना. तेढ वाढू लागली. भर दरबारी रघुनाथपंतांचे अपमान होऊ लागले. त्रस्त होऊन रघुनाथपंतांनी एकोजींची नौकरी सोडण्याचा निर्णय केला.

राजांना ती हकीकत एकून फार वाईट वाटले. ते म्हणाले,

'एकोजीराजांनी असं वागायला नको होतं.'

'महाराज, मी पुष्कळ सांगून पाहिलं; पण त्याचा परिणाम उलटाच झाला. माझ्यावर इतराजी होण्यापर्यंत मजल गेली. एकोजीराजांच्या पदरी आमची शोभा जतन होणं शक्य दिसेना, तेव्हा ती जागा नाइलाजानं सोडावी लागली.'

'आणि त्यांनी तुम्हांला स्वखुशीनं जाऊ दिलं?' राजे उद्गारले.

'काय सांगावं, महाराज?' रघुनाथपंतांचा आवाज कठोर बनला. 'निरोप घ्यायला गेलो, तर आम्हांला एकोजीराजे म्हणाले, 'इथं केला, असला कारभार कुठं करू नका. तो सहन करून घेणारी माणसं भेटणार नाहीत.' '

'पंत!'

'महाराज, आयुष्यभर केलेल्या सेवेचं हे फळ! मलाही भान राहिलं नाही. मी एकोजीराजांना सांगून टाकलं, 'आम्ही सेवक उगेच नाही. दुसरे स्थळी गेलो, तरी अर्धासनी तुम्हांला बसवू; अगर मनात आणलं, तर आम्ही तुमच्या अर्धासनी येऊन बसू.' '

राजे खिन्नपणे हसले. ते म्हणाले,

'रघुनाथपंत, स्वाभिमान जरूर असावा; पण तो स्वकीयांच्या नाशाला केव्हाही कारणीभूत न व्हावा. स्वकीयांच्या बाबतीत क्षमा हीच सदैव आठवावी.'

'संतापाच्या भरात बोलून गेलो, तरी ज्या अन्नावर आम्ही पोसलो, ते कसं विसरू?'

'आमची तुमच्याकडून हीच अपेक्षा आहे. एकोजीराजांना आम्ही पत्रं लिहिली; पण ते आम्हांला परके मानतात. त्यांना एकदा भेटावं, त्यांच्याशी बोलावं, असं वाटतं. त्यांनी मानलं नाही, तरी आम्ही मोठे; आम्हांला कर्तव्य विसरून कसं चालेल?'

'मग अडचण कसली ?'

'अडचण नाही. संधी यायला हवी.'

'ती आपणहून आली आहे. प्रल्हाद निराजींसारखी आपली चतुर माणसं कुतुबशाहीत आहेत. मादण्णा-आक्कण्णा हे कुतुबशाहीचे खरे प्रधान आहेत. त्यांच्या मनात आपल्याविषयी आदर आहे. खुद्द कुतुबशहा आपल्याविषयी भीती बाळगून आहे. मादण्णा, आक्कण्णा यांनी कुतुबशहाच्या मनात आपल्याविषयीचा स्नेह निर्माण केला आहे. आपण मनात आणाल, तर हा स्नेह पक्का करण्यास अडचण येणार नाही.'

'तुमच्याही मनात ही गोष्ट आहे, असं दिसतं.'

रघुनाथपंतांचे डोळे पाणावले, आवाज घायाळ बनला. आपले डोळे टिपीत ते म्हणाले,

'महाराज, इथं आल्यापासून माझा जीव गुदमरतो आहे. जे राज्य आपण संपादन केलंत, त्याला तोड नाही! आज थोरले महाराज असते, तर त्यांना धन्य वाटलं असतं. थोरल्या महाराज-साहेबांचं स्वप्न तुम्ही साकार केलंत! पण एक स्वप्न तसंच

अधुरं राहिलंय्.'

'कोणतं?'

'जोवर उत्तरेत मोगल आहे, तोवर ही राज्यं सुरक्षित नाहीत. त्यासाठी दक्षिणेतल्या राज्यांची एकजूट होणं आवश्यक आहे. हे थोरल्या महाराजांच्या मनात सदैव होतं. आदिलशाहीला ते आता जाणवतंय्. कुतुबशाही याचा आनंदानं स्वीकार करील. एकोजीराजे तर आपले लहान बंधू. ही एकजूट झाली, तर आपलंही स्वप्न साकार होऊन जायला फारसा वेळ लागणार नाही.'

' कसलं स्वप्न?'

' एक ना एक दिवस दिल्लीतख्ताची भीती नाहीशी करण्याचं, आमच्या परमपवित्र काशी-विश्वेश्वराची स्थापना करण्याचं.'

'कुणी सांगितलं तुम्हांला?'

'महाराज, आम्ही दक्षिणेत होतो, तरी आमचं सर्व लक्ष इकडे लागून होतं.'

राजे क्षणभर भावनाविवश झाले. ते बोलून गेले,

'जगदंबेची इच्छा! तिच्या आशीर्वादानं सारे मनोरथ सिद्धीस जातील.'

राजांनी पंतांचा आणि त्यांच्या बरोबर आलेले त्यांचे बंधू जनार्दन नारायण व इतर कुटुंबीय यांचा परामर्श घेतला. त्या सर्वांची व्यवस्था लावून दिली.

रघुनाथपंतांच्या बोलांनी राजसदर रंगत होती. राजांच्या डोळ्यांसमोर स्वप्न तरळत होतं......

□

२०

सकाळी राजे सदरेत आले, तेव्हा सदरेवर रघुनाथपंत, अनाजी, येसाजी, हंबीरराव ही मंडळी हजर होती. राजे आसनावर बसले. राजांनी रघुनाथपंतांना विचारले,

'पंत, आपली सर्व सोय लागली ना?'

'जी, महाराज.'

'काही अडचण?'

पंत क्षणभर विचारात पडले. कसे सांगावे, हे त्यांना कळेना. शेवटी धीर करून ते म्हणाले,

'महाराज, बोलतो, त्याची क्षमा असावी. पण माझी स्वत:ची पंचवीस घोड्यांची पागा सरकारी पागेत जमा करण्याची आपण आज्ञा दिलीत?'

'जमा झाली?'

'जी.' काहीसे रुष्ट होऊन रघुनाथपंत म्हणाले. 'एवढंच नव्हे, तर जनावरांना सरकारी पागेचे डागही देण्यात आले.

'पंत, तुम्हांला माहीत नाही; पण एक कायदा आम्ही अत्यंत कडकपणे आमच्या

राज्यात पाळतो. आमच्या राज्यात कुणाच्याही मालकीची स्वतंत्र पागा नाही. पागा सोडाच, पण कुणाच्या मालकीचं जनावर नाही. सारी घोडी सरकारी पागेची. खुद्द आमच्या सेनापतींनाही स्वत:चं घोडं नाही.'

'कारण कळेल?' रघुनाथपंतांनी विचारले.

'का नाही? तुम्ही येताना आपल्या सरंजामाबरोबर जशी तुमची पागा आणलीत, तसेच दोन हत्तीही आणलेत. तुमची पागा सरकारात जमा झाली; पण तुमचे हत्ती जमा झाले नाहीत. याचं कारण घोडा ही राज्याची शक्ती, असं आम्ही मानतो. पंत, लहानपणापासून आम्ही एक श्लोक सदैव म्हणत आलो-

> 'यस्याश्वा तस्य राज्यं यस्याश्वा तस्य मेदिनी ।
> यस्याश्वा तस्य सौख्यं यस्याश्वा तस्य साम्राज्यम् ।।'

'याचमुळं पागेचा नियम आम्ही अत्यंत कडकपणे पाळतो. पंत, तुम्ही चिंतातूर होऊ नका, किंवा मनात शंका बाळगू नका ! सरकारात जमा केलेल्या घोड्यांची, तुम्हांस मान्य होईल, ती किंमत आम्ही चुकती करू. तुमच्या पागेची माणसं आमच्या घोडदळात सामील होतील.'

राजांचे बोलणे ऐकून रघुनाथपंतांचे समाधान झाले. त्यांच्या चेहऱ्यावर स्मित झळकले. प्रसन्नपणे त्यांनी कबूल केले,

'हा दूरदर्शीपणा मला कुठंच दिसला नाही.'

'मागं पाहिलं, की पुढचं दिसतं. राजांच्या पदरचे सरदार पागा बाळगतात, मातब्बर होतात; सांगावयास गेलं, की प्रसंगी भांडावयास उठतात, प्रसंगी शत्रूसही मिळतात. हा आजवरचा अनुभव जमेला धरून आम्ही हे पाऊल टाकलं. आम्ही....'

राजे बोलता-बोलता थांबले. त्यांचे लक्ष दरवाजाकडे गेले. दत्ताजीपंत सदरेत येत होते. मुजऱ्याचा स्वीकार करून राजांनी विचारले,

'दत्ताजीपंत, कुठं होता?'

'एक तंटा उपस्थित झाला आहे, महाराज.'

'कसला तंटा?'

'पालीचं पाटिलकीचं वतन काळभोर चालवीत आहेत. त्या वतनावर हक्क सांगण्यासाठी खराडे पुढं आले आहेत. दोन्ही माणसं आपलीच.'

'मग तंटा मिटला?'

'जी, नाही. हा तंटा आपल्या पायांशीच सोडवला जावा, अशी दोघांचीही इच्छा आहे. त्यासाठी मुजऱ्याला पालीचे काळभोर आणि खराडे आले आहेत.'

राजांनी दोघांना सदरेवर बोलावून घेतले. दोघेही आपल्या वतनी हक्काला पक्के

होते. राजांनीच तो तंटा मिटवावा, असा दोघांचाही आग्रह होता. राजांनी दोघांचेही म्हणणे शांतपणे ऐकून घेतले. नंतर ते म्हणाले,

'काळभोर, खराडे, तुम्ही दोघे आमचेच. आम्ही जरूर पालीला येऊ. गोतसभा बोलावून गोतमुखानं न्याय करू. ते तुम्हांला चालेल का ?'

दोघांनीही राजांच्या निर्णयाला मान्यता दिली.

'ठीक आहे. दत्ताजीपंत, चांगला दिवस पाहून पालीला गोतसभा बोलवा. आम्ही जातीनिशी त्या सभेला हजर राहू, या तंट्याचा निर्णय करू.'

काळभोर, खराडे मुजरे करून निघून गेले. रघुनाथपंतांनी विचारले,

'महाराज, आपण खुद्द निवाड्याला हजर राहणार, तर गोतसभा कशाला बोलावली?'

'पंत, वतन गावच्या लोकांच्या सहकार्यानं चालतं. ते नुसतं आमच्या निर्णयावर चालत नाही. गोतसभा म्हटली, की तीत गावचे पाटील, कुलकर्णी यांसारखे वतनदार येतात; त्याखेरीज गावचे बारा बलुतेदार येतात; महाजन म्हणजे व्यापारी, जमिनदार यांसारखे प्रतिष्ठित असतात. त्यांनी केलेला निर्णय बंधनकारक असतो. तो निर्णय पाळला जातो, की नाही, हे गोताला पाहावं लागतं. साऱ्याच गोष्टी राजाज्ञेनं होत नसतात, पंत!'

काळभोर-खराडे निवाड्यासाठी राजे पालीला गेले. गोतमुखाच्या न्यायाने खराडे खोटे ठरले. खराडे हट्टाला पेटून त्यांनी दिव्य करण्याची परवानगी मागितली. राजांनी त्यालाही मान्यता दिली. खराड्यांनी देवालयात दिव्य केले; पण त्यातही त्यांना अपयश आले. काळभोर खरे ठरले.

□

२१

पालीचा मजहर संपवून राजे साताऱ्याच्या किल्ल्यावर आले. राजांच्या आजारामुळे बऱ्याच फौजा अद्याप छावणीवरच होत्या. राजांनी नव्या मोहिमा उघडल्या. संभाजीराजांना दत्ताजीपंतांसह विजापूर मुलुखात पाठवले. मोरोपंतांनी रामनगरच्या बाजूला पारनेर, पिंडवोल अशा डोंगरांवर नवे किल्ले बांधण्याचे काम चालू केले होते. त्या किल्ल्यांमुळे सुरतेला कायमचा शह बसणार होता. किल्ले पुरे झाल्याची बातमी कळताच राजांनी मोरोपंतांना रामनगर भागात पाठविले.

राजांच्या कानांवर विजापूरच्या बातम्या येत होत्या. विजापूरचा नवा वजीर बेहलोलखान याचा पठाणपक्ष व जुना वजीर खवासखान याचा दक्षिणपक्ष यांमध्ये जोरात लाथाळी सुरू झाली होती. राजे जागरूकतेने विजापूरच्या घटना पाहत होते. प्रसंगी हालचाल करण्यास सोपे जावे, म्हणून राजांनी पन्हाळ्यास मुक्काम हलविला.

सकाळच्या वेळी स्नान करून सोमेश्वरदर्शन घेऊन राजे वाड्यात चालत होते. संगती येसाजी, चिटणीस, हंबीरराव ही मंडळी होती. वाड्याच्या दरवाजाशी दोन

संन्यासी भिक्षेकरिता उभे होते. राजांनी त्यांना वंदन केले. त्यांची विचारपूस करून राजांनी वाड्यात प्रवेश केला. राजांना समर्थांची आठवण झाली. त्यांनी चिटणीसांना विचारले,

'समर्थांच काही क्षेम कळलं?'

'सध्या समर्थ शिवथरघळीतच आहेत. परवाच दिवाकर गोसाव्यांचं पत्र आलं होतं.'

'चाफळ देवस्थानची देणगी रवाना झालीय् ना?'

'जी. पण....'

'पण काय?'

'समर्थांनी निरोप पाठविला आहे.'

'आणखीन काही हवं असेल, तर आमच्या आज्ञेची वाट न पाहता तातडीनं सामग्री पाठवीत चला. समर्थांची आज्ञा ही आमचीच आज्ञा, असं समजत चला.'

'समर्थांनी काही मागितलं नाही. उलट, त्यांनी याउपर द्रव्य अथवा धान्य न पाठविण्याविषयी लिहिलं आहे.'

राजे विचारात पडले. समर्थांनी असा निरोप का पाठविला? आपल्याकडून काही कसूर झाली का? राजांनी चिटणिसांना आज्ञा केली,

'चाफळहून दिवाकर गोसाव्यांना बोलावून घ्या. आम्हांला त्यांना भेटायचं आहे.'

दुसऱ्या दिवशी चाफळच्या दिशेने स्वार रवाना झाला.

त्यानंतर आठ दिवसांत दिवाकर गोसावी गडावर आल्याची बातमी राजांना आली. राजांनी वाड्याच्या दरवाजाशी जाऊन दिवाकर गोसाव्यांचे स्वागत केले. मोठ्या आदराने राजांनी दिवाकर गोसाव्यांना आपल्या महाली नेले. दिवाकर मृगाजिनावर बसले होते. राजांनी समर्थांचे क्षेमकुशल विचारले; आणि नंतर समर्थांनी चाफळदेणगीबाबत असा निरोप का पाठविला, याचे कारण पुसले. दिवाकर म्हणाले,

'राजे, समर्थांनी तो निरोप पाठवला, म्हणून मनात कुशंका आणू नका. त्यांचे आपणांवर उदंड प्रेम आहे. खरे पाहता, श्रींची निस्पृःह वृत्ती आहे. आपल्या भक्तीस्तव वैभव घेतात.'

ते ऐकून राजांचे मन उचंबळून आले. ते दिवाकरांना म्हणाले,

'समर्थ आमची काळजी घेतात, आमचे रक्षण करतात, आम्ही आजारी पडलो, तर आमच्यासाठी मध्यरात्री प्रसाद पाठवतात. पण आम्ही मात्र त्यांच्यासाठी काहीच करीत नाही, काही करण्याची आमची पात्रताही नाही. आमच्या सत्तेला, आमच्या राज्याला काही अर्थ नाही.'

'राजे, असे म्हणू नका. आम्ही समर्थांच्या सहवासात असतो. आपली आठवण

झाली नाही,असा दिवस जात नाही.'

'तेही आमचे भाग्यच! दिवाकर, एक विनंती समर्थचरणी रुजू करा. आम्ही मोकळे असतो, तर स्वत: येऊन सांगितलं असतं. समर्थांनी आता शिवथरघळीत राहावं, असं वाटत नाही. आता या वयात ती हवा त्यांना सोसवत नाही. त्यांनी महिपतगड किंवा परळी इथं वास्तव्य करावं, असं आम्हांला वाटतं.'

दिवाकर हसले.

'राजे, आमच्यादेखील मनात तोच विचार येतो. आम्ही अनेक वेळा सांगितलं; पण त्यांनी ते मानलं नाही. स्वत:च्या प्रकृतीच्या कारणास्तव समर्थ मानतील, असं वाटत नाही.'

राजे आनंदून म्हणाले,

'दिवाकर, आमची विनंती म्हणून समर्थांना सांगा. त्यांना सांगा... हा मुलूख आम्ही जिंकला; पण इथली मनं अद्याप आम्हांला पारखी आहेत. राज्यप्रस्थापनेचं उद्दिष्ट लोकांपर्यंत जायला हवं. समर्थ जर इकडे वास्तव्य करतील, तर ते सहज शक्य होईल. समर्थांचं दर्शन घेणंही आम्हांला सोयीचं होईल.'

दिवाकर म्हणाले,'राजे, समर्थांना ही विनंती मान्य करावी लागेल.'

'आम्ही आजच महिपतगड आणि परळी येथील किल्लेदारांना हुकूम पाठवितो. समर्थांना जे स्थान आवडेल, तिथं ते राहतील.'

दिवाकर गोसावी गेले, आणि राजांचे अस्वस्थ मन शांत झाले. राजांनी नव्या हुरुपाने पन्हाळ्याच्या मजबुतीकडे लक्ष द्यायला सुरुवात केली. गडाचे तट, पहारे यांची देखरेख राजे स्वत: जातीने करीत होते. गडाचे गंगा, यमुना, सरस्वती अंबारखाने भात, वरी, नागली वगैरे धान्यांनी भरले होते. राजे गडावर येऊन महिना झाला नाही, तोच राजांच्या कानांवर एक विजयवार्ता पडली. राजांच्या फौजेने अथणीची मातब्बर पेठ लुटली होती. तीत लक्षावधी होनांची लूट राजांना मिळाली. त्या लुटीतून इंग्रजही वाचले नाहीत. हजारो होन किमतीचे इंग्रजांचे कापड मराठ्यांनी लुटले. सातारच्या आजारात शिवाजी मेला, या बातमीवर विश्वास ठेवणाऱ्या इंग्रजांना शिवाजीराजांच्या हयातीची चोख पावती मिळाली!

राजे उन्हाळ्याअखेरपर्यंत पन्हाळ्यावरच मुक्काम ठेवून होते. पन्हाळ्याच्या हवेने राजांची प्रकृती पूर्ववत सुधारली. रामनगर भागात गेलेले मोरोपंत पिंडवोल, पावना हा भाग काबीज करून, बंदोबस्त करून लुटीसह रायगडला गेल्याची बातमी राजांना आली. विजापूर मुलुखात दत्ताजीपंत युवराजांच्यासह रायगडच्या वाटेला लागले होते. राजांनीही आपला तळ हलविण्याचे ठरविले.

विजापूरच्या दरबारात चाललेल्या यादवीकडे जसे राजांचे लक्ष होते,तसेच

मोगलांचेही. मोगल सरदार बहादुरखानाने या संधीचा फायदा घेण्याचे ठरविले. अंतर्गत यादवीने दुबळी बनलेली आदिलशाही काबीज करून औरंगजेबाला खूश करण्याचे ठरविले; आणि सैन्य घेऊन तो विजापुरावर चालून गेला. बहादुरखान आपल्यावर चालून येतो आहे, हे कळताच खवासखान पक्षाकडून झालेल्या पराभवाने आधीच असहाय बनलेल्या बेहलोलखानाने राजांच्याकडे मदतीची याचना केली. दुहीमुळे एक दक्षिणी राज्य पराभूत होणार, आणि उत्तरेची मोगलाई दक्षिणेत पाय रोवणार, हे राजांच्या ध्यानी आले. त्यांनी आपली फौज तातडीने बेहलोलखानाच्या मदतीला पाठविली. हलगी येथे राजांच्या मदतीने बेहलोलखानाने बहादुरखानाचा पराभव केला. विजापूरचे एक गंडांतर टळले. युद्धाचा रंग अशा विलक्षण तऱ्हेने पालटलेला पाहून, राजांना समाधान वाटले; आणि निश्चिंत होऊन राजांनी रायगडी जाण्याचे ठरविले.

पन्हाळामुक्काम हलविण्यास सुरुवात झाली. नजरबाजांची, अश्वदळाची पथके पुढे सरली.

गड सोडण्याच्या दिवशी राजांनी सोमेश्वराला अभिषेक करविला. अभिषेक आटोपून राजे सज्जाकोठीवर आले. तेथे रघुनाथपंत, बाळाजी आवजी, येसाजी, हंबीरराव सचिंत उभे होते. राजांनी विचारले,

'हंबीरराव, काय बातमी?'

'बातमी चांगली नाही, महाराज!'

'काय झालं?'

'आपली फौज अथणीहून येत असता फौजेनं बेळगावच्या किल्ल्यास वेढा घातला. किल्लेदार अनुखान नावाचा विजापुरी सरदार होता. त्या सरदारानं तहाची वाटाघाट सुरू केली. चाळीस हजार होन घेऊन किल्ला देण्याचं त्यानं वचन दिलं. कबूल केलेली अर्धी रक्कम त्याला दिली. आपल्यावर विजापूरचा ठपका येऊ नये, म्हणून त्यानं युद्धाचा देखावा करण्याचं ठरविलं. त्याच्या सूचनेनुसार ठरल्या वेळी किल्याचे दार उघडले गेले. विश्वासानं आपली फौज किल्ल्यात घुसली. आणि....'

'आणि काय झालं?'

'अनुखान वचनाला जागला नाही. आपल्या बेसावध फौजेवर त्यानं चौफेर हल्ला केला. आपली पाचशे माणसं त्यात गमावली, बेळगावचा वेढा उठविणं भाग पडलं.'

क्षणभर राजे स्तब्ध होते. दुसऱ्याच क्षणी राजे मोठ्याने हसू लागले. राजे असे फार क्वचित हसत. सारे राजांच्याकडे पाहत होते. राजे म्हणाले,

'सेनापती! बघता काय? केव्हा तरी शेराला सव्वा शेर भेटतोच! अनुखानाच्या रूपानं तो भेटला, एवढंच. युद्धातल्या तहात गाफील राहून चालत नाही, हा धडा शिकायला मिळाला.'

राजा परत एकदम स्तब्ध झाले. एक व्यथा चेहऱ्यावर चमकून गेली. आसनाकडे

जात असता ते म्हणाले,

'पाचशे गमावले! फार महागात ही अक्कल पडली. जगदंबे!'

□

२२

महादरवाजावरची नौबत झडली; आणि राजे रायगडी आल्याचे साऱ्या गडाला समजले. राजांची पालखी होळीचौकात आली. राजे पायउतार झाले. मोरोपंत, अनाजी राजांच्या स्वागताला हजर होते. राजांची नजर सर्वांवरून फिरली; पण युवराज संभाजी अथवा राजाराम त्यांच्या नजरेत आले नाहीत.

'अनाजी, युवराज कोठे आहेत? गडावर आहेत ना?'

'जी. आपल्या महाली असतील.'

राजांनी शिरकाईचे दर्शन घेतले, आणि सर्वांसह बोलत ते नगारखान्यापाशी आले. नगारखान्यावर भगवा ध्वज फडफडत होता. राजांनी त्याला वंदन केले. नगारखान्याच्या भव्य कमानीत पाऊल ठेवताच नगारखान्याची नौबत निनादली. राजांच्या बरोबर रघुनाथपंत चालत होते. गडाचे वैभव पाहून ते थक्क झाले. सर्व मंडळींना सदरेवर सोडून, राजे आपल्या महाली आले. राजांच्या महालात धुपाचा वास दरवळत होता.

राजे महालात आले, तेव्हा पुतळाबाई महालात वाट पाहत होत्या. राजांनी आपला टोप पुतळाबाईंच्या हाती दिला. राजांनी दुशेला, तलवार उतरली. तीही पुतळाबाईंच्या हाती दिली. राजे बैठकीवर बसले.

'तब्येत कशी आहे?'

'छान आहे. दैवयोगानं आम्ही बचावलो.'

'शंभूबाळांनी सांगितलं, तेव्हा कळलं.'

'का? त्याआधी आमचं कुशल आम्ही गडावर कळविलं होतं. तुम्हांला सांगितलं नाही?'

पुतळाबाईंनी नकारार्थी मान हलविली. राजांनी विचारले,

'आणि थोरल्या राणीसाहेब कुठं आहेत?'

'महाली असतील.'

'आणि राजाराम?'

'तेही तिथंच असतील.'

'युवराज?'

'ते आपल्या महाली असावेत.'

'असावेत?' राजांच्याकडे पाहण्याचा धीर पुतळाबाईंना झाला नाही.

राजांनी परत विचारले,

'थोरल्या राणीसाहेबांची प्रकृती ठीक आहे ना?'

'असावी; पण मला माहीत नाही.'

'पुतळा! असावी, असतील, ही भाषा कुठली? एका स्थळी राहून तुम्हांला युवराजांचा पत्ता नाही, राणीसाहेबांची बातमी नाही!'

'त्या बोलत नाहीत.'

'छान! सहा-सात महिन्यांनी आम्ही गडावर येतो. आमच्या सामोरे युवराज नाहीत. साऱ्यांचा बहिष्कार दिसतो.'

पुतळाबाई काही बोलल्या नाहीत. राजांची नजर दरवाजाशी गेली. येसूबाई तेथे उभ्या होत्या. राजांच्या चेहऱ्यावर प्रसन्नता आली. ते आनंदाने म्हणाले,

'येसू, आत ये ना! का तूही आमच्यावर रागावलीस?'

येसूबाई आत आल्या. त्यांनी राजांना त्रिवार नमस्कार केला. येसूबाई उठल्या. त्यांनी डोळ्यांना पदर लावताच राजे घाबरे झाले. येसूच्या पाठीवर हात ठेवीत त्यांनी विचारले,

'येसू, काय झालं, बाळ?'

येसूबाईंनी मान वर केली. त्या म्हणाल्या,

'आबासाहेब, आपल्याला पाहिलं, आणि रडू आलं.'

राजे हसत म्हणाले, 'छान! आम्हांला पाहून लोक भितात, क्वचित आनंदित होतात. पण आम्हांला पाहताच रडू येणारी तूच आहेस! ...राणीसाहेब, आम्ही आजारी होतो ना, तेव्हा अनेक वेळा ही पोर स्वप्नात यायची.'

'हो!' येसूबाई म्हणाल्या. 'एवढे आजारी पडलात, पण आम्हांला बोलावलं नाहीत!'

'आम्ही आजारी! आम्ही कसं बोलावणार? तुम्ही यायचं होतंत!' राजे बोलून गेले.

पुतळाबाईंनी चमकून राजांच्याकडे पहिलं. पुतळाबाईंच्या चेहऱ्यावरील वेदना पाहताच राजे गडबडीने म्हणाले,

'आम्ही थट्टा केली. आता मात्र वाटतं की, आजारात तुम्हां सर्वांना बोलवून घेतलं असतं, तर फार बरं झालं असतं!... चला. आजचा एकंदर दिवस भारी कठीण दिसतो. आम्ही सातमहालाकडे जाणार आहो. तुम्ही येणार?'

दोघींनीही माना खाली केल्या. राजांनी नि:श्वास टाकला. ते महालाबाहेर गेले.

राजे सातमहालात आले. राजांनी सोयराबाईंच्या महाली प्रवेश केला. महालाच्या प्रथम द्वारीच राजाराम उभे होते. राजाराम पुढे झाले. त्यांनी राजांचे पाय शिवले. राजारामांना जवळ घेत राजांनी विचारले,

'बाळराजे, आम्ही गडावर आलो, आणि तुम्ही सामोरे आला नाही?'

राजाराम क्षणभर बिचकले. त्यांनी एकदा मागे वळून महालात पाहिले. खालच्या मानेने ते म्हणाले,

'आबासाहेब, आपण आल्याचं आम्हांला कळलं नाही.'

राजांनी राजारामांना उचलून घेतले. हसत ते म्हणाले,

'हे मात्र खोटं! आम्हां गडावर चूपचाप यायला का तुमचे दादामहाराज आहोत? आम्ही यायचे झालो, तर चार नौबती झडतात, साऱ्या गडाला कळतं... बाळराजे, इकडे पाहा!'

राजारामांनी राजांच्या नजरेला नजर दिली.

'बाळराजे, खोटं कधी बोलत जाऊ नका; मग कोणीही सांगो. खोटेपणा जीवनात कधीही उपयोगी पडत नाही, हे लक्षात ठेवा.'

राजारामांसह राजे आत गेले. महालात सोयराबाई उभ्या होत्या. राजारामांना खाली सोडीत राजे म्हणाले,

'आम्ही आलो, पण तुमचं दर्शन घडलं नाही. त्यामुळं आम्हांला इकडं यावं लागलं.'

'आमचं नशीब मोठं!'

'निदान बाळराजांना तरी पाठवायचं होतंत.'

'त्यांच्या दर्शनानं आणखीन कोणते शकुन घडले असते, कोण सांगणार?'

'काय बोलता हे?'

'त्याखेरीज का त्यांना दरवाजे बंद झाले?'

'कुणाचे?'

'शंभूराजांनी बाळराजांना महालात यायला मनाई केली आहे.'

'होय, बाळराजे?'

राजाराम म्हणाले,'होय, आबासाहेब! दादामहाराजांनी आम्हांला 'महालात येऊ नका' म्हणून सांगितलं.'

राजे व्यथित झाले. स्वत:ला सावरीत ते राजारामांना म्हणाले,

'बाळराजे, आजारातून उठल्यापासून शोष पडतो. जरा पाणी आणता?'

राजाराम आत धावले. राजे महाली उभे होते. पण सोयराबाईंनी त्यांना 'बसा' म्हटले नाही, की त्या काही बोलल्या नाहीत. राजांनाही काय बोलावे, हे सुचत नव्हते. राजाराम महालात आले. पाठोपाठ दासी चांदीचा तांब्या, पेला घेऊन आली. तिने पाणी ओतून दिले. राजारामांनी तो पेला हाती घेतला. राजाराम राजांच्याकडे जात होते. राजांनी पेला हाती घेतला; आणि सोयराबाई एकदम म्हणाल्या,

'पाणी न घ्यावं!'

'कारण?' राजांचा हात एकदम थबकला.

'कुणास माहीत, पाणी कसलं असेल, ते?'

राजांची मुद्रा क्षणात बदलली. आपला क्रोध आवरीत राजे म्हणाले,

'राणीसाहेब! जबान अदबीनं वापरीत चला. याउप्पर आम्ही तुमच्या महाली येणार नाही. त्याला जगदंब साक्ष आहे. आम्ही येतो!'

राजांच्या हातचा पेला गळून पडला. आपल्या बोलण्याचा एवढा भयंकर परिणाम होईल, याची कल्पना नसलेल्या सोयराबाई जागच्या जागी खिळून राहिल्या. राजे निघून गेले. घाबरलेले राजाराम सोयराबाईंना बिलगले. त्यांनी हाक मारली,

'आईसाहेब!'

त्या हाकेने सोयराबाई भानावर आल्या. राजारामांना उराशी कवटाळून त्या रडू लागल्या.

□

२३

राजे महाली आले, तेव्हा संभाजीराजे महालात उभे होते. त्यांनी पुढे होऊन राजांचे पाय शिवले. राजांनी विचारले,

'युवराज, कुठं होता?'

'महाली.'

'आम्ही आल्याची खबर मिळाली नाही?'

'जी.'

'मग?'

'सर्व भेटल्यावर यावं, म्हणून....'

'अस्सं! मोहीम कशी झाली?'

'चांगली झाली. मिळालेल्या लुटीची जमा झालेली आहे.'

'ते आम्ही विचारलं नाही. सदरेवर जाता, की नाही?'

'जी, अलीकडे गेलो नाही.'

'कारण?'

'तिथं कोणी आम्हांला विचारीत नाही. आमचं मन तिथं रमत नाही.'

'युवराज! मन रमविण्यासाठी राज्यकारभार करायचा नसतो. एवढ्या कष्टानं जे राज्य उभं केलं, ते मन रमविण्यासाठी नव्हे... राजारामांना तुम्ही महाली येण्याची बंदी घातलीत?'

संभाजीराजांनी राजांच्याकडे पाहिले. ते शांतपणे म्हणाले,

'जी.'

'काय गुन्हा घडला बाळराजांच्या हातून?'

'आबासाहेब, खरं सांगायचं झालं, तर.....'

'आम्हांला खरंच ऐकायचं आहे.'

'बाळराजे आमच्या महाली आले, तर त्यांना शिक्षा भोगावी लागते. ते आमच्या ध्यानी आलं, तेव्हाच आम्ही त्यांना मनाई केली.'

राजांनी संभाजीराजांच्याकडे पाहिले. संभाजीराजांच्या डोळ्यांत पाणी गोळा झाले होते. त्यांच्या पाठीवर हात ठेवीत राजे म्हणाले,

'शंभूबाळ, राजकारण भावनेवर चालत नसतं; त्याला बुद्धीचं बळ असावं लागतं. ...चला. सदरेत सारी खोळंबली असतील.'

संभाजीराजांच्यासह राजे सदरेत आले. हवेत खूप उष्मा होता. सदरेवर अनाजी, मोरोपंत, निराजी, हंबीरराव, आनंदराव, रघुनाथपंत हजर होते. राजांनी अनाजींना क्षेमकुशल विचारले, रामनगरच्या विजयाबद्दल मोरोपंतांचे कौतुक केले. बघता-बघता राजे पूर्ववत मोकळेपणी बोलू लागले.

'मोरोपंत, पावसाळा संपल्यानंतर आमचे खूप बेत आहेत. ते पार पाडायचे झाले, तर त्याआधी इथली व्यवस्था पुरी व्हायला हवी. भागानगरमार्फत आम्ही विजापूरकरांशी सलोखा करण्याचा प्रयत्न करीत आहो. मोगलांशी तसाच तह करण्याची आमची इच्छा आहे.'

'तह करण्याचं कारण काय?' अनाजींनी विचारले.

'आम्ही सांगितलं ना? पावसाळ्यानंतर काही काल आमच्या राज्यात स्वस्थता हवी आहे... निराजीपंत, तुम्ही मोगलांच्या बहादूरखानाकडे जा. विजापूरला आम्ही मदत केल्यामुळं तो थोडा संतापला असेल. पण तो लाचखाऊ आहे. पैशानं त्याला वश करा, खंडणी आणि मोगलाईची चाकरी मान्य करा. औरंगजेब काबूल-कंदाहारच्या बंडाव्यात गुंतला आहे. तो येऊन आमचा तह मान्य करीपर्यंत पुष्कळ वेळ मिळेल. ...मोरोपंत, उरलेलं काम तुम्ही पार पाडा. आमचा तिसरा शत्रू सिद्दी. तो मात्र स्वस्थ बसत नाही. आम्ही आजारी असता त्यानं आमच्या मुलुखाला त्रास दिला, वेंगुर्ल्यासारखी बंदरं जाळली. त्याची गय करून चालणार नाही. हवी तेवढी कुमक घेऊन तुम्ही सिद्दीचा पराभव करा.'

'जी.' मोरोपंत म्हणाले.

राजांनी मोरोपंतांना मोहिमेचे विडे दिले. सर्व वाटाघाटी ठरल्या. अष्टप्रधानांनी मान्यता दिली. साहेबसदर राजे म्हणाले,

'रघुनाथपंत, घरी काय किंवा बाहेर काय, आम्हांला सदैव रणांगणाचाच विचार करावा लागतो! ...आम्ही जगदीश्वराच्या दर्शनाला जाणार आहो. येणार?'

'जी.'

'पावसाची चिन्हं दिसतात, तेव्हा...' अनाजी म्हणाले.

'अनाजी, वादळवारा तर आमच्या पाचवीला पुजला! पाहा ना, आम्ही गडावर

आलो, पण क्षणाची उसंत नाही. चला. ...शंभूराजे, तुम्ही येणार?'

'जी. मी...'

'समजलं. ...रघुनाथपंत, अनाजी, चला.'

राजे नगारखान्याबाहेर आले. पूर्वेला भवानीटोकाकडे काळ्याभोर ढगांनी फळी धरली होती. जोराचा वारा वाहत होता. राजे पेठेतून जात होते. व्यापारी मुजरे करीत होते. राजांनी बामणवाडा ओलांडला. जगदीश्वराच्या टेकडीवर राजे आले. समोर काळ्या दगडांत बांधलेले मंदिर दिसत होते. देवालयाचा सुवर्णकळस उठून दिसत होता. मंदिरात जाऊन राजांनी देवदर्शन घेतले. दर्शन आटोपून राजे पूर्वेच्या दरवाजात आले. समोर दूरवर पागेची इमारत दिसत होती. भवानीटोक नजरेस येत होते. रघुनाथपंत म्हणाले,

'गड मोठा विशाल आहे.'

'देवाचं देणं विशालच असतं, पंत!'

समोर गोळा होणाऱ्या पावसाकडे राजे पाहत होते. एक काळाभोर मेघ आकाशातून पुढे सरकत होता. हवेत खूप उकाडा होता. वारा थांबला होता. क्षणभर सारे आसमंत स्थिर झाल्याचा भास झाला. वीज लक्खन चमकली; आणि पाठोपाठ ढगांची नौबत झडली.

'पाऊस आला!' अनाजी म्हणाले.

'बरं झालं, देवळात आल्यावर पाऊस आला.' रघुनाथपंत म्हणाले.

पाऊस कोसळत होता. विजा कडाडत होत्या. सेवकांनी ओवरीवर बैठक घातली. राजे सर्वांसह बैठकीवर बसले. देवालयाच्या चारी बाजूंच्या ओवऱ्यांचे पाणी आतल्या चौकाच्या फरशीवर पडत होते. त्याचा अखंड नाद उठत होता. आकाशात बदललेल्या वाऱ्यांवर ढगांची उलथापालथ होत होती. पावसाचा वेग वाढत होता.

हळू हळू पाऊस कमी झाला. सायंकाळचे सूर्यकिरण गडावर फाकले. वाड्याकडे जाण्यासाठी राजे उठले.

राजे देवालयाच्या बाहेर आले. आकाश नितळले होते. मातीचा वास दरवळत होता. एक भला मोठा पांढरा ढग माथ्यावर आला होता. राजांची नजर त्याच्यावर स्थिरावली. त्या मेघाकडे बोट दाखवीत राजे म्हणाले,

'रघुनाथपंत, तो मेघ पाहिलात? काही काळापूर्वी जलानं संपन्न असलेला मेघ आता कसा फिका वाटतो, नाही?'

'आपली संपत्ती रिती करून मोकळा झालाय् ना तो!' रघुनाथपंत म्हणाले.

राजांच्या चेहऱ्यावर स्मित झळकले. ते म्हणाले,

'खरंच! वाऱ्यावर फिरणारा, आकाशातून मुक्तपणे भ्रमण करणारा हा बैरागी मेघ. तपश्चर्येनं त्याचं जीवन कसं समृद्ध बनलेलं. पण त्या बैरागी मेघालादेखील

पृथ्वीचं व्याकूळ, तृषार्त रूप मोहवितं आणि पाहता-पाहता आपलं सर्वस्व पृथ्वीला अर्पण करून तो मोकळा होतो. दानानं जीवन समृद्ध होतं, असं म्हणतात; पण हे दान एवढं विलक्षण, की दानानं निष्प्रभ झालेल्या मेघाहाती वाऱ्यावर विरून जाण्याखेरीज काहीच उरत नाही.'

रात्री राजे आपला नित्याचा फलाहार आटोपून झोपण्याकरिता महाली आले. समया तेवत होत्या. महालाच्या दाराशी पावले अडखळली. महालात सोयराबाई उभ्या होत्या. राजांना पाहताच त्यांनी डोळ्यांना पदर लावला; राजे संथपणे जवळ गेले.

'राणीसाहेब, काय झालं?'

सोयराबाईंनी नजर वर केली. त्या म्हणाल्या,

'चुकून बोलून गेले, तर....'

'असं बोललं जातं, ते चुकूनच; संयम राहिला नाही, म्हणजे. म्हणून काही घाव बसायचा टळत नाही.'

'चुकलं, म्हणते ना!'

'क्षमा मागायची काही गरज नाही. आमच्या मनात काही नाही.'

'खरं?'

'आम्ही खोटं बोलत नसतो.'

'मग महाली....'

'ते अशक्य! पण त्यानं काही बिघडलं नाही. तुम्ही आमच्या महाली येताच ना?'

'माझ्या मनाला....'

'राणीसाहेब, आम्ही आज फार थकलो. म्हणावं, तसं आम्हांला अजून बरं वाटत नाही. आम्ही झोपतो.'

राजे पलंगाजवळ गेले. पलंगावर हात जोडून चिंतनात मग्न झालेली मूर्ती सोयराबाईंनी काही क्षण न्याहाळली; आणि हलक्या पावलांनी त्या महालाबाहेर पडल्या.

समया शांत करण्यासाठी महादेव जेव्हा महाली आला, तेव्हा राजांना निद्रा लागली होती.

□

२४

पावसाळ्याची गडबड गडावर चालू झाली: साऱ्या घरांना झडी लावून घेण्यात आल्या. गडावरच्या पागेच्या गंजी बांधून घेण्यात आल्या. पाचाडहून अंबारखान्यात धान्य भरले जात होते. पश्चिमेकडचे वारे सुटले. सागरावरून येणाऱ्या ढगांनी आकाशात छपरी धरली. गार वाऱ्यांनी पावसाची नांदी दिली. मृगाचे शिडकावे पडू लागले.

पावसाळा आला, की फौजेला उसंत मिळे. पण राजांनी सर्व फौजेला उसंत दिली नाही, मोरोपंतांच्यासह काही फौज जंजिऱ्यात गुंतली होती. राजांचे नजरबाज

भागानगरपर्यंत पोहोचले होते. निराजीपंत औरंगाबादेला बहादुरखानाकडे गेले होते. राजे सर्व बातम्या ऐकत होते. गडाच्या विवेकसभेला रंग भरत होता.

सकाळी स्नान आटोपून राजे महालात आले. मनोहारी राजांच्या देव्हाऱ्यासमोर बेलपत्रे ठेवीत होती. दोन दिवसांत राजांना मनोहारी दिसली नव्हती.

'मनू, तुझा पत्ता कुठं आहे?'

'पाचाडला गेले होते.'

'पाचाडला? ते बरं?'

पण त्याचे उत्तर मनोहारीला द्यावे लागले नाही. महालात येणाऱ्या सोयराबाईंनीच त्याचे उत्तर दिले.

'चार दिवसांनी मासाहेबांचं श्राद्ध. तेव्हा व्यवस्थेसाठी तिला पाठविली होती.'

मासाहेबांच्या आठवणीबरोबर राजांचा जीव भारावला. एक दीर्घ निःश्वास सोडून ते म्हणाले,

'पाहता-पाहता दोन वर्षं निघून गेली; पण मासाहेबांची आठवण एक दिवसही मनातून हलत नाही. एक माणूस जातं, पण केवढं रितेपण निर्माण करून!'

राजांनी क्षणात तो विचार मागे सारला. त्यांनी सोयराबाईंना विचारले,

'मग सर्व तयारी झाली?'

'हो. अनाजींना पण गडाखाली पाठवलंय्. कसलीच कमतरता ठेवू नका, म्हणून मी बजावलंय्.'

राजे खिन्नपणे हसले.

'राणीसाहेब, माणूस असेपर्यंत आपण जे करू, तेच खरं. त्याच्या पश्चात या गोष्टी केल्या काय आणि न केल्या काय, सारख्याच!'

'श्राद्धाला काहीच का महत्त्व नाही?'

'तसं मी म्हटलं नाही. त्या व्यक्तीच्या श्रद्धेचं ते प्रतीक. त्या थोर आत्म्याची जाण वर्षातून एक दिवस तर मनात प्रकटावी, म्हणून हा दिवस पाळायचा; एका गमावलेल्या आठवणीला उजाळा द्यायचा, आलेला एकाकीपणा त्या आठवणीत विसरण्याचा प्रयत्न करायचा. राणीसाहेब, सर्व गोष्टी चांगल्या तऱ्हेनं, चांगल्या मनानं करा. मासाहेबांची आठवण जतन करण्यात आपणां सर्वांचं हित आहे.'

महादेव महाली आला. त्याने वर्दी दिली.

'बाळाजी आले आहेत.'

'एवढ्या सकाळी? ठीक आहे, त्यांना बोलाव.'

सोयराबाई, मनोहारी आतल्या दरवाजाने निघून गेल्या. बाळाजी महाली आले.

'बाळाजी, या. काय खबर आणलीत?'

'मोगलाईतील एक सरदार महंमद कुलीखान आपल्या दर्शनासाठी आलेत.'

'महंमद कुलीखान?' राजे विचारात पडले. क्षणभर राजे ते नाव आठवण्याचा प्रयत्न करीत होते. क्षणात त्याच्या चेहऱ्यावर हास्य विलसले. ते म्हणाले,

'आम्ही महंमद कुलीखानांना ओळखीत असू, असं वाटतं. सायंकाळी सर्वांना सदरेवर यायची आज्ञा करा. आम्ही कुलीखानांची भेट तिथंच घेऊ.'

'जी.' म्हणून बाळाजी वळले.

'बाळाजी!'

'जी.'

'कुलीखान आमच्या भेटीला येतील, तेव्हा ते नि:शस्त्र आहेत, याची खात्री करून घ्या.'

'जी.'

'तोवर त्यांची गडावर चोख व्यवस्था ठेवा. त्यांच्याबरोबर कोण आहे?'

'त्यांचं अश्वपथक पाचाडला आहे. संगती दोन-चार हशम आहेत.'

'ठीक. जा तुम्ही.'

बाळाजी गेले. राजांनी मनोहारीला बोलावणे पाठविले. मनोहारी आली,तेव्हा राजे बैठकीवर बसून आराम करीत होते.

'मनोहारी, धाकट्या राणीसाहेबांना, आम्ही बोलावलंय्, म्हणून सांग.'

थोड्या वेळाने पुतळाबाई महालात आल्या. राजांनी आज्ञा केली,

'राणीसाहेब, आज बुद्धिबळं खेळावी, असं मनात आहे. आमचा पट काढा.'

'आत्ता?'

'हो. आमच्या अस्वस्थ मनाला तेवढाच विरंगुळा वाटेल.'

पुतळाबाई हसल्या. त्यांनी बुद्धिबळाचा डाव मांडला. राजे म्हणाले,

'तुम्ही सुरुवात करा.'

पुतळाबाईंनी राजासमोरचे प्यादे उचलले, एक घर पुढे सारले. राजांनी सांगितले,

'पुतळा, राजासमोरचं प्यादं प्रथम चालवू नये. बहुधा ते प्यादं खर्ची पडतं.'

'पण राजा सुखरूप राहतो ना!'

'ते प्याद्याच्या ध्यानी येत नाही.'

'काय म्हटलंत?'

'काही नाही! ...बरं आठवलं. आज एक मोगल सरदार आपल्या भेटीला आले आहेत. सायंकाळी सदरेत आलात, तर तुम्हांलाही गंमत बघायला मिळेल.'

'येईन ना!'

राजांनी उंटासमोरचे प्यादे पुढे ढकलले.

सायंकाळी खासे सदरेत सारे गोळा झाल्याची वर्दी राजांना आली. राजे सदरेकडे निघाले. सदरेत संभाजीराजे आधीच गेले होते. साऱ्यांचे मुजरे घेऊन राजे आपल्या उच्चासनावर स्थिर झाले. रघुनाथपंत, येसाजी, हंबीरराव, आनंदराव, बाळाजी ही मंडळी हजर होती. राजांनी महंमद कुलीखानांना दरबारी आणण्याची आज्ञा केली. साऱ्यांची नजर दरवाजाकडे होती. राजांनी उजव्या बाजूच्या खिडकीकडे पाहिले. जाळीच्या पडद्याआडची हालचाल नजरेत आली. राजांच्या चेहऱ्यावर नित्याचे स्मित प्रकटले. सारी सदर मोगलाईचे कोणते राजकारण शिजते, हे पाहण्यास आतुर बनली होती.

महंमद कुलीखानाने सदरेत प्रवेश केला. त्याने राजांना कुर्निसात केला. त्याचा स्वीकार न करता राजे बोलले.

'महंमद कुलीखान!'

'महाराज!' महंमद धीर करून बोलला.

'मुजरासुद्धा विसरलात?'

त्या शब्दांबरोबर महंमद कुलीखानाचे शिर झुकले. डोक्यावरची मोगलाई किमॉष. अंगातला मोगलाई अंगरखा, पायांतली विजार या वेषाचा महंमदाला विसर पडला. उभ्या जागी तो रडू लागला. सारी सदर आश्चर्यचकित झाली. राजे संथपणे म्हणाले,

'महंमद कुलीखान! औरंगजेब बादशहाचे पंचहजारी निष्ठावंत सरदार...'

'महाराज, क्षमा!'

'क्षमा? आणि तुम्हांला? तुम्हांला पाहून आमच्या मनाला केवढ्या वेदना होतात, याची कल्पना यायची नाही. नेताजी! तुम्ही आमचे आप्त, एके काळचे आमचे सेनापती. आठवा तुमचा पराक्रम! खुद्द आमची प्रतिमा, असा तुमचा लौकिक होता. तुम्हांला लोक प्रतिशिवाजी असं समजत होते. तेच नेताजी आमच्यासमोर महंमद कुलीखान म्हणून येतात....'

'महाराज! मी चुकलो.' नेताजी कळवळले.

सारी सदर चकित होऊन पाहत होती. नेताजी पालकरांची ओळख अजून पटत नव्हती.

'नेताजी, काय केलंत हे? आमचा पडता काळ पाहताच अवघ्या तीनहजारीसाठी आदिलशाही जवळ केलीत! मिर्झाराजांनी पाचहजारी देऊ करताच आदिलशाही सोडून मोगलाईला मिळालात! तुम्हांला पाहून औरंगजेबाला कोण आनंद झाला असेल! त्यानं तुम्हांला आणखी कोणती मनसब देऊ केली, की जिच्यासाठी तुम्हांला तुमच्या धर्माचाही विसर पडला?'

राजांचा एक एक शब्द चाबकाप्रमाणे नेताजींच्या अंगावर फुटत होता. नेताजींनी आपली घायाळ नजर वर केली.

'महाराज, मी हौसेनं मुसलमान झालो नाही. माझ्यावर सक्ती करण्यात आली. मला मानावंच लागलं. तीन वेळा पळून जायचा प्रयत्न केला; पण यश आलं नाही. संधी मिळताच मी आलो.'

'कुणाला सांगता हे, नेताजी? मला? धाकुटपणापासून आम्ही या देशात आहो. खरं-खोटं आम्ही जाणतो. माणसाचं माणूस ओळखतो. नऊ वर्षांमध्ये आज पळून जायला सवड मिळाली? तुम्ही मुसलमान झालात, आणि आपल्या बायकामुलांनाही मुसलमानी धर्म स्वीकारण्याचा सल्ला दिलात, हे खोटं?'

नेताजींची मान खाली झुकली. राजांचा संताप वाढला होता. त्यांचा आवाज मंदावला होता.

'खरंच! औरंगजेबानं तुमच्यावर मोठी कृपा केली! हिंदुधर्माला कलंक असलेले तुम्ही, त्यानं तुम्हांला आपल्या धर्मात जागा दिली!'

नेताजी धावला. राजांच्या समोर आसनाजवळ त्याने मस्तक टेकले.

'राजे, मला वाचवा! तुम्ही आप्त म्हणून नको. पण छत्रपती म्हणून पायांजवळ जागा द्या. मला माणसांत घ्या, राजे!'

राजे म्हणाले, ' नेताजी उठा, या अश्रूंना काय अर्थ आहे? परमेश्वरानं आम्हांला छत्र दिलं, ते जिवाच्या पायघड्या घालून श्रींचं राज्य उभं करणाऱ्याच्या रक्षणासाठी. ज्या माणसाला राज्याशी इमान नाही, दिल्या वचनाची चाड नाही, एवढंच नव्हे, तर स्वधर्माबद्दल निष्ठा नाही, त्याच्याबद्दल आम्ही काय करणार? असे आमच्या समोर येण्यापेक्षा रणांगणात गाठ पडली असती, तर फार बरं झालं असतं! ...नाही, नेताजी, देशद्रोह्याला आमच्या राज्यात छत्र नाही!'

नेताजींच्याकडे एकदाही न पाहता राजे सदरेतून निघून गेले. संभाजीराजे नेताजींच्याकडे धावले. सारे गोळा झाले. नेताजींच्या शोकाला सीमा राहिल्या नव्हत्या. केलेले सांत्वन त्यांच्या कानांपर्यंत पोहोचत नव्हते.

महादेव सदरेत आला. त्याने संभाजीराजांना सांगितले. संभाजीराजे महादेवाच्या पाठोपाठ आत गेले. आत पुतळाबाई, सगुणाबाई उभ्या होत्या. पुतळाबाईंनी डोळे टिपले. पुतळाबाई म्हणाल्या,

'नेताजीकाकांना तुमच्या महाली घेऊन चला.'

'जी.' संभाजीराजे म्हणाले.

संभाजीराजांच्या महाली नेताजी बराच उशीर होते. दिवेलागण झाल्यावर ते वाड्याबाहेर गेले.

रात्री राजांच्या महाली पुतळाबाई आल्या. राजांच्या शेजारी त्या उभ्या होत्या. पुतळाबाईंच्या म्लान चेहऱ्याकडे पाहून राजे गंभीर झाले. त्यांनी विचारले,

'पुतळा! काय झालं?'

'एक मागणं मागितलं, तर द्याल?'

'मुळीच नाही!' राजे म्हणाले. 'तुम्ही नेताजींच्याबद्दल रदबदली करायला आलात ना?'

'खरं आहे! किती केलं, तरी ते बाईंचे काका! त्यांच्याकडे पाहवत नाही. त्यांना परत....'

'नाही, राणीसाहेब! नेताजींचा गुन्हा फार मोठा आहे. आम्हांला उगा भीड घालू नका!'

पुतळाबाई काही बोलल्या नाहीत. काही क्षण त्या तशाच उभ्या होत्या; आणि नंतर महालाबाहेर जाऊ लागल्या.

'निघालात?'

'जी. जाते ना.'

'रागावलात?'

'छे! मुळीच नाही.' पुतळाबाई हसण्याचा प्रयत्न करीत म्हणाल्या. 'मला माहीत आहे, आमची तेवढी योग्यता नाही.'

'कुणाबद्दल बोलता?' राजांनी आश्चर्याने विचारले.

'थोरल्या राणीसाहेब! दुसरं कोण? बजाजी असेच मुसलमान झाले होते; पण त्यांना पायांजवळ जागा मिळाली. त्यांनीही हाच गुन्हा केला होता... माझी तक्रार नाही. मी रागावलेही नाही. शब्द टाकण्याआधी मला कळायला हवं होतं.'

'पुतळा!' राजे उद्गारले. 'थांब, जाऊ नको. निदान तू तरी आम्हांला समजून घे. बजाजी आदिलशाही सरदार होते; आदिलशाहीशीच एकनिष्ठ राहिले. पण नेताजी आपले होते. आमचे सेनापती होते. त्यांचं इमान आमच्याकडे रुजू झालं होतं. आमच्या मनात त्यांच्याबद्दल जिव्हाळा होता. ही सारी नाती त्यांनीहून तोडली. नेताजी आम्हांला सोडून गेले; मनाला फार वाईट वाटलं. पण जेव्हा धर्म बदललेला समजलं, तेव्हा कैक दिवस आमच्या मनाला चैन पडलं नाही. त्यांच्यासाठी आम्ही फार यातना भोगल्यात, राणीसाहेब!'

'माझं काही म्हणणं नाही. मी जाते.'

राजे उठले. 'थांब,' म्हणत ते त्यांच्या जवळ गेले. त्यांनी त्यांच्या खांद्यावर हात ठेविला.

'इकडे बघ.'

पुतळाबाईंची नजर वळली. राजांच्या चेहऱ्यावर स्मित होते.

'पुतळा, काळजी करू नको. आम्ही नेताजींना परत आमच्यांत घेऊ.'

'खरं?'

'अगदी खरं! क्षणभर आम्हीही विसरलोच होतो. नेताजी, किती केलं, तरी आपले. आपल्या माणसांना शिक्षेएवजी क्षमा करणं हेच योग्य.'

'माझ्यासाठी का म्हणता हे?'

'तुमच्यासाठी म्हटलं, तरी कुठं बिघडलं? तुमचा तो हक्कच आहे. पण, पुतळा, पुन्हा कधी याविषयी शंका धरू नको. आमच्या मनाची पारख करण्यात निदान तू तरी चुकू नको.'

'सगुणेला.... धाकट्या बाईंना तसं सांगू?'

'जरूर सांगा. नेताजी जरूर आमच्यांत येतील, म्हणावं.'

पुतळाबाई आनंदाने वळल्या. जीवनातल्या परमोच्च आनंदाचा क्षण उपभोगीत असल्याची जाणीव पुतळाबाईंना होत होती. त्या आनंदात त्यांचे भान हरपत होते.

□

२५

जिजाबाईंचे श्राद्ध आटोपून राजे गडावर आले. आषाढ वद्य चतुर्थीला राजांनी प्रायश्चित्तपूर्वक, विधिपूर्वक नेताजींना हिंदू करून घेतले. सर्वांनाच त्या घटनेचा आनंद झाला. नेताजींना हिंदू करून घेतल्यानंतर दोन प्रहरी खास मेजवानी झाली. तीत नेताजींना शेजारी घेऊन राजे पंक्तीस बसले. नेताजींना पुनर्जन्म झाल्याचा आनंद वाटत होता. पंगत सुरू होण्याआधी नेताजी उठले. त्यांनी राजांच्या पायांवर डोके ठेवले. राजांचे पाय नेताजींच्या अश्रूंनी भिजत होते.

'नेताजी, हे काय? उठा. झालं गेलं, होऊन गेलं. आता त्यावर विचार करू नका. मागचं काही आठवू नका.'

'राजे, तेच माझं मागणं आहे. धर्मात घेतलंत; माणसांत आणलंत. पूर्वी होतो, तसंच सेवेला रुजू करून घ्यावं....'

नेताजींच्या नजरेला राजांची नजर भिडली. नेताजींची नजर झुकली. सारी पंगत जिवाचे कान करून राजांचे उत्तर ऐकण्यास आतुर होती.

'नेताजी, ते होणे नाही. त्याचा हट्ट धरू नका. आपणहून पायरी सोडलीत; ती पुन्हा मिळणे कठीण. आहे, यात सुख माना. राज्याची सेवा करा. केलेलं विसरून जाण्याइतपत थोर पराक्रम केलात, तर त्या पराक्रमाला साजेशी जागाही आपोआप तुमच्याकडे चालत येईल. रक्तापेक्षा आम्ही कर्तृत्व ओळखतो. कर्तृत्ववान माणसाला इथं नेहमीच किंमत दिली जाते.'

नेताजींना काही बोलायचा धीर झाला नाही.

पावसाळ्याने जसा जोर धरला, तसा रायगडच्या राजकारणालाही रंग भरला. गोवळकोंड्याच्या मादण्णांच्या मध्यस्थीने आदिलशाहीशी राजांचा तह झाला. कृष्णा

नदी ही दोन राज्यांच्या मधील सरहद्द ठरविण्यात आली. त्यामुळे आदिलशाहीचा बालाघाटी मुलूख राजांच्या ताब्यात आला. राजांनी तीन लक्षांचा नजराणा व एक लाखाची खंडणी आदिलशाहीला द्यावी, असा तह झाला. त्या तहाने राजांना खूप समाधान वाटले. अनाजी मात्र साशंक होते. त्यांनी विचारले,

'हा तह टिकेल?'

राजे सहज बोलून गेले,

'अनाजी, हा तह टिकणार नाही, हे समजायला ज्योतिषी लागत नाही. काही काल मात्र टिकेल. तेवढाच अवधी आम्हांला हवा. कर्नाटकची मोहीम आटोपून येईपर्यंत हा तह टिकला, तरी खूप झालं.'

राजांनी तसाच तह करण्यासाठी निराजीपंतांना औरंगाबादेकडे पाठविले होते. निराजीपंत भीमातीरी असलेल्या पेडगावच्या बहादूरखानाच्या छावणीत तहाच्या वाटाघाटी करण्यात गुंतले होते. हवी ती खंडणी, बादशहाची चाकरी, संभाजीराजांना मनसबदारी यांची, आणि हवे होते, ते कबूल करण्याची मुभा निराजीपंतांना दिली होती. त्यामुळे त्याबाबत राजे निश्चिंत होते.

भागानगरच्या दरबारी प्रल्हाद निराजी राजांचे वकील म्हणून होते.

रघुनाथपंतांनी प्रल्हाद निराजींना राजांची भागानगरच्या भेटीची इच्छा कळविली होती. गोवळकोंड्याच्या उत्तराची राजे वाट पाहत होते.

एके दिवशी संतप्त झालेले राजे सदरेत आले. जेजुरीचे घडशी आणि गुरव यांच्यामध्ये हक्कासंबंधी वाद निर्माण झाला होता. चिंचवडचे देव जेजुरीला गेले असता त्यांच्या कानांवर ही बातमी गेली.त्यांनी न्याय करण्याचे अभय देऊन घडशी व गुरव यांना चिंचवडला बोलविले. देव न्यायाला बसले. त्यांच्या मतानुसार त्यांनी घडश्यांना दोषी ठरवून, घडश्यांचे हक्क गुरवांना देऊन टाकले. त्या अन्यायाने घडशी संतापले. देवांनी त्यांच्यावर न्याय मान्य करण्याची सक्ती सुरू केली. घडशी घाबरले. ते पळून जाऊ लागलेले पाहताच देवांनी त्यांना पकडून आणले, त्यांना बेदम चोपले, घडश्यांना सिंहगडावर पाठवून त्यांना खोड्यात टाकण्याची आज्ञा किल्लेदारांना दिली. चिंचवड संस्थानाच्या देवांचा दबदबा मोठा. खुद्द राजे त्यांना मानीत असत. सिंहगडाच्या किल्लेदाराने देवांची आज्ञा मानली, आणि घडश्यांना खोड्यांत टाकले. घडश्यांची बायका-पोरे राजांच्याकडे तक्रार घेऊन आली. तो सारा प्रकार ऐकून राजे संतप्त झाले. सदरेत येताच त्यांनी अनाजींना बोलावून घेतले.

'अनाजी, देवांचा काय प्रकार आहे?'

'मलाही तो आत्ताच कळला.'

'देवांना आम्ही गुरूसमान मानतो, याचा देवांनी भलताच अर्थ घेतलेला दिसतो.

राज्यकारभारातही ते भलतीच लुडबूड करू लागले. अनाजी, त्यांना स्पष्ट कळवा की, 'धर्मकारण करता, तो आपला अधिकार आहे; पण राजकारणात आपण असला हस्तक्षेप करणे आम्हांला पटणार नाही.' '

अनाजी घाबरले. 'पण देवांचा अधिकार....'

'तो धर्मकारणात! त्याचा राजकारणाशी काही संबंध नाही. देवांच्या ताकिदीचं पत्र तयार करून ठेवा. आम्ही ते नजरेखालून घालू.'

'जी.'

'आणि आमच्या सिंहगडाच्या शहाण्या किल्लेदारांना डांबून ठेवलेल्या घडश्यांना सत्वर सोडून देण्याची आज्ञा पाठवा. देव सांगतात; आणि किल्लेदार ऐकतात! ते चाकर आमचे, की देवांचे? त्यांना ताकीद द्या... याउपर असला प्रकार घडला, तर आमच्याकडून क्षमा होणार नाही.'

राजांची पत्रे तातडीने गडावरून रवाना झाली. घडशी सुटले. देवांना आपल्या अधिकाराची चांगलीच जाणीव झाली.

देवप्रकरणात राजे जसे अस्वस्थ झाले, तसेच दुसऱ्या एका बातमीने राजे आनंदले. एके दिवशी अनाजींनी राजांना खबर दिली,

'महाराज, समर्थ रामदास स्वामी परळीवर राहायला गेले.'

'कुणी बातमी पाठविली?'

'परळीचे किल्लेदार जिजोजी काटकर यांनी कळविलं आहे. आपल्या आज्ञेनुसार सर्व व्यवस्था गडावर केली आहे.... परळीचं भाग्य उजळलं. आता ते संतसज्जनांचं माहेरघर बनलं!' अनाजी म्हणाले.

'खरंच सुंदर नाव आहे! यापुढं 'परळी' म्हणू नका. समर्थांच्या वास्तव्यानं पवित्र बनलेला तो 'सज्जनगड' बनला आहे.'

- आणि त्या दिवसापासून परळीचा 'सज्जनगड' बनला.

□

२६

गोवळकोंड्याच्या कुतुबशहाकडून राजांना भेटीस येण्याचे फर्मान आले. राजांनी तशाच सन्मानाने त्या आमंत्रणाचा स्वीकार केला. त्या दिवसापासून राजांचा फड गजबजून गेला. गोवळकोंड्याला मादण्णांना पत्रे जाऊ लागली. शेकडो नजरबाज भागानगरच्या मार्गी गुंतले. सेनापती हंबीरराव, येसाजी वगैरे मंडळींना निवडक, तगडे, नाणावलेले तरुण धाडसी घोडेस्वार निवडण्याची आज्ञा केली. पागेतल्या उमद्या घोड्यांच्या व फौजेतल्या कर्तबगार तरुणांच्या याद्या तयार होऊ लागल्या. वाटा निश्चित करण्यासाठी नजरबाज आधीच पाठविले होते. आडवाटेने जाताना अडचणी

येऊ नयेत, म्हणून रान तोडणे, दगड फोडणे, सुरुंग लावणे या कामांसाठी नेकजात बेलदार, कामाठी गोळा करण्याचे काम सुरू झाले.

या मोहिमेचा थाट मोठा होता. नेहमीप्रमाणे ही खडी मोहीम होणार नव्हती. राजांनी छत्रपतिपदाला साजेसा डौल आखला होता. राजांची छावणी डेरे, शामियाने, राहुट्या यांनी सजणार होती. फौज पोशाख, अलंकार, निशाणे यांनी समृद्ध होणार होती. अश्वदळाच्या रुबाबात कमतरता राहणार नव्हती. याखेरीज जरीपटका, नगार-नौबती यांसाठी उंचेपुरे, सुलक्षणी, मोजके हत्ती निवडले होते. राजांच्या अठरा कारखान्यांना उसंत राहिली नव्हती. शस्त्रागारातील नामांकित शस्त्रांना, चिलखतांना उजाळा दिला. फौजेचा पोशाख, अलंकार, निशाणे ही निश्चित झाली.

ही सारी तयारी गडावर चालू असता मोरोपंत मात्र जंजिऱ्याच्या सिद्दीशी झुंज देत होते. दंडा-राजपुरी जिंकल्याखेरीज माघारी यायचे नाही, असा मोरोपंतांनी निश्चय केला होता. पण प्रतिकूल परिस्थितीमुळे त्यांना यश येत नव्हते. राजांचे लक्ष भागानगरकडे वळले होते. त्यांनी मोरोपंतांना तातडीने माघारी बोलावून घेतले. नाइलाजाने मोरोपंतांना रायगडी परतावे लागले.

रायगडावर मोरोपंत राजांच्या समोर उभे होते. मोरोपंतांच्या बरोबर जंजिरामोहिमेत पराक्रमाची शर्थ करणारे पद्मदुर्गाचे सुभानजी मोहिते, सुभानजी खराडे आणि पाटील राजांच्या मुजऱ्याला आले होते. राजे सर्व हकीकत ऐकत होते.

मोरोपंतांनी जंजिऱ्याच्या किनाऱ्यावर जाताच किनाऱ्याची झाडी तोडून मोर्चे बांधले. मचव्यांवर तोफा चढविल्या. जंजिऱ्याच्या भोवती मराठी मचव्यांनी रिंगण धरले. जंजिऱ्यावर तोफा-बंदुकांचा भडिमार होऊ लागला. पण जंजिरा काबीज होण्याचे चिन्ह दिसेना. मोरोपंत इरेला पडले. शिड्या लावून जंजिऱ्यात जाण्याचा बेत त्यांनी आखला. त्यासाठी निधड्या छातीचा, समुद्राची पर्वा न बाळगणारा, मुलुखाचा माहितगार इसम पंतांना हवा होता. कोळीवाड्याच्या लायपाटलाने हिंमत बांधली. जंजिऱ्याला शिड्या लावण्याची कामगिरी त्याने पत्करली. दिवस ठरला, बेत पक्का झाला. भर रात्री तटाला शिड्या लावून देण्याचे पाटलांनी कबूल केले. पाटलांनी शिड्या लावायच्या; आणि पंतांनी जंजिऱ्यात घुसण्यासाठी धारकरी पाठवायचे.

'शिड्या लावल्या नाहीत?' राजांनी विचारले.

'जी, शिड्या लावल्या.' मोरोपंत म्हणाले.

'भर समुद्रात जाऊन तुम्ही शिड्या लावल्यात?' राजांनी विचारले.

'जी!' पाटील अभिमानाने म्हणाले. 'आम्ही शिड्या लावून यांची वाट पाहत बसलो. पहाट झाली, दिसू लागलं, तसे माघारी वळलो.'

हे ऐकून राजे थक्क झाले. त्यांनी पंतांना विचारले,

'हे खरं?'

'जी, महाराज.'

'धारकरी का गेले नाहीत?'

'महाराज, क्षमा असावी. चूक माझी आहे. रात्री समुद्राला उधाण होतं. मचवेवाल्यांनी अशा उधाणात तटाला शिड्या लागणार नाहीत, असा अंदाज बांधला.'

'नावाड्यांनी अंदाज बांधला, आणि तुम्ही त्यावर विश्वास ठेवलात? त्यापायी एक अमोल संधी गमावलीत.'

मोरोपंतांनी मान खाली घातली. राजे म्हणाले,

'पंत, ठीक आहे. झालं, ते झालं. अंदाज चुकला, हा गुन्हा नाही. आपण परत प्रयत्न करू. पण, पंत, अशी संधी केव्हा तरी एकदाच येते. तो क्षण गमावला, की त्याची पुनरावृत्ती होत नसते. निसर्गाला ते मान्य नाही.'

राजांनी मोहिते, खराडे यांना वस्त्रे, पालखी देऊन त्यांचा गौरव केला. राजांची नजर लायपाटलांच्याकडे वळली. आसनावरून उठून ते लायपाटलांच्या जवळ आले. त्यांची पाठ थोपटून राजे म्हणाले,

'तुमच्या बहादुरीला तोड नाही. आम्ही तुम्हांला पण पालखीचा मान देत आहो.'

लायपाटील भारावले. ते बोलले,

'आपण बोलला... सेवेचं चीज झालं. पण मी कोळी. पालखी घेऊन कुठं फिरणार?'

राजे म्हणाले, 'पाटील, असं का म्हणता? आता तुम्हांला आमच्या नजरेतून सुटता येणार नाही. जेव्हा आमच्या भेटीला याल, तेव्हा पालखीतून या.'

पाटलांचे नेत्र आनंदाने भरले. ते उदार राजांना म्हणाले,

'महाराज, दर्शनाला अनवाणी पायांनी आलं, तरी पायांच्या कातड्याची लाज वाटते. तुमच्या भेटीला पालखीतनं येणारं आम्ही न्हवं!'

'तुम्हांला पाटिलकी कुणी दिली?' राजांनी विचारले.

'बादशहांनी.'

'पाटील, आजपासून आम्ही तुम्हांला 'सरपाटील' हा किताब देत आहो. पालखीचा मान तुमच्याकडे राहीलच; मग तो वापरा किंवा नका वापरू.' राजांची नजर पंतांच्याकडे गेली. राजांनी आज्ञा केली, 'पंत, लायपाटलांना एक शानदार गलबत बांधून द्या. त्या गलबताचं नाव द्या 'पालखी'! पाटील, आता तरी पालखीचे मानकरी झालात ना?'

रात्रीच्या वेळी समुद्राला उधाण असता, जागत्या पहाऱ्यात भर समुद्रात उभ्या असलेल्या जंजिऱ्याला शिडी लावणारे लायपाटील उभ्या जागी भारले गेले. निधडी छाती पार उचंबळून आली. डोळ्यांतून निखळणाऱ्या अश्रूंचेही भान त्यांना राहिले नाही... □

२७

पावसाळा संपला; आणि गडाच्या हालचालींना उधाण आले. अश्वपथके गडाखाली येत, मोहिमेचे काम स्वीकारून रवाना होत. नजरबाजांनी आखलेल्या रस्त्याचा विचार होत होता. अष्टप्रधानांच्यासमवेत राजे मोहिमेचा बेत पक्का करीत होते. कवी कलश राजज्योतिष्यांना पाचारण करून त्यांच्या बरोबर प्रयाणाचा मुहूर्त निश्चित करण्यात गुंतले होते. सर्वानुमते विजयादशमीचा मुहूर्त नक्की झाला.

कर्नाटकमोहिमेची व्यवस्था चालू असता अंतःस्थ राजकारणाला सुद्धा भर आला होता. राजे कैक महिने राज्यापासून दूर राहणार होते. या कालावधीत राज्याची सत्ता कुणाकडे राहणार, याचा विचार प्रत्येकाच्या मनात घोळत होता. अनेक वेळा सदरेवर राजांच्या अनुपस्थितीत सोयराबाई येत होत्या.

सकाळची उन्हे चढली; आणि राजे राजसदरेवर आले. राजांच्या आज्ञेनुसार प्रधान मंडळी सदरेवर आली होती. संभाजीराजेही त्या सभेत उपस्थित होते. सारे मोहिमेचा सर्वतोपरी विचार करीत होते. मोरोपंतांनी शंका व्यक्त केली,

'आदिलशाही तह पाळील, अशी लक्षणं दिसत नाहीत. किंबहुना तह मोडलेलाच आहे.'

राजे हसले; म्हणाले,

'आम्हांलाही तेच हवं होतं. निराजीपंत बहादुरखानाशी तह करण्यात गुंतले आहेत. त्यामुळं मोगलांची भीती वाटत नाही. आणि अंतर्गत दुहीनं पोखरलेली आदिलशाही कुठल्याही आक्रमणाला उठेल, असं वाटत नाही. त्यामुळं तह मोडल्याचा आम्हांला आनंदच आहे.'

'पण तह टिकला असता, तर तेवढेच निर्धास्त झालो असतो.' अमात्य म्हणाले.

'अमात्य, मनात मुळीच शंका धरू नका. इथं मोरोपंत आहेत. आम्ही सारीच फौज घेऊन जात नाही. संकट आलं, तरी मोरोपंत निवारतील. आणि कर्नाटकाच्या मोहिमेत आम्हांला आमचा खर्च करण्याची इच्छा नाही. मोगलमुलखात लूट करून आपल्याला जमणार नाही. त्याऐवजी आदिलशाही मुलूख जवळचा आणि सोपा आहे. मोगलांच्या तहामुळं हा मुलूख निर्धास्त समजा. कोकणपट्टीबद्दलही आम्ही विचार केला आहे. आम्ही समुद्रकिनाऱ्याचे मुलूख जिंकण्यासाठी होनावरकडे जाणार आहो, अशी अफवा आधीच उठविली आहे. त्यामुळं इंग्रज आणि सिद्दी समुद्रपट्टी संभाळण्यात गुंततील. हंबीरराव फौज घेऊन आदिलशाहीत लूट करीत आम्हांस भागानगर मुलुखात मिळतील.'

'आपल्यासंगती कोण येणार?'

'आमच्या बरोबर हंबीरराव, आनंदराव, जेधे, सूर्याजी मालुसरे ही मंडळी राहतील.'

'आणि इथं?'

'इथं तुम्ही आहात, मोरोपंत आहेत; आणि खुद्द युवराज गडावर राहतील. आता ते लहान नाहीत. ...काय, युवराज?'

संभाजीराजे म्हणाले, 'आपल्या आज्ञेचं आम्ही पालन करू. आपण येईपर्यंत आम्ही राज्यकारभार पाहू.'

अनाजी, मोरोपंत, अमात्य, पंडितराव ही मंडळी एकमेकांकडे पाहत होती. त्यांच्या नजरेतील चलबिचल पाहून संभाजीराजांच्या चेहऱ्यावर स्मित उजळले. प्रधानमंत्रिमंडळाच्या नजरेतील चलबिचल राजांच्या ध्यानी आली. काहीसे अस्वस्थ होऊन त्यांनी विचारले,

'अनाजी, हे तुम्हांला मान्य आहे?'

'स्पष्ट बोललं, तर....'

'प्रधानमंडळाचा निर्णय सदैव स्पष्टच असावा.'

'आपल्या परोक्ष युवराजांच्या हाती सत्ता राहणार असेल, तर आपण येईपर्यंत आम्हांला घरी राहण्याची आज्ञा व्हावी.'

राजे बेचैन झाले. संभाजीराजे संतप्त बनत होते. एक हंबीरराव सोडले, तर सारे खाली मान घालून उभे होते. हंबीरराव आवेशाने म्हणाले,

'अनाजी, हा युवराजांचा अपमान आहे.'

कवी कलश शांतपणे म्हणाले, 'अनाजी, राज्यव्यवहारधर्मानुसार युवराजांच्या हाती सत्ता असणं हेच योग्य आहे. तुमची भाषा राजनिष्ठेला शोभत नाही.'

'आम्ही पायांचे चाकर! ते कधी विसरलो नाही. चाकरीत बेइमानी होऊ नये, म्हणूनच आम्ही हा निर्णय केला.'

अकस्मात उठलेल्या वादळाने राजे अस्वस्थ झाले. त्यांनी अनाजींना सांगितले,

'अनाजी, युवराज मोठे झाले. ते आता जाणते आहेत. पुढची जबाबदारी याहून मोठी. त्यांना अनुभव मिळणं आवश्यक आहे.'

'पण तोच बेत निश्चित करायला हवा. मंत्रिमंडळाच्या निर्णयामध्ये युवराज हस्तक्षेप करणार नसतील, तर आमची काही हरकत नाही.'

संतप्त संभाजीराजे उठून उभे राहिले. त्यांची क्रोधयुक्त नजर अनाजींवर स्थिरावली होती. राजे सदरेत आहेत, याचाही त्यांना विसर पडला. ते धारदार आवाजात म्हणाले,

'हं:! मोठीच कृपा! अनाजी, आम्ही सारं ओळखतो. तुम्हांला आपल्या फडामध्ये आणखीन कारकून किंवा हुजरे हवे असतील, तर ते घ्यायला आमची हरकत नाही. त्यासाठी खुद्द आमची भर करू नका.'

'युवराज!' राजे उद्गारले.

'आबासाहेब!' संभाजीराजे निर्धाराने बोलत होते. 'ह्यांना एवढी घमेंड असेल, तर हाकलून द्या. आम्ही एकटे राज्यकारभार पाहू! पण हेच राहणार असतील, तर आमची गडावर राहण्याची इच्छा नाही. आम्ही कुठंही जाऊ. कोणीही आम्हांला आश्रय देईल!'

'संभाजीराजे, काय बोलता हे?' राजे कळवळले. 'राज्याचे युवराज तुम्ही, आणि दुसऱ्याच्या आश्रयाची भाषा कशाला काढता? सबुरीनं घ्या. युवराज आणि मंत्रिमंडळ एक विचारानं राहण्यात राज्याचं हित आहे; राज्य तुमचं आहे. अनाजींचं नव्हे.'

'आबासाहेब, हे अनाजींना सांगा!'

'युवराज!' अनाजी नम्रपणे म्हणाले, 'जरा पोक्त विचार करा. संताप आवरा. आम्ही जे म्हणतो, त्याला तशीच कारणं असतात. जरा समजून घेण्याचा प्रयत्न केलात, तर....'

'बस करा, अनाजी! आम्हांला काही ऐकायचं नाही. तुम्ही बुद्धिमान! आत्ता निरुपद्रवी म्हणून पुढं सरकवलेलं प्यादं दहा चालींनंतर राजाला भिडतं, शह देऊन मोकळं होतं, आम्हांला बुद्धिबळ जमत नाही. तेवढी दूरदृष्टी आमची नाही. आमचा निर्णय आम्ही सांगितला. आम्ही जातो.'

संभाजीराजांनी गडबडीने राजांना मुजरा केला; आणि ते सदरेबाहेर गेले. सारी सभा अवाक होऊन उभी होती. राजेही झाल्या प्रकाराने स्तंभित झाले होते. क्षणात राजे शांत झाले. त्याची नजर अनाजींवर स्थिरावली.

'अनाजी, राज्याभिषेकापासून आम्ही राज्याचे सारे निर्णय तुम्हां मंत्रिमंडळाच्या सल्ल्यानं करतो, हे तुम्ही जाणता. पण हा निर्णय तुमचा एकट्याचा आहे, की मंत्रिमंडळाचा, हे आम्हांला जाणून घ्यायचं आहे.'

अनाजी त्याच निर्धाराने म्हणाले, 'महाराज, हा निर्णय आम्हां सर्वांचा आहे. हवं तर आपण विचारू शकता.'

राजांनी सर्वांवरून नजर फिरविली. साऱ्यांची नजर झुकली होती. हंबीरराव म्हणाले,

'सेनापती म्हणून मीही मंत्रिमंडळातच आहे. मला हे पटत नाही.'

अनाजींनी हंबीररावांच्याकडे पाहिले. ते म्हणाले,

'हंबीरराव, तुमची निष्ठा आम्हांला कळते. अंतर्गत राज्यकारभार मुलुखगिरीपेक्षा निराळा आणि गुंतागुंतीचा असतो. तुमची ही इच्छा असेल, तर महाराजांच्या संगती मोरोपंत जातील. तुम्ही सर्व अधिकार हाती घ्या. युवराजांच्या हाताखाली आपण दोघे राहू.'

राजांनी विचारले, 'पण, अनाजी, एवढ्या निकराचा निर्णय करण्याची काय गरज? युवराजांशी एवढा बेबनाव का?'

'गैरसमज होतो, महाराज! हा बेबनाव नाही; हा जबाबदारीचा प्रश्न आहे. राज्य एवढं विस्तारलेलं. अर्धी-अधिक फौज बाहेर असणार. एका बाजूला सिद्दी आहे. दुसऱ्या बाजूला आदिलशाही, मोगलाई यांसारखे शत्रू आहेत. काही संकट उद्भवलं, तर तडकाफडकी निर्णय करावे लागतील. ते कुणाच्या आधारावर करायचे?'

'का? युवराज आता लहान आहेत?' हंबीररावांनी विचारले.

'ते लहान नाहीत, तसेच मोठेही नाहीत. लहान म्हणावेत, तर ते पोक्तपणाचा सल्ला मानतील, असा भरवसा नाही. मोठे म्हणावे, तर भावनेच्या भरात हट्टापायी केलेला चुकीचा निर्णय तडीस नेण्याची त्यांची ताकद आहे. राज्यकारभारात हा जुगार परवडत नाही. आत्ता आम्ही बोललो नाही, आणि महाराजांच्या गैरहजेरीत काही अपयश आलं, तर त्याची जबाबदारी कोण पेलणार?'

'ठीक आहे. अनाजी, आम्ही तुमच्या निर्णयाचा जरूर विचार करू.'

राजे सदरेतून उठले. सारा दिवस ते बेचैन होते, मनाशी विचार करीत होते.

सायंकाळी संभाजीराजे कवी कलशांकडे गेले. संभाजीराजे संतप्त होते. पण कवी कलश मात्र शांत होते. संभाजीराजांनी विचारले,

'आम्ही सदरेतून गेल्यावर काय झालं?'

'काय होणार? युवराज, माझा अंदाज हाच होता. मंत्रिमंडळाला तुमचं आधिपत्य मानवणार नाही. त्यांचा राजांच्यावर जेवढा विश्वास आहे, तेवढाच तुमच्याबद्दल अविश्वास!'

'पण आम्ही मंत्रिमंडळाचं काय केलं?'

'ठिणगी पडली, तर गवत भरकन जळून जातं; पण त्याच ठिणगीनं कोळसा इंगळाचं रूप घेतो. पूर्व प्रकरणात दुखावलेली मनं. ती तुम्ही सावरून घेतली नाहीत. उलट, त्यांच्या तोंडावर त्यांची चेष्टा आरंभलीत.'

'कसली चेष्टा?'

'का? अनाजींसारख्या सचिवांना तुम्ही भर सदरेत 'हे राजांचे लुच्चे सचिव' असा उल्लेख करू लागलात, तो कसा सहन व्हावा? राजे, सुज्ञांना शब्दांचे वार फार खोलवर जातात.'

'आम्हांला त्याची किंमत नाही. पुढं काय करायचं, सांगा.'

'पुढं आपल्या हातांत काय आहे? महाराजांनी मंत्रिमंडळाचा निर्णय मान्य केल्यासारखाच आहे. ते आपल्याला आज्ञा करतील. आपण मान तुकवाल.'

'तेवढे दुबळे आम्ही राहिलेलो नाही. आबासाहेबांना आम्ही सांगितलंच आहे. परत सांगू.'

'युवराज!' कलश आपल्या संजाबावरून हात फिरवीत म्हणाले. 'न कळत

तुम्ही बोलून गेलात, ते अगदी खरं आहे. ही बुद्धिबळ खेळणारी माणसं; डावात मुरब्बी! एखादी चाल अशी टाकतील, की तिचा आयुष्यभर पश्चात्ताप करावा लागेल. खुद्द थोरल्या राणीसाहेब आपल्या विरुद्ध आहेत, ते विसरू नका.'

'मग तुमचा सल्ला तरी काय आहे?'

'तुम्ही इथं राहणं उचित नाही.'

'मग आम्ही जावं कुठं?'

'युवराज, ते तुम्ही ठरवायचं आहे. यापुढची दोन वर्षं आपल्याला भारी मनस्तापाला कारणीभूत होतील, असं दिसतं.'

'मनस्ताप तर आम्ही जन्मापासून भोगतो आहोत... ठीक आहे. आम्ही जातो.'

'पेय घेणार?'

'नको.' युवराज म्हणाले. 'कदाचित आबासाहेबांच्या समोर एखादी हजेरी असेल.'

संभाजीराजे निघालेले पाहताच कलशांनी सावधगिरीचा इशारा दिला,

'युवराज, जरा संयमपूर्वक राहा. भावनेच्या भरात बोललेले शब्दही अनर्थाला कारणीभूत होतात. महाराजांनी सारी मोहीम उभी केली आहे. मुहूर्त ठरला आहे. त्यात विरजण पडू देऊ नका.'

संभाजीराजांच्या अंदाजाप्रमाणेच घडले. महाली येताच त्यांना राजांच्या कडून बोलावणे आले. युवराज राजांच्या महाली गेले.

'या, शंभूबाळ. आम्ही तुमचीच वाट बघत होतो.'

संभाजीराजे काही बोलले नाहीत. राजे युवराजांना न्याहळीत होते.

'शंभूबाळ, आम्ही एक गोष्ट सांगितली, तर ऐकाल?'

'आपली आज्ञा केव्हाच डावलली नाही.'

'जरा शांतपणे विचार करा. आम्ही मोहिमेवर जाताना निश्चिंत मनानं जावं, असं आम्हांला वाटतं.'

'त्यासाठी माजोरी मंत्रिमंडळाची ताबेदारी पतकरावी, अशी आपली आज्ञा आहे काय?'

'युवराज!' क्षणभर राजांचा आवाज वाढला. दुसऱ्याच क्षणी ते नेहमीच्याच आवाजात म्हणाले, 'असे भडकत जाऊ नका!'

'आम्ही संतापलो नाही.'

राजे हसले; म्हणाले, 'हाही संतापाचाच भाग! तुम्हांला तो शोभतोही... शंभूबाळ, तुमच्यांत आणि आमच्यांत खूप फरक आहे. आम्ही तुमच्यासारखे जन्मजात युवराज नव्हतो. मासाहेबांचं बोट धरून जेव्हा आम्ही पुण्यात प्रवेश केला, तेव्हा आमची जहागीर उजाड होती. रांझ्याचा साधा पाटील सुद्धा आम्हांला 'नावाचे राजे'

म्हणत होता. दादोजींच्या आणि मासाहेबांच्या शिकवणीखाली आम्ही मोठे झालो. महार, मांग, कोळी- दिसेल तो माणूस आमचा स्वकीय बनला. दादोजीही कारभारीच होते-राज्याचे नव्हे, जहागिरीचे. पण त्यांचा दरारा थोरल्या महाराजांच्याइतकाच वाटायचा. जगदंबेच्या आशीर्वादानं आणि आमच्या कर्तृत्वानं आम्ही राजे बनलो. माणसं हाताशी धरली. विश्वास दिला, घेतला. एकमेकांच्या चुका संभाळल्या. अनाजी, मोरोपंत यांसारख्या माणसांनी केवढे कष्ट घेतले! राज्यउभारणीत या माणसांचा फार मोठा वाटा आहे, युवराज! जन्मजात हक्कानं तुम्ही युवराजपद गाजवू पाहता; मग राज्यउभारणीसाठी ज्यांनी जीव गहाण टाकले,त्यांना आपल्या अधिकाराची जाणीव का होऊ नये? तोही त्यांचा हक्क नाही का?'

'मग राज्यात आम्हांला काहीच स्थान नाही?'

'असं कोण म्हणतं? पण राजा हा एकटाच स्वामी नसतो. प्रजा, अधिकारी, फौज, सेनापती यांच्या कर्तृत्वावरच त्यांचं राजेपण टिकतं ना! स्वामित्व गाजविलं जातं, ते अधिकाराच्या जोरावर नव्हे; ते कर्तृत्वानं सिद्ध व्हावं लागतं.'

'संधी मिळाली, तर आम्हीही ते सिद्ध करून दाखवू.'

'तेच आम्ही ठरवलं आहे.'

'जी?'

'आम्ही तुम्हांला प्रभावळीचा सुभा देऊ. आम्ही येईपर्यंत तुम्ही तो चालवून दाखवा.'

'जरूर चालवून दाखवू. पण मंत्रिमंडळाचा त्यात हात नसावा.'

'त्याची चिंता करू नका. तुम्हांला हवी ती माणसं तुम्ही निवडा. स्वतंत्र फौज घ्या. खर्चाची तजवीज करून घ्या. आम्ही येईपर्यंत तुमच्या कर्तृत्वावर प्रभावळीचं राज्य चालवून दाखवा. असं राज्य करा, की प्रधानमंत्रिमंडळाला तुमचं कर्तृत्व पाहून अचंबा वाटावा, आम्हांला जगल्याचं सार्थक वाटावं.'

युवराज समाधानाने आपल्या महाली गेले. राजांच्या बेचैनीला थोडा आराम मिळाला.

□

२८

विजयादशमीचा दिवस जवळ येत होता. संभाजीराजांची माणसे आणि पथके पुढील व्यवस्थेसाठी शृंगारपूरला रवाना झाली होती. हंबीरराव राजांच्या बरोबर जाणार होते. आनंदराव फौजेबरोबर जात होते. फौजेच्या छावण्यांवर अनेक सरदार रवाना झाले होते. मोहिमेच्या यशासाठी गडावरील साऱ्या देवतांना अभिषेक झाला होता. कवी कलश संभाजीराजांच्या आज्ञेने शृंगारपूरला गेले. खांडेनवमी झाली. दसरा उजाडला. मनोहारी आणि महादेव राजांच्या कपड्यांच्या, देवांच्या संदुकी महालाबाहेर

पाठवीत होते. राजांच्या महालात येसूबाई आल्या. त्यांनी राजांना वंदन केले.

'झाली तयारी?' राजांनी विचारले.

'जी.'

'आम्हीही पाठोपाठ निघतोच.'

राजांचा निरोप घेऊन येसूबाई मेण्यातून गड उतरल्या. राजांची तयारी झाली. संभाजीराजेही महालात आले. संभाजीराजांसह राजे वाड्यातल्या देव्हाऱ्यात गेले. चांदीच्या देव्हाऱ्यात भवानीची सुवर्णमूर्ती उभी होती. नवरात्राच्या माळांनी, कोवळ्या कोंबांनी देव्हाऱ्यासमोरचा कुंभ सजला होता. हजारी समईचे पुरुष उंचीचे झाड प्रज्वलित झाले होते. देवघरात सोयराबाई, पुतळाबाई, सकवारबाई, लक्ष्मीबाई, गुणवंताबाई उभ्या होत्या. राजांनी देव्हाऱ्यासमोर गुडघे टेकले, हात जोडले. संभाजीराजांनी राजांचे अनुकरण केले. राजे प्रार्थना करून उठले. सोयराबाई आरती घेऊन पुढे झाल्या. त्यांनी राजांना ओवाळले. सोयराबाई संभाजीराजांना ओवाळीत असता राजे म्हणाले,

'युवराजही आमच्यासारख्या मोठ्या पराक्रमाला बाहेर पडत आहेत. हे ओवाळणंही मोठं मोलाचं आहे.'

मागून आलेल्या राजारामांनी विचारले,

'दादामहाराजांनी काय केलं?'

'केलं नाही; पण करणार आहेत. त्यांना आम्ही प्रभावळीचा सुभा दिला आहे. स्वतंत्र सुभेदारी करणं एवढं सोपं नाही.'

'आमांला पण द्या ना!'

राजे हसले. सोयराबाई म्हणाल्या,

'बाळराजे, स्वारी मुलुखगिरीवर जाते, ती तुमच्यासाठी नवीन राज्य मिळवायला.'

राजांनी सोयराबाईंच्याकडे पाहिले. पुतळाबाई गडबडीने पुढे झाल्या. त्यांनी राजांच्या व युवराजांच्या हातांवर दही घातले. पुतळाबाईंच्यावर नजर जाताच राजांचा चेहरा प्रसन्न झाला. क्षणभर राजांची नजर पुतळाबाईंच्या नजरेला भिडली; आणि राजे देवघराबाहेर पडले.

राजे नगारखान्याबाहेर पडल्याची नौबत झडली. राजे,युवराज चालत होते. बरोबर अनाजी, मोरोपंत, दत्ताजी, राहुजी सोमनाथ वगैरे मंडळी राजांना निरोप देण्यासाठी चालत होती. त्यांच्यावर फार मोठी जबाबदारी टाकली होती. रायगडाच्या उत्तरेचा प्रदेश मोरोपंतांनी संभाळायचा होता. दक्षिणेची जबाबदारी अनाजींची होती. पन्हाळ्यापासून देश व कर्नाटक यांतील सर्व प्रदेश दत्ताजी त्र्यंबकांकडे सोपविण्यात आला होता. आणि खुद्द राजधानी रायगड राहुजी सोमनाथांवर सोपविला होती.

महादरवाजाशी राजांची पालखी उभी होती. राजांनी सर्वांचा निरोप घेतला. ते

पालखीत बसले. दरवाजाबाहेर पालखी जाताच नौबतीचा आवाज घुमला.

राजे युवराजांसहित पाचाडला आले. राजे जिजाबाईंच्या समाधीजवळ आले. तुळशीवृंदावनावरील तुळशीचे रोप वाऱ्यावर डुलत होते. समाधीला वंदन करून दोघांनी जिजाबाईंचे आशीर्वाद घेतले. समाधीजवळून परतताना राजे युवराजांना म्हणाले,

'शंभू, मासाहेबांची आठवण कधी विसरू नका. ती आठवण सदैव पुढंच नेईल.'

खाशी अश्वपथके दोघांची वाट पाहत होती. राजांचा पांढरा शुभ्र विजय उभ्या जागी खूर नाचवीत उभा होता. हंबीररावांनी त्याची ओठाळी धरली होती. राजांनी विजयच्या खोगिरावर हात ठेवला. क्षणभर नेत्र मिटले. राजे स्वार झाले. पाठोपाठ युवराज आणि सारी पथके स्वार झाली.

शिंगांचा आवाज घुमला. राजांनी आवाज दिला :

'जय भवानी!'

साऱ्या पथकाने तो आवाज उचलला.

राजांनी घोड्याला टाच दिली. विजय दौडू लागला. राजांच्या बरोबर युवराज दौडत होते. मागे-पुढे पथके धावत होती.

गडाच्या पालखीदरवाजाच्या मैदानात कड्याच्या टोकावर पुतळाबाई आणि मनोहारी पाचाडहून उधळलेली घोडी पाहत होत्या. बघता-बघता घोडी दिसेनाशी झाली. दिसत होती, ती धुळीने रेखलेली वेडी वाकडी रेघ- राजांच्या मार्गाची निशाणी.

□□□

भाग दहावा

१

युवराजांच्यासह राजे चिपळूणला गेले; तेथे श्रीभार्गवाचे दर्शन घेऊन शृंगारपूरला आले. रम्य वनश्रीने भरलेला तो मुलूख. राजांच्या स्वागताला कवी कलश उभे होते. राजांनी, युवराजांनी त्यांना वंदन केले. आशीर्वाद घेतल्यावर वाड्यात प्रवेश झाले. शृंगारपूरचा वाडा झाडला-लोटलेला, रंगरंगोटी केलेला, सज्ज होता.

'युवराज, ही जागा तुम्हांला निश्चित आवडेल.'

'आम्ही समजलो नाही, आबासाहेब!'

'रम्य वनश्रीनं, डोंगरदऱ्यांनी नटलेला हा मुलूख; कवी कलश, उमाजी पंडित यांच्यासारख्या विद्वानांचा सहवास; आणि प्रभावळीसारखा संपन्न सुभा. आम्हांला तुमचा हेवा वाटतो, युवराज!'

सारे हसले.

'युवराज, मृगयेची तुमची हौससुद्धा इथं पुरी होईल.'

राजे क्षणभर थांबले; म्हणाले,

'पण, युवराज, लक्षात ठेवा. शिकारीसाठी सावजामागे धावताना आपली मर्यादा विसरू नका!'

संभाजीराजांनी चपापून राजांच्याकडे पाहिले. राजांच्या चेहऱ्यावर स्मित तसेच होते. संभाजीराजे, कलश, उमाजी या सर्वांवरून नजर फिरवीत राजे म्हणाले,

'जीवनात ह्या मर्यादांना फार मोठा अर्थ आहे, नाही? थोडी मर्यादा चुकली, तर केवढा अनर्थ होतो! सीतेच्या ध्यानी हे आलं नाही. भिक्षा घालण्याचं पुण्यकर्म करण्यासाठी सीतेनं मर्यादा ओलांडली; आणि रावणानं तिचं हरण केलं.'

सदरेवर सर्वांना सोडून राजे युवराजांसह महाली आले. त्यानंतर राजांनी काही दिवसांत संभाजीराजांची सर्व व्यवस्था लावून दिली. वाड्याचा फड दप्तरकारकुनांनी

भरला. सदरेवर प्रभावळीचे अधिकारी आले.

एके दिवशी सायंकाळी राजांनी येसूबाईंना आपला मोहिमेवर जाण्याचा बेत सांगितला.

'येसू, आम्ही आता मोहिमेवर निघतो. प्रभावळीचा सुभा युवराज संभाळतील; पण तुझी जबाबदारी फार मोठी आहे. प्रभावळीचा सुभेदार आम्ही तुझ्या हाती सोपवितो. युवराजांवर नजर असू दे. तुझ्यामुळं आम्ही निर्धास्त आहो.'

'मी बाईमाणूस काय करणार?'

'येसू, पतीला रिझविण्यातच स्त्रीचं कर्तृत्व असतं. संसार त्यावरच अवलंबून असतो. आमचे युवराज आमचं सांगणं मोडतील; पण ते तुझ्या शब्दाबाहेर जाणार नाहीत, हे आम्हांला माहीत आहे. त्यामुळं आम्ही निर्धास्त आहो. हंबीरराव पुढं गेले आहेत. ते आमची वाट पाहत असतील.'

'उद्याच निघणार?'

'हो. खरं पाहिलं, तर आम्ही एवढंही थांबणार नव्हतो. आम्ही वाट पाहत होतो.'

'कुणाची?'

'दुसऱ्या कुणाची? आम्ही युवराजांच्या सुभेदारीसाठी प्रभावळीचा सुभा निवडला, तेव्हा नुसते युवराज आमच्या डोळ्यांसमोर नव्हते; तू पण होतीस. शृंगारपूर तुझं माहेर. जाण्यापूर्वी पिलाजीरावांची गाठ पडली असती, तर बरं झालं असतं.'

त्याच वेळी सेवकाने वर्दी आणली,

'सदरेवर शिर्के सरकार आले आहेत.'

राजे आनंदित झाले. म्हणाले,

'शंभर वर्षं आयुष्य आहे! पिलाजीरावांना इकडेच घेऊन ये.'

युवराजांच्यासह पिलाजीराव महालात आले. येसूबाईंनी त्यांना वंदन केले. पिलाजीराव राजांच्या मुजऱ्यासाठी वाकले. राजांनी पुढे होऊन पिलाजीरावांचे हात धरले. ते म्हणाले,

'पिलाजीराव आपण व्याही! मुजरा करून का लाजवता?'

'तेवढंच नातं असतं, तर मुजरा केला नसता.' पिलाजीराव आपल्या गलमिशांवरून पालथी मूठ फिरवीत म्हणाले. 'पण आपण छत्रपती! कुणबी मराठ्याची मान वाकल्याबिगार राहील होय?'

'ते सदरेत! इथं नव्हे. हा येसूचा महाल आहे.'

'तसं मानलं, तरी मुजऱ्यातून सुटका होत नाही, महाराज!'

'ते कसं?'

'आठवतं? आग्र्याहून एकटेच आलात... आम्ही भेटायला...'

'नको, पिलाजीराव. ती आठवण काढू नका! पुष्कळ यातना आपण दोघांनी

भोगल्या.'

राजे एकदम विषय बदलीत म्हणाले. 'आता हे तुमचे जावई प्रभावळीचे सुभेदार आहेत. आम्ही मोहिमेला जातो. आता या दोघांची जबाबदारी तुमच्यावर.'

'महाराजांनी निर्धास्त असावं!' पिलाजीराव म्हणाले. 'महाराज, आमचे जावई प्रभावळीचे सुभेदार झाले; पण आमचं काय?'

राजांच्या चेहऱ्यावर शंका उमटली. त्यांनी विचारले,

'आम्ही समजलो नाही.'

'मुलीच्या लग्नाच्या वेळी आम्ही आपल्याकडे वतन मागितलं होतं.'

राजे हसले; म्हणाले,

'पिलाजीराव, आम्ही आमच्या वचनाला पक्के आहो. आम्ही वतनं देत नाही, हे खरं; पण त्यात तुम्ही अपवाद समजू. पण ते वतन तुम्हांला मिळणं वा न मिळणं हे तुमच्या येसूच्याच हाती आहे.'

पिलाजीरावांनी येसूबाईकडे पाहिले.

'पिलाजीराव, आम्ही तुम्हांला वचन दिलं होतं... आम्हांला नातू झाला, की आम्ही तुम्हांला वतन देऊ. आता तुम्हांला लौकरात लौकर वतन मिळावं, असं वाटू लागलं खरं! आम्ही थकलो. नातू पाहावा, असं फार वाटतं.'

येसूबाई लाजून महालाबाहेर पळल्या. संभाजीराजे संकोचून उभे होते. पिलाजीरावांच्या आणि राजांच्या हसण्याने महाल भरून गेला.

□

२

संभाजीराजे आणि येसूबाई यांना शृंगारपुरी ठेवून राजे निघाले. संभाजीराजांच्या जवळ जशी राजांच्या विश्वासाची माणसे होती, तशीच त्यांच्या न कळत महाराजांच्या विश्वासाचीही माणसे पेरलेली होती. युवराजांच्या तैनातीत असलेल्यांत राजांचे काही नजरबाजही होते.

राजे आपल्या फौजेसह आंबाघाटातून देशावर आले. त्यांनी पन्हाळ्याला मुक्काम केला. पन्हाळ्याला राजांची आणखीन फौज वाट पाहत होती. त्या फौजेला सामील करून राजे पाटगावला गेले. तेथे त्यानी सत्पुरुष मौनी बुवांचा आशीर्वाद घेतला.

मौनी बुवांचा आशीर्वाद घेऊन आल्यानंतर राजांनी आपल्या सैन्याचे दोन भाग केले. एक फौज हंबीररावांच्या नेतृत्वाने विजापूर मुलुखात पाठविली. हंबीररावांच्या बरोबर धनाजी जाधव, सर्जेराव जेधे, नागोजी जेधे हेही होते. हंबीरराव फौजेसह विजापूर भागात घुसले; आणि राजे आपल्या फौजेनिशी साताऱ्याजवळील निमसोड-मायणी गावांवरून भागानगरकडे निघाले. आदिलशाहीत दरारा उत्पन्न करीत, लूट मिळवीत हंबीरराव जात होते. त्यामुळे हंबीररावांच्या फौजेकडे आदिलशाहीचे लक्ष

लागले होते. राजे निर्धास्तपणे आदिलशाही मुलुखातून भागानगरची वाटचाल करीत होते. विजापूर मुलुखातच त्यांनी आपल्या स्वारीची नालबंदी साधून घेतली.

आजवर राजे मोहिमेला जात, तेव्हा त्यांची स्वारी खडी असे. नुसत्या घोडदळावर त्यांचा भरवसा असे. आयुष्यात प्रथमच शिवाजीराजांनी अशी ऐश्वर्यसंपन्न मोहीम काढली होती. काबाडीचे शेकडो बैल सामान वाहून पुढे नेत होते. डेरे, शामियाने यांनी सजलेली छावणी उभारली जात असे. राजांच्या फौजेत घोडदळाबरोबर हत्ती, उंटही होते. छत्रचामरे मिरवीत राजे कर्नाटकातून जात होते.

विजापूर मुलुखात राजांची छावणी पडली होती. छावणीच्या चारही दिशांनी टेहळणीची अश्वपथके फिरत होती. दोन प्रहरची वेळ असूनही गारवा कमी झालेला नव्हता. राजांच्या डेऱ्याभोवती कडेकोट पहारे उभे होते. राजे आपल्या छावणीची पाहणी करून डेऱ्यात परतले होते राजांच्या जवळ बाळाजी आवजी, येसाजी कंक, रघुनाथपंत ही मंडळी बसली होती. राजे मनाने बेचैन होते. तुंगभद्रेच्या उत्तर तीराजवळचा दक्षिणेचे द्वार समजला जाणारा कोप्पलचा किल्ला अत्यंत प्राचीन होता. त्या किल्ल्यावर हुसेनखान व अब्दुल रहीम मियाना हे दोन पठाण बंधू अधिकारी होते. त्यांच्या जुलुमाच्या वार्ता राजांनी ऐकल्या होत्या. त्या पठाणांचा पाडाव करण्याची आज्ञा राजांनी हंबीररावांना केली होती. हंबीररावांनी कोप्पलकडे धाव घेतल्याचे राजांना कळले होते; पण त्या स्वारीचे काय झाले, हे राजांना कळले नव्हते. त्यामुळे राजे बेचैन होते.

सायंकाळच्या वेळी एक स्वार मराठा छावणीत दाखल झाला. राजे छावणीतल्या घोडदळाची पाहणी करीत होते. तेथे बाळाजी आले.

'महाराज, हंबीररावांकडून स्वार आला आहे.'

'काय बातमी?' राजांनी उत्सुकतेने विचारले

'हंबीररावांनी विजय संपादन केला. हंबीरराव चालून येतात, हे कळताच हुसेनखान मियाना लढाईच्या तयारीनं बाहेर पडला. गदग प्रांतातील येलबुर्गा गावी दोघांची गाठ पडली. मोठ्या तरफेचं युद्ध झालं. हुसेनखानाचा पाडाव झाला. या युद्धात दोन हजार घोडी, बारा हत्ती, अनेक उंट, बिछाईत, खजिना आणि महीन कापड सापडलं. सर्व संपदा घेऊन हंबीरराव आपल्या फौजेनिशी इकडे येत आहेत.'

ती बातमी ऐकून राजांना फार आनंद झाला. राजांच्या शेजारी उभे असलेले सूर्याजी, येसाजी यांच्या चेहऱ्यांवर विजयाचे हास्य विलसले. राजांची नजर बाळाजींच्याकडे गेली; पण बाळाजींच्या चेहऱ्यावर तो आनंद दिसत नव्हता. राजांचे मन चरकले. ते म्हणाले,

'बाळाजी, एवढा विजय संपादन केला; पण तुम्ही स्तब्ध का?'

‘महाराज, अब्दुल मियानाशी झालेल्या युद्धात पराक्रमाची शर्थ करून नागोजी जेधे कामी आले!’

राजांना धक्का बसला. सर्जेराव जेध्यांच्या बरोबर नागोजी आणि धनाजी जाधव ही दोन तरुण पोरे गेली होती. नागोजी जेधे गेले, यावर राजांचा विश्वास बसत नव्हता. बाळाजी सांगत होते,

‘अब्दुल मियानाचा जेव्हा मोड झाला, तेव्हा मियानाचा हत्ती बगल काढून पळू लागला. ते पाहताच नागोजीनं हातातला भाला पेलीत आपला घोडा सरळ हत्तीला भिडविला. नागोजीचा भाला सुटला; आणि त्यानं बरोबर हत्तीच्या गंडस्थळाचा वेध घेतला. पळून जाणारा हत्ती माघारी वळला. हौद्यात बसलेल्या अब्दुल मियानानं त्वेषानं नागोजीवर बाण सोडला. दुर्दैवानं बाण वर्मी लागला. मस्तक भेदून बाण हनुवटीजवळ बाहेर पडला. सर्जेराव जवळच होते. बाण काढताच नागोजीराव निघून गेले!’

‘अरेरे!’ राजे कळवळले.

‘नागोजी पडलेला पाहताच धनाजी जाधवांनी मियानाचा हत्ती वेढला. मियानाला हौद्यातून खाली खेचला. अब्दुल मियाना गारद झाला. धनाजींनी पठाणांची एकच लांडगेतोड केली.’

बाळाजी थांबले. तो पराक्रम ऐकून राजे भारावले. ते उद्गारले,

‘निर्भेळ विजय मिळतच नाही का? सदैव त्याला दुःखाची झालर लावावीच लागते का?’

राजांचे मन कशातच लागणे शक्य नव्हते. पागेची पाहणी रद्द करून ते आपल्या डेऱ्याकडे गेले. दुसऱ्या दिवशी सकाळपासून हंबीररावांची फौज छावणीवर येऊ लागली. लुटलेली संपत्ती तळावर आली. दोन हजार घोडी, हत्ती, लुटीचे सामान पाहण्यासाठी साऱ्या छावणीने गर्दी केली.

राजे आपल्या डेऱ्यात बसले होते. येसाजी कंकाने हंबीरराव येत असल्याची वर्दी आणली. हंबीरराव आले. त्यांनी राजांना मुजरा केला.

‘हंबीरराव, आम्ही तुमचा पराक्रम ऐकला; समाधान वाटलं. पण नागोजींच्या बातमीनं आम्ही कष्टी झालो.’

हंबीरराव अदबीने म्हणाले, ‘युद्ध तरफेचं झालं. नागोजींनी पराक्रम थोर केला! सर्जेराव आणि धनाजी आपल्या दर्शनासाठी आलेत.’

राजे दचकले. ते उठून उभे राहत म्हणाले,

‘सर्जेराव गावी गेले नाहीत?’

‘जी. नाही. नागोजी पडले; त्यांचं दहन झालं. नागोजींच्या पत्नी गोदूबाई नागोजी पडल्याचे ऐकताच कारीगावात सती गेल्या. ती बातमी समजताच मी सर्जेरावांना

कारीला जाण्याबद्दल सांगितलं; पण त्यांनी ते मानलं नाही. 'जेधे घराण्यातला कोणीही पुरुष मोहिमेतून माघारी फिरला नाही'; असं ते म्हणाले.'

'जेध्यांना बोलवा!'

हंबीरराव डेऱ्याबाहेर गेले. काही क्षणांत राजांची पावले डेऱ्याच्या प्रवेशद्वाराकडे वळली. राजे उभे होते. त्यांची नजर समोरून येणाऱ्या जेध्यांवर खिळली. ताठ मानेने सर्जेराव येत होते. डोक्यावर मावळी कंगणीदार पगडी, अंगात गुडघ्यांपर्यंत आलेला अंगरखा, पायांत चोळणी असा त्यांचा वेष होता. पाठीला ढाल आणि कमरेला शेल्यात खोवलेली तलवार, कट्यार होती. आपल्या गलमिशांवरून पालथी मूठ फिरवीत ते येत होते. राजांच्याकडे लक्ष जाताच सर्जेरावांचा उसना आवेश निघून गेला. त्यांचा मिशांवरचा हात खाली आला, ताठ मान झुकली.

राजे भरभर पावले टाकीत सर्जेरावांच्याकडे निघाले. सर्जेराव मुजऱ्यासाठी वाकले, आणि राजांनी काही न बोलता एकदम सर्जेरावांना मिठीत घेतले. सर्जेरावांच्या मागून येणारे धनाजी, हंबीरराव ते दृश्य पाहत होते. राजांच्या आजानुबाहू हातांची पकड सर्जेरावांच्या पाठीवर होती. कंप पावणारी ती बोटे सर्जेरावांच्या पाठीवरून फिरत होती. मिठी सैल पडली, तेव्हा दोघांच्याही डोळ्यांत अश्रू गोळा झाले होते. राजांनी सर्जेरावांचा हात धरला; आणि ते डेऱ्याकडे जाऊ लागले.

राजांनी त्यांना आपल्या शेजारी बसविले. सर्जेराव संकोचले.

'सर्जेराव, संकोच करू नका. लढाईत नागोजी कामी आले; सून सती गेली. पण मोहीम न सोडता तुम्ही आलात. तुमच्या निष्ठेपुढं आमची गर्दन हमेशा झुकलेली असेल!'

'राजे, काय बोलता? दौलतीच्या चाकरीत पराक्रम करून पोर निघून गेला. त्याचं सार्थक झालं! बापाच्या अगोदर पोरानं संधी मिळवली आणि स्वारी सोडून मी कसा जाऊ?'

'सर्जेराव, तुमच्या धीराचं मोल कसं करावं? बाळाजी, सोन्याच्या मोलाची ही माणसं! त्यांचं मोल सोन्याच्या तोड्यानं होणार नाही. रायगडी जाताच या प्रसंगाची आठवण म्हणून दर वर्षी एक शेर सोनं द्यायची मोईन करा. आम्ही परत जाऊ, तेव्हा स्वत: कारीस जाऊन मातु:श्रींचं समाधान करू.'

धनाजी जाधवांच्या पराक्रमाचे कौतुक करून राजांनी सर्फराजी केली.

□

३

हंबीरराव येऊन मिळाल्यामुळे छावणी वाढली होती. राजांच्या फौजेत तीस हजारांच्या आसपास घोडदळ व वीस हजारांचे पायदळ होते. राजे मजल, दरमजल करीत भागानगराच्या विलायतेत आले. भागानगराचा मुलूख लागताच राजांनी

आपल्या सैन्यास सख्त ताकीद केली की, येथे प्रत्येक गोष्ट पदरच्या पैशाने विकत घ्यायची; वाटेतील लोकांस काडीचाही उपद्रव लागता कामा नये. सुरुवातीलाच या हुकुमाविरुद्ध जे वागले, त्यांना राजांनी क्षमा केली नाही. गुन्हेगारांच्या गर्दना मारून जाबता बसविला; आणि दर मजलीस खूशखरेदी सर्व पदार्थ घेत राजे भागानगराकडे जाऊ लागले. शिवाजी भागानगरास येत आहेत, या बातमीमुळे भागानगरच्या नागरिकांची उत्सुकता वाढली होती. कुतुबशहाच्या मनात मात्र राजांच्याबद्दल भीती वाटत होती. त्याच्या दरबारचे राजांचे वकील प्रल्हाद निराजी व खुद्द कुतुबशहाचे वजीर मादण्णा यांनी शपथक्रिया करूनही कुतुबशहाचे समाधान झाले नव्हते. पण राजे आपल्या मुलुखात येऊनही लुटालूट करीत नाहीत, ही बातमी जेव्हा ऐकली, तेव्हा कुतुबशहाला धीर आला. रिवाजाप्रमाणे शिवाजीराजांना चार गावे सामोरा जाण्यास तो तयार झाला. राजांचे स्वार खलिते घेऊन भागानगरकडे दौडत होते. छावणीवर दररोज खलिते येत होते. राजांना खुद्द तानाशहा सामोरा येणार, हे कळताच राजांनी आण घालून पातशहास कळिवले की,

'तुम्ही न येणे. आपण वडील भाऊ. आपण पुढे न यावे.'

राजांच्या त्या निरोपाने पातशहा संतुष्ट झाला. आपण स्वागताला जाण्याचे राजांच्या इच्छेनुसार रद्द करून कुतुबशाहीचे वजीर मादण्णापंत व आक्कण्णापंत यांना सामोरे पाठविण्याचे त्याने ठरविले.

राजे भागानगराकडे जात होते. भागानगर दोन गाव राहिले असता मादण्णापंत सामोरे येत असल्याची वर्दी आली. उन्हाची वेळ असूनही हवेत गारवा होता. राजांच्या पुढे, पाठीमागे अश्वदळ चालत होते. जरीपटक्याच्या आघाडीचा हत्ती फार दूरवर नजरेस येत होता. राजांच्या बरोबर हंबीरराव, येसाजी कंक, मानाजी मोरे रघुनाथपंत ही मंडळी जात होती. फौजेला बगल देऊन एक स्वार दौडत राजांच्यापाशी आला. कुतुबशाही पथके नजरेत येत असल्याची त्याने वर्दी दिली. राजांच्या चेहऱ्यावर स्मित झळकले. ते हंबीरराव मोहिते आणि सोमाजी नाईक यांना म्हणाले,

'तुम्ही दोघे सामोरे जाऊन पातशहाच्या वजिरांना आमच्या सामोरे घेऊन या.'

हंबीरराव सोमाजी नाईकांच्यासह आपली तुकडी घेऊन पुढे दौडले. राजांच्या फौजेची चाल आता मंदावली होती. राजे शांतपणे मार्ग आक्रमीत होते. बराच वेळ गेला. शेजारचे आनंदराव म्हणाले,

'महाराज!'

राजांनी सामोरे पाहिले. सपाट भूमीच्या त्या प्रदेशातून अश्वपथके दौडत होती. तळपत्या उन्हात त्या पथकांची शस्त्रे तळपत होती पथकाच्या अग्रभागी कुतुबशाहीचा हिरवा झेंडा फडकत होता. अंदाजे हजार-पाचशे स्वारांचे पथक नजरेत आले होते. अग्रभागी राजांच्या पथकाचे लोक दौडत होते. त्यामागे कुतुबशाही स्वार होते.

त्यांच्या मागे हंबीरराव व इतर नजरेत भरणाऱ्या व्यक्ती दिसत होत्या. राजांची फौज केव्हा थांबली, हेही कोणाच्या ध्यानी आले नाही. राजांच्या मागून काही अंतरावर ती पथके थांबली. हंबीरराव, सोमाजी नाईक पायउतार झाले. त्यांच्या मागून येणाऱ्या प्रल्हाद निराजींनाही राजांनी ओळखले. राजे पायउतार झाले. घातलेल्या पायघड्यांवरून ते चार पावले गेले असतील, नसतील, तोच समोरची मंडळी नजदीक आली. प्रल्हाद निराजींनी मुजरा केला. त्यांच्या मागून येणाऱ्या दोघां असामींवर नजर खिळली. त्यांना पाहताच ते मादण्णापंत आणि आक्कण्णापंत आहेत, हे राजांनी ओळखले. प्रल्हाद निराजींनी ओळख करून दिली,

'महाराज, कुतुबशाहीचे वजीर मादण्णापंत आणि त्यांचे बंधू आक्कण्णापंत आपल्या स्वागतासाठी आले आहेत.'

राजांची नजर मादण्णापंतांवर खिळली. मस्तकी दक्षिणी पगडी, रेशमी अंगरखा व धोतर परिधान केलेले मादण्णा, आक्कण्णा राजांच्याकडे पाहत होते. मादण्णांच्या रुंद कपाळावर गंध रेखाटले होते. चेहरा सतेज आणि डोळे पाणीदार होते. उजवा हात छातीवर ठेवून मादण्णापंत नतमस्तक झाले.

'छत्रपतींचा विजय असो! छत्रपतींची पावलं भागानगरला लागताहेत, याचा आलमपनाहांना परम हर्ष आहे. खुद्द जिल्लेसुभानी आपल्या स्वागतासाठी येणार होते; पण आपल्याच विनंतीनुसार त्यांना आपल्या मनाला आवरावं लागलं. पातशहांच्या वतीनं मी या भूमीत आपला इस्तकबाल करतो. ही भूमी आपल्या शत्रूचं पारिपत्य करण्यात जशी महशूर आहे, तशीच आल्या मेहमानांच्या पुढे जिवाच्या पायघड्या घालण्यातही महशूर आहे. अजाणतेपणी काही कसूर घडली असल्यास माफी असावी.'

मादण्णांची नजर वर झाली. राजे पुढे झाले. त्यांनी मादण्णांचे हात प्रेमाने हाती घेतले. राजे म्हणाले,

'मादण्णापंत, पत्ररूपानं भेटी झाल्याच आहेत. तुम्हांला भेटायला जीव उतावीळ होता.'

राजांनी बोलता-बोलता आपल्या मनगटावरची रत्नखचित पोहोची काढली. ती मादण्णांच्या मनगटावर घालीत राजे म्हणाले,

'आमची यादगार म्हणून ही जतन करा. परमेश्वर दयाळू आहे. वर आकाश आणि खाली विशाल धरित्री. या भूमीवर आमची छत्रचामरं आणि पातशहांची कुतुबशाही किती लहान! आकाशाच्या छत्राखाली होणारी ही स्नेहभराची भेट तशीच विशाल बनू दे! अक्षय टिकू दे!'

मादण्णांनी राजांचे गुण ऐकले होते; पण ते रूप आणि बोलणे ऐकून मादण्णा भारावून गेले. राजांच्या भेटीसाठी घेतलेल्या कष्टाचे चीज झाले, असे त्यांना वाटले. मादण्णांनी आपल्या बंधूंचा आणि स्वागतासाठी आलेल्या शाही दरबारातील मातब्बर

सरदारांचा परिचय करून दिला. शाही दरबारचे लोक राजांच्या बरोबर भागानगरची वाट आक्रमू लागले.

भागानगर नजीक येत होते. डोंगर आणि प्रचंड शिलाखंडांनी नानाविध आकार घेतलेल्या टेकड्या यांतून गेलेल्या रस्त्याने फौज पुढे सरकत होती.

सायंकाळच्या सुमारास राजे भागानगरजवळ आले. तिरप्या सूर्यकिरणांत उभ्या असलेल्या त्या वैभवसंपन्न नगरीचे दूरदर्शन राजांना घडले. भागानगरालगतच विस्तीर्ण माळावर राजांच्यासाठी छावणी उभारलेली होती. छावणीत मध्यभागी उभारलेल्या डेऱ्यावर सुवर्णकळस चकाकत होता. राजांच्या वास्तव्याचे ठिकाण दर्शविणाऱ्या त्या डेऱ्यावर भगवा ध्वज फडकत होता. छावणी दायरेकार पद्धतीची होती. छावणीचे रस्ते सुबकपणे एका रेषेत आखले होते. पुढे गेलेल्यांनी छावणीची व्यवस्था हाती घेतली होती. पहारे उभे राहिले होते. राजांनी छावणीत प्रवेश केला. मध्यभागीच्या डेऱ्याभोवती वर्तुळाकार छोटे डेरे उभारले होते. त्यांच्या लगतच मोठ्या तंबूंचे वलय होते. त्यानंतर राहुट्यांची वलये ठेवली होती. छावणीच्या चारही बाजूंना सायवान डेरे उभारलेले होते. त्यांखेरीज पिलखाना व कामकरी लोकांच्या जागा निराळ्या होत्या. भागानगराशेजारी एवढी ऐश्वर्यसंपन्न छावणी आजवर पडली नव्हती.

राजांचा डेरा ऐश्वर्यसंपन्न होता. भारी बिछायतींनी, गालिच्यांनी त्याचे ऐश्वर्य वाढलेले होते. कनोजी धुपाचा मंद सुगंध सर्वत्र दरवळत होता. राजांनी मादण्णांसह डेऱ्यात प्रवेश केला, आणि तोफेचा आवाज उठला. राजे सुरक्षितपणे छावणीवर आल्याचे साऱ्या भागानगरला कळून चुकले. राजांनी मादण्णापंत, आक्कण्णापंत, शाही दरबारचे मनसबदार या सर्वांचा यथोचित सन्मान केला, निरोपाचे विडे दिले.

सूर्यास्ताच्या आधी राजांची छावणी स्थिर झाली. रात्र हळू हळू छावणीवर उतरू लागली.

गोवळकोंड्यात आपल्या महालाच्या सज्जावरून तानाशहा राजांची पन्नास हजारांची छावणी पाहत होता. छावणीवर हजारो टेंभे जळत होते. असंख्य काजवे चमकावेत, तसे ते भासत होते. भागानगराइतकीच विस्तीर्ण छावणी पसरल्याचा भास होत होता. मादण्णांनी ग्वाही देऊनही तानाशहाची भीती कमी झाली नव्हती. अस्वस्थ मनाने तो ती लुकलुकणारी छावणी पाहत होता.

□

४

पहाटेच्या थंडीत राजांची छावणी जागी झाली. पहारे बदलले. पहाटेच्या गार वाऱ्याने कनाती फडकू लागल्या. छावणीत ठायी ठायी शेकोट्या पेटल्या. सूर्योदयाला राजांनी डेऱ्याबाहेर येऊन सूर्यवंदन केले. राजांची स्नानपूजा आटोपली होती. उन्हे

चढू लागली, तसे राजांचे एक एक सरदार मुजऱ्यासाठी सामोरे येऊ लागले. राजे प्रल्हादपंत, हंबीरराव, मानाजी, येसाजी या मंडळीबरोबर बोलत होते, छावणीची हालहवाल समजून घेत होते. कुतुबशाहीने ठेवलेल्या बडदास्तीने सारे खूश होते. कुतुबशहांनी कशाचीच कमतरता ठेवली नव्हती.

दिवस वर आला, तसे कुतुबशाहीचे मानकरी राजांच्या गोटाकडे येऊ लागले. मादण्णापंत आले. प्रल्हाद निराजी आले. पातशहांच्या भेटीचे स्थळ, काळ निश्चित करण्याबद्दल वाटाघाटी सुरू झाल्या. राजांनी सांगितले,

'मादण्णा, आम्ही पातशहांच्या भेटीसाठीच एवढ्या दूरवर आलो. पातशहांनी आमच्या स्वागतासाठी येण्याची गरज नाही. आम्ही किल्ल्यात जाऊन त्यांची भेट घेऊ.'

मादण्णापंतांच्या मनावरचे ओझे उतरले. पातशहा किल्लाबाहेर पडण्यास भीत होते, हे त्यांना माहीत होते. मादण्णांनी सांगितले,

'महाराज, जशी आपली आज्ञा! भेटीबाबत आपली आणखी काही खास इच्छा असली, तर ती मी पातशहांच्या कानांवर घालीन.'

'मादण्णा, पातशहांना आमचे धन्यवाद द्या. त्यांनी आमची बडदास्त पातशहांच्या कीर्तीला साजेशीच ठेवली आहे. मुहूर्त निश्चित झाला, की आम्ही भेटीसाठी ठरेल त्या ठिकाणी येऊ. पण आमच्या वतीनं पातशहांना विनंती करा की, जसे ते पातशहा आहेत, तसेच आम्ही पण छत्रचामरं बाळगीत आहो. दरबारी रिवाजाप्रमाणे पातशहांच्या पुढं शिरमोई धरणं व तसलीम करणं आम्हांला रुचणार नाही. भेट व्हावी, ती बरोबरीच्या नात्यानं व्हावी.'

मादण्णांनी पातशहांना राजांचा निरोप कळविला. पातशहांनी ती भेट मान्य केली. उभयपक्षी चांगला दिवस पाहून भेट निश्चित करण्यात आली. भेट तानाशहांच्या महालात मध्यान्ही होणार होती.

भागानगरचे लक्ष या भेटीच्या दिवसावर खिळून राहिले होते.

□

५

भेटीचा दिवस उजाडला. राजांच्या आज्ञेनुसार हंबीरराव पागेकडे लक्ष देत होते. त्यांच्या नजरेखाली निवडक पागा तयार होती. मानाजी मोरे मिरवणुकीत येणाऱ्या सैन्याची देखभाल करीत होते. आपल्या उंची पोशाखाने आणि तळपत्या शस्त्रांनी घोडदळ, पायदळ सज्ज झाले. जरीपटक्याचा हत्ती नखशिखान्त सोन्याचांदीच्या दागिन्यांनी मढविला होता. त्याच्या पाठीवर घातलेल्या भरजरी झुलीवर सुवर्णहौदा उन्हात तळपत होता. राजांबरोबर पातशहांच्या भेटीस जाणाऱ्या सरदारांनी उंची पोशाख केले होते. सोन्याचांदीचे अलंकार त्यांच्या अंगांवर शोभत होते. मस्तकी मराठमोळी पगड्यांवर तुरे खोवले होते. मादण्णापंत प्रल्हादपंतांसह छावणीत

आले. त्यांनी राजांची भेट घेतली. राजे पातशहांच्या भेटीला निघाले.

कुतुबशाहीचे रक्षणकर्ते म्हणून समजल्या जाणाऱ्या राजांच्या स्वागतासाठी भागानगरवासी आतुर झाले होते. ज्या रस्त्यावरून राजे जाणार होते, ते रस्ते कुंकुमकेशराच्या सड्यांनी, रंगमाळांनी शृंगारिले होते. रस्त्याच्या दुतर्फा गुढ्या, तोरणे, पताका उभारल्या होत्या. रस्त्याकडे उंच हवेल्यांच्या गच्च्या-खिडक्यांतून स्त्रिया गर्दी करून उभ्या होत्या. हजारो नागरिक राजांच्या दर्शनाला आतुर बनले होते. मध्यान्हीची वेळ नजीक येत होती. सूर्य आकाशात चढत होता. आणि त्याच वेळी राजांची भव्य मिरवणूक नगरप्रवेश करती झाली.

मिरवणुकीच्या अग्रभागी जरीपटक्याचा हत्ती चालत होता. नगाऱ्यांचा आवाज राजांच्या आगमनाची वर्दी देत होता. शिंगांचा आवाज गगनाला भिडला होता. डोळ्यांसमोरून सरकणाऱ्या राजांच्या फौजेकडे नागरिक कौतुकाने पाहत होते. मोगली सत्तेला आव्हान देणारे, आदिलशाहीचा थरकाप उडविणारे ते सैन्य निरखीत होते. मोगलाई, आदिलशाही आणि खुद्द कुतुबशाही यांच्या मुलुखापर्यंत चौफेर दरारा उत्पन्न करीत दौडणारे मराठी घोडदळ टापांचा आवाज करीत समोरून जात होते. मावळ्यांचे पायदळ आपल्या पायतणांचा आवाज करीत पुढे सरकत होते. त्या पावलांची करामत फार दूरवर पसरली होती. मी मी म्हणणाऱ्या किल्ल्यांना त्या पावलांच्या करामतीपुढे हार खावी लागली होती. घोडदळाच्या आणि पायदळाच्या हातांतील शस्त्रे उन्हात तळपत होती. प्रत्येक पथकाबरोबर पथकाचा नेता जात होता. त्याने त्यांच्या नावांची दहशत घराघरांतून पसरली होती.

ज्यांच्या दर्शनाला सारे आतुर झाले होते; ती राजांची स्वारी शहरात प्रवेश करती झाली. राजांच्या नावाचा जयघोष उठला. अगणित मंगलारत्या उजळून उठल्या. राजे पांढऱ्या शुभ्र घोड्यावर स्वार झाले होते. मस्तकी छत्रचामरे धरली होती. राजांनी मस्तकी केशरी रंगाचा जिरेटोप घातला होता. मोत्यांच्या तुरा मानेवर रुळत होता. अंगात नाजूक जरीकाम केलेला तलम रेशमी जामा शोभत होता. अंगरख्याच्या आत घातलेली जरी फतू अंगरख्यातून दिसत होती. कमरेला भगवा शेला आवळला होता. त्यात भवानी तलवार, कट्यार खोवली होती. पायांत तंग विजार आणि जरी चढाव घातले होते. राजांच्या कपाळावर शिवगंध रेखाटले होते. कानांतील मोत्यांचे चौकडे घोड्यांच्या पावलांबरोबर हेलकावे घेत होते. डाव्या हाताची मूठ कमरेवर ठेवून, उजव्या हाताने घोड्याचा रेशमी कायदा संभाळीत नागरिकांना दर्शन देत राजे पुढे जात होते. त्या गुणसंपन्न राजाच्या दर्शनाने नागरिक तृप्त झाले. राजे जसे पुढे जात होते, तशी दोन्ही बाजूंच्या इमारतींवरून राजांच्या वर अखंड सुवर्णफुलांची बरसात होत होती.

राजांच्या बरोबरच्या हुजुराती पथकाचे कपडे एकजात सारखे होते. त्यांचे कपडे

भारी होते. अंगांवर कंठे, तोडे, चौकडे, तुरे शोभत होते. राजांच्या बरोबर जाणाऱ्या खाशा मंडळींत मादण्णापंत, प्रल्हादपंत, रघुनाथपंत ही राजकारणी माणसे होती, तसेच सेनापती हंबीरराव, दुय्यम सेनापती आनंदराव, मानाजी मोरे हेही होते. त्या खेरीज सूर्याजी मालुसरे, येसाजी कंक, सोमाजी नाईक, बाबाजी ढमढेरे हीही मंडळी राजांना सोबत करीत होती. राजांच्यावर उधळल्या जाणाऱ्या सुवर्णफुलांचा सडा रस्त्यावर पडत होता. स्त्रिया त्यांच्यावरून पंचारती ओवाळीत होत्या. राजांच्या आज्ञेनुसार राजांचे सहायक दुतर्फा रौप्यसुवर्णनाणी उधळीत आपले समाधान व्यक्त करीत जात होते. पंचवीस हजारांची फौज मागे-पुढे निरखीत राजे गोवळकोंड्याच्या किल्ल्यापाशी आले.

भागानगरच्या पश्चिमेला दीड कोसावर खडकावर बसलेल्या गोवळकोंड्याचे दर्शन राजे घेत होते. किल्ला अनेक तटांनी मजबूत केला होता. आठ दरवाजे आणि सत्त्याऐंशी बुरूज यांनी तो तट सजला होता. किल्ल्याच्या आत खडकावर बसलेल्या बालेकिल्ल्याच्या भव्य इमारती दुरून नजरेत येत होत्या. भुईकोट किल्ला आणि गड यांचे मिश्रण किल्ल्याला लाभले होते. किल्ल्याच्या प्रवेशद्वारी मादण्णा राजांच्या स्वागतासाठी उभे होते. राजांनी किल्ल्यात प्रवेश केला.

किल्ल्याचा आतला विस्तार कैक कोसांचा होता. भागानगरची खरी राजधानी गोवळकोंडाच होती. किल्ल्यात दुसरे शहर वसविल्याचा भास होत होता. किल्ल्याच्या आवारात अनेक तळी, उद्याने, शेते नजरेला येत होती. किल्ल्याला शत्रूचा वेढा पडला, तर किल्ल्याला लागणारे धान्य व पाणी येथे उपलब्ध होत असे.

राजांची नजर समोर दिसणाऱ्या बालेकिल्ल्यावर खिळली. त्याची तटबंदी निसर्गदत्त खडकांच्या चढउतारांबरोबर किल्ल्याला लपेटली होती. ठायी ठायी पहारे दिसत होते. खडकांच्या प्रचंड शिलाखंडांत उभी राहिलेली माथ्याची मशीद व तिच्यालगत असलेली मीनारांनी सजलेली इमारत लक्ष वेधून घेत होती.

राजांची भेट दादमहाली ठरलेली होती. दादमहालाच्या समोर मिरवणूक आली. राजे पायउतार झाले. खंदकापलीकडे बालेकिल्ल्याच्या तटात खिळेबंद दरवाजा दिसत होता. राजांनी हंबीररावांना नजीक बोलाविले.

'हंबीरराव, आम्ही पातशहांच्या भेटीसाठी जातो. तुम्ही फौजेसह इथंच थांबा. आमची चिंता करू नका.'

हंबीरराव आश्चर्यचकित झाले. मादण्णांच्या इशारतीबरोबर खंदकावरची फळी करकरत उतरली. मखमलीच्या पायघड्या अंथरल्या गेल्या. राजांनी आपल्याबरोबर प्रल्हादपंत, जनार्दन नारायण आणि अंगरक्षक म्हणून सोमाजी नाईक व बाळाजी ढमढेरे एवढ्यांनाच घेतले. राजांचा निर्णय ऐकून मादण्णाही चकित झाले होते. ते म्हणाले,

'महाराज, आपल्याला आणखीन संगती घ्यायचे....'

'मादण्णापंत, मैत्रीमध्ये आमच्या मनात दुश्मनी येत नाही. एवढी माणसं काय करायची? रिवाज म्हणून ही संगती घेतली; नाही तर आम्ही सडेच पातशहांच्या सामोरे गेलो असतो. चला!'

'खुद्द पातशहा आपल्या स्वागताला येणार आहेत, तेव्हा....'

'नको, मादण्णा! पातशहांना निरोप पाठवा; महालीच राहा, म्हणून सांगा. त्यांनी खाली यायची गरज नाही. आम्हीहून त्यांच्या महाली जाऊ.'

मादण्णांनी पातशहांना निरोप पाठवला आणि राजांनी विश्वासाने खंदकाच्या फळीवर पाऊल ठेवले. मादण्णा व गोवळकोंड्याचे मनसबदार यांसह राजे फळीवरून तटाच्या दरवाजाशी गेले.

अंगूरमहालाच्या खिडकीतून राजांच्या फौजांकडे पाहणाऱ्या कुतुबशहाला राजांचा निरोप पोहोचला. तो आश्चर्यचकित होऊन राजांच्या कृतीकडे पाहत होता. अवघ्या चार माणसांनिशी शिवाजी बालेकिल्ल्यात येतो, हे पाहताना त्याची नजर विस्फारली गेली. खंदकाची फळी उंचावलेली दिसत असूनही त्याच्या डोळ्यांवर विश्वास बसत नव्हता. शिवाजीराजाने आपल्यावर टाकलेल्या विश्वासाने त्याचे मन उंचबळून आले. त्याच वेळी टाळीचा आवाज महाली घुमला. शिवाजीराजे किल्ल्यात आल्याची इशारत मिळाली. राजांच्या भेटीसाठी तयार झालेला अबुल हसन तानाशहा गडबडीने राजांच्या सामोरा जाण्यासाठी अंगूरमहालाबाहेर पडला.

राजे जेव्हा दादमहालात आले, तेव्हा महालाच्या मध्यभागी उभ्या असलेल्या कुतुबशहावर त्यांची नजर गेली. कुतुबशहा पुढे आला. प्रल्हाद निराजी राजांना म्हणाले,

'अली आला हजरत आलमपनाह अबुल हसन कुत्बशाह!'

कुतुबशहांना मादण्णाने ओळख करून दिली,

'गोब्राह्मणप्रतिपालक हिंदुपतपातशाहा छत्रपती शिवाजी महाराज!'

कुतुबशहा प्रसन्न मुद्रेने सामोरे आले. त्यांनी राजांना स्नेहालिंगन दिले. राजांचा हात हाती घेऊन राजांच्यासह ते बैठकीवर गेले. दोघे एकाच बिछायतीवर लोडाला टेकून शेजारी बसले. राजे कुतुबशहांच्याकडे पाहत होते. कुतुबशहा मोठा देखणा होता. राजांना त्याचे डोळे भारी आवडले. आकाशासारखे किंचित निळसर असे ते डोळे बोलके आणि सुंदर होते. राजांचे भव्य व्यक्तिमत्त्व पाहून कुतुबशहाही प्रसन्न झाला. त्याची सारी भीती नाहीशी झाली. जडावात बसवलेल्या हिऱ्यांसारखे नेत्र तो पाहत होता. त्यांतले भाव जाणून घेण्याचा प्रयत्न करीत राजांच्या रेखीव आकृतीत आणि त्यांच्या सदा विजयी स्मितात लपलेले अंतरंग शोधण्याचाही तो प्रयत्न करीत होता.

दादमहालाचा आकार मोठा होता. नक्षीदार कोरीव छत, अत्यंत सुबक कमानी आणि पडदे, आडपडदे यांनी महालाच्या भव्यतेत भर घातली होती. महालाच्या चारी बाजूंच्या जाळीदार खिडक्यांतून आपल्यावर रोखलेल्या अनेक नजरांची राजांना

जाणीव होत होती. राजांचा रुबाब पाहून तानाशहाच्या बेगमा थक्क झाल्या होत्या. आतुरलेल्या डोळ्यांनी त्या झरोक्यांतून ती भेट त्या पाहत होत्या. राजांचे चार सांगाती आणि शाही दरबारचे मानकरी अदबीने उभे होते. पातशहांनी दिलेल्या विशेष मानानुसार मादण्णा सामोरे बसले होते. सुवासिक पदार्थांनी भरलेली व मुरादाबादी सुवर्णीपकदाण्या ठेवलेली तबके हाती घेऊन सेवक उभे होते. खळ लावलेले मखमलीचे कशिदेदार अंगरखे व त्यांवर सोन्याचे कमरपट्टे घातलेले हुजरे दोघांवर मयूरपंखांनी वारा घालीत होते. राजे तानाशहांच्या बरोबर मोकळेपणाने बोलत होते. तानशहांनी राजांना क्षेमकुशल विचारले, त्यांच्या बडदास्तीची चौकशी केली. एक प्रहर केव्हा सरला, हेही दोघांना कळले नाही. शेवटी राजे म्हणाले,

'पुष्कळ वेळ झाला. आता आम्हांला जायची परवानगी मिळावी.'

तानाशहांनी राजांचा हात प्रेमभराने हाती घेतला.

'आमच्या सहवासाचा एवढ्यात कंटाळा आला? आमची तमन्ना होती की, आपण एक-दोन दिवस तरी आमच्या महाली राहावं. खुले दिल गुफ्तगूँ करें. कुछ तफरीह करें.'

राजे हसले. ते चटकन म्हणाले,

'ते आमचं आलीशान मुकद्दर समजू. आम्ही खोटं कधी बोलत नाही. आपल्याला आम्ही वडील बंधू मानतो. आपली इच्छा आम्ही कशी मोडू? आम्ही राहतो. आपल्या सहवासात आम्हांलाही आनंद आहे.'

तानाशहांच्या आश्चर्याला सीमा राहिल्या नाहीत. अवघ्या चार माणसांनिशी बालेकिल्ल्यात आलेला हा राजा किल्ल्यात राहायचेही मान्य करतो! राजांच्या या कृतीने तानाशहा राजांचा स्नेही बनला.

□

६

रात्री राजांना बारादरीत मेजवानी झाली. वातावरणात संपूर्ण दिलखुलासपणा आला होता. राजांच्या मनात नसतानाही राजांना अफझलवध, आग्ऱ्याहून सुटका, सुरतेची लूट ही सांगावी लागत होती. बाहेर चांदणे पडले होते. जेव्हा शांतता पसरे, तेव्हा ठुमरीचे मधुर सूर कानांवर पडत. राजांचे लक्ष त्या सुरांकडे वेधत होते. ते लक्षात घेऊन तानाशहांच्या चेहऱ्यावर स्मित विलसत होते. मेजवानी झाली. तानाशहा राजांना म्हणाले,

'हे गाणं कोण गातं, कुठं गातं, याचं कुतूहल आहे ना?'

राजे नि:संकोचपणे म्हणाले, 'हो. जवळपास कुठं गाणं चालू असतं, तर आम्हांला कळलं असतं. पण स्वप्नामध्ये हलक्या पावलांनी सूर अवतरावेत, असा हा भास होतो.'

'चला!'

तानाशहांच्या बरोबर राजे सज्जावर गेले. आकाशात दहावा चंद्र दिसत होता. तानाशहा आपल्या अंगावरची शाल बळजबरीने राजांच्या खांद्यावर टाकीत म्हणाले,

'आपण मेहमान आहात, धाकटे आहात. आपली काळजी आम्हांला घ्यायला हवी.'

राजांनी मान तुकवून त्या प्रेमाचा स्वीकार केला. दोघे सज्जाच्या कडेला आले. तानाशहा म्हणाले,

'ऐका!'

राजे स्तब्ध झाले. त्या शांत, नीरव वातावरणात गाण्याचे सूर ऐकू येत होते. काही क्षण गेल्यावर राजे उद्गारले,

'सुंदर!'

तानाशहांनी पश्चिमेकडे बोट केले. ते म्हणाले,

'राजे, किल्ल्याला लागून तलाव आहे ना, त्याच्या मागे पाहा. बारीक नजरेनं पाहिलं, तर दोन टेकड्यांवर उभ्या असलेल्या इमारती दिसतील. आपलं मन रिझवण्याकरिता दरबारचे कलावंत तिथं गात आहेत.'

राजांचा डोळ्यांवर विश्वास बसत नव्हता. तानाशहांनी दाखविलेले अंतर सहज कोस-सव्वा कोसाचे होते. तेथल्या इमारतीत गायिलेले सूर पश्चिमेच्या वाऱ्याने बारादरीपर्यंत येत होते. तानाशहा सांगत होते,

'जिथून हे सूर येतात, त्या दोन महालांची नावं 'प्रेमावती' आणि 'तारामती' आहेत. या दोघी कुतुबशाहीच्या राजगायिका. आमच्या वडिलांच्या पदरी त्या होत्या. इथं आला हजरत चांदण्या रात्री आराम करीत, आणि गाणं ऐकत असत. त्या गायिका गेल्या; पण ते महाल तसेच आहेत. आज आमच्या दरबारच्या कलावंतांचं गाणं ऐकण्यासाठी आपल्यासारखे थोर मेहमान आलेत, ही अल्लाची कृपा आहे.'

राजांची नजर मादण्णांच्याकडे वळली. राजे म्हणाले,

'मादण्णा, उद्या त्या कलावंतांची आणि आमची भेट घडवा. आम्ही त्यांच्या गाण्यावर प्रसन्न आहो.'

'राजे, त्या कलावंतांना भेटण्याची गरज नाही. आपली मेहरनजर म्हणून त्यांना भरपूर दिलं जाईल.' मादण्णा म्हणाले.

'नको. किती केलं, तरी ते कलावंत आहेत; ईश्वरी देणगीनं ते समृद्ध आहेत. त्यांना मुलाकात देणं हेच वाजवी होईल.'

रात्री राजे महालात झोपले असतानाही त्यांना ते मंजूळ सूर ऐकू येत होते. महालाच्या दरवाजाशी सोमाजी नाईक डोळ्याचे पाते लवू न देता तळपत्या तलवारीनिशी पहारा करीत होता. राजे निश्चिंत मनाने, पूर्ण समाधानाने झोपी गेले.

□

७

तानाशहांनी राजांचा सारा बालेकिल्ला फिरून दाखविला. खिलवतमहाल, राणीमहाल, तारामतीमहाल, दिवाण-इ-आम अशा अनेक नामांकित इमारती किल्ल्याच्या दक्षिणेला होत्या. इमारतींच्या तिसऱ्या मजल्यावरही पाणी खेळविले होते. राजवाड्यात सर्वत्र कारंजांतील जलतुषारांनी शोभा वाढविली होती. प्रत्येक दिवाणखान्यात वाहते पाणी खेळविले होते. राजांना बरोबर घेऊन तानाशहाने राजधानीतील मशिदी, प्रासाद आणि आपल्या पूर्वजांच्या कबरी दाखविल्या. प्रत्येक कबरीत भारी गालिचे, रेशमी चादरी व जमिनीपर्यंत लोळणाऱ्या फुलांच्या जाळ्यांचे आच्छादन असे. दीपांच्या प्रकाशात आणि सुगंधाच्या दरवळात वातावरण धुंदावलेले असे.

किल्ल्याच्या उत्तरेला प्रसिद्ध नवीन बाग नानाविध फुलांच्या ताटव्यांनी बहरलेली होती. विस्तृत व खोल विहिरींच्या पाण्याचा उपसा चार मोटा अखंड करीत होत्या. फुलबागेला लागूनच फळांच्या, पोफळींच्या बागा होत्या. ताडपोफळींची गर्द छाया थंडी वाढवीत होती.

राजमहालात रंगणाऱ्या राजकारणाच्या बैठकी, किल्ल्याच्या सहली आणि मेजवान्या यांत तीन दिवस केव्हा सरले, हेही कुणाच्या ध्यानी आले नाही. बालेकिल्ल्याबाहेर राजांची वाट पाहत बसलेली फौज तिच्यासाठी उभारलेल्या स्वतंत्र छावणीत आरामात होती, हे खरे; पण उलटणाऱ्या दिवसाबरोबर फौजेची मने बेचैन होत होती. राजांचे निरोप येत होते. राजांच्या वस्तू किल्ल्यात जात होत्या. पण राजांचे दर्शन घडत नव्हते. अनेक विकल्प फौजेच्या मनात येत होते.

दुसऱ्या दिवशी राजे तानाशहांच्या भेटीला गेले, तेव्हा तानाशहा चिंतामग्न आहेत, हे राजांच्या ध्यानी आले. राजांनी काळजीने विचारले,

'आपली तबियत....'

'अल्लाच्या कृपेनं एकदम दुरुस्त आहे. राजे शरीराची बिमारी आली, तर हकिमाचं औषध घेऊन बरी करता येते. पण मनाची बिमारी भारी खराब. ती फार बेचैन करते..'

'आम्ही समजलो नाही.'

मादण्णांनी आवंढा गिळला. ते म्हणाले,

'राजे, कसं सांगावं, हेच कळत नाही. आपल्या फौजेत चलबिचल झाली आहे. आपली फौज भागानगर लुटणार, अशी अफवा उठली आहे. ती पातशहांच्या कानांवर आली आहे.'

क्षणभर राजे विचारमग्न झाले. दुसऱ्याच क्षणी राजांच्या चेहऱ्यावर स्मित झळकले. ते मोठ्याने हसू लागले. तानाशहा, मादण्णा राजांच्याकडे पाहत होते. राजे तानाशहांना म्हणाले,

'आणि आपण विश्वास ठेवलात?'

'आम्हांला खात्रीलायक बातमी आहे.' तानाशहा म्हणाले. 'तुम्हांला खोटं वाटतं?'

'मुळीच नाही. पण याला कारणीभूत आपणच आहात!'

तानाशहा आणि मादण्णा चकित झाले. मादण्णा उद्‌गारले,

'आम्ही?'

'हो! हा तुमच्या आग्रहाचा परिणाम आहे. तुम्ही आम्हांला प्रेमभरानं ठेवून घेतलंत; आम्हांला कुठं जाऊ दिलं नाहीत. आमच्या फौजेला आम्ही दिसलो नाही. आमची फौज शाही स्वागतावर तृप्त होणं कठीण. अनेक शंका आल्या असतील, म्हणून थोडी चलबिचल झाली असेल. मादण्णा, आमचे सेनापती हंबीरराव यांना बोलावून घ्या.'

हंबीररावांना बोलावणे पाठविले गेले. तानाशहांना थोडा धीर आला. राजे त्यांना म्हणाले,

'आपण आमच्या मैत्रीबद्दल शंका न धरावी. आम्ही लुटीला जातो, तेव्हा मैत्रीचा बहाणा करीत नाही.'

तानशहांनी राजांचा हात प्रेमभराने हाती घेतला. काही वेळातच तंग वातावरण निवळले. खूप वेळ गेला. राजे बोलत असता अचानक टाळीचा आवाज महालात घुमला. राजांनी दचकून छताकडे पाहिले.

'आपले सेनापती किल्ल्यात आले.'

'हा टाळीचा आवाज कुठून आला?'

'बालेकिल्ल्यात प्रथम दरवाजात इशारतीची जागा आहे. तिथं टाळी वाजविली असता इथं आवाज येतो, वर्दी मिळते.'

'आश्चर्य आहे!' राजे उद्‌गारले.

'आश्चर्य कसलं? ही करामत आहे.' तानाशहा म्हणाले. 'आमच्या शाही बडदास्तीत आपली फौज रमत नाही, तुमच्या दर्शनासाठी ती व्याकूळ बनते, याचं आश्चर्य करावं.'

थोड्याच वेळात हंबीरराव आले. त्यांच्या बरोबर मानाजी मोरे, येसाजी कंक, आनंदराव हेही होते. चौघांनी मुजरे केले. राजांनी चौघांची ओळख करून दिली. राजांनी हंबीररावांना विचारले,

'हंबीरराव, फौजेची काय खबर?'

'सर्व ठीक आहे, महाराज.'

'काही कमतरता?'

'जी, नाही. उलट, सर्व काळजी घेतली जाते. कशाची कमतरता नाही.'

'फौजेत चलबिचल आहे, म्हणून आम्ही ऐकलं.'

हंबीररावांनी एक वेळ मादण्णांच्या वर नजर टाकली.

'स्पष्ट बोलायला काही हरकत नाही. ही सर्व आपलीच मंडळी आहेत.'

'महाराज, आपलं दर्शन न घडल्यानं फौजेत अफवा उठत आहेत. आम्ही त्याबद्दल खबरदारी घेत आहोत. पण...'

'सांगा... आम्ही काय करावं?'

'एक वेळ फौजेला दर्शन घडेल, तर सारं ठीक होईल.'

'हंबीरराव, आम्ही आणि पातशहा दोघेही फौजेची पाहणी करू. एक प्रहरानं सारी फौज आमच्या महालाखालून जाऊ दे.'

'जी.'

तानाशहांनी चौघांना मौल्यवान वस्त्रे, रत्ने देऊन गौरविले.

दोन प्रहरी राजे आणि तानाशहा अंगूरमहालाच्या सज्जावर उभे राहिले.

राजांची फौज अंगूरमहालाखालून जात होती. राजे आणि पातशहा फौजेचे मुजरे स्वीकारीत होते. राजांचे दर्शन घडताच आनंदाने बेभान झालेली फौज राजांचा आणि पातशहांचा जयजयकार करीत होती. फौजेला दर्शन देऊन दोघे महालात आले. तानाशहांची काळजी दूर झाली.

'राजे, आपली फौज किती आहे?'

'पायदळ, घोडदळ मिळून चाळीस हजारांवर जाईल. त्याखेरीज दहा हजारांची असामी संगती आहे.'

'सर्वच फौज संगती आणलेली दिसते.'

'ते शक्य झालं नसतं. मुलुखाचा बंदोबस्त राखण्यासाठी एवढीच फौज माघारी ठेवून यावं लागलं.'

'आजवर आपल्या फौजेची तारीफ आम्ही खूप ऐकली. आता ती पाहायला मिळाली.'

'दुरून फौज पाहून तिचे गुण दिसणार नाहीत. आपली मर्जी असेल, तर उद्या आमच्या माणसांचं कसब आपल्याला पाहता येईल.'

'आम्हांला आनंद वाटेल.' तानाशहा म्हणाले.

राजांनी ढमढेऱ्यांच्या बरोबर हंबीररावांना निरोप पाठविला.

राजे राजकारणाच्या मसलतीत गढून गेले.

□

८

आकाशात दोन प्रहराचा सूर्य कलला होता. गोवळकोंड्याच्या उत्तरेला असलेल्या मैदानावर खास शामियाना उभारला होता. जवळ जवळ पाचशे गज रुंदीचे वर्तुळाकार

मैदान मोकळे होते. मैदानाच्या सभोवती दीड-दोन पुरुष उंचीचा भक्कम तट होता. तटाच्या वर शाही शामियाना थोड्या अंतरावर उभारला होता. तटाच्या कडेने किल्ल्यातील नागरिकांची व मराठी फौजेची गर्दी झाली होती. शाही शामियान्यात कुतुबशाहीचे श्रेष्ठ मानकरी, सरदार हजर झाले होते. राजघराण्यातील मंडळींनी शामियान्यात येऊन आपली जागा घेतली होती.

नौबत झडली. अल्काबांचे पुकार उठले. सारे उठून उभे राहिले. शामियान्यात कुतुबशहा राजांच्यासह आले. मुजऱ्यांचा स्वीकार करून दोघे उच्चासनांवर बसले. राजांच्या मागे हंबीरराव, येसाजी, मानाजी, रघुनाथपंत, प्रल्हादपंत, आनंदराव, धनाजी ही मंडळी उभी होती. कुतुबशहांच्या शेजारी मादण्णा, आक्कण्णा आणि कुतुबशाहीचे सेनापती मुहम्मद अमीन हे उभे होते. राजांनी कुतुबशहांना परवानगी विचारली. कुतुबशहांनी मान्यतेची मान झुकविली. राजांनी हंबीररावांना खेळ सुरू करण्याची आज्ञा केली. शिंग फुंकले गेले.

राजांचे लक्ष आता मैदानावर खिळले होते. मैदानात पंधरा-वीस मावळ्यांनी प्रवेश केला. प्रत्येकाच्या हातात ढाल-तलवार होती. डोक्याला मराठमोळी तांबड्या पगड्या, अंगात आखूड अंगरखे, चोळणे आणि पायांत मराठशाही पायताणे घातलेले ते मावळे रिंगणात आले. त्यांनी मुजरा केला. रणहलगीच्या नादावर तलवारीचे हात सुरू झाले. तलवारीचे खेळ झाल्यावर मैदानात पटाईत उतरले. पातशहा कौतुकाने पटाइतांचे खेळ पाहत होते. पटाईत मागे सरले; आणि एक पटाईत मैदानात आला. पटाईत वेगाने हात चालवीत होता. अनेक मोहरे घेऊन त्याने खेळ दाखविला, पट्ट्याने लिंबू उडवून दाखविले; आणि त्याने वेगाने पट्टा फिरवायला सुरुवात केली. हंबीररावांनी राजांच्या समोर लिंबू धरले. राजांनी दोन लिंबे तानाशहांच्या हाती दिली. तानाशहा उठून उभे राहिले, आणि ती लिंबे पाठोपाठ पट्ट्यावर फेकली. दोन्ही लिंबे छेदिली जाऊन आकाशात उडाली. चौफेर एकच जल्लोश उठला. नंतर दांडपट्टा, विटा, मग तीरंदाजांनी आपली कमाल दाखविली.

घोडेस्वारांनी मैदानात प्रवेश केला. टापांच्या आवाजांनी मैदान भरून गेले. भरधाव वेगाने घोडी रिंगणात पळत होती. भालाईत स्वार मैदानात उतरले. भरधाव वेगाने घोडदौड करीत येऊन जमिनीवरचे लिंबू त्यांनी टिपले. राजांनी फेकलेले लिंबू जमिनीवर उतरताच भाल्याच्या टोकावर टिपले गेले. मैदानाच्या उत्तरेला तटावर बसलेल्या माणसांतून एक मोकळी वाट सोडली होती. हंबीररावांनी तिकडे बोट करताच राजांची व तानाशहांची नजर त्या दिशेला वळली. एक स्वार चौखूर उधळत येताना नजरेत आला. स्वार दौडत मैदानाच्या दिशेने येत होता. स्वार मैदानात उडी घेणार, असे वाटत होते. साऱ्यांचे श्वास रोखले गेले; आणि मैदानाच्या कडेवर आलेला घोडा एकदम आवरला गेला. घोडा थांबला, तेव्हा त्याचे पुढचे

पाय मैदानाच्या तटावर थांबले होते. तानाशहांची निराशा झाली. त्यांनी विचारले,

'राजे, घोडा शेवटी थांबलाच!'

'तेही एक कसब आहे. हव्या त्या क्षणी, हव्या त्याच ठिकाणी जनावर थांबवणं हेही स्वाराचं मोठं कसब असतं.'

तो स्वार परत फिरला होता. राजांनी तानाशहांचे लक्ष वेधले. तानाशहा पाहू लागले. तो स्वार परत दौडत येत होता. परत तेच पाहावे लागणार, याचा तानाशहांना कंटाळा आला होता. स्वार दौडत आला; आणि मैदानाच्या तटावरून त्याने सरळ झेप घेतली. साऱ्यांचे श्वास अवरोधले गेले. तोवर घोडे अलगद मैदानात उतरले होते. पातशहांचे अस्तित्व विसरून, शाही रिवाज विसरून शामियान्यात प्रशंसा ऐकू आली. मैदानात जल्लोश उडाला.

मर्दानी खेळ संपले होते. त्यांत भाग घेणारे वीर आपापल्या पथकानिशी मुजऱ्याला मैदानात परत आले. तानाशहा समोऱ्या आलेल्या पथकांना मोहरांच्या थैल्या फेकीत होते.

वीरांचा सन्मान करीत असता तानाशहांनी राजांना विचारले,

'महाराज, आम्ही हे खेळ पाहिले; आम्हांला आवडले.'

'आपल्या खुशीत भर पडावी, म्हणूनच हे खेळ आम्ही योजले. पण पातशहांची पूर्ण तशफ्फी झालेली दिसत नाही.'

राजांनी तानाशहांचे मन बरोबर ओळखले होते. या मर्दानी खेळांत खरोखरच त्यांना फारसे स्वारस्य वाटले नव्हते. तानाशहा म्हणाले,

'आम्ही आपल्या फौजेचे, पायदळाचे, घोडदळाचे खेळ पाहिले. पण आपले हत्ती कुठं मैदानात उतरले नाहीत?'

'आम्ही फारसे हत्ती बाळगीत नाही.'

तानाशहा अभिमानाने म्हणाले, 'आमच्या पिलखान्यात हजार हत्ती आहेत. हत्ती जोवर रणांगणात उतरले नाहीत, तोवर हे मर्दानी खेळ ठीक आहेत. पण रणांगणात हत्तींशी सामोरं जाण्याचा प्रसंग आला, तर आपल्या फौजेची काय दुर्दशा होईल?'

राजांच्या चेहऱ्यावर मंद स्मित विलसले.

'तो शक आमच्या मनात कदापिही येत नाही. माझा प्रत्येक माणूस हत्तीच्या तोलामोलाचा आहे.'

'सुभान अल्ला! राजासाब, हम आपकी दाद देते हैं. पातशहा खूश होऊन म्हणाले. 'लेकिन हा शायरीचा अंदाज झाला.'

'आम्ही शायरीची भाषा बोललो नाही. आम्ही वस्तुस्थिती सांगितली.'

'काय सांगता? आपला माणूस हत्तीशी लढेल?' आश्चर्याने तानाशहांनी विचारले.

'अलबत!'

'ऐसा बहादुर कौन है?'

राजांनी मागे नजर टाकली. राजांच्या मागचे नऊजण मुजरा करून उभे राहिले. तानाशहांची नजर त्यांच्यावर खिळली. त्यांनी विचारले,

'आमचा हत्ती सोडला, तर यांतला कोणी पुढं जाईल?'

'हो!'

'आम्हांला पाहायचं आहे.'

राजे अस्वस्थ झाले. ते कष्टाने म्हणाले,

'आपली मनशा पुरविण्यात आम्हांला आनंद आहे.'

कुतुबशहांनी आज्ञा केली. साऱ्या मैदानात कुजबूज वाढली. काही तरी नवीन घडणार, याची सर्वांना जाणीव झाली.

तानाशहा राजांना म्हणाले, 'आपला वीर कोणता?'

मागे न पाहता राजांनी उत्तर दिले, 'सारेच वीर आहेत! आपण निवड करावी.'

तानाशहांची नजर राजांच्या मागे उभ्या असलेल्या नऊजणांवर खिळली. त्यांत हंबीरराव मोहिते, मानाजी मोरे, येसाजी कंक, धनाजी जाधव, बाबाजी ढमढेरे, अनाजी मलकरे, सूर्याजी मालुसरे, सोमाजी नाईक ही मंडळी दिसत होती. तानाशहांची नजर येसाजीवर स्थिरावली. किंचित बुटकी ठेवण आणि सडसडीत अंगयष्टी पाहून, तानाशहांनी येसाजीची निवड केली, व विचारले,

'क्या तुम हाथी से लोहा लोगे?'

'त्यात अवघड काय?' येसाजी बोलून गेला.

साखळदंडांचा आवाज येताच साऱ्यांची भयभीत नजर मैदानाकडे वळली. तटात असलेला दरवाजा उघडला गेला. जिवाचा थरकाप उडविणारा आवाज करीत हत्तीने मैदानात प्रवेश केला. तटाच्या कडेला दाटीवाटीने बसलेले लोक, सुरक्षित जागा आहे, हे माहीत असूनही नकळत मागे सरले. हत्तीच्या गंडस्थळावरून मदाच्या धारा वाहत होत्या. मस्तकी शेंदूर थापल्यामुळे त्याचे रूप जास्तच भयावह वाटत होते. उंचापुरा, धिप्पाड, तपकिरी रंगाचा बेभान हत्ती आपली नजर फिरवीत, कान फडकावीत रिंगणातून फिरत होता. प्रत्येक पावलाबरोबर पायांना अडकवलेल्या साखळदंडांचा आवाज येत होता. साखळदंडांची दिक्कत त्याच्या चालण्यात वाटत नव्हती. साखळदंड फरफटत तो बेगुमानपणे मैदानात फिरत होता.

'या हत्तीशी तुमचा माणूस झुंजेल?' तानाशहांनी विचारले.

'तुमच्या हत्तीपेक्षा हा वरचढ असल्याचं आपल्याला आढळेल.'

राजे उभे राहिले. येसाजी नजीक आला. त्याने राजांचे पाय शिवले. येसाजीच्या पाठीवर हात ठेवीत राजे कुजबुजले,

'जपून!'

येसाजीने पातशहांना मुजरा केला. राजे परत आसनावर बसले. येसाजीने मैदानाकडे नजर टाकली. हत्ती मैदानाच्या दुसऱ्या टोकाला गेला होता. येसाजी ओरडला,

'जय भवानी!'

-आणि त्याने तलवार हातात धरून मैदानात उडी घेतली. साऱ्या मैदानावर एक विचित्र शांतता पसरली. मैदानात काही तरी उतरल्याचे पाठमोऱ्या हत्तीच्या तीक्ष्ण कानांना जाणवले. संतप्त होऊन तो माघारी वळला. त्याची नजर मैदानावरून फिरत होती. उभ्या जागी तो डुलत होता. सोंड हेलकावे घेत होती. हत्तीची नजर येसाजीवर खिळली. येसाजीला पाहताच सोंड आवळून घेऊन त्याने मस्तक खाली केले. पांढऱ्या शुभ्र, लांबलचक दातांत आवळून घेतलेल्या सोंडेनिशी हत्तीने चाल केली. हत्तीच्या चीत्काराने सारे मैदान थरारले. पावलांचा सप सप आवाज करीत हत्ती धावून येत होता. क्षणाक्षणाला दोघांतले अंतर कमी होत होते. अंगावर धावून येणारे धूड येसाजी हाती तलवार घेऊन निश्चल नजरेने पाहत होता. हत्ती अधिक नजीक आलेला पाहताच राजांनी नजर खाली वळविली. एकच कल्लोळ मैदानावर माजला. राजांनी भीतियुक्त नजर वर केली; येसाजीने हत्तीला बगल दिली होती. पुढे गेलेला हत्ती आपली चाल चुकली, हे ध्यानी येऊन अधिक संतप्त होऊन माघारी वळला. राजांना ते दृश्य पाहणे असह्य होत होते. त्यांच्या साऱ्या अंगाला कंप सुटला होता. तानाशहा विस्फारलेल्या नेत्रांनी ती झुंज पाहत होता.

हत्तीने परत चाल करताच येसाजी एकेक पाऊल मागे हटू लागला. हत्ती जवळ येताच त्याने परत बगल दिली. आल्या वेगाने हत्ती पुढे सरकला. सारे लोक हर्षाने ओरडले. हत्तीचा संताप वाढत होता. त्याचे ओरडणे अधिक तीव्र बनत होते. वाढत्या संतापाबरोबर त्याचा तोलही जात होता. येसाजीने अशा पाच-सहा हुलकावण्या दिल्या. शेवटी तो हत्तीच्या पाठीलगत उभा राहिला. हत्ती वळेल, तसा तोही वळत होता. हत्ती रिंगण घेत होता. येसाजी हत्तीबरोबर गोल फिरत होता. 'लाहोल विला!', 'सुभान अल्ला!' असे उद्‌गार तानाशहा काढीत होता व मुग्ध होऊन पाहत होता.

हत्तीने आपली आखडलेली सोंड आता सैल सोडली होती. सोंडेने शोध घेत तो वळत होता. तीच संधी येसाजीला हवी होती. येसाजीने संधी पाहून बगल दिली; आणि एकदम तो हत्तीच्या सामोरा गेला. अचानक शत्रू सामोरा आल्याचे पाहताच हत्ती क्षणभर स्तब्ध झाला. आणि त्याच क्षणी येसाजीने तलवार उगारली. पाते क्षणभर उन्हात तळपले. दुसऱ्याच क्षणी सोंडेवर वार करून येसाजी बाजूला झाला. एका वारात हत्तीची सोंड उतरली गेली. रक्ताचा लोंढा वाहू लागला. आर्त चीत्कार करीत वेदनेने बेभान झालेला हत्ती वाट फुटेल तिकडे धावू लागला. मैदानावर एकच आनंद उसळला. शेल्यांची बरसात होऊ लागली. रक्ताचा लोंढा सोडीत मैदानाच्या दुसऱ्या टोकापर्यंत गेलेल्या हत्तीने गुडघे टेकले; आणि तो कोसळला.

येसाजी शांतपणे मैदानातून वर आला. शामियान्यात येऊन त्याने मुजरा केला. घामाने डवरलेल्या राजांनी येसाजीला मिठी मारली; आपल्या हातांतील रत्नखचित सलकडी येसाजीच्या हाती घातली. काही न बोलता राजे परत बसले. तानाशहांनी येसाजीवर देणग्यांची खैरात केली. येसाजी कुतुबशाहीच्या दरबारी राहील, तर पंचहजारांची मनसब द्यायला कुतुबशहा तयार झाले. येसाजी मुजरा करून म्हणाला,

'मी महाराजांचं अन्न खातो. ते आपलंच आहे. त्यापेक्षा जहागीर का जास्त आहे?'

त्या उत्तराने तानाशहा आणखीन प्रसन्न झाले. ते राजांना म्हणाले,

'महाराज, हा तुमचा माणूस आम्हांला द्या.'

राजांचा हात गळ्यातल्या नवरत्नांच्या कंठ्याशी गेला. राजांनी हसून विचारले,

'या कंठ्यातलं एखादं रत्न निखळलं, तर काय होईल?'

'कंठ्याची शोभा जाईल!'

'हजरत! आम्ही कंठा वापरतो, तो हौसेकरिता नाही; ना ऐश्वर्याच्या प्रदर्शनासाठी. हा कंठा या माणसांची आठवण आहे. यांतला प्रत्येक माणूस आमच्याच तोलामोलाचा आहे. आमचं राज्य हत्तीच्या बळावर नव्हे, यांच्या आधारावर सुरक्षित आहे. एक एक माणूस मिळवून माळेस मणी जोडले आहेत. ते मणी कसे काढता येतील?'

तानाशहा निरुत्तर झाले. त्यांना काही तरी एकदम आठवले. ते राजांच्याकडे वळून विचारते झाले,

'एक विचारू?'

'संकोच कसला?'

'जेव्हा तुमचा माणूस हत्तीशी झुंजत होता, तेव्हा आपली नजर खाली का वळली होती? आपल्या कपाळी घाम का आला होता? असल्या झुंजीची आपल्याला भीती वाटते?'

'आपका कहना दुरुस्त है.' राजे म्हणाले. 'ही जिवाला जीव देणारी माणसं. वेळ का सांगून येते? घात, अपघात होतात. चुकून पाऊल फसतं. करमणुकीपायी असे मोहरे खर्ची टाकण्याची सवय आम्हांला नाही. आपल्या इच्छेखातर आम्ही येसाजीला पाठवला; पण तो माघारी येईपर्यंत आमच्या जिवात जीव नव्हता.'

त्या बोलांनी तानाशहांना राजांचे एक नवे दर्शन घडले.

राजे तानाशहांच्या बरोबर महालात आले. राजांनी छावणीवर जायचा निरोप मागितला. तानाशहांनी विचारले,

'परत भेट?'

'आम्ही इथं आहो, तोवर याद फर्माविली जाईल, तेव्हा आम्ही हजर होऊ.'

निरोप देताना पातशहांनी अनेक वस्त्रे, नामांकित रत्ने, हत्ती, घोडे राजांना नजर

केले. शाही रिवाज सोडून तानाशहांनी खुद्द आपल्या हातांनी राजांच्या अंगाला अत्तर लावले व निरोपाचे विडे दिले.

□

९

राजांच्या मनमोकळ्या स्वभावाने व भेटीने तानाशहांच्या मनातली भीती नष्ट झाली होती. या भेटीने संशयाचे वातावरण संपूर्णपणे निवळून पुढील स्वारीच्या योजनेचा राजांनी ठरविलेला आराखडा गोवळकोंड्याच्या दरबारातून एकदम मंजूर होण्याची शक्यता निर्माण झाली.

मुख्य राजकारणी बोलणी चालू असताना शिवाजीराजांच्या कीर्तीचा, तानाशहांच्या भेटीचा बोलबाला भागानगरात पसरला होता. कुतुबशाहीचे वजीर मादण्णापंत यांनी राजांना स्वत:च्या घरी मेजवानीला बोलाविले. मेजवानीचा स्वयंपाक नोकरावर न सोपविता स्वत:च्या मातु:श्रींच्या हाती पाक सिद्ध करवून, दोघे बंधू जवळ बसून त्यांनी राजांना भोजन घातले. बरोबर समुदायही होता. भोजन झाल्यावर अलंकार, वस्त्रे, घोडी देऊन राजांची त्यांनी पाठवणी केली. शिवाजीराजांचे दरबारी वाढते वजन पाहून शहरातील सरदार, शेठ-सावकार यांच्यामध्ये राजांचा सत्कार करण्याची चढाओढ लागली. त्यांच्याकडेही राजांना मेजवान्या आल्या. राजांच्या ह्या मनमोकळेपणामुळे सारे भागानगर राजांच्याकडे आकृष्ट झाले, पातशहा तर राजांच्या मोकळ्या प्रामाणिकपणावर इतका खूश झाला, की त्याने राजे मागतील, ते देऊन त्यांना संतुष्ट ठेवण्याची मादण्णापंतांस आज्ञा केली.

राजे भागानगरच्या आलेल्या प्रतिष्ठित नागरिकांना आपुलकीने भेटत होते. पण एका भेटीची इच्छा अद्याप राहिली होती. भागानगरात केशवस्वामी नावाचे एक सत्पुरुष वास्तव्य करीत होते. त्यांचे दर्शन घेण्यास राजे उत्सुक होते.

एके दिवशी मादण्णांच्या पुढे राजांनी आपली इच्छा व्यक्त केली :

'आमच्या मनाला स्वामीजींचे दर्शन घेण्याची भारी ओढ लागली आहे. त्यांना आमची इच्छा कळवा. त्यांची आज्ञा झाली, तर आम्ही त्यांच्या दर्शनाला जाऊ.'

केशवस्वामी मादण्णापंतांचे साक्षात गुरू. राजांची इच्छा ऐकून त्यांना भारी आनंद झाला. त्यांनी राजांची इच्छा केशवस्वामींना कळविली. केशवस्वामींनी भेटीला मान्यता दिली.

निवडक लोक संगती घेऊन राजे स्वामींच्या दर्शनाला गेले. गावाबाहेर मुसा नदीच्या काठी स्वामीजींचा आश्रम होता. आश्रमाचे वातावरण मोठे प्रसन्न करणारे होते. नाना जातींच्या वृक्षांनी आश्रमाचे आवार सुशोभित झाले होते. त्यांच्या सावलीतून आश्रमवासीयांच्या पर्णकुट्या उभारल्या होत्या. आश्रमाचे चिंचोळे रस्ते स्वच्छ होते. सर्वत्र नीरव शांतता पसरली होती. राजे सायंकाळच्या वेळी आश्रमाच्या

नजीक आले. आश्रमाबाहेर राजे पायउतार झाले. राजांच्या संगती मादण्णा, आक्कण्णा, हंबीरराव, येसाजी, प्रल्हाद निराजी, रघुनाथपंत, बाळाजी ही मंडळी होती. आश्रमाच्या दारात भगवी वस्त्रे परिधान केलेले शिष्य राजांच्या स्वागताला उभे होते. राजे सर्वांसह बोलत आश्रमाकडे चालत होते. आश्रमाच्या आवारात फिरणारे मोर, हरिणेही नजरेत येत होती. राजे मुख्य आश्रमापाशी पोहोचले.

केशवस्वामी राजांची वाट पाहत होते. राजांची नजर केशवस्वामींच्यावर गेली. भगवी वस्त्रे धारण केलेली, सावळ्या, सतेज कांतीची, कपाळी वैष्णव गंध धारण केलेली केशवस्वामींची मूर्ती पाहून राजांचे मन उचंबळून आले. ती शांत नजर, ओठांवर विलसणारे प्रसन्न स्मित, मानेवर रुळणारे केस हे त्यांचा अधिकार सांगत होते. अत्यंत नम्र भावाने राजे पुढे झाले, आणि त्यांनी केशवस्वामींच्या चरणी मस्तक ठेवले. केशवस्वामी डोळे मिटून आशीर्वाद देत होते. राजांच्या खांद्यांना त्या हातांचा स्पर्श झाला. राजे उभे राहिले आणि क्षणात केशवस्वामींनी राजांना गाढ आलिंगन दिले. दोघांच्याही नेत्रांत आनंदाश्रू उभे राहिले होते. केशवस्वामींनी असा लोभ दुसऱ्या कुणावर दाखविलेला मादण्णांनी पाहिला नव्हता. न राहवून मादण्णा म्हणाले,

'महाराज, आपण भाग्यवंत आहात! स्वामींनी असा लोभ कुणावर दाखविल्याचं आम्ही पाहिलं नाही. ते भाग्य आपल्याला लाभलं.'

राजांना बळेच आपल्या जवळ बसवीत केशवस्वामी म्हणाले,

'मादण्णा, आम्ही ही भेट ईश्वरकृपा मानतो! राजांचा जन्म जबरदस्त पूर्वपुण्याईवरोन लाभतो. ते भाग्य लाभलेले जीव बहुतेक पूर्वपुण्याईचा विसर पडून ती पुण्याई खर्चण्यासाठीच जीवन घालवतात. पण हे राजे त्याला अपवाद आहेत. हा राजयोगी पुरुष आहे. आपल्या पराक्रमानं याचं पुण्य उदंड वाढत आहे. जेव्हा धर्माचा ऱ्हास होतो, अनाचार माजतो, तेव्हा धर्मरक्षणासाठी परमेश्वराकडून अवतार धारण केला जातो. मादण्णा, हा अवतारी पुरुष आहे. याची ओळख फार थोड्यांना आहे. याच्या दर्शनानं कुणाला आनंद होणार नाही?'

त्या बोलण्याने राजे संकोचले. केशवस्वामी राजांचे विनयशील रूप मनात साठवीत होते. स्वामीजींनी राजांना बोध केला. त्या अधिकारवाणीने राजांच्या मनाला समाधान लाभले. बाहेर अंधार पडू लागला. राजांनी आज्ञा मागितली. केशवस्वामी म्हणाले,

'आपल्याला वेळ असेल, तर आज इथंच वस्ती करावी. ईश्वरभक्तीची तुम्हांला आवड आहे. त्या आनंदात काही प्रहर घालविता येतील.'

राजांनी तत्काल मान्यता दिली. राजे मादण्णापंतांना म्हणाले,

'पंत, हा योग कोण सोडील? छावणीवर निरोप पाठवा. आम्ही इथं वस्ती करू.'

हंबीरराव गडबडीने उठले. राजांनी त्यांचा बेत ओळखला. ते म्हणाले,

'हां, हंबीरराव! कसली दगदग करू नका. आमच्या गाद्या, गिर्द्या इथं आणवून,

या वैभवापुढं दारिद्र्याचं प्रदर्शन करू नका. संतांचा सहवास, निर्मळ भूमीची शय्या आम्हांला राजवैभवापेक्षा प्रिय आहे. हा योग आम्हांला साधू द्या!'

राजांनी सर्वांसह फलाहार, दुग्धपान केले. रात्री समया प्रज्वलित करण्यात आल्या. स्वामीजींच्या शिष्यांनी टाळमृदंग हाती घेतला. हाती चिपळ्या घेऊन केशवस्वामी उभे राहिले. रामनामाचा गजर उठला. चिपळ्यांच्या तालावर केशवस्वामींचा भावपूर्ण आवाज स्त्रवू लागला :

लागी हो गोविंदासे पिरती
हृदयकमलमें जब जब देखूँ
परम सुंदर परी श्याम की मूरती
धन सुत संतति कछु नहीं आवत,
निशिदिन सुखरूप हरिगुण गावत,
आदिपुरुष हरि नंदका सुत,
निरखत नयरो डरे जमदुत
आनंदघन, मनमोहन श्याम,
रहत केशव मोकुं मिलाया राम ॥

केशवस्वामींच्या रसाळ वाणीने राजे तृप्त झाले. साऱ्या काळजीचा विसर पडून तल्लीन होऊन राजे भक्तिरसात हरवले होते. केशवस्वामींचीही तीच अवस्था झाली होती. प्रेमभराने ते कीर्तन करीत होते. प्रहर उलटत होते. केशवस्वामी गात होते :

श्रवणाचें चाडें हें धरिलें
गुरुमुखें निजबीज पेरिलें ॥ ध्रु० ॥
निजधैर्य नांगर धरुनी
भेदखुंट काढिले खणुनी
भक्ति ज्ञान वैराग्य तिफणी
अति शुद्ध केलेली मेदिनी ॥ १ ॥
स्वानंदाचा वर्षला निजघन
परिपूर्ण पिकलें चैतन्य
तेथें सत्त्व सोकारा राखण
कर्मपक्षी हांकितो आपण ॥ २ ॥
निजबोधें पिकलें शेत, वो
स्वानंदाच्या घुमऱ्या येत, वो

कैवल्याची राशी हे हेत, हो
गुरुकृपें केशव घेत, हो ॥ ३ ॥

पहाटेच्या सुमारास कीर्तन संपले; पण कीर्तनाचा रंग राजांच्या मनातून उतरला नाही. श्रद्धायुक्त अंत:करणाने केशवस्वामींना विपुल धन, वस्त्रे अर्पण करून, राजे तृप्त मनाने छावणीत निघून आले.

□

१०

भागानगरचा राजांचा मुक्काम जवळ जवळ महिनाभर झाला होता. राजांच्या कर्नाटकमोहिमेला कुतुबशहांनी सर्व साहाय्य करण्याचे आश्वासन दिले होते. जिंजीपर्यंतचा सर्व मुलूख जिंकण्याच्या कामात कुतुबशहांनी स्वत:चे सैन्य व मुख्यत: परदेशी गोलंदाजांच्या अमलाखालील त्यांचा तोफखाना दारूगोळ्यासह राजांच्या बरोबर द्यावा, व स्वारीचा खर्च म्हणून रोजी तीन हजार होन पुरवावे, असा उभयतांत तह झाला होता.

तानाशहा स्वभावाने सुखलोलुप होता. तो रसिक पातशहा गाणे, बजावणे, नाचरंग आणि इतर चैनी यांत मग्न होता. त्याला लढाई, मोहिमा यांची दगदग सोसवणार नव्हती. आदिलशाहीची दंडेली नेहमी कुतुबशाहीला सहन करावी लागे. याची स्पष्ट कल्पना कुतुबशहांना आली होती. शिवाजीसारखा पराक्रमी राजाच कुतुबशाहीला वाचविण्यास समर्थ होता, हे पातशहाने जाणले होते. त्यामुळे दक्षिणेकडील तीन पातशाहींची एकजूट मोगलांविरुद्ध करण्याचे राजांचे धोरण कुतुबशहाने मान्य केले. मादण्णांच्या मनात वेलूर व जुनी हिंदू सिंहासने यांभोवती हिंदूंचाच अधिकार राहावा, असे होते. गोवळकोंड्याच्या नावाने तो प्रदेश राजांनी जिंकल्यास आपोआप तो हिंदूंच्या कक्षेत राहणार होता. याच कारणासाठी राजांना सर्वतोपरी साहाय्य करण्याचे कुतुबशहाने ठरविले होते.

कुतुबशहांचा व त्यांच्या वजिरांचा निरोप घेऊन राजांनी तेथून पुढे स्वारीवर जाण्याचा संकल्प केला व बादशहांचा निरोप मागितला. निरोपसमारंभासाठी पातशहांनी खास दरबार भरवला. तानाशहांनी राजांच्या बरोबर आलेल्या सरदार-मानकऱ्यांचे मुजरे नावनिशीवार घेतले. प्रत्येकाच्या दर्जानुसार अलंकार, वस्त्रे, हत्ती, घोडे दिले. निरोप घेताना दोघांचीही मने गहिवरली होती. तानाशहा राजांचे हात हाती घेत म्हणाले,

'ज्या निष्ठेनं आपल्या वडिलांनी निजामशाही राखली, त्याच प्रेमानं तुमचं आम्हांला सर्व प्रसंगी साहाय्य असावं.'

राजांनी पातशहाला आश्वासन दिले.

'आमची मैत्री अभंग राहील. आम्ही स्वत:ला जसे छत्रपती समजतो, तसेच,

निजामशाहीचे प्रतिनिधी पण मानतो. आपली पातशाही वाढवावी, पठाणांना नेस्तनाबूद करावं, दक्षिणची पातशाही दक्षिणींच्या हातांत राहील, ते करावे, हेच आमचं ध्येय आहे.'

पातशहांनी राजांना अत्तर लावले. आपल्या हातांनी तयार केलेला विडा राजांच्या हाती दिला. राजांनी प्रेमभराने पातशहांचे हात दाबले. ते म्हणाले,

'हजरत, आपण निर्धास्त असा, प्रेमभरानं आपण विडा दिलात, म्हणून नाकारीत नाही. पण या विड्याला आज किंमत नाही. आदिलशाही, कुतुबशाही आणि आम्ही मिळून जेव्हा मोगलांचा पराभव करू, तेव्हाच या विड्याचा स्वीकार करण्यात आम्हांला आनंद वाटेल. ईश्वराची कृपा असेल, तर तो दिवस फार लांब नाही.'

पातशहांनी तहाखेरीज पाच लक्ष होन राजांना दिले; प्रल्हादपंतांकडेच दोन्ही दरबारची वकिली सुपूर्द करून राजांवरचा विश्वास जाहीर केला.

तानाशहांचा निरोप घेऊन येणाऱ्या राजांना पाहण्यासाठी गर्दी लोटली होती. सुवर्णनाणी उधळीत राजे छावणीत परतले.

छावणी उठवली जात होती. अंधारी रात्र थंडी घेऊन उतरत होती. राजे आपल्या डेऱ्यात पुढील स्वारीचा बेत ऐकवीत होते. अचानक राजांना आठवण झाली. ते रघुनाथपंतांना म्हणाले,

'बाळाजींना बोलवा. आम्हांला एक तातडीचं आणि महत्त्वाचं पत्र लिहावयाचं आहे.'

थोड्याच वेळात बाळाजी डेऱ्यात आले. राजे रघुनाथपंतांना म्हणाले,

'पंत कुतुबशाहीचा आणि आमचा संबंध जडला. आदिलशाहीत पठाणी वर्चस्व आहे, तोवर तिथं शहाणपण सुचायचं नाही; पण त्या दरबारी मराठी माणसं आहेत. ती आपल्याला मिळाली, तर दुहेरी कार्य साधेल.'

'जी.'

'आमचे पिढीजाद शत्रू बाजी घोरपड्यांचे चिरंजीव मालोजी घोरपडे आदिलशाहीत आहेत. जुना दावा विसरून, त्यांना पत्र पाठविण्याचं आम्ही ठरविलं आहे. अशीच पत्रं आम्ही इतरांना पाठविणार आहो.

बाळाजी लेखनसाहित्य घेऊन बसले. राजे विचार करीत डेऱ्यात येरझाऱ्या घालीत होते. राजे पत्र सांगू लागले :

> '......... पूर्वी निजामशाहींतून आमचे बाप कैलासवासी महाराज इभराईम आदिलशाहा पातशहाचें कारकीर्दीस इकडे आले. त्यांस, इभराईम आदिलशाहानें पादशाही कारबाराचा मदार महाराजांचें शिरीं टाकला. तेव्हां महाराजानें हा विचार केला कीं, पातशाही मदार आपले हातास आला असतां आधीं तो आपले जातीचें

लोक मराठे याला हातीं धरून सरदारकी करून पोटें भरितात. ते पातशाही वजीर करावें. पादशाही कामें याजकडून करवून नामोश होय.इज्जती थोर पात्रेत ते करावे म्हणुन तुमचे बाजी घोरपडे सरदारकी करून होते, ते आणून पातशहास भेटवून पादशाही वजीर केले. पातशहांनी तुमचें चालविलें. ऐंशा तीन पिढ्या पादशहाच्या, दोनी पिढ्या तुमच्या जाहल्या. ऐशियास, महाराजानें तुमच्या बापास इतकें बरें केलें हे स्मरण न धरून जेव्हां कांही मुस्ताफाखानें महाराजांस दस्त करविलें तेव्हां तुमचें बाप बाजी घोरपडे हमी होऊन महाराजांस दस्त करून मुस्ताफाखाचें हातीं दिले. त्या दिवसापासून तुमच्या घराणियाचा दावा वाढत चालिला. तो कित्येक झगडियांत तुम्ही आमचें लोक मारिले. आदिकरून तुमचें बाप बाजी घोरपडे याला आमचें लोकीं झगडियांत मारिले. ऐसा दावा परस्पर चालिला होता. ऐशियास सांप्रती राजकारणवर्तमान तरी. दक्षिणेचें पादशाह तीन. निजामशाह, आदिलशाह, कुतुबशाह. त्यामध्यें निजामशाही पादशाही बुडाली ते समई, निजामशाही उमदे वजीर होते त्याणीं आदिलशाही दरगाहासी रुजुवाती करून आपणांस रोजगारास जागा केला. हाली आदिलशाही बेहलोलखान पठाणी घेतली, पादशाह लहान लेकरू नांव मात्र ते आपलें कैदेत ठेविले आहेत, आणि तख्त व छत्र व विजापूरचा कोट पठाणानें कबज केला आहे, कांहीं गुबारून मिळाला नाही. ऐशियास दक्षिणचें पादशाहीस पठाण जाला, हे गोष्ट बरी नव्हे! पठाण बळावला म्हणजे एका उपरि एक कुलि दक्षिणीयांची घरें बुडविल, कोण्हास तगो देणार नाही. ऐशें आम्हीं समजोन हजरत कुतुबशहा पादशहा यांसी पहिलेपासून रुजूवात राखली होती....

.... जे कांहीं आपले जातीचे मराठे लोक आहेती ते आपल्या कटांत घेऊन कुतुबशाहासि त्यांची रुजूवात करावी, दौलत देखावी. त्यांचें हातें पादशाही काम घेऊन पादशाहाची पादशाही दराज करवी. आणि तुम्हां लोकांच्या दौलताहि चालेत, घरें राहते ते करावे. आपल्या जातीच्या मराठिया लोकांचें बरें करावें हें आपणांस उचित आहे, ऐसें मनावरी आणून, तुमचा आमचा वडिलांपासून दावा वाढत आला तो आम्हीं मनांतून टाकून, नि:कपट होऊन, तुम्ही मराठे लोक, कामाचें, तुमचें बरें करावें ऐसें मनी धरून, हजरत कुतुबशहाच्या कौलाचा फर्मान घेऊन पाठविला आहे. तरी, तुम्हीं कुलीन, आमचा भरोसा मानून, देखत पत्र हरएक उपायें पठाणापासून निघोन मजल दरमजल भागानगरास आम्हांपाशीं येणें....ऐशियास तुम्हीं, कदाचित ऐसा विचार कराल कीं आदिलशाहीचें आपण दे पिढीचें वजीर आणि आतां विजापूराकडून कुतुबशाहींत राजेयांचें बोले कैसें जावें?.... विजापूर पठाणांचें हातास गेले! आतां आदिलशाही कैची!! जरी पठाणांची चाकरी करोन राहो म्हणाल तरी पठाण कांहीं तुम्हांस थोर दौलत देणार नाही. तुम्हीं मराठे लोक, आपलें आहां; तुमचे गोमटे व्हावें, म्हणून स्पष्टच तुम्हांस लिहिलें असे. ऐविसीं, आम्हांपासून अंतर पडें तरी, व मागिल दावियाचा किंतू मनांतून आम्हीं टाकिला ऐविसीं, आम्हांस श्री देवाची आण असें.तुम्हीं नि:संदेह होऊन येणें..... आम्ही सर्व प्रकारें

तुमचें गोमटें करावयासी अंतर पडो नेदऊन. बहुत काय लिहिणें....’

दुसऱ्या दिवशी मालोजीरावांच्या पत्रावर सही शिक्का होऊन पत्र रवाना झाले. मग सर्व द्रव्य, वस्तभाव बरोबर घेऊन राजे स्वारीस निघाले. मराठी फौजेबरोबर गोतवळकोंड्याचा सेनापती मिर्झा महंमद अमीन हा चार हजार पायदळ, एक हजार घोडेस्वार व तोफखाना संगती घेऊन राजांच्या फौजेत सामील झाला.

उगवत्या सूर्याच्या किरणप्रकाशात राजांनी भागानगरचा निरोप घेतला.

□

११

राजांची फौज कर्नाटकाकडे जात होती. राजे मजल मारीत कर्नूलनजीक आले. कर्नूलपासून दहा-बारा कोसांवर तुंगभद्रेचा व कृष्णेचा संगम आहे. निवृत्तिसंगम या नावाने हे तीर्थ ओळखले जाते. राजांनी त्या संगमावर जाऊन स्नान केले, दानधर्म केला. राजांचे लक्ष आणखीन एका अशाच पवित्र स्थळावर लागून राहिले होते. श्रीशैलाच्या दर्शनाची ओढ त्यांच्या मनाला लागली होती. श्रीशैल म्हणजे बारा ज्योतिर्लिंगांपैकी एक तीर्थ. निवृत्तिसंगमावर स्नान करून राजे कर्नूलला आले. कर्नूलजवळ कृष्णापार होऊन राजे फौजेसह आत्मकूरला आले.राजांचा तळ आत्मकूरला पडला.

तेथूनच श्रीशैलाची वाट होती. नील पर्वताच्या रांगांमध्ये वसलेले ते दैवत होते. वाट डोंगर-दऱ्यांतून, निबिड वनातून जात होती. राजांच्या तळावर पुढे पाठविलेल्या नजरबाजांनी सर्व खबर आणली होती. अशा अवघड वाटेने सर्व फौज घेऊन जाणे कठीण होते. वाटेचा बंदोबस्त करण्यासाठी राजांनी नजरबाज, कामकरी माणसे पुढे रवाना केली. काही फौज पुढे कर्नाटकात पाठवून बाकीची फौज आत्मकूरला ठेवण्याचा राजांनी निर्णय केला.

आपल्याबरोबर निवडक माणसे व अश्वपथके घेऊन राजे श्रीशैलाच्या दर्शनाला निघाले. सरत्या थंडीच्या दिवसांत राजे आपल्या अश्वपथकानिशी दौडत होते. चौफेर सुपीक, सपाट भूमी आणि काळ्याभोर जमिनीच्या बांधाने सजलेली शेतवाडीची शिवारे दिसत होती. त्या विस्तीर्ण मुलुखावर कुठे तरी तुरळक उभी ठाकलेली बाभळीची बने, आंबाचिंचेची झाडे डोळ्यांना सुखवीत होती. माळरानावर वसलेले एखादे गाव धुराचे वलय माथ्यावर घेऊन झाडीच्या कुशीत विसावलेले दिसे. कैक वेळा दौडणाऱ्या अश्वपथकाकडे कान टवकारून पाहणारे हरिणांचे कळप उभे ठाकलेले दिसत. दुसऱ्याच क्षणी उंच उंच उशी घेत ती हरिणे नाहीशी होत.

दोन प्रहरचा विसावा घेतल्यावर भर उन्हातून दौड सुरू झाली. बरेच अंतर गेल्यावर अचानक बाळाजींनी राजांचे लक्ष वेधले. क्षितिजाच्या कडेला निळसर रेषा दिसत होती. रघुनाथपंत म्हणाले,

'महाराज, नीलमलई पर्वताच्या रांगा!'

राजांनी हात जोडले. त्यांनी परत घोड्याला टाच दिली. हळू हळू सृष्टीचेही रूप बदलू लागले. तुरळक वनश्री दाट बनू लागली. पर्वताचे रूप स्पष्ट होऊ लागले. झाडीने व्यापलेला तो आडवा पसरलेला पर्वत पाहून राजांचे मन प्रसन्न झाले. आपल्या मुलुखाची त्यांना आठवण झाली. कर्नाटकात उतरल्यापासून गेल्या कित्येक महिन्यांत राजे नुसती सपाट भूमी पाहून कंटाळले होते. नीलमलई पर्वताच्या दर्शनाने राजांना आपला बारा मावळचा मुलूख आठवला; चारी बाजूंनी आकाशाला भिडलेला, सह्याद्रीच्या कुशीत निर्धास्त बनलेला रायगड आठवला.

नीलमलई पर्वताला सुरुवात झाली. राजांनी सर्वांना त्या पवित्र भूमीत शिकार न करण्याची आज्ञा केली. मार्ग आक्रमावा, तशी विरळ झाडी दाट बनत होती. साग, सावर, शिसवा यांचे उंच गेलेले शेंडे, मधून मधून दिसणारी चंदनाची झाडे, नाना रंगांच्या फुलांनी बहरलेल्या जाळ्या वसंताचे आमगन सूचित करीत होत्या. नव्या पालवीने नटलेले ते रान अनेक पक्ष्यांच्या आवाजांनी भरून गेले होते. राजांच्या पथकांना टेहळेकरी भेटत होते. ते मार्ग दाखवीत होते. राजे सायंकाळच्या वेळी पर्वतमाथ्यावर आले. समोरचे दृश्य अलौकिक होते. मावळत्या सूर्यकिरणांत समोर नीलमलई पर्वताच्या रांगा दिसत होत्या. पठारावर मोकळ्या जागेत दोन-तीन तंबू उभारले होते. राजांचा मुक्काम तेथे होणार होता.

रात्र पडली. शेकोट्या पेटल्या. तंबूच्या भोवती अश्वपथके विसावली. जागते पहारे सुरू झाले. साऱ्या रानावर चांदणे पसरले होते. राजे आपल्या तंबूत विसावले होते. झालेल्या घोडदौडीने त्यांना खूप थकवा आला होता. वन्य श्वापदे, रात्रपक्ष्यांचे रानावर उठणारे आवाज ऐकत राजे निद्राधीन झाले.

पहाटेला पक्ष्यांच्या आवाजांनी सारे रान जागे झाले. सूर्योदयाला राजांनी मार्ग आक्रमायला सुरुवात केली. वृक्षराईतून वळणे घेत गेलेल्या रस्त्यावरून राजे जात होते.

दऱ्या, घाट ओलांडून राजे कृष्णेच्या प्रवाहाजवळ आले. दोन उत्तुंग पर्वतांच्या खोल दरीतून कृष्णा वाहत होती. दरीतून वाहणारा तो निळाभोर प्रवाह, दोन्ही बाजूंना आकाशापर्यंत चढलेली गर्द वनराईने भरलेली दरड - ते दृश्य मोठे विलोभनीय होते. राजे भान हरपून ते पाहत होते. कृष्णेकडे जात असता ठायी ठायी ढासळलेले बुरूज, तट यांच्या खुणा नजरेत येत होत्या. कृष्णेच्या उतारावर राजांची माणसे वाट पाहत होती. उतारावर राजे कृष्णापार झाले. समोरच्या डोंगरमाथ्यावर श्रीशैल होते. रघुनाथपंत राजांना म्हणाले,

'महाराज, या ठिकाणाला 'नीलगंगा' म्हणतात. या ठिकाणापासून पाताळगंगेपर्यंत कृष्णा उत्तरवाहिनी झाली आहे. हे तीर्थाचे ठिकाण आहे.'

राजे निश्चल नजरेने प्रचंड शिलाखंडांतून खळखळत जाणारे निळेभोर पात्र निरखीत होते.

'पंत, ज्यांनी ह्या जागेला 'नीलगंगा' नाव दिले असेल, ते केवढे रसिक! आमचे संस्कृत कवी खरोखरच थोर. माणसाच्या देण्यापेक्षा देवाचं देणं त्यांनी खूप पाहिलं. त्यांनी नक्षत्रांची वर्णनं केली, मृगाच्या धारा सांगितल्या. एका नदीचं वाहणारं पात्र; पण त्याचे बदलते रंगदेखील टिपले. पंत, या जागी आपण स्नान करू. मगच देवदर्शनाला जाऊ.'

राजे स्नानाच्या तयारीनिशी नीलगंगेत उतरले. त्या प्रवाहात त्यांनी स्वत:ला झोकून दिले. राजे मनसोक्त पोहत होते. राजांना इतके सुंदर पोहता येते, हे रघुनाथपंत प्रथमच पाहत होते. सर्वांची स्नाने झाली. पंतांनी सांगितले,

'महाराज, आपण सुरेख पोहता!'

'पंत, त्यासाठीच आमचा जन्म आहे... प्रवाहाविरुद्ध पोहत राहायचं.' भानावर येत राजे म्हणाले, 'थट्टा केली, पंत! आम्हांला खरंच पोहणं आवडतं. संधी मिळेल, तेव्हा आम्ही बाणकोटला पोहायला जात होतो. समुद्रस्नानासारखं सुख नाही... पण स्वत:ची हौस पुरवीत बसण्याइतकी आम्हांला उसंतच मिळाली नाही.'

राजे कपडे करून तयार झाले. सूर्य मध्यान्हाकडे चढत होता. राजांचे लक्ष समोरच्या भव्य दृश्यावरून फिरत होते. राजांनी विचारले,

'पंत, ते काय?'

'महाराज, ते जुन्या किल्ल्यांचे अवशेष आहेत. असाच दुसरा किल्ला इथं आहे.'

'कुणी बांधले हे किल्ले?'

'महाराज, इथून नजीकच असलेल्या पाताळगंगेच्या वरच्या अंगाला कृष्णेच्या दोन्ही काठांमध्ये सम्राट चंद्रगुप्ताचा प्रदेश होता. त्या साम्राज्याचे अवशेष आजही दिसतात.'

'हं!' राजे खिन्न झाले. 'पंत, एवढं मोठं साम्राज्य! काय झालं त्याचं? हे पडके अवशेष, हे ढासळलेले बुरूज, हेच ना त्याचं रूप?'

'कालाय तस्मै नम:!'

राजांचे सारे भाव क्षणात पालटले. एक कसली तर सूक्ष्म वेदना त्यांच्या चेहऱ्यावर तरळू लागली. स्नानामुळे ओले झालेले, मागे परतविलेले मानेवर रुळणारे केस, कपाळी शिवगंध, अंगात पांढरा शुभ्र अंगरखा आणि पायांत तंग विजार परिधान केलेले राजे वेगळेच भासत होते. स्वत:शीच बोलल्यासारखे राजे सांगत होते,

'या पृथ्वीवर जे जे जड आहे, ते ते नाशवंत आहे. हा सृष्टीचा नियम. त्याला अपवाद नाही. पिढ्यान् पिढ्यांचा अनुभव घेऊनही याचा परिणाम आपल्यावर नाही! आमचंच पाहा ना... केवढे अफाट परिश्रम! आकाशाला भिडलेल्या उघड्या

बोडक्या पर्वतमाथ्यांवर आम्ही गडांचे जिरेटोप चढविले. तटांचे कमरबंद बांधले. स्वराज्याच्या कक्षा सुरक्षित राखण्यासाठी चौफेर हे बुलंद सुभेदार उभे केले. अनेक वर्षांची खडतर तपश्चर्या फळाला आली. हे कशासाठी! या भूमीत आपलं राज्य असावं, इथं आमचे देव, धर्म सुरक्षित राहावे, इथला प्रत्येक माणूस तृप्त व्हावा, आमच्या आयाबहिणींची अब्रू सुरक्षित असावी, 'ही माझी भूमी आहे, इथं माझा अधिकार आहे,' असं म्हणण्याचं सामर्थ्य प्रत्येकाला यावं, म्हणून.'

राजे क्षणभर थांबले. त्यांनी श्वास घेतला.

'पण यासाठी केवढी प्राणहानी! केवढी उलाढाल! किती संकटांना सामोरं जावं लागलं! केवढी आक्रमणं सहन केली, करायला लावली.... पंत, या स्वप्नापायी एक पिढी खर्ची पडली. कशासाठी एवढी धडपड केली? अपार कष्टांनी आज उभं केलेलं हे स्वप्न पुढची पिढी जतन करील का?'

त्या विचाराबरोबर राजे कावरेबावरे झाले.

'पंत, त्याचा भरोसा कोण देणार? जीव जन्माला यायचा झाला, तर त्याचा नऊ महिन्यांचा गर्भवास तरी कळतो. पण मृत्यू? एका क्षणाचा कारभार. साऱ्या यातायातींची समाप्ती. आणि एवढ्या महत्त्वाचा जो क्षण, तो केव्हा, हे मात्र कुणालाच माहीत नाही. मग ही उठाठेव कशासाठी? पूर्वजांनी बांधलेले अवशेष थोडे का होते, म्हणून भावी कालासाठी आम्ही त्यांत भर घातली? कशासाठी हे सारं केलं? खरंच, माणसाला स्वप्नं नसती, तर किती बरं झालं असतं!'

राजांची ती अवस्था, ते बोलणे ऐकून रघुनाथपंत चकित झाले. डाव्या हातावर मस्तक ठेवून बसलेल्या राजांना पंतांनी हाक मारली,

'महाराज!'

राजांनी वर पाहिले. पंत, येसाजी वगैरे मंडळींच्या चेहऱ्यांवरची भीती राजांनी जाणली. ते उठत म्हणाले,

'ठीक आहे, पंत. चला! आता आम्हांला परमेश्वरदर्शनाची ओढ लागली आहे.'

'महाराज, इथून आता फक्त कोस-सव्वा-कोसाचं अंतर आहे. चढण फार आहे. घोडी दुसऱ्या वाटेनं येतील. पालखी मागवली आहे.'

'पालखी कशाला? वाट चांगली नाही?'

'पाताळगंगेपासून घाट आहे, पण चढण फार आहे.'

'आम्ही चालत जाऊ. चला.'

राजे चालू लागले. नीलगंगेपासून पाताळगंगेपर्यंत नदीकाठानेच रस्ता होता. पाताळगंगेला देवस्थानाकडे जाणारा घाट नजरेत आला. शेकडो पायऱ्यांचा तो घाट आकाशात चढल्याचा भास होत होता. राजांनी पायऱ्या चढायला सुरुवात केली. राजे दमाने पायऱ्या चढत होते. मागे-पुढे लोक चालत होते. राजे अर्धा-अधिक घाट

चढून गेले. राजांना दम लागला. थोडी विश्रांती घेऊन राजे पुन्हा घाट चढू लागले. काही अंतर चढल्यावर पुन्हा त्यांना धाप लागली. पायऱ्या चढणे कठीण झाले. पंतांनी काळजीच्या सुरात विचारले,

'पालखी मागवू?'

हाताने 'नको' म्हणून खुणावीत राजे विश्रांतीसाठी थांबले. त्यांचा सारा चेहरा घामाने डवरला होता. काही अंतर गेल्यावर राजे रघुनाथपंतांना म्हणाले,

'पंत! सारं आयुष्य गड चढण्यात-उतरण्यात घालवलं; पण आता ती ताकद राहिली नाही. शरीर थकलं आता!'

'क्षमा, महाराज!' रघुनाथपंत म्हणाले. 'अजून पन्नाशी आली नाही; आणि असं का बोलावं?'

'वयाच्या हिशेबावर शरीराचा मगदूर थोडाच टिकतो? आम्ही आठ वर्षांचे होतो. दादोजी तेव्हा आम्हांला सांगत, 'राजे, आता तुम्ही लहान नाही.' तेव्हापासून घोड्यावर मांड आणि शिरावर जबाबदारी आली. बाल्य केव्हा उलटलं, तारुण्य केव्हा आलं, प्रौढत्वानं जीवनात केव्हा प्रवेश केला, काही कळलं नाही. एका स्वप्नासाठी धावता-धावता सारं विसरून गेलं. जीवनाचा उपभोग घ्यायला सुद्धा उसंत मिळावी लागते. पंत!'

राजांनी वरती पाहिले. आता घाटाचा थोडा टप्पा राहिला होता. पंतांनी राजांची नजर हेरली. ते म्हणाले,

'आता थोडं अंतर राहिलं.'

राजांनी पंतांच्याकडे पाहिले. ते हसले.

'खरं आहे, पंत! आता थोडं अंतर राहिलं. देवदर्शनाला आमचं मन उतावीळ झालं आहे. चला.'

न कळत राजांचा हात पंतांच्या खांद्यावर विसावला. त्या खांद्याचा आधार घेत राजे एक एक पायरी चढत होते. घाटाचा माथा नजरेत येत होता.....

□

१२

राजे आतुरलेल्या मनाने घाट चढून आले. पर्वतमाथ्यावरच्या डोंगरपठारावर उभे असलेले भव्य मंदिर राजांच्या डोळ्यांत भरले. सायंकाळच्या तिरप्या किरणांत रम्य वनश्रीने वेढलेला मंदिराचा प्राकार मनावर ठसत होता. मंदिराचे गोपुर भव्य व उत्तुंग होते.

राजांच्या पुढे गेलेले बाळाजी, जनार्दनपंत, सोमाजी नाईक ही मंडळी सामोरी आली. मंदिरापासून थोड्या अंतरावर राजांसाठी खास डेरा उभारला होता. चार-पाच तंबू आजूबाजूला विखुरले होते. मोकळ्या जागेवर पागा सजली होती. महादेव

सामोरा आला. त्याने मुजरा केला.

'महादेव, केव्हा आलास?'

'दोन दिवस झाले.'

'सर्व व्यवस्था लागलेली दिसते.'

'जी!'

'बाळाजी, देवदर्शन आटोपूनच आपण डेऱ्याकडे जाऊ.'

राजे सर्वांसह देवळाकडे जात होते. देवळाच्या गोपुरावर शिल्प दिसत होते. मंदिराचा तट दीड पुरुष उंचीचा ताशीव दगडांचा होता. रामायण-महाभारतांतील प्रसंगांच्या शिल्पांनी तो तट भरून गेला होता. राजांच्या स्वागतासाठी मंदिराचे पुजारी समोर आले. राजांनी त्यांना अत्यंत नम्र भावाने वंदन केले. राजांनी आवारात पाऊल टाकले; आणि ते तेथेच थबकले. समोरचे दृश्य मनावर दडपण आणीत होते. जवळ जवळ तीनशे गज रुंद आणि पाचशे गज लांब, असे त्या मंदिराचे आवार होते. चारही बाजूंनी प्रशस्त ओवऱ्या होत्या या ओवऱ्या उत्कृष्ट शिल्पांच्या कमानीखांबांनी नटल्या होत्या. जिकडे दृष्टी फेकावी, तिकडे सुबक शिल्प नजरेत भरत होते. त्या भव्य आवारात श्रीशैल-मल्लिकार्जुनाचे प्रचंड देवालय उभे ठाकले होते. मंदिराच्या समोरच्या चौकात दीड पुरुष उंचीचा अखंड दगडातून कोरलेला नंदी दिसत होता. भूलोकीच्या कैलासातच आपण उतरलो आहो, असा भास राजांना झाला. राजांनी मंदिरात प्रवेश केला. त्यांची नजर गाभाऱ्यावर स्थिरावली होती. गाभाऱ्यात नंदादीपाच्या शांत प्रकाशात ते दिव्य शिवलिंग उजळून निघाले होते. सुवर्णनागाच्या पाच फण्यांनी लिंगावर छत्र धरले होते. अभिषेककलशातून थेंबाथेंबाने शिवलिंगावर पाणी पडत होते. त्या सुबक पिंडीवरील शिवगंधाने त्याच्या सौंदर्यात गांभीर्य ओतले होते. त्या दर्शनाने राजांचे मन उचंबळून आले. त्यांनी देवापुढे साष्टांग दंडवत घातला. राजे उठून उभे राहिले, तेव्हा त्यांच्या डोळ्यांतून अश्रू वाहत होते. आजूबाजूचे लोक पाहत आहेत, याचेही त्यांना भान राहिले नव्हते. देवदर्शन करून राजे मंदिराच्या बाहेर आले. पुजारी सांगत होते...

'हे स्थान पुरातनकालापासून प्रसिद्ध आहे. शैलदानं तपश्चर्या करून श्रीशंकरांना प्रसन्न करून घेतलं. त्याच्या वरानं शैलदाला तीन मुलं झाली. ती तिन्ही मुलं शिवभक्त होती. ज्येष्ठ पुत्र नंदीनं आपल्या तपश्चर्येनं शंकराला प्रसन्न करून घेतलं, आणि तो शिवाचं वाहन नंदिकेश्वर बनला. दुसरा पर्वत. त्यानं देवांना प्रसन्न करून घेऊन देवांनी आपल्या मस्तकी वास्तव्य करावं, अशी इच्छा व्यक्त केली. पर्वत पर्वत बनला; आणि दिल्या वचनाप्रमाणे शंकरांनी तिथं वास्तव्य केलं.'

मंदिराच्या मागे असलेल्या दुसऱ्या देवालयापाशी राजे आले. राजे कुलस्वामींचे दर्शन घेऊन तृप्त झाले होते. आता दर्शन घडणार होते भवानी मातेचे. तिचे नाव

होते 'भ्रमरांबा'. पुजारी सांगत होता :

'महाराज, या देवालयाचा जीर्णोद्धार विजयनगरचे सम्राट कृष्णदेवराय यांनी केला. या देवीला 'भ्रमरांबा' म्हणतात. त्यालाही तसंच कारण आहे. महिषासुराचा वध करीत असता देवीच्या गळ्यात कमळांचा हार होता. त्या सुगंधानं मोहित झालेले भ्रमर त्या हाराभोवती गुंजारव करीत होते. त्यामुळं देवीच्या रूपाला 'भ्रामरी' हे नाव पडलं...'

राजांनी अत्यंत श्रद्धायुक्त अंत:करणाने देवीचे दर्शन घेतले. राजे मंदिराच्या बाहेर आले. सूर्य मावळला होता. चांदण्याच्या उजेडात मंदिर उजळत होते. मंदिरातून फिरत राजे ओवऱ्यांच्या जवळ आले. धीर करून रघुनाथपंत राजांना म्हणाले,

'आता डेऱ्याकडे चलावं. रात्र झाली.'

'नको, पंत! आम्हांला इथंच राहावंसं वाटतं. आयुष्यभर ज्या स्थळाचा आम्ही शोध करीत होतो, ते स्थळ सापडल्यासारखं वाटतं. आम्ही इथं ओवरीवरच राहू.'

'पण, महाराज, दोन दिवसांनी चैत्री पौर्णिमा आली. इथं यात्रा भरते. गर्दी होईल.'

'मग त्यात काय बिघडलं? देवीच्या दारी येणारे सारेच भक्त. ही काय कुतुबशहांची भेट आहे, की इथं मानपान लक्षात घ्यावा? आमची व्यवस्था इथंच करा. इथून आता नजर हलवावी, असं वाटत नाही.'

साऱ्यांचा नाइलाज झाला. धावपळ सुरू झाली. ओवऱ्या झाडून, स्वच्छ करून, राजांची बिछायत अंथरण्यात आली. सारी गडबड चालू असता राजे मात्र एका खांबाला टेकून डोळे मिटून बसले होते. येसाजी, बाळाजी, मानाजी राजांचा फलाहार घेऊन आले. रघुनाथपंत म्हणाले,

'महाराज, दूध, फळं आणली आहेत.'

'अं?' म्हणत राजांनी डोळे उघडले. रघुनाथपंतांच्यावर राजांची नजर स्थिर झाली. 'पंत, आम्हांला भूक नाही. तुम्ही जेवून घ्या.'

साऱ्यांनाच काही कळत नव्हते. राजांचे रूप, वागणे अगदी निराळे बनले होते. कोणी जेवायला गेले नाहीत, याचे भान राजांना नव्हते. ते नुसते बसून होते. मध्येच त्यांनी डोळे उघडले, सर्वांवरून नजर फिरविली.

'बाळाजी, पंत, येसाजी, तुम्ही आजवरच्या साऱ्या आज्ञा पाळल्यात. आता एक आज्ञा केली, तर ऐकाल?आमची इच्छा पुरवाल?'

'महाराज, शंका का आली?' येसाजी म्हणाला, 'बोला, महाराज, तुम्ही सांगावं, आम्ही ऐकावं.'

'शब्द बोलता येतात; ते पाळणं फार कठीण असतं. तानाजी असंच बोलून गेला. शब्द पाळला, पण परत तो दिसला नाही!'

'जीव गेला, म्हणून काय झालं? शब्द पडू दिला का?' येसाजीने विचारले.

राजे हसले. 'पंत, इथं आल्यापासून खूप समाधान मिळालं. आम्ही खूप विचार केला... आयुष्यभर निष्ठेनं वागलो. अपार श्रम केले. त्या श्रमांचं सार्थक झालं. श्रीजगदंबेनं सर्व मनोरथ पूर्ण केले. तुम्ही सर्व लोक जबाबदार आहात. तुमच्या हाती राज्य सुरक्षित आहे. तुम्ही परत जा! संभाजी, राजाराम यांपैकी तुमच्या मनात येईल, त्याला गादीवर बसवा; राज्याची धुरा संभाळा.'

साऱ्यांची मने त्या बोलांनी चरकून गेली. येसाजी उद्गारला,

'महाराज!'

देवाच्या मंदिराकडे बोट दाखवीत राजा म्हणाले,

'महाराज तो! आम्ही कुठले? आता आमचे राजेपण संपलं. आता उरलेलं आयुष्य आम्ही इथंच घालविणार. ईश्वरचरणी उरलेलं आयुष्य घालवावं, असं वाटतं. ही इच्छा आता तुम्ही पुरवा.'

साऱ्यांचे डोळे भरून आले. येसाजीने राजांचे पाय धरले. रघुनाथपंत आपले अश्रू टिपीत बोलले,

'महाराज, तुम्हांला सोडून आम्ही कुठं जायचं? हाच निर्णय महाराजांनी करायचा ठरविला असेल, तर आम्हीही इथं राहतो... आपल्याबरोबर आमच्याही जिवाचं सार्थक होऊन जाईल.'

येसाजीला उठवीत राजे म्हणाले, 'येसाजी, पाहिलंस, बोलणं किती सोपं असतं, ते? मोहाचं रूप असंच असतं. नाही तर लाकूड पोखरणारा भुंगा कमळात कशाला अडकून पडला असता? ...ठीक आहे. झोपा तुम्ही. आम्हीही झोपतो.'

राजे झोपलेले पाहून साऱ्यांना जरा बरे वाटले. राजांच्यापासून थोड्या अंतरावर येसाजी, मानाजी, रघुनाथपंत, बाळाजी ही मंडळी झोपली. ओवरीखाली महादेव हाती तळपती तलवार घेऊन उभा होता. मंदिराच्या आवारात चांदणे उजळून निघाले होते. रात्र चढत होती. राजांनी हाक मारली,

'महादेव!'

'जी.'

'पहारा करतोस?'

'जी.'

'महादेव, झोप जा. श्रीशैलमल्लिकार्जुनासारखा पाठीराखा सामोरा असता पहारा कसला करतोस, बाबा? इथं येऊन तरी त्याचा अपमान करू नको. जा, झोप जा.'

महादेव बाजूला झाला. नीरव शांतता त्या मंदिराच्या आवारात नांदत होती. मध्यरात्रीचा सुमार जवळ आला होता. झोपलेले राजे उठून बसले. त्यांनी आजूबाजूला पाहिले. सर्वत्र शांतता होती. कोणीही जागे नव्हते. राजे शांतपणे उठले. त्यांनी उशाची तलवार उचलली. निद्राधीन झालेले रघुनाथपंत, बाळाजी, येसाजी, मोरे

यांवर नजर टाकून राजा अलगद पोळीवरून उतरले. पिठूर चांदण्यात देवाचे आवार न्हाऊन निघाले होते. राजे मंदिराकडे चालत होते. ओवरीच्या खांबाआड उभा असलेला महादेव विस्फारित नेत्रांनी राजांच्याकडे पाहत होता. त्याने गडबडीने रघुनाथपंतांना डिवचले. रघुनाथपंतांनी पाहिले. तोंडावर बोट ठेवून महादेव उभा होता. काही न बोलता रघुनाथपंत उठले. महादेवाने बोटाने दिशा दाखविली. देवळात जाणारे पाठमोरे राजे रघुनाथपंतांना दिसले. रघुनाथपंतांनी पाहता-पाहता येसाजी, मानाजी, बाळाजी यांना जागे केले. क्षणात साऱ्यांनी पोळीवरून उड्या घेतल्या. राजे मंदिरात गेले होते. स्थिर पावलांनी राजे मंदिरासमोरच्या चौकात आले. चांदीच्या पत्र्यांनी मढवलेला मंदिराचा दरवाजा बंद होता. त्या दरवाजासमोर जाऊन राजांनी गुडघे टेकले. निश्चल नजरेने ते दरवाजाकडे पाहत होते. राजांच्या नजरेसमोर गाभाऱ्यातील शिवलिंग तरळत होते. राजांच्या चेहऱ्यावर एक वेगळाच निर्धार प्रकटला होते. राजांनी शांतपणे तलवार उपसली. राजे नतमस्तक झाले. तलवारीचा उजवा हात उंचावला गेला. ते तळपते पाते राजांच्या मानेवर उतरणार, तोच राजांचे मनगट पकडले गेले. कानांवर गुदमरलेला आवाज आला,

'महाराज, काय हे?'

राजांनी दचकून वर पाहिले. रघुनाथपंतांनी राजांचे मनगट धरले होते. चारी बाजूंना सारे गोळा झाले होते. राजे ओरडले,

'सोडा हात! इथं राहू देत नाही. निदान हे शिरकमल देवाच्या चरणी रुजू तरी करू दे!'

रघुनाथपंतांच्या अंगाला कंप सुटला होता. कसेबसे ते म्हणाले,

'महाराज, आत्महत्या पाप आहे!'

राजांची संतप्त नजर रघुनाथपंतांवर खिळली. बाहेरच्या चांदण्यांच्या अंधूक प्रकाशात राजांची नजर चमकली.

'पंत, आत्महत्या पाप आहे; आत्मसमर्पण पुण्य आहे!'

'मान्य आहे. त्याचाच निर्णय मनाशी करावा.' रघुनाथपंत निर्धाराने बोलले.

'काय म्हटलंत?' राजे पुटपुटले.

त्यांची नजर बंद द्वाराशी खिळली. रघुनाथपंतांनी धरलेल्या मनगटातील तलवार खणखणत फरशीवर पडली. येसाजीने तलवारीचा ताबा घेतला. रघुनाथपंतांच्या हाताची पकड सुटली.

राजे तसेच बसून होते. सर्वांगाला कापरा सुटलेली, घडलेल्या प्रसंगाने सुन्न झालेली मंडळी मंदिराच्या चौकाच्या चारही बाजूंना राजांवर नजर ठेवून उभी होती. राजे निश्चल नजरेने देवाचा बंद दरवाजा पाहत होते.

□

१३

'हे बंद दरवाजे उघडणार केव्हा?

'एक दरवाजा उघडावा, तर दुसरा बंद दरवाजा आत दिसतो. हे दरवाजे उघडण्याचे संपणार केव्हा? तेव्हा अंतिम दरवाजा उघडला जाईल, तेव्हा धीट मनानं गाभाऱ्यात प्रवेश करता येईल का?

'मग हातची तलवार गळून का पडली?

'खरं कोणतं आणि खोटं कोणतं? मनाची तगमग का उडून राहिली आहे? कुतुबशाहीच्या ऐश्वर्यसंपन्न सुखोपभोगात असताही मन उदास का होतं? कसली हुरहूर ह्या आत्म्याला लागली आहे? ज्या निष्ठेनं जीव जगत होता, त्या निष्ठेत तरी गफलत झाली नाही ना?

'श्रींची इच्छा, या श्रद्धेनं उभं केलेलं राज्य! श्रद्धेनं जपणूक केलेलं एक स्वप्न. त्या राज्याच्या भवितव्याची चिंता तरी मनाला छळत नसेल? या राज्याची धुरा कोण संभाळील? हे वाढीला लागेल का? अक्षय टिकेल का? अक्षय टिकेल का?

'स्वत:ला फसविण्यातदेखील केवढा आनंद असतो! स्वत:च्या लोभाला केवढं सुंदर आवरण!

'अतिलोभाचंच नाव तर निष्ठा नसेल?

'ज्ञानदेवांनी ज्ञानदेवी अवघ्या पंधराव्या वर्षी लिहिली. माणसाला त्याचा धर्म कळावा, सहज समजावा, म्हणून गीता मराठीत आणली. ती शिकवण माणसांना दिली. तिचं पुढं काय झालं, याची चिंता त्यांनी कुठं केली? आपलं कार्य झालं, हे ध्यानी येताच जीवनाचा मोह सोडून त्यांनी समाधी घेतली.

'ही देवांची उदाहरणं; सामान्यांना कशी लागू पडणार?

'का नाही? मासाहेबांनी आम्हांला वाढवलं. सारं जीवन खडतरपणे काढलं. पुत्रवियोगाचा, पतिवियोगाचा आघात सहन केला. आमच्या चिंतेत ती माउली अहोरात्र जळत राहिली, नंदादीपासारखी. आमच्या भूमीत आमचं राज्य उभं राहावं, एवढी एकच इच्छा त्या जिवाला. ही इच्छा जगण्याचं सामर्थ्य देत होती. आमचं राज्य उभं राहिलं. तपश्चर्या फळाला आली. आम्ही छत्रपती झालो, हे पाहायला मिळालं. पण हाती आलेल्या यशाचा सुखोपभोग घेण्यात मासाहेब गुंतल्या नाहीत. कुडीचा मोह सोडून, आमच्याकडे न राहता त्या निघून गेल्या. पण आम्ही? आम्हांला मात्र मोह सोडवत नाही.

'मोह! हाती काय राहिलं, की ज्याच्या मोहात गुंतावं? पर्वताप्रमाणे बाप असून, त्याची छाया कधी लाभली नाही. उदंड मायेची माय असून कधी तिच्याजवळ हट्ट करता आला नाही. आम्ही राजे असूनही उपभोग हा शब्द कधी जीवनात आला नाही. संसाराच्या पटावर एक-दोन दानं टाकून, अर्धा डाव सोडून सई निघून गेली.

ती गेली; पण मनाची ओढ तशीच राहून गेली. ती जागा कधी भरून निघाली नाही.

'राज्याभिषेक झाला. वाटलं... आता जरा उसंत मिळेल. मासाहेबांनी घेतलेल्या दगदगीला विश्रांती लाभेल. उरलेलं मायेचं माणूस... त्या थकल्या जीवाची सेवा करीत, सुख देत-घेत दिवस काढता येतील. पण तेवढाही स्वार्थ ईश्वरदरबारी मान्य नव्हता. मासाहेब निघून गेल्या. आम्ही कायमचेच पोरके झालो!

'मोह! त्यालादेखील आधार लागतो. आमच्या शब्दाखातर जीव वेचायला तयार होणारे हजारो आम्ही तयार केले. पण आमच्या जिवाच्या जपणुकीसाठी तळमळणारा जीव आम्हांला तयार करता आला नाही. कदाचित तो विश्वास आम्हांला देता आला नसेल.

'विश्वास द्यायचा, म्हणजे आणखीन काय करायचं?

'वाढत्या वयाबरोबर शंभूबाळ दुरावत चालले. जवळ येतात, ते आणखी दूर जाण्यासाठी!.... आणि घरात.... आमच्यावर विषप्रयोग केला जातो.... अमृताचा वर्षाव करण्यासाठी जवळ केलेली माणसं.... तीच विष पेरायला लागली, तर काय करायचं? कुणाला सांगायचं? राजा झाला, म्हणून काय झालं? तो सुद्धा माणूसच आहे ना?

'हीही जगण्याची धडपड!

'जगणं! याला का जगणं म्हणतात?... ती घोड्यांची खिंकाळणी, तोफांचा भडिमार, टापांचा आवाज, तलवारींचा खणखणाट, अखेरच्या वेदनेनं उठणाऱ्या आर्त किंकाळ्या!.... दिसेल तो मुलूख जिंकण्याची हाव धरून चालत राहायचं; आडवा येईल, त्याला चिरडून टाकायचं; शेल्याखाली झाकलेल्या आपल्या माणसांवर अश्रू ढाळायचे; परत पुढचा मुलूख पाहायचा! घराच्या भीतीमुळं एवढं करावं लागतं? राजा असो, नाही तर रंक असो; त्याला घर हे हवंच. ते नसेल, तर अशीच वणवण दोघांच्याही माथी. दिवस-रात्र हेच युद्ध चालायचं!

'दिवस आणि रात्र, पौर्णिमा, अमावास्या- नेहमी येतात, जातात. महिने उलटतात. वर्षं कालाच्या उदरात गडप होतात. काल अनंत आहे. पण जीवन?...

'जीवन! केवढा थोडा पल्ला! फार तर साठी-शंभरीची गाठ. गेला क्षण माघारी न येणारा. मग दिवस आणि रात्र कुठली? एवढं अमोल जीवन पाहता-पाहता निघून गेलं. बाल्यातला लडिवाळपणा उपभोगला नाही. तारुण्याची हौस रेंगाळली नाही. समृद्ध जीवनाच्या उपभोगानं मन धुंदावलं नाही. ते जीवन आलं, आणि तसंच हरवलं. परत कधीही न मिळणारं... हरवलं! ही जाणीव केवढी भयानक! वृद्धत्वाच्या उंबरठ्यावर जेव्हा ही जाणीव होते, तेव्हा जिवाची त्रेधा उडते!

'परत जीवन मिळालं, तर आपण असंच वागू का?

'आसक्ती म्हणतात, ती हीच नसेल ना? हरवल्याचं दुःख एवढं होतं? उपभोग घेऊ नको, म्हणून कुणी सांगितलं होतं? बारा मावळची जहागीर आणि आदिलशाहीची

नोकरी चालविली असती, तर आम्हीसुद्धा फर्जंद शिवाजीराजे बनलो नसतो? उपभोग म्हणजे घेणं; त्याग म्हणजे देणं. देवाचं रूप देण्यात आहे, घेण्यात नाही. उपभोग घेता येत नाही, म्हणून का संत संन्यस्त जीवन कंठतात? वयाच्या एकविसाव्या वर्षी ऐन तारुण्यात समाधी घेतात? समर्थ शिवथरघळीत स्वत:ला कोंडून घेतात? मनाची तगमग झाली असती, तर दासबोध सुचला नसता, ज्ञानदेवी स्त्रवली नसती.

'यशाचा परमोच्च बिंदू हाती असतानाच जीवन संपावं, हा तरी अट्टहास का धरावा? तोही स्वार्थच! ज्यानं मला जन्माला घातलं, त्याच्या हाती माझा शेवट. जन्म आणि मृत्यू या दोन्ही गोष्टी त्याच्या अधीन. त्या स्वत:च्या हाती घेण्याचा मला काय अधिकार? तसं करू पाहणं हा दैवी इच्छेचा उपमर्दच नाही का? तसं पाहिलं, तर आपल्या हातांत काय आहे? तो सुखदु:खं देतो, आपण ती भोगतो. काही हातांशी नसता त्यानं छत्रपती बनविलं, हातून उदंड करविलं, घडविलं. त्याचा शेवट त्याला ठरवू दे. तो जे जे देईल, त्यात आनंद मानायला हवा. सारं चांगलेपणानं सहन करायला हवं.... सोसायला हवं. ते बळ तो निश्चित देईल....'

राजे भानावर आले. पहाटेचा समय झाला होता. समोरचा दरवाजा उघडा होता. प्रसन्न शिवलिंगाच्या दर्शनाने राजांचे मन समाधान पावले. काकडआरतीचा आवाज उठत होता. नगाऱ्याचा गंभीर नाद त्यात मिसळत होता.

राजांनी अश्रू पुसले. भारावलेल्या अवस्थेत ते उभे राहिले. राजांचे लक्ष माथ्यावरच्या घाटेकडे गेले. न कळत त्यांचा हात उंचावला गेला.

देवाची आरती चालली होती. राजे घंटा वाजवीत होते.

□

१४

भाविक यात्रेकरूंची गर्दी श्रीशैलावर होत होती. पौर्णिमेची यात्रा एक दिवसावर आली होती. राजांनी त्या पवित्र स्थळी अनेक धर्मकृत्ये पार पाडली. कृष्णेला घाट बांधण्याचे व देवळाच्या उत्तरेकडच्या गोपुराचा जीर्णोद्धार करण्याचे राजांनी ठरवले. राजे त्या वातावरणात रमले. देवाची पूजा, ध्यान यांत त्यांचा दिवस जाऊ लागला. राजे भानावर येऊन धर्मकृत्यांत मग्न झाल्याचे पाहून साऱ्यांचा जीव थाऱ्यावर आला.

पौर्णिमेचा दिवस उजाडला. साऱ्या यात्रेकरूंनी ते स्थान गजबजून गेले. त्या वातावरणात, देवळाच्या आवारात राजे फिरत होते, आलेल्या प्रवाशांकडून मुलुखाची माहिती घेत होते. मंदिरातून उठणाऱ्या शंखाच्या गंभीर नादाने व नगारे, चौघडे, मंगल वाद्ये यांनी तो मंदिराचा भाग धुंदावून निघे. राजांनी खास अभिषेक केला. यात्रेकरूंना अन्नदान केले. रघुनाथपंत राजांना म्हणाले,

'महाराज, आज दीपोत्सव करायचं ठरलं आहे. आजचा दीपोत्सव आपला आहे.'

'ते बरं?'

'नवस बोललो होतो.'

'नवस बोललात? केव्हा? तो पावला केव्हा? असलं कसलं साकडं देवाला घातलं होतं?'

रघुनाथपंत हसले. 'महाराज, साकडं आम्ही घातलं नव्हतं; आपण घातलंत. परमेश्वरानं सोडवलं.'

राजे गंभीर झाले. 'पंत, आम्ही इथं राहिलो असतो, तर काय बिघडलं असतं?'

'आपलं काही बिघडलं नसतं, महाराज! आपण सुखानं राहिलाही असता! पण सत्यनाश आमचा झाला असता!' पंत गहिवरले. 'महाराज, साऱ्यांच्या जिवाचा थारा उडाला! मुलुखापासून एवढ्या दूर. काही घडलं असतं, तर आपल्या माथी आत्मसमर्पणाचं पुण्य पडलं असतं; आणि आत्महत्या करून नरकाचे धनी झालो असतो आम्ही! त्याशिवाय आम्हांला वाट नव्हती. परीस कुठं पडला, तरी त्याला त्याचं काय? काळजी करायची लोखंडानं!'

'आमच्या स्पर्शानं सोनं झालं असतं, तर ही चिंता कशाला केली असती, पंत?'

'सोनं व्हायचं आणखीन काय राहिलं? आज पन्नास हजार फौज आपल्या मागे धावते आहे. लक्षावधी जीव आपल्या आज्ञेची वाट पाहताहेत. देवाधर्माचं राज्य अवतरलं. आणखीन काय हवं?'

'जगदंबेची कृपा! आम्हांलाही खूप बरं वाटतं. दीपोत्सव शिरावर घेतलात, बरं केलंत. आकाशातल्या चंद्राभोवती लाख चांदण्या चमकतात, तशा या भूतलीच्या परमेश्वरावर लाख पणत्या उजळू. दीपोत्सव साजरा करू. पण एवढं तेल, पणत्या इथं मिळतील?'

'ती सारी व्यवस्था झाली आहे. देवस्थानच्या पणत्या, तेल आलं आहे. आपण त्याचा खर्च दिला, की झालं!'

सायंकाळी राजांच्या माणसांनी दीपोत्सव करायला सुरुवात केली. शेकडो माणसे देवाच्या आवारात पणत्या पेटवीत होती. पाहता-पाहता देवळाच्या चौफेर तटावर, मंदिराच्या कळसापर्यंत, दीपमाळांच्या शाखांवर हजारो पणत्या तेवू लागल्या. आकाशात निरभ्र चांदणे होते. देवाचे आवार लक्षावधी ज्योतींनी उजळून निघाले होते. साऱ्या यात्रेकरूंचे लक्ष देवाबरोबरच राजांवर लागले होते.

त्यानंतर श्रीशैलाला पाच-सहा दिवस राजांचा मुक्काम होता. त्या मुक्कामात राजांनी घाट, गोपुर, धर्मशाळा या कामांची सुरुवात केली. त्यांवर देखरेखीसाठी माणसे नेमली. कामाच्या अंदाजापेक्षा भरपूर द्रव्य त्यांच्या हाती देऊन राजांनी श्रीशैलाचा निरोप घेतला. ज्या वाटेने राजे श्रीशैलाला आले होते, तो घाट राजे परत

उतरले. नीलगंगेच्या खाली कृष्णेच्या उतारावर राजांची अश्वपथके उभी राहिली होती. राजे कृष्णेचा प्रवाह पाहत होते. त्यांची नजर सर्व दरीवरून फिरत होती. सूर्य आकाशात चढला होता. त्या तळपत्या उन्हात कृष्णेच्या लाटा चमकत होत्या. नीलगंगेच्या निळ्याभोर डोहाला गर्द छटा प्राप्त झाली होती. दोन्ही बाजूंच्या हिरव्या गर्द वनराईतून वाहत जाणारा नीलगंगेचा भाग दृष्टीला सुखवीत होता. राजे ते दृश्य साठवून ठेवीत होते. थकलेल्या राजांना पंतांनी आठवण दिली,

'महाराज, जायचं ना?'

त्या शब्दांनी राजे भानावर आले. ते पंतांना म्हणाले,

'हो. जायलाच हवं. सुखाची सोबत तरी कुठं अखंड मिळते? पंत, ही कृष्णा माउली. हिचं जन्मस्थळ महाबळेश्वर. ती जागा आम्ही अनेक वेळा पाहिली आहे. तिथं थेंबाथेंबानं ठिबकणाऱ्या जलबिंदूंचं केवढं हे विशाल रूप! महाबळेश्वरापासून इथवरच्या प्रवासात हा प्रवाह डोंगरदऱ्यांतून अवखळपणे बागडला असेल. सागराच्या प्रमत्त ओढीनं त्यानं स्वत:ला कड्यांवरून झोकून दिलं असेल. शांत डोहांत याचं मन विसावलं असेल. शेकडो नद्यानाल्यांचे प्रवाह याच्यात मिसळले असतील. याच्या प्रवाहावर जीवमात्रांनी आपली मलिन अंगं धुतली असतील. मानवांनी आपल्या लक्तरांचा मल यात मिसळला असेल. याच्या काठावर जीवन जगणाऱ्या गावांची घाण यातच सामावली असेल. पण तरीही हा प्रवाह केवढा निर्मळ राहिला! पंत, या शुद्धतेचं कारण माहीत आहे?'

पंतांनी नकारार्थी मान हलविली. राजांच्या चेहऱ्यावर एक वेगळेच समाधान विलसत होते. राजे विश्वासाने म्हणाले,

'कारण फार सोपं आहे. हा प्रवाह वाहता आहे. सागराच्या ओढीनं हा अखंड धावतो आहे. त्यामुळं त्याचं जीवन शुद्ध आहे. पंत, माणसाचं जीवनदेखील असंच आहे. ते ओघवान असेल, त्याच्या प्रवाहावर दुसऱ्यांचं जीवन समृद्ध बनत असेल, तर ते जीवन शुद्धच राहील. ज्याच्या मनात श्रद्धेचा थेंब अखंड ठिबकतो आहे, ते जीवन मलिन राहील कसं? काही वेळा त्या प्रवाहात नाना भावनांची गल्लत उडाली, बळावलेल्या वासनांचा कल्लोळ उसळला, तरी ते जीवन शेवटी निर्मळच राहील. सागराच्या विशाल रूपात त्याचा शेवट झाल्याखेरीज राहणार नाही. त्याच्या नशिबी लिहिलेलं जीवनतृप्तीचं श्रेय कोणी हिरावून घेणार नाही. समृद्ध, सफळ जीवनाची खूण सांगणारी ही कृष्णा... तिला आमचे शतश: प्रणाम!'

राजांनी कृष्णेला हात जोडले; आणि ते आपल्या घोड्यावर स्वार झाले. राजे कृष्णापार होत होते. त्या टापांच्या पावलांखाली पाण्याचे तुषार उडत होते.

क्षणभर कृष्णेचा प्रवाह खंडित झाल्याचा भास होत होता.

□

१५

आत्मकूरला येऊन राजांनी आपली फौज संगती घेतली आणि ते दक्षिणेकडे निघाले. राजांच्या नजरबाजांकडून आणि पुढे गेलेल्या फौजेकडून राजांना सर्व बातम्या मिळत होत्या. नंदियाळ, कडाप्पा या मार्गाने राजे तिरुपतीला गेले. तेथे श्रीव्यंकटेशाचे दर्शन घेऊन राजे कांचीवरमला आले. कांचीवरमला शिवविष्णूचे दर्शन राजांनी घेतले; आणि समुद्रकाठच्या मद्रास गावापासून तीन कोसांवर असलेल्या पेड्डापोलमला राजांनी छावणी केली.

राजांच्या कर्नाटकमोहिमेला इथून सुरुवात होणार होती. एके काळी विजयनगर साम्राज्याचा जो मुलूख, तोच आता विजापूरकरांचा बनला होता. राजांच्या मनात तो प्रदेश सोडवून आपल्या आधिपत्याखाली आणायचा होता. राजांचे लक्ष वेधले, ते त्या मुलुखातील दोन मोठ्या किल्ल्यांवर. जिंजी हा विजापूरकरांचा अव्वल गड. हा डोंगरी किल्ला अत्यंत बळकट होता. लढून गड काबीज करणे अशक्य होते. पण राजांना जिंजी ठाणे सहज मिळेल, असे वाटत होते.

जिंजीला नसीर मुहम्मद हा विजापुरी किल्लेदार होता. हा किल्लेदार विजापूरच्या वजिराचा, खवासखानाचा भाऊ. विजापूरचे राजकारण बदलले. खवासखानाचा खून झाला आणि विजापुरात पठाणपक्ष सत्तेवर आला. विजापुराचा दक्षिणेतला सुभेदार शेरखान हाही पठाणच. त्यामुळे त्याचे वर्चस्व वाढले. त्याचे लक्ष जिंजीवर होतेच. त्याने जिंजीचा किल्ला ताब्यात आणण्याचा प्रयत्न केला; पण दक्षिणेत शिवाजीराजे उतरल्याचे कळताच तो मागे सरकला होता. राजांनी याच संधीचा फायदा घेण्याचे ठरविले होते. आपले हजार स्वार त्यांनी जिंजीवर पाठविले. मराठ्यांच्या अधिकाऱ्याने नसीर मुहम्मदची भेट घेतली. शिवाजीराजे पाठीमागून येत असल्याची बातमी त्याने सांगितली. नसीर घाबरला. 'एक ना एक दिवस शेरखानाच्या हाती किल्ला जाणार, तर तो शिवाजीच्या हाती देऊन स्वार्थ का न साधावा?' असा विचार करून नसीर तहाला तयार झाला. त्यासाठी पन्नास हजारांची जहागीर नसीर मुहम्मदला देण्याचे ठरले. राजांना ही बातमी कळताच निम्मे सैन्य व कुतुबशाही तोफखाना वेलोरच्या किल्ल्यावर रवाना करून उरलेल्या फौजेनिशी राजे जिंजीला आले. जिंजीचा किल्ला राजांना मिळाला. जिंजीवर मराठ्यांचे निशाण फडकू लागले.

जिंजीचा किल्ला भव्य होता. खालून पाहता तटावर तट चढल्याचा भास होत होता. किल्ल्याचा प्रथम तट तीन हात रुंदीचा होता. किल्ल्याचा खंदक वीस हात रुंद व खोल होता. त्या विस्तीर्ण तटाच्या मधे उंच चढलेल्या डोंगरशिखरावर राजगिरी बालेकिल्ला दिसत होता. त्या विस्तीर्ण परारलेल्या डोंगरमाथ्यावर कृष्णगिरी, चंद्रायणदुर्ग हे नजरेत येत होते. राजगिरीवर रंगनाथमंदिर होते, पाण्याच्या टाक्या होत्या. दोन निर्मळ पाण्याच्या झऱ्यांनी गडाचे जीवन समृद्ध झाले होते. गडावर

कल्याणमहालासारखे भव्य महाल होते. राजांनी सर्व किल्ला पाहिला. विजयनगरच्या एके काळच्या वैभवाची साक्ष देणारा तो किल्ला पाहत असता राजांचे मन भारावून गेले. त्यांनी त्या किल्ल्याची डागडुजी करून किल्ला बळकट करण्याची आज्ञा दिली. जिंजीची किल्लेदारी रायाजी नळगे यांच्या स्वाधीन केली.

राजे आठ दिवस जिंजीला होते. जिंजीकिल्ल्याची सर्व व्यवस्था लावीत असतानाच राजांना वेलोरहून बातमी आली- कुतुबशहांचा मिर्झा महंमद अमीन आपल्या तोफखान्यासह गोवळकोंड्याला निघून गेला. राजांनी जिंजी जिंकल्यानंतर त्या किल्ल्यावर राजे कुतुबशाही निशाण फडकावतील व तो मुलूख कुतुबशाहीत सामावला जाईल, असे कुतुबशाहीच्या सेनापतीला वाटले होते. जिंजीचा मुलूख एकोजीराजांच्या मुलुखाला लागून असलेला. तो किल्ला कुतुबशाहीला जोडणे राजांना शक्य नव्हते. महंमद अमीन वेलोरचा वेढा निम्म्यावरच सोडून गेला, हे कळताच यापुढे राजांच्या छावणीत मंजूर झालेला प्रतिदिवशी तीन हजार होनांचा खर्च आता मिळणार नाही, हेही राजांनी ओळखले.

राजे तातडीने वेलोरला गेले. मिर्झा अमीन गेल्यामुळे विस्कळीत झालेला वेलोरचा वेढा त्यांनी पक्का केला. वेलोरचा किल्ला भुईकोट. किल्ला मुळापासूनच प्रबळ व अवघड होता. ती विजयनगर-साम्राज्याची अखेरची राजधानी होती. एकाभोवती एक भक्कम तटबंदीच्या अनेक रांगा त्याभोवती होत्या. मध्ये अनेक खंदक होते. ते पाण्याने तुडुंब भरलेले होते; व त्यांत सुसरींचा सुळसुळाट होता. राजांनी तो गड हेरला. तो किल्ला साम्राज्यात सामील होणे हे आवश्यक आहे, हे राजांच्या ध्यानी आले. पण अनुभवी राजांना सहजासहजी हा गड पडणार नाही, याचीही खात्री पटली.

किल्ल्यात अब्दुलखान नावाचा किल्लेदार होता. नसीरने मध्यस्थी करून राजांना गड देण्याविषयी अब्दुलशी बोलणी करण्याचा प्रयत्न केला; पण असला भ्याडपणा आपण करणार नाही, असे त्याने स्पष्ट सांगितले. अब्दुलखानाने किल्ला लढविण्याचे ठरविले; तसेच राजांनी किल्ला घेईपर्यंत वेढा जारी ठेवण्याचा निर्णय केला. राजांनी वेढ्याचे अधिकारी नेमले. तेथील फौज निश्चित केली; आणि ते परत जिंजीकडे जाण्यास निघाले.

जिंजी मराठ्यांनी काबीज केल्याचे ऐकताच आदिलशाही सरदारांची, राजांच्या पराभवाच्या स्वप्नात मग्न झालेल्या फिरंगी, वलंदेज व इंग्रज व्यापाऱ्यांची पाचांवर धारण बसली. त्यांनी राजांशी सामोपचाराची बोलणी सुरू केली.

इंग्रजांकडे राजांनी पुष्टिकारक रत्ने व विषावरचे उतारे मागितले होते, त्यांची

किंमत द्यायची तयारी दाखविली होती. पण इंग्रजांनी काही किंमत न घेता राजांना हव्या असलेल्या वस्तू पाठवून दिल्या.

राजांचा मुक्काम जिंजीच्या मुलुखात होता. भर उन्हाळ्याचे दिवस. घामाच्या अखंड धारा वाहत. राजांच्या छावणीचा थाट अगदी साधा होता. दोन जाडेभरडे तंबू; एक राजांसाठी, दुसरा सरदारांसाठी. बाकी सर्व छावणी उघड्यावर असे. राजे जिंकलेल्या प्रदेशाचा पूर्ण कबजा करीत, त्यावर अधिकारी नेमीत पुढे जात होते.

आता राजांचे लक्ष दक्षिणेतील आदिलशाही सुभेदार शेरखान याच्यावर वेधले होते.

□

१६

शेरखान लोदीचे मुख्य ठाणे त्रिचनापल्लीच्या बाजूला कावेरीच्या उत्तर तीरी वालिगंडापुरमला होते. तेथे राहून तो तंजावर व मदुरा या ठिकाणच्या नायकांवर नजर ठेवून असे. आपल्यावर शिवाजी चाल करून येणार, हे कळताच शेरखान चार-पाच हजार पठाणी फौजेनिशी कडलूर बंदराच्या पश्चिमेस तेरा मैलांवर असलेल्या तिरुवाडीला मुक्काम करून राहिला.

पावसाळ्याला सुरुवात झाली होती. आकाश ढगांनी भरले होते. पश्चिमेचा वारा सुरू झाला होता. पावसाची झड बसण्याआधी शेरखानाचा पराभव करण्याचे राजांनी ठरविले. शेरखान तिरुवाडीला आहे, हे कळताच राजे त्या रोखाने निघाले.

राजांचा तळ तिरुवाडीपासून जवळच पडला. तिरुवाडीचा तळ राजांच्या छावणीवरून दिसत होता. राजे केव्हा हल्ला करतात, याची शेरखान वाट पाहत होता; पण राजांनी काहीच हालचाल केली नाही. मराठी फौज चढाई करण्यासाठी उतावीळ बनत होती. शेरखानाचे नजरबाज फकीर, नालबंद यांच्या वेषात मराठ्यांच्या तळावर घिरट्या घालीत होते. राजांच्या नजरबाजांनी ती बातमी राजांच्या कानावर घातली; पण राजांनी त्या नजरबाजांच्याकडे दुर्लक्ष करण्याची आज्ञा आपल्या नजरबाजांना केली. दिवस उलटले, तरी राजांची काही हालचाल नाही. राजे काही हालचाल का करीत नाहीत, याचे शेरखानाला कोडे पडले. समोर शांतपणे उभा ठाकलेला शत्रू पाहून शेरखानाच्या सैन्याचा धीर खचत होता. भीतीने त्रस्त झालेल्या शेरखानाने आपल्या फौजेला माघार घ्यायची आज्ञा केली. शेरखानाची फौज मागे हटू लागली.

राजे आपल्या तंबूत बसले होते. राजांच्या धोरणाने मनातून कंटाळलेले फौजेचे अधिकारी राजांच्या नजीक उभे होते. राजांच्या मनात काय आहे, हे त्यांना कळत नव्हते. त्याच वेळी राजांचा नजरबाज तंबूत आला. साऱ्यांची नजर त्याच्यावर खिळली.

'महाराज, शेरखानाची फौज मागे हटत आहे.'

'खरं?' राजे उठले. त्यांच्या चेहऱ्यावर समाधान होते. त्यांनी सर्वांवरून नजर फिरविली.

'याच घडीची आम्ही वाट पाहत होतो. फौजेला स्वार होण्याची आज्ञा द्या. आम्ही आलोच.'

साऱ्यांच्या अंगांत उत्साह संचारला. छावणीवर एकच गडबड उडाली. राजांनी अंगावर चिलखत चढविले. राजे तंबूबाहेर आले, तेव्हा घोड्यांच्या टापांनी, उत्साही स्वारांनी छावणी गजबजली होती. राजे स्वार झाले. बरोबर सेनापती हंबीरराव व येसाजी होते. सेनापतींच्या इशारतीबरोबर अश्वदळे हलू लागली. राजे संथपणे तिरुवाडीकडे जात होते. त्या कुंदावलेल्या वातावरणात शेरखानाची मागे हटणारी फौज नजरेत आली.

मराठी फौज मागून येत आहे, हे लक्षात येताच पठाणांचे उरलेसुरले धैर्य नाहीसे झाले; आणि ते पळू लागले. राजांनी आपल्या फौजेला आज्ञा केली. शिंगांचा गगनभेदी आवाज उठला; आणि राजांच्या फौजेने जनावरांना टाच दिली. राजांच्या दोन्ही बाजूंनी घोडी धावत होती. तळपत्या तलवारी हाती घेतलेले, भाला सावरलेले स्वार वायुवेगाने दौडत होते. गारांचा पाऊस पडावा, तसा टापांचा आवाज येत होता. 'हर हर महादेव'च्या गर्जनेने रणभूमी निनादली. राजे पाहत होते. मराठी फौज पठाणी फौजेला भिडली. एकच कापाकापी सुरू झाली. पळणारी फौज केव्हाच गारद झाली होती; पण पाचशे वीर पठाण मराठी फौजेशी मुकाबला करीत होते. प्रहरात त्यांचेही बळ सरले. पराभव झालेला पाहून शेरखान व त्याचा मुलगा इब्राहिमखान आपल्या मोजक्या स्वारांनिशी पळत सुटले. रणांगणातून आलेल्या स्वाराने ही खबर राजांना दिली. राजांनी शेरखानाचा पाठलाग करण्याचे ठरविले. आपल्या फौजेसह राजे शेरखानाच्या पाठलागावर सुटले. शेरखानाचे पाचशे घोडे, दोन हत्ती, उंट बैल व लढाऊ सामान राजांना मिळाले.

पळत सुटलेल्या शेरखानाने भुवनगिरीच्या किल्ल्यात आश्रय घेतला. राजांनी शेरखानाचा सोक्षमोक्ष लावण्याचे ठरविले होते. त्या घटनेवरच दक्षिणविजय अवलंबून आहे, हे राजांनी ओळखले होते.

राजांची फौज वालदोरेमध्ये व देवनापट्टणात घुसली. खुद्द राजे भुवनागिरिपट्टणास येऊन दाखल झाले. शेरखानाच्या पराभवाची वार्ता वावटळासारखी पसरली. पाठोपाठ मराठे आले, ही बातमी येई. त्या बातमीने भयभीत झालेले मुसलमान पळू लागत. वालदोरे, देवनापट्टण यांतील मुसलमान शिबंदीने तेच केले. अशा अनेक गढ्या राजांना सहज काबीज करता आल्या.

भुवनगिरीत कोंडलेला शेरखान हवालदिल झाला. त्याने तहाचे बोलणे सुरू केले. राजांनी त्याच्यावर वीस हजार होनांची खंडणी लादली, त्याचा सर्व मुलूख

ताब्यात घेतला. वीस हजार खंडणी भरणे शेरखानाला जमले नाही. त्यासाठी आपला मुलगा इब्राहिमखान राजांच्याकडे ओलीस म्हणून ठेवून तो निघून गेला.

शेरखानच्या पराभवाने दक्षिणेतल्या आदिलशाहीचा विरोध जवळ जवळ नाहीसा झाला. राजे जातील, तेथे त्यांच्या पुढे भूमी नमत होती. राजे जिंजीच्या भागात आले. राजे आता निर्धास्त होते. त्यांनी आपली फौज गोळा केली. राजांना आपले सावत्र भाऊ एकोजीराजे यांना भेटण्याची इच्छा होती. जिंजीची व्यवस्था पूर्ण झाल्याचे पाहून राजे परत दक्षिणेकडे निघाले.

□

१७

राजांची छावणी तिरुवन्नमलईला पडली होती. पावसाळ्यासाठी तिरुवाडीला छावणी हलविण्याचे राजांनी ठरविले. त्या बेताप्रमाणे पुढील व्यवस्थेला काही फौज पाठविली होती. जिंकलेल्या मुलुखातून सावकारांच्याकडून खंडण्या वसूल केल्या जात होत्या.

सकाळची वेळ होती. राजे हंबीरराव, जनार्दनपंत यांच्यासह छावणीची पाहणी करीत होते. शेरखानाच्या लढाईत जखमी झालेल्यांची विचारपूस करून, राजे छावणीच्या एका टोकाला आले. तेथून तिरुवन्नमलई गाव नजरेत येत होते. राजे म्हणाले,

'गाव किती सुरेख आहे!'

'एके काळी हे गाव हिंदूंचं तीर्थक्षेत्र होतं.' जनार्दनपंतांनी सांगितले.

'एके काळी?'

'हो. इथं श्रीशिव आणि समोत्तिपेरुमल दैवतांची सुरेख मंदिरं होती.'

'मग त्यांचं काय झालं?'

'विजयनगर साम्राज्याच्या विध्वंसाबरोबर ती मंदिरं मुसलमानी आक्रमणाखाली पाडली गेली.'

'अरेरे! आता त्या ठिकाणी काही नाही?' राजांनी विचारले.

'त्या पुरातन मंदिरांच्या जागेवर मुसलमानांनी मशिदी बांधलेल्या आहेत.'

'पंत, आम्हांला ते पाहायचं आहे.'

राजांचे अश्वपथक गावाकडे वळले.

राजे पायउतार झाले. समोर चुन्याने माखलेल्या पांढऱ्या शुभ्र मशिदींचे घुमट दिसत होते. समोर समोत्तिपेरुमलच्या एके काळच्या भव्य मंदिराचे भग्न अवशेष विखुरले होते. राजे जात असता त्यांची पावले अडखळत होती. आजूबाजूच्या गावांतून भंगलेल्या मूर्ती विखुरल्या होत्या. निष्णात हातांनी शिल्पिलेल्या त्या एके काळच्या अत्यंत सुबक मूर्तींची उद्ध्वस्त अवस्था पाहून मनाला पीळ पडत होता. राजांची पावले थांबली. एका खड्ड्यात काळाभोर नंदी उखळून विरूपावस्थेत पडला होता. त्याच्यापासून थोड्याच अंतरावर सुंदर पाषाणांत कोरलेले भ्रष्ट शिवलिंग

आजूबाजूच्या हिरवळीतून डोकावत होते. ते उजाड, विषण्ण अवशेष पाहून राजांचे मन उद्विग्न झाले. ते उद्गारले,

'माणसं जगतात तरी कशी?'

'सत्ताधाऱ्यांच्या आक्रमणापुढं नेहमीच मान तुकविली जाते.'

'पंत, वतनाच्या हक्कासाठी पिढ्यान् पिढ्या झगडणारी माणसं. ही आमची वतनं भंगली, तरी उघड्या डोळ्यांनी पाहतो. आमची दैवतं भग्न होतात, आणि ती आम्ही पाहतो.'

राजे समोत्तिपेरुमलच्या मंदिराचे मशिदीत झालेले रूपांतर पाहत होते. राजे ते पाहून सुन्न झाले.

'धर्माच्या नावाखाली केवढं अधर्मी कृत्य हे! ज्या मंदिरांच्या उभारणीसाठी शेकडो कलावंतांनी, शिल्पकारांनी अहोरात्र मेहनत घेतली असेल, ती माणसांच्या दृष्टीला सुखावणारी, थक्क करणारी, परमेश्वराचा साक्षात्कार घडविणारी ही आमची मंदिरं परक्या धर्मप्रसारासाठी नेस्तनाबूद केली जातात; एवढंच नव्हे, तर पवित्र वास्तूंवर मशिदी बांधल्या जातात. पंत, ही हिंमत आली कोठून?'

'महाराज!' रघुनाथपंतांचा आवाज विषण्ण झाला होता.

'त्याचं एकच कारण आहे! मुसलमानांना त्यांच्या धर्माचा अभिमान आहे. त्या धर्मनिष्ठेपायी त्यांची सर्वस्वाचं बलिदान करण्याची ताकद आहे. हे फिरंगी आपल्या धर्मासाठी सात समुद्र ओलांडतात, परमुलुखात आपला धर्मप्रसार करतात. केवढी त्यांची निष्ठा! तीच निष्ठा त्यांना विजयी बनविते. आणि आम्ही हिंदू म्हणवून घेतो; पण उघड्या डोळ्यांनी आपल्या धर्माचा ऱ्हास पाहतो. ज्यांना स्वधर्मनिष्ठा नाही, त्यांचा भाग्योदय कसा होणार?'

'पण, महाराज, झाल्या गोष्टींपुढं इलाज काय? आपण काय करू शकतो?'

राजांची संतप्त नजर हंबीररावांच्यावर खिळली.

'हंबीरराव, हे तुम्ही बोलता? आमचे सेनापती हे बोलतात? मग छत्रपती कशासाठी झालो? लूट करणं, मुलूख जाळणं, स्वराज्याचा विस्तार करणं यासाठीच का आमचं राज्य?'

राजांचा चेहरा करारी बनला. एक वेगळेच तेज त्यांच्या चेहऱ्यावर प्रकटले होते. राजांनी निश्चयपूर्वक आज्ञा दिली :

'पंत, या मशिदी पाडून टाका! इथं आमच्या दैवतांची पुन्हा स्थापना करा! समोत्तिपेरुमलच्या मंदिराच्या पडलेल्या या विटांतून नायक राजांनी बांधलेल्या या हजारखांबी मांडवासमोर सुरेख गोपुर बांधा. या दैवतांची पुन्हा प्रतिष्ठापना झाल्याखेरीज आमच्या मनाला शांती लाभणार नाही.'

त्या आज्ञेने जनार्दनपंत, हंबीरराव चकित झाले. जनार्दनपंत म्हणाले,

'पण, महाराज, या मशिदी पाडल्या, तर मुसलमानांची मनं दुखावतील.'

'जेव्हा आमची मंदिरं पाडली आणि मशिदी उभ्या केल्या, तेव्हा आमच्या भावना दुखावतील, याचा कुणी विचार केला होता? किंबहुना, आमचा धर्म नष्ट करण्यासाठीच ही कृत्यं केली ना?'

'एका धर्मवेड्या पिढीनं हे केलं, म्हणून आजच्या पिढीवर हा अन्याय....'

'पंत, परधर्मसहिष्णुता म्हणजे स्वधर्माबद्दल अनास्था नव्हे. याच विचारामुळं परकीय आक्रमण सहन करण्याची सवय आम्हांला लागली आहे; मनं कोडगी बनलीत. देवळं फोडली, तरी आम्ही स्वस्थ! विजयनगरचं साम्राज्य कोलमडलं, तरी खंत नाही! आमच्या आयाबहिणींची अब्रू लुटली गेली, तरी आनंद! माणूस म्हणून जगायचं तरी कशाला? कशासाठी? हीच सवय नडली आम्हांला. नाही तर आम्हां करोडो हिंदूंना अत्यंत पवित्र वाटणारं काशीविश्वेश्वराचं मंदिर पाडू धजला नसता. पंत, धर्म हा एका पिढीचा खेळ नाही. तो पिढ्यान् पिढ्यांचा वारसा आहे. तो टिकविणं हे आमचं कर्तव्य आहे. आम्हांला परधर्माचा द्वेष नाही. आमच्याही फौजेत मुसलमान आहेत. त्यांच्या मशिदी उभारण्याला विशाल भूमी मोकळी आहे. त्या आमच्याच पवित्र जागेवर बांधल्या गेल्या पाहिजेत, असं कोणी म्हणेल, तर ते आमच्या राज्यात होणार नाही. आमच्या हुकुमाची अंमलबजावणी ताबडतोब सुरू करा!'

राजांच्या आज्ञेने मशिदी पाडण्यात आल्या. मंदिरांचे काम सुरू झाले. राजांनी पावसाळ्यासाठी आपला तळ कावेरीकाठी तिरुवाडीला हलविला. तेथून जवळच तंजावरला राजांचे सावत्र भाऊ एकोजीराजे होते. राजांनी त्यांना मानाचे भेटीचे निमंत्रण पाठविले.

□

१८

राजांनी एकोजीराजांना निमंत्रण पाठविले; पण राजांच्या वाढत्या पराक्रमाने एकोजीराजांना भय वाटे. एकोजीराजे येत नाहीत, हे पाहून राजांनी त्यांच्या पदरचे मातब्बर लोक पाठविण्यास सांगितले. एकोजीराजांनी आपल्या पदरी असलेले गोविंदभट गोसावी, काकाजीपंत, निळोबा नाईक वगैरे मंडळी राजांच्याकडे पाठविली. राजांनी त्या मंडळींना आपल्या सद्भावाबद्दल खात्री पटविली. एकोजीराजांनी कटुता वाढण्याआधी भेटणे इष्ट कसे आहे, हे त्या मंडळींना समजाविले. राजांनी त्या सर्वांचा सत्कार करून त्यांना परत पाठविले. त्यांच्याबरोबर बाळंभट्ट, कृष्ण ज्योतिषी व कृष्णाजी सखोजी ही मंडळी एकोजीराजांच्याकडे पत्र देऊन पाठविली.

एकोजीराजे राजांच्या भेटीला येत असल्याची बातमी आली. राजांनी एकोजीरीजांच्या स्वागताची तयारी केली. प्रथम भेटीची जागा राजांच्या तळापासून तीन कोसांवर असलेल्या तिरुपतोटा गावी शिवमंदिरात निश्चित झाली. ठरल्या दिवशी राजे

आपल्या लवाजम्यानिशी एकोजीराजांना सामोरे गेले. राजे शिवमंदिरात एकोजीराजांची वाट पाहत होते.

एकोजीराजांचे अश्वपथक दिसू लागले. देवळासमोर एकोजीराजे पायउतार झाले. राजे मंदिराच्या पायरीवर उभे होते. एकोजीराजांच्या बरोबर काकाजीपंत, जगन्नाथपंत, कान्हेरपंत ही मंडळी होती. त्यांखेरीज भिवजीराजे, प्रतापजीराजे हे शहाजीराजांचे अनौरस पुत्रही होते.

एकोजीराजे मध्यम उंचीचे, किंचित स्थूल देहाचे होते. शहाजीराजांच्या रूपाच्या अनेक खुणा चेहऱ्यावर दिसत होत्या. कपाळी शिवगंध होते. मस्तकावर मोगली किमॉष होता; त्यावर रत्नखचित पिंपळपान चमकत होते. गळ्यातील कंठे, हातीच्या अंगठ्या आणि चेहऱ्यावर आरामी भाव ऐश्वर्याची खूण सांगत होता. एकोजीराजे चार पावले सामोरे आले. त्यांनी राजांना मुजरा केला. राजे प्रेमभराने पुढे गेले आणि त्यांनी एकोजीराजांना आलिंगन दिले. राजांनी भिवजीराजे, प्रतापजीराजे यांची भेट घेतली. सर्वांसह देवदर्शन घेऊन राजे तिरुवाडीच्या तळावर आले.

राजांनी एकोजीराजांची व त्यांच्या बरोबर आलेल्यांची उत्तम बडदास्त राखली होती. राजांनी पहिल्या भेटीत सर्व क्षेमकुशल विचारून घेतले. त्यानंतर राजांच्या आणि एकोजीराजांच्या भेटी होऊ लागल्या. दोन्ही बाजूंची राजकारणी मंडळी राजकारणात गुंतली.

एके दिवशी राजांनी एकोजीराजांना आपल्या भावना बोलून दाखविल्या. ते म्हणाले,

'राजे, तुम्ही लहान. आपण दोघे एकाच वडिलांचे सुपुत्र. असं असता आम्ही रिवाज मोडून तुम्हांला निमंत्रण दिलं, चार पावलं तुमच्या सामोरे आलो, ते वडीलकीच्या प्रेमानं.'

'आम्ही नातं विसरलो नाही.' एकोजीराजे म्हणाले.

'तेही खरंच!' राजे म्हणाले. 'आम्ही तुमच्या मुलुखात आलो. आमच्यावर शेरखानासारखा शत्रू चालून आला. तुम्ही आमचे बंधू; पण तुम्ही धावून आला नाहीत. इथवर येऊन भेटीची इच्छा केली, तरी तुम्ही मनात शंका धरलीत.'

एकोजीराजे काही बोलले नाहीत.

'वास्तविक पाहता आम्ही मोठे. थोरल्या महाराजसाहेबांनी जी जहागीर मिळवली, तिचा निम्मा हिस्सा आम्हांला यायला पाहिजे होता. पण आजवर तुम्हांला ते सुचलं नाही. नशिबी मोठेपणा आल्यानं आम्ही विचारलं नाही.'

'जहागीर आमची नव्हे; ती आदिलशाहीची. थोरल्या महाराजसाहेबांच्या पश्चात आम्ही चाकरी चालविली, म्हणून जहागीर टिकली, हे दाजी स्वामींनी लक्षात घ्यावं.'

राजांनी एकोजीराजांच्याकडे पाहिले. त्यांच्या चेहऱ्यावर विजयाचे स्मित झळकत

होते. राजे शांतपणे म्हणाले,

'राजे, थोडा विचार करा! त्याचसाठी आम्ही तुम्हांला बोलावलं. मुरार जगदेवनं जाळलेल्या पुण्याच्या सुभेदारीवर आम्ही वाढलो. स्वपराक्रमानं आम्ही छत्रपती झालो. आज आदिलशाही, कुतुबशाही आम्हांला भिते. एवढंच काय, पण आम्ही मोगलांशीदेखील झुंज दिली. असा पराक्रम तुम्हीदेखील इथं करावा, असं आम्हांला वाटतं.'

राजांच्या सामोपचाराचा अर्थ एकोजींनी निराळाच घेतला. ते धिटाईनं म्हणाले,

'आपल्या माणसांच्या पाठबळावर आपण राज्य मिळवलंत, यात कौतुक कसलं? उलट, परमुलुखात आम्ही जहागीर सावरली, याचं कौतुक व्हावं.'

'तुमचा पराक्रम आम्हांला माहीत आहे.' राजे हसले. 'मदुरेच्या नायकाचा पराभव करणं तुम्हांला जमलं नाही. वलिगंडपुरमला बसलेल्या शेरखानाच्या नजरेत तुमची जहागीर हलायची. थोरच पराक्रम केलात!'

'आमच्या शब्दापेक्षा रघुनाथपंतांचा शब्द आपण खरा मानता?'

'मुळीच नाही. ती सवय आम्हांला नाही. तुम्हांला माहीत नाही, पण गेले कैक महिने आमचे नजरबाज तुमच्या राज्यात फिरतात. एकोजीराजे, आम्ही देतो, तो सल्ला आपण ऐकावा. त्यात तुमचं हित आहे.'

'कसला सल्ला?'

'तुम्ही आदिलशाहीची नोकरी सोडा; आणि तुम्ही आमच्या राज्यात सामील व्हा.'

एकोजीराजे अस्वस्थ झाले. ते जाणून राजे बोलले,

'मांडलीक म्हणून नव्हे; आमचे बंधू म्हणून. आम्ही तुम्हांला उदंड मुलूख व सत्ता देऊ. त्याआधी थोरल्या महाराजांनी संपादन केलेल्या जहागिरीचे तपशील आम्हांला दाखवा. ते पाहून तुम्ही-आम्ही समजून चालू. तुम्हांस जड पडेल, तर मदत देऊ. कुतुबशहासारखे राजे आमचं मानतात. तुम्ही आमचे बंधू. तुम्ही हे मानलंत, तर आम्हांला आनंद होईल.'

'आणि हे आम्ही मानलं नाही, तर?'

राजांचा आवाज कठोर बनला. ते म्हणाले,

'राजे, आम्ही मोठे. जरा सबुरीनं जबान वापरा! तुम्ही आमचे बंधू, म्हणून आम्ही हा सामोपचार केला. तुम्ही आम्हांला मिळाला नाही, तर आदिलशहाचे नोकर म्हणून आम्हांला तुमचा मुलाहिजा राखता येणार नाही. गृहकलह वाढीला लागला, तर काय होतं, हे महाभारतानं शिकविलं आहे. त्या आत्मनाशाची वाट तुम्ही धरू नका. शांतपणे विचार करून आम्हांला तुमचा मनसुबा सांगा. त्याप्रमाणे आम्ही चालू.'

एकोजीराजे मनातून भ्याले होते. राजे त्यांना नाना तऱ्हांनी समजावण्याचा प्रयत्न करीत होते; पण एकोजीराजांच्या मनात काही शिरत नव्हते.

एके दिवशी राजांनी एकोजीराजांच्या जवळ इच्छा व्यक्त केली,

'आम्ही पुण्याच्या जहागिरीवर एवढं राज्य उभं केलं. आम्ही छत्रपती बनलो. आज तुंगभद्रेपासून नर्मदेपर्यंत आमचं राज्य पसरलं आहे; पण एवढ्या राज्यात फार मोठी उणीव आहे. ती तुम्हीच दूर करू शकाल.'

'आम्ही?'एकोजींनी विचारले.

'होय, राजे! तुम्हीच दूर करू शकाल. आम्ही छत्रचामरं मस्तकी धरली. आम्ही ऐश्वर्यसंपन्न सत्ताधीश झालो. पण आमच्या जवळ थोरल्या महाराजसाहेबांची आठवण धरणारं काही नाही. त्यांच्या पोटी जन्म घेऊनही त्यांची आठवण म्हणून काही जतन करता आलं नाही. आम्ही असं ऐकतो की, थोरल्या महाराजसाहेबांनी आपल्या पराक्रमाची निशाणी म्हणून बारा बिरुदं जतन केली, ती आपल्याकडे आहेत. ती बिरुदं आम्हांला द्या. आम्ही ती मानानं, प्राणमोलानं जतन करू. आम्ही पुष्कळ झेंडे उभारले, जरीपटके केले; पण वडिलांच्या हातची असावीत, म्हणून मागितली.'

नुसती बिरुदे देऊन सामोपचार घडत असलेला पाहून एकोजीराजांना बरे वाटले. ते आपल्या डेऱ्यात आले. एकोजीराजांनी राजांचा नवा प्रस्ताव काकाजीपंतांना सांगितला. काकाजीपंत विचारात पडले. ते पाहून एकोजीराजे परत घाबरले. त्यांनी विचारले,

'काकाजीपंत, विचार कसला करता?'

'राजे, ही शिवाजीराजांची चाल आहे. दिवाळीला पाहुणा म्हणून येऊन त्यांनी पुरंधर घेतला. अफझलची भेट तर प्रख्यात आहे. एवढंच कशाला? ज्या नसीरखानानं राजांना विश्वासानं जिंजी दिली, त्याला तरी कुठं कबूल केलेली पन्नास हजारांची जहागीर दिली?'

'आपण जहागीर थोडीच देतो? आपण बिरुदं देतो.'

'पण शहाजीराजांच्या झेंड्याचं प्रेम एकदम का उचंबळलं?' काकाजीपंतांनी विचारले.

'आज त्यांची बिरुदं मागतात; उद्या त्या बिरुदांवर संपादन केलेली जहागीर मागतील.'

'तुमचा सल्ला तरी काय?'

'आम्ही काय सांगावं? किती केलं, तरी आपण सावत्र. शिवाजी राजे आज विजयी दिसतात. त्यांनी कदाचित आदिलशाहीला, कुतुबशाहीला शह दिला असेल. पण मोगलाईचं काय? ती सत्ता केवढी? एक ना एक दिवस शिवाजीराजांचं राज्य पाण्यावरचा बुडबुडाच ठरणार! त्या वेळी त्यांना साथ देणाऱ्यांची काय अवस्था होईल? आपली जहागीर सुरक्षित आहे. आदिलशाही मोगलाईपासून दूर आहे. राजकारणात जास्त वाटाघाटी करू नयेत. माणूस फसतो.'

त्या सल्ल्याने एकोजीराव पुरे घाबरले. ते निराशेने म्हणाले,

'आम्हांला काही समजेनासं झाले आहे. त्यापेक्षा आपण सरळ तंजावरला जाऊ.

तिथं विचार ठरवू.'

'ती संधी मिळेल, असं वाटत नाही.' काकाजीपंत शांतपणे म्हणाले.

'का?'

'का? शिवाजीराजे एवढे दूधखुळे नाहीत. आता सहजपणे तुम्हांला ते जाऊ देतील, असं वाटत नाही.'

'आम्ही कैदी आहोत?' संतापाने एकोजीराजे उद्गारले.

'तसं समजायला हरकत नाही.'

एकोजीराजे पुरे घाबरले; आणि रात्री एक स्वार संगती घेऊन ते तंजावरला पळून गेले.

सकाळी राजे एकोजीराजांची वाट पाहत होते. जेव्हा राजांना एकोजीराजे पळून गेल्याचे कळले, तेव्हा त्यांचा विश्वास बसेना. एकोजीराजांच्या बरोबर आलेले काकाजीपंत, जगन्नाथपंत, प्रतापजीराजे, भिवजीराजे यांना राजांनी बोलविले. राजांची संतप्त नजर सर्वांवरून फिरत होती. राजांनी काकाजीपंतांना विचारले,

'राजे पळून गेले? बोला, पंत! हे खरं?'

'जी.' पंत निर्धाराने म्हणाले.

'का? का पळून गेले?' राजे क्रोधाने म्हणाले. 'काय निमित्य पळाले? आम्ही त्यांना धरीत होतो, की काय? आम्हांस बिरुदं काय करायची? आमची बिरुदं अष्टदिशांस लागली आहेत. समुद्रवलयांकित भूमंडळी कीर्त आपली झाली आहे. तिथं बिरुदं काय करायची? वडिलांची वस्तू असावी, म्हणून मागितली होती. पळायचं नव्हतं. द्यायची नव्हती, तर न देणे. उगेच उठून पळून गेले!'

राजांचे मन त्या प्रकाराने उद्विग्न होऊन उठले. हताश होऊन, नि:श्वास सोडीत राजे बोलले,

'धाकटे ते धाकटे; बुद्धीही धाकटी केली!'

राजांची नजर काकाजीपंतांवर स्थिरावली.

'पंत, तुम्ही राजकारणी माणसं. काय सल्ला दिलात हा?'

'पण, महाराज....'

'काही सांगू नका! रातोरात पळून जायचं मन एकोजीराजांचं नव्हे. पंत, मनात आणलं, तर बसल्या जागेवरून तंजावरचं राज्य आम्ही घेऊ. सल्ला देताना तो तरी विचार करायचा होतात!... जा तुम्ही.'

राजांनी एकोजीराजांच्या सर्व माणसांचा वस्त्रे, दागिने देऊन सत्कार केला, आणि त्यांना तंजावरला पाठवून दिले.

□

११

एकोजीराजे पळून गेले. त्यांच्या वर्तनाने राजांना खूप संताप आला. एकोजींच्या हातांखालचा मुलूख राजांच्या मागे राहील, हे स्वप्न विरघळून गेले. शहाजीराजांची जहागीर ताब्यात घेण्याचे राजांनी ठरविले. तसे हुकूम राजांनी आपल्या अधिकाऱ्यांना दिले.

तिरुवाडीवरून राजे तुंदुमगुर्तीला आले. श्रावण महिना सुरू झाला होता. राजांची फौज मुलूख काबीज करण्यात गुंतली होती. रघुनाथपंत मदुरानायकाशी वाटाघाटी करीत होते. नरहरी रुद्र वेलोरचा वेढा लढवीत होता. शेरखानाच्या पराभवामुळे राजांचा लौकिक वाढला होता. राजांचे नाव ऐकताच शत्रू पळत होता. राजांची फौज जाईल, तेथे विजय मिळवीत होती. राजे श्रावणात वृद्धाचलमला गेले. वृद्धाचलम हा शहाजीराजांच्या जहागिरीचाच भाग. शामजी नाईक पुंडे, विठ्ठल पिलदेव अत्रे वगैरे थोर लोक बरोबर घेऊन राजांनी शिवाचे दर्शन घेतले. शिवदर्शन घेऊन राजे माघारी छावणीवर आले.

छावणीवर राजगडावरून आलेला खलिता राजांची वाट पाहत होता. मदुरेच्या नायकाकडून खंडणी कबूल करून घेऊन रघुनाथपंत आले होते. राजांचा चिंताचूर चेहरा पाहून रघुनाथपंतांनी विचारले,

'महाराज, काय खबर?'

राजे हसून म्हणाले, 'पंत, खबर तितकी चांगली नाही. आदिलशाहीत अंत:स्थ बखेडा वाढला आहे; पठाणी सत्ता प्रबळ बनते आहे. औरंगजेबानं बहादुरखानाला माघारी बोलावण्याचं ठरविलं आहे. त्या जागी दिलेरखान नेमला जाईल, असा अंदाज आहे.'

'अजून दिलेरखान आला नाही ना?'

'आला नाही; पण येईल. आता दक्षिणेत फार काळ आम्हांला राहता येईल, असं वाटत नाही. शक्य तो लौकर मोहीम आटोपती घ्यायला हवी. अशा वेळी आम्ही स्वराज्यात असणं योग्य आहे.'

राजे, रघुनाथपंत, हंबीरराव, हरजीराजे महाडीक ही मंडळी विचारविनिमय करण्यात गुंतली होती. आणि एके दिवशी संताजीराजे भोसले राजांच्या भेटीला येत असल्याची बातमी आली. संताजी भोसले हे शहाजीराजांचे अनौरस पुत्र. रघुनाथपंडितांनी सामोरे जाऊन संताजीराजांना छावणीवर आणले. सख्ख्या भावाच्या जिव्हाळ्याने राजे संताजीराजांना भेटले. त्यांनी त्यांना छावणीवर ठेवून घेतले.

संताजीराजे राजांच्यासह बोलत असता संताजींनी आपणहून बोलणे काढले,

'एकोजीराजांनी आपलं ऐकलं नाही?'

'त्यांना आमचं सांगणं मानवलं नाही.'

‘कान फुंकणारे फुंकून जातात; पण आलेली संधी परत मिळत नाही.’

‘तो दोष कान फुंकणाऱ्यांचा नसतो, संताजीराजे! ऐकणाऱ्यांचा असतो.’

‘महाराज, त्याचमुळं आम्ही एकोजीराजांकडून तुमच्याकडं आलो.’

राजांनी आश्चर्याने विचारले, ‘काय सांगता?’

‘होय, महाराज! आपण कर्नाटकात आल्यापासून आपल्याला बघण्यासाठी मन झुरत होतं.’

‘असं आम्ही काय केलं?’

‘काय केलं नाही? एवढं उदंड राज्य उभं केलं! आज थोरले महाराज असते, तर त्यांनी आनंदानं आपली जहागीर तुमच्या हाती सोपविली असती.’

शहाजीराजांच्या आठवणीने राजे स्तब्ध झाले. संताजीराजे सांगत होते,

‘जेव्हा आपण कर्नाटकात आलात, तेव्हाच मी एकोजीराजांना आपल्याला सामोरे जायला सांगितलं; पण त्यांनी ते ऐकलं नाही. ते आपल्या भेटीला आले, तेव्हा काय होणार, हे मला माहीत होतं. म्हणून मी भिवजी-प्रतापजींबरोबर आलो नाही.’

‘त्यांनी मानलं नाही, हा दोष तुमचा नाही. तुम्ही का कष्टी होता?’

‘आपल्या माणसांची ओळख आपल्याच माणसांना झाली नाही, तर पीळ पडतो आतड्यांना! महाराज, यापुढं आम्हांला तुमच्या सेवेत घ्या!’

राजांची नजर संताजीराजांच्यावर खिळली. तो करारी, धिप्पाड देह निरखीत राजे बोलले,

‘संताजी, आमची सोबत म्हणजे हरघडी संकटांशी मुकाबला! सुखासुखी शांतपणे जगता यायचं नाही.’

‘त्याचाच कंटाळा आला. मर्द म्हणवून घेतो, आणि माश्या मारीत बसू?’

‘पण आमच्याकडे जहागीर मिळत नसते!’ राजे हसले.

संताजीराजांची रोख नजर राजांना भिडली. मिशीवरून पालथी मूठ फिरवीत संताजीराजे गर्जले, ‘जहागीर मागितलीय् कुणी? शिलेदारी तरी मिळेल, का नाही? मीही शहाजीराजांचं नाव सांगणारी औलाद आहे, राजे!’

राजे चटकन उठले. त्यांनी संताजीराजांनी मिठी मारली. राजांचे मन भरून आले. ते म्हणाले,

‘संताजीराजे, आम्हांला कुणाची जोड नाही, असं वाटत होतं. धीर दिलात, संताजी! आम्ही असता शिलेदारी का करता? पराक्रमाला डावलण्याचं सामर्थ्य आमचं नाही. संताजीराजे, आजपासून आम्ही तुम्हांला हजार स्वारांची मनसब बहाल करीत आहोत!’

राजांनी सर्वांदेखत संताजीराजांना मनसबीची वस्त्रे व तलवार बहाल केली. संताजीराजे राजांचे मनसबदार बनले.

□

२०

मराठी फौजेने एलवनसूरवर कब्जा केला. शहाजीराजांच्या जहागिरीचा कोलार, होसकोटे, बालापूर, शिरे हा मुलूख राजांनी आपल्या अमलाखाली आणला. त्याच काळात राजे तिरुवन्नमलईला परत गेले. त्यांनी तेथे शिवलिंगाची प्रतिष्ठापना केली. तिथे चैत्रपुनवेच्या दीपोत्सवाची आज्ञा देऊन राजे माघारी आले.

राजांच्या फौजेने आदिलशाहीचा पाईनघाटाचा मुलूख व शहाजीराजांची एकोजीकडे चालत आलेली कावेरीच्या उत्तरेकडील सर्व जहागीर जिंकली. वीस लाख होनांहून जास्त महसूल असलेला मुलूख राजांच्या स्वराज्यात सामील झाला. जिंकलेले राज्य सुरक्षित राखण्यासाठी राजांनी ताबडतोब त्यावर अधिकारी नेमले. उटकूर, वालिगडापुरम या ठिकाणी नागोजी भोसले, केदारजी जाधव व यशवंतराऊ कदम यांची नेमणूक केली. त्यांच्या हातांखाली किल्ल्याचे तटसरनोबत व बारगीर नेमून दिले. उटकूर-कोटाचा हवालदार यांस सालिना सव्वाशे होन तैनात मंजूर केली. मुजुमदार तेळगू लक्ष्माजी मादरस यास सालिना छत्तीस होनांची तैनात लावून दिली. नव्या जिंकलेल्या मुलुखात तलाव, देवालये वगैरे कामे जारी ठेवण्याची आज्ञा करून राजे परत यायला निघाले.

रघुनाथपंत, सेनापती हंबीरराव मोहिते, संताजीराजे भोसले, विठ्ठल पिलदेव अत्रे, हरजीराजे महाडीक वगैरे राजकारणातील मुरब्बी माणसांना मागे ठेवण्याचा राजांनी निर्णय केला. राजांनी त्यांच्या ताब्यात फौज दिली. निरोप घेताना राजांनी सांगितले,

'तुम्ही सर्व सावधगिरीनं राहा. मुलुखाचा पुरा जाबता बसवून माघारी या. एकोजीराजे शहाणपण मानतील, असं वाटत नाही. त्यांनी काही बखेडा केला, तर ते आमचे बंधू आहेत, हे ध्यानी न धरता त्यांचा बंदोबस्त करा. इथल्या मुलुखात बखेडा सहन केला जाणार नाही. हे सर्वांना दाखवून द्या.'

राजे आनंदरावांच्यासह आपली फौज घेऊन माघारी यायला निघाले. राजे पूर्व घाट चढून बालेघाटावर आले. राजांना जयदेवगड आपसूख मिळाला. शिवाजी येतो, हे कळताच शत्रू पळत होते.

शहाजीराजांच्या जहागिरीतील होसकोटे, बालापूर शिरे हा मुलूख राजांनी आपल्या ताब्यात आणला. कोप्पळच्या किल्ल्याला वेढा देऊन राजांचे दत्ताजी त्र्यंबक बसले होते. विजय संपादन करीत, सावकारांकडून खंडण्या वसूल करीत राजे तोरगल प्रांतात दाखल झाले. राजे तोरगल प्रांती असतानाच एकोजीराजांच्या कारवाईची बातमी राजांना मिळाली.

शहाजीराजांची जहागीर राजांनी जिंकल्यामुळे एकोजीराजे संतापले. त्यांनी आणि त्यांच्या मुसलमान सल्लागारांनी याचा सूड घेण्याचे ठरविले. एकोजीराजे फौजेसह

चालून गेले. संताजीराजे भोसले सहा हजार स्वारांचे व सहा हजार पायदळाचे नेतृत्व करीत होते. एकोजीराजे चालून येत आहेत, हे कळताच संताजीराजे फौजेसह सामोरे गेले. दोन्ही फौजांची गाठ आंबोरियानजीक पडली. दिवसभर तुंबळ रण माजले. शेवटी संताजीराजांना माघार घ्यावी लागली. तंजावरची फौजही मिळविलेल्या विजयाने बेहोश होऊन आपल्या छावणीवर परतली.

माघार घ्यावी लागली, याचे संताजीराजांना फार दु:ख झाले. राजांनी नुकतीच हजारी मनसब दिली, विश्वास टाकला; आणि पहिल्याच चकमकीत आपण हरलो! संताजीराजे त्वेषाने उठले. जखमी सैनिकांना मागे ठेवून, भर रात्री ते तंजावरच्या छावणीवर तुटून पडले. बेसावध शत्रूला पळता भुई थोडी झाली. या लढाईत संताजीराजांनी हजार घोडे, प्रतापजीराजे, भिवजीराजे व शिवाजी दबीर असे तिघे सरदार आणि तंबू व इतर लष्करी सामान, बाडबिछायत हस्तगत केली. या पराजयाने एकोजीराजांचे डोळे साफ उघडले.

एकोजीराजांची हकीकत वाचून राजांना फार वाईट वाटले. राजांनी हंबीररावांना कळविले-

'किती केले, तरी एकोजीराजे आमचे धाकटे बंधू आहेत. मूलबुद्धी करून वागले. तोही भाऊच आहे. त्यांचे राज्य बुडवू नका.'

राजांच्या आज्ञेनुसार रघुनाथपंतांनी एकोजीराजांच्या बरोबर वाटाघाटी केल्या. एकोजीराजांनी कोलारचा कोट राजांना देऊ करून तात्पुरते सख्य पदरात पाडून घेतले. राजांनी एकोजीराजांना कानउघाडणीचे खरमरीत पत्र पाठविले. राजांनी सुरुवातीला भेटीची आठवण देऊन पुढे लिहिले होते :

> ....येसीयास आम्हांस रायेगड प्रांते बहुत कांही कार्य होते. या निमित्ये तोरगल प्रांतास आलो, तेथें ऐसी खबर ऐकली कीं, तुम्हीं तुरक लोकांच्या बुद्धीस लागोन आमच्या लोकांसी झगडा करावा, यैसे मनीं धरून आपली सारी जमेंत एकवट करून आमच्या लोकांवरी पाठवून दिल्हेत. तुमचें लोक चालोन आल्यावरी तुमच्या आमच्या लोकांत थोर झगडा जाला. तुमचें लोक पराजय पावले. किती येक लोक पलोन दाणादाण होऊन गेले. ऐसा समाचार आईकिला. हे ऐकोन बहुत नवल ऐसें वाटले कीं, कैलासवासि महाराज यांचें तुम्ही पुत्र बहुत थोर लोक ऐसे असोन कांहीं विचार करीत नाही. यैसे असतां कस्टी व्हाल याचे नवल काये.
>
> दुसरा विचार करावा कीं, श्रीशिवाची व श्रीची कृपा त्यावरि पुर्ण जाली आहे. दुस्ट तुरकाला ते मारितात. आपल्या सैन्यातही तुरुक लोकच असतां जये कैसा होतो आणि तुरुक लोक कैसे वाचो पहातात हा विचार करावा होता. आणि युद्धाचा प्रसंग पडावा नव्हता. परंतु दुर्योधनासारखी बुद्धी धरून

युद्ध केले. आणि लोक मारविले. ते जालें ते जालें. पुढे तरी तुम्ही हट न करणें. तेरा वर्षे तुम्हीं सारें राज्य खादले ते खादले. याउपरि कितेक आमचें आमी घेतले असे. जे मागे तुमचें हातीं उरले आहेती ते आमचे लोकांचें हातीं देणें आणि नकद पैके व जडाव व हाती व घोडे यांचा अरधा वाटा देणे. ऐसा विचार करून आम्हांसी संधी करणे. तुम्हीं यैसा संधी निर्मलपणें केलिया आम्ही आपणापासून तुम्हांला तुंगभद्रै अलाड पनाले प्रांतें तीनी लक्ष होनांची दौलत देऊन अथवा आम्हां जवळील दौलत तुम्हांला मानेना तरी कुतुबशहास अर्ज करून त्यापासून तुम्हांला तीन लक्षांची दौलत देववूनु. यैसे दोनी विचार तुमास लिहले आहेत. या दोन्हीमधील एक मनीं धरून मान्य करणें. हटाचें हाती न देणे. आपल्यांत आपण गृहकलह करावा आणि कस्टी व्हावें याचें कांहीं प्रयोजन नाही. याऊपरि तऱ्ही आमचा आपला संधि व्हावा ऐसे बहुत मनी धरून वांटीयाचा वेव्हार निर्गमून टाकणे. आणि सुखी असणें. गृहकलह बरा नव्हे. आम्हीं तरी वडिल पणें आजीवरी तुम्हांला सांगितले. आताहि सांगतो. ऐकाल तरी बरें. तुम्हींच सुख पावाल. नाईकाल तर तुम्हींच कस्टी व्हाल.'

□

२१

राजांची छावणी गदग प्रांतातील संपगावाजवळ विसावली होती. थंडीचे दिवस असल्याने वातावरण प्रसन्न होते. राजे आपल्या तंबूच्या बाहेर आनंदरावांच्यासह उभे असता राजांचे सरदार सखुजी गायकवाड मुजऱ्याला आले. राजांनी विचारले,

'काय, सखुजीराव! छावणीची हालहवाल काय म्हणते?'

'सर्व ठीक आहे, महाराज, फक्त एकच कागाळी कानांवर आली आहे.'

'कसली कागाळी?'

'काल आपले काबाडीचे बैल पुढच्या मुक्कामी जात असता बेलवडीच्या गढीच्या पाटलांनी ते अडविले, आणि सामानासहित पळवून नेले.'

राजे क्षणभर विचारात पडले. ते म्हणाले,

'सखुजीराव, काही तरी गफलत झाली असेल. बेलवडी म्हणजे एवढी छोटी गढी. तिची ही हिंमत व्हायची नाही. पाटलांना समज देऊन बैल सोडण्याची आज्ञा करा.'

राजांची आज्ञा घेऊन सखुजीराव गेले. बेलवडी सपाट भूमीवर वसलेली, मातीच्या चौफेर कुशीने सजलेली छोटी गढी. त्या सपाट भूमीवर वसलेली ती गढी पावसाळी उगवलेल्या एकाकी अळंबीसारखी दिसत होती. पण त्या गढीचा पाटील मोठा हिंमतवान होता. सखुजीराव गायकवाडांचा निरोप जेव्हा त्याला कळला, तेव्हा त्याने एकच उत्तर दिले,

'हिंमत असेल, तर बैल सोडवून न्या!'

राजांना पाटलांचा निरोप कळला. राजांनी सखुजीरावांना हुकूम दिला,

'पाटील आपल्याच तोऱ्यात आहेत, असं दिसतं. सामोपचार त्यांना मानवेल, असं दिसत नाही. ठीक आहे. सखुजीराव, तुम्ही आपली कुमक घ्या, आणि बेलवडी काबीज करून बैल ताब्यात घ्या. तोवर आमचा तळ येथेच राहील.'

सखुजीरावांनी आपल्या स्वारांनिशी बेलवडीची नाकेबंदी केली. चौफेर चौक्या जारी केल्या. क्वचित चकमकी झडू लागल्या. पण बेलवडीला मराठी फौज भिडेना. भिडण्याचा प्रयत्न केला, तर हिरिरीने प्रतिकार केला जाई. कर्नाटकी प्यादे पायीच्या लढाईत मजबूत. त्याचे प्रत्यंतर सखुजीरावांना येत होते. दिवस उलटले; पण गढी काबीज होण्याची चिन्हे दिसेनात. राजांच्या छावणीतून गढी दिसत होती. सारी फौज गढीकडे डोळे लावून बसली होती. राजांचा मनःक्षोभ वाढत होता. राजे विचारमग्न बसले असता सखुजीराव आल्याची वर्दी आली. सखुजीराव सामोरे येताच राजांनी विचारले,

'बोला, सखुजीराव गढी काबीज झाली?'

सखुजीरावांची मान खाली झुकली. ते हताशपणे म्हणाले,

'महाराज, गढीचा बंदोबस्त कडेकोट केला आहे. पण फार दिवस गढी टिकाव धरील, असं वाटत नाही.'

राजे हसले.

'वा! सुरेख! सखुजीराव, कोणी ज्योतिषी भेटला का?'

'त्यांनीही तेच सांगितलं.' सखुजीराव म्हणाले.

राजांची नजर शेजारी उभ्या असलेल्या आनंदरावांच्याकडे गेली. आनंदराव म्हणजे फौजेचे दुय्यम सेनापती.

'आनंदराव, आमच्या सखुजीरावांची तारीफ करावी, तेवढी थोडी! ज्योतिष्याला विचारण्यापर्यंत यांच्या शौर्याची मजल गेली! एवढा दक्षिणदिग्विजय करून आम्ही आलो; पण बेलवडीची ही चिमुकली गढी आम्हांला काबीज करता येत नाही. बेलवडीच्या पाटलानं ही आगळीक केली नसती, तर आमचं त्या गढीकडे लक्षही गेलं नसतं....सखुजीराव, आम्हांला असल्या खेळात फार दिवस घालवता येणार नाहीत.'

'महाराज, आपला उंटावरचा तोफखाना वापरण्याची आज्ञा द्यावी. एका दिवसात गढी नेस्तनाबूद करू.'

'केवढा लौकिक पदरात घ्याल! एक मामुली गढी, आणि तीसाठी तोफखाना! मग आमची फौज काय कमी आहे? चालत गेली, तर गढी राहणार नाही. तुमच्या हातून ही कामगिरी होत नसेल, तर सांगा, आम्ही दुसऱ्या कुणाची तरी नेमणूक करू!'

राजांचा निरोप घेऊन सखुजीराव बाहेर पडले. आपल्या माणसांसहित ते गढीला

भिडू लागले. चकमकी उडू लागल्या. आणि एके दिवशी गढीच्या द्वाराशी चाललेल्या चकमकीत पराभव होतो आहे, हे ध्यानी येताच गढीचा पाटील त्वेषाने बाहेर पडला. शर्थीची लढाई सुरू झाली. त्या लढाईत पाटील पडले. पाटलांना घेऊन पाटलाचे लोक गढीत गेले.

पाटील पडल्याचे ऐकताच सखुजीरावांना आनंद झाला. आता गढी ताब्यात येईल, असे वाटून ते दुसऱ्या दिवशी गढीवर चालून गेले. तेशील दृश्य पाहून सखुजीराव आश्चर्याने थक्क झाले. पाटलाच्या पश्चात पतीचे कार्य हाती घेऊन सावित्रीबाई गढीवर उभी होती. शौर्याने गढी लढवीत होती. नुसत्या पायदळाने गढी काबीज होण्याचे दिसेना. दिवस मात्र उलटत होते. गढीला वेढा घालून एकवीस दिवस झाले होते. सावित्रीबाई गढी लढविते आहे, हे राजांना कळले, तेव्हा राजे उद्गारले,

‘धन्य आहे त्या शूर स्त्रीची! पतिनिधनानंतर आपलं दुःख विसरून ती आपली गढी लढविते आहे. तिच्या धैर्याला तोड नाही. आम्ही आणखीन एक दिवसाची वाट पाहू. नाही तर जातीनिशी या मोहिमेत भाग घेऊ. त्याखेरीज आम्हांला गत्यंतर नाही.’

राजांचा निर्धार सखुजीरावांना कळला. त्यांनी त्वेषाने ओठ चावले.

दुसऱ्या दिवशी पहाटे छावणीवर दाट धुके उतरले. रात्रभर जळत राहिलेले पलोते विझवले जात होते. सूर्योदयाबरोबर पूजा आटोपून राजे तंबूबाहेर आले. त्यांची नजर बेलवडीच्या गढीला गेली. राजांनी आनंदरावांना विचारले.

‘आनंदराव, सखुजी आले नाहीत?’

‘महाराज, आज पहाटेच सखुजीराव आपली कुमक घेऊन गढीवर चाल करून गेले.’

‘कालचे आमचे बोल त्यांनी जिवाला लावून घेतलेले दिसतात.’

‘सखुजीराव कामात कुचराई करणारे नव्हेत.’ आनंदरावांनी ग्वाही दिली.

‘आम्ही कुठं तसं म्हणतो? पण हा पेचच वेगळा पडला. एवढी फौज हाताशी असूनही गढीवर चालून जाता येत नाही, तोफखाना वापरता येत नाही. एका लहान गढीवर आम्ही फौज, तोफखाना वापरला, तर अपकीर्ती मात्र पदरात पडेल. धरलं, तर चावतं; सोडलं, तर पळतं, अशी अवस्था झाली आहे. यात सखुजीरावांचा दोष नाही. सखुजीरावांच्या जवळ धाडस आहे. शौर्य आहे; पण....’

‘पण काय, महाराज?’ आनंदरावांनी विचारले.

‘युक्ती नाही. त्याऐवजी संताप आहे. संतापाने बुद्धीवरचा ताबा नष्ट होतो. चाल कळत नाही. नाही तर ही गढी घ्यायला इतका उशीर लागला नसता.’

अचानक तुताऱ्यांचा आवाज साऱ्या मुलुखात उठला. सारे आवाजाच्या दिशेने

पाहत होते. गढीच्या रोखाने आवाज येत होता. महाराजांच्या चेहऱ्यावर हास्य उमलले. महाराज हात जोडून उद्गारले,

'जगदंबेची कृपा! आनंदराव, सखुजीराव विजयी झाले. चला, आनंदराव विजयी वीरांच्या स्वागताला चार पावलं पुढं जाऊ.'

थोडी धावपळ उडाली. मोतद्दारांनी घोडी आणली. जाधवराव, निंबाळकर, आनंदराव ही मंडळी त्वरित डेऱ्यासमोर आपापल्या घोड्यानिशी सज्ज झाली. महाराज डेऱ्यातून बाहेर आले. त्यांनी सर्वांवरून नजर फिरविली. खास अश्वपथक तयार होते. राजांनी घोड्यावर मांड टाकली. टाच दिली. त्या काळ्या उमद्या जनावराने ऐटीने पावले उचलली. पाठोपाठ सरदार मंडळी जात होती. मागून अश्वपथकांचे स्वार जात होते.

महाराज गढीजवळ पोहोचले. मुख्य दरवाजाचा नगारा धडधडू लागला. महाराज पायउतार झाले. अनेक जखमी वीर तेथे होते. कामी आलेल्या वीरांवर शेले झाकले होते. महाराज गंभीर झाले. स्वागतासाठी श्रीपतराव नाईक आलेले पाहताच राजांचे पाय थबकले. श्रीपतरावांच्या मुजऱ्याचा स्वीकार करून राजांनी विचारले,

'श्रीपतराव, सखुजीराव कुठं आहेत?'

महाराजांची चिंता ओळखून श्रीपतराव म्हणाले,

'महाराज, गढी मोठ्या शर्थीनं सर झाली; पण या अनर्थाला कारणीभूत झालेली सावित्रीबाई मात्र धुक्याचा फायदा घेऊन हातून सुटली. तिला गिरफदार करण्यासाठी सखुजीराव जातीनिशी गेले आहेत.'

राजांनी निःश्वास सोडला. आनंदरावांना ते म्हणाले,

'काय, आनंदराव? आम्ही बोललो, ते खरं आहे ना? गढी सर होऊनही सखुजीराव थांबू शकले नाहीत. त्यांचा संताप एवढ्यावरच तृप्त झाला, तर नवल! आम्ही त्यांच्या स्वागताला येथवर आलो, पण त्यांचाच पत्ता नाही! श्रीपतराव, फार हानी झाली?'

'पाच-सहा कामी आले. जखमींची संख्या फार आहे.' श्रीपतराव अदबीने म्हणाले.

निःश्वास सोडून राजे म्हणाले, 'श्रीपतराव, जे कामी आले, त्यांना वीरोचित सन्मान द्या. जखमींची नीट काळजी घ्या. आम्ही येतो.'

'महाराज, आपण गढीत यावं...'

'जरूर येऊ. पण श्रीपतराव, ज्यांनी ही गढी मोठ्या शर्थीनं जिंकली, ते सखुजीराव गढीत नसताना आम्ही गढीत प्रवेश कसा करणार? ते शोभणार नाही. सखुजीराव आले, की त्यांना सांगा... आम्ही त्यांच्या भेटीसाठी इथवर आलो होतो. त्यांच्या भेटीस्तव आमचा जीव उतावीळ आहे.'

त्यानंतर दोन दिवस गेले, तरी सखुजींचा पत्ता नव्हता. महाराज चिंतेत होते.

छावणी उठविण्याची गडबड सुरू झाली. राजे सखुजीरावांची वाट पाहत होते. त्यांचा शोध घेण्यासाठी दोन पथकेही पाठविण्यात आली होती.

महाराज शामियान्यात बैठकीवर बसले होते. सारे सरदार, चिटणीस शामियान्यात हजर होते. राजे पुढचा मनसुबा सांगत होते. तोच जासूद आत आला. मुजरा करून तो म्हणाला,

'महाराज, सखुजीराव आले.'

'सखुजीराव आले?' म्हणत राजे बैठकीवरून उठले. त्याच वेळी शामियान्याच्या प्रवेशद्वारातून सखुजीराव प्रवेश करते झाले. राजे पुढे झाले. सखुजी मुजऱ्याकरिता वाकले असतानाच राजांनी त्यांना मिठीत घेतले.

'सखुजीराव, धन्य आहे तुमची! आम्ही इकडे तुमच्या स्वागतासाठी आतुरलो असता तुमचा पत्ता नाही.' राजांनी आपला डावा हात सखुजीरावांच्या डाव्या खांद्यावर ठेवीत हसत विचारले, 'मग गनीम सापडला?'

'तो सापडला नसता, तर सामोरा आलो नसतो.' सखुजीराव म्हणाले.

'शाब्बास!'

'महाराज गनीम आपल्यासमोर हजर करण्याची आज्ञा व्हावी.'

राजांना मानेने होकार दिला. सखुजीराव शामियान्याच्या बाहेर गेले. राजे आसनस्थ झाले. साऱ्यांच्या नजरा शामियान्याच्या प्रवेशद्वारावर खिळल्या. सखुजीराव आत आले. त्यांच्या पाठोपाठ जेरबंद केलेल्या सावित्रीबाई पाहताच राजांचे हास्य कुठच्या कुठे गेले. त्यांनी सखुजीरावांच्याकडे पाहिले. सखुजीराव म्हणाले,

'महाराज, ह्याच त्या सावित्रीबाई!'

'पण स्त्रियांना जेरबंद करण्याची आवश्यकता केव्हापासून भासू लागली?' राजांचा आवाज किंचित कठोर बनला.

'महाराज, क्षमा असावी! ज्या शर्थीनं गढी लढवली, आणि जिनं तीन दिवस अन्नपाण्याविना आम्हांला रानोमाळ हिंडवलं, ते यांचं रूप इतकं सोज्ज्वळ नाही. यांचा शेवटचा माणूस गारद होईपर्यंत ह्या आमच्या हाती लागल्या नाहीत. गढीसाठी जेवढे बळी द्यावे लागले नाहीत, तेवढे यांना पकडताना द्यावे लागले.'

'बाई, धन्य आहे तुमची, तुमच्या पराक्रमाची!' राजे उद्‌गारले. 'सखुजीराव, बाईंच्या हाती बांधलेल्या काढण्या सोडा.'

'पण, महाराज!....'

'सखुजी, अबलांना जेरबंद करणं हे वीरांना शोभत नाही. त्या आम्हांला मातेसमान आहेत. प्रथम त्यांना मोकळं करा!'

काढण्या सोडल्या गेल्या. सावित्रीबाई अधोवदन निश्चल उभी होती. राजे गंभीर वाणीने बोलू लागले,

'सावित्रीबाई, तुम्हांस त्रास द्यावा, हा आमचा हेतू नव्हता; आजही नाही. तुमच्या पतींनी अकारण आमची आगळीक काढली, आमचे काबाडीचे बैल लुटले. दिलेली समज त्यांनी मानली नाही. लढायला ते सिद्ध झाले. पण अविवेकी धाडसाला अर्थ नसतो. स्वराज्यस्थापनेसाठी, धर्मसंस्थापनेसाठी प्रयत्न करीत असता आपल्यासारख्या शौर्यशालिनीचा विरोध आम्हांला व्हावा, याचं दु:ख होतं. स्वधर्म आणि स्वराज्य यांसाठी आम्हांला तुमच्या आशीर्वादाची गरज असता तुमचा विरोध का यावा?'

सावित्रीबाईंनी प्रथमच आपली नजर दरबारात वर केली. एखादी वीज चमकून जावी, तशी सावित्रीबाईंची नजर दरबारावरून फिरली. स्फुलिंगाची धगधगती नजर त्या फेकीत होत्या. राजे सस्मित वदनाने विचारते झाले,

'बोला, बाई! हा पराजयाचा अपमान तर....'

'हं:!' सावित्रीबाई हुंकारली. 'राजे, जय-पराजय ह्या नशिबाच्या गोष्टी. त्यांची खंत कसली?'

'खरं आहे! राजे म्हणाले. 'धर्मानं, न्यायानं आणि नीतीनं जाणाऱ्याला यशापयशाचा वारा शिवत नाही. आमच्या स्वराज्याला....'

'तुझ्या आसुरी राज्याला स्वराज्याचा टिळा कशाला लावतोस, बाबा? दुर्दैव, आज माझा पराभव झाला! मंगल कार्यात देवानं हात दिला नाही.'

'खामोश!' आनंदराव ओरडले. राजांची नजर वळताच ते शरमले.

'बोला, बाई! आम्ही सारं ऐकून घेऊ. तुमच्यावर अन्याय झाला, असं का तुम्हांला वाटतं?'

'अन्याय? राजा, तुला न्यायाची चाड आहे?' फरसबंदीवर नगदी रुपये खणखणत उतरावेत, तसा तो प्रश्न उमटला.

राजे स्थिर नजरेने आणि स्थिर मनाने बोलले,

'आई, ह्या शिवाजीबद्दल अनेक प्रवाद असतील; पण त्याच्या स्वराज्याच्या हेतूबद्दल कोणीही आजवर शंका घेतली नाही. तुमची काही तक्रार दिसते. आमचं अभय आहे. तुम्ही मोकळ्या मनानं सांगा. तुमच्यावर अन्याय झाला असेल, तर जरूर न्याय मिळेल. पण त्याचबरोबर स्त्री म्हणून शत्रूचे अकारण लाड पुरविले जातील, असंही समजू नका.'

सावित्रीबाई स्तब्ध उभी होती. शांतता असह्य होत होती.

'बोला, बाई!' राजे म्हणाले.

खालच्या मानेनेच सावित्रीबाई म्हणाली.

'भर दरबारी मी काय सांगू?'

राजांनी आज्ञा केली. चकित झालेले सारे बाहेर गेले.

'सांगा...' राजे म्हणाले,

नागिणीसारखी संतप्त झालेली सावित्रीबाई त्या शब्दाबरोबर ढासळली. उभ्या जागी ती कापू लागली; आणि एकदम तिने आपला चेहरा हातांत दडविला. हुंदक्यांचा आवाज आला. राजे उभे राहिले.

'आई! कायं झालं, सांगा. मुलाचा संकोच बाळगू नका.'

सावित्रीबाईंनी डोळे टिपले. राजांच्या नजरेला नजर देत ती म्हणाली,

'तुमचे सखुजीराव गढी जिंकूनच थांबले नाहीत....' आणि नजर खाली वळवीत ती म्हणाली, 'त्यांनी माझी अब्रूही घेण्याचा प्रयत्न केला!'

'अशक्य!' राजे अस्वस्थ होऊन एकदम उद्गारले. 'बाई, तोहमत खोटी ठरली, तर ह्या गुन्ह्याला शिरच्छेदाखेरीज शिक्षा नाही.'

राजांच्या नजरेला नजर भिजवीत सावित्रीबाई म्हणाली,

'राजे, मी पाटलीण, गावची वतनदार, कोणती खानदानी स्त्री असं खोटं सांगेल? आपण सखुजीरावांना विचारा...'

राजांच्या कपाळी घर्मबिंदू गोळा झाले. मुठी वळल्या गेल्या. आज्ञेबरोबर सारे शामियान्यात आले. मूक अश्रू गाळीत उभ्या असलेल्या सावित्रीबाईंकडे सारे आश्चर्याने पाहत होते; आपली तीक्ष्ण नजर सखुजींवर स्थिर करीत राजांनी विचारले,

'सखुजी, ह्या काय म्हणतात?'

'साफ खोटं! महाराज, हे कुभांड आहे!' सखुजी ओरडले.

'साफ खोटं? कसलं कुभांड?' राजे आसनावरून उठले. ' सखुजीराव, आम्ही काही न विचारता तुम्ही उत्तरं देता?'

सखुजीराव चपापले.

'सखुजी. तुम्ही ह्यांच्याशी गैरवर्तन केलंत?'

'महाराज!' सखुजी उभ्या जागी घामेजला. 'क्षमा, महाराज! क्षमा...' म्हणत सखुजी महाराजांच्या पायांवर कोसळला.

महाराजांच्या मुठी आवळल्या गेल्या. उभ्या जागी त्यांचे डोळे भरून आले. सखुजीरावांच्या मिठीतून आपले पाय सोडवून घेत राजे मागे सरले. संतापाने राजे थरथरत होते. चेहरा उग्र बनत होता. एखाद्या खोल विहिरीतून आवाज यावा, तसे राजे बोलू लागले,

'सखुजी, काय केलंत? मोगली जुलमी सत्तेतून प्रजा मोकळी व्हावी, धर्म आणि अब्रू यांचं रक्षण व्हावं, म्हणून आम्ही स्वराज्याचं तोरण उभं केलं, आणि तुम्ही... तुम्ही आईवर हात टाकण्याचा प्रयत्न केलात?'

'क्षमा, महाराज!...' म्हणत सखुजी पुढे सरले.

'पुढं येऊ नका, सखुजी! त्या अमंगल हातांचा स्पर्श करू नका. ह्या गुन्ह्याला

क्षमा होणे नाही. एक वेळ आम्ही पराभव सोसला असता... नाही, सखुजी, आम्ही क्षमा करू शकत नाही...'

राजे आसनावर बसले. 'सखुजी! तुम्ही जे कृत्य केलंत, त्यानं स्वराज्याला कलंक लावलात. ह्या गुन्ह्याबद्दल...'

जाधवराव धीर करून पुढे सरकले. 'राजे...'

'खामोश!' राजे उभे राहिले. साऱ्या दरबारची छाती धडधडत होती. श्वास अवरोधले होते. शांतपणे सखुजींकडे बोट दाखवीत राजे म्हणाले,

'ह्या सखुर्जींचे पापी डोळे तप्त सांडसानं उखडून काढा! ज्या पापी हातांनी परस्त्रीला स्पर्श केला, ते हात तोडा! ह्या शिक्षेची अंमलबजावणी आमच्या देखत झाली पाहिजे.'

सखुजी पुरा ढासळला.

सावित्रीबाई थक्क होऊन पाहत होती. थोड्याच वेळात सांडस घेतलेले पलोतेधारी आत आले. सखुजीला पकडण्यात आले. पलित्यांवर अणकुचीदार सांडस तापविण्यात आले; आणि किंकाळीपाठोपाठ सखुजीचे डोळे उखडले गेले. ते दृश्य असह्य होऊन सावित्रीबाईंनी देखील डोळ्यांवर हात घेतले.

आपली संतप्त नजर सखुर्जींवरून न काढता राजे म्हणाले,

'ह्या पाप्याला पन्हाळ्याच्या अंधारकोठीत टाकून द्या.'

सखुजीला दरबारातून नेण्यात आले. राजांची नजर सावित्रीबाईंच्याकडे वळली. सारा राग क्षणात ओसरला. नजरेत असहायता भरली. राजे म्हणाले,

'बाई, ह्या शिक्षेनं गुन्ह्याची भरपाई होत नाही, हे आम्ही जाणतो. आमचं दुःख फार मोठं आहे. आम्ही तुम्हांला बाइज्जत मुक्त करीत आहोत. बेलवडी तुमची आहे. तीखेरीज दोन गावं आंदण म्हणून आम्ही तुम्हांला देऊ करीत आहोत.'

सावित्रीबाईंनी अश्रू टिपले. राजांच्या पाया पडण्यासाठी त्या पुढे आल्या. राजे हात जोडून उभे राहिले. सद्गदित आवाजात ते म्हणाले,

'आई, आम्हांला आणखीन लाजवू नका! देता आला, तर एकच आशीर्वाद द्या.'

सावित्रीबाईंनी वर पाहिले. राजांचे डोळे भरून आले होते. नजर घायाळ बनली होती. शब्द फुटत नव्हता राजे म्हणाले,

'आई, एकच आशीर्वाद द्या... आमच्या स्वराज्याला आपला शाप न लागावा. शक्य झालं, तर आमच्या सुराज्याला आशीर्वाद मिळावा. असा आशीर्वाद मिळावा, की असा दुर्दैवी कलंक आमच्या राज्याला पुन्हा कधीही न लागावा. एवढं दिलंत, तरी आम्ही कृतार्थ होऊ!'

सावित्रीबाईंनी पाहिले, तो राजांच्या नेत्रांतून आसवे ओघळत होती. आणि त्या अश्रूंच्या दर्शनाने सावित्रीबाईंना पावन झाल्याचा भास होत होता...

□

२२

सावित्रीबाईंच्या हाती बेलवडी सुपूर्द करून राजांनी संपगावचा तळ उठविला. संपगावच्या तळावरच राजांना विजापूरकडची बातमी कळली. बेहलोलखान मेल्यामुळे आदिलशाहीची वजिरी सिद्दी मसूदकडे आली होती. दिलेरखानदेखील विजापूरस्वारीवर येणार, अशा वदंता उठल्या होत्या. राजांनी पन्हाळा गाठण्याचे ठरविले; आणि आपल्या फौजेनिशी राजे मजल, दरमजल करीत पन्हाळ्याला आले. पाटगावला जाऊन मौनी बुवांचा त्यांनी आशीर्वाद घेतला. कारीला जाऊन नागोजी जेध्यांच्या कुटुंबीयांची भेट घेतली; आणि राजे पन्हाळ्याला परत आले. राजांचे लक्ष विजापूर व मोगल यांच्या राजकारणाकडे लागून राहिले होते. राजे पन्हाळ्याला आलेले कळताच मोरोपंत पन्हाळ्याला आले. त्यांनी राजांना राज्याचा सर्व वृत्तांत सांगितला. दक्षिणेतून हंबीरराव राजांना येऊन मिळाले. राजे मोरोपंतांना म्हणाले,

'पंत, दीड वर्षाच्या कालावधीत जगदंबेनं उदंड यश दिलं! एक वेलोरचा किल्ला सोडला, तर गेलो, तिथं आपसूख विजय पदरी पडला. आमच्या राज्याच्या कक्षा तुंगभद्रेला मिळाल्या. मोरोपंत, यापुढची जबाबदारी खूप मोठी आहे.'

'आता चिंता कसली? स्वराज्याचा बंदोबस्त राखायला उदंड फौज, हरहुन्नरी माणसं आहेत. विपुल संपत्ती राज्याच्या जामदारखान्यात आहे. महाराजांनी कसलीही चिंता मनात आणू नये.'

राजे हसले. त्यांची नजर हंबीररावांच्याकडे गेली.

'हंबीरराव, तुम्ही आमचे सेनापती. तुम्ही बोलत नाही.'

'महाराज, पंत म्हणतात, ते खरं. आता आपल्याला दगदग करावी लागणार नाही.'

'आमचे सेनापती, आमच्या राज्याचे पेशवे एवढी ग्वाही देत असता आम्हांला काळजी कसली?' राजे क्षणभर थांबले. 'पंत, एवढं गाफील राहून चालणार नाही. अजून सुखाचे दिवस फार लांब आहेत. सिद्दी अजून प्रबळ आहे; आणि दक्षिणेत दिलेरखानसारखा कपटी, मुत्सद्दी शत्रू उतरला आहे. पुरंधरचा तह विसरून चालायचा नाही. आयुष्यात दोन मातब्बर शत्रू आम्हांला भेटले... एक मिर्झाराजे जयसिंग आणि दुसरा दिलेर. मिर्झाराजे गेले. पण हा दिलेर- तो काय करील, याचा भरवसा नाही. त्यामुळं तर आम्ही दक्षिणेची स्वारी सोडून माघारी वळलो. नाही तर आमच्या राज्याची कक्षा सहज कन्याकुमारीला भिडविली असती.'

'दिलेर रणांगणात उतरला, तर त्याचा पराभव करणं कठीण नाही आता. त्याच संधीची आम्ही वाट पाहतो आहोत.' हंबीरराव म्हणाले.

'दिलेरचा पराभव कराल. ते आम्ही जाणतो. पण तिथं आपली लढाई संपत नाही. आणखीन एक लढाई आहे.'

मोरोपंत, हंबीरराव राजांकडे पाहत होते.

'कोणती?' मोरोपंतांनी विचारले.

'औरंगजेब! एक दिवस खुद्द बादशहा दक्षिणेत उतरेल. त्याच्याशी आमचे दोन हात होतील. ती निर्णायक लढाई ठरेल. त्यानंतर जे राहील, ते राज्य. एक ना एक दिवस आम्ही औरंगजेबाचा पराभव करून दिल्ली गाठू; काशीविश्वेश्वराची स्थापना करू. तो दिवस जेव्हा दिसेल, तेव्हा खरी तृप्तता लाभेल. मोरोपंत, पल्ला फार दूरचा आहे. विसावा घ्यायला अवधी नाही... आणखीन काय खबर?'

'एक खबर चांगली आहे.' मोरोपंत म्हणाले, 'नुकतीच नाशिक भागात दौड करून लूट गडावर आणली आहे.'

'तुम्ही?'

'जी.'

'आणि?'

'दुसरी खबर चांगली नाही.'

'सांगा, मोरोपंत!'

'त्र्यंबक डबीर आपल्याला सोडून गेले!'

राजांचा जीव व्याकूळ बनला. त्र्यंबकपंत अष्टप्रधानांपैकी एक, राज्याचे सुमंत. राजांनी विचारले,

'केव्हा?'

'गत वर्षी याच दिवसांत. शिवापूरला त्र्यंबकपंत वारले.'

'अरेरे! जेव्हा अत्यंत गरज होती, तेव्हाच पंत गेले. जगदंबेची इच्छा! ...शृंगारपूरची बातमी?'

'सर्व ठीक आहे!' मोरोपंत म्हणाले.

'ठीक आहे?' राजांना पुढे विचारायचा धीर झाला नाही.

राजे सदरेतून उठत असता हंबीररावांनी विचारले,

'महाराज, आपल्या फौजेतला गुणवंता यादव आहे, तो फार मोठा कसबी आहे. आवाज चांगला आहे. दक्षिणेतील आपल्या पराक्रमावर त्यानं चार चौक रचले आहेत. आपण ऐकावे, आशी त्याची इच्छा आहे.'

'तुम्ही पोवाडा ऐकलात?'

'जी. फार चांगला आहे!'

'तसं नसतं, तर तुम्ही ही तारीफ केलीच नसती. उद्या रात्री पोवाडा ठेवा. आम्ही स्वस्थ मनानं ऐकू.'

सायंकाळी राजे मोरोपंतांसह सोमेश्वरदर्शनाला गेले. देवदर्शन आटोपून राजे

मोरोपंतांसह परकोटाच्या बाजूला गेले. राजांनी मोरोपंताखेरीज कुणालाच बरोबर घेतले नव्हते. तटाचे पहारे पाहत, मुजरे घेत राजे दौलतीबुरुजापर्यंत आले. राजांनी विचारले,

'मोरोपंत, आम्ही या बुरुजाचं नाव 'दौलती'-बुरूज का ठेवलं असेल?'

मोरोपंत स्मित लपवीत म्हणाले,

'इतक्या दिवसांच्या सहवासात एवढं ध्यानी आलं नाही, तर सारंच वाया गेलं, म्हणावं लागेल. या जांभ्या दगडांनी बांधलेल्या या दौलतीवरून नजर टाकली, तरी आपल्या प्रश्नाचं उत्तर मिळतं. समोर खोरं आणि आंबाघाटाचा मुलूख पसरला आहे. या दौलतीवरून ती दौलत राखता येते. महाराजांच्या या दूरदृष्टीचं कौतुक वाटतं.'

राजे अभिमानाने म्हणाले, 'पंत! या दौलतीबुरुजापेक्षा तुमच्यासारखे दौलतीचे राखणदार आम्ही उभे केले, याचं आम्हांला समाधान वाटतं.'

'दौलतीचे धनी, राखणदार आपणच, महाराज! ती जागा दुसरा कोण घेईल?'

राजे गंभीर झाले.

'पंत. आम्ही नावाचे धनी! स्वराज्याच्या कक्षा संभाळणारी फौज, आमच्यावर विश्वास ठेवणारी कुलरयत, आमच्या आज्ञा निष्ठेनं पाळणारी तुमच्यासारखी माणसं, हेच खरे दौलतीचे धनी. पाहा ना... बेहलोलखानाचं दफन झालं नाही, तोच आदिलशाही सिद्दी मसूदच्या हाती गेली; आणि आम्ही जवळ जवळ दीड वर्ष फौज घेऊन मुलूख सोडून जातो, आणि आमच्या राज्याचा कारभार एवढासुद्धा हलत नाही, आमच्याविना काही नडत नाही.'

'महाराज!'

'त्यात वाईट काय? हेच हवं होतं. आम्हांला खूप समाधान वाटलं! आज इथवर तुमच्याबरोबर फिरत आलो, याचं कारण मात्र निराळं. आम्हांला शृंगारपूरची हकीकत ऐकायची आहे.'

'तसं काही विशेष नाही.'

'जे असेल, ते ऐकायचं आहे.' राजे निग्रहाने म्हणाले.

मोरोपंत विचारात पडले. अकारण आपले उपरणे सारखे करीत ते म्हणाले,

'युवराजांचा लौकिक शृंगारपूरला पसरला आहे. युवराज आदर्श सुभेदार म्हणून प्रजा त्यांना ओळखते.'

'आणि... सांगा, पंत! फसवणं तुम्हांला जमत नाही.'

'महाराज, युवराजांनी रयतेला सूट दिली. त्यामुळं रयतेचा दुवा मिळाला; पण सुभ्याचा वसूल बुडाला आहे. रायगडाच्या खजिन्यातून मागतील ती रक्कम आपल्या आज्ञेनुसार पोहोचवली आहे. अनाजींनी निर्णय केले, की ते मुद्दाम फिरविले जातात; युवराजांचं अभय मिळतं.'

'आणि?'

'आणि....'

'बोला.'

'युवराजांनी कवी कलशांकडून कलशाभिषेक घेतल्याची बातमी आहे.'

'खरं?'

'बातमी विश्वसनीय आहे.'

'छान! मोरोपंत, माणूस निष्क्रिय असला, की असं काही तरी घडतंच.'

'युवराजांच्या भोवती शाक्तपंथीय माणसांचा सहवास आहे, त्यांचं वर्चस्व वाढतं आहे.'

'ठीक!'

'तशीच एक आनंदाची बातमी आहे.'

'कोणती?'

'आपण आजोबा होणार, अशी लक्षणं आहेत, म्हणे!'

त्या शेवटच्या बातमीने राजांचा चेहरा आनंदित झाला. ते मोरोपंतांना म्हणाले,

'पंत, आपण उद्या राजापूरला जाऊ. पद्मदुर्गाचं काम आणि तेथील व्यवस्था पाहून, शृंगारपूर करून आपण रायगड गाठू.'

दुसऱ्या दिवशी राजे पन्हाळा सोडणार, ही बातमी पसरली. हंबीरराव राजांना म्हणाले,

'महाराज, आपण पोवाडा ऐकणार होता!'

'मनात होतं खरं!' राजे उद्गारले. 'पण आता इथं मन रमणार नाही. मन बेचैन आहे. आता घरी परतावं, असं वाटतं.'

'का? काय झालं, महाराज?' हंबीररावांनी काळजीने विचारले.

'ते कोण सांगणार? बिचारा आत्मा काही तरी सांगत असतो, सुचवीत असतो; पण मन सदैव आपल्याच रंगात गुंग झालेलं. आत्म्याचा आवाज कळणार कसा?'

'आम्ही समजलो नाही.' पंत म्हणाले.

'आम्हांला कुठं कळतं, म्हणून ते तुम्हांला सांगणार?' राजे आपल्या मोकळ्या केसांवरून हात फिरवीत म्हणाले.

'हंबीरराव, तुम्ही चिंता करू नका. आनंदरावांना पन्हाळ्याला फौज गोळा करायला सांगा. आपण रायगडी जाऊन परत पन्हाळ्याला येऊ, तेव्हा आम्ही जरूर पोवाडा ऐकू.'

राजे अश्वारूढ झाले. राजांच्या शेजारी हंबीरराव, मोरोपंत स्वार झाले होते. मागे अश्वपथके तयारीत उभी होती. राजे हंबीररावांना म्हणाले,

'हंबीरराव, तुमचा गुणवंता कुठं आहे?'

थोड्याच वेळात गुणवंता नजीक आला. त्याने राजांना मुजरा केला. राजांनी

स्वत:बरोबर घेतलेली शंभर मोहरांची थैली गुणवंताच्या हाती फेकली. राजे म्हणाले,

'गुणवंता, आम्ही जरूर तुमचा पोवाडा ऐकू. कवन चांगलं केलं, असं ध्यानी आलं, तर शिलेदारीतून तुझी नेमणूक शाहिरीवर करू.'

गुणवंता घाबरला. त्याचा चेहरा म्लान झाला. तो म्हणाला,

'महाराज, माफी करा! परत कवन नाही करणार. पण शिलेदारीतनं....'

राजे मोकळेपणी हसले. ते म्हणाले,

'गुणवंता, तू कवन कर. आम्ही शिलेदारीतून तुला काढणार नाही. तलवार गाजवून कवन करणारे तुझ्यासारखे वीर आम्हांला मिळणार तरी कुठं?'

राजांनी हंबीररावांच्याकडे पाहिले हंबीररावांनी इशारतीचा हात वर केला. राजे आपल्या पथकांसह दौडू लागले.

चार दरवाजाच्या नगाऱ्याचा नाद गडावर घुमत होता.

□

२३

हंबीरराव, मोरोपंत यांसह राजे राजापूरला आले. राजांनी पद्मदुर्गाची पाहणी केली. राजे आलेले समजताच इंग्रज वकील राजांना भेटायला आले. राजे इंग्रज वकिलांना भेटले.

दोन प्रहरी दौलतखान राजांच्या सामोरे आले. राजांनी त्यांना तातडीने बोलावून घेतले होते. दौलतखानाच्या मुजऱ्याचा स्वीकार करून राजे बोलले,

'दौलतखान, तुम्ही आमचे दर्यासारंग. आमच्या राज्याची ही सागरी दौलत तुम्ही संभाळता. पण आज सिद्दी आम्हांला डोईजड होतो आहे. अनेक वेळा प्रयत्न करूनही दुर्दैवानं आम्ही त्याचा पराभव करू शकलो नाही. पण आता आम्हांला अधिक वाट पाहता येणार नाही. आमच्या राज्यात तो शिरतो, ब्राह्मणांना पकडून नेतो. त्यांना गुलाम म्हणून वागवतो. आणि आम्ही हे सारं उघड्या डोळ्यांनी पाहतो....'

'महाराज...' दौलतखानाने बोलण्याचा प्रयत्न केला.

'नाही, दौलतखान. आता आम्हांला संधीची वाट पाहणं जमणार नाही. ती चालून येईल, यावर आमचा विश्वास नाही. तुम्ही हवी तेवढी कुमक घ्या. निकरानं झुंज द्या. आपण सागराचे राजे आहोत, म्हणणारा सिद्दी काही आकाशातून पडला नाही. त्याच्या पराभवासाठी आम्ही हवं ते मोल देऊ. दुर्दैवानं काही सोसावं लागलं, तरी आम्ही सोसू: पण सिद्दीचा पराभव आम्हांला हवा आहे. ते आमचं मोठं शल्य आहे.'

'महाराज, आपण चिंता न करावी.'

राजांच्या चेहऱ्यावर स्मित उमटले. ते उठले. दौलतखानाच्या खांद्यावर हात ठेवीत ते बोलले,

'दौलतखान, तुम्ही बोललात; आता सिद्दीची चिंता आम्हांस वाटत नाही. जी

गरज भासेल, ती कळवा. ती तातडीनं तुम्हांस पोहोचेल.'

दौलतखान मुजरा करून नव्या जिद्दीने निघून गेला.

आठ दिवसांत राजांनी राजापूर सोडले. राजे शृंगारपूरला जात होते.

उन्हाळ्याचे दिवस. त्यात कोकणातला मुलूख. उकाड्याने जीव घाबरा होत होता. राजे त्या उन्हातून शृंगारपूर जवळ करीत होते. राजे येत असल्याची वर्दी आधीच शृंगारपूरला गेली होती. शृंगारपुरापासून दोन कोस अंतरावर खुद्द संभाजीराजे राजांच्या स्वागतासाठी आले. राजे युवराजांना भेटले. दोघे मिळून शृंगारपूरला आले.

शृंगारपूरच्या वाड्याच्या दारात उमाजी पंडित वगैरे मंडळी स्वागताला उभी होती. सर्वांचे मुजरे घेत वाड्यात जात असता राजांनी शेजारी चालत असलेल्या युवराजांना खालच्या आवाजात विचारले,

'आम्ही आजोबा होणार, हे खरं?'

संभाजीराजांची पावले थांबली. त्यांनी चमकून राजांच्याकडे पाहिले. राजांची नजर संभाजीराजांवर खिळली होती. संभाजीराजे एकदम लाजले. राजे मोठ्याने हसले. त्यांनी प्रेमभराने संभाजीराजांच्या खांद्यावर हात ठेवला.

राजे आतल्या चौकात आले. आतल्या चौकात पिलाजीराव शिर्के उभे होते. त्यांनी राजांना मुजरा केला. मुजऱ्याचा स्वीकार करून राजे बोलले,

'पिलाजीराव, आज आम्हांला खूप आनंद झाला आहे... खरं, की नाही, युवराज?'

राजे परत मोठ्याने हसले. कुणाला त्या आनंदाच्या हसण्याचा अर्थ कळत नव्हता. राजे मात्र खूप आनंदी दिसत होते. राजांचे ते रूप संभाजीराजांना अनपेक्षित होते. राजांचा प्रसन्न भाव पाहून संभाजीराजांना धीर आला. पायांवर पाणी घेऊन राजे सदरेवर आले. सर्व कारकुनांनी राजांना मुजरे केले. राजे वाड्यात प्रवेश करते झाले. आतल्या महालात येसूबाई उभ्या होत्या. कष्टाने त्यांनी वाकून नमस्कार केला. राजे कौतुकाने येसूबाईंच्याकडे पाहत होते. आधीच रूपसंपन्न, त्यात निकोप प्रकृतीच्या येसूबाईंच्या चेहऱ्यावर गर्भारपणाचे तेज उमटले होते. येसूबाई मात्र संकोचाने उभ्या होत्या. राजे जवळ गेले. प्रेमभराने मायेचा हात पाठीवर फिरवीत राजे बोलले,

'पोरी, बरी आहेस ना?'

'जी.'

'पन्हाळा सोडल्यापासून तुला पाहायची फार ओढ लागली होती. अनेक वेळा तुझी आठवण आम्हांला व्हायची. आम्ही दक्षिणेत थोर पराक्रम केला; पण आमची उरलेली इच्छा आता पुरी होणार. नातवाचं मुख पाहायला मिळणार, याचा आनंद वेगळाच!'

'नातवाचं नाही, नातीचं....' मागून पिलाजीरावांचा आवाज आला.

राजांनी वळून पाहिले. पिलाजीरावांना, आपण उगीच बोललो, असे वाटले. ते गडबडीने म्हणाले,

'...असं मी म्हणत नाही; कवी कलशांनी भविष्य वर्तवलंय्.'

राजेही सावरले. ते चटकन म्हणाले,

'त्यांची असली भविष्यं कधी खोटी ठरत नाहीत. मुलगी झाली, तरी आम्हांला आनंद आहे. आपल्या घरी भवानी आली, असं समजू.'

रात्री पंक्तीला खूप रंग आला. हसण्याला उधाण आले. जेवता-जेवता राजे संभाजीराजांना म्हणाले,

'युवराज, आम्ही कर्नाटकात होतो; पण आमची नजर इथंच रेंगाळत होती. आम्हांला सर्व कळायचं.'

संभाजाराजे, कवी कलश, उमाजी पंडित या मंडळींचा हात थबकला. राजे हसून म्हणाले,

'लहानपणी केशव पंडितांनी तुम्हांला संस्कृताची गोडी लावली. इथं कवी कलश, उमाजीपंत यांसारख्या रसिक विद्वानांचा सहवास. अशा संगतीत तुम्ही संस्कृत काव्य रचलंत, यात नवल काय? ते ऐकून आम्हांला समाधान वाटलं.'

साऱ्यांचे निःश्वास सुटले. पुन्हा खेळीमेळीने पंगत रंगली.

दुसऱ्या दिवशी सकाळी राजे पुढच्या महालात आले, तेव्हा कवी कलश, हंबीरराव, मोरोपंत, उमाजी पंडित राजांच्या मुजऱ्यासाठी खोळंबले होते. राजांनी मुजऱ्यांचा स्वीकार केला. राजे बसले. राजांनी कलशांना विचारले,

'कवी, आमचे ग्रह कसे आहेत?'

'आता योग चांगले आहेत, महाराज. आपण कर्नाटकात विजयी होणार, हे मी आधीच सांगितलं होतं.'

उमाजीपंतांनी मान डोलावली.

'तुम्हां पंडितांना ग्रहदशा कळते. आमचा अभ्यास नाही. कित्येक वेळेला वाटतं, हे राज्य पाहण्याऐवजी कुंडलीचा अभ्यास केला असता, तर फार बरं झालं असतं.'

हंबीरराव न कळत हसले. कवी कलशांनी किंचित रोषाने विचारले,

'महाराज, आपला कुंडलीवर विश्वास नाही?'

'आहे तर! कुंडली, ग्रहदशा, भाग्योदय या सर्वांवर आमचा विश्वास आहे. देवाधर्माइतका आनंद आम्हांला दुसऱ्या कशात नाही. नाही तर विजयासाठी जात असता आम्ही इतकी तीर्थं फिरलो नसतो.'

ते ऐकून कलशांना समाधान वाटले. त्याच वेळी संभाजीराजे महालात आले. राजे

बैठकीवरून उठले. संभाजीराजे पाय शिवण्याकरिता वाकले असता राजांनी त्यांना बळेच उठविले, आपल्या शेजारी बसविले. संभाजीराजे त्या वर्तनाने चकित झाले होते. राजे म्हणाले,

'संभाजीराजे, तुम्हांला मानानंच वागवायला हवं. आता तुम्ही ना आमचे चिरंजीव, ना युवराज!'

'आबासाहेब!'

राजांचे भाव पालटत होते. कलशांच्याकडे पाहत राजे बोलत होते,

'आम्ही हयात असता तुम्ही कलशाभिषेक करून घेतलात, राजे झालात. अभिषिक्त राजांचा मान निदान राजांनी तरी ठेवायला हवा.'

ज्या संकटाला सारे भीत होते, ते संकट उभे ठाकले होते. राजांची नजर कवी कलश, उमाजी पंडित यांच्यावरून फिरत होती. संभाजीराजांची संतप्त नजर मोरोपंतांच्याकडे गेली. राजांच्या लक्षात आले.

'हां, राजे! ही मोरोपंतांची कसूर नाही. त्यांच्याकडे पाहू नका. अभिषेक करून घेतला जातो, तो असा चोरून नव्हे. राजरोसपणे छत्रचामरं बाळगून अभिषेक केला जातो... आणि, कवी...' राजांची नजर कलशांवर स्थिरावली. 'आम्ही हयात असता कलशाभिषेकाचा सल्ला युवराजांना तुम्ही दिलात? तुमच्या ज्ञानाची एवढीच मर्यादा?'

आपल्या शुष्क पडलेल्या ओठांवरून जीभ फिरवीत कलश म्हणाले,

'क्षमा, महाराज! युवराजांच्या हट्टापुढं काही बोलता येईना.'

युवराजांनी कलशांच्याकडे पाहिले. राजांनी विचारले,

'आणि या अभिषेकामुळं काय झालं? आमचं राज्य युवराजांच्या हाती गेलं, की युवराजांना स्वतंत्र राज्य मिळालं?'

'महाराज, हा गैरसमज होतो. आपली चाकरी करीत असता आपल्या अन्नावर उठू कसे? युवराज आपल्या इतराजीला घाबरत होते. कोणताही गुन्हा घडला, तरी देहदंडाची शिक्षा होऊ नये, म्हणून.....'

'म्हणून हा अभिषेक सुचविलात?' राजांनी आश्चर्याने विचारले.

'या अभिषेकामुळं युवराज राजे बनले; आणि राजाला कडेलोट करण्याचा, तोफेच्या तोंडी देण्याचा अधिकार कुणाला नसतो.'

ते ऐकून राजे थक्क झाले. हसावे, की रडावे, हे त्यांना समजेना. राजे उद्वेगाने बोलले,

'कवी! भांगेची तार एवढी चढते, याची आम्हांला कल्पना नव्हती. युवराजांना आमच्या इतराजीतून वाचविण्याची काय तरकीब काढलीत! वा!'

राजांनी शेजारी चुळबुळत बसलेल्या युवराजांच्या पाठीवर हात ठेवला. राजे

भावनाविवश झाले. क्षणभर त्यांच्या नेत्रांत अश्रू उभे राहिल्याचा भास झाला.

'कवी, तुम्ही शंभूराजांना युवराज म्हणून पाहिलंत, भावी राज्याचे धनी म्हणून पाहिलंत. पण एक नातं विसरून गेलात. युवराज आमचे चिरंजीव आहेत, थोरले आहेत. हे रक्तानं जोडलेलं नातं... त्याचा विसर पडला! प्रत्येक गुन्ह्याचा फैसला न्यायानंच करायचा झाला असता, तर... तर एव्हाना युवराज कलशाभिषेकाला हजरही राहिले नसते.'

राजांचा हात संभाजीराजांच्या पाठीवर स्थिरावला होता. काळजीच्या सुरात त्यांनी विचारले,

'शंभूबाळ! असा कोणता खेळ तुमच्या मनात खेळतो आहे, की ज्यासाठी आमच्याकडून मृत्युदंडाची भीती तुम्हांला वाटते?'

युवराजांनी राजांचे पाय धरले. राजांनी त्यांना उठविले. युवराजांना जवळ घेत राजे म्हणाले,

'शंभू, तुमच्यावर आमची भारी मदार आहे. तुम्ही आमचे चिरंजीव आहात. तुम्हांला चिरंजीव पाहण्यात आमचे डोळे मिटावेत, हे एकचं मागणं आम्ही आईकडे मागतो. हे कलश पंडित आहेत, विद्वान आहेत; पण त्यांच्या बुद्धीची मर्यादा होमहवन, बळी यांपलीकडे नाही. नुसती शक्तिपूजा करून राजांना विजय मिळत नसतात, राजे!'

'आबासाहेब, आम्ही चुकलो!'

राजांनी संभाजीराजांना जवळ घेतले, 'शंभूबाळ, चुकलात, म्हणून बिघडलं कुठं? आम्ही आहोत ना चुका निस्तरायला! निदान एक तरी वचन द्या.'

'जी...'

'आम्हांला सावरून घेता येतील, अशाच चुका निदान करा. तुम्ही कुलरयतेचे आवडते सुभेदार. रयतेच्या प्रेमानं तुम्ही वसूल माफ केला. रयतेनं तुम्हांला नावाजलं. रायगडाच्या खजिन्यातून रक्कम आणलीत, म्हणून बिघडलं नाही; पण राज्याला वसूल नाही, ते राज्य कसलं? अशानं ना राज्य साधतं, ना प्रजाहित. सुभा तुमचा, मुखत्यारी तुमची. तीत आम्हांला ढवळाढवळ करायची नाही; पण वाटलं, ते सांगितलं. आता फार दिवस सांगावं लागणार नाही. लौकरच तुम्ही बाप बनाल. मग आम्ही काय म्हणतो, हे ध्यानी येईल.'

राजांच्या शेवटच्या वाक्याने साऱ्यांना धीर आला. राजांनी बघता-बघता बोलणे फिरवले. कर्नाटकाच्या मोहिमेचे प्रसंग सांगण्यात राजे गुंतले.

दोन दिवसांनी राजांनी मुक्काम हलविण्याचे ठरविले. पिलाजीरावांनी येसूबाईंचे पहिले बाळंतपण माहेरीच व्हावे, ही इच्छा व्यक्त केली. राजांनी त्याला मान्यता

दिली, रायगडाहून सुइणी पाठविण्याचे ठरविले. येसूबाईंना तब्येतीची काळजी घ्यायला सांगून राजांनी शृंगारपुराचा निरोप घेतला.

□

२४

शृंगारपुराहून येताना राजांनी भार्गवाचे दर्शन घेतले. सत्पुरुष याकूत बाबांचा आशीर्वाद घेऊन राजे रायगडाला आले. मोरोपंत, हंबीरराव राजांच्या संगती होते. राजे गडावर येणार, याची वर्दी आधीच पुढे गेली होती. राजे पालखीतून महादरवाजापुढे आले; आणि पालखी थांबली.राजाराम पालखीनजीक आले. त्यांनी मुजरा केला. दीड वर्षात राजाराम केवढे तरी बदलले होते. आठ वर्षांची उमर. राजे खूप उंच आणि बाळसेदार झाले होते. डोक्याला टोप, अंगात अंगरखा, पायांत तंग विजार,कमरेला लटकलेली छोटी तलवार. राजांना ते रूप पाहून आनंदाचे भरते आले. पालखी खाली ठेवली गेली. राजे पायउतार झाले. त्यांनी प्रेमाने राजारामांना जवळ ओढले.

'बाळराजे, किती उंच झालात!' हंबीररावांच्याकडे पाहत राजे म्हणाले, 'हंबीरराव, बाळराजे खूप बदलले, नाही?'

'जी.'

'आबासाहेब, तुम्ही पालखीतून बरे आलात? तब्येत बरी नाही?'

'आमची तब्येत ठीक आहे, बाळराजे! पण आता वय झालं. आता चढउतार जमत नाही. थोडं घोड्यावरून, थोडं पालखीतून, थोडं आधारानं अशी चालढकल चालली आहे. चला, आता आपण चालत जाऊ.'

राजारामांबरोबर राजांनी महादरवाजात प्रवेश केला. राजे गडावर आल्याने नौबतीने जाहीर केले. महादरवाजा चढून राजे वर आले; आणि अनाजीपंत सामोरे आले. राजाराम व अनाजी यांच्या बरोबर आलेल्यांवरून राजांची नजर फिरत होती. राजांना पाहून साऱ्यांच्या चेहऱ्यांवरून आनंद ओसंडत होता. आलेल्यांत मदारी मेहतर, जिऊ महाला, बहिर्जी ही मंडळी दिसत होती. राजांच्या बरोबर आलेल्या येसाजींची, मानाजींची सर्वांबरोबर नेत्रपल्लवी होत होती. राजांनी अनाजींना विचारले,

'अनाजी, सर्व क्षेम आहे ना?'

'जी. महाराज, पालखी का सोडलीत?'

'आमचे बाळराजे भेटले. त्यांना आमच्या तब्येतीची काळजी वाटली, तेव्हा म्हटलं, चालून दाखवून त्यांची खात्री करावी.'

सारे हसले. राजे राजारामांच्यासह चालू लागले; आणि याच वेळी गडबडीने पायऱ्या उतरून येणारे राहुजी सोमनाथ नजरेत आले. राजांच्या चेहऱ्यावर स्मित झळकले. राहुजींच्या मुजऱ्याचा स्वीकार करीत राजे म्हणाले,

'राहुजी, तुम्हांला पाहायला आमची नजर फिरत होती.'

'क्षमा, महाराज! आपण आलात, म्हणून जगदीश्वरावर अभिषेक ठेवला होता. अंदाज चुकला. थोडा वेळ झाला.'

'आम्ही थट्टा केली, राहुजी!'

सर्वांसह बोलत राजे गडावर आले. राजांची नजर न कळत गंगासागराच्या मनोऱ्यावर गेली. तेथे कोणी दिसत नव्हते. राजांच्या कपाळी सूक्ष्म आठी पडली. दुसऱ्याच क्षणी मनोऱ्याच्या चौथ्या सज्जावर श्वेत वस्त्र परिधान केलेली आकृती नजरेत आली.

राज्यांच्या चेहऱ्यावर स्मित पसरले.

राजांनी शिरकाईचे दर्शन घेतले. वाड्याच्या नगारखान्याजवळ सुवासिनींनी राजांना ओवाळले, दहीभात, लिंबू ओवाळून टाकला.

वाड्याच्या नगारखान्यातून आत प्रवेश करताच नौबत झडली. राजे न कळत बोलले,

'दीड वर्षाचा काल, पण केवढ्या धामधुमीत गेला! केवढा मुलूख पाहिला! धरित्रीचं विशाल रूप! अनेक भाषा, अनेक रिवाज. मुलूख ओलांडावा, तसा थाट वेगळा. जमिनीचा रंग निराळा, पिकं निराळी, हवा निराळी. ह्या भूमीला माझी भूमी म्हणण्याची ताकद केवढी! अभिमानाने ऊर भरून येतो. अनाजी, आग्ऱ्यापासून तुंगभद्रेपर्यंत आम्ही फिरलो. या दर्शनानं थक्क झालो.माणूस नुसता फिरला, उघड्या डोळ्यांनी नुसतं त्यानं पाहिलं, तरी त्याला काही शिकावं लागणार नाही. सारं ज्ञान त्याला प्राप्त होईल.'

सर्वांचा निरोप घेऊन राजे राजारामांसह आपल्या महाली आले. महालात उदाचा वास दरवळत होता. श्वेत वस्त्र परिधान केलेली मनोहारी महालात उभी होती. तिच्या हाती टोप देत राजांनी विचारले,

'मनू, राणीसाहेब कुठं आहेत?'

मनोहारीचे लक्ष दरवाजाकडे गेले. सोयराबाई महालात आल्या होत्या. राजांची नजर त्यांच्यावर गेली. हिरवागार शालू त्या नेसल्या होत्या. कमरेला सुवर्णपट्टा शोभत होता. नाकात मोत्यांची नथ होती. पायांत सोन्याच्या साखळ्या, जोडवी घातली होती. रूपसंपन्न सोयराबाईंच्या त्या पेहरावाकडे राजे पाहत राहिले. सोयराबाई लाजल्या.

'असं काय पाहायचं?'

'आज कोणता सण ?'

'सण कुठला?'

'मग आज हा शृंगार बरा?'

'स्वारी दीड वर्षानं घरी येते, हे विसरणं झालं वाटतं. आपली पावलं गडाला लागली, तोच सण नाही का?'

‘तेही खरंच!’ राजे मंचकावर बसते झाले. म्हणाले, ‘आम्ही कर्नाटकातून येताना खूप वस्तू आणल्या आहेत.’

‘खरं?’

‘हो! महादेव आला की त्या कुठं आहेत, हे समजेल. रात्री दाखवू. ते जिन्नस पाहून आश्चर्यानं थक्क व्हाल.’

सायंकाळी राजे राजसदरेत जाण्याच्या तयारीत होते. महालात सोयराबाई, राजाराम उभे होते. बाळाजी आवजींनी सदरेवर सर्वजण आल्याची बातमी दिली. राजांनी खास पोशाख केला होता. गळ्यातल्या कंठ्यावर राजांचा हात स्थिरावला. राजे महादेवाला म्हणाले,

‘महादेव, आणखीन दोन कंठे दे.’

महादेवाने दिलेले माणकांचे, पाचूंचे कंठे राजांनी परिधान केले. न राहवून सोयराबाईंनी विचारले,

‘आज एवढे कंठे बरे?’

‘तुमच्या सणाचा दिवस आहे, तसाच आमच्याही! सदरेवर चला ना, आज खऱ्या वैभव-संपन्न सदरेचं दर्शन तुम्हांला घडेल. सदरेवर कोणी परके नाहीत.’

राजांनी सांगितले, त्यात काही खोटे नव्हते. राजसदर खाशा सरदारांनी, मानकऱ्यांनी सजली होती. अनाजी, मोरोपंत, हंबीरराव, बाळाजी, येसाजी, राहुजी सोमनाथ, आनंदराव वगैरे मंडळी राजांची वाट पाहत होती. सदर का भरविली, याचा अंदाज कुणालाच येत नव्हता. अल्काबांच्या पुकारात राजे सदरेवर आले. साऱ्यांनी मुजरे केले. राजे स्थानापन्न झाले; आणि सर्वांची नजर वर झाली. राजे हंबीररावांना म्हणाले,

‘हंबीरराव, तुम्ही आमचे सेनापती. आजची सदर का भरविली, हे तुम्ही सांगाल?’

त्या प्रश्नाने हंबीरराव चकित झाले. ते म्हणाले,

‘क्षमा, महाराज!’

‘त्यात कठीण काय?...मोरोपंत!’

राजे उठून उभे राहिले. मोरोपंत सामोरे आले. राजांनी आपला मोत्याचा कंठा उतरला, आणि तो मोरोपंतांच्या गळ्यात घातला. त्यानंतर राजांच्या आज्ञेने अनाजी सामोरे आले. राजांनी त्यांना माणकांचा कंठा घातला. राहुजी सोमनाथांना राजांनी पाचूंचा कंठा बहाल केला. साऱ्यांच्या चेहऱ्यांवर आश्चर्य प्रकटले होते. राजांच्या गळ्यात फक्त कवड्यांची माळ शिल्लक राहिली होती. मोरोपंत धीर करून विचारते झाले,

‘महाराज, आज गळ्यातले कंठे उतरून...’

‘मोरोपंत, आज आमच्या समाधानाला, आनंदाला सीमा नाहीत. तुम्ही सोन्याच्या

तोंड्याचे मानकरी नाहीत. तो अपमान कसा करावा? तुम्हां तिघांवर राज्याची धुरा सोपवून आम्ही कर्नाटकात गेलो. एक-दोन दिवस नव्हे, दीड वर्ष आम्ही स्वराज्यापासून दूर. पण या कालावधीत तुम्ही राज्य जबाबदारीनं पेललंत. आम्ही असतो, तर ज्या मोहिमा काढल्या असत्या, त्या जारी राखल्यात. मोरोपंत, तुम्ही नाशिकची लूट आणलीत, ती कशाच्या जोरावर? आम्ही नसलो, तरी राज्य सुरक्षित आहे, ते पेलण्याचं सामर्थ्य आमच्या पंतप्रधानांत आहे, याच्याइतकी आनंदाची गोष्ट कोणती? तुमचा सन्मान कंठ्यानंच होणं योग्य. वाईट एवढंच वाटतं की, हा सन्मान घ्यायला त्र्यंबक सोनदेव आमच्यांत राहिले नाहीत!'

मंत्र्यांच्या सन्मानाबरोबरच राजांनी आपल्या बरोबर दक्षिणेत आलेल्या हंबीरराव, येसाजी, आनंदराव वगैरेंचाही सन्मान केला.

सदरेत समारंभ संपला; आणि राजांनी राजारामांना विचारले,

'बाळराजे, समारंभ कसा वाटला?'

'आबासाहेब, साऱ्यांना दिलंत, पण आम्हांला....'

सारी सदर हसली. राजे रोखून राजारामांच्याकडे पाहत होते. अनाजी एक पाऊल पुढे येऊन म्हणाले,

'बाळराजे म्हणतात, ते अगदी खरं आहे, महाराज! आपण गेल्यापासून बाळराजे जातीनं गडाकडे लक्ष देतात. सकाळ-संध्याकाळ कधी फेरी चुकली नाही.'

राजांनी कौतुकाने राजारामांना जवळ ओढले.

'बाळराजे, तुम्हांला द्यायला आमच्याजवळ आहे काय?' मांडीकडे बोट दाखवीत राजे म्हणाले,

'द्यायला एवढी एकच जागा आमच्याजवळ आहे.'

राजांनी बाळराजांना उचलण्यासाठी त्यांच्या काखेत हात घातले, तोच त्यांच्या कानांवर सोयराबाईंचे शब्द आले,

'पाहा हं, बाळराजे! मांडीवर बसायला जाल, आणि बाळराजांचा ध्रुवबाळ होईल!'

सारी सदर त्या वाक्याने चपापली. राजांनी सोयराबाईंच्याकडे पाहिले. सोयराबाईंनाही आपण भलतेच बोलून गेल्याचे जाणवले. राजे चटकन म्हणाले,

'तसं घडायला सुद्धा नशीब लागतं. ध्रुव बाळाला गृहकलहामुळं उत्तानपाद राजांच्या मांडीवर स्थान मिळालं नाही, म्हणूनच ध्रुवाला अढळपद मिळालं. आमचे युवराज दूर टाकले गेले, तरी असंच अढळपद मिळवितील!'

अत्तरगुलाब होऊन सदर उठली. राजे आपल्या महालाकडे येत होते. महालसोप्यात महादेव बासने उलगडीत होता. अनेक बासने, संदुका तेथे गोळा झाल्या होत्या. राजांनी बासने उलगडायला लावली. त्यांत नाना तऱ्हेची वस्त्रे होती- जरी किनखापाची ठाणे होती; भरजरी शालू होते; तलम जरीकाठी धोतरे, रुंद जरी पल्लवाची

कर्नाटकी धोतरे, पंचे होते. शालूंचे बासन राजांनी सोयराबाईंना दाखविले.

'तुम्हांला हवे ते शालू घ्या.'

राजांनी नवे आणलेले दागिने दाखविले. एका संदुकीकडे बोट दाखवून राजांनी महादेवला सांगितले,

'तीतले सामान जपून महालात ठेव.'

महादेवने संदूक उघडली. तीतले जिन्नस तो काढू लागला. महादेवने हिरवट दिसणारा उंच ठावकीच्या आकाराचा एक दगडी जिन्नस बाहेर काढला. त्याकडे पाहून सोयराबाईंनी विचारले,

'ते काय?'

'तो विषदीप!'

'विषदीप?'

'हो! त्यानं अन्नाची परीक्षा करता येते.'

सोयराबाई उद्गारल्या,

'एवढं आणलंत, त्यात हे कशाला अभद्र दर्शन?'

'राणीसाहेब, आम्ही राजे आहोत ना? ते बाळगायलाच हवं.'

सातमहाली जाण्याकरिता जरी वस्त्रे, दागिने सोयराबाईंच्या हवाली करीत असताना न राहवून राजांनी विचारले,

'आणि धाकट्या राणीसाहेब कुठं दिसल्या नाहीत?'

'पुतळाबाई?'

'हो!'

'म्हणजे आपल्याला माहीत नाही?' सोयराबाई आश्चर्य दाखवीत म्हणाल्या. 'आपण कर्नाटकात गेलात, आणि राणीसाहेब गडाखाली रायगडवाडीला राहायला गेल्या.'

'ते बरं?'

'त्यांना इथली हवा मानवेना.'

'आणि त्यांची व्यवस्था?'

'सारी केलीय्. अनाजी जातीनं गेले होते. मीच पाठविलं होतं. वाडा आहे, शिबंदी आहे, दास-दासी आहेत, खर्चाची तरतूद आहे.'

'वा!' राजे खिन्नपणे हसून म्हणाले. 'आणखीन काय लागतं माणसाला? पण आश्चर्य आहे!'

'कसलं?'

'या गडाची हवी इतकी खराब आहे? मासाहेबांना ती मानवली नाही. धाकट्या राणीसाहेबांनाही ती मानवेना. मग आम्हांला कशी मानवते? कदाचित आमची सुदृढ प्रकृती त्याला कारणीभूत असेल.'

राजांच्या बोलण्याने चकित झालेल्या सोयराबाई राजांच्याकडे पाहत होत्या. पण सोयराबाईंच्याकडे न पाहता राजे महालातून निघून गेले.

□

२५

महाराज गडावर आल्याची बातमी सर्वत्र पसरली होती. राजांना भेटायला अनेकजण येत होते. पावसाळा नजीक आला होता. जिजाबाईंचे वर्षश्राद्ध जवळ आले. श्राद्ध गडावरच उरकण्याचे ठरले. राजांनी श्राद्धकर्म आटोपले. राजे दोन प्रहरच्या वेळी हंबीरराव, मोरोपंत यांसह गडाखाली जायला निघाले. पालखी नाणेदरवाजात आली. नाणेदरवाजासमोर घोडी उभी होती. राजे स्वार झाले. राजांची पथके नव्या पेठेवरून पाचाडला दौडू लागली. रायगडवाडी उजव्या बाजूला टाकून अश्वपथक पाचाडला वळले. खूबलढा-बुरुजाजवळची दरड सावकाश चढून राजे खूबलढ्याच्या खिंडीत आले. समोर पाचाडपर्यंतचा झाडीने वेढलेला उतार होता. समोर पाचाडचा वाडा नजरेत भरत होता. राजांचे पथक पाचाडला आले. चौकीपहाऱ्यांचे मुजरे घेत राजे जात होते. पाचाडचा वाडा डाव्या हाती टाकून राजे जिजाबाईंच्या समाधीकडे निघाले. राजांनी समाधीचे दर्शन घेतले. राजे मोरोपंतांना म्हणाले,

'मोरोपंत, या जागेला नुसत्या समाधीनं केवढं पावित्र्य आलं! या जागेत देखणी बाग उठवा. आयुष्यभर ज्या माउलीनं आम्हांला मायेची सावली दिली. तिच्या विश्रांतिस्थानात अखंड सावली राहू द्या.'

समाधीचे दर्शन घेऊन राजे जड मनाने परतले. पाचाडला न जाता राजांनी गडाकडे जाण्याचा निर्णय केला. खूबलढ्याच्या खिंडीजवळ येताच राजे क्षणभर थांबले. त्यांची नजर समोरच्या दृश्यावर खिळली. समोर काळनदीचे खोरे पसरले होते. उजव्या हाती उंच चढलेला राजगड टकमकटोकापर्यंत नजरेत येत होता. काळनदीचे खोरे चारही बाजूंनी पर्वतांनी वेढल्याचा भास होत होता. आकाशात ढगांनी धरलेल्या छपरीतून अचानक सायंकाळची किरणे त्या दरीवर पसरली. दूर उभे ठाकलेले पर्वतकडे त्या किरणांत उजळून निघाले होते. हिरवाकंच गालिचा पसरावा, तसा काळनदीपर्यंतचा मुलूख दाट झाडीने व्यापला होता. त्यानंतर दिसत होती, ती आकाशाला भिडलेली पर्वतांची शिखरे. राजांनी ते दृश्य न्याहाळले; आणि ते खिंड उतरून आले. चांगली वाट सुरू झाली. पुढचे अश्वपथक दौडू लागले. राजे मोरोपंत, हंबीरराव यांच्यासह दौडत होते. वाडीचा रस्ता डाव्या हाती टाकून उजव्या बाजूला रायगडाची वाट जात होती. पुढचे अश्वपथक रायगडाकडे वळले; पण राजांनी अचानक रस्ता बदलला. राजे रायगडवाडीकडे जाऊ लागले. क्षणभर विचारात पडलेल्या हंबीररावांच्या चेहऱ्यावर स्मित झळकले. त्यांनी मोरोपंतांच्याकडे पाहिले. दोघांनी राजांना गाठले.

पाठीमागच्या स्वारांनी वेळीच भानावर येऊन लगाम खेचले होते. पुढचे स्वार मागे वळले.

रायगडवाडीच्या वाड्यासमोर राजे पायउतार झाले. वाड्यात एकच गडबड उडाली. महाराज दरवाजात पोहोचले. पहारेकरी गोंधळले होते. वाड्यात उडालेल्या धावपळीची राजांना जाणीव होत होती. दासींनी येऊन राजांच्या वरून भाताचे मुटके ओवाळून टाकले. आतल्या चौकात पायांवर पाणी घेऊन राजे वाड्याच्या सदरेवर आले. राजांनी महालात पाऊल टाकले. दासी पदर सावरून उभी होती. राजांनी विचारले,

'राणीसाहेब कुठं आहेत?'

दासीला उत्तर द्यावे लागले नाही. राजांची नजर आतल्या दरवाजाने प्रवेश करणाऱ्या पुतळाबाईंच्यावर खिळली होती. अस्मानी रंगाचे पातळ नेसलेल्या पुतळाबाई दारात थबकल्या. क्षणभर राजांची आणि त्यांची दृष्टादृष्ट झाली. पदर सावरीत पुतळाबाई म्हणाल्या,

'बसावं ना!'

राजे बैठकीवर गेले; पण बसले नाहीत. पुतळाबाई म्हणाल्या,

'आधी कळवायचं तरी होतंत. काही तयारी तरी करता आली असती.'

'आम्ही तुम्हांला पाहायला आलो. आज मासाहेबांचं श्राद्ध ना? पाचाडला दर्शनाला गेलो होतो. परतत असता राहवलं नाही, अचानक आम्ही धीर करून वाट बदलली.'

पुतळाबाईंच्या चेहऱ्यावर स्मित प्रकटले. त्या म्हणाल्या,

'कोणी तरी खरंच म्हणेल. इकडे यायला धीर करावा लागतो?'

राजे एकदम बदलले. पुतळाबाईंची नजर चुकवीत ते म्हणाले,

'तुम्ही गड सोडून सुखासुखी आलात, असं वाटत नाही. त्याचं कारण आम्ही विचारीत नाही. जे घडलं असेल, त्याबद्दल आम्ही शरमिंदे....'

'असं बोलू नये. इथं मला काही कमी नाही. आपल्या पायांची जोड असता काळजी कसली?'

'आम्ही नशीबवान, म्हणून हे ऐकण्याचं भाग्य लाभलं. थोरल्या राणीसाहेब गेल्यानंतर आम्हांला कोणी समजून घेईल, असं वाटलं नव्हतं.'

'बसावं. कपडे उतरावे ना!'

'आम्ही विसरलोच! आम्ही गडावर जाणार आहो.'

'संध्याकाळ होत आली. गडावर जायला रात्र होईल. त्यापेक्षा इथं राहून सकाळी...'

'असं म्हणता...?' राजांनी पुतळाबाईंच्याकडे पाहिले. आपला जिरेटोप त्यांच्या हाती देत राजे म्हणाले, 'ठीक आहे. आम्ही राहू. आम्ही सदरेवर जाऊन येतो.'

राजे सदरेवर गेले. राजांच्या मुक्कामाची वर्दी गडावर पोहोचवायला सांगून थोड्या वेळाने राजे महाली आले. दिवेलागण झाली होती. राजे बैठकीवर बसले.

आतून आलेल्या पुतळाबाईंनी राजांच्या हाती पेला दिला. राजांनी विचारले,

'काय हे?'

'कोकणातून ताजी आमसुलं आली होती. सरबत आहे.'

'व्वा! किती दिवसांनी हे सरबत मिळालं! मासाहेब होत्या, तोवर हे सरबत उन्हाळ्यात हमखास मिळायचं. त्या गेल्या, आणि आमच्या आवडीही कुणाच्या ध्यानी राहिल्या नाहीत.' राजे मोठ्याने हसले. 'पुतळा, आम्ही सुद्धा विसरलो!'

राजांचे हसणे थांबले. पुतळाबाईंनी प्रकृतीची चौकशी केली. राजे पूर्ण समाधानाने बोलत होते. पुतळाबाईंनी मध्येच विचारले,

'शृंगारपूरला जाणं झालं होतं?'

'हो ना! सांगायचं राहिलंच. आता तुम्ही लौकर आजी व्हाल!'

'येसूची तब्येत कशी आहे?'

'छान आहे. एकदा आमच्या मनात आलं की, तिला रायगडी आणावं. तोच पिलाजीरावांनी ती जबाबदारी घेतली. आम्ही राजे झालो, म्हणून सारीच जबाबदारी पेलता येत नाही.'

'आणि शंभूबाळ कसे आहेत?'

'छान! शिकारी करतात, संस्कृत काव्य रचतात, ऐशआराम करतात. प्रजा दुवा देते. एवढंच काय, पण कलशांकडून कलशाभिषेक करून घेऊन ते मोकळे झाले.'

'हा कसला अभिषेक?'

'ते राजे बनले.'

'खरं?'

'अगदी खरं. त्यांना आमची भीती वाटली, म्हणून हे केलं, म्हणे! राणीसाहेब, पुढचे दिवस आम्हांला ठीक दिसत नाहीत.' राजे उठत म्हणाले, 'तुम्ही काळजी करू नका. आम्ही बाहेर सदरेवर जातो.'

राजे सदरेवर आले. रायगडवाडीचे पेठकरी राजांच्या दर्शनाला आले. राजांनी सर्वांची विचारपूस केली.

रात्री मोठी मेजवानी झाली. रायगडवाडीच्या त्या निवांत वातावरणात राजांना खूप बरे वाटले.

सकाळी राजे रायगडावर जाण्याच्या तयारीत उभे होते. राजांनी पुतळाबाईंना सांगितले,

'काही लागलं सवरलं, तर आम्ही नसलो, तर मोरोपंतांना निरोप पाठवा.'

पुतळाबाईंनी मान डोलाविली. त्यांनी खालच्या मानेने विचारले,

'परत कधी दर्शन?'

‘राणीसाहेब, आमची इच्छा तुम्ही जाणता. उसंत मिळेल, तेव्हा आम्ही इथं आल्याखेरीज राहणार नाही. आमचं एकाकीपण असह्य होईल, तेव्हा आम्हांला या जागेखेरीज दुसरं ठिकाण नाही.’

पुतळाबाईंना अश्रू आवरणे कठीण गेले. राजे त्यांच्या नजीक गेले. पुतळाबाईंच्या पाठीवर हात ठेवीत ते म्हणाले,

‘पुतळा, डोळ्यांतील अश्रूंनी माणसांची दुःखं कधीच धुऊन निघत नाहीत. ह्या अश्रूंनी आम्हांला लाजवू नका. आम्ही तुम्हांला गडावर घेऊन गेलो असतो; पण आमच्या हौसेखातर तू दुःख भोगावंस, असं आम्हांला वाटत नाही. आम्ही येतो.’

पुतळाबाईंनी गडबडीने डोळे पुसले. त्या म्हणाल्या,

‘क्षणभर थांबावं.’

पुतळाबाई लगबगीने आत गेल्या. परत आल्या, तेव्हा त्यांच्या हाती भरजरी सपाता होत्या. कुंकुममिश्रित गंधाचे ठिपके त्यांवर होते. त्या त्यांनी महाराजांच्या पायांशी ठेवल्या. त्या जोड्यांकडे पाहत राजे उद्गारले,

‘कुठले हे जोडे?’

‘आपलेच आहेत. आपला राज्याभिषेक झाला, तेव्हा मासाहेबांच्याकडून मी मागून घेतलेले होते.’

‘आणि त्यांनी ते दिले?’ राजांनी आश्चर्याने विचारले.

‘हो. त्या म्हणाल्या... ‘मुली, ह्या जोड्यांची सोबत तुला आयुष्यभर पुरेल.’ ’

राजे आपला व्याकूळ भाव लपवू शकले नाहीत. त्यांचा जीव उभ्या जागी भरून आला.

‘मासाहेब!! त्यांच्याइतकं आम्हांला कोणी ओळखू शकलं नाही. त्या गेल्या, आणि आम्ही पोरके झालो! दुसऱ्यांनाही पोरकं करून बसलो!’

‘माझी शपथ आहे!’

‘ठीक आहे. काय आज्ञा?’

‘आज्ञा कसली?.... प्रार्थना आहे. एकवार हे जोडे घालून दारापर्यंत जावं. नशिबानं आपलं पाऊल दिसलं. पुन्हा केव्हा वाकडी वाट होते, कोण जाणे?’

राजे खिन्नपणाने हसले. ‘पुतळा, वाकड्या वाटेनं आम्हांस नेहमीच जावं लागतं. सरळ वाट दिसत असूनही ती आचरता येत नाही, याचंच आम्हांला दुःख आहे.’

राजे पुढे काही बोलले नाहीत. काही न बोलता राजांनी आपल्या पायांतले चढाव काढले, आणि समोर ठेवलेल्या जरी चढावांत पाय घातले.

राजांनी काढलेले जोडे पुतळाबाईंनी हाती घेतले. महाराजांच्या मागोमाग त्या दरवाजापर्यंत आल्या. दरवाजाशी राजांची पावले थांबली. पुतळाबाईंनी आपल्या हातांतील जोडे पदराने पुसून राजांच्या सामोरे ठेवले. जड पावलांनी राजांनी जोडे

उतरले. आपल्या नेहमीच्या चढावांत पाय रुतवून राजांनी पुतळाबाईंच्याकडे एकवार पाहिले; आणि एकदम ते बाहेर पडले. राजे बाहेर पडताच उभ्या जागी पुतळाबाईंचे अवसान सरले. त्या मटकन गुडघ्यांवर बसल्या.

राजांनी काढलेल्या जरी चढावांवर अश्रू ठिबकत होते. त्या मोजड्यांवरचे कुंकुममिश्रित गंध त्या अश्रूंनी भिजत होते.

बाहेर उठलेला टापांचा आवाज कानांवर येत होता....

□

२६

पावसाचे दिवस असूनही राजांचे सैन्य विसावले नव्हते. सिद्दीचा पराभव करण्यात दौलतखान गुंतले होते. सर्जाखानाने राजांची अथणी, रायबाग ही ठाणी उठविल्याची बातमी गडावर आली होती. गडाच्या राजकारणाला रंग चढत होता. सदरेवर अनाजी, मोरोपंत, हंबीरराव, आनंदराव, मानाजी मोरे ही मंडळी राजांची वाट पाहत होती.

राजे आपल्या महाली सदरेवर जाण्याच्या तयारीत होते. राजे दरवाजापर्यंत आले, आणि सामोऱ्या सोयराबाई आल्या. राजांच्या चेहऱ्यावर स्मित पसरले.

'आम्ही तुमचीच वाट पाहून सदरेवर जायला निघालो होतो.'

'आठवण झाली, हे नशीब!'

'आठवण झाली होती, पण आपण दिसला नाहीत. रायगडवाडीहून आम्ही सकाळीच आलो. दोन प्रहरचं जेवण- तेही मनोहारीच्या हातून मिळालं.'

'मग बोलावणं बरं पाठवलं नाहीत?'

'राणीसाहेब, ह्या गोष्टी बोलावण्यानं व्हायच्या नसतात. तो तुमच्या कर्तव्याचा भाग आहे, हे विसरता.'

राजांच्या करड्या बोलांनी सोयराबाई घाबरल्या. पण क्षणात त्यांचा राग उफाळला.

'धाकट्या बाईंनी हा रिवाज नजरेत आणून दिला, वाटतं?'

'तिथं रिवाज नाही. राणीसाहेब, तिथं फक्त जबाबदारीची जाणीव आहे.'

'धाकट्या बाईंनी आमच्या विरुद्ध तक्रार केली, वाटतं?'

राजांची नजर सोयराबाईंच्यावर स्थिरावली. राजे म्हणाले,

'बिलकुल नाही. असं तुम्ही काय केलंत, की त्यासाठी त्यांनी तक्रार करावी?'

स्वत:ला सावरून घेत सोयराबाई गडबडीने म्हणाल्या,

'नाही. उगाच विचारलं.'

'आम्ही सदरेकडे जातो.' राजे दरवाजाकडे जाता-जाता एकदम थांबले. माघारी पाहत त्यांनी विचारले,

'राणीसाहेब, तुम्ही कधी आमसुलांचं सरबत प्यालात?'

'नाही, बाई! मला ते मुळीच आवडत नाही.'

'वाटलंच आम्हांला!'

राजे हसले, आणि महालाबाहेर गेले. त्या हसण्याचा अर्थ सोयराबाईंना समजला नाही.

राजे सदरेवर आले. राजे मोठे प्रसन्न दिसत होते. राजांनी अनाजी, मोरोपंत यांना नवीन खबरा विचारल्या. मोरोपंतांनी, सर्जाखानाने रायबाग, अथणी येथील ठाणी उठविल्याचे सांगितले.

'ठीक आहे. त्याला उत्तर देता येईल. शत्रूची जी चाल आहे, त्याच चालीनं त्याला उत्तर दिलं, की त्याला लवकर अक्कल येते... हंबीरराव, आमच्या फौजा विजापूर मुलुखात पाठवा. लक्ष्मेश्वर, गदग या पेठा लुटून फस्त करा. मोरोपंत, अनाजी, आता स्वस्थ बसण्याचे दिवस संपले. दिलेरखान आला आहे. तो विजापूर संपविण्याच्या हेतूनंच उतरला आहे; पण हे आदिलशाहीला समजत नाही. पण ते समजून येईपर्यंत आपल्याला स्वस्थ बसता येणार नाही. दिलेरचं लक्ष आमच्याकडे वळलं,तर सावध असावं, म्हणून आम्ही पन्हाळ्याला फौज गोळा केली आहे... आनंदराव, पन्हाळ्याला चला... मोरोपंत, तुमच्या फौजा मोगलाईत जाऊ द्या. आमच्या राज्याच्या चारही कक्षांवर आमच्या राज्याची दहशत निर्माण करा. तिची जाणीव दिलेरखानाला व्हायला हवी.'

रायगडहून भराभर हुकूम सुटले. जेधे, आनंदराव, मानाजी मोरे वगैरे सरदार कामगिऱ्या घेऊन बाहेर पडले. पावसाळा कमी होताच राजांनी पन्हाळ्याला जाऊन लढावयाचे ठरविले.

गडावर पावसाने झड धरली; तसेच, मराठी फौजेने विजापूर भागात थैमान घातले. मराठी फौजेने मलगुंड, लक्ष्मेश्वर, गदग या पेठा लुटल्या. आदिलशाहीची लूट गडावर येऊन थडकली. पावसाळा संपत आला. श्रावणाच्या अखेरीला गडावर एक बातमी आली. आदिलशाही जमशीरखान, सर्जाखान आणि खुद्द सिद्दी मसूदचा मुलगा राजांच्या विरुद्ध मोहीम उघडणार, अशी बातमी होती. राजांना ती बातमी कळताच राजे हसले.

'सापानं बेडूक धरला असता, बेडकानं माशी पकडण्याचा प्रयत्न करण्यासारखं हे कृत्य! दिलेरखान पातशाही बुडवायला टपला असता आदिलशाही फौज आमच्या समाचाराचा विचार करते! 'विनाशकाले विपरीतबुद्धि:' म्हणतात, ते यालाच!'

मोरोपंत म्हणाले, 'महाराज, पण ही बातमी विश्वसनीय आहे.'

'आम्ही कुठं अविश्वास धरतो? आता लौकरच आम्ही पन्हाळगड गाठू. आदिलशाही, मोगलाई यांची चाल आम्ही तिथूनच पाहू.'

राजांचा तळ पन्हाळगडी हलणार, असे दिसू लागले; पण तो बेत पार पडला

नाही. अचानक राजांना ज्वर येऊ लागला. राजे अंथरुणाला खिळले. राजांचे पन्हाळ्याला जाणे लांबणीवर पडले.

पावसाळ्याच्या अखेरीस राजांना आराम वाटू लागला. राजे महालात हिंडू-फिरू लागले. राजांच्या आरामाने गडावर परत चैतन्य आले.

□

२७

गडावर दोन प्रहरची शांतता पसरली होती. उन्हाच्या उबेत गड अंग चोरून बसला होता. निळ्याभोर आकाशातून पांढरे ढग वाहत होते. अष्टप्रधानमहालातून मंत्री विसावले होते.

सदरफडात, जामदारखान्यात तेवढी कारकुनांची जाग ऐकू येत होती. त्या वेळी एक जासूद गडावर थैली घेऊन आला. वाड्याच्या दक्षिणेला खालच्या टप्प्यावर असलेल्या मोरोपंतांच्या महाली त्या जासुदाला नेण्यात आले. थोड्याच वेळात मोरोपंत महालाबाहेर पडताना दिसले.

मोरोपंतांच्या निरोपानुसार अनाजी, हंबीरराव तातडीने राजसदरेत आले. मोरोपंतांच्या चिंताग्रस्त चेहऱ्याकडे पाहून अनाजींना काही समजेना. सदरेवर तिघेच होते. अनाजींनी विचारले,

'काय झालं, मोरोपंत?'

'अजून झालं नाही; पण काही तरी होणार, असं वाटतं. आत्ताच ही थैली गडावर आली. वाचा.'

अनाजींनी थैली घेतली. ते पत्र वाचू लागले. पत्रातील मजकुराबरोबर नजर मोठी होत होती. काही ओळी परत वाचल्या जात होत्या. पत्र वाचून संपले; आणि अनाजींनी नि:श्वास सोडला.

'अनाजी, काय आहे?'

'आपलं कर्म आहे, हंबीरराव! आपले युवराज दिलेरखानाशी बोलणी करताहेत.'

'कसली?'

अनाजी खिन्नपणे हसले.

'सेनापती, ते कसं कळणार? कदाचित ते कलशांना ठाऊक असेल. ते कुंडली पाहतात. होम करतात. जारणमारणात ते जाणते आहेत.'

'पण ही बातमी खरी कशावरून?' हंबीररावांनी विचारले.

'कशावरून? हंबीरराव, असल्या बातम्या खोट्या ठरत नाहीत. आपला खास नजरबाज बाजी नाईक यानं ही थैली पाठविली आहे. दिलेरखानाच्या छावणीवर खुद्द जनार्दनपंतांना त्यानं पाहिलं आहे.'

'बाप, रे!' ते उद्गारले.

'काही तरी मोठं राजकारण शिजत आहे. नुकतेच महाराज आजारातून उठले. अजून पुरते बरे झाले नाहीत, तोच ही बातमी! महाराजांना फार काळजी वाटेल!' मोरोपंत म्हणाले.

'पण त्याखेरीज इलाज काय? महाराजांची चौकशी करा.'

महादेवला बोलावण्यात आले. अनाजींनी विचारले,

'महाराज काय करताहेत?'

'सुख करताहेत.' महादेवने सांगितले.

'महाराज दोन प्रहरी बरे झोपले?' हंबीररावांनी काळजीच्या सुरात विचारले.

' 'सकाळपासून कसर आल्यासारखी वाटते,'म्हणाले. वैद्य येऊन गेले. नुकताच डोळा लागला.'

'आणि राणीसाहेब?' अनाजींनी विचारले.

'महाली आहेत. बोलावू?'

'हां!' अनाजींनी संमती दिली.

सोयराबाई सदरमहाली आल्या, तेव्हा तिघांची कुजबूज चालली होती.

'अनाजी, बोलावणं बरं पाठविलंत?'

'महाराज झोपले, असं कळलं. तेव्हा....'

'हो. आज तब्येत परत नरम झाली. काय काम होतं?'

'तसं जरुरीचंच काम आहे, राणीसाहेब!' अनाजींनी सांगितले. 'युवराज दिलेरखानाशी बोलणी करण्यात गुंतले आहेत, असं कळतं.'

क्षणभर सोयराबाई विचारात उभ्या राहिल्या. न कळत एक वेगळेच समाधान त्यांच्या चेहऱ्यावर उमटले. त्या म्हणाल्या,

'मी उठवते. थोड्या वेळानं तुम्ही या.'

राजांना चांगली झोप लागली होती. सोयराबाईंनी त्यांना उठविले. दचकून जागे होत राजांनी विचारले,

'काय झालं? का उठवलं?'

'मोरोपंत- अनाजींनी जागं करायला सांगितलं. तातडीचं काम आहे, म्हणे.'

राजांनी आपला घाम टिपला. ते उठले. थंड पाण्याने त्यांनी तोंड धुतले. त्या गार स्पर्शाने त्यांना बरे वाटले. राजे शयनगृहातून महाली आले. अनाजी, मोरोपंत, हंबीरराव आले होते. मुजऱ्यांचा स्वीकार करून राजांनी विचारले,

'काय आहे, अनाजी?'

अनाजींनी मोरोपंतांच्याकडे पाहिले. मोरोपंत म्हणाले,

'बातमी तितकीशी चांगली नाही. दिलेरखानाच्या गोटातून बातमी आली आहे... युवराजांची आणि दिलेरखानाची अंतःस्थ बोलणी चालू आहेत.'

'काय सांगता?' राजे आश्चर्याने उद्गारले.

'हो. एवढंच नव्हे, तर खुद्द जनार्दनपंतांना दिलेरखानाच्या तळावर पाहिल्याचं लिहिलं आहे.'

राजांची झोप कोठच्या कोठे उडाली. सोयराबाई म्हणाल्या,

'युवराजांना अटकच करायला हवी!'

सर्वांची नजर सोयराबाईंच्याकडे वळली. राजे शांतपणे म्हणाले,

'राणीसाहेब, तुम्ही आत जा. राजकारण सवतीमत्सराइतकं सोपं नाही.'

सोयराबाई संतापाने निघून गेल्या. राजांच्या कपाळी घर्मबिंदू गोळा होत होते. राजांनी विचारले,

'बातमी खरी?'

'तीत संशयाला जागा नाही. युवराज आणि दिलेरखान यांच्यांत कोणतं राजकारण शिजतं, कळत नाही.'

अचानक राजांच्या चेहऱ्यावर आशा प्रकटली.

'अनाजी, युवराजांना आम्ही ओळखतो. ते व्यसनी असतील, थोडा वयाचा वाह्यातपणाही असेल; पण ते युवराजच आहेत. स्वतःच्या आयुष्याशी खेळ खेळतील; पण राज्याशी द्रोह करणार नाहीत. 'एक ना एक दिवस अशी करामत आम्ही करून दाखवू, की आबासाहेब, तुम्हीदेखील चकित व्हाल!' असं ते म्हणाले होते. शहाजादा मुअज्जमचा आणि युवराजांचा स्नेह जाहीर आहे; तसंच दिलेर आणि शहाजादा यांचं वैरही. इकडे दिलेरशी बोलणी करीत एक दिवस खुद्द शहाजादे युवराजांनी आमच्या आश्रयाला आणले, तरी आम्हांला त्याचं नवल वाटणार नाही.'

कोणी काही बोलले नाही. आपल्या आशावादाची राजांना शंका आली. त्यांच्या मनात शंका उभी ठाकली.

'पण काही झालं, तरी धोका पत्करता येणार नाही... अनाजी, तुमचा सल्ला काय आहे?'

'महाराज, याची शहानिशा लागेपर्यंत युवराजांना स्थानबद्ध करावं, जनार्दनपंतांना अटक करावी.'

'अनाजी!'

'याखेरीज दुसरा उपाय मला दिसत नाही. महाराज, माझ्या हेतूबद्दल शंका न धरावी.'

'नाही, अनाजी. तुम्हांला काय म्हणायचं आहे, ते आम्हांला कळतं. आमची प्रकृती बरी असती, तर आम्ही असेच शृंगारपूरला गेलो असतो.'

राजे विचारात मग्न होते. अनेक विचार मनात उठत होते. राजे एकदम उभे राहिले.

'मोरोपंत, शृंगारपुराभोवती आपल्या नजरबाजांचं जाळं टाका. येसाजीला खास कुमक देऊन शृंगारपूरला राहायला सांगा. आम्ही आजच परळीला येण्याची युवराजांना आज्ञा करू. युवराज परळीला आले, तर आम्ही पन्हाळ्याला जाताना त्यांना भेटू. समर्थांचा सहवास घडेल; मन स्वच्छ होईल. युवराजांच्यासह आम्ही पन्हाळ्याला जाऊ. नाजूक हातांनीच हे पेच सोडवायला हवेत.'

राजांचे पत्र घेऊन स्वार शृंगारपूरला रवाना झाला. सूर्यास्ताची वेळ झाली होती. राजांच्या मनात चिंतेचे मोहोळ उठले होते.

राजांच्या अंगात थंडी भरत होती. सारे अंग तीमुळे शहारत होते.

□

२८

गडाचा प्रत्येक दिवस अखंड चिंतेचा बनला होता. शृंगारपुराकडे असंख्य हेर गुंतले होते. येसाजीचे पथक केव्हाच रवाना झाले होते. आपल्या प्रकृतीचा विचार न करता राजे फिरत होते. गडावर येणाऱ्या प्रत्येक बातमीची राजे जातीने चौकशी करीत होते. गडावरच्या सर्व देवांना अभिषेक सुरू केले होते.

शुक्रवारचा दिवस होता. सायंकाळच्या वेळी राजे शिरकाईच्या दर्शनासाठी आले होते. संगती मोरोपंत, हंबीरराव होते. राजांनी देवदर्शन घेतले. राजे होळीचौकात उभे होते. मधून मधून पिलखान्यातून गजेंद्राचे ओरडणे ऐकू येत होते. राजांनी विचारले,

'हंबीरराव, गजेंद्र का ओरडतो?'

'माजाला आला आहे, त्यामुळं दोन दिवस बेचैन आहे. आज सकाळीच हत्तीखान्यात पोहताना त्याला पाहिला.'

'माज उतरेपर्यंत त्याच्यावर लक्ष ठेवायला सांगा. गडाची जागा बंदिस्त. कुठं मोकळा सुटला, तर आवरायचा नाही.'

'जी.'

त्याच वेळी राजाराम येताना दिसले. राजाराम नजीक आले. त्यांच्या चेहऱ्यावर रुसवा दिसत होता. त्यांनी तक्रार केली,

'आबासाहेब, तुम्ही बाहेर आलात; मग आम्हांला का हाक मारली नाही?'

'विसरलो खरं.' राजे त्यांना जवळ घेत म्हणाले. 'आम्ही सदरेवरून तसेच इकडे आलो.'

राजे हंबीररावांना म्हणाले,

'हंबीरराव, कुठं मन रमत नाही. काही सुचेनासं झालं आहे!'

राजांनी राजारामांकडे पाहिले. आपली दोन्ही बोटे राजारामांच्या समोर धरीत राजे म्हणाले,

'बाळराजे, बोट धरा!'

राजारामांनी बोट धरले. राजांनी त्यांना एकदम जवळ ओढले. ते राजारामांना म्हणाले,

'बाळराजे, छान कौल दिलात! तसं घडलं, तर आम्ही तुम्हांला बक्षीस देऊ.'

'काय बक्षीस देणार, आबासाहेब?'

'मागाल, ते.' राजांची नजर हंबीररावांच्याकडे गेली. क्षणभर त्यांचा राजांना विसर पडला होता. राजे किंचित वरमले. 'हंबीरराव, मन कातर झालं, की माणूस साध्या कौलातदेखील दिलासा शोधतो, नाही?'

'आबासाहेब, बघा!' राजाराम म्हणाले.

राजांनी पाहिले, अनाजी धावत येत होते. पळताना पायातंले धोतर वाऱ्यावर उठत होते, पायांना अडत होते. ते सावरीत अनाजी धावत येत होते. राजे ताठरल्या अंगाने अनाजींकडे पाहत होता. राजाराम अनाजींचे रूप पाहून हसत होते. अनाजी नजीक आले. त्यांच्या चेहऱ्यावर आनंद ओसंडत होता.

'महाराज, चांगली खबर आलीय् ऽ'

'सांगा, अनाजी!' राजे उतावीळ झाले.

अनाजींना धाप लागली होती. ते म्हणाले,

'शृंगारपुरहून खबर आली आहे... युवराज परवा... आज्ञेप्रमाणे गेले ऽ ऽ.'

'कुठं?'

'परळीला.'

'काय सांगता? युवराज आमच्या आज्ञेनुसार परळीला दाखल झाले?' राजे उद्गारले.

काय बोलावे, हे राजांना सुचत नव्हते. त्यांनी राजारामांना एकदम उचलले; आणि त्यांचा मुका घेतला. बाळराजे लाजले. त्या बातमीने सारेच आनंदित झाले होते. राजे तसेच वळले. शिरकाईसमोर उभे राहिले. त्या अष्टभुजेपुढे त्यांनी मस्तक टेकविले.

राजे उठले. त्यांचे समाधान मनात मावत नव्हते. राजे म्हणाले,

'अनाजी, उभ्या आयुष्यात आम्ही एवढी आनंदाची बातमी ऐकली नाही. गेले चार दिवस अहोरात्र आम्ही काळजीत जळत होतो. क्षणभर मनाला शांतता लाभली नाही, काही सुचलं नाही. मन तर केवढं पापी! वैरी सुद्धा चिंतणार नाही, अशा कल्पना मनात उठत होत्या जिवाचा थरकाप होत होता.'

'युवराजांनी खरोखरच लाज राखली!' मोरोपंत म्हणाले.

'आम्ही युवराजांना ओळखतो. शंभू हवं ते करील, पण आमचा शब्द कधीही डावलणार नाही. आमचा सारा भरोसा त्याच्यावर आहे, हे तो जाणतो. शंभूबाळ कितीही पुढं गेले, तरी आमच्या हाकेला परतल्यावाचून राहणार नाहीत, याची आम्हांला खात्री आहे. जगदंबेनं यश दिलं; सारं मिळालं... अनाजी, येत्या पुनवेला गडाच्या सर्व मंदिरांवर दीपोत्सव करा. साऱ्या देवदेवतांना अभिषेक करा.'

राजांच्या त्या प्रसन्न, आनंदित रूपाने साऱ्यांना समाधान वाटत होते. राजांची मान ताठ झाली होती, अनाजींच्या खांद्यावर हात टाकीत राजे म्हणाले,

'अनाजी, चला. परळीला पत्र पाठवायला हवं. युवराजांचं कौतुक करायला हवं.'

साऱ्यांनी पावले उचलली. राजारामांनी विचारले,

'आबासाहेब, मागू, ते देईन, म्हणाला होता.....'

राजे वळले. साऱ्यांच्या चेहऱ्यांवर हसू उमटले. राजांनी विचारले,

'मागा! वरं ब्रूहि.'

'मागू?'

'हो, हो. मागा ना!'

'आम्ही सातमहालात राहतो. सारे चिडवतात. आम्ही आता लहान नाही. आम्हांला स्वतंत्र महाल हवा.'

'हात्तिच्या! मग हवा तो महाल घ्या.'

'आम्ही दादामहाराजांच्या महालात राहू?'

'आणि दादामहाराज आले, तर?'

'आम्ही त्यांच्याबरोबर राहू.'

'मग तुम्ही जरूर दादामहाराजांच्या महालात राहा. चला.'

राजाराम ती बातमी सोयराबाईंना सांगण्यासाठी पुढे धावत होते. हसणाऱ्या राजांच्या पाठोपाठ सारे वाड्याकडे जात होते.

□

२९

सकाळच्या वेळी स्नानपूजा आटोपून राजे आपल्या महाली बसले होते. बाळराजे राजाराम राजांच्या दर्शनाला आले. पायांना हात लावून ते पाया पडले. राजांनी विचारले,

'बाळराजे, आज लौकर स्नान आटोपलंत?'

'आबासाहेब, आम्ही लवकर उठून घोड्यावरून तटाची रपेट करून आलो.'

'अरे, वा! मग महादरवाजाजवळ पहारे कुणाचे आहेत?'

'सोमनाथ काकांचे!'

'बिलकुल नाही. बाळराजे, तुम्ही महादरवाजाजवळ उतरला नव्हता ना?'

राजांनी राजारामांच्याकडे पाहिले. राजाराम पाहत म्हणाले,

'आम्ही महादरवाजावर गेलो नाही.'

'परत चढावं लागतं ना!' राजारागांना जवळ घेत राजे म्हणाले. 'बाळराजे, आमच्या गडाला तो एकच दरवाजा. तो पहारा महत्त्वाचा. आज पहाऱ्यावर भवानजी आहेत.'

'तुम्ही गेला होता?' आश्चर्याने राजारामांनी विचारले.

'जायला कशाला हवं? आम्हांला वर्दी मिळते ना!'

काही क्षण उलटले. राजांनी राजारामांना सांगितले,

'बाळराजे, जरा सदरेवर जाऊन या. अनाजी, मोरोपंत आलेत का, पाहा.'

'असतील, तर बोलावून आणू?'

'नको. नुसते पाहून ऽ ऽ' राजांना खोकला आला.

'आबासाहेब, खोकला झाला?'

'ते चालायचंच. तुम्ही जाऊन या.'

राजाराम सदरेकडे गेले. काही वेळाने ते परत आले. त्यांनी अनाजी, मोरोपंत सदरेवर असल्याचे सांगितले.

'चला, बाळराजे. आपण सदरेवर जाऊन येऊ.'

सदरेवर मोरोपंत, अनाजी होते. राजांचा चेहरा आनंदित दिसत होता. मधून मधून येणारा ठसका सोडला, तर राजांची तब्येत ठीक दिसत होती. राजे अनाजींना म्हणाले,

'अनाजी, आम्ही आज एका वेळानं जाणार!'

'जी.'

'आम्हांला रात्रभर झोप नाही. कधी शंभूबाळांना पाहू, असं वाटतंय्. आम्ही परळीला जातो. समर्थांचा सहवासही घडेल, युवराज भेटतील. तिथं चार-आठ दिवस काढून आम्ही युवराजांच्यासह पन्हाळ्याला जाऊ. आत्ताच्या आत्ता परळीला स्वार पाठवा. आम्ही मागून येत असल्याचं कळवा.'

हंबीरराव सदरेवर आले. राजे म्हणाले,

'हंबीरराव, आम्ही तुम्हांलाच बोलावणार होतो. आज एक वेळानं आम्ही परळीला जाणार आहो. तुम्ही संगती चला. परळीहून तसेच पन्हाळ्याला जाऊ.'

'महाराज, अजून आपली तब्येत...' हंबीररावांनी बोलण्याचा प्रयत्न केला. पण त्यांना मध्येच थांबवीत राजे म्हणाले,

'आमची तब्येत ठीक आहे. कालच्या बातमीनं तर आम्ही एकदम दुरुस्त झालो. आमची चिंता करू नका.'

राजांनी अचानक केलेल्या निर्णयाने गडावर धावपळ सुरू झाली. राजांच्या पालखीचे हुकूम सुटले. घोडी पागेबाहेर पडली. घोड्यांची खोगिरे वगैरे सामान बाहेर काढले गेले. मुदपाकखान्यात शिलेदारांच्या भाकऱ्या थापल्या जात होत्या. तासाच्या आतच गडाखालून पहिले अश्वपथक भरधाव वेगाने परळीकडे धावत सुटले. वाटेतल्या टेहळणी-चौक्यांना राजांच्या आगमनाच्या इशारती देत पथक दौडत होते.

राजे महालात आले, तेव्हा राजांच्या खास संदुकी बाहेर काढल्या होत्या. महादेव आणि मनोहारी राजांचे कपडे भरीत होते. सोयराबाई त्यावर देखरेख करीत होत्या.

सोयराबाई पदर सावरून उभ्या राहिल्या. राजांनी विचारले,

'तयारी झाली?'

'हो. कपडे भरले, की संदुका उठवल्या जातील. जिवाला केवढा घोर लागला होता! देव-दयेनं सारं टळलं.'

'परमेश्वर दयाळू आहे, राणीसाहेब! आग्र्याला कैदेत असताना सुद्धा एवढा जीव झुरला नव्हता.'

'महादेव, ते रेशमी अंगरखे बाजूला ठेव.' सोयराबाईंनी महादेवाला सांगितले.

राजे त्या पसाऱ्याकडे पाहत होते.

'राणीसाहेब, जेवढं जरूर आहे, तेवढंच सामान आता भरा. बाकीचं मागुती येईल.'

राजा महादेवला म्हणाले,

'महादेव, अरे, आमचे देव विसरतील, बाबा! ते प्रथम घे.'

सोयराबाई हसल्या.

'राणीसाहेब, आमच्या आयुष्यात खरी सोबत ह्या देवांनी केली. आम्ही सारखे मोहिमांवर बाहेर. पण आमचा देव्हारा संगती असायचा. त्या देवांकडे पाहिलं, की घरात असल्यासारखं वाटायचं.'

'आपल्याला देव तरी आहेत. गडावर असलात, की दिवस पुरत नाही. आणि जाणं झालं, की दिवस उलटत नाही.'

'आता दगदगीचे दिवस सरले. आता येसू, संभाजी गडावर येतील. वाड्यात नातू खेळेल. राणीसाहेब, तुम्ही काही म्हणा. पण आम्हांला वृद्धापकाळ मोहवितो. त्याचं रूप फार मोठं देखणं आहे. आम्ही त्याचंच स्वप्न पाहतो.'

'काही तरीच बोलायचं.'

'काही तरीच नाही. बघा ना- कर्ती सवरती मुलं झालेली; वासनेचा लोप झालेला. घरात नातवंडांशी खेळत, ईश्वरचिंतन करीत समाधानानं दिवस कंठायचे. व्याधी आली, तरीदेखील सुखाचीच. आयुष्यभर जोडलेल्या, जतन केलेल्या मायेची जाण तेव्हाच व्हायची. अखंड सोबत मिळायचे ते दिवस. वृद्धापकाळाचा एवढा तिरस्कार का करतात, कोण जाणे!'

बाहेर पावलांचा आवाज आला. राजांनी वळून पाहिले; आणि ते तसेच उभे राहिले. महालात अनाजी, मोरोपंत, हंबीरराव आले होते. राणीसाहेब महालात आहेत, याचेही कुणाला भान नव्हते. अनाजींचे सारे अंग थरथरत होते.

'अनाजी ऽ ऽ'

'घात झाला, महाराज! घात झाला ऽ ऽ'

-आणि अनाजी उभ्या जागी रडू लागले.

'बोला, अनाजी ऽ ऽ' राजे उद्गारले, 'मोरोपंत!...'

मोरोपंतांची पाणावलेली नजर अधीऱ्या, व्याकूळ राजांच्यावर स्थिरावली.

'महाराज, परळीहून स्वार आला. युवराज परळीहून पळाले, माहुलीला मोगलांना मिळाले!'

राजांचा कानांवर विश्वास बसत नव्हता. बोललेले त्यांना कळत नव्हते. शंभूबाळ मोगलांना मिळाले! राज्याचा युवराज शत्रूच्या आश्रयाला गेला! छत्रपतीच्या मुलाला बापाचं छत्र अपुरं पडलं!....

राजे एकेक पाऊल मागे सरत होते. हंबीरराव धावले. त्यांनी राजांचा हात धरला. राजांची बोटे हंबीररावांचा हात आवळीत होती. त्या पकडीत आपला हात चिंबेल, की कायं, असं हंबीररावांना वाटत होते. राजे कलते झाले. हळू हळू ते जमिनीवर हात टेकून बसले. मान खाली झुकली.

'महाराज!' हंबीररावांनी हाक मारली.

राजांनी नजर वर केली. त्या अतुल पराक्रमी पुरुषाच्या डोळ्यांतले अश्रू पाहून सेनापतींची छाती फुटली. राजे ओरडले,

'शंभूबाळ! हे काय केलंत ऽ ऽ'

राजे गद्गदून अश्रू ढाळीत होते. साऱ्यांचे हुंदके फुटत होते. अनाजी सांगत होते,

'युवराजांच्या मागून शंभर स्वार गेलेत. कदाचित त्यांना युवराज मिळतील.'

एकदम वर पाहत राजांनी विचारले,

'समर्थ भेटले नाहीत?'

'युवराज परळीला गेले. तेव्हा समर्थ तिथं नव्हते.'

राजांची मान परत झुकली. राजाराम धावत महालात आले. त्यांचा चेहरा गोरामोरा झाला होता. सारी रडत असलेली पाहून ते जास्तच घाबरले. राजांच्या जवळ जात त्यांनी विचारले,

'आबासाहेब, दादामहाराज मोगलांना मिळाले?'

राजांनी राजारामांना एकदम मिठीत घेतले; आणि त्यांना उराशी कवटाळून ते अश्रू ढाळू लागले.

□

३०

सुतकातदेखील तंग नसेल, एवढे तंग वातावरण गडावर पसरले होते.

जिकडे तिकडे कुजबूज चालू होती. कोणी मोठ्याने काही बोलत नव्हते. राजे महालातून बाहेर पडले नव्हते. गडावर येणारी प्रत्येक बातमी राजे ऐकत होते; पण

काही बोलत नव्हते. तीन दिवसांत बसल्या जागी राजांचे रूप पालटले. अश्रू सरले होते. नजर तीच होती, पण तीतले तेज कुठे तरी हरवले होते. त्या कोरड्या नेत्रांना नजर देणे कठीण जात होते.

येसाजी आणि शृंगारपूरला संभाजीराजांच्या तैनातीसाठी दिलेला विश्वनाथ हे गडावर येऊन दाखल झाले.

सायंकाळच्या वेळी राजे आपल्या महालात बसले होते. शेजारी अनाजी, बाळाजी होते. मोरोपंत महालात आले. राजांनी शुष्क आवाजात विचारले,

'काय, मोरोपंत?'

'येसाजी आणि विश्वनाथ आले आहेत.'

नि:श्वास सोडून राजे म्हणाले,

'पाठवा त्यांना. आता काहीही कळलं, तरी ऐकायची तयारी आहे.'

येसाजी, विश्वनाथ महालात आले. काही न बोलता दोघे उभे राहिले. पाठोपाठ हंबीरराव आले. राजांनी विश्वनाथला विचारले,

'विश्वनाथ, काय झालं, ते सारं सांगा!'

विश्वनाथचा शब्द फुटत नव्हता. राजांनी विश्वासाने त्या साधुपुरुषाच्या हाती संभाजीराजांना दिले होते. विश्वनाथचा आवाज घोगरा बनला.

'महाराज, सांगायला माझ्याजवळ काही नाही. आम्ही परळीला गेलो; पण समर्थ तिथं नव्हते. ते अनुष्ठानासाठी बाहेर पडले होते. संभाजीराजे बेचैन दिसत होते. आपली परळीला जाण्याची आज्ञा जेव्हा शृंगारपुरी आली, तेव्हाच युवराज मला म्हणाले :

' 'परमेश्वर सारं मनासारखं घडवितो. चला, परळीला जाऊ.'

'तेव्हा माझ्या ध्यानी काही आलं नाही. समर्थ नाहीत, हे पाहताच युवराजांनी माहुलीला पर्वणी साधायला जायचा बेत काढला. आम्ही माहुलीला गेलो. बरोबर मोजके स्वार होते. माहुलीला जाताच राजांचा बेत जाहीर झाला. आम्हां सर्वांचे डोळे पुरते उघडले; पण आम्ही काही करू शकत नव्हतो. आम्ही मिनतवारी केली; पण राजांनी ऐकलं नाही. इखलासखान युवराजांना नेण्यासाठी आला होता. संभाजीराजे डोळ्यांदेखत मोगलांना मिळाले, आणि दिसेनासे झाले. माहुलीला पर्वणी साधतो, म्हणून निघालेल्या युवराजांच्या मनात असं काही असेल, असं स्वप्नातही वाटलं नव्हतं!'

राजे उद्वेगाने हसले. 'तुमचा दोष नाही, विश्वनाथ! भावनेच्या एका लहरीत अधोगतीची पर्वणी किती लौकर साधता येते, हे संभाजीनं दाखवून दिलं.'

विश्वनाथने सांगितले, 'महाराज, हे घडताच मी परळीला आलो. तिथून स्वार पाठवून दिले. येसाजी पाळतीवर होतेच. ते चटकन आले.'

राजांनी येसाजीकडे पाहिले.

'महाराज, मी माझ्या स्वारांनिशी युवराजांचा पाठलाग केला. पण युवराजांना न्यायला आलेली फौज चार-पाच हजारांची होती. अवघ्या शंभर स्वारांचा टिकाव लागणं कठीण. त्यासाठी तातडीनं माघारी आलो.'

'बरं केलंत, येसाजी! एकानं एक अविचार केलाच होता. तुम्ही फौजेवर तुटून पडला असतात, तर दुसरा अविचार घडला असता. चूक आमची आहे. आम्ही संभाजीच्या भरोशावर गाफील राहिलो. नजरबाजांची जाळी शृंगारपुराभोवती पेरली; आणि आमच्याच आज्ञेनं संभाजीला अवसर मिळाला. त्यांनी परळीहून माहुली जवळ केली. तिथं ठरल्याप्रमाणे मोगल आले. संभाजीनं हातोहात फसवलं! हा बेत फार जुना, पक्का ठरला असला पाहिजे.'

राजे हसले. 'पण, हंबीरराव, संभाजीनं आपले बोल खरे केले. शृंगारपूर सोडताना ते म्हणाले होते, 'आम्ही अशी करामत करून दाखवू, की आबासाहेब, तुम्हीदेखील चकित व्हाल!' चकितच काय, आम्ही थक्क झालो!'

'महाराज, मी पन्हाळ्याला फौज गोळा करतो.' हंबीरराव त्वेषाने पुढे झाले. 'दिलेरखानाची छावणी घोलखेडला आहे. ती सहज काबीज करता येईल.'

'हं! हंबीरराव, छावणी काबीज करता येईल; पण हरवलेलं माणूस मिळवणं अधिक कठीण. दिलेरखानानं खासा डाव टाकला आहे. तो संभाजीराजांना फार जपेल. संभाजीराजांच्या स्वागताला पाच हजार स्वार येतात, ही का साधी गोष्ट आहे?'

'आपण युवराजांना पत्र लिहिलं, तर....?' अनाजींनी सुचविले.

'ते एवढं आमचं मानीत असते, तर हे वर्तन घडलं असतं?'

'पण युवराजांना....'

'खामोश!' राजे ओरडले. दुसऱ्याच क्षणी त्यांचा आवाज नरम आला. संताप उफाळला, की राजांचा आवाज घोगरा बने.

'अनाजी! कोण युवराज? कसले? संभाजी मोगली मनसबदार बनतील. यापुढं ते आमच्या राज्यावर चालूनही येतील. मोगली मनसबदार आमच्या राज्याचे युवराज कसे बनतील? यापुढं संभाजीराजांचा उल्लेख 'युवराज' म्हणून करू नका. निदान आमच्यापुढं तरी तसं म्हणू नका!'

राजे उभे राहिले. ते पाठमोरे झाले. पाठीवर मागे परतविलेल्या मुठी वळत होत्या.

'तुम्ही आता जा!'

मुजरे करून सारे मागल्या पावली निघून गेले.

महालात राजे एकटे उभे होते.

◻

३१

एकदा वाईट बातम्या यायला सुरुवात झाली, की त्या पाठोपाठ येऊ लागतात. युवराज पळाले, मोगलांना मिळाले, या बातमीपाठोपाठ संभाजीराजे मोगली मनसबदार बनल्याची बातमी गडावर येऊन थडकली.

संभाजीराजांच्या आगमनामुळे दिलेरखानास खूप आनंद झाला. संभाजीराजे इखलासखानाबरोबर मोठ्या सन्मानाने करकंबला गेले. युवराजांच्या स्वागतासाठी खुद्द दिलेरखान तेथे आला होता. त्याने मोठ्या प्रेमाने संभाजीराजांचे स्वागत केले, बादशहाकडून आलेली सप्तहजारी संभाजीराजांना बहाल केली. दिलेरखानाने अनेक महिने रचलेले कारस्थान फळाला आले. अखेरीस मराठ्यांचा युवराज मोगली सप्तहजारी बनला! दिलेरखानाने एक हत्ती, अलंकार-वस्त्रे देऊन राजांचा नगारनौबतीत सन्मान केला.

माहुलीला मोगलांना मिळण्यासाठी जात असता संभाजीराजांनी राजांना निरोप सांगितला होता की, 'तुम्ही आता परत जा; आणि किल्लेदाराला आणि महाराजांना निरोप कळवा की- मी मोगली सेनेत गेलो आहे. मी जात आहे, तो दिल्लींद्राचं सैन्य अवगाहन करण्यास जात आहे. परत येईन, तो सह्याद्री जिंकण्यासाठीच!'

त्या निरोपाने राजांच्या मनाला एक मोठा तडा गेला. गडावर येणाऱ्या एकेका बातमीने महाराजांचे मन पोखरले जात होते. मनाचा दाह वाढत होता.

दोन प्रहरी गड विसावला होता. जगदीश्वरमंदिर आणि भवानीटोक यांच्या पठारावर अश्वशाळेत मोतद्दार शांतपणे झोपले होते. पिलखान्यात ऐरावत उभ्या जागी डुलत होता. त्याच्या डुलण्याबरोबर पायांच्या साखळदंडांचा आवाज होत होता. इंद्र गवतावर पडून सुस्कारत होता. जमुना आपले कान फडकावीत ऐरावताकडे पाहत होती.

पागेतली घोडी शांतपणे उभी होती; अधूनमधून घास खात होती, फुरफुरत होती, शेपट्या फडकावीत माश्या उडवीत होती. घोड्यांच्या दाढेचा करकरणारा आवाज पागेत साद धरून वावरत होता. गड उन्हात नाहत होता. सकाळच्या थंडीने थंडावलेल्या गडाला ऊब चढत होती.

पागेतल्या घोड्यांचे कान अचानक टवकारले गेले. टपोरे डोळे कावरेबावरे बनले. भीतीची लव त्या तुकतुकीत अंगांवरून शहारत गेली. घोड्यांची फुरफुर वाढली. एक घोडे जोराने खिंकाळले. झोपलेले मोतद्दार जागे झाले. त्या आंबूस वासाने दरवळणाऱ्या पागेत बेचैन घोडी उभ्या जागी पाय नाचवीत होती. मोतद्दारांना काही समजेना. तोच त्यांच्या कानांवर आवाज आला. मोतद्दार बाहेर धावले. जगदीश्वराच्या टेकाडावर गजेंद्र मोठ्याने चीत्कारीत उभा होता. त्याची शेपटी ताठ झाली होती, कान कर्ण्यासारखे बनले होते. सोंड उंचावून तो वास घेत होता, ओरडत होता. मागून माहुतांचा आवाज उठत होता. ते दृश्य पाहत असलेल्या मोतद्दारांनी मागे पाहिले.

पागेतून घोडी बाहेर पडत होती. खिंकाळत, लाथा झाडीत ती वाट फुटेल तिकडे धावत होती. पागेतल्या कुत्र्यांची शेपटी पायांत आली होती, कान पडले होते. उभ्या जागी ती कण्हत होती. एकदम त्यांनी मान वर केली. काही अंतर ती पळत गेली, आणि उभे राहून आकाशाकडे तोंड करून आर्त सुरात ओरडू लागली.

गडावर एकच धावपळ सुरू झाली. काय घडते आहे, हे कुणालाच कळत नव्हते. ऐरावत सुटल्याचे कळताच राजे कातळावर आले. गडावर उधळणारी घोडी, धावणारे हत्ती, भीतीने आडवीतिडवी धावणारी माणसे- गडावर एकच कल्लोळ माजला होता! आणि त्याच वेळी राजांना आपल्या पायांखालची जमीन हलत असल्याचा भास झाला.

राजांच्या बरोबर असलेले हंबीरराव, बाळाजी या मंडळींची तीच अवस्था झाली होती. राजे चकित झाले. आणि त्याच वेळी समोरच्या पेठेतून माणसे सैरावैरा धावू लागली. आवाज न येताही कुठे तरी ढगांची गुरगूर व्हावी, तसा भास होत होता. राजे मटकन कातळावर बसले. काही क्षण सारी पृथ्वी हलल्याचे जाणवत होते.

काही क्षण गेले; आणि परत सारे शांत झाले. धरणीकंपाच्या अनोळखी अनुभवाने भ्यालेली मने स्थिरावली. धावणारी जनावरे एकदम शांत उभी राहिली. घराघरांतून भांड्यांच्या उतरंडी कोसळल्या होत्या. देव्हाऱ्यांतले देव एकमेकांवर कोसळले होते. गड स्थिरस्थावर व्हायला घटका मोडली.

बाळाजी राजांना म्हणाले,

'महाराज, धरणीकंप झाला!'

राजे बाळाजींना म्हणाले,

'धरणीकंप! हां, बाळाजी. एवढंच व्हायचं शिल्लक राहिलं होतं!'

□

३२

संभाजीराजांच्या धक्क्यातून राजे पंधरा-वीस दिवसांत सावरले. त्यांनी संभाजीराजांचा विचार मनातून काढून टाकला. राजे सदरेवर येतात, कामकाजात लक्ष घालतात, हे पाहून गडावरील सर्वांना बरे वाटले. आदिलशाही मुलुखातून, मोगली मुलुखातून नेहमी बातम्या येत होत्या. त्यांचा विचार करण्यात राजे मग्न झाले होते.

एके दिवशी राजे सदरेवर आले; आणि त्यांनी आपला बेत सांगितला. ते मोरोपंतांना म्हणाले,

'मोरोपंत, तुम्ही विजापूर मुलुखात स्वारीला जा. दिलेरखान त्या भागात जाण्याआधीच आनंदराव आणि तुम्ही त्या भागात धुमाकूळ घाला. आम्ही आता पन्हाळ्याला जायचं ठरविलं आहे. हंबीरराव आणि आम्ही पन्हाळ्याला फौजेनिशी तयार राहू. आदिलशाही किंवा मोगलाई यांच्या हालचालींवर तिथून लक्ष देणं सोपं

जाईल. संभाजीराजे मोगलांना मिळाल्यामुळं दिलेरखानाचं बळ वाढलं आहे. तो कोणती चाल करतो, हे बारीक नजरेनं पाहायला हवं.'

राजांच्या स्वारीची तयारी सुरू झाली. पन्हाळ्याच्या रोखाने राजांची अश्वपथके धावू लागली. मोरोपंतांनी आपली फौज गोळा केली. आनंदरावांच्यासह ते विजापूर मुलुखाकडे रवाना झाले. गड व गडाची शिबंदी अनाजींच्या नजरेखाली नेमणूकीत आली. फडातून साऱ्या गडांना इशारतीचे खलिते रवाना झाले.

-आणि सकाळची कोवळी किरणे गडावर फाकली असता एक स्वार गडावर हजर झाला. अनाजींनी ती थैली घेतली. राजांना वर्दी गेली. अनाजी जेव्हा महाली आले, तेव्हा राजे बैठकीवर बसले होते. महालात सोयराबाई, राजाराम होते. नवीन काय बातमी आली आहे, ह्या चिंतेनं राजांच्या कपाळी सूक्ष्म आठी पडली. अनाजींचा प्रफुल्ल चेहरा पाहून त्यांना धीर आला. अनाजी म्हणाले,

'महाराज, शृंगारपुराहून थैली आली आहे. राजस्नुषा सौभाग्यसंपन्न येसूबाईसाहेब सुखरूपपणे प्रसूत होऊन कन्यारत्न झालं आहे!'

'काय सांगता?' म्हणत राजे उठले. त्यांनी पत्र वाचले. राजांच्या चेहऱ्यावर प्रथम आनंद प्रकटला. त्यांनी बोटातली हिऱ्याची अंगठी उतरून अनाजींच्या हाती दिली. देव्हाऱ्याजवळ जाऊन देवाला नमस्कार केला. राजे माघारी वळले, तेव्हा सोयराबाई महालाबाहेर जाण्याच्या तयारीत होत्या.

'राणीसाहेब, चाललात?'

'एवढी आनंदाची बातमी आली! देवांना साखर वाटायला हवी, जिलेबी करायला हवी.'

'हो! तेही खरंच.' राजे आनंदाने अनाजींना म्हणाले. 'अनाजी, ज्या स्वारानं ही थैली आणली, त्याला वस्त्र, मोहरा देऊन नवाजा. नौबत वाजवा. तोफांचे आवाज करा. काळजीमागून समाधान येतं, म्हणतात, ते काही खोटं नाही. आज आम्ही समाधान पावलो! आज मासाहेब हव्या होत्या.'

दुसऱ्याच क्षणी राजांचे मन खिन्न झाले. खाली पाहत स्वत:शीच पुटपुटल्यासारखे राजे बोलले,

'मासाहेब!! मासाहेब नाहीत, तेच बरं! त्या जिवाला हे सहन झालं नसतं.'

गडाची नौबत वाजली. टकमकबुरूज, भवानीटोक, महादरवाजा या ठिकाणच्या तोफांनी आवाज केले. देवांना साखर वाटली. जिलेबीचा नैवेद्य देवांना दाखवून साऱ्या गडावर जिलेबी वाटण्यात आली.

राजांचा पन्हाळ्याचा बेत पक्का झाला होता; पण या बातमीमुळे राजांनी आपला बेत थोडासा बदलला. सरळ पन्हाळ्याला न गाठता शृंगारपूरला जाऊन नंतर पन्हाळा गाठावा, असे त्यांनी ठरवले. सोयराबाईंना राजांचा बेत कळला, तेव्हा त्यांनी विचारले,

‘आपण शृंगारपूरला जाणार?’

‘हो! जायलाच हवं. आमच्या नातीला बघायला नको?’

‘एवढं झालं, तरी नातीचं कौतुक सरत नाही.’ सोयराबाई बोलून गेल्या.

‘संभाजीराजांनी केलं, म्हणून त्या नवजात अर्भकाचा, येसूचा काय दोष?’

‘तिची फूस असल्याखेरीज का हे झालं असेल! मला सांगू नका. कुणाच्या ताब्यात संभाजीराजे नसले, तरी येसूच्या ताब्यात ते नक्की आहेत.’

‘हं! एवढा संसार करून पुरुषाचं मन तुम्हांला कळलं नाही. राणीसाहेब, आमच्या सल्ल्यानं धाकट्या राणीसाहेब गडाखाली गेल्या नाहीत!’

सोयराबाईंना काही उत्तर सुचले नाही. त्याच संतापात त्या निघून गेल्या. राजांच्या हसण्याचा आवाज त्यांच्या कानांत रेंगाळत होता...

□

३३

पहाटेचे विरळ धुके अजून शृंगारपुरावर रेंगाळत होते. दाट झाडीने वेढलेल्या गावावर धरलेले धुक्याचे दाट वलय जात्याभोवती पडलेल्या पिठासारखे दिसत होते. शृंगारपूरच्या वाड्यावर जाग असूनही शांतता पसरलेली होती. एक स्वार गावात शिरला. राजे येत असल्याची वर्दी त्याने वाड्यात दिली; आणि क्षणात वाडा गडबजून उठला.

राजांच्या आघाडीची अश्वपथके वाड्यासमोर येऊन थबकली. थोड्याच वेळात राजे वाड्याच्या समोर आले. हंबीररावांनी घोड्यांची ओठाळी पकडली. राजे पायउतार झाले. राजांच्या स्वागतासाठी वाड्याच्या दारात पिलाजीराव शिर्के, कवी कलश, उमाजी पंडित उभे होते. राजांनी मुजऱ्याचा स्वीकार केला. पिलाजीरावांचा चेहरा चिंताग्रस्त दिसत होता.

‘पिलाजीराव, येसू इथंच आहे?’

‘जी.’ राजांच्या बरोबर चालत असता पिलाजीरावांनी सांगितले, ‘हे असं झालं, आणि येसूनं इथंच राहायचा हट्ट धरला.’

‘पिलाजीराव, चिंता करू नका. नुसते पराक्रम करण्यासाठीच सारा जन्म नसतो. दुःखही त्याच तोलामोलानं सोसावं लागतं.’

राजे सदरेत आले. वर्दी आत पाठविली गेली. राजे एकटेच आत गेले. येसूबाईंच्या महाली समयांचा उजेड फाकला होता. राजे येणार, हे कळताच येसूबाईंच्या शेजारची सगळी आतल्या महालात गेली. राजे महालात आले. येसूबाईंनी राजांना नमस्कार केला.

‘आबा ऽ’ एवढा एकच उद्गार त्यांच्या मुखातून बाहेर पडला; आणि त्या रडू लागल्या.

राजे पुढे धावले. येसूबाईंना जवळ घेत राजे म्हणाले,

'हां, हां! पोरी, मुळीच रडायचं नाही. तुझी जबाबदारी आता फार मोठी आहे. तुला आता रडून चालायचं नाही. मी आहे ना! सारं ठीक होईल.'

येसूबाईंनी डोळे टिपले. राजांनी मुलीला पाहिले. सुवर्णमोहरांचा सतका केला. राजे बैठकीवर बसले. शेजारी येसूबाई बसल्या होत्या. राजांनी विचारले,

'येसू, तुला याची कल्पना होती?'

येसूबाई नकारार्थी मान हलवितील, असे राजांना वाटले. पण त्यांनी होकारार्थी मान हलविलेली पाहून मात्र राजे स्तिमित झाले.

'तुला हे माहीत होतं?'

'जी.'

'आम्ही पन्हाळ्याहून आलो होतो, तेव्हा हे समजलं होतं?'

'जी.'

'आणि तू आम्हांला काही पत्ता लागू दिला नाहीस? येसू, तुझ्यात आणि सखूत मी कधी तरी अंतर दाखवलं होतं का?'

राजांच्या बोलांनी येसूबाईंचे मन कापत गेले. आपला हुंदका आवरीत त्या बोलल्या,

'शपथ घातली....' पुढे येसूबाईंना बोलवेना.

राजांनी नि:श्वास सोडला.

'पोरी, कसलं शपथेचं बंधन घेतलंस? असल्या शपथा का पाळायच्या असतात? निदान अडवायचं तरी होतंस.'

'ऐकलं नाही.'

'हट्ट धरायचा होतास.'

'ती माझी कुवत नव्हती.'

राजे भकास हसले.

'हं! ती कुवत तुझी नाही, माझी नाही; मासाहेबांची नव्हती. एका माणसाची होती; पण ते माणूस तसंच निघून गेलं! कदाचित त्यालाच ती भ्याली असेल. येसू, असले बंध नाजूक हातांनीच सुटतात.'

येसूबाई राजांच्याकडे पाहत होत्या. पाच-सहा महिन्यांत माणसात केवढा बदल होतो, याचे त्यांना आश्चर्य वाटत होते. थकल्या श्रमल्या राजांचे रूप त्या न्याहळीत होत्या. तेच तेजस्वी डोळे; पण त्यात केवढी रूक्षता! गाल आत गेल्यामुळे बाकदार नाक अधिक नजरेत भरत होते. एखादी सुरकुतीही रूपात केवढा बदल घडविते! पूर्वी कपाळ कसे भरीव, रुंद वाटायचे. शिवगंधाचीच सुरकुती त्यावर दिसायची. आता त्या कपाळावर सूक्ष्म आडव्या रेषा उमटू लागल्या होत्या. महाराजांचे स्तब्धपण

येसूबाईंना जाणवत होते. त्या पुढे झाल्या. त्यांनी राजांचे पाय शिवले.

'आबासाहेब, पायांशपथ माझा ह्यात दोष नाही!'

राजे भानावर आले. त्यांनी पटकन येसूबाईच्या पाठीवर हात ठेवला.

'खरं आहे, पोरी! तो दोष तुझा नाही. आमचंच चुकलं. आमच्या ध्यानी आलं नाही. उगा तुला बोल लावला. दोष असलाच, तर तो आम्हां सर्वांच्या नशिबाचा आहे.'

राजे सदरेवर आले, तेव्हा त्यांची चर्या गंभीर दिसत होती. कसल्या तरी विचारात ते गढल्यासारखे दिसत होते. सदरेवर पिलाजीराव, हंबीरराव, कलश, उमाजी पंडित अदबीने उभे होते. सदरबैठकीवर बसत असता राजांची नजर सर्वांवरून फिरत होती.

'पिलाजीराव, तुम्ही असता असं घडेल, असं वाटलं नव्हतं.'

'लाजेनं मान खाली गेलीय्. महाराज!' पिलाजीराव उसळले. 'आम्ही साधी-भोळी, सरळ माणसं... शत्रूला सामोरे जाणारे, छाताडावर घाव घेणारे. शहाण्या माणसांचे चाळे आम्हांला कसे कळणार? तुमच्या हुकुमानं राजे परळीला गेले. आम्हांला ते खरं वाटलं.'

'आमच्या हुकुमानं ते परळीला गेले; न कळत आमचाच हातभार लागला. पण बेत परळीचा नव्हता. कट इथंच शिजला. इथंच तो चालता-बोलता झाला. कलश, तुम्हांलाही यातलं काही माहीत नसेलच!'

कलशांनी उपरणे साफ केले.

'महाराज, संभाजीराजे असं आततायी वर्तन करतील, असं मुळीच वाटलं नव्हतं.'

'वाटलंच मला. दिलेरखानाशी संभाजी बोलणी करतात, हेही तुम्हांला ठाऊक नसेलच.'

कलशांनी ओठ आवळले.

'महाराज, खोटं बोलण्यात काय अर्थ आहे? दिलेरखान आणि युवराज यांचा पत्रव्यवहार चालू होता. दिलेरखान युवराजांना आपल्याकडे बोलावीत होता. पण आम्ही तसं न करण्याबद्दल परोपरीनं युवराजांना सांगत होतो.'

'हां! कलश, सारं आयुष्य राजकारणात गेलं. कुणाला हे सांगता? तुमचा कलशाभिषेक मात्र परिणामकारक ठरला खरा! राज्याचे युवराज राजे जरी बनले नाहीत, तरी मोगलांचे सप्तहजारी सरदार बनले.'

'महाराज, यात कवी कलशांचा...' उमाजी पंडित पगडी सावरीत बोलू लागले. त्यांची नजर राजांच्याकडे जाताच शब्द जेथल्या तेथे विरून गेले. संतप्त राजे उभे राहिले होते. त्यांची जळजळीत नजर उमाजी पंडितांच्यावर खिळली होती.

'हंबीरराव!' उमाजींकडे बोट दाखवीत राजे कडाडले, 'यांची विद्वत्ता अधिक पाघळण्याआधी यांच्या मुसक्या आवळा! या दोघांना रायगडावर पाठवा. त्यांच्यावर

सक्त नजर ठेवायला सांगा.'

'महाराज...' म्हणत उमाजी पंडित पुढे धावले. मागे सरत राजे ओरडले,

'घेऊन जा यांना!... ब्राह्मण आहात, म्हणून गय केली... नाही तर घोड्यांच्या पायांखाली तुडवलं असतं!'

हंबीररावांच्या इशारतीबरोबर हशम धावले. कलश आणि उमाजी पंडित यांना जेरबंद करून सदरेवर नेण्यात आले.

□

३४

शृंगारपूरला बारसे साजरे झाले. सणासुदीच्या साऱ्या गोष्टी करूनही त्यांत उत्साह नव्हता. मुलीचे नाव 'भवानी' ठेवण्यात आले. बारसे झाल्यानंतर राजांनी पन्हाळ्याला जायचे ठरवले.

राजे सकाळच्या वेळी स्नान, पूजा आटोपून बसले होते. राजे एकटेच महाली होते. येसूबाई चिंतामग्न राजांच्याकडे पाहत दारी आहेत, हे बराच वेळ राजांच्या ध्यानी आले नाही. येसूबाई आत आल्या. त्यांच्या हाती दुधाचा पेला होता. येसूबाईंना पाहताच राजे म्हणाले,

'हे काय, येसू! खोली सोडून बाहेर कशाला आलीस?'

बैठकीवर राजांच्या समोर बसत, दुधाचा पेला ठेवीत येसूबाई खिन्न हसून म्हणाल्या,

'मला काही व्हायचं नाही.'

'हे बरं नाही, येसू! ज्याला संकटं नाहीत, असा माणूस या जगात नाही. ती येतात, तशी जातात. हे आततायी वर्तन बरं नाही. तू काळजी घ्यायला हवी. तुझ्या भरवशावर आमच्या साऱ्या आशा उभारल्या आहेत.'

येसूबाईंच्या डोळ्यांत खळकन पाणी आले.

'हां, पोरी! रडू नको. माझ्याकडे बघ. माझ्या डोळ्यांत पाणी आहे का? तुला तुझ्या एका संसाराची काळजी वाटते. मग आम्ही किती काळजी करावी? आम्ही लाखांचे पोशिंदे बनलो; पण आमचे युवराज शत्रूला मिळाले. आम्ही त्या लाखांसमोर कोणत्या तोंडानं जावं आणि सांगावं की, आमचे पुत्र आम्हांला संभाळता आले नाहीत? आपल्या वर्तनानं संभाजीराजांनी आमची नव्हे, राज्याची प्रतिष्ठा पणाला लावली. या कलंकातून वाचविण्याचं सामर्थ्य फक्त तुझं आहे. तुला डोळ्यांत पाणी आणायला अवसर नाही.'

येसूबाईंनी अश्रू पुसले. त्या राजांच्याकडे पाहत म्हणाल्या,

'मी काय करणार?'

'येसू, अधिकारी माणसाला त्याच्या अधिकाराचा विसर पडणं यासारखी दुःखकारक गोष्ट नाही. तुझा अधिकार फार मोठा आहे. तो तू जाणायला हवा.'

'मी काय करणार?'

'अशी हताशपणे बोलू नको. संभाजीराजांची वृत्ती पाऱ्यासारखी. केव्हा कुठलं वळण घेतील, याचा नेम नाही. म्हणूनच ते आमच्या हाती टिकले नाहीत. त्यांना अविचारापासून माघारी वळविण्याचं सामर्थ्य आमचं नाही. औरंगजेब मोठा राजकारणी; केव्हा कोणती चाल करील, हे सांगणं कठीण. निवडुंगावर फेकलं गेलेलं फूल राकट हातांनी काढायला गेलं, तर दुखवल्याखेरीज राहणार नाही. त्याला नाजूक हातच हवेत. ते तुझेच आहेत.'

येसूबाई राजांच्याकडे थक्क होऊन पाहत होत्या.

'पाहतेस काय अशी? तुझा अधिकार फार मोठा आहे. तुला तो अज्ञात असेल; पण आम्ही तो पुरा जाणतो. तू तो वापरायला हवा. संभाजीराजांची तू नुसती पत्नीच नाहीस; तू त्यांची सखी, सचिवही आहेस. तुझं रूप तुला कळत नाही. या रूपाची ओळख करून देण्याची वेळ आता आली आहे.'

येसूबाई लाजल्या.

'लाजतेस कशाला? कोणत्याही स्त्रीला अभिमान वाटावा, असं नातं तू जोडलं आहेस. आम्हांला त्याचा आनंद आहे. संभाजीराजे तुझा सल्ला डावलणार नाहीत, याची आम्हांला खात्री आहे. आणखीन काही अनर्थ होण्याच्या आत शंभूबाळांना तू परत आणायला हवं. ते तुझं कर्तव्य आहे.'

'कर्तव्य?'

'हो!' राजे निश्चयपूर्वक म्हणाले. 'त्याची जाणीव करून देण्यासाठी आम्ही तुला एक मोठी भेट आणली आहे.'

येसूबाई आश्चर्याने राजांच्याकडे पाहत होत्या. राजांनी आपल्या खिशातून एक चपटी डबी काढली होती. राजांच्या चेहऱ्यावरचे स्मित लपले होते. ती डबी उघडून राजे एकाग्र नजरेने आतल्या वस्तूकडे पाहत होते. राजे एक पाऊल पुढे झाले; आणि ती डबी येसूबाईंच्या समोर धरली. डबीतील तेजस्वी नथीवर येसूबाईंची नजर जडली. ती नथ दाखवीत राजे सांगत होते,

'येसू, या नथीचा अधिकार तुझा. तू आमची थोरली सून. थोरल्या राणीसाहेबांना मासाहेबांनी ही दिली होती. ही भोसले कुलाची प्रतिष्ठा सांगणारी नथ थोरल्या राणीसाहेब असेपावेतो त्यांच्याकडे राहिली. हिचा अवमान होईल, असं वर्तन त्यांनी कधी केलं नाही. त्यांच्या पश्चात आम्ही ही नथ जपून ठेवली होती. कोणत्या तरी चांगल्या प्रसंगी तुझ्या हाती आम्ही ही सोपविणार होतो. ही घे. हिची प्रतिष्ठा राखणं आता तुझ्या हाती आहे.'

येसूबाईंनी ती डबी घेतली.

'येसू, ह्या नथीखाली एक छोटी पुडी आहे. तीत थोरल्या राणीसाहेबांची

मंगळसूत्रं आहेत. दहन झाल्यानंतरदेखील ती तशीच सापडली, ती पुडी तुझ्या पूजेत नित्य असू दे. राणीसाहेबांच्या आठवणीसाठी ती जतन केली आहे. आज युवराजांच्या आठवणीने ती तुझ्या हाती देतो.'

येसूबाईंनी चटकन वाकून राजांचे पाय शिवले. येसूबाईंच्या पाठीवरून हात फिरवीत राजे म्हणाले,

'तू चिंता करू नको. मनात विकल्प आणू नको. शंभूबाळ आमचे आहेत. त्यांनी हवं ते केलं, म्हणून आम्ही कसे त्यांना टाकणार?'

राजांना बोलवेना. थरथरत्या हातांनी त्यांनी पेला गालिचावर ठेवला. आवंढा गिळला.

'येसू, कसं सांगू तुला? संभाजीराजे अवघ्या दीड-दोन वर्षांचे होते; आणि थोरल्या राणीसाहेब अचानक संसारातून निघून गेल्या! आम्ही ते दु:ख सोसलं; आणि राणीसाहेबांचे दिवस संपताच आम्ही अफझलभेटीला निघून गेलो. उभं आयुष्य मासाहेबांच्या सहवासात गेलं. राज्याभिषेक सोहळा होताच मासाहेब आम्हांला सोडून गेल्या. आम्ही पोरके झालो. पण त्या दु;खावर आम्ही मात केली. महिन्याभरात आम्ही पेडगावस्वारीसाठी बाहेर गेलो. ही दोन्ही दु:खं मोठी होती. ती आम्हांला सोसता आली. पण हे दु:ख... येसू! त्याखाली आम्ही पार चिरडून गेलो! उठण्याचं त्राण आमच्या अंगी राहिलं नाही.'

येसूबाईंच्या गालांवरून अश्रू ओघळत होते. राजांचे डोळे मिटले होते. राजांनी डोळे उघडले. नकळत राजे आपल्या तळहाताकडे पाहत होते. त्या तळहातावर नजर जाताच राजांचा जीव गुदमरला. मोती ओघळावेत, तसे त्या तळहातावर दोन अश्रू ठिबकले. त्या अश्रूंकडे पाहत राजे बोलत होते,

'आम्ही कर्नाटकमोहिमेला गेलो होतो. आमच्या एकाकी जीवनाचा, ह्या वणवणीचा कंटाळा आला असता आम्हांला श्रीशैलाचं दर्शन झालं. आम्ही तिथं आमचं शिरकमल देवाला वाहायला तयार झालो. ते घडलं असतं, तर किती बरं झालं असतं!....'

'आबासाहेब!' येसूबाई शहारत उद्गारल्या.

'आम्ही जगावं, असं वाटत असेल, तर तुला एवढं करावंच लागेल. आम्ही पन्हाळ्याला जातो. इथं आमच्या विश्वासाचे नजरबाज, शिबंदी ठेवून जातो. तू पाठवलेला निरोप दिलेरखानाच्या तळावर असलेल्या संभाजीराजांना सुरक्षित पोहोचेल. ही माणसं अशी आहेत, की जीव गमावतील; पण धोका पत्करणार नाहीत. करशील ना एवढं?'

'जी.' येसूबाई निर्धाराने म्हणाल्या.

राजांनी मायेचा हात येसूबाईंच्या पाठीवरून फिरवला. येसूबाईंनी विनंती केली,

'दूध संपवावं.'

राजांली हसत पेला उचलला, आणि ओठी लावला.

दुसऱ्या दिवशी राजे पन्हाळ्याला जायला निघाले. येसूबाईंचा निरोप घेण्यासाठी राजे महाली आले.

'कुठं आहे आमची भवानी? झोपलीय्?'

पाळण्याकडे जात येसूबाई म्हणाल्या, 'जागी आहे.'

येसूबाईंनी भवानीला पाळण्यातून उचललेले पाहताच राजे बैठकीवर बसले. येसूबाईंना हसू लपविणे कठीण गेले. त्या जवळ येताच राजे म्हणाले,

'थांब हं! ही आमची तलवार, कट्यार उतरतो.'

राजांनी दुशेल्यात खोवलेली कट्यार उतरली आणि येसूबाईंनी भवानीला दुपट्यासह राजांच्या मांडीवर ठेवले. तो चिमुकला जीव आपल्या मुठी आवळीत हात उंचावीत होता. त्याच्या नेत्रांची उघडझाप होत होती. राजे कौतुकाने नातीकडे बघत होते. भवानीने एक मोठी जांभई दिली. राजे मोकळेपणे हसले. येसूबाईंनी विचारले,

'रायगडाला धरणीकंप झाला, म्हणे!'

भवानीवरची नजर न काढता राजे म्हणाले,

'ही जन्माला आली ना! जेव्हा देव-देवता अवतार घेतात, तेव्हा आकाशवाणी होते, धरणी कंप पावते, असं पुराणं सांगतात.'

□

३५

राजे पन्हाळ्याला येऊन दाखल झाले. पन्हाळा भागात राजांची फौज गोळा झाली होती. सारे अधिकारी राजांना येऊन भेटत होते. गडकऱ्यांनी गडावर धान्याचा साठा करून ठेवला होता. गडाची मजबुती वाढविली होती. राजांचा कोकण भाग सुरक्षित होता. राजांनी कोकणातील किल्ल्यांवरील नामांकित तोफा पन्हाळ्यावर आणून ठेवल्या; एवढेच नव्हे, तर फिरंग्यांकडून नव्या तोफा विकत घेऊन पन्हाळ्याची मजबुती आणखीन वाढवून घेतली.

राजांच्या अनेक फौजा मोगलाईत व आदिलशाहीत धुमाकूळ घालीत होत्या. राजांनी पन्हाळ्यावर अखंड चार महिने काढले. या कालावधीत राजांना अनेक विजयवार्ता ऐकायला मिळाल्या. मोरोपंत आपल्या फौजांनिशी गदग मुलुखातल्या कोप्पळला भिडले होते. मोरोपंतांनी हुसेनखान मियानाच्या मुलाला आपल्या फौजेत घेऊन त्याच्याकरवी कोप्पळच्या किल्लेदाराशी बोलणी सुरू केली होती, आणि अंत:स्थ राजकारण खेळून कोप्पळचा बळकट किल्ला स्वराज्यात सामील करून घेतला. किल्ल्यात पडलेल्या हुसेनखान मियानाची मोरोपंतांनी सुटका केली. त्या कृतज्ञतेने हुसेनखान आनंदाने राजांच्या नोकरीत सामील झाला. आनंदरावांनी बाळापूर

काबीज केले, आणि विजापूरला भिडून विजापूरची वेस समजले जाणारे शहापूर लुटून फस्त केले. आनंदरावांनी आपल्या शौर्याने मोगलांच्या आधी विजापूरला मराठे भिडविले होते. राजांची एक फौज याच वेळी गुजरातेतील बलसाड भागात दमणकडे लूट करण्यात गुंतली होती. चौफेर चाललेल्या मोहिमेतील लुटीची रीघ रायगडच्या वाटेला लागली होती. औरंगजेबाचा मुलगा मुअज्जम दक्षिणेचा सुभेदार म्हणून औरंगाबादेला आला होता. राजांना शहाजाद्याचे काहीच महत्त्व वाटले नाही. ती बातमी ऐकून राजे म्हणाले,

'शहाजाद्याचं आणि दिलेरचं वैर आहे. शहाजादा पटावर उतरला. आता कदाचित राजकारणाला खरा रंग चढेल.'

पन्हाळ्याची मजबुती पाहून निश्चिंत झालेले राजे रायगडला यायला निघाले. शृंगारपूर, रायगड भागात नजर टाकून परत पन्हाळ्याला येण्याचा राजांनी विचार केला होता. हंबीररावांच्या हाती फौज व पन्हाळा सोपवून राजांनी पन्हाळा सोडला. भर उन्हाळ्याच्या दिवसांत राजे रायगडी आले.

राजे रायगडी आले असता एके दिवशी अनाजींनी राजांना बातमी सांगितली,

'महाराज, भूपाळगडाहून बातमी आली आहे... दिलेरखानानं भूपाळगडाकडे नजर वळविली आहे.'

'किल्ल्याची हालहवाल?'

'चिंतेचं कारण नाही. फिरंगोजी तिथं आहेत.'

राजांच्या चेहऱ्यावर समाधान प्रकटले.

'अनाजी, एवढ्याचसाठी मोक्याच्या गडांवर फिरंगोजींसारखी जाणती माणसं नेमावी लागतात. भूपाळगड बळकट किल्ला आहे; आणि त्याहून बळकट आमचे फिरंगोजी आहेत. दिलेरखानाला भूपाळगड मिळणं कठीण.'

सदरेतल्या बैठकीवर राजे बसले. त्यांच्या चेहऱ्यावर एक वेगळेच स्मित प्रकटले.

'सह्याद्रीच काय, पण सह्याद्रीचा खडाही निखळणं केवढं कठीण आहे, हे आता संभाजीराजांना चांगलं कळेल!'

□□□

भाग अकरावा

१

सोमवारचा दिवस. राजे सकाळच्या वेळी जगदीश्वराच्या दर्शनाला गेले होते. राजांनी देवदर्शन घेतले. मंदिराच्या पूर्वाभिमुख प्रवेशद्वारापाशी राजे उभे राहिले. समोर श्रीभवानीटोक नजरेत येत होते. राजांनी त्या दिशेला नमस्कार केला. राजांच्या बरोबर जेधे, अनाजी होते. राजे अनाजींना सांगत होते,

'अनाजी, यापुढं पावसाळा संपेपर्यंत आपल्याला मोठी हालचाल करावी लागेल, असं दिसत नाही. दिलेरखानानं भूपाळगडाला वेढा घातला असला, तरी तो फार काळ तिथं राहणार नाही. त्याची नजर विजापूरला आहे. तो विजापूरवर चालून जाईल. पावसाळा संपेपर्यंत तरी त्या लढाईचा निकाल लागणार नाही.'

'विजापूरकर दिलेरपुढं टिकतील?'

'आम्हांला शंका आहे. जे राज्य घरभेद्यांनी पोखरलेलं असतं, ते राज्य मामुली शत्रूपुढंही टिकत नाही; मग दिलेरखानासारख्या कडव्या पठाणाची गोष्ट सोडा.'

'एकदा आदिलशाहीची खोड मोडायलाच हवी.' जेधे बोलून गेले.

राजांनी जेध्यांकडे पाहिले.

'जेधे, आदिलशाही बुडणार नाही.'

'जी?'

'आम्ही म्हणालो, आदिलशाही बुडणार नाही. तसा रंग दिसला, तर आदिलशाही आमच्याकडे धाव घेईल.'

'मग आपण जायचं?'

'अलबत! त्याच संधीची आपण वाट पाहत आहो. पन्हाळ्याला फौज गोळा केली आहे, ती कशासाठी? खरं पाहता, विजापूरकरांना ही अक्कल आधीच सुचायला हवी

होती. दक्षिणेच्या पातशाह्यांची एकजूट कशीही करून टिकवायला हवी. आज ना उद्या औरंगजेब दक्षिणेत उतरणार, हे निश्चित. त्याला रोखू पाहणाऱ्या ह्या तीन शाह्या. त्या नामोहरम होऊन केव्हाही चालणार नाही. कुतुबशहांच्या हे ध्यानी आलं; पण आदिलशाहीला अजून प्रकाश दिसत नाही. तो दिसेल, तो सुदिन!'

सकाळी उन्हाने अंग तापत होते. त्या जाणिवेने राजे म्हणाले,

'चला, वाड्यात जाऊ. सूर्य बराच वर आला.'

राजे बोलत बालेकिल्ल्यात आले. नगारखान्यावर भगवा ध्वज फडकत होता. राजांनी किंचित मान तुकवली. ते महादरवाजातून प्रवेश करते झाले. राजांना पाहताच बाळाजी सामोरे आले.

'महाराज, फिरंगोजी नरसाळा आले आहेत.'

'फिरंगोजी नरसाळा?' महाराज दचकले. 'कुठं आहेत? केव्हा आले?'

'थोडा वेळ झाला. सदरेवर आहेत.'

राजांनी अनाजींकडे पाहिले. 'चला, अनाजी! भूपाळगडाला वेढा असता फिरंगोजी कसे आले?'

राजे भरभर चालत होते. पाठोपाठ अनाजी, जेधे होते. राजे सदरेत आले. फिरंगोजी उभे राहिले. त्यांनी केलेल्या मुजऱ्याचा स्वीकार करून राजांनी विचारले,

'फिरंगोजी, कुणाच्या जोखमीवर गड सोपवून आलात?'

फिरंगोजींचे पिकले कल्ले गालांवर थरारले. उतारवयाने आधीच पाणावलेली त्यांची नजर कातर बनली. फिरंगोजी धावले. त्यांनी राजांचे पाय धरले. तिकडे दुर्लक्ष करीत राजांनी विचारले,

'सांगा, फिरंगोजी! गड सोडून का आलात?'

'गड सोडावा लागला, महाराज!'

'मोगलांना गड दिलात?'

फिरंगोजींनी मान खाली घातली. राजे सुन्न होऊन फिरंगोजीकडे पाहत होते. राजे उफाळले.

'कुणाच्या हुकुमानं गड सोडलात?'

'युवराजांच्या आज्ञेनं!' फिरंगोजी बोलले.

'सांगा, फिरंगोजी, काय झालं?'

फिरंगोजींनी डोळे टिपले.

'काय सांगू, महाराज? दिलेरखान गडावर चालून आला. त्याच्या भीतीनं कसब्यातली गावोगावची माणसं आपल्या बायकांपोरांसहित गडाच्या आश्रयाला आली होती. गड मजबूत होता. गड लढविण्याची सर्व तयारी होती. दिलेरखानानं मोर्चे बांधले. त्याच्या तोफांना तसंच उत्तर किल्ल्यावरून मिळालं. लढाई निकराची चालली होती. आणि...'

'आणि काय झालं?'

'महाराज, आघाडीवर संभाजीराजे आले. युवराजांना पाहून सारं अवसान सरलं! युवराजांनी आज्ञा पाठविली : दरवाजा उघडावा! नाही तर शिरच्छेद करीन, सर्व लोक मारीन...'

आपला संताप आवरणे राजांना कठीण जात होते.

'आणि म्हणून किल्ला दिलेरखानाच्या स्वाधीन केलात?'

'जी!'

'सांगा, फिरंगोजी, एकदा सारं सांगून टाका!'

'युवराजांच्या हुकुमानुसार गड ताब्यात दिला. दिलेरखानानं दिल्या वचनाला बट्टा लावला. किल्ल्यात येताच आपल्या सातशे लोकांचे त्यानं हात तोडले. किल्ल्यात आश्रयाला आलेल्या बायकांपोरांची चीजवस्तू जप्त केली. तोफा डागून गड जमीनदोस्त केला!'

'छान केलंत, फिरंगोजी! केवढा विश्वास होता तुमच्यावर! थोरल्या महाराजसाहेबांच्या वेळची तुम्ही जुनी माणसं, अनुभवी; आणि तुम्ही गड शत्रूहाती देऊन मोकळे झालात! काय केलंत हे!'

फिरंगोजींनी नजर वर केली. ते राजांना म्हणाले,

'नाइलाज झाला, महाराज! चाकण भुईकोट किल्ला; शास्ताखानाबरोबर दोन महिने लढविला. तो भूपाळगड लढविणं काय कठीण होतं? सामोरे आले शंभूबाळ! त्यांच्यावर गोळा फेकण्याचं बळ कुठून येणार? राजे, गड दिला, आणि विठ्ठलपंतांबरोबर तडक आपल्या सामोरा आलो.'

'आला नसतात, तरी बरं झालं असतं!'

दचकून फिरंगोजींनी राजांच्याकडे पाहिले.

'महाराज...'

'कोण आहे तिकडे?' राजे ओरडले.

महालात भराभर ढालाईत धावले. फिरंगोजींच्याकडे बोट दाखवीत राजांनी आज्ञा केली,

'यांना जेरबंद करा! उद्या सकाळी सूर्योदयाबरोबर तोफेच्या तोंडी द्या!'

फिरंगोजी पुढे धावले. राजे मागे सरकत होते. फिरंगोजींनी विनवणी केली,

'महाराज, क्षमा!... माझी काही चूक नाही.'

फिरंगोजींची ती केविलवाणी मुद्रा पाहून राजांच्या डोळ्यांत अश्रू साकळले. कठोर मनाने राजे बोलले,

'फिरंगोजी, चूक तुमची नाही. चूक घडल्यावरच शिक्षा होते, हे कुणी सांगितलं? फिरंगोजी, चूक तुमच्या-आमच्या नशिबाची आहे! आतड्यांचा पीळ सुटत नाही;

आणि राजकारण भावना जाणीत नाही. तुमचं अनुकरण चारचौघांनी केलं, तर स्वराज्याच्या वावड्या आकाशात भिरभिरायला फारसा वेळ लागायचा नाही. आपण माणसांशी इमानी नसतो, राज्याशी असतो, हे साऱ्यांना कळायला हवं... बघता काय? घेऊन जा यांना!'

राजे पाठमोरे उभे राहिले.

हुंदके देणाऱ्या फिरंगोजींना सदरेवरून नेण्यात आले. राजे वळले. अनाजी-बाळाजींचा भीतीने थरकाप झाला होता. बाळाजी धीर करून म्हणाले,

'महाराज!'

पण ते पुढ बोलायच्या आतच राजांनी आज्ञा केली,

'बाळाजी! साऱ्या गडांवर तातडीनं हुकूम पाठवा... मोगली मनसबदार बनून खुद्द संभू भोसला जरी गडावर आला, तरी तोफा डागण्यात कुचराई होऊ देऊ नका! कुचराई झाली, तर मुलाहिजा राखला जाणार नाही.'

□

२

फिरंगोजी नरसाळ्यांना दिलेल्या शिक्षेने सारा गड थक्क झाला. पागेत, शिलेदारांत, ढालाइतांत कुजबूज सुरू झाली. फिरंगोजी नरसाळ्यांना राजे किती मानीत, हे साऱ्यांनी पाहिले होते. तेच फिरंगोजी उद्या तोफेच्या तोंडी जाणार, या कल्पनेने साऱ्यांची मने कातर बनली होती. राजसदरेचा फड अस्वस्थ होता.

राजांच्या महालात जाण्याचे कुणाला धैर्य नव्हते. राजे एकटेच महालात बसून होते. महालात सोयराबाई जाऊनही काही उपयोग झाला नव्हता. राजांनी जेवण घेतले नव्हते. 'घ्या' म्हणायचे सामर्थ्य कुणाच्या ठायी नव्हते. राजे महालात बसून होते. त्यांच्या डोळ्यांसमोरून फिरंगोजी हलत नव्हते. पळापळांनी वेळ सरत होती.

दोन प्रहर टळत आली होती. महालाबाहेर चाललेले बोलणे राजांच्या कानांवर पडले. राजांनी विचारले,

'कोण आहे?'

महादेव आत आला. त्याने सांगितले.

'अनाजीपंत आले आहेत.'

'पाठव.'

अनाजी महालात आले. त्यांनी वर्दी दिली,

'धाकट्या राणीसाहेब आल्या आहेत.'

'इथं?'

'जी!'

'केव्हा?'

‘आत्ता हेच गडावर मेणा येताना दिसला.’

पुतळाबाई? आणि वर्दी न देता, तातडीने गडावर कशा आल्या?

अनाजी जसे आले, तसे महालाबाहेर गेले. त्यांच्या चेहऱ्यावर समाधान दिसत होते.

थोड्याच वेळात पुतळाबाईंनी महाली प्रवेश केला. राजांनी काळजीने विचारले,

‘राणीसाहेब, या वेळी बऱ्या आलात?’

‘चैन पडेना. यावं लागलं.’

‘ते बरं?’

‘फिरंगोजी काकांना तोफेच्या तोंडी द्यायची आज्ञा केलीत, म्हणे!’

एकदम राजांच्या सर्व ध्यानी आले.

‘हो.’

‘शिक्षा अमलात आणली जाणार?’

‘अमलात न येणाऱ्या शिक्षा आजवर आम्ही दिल्या नाहीत.’

‘असा काय गुन्हा घडला?’

राजे उद्वेगाने हसले. ते पुतळाबाईंच्याकडे पाहत होते. पुतळाबाईंच्या वेषावरून त्या तातडीने आलेल्या दिसत होत्या. रोजच्याच वापरातले लुगडे त्यांच्या अंगावर दिसत होते. अंगावर दागिने दिसत नव्हते. त्या साध्या वेषातही त्यांचे रूप पाहत राहावे, असे राजांना वाटत होते. सोयराबाई रूपसंपन्न होत्या. सौंदर्याच्या खुणा त्यांच्यांत सामावल्या होत्या. पुतळाबाई त्या मानाने सावळ्या; पण त्या सावळ्या रूपातही तेज होते. डोळे मोठे बोलके आणि सुंदर होते. त्या नजरेत एक वेगळीच हुकुमत प्रकटली होते. उंच मान मुळातल्या उंच बांध्याला शोभा देत होती. प्रौढत्वातही ते रूप राजांच्या मनाला प्रसन्न करीत होते. राजांची नजर आपल्यावर खिळल्याचे पाहून पुतळाबाईंनी विचारले,

‘असा काय गुन्हा घडला?’

राजे त्या प्रश्नाने भानावर आले. क्षणभर सुखात रेंगाळलेले त्यांचे मन परत उद्विग्न झाले.

‘त्यापेक्षा कोणता गुन्हा घडला नाही. ते विचार ना!’

‘पण फिरंगोजींचा काय दोष? शंभूबाळ सामोरे आले...’

‘किती वेळा ते नाव घेणार आहात?... शंभूबाळ सामोरे आले, म्हणून का गड शत्रूच्या ताब्यात द्यायचा? फिरंगोजी अनुभवी. ही आपली माणसं. शत्रूला गड देऊन मोकळे झाले! त्यांना शिक्षा करण्याखेरीज आमच्या हाती काय आहे?’

‘याखेरीज दुसरी कसलीच का शिक्षा नाही?’

‘पुतळा! देशद्रोहाइतका दुसरा मोठा गुन्हा नाही. दुसरी कोणती शिक्षा देणं योग्य

असतं, तर ती आम्ही फिरंगोजींना दिली नसती का?'

'साऱ्यांना हीच शिक्षा दिली जाते का?' पुतळाबाईंनी थंडपणे विचारले.

'अलबत!' राजे कठोर होऊन बोलले.

'शंभूबाळ परत आले, तरी?'

राजे पुतळाबाईंच्याकडे ताठरलेल्या नजरेने पाहत राहिले. त्या कल्पनेनेही त्यांचा जीव घाबरा झाला.

'पुतळा!'

'तेच म्हणते मी! शंभूबाळांना ही शिक्षा दिली जाणार नसेल, तर विचार व्हावा. ही शिक्षा अमलात आणली गेली, आणि नंतर ती त्याच अपराधासाठी देता आली नाही, तर विनाकारण आयुष्यभर पश्चात्ताप करण्याची पाळी येईल. तेवढंच सांगण्यासाठी मी गडावर आले होते.'

पुतळाबाई जशा आल्या, तशा निघून गेल्या. राजे बराच वेळ तसेच उभे होते. महालात एकटे आहोत, याची जाणीव त्यांना झाली. त्यांचे मन बेचैन होऊन उठले. त्यांनी हाक मारली.

महादेव आत आला.

'जी?'

'राणीसाहेब आल्या होत्या?'

'जी.'

'गेल्या?'

'जी.'

'बाहेर कोण आहे?'

'अनाजी आहेत.'

'पाठव त्यांना.'

अनाजी महाली आले. राजांनी विचारले,

'अनाजी, राणीसाहेब गेल्या?'

'जी, महाराज. गडाखाली जायला हवं, असं त्या म्हणाल्या.'

राजे हसले. 'ठीक आहे, अनाजी! साऱ्यांना मनं आहेत! साऱ्यांना काळजी आहे! आम्हांला पण तसंच मन आहे, यावर मात्र कोणाचा विश्वास नाही. जा तुम्ही.'

अनाजींनी धीर करून विचारले,

'फिरंगोजींनी शिक्षा....'

अनाजींकडे न पाहता राजे म्हणाले, 'अमलात आणली जाईल.'

कष्टी मनाने, झुकल्या मानेने अनाजी महालाबाहेर पडले.

॰

३

गडावर रात्र उतरली. राजे पलंगावर जागेपणीच पडले होते. महालात मंद समयांचा उजेड होता. राजांना झोप येत नव्हती. मन बेचैन होते. पडल्या जागेवर राजे तळमळत होते. मध्यरात्रीनंतर केव्हा डोळा लागला, ते त्यांना कळले नाही.

भल्या पहाटेच्या सुमारास राजांना एकदम जाग आली. राजांना घाम आला होता. जीव गुदमरल्यासारखा वाटत होता. राजे उठले. राजांची जाग लागताच महादेव आत आले.

'महादेव, जरा पाणी देतोस?'

'जी.'

महादेवने पाण्याच्या सुरईतून पाणी घेतले. पेला राजांच्या हाती दिला. समोर धरलेल्या चांदीच्या तस्तात राजांनी चुळा टाकळ्या. त्या गार पाण्याने राजांना बरे वाटले. पाणी पिऊन राजांनी विचारले,

'पहाट झाली का, रे?'

'जी, नाही.'

'ठीक आहे. जा तू.'

राजे परत कलते झाले. राजांचे विचार सैरावैरा धावत होते. त्यामुळे महालाची शांतता असह्य होत होती. नजरेसमोरून फिरंगोजी हलत नव्हते.

फिरंगोजी! स्वराज्याचा किल्लेदार. मासाहेबांच्या एका शब्दाखातर त्यानं चाकणचा किल्ला स्वराज्यात सामील केला. भगवे निशाण चाकणवर चढवले, तेव्हा राजे फिरंगोजींना म्हणाले होते,

'फिरंगोजी! आम्हांला नुसता गड नको; गडाइतकी बळकट माणसंही हवीत. आम्हांला तुम्ही हवे.'

-आणि फिरंगोजी स्वराज्यात सामील झाले.

राजांनी कूस बदलली.

शास्ताखानाने चाकणला वेढा घातला. मोगली फौज एवढी मोठी; पण फिरंगोजींनी चाकणचा किल्ला दोन महिने भांडवला. शर्थीची लढत दिली. भुयारे खणून तट उडवावे लागले, तेव्हाच शास्ताखानाला विजय दिसला. खानाला सुद्धा फिरंगोजींचे कौतुक केल्यावाचून राहवले नाही. फिरंगोजींना खानाने वतन, मोलाची चाकरी देऊ केली; पण फिरंगोजी गेले नाहीत. स्वराज्याशी बेइमानी करणारी ती जात नव्हे!

राजांना चैन पडेना. राजे उठले, महालात येरझाऱ्या घालीत राहिले. राजे उत्तरेच्या खिडकीपाशी गेले. वाऱ्याचा मागमूसही नव्हता. सारे कसे बाहेरच्या काळोखासारखे शांत होते. गडाच्या दिवट्या त्या काळोखात भयाण वाटत होत्या. ते पाहणे सुद्धा राजांना नको वाटत होते. राजे माघारी वळले; पण विचार वळेनात.

फिरंगोजी! केवढा आधार वाटायचा! अडचणीची वेळ असली, संकटाचे दिवस असले, की फिरंगोजींची आठवण यायची. त्यांना गडाच्या रखवालीसाठी ठेवून संकटांना सामोरे जाताना केवढं बळ येई! आमच्या विजयानं म्हाताऱ्याचे ओठ हसायचे; आम्हांला काटा टोचला, तरी डोळी पाणी यायचं.

राजांनी आवंढा गिळला.

काय केलं, फिरंगोजी! कसा विवेक ढळला?

राजे भरभर येरझाऱ्या घालीत होते. हात पाठीवर जखडले होते. पहाटेची पांढरी कड पूर्वक्षितिजावर धरली होती. गार वाऱ्याची एक झुळूक महालात शिरली. त्या झुळुकेने पडदे थरारले.

माया! कसली वेडी माया! त्या भरात केवढा मोठा गुन्हा करतो, याची जाणीव होऊ नये? म्हणे, समोर युवराज आले...! संभाजीराजे आले, आणि फिरंगोजी असले, म्हणून काय झालं? गुन्हा तो गुन्हाच! राजकारण भावना जाणीत नाही. फिरंगोजी...

उजाडू लागले होते. धरणी जागी होत होती. पक्ष्यांची चिवचिव वाढत होती. वारा अखंड वाहत होता...

माणसानं भावना जाणायची नाही, तर काय करायचं? शंभूबाळ गडाच्या सामोरे दिसले असतील, तेव्हा फिरंगोजींचं काय झालं असेल? पाठीचा घोडा करून ज्यांनी संभाजीराजांना बाळपणी खेळविलं, तो जीव त्याच पोरावर तोफेचा गोळा फेकील कसा? आपण असतो, तर ते जमलं असतं?

राजे भराभर पावले टाकीत खिडकीजवळ गेले. बाहेर प्रकाश फाकला होता. पूर्वक्षितिज उजळून निघाले होते. राजांची नजर टकमकटोकाकडे गेली; आणि त्यांच्या छातीत धस्स झाले!

टकमकटोकाकडे माणसे चालली होती. कोकणदिव्याकडे तोंड करून उभी असलेली पितळी तोफ नजरेत येत होती. राजांचे ओठ थरथरत होते. त्यांची नजर पूर्वक्षितिजावर खिळली.

आज सूर्य उगवला नाही, तर किती बरं होईल?

कसली भीती वाटते?

राजकारण भावना जाणीत नाही; फक्त कर्तव्य जाणते, कर्तव्य!...

'शंभूबाळ हाती मिळाले, तर हीच शिक्षा दिली जाईल का?'

राजांनी घाम टिपला. श्वास जोराने सुरू झाला.

'ही शिक्षा दिली जाणार नसेल, तर विचार व्हावा. फिरंगोजींची शिक्षा अमलात आली आणि नंतर तीच शिक्षा त्याच अपराधासाठी दुसऱ्याला देता आली नाही, तर...

'तर... विनाकारण आयुष्यभर पश्चात्ताप करावा लागेल.'

'पुतळा!' राजे पुटपुटले. त्यांची नजर खिडकीबाहेर गेली. बाहेर चांगलाच उजेड फाकला होता. पूर्वक्षितिजाला रक्तिमा पसरला होता. राजांचे सारे अवसान सरले. ते धावत सुटले.

महालातून अनवाणी पावलांनी राजांना धावताना पाहून पाहरेकरी चकित झाले. राजे कातळ पार करून होळीचौकात आले. सूर्योदयाची वेळ नजीक आली होती. राजे बेभानपणे टकमकटोकाकडे धावत होते. राजे दारूखान्याच्या इमारतीपाशी आले. राजे हात उंचावीत बेभानपणे ओरडले,

'थांबा ऽ ऽ थांबा ऽ ऽ ऽ'

साऱ्यांची नजर राजांच्याकडे गेली. पूर्वक्षितिजाकडे सूर्योदयाची वाट पाहत उभे असलेले सारे राजांना पाहून चकित झाले. चकाकणाऱ्या पितळी तोफेच्या तोंडाला फिरंगोजी जखडलेले होते, फिरंगोजी शांतपणे उभे होते. हाती मशाल धरून मशालजी तोफेच्या मागे उभा होता. साऱ्यांची नजर राजांच्यावर खिळली होती. राजे त्या चिंचोळ्या वाटेवरून धावत आले. धापा टाकीत राजे तोफेच्या समोर आले. नजीक उभ्या राहिलेल्या ढालाइताच्या कमरेची कट्यार त्यांनी हाती घेतली. दात-ओठ आवळून कचाकच बंध तोडले. फिरंगोजी ते पाहत होते. आजवर त्या माणसांनी अनेक थोर दृश्ये पाहिली होती. पण समोरच्या दृश्याने त्यांच्या मनाचे बांध फुटले. राजांची ती धाप लागलेली मूर्ती रुंद भरदार छातीची होणारी हालचाल, मानेवर विस्कटलेले केस, कपाळीचा डवरलेला घाम...

देवाचे रूप यापेक्षा काय वेगळे असते?

फिरंगोजींचे बंध तुटले, तसे राजे धापा टाकीत उभे राहिले. राजांची नजर त्या वयोवृद्ध, तपोवृद्ध, पितृतुल्य फिरंगोजींवर स्थिरावली- डोईची ती मराठमोळी पगडी, चेहऱ्यावर सुरकुत्यांची जाळी, अश्रूंनी डबडबलेली नजर, भावनाविवशतेने थरथरणारे कानांवरचे पांढरे कल्ले. फिरंगोजी पुढे येत म्हणाले,

'महाराज! कशाला धाव घेतलीसा? पिकलं पान कवा तरी गळून पडायचं. टकमकीवरून उडालं असतं, तरी जाताना आशीर्वादच दिला असता, न्हवं?'

त्या बोलांनी राजांचा संयम सुटला. गालांवरून अश्रू ओघळले. फिरंगोजींना मिठी मारीत राजे म्हणाले,

'फिरंगोजी! आम्ही काय करू...? काय करू...?'

□

४

राजांचे मन अखंड चिंतेत असतानाच अनेक बातम्या गडावर येऊन थडकत होत्या. राजांची पत्रे शृंगारपूरला रवाना होत होती. राजांच्या फौजा सर्व मुलुखात

फिरत होत्या. आनंदरावांनी बाळापूर घेतल्याच्या बातमीने जसे राजांना समाधान वाटले, तसेच दिलेरखानाचा रोख विजापूरकडे वळल्याचे ऐकून त्यांचे मन बेचैन झाले.

उन्हाळा संपला; आणि पावसाला सुरुवात झाली. आकाश ढगांनी कुंदावले. काळ्या सावित्रीला पाणी चढले. सारी खोरी पावसाळी धुक्यात आणि अखंड पडणाऱ्या जलधारांत भिजू लागली. राजांचे मनही तसेच कुंदावले होते. प्रकृती ढासळत होती. कधी ताप, तर कधी खोकला. राजे या काळजीत असतानाच पावसाळा सरत आला. गडावर श्रावणाचे किरण फाकू लागले, कड्या-कपारींतून उगवलेल्या गवतावर रंगीबेरंगी फुले फाकू लागली. राजे सदरेवर येऊन बसू लागले.

सायंकाळी राजे सदरेवर आले. मोरोपंतांनी सांगितले,

'शृंगारपुराहून थैली आली आहे.'

'काय आहे?'

'शृंगारपूरची हवा मानवत नाही; तेव्हा राजस्नुषा येसूबाईसाहेब पन्हाळ्यावर जाणार आहेत. मेणे, शिबंदी पाठविण्याचा हुकूम आहे.'

'येसू पन्हाळ्याला जाते?' राजांचा चेहरा आनंदित झाला. त्यांनी आपल्या अंगावरची शाल भिरकावली.

'अनाजी, मेणे-शिबंदी तातडीनं पाठवून द्या. पन्हाळ्याला पुढं खबर पाठवा. 'आम्हांला ही बातमी ऐकून खूप समाधान वाटलं,' असं कळवा.'

राजांना कशाचा आनंद झाला आहे, हे अनाजींना कळत नव्हते. त्या बातमीत असे काय होते, की राजांनी एवढा आनंद व्यक्त करावा?

अनाजींचा गोंधळ राजांच्या लक्षात आला. ते स्वत:ला सावरीत बोलले,

'अनाजी, शृंगारपूरची हवा दमट. लहान भवानीला ती सोसवणारी नव्हे. पण येसूनं आमचं ऐकलं, त्याचंच समाधान वाटतं.'

राजांच्या उत्तराने अनाजींचे समाधान झाले नाही; पण त्यांनी अधिक न विचारता मान तुकविली. गडावर ती बातमी आली, आणि राजे बदलले. राजे कामकाजांत लक्ष घालू लागले. उघडीप पाहून राजे गडावर फिरू लागले.

राजांना जंजिऱ्याच्या बातम्या कळत होत्या. इंग्रजांचे मुंबईला वाढणारे महत्त्व राजांना जाणवत होते. त्यांनी दर्यासारंग दौलतखान व मायनाक भंडारी यांना बोलावून घेतले.

राजांनी आजवर सिद्दीचा पराभव करण्याचे अखंड प्रयत्न चालू ठेवले होते; पण सिद्दीचा पराभव होत नव्हता. सिद्दीला सदैव इंग्रज मुंबईहून साहाय्य करीत होते. त्या मदतीमुळे राजांचे स्वप्न साकार होत नव्हते. राजांना मुंबईचा व जंजिऱ्याचा हा संबंध तोडण्याचे ठरविले. मायनाक भंडारी हा खांदेरीचा राजांचा अधिकारी होता. राजांनी त्याला खांदेरीला तट बांधून घेण्याचा हुकूम केला. खांदेरी-उंदेरी तट, तोफा व

फौज यांनी सज्ज ठेवण्याचा राजांनी निश्चय केला. दर्यासारंग दौलतखानाला या कामी मायनाक भंडारीला सर्व मदत व रक्षण करण्याची आज्ञा केली.

राजांनी खांदेरीची तटबंदी सुरू केली; आणि दिलेरखान विजापूरला भिडल्याची बातमी आली. विजापूरच्या मसूदचे डोळे उघडले. मोगली तडाख्यातून वाचविण्यास राजांच्या खेरीज दुसरे समर्थ कोण होते? मसूदने राजांना आदिलशाही वाचविण्याची विनंती केली. मसूदचा खलिता रायगडावर येऊन थडकला.

राजांनी मसूदची विनंती मान्य केली. त्यांनी सत्वर दहा हजारांची फौज विजापूररक्षणासाठी रवाना केली. खर्चासाठी मसूदला पैशाचा पुरवठा केला. आपल्या फौजेपाठोपाठ आपण जातीनिशी विजापूरला येत असल्याचे राजांनी कळविले.

उसंत न घेता राजांनी रायगड सोडला; आणि राजे पन्हाळ्याला आले. येसूबाई पन्हाळ्याला आल्या होत्या. येसूबाईंना भेटताच राजांनी विचारले,

'येसू, काही खबर?'

'अभय मिळालं, तर....'

'संभाजीराजांना कसली भीती? भीती आम्हांला! त्यांना 'निर्धास्त मनानं या,' म्हणावं. आम्ही तो विचार आता करीत नाही. तुझ्यामुळं मी निश्चिंत आहे. जेव्हा तू पन्हाळ्याला आलीस, तेव्हाच आम्ही निश्चिंत झालो.'

येसूबाई राजांच्याकडे पाहत होत्या. राजे किती तरी थकल्यासारखे दिसत होते.

'आबासाहेब, आपण मोहिमेला जाणार?'

'हो. जायला हवं.'

'आपली तब्येत ....नाही गेलं, तर चालणार नाही का?'

राजे स्वतःशीच हसले. ते म्हणाले,

'म्हातारपणी सुखाची स्वप्नं धरीत असतानाच संभाजीराजे मोगलांना मिळाले. ते असते, तर त्यांना मोहिमेवर पाठविलं असतं. दैवाचे खेळ भारी विचित्र असतात, पोरी! बघ ना, आदिलशाही वाचविण्यासाठी बाप जातो, आणि ती बुडविण्यासाठी दुसऱ्या बाजूनं मुलगा येतो. यापेक्षा कैक वेळा मृत्यू बरा वाटतो!'

'आबा!'

'घाबरू नको, येसू! आम्ही ठीक आहो. घरच्या बसल्या जागेच्या चिंतेपेक्षा रणांगणाची हवाच आमची तब्येत सुधारील.'

राजांनी पन्हाळ्याला पुरा बंदोबस्त ठेवला, संभाजीराजे आश्रयाला आले, तर त्यांची बडदास्त ठेवण्याचे हुकूम किल्लेदारांना दिले; आणि आपली पंचवीस हजारांची फौज संगती घेऊन राजे विजापूररक्षणासाठी धावले.

❑

५

राजे आपल्या फौजेसह विजापूर जवळ करीत होते. राजांना वाटेत मोरोपंतही आपल्या फौजेसह येऊन मिळाले. राजे विजापूरनजीक गेले. राजांनी पुढे पाठविलेली फौज दिलेरखानाशी लढा देत होती. राजे आल्याचे ऐकून मसूदला धीर आला. राजांनी विजापुरात जाऊन बादशहा सिकंदर आदिलशहाची भेट घेण्याचे ठरविले. तसे त्यांनी विजापूरचा वजीर मसूद याला कळविले. मसूदला राजांची मदत हवी होती. पण फौजेसह राजांना विजापुरात घेणे त्याला धोक्याचे वाटले. त्याने राजांना निरोप पाठविला :

'आपल्या येण्यानं आम्हांला धीर आला आहे. आपल्याला भेटण्यात बादशहांना आनंदच वाटेल. आपण जरूर यावं; पण येताना पाचशेहून अधिक स्वार बरोबर न आणावेत, ही विनंती आहे.'

मसूदचा निरोप राजांच्या छावणीवर मिळाला. राजांनी विजापूरला जायचे ठरविले. पण मोरोपंत म्हणाले,

'महाराजांनी परत विचार करावा.'

'मोरोपंत, स्पष्ट बोला ना.'

'महाराज, दिलेरच्या परचक्रामुळं मसूद काकुळतीला आला असला, तरी आजवर चालत आलेलं आपलं वैर तो विसरला आहे, याचा भरोसा नाही. दगा करायलाही तो मागं-पुढं पाहणार नाही. हा धोका न पत्करता ही मोहीम चालवावी, असा माझा नम्र सल्ला आहे.'

राजांना तो विचार पटला. त्यांनी भेटीचा बेत रद्द केला; आणि बादशहाला मदतीचे आश्वासन देऊन राजे मोहिमेकडे वळले. दिलेरखानाचा विजापूर घेण्याचा निश्चय होता. त्याच तयारीने तो विजापूरच्या तटाला भिडण्याचा प्रयत्न करीत होता. त्याच्यावर सरळ चालून जाण्यात राजांना अपार प्राणहानी दिसत होती. त्याखेरीज राजांना आणखीन एक भीती वाटत होती. दिलेरखानाजवळ एक हुकमी चाल होती. युवराज संभाजीराजे दिलेरच्या हाती होते. दिलेरने त्यांनाच आघाडीवर टाकले, तरी मराठी फौज लढेल; पण किती शर्थीने? राजांना तो धोका नको होता. त्यांनी निराळाच डाव खेळायचे ठरविले.

राजांना आपली फौज दिलेरची रसद तोडण्यास पाठविली. दिलेरखानाच्या पाठीमागे मोगलांच्या मुलुखात उतरून सर्वत्र फौजा पसरून दिलेरखानाला त्रस्त करावे, हा राजांचा बेत होता. तो अमलात आणण्यासाठी राजे पाचच दिवसांत विजापुराहून बाहेर पडले.

राजांची फौज भीमा नदी उतरून मोगलाईत घुसली. राजे मोगलाईचा मुलूख बेचिराख करीत चालले. आनंदराव माण, सांगोले या प्रांतावर चालून गेले.

राजे स्वत: जालन्याच्या रोखाने जात होते. औरंगाबादेला दक्षिणेचा सुभेदार शहाजादा मुअज्जम होता. औरंगाबादेपासून नजीक असलेल्या जालन्यावर मराठी फौज तुटून पडली. जालना साफ लुटले गेले. मोगलाईतील चौफेर चढाईने शहाजादा त्रस्त झाला. त्याने दिलेरखानला सत्वर माघारी वळण्याचा लकडा लावला. चारही बाजूंनी दिलेरखानाला ओढ लागतच होती. शेवटी कंटाळून त्याने विजापूरचा वेढा उठविला.

राजे जालन्याची लूट घेऊन माघारी येत होते, तोच नजरबाजांनी खबर आणली- वाटेत रणमस्तखान, आसफखान, जाबीतखान वगैरे मोगल सेनानी आपल्या आठ-दहा हजार फौजेनिशी वाट अडवून उभे होते. राजांच्या बरोबर अपार लूट होती. अखंड मोहिमेत फौज दमली होती. राजांचा गुप्तहेरप्रमुख पुढे झाला. राजांना त्याने सांगितले,

'महाराज, मोगलांची गाठ न पडता जाता यील.'

'ते कसं?'

'ती जिम्मेदारी माझी!'

बहिर्जी आपल्या नजरबाजांच्या बरोबर राजांना वाट दाखवीत होता. राजे फौजेसह जात होते. तीन दिवस शत्रू चुकवीत राजे लुटीसह पट्टागडावर पोहोचले. राजांनी बहिर्जीची वाहवा केली.

आधीच राजांची प्रकृती ठीक नव्हती. मोहिमेच्या शिणवट्याने ती अधिक थकली.

राजांनी मोरोपंतांना मोहिमेला पाठविले. बागलाण आणि खानदेश या भागांतील मोगली किल्ले जिंकण्याची कामगिरी घेऊन मोरोपंतांनी मोहिमेची धडक मारली. धरणगाव, चोपडा लुटीत मोरोपंत सुरतपर्यंतचा मुलूख मारून परत आले. राजांनी पंधरा दिवस गडावर मुक्काम केला, विश्रांती घेतली. ज्या गडाने दगदगीच्या, संकटाच्या वेळी राजांना विश्रांती मिळवून दिली, त्या पट्टागडाचे नाव राजांनी 'विश्रामगड' ठेविले.

राजे सर्व लूट घेऊन गडाकडे परत येत होते, त्या वेळी मोरोपंत मुलुखगिरी करीत होते. त्यांनी अहिवंत व नाहवा हे बागलाणातील किल्ले जिंकले, चौथाईचे करार केले. हणमंतगड काबीज केला. राजे लुटीसह गडावर परत आले. गडावर एक आनंदाची बातमी राजांची वाट पाहत होती-

संभाजीराजे मोगलांना सोडून पन्हाळ्यावर येऊन दाखल झाले होते.

□

६

संभाजीराजे पन्हाळ्याला आल्याचे ऐकून राजांना समाधान वाटले. एका नामुश्कीतून वाचल्याचा आनंद साऱ्या गडाला झाला. संभाजीराजे परत आल्याचे ऐकून राजांना जे समाधान होते, त्याच्या शतपट त्यांची काळजी वाढली होती. दोन दिवस राजे

विचारात होते. तिसऱ्या दिवशी राजांनी खास सदर भरवली. सदरेत फक्त हंबीरराव, अनाजी, मोरोपंत, बाळाजी आवजी, येसाजी, फिरंगोजी, पानसंबळ, हरजीराजे महाडीक एवढीच मंडळी होती. सदरेत अन्य कोणास न सोडण्याचा हुकूम झाला होता.

राजांनी सर्वांवरून आपली नजर फिरविली. काही क्षण स्तब्धतेने गेले. राजांनी अनाजींना विचारले,

'अनाजी, आज ही बैठक का बोलावली, याची कल्पना असेलच.'

'जी! नाही, महाराज!'

'निदान अंदाज तरी?'

'मला वाटतं, युवराजांच्या बाबतीत...' अनाजी चाचरले.

'तेच खरं, अनाजी, युवराज परत आपल्यांत आल्याचं ऐकून आम्हांला खूप आनंद झाला; पण त्याचबरोबर आमची काळजीही वाढली. तिच्यामुळं आम्ही दोन दिवस पुरे बेचैन आहो. युवराज आले; पण त्यांचा सिलसिला कसा सोडवायचा, याचा विचार व्हायला हवा. त्याचा निर्णय लावण्यासाठीच आज तुम्हांला बोलावलं आहे.'

सारे एकमेकांकडे पाहत होते. साऱ्यांच्याच मनांत तो विचार घोळत होता. साऱ्यांचे भाव निरखून राजे म्हणाले,

'युवराज राज्य संभाळतील, असं वाटत नाही. कोणत्या क्षणी अविवेकी निर्णय करतील, याचा भरोसा नाही.'

हंबीरराव पुढे झाले. ते म्हणाले,

'क्षमा, महाराज!'

'बोला, हंबीरराव. मोकळेपणानं बोला.'

'महाराज, संभाजीराजे युवराज आहेत, थोरले आहेत. त्यांच्या अधिकाराबद्दल शंका घेणार?'

राजे खिन्नपणे हसले. एक तीव्र दुःखाची छटा त्यांच्या चेहऱ्यावर उमटली. ते म्हणाले,

'हंबीरराव, तुम्ही आमचे सेनापती. तुमची निष्ठा आम्हांला कळते. पण अशीच भाबडी निष्ठा राहिली, तर एक ना एक दिवस ती अनर्थकारक ठरेल. राज्याला ती अपायकारक ठरल्याखेरीज राहणार नाही.'

'काय चुकलं, महाराज?'

'खूप चुकलं! तुम्ही फक्त आम्हांला पाहिलंत. त्यामुळं युवराज दिसले; आणि या गलतीत राज्य विसरून गेला. फिरंगोजींनी हीच चूक केली; आणि शेकडो इमानी माणसं आयुष्यातून उठली.'

'युवराजांना संधी मिळाली, तर ते सुधारतीलही. आता त्यांना पश्चात्ताप झाला

श्रीमान योगी । १०३१

असेल.' हंबीररावांनी तरफदारी केली.

''असेल, होईल,' याला काय अर्थ? हंबीरराव, विस्तवावर अजाणतेपणी बोट पडलं, तरी ते होरपळतंच. अजाणपण तिथं उपयोगी पडत नाही. आमचं एकट्याचंच जीवन असतं, तर आम्ही याचा विचारही केला नसता. पण एवढं मोठं राज्य.... त्याच्याशी जुगार कसा खेळायचा?'

'युवराजांचा राज्यावर जन्मजात अधिकारच आहे. तो कोण डावलणार?' हंबीररावांनी विचारले.

'हंबीरराव, तुम्ही परत परत तीच गलती का करता?' राजे उद्वेगाने म्हणाले. 'तुम्ही राज्याचे सेनापती आहात; राजांचे नव्हे. राज्य कुणाचं, हंबीरराव? श्रींचं हे राज्य! वतनाची मिरासदारी चालविण्याकरिता का आम्ही राजे झालो? भारतात हिंदूंचं राज्य नाहीसं झालं, म्हणून गागाभट्टांनी आम्हांला विनंती केली, त्या विनंतीनुसार आम्ही राज्याभिषेक करून घेतला. हे राज्य त्याच निष्ठेनं आमच्या मागे सुद्धा चालायला हवं.'

'हा विचार आज कशाला करायचा?' अनाजी म्हणाले.

'अनाजी, हा विचार आत्ताच व्हायला हवा. युवराजांच्या वर्तनानं आम्ही सावध झालो. जो विचार आजवर आमच्या मनात आला नव्हता, तो रात्रंदिवस आम्हांला छळीत आहे. अनाजी, ह्या राज्यापायी हजारोंनी आपले जीव आनंदानं सांडले आहेत. ते स्वप्न साकार व्हावं, म्हणून अनेक साधुसंतांनी देवाला आळविलं आहे. जिवाचा भरोसा कोण देणार? आम्ही आज आहो, उद्या नसू. एवढी मोठी जबाबदारी! तिचा विचार उघड्यावर टाकून चालणार नाही. आम्ही पन्हाळ्याला जायच्या आत आधी याचा निर्णय मिळायला हवा.'

'निर्णय आपण करायचा! आम्ही काय सांगणार?' मोरोपंत म्हणाले.

'वा, मोरोपंत! तुम्ही आमचे प्रधान; आणि तुम्ही हे बोलता? राज्याभिषेकापासून आम्ही सारे निर्णय मंत्रिमंडळाच्या सल्ल्यानंच केले ना?'

मोरोपंत उपरणे सावरीत म्हणाले,

'युवराज जेव्हा पन्हाळ्यावर आले, तेव्हा आमच्याही मनात विचार आले. नाकबूल करून चालणार नाही. युवराज एवढं राज्य जबाबदारीनं संभाळतील, असं आम्हांला वाटत नाही. पण असं जरी आम्हांला वाटत असलं, तरी आम्ही आपल्या आज्ञेबाहेर नाही. याचा निर्णय आपणच करावा, असं आम्हांला वाटतं. तेच अधिक योग्य होईल.'

राजे समाधानाने म्हणाले,

'आमची तुमच्याकडून हीच अपेक्षा होती. तुम्ही स्पष्टपणे आपले विचार सांगितलेत, याचं आम्हांला समाधान आहे. जिंजीला मिळविलेलं राज्य संभाजीराजांना

द्यावं, आणि इथलं राज्य तुमच्या देखरेखीखाली राजारामांच्या हाती सोपवावं, असा आमचा विचार आहे.'

राजांच्या त्या निर्णयाने साऱ्यांना आनंद वाटला. साऱ्यांनी त्या बेताला मान्यता दिली. राजे खेदाने म्हणाले,

'काही नसता आम्ही करोड होनांचं राज्य उभं केलं, ते त्या राज्याची अशी शकलं करण्यासाठी? त्याचं शल्य आम्हांला फार आहे... जाऊ दे! आम्ही पन्हाळ्याला जातो. संभाजीराजे आमचं ऐकतील, असं वाटतं. त्यांची समजूत काढून माघारी आल्यावर सर्व निश्चित करू.'

थकलेले राजे बैठकीवरून उठले. साऱ्यांनी मुजरे केले. राजे मंद पावलांनी सदरेबाहेर जात होते.

□

७

थंडीच्या दिवसांत राजे आपल्या अश्वपथकांनिशी पन्हाळ्याची वाटचाल करीत होते. राजे पालखीतून जात होते. मागे-पुढे अश्वपथके चालत होती. राजांच्या आगमनाची वर्दी पुढे गेली होती.

दोन प्रहरच्या वेळी राजे आपल्या अश्वपथकांनिशी आले. दोन प्रहर असूनही गारवा जाणवत होता. पन्हाळ्याच्या पायथ्याशी राजे पालखीतून उतरले, आणि आपल्या घोड्यावर स्वार झाले. चारदरवाजापाशी येताच राजांचे घोडे आवरले गेले. सामोरे आलेल्यांच्यावरून त्यांची नजर फिरली. राजांनी किल्लेदारांना विचारले,

'संभाजीराजे कोठे आहेत?'

'वाड्यात आहेत, महाराज.'

त्या उत्तराने राजांचे साशंक मन स्थिरावले. राजे सज्जाकोठीकडे वळले. पुढे गेलेले हंबीरराव सज्जाकोठीजवळ उभे होते. सज्जाकोठीत प्रवेश करीत असता राजांनी हंबीररावांना विचारले,

'हंबीरराव, तुमचे युवराज काय म्हणतात?'

'महाराज, वय लहान. भावनेच्या भरात फार मोठी चूक केली, याचा त्यांना पश्चात्ताप होतो आहे.'

'आणि आमची येसू, भवानी काय म्हणते?'

'काळजीचं काही कारण नाही.'

'खरंच, आता काळजीचं काही कारण उरलं नाही. तुम्ही वाड्यात जा. संभाजीराजांना सांगा... आम्ही येतो आहो, म्हणून.'

हंबीरराव गेले. राजे कपडे बदलून आले, तेव्हा सायंकाळच्या किरणांत गड उजळला होता. दाट झाडीतून तांबड्या जमिनीवर उतरलेली किरणे धूसर बनली

होती. युवराजांच्या भेटीसाठी राजे पायीच निघाले.

राजे वाड्याच्या दाराशी आले; आणि त्यांची नजर आपल्या परिवारासह उभ्या असलेल्या संभाजीराजांच्याकडे गेली. संभाजीराजांनी पांढरा अंगरखा घातला होता. मस्तकी जिरेटोप होता. संभाजीराजे पुढे येऊन नेहमीप्रमाणे पाय शिवण्याऐवजी त्रिवार मुजरा करते झाले. त्या कृतीने राजे व्यथित झाले. नतमस्तक उभ्या असलेल्या संभाजीराजांना पाहून राजांनी आपले मन आवरले. 'चला' एवढेच बोलून राजांनी वाड्यात प्रवेश केला.

राजांच्या पाठोपाठ संभाजीराजे प्रथम चौकातून सदरेवर आले. राजे महालात आले. त्यांनी येसूबाईंची विचारपूस केली; आणि संभाजीराजांसह माडीवरच्या खास महालाकडे ते चालू लागले. माडीच्या सज्जातून गडाची हिरवी गर्द झाडी दिसत होती. सूर्य मावळला होता; आणि वाढणाऱ्या संध्याछायांत झाडीचा रंग गर्द बनत होता. गडावर हळुवार पावलांनी थंडी उतरत होती; पण राजांना त्याची जाणीव नव्हती. राजे एकदम वळले. त्यांची नजर सामोरे हात घेऊन उभे असलेल्या संभाजीराजांच्यावर खिळली.

'संभाजीराजे, आम्ही मुलुखगिरीवरून परत आलो; आणि गडावर येताच तुम्ही आल्याचं समजलं. खूप आनंद झाला. मनावरचं दडपण नाहीसं झालं. उद्या संक्रांत ना! संक्रांतीच्या सुमारासच तुम्ही पर्वणी साधायला माहुलीला गेलात. आमच्याशी गोड न बोलता त्या वेळी आम्हांला विसरून आमच्याकडे पाठ फिरविलीत! पण एक वर्षानं का होईना, तुम्ही परत आलात, याचा आम्हांला आनंद आहे. आमची संक्रांत टळली. आमचं तोंड गोड केलंत!'

'आबासाहेब!'

'काय केलंत हे, संभाजीराजे? स्वकीयांच्यावर रागावून परकीयांचे पाय धरलेत?'

'आम्ही शरमिंदे आहोत.'

'काही सांगू नका. काही ऐकायचं त्राण आमच्यांत राहिलं नाही. वाढत्या यवनसत्तेला पायबंद बसावा, म्हणून हिंदवी स्वराज्याची आम्ही उभारणी केली; आणि खुद्द आमचे युवराज मोगलांना जाऊन मिळाले! आमच्या विरुद्ध चालून आले! सह्याद्री जिंकणं इतकं सोपं वाटलं? युवराज, जे हवं होतं, ते आम्हांला सांगायचं होतंत. ते आम्ही दिलं असतं.'

'नजरकैदेत?' संभाजीराजांनी धीराने विचारले.

राजांची नजर संभाजीराजांच्या नजरेला भिडली; पण संभाजीराजांची नजर झुकली नाही.

'नजरकैद! कशासाठी घडली, राजे? ती का आम्हांला हौस होती?'

'आम्हांलादेखील मोगलांना मिळण्याची हौस नव्हती!' संभाजीराजांनी सांगितले.

राजांना ते उत्तर येईल, असे वाटले नव्हते. ते संभाजीराजांच्याकडे पाहत राहिले. ती वैतागलेली संभाजीराजांची मूर्ती पाहून राजांचे मन हेलावले. ते म्हणाले,

'शंभूबाळ, सरळ विचार कधीच करता येत नाही का? आमच्या मनाची जाणीव थोडी तरी करून घ्या. चाळीस वर्षं हे राज्य आम्ही रेटतो आहोत. अनेक संकटं आजवर आमच्यावर आली; पण आम्ही त्यांना भ्यालो नाही, संकटांना सामोरे जाताना कधी डगमगलो नाही. अफझल, शास्ताखान आले. आग्र्याच्या काळदाढेतून आम्ही तुमच्यासह पार पडलो. काळावरही मात करणारी आमची छाती, शंभूराजे! तुम्ही मोगलांना मिळून ती पार पोखरून टाकलीत! सारा धीर चेपून गेला. भवानीकृपेनं तुम्ही आलात. तुमच्या रूपानं परमेश्वर धावला, असं आमच्या चित्तात आलं.'

'याच जाणिवेनं आम्ही माघारी आलो. राज्यासाठी नाही, आपल्यासाठी आम्हांला यावं लागलं.'

'राजे!'

'हं! आम्ही राजे कुठले? युवराजपद गेलं. सुभेदारी गेली. शृंगारपुराहून परळीला जाण्याची आज्ञा आली. संन्यास तेवढा बाकी राहिला होता! जिथं शंभूबाळ म्हणून जगू शकलो नाही, तिथं राजे कुठले?'

राजांचे डोळे पाणावले, आवाज घोगरा बनला. संभाजीराजांना त्यांनी मिठीत घेतले.

'वेड्या पोरा! असं बोलू नको. तुझ्यापायी थोडं का दुःख सोसलं, ते परत तुझ्या बोलांनी वाढवतोस? शंभूबाळ, केव्हा, रे, कळणार तुला?'

अचानक घोड्याच्या खिंकाळण्याचा आवाज उठला. राजे मिठीतून दूर झाले. न कळत त्यांची पावले सज्जाकडे गेली. बाहेर पडलेल्या मंद चांदण्यात पांढरा शुभ्र घोडा उभा होता. उभ्या जागी खूर नाचवीत तो खिंकाळत होता. आपल्या डोळ्यांतले अश्रू टिपून त्या घोड्याकडे बोट दाखवीत राजे म्हणाले,

'पाहिलंस, शंभूबाळ? खाली मोती आला आहे. हे मुकं जनावर. केव्हा तरी पाठीवर फिरविलेल्या मायेच्या हाताची याला आठवण. आम्ही गडावर आल्याचा वास लागताच ठाणबंद असलेला हा मोती आपले बंध तोडून इथवर धावत आला. आणि ज्या हातांनी तुम्हांला लहानाचं मोठं केलं, त्या हातांना काहीच का यश नाही?'

संभाजीराजांनी सावकाश नजर उचलली. ते शांतपणे म्हणाले,

'आबासाहेब, माणसं जनावरांसारखी अल्पसंतुष्ट नसतात.'

राजांनी दचकून संभाजीराजांच्याकडे पाहिले. त्या बोलांनी राजांच्या मनाला असंख्य वेदना झाल्या. राजे कळवळले.

'खरंच, माणसं जनावरांसारखी अल्पसंतुष्ट असती, तर किती बरं झालं असतं!'

पण दुसऱ्याच क्षणी संभाजीराजांच्या वर रोखलेली नजर संकुचित झाली. संयमाने

आवरलेला राग उफाळून आला.

'हे बोलण्याचं धाडस कोठून आणलंत? संभाजीराजे, मोगली मनसबीची धुंदी अद्याप डोळ्यांत रेंगाळते आहे, वाटतं? अल्पसंतुष्ट मन आम्ही जाणतो. तशा जीवनासाठीच हे राज्य उभारण्याचा खटाटोप आम्ही केला. पण तुम्ही अल्पसंतुष्ट केव्हापासून झालात?....

'जन्माला आलात; आणि दोन वर्षांतच मातृवियोग तुमच्या नशिबी लिहिला गेला. पण पोरकेपण तुमच्या नशिबी लिहिलं गेलं नव्हतं. सहस्त्र हातांनी उदंड माया करणारी माय.... मासाहेब तुम्हांला लाभल्या. त्यांच्या लाडांखाली तुम्ही लहानाचे मोठे झाला. आईनं केलेलं कौतुक फिकं पडावं, अशा कौतुकात तुम्ही वाढलात. संसारात सुलक्षणी, सालस, सौंदर्यसंपन्न अशा पत्नीची जोड तुम्हांला मिळाली. तुमच्या कर्तेपणाची जाणीव आम्हांला झाली; आणि आम्ही तुम्हांला राजकारणात गुंतविलं. युवराज म्हणून तुम्ही राजकारणात भाग घेऊ लागला, दरबारी आलेल्या फिरंगी वकिलांना भेटू लागला. त्याचा आम्हांला कोण आनंद वाटू लागला! परदरबारच्या वकिलांशी वाटाघाटी करताना कधी तुमच्या मनात आलं होतं, की तुम्ही केलेले निर्णय आम्ही फिरवू, म्हणून? मोहिमेवर तुम्ही जात होता, ते युवराज म्हणूनच ना? का शिलेदार म्हणून गेलात?'

राजांच्या बोलांनी संभाजीराजे भानावर आले. राजांचे शब्द तापल्या शिशासारखे त्यांच्या कानांवर पडत होते.

'अल्पसंतुष्टपणाच्या गोष्टी करता कशाला? ज्ञानदानासाठी केशव पंडितांसारखे विद्वान तुम्हांला भेटले होते. मासाहेबांचं छत्र तुम्हांला होतं. युवराजपदाची सत्ता तुमच्या हाती होती. मासाहेब गेल्या, तर विवेकाच्या अधीन होण्याऐवजी तुम्ही वाढत्या वयाच्या अधीन झाला! तुमचे शौक वाढू लागले, राजे! आम्हीही तरुण होतो. आमच्या समोर सुभेदाराची लावण्यवती सून आपल्या भाग्याचा निर्णय करून घेण्यासाठी उभी होती. बोलून चालून शत्रुघरची लेक. तिला आम्ही नाटकशाळेत टाकली असती, तर कुणी आम्हांला बोल लावला नसता. सूड म्हणून एखाद्या बारगिराची बटीक बनविली असती, तरी कुणी दोष दिला नसता. पण ते लावण्य पाहत असताना आमच्या विकारांवर आमच्या विवेकानं मात केली. कळायच्या आत आम्ही बोलून गेलो- 'आमच्या मासाहेब इतक्या सुंदर असत्या. तर आम्हीही असेच सुंदर निपजलो असतो!'

'एक वाक्य आम्ही उच्चारून गेलो; पण ते कळताच मासाहेब किल्ल्याच्या दरवाजाशी आमच्या स्वागताला उतरल्या! जन्माचं सार्थक होण्याचा तो क्षण होता. आणि तुम्ही.... आमच्या पोटी जन्म घेतलात ना? आणि माहेरवाशीण म्हणून आलेल्या एका ब्राह्मण मुलीवर बदनजर ठेवून मोकळे झालात!'

'आबासाहेब, आम्ही....'

'खामोश! संभाजीराजे, माणूस आपली कीव करण्यात भारी रमतो. खोटी कीव करून घेण्याची सवय जडली, की ती व्यसनापेक्षाही भयंकर बनते. एकदा उघड्या डोळ्यांनी स्वत:कडे बघा! ज्या गुन्ह्याचा मुलाहिजा आम्ही कधीही भर दरबारी राखला नाही, असा गुन्हा तुम्ही केलात! तुमच्या प्रेमापोटी आम्ही तो पाठीशी घातला. आम्हांला वाटलं की, तुम्ही त्या अनुभवानं शहाणे व्हाल, स्वत:ला सावरून घ्याल. पण ते भाग्य आमच्या नशिबी नव्हतं. तुमच्या बेलगाम वर्तनाला कधीच पायबंद बसले नाहीत.'

राजे क्षणभर थांबले,

'अनाजी, मोरोपंत या मंडळींवर तुमचा फार रोष. ज्या माणसांनी रोहिडेश्वराच्या शपथेपासून आजतागायत आम्हांला साथ दिली, अशी ती माणसं. आपल्या पराक्रमावर आणि कर्तृत्वावर त्यांनी राज्याचा पाया भक्कम केला. साल्हेर, मुल्हेर जिंकणारे, प्रतापगडासारखे गड उभारणारे, अडीअडचणीच्या वेळी रणांगणात धाव घेणारे मोरोपंत आठवा! उभ्या राज्याची धाराबंदी घडविणारे अनाजी पाहा! म्हणजे त्यांची किंमत कळेल. त्या माणसांचा युवराजपदाच्या मूर्ख घमेंडीत भर राजसदरेवर 'लुच्चे, लफंगे' म्हणून उपमर्द करण्यात तुम्ही मागे-पुढे पाहिलं नाहीत. आमच्या तोलामोलाची माणसं ती. तो अपमान आमचा आहे, हेही तुमच्या ध्यानी आलं नाही. ती माणसं जाणती, म्हणून त्यांनी तुमच्या नेणतेपणावर पांघरूण घातलं.

'स्वराज्याशी इमानी असणारी माणसं तुम्हांला जोडता आली नाहीत, मिळवता आली नाहीत. तुम्ही जोडलेली माणसं पाहा-कवी कलश आम्ही हयात असता तुम्हांला कलशाभिषेक करून मोकळे झाले! पराक्रमापेक्षा जारणमारणात तुम्ही अधिक गुंतला. शौर्याच्या नशा बाळगणारे आम्ही; तुम्ही नाटकशाळांत आणि भांगेत गुंतून गेला. तुम्हांला संतुष्ट करणं परमेश्वरालाही जमेल, असं वाटत नाही!

'कर्ता-सवरता मुलगा घरी असताना उभं राज्य मंत्रिमंडळाच्या स्वाधीन करून जाण्यात आम्हांला काय हौस होती? तसं करताना आमच्या मनाला कोण यातना झाल्या! याची कल्पना सुद्धा कधी तुम्ही मनात आणली नाही. आम्हांलाही ह्या गोष्टीचा छडा लावून घ्यायचा होता.'

संभाजीराजांनी राजांच्याकडे पाहिले. राजांच्या बोलण्याने ते सुन्न झाले होते.

'पाहता काय? ...म्हणूनच शृंगारपूरचा सुभा पूर्ण मुखत्यारीनिशी तुमच्या स्वाधीन करून, मंत्रिमंडळाच्या हाती राज्य सोपवून, आम्ही राज्यापासून शेकडो कोस दूर गेलो. दीड वर्षानं माघारी आलो. आम्हांला जे दिसलं, त्यानं काळीज विदीर्ण झालं! एकाच वेळी मिळवल्याचा आनंद आणि गमावल्याचं दु:ख आम्हांला भोगावं लागलं. आमच्या माघारीदेखील त्याच जबाबदारीनं राज्य संभाळणारं मंत्रिमंडळ

आमच्या समोर अभिमानानं उभं होतं. आणि शाक्ताच्या नादी लागून, सुभ्याकडे दुर्लक्ष करून, होमहवनानं विजय संपादन करू पाहणारे... कलशाभिषेकाचं स्वप्न मनात रंगवीत बसलेले... युवराज आम्ही पाहत होतो.'

'आम्ही चुकलो!' युवराज धीर करून बोलले.

राजे हात उडवीत म्हणाले, 'चुकलात? केवढी चूक केलीत? आमची पाठ फिरली नाही, तोच तुम्ही दिलेरशी बोलणी सुरू केलीत; आणि जेव्हा आमच्या मनी-स्वप्नी नव्हतं, तेव्हा तुम्ही मोगलांना मिळालात, सप्तहजारी मोगली मनसबदार बनलात! ही तुमच्या संतुष्टपणाची कथा. ती आळवीत बसण्याचं मात्र आमच्या नशिबी आलं!'

संभाजीराजांचे अश्रू ओघळले. ते पाहून राजांचा संताप वाढला.

'रडता कशाला? मोगली मनसबदार बनून केलेला पराक्रम आठवा! दिलेरखानाबरोबर तुम्ही स्वारीसाठी बाहेर पडलात, आमच्या भूपाळगडाला वेढा घातलात. फिरंगोजी नरसाळा....! बिचारा!! ज्यानं तुम्हांला आमच्या मायेच्या नजरेनं पाहिलं, त्यानं तुम्हांला समोर पाहताच तुमच्या शब्दाखातर भूपाळगड दिलेरच्या स्वाधीन केला. फिरंगोजी आमच्याकडे आले. आणि त्या द्रोहाबद्दल आम्ही त्यांना काय शिक्षा दिली. माहीत आहे? तोफेच्या तोंडी!'

'आबासाहेब! फिरंगोजी काकांना....'

'घाबरू नका! शिक्षा दिली, पण अमलात आणता आली नाही. हे हात दुबळे ठरले. फिरंगोजी फसले, त्यापेक्षा शतपटीनं जास्त अशा मायेत आम्ही फसलो! पण, शंभूबाळ, ते पातक फिरंगोजींचं नाही, तुमचं आहे! तुमच्या शब्दाखातर भूपाळगडाचे दरवाजे मोकळे झाले. आणि दिलेरखानानं किल्ल्यात प्रवेश करताच स्वराज्याशी इमानी असणाऱ्या सातशे लोकांचे हात तोडले; आणि ते तुम्ही उघड्या डोळ्यांनी पाहिलंत! गडाला आलेल्या प्रजेची चीजवस्तू त्यानं छिनावून घेतली. परिश्रमानं बांधलेला किल्ला इखलासखानाकडून त्यानं तोफांच्या भडिमारात जमीनदोस्त केला. हे पातक दिलेरखानाचं नाही, तुमचं आहे!'

राजे कावरेबावरे झाले. ते स्वत:शीच बोलल्यासारखे म्हणत होते,

'शंभूबाळ, आमच्या स्वराज्यउभारणीसाठी हजारो माउलींना आपल्या कपाळीचं कुंकू उतरावं लागलं; पण कुणी आम्हांला शाप दिला नाही. उलट, जाऊ तिथं आशीर्वादच मिळाले. आणि तुम्ही.... वयाची विशी ओलांडायच्या आत केवढा पर्वत रचलात! तिकोट्याला दिलेरनं राक्षसी नंगानाच घातला. अब्रूरक्षणासाठी आमच्या आयाबहिणींनी मुलांबाळांसकट विहिरीत उड्या मारल्या! सारा अथणी गाव गुलाम म्हणून विकायला निघालात!'

संभाजीराजांच्या अश्रूंना खळ नव्हता. डोळे पुशीत ते म्हणाले,

'त्यालाच विटून आम्ही परत आलो.'

'हं! तेवढी समजूत आमची राहती, तर किती बरं झालं असतं! कुणाला फसवता? तुम्ही ना जुलमाला कंटाळलात, ना आमची दया आली. औरंगजेबानं तुम्हांला कैद करण्याचा हुकूम दिला; ते तुम्हांला समजलं, आणि तुम्ही माघारी आलात. राजे, नशिबानं सुटलात! आम्ही सांगतो, त्यावर विश्वास ठेवा... हव्या त्याच्या हाती जा; पण त्या औरंगजेबाच्या हाती सापडू नका. जिवंत मरण तो तुम्हांला भोगायला लावील!'

राजे संभाजींच्या जवळ गेले. त्यांच्या खांद्यावर आपला थरथरता हात ठेवीत म्हणाले,

'शंभूबाळ,सावध व्हा! सहज जाता-जाता खेळ म्हणून बाणाच्या टोकानं उडविलेला कुंपणावरचा सरडा निवडुंगावर पडला, तर भीष्मांना शरपंजरी मृत्यू भोगावा लागला. जन्म आणि मृत्यू कुणाला टळलेत? राजे! आमच्या मायेच्या तराजूला पासंग असेल; पण आम्ही असं ऐकलंय् की, परमेश्वरदरबाराच्या तराजूला पासंग नाही. तुमचा शेवट कसा, याचा विचार जरी मनात आला, तरी आमच्या आतड्यांना पीळ पडतो. निदान त्या तराजूची भीती बाळगा!'

राजे पुरे थकले होते. संभाजीराजांच्या खांद्यावरचा हात ओघळला; आणि त्याच क्षणी संभाजीराजांनी राजांचे पाय धरले. त्या पावलांवर अश्रू ठिबकू लागले. संभाजीराजे सारे बळ एकवटून म्हणाले,

'आम्ही क्षमा मागत नाही. आम्हांला हवी ती शिक्षा करा; आम्ही ती आनंदानं भोगू! कडेलोट, तोफेच्या तोंडी, हत्तीच्या पायी... हवं ते मरण सोसू. त्याच निर्धारानं आम्ही इथं आलो.'

'कडेलोट! तोफेच्या तोंडी! हत्तीच्या पायी! शंभूबाळ, या मामुली शिक्षेवर आता तुमची सुटका होणं कठीण दिसतं. तुमच्या गुन्ह्याला एकच शिक्षा आहे; आणि ती भोगल्यावाचून तुमची सुटका होईल, असंही वाटत नाही... जातो. फार थकलोय् आम्ही...'

राजे जिन्याकडे जात होते. मागून आवाज आला,

'असं अर्धवट बोलून जाऊ नका, आबासाहेब! आमची शिक्षा सांगा. केवढीही भयंकर शिक्षा असली, तरी ती आम्ही आनंदानं भोगू.'

राजे वळले. संभाजीराजांच्याकडे ते स्थिर नजरेने पाहत बोलले,

'भोगाल? शंभूबाळ, तुम्हांला एकच शिक्षा आहे. आणि ती म्हणजे... आमचा मृत्यू!'

□

८

सज्जाकोठीच्या वरच्या महालात राजे उभे होते. त्यांची नजर सज्जातून दिसणाऱ्या

पूर्वक्षितिजावर खिळली होती. सूर्य वर आला होता. अंगाला थंडीचा गारवा झोंबत होता. सज्जातून दिसणारा विस्तीर्ण मुलूख राजे पाहत होते; पण त्यांचे चित्त त्यात गुंतले नव्हते. राजे विचार करीत उभे होते. त्याच वेळी हंबीरराव महालात आले.

'महाराज, युवराज दर्शनाला आलेत.'

'ठीक आहे. त्यांना वर पाठवा...'

संभाजीराजे महालात आले. राजे सज्जाजवळ उभे होते. पायांची चाहूल लागताच राजे सावकाश वळले. त्यांची नजर संभाजीराजांच्यावर खिळली होती. संभाजीराजे नजीक आले. त्यांनी पाय शिवले.

राजे बैठकीवर बसले. युवराज नतमस्तक उभे होते. राजांनी विचारले,

'भवानी कशी आहे?'

'जी. बरी आहे.'

'युवराज, आता तुम्ही खरे प्रौढ झालात, बाप बनलात. जीवनातल्या अनुभवानंही तुम्हांला खूप शहाणपण आलं असेल... घाबरू नका! आज आम्ही तुम्हांला काही बोलणार नाही. आमचा मनस्ताप आमच्याबरोबर. आता दुसऱ्यांचा मनस्ताप वाढवणं ठीक नाही.'

संभाजीराजे एकदम पुढे झाले. त्यांनी राजांचे पाय शिवले. राजांनी पुढे होऊन संभाजीराजांना उठविले. त्यांना उराशी कवटाळून सामोरे बसवीत राजे म्हणाले,

'शंभूबाळ, ते अश्रू पुसा. तुमच्या डोळ्यांत ते शोभत नाहीत, आम्ही असताना तर मुळीच शोभत नाहीत. तुम्ही आता चिंता करू नका. आम्ही खूप विचार केला.'

राजे काही क्षण स्तब्ध होते; कसे सांगावे, याचा विचार करीत होते. चेहरा व्याकूळ बनला होता. आपल्या केसांवरून हात फिरवीत राजे बोलू लागले,

'शंभूबाळ, मोठ्या कष्टानं आम्ही हे राज्य उभं केलं. या राज्यापायी हजारोंनी आपलं बलिदान केलं, अनेक संकटं भोगली. आज आमचं राज्य तुंगभद्रेपासून नर्मदेपर्यंत पसरलं आहे. एवढं मोठं राज्य पेलणं हे सामान्य काम नाही. त्याला फार मोठी कुवत हवी. पुढचे दिवसही भारी कष्टाचे आहेत. औरंगजेबानं जिझिया कर लादला आहे. त्याखाली हिंदू चेपले जात आहेत. औरंगजेब आता दक्षिणेत उतरल्याखेरीज राहणार नाही. आम्हांला हे सारं तडीला न्यायचं होतं. खूप मनसुबे होते. दिल्ली काबीज करून काशीविश्वेश्वराची स्थापना हा आमचा ध्यास होता. आता आमचे मनसुबे तुम्ही पुरे करा.'

'आम्ही?'

'होय, संभाजीराजे! आता आम्ही थकलो. आमचा भरोसा धरण्यात अर्थ नाही.'

'आबासाहेब!'

'ऐका, शंभूबाळ. घोडा धावतो, बेलगाम धावतो. त्याच्या पायांत बळ असतं,

छातीत विश्वास असतो. पण हे कुठवर? त्याची छाती फुटत नाही, तोवरच. कोणत्या तरी प्रसंगात त्याची छाती फुटते; आणि त्यानंतर त्या घोड्याचा काही उपयोग नसतो. आमचं तसंच झालंय्. हिंदवी स्वराज्याची स्थापना करणारे आम्ही, दक्षिणेतील पातशाह्यांची एकजूट करू पाहणारे आम्ही आज आमच्याच हातानं राज्याची वाटणी करायला धजलो नसतो.'

'कसली वाटणी?' संभाजीराजे उद्गारले.

'आमच्या राज्याची!' राजे शांतपणे म्हणाले. 'हजारोंची एकजूट करणारे आम्ही; पण आम्हांला आमच्याच घरी एकी टिकविता आली नाही. तुमच्यांत, मंत्रिमंडळात बेबनाव. तुमची मनं साफ नाहीत. थोरल्या राणीसाहेब.... तो एक निराळाच भाग आहे. त्यामुळं हे सारं ध्यानी घेऊन आम्ही हा निर्णय केला आहे. तुंगभद्रेपासून कावेरीपर्यंत एक जिंजीचं राज्य आहे. जिंजी-वेलोरसारख्या अनेक मजबूत गडांचा हा संपन्न मुलूख आहे. मोगली आक्रमणापासून दूर आहे. आक्रमण झालं, तरी ते थोपवायला कुतुबशाहीची ढाल आहे. राज्याचा विस्तार करायला खूप संधी आहे. असं हे जिंजीचं राज्य आम्ही तुम्हांला द्यायचं ठरवलं आहे.'

संभाजीराजे आश्चर्याने थक्क झाले. ते काही बोलणार, तोच राजे बोलू लागले, 'ऐका ! दुसरं राज्य तुंगभद्रेच्या अलीकडेपासून थेट गोदावरीपर्यंत. हे राज्य राजाराम मोठे होईपर्यंत प्रधानमंडळाच्या सल्ल्यानं राजारामांच्या सत्तेखाली राहील. ही वाटणी तुम्हां दोघांच्याही हिताची होईल.'

संभाजीराजे त्या बोलांनी कळवळले. ते म्हणाले,

'आबासाहेब, आपल्या पायांची आण घेऊन सांगतो, आम्हांला राज्याची वाटणी नको! राज्य अखंड राहू दे. ते हवं त्याच्या स्वाधीन करा. याउप्पर आम्ही आपल्याला त्रास देणार नाही. आपल्या पायांची जोड धरून, दूधभात खाऊन, आपल्या चरणांचं चिंतन करीत राहू. आमच्या शब्दांवर कुणी विश्वास ठेवला नाही. निदान तुम्ही तरी...'

राजे उदासपणे हसले.

'संभाजी, मला माहीत आहे, तुम्ही मनापासून बोलता. ह्यापूर्वीच हा विचार आला असता, तर किती बरं झालं असतं! आता आमचं मन थकलं. तुम्हां दोघांच्या हाती ही जबाबदारी सोपवून आम्ही उरला काळ ईशचिंतनात घालवू. त्यात तुमचं-आमचं कल्याण आहे.'

'आबासाहेब, आपण कधीच का क्षमा करणार नाही?' संभाजीराजांनी विचारले.

'क्षमा?' राजांनी संभाजीराजांच्या खांद्यावर हात ठेवला. 'क्षमा करायलादेखील अधिकार लागतो. तेवढे मोठे आम्ही नाही. आम्ही सांगितलं, त्याचा विचार करा. आम्ही रायगडी जातो. राजारामांची मुंज, लग्न आटोपून परत येतो. त्यानंतर तुमच्या-आमच्या विचारानं सर्वतोपरी विचार करू. तुम्ही थोरले आहात. तुमच्या भरोशावर

आम्ही निर्णय करणार आहोत. चला, येसूला भेटू. भवानीला पाहू.'

राजे उठले. संभाजीराजांच्यासह ते सज्जाकोठीतून वाड्याच्या दिशेने जात होते.

दोन दिवसांत राजांनी गड सोडायचे ठरवले. संभाजीराजांच्या जवळ जनार्दन नारायण, सोनाजी नाईक बंकी, बाबाजी ढमढेरे ही मंडळी राजांनी ठेवली. पन्हाळ्यावर संभाजीराजांची सर्व व्यवस्था केली.

गड सोडण्याआधी राजे येसूबाईंना भेटण्यासाठी गेले. राजे जायला निघाले. राजे येसूबाईंना म्हणाले,

'येसू! चिंता करू नको. सारं ठीक होईल. मी सांगितलेलं विसरू नको. यापुढं तू अधिकार गाजवायला शिकायला हवं. संभाजीराजांचा तोल सावरण्याचं सामर्थ्य फक्त तुझ्याच ठायी आहे.'

येसूबाई पाया पडल्या. राजांनी त्यांच्या पाठीवर हात ठेवला.

'भवानीला जप.'

'पुन्हा दर्शन केव्हा?'

'ते कोण सांगणार? त्याच्या मनात असेल, तर लौकर भेट घडेल. आम्ही येतो.'

चारदरवाजाशी राजांनी संभाजीराजांचा निरोप घेतला. राजे पुढे जात होते. एकदम त्यांनी बसल्या घोड्यावरून मागे पाहिले. चारदरवाजाच्या बुरुजावरून भगवे निशाण फडकत होते. दरवाजाशी संभाजीराजे उभे होते.

□

९

भर दुपारच्या वेळी राजांचे पथक साताऱ्याकडे जात होते. राजे पालखीतून प्रवास करीत होते. राजांच्या मागे-पुढे दोन हजार धारकरी दौडत होते. भर उन्हाची वेळ असल्याने राजांनी अंगावरची शाल पायांशी ठेवली होती. थंडीच्या दिवसांची भर उन्हाची ऊब अंगाला सुखवीत होती. भोयांच्या एक चालीच्या पायांचा आवाज अखंड उठत होता. पालखी मंद हेलकावे घेत होती. पालखीच्या दांडीला लावलेल्या गोंड्याचा आधार राजांनी उजव्या हाताने घेतला होता. राजांना परळीचा डोंगर दिसू लागला. राजांनी हात जोडले. क्षणभर त्यांचे नेत्र मिटले. राजे परत आपल्या विचारात गढून गेले.

अचानक पालखी थांबली. हंबीरराव दौडत पालखीजवळ आले. राजांनी विचारले,

'पालखी का थांबली?'

'थोड्याच अंतरावर कल्याणस्वामी दिसत आहेत, तेव्हा....'

'पालखी उतरा.' राजांनी आज्ञा केली.

पालखी उतरली गेली. राजे पायउतार झाले. राजांनी पाहिले. अश्वदळाला बगल देऊन कल्याणस्वामी इतर भक्तांबरोबर येत होते. राजे अनवाणी पायांनी तसेच सामोरे

गेले. राजांनी कल्याणस्वामींना वंदन केले. आशीर्वाद देऊन कल्याणस्वामी म्हणाले,

'राजे, आम्ही आपलीच वाट पाहत होतो.'

'आमची वाट?' राजे उद्गारले.

'हो. आपण पन्हाळ्याला जाताना भेट होईल, असं समर्थांना वाटत होतं; पण आपल्याला तातडीनं जावं लागलं. आपण या वाटेनं येणार, हे कळताच समर्थांनी आम्हांला आज्ञा केली. जर आपल्याला सवड असेल, तर आपण वाकडी वाट करावी आणि समर्थांना भेटून जावं, अशी त्यांनी विनंती केली आहे. समर्थ आपणांस भेटण्यास उतावीळ आहेत.'

'विनंती? समर्थ करतात? समर्थदर्शनासाठी वाकडी वाट करावी लागते?'

त्या निरोपाने राजांची उदासीनता आणखीन वाढली. ते कल्याणस्वामींना म्हणाले,

'समर्थआज्ञा शिरसावंद्य! चलावं....'

राजे कल्याणस्वामींच्या बरोबर चालू लागले. पालखीतून वा घोड्यावरून येण्याची विनंती त्यांनी अमान्य केली. गडाच्या पायथ्याशी अश्वपथके थांबविली गेली. आपल्या निवडक माणसांनिशी राजे गड चढत होते. गडाच्या प्रथम दरवाजाशी राजांनी मुजरा स्वीकारला; आणि काही क्षणांतच गडाच्या परिसरात शंखनाद घुमला. राजे गडावर आल्याची वर्दी दिली गेली.

राजे धीमी पावले टाकीत गड चढत होते. राजे परळीवर आले; आणि त्यांची नजर समोर स्थिरावली. राजांच्यापासून पंधरा-वीस पावलांवर समर्थ उभे होते. समर्थांना पाहताच राजांच्या सर्व भावना उचंबळून आल्या. उभ्या जागी त्यांचे नेत्र अश्रू ढाळू लागले. दोन्हा हातांत तोंड लपवून राजे उभे होते. सारे अंग हेलावत होते. राजांची अवस्था पाहून समर्थ पुढे धावले. राजांच्या पाठीवरून उजवा हात लपेटीत समर्थ म्हणाले,

'हां, शिवबा! संयम करा. चला. प्रभू रामचंद्रांच्या कृपेनं सारं ठीक होईल. चला.'

राजांच्यासह समर्थ आश्रमात आले. राजांच्या सांगाती आलेल्या सर्वांनी समर्थांचे दर्शन घेतले. राजे मृगाजिनावर बसले होते. राजे मान खाली घालून बसले होते. हळू हळू आश्रमाची गर्दी कमी झाली. फक्त राजे आणि समर्थ उरले. व्याघ्रासनावर बसून समर्थ राजांच्याकडे पाहत होते. समर्थांचा गंभीर स्वर उमटला,

'राजे, कशासाठी अश्रू ढाळलेत?'

राजांनी नजर वर केली. समर्थांचा उजवा हात कुबडीवर विसावला होता. हातात जपाची माळ होती. त्या शांत नजरेला राजांची नजर भिडली. नजर काढवेनाशी झाली. राजे म्हणाले,

'आता अश्रू ढाळण्याखेरीज आमच्या हाती काही उरलं नाही. पन्हाळ्याला जाताना आम्हांला का आपली आठवण झाली नाही? खूप वाटलं. पण कोणत्या तोंडानं

आपल्यासमोर येणार? स्वराज्याची उभारणी करणारे आम्ही. आमचे युवराज मोगलांना मिळाले, हे कसं सांगणार?'

समर्थ हसले.

'आणि म्हणूनच आमच्या भेटीची टाळाटाळ केलीत? राजे, अशी कोणती गोष्ट आहे, की जी गुरूपासून लपविली जाते!'

'क्षमा, गुरुदेव! आम्हांला काही सुचत नाही, कळत नाही.'

'शिवबा, आम्ही जाणतो. म्हणून कल्याणला वाटेत उभं केलं. तुमच्या दुःखाला आम्हीही जबाबदार नाही का?'

'आपण?' राजे उद्गारले.

'हो! संभाजीराजे परळीवर आले, तेव्हा आम्ही इथं हजर असतो, तर युवराज कदाचित मोगलांना मिळालेही नसते. मग ती चूक आमची नाही?'

'आपली कसली? नशिबात नव्हतं.' राजे उदासपणे म्हणाले.

'हो ना? मग हा शोक कसला?'

'शोक! आमच्याबद्दल करीत नाही. पण एवढं मोठं राज्य उभं केलं. आज तुंगभद्रेपासून नर्मदेपर्यंत राज्याचा पसारा मांडला. लक्षावधी लोकांची जबाबदारी घेतली. हे अफाट राज्य कुणाच्या हाती सोपवायचं?'

'पण युवराज आले ना परत? चुका साऱ्यांच्याच हातून होतात, राजे! त्या सावरून घ्यायला हव्यात.'

'स्वामीजी, आम्हांला काही सुचत नाही. युवराज आले, हे खरं; पण त्यांच्यावर मंत्रिमंडळाचा विश्वास नाही. युवराज उद्या काय करतील, याचा भरोसा कुणी द्यायचा? धाकटे राजाराम लहान. युवराजांच्या कृतीनं आम्ही पार पोखरून गेलो! आमचा वैयक्तिक संसार असता, तर आम्ही हे दुःख सहन केलंही असतं. पण आम्ही हा मोठा संसार मांडला. रोहिडेश्वराच्या शपथेच्या वेळी आमच्या हाती काही नव्हतं. ते आज एवढं रूप प्राप्त झालं! आम्ही स्वराज्याचं रोपटं लावलं. त्याला जिवापाड जपलं. आज त्याचा महान वृक्ष झाला. त्या झाडावर कुऱ्हाड घालण्याचं काम आमच्या हाती आलं. त्यानं आमचा जीव तगमगतो.'

'कसली कुऱ्हाड, राजे?'

राजांच्या नजरेत अश्रू गोळा झाले.

'कसली कुऱ्हाड! या युवराजांच्या कृत्यामुळं आम्ही आमच्या राज्याची शकलं करायला आज ठाकलो. संभाजीराजांना जिंजीचं राज्य आणि राजारामांना वरचं राज्य द्यायचा निर्णय आम्ही केला. याचं दुःख आम्हांला फार!'

समर्थांच्या चेहऱ्यावर स्मित प्रकटले. ते पाहून राजे क्षणात सावरले. समर्थ म्हणाले,

'शेवटी तुम्हांलाही अहंकाराची बाधा झालीच ना?'

'जी? अहंकार?' राजे उद्गारले.

'हो ना! तुम्ही राज्य उभं केलंत. तुम्ही पसारा मांडलात, तुमच्या कृपेखाली लक्षावधी जगतात. हा अहंकार नाही, तर काय? राजे, श्रींचं राज्य विसरलात? ज्या यातना तुम्ही भोगीत आहात, त्याचं कारण हा अहंकार आहे. तुम्हीच सांगत होता ना, की हे श्रींचं राज्य आहे, म्हणून? श्रींनी उभं केलेलं, श्रींच्या आशीर्वादानं विस्तार पावलेलं हे राज्य कुणाच्या हाती द्यायचं, हे श्री ठरवितील. ते कसं राखायचं, ही चिंता श्रींना. ती चिंता आपण कशाला करायची? आपण विवेक धरून कर्तव्य करीत राहायचं. त्यात सुख आहे, समाधान आहे.'

'समाधान!' राजे निःश्वास सोडून म्हणाले, 'ते तर आम्हांला केव्हाच पारखं झालं आहे. एवढी माणसं गोळा करूनही आम्ही एकटेच राहिलो. प्रपंच करूनही आमच्या सुखदुःखाचं वाटेकरी कोणी राहिलं नाही. वेड्या स्वप्नापाठीमागे धावणारी आमच्यासारखी माणसं तालवृक्षासारखी असतात. आकाशाला हात लावण्यासाठी धावत सुटायचं. आणि उंचावता-उंचावता एक क्षण असा येतो, की सारी गात्रं थकून जातात. तेव्हा ध्यानी येतं की, आकाश सुरुवातीला जेवढं उंच होतं, तेवढंच उंच आहे. त्या वेळी आठवण येते जन्मदात्या धरित्रीची. पण तीही तेवढीच दूर राहिलेली असते. तिथवर हात पोहोचू शकत नाहीत. सारंच जीवन अधांतरी बनून जातं!'

'शिवबा!'

'गुरुदेव! एवढ्या निष्ठेनं आम्ही जीवन जगलो, चांगल्या मनानं सारं केलं. असं असता हे दुःख आमच्या नशिबी का आलं? काय पाप केलं होतं, म्हणून आम्ही हे भोगतो आहोत?'

रामदासस्वामींचा चेहरा व्यथित बनला.

'राजे, कसल्या मोहात गुरफटलात? माणूस जन्माला एकटाच येतो, आणि एकटाच जातो. त्याला अपवाद नाही. माणसाचं हेच खरं रूप आहे. त्यात व्याकूळ होण्यासारखं काय आहे? आणि नशिबी आलेल्या यातनांबद्दल म्हणत असाल, तर त्याचं उत्तर फार सोपं आहे. भगवान श्रीकृष्णांनी असं कोणतं पाप केलं होतं, की ज्यासाठी त्यांचा मृत्यू असा विदारक व्हावा? यादवकुल वाचविण्याची धडपड निष्फळ ठरून डोळ्यांदेखत सर्व कुलाचा संहार त्यांना का बघावा लागला! असह्य वेदनांशी झगडत एकाकी मृत्यू त्यांनी का सोसला? प्रभू रामचंद्रांचे अखेरचे दिवस आठवा. त्यांनी जलसमाधी का घेतली? भीष्माचार्यांची अखेर शरपंजरी का झाली? कोणती पापं त्यांनी केली होती?'

राजांनी वर पाहिले. समर्थांच्या बोलांनी एक नवे रूप ध्यानी येत होते. आत्मविश्वास जागा होत होता. समर्थ सांगत होते :

'राजे, या पृथ्वीतलावर जे थोर जीव जन्माला येतात, त्यांना यातनाच भोगाव्या लागतात. सामान्य जीवांसाठी पुण्याई खर्चणारे ते आत्मे न कळत सामान्यांच्या पापांचे धनी होतात. आपलं कार्य झालं, की ते थोर जीव इथंच आपले भोग संपवून निघून जातात. त्यांनी भोगलेल्या यातनेतच सामान्यांचं जीवन सफल बनत असतं.'

'या यातना भोगणं म्हणजेच का जीवन?'

'नाही, राजे! ह्या आत्म्यानं घेतलेलं शरीराचं आवरण जेवढं मिथ्या, तेवढ्याच या शरीराबरोबर आलेल्या यातनाही मिथ्या. आत्मस्वरूपाची ओळख झाली, की या यातनांचे बंध राहत नाहीत, सुखदुःखाचा विसर पडतो, आणि चिरंतन सुखात रममाण होतो.'

'तेवढं सामर्थ्य असतं, तर मग आम्ही असे हताश का झालो असतो?

'केल्यानें होत आहे । आधी केलेंचि पाहिजे!'

असं आम्हीच सांगितलं, ते का फुकटचं पांडित्य होतं? राजे, आम्ही तुम्हांला दासबोध दिला होता, तो अशा क्षणी उपयोगी पडावा, म्हणून. हा योग साधायला काही फारशी मोठी तपश्चर्या अथवा बळ साधावं लागतं, असं मुळीच नाही. ज्ञानसाधनेकरिता म्हणून तपश्चर्या लागते. पण मुळातच तुम्ही ज्ञानी आणि योगी आहात. परमेश्वर आनंदस्वरूपी आहे, याबद्दल कुणाचंही दुमत नाही. तो प्रकाश आहे, तिथं अंधकार नाही, हेही सर्वांना ठाऊक आहे. सामान्यांच्या जीवनातही असामान्य आनंदाचे क्षण स्पर्शून जातात. सामान्य जीव आलेला क्षण टिपून न घेता तसाच दुसऱ्या क्षणाच्या मागे धावतो. पण ज्ञानी माणूस परमेश्वररूपानं नटलेले हे क्षण जवळ बाळगतो. त्याला समाधीचा आनंद मिळायला किती अवधी लागणार? निजधनावरतीच बैठक टाकली, तर ते धन दृष्टीला पडणार केव्हा? ह्या वृत्तीलाच अज्ञान म्हणतात. राजे, परमेश्वराची अखंड होणारी कृपा आठवा. तुमचं जीवन सुखी व्हावं, समृद्ध व्हावं, म्हणून तो केवढी काळजी घेतो! भर उन्हातून प्रवास करीत असताना अंगावरून जाणारी गार वाऱ्याची झुळूक ही त्याचीच कृपा नाही का? अमावास्येच्या रात्रीही आकाशात चमकणारी लक्षावधी नक्षत्रं त्यानंच निर्माण केली. भर उन्हाळ्यात एखादा पळस आपल्या तांबड्या गोजिऱ्या फुलांनी बहरलेला दिसतो, आणि दृष्टी सुखावून जाते. एक क्षण जिवाला सुखवण्याकरिता परमेश्वर केवढे कष्ट घेतो! प्रत्येक क्षणामागे लपलेला परमेश्वरी हात फार थोड्यांच्या ध्यानी येतो. आलेल्या क्षणाचा विसर पडून वाटसरू तसाच पुढं निघून जातो. आयुष्यभर वाटचाल करूनही पावलागणिक परमेश्वरानं निर्माण केलेला हात माणसाच्या ध्यानी येत नाही. आत्म्याची ओळख त्याला पटत नाही.'

समर्थांच्या प्रत्येक बोलाने राजांच्या अंगावर रोमांच उठत होते. समाधान पावलेले मन तृप्ततेने उचंबळत होते. अतृप्त कान समर्थांचे बोल मनात साठवीत होते.

'राजे, तुम्ही या खोट्या मोहात बद्ध होऊ नका. तुमचा योग भारी थोर आहे! जरा स्वस्वरूपाची ओळख करून घ्या. ती ओळख झाली, तर योग्यांनाही दुर्लभ असलेला आनंद आणि समाधान तुमच्यापासून फार दूर नाही. तुम्ही राज्याभिषेक करून घेतलात. राज्याभिषेकाची हौस तुम्हांला नव्हती. कदाचित राज्याभिषेकप्रसंगी तुम्हांला याचं काही कौतुक वाटलं नसेल. पण ज्या जिवावर तुम्ही उदंड प्रेम केलंत, तो जीव अत्यंत तृप्ततेनं, डोळ्यांत प्राण साठवून तो राज्याभिषेक पाहण्यात दंग होता. ही जाणीव तुम्हांला आनंद देत नव्हती काय? तो परमेश्वरी साक्षात्काराचा क्षण होता. अफझलखानाच्या भेटीला जात असताना परमेश्वरासमोर नतमस्तक होऊन, सारी चिंता त्याच्यावर सोपवून जेव्हा तुम्ही गाभाऱ्यातून उठला असाल, तेव्हा निर्भय बनलेलं तुमचं मनही त्या परमेश्वरी साक्षात्काराचीच खूण होती. शत्रुहाती असलेल्या किल्ल्यावर चढलेल्या भगव्या निशाणाचं जेव्हा प्रथम दर्शन घडलं असेल, तेव्हाचा क्षण आठवा. तो संपूर्ण आनंदाचाच नव्हता काय? असे किती क्षण होऊन गेले असतील, याची कधी मोजदाद केलीत?'

स्वतःशी तल्लीन होऊन बोलत असलेल्या समर्थांनी राजांच्याकडे पाहिले. समर्थांचे शब्द ओठांवरच राहिले. राजांच्या अवस्थेकडे ते चकित होऊन पाहत होते. राजांच्या चेहऱ्यावर पूर्ण समाधान दिसत होते. डोळे मिटलेले होते. मंद श्वास चालत होता. शरीराला जडत्व आले होते. कपाळी शिवगंध रेखाटलेली ती राजांची मूर्ती पाहत समर्थ तल्लीन झाले. त्यांच्या साऱ्या भावना उचंबळून आल्या. त्यांनी हाक मारली,

'शिवबा! राजे ऽ ऽ '

पण राजांची अवस्था तीच होती.

जेव्हा राजे भानावर आले, तेव्हा राजांनी नेत्र उघडले. राजे शांत दृष्टीने समर्थांकडे पाहत होते. समर्थांच्या नेत्रांतून अश्रू ओघळत होते. राजे उठले. समर्थांच्या नजीक जाऊन त्यांनी समर्थांच्या चरणांवर मस्तक टेकले. समर्थांनी प्रेमभराने राजांना उराशी कवटाळले. आपले अश्रू न पुसता समर्थ बोलत होते.

'राजे, आम्ही योगी! साधुत्व बाळगूनही असा योग साधत नाही. त्याला भारी कष्ट पडतात. आणि तुम्ही... जीवनातल्या सामान्य आनंदाची आठवण दिली, तर तो योग तुम्ही साधून जाता. समाधियोग तुम्हांला लाभतो! एवढं सामर्थ्य तुमच्या ठायी असता या खोट्या मोहाचं आवरण कशाला पांघरता? राजे आता अवधी फार थोडा, हे आम्हांला स्पष्ट दिसतं. आता फार काल हाती राहिला नाही. आत्मस्वरूपाची ओळख जेवढ्या लौकर करून घेता येईल, तेवढी लौकर ती करून घ्या. भवितव्याची चिंता मनी आणू नका. राजयोग साधलात; आता सिद्धयोगी व्हा! तेच तुमचं खरं रूप आहे.'

आपल्या रूपाच्या नव्या जाणिवेने राजे तृप्त झाले होते. त्यांच्या चेहऱ्यावर पूर्ण

समाधान उमटले होते.

□

१०

सरत्या थंडीच्या दिवसांतील सायंकाळ रायगडावर उतरली होती. गडावरच्या गंगासागराचा रंग दाट बनत होता; आणि त्याच वेळी महादरवाजाच्या नगाऱ्याचा आवाज गडावर घुमला. राजे रायगडावर आल्याची वर्दी साऱ्या गडाला मिळाली. गडावरचे भालाईत आपले कमरबंद आवळून नीट उभे राहिले.

वाड्याच्या अष्टकोनी महालात राजाराम कपडे करीत होते. अतिसर्दीमुळे त्यांचा चेहरा तांबडा बुंद झाला होता, डोळे पाणावलेले होते. नगाऱ्याचा आवाज ऐकताच त्यांनी मंचकावरचा टोप उचलला. गडबडीने डोक्यावर टोप चढवीत ते पुटपुटले,

'आबासाहेब आले सुद्धा!'

'युवराजमहाराज, बाहेर जाणार?' मनोहारीने विचारले.

रागाने मनोहारीकडे पाहत राजाराम म्हणाले,

'आईसाहेबांनी आम्हांला गडाखाली जायला मना केली आहे; दरवाजापर्यंत जायला नको म्हटलं नाही.'

'जा ना; पण ही फतू घालून जा. एवढी सर्दी झालीय्; अंगात तापही आहे. तेव्हा नुसत्या अंगरख्यावर...'

राजारामांनी मनोहारीकडे पाहिले. मनोहारी हातात निळ्या रंगाची रूदार फतू घेऊन उभी होती. हट्टाने राजाराम म्हणाले,

'फतूची गरज नाही. आम्ही एवढ्यात येतो.'

'जी, पाहा हं! राणीसाहेब महाराज रागावतील. मग माझी जिम्मेदारी नाही.'

न कळत राजाराम थांबले. त्यांनी मागे वळून पाहिले. हाती फतू घेऊन मनोहारी तशीच उभी होती. काही न बोलता मनोहारीजवळ येऊन ते पाठमोरे उभे राहिले. त्यांचे हात मागे वळले. मनोहारीने राजांच्या अंगात फतू चढविली; आणि मग एकदाही मागे न पाहता राजाराम दरवाजाकडे धावले.

राजाराम गडबडीने जात होते. नगारखान्याचे मुजरे घेऊन ते सरळ होळीचौकात आले, आणि त्यांना गडावर येणाऱ्या पालखीचे दर्शन झाले. राजांच्या पालखीसमवेत हंबीरराव, मोरोपंत, अनाजी ही मंडळी दिसत होती. पालखी होळीचौकात आली. राजांची नजर राजारामांच्यावर गेली. राजांच्या थकल्या चेहऱ्यावर हसू विलसले. पालखी खाली ठेविली गेली. राजे पायउतार झाले. राजारामांनी पुढे होऊन राजांचे पाय शिवले. राजारामांना जवळ घेत राजे म्हणाले,

'बाळराजे, अंगात ज्वर असताना, एवढी सर्दी झाली असता बाहेर का आलात?'

राजारामांनी अनाजींकडे पाहिले. राजे हसले.

'बाळराजे, पाचाडला अनाजी दिसताच आम्ही तुमच्या तब्येतीची चौकशी केली. त्यांनीहून सांगितलं नाही.'

'आम्ही आपल्या दर्शनाला....'

'ते खरं. पण आपली तबियत....'

'जी. ते आपलं नेहमीचंच आहे.' राजाराम कंटाळलेल्या सुरात म्हणाले.

'म्हणून का तिकडे दुर्लक्ष करायचं? निदान आमच्यासाठी तरी तुम्ही तब्येतीची काळजी घ्यायला हवी. स्वत:ला जपायला हवं. होय ना?'

राजारामांनी मान डोलावली. त्यांच्या खांद्यावर हात ठेवीत राजे म्हणाले,

'चला, आलाच आहात; आपण शिरकाईचं दर्शन घेऊ.'

देवदर्शन करून राजे वाड्यात आले. सदरेवरून सगळे माघारी वळले. राजारामांसह राजे महाली आले. महालात महादेव उभा होता.

'महादेव, सर्व सामान आलं?'

'जी.'

महादेवाच्या हाती राजांनी तलवार दिली. पाठोपाठ राजांनी आपला दुशेला, जिरेटोप उतरला. राजे बैठकीवर बसले. राजारामांना जवळ ओढीत राजे म्हणाले,

'सांगा, बाळराजे! असे खामोश उभे राहू नका.'

राजाराम क्षणभर तसेच राहिले; आणि त्यांनी विचारले,

'आबासाहेब, खांदेरी कुठं आहे, हो?'

'का, बाळराजे?' राजांनी आश्चर्याने विचारले.

'खांदेरीची तटबंदी पुरी झाली, असं मोरोपंत म्हणत होते... तो किल्ला आहे?'

'नाही, बाळराजे. ते बेट आहे; पण फार महत्त्वाचं... कंठ्यातला मध्यमणी असतो ना, तसं. फार चांगली बातमी सांगितलीत.'

'मोरोपंतांनी सांगितलं नाही?'

'अंहं! आमचे पेशवे आम्हांला सारंच एकदम सांगत नाहीत. अलीकडे ते आमच्या मनाला फार जपतात.'

'दादामहाराज भेटले?'

'हो ना, भेटले.'

'मग त्यांना का आणलं नाही?'

'तुमचे दादामहाराज भारी हट्टी आहेत. त्यांचाही आमच्यावर विश्वास नाही.' विषय बदलीत राजे म्हणाले. 'बाळराजे, एक काम करा. मोरोपंतांना, अनाजींना आम्ही सदरेवर येत असल्याचा निरोप पाठवा.'

राजाराम महालाबाहेर गेले. राजे विचारमग्न होऊन बसले होते. अचानक राजांनी नजर वर केली. सोयराबाई येत होत्या. सोयराबाईंच्या मागून येणाऱ्या दासीने

आच्छादलेले तबक राजांच्या समोर ठेवले. राजांनी विचारले,

'काय हे?'

'दूध, फराळाचं....'

'आम्हांला नको.' दासीला राजे म्हणाले, 'हे घेऊन जा.'

'दूध 'नको' म्हणू नये.' सोयराबाई म्हणाल्या.

'घेऊन जा.' राजांनी दासीला सांगितले.

दासी तबक घेऊन गेली. सोयराबाईंनी चिंतेच्या सुरात विचारले,

'आपली तब्येत...'

'ठीक आहे, राणीसाहेब. आमच्या तब्येतीची काही तक्रार नाही.'

राजे ज्या प्रश्नाला भीत होते, तोच सोयराबाईंनी विचारला.

'संभाजी भेटला? आता तरी शुद्धीवर आला?'

'कोण?'

'संभाजी!'

राजांनी सोयराबाईंच्याकडे पाहिले. गौर वर्णाच्या रूपसंपन्न सोयराबाईंच्या नजरेतला विजय राजांच्या नजरेबरोबर झुकला.

'राणीसाहेब, तेही माणूस आहेत. पश्चात्ताप होणं स्वाभाविक आहे. मनानं फार दुबळे बनलेत ते.'

'एवढं करून सवरून दुबळे?' सोयराबाईंनी कुत्सितपणे विचारले.

राजांची नजर उंचावली. व्यथित आवाजात ते बोलले,

'धिटाईतच साऱ्या गोष्टी घडतात, असं थोडंच आहे? बहुधा अशा गोष्टी दुबळेपणातूनच घडतात.'

राजांचे रूप पाहून सोयराबाई स्वतःला सावरीत म्हणाल्या,

'आपण होता, म्हणूनच हे सारं सहन केलंत. दुसरा कोणी असता, तर...'

राजे बैठकीवरून उठत म्हणाले,

'थांबा, राणीसाहेब, उगा आमच्या मायेचं कौतुक करू नका! आम्ही कुणाचे तरी ऋणी आहोत, आणि ते ऋण सव्याज फेडतो आहोत. बाकी काही नाही.'

'आम्हांला कळलं नाही.' सोयराबाई उद्गारल्या.

'आम्हांला तरी कुठं कळलंय्?' राजे हसले. 'राणीसाहेब, तुम्ही थांबा. आम्ही सदरेवर जाऊन येतो.'

राजे सदरेवर गेले, तेव्हा अनाजी, मोरोपंत, बाळाजी ही मंडळी सदरेवर जमली होती. सदरेच्या समया प्रज्वलित झाल्या होत्या. राजे बैठकीवर बसले.

'अनाजी, मोरोपंत, बसा. आपल्याला खूप बोलायचं आहे.'

राजांनी आज्ञा करताच मोरोपंत, अनाजी बसले. राजांची नजर दोघांवर खिळली

होती. दोघांच्या मागे बाळाजी अदबीने उभे होते. राजांनी विचारले,

'मोरोपंत, खांदेरीची तटबंदी पुरी झाली?'

'जी.'

'छान! मग आम्हांला ते का सांगितलं नाहीत?'

'प्रवासाची दगदग झालेली. तेव्हा उद्या कानांवर....'

'मोरोपंत, उलट, असल्या बातम्यांनी झालेली दगदग विसरली जाते, सारा शीण नाहीसा होतो.'

मोरोपंतांनी आवंढा गिळला. ते म्हणाले,

'इंग्रजांशी लढताना थोडी हानी सोसावी लागली.'

मोरोपंतांच्या त्या बोलांनी राजे अस्वस्थ झाले. त्यांनी विचारले,

'मायनाक भंडारी....?'

'क्षेम आहे.'

'आमचे दर्यासारंग दौलतखान....?'

'तेही.'

'मग?'

'लढाईत काही माणसं आणि तरांडी गमवावी लागली.'

राजांनी नि:श्वास सोडला.

'मोल दिल्याखेरीज विजय मिळतच नसतो. या खांदेरीच्या तटबंदीसाठी आम्ही केवढे अधीर होतो, हे तुम्ही जाणता. सारं ऐकायला आम्ही उत्सुक आहो. सांगा....'

'महाराज, आपल्याला माहीतच आहे, खांदेरीच्या तटबंदीसाठी नागावला सारं साहित्य गोळा केलं होतं. पुढील संकट जाणून बेटावरच्या मायनाक भंडारीला दीडशे माणसं आणि चार तोफा संरक्षणासाठी दिल्या होत्या. काम सुरू झालं, दीड हात भिंत चढली; आणि इंग्रजांची शिबाडं काम रोखण्यासाठी खांदेरीवर चालून आली. नागावावरून तटाचं साहित्य घेऊन आलेल्या आपल्या होड्यांना इंग्रज अधिकारी ह्यूजेसनं मना केलं. पण त्यांच्या धमकावण्यांना भीक न घालता काम जारी ठेवलं. इंग्रजांचा वाढता विरोध लक्षात येताच दौलतखानाला आरमार घेऊन पाठविला. दौलतखान पोहोचेपर्यंत ह्यूजेसच्या मदतीला मिचीन आपली शिबाडं घेऊन पोहोचला होता. मिचीनच्या शिबाडांनी बेटावर तोफा डागल्याचं पाहताच आमचं आरमार पुढं झालं. मोठी लढाई झाली. त्या लढाईत इंग्रजांचं एक शिबाड गेलं. त्याच्यावरील थार्प ठार झाला; चार इंग्रज कामी आले. शिवाय, खासा कोलसाहेब आणि कित्येक इंग्रज आमचे कैदी बनले.'

'वा! दौलतखानानं खूप पराक्रम केला! बोला.'

'खरं आहे, महाराज!' मोरोपंत म्हणाले. 'इंग्रजांकडे रिव्हेंज, खिजू, हत्यार यांसारखी मोठी गलबतं असताना, आपल्या लहान गलबतांनी त्यांना जेरीला

आणलं. पण त्या पराजयानं इंग्रज भडकले. इंग्रज शर्थीनं लढत होते. त्याच शर्थीनं दौलतखान डाव खेळत होता. संधी साधून चाळीस-पन्नास गुराबा घेऊन दौलतखान खिजूवर चालून गेला; पण हल्ला फसला. आम्हांला माघार घ्यावी लागली. या लढाईत इंग्रजांच्या बंदुका फुटल्या. आपल्या तीन गुराबा बुडाल्या; इतरांची मोडतोड झाली; तीनशे लोक ठार झाले; शंभर जखमी झाले.'

त्या बातमीने राजे व्यथित झाले. मोरोपंत सांगत होते :

'पण या पराभवानं दौलतखान खचला नाही, की बेटावरचं कामही थांबलं नाही. समुद्रात लढाई चालू असता बेटावर तट उभारला जात होता. रसद पोहोचत होती. गोडं पाणी पोहोचलं नाही, तरी तान्हेले, उपाशी राहून काम पुरं केलं जात होतं. यातच इंग्रजांच्या मदतीला सिद्दी आपल्या आरमारासह आला. तो लढाईत उतरणार, असं दिसताच आम्ही पवित्रा बदलला.'

'काय केलंत?'

'इंग्रज बळानं ऐकत नाहीत, हे ध्यानी येताच राजापूरच्या वखारीला आमच्या सैन्यानं वेढा दिला. सर्व माणसं नजरकैद करून वखारीवर पहारा बसवला.'

राजे कौतुकाने हसले. त्यांच्या आनंदाला सीमा राहिल्या नाहीत. उतावीळ होऊन ते म्हणाले,

'बोला.'

'ती मात्रा बरोबर लागू पडली. इंग्रजांचे डोळे उघडले; आणि ते तहाला आले. खांदेरी-उंदेरी बेटांचा आपला हक्क त्यांनी मान्य केला. आम्ही इंग्रजांशी तह केला. सिद्दीला यापुढं कोणत्याही प्रकारे मदत करू नये, ही अट इंग्रजांनी मान्य केली आहे. खांदेरीचं काम पुरं झालं आहे. इंग्रज गलबतं माघारी फिरली आहेत. दौलतखान सिद्दी कासमच्या गलबतांवर नजर ठेवून त्याच भागात आहे. त्या मधल्या परिस्थितीत आपण गडावर नव्हता. जेव्हा होता, तेव्हा स्वस्थता नव्हती. त्यामुळं आपल्या परोक्ष हे निर्णय आम्हां दोघांना करावे लागले.'

'विजयापेक्षाही त्याचाच आनंद आम्हांला अधिक आहे, मोरोपंत!'

अनाजी-मोरोपंतांनी वर पाहिले. राजांच्या चेहऱ्यावर आनंद प्रकटला होता. ते भान विसरून बोलत होते,

'अनाजी, मोरोपंत, गेली वीस वर्षं आपण हा खेळ खेळतो आहो. आम्ही नसताही आमचे मनोरथ सिद्धीला नेण्याची तुमची कुवत आहे, हे आम्ही आज पाहतो. त्याचा आनंद आम्हांला का वाटू नये? खांदेरीची तटबंदी करून आमचा असाच एक मनोरथ तुम्ही साकार केलात. त्याचं समाधान फार मोठं आहे. गेली वीस वर्षं आम्ही जंजिरा घेण्याचा प्रयत्न करतो; पण ते जमत नाही. त्याचं कारण आम्ही शोधलं. मुंबई हे सिद्दीचं माहेर आहे. इंग्रजांकडून त्याला हरतऱ्हेचं साहाय्य

होतं. इंग्रजांची लुडबुड नसती, तर जंजिरा केव्हाच हाती आला असता. त्याचमुळं जंजिरा आणि मुंबई यांच्या मार्गात एक अडसर आम्हांला हवा होता. खांदेरी जलदुर्गानं सजली, तरच ते शक्य होतं. राज्याभिषेकाच्या आधीपासूनच असलेलं हे आमचं ध्येय तुम्ही पुरं केलंत. खांदेरी-उंदेरीवर जेव्हा आमचं बस्तान बसेल, तेव्हा या इंग्रज-सिद्दींचा पराभव करणं फारसं कठीण जाणार नाही. त्या दृष्टीनं आता पावलं टाकायला हवीत.'

राजांनी समाधानाने मोरोपंत-अनाजींना निरोप दिला. त्याच समाधानात ते आपल्या महालात आले. तेथे बावरलेल्या सोयराबाई होत्या. समोरच्या नक्षीदार कोनाड्याखाली बसून महादेव काही तरी गोळा करीत होता. राजांनी विचारले,

'महादेव, काय करतोस?'

'जी! दिवा फुटला; गोळा करतो.'

'कसला दिवा?' म्हणत राजांचे लक्ष मोकळ्या कोनाड्यावर स्थिर झाले. विषदीप तेथे दिसत नव्हता. सोयराबाईंनी सांगितले,

'मी विषदीप पाहत होते. अचानक हातून सुटला...'

राजांची नजर भयभीत सोयराबाईंच्या वर खिळली. राजांच्या चेहऱ्यावर क्षणात हसू उमटले. ते मोठ्याने हसत म्हणाले,

'राणीसाहेब, मग एवढं घाबरायला काय झालं? फुटला, तर फुटला; कदाचित त्याची आम्हांला गरज लागणार नसेल.'

राजांच्या अनपेक्षित उत्तराने सोयराबाई चकित झाल्या. त्यांच्याही चेहऱ्यावर हळू हळू हसू प्रकटले.

त्याच वेळी दीपाचे फुटके तुकडे घेऊन महादेव महालाबाहेर गेला होता.

□

११

राजे गडावर येऊन दोन दिवस झाले. गडावर येताच राजांनी राज्यकारभारात लक्ष गुंतविले होते. राजांच्या भोवती अनाजी, मोरोपंत, हंबीरराव, येसाजी, बाळाजी चिटणीस, पानसंबळ ही माणसे दिसत होती. राजे सर्व तपशील नजरेखालून घालत असल्याने जामदारखाना, दप्तरखाना, इतर कचेऱ्या यांतून सदैव कारकुनांची धावपळ चाललेली दिसे. राजमहालात आणि राजसदरेवर अनेक वेळा मध्यरात्रीपर्यंत राजांच्या बैठका भरत होत्या. त्यांत खांदेरी-उंदेरी, कोकणपट्टी वगैरे मुलुखांच्या मोहिमांचा तपशील कळत होता.

सायंकाळी राजे देवदर्शन आटोपून वाड्यात आले; आणि त्यांना फिरंगोजी आल्याचे कळले. त्या बातमीने राजांना आनंद झाला. राजे आतुरतेने सदरेवर गेले. सदरेवर फिरंगोजी बाळाजींसह बोलत बसले होते. राजे येताच दोघे उठले. फिरंगोजींनी

राजांना मुजरा केला. मुजऱ्याला वाकलेले फिरंगोजी उठायच्या आत राजे पुढे धावले. त्यांनी फिरंगोजींना मिठीत घेतले. त्या मिठीने म्हाताऱ्या फिरंगोजींचा जीव भरून आला, कंठ दाटला, कानाच्या पाळीपर्यंत आलेले पांढरे कल्ले थरारले.

'फिरंगोजी, आम्हांला तुमची आठवण सदैव होते. चला.'

राजांनी फिरंगोजींचा हात धरला; आणि ते आपल्या महालाकडे चालू लागले. राजे फिरंगोजींना घेऊन आपल्या बैठकीवर बसले. त्याच वेळी राजाराम आत आले. फिरंगोजींनी उठून मुजरा केला.

'बाळराजे, फिरंगोजी काकांच्या पाया पडलात?' राजांनी सुचविले.

राजाराम पुढे झाले; आणि फिरंगोजींच्या पाया पडण्यासाठी ते वाकले. फिरंगोजींनी त्यांना प्रेमाने जवळ घेतले.

त्याच वेळी महालात प्रवेश करणाऱ्या सोयराबाईंचे शब्द कानांवर आले,

'फिरंगोजीकाका, एकाला लाडावलंत. त्याचं काय झालं, हे बघितलंच. आता ह्यांचे फार लाड करू नका!'

फिरंगोजींनी दचकून वर पाहिले. राजारामांना बाजूला करून मुजरा करीत ते म्हणाले,

'राणीसाहेब, मुजरा...'

राजांनी सर्वांवरून नजर टाकली. सोयराबाई काही बोलायच्या आत राजे म्हणाले,

'फिरंगोजी आले आहेत. त्यांच्यासाठी दूध-फराळाची व्यवस्था करा.'

'ते का सांगायला पाहिजे?' म्हणत सोयराबाई वळाल्या. ती इशारत समजून राजारामही त्यांच्या मागोमाग महालाबाहेर गेले. फिरंगोजींनी विचारले,

'युवराज भेटले?'

'हो, भेटले.'

'बरं झालं, देवानं बघितलं.'

'बरं झालं, हे खरं.' राजे मांडीवर थाप मारीत म्हणाले. 'पण देवानं बघितलं, असं म्हणता येणार नाही. युवराज आम्हांला भेटले. त्यांना खूप पश्चात्ताप झाला आहे. पण हा टिकेल, तेव्हा खरं...'

'वय लहान, यील समजूत.'

'फिरंगोजी, राजकारणात वयाला अवधी नसतो; वेळेला किंमत असते.'

'असं म्हणू नकासा, राजं! युवराजांस्नी मी चांगला वळखतो. किती केलं, तरी तेच थोरलं, गादीचं मालक.'

राजांनी चमकून फिरंगोजींच्याकडे पाहिले. एक सूक्ष्म चिंता त्यांच्या मनात तरळून गेली.

किंचित घोगऱ्या आवाजात ते म्हणाले,

'फिरंगोजी, तुम्ही हे म्हणता? कोण गादीचा मालक? कसली गादी? ही गादी आमची नव्हे. ही गादी तुमच्यासारख्या इमानी माणसांची. तिची हवी तशी वासलात लावायला आम्ही मोकळे नाही, फिरंगोजी! तानाजी, बाजी, मुरारजी, रामजी अशा अनेक वीरांनी आत्मसमर्पणातून ही गादी घडविली. तिची आता फार फार काळजी वाटते. आपल्या पाठीमागे हे राज्य जबाबदार हातीच जायला हवं.'

फिरंगोजी हसले. 'राजं, उगी वाडाचार कशाला लावता? असला इचार आत्ताच कशाला करायचा?'

'मृत्यूचा भरवसा देता येत नाही, फिरंगोजी. त्या क्षणाची कल्पना नसते. आम्ही एकटे असतो, तर कदाचित आम्ही विचारही केला नसता. पण युवराजांच्या वर्तनानं आम्ही फार सावध झालो. आमच्या जिवाची चैन उडाली...'

त्याच वेळी दारवाजातून तबक घेऊन दासी आली. पाठोपाठ राजारामही आले. फराळाची ताटे बैठकीवर ठेवण्यात आली.

राजांनी आग्रह करून फिरंगोजींना आपल्या समक्ष फराळ करायला लावला.

रात्री राजांचा महाल परत भरला. अनाजी, मोरोपंत, फिरंगोजी, हंबीरराव, येसाजी, बाळाजी ही मंडळी महालात हजर होती. राजांचे रूप अधिक गंभीर दिसत होते. राजे बैठकीवर बसले. सर्वांना बसण्याची आज्ञा झाली. राजांनी सर्वांवरून नजर फिरविली; आणि ते बोलू लागले,

'मोरोपंत, अनाजी, संभाजीराजे पन्हाळ्याला आल्याचं समजताच आम्ही पन्हाळ्याला गेलो. त्यांना भेटून इकडे आलो. पण इथं आल्यापासून, पन्हाळ्याला काय झालं, हे आम्ही तुम्हांला सांगितलं नाही. तुमच्या मनाला ती चिंता लागणं स्वाभाविक आहे.'

'राजांनी सर्व गोष्टी प्रधानांना सांगायला हव्यात, असा थोडाच दंडक आहे?' हंबीरराव मध्येच बोलले.

राजांनी त्यांना थांबण्याची इशारत दिली. ते हसले.

'हंबीरराव, तुम्ही आमचे सेनापती. असं उतावीळ होऊन कसं चालेल? आमचा राज्याभिषेक झाल्यापासून आम्ही आमचे सारे निर्णय तुमच्याच सल्ल्यानं केले; ते का? राजाचं रूप एकेरी नसतं. राजा, प्रधान, सेनापती असं त्रिदळाचं ते रूप असतं. प्रधानमंडळ आणि राजा एकमतानं गेले, तरच राज्याचं हित असतं.' राजे क्षणभर थांबले. 'जाऊ दे. आम्ही काय सांगत होतो? -हं! आम्ही संभाजीराजांना भेटलो. त्यांना खूप पश्चात्ताप झाला आहे. आम्हांला ते खूप बदलल्यासारखे वाटले. या अनुभवानं ते शहाणे होतील, असा आमचा भरवसा आहे. त्यांना संधी मिळावी, असं आम्हांला वाटतं.'

राजे थांबले. सारे एकमेकांकडे नजर टाकीत होते. कोणी काही बोलत नव्हते.

हंबीररावांनी धीर केला. ते म्हणाले,

'महाराज...'

'बोला.'

'साफ साफ बोलायचं झालं, तर...'

'तसंच बोला. आमची आज्ञा समजा.'

हंबीररावांनी साऱ्यांच्यावरून नजर फिरविली. ते विश्वासाने म्हणाले,

'युवराजांच्यावर कुणाचा भरवसा नसला, तरी आमचा आहे.'

हंबीररावांच्या त्या बोलांनी साऱ्यांच्या नजरा राजांकडे वळल्या. राजांच्या चेहऱ्यावर सदैव दिसणारे स्मित तसेच होते.

'हंबीरराव, एकदा सरळ बोलायचं ठरविल्यावर असा आडमार्ग का स्वीकारता? तुम्हांला असं म्हणायचं आहे ना की, अनाजी-मोरोपंतांचा युवराजांवर विश्वास नाही?... विश्वास एवढा सोपा नाही. तो आपल्या वर्तनानं मिळवावा लागतो; त्याला फार जपावं लागतं. रोहिडेश्वराच्या शपथेच्या वेळी आमच्या हाती ना सत्ता होती, ना संपत्ती. एका विश्वासाखेरीज द्यायला आमच्या हाती दुसरं काही नव्हतं...'

राजांनी श्वास घेतला.

'युवराजांचा पश्चात्ताप आम्ही वारंवार पाहिला आहे. बाप होऊनही त्यांचा विश्वास आम्हांला वाटत नाही. त्याचं आम्हांला भारी दुःख आहे. युवराजांचे छंद, फंद, त्यांचा धर्मभोळेपणा, त्यांचा उतावीळ स्वभाव एवढंच आम्ही वारंवार पाहतो आहो. जिथं खुद्द आम्हांला त्यांचा भरवसा देता येत नाही, तिथं त्याबद्दल प्रधानमंडळाला का दोषी समजावं? तो दोष आम्ही त्यांना देत नाही.'

'महाराज!' अनाजींनी मान वर केली. 'महाराज, आम्हांला त्यांचा विश्वास वाटत नाही, असं मुळीच नाही; पण युवराजांच्या मनातच आमच्याबद्दल विश्वास नाही... आमच्यावर म्हणण्यापेक्षा माझ्यावर. मीच बाजूला झालो, तर सारी अडचण दूर होईल.'

'अनाजी!' राजांच्या मुद्रेवर एक वेगळाच भाव प्रकटला. 'युवराजांचा तुमच्यावरचा रोष आम्हांला जास्त कळतो. तुम्ही बाजूला होण्याचा हा प्रश्न नाही. आम्हांला निराळंच चित्र दिसत आहे. क्षणभर समजा... आम्ही बाजूला झालो; तर...'

'महाराज...' मोरोपंत भीतीने उद्गारले.

'मर्त्य जीवाचा भरवसा करू नका, मोरोपंत! ज्यानं अनेक जीवांची जबाबदारी पत्करली आहे, त्यानं तर सदैव आपल्या मृत्यूचा विचार करावा. त्याच्या माघारी त्यानं उभं केलेलं कार्य थांबणार नाही, याची त्याला खात्री असायला हवी. आम्ही पन्हाळ्याला गेलो. युवराज आमचे लाडके. त्यांना पाहिलं, की आमचं भान हरपतं. त्यांचे अश्रू पाहून आमचा जीव कलकलला. त्याच्या पश्चात्तापानं आम्हांला खूप धीर

आला. पण त्याच वेळी त्याच पन्हाळगडावरून आम्हांला वाचविण्यासाठी आमचं सोंग घेऊन मुद्दाम शत्रूच्या हाती लागणारा शिवा न्हावी आम्ही विसरलो नाही. रात्रभर अखंड वादळवाऱ्यातून, चिखलपावसातून ऊर फुटेपर्यंत आमची पालखी तोलीत, राखीत धावणारे सहाशे वीर आम्ही कसे विसरणार? घोडखिंडीत आमच्या जिवासाठी प्राणाची बाजी लावणारे बाजी प्रभू आमच्या डोळ्यांसमोर तरळत होते. आम्ही गडावर सुखरूपपणे पोहोचल्याच्या तोफेचे आवाज ऐकण्यासाठी त्यांचे प्राण उतावीळ झाले होते. तो आवाज ऐकूनच त्यांनी शस्त्र खाली ठेवलं. आता आम्हांला सुद्धा असाच विश्वासाचा आवाज ऐकू यावा, आमचं राज्य आमच्या माघारी सुद्धा निर्धास्त असल्याचं समजावं, असं फार वाटतं.'

'आता राज्याची कसली काळजी?' अनाजी अभिमानाने बोलले. 'आपलं राज्य बळकट पायावर उभं आहे. तुंगभद्रेपासून नर्मदेपर्यंत त्याची सत्ता विस्तारली आहे. राज्याचं रक्षण करण्यासाठी लक्षावधी फौज उभी आहे. छत्रपतींच्या नावाचा दबदबा आज आदिलशाही-कुतुबशाहीत घुमतो आहे. महाराज, राज्याचा सचिव म्हणून सांगतो, आपण निश्चिंत असावं.'

अनाजींचा आत्मविश्वास साऱ्यांच्याच मुखांवर उमटला होता.

राजे अचानक मोठ्याने हसले, परत क्षणात गंभीर झाले.

'अनाजी, व्वा! तुम्ही राज्याचे सचिव. तुम्ही हे बोलावं! आमच्या राज्याभिषेकाबरोबरच हे अजाणपण सर्वांच्या मनांत रेंगाळत आहे. सारे निर्धास्त बनले आहेत. त्याचीच भीती आम्हांला फार वाटते. अनाजी, कुतुबशाही-आदिलशाही यांकडे आमचं लक्ष केव्हाच नव्हतं. आमचं लक्ष सदैव दिल्लीश्वरावर खिळलं होतं. त्याच्या फौजा आज औरंगाबादेला गोळा होत आहेत. संतप्त दिलेरखान सूड घ्यायला उतावीळ आहे. जोवर दिल्लीश्वराचं राज्य या भूमीत आहे, तोवर आमचं राज्य सुरक्षित समजू नका. केव्हा तरी आमची अखेरची लढाई या आलमगिराबरोबर होणार आहे. त्या निर्णायक लढाईतून जे राहील, ते खरं श्रींचं राज्य ठरेल. असं बेसावध राहू नका, अनाजी!'

क्षणभर राजांनी उसंत घेतली. राजांच्या बोलांनी सारे विचारमग्न झाले होते. गिर्दीवर टेकलेल्या राजांच्या बोटांची चाळवाचाळव झाली. बोटातल्या अंगठीतल्या हिऱ्याचे अंग क्षणभर झळाळले.

'पुढचा काळ एवढ्या शांततेचा मिळेल, असं वाटत नाही. ते जाणून आम्ही शंभूबाळांना आमच्या राज्याची वाटणी सुचविली. तुंगभद्रेचं राज्य त्यांनी करावं, वरचा मुलूख बाळराजांनी तुम्हां सर्वांच्या सल्ल्यानं संभाळावा, असं आम्ही सांगितलं.'

'महाराज...' फिरंगोजी म्हणाले.

'फिरंगोजी! राज्याची वाटणी करण्याची का आम्हांला हौस आहे! पण माणसं जनावरांसारखी अल्पसंतुष्ट नसतात. आम्ही राज्याची वाटणी सुचविली; पण तेही

युवराजांना मान्य होईल, असं दिसत नाही. त्यांचं आजवरचं वर्तन आमच्या मनात गोंधळ उडवतं. तेव्हा शक्य तो लौकर बाळराजांची मुंज व लग्न आटोपून घ्यावं, असं आमच्या मनात आहे... मोरोपंत, तुमचा विचार काय आहे?'

'एवढी गडबड करण्यासारखी परिस्थिती आहे, असं वाटत नाही. बाळराजे अद्याप लहान आहेत.' मोरोपंत बोलले.

'बाळराजे लहान आहेत.' राजे संथपणे बोलले. 'आणि आता आम्ही फार मोठे झालो. आता थोडा अवधी आहे, असं आम्हांला सुचविलं आहे. बाळराजे लहान आहेत, ते प्रकृतीनं कमजोर आहेत, हे खरं. म्हणूनच तुम्हां दोघांच्या सल्ल्यानं ते जातील. आम्ही या प्रचंड खेळात आमचे सौंगडी हरवले, सल्लागार गमावले. तसं पाहिलं, तर आता आपल्या पाच-सहा जणांचीच जोड राहिली आहे. फार मोठी जोखीम, आणि फार थोडे हात!'

राजांचा आवाज एकदम भरून आला, आवाज कापरा बनला, क्षणभर डोळ्यांत पाणी तरळले.

'मोरोपंत, अनाजी...' राजांनी आवंढा गिळला. ते कष्टाने बोलत होते, 'युवराज ज्या दिवशी... मोगलांना मिळाले, त्या दिवसापासून आम्हांला या जबाबदारीची भीती वाटते. सगळं असुरक्षित वाटतं...'

राजांचे ते घायाळ रूप पाहून साऱ्यांचीच मने भरून आली. न राहवून मोरोपंत म्हणाले,

'महाराज, चिंता नसावी. आम्ही कोणत्याही प्रसंगात एक मनानंच उभे राहू. आपली आज्ञा तडीला नेण्यात आम्हांला धन्यता वाटेल. त्यात शंका...'

'मोरोपंत, आमची आज्ञा तडीला न्याल, यात आम्हांला शंका वाटत नाही. आता आम्हांला आमची आज्ञा पाळणारे नको आहेत. आम्ही असू वा नसू. पण आमचे मनोरथ सिद्धीला नेणारे आम्हांला हवे आहेत. ती ताकद तुमची, अनाजींची, हंबीररावांची आहे. तिची ओळख लौकरात लौकर करून घ्या. फार वेळ राहिला नाही.'

राजे उठले.

'आम्ही झोपतो.'

साऱ्यांनी राजांना मुजरा केला. महादेव आत आला. राजांनी चूळ भरली, देवाला नमस्कार केला; आणि राजे पलंगावर जाऊन झोपले. महादेव समया शांत करीत होता. एक सेवक दबल्या पावलांनी आत आला. राजांचे पाय तो रगडीत होता. पलंग करकरत होता.

निद्रा हळुवार पावलांनी राजांच्या डोळ्यांवर उतरत होती...

□

१२

पहाटे स्नानपूजा आटोपून, जगदीश्वराचे दर्शन घेऊन राजे परत वाड्यात आले, तेव्हा गडावर कोवळी उन्हे फाकली होती. राजे महालात आले. राजे बैठकीवर बसले, तोच राजाराम आत आले. राजांच्या पायांवर त्यांनी मस्तक ठेवले. प्रेमभराने त्यांना उठवीत राजांनी विचारले,

'आज स्नान केलंत, वाटतं?'

'जी.'

'सर्दी, ताप गेला?'

'जी. म्हणून तर आईसाहेबांनी परवानगी दिली.'

'छान! बाळराजे, तुमच्या प्रकृतीची आईसाहेब फार काळजी करतात, नाही?'

राजारामांनी मान डोलविली.

'ती थोडी कमी करायला हवी.'

'अं?'

'तुम्ही आता शंभूराजांच्या महाली राहता ना?' राजांनी विचारले.

'जी.'

'तुम्ही आता लहान नाही. तुम्ही दहा वर्षांचे झाला. आमच्या गुरूंनी प्रकृती निकोप राखण्याचा सोपा मार्ग आम्हांला सांगितला आहे. कोणता, माहीत आहे?'

राजारामांनी नकारार्थी मान हलविली.

'अगदी सोपा आहे. त्यांनी सांगितलं... प्रकृती बरी नसेल, तर नित्य व्यवहार आणि अल्प आहार केल्यानं ती दुरुस्त होते.'

'पण आईसाहेब आम्हांला...'

'त्यांची माया उदंड आहे, पण अंधळी आहे. आमच्या मासाहेबही आमच्यावर माया करीत होत्या; पण त्यांची माया डोळस होती. तुमच्यासारख्या युवराजांना बदलणारं हवामान जर पेलेनासं झालं, तर राजकारणाचे वादळवारे कसे सोसणार?'

राजांनी एकदम राजारामांना जवळ ओढले. त्यांना मिठीत घेत ते म्हणाले,

'बाळराजे, तुम्हांला फार मोठी जबाबदारी स्वीकारावी लागणार आहे, हे आम्हांला स्पष्ट दिसतं. तुम्ही आपल्या आईसाहेबांच्या लाडांत फारसे गुंतू नका.'

'छान शिकवण चाललीय्!'

त्या शब्दाबरोबर दोघांनी मागे वळून पाहिले. दरवाजात सोयराबाई उभ्या होत्या. त्यांना पाहताच राजारामांच्या चेहऱ्यावर भीती प्रकटली. क्षणभर अवधान सुटलेले राजे बोलले,

'आम्ही खरं तेच सांगत होतो. बाळराजे आता लहान नाहीत. त्यांच्यावर पुष्कळ जबाबदारी पडणार आहे. दुबळ्या तब्येतीला ती झेपणारही नाही.'

श्रीमान योगी । १०५९

'कसली जबाबदारी?' सोयराबाईंनी आश्चर्याने विचारले.

'राज्याची!' राजे शांतपणे म्हणाले. 'शंभूराजे पन्हाळ्याला. मग इथली जबाबदारी कोण स्वीकारणार?'

त्या शब्दांनी सोयराबाईंचे अंग मोहरून गेले. सारा रोष नाहीसा होऊन त्यांच्या चेहऱ्यावर आनंद प्रकटला. राजांचे शब्द त्यांच्या कानांवर पडत होते :

'एवढंच नव्हे, तर आता तातडीनं आम्ही त्यांची मुंज आणि लग्न आटोपणार आहो. राज्याभिषेकाच्या वेळी ज्या अडचणी आम्हांला आल्या, त्या यांच्या मार्गात आता ठेवायच्या नाहीत. यांचे मार्ग सदैव निष्कंटक असायला हवेत.'

'आमच्याही मनात हेच होतं. मग मुली पाहायला सांगायला हवं.'

'सांगण्याची काही गरज नाही. आमच्या डोळ्यांसमोर बाळराजांना शोभेल, अशी मुलगी आहे.' राजे शांतपणे म्हणाले.

'कुठली?'

'आमच्या प्रतापरावांची!'

'कुडतोजी गुजरांची?' सोयराबाईंना धक्का बसला.

'का? प्रतापराव नेसरीच्या युद्धात कामी आल्यानंतर आम्ही त्यांच्या घरी समाचाराला गेलो होतो. सारं घर दुःखात बुडालं असता, ती अजाण पोर सदरेवर खेळत होती. तेव्हा दोन-अडीच वर्षांची ती मुलगी असावी. मुलगी रूपानं चांगली आहे. आम्ही तिला प्रेमानं मांडीवर घेतलं होतं. तेव्हाच हा विचार आमच्या मनात आला होता. काय बरं त्या मुलीचं नाव?...' राजे क्षणभर विचारात पडले. 'हां! आठवलं... जानकी. हो जानकीच!'

'काय आठवण तरी!...' सोयराबाई कौतुकाने म्हणाल्या.

'त्याला कारणही तसंच आहे. आम्ही प्रतापरावांच्या मुलीला मांडीवर घेतलेलं पाहून कुणी तरी म्हणालं, 'महाराज, अजाण पोर पोरकी झाली!' तेव्हा क्षणाचाही विलंब न लावता आम्ही बोलून गेलो, 'आम्ही मांडीवर घेतलेलं पोर कधीही पोरकं होत नसतं.' '

'पण त्यांचं घराणं...'

सोयराबाईंचे बोलणे पुरे होऊ शकले नाही. राजांची नजर त्यांच्यावर खिळली होती.

'राणीसाहेब! कुणाचं घराणं? प्रतापरावांचं? त्यांचा दर्जा कोण ठरवणार! बलिदानातून आमचं राज्य उभं ठाकलं. राणीसाहेब, असल्या गोष्टी मनात आणू नका! मालुसरे, गुजर, कंक ही माणसं आमच्याच तोलामोलाची आहेत. आम्ही छत्रपती आहोत, अभिषिक्त राजे आहोत. आम्ही ज्यांच्याशी सोयरीक करू, ते आपोआप सप्तकुळीचेच बनतात. हे धर्मालाही मान्य आहे.'

'मी अनाजींना माणसं पाठवायला सांगते.'

'अनाजींना बोलावू?' राजारामांनी न कळत विचारले.

क्षणात सारा महाल हसण्याने भरला. राजाराम दोघांच्या चेहऱ्यांकडे पाहत होते. त्यांच्या हसण्याचा अर्थ राजारामांना कळत नव्हता. हसू आवरीत राजे म्हणाले,

'पाहा, बाळराजेदेखील लग्नाला केवढे उतावीळ आहेत, ते!'

राजारामांच्या ध्यानी आले. ते ओशाळले. आज्ञेची वाट न पाहता ते पळत बाहेर निघून गेले. सोयराबाई हसत म्हणाल्या,

'युवराज लाजले! मी सांगते अनाजींना.'

'सांगायला हवं. आता फार अवधी नाही. शक्य तो लौकर आम्हांला ही मुंज आणि लग्न उरकून घ्यायचं आहे.'

सोयराबाई जाण्यासाठी वळल्या; पण राजांनी हाक मारली,

'राणीसाहेब, फिरंगोजी आहेतच. त्यांना पाठवायला सांगा. तेच जाऊन सोयरीक ठरवून येतील.'

सोयराबाई महालाबाहेर आल्या, तेव्हा त्यांच्या आनंदाला सीमा राहिल्या नव्हत्या.

□

१३

गडावर लग्नाची गडबड चालू झाली. प्रतापरावांच्या गावी अनाजी, फिरंगोजी, हंबीरराव ही खास माणसे पाठविली गेली. लग्न ठरवून वऱ्हाडाला आवतण करून सारी मंडळी गडावर परतली. राजारामांच्या मुंजीसाठी पैठणला अनंतभट्ट कावळ्यांना निमंत्रणाची पालखी पाठविली गेली.

एके दिवशी अनाजींच्यासह सोयराबाई राजांच्या महाली आल्या. सोयराबाईंनी सांगितले,

'अनाजींनी शास्त्र्यांकडून मुहूर्त काढून आणले आहेत.'

राजांनी अनाजींच्याकडे पाहिले.

'अनाजी, नजीकचा मुहूर्त कोणता आहे?'

'फाल्गुन वद्य दशमीचा मुहूर्त अत्यंत सुलक्षणी आहे, असं शास्त्री म्हणतात.'

'मग तो निश्चित करा.'

'ते कसं जमणार?' सोयराबाई म्हणाल्या. 'पंधरा-वीस दिवस तर हाती राहिले. एवढ्या लौकर सारी तयारी होईल?'

'हो!' राजे बोलून गेले.

'हो, म्हणून थोडंच होतं?' सोयराबाई चिंतेच्या सुरात म्हणाल्या. 'विनाकारण सगळी गडबड उडेल. काही नीट व्हायचं नाही.'

राजे हसले.

'अनाजी, राणीसाहेबांचा आमच्या राजेपणावर अद्याप विश्वास दिसत नाही.'

'काही तरी बोलायचं.' सोयराबाई हसू लपवीत बोलल्या.

'काही तरीच कसं? आम्ही छत्रपती आहो. राजाच्या मनात आलं, आणि ते घडलं नाही, तर तो राजा कसला? राणीसाहेब, तुम्ही चिंता करू नका. दागदागिने घडवायला आमचे निष्णात सुवर्णकार बसतील. नागाप्पा शेट्टी साऱ्या मुलुखाची पेठ एका दिवसात गडावर आणील. साऱ्यांची निमंत्रणं अनाजी, बाळाजी पार पाडतील. लग्न अचानक ठरलं, म्हणून त्याच्या डौलात कमतरता पडणार नाही. ते लग्न छत्रपतींच्याच तोलामोलानं होईल.'

राजे बोलले; आणि सारे दळ हलले. मुंज, लग्न यांची तयारी गडावर जोरात सुरू झाली. सोनारसोप्याचे निष्णात सुवर्णकार दागिन्यांची जडणघडण करण्यात गुंतले. मोती, हिरे, माणके, पाचू वगैरे रत्ने रत्नभांडारातून बाहेर पडू लागली. नाना पेठांची जरी वस्त्रे वाड्यात येत होती.

गडावर येणारे शामियाने, राहुट्या, डेरे, यांची देखभाल चालली होती. गडाचे अठरा कारखाने लग्नाच्या तयारीत गुंतले होते. खास कपडे केलेले घोडेस्वार आपल्या सरदारांनिशी लग्नाचे निमंत्रण घेऊन चारही दिशांना दौडत होते. गडाचे रूप दररोज पालटत होते. गडाच्या मोकळ्या जागांवर शामियाने, डेरे, राहुट्या उभारल्या गेल्या; आणि पाचाडला वऱ्हाड आल्याची खबर गडावर आली. खुद्द राजे वऱ्हाडाच्या आदरोपचारासाठी गडाखाली उतरले. वऱ्हाडाची व्यवस्था लागलेली पाहून राजे गडावर यायला निघाले.

राजांची पालखी नाणेदरवाजाजवळ आली, तेव्हा गड उतरणाऱ्या मोरोपंताची गाठ पडली. मोरोपंत आपल्या इतमामानिशी उभे होते. राजांनी विचारले,

'मोरोपंत, तातडीनं गड उतरलात?'

'जी. अनंतभट्ट कावळे येताहेत.'

'कुठं आहेत?'

'रायगडवाडीवर विश्रांती घेत आहेत. त्यांच्या स्वागतासाठी...'

'रायगडवाडीला विश्रांती घेत आहेत?' राजांनी नजर वर टाकली. आकाशात मध्यान्हीचा सूर्य तळपत होता. राजांचा चेहरा प्रसन्न झाला. ते पुढे म्हणाले,

'मोठा योगायोग! चला. कुलोपाध्यायांच्या स्वागताला आम्ही पण येतो.'

राजांची पालखी वळली. राजे रायगडवाडीला गेले. तेथे अनंतभट्टांचे स्वागत करून, आशीर्वाद घेऊन राजांनी त्यांना सन्मानाने मोरोपंतांबरोबर गडावर रवाना केले; आणि राजे रायगडवाडीच्या महालासमोर आले.

महालात उडालेली धावपळ राजांच्या ध्यानी येत नव्हती. महालाच्या प्रवेशद्वाराशी राजांची नजर जायला आणि दाराशी पुतळाबाई यायला एकच गाठ पडली. राजांची

नजर पुतळाबाईंवर स्थिरावली.

पुतळाबाई अस्मानी रंगाचे वस्त्र नेसल्या होत्या. या वयातही एक सात्त्विक, स्वाभाविक लज्जा त्यांच्या चेहऱ्यावर प्रकटली होती. डोळ्यांतले भाव बोलके झाले होते. पुतळाबाई नजर चुकवीत म्हणाल्या,

'बसाव ना!'

'हो ना!' राजे भानावर आले. 'राणीसाहेब, आज आम्ही इथंच जेवणार.'

'ते का सांगायला हवं?'

'तसं नाही हं! 'जेवतो' म्हणून राहत्या घरी देखील जेवण मिळत नसतं.' राजांनी क्षणात सावरले. ते गडबडीने म्हणाले, 'आम्ही पाचाडला वऱ्हाडाच्या स्वागतासाठी उतरलो होतो.'

'बाळराजांच्या लग्नाची तयारी जोरात सुरू झाली, वाटतं?'

'फार दिवस राहिलेत कुठं?'

'सांगितलं, तर कळणार.'

'तेही खरंच.' राजे बैठकीवर बसत म्हणाले. पुतळाबाई पुढे आल्या. राजांनी उतरलेला टोप त्यांनी हाती घेतला.

'युवराज येणार ना?' पुतळाबाईंनी विचारले.

'येतील?' राजांनी विचारले.

'हे काय बोलणं?' पुतळाबाई उद्गारल्या. 'धाकट्या भावाचं लग्न; आणि ते येणार नाहीत?'

'फार विश्वास दिसतो.'

'फार नसेल, पण एवढा विश्वास आहे माझा.'

राजे पुतळाबाईंच्याकडे थक्क होऊन पाहत होते.

'पुतळा, तुला माणसांची पारख आहे; पण माणसं धरून ठेवता आली नाहीत.'

पुतळाबाई मोकळेपणे हसल्या.

'काय झालं?'राजांनी विचारले.

'काही नाही. पुरुषांना ते कळायचं नाही.'

'काय?'

'आम्हां बायकांना काही कळत नसेल, पण आपलं माणूस त्या हातून सुटू देत नाहीत.'

'साऱ्यांचाच अनुभव तसा नसतो.'

'ते मला माहीत नाही; पण माझा आहे.' पुतळाबाई विश्वासाने म्हणाल्या.

'तेही खोटं!' राजे हसले.

'का?'

'आठवतं? दक्षिणदिग्विजयानंतर आम्ही इथं आलो, ते आठवा. हा भरवसा असता, तर पायांत जोडे घालण्याची सक्ती केली नसती.'

पुतळाबाई मोकळेपणाने हसल्या. आश्चर्य करायची पाळी राजांच्या वर आली.

'का? हसलात का?'

'ते आपल्याला कळायचं नाही. ज्यांना जोड्यांची सोबत पुरते, त्यांना डावलणं फार कठीण असतं.'

राजे भारावून उठले. भावनाविवश होऊन ते बोलले,

'पुतळा, हे मात्र अगदी खरं. त्याचा अनुभव आम्हांला प्रत्येक क्षणी येतो.'

राजांच्या नजरेला नजर देणे कठीण जात होते. पुतळाबाईंची नजर झुकली. राजांच्या पावलांवर त्यांची नजर स्थिरावली. पावले नजीक येत होती.

त्या दिवशी राजांना रायगडवाडीला जेवण घेतले. भोजन आटोपून राजे महाली आले. थोडी विश्रांती घेऊन राजे गडावर जाण्यासाठी उठले. पुतळाबाईंनी सांगितले,

'मी गडावर येणार आहे.'

'अं? केव्हा?'

'उद्या येऊ?' पुतळाबाईंनी विचारले.

'तुम्हांला कोण अडवणार! पण निमंत्रण आहे का?' राजांनी खोचकपणे विचारले.

'आपल्याला आहे?'

'काय?' राजांची नजर एकदम वर झाली. हसणे विरले. ते ध्यानी येताच पुतळाबाई गडबडीने म्हणाल्या,

'मुलाच्या लग्नात आईला निमंत्रण कसलं?'

'हो, तेही खरंच... आम्ही येतो.'

राजे पाठमोरे झाले. तोच कानांवर शब्द आले,

'थांबावं!'

राजे वळले. पुतळाबाईंचा चेहरा व्याकूळ बनला होता. राजांनी विचारले,

'काय?'

'हवं तर मी येत नाही गडावर.'

'पुतळा!' राजे उद्गारले.

कष्टाने अश्रू आवरीत पुतळाबाई म्हणाल्या,

'इथं मनाला चैन पडत नाही. पायांची सारखी आठवण होते. लग्नात मिरविण्याची हौस नाही मला. पाय दिसतील, म्हणून...'

राजे पुढे झाले. त्यांनी पुतळाबाईंच्या खांद्यावर हात ठेवला. राजांचा शब्द कानांवर पडला,

'पुतळा! वर बघ.'

पुतळाबाईंची अश्रूपूर्ण नजर उंचावली. त्या नजरेत बघत राजे बोलले,

'तुम्ही येऊ नये, असं का आम्हांला वाटतं? आम्हांला आवडतं, ते हरवणं. हा तर आमचा दैवदोष आहे! पण आमच्यासाठी तुम्ही अपमानित व्हावं, असं आम्हांला वाटत नाही.'

'या पायांसाठी हवं ते सोशीन मी!' हसत, डोळ्यांतले अश्रू पुशीत पुतळाबाई म्हणाल्या.

'ठीक आहे. आम्ही उद्या मेणा पाठवू.' एवढे बोलून राजे चटकन वळले आणि महालाबाहेर पडले.

भरभर जाणाऱ्या राजांची मंद चाल पुतळाबाईंच्याच ध्यानी येत होती.

दुसऱ्या दिवशी एक शाही मेणा गडाखाली उतरला.

□

१४

राजांच्या महालात राजे बाळाजी आवजींना पत्रांचे मजकूर सांगत होते.

त्याच वेळी अनाजी आत आले. राजांची नजर त्यांच्याकडे वळली.

'बोला, अनाजी! काय काम काढलंत?'

'काम नाही; पण निश्चलपुरींचा निरोप आहे.'

'कसला?'

'आज निश्चलपुरी होम करीत आहेत. तेव्हा येऊन जावं, अशी त्यांची इच्छा आहे.'

'कसला होम?'

'युवराजांचा व्रतबंध, विवाह होणार. तेव्हा सर्व सुखरूपपणे पार पडावं, म्हणून...'

'समजलो. ठीक आहे. आम्ही येऊ, म्हणून कळवा.'

अनाजी जागचे हलले नाहीत. त्यांची पावले घुटमळली.

'अनाजी!'

'जी, एक विनंती आहे.'

'बोला.'

'जर कवी कलश कैदेतून मोकळे झाले, तर निश्चलपुरींना त्यांची खूप मदत होईल.'

क्षणभर राजे विचारात पडले.

'अनाजी, तुम्हांला असं वाटतं, तर जरूर त्यांना मोकळं करा. ते विद्वान आहेत, जाणते आहेत, पण विवेकशून्य आहेत. यापुढं त्या दोघांना कैदेत ठेवायची गरज

नाही; पण त्यांना गडाखाली जाऊ देऊ नका. निश्चलपुरींच्या कार्यात ते गुंतले, तर आम्हांला समाधान आहे.'

अनाजींनी एकदम मुजरा केलेला पाहून राजांची नजर मागे वळली. बाळाजी गडबडीने उठून मुजरा करते झाले. महालात सोयराबाई येत होत्या. राजे बाळाजींना म्हणाले,

'बाळाजी, आता पत्रं लिहून होतील, असं वाटत नाही. दोन प्रहरी पाहू.'

लेखनसाहित्य आवरून बाळाजी अनाजींसह महालाबाहेर गेले. सोयराबाई सामोऱ्या आल्या. त्यांच्या मागून आलेल्या दासींनी रेशमी आच्छादनाखाली झाकलेली चार तबके राजांच्या समोर गालिचावर ठेवली. राजे आश्चर्याने म्हणाले,

'राणीसाहेब, लग्नाचा फराळ चालला असला, तरी प्रत्येक वस्तू आम्ही चाखायला हवी, असं थोडंच आहे? सकाळी आम्ही काही घेत नाही.'

सोयराबाईंनी हसत तबकावरील आच्छादने लागोपाठ उचलली. चारही तबकांत निरनिराळे दागिने झगमगत होते. रत्नजडित गोठ, पाठल्या, तन्मणी, लफ्फा, नथ अशा अनेक दागिन्यांवरून राजांची नजर फिरत होती.

'राणीसाहेब, आम्ही सांगितलं, ते खरं ना? आमचे सुवर्णकार तरबेज आहेत.'

'अजून दागिने घडायचे आहेत.'

'घडतील! आमच्या भांडारात विपुल रत्नं, सोनं, चांदी आहे, ते घडवायला कसबी कलाकार आहेत. तुमच्यासारख्या हौशी राणीसाहेब आहेत. मग कमतरता का? पण, राणीसाहेब, दागिने बेतानं करा. आपली सून आठ-नऊ वर्षांची. तिला हे सर्व पेलायला तर हवं.'

सोयराबाई त्या बोलण्याने खूश झाल्या. त्यांच्या सौंदर्याला एक वेगळीच धार चढली. इशारतीबरोबर दासी तबके घेऊन गेल्या. सोयराबाई सांगत होत्या.

'एवढा जवळचा मुहूर्त काढलात. सारं पाहता-पाहता थकून जायला होतं.'

'पाहून थकता; तर जे बिचारे रात्रंदिवस राबत आहेत, त्यांचं काय होत असेल?'

'खरचं, बाई! अनाजींना तर एवढी उसंत नाही. काही सुचवलं, की हजर केलंच.'

'राज्यउभारणीत खपलेली माणसं. लग्नात उणीव कशी राहू देतील?'

'पण सकाळीच कुणाला पत्रं पाठवायची चालली होती?'

'व्वा! तुम्हांला वाटतं की, तुम्ही तेवढ्या कामात, आम्ही मोकळे! असंच ना? ज्या साधुसंतांचे आशीर्वाद आम्हांला लाभले, त्यांना लग्नाची पत्रं पाठवायला नकोत?'

सोयराबाईंचे शंकासमाधान पुरे झाले नाही. त्यांनी विचारले,

'आज गडाखाली मेणा गेला, असं ऐकलं.'

'हो ना! धाकट्या राणीसाहेबांना काल आम्ही भेटलो. त्यांच्याकरिता मेणा पाठविला.

तुम्हांलाही खूप मदत होईल.’

‘येऊ देत ना! अशा वेळी सर्वांनी यायचं नाही, तर केव्हा यायचं?’

‘तेच म्हणतोय् आम्ही. हे प्रसंग असे असतात, की शहाण्या माणसांनी ठरवलं, तर सारी कटुता या प्रसंगी नाहीशी करता येते. अशा सणावारांचा तोच फायदा असतो. म्हणून तर आम्ही आज मुद्दाम पन्हाळ्याला थैली पाठवणार आहो.’

‘पन्हाळ्याला?’ सोयराबाईंची नजर विस्फारली गेली.

‘हो! बाळराजांचं लग्न; आणि त्या लग्नाला येसू, भवानी आणि खुद्द युवराज नाहीत, हे कसं शक्य आहे?’

पाहता-पाहता सोयराबाईंचे रूप पालटले. नजरेत धूसर वर्तुळे प्रकटली. एरव्ही निर्व्याज दिसणारे डोळे तीक्ष्ण बनले. नाकाचा शेंडा, कानांच्या पाळ्या संतप्त झाल्या. त्यांनी अस्थिर आवाजात विचारले,

‘कोण, युवराज?’

‘राणीसाहेब!’

‘फार ऐकलं! हे लाड आम्हांला सोसायचे नाहीत.’ संतापाने थरथरत सोयराबाई उभ्या राहिल्या.

त्या बदलत्या रूपाने राजे सुन्न झाले.

‘राणीसाहेब, थोडं शांत...’

पण संतप्त सोयराबाईंनी राजांना बोलूच दिले नाही. त्या उफाळल्या.

‘मला काही सांगू नका. म्हणे, युवराज! भर सदरेवर आमचा अपमान झाला, तरी तो ऐकून घ्यायचा! कारण ते युवराज! ते व्यसनी बनले, तरी ते माफ! कारण ते युवराज ना!’

‘राणीसाहेब!’

‘हं! ब्राह्मण मुलीशी ते गैर वागले, तरी ते क्षम्य! त्या मुलीनं जीव दिला, तरी युवराजांना पाठीशी. जारणमारणात गुंतले, तरी डोळेझाक!’

‘सोयरा...’ राजे ओरडले. त्यांचे सारे अंग कंप पावत होते.

‘फार ऐकलं मी!’ तुच्छतेने राजांच्याकडे पाहत भान विसरत चाललेल्या सोयराबाई बोलल्या.

‘काही सांगू नका. खुद्द आपल्या विरुद्ध बगावत करून, मोगली मनसबदार बनून येणारे जर राज्याचे युवराज असतील, तर राज्य आपलं ठरणार नाही; मोगली ठरेल...’

‘जबान संभाळा, राणीसाहेब!’ राजे भोगऱ्या आवाजात बोलू लागले. ‘राजकारणातले धडे राणीवशातून आम्ही कधीही घेतले नाहीत. ते देण्याचा तुम्ही प्रयत्न करू नका. युवराजांच्या गैरवर्तनानं त्यांच्या युवराजपदाबद्दल शंका निर्माण झाली असली, तरी

दैवयोगानं तेच बलवत्तर आहेत.'

'कसला दैवयोग?'

राजे हसले. 'राणीसाहेब, दैवयोगानं ते ज्येष्ठ पुत्र म्हणूनच जन्माला आलेत, हे आपण विसरू नका.'

त्या उत्तराने सोयराबाई निरुत्तर होतील, असे राजांना वाटले; पण सोयराबाईंचा आवाज थोडाही नरमला नाही. एक छद्मी स्मित त्यांच्या मुखावर विलसले. राजांच्या नजरेला नजर देत त्या म्हणाल्या,

'मी कशाला विसरू? अंधळ्या प्रेमापोटी आपल्याच ध्यानी येत नाही.'

'काय म्हणाला?'

'मी म्हणाले, अंधळ्या प्रेमापोटी आपल्याच ध्यानी येत नाही.'

'बोला. थांबलात का?'

राजांच्याकडे पाहत सोयराबाई शांतपणे म्हणाल्या,

'संभाजी थोरल्या बाईंचे मुलगे असतील; पण अभिषिक्त राणी मी आहे.'

'म्हणून काय झालं? तोही दैवयोगच!'

'तेच सांगतेय् मी! बाळराजे आमचे चिरंजीव आहेत. धर्मन्यायानं तेच युवराज आहेत!'

राजांचा कानांवर विश्वास बसत नव्हता. त्यांचा चेहरा पांढरा फटफटीत पडला होता. विजयाचे अहंकारी स्मित सोयराबाईंच्या चेहऱ्यावर उमटले होते. आपल्या शुष्क ओठांवरून जीभ फिरवीत राजे म्हणाले,

'राणीसाहेब! फक्त राज्ञीपणच लक्षात ठेवलंत. उभ्या आयुष्यात एवढंच लक्षात राहिलं! आमचं ऐका. शंभूबाळांनी या लग्नाला येणं अत्यंत आवश्यक आहे.'

'ठीक आहे. जाते मी.' सोयराबाई संतापाने वळल्या.

'कुठं निघालात?'

सोयराबाई थांबल्या. त्या शांतपणे म्हणाल्या,

'अनाजींना सर्व थांबवायला सांगते.'

'राणीसाहेब!'

'बाळराजांच्या लग्नाला जर संभाजी येणार असेल, तर हे लग्न होणार नाही! बाळराजांना युवराजपद मिळणार नसेल, तर न मिळो. वडिलांनी टाकलं, म्हणून मला टाकता येणार नाही.'

त्या बोलांनी राजांचा जीव पिळवटून गेला. संतापाची जागा उद्वेगानं घेतली.

'राणीसाहेब, लग्नाची सारी तयारी झाली असता, हे लग्न थांबवू नका! युवराजपदाच्या भावी वादात छत्रपतींची प्रतिष्ठा गुंतवू नका! आम्ही एक विचार करतो, तेव्हा तुम्ही दुसरा करता. घरापेक्षा आम्ही राज्याची जबाबदारी थोर मानली. या लग्नाच्या निमित्तानं

संभाजी येईल, त्याची समजूत काढता येईल, असं आम्हांला वाटलं. आम्हांला का त्याचं वर्तन कळत नाही? त्यासाठीच हा खटाटोप होता.'

'कसला खटाटोप?' सोयराबाई बोलल्या. 'बाळराजांच्या लग्नात युवराज म्हणून संभाजीला मिरवायचं, आपल्याबरोबर साऱ्यांना त्याची करणी विसरायला लावायची, हेच ना?'

राजे हताश झाले.

'ते तुमच्या ध्यानी यायचं नाही. संभाजी अविवेकी असेल; पण तो मनाचा भोळा, भावनेच्या आहारी जाणारा आहे. राणीसाहेब, त्यांना मायेनं चुचकारलंत, तर कदाचित ते राजारामांच्या हाती आपणहून राज्य देऊन, आनंदानं वनवासी होतील! तेवढा मनाचा मोठेपणा त्यांच्या जवळ निश्चितपणे आहे.' बोलता-बोलता राजांचा आवाज रूक्ष बनला. 'पण, राणीसाहेब, आम्ही सांगतो, त्यावर विश्वास ठेवा. संभाजी भोळे, भावनाविवश असतील; पण ते आमचे चिरंजीव आहेत. कच्च्या दोरखंडानं त्यांना जखडू पाहाल, तर एक ना एक दिवस ते तुम्हांला सुद्धा जड झाल्याखेरीज राहणार नाहीत!'

एक विलक्षण भीती सोयराबाईंच्या मनात तरळून गेली; पण दुसऱ्याच क्षणी स्वत:ला सावरून त्यांनी विचारले,

'मग संभाजीराजे येणार नाहीत ना?'

'काळजी करू नका. बाळराजांच्या लग्नाला संभाजीराजे येणार नाहीत... जा तुम्ही. आम्ही फार थकलो.'

विजयाचे स्मित घेऊन सोयराबाई महालाबाहेर आल्या. त्या सातमहालाकडे जात असता मनोहारी नजरेत आली. मनोहारीला हाक मारून त्यांनी सांगितले,

'मनू, अशीच जा; आणि अनाजींना, मोरोपंतांना मी बोलावल्याचं सांग.'

सोयराबाई सातमहालाकडे जात होत्या. जागतेपणी अनेक स्वप्ने त्यांच्या डोळ्यांसमोर तरळत होती....

□

१५

सोयराबाई महालातून निघून गेल्या; पण राजे महालाबाहेर आले नाहीत. ते महालातच बसून होते. त्यांचा सारा उत्साह नाहीसा झाला होता. चिंतेची दाट छाया चेहऱ्यावर उमटली होती. वेळ सरत होता; पण राजांना त्याचे भान नव्हते.

राजांची नजर सहज वर गेली, आणि दारात उभ्या असलेल्या पुतळाबाईंच्यावर स्थिरावली. राजांनी विचारले,

'केव्हा आलात!'

'आत्ता हेच! आले, ते इकडे आले. तब्येत बरी नाही?'

‘का?’

‘या वेळी महाली भेट होईल, असं वाटलं नव्हतं.’

राजांच्या चेहऱ्यावर स्मित प्रकटले.

‘तुम्हांला माहीत नाही, वाटतं? राजांची तब्येत कधी बिघडत नसते, कारण ती बिघडली, तर इतरांना त्याचा फार त्रास होतो.’

‘मेणा पाठवला, म्हणून बाई रागावल्या?’

‘नाही. तुम्ही आलात खऱ्या; पण इथला साराच रागरंग पालटला आहे. फार सोसावं लागेल.’

‘तेवढं बळ आहे मला.’ पुतळाबाई म्हणाल्या.

पुतळाबाईंच्या तोंडून अपेक्षित उत्तर येताच राजे हसले. राजे म्हणाले,

‘दारातच का उभ्या? या ना आत.’

‘अजून आत गेले नाही. एकदा हजेरी लावून येते.’

‘पाहा हं! हजेरी लावायला जाल, आणि चुकून हजेरीखालून याल!’

त्या बोलण्याने पुतळाबाई हसत वळल्या. पुतळाबाई सातमहालाकडे जात असता हाती तबक घेऊन गडबडीने जात असलेली मनोहारी त्यांना दिसली. पुतळाबाईंनी विचारले,

‘मनू, माझं सामान आलं?’

‘जी.’ मनोहारी म्हणाली. ‘विठीला लावायला सांगितलं आहे. आता इथंच राहणार ना?’

‘मनात तर तसंच आहे. थोरल्या बाई कुठं आहेत?’

‘मुदपाकखान्यात. तिकडेच निघाले होते.’

‘तू चल पुढं. मी आलेच.’

सातमहालातील आपल्या महालात जाऊन, सूचना देऊन पुतळाबाई मुदपाकखान्याकडे वळल्या.

मुदपाकखान्यात अनेक बायकांची वर्दळ चालू होती. जमिनीवर पसरलेल्या वस्त्रांवर अनेक फराळाचे पदार्थ लागले होते. समोरच्या सोप्यात चुलींची रांग लागली होती. खुद्द सोयराबाई चांदीच्या पाटावर बसल्या होत्या. पुतळाबाईंना पाहताच सोयराबाई बसल्या जागेवरून म्हणाल्या,

‘धाकट्या बाई, केव्हा आलात?’

‘नुकतीच आले.’

‘आधी कळलं असतं, तर पायघड्या तरी घातल्या असत्या!’

‘मला पायघड्या कशाला?’

‘वा! असं कुठं झालंय्? आठ दिवसांवर लग्न आलं, पण तुमचा पत्ता नाही.

निमंत्रणासाठी अडला होता, वाटतं?'

'तसं म्हणा!' पुतळाबाई म्हणाल्या.

'रागावू नका हं, बाई! एकटी म्हणून कुठं कुठं पाहणार? आता मला काळजी नाही. सारं तुमच्या हवाली करून मोकळी होईन मी.'

'जबाबदारी घ्यायला भ्याले असते, तर आलेच नसते.'

'ठरलं! ही उठले. निस्तरा सारं!' म्हणत सोयराबाई उठल्या. त्या बाहेर गेल्या आणि पुतळाबाई हसत चांदीच्या पाटावर बसल्या.

-आणि खरोखरच त्या दिवसापासून पुतळाबाईंनी सर्व आपल्या हाती घेतलं. साऱ्या अडी-अडचणींसाठी पुतळाबाईंना विचारले जात होते. सोनारसोपा, वस्त्रागार, मुदपाकखाना यांत पुतळाबाई गुंतून गेल्या. डोकं वर काढायला उसंत राहिली नाही.

राजारामांची मुंज थाटात पार पडली. त्या निमित्ताने राजांनी दानधर्म केला. राजारामांच्या विवाहाची मुहूर्तमेढ रोवली गेली. वाड्याच्या प्रथम चौकात वैभवसंपन्न मांडव उभा ठाकला. तो मुलीचा मांडव होता. त्याच्या वैभवात काही कमतरता राहू नये. अशी राजांची खास आज्ञा होती. सिंहासनसदरेच्या मागे मुलाचा मांडव उभारला होता.

गडावरच्या देवतांना निमंत्रणे दिली गेली. लग्नाचा दिवस जवळ येत होता. पाचाडहून वाजत-गाजत मुलीचे वऱ्हाड गडावर आले. होळीचौकात उभारलेल्या शामियान्यात शिरकाईच्या साक्षीने राजांनी वऱ्हाडाचे स्वागत केले; आणि वऱ्हाडाच्या मानकऱ्यांना रंगमहालात नेले. रंगमहाल जानवसघर बनला. गडावरच्या देवदेवतांना अभिषेक झाले. निश्चलपुरींचे होम झाले.

गडावर उभारलेले शामियाने, डेरे यांतून खाशी पाहुणे मंडळी उतरली होती. खासे कपडे घातलेली, पगडी-ढाल-तलवारींनिशी घोड्यावरून वर्दळ करणारी ती माणसे साऱ्यांचे लक्ष वेधून घेत होती.

भल्या पहाटेला चौघडा झडण्याआधीच सारा वाडा जागा झाला होता. पलित्यांच्या, दिवट्यांच्या, समयांच्या प्रकाशात दोन्ही मांडवांतून वर्दळ चालू झाली. पहाटेला चौघडा झडला. उगवत्या सूर्यकिरणांबरोबर सनईचे मंगल सूर वाड्यात पसरू लागले.

प्रत्येक दिवशी काही ना काही विधी होत होते. पाच-सहा दिवसांत सीमांतपूजन, ओले रुखवत, उष्टी हळद, वाङ्निश्चय हे कार्यक्रम पार पडले. मेजवान्या, नृत्यगायने यांत आलेली पाहुणे मंडळी गुंग झाली होती.

लग्नाचा दिवस उजाडला. सायंकाळी गौरीहराची पूजा आटोपून नवरी मुलगी मांडवात आली. पाहुणे, सरदार, मानकरी यांनी मांडव भरला होता. मंगल वाद्ये वाजत होती. चांदीच्या गंगाळात तरंगणारे घटिकापात्र मुहूर्त नजीक आल्याचे सांगत

होते. नवरा मुलगा मांडवात आला. सर्वांच्या हाती अक्षता वाटण्यात आली; आणि मांडवातून मंगलाष्टकाचे सूर पसरू लागले. उंचावलेल्या शेकडो हातांनी वधूवरांवर अक्षता टाकून आशीर्वाद दिले. तुताऱ्यांचे, शिंगाचे आवाज गगनाला भिडले. राजारामांचे लग्न पार पडले.

तांदळाच्या लाह्या होमात पडू लागल्या. सप्तपदी झाल्यावर राजांनी आणि सोयराबाईंनी सुनमुख पाहिले. नवरानवरींच्या चांदीच्या पाटानजीक राजांचा पाट मांडला गेला. ऐरणीपात्रदानासाठी मुलीचे मामा उभे राहिले. झालीतले तेहतीस पिठांचे दिवे प्रज्वलित करण्यात आले. मामांनी ती झाल उचलली. नवरी, नवरदेव आणि राजे यांच्या मस्तकांवर ती झाल धरून ती राजांच्या हाती दिली. ब्राह्मण म्हणत होते...

झाल धरलेले राजांचे हात कंप पावत होते. ब्राह्मण सांगत होते, ते राजांना जाणवत होते.

'या मुलीच्या निमित्तानं मागच्या बारा पिढ्या उद्धरून गेल्या. आता या विवाहानं पुढच्या बारा पिढ्या उद्धरतील. ही मुलगी आता तुमची आहे.'

ते ऐकत असताना राजांचे डोळे भरून आले. राजांचे मन बेचैन होऊन उठले. गडबडीने आपल्या हातांतली झाल ब्राह्मणांना दान करून, राजांनी मुलीच्या मामाला मिठी मारली. दोघांच्या नेत्रांतून अश्रू ओघळले. राजांचा कंठ दाटून आला. मिठीतून बाजूला होत राजे कष्टाने म्हणाले,

'आज प्रतापराव हवे होते! व्याह्यांची भेट मनाजोगी घडली असती...'

राजांना पुढे बोलवेना. त्या प्रसंगाने सद्गदित झालेले, राजारामांच्या मागे हाती लिंबू लावलेली कट्यार घेऊन उभे असलेले हंबीरराव मोहिते पुढे झाले.

'महाराज वरातीची तयारी झाली आहे.'

'हो!'

वाड्याच्या बाहेर वरातीची पूर्ण तयारी झाली होती. वाड्यापासून जगदीश्वरापर्यंतची वाट दुतर्फा लावलेल्या टेंभ्यांच्या उजेडात प्रज्वलित झाली होती. होळीचौकात वरातीत भाग घेणारी, दागिन्यांनी सजवलेली घोडी उभी होती. पेठेच्या कमानीपाशी जिलेबीचा हत्ती डोलत होता. वाड्याच्या प्रवेशद्वारी सुलक्षणी सजवलेला घोडा उभा होता. नवरानवरी घोड्यावर बसली. शिंगे फुंकली गेली. वरातीचे घोडे होळीचौकात वाजत आले. इशारतीबरोबर वरातीच्या मागे-पुढे घोडी उभी राहिली. आघाडीचा हत्ती चालू लागला. पाठोपाठ सजलेली घोडी जात होती. हलगीच्या तालावर दांडपट्टा खेळला जात होता. तलवारीचे हात होत होते. वाजंत्रीवाल्याचे ताफे मंजुळ सुरांनी वातावरण भरत होते. मंद गतीने वरात चालली होती. वरातीमागून राजे, पाहुणे, सरदार चालले होते. पेठेतून जात असता नवरानवरींवरून सतका होत होता. मोहरा

उधळल्या जात होत्या. देवदर्शन आटोपून वरात माघारी वाड्यावर आली. मुलीचा मांडव डाव्या हाती टाकून राजाराम मुलाच्या मांडवाकडे चालले होते. अंगावरच्या जरदी जरी शालूची गाठ मागुती चालणाऱ्या नवऱ्या मुलीच्या शालूला मारलेली होती. नवऱ्या मुलीचे वस्त्र सावरीत बरोबर दासी चालत होत्या. नवरानवरी मुलाच्या मांडवासमोर आले.

मांडवात एकच गडबड उडाली. साऱ्या स्त्रिया नवरानवरीला पाहण्यासाठी दाटीवाटीने उभ्या होत्या. सुवासिनी पुढे झाल्या. नवरानवरीच्या पायांवर पाणी घालून, डोळ्यांना पाणी लावून त्यांनी दहीभाताचे गोळे ओवाळून टाकले. सुवासिनी मागे सरकल्या. नवरानवरीच्या मागे हंबीरराव कट्यार घेऊन उभे होते. त्यांच्याजवळ राजे उभे होते. त्यांची नजर नवरानवरीला ओवाळण्यासाठी येत असलेल्या पुतळाबाईंवर स्थिरावली. गुलाबी शालू नेसलेल्या पुतळाबाई सुवर्णतबक हाती घेऊन येत होत्या. तबकातल्या निरांजनांचा उजेड त्यांच्या प्रसन्न चेहऱ्यावर उमटला होता. जणू सारे समाधान उजळल्याचा भास राजांना झाला. नवरानवरीला टिळा लावण्यासाठी पुतळाबाईंनी कुंकवाच्या कोयरीत बोट घातले; आणि त्याच वेळी सोयराबाईंचा आवाज आला,

'बाई, थांबा! ओवाळू नका!'

नाजूक हसण्याने, कुजबुजण्याने भरलेला मांडवात एकदम शांतता पसरली. पुतळाबाईंनी दचकून मागे पाहिले. सोयराबाई येत होत्या. त्यांचा चेहरा फुलला होता. न कळत पुतळाबाईंनी विचारले,

'का?'

एक विचित्र स्मित सोयराबाईंच्या चेहऱ्यावर उमटले. संतप्त हाताने सोडलेला बाण जसा गुणगुणत यावा, तसे सोयराबाईंचे शब्द सर्वांच्या कानांवर पडले,

'अजून कूस उजवली नाही, बाई! नवरानवरी घरी येताहेत. तुम्ही ओवाळून कसं चालेल?'

निपुत्रिक! पुतळाबाईंची झुकलेली नजर वर झाली. सर्वत्र स्तब्धता पसरली. नवरानवरी मागे उभ्या असलेल्या राजांच्यावर पुतळाबाईंची घायाळ दृष्टी स्थिरावली. पुतळाबाईंची नजर कोरडी होती. तीतला भकासपणा राजांना जाणवत होता. राजांची नजर झुकली. पुतळाबाईंचे डोळे उभ्या जागी भरून आले. सोयराबाईंच्या शब्दांनी त्या भानावर आल्या.

'अशा बघत काय राहिला? नवरानवरी उभे आहेत. द्या ते तबक!'

थरथरत्या हातांनी तबक सोयराबाईंच्या हाती देत असता त्या पुटपुटल्या,

'आधी सांगितलं असतंत, तर...'

'सांगणार केव्हा? पुढं पुढं करायची हौस तुम्हांला, लक्ष्मीपूजनाचं पाहून आले, तोवर तुम्ही तबक घेऊन उभ्या!'

'बाई...!' पुतळाबाई कळवळल्या.

'एवढा मान होता, तर न बोलवता आलातच कशा?'

पुतळाबाईंनी गडबडीने सोयराबाईंच्या हाती तबक ठेवले. जमलेल्या स्त्रियांच्या गराड्यातून वाट काढीत त्या जाऊ लागल्या.

नवरानवरी मांडवात आली. साडे झाले, लक्ष्मीपूजन झाले; आणि नवरानवरीच्या शालूची गाठ सोडण्यात आली.

...पुतळाबाई परत तेथे दिसल्या नाहीत.

□

१६

गडावर रात्र वाढत होती. लग्न आटोपल्याचा शीण सर्वांच्या चेहऱ्यांवर प्रथमच उमटत होता. वाड्यातला प्रथम चौकातला मांडव मोकळा भासत होता. राजे महाली गेल्याचे कळल्यामुळे निर्धास्त झालेली खाशी सरदार मंडळी सदरेवर पान जुळवीत गप्पांत रंगली होती. सातमहालाच्या बाजूला सोयराबाईंच्या महालाची वर्दळ सोडली, तर बाकीचे महाल शांत भासत होते.

सारी कामे आटोपून मनोहारी पुतळाबाईंच्या महालावरून जात होती. तिची पावले थांबली. महालातून दासी बाहेर येत होती. मनोहारीने तिला काही तरी विचारले; आणि तिने महालात प्रवेश केला. चौकोनी तटांनी वेढलेल्या त्या महालजागेवर मध्यभागी पुतळाबाईंचा महाल होता. महालाच्या डाव्या सदरेवर अजूनही दिवट्या जळत होत्या. महालाच्या प्रथम सोप्यावर कोणी दिसत नव्हते. सोपा मोकळा होता. मनोहारी पायऱ्या चढून वर गेली. आतल्या महालात मंद उजेड होता. आत कोणी दिसत नव्हते. समईच्या एक-दोनच वाती पेटलेल्या होत्या. त्यामुळे उजेड मंदावला आहे, हे मनोहारीच्या ध्यानी आले. पुतळाबाई मागच्या स्वैपाकघरी असतील, अशा समजुतीने मनोहारीने आत प्रवेश केला. गालिचावरून पावले टाकीत मनोहारी पुरुष उंचीच्या समई जवळ गेली. अगदी वरच्या मोरपात्रात ठेवलेली दीपकाठी घेऊन तिने ती पेटविली; आणि एक एक ज्योत ती पेटवू लागली. महाल वाढत्या प्रकाशात उजळत होता. सर्व वाती पेटविल्यानंतर दुसरी समई पेटविण्याकरिता ती वळली. जागच्या जागी तिची पावले थांबली. आश्चर्यचकित होऊन ती पाहत होती. उत्तरेच्या बैठकीवर पुतळाबाई बसल्या होत्या. त्यांची नजर मनोहारीवर खिळली होती.

पुतळाबाईंच्या सावळ्या रूपात दिसणारा प्रसन्न भाव कुठे तरी लपला होता. सदैव बोलक्या असलेल्या नजरेत घायाळपणा उतरला होता. मांडवातून येते वेळी नेसलेला शालूच त्यांच्या अंगावर दिसत होता. पुतळाबाईंच्यावरची नजर हलत नव्हती.

'काय बघतेस, मनू?'

त्या शब्दांनी मनोहारीचे भान हरपले. उभ्या जागी तिला हुंदका फुटला; आणि

ती पुतळाबाईंच्याकडे धावली. पुतळाबाईंच्या समोर बसून ती रडू लागली. तिच्या खांद्यावर हात ठेवीत पुतळाबाई म्हणाल्या,

'मनू, रडतेस? थोरल्या बाई मला बोलल्या, म्हणून? मनू, रडू नको. मला त्याची सवय झाली आहे. गडावर येतानाच हे ध्यानी आलं होतं; पण यावंच लागलं.'

बोलता-बोलता पुतळाबाईंचा कंठ दाटून आला. डोळ्यांत आलेले अश्रू थोपविण्याचा प्रयत्न करीत त्या कष्टाने सांगत होत्या,

'मनू, माझं मला वाईट वाटत नाही. खूप सहन केलंय् मी. पण हे त्यांच्यासमोर व्हायला नको होतं. माझा नसला, तरी निदान कुणासमोर बोलतोय्, याचा तरी विचार बाईंनी करायला हवा होता. वाईट वाटतं, ते त्याचंच... मनू, लक्ष्मीपूजन झालं?'

मनोहारीने मान हलविली.

'सारे झोपले?'

'हो!'

पुतळाबाईंनी डोळे पुसले. त्यांनी हाक मारली,

'मनू!'

'जी?' म्हणून मनोहारीने वर पाहिले. पुतळाबाईंच्या चेहऱ्यावर स्मित उमटले होते. गडबडीने मनोहारीने डोळे पुसले. धीर करून तिने विचारले,

'जेवला?'

पुतळाबाईंनी नकारार्थी मान हलविली. मनोहारी गडबडीने उठली. तिला थांबवीत पुतळाबाई म्हणाल्या,

'मनू, थांब! जेवणार नाही, म्हणून मी कळवलंय्.'

'का?'

'भूक नाही.'

'खोटं! कशानं भूक गेली?'

पुतळाबाई हसल्या. त्या म्हणाल्या,

'तू काळजी करू नको. उद्या गडाखाली जाईन, तेव्हा जेवेन मी.'

'उद्या जाणार?'

'जायलाच हवं! जवळ जवळ तशी आज्ञाच झाली आहे... आणि आता गडावर काही घ्यावंसं वाटत नाही.'

मनोहारीच्या डोळ्यांत पुन्हा अश्रू गोळा झाल्याचे पाहताच पुतळाबाई म्हणाल्या,

'खूप दमली असशील. झोप जा!'

मनोहारी कष्टाने उठली. पुतळाबाई समईकडे पाहत म्हणाल्या,

'एवढ्या वाती पेटवल्यास? आता परत साऱ्या शांत केल्या पाहिजेत.'

'मी करू?'

'नको. दासी करील. जा तू.'

मनोहारी बाहेर गेली. पुतळाबाई कपडे बदलण्यासाठी आत निघाल्या, तोच मागे पावलांचा आवाज झाला. पुतळाबाईंनी मागे पाहिले, तो मनोहारी म्हणाली,

'महाराज येताहेत.'

'इकडे? या वेळी?' पुतळाबाईंनी आश्चर्याने विचारले.

पदर सावरीत पुतळाबाई गडबडीने वळल्या; आणि त्याचवेळी मनोहारीच्या मागे उभ्या असलेल्या राजांच्यावर त्यांची नजर गेली. मनोहारी अदबीने बाजूला झाली. राजे आत आले. पुतळाबाईंच्याकडे पाहत ते म्हणाले,

'आपण झोपला असाल, असं आम्हांला वाटलं.'

मनोहारी मागच्या पावलांनी बाहेर जात असता तिच्या कानांवर शब्द आले,

'मनू, आज आम्ही इथंच राहू. आमच्या महाली वर्दी दे.'

'जी.' म्हणून मनोहारी गेली.

राजे बैठकीकडे वळले. पुतळाबाई आश्चर्यचकित होऊन राजांच्याकडे पाहत होत्या. राजांच्या आगमनाबरोबर हिन्याचा मंद सुगंध महालात दरवळून गेला. राजे बैठकीवर बसले. त्यांची शोधक नजर पुतळाबाईंच्यावर खिळली होती. प्रज्वलित समईच्या शेजारी उभ्या असलेल्या पुतळाबाईंनी राजांना विचारले,

'काय पाहता!'

'दोन समया!' राजे नजर न हलविता बोलले.

पुतळाबाई त्या बोलांनी संकोचल्या. त्यांनी विषय बदलला.

'आपण खरंच का इथं राहणार?'

'का?'

'आज्ञा झाली असती, तर मी आले नसते का महाली?'

क्षणात राजांची चर्या गंभीर झाली. ते बोलून गेले,

'पुतळा! ते बळ आता राहिलं नाही. मांडवात जो प्रकार झाला, तेव्हा आम्ही तुम्हांला सावरलं असतं, तर कदाचित...'

'माझ्या मनात काही नाही...'

'तेही कळतं! म्हणून तर आमचा जीव कासावीस होतो; आणि बेचैन होऊन आम्ही इथं येतो... ये, बैस! जेवली नाहीस ना?'

पुतळाबाई त्या शेवटच्या प्रश्नाने हसल्या. राजांच्या शेजारी बसत त्या म्हणाल्या,

'भूक नव्हती.'

राजे पुतळाबाईंच्या हसण्यात सामील झाले.

'असणार कशी? आम्ही सुद्धा दूध घेतलं नाही. अन्नानंच पोट भरतं, असं थोडंच आहे? आनंदानंच नव्हे, तर कैक वेळा अपमानानंही पोट भरून जातं!'

राजांनी बोलता-बोलता बैठकीवरील दोन गिर्द्या उचलल्या. आपल्या डाव्या बगलेखाली त्या गिर्द्या घेऊन राजे कलले. बैठकीवर त्यांनी पाय पसरले. राजे झोपलेले पाहून पुतळाबाईंनी परत विचारले,

'खरंच इथं झोपणार?'

'हो ना!' राजे हसून म्हणाले. 'मनोहारीला तसा निरोपही दिला आहे. आता तुम्हीच 'जा' म्हणालात, तर जाऊ.'

'असं का मी म्हटलं? पण आपण इथं राहिलात, तर वाईट दिसेल, रिवाज मोडेल, अकारण चर्चा होईल.'

'होऊ दे! त्याची चिंता करू नका. आता असल्या गोष्टींना फारशी किंमत द्यावी, असं वाटत नाही. काशी आम्हांला खूप शिकवून गेली. आता परत शिकण्याची इच्छा राहिलेली नाही. मन बेचैन आहे. आम्ही फार थकलोय्, पुतळा!'

राजांची सारी वृत्ती बदलली होती. असे थकलेले बोलणे पुतळाबाई प्रथमच ऐकत होत्या. राजांनी पुतळाबाईंचा हात हाती घेतला. त्या बळकट हाताचा सूक्ष्म नाजूकपणा त्यांना प्रथमच जाणवत होता. त्या पोलादी बोटांचा कंप त्या अनुभवीत होत्या. पुतळाबाईंच्या नजरेला नजर न देता राजांनी विचारले,

'उद्या जाणार?'

'जी.'

'हं!' राजांनी नि:श्वास सोडला.

'आज्ञा झाली, तर राहीन!'

'आम्ही तसं म्हणणार नाही. आमच्यासाठी खूप सोसलंत. आता ते करण्याची गरज नाही. तुम्ही जा. एकटेपणाची सवय आम्हांला खूप झालीय्.'

'महाराज!'

राजे खिन्नपणे हसले. पुतळाबाईंचा हात थोपटीत ते बोलू लागले,

'आम्ही प्रजेचे महाराज; तुमचे मुळीच नाही. आम्ही इथं आल्याचं आश्चर्य वाटलं ना? हा रायगडचा बालेकिल्ला पुरा झाला; आणि प्रथम आम्ही हा सातमहाल पाहिला. फार दु:ख झालं! त्यात मोरोपंतांची किंवा हिरोजींची चूक नव्हती. ती चूक आमच्या दैवाची होती. आमच्या मनातून कधीही न सुटलेला आमचा आठवा महाल कुणालाही जाणवत नाही. या सातमहालाची आठवण झाली, तरी मन व्यथित होतं. त्यामुळं अनेक वेळा आम्ही या महालाला लागून असलेल्या मेणदरवाजाच्या मैदानावर बसत असू, अस्ताला जाणारा सूर्य पाहत असताना हरवलेलं शोधीत असू.'

राजांनी पुतळाबाईंच्याकडे नजर वळविली. त्यांच्या मुद्रेवर एक खिन्न स्मित उमटले.

'पुतळा, त्या जागेवरून हरवलेलं सारं दिसतं. तेथून पाचाडचा मासाहेबांचा

वाडा दिसतो; तसंच, क्षितिजाला टेकण्याआधीच उत्तुंग पर्वतांनी रेखलेल्या दरीत अंतर्धान पावणारा आकाशातच नाहीसा होणारा सूर्यही. या रायगडावरून कधी क्षितिजाला टेकलेला सूर्य दिसतच नाही. तो जसा अचानक उगवतो, तसाच आकाशात असतानाच नाहीसा होतो... सईसारखा...'

'मला माहीत आहे!' पुतळाबाई कष्टाने अश्रू आवरीत म्हणाल्या.

नकारार्थी मान हलवीत राजे डोळे मिटून स्वत:शीच बोलल्यासारखे बोलत होते.

'फार थोडं माहीत आहे! आम्ही छत्रपती आहो. आम्ही सारं मिळवलं, असं सर्वांना वाटतं; पण ते खरं नाही. ते अर्धसत्य आहे. या चकाकणाऱ्या आयुष्याला एक फार मोठी काळोखी बाजू आहे, पुतळा! आपल्या आयुष्याच्या पन्नास वर्षांच्या आत स्वराज्याचं स्वप्न साकार करणारा हा शिवाजी एका बाजूनं फार अपयशी आहे, त्याचं यश फार मर्यादित आहे, हे कुणाला माहीत नाही. वयाच्या पंधराव्या वर्षी आम्ही स्वराज्याचं तोरण बांधलं. त्या दिवसापासून आम्ही आजतागायत नुसते त्या स्वप्नामागे धावलो. त्याचाच अखंड विचार केला. दुसरा विचार करायला आम्हांला उसंत मिळाली नाही. हा स्वराज्याचा डाव खेळत असता मासाहेबांच्या तोंडाहातांनी आमचा अष्टगुणी संसारपट सावरला होता, हे कधीच आमच्या ध्यानी आलं नाही. त्या असेपर्यंत पटावरील मोलाचे मोहरे गमावूनही पट चढाईचाच राहिला.'

राजांनी दीर्घ श्वास घेतला.

'आणि... जेव्हा ते स्वप्न हाती आल्याचा भास झाला, नेमका त्याच वेळी तो हात ढासळला; आणि त्याबरोबर आमचा संसारपटही!'

राजांच्या मिटल्या डोळ्यांच्या कडांतून अश्रू ओघळले. पुतळाबाईंच्या हातावरची त्यांची पकड वाढली. काही क्षणांची उसंत घेऊन राजे बोलू लागले,

'हं! स्वराज्याची उभारणी करणारे आम्ही! आमच्या डोळ्यांदेखत ढासळणारा तो पट आम्हांला सावरता आला नाही... उभ्या आयुष्यात ज्याची सवय नाही, ते एकदम साधावं तरी कसं?'

पुतळाबाईंना राजांचे बोलणे ऐकणे असह्य झाले. त्यांच्या तोंडून एक हुंदका बाहेर पडला. न कळत राजांच्या छातीवर त्यांनी मस्तक टेकले. त्या उद्गारल्या,

'असं बोलू नये...'

राजांचा हात पुतळाबाईंच्या केसांवरून फिरत होता. राजांनी डोळे उघडले नाहीत. मिटल्या डोळ्यांनी तो बोलतच राहिले:

'खोटं सांगत नाही, पुतळा! अर्ध्या डावावरून उठण्याचा हक्क बजावून सई गेली; आणि तो डाव तसाच अपुरा राहिला. राणीपदाखेरीज थोरल्या राणीसाहेबांना काही दिसतच नाही. आणि तू... तू आमच्याकडे देव म्हणून पाहतेस. आम्हांला सोबती मिळालाच नाही! पुतळा, देव जितेपणी दिसत नसतो!... शंभू... त्या पोरावर

भारी प्रेम केलं. त्यांच्या डोळ्यांत सदैव मला सई दिसली. पण थोरल्यानं ते कधी जाणलं नाही, आमच्यावर विश्वास ठेवला नाही. यापेक्षा पराजय तो कोणता?

'आम्ही स्वराज्याचं तोरण बांधलं; पण दादोजींना आमच्या यशाची शंका आली. जन्मदात्या पित्याचं उदंड प्रेम समजूनही कधी त्यांची सेवा घडली नाही. संसारातली जोड निम्म्यावर तुटली. आणि ज्यांच्यावर राज्याची धुरा, तेच आमचे युवराज शत्रूला मिळाले! त्यांचा भरवसा कोण देणार? आणि राज्ञीपदाच्या गुंगीत भान हरपलेल्या आमच्या राणीसाहेब आम्ही जिवंत असता राजमातेची स्वप्नं पाहतात! यापेक्षा दुर्दैव ते कोणतं? आमच्या दुर्दैवाला सीमाच नाहीत... पुतळा! आपलं माणूस दिसत असून सुद्धा आम्हांला राखता येत नाही. पती असूनही त्या भोळ्या जीवाचा चार-चौघांत झालेला उघड अपमान आम्ही पाहतो. याचं दुःख आम्हांला फार आहे. आमच्या जिवाची तगमग होते, पुतळा...'

पुतळाबाईंनी मान वर केली. राजांनी डोळे उघडले. पुतळाबाई डोळे पुशीत म्हणाल्या,

'आपल्याला एवढं वाटतं, यात सारं मिळालं मला. माझी काळजी करू नये. सारं ठीक होईल. मी गेले, की सारे गैरसमज दूर होतील.'

राजे उदासपणे हसले.

'पुतळा! तू भारी सरळ आहेस. तुला असं वाटणं स्वाभाविक आहे. पण निसर्ग तसा नाही. काही क्षणभरच धरणीकंप होतो; पण त्या क्षणांत माणसानं उभारलेले सारे इमले कायमचे कमजोर बनून जातात. त्यांचा भरवसा देता येत नाही. त्यांत वावरत असतानादेखील जीव घाबरतो. अशा वेळी जिवाला सोबत लागते दुसऱ्या जिवाची; कोसळणाऱ्या घराची नव्हे.'

राजांनी डोळे मिटले. मंद सुरात ते म्हणाले,

'आम्हांला आता बोलवत नाही.'

गडबडीने उठत पुतळाबाई म्हणाल्या. 'घरभरणीच्या दिवशी उपाशी राहू नये. मी दूध आणते. झोपू नये.'

राजांनी कष्टाने डोळे उघडले, उठलेल्या पुतळाबाईंच्याकडे पाहिले.

'नशीब चुकवता येत नाही, पुतळा!'

पुतळाबाई गडबडीने निघून गेल्या. जेव्हा त्या चांदीच्या पेल्यातून दूध घेऊन आल्या, तेव्हा राजांना निद्रा लागली होती. दुधाचा पेला बाजूला ठेवून पुतळाबाईंनी शाल आणली, आणि ती राजांच्या अंगावर पांघरली. झोपेतच राजांनी कूस बदलली, आणि परत ते झोपी गेले.

पुतळाबाई वळल्या. समईच्या वाती त्या शांत करीत होत्या. महालात प्रकाश कमी होत होता. राजांना त्याची जाणीव नव्हती.

बाहेर काळोखी रात्र वाढत होती...

□

१७

सकाळची वेळ होती. क्षितिज सोडून सूर्य बराच वर आला होता. वाड्यातल्या प्रथम चौकातल्या मांडवात मुले खेळत होती. राजांच्या महाली राजे कपडे करून सदरेवर जाण्याच्या विचारात उभे असता पुतळाबाई महालात आल्या. पुतळाबाईंना पाहताच राजांच्या चेहऱ्यावर हसू विरले. राजांनी विचारले,

'तयारी झाली?'

'हो.'

राजांचे लक्ष आपल्या पलंगाकडे गेले. पलंगावर ठेवलेल्या शालीकडे बोट दाखवीत राजे म्हणाले,

'आम्ही सकाळी येताना आपली शालही बरोबर घेऊन आलो.'

पुतळाबाई शाल उचलण्याकरता वळलेल्या पाहताच राजे बोलले,

'ती शाल आमच्याजवळ राहू दे.'

संथ पावले टाकीत राजे पलंगाकडे गेले. घडी न विसकटलेली आपली जरी कशिद्याने भरलेली शाल संदुकीतून काढून ती पुतळाबाईंच्या हाती देत राजांनी सांगितले,

'ही आपल्याजवळ ठेवा.'

पुतळाबाईंनी शाल घेण्यासाठी हात पुढे केला. क्षणभर राजांचा हात रेंगाळल्याचा भास झाला.

'जेव्हा सवड होईल, तेव्हा आम्ही रायगडवाडीला येऊ.'

पुतळाबाईंना काही बोलणे सुचत नव्हते. बघता-बघता त्यांचे डोळे भरून आले. राजांनी दिलेली शाल उराशी कवटाळून त्या गडबडीने निघून गेल्या. पुतळाबाई गेल्या, तरी राजे महालातच उभे होते. दरवाजातून आत येणाऱ्या अनाजींना पाहून राजे भानावर आले. अनाजींनी मुजरा केला.

'काय आहे, अनाजी?'

'निश्चलपुरी भेटीसाठी आले आहेत.'

'ते बरं?'

अनाजींनी काही उत्तर दिले नाही.

'चला. निश्चलपुरींचं दर्शन घेऊ. चला.'

सदरेवर निश्चलपुरी गोसावी त्यांच्यासाठी घातलेल्या मृगाजिनाच्या बैठकीवर बसले होते. राजे सदरेवर येताच ते उठले. राजांनी त्यांना वंदन केले. क्षेमकुशल झाल्यानंतर निश्चलपुरी म्हणाले,

‘राजे, फाल्गुन वद्य अमावास्या नजीक आली आहे.’

‘आम्ही समजलो नाही.’

‘ही अमावास्या शुभ नाही. त्या दिवशी सूर्यग्रहण आहे. आपल्याला हा योग अत्यंत अनिष्ट आहे.’

‘मग?’

‘त्यासाठी ग्रहशांती, होमहवन करावं लागेल.’

‘जशी आज्ञा! ...अनाजी, गोसावींच्याकडून सर्व तपशील समजून घ्या. त्यांना जे लागेल, ते सर्व साहित्य पुरवा.’

निश्चलपुरी समाधानाने परतले. अनाजी विचारात पडलेले पाहताच राजांनी विचारले,

‘कसला विचार करता, अनाजी!’

‘जी, कसला नाही. मला वाटतं, देवांना अभिषेकही करावे लागतील.’

‘मग त्यात विचार कसला? अनाजी, दैवी लिहिलेलं टळत नसतं. येणाऱ्या संकटांची तीव्रता कमी करण्यासाठी ही साधना करायची असते. अनाजी, आम्ही महाली जाऊन येतो. नंतर आपण जगदीश्वराकडे जाऊन येऊ.’

‘जी.’

राजे महाली जात असता राजारामांची वाटेतच गाठ पडली. राजाराम राजांच्या पाया पडले. राजांनी राजारामांच्या पाठीवरून हात फिरवला; आणि काही न बोलता ते महाली गेले. महालात जाऊन राजांनी कपडे बदलले. जिरेटोप उचलीत असता मनोहारी आत आली. राजांची नजर वळताच तिने सांगितले,

‘राणीसाहेबांनी, महाली आहात का, याची चौकशी करायला पाठवलं...’

राजांच्या चेहऱ्यावर सूक्ष्म आठी पडली. ते म्हणाले,

‘आम्ही जगदीश्वराकडे जातो आहो, असं सांगा.’

मनोहारी वळली. राजांनी आपला दुशेला कमरेला बांधला, जिरेटोप मस्तकावर चढविला. देव्हाऱ्यासमोर जाऊन देवीला वंदन करून राजे वळले. महालात आलेल्या सोयराबाईंना पाहून राजांची पावले जागच्या जागी खिळली.

‘बाहेर निघालात?’

‘हो, काही काम होतं?’

‘लग्नाचं वऱ्हाड जायचं आहे. तेव्हा...’

‘ते तुम्ही ठरवा.’

‘अमावास्या झाली, की जावं, असं पुरोहित सांगत होते.’

‘तसं करा.’

राजांच्या तुटक बोलांनी सोयराबाईंचा संताप वाढत होता. त्यांनी सहज सांगावे, असे सांगितले,

'धाकट्या बाईसाहेब गेल्या.'

'माहीत आहे.'

'मी 'राहा' म्हटलं.'

राजे नुसते हसले.

'रात्री महालीच होता, म्हणे!'

राजे काही बोलले नाहीत.

'खूप बोलणं झालं असेल.'

'हो.'

सोयराबाईंनी राजांकडे पाहिले. राजांच्या चेहऱ्याकडे पाहवत नव्हते. चेहरा कठोर बनला होता, नजरेची धार वाढली होती. त्याने अस्वस्थ होऊन सोयराबाईंनी विचारले,

'माझं काही चुकलं का?'

राजांनी सोयराबाईंकडे पाहिले. एक वेगळेच स्मित चेहऱ्यावर उमटले.

'राणीसाहेब, फार उशीर झाला!'

'काय?'

'काही नाही! अनाजी वाट पाहत असतील. आम्ही जातो.'

राजे झरझर पावले टाकीत निघून गेले.

राजे सदरेवर आले, तेव्हा अनाजी, मोरोपंत, फ़िरंगोजी, पानसंबळ ही मंडळी हजर होती. मुजऱ्यांचा स्वीकार करून राजे म्हणाले,

'फिरंगोजी, चला देवदर्शन करून येऊ.'

'महाराज, सकाळी दर्शन झालं ना?'

'हो. पण देवाला एकदाच गेलं पाहिजे, असं थोडंच आहे? मन बेचैन झालं, की नेहमीच आम्ही देवाकडे धाव घेतो.'

'पण, महाराज, ऊन वाढतं आहे. उन्हाचा त्रास होईल.'

'फिरंगोजी, वाढत्या उन्हाचा त्रास होतो आहे, म्हणूनच आम्ही देवदर्शनाला जातो आहो. ...चला! वेळ करू, तसं ऊन वाढेल.'

राजांच्या पाठोपाठ सारे बाहेर पडले. राजे जगदीश्वराच्या कातळावर आले. राजांची नजर माघारी वळली. तेथून बामणवाड्याची वाट नजरेत येत होती. पेठेच्या इमारती दिसत होत्या. बालेकिल्ल्याचा नगारखाना नजर खिळवून ठेवत होता.

राजांनी मंदिरात प्रवेश केला. बेलफुलांनी सजलेल्या पिंडीसमोर राजे नतमस्तक झाले. राजे शांत मनाने प्रार्थना करीत होते. राजांनी प्रार्थना संपवली. राजे सर्वांसह मंदिराच्या पूर्वद्वारी आले. भवानीटोकाकडे नजर जाताच त्यांनी हात जोडले. तेथून दिसणाऱ्या पागेबाहेर उन्हात घोडी उभी होती. राजांनी मोरोपंतांना हाक मारली.

'मोरोपंत, उन्हं वाढली, तरी घोडी बाहेर का ठेवतात? कोवळ्या उन्हातूनच

घोडी तबेल्यात जावीत. तशी ताकीद द्या.'

'जी.'

राजे परत देवळात आले. देवाच्या पाया पडून राजे वाड्याकडे जायला निघाले. अनाजी राजांच्याकडे पाहत होते. राजांनी विचारले,

'अनाजी, आपल्या फौजा सध्या कुठं आहेत?'

मोरोपंत पुढे झाले. ते म्हणाले, 'महाराज, माझी फौज नाशिक-त्र्यंबककडे आहे. हंबीरराव कऱ्हाड-पन्हाळ्याचा भाग पाहतात.'

'आज हंबीरराव आले नाहीत?'

'हंबीरराव सकाळीच काही कामासाठी पाचाडला उतरलेत; दोन प्रहरपर्यंत येऊ, असं म्हणाले.'

'अनाजी, ग्रहण केव्हा?'

'तीन दिवसांनी.' अनाजींनी सांगितले.

'अनाजी, सूर्यदेव म्हणजे साक्षात तेज; पण त्यालादेखील ग्रहण लागतं, नाही? मग सामान्यांची काय कथा? ...चला. जाऊ परत.'

राजे वाड्याकडे येत असता काही बोलत नव्हते. आपल्याच विचारात राजे पावले टाकीत होते.

☐

१८

राजांना दोन प्रहरी निद्रा लागली नाही. दोन प्रहर टळत असता राजे पलंगावरून उठले. मुखमार्जन करून महाली येताच त्यांनी हाक मारली,

'कोण आहे?'

'जी?' म्हणत पहाऱ्याला उभा असलेला महादजी पानसंबळ आत आला.

'महादजी, असाच सदरेवर जा. फिरंगोजी जागे असतील, तर त्यांना बोलवून घे.'

राजे बैठकीवर बसले. क्षणाक्षणाला त्यांची नजर दरवाजाकडे जात होती. फिरंगोजी महालात आले. राजांना त्यांनी मुजरा केला.

'महादजीनं झोपमोड तर केली नाही ना?'

'जी, नाही. आता ह्या वयात झोप कुठली?'

'त्याला वयच लागतं, असं नाही, फिरंगोजी. आमचंच पाहा ना... झोप येत नाही, काही सुचत नाही.'

'एवढं लगीन झालं. तरास झाला असंल!'

'असू दे! बसा... चैन पडेना, तेव्हा तुम्हांला बोलावून घेतलं.' राजांनी महादजीला हाक मारली. महादजी आत येताच राजांनी सांगितले.

'महादजी, आमची बुद्धिबळं काढ, बघू... फिरंगोजी, आज बुद्धिबळं खेळू.'

राजांचा हस्तिदंती पट राजांच्या समोर ठेवला गेला. प्यादी पटावर चढली. फिरंगोजी हसत म्हणाले,

'आता वय झालं, महाराज! चाल ध्यानात राहत नाही.'

'मराठ्याला वय कधी थकवीत नाही, फिरंगोजी! परत भूपाळगड तुमच्या ताब्यात देणार आहोत आम्ही.' पटाकडे बोट दाखवीत राजे म्हणाले, 'हं, करा सुरुवात.'

डाव सुरू झाला. राजांच्या मनात रंग भरत नव्हता; पण फिरंगोजी डावात पुरे गुंतले होते. फिरंगोजी भान विसरले. त्यांची पगडी गुडघ्यावर बसली होती. पांढऱ्या केसांतून बोटे फिरत होती. मिशीवर हात जात होता. राजांना फिरंगोजींचे रूप मोहवीत होते. डाव हळू हळू राजांच्या कबजात येत होता. ते समजल्याने फिरंगोजी बेचैन होऊन खेळत होते. खेळता-खेळता राजांनी शह दिला. फिरंगोजींचा टाळा वासला गेला. ते उद्गारले,

'आयलाऽ! डाव लई इपरीत!'

त्या उद्गारासरशी राजांना हसू आवरणे कठीण गेले. हताश होऊन फिरंगोजी म्हणाले,

'हरलो, धनी!'

'फिरंगोजी, तुमची हार, तीच आमची हार! चालायचंच.'

राजांनी परत पट मांडायला सुरुवात केली; आणि फिरंगोजी शुद्धीवर आले. जीभ चावून गडबडीने त्यांनी पगडी डोक्यावर चढविली. शरमून ते म्हणाले,

'महाराज, ध्यानात ऱ्हाइलंच न्हाई. डोईची पगडी कवा गुडघ्यावर आली, तेबी कळलं न्हाई! तुमी तरी सांगायचं.'

'एवढे तल्लीन होऊन खेळता, म्हणून तर स्वराज्याचे डाव आम्हांला जिंकता येतात. नाही तर आमच्यासारख्या पटावरच्या राजांना कोण विचारतो?'

राजांनी पट मांडला आणि महादजी महालात आला. राजांची नजर वळताच त्याने सांगितले,

'प्रधानजी आलेत.'

'पाठवा.'

मोरोपंत आत आले. त्यांच्या हातात थैली होती, चेहरा चिंतायुक्त होता. राजांनी विचारले,

'काय आहे, मोरोपंत?'

'औरंगाबादेहून बातमी आली आहे... मोगली फौजा औरंगाबादेच्या आसपास गोळा होत आहेत.'

'मग त्यात नवीन काय? ती तर जुनीच बातमी आहे.'

'एवढंच नव्हे, तर खुद्द आलमगीर दक्षिणेत उतरणार आहे. औरंगाबादेला ही

बातमी येऊन थडकली आहे. बातमी विश्वासाची आहे.'

राजांनी पटावरचा राजा हाती घेतला. तो निरखीत असता राजांचा चेहरा उजळत होता. त्यांनी एकदम मोरोपंतांच्याकडे चेहरा वळवला.

'मोरोपंत, फार महत्त्वाची बातमी आणलीत. खास सदरेवर अनाजी, हंबीरराव, प्रल्हादपंत आणि तुम्ही जमा, तोवर आम्ही सदरेवर येऊ. तसंच, आमच्या सैन्याचा, खजिन्याचा तपशीलही तयार ठेवा.'

मोरोपंत गेले. राजांनी हातातील राजा चंदनी पेटीत टाकला. फिरंगोजी राजांच्याकडे पाहत होते.

'फिरंगोजी, हा पट आता आवरा. आता निराळा पट मांडावा लागणार आहे.'

'आलमगीर म्हणजे? औरंगजेब येणार?'

'का? भ्यालात?'

'तुमी असल्यावर आमी कशाला भितो?' फिरंगोजी आवेशाने मिशीवरून पालथी मूठ फिरवीत म्हणाले. 'ह्यो म्हातारा बसल्या बैठकीला कंटाळतो; लढाईला न्हवं.'

'चला, फिरंगोजी! आपल्याला सदरेवर जायचं आहे. फिरंगोजी, तुम्ही पुढं व्हा. आम्ही कपडे बदलून सदरेवर येऊ.'

राजे खाशा सदरेवर आले, तेव्हा संध्याकाळ होत आली होती. सदरेवर सारे जमा झाले होते. सदरेवर गालिचे पसरले होते. लोड, तक्क्ये, गाद्या यांच्यावर नरमीना पसरला होता. सदरेच्या चारही कोपऱ्यांतील समया प्रज्वलित झाल्या होत्या. राजे आपल्या उच्चासनावर जाऊन बसले. राजांनी आज खास कपडे केले होते. अंगात चिकनदोजीचा अंगरखा शोभत होता. पांढऱ्या कापडावरील निळी फुले उठून दिसत होती. अंगरख्याच्या आतली जरी फतू त्या तलम कापडातून नजरेत येत होती. कमरेला पिवळा कमरबंद आवळला होता. पायांत विजार होती आणि मस्तकी केशरी टोप विराजला होता. राजांच्या फिरत्या नजरेबरोबर मोत्यांचा तुरा आणि कानांतील पाणीदार मोती डुलत होते. राजांनी सर्वांवरून नजर टाकली.

'मोरोपंत, सदरेबाहेर महादजी आणि हिरोजी यांना उभे करा.'

राजांची सूचना अमलात आणून मोरोपंत सदरेवर आले. राजांनी आज्ञा केली,

'मोरोपंत, ती थैली!'

मोरोपंतांनी डिकदाणीतून ती थैली राजांच्या पुढे धरली. राजांनी आतले पत्र काढले, पत्रावरून नजर फिरविली. आपली दाढी कुरवाळीत राजे मागच्या लोडावर कलले.

'अनाजी, हंबीरराव, आजचं पत्र समजलं?'

'जी.'

'अनाजी, खासे आलमगीर आता दक्षिणेत उतरताहेत. हे खरं वाटत नाही, असंच ना?'

'औरंगाबादेला मोगली फौजा गोळा होत आहेत, हे खरं. पण त्यासाठी औरंगजेब दक्षिणेत येईल, असं वाटत नाही.'

'हा आमच्या सचिवांचा अंदाज, की प्रार्थना?' राजांनी विचारले.

'हा अंदाज आहे. उत्तरेत राजपुतांच्या बंडाचा उठाव होत असता आलमगीर दक्षिणेत येणं असंभाव्य वाटतं.' अनाजींनी निर्धाराने उत्तर केले.

'नाही, अनाजी. आलमगीर येणार, यात आम्हांला शंका नाही. शत्रूच्या राज्यातल्या बंडाच्या बातम्या नेहमीच अशा सुखावतात, आणि गाफील बनवायला कारणीभूत होतात.'

'आलमगीर येईल?' हंबीररावांनी परत विचारले.

'निश्चित येईल! त्याला यावंच लागेल. एक ना एक दिवशी आलमगिराशी आमचा मुकाबला होणार, याची जाणीव आम्हांला बाळपणापासून होती. त्यासाठी तर आम्ही एवढी मेहनत घेतली. हंबीरराव, आमची फौज किती आहे?'

हंबीररावांनी अभिमानाने सांगितले,

'राऊत एक लक्ष पाच हजार; शिलेदार पंचेचाळीस हजार; आणि हशम एक लाख. हा राखीव फौजेचा आकडा आहे.'

'समजलं... आणि, अनाजी, आमचा खजिना काय म्हणतो?'

'सुवर्णनाणी म्हणून गंबार, मोहरा, पुतळ्या आणि पातशाही होन एकवीस लक्ष भरतील. त्यांखेरीज साडे बारा खंडी सोनं, विपुल रत्नं भांडारात शिल्लक आहेत. एक कोटी चंद्रमे, पंचवीस लक्ष निशाणी होन आणि पंचवीस लक्ष येळुरी होन यांची निशाणी झाली आहे.'

'ठीक... मोरोपंत, आमचे गड?'

'एकंदर प्रथम पन्नास, एकशे अकरा आपण वसविलेले, आणि कर्नाटक प्रांतीचे एकोणऐंशी धरून दोनशे चाळीस.'

राजांना चेहऱ्यावरचा आनंद झाकता आला नाही.

'मोरोपंत, हे सारं गोळा केलं ना, ते याच क्षणासाठी. आम्ही वारंवार तुम्हांला सांगत असू की, झाल्या, त्या निर्णयक लढाया नव्हेत. आता होईल ती निर्णायक लढाई. तीतून राहील, ते श्रींचं राज्य!'

'हे जमलं, तर स्वर्गाला हात लागतील.' हंबीरराव बोलले.

'हंबीरराव, तुम्ही हे बोलता? आमचे सेनापती जरतारी भाषा करतात? हंबीरराव, हे होणार, यात शंका धरू नका. आम्हांला एक शेर आठवतो...

'खुदी को कर इतना बुलंद, के हर तहरीरके पहले
खुदा बंदेसे खुद पुछे- बता तेरी रज़ा क्या है?'

-समजलं? ' राजांनी विचारले.

हंबीररावांनी नकारार्थी मान हलविली. राजे हसले.

'हंबीरराव, मोगली सेनेशी धडक देऊ पाहणाऱ्या आमच्या सेनापतींना त्यांची भाषा अवगत असायला हवी. या शेराचा अर्थ आहे : माणसानं स्वत:चीच उंची वाढवायला हवी. त्यानं एवढं मोठं व्हायला हवं की, संकट पाठवण्याआधी परमेश्वरानंच आपणहून विचारावं, 'तुला कोणतं संकट पाठवू?' '

राजांचे रूप, राजांचे बोलणे सारे बदलले होते. राजांच्या डोळ्यांत एक वेगळाच आत्मविश्वास प्रकटला होता. डाव्या हाताची मूठ कमरेवर ठेवून राजे बोलत होते :

'हे श्रींचं राज्य आहे. हे निर्माण करायची जबाबदारी आम्ही घेतली. ही जबाबदारी उचलीत असता श्रींच्या इच्छा पुऱ्या व्हायच्या असतील, तर आम्ही पण तेवढेच मोठे झालं पाहिजे, याची जाणीव बालपणापासून होती. आम्हांलाही वासना, विकार होते. त्यांवर आम्ही मात केली. का? कारण आम्हांला माहीत होतं... राज्य उभारणारा तो आहे. त्याचं राज्य पेलण्याचं सामर्थ्य आमच्यांत आणणं हे आमचं दुष्कर काम आहे. ज्या ज्या वेळी आमच्या समोर मोह उभा ठाकला, त्या त्या वेळी श्री आमची परीक्षा पाहतात, असंच आम्ही चित्तात आणलं. या श्रद्धेच्या जोरावर आम्ही प्रत्येक संकटातून, मोहातून पार पडलो. कार्य तडीला जाणं वा न जाणं हे माणसांच्या हाती नसतं. पण हाती घेतलेलं काम करीत असता त्या कामाला आपण योग्य आहो, याचा विश्वास माणसाला असायला हवा.

'हे करीत असता आम्ही आमच्या वासना, आमचे वैयक्तिक रागलोभ, आमचा आनंद, आमचे अश्रू त्यात मिसळू दिले नाहीत. जीवन जगत असता आम्ही कधी चुकलो नाही, असं आमचं म्हणणं नाही. आम्ही चुकलो. त्या प्रसंगांची आठवणही आमच्या मनात सदैव सलते. चालणाऱ्या माणसाला केव्हा तरी एक-दोनदा पडावं लागतं, ठेचकळावं लागतं. तितकंच चुकांचं स्थान जीवनात आहे. आमच्या चुकाही तेवढ्याच आहेत. त्याचमुळं तत्त्वनिष्ठेच्या पडद्याखाली आम्ही चुका कुरवाळीत बसलो नाही.

'समर्थ आम्हांला 'राजयोगी' म्हणतात, याचा अर्थ कदाचित हाच असावा.'

राजांची नजर अनाजींकडे वळली.

'अनाजी, तुम्हांला राजपुतांच्या बंडाचा आधार वाटतो ना? पण ते बंड का घडतं आहे, याचा कधी विचार केलात? तुम्ही विचार केला नसेल; पण औरंगजेबानं नक्की केलेला आहे. आणि त्याचमुळं दक्षिणेत उतरायचा त्यानं निर्णय केलेला आहे.'

राजे थांबले. साऱ्यांच्या चेहऱ्यांवर आश्चर्य दिसत होते.

'आमचा बीमोड केल्याखेरीज औरंगजेबाला राजपुतांना कह्यात आणणं कठीण आहे. ज्या काळात आशेचा किरण दिसत नव्हता, त्या काळात केसरिया आणि जोहार

करीत राजपूत पिढ्यान् पिढ्या लढले. आजही हे राजपूत मोगलांची निष्ठेनं सेवा करताहेत. पण धर्माभिमान असणाऱ्या या राजपुतांना जेव्हा विजयाचे मार्ग दिसू लागतील, तेव्हा ते मोगली तख्ताला एकनिष्ठ राहणार नाहीत. कदाचित त्यांच्यांत नवे राणा प्रताप जन्मू घातले असतील. त्याचमुळं राजपुतांचा असंतोष वाढत असेल.'

राजांनी उसंत घेतली. 'उत्तरेत काय घडतं, हे जरा बारकाईनं पाहा. आज जाटांच्यामध्ये चलबिचल चालू आहे. पंजाबमध्ये शीखांचे आठवे गुरू तेजबहादूर यांचा वध झालेला आहे. पंजाबचं बळ वाढत आहे. आम्ही इथं रायगडावर जे करतो आहोत, त्याच्या ठिणग्या भारतवर्षात पसरल्या आहेत, हे सांगायला कोणा ज्योतिष्याची आज गरज नाही.'

राजे बैठकीवरून उठले. स्थिर आवाजात राजे बोलले,

'आलमगीर दक्षिणेत आलाच पाहिजे. आलमगीरला आम्ही आणि आम्हांला आलमगीर जेवढं ओळखतो, तेवढं आमचं मंत्रिमंडळही आम्हांला ओळखीत नसेल. त्यामुळं आम्ही आमच्या मनात आलमगिराविषयी कधी चीड, संताप यांची बाधा होऊ दिली नाही. आमची फार इच्छा आहे की, अशीरगडचा किल्ला पुन्हा एकदा जिंकावा, आणि अकबरानं उघडलेल्या त्या दक्षिण दरवाजाला कायमचं कुलूप ठोकून, परत उत्तरेचा दरवाजा तेथून आपल्याला मोकळा करावा.'

अशीरगडच्या नावाबरोबर साऱ्या सदरेवर नवचैतन्य पसरले. एक नवा विश्वास सर्वांच्या चेहऱ्यांवर उजळून निघाला.

'मोरोपंत, याचसाठी यापुढं आम्हांला या बातम्या कळायला हव्यात... औरंगाबादेच्या नव्हेत, उत्तरेच्या! आमचे नजरबाज आज उत्तरेत दूरवर जाऊ देत. मोरोपंत, हंबीरराव, तुम्ही रणांगणाचे जाणते. औरंगजेब दक्षिणेत उतरला, तर कसा उतरेल?'

क्षणभर मोरोपंतांनी विचार केला.

'मला वाटतं...'

'बोलाऽ ऽ' राजांनी आज्ञा केली.

'औरंगजेब प्रथम औरंगाबादेला येईल.'

'हं!'

'तिथं सैन्याची जुळवाजुळव करून तो पुणं गाठील.'

राजे हसले. मोरोपंत त्या हसण्याने शरमले.

'बरोबर आहे, मोरोपंत!' राजे म्हणाले. 'हा आजवरचा मोगली रिवाज आहे. याच मार्गानं शास्ताखान, मिर्झाराजे आले, गेले. पण हा मार्ग औरंगजेब पत्करील, असं वाटत नाही.'

'मग दुसरा कोणता मार्ग?' हंबीररावांनी विचारले.

'पाहा ना! औरंगजेब काय करतो, ते पाहा. राजपुतांना जपणाऱ्या औरंगजेबानं

काशीचं देऊळ फोडलं; आपल्या पेशकार-कचेरीतील हिंदूंना काढून टाकून त्या जागी मुसलमान नेमायला सुरुवात केली; आणि सर्व हिंदूंवर आणि मुसलमानेतरांवर जिझिया पट्टी लादली. हे धाडस कोठून आलं?'

'याचा पश्चात्ताप औरंगजेबाला झाल्याखेरीज राहणार नाही.' अनाजी म्हणाले.

'चुकता आहात, अनाजी! हा देश मुसलमानांचा नव्हे. ते हा देश जिंकण्यासाठी इथं आले. एक अकबर सोडला, तर साऱ्या शहेनशहांनी याच मार्गानं पावलं टाकली. या देशात हिंदू बहुसंख्य आहेत, हे त्यांना कळत होतं; आणि त्याचमुळं तडजोडीनं ते राज्य करीत होते. या तडजोडीतूनच राजपूत, हिंदू घराणी उभी होती. ही चूक औरंगजेबाच्या ध्यानी आली. काबूल-कंदाहारचा तंटा इराणची सत्ता मान्य करून त्यानं मिटवला; आसामच्या सरहद्दीवरचं युद्ध आवरतं घेतलं; आणि आपली नजर त्यानं दक्षिणेस आमच्यावर वळवली. याचं कारण एकच आहे- या तडजोडीच्या राजकारणातूनच आमचा उदय झाला, हे त्यानं जाणलं आहे. त्याचा होरा आता कळतो आहे; आणि त्याचमुळं त्याचा मार्गही.'

'तुळजापूर?' हंबीरराव उद्गारले.

'शाबास, हंबीरराव! सेनापती शोभलात खरे! हाच औरंगजेबाचा मार्ग आहे. औरंगजेब तुळजापूर, पंढरपूर, कोल्हापूर करीत राजापूर गाठील.'

'पण फायदा काय?'

'खूप! आमचं राज्य आणि कर्नाटक यांचे दोन तुकडे होतील. कर्नाटकाचं सारं राज्य निराधार बनेल. त्याचा रस्ता असा राहील, की राजकारणाच्या दृष्टीनं तो अत्यंत उपयुक्त ठरेल. मोठी लढाई होण्याआधी आमची परम दैवतं- तुळजापूर, पंढरपूर, शिखरशिंगणापूर, कोल्हापूर- भ्रष्टविली जातील. राजापूर गाठलं, की त्याला मदत करायला टपून बसलेले पोर्तुगीज आणि इंग्रज यांचा मार्ग मोकळा होईल. आमच्या धर्मराज्याचा पायाच नाहीसा करणारा एकुलता एक मार्ग आहे. राज्याभिषेक झाल्यानंतरही जर पंढरपूर, कोल्हापूर, तुळजापूर ही क्षेत्रं वाचविता आली नाहीत, तर आमच्या धर्मराज्याबद्दल निष्ठा कोण बाळगील!'

राजांनी उभे केलेले भयानक चित्र अनाजी-मोरोपंतांच्या डोळ्यांसमोर पसरले होते. घशाची कोरड जाणवत होती. राजे संथ आवाजात बोलत होते,

'मार्गाचा जेव्हा आम्ही विचार करतो, तेव्हा गडकोटाच्या संदर्भात विचार करण्याची सवय आम्हांला लागली आहे. हा महत्त्वाचा विचार खरा; पण तो पुरेसा नाही. राजकारणात आजच्याइतकाच मागचा क्षण महत्त्वाचा असतो. दोन्ही जमेला धरले नाहीत, तर पुढचं कळेनासं होतं. लक्षावधींच्या फौजा घेऊन सोमनाथ फोडायला येणं यात नुसत्या लुटीचा वा देऊळ फोडण्याचा विचार नसतो. ज्या श्रद्धेच्या जोरावर लक्षावधी लोक प्राणार्पणाला तयार असतात, त्या श्रद्धेच्या

भंगासाठी ती कृती घडते. आमचा श्रद्धाभंग करायचा असेल, तर आलमगीर युद्ध उभं करण्याआधीच आमची दैवतं भग्न करील.'

'ते बघायला जगायचं कशाला?' फिरंगोजी म्हणाले.

'ते बघण्यासाठी नव्हे, ते न होऊ देण्यासाठी जगायला हवं. फार वर्षं आम्ही याचा विचार करतो आहो. आलमगीर आम्हांला येऊन भिडण्याआधीच त्याला गाठण्याचा आमचा बेत आहे. आलमगीरची पिछाडी उद्ध्वस्त करण्यासाठी दाभोळ बंदरातून गुजरातेत फौजा घुसवण्याची आमची इच्छा आहे. सुरतेला जाण्याचा आमचा हेतू लुटीबरोबरच गुजरातची भूमी पाहण्याचाही होता. युद्धाच्या दृष्टीनं त्या भूमीला फार अर्थ आहे; कारण आमचा सोमनाथ तिथं आहे. दक्षिणेत समोत्तिपेरुमलची मंदिरं उभारीत असता आमच्या नजरेसमोर सोमनाथ उभा होता. आलमगीरची सावली आमच्या दक्षिणेत उतरण्याआधीच त्याला गाठायला हवा. तो औरंगाबादेचा सुभेदार होता. त्याला हा मुलूख माहीत आहे. मिर्झाराजांपेक्षाही कुशाग्र बुद्धीचा, राजकारणपटू, थोर मुत्सद्दी आणि प्रखर सेनानी असं त्याचं रूप आहे. दिलेरखानाच्या सूडबुद्धीची त्याला जोड लाभणार आहे. असा आलमगीर इथं येण्याची वाट पाहत बसून कसं चालेल? नागाच्या नजरेनं अंदाज घेणारी त्याची नजर दक्षिणेवर पडण्याआधीच अशीरगडावर त्याला रोखून, गुजरातच्या भूमीवर त्याची धूळधाण उडविली पाहिजे. हे आपल्याला सहज जमेल... काय, हंबीरराव, मोरोपंत?'

'महाराज, नुसती आज्ञा करावी!'

'मोरोपंत, किती दिवस आज्ञेची वाट पाहणार?' दुसऱ्याच क्षणी राजांनी सावरले. 'मोरोपंत, इतके उतावीळ होऊ नका. सामना मोठा आहे. आपली फौज लढत असता इथं अखंड फौज गोळा करीत राहावं लागेल. आमच्या हाकेनुसार कुतुबशहा आणि आदिलशहा मदतीला यायला हवेत. ते जरूर येतील. तेवढा स्वार्थ त्यांना कळतो. आता आलमगीर उतरणार, हे निश्चित झालं आहे; आणि म्हणूनच उसंत घेऊन आता भागणार नाही.'

राजांची नजर अनाजी, मोरोपंत, हंबीरराव यांच्यावरून फिरली. राजांनी आज्ञा केली,

'अनाजी, हंबीरराव, मोरोपंत, तुम्ही उद्याच निघा... मोरोपंत, तुम्ही नाशिक-बागलाणात पसरलेल्या फौजा एकत्रित करा... अनाजी, तुम्ही कोकणपट्टी गाठा. ...हंबीरराव, तुम्ही कऱ्हाडला छावणी करून पन्हाळ्यापर्यंतच्या फौजा गोळा करा.'

तिघांनी मुजरे केले. राजांच्या नजरेत विजय सामावला होता.

'मोरोपंत, आमच्या साऱ्या गडावरील नामांकित तोफा खाली उतरू द्या. प्रत्येक किल्ल्यावरच्या शस्त्रागारातील बंदुका, तलवारी, भाले, पट्टे यांच्या याद्या करायला सांगा. देवदैवतांच्या समोर सेवेत गुंतलेले, ठिकठिकाणी पिलखान्यात झुलणारे

आमचे हत्ती तोफांच्या गाड्यांसाठी वजवायला सांगा. अंबाऱ्या, हौदे, चौकडे, यांचा त्यांना सराव द्या. उष्टरखान्यातल्या उंटांना तोफेचं ओझं पेलू द्या. साहेबनौबतीचा, शिंगांचा, तुताऱ्यांचा आवाज त्यांच्या कानांवर पडू दे.'

बोलता-बोलता राजांची नजर बारीक झाली. 'हत्तींच्या साखळदंडांनी ओढलेले तोफांचे गाडे अशीरगडाच्या मैदानावर उभे ठाकलेले आम्हांला आजही दिसताहेत. त्यांच्या अग्निभडिमारात कंप पावणारी भूमी आम्हांला जाणवते आहे. हत्तींच्या चीत्कारांनी भरलेली, उंटांच्या ओरडण्यानं थरारणारी, घोड्यांच्या टापांनी विखुरली जाणारी अशीरगडाची भूमी आम्ही आज पाहतो अहो. तोफांच्या धुरांनी व्यापलेल्या मुलुखातून चारही वाटा पळणारी मोगली फौज आजही आम्हांला स्पष्टपणे दिसते आहे. भयभीत शत्रूचा पाठलाग करणाऱ्या आमच्या वीरांच्या तोंडून जेव्हा 'हर हर महादेव' ची गर्जना होईल, तेव्हा सोमनाथच काय, पण काशीविश्वेश्वराच्या मंदिरातून ओंकाराचा ध्वनी प्रकटल्यावाचून राहणार नाही!'

राजे एकदम भावनाविवश झाले.

'गाफील राहायला उसंत नाही, मोरोपंत! ही लढाई फार मोलाची आहे. औरंगजेबाचा पराजय एवढाच हेतू तीमागे नाही. दिल्लीतख्त ताराज करून काशीविश्वेश्वराची स्थापना करण्याचं आमचं स्वप्न आहे. ते साकार करायला तुमचे हात आणि श्रींची इच्छा समर्थ आहे!'

फिरंगोजी थरथरत पुढे झाले. त्या म्हाताऱ्याच्या आधीच पाणावलेल्या डोळ्यांतून अश्रू निखळले होते. राजे म्हणाले,

'फिरंगोजी!'

'राजे, आज मासाहेब पायजे होत्या! दृष्ट काढली असती...'

राजे त्या बोलांनी गहिवरले.

'फिरंगोजी, दृष्ट काढण्यासाठी नको; पण खरंच वाटतं, आज मासाहेब हव्या होत्या...'

सदर उठली, तरी समयांच्या शेकडो वाती तशाच जळत होत्या.

□

१९

सकाळी अनाजी, मोरोपंत, हंबीरराव राजांचा निरोप घेण्यासाठी महाली आले. तिघांना पाहून राजांना आनंद झाला.

'अनाजी, साऱ्या गडकऱ्यांना आज्ञा लिहिल्या?'

'जी. प्रत्येक गडावरील दारूगोळा आणि चांगल्या तोफा यांची यादी कळविण्यास सांगितली आहे. प्रल्हाद निराजी ती आपल्या नजरेखालून घालतील.'

'ठीक... मोरोपंत, नाशिक-बागलाणची ठाणी पक्की करून तुम्ही माघारी या...

अनाजी, कोकणपट्टीचा मुलूख पाहत असता दर्यासारंग दौलतखान आणि मायनाक भंडारी यांना जागरूक राहायला सांगा. या सगळ्या हालचाली अशा झाल्या पाहिजेत, की कुणाला याचा थांगपत्ता लागू नये. कुणाला आमच्या बेताचा अंदाज येता कामा नये.' राजांची नजर हंबीररावांकडे वळली.

'हंबीरराव, तुम्ही कऱ्हाड, पन्हाळा या भागांत छावणी करणार. हे करीत असता फौजभरतीसाठी जेवढे मिळतील, तेवढे लोक गोळा करा. आपली फौज जेवढी वाढवता येईल, तेवढी वाढवा. सारा मराठी माणूस एकत्रित करा.'

'महाराज!' हंबीरराव चाचरले.

'बोलाऽ ऽ'

'आणि युवराज?'

राजे क्षणभर उभे राहिले. पण राजांच्या प्रसन्न चेहऱ्यावरची रेषाही बदलली नाही.

'हंबीरराव, अशा कामात आमचे युवराज कसे मागे राहतील? ही वेळच अशी की, जेव्हा साऱ्यांनी एक व्हायचं. युवराजांना वगळून आमचा बेत सिद्धीला जात नाही, हे आम्ही अनुभवलं आहे. युवराज जरूर येतील. किंबहुना, तेच आमच्या फौजेचं नेतृत्व करतील. त्यांच्या कर्तृत्वाबद्दल आमच्या मनात शंका नाही.'

तिघे मुजऱ्यांसाठी लवले. निरोप देताना राजे म्हणाले,

'अनाजी, मोरोपंत, हंबीरराव, जे करायचं, ते जपून करा. सर्व व्यवस्था लावून तुम्ही परत या. आम्ही तुमची वाट पाहतो. हंबीरराव, जाताना फिरंगोजींना इकडं पाठवून द्या.'

तिघे गेले. एकमेकांशी बोलत असता एक दासी मधल्या चौकात आली; आणि तिने अनाजींना हाक मारली. अनाजी नजीक जाताच तिने निरोप सांगितला.

'राणीसाहेबांनी बोलावलंय्!'

'मला?'

'जी.'

'कुठं आहेत राणीसाहेब?'

'दरूणी-महाली.'

'ठीक. सदरेवरून येतोच, म्हणून सांग.'

थोड्या अंतरावर असलेल्या दोघांत अनाजी मिसळले. हंबीरराव बोलले,

'राजे केवढे बदलतात, नाही?'

'बदलतात, म्हणजे?' अनाजींनी विचारले.

'पाहा ना, काल-परवा चिंतेत असलेले महाराज ही बातमी आल्यापासून केवढे बदलले, ते! चिंतेचं नाव तरी चेहऱ्यावर आहे? आलमगीर येतो, असं समजलं असतं, तर कोणीही केवढ्या काळजीत पडला असता!'

'हाच फरक त्यांच्यांत आणि आमच्यांत आहे.' मोरोपंत बोलले. 'असा धनी लाभला, हे तुमचं-आमचं भाग्य. राजांच्या संगती आपण थोडी का मुलूखगिरी केली? आम्ही पाहिलं, तेच राजांनी पाहिलं. पण दोन्हींत फरक केवढा?'

'त्याचंच मला सदैव आश्चर्य वाटतं. कोणताही प्रसंग येवो, त्या क्षणी राजांचे सर्व तपशील तयार!'

'त्या क्षणी नव्हे, त्याच्या आधीच तयार झालेला असतो.' मोरोपंत सांगत होते. 'ज्या क्षणी मिर्झाराजांची चाल राजांनी पाहिली, त्याच क्षणी त्यांनी पराभव ओळखला. वज्रगड पडल्याची बातमी आली, आणि राजांनी तहाची बोलणी सुरू केली. आज खुद्द आलमगीर उतरतो आहे, हे समजताच राजांना विजय स्पष्ट दिसतो. याला फार अर्थ आहे! राजांचे बेत ऐकत असता पुढची भाकितं स्पष्ट दिसू लागतात.'

तिघे बोलत सदरेवर आले. राजांचा निरोप समजताच फिरंगोजी महाली जायला उठले. मोरोपंत म्हणाले,

'फिरंगोजी, आम्ही तिघे जातो आहोत. राजांना जपा!'

'म्हातारपण आलं, बाबांनो! आता राखणीचंच काम!' फिरंगोजी म्हणाले.

'असं म्हणू नका. राज्याचं धन सांभाळणं एवढी सोपी गोष्ट नाही.' मोरोपंतांनी सांगितले.

त्या बोलांनी सुखावलेले फिरंगोजी राजांच्या महालाकडे चालू लागले. राजे फिरंगोजींची वाट पाहत होते.

'फिरंगोजी, आलात? मी तुमचीच वाट पाहत होतो. या.'

फिरंगोजी सामोरे गेले. राजांनी त्यांचा हात धरून त्यांना बैठकीवर बसविले.

'फिरंगोजी, आमच्या मनात काय बेत आहेत, तुम्ही ऐकलंतच. आता फार मोठी जबाबदारी आहे.'

'ते काय कळत न्हाई? तुमचा बोल जमिनीवर पडणार न्हाई. ती जिम्मेदारी आमची.'

'ते माहीत आहे. तुम्ही, मोरोपंत, अनाजी, हंबीरराव, येसाजी असताना आम्हांला चिंता वाटत नाही. चिंता वाटते युवराजांची. रस्त्यावरची माणसं आपली करणारे आम्ही! आम्हांला आमचा शंभू आपला करता येत नाही!'

'युवराज तसे न्हाईत, धनी! मनानं लई चांगलं पोर आहे ते.'

'ते खरं; पण ते आचरणात दिसायला हवं ना! फिरंगोजी, तुम्ही वयानं मोठे, अधिकारानंही. तुमच्यासमोर सांगायला लाज कसली? पण युवराजांनी आपल्या वर्तनानं साऱ्यांचा विश्वास गमावला आहे. मोगलांना मिळून तर त्यांनी कळसच केला! ते उद्या काय करतील, याचा विश्वास आम्हांलादेखील देता येत नाही. अनेक वेळा संभाजीला वगळून राजारामांना युवराज करावं, असं मनात येतं.'

'महाराज!'

'पाहिलंत? तुम्हांला सुद्धा ते पटत नाही. थोरला गादीचा मालक, ही कल्पना सुटत नाही. हेच युवराजांचं खरं बळ आहे. युवराज चांगले वागले, तर ते का आम्हांला नको आहे? युवराज या लढ्यात आमच्या बरोबर राहिले, त्यांनी पराक्रम गाजविला, तर मागचं सारं धुऊन जाईल. साऱ्यांची मनं मोकळी होतील. आपल्याच वर्तनानं संभाजी निराश झाला आहे. त्याला धीर देऊन कोणी तरी हे त्याला सांगायला हवं.'

फिरंगोजी आश्चर्याने राजांच्याकडे पाहत होते.

'पाहता काय? फिरंगोजी, हे काम तुम्हीच करू शकाल. बाळपणापासून युवराज तुमच्या डोळ्यांसमोर वाढले. तुम्ही त्यांना वाढवलंत, खेळवलंत. तुमच्याबद्दल त्यांच्या मनात आदर आहे, हे आम्ही जाणतो. तुम्ही पन्हाळ्याला जा. त्यांना हे समजावून सांगा. मनात काही राग धरू नका, म्हणावं. ही नशिबानं चालून आलेली संधी त्यांना दवडू देऊ नका.'

फिरंगोजींच्या मिशा थरथरल्या. ते म्हणाले,

'राजे, आजच निघतो मी. मी त्या लेकराला चांगलं वळखतो. तुमचा सांगावा ऐकला, तर त्या पोराचा बसला जीव आनंदानं भरून जाईल. काळजी करू नका, धनी!'

फिरंगोजींनी राजांना मुजरा केला. फिरंगोजी सदरेत आले, तेव्हा मोरोपंत, अनाजी, हंबीरराव सदरेवरच होते. त्यांचे बोलणे रंगात आले होते. फिरंगोजींना पाहताच बोलणे थांबले. बैठक उठली. हंबीरराव म्हणाले,

'फिरंगोजी, आम्ही येतो. गडावर नजर राहू द्या.'

फिरंगोजी हसले. मिशीवरून पालथी मूठ फिरवीत ते तिघांकडे पाहत म्हणाले,

'न्हाई, लेकांनो! मलाबी राजांनी कामगिरी सांगितलिया.'

तिघे थक्क झाले. मोरोपंतांनी विचारले,

'कसली कामगिरी?'

'तुम्हां पोराठोरांना सांगून त्याचा काय उपयोग?' म्हणत म्हातारा हसत सदरेच्या पायऱ्या उतरू लागला. तिघांनी एकमेकांच्याकडे पाहिले. तिघांच्या चेहऱ्यांवर हसू उमटले होते. सदरेकडे येत असलेली दासी पाहून अनाजींचे हास्य विरले. त्यांनी गडबडीने मोरोपंतांचा, हंबीररावांचा निरोप घेतला.

दरूणी-महालात संतप्त सोयराबाई अनाजींची वाट पाहत उभ्या होत्या. अनाजी येताच त्या संताप आवरून बोलल्या,

'अनाजी, आम्ही इथं वाट पाहत होतो.'

'क्षमा असावी! पण राजांच्या महालात...'

'ते समजलं. तुम्ही आजच जाणार, असं ऐकलं.'

'जी. तसा हुकूम झाला आहे.'

सोयराबाई काही क्षण विचार करीत होत्या. त्यांच्या चेहऱ्यावर हास्य विलसले. सारा नूर एकदम पालटला.

'अनाजी, तुम्ही कामगिरीवरून शक्य तो लौकर या.'

'जी.'

'आता युवराजांची मुंज झाली, लग्नही पार पडलं. यापुढं त्यांची जबाबदारी फार मोठी. तेव्हा तुम्ही लौकर येणं इष्ट आहे.'

अनाजींच्या चेहऱ्यावर उमटलेले स्मित सोयराबाईंच्या नजरेतून सुटले नाही. त्यांनी विचारले,

'का, अनाजी, हसलात का?'

'क्षमा असावी.' अनाजी बोलले, 'स्पष्ट बोललो, तर चालेल?'

'बोला, अनाजी. आमचा तुमच्यावर विश्वास आहे.' चिंतेच्या सुरात सोयराबाई बोलल्या.

'सध्या युवराजांचा विचार मनात आणू नये.' अनाजी म्हणाले.

'बोलाऽ' सोयराबाई चकित होऊन म्हणाल्या.

'राणीसाहेब, खरं बोलायचं झालं, तर....'

'बोलाऽ'

अनाजी नजर वळवीत म्हणाले, 'संभाजीराजांच्या वर्तनामुळं राजांनी मर्जी खप्पा झाली आहे, हे खरं. छोट्या युवराजांना युवराजपदाचे अधिकार द्यावेत, हा त्यांचा विचार होता, हेही खरं...'

'होता?' सोयराबाई उद्गारल्या.

'हो! फार तर आज आहेही. पण हाच विचार आता कायम राहील, असं वाटत नाही.'

'कारण?'

'कारण एकच... युवराजांच्यावरचं प्रेम. हा रोष कुठवर टिकेल? जोवर युवराज पुन्हा भेटत नाहीत, तोवरच ना? एकदा संभाजीराजे राजांना परत भेटले, की दिलजमाई व्हायला किती वेळ? पाण्यात काठी मारून पाणी कधीही तुटत नाही, राणीसाहेब!'

'आणि ही भेट झालीच नाही, तर...'

'ते आता अशक्य आहे.' अनाजी निश्चयाने बोलले. 'राज्यावर परचक्र येत आहे, ही संधी युवराज निश्चितपणे घेतील. युवराजांच्या वर्तनानं राजे सारं विसरतील.'

'आपला सल्ला काय?'

'आम्ही पायांचे चाकर! यात सल्ला काय देणार? या घरच्या गोष्टी. त्या घरच्यांनीच सोडवावयाला हव्या. आपल्या मनातले विचार सध्या मागे टाकावेत. संकटकाळी युवराजपदाची ही गल्लत होऊ देऊ नये, राज्ञीपदावर तृप्त असावं, हा माझा सल्ला आहे.'

'विजयाबरोबर तुम्हीही फिरलात?'

'गैरसमज होतो, राणीसाहेब! आम्ही सदैव आपल्या पाठीशी उभे राहू. आपला अधिकार डावलण्याची आमची कुवत नाही; पण त्याचबरोबर राजांशी बेइमान होणं आम्हांला जमणार नाही. राजे असेतो साऱ्यांचं इमान त्याच पावलांना जखडलं आहे. त्यातून कोणाची सुटका होणार नाही.'

अनाजींनी मुजरा केला. तीन पावले तसेच माघारी जाऊन ते वळले.

सोयराबाई अनाजींचे बोल आठवत होत्या.

□

२०

अमावास्येचा दिवस नजीक येत होता. निश्चलपुरी, कवी कलश ग्रहशांतीचे पाठ करीत होते. होमहवनांसाठी, शांतीप्रीत्यर्थ बळी दिले जात होते. गडावरच्या सर्व देवांना अभिषेक चालू होते.

ग्रहणाचा दिवस उजाडला. गडाचे वातावरण सकाळपासूनच ढगांनी कुंदावले होते. सूर्योदयाच्या वेळी राजे जगदीश्वराजवळ उभे होते. सूर्यदर्शन घडण्यासाठी राजांना काही वेळ थांबावे लागले. ढगांतून सूर्य वर आला; आणि राजांनी हात जोडले.

राजांच्या बरोबर प्रल्हाद निराजी, कुडाळचे सुभेदार राहुजी सोमनाथ ही मंडळी होती. प्रल्हाद निराजी म्हणाले,

'आज हवा भारी वाईट पडलीय्.'

'प्रल्हादपंत, निसर्गरूप भारी सूक्ष्म असतं. भावी घटनांची जाणीव तिथं लपलेली असते. त्या दिवशीचा धरणीकंप आठवतो? वातावरण केवढं चमत्कारिक बनलं होतं! चला.'

सूर्यदर्शन करून राजे माघारी वळले. चालता-चालता त्यांनी आज्ञा केली,

'प्रल्हादपंत, गडांना पत्रं रवाना झाली?'

'जी. आज जातील.'

'ठीक.'

'महाराज, काल पुरोहितांचा निरोप आला होता. सूर्यास्तापूर्वी पाच घटी पन्नास पळांनी स्पर्शकाल आहे; आणि सूर्यास्तापूर्वी दोन घटी पळांनी ग्रहण सुटणार आहे.

कुशावर्तावर स्नानाची सोय केली आहे. दानधर्म तिथंच केला जाईल.'

राजांनी प्रल्हादपंतांकडे पाहिले. राजे क्षणभर थांबले.

'पंत, आकाशातल्या सूर्यग्रहणाची घटका माणसाला मोजता येते. पळांचा हिशेब मांडता येतो; पण खुद्द मानवाला त्याचा क्षण सांगता येत नाही ना? ...ठीक आहे, पल्हादपंत, आम्हांला जरा आधी वर्दी द्या. आम्ही स्नानाला वेळेपर बाहेर पडू. तसंच आतही कळवा.'

'जी.'

ग्रहणकालाच्या आधी राजे सहकुटुंब सहपरिवार कुशावर्तावर आले. ग्रहणकाल सुरू होता-होताच सर्वांनी कुशावर्तात स्नाने केली. राणीवशाच्या स्नानासाठी खास आडोशाची जागा तयार करण्यात आली होती. राजे स्नान करून जप करू लागले. कुशावर्ताच्या पाण्यात उभे राहून जप करणाऱ्या ब्राह्मण मंडळींचा आवाज उठत होता. 'दे दान, सुटे गिरान' चा आवाज गडावर ऐकू येत होता.

अचानक वातावरणात धूसर अंधेरी झाली. कुठे तरी कुत्र्याच्या रडण्याचा आवाज उठला. राजे डोळे मिटून जपात मग्न झाले होते. ग्रहण सुटले. राजांचे परत स्नान झाले. अनिष्टनिवारणार्थ याचकांना नाना धान्ये, कपडे यांची दाने करण्यासाठी राजे पीतांबर नेसून कुशावर्ताच्या घाटावर उभे राहिले. शकुनार्थ राजांनी प्रथम काही धान्ये दिली; आणि राजांच्या आज्ञेने राजाराम दानांसाठी उभे राहिले. दाने आटोपून राजे सर्वांसह गडावर आले, तेव्हा काळोख वाढला होता.

□

२१

ग्रहणानंतर दोन दिवस उलटले. दोन प्रहरी राजे आपल्या महाली विश्रांती घेत होते. सोयराबाई महालात आल्या. राजांच्या पलंगाजवळ जाऊन त्या उभ्या राहिल्या. राजे त्यांच्याकडे पाहत होते. सोयराबाईंनी सांगितले,

'पाहुणे 'जातो' म्हणतात.'

'बरं, मग?'

'आठ-नहाणाची मेजवानी उद्या करावी, असं वाटतं.'

'जरूर करा.'

'पण आपण तर रात्री जेवत नाही. तेव्हा...'

'आम्ही जेवू. त्याची काळजी करू नका. बाळराजांच्या लग्नाची मेजवानी. त्यात पाहुणे मंडळी संगती. आम्ही जरूर मेजवानीला येऊ.'

सोयराबाईंना समाधान झाले. महालातून त्यांचा पाय निघत नव्हता. त्यांनी विचारले,

'मी जाऊ?'

'आपल्याला कोण अडवणार आहे?' राजे बोलले.

सोयराबाईंच्या कपाळी आठी पडली; पण राजांचे लक्ष तिकडे नव्हते. ते आपल्याच विचारात डोळे मिटून राहिले होते.

राजारामांच्या आठ-नहाणाच्या मेजवानीचा थाट अलौकिक होता. त्या ऐश्वर्यात कोठेही कमतरता दिसत नव्हती. मेजवानीला खास पन्नास ताट लागले होते. प्रत्येक ताटाभोवती सुबक रांगोळी काढली होती. दर दोन ताटांमध्ये चांदीची समई तेवत होती. पंक्तीच्या मध्यभागी दोन सुवर्णताटे मांडली होती. चांदीच्या पाटांनी सजलेली ती दोन पाने खाशा स्वाऱ्यांची आहेत, हे न सांगताही कळत होते. हजारी उदबत्त्यांचा घमघमाट सर्व सोप्यात दरवळत होता.

राजे पाहुण्यांसह मेजवानीच्या जागेकडे येत होते. राजांच्या बरोबर बाळराजे आणि मुलीचे मामा चालत होते. मागून सर्व मंडळी येत होती. चालता-चालता संधी साधून मुलीचे मामा म्हणाले,

'महाराज, उद्या जायला आज्ञा व्हावी!'

'गडबड कसली?'

'गडबड नाही. पण घरची देवदेवकं करायला हवीत. ती करून आम्ही माघारी गडावर येऊ.'

राजांनी विचार केला.

'आता तुम्ही आमचे व्याही. नाही कसं म्हणणार? पण उद्या बुधवार आहे. उद्या जाऊ नका. गुरुवारी सकाळी गड सोडा.'

'जशी आज्ञा!'

'ही आज्ञा नव्हे, विनंती समजा.'

राजे सर्वांसह पंक्तीच्या जागी आले. राजारामांच्या पाटाकडे बोट दाखवीत राजे राजारामांना म्हणाले,

'बसा, बाळराजे. आज खरा मान तुमचा. नवरदेव ना तुम्ही!'

राजांच्या बोलांनी सारे हसले. त्याचा आनंद घेत समाधानाने राजे पाटावर बसले. बाळराजांनी आपली जागा घेतली आणि राजांच्या उजव्या बाजूला येसाजी, राहुजी, घाटगे, कदम, सूर्याजी ही सरदार मंडळी बसली. गप्पांच्या सोबतीत पंगत रंगत होती. एकदम हास्यविनोद थांबला. सर्वांची नजर स्थिरावली.

शालू नेसलेल्या प्रतापरावांच्या कन्या जानकीबाई या मनोहारीच्या सोबतीने पंक्तीत आल्या. त्यांच्या हाती साखरभाताचे छोटे ताट होते. आठ वर्षांचे वय असूनही त्यांच्या चेहऱ्यावर लज्जा प्रकटली होती. मनोहारीच्या मदतीने शालू व हातांतील ताट सावरीत त्या राजांच्या समोर आल्या. मनोहारीने खूण केली. राजांनी कौतुकाने हात मागे घेतला. साखरभात वाढला गेला. सुनेकडे पाहत असता राजांचे मन आनंदले.

'ही आमची लक्ष्मी, जानकी. हा सोहळा पाहायला आमचे सरनौबत हवे होते!'

क्षणभर पंक्तीत शांतता पसरली. राजांच्या ते ध्यानी आले. आपल्या भावना आवरीत ते गडबडीने म्हणाले,

'मुली, आम्हांला वाढलंस, पण तुमच्या स्वारींना वाढ ना! नवरा रागावला, तर मारतो, हे माहीत नाही, वाटतं?'

सारी पंगत एकदम हसण्याने उचंबळली. त्या हसण्याने राजारामांच्या पुढे भात वाढण्यासाठी वाकलेल्या जानकीबाईंच्या हातचे ताट सुटले; आणि सारा भात राजारामांच्या ताटात पडला. मनोहारीने गडबडीने ताट उचलून घेतले. पंक्तीत परत हसण्याची लाट उसळली. शेजारी बसलेल्या मामासाहेबांना राजे म्हणाले,

'पाहिलंत, मामासाहेब? आपली लेक आत्तापासूनच पंक्तिप्रपंच करू लागली. सासऱ्याला एवढासा भात, पण आपल्या नवऱ्याला पुरं ताट!'

हसत-बोलत साऱ्यांची जेवणे झाली. साऱ्यांची नजर राजांच्या आज्ञेकडे लागली होती. तस्त्याने राजांच्या पुढे तस्त धरले. राजांनी हात धुतले. युवराजांनी हात धुताच पंगत उठली. सोयराबाईंनी येऊन राजांच्या हाती विडा दिला. साऱ्यांना विडे दिले गेले. विडा चघळीत सर्वांशी बोलत राजे सदरेकडे चालू लागले.

बरीच रात्र होईपर्यंत राजे सदरेवर पाहुण्यांसह बोलत बसले होते.

◻

२२

भल्या पहाटे राजांना जाग आली. सारे अंग घामेजले होते. घशाला कोरड पडली होती. अंग शहारत होते. राजे उठले. त्यांनी हाक मारली. सेवक धावले. चूळ भरून राजे परत अंथरुणावर पडले; पण झोप येईना. राजांनी परत हाक मारली. महादेव आत आला.

'महादेव!'

'जी?'

'उजाडलं का, रे?'

'जी, अजून नाही.'

'आज बरं वाटत नाही. वैद्यराज आलेत?'

'जी, पाहतो.'

'बघ बरं.'

महादेव गेला. नित्याचे वैद्यराज सदरेवर आले होते. वैद्यराज महाली आले, तेव्हा उजाडू लागले होते. वैद्यांनी नाडी पाहिली.

'वैद्यराज!'

'थोडा ज्वर संभवतो.'

'ठीक आहे.' राजे पलंगावरून उठत म्हणाले. 'ही दगदग झाली, की असंच होतं.'

'विश्रांती घ्यावी.' वैद्यराज म्हणाले,

'ती आमच्या नशिबी लिहिलेली नाही. कदाचित त्याचमुळं राजे लोकांना प्रथम वैद्यराजांच्या समोर उभं राहण्याचा दंडक घातला असेल.'

'मी मात्रा देतो.'

'पाहू. कुठवर ज्वराची मजल जाते, ती.'

वैद्यराज जाताच राजांनी मुखमार्जन केले; पण स्नान केले नाही. देवाच्या पाया पडून राजे बैठकीवर आले. राजांचे दूध घेऊन मनोहारी महालात आली. राजे बैठकीवर शाल पांघरून घेऊन बसले होते. राजांनी आपले दूध घेतले. तबक उचलीत असता मनोहारीची पावले अडखळली.

'थंडी वाजते?'

'तशी फारशी नाही. पण जरा काटा भरतो. तुला नाही वाटत?'

मनोहारीने नकारार्थी मान हलविली. मनोहारी महालाबाहेर गेली. त्यानंतर राजाराम दर्शन घेऊन गेले. बऱ्याच वेळाने सोयराबाई महाली आल्या. राजांची दृष्टी सोयराबाईंवर खिळली. त्या अस्वस्थ दिसत होत्या. राजांच्यावर त्यांची नजर स्थिरावली नव्हती. कोणत्या तरी काळजीने त्यांच्या मनात वादळ माजविल्यासारखे वाटत होते. त्यांनी गडबडीने विचारले,

'तब्येत बरी नाही?'

'कोण म्हणतं?'

त्या प्रश्नाने सोयराबाई दचकल्या. स्वतःला सावरीत त्या म्हणाल्या,

'कोणी नाही; पण चेहरा सांगतो ना! तब्येत बरी असती, तर कोणी झोपून का राहिलं असतं?'

'राणीसाहेब, चेहऱ्यावर जाऊ नका हं! चेहरे फार फसवे असतात. आमची तब्येत बरी आहे. जा तुम्ही.'

सोयराबाई त्या बोलण्याने संतापल्या. संताप आवरीत त्या म्हणाल्या,

'जेव्हा तेव्हा तोडून बोलायचं! येऊ नये म्हटलं, तरी मनाला राहवत नाही.'

'तेही समजलं... आमची प्रकृती बरी नाही. वैद्यांनी आम्हांला विश्रांतीचा सल्ला दिला आहे. तुमची हरकत नसेल, तर थोडी विश्रांती घ्यावी म्हणतो.'

सोयराबाई निघून गेल्या. राजांनी सेवकाला बाळाजींना बोलवायला सांगितलं. बाळाजी लेखन-साहित्य घेऊन महाली आले. राजे बसल्या जागेवरून काही खास किल्लेदारांची पत्रे बाळाजींना सांगत होते. दोन पत्रे सांगून झाली. राजे उठले. पलंगावर झोपत ते म्हणाले,

'बाळाजी, आज बसवत नाही. आम्ही झोपून सांगतो.'

राजांनी कसेबसे एक पत्र पुरे केले; आणि ते आपणहून म्हणाले,

'पुरे, बाळाजी. उरलेली पत्रं याच नमुन्यानं लिहा. आता आम्हांला सांगवत नाही.'

'महाराज, वैद्यांना बोलावू?'

'नको, सकाळीच त्यांनी तबियत पाहिली.'

बाळाजी गेले. राजांचा ज्वर चढतच होता. दोन प्रहरपर्यंत ती बातमी वाडाभर पसरली. वैद्यांनी मात्रा दिल्या. महालात साऱ्यांच्या येरझाऱ्या सुरू झाल्या. जानकीबाईंचे मामा राजांच्या समाचाराला आले. राजांनी विचारले,

'उद्या जाणार ना? मी तसं सांगितलं आहे.'

'आपल्याला बरं वाटलं, की...'

'आमची काळजी करू नका. आताशा दगदग सोसत नाही. अशा ज्वराची सवय आहे आम्हांला. होईल कमी.'

राजांना ज्वर आलेला पाहताच सोयराबाईंनी तातडीने गंगाशास्त्र्यांना आणण्यासाठी पालखी पाठवली.

सायंकाळी ज्वर परत कमी झाला. साऱ्यांना बरे वाटले. राजेही उत्साहाने बोलू लागले. थोडा थकवा सोडला, तर राजांची तक्रार राहिली नव्हती. रात्री राजांना परत ज्वराचा भास झाला. पण राजांनी कुणाला सांगितले नाही.

गुरुवारी सकाळी राजांच्या नव्या सूनबाई जानकीबाई राजांचा निरोप घेण्यासाठी महाली आल्या. राजांना त्यांनी वाकून नमस्कार केला. राजांनी आपल्या आठ वर्षांच्या सूनबाईंना प्रेमाने जवळ घेतले.

'सूनबाई! लौकर घरी या हं!'

न कळत जानकीबाईंनी मान डोलविली. राजे हसले. पाहुणे मंडळी राजांचा निरोप घ्यायला आली. राजे गडबडीने उठले. ते म्हणाले,

'आमच्या सूनबाई माहेरी जाताहेत; आणि आम्ही महालीच कसा निरोप देणार? आम्ही चार पावलं येऊ.'

'नको' म्हणत असताही राजांनी ऐकले नाही. अंगाभोवती शाल लपेटून घेऊन राजे सर्वांबरोबर शिरकाईच्या देवळात आले. देवळात सर्वांना निरोपाचे विडे देण्यात आले. जानकीबाई मेण्यात बसल्या. बाकीचे मेणे चौकात आले. राजे देवळाच्या दारी उभे होते. वऱ्हाडाने निरोप घेतला; आणि मेणे गड उतरू लागले.

सर्वांबरोबर राजे वाड्याकडे येत होते. गडावर ऊन चढले होते. अचानक राजे थांबले. त्यांनी हिरोजींना खुणवले. हिरोजी धावला. राजांनी त्याच्या खांद्याचा आधार

घेतला. राजांचा चेहरा घामेजलेला होता. डोळ्यांच्या कडा आरक्त बनल्या होत्या. राजे कष्टाने म्हणाले,

'आम्हांला चक्कर येते!'

'पालखी मागवू?'

राजांनी होकारार्थी मान हलवली. प्रल्हाद निराजी पुढे आले. दोघांच्या आधाराने राजे देवळाच्या कट्ट्याजवळ आले. राजे बसले.

येसाजी, घाटगे पुढे धावले होते. तातडीने पालखी आणली गेली. राजे पालखीतून वाड्यात आले. पालखीबरोबर वैद्यराज चालले होते. पालखीतून राजे हिरोजींच्या आधाराने उठले. आधार घेताच त्यांनी आपला पलंग गाठला. वैद्यराज नाडी पाहत होते. राजांच्या अंगात ज्वर भरत होता.

सोयराबाई तातडीने महाली आल्या. सारे अदबीने मागे सरले. पलंगाजवळ जात सोयराबाईंनी विचारले,

'ज्वर आला?'

'असं वैद्य म्हणतात.'

'बाहेर जायची का गरज होती?'

राजे तशाही परिस्थितीत हसले. सर्वांवरून नजर फिरवीत राजे म्हणाले,

'उगीच काळजी करता! ग्रहणाची दोन स्नानं झाली. लग्नाची दगदग. त्यामुळं ज्वर आला असेल. एक-दोन दिवसात कमी होईल. आता आम्हांला आजारी पडून परवडायचं नाही. मृत्यू सामोरा आला, तरी सांगू की, 'आता आम्हांला सवड नाही.' काळजी करू नका.'

राजांच्या बोलण्याने साऱ्यांची काळजी दूर झाली. साऱ्यांच्या चेहऱ्यांवर समाधान प्रकटले. पण....

राजांचा तो तर्क खरा ठरला नाही. दिवसेंदिवस ज्वराचे प्रमाण वाढू लागले. पोटात काही राहीनासे झाले. घशाची कोरड वाढत होती. दिवसादिवसाला थकवा वाढत होता.

दोन-तीन दिवस यातच गेले. राजांचे वाढते आजारपण पाहून साऱ्या गडावर चिंतेचे वातावरण पसरले.

□

२३

दोन प्रहरी राजांचा ज्वर कमी होत होता. चार दिवसांच्या आजाराने राजांना खूप क्षीणता वाटत होती. हिरोजी फर्जंद राजांचे पाय रगडीत होता. महालात महादजी पानसंबळ, येसाजी माना खाली घालून बसून होते. वैद्यराज राजांच्या उशाशेजारी उभे होते. आतल्या दरवाजाने सोयराबाई आल्या. राजांनी त्यांना बोलावले होते. पलंगाजवळ

येत त्यांनी विचारले,

'काही घेणार का?'

नकारार्थी मान हलवीत राजे म्हणाले,

'जे टिकत नाही, ते घेऊन काय फायदा? राणीसाहेब, आमची तब्येत बरी नाही. तुम्ही इथं बसत का नाही?'

'सारखी तर असते! इथंच जर बसून राहिले, तर सगळं बघणार कोण?'

'खरं आहे. तुमच्यावर फार मोठी जबाबदारी आहे. तुम्हांला आता बसून चालायचं नाही... बाळराजे कुठं आहेत?'

'महाली असतील. त्यांनाही बरं नाही.'

'काय होतं?'

'सर्दी आहे.'

'भेटतील संध्याकाळी.'

राजांनी सर्वांना खुणेने इशारा केला. सारे मागल्या पावली महाली गेले. सोयराबाई राजांच्याकडे पाहत होत्या. राजांना ठसका आला. सोयराबाईंनी गडबडीने पिकदाणी उचलली. राजांनी 'नको' म्हणून खुणवले. काही दीर्घ श्वास घेऊन राजे बोलू लागले,

'आमची महत्त्वाची दोन कामं तेवढी कराल?'

'जी.'

'आजच्या आज पन्हाळ्याला स्वार पाठवा. आमची तबियत बरी नाही, म्हणून संभाजींना कळवा. तातडीनं त्यांना गडावर बोलवून घ्या.'

'बरं!'

'तसंच, गडाखाली धाकट्या राणीसाहेबांना निरोप पाठवून त्यांना पालखी पाठवा. एवढं ताबडतोब करा.'

'बरं!'

'राणीसाहेब, आम्हांला खूप बोलायचं आहे.'

'वैद्यांनी 'बोलू नये, विश्रांती घ्यावी,' असं सांगितलं आहे. बरं वाटू लागल्यावर बोललं, तर नाही का चालणार?'

राजांनी सोयराबाईंच्याकडे रोखून पाहिले. सोयराबाईंची नजर पायांकडे वळली. राजे मंद हास्य करीत म्हणाले,

'असं म्हणता? तसं करू. श्रींची इच्छा!'

महादेव आत आला. त्याने वर्दी दिली,

'गहाडचे गंगाशास्त्री आलेत.'

'योग्य वेळी आले. पाठवा.'

सोयराबाईंनी विचारले, 'मी जाऊ?'

'बरं.' राजांनी संमती दिली.

सोयराबाई गेल्या. प्रल्हादपंत निराजींसह वैद्यराज महालात आले. त्यांनी राजांना मुजरा केला. राजे म्हणाले,

'वैद्यराज, वैद्यांनी आशीर्वाद द्यावेत; पाया पडू नये. आपल्याला त्रास झाला.'

'नाही, महाराज! सेवेइतका आनंद नाही.'

वैद्यराज उंच-पुरे होते. वयाची सत्तरी ओलांडूनही ते ताठ उभे होते. मस्तकी केशरी रुमाल बांधला होता. अंगात अंगरखा, पायी तलम धोतर, असा त्यांचा वेष होता. रुंद कपाळावर गंधाची मुद्रा होती. पिकल्या भिवया, मिशा आणि चेहऱ्यावर उठलेल्या रेषा वयाचा अंदाज सांगत होत्या. पिकल्या लिंबाची कांती शरीरावर विलसत होती. वैद्यराजांची शांत नजर राजांच्यावर स्थिरावली होती.

राजे म्हणाले, 'वैद्यराज, या ना! पाहा, आमच्या प्रकृतीत काय बिघाड झालाय्, तो.'

एक पाऊलही पुढे न सरकता गंगा वैद्य म्हणाले. 'ते पाहतो आहे.'

काही क्षण गंगा वैद्य तसेच उभे राहिले. आपल्या लांबसडक निमुळत्या बोटांचे हात त्यांनी एकमेकांच्यावर चोळले; आणि पुढे होऊन त्यांनी राजांचा हात हाती घेतला. मिटल्या डोळ्यांनी ते राजांची नाडी पाहू लागले. नाडी पाहून वैद्यराजांनी सांगितले,

'औषध देतो.'

गंगाशास्त्र्यांनी राजांच्या वैद्यांना खुणावले. गंगाशास्त्र्यांच्या बरोबर वैद्य महालाबाहेर गेले. गंगाशास्त्री महालचौकात आले. आजूबाजूला कोणी नव्हते. गंगाशास्त्र्यांनी विचारले,

'सांगा.'

'अमावास्येला राजांनी कुशावर्तावर दोनदा स्नान केलं. त्यानंतर राजांची प्रकृती ठीक होती. वात-पित्त-कफांत काही बदल नव्हता. चैत्र शुद्ध चतुर्थीला युवराजांच्या आठ-नहाणाची मेजवानी झाली. रात्री राजे झोपले; पण पहाटे राजांना त्रास सुरू झाला. मी पाहिलं, तेव्हा अंगात ज्वर होता. मात्रा दिली. सायंकाळपर्यंत राजांचा ज्वर उतरला.'

'राजांची लक्षणं?'

'नाडी विषम भासली. डोळ्यांच्या कडा लाल झाल्या होत्या. कोरड होती.'

'बरं! पुढं.'

'सायंकाळी ज्वर उतरला. दुसऱ्या दिवशी म्हणजे चैत्र पंचमीला राजे पाहुण्यांना पोहोचवायला वाड्याबाहेर गेले. सायंकाळी किंचित अस्वस्थता वाटत होती. नाडी ठीक होती. पण राजांना मी विश्रांतीचा सल्ला दिला होता. वाड्याबाहेर चक्कर आली. मी गेलो, तेव्हा ज्वर भरला होता. पालखीतून राजे परत आले. त्या

दिवसापासून ज्वर कमी-जास्त होतो आहे.'

'प्रमाण?'

'प्रमाण वाढतं आहे.'

गंगाशास्त्री वळलेले पाहताच वैद्यांनी विचारले,

'आपलं निदान?'

'ते आज सांगता येणं कठीण; पण बहुधा विषमज्वर असावा. ते निश्चित झालं, तर भीतीचं कारण आहे, असं वाटत नाही.'

राजांच्या महालासमोरच्या सोप्यावर वैद्यराजांची बैठक घातली गेली. गंगाशास्त्र्यांनी आपली औषधे शोधली. त्यांनी दिलेली मात्रा वैद्य सहाणेवर उगाळू लागले. ते पाहणाऱ्या येसाजीला राहवेना. साऱ्यांच्याच मनांतला प्रश्न त्याने विचारला.

शास्त्र्यांची नजर उंचावली. 'माझ्या मते हा विषमज्वर आहे. हे कारण निश्चित झालं, तर उद्या रात्रीपर्यंत राजांना बरं वाटू लागेल. काळजीचं कारण आहे, असं मला वाटत नाही.'

वैद्यांच्या त्या शब्दांनी साऱ्यांना हायसे वाटले.

गंगाशास्त्र्यांनी देवाचे स्मरण करून राजांना मात्रा दिली.

□

२४

गंगाशास्त्र्यांनी खात्री देऊनही सोमवारी राजांच्या ज्वराचे प्रमाण तेच राहिले. उलटणाऱ्या प्रत्येक दिवसाबरोबर राजांचे रूप पालटत होते. क्षीणता वाढत होती. ज्वराचा चढउतार चालूच होता. राजांच्यावर नजर ठेवून दोन्ही वैद्य राजांच्या उशापायथ्याशी बसून होते. हिरोजी, येसाजी महादजी, प्रल्हाद निराजी, बाळाजी आवजी, राहुजी सोमनाथ ही नजीकची मंडळी अस्वस्थ मनाने महालात येरझाऱ्या घालीत होती.

रात्री महालात दिवे लागले. राजांनी पडल्या जागेवरून हात जोडले. राजाराम राजांना भेटून गेले. त्यानंतर सोयराबाई महालात आल्या. त्या नजीक येताच राजांनी विचारले,

'राणीसाहेब, धाकट्या राणीसाहेबांना मेणा पाठवला होता?'

'हो ना!' नजर चुकवीत सोयराबाई म्हणाल्या.

'मग त्या का आल्या नाहीत?'

सोयराबाईंनी कसेबसे उत्तर दिले, 'त्यांना बरं नाही. त्यांनाही ताप येतो, म्हणे!'

राजे पलंगाच्या कडेवरून हात फिरवीत होते. सोयराबाईंच्यावरची नजर न काढताच राजे बोलले,

'शक्य आहे! समानधर्मी ना आम्ही!'

राजांनी डोळे मिटून घेतले. सोयराबाई निघून गेल्या. मनोहारी राजांचे पाय चेपीत

होती.

गंगाशास्त्री राजवैद्यांसह महालसदरेवर आले. समया प्रज्वलित झाल्या होत्या. गंगाशास्त्री आल्याचे पाहून बैठकीवर बसलेले बाळाजी बाजूला झाले. काही न बोलता गंगाशास्त्री लोडाला टेकून बसले. गंगाशास्त्र्यांची विचारमग्न मुद्रा पाहून राजवैद्यांना काही बोलण्याचा धीर होत नव्हता. बसल्या जागेवरून बाळाजी दोघांच्या मुद्रांकडे पाहत होते. गंगाशास्त्र्यांनी एक दीर्घ निःश्वास सोडला. समोरचा पानाचा डबा ओढून ते सुपारी कातरू लागले. त्यांची नजर वैद्यांच्याकडे गेली. गंगाशास्त्री म्हणाले,

'बोला, वैद्यराज! काही तरी सांगा.'

'काही सुचत नाही. ज्वर एव्हाना हटायला हवा होता.'

'हवा होता; पण हटत नाही. असंच ना?' गंगाशास्त्री म्हणाले. 'त्याचंच कोडं मी उलगडतोय्. महाज्वरांकुशानं हवा तसला विषमज्वर कमी येतोच; पण इथं त्याचाही प्रभाव पडेनासा झाला आहे.'

'मला वाटतं...'

'बोलाऽ' गंगाशास्त्री म्हणाले.

'मला वाटतं, नवज्वर तर नसेल?'

गंगाशास्त्री हसले.

'शंका ठीक आहे; पण लक्षण काय? तापाची मुदत वाढली, म्हणून काही नवज्वर म्हणता येत नाही. नवज्वर असता, तर तो विषम राहिला नसता. नवज्वर जरी गृहीत धरला, तरी दिल्या मात्रांनी एव्हाना थोडा तरी बदल दिसला असता.'

साऱ्यांचे चेहरे परत चिंतामग्न झाले.

रात्री राजांना झोप लागली नाही. ते सारखे दचकून जागे होत होते.

रात्र पळापळाने पुढे सरकत होती. केव्हा उजाडेल, असे सर्वांना झाले होते.

एकादशीचा दिवस उजाडला; आणि त्याबरोबर राजांचा ज्वरही वाढला. ज्वराचे प्रमाण मध्यान्हीच्या सुमारास थोडे कमी झाले; पण दोन प्रहरी परत ज्वराने उचल केली. राजांच्या अंगाची काहिली होत होती. राजांच्या पोटात तर काही टिकत नव्हते. मात्रादेखील अत्यंत सावकाशपणे जिभेवर मुरवावी लागत होती.

दोन प्रहर टळल्यानंतर वैद्यराजांना मात्रा उगाळण्यास सांगून गंगाशास्त्री महालात गेले. महालात कोणी नव्हते. राजे स्वस्थ पडून होते. हळुवार पावलांनी शास्त्री पलंगाजवळ गेले. राजांचे डोळे उघडे होते.

'वैद्यराज, आता कोणतं औषध?'

'मात्रा घ्यावी लागेल.'

'ठीक.'

शास्त्र्यांनी राजांची नाडी पाहिली .

'शास्त्रीबुवा! आम्हांला भुकेचं काही वाटत नाही. पण या चढणाऱ्या-उतरणाऱ्या ज्वराचा भारी त्रास होतो. अंगाची काहिली होते. ते सोसणं कठीण जातं. आताशा मनात असूनही बोलू नये, असं वाटतं.' तेवढ्या बोलण्याने राजांना थकवा आला.

उसंत घेऊन त्यांनी विचारले,

'शास्त्रीबुवा! आमचा ज्वर का हटत नाही?'

शास्त्रीबुवांनी राजांचा हात सोडला. त्यांची नजर राजांवर खिळली होती. राजांचा श्वास जड आणि उष्ण भासत होता. डोळे आरक्त बनले होते. शास्त्र्यांनी पलंगाच्या पायथ्याशी बसलेल्या मनोहारीकडे पाहिले. मनोहारी चटकन उठून बाहेर गेली. महालात कोणी नाही, याची खात्री करून शास्त्री म्हणाले,

'महाराज, ज्ञानच नव्हे, तर वय आणि अनुभव यांच्या भरवशावर सांगतो. आजवर या गंगाशास्त्र्याच्या मात्रांनी, भस्मांनी अपयश घेतलं नाही. त्यापुढं कोणत्याही विषमज्वराचा जोर बारा घटकांपलीकडे टिकला नाही. पण याच वेळी या मात्रांना, या यशस्वी हातांना का गुण येऊ नये, ते कळत नाही. काही समजेनासं झालं आहे.'

भांबावलेल्या वैद्यांच्याकडे पाहून राजांनी विचारले,

'शास्त्रीबुवा, तुम्हांला काय म्हणायचं आहे?'

वैद्यराजांची जीभ कोरड्या ओठांवरून फिरली.

'महाराज...'

'सांगा, वैद्यराज...'

'आपण काही अभक्ष्यभक्षण तरी...' गंगाशास्त्री बोलले.

राजांचे डोळे विस्फारले गेले. क्षणभर त्यांचे ओठ थरथरले. क्षणात त्यांची मुद्रा बेचैन झाली. त्यांनी विचारले,

'महालात कुणी आहे?'

'जी, नाही.'

राजांनी एक सुटकेचा निश्वास सोडला. चेहऱ्यावर मंद स्मित प्रकटले.

'तसं मानायचं काही कारण दिसत नाही. आणि जरी तसं असलं, तरी त्यात काही नवं नाही. हा अनुभव पूर्वीही आला होता.'

राजांच्या या शांत बोलण्याने वैद्यराज आश्चर्यचकित होऊन उद्गारले,

'महाराज!'

'चिंता करू नका, शास्त्रीबुवा... शास्त्रीबुवा एक आज्ञा केली, तर पाळाल?'

'जी! जीवमोलानं आज्ञा पाळली जाईल.'

'शपथ घ्या.'

'गंगाशास्त्र्यांचा शब्द हीच शपथ समजावी.' शास्त्री बोलले.

'ठीक! आम्ही विश्वास धरतो.' राजांची नजर शास्त्र्यांवर स्थिरावली. 'ऐका तर. ही शंका अशीच मनात राहू द्या. हिचा उच्चार कुठंही करू नका. जन्म आणि मृत्यू परमेश्वराधीन. मृत्यू यायचाच झाला, तर तो त्याच्याच इच्छेनं येणार. मग जो जीव या मृत्यूला कारणीभूत होत असेल, तो ईश्वरदूतच नाही का? मग त्याचा राग आणि लोभ कुठला? तुम्हांला वाटतील, ते उपचार करा. त्याची इच्छा असेल, तर यातूनही आम्ही पार पडू. वाईट वाटून घेऊ नका.'

गंगाशास्त्री राजांच्या बोलण्याने सुन्न झाले. ते तसेच सदरेवर आले. महालसदरेवर वैद्यराज राजांची मात्रा उगाळीत बसले होते. तेथे दुसरे कोणी नव्हते. गंगाशास्त्री सरळ बैठकीवर बसले.

डोक्यावरचा रुमाल उतरून त्यांनी पांढऱ्या संजाबावरून हात फिरवायला सुरुवात केली. शास्त्र्यांच्या धारदार नाकाच्या शेंड्यावर घर्मबिंदू गोळा झाले होते. सारी बेचैनी चेहऱ्यावर प्रकटली होती. मात्रा उगाळणाऱ्या वैद्यराजांवर त्यांची नजर स्थिरावली. त्यांनी विचारले,

'काय करता?'

'ही मात्रा...'

'राजांचा आजाराचा कितवा दिवस?'

वैद्यराजांनी बोटे मोजली.

'सहा.'

'अरेरे!' शास्त्री कळवळले.

'काय झालं?' दचकून वैद्यांनी विचारले.

'काही नाही! आज एकादशी ना?'

'हो.'

'महाराजांना कधी उलटीचं औषध दिलंत?'

'उलटी?'

वैद्यराजांना काहीच कळत नव्हते. शास्त्री काही क्षण तसेच बसून होते. बोटांची चाळवाचाळव होत होती.

एकदम ते म्हणाले, 'ती मात्रा बाजूला ठेवा.'

'आँ?' वैद्यराजांचा टाळा उघडला गेला.

'तिचा आता उपयोग नाही. माझा बटवा लौकर घ्या.'

वैद्यराज गडबडीने उठले. शास्त्र्यांचा मखमली बटवा त्यांनी पुढे धरला.

गंगाधरशास्त्र्यांनी बटवा घेतला. त्याचे गोंडे ताणले. बटवा उघडला. बटव्यातून दोन चांदीच्या कुप्या बाहेर काढल्या; आणि ते उठले. आश्चर्यचकित झालेल्या

वैद्यांनी उगाळलेल्या मात्रेकडे पाहिले, आणि विचारले,

'ही मात्रा नको!'

शास्त्र्यांची जळजळीत नजर वैद्यांवर पडली.

'एकदा सांगितलं ना? ती ठेवा बाजूला. आता तिचा उपयोग नाही. सुवर्ण आणि मौक्तिक यांखेरीज आता दुसरा आधार नाही.'

'सुवर्ण... मौक्तिक... म्हणजे...'

'बस करा! फाजील विचार करू नका. सांगतो, तेवढंच करीत चला. चला...'

शास्त्र्यांच्या पाठोपाठ वैद्यराज धावले. आपल्या मस्तकी रुमाल नाही, हेही शास्त्र्यांच्या ध्यानी आले नाही.

देवाचे नाव घेऊन शास्त्र्यांनी राजांना नवे औषध चालू केले.

□

२५

महालात शांतता पसरली होती. समईचा मंद प्रकाश महालात रेंगाळत होता. रात्र वाढत होती; पण राजांना झोप येत नव्हती. वाढत्या तापाची जाणीव राजांना होत होती. डोळे जडावले होते. अंग शहारत होते. मनाची बैचेनी सारखी वाढत होती. झोप येईल, तर फार बरे होईल, असे राजांना वाटत होते...

'स्वप्न पाहायचं झालं, तर माणसाला झोपावंच लागतं. मग स्वप्नाळू जीवाला झोपेची भीती का वाटावी? तसं पाहिलं, तर प्रत्येक माणूस आणि त्याचं आयुष्य म्हणजे अनेक स्वप्नांमागे केलेली धावपळच नाही का?

'श्रींचं राज्य उभारण्याचं आमचं स्वप्न! ते स्वप्न साकार झालेलं पाहण्यासाठी केलेली पन्नास वर्षांची धावपळ, अहोरात्र केलेलं चिंतन.

'स्वप्न! स्वप्नाचा भोग एकाकी असतो, असं म्हणतात. पण या जागतेपणी पाहिलेल्या स्वप्नासाठी किती जिवांची जखडण केली! हे एकच दिव्य स्वप्न किती लोकांनी पाहिलं! याच्या पाठीमागे लागून आम्हांला प्राणांहून प्रिय असणारे अनेक मोहरे रागलोभाच्या मर्यादा ओलांडून सामान्य विजयासाठी खर्ची घालावे लागले!

'तानाजीपेक्षा का आम्हांला कोंढाणा प्रिय होता?

'जे हरवलं, ते परत केव्हाच आपल्या हाती लागलं नाही. आणि इच्छित... ते मात्र नेमकं फार दूर गेलं.

'यालाच तर स्वप्न म्हणत नाहीत ना?

'वयाच्या अवघ्या पंधरा वर्षांच्या आत आम्ही स्वराज्याचं तोरण बांधलं. परदास्यातून या भूमीची सुटका व्हावी, या भूमीवर खऱ्याखुऱ्या अर्थानं श्रींचं राज्य नांदावं, या श्रद्धेनं आम्ही चालत राहिलो. स्वप्न मोठं होतं; पण ते साकार करण्यासाठी हाती काय होतं? एका श्रद्धेच्या आधारावर आम्ही बेगुमानपणे पावलं टाकीत होतो.

'विजयनगर-दौलताबादेची वैभवसंपन्न शक्तिशाली साम्राज्यं मोगली आक्रमणापुढं कशी कोलमडली, त्यांची वाताहत कशी झाली, हे का आम्हांला माहीत नव्हतं? आदिलशाहीच्या सामान्य रोषानंही थोरल्या महाराजसाहेबांची पुण्याची जहागीर कशी बेचिराख होते, हेही आम्ही पाहिलं होतं. दादोजींनी आम्हांला पदोपदी सावध केलं होतं. पण आमची मर्यादित शक्ती... अमर्याद निष्ठा आम्हांला खेचतच राहिली.

'अनेक संकटांची धाड एकामागोमाग येत होती आणि ह्या स्वप्नानं पछाडलेले आम्हीच नव्हे, आमच्यासारखे हजारो जीव येणाऱ्या संकटात आनंदानं जोहार करीत होते.

'स्वप्नाळू जीवाला जसं स्वप्न थांबवता येत नाही, तशीच ही कहाणी झाली.'

एक दीर्घ नि:श्वास राजांनी सोडला. विचाराने अस्वस्थ बनलेले राजांनी कूस बदलली; पण विचारांचे मोहोळ गुणगुणतच राहिले.

'माणूस जाणूनबुजून संकटांना सामोरा का जात असावा? बाजी प्रभू, प्रतापराव, तानाजी, मुरारबाजी या माणसांना आपलं मरण दिसलं नसेल का? निष्ठांचा हाच का अर्थ? निष्ठेचा परमोच्च बिंदू म्हणजेच का मृत्यूला आव्हान? या जीवांची जगण्याची इच्छा संपलेली असते का? मरणाची पूजा करण्यातच त्यांचं भान हरपतं काय?

'तसं असेल, तर ज्यांची जगण्याची इच्छा संपलेली आहे, जीवनाचं स्वारस्य नाहीसं झालेलं आहे, असे अनेक हताश, दुबळे जीव या धरतीवर जगताना दिसतात. मग ते का जगतात?'

राजांनी परत कूस बदलली; पण विचार बदलले नाहीत.

'मृत्यूची भीती हेच त्याचं एकुलतं एक कारण! ज्यांना आपण कशासाठी जगतो, याचं उत्तर सापडलेलं नाही, ते मृत्यूच्याच भीतीनं जगणार. हताश, निराश जीव, जे मनानं पराभूत झालेले आहेत, ते कसलं बलिदान करणार? खचल्या जीवातून बलिदान उभं राहत नाही. ते प्रेम-व्यथेतूनच उद्भवतं.

'मरणाला सामोरं जाण्याची शक्ती जीवनाच्या प्रेमातून उद्भवावी, याचं मात्र आश्चर्य वाटतं. केवढी अमर्याद निष्ठा!

'अनेकांच्या वैयक्तिक निष्ठा आमच्यावर स्थिरावल्या होत्या. आमच्या हातून श्रींचं राज्य उभं राहिलं, हीच ती श्रद्धा! ती जिवंत ठेवण्यासाठी बाजी प्रभूनं घोडखिंड लढविली. शिवानं आनंदानं आमचं रूप स्वीकारलं. निष्ठेला मानापमान कळत नाही, जातपात समजत नाही. नाही तर मुरारबाजी, तानाजी, पांगेरे यांनी ते आव्हान स्वीकारलं नसतं.

'पण आमच्या कार्यात आम्हांला निश्चित यश मिळेल, याची खात्री त्यांना कुणी दिली होती?'

राजे त्या विचाराबरोबर स्वत:शीच हसले. त्या शंकेचे उत्तर सोपे होते.

आत्मानुभवातूनच राजांनी ते जाणले होते. न कळत राजे त्या विचारात रमले.

'श्रद्धांना पुरावा लागत नसतो. तिथं नुसतं हरवणं असतं.... आणि म्हणूनच श्रद्धेची ताकद अमर्याद असते, सागरासारखी!'

राजांच्या मनावर एक सुखविणारी लाट फुटली. पण त्यापाठोपाठ येणाऱ्या लाटा तेवढ्या सुखावह नव्हत्या; ना त्या थोपविण्याची ताकद त्यांच्या ठायी होती.

'श्रद्धा! केवढी प्रचंड ताकद या दोन अक्षरांत सामावली आहे! लहान वय ध्यानी आलं नाही. अपुरी सत्ता जाणवली नाही. आमच्या मनात नव्हे, तर कुणाच्याच मनात याची शंका का आली नाही?

'शक्यता कशाची नव्हती? आजार होते, अपघात होते, दगा होता. रणांगण तर सदैव उभं ठाकलेलं. एक संकट सरतं, तो दुसरं संकट उभं. दर विजयाची किंमत एका श्रद्धावंताच्या प्राणांनी मोजावी लागे. पण जीवनाचा अपुरा पट सदैव जाणवे. विजयाचं काय, पण पराजयालाही मागे टाकणारी ही श्रद्धा! हे वेडं स्वप्न कशाचाही विचार न करता सदैव पुढंच धावत होतं.

'आमच्या वाढत्या सत्तेला पायबंद बसावा, म्हणून विजापूरदरबारी थोरल्या महाराजसाहेबांना बेड्या ठोकण्यात आल्या. त्यांचा जीव धोक्यात पडला. एक क्षण असा होता, की सारा पट उधळला जातो, की काय, अशी भीती वाटली. त्यासाठी आम्हांला गड सोडावे लागले. पण हे करीत असता श्रद्धा मात्र अभंगच राहिली. एवढंच कशाला? पूर्ण पराजय घेऊन प्रत्यक्ष मृत्यूच्या दाढेत जावं, तसे आम्ही आग्र्याला गेलो. क्षणभर आम्ही खचलो, पण अनाजी, मोरोपंत, तानाजी, प्रतापराव.... किती नावं घ्यावीत! यांपैकी कोणीच कसं खचलं नाही? पुरंधरच्या तहातून शिल्लक राहिलेलं राज्य सावरीत ही मंडळी धीरानं उभी राहिली. हे राज्य बुडणार, असं कुणालाच कसं वाटलं नाही? अनेक जय मिळाले, तसेच पराजयही स्वीकारावे लागले. पण कशानंच ती निष्ठा मात्र ढळली नाही.

'जय-पराजय या दोहोंचं नातं किती जवळचं! अर्थ केवढा मर्यादित! आग्र्याला जेव्हा कैद झाली, तेव्हा सारं संपल्याचा भास झाला. साऱ्या आशा क्षणभर का होईनात, पण नष्ट झाल्याचा भास झाला. आमच्या दु:खाला सीमा राहिल्या नाहीत.

'त्या झरणाऱ्या अश्रूंतूनच आम्हांला विजयाची वाट दिसू लागली. आम्ही संकटातून सुटलो, ते शहाणे होऊनच! सारा अहंकार नाहीसा झाला; आणि बैरागी होऊन आम्ही स्वगृही परत आलो.

'आम्हांस आमच्या राज्याभिषेकाचा क्षण आठवतो. परमोच्च यशाचा असा तो एक क्षण भासला. आमच्या रूपानं शेकडो वर्षांनी हिंदूंच्या हाती परत आत्मबल सापडलेला तो क्षण... हजार वर्षांत न घडलेला प्रसंग... आमचा वैदिक पद्धतीचा राज्याभिषेक! एक अलौकिक गोष्ट घडत होती. आमच्या राज्याभिषेकानं चकत्यांच्या

बादशाहीला आम्ही जाहीर आव्हान देत होतो...

'मग आलमगीरची जिद्द संपल्याविना साऱ्यांनाच सार्थकता का वाटू लागली?

'सार्थकता! आमचा राज्याभिषेक झाला, आणि आमचे जाणते प्रधानमंडळ एका क्षणात निर्धास्त बनले. आलेल्या यशातला हिस्सा प्रत्येकाच्या नजरेसमोर तरळू लागला. नाही तर अनाजींनी एका पाकळीची मागणी का केली असती? स्वराज्याची उभारणी करीत असता घरादारावर पाणी सोडून, मृत्यूचं आव्हान स्वीकारून सदैव कार्यमग्न असणारी ही माणसं आमचा राज्याभिषेक होताच स्वार्थाकडे कशी झुकली! आमच्या युवराजांना सत्तेची लालसा सुटली. आमच्या राणीसाहेब राज्ञीपणात मश्गुल झाल्या. आणि आमचं प्रधानमंडळ आपलं बळ अजमावू लागलं.

'पराजयातही न खचणाऱ्या मनांना यशाच्या क्षणीच तडे जावेत! स्वातंत्र्यानंतर लोक भ्रष्ट होणार असतील, तर कुणासाठी हे राज्य?

'भव्य गोष्ट उराशी बाळगायची, आणि ती सिद्धीला पोहोचत असतानाच ती चल आहे, टिकणारी नाही, हे ध्यानी आलं, तर? यापेक्षा महत्त्वाकांक्षी माणसाचा दुसरा पराजय कोणता? शत्रू शत्रूच राहिले, विश्वासाला पात्र असणारे आम्हांला समजून घ्यायला कोते पडले, आणि रक्तानं वैर पत्करलं! हे सारं दिसत असता अपात्रांच्या हाती सारं सोपवून जायचं, आणि त्याग वाया घालवायचा? खुद्द खासा आलमगीर अखेरी लढण्यासाठी दक्षिणेत उतरत असताना हे दृश्य पाहण्याचं आमच्या नशिबी यावं!'

राजांना घाम आल्याचा भास झाला. उशाला ठेवलेले तलम वस्त्र त्यांनी त्याच बेचैनीत शोधले. त्या वस्त्राने घाम टिपीत असताना मनोहारीचे शब्द कानांवर आले,

'महाराज!'

राजे कष्टाने म्हणाले,

'झोप तू.'

उचललेले पलंगाचे आच्छादन सोडण्यात आले; पण राजांच्या मनातला एक एक पडदा उचलला जातच होता....

'आलमगीर! हिंदोस्तानचा बादशहा, प्रचंड सामर्थ्याचा धनी, तीक्ष्ण बुद्धीचा. नाही तर हे धाडस अन्य पुरुषाला जमलं नसतं. ज्या देशात बहुसंख्य हिंदू आहेत, त्यात त्यांच्या प्राणाहून प्रिय असणाऱ्या काशीविश्वेश्वरावर घाव घालणाऱ्याचं बळ केवढं अफाट! आलमगीरनं तर आता आपला पवित्रा उघड घेतला आहे. साऱ्या मुसलमानेतरांवर त्यानं जिझिया पट्टी लादली आहे; आणि हिंदोस्तानात उभं असलेलं एकुलतं एक हिंदू राज्य नष्ट करण्यासाठी आलमगीर दक्षिणेत उतरतो आहे. ही काय धर्मनिष्ठा?

'धर्म आणि अधर्म ठरवायचा कुणी? धर्म म्हणजे ईश्वराशी समरस होण्यासाठी केलेलं आचरण. सत्य आणि न्याय यांच्या आधारानं केलेलं थोर चिंतन, मनन.

आमच्या धर्मनिष्ठेचं रूप हेच आहे का?

'आम्ही प्रतापगडच्या भवानीची स्थापना केली. सप्तकोटेश्वराचा जीर्णोद्धार केला. समोत्तिपेरुमलच्या जागी उभारलेल्या मशिदी पाडून मंदिरं बांधली. मुसलमानी धर्मात गेलेल्या आपल्या माणसांना हिंदू करून घेतलं. हीही धर्मनिष्ठाच ना? मग औरंगजेबानं वेगळं काय केलं? औरंगजेब मुसलमान आईबापांच्या पोटी जन्माला आला, म्हणून त्याला मुसलमानी धर्माची निष्ठा. आम्ही हिंदू म्हणून जन्माला आलो. त्याचसाठी हिंदुधर्माचा आम्हांला कळवळा! हाच का आमच्या धर्मनिष्ठेचा अर्थ?'

त्या विचाराने राजे कासावीस झाले. विचार असह्य होऊन त्यांची मान वळली. महालातल्या समईच्या मंद उजेडात देव्हाऱ्याची चांदीची महिरप राजांच्या नजरेत आली.

'ते खरं नाही! आम्हां दोघांत फार फरक! हे मोगल ही भूमी पादाक्रांत करण्यासाठी इथं आले. इथं जेते म्हणून वावरले, वावरताहेत. त्यांना ही भूमी आपली अशी कधीच वाटली नाही. त्यांची मक्का, मदिना सदैव दूर राहिली. आम्ही मुसलमान म्हणून जरी जन्माला आलो असतो, तरी आज औरंगजेब जे करतो आहे, ते आम्ही खास केलं नसतं. औरंगजेब स्वत:ला ह्या भूमीचा पुत्र समजत नाही. तो स्वत:ला ह्या भूमीचा जेता मानतो. पण आम्ही ह्या भूमीचे पुत्र आहोत, ही आमची भावना कधीही सोडून गेली नसती. आमचं इमान ह्याच मातीशी जखडलं आहे. नाही तर दौलतखान आमचे दर्यासारंग बनलेच नसते. ही सार्थकता आम्हीच भोगू शकतो. पण तो भोग आमच्या नशिबी दिसत नाही.

'सार्थकता! ती ठरवायची कुणी? तिची कसोटी काय? सीतेचं हरण होऊ नये, म्हणून जटायु शक्तिसर्वस्वानं लढून मृत्युमुखी पडला. तो सीतेला वाचवू शकला नाही, रावण विजयी ठरला, म्हणून जटायूचा जन्म वाया गेला, असं का समजायचं? ऐन तारुण्यात अभिमन्यू मारला गेला, म्हणून सुभद्रेचं वात्सल्य विफल झालं, असं का मानायचं? विवेक धरून हाती घेतलेलं काम अखेरपर्यंत करीत राहायचं, एवढंच माणसाच्या हाती असतं.

'साधं कर्तव्यकर्म तरी कुठं नीट पार पडतं? आमच्या हाती शंभूला सोपवून सई गेली. आम्ही शंभूबाळाचे सारे लाड केले. मासाहेबांचाही मायेचा हात त्यांच्या पाठीवर होताच ना! पितृसहवासाला मुकलेले आम्ही; पण मासाहेबांनी आम्हांला कर्तृत्ववान बनवलं. संभाजी आईच्या प्रेमाला मुकला असेल. कदाचित शंभूबाळांना घडवायला आमचे हात अपुरे पडले असतील. पण ज्या चारित्र्यसंपन्न छत्राखाली आम्ही वाढलो, त्याच छत्राखाली शंभू मोठा झाला, हे तरी खरं? शिवाजीला दुसरा शिवाजी घडवता आला नाही, असं म्हणण्यापेक्षा मासाहेबांना दुसरा शिवाजी घडवता आला नाही, हेच अधिक खरं नाही का?'

मासाहेबांच्या, संभाजीराजांच्या आठवणींनी राजांचा जीव कासावीस झाला. बोटांची चाळवाचाळव झाली.

'कर्तव्य हे कठोर असलं, तरी मन फार दुबळं असतं. दुबळ्या मनाला सारीच कर्तव्यं पेलतात, असं नाही. सईला दिलेल्या शब्दामुळं आम्हांला शंभूकडे कठोरतेनं पाहता आलं नाही; आणि याच कर्तव्यात मग्न असता आमच्या साध्या दर्शनाची इच्छा बाळगणाऱ्या काशीला आम्ही भेटलो नाही. बदअंमल केला, म्हणून रांझ्याच्या पाटलाचे हात-पाय आम्ही तोडले; पण तोच गुन्हा केला असता, संभाजीला मात्र सोडून दिलं. शत्रूला मदत केली, म्हणून खंडोजी खोपड्यांना शासन केलं; आणि आमचे युवराज मोगलांना मिळाले, तरी त्यांना क्षमा केली. भावनेच्या भरात मोऱ्यांच्या मुलाचा केलेला वध जेवढा अक्षम्य, त्याहूनही शतपटीनं अक्षम्य असलेला गुन्हा आम्ही पुत्रप्रेमापोटी तर केला नाही?'

राजांनी डोळे उघडले. समईच्या जळणाऱ्या वातीवर त्यांचे लक्ष केंद्रित झाले. क्षणभर पुतळाबाई नजरेसमोरून तरळून गेल्या; पण क्षणभरच.

'दिसतं, तसं असतं कुठं? आम्ही मिरवीत असलेल्या राजेपणाचा खरा रंग पाहिलाय् कुणी? राजेपण सर्वांना दिसतं, पण त्याच्या वेदना केवढ्या भयानक! आमच्या मनाचे घाव सांगायचे कुणाला? आणि कसे?

'घाव! सई गेली; पण ती जखम तशीच राहिली. काशीचे नेत्र अखेरपर्यंत अतृप्तच राहिले. आम्ही असताही आमच्या डोळ्यांदेखत पुतळा आमच्या जोड्यांची सोबत करीत आयुष्य कंठते. आणि शंभू... ते तर आमचं कुलदैवत! त्यांनी आमचं मन कधीच जाणलं नाही!

'हिंदवी स्वराज्याच्या मागे धावत असता जे हातून निसटत होतं, त्याचा विचार कधीच कसा केला नाही? साध्या भोळ्या जीवांना आम्ही मृत्युंजय बनवलं. आमच्या शब्दासाठी त्या भाबड्या जीवांनी आपला जीव वारेमोल केला. त्यांचा त्याग केवढा मोठा! आमच्या शब्दाखेरीज दुसरं कोणतं मोल आम्ही त्यांना दिलं होतं? पण संभाजी! आमचे युवराज आमच्या सहवासात राहूनही कोरडेच राहिले. माणसं जनावरांसारखी अल्पसंतुष्ट नसतात! हं:! भोळ्या जीवांनाच श्रद्धेचा अर्थ कळतो का?

'आमच्या रक्तबंबाळ मनाची लक्तरं नजरेत येऊ नयेत, म्हणून आम्हांला हे सिंहासनाचं उच्चासन दिलं असावं!

राजांचा हात सहजपणे गळ्याशी गेला. बोटांना गळ्यातल्या कवड्यांच्या माळेचा स्पर्श झाला. कवड्यांवरून राजांची बोटे फिरत होती...

'युवराजांची आम्ही फार गय केली, असं साऱ्यांना वाटतं. राणीसाहेब तर सदैव बोल लावतात. अनाजी-मोरोपंतांच्या मनांत असलेली भीती आम्हांला स्पष्ट दिसते. पण आपण फार नजीकचं पाहतो, हे त्यांच्या ध्यानी येत नाही; आणि आम्हांला फार

दूरचं दिसतं, हा शाप आहे!

'साऱ्यांच्याच मनांत युवराजांच्याबद्दल अविश्वास! युवराजांच्या मनात आमच्या मंत्रिमंडळाबद्दल तेढ! हा सिलसिला तुटणार कसा? कोणत्या पद्धतीनं? मंत्रिमंडळाला युवराजांचे दोष दिसतात; पण त्यांचं सामर्थ्य दिसत नाही. खुद्द आमचे सेनापती हंबीरराव! त्यांचा ओढा युवराजांच्याकडे आहे. फिरंगोजींसारखा वयोवृद्ध जाणता गडकरी युवराजांना पाहताच गड खाली करून मोकळा होतो. प्रसंग पडला, तर युवराजांना विरोध कोण करणार?

'त्यांनाच दोष कशाला द्या? खुद्द आमचं काय झालं? विजापूरकरांच्या मदतीला गेलो असता मैदानावर उभा असलेला दिलेरखान आम्ही पाहिला. आमची फौज निश्चितपणे भारी होती. पुरंधरचा सूड उगवण्याची नामी संधी हाती आली असता आम्ही दिलेरखानवर का चालून गेलो नाही? दिलेरखानाच्या हाती आमच्या युवराजांचा शह होता, हेच कारण ना? दिलेरखानानं ऐन वेळी युवराजांचं प्यादं पुढं केलं असतं, तर आमची फौज त्यांच्यावर तुटून पडली असती? आमचं राजाचं बळ शिल्लक राहिलं असतं? तीच शंका आली ना?

'हे श्रींचं राज्य! ती निष्ठा कुणालाच समजली नाही. साऱ्यांची निष्ठा मर्त्य शिवाजीवरच राहिली. शिवाजीचा वडील पुत्र म्हणून संभाजीच प्रिय वाटणार. शंभूबाळ! तुम्ही मोठे म्हणून जन्माला आलात; आणि त्या मोठेपणाच्या जोरावर सारं मिळवून मोकळे झालात. आणि आमच्याबरोबर राज्याची उभारणी करण्यात ज्यानं आयुष्य वेचलं, ते आमचं जाणतं मंत्रिमंडळ सारं गमावून बसलं!

'संस्कारांपुढं होणारा बुद्धीचा पराजय असाच असतो, विदारक!'

राजांना तो विचार पेलेना. न कळत त्यांना ठसका लागला. मनोहारीने गडबडीने पाण्याचे पंचपात्र पुढे केले. कलते होऊन राजांनी दोन घोट घेतले. एक दीर्घ निःश्वास सोडून राजे निद्रेची वाट पाहू लागले. पण ती कुठंच नजरेत येत नव्हती.

'मंत्रिमंडळाच्या आधारावर राणीसाहेब धाकट्या युवराजांचं राजेपण पाहतात. पण तेवढ्या आधारावर ते दहा वर्षांचं कोवळं, अशक्त पोर नेतृत्व करू शकेल का? समोरचं संकट कसं साऱ्यांना दिसत नाही? आमच्या सरहद्दीवर उतरणारा औरंगजेब आम्ही पूर्वी पाहिला होता. तो शत्रू दारी उभा ठाकला असता आमचं बेभरवशाचं घर आम्ही उघड्या डोळ्यांनी पाहतो आहोत. जेव्हा अत्यंत एकोप्याची गरज होती, तेव्हाच हा कलि कसा साऱ्यांच्या मनांत अवतरला? नुसत्या मंत्रिमंडळाच्या आधारावर राजाराम सत्ताधारी कसा बनेल? सैन्याविना राजा होत नसतो, हे कसं कुणाच्या ध्यानी येत नाही? आम्ही हयात असता मोगली सरदार बनून आलेल्या संभाजीवर तोफ न डागणारे आमच्या माघारी त्याच्या विरुद्ध कसे लढतील? उलट, आम्ही जाताच संभाजीला प्रेमभरानं मुजराच करतील, उत्सवपूर्वक गडावर घेऊन येतील.'

राजांच्या डोळ्यांसमोर संभाजीराजे दिसत होते... मोती घोडा मागणारे, वाघाच्या शिकारीत जखमी झाले असताही बेदरकारपणे पाहणारे, हंबीरराव मोहित्यांना सेनापती करण्याचा सल्ला देणारे. त्या आठवणीबरोबर राजांच्या मनात समाधान तरळून गेले. किनाऱ्यावर फेसाळत येणारी लाट फुटावी, तसं...

'पण संभाजीला तरी या येणाऱ्या लढ्याला तोंड देता येईल का? कारभारासाठी त्याला प्रभावळीचा सुभा दिला, त्याचं काय झालं? नुसत्या देवदैवतांवरची श्रद्धा ते सामर्थ्य देईल? मंत्रिमंडळातले जुने आणि जाणते लोक बेदिल असताना, कारभारी असंतुष्ट असताना हा साहसी पोर धीमेपणानं सारी सूत्रं हाती घेऊन हा लढा लढेल? की राजपुतांप्रमाणे केसरिया करील? आलमगिराशी लढा देणं म्हणजे सागरात सेतू बांधण्यासारखं कठीण काम! त्या लढ्यासाठी शेकडो बाजींची, तानाजींची गरज भासेल. मोरोपंत, अनाजी, रघुनाथपंत यांसारखे मुत्सद्दी सदैव जवळ बाळगावे लागतील. पण ते करण्यासाठी निराशा पचवू शकणारं एक जातिवंत चिवट मन लागेल. तो धीमेपणा संभाजीला झेपेल का?'

न कळत राजांचा हात कपाळावरून फिरत होता. अंगातल्या ज्वरामुळे कपाळीच्या वाळलेल्या गंधाच्या खपल्या बोटांना जाणवत होत्या.

'दैवी काय लिहिलंय्, हे कोण सांगणार? नाही तर आठ दिवसांपूर्वी मोगली लढ्याचा विचार करणारे आम्ही आज आमच्या मनाची गुंतवण उकलीत राहिलो नसतो.

'शेवटी हाती फळ काय पडलं, यावरच कर्माचा अचूकपणा ठरणार ना? मग फळाची आशा सुटणार कशी?

'आणि हिंदवी स्वराज्य हे काय माझ्या एकट्याच्या कर्माचं फळ होतं? हजारोंच्या कर्मांचं ते फळ! या कर्माच्या अचूकपणाची खात्री नव्हती, तर मग आव्हान का केलं? पारिजातकांच्या फुलांप्रमाणे मस्तकांचा सडा पडू दे, असं सांगण्याचा आम्हांला काय अधिकार होता? अखंड चाललेल्या होमात आहुती पडली होती; आणि त्याचं धनीपण आम्ही घेत होतो!

'तो का जगण्याचा मोह होता?

'आमच्या श्रद्धेच्या निरांजनात तुपाची कधीच वानवा पडली नाही; आणि तो दीप तेवत ठेवण्यासाठी मात्र आम्ही वातीसारखे जळतच राहिलो. असं जळत राहण्यापेक्षा फळाची आशा सोडून, फक्त कर्मच ध्यानी आणून अटीतटीनं अफझलसामना दिला असता, तर पुण्यलोक गाठून आम्ही केव्हाच मोकळे झालो असतो!'

त्या विचाराबरोबरच राजांचे नेत्र उघडले गेले. पलंगावरचे तलम रेशमी छत राजांच्या नजरेत येत होते. त्याला ना रंग होता, ना रूप. मंद प्रकाशात फक्त छताचे अस्तित्व जाणवत होते....

'शेवटी जन्ममृत्यूचा फेरा चुकवणं आणि मोक्ष गाठणं हेच सगळ्या भक्तीचं, ज्ञानाचं, कार्याचं सार ना? हिंदवी राज्य पुरं होण्याआधीच आम्ही गेलो, तर हा आशेचा धागा तुटेल का? अपुरं कार्य पुरं करायला मग दुसरा जन्म तरी लाभेल? आणि तो जन्म कोणता असेल? घोड्याच्या पाठीवरून पायांखाली भूमी तुडवीत जाणाऱ्या विजयी वीराचा? की विस्कटलेला सगळा मांड पुन्हा जुळवण्यासाठी परत जन्मभर दगदग करणाऱ्या पुरुषाचा?

'दर जन्मी आम्ही मांडीत यावं, आणि ते मांडण्याआधीच जीवन संपावं! ही मांडामांड स्थिर झालेली कधी दिसणार नाहीच का? हा जन्म जर विफल गेला असेल, तर आजवर बळी गेलेल्या शूरांचं काय झालं? त्याला जबाबदार कोण?

'पण हे सारं करायचं आमच्याच वाट्याला का आलं? परमेश्वरानं ही जबाबदारी आमच्यावरच का टाकली? कोणतं सुकृत यामागे दडलं असेल? आमच्या रूपानं कुणाच्या आशा फलद्रूप होताहेत?

'गेल्या क्षणाची आठवण राहत नाही; मग पूर्वजन्म आठवणार कसा?'

राजे एकदम हसले.

'न आठवायला काय झालं?

'सिसोदिया घराणं कुठलं? हे राजपूत घराणं दक्षिणेत का उतरलं? मोगली अत्याचारांना कंटाळून स्वाभिमान टिकवण्यासाठी आपणहून परागंदा झालेलं हे घराणं ना? एवढंच कशाला, देवगिरी-साम्राज्याच्या ढासळलेल्या हजारोंच्या आशा मासाहेबांच्या कडून वारसारूपानं आमच्याकडे आल्या नसतील ना? खुद्द थोरल्या महाराजसाहेबांनी असाच प्रयत्न केला होता. स्वतंत्र राज्याचं त्यांचंही स्वप्न होतंच. त्या पिढ्यान् पिढ्यांच्या इच्छा साकार करण्यासाठीच कदाचित आमचा जन्म झाला असेल.'

न कळत राजांचे स्मित विरले. राजांची बोटे थरथरणाऱ्या ओठांवर स्थिरावली.

'केवढी मोठी जबाबदारी! ती पार पडली का? की ती पेलण्याला आम्ही कमकुवत ठरलो? जिवाची बेचैनी वाढते, ती याच विचारामुळं!

'आम्ही एवढे बेचैन होतो; मग समर्थांच्या चित्ताची समता का ढळत नाही? आमच्या राज्याभिषेकाच्या आनंदानं बेहोश होणारे समर्थ... त्यांना आमचा पराजय दिसत नाही का? का मनात उठणारा हा कल्लोळ दाखवू न देणं यालाच 'योग' म्हणतात? समर्थ आम्हांला 'श्रीमान योगी' म्हणतात. मग हा योग आम्हांला का साधत नाही?

'अवतारी पुरुषांना तरी हा योग कुठं साधला?

'प्रभू रामचंद्रांचं राज्य तरी कुठं स्थिर होतं? भगवान श्रीकृष्णांनी शांततेसाठी स्थापलेली सुवर्णद्वारका शेवटी कुलक्षयालाच कारणीभूत झाली ना? मत्त यादव दिसत असतानाही श्रीकृष्णांना त्यांना सावरता आलं नाही. मर्यादापुरुषोत्तमांना

सीतेच्या पातिव्रत्याची खात्री अयोध्यावासीयांना करून देता येऊ नये? अर्जुन-कर्णांचं नातं माहीत असताही दोहोंच्या मध्ये उभ्या असलेल्या प्रत्यक्ष परमेश्वराला-भगवान श्रीकृष्णाला- तो संहार थांबवता येऊ नये? हे का घडलं? दुष्टांचं दंडन करण्यासाठी, धर्मसंस्थापनेसाठी पुन्हा पुन्हा अवतार घ्यावा लागला? यातच अवतारकार्याची अपूर्णता सामावली नाही का?

'स्थिरता म्हणजेच का जीवन? बहुधा मन हे जन्मजातच अस्थिर असल्यानं स्थिरतेला इतकं महत्त्व आलं असावं. मग फुलाचं जीवन किती? त्या मानानं पाषाण फार स्थिर! म्हणून का ते जीवन खरं मानायचं?'

राजांच्या चेहऱ्यावर एक स्मित उमटले. क्षणभर अंगातल्या ज्वराचा, साऱ्या क्लेशांचा विसर पडला.

'जीवनाचा अर्थ कळणं केवढं अवघड! प्रत्येक जीव स्वत:ला उंचावण्याचा, वर चढविण्याचा प्रयत्न करीत असतो. त्यासाठी त्याची सारी धडपड चाललेली असते. सर्वसामान्य व्यक्तींच्या जीवनापेक्षाही उच्चतर असं जीवन म्हणजेच दिव्य जीवन. ते साध्य होण्यासाठी जो अंदाज बांधलेला असतो, त्यालाच आपण ध्येय मानतो. ते गाठण्यासाठी सावधपणानं पावलं टाकीत जाणं एवढंच आपल्या हाती असतं. अशा चालण्यातून जीवनाचं महाकाव्य उभं राहत असतं; जीवनाचं रामायण, महाभारत रचलं जातं असतं. अशा जीवाला मृत्यूचं भय कसं वाटेल? जिवंतपणी जिथं आम्ही मरणाकडे हसत पाहिलं, तिथं अंतकाळी त्याची भीती वाटेल कशाला? आम्हांला मृत्यूचं भय मुळीच वाटत नाही. चिंता वाटते फक्त राज्याची! मनातून तो विचार मात्र हलत नाही, काही केल्या जात नाही.'

राजांचा हात गळ्याशी विसावला होता. गळ्यांतल्या कवड्यांच्या गार स्पर्शाबरोबर राजांना समर्थांची आठवण झाली. राजांच्या कानांत समर्थांचे बोल घुमत होते.

राजांच्या चेहऱ्यावरचे स्मित परत जागृत झाले.

'अज्ञानपणातदेखील मन केवढं रमतं! राज्याची चिंता कोण करणार? ते का आमचं राज्य आहे? ते श्रींचं राज्य! श्रींच्या इच्छेनं घडलेलं, साकार झालेलं, हजारोंच्या आत्मबलिदानातून उभं राहिलेलं हे राज्य. ते एका मर्त्य जीवाच्या जाण्यानं का अपुरं राहील? ते एवढं का क्षणभंगुर आहे? ते श्रींच्या नावाइतकंच उदंड आहे. मोगली आक्रमणाला ते जरूर उभं ठाकेल.

'आणि दुर्दैवानं तसं घडलं नाही, तरी तो पराजय मानायचं काय कारण? एक सामान्य माणूस निष्ठेनं उभा राहिला, तर अन्यायाविरुद्ध केवढी प्रचंड ताकद निर्माण करू शकतो, याचं आम्ही प्रतीक नाही का? राज्य परत उभं राहील वा संपेल, पण आम्ही दिलेला हा आत्मविश्वास- तो मात्र केव्हाच संपणार नाही. गरज भासली, तर या विश्वासातूनच शेकडो शिवाजी परत निर्माण होतील. शिवाजी मर्त्य असेल; पण

हा विश्वास अमर आहे. तो वाढतच राहील. एवढं झालं, तरी आमचं जीवन कृतार्थच नाही का? जीवनाचं साफल्य आणखी काय असू शकतं?

'मृत्यूच्या क्षणीही, आपण मरतो, याची भीती न वाटणं, मन निर्भय होणं हाच अहंशून्य होण्याचा योगाचा भाग असेल का?

'ही शंका समर्थांनाच विचारायला हवी होती.

'समर्थ! श्रींची इच्छा आणि समर्थांचा आशीर्वाद लाभला असता, कोण चिंता करील? समर्थांचे सेवक कधी दुबळे असतात काय? त्यांच्या कृपेनं आम्ही सुखरूप राहिलो. त्यांच्याच आशीर्वादानं आम्ही सुखरूप होऊ.'

पलंगावरचे आच्छादन उचलले जात होते. राजांची नजर वळली. वैद्यराज, शास्त्री उभे होते. राजे जागे आहेत, हे पाहून शास्त्र्यांना आश्चर्य वाटले. त्यांनी चिंतायुक्त आवाजात विचारले,

'महाराज, झोप आली नाही?'

राजे हसले. वैद्यांनी नाडी पाहावी, यासाठी हात उंचावीत ते म्हणाले,

'वैद्यराज, शांतपणे झोप यावी, म्हणूनच आम्ही जागत होतो.'

'जी?' वैद्यांनी न समजून विचारले.

'काही नाही!... अद्याप किती रात्र आहे?'

'जी, पहाट झाली.'

'असं! आता उजाडायला फारसा वेळ लागणार नाही.'

राजे आपल्या समाधानात झोपून होते.

राजांची नाडी पाहून वैद्यराज बाहेर जात होते. त्यांच्या चेहऱ्यावरची चिंता लपत नव्हती.

□

२६

गंगाशास्त्र्यांनी राजांचे औषध बदलले, हे साऱ्यांना समजायला वेळ लागला नाही. राजांचे वाढते आजारपण आणि गंगाशास्त्र्यांची गंभीर चर्या यांमुळे साऱ्यांची मने व्याकूळ बनली होती. साध्या तापाचे निमित्त एवढ्या थरापर्यंत जाईल, असे कुणालाही वाटले नव्हते. राजांची वाढती क्षीणता साऱ्यांच्या ध्यानी येत होती.

महालात पलंगाजवळच्या बैठकीवर सोयराबाई सदैव बसून होत्या. दरवाजानजीकच्या दुसऱ्या बैठकीवर हिरोजी, महादजी, घाटगे, बाळाजी ही मंडळी राजांच्यावर नजर ठेवून असत. मनोहारी, महादेव आणि केव्हा तरी महादजी आळीपाळीने राजांचे पाय चेपीत. पाय रगडण्याने राजांना बरे वाटे. दिवस कसाबसा सरे; पण रात्र फार मोठी वाटे.

रात्र संपली. महालात सकाळचा उजेड फाकला. समया शांत झाल्या होत्या. रात्रीच्या जागरणाने थकलेली माणसे महालाबाहेर गेली होती. सोयराबाई स्नानाला गेल्या होत्या. हिरोजी, घाटगे एवढीच माणसे राजांच्या शेजारी होती. मनोहारी स्नान आटोपून राजांच्या शेजारी आली. हिरोजी, घाटगे हलक्या पावली महालाबाहेर गेले. राजांनी मनोहारीला जवळ बोलावले.

'मनू!'

'जी?'

'आम्ही आजारी पडल्यावर गडाखाली मेणा गेला होता?'

'जी? मेणा?...' मनोहारीने आश्चर्याने विचारले.

'ठीक आहे.' राजे समजले.

त्याच वेळी गंगाशास्त्री आत आले. त्यांनी राजांची नाडी पाहिली. राजांना त्यांनी विचारले,

'कसं वाटतं?'

'आता काय वाटायचं?' राजे म्हणाले. 'ठीक आहे. ज्वराची सोबत आहेच. कधी तरी मस्तकशूळ उठतो, आणि...'

'आणि काय, महाराज?'

'आताशा बोलू नये, असं वाटतं- मनात असूनही. झोपून राहावं, असं वाटतं.'

शास्त्र्यांनी दीर्घ निःश्वास सोडला.

दरवाजापर्यंत गेलेली मनोहारी परत आली. तिने राजांना निश्चलपुरी येत असल्याची खबर दिली. सर्वांच्या नजरा दरवाजाकडे खिळल्या. निश्चलपुरी महालात येत होते. साऱ्यांनी त्यांना उत्थापन दिले. निश्चलपुरी राजांच्या जवळ आले. त्यांनी राजांना तीर्थ दिले. तीर्थ प्राशन करून राजांनी हात जोडले. निश्चलपुरी म्हणाले,

'राजे, आज उतारा करायला हवा.'

'करा.'

निश्चलपुरी गेले.

वैद्यराज, शास्त्री सदरेकडे गेले; आणि स्नान आटोपून सोयराबाई महालात आल्या. त्यांच्या बरोबर आलेल्या राजारामांनी राजांचे पाय शिवले. राजांनी त्यांना खुणेने जवळ बसवून घेतले.

'बाळराजे, स्नान-पूजा झाली?'

'जी!'

'बाळराजे, तुम्ही लहान आहात. आमची तब्येत बरी नाही. पण आम्ही सांगतो,

ते लक्षात ठेवा. जी गोष्ट तुम्हांला आवडत नाही, पटत नाही, ती कधीही करू नका... खुद्द आम्ही सांगितली, तरी...'

बाळराजांनी मान डोलविली. थकलेल्या राजांनी डोळे मिटून घेतले. राजाराम केव्हा गेले, हेही त्यांना समजले नाही.

तिन्हीसांजेला निश्चलपुरी महालात आले. त्यांच्याबरोबर त्यांचे शिष्यही होते. त्यांनी राजांच्या वरून कोंबडी, लिंबू उतरवून घेतले. राजांना अंगारा लावून काही न बोलता, ते निघून गेले.

राजांचा ज्वर वाढतच होता. अंगाचा दाह होत होता. राजांनी येसाजीला जवळ बोलावले.

'येसाजी!'

'जी?'

'आम्हांला झोप येत नाही. तू बोलत बसशील?' राजे काही तरी आठवत होते. 'येसाजी, अफझलवधाआधी आम्ही नेहमी आमच्या संगती एक चांदीची छोटी डबी बाळगत असू. आठवतं का?'

'जी.'

'अफझलवधानंतर तिचा पत्ताच लागला नाही. कुठं तरी हरवली!'

येसाजी ऐकत होता.

'आम्हांला थोरल्या राणीसाहेबांनी ती दिली होती... सांगितलं, तर हसणार नाही?'

'महाराज!'

'थट्टा केली!... आम्ही स्वारीला निघालो होतो. दुपारची वेळ होती. नुकतंच जेवण झालं होतं. निरोप घ्यायला मासाहेबांच्याकडे जायच होतं. पान खाऊन कसं जाणार? तेव्हा राणीसाहेबांनी केलेला विडा डबीत घालून दिला.'

राजे क्षणभर थांबले. येसाजी राजांच्याकडे पाहत होता.

'येसाजी, ती डबी हरवली; पण विडा मात्र तसाच तोंडात राहिला.'

बोलता-बोलता राजांना परत ग्लानी आली. त्याच गुंगीत राजे पडून राहिले.

मध्यरात्र उलटून गेली होती. वाड्यातले पहारे जागत होते. बाहेर आकाशात चांदणे उजळले होते. राजांच्या महालाबाहेर गंगाशास्त्री, राजवैद्य ही मंडळी झोपी गेली होती. दाराशी महादेव पहाऱ्यासाठी उभा होता. महालात समईचा मंद प्रकाश पसरला होता. राजांच्या पलंगाजवळ मनोहारी पलंगावर हात ठेवून झोपली गेली होती. पलंगाशेजारी सोयराबाई शाल पांघरून लोडाला टेकून झोपल्या होत्या. दारानजीक बैठकीवर हिरोजी, घाटगे ही मंडळी गुडघ्यांत माना घालून पेंगत होती. सर्वत्र शांतता वावरत होती.

'मोरोपंत!मोरोपंत!!'

त्या हाकांनी शांततेचा भंग झाला. सारे खडबडून जागे झाले. क्षणभर कुठून आवाज आला, हेही कळेना.

राजांच्या पलंगावरून तो आवाज येत होता. तेथे धडपड वाढली होती. सारे पलंगाकडे धावले. राजे उठण्याचा प्रयत्न करत होते. डोळे विस्फारलेले होते. चेहरा उग्र वाटत होता. कुणी तरी समई उजळली. सारे राजांना आवरण्याचा प्रयत्न करीत होते. बाहेरचे गंगाशास्त्री आले. राजांचे भान हरपले होते. राजे बोलत होते...

'मोरोपंत, सुरेख काम केलंत! पण एक कसर ठेवलीत, मोरोपंत! आमचा आठवा महाल कुठं आहे? त्याच्याविना हा रायगड फार अपुरा वाटतो... फार... अपुरा...'

राजांचे शब्द ओठांवरच विरत होते. हिरोजी राजांना हाक मारीत होता; पण राजे ती हाक ऐकत नव्हते. हळू हळू राजांचे अंग सैल पडले. राजांनी डोळे मिटून घेतले. वैद्यांनी नाडी पाहिली. अंगात खूप ज्वर होता.

गंगाशास्त्र्यांच्या पाठोपाठ सारे महालाबाहेर आले. अद्याप साऱ्यांच्या अंगांत कापरा खेळत होता. गंगाशास्त्री एवढा वयोवृद्ध माणूस; पण तोही धोतराने डोळे टिपीत होता.

'शास्त्रीबुवा! खरं सांगा... राजांची तब्येत...'

'येसाजी, मला आता काही विचारू नका!' गंगाशास्त्री नाक ओढत म्हणाले, 'मी हरलोऽऽऽ! माझ्या औषधांना यश नाही. हे हात अपयशी ठरले! येसाजी, राजे संभ्रमावस्थेत जाऊ लागले...'

गंगाशास्त्र्यांचे बोल सर्वांना ऐकू गेले.

महालात दबलेले हुंदके उठत होते...

□

२७

गडावर दिवस आला होता. गडावर नित्याची वर्दळ चालू होती. एवढ्या माणसांचा राबता असूनही सारे व्यवहार कसे चूपचाप होत होते. वाड्यात कोणी कुठेही असले, तरी साऱ्यांचे लक्ष राजांच्या महालाकडे होते.

सोयराबाई खाजगी सदरेत उभ्या होत्या. बाळाजी, प्रल्हाद निराजी, जनार्दनपंत, हिरोजी फर्जंद, किल्लेदार सोमाजी बंकी ही मंडळू चिंताचूर मुद्रेने राणीसाहेबांच्या समोर उभी होती. सोयराबाईंनी आपले आरक्त डोळे पुसले आणि त्या म्हणाल्या,

'कशानंच गुण येत नाही. स्वारीचं...'

सोयराबाईंना बोलवेना. जनार्दनपंत म्हणाले,

'राणीसाहेब! धीर सोडून कसं चालेल? गंगाशास्त्र्यांसारखे धन्वंतरी राजांच्या सेवेत गुंतलेत. जगदीश्वराच्या मंदिरात बाळाजींनी मृत्युंजयजपासाठी ब्राह्मण बसवलेत.

निश्चलपुरी, कवी कलश अनिष्टनिवारणार्थ शतचंडी होम करताहेत. यांखेरीज नवस, अन्नदान चालूच आहे.'

'मग गुण का येत नाही?' सोयराबाई त्रस्त होऊन म्हणाल्या.

'ते का आपल्या हाती आहे?' जनार्दनपंत म्हणाले, 'पण अशा वेळी आपणच धीर सोडलात, *तर* आम्ही कुणाकडे बघावं?'

सोयराबाईंनी नाक ओढले. सर्वांवरून नजर फिरविली.

'स्वारींनी बाळराजांच्यावर सर्व कारभार टाकला आहे, हे तुम्ही जाणताच. ते लहान आहेत. तुम्हीच साऱ्यांनी त्यांना जपायला हवं. वेळ तर कसली! ह्याच वेळेला अनाजी, मोरोपंत, हंबीरराव सारे बाहेर...'

'राणीसाहेबांनी मन कठोर करून सारी जबाबदारी घ्यायला हवी.' बाळाजींनी सल्ला दिला.

'ते आम्हांला कळतं. म्हणूनच आम्ही तुम्हांला गोळा केलं. पण आमच्या आज्ञा पाळल्या जातील का?'

'राणीसाहेबांनी ती चिंता करू नये.' बाळाजी बोलले, 'आपली आज्ञा राजांची आज्ञा समजून आम्ही वागू.'

'आमची हीच अपेक्षा होती... बाळाजी, आजपासून गडाचे दरवाजे बंद करून घ्या!'

'जी?' बाळाजी उद्गारले.

सोयराबाईंनी नजर वर केली. त्या निश्चयपूर्वक म्हणाल्या,

'निश्चलपुरींनी इकडे बरं वाटेपर्यंत दरवाजे बंद करून घ्यायला सांगितलं आहे. खबरदारी म्हणून सुद्धा ते करायला हवं. आजाराची बातमी बाहेर गेली, तर हव्या त्या अफवा उठतील. दरवाजे बंद करून घ्या.'

'जी!' बाळाजी उद्गारले.

'इकडे बरं वाटेपर्यंत सर्व कचेऱ्यांना, जामदारखान्याला मोहरा करा.'

'जी!' प्रल्हाद निराजी बोलले.

'गडाचे पहारे चोख ठेवा. आमच्या आज्ञेखेरीज गडाबाहेर कुणाला सोडू नका. तुम्ही सर्व एक विचाराने आमच्या आज्ञा तडीला न्या... आम्हांला महाली जायला हवं.'

सोयराबाईंना सर्वांनी मुजरे केले. सोयराबाई सदरेतून निघून गेल्या. सारेजण काही न बोलता पांगले. थोड्याच वेळात किल्लेदारांनी गडाचे दरवाजे बंद करण्याचे हुकूम दिले. सर्व कचेऱ्यांतील माणसे बाहेर निघत होती. दप्तरखाना, जवाहिरखाना यांना मोहरा लागत होत्या.

गडाचे दरवाजे बंद झाले. गडाच्या आतला माणूस बाहेर जाईनासा झाला. सारे कारकून, दप्तरदार ही मंडळी रिकामेपणी फिरू लागली; आणि गडावरच्या लोकांचा मनाचा ठाव सुटला. चिंताचूर मुद्रेने ती वाड्याभोवती रेंगाळू लागली. वाड्यातून बाहेर पडणारा प्रत्येक इसम वेढला जात होता. गडावर मध्यान्हीचा सूर्य घुटमळत होता.

राजांच्या महालात सारे गोळा झाले होते. राजांचा ज्वर कमी होत होता. पण मधून मधून राजे संभ्रमात जात होते. राजांना आवरावे लागत होते.

राजांनी डोळे उघडले; आणि त्यांची दृष्टी पलंगाशेजारी उभ्या असलेल्या सोयराबाईंच्यावर खिळली. राजे क्षीण आवाजात म्हणाले,

'पाणी ऽ ऽ'

गंगाशास्त्र्यांनी सुवर्णपंचपात्र हाती घेतले. राजांनी थोडे पाणी घेतले. राजे शांतपणे पडून राहिले. काही वेळाने राजांनी सोयराबाईंना खुणावले. सोयराबाई नजीक गेल्या.

'राणीसाहेब, शंभूबाळ अजून का आले नाहीत?'

'तेच तर कळत नाही. एव्हाना यायला हवे होते.'

राजांची नजर सोयराबाईंवर खिळली. त्या नजरेला नजर देण्याचे सोयराबाईंनी टाळले.

राजे हसले.

'असं म्हणता? ...राणीसाहेब, आम्हांला एवढे का अजाण समजता? गडाखाली मेणा पाठवूनही धाकट्या राणीसाहेब येत नाहीत; आणि आम्ही आजारी असून शंभूबाळ आम्हांला भेटत नाहीत!'

'मी का खोटं सांगते? हवं तर बाळाजींना...'

राजांची मुद्रा उग्र बनली.

'बस करा! आधीच भांबावलेल्या माणसांना आणखीन संकटात टाकू नका. आई होऊनही कधी तुम्ही त्या पोराला ओळखलं नाहीत. आम्ही त्यांना पुरे ओळखतो. ते हवं ते करतील, पण त्यांचा आमच्यावर भारी जीव आहे. आम्ही आजारी आहो, हे नुसतं कळलं असतं, तरी पाखराचे पंख लावून ते गडावर हजर झाले असते... श्रींची इच्छा!'

सोयराबाईंनी संतापाने राजांच्याकडे पाठ वळविली.

'राणीसाहेब!'

'जी?' म्हणून सोयराबाईंनी राजांच्याकडे पाहिले.

'राणीसाहेब, या घटकेला तरी राग सोडा. फार शांतपणे तुम्हांला वागायला हवं. तुम्हांला रागलोभ ओलांडता आला असता, तर किती बरं झालं असतं!'

'मी रागावले नाही.' सोयराबाई म्हणाल्या.

हात हलवीत राजे कष्टाने म्हणाले,

'आता ह्या अवस्थेला त्याची आम्हांला मुळीच पर्वा नाही. रागावला काय, अथवा न रागावला काय, आम्ही तुमच्याचसाठी सांगत होतो. आज लक्षावधींची फौज आम्ही पदरी बाळगली, ती काय दिमाखाची हौस म्हणून नव्हे. आमच्या भांडारात करोडो होन आणि खंडोगणती सोनं गोळा केलं, ते का ऐश्वर्यलालसेनं? भावी संकट आम्हांला स्पष्ट दिसतं. त्या निकाली झुंजीसाठी सारा खटाटोप होता. ती ताकद ना संभाजीची, ना राजारामांची. एक अविवेकी, तर दुसरा अजाण. आणखीन एखादं वर्ष जरी मिळालं असतं, तरी सारे मनोरथ सिद्धीला गेले असते!'

पडत्या जागी राजांचे डोळे भरून आले, आवाज कंपित झाला.

'काशीविश्वेश्वराची स्थापना करून आम्ही मोकळे झालो असतो... मग कुणाच्याही हाती राज्य सुरक्षित होतं. पण तेवढी उसंत नशिबी नव्हती. राणीसाहेब, नुसत्या स्वप्नात गुंग होऊन राहण्याचे दिवस राहिले नाहीत. राणीसाहेब! फार गडबड झाली... फार गडबड... झाली...'

राजांनी डोळे मिटून घेतले. डोळ्यांत आलेले अश्रू डोळ्यांच्या कडांतून निखळले. येसाजीने गडबडीने ते पुसले. त्याला हुंदका फुटला. त्या आवाजाने राजांनी डोळे उघडले. येसाजीचा हात थोपटीत राजे बोलले,

'येसाजी, तू रडतोस? अरे, माजलेल्या हत्तीपुढं उडी घेणारा तू! तू रडतोस?'

येसाजी गडबडीने उठला; आपल्या शेल्याने तोंड झाकीत तो बाहेर गेला.

राजे शांतपणे पडून राहिले.

अचानक राजांची धडपड सुरू झाली. हिरोजी, घाटगे धावले. ते राजांना आवरण्याचा प्रयत्न करीत होते. राजे ओरडत होते :

'अरे, लौकर तोफेचा आवाज द्या! आमचे बाजी तिथं जिवाची बाजी लावून लढताहेत... आवाज ऐकायला त्यांचा जीव अधीर झाला असेल, रे!... तानाजी गेला...? आम्हांला बोलावून... न भेटता... पाठ दाखवून गेला?... ही हिंमत!... जेरबंद करून आणा त्याला!... असली सीनाजोरी कुचलून काढू, म्हणावं!...'

राजे थकत होते. अनेकांनी सावरलेल्या अंगाचा तणावा कमी कमी होत होता. ओठ काही तरी पुटपुटत होते. हळू हळू राजे त्याच गुंगीत झोपी गेले.

ज्यांनी राजांचे बोल ऐकले, त्या सर्वांच्या कातरलेल्या मनांतून अश्रू झरत होते.

गडावर आता कुणाला जेवणाखाणाचे भान नव्हते. राजे वारंवार संभ्रमात जात होते. ज्वर वाढतच होता. जगदीश्वराच्या मंदिरात मृत्युंजयाच्या जपाला ब्राह्मण बसले होते. निश्चलपुरींचा शतचंडी होम धडधडत होता.

सायंकाळी राजे भानावर आले. राजांनी सर्वांना जवळ बोलावले. सर्वांवरून नजर फिरवून राजे म्हणाले,

'आता शोक करू नका. फार कालावधी आहे, असं आम्हांला वाटत नाही. जबाबदारीनं सर्व तडीला न्या. सारे एकविचारानं गेलात, तर साऱ्यांचंच कल्याण आहे.'

जनार्दनपंत गहिवरून म्हणाले,

'महाराज! आपण धीर सोडू नये.'

'जनार्दन! मृत्यूचं भय आम्हांस वाटत नाही. पण या अखेरच्या वेळी अधिक जाणती माणसं हवी होती. संभाजी, मोरोपंत, अनाजी, फिरंगोजी- नेमकी एवढीच माणसं कशी दूर राहिली? जनार्दन!'

'जी?'

'या मृत्यूइतकं काळवेळाचं भान दुसऱ्या कुणाला नसेल. बाजी प्रभू तोफेचा आवाज ऐकेपर्यंत लढले, ते याच्याच कृपेमुळं! आग्र्याच्या प्रसंगातून आम्ही सुटलो, तीही याचीच कृपा आणि आज ध्यानी मनी नसता, कोणी भरवशाचं नजीक नसता ही वेळ त्यानं गाठली. त्याच्यासारखा खेळ्या हुडकून सापडायचा नाही!...'

राजांनी थोडे पाणी घेतले. राजांचा आवाज मंद असला, तरी स्पष्ट होता. राजांनी हाक मारली,

'प्रल्हाद!'

प्रल्हाद पुढे आला.

'प्रल्हाद, आम्ही आग्र्याहून सुटलो, तेव्हाची गोष्ट आहे. बैरागी बनून आम्ही फिरत होतो. निराजीपंत आमचे प्रमुख बैरागी होते. पाठीचा ससेमिरा चुकविण्यासाठी आम्ही काशीला गेलो. आमच्या परमदैवताच्या दर्शनानं आम्ही धन्य झालो. त्याच्या पुढं आम्ही बैरागीच असल्याचं कळून आलं. जवळची रत्नं देवाला वाहिली. खूप बळ मागितलं.'

राजे हसले. 'भावनेच्या भरात देवाला रत्नं वाहिली खरी; पण पश्चात्ताप करायची वेळ आली. बैराग्यानं वाहिलेली ती अमूल्य रत्नं पाहून पुजाऱ्यांना शंका आली. निराजीपंतांनी त्याच दिवशी आम्हांला काशीबाहेर काढलं.'

राजांनी उसंत घेतली. राजांनी थकलेले नेत्र परत उघडले.

'पंत, या राज्यासाठी आम्ही काय केलं नाही? याच्यासाठी जीवमोलाची माणसं गमावली. यशाबरोबरच पराजयही स्वीकारले. अपमान भोगले. हात बांधून अनवाणी पायांनी शरणागती स्वीकारली. राज्यासाठी मुलाला शत्रूघरी ओलीस ठेवला. कैदेत अडकलो. राज्याभिषेक सुद्धा करून घेतला. येईल त्या संकटाला, जबाबदारीला आम्ही मान तुकविली. या राज्यासाठी काही करायचं शिल्लक ठेवलं नाही. पंत, आम्ही भीक सुद्धा मागितली. आग्र्याहून सुटल्यानंतर बैरागी होऊन आम्ही फिरत होतो ना! मग बैरागी स्वैपाक कसे करणार? संशय येईल ना! दररोज भिक्षा मागत

आम्ही येत होतो. पंत, राज्याभिषेक करून घेणं जेवढं अवघड, त्यापेक्षा अनोख्या घरासमोर 'भिक्षा वाढा' हे शब्द बोलणं महाकठीण! तेही आम्ही केलं.'

राजांनी कपाळावर हात फिरवीला. ते स्वत:शीच हसले.

'पण, पंत, ही भिक्षा महागात पडली नाही; उलट, खूप फायदा झाला. त्या भिक्षेनं खूप शिकवलं, जीवनाच्या विराट रूपाचं दर्शन घडवलं. दारिद्र्याची दु:खं सांगितली. आमच्या विशाल भूमीचा परियच करून दिला. तो अनुभव घेत असता पुष्कळ पाहायला आणि ऐकायला मिळालं.' राजे काही क्षण डोळे मिटून थांबले. परत ते बोलू लागले,

'आम्ही काय सांगत होतो बरं? ....हां! आठवलं....

कबिरा भरम न भजिया बहु बिधि धरिया भेख।
साँई के परिचय बिना आंतर रहियो रेख॥

'या प्रवासात खूप ऐकलं. नेहमी धर्मशाळेत, देवळात मुक्काम पडायचे. गोसावी, बैरागी, फकीर असे अनेक साधुसंत भेटायचे. अनेक भजनं ऐकायला मिळायची. कबीर म्हणतात, 'पुष्कळ वेष धारण करूनही मनाचा भ्रम दूर झाला नाही. त्याची ओळख न पटल्यानं मनाचा भेद मात्र तसाच राहिला.' ...किती खरं आहे, नाही?'

राजांनी प्रल्हादकडे पाहिले.

'प्रल्हाद, आता फार झालं. आता भजन, कीर्तन सुरू करा. आता तेच आमच्या कानांवर पडू दे.'

'महाराज!' प्रल्हादने धीर केला.

'बोल.'

'समर्थांना कळलं, तर...'

राजांनी पडल्या जागेवरून हात जोडले. ते हसले.

'प्रल्हाद, खुळा का तू? समर्थांना का कळवावं लागतं? त्यांनी आम्हांला खूप सांगितलं होतं. ते म्हणाले होते... अंतर्मुख व्हा, आत्मरत व्हा!'

बोलता-बोलता राजे झोपले.

सारे तिथेच राहिले. प्रल्हाद निराजीने बाहेर जाऊन राजांची आज्ञा अमलात आणायला सांगितली. महालात समया पेटल्या. महालातून फिरविलेला कनोजी धुपाचा वास सर्वत्र दरवळत होता. बाहेर चंद्राचे चांदणे उजळले होते.

राजांच्या मुठी वळल्या जात असल्याचे ध्यानी येताच हिरोजी उठला. साऱ्यांना आता ती लक्षणे परिचित झाली होती. सर्वांच्या चेहऱ्यांवर भीती तरळली. राजांना

साऱ्यांनी धरले. आणि खाडकन दरवाजे उघडावेत, तसे राजांचे डोळे उघडले.

'काशीला जाऊन आम्ही गंगा आणली, ती रामेश्वरला पोहोचवली नाही, तर तिला काय अर्थ? ...सई ऽ ऽ! अभिषेकाची तयारी झाली; आणि सई कुठं आहे? आमच्या थोरल्या राणीसाहेब कुठं आहेत? ऐन वेळेला ही माणसं जातात तरी कुठं?... त्यांना बोलवा... त्यांना...'

राजे हळू हळू स्वस्थ पडले. महालाबाहेरच्या सदरेत भजन चालू झाले होते. भजनाचे मंद सूर कानांवर येत होते...

'जय जय राम कृष्ण हा ऽ री ऽ जय जय ऽ ऽ'

त्या भजनाच्या सुरांनी राजे भानावर आले. मिटल्या डोळ्यांनी ते भजन ऐकत होते. टाळमृदंगांचा आवाज भजनाची गती वाढवीत होता. राजांच्या कानांत समर्थांचे बोल घुमत होते...

'राजे, आता अंतर्मुख व्हा, आत्मरत व्हा!...'

अनेक आवाज मनात उठत होते. तुकाराम, मौनी बुवा, याकुत बाबा- अनेक संतांचे चेहरे नजरेसमोर तरळत होते. समर्थांच्या मिठीत असता उदंड मायेने पाठीवरून फिरणारी त्यांची बोटे राजांना जाणवत होती. हातांतल्या चिपळ्या उंचावून बेभानपणे नाचणारे केशवस्वामी राजांना दिसत होते. केशवस्वामींच्या अभंगाचे शब्द राजांना आठवत होते...

'निजबोधें पिकलें शेत, वो
स्वानंदाच्या घुमऱ्या येत, वो
कैवल्याची राशी हे हेत, वो
गुरुकृपें केशव घेत, हो'

त्या गुंगीत राजांचा थकवा जात होता. मन शांत होत होते. थोड्या वेळाने राजे शांतपणे झोपी गेले.

□

२८

पहाटेच्या सुमारास राजांना जाग आली. कानांवर भजनाचे सूर पडत होते. महालात शांतता होती. पायांवरून फिरणाऱ्या हाताची जाणीव होताच राजांनी हाक मारली,

'मनू!'

'जी?'

'काय करतेस?'

'पाय रगडते, महाराज.'

'जरा पाणी हवं.'

उशाशी उभ्या असलेल्या गंगाशास्त्र्यांनी पाणी दिले. राजांनी विचारले,

'आज कोण वार?'

'शनिवार.'

'पौर्णिमा ना?'

'जी.'

'आम्ही आजारी पडून अकरा दिवस झाले. रुद्राचा आकडादेखील अकराच ना?'

'जी.'

'शास्त्रीबुवा, आजचा दिवस चांगला दिसतो. आज खूप बरं वाटत आहे. शास्त्रीबुवा, आता तुम्ही विश्रांती घ्या. या वयाला जागरण झेपणारं नव्हे. कर्म करीत राहावं. फलाची अपेक्षा धरू नये. जेवढं करता येईल, तेवढं केलंत. तुम्ही विश्रांती घ्या.'

'झोपलो होतो, महाराज! आता ह्या वयात झोप कुठली? आपल्याला पाहायला आलो, तोच आपण जागे झालात.'

दिवस उजाडला. शास्त्र्यांनी राजांना मात्रा दिली. राजांची नाडी पाहिली. राजांनी हसून विचारले,

'कसली चिंता करता, शास्त्री? ढासळणारा बुरूज ठेपा देऊन टिकत नसतो. चांगला दिवस आहे आजचा. चिंतेचं कारण नाही.'

शास्त्र्यांना काही बोलवत नव्हते. राजांचे रूप ते न्याहळीत होते; शास्त्री एकदम बाजूला झाले. राजांनी पाहिले, तो सोयराबाई नजीक आल्या होत्या. सोयराबाईंनी काळजीच्या सुरात विचारले,

'काही हवं का?'

'नको! हवं ते मिळत नाही, हवे ते चेहरे दिसत नाहीत; आणि नको तेवढे...'

राजे पुढे काही बोलले नाहीत. सोयराबाई संतापाने वळल्या. शास्त्री महालाबाहेर आले. राजवैद्यांनी विचारले,

'राजांची तब्येत कशी आहे?'

'काय?' शास्त्र्यांनी भानावर येऊन विचारले.

'आज महाराजांस्नी बरं वाटतंय्!' हिरोजी आशेने म्हणाला.

शास्त्र्यांनी दोघांकडे पाहिले. ते खिन्नपणे हसून म्हणाले,

'दिसतं, तसं असतं, तर फार बरं झालं असतं!'

शास्त्र्यांच्या त्या बोलण्याने दोघेही चूपचाप झाले. हिरोजीच्या चेहऱ्यावर प्रकटलेली आशा लुप्त झाली. दाराशी आलेल्या मनोहारीने सांगितले,

'महाराज बोलावताहेत.'

'मला?' शास्त्र्यांनी विचारले.

'सगळ्यांना.'

राजांच्या भोवती सारे गोळा झाले होते. राजे काही तरी पुटपुटत होते. हिरोजीने हाक मारली,

'महाराज!'

'अं?'

राजांनी डोळे उघडले. सर्वांवरून नजर फिरविली. राजांना साऱ्यांची ओळख पटली. भयभीत नजरेने शेजारी उभ्या असलेल्या राजारामांना त्यांनी जवळ बोलाविले. कष्टाने त्यांच्या अंगावरून हात फिरवीत राजे म्हणाले,

'बाळराजे, फार लहानपणी फार मोठी जबाबदारी तुमच्या शिरावर येते. ती पेलण्याला जगदंबा तुम्हांला बळ देईल! बाळराजे, माणसं सोसण्यातून मोठी होतात, हे कधी विसरू नका. सोसण्याला कंटाळू नका.'

राजांची नजर सर्वांवरून परत फिरली.

'आता सारा शोक आवरा. तुम्ही चुकूर होऊ नका. हा तो मृत्युलोकच आहे. यामागे किती उत्पन्न झाले, तितके गेले. आता तुम्ही निर्मळ, सुखरूप बुद्धीने असणे. आता सारे बाहेर बसा. आम्ही श्रींचे स्मरण करतो. जा...'

सारे बाहेर गेले. राजांचे पाय दाबीत मनोहारी बसली होती. शेजारी हिरोजी उभा होता. गंगाशास्त्री राजांच्या पायांजवळ उभे होते. एकटक नजरेने ते राजांच्याकडे पाहत होते. राजांचे डोळे मिटले होते. श्वास जड चालू होता. राजांनी छातीवर हात घेतले होते. ओठ पुटपुटत होते. राजांनी हाक मारली,

'मनू!'

'जी?'

'घाम आल्यासारखा वाटतो. जरा पुसतेस?'

मनोहारीने पंचा घेतला. राजांनी मानेच्या दिशेने खुणावले. राजांच्या मानेवरून पंचाचा हात पुसून घेत असता अचानक मनोहारीच्या मुखातून दु:खोद्गार बाहेर पडला. तिचा हात थांबला. हातचा पंचा गळून पडला.

'काय झालं?' राजांनी विचारले,

'आपली कवड्यांची माळ...'

'अं?'

'तुटली!'

राजे क्षीण हसले.

'जगदंबेनं आवरण घातलं होतं... काढून घेतलं.'

डोळ्यांतली टिपे सांडीत मनोहारी ओघळलेल्या कवड्या गोळा करीत असता राजांनी विचारले,

'किती कवड्या तुटल्या, ग?'

'चार!' हुंदका दाबीत मनोहारी म्हणाली.

'चार ऽ ऽ -चार ना?...' राजे हात उडवीत म्हणाले. 'फार झालं, तर आम्ही चार घटकांचे सोबती...'

मनोहारीने राजांच्याकडे पाहिले. सारी भीती तिच्या मुखावर उमटली होती. ते दुःख असह्य होऊन मनोहारीने पलंगाच्या काठावर मस्तक टेकले. ती रडू लागली. राजांना ते हुंदके ऐकू येत होते. राजांनी कष्टाने हात उंचावला. मनोहारीच्या केसांवरून हात फिरवीत राजे बोलले,

'मनू! रडतेस? आमच्यासाठी?'

राजांनी मनोहारीचा उजवा हात हाती घेतला. राजांच्या हाताची ओढ तिला जाणवत होती. मनोहारीचा हात सैल पडला. राजांनी मनोहारीचा पालथा हात आपल्या समोर धरला. एकाग्र चित्त करून ते तो हात पाहत होते. मनोहारीच्या बोटातल्या सईबाईंच्या प्रवाळाच्या अंगठीवर त्यांचे लक्ष खिळले होते.

राजांनी आपला डावा थरथरत हात त्या अंगठीवरून फिरविला.

'रडू नको, मनू! मनात असूनही उभ्या आयुष्यात कुणाची गुंतवण आम्ही केली नाही, ते आम्हांला जमलंच नाही. न कळत मात्र तुझ्या जिवाची वृथा गुंतवण झाली, बघ! ती तशीच ठेवून आम्ही जातो... फार वाईट वाटतं!... शास्त्रीबुवा...'

गंगाशास्त्री जवळ गेले.

'शास्त्रीबुवा, आता आम्हांला गंगोदक, तुलसीपत्र द्या. आमच्या कपाळी भस्म लावा.'

शास्त्री, हिरोजी, मनू या साऱ्यांच्याच मुखांतून एकाच वेळी हुंदका बाहेर पडला. डोळे पुशीत शास्त्री बाहेर पडले. त्यांनी गंगोदक, भस्म, तुलसीपत्र आणले. राजांनी गंगोदक घेतले. शास्त्र्यांनी भस्म लावले. राजांनी जिभेवर तुलसीपत्र घेऊन हात जोडले. पलंगाभोवती सारे गोळा झाले होते. राजांना महादेव दिसला.

'महादेव! तुझा पहारा आता उपयोगी पडायचा नाही, बाबा!'

महादेव रडत बाहेर धावला...

राजांच्या कानांवर भजनाचे सूर पडत होते. राजांचा ताबा परत उडू लागला होता. उघड्या डोळ्यांत निराळे तेज प्रकटू लागले होते...

'...किती शांतपणे आलमगीर आमच्याकडे पाहत होता! तो काही बोलत नव्हता. बसल्या आसनावरून नुसता पाहत होता. दरबारी परिधान केलेल्या हिरव्या मखमलीचा रत्नखचित काबा त्याच्या अंगावर होता. मस्तकीच्या किमॉशवर लावलेल्या मोठ्या पिंपळपानातले तेजस्वी हिरे झगमगत होते. पण त्याहीपेक्षा त्याचे डोळे... केवढे शांत... अंतःकरणाचा ठाव घेणारे! केवढा जबरदस्त विश्वास त्या नजरेत दडला होता.

'नागाच्या नजरेतील दहशत आणि अंदाज त्या नजरेत सामावला होता... ती नजर अजून तशीच आहे... आयुष्यात फक्त दोघांनीच आमच्यावरची नजर ढळू दिली नाही- एक आलमगीर आणि दुसरा मृत्यू!'

राजांनी दीर्घ श्वास सोडला. साऱ्यांनी राजांना सावरले होते. राजे शांत होते. एकदम ते उफाळले.

'खोटं! शंभू मोगलांना मिळाला... साफ खोटं!... स्वराज्याचा युवराज... छत्रपतींचा वारस, सईचा संभाजी... असं करणार नाही... खोटं ऽ ऽ खोटं ऽ ऽ'

राजांचा आवेश सरला. राजे शांतपणे पडून राहिले. वैद्य राजांची नाडी पाहत होते; पण राजांना त्याचे भान नव्हते.

बऱ्याच वेळाने राजे भानावर आले. त्यांनी कष्टाने डोळे उघडले. सारे धुरकट दिसत होते. पायांपाशी बसलेली मनोहारी खूप दूर बसल्यासारखी दिसत होती. राजांनी क्षीण हाक मारली,

'मनू!'

'जी?'

'काय करतेस?'

'पाय रगडते, महाराज!'

'पाय रगडतेस?' राजांनी आवंढा गिळला. 'तू पाय रगडतेस, तर आम्हांला कळत का नाही?'

मनोहारीचे डोळे भीतीने विस्फारले गेले. थरथरणाऱ्या ओठांतून आवाज बाहेर पडू नये, म्हणून तिची कंपित बोटे ओठांवर स्थिरावली. तिने एकदम गंगाशास्त्र्यांच्याकडे पाहिले. राजांच्या पायांशी उभ्या असलेल्या गंगाशास्त्र्यांनी राजांच्या तळपायांना हात लावला; आणि क्षणात गंगाशास्त्र्यांचे अश्रू तळपायांना लागलेल्या हातांवर ठिबकले. पण राजांना त्यांचे भान नव्हते.

राजांच्या हाताची चाळवाचाळव झाली. सारे बळ एकवटून ते अखेरचे बोलले,

'आम्ही एकटे राहिलो... फार एकटे राहिलो... फार एकटे राहिलो... सई ऽ ऽ'

□□□

निशाणी

□

सांगाती

निशाणी

पहिला भाग

१५९४	शहाजीचा जन्म
१५९६	जिजाबाईचा जन्म
१६०३	शहाजी व जिजाबाई यांचा विवाह
१६०८	रामदासांचा जन्म
१६२९ जुलै २५	लखुजीरावांचा मृत्यू
१६३० फेब्रुवारी १९	शिवजन्म
१६३० ते १६३१	दुष्काळ
१६३० ते १६३२	शहाजहानचा बऱ्हाणपुरास मुक्काम
१६३०	मुरार जगदेवने पुणे जाळले.
१६३१ मार्च	मूर्तिजाची निजामशाहीवर स्थापना
१६३३ जून १७	निजामशाहीचा पराभव
१६३७	शिवाजीचे पुण्यात आगमन
१६३९	शहाजीला बंगळूरच्या जहागिरीची प्राप्ती
१६४०	मुधोजींना फलटण मिळाले.
१६४० मे १४	सईबाईचा लाल महाली विवाह
१६४१-४२ दरम्यान	बंगळूरला रवानगी
१६४४ सुमारास	मुधोजींनी शिवाजीविरुद्ध वर्तन केले.
१६४५ जानेवारी २८	रांझ्याच्या पाटलाचे हात-पाय तोडले.
१६४५ एप्रिल १५	रोहिडेश्वराची शपथ
१६४५	रोहिडा घेतला.
१६४६	तोरणा घेतला.
१६४७ मार्च	दादोजी कोंडदेव यांचा मृत्यू

दुसरा भाग

१६४७	कोंढाणा घेतला.
१६४८ ऑक्टोबर	पुरंधरचा कबजा
१६४८ ऑक्टोबरनंतर	फत्तेखानाचा पराभव
१६४८ जुलै	शहाजीराजांना कैद
१६४९ मे १४	शहाजीराजांची मुक्तता
१६५० सुमारास	सखुबाईचा जन्म
१६५१-५२	बजाजीचे शुद्धीकरण

१६५५	सखुबाईचे लग्न
१६५६ जानेवारी १५	जावळी काबीज
१६५६ ऑगस्ट २७	चंद्ररावांच्या मुलांना ठार केले.
१६५६ सप्टेंबर	सुपे काबीज
१६५७ एप्रिल १५	पुतळाबाईशी विवाह
१६५७ एप्रिल ३०	जुन्नर मारिले.
१६५७ मे १४	संभाजीचा जन्म
१६५७ ऑक्टोबर २४	कल्याण-भिवंडी काबीज
१६५९ जून	अफझलखान विजापूरहून निघाला.
१६५९ जून १६	जेध्यांना फर्मान
१६५९ जुलै ११	राजे राजगडावरून प्रतापगडावर
१६५९ सप्टेंबर ५	सईबाईंचा मृत्यू

तिसरा भाग

१६५९ सप्टेंबर ३०	खान वाईला आला.
१६५९ ऑक्टोबर	कृष्णाजी भास्कर वकील पाठविला.
१६५९ नोव्हेंबर १०	खानाचा मृत्यू
१६५९ नोव्हेंबर २८	पन्हाळा काबीज
१६६० मार्च २	पन्हाळ्याचा वेढा
१६६० मे ९	शास्ताखान पुण्यात आला.
१६६० जुलै १२	पन्हाळ्याहून प्रयाण
१६६० जुलै १३	बाजी प्रभू देशपांडे यांचा मृत्यू
१६६१-६२ सुमारास	शहाजी व शिवाजी यांची भेट

चौथा भाग

१६६१ फेब्रुवारी २	उंबरखिंडीची लढाई
१६६१ मार्च	राजापूर लुटले.
१६६१ एप्रिल २९	शृंगारपूर काबीज
१६६१ मे	विजापूरशी सलोखा
१६६१ जुलै	प्रतापगडी भवानीची स्थापना
१६६३ एप्रिल ५	शास्ताखानावर छापा
१६६३ डिसेंबर	कोंढाण्याचा वेढा
१६६४ जानेवारी ६ ते १०	सुरतेची लूट
१६६४ जानेवारी २३	शहाजीराजांचा मृत्यू
१६६४ मे २८	कोंढाण्याचा वेढा उठला.

१६६७ एप्रिल ३	मोगलांशी तह
१६६७ एप्रिल ३	रघुनाथपंत व त्रिंबकपंत सुटले.
१६६७ ऑक्टोबर २७	संभाजीराजे शहाजाद्याच्या भेटीस गेले.
१६६७ नोव्हेंबर ९	बारदेशची स्वारी
१६६७ नोव्हेंबर २६	पोर्तुगीजांशी तह
१६६८ ऑक्टोबर	गोव्यातील कट फसला.
१६६८ ऑक्टोबर १३	सप्तकोटेश्वरचा जीर्णोद्धार
१६६९ ऑगस्ट-सप्टेंबर	औरंगजेबाने काशीचे देऊळ पाडले.
१६६९ नोव्हेंबर	जंजिरा
१६७० फेब्रुवारी ४	कोंढाणा काबीज
१६७० फेब्रुवारी १४	राजारामाचा जन्म
१६७० मार्च ८	निळोपंतांनी पुरंधर घेतला.
१६७० मार्च १५	राजांनी कल्याण घेतले.
१६७० मे	लोहगड घेतला.
१६७० जून	हिंदोळा
१६७० जून १६	माहुली
१६७० जून २२	कर्नाळा
१६७० जून २४	रोहिडा
१६७० ऑक्टोबर ४	सुरतेची दुसरी लूट
१६७० ऑक्टोबर १७	दिंडोरीची लढाई
१६७० नोव्हेंबर	राजे कारंजाला
१६७१ जानेवारी	संभाजीराजांना कारभार सांगितला.
१६७१ जून	दिलेरखानाने साल्हेरला वेढा घातला.
१६७२ जानेवारी १३	दिलेरखानाने पुणे लुटले.

सातवा भाग

१६७२ फेब्रुवारी	साल्हेर-मुल्हेर
१६७२ ऑगस्ट	समर्थांची भेट
१६७३ मार्च ६	पन्हाळा काबीज
१६७३ मार्च ९	प्रतापगड
१६७३ मार्च १६	पन्हाळा
१६७३ एप्रिल १५	उंबराणीची लढाई
१६७३ एप्रिल १६	प्रतापरावांनी हुबळी लुटली.
१६७३ मे २४	निकल्स-संभाजींची भेट
१६७३ जून ३	निकल्स-शिवाजींची भेट
१६७३ जुलै २७	सातारा काबीज

१६७३ ऑक्टोबर १३	पांडवगड
१६७३ डिसेंबर	गागाभट्टांना आणण्यासाठी नाशकाला पालखी रवाना

आठवा भाग

१६७३ डिसेंबर	राजे कारवारहून परत
१६७४ फेब्रुवारी २४	प्रतापरावांचा मृत्यू
१६७४ मार्च १९	काशीबाईचा मृत्यू
१६७४ एप्रिल ८	चिपळूणच्या छावणीची पाहणी
१६७४ मे ९	राजे रायगडला
१६७४ मे १९	राजे प्रतापगडला
१६७४ मे २९	राजांची मुंज
१६७४ मे ३०	सोयराबाईंशी राजांचा समंत्रक विवाह
१६७४ जून ४	सुवर्णतुला
१६७४ जून ६	राज्याभिषेक
१६७४ जून १७	जिजाबाईंचा मृत्यू
१६७४ जुलै १५	बहादुरखान कोकलताशची छावणी लुटली.
१६७४ सप्टेंबर २४	राजांचा पुन्हा राज्याभिषेक

नववा भाग

१६७४ डिसेंबर १०	खानदेशची स्वारी
१६७५ फेब्रुवारी ४	संभाजीराजांची मुंज
१६७५ फेब्रुवारी २७	मोगल सैन्याने कल्याण-भिवंडी लुटली.
१६७५ मार्च ते जुलै २२	बहादुरखानाशी तहाचे बोलणे निष्फळ
१६७५ एप्रिल ४	फोंड्याला वेढा
१६७५ एप्रिल १७	सुरुंग लावून फोंडा उडविला.
१६७५ मे २१	कारवारचा मोठा भाग मराठ्यांच्या ताब्यात
१६७५ जून ११	रायगडास येताना राजांचा राजापुरास मुक्काम
१६७५ जुलै २२	बहादुरखानाचा वकील रायगडी आला.
१६७६ जानेवारी-फेब्रुवारी	शिवाजी सातार्‍यास येऊन आजारी पडले.
१६७६	रघुनाथपंत राजांकडे येतात.
१६७६ फेब्रुवारी १	पालीचा मजहर
१६७६ जून	राजे पन्हाळ्याहून रायगडास आले.
१६७६ जून १९	नेताजींचे शुद्धीकरण
१६७६ जून २०	अथणी लुटली.
१६७६ ऑगस्ट	मोरोपंत पेशवे यांचा जंजिर्‍यावर हल्ला

१६७६ ऑगस्ट ८	रामदास सज्जनगडावर राहावयास गेले.
१६७६ ऑक्टोबर ६	दसऱ्याच्या मुहूर्तावर कर्नाटकविजयासाठी प्रयाण

दहावा भाग

१६७६ नोव्हेंबर १	संभाजीराजे शृंगारपुरास जाऊन राहिले.
१६७७ जानेवारी	हुसेनखान मियानाचा पाडाव
१६७७ मार्च ४	कुतुबशहाची बेट (फाल्गुन शुद्ध १०)
१६७७ एप्रिल १८	त्र्यंबकपंत डबीर शिवापुरास वारले.
१६७७ मे १३	जिंजी काबीज
	दोन दिवसांनंतर राजे जिंजीस गेले.
१६७७ जुलै ५	शेरखान आपला मुलूख तहाने शिवाजीराजांना देतो.
१६७७ जुलै १६	राजांचा मुक्काम तिरुमलवाड्यास
१६७७ जुलै २७	एकोजीराव पळून जातात. (१० दिवस)
१६७७ ऑगस्ट	शिवाजीराजे तोरगल प्रांती
१६७७ ऑगस्ट-सप्टेंबर	बहादुरखानास काढून दिलेरखानाची नेमणूक
१६७८ मार्च २३	संभाजीराजांचा कलशाभिषेक
१६७८ जून	गदग प्रांत काबीज करून राजे रायगडास परत
१६७८ डिसेंबर १३	संभाजीराजे दिलेरखानास मिळाले.
१६७८ जानेवारी	रायगडास भूमिकंप

अकरावा भाग

१६७९ जानेवारी २९	शृंगारपुरास भवानीचा जन्म
१६७९ फेब्रुवारी २५	शहाअलम औरंगाबादेला आला.
१६७९ मार्च ३	मोरोपंतांनी कोप्पळ घेतले.
१६७९ एप्रिल २	संभाजीने भूपाळगड घेतला.
१६७९ ऑक्टोबर	दिलेरखान विजापूरला आला.
१६७९ ऑक्टोबर ३०	शिवाजी सेलगुरला आदिलशहाच्या मदतीला
१६७९ नोव्हेंबर १५,-१८	शिवाजीची जालन्याची लूट
	रणमस्तखानाशी लढाई
१६७९ नोव्हेंबर २०	दिलेरखान अथणी लुटतो.
	संभाजी पळून जातो.
१६७९ नोव्हेंबर २२	शिवाजीराजे पट्ट्याला विश्रांतीसाठी
१६७९ नोव्हेंबर ३०	संभाजीराजे पन्हाळ्यावर
१६८० जानेवारी १३	शिवाजी-संभाजींची भेट

□

सांगाती

सभासद बखर	संपा. शं.ना. जोशी
सभासद बखर	संपा. का.ना. साने
सभासद बखर	संपा. वि. स. वाकसकर
९१ कलमी बखर	संपा. वि. स. वाकसकर
शककर्ते श्री शिव छत्रपति महाराज	चिटणीस
छत्रपति शिवाजीराजे यांची बखर	
शिवदिग्विजय	नंदुरबारकर-दांडेकर
चित्रगुप्तविरचित शिवाजीमहाराजांची बखर	का.ना.साने
शिवकालीन पत्रसारसंग्रह : भाग १ ते ३	शं.ना.जोशी
शिवाजी निबंधावली भाग १/२	केळकर- आपटे
शिवचरित्रप्रदीप	आपटे-दिवेकर
शिवभारत	परमानंद
परमानन्दकाव्यम्	
संपूर्ण भूषण	रा.गो.काटे
पेशव्यांची बखर	संपा. का.ना. साने
राज्याभिषेक-शकावली	
आज्ञापत्र	संपा. डॉ.व.दी.राव
आज्ञापत्र	संपा. ढेरे-जोशी
मराठ्यांच्या इतिहासाचीं साधनें	संपा. वि.का. राजवाडे
शिवचरित्र साहित्य (खंड १ ते ११)	
महाराष्ट्रेतिहासाचीं साधनें खंड २	संपा. वा.सी.बेंद्रे
शिवकालीन संपूर्ण शकावली	ग.ह. खरे
श्री शिवाजीप्रताप	पुरातनेतिहास प्रकाशक मंडळी, बडोदे
मराठेशाहींतील शिलालेख	संपा. मो.गं. दीक्षित
V.S. चे मार्मिक लेख	
ऐतिहासिक चरित्रें	
मराठी साम्राज्याची छोटी बखर	संपा. ज.बा. मोडक
दत्तोपंत आपटे स्मारकग्रंथ	
दत्तोपंत आपटे लेखसंग्रह	जोशी-ओतुरकर
श्री शिवाजीमहाराजांचें राजा जयसिंगास पत्र	
रायगडाची जीवनकथा	शां. वि. आवळसकर
ऐतिहासिक आख्यायिका	ग. ह. खरे

मराठी रियासत (शहाजी)	गो. स. सरदेसाई
मराठी रियासत (शिवाजी)	गो. स. सरदेसाई
मराठी रियासत (संभाजी)	गो. स. सरदेसाई
मराठी रियासत (शाहू)	गो. स. सरदेसाई
मालोजीराजे आणि शहाजीमहाराज	वा. सी. बेंद्रे
विजापूर आदिलशाही घराण्याचा इतिहास भाग २	मोडक-वझे
विजयनगरच्या साम्राज्याचा इतिहास	मा. व्यं. लेले
तंजावरचे मराठी राजे	वि. स. वाकसकर
फलटण संस्थानचा इतिहास	पतके
मुधोळ संस्थानच्या घोरपडे- घराण्याचा इतिहास	द. वि. आपटे
जंजिरा संस्थानाचा इतिहास	बा. के. भोसले
सावंतवाडी संस्थानाचा इतिहास	वि. पु. पिंगुळकर
मराठ्यांचा आरमारी इतिहास	थत्ते
मराठी आरमार	द. ब. पारसनीस
कोकण इतिहासाची पार्श्वभूमि	त्र्यं. शं. शेजवलकर
महाराष्ट्राचा इतिहास	
कुतुबशाहीचा इतिहास	बा. प्र. मोडक
गोवळकोंड्याची कुतुबशाही	वा. सी. बेंद्रे
भारतीय इतिहासातील सहा सोनेरी पाने	वि. दा. सावरकर
महान् बंडखोर	डेनिस किंकेड
छत्रपति शिवाजीमहाराज	दि. वि. काळे
पेशवेकालीन महाराष्ट्र	वा. कृ. भावे
छत्रपति शिवाजीमहाराज	कृ. अ. केळूसकर
छत्रपति संभाजीमहाराज	वा. सी. बेंद्रे
पुण्यश्लोक छत्रपति	बाळशास्त्री हरदास
श्रीशिवछत्रपति	त्र्यं. शं. शेजवलकर
राजाशिवछत्रपति भाग १-२	ब. मो. पुरंदरे
शहाजीराजे भोसले	र. वा. रामदास
शिवचरित्र वृत्तसंग्रह खंड १ ते ३	ग. ह. खरे
शिवचरित्र सा. खंड २ ते १३	द. वा. पोतदार
राणा जयसिंग आणि शिवाजीमहाराज	वा. सी. बेंद्रे
अफझलखानवध	वि. ल. भावे
श्रीशिवराज्याभिषेक	संपा. वा. सी. बेंद्रे
श्रीशिवराज्याभिषेककल्पतरु	संपा. आपटे- दीक्षित
श्रीशिवराज्याभिषेक	रवींद्रनाथ वा. रामदास

शिवविमोचन	वि. रा. नेने
शायिस्ताखानाची मोहीम	वि. ल. भावे
मराठे व इंग्रज	न. चिं. केळकर
मराठे व औरंगजेब	सेतुमाधवराव पगडी
निजाम-पेशवे संबंध	त्र्यं. शं. शेजवलकर
इतिहासाचा मागोवा	सेतुमाधवराव पगडी
मोगल आणि मराठे	सेतुमाधवराव पगडी
पोर्तुगेज-मराठे संबंध पां. स. पिसुर्लेकर	
मराठ्यांच्या सत्तेचा उत्कर्ष	म. गो. रानडे
हिंदवी स्वराज्य आणि मोगल	सेतुमाधवराव पगडी
मागोवा	नरहर कुरुंदकर
प्रतापगडचे युद्ध	ग. वा. मोडक
इतिहास-मंजिरी	द. वि. आपटे
पन्हाळगडचा वेढा	मु. गो. गुळवणी
पंत, आम्ही निघालो	मु. गो. गुळवणी
मराठी लोकसंस्कृतीचे उपासक	रा. चिं. ढेरे
महाराष्ट्राची धारातीर्थे भाग १/२	पं. महादेवशास्त्री जोशी
तीर्थरूप महाराष्ट्र	पं. महादेवशास्त्री जोशी
मराठी लोकांची संस्कृति	इरावती कर्वे
रायगडावरील शिवाजीमहाराजांच्या सिंहासनाची आणि इतर व्यवस्था	शं. ना. जोशी
श्री सरस्वती (छत्रपति विशेषांक)	
पुरुषार्थ (छत्रपति विशेषांक)	
राष्ट्रकेसरी (छत्रपति विशेषांक)	
त्रैमासिक अंक	
रायगड किल्ल्याचे वर्णन	गो. बा. जोशी
महाड शहराचा इतिहास	सुंदरभाई बुटाला
शिवतीर्थ रायगड	गो. नी. दांडेकर
महाराष्ट्राचे जलदुर्ग	र. वा. रामदास
महाराष्ट्रातील किल्ले	चिं. ग. गोगटे
सिंहगड	ग. ह. खरे
श्री सप्तकोटीश्वर	सूर्यराव देसाई
राजव्यवहारकोश	संपा. रा. गो. काटे
भारतीय संस्कृतिकोश : भाग १ ते ३	संपा. पं. महादेवशास्त्री जोशी
मध्ययुगीन चरित्रकोश	सिद्धेश्वरशास्त्री चित्राव
ऐतिहसिक शब्दकोश	य. न. केळकर
उष:काल	ह. ना. आपटे

सूर्योदय	ह. ना. आपटे
गड आला, पण सिंह गेला	ह. ना. आपटे
सव्यसाची	शरच्चंद्र
'स्वराज्याचा श्रीगणेशा' ते 'स्वराज्याचा कारभार'	नाथमाधव
आग्ऱ्याहून सुटका	औंधकर
शिवसंभव	वासुदेवशास्त्री खरे
राजसंन्यास	रा. ग. गडकरी
ऐतिहासिक पोवाडे	य. न. केळकर
ऐतिहासिक पोवाडे	सयाजी साहित्यमाला
राजा शिवाजी खंड १	म. मो. कुंटे
एकनाथांची गाथा	
एकनाथी भागवत	
एकनाथ - वाङ्मय आणि कार्य	न. र. फाटक
समर्थांचीं दोन जुनीं चरित्रें	शं. श्री. देव
रामदास आणि रामदासी (अंक)	
रामदासांचे समग्र ग्रंथ	
श्रीसमर्थचरित्र	अळतेकर
मनाचे श्लोक	
दासबोध	
संतविजय ग्रंथ	
श्री तुकाराममहाराजांचे चरित्र	ल. रा. पांगारकर
तुकाराम - गाथा व चरित्र	पु. मं. लाड
तुकारामाचे संत-सांगाती	वा. सी. बेंद्रे
भावार्थरामायण	
महाभारत	
ज्ञानेश्वरी	
ज्ञानेश्वरी अंतरंग	रा. द. रानडे
ज्ञानेश्वर - वाङ्मय आणि कार्य	न. र. फाटक
सकलसंतगाथा	
मनुस्मृति	
सार्थ शाङ्गर्धरसंहिता	
चिकित्सा-प्रभाकर	
सार्थ योगरत्नाकर	
चरकसंहिता	
अष्टांगहृदय	वाग्भट
कौटिलीय अर्थशास्त्र	संपा. करंदीकर-हिंवरगांवकर

श्रीमान योगी । ११४५

मिताक्षरा व्यवहाराध्याय	ज. म. गुर्जर
गजपरीक्षा	रा. स. गुप्ते
अश्वपरीक्षा	रा. स. गुप्ते
प्रभुरत्नमाला स. ग. मुजुमदार	
औरंगजेबनामा भाग १ ते ३ देवी प्रसादजी	
बुसातीनुस्सलातीन	
भूषण ग्रंथावली	संपा.- पं. मिश्रश्याम बिहारी
शुकदेव बिहारी	
स्वराज्यका प्रभात	पु. वा. गोवईकर
Shivaji the Great	Dr. Balkrishna
Vol. I, II, III, IV	
History of the Maharttas	Grant Duff
Vol. I	
Shivaji	Jadunath Sarkar
Shivaji's Visit to Aurangzib	Jadunath Sarkar
at Agra	
Shivaji the Great from Agra	Babasaheb Deshpande
House of Shivaji	Jadunath Sarkar
Jinjivas	V. L. Kale
Easy Stories from Indian	
History	
Historical Miscellany	
Shivaji Souvenir	Ed. G. S. Sardesai
Shivaji the Maratha	H. G. Rawlinson
Peshwa's Diaries	M. G. Ranade
A History of the Maratha People	C. A. Kincaid
Vol. I, II, III	
Letter Despatches and other	
State Peoples Vol. I, II, III	
Shivaji (A Study in Leadership)	Jadunath Sarkar
Storia-Do-Magore	N. Manucci (Translated
	by W. Irvine)
Masir-i-Alamgiri	Ed. Jadunath Sarkar
The English Factories in India	Sir Charles Fawcett
Foreign Biographies of Shivaji	S. N. Sen
Shivaji and his Times	Jadunath Sarkar
Shivaji, the Portrait of a Patriot	V. B. Kulkarni

The Grand Rebel   Denis Kincaid

The Life of Shivaji Maharaj   N. S. Takakhav

Aurangzeb's Reign   Jadunath Sarkar

Everyday Life in Ancient India   Sengupta

Fall of the Mughal Empire   Jadunath Sarkar

Travels in India : Vol. I & II   Tavernier

Ed. V. Ball

Dagh Register : Vols. up to 1680   English Translation

The psychology of Woman   Helene Deutsch M D.
   Vol. I, II,

Chittakula-Karwar   M. A. Desai

□

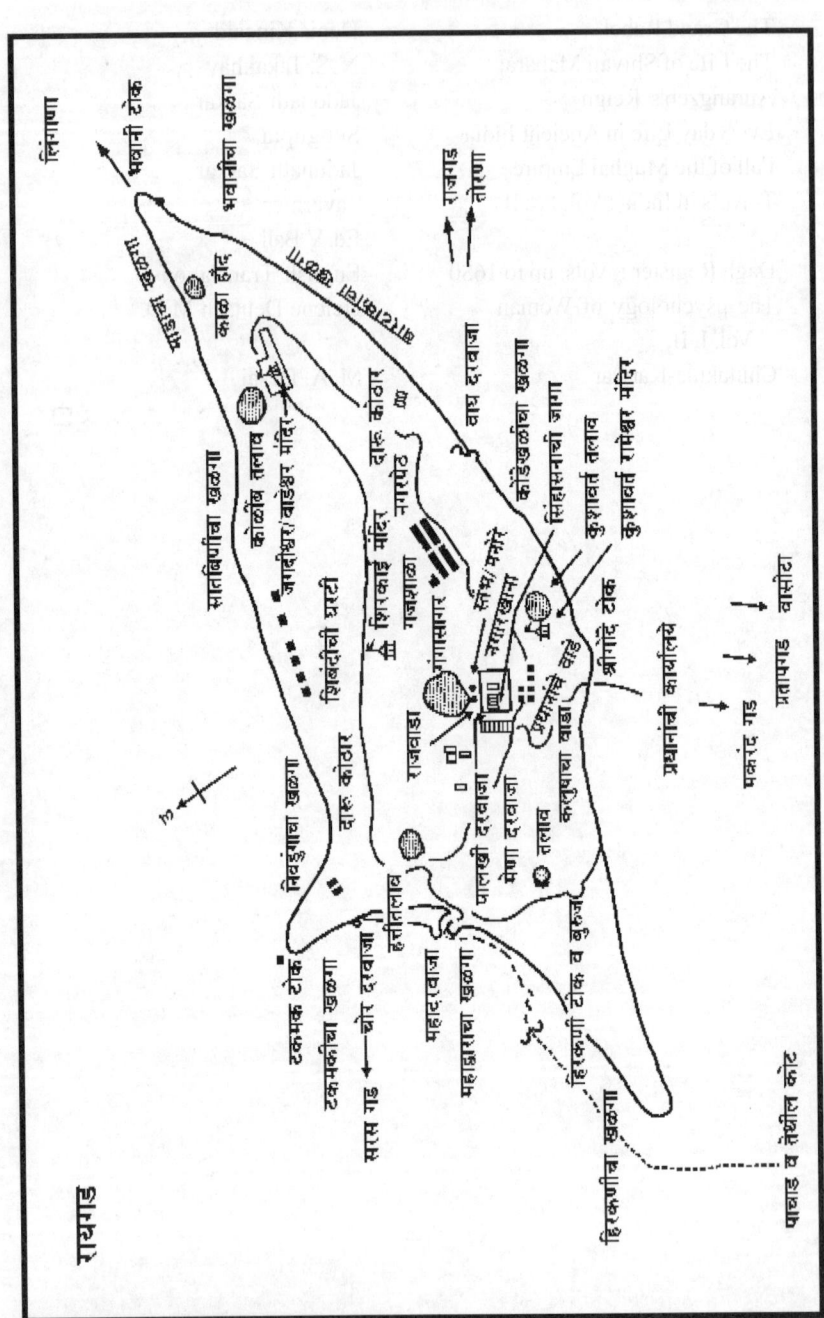

रायगड
लिंगाणा
भवानी टोक
माडाचा खळगा
सातबिणींचा खळगा
काळा हौद
भवानीचा खळगा
कोळींब तलाव
जगदीश्वर/वाडेश्वर मंदिर
टकमक टोक
निवडुंगाचा खळगा
टकमकीचा खळगा
शिबंदीची घरटी
दारू कोठार
सरस गड
चोर दरवाजा
शिरकाई मंदिर
दारू कोठार
बारटाकीचा खळगा
हत्तीतलाव
नगरपेठ
गजशाळा
राजवाडा
महादरवाजा
गंगासागर
राजगड
तोरणा
महाद्वाराचा खळगा
पालखी दरवाजा
स्तंभ/मनोरे
वाघ दरवाजा
नगारखाना
मेणा दरवाजा
कोंडेखळीचा खळगा
तलाव
प्रधानांचे वाडे
सिंहासनाची जागा
कलुषाचा वाडा
हिरकणी टोक व बुरुज
कुशावर्त तलाव
हिरकणीचा खळगा
श्रीगोंदे टोक
कुशावर्त रामेश्वर मंदिर
प्रधानांची कार्यालये
मकरंद गड
प्रतापगड
वासोटा
पाचाड व तेथील कोट

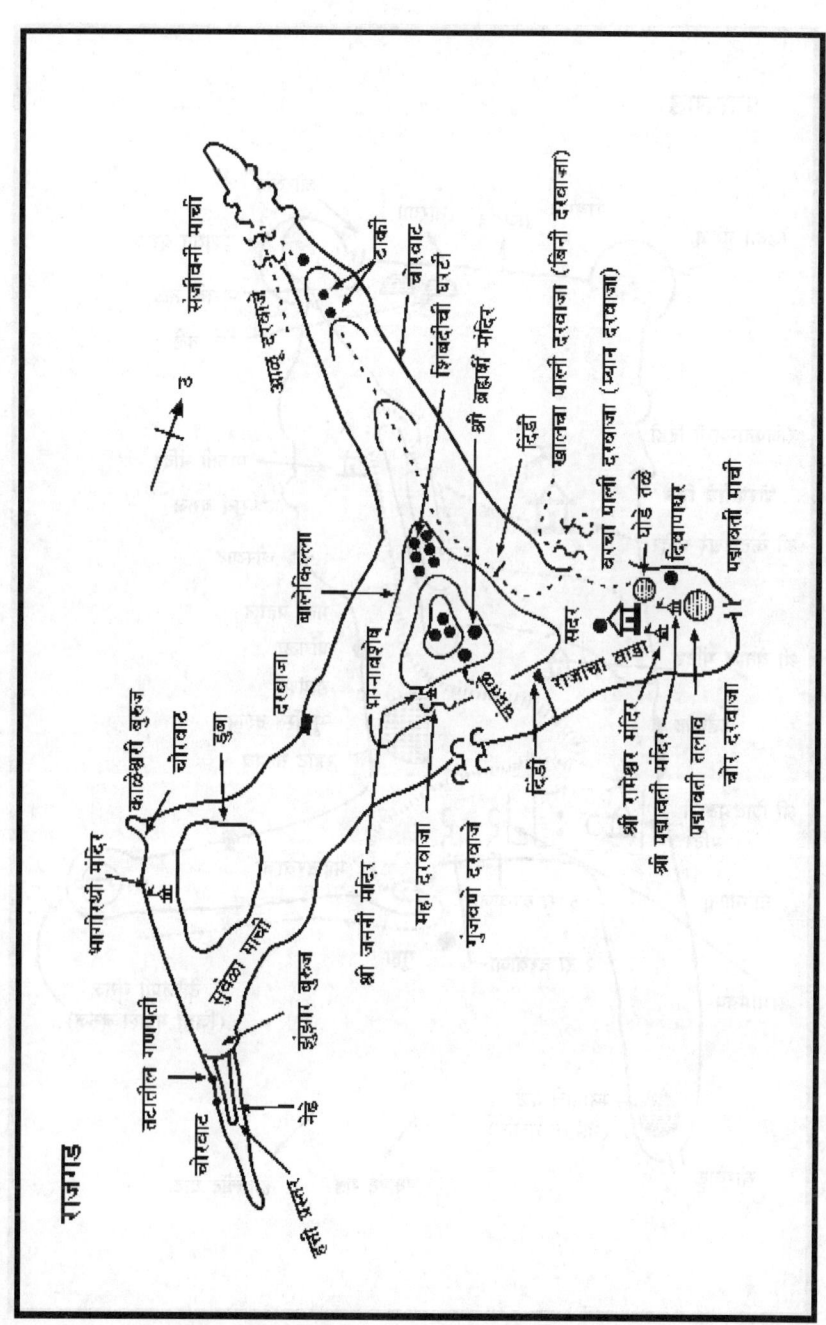

राजगड
हत्ती प्रस्तर
चोरवाट
नेढं
वटातील गणपती
झुंझार बुरूज
सुवेळा माची
भागीरथी मंदिर
काळेश्वरी बुरूज
चोरवाट
श्री जननी मंदिर
महा दरवाजा
गुंजवणे दरवाजा
दरवाजा
बालेकिल्ला
दिंडी
राजांचा वाडा
सदर
श्री रामेश्वर मंदिर
श्री पद्मावती मंदिर
पद्मावती तलाव
चोर दरवाजा
पद्मावती माची
दिवाणघर
वरचा पाली दरवाजा (ध्यान दरवाजा)
खालचा पाली दरवाजा (बिनी दरवाजा)
दिंडी
श्री ब्रह्मर्षी मंदिर
शिबंदीची घरटी
चोरवाट
टाकी
आळू दरवाजे
संजीवनी माची
उ

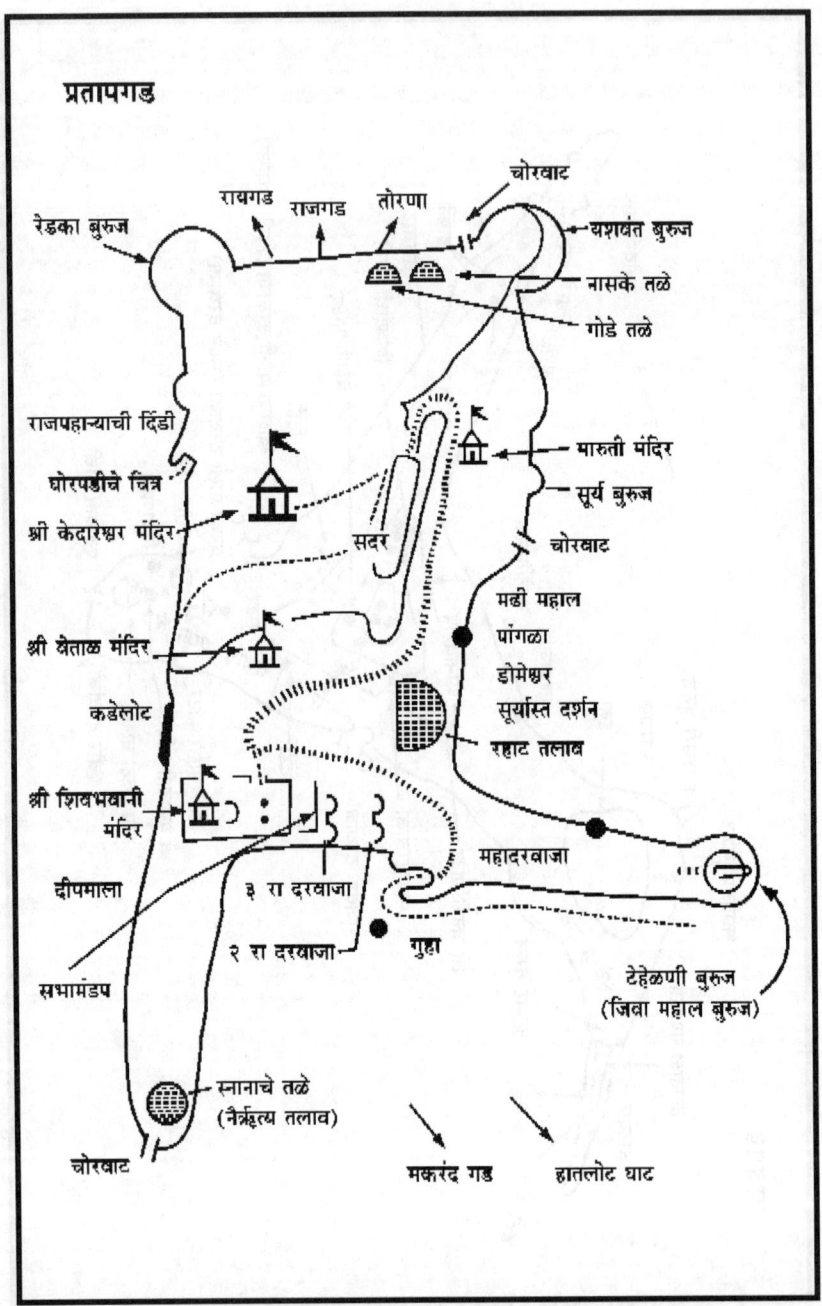

प्रतापगड

मारुती मंदिर
सूर्य बुरूज
मळी महाल
पांगळा
कडेलोट
महादरवाजा
३ रा दरवाजा
२ रा दरवाजा

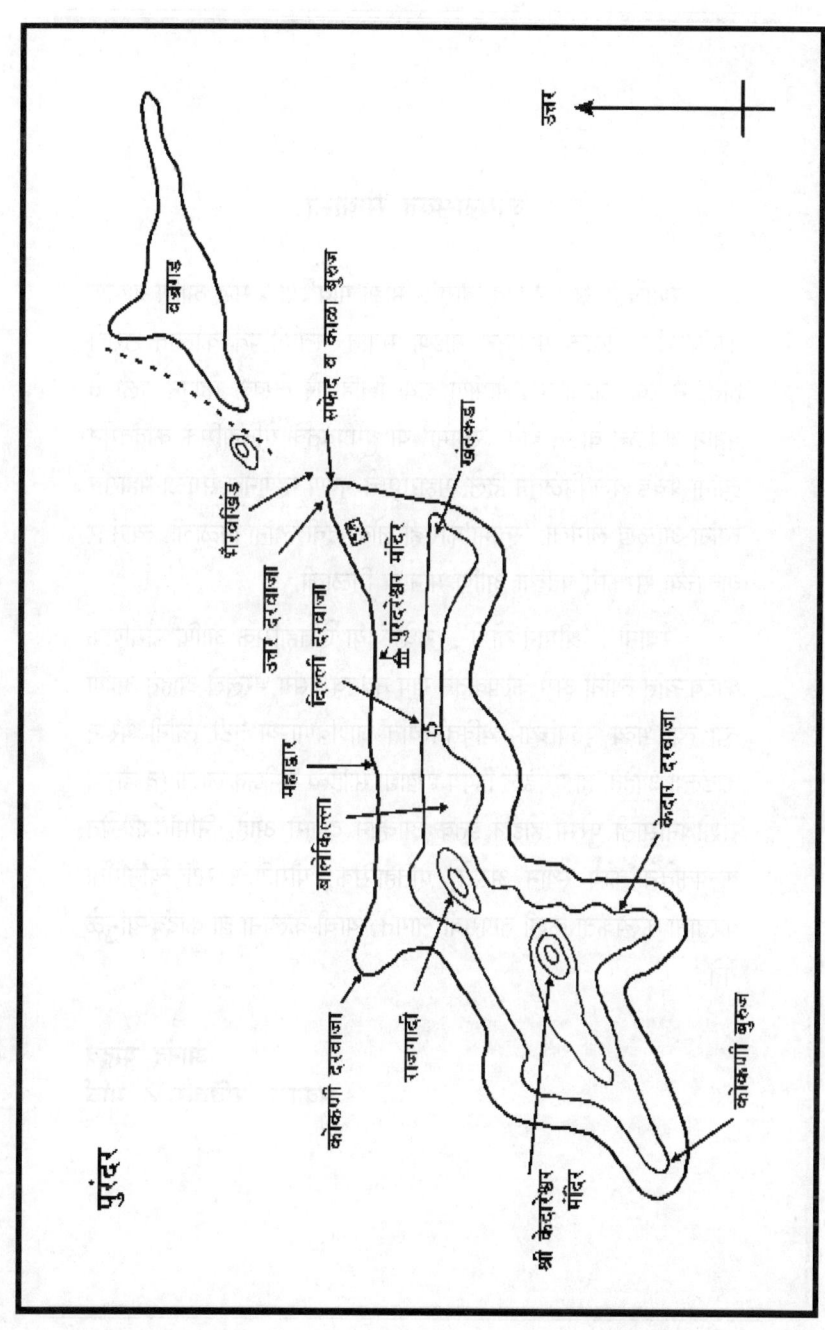

पुरंदर

उत्तर

वज्रगड

पेरवखिंड

सफेद व काला बुरूज

खलदकडा

उत्तर दरवाजा

श्री पुरंदरेश्वर मंदिर

महाद्वार

दिल्ली दरवाजा

बालेकिल्ला

केदार दरवाजा

कोकण्या दरवाजा

राजगादी

श्री केदारेश्वर मंदिर

कोकण्या बुरूज

जीवनासक्त संन्यासी

रणजित देसाई हे नाव 'बारी', 'माझा गाव' या प्रसिद्ध आणि ग्रामीण कादंबऱ्यांचे लेखक म्हणूनच माझ्या मनात 'स्वामी'पूर्व काळात ठसले होते. नाजूक, कलात्मक ग्रामीण कथा लिहिणारे लेखक म्हणून मला ते मनाने जवळचे वाटत होते. 'स्वामी' या युगप्रवर्तक ऐतिहासिक कादंबरीने त्यांना प्रचंड यश मिळवून दिले. महाराष्ट्राचे भूषण म्हणूनच सगळा महाराष्ट्र त्यांना ओळखू लागला. 'स्वामी'कार ही लोकपदवी त्यांना मिळाली. त्यानंतर बाकीच्या सरकारी पदव्या आणि मानपत्रे मिळाली.

'स्वामी', 'श्रीमान योगी', 'राधेय' या ऐतिहासिक आणि पौराणिक कादंबऱ्यांत त्यांनी असे कल्पकतेने खूप नवेनवे प्रसंग भरलेले आहेत आणि त्या त्या भव्य पुरुषांच्या व्यक्तिमत्त्वात जाणवणाऱ्या त्रुटी त्यांनी भरून काढल्या आहेत. हा एवढाच विषय एखाद्या साहित्य समीक्षकाला पीएच.डीच्या संशोधनासाठी पुरेसा होईल इतके आव्हान देणारा आहे. निर्मितिप्रक्रियेत कल्पकतेचे काय स्थान असते, ऐतिहासिक, पौराणिक साहित्यनिर्मिती करताना कल्पकता कशी वापरावी लागते, याची कल्पना या कादंबऱ्यांमुळे येते.

आनंद यादव
सकाळ, रविवार ८ मार्च